கரமசோவ் சகோதரர்கள்

ஃபியோதர் தஸ்தயெவ்ஸ்கி
தமிழில் : கேசவமணி

நற்றிணை பதிப்பகம்

கரமசோவ் சகோதரர்கள் ✻ ஃபியோதர் தஸ்தயெவ்ஸ்கி ✻ தமிழில்: கேசவமணி ✻ மொழிபெயர்ப்பு உரிமை: கேசவமணி ✻ முதல் பதிப்பு: பிப்ரவரி 2025 ✻ வெளியீடு: நற்றிணை பதிப்பகம் (பி) லிமிடெட் ✻ எண். 136, தரைத்தளம், சோழன் தெரு, ஆழ்வார்திருநகர், சென்னை – 600 087.

* மின்னஞ்சல் : natrinaipathippagam@gmail.com
* கைபேசி : 94861 77208
* தொலைபேசி : 044 – 4273 2141
* அச்சாக்கம் : துர்கா பிரிண்டர்ஸ், சென்னை – 600 005.

முன்னுரை

இலக்கியமே மூச்சாக இருந்த இளமைப் பருவத்தில் தஸ்தயெவ்ஸ்கியின் கரமசோவ் சகோதரர்களை ஆங்கிலத்தில் படிக்கப் போராடிய காலங்கள் உண்டு. அதை யாராவது தமிழில் கொண்டு வர மாட்டார்களா என்று ஏங்கிய காலமது. ஒவ்வொரு புத்தகக் கண்காட்சியிலும் அதைத் தவறாமல் தேடி அலைந்த அனுபவங்கள் நிறைய. ஆனால் இப்போது அதே படைப்பைத் தமிழில் மொழியாக்கம் செய்யும் வாய்ப்பைக் காலம் வழங்கியுள்ளது. அதை முதன் முதலில் வாசித்தபோது கிடைத்ததைவிட அதிகமான திகைப்பும், பரவசமும் இந்த மொழியாக்கத்தின் போது கிடைத்தது.

இந்நாவலை வாசிக்கும் ஒவ்வொரு வாசகனுக்கும் கிட்டும் பேரனுபவம் பிரமிப்பை ஊட்டுவது. வாழ்வின் பிரம்மாண்டத்தையும், பின்னங்களையும், உன்னதங்களையும், உடைசல்களையும் ஒருசேர வெளிப்படுத்தி, நம்முடைய அகத்தும் புறத்தும் மாபெரும் மாற்றத்தை நிகழ்த்தும் ஆற்றல் மிக்க படைப்பாளி தஸ்தயெவ்ஸ்கி. எனவே உச்சந்தலை முதல் உள்ளங்கால் வரை சிலிர்க்க வைக்கும் இதுபோன்ற ஒரு படைப்பை வாசித்த பிறகு நாம் வேறு எதையும் வாசிக்க வேண்டிய அவசியமில்லை.

தஸ்தயெவ்ஸ்கி இந்நாவலின் ஒவ்வொரு பக்கத்தையும் சிற்பி ஒருவனின் நுணுக்கத்தோடு செதுக்கி இருக்கிறார். அதனால்தான் அவர் ஒரு படைப்பாளி என்ற நிலையையும் தாண்டி, நாவல் கலையின் சிகரத்தில் ஒரு கலைஞனாக உயர்ந்து நிற்கிறார். எனவே அவர் தன் படைப்போடு உறவு கொள்ளும் யாரையும் பெருமளவில் பாதிப்பது தவிர்க்க முடியாது. அவருடன் நெருக்கம் கொள்ளும் ஒருவன் முதலில் இந்த உலகை, பிறகு அதில் வாழும் மனிதர்களை, அதன் பிறகு அந்த மனிதர்களின் மனங்களைப் புரிந்துகொள்கிறான். இறுதியாக, எதையும் ஊடுருவிப் பார்க்கும் தெளிவு பெற்றவனாகத் தன்னைத்தானே அறிந்துகொள்கிறான்.

மூன்று சகோதரர்களில் டிமிட்ரி முரட்டு சுபாவம் உடையவன் என்பதால் உடலைப் பிரதானமாக நினைக்கிறான். இவான் புத்திசாலி என்பதால் அறிவின் தளத்தில் சஞ்சரிக்கிறான்.

அலெக்ஸி அன்பை அடிப்படையாகக் கொண்டு உள்ளத்தின்படி நடக்கிறான். இப்படி மூவரையும் உடல், அறிவு, உள்ளம் என மூன்று வெவ்வேறு மனிதர்களாகக் கண்டாலும், இந்த மூன்றும் இணைந்துதான் மனிதன். அவர்களுடைய வாழ்க்கையைச் சொல்லும் முகமாக, வாழ்வைக் குறித்தும், மனிதனைக் குறித்தும் விரிவான, முழுமையான பார்வையை, தரிசனத்தை இந்நாவல் தருகிறது.

1880இல் வெளியான இந்நாவலுக்குத் தற்போதைய வயது 143 ஆண்டுகள் என்பதும், இன்னும் உலக இலக்கியத்தில் இது முதன்மையான நாவலாக இருந்து வருவதும் இந்தப் படைப்பின் மேன்மையைப் பறைசாற்றுகிறது. தஸ்தயெவ்ஸ்கி முன்னுரையில் சொல்லும்போது, தன் நாயகன் அலெக்ஸியைப் பற்றி இரண்டு நாவல்கள் எழுதப் போவதாகவும், முதல் நாவலை விட இரண்டாவது நாவல் முக்கியமானது என்றும் சொல்கிறார். ஆனால் இந்நாவல் வெளியான மூன்று மாதங்களுக்குப் பிறகு 1881 ஜனவரி 21ஆம் நாள் இரவு எட்டரை மணிக்கு தஸ்தயெவ்ஸ்கி இறந்து போகிறார். இப்படி ஒரு மகத்தான படைப்பாளியைத் தன்னோடு இருத்தி வைத்துக் கொள்ள வேண்டும் என்ற காலத்தின் ஆசை, அவரது இரண்டாவது நாவலைப் படிக்கும் நம் ஆசையை நிராசையாக்கி விட்டது. இது காலத்தால் அழியாத, அழிக்க முடியாத, என்றென்றும் நிலைத்து நிற்கும் மகத்தான படைப்பு.

அன்னா கரீனினா, உருமாற்றம், கடலும் கிழவனும் நாவல்களைத் தொடர்ந்து தற்போது கரமசோவ் சகோதரர்கள் என்ற மகத்தான படைப்பும் தமிழின் சிறந்த பதிப்பகமான நற்றிணை வாயிலாக வெளிவருவது பெறுமதியானது. இந்நூலை மிகச் சிறந்த முறையில் வெளியிட்டுள்ள நண்பர் திரு.யுகனுக்கு மனமார்ந்த நன்றி.

அன்புடன்,

கேசவமணி

ஆசிரியர் முன்னுரை

நான் எனது கதாநாயகன் அலெக்ஸி ஃபியோதரோவிச் கரமசோவின் வாழ்க்கை வரலாற்றைச் சொல்லத் தொடங்கும்போது, ஏதோ ஒரு குழப்பம் என்னை ஆட்கொள்கிறது. ஏனெனில் நான் அலெக்ஸி ஃபியோதரோவிச்சை எனது கதாநாயகன் என்று சொன்னாலும், அவன் எந்த வகையிலும் மகத்தான மனிதன் அல்ல என்று எனக்குத் தெரியும். எனவே பின்வரும் தவிர்க்க முடியாத கேள்விகள் எழும் என்பதை என்னால் முன்கூட்டியே அனுமானிக்க முடிகிறது. "அலெக்ஸி கரமசோவ் என்ன சாதித்தான் என்று நீங்கள் அவனை உங்கள் கதாநாயகனாகத் தேர்வு செய்தீர்கள்? அவன் உண்மையில் என்ன செய்தான்? அவனைப் பற்றி யாரெல்லாம் அறிந்திருக்கிறார்கள்? அவன் எதற்காகப் பிரபலமானான்? அவனுடைய வாழ்க்கையைப் பற்றித் தெரிந்து கொள்ள ஒரு வாசகனாகிய நான் ஏன் என்னுடைய நேரத்தைச் செலவிட வேண்டும்?"

கடைசி கேள்வி மிக முக்கியமானது என்பதால் நான் அதற்குச் சொல்லும் பதில், "ஒருவேளை நாவலைப் படிக்கும்போது நீங்களே அதைத் தெரிந்து கொள்ளலாம்" என்பதுதான். ஒருவேளை நீங்கள் நாவலைப் படித்த பிறகும், அலெக்ஸி ஃபியோதரோவிச்சின் முக்கியத்துவத்தை ஏற்றுக்கொள்ளாமல் போனால் என்ன செய்வது? நான் ஏன் இதைச் சொல்கிறேன் என்றால், துரதிருஷ்ட வசமாக அப்படித்தான் நடக்கும் என்று நான் முன்கூட்டியே வருத்தத்துடன் எதிர்பார்க்கிறேன். என்னைப் பொறுத்தவரை அவன் குறிப்பிடத்தக்க ஒரு மனிதன் என்றாலும் நான் அதை வாசகருக்கு நிரூபிக்க முடியுமா என்பது சந்தேகமே. உண்மை என்னவென்றால், அவன் மற்றவர்களை விடத் தனித்து நிற்கிறான் என்றாலும் எந்த வழியில் என்று தெளிவாகத் தெரியவில்லை. இருந்தாலும் நாம் வாழும் சூழ்நிலையில் மனிதர்களிடமிருந்து தெளிவை எதிர்பார்ப்பது நியாயமானதாக இருக்காது. ஆனால் அவன் வித்தியாசமானவன், விசித்திரமானவன் என்பது மட்டும்

உறுதியாகத் தெரியும். குறிப்பாக இப்போது எல்லோரும் வாழ்க்கையைப் புரிந்துகொள்ள முயற்சிக்கும்போது, வாழ்க்கையின் ஒட்டுமொத்தக் குழப்பத்திலிருந்து அதற்கு ஒரு சிறிய அர்த்தத்தைக் கண்டுபிடிக்க முயற்சிக்கும்போது, அவனது அந்த அசாதாரணத் தன்மை, அவனைப் புரிந்து கொள்வதற்கு பதிலாக அவனைப் பற்றித் தவறான அபிப்பிராயத்தை ஏற்படுத்த அதிக வாய்ப்புள்ளது. பெரும்பாலான சந்தர்ப்பங்களில் அசாதாரணமாக இருப்பது ஒரு தனிமைப்படுத்தப்பட்ட விஷயம் என்பதை நீங்கள் ஒப்புக் கொள்கிறீர்களா?

நீங்கள் அதை ஏற்றுக் கொள்ளவில்லை என்றால், அது உண்மையல்ல என்று நீங்கள் நம்பினால், உண்மையாக இருக்க வேண்டிய அவசியமில்லை என்று நினைத்தால், எனது கதாநாயகன் மீது உங்களுக்கு ஆர்வம் ஏற்படும் என்ற நம்பிக்கை எனக்கு இருக்கிறது. ஒரு வித்தியாசமான நபரின் நடத்தை எப்போதும் அசாதாரணமாகவோ அல்லது தனித்தோ தெரிய வேண்டும் என்பதில்லை. அவன் தனது சகாப்தத்தின் சாராம்சத்தை உண்மையாகப் பிரதிநிதித்துவப்படுத்தும் அதே சமயத்தில், அவனது சமகாலத்தவர்கள் சில காரணங்களால் அதனுடன் தங்களுக்கு உள்ள தொடர்பை இழந்துவிட்டதாகத் தெரிகிறது.

நான் இந்தச் சலிப்பூட்டும் தெளிவற்ற விளக்கங்களைத் தராமல் நேரடியாக நாவலுக்குள் செல்லவே விரும்பினேன், ஏனெனில் வாசகர்களுக்குப் பிடித்திருந்தால் அவர்கள் எப்படியும் வாசிப்பார்கள். ஆனால் இதில் சிக்கல் என்னவென்றால், என்னிடம் சொல்வதற்கு ஒரு வாழ்க்கைக் கதை இருந்தாலும், உண்மையில் இரண்டு நாவல்கள் உள்ளன. என்னுடைய இரண்டாவது நாவல்தான் முக்கியமானது. அந்த நாவல் நம் காலத்தில், அதாவது நிகழ்காலத்தில் என் கதாநாயகனின் வாழ்க்கையை விவரிக்கிறது. முதல் நாவலைப் பொறுத்தவரை அது பதிமூன்று ஆண்டுகளுக்கு முன்னால் நடக்கிறது. சொல்லப்போனால் உண்மையில் அது ஒரு நாவல் கூட அல்ல, என் கதாநாயகனின் இளமைப் பருவத்தை விவரிக்கும் ஓர் அத்தியாயம். இருப்பினும், முதல் நாவலை என்னால் ஒதுக்கிவிட முடியாது, ஏனெனில் அது இல்லாமல் இரண்டாவது நாவலின் பெரும்பகுதியைப் புரிந்துகொள்ள முடியாது. இது என்னுடைய சிக்கலை மேலும் அதிகரிக்கிறது. ஏனென்றால் என்னுடைய அடக்கமான மற்றும் தெளிவாக வரையறுக்கப்படாத கதாநாயகனுக்கு ஒரு நாவலே அதிகம் எனும்போது, நான் அவனைப் பற்றி இரண்டு நாவல்களை

எப்படி எழுத முடியும்? நான் என் தரப்பில் இதை எப்படி நியாயப் படுத்துவது?

என்னால் இந்தக் கேள்விகளுக்கு பதில் சொல்ல முடியவில்லை என்பதால், நான் அவற்றைத் தெளிவுபடுத்தாமல் விட்டு விடுகிறேன். நான் ஆரம்பத்திலிருந்தே இதைத்தான் சொல்ல முயற்சித்தேன் என்பதைப் புத்திசாலி வாசகர்கள் முன்பே யூகித்திருப்பார்கள். மேலும் நான் பயனற்ற வார்த்தைகளைப் பயன்படுத்தி அவர்களுடைய பொன்னான நேரத்தை வீணடித்ததற்காக அவர்கள் என் மீது கோபப்படக்கூடும். என்னால் இதற்குச் சரியான பதிலைச் சொல்ல முடியும். நான் முதலில் பணிவையும் பிறகு தந்திரத்தையும் கையாண்டு, அதைச் சொல்லத்தான் முயன்றேன் என்பதால், நான் அவர்களை எச்சரிக்கவில்லை என்று யாரும் சொல்ல முடியாது! எது எப்படியிருந்தாலும் கதையின் அடிப்படை ஒத்திசைவைக் கருத்தில் கொண்டு எனது கதை இரண்டு நாவல்களாகப் பரிணமித்திருப்பதைக் குறித்து நான் மகிழ்ச்சியடைகிறேன். முதல் நாவலைப் படித்த பிறகு இரண்டாவது நாவலைப் படிக்க வேண்டுமா இல்லையா என்பதை வாசகர்கள் முடிவு செய்து கொள்ளலாம். நீங்கள் எதையும் செய்ய வேண்டிய கட்டாயம் எதுவும் இல்லை. நீங்கள் முதல் நாவலின் இரண்டாவது பக்கத்தைப் படித்த பிறகு புத்தகத்தை மூடி வைத்துவிடலாம், மீண்டும் திறக்க வேண்டியது கூட இல்லை. இருப்பினும், ஒரு நியாயமான, பாரபட்சமற்ற தீர்ப்பை வழங்குவதற்காக, எதையும் பொருட்படுத்தாமல், நாவலை இறுதி வரையிலும் உறுதியுடன் வாசிக்கும் சில வாசகர்கள் எப்போதும் இருக்கிறார்கள். உதாரணமாக ருஷ்ய இலக்கிய விமர்சகர்கள் எல்லோரும் அப்படித்தான். எனவே நான் அந்த மனசாட்சியுள்ள வாசகர்களுக்கு, நாவலின் முதல் அத்தியாயத்திற்குப் பிறகு நாவலைக் கைவிடுவதற்கான நியாயமான காரணத்தைச் சொல்லியிருப்பதால் சற்றே நிம்மதியாக உணர்கிறேன்.

ஆக, இதுதான் என்னுடைய முன்னுரை. இது முற்றிலும் தேவையற்றது என்பதை நான் ஒப்புக்கொள்கிறேன். ஆனால் அதை ஏற்கனவே எழுதிவிட்டதால் அது அப்படியே இருக்கட்டும்.

இப்போது நீங்கள் நாவலுக்குச் செல்லலாம்.

பாகம் – ஒன்று

முதல் புத்தகம்: ஒரு விசித்திரமான குடும்ப வரலாறு

1. ஃபியோதர் பாவ்லோவிச் கரமசோவ்

அலெக்ஸி ஃபியோதர் கரமசோவ் எங்கள் மாவட்டத்தைச் சேர்ந்த நில உரிமையாளர் ஃபியோதர் பாவ்லோவிச் கரமசோவின் மூன்றாவது மகன். சரியாக பதிமூன்று ஆண்டுகளுக்கு முன்பு அவருக்கு நேர்ந்த மர்மமான, சோகமான மரணத்தின் காரணமாக அவர் இன்றும் எங்களிடையே நினைவில் இருக்கிறார். நான் அதைப் பற்றிப் பிறகு உரிய இடத்தில் விவரிக்கிறேன். அவர் தன் வாழ்நாளில் ஒரு நாளைக் கூட அவருடைய பண்ணையில் கழித்ததில்லை என்றாலும், நான் அவரை 'நில உரிமையாளர்' என்றே அழைக்கிறேன். அவர் ஒரு விசித்திரமான ஆசாமி என்றாலும், பரவலாகக் காணப்படும் மனிதர்களில் அவரும் ஒருவர். அவர் ஒரு கேவலமான இழிந்த பிறவி என்பதுடன், குழப்பமான மனநிலை கொண்டவர் என்றாலும் அவருடைய குழப்பமான மனநிலை உலக விவகாரங்களைக் கவனிப்பதற்குத் தடையாக இருக்கவில்லை. அவர் மிகச் சிறிய நில உடைமையாளராக, எதுவும் இல்லாமல் அவருடைய வாழ்க்கையை ஆரம்பித்தார். அவர் தன்னால் முடிந்தவரை மற்றவர்களை மகிழ்வித்து, சந்தர்ப்பம் கிடைக்கும் போதெல்லாம் மற்றவர்களின் தயவில் சாப்பிட்டு உடம்பை வளர்த்தார். இருந்தாலும் அவர் இறந்தபோது அவரிடம் ஒரு லட்சம் ரூபிள்கள் ரொக்கப் பணம் இருப்பது கண்டுபிடிக்கப் பட்டது. இத்தனைக்கும் அவர் எங்கள் மாவட்டத்தில் தன் வாழ்நாள் முழுவதும் ஒரு விசித்திரமான பைத்தியக்கார மனிதராகவே இருந்தார். நான் மீண்டும் சொல்கிறேன் இது முட்டாள்தனம் அல்ல. ஏனெனில் அத்தகைய விசித்திரமான மனிதர்களில் பெரும்பாலோர் உண்மையில் மிகவும் புத்திசாலிகள், தந்திரமானவர்கள். மேலும் அவர்கள் போதிய அறிவில்லாமல் இருப்பது ஒரு விசேஷமான தேசிய குணம்.

இரண்டு முறை திருமணம் செய்து கொண்ட அவருக்கு மூன்று மகன்கள் இருந்தனர். முதல் மனைவி மூலம் டிமிட்ரி ஃபியோதரோவிச் என்ற மூத்த மகனும், இரண்டாவது மனைவி மூலம் இவான், அலெக்ஸி எனும் இரு மகன்களும் இருந்தனர். ஃபியோதர் பாவ்லோவிச்சின் முதல் மனைவி, அடெலெய்டா இவானோவ்னா, எங்கள் மாவட்டத்தைச் சேர்ந்த நில உடைமையாளர்களில் மிகவும் செல்வந்தரும் புகழ்பெற்றவருமான மியூசோவ் என்ற பிரபுத்துவ குடும்பத்தைச் சேர்ந்தவள். இப்போது இருப்பது போல கடந்த தலைமுறையிலும் பார்க்க முடிந்த, பணமும், அழகும், புத்திசாலித்தனமும் கொண்ட ஒரு இளம் பெண், எல்லோரும் 'மூடன்' என்று அழைக்கும் ஒரு மனிதனை எப்படித் திருமணம் செய்து கொண்டாள் என்பதைப் பற்றி நான் விரிவாகப் பேசப்போவதில்லை. சென்ற தலைமுறையைச் சேர்ந்த 'காதல் வயப்படும்' ஒரு இளம் பெண்ணை எனக்குத் தெரியும். அவள் எப்போது வேண்டுமானாலும் எளிதில் திருமணம் செய்துகொள்ளச் சாத்தியமாக இருந்த ஒரு மனிதரைப் பல ஆண்டுகள் இரகசியமாகக் காதலித்தாள். அவள் அனைத்து வகையான தீர்க்க முடியாத தடைகளையும் தனக்குத் தானே உருவாக்கி, திடீரென்று அந்த உறவை முறித்துக் கொண்டாள். அவள் தான் ஷேக்ஸ்பியரின் ஒபேலியாவைப் போல இருக்க வேண்டும் என்ற ஒரே காரணத்திற்காக, ஒரு நாள் சூறாவளி இரவில், ஒரு உயரமான குன்றின் மேலிருந்து, மிகவும் வேகமாக ஓடும் ஆழமான நதியில் குதித்து தற்கொலை செய்து கொண்டாள். உண்மையில் அவள் தேர்ந்தெடுத்த, அவளுக்கு மிகவும் பிடித்த அந்த இடம், அழகற்றதாகவும், அது ஒரு சமதளமான சமவெளியாகவும் இருந்திருந்தால், ஒருவேளை அந்தத் தற்கொலை நடந்திருக்காது. இது ஒரு உண்மைக் கதை. கடந்த இரண்டு அல்லது மூன்று தலைமுறைகளில் இதுபோன்ற சில சம்பவங்கள் அரிதாகவே நடந்துள்ளன என்று கருதுவது நியாயமாக இருக்கும். அதே போல அடெலெய்டா இவானோவ்னா மியூசோவின் அந்த மோசமான செயலும் சந்தேகத்திற்கு இடமின்றி மற்றவர்களுடைய கருத்துக்களின் எதிரொலியாகவும், மன உளைச்சலின் வெளிப் பாடாகவும் இருந்தது. ஒருவேளை அவள் தனது பெண்மைச் சுதந்திரத்தை நிலைநாட்டவும், சமூக மரபுகளுக்கு எதிராகக் கலகம் செய்யவும், தன் குடும்பத்தினரின் சர்வாதிகாரப் போக்கை முறியடிக்கவும் விரும்பியிருக்கலாம். ஃபியோதர் பாவ்லோவிச்சுக்கு ஒட்டுண்ணி, முரடன் என்ற கெட்ட பெயர் இருந்தாலும், விஷயங்கள் மிகவும் சிறப்பாக மாறிக் கொண்டிருந்த அந்தக் காலத் தின் தைரியமான மற்றும் புத்திசாலி மனிதர்களில் அவரும் ஒருவர்

என்று அவள் சிறிது காலம் நம்பினாள். ஆனால் உண்மையில் அவர் ஒரு மோசமான கோமாளி என்பதற்கு மேல் வேறு எதுவும் இல்லை. அவர்கள் இருவரும் திருமணத்திற்கு முன்பு ஓடிப்போனது அவர்களுடைய திருமணத்தை மேலும் சுவாரஸ்யமாக்கியது. அப்படிச் செய்வது அடெலெய்டா இவானோவ்னாவுக்கு மிகுந்த மனக்கிளர்ச்சியைக் கொடுத்தது. ஃபியோதர் பாவ்லோவிச்சைப் பொறுத்தவரை, அந்த நேரத்தில் அவர் தனது சமூக நிலையை மேம்படுத்த எந்த முடிவையும் எடுக்கத் தயாராக இருந்தார். எனவே ஒரு நல்ல குடும்பத்தில் நுழைந்து வரதட்சணை வாங்குவ தற்குக் கிடைத்த வாய்ப்பை விட உலகில் வேறு எதுவும் அவரைக் கவர்ந்திருக்க முடியாது. பரஸ்பர விருப்பம் என்ற ஒன்று மணமகள் தரப்பிலோ அல்லது அடெலெய்டா இவானோவிடம் அழகு இருந்தபோதிலும், அவரது தரப்பிலோ இருந்ததாகத் தெரியவில்லை. ஃபியோதர் பாவ்லோவிச்சின் வாழ்க்கையில் இது ஒரு தனித்துவ மான நிகழ்வாக இருக்கலாம். ஏனெனில் எப்பொழுதும் சிற்றின்பத் தில் மூழ்கிக் கிடந்த அவர், ஒரு சிறிய தூண்டுதலின் பேரில் எந்தப் பாவாடையின் பின்னால் ஓடவும் தயாராக இருந்தார். இருப்பினும் அவரது வாழ்க்கையில் அவருக்கு எந்த ஒரு ஈர்ப்பையும் ஏற்படுத்தாத ஒரே பெண் அவரது மனைவி மட்டும்தான்.

அடெலெய்டா வீட்டை விட்டு ஓடிப்போன உடனே தனக்கு தன் கணவர் மீது வெறுப்பைத் தவிர வேறு எந்த உணர்வும் இல்லை என்பதை ஒரு நொடியில் உணர்ந்தாள். அதற்கேற்ப அவர்களின் திருமணம் அசாதாரண வேகத்துடன் அதன் உண்மையான முகத்தைக் காட்டியது. அவள் குடும்பத்தினர் அந்தச் சூழ்நிலையை ஏற்றுக் கொண்டு, ஓடிப்போன மணமகளுக்கு வரதட்சணை கொடுத்த போதிலும், தம்பதியினர் இருவரும் தினமும் சண்டையும் சச்சரவும் நிறைந்த ஒழுங்கீனமான வாழ்க்கையை வாழத் தொடங்கினர். அந்தச் சூழ்நிலையில் இளம் மனைவி ஃபியோதர் பாவ்லோவிச்சை விட அதிக கண்ணியத்துடனும் பெருந்தன்மையுடனும் நடந்து கொண்டதாகக் கூறப்படுகிறது. அவள் வரதட்சணையைப் பெற்றதும், அதில் இருபத்தைந்தாயிரம் ரூபிள்களை அவர் எடுத்துக் கொண்டார் என்பது இப்போது தெரிய வருகிறது. எனவே அவளைப் பொறுத்தவரை அது காற்றுடன் காற்றாக கலந்து மறைந்துவிட்டது. அவளுக்கு வரதட்சணையின் ஒரு பகுதியாகக் கிடைத்த கிராமத்திலிருந்த பண்ணையையும், நகரத்திலிருந்த வீட்டையும் அவர் தன் பெயருக்கு மாற்றிக் கொள்ள தன்னால் முடிந்த அனைத்தையும் செய்தார். அவர் அதற்காக அவளிடம் தொடர்ந்து மன்றாடியதும் கெஞ் சியதும் அவளுக்கு மிகுந்த எரிச்சலையும் கோபத்தையும்

வெறுப்பையும் ஏற்படுத்தியது. எனவே அவள், தன்னுடைய மன நிம்மதிக்காக எதையும் செய்யத் தயாராக இருந்த காரணத்தால், அவர் தன்னுடைய காரியத்தில் வெற்றி பெற்றிருப்பார். ஆனால் அதிர்ஷ்டவசமாக அடெலெய்டாவின் குடும்பத்தினர் சரியான நேரத்தில் தலையிட்டு அவருடைய பேராசைக்கு முற்றுப்புள்ளி வைத்தனர். கணவன் மனைவிக்கு இடையில் அடிக்கடி கைகலப்பு நடந்தது உண்மைதான் என்றாலும், ஃபியோதர் பாவ்லோவிச் தன் மனைவியை அடிக்கவில்லை. ஆனால் அவள்தான் அவரை அடித்தாள், ஏனெனில் மிகச்சுலபமாக உணர்ச்சிவசப்பட்டு பொறுமையிழந்து கோபப்படும், தைரியமான பெண்ணான அவளிடம் குறிப்பிடத்தக்க வகையில் அபரிமிதமான உடல் வலிமை இருந்தது. இறுதியில் அவள் தன் மூன்று வயது மகன் மீச்சியாவைத் தன் கணவரின் பொறுப்பில் விட்டுவிட்டு, பாதிரியாருக்குப் படித்துக் கொண்டிருந்த ஒரு ஏழை மாணவனுடன் ஓடிப் போனாள். ஃபியோதர் கரமசோவ் உடனடியாக அந்த வீட்டில் தனக்கென ஒரு பிரத்யேகமான அறையை ஏற்படுத்தி, கட்டுப்பாடற்ற குடிப்பழக்கத்திற்குத் தன்னை அர்ப்பணித்துக் கொண்டார். அவர் அவ்வப்போது மாவட்டம் முழுவதும் பயணம் செய்து, அடெலெய்டா இவானோவ்னா தன்னை விட்டுப் பிரிந்து சென்றதாக ஒவ்வொருவருரிடமும் கண்ணீர் மல்க முறையிட்டு, எந்தக் கணவரும் சொல்வதற்கு வெட்கப்படும் தாம்பத்ய வாழ்க்கையின் அந்தரங்க விவரங்களை வெளிப்படுத்தினார். எல்லாவற்றுக்கும் மேலாக, மனைவியால் கைவிடப்பட்ட ஒரு கணவன் பாத்திரத்தை மிகவும் ரசித்து மகிழ்ந்த அவர், தனது துயரத்தின் விவரங்களை அலங்காரத்துடன் விரிவாக எடுத்துச் சொல்வதற்குத் தனக்குக் கிடைத்த ஒவ்வொரு வாய்ப்பையும் மகிழ்ச்சியுடன் அனுபவித்தார். “சரி, ஃபியோதர் பாவ்லோவிச், நீங்கள் உங்களுக்கு ஏதோ ஒரு கௌரவம் கிடைத்தது போல நடந்து கொள்வதாக நினைப்பார்கள். உங்கள் சோகத்தையும் மீறி நீங்கள் மிகவும் மகிழ்ச்சியாக இருக்கிறீர்கள்” என்று பலரும் அவரைக் கேலி செய்தனர். அவர் புதிதாக ஏற்றுக் கொண்ட தனது கோமாளி வேடத்தில் காட்சியளிப்பதில் மகிழ்ச்சியடைகிறார் என்றும், அதை மேலும் வேடிக்கையாக மாற்றுவதற்காக தனது கேலிக்குரிய நிலைமையைக் கவனிக்காதது போல நடிக்கிறார் என்றும் பலரும் சொன்னார்கள். ஆனால் யாருக்குத் தெரியும் அவர் உண்மையில் ஒரு அப்பாவியாக இருந்திருக்கலாம். கடைசியில் அவர் ஓடிப்போன தன் மனைவியைக் கண்டுபிடிப்பதில் வெற்றி பெற்றார். அவள் ஓடிப்போன அந்த மாணவனுடன் பீட்டர்ஸ்பர்க்கில் சுதந்திரமாக வாழ்வது தெரிய வந்தது.

ஃபியோதர் பாவ்லோவிச் உடனடியாகப் பீட்டர்ஸ்பர்க் செல்ல ஆயத்தமானார். ஆனால் அங்கு ஏன் போகிறோம் என்பதைப் பற்றி அவருக்கு எந்த யோசனையும் இல்லை. உண்மையில் அவர் போயிருக்கலாம். ஆனால் போவதற்கு முடிவு செய்தவுடன், அந்தப் பயணத்திற்குத் தேவையான தைரியத்தைத் திரட்டிக்கொள்ள தான் கட்டுப்பாடின்றி குடிப்பது அவசியம் என்று அவர் நினைத்தார். அப்போதுதான் பீட்டர்ஸ்பர்க்கில் அவரது மனைவி இறந்துவிட்ட செய்தி அவளுடைய குடும்பத்தினருக்குக் கிடைத்தது. எப்படியோ அவள் திடீரென்று இறந்துவிட்டாள். சிலர் அவள் டைபஸ் நோயால் இறந்தாள் என்றும் வேறு சிலர் பட்டினியால் இறந்தாள் என்றும் சொன்னார்கள். தன் மனைவியின் மரணச் செய்தியைக் கேட்டபோது கரமசோவ் குடிபோதையில் இருந்தார். "ஆண்டவரே, இப்போது உமது அடியவரை இரட்சிப்பாயாக" என்று அவர் வானத்தை நோக்கிக் கைகளை உயர்த்தி, கத்திக் கொண்டே வீதியில் ஓடினார் என்று சிலர் சொன்னார்கள். ஆனால் வேறு சிலர், அவர் ஒரு குழந்தையைப் போலக் கட்டுப்பாடின்றி அழுது புலம்பினார் என்றும், அவர் அனைவரிடமும் ஏற்படுத்திய வெறுப்பையும் மீறி எல்லோரும் அவருக்காகப் பரிதாபப்பட்டார்கள் என்றும் சொன்னார்கள். இரண்டுமே உண்மையாக இருக்கலாம். அவர் தன் விடுதலையைக் கண்டு மகிழ்ச்சியடைந்த அதே நேரத்தில் தன்னை விடுவித்த அவளுக்காக அழுதார். பெரும்பாலான சந்தர்ப்பங்களில் மிகவும் தீயவர்கள் கூட, நாம் பொதுவாக நினைப்பதை விட மிகவும் அப்பாவிகளாகவும் நல்ல இதயம் கொண்டவர்களாகவும் இருக்கிறார்கள். இது உங்களுக்கும் எனக்கும் கூட பொருந்தும்.

2. மூத்த மகனைத் தலைமுழுகினார்

அப்படிப்பட்ட ஒரு மனிதன் ஒரு நல்ல தந்தையாக எப்படி இருப்பான், தன் குழந்தையை எப்படி வளர்ப்பான் என்பதை ஒருவரால் எளிதாகக் கற்பனை செய்ய முடியும். ஒரு தந்தையாக அவரது நடத்தை எதிர்பார்த்தது போலவே இருந்தது. அடெலெய்டா இவானோவ்னாவின் குழந்தையை அவர் முற்றிலுமாகப் புறக்கணித்தார். அவருக்கு அவள் மீது இருந்த காழ்ப்புணர்ச்சியாலும், திருமணத்தில் ஏற்பட்ட மனக்கசப்பாலும் அவர் அதைச் செய்யவில்லை, மாறாக தனக்கு ஒரு மகன் இருப்பதையே அவர் மறந்துவிட்டார். அவர் தனது கண்ணீராலும் புகார்களாலும் அனைவரையும் சோர்வடையச் செய்து, தன் வீட்டைக் குப்பைக்

கிடங்காக மாற்றிக் கொண்டிருந்த போது, குடும்பத்தின் விசுவாச மான வேலைக்காரன் கிரிகோரி, மூன்று வயது மீச்சியாவைக் கவனித்துக் கொள்ளும் பொறுப்பை ஏற்றுக் கொண்டான். இல்லையெனில் அந்தக் குழந்தையின் சட்டையை மாற்றக் கூட யாரும் இருந்திருக்க மாட்டார்கள். மேலும் குழந்தையின் தாயின் வீட்டைச் சேர்ந்தவர்களும் முதலில் அந்தக் குழந்தையின் இருப்பை மறந்துவிட்டனர். அந்த நேரத்தில் குழந்தையின் தாத்தா, அடெலெய்டா இவானோவ்னாவின் வயதான அப்பா இறந்து விட்டார். அப்போது அவருடைய விதவை மனைவியான மீச்சியாவின் பாட்டி, மாஸ்கோவுக்குச் சென்று, அங்கு நோய்வாய்ப்பட்டு மிகவும் மோசமான நிலையில் இருந்தார். அடெலெய்டாவின் உடன்பிறந்த சகோதரிகள் அனைவரும் திருமணம் ஆனவர்கள். எனவே மீச்சியா கிட்டத்தட்ட ஒரு வருடம் முழுவதும் வயதான கிரிகோரியின் பொறுப்பில், வேலைக்காரர்களின் குடிசையில் வசிக்க நேர்ந்தது. ஆனால் அவனுடைய அப்பா அவனை நினைவில் வைத்திருந்தால் கூட (உண்மையில் அப்படி நடப்பதற்கு வாய்ப்பில்லை), அவரது அயோக்கியத்தனமான, ஒழுங்கீனமான வாழ்க்கைக்கு குழந்தை இடையூறாக இருக்கும் என்று நினைத்து, அவனை வேலைக்காரர்களின் குடிசைக்கு அனுப்பியிருப்பார். அந்த நேரத்தில் மறைந்த அடெலெய்டா இவானோவ்னாவின் உறவினரான ஃபியோட்டர் அலெக்ஸாண்ட் ரோவிச் மியூசோவ் பாரிஸிலிருந்து திரும்பி வந்தார். பின்னாளில் வெளிநாட்டில் நிரந்தரமாகக் குடியேறத் திட்டமிட்டிருந்த அவர் அப்போது இளைஞனாக இருந்தார். ஆனால் அவர் மெத்த படித்தவர், பண்பட்டவர், பரந்த மனப்பான்மை உடையவர் என்பதும், அவர் தனது வாழ்நாள் முழுவதும் ஓர் உண்மையான ஐரோப்பியராக வாழ்ந்தார் என்பதும் அவரை மியூசோவ் குடும்பத்தினரிடமிருந்து வேறுபடுத்திக் காட்டியது. அவர் தனது வாழ்நாளின் பிற்பகுதியில், நாற்பது ஐம்பதுகளில் ஒரு தாராளவாதியாக ஆனார். அவர் தனது வாழ்க்கையின் போக்கில், அவருடைய காலத்தில் ரஷ்யாவிலும் வெளிநாட்டிலும் இருந்த தாராளவாத சிந்தனையாளர்கள் பலருடன் தொடர்பு கொண்டார். புரூதோனையும் பாகுனினையும் அவர் தனிப்பட்ட முறையில் சந்தித்தார். அவர் பாரிஸில் வாழ்ந்தபோது, 1848 பிப்ரவரியில் அங்கு நடந்த புரட்சியின் மூன்று நாட்களைப் பற்றிப் பேசுவதில் மிகவும் ஆர்வமாக இருந்தார். அது அவரது இளமைக் காலத்தின் மறக்க முடியாத நினைவுகளில் ஒன்றாக இருந்தது. ஆயிரத்திற்கும் மேற்பட்ட மனிதர்களைக் கொண்ட (பழைய காலத்தில் ஒருவரின் சொத்து அப்படித்தான் மதிப்பிடப்பட்டது) பண்ணையிலிருந்து

அவருக்கு வருமானம் கிடைத்தது. அவருடைய அந்த அற்புதமான பண்ணை எங்கள் ஊருக்கு வெளியே, எங்கள் மத்தியில் மிகப் பிரபலமாக இருந்த மடாலயத்தின் எல்லையை ஒட்டி அமைந்திருந்தது. அந்தப் பண்ணை அவருடைய ஆதிக்கத்தின் கீழ் வந்தவுடன், அவர் மடாலயத்திற்கு எதிராக ஒரு வழக்கைத் தொடர்ந்தார். அது மீன் பிடிக்கும் சலுகைகள் அல்லது மரம் வெட்டும் உரிமைகளைப் பற்றியது என்றாலும் எதுவென்று எனக்குச் சரியாகத் தெரியவில்லை. ஆனால் 'மதகுருமார்கள்' மீது வழக்குத் தொடுப்பதன் மூலம் அவர் ஒரு குடிமகனாகவும், அறிவார்ந்த மனிதராகவும் தனது கடமையைச் செய்வதாக நினைத்தார். ஒரு காலத்தில் அடெலெய்டா மீது தனிப்பட்ட முறையில் அக்கறை காட்டிய அவர், அவளுக்கு நேர்ந்ததையும், மீச்சியாவின் அவல நிலையையும் அறிந்து, ஃபியோதர் பாவ்லோவிச் மீது அவருக்கு இருந்த வெறுப்பையும் கோபத்தையும் தாண்டி, அதில் தலையிட முடிவு செய்தார். அவர் அப்போதுதான் முதல் முறையாக ஃபியோதர் பாவ்லோவிச்சை சந்தித்தார். குழந்தையை வளர்க்கும் பொறுப்பை தனிப்பட்ட முறையில் தான் ஏற்றுக் கொள்வதாக அவர் நேரடியாக விஷயத்தைத் தெரிவித்தார். மியூசோவ் மீச்சியாவைப் பற்றிப் பேசத் தொடங்கியபோது, அவர் எந்தக் குழந்தையைப் பற்றிப் பேசுகிறார் என்பது புரியாதது போலவும், வீட்டில் தனக்கு ஒரு சிறிய மகன் இருப்பதைக் கேட்டு ஆச்சரியப்படுவது போலவும் பியோதர் பாவ்லோவிச் தன்னை வெறித்துப் பார்த்தார் என்று மியூசோவ் கரமசோவின் குணாதிசயத்தை விளக்குவதற்கு அந்தச் சந்திப்பை அடிக்கடி சுட்டிக் காட்டினார். ஒருவேளை மியூசோவ் மிகைப்படுத்திச் சொல்லியிருந்தாலும் கூட நிச்சயமாக அதில் உண்மை இருந்தது.

கரமசோவ் தனது வாழ்நாள் முழுவதும் முட்டாளாக நடிக்கவும், அனைத்து வகையான எதிர்பாராத பாத்திரங்களை ஏற்கவும் விரும்பினார் என்பதுதான் உண்மை. அவருக்கு எந்த ஆதாயமும் இல்லாதபோதும், அந்தக் குறிப்பிட்ட சந்தர்ப்பத்தைப் போல அது அவருடைய நலன்களுக்கு எதிராக இருந்தாலும் கூட அவர் அவ்வாறு செய்வார். இது ஃபியோதர் கரமசோவிடம் மட்டுமின்றி, மிகவும் புத்திசாலியான பலரிடம் காணப்படும் ஒரு குணாதிசயமாகும். மியூசோவ் அந்த விஷயத்தை முடிப்பதற்குத் தீவிரமாகச் செயல்பட்டார். மியூசோவ், ஃபியோதர் பாவ்லோவிச் சுடன் சேர்ந்து கூட்டாக மீச்சியாவின் பாதுகாவலராக நியமிக்கப் பட்டார், ஏனெனில் அவனுக்குச் சொத்தாக அவனுடைய தாயார் விட்டுச்சென்ற நிலமும் வீடும் கிடைத்தது. உண்மையில் மீச்சியா அந்த உறவினரின் பராமரிப்பில் வளர்ந்தான் என்றாலும்,

மியூசோவுக்குக் குடும்பம் என்று எதுவும் இல்லாததால், பண்ணையிலிருந்து வரவேண்டிய வருமானத்தைப் பெற்றதும், உடனடியாகப் பாரிஸுக்குத் திரும்ப அவசரப்பட்டார். எனவே அவர் குழந்தையின் தாயாரின் உறவினர்களில் ஒருவரான மாஸ்கோவில் வசித்த பெண்மணியிடம் குழந்தையை ஒப்படைத்தார். இந்த நிலையில் அவர் பாரிஸில் நிரந்தரமாக குடியேறிய பிறகு அந்தக் குழந்தையை மறந்துவிட்டார். குறிப்பாக அப்போது வெடித்த பிப்ரவரி புரட்சி, அவர் மனதில் வாழ்நாள் முழுவதும் மறக்க முடியாத ஓர் ஆழமான தாக்கத்தை ஏற்படுத்தி, அந்தச் சிறுவன் மீது அவருக்கு இருந்த ஆர்வத்தை முற்றிலுமாக மறைத்துவிட்டது. இதற்கிடையில் அந்த மாஸ்கோ பெண்மணி இறந்த பிறகு, மீச்சியாவை அவரது திருமணமான மகள்களில் ஒருவர் அழைத்துச் சென்றார். அவன் நான்காவது முறையாக வீடு மாறியது எனக்கு நினைவிருக்கிறது. ஆனால் இப்போது நான் அதைப் பற்றிப் பேசப்போவதில்லை, ஏனெனில் ஃபியோதர் பாவ்லோவிச்சின் அந்த முதல் மகனைப் பற்றி நான் பிறகு நிறைய சொல்ல வேண்டியிருக்கும். இப்போதைக்கு நான் அவனைப் பற்றிச் சில அத்தியாவசியமான தகவல்களைச் சொல்வதுடன் நிறுத்திக் கொள்கிறேன், ஏனென்றால் அது இல்லாமல் நான் என் நாவலைத் தொடங்க முடியாது.

முதலாவதாக, ஃபியோதர் பாவ்லோவிச்சின் மூன்று மகன்களில் இந்த டிமிட்ரி ஃபியோதரோவிச் மட்டுமே தனக்கு சொத்துரிமை இருப்பதாகவும், தான் வயதுக்கு வரும்போது அதை அனுபவிக்க முடியும் என்ற நம்பிக்கையிலும் வளர்ந்தார். அவர் தனது சிறுவயதையும், இளமைப் பருவத்தையும் ஒழுங்கீனமான முறையில் கழித்து, பள்ளிப் படிப்பை முடிக்காமல் பள்ளியை விட்டு வெறியேறினார். அவர் ஒரு ராணுவக் கல்லூரியில் சேர்ந்து பயிற்சி பெற்று, காகசஸ் சென்று அங்கு பணியாற்றினார். அவர் அங்கு பதவி உயர்வு பெற்ற பிறகு, ஒண்டிக்கு ஒண்டி சண்டையிட்டுத் தரவரிசையில் தரம் தாழ்ந்து, மீண்டும் போராடி பதவி உயர்வைப் பெற்றார். அவர் ஒரு விலங்கைப் போல வாழ்ந்து, மதுவுக்காகவும், பெண்களுக்காகவும் ஒரு பெரும் பகுதி செல்வத்தைத் தொலைத்தார். அவர் உரிய வயது வரும்வரை ஃபியோதர் பாவ்லோவிச்சிடமிருந்து எந்தப் பண உதவியையும் பெறவில்லை. ஆனால் அதற்குள் அவருக்கு ஏகப்பட்ட கடன்கள் இருந்தன. அவர் வயதுக்கு வந்த பிறகு, தன் சொத்துப் பிரச்சனையைத் தீர்ப்பதற்காக எங்கள் கிராமத்திற்கு வந்தபோதுதான், முதல் முறையாக அவருடைய தந்தை ஃபியோதர் பாவ்லோவிச்சைப் பார்த்தார். அவர் அப்போதும் கூட எல்லா வகையிலும் தன் தந்தையின் மீது வெறுப்பு கொண்டிருந்ததாகத்

தெரிகிறது. அவர் சிறிது காலம் மட்டும் அவருடைய தந்தையுடன் தங்கியிருந்து, அவரிடமிருந்து ஒரு குறிப்பிட்ட தொகையைப் பெற்றதும், பண்ணையிலிருந்து எதிர்காலத்தில் வருமானம் பெறுவது தொடர்பாகத் தந்தையுடன் ஒரு தெளிவற்ற ஒப்பந்தம் செய்து கொண்டு, பண்ணையின் மதிப்பையும் அல்லது அதிலிருந்து கிடைக்கும் வருமானத்தையும் பற்றி எந்த விவரத்தையும் தெரிந்து கொள்ளாமல் (முக்கியமாகக் கவனிக்கத்தக்கது) அவசரமாகக் கிளம்பிச் சென்றார். ஃபியோதர் பாவ்லோவிச் அப்போதுதான் முதன் முதலாக (இதையும் கவனத்தில் கொள்ள வேண்டும்) மீச்சியாவுக்குத் தன் சொத்தைப் பற்றி ஒரு தெளிவற்ற, மிகையான எண்ணம் இருப்பதை அறிந்தார். மேலும் அவர் அது தனது சொந்தத் திட்டங்களுக்கு வசதியாக இருப்பதைக் கண்டு மிகவும் மகிழ்ச்சியடைந்தார். அந்த இளைஞன் பொறுப்பற்றவன், உணர்ச்சிவசப்படுபவன், பொறுமையற்றவன் என்பதால் அவனுக்கு அவ்வப்போது தற்காலிகமாக எதையாவது கொடுத்து அவனைச் சரிகட்டி விடலாம் என்று அவர் முடிவு செய்தார். கரமசோவ் தன் மகனின் பலவீனத்தைப் பயன்படுத்திக் கொண்டு, அவ்வப் போது சிறிய தொகையை அவனுக்கு அனுப்பினார். இப்படியாக நான்கு ஆண்டுகள் கழிந்த பிறகு பொறுமையிழந்த டிமிட்ரி, கணக்குகளைச் சரியான முறையில் தீர்த்துக் கொள்வதற்காக இரண்டாவது முறை கிராமத்திற்கு வந்தார். அவருக்குக் கணக்கின் சரியான விவரங்களைப் பெறுவது கடினமாக இருந்தது என்றாலும், அவர் தன் தந்தையிடமிருந்து ஏற்கனவே பல தவணைகளில் தன்னுடைய சொத்தின் மதிப்புக்கு நிகரான தொகையைப் பெற்று விட்டதையும், இப்போது தனது தந்தைக்குக் கடன்பட்டிருப்பதையும் அறிந்து திகைத்துப் போனார். மேலும் அவர் கடந்த காலங்களில் சொந்த விருப்பத்தின் பேரில் செய்து கொண்ட பல்வேறு ஒப்பந்தங்களின் விளைவாக, அதற்கு மேல் எதையும் எதிர்பார்க்கும் உரிமை அவருக்கு இல்லை என்பதும் தெரியவந்தது. திகைத்துப் போன அந்த இளைஞர், தன் தந்தை தன்னை ஏமாற்றிவிட்டதாகக் குற்றம் சாட்டி, அவர் மீது ஆத்திரப்பட்டு, கிட்டத்தட்ட தன் பகுத்தறிவை இழந்தார். இருவருக்கும் இடையில் ஏற்பட்ட அந்த மோதல் பேரழிவுக்கு வழிவகுத்தது. அந்தப் பேரழிவைச் சித்தரிப்பதுதான் என் நாவலின் முதல் பகுதியின் கருப்பொருளாக அல்லது அதன் வெளிப்புற அம்சமாக அமைகிறது. ஆனால் நான் என் நாவலுக்குள் செல்வதற்கு முன்பு ஃபியோதர் பாவ்லோவிச்சின் மற்ற இரண்டு மகன்களைப் பற்றியும், அவர்களின் பூர்வீகத்தைப் பற்றியும் கொஞ்சம் சொல்ல வேண்டும்.

3. இரண்டாவது திருமணம், இரண்டாவது குடும்பம்

ஃபியோதர் பாவ்லோவிச் தனது நான்கு வயது மீச்சியாவைத் தலைமுழுகிய சிறிது காலத்திலேயே இரண்டாவது திருமணம் செய்து கொண்டார். அந்த இரண்டாவது திருமணம் எட்டு ஆண்டுகள் நீடித்தது. ஃபியோதர் பாவ்லோவிச் அருகிலிருந்த மாவட்டத்திற்கு வியாபார நிமித்தமாக ஒரு யூதரைச் சந்திக்கச் சென்றபோது, தனது இரண்டாவது மனைவியான சோபியா இவானோவ்னா என்ற இளம் பெண்ணை அழைத்து வந்தார். ஃபியோதர் பாவ்லோவிச் ஒரு குடிகாரனாக, கீழ்த்தரமான வாழ்க்கையை வாழ்ந்த போதிலும், தனது பண விவகாரங்களை நிர்வகிப்பதில் மிகவும் திறமையானவராக இருந்தார். மேலும் அவர் நேர்மையற்றவராக இருந்தாலும், தனது வியாபாரம் சம்பந்தமான விவகாரங்களை மிகவும் வெற்றிகரமாகக் கையாண்டார். பாதிரியாரின் உதவியாளராக இருந்த ஒருவரின் மகளான சோபியா இவானோவ்னா குழந்தைப் பருவத்திலிருந்தே பெற்றோரை இழந்து, உறவினர்கள் யாரும் இல்லாத நிலையில், ஜெனரல் வோரோகோவின் விதவையான ஒரு பணக்கார மூதாட்டியின் வீட்டில் வளர்ந்தாள். அந்தக் கிழவி அவளுக்குத் துணையாக இருந்த அதே நேரத்தில் அவளைத் துன்புறுத்துபவளாகவும் இருந்தாள். எனக்கு அதைப் பற்றி விளக்கமாக எதுவும் தெரியாது என்றாலும், சாந்த குணமுடைய, எதைப் பற்றியும் குறை சொல்லாத அந்த அப்பாவிப் பெண்ணை ஒருமுறை மாடியில் உள்ள அறையில் தூக்கில் தொங்க முயன்ற கயிற்றிலிருந்து விடுவித்தார்கள் என்று கேள்விப்பட்டேன். அந்த மூதாட்டியின் விருப்பத்தையும், இடைவிடாத நச்சரிப்பையும் சகித்துக்கொள்வது அவளுக்கு மிகவும் கஷ்டமாக இருந்தது. அந்தக் கிழவி வெளிப்படையாக பொல்லாதவள் அல்ல என்றாலும் எப்போதும் சும்மாயிருந்த காரணத்தால் குரூரமானவளாக மாறிவிட்டாள். ஃபியோதர் பாவ்லோவிச் அந்தப் பெண்ணைத் திருமணம் செய்துகொள்ள முன்வந்தார் என்றாலும், அந்த மூதாட்டி அவரைப் பற்றி விசாரித்த பிறகு அதற்குச் சம்மதிக்க வில்லை. எனவே அவர் தனது முதல் திருமணத்தைப் போல, அந்தப் பெண்ணை வீட்டை விட்டுத் தன்னுடன் ஓடிவரும்படி சொன்னார். அவளுக்கு அவரைப் பற்றிய உண்மைகள் சரியான நேரத்தில் தெரிந்திருந்தால், அவள் எந்தக் காரணத்திற்காகவும் அவரைத் திருமணம் செய்திருக்க மாட்டாள். ஆனால் அவள் வேறு மாவட்டத்தில் வசித்து வந்ததால், அவரைப் பற்றித் தெரிந்து கொள்ள முடியவில்லை. மேலும் ஒரு பதினாறு வயது பெண்ணான

அவளுக்குத் தன்னை ஆதரிக்கும் மூதாட்டியின் தொல்லையை அனுபவிப்பதை விட ஆற்றில் குதிப்பது மேல் என்பதைத் தவிர வேறு என்ன நினைக்க முடியும்? எனவே அந்த அப்பாவிப் பெண் தன்னை ஆதரிக்கும் ஒருவரிடமிருந்து மற்றொரு ஆதரவாளரின் கைகளில் அடைக்கலம் புகுந்தாள். இந்த முறை ஃபியோதர் பாவ்லோவிச்சுக்கு வரதட்சணை எதுவும் கிடைக்கவில்லை. ஏனெனில் கோபமடைந்த ஜெனரலின் விதவை, ஒரு கோபெக்கைக் கூட கொடுக்க மறுத்ததுடன் நில்லாமல் அவர்கள் இருவரையும் சபித்தாள். ஆனால் அந்தச் சந்தர்ப்பத்தில் வரதட்சணை வசூலிப்பது அவரது நோக்கமாக இருக்கவில்லை. அந்த அப்பாவிப் பெண்ணின் பரிசுத்தமான அழகும், அவளுடைய அப்பாவித்தனமான தோற்றமும், அதுவரை முரட்டுத்தனமான பெண்களின் அழகை மட்டுமே ரசித்து வந்த வக்கிரம் பிடித்த அந்தச் சிற்றின்பவாதியை வெகுவாகக் கவர்ந்தது. “அந்த அப்பாவித்தனமான கண்கள் ஒரு ஈட்டியைப் போல என் இதயத்தை ஆழமாகத் துளைத்தன” என்று அவர் தனது கேவலமான சிரிப்புடன் அடிக்கடி கூறினார். அவரைப் போல ஒரு கேடுகெட்ட மனிதனுக்கு அது நிச்சயமாக ஒரு சிற்றின்ப இச்சையாக மட்டுமே இருக்க முடியும். அவர் வரதட்சணை இல்லாமல் அவளை ஏற்றுக் கொண்டதால் அவளை ஆட்டிப்படைக்க தனக்கு எல்லா உரிமையும் உண்டு என்று நினைத்து அவளிடம் தகாத முறையில் நடந்து கொண்டார். ஒரு இக்கட்டான சூழ்நிலையிலிருந்து அவளைக் காப்பாற்றியதால் அவள் தனக்கு கடன்பட்டிருப்பதாக அவர் நினைத்தார். அவர் அவளுடைய பணிவையும் சாந்த குணத்தையும் சாதகமாகப் பயன்படுத்திக் கொண்டு தாம்பத்ய வாழ்க்கையின் புனிதத்தைத் தன் கால்களில் போட்டு மிதித்தார். அவர் வீட்டிற்கு விபச்சாரிகளை அழைத்து வந்து அவள் முன்னிலையில் கும்மாளமிட்டார். நிலைமை எவ்வளவு மோசமாக இருந்தது என்பதற்கு, தன் முன்னாள் எஜமானி அடெலெய்டா இவானோவ்னாவை வெறுத்த, மூடனும் பிடிவாதக்காரனுமான வேலைக்காரன் கிரிகோரி, இந்த முறை தனது புதிய எஜமானியின் பக்கம் நின்று, அவளைப் பாதுகாத்து, அவளுக்காக ஒரு வேலைக்காரனுக்கு பொருத்தமற்ற விதத்தில், ஃபியோதர் பாவ்லோவிச்சுடன் சண்டையிட்டான் என்பதை என்னால் சுட்டிக் காட்ட முடியும். ஒரு சந்தர்ப்பத்தில் அவன் அவருடைய அட்டூழியத்தைத் தாங்க முடியாமல் அனைத்து விபச்சாரிகளையும் வீட்டை விட்டு விரட்டியடித்தான். இறுதியில், சிறுவயதிலிருந்தே பயத்தில் வாழ்ந்த அந்த மகிழ்ச்சியற்ற இளம் பெண், சாதாரணமாக கிராமப் பெண்களிடம் காணப்படும் ஒரு வகையான நரம்புக் கோளாறு நோயினால் பாதிக்கப்பட்டாள்.

அந்த நோயினால் பாதிக்கப்பட்டவர்களைக் 'கூச்சலிடுபவர்கள்' என்று அழைத்தார்கள். பயங்கரமான வலிப்புடன் கூடிய இந்த நோயின் விளைவாக பாதிக்கப்பட்டவருக்கு சிலநேரங்களில் பைத்தியம் கூடப் பிடிக்கும். இருப்பினும் அவள் திருமணமான முதல் ஆண்டில் இவான் என்ற மகனையும், மூன்று ஆண்டுகளுக்குப் பிறகு அலெக்ஸி என்ற மகனையும் பெற்றெடுத்தாள். அவள் இறந்தபோது அலெக்ஸிக்கு நான்கு வயதுதான் ஆகியிருந்தது. இருந்தாலும் அவன் தன் வாழ்நாள் முழுவதும் தன் தாயை நினைவில் வைத்திருந்தான் என்பது விசித்திரமாகத் தோன்றினாலும், அது உண்மைதான் என்று எனக்குத் தெரியும். அவளுடைய மரணத்திற்குப் பிறகு முதல் குழந்தை மீச்சியாவுக்கு நடந்ததைப் போலவே மற்ற இரண்டு குழந்தைகளுக்கும் நடந்தது. அவர்களின் தந்தை அவர்கள் இருப்பதையே மறந்து, முற்றிலுமாக அவர்களைக் கைவிட்டார். அவர்கள் அதே கிரிகோரியுடன் அதே குடிசையில் தஞ்சம் அடைந்தனர். அவர்களுடைய தாயின் முன்னாள் ஆதரவாளரும் ஜெனரலின் விதவையுமான அந்த மூதாட்டி, வேலைக்காரன் குடிசையில் இருந்த அந்தச் சிறுவர்களைக் கண்டுபிடித்தாள். இன்னும் உயிரோடு இருந்த அவளால் கடந்த எட்டு ஆண்டுகளுக்கு முன்பு அவளுக்கு ஏற்பட்ட அவமானத்தை மறக்க முடியவில்லை. அந்த எட்டு ஆண்டுகளாக அவள் சோபியின் அன்றாட வாழ்க்கையைப் பற்றிய விவரங்களை இரகசியமாகக் கண்காணித்துக் கொண்டிருந்தாள். அவள் நோயுற்றிருப்பதையும், அவளைச் சுற்றிலும் இழிவான விஷயங்கள் நடப்பதையும் கேள்விப்பட்ட அவள் இரண்டு மூன்று முறை தனது பெண் தோழிகளிடம், "அது அவளுக்குச் சரியான வழியில் உதவுகிறது. அவளுடைய நன்றிகெட்ட செயலுக்காகக் கடவுள் அந்தத் தண்டனையை அவளுக்குக் கொடுத்திருக்கிறார்" என்று சத்தமாகச் சொன்னாள்.

சோபியா இவானோவ்னா இறந்து சரியாக மூன்று மாதங்களுக்குப் பிறகு, திடீரென்று எங்கள் ஊருக்கு வந்த ஜெனரலின் விதவை, ஃபியோதர் பாவ்லோவிச்சின் வீட்டிற்குச் சென்றார். எங்கள் ஊரில் அரை மணி நேரம் மட்டுமே இருந்த அவளால் நிறைய சாதிக்க முடிந்தது. அவள் வந்தபோது மாலை நேரம் நெருங்கியது. கடந்த எட்டு ஆண்டுகளாக அவள் பார்க்காத ஃபியோதர் பாவ்லோவிச் அவளை வரவேற்க வெளியே வந்தபோது குடிபோதையில் இருந்தார். அவள் அவரைப் பார்த்தவுடன் எந்த விளக்கமும் சொல்லாமல் அவர் கன்னத்தில் பலமாக இரண்டு முறை அறைந்ததாகவும், அவரது தலைமுடியைப் பிடித்து மூன்று முறை மேலும் கீழும் ஆட்டியதாகவும், பிறகு எதுவும் பேசாமல்

நேராகச் சிறுவர்கள் இருந்த குடிசைக்குச் சென்றதாகவும் கூறப்படுகிறது. சிறுவர்கள் குளிக்காமல் அழுக்கு ஆடைகளை அணிந்திருப்பதை முதல் பார்வையில் கவனித்த அவள், உடனே கிரிகோரியின் கன்னத்தில் அறைந்து, இரண்டு குழந்தைகளையும் தன்னுடன் அழைத்துச் செல்வதாகச் சொன்னாள். பிறகு அவள் இரு குழந்தைகளையும் அப்படியே வெளியே தூக்கிச் சென்று, ஒரு போர்வையைப் போர்த்தி, வண்டியில் ஏற்றிக் கொண்டு தன் சொந்த ஊருக்கு அழைத்துச் சென்றாள். கிரிகோரி எந்த எதிர்ப்பும் இன்றி ஒரு அர்ப்பணிப்புள்ள அடிமையைப் போல அவள் அறையை ஏற்றுக் கொண்டான். அவன் அவளை வண்டியில் ஏறுவதற்கு உதவி செய்துவிட்டு, குனிந்து தலைவணங்கி, "அனாதைகளை அழைத்துச் செல்வதற்காகக் கடவுள் வெகுமதி அளிப்பார்" என்று அழுத்தமாகச் சொன்னான். "நீயும் ஒரு மூடன்தான்!" என்று அவள் அங்கிருந்து கிளம்பும்போது கத்தி னாள். ஃபியோதர் பாவ்லோவிச் அதைப் பற்றிச் சிந்தித்து அது ஒரு நல்ல யோசனை என்ற முடிவுக்கு வந்தார். எனவே அவர் குழந்தைகளை வளர்ப்பதற்கு எந்த ஆட்சேபணையும் தெரிவிக்காமல் அவளுடைய அனைத்துக் கோரிக்கைகளையும் ஏற்றுக் கொண்டார். அவள் அவரை அறைந்த விஷயத்தைப் பொறுத்தவரை, அவர் அந்தக் கதையை ஊர் முழுவதும் சொல்லித் திரிந்தார்.

அதன் பிறகு ஜெனரலின் விதவையும் விரைவில் இறந்துவிட்டாள். ஆனால் அவள் தன் உயிலில் ஒவ்வொரு குழந்தையின் கல்விக்காகவும் ஆயிரம் ரூபிள்களை ஒதுக்கினாள். எல்லாப் பணத்தையும் தவறாமல் அவர்களுக்காகச் செலவழிக்க வேண்டும் என்றும், அவர்கள் வயதுக்கு வரும் வரை அதைப் பிரித்து சிறிது சிறிதாகச் செலவு செய்ய வேண்டும் என்றும், அந்த ஏற்பாடு அந்தக் குழந்தைகளுக்குப் போதுமானதாக இருக்கும் என்றும், அது போதுமானது இல்லை என்று யாராவது நினைத்தால் அவர்கள் தங்கள் சொந்தப் பணத்தைக் கொடுக்கட்டும் என்றும் பல நிபந்தனைகளுடன் அந்த உயில் இருந்தது. நான் தனிப்பட்ட முறையில் அந்த உயிலைப் படிக்கவில்லை, ஆனால் அதைப் போன்ற சில விசித்திரமான நிபந்தனைகளுடன் அது இருந்தது என்று நான் கேள்விப்பட்டேன். ஆனால் அந்த மூதாட்டியின் முக்கிய வாரிசான எஃபிம் பெட்ரோவிச் போலேனோவ் ஒரு நேர்மையான மனிதராகவும், அந்த மாவட்டத் தின் மார்ஷலாகவும் இருந்தார். அவர் ஃபியோதர் பாவ்லோவிச்சுடன் கடிதப் பரிமாற்றம் மேற்கொண்ட பிறகு, அவரது சொந்தக் குழந்தைகளின் கல்விக்காகக்கூட அவரிடமிருந்து எந்தப் பணமும் கிடைக்காது என்பதை உடனடியாக அறிந்து கொண்டார். (அவர்

நேரடியாக மறுப்புத் தெரிவிக்கவில்லை என்றாலும் எப்போதும் போல காலதாமதம் செய்வார், சில சமயங்களில் உணர்ச்சி வசப்படுவார்). எனவே போலேனோவ் கைவிடப்பட்ட அந்தக் குழந்தைகளைத் தானே கவனித்துக் கொள்ள முடிவு செய்தார். அவர் அந்தக் குழந்தைகளை மிகவும் நேசித்தார். குறிப்பாக தனது குடும்பத்தில் ஒருவனாக பெரும்பகுதியைக் கழித்த இளையவனான அலெக்ஸி மீது அவருக்கு மிகுந்த பிரியம் ஏற்பட்டது. இதை வாசகர்கள் ஆரம்பத்திலிருந்தே கவனத்தில் கொள்ள வேண்டும் என்று கேட்டுக் கொள்கிறேன். இளம் கரமசோவ்கள் தங்கள் வளர்ப்பு மற்றும் கல்விக்காகத் தாராள மனப்பான்மையும் மனிதாபிமானமும் கொண்ட எஃபிம் பெட்ரோவிச்சுக்கு நிச்சய மாகப் பெரிதும் கடன்பட்டிருக்கிறார்கள். ஜெனரலின் விதவை விட்டுச் சென்ற பணத்தை அவர் அப்படியே வைத்திருந்தார். எனவே அவர்கள் வயதுக்கு வருவதற்குள் அந்தத் தொகை வட்டி யுடன் சேர்ந்து இரட்டிப்பாகியது. அவர் தன் சொந்தச் செலவில் அவர்கள் இருவருக்கும் கல்வி கற்பித்தார். நிச்சயமாக ஒவ்வொரு குழந்தைக்கும் ஆயிரம் ரூபிள்களுக்கு மேல் செலவிட்டார். நான் அவர்களின் குழந்தைப் பருவத்தையும், இளமைப் பருவத்தையும் பற்றி விரிவாகச் சொல்லப்போவதில்லை, ஆனால் சில முக்கியமான நிகழ்வுகளை மட்டுமே குறிப்பிடுகிறேன். மூத்தவன் இவான் ஃபியோதரோவிச்சைப் பற்றிச் சொல்ல வேண்டும் என்றால், அவன் கூச்ச சுபாவம் இல்லாதவன் என்றாலும், ஏதோ வருத்தத்தில் ஆழ்ந்தவனாக, மற்றவர்களிடமிருந்து விலகி அமைதியாக இருந் தான். மேலும் அவன் பத்து வயதிலிருந்தே தானும் தன் சகோதரனும் வேறு ஒரு குடும்பத்தில், யாரோ ஒருவரின் தயவில் வாழ்கிறோம் என்பதையும், தங்கள் தந்தையைப் பற்றிப் பேசுவது கூட வெட்கக் கேடானது என்பதையும் உணர்ந்திருந்தான். அவன் குழந்தைப் பருவத்திலேயே (குறைந்தபட்சம் அப்படிச் சொல்கிறார்கள்) கற்றுக் கொள்வதில் அசாதாரணமான, புத்திக்கூர்மை உடையவனாக இருந்தான். எனக்குச் சரியான விவரங்கள் எதுவும் தெரியவில்லை என்றாலும், அவன் பதின்மூன்று வயதில், எஃபிம் பெட்ரோவிச்சின் குடும்பத்தை விட்டுப் பிரிந்து, மாஸ்கோவில் உள்ள இடைநிலைப் பள்ளி ஒன்றில் சேர்ந்து, சிறுவயதிலிருந்தே எஃபிம் பெட்ரோவிச்சின் நண்பரான, அனுபவம் வாய்ந்த, பிரபலமான கல்வியாளர் ஒருவரின் வீட்டில் தங்கிப் படித்தான். எஃபிம் பெட்ரோவிச்சுக்கு ‘நற்செயல்களின் மீது இருந்த பற்றுதல்’ அதற்குக் காரணம் என்று பின்னாளில் இவான் ஃபியோதரோவிச் சொன்னான். ஏனெனில் ஒரு புத்திசாலிப் பையனுக்கு ஒரு சிறந்த ஆசிரியரால் கல்வி பயிற்று விக்கப்பட வேண்டும் என்ற எண்ணம் எஃபிம் பெட்ரோவிச்சை

வெகுவாகக் கவர்ந்தது. இருப்பினும் அந்த இளைஞன் பள்ளிப் படிப்பை முடித்துக் கல்லூரியில் நுழைந்தபோது, எஃபிம் பெட்ரோ விச்சோ அல்லது அந்தக் கல்வியாளரோ உயிருடன் இல்லை. ஆயிரத்திலிருந்து இரண்டாயிரமாக சேர்ந்திருந்த மூதாட்டியின் பணத்தைப் பெறுவதற்கு எஃபிம் பெட்ரோவிச் எந்த ஏற்பாடும் செய்யாததால், நமது நாட்டில் உள்ள சில தவிர்க்க முடியாத நடைமுறைச் சிக்கல்கள் காரணமாக அந்தப் பணம் சரியான நேரத்தில் அவனுக்குக் கிடைக்கவில்லை. எனவே அந்த இளைஞனுக்குப் பல்கலைக்கழகத்தில் முதல் இரண்டு ஆண்டுகளைச் சமாளிப்பது பெரும்பாடாக இருந்தது. அந்தக் காலகட்டம் முழுவதும் அவன் தனது படிப்பைத் தொடர்ந்த அதே நேரத்தில் உணவுக்கு வேண்டிய ஏற்பாடுகளையும் செய்துகொள்ள வேண்டிய கட்டாயத்தில் இருந்தான். அந்தச் சந்தர்ப்பத்தில் அவன் தனது தந்தையிடம் உதவி பெறுவதற்கு எந்த முயற்சியும் செய்யவில்லை என்பது குறிப்பிடத்தக்கது. அவன் தனது கர்வத்தினாலோ, தந்தையின் மீதுள்ள வெறுப்பினாலோ அல்லது அவரிடமிருந்து எந்தச் சிறு உதவியும் கிடைக்காது என்று தெரிந்ததாலோ அதைச் செய்யவில்லை. எது எப்படியோ, அந்த இளைஞன் மனம் தளராமல் ஒரு வேலையைத் தேடிக் கொண்டான். முதலில் ஒரு மணி நேரத்திற்கு இருபது கோபெக்குகளுக்கு பாடம் சொல்லித் தரும் வேலையையும், பின்னர் தெருவில் நடக்கும் சம்பவங்களைப் பற்றி 'நேரில் பார்த்தவர்' என்ற பெயரில் பத்து வரிச் செய்திகளைப் பத்திரிக்கைகளுக்கு எழுதி அனுப்பும் வேலையையும் செய்தான். அந்தச் செய்திகள் மிகவும் சுவாரஸ்யமாகவும், விறுவிறுப்பாகவும் இருந்ததால் உடனடியாக ஏற்றுக்கொள்ளப்பட்டன என்றும், பிரெஞ்சிலிருந்து நகல் எடுப்பதையும், மொழிபெயர்ப்பதையும் தவிர வேறு எதையும் சிந்திக்காமல், செய்தித்தாள்கள் மற்றும் சஞ் சிகைகளின் அலுவலகங்களில் காத்துக் கிடக்கும் இரு பாலினத்தைச் சேர்ந்த ஏழை மற்றும் துரதிருஷ்டசாலிகளான இளம் மாணவர்களை விட அந்த இளைஞன் மேற்கொண்ட அறிவார்ந்த செயல் அவனுடைய ஆளுமையைப் பறைசாற்றுகிறது என்றும் சொல்லப் பட்டது. அவன் ஆசிரியர் குழுவில் உள்ளவர்களின் அறிமுகத்தைப் பெற்ற பின்னர், அவர்களுடன் தொடர்ந்து தனது தொடர்பைப் பேணி வந்தான். மேலும் அவன் பல்கலைக்கழகத்தில் படித்துக் கொண்டிருந்த இறுதி ஆண்டுகளில், பல்வேறு தலைப்புகளில் வெளியான குறிப்பிடத்தக்க புத்தகங்களைப் பற்றித் திறமையான மதிப்புரைகளை வெளியிடத் தொடங்கினான். இதனால் அவனுக்குப் படிப்படியாக இலக்கிய வட்டாரத்தில் நல்ல பெயர் கிடைத்தது.

இருந்தாலும் அவன் வெகு சமீபத்தில்தான் பரவலான வாசகர்களின் கவனத்தைத் தன் பக்கம் ஈர்ப்பதில் வெற்றி பெற்றான். ஒரு குறிப்பிட்ட சம்பவம்தான் அவர்கள் அவனைக் கவனிக்கவும் நினைவில் வைத்துக்கொள்ளவும் வைத்தது. அது ஒரு சுவாரஸ்யமான சம்பவம். அவன் பல்கலைக்கழகத்தில் பட்டம் பெற்ற பிறகு, தனது இரண்டாயிரம் ரூபிள்களைப் பெற்றுக் கொண்டு, வெளிநாடு செல்லத் திட்டமிட்டான். அப்போது ஒரு முன்னணிப் பத்திரிகை அவனுடைய விசித்திரமான ஒரு கட்டுரையை வெளியிட்டது. அது பொது வாசகர்களின் கவனத்தையும் ஈர்த்தது. இன்னும் சொல்லப்போனால், இயற்கை அறிவியலில் தனது படிப்பை முடித்திருந்த அவன் அவனுக்குச் சம்பந்தமில்லாத ஒரு விஷயத்தைப் பற்றி அந்தக் கட்டுரையில் எழுதியிருந்தான். அப்போது எல்லா இடங்களிலும் விவாதத்திற்கு உள்ளான திருச்சபை நீதிமன்றங்களின் பிரச்சனையைப் பற்றி அந்தக் கட்டுரை பேசியது. அதைப் பற்றி ஏற்கனவே வெளியான பல்வேறு கருத்துக்களை அவன் ஆராய்ந்த பிறகு தனது சொந்தக் கருத்தைச் சொல்லியிருந்தான். அந்தக் கட்டுரையின் தோரணையும், அதன் எதிர்பாராத முடிவும் மிகவும் முக்கியமானதாக இருந்தது. அதைப் படித்த திருச்சபையின் உறுப்பினர்கள் பலரும் கட்டுரை ஆசிரியரைத் தங்களின் ஆதரவாளராகக் கருதினர். அப்போது திடீரென்று மதச்சார்பற்றவர்கள் மட்டுமின்றி நாத்திகர்களும் கைதட்டி ஆரவாரம் செய்தனர். இறுதியாகச் சில சாமர்த்தியசாலிகள் அந்தக் கட்டுரை அபத்தமான நையாண்டியைத் தவிர வேறில்லை என்று தங்கள் கருத்தைத் தெரிவித்தனர். நான் இதைக் குறிப்பிடுவதற்குக் காரணம், நாளடைவில் அந்தக் கட்டுரை எங்கள் ஊருக்கு வெளியே உள்ள பிரபலமான மடாலயத்தையும் எட்டியது. புதிதாக எழுந்த அந்தத் திருச்சபை நீதிமன்றப் பிரச்சனையில் ஆர்வம் காட்டிய அங்கிருந்த பலருக்கும் அது குழப்பத்தை ஏற்படுத்தியது. கட்டுரை ஆசிரியரின் பெயரை அறிந்தபோது, அது எங்கள் ஊரைச் சேர்ந்த 'ஃபியோதர் பாவ்லோவிச்சின்' மகன் என்பதில் அவர்களுக்கு அதிக ஆர்வம் ஏற்பட்டது. அப்போது திடீரென்று கட்டுரையின் ஆசிரியரான அந்த இளைஞன் எங்கள் ஊருக்கு வந்தான்.

நான் அப்போது இவான் ஃபியோதரோவிச் ஏன் எங்கள் ஊருக்கு வந்தான் என்று என்னை நானே சங்கடத்துடன் கேட்டுக் கொண்டது எனக்கு நினைவில் இருக்கிறது. ஏனெனில் பல பின்விளைவுகளின் தொடக்கமாக இருந்த அவனது துரதிருஷ்ட வசமான வருகை, கிட்டத்தட்ட கடைசி வரையிலும் எனக்குப் பெரும் புதிராகவே இருந்தது. இவ்வளவு அறிவாற்றலும், கர்வமும்,

விவேகமும் கொண்ட ஓர் இளைஞன், அவனை வாழ்நாள் முழுவதும் புறக்கணித்த, அவனை நினைவில் வைத்துக்கொள்ளாத ஒரு தந்தையைப் பார்க்கத் திடீரென்று இப்படி ஓர் இழிவான வீட்டுக்கு வந்தது விசித்திரமாக இருந்தது. அவர் தன்னுடைய மகன்களில் யாருக்கும் எந்தச் சூழ்நிலையிலும் பணம் கொடுக்க மாட்டார் என்றாலும், இவானும் அலெக்ஸியும் ஒரு நாள் தன்னிடம் பணம் கேட்க வருவார்கள் என்று தன் வாழ்நாள் முழுவதும் பயந்து கொண்டிருந்தார். அப்படிப்பட்ட ஒரு தகப்பனுடைய வீட்டில் அந்த இளைஞன் குடியேறி, இரண்டு மாதங்களாக அவருடன் சேர்ந்து வசித்தான். அவர்கள் இருவரும் சுமூகமாக, இணக்கமாக வாழ்ந்தார்கள் என்ற உண்மை என்னை மட்டுமின்றிப் பலரையும் வியப்பில் ஆழ்த்தியது. ஃபியோதர் பாவ்லோவிச்சின் முதல் திருமணத்தின் மூலம் அவருக்கு உறவினரான ஃபியோட்டர் அலெக்ஸாண்ட்ரோவிச் மியூசோவ் அப்போது பாரிஸிலிருந்து திரும்பி வந்து, ஊருக்கு வெளியே இருந்த அவருடைய பண்ணை வீட்டில் தங்கியிருந்தார். அவர் அந்த இளைஞனைச் சந்தித்தபோது மிகவும் ஆச்சரியப்பட்டார் என்பது எனக்கு நினைவிருக்கிறது. அந்த இளைஞன் அவருக்கு மிகவும் சுவாரஸ்யமானவனாக இருந்தான். அவர் அவனுடன் சில நேரங்களில் அறிவார்ந்த விவாதங்களை மேற்கொண்டார் என்றாலும், தன்னைவிட அந்த இளைஞன் அறிவிலும் திறமையிலும் சிறந்து விளங்குவதை உணர்ந்து சங்கடப்பட்டார். “அவர் பெருமைக்குரியவன். அவனுக்கு எப்போதும் பணத்திற்குக் குறைவு இருக்காது. இப்போதும் வெளிநாடு செல்வதற்கு அவனிடம் போதுமான பணம் இருக்கிறது. அவனுக்கு இங்கே என்ன வேண்டும்? அவன் தன் தந்தையிடம் பணத்திற்காக வரவில்லை என்பது அனைவருக்கும் தெளிவாகத் தெரிகிறது. ஏனென்றால் அவரது தந்தை நிச்சயமாக அவனுக்கு எதையும் கொடுக்க மாட்டார். மேலும் அவனுக்குக் குடிப்பதும், விபச்சாரத்தில் ஈடுபடுவதும் பிடிக்காது. இருந்தாலும் அவன் இல்லாமல் அவரால் இருக்க முடியாது என்ற அளவுக்கு இருவரும் நன்றாகப் பழகுகிறார்கள்!” என்று அவர் அந்த இளைஞனைப் பற்றி எங்களிடம் சொன்னார். அது உண்மைதான். அந்த இளைஞன் அந்த முதியவரிடம் கூட குறிப்பிடத்தக்க தாக்கத்தை ஏற்படுத்தினான். அவர் பிடிவாதக்காரராகவும், வக்கிரம் பிடித்தவராகவும் இருந்தாலும், சிலநேரங்களில் அவன் சொல்வதைக் கேட்கத் தொடங்கினார். அவர் மிகவும் கண்ணியமாக நடந்து கொள்வதாகவும் தோன்றியது.

இவான் ஃபியோதரோவிச் தனது மூத்த சகோதரர் டிமிட்ரி ஃபியோதரோவிச் கேட்டுக் கொண்டதால் இங்கே வந்திருக்கிறார் என்பது எங்களுக்குப் பின்னர்தான் தெரியவந்தது. இந்தப் பயணத்தின் போதுதான் இவான் தன் வாழ்நாளில் முதன்முதலாக டிமிட்ரியைச் சந்தித்தான். இருப்பினும் இவான் மாஸ்கோவிலிருந்து வருவதற்கு முன்பு, டிமிட்ரி சம்பந்தப்பட்ட ஒரு முக்கியமான விஷயத்திற்காக அவருடன் கடிதத் தொடர்பு கொண்டிருந்தான். வாசகர்கள் அதைப் பற்றிச் சரியான நேரத்தில் முழுமையாகவும் விரிவாகவும் தெரிந்து கொள்ளலாம். ஆனால் அது என்னவென்பது எனக்கு ஏற்கனவே தெரிந்திருந்தாலும் கூட, இவான் ஃபியோத ரோவிச் எனக்கு ஒரு புதிராகவே இருந்தான். எனவே அவனது வருகை அனைத்து விளக்கங்களுக்கும் அப்பாற்பட்டதாக இருந்தது.

அந்த நேரத்தில் இவான் ஃபியோதரோவிச் தனது தந்தைக்கும் மூத்த சகோதரன் டிமிட்ரி ஃபியோதரோவிச்சுக்கும் இடையில் ஒரு சமரசத்தை ஏற்படுத்த முயன்றான். ஏனெனில் தனது தந்தையுடன் பகிரங்கமாகச் சண்டையிட்டுக் கொண்டிருந்த அவர், அவருக்கு எதிராக சட்டபூர்வமான நடவடிக்கை எடுக்கத் திட்டமிட்டுக் கொண்டிருந்தார் என்பதை நான் இங்கே தெரிவிக்க வேண்டும்.

அந்த விசித்திரமான குடும்பம், அதன் வரலாற்றில் முதல் முறையாக ஒன்று கூடியது. அந்தக் குடும்பத்தைச் சேர்ந்த அனைவரும் தங்கள் வாழ்க்கையில் முதன்முறையாக அப்போதுதான் ஒருவரையொருவர் சந்தித்தனர் என்பதை நான் மீண்டும் சொல்கிறேன். இளைய மகன் அலெக்ஸி ஃபியோதரோவிச் மட்டும் மற்ற சகோதரர்களுக்கு முன்பே, கடந்த ஒரு வருடத்திற்கு முன்பே எங்கள் ஊருக்கு வந்து, எங்களிடையே வசித்து வந்தான். நான் என் நாவலில் அந்த அலெக்ஸியை அறிமுகப்படுத்துவதற்கு முன்பே அவனைப் பற்றி இந்த அறிமுகப் பகுதியில் பேசுவது எனக்குக் கஷ்டமாக இருக்கிறது. இருந்தாலும், வாசகர்களுக்கு மிகவும் விசித்திரமாகத் தோன்றக்கூடிய ஓர் உண்மையைச் சொல்வதற்காக நான் அவனைப் பற்றிச் சில குறிப்புகளைத் தர வேண்டும். அதாவது நான் என் நாவலின் கதாநாயகனை உங்களுக்குக் காட்டும்போது, அவனை ஒரு பாதிரியாரின் உடையில் அறிமுகப்படுத்தக் கடமைப்பட்டுள்ளேன். அவன் ஏற்கனவே எங்கள் ஊரில் உள்ள மடாலயத்தில் கடந்த ஒரு வருடமாக வசித்து வருகிறான். மேலும் அவன் தனது வாழ்நாள் முழுவதும் அங்கேயே இருப்பதற்குத் தயாராகி வருவதாகத் தோன்றுகிறது.

4. மூன்றாவது மகன் அல்யோஷா

அல்யோஷாவுக்கு அப்போது இருபது வயது. அவனது நடு சகோதரர் இவானுக்கு இருபத்து நான்கு வயதும், மூத்த சகோதரர் டிமிட்ரிக்கு இருபத்து ஏழு வயதும் ஆகியிருந்தது. நான் அந்த இளைஞன் அல்யோஷா எந்த வகையிலும் ஒரு மதவெறியன் அல்ல என்பதை முதலில் தெளிவுப்படுத்த விரும்புகிறேன். குறைந்தபட்சம் அவன் ஓர் ஆன்மீகவாதி கூட இல்லை என்பது என் கருத்து. நான் உங்களுக்கு ஆரம்பத்திலேயே அவனைப் பற்றிய என் கருத்தைச் சொல்லி விடுகிறேன். அவன் சக மனிதர்களை நேசித்ததுடன், அவர்களுக்கு உதவி செய்யவும் விரும்பினான். அவன் அந்த நேரத்தில் அவனைப் பாதித்த துறவற வாழ்க்கையை ஏற்றுக் கொண்டான். உலகத்தின் ஒட்டு மொத்தத் தீமையின் இருளிலிருந்து, அன்பின் ஒளியை நோக்கிப் பயணப்பட்ட அவனது ஆன்மாவுக்கு அதுதான் சிறந்த மார்க்கமாகத் தோன்றியது. அந்தக் குறிப்பிட்ட வழி அவனைக் கவர்ந்ததற்குக் காரணம் அவன் மீது தாக்கத்தை ஏற்படுத்திய ஒரு மனிதரை அவன் சந்தித்ததுதான். எங்கள் மடாலயத்தில் புகழ்பெற்றிருந்த மூத்த துறவியான ஜோசிமாவை அவன் சந்தித்தான். அவன் அவரைப் பார்த்த முதல் கணத்திலேயே அவரை நேசிக்கத் தொடங்கியதுடன், அவர் மீது ஆழமான பற்றுதலை வளர்த்துக் கொண்டான். அவன் குழந்தைப் பருவத்திலிருந்தே விசித்திரமானவனாக இருந்ததால், அப்போது அப்படி இருந்தான் என்பதை நான் மறுக்கவில்லை. அவன் தன் நான்கு வயதில் அவனுடைய தாயை இழந்து விட்டான் என்றாலும், வாழ்நாள் முழுவதும் அவளை நினைவில் வைத்திருந்தான் என்று நான் முன்பே சொல்லியிருக்கிறேன். 'அவள் என் கண் முன்னால் நிற்பது போல' அவளுடைய முகமும், அவளுடைய அணைப்பும் என் நினைவை விட்டு நீங்காமல் இருக்கின்றன என்று அவன் சொல்வான். இத்தகைய நினைவுகள் சிறுவயதிலிருந்தே, இரண்டு வயதிலிருந்தே கூட நினைவில் (அனைவருக்கும் இது தெரியும்) இருக்கலாம். ஆனால் அந்த நினைவுகள் தெளிவாக இல்லாமல், இருளில் ஒளிரும் பிரகாசமான புள்ளிகளைப் போல, ஒரு பெரிய ஓவியத்திலிருந்து கிழிக்கப்பட்ட துண்டைப் போலக் காட்சியளிக்கும் அதே நேரத்தில், அந்த ஓவியத்தில் உள்ள மற்ற பகுதிகள் அனைத்தும் மங்கி இருண்டதாக இருக்கும். அவனுக்கும் அப்படித்தான் நடந்தது. அது ஒரு அமைதியான கோடைக்கால மாலை நேரம். அப்போது மறையும் சூரியனின் சாய்ந்த கதிர்கள் (அவனுக்கு அந்தச் சாய்ந்த கதிர்கள் நன்றாக நினைவில் இருந்தன), திறந்திருந்த ஜன்னல் வழியாக அறையின் உள்ளே விழுந்தது. அந்த

அறையின் மூலையிலிருந்த யேசுவின் உருவத்தின் முன்னால் ஒரு விளக்கு எரிந்து கொண்டிருந்தது. அவனுடைய அம்மா அந்த உருவத்தின் முன்னால் மண்டியிட்டு, வெறித்தனமாகக் கதறி அழுது கொண்டிருந்தாள். அவள் தன் இரு கைகளாலும் வலிக்கும் அளவுக்கு அவனைக் கட்டிப்பிடித்து அவனுக்காகப் பிரார்த்தனை செய்து, அவனைக் கடவுளிடம் ஒப்படைப்பது போல அந்த உருவத்தை நோக்கி அவனைப் பிடித்துக் கொண்டாள்... அப்போது திடீரென்று அறைக்குள் நுழைந்த செவிலி பயத்துடன் அவனை அவளிடமிருந்து பிடுங்கிக் கொண்டாள். அந்தக் காட்சிதான் அவன் மனதில் ஆழமாகப் பதிந்திருந்தது. அந்த நேரத்தில் காட்சியளித்த அவன் தாயின் முகம் அவனுக்குத் தெளிவாக நினைவில் இருந்தது. அவள் வெறிபிடித்தவள் போல தோற்றமளித்த போதும் அந்த முகம் மிகவும் அழகாக இருந்தது என்று அவன் சொல்வான். இருந்தாலும் அவன் அந்த நினைவுகளை அரிதாகவே மிகச் சிலரிடம் மட்டும் பகிர்ந்து கொண்டான்.

அல்யோஷா அவனுடைய சிறுவயதிலும், இளமையிலும் யாரிடமும் அதிகம் பேசாதவனாக, அனைவரிடமிருந்தும் விலகி இருந்தான். அவன் யாரிடமும் சகஜமாகப் பழகாததற்கு அவனுடைய கூச்ச சுபாவமோ அல்லது அவநம்பிக்கையோ காரணமல்ல. மாறாக அவனுக்குத் தனிப்பட்ட ஒன்றின் மீதிருந்த ஆழ்ந்த ஈடுபாடு, மற்றவர்களுக்கு எந்தச் சம்பந்தமும் இல்லாத, அவனுக்கு மிகவும் முக்கியமானதாக இருந்த ஒன்று அவனைச் சுற்றியிருந்த உலகத்தை மறக்கடித்தது. ஆனால் அவன் மனிதர்களை நேசித்தான். அவன் தன் வாழ்நாள் முழுவதும் அவர்கள் மீது முழுமையான நம்பிக்கையுடன் வாழ்ந்ததாகத் தெரிகிறது. இருந்தாலும் யாரும் அவனை எளியவன் என்றோ அல்லது அப்பாவி என்றோ நினைத்த தில்லை. அவன் தன் வாழ்நாள் முழுவதும் மற்றவர்களைப் பற்றி எந்தத் தீர்ப்பும் வழங்கும் உரிமை தனக்கு இல்லை என்பதையும், என்ன நடந்தாலும் அதற்காக யாரையும் ஒருபோதும் கண்டிக்க மாட்டேன் என்பதையும் மற்றவர்களுக்கு உணர்த்தும் ஏதோ ஒன்று அவனிடம் இருந்தது. அவன் பெரும்பாலும் ஆழ்ந்த வருத்தத்துடன் இருந்தாலும், எந்த விதமான தயக்கமும் இல்லாமல் எல்லாவற்றையும் சகித்துக் கொள்ளத் தயாராக இருப்பதாகத் தோன்றியது. அவனிடம் இளமைப் பருவத்திலிருந்தே இருந்த அந்தக் குணத்தால் எதுவும் அவனை ஆச்சரியப்படுத்தவோ, பயமுறுத்தவோ முடிய வில்லை. அவன் இருபது வயது அப்பாவி இளைஞனாக தன் தந்தையின் வீட்டிற்கு வந்து, அங்குள்ள அதிர்ச்சியூட்டும் இழி நிலையை எதிர்கொண்டபோது, விஷயங்கள் மிகவும் தாங்க முடி யாத அளவுக்குச் சென்றபோது, அவன் அதற்காகத் தன்

எதிர்ப்பையும் இகழ்ச்சியையும் தெரிவிக்காமல் அமைதியாக அதைக் கடந்து சென்றான். ஆனால் மறுபுறம் ஒரு காலத்தில் மற்றவர்களின் தயவில் வாழ்ந்த, எளிதில் உணர்ச்சிவசப்படும், மற்றவர்கள் மீது குற்றம் சுமத்தும் அவன் தந்தை, அவனை முதலில் எரிச்சலுடனும் அவநம்பிக்கையுடனும் எதிர் கொண்டார். ('அவன் அதிகம் பேசமாட்டான் என்றாலும் அதிகமாகச் சிந்திப்பான்' என்று அவர் அவனைப் பற்றிக் கூறினார்). இருந்தாலும் அவர் இரண்டு வாரங்களுக்குப் பிறகு, குடிபோதையில் கண்ணீர் மல்க, உணர்ச்சி வசப்பட்டு, அடிக்கடித் தன் மகனைக் கட்டிப்பிடித்து முத்தமிட்டார் என்பது உண்மைதான். அவர் இதுவரை வேறு எவரிடமும் உணர்ந்திராத, ஆழமான, உண்மையான அன்பை அவனிடம் உணர்ந்ததாகத் தோன்றியது.

அந்த இளைஞனின் சிறுவயதிலிருந்தே, அவன் எங்கு சென்றாலும் அங்குள்ள அனைவருக்கும் அவனைப் பிடித்திருந்தது. அவன் தனது ஆதரவாளரும், பாதுகாவலருமான எஃபிம் பெட்ரோவிச் போலேனோவின் வீட்டில் வசித்தபோது, அங்கிருந்த அனைவரும் அவனைத் தங்கள் குடும்பத்தில் ஒருவனாக அவன் மீது அன்பு செலுத்தினார்கள். அவன் மிகச் சிறிய வயதிலேயே அவர்களின் வீட்டிற்குச் சென்றுவிட்டதால், அவன் திட்டமிட்டோ அல்லது சூழ்ச்சியாக நடித்தோ தன்னை அவர்களின் குடும்பத்தில் ஒருவனாக இணைத்துக் கொண்டு, அவர்களின் அன்பைப் பெறுவதற்கு முயன்றான் என்று சொல்ல முடியாது. அவன் நடிக்காமலும் முயற்சி செய்யாமலும், மற்றவர்களின் அன்பைத் தூண்டும் வரம் அவனிடம் அவனது இயல்பில் இயற்கையாகவே அமைந்திருந்தது. அவன் பள்ளிக்குச் சென்றபோதும் இதே நிலை தான் என்றாலும், அவன் சக மாணவர்களின் அவநம்பிக்கைக்கும், கேலிக்கும், சில நேரங்களில் வெறுப்புக்கும் இலக்கான ஒரு பையனாக இருந்திருப்பான் என்று ஒருவர் நினைக்கலாம், ஏனெனில் அவன் எப்போதும் பகல் கனவு காண்பவனாக, மற்றவர்களிடமிருந்து விலகியிருந்தான். அவனுக்குச் சிறு வயதிலிருந்தே அறையின் மூலையில் அமர்ந்து, தனியாகப் படிப்பது மிகவும் பிடிக்கும். இருந்தும் அவனை அவனது பள்ளித் தோழர்கள் மிகவும் நேசித்தார்கள். அவன் பள்ளியில் படிக்கும் காலத்தில் பொதுவாக அனைவருக்கும் பிடித்தவனாக இருந்தான். அவன் எப்போதாவது சில நேரங்களில் மட்டும் கலகலப்பாகவும், மகிழ்ச்சியாகவும் இருந்தான். அவனிடம் வருத்தம் எதுவும் இல்லை என்பதையும், மாறாக அவன் ஒரு பிரகாசமான, நல்ல மனப்பான்மை கொண்ட ஒரு பையன் என்பதையும் ஒருவர் முதல் பார்வையிலேயே புரிந்துகொள்ள முடியும். அவன் தன்னை யாரிடமும் வெளிக்காட்ட

விரும்பவில்லை என்பதால் அவன் யாருக்கும் பயப்படவில்லை. அவன் யாருக்கும் பயப்படவில்லை என்பதைப் பற்றித் தற்பெருமை கொள்ளவில்லை என்பதையும், ஆனால் அவன் உண்மையில் எவ்வளவு தைரியமானவன், பயமற்றவன் என்பதை அவன் அறிந்திருக்கவில்லை என்பதைப் போலக் காட்சியளிக்கிறான் என்பதையும் அவர்கள் உடனடியாகப் புரிந்து கொண்டனர். அவன் தன்னை அவமதிக்கும் யாரிடமும் ஒருபோதும் காழ்ப் புணர்ச்சி கொண்டதில்லை. அவன் ஒரு மணி நேரத்திற்குப் பிறகு தன்னை அவமதித்தவரின் கேள்விக்குப் பதிலளிப்பான் அல்லது எதுவும் நடக்காதது போல வெளிப்படையாக, உண்மையாக அவரிடம் பேசுவான். அவன் தற்செயலாகத் தனக்கு ஏற்பட்ட அவமானத்தை மறந்துவிட்டதாகவோ அல்லது வேண்டுமென்றே மன்னித்ததாகவோ தெரியவில்லை. அவன் அதை ஒரு அவமானமாகக் கருதவில்லை என்பதுதான் உண்மை. அது மற்ற சிறுவர்களைப் பெரிதும் கவர்ந்து, அவர்களின் மனங்களை வென்றது. கீழ் வகுப்பிலிருந்து மேல் வகுப்பு வரை அனைத்துப் பள்ளி மாணவர்களும் அவனைக் கேலி செய்யத் தூண்டிய ஒரு குணம் அவனிடம் இருந்தது. அவர்கள் காழ்ப்புணர்ச்சியுடனோ அல்லது வேறு எந்த நோக்கத்திற்காகவோ அல்லாமல் ஒரு வேடிக்கைக்காக மட்டுமே அதைச் செய்தார்கள். அவனிடம் இருந்த அதிகப்படியான, கட்டாயமான கூச்ச சுபாவத்தையும், அடக்கத்தையும் அவர்கள் கேலி செய்தார்கள். மற்றவர்கள் பேசும் பெண்களைப் பற்றிய அசிங்கமான வார்த்தைகளையோ, பேச்சையோ அவனால் சகித்துக் கொள்ள முடியவில்லை. துரதிருஷ்டவசமாக அதைப் போன்ற 'சில' வார்த்தைகளும் உரையாடல்களும் பள்ளிகளில் தவிர்க்க முடியாதவை. இளம் சிறுவர்கள் தங்கள் உள்ளத்திலும் ஆன்மாவிலும் தூய்மையானவர்களாக இருந்தாலும், இன்னும் குழந்தைகளாக இருந்தாலும், படைவீரர்கள் கூட வெளிப்படையாகப் பேசத் தயங்கும் விஷயங்களையும், காட்சி களையும் பற்றி வகுப்பில் அடிக்கடித் தங்களுக்குள் கிசுகிசுக்கிறார்கள் அல்லது உரக்கப் பேசுகிறார்கள். மேலும் படை வீரர்களுக்குத் தெரியாத அல்லது புரிந்துகொள்ள முடியாத பல விஷயங்களை நமது படித்த உயர் சமூகத்தைச் சேர்ந்த சிறிய குழந்தைகள் நன்கு அறிந்திருக்கிறார்கள். ஆனால் அவர்கள் மிகவும் மோசமானவர்கள் அல்லது கீழ்த்தரமானவர்கள் அல்ல என்றாலும் அப்படி ஒரு வெளிப்புறத் தோற்றம் உள்ளது. மேலும் பெரும்பாலும் பள்ளி மாணவர்கள் அதைத் தங்கள் அறிவை வெளிக்காட்டும் புத்திசாலித்தனமாக, நிச்சயமாகப் பின்பற்றப்பட வேண்டிய ஒன்றாகக் கருதி, அப்படி இருக்க விரும்புகிறார்கள். அவர்கள்

அதைப் பற்றிப் பேசும்போது அல்யோஷா கரமசோவ் உடனடியாகத் தன் காதுகளை மூடுவதைக் கண்டு, அவர்கள் சில நேரங்களில் வேண்டுமென்றே அவனைச் சூழ்ந்து, அவன் கைகளை வலுக்கட்டாயமாக விலக்கி, அவன் இரண்டு காதுகளிலும் கெட்ட வார்த்தைகளைக் கத்துவார்கள். அதே நேரத்தில் அவன் தரையில் படுத்து, தன் கைகளால் காதுகளை மூட முயன்று, ஒரு வார்த்தை கூடப் பேசாமல் மௌனமாக இருப்பான். ஆனால் அவர்கள் கடைசியாக அவனைத் தனியாக விட்டுவிட்டு, அவன் அவர்களைப் பொறுமையுடன் சகித்துக் கொண்டதற்காக, அவனைச் 'சின்னப் பெண்' என்று கேலி செய்யாமல் அவன் மீது இரக்கப்படுவார்கள். அவன் எப்போதும் வகுப்பில் சிறந்த மாணவனாக இருந்தான், ஆனால் ஒருபோதும் முதலிடத்தில் இல்லை.

எஃபிம் பெட்ரோவிச் இறந்த பிறகு, அல்யோஷா மேலும் இரண்டு ஆண்டுகள் பள்ளியில் படித்தான். கணவரின் மரணத்தைத் தாங்க முடியாத விதவை, இளம் பெண்கள் மட்டுமே இருந்த தன் குடும்பத்துடன், நீண்ட காலம் தங்கும் உத்தேசத்துடன் இத்தாலிக்குச் சென்றாள். எனவே அவள் அல்யோஷாவை அவன் இதற்கு முன் பார்த்திராத, எஃபிம் பெட்ரோவிச்சின் தூரத்து உறவினரான, இரண்டு பெண்களின் வீட்டில் வசிப்பதற்கு அனுப்பி வைத்தாள். ஆனால் அவன் எந்த அடிப்படையில் அங்கு சென்று தங்கினான் என்பது அவனுக்குத் தெரியாது. உண்மையில் அவன் தான் யாருடைய செலவில் வாழ்கிறோம் என்பதைப் பற்றி ஒருபோதும் கவலைப்பட்டதில்லை என்பது அவனுடைய தனிச்சிறப்பான குணாதிசயம். அந்த விஷயத்தைப் பொறுத்தவரை அவன் தனது அண்ணன் இவான் ஃபியோதரோவிச்சுக்கு நேர்மாறாக இருந்தான். ஏனெனில் இவான் ஃபியோதரோவிச் சிறுவயதிலிருந்தே மற்றவரின் தயவில் வாழ்வதை வேதனையாக நினைத்த காரணத்தால், பல்கலைக்கழகத்தில் முதல் இரண்டு ஆண்டுகள் வறுமையுடன் போராடியபோது, தனக்கென்று ஒரு வருமானத்தைத் தேடிக் கொண்டான். ஆனால் அல்யோஷாவிடம் உள்ள இந்த விசித்திரமான குணத்தை மிகக் கடுமையாக விமர்சிக்கக் கூடாது என்று எனக்குத் தோன்றுகிறது. ஏனெனில் அவன் ஒரு குழந்தையைப் போல புனிதமான உள்ளம் கொண்ட அத்தகைய இளைஞர்களில் ஒருவன் என்பதை அவனைப் பார்க்கும் எவரும் தெளிவாகத் தெரிந்துகொள்ள முடியும். அவனுக்குத் திடீரென்று ஒரு பெரும் செல்வம் கிடைத்தால் அவன் அதையெல்லாம் ஏதோ ஒரு நல்ல காரியத்திற்கோ அல்லது அவனிடம் அதைக் கேட்கும் முதல் மனிதன் ஓர் அயோக்கியனாக இருந்தாலும் அவனுக்கோ கொடுக்கத் தயங்க மாட்டான்.

பொதுவாக அவன் பணத்தின் மதிப்பை அறிந்திருக்கவில்லை என்று தோன்றுகிறது. அவன் ஒரு போதும் கேட்கவில்லை என்றாலும், அவனுக்குச் செலவுக்கு கொடுத்த பணத்தை அவன் என்ன செய்வதென்று தெரியாமல் வாரக்கணக்கில் வைத்திருப்பான் அல்லது அலட்சியமாக ஒரு நொடியில் அதைச் செலவழித்து விடுவான். அல்யோஷாவைச் சிறிது காலம் கண்காணித்த, பண விவகாரங்களில் முதலாளித்துவ மனப்பான்மையுடன் நேர்மை யாகவும் மிகுந்த அக்கறையுடனும் இருந்த பீயோட்டர் மியூசோவ், அவனைப் பற்றி ஒரு விசித்திரமான கருத்தை முன் வைத்தார். "ஒரு மில்லியன் மக்களைக் கொண்ட ஒரு விசித்திரமான நகரத்தின் மத்தியில், அவனிடம் ஒரு கோபெக் கூட இல்லாமல் அவனை விட்டுச் சென்றாலும், அதற்காக ஒருபோதும் வருத்தப்படாமலும், பசியாலும் குளிராலும் சாகாமல் இருக்கும் ஒரே மனிதன் அவனாகத்தான் இருப்பான். ஏனெனில் யாராவது ஒருவர் அவனுக்கு உணவும் இருப்பிடமும் கொடுத்து ஆதரவளிப்பார்கள் அல்லது அப்படி நடக்காமல் போனாலும் அவன் தன்னுடைய புத்திக்கூர்மையால் பிழைத்துக் கொள்வான். இதில் அவனுக்கு எந்தக் கஷ்டமோ, அவமானமோ ஏற்படாது. அவனுக்கு அடைக்கலம் கொடுப்பது யாருக்கும் ஒரு சுமையாக இருக்காது, ஆனால் அதற்கு மாறாக, அவர்கள் அதைச் செய்வதில் மகிழ்ச்சியடைவார்கள்."

அல்யோஷா பள்ளிப் படிப்பை முடிப்பதற்கு ஒரு வருடத்திற்கு முன்பு, அவன் திடீரென்று தனக்குத் தோன்றிய ஒரு விஷயத்தைப் பற்றி விவாதிக்கத் தன் தந்தையைப் பார்க்கப் போகிறேன் என்று அந்தப் பெண்களிடம் சொன்னான். அவன் சொன்னதைக் கேட்டு வருந்திய அந்தப் பெண்கள் அவனை விட்டுவிட விரும்பவில்லை. அந்தப் பயணத்திற்கு அதிகம் செலவாகாது என்பதால், அவனுக்கு அவனுடைய பாதுகாவலரின் குடும்பத்தினர் பரிசாகக் கொடுத்த கைக்கடிகாரத்தை அடமானம் வைக்க அந்தப் பெண்கள் சம்மதிக்காமல், அவனுக்குத் தேவையான பணத்தையும் புதிய ஆடைகளையும் கொடுத்தனர். ஆனால் அவன் மூன்றாம் வகுப்பில் பயணம் செய்வதாகச் சொல்லி பாதிப் பணத்தை அவர்களிடம் திருப்பிக் கொடுத்து விட்டான். அவன் எங்கள் ஊருக்கு வந்தபோது, "படிப்பை முடிக்காமல் ஏன் வந்தாய்?" என்று அவன் தந்தை கேட்ட முதல் கேள்விக்கு அவன் எந்தப் பதிலும் சொல்ல வில்லை. ஆனால் அவன் வழக்கத்திற்கு மாறாக அதிக சிந்தனை யுடன், ஏதோ மன உளைச்சலில் இருந்ததாகக் கூறப்படுகிறது. அவன் தன் தாயின் கல்லறையைப் பார்க்க விரும்புகிறான் என்பது விரைவில் தெரிய வந்தது. தான் அங்கு வந்ததற்கு அதுதான் காரணம் என்று அவன் வெளிப்படையாகச் சொன்னான். ஆனால்

அவன் அங்கு வந்ததற்கு அது மட்டுமே காரணமாக இருக்க வாய்ப்பில்லை. உண்மையில் அவன் அந்தச் சமயத்தில் அங்கு ஏன் வந்தான் என்று அவனுக்கே தெரியாது. அவன் உள்ளத்தில் எழுந்த ஒரு விசித்திரமான ஏக்கம், அவனை ஒரு புதிய, அறிய முடியாத ஆனால் தவிர்க்க முடியாத பாதையில் அவனை இழுத்துச் சென்றது. ஃபியோதர் பாவ்லோவிச்சால் தன் இரண்டாவது மனைவியை எங்கே புதைத்தார் என்பதைச் சொல்ல முடியவில்லை. ஏனென்றால் அவளுடைய சவப்பெட்டியைப் பூமியில் புதைத்த பிறகு, அவர் கல்லறையைப் பார்க்க ஒருபோதும் சென்றதில்லை. எனவே அவர் பல ஆண்டுகளுக்கு முன்பே அவளுடைய கல்லறை எங்கே இருக்கிறது என்பதைச் சுத்தமாக மறந்துவிட்டார்.

ஃபியோதர் பாவ்லோவிச் நீண்ட காலமாக எங்கள் ஊரில் வசிக்கவில்லை என்பதை இங்கே சொல்ல வேண்டும். அவர் தன் இரண்டாவது மனைவி இறந்த மூன்று அல்லது நான்கு ஆண்டுகளுக்குப் பிறகு, ரஷ்யாவின் தெற்குப் பகுதிக்குச் சென்று இறுதியில் ஓடெசாவில் தங்கினார். அவர் அங்கு பல ஆண்டுகள் வசித்தார். அவர் தன் சொந்த வார்த்தைகளில் கூறியது போல, 'பெரிய யூதர்கள், சிறிய யூதர்கள், குழந்தை யூதர்கள்' எனப் பல யூதர்களுடன் அறிமுகமானார். மேலும் அவர் அங்கிருந்த 'மரியாதைக்குரிய பல யூதர்களையும்' அறிந்தார். அவருடைய வாழ் நாளின் இந்தக் காலகட்டத்தில்தான் அவருக்குப் பணம் சம்பாதிப்பதிலும், அதைச் சேமிப்பதிலும் ஒரு தனித்திறமை ஏற்பட்டது. அல்யோஷா வருவதற்கு மூன்று ஆண்டுகளுக்கு முன்புதான் அவர் எங்கள் ஊருக்குத் திரும்பி வந்தார். அவருக்கு அதிக வயதாகிவிடவில்லை என்றாலும், அவருக்கு அறிமுகமானவர்கள் அவர் மிகவும் வயதானவராக இருப்பதைக் கண்டனர். அவரது நடத்தையிலும் சற்று வித்தியாசம் இருந்தது. அவர் மிகவும் கண்ணியமானவராக மாறிவிட்டார் என்று அர்த்தமல்ல, ஆனால் அவர் அதிக தன்னம்பிக்கையுடன், திமிராக நடந்து கொண்டார். அந்த முன்னாள் கோமாளி மற்றவர்களைக் கோமாளிகளாக்க வேண்டும் என்ற ஆணவத்துடன் நடந்து கொண்டார். அவர் இப்போது முன்னை விடப் பெண்களிடம் அதிக அநாகரீகமாக நடந்துகொள்ளத் தொடங்கினார். அவர் மிகக் குறுகிய காலத்தில் மாவட்டம் முழுவதும் பல புதிய மதுபான விடுதிகளைத் திறந்தார். அவரிடம் ஒரு லட்சம் அல்லது அதற்கும் கொஞ்சம் குறைவான பணம் இருக்கலாம் என்பது தெளிவாகத் தெரிந்தது. அவரிடமிருந்து ஊரிலுள்ள பலரும், வெளி மாவட்டத்திலிருந்த பலரும் பத்திரங்களைக் கொடுத்து கடன் வாங்கினார்கள். அண்மைக் காலமாக அவருடைய தோற்றத்தில் மாற்றம் ஏற்பட்டு அவர் மிகவும் தளர்ந்து

போனவராகக் காட்சிளித்தார். அவர் அடிக்கடி நிதானத்தையும் சுய கட்டுப்பாட்டையும் இழக்கத் தொடங்கியிருந்தார். மேலும் அவருக்கு அடிக்கடி தலை சுற்றலும் ஏற்பட்டது. அவரால் எந்த விஷயத்திலும் மனதைச் செலுத்த முடியவில்லை. அவர் ஒன்றைச் செய்ய ஆரம்பித்து, குழப்பமடைந்து வேறு ஒன்றைச் செய்து முடித்தார். மேலும் அவர் அடிக்கடி மிக அதிகமாகக் குடித்தார். அப்போது வயதான வேலைக்காரன் கிரிகோரி மட்டும் ஒரு செவிலியைப் போல அவரைக் கவனித்துக் கொள்ளாமல் இருந்திருந்தால், அவர் வேறு பல சிக்கல்களில் மாட்டியிருப்பார். அல்யோஷாவின் வருகை அவரை மனரீதியாகப் பாதித்தது போலத் தோன்றியது. அந்த முதிர்ச்சியற்ற முதியவருடைய உள்ளத்தில் நீண்ட காலமாக உறங்கிக் கொண்டிருந்த ஏதோ ஒன்று விழித்து எழுந்தது போலிருந்தது. அவர் அல்யோஷாவை உற்றுப் பார்த்து, “உனக்குத் தெரியுமா? நீ அவளைப் போல, அந்தப் பைத்தியக்காரப் பெண்ணைப் போலவே இருக்கிறாய்” என்று அடிக்கடிச் சொன்னார். அவர் அல்யோஷாவின் தாயாரை, அவரது மறைந்துபோன இரண்டாவது மனைவியை அப்படித்தான் அழைத்தார். இறுதியாக வேலைக்காரன் கிரிகோரி அல்யோஷாவிடம் ‘பைத்தியக்காரப் பெண்ணின்’ கல்லறையைச் சுட்டிக் காட்டினான். அவன் அல்யோஷாவை எங்கள் நகரத்திலிருந்த மயானத்திற்கு அழைத்துச் சென்று, ஒரு மூலையில், மலிவாக ஆனால் கண்ணி யமாக வைக்கப்பட்டிருந்த ஒரு வார்ப்பு இரும்பு கல்லறையைக் காட்டினான். அதில் இறந்தவரின் பெயரும், வயதும், இறந்த தேதியும் பொறிக்கப்பட்டிருந்தன. அதற்கும் கீழே நடுத்தர வர்க்கத்தினரின் கல்லறைகளில் பொதுவாகப் பயன்படுத்தும் நான்கு வரி வசனங்களும் இருந்தது. அந்தக் கல்லறையைக் கட்டியது கிரிகோரிதான் என்பது அல்யோஷாவுக்கு மிகவும் ஆச்சரியமாக இருந்தது. அவன் ஃபியோதர் பாவ்லோவிச்சிடம் அடிக்கடிக் கேட்டுக் கொண்டும், அவர் அதைச் செய்யாமல், கல்லறையை மட்டுமின்றி, கடந்த காலத்தின் அனைத்து நினைவு களையும் துடைத்து எறிந்துவிட்டு ஒடெசாவுக்குச் சென்ற பிறகு, கிரிகோரி தன் சொந்தச் செலவில் அந்தப் ‘பைத்தியக்காரப் பெண்ணின்’ கல்லறையைக் கட்டினான். அல்யோஷா தன் தாயின் கல்லறையின் முன்னால் எந்தக் குறிப்பிட்ட உணர்ச்சியையும் வெளிப்படுத்தாமல், கல்லறையைக் கட்டியதைப் பற்றிக் கிரிகோரி சொல்லிய நியாயமான விளக்கத்தைக் கேட்டுக் கொண்டு, சற்று நேரம் தலை குனிந்து நின்றுவிட்டு, எதுவும் பேசாமல் அங்கிருந்து சென்றான். அவன் அதன் பிறகு ஒரு வருடத்திற்கும் மேலாக கல்லறையைப் பார்க்கச் செல்லவில்லை. ஆனால் அந்தச் சிறிய

சம்பவம் ஃபியோதர் பாவ்லோவிச்சின் மீது அதன் தாக்கத்தை ஏற்படுத்தியது. உண்மையில் அது மிகவும் விசித்திரமான விளைவை ஏற்படுத்தியது. அவர் திடீரென்று தன் மனைவியின் ஆன்மாவுக்கு பிராயச்சித்தம் செய்வதற்காக என்று சொல்லி ஆயிரம் ரூபிள்களை எங்கள் மடாலயத்திற்கு நன்கொடையாக வழங்கினார். ஆனால் அவர் அதைப் 'பைத்தியக்காரப் பெண்' என்ற அல்யோஷாவின் பாவப்பட்ட தாயாருக்குச் செய்யாமல் அவரை அடித்த அடெலைடாவுக்காகச் செய்தார். பிறகு அவர் அன்று இரவு குடிபோதையில் அல்யோஷாவிடம் துறவிகளைப் பற்றித் திட்டத் தொடங்கினார். அவர் ஒருபோதும் மத நம்பிக்கை உடையவராக இருந்ததில்லை. மேலும் அவர் இதுவரை உருவச் சிலையின் முன் ஐந்து கோபெக் மெழுகுவர்த்தியைக் கூட ஏற்றி வைத்ததில்லை. ஆனால் இப்படிப்பட்ட மனிதர்களிடம் திடீரென்று விசித்திரமான உணர்வுகளும் எண்ணங்களும் தோன்றுகின்றன.

கரமசோவ் உடல் தளர்ந்து மெலிந்துவிட்டார் என்று நான் ஏற்கனவே சொல்லியிருக்கிறேன். அவர் வாழ்ந்த வாழ்க்கை முறைக்கும் தன்மைக்கும் ஏற்ப அவரது முகத்தில் ஏராளமான சாட்சியங்கள் தென்பட்டன. அவரது திமிர் பிடித்த, எப்போதும் சந்தேகப்படும், கேலி செய்யும் கண்களுக்குக் கீழே சதைப் பைகளும், அவரது வீங்கிய முகத்தில் பல சுருக்கங்களும் இருந்தன. அவரது கன்னத்திற்கு அடியில் நீளமாக வளர்ந்த சதை ஒரு பையைப் போலத் தொங்கி, அவரது முகத்தை அசிங்கமாகக் காட்டியது. மேலும் அவருடைய பருத்த உதடுகளுடன் கூடிய அகலமான திறந்த வாயின் பின்னே மோசமாகச் சிதைந்த பற்களைக் காண முடிந்தது. அவர் பேசும் போதெல்லாம் அவருடைய வாயிலிருந்து எச்சில் தெறித்தது. இருந்தாலும் அவர் தன் முகத்தின் தோற்றத்தைக் கேலி செய்து, அதில் வெளிப்படையாக மகிழ்ச்சியடைந்தார். குறிப்பாக அவருடைய மூக்கு பெரியதாக இல்லை என்றாலும், மெலிந்து கழுகு போல வளைந்திருந்த மூக்கைச் சுட்டிக்காட்டி, "அது ஒரு உண்மையான ரோமானியனின் மூக்கு" என்று அவர் சொன்னார். "அது என் கன்னத்தில் தொங்கும் சதையுடன் சேர்ந்து, சீரழிந்த பண்டைய ரோமானிய தேசபக்தனின் முகத்தைப் போலத் தோற்றமளிக்கிறது" என்று அவர் பெருமையுடன் சொல்லிக் கொண்டார்.

அல்யோஷா தன் தாயின் கல்லறைக்குச் சென்று திரும்பிய சிறிது நேரத்தில், திடீரென்று தன் தந்தையிடம் தான் மடாலயத்தில் சென்று சேர விரும்புவதாகவும், துறவிகள் தன்னை ஒரு புதியவராக ஏற்றுக்கொள்ளத் தயாராக இருப்பதாகவும் தெரிவித்தான். அவன் அது தன்னுடைய தீவிரமான ஆசை என்றும், தந்தை என்ற

முறையில் அவருடைய சம்மதத்தைக் கேட்பதாகவும் சொன்னான். மடாலயத்தில் இருந்த மூத்த துறவி ஜோசிமா தனது 'அமைதியான பையன்' மீது ஆழமான தாக்கத்தை ஏற்படுத்தியிருந்தார் என்பது அந்தக் கிழவருக்கு முன்பே தெரியும்.

"அந்த வயதான துறவி ஜோசிமா நிச்சயமாக எல்லோரையும் விட நேர்மையானவர்" என்று அவர் அல்யோஷா சொன்னதைக் கேட்ட பிறகு, நீண்ட மௌனத்திற்குப் பிறகு சொன்னார். அவர் அதனால் ஆச்சரியப்பட்டதாகத் தெரியவில்லை. "ம்ம்ம்... நீ அங்கே போக விரும்புகிறாய் அப்படித்தானே என் அமைதியான மகனே?" என்று அவர் கேட்டார். குடிபோதையில் இருந்த அவர் முகத்தில் திடீரென்று வெளிப்பட்ட அரைகுறையான புன்னகையில் தந்திரமும் சூழ்ச்சியும் இருந்தது. "நீ இப்படி ஒரு முடிவை எடுப்பாய் என்று எனக்கு முன்பே தெரியும் என்று சொன்னால் அதை உன்னால் நம்பமுடியுமா? எனவே நீ இப்போது அதைத்தான் செய்கிறாய். சரி, இப்போது வரதட்சணைக்காகத் தேவைப்படும் இரண்டாயிரம் ரூபிள்கள் உனக்குச் சொந்தமாக இருக்கின்றன. உனக்கு மேலும் தேவைப்பட்டால் என் பங்கிற்கு நான் பணம் தருகிறேன். நான் உன்னை ஒருபோதும் கைவிட மாட்டேன் என்பதை நீ உறுதியாக நம்பலாம். அவர்கள் உன்னை மடாலயத்தில் சேர்த்துக்கொள்ள பணம் கேட்டால் அதற்கும் நான் கொடுக்கிறேன். அவர்கள் நிச்சயமாக அதைக் கேட்கவில்லை என்றால் நாம் அதைக் கொடுக்க வேண்டியதில்லை இல்லையா? உனக்கு உணவுக்காக ஒரு வாரத்திற்கு சிறிது பணம் மட்டுமே செலவாகும். ம்ம்ம்... இப்போது நான் உனக்குச் சொல்ல விரும்புவது என்னவென்றால் ஊருக்கு வெளியே எனக்குத் தெரிந்த ஒரு மடாலயம் உள்ளது. அங்கு 'துறவிகளின் மனைவிகள்' மட்டுமே வசிக்கிறார்கள் என்பது அங்குள்ள அனைவருக்கும் தெரியும். அவர்கள் அவர்களை அப்படித்தான் அழைக்கிறார்கள். அங்கே முப்பது பெண்கள் இருக்கிறார்கள் என்று நான் நினைக்கிறேன். நான் அங்கு சென்றிருந்தேன். அது அதற்குரிய வழியில் சுவாரஸ்யமானது, ஆமாம், மிகவும் வித்தியாசமானது என்பதைத் தெரிந்து கொள். ரஷ்யாவின் தேசியவாதம் என்ற பெயரில் அது கொஞ்சம் கெட்டுவிட்டது. ஏனெனில் அங்கு இன்னும் ஒரு பிரெஞ்சுப் பெண் கூட இல்லை. அது ஒரு வளமான மடாலயம் என்பதால் அவர்களால் பிரெஞ்சுப் பெண்களையும் அங்கு வரவழைக்க முடியும். ஆனால் அதைப் பற்றிக் கேள்விப்படும் பிரெஞ்சுப் பெண்கள் தாங்களாகவே அங்கு வந்து சேர்வார்கள். ஆனால் இங்குள்ள நம்முடைய மடாலயத்தில் அப்படி எதுவும் இல்லை. இங்கு இருநூறு துறவிகள் இருந்தபோதும் 'துறவிகளின்

மனைவிகள்' என்று யாரும் இல்லை. இங்குள்ளவர்கள் நேர்மை யானவர்கள். அவர்கள் அனைத்து விரதங்களையும் கடைப்பிடிக் கிறார்கள். சரி, நான் சொல்ல விரும்புவது... ம்ம்ம்... நீ ஒரு துறவியாக விரும்புகிறாயா? அல்யோஷா, நீ இங்கிருந்து போவதை நினைத்து நான் நிச்சயமாக வருந்துகிறேன். நான் உன்னை எவ்வளவு நேசிக்கிறேன் என்பதை உன்னால் நம்பமுடியுமா?... ஆனால் இது ஒரு நல்ல வாய்ப்பு. நீ பாவிகளாகிய எங்களுக்காக ஜெபிக்கலாம், ஏனென்றால் நாங்கள் நிறைய பாவங்களைச் செய்திருக்கிறோம். எனக்காக யார் ஜெபம் செய்வார்கள்? நான் நீண்ட காலமாக எனக்காக அதைச் செய்ய இந்த உலகில் யாராவது இருக்க முடியுமா என்று யோசித்து வருகிறேன். ஆகா, என் அருமை மகனே, இந்த விஷயத்தில் நான் எவ்வளவு பெரிய முட்டாள் என்பதை உன்னால் நம்ப முடியாது. நான் ஓர் அடி முட்டாள். நான் முட்டாளாக இருந்தாலும் கூட, எப்போதும் இல்லாவிட்டாலும் அவ்வப்போது அதைப் பற்றி யோசித்துக் கொண்டே இருக்கிறேன். நான் இறக்கும்போது பிசாசுகள் தங்கள் கொக்கிகளால் என்னை நரகத்திற்கு இழுத்துச் செல்ல மறந்துவிடுவது சாத்தியமற்றது என்று நினைக்கிறேன். ஆனால் நான் யோசித்துப் பார்க்கிறேன். கொக்கிகளா? அது அவர்களுக்கு எங்கிருந்து கிடைக்கும்? அவை எதனால் ஆனவை? அவற்றை எங்கே தயாரிக்கிறார்கள்? அங்கே ஏதாவது தொழிற்சாலை இருக்கிறதா? உதாரணமாக மடாலயத்தில் உள்ள துறவிகள் நரகத்திற்குக் கூரை என்ற எல்லை இருப்பதாக நம்புகிறார்கள். ஆனால் எனக்குக் கூரை இல்லாத எல்லையற்ற ஒரு நரகத்தைக் கற்பனை செய்வது எளிதாக இருக்கும். அது முன்னதை விட நேர்த்தியானதாகவும், அறிவுடையதாகவும் இருக்கும். உண்மையில் நரகத்திற்கு எல்லை இருக்கிறதா அல்லது இல்லையா என்பது என்ன வித்தியாசத்தை ஏற்படுத்த முடியும்? ஆனால் கேள்வி என்னவோ அதைப் பற்றியதுதான்! ஏனெனில் கூரை இல்லை என்றால் கொக்கிகள் இல்லை. கொக்கிகள் இல்லை என்றால் நரகத்தைப் பற்றிய முழு சித்தாந்தமும் துண்டு துண்டாகச் சிதறிவிடும். ஏனென்றால் அப்போது என்னை நரகத்திற்கு இழுத்துச் செல்ல யாரும் இருக்க மாட்டார்கள். அப்படி அவர்கள் என்னை நரகத்திற்கு இழுத்துச் செல்லாவிட்டால் இந்தப் பூமியில் உண்மையும் நீதியும் என்னவாகும்? அல்யோஷா, நான் எவ்வளவு கீழ்த்தரமானவன் என்று உனக்குத் தெரிந்தால், அந்தக் கொக்கிகளை எனக்காகப் பிரத்யேகமாக உருவாக்குவது அவசியம் என்பது உனக்குப் புரியும்."

"ஆனால் அங்கே கொக்கிகள் எதுவும் இல்லை" என்று அல்யோஷா தன் தந்தையைத் தீவிரமாக உற்றுப் பார்த்தான்.

"ஆமாம், ஆமாம், கொக்கிகளின் நிழல்கள் மட்டுமே உள்ளன என்பது எனக்குத் தெரியும். ஒரு பிரெஞ்சுக்காரர் நரகத்தைப் பற்றிச் சொல்லும்போது, 'ஒரு தூரிகையின் நிழலால் ஒரு வண்டியோட்டியின் நிழலை, வண்டியின் நிழலைத் துடைப்பதைப் பார்த்தேன்' என்று சொன்னார். என் அருமை மகனே, கொக்கிகள் எதுவும் இல்லை என்பது உனக்கு எப்படித் தெரியும்? நீ அந்தத் துறவிகளுடன் சேர்ந்து வாழ்ந்த பிறகு வேறு மாதிரியாகப் பேசுவாய். ஆனால் நீ அங்கு சென்று உண்மையைத் தெரிந்து கொண்டு என்னிடம் வந்து சொல். எது எப்படியோ அங்கு என்ன இருக்கிறது என்று எனக்கு முன்கூட்டியே தெரிந்தால், நான் அந்த வேற்று உலகத்திற்கு செல்வது எளிதாக இருக்கும். தவிர, என்னைப் போன்று வேசிகளுடன் வாழும் ஒரு வயதான குடிகாரனுடன் இருப்பதை விட, அந்தத் துறவிகளுடன் வாழ்வது உனக்கு மிகவும் கண்ணியமாக இருக்கும்... ஒரு தேவதூதனைப் போன்ற உன்னை யாராலும் களங்கப்படுத்த முடியாது. ஒருவேளை, அங்குள்ள புனிதம் கூட உன்னைத் தீண்ட முடியாது என்பதால்தான் நான் உன்னை அங்கு செல்ல அனுமதிக்கிறேன். ஏனென்றால் என் மன ஆழத்தில் அப்படித்தான் நடக்கும் என்று எனக்குத் தோன்றுகிறது. உன்னிடம் இன்னும் அதற்கான மன உறுதி இருக்கிறது. நீ உன்னை நீயே எரித்துக் கொண்டு தங்கமாக ஜொலிப்பாய். நீ அதிலிருந்து மீண்டு என்னிடம் திரும்பி வருவாய். நான் இங்கே உனக்காகக் காத்திருப்பேன், ஏனென்றால் இந்தப் பூமியில் என்னைக் கண்டிக்காத ஒரே ஜீவன் நீதான் என்று எனக்குத் தெரியும். என்னால் அதை உணர முடிகிறது. நான் அதை உணராமல் எப்படி இருக்க முடியும்!"

அவர் அழத் தொடங்கினார். அவர் உணர்ச்சிவசப்பட்ட அதே நேரத்தில் பொல்லாதவராகவும் இருந்தார்.

5. மூத்தவர்கள்

சில வாசகர்கள் என் இளைஞனை ஒரு முதிர்ச்சியடையாத, ஆன்மீகத்தில் அதீத நாட்டமுடைய, வெறும் கனவு காண்பவனாக, பலவீனமானவனாக நினைக்கலாம். ஆனால் அவன் அப்போது உறுதியான உடலுடன், தெளிவான கண்களுடன், சிவந்த கன்னங்களுடன், ஆரோக்கியத்துடன் பிரகாசித்த ஒரு பத்தொன்பது வயது இளைஞன். அவன் ஒல்லியாக, நடுத்தர உயரத்தில், அடர் பழுப்பு நிற முடியுடன், வழக்கமான நீண்ட நீள்வட்ட முகத்துடன், அகலமான, பளபளப்பான அடர் சாம்பல் நிறக் கண்களுடன் மிக அழகாக இருந்தான். அவன் எப்போதும் சிந்தனையில்

ஆழ்ந்தவனாகவும் மிகவும் அமைதியானவனாகவும் இருந்தான். அவனுடைய சிவந்த கன்னங்கள் மதத்திற்கும் ஆன்மீகத்திற்கும் சற்றும் பொருந்தாதவை என்று சிலர் கூறலாம். ஆனால் அல்யோஷா மற்றவர்களை விட ஒரு யதார்த்தவாதி என்று எனக்குத் தோன்றியது. அவன் மடாலயத்தில் இருந்தபோது நிச்சயமாக அற்புதங்களை நம்பினான் என்றாலும் என்னைப் பொருத்தவரை, அற்புதங்கள் ஒருபோதும் யதார்த்தவாதியைத் திசை திருப்பாது என்று நான் நினைக்கிறேன். ஒரு யதார்த்தவாதியை நம்பிக்கைக்கு இட்டுச் செல்வது அற்புதங்கள் அல்ல. ஓர் உண்மையான யதார்த்தவாதி நம்பிக்கையற்றவராக இருந்தால், அற்புதங்களை நம்பாத வலிமையும் திறனும் தனக்குள் இருப்பதை அவர் உணர்ந்து கொள்வார். மேலும் ஓர் அதிசயம் மறுக்க முடியாத உண்மையாக அவருக்குத் தோன்றினால், அவர் உண்மையை ஒப்புக்கொள்வதைவிட மிக விரைவில் தனது சொந்தப் புலன்களைச் சந்தேகிப்பார். ஒருவேளை அவர் அதை ஒப்புக்கொள்ள நேர்ந்தாலும், அது தனக்கு முன்பு தெரியாமல் இருந்த இயற்கையின் உண்மை என்பதை ஒப்புக்கொள்வார். ஒரு யதார்த்தவாதியிடம் நம்பிக்கையை உருவாக்குவது அற்புதங்கள் அல்ல, மாறாக அவருடைய நம்பிக்கையிலிருந்து அற்புதங்கள் பிறக்கின்றன. ஒரு யதார்த்தவாதி நம்பினால், அவரது யதார்த்தவாதமே அற்புதங்களின் இருப்பை ஏற்றுக்கொள்ளும்படிச் செய்யும். அப்போஸ்தலனாகிய தோமா என் கண்களால் பார்க்க முடியாததை நான் நம்ப மாட்டேன் என்று சொன்னார். ஆனால் அவர் அதைக் கண்டபோது, "என் ஆண்டவரே, என் கடவுளே!" என்றார். அந்த அதிசயம் அவரை நம்ப வைத்ததா? அநேகமாக அப்படி இல்லை, ஆனால் அவர் நம்ப விரும்பியதால் மட்டுமே நம்பினார். "கண்ணால் பார்க்கும் வரை நான் நம்ப மாட்டேன்" என்று அவர் கூறியபோது கூட, அவருடைய மனதின் இரகசிய ஆழத்தில் அதை முழுமையாக நம்பினார்.

அல்யோஷா மிகவும் புத்திசாலி அல்ல, பள்ளிப் படிப்பை முடிக்காதவன், பிடிவாதக்காரன் என்று சிலர் சொல்லலாம். அவன் பள்ளிப் படிப்பை முடிக்கவில்லை என்பது உண்மைதான், ஆனால் அவனைப் பிடிவாதக்காரன், முட்டாள் என்று சொல்வது மிகப்பெரிய அநீதியாகும். நான் ஏற்கனவே கூறியதை மீண்டும் சொல்கிறேன். இருளிலிருந்து ஒளிக்குத் தப்பிக்க ஏங்கிய அவனது ஆன்மாவுக்கு அந்த நேரத்தில் அதுவே சிறந்த மார்க்கமாகத் தோன்றியதால் அவன் அந்தப் பாதையைத் தேர்ந்தெடுத்தான். ஒருவகையில் அவன் நமது இளைய தலைமுறையைச் சேர்ந்த நேர்மையான இளைஞன் என்பதால், நம்பிக்கையுடன் உண்மையைத்

தேடிக் கண்டடைந்து, தன் ஆன்மாவின் முழு ஆற்றலுடன் அதில் பங்கேற்று, அந்தச் செயலுக்காக தன் உயிரையும் தியாகம் செய்ய வேண்டும் என்ற தீராத வேட்கையுடன், உடனடியாக அதைச் செயல்படுத்த முயன்றான். துரதிருஷ்டவசமாக இந்த இளைஞர்கள் தங்கள் உயிரைத் தியாகம் செய்வது எல்லாத் தியாகங்களையும் விட எளிதானது என்பதைப் புரிந்துகொள்ளவில்லை. உதாரணமாக, அவர்கள் தங்கள் துடிப்பான இளமைப் பருவத்தின் ஐந்து அல்லது ஆறு ஆண்டுகளைக் கடினமான படிப்புக்கும் அறிவைப் பெறுவதற்கும் அர்ப்பணிப்பது மிகவும் கடினம். ஆனால் அந்த அறிவு அவர்கள் தாங்கள் விரும்பும் மகத்தான செயல்களைச் செய்வதற்கான திறனைப் பத்து மடங்கு அதிகரித்து, பெரிய இலக்குகளை அடைய உதவும். இருந்தாலும் அல்யோஷா பெரும் பான்மையினருக்கு எதிரான ஒரு பாதையைத் தேர்ந்தெடுத்து, ஒரு சாதனையை விரைவாகச் சாதிக்க வேண்டும் என்ற அர்ப்பணிப்புடன் அதில் இறங்கினான். அவன் ஆழ்ந்த சிந்தனைக்குப் பிறகு, கடவுளும் அமரத்துவமும் உண்மையானவை என்ற நம்பிக்கையால் ஈர்க்கப்பட்டதும், 'நான் அமரத்துவத்தை அடைவதற்காக வாழ விரும்புகிறேன். நான் அதில் எந்தச் சமரசத்தையும் ஏற்றுக்கொள்ள மாட்டேன்' என்று தனக்குள் சொல்லிக் கொண்டான். ஒருவேளை அவன் கடவுளும் அமரத்துவமும் இல்லை என்று முடிவு செய்திருந்தால், அவன் உடனடியாக நாத்திகர்களுடனும், சோஷ லிஸ்டுகளுடனும் இணைந்திருப்பான். (ஏனெனில் சோஷலிசம் என்பது தொழிலாளர் பிரச்சனையை மட்டுமின்றி, இன்று நாத்திகம் எடுத்துள்ள வடிவத்தையும், கடவுள் இல்லாமல் கட்டிய பாபேல் கோபுரத்தையும், பூமியிலிருந்து பரலோகத்திற்கு செல்லா மல், பூமியில் சொர்க்கத்தை அமைப்பதையும் உள்ளடக்கியதாக இருக்கிறது). அல்யோஷாவுக்கு முன்பு போல வாழ்வது முற்றிலும் விசித்திரமாகவும் சாத்தியமற்றதாகவும் தோன்றியது. 'நீங்கள் பரிபூரணம் அடைய விரும்பினால், உங்களிடம் உள்ள அனைத்தை யும் துறந்துவிட்டு என்னைப் பின் தொடர்ந்து வாருங்கள்' என்று சொல்லப்படுகிறது. 'என்னால் அனைத்தையும் துறக்க முடியுமே தவிர இரண்டு ரூபிள்களை மட்டுமே கொடுத்தால் போதும் என்று இருக்க முடியாது என்றும், 'என்னைப் பின் பற்றுங்கள்' என்ற சொல்லைப் பின்பற்ற ஞாயிற்றுக்கிழமை மட்டுமே தேவாலயத்திற்குச் செல்ல முடியாது' என்றும் அல்யோஷா நினைத்தான். ஒருவேளை அவனுடைய குழந்தைப் பருவ நினைவுகளில், அவனது தாயார் அவனைத் தேவாலயத்திற்குச் அழைத்துச் சென்றபோது பதிந்த மடாலயத்தைப் பற்றிய நினைவுகளும் இருந்திருக்கலாம். ஒருவேளை அவனுடைய பைத்தியக்காரத் தாய், அவனை உருவச்சிலையின் முன்னால்

பிடித்திருந்தபோது, அஸ்தமனச் சூரியனின் சாய்ந்த கதிர்கள் அதைப் பிரகாசிக்கச் செய்தது அவனைப் பாதித்திருக்கலாம். எனவே அவன் மடாலயத்திற்கு வந்தபோது ஆழ்ந்த சிந்தனையில் இருந்தான். ஒருவேளை அவன் எங்களைப் பார்த்து, எல்லாவற்றையும் துறக்க வேண்டுமா அல்லது இரண்டு ரூபிள்களைத் தியாகம் செய்தால் போதுமா என்பதை அறிவதற்காக வந்திருக்கலாம். அவன் மடாலயத்தில் எங்கள் மூத்தவரைச் சந்தித்தான்.

நான் ஏற்கனவே சொன்ன அருட்தந்தை ஜோசிமா என்பவர்தான் அந்த மூத்தவர். பொதுவாக நமது மடாலயங்களில் உள்ள இந்த 'மூத்தவர்கள்' யார் என்பதைப் பற்றி நான் முதலில் சில வார்த்தைகளைச் சொல்ல வேண்டும். ஆனால் நான் அதைப் பற்றி முழுமையாகச் சொல்லும் தகுதியோ, திறமையோ எனக்கு இல்லை என்று வருந்துகிறேன். இருப்பினும் என்னால் முடிந்தவரை அதைப் பற்றிச் சுருக்கமாகவும், மேலோட்டமாகவும் விவரிக்க முயற்சிக்கிறேன். முதலாவதாக, மூத்தவர்களும், அவர்களால் நிர்வகிக்கப்படும் அமைப்பும், நம் நாட்டில், நமது ரஷ்ய மடாலயங்களில் மிகச் சமீபத்தில், சுமார் நூறு ஆண்டுகளுக்கு முன்புதான் தோன்றின. அதே நேரத்தில் பழமை வாய்ந்த கிழக்கில், குறிப்பாகச் சினாயிலும் அத்தோஸ் மலையிலும், இது ஆயிரம் ஆண்டுகளுக்கும் மேலாக இருந்து வருகிறது என்று தகுதியும், திறமையும் வாய்ந்த நபர்கள் சொல்கிறார்கள். பண்டைக் காலத்தில் ரஷ்யாவிலும் அது இருந்திருக்கலாம் அல்லது நிச்சயமாக இருந்திருக்க வேண்டும் என்று சிலர் கருதுகின்றனர். ஆனால் தேசியப் பேரழிவுகளான, தாதர் படையெடுப்பு, உள்நாட்டுப் போர்கள், கான்ஸ்டான்டி னோபிளின் வீழ்ச்சி ஆகியவற்றுக்குப் பிறகு கிழக்குடன் நமக்கு இருந்த உறவுகள் துண்டிக்கப்பட்டதன் விளைவாக, இந்த அமைப்பு மறைந்து, பாரம்பரியமான முறைகள் கைவிடப்பட்டன. இருப்பினும் கடந்த நூற்றாண்டின் இறுதியில், பெரிய துறவிகளில் ஒருவரான பைஸ்ஸி வெலிச்கோவ்ஸ்கியாலும் அவருடைய சீடர்களாலும் அது மீண்டும் நம்மிடையே புத்துயிர் பெற்றது. ஆனாலும் அந்த வழக்கம் இன்று வரை, கிட்டத்தட்ட நூறு ஆண்டுகளுக்குப் பிறகு, ஒரு சில மடாலயங்களில் மட்டுமே உள்ளது. மேலும் இது ரஷ்யாவில் முன்னெப்போதும் இல்லாத ஒன்றாகக் கருதப்பட்டு, பல்வேறு இடர்ப்பாடுகளுக்கு ஆளானது. இது குறிப்பாகப் புகழ்பெற்ற கோசெல்ஸ்கி ஆப்டின் ரஷ்ய மடாலயத்தில் செழித்து வளர்ந்தது. இது எப்போது, எப்படி, யாரால் எங்கள் உள்ளூர் மடாலயத்தில் அறிமுகமானது என்று என்னால் சொல்ல முடியாது. ஏற்கனவே மூன்று மூத்தவர்கள் இருந்தார்கள். அவர்களில் இறுதியானவர் அருட்தந்தை ஜோசிமா.

ஆனால் அவரும் இப்போது வயது முதிர்ந்து, பலவீனமடைந்து இறக்கும் தருவாயில் இருந்தார். அவருக்குப் பிறகு அவருடைய இடத்தைப் பிடிக்க யாருமே இல்லை. இதுவரை எதற்கும் புகழ் பெறாத எங்கள் மடாலயத்திற்கு இது ஒரு முக்கியமான கேள்வியாக இருந்தது. எங்கள் மடாலயத்தில் புனிதர்களின் நினைவுச் சின்னங்களோ அல்லது அற்புதங்களைச் செய்யும் உருவச் சிலைகளோ இல்லை. அதன் வரலாற்றுடன் தொடர்புடைய புகழ்பெற்ற புராணக்கதைகளோ அல்லது வரலாற்றுச் சிறப்பு மிக்க சாதனைகளோ இல்லை. அங்கிருந்த மூத்தவர்கள் மூலமாகத்தான் அது செழித்து வளர்ந்து, அதன் புகழ் ரஷ்யா முழுவதும் பரவியது. மூத்தவர்களைக் காணவும், அவர்கள் பேசுவதைக் கேட்கவும், நாட்டின் ஒவ்வொரு மூலைமுடுக்கிலிருந்தும் யாத்ரீகர்கள் ஆயிரக்கணக்கான மைல்கள் பயணம் செய்து மடாலயத்திற்குப் படையெடுத்தனர்.

அப்படியானால் அந்த மூத்தவர்கள் என்பவர்கள் யார்? மூத்தவர் என்பவர் உங்கள் ஆன்மாவையும், சித்தத்தையும் தங்கள் ஆன்மாவிலும் சித்தத்திலும் உள்வாங்கிக் கொள்பவர். நீங்கள் உங்கள் மூத்தவரைக் குருவாகத் தேர்ந்தவுடன், நீங்கள் உங்களுடைய சொந்த விருப்பத்தை அவரிடம் ஒப்படைத்து, அவருக்குக் கீழ்ப்படிவதாக உறுதியளித்து, உங்களுடைய சுயநலத்தை முற்றிலுமாகத் துறந்து விடுகிறீர்கள். இந்தச் சவாலான பயிற்சியை மனமுவந்து மேற்கொள்ளும் ஒருவர், கீழ்ப்படிதல் என்ற நீண்ட கால சோதனைக்குப் பிறகு, தன்னை வென்று சுயக் கட்டுப்பாட்டை அடைய முடியும் என்ற நம்பிக்கையில் அதைச் செய்கிறார். அவர் தன் வாழ்நாள் முழுவதும் ஒழுக்கமாக வாழ்வதன் மூலம் பரிபூரண சுதந்திரத்தை (அதாவது தன்னிலிருந்து விடுதலை) அடைவதை நோக்கமாகக் கொண்டுள்ளார். தங்கள் வாழ்நாள் முழுவதும் சுயத்தை உணராமல் வாழ்ந்தவர்களின் நிலை தனக்கும் வரக் கூடாது என்ற நோக்கத்தில் அவர் அதைச் செய்கிறார். மூத்தவர்களின் இந்த அமைப்பு எந்த ஒரு கோட்பாட்டின் அடிப்படையிலும் நிறுவப்படவில்லை. ஆனால் ஏற்கனவே ஆயிரம் ஆண்டுகளுக்கும் மேலாகக் கிழக்கில் இருந்த நடைமுறையிலிருந்து நிறுவப்பட்டது. இது நமது ரஷ்ய மடாலயங்களில் எப்பொழுதும் கடைப்பிடிக்கப்பட்டு வரும் சாதாரணமான 'கீழ்ப்படிதல்' போன்றது அல்ல. ஒருவர் ஒரு மூத்தவரால் சீடனாக ஏற்றுக்கொள்ளப்பட்ட பிறகு, அவர் தொடர்ந்து ஒப்புதல் வாக்குமூலம் கொடுக்கும் வாழ்க்கையை வாழ வேண்டும் என்பதால் இருவருக்கும் இடையில் உள்ள பிணைப்பு பிரிக்க முடியாதது.

கிறிஸ்துவ மதத்தின் ஆரம்ப நாட்களில் மூத்தவரின் கட்டளையை நிறைவேற்றத் தவறிய ஒரு சீடர், சிரியாவில் உள்ள மடாலயத்தை விட்டு எகிப்துக்குச் சென்று, அங்கு அவர் பெரும் துறவற வாழ்க்கையை மேற்கொண்டு, பல இன்னல்களை அனுபவித்து, இறுதியாக நம்பிக்கைக்குத் தகுதியான ஒரு தியாகியாக இறந்தார் என்று ஒரு புராணக்கதை சொல்கிறது. தேவாலயம் அவரை ஒரு புனிதராகக் கருதி அடக்கம் செய்து கொண்டிருந்தபோது திடீரென்று, “அனைவரும் தேவாலயத்தை விட்டு வெளியேறுங்கள்” என்று பாதிரியாரின் உதவியாளர் கத்தினார். எனவே அந்தத் தியாகியின் உடலுடன் இருந்த சவப்பெட்டி தேவாலயத்தை விட்டு வெளியேற்றப்பட்டது. இப்படி மூன்று முறை நடந்தது. அந்தத் தியாகி தன் மூத்தவருக்கு கீழ்ப்படிய மறுத்து அவரை விட்டு வெளியேறி விட்டதால், அவர் மகத்தான ஆன்மீக சாதனைகளைச் செய்திருந்தாலும் மூத்தவரின் மன்னிப்பு இல்லாமல் அவரை அடக்கம் செய்ய முடியாது என்று அவர்கள் நினைத்தார்கள். அதன் பிறகு மூத்தவரை வரவழைத்து, இறந்தவரைக் கீழ்ப்படிதலில் இருந்து விடுவித்த பிறகே அடக்கம் செய்ய முடிந்தது. நிச்சயமாக இது ஒரு பண்டைய புராணக்கதையாக மட்டுமே இருக்க முடியும் என்றாலும் இங்கே சமீபத்திலும் அப்படி ஒரு நிகழ்ச்சி நடந்தது.

எங்கள் காலத்தில் வாழ்ந்த ஒரு துறவி அத்தோஸ் மலையில் இரட்சிப்பைத் தேடிக்கொண்டிருந்தபோது, திடீரென்று அவருடைய மூத்தவர், அந்தத் துறவி மிகவும் நேசித்த, அமைதியின் புகலிடமாகக் கருதிய அத்தோஸை விட்டு வெளியேறி, முதலில் ஜெருசலேமுக்குச் சென்று புனித ஸ்தலங்களைத் தரிசிக்கவும், பின்னர் ரஷ்யாவுக்கு வடக்கே, சைபீரியாவுக்குச் செல்லும்படியும் கட்டளையிட்டார். “ஏனென்றால் இது உங்களுக்குரிய இடம் அல்ல அது அங்கே இருக்கிறது” என்றார் மூத்தவர். இதனால் துக்கத்தில் மனம் நொந்து போன துறவி, கான்ஸ்டான்டினோபிளில் உள்ள உலகம் முழுவதுக்கும் பொதுவான தேவாலயத்திற்குச் சென்று, அங்கிருந்த பாதிரியாரிடம் தன்னைக் கீழ்ப்படிதல் என்ற சபதத்திலிருந்து விடுவிக்கும்படி மன்றாடினார். ஆனால் அவர் தன்னாலும் அல்லது பூமியில் உள்ள எந்தச் சக்தியாலும் அவரை விடுவிக்க முடியாது என்றும், அவருடைய மூத்தவரால் மட்டுமே அதைச் செய்ய முடியும் என்றும் விளக்கினார். இவ்வாறு மூத்தவர்களுக்கு சில சந்தர்ப்பங்களில், நினைத்துப் பார்க்க முடியாத அதிகாரம் வழங்கப்பட்டுள்ளது. அதனால்தான் ரஷ்ய மடாலயங்களில் மூத்தவர்களின் அமைப்புக்கு முதலில் எதிர்ப்புத் தெரிவிக்கப்பட்டது. இருந்தாலும் பொதுமக்கள் அந்த மூத்தவர்கள் மீது அளவற்ற

மரியாதை வைத்திருந்தனர். ஆனால் சாமானிய மக்களும், உயர்குடியினரும் எங்கள் மடாலயத்திற்குப் பெருந்திரளாக வந்து, மூத்தவர்களை வணங்கி, தங்கள் சந்தேகங்களையும், பாவங்களையும், துன்பங்களையும் அவர்களிடம் முறையிட்டு, ஆலோசனைகளையும் அறிவுரைகளையும் கேட்பதற்குக் குவிந்தனர். இதைக் கண்ட மூத்தவர்களின் எதிர்ப்பாளர்கள் பல்வேறு குற்றச்சாட்டுகளை முன்வைத்தது மட்டுமின்றி, இந்த ஒப்புதல் வாக்குமூலம் அளிக்கும் செயல் முறையற்றது, தன்னிச்சையானது, இழிவானது என்று எதிர்ப்புத் தெரிவித்தனர். ஆனால் துறவிகளும், பாமர மக்களும் தங்கள் மனதில் உள்ளவற்றை மூத்தவரிடம் பகிர்ந்து கொள்வதற்கும், உண்மையான ஒப்புதல் வாக்குமூலம் அளிப்பதற்கும் எந்தச் சம்பந்தமும் இல்லை என்பதைக் கவனத்தில் கொள்ள வேண்டும். எது எப்படியிருந்தாலும், இந்த மூத்தவர்கள் என்ற அமைப்பு தொடர்ந்து நீடித்து, படிப்படியாக ரஷ்யாவில் உள்ள மற்ற மடாலயங்களில் நிறுவப்பட்டு வருகிறது. இருப்பினும் மனிதனை அடிமைத்தனத்திலிருந்து விடுவித்து, அவனைப் பரிபூரணமான ஆன்மீக மறுமலர்ச்சிக்கு இட்டுச் செல்லும், ஆயிரம் ஆண்டுகள் பழமையான இந்த முறை, இரட்டை முனை ஆயுதமாக மாறக்கூடிய அபாயம் இருப்பது உண்மைதான். இது ஒரு மனிதனுக்குப் பணிவையும், முழுமையான சுயக்கட்டுப்பாட்டையும் வழங்குவதற்குப் பதிலாக, ஆணவத்திற்கும் தற்பெருமைக்கும் வழிவகுத்து, சுதந்திரத்தை அடைவதற்குப் பதிலாக அடிமைத் தனத்திற்கு இட்டுச் செல்லக்கூடும்.

மூத்தவர் ஜோசிமாவுக்கு அறுபத்தைந்து வயது இருக்கும். ஒரு நில உரிமையாளரின் குடும்பத்தைச் சேர்ந்த அவர், இளமையில் ராணுவத்தில் சேர்ந்து, காகசஸில் அதிகாரியாகப் பணியாற்றினார். அவரிடமிருந்த ஏதோ ஒரு சிறந்த பண்பு அல்யோஷாவைக் கவர்ந்திருக்க வேண்டும் என்பதில் சந்தேகமில்லை. அந்த மூத்தவரும் அந்த இளைஞனை மிகவும் நேசித்ததுடன், அவனைத் தன் அறையில் தங்குவதற்கு அனுமதித்தார். அல்யோஷா அங்கிருந்தபோது, எதற்கும் கட்டுப்பட்டவன் அல்ல என்பதையும், அவன் தன் விருப்பம் போல அங்கு வந்து செல்ல முடியும் என்பதையும், பல நாட்களுக்கு அங்கு வராமல் இருக்க முடியும் என்பதையும் கவனத்தில் கொள்ள வேண்டும். அவன் மற்றவர்களிடமிருந்து தனியாகத் தெரியக்கூடாது என்பதற்காகச் சொந்த விருப்பத்தின் பேரில் பாதிரியின் ஆடையை அணிந்து கொண்டான். அவன் அதை விரும்பினான் என்பதில் சந்தேகமில்லை. ஒருவேளை அந்த மூத்தவரின் சக்தியும், அவரைச் சூழ்ந்திருந்த புகழும் அந்த இளைஞனின் கற்பனையில் ஆழமான

தாக்கத்தை ஏற்படுத்தியிருக்கலாம். அருட்தந்தை ஜோசிமாவைப் பார்த்து, அவரிடம் பாவமன்னிப்புக் கேட்டு, அவரது வழிகாட்டுதலையும் ஆறுதலையும் பெறுவதற்காகப் பலரும் வந்து கொண்டிருந்தனர். அவர் அவர்களுடைய துன்பங்களையும், பாவங்களையும் தன் ஆன்மாவில் உள்வாங்கிக் கொண்டதன் மூலம், தன்னைப் பார்க்க வரும் புதியவர்களின் முகத்தைப் பார்த்த நொடியில், அவர்கள் என்ன சொல்ல விரும்புகிறார்கள், அவர்களுக்கு என்ன தேவை, அவர்களுடைய உள்ளத்தை வேதனைப்படுத்துவது எது என்பதை அவரால் புரிந்துகொள்ள முடிந்தது என்று அவரைப் பற்றிப் பலரும் சொன்னார்கள். எனவே மூத்தவரிடம் புதியதாக வருபவர்கள் எதுவும் பேசுவதற்கு முன்பே அவர் தங்கள் மனதில் உள்ளதை அறிந்திருப்பதைக் கண்டு, அவர்கள் ஆச்சரியமும், குழப்பமும், பயமும் அடைந்தார்கள். அதே சமயம் ஜோசிமாவை முதன் முதலாகத் தனியாகச் சந்திக்கச் செல்லும் பலரும் பயத்துடனும், பதட்டத்துடனும் உள்ளே நுழைவதையும், ஆனால் அவர்கள் மகிழ்ச்சியாகவும் பிரகாசமாகவும் வெளியே வருவதையும், அவர்களின் இருண்ட முகம் மகிழ்ச்சியானதாக மாறிவிடுவதையும் அல்யோஷா கவனித்தான்.

மூத்தவர் ஜோசிமா எந்தவிதத்திலும் கடுமையாக நடந்து கொள்ளாததும், அவர் எப்போதும் மகிழ்ச்சியாக இருப்பதும் அல்யோஷாவுக்கு வியப்பாக இருந்தது. அவர் மிக மோசமான பாவிகளிடம் மிகவும் அன்பாக நடந்து கொண்டார் என்றும், ஒரு மனிதனின் பாவங்கள் எந்த அளவுக்கு அதிகமாக இருக்கிறதோ அந்த அளவுக்கு அவன் மீது அதிகமாக அன்பு காட்டினார் என்றும் அங்கிருந்த துறவிகள் சொன்னார்கள். அவருடைய வாழ்நாளின் இறுதிவரை அவரை வெறுத்த, அவர் மீது பொறாமைப்பட்ட, பல துறவிகள் மடாலயத்தில் இருந்தார்கள் என்பதில் சந்தேகமில்லை. ஆனால் அவர்கள் மிகக் குறைவாக இருந்தார்கள் என்பதுடன், அவர்கள் தங்கள் உணர்வுகளை வெளிக்காட்டாமல் அடக்கி வைத்திருந்தனர். அவர்களில் சிலர் அந்த மடாலயத்தில் முக்கியமான பதவிகளை வகித்தனர். அவர்களில் மிகவும் வயதானவராக இருந்த ஒரு துறவி, தனது கண்டிப்பான உண்ணா விரதத்திற்கும், மௌன விரதத்திற்கும் பெயர் பெற்றிருந்தார். ஆனால் அங்கிருந்த மற்ற துறவிகள் அனைவரும் சந்தேகத்திற்கு இடமின்றி ஜோசிமாவை ஆதரித்தனர். அவர்களில் பலர் அவரை மனப்பூர்வமாக, உண்மையாக நேசித்தனர். அவர்களில் குறிப்பிட்ட சிலர் அவர் மீது வெறித்தனமான பக்தி கொண்டிருந்தனர். அவர்கள் வெளிப்படையாக அதைச் சொல்லவில்லை என்றாலும், அவர் ஒரு மகான் என்பதில்

எந்தச் சந்தேகமும் இருக்க முடியாது என்று அவர்கள் முடிவு செய்தார்கள். அவரது முடிவு நெருங்கிக் கொண்டிருக்கும் வேளையில், அவரிடமிருந்து மடாலயத்திற்குப் பெருமை சேர்க்கும் அற்புதங்கள் நிகழும் என்று அவர்கள் எதிர்பார்த்தனர். அல்யோஷாவுக்குத் தேவாலயத்திலிருந்து தானாகவே பறந்த சவப்பெட்டியின் கதையில் கேள்விக்கிடமற்ற நம்பிக்கை இருந்ததைப் போலவே, ஜோசிமாவின் அற்புத சக்திகளிலும் அவனுக்கு அசைக்க முடியாத நம்பிக்கை இருந்தது. எனவே நோயுற்ற பிள்ளைகளுடன் அல்லது வயதான உறவினர்களுடன் மூத்தவரைப் பார்க்க வந்தவர்கள், அவருடைய கையைத் தங்கள் மீது வைத்து தங்களுக்காக ஜெபிக்கும்படி அவரிடம் வேண்டிக் கொண்டனர். அவர்களில் சிலர் மறுநாளே திரும்பி வந்து, மூத்தவரின் கால்களில் விழுந்து, நோயுற்றவர்களைக் குணப்படுத்தியதற்காக அவருக்கு நன்றி சொன்னார்கள்.

அதைப் பார்த்த அல்யோஷாவுக்கு அது உண்மையில் குணப்படுத்தும் ஒரு சிகிச்சையா அல்லது நோயின் போக்கில் ஏற்பட்ட இயற்கையான நிவாரணமா என்ற கேள்வி எழவில்லை. ஏனெனில் அவன் தன்னுடைய குருவின் ஆன்மீக சக்தியை முழுமையாக நம்பியதுடன், அதைத் தனது சொந்த வெற்றியாகக் கருதி மகிழ்ச்சியடைந்தான். குறிப்பாக ரஷ்யாவின் பல பகுதிகளிலிருந்து மூத்தவரைக் காண்பதற்காகவும், அவருடைய ஆசீர்வாதத்தைப் பெறுவதற்காகவும் மடாலயத்தின் வாயிலில் கூட்டமாகத் திரண்டிருந்த சாமானிய மக்களை அவர் சந்திக்கச் சென்றபோது, அவனுடைய இதயம் பூரிப்பால் விம்மியது, அவனுடைய கண்கள் பிரகாசித்தன. அவர்கள் அவருடைய கால்களில் விழுந்து, அவரது பாதங்களையும், அவர் நின்றிருந்த பூமியையும் முத்தமிட்டு, கண்களில் கண்ணீர் விட்டுக் கதறி அழுதனர். பெண்கள் நோயினால் பாதிக்கப்பட்ட தங்கள் குழந்தைகளையும், நரம்புக் கோளாறினால் பாதிக்கப்பட்டு 'அலறும்' விவசாயப் பெண்களையும் அழைத்துக் கொண்டு வந்தனர். மூத்தவர் அவர்களுடன் பேசி, அவர்களுக்காக ஜெபம் செய்து, அவர்களை ஆசீர்வதித்து அனுப்பி வைத்தார். சமீபகாலமாக அவர் உடல் நலக்குறைவால் மிகவும் பலவீனமாக இருந்ததால் அவரால் தனது அறையை விட்டு வெளியே வர முடியவில்லை. எனவே அவர் வெளியே வருவதற்காக யாத்ரீகர்கள் பல நாட்கள் காத்திருந்தனர். அவர்கள் அனைவரும் ஏன் மூத்தவரை நேசித்தார்கள், ஏன் அவருடைய கால்களில் விழுந்து வணங்கினார்கள், அவரைக் கண்டதும் ஏன் உணர்ச்சிவசப்பட்டு அழுதார்கள் என்பதைக் குறித்து அல்யோஷா சிறிதும் ஆச்சரியப்பட

வில்லை. துக்கத்தாலும், துன்பத்தாலும், அதைவிட அதிகமாக, நிரந்தரமான அநீதியாலும், நித்திய பாவத்தினாலும் சோர்ந்துபோன எளிய ரஷ்யனின் ஆன்மாவுக்கு, ஏதோ ஓர் ஆலயத்தையோ, ஒரு புனிதரையோ கண்டுபிடித்து வணங்குவதையும், ஆறுதலைத் தேடுவதையும் விட அவசியமான தேவை எதுவும் இல்லை என்பதை அவன் நன்றாகப் புரிந்து கொண்டான். "நாங்கள் பாவம் செய்து, பொய் சொல்லி, ஆசையின் வலையில் சிக்குண்டு வாழ்ந்தாலும், இந்தப் பூமியில் எங்கோ ஓரிடத்தில் உண்மையை அறிந்த ஒரு புனிதர், ஒரு மகான் இருக்கிறார் என்பதை நாங்கள் அறிவோம். எனவே இந்த உலகில் சத்தியமும் நீதியும் அழிந்துபோகாது என்பது நிச்சயம். அது தனது சத்தியத்தின்படி ஒரு காலத்தில் நம்மிடம் வந்து, இந்தப் பூமி முழுவதையும் ஆளப்போகிறது" என்பதை அந்த மக்கள் உணர்ந்திருந்தார்கள்.

அவர்கள் அப்படித்தான் நினைக்கிறார்கள் என்று அல்யோஷாவுக்குத் தெரியும். அவனுடைய அறிவுக்கு அது நன்றாகப் புரிந்தது. ஆனால் மூத்தவர் ஜோசிமாதான் அந்தப் புனிதர் என்பதையும், கடவுளுடைய சத்தியத்தைக் காப்பவர் என்பதையும், அந்த அழும் விவசாயிகளையும், தங்கள் குழந்தைகளை மூத்தவரிடம் தூக்கி நீட்டிய நோயுற்ற பெண்களையும் போலவே அல்யோஷாவும் சந்தேகத்திற்கு இடமின்றி நம்பினான். அவருடைய மரணத்திற்குப் பிறகு அவர் அந்த மடாலயத்திற்குப் பெரும் மகிமையைக் கொண்டு வருவார் என்ற நம்பிக்கை, மற்ற எவரையும் விட அல்யோஷாவுக்கு மிக அதிகமாக இருந்தது. அண்மைக் காலமாக அவனுடைய உள்ளத்தில் ஒரு விசித்திரமான, ஆழ்ந்த பரவசம் மேலும் மேலும் தீவிரமாகக் கொழுந்துவிட்டு எரிந்து கொண்டிருந்தது. அந்த மூத்தவர் மற்றவர்களிடமிருந்து தனித்து நிற்கிறார் என்பதை நினைத்து அவன் சற்றும் மனம் தளரவில்லை. 'இருந்தாலும் அவர் பரிசுத்தமானவர், இந்தப் பூமியில் சத்தியத்தை நிலைநிறுத்தும் வல்லமை அவருடைய இதயத்திற்கு இருக்கிறது. இறுதியில் அந்தச் சக்தி பூமியில் என்றென்றும் சத்தியத்தை நிலை நாட்டும். அப்போது எல்லா மனிதர்களும் பரிசுத்தமானவர்களாக, ஒருவருக்கொருவர் அன்புள்ளம் கொண்டவர்களாக, ஏழை பணக்காரன் என்ற வித்தியாசமோ, உயர்ந்தவர்கள் தாழ்ந்தவர்கள் என்ற வேறுபாடோ இல்லாமல் இருப்பார்கள். எல்லோரும் தேவனுடைய பிள்ளைகளாக இருப்பார்கள். கிறுஸ்துவின் உண்மையான ராஜ்யம் மலரும்' என்ற கனவு அல்யோஷாவின் உள்ளத்தில் இருந்தது.

அப்போது அல்யோஷாவின் சகோதரர்கள் இருவரும் அங்கு வந்தது அவன் மீது மிகப்பெரிய தாக்கத்தை ஏற்படுத்தியதாகத்

தெரிகிறது. அவன் தனது சொந்த சகோதரர் இவானை விட, சொந்த சகோதரருக்குப் பின்னால் அங்கு வந்து சேர்ந்த, அவனது ஒன்றுவிட்ட சகோதரர் டிமிட்ரி ஃபியோதரோவிச்சுடன், விரைவில் நெருக்கமானான். அல்யோஷா இவானைப் பற்றி அறிந்துகொள்ள மிகவும் ஆவலாக இருந்தான். அல்யோஷாவும் இவானும் ஏற்கனவே அவர்களுடைய தந்தையின் வீட்டில் இரண்டு மாதங்கள் ஒன்றாக வசித்த போதிலும், இருவரும் அடிக்கடிச் சந்தித்துக் கொண்ட போதிலும், அவர்கள் இன்னும் ஒருவரை ஒருவர் நெருக்கமாக அறிந்து கொள்ளவில்லை. அல்யோஷா இயல்பாக அதிகம் பேசாமல் இருந்தாலும், அவனுடைய சகோதரனிடமிருந்து எதையோ எதிர்பார்த்தவனாக இருந்தாலும் சங்கடப்படுவது போலத் தோன்றியது. ஆரம்பத்தில் இவான் தன்னை நீண்ட நேரம் ஆர்வத்துடன் உற்றுப் பார்ப்பதை அல்யோஷா கவனித்தான் என்றாலும், அவன் வெகு சீக்கிரத்தில் தன்னைக் கவனிப்பதை நிறுத்திவிட்டதை இவான் சற்றே சங்கடத்துடன் கவனித்தான். தனது சகோதரரின் அலட்சியத்திற்கு அவர்கள் இருவருக்கும் இடையில் வயதிலும், கல்வியிலும் இருந்த வித்தியாசம் காரணமாக இருக்கலாம் என்று அவன் குறிப்பிட்டான். ஆனால் இவானுக்குத் தன் மீது ஆர்வமும் அனுதாபமும் இல்லாததற்கு வேறு ஏதேனும் காரணம் இருக்கலாம் என்று அல்யோஷா நினைத்தான். இவான் எப்போதும் ஏதோ முக்கியமான சிந்தனையில் மூழ்கியவனாக, ஏதோ ஓர் இலக்கை அடையும் நோக்கத்துடன் பாடுபடுவதாகவும், ஒருவேளை அது மிகவும் கடினமானதாக இருக்கும் காரணத்தால், அவனுக்குத் தன்னைப் பற்றி யோசிப்பதற்கு நேரமில்லாமல் தன்னை அலட்சியப்படுத்துவதாகவும் அல்யோஷா நினைத்தான். மெத்தப் படித்த நாத்திகரான தனது சகோதரர், தன்னை ஓர் அப்பாவியாகக் கருதி அலட்சியப்படுத்துகிறாரா என்பதையும் அல்யோஷாவால் நினைத்துப் பார்க்காமல் இருக்க முடியவில்லை. ஏனெனில் அவனுக்குத் தன் சகோதரர் ஒரு நாத்திகர் என்பது நன்றாகத் தெரியும். அவரிடமிருந்து அப்படி ஏதேனும் அவமதிப்பு இருந்தால் அது நிச்சயமாக அவனைப் புண்படுத்தாது. ஆனால் அவன் என்ன காரணம் என்று புரியாமல் பதட்டத்துடன், தன் சகோதரர் தன்னிடம் நெருங்கி வருவார் என்று காத்திருந்தான். டிமிட்ரி ஃபியோதரோவிச், அவனிடம் இவானைப் பற்றி மிகுந்த மரியாதையுடனும், வாஞ்சையுடனும் பேசினார். அல்யோஷா தன்னுடைய இரண்டு மூத்த சகோதரர்களையும் மிகவும் நெருக்கமாகப் பிணைத்த முக்கியமான விஷயம் என்ன என்பதை அவர் மூலமாகத் தெரிந்து கொண்டான். இவானைப் பற்றிய டிமிட்ரியின் பரவசமான கருத்துக்கள் அல்யோஷாவுக்கு மிகவும்

இயல்பாகத் தோன்றின, ஏனெனில் இவானுடன் ஒப்பிடுகையில் டிமிட்ரி முற்றிலும் கல்வியறிவு அற்றவர் என்பது மட்டுமின்றி, அவர்கள் இருவரும் குணத்திலும் ஆளுமையிலும் குறிப்பிடத்தக்க வகையில் மிகவும் வித்தியாசமானவர்களாக, அப்படியான இரண்டு மாறுபட்ட மனிதர்கள் இருப்பார்கள் என்பதைக் கற்பனை செய்வது அநேகமாகச் சாத்தியமற்றது என்பதைப் போல இருந் தார்கள்.

அந்தச் சமயத்தில்தான் அல்யோஷாவை ஆழமாகப் பாதித்த, அந்த முரண்பட்ட குடும்ப உறுப்பினர்களின் சந்திப்பு மடாலயத்தில் மூத்தவரின் அறையில் நடந்தது. உண்மையில் அந்தச் சந்திப்புக்கான காரணம் பொய்யானது. அந்த நேரத்தில்தான் டிமிட்ரிக்கும் அவரது தந்தைக்கும் இடையில் வாரிசுரிமை மற்றும் சொத்துரிமை தொடர்பான கருத்து வேறுபாடுகள் உச்சகட்டத்தை அடைந்து, அவர்களுடைய உறவு முறிவடையும் நிலைக்குச் சென்றது. அப்போது ஃபியோதர் பாவ்லோவிச், அனைவரும் அருட்தந்தை ஜோசிமாவின் அறையில் ஒன்றுகூட வேண்டும் என்று முதலில் வேடிக்கையாக ஒரு யோசனை சொன்னதாகத் தெரிகிறது. இதில் மூத்தவர் ஜோசிமாவின் கண்ணியமும், ஆளுமையும், சாந்தமும் ஒரு விளைவை ஏற்படுத்தும் என்பதால், அவர் நேரடியாகத் தலையிட வேண்டிய அவசியமின்றி, அவருடைய முன்னிலையில், இந்த விஷயத்திற்கு ஒரு நியாயமான உடன்பாட்டை எட்ட முடியும் என்று ஃபியோதர் பாவ்லோவிச் நினைத்தார். இதுவரை மூத்தவரைப் பார்த்திராத டிமிட்ரி, தன் தந்தை தன்னை மிரட்டுவதற்காக அவரைப் பயன்படுத்துவதாக நினைத்தார். ஆனால் டிமிட்ரி தன் தந்தையுடன் சமீபத்தில் நடந்த பேச்சு வார்த்தையின்போது, அவரைக் கடுமையாகச் சாடியதால் ஏற்பட்ட குற்றவுணர்வின் காரணமாக அந்தச் சவாலை ஏற்றுக் கொண்டார். அவர் இவான் ஃபியோதரோவிச்சைப் போல தன் தந்தையின் வீட்டில் வசிக்காமல், நகரத்தின் ஒரு பகுதியில் தனியாக வசித்து வந்தார் என்பதைக் கவனத்தில் கொள்ள வேண்டும்.

அந்த நேரத்தில் அங்கு வசித்த பியோட்டர் அலெக்ஸாண்ட்ரோவிச் மியூசோவ், பியோதர் பாவ்லோவிச்சின் ஆலோசனையை ஆவலுடன் ஏற்றுக் கொண்டார். நாற்பது, ஐம்பதுகளில் தாராள வாதியாகவும், சுதந்திர சிந்தனையாளராகவும், நாத்திகராகவும் இருந்த மியூசோவ், சலிப்பு காரணமாகவோ அல்லது ஒரு சுவாரஸ் யத்திற்காகவோ இந்த விஷயத்தில் அதிக ஆர்வம் காட்டினார். அவருக்குத் திடீரென்று மடாலயத்தையும், அந்தப் ‘புனிதரையும்’ பார்க்க வேண்டும் என்ற ஆவல் ஏற்பட்டது. அவருக்கும்

மடாலயத்துக்கும் இடையில் இருந்த பழைய சண்டை இன்னும் நீடித்ததாலும், நிலத்தின் எல்லையில் மரம் வெட்டுவதற்கும், ஆற்றில் மீன் பிடிப்பதற்கும் சில உரிமைகள் தொடர்பான வழக்கு இன்னும் இழுபறியாக இருந்ததாலும், அந்தப் பிரச்சனையைத் தீர்த்து, ஒரு சுமூகமான உடன்பாட்டை எட்டுவதற்காக அவர் இந்தச் சந்தர்ப்பத்தை ஒரு சாக்காகப் பயன்படுத்திக் கொண்டார். ஆர்வத்தினால் மடாலயத்திற்கு வரும் ஒரு சாதாரண விருந்தாளியை விட, இத்தகைய போற்றத்தக்க நோக்கங்களுடன் வரும் ஒரு மனிதரை அதிக அக்கறையுடனும் மரியாதையுடனும் வரவேற் பார்கள் என்று மியூசோவ் நினைத்தார். இந்தக் காரணங்களால் மடாலயத்திலிருந்த துறவிகள் மூத்தவர் அவர்களைச் சந்திக்க வேண்டும் என்று வற்புறுத்தியிருக்கலாம். மூத்தவர் தனக்கிருந்த நோயின் காரணமாக, சமீபமாக வழக்கமான பார்வையாளர்களைக் கூடச் சந்திக்க மறுத்து, தனது அறையை விட்டு வெளியே வரவில்லை என்றாலும், அவர்களைப் பார்க்க ஒப்புக் கொண்டார். அதற்கான நாளும் குறிக்கப்பட்டது. “அவர்களின் பொருட்டு என்னை நீதிபதியாக்கியது யார்?” என்று அவர் அல்யோஷாவிடம் புன்னகையுடன் கேட்டார்.

அல்யோஷா அந்தச் சந்திப்பைப் பற்றிக் கேள்விப்பட்டபோது மிகவும் கலக்கமடைந்தான். சண்டைக்கும் சச்சரவுக்கும் தயாராக இருக்கும் அந்த மனிதர்களில், அந்த விவகாரத்தை மிகவும் தீவிரமாக எடுத்துக் கொள்பவர் சந்தேகத்திற்கு இடமின்றி அவனது சகோதரர் டிமிட்ரி ஒருவராகத்தான் இருக்கும். மற்றவர்கள் அனைவரும் அற்ப காரணங்களுக்காக அங்கு வருகிறார்கள் என்பதால் ஒருவேளை அவர்களால் மூத்தவருக்கு அவமதிப்பு ஏற்படலாம் என்று அல்யோஷாவுக்கு நன்றாகத் தெரியும். ஓர் ஆர்வத்தில் இங்கு வரும் இவானும் மியூசோவும் முரட்டுத்தனமாக நடந்து கொள்ளலாம். அதே நேரத்தில் ஏதோ ஒரு கோமாளித் தனமான நாடகத்தை அரங்கேற்றத் திட்டமிட்டு இங்கே வரும் அவனது தந்தை முழு விவகாரத்தையும் கேலிக்கூத்தாக மாற்றுவார். அல்யோஷா எதையும் பேசப்போவதில்லை என்றாலும் அவனுக்குத் தன் தந்தையைப் பற்றி நன்றாகத் தெரியும். எல்லோரும் நினைப்பது போல அந்த இளைஞன் அப்பாவி அல்ல என்று நான் மீண்டும் சொல்கிறேன். எனவே அவன் கனத்த இதயத்துடன் அந்தக் குறிப்பிட்ட நாளுக்காகக் காத்திருந்தான். தன்னுடைய குடும்பத்தில் தீராத தலைவலியாக இருக்கும் இந்தப் பிரச்சனைக்கு ஒரு முற்றுப்புள்ளி வைக்க வேண்டும் என்ற கவலை அவனை வாட்டியது என்பதில் சந்தேகமில்லை. இருந்தாலும் அவன்

52 ○ கரமசோவ் சகோதரர்கள் – தமிழில்: கேசவமணி

மூத்தவரை நினைத்து அதிகமாகக் கவலைப்பட்டான். அவருடைய பெயருக்கும் புகழுக்கும் களங்கம் வந்துவிடுமோ என்று அவன் பயந்தான். குறிப்பாக மியூசோவின் நுட்பமான, நகர்ப்புறக் கிண்டல்களையும், கற்றறிந்த இவானின் கர்வத்துடன் கூடிய அவதூறுகளையும் கற்பனை செய்து பார்த்த அல்யோஷா அஞ்சினான். அவன் அவர்களைப் பற்றி மூத்தவரிடம் முன்னதாகவே எச்சரிக்கை செய்ய நினைத்தான் என்றாலும் அதைச் செய்ய வேண்டாம் என்று முடிவு செய்து பேசாமல் இருந்தான். அவன் அந்தக் குறிப்பிட்ட நாளுக்கு முன் தினம், தன் சகோதரன் டிமிட்ரியை நேசிப்பதாகவும், அவர் கொடுத்த வாக்கைக் காப்பாற்றுவார் என்று நம்புவதாகவும், நண்பர் ஒருவரின் மூலம் அவருக்குச் செய்தி அனுப்பினான். டிமிட்ரி அதை வாங்கிப் பார்த்துவிட்டு யோசித்தார், ஏனெனில் வாக்குறுதி எதுவும் கொடுத்ததாக அவருக்கு நினைவில்லை. 'ஏதோ ஒரு கேவலமான தந்திரம் நடக்கப்போகிறது என்றும், தன்னால் இயன்ற வரை பொறுமையாக இருப்பேன் என்றும், மூத்தவர் மீதும், இவான் மீதும் தனக்கு மிகுந்த மரியாதை இருந்தபோதிலும், தனக்கு ஏதோ ஒரு வலை விரிக்கப்படுகிறது அல்லது முழு விவகாரமும் ஒரு கேலிக்கூத்தாக இருக்கப்போகிறது என்று தான் உறுதியாக நம்புவதாகவும்' அவர் கடிதம் மூலம் பதிலளித்தார். 'இருப்பினும் நீங்கள் மிகவும் உயர்வாக மதிக்கும் மூத்தவருக்கு மரியாதை காட்டத் தவறுவதை விட, நான் என் நாக்கைத் துண்டித்துக் கொள்வேன்' என்று அவர் கடிதத்தை முடித்திருந்தார். இருந்தாலும் அல்யோஷா அதனால் பெரிய அளவில் மகிழ்ச்சியடையவில்லை.

இரண்டாவது புத்தகம்: அநாகரிகமான சந்திப்பு

1. அவர்கள் மடாலயத்திற்கு வந்தார்கள்

ஆகஸ்ட் மாதத்தின் இறுதி நாளான அது சூரியனின் பிரகாசமான வெளிச்சத்துடன் தெளிவாகவும், அற்புதமாகவும் இருந்தது. காலை பிரார்த்தனைக்குப் பிறகு, சுமார் பதினொன்றரை மணிக்கு மூத்தவரைச் சந்திக்க ஏற்பாடு செய்யப்பட்டிருந்தது. எங்கள் பார்வையாளர்கள் யாரும் பிரார்த்தனையில் கலந்து கொள்ளவில்லை, ஆனால் அவர்கள் அனைவரும் பிரார்த்தனை முடிந்த பிறகு வந்தனர். அவர்கள் இரண்டு வண்டிகளில் அங்கு வந்தனர். விலையுயர்ந்த குதிரைகள் பூட்டிய ஒரு சொகுசு வண்டியில், பியோட்டர் அலெக்ஸாண்ட்ரோவிச் மியூசோவ், தனது தூரத்து உறவினரான ஃபோமிச் கல்கனோவ் என்ற பல்கலைக் கழகத்தில் சேரத் திட்டமிட்டுக் கொண்டிருந்த ஒரு இருபது வயது இளைஞனுடன் வந்தார். அப்போது ஏதோ ஒரு காரணத்தினால் அவனுடன் வாழ்ந்து கொண்டிருந்த மியூசோவ், அவனை வெளிநாட்டுக்குச் சென்று ஜூரிச் அல்லது ஜெனாவில் உள்ள பல்கலைக்கழகத்தில் சேர்ந்து படிக்கும்படித் தூண்டினார். அந்த இளைஞன் இன்னும் முடிவெடுக்க முடியாமல் இருந்தான். அவன் ஆழ்ந்த சிந்தனையிலும் குழப்பத்திலும் இருந்தான். அவன் நல்ல திடகாத்திரமான உடலுடன் உயரமாக அழகாக இருந்தான். அவனுடைய பார்வை சில நேரங்களில் மிக விசித்திரமாக ஏதோ ஒன்றில் நிலைத்து நின்றது. அவன் சிதறிய கவனத்துடன் காணப்படும் மனிதர்களைப் போல, தன் எதிரில் உள்ளவரை உற்றுப் பார்ப்பது போலத் தோன்றினாலும், உண்மையில் அவரைப் பார்க்காமல் வேறெங்கோ பார்த்துக் கொண்டிருந்தான். அவன் அதிகம் பேசாமல் சற்றே சங்கடத்துடன் இருந்தான். ஆனால் அவன் தனியாக ஒருவருடன் இருக்கும்போது மட்டும் அதிக உற்சாகத்துடன் அவருடன் வேடிக்கையாகப் பேசியதுடன், காரணமின்றிச் சிரிக்கவும் செய்தான். ஆனால் அவன் எதற்காகச்

சிரிக்கிறான் என்பது கடவுளுக்கே வெளிச்சம். ஆனால் அவனுடைய அந்த உற்சாகம் தோன்றிய வேகத்தில் மறைந்துவிடும். அவன் எப்போதும் நன்றாக, நேர்த்தியாக உடை அணிந்தான். அவனுக்கு ஏற்கனவே நிலையான ஒரு வருமானம் இருந்தது. இருந்தும் அவன் அதைவிட அதிகமான வருமானத்தை எதிர்பார்த் தான். அவனும் அல்யோஷாவும் நல்ல நண்பர்கள்.

மியூசோவின் வண்டியைப் பின்தொடர்ந்து, ஒரு பழங்கால, கிறீச்சென்று ஓசையெழுப்பிய, இளஞ்சிவப்பும் சாம்பல் நிறமும் கலந்த குதிரைகள் பூட்டிய ஒரு விசாலமான வாடகை வண்டியில், ஃபியோதர் பாவ்லோவிச்சும், இவான் ஃபியோதரோவிச்சும் வந்தனர். டிமிட்ரி ஃபியோதரோவிச்சுக்கு நேற்றே தேதியும் நேரமும் தெரிவிக்கப்பட்டிருந்தது என்றாலும் அவர் தாமதமாக வந்தார். அவர்கள் தங்கள் வண்டிகளை மடாலயத்திற்கு வெளியே இருந்த ஒரு சத்திரத்தில் விட்டுவிட்டு, பிரதான நுழைவு வாயில் வழியாக நடந்தே மடாலயத்திற்குச் சென்றனர். அவர்களில் ஃபியோதர் பாவ்லோவிச் ஒருவரைத் தவிர வேறு யாரும் இதுவரை மடாலயத்தைப் பார்த்ததில்லை. மியூசோவைப் பொறுத்தவரை அவர் கடந்த முப்பது ஆண்டுகளாகத் தேவாலயத்திற்குக் கூடச் சென்றதில்லை. எனவே அவர் ஆர்வத்துடன் அனைத்தையும் சுற்றிப் பார்த்தார் என்றாலும், தனக்கு அவற்றில் அக்கறையில்லை என்று காட்டிக் கொண்டார். ஆனால் தேவாலயத்தின் கட்டிடக் கலையையும், துறவிகள் வாழ்ந்த கட்டிடங்களையும் தவிர, அவரைப் போல மனநிலை கொண்ட ஒரு மனிதருக்கு ஆர்வ மூட்டும் எதுவும் அங்கு இல்லை. எல்லாமே மிகவும் சாதாரண மானவை, எளிமையானவை. பிரார்த்தனை முடிந்த பிறகு கடைசியாக எஞ்சியிருந்தவர்களும், தங்கள் தொப்பிகளைக் கழற்றி விட்டு, சிலுவையிட்டுக் கொண்டு, தேவாலயத்தை விட்டு வெளியேறிக் கொண்டிருந்தனர். அந்தச் சாமானிய மக்களில் உயர் சமூகத்தைச் சேர்ந்த இரண்டு அல்லது மூன்று பெண்களும், ஒரு வயதான தளபதியும் இருந்தனர். அவர்கள் அனைவரும் அருகிலுள்ள ஒரு விடுதியில் தங்கியிருந்தனர். நம்முடைய பார்வை யாளர்கள் உள்ளே நுழைந்ததும், பிச்சைக்காரர்கள் அவர்களைச் சூழ்ந்து கொண்டனர். ஆனால் அவர்களில் யாரும் அவர்களுக்கு எதுவும் கொடுக்கவில்லை. இளைஞன் கல்கனோவ் மட்டும் சங்கடத்துடன், அவசரமாக (ஏன் என்று கடவுளுக்கே வெளிச்சம்), தனது பணப்பையிலிருந்து பத்து கோபெக் நாணயத்தை எடுத்து ஒரு மூதாட்டியின் கையில் திணித்து, “அதைப் பகிர்ந்து கொள்ளுங்கள்” என்றான். அவனது தோழர்களில் ஒருவர் கூட அதைப் பற்றி ஒரு வார்த்தையும் பேசவில்லை என்பதால் அவன்

அவ்வளவு சங்கடப்படுவதற்கு எந்தக் காரணமும் இல்லை. ஆனால் அவன் அதை உணர்ந்து மேலும் சங்கடப்பட்டான்.

அவர்களின் வருகையை யாரும் எதிர்பார்த்ததாகத் தெரியவில்லை என்பதும், அவர்களை எந்தவிதமான சிறப்பு மரியாதையுடன் வரவேற்கவில்லை என்பதும் விசித்திரமாக இருந்தது. ஏனெனில் அவர்களில் ஒருவர் சமீபத்தில் மடாலயத்திற்கு ஆயிரம் ரூபிள்களை நன்கொடையாகக் கொடுத்திருந்தார். மற்றொருவர் அதிகம் படித்த, பணக்கார நில உடைமையாளர்களில் ஒருவர். மேலும் அங்கிருந்த அனைவரும் நம்பிக்கையுடன் காத்திருந்த ஆற்றில் மீன் பிடிக்கும் உரிமைகள் குறித்த வழக்கின் முடிவை அவரால் தீர்மானிக்க முடியும். ஆனால் அவர்களைச் சந்திக்க மடாலயத்தின் அதிகாரிகள் யாரும் வரவில்லை. தேவாலயத்தின் அருகிலிருந்த கல்லறைகளைப் பார்த்த மியூசோவ், இறந்தவர்களை அத்தகைய 'புனிதமான' இடத்தில் அடக்கம் செய்ய ஒரு நல்ல விலையைக் கொடுத்திருக்க வேண்டும் என்று சொல்ல நினைத்தார், ஆனால் எதுவும் சொல்லவில்லை. அவரது குணாதிசயமான தாராளவாத நகைச்சுவை உணர்வு கோபமாக மாறும் நிலையில் இருந்தது.

"அடடா, இந்தப் பைத்தியக்கார இடத்தில் நமக்கு வழிகாட்ட யாருமில்லையா? நேரம் வீணாகிறது, ஏதாவது செய்ய வேண்டும்" என்று அவர் தனக்குள் பேசிக்கொள்வது போலச் சொன்னார்.

அப்போது திடீரென்று தளர்வான கோடைக்கால கோட் அணிந்த, ஒரு வழுக்கைத் தலை மனிதர் பளபளக்கும் கனிவான சிறிய கண்களுடன், அவர்களை நோக்கி வந்தார். அவர் தொப்பியை உயர்த்தி, தேன் கலந்த கிசுகிசுப்பான குரலில், தன்னைத் துலாவின் நில உரிமையாளர் மாக்சிமோவ் என்று அறிமுகப்படுத்திக் கொண்டார். அவர் உடனடியாக அவர்களுக்கு உதவி செய்ய முன் வந்தார்.

"மூத்தவர் ஜோசிமா மடாலயத்திலிருந்து தோப்பின் மறுபக்கத் தில் நானூறு அடி தூரத்தில் உள்ள ஆசிரமத்தில் தனியாக வசிக்கிறார். தோப்பின் மறுபக்கத்தில்..."

"அது தோப்பின் மறுபக்கத்தில் இருக்கிறது என்று எனக்கு நன்றாகத் தெரியும்" என்றார் ஃபியோதர் பாவ்லோவிச். "ஆனால் எங்களுக்கு அந்த வழி சரியாக நினைவில் இல்லை. நாங்கள் நீண்ட நாட்களாக இங்கு வரவில்லை."

"சரி, நீங்கள் அங்குள்ள அந்த வாயிலைக் கடந்து, நேராக உள்ள தோப்பைத் தாண்டிச் செல்ல வேண்டும். உங்களுக்கு ஆட்சேபணை இல்லை என்றால்... என்னைப் பின் தொடர்ந்து

வாருங்கள்... நான் வழி காட்டுகிறேன். இந்த வழியாக, இந்த வழியாக..."

அவர்கள் வாசலைத் தாண்டித் திரும்பி தோப்பின் வழியாகச் சென்றனர். அறுபது வயது மதிக்கத்தக்க நில உரிமையாளர் மாக்சிமோவ் நடக்காமல் கிட்டத்தட்ட ஓடினார் என்று சொல்வது பொருத்தமாக இருக்கும். அவர் பக்கவாட்டில் திரும்பி அவர்கள் அனைவரையும் ஆர்வத்துடன் ஆராயும் பார்வையுடன் உற்றுப் பார்த்தார். அவரது கண்கள் அகலத் திறந்து அவர்களை வெறித்துப் பார்த்தன.

"இதோ பாருங்கள், நாங்கள் ஒரு தனிப்பட்ட விஷயத்திற்காக மூத்தவரைப் பார்க்க வந்திருக்கிறோம்" என்று மியூசோவ் கடுப்புடன் சொன்னார். "அவரைச் சந்திக்க எங்களுக்கு அனுமதி வழங்கப்பட்டுள்ளது. எனவே நீங்கள் வழிகாட்டியதற்காக நாங்கள் உங்களுக்கு நன்றி சொன்னாலும், நீங்கள் எங்களுடன் உள்ளே வருவதை அனுமதிக்க முடியாது."

"நான் ஏற்கனவே அங்கு சென்றிருந்தேன், அவரைப் பார்த்தேன்... ஒரு சிறந்த மாவீரர்!" என்ற மாக்சிமோவ் தன் கையை உயர்த்தி விரல்களைச் சொடுக்கினார்.

"யார் மாவீரர்?" என்று கேட்டார் மியூசோவ்.

"மூத்தவர்... அவர் போற்றுதலுக்குரியவர்... அந்த மூத்தவர்... இந்த மடாலயத்திற்குப் பெருமையும் மகிமையும். ஜோசிமா. அவர் என்ன ஒரு மூத்தவர்...!"

ஆனால் அப்போது முக்காடு அணிந்து, வெளுத்த முகத்துடன், மெலிந்து, குள்ளமாக இருந்த ஒரு துறவி அங்கே வந்ததால், அவரது குழப்பமான பேச்சு தடைபட்டது. ஃபியோதர் பாவ்லோவிச்சும் மியூசோவும் நின்றார்கள். அந்தத் துறவி மிகவும் பவ்வியத்துடன் நன்றாகக் குனிந்து அவர்களிடம் தெரிவித்தார்.

"நீங்கள் ஆசிரமத்திற்குச் சென்று உங்கள் வேலையை முடித்த பிறகு, உங்கள் அனைவரையும் தலைமை மடாதிபதி மதிய விருந்துக்கு வரச் சொன்னார். சரியாக ஒரு மணியளவில் அவரது அறைக்கு வாருங்கள். நீங்களும் வாருங்கள்" என்று அவர் மாக்சிமோவை நோக்கித் திரும்பினார்.

"நான் நிச்சயம் வருவேன்" என்று கத்திய ஃபியோதர் பாவ்லோவிச் அந்த அழைப்பினால் பெருமகிழ்ச்சி அடைந்தார். "என்னை நம்புங்கள்... நாங்கள் அனைவரும் இங்கே கண்ணியமாக நடந்து கொள்வோம் என்று வாக்குறுதி கொடுத்துள்ளோம்... பியோட்டர் அலெக்ஸாண்ட்ரோவிச் நீங்களும் வருகிறீர்களா?"

"ஆமாம், நிச்சயமாக வருகிறேன். நான் முக்கியமாக மடாலயத்திலுள்ள பழக்கவழக்கங்களைத் தெரிந்துகொள்ளவே இங்கு வந்தேன். ஆனால் எனக்குள்ள ஒரே பிரச்சனை உங்களுடன் இருப்பதுதான்..."

"சரி, டிமிட்ரி ஃபியோதரோவிச் இன்னும் வரவில்லையே?"

"அவர் இங்கே வரவில்லை என்றால் அது மிகவும் நல்ல விஷயமாக இருக்கும். எனக்கு உங்களுடன் இருப்பதும், உங்கள் சண்டைகளைக் கவனிப்பதும் பிடித்திருக்கிறது என்று நினைக்கிறீர்களா? எனவே நாங்கள் விருந்துக்கு வருவோம். தலைமைப் பாதிரியாருக்கு நன்றி சொல்லுங்கள்" என்று அவர் அந்தத் துறவியை நோக்கித் திரும்பினார்.

"சரி, ஆனால் உங்களை மூத்தவரிடம் அழைத்துச் செல்வது என் கடமை" என்றார் அந்தத் துறவி.

"அப்படியானால் நான் தலைமைப் பாதிரியாரிடம் செல்கிறேன்" என்று மாக்சிமோவ் முணுமுணுத்தார்.

"அவர் இப்போது வேலையாக இருக்கிறார். ஆனால் நீங்கள் உங்கள் விருப்பம் போலச் செய்யுங்கள்" என்று துறவி தயக்கத்துடன் சொன்னார்.

"அவர் ஒரு சலிப்பூட்டும் மோசமான கிழவர்" என்று மாக்சிமோவ் மடாலயத்திற்குத் திரும்பிச் சென்றபோது மியூசோவ் சொன்னார்.

"அவர் எனக்கு வான் சோனை நினைவூட்டுகிறார்" என்று ஃபியோதர் பாவ்லோவிச் திடீரென்று சொன்னார்.

"நீங்கள் ஏன் அப்படிச் சொல்கிறீர்கள்? அவர் எந்த வகையில் வான் சோன் போல இருக்கிறார்? நீங்கள் எப்போதாவது வான் சோனைப் பார்த்திருக்கிறீர்களா?"

"நான் அவரது புகைப்படத்தைப் பார்த்தேன். நான் அவர்கள் ஒரே மாதிரியாக இருப்பதாகச் சொல்லவில்லை, ஆனால் அதை விளக்குவது கடினம். இந்த மனிதர் மற்றொரு வான் சோன். நான் எப்போதும் ஒரு மனிதரின் முகத்தைப் பார்த்து அதைச் சொல்ல முடியும்."

"ஒருவேளை நீங்கள் அந்தக் கலையில் கைதேர்ந்தவராக இருக்கலாம். ஆனால் ஃபியோதர் பாவ்லோவிச், நாம் அனைவரும் கண்ணியமாக நடந்துகொள்வதாக வாக்குறுதி கொடுத்திருப்பதாக நீங்கள் சொன்னதை நினைவில் வைத்துக் கொள்ளுங்கள். எனவே நீங்கள் உங்களைக் கட்டுப்படுத்திக் கொள்ளுங்கள் என்று எச்சரிக்கிறேன். ஆனால் நீங்கள் கோமாளியாக நடிக்க ஆரம்பித்தால்,

உங்கள் நிலைக்கு இறங்க வேண்டிய எண்ணம் எனக்கில்லை... அந்த மனிதர் எப்படிப்பட்டவர் என்பதைப் பாருங்கள்" என்று மியூசோவ் துறவியை நோக்கித் திரும்பினார். "அவர் இருக்கும்போது மரியாதைக்குரிய மனிதர்களைச் சந்திக்க நான் தயங்குகிறேன்."

அந்தத் துறவியின் வெளுத்த உதடுகளில், வேடிக்கையின் அறிகுறியாக, ஒரு நுட்பமான சூழ்ச்சிப் புன்னகை வெளிப்பட்டது. ஆனால் அவர் அப்போது எதுவும் பேசுவது கண்ணியமாக இருக்காது என்பதை உணர்ந்து அமைதியாக இருந்தார். மியூசோவ் இப்போது முன்னைவிட அதிகமாக முகத்தைச் சுளித்தார். 'அட, பிசாசு அவர்களைக் கொண்டு போகட்டும்! அவர்கள் எல்லோரும் முகமூடி அணிந்து நடிக்கிறார்கள். உண்மையில் இவையெல்லாம் சுத்த அபத்தம், முட்டாள்தனம், ஏமாற்று வேலை என்பதைத் தவிர வேறில்லை' என்று அவர் நினைத்தார்.

"இதோ ஆசிரமம் வந்துவிட்டது" என்று கத்தினார் ஃபியோதர் பாவ்லோவிச். "ஆனால் நுழைவாயில் சாத்தியுள்ளது."

அவர் நுழைவாயிலின் மேலேயும் கதவின் இருபுறமும் வரைந்திருந்த புனிதர்களின் உருவங்களுக்கு முன்னால் சிலுவையிட்டார்.

"நீங்கள் ரோமில் இருக்கும்போது, ரோமானியர்கள் செய்வது போலச் செய்ய வேண்டும். இந்த ஆசிரமத்தில் மொத்தம் இருபத்தைந்து புனிதர்கள் தங்கள் ஆன்மாவைக் கடைத்தேற்றிக் கொண்டு, ஒருவரை ஒருவர் கவனித்துக் கொண்டு, முட்டைக் கோஸைச் சாப்பிடுகிறார்கள். இதில் மிகவும் குறிப்பிடத்தக்க விஷயம் என்னவென்றால் இங்கு ஒரு பெண் கூட உள்ளே வந்ததில்லை. ஆனால் அதுதான் உண்மை" என்ற ஃபியோதர் பாவ்லோவிச் திடீரென்று துறவியை நோக்கித் திரும்பி, "ஆனால் மூத்தவர் பெண்களைச் சந்திப்பதாக நான் கேள்விப்பட்டது உண்மையா?" என்று கேட்டார்.

"ஆமாம், இப்போது இங்கே சில விவசாயப் பெண்கள் வராண்டாவில் ஓய்வெடுத்துக் கொண்டு, மூத்தவரைப் பார்ப்பதற்காகக் காத்திருக்கிறார்கள். உயர் சமூகத்தைச் சேர்ந்த பெண்களுக்கு வராண்டாவை ஒட்டி, அந்த ஜன்னல்களைத் தாண்டி, ஆசிரமத்தின் சுவருக்கு வெளியே இரண்டு அறைகள் கட்டப்பட்டுள்ளன. மூத்தவர் பார்வையாளர்களைச் சந்திக்கும் அளவுக்கு உடல் நலமாக இருக்கும்போது, அவர் உட்புறப் பாதை வழியாக அந்த அறைகளுக்குச் செல்லலாம். இப்போது கார்கோவைச் சேர்ந்த நில உரிமையாளரின் மனைவி திருமதி. கோஹ்லக்கோவ், பக்கவாதத்தால் பாதிக்கப்பட்ட தன் மகளுடன்

அங்கே காத்திருக்கிறார். ஒருவேளை மூத்தவர் அவர்களைச் சந்திப்பதாக வாக்குறுதி கொடுத்திருக்கலாம். இருப்பினும் அவர் சமீபகாலமாக மிகவும் பலவீனமாக இருப்பதால், சாமானிய மக்களைக் கூடச் சந்திப்பதில்லை."

"அப்படியானால் ஆசிரமத்திலிருந்து பெண்களைச் சந்திக்க ஒரு இரகசிய வழி இருக்கிறது! ஆனால் மதிப்பிற்குரிய துறவியே, நான் எதையும் குறிப்பிட்டுச் சொல்கிறேன் என்று ஒரு கணம் கூட நினைக்க வேண்டாம். எனக்கு ஆச்சரியமாக இருக்கிறது... ஆனால் அத்தோஸ் மலையில், அவர்கள் பெண்களை மட்டுமின்றி, கோழிகள், வான்கோழிகள், பசுக்கள் போன்ற எந்தப் பெண்பாலின உயிரினங்களையும் அனுமதிப்பதில்லை என்பது உங்களுக்குத் தெரியுமா என்பது எனக்குத் தெரியவில்லை..."

"ஃபியோதர் பாவ்லோவிச், நான் உங்களை எச்சரிக்கிறேன். நீங்கள் தொடர்ந்து இப்படிப் பேசினால் நான் உங்களை இங்கேயே தனியாக விட்டுச் செல்வேன். நான் சென்றதும் அவர்கள் உங்களை வெளியே விரட்டியடிப்பார்கள் என்று நினைக்கிறேன்."

"நான் உங்கள் கோபத்தைத் தூண்டும்படி என்ன செய்தேன் பியோட்டர் அலெக்ஸாண்ட்ரோவிச்? அங்கே பாருங்கள்" என்ற அவர் ஆசிரமத்தின் வாசல் வழியாக உள்ளே நுழைந்து, "அவர்கள் எத்தகைய ரோஜாத் தோட்டத்தில் வசிக்கிறார்கள் என்பதைப் பாருங்கள்!" என்று கத்தினார்.

ஆசிரமத்தின் தோட்டத்தில் அப்போது ரோஜாக்கள் எதுவும் இல்லை என்றாலும், அங்கு காலியாக இருந்த இடங்களில் பல அரிய, அழகான இலையுதிர்கால மலர்கள் பூத்துக் குலுங்கின. ஒரு திறமையான நபர் அவற்றைப் பராமரிக்கிறார் என்பது தெளிவாகத் தெரிந்தது. தேவாலயத்தைச் சுற்றிலும், தேவாலயத்தின் கல்லறைகளுக்கு இடையிலும் பூச்செடிகள் இருந்தன. மூத்தவரின் சிறிய அறை மரத்தினால் கட்டிய குடில் வீட்டின் மாடியில் இருந்தது. வீட்டின் நுழைவாயிலின் முன்புறம் இருந்த வராண்டாவின் நாலாபுறமும் பூக்களால் சூழப்பட்டிருந்தது.

"இதற்கு முன்பு இருந்த மூத்தவர் வர்சோனோஃபியின் காலத்தில் இது இப்படித்தான் இருந்ததா? அவருக்கு இது போன்ற அழகான விஷயங்கள் பிடிக்காது என்றும், அவர் பெண்களைக் கூடத் தடியால் அடிப்பார் என்றும் சொல்கிறார்கள்" என்று ஃபியோதர் பாவ்லோவிச் மாடிப்படிகளில் ஏறும்போது சொன்னார்.

"மூத்தவர் வர்சோனோஃபி சில நேரங்களில் விசித்திரமாக நடந்து கொண்டார் என்றாலும், அவரைப் பற்றிச் சொல்லப்படும் கதைகள் அனைத்தும் முட்டாள்தனமானவை" என்றார் அந்தத்

துறவி. "ஆனால் அவர் யாரையும் தடியால் அடித்ததில்லை. கனவான்களே, இப்போது நீங்கள் நான் சொல்லும் வரை இங்கேயே ஒரு நிமிடம் காத்திருக்கும்படிக் கேட்டுக் கொள்கிறேன்."

"ஃபியோதர் பாவ்லோவிச், கடைசி முறையாக நான் சொல்வதைக் கேட்கிறீர்களா? நீங்கள் வாக்குறுதி அளித்தீர்கள் என்பதால் அதற்குத் தக்கபடி நடந்து கொள்ளுங்கள். இல்லையெனில் பிரச்சனைகள் ஏற்படும்" என்று மியூசோவ் கடுமையாகக் கிசுகிசுத்தார்.

"நீங்கள் ஏன் இவ்வளவு கவலைப்படுகிறீர்கள் என்று எனக்குத் தெரியவில்லை" என்று ஃபியோதர் பாவ்லோவிச் கேலியாகச் சொன்னார். "நீங்கள் உங்கள் பாவங்களை நினைத்து பயப்படு கிறீர்களா? மூத்தவர் ஒருவரைப் பார்த்தவுடன் அவர் எதற்காக வந்திருக்கிறார் என்பதைச் சொல்ல முடியும் என்கிறார்கள். ஆனால் உங்களைப் போன்ற ஒரு முற்போக்கு சிந்தனையாளர், ஒரு பாரிஸ்காரர் அவரது கருத்தை இவ்வளவு உயர்வாக மதிப்பது எனக்கு உண்மையில் ஆச்சரியமாக இருக்கிறது."

ஆனால் அவருடைய அந்தக் கிண்டலுக்கு பதில் சொல்ல மியூசோவுக்கு நேரமில்லை ஏனெனில் அவர்களை உள்ளே வரச்சொல்லி அழைத்தனர். அவர் சற்றே எரிச்சலுடன் உள்ளே நுழைந்தார்.

'எனக்கு என்னைப் பற்றி நன்றாகத் தெரியும். எனக்கு கோபம் வந்தால் நான் நிதானத்தை இழந்து சண்டையிடத் தொடங்குவேன்... நான் என்னையும், என் எண்ணங்களையும் சிறுமைப்படுத்திக் கொள்வேன்' என்ற சிந்தனை அவர் மனதில் பளிச்சிட்டது.

2. கிழட்டுக் கோமாளி

மூத்தவர் படுக்கை அறையிலிருந்து வெளியே வந்த அதே நேரத்தில் அவர்கள் அறைக்குள் நுழைந்தனர். அந்த அறையில் ஏற்கனவே நூலகரான பாதிரியாரும், வயது முதிர்ந்தவராக இல்லாவிட்டாலும் மிகவும் கற்றறிந்த அறிஞர் என்று கருதப்பட்ட பாதிரியார் பைசியும் காத்திருந்தனர். அவர்களைத் தவிர அந்த அறையின் மூலையில் சாதாரண உடை அணிந்த, இருபத்திரண்டு வயது இளைஞன் ஒருவன் நின்று கொண்டிருந்தான். (அவன் நடக்கும் அனைத்தையும் கவனித்துக் கொண்டு எந்நேரமும் நின்று கொண்டிருந்தான்). பாதிரியாருக்குரிய பள்ளியில் இறையியல் படிக்கும் அந்த மாணவன், ஏதோ ஒரு காரணத்துக்காக மடாலயத்தில் துறவிகளின் அரவணைப்பில் இருந்தான். அவன்

உயரமாக, அகலமான கன்ன எலும்புகளுடன், புத்துணர்ச்சியான முகத்துடன், புத்திசாலித்தனமான, கூர்ந்து கவனிக்கும் குறுகிய பழுப்பு நிறக் கண்களுடன் இருந்தான். அவனுடைய முகத்தில் அதீதமான முகஸ்துதியின் எந்த அடையாளமும் இல்லாமல், உண்மையான மரியாதை தெரிந்தது. அவன் அவர்களுக்குச் சமமானவன் அல்ல என்பதையும், தான் சார்ந்திருக்கும் கீழான நிலையில் இருக்கிறோம் என்பதையும் உணர்ந்தவன் போல, விருந்தினர்களைக் குனிந்து வரவேற்கவில்லை.

அருட்தந்தை ஜோசிமாவுடன் ஒரு புதிய மனிதரும், அல்யோஷாவும் வந்தனர். துறவிகள் இருவரும் எழுந்து, விரல்கள் தரையைத் தொடும் அளவுக்கு குனிந்து அவரை வணங்கி, அவர் அருகில் சென்று, அவர் கையை முத்தமிட்டு அவரது ஆசீர்வாதத்தைப் பெற்றனர். ஜோசிமா அவர்களை ஆசீர்வதித்த பிறகு, அவர்களைப் போல நன்றாகக் குனிந்து வணங்கி, விரல்களால் தரையைத் தொட்டு, அவர்களின் ஆசீர்வாதத்தைக் கேட்டுப் பெற்றார். அந்த முழு நிகழ்வும் ஏதோ ஒரு தினசரி சடங்கைப் போல இல்லாமல், தீவிரமாகவும் உணர்வுப்பூர்வமாகவும் செய்யப்பட்டது. ஆனால் மியூசோவ் அவையெல்லாம் வேண்டுமென்றே செய்யப்பட்டது என்று நினைத்தார். அவர் சக விருந்தினர்கள் அனைவருக்கும் முன்பாக நின்றிருந்தார். அவர் நேற்று மாலை அதைப் பற்றி யோசித்திருந்தார் என்பதால், அவர் தனது யோசனைகள் அனைத்தையும் மீறி, பொதுவான மரியாதையின் காரணமாக (அங்குள்ள வழக்கத்தின்படி), குறைந்தபட்சம் மூத்தவரின் கையை முத்தமிடவில்லை என்றாலும் கூட, அவருடைய ஆசீர்வாதத்தைப் பெற்றிருக்க வேண்டும். ஆனால் அவர் துறவிகள் வணங்கியதையும், முத்தமிட்டதையும் பார்த்த பிறகு, உடனடியாகத் தன் மனதை மாற்றிக் கொண்டு, சமூகத்தில் உள்ள வழக்கப்படி கண்ணியமாக குனிந்து வணங்கிவிட்டு நாற்காலியில் அமர்ந்தார். ஃபியோதர் பாவ்லோவிச் ஒரு குரங்கைப் போல மியூசோவைப் பின்பற்றி அதைப் போலச் செய்தார். இவான் ஃபியோதரோவிச் மிகுந்த கண்ணியத்துடன் பணிவாகக் குனிந்து வணங்கினான் என்றாலும், அவனும் கைகளைப் பக்கவாட்டில் தொங்கவிட்டிருந்தான். அதே நேரத்தில் மிகவும் குழப்பத்திலிருந்த கல்கனோவ், தலை வணங்காமல் நின்றான். மூத்தவர் அவர்களை ஆசீர்வதிப்பதற்காக உயர்த்திய கையைக் கீழே இறக்கி, மீண்டும் அவர்களை வணங்கி, அனைவரையும் அமரச் சொன்னார். அல்யோஷாவின் கன்னங்களில் இரத்தம் பாய்ந்தது. அவனுக்கு மிகவும் வெட்கமாக இருந்தது. அவன் பயப்பட்டது உண்மையாகிக் கொண்டிருந்தது.

மூத்தவர் மிகவும் பழைய பாணியில் அமைந்த தோல் மூடிய மரத்தினாலான சோபாவில் அமர்ந்தார். அவருக்கு எதிரில் சுவரை ஒட்டியிருந்த, மரத்தினாலான அழுக்கான கருப்பு தோலால் மூடிய நாற்காலிகளில் விருந்தினர்களை வரிசையாக அமர வைத்தார். துறவிகள் இருவரும் இருபுறமும் இருந்த சுவரை ஒட்டியிருந்த நாற்காலியில், ஒருவர் கதவின் அருகிலும் மற்றொருவர் ஜன்னல் அருகிலும் அமர்ந்தனர். அந்தப் புதிய மாணவனும், அல்யோஷாவும் நின்று கொண்டிருந்தனர். அந்த அறை விசாலமானதாக இல்லாமல், பொலிவிழந்து மங்கிய தோற்றத்துடன் இருந்தது. அந்த அறையில் மிகவும் அவசியமான பொருட்களும், மரச்சாமான்களும் மட்டுமே இருந்தன என்றாலும் அவை முற்றிலும் தரமற்றதாகவும், ரசனையற்றதாகவும் இருந்தன. ஜன்னல் ஓரத்தில் இரண்டு பூந்தொட்டிகளும், மூலையில் பல புனிதர்களின் படங்களும் இருந்தன. அதில் திருட்சபையில் பிளவு ஏற்பட்ட காலத்திற்கு முன்னரே வரையப்பட்ட தெய்வத்தாயின் ஒரு பெரிய படமும் இருந்தது. அதன் முன்னால் ஒரு விளக்கு எரிந்து கொண்டிருந்தது. அதன் அருகில் பளபளக்கும் மேலும் இரண்டு புனிதப் படங்கள் இருந்தன. அவற்றுக்கு அருகில் சிறகுகளுடன் பறக்கும் தேவதையின் சிறிய சிலைகளும், பீங்கான் முட்டைகளும், தந்தத்தினாலான கத்தோலிக்க சிலுவையைத் தழுவிய தெய்வத்தாயின் படமும், கடந்த நூற்றாண்டுகளில் சிறந்த இத்தாலியக் கலைஞர்களின் கைவண்ணத்தில் உருவான வெளிநாட்டுச் சிற்பங்களும் இருந்தன. இந்த நேர்த்தியான, விலையுயர்ந்த சிற்பங்களைத் தவிர, ரஷ்யாவில் மிகவும் பிரபலமாக இருந்த புனிதர்கள் மற்றும் தியாகிகளின் உருவச்சிலைகள் இருந்தன. அவற்றை எந்த ஒரு கண்காட்சியிலும் சில கோபெக்குகளுக்கு வாங்க முடியும். அறையின் மற்ற சுவர்களில் ரஷ்ய பிஷப்களின் கடந்தகால மற்றும் நிகழ்கால ஓவியங்கள் பல இருந்தன. மியூசோவ் 'வழக்கமான' இந்தக் குப்பைகள் அனைத்தையும் மேலோட்டமாக ஆராய்ந்துவிட்டு, மூத்தவரை உற்றுப் பார்த்தார். அவர் ஏற்கனவே ஐம்பது வயதைக் கடந்துவிட்டதால், இயல்பாக ஒரு மனிதருக்குள்ள அந்தப் பலவீனத்தால், ஒருவரின் தோற்றத்தை வைத்து அவரை மதிப்பிடும் திறமை தனக்கு இருப்பதாகப் பெருமையுடன் நினைத்தார். வாழ்க்கையில் பல விஷயங்களைப் பார்த்த அறிவும் அந்தஸ்தும் கொண்ட ஒரு பண்பட்ட மனிதர் சில நேரங்களில் தன்னையும் மீறி, தான் நினைப்பதில் நியாயம் இருக்கும் என்று மிகையாகக் கற்பனை செய்துகொள்ளும் வயது அது.

மியூசோவுக்கு பார்த்த முதல் பார்வையிலேயே மூத்தவரைப் பிடிக்கவில்லை. உண்மையில் ஜோசிமாவின் முகத்தில் மியூசோவைத் தவிர, வேறு பலருக்கும் பிடிக்காத ஏதோ ஓர் அம்சம் இருந்தது.

அவர் வளைந்த முதுகுடன், பலவீனமான கால்களுடன் குள்ளமாக இருந்த ஒரு சிறிய மனிதர். அவருக்கு அறுபத்தைந்து வயதுதான் என்றாலும், உடல்நலக் குறைவின் காரணமாக குறைந்தது பத்து வயது மூத்தவராகத் தோன்றினார். அவரது மெலிந்த முகம் முழுவதும், குறிப்பாகக் கண்களைச் சுற்றி சுருக்கங்கள் இருந்தன. அவரது கண்கள் வெளிறியதாகவும், மிகச் சிறியதாகவும், இரண்டு ஒளிப் புள்ளிகளைப் போல பிரகாசமாகவும் இருந்தன. அவரது முன் நெற்றியில் இருந்த நரைத்த ஒருசில முடிகளைத் தவிர தலை முழுவதும் வழுக்கையாக இருந்தது. அவருடைய கூர்மையான தாடி அடர்த்தியான முடிகள் இல்லாமல் சிறியதாக இருந்தது. அடிக்கடிப் புன்னகைக்கும் அவரது உதடுகள் இரண்டு கயிறுகளைப் போல மெல்லியதாக இருந்தன. அவரது மூக்கு உண்மையில் நீளமாக இல்லை என்றாலும், ஒரு பறவையின் அலகு போல கூர்மையாக இருந்தது.

‘அவர் ஒரு மோசமான சிறிய மனம் படைத்த, கர்வம் பிடித்த மனிதர்’ என்று மியூசோவ் நினைத்தார். மொத்தத்தில் அவருக்கு மூத்தவரின் மீது மிகுந்த அதிருப்தி ஏற்பட்டது.

ஒரு சிறிய, மலிவான சுவர்க்கடிகாரம் பன்னிரண்டு முறை அடித்து, அவர்களின் உரையாடலைத் தொடங்க உதவியது.

“நாங்கள் சரியான நேரத்திற்கு வந்துவிட்டோம்” என்று ஃபியோதர் பாவ்லோவிச் கத்தினார். “ஆனால் என் மகன் டிமிட்ரி பாவ்லோவிச் இன்னும் வரவில்லை. நான் அவனுக்காக உங்களிடம் மன்னிப்புக் கேட்டுக் கொள்கிறேன் பரிசுத்த மூத்தவரே!” (அவர் ‘பரிசுத்த மூத்தவரே’ என்று சொன்னதைக் கேட்டு அல்யோஷாவின் உடல் நடுங்கியது.) “நேரம் தவறாமை என்பது அரசர்களின் பண்பு என்று எனக்குத் தெரியும் என்பதால், நான் எப்போதும் அதைக் கடைப்பிடிக்கிறேன்.”

“ஆனால் நீங்கள் அரசர் அல்ல” என்று மியூசோவ் தன் எரிச்சலைக் கட்டுப்படுத்த முடியாமல் முணுமுணுத்தார்.

“ஆமாம், நான் அரசன் இல்லை என்பது உண்மைதான். பியோட்டர் அலெக்ஸாண்ட்ரோவிச், நீங்கள் நம்புகிறீர்களோ இல்லையோ, ஆனால் அதைப் பற்றி எனக்கு நன்றாகவே தெரியும். ஆனால் பாருங்கள், நான் எப்போதும் தவறானதையே சொல்கிறேன்! மரியாதைக்குரியவர்களே!” என்று அவர் திடீரென்று கத்தினார். “நீங்கள் உங்கள் முன்னால் ஒரு கோமாளியைப் பார்க்கிறீர்கள்! ஆமாம், நிச்சயமாக ஒரு கோமாளி! நான் என்னை அப்படித்தான் அறிமுகப்படுத்திக் கொள்கிறேன். ஐயோ, அது என்னுடைய பழைய பழக்கம்! நான் எப்போதாவது முட்டாள்

தனத்தையும், பொருத்தமற்றதையும் பேசும்போது, ஏதோ ஒரு நோக்கத்துடன், மற்றவர்களை மகிழ்விக்கும் நோக்கத்துடன் வேண்டுமென்றே அதைச் செய்கிறேன். உண்மையில் ஒருவர் மற்றவர்களை மகிழ்விக்க முயற்சி செய்ய வேண்டும் இல்லையா? உதாரணமாக, சுமார் ஏழு ஆண்டுகளுக்கு முன்பு, நான் ஒரு சிறிய நகரத்திற்குச் சென்று அங்குள்ள சில உள்ளூர் வணிகர்களுடன் சேர்ந்து ஒரு வணிக ஒப்பந்தத்தைச் செய்ய முயன்றேன். நாங்கள் அங்கிருந்த உள்ளூர் காவல்துறை தலைவரிடம் சிலவற்றைத் தெரிந்து கொள்ள வேண்டும் என்பதால், அவரைப் பார்க்கச் சென்றோம். நாங்கள் அவரை எங்களுடன் இரவு உணவு சாப்பிட அழைத்தோம். பொன்னிற முடியும், கடுகடுத்த முகமும் கொண்ட ஒரு உயரமான, குண்டான மனிதர் வெளியே வந்தார். எனக்குத் தெரிந்து அத்தகைய தோற்றம் கொண்ட மனிதர்களின் கல்லீரல் மிகவும் ஆபத்தான நிலையில் இருக்கும் என்பதால் அவர்கள் எளிதாகச் சோர்வடைகிறார்கள். நான் ஒரு உலக மனிதனுக்கு உள்ள நம்பிக்கையுடன் நேரடியாக அவரிடம் சென்றேன். 'மிஸ்டர் இஸ்பிரவ்னிக், நீங்கள் எங்கள் நாப்ரவ்னிக்காக இருங்கள்' என்றேன். 'நாப்ரவ்னிக் என்றால் என்ன?' என்று அவர் கேட்டார். நான் என்னுடைய நகைச்சுவை பலனளிக்கவில்லை என்பதை முதல் நொடியிலேயே தெரிந்து கொண்டேன். அவர் என்னையே உற்றுப் பார்த்துக் கொண்டு கம்பீரமாக நின்றார். ஆனால் நான் தொடர்ந்து, 'திரு நாப்ரவ்னிக் ஒரு புகழ்பெற்ற ரஷ்ய இசையமைப் பாளர்களில் ஒருவர். நான் நம்மிடையே நல்லிணக்கத்தை உருவாக்கும் ஒருவர் தேவை என்பதால் ஒரு நகைச்சுவையாக அதைச் சொன்னேன்.' நான் செய்த அந்த ஒப்பீட்டைக் குறித்து அவருக்கு ஒரு நியாயமான விளக்கத்தைக் கொடுத்ததாக நினைத்தேன். 'மன்னிக்கவும், நான் ஒரு காவல் துறை அதிகாரி. நான் என் பதவியை உங்கள் வார்த்தை விளையாட்டுக்கு பயன்படுத்த அனுமதிக்க மாட்டேன்' என்று அவர் அறையை விட்டு வெளியே சென்றார். 'ஆமாம், ஆமாம், நீங்கள் ஒரு காவல் துறை அதிகாரி, ஒரு நாப்ரவ்னிக் அல்ல!' என்று நான் கத்திக் கொண்டே அவர் பின்னால் சென்றேன். 'இல்லை, நீங்கள் என்னை நாப்ரவ்னிக் என்று சொன்னதை இப்போது திரும்பப் பெற முடியாது' என்றார் அவர். கற்பனை செய்து பாருங்கள், எங்கள் முழு விவகாரமும் நாசமாகப் போய்விட்டது! நான் எப்போதும் அப்படித்தான், நான் எப்போதும் அப்படித்தான்! நான் மிகவும் சகஜமாக நட்புடன் இருப்பதாக நினைத்து எப்போதும் என்னைக் காயப்படுத்திக் கொள்கிறேன். பல ஆண்டுகளுக்கு முன்பு நான் ஒரு செல்வாக்கு மிக்க ஒரு மனிதரிடம் பேசிக் கொண்டிருந்தேன்.

'ஐயா, உங்கள் மனைவி மிகவும் கூச்ச சுபாவம் உடையவர்' என்று நான் அவரிடம் அவளின் பண்பையும், குணத்தையும் குறிப்பிட்டுப் பேசினேன். அவர் திடீரென்று, 'நீங்கள் தனிப்பட்ட முறையில் அவளுடன் ஏதேனும் கேலியில் ஈடுபட்டீர்களா?' என்று கேட்டார். நான் எனக்குள் ஏற்பட்ட நகைச்சுவைக்கான தூண்டுதலைக் கட்டுப்படுத்த முடியவில்லை. 'ஆமாம், நான் அதைச் செய்தேன்' என்று சொன்னேன். அவர் பதிலுக்கு விளையாட்டாக என்னைக் கிண்டல் செய்தார்! ஆனால் அது நீண்ட காலத்துக்கு முன்னால் நடந்தது. எனவே நான் அதைப் பற்றிச் சொல்ல வெட்கப்படவில்லை. நான் எப்போதும் என்னை இப்படிக் காயப்படுத்திக் கொள்கிறேன்!"

"நீங்கள் இப்போதும் அதைத்தான் செய்கிறீர்கள்" என்று மியூசோவ் வெறுப்புடன் முணுமுணுத்தார்.

மூத்தவர் அவர்கள் இருவரையும் மௌனமாகப் பார்த்தார்.

"பியோட்டர் அலெக்ஸாண்ட்ரோவிச், நீங்கள் அதைச் சொல்ல வேண்டியதில்லை. எனக்கே அது நன்றாகத் தெரியும் என்று சொன்னால் நீங்கள் நம்புவீர்களா? உண்மையில் நான் பேசத் தொடங்கியதும் அதைச் செய்கிறேன் என்ற உணர்வு எனக்கு இருந்தது. நீங்கள்தான் அதை முதலில் என்னிடம் சுட்டிக்காட்டு வீர்கள் என்பதும் எனக்குத் தெரியும். நான் சொல்லும் நகைச்சுவை வெற்றி பெறவில்லை என்பதை உணரும் போதெல்லாம், ஒரு வகையான தசை பிடிப்பு போல என் கன்னங்கள் கீழ் ஈறுகளில் ஒட்டிக் கொள்கின்றன. நான் சிறுவயதில் இருந்தே உள்ளூர் நிலப்பிரபுக்களுக்கு அடிமையாக இருந்து, ஒட்டுண்ணியாக பிழைப்பு நடத்தி வந்தேன். அருட்தந்தையே, நான் பிறந்தது முதலே ஒரு கோமாளியாக இருக்கிறேன், கிட்டத்தட்ட ஒரு புனித முட்டாளைப் போல. நான் அதை மறுக்கவில்லை. நான் எனக் குள்ளே ஒரு பிசாசு இருக்கிறது என்று தைரியமாகச் சொல்கிறேன். இருந்தாலும் அது சிறியதுதான். ஆனால் அதைவிடப் பெரியது வேறு இடங்களைத் தேர்ந்தெடுத்திருக்கும். ஆனால் பியோட்டர் அலெக்ஸாண்ட்ரோவிச், அது உங்கள் ஆன்மாவைத் தேர்வு செய்யவில்லை என்பது நிச்சயம், ஏனெனில் உங்களுடையது அதற்குப் போதுமானதாக இல்லை. ஆனால் நான் கடவுளை நம்பு கிறேன். சமீப காலமாக எனக்குச் சந்தேகம் வரத் தொடங்கியிருக்கிறது என்றாலும், நான் இப்போது இங்கே அமர்ந்திருப்பதன் மூலம் உங்கள் ஞான வார்த்தைகளைக் கேட்பதற்குக் காத்திருக்கிறேன். அருட்தந்தையே, நான் தத்துவஞானி டிடெரோட்டைப் போன்றவன். பேரரசி கேத்தரீனின் ஆட்சிக் காலத்தில் தத்துவஞானி டிடெரோட் பெருநகரப் பிளேட்டோனைப் பார்க்கச் சென்றது உங்களுக்குத் தெரிந்திருக்கலாம். அவர் உள்ளே நுழைந்து, 'கடவுள்

இல்லை!' என்று அறிவித்தார். அதற்கு அந்தத் துறவி விரலை உயர்த்தி, 'அந்த முட்டாள் தன் உள்ளத்தில் கடவுள் இல்லை என்று சொல்லிவிட்டான்' என்றார். உடனே டிடெரோட் அவர் காலில் விழுந்து, 'நான் நம்புகிறேன். நான் ஞானஸ்நானம் பெற விரும்புகிறேன்!' என்று கதறி அழுதார். அவர் அந்த இடத்திலேயே ஞானஸ்நானம் பெற்றார். இளவரசி டாஷ்கோவ் அவரது தெய்வத் தாயாகவும், பொடெம்கின் அவரது ஞானத் தந்தையாகவும் இருந்தனர்."

"ஃபியோதர் பாவ்லோவிச், இதற்கு மேலும் தாங்க முடியாது! நீங்கள் முட்டாள்தனமாகப் பேசுகிறீர்கள் என்பதும், நீங்கள் சொல்லும் கதை உண்மையில்லை என்பதும் உங்களுக்கு நன்றாகத் தெரியும். நீங்கள் ஏன் தொடர்ந்து கோமாளியாக நடிக்கிறீர்கள்?" என்று மியூசோவ் தன் கட்டுப்பாட்டை இழந்து, நடுங்கும் குரலில் சொன்னார்.

"என் வாழ்நாள் முழுவதும் அது உண்மையல்ல என்ற உணர்வு எனக்கு இருந்தது" என்று ஃபியோதர் பாவ்லோவிச் ஒரு பைத்தியக்காரனைப் போல அழுதார். "இல்லை, கனவான்களே, நான் முழு உண்மையையும் சொல்ல வேண்டும். அருட்தந்தையே! என்னை மன்னியுங்கள். ஆனால் நான் உங்களிடம் பேசிக் கொண்டிருந்த கடைசி நொடியில்தான் டிடெரோட்டின் ஞானஸ்நானத்தைப் பற்றிய கட்டுக் கதையை அவிழ்த்துவிட்டேன். நான் இதற்கு முன்பு அதைப் பற்றி யோசித்ததே இல்லை. நான் விஷயத்திற்குச் சுவை கூட்டுவதற்காக அதைச் சேர்த்தேன். பியோட்டர் அலெக்ஸாண்ட்ரோவிச், நான் அப்படி ஒரு கோமாளி யாக நடித்தால்தான் மற்றவர்கள் என்னை அதிகம் விரும்புவார்கள். ஆனால் நான் சில நேரங்களில் எதற்காக அப்படிச் செய்கிறேன் என்று எனக்குத் தெரியவில்லை. டிடெரோட் கதையைப் பொறுத்தவரை, நான் இளைஞனாக இருந்தபோது, 'முட்டாள் சொல்லிவிட்டான்' என்று இங்குள்ள உள்ளூர் நில உரிமையாளர்கள் பலமுறை சொல்வதைக் கேட்டிருக்கிறேன். பியோட்டர் அலெக்ஸாண்ட்ரோவிச், நான் உங்கள் அத்தை மாவ்ரா ஃபோமினிஷ்னாவும் கூட அதைச் சொல்வதைக் கேட்டிருக்கிறேன். கடவுளின் இருப்பைப் பற்றி பெருநகர பிளேட்டோனுடன் வாதிட நாத்திகவாதி டிடெரோட் சென்றார் என்று அவர்கள் அனைவரும் இன்று வரை நம்புகிறார்கள்..."

மியூசோவ் பொறுமையை இழந்தது மட்டுமின்றி, தான் என்ன செய்கிறோம் என்று தெரியாமல் எழுந்து நின்றார். அவர் கோபத்தின் வசப்பட்டு கொதித்தெழுந்தபோது, தானும் கேலிக்குரியவராகக் காட்சியளிப்பதை உணர்ந்தார். மூத்தவரின்

அறையில் நடப்பது அனைத்தும் உண்மையில் நம்பமுடியாததாக இருந்தது. கடந்த ஐம்பது ஆண்டுகளாக, முன்பு இருந்த மூத்தவர்களின் காலத்திலிருந்து பலரும் அங்கு வந்திருக்கிறார்கள். ஆனால் அவர்கள் அனைவரும் ஆழ்ந்த பயபக்தியுடன் அல்லாமல் ஒருபோதும் வேறுவிதமாக நடந்து கொண்டதில்லை. அங்கு நுழையும் ஒவ்வொருவரும் தாங்கள் மிகுந்த மரியாதையுடன் நடத்தப்படுகிறோம் என்பதை உணர்ந்திருந்தனர். அங்கு வரும் பலர் மண்டியிட்டு அமர்ந்த பிறகு, மீண்டும் அங்கிருந்து செல்லும் வரையில் எழுந்திருக்க மாட்டார்கள். அங்கு வருகை தந்த உயர் பதவியில் இருந்தவர்களும், கற்றறிந்த அறிஞர்களும், ஆர்வத்தின் காரணமாக அல்லது வேறு ஏதேனும் காரணத்திற்காக வந்தவர்களும், எந்தவித விதிவிலக்கும் இல்லாமல் ஆழ்ந்த பவ்வியத்துடனும், பயபக்தியுடனும் நடந்துகொள்வது தங்களின் தலையாய கடமை என்பதை உணர்ந்தனர். ஏனென்றால் இங்கே பணம் என்ற பேச்சுக்கே இடமில்லை. மாறாக அவர்கள் ஒருபுறம் அன்புக்காகவும் கருணைக்காகவும், மறுபுறம் மனம் திருந்தி மன்னிப்புக் கேட்பதற்கும் அல்லது ஏதேனும் ஆழமான ஆன்மீகப் பிரச்சனையை அல்லது தங்கள் வாழ்க்கையில் ஒரு கடினமான தனிப்பட்ட நெருக்கடியைத் தீர்க்க வேண்டும் என்ற விருப்பத்தாலும் மட்டுமே அங்கே வந்தார்கள். எனவே ஃபியோதர் பாவ்லோவிச், தான் இருக்கும் இடத்தின் மீது எந்த மரியாதையும் இல்லாமல் அரங்கேற்றிய அந்தக் கோமாளித்தனம், அதைப் பார்த்தவர்களிடம், குறைந்தபட்சம் அவர்களில் ஒருசிலரிடமாவது திகைப்பையும், ஆச்சரியத்தையும் ஏற்படுத்தியது. அங்கிருந்த துறவிகள் இருவரும் மூத்தவர் என்ன சொல்லப்போகிறார் என்பதைக் கேட்பதற்காக, மிகுந்த கவனத்துடன், முகத்தில் எந்தப் பாவனையும் இல்லாமல் அசையாமல் இருந்தார்கள். ஆனால் அவர்களும் மியூசோவைப் போல எழுந்து நிற்பதற்குத் தயாரானார்கள். அல்யோஷா கண்ணீர் மல்க தலைகுனிந்து நின்றான். ஆனால் அல்யோஷாவுக்கு, அவன் நம்பியிருந்த, தன் தந்தையின் மீது செல்வாக்கு செலுத்திய, அவரைத் தடுத்து நிறுத்தக்கூடிய ஒரே நபரான அவன் சகோதரன் இவான் தனக்கும் அதற்கும் எந்தச் சம்பந்தமும் இல்லாத ஒரு அந்நியனைப் போல, நாற்காலியில் அசையாமல் அமர்ந்து, அது எப்படி முடியும் என்பதைப் பார்க்கும் ஆர்வத்தோடு காத்திருந்தது விநோதமாகத் தோன்றியது. அல்யோஷா தனக்கு மிகவும் நெருக்கமான அந்தப் புதிய மாணவன் ரகிதீனைப் பார்ப்பதைத் தவிர்த்தான். ஏனெனில் அல்யோஷா ரகிதீனின் மனதில் ஓடும் எண்ணங்களை அறிந்து வைத்திருந்தான். (உண்மையில் மடாலயத்தில் இருந்தவர்களில் அவற்றை அறிந்த ஒரே மனிதன் அல்யோஷாதான்).

"என்னை மன்னித்து விடுங்கள்" என்ற மியூசோவ் மூத்தவரிடம் சொல்ல ஆரம்பித்தார். "இந்த அபத்தமான கேலிக்கூத்தில் எனக்கும் பங்கு இருப்பதாக நீங்கள் நினைக்கலாம் என்று நான் அஞ்சுகிறேன். ஃபியோதர் கரமசோவ் போன்ற ஒரு மனிதர் கூட மிகவும் மரியாதைக்குரிய ஒரு நபரைச் சந்திக்கும்போது, அவர் என்ன செய்ய வேண்டும் என்பதைப் புரிந்து நடந்து கொள்வார் என்று நான் தவறாக நினைத்து விட்டேன்... நான் அவருடன் இங்கு வந்ததற்காக மன்னிப்புக் கேட்க நேரும் என்று ஒருபோதும் நினைக்கவில்லை..."

பியோட்டர் அலெக்ஸாண்ட்ரோவிச் மேற்கொண்டு பேச முடியாமல் மிகுந்த சங்கடத்துடன் அறையை விட்டு வெளியேறத் தயாரானார்.

"நீங்கள் வருத்தப்படாதீர்கள். நான் உங்களைப் போக வேண்டாம் என்று மன்றாடிக் கேட்டுக் கொள்கிறேன்" என்று மூத்தவர் பலவீனமான கால்களுடன் எழுந்து நின்று, பியோட்டர் அலெக்ஸாண்ட்ரோவிச்சின் இரண்டு கைகளையும் பிடித்து அவரை மீண்டும் அமர வைத்தார். "நீங்கள் அதைப் பற்றிக் கவலைப்படாமல் அமைதியாக இருங்கள். நீங்கள் என்னுடைய விருந்தாளி" என்று மூத்தவர் அவரை வணங்கிவிட்டு, தன் இருக்கையில் அமர்ந்தார்.

"மூத்தவரே! நான் உங்கள் சொல்லுக்காகக் காத்திருக்கிறேன். நான் என்னுடைய நடத்தையால் உங்களைப் புண்படுத்துகிறேனா?" என்று அழுத ஃபியோதர் பாவ்லோவிச், சாதகமற்ற பதில் கிடைத்தால் துள்ளி எழுவதற்குத் தயாரானவர் போல கைகளால் நாற்காலியை இறுகப் பற்றினார்.

"தயவு செய்து நீங்களும் அமைதியாக இருங்கள். இதில் கவலைப்பட ஒன்றுமில்லை" என்று மூத்தவர் உறுதியான குரலில் சொன்னார். "நீங்கள் உங்கள் வீட்டில் இருப்பது போலச் சகஜமாக இருங்கள். அனைத்திற்கும் மேலாக நீங்கள் உங்களைப் பற்றி வெட்கப்பட வேண்டாம், ஏனெனில் அதுதான் எல்லாவற்றிற்கும் மூல காரணம்."

"வீட்டில் இருப்பது போல என் இயல்பான நிலையில் இருக்கச் சொல்கிறீர்களா? ஓ, அது மிகவும் அதிகம் என்றாலும், நான் மனம் நெகிழ்ந்து, மகிழ்ச்சியுடன் அதை ஏற்றுக் கொள்கிறேன்! ஆனால் பரிசுத்த பிதாவே, நீங்கள் என்னை என் இயல்பான நிலையில் இருக்கும்படி ஊக்குவிக்காமல் இருப்பதே நல்லது என்று நான் எச்சரிக்கிறேன். அதற்கான சந்தர்ப்பத்தை எனக்குக் கொடுக் காதீர்கள். நான் அந்த அளவுக்குப் போக மாட்டேன் என்றாலும்,

நற்றிணை பதிப்பகம் ○ 69

உங்கள் நன்மைக்காகவே அதைச் சொல்கிறேன். சரி, என்ன நடக்கப் போகிறது என்பது இன்னும் மர்மமாகவே இருக்கிறது என்றாலும், சிலர் என்னை இழிவுபடுத்திப் பார்க்க விரும்புகிறார்கள். ஆமாம், நான் உங்களைத்தான் சொல்கிறேன் பியோட்டர் அலெக்ஸாண்ட்ரோவிச். ஆனால் பரிசுத்த ஜீவனே, உம்மைப் பொறுத்தவரை, நான் பரவசத்தில் திளைக்கிறேன் என்பதை உங்களுக்குச் சொல்ல வேண்டும்" என்ற அவர் எழுந்து நின்று கைகளை உயர்த்தி, "உங்களைச் சுமந்த கருப்பையும், பாலூட்டிய மார்புக் காம்புகளும் ஆசீர்வதிக்கப்பட்டவை, குறிப்பாகக் காம்புகள். நீங்கள் உங்களைப் பற்றி வெட்கப்பட வேண்டாம், அதுதான் எல்லா பிரச்சனைகளுக்கும் காரணம்' என்று நீங்கள் சொன்னதன் மூலம், எனக்குள் நடக்கும் அனைத்தையும் நீங்கள் சரியாகப் புரிந்துகொள்ள முடியும் என்பதைக் காட்டுகிறது. நான் மனிதர்களைச் சந்திக்கும்போது, உண்மையில் நான் எல்லோரையும் விடத் தாழ்ந்தவன், எல்லோரும் என்னை ஒரு கோமாளியாகப் பார்க்கிறார்கள் என்பதை என்னால் எப்போதும் உணர முடிகிறது. அதனால் நான் ஒரு கோமாளியாக நடிக்கிறேன். நீங்கள் என்ன நினைப்பீர்கள் என்பதைப் பற்றி எனக்குக் கவலையில்லை, ஏனெனில் நீங்கள் ஒவ்வொருவரும் என்னை விடத் தாழ்ந்தவர்கள்! அதனால்தான் நான் ஒரு கோமாளி. மூத்தவரே, வெட்கமும், அவமானமும் என்னை ஒரு கோமாளியாக மாற்றியது. நான் பாதுகாப்பற்ற நிலையில் இருப்பதாக உணர்வதால் அப்படி நடிக்கிறேன். எல்லோரும் என்னை மிகவும் அன்பான, புத்திசாலியான மனிதனாக ஏற்றுக் கொள்வார்கள் என்று எனக்கு உறுதியாகத் தெரிந்தால், அப்போது நான் எவ்வளவு நல்ல மனிதனாக மாறிவிடுவேன்! குருவே!" என்ற அவர் திடீரென்று மண்டியிட்டு, "நான் நித்திய ஜீவனை அடைய என்ன செய்ய வேண்டும்?" என்று கேட்டார். அவர் கேலி செய்கிறாரா அல்லது உண்மையில் மனம் நெகிழ்ந்து கேட்கிறாரா என்பதைத் தீர்மானிப்பது கடினமாக இருந்தது.

மூத்தவர் அவரைப் பார்த்துப் புன்னகையுடன் சொன்னார்.

"நீங்கள் என்ன செய்ய வேண்டும் என்பது உங்களுக்கு நீண்ட காலமாகவே தெரியும். உங்களுக்குப் போதுமான அறிவு இருக்கிறது. நீங்கள் குடிப்பழக்கத்தையும், வெட்டியாகப் பேசுவதையும் நிறுத்துங்கள். காம இச்சையையும், குறிப்பாக பணத்தின் மீதான மோகத்தையும் விட்டுவிடுங்கள். உங்கள் மதுபான விடுதிகளை மூடுங்கள். எல்லாவற்றையும் மூட முடியாவிட்டாலும் குறைந்தது இரண்டு அல்லது மூன்றையாவது மூடுங்கள். எல்லாவற்றுக்கும் மேலாகப் பொய் சொல்லாதீர்கள்."

"நான் டிடெரோட்டைப் பற்றிச் சொன்ன கதையைச் சொல்கிறீர்களா?"

"நான் அதைப் பற்றிச் சொல்லவில்லை. நீங்கள் உங்களிடமே பொய் சொல்வதை விட்டுவிட வேண்டும் என்பதுதான் முக்கியம். ஒரு மனிதன் தனக்குத் தானே பொய்களைச் சொல்லிக் கொண்டு, அவன் சொல்லும் பொய்களை அவனே நம்பினால், அவன் தன்னிடமோ அல்லது தன்னைச் சுற்றியுள்ளவர்களிடமோ எந்த ஒரு உண்மையையும் உணர முடியாத நிலையை அடைகிறான். எனவே அவன் தன்னையும் மற்றவர்களையும் அவமதிக்கிறான். அவன் யாரையும் மதிக்காதபோது, அவனால் அன்பு காட்ட முடியாது. அவனிடம் அன்பு இல்லாத காரணத்தால், அவன் தன்னைத் திசைதிருப்புவதற்காக, தன் இச்சைகளுக்கு அடிபணிந்து, கீழ்த்தரமான இன்பங்களில் மூழ்கி, இறுதியில் ஒரு மிருகத்தைப் போல நடந்து, தன் மனம் போன போக்கில் செல்கிறான். அவன் தொடர்ந்து தன்னிடமும் மற்றவர்களிடமும் பொய் சொல்வதிலிருந்து இவை அனைத்தும் உருவாகின்றன. தனக்குத் தானே பொய் சொல்பவன் யாரையும் விட மிக எளிதாகக் கோபம் கொள்வதற்கு வாய்ப்புள்ளது. எல்லாவற்றிற்கும் மேலாக சில நேரங்களில் அவமானப்படுத்தப்படுவதாக உணர்வதும் மனநிறைவைத் தருகிறது இல்லையா? ஏனெனில் அவனுக்குத் தன்னை யாரும் அவமதிக்க வில்லை என்பது தெரிந்தும், அவன் அந்த அவமானத்தைத் தன்னை அலங்கரிக்கும் ஆபரணமாக நினைத்து, பொய்யாக ஒரு கதையைச் சிருஷ்டித்து, மற்றவர்களின் கவனத்தை ஈர்ப்பதற்காக விஷயங்களை மிகைப்படுத்தி, ஒரு சிறிய பிரச்சனையை எடுத்து அதை ஊதிப் பெரிதுபடுத்துகிறான் என்பது அவனுக்குத் தெரியும். அவனுக்கு இது நன்றாகத் தெரிந்திருந்தும், அவமதிப்பை உணரும் அவன் அதிலிருந்து அளவற்ற மகிழ்ச்சியையும், திருப்தியையும் எட்டும் நிலையை அடைகிறான். அவன் இறுதியில் அதன் விளைவாக உண்மையான விரோத மனப்பான்மையை வளர்த்துக் கொள்கிறான். ஆனால் நீங்கள் தயவுசெய்து எழுந்து உட்காருங்கள் என்று நான் மன்றாடிக் கேட்டுக் கொள்கிறேன். உங்களுடைய இந்தச் செயலும் பொய்யானது, போலியானது..."

"ஆசீர்வதிக்கப்பட்ட தந்தையே! நான் உங்கள் கையை முத்தமிட அனுமதியுங்கள்!" என்று ஃபியோதர் பாவ்லோவிச் வேகமாகத் துள்ளிக் குதித்து மூத்தவரிடம் சென்று அவர் கையை முத்தமிட்டார். "அவமானப்படுத்தப்படுவது மனநிறைவைத் தருகிறது என்று நான் இதற்கு முன் கேள்விப்படாத ஒரு விஷயத்தை நீங்கள் மிகவும் சரியாகச் சொன்னீர்கள். நான் என் வாழ்நாள் முழுவதும் மற்றவர்கள் என்னை அவமதிப்பதிலிருந்து ஒரு

மகிழ்ச்சியான உணர்வை அனுபவித்து வருகிறேன். இதுபோன்ற இகழ்ச்சிக்கு ஆளாவதில் மகிழ்ச்சி மட்டுமின்றி ஒரு அழகும் கூட இருக்கிறது என்பதை நீங்கள் மறந்து விட்டீர்கள். ஆமாம் மூத்தவரே, அது அழகானது! நான் அதை எழுதி வைத்துக்கொள்ள வேண்டும்! ஆனால் நான் என் வாழ்நாள் முழுவதும், ஒவ்வொரு மணி நேரமும் பொய் சொல்லியிருக்கிறேன். உண்மையில் நான் ஒரு பொய்யன், பொய்களின் தந்தை! உண்மையில் அது சரியா என்று எனக்குத் தெரியவில்லை, ஏனெனில் நான் எப்போதும் வேத வசனங்களை குழப்பிக் கொள்கிறேன். நான் என்னைப் பொய்யின் மகன் என்று சொல்லிக் கொள்வது போதுமானது. ஆனால்... என் தேவதூதனே... நான் அவ்வப்போது டிடெரோட்டைப் பற்றிச் சொல்லும் பொய்கள் எந்தத் தீங்கும் அற்றவை, ஆனால் சில நேரங்களில் ஒரு சிறிய வார்த்தை தீங்கு விளைவிக்கும். ஆகா, மூத்தவரே நான் கிட்டத்தட்ட ஒரு விஷயத்தை மறந்து விட்டேன். நான் கடந்த இரண்டு ஆண்டுகளாக இங்கே வந்து அதைப் பற்றி உங்களிடம் தெரிந்துகொள்ள வேண்டும் என்று நினைத்துக் கொண்டிருந்தேன்... ஆனால் முதலில் பியோட்டர் அலெக்ஸாண்ட்ரோவிச்சை மட்டும் இடையில் குறுக்கிட வேண்டாம் என்று சொல்லுங்கள். எங்கோ நடந்த மகான்களின் வாழ்க்கையைப் பற்றிச் சொல்லும்போது, ஒரு புனிதர் தனது விசுவாசத்தை நிரூபிக்கச் சித்திரவதை செய்யப்பட்டு, இறுதியில் அவர்கள் அவரது தலையை வெட்டியபோது, அவர் எழுந்து நின்று தலையைத் தூக்கி 'அன்புடன் முத்தமிட்டு' அதைக் கைகளில் ஏந்திக் கொண்டு நீண்ட நேரம் நடந்து சென்றார் என்று சொல்லப்படுகிறது. மதிப்பிற்குரிய தந்தையே! இந்தக் கதை உண்மையா இல்லையா?"

"இல்லை, அது உண்மையல்ல" என்றார் மூத்தவர்.

"மகான்களின் வாழ்க்கையில் அப்படி எதுவும் இல்லை. நீங்கள் சொல்லும் கதை எந்தத் துறவியைப் பற்றியது?" என்று நூலகரான துறவி கேட்டார்.

"யாரைப் பற்றி என்று எனக்கே தெரியாது. அதைப் பற்றி எந்த யோசனையும் எனக்கு இல்லை. நான் யாரோ சொன்னதைக் கேட்டு ஏமாந்து விட்டேன். யார் அந்தக் கதையை எனக்குச் சொன்னார்கள் என்று தெரியுமா? நான் டிடெரோட்டைப் பற்றிச் சொன்னதைக் கேட்டு இப்போது கோபப்பட்ட பியோட்டர் அலெக்ஸாண்ட்ரோவிச் மியூசோவ்தான் சொன்னார்."

"நான் அப்படி எதுவும் சொல்லவில்லை. முதலில் நான் உங்களிடம் பேசவே இல்லை."

“சரி, நீங்கள் அதை என்னிடம் சொல்லவில்லை, ஆனால் நீங்கள் மூன்று ஆண்டுகளுக்கு முன்னர் என் முன்னிலையில் மற்றவர்களிடம் சொன்னீர்கள். பியோட்டர் அலெக்ஸாண்ட்ரோவிச், நீங்கள் அந்த அபத்தமான கதையின் மூலம் என் நம்பிக்கையைக் குலைத்து விட்டீர்கள் என்பதால் அதைக் குறிப்பிடுகிறேன். அந்த நேரத்தில் நீங்கள் அதை உணரவில்லை என்றாலும், நான் என் நம்பிக்கையை இழந்து அவநம்பிக்கை கொள்ளும் அளவுக்குச் சென்று விட்டேன். ஆமாம், பியோட்டர் அலெக்ஸாண்ட்ரோவிச், என்னுடைய நம்பிக்கையின் வீழ்ச்சிக்கு நீங்கள்தான் காரணம். என்னுடைய டிடெரோட் கதையை விட அது மிகவும் மோசமானது.”

ஃபியோதர் பாவ்லோவிச்சின் குரலில் சோகம் நிரம்பி வழிந்தது என்றாலும் அவர் மீண்டும் ஒரு நாடகத்தை அரங்கேற்று கிறார் என்பது அனைவருக்கும் தெரிந்தது. அப்படியிருந்தும் அவருடைய வார்த்தைகள் மியூசோவுக்கு மிகுந்த வேதனையை ஏற்படுத்தியது.

“சுத்த முட்டாள்தனம், இதெல்லாம் கேலிக்கூத்து” என்று அவர் கோபத்துடன் முணுமுணுத்தார். “நான் ஒருவேளை அதை எப்போதோ சொல்லியிருக்கலாம்... ஆனால் நான் அதை உங்களிடம் சொல்லவில்லை. நான் அந்தக் கதையை வேறொருவரிட மிருந்து கேட்டேன். நான் பாரீஸில் இருந்தபோது ஒரு பிரெஞ் சுக்காரரிடமிருந்து அதைக் கேட்டேன். பிரார்த்தனையின் போது புனிதர்களின் வாழ்க்கையிலிருந்து நடந்த கதையில் அது வாசிக்கப்படுகிறது என்று அவர் கூறினார்... அவர் ரஷ்யாவைப் பற்றிய புள்ளிவிவரங்களின் ஆய்வை மேற்கொண்ட மிகவும் கற்றறிந்த ஒரு மனிதர். அவர் ரஷ்யாவில் நீண்ட காலம் வாழ்ந்தவர். என்னைப் பொறுத்தவரை நான் ஒருபோதும் புனிதர்களின் வாழ்க்கையைப் படித்ததில்லை, படிக்கும் எண்ணமும் இல்லை... இரவு உணவு வேளையில் எல்லா வகையான விஷயங்களும் பேசப்படுகிறது. அப்படி ஒரு சந்தர்ப்பத்தில் நான் அதைச் சொல்லியிருக்கலாம்.”

“ஆமாம், அப்போது நீங்கள் சாப்பிட்டுக் கொண்டிருந்தீர்கள், ஆனால் நான் என் நம்பிக்கையை இழந்தேன்” என்று ஃபியோதர் பாவ்லோவிச் அவரைக் கேலி செய்தார்.

“உங்கள் நம்பிக்கைக்கும் எனக்கும் என்ன சம்பந்தம்!” என்று மியூசோவ் கிட்டத்தட்ட கூச்சலிட்டார். ஆனால் அவர் திடீரென்று தன்னைக் கட்டுப்படுத்திக் கொண்டு, “நீங்கள் தொடும் அனைத்தையும் அசுத்தப்படுத்துகிறீர்கள்” என்று இகழ்ச்சியுடன் சொன்னார்.

மூத்தவர் திடீரென்று தன் இருக்கையிலிருந்து எழுந்தார்.

“கனவான்களே, என்னை மன்னியுங்கள். நான் உங்களைச் சில நிமிடங்களுக்கு தனியாக விட்டுச் செல்கிறேன்” என்று அவர் தனது பார்வையாளர்கள் அனைவரையும் நோக்கிச் சொன்னார். “ஆனால் உங்களுக்கு முன்னால் வந்த மக்கள் என்னைப் பார்ப்பதற்காகக் காத்திருக்கிறார்கள்” என்று அவர் ஃபியோதர் பாவ்லோவிச்சிடம் திரும்பினார். “நீங்கள் எந்தப் பொய்யும் சொல்லக்கூடாது” என்று அவர் புன்னகையுடன் சொன்னார்.

அவர் அறையை விட்டு வெளியேறியதும், அல்யோஷாவும், புதியவரும் மாடிப்படிகளில் இருந்து இறங்க அவருக்கு உதவி செய்வதற்காக விரைந்தனர். மூச்சுத் திணறிக் கொண்டிருந்த அல்யோஷாவுக்கு அங்கிருந்து தப்பிச் சென்றால் போதும் என்றிருந்தது. ஆனால் அவன் மூத்தவர் புண்படாமல் புன்னகைப்பதைக் கண்டு மகிழ்ச்சியடைந்தான். அருட்தந்தை ஜோசிமா தனக்காகக் காத்திருந்த மக்களை ஆசீர்வதிப்பதற்காக வராண்டாவை நோக்கிச் சென்று கொண்டிருந்தார். ஆனால் ஃபியோதர் பாவ்லோவிச் அறை வாசலில் அவரைத் தடுத்து நிறுத்தினார்.

“மனிதர்களில் மிகவும் ஆசீர்வதிக்கப்பட்டவரே!” என்று அவர் உணர்ச்சி ததும்பச் சொன்னார். “உங்கள் கையை மீண்டும் ஒரு முறை முத்தமிட அனுமதியுங்கள். என்னால் உங்களுடன் எளிதாகவும், சீராகவும் பேச முடிகிறது. மேலும் என்னால் உங்களுடன் எளிதாக நல்லுறவை ஏற்படுத்திக் கொள்ள முடியும். நான் எப்போதும் பொய்களைச் சொல்லிக் கொண்டு ஒரு கோமாளியாக நடிக்கிறேன் என்று நீங்கள் நினைக்கிறீர்களா? நான் வேண்டுமென்றே, உங்களைச் சோதிப்பதற்காக இப்படி நடிக்கிறேன் என்பதை நீங்கள் தெரிந்து கொள்ள வேண்டும். நான் உங்களுடன் பழகுவது சாத்தியமா, உங்கள் பெருமைக்குப் பக்கத்தில் என் அடக்கத்திற்கு இடம் இருக்கிறதா என்பதைத் தெரிந்துகொள்ள விரும்பினேன். என்னால் உங்களுடன் பழக முடியும் என்ற நற்சான்றிதழை நான் உங்களுக்கு வழங்கத் தயாராக இருக்கிறேன்! நான் இனிமேல் எதுவும் பேசாமல் எப்போதும் அமைதியாக இருப்பேன். நான் இங்கே நாற்காலியில் அமர்ந்து என் வாயை மூடிக் கொள்வேன். இனிமேல் பேசவேண்டியது நீங்கள்தான் பியோட்டர் அலெக்ஸாண்ட்ரோவிச். அடுத்த பத்து நிமிடங்களுக்கு நீங்கள்தான் மிக முக்கியமான மனிதர்.”

3. விவசாயப் பெண்களின் நம்பிக்கை

ஆசிரமத்தின் வளாகத்திற்கு வெளியே இருந்த வராண்டாவில் சுமார் இருபதுக்கும் மேற்பட்ட விவசாயப் பெண்கள் கூட்டமாக நின்று கொண்டிருந்தனர். மூத்தவர் வெளியே வருகிறார் என்பது அவர்களுக்குத் தெரிவிக்கப்பட்டதால் அவர்கள் ஆவலுடன் காத்திருந்தனர். உயர் வகுப்பைச் சேர்ந்த பெண்களுக்குரிய பகுதியில் இருந்த திருமதி. கோஹ்லக்கோவும் அவரது மகளும் வெளியே வந்து வராண்டாவில் காத்திருந்தனர். இன்னும் இளமையாகவும், மிகவும் அழகாகவும் இருந்த செல்வச் சீமாட்டி எப்போதும் போல மிகுந்த ரசனையுடன் உடை அணிந்திருந்தாள். அவள் வெளிறிய தோலுடன், அலைபாயும் கருப்பு நிறக் கண்களுடன் இருந்தாள். அவளுக்கு முப்பத்து மூன்று வயதுக்கு மேல் இருக்காது. அவள் கணவர் இறந்து ஐந்து ஆண்டுகள் ஆகியிருந்தன. அவளுடைய பதினான்கு வயது மகள் பக்கவாதத்தால் பாதிக்கப்பட்டு கால்கள் செயலிழந்த நிலையில், சக்கர நாற்காலியில் வலம் வந்து கொண்டிருந்தாள். அவள் தனது நோயின் காரணமாக மெலிந்து ஒல்லியாக இருந்தாலும், வசீகரமான சிறிய முகத்துடன், மகிழ்ச்சியாக இருந்தாள். அவளது நீண்ட கண் இமைகளுடன் கூடிய பெரிய கருப்பு நிறக் கண்களில் குறும்புத்தனம் பிரகாசித்தது. அவளுடைய தாயார் அவளை வசந்த காலத்திலிருந்தே வெளி நாட்டிற்கு அழைத்துச் செல்லத் திட்டமிட்டிருந்தாள், ஆனால் பண்ணையிலிருந்த வேலையின் காரணமாக கோடைக்காலம் வரையிலும் அவர்களால் போக முடியவில்லை. அவர்கள் ஆன்மீகக் காரணங்களை விட வியாபார நிமித்தமாக எங்கள் ஊரில் ஒரு வாரமாகத் தங்கியிருந்தார்கள். ஆனால் அவர்கள் மூன்று நாட்களுக்கு முன்பு ஒரு முறை மூத்தவரைச் சந்தித்தனர். மூத்தவர் யாரையும் பார்ப்பதில்லை என்பது தெரிந்தும், அவர்கள் திடீரென்று மீண்டும் அவரைப் பார்க்க வந்திருந்தார்கள். “குணப்படுத்தும் அந்த மூத்தவரை மீண்டும் ஒரு முறை பார்த்து மகிழ வேண்டும்” என்று அவர்கள் மன்றாடிக் கேட்டுக் கொண்டனர்.

தாய் தன் மகளின் சக்கர நாற்காலிக்கு அருகிலிருந்த நாற்காலியில் அமர்ந்து, மூத்தவரின் வருகையை எதிர்பார்த்துக் கொண்டிருந்தாள். அவளிடமிருந்து இரண்டு அடி தூரத்தில், அதிகம் அறியப்படாத, வடக்கிலிருந்த ஒரு மடாலயத்திலிருந்து வந்திருந்த ஒரு வயதான துறவியும் ஒரு பார்வையாளராக நின்றிருந்தார். அவரும் மூத்தவரின் ஆசியைப் பெறுவதற்காகக் காத்திருந்தார். ஆனால் மூத்தவர் வராண்டாவில் நுழைந்ததும்,

அவர் நேராக விவசாயப் பெண்களிடம் சென்றார். தாழ்வான வராண்டாவிற்குக் கீழேயிருந்த திறந்த வெளிக்குச் செல்லும் மூன்று படிகளைக் கொண்ட சிறிய மண்டபத்தை நோக்கிக் கூட்டம் சூழ்ந்தது. மூத்தவர் மேல் படியில் நின்று, தன் வஸ்திரத்தைத் தோளில் அணிந்து கொண்டு, அவரைச் சுற்றிக் கூடியிருந்த பெண்களை ஆசீர்வதிக்கத் தொடங்கினார். கூச்சலிட்ட ஒரு பைத்தியக்காரப் பெண்ணை இரு கைகளாலும் பிடித்து இழுத்து அவரிடம் அழைத்து வந்தனர். அவள் மூத்தவரைப் பார்த்ததும் பிரசவ வலியில் துடிப்பது போல அலறித் துடித்தாள். அவர் தன் வஸ்திரத்தை அவள் நெற்றியின் மீது வைத்து ஜெபிக்கத் தொடங்கினார். அவள் உடனே ஆறுதலடைந்து அமைதியானாள்.

இப்போது எப்படி என்று எனக்குத் தெரியவில்லை, ஆனால் நான் சிறுவனாக இருந்தபோது, கிராமங்களிலும் மடாலயங்களிலும் இது போல கூச்சலிட்டு அழும் பைத்தியக்காரப் பெண்களை அடிக்கடிப் பார்த்திருக்கிறேன். மேலும் பலரிடமிருந்து கேள்விப் பட்டும் இருக்கிறேன். அவர்களை ஞாயிறு வழிபாட்டிற்கு அழைத்துச் செல்லும்போது, அவர்கள் நாய்களைப் போலக் கத்துவதையும் அல்லது குரைப்பதையும் தேவாலயம் முழுவதும் கேட்க முடியும். ஆனால் சடங்குகளைச் செய்து அவர்களைப் பலிபீடத்திற்கு அழைத்துச் செல்லும்போது, அவர்களைப் பிடித்திருக்கும் ‘பிசாசு’ விலகிச் சென்றுவிட, அவர்கள் சிறிது நேரம் அமைதியாக இருப்பார்கள். நான் சிறுவயதில் அதைப் பார்த்து மிகவும் ஆச்சரியப்பட்டேன். ஆனால் நான் அதைப் பற்றிச் சில நில உரிமையாளர்களிடமும், குறிப்பாக என் ஆசிரியர்களிடமும் விசாரித்தபோது, இவை அனைத்தும் வேலை செய்வதைத் தவிர்ப்பதற்காகச் செய்யும் ஏமாற்று வேலை என்றும், தகுந்த கடுமையான நடவடிக்கை மூலம் அதை ஒழிக்க முடியும் என்றும் சொன்னார்கள். மேலும் அவர்கள் பல்வேறு கதைகளின் மூலம் அதை உறுதிப்படுத்தினர். ஆனால் எனக்கு ஆச்சரியமளிக்கும் வகையில், இது ஏமாற்று வேலை அல்ல என்றும், இது ரஷ்யாவில் பிரதானமாகப் பெண்களிடம் காணப்படும் ஒரு பயங்கரமான நோய் என்றும், எந்த மருத்துவ உதவியும் இல்லாமல் கடினமான முறையற்ற பிரசவத்திற்குப் பிறகு, உடனடியாக விவசாயப் பெண்கள் கடின உழைப்பில் ஈடுபட்டு பலவீனப்படுவதால் ஏற்படும் ஒரு நோய் என்றும் மருத்துவ வல்லுநர்களிடமிருந்து தெரிந்து கொண்டேன். அதுமட்டுமின்றி துயரத்தாலும், அடியாலும் விரக்தியடையும் சில பெண்கள் மற்றவர்களைப் போலத் தாங்க முடியாமல், இந்த நோய்க்கு ஆளாகிறார்கள் என்பதும் தெரிந்தது. வெறித்தனமாகப் போராடும் அந்தப் பெண்களைப் புனிதச்

சடங்கிற்கு அழைத்துச் சென்றதும், அவர்கள் விரைவாகக் குணமடைவது வெறும் பாசாங்கு அல்லது மதகுருமார்களின் தந்திரம் என்று ஆரம்பத்தில் சிலர் எனக்கு விளக்கினார்கள். இருந்தாலும் இந்த நிகழ்வு மிகவும் இயல்பாக நடந்தது. ஏனெனில் சடங்குகளில் கலந்து கொண்டு வணங்கும்போது, நோயுற்ற பெண்களைப் பிடித்திருக்கும் ஆவி உடலை விட்டு வெளியேறி விடும் என்ற அசைக்க முடியாத நம்பிக்கை பாதிக்கப்பட்ட நபரைச் சடங்குகளுக்கு அழைத்துச் செல்லும் பெண்களுக்கும், நோயுற்ற பெண்களுக்கும் இருந்தது. மன உளைச்சலுக்கு ஆளாகி மனநலம் பாதிக்கப்படும் ஒரு பெண், சடங்குகளைச் செய்வதற்காக தலை வணங்கும் போது, ஒரு விசித்திரமான அதிர்ச்சி அவள் முழு உடலையும் ஆக்ரமித்துக் கொள்ளும். அது குணப்படுத்தும் அற்புதம் என்ற எதிர்பார்ப்பினால் ஏற்படும் அதிர்ச்சியினாலும், அது நடக்கும் என்ற தீவிரமான நம்பிக்கையாலும், அது தற்காலிக மானதாக இருந்தாலும் உண்மையில் நடக்கிறது. மூத்தவர் பெண்களின் தலையை வஸ்திரத்தால் மூடும்போது அதுதான் நடக்கிறது.

அந்த நேரத்தில் அவரைச் சுற்றியிருந்த பல பெண்கள் ஆனந்தக் கண்ணீர் வடித்தனர். சிலர் அவரது ஆடையின் நுனியை முத்தமிட முயன்றனர். சிலர் தங்களுக்குள் முணுமுணுத்துக் கொண்டனர். அவர் அவர்கள் அனைவரையும் ஆசீர்வதித்து, அவர்களில் சிலரிடம் பேசினார். ஐந்து மைல் தொலைவில் உள்ள ஒரு கிராமத்திலிருந்து வந்திருந்த ஒரு பெண்ணை அவருக்கு ஏற்கனவே தெரியும். அவளை இதற்கு முன்பும் பல முறை அவரிடம் அழைத்து வந்திருக்கிறார்கள்.

“அவள் தூரத்திலிருந்து வந்திருக்கிறாள்” என்று அவர் இன்னும் வயதாகவில்லை என்றாலும் மெலிந்து முகம் கறுத்து, கறுப்பு நிறத்திலிருந்த ஒரு பெண்ணை அவர் சுட்டிக் காட்டினார். அவள் அவர் முன் மண்டியிட்டு, மூத்தவரை உற்றுப் பார்த்தாள். அவள் கண்களில் ஏதோ வெறி இருந்தது.

“தந்தையே, நான் தூரத்திலிருந்து, இருநூறு மைல் தூரத்திலிருந்து வருகிறேன்” என்று பாடுவது போல பேசிய அந்தப் பெண் தன் கன்னத்தை உள்ளங்கையில் தாங்கிக் கொண்டு, தலையை வலப்புறமாகவும் இடப்புறமாகவும் அசைத்தாள். அவள் ஏதோ மந்திரத்தை உச்சரிப்பது போலப் பேசினாள். சாமானிய மனிதர்களிடம் நீண்டகாலமாக அவர்கள் மனதில் ஆழப்புதைந்து, அமைதியாக இருக்கும் துக்கம் இருக்கிறது. ஆனால் அதே சமயத்தில் அடக்க முடியாமல் உடைந்து, கண்ணீரிலும் அழுகையிலும் உடனடியாக வெளிப்படும் துக்கமும் இருக்கிறது.

இது பெண்களிடம் பொதுவாகக் காணப்படுகிறது. ஆனால் அமைதியாக உள்ளத்தில் உறங்கிக் கிடக்கும் துக்கத்தைத் தாங்குவதை விட அது சுலபமானது அல்ல. அழுகையும் புலம்பல்களும் இதயத்தை அழுத்துவதன் மூலம் சற்றே ஆறுதலை அளிக்கின்றன. இத்தகைய துக்கங்கள் ஆறுதலைத் தேடுவதில்லை. அது அதன் தணிக்க முடியாத விரக்தியின் காரணமாகச் செழித்து வளர்கிறது. அழுகையும் புலம்பல்களும் உள்ளத்தின் காயத்தைத் தொடர்ந்து அதிகப்படுத்தும் காரியத்தைச் செய்கிறது.

"நீங்கள் வியாபாரிகளா?" என்று மூத்தவர் அவளை ஆர்வத்துடன் ஆராய்ந்தார்.

"தந்தையே, நாங்கள் நகரவாசிகள். நாங்கள் விவசாயிகள் என்றாலும் நகரத்தில் வாழ்கிறோம். தந்தையே, நான் உங்களைப் பார்க்க வந்திருக்கிறேன். அன்புள்ள தந்தையே, நாங்கள் உங்களைப் பற்றிக் கேள்விப்பட்டோம். நான் என் குழந்தையை அடக்கம் செய்துவிட்டு புனித யாத்திரை மேற்கொண்டேன். நான் மூன்று மடாலயங்களுக்குச் சென்றேன், ஆனால் அவர்கள் என்னிடம், "நஸ்தஸ்யுஷ்கா, அங்கே போ என்று உங்களைப் பற்றிச் சொன்னார்கள். எனவே நான் உங்களிடம் வந்துள்ளேன். நான் நேற்று தேவாலயத்திற்குச் சென்றுவிட்டு இன்று உங்களைப் பார்க்க வந்துள்ளேன்."

"நீங்கள் எதற்காக அழுகிறீர்கள்?"

"நான் என் சிறிய குழந்தைக்காக அழுகிறேன். அவனுக்கு இன்னும் மூன்று மாதங்களில் மூன்று வயது முடிந்திருக்கும். தந்தையே, நான் என் சிறிய குழந்தையை நினைத்து வேதனைப்படுகிறேன். எனக்கும் என் கணவர் நிகிதுஷ்காவுக்கும் இருந்த நான்கு குழந்தைகளில் அவன்தான் கடைசிக் குழந்தை. ஆனால் எங்கள் அன்புக் குழந்தைகள் அனைவரும் எங்களை விட்டுப் போய்விட்டனர். நான் என் முதல் மூன்று குழந்தைகளை அதிகம் துக்கப்படாமல் அடக்கம் செய்தேன். இப்போது நான் என் கடைசி குழந்தையையும் அடக்கம் செய்து விட்டேன். என்னால் அவனை மறக்க முடியவில்லை. அவன் எப்போதும் என் கண் முன்னால் நிற்பது போலத் தெரிகிறது. அவனை என் நினைவிலிருந்து அகற்ற முடியவில்லை. அவன் என் இதயத்தை வாட்டி வதைக்கிறான். நான் அவனுடைய சிறிய உடைகளையும், காலணிகளையும் பார்க்கும்போது அழத் தொடங்குகிறேன். நான் அவனுடைய மற்ற பொருட்கள் அனைத்தையும் வெளியே வீசிவிட்டேன் என்றாலும் அவற்றைப் பார்த்து அழுகிறேன். எனவே நான் என் கணவரிடம், 'நான் கடவுளிடம் பிரார்த்தனை செய்ய யாத்திரை போக வேண்டும்' என்று சொன்னேன். தந்தையே, அவர் ஒரு வண்டிக்குச்

சொந்தக்காரர் என்பதால் நாங்கள் ஏழைகள் அல்ல. அவர் எங்கள் சொந்தக் குதிரை வண்டியை ஓட்டுகிறார். குதிரைகளும் வண்டியும் எங்களுக்குச் சொந்தமானவை என்றாலும், இப்போது அவற்றினால் என்ன பயன்? நான் வீட்டில் இல்லாத இந்த நேரத்தில் அவர் குடிக்க ஆரம்பித்திருப்பார். நான் அருகில் இல்லாதபோது அவர் அதைத்தான் செய்கிறார். ஆனால் என்னால் இப்போது அவரை நினைத்துக் கவலைப்பட முடியவில்லை. நான் வீட்டை விட்டு வெளியேறி இரண்டு மாதங்களுக்கு மேலாகிவிட்டது. நான் எல்லாவற்றையும் மறந்து விட்டேன். நான் இப்போது எதையும் நினைவில் வைத்துக்கொள்ள விரும்பவில்லை. இனிமேல் நான் அவருடன் வாழ்ந்து என்ன பயன்? இனிமேல் எனக்கு அவரோ அல்லது மற்றவர்களோ தேவையில்லை. நான் எல்லாவற்றையும் விட்டுவிட்டேன். நான் என் வீட்டையும் அதிலுள்ள எதையும் பார்க்க விரும்பவில்லை. நான் எதையும் பார்க்க விரும்பவில்லை."

"தாயே, நான் சொல்வதைக் கேளுங்கள்" என்றார் மூத்தவர். "முன்னொரு காலத்தில் ஒரு மகான் உங்களைப் போன்ற ஒரு தாய் கோயிலில் அழுது கொண்டிருப்பதைப் பார்த்தார். அவளுடைய ஒரே குழந்தையைக் கடவுள் தன்னிடம் அழைத்துக் கொண்டதால் அவள் அழுது கொண்டிருந்தாள். அந்தத் துறவி அழுது கொண்டிருந்த அந்தப் பெண்ணிடம், 'அம்மா, ஆண்டவரின் சிம்மாசனத்தின் முன்னால் இந்தக் குழந்தைகள் எவ்வளவு பெரிய தைரியசாலிகள் என்று உங்களுக்குத் தெரியுமா? பரலோக ராஜ்ஜியத்தில் அவர்களைவிடத் தைரியமானவர்கள் வேறு யாரும் இல்லை. அவர்கள் கடவுளிடம், 'நீங்கள் எங்களுக்கு ஜீவனைக் கொடுத்தீர்கள் ஆனால் நாங்கள் அதை உணரும் முன்பே எங்களைத் திரும்ப அழைத்துக் கொண்டீர்கள்' என்று தைரியமாகக் கேட்டார்கள். கடவுள் உடனே அவர்களுக்குத் தேவதூதர் பதவியைக் கொடுத்தார். எனவே நீங்கள் அழுவதற்குப் பதிலாக மகிழ்ச்சியடைய வேண்டும், ஏனென்றால் உங்கள் குழந்தை கடவுளுடன் தேவதூதர்களின் ஒருவனாக இருக்கிறான்' என்று நீண்ட காலத்திற்கு முன்பே சொன்னார். அவர் ஒரு பெரிய மகான் என்பதால் அவரால் அவளிடம் ஒரு பொய்யைச் சொல்லியிருக்க முடியாது. ஆகையால், உங்கள் குழந்தை கடவுளின் சிம்மாசனத்தின் முன்னால் சந்தோஷத்துடன் உங்களுக்காகத் தேவனிடம் ஜெபிக்கிறான் என்பதை நீங்கள் தெரிந்து கொள்ளுங்கள். எனவே நீங்கள் அழுங்கள், ஆனால் மகிழ்ச்சியடையுங்கள்."

அந்தப் பெண் தன் கன்னத்தைக் கையில் வைத்துக் கொண்டு கலங்கிய கண்களுடன் அவர் சொன்னதைக் கேட்டுவிட்டு, ஆழ்ந்த பெருமூச்சு விட்டாள்.

“அப்படித்தான் நிகிதுஷ்காவும் நீங்கள் சொன்னதைப் போல அதே வார்த்தைகளைச் சொல்லி எனக்கு ஆறுதல் சொன்னார். ‘முட்டாள் பெண்ணே, நீ ஏன் இப்படி அழுகிறாய்? நம்முடைய மகன் தேவனுக்கு முன்பாகத் தேவதூதர்களுடன் சேர்ந்து பாடுகிறான்’ என்று அவர் என்னிடம் சொன்னார். இருந்தாலும் அவர் அதைச் சொன்னபோது, அவரும் என்னைப் போலக் கதறி அழுதார். ‘அது எனக்குத் தெரியும் நிகிதுஷ்கா. அவன் ஆண்டவருடன் இல்லாமல் வேறு எங்கே இருக்க முடியும்? ஆனால் நிகிதுஷ்கா, அவன் இப்போது இங்கே நம்முடன் இல்லை. அவன் முன்பு போல இப்போது நம் அருகில் இல்லை’ என்று நான் சொன்னேன். நான் அவனை இன்னும் ஒரே ஒரு முறை மட்டும் பார்க்க முடிந்தால் போதும்! நான் அவன் அருகில் போக மாட்டேன், அவனிடம் ஒரு வார்த்தையும் பேச மாட்டேன். நான் அமைதியாக ஒரு மூலையில் அமர்ந்து, அவன் வழக்கம் போல வெளியே முற்றத்தில் விளையாடுவதையும், அவன் உள்ளே ஓடிவந்து, ‘அம்மா, நீ எங்கே இருக்கிறாய்?’ என்று கேட்பதையும் பார்க்க முடிந்தால் போதும். அவன் தன் சிறிய கால்களால் அறை முழுவதும் ‘டக்டக்’ என்று சத்தம் எழுப்ப வேகமாக என்னிடம் ஓடிவந்து, கூச்சலிட்டுச் சிரிப்பான். நான் அவனுடைய சிறிய காலடி ஓசையைக் கேட்டாலும், அவனை அடையாளம் கண்டு கொள்வேன்! ஆனால் தந்தையே, அவன் என்னை விட்டுப் போய்விட்டான். நான் இனிமேல் அவனுடைய காலடி ஓசையை மீண்டும் கேட்க முடியாது. இதோ அவனுடைய சிறிய இடுப்புத் துணி என்னிடம் இருக்கிறது, ஆனால் அவன் இல்லை. என்னால் மீண்டும் அவனைப் பார்க்கவோ, அவன் குரலைக் கேட்கவோ முடியாது.”

அவள் தன் மார்புக் கச்சையிலிருந்து தன் குழந்தையின் தங்க இழை சரிகையால் எம்பிராய்டரி செய்த சிறிய இடுப்புத் துணியை எடுத்தாள். அவள் அதைப் பார்த்ததும் துக்கம் தாங்க முடியாமல் உடல் குலுங்க அழுது, தன் கைகளால் முகத்தை மூடிக் கொண்டாள். இருந்தும் அவள் விரல்களின் வழியாகக் கண்ணீர் வழிந்து ஓடியது.

“நீங்கள் பைபிளில் வரும் குழந்தையை இழந்து ஆறுதலடைய முடியாமல் தவிக்கும் ரேச்சலைப் போல இருக்கிறீர்கள். இந்தப் பூமியில் உள்ள பல தாய்மார்களின் நிலை அப்படித்தான் இருக்கிறது. எனவே நீங்கள் ஆறுதலடைய வேண்டிய அவசிய மில்லாமல் நன்றாக அழுங்கள். ஆனால் நீங்கள் ஒவ்வொரு முறை அழும்போதும், உங்கள் குழந்தை கடவுளின் தேவதூதர்களில் ஒருவன் என்பதையும், அவன் இப்போது இருக்கும் இடத்திலிருந்து

உங்களைப் பார்க்கிறான் என்பதையும், அவன் உங்கள் கண்ணீரைக் கண்டு மகிழ்ந்து, அதைக் கடவுளிடம் காண்பிக்கிறான் என்பதையும் நினைவில் கொள்ளுங்கள். நீங்கள் உங்கள் தாய்மையின் உணர்வால் நீண்ட காலத்திற்குக் கண்ணீர் விட்டு அழுவீர்கள் என்றாலும், இறுதியில் உங்கள் அழுகை அமைதியான ஆனந்தமாக மாறும். உங்கள் கண்ணீரிலிருந்த கசப்பு நீங்கி அது அமைதியைத் தரும் கண்ணீராகி, உங்கள் இதயத்தைச் சுத்தப்படுத்தி பாவத்திலிருந்து விடுவிக்கும். உங்கள் குழந்தையின் ஆத்மா சாந்தியடையப் பிரார்த்திக்கிறேன். அவன் பெயர் என்ன?”

“தந்தையே, அவன் பெயர் அலெக்ஸி.”

“அழகான பெயர். மனிதக் கடவுள் என அழைக்கப்பட்ட புனிதரின் பெயரா?”

“ஆமாம், தந்தையே.”

“அவர் ஒரு பெரிய மகான். நான் என் பிரார்த்தனைகளில் நிச்சயமாக உங்கள் மகனையும், உங்கள் துயரத்தையும் நினைவு கூர்வேன். உங்கள் கணவருக்குக் கடவுள் ஆரோக்கியத்தையும் ஆனந்தத்தையும் தரவேண்டும் என்று பிரார்த்திப்பேன். நீங்கள் இப்போது உங்கள் கணவரிடம் சென்று அவரைக் கவனித்துக் கொள்ளுங்கள். உங்கள் குழந்தை மேலிருந்து பார்த்து, நீங்கள் அவனுடைய தகப்பனைக் கைவிட்டதைக் கண்டால், அவன் உங்கள் இருவரையும் நினைத்து அழுவான். நீங்கள் ஏன் அவனுடைய ஆனந்தத்தைச் சீர்குலைக்க வேண்டும்? ஆன்மா என்றென்றும் அழிவதில்லை என்பதால் உங்கள் குழந்தை வீட்டில் இல்லாவிட்டாலும் கண்ணுக்குத் தெரியாமல் உங்களுடன் வாழ்கிறான். நீங்கள் உங்கள் வீட்டை வெறுக்கிறீர்கள் என்றால் அவன் எப்படி உங்கள் வீட்டிற்கு வருவான்? அவனால் தன் தாயையும் தந்தையையும் ஒன்றாகப் பார்க்க முடியாவிட்டால் அவன் யாரிடம் போவான்? நீங்கள் இப்போது அவனைக் கனவில் காணும்போது வேதனைப்படுகிறீர்கள், ஆனால் நீங்கள் வீட்டிற்குத் திரும்பியதும் அவன் உங்களுக்கு இனிமையான கனவுகளை அனுப்புவான். எனவே, தாயே நீங்கள் இன்றே உங்கள் கணவரிடம் திரும்பிச் செல்லுங்கள்.”

“அருட்தந்தையே, நீங்கள் சொன்னபடி நான் போகிறேன். நீங்கள் என் இதயத்தைத் தொட்டுவிட்டீர்கள். நிகிதுஷ்கா, என் அன்பே, எனக்காகக் காத்திருங்கள், என் அன்பே, எனக்காகக் காத்திருங்கள்” என்று அந்தப் பெண் மந்திரம் சொல்வது போல முணுமுணுக்கத் தொடங்கினாள். அப்போது மூத்தவர், யாத்ரீகரைப் போல இல்லாமல் நகரத்தில் உள்ளவரைப் போல உடையணிந்த ஒரு வயதான மூதாட்டியை நோக்கித் திரும்பினார். அவள் ஏதோ

ஒரு நோக்கத்திற்காக வந்திருக்கிறாள், அவளுடைய மனதில் ஏதோ இருக்கிறது என்பது அவள் கண்களிலிருந்து தெளிவாகத் தெரிந்தது. அவள் எங்கள் ஊரைச் சேர்ந்த ஒரு ராணுவ அதிகாரியின் விதவை என்று தன்னை அறிமுகப்படுத்திக் கொண்டாள். அவளுடைய அன்பு மகன் வசென்கா ஏதோ ஓர் இடத்தில் ராணுவத்தில் பணி யாற்றிய பிறகு, சைபீரியாவில் உள்ள இர்குட்ஸ்க் என்ற இடத்திற்குச் சென்றான். அவன் அங்கிருந்து இரண்டு முறை அவளுக்குக் கடிதம் எழுதியிருந்தான். ஆனால் அவன் கடைசியாகக் கடிதம் எழுதி ஒரு வருடம் ஆகிவிட்டது. அவள் அவனைப் பற்றி விசாரித்துக் கொண்டிருந்தாள் என்றாலும், யாரிடம் அதைப் பற்றிக் கேட்பது என்று அவளுக்குத் தெரியவில்லை.

"ஒரு பணக்கார வணிகரின் மனைவியான திருமதி. ஸ்டெபானிடா இலினிஷ்னா, நேற்று முன்தினம் என்னிடம், 'ப்ரோகோரோவ்னா, நீங்கள் தேவாலயத்திற்குச் சென்று, இறந்தவர் களுக்காக உரக்க வாசிக்கும் பிரார்த்தனைக்கு உங்கள் மகனின் பெயரை எழுதி வைத்து, அவன் ஆன்மா சாந்தியடைய பிரார்த் தனை செய்யுங்கள். அதனால் அவனது ஆன்மா கலக்கமடையும். எனவே அவன் உங்களுக்குக் கடிதம் எழுதுவான்' என்று சொன்னாள். அவள் அது பலமுறை வெற்றிகரமாக பரிசோதிக்கப் பட்ட ஒரு குறிப்பிடத்தக்க விஷயம் என்று என்னிடம் சொன்னாள். ஆனால் எனக்கு ஒரு சந்தேகம்... ஓ, தந்தையே எனக்குத் தெளிவுபடுத்துங்கள். அது உண்மையா இல்லையா? அப்படிச் செய்வது நல்ல காரியமா?"

"நீங்கள் அதை நினைக்கவே வேண்டாம்! நீங்கள் அதைக் கேட்பதே வெட்கக்கேடானது. ஓர் உயிருள்ள ஆன்மா சாந்தியடையப் பிரார்த்தனை செய்வது எப்படிச் சாத்தியம்? நீங்கள் அவனைப் பெற்ற தாய்! அது சூனியத்திற்கு நிகரான கொடிய பாவம். உங்கள் அறியாமைக்காக மட்டுமே அது மன்னிக்கப்படுகிறது. நீங்கள் அதற்குப் பதிலாக, கடவுள் உங்கள் மகனுக்கு ஆரோக்கியத்தைத் தர வேண்டும் என்றும், உங்கள் தவறான எண்ணங்களுக்காக உங்களை மன்னிக்க வேண்டும் என்றும், நமக்கு விரைந்து பாதுகாப்பையும், உதவியையும் நல்கும், தேவனுடைய தாயிடம் பிரார்த்தனை செய்வது நல்லது. ப்ரோகோரோவ்னா, நான் உங்களுக்குச் சொல்ல விரும்புவது என்னவென்றால், உங்கள் மகன் விரைவில் உங்களிடம் திரும்பி வருவான் அல்லது நிச்சயமாக அவன் உங்களுக்கு ஒரு கடிதம் எழுதுவான். நான் சொல்வதை நீங்கள் உறுதியாக நம்பலாம். இப்போது நீங்கள் பயப்படாமல் செல்லுங்கள். நான் சொல்கிறேன், உங்கள் அருமை மகன் உயிரோடு இருக்கிறான்."

"அன்புத் தந்தையே, எங்களுக்காகவும் எங்கள் பாவங்களுக்காகவும் ஜெபிக்கும் கொடையாளியாகிய உமக்குத் தேவன் வெகுமதி அளிப்பார்!"

மூத்தவர் அந்தக் கூட்டத்தில் இரண்டு பளபளக்கும் கண்கள் தன் மீது நிலைத்திருப்பதை ஏற்கனவே கவனித்திருந்தார். அவள் மௌனமாக அவரையே பார்த்துக் கொண்டிருந்தாள். அவளுடைய கண்கள் அவரைக் கவர்ந்தன. ஆனால் அவள் அவரை நெருங்கப் பயந்தாள்.

"நீங்கள் வந்த காரணம் என்ன மகளே?"

"அன்புத் தந்தையே, என் ஆன்மாவைப் பாவச்சுமையிலிருந்து விடுவியுங்கள்" என்று அவள் மெதுவாகச் சொல்லிவிட்டு, அவர் கால்களில் விழுந்து வணங்கினாள். "தந்தையே, நான் பாவம் செய்து விட்டேன். நான் என் பாவத்தைக் கண்டு அஞ்சுகிறேன்."

மூத்தவர் கீழ்ப் படியில் அமர்ந்தார். அந்தப் பெண் மண்டியிட்ட படியே அவரை நெருங்கிச் சென்றாள்.

"நான் இரண்டு வருடங்களாக விதவையாக இருக்கிறேன்" என்று அவள் மெல்லக் கிசுகிசுத்தபோது, ஒரு நடுக்கம் அவளுடைய உடல் முழுவதையும் உலுக்கியது. "நான் ஒரு வயதான மனிதரை மணந்து, வாழ்க்கையில் மிகவும் கஷ்டப்பட்டேன். அவர் தினமும் என்னைக் கொடூரமாக அடித்தார். அவர் ஒரு முறை நோயுற்றுப் படுக்கையில் விழுந்தார். அவர் குணமடைந்து எழுந்தால் மீண்டும் என்ன நடக்கும் என்பதை நான் நினைத்துப் பார்த்தேன். எனக்கு அப்போது திடீரென்று அந்த எண்ணம் தோன்றியது..."

"பொறுங்கள்!" என்று மூத்தவர் தன் காதை அவள் உதடுகளுக்கு அருகில் கொண்டு சென்றார். அவள் புரிந்துகொள்ள முடியாதபடி வார்த்தைகளை மெல்லக் கிசுகிசுத்துக் கொண்டே, சீக்கிரம் சொல்லி முடித்தாள்.

"இரண்டு வருடங்களுக்கு முன்பா?" என்றார் மூத்தவர்.

"ஆமாம். நான் முதலில் அதைப் பற்றி அதிகம் யோசிக்கவில்லை, ஆனால் நான் இப்போது நோயுறத் தொடங்கியுள்ளேன். அந்த எண்ணம் ஒருபோதும் என்னை விட்டு விலகாமல் சித்திரவதை செய்கிறது."

"நீங்கள் தூரத்திலிருந்து வருகிறீர்களா?"

"முன்னூறு மைல்களுக்கு அப்பாலிருந்து வருகிறேன்."

"நீங்கள் பாவமன்னிப்புப் பெற்றீர்களா?"

"ஆமாம், இரண்டு முறை."

"நீங்கள் தேவாலயத்தில் பிரார்த்தனைக்கு அனுமதிக்கப் பட்டீர்களா?"

"ஆமாம். நான் பயப்படுகிறேன், நான் மரணத்தைக் கண்டு பயப்படுகிறேன்."

"நீங்கள் ஒருபோதும் எதற்காகவும் பயப்படவோ, வருத்தப் படவோ வேண்டாம். நீங்கள் உண்மையாக மனம் திருந்தினால் கடவுள் உங்களை முழுமையாக மன்னிப்பார். உண்மையாக மனம் திருந்தும் ஒருவரைக் கடவுள் மன்னிக்க முடியாத அளவுக்கு இந்தப் பூமியில் எந்தப் பாவமும் இல்லை, இருக்கவும் முடியாது. ஒரு மனிதன் கடவுளின் எல்லையற்ற அன்பை இழக்கும் அளவுக்குப் பெரிய பாவத்தைச் செய்ய முடியாது. கடவுளுடைய அன்பை மிஞ்சும் ஒரு பாவம் எப்படி இருக்க முடியும்? நீங்கள் இடை விடாமல் மனம் திருந்துவதை மட்டுமே சிந்தித்து, அனைத்துப் பயங்களையும் விரட்டுங்கள். நீங்கள் பாவம் செய்திருந்தாலும், அந்தப் பாவத்தின் காரணமாகக் கூட, உங்களால் கற்பனை செய்ய முடியாத அளவுக்குக் கடவுள் உங்களை நேசிப்பார் என்று நம்புங்கள். பத்து நல்ல மனிதர்களை விட மனம் திருந்தும் ஒரு பாவிக்கு பரலோகத்தில் அதிக சந்தோஷம் காத்திருக்கிறது என்று வெகு காலத்திற்கு முன்பே சொல்லப்பட்டது. நீங்கள் எதற்கும் பயப்படாமல் செல்லுங்கள். உங்களை மனிதர்கள் புண்படுத்தினால் அதற்காக வருத்தமோ, கோபமோ கொள்ள வேண்டாம். உங்கள் கணவர் உங்களுக்குச் செய்த எல்லா தீங்குகளையும் மறந்து அவரை மன்னித்து விடுங்கள். நீங்கள் அவருடன் உண்மையாகச் சமரசம் செய்து கொள்ளுங்கள். நீங்கள் மனம் திருந்தினால் உங்களால் அன்பு காட்ட முடியும். அப்போது நீங்கள் கடவுளுடன் ஐக்கியமாவீர்கள்... அன்பினால் எல்லாவற்றையும் மீட்க முடியும், அன்பினால் அனைத்தும் இரட்சிக்கப்படுகின்றன. உங்களைப் போன்ற பாவியான நானும் உங்கள் மீது இரக்கமும் அன்பும் காட்ட முடியும் என்றால் கடவுளின் கருணைக்கும் அன்புக்கும் சொல்லவா வேண்டும். அன்பு ஒரு விலைமதிப்பற்ற பொக்கிஷம். நீங்கள் அதன் மூலம் இந்த முழு உலகத்தையும் மீட்க முடியும். நீங்கள் உங்கள் சொந்த பாவங்களை மட்டுமின்றி மற்றவர்களின் பாவங்களையும் நிவர்த்திக்க முடியும். எனவே நீங்கள் பயப்படாமல் செல்லுங்கள்."

மூத்தவர் அவளை மூன்று முறை சிலுவையிட்டு, தன் கழுத்திலிருந்த சிலுவையை எடுத்து அவள் மீது வைத்தார். அவள் எதுவும் பேசாமல் பூமியில் குனிந்து அவரை வணங்கினாள். அவர்

படியிலிருந்து எழுந்து, கையில் ஒரு சிறிய குழந்தையுடன் இருந்த ஒரு ஆரோக்கியமான விவசாயப் பெண்ணை மகிழ்ச்சியுடன் பார்த்தார்.

"அன்பு தந்தையே, நான் வைசேகோரியைச் சேர்ந்தவள்."

"அப்படியானால் நீங்கள் குழந்தையைத் தூக்கிக் கொண்டு ஐந்து மைல் தூரம் நடந்து வந்துள்ளீர்கள். உங்களுக்கு என்ன கஷ்டம்?" என்று அவர் கேட்டார்.

"தந்தையே, நான் உங்களைப் பார்க்க விரும்பினேன். நான் இதற்கு முன்பும் இங்கு வந்திருக்கிறேன். நீங்கள் என்னை மறந்துவிட்டீர்களா? என்னை நினைவில் வைத்திருக்கும் அளவுக்கு உங்களுக்கு நினைவாற்றல் இருக்காது. எங்கள் கிராமத்தில் உங்களுக்கு உடல்நலமில்லை என்று சொன்னார்கள். எனவே நான் உங்களைப் பார்க்க வேண்டும் என்று நினைத்தேன். நான் இப்போது உங்களைப் பார்க்க வந்துவிட்டேன். நீங்கள் நோயுற்றிருப் பதாகத் தெரியவில்லை! கடவுள் உங்களுடன் இருக்கிறார் என்பதால் உண்மையில் நீங்கள் இன்னும் இருபது ஆண்டுகள் வாழ்வீர்கள்! உங்களுக்காகப் பிரார்த்தனை செய்ய ஆயிரக்கணக்கான மக்கள் இருக்கும்போது, உங்களுக்கு எப்படி உடல்நலமில்லாமல் போகும்?"

"என் அன்பே, உங்கள் அன்புக்கு நன்றி."

"எனக்கு உங்களிடம் ஒரு சிறிய உதவி வேண்டும். இதோ அறுபது கோபெக்குகள். அன்பு தந்தையே, என்னைவிட ஏழ்மையில் உள்ள பெண்களுக்கு அதைக் கொடுங்கள். நான் இங்கே வரும்போது, உங்கள் மூலம் அதைக் கொடுப்பது நல்லது, ஏனெனில் அதை யாருக்குக் கொடுப்பது என்று உங்களுக்கு நன்றாகத் தெரியும் என்று நினைத்தேன்."

"நன்றி, என் அன்பே. நீங்கள் ஒரு நல்ல மனம் கொண்ட பெண். நான் உங்களை நேசிக்கிறேன். நான் நீங்கள் சொன்னதைத் தவறாமல் செய்கிறேன். அது உங்கள் மகளா?"

"ஆமாம், தந்தையே, என் சின்னப் பெண் லிசாவெத்தா."

"கடவுள் உங்களையும் உங்கள் குழந்தை லிசாவெத்தாவையும் ஆசீர்வதிப்பாராக. தாயே, நீங்கள் என் உள்ளத்தை மகிழ்வித்தீர்கள். என் அன்புக்குரியவர்களே, நான் விடை பெறுகிறேன். என் அன்பர்களே, நான் விடை பெற்றுக் கொள்கிறேன்."

மூத்தவர் அனைவரையும் ஆசீர்வதித்து, அனைவருக்கும் தலை வணங்கினார்.

4. அவநம்பிக்கை கொண்ட பெண்

மூத்தவர் விவசாயப் பெண்களுடன் பேசியதையும், அவர்களை ஆசீர்வதிப்பதையும் பார்த்துக் கொண்டிருந்த நில உரிமையாளரின் விதவை மௌனமாக அழுது, கண்களில் வழிந்த கண்ணீரைக் கைக்குட்டையால் துடைத்துக் கொண்டாள். அவள் உண்மையில் நல்ல உள்ளம் கொண்ட உணர்ச்சிவசப்படும் ஒரு பெண்மணி. மூத்தவர் இறுதியில் அவளிடம் வந்தபோது, அவள் பரவசத்துடன் அவரைச் சந்தித்தாள்.

"அந்த நெகிழ்ச்சியான காட்சியைப் பார்த்து என் உள்ளம் உருகி விட்டது..." என்று அவள் உணர்ச்சிவசப்பட்டுப் பேசமுடியாமல் தவித்தாள். "ஓ, மக்கள் உங்கள் மீது வைத்திருக்கும் அன்பை என்னால் புரிந்துகொள்ள முடிகிறது. நான் சாதாரண மக்களை நேசிக்கிறேன், அவர்களை நேசிக்க விரும்புகிறேன்... எளிய உள்ளம் கொண்ட அற்புதமான ரஷ்ய மக்களை ஒருவர் எப்படி நேசிக்காமல் இருக்க முடியும்?"

"உங்கள் மகளின் உடல்நிலை எப்படி இருக்கிறது? நீங்கள் என்னுடன் மீண்டும் பேச விரும்புகிறீர்களா?"

"ஓ, நான் உங்களிடம் பேச வேண்டும் என்று பிடிவாதமாக மன்றாடிக் கேட்டுக் கொண்டேன். நான் இங்கேயே மூன்று நாட்கள் மண்டியிட்டு அமர்ந்து, நீங்கள் அனுமதி அளிக்கும் வரைக் காத்திருக்கத் தயாராக இருந்தேன். அருட்தந்தையே, நாங்கள் எங்கள் மனமார்ந்த நன்றியைத் தெரிவித்துக் கொள்ளவே உங்களிடம் வந்திருக்கிறோம். நீங்கள் என் லிசாவைக் குணப்படுத்தி விட்டீர்கள், அவள் முழுமையாக குணமாகிவிட்டாள்... அது எப்படிச் சாத்தியம்? நீங்கள் கடந்த வியாழக்கிழமை அவள் தலை மீது கை வைத்து அவளை ஆசீர்வதித்தீர்கள். நாங்கள் உங்களின் அந்தக் கையை முத்தமிடவும், எங்கள் உணர்வுப்பூர்வமான நன்றியைத் தெரிவிக்கவும் வந்திருக்கிறோம்."

"அவள் குணமாகிவிட்டாள் என்று எப்படிச் சொல்கிறீர்கள்? அவள் இன்னும் நாற்காலியில்தானே இருக்கிறாள்?"

"ஆனால் அவளுக்கு இரவு நேரத்தில் வரும் காய்ச்சல் முற்றிலுமாக நின்றுவிட்டது. அவளுக்குக் கடந்த வியாழக்கிழமை முதல் தொடர்ந்து இரண்டு நாட்களாகக் காய்ச்சல் வரவில்லை" என்று அந்தப் பெண் பதட்டம் நிறைந்த மகிழ்ச்சியுடன் சொன்னாள். "அதுமட்டுமின்றி அவள் கால்களுக்கு பலம் வந்துவிட்டது. அவள் இரவு முழுவதும் நன்றாகத் தூங்கினாள். அவள் இன்று காலையில் எழுந்தது முதல் மிகவும் நன்றாக,

உற்சாகமாக இருக்கிறாள். அவளுடைய சிவந்த கன்னங்களையும், பளபளக்கும் கண்களையும் பாருங்கள்! அவள் முன்பு எப்போதும் அழுது கொண்டிருந்தாள், ஆனால் இப்போது அவள் மகிழ்ச்சியாக உற்சாகத்துடன் சிரிக்கிறாள். அவள் இன்று தன் சொந்தக் கால்களில் நிற்க வேண்டும் என்று வற்புறுத்தி, எந்த ஆதரவும் இல்லாமல் ஒரு நிமிடத்திற்கு எழுந்து நின்றாள். அவள் இன்னும் இரண்டு வாரங்களில் நடனம் ஆடப் போவதாக என்னிடம் பந்தயம் போட்டிருக்கிறாள். நான் அவளைப் பரிசோதிக்க உள்ளூர் மருத்துவர் கெர்ஷென்ஸ்தூபேவை வரவழைத்தேன். அவர் தோள்களைக் குலுக்கி, 'எனக்கு ஆச்சரியமாக இருக்கிறது, ஆனால் அது எப்படி என்று என்னால் விளக்க முடியவில்லை' என்றார். நாங்கள் உங்களைத் தொந்தரவு செய்ய வந்ததாக நினைக்க வேண்டாம், உங்களுக்கு நன்றி சொல்லிவிட்டு விரைந்து செல்கிறோம். சரி, லிசா, இங்கே வா, மூத்தவருக்கு நன்றி சொல்."

லிசாவின் அழகிய சிரித்த முகபாவம் திடீரென்று தீவிரமானது. அவள் தன்னால் முடிந்த வரை நாற்காலியிலிருந்து எழுந்து, மூத்தவரைப் பார்த்து, அவர் கைகளைப் பிடித்துக் கொண்டாள். ஆனால் அவள் தன்னைக் கட்டுப்படுத்திக் கொள்ள முடியாமல் திடீரென்று சிரித்தாள்.

"நான் அவரைப் பார்த்துச் சிரிக்கிறேன்!" என்று அவள் அல்யோஷாவைச் சுட்டிக்காட்டி, தன் சிரிப்பைக் கட்டுப்படுத்த முடியாமல் போனதற்காக குழந்தைத்தனமாக தன் மீதே கோபம் கொண்டாள். மூத்தவருக்குப் பின்னால் ஒரு அடி தூரத்தில் நின்றிருந்த அல்யோஷாவின் முகத்தை அப்போது யாராவது பார்த்திருந்தால், அவன் கன்னங்கள் வெட்கத்தினால் சிவந்திருப்பதைக் கவனித்திருப்பார்கள். அவன் பிரகாசமான தன் கண்களைத் தாழ்த்திக் கொண்டான்.

"அலெக்ஸி ஃபியோதரோவிச், அவள் உங்களிடம் ஏதோ சொல்ல வேண்டும் என்கிறாள். நீங்கள் எப்படி இருக்கிறீர்கள்?" என்று கேட்ட தாய், திடீரென்று அழகான கையுறை அணிந்த கையை அல்யோஷாவை நோக்கி நீட்டினாள். மூத்தவர் திரும்பி லிசாவிடம் சென்ற அல்யோஷாவை உற்றுப் பார்த்தார். அவன் லிசாவை நெருங்கி, சங்கடத்துடன் புன்னகைத்து, தன் கையை அவளிடம் நீட்டினான். லிசா தன் முகத்தைத் தீவிரமாக வைத்துக் கொண்டாள்.

"கேத்தரீனா இவானோவ்னா இதை உங்களிடம் தரச் சொன்னார்" என்று அவள் ஒரு சிறிய உறையை அவனிடம் கொடுத்தாள். "நீங்கள் ஏமாற்றாமல் மிக விரைவில் தன்னை வந்து சந்திக்க வேண்டும்" என்று அவள் கேட்டுக் கொண்டாள்.

 நற்றிணை பதிப்பகம் ○ 87

“நான் அவளைப் பார்க்க வேண்டுமா? நானா? எதற்கு?” என்று அல்யோஷா மிகுந்த ஆச்சரியத்துடன் முணுமுணுத்தான். அவன் முகத்தில் சட்டென்று ஒரு அதீதமான கவலை வெளிப் பட்டது.

“ஓ, அது டிமிட்ரி ஃபியோதரோவிச் சம்பந்தப்பட்டது. சமீபத்தில் நடந்த விவகாரங்களைப் பற்றியது” என்று தாய் அவனுக்கு விளக்கினாள். “கேத்தரீனா இவானோவ்னா ஒரு முடிவுக்கு வந்திருக்கிறாள், ஆனால் அவள் உங்களைப் பார்க்க நினைப்பது ஏன் என்று எனக்குத் தெரியவில்லை. ஆனால் அவள் உடனடியாக உங்களைப் பார்க்க விரும்புகிறாள். நீங்கள் நிச்சயமாக அவளைப் பார்க்கச் செல்ல வேண்டும். ஒரு கிறிஸ்துவனாக அதைச் செய்வது உங்கள் கடமை.”

“ஆனால் நான் ஒரே ஒரு முறைதான் அவளைப் பார்த்திருக்கிறேன்” என்று அல்யோஷா புரிந்துகொள்ள முடியாமல் குழம்பினான்.

“ஓ, அவள் ஒரு உன்னதமான, விதிவிலக்கான பெண்! அவள் படும் கஷ்டங்களை மட்டும் நினைத்துப் பாருங்கள்... அவள் எதையெல்லாம் பொறுத்துக் கொண்டாள் என்பதையும், இப்போதும் எதையெல்லாம் சகித்துக் கொண்டிருக்கிறாள் என்பதையும் யோசித்துப் பாருங்கள்... எல்லாம் பயங்கரமானது, மிகவும் பயங்கரமானது!”

“சரி, நான் போகிறேன்” என்று முடிவு செய்த அல்யோஷா, அவன் அவளைச் சந்திக்க வேண்டும் என்ற பிடிவாதமான வேண்டுகோளைத் தவிர, வேறு எந்த விளக்கமும் இல்லாத, புதிரான அந்தச் சிறிய குறிப்பைப் படித்தான்.

“ஆகா, நீங்கள் அப்படிச் செய்வது நன்றாகவும் உன்னதமாகவும் இருக்கும்” என்று லிசா திடீரென்று மகிழ்ச்சியுடன் சொன்னாள். “நீங்கள் உங்கள் ஆன்மாவைக் கடைத்தேற்றுவதில் மும்முரமாக இருப்பதால் உங்களால் அதைச் செய்ய முடியாது என்று நான் அம்மாவிடம் சொன்னேன். நீங்கள் எவ்வளவு அற்புதமான மனிதர்! நான் எப்போதும் உங்களை அற்புதமானவர் என்றுதான் நினைத்தேன். இப்போது நான் அதைச் சொல்வதில் மிகுந்த மகிழ்ச்சிடைகிறேன்.”

“லிசா!” என்று அவளுடைய அம்மா கடுமையான குரலில் சொன்னாலும் உடனடியாகப் புன்னகைத்தாள்.

“அலெக்ஸி ஃபியோதரோவிச், நீங்கள் எங்களைச் சுத்தமாக மறந்துவிட்டீர்கள். நீங்கள் எங்களைப் பார்க்க வருவதில்லை. இருந்தாலும் லிசா உங்களுடன் இருக்கும்போது மட்டும் நிம்மதியாக உணர்வதாக என்னிடம் பல முறை சொல்லியிருக்கிறாள்.”

அல்யோஷா தாழ்த்திய தன் கண்களை உயர்த்திப் பார்த்து விட்டு, திடீரென்று மீண்டும் முகம் சிவந்து, ஏன் என்று தெரியாமல் மீண்டும் புன்னகைத்தான். ஆனால் மூத்தவர் அவனைக் கவனிக்காமல், லிசாவின் சக்கர நாற்காலிக்கு அருகில் நின்று காத்திருந்த துறவியுடன் பேசிக் கொண்டிருந்தார். அவர் ஒரு எளிய விவசாயக் குடும்பத்திலிருந்து வந்தவர் என்பதால் உலகத்தைப் பற்றிய விசாலமான பார்வை இல்லாவிடினும், உண்மையான விசுவாசியாகவும், தனக்கே உரிய வழியில் பிடிவாதமான மனிதராகவும் இருந்தார். அவர் வடக்கில் எங்கோ தூரத்தில் ஒப்டோர்ஸ்க்கில், பத்து துறவிகள் மட்டுமே உள்ள சிறிய புனித சில்வெஸ்டரின் மடாலயத்திலிருந்து வந்திருப்பதாகச் சொன்னார். மூத்தவர் அவரை ஆசீர்வதித்து, அவர் விரும்பும் போதெல்லாம் தனது அறைக்கு வந்து தன்னைச் சந்திக்கலாம் என்று சொன்னார்.

"உங்களால் எப்படி இத்தகைய காரியங்களைச் செய்ய முடியும் என்று நினைக்கிறீர்கள்?" என்று திடீரென்று கேட்ட அந்தத் துறவி லிசாவை ஓர் அர்த்தமுள்ள பார்வையுடன் பார்த்தார். மூத்தவர் அவளைக் குணப்படுத்தியதைப் பற்றி அவர் குறிப்பிட்டார்.

"நிவாரணம் என்பது முழுமையான சிகிச்சை அல்ல என்பதால் குணமாகிவிட்டது என்று இப்போதே நிச்சயமாகச் சொல்ல முடியாது. மேலும் இது வேறு பல காரணங்களாலும் ஏற்படலாம். இருப்பினும் அப்படி ஏதாவது இருந்தால் அதற்கு கடவுளின் சித்தத்தைத் தவிர வேறு எந்தச் சக்தியும் காரணமாக இருக்க முடியாது. துறவியே என்னை வந்து பாருங்கள்" என்று மூத்தவர் தொடர்ந்து சொன்னார். "என்னால் அடிக்கடிப் பார்வையாளர்களைச் சந்திக்க முடியாது. நான் நோயுற்றிருப்பதால் என்னுடைய நாட்கள் எண்ணப்படுகின்றன என்று எனக்குத் தெரியும்."

"இல்லை, இல்லை, கடவுள் உங்களை எங்களிடமிருந்து பிரிக்க மாட்டார். நீங்கள் நீண்ட காலம் வாழ்வீர்கள்" என்று தாய் கதறினாள். "உங்களுக்கு ஒன்றுமில்லை! நீங்கள் மிகவும் ஆரோக்கிய மாகவும், உற்சாகமாகவும், மகிழ்ச்சியாகவும் இருக்கிறீர்கள்."

"நான் உண்மையில் இன்று நன்றாக இருப்பதாக உணர்ந்தாலும் அது தொடர்ந்து நீடிக்காது என்று எனக்குத் தெரியும், ஏனெனில் நான் இப்போது என் நோயைப் பற்றி நன்றாகப் புரிந்து கொண்டேன். இருப்பினும் நான் மிகவும் மகிழ்ச்சியாக இருப்பதாக உங்களுக்குத் தோன்றினால், நீங்கள் அதைக் குறிப்பிடுவதைக் கேட்பதை விட எனக்குப் பெரிய மகிழ்ச்சி எதுவும் இருக்க முடியாது. உண்மை என்னவென்றால் மனிதன் மகிழ்ச்சியாக இருக்கவே படைக்கப்பட்டிருக்கிறான். எனவே உண்மையில்

மகிழ்ச்சியாக இருக்கும் எவரும், 'நான் இந்தப் பூமியில் கடவுளுடைய சித்தத்தை நிறைவேற்றினேன்' என்று தனக்குத் தானே சொல்லிக் கொள்ள உரிமையுண்டு. எல்லா நீதிமான்களும், எல்லா மகான் களும், எல்லா புனித தியாகிகளும் மகிழ்ச்சியான மனிதர்கள் தான்."

"நீங்கள் மிக நன்றாகச் சொன்னீர்கள். எவ்வளவு வெளிப்படை யான, உன்னதமான வார்த்தைகள்!" என்று திருமதி. கோஹ்லக்கோவ் பரவசத்துடன் சொன்னாள். "நீங்கள் பேசும் வார்த்தைகள் ஆழமாக என் மனதைத் தொடுகின்றன... இருப்பினும் நீங்கள் சொல்லும் அந்த மகிழ்ச்சி எங்கே இருக்கிறது? மனிதர்களில் யாராவது ஒருவர் தான் உண்மையில் மகிழ்ச்சியாக இருப்பதாகச் சொல்லிக் கொள்ள முடியுமா? நீங்கள் நல்ல மனதுடன் எங்களை மீண்டும் சந்திக்க அனுமதித்ததால், நான் முன்பு உங்களிடம் சொல்ல முடியாமல் தயங்கியதை, என்னை நீண்ட காலமாக வாட்டி வதைக்கும் வேதனையைச் சொல்கிறேன். தந்தையே, என்னை மன்னியுங்கள், நான் மிகவும் துயரப்படுகிறேன்..." என்று அவள் உணர்ச்சிவசப்பட்டு, அவர் முன்னால் கைகூப்பி நின்றாள்.

"நீங்கள் உண்மையில் எதனால் துயரப்படுகிறீர்கள்?"

"நான் அவநம்பிக்கையால் அவதிப்படுகிறேன்..."

"உங்களுக்குக் கடவுள் நம்பிக்கை இல்லையா?"

"இல்லை, இல்லை! நான் கனவில் கூட அப்படி நினைக்கத் துணியவில்லை... ஆனால் எனக்கு மரணத்திற்குப் பின்னால் உள்ள வாழ்க்கை பெரும் புதிராக இருக்கிறது! யாரிடமும் அதற்குத் தெளிவான பதில் இல்லை. உங்களால் ஒருவரைக் குணப்படுத்த முடிகிறது என்பதால் மனிதனின் ஆத்மாவைப் பற்றிய ஞானம் உங்களுக்கு இருக்கிறது. நான் சொல்லும் அனைத்தையும் நீங்கள் நம்ப வேண்டும் என்று நான் நினைக்கவில்லை. ஆனால் நான் இப்போது மேம்போக்காக அதைப் பற்றிப் பேசவில்லை என்பதை மிகவும் உறுதியாகச் சொல்கிறேன். மரணத்திற்குப் பிந்தைய வாழ்க்கை பற்றிய சிந்தனை என்னை அலைக்கழித்து, அச்சுறுத்துகிறது... நான் யாரிடம் அதைப் பற்றிக் கேட்பது என்று தெரியவில்லை. என் வாழ்நாளில் இதுவரை அதைப் பற்றித் தெரிந்து கொள்ள எனக்குத் தைரியம் வரவில்லை... நான் இப்போது உங்களிடம் தைரியமாக அதைக் கேட்கிறேன். ஓ, கடவுளே! இப்போது நீங்கள் என்னைப் பற்றி என்ன நினைப்பீர்கள்?" என்று அவள் கைகளைக் கோர்த்துக் கொண்டாள்.

"நீங்கள் என் கருத்தைப் பற்றிக் கவலைப்பட வேண்டாம்" என்றார் மூத்தவர். "நான் உங்கள் வேதனை உண்மையானது என்று முழுமையாக நம்புகிறேன்."

"ஓ, நான் உங்களுக்கு நன்றி சொல்கிறேன்! நான் கண்களை மூடிக் கொண்டு எல்லோருக்கும் இந்த நம்பிக்கை எங்கிருந்து வருகிறது என்று யோசிக்கும் அதே நேரத்தில் அச்சுறுத்தும் இயற்கை சக்திகளின் மேல் உள்ள பயத்தினால் அந்த நம்பிக்கைகள் தோன்றின என்றும், உண்மையில் மரணத்திற்குப் பிறகு எதுவும் இல்லை என்றும் கேள்விப்படுகிறேன். 'நான் என் வாழ்நாள் முழுவதும் நம்பிக்கையுடன் இருந்தாலும், இறந்த பிறகு என் கல்லறையின் மீது புற்களைத் தவிர வேறு எதுவும் முளைக்காது' என்று ஒரு எழுத்தாளர் சொன்னது நினைவுக்கு வருகிறது. அது எத்தனை மோசமானது! நான் என் நம்பிக்கையைத் திரும்பப் பெறுவது எப்படி? ஆனால் நான் சிறு குழந்தையாக இருந்தபோது எதையும் யோசிக்காமல் இயந்திரத்தனமாக அனைத்தையும் நம்பினேன்... அதை எப்படி நிரூபிக்க முடியும்? நான் இப்போது உங்கள் பாதங்களில் சரணடைந்து என் கேள்விக்குப் பதிலைத் தெரிந்துகொள்ள வந்துள்ளேன். நான் இந்த வாய்ப்பைத் தவற விட்டால், பிறகு யாரிடமிருந்தும் என்னால் அதற்கான பதிலைத் தெரிந்து கொள்ள முடியாது. எனவே நான் அதை எப்படி எனக்கு நானே நிரூபணம் செய்து கொள்ள முடியும்? நான் எப்படி நம்புவது? நான் ஆழ்ந்த சோகத்தில் இருக்கிறேன்! நான் என்னைச் சுற்றியுள்ளவர்களைப் பார்க்கும்போது, அவர்களில் யாரும் அதைப் பொருட்படுத்தவில்லை என்பதையும், நான் மட்டுமே அதை நினைத்துக் கவலைப்படுகிறேன் என்பதையும் என்னால் உணர முடிகிறது. என்னால் அதைத் தாங்கமுடியவில்லை, தாங்கவே முடியவில்லை!"

"அது அப்படித்தான், சந்தேகமில்லை. ஆனால் அதை நிரூபிக்க எந்த வழியும் இல்லை என்றாலும் நீங்கள் அதை நம்ப முடியும்."

"எப்படி?"

"அன்பினால் அது சாத்தியம். நீங்கள் எப்போதும் உங்கள் அண்டை வீட்டாரை நேசியுங்கள். நீங்கள் தொடர்ந்து அவர்களை நேசிக்கும்போது, கடவுளின் இருப்பையும், ஆன்மாவின் அமரத்துவத்தையும் உங்களால் நம்ப முடியும். நீங்கள் சக மனிதர்கள் மீது செலுத்தும் அன்பு தன்னலமற்றதாக இருந்தால், அப்போது உங்களுக்குச் சந்தேகத்திற்கு இடமின்றி நம்பிக்கை ஏற்படும். மேலும் உங்கள் ஆன்மாவில் எந்தச் சந்தேகமும் நுழைய முடியாது. இது பரிசோதிக்கப்பட்ட நிச்சயமான வழிமுறை."

"தன்னலமின்றி தொடர்ச்சியாக அன்பு செலுத்துவதா? அதுதான் பிரச்சனை, மிகப் பெரிய பிரச்சனையும் கூட. நான் இந்த மனிதகுலத்தை மிகவும் நேசிக்கிறேன் என்பதை உங்களால்

நம்ப முடியுமா? நான் சிலநேரங்களில் என்னிடமுள்ள அனைத்தையும் துறந்து, லிசாவை விட்டுவிட்டு, கருணையின் சகோதரியாக மாற வேண்டும் என்று கனவு காண்கிறேன். நான் கண்களை மூடி அப்படிக் கனவு காணும்போது எனக்குள் அளவற்ற வலிமை பெருகுவதை உணர்கிறேன். நான் ஒரு செவிலியாக நோயினால் துன்புறும் மனிதர்களைக் கவனித்துக் கொள்ள விரும்புகிறேன். நான் அவர்களின் எந்தக் காயங்களையும், சீழ்பிடித்த புண்களையும் பயமோ, அருவருப்போ இல்லாமல் கழுவித் துடைத்து முத்தமிடத் தயாராக இருக்கிறேன்..."

"அது போதும். நீங்கள் வேறு எதைப் பற்றியும் சிந்திக்காமல் இதுபோன்ற விஷயங்களைக் கனவு காண்பது மிகவும் நல்லது. நீங்கள் இப்படி இருப்பதன் மூலம் ஒருநாள் சில நல்ல காரியத்தைச் செய்ய முன் வருவீர்கள்."

"ஆமாம், ஆனால் என்னால் அப்படி ஒரு வாழ்க்கையை எவ்வளவு காலத்திற்கு வாழ முடியும்?" என்று அந்தப் பெண் கிட்டத்தட்ட ஆவேசமாகப் பேசினாள். "அதுதான் என்னை வாட்டி வதைக்கும் மிகவும் முக்கியமான கேள்வி. நான் என் கண்களை மூடிக்கொண்டு, 'என்னால் இதுபோன்ற ஒரு வாழ்க்கையை எவ்வளவு காலம் பொறுத்துக்கொள்ள முடியும்? நான் காயங்களைச் சுத்தம் செய்து சேவை செய்யும் ஒரு நோயாளி, எனக்கு நன்றி செலுத்துவதற்குப் பதிலாக, அவருடைய சபல புத்தியினால் என் சேவைகளை மதிக்காமல் என்னிடம் கூச்சலிட்டு, முரட்டுத்தனமாக நடந்து கொண்டு, மேலதிகாரியிடம் முறையிடும்போது (நோயில் இருப்பவர்கள் அடிக்கடி அப்படிச் செய்கிறார்கள்) என்ன நடக்கும்? அப்போதும் என்னால் தொடர்ந்து அன்பு காட்ட முடியுமா?' என்று என்னை நானே கேட்டுக் கொள்கிறேன். அப்போது நான் என்ன செய்வேன் என்ற கேள்விக்கு என்னிடம் உள்ள பதில் எனக்கு அதிர்ச்சியளிக்கிறது. நான் மனிதகுலத்தின் மீது காட்டும் தன்னலமற்ற தொடர்ச்சியான அன்பை உடனடியாகச் சீர்குலைக்கும் ஏதாவது நடந்தால் அது நன்றியற்ற செயலாக இருக்கும். சுருக்கமாகச் சொன்னால், நான் ஒரு வெகுமதிக்காக வேலை செய்வதால் அதற்கான பலன், அதாவது பாராட்டும் அன்பும் எனக்குத் திரும்பக் கிடைக்க வேண்டும் என்று எதிர்பார்க்கிறேன். அப்படி இல்லாவிட்டால் என்னால் யார் மீதும் அன்பு காட்ட முடியாது!"

அவள் மிகவும் நேர்மையுடன் தன்னைத் தானே சுயவிமர்சனம் செய்து கொண்டாள். அவள் அதைச் சொல்லி முடித்ததும், ஒரு உறுதியான சவால் நிறைந்த பார்வையுடன் மூத்தவரைப் பார்த்தாள்.

"ஒரு மருத்துவர் என்னிடம் சில ஆண்டுகளுக்கு முன்னால் இதையேதான் சொன்னார்" என்றார் மூத்தவர். "அவர் வயதானவராக இருந்தாலும் சந்தேகத்திற்கு இடமின்றி ஒரு புத்திசாலி மனிதர். அவர் உங்களைப் போல ஒரு நேர்மையான மனிதர். அவர் வெளிப்படையாக, கேலியாகப் பேசினாலும், ஒருவிதத்தில் சோகம் நிறைந்த நகைச்சுவையுடன் சொன்னார். 'நான் மனிதகுலத்தை நேசிக்கும் அதே சமயத்தில் என்னைப் பார்த்து மிகவும் ஆச்சரியப்படுகிறேன். நான் பொதுவாக மனிதகுலத்தை நேசிக்கும் அதே அளவுக்குத் தனி மனிதர்களையும் நேசிக்கிறேன். நான் மனிதகுலத்திற்காகச் செய்யக்கூடிய தியாகங்களைக் குறித்து அடிக்கடி பரவசத்துடன் கற்பனை செய்து பார்த்தேன். அப்படி ஒரு சூழ்நிலை ஏற்பட்டால் நான் அதற்காகச் சிலுவையில் ஏறவும் தயாராக இருந்தேன். ஆனால் உண்மையில் என்னால் ஒரே அறையில் இன்னொரு மனிதருடன் இரண்டு நாட்கள் கூட இருக்க முடியாது என்பதை நான் என் அனுபவத்தில் தெரிந்து கொண்டேன். என் அருகில் யாராவது இருக்கும்போது, அவரது ஆளுமை என் சுயமரியாதையைக் குறைத்து, என் சுதந்திரத்தைக் கட்டுப்படுத்துகிறது. நான் இருபத்து நான்கு மணி நேரத்தில் என்னுடன் இருக்கும் சிறந்த மனிதர்களைக் கூட வெறுக்க ஆரம்பித்து விடுவேன். அவர் தனது உணவைச் சாப்பிடுவதற்கு அதிக நேரம் எடுத்துக் கொள்வது அல்லது அவர் சளியினால் தொடர்ந்து மூக்கை உறிஞ்சுவது இப்படி ஏதாவது காரணம் இருக்கலாம். எனவே நான் மனிதர்களுடன் தொடர்பு கொண்ட அடுத்த நிமிடமே அவர்களை வெறுக்க ஆரம்பிக்கிறேன். நான் தனிப்பட்ட முறையில் எந்த அளவுக்கு மனிதர்களை வெறுக்கிறேனோ அந்த அளவுக்கு இந்த ஒட்டுமொத்த மனிதகுலத்தை அதிகமாக நேசிக்கிறேன்' என்று அவர் சொன்னார்."

"அப்படியானால் என்ன செய்வது? அத்தகைய சூழ்நிலைகளில் என்ன செய்ய வேண்டும்? நம்பிக்கை இழந்து விரக்தி அடைய வேண்டுமா?"

"இல்லை, ஏனென்றால் நீங்கள் அதைப் பற்றிக் கவலைப்படுகிறீர்கள் என்ற புரிதல் போதுமானது. நீங்கள் உங்களைப் பற்றி நேர்மையான, ஆழமான சுயவிமர்சனத்தைச் செய்ததன் மூலம் நீங்கள் ஏற்கனவே நிறைய சாதித்து விட்டீர்கள். ஆனால் நீங்கள் உங்கள் நேர்மையைக் குறித்த தற்பெருமையுடன், நான் அதைப் பாராட்ட வேண்டும் என்ற நோக்கில் வெளிப்படையாகப் பேசியிருந்தால், உங்களால் நிச்சயமாக உண்மையான அன்புக்கு நிகரான எதையும் அடைய முடியாது. அப்போது நீங்கள் செய்ய விரும்புவது வெறும் பகல் கனவாக மட்டுமே

இருக்கும். உங்கள் முழு வாழ்க்கையும் ஒரு நிழலைப் போல நழுவிச் சென்றுவிடும். அதன் பிறகு நீங்கள் இயற்கையாகவே உங்கள் எதிர்கால வாழ்க்கையை மறந்துவிட்டு, கவலைப்படுவதை விட்டுவிட்டு அமைதியாகி விடுவீர்கள்."

"தந்தையே, நான் முற்றிலுமாக நொறுங்கி விட்டேன்! நான் உங்களிடம் மற்றவர்களின் நன்றிகெட்ட தனத்தை என்னால் தாங்க முடியாது என்று சொன்னபோது, நீங்கள் சொன்னது போல, நான் என் நேர்மைக்கு உங்களிடமிருந்து பாராட்டு கிடைக்கும் என்று எதிர்பார்த்தேன் என்பதை இந்த நொடியில் என்னால் உணர்ந்து கொள்ள முடிந்தது. நீங்கள் எனக்குள் இருந்ததை வெட்டவெளிச்சமாக்கி, என்னை நானே புரிந்துகொள்ளச் செய்து விட்டீர்கள்."

"நீங்கள் சொல்வது உண்மைதானா? நீங்கள் அதை ஒப்புக் கொண்ட பிறகு, நீங்கள் நேர்மையானவர், நல்ல உள்ளம் கொண்டவர் என்று நான் உறுதியாக நம்புகிறேன். நீங்கள் மகிழ்ச்சியாக இல்லாவிட்டாலும், சரியான பாதையில் இருக்கிறீர்கள் என்பதை எப்போதும் நினைவில் கொண்டு, அதிலிருந்து விலகாமல் இருக்க முயற்சி செய்யுங்கள். முக்கியமானது என்னவென்றால் நீங்கள் பொய்களை, அனைத்து வகையான பொய்களையும், குறிப்பாக உங்களுக்கு நீங்களே பொய்களைச் சொல்லிக் கொள் வதைத் தவிர்க்கவும். நீங்கள் ஒவ்வொரு நிமிடமும், ஒவ்வொரு மணி நேரமும் விடாமல் தொடர்ந்து உங்கள் பொய்களைக் கவனியுங்கள். நீங்கள் மற்றவர்கள் மீதும், உங்கள் மீதும் வெறுப் புணர்வை வளர்த்துக் கொள்ளாதீர்கள். உங்களுக்கு எது கெட்ட தாகத் தோன்றுகிறதோ அதை நீங்கள் ஒப்புக்கொள்ளும்போது அது தூய்மையடைகிறது. பயம் என்பது உண்மையில் பொய்களின் விளைவு என்பதால் பயப்படாதீர்கள். நீங்கள் அன்பை அடையும் முயற்சியில் ஏற்படும் மனச்சோர்வையும், அந்த முயற்சியில் நீங்கள் செய்யும் மோசமான செயல்களையும் கண்டு பயப்பட வேண்டாம். நீங்கள் கற்பனையில் காணும் அன்பை விட நிஜ வாழ்க்கையில் அன்பு என்பது மிகவும் கடினமானது, தீவிர முயற்சி தேவைப்படுவது என்பதால் நான் உங்களுக்கு இதைவிட ஆறுதலான எதையும் சொல்ல முடியாது என்று வருந்துகிறேன். சிலர் அன்பு என்பது நாடக மேடையில் நடிப்பது போன்றது என்று நினைக்கிறார்கள். எனவே அனைவரின் முன்பும் அதை அரங்கேற்றிக் காட்ட வேண்டும் என்று விரும்புகிறார்கள். அவர்கள் நாடகத்தில் நடிக்கும் நடிகர்களைப் போலக் கை தட்டலுக்காகச் சில மணி நேரங்களுக்கு தங்கள் வாழ்க்கையைத் தியாகம் செய்ய முன்வரலாம். மறுபுறம் நிஜ வாழ்க்கையில் உண்மையான அன்பு செலுத்துவதற்குக் கடின

உழைப்பும், பொறுமையும் தேவை. ஒரு சிலருக்கு அது ஒரு தவமாக, வாழ்க்கை முறையாக இருக்கிறது. ஆனால் நீங்கள் அனைத்து முயற்சிகளையும் செய்தும், உங்கள் இலக்கை அடைவதற்குப் பதிலாக அதிலிருந்து வெகுதூரம் விலகிச் சென்று விட்டோம் என்று விரக்தியடையும் தருணத்தில் கூட நீங்கள் அதை அடைந்து, கடவுளின் அற்புத சக்தியைத் தெளிவாகக் காண முடியும் என்று நான் உங்களுக்குச் சொல்கிறேன். அவர் எப்போதும் உங்களை நேசித்து, புதிரான வழியில் உங்களை வழி நடத்துகிறார். எனக்காக இன்னும் பலர் காத்திருப்பதால் நான் போக வேண்டும், தயவுசெய்து என்னை மன்னியுங்கள். வணக்கம்."

அந்தப் பெண் அழுதாள்.

"லிசா, லிசா! அவளை ஆசீர்வதியுங்கள். நீங்கள் தயவுசெய்து அவளை ஆசீர்வதியுங்கள்" என்று அவள் திடீரென்று கத்தினாள்.

"அவளிடம் அன்பு காட்டுவது பயனில்லை. நான் அவள் செய்யும் குறும்புத்தனத்தைப் பார்த்தேன்" என்று மூத்தவர் கேலியாகச் சொன்னார். "நீ ஏன் எப்போதும் அலெக்ஸியைப் பார்த்துச் சிரிக்கிறாய்?"

லிசா இவ்வளவு நேரமாக அவனைக் கிண்டல் செய்வதில் மும்முரமாக இருந்தாள். அவர்கள் இருவரும் சென்ற முறை சந்தித்தபோதே அல்யோஷா தன்னைப் பார்த்து வெட்கப்படுகிறான் என்பதையும், தன்னைப் பார்க்காமல் தவிர்க்கிறான் என்பதையும் அவள் கவனித்திருந்தாள். அது அவளுக்கு மிகவும் வேடிக்கையாக இருந்தது. எனவே அவள் அவன் தன்னைப் பார்க்க வேண்டும் என்று அவனையே உற்றுப் பார்த்துக் கொண்டிருந்தாள். அவன் அவளுடைய தீவிரமான பார்வையைத் தாங்க முடியாமல், ஏதோ ஒரு சக்தியால் தூண்டப்பட்டு, அவ்வப்போது அனிச்சையாக அவளைப் பார்த்தான். அப்போது அவள் வெற்றிப் பெருமிதத்துடன் அவனைப் பார்த்து புன்னகைத்தாள். அது அல்யோஷாவுக்கு மேலும் சங்கடத்தையும் கோபத்தையும் ஏற்படுத்தியது. எனவே அவன் அவளைப் பார்க்காமல் மூத்தவரின் முதுகுக்குப் பின்னால் ஒளிந்து கொண்டான். ஆனால் அவன் அதே தவிர்க்க முடியாத சக்தியால் ஈர்க்கப்பட்டு மீண்டும் அவளைத் திரும்பிப் பார்த்தான். அவள் அவன் தன்னைப் பார்க்கிறானா இல்லையா என்பதைத் தெரிந்து கொள்ள, நாற்காலியிருந்து பக்கவாட்டில் சாய்ந்து அவனைப் பார்த்துக் கொண்டிருந்தாள். இந்த முறை அவள் அவன் கண்களைச் சந்தித்தபோது, மூத்தவர் கூட குறுக்கிட்டுச் சொல்லும் அளவுக்குச் சிரித்தாள்.

"குறும்புக்காரப் பெண்ணே, நீ ஏன் அவரை இப்படிச் சங்கடப்படுத்துகிறாய்?"

லிசா திடீரென்று முற்றிலும் எதிர்பாராமல் முகம் சிவந்து, கண்கள் பளபளக்க, தீவிரமான முகபாவத்துடன் அவனைப் பற்றி ஏதோ புகார் சொல்வது போல கோபமாகவும் பதட்டமாகவும் பேசினாள்.

"அவர் ஏன் எல்லாவற்றையும் மறந்துவிட்டார்? நான் சிறுமியாக இருந்தபோது, அவர் என்னை அவருடைய கைகளில் தூக்கிக் கொள்வார். நாங்கள் இருவரும் ஒன்றாகச் சேர்ந்து விளையாடுவோம். அவர் எனக்குப் படிப்பதற்கு கற்றுக் கொடுத்தார் என்று உங்களுக்குத் தெரியுமா? அவர் இரண்டு ஆண்டுகளுக்கு முன்னர் என்னிடம் விடைபெற்றபோது, என்னை ஒருபோதும் மறக்க மாட்டேன் என்றும், நாங்கள் எப்போதும் நண்பர்களாக இருப்போம் என்றும் சொன்னார்! ஆனால் அவர் இப்போது என்னைப் பார்த்து ஒரேடியாகப் பயப்படுகிறார். நான் அவரைக் கடித்து தின்றுவிடப் போகிறேனா என்ன? அவர் ஏன் என் அருகில் வருவதற்கும், என்னிடம் பேசுவதற்கும் விரும்பவில்லை? அவர் ஏன் எங்கள் வீட்டிற்கும் வருவதில்லை? அவர் எல்லா இடங்களுக்கும் செல்கிறார் என்று எங்களுக்குத் தெரியும் என்பதால் நீங்கள் நிச்சயமாக அவரைத் தடுக்கவில்லை, இல்லையா? நான் அவரை அழைப்பது சரியல்ல. அவர் உண்மையில் என்னை மறக்கவில்லை என்றால் அதைப் பற்றி யோசித்திருக்க வேண்டும். ஆனால் அவர் இப்போது தன் ஆன்மாவைக் கடைத்தேற்றுவதில் மும்முரமாக இருக்கிறார்! நீங்கள் ஏன் அவரைப் பாதிரியாரின் நீண்ட அங்கியை அணியும்படிச் சொன்னீர்கள்? அவர் ஓட முயன்றால் கால்கள் தடுக்கிக் கீழே விழுந்து விடுவார்..."

அவள் திடீரென்று கைகளால் முகத்தை மூடிக்கொண்டு, தன்னைக் கட்டுப்படுத்திக் கொள்ள முடியாமல், பதட்டத்துடன் நீண்ட நேரம் சத்தமின்றிச் சிரித்தாள். மூத்தவர் அவள் சொல்வதைப் புன்னகையுடன் கேட்டுக் கொண்டே அவளை அன்புடன் ஆசீர்வதித்தார். அவள் அவர் கையை முத்தமிட்டு, அதைத் தன் கண்களில் ஒற்றிக் கொண்டு அழத் தொடங்கினாள்.

"நீங்கள் என் மீது கோபப்பட வேண்டாம். நான் ஒரு முட்டாள், எதற்கும் பயனற்றவள்... அல்யோஷா என்னைப் போல ஒரு முட்டாள் பெண்ணைப் பார்க்க விரும்பாதது சரிதான்."

"நான் அவரைக் கண்டிப்பாக வரச் சொல்கிறேன்" என்றார் மூத்தவர்.

5. அப்படியே ஆகட்டும்! அப்படியே ஆகட்டும்!

மூத்தவர் அறையிலிருந்து வெளியே சென்று இருபத்தைந்து நிமிடங்கள் கழிந்தன. மணி பன்னிரண்டரை ஆகியும் அந்தச் சந்திப்புக்கு முக்கிய காரணமாக இருந்த டிமிட்ரி கரமசோவ் இன்னும் வரவில்லை. ஆனால் அங்கிருந்தவர்கள் கிட்டத்தட்ட அவரை மறந்துவிட்டதாகத் தோன்றியது. மூத்தவர் தன் அறைக்குத் திரும்பியபோது விருந்தினர்கள் அனைவரும் உற்சாகமாகப் பேசிக் கொண்டிருந்தனர். இவானும் இரண்டு துறவிகளும் அதில் முக்கியப் பங்கு வகித்தனர். மியூசோவ் மிகவும் ஆவலுடன் அவர்களின் உரையாடலில் கலந்து கொள்ள முயன்றார் என்றாலும் அவருக்கு அதிர்ஷ்டம் இல்லை. அவர்கள் அவருக்கு எந்தப் பதிலும் சொல்லாமல் அவரைப் புறக்கணித்தனர். அது அவருடைய கோபத்தை அதிகரித்தது. அவர் இதற்கு முன்பு இவானுடன் பல அறிவார்ந்த விவாதங்களை மேற்கொண்டிருந்தார் என்றாலும், அவன் அவரை அலட்சியப்படுத்தியதை அவரால் பொறுத்துக் கொள்ள முடியவில்லை. 'நான் இதுவரை குறைந்தபட்சம் ஐரோப்பாவின் சமீபத்திய நிகழ்வுகள் அனைத்தையும் அறிந்திருக்கிறேன், ஆனால் இந்தப் புதிய தலைமுறை என்னை முற்றிலுமாகப் புறக்கணிக்கிறது' என்று அவர் நினைத்தார். ஃபியோதர் பாவ்லோவிச் தனது நாற்காலியில் அமைதியாக அமர்ந்திருப்பேன் என்று சொல்லிய காரணத்தால், சிறிது நேரம் எதுவும் பேசாமல் இருந்தார். ஆனால் அவர் தனது அண்டை வீட்டுக்காரரான மியூசோவ் எரிச்சலடைவதை, ஒரு கேலியான சிறிய புன்னகையுடன் பார்த்து மகிழ்ந்தார். மியூசோவுடன் ஏற்கனவே நடந்த சில விஷயங்களுக்காக அவருக்குப் பதிலடி கொடுக்க வேண்டும் என்று காத்திருந்த ஃபியோதரோவிச் இந்த வாய்ப்பைத் தவறவிட விரும்பவில்லை. எனவே அவர் இறுதியில் அதற்கு மேலும் பொறுமையாக இருக்க முடியாமல் பக்கத்து வீட்டுக்காரரை நோக்கிச் சாய்ந்து அவரைக் கேலிசெய்யும் விதமாகக் கிசுகிசுத்தார்.

"நான் என்னுடைய 'அன்பாக முத்தமிட்ட' கதையைச் சொன்ன பிறகு, நீங்கள் இங்கிருந்து செல்லாமல் இப்படி ஓர் இழிவான சகவாசத்தில் ஏன் தொடர்ந்து இருக்க வேண்டும்? நான் அதற்குக் காரணம் என்னவென்று சொல்லட்டுமா? ஏனெனில், உங்களுக்கு அவமானம் ஏற்பட்டுவிட்டதாக உணரும் நீங்கள், உங்கள் புத்திசாலித்தனத்தைக் காட்டி அதற்குப் பழிவாங்க நினைக்கிறீர்கள். எனவே நீங்கள் அதை வெளிப்படுத்தி வெற்றி அடையும் வரை இங்கிருந்து போக மாட்டீர்கள்."

"நீங்கள் மீண்டும் ஆரம்பித்து விட்டீர்கள்! நீங்கள் சொல்வது தவறு, நான் இப்போதே போகிறேன்."

"நீங்கள் பிறகு போங்கள். நீங்கள்தான் கடைசியாகப் போக வேண்டும்!" என்று ஃபியோதர் பாவ்லோவிச் அவரை மீண்டும் கேலி செய்தபோது, மூத்தவர் அறைக்குத் திரும்பி வந்தார்.

பேசிக் கொண்டிருந்த அனைவரும் அமைதியானார்கள். மூத்தவர் தனது பழைய இடத்தில் அமர்ந்து, அவர்கள் தொடர்ந்து பேசட்டும் என்பது போல அனைவரையும் அன்புடன் பார்த்தார். அவருடைய முகபாவத்தின் ஒவ்வொரு அசைவையும் நன்றாக அறிந்திருந்த அல்யோஷா, அவர் மிகவும் சோர்வாக இருப்பதையும், அவர் பெரு முயற்சியுடன் அதைக் காட்டாமல் இருக்க முயற்சிப்பதையும் புரிந்து கொண்டான். அவருக்குச் சமீபகாலமாக சோர்வின் காரணமாக பலமுறை மயக்கம் ஏற்பட்டது. இப்போது அந்த மயக்கத்திற்கு முன்பு காணப்படும் ஒரு பளபளப்பு அவர் முகம் முழுவதும் பரவியிருந்தது; அவரது உதடுகள் வெளிறியிருந்தன. இருந்தாலும் அவர் அந்தக் கூட்டத்தைக் கலைக்க விரும்பவில்லை. அவர் அதைச் செய்ய விரும்பாததற்கு ஏதோ ஒரு முக்கியமான காரணம் இருப்பதாகத் தோன்றியது. அது என்ன? அல்யோஷா அவரை உற்றுப் பார்த்தான்.

"நாங்கள் இவர் எழுதிய ஒரு சுவாரஸ்யமான கட்டுரையைப் பற்றி விவாதித்துக் கொண்டிருந்தோம்" என்று நூலகரான துறவி இயோசிஃப் கூறினார். "அதில் பல புதிய கருத்துக்கள் உள்ளன, ஆனால் நான் அதன் முக்கிய கருத்தை இரண்டு விதமாக விளக்க முடியும் என்று நினைக்கிறேன். திருச்சபை நீதிமன்றங்கள் மற்றும் அவற்றின் அதிகார வரம்புகளின் பிரச்சனை குறித்த இந்தக் கட்டுரை, இதைப் பற்றி ஒரு புத்தகத்தை எழுதிய மதகுருவுக்குப் பதிலளிக்கும் விதமாக எழுதப்பட்டுள்ளது.."

"நான் துரதிருஷ்டவசமாக உங்கள் கட்டுரையைப் படிக்க வில்லை என்றாலும், அதைப் பற்றிக் கேள்விப்பட்டிருக்கிறேன்" என்ற மூத்தவர் இவான் ஃபியோதரோவிச்சைக் கூர்ந்து கவனித்தார்.

"அவர் இந்த விஷயத்தை மிகவும் விசித்திரமான முறையில் அணுகுகிறார்" என்ற மடாலய நூலகர் தொடர்ந்து சொன்னார். "திருச்சபை நீதிமன்றங்களின் அதிகார வரம்பைப் பொறுத்தவரை, அவர் திருச்சபையையும், அரசையும் பிரிப்பதை முற்றிலுமாக நிராகரிக்கிறார்."

"அது சுவாரஸ்யமானது என்றாலும் எந்த அர்த்தத்தில்?" என்று மூத்தவர் இவான் ஃபியோதரோவிச்சிடம் கேட்டார்.

இவான் அவருக்குப் பதில் சொன்னபோது, அல்யோஷா பயந்தது போல இல்லாமல், நிதானமாக, வெளிப்படையாக, அடக்கத்துடன் சாந்தமான குரலில் பதில் சொன்னான்.

"திருச்சபையையும் அரசையும் தனித்தனி அமைப்பாகக் கருதி, அவற்றை ஒன்றிணைக்கும் முயற்சிகள் தோல்வியில் முடிந்தாலும், எப்போதும் அதற்கான முயற்சிகள் தொடர்ந்து செய்யப்படுகிறது, ஆனால் இந்த முயற்சிகள் ஒருபோதும் சாத்தியமான தீர்வை அடைவதில் வெற்றி பெற முடியாது, ஏனெனில் அந்த முயற்சி ஒரு தவறான கருத்தை அடிப்படையாகக் கொண்டது என்ற அனுமானத்தில் நான் இதைச் சொல்கிறேன். எனவே நீதி நிர்வாகம் போன்ற விஷயங்களில் திருச்சபைக்கும் அரசுக்கும் இடையே சமரசம் செய்துகொள்வது அதன் இயல்பிலேயே சாத்தியமற்றது என்று நான் சொல்கிறேன். நான் எதிர்த்து வாதிட்ட மதகுரு, திருச்சபை அரசுக்குள் ஒரு துல்லியமான, திட்டவட்டமான இடத்தை வகிக்கிறது என்று சொல்கிறார். நான் அதற்கு மாறாகத் திருச்சபை அரசில் ஒரு இடத்தை வகிப்பதற்குப் பதிலாக முழு அரசையும் அதன் கட்டுப்பாட்டில் கொண்டு வர வேண்டும் என்றும், அது சில காரணங்களால் இப்போது சாத்தியமற்றது என்றால், கிறிஸ்துவ சமூகத்தின் எதிர்கால வளர்ச்சியில் அதைச் சந்தேகத்திற்கு இடமின்றி ஒரு முக்கிய இலக்காகக் கொள்ள வேண்டும் என்றும் சொல்கிறேன்."

"முற்றிலும் உண்மை!" என்று அதிகம் பேசாத கற்றறிந்த துறவி பைசி பதட்டத்துடன் உறுதியாகச் சொன்னார்.

"அவர் சொல்வது மலைகளுக்கு அப்பால் உள்ளவர்கள் தீவிரமாகப் பின்பற்றும் முறை!" என்று மியூசோவ் கால்களை மாற்றிமாற்றிப் போட்டுக் கொண்டு பொறுமையிழந்து கத்தினார்.

"சரிதான், ஆனால் இங்கே மலைகள் எதுவும் இல்லை!" என்று வியப்புடன் சொன்ன துறவி இயோசிஃப் மூத்தவரை நோக்கித் திரும்பிச் சொன்னார். "அவர் ஒரு திருச்சபையாளரான அந்த மதகுருவின் பின்வரும் அடிப்படை வாதங்களுக்கு எப்படிப் பதிலளிக்கிறார் என்பதைக் கவனியுங்கள். முதலாவதாக, எந்த ஒரு சமூக அமைப்பும் அதன் உறுப்பினர்களின் குடியுரிமை மற்றும் அரசியல் உரிமைகளைப் பறிக்கும் அதிகாரத்தைத் தன் கையில் எடுத்துக் கொள்ள முடியாது அல்லது எடுத்துக் கொள்ளக் கூடாது. இரண்டாவதாக, திருச்சபை ஒரு தெய்வீக நிறுவனமாகவும், மனிதர்களின் மத நோக்கங்களுக்கான ஓர் அமைப்பாகவும் உள்ளதால், குற்றவியல் மற்றும் உரிமையியல் நீதிமன்றங்களைக் கட்டுப்படுத்துவது அதன் இயல்புக்கு முரணானது. மூன்றாவதாக, திருச்சபை என்பது இந்த உலகத்தின் ராஜ்யம் அல்ல..."

“இது ஒரு மதகுருவுக்கு பொருத்தமற்ற வார்த்தை விளையாட்டு!” என்று பைசி தன்னைக் கட்டுப்படுத்த முடியாமல் மீண்டும் குறுக்கிட்டார். “நான் உங்கள் கட்டுரையில் நீங்கள் குறிப்பிடும் அந்தப் புத்தகத்தைப் படித்தேன்” என்று அவர் இவானை நோக்கித் திரும்பினார். “திருச்சபை இந்த உலகத்தின் ராஜ்யம் அல்ல என்று அவர் சொல்வது ஆச்சரியமாக இருக்கிறது. அது இந்த உலகத்திற்கு உரியதல்ல என்றால் அது இந்தப் பூமியில் எப்படி இருக்க முடியும்? சுவிசேஷத்தில் ‘இந்த உலகத்திற்கு அல்ல’ என்ற வார்த்தைகள் வேறு அர்த்தத்தில் சொல்லப்படுகிறது. எனவே இதுபோன்ற வார்த்தைகளை வைத்து விளையாடுவது நியாயமற்றது. நம்முடையை கர்த்தராகிய இயேசுகிறிஸ்து இந்தப் பூமியில் திருச்சபையை ஸ்தாபிக்கவே வந்தார். நிச்சயமாக பரலோக ராஜ்ஜியம் இந்த உலகத்தைச் சேர்ந்தது அல்ல, ஆனால் பூமியில் அமைக்கப்பட்ட திருச்சபை மட்டுமே அதில் நுழைவதற்கான ஒரே வழியாகும். எனவே இது சம்பந்தமாக வார்த்தைகளை வைத்து அற்ப நாடகம் நடத்துவதை மன்னிக்க முடியாது, அது முறையற்றது. உண்மையில் திருச்சபை என்பது ஒரு ராஜ்ஜியம், அது ஆட்சி செய்ய நியமிக்கப்பட்டது. அது பூமி முழுவதையும் ஆட்சி செய்யும் ராஜ்யமாக மாறும் என்பதில் எந்தச் சந்தேகமும் இல்லை. இதற்காக நமக்கு ஒரு தெய்வீக வாக்குறுதி உள்ளது.”

அவர் திடீரென்று அமைதியடைந்து, தன்னைக் கட்டுப்படுத்திக் கொள்ள வெளிப்படையாக முயற்சி செய்தார். அவர் சொல்வதை மரியாதையுடன் கேட்டுக் கொண்டிருந்த இவான் மீண்டும் சாந்தமாகப் பேசினான். அவன் மூத்தவரிடம் பேசும்போது, நிதானமாக, வெளிப்படையாகப் பேசினான்.

“பூமியில் பண்டைய காலத்தில், முதல் மூன்று நூற்றாண்டுகளில் கிறிஸ்தவம் என்பது தேவாலயத்தில் மட்டுமே இருந்தது, அது திருச்சபையாக மட்டுமே இருந்தது என்ற உண்மையைச் சுட்டிக்காட்டுவதே என் கட்டுரையின் முழு அம்சமாகும். வேற்று மதத்தைச் சேர்ந்த ரோமானிய அரசு கிறிஸ்துவ மதத்திற்கு மாற முடிவு செய்து, அப்படி மாறியபோது திருச்சபையைத் தன்னுடன் இணைத்துக் கொண்டது. ஆனால் அது அதன் பல செயல்பாடுகளில் தவிர்க்க முடியாத வகையில் முன்பு போல வேற்று மத அரசாக தொடர்ந்து செயல்பட்டது. உண்மையில் அது அப்படித்தான் இருக்க முடியும் என்பதில் சந்தேகமில்லை. ஆனால் ரோம் ஓர் அரசாக குறிப்பாக அதன் குறிக்கோள்களிலும், அடிப்படைக் கோட்பாடுகளிலும், வேற்று மத நாகரீகத்தையும், பண்பாட்டையும் அதிகமாகப் பின்பற்றியது. ஆனால் கிறிஸ்துவின் திருச்சபை அரசுடன் இணைந்தவுடன், அதனால் அதன் கொள்கைகளையோ

அல்லது அது ஸ்தாபிக்கப்பட்ட அடித்தளத்தையோ விட்டுவிட முடியாது என்பதால், கிறித்துவர் அல்லாத அரசு உட்பட முழு உலகையும் திருச்சபையாக மாற்ற வேண்டும் என்று ஆண்டவர் நிர்ணயித்த ஒரு தெளிவான குறிக்கோள் அதற்கு இருந்தது. எனவே, இந்த நீண்ட கால இலக்குகளைக் கருத்தில் கொண்டு, நான் எதிர்த்து வாதிடும் புத்தகத்தின் ஆசிரியர் சொல்வது போல, வேறு எந்த ஒரு பொது நிறுவனத்தையும் அல்லது மத நோக்கங்களுக்காக அமைக்கப்பட்ட அமைப்பையும் போல, அரசாங்கத்தில் தனக்கென ஒரு திட்டவட்டமான இடத்தைத் தேடுவது திருச்சபையின் நோக்கமல்ல. மாறாக, இறுதியில் ஒவ்வொரு பூவுலக அரசும் திருச்சபையின் குறிக்கோளுக்குப் பொருந்தாத அனைத்து இலக்குகளையும் நிராகரித்துத் திருச்சபையாக மாற்றப்பட வேண்டும். இவை அனைத்தும் ஓர் அரசை எந்த விதத்திலும் இழிவுபடுத்தவோ, அவமதிக்கவோ செய்யாமல், ஒரு பெரிய அரசு என்ற அதன் பெருமையையோ, அதன் ஆட்சியாளர்களின் கௌரவத்தையோ பாதிக்காமல், அதை ஒரு பொய்யான, தவறான பாதையிலிருந்து, நித்திய இலக்குகளை அடையும் சரியான, உண்மையான பாதைக்குத் திருப்பிவிடும். எனவே 'திருச்சபை நீதிமன்றங்களின் கோட்பாடுகள்' என்ற நூலின் ஆசிரியர், இந்தக் கோட்பாடுகளை ஆராய்ந்து முன்வைக்கும் போது, அவற்றை நமது குறைபாடான, சவாலான சகாப்தத்தில் நேர்ந்த ஒரு அவசியமான, தற்காலிகமான, தவிர்க்க முடியாத ஓர் அம்சம் என்பதைத் தவிர வேறு எதுவும் இல்லை என்று கருதியிருந்தால், அவரால் அதைச் சரியாக மதிப்பிட்டிருக்க முடியும். ஆனால் சற்று முன்பு அருட்தந்தை இயோசிஃப் குறிப்பிட்டதை நூலாசிரியர் அசைக்க முடியாதவை, இன்றியமையாதவை, நித்தியமானவை என்று துணிவுடன் சொல்லும்போது, அதன் மூலம் அவர் நேரடியாகத் திருச்சபைக்கும் அதன் புனிதப் பணிக்கும் எதிராகச் செல்கிறார் என்பதுதான் என் கட்டுரையின் சாராம்சம்."

"சுருக்கமாகச் சொன்னால்" என்று அருட்தந்தை பைசி ஒவ்வொரு வார்த்தையையும் அழுத்தமாக உச்சரித்துப் பேசினார். "பத்தொன்பதாம் நூற்றாண்டில் தோன்றிய சில கோட்பாடுகள், திருச்சபை ஓர் அரசாகப் பரிணமிக்க வேண்டும் என்பதைத் தெளிவாக வரையறுத்தன. கீழ் நிலையிலிருந்து உயர்ந்த நிலைக்கு பரிணாம வளர்ச்சி அடைவது போல, அது நாளடைவில் மத நிறுவனம் என்பதாக இல்லாமல் அறிவியல், தொழில்நுட்பம், மதச்சார்பின்மை ஆகியவற்றுக்கு வழிவகுக்கும். ஒருவேளை *அது மாற்றத்தை விரும்பாமல் எதிர்த்தால், அதன் விளைவாக நம் காலத்தில் ஐரோப்பிய நாடுகளில் நடந்தது போல, அது அரசின்*

கட்டுப்பாட்டின் கீழ் ஏதோ ஒரு மூலையில் இருக்கும். ஆனால் ரஷ்யாவின் சிந்தனைகளும் நம்பிக்கைகளும் கீழ் நிலையிலிருந்து உயர்ந்த நிலைக்கு மாற வேண்டியது திருச்சபை அல்ல, மாறாக அரசு திருச்சபையாக மாற வேண்டிய கௌரவத்தைப் பெறுவதைத் தவிர வேறெதுவும் இல்லை என்கின்றன. அப்படியே ஆகட்டும்! அப்படியே ஆகட்டும்!”

“சரி, எனக்கு நீங்கள் சொன்னது ஓரளவு ஆறுதலாக இருந்தது என்பதை ஒப்புக் கொள்கிறேன்” என்று புன்னகைத்த மியூசோவ் மீண்டும் தன் கால்களை மாற்றி வைத்தார். “எனக்குத் தெரிந்தவரை இந்த இலட்சியத்தை அடையும் காலம் வெகுதூரத்தில் உள்ளது. மீண்டும் இரண்டாம் முறையாக கிறிஸ்து பிறந்து வரும்வரை அது சாத்தியமில்லை. அது உங்கள் ஆசை மட்டுமே. அது போர்களும், இராஜதந்திரிகளும், வங்கிகளும் மேலும் பலவும் இல்லாத ஓர் உலகத்தைப் பற்றிய கற்பனாவாதம். அது சோஷலிசத்திற்கு இணையானது. நான் ஒரு கணம், திருச்சபை குற்றவாளிகளைத் தண்டிப்பது, மக்களை அடிப்பது, காவலில் வைப்பது, ஏன் மரண தண்டனை விதிப்பது போன்ற காரியங்களைச் செய்ய வேண்டும் என்று நீங்கள் மிகத் தீவிரமாகச் சொல்கிறீர்களோ என்று நினைத்தேன்.”

“இப்போது திருச்சபை நீதிமன்றங்களைத் தவிர வேறு எதுவும் இல்லை என்றாலும், அது குற்றவாளிக்கு சிறை தண்டனையோ அல்லது மரண தண்டனையோ விதிக்காது. ஆனால் குற்றமும் அதைப் பார்க்கும் முறையும் சிறிது சிறிதாக மாறிவிடும் என்பதில் சந்தேகமில்லை. அது நிச்சயமாக உடனடியாகச் சாத்தியமில்லை என்றாலும் விரைவில் நடக்கும்” என்று இவான் ஃபியோதரோவிச் சாந்தமாக, கண்களை இமைக்காமல் பதில் சொன்னான்.

“நீங்கள் என்ன சொல்கிறீர்கள் என்று தெரிந்துதான் சொல்கிறீர்களா?” என்று கேட்ட மியூசோவ் இவானை உற்றுப் பார்த்தார்.

“எல்லாவற்றையும் திருச்சபையுடன் ஒருங்கிணைத்தால், அது குற்றவாளிகளையும் அயோக்கியர்களையும் விலக்கி வைக்குமே தவிர அவர்களின் தலையை வெட்டாது” என்று இவான் தொடர்ந்து சொன்னான். “சற்று யோசித்துப் பாருங்கள், விலக்கி வைக்கப்பட்டவர்கள் எங்கே போவார்கள்? அவர்கள் மனிதர்களிடமிருந்து மட்டுமின்றி, கிறிஸ்துவிடமிருந்தும் விலகிச் செல்ல வேண்டியிருக்கும், ஏனெனில் அவர்களின் குற்றம் சக மனிதர்களுக்கு மட்டும் எதிரானது அல்ல, மாறாக கிறிஸ்துவின் திருச்சபைக்கும் எதிரான குற்றம். உறுதியாகச் சொல்ல வேண்டும் என்றால், இப்போதும் அப்படித்தான் இருக்கிறது என்றாலும் அது

அதிகாரப்பூர்வமாக இல்லை. இன்று குற்றவாளிகள் பல வழிகளில் தங்கள் மனசாட்சியுடன் சமரசம் செய்து கொள்கிறார்கள். 'நான் திருடினாலும் திருச்சபைக்கு எதிராக எந்தக் குற்றத்தையும் செய்யவில்லை ஏனெனில் நான் கிறிஸ்துவுக்கு எதிரி அல்ல' என்று இன்று குற்றவாளி தனக்குத் தானே சொல்லிக் கொள்கிறான். ஆனால் அரசாங்கத்தின் இடத்தில் திருச்சபை இருந்தால், உலகெங்கும் உள்ள திருச்சபைக்கு எதிராக, 'நீங்கள் எல்லோரும் தவறு செய்கிறீர்கள். நீங்கள் அனைவரும் போலியான திருச்சபையின் ஒரு பகுதியாக இருக்கிறீர்கள். நான் ஒரு கொலை காரனாக, திருடனாக இருந்தாலும் நான் மட்டுமே உண்மையான திருச்சபையின் கிறிஸ்துவன்' என்று அவரால் சொல்ல முடியாது. அதற்கு அசாதாரணமான நிலைமைகளும், சூழ்நிலைகளும் தேவைப்படும் என்பதால் பெரும்பாலும் அப்படி நிகழ வாய்ப் பில்லை. எனவே குற்றத்தைப் பற்றிய திருச்சபையின் அணுகுமுறை, சமூகத்தின் பாதுகாப்பிற்காக நோயுற்ற உறுப்பை இயந்திரத்தனமாக துண்டிப்பது என்ற இன்றைய அரசின் அணுகுமுறையிலிருந்தும் பிற மதங்களின் வழியிலிருந்தும் வேறுபட்டது அல்லவா? ஆக, திருச்சபை ஒரு மனிதனின் முழுமையான உண்மையான மீட்சிக்கு வழிவகுத்து, அவனது இரட்சிப்பை நோக்கமாகக் கொண்டிருக்கும்..."

"நீங்கள் என்ன சொல்கிறீர்கள்? எனக்கு நீங்கள் சொல்வது சுத்தமாகப் புரியவில்லை" என்று மியூசோவ் இடைமறித்தார். "நீங்கள் கனவு காண்கிறீர்கள். நீங்கள் சொல்வது அர்த்தமற்றது, புரிந்து கொள்ள முடியாதது. விலக்கி வைப்பதா? எந்த வகையில் விலக்கி வைப்பது? இவான் ஃபியோதரோவிச், நீங்கள் எங்களைக் கேலி செய்கிறீர்களோ என்று எனக்குச் சந்தேகமாக இருக்கிறது."

"ஆமாம், இன்று நிலைமை அப்படித்தான் இருக்கிறது" என்று மூத்தவர் திடீரென்று சொன்னார். அனைவரும் அவரை நோக்கித் திரும்பினார்கள். "இன்று கிறிஸ்துவின் திருச்சபை மட்டும் இல்லை என்றால், குற்றவாளிகள் குற்றங்களைச் செய்வதைத் தடுக்க எதுவும் இருக்காது என்பதுடன், அவர்களுக்கு உண்மையான தண்டனை எதுவும் கிடைக்காது. அதாவது நான் சொல்வது இப்போது நீங்கள் குறிப்பிட்டதைப் போன்ற, பெரும்பாலான சந்தர்ப்பங்களில் உண்மையான, பயனுள்ள தண்டனை என்பது இதயத்தைப் பதறச் செய்யும் தண்டனைகளில் இல்லை, ஆனால் அது ஒருவரின் மனசாட்சியை உலுக்கி அவரது பாவத்தை ஒப்புக்கொள்வதில் உள்ளது."

"நான் அது எப்படி என்று தெரிந்து கொள்ளலாமா?" என்று மியூசோவ் மிகுந்த ஆர்வத்துடன் கேட்டார்.

"நான் சொல்வது" என்று மூத்தவர் தொடர்ந்து பேசினார். "குற்றவாளிகளைச் சிறையில் அடைத்து கடினமான வேலையைச் செய்யச் சொல்வதாலோ அல்லது அடித்து துன்புறுத்துவதாலோ அவர்களைத் திருத்த முடியாது. குறிப்பாகச் சொன்னால் அது மட்டுமே அவர்களைக் குற்றங்களைச் செய்வதிலிருந்து தடுக்காது. அதனால் குற்றங்களின் எண்ணிக்கை குறையவில்லை என்பதுடன், தொடர்ந்து அதிகரித்து வருகிறது என்பதை நீங்கள் ஒப்புக்கொள்ள வேண்டும். அதனால் சமூகத்திற்கு எந்தப் பாதுகாப்பும் கிடைத்து விடாது, ஏனெனில் குற்றவாளிகள் தண்டிக்கப்பட்டு நாடு கடத்தப்பட்டாலும், உடனடியாக மற்றொரு குற்றவாளி அல்லது இரண்டு குற்றவாளிகள் அவரது இடத்தைப் பிடிக்கிறார்கள். ஆக, நம் காலத்திலும் கூட, சமூகத்தைப் பாதுகாத்து, குற்றவாளியைச் சீர்திருத்தி அவரை ஒரு புதிய மனிதனாக மாற்றுவதில் கிறிஸ்துவின் நியாயப்பிரமாணம் மட்டுமே அவனது மனசாட்சியின் மூலம் செயல்படுகிறது. ஒருவன் கிறிஸ்துவ சமுதாயத்தின், அதாவது திருச்சபையின் மகன் என்ற முறையில் தன் குற்றத்தை ஒப்புக் கொண்ட பிறகுதான், சமூகத்தின் முன், அதாவது திருச்சபையின் முன் தன் குற்றத்தை உணர்கிறான். எனவே இன்று குற்றவாளிகள் தனது குற்றத்தைத் திருச்சபையின் முன் ஒப்புக்கொள்ள முடியுமே தவிர, அரசாங்கத்தின் முன் அல்ல. இப்போது தீர்ப்பு வழங்குவது திருச்சபையாகச் செயல்படும் சமூகத்தின் உரிமை என்றால், யாரை எப்போது மன்னித்து மீண்டும் தன்னுடன் இணைத்துக்கொள்வது என்பது அதற்கு நன்றாகத் தெரியும். ஆனால் இன்றைய நிலையில் திருச்சபைக்கு, தார்மீகமாகக் கண்டிக்கும் அதிகாரத்தைத் தவிர வேறெந்த அதிகாரமும் இல்லை. எனவே அது தன் இஷ்டப்படி குற்றவாளியைத் தண்டிக்க முடியாமல், அதாவது அவனை விலக்கி வைக்க முடியாமல், ஒரு தந்தையின் நிலையில் ஆலோசனை வழங்குகிறது. அது அதற்கும் மேலாக, குற்றவாளியைத் தேவாலய சேவைகளிலும் சடங்குகளிலும் அனுமதிப்பதன் மூலம் அவனுடன் கிறிஸ்துவ உறவைப் பேண முயற்சிக்கிறது. அது அவனை ஒரு குற்றவாளியாக இல்லாமல் ஒரு கைதியைப் போல நடத்துகிறது. ஓர் அரசாங்கத்தின் சட்டம் அவரை நிராகரிப்பது போல கிறிஸ்துவ சமூகமும், அதாவது திருச்சபையும் நிராகரித்தால் அந்தக் குற்றவாளியின் நிலை என்னவாகும்? ஒவ்வொரு முறையும் அரசாங்கத்தின் சட்டம் அவரைத் தண்டிக்கும்போது, திருச்சபையும் அவரைத் தண்டித்தால் அவரது கதி என்னவாகும்? ஒரு குற்றவாளிக்கு, குறைந்தபட்சம் ஒரு ரஷ்யக் குற்றவாளிக்கு (அவர்கள் இன்னும் விசுவாசிகளாக இருப்பதால்), அதைவிட பெரிய விரக்தி வேறு எதுவும் இருக்க முடியாது. ஒருவேளை அதன் விளைவு

உண்மையில் மோசமானதாக இருக்கலாம். குற்றவாளி விரக்தி அடைந்து தனது நம்பிக்கையை இழக்கக்கூடும். அதன்பிறகு என்ன நடக்கும் என்பது யாருக்குத் தெரியும். ஆனால் ஓர் அன்பான தாயைப் போல செயல்படும் திருச்சபை, ஏற்கனவே சட்டத்தால் கடுமையாகத் தண்டிக்கப்பட்ட குற்றவாளியின் மீது குறைந்தபட்சம் யாராவது ஒருவர் கருணை காட்ட வேண்டும் என்பதால் தண்டனை வழங்குவதில் எந்தப் பங்கையும் வகிக்காது. திருச்சபையின் நீதி மட்டுமே உண்மையான நீதி என்ற காரணத்தால், நடைமுறை அல்லது தார்மீக நீதியின் வேறு எந்த வடிவத்துடனும் தன்னை இணைத்துக் கொள்ள முடியாமலும், எந்த வகையான தற்காலிக சமரசத்தை ஏற்றுக் கொள்ள முடியாமலும் அது ஒதுங்கி நிற்கிறது. இங்கே பேரம் பேசும் பேச்சுக்கே இடமில்லை. ஆனால் ரஷ்யரல்லாத ஒரு குற்றவாளி அரிதாகவே மனம் திருந்துகிறார் என்று சொல்கிறார்கள், ஏனெனில் அவரது குற்றம் உண்மையில் ஒரு குற்றம் அல்ல, மாறாக அது ஓர் அநீதியான அடக்குமுறைச் சக்திக்கு எதிரான கிளர்ச்சி மட்டுமே என்ற கருத்தை இன்றைய நவீன போதனைகள் உறுதிப்படுத்துகின்றன. சமூகம் அவரை விட வலிமையானது என்பதால் அது அவரை வெறுத்து ஒதுக்கி வைக்கிறது (குறைந்தபட்சம் ஐரோப்பாவில் உள்ளவர்கள் தங்களைப் பற்றிச் சொல்கிறார்கள்). அதன் பிறகு அது அந்தச் சக மனிதனின் கதி என்ன என்பதில் எந்த அக்கறையும் காட்டாமல், விரைவில் அவனை முற்றிலுமாக மறந்து விடுகிறது. இவை அனைத்தும் திருச்சபையின் இரக்கமுள்ள தலையீடு இல்லாமல் நடக்கின்றன, ஏனெனில் பல இடங்களில் தேவாலயங்கள் இல்லை. மதகுருமார்களும், அற்புதமான தேவாலயக் கட்டிடங்களும் மட்டுமே எஞ்சியுள்ளன. அதே நேரத்தில் தேவாலயங்கள் திருச்சபை என்ற கீழ் நிலையிலிருந்து மேல் நிலையில் உள்ள அரசாங்கமாக மாறி அதில் முழுமையாக கரைந்துவிட முயற்சிக்கின்றன. குறைந்தபட்சம் லூதரன் நாடுகளில் அப்படித்தான் நடக்கும் என்று எனக்குத் தோன்றுகிறது. ரோமைப் பொறுத்தவரை ஆயிரம் ஆண்டுகளுக்கு முன்பே திருச்சபைக்குப் பதிலாக அரசாங்கத்தைப் பிரகடனப்படுத்தினர். எனவே அங்குள்ள ஒரு குற்றவாளி தன்னைத் திருச்சபையின் உறுப்பினராகக் கருத முடியாது. அவர் அதிலிருந்து வெளியேற்றப்பட்டதால் விரக்தியில் பரிதவிக்கிறார். அவர் விரக்தியில் இருப்பதால் சமூகத்திற்குத் திரும்பும்போது அதிலிருந்து தன்னைத் துண்டித்துக் கொள்கிறார். அதன் விளைவு என்னவாக இருக்கும் என்பதை நீங்களே தீர்மானித்துக் கொள்ளலாம். பல விஷயங்களில் இது நம் நாட்டிற்கும் பொருந்தும் என்று தோன்றுகிறது. ஆனால்

வித்தியாசம் என்னவென்றால், நிறுவப்பட்ட சட்ட நீதிமன்றங்களுக்கும் மேலாகக் குறைந்தபட்சம் கோட்பாடு அளவில், ஒருவரின் அன்புக்குரிய மகனைப் போல, ஒருபோதும் குற்றவாளியுடன் தொடர்பை இழந்துவிடாத திருச்சபை நம்மிடம் இருக்கிறது. அது தற்போது நடைமுறையில் இல்லை என்றாலும், எதிர்காலத்தில் நிறைவேறும் ஒரு கனவாக நம்மிடையே இருந்து கொண்டிருக்கிறது. மேலும் அது குறைந்தபட்சம் குற்றவாளியின் உள்ளுணர்வின் மூலம் அவரது ஆன்மாவில் தொடர்ந்து ஒப்புக்கொள்ளப்படுகிறது. சற்று முன்பு இங்கு கூறியதைப் போல திருச்சபையின் அதிகார வரம்பு நடைமுறையில் அதன் முழு பலத்துடன் அறிமுகப்படுத்தப்பட்டால், அதாவது ஒட்டுமொத்தச் சமூகமும் திருச்சபையாக மாறினால், திருச்சபை வழங்கும் தீர்ப்பு குற்றவாளியைச் சீர்திருத்துவதில் மிகப் பெரிய தாக்கத்தை ஏற்படுத்துவது மட்டுமின்றி, முன்னெப்போதையும் விட குற்றங்களின் எண்ணிக்கை கற்பனை செய்ய முடியாத அளவுக்குக் கணிசமாகக் குறைந்துவிடும். திருச்சபையும் பல சந்தர்ப்பங்களில் குற்றவாளிகளையும் குற்றங்களையும் வேறுவிதமாகப் பார்க்கும் என்பதில் எந்தச் சந்தேகமும் இல்லை. எனவே விலக்கியவர்களை மீண்டும் திரும்ப அழைக்கவும், குற்றங்களை நடக்காமல் தடுக்கவும், வீழ்ந்தவர்களை மீட்டெடுக்கவும் திருச்சபையால் முடியும். இருந்தாலும்" என்று மூத்தவர் புன்னகையுடன் தொடர்ந்தார். "கிறிஸ்துவ சமூகம் இன்னும் அதற்குத் தயாராகவில்லை என்பதும், அது இன்னும் ஏழு நேர்மையான மனிதர்களைச் சார்ந்திருக்கிறது என்பதும் உண்மை தான். ஆனால் அத்தகைய மனிதர்களுக்கு ஒருபோதும் குறைவில்லை என்பதால், அது உலகளாவிய, சர்வ வல்லமையுள்ள ஒரு திருச்சபையாக மாறும் என்ற எதிர்பார்ப்பில் நிலைத்து நிற்கிறது. அப்படியே ஆகட்டும், அப்படியே ஆகட்டும்! அது யுகங்களின் முடிவில் கூட நிறைவேறும், ஏனெனில் அப்படி நடக்கும் என்று முன்னரே கணிக்கப்பட்டுள்ளது! காலத்தையும் நேரத்தையும் பற்றிக் கவலைப்பட வேண்டிய அவசியமில்லை, ஏனெனில் அதன் இரகசியம் கடவுளின் ஞானத்திலும், அவரது தொலைநோக்குப் பார்வையிலும், அவரது அன்பிலும் உள்ளது. ஒரு மனிதனுக்கு மிகவும் தொலைவில் இருப்பதாகத் தோன்றுவது உண்மையில் கடவுளின் திட்டப்படி மிகவும் அருகில் இருக்கலாம், அநேகமாக கைக்கு எட்டக்கூடிய தூரத்தில் இருக்கலாம். அப்படியே ஆகட்டும்!"

"அப்படியே ஆகட்டும்! அப்படியே ஆகட்டும்!" என்று அருட்தந்தை பைசி பயபக்தியுடன் உறுதியாகச் சொன்னார்.

“இவை அனைத்தும் மிகவும் விசித்திரமாக உள்ளன” என்று மியூசோவ் கோபத்தை அடக்கிக் கொண்டு சொன்னார்.

“இதில் உங்களுக்கு விசித்திரமாகத் தோன்றுவது என்ன?” என்று மடாலயத்தின் நூலகர் சாந்தமாகக் கேட்டார்.

“ஆனால் உண்மையில் நீங்கள் என்னதான் சொல்கிறீர்கள்?” என்று மியூசோவ் திடீரென்று தன்னைக் கட்டுப்படுத்திக் கொள்ள முடியாமல் கோபத்துடன் கத்தினார். “அரசாங்கம் ஒழிக்கப்பட்டு திருச்சபை அரசாங்கம் என்ற நிலைக்கு உயர்த்தப்படுவது. இது மலைகளைத் தாண்டிய அதிகாரத்திற்கும் அப்பாற்பட்டது. திருத்தந்தை ஏழாம் கிரிகோரி கூட அப்படி ஒரு கனவு காணவில்லை!”

“நீங்கள் தவறாகப் புரிந்து கொண்டீர்கள்” என்று பாதிரியார் பைசி கண்டிப்பான குரலில் சொன்னார். “அரசாக மாறுவது திருச்சபை அல்ல. ரோமில் அப்படித்தான் நடந்தது. அது சாத்தானின் மூன்றாவது சோதனை. மாறாக அரசுதான் திருச்சபையாக மாறுகிறது. அது திருச்சபையின் நிலைக்கு உயர்ந்து உலகளாவிய திருச்சபையாக மாறும். எனவே இது நீங்கள் சொல்வதற்கும், ரோமில் நடந்ததற்கும் நேர்மாறானது. இது மரபுவழி திருச்சபையின் மகத்தான பணியும் இலக்கும் ஆகும். அந்த நட்சத்திரம் கிழக்கிலிருந்து பிரகாசிக்கும்!”

மியூசோவ் குறிப்பிடத்தக்க வகையில் அமைதியாக இருந்தார். அவருடைய தோற்றம் அவரது அசாதாரணமான, தனிப்பட்ட சுயமரியாதையை வெளிப்படுத்தும் நோக்கத்துடன் காணப்பட்டது. அவருடைய உதட்டில் ஒரு கர்வம் நிறைந்த புன்னகை அரும்பியது. அல்யோஷா துடிக்கும் இதயத்துடன் அங்கு நடப்பதைப் பார்த்துக் கொண்டிருந்தான். அங்கு நடந்த உரையாடல் அவனை வெகுவாகப் பாதித்தது. அவன் கதவுக்கு அருகில் அசையாமல் நின்று கண்களைத் தாழ்த்திக் கவனமாக அங்கு நடப்பதைப் பார்த்துக் கொண்டும், கேட்டுக் கொண்டும் இருந்த ரகிதீனை ஒரு வினாடி பார்த்தான். அல்யோஷா அவனுடைய சிவந்த முகத்தைப் பார்த்து, அவன் தன்னைவிடப் பதட்டமாக இருக்கிறான் என்பதை உணர்ந்தான். அல்யோஷாவுக்கு அதற்குக் காரணம் என்ன என்பது நன்றாகத் தெரியும்.

“கனவான்களே, நான் உங்களுக்கு ஒரு சிறிய சம்பவத்தைச் சொல்ல விரும்புகிறேன்” என்று மியூசோவ் திடீரென்று நம்பிக்கையுடன் பேசினார். “நான் பாரிஸில் பல ஆண்டுகளுக்கு முன்பு, டிசம்பர் புரட்சிக்குப் பிறகு, அந்த நேரத்தில் அரசாங்கத்தில் மிக முக்கியமான பதவியில் இருந்த, எனக்கு அறிமுகமான

ஒருவரைப் பார்க்கச் சென்றேன். நான் அவருடைய வீட்டில் மிகவும் சுவாரஸ்யமான ஒரு மனிதரைச் சந்தித்தேன். அந்த மனிதர் ஒரு இரகசிய முகவர் மட்டுமல்ல, அவர் ஒரு இரகசிய முகவர் குழுவுக்குப் பொறுப்பாக இருந்தார். அது அதற்குரிய வழியில் ஒரு செல்வாக்கு மிக்க பதவியாக இருந்தது. நான் எனக்குக் கிடைத்த வாய்ப்பைப் பயன்படுத்தி அவருடன் மிகுந்த ஆர்வத்துடன் உரையாடினேன். அவர் ஒரு பார்வையாளராக இல்லாமல், ஒரு கீழ்நிலை ஊழியராகத் தனது மேலதிகாரியிடம் அறிக்கை சமர்ப்பிக்க வந்திருந்தார். அவர் தனது மேலதிகாரி என்னை எவ்வாறு வரவேற்றார் என்பதைப் பார்த்து, என்னுடன் வெளிப்படையாகப் பேசினார். அவர் என்னிடம் வெளிப்படையாகப் பேசினார் என்பதை விட, நான் ஒரு வெளிநாட்டவன் என்பதை உணர்ந்து, பிரெஞ்சுக்காரர்களுக்கே உரிய வகையில் மரியாதையுடன் நடந்து கொண்டார். ஆனால் நான் அவரை நன்றாகப் புரிந்து கொண்டேன். அப்போது அவர்கள் அந்த நேரத்தில் துன்புறுத்தப்பட்டு வந்த சோஷலிசப் புரட்சியாளர்களைப் பற்றிப் பேசினார்கள். நான் அந்த உரையாடலைத் தவிர்த்துவிட்டு, அந்த மனிதர் தற்செயலாகச் சொன்ன ஒரு விசித்திரமான கருத்தை மட்டும் சொல்கிறேன். 'நாங்கள் உண்மையில் இந்தச் சோஷலிஸ்டுகள், அராஜகவாதிகள், நாத்திகர்கள், புரட்சியாளர்கள் மற்றும் அவர்களைப் போன்றவர் களுக்குப் பயப்படவில்லை. ஏனெனில் நாங்கள் அவர்களைக் கண்காணித்து வருவதால் அவர்கள் அடுத்து என்ன செய்வார்கள் என்று எங்களுக்குத் தெரியும். ஆனால் அவர்களில் சிலர் கடவுளை நம்பும் கிறிஸ்துவர்களாக இருக்கும் அதே நேரத்தில் சோஷலிஸ்டு களாக இருக்கிறார்கள். நாங்கள் அவர்களைப் பார்த்துத்தான் அதிகம் பயப்படுகிறோம். அவர்கள் மிக மோசமானவர்கள்! ஒரு சோஷலிச நாத்திகனை விட ஒரு சோஷலிச கிறிஸ்துவன் மிகவும் ஆபத்தானவன்' என்று அப்போது அவர் சொன்னது என்னை வெகுவாகப் பாதித்தது. நான் இப்போது அதை நினைத்துப் பார்க்கிறேன்…"

"அப்படியானால் நீங்கள் அது எங்களுக்கும் பொருந்தும் என்று நினைத்து, எங்களைச் சோஷலிஸ்டுகளாகப் பார்க்கிறீர்களா?" என்று பாதிரியார் பைசி சுற்றி வளைக்காமல் நேரடியாகக் கேட்டார். ஆனால் பியோட்டர் அலெக்ஸாண்ட்ரோவிச் பதில் சொல்வதற்குள், நீண்ட நேரமாக எதிர்பார்த்திருந்த டிமிட்ரி ஃபியோதரோவிச் கதவைத் திறந்து உள்ளே வந்தார். அவர்கள் அவரை மறந்துவிட்டதால், அவரது திடீர் வருகை ஒரு கணம் அனைவரையும் ஆச்சரியத்தில் ஆழ்த்தியது.

6. வாழத் தகுதியற்ற மனிதன்!

டிமிட்ரி ஃபியோதரோவிச் என்ற இருபத்தெட்டு வயது இளைஞர் நடுத்தர உயரத்தில், சராசரி தோற்றத்தில் இருந்தார். அவர் அவருடைய வயதை விட வயது முதிர்ந்த தோற்றம் கொண்டவராகத் தெரிந்தார். அவர் திடகாத்திரமான உடலுடன் இருந்தபோதும், அவருடைய மெலிந்த, வெளிறிய முகமும், குழிந்த கன்னமும், அவற்றின் நிறமும் அவரை ஆரோக்கியமற்றவராகக் காட்டியது. அவருடைய பெரிய பிரகாசமான கறுப்பு நிறக் கண்கள் கூர்ந்து கவனித்தன என்றாலும், அவரது பார்வையில் ஒரு முடிவெடுக்க முடியாத தன்மை இருந்தது. அவர் பதட்டத்துடன், எரிச்சலுடன் பேசும்போது கூட, அவருடைய முகபாவம் அவற்றைப் பிரதிபலிக்காமல், முற்றிலும் தொடர்பில்லாத வேறு எதையோ வெளிக்காட்டியது. அவருடைய முகபாவம் சில நேரங்களில் தற்போதைய சூழ்நிலைக்கு ஏற்ப இல்லாமல் முற்றிலும் அந்நியமாக இருந்தது. 'அவர் என்ன நினைக்கிறார் என்பதைத் தெரிந்துகொள்வது கடினம்' என்று அவருடன் பேசியவர்கள் சில நேரங்களில் சொல்வார்கள். அவரது கண்களில் வெளிப்படும் சோகத்தையும் கவலையையும் கவனிப்பவர்கள், அவர் திடீரென்று சிரிப்பதைக் கண்டு ஆச்சரியப்படக்கூடும். அவரது கண்கள் சோகமாகத் தோன்றினாலும் அவர் மகிழ்ச்சியான, உற்சாகமான மனநிலையில் இருக்கிறார் என்பதை அது வெளிக்காட்டியது. இருப்பினும் அந்த நேரத்தில் அவருடைய முகபாவத்தில் இருந்த இறுக்கமான தோற்றத்திற்கான காரணத்தை நன்றாகப் புரிந்துகொள்ள முடிந்தது. அவர் சமீபகாலமாக விரக்தியடைந்து எத்தகைய இழிவான வாழ்க்கை வாழ்ந்தார் என்பதும், பணப் பிரச்சனை காரணமாக அவருடைய தந்தையுடன் ஏற்பட்ட சண்டைகளால் அவர் எவ்வளவு தூரம் கடுமையான மனஉளைச்சலுக்கும், கோபத்துக்கும் ஆளானார் என்பதும் அனைவருக்கும் தெரியும். இதைக் குறித்து பல்வேறு கதைகள் ஊரைச் சுற்றி வலம் வந்தன. டிமிட்ரி இயல்பாகவே ஒரு கோபக்காரர் என்பது உண்மைதான். எனவேதான் நமது சமாதானத்துக்கான நீதியரசர் செமியோன் இவானோவிச் கச்சல்னிகோவ், 'அவர் நிதானமில்லாத, நிலையற்ற மனம் கொண்டவர்' என்று எங்களிடம் சொன்னார்.

டிமிட்ரி நவ நாகரீக பாணியில் அமைந்த கறுப்புக் கோட்டும், கறுப்புக் கையுறையும் அணிந்து, கையில் தொப்பியுடன் உள்ளே வந்தார். அவர் சமீபத்தில் இராணுவத்திலிருந்து ராஜினாமா செய்திருந்தாலும் இன்னும் இராணுவ அதிகாரிக்கு உரிய மீசையுடன் ஆனால் தாடியில்லாமல் இருந்தார். அடர் பழுப்பு நிறத்தில்

குட்டையாக இருந்த அவரது தலைமுடி முன்னோக்கிச் சீவியிருந்தது. அவர் ஒரு இராணுவ வீரருக்குரிய நடையில் நீண்ட அடியெடுத்து வைத்து உறுதியுடன் நடந்தார். அவர் வாயிற்படியில் ஒரு வினாடி நின்று, சுற்றிலும் பார்த்துவிட்டு, மூத்தவர்தான் வரவேற்பாளர் என்று யூகித்து, நேராக அவரிடம் சென்று, அவரை வணங்கி அவருடைய ஆசீர்வாதத்தைக் கேட்டு நின்றார். அருட்தந்தை ஜோசிமா நாற்காலியிலிருந்து எழுந்து அவரை ஆசீர்வதித்தார். டிமிட்ரி அவர் கையை முத்தமிட்டு, மனக்கிளர்ச்சியுடன், கிட்டத்தட்ட கோபத்துடன் பேசினார்.

“நான் இவ்வளவு தாமதமாக வந்ததற்கு என்னை மன்னித்து விடுங்கள். என்னிடம் இந்தச் சந்திப்பைக் குறித்து தெரிவிக்க வந்த என் தந்தையின் வேலைக்காரன் ஸ்மெர்த்தியாக்கவ், அது ஒரு மணிக்கு ஏற்பாடு செய்யப்பட்டிருக்கிறது என்று உறுதியுடன் இரண்டு முறை திரும்பத் திரும்பச் சொன்னான். ஆனால் நான் இப்போதுதான் தெரிந்து கொண்டேன்...”

“நீங்கள் தயவுசெய்து அதைப் பற்றிக் கவலைப்பட வேண்டாம்” என்று மூத்தவர் குறுக்கிட்டார். “நீங்கள் தாமதமாக வந்தாலும் அதனால் பாதகம் ஒன்றுமில்லை...”

“நன்றி. நான் உங்களைப் போன்ற நற்குணமுள்ள ஒருவரிட மிருந்து அதற்கும் குறைவாக எதையும் எதிர்பார்க்க முடியாது” என்று டிமிட்ரி மீண்டும் தலை குனிந்து வணங்கினார். அதன் பிறகு அவர் திடீரென்று தன் தந்தையை நோக்கித் திரும்பி, அவரையும் அதே போல மரியாதையுடன் தலை குனிந்து வணங்கினார். அவர் தனது மரியாதையையும் நல்லெண்ணத்தையும் வெளிப்படுத்துவது தனது கடமை என்று மனப்பூர்வமாக உணர்ந்து, அப்படி வணங்க வேண்டும் என்று முன்கூட்டியே யோசித்து வைத்திருந்தார் என்பது தெளிவாகத் தெரிந்தது. ஃபியோதர் பாவ்லோவிச் தன்னையும் அறியாமல் டிமிட்ரியின் வணக்கத்திற்குப் பதிலளிக்கும் விதமாக, நாற்காலியிலிருந்து துள்ளிக் குதித்து தலை வணங்கினார் என்றாலும், திடீரென்று அவரது முகபாவம் கடுகடுப்புடன் காழ்ப்புணர்ச்சியை வெளிக்காட்டியது. டிமிட்ரி அங்கிருந்த அனைவரையும் நோக்கிப் பொதுவாக வணங்கிவிட்டு, எதுவும் பேசாமல், உறுதியான நடையில் ஜன்னல் அருகில் சென்று, பாதிரியார் பைசிக்கு அருகில் காலியாக இருந்த ஒரு நாற்காலியில் அமர்ந்து முன்னோக்கிச் சாய்ந்து, தன் வருகையால் தடைபட்ட உரையாடலைக் கேட்பதற்குத் தயாரானார்.

டிமிட்ரியின் வருகை இரண்டு நிமிடங்களுக்கு மேல் எடுத்துக் கொள்ளவில்லை என்பதால் அவர்களின் உரையாடல் மீண்டும்

தொடங்கியது. ஆனால் பாதிரியார் பைசியின் கிட்டத்தட்ட எரிச்சலூட்டும் கேள்விக்குப் பதிலளிப்பது தேவையற்றது என்று மியூசோவ் நினைத்தார்.

"நான் உங்கள் அனுமதியோடு இந்த விஷயத்தை மேற்கொண்டு விவாதிக்க வேண்டாம் என்று கேட்டுக் கொள்கிறேன்" என்று அவர் அதைப் பற்றித் தான் கவலைப்படவில்லை என்ற பாவனையுடன் சொன்னார். "ஏனெனில் அது மிகவும் சிக்கலானது. இவான் ஃபியோதரோவிச் நம்மைப் பார்த்துச் சிரிக்கிறார். அவர் ஏதோ ஒரு சுவாரஸ்யமான விஷயத்தைப் பேசுவதற்குத் தயாராக இருக்கிறார். நீங்கள் அவரிடம் என்னவென்று கேளுங்கள்."

"நான் என்னுடைய ஒரு சிறிய கருத்தை உங்களுடன் பகிர்ந்து கொள்ள விரும்புகிறேன்" என்று இவான் உடனடியாகப் பதிலளித்தான். "அதாவது நீண்ட காலமாக ஐரோப்பிய தாராள வாதிகளும், நமது ரஷ்ய தாராளவாதிகளும் கூட சோஷலிசத்தின் இறுதி முடிவுகளை கிறிஸ்துவத்தின் இறுதி முடிவுகளுடன் குழப்பிக் கொள்கிறார்கள். இந்த அபத்தமான கருத்து நிச்சயமாக அத்தகைய தாராளவாதிகளின் குணாதிசயமாகும். இருப்பினும் சோஷலிசத்தையும் கிறிஸ்துவத்தையும் தாராளவாதிகளும், துறை சாராதவர்களும் மட்டுமின்றி, அவர்களுடன் சேர்ந்து பல சந்தர்ப்பங்களில் காவல்துறையினரும் கூட, நிச்சயமாக வெளி நாட்டிலுள்ள காவல்துறையினர் குழப்பிக் கொள்கிறார்கள். பியோட்டர் அலெக்ஸாண்ட்ரோவிச் நீங்கள் சொன்ன பாரிஸ் கதை வழக்கமான ஒன்றுதான்."

"இதைப் பற்றி மேலும் விவாதிக்க நீங்கள் அனுமதிக்கக் கூடாது என்று நான் கேட்டுக் கொள்கிறேன்" என்று பியோட்டர் அலெக்ஸாண்ட்ரோவிச் மீண்டும் சொன்னார். "நான் அதற்குப் பதிலாக, உங்களுக்கு இவான் ஃபியோதரோவிச்சைப் பற்றி மிகவும் சுவாரஸ்யமான, தனித்துவமான ஒரு கதையைச் சொல்கிறேன். அவர் ஐந்து நாட்களுக்கு முன்பு பெண்கள் கலந்து கொண்ட ஒரு முக்கியமான கூட்டத்தில் பேசியபோது, மனிதர்கள் தங்கள் சக மனிதர்களை நேசிக்க வேண்டும் என்று கட்டாயப்படுத்த இந்தப் பூமியில் எதுவும் இல்லை என்றும், ஒரு மனிதன் மனிதகுலத்தை நேசிக்க வேண்டும் என்று இயற்கை விதி எதுவும் இல்லை என்றும், இதுவரை இந்தப் பூமியில் அன்பு என்று ஒன்று இருந்திருந்தால் அது எந்த இயற்கை விதியினாலும் இல்லாமல், மனிதனின் அமரத்துவம் என்ற நம்பிக்கையிலிருந்து மட்டுமே வந்துள்ளது என்றும் உறுதியுடன் சொன்னார். அவர் மேலும் சொன்னபோது, அந்த நம்பிக்கையில்தான் முழு இயற்கை நியதியும் அடங்கியிருக்கிறது என்றும், மனிதகுலத்தின் அமரத்துவம் என்ற நம்பிக்கை அழிந்தால்,

அன்பு மட்டுமின்றி, இந்தப் பூமியில் வாழும் ஒவ்வொரு ஜீவராசியும் அழிந்துவிடும் என்றும், அப்போது நரமாமிசம் சாப்பிடுவது உட்பட எதுவும் ஒழுக்கக்கேடானதாக இல்லாமல் எல்லாமே அனுமதிக்கப்படும் என்றும் சொன்னார். அவர் இறுதியாக அதுமட்டும் போதாது என்பது போல, நம்மைப் போன்ற ஒவ்வொரு மனிதனும் கடவுளையோ அல்லது மரணத்திற்குப் பிந்தைய வாழ்க்கையையோ நம்பவில்லை என்றால், நாம் பின்பற்றும் தார்மீக விதிகள் முற்றிலுமாக மாறிவிடும் என்றும், அப்போது மனிதன் சுயநலத்தின் காரணமாக குற்றங்களைச் செய்வது அனுமதிக்கப்படுவது மட்டுமின்றி, அது அவனுடைய நிலைமையில் மிகவும் அவசியமானதாகவும், நியாயமானதாகவும், உன்னதமானதாகவும் கூட ஏற்றுக் கொள்ளப்படும் என்றும் சொன்னார். இந்த முரண்பாட்டிலிருந்து நீங்கள் நமது விசித்திரமான, முரண்பாடான நண்பர் இவான் ஃபியோதரோவிச்சின் மற்ற கோட்பாடுகளைப் புரிந்துகொள்ள முடியும்."

"என்னை மன்னியுங்கள்" என்று டிமிட்ரி ஃபியோதரோவிச் திடீரென்று எதிர்பாராதவிதமாகக் கத்தினார். "நான் புரிந்து கொண்டது சரியென்றால், ஒருவர் குற்றம் செய்வது அனுமதிக்கப்பட வேண்டும் என்பது மட்டுமின்றி, ஒவ்வொரு நாத்திகருக்கும் அது மிகவும் தவிர்க்க முடியாத, புத்திசாலித்தனமான தீர்வாக ஏற்றுக்கொள்ளப்பட வேண்டும், அப்படித்தான் இல்லையா?"

"ஆமாம்" என்றார் அருட்தந்தை பைசி.

"எனக்கு அது நன்றாக நினைவில் இருக்கிறது" என்று சொன்ன டிமிட்ரி ஃபியோதரோவிச் எதிர்பாராமல் உரையாடலில் நுழைந்தது போல சட்டென்று மௌனமானார். அனைவரும் அவரை ஆர்வத்துடன் பார்த்தனர்.

"மனிதர்களுக்கு ஆன்மாவின் அமரத்துவம் மீது நம்பிக்கை இல்லாவிட்டால் அதன் விளைவு இப்படித்தான் இருக்கும் என்று நீங்கள் நினைக்கிறீர்களா?" என்று மூத்தவர் திடீரென்று இவானிடம் கேட்டார்.

"ஆமாம், அதுதான் என் வாதம். அமரத்துவம் இல்லாமல் அறம் இருக்க முடியாது."

"நீங்கள் அப்படி நினைத்தால், உண்மையில் நீங்கள் மிகவும் மகிழ்ச்சியாக இருக்க வேண்டும் அல்லது மிகவும் மகிழ்ச்சியற்று இருக்க வேண்டும்."

"ஏன் மகிழ்ச்சியற்று இருக்க வேண்டும்?" என்று இவான் சிரித்துக் கொண்டே கேட்டான்.

"ஏனென்றால் உங்கள் ஆன்மாவின் அமரத்துவத்தைப் பற்றியோ அல்லது திருச்சபையின் அதிகார வரம்பைக் குறித்து நீங்கள் எழுதியதையோ நீங்களே நம்பவில்லை."

"நீங்கள் சொல்வது சரியாக இருக்கலாம். ஆனால் நான் அதையெல்லாம் வெறுமனே கேலி செய்யவில்லை" என்று எதிர்பாராத விதமாக இவான் அதை ஒப்புக் கொண்டான் என்றாலும் வெட்கப்பட்டான்.

"நீங்கள் வெறுமனே கேலி செய்யவில்லை என்பது உண்மைதான். உங்கள் உள்ளத்தில் புகைந்து கொண்டிருக்கும் அந்தச் சிக்கலுக்கு நீங்கள் இன்னும் விடை காண முடியவில்லை என்பதால் அது உங்களை வேதனைப்படுத்துகிறது. ஆனால் வேதனைப்படும் ஒரு மனிதன் சில நேரங்களில் தனது விரக்தியி லிருந்து தப்பிக்க விரும்புகிறான். நீங்களும் உங்களின் விரக்தியின் காரணமாக, பத்திரிக்கைகளில் கட்டுரைகள் எழுதுவது மற்றும் சமூகத்தில் விவாதங்களை மேற்கொள்வது ஆகியவற்றின் மூலம் உங்களை நீங்களே திசைதிருப்பிக் கொள்கிறீர்கள். இருப்பினும் நீங்கள் உங்கள் வாதங்களை நம்பாமல், கனத்த இதயத்துடன் அதைக் கண்டு உள்ளுக்குள் சிரித்துக் கொள்கிறீர்கள்... உங்கள் கேள்விக்குச் சரியான தீர்வு கிடைக்கவில்லை என்ற ஆதங்கமே உங்கள் துயரத்திற்குக் காரணம், ஏனெனில் அது உடனடியாக ஒரு தீர்வைக் கோருகிறது..."

"ஆனால் என்னால் அதற்குத் தீர்வு காண முடியாதா? அதற்கு ஓர் உறுதியான பதில் கிடைக்காதா?" என்று கேட்ட இவான் மூத்தவரை விவரிக்க முடியாத ஒரு புன்னகையுடன் பார்த்தான்.

"ஒரு பிரச்சனையை நேர்மறையான வழியில் தீர்க்க முடியா விட்டால் அதை ஒருபோதும் எதிர்மறையான வழியிலும் தீர்க்க முடியாது. உங்களுக்கு உங்கள் உள்ளத்தைப் பற்றி நன்றாகத் தெரியும். உங்கள் வேதனைக்கான முழு காரணமும் அதில்தான் இருக்கிறது. ஆனால் நம்முடைய இருப்பிடம் பரலோகத்தில் இருப் பதால் உயர்ந்தவற்றைச் சிந்தித்து அவற்றை அடையும் முயற்சியில் வேதனையை அனுபவிக்கும் உன்னதமான உள்ளத்தை உங்களுக்குக் கொடுத்ததற்காக நீங்கள் கடவுளுக்கு நன்றி சொல்ல வேண்டும். நீங்கள் இந்தப் பூமியில் இருக்கும்போதே உங்கள் உள்ளம் தேடும் பதில் உங்களுக்குக் கிடைக்கக் கடவுள் அருள் புரியட்டும். அவர் உங்கள் வாழ்க்கைப் பயணத்தில் உங்களை ஆசீர்வதிக்கட்டும்!"

மூத்தவர் தான் அமர்ந்திருந்த இடத்திலிருந்து கையை உயர்த்தி இவானை ஆசீர்வதிக்கத் தயாரானபோது, திடீரென்று இவான் நாற்காலியிலிருந்து எழுந்து அவர் அருகில் சென்று அவருடைய

ஆசீர்வாதத்தைப் பெற்றுக் கொண்டு, அவர் கையை முத்தமிட்டு, எதுவும் பேசாமல் தன் இருக்கைக்குத் திரும்பினான். அவனுடைய முகபாவத்தில் ஓர் உறுதியும் தீவிரமும் வெளிப்பட்டது. இவானின் எதிர்பாராத செயலும், மூத்தவருடன் அவன் பேசிய விசித்திரமான உரையாடலும் அந்த அறையில் இருந்த அனைவரையும் குழப்பமடையச் செய்தது. எனவே அனைவரும் ஒரு கணம் அமைதியாக இருந்தார்கள். அல்யோஷாவின் முகத்தில் கிட்டத் தட்ட அச்சத்திற்கு இணையான ஒரு பாவனை வெளிப்பட்டது. ஆனால் மியூசோவ் திடீரென்று தன் தோள்களைக் குலுக்கினார். அதே நேரத்தில் ஃபியோதர் பாவ்லோவிச் தன் நாற்காலியிலிருந்து துள்ளி எழுந்தார்.

"ஓ, தெய்வீகத் தன்மை வாய்ந்த பரிசுத்த மூத்தவரே!" என்று அவர் கத்தியபடி இவானைச் சுட்டிக் காட்டினார். "இவன் என் மகன், என் இரத்தத்தின் இரத்தம், எனக்கு மிகவும் பிரியமானவன். சொல்லப்போனால் அவன்தான் என் மரியாதைக்குரிய கார்ல் மூர். இப்போது உள்ளே வந்த மற்றொரு மகன் டிமிட்ரி ஃபியோதரோவிச்சிற்கு எதிராக நான் உங்களிடம் நீதி கேட்கிறேன். அவன் ஷில்லரின் கொள்ளையர்களைச் சேர்ந்த மரியாதையற்ற பிரான்ஸ் மூர். அப்படியானால் நான் ஒரு ரெஜிரெண்டர் கிராஃப் வான் மூர்! நீங்கள் எங்கள் நீதிபதியாக இருந்து எங்களைக் காப்பாற்றுங்கள்! எங்களுக்கு உங்கள் பிரார்த்தனைகள் மட்டுமின்றி, உங்களுடைய தீர்க்கதரிசனமான வார்த்தைகளும் தேவை!"

"முட்டாள்தனமாகப் பேசாமல் எளிமையாகப் பேசுங்கள். மேலும் உங்கள் குடும்பத்தை அவமதித்துப் பேசாதீர்கள்" என்று மூத்தவர் மிகவும் பலவீனமான குரலில் சோர்வுடன் சொன்னார். அவர் மேலும் மேலும் சோர்வடைந்து, தனது வலிமையை இழந்து கொண்டிருந்தார் என்பது தெளிவாகத் தெரிந்தது.

"நான் இங்கு வரும்போது எதிர்பார்த்தது போலவே ஒரு கேவலமான கேலிக்கூத்து!" என்று டிமிட்ரி ஃபியோதரோவிச் கோபத்துடன் தனது இருக்கையிலிருந்து துள்ளி எழுந்தார். "அருட்தந்தையே, என்னை மன்னியுங்கள்" என்று அவர் மூத்தவரை நோக்கித் திரும்பினார். "நான் படிக்காதவன் என்பதால் உங்களை எப்படி அழைப்பது என்று எனக்குத் தெரியவில்லை. நீங்கள் நல்ல குணத்துடன் எங்களை இங்கே சந்திக்க அனுமதித்தீர்கள், ஆனால் நீங்கள் ஏமாந்துவிட்டீர்கள். என் தந்தை அவருடைய சுயநலத்திற்காக ஓர் அவமானகரமான காட்சி ஒன்றை அரங்கேற்ற விரும்புகிறார். அவர் ஏன் அதைச் செய்கிறார் என்பது அவருக்கு மட்டுமே தெரியும். அவருக்கு எப்போதும் ஏதாவது உள்நோக்கம் இருக்கும். ஆனால் அவர் இப்போது என்ன செய்கிறார் என்பது எனக்குத் தெரியும் என்று நினைக்கிறேன்..."

"எல்லோரும் என்னைக் குற்றம் சாட்டுகிறார்கள்!" என்று ஃபியோதர் பாவ்லோவிச் பதிலுக்குக் கத்தினார். "பியோட்டர் அலெக்ஸாண்ட்ரோவிச் என் மீது குற்றம் சுமத்துகிறார்" என்று அவர் திடீரென்று மியூசோவை நோக்கித் திரும்பினார். ஆனால் அவருக்கு ஃபியோதர் பாவ்லோவிச்சை மறுத்துப் பேசும் எண்ணம் இல்லாததால் அமைதியாக இருந்தார். "நான் என் பையன்களின் பணத்தை ஏமாற்றிப் பறித்துக் கொண்டதாக அனைவரும் என் மீது குற்றம் சாட்டுகிறார்கள். ஆனால் நீங்களே சொல்லுங்கள், அதை நிரூபிக்க நீதிமன்றங்கள் இல்லையா என்ன? டிமிட்ரி ஃபியோதரோவிச், அங்கே உனக்குக் கிடைக்க வேண்டியது கிடைக்கும். நீ கையெழுத்திட்ட ரசீதுகள், கடிதங்கள் மற்றும் செய்து கொண்ட ஒப்பந்தங்கள் மூலம் நீ எவ்வளவு பணம் வாங்கினாய், எவ்வளவு செலவழித்தாய், இன்னும் மிச்சம் எவ்வளவு உள்ளது என்பதைக் கணக்கிட முடியும்! பியோட்டர் அலெக்ஸாண்ட்ரோவிச் சிற்கு டிமிட்ரி ஃபியோதரோவிச்சைப் பற்றி நன்றாகத் தெரியும் என்றாலும் அவர் ஏன் பதில் எதுவும் சொல்லாமல் இருக்கிறார்? ஏனென்றால் எல்லோரும் எனக்கு எதிரிகளாக இருக்கிறார்கள். எல்லாவற்றையும் கூட்டிக் கழித்துப் பார்த்தால், டிமிட்ரி ஃபியோதரோவிச் எனக்குப் பணம் தர வேண்டும். கொஞ்ச நஞ் சமல்ல பல ஆயிரம் ரூபிள்கள். அதை நிரூபிக்க என்னிடம் போதிய ஆதாரங்கள் உள்ளன! அவருடைய ஒழுங்கீனமான நடத்தையைப் பற்றி இந்த ஊருக்கே தெரியும். அவர் முன்பு ராணுவத்தில் பணியாற்றியபோது, மரியாதைக்குரிய ஓர் இளம் பெண்ணை மயக்குவதற்காக ஆயிரம் முதல் இரண்டாயிரம் ரூபிள்கள் வரை செலவழித்திருக்கிறார். ஐயா, டிமிட்டிரி ஃபியோதரோவிச் அதைப் பற்றி எனக்கு நன்றாகத் தெரியும். அதை என்னால் நிரூபிக்க முடியும். பரிசுத்த தந்தையே, அவன் அவனுடைய முன்னாள் அதிகாரியான கர்னலின் மகளை, ஒரு நல்ல குடும்பத்தைச் சேர்ந்த செல்வந்தரின் மகளைத் திருமணம் செய்துகொள்வதாக ஆசை வார்த்தைகள் கூறி அவளைக் கைவிட்டு விட்டான் என்றால் உங்களால் நம்ப முடியுமா? இப்போது அவனுடைய வருங்கால மனைவி ஓர் அனாதையாக இங்கே வந்திருக்கிறாள். ஆனால் அவன் அவளுடைய கண் முன்னே ஒரு உள்ளூர் அழகியின் பின்னால் சுற்றுகிறான். ஆனால் அந்த அழகி சுதந்திர மனப்பான்மை உடையவள் என்பதால் ஓர் ஆணுடன் சேர்ந்து வாழ்கிறாள் என்றாலும், ஒரு சட்டபூர்வமான மனைவியைப் போல மற்ற ஆண்கள் நெருங்க முடியாதவளாக இருக்கிறாள். ஆமாம், பரிசுத்த தந்தையே, அவள் ஒரு நல்ல பெண். ஆனால் டிமிட்ரி ஃபியோதரோவிச் அந்தக் கோட்டையை ஒரு தங்க சாவியால் திறக்க விரும்புகிறான். அதனால்தான் அவன் இப்போது இங்கே

வந்திருக்கிறான். அவன் ஏற்கனவே ஆயிரக் கணக்கில் பணத்தை வீணடித்துவிட்டு, இப்போது மேலும் பணம் வேண்டும் என்று என்னை மிரட்டுகிறான். அவன் அதற்காகத்தான் அதிகமாகக் கடன் வாங்குகிறான். அவன் யாரிடமிருந்து பணத்தைக் கடனாக வாங்குகிறான் என்று நினைக்கிறீர்கள்? மீச்சியா, என் மகனே, நான் அதைச் சொல்லட்டுமா?"

"வாயை மூடுங்கள்!" என்று டிமிட்ரி ஃபியோதரோவிச் கத்தினார். "நான் இங்கிருந்து போகும் வரை வாயை மூடிக் கொண்டிருங்கள். என் முன்னிலையில் ஒரு மரியாதைக்குரிய இளம் பெண்ணின் நல்ல பெயரைக் கெடுக்கத் துணியாதீர்கள்! நீங்கள் அவள் பெயரைச் சொல்வது அவளை அவமதிக்கும் செயலாகும்... நான் அதற்கு அனுமதிக்க மாட்டேன்!"

அவர் பேசமுடியாமல் மூச்சுத் திணறினார்.

"மீச்சியா! மீச்சியா!" என்று வெறித்தனமாகக் கத்திய ஃபியோதர் பாவ்லோவிச் கண்ணீர் வடித்தார். "உனக்கு தந்தையின் ஆசீர்வாதம் தேவையில்லையா? நான் உன்னைச் சபித்தால் என்ன செய்வாய்?"

"வெட்கம் கெட்ட நயவஞ்சகனே!" என்று டிமிட்ரி ஃபியோதரோவிச் கோபத்துடன் கர்ஜித்தார்.

"அவன் அவனுடைய அப்பாவிடம் இப்படிப் பேசுகிறான் என்றால் மற்றவர்களிடம் எப்படி நடந்து கொள்வான் என்பதைக் கற்பனை செய்து பாருங்கள். கேளுங்கள் கனவான்களே, நம் ஊரில் ஒரு முன்னாள் இராணுவத் தளபதி இருக்கிறார். அவர் ஏழை என்றாலும் மரியாதைக்குரிய மனிதர். அவர் ஒரு பெரிய குடும்பத்தைச் சுமக்க வேண்டிய பொறுப்பினால் பல சிக்கல்களில் மாட்டிக் கொண்டு, இராணுவத்திலிருந்து கட்டாய ஓய்வு பெற்றார். அது பகிங்கிரமாக அல்லது நீதிமன்றத்தின் தீர்ப்பு மூலம் நடக்கவில்லை என்பதால் அவருடைய மரியாதைக்கு எந்தக் களங்கமும் ஏற்படவில்லை. அந்த மனிதரை மூன்று வாரங்களுக்கு முன்பு ஒரு மதுபான விடுதியில் சந்தித்த டிமிட்ரி அவருடைய தாடியைப் பிடித்து தெருவுக்கு இழுத்துச் சென்று பகிரங்கமாக அடித்தான். அவர் என்னுடைய வியாபாரத்தில் ஒரு முகவராக இருந்தார் என்ற ஒரே காரணத்திற்காக டிமிட்ரி அதைச் செய்தான்."

"எல்லாமே பொய்! மேலோட்டமாகப் பார்த்தால் அது உண்மைதான், ஆனால் நன்றாக ஆராய்ந்தால் அது பொய்!" என்று கத்திய டிமிட்ரியின் உடல் முழுவதும் கோபத்தால் நடுங்கியது. "தந்தையே! நான் என் செயல்களை நியாயப்படுத்த முயற்சிக்கவில்லை. ஆமாம், நான் அந்தக் கர்னலிடம் ஒரு

மிருகத்தைப் போல நடந்து கொண்டேன் என்பதைப் பகிரங்கமாக ஒப்புக் கொள்கிறேன். நான் இப்போது அதற்காக வருந்துகிறேன். நான் பொறுமையிழந்து ஒரு மிருகத்தைப் போல நடந்து கொண்டதற்காக என்னை நானே வெறுக்கிறேன். ஆனால் அந்தத் தளபதி, உங்களுடைய முகவர், நீங்கள் 'உள்ளூர் அழகி' என்று குறிப்பிட்ட அந்தப் பெண்ணிடம் சென்று, அவளிடம் நான் உங்களுக்கு எழுதிக் கொடுத்த கடன் பத்திரங்களைக் கொடுத்து, நான் உங்களிடமிருந்து என்னுடைய சொத்துக்கள் வேண்டும் என்று பிடிவாதமாக வற்புறுத்தினால், அந்தக் கடன் பத்திரங்களைத் திருப்பிச் செலுத்தாததற்காக என்னைச் சிறையில் அடைக்க வேண்டும் என்று நீங்கள் சொன்னதாக அவளை வற்புறுத்தினார். என்னை எப்படி மாட்டி விடுவது என்று அவளுக்குச் சொல்லிக் கொடுத்த நீங்கள், இப்போது அந்தப் பெண்ணின் பலவீனத்தைப் பற்றிக் குறை சொல்கிறீர்கள்! அவள் என்னிடம் நேரடியாக எல்லாவற்றையும் சொல்லிவிட்டு உங்களை நினைத்துச் சிரித்தாள்! ஆனால் நீங்கள் என்னைச் சிறையில் அடைக்க விரும்புவதற்கு உண்மையான காரணம் நீங்கள் என் மீது பொறாமைப்படுகிறீர்கள், ஏனெனில் நீங்கள் அந்தப் பெண்ணின் மீது ஆசைப்படுகிறீர்கள். எனக்கு அதைப் பற்றி நன்றாகத் தெரியும். அவள் என்னிடம் அதைச் சொல்லிச் சிரித்தாள். நான் சொல்வதைக் கேட்கிறீர்களா? அவள் என்னிடம் அந்தக் கதையைச் சொல்லி வயிறு வலிக்கச் சிரித்தாள். இப்படிப்பட்ட ஒரு தந்தைக்கு தன் சீரழிந்த மகனைக் குறை சொல்ல என்ன உரிமை இருக்கிறது? பெரியோர்களே, நான் என் கோபத்தை வெளிக்காட்டியதற்காக என்னை மன்னித்து விடுங்கள். ஆனால் இந்த வயதான நயவஞ்சகர் ஒரு அவமான கரமான நாடகத்தை அரங்கேற்ற அனைவரையும் ஒன்று திரட்டி யிருக்கிறார் என்று எனக்கு ஏற்கனவே நன்றாகத் தெரியும். அவர் சுமுகமாக நடந்து கொண்டால், நான் அவரை மன்னிக்கவும், அவரிடம் மன்னிப்புக் கேட்கவும் தயாராக இருந்தேன்! ஆனால் இப்போது அவர் என்னை மட்டுமின்றி, மிகவும் மரியாதைக்குரிய அந்த இளம் பெண்ணையும் அவமதித்து விட்டார். எனக்கு அந்தப் பெண்ணின் மீதுள்ள மரியாதையின் காரணமாக நான் அவள் பெயரைச் சொல்லவில்லை. அவர் என் தந்தையாக இருந்தாலும் அவருடைய முழு விளையாட்டையும் பகிங்கரமாக அம்பலப்படுத்த முடிவு செய்து விட்டேன்..."

அவரால் தொடர்ந்து பேச முடியவில்லை. அவர் கண்கள் பளபளத்தன. அவர் மூச்சு விடுவதற்குச் சிரமப்பட்டார். அறையில் இருந்த அனைவரும் கலக்கமடைந்தனர். மூத்தவரைத் தவிர அனைவரும் பதட்டத்துடன் இருக்கையிலிருந்து எழுந்து நின்றனர்.

இரண்டு துறவிகளும் வெறித்த முகபாவத்துடன் அடுத்து என்ன செய்வது என்று அறிவதற்காக மூத்தவரைப் பார்த்தனர். மூத்தவர் பதற்றத்தால் அல்லாமல் சோர்வின் காரணமாக முகம் வெளிறிய தோற்றத்துடன் அமர்ந்திருந்தார். அவர் உதடுகளில் மலர்ந்த புன்னகையுடன் அவ்வப்போது கைகளை உயர்த்தி அவர்களைத் தடுப்பது போல சைகை செய்தார். அவர் நினைத்திருந்தால் அங்கு அரங்கேறிக் கொண்டிருந்த நாடகத்தை உடனடியாக நிறுத்தியிருக்க முடியும் என்றாலும், அவர் எதையோ எதிர்பார்த்துக் காத்திருப்பது போலவும், அவரால் புரிந்து கொள்ள முடியாத எதையோ புரிந்து கொள்ள முயல்வது போலவும் அவர்களை உற்றுப் பார்த்துக் கொண்டிருந்தார். இறுதியாக மியூசோவ் தனக்கு அவமானமும், இழிவும் ஏற்பட்டு விட்டதாக உணர்ந்தார்.

“இந்த இழிவான காட்சிக்கு நாம் அனைவரும் காரணம்” என்று அவர் கோபத்துடன் பேசினார். “நான் இங்கு வரும்போது எப்படிப்பட்ட ஒரு மனிதருடன் வந்திருக்கிறேன் என்பது எனக்குத் தெரியும் என்றாலும், இப்படியெல்லாம் நடக்கும் என்று நான் எதிர்பார்க்கவில்லை... இதை உடனடியாக நிறுத்த வேண்டும்! அருட்தந்தையே, இங்கே வெளிச்சத்திற்கு வந்துள்ள விவரங்களைப் பற்றி எனக்கு ஒன்றும் தெரியாது என்பதை நீங்கள் நம்ப வேண்டும். நான் அந்த வதந்திகளை நம்பவில்லை என்பதுடன், இப்போதுதான் முதன் முறையாக அவற்றைக் கேள்விப்படுகிறேன்... ஒரு கீழ்த்தரமான நடத்தையுள்ள ஒரு பெண்ணுக்காக தன் மகன் மீது பொறாமை கொள்ளும் தந்தை, அவளுடன் சேர்ந்து அவனை எப்படிச் சிறையில் அடைப்பது என்று திட்டமிடுகிறார்... நான் இப்படிப்பட்ட ஒரு கூட்டத்தில் இருக்க வேண்டிய கட்டாயத்தில் இருக்கிறேன்! நான் ஏமாந்து விட்டேன். எல்லோரையும் போல நானும் ஏமாந்து விட்டேன் என்பதை உங்கள் அனைவருக்கும் தெரிவித்துக் கொள்கிறேன்.”

“டிமிட்ரி ஃபியோதரோவிச்!” என்று திடீரென்று ஃபியோதர் பாவ்லோவிச் விசித்திரமான குரலில் கர்ஜித்தார். “நீ மட்டும் என் சொந்த மகனாக இல்லாவிட்டால் இந்த வினாடியே உன்னிடம் சண்டைக்குச் சவால் விடுவேன். கைத்துப்பாக்கியுடன்... மூன்று அடி தூரத்தில்... ஒரு கைக்குட்டையின் குறுக்கே!” என்று அவர் கால்கள் இரண்டையும் தட்டிக் கொண்டு கத்தினார்.

தங்கள் வாழ்நாள் முழுவதும் நடித்துக் கொண்டும் பொய் சொல்லிக் கொண்டும் இருப்பவர்கள் சில நேரங்களில் தங்கள் செயலில் மூழ்கி உணர்ச்சிவசப்பட்டு கத்தத் தொடங்குவார்கள். இருப்பினும் அவர்கள் அந்தக் கணத்தில் அல்லது அதற்குப் பிறகு, ‘வெட்கம் கெட்ட கிழவனே நீ பொய் சொல்கிறாய் என்பது

உனக்குத் தெரியும். உன்னுடைய கோபமும் ஆத்திரமும் வெறும் நாடகம்தான்!' என்று ஒப்புக் கொள்ளலாம்.

டிமிட்ரி ஃபியோதரோவிச் முகத்தைச் சுளித்து, வார்த்தைகளில் விவரிக்க முடியாத வெறுப்புடன் தன் தந்தையைப் பார்த்தான்.

"நான் காதலிக்கும் பெண்ணுடன், என் வருங்கால மனைவியுடன் சேர்ந்து என் தந்தையை அவருடைய முதுமைக் காலத்தில் கவனித்துக் கொள்வோம் என்று நினைத்தேன்... ஆனால் நான் என் முன்னால் ஒரு கேவலமான, வெறுக்கத்தக்க வயதான கோமாளியைப் பார்க்கிறேன்!"

"நான் ஒண்டிக்கு ஒண்டி சண்டைக்குச் சவால் விடுகிறேன்" என்று மூச்சிரைக்க கத்திய கிழவரின் வாயிலிருந்து ஒவ்வொரு வார்த்தைக்கும் எச்சில் தெறித்தது. "பியோட்டர் அலெக்ஸாண்ட்ரோவிச், நீங்கள் இப்போது குறிப்பிட்ட நடத்தை கெட்ட பெண்ணை விட மரியாதைக்குரிய பெண்கள் யாரும் உங்கள் குடும்பத்தில் இருக்க முடியாது. டிமிட்ரி ஃபியோதரோவிச் உன்னைப் பொறுத்தவரை, அந்தப் பெண்ணுக்காக நீ உன் வருங்கால மனைவியைக் கைவிட்டாய் என்பதால் அந்தப் பெண்ணின் கால்விரலுக்குக் கூட அவள் தகுதியற்றவள் என்று ஒப்புக்கொள்கிறாய்!"

"வெட்கக்கேடு..." என்று இதுவரை அமைதியாக இருந்த அருட்தந்தை இயோசிஃப் முகம் சிவந்து, உடல் நடுங்கக் கத்தினார்.

"இப்படிப்பட்ட ஒரு மனிதர் ஏன் இன்னும் உயிரோடு இருக்கிறார்?" என்று டிமிட்ரி கோபத்துடன் முணுமுணுத்தார். அவர் தன் தோள்களை விசித்திரமாக உயர்த்தியபோது கூன் விழுந்த ஒரு மனிதரைப் போலத் தோன்றினார். "நீங்களே சொல்லுங்கள்" என்று அவர் அறையிலிருந்த அனைவரையும் பார்த்துத் தன் தந்தையைச் சுட்டிக் காட்டினார். "அவர் உயிருடன் இருந்து இந்தப் பூமியை அசுத்தப்படுத்திக் கொண்டே இருக்க அனுமதிக்கலாமா?"

"பரிசுத்த துறவிகளே, நீங்கள் அவன் சொன்னதைக் கேட்டீர்களா? அந்தக் கொலைகாரன் சொன்னதைக் கேட்டீர்களா?" என்று ஃபியோதர் பாவ்லோவிச் அருட்தந்தை இயோசிஃப்பை நோக்கித் திரும்பினார். "நீங்கள் வெட்கக்கேடு என்று குறிப்பிட்டதற்கு அதுதான் பதில். எது வெட்கக்கேடு? இங்கே இரட்சிப்பைத் தேடும் எந்தத் துறவிகளையும் விட 'நடத்தைக் கெட்டவள்' என முத்திரைக் குத்தப்பட்ட அந்தப் பெண் பரிசுத்தமானவள்! அவள் சூழ்நிலையின் காரணமாக இளமையில் அந்த நிலைக்குத் தள்ளப்பட்டாள். ஆனால் அவள் அதன் பிறகு நிறைய நேசித்திருக்கிறாள். அதிகம் நேசித்த ஒரு பெண்ணைக் கிறிஸ்து கூட மன்னித்தார் என்பதை நினைவில் கொள்ளுங்கள்..."

"கிறிஸ்து அவளை மன்னித்தது நீங்கள் சொல்லும் அப்படிப்பட்ட அன்பிற்காக அல்ல" என்று அருட்தந்தை இயோசிஃப் பொறுமையிழந்தவராகப் பதிலளித்தார்.

"துறவியே, நீங்கள் சொல்வது தவறு. அப்படிப்பட்ட ஓர் அன்பிற்காகத்தான்! முட்டைக்கோஸ் சாப்பிட்டு உங்கள் ஆன்மாவைக் கடைத்தேற்றும் நீங்கள் உங்களை நீதிமான்கள் என்று நினைக்கிறீர்கள்! தினமும் கெண்டை மீனைச் சாப்பிடும் நீங்கள் அதன் மூலம் கடவுளை விலைக்கு வாங்க முடியும் என்று நினைக்கிறீர்கள்!"

"சகிக்க முடியவில்லை! இனிமேலும் பொறுத்துக் கொள்ள முடியாது!" என்ற வார்த்தைகள் அறை முழுவதும் ஒலித்தன.

ஆனால் அந்த வெட்கக்கேடான காட்சி எதிர்பாராத வகையில் முடிவுக்கு வந்தது. அருட்தந்தை ஜோசிமா திடீரென்று நாற்காலியிலிருந்து எழுந்தார். பயத்திலும் கவலையிலும் உறைந்திருந்த அல்யோஷா அவரைக் கையால் தாங்கிப் பிடித்துக் கொண்டான். மூத்தவர் டிமிட்ரியிடம் சென்று அவர் முன்னால் மண்டியிட்டு வணங்கினார். மூத்தவர் சோர்வினால் விழுந்து விட்டதாக அல்யோஷா நினைத்தான் என்றாலும் அவர் தெரிந்தே அதைச் செய்தார். அவர் டிமிட்ரியின் காலில் விழுந்து தரையைத் தொடும் அளவுக்குக் குனிந்து வணங்கினார். திகைத்து நின்ற அல்யோஷா மூத்தவர் எழுந்து நின்றபோது அவருக்கு உதவி செய்வதற்கு மறந்து விட்டான். மூத்தவரின் உதட்டில் ஒரு மெல்லிய புன்னகை தவழ்ந்தது.

"நீங்கள் அனைவரும் என்னை மன்னித்து விடுங்கள்!" என்று மூத்தவர் எல்லோரையும் பார்த்து தலை வணங்கினார்.

டிமிட்ரி ஃபியோதரோவிச் அடிபட்ட ஒரு மனிதனைப் போல சில கணங்களுக்கு ஸ்தம்பித்து நின்றார். மூத்தவர் அவரை மண்டியிட்டு வணங்குகிறார் என்றால் அதற்கு என்ன அர்த்தம்? அவர் திடீரென்று, "ஐயோ கடவுளே!" என்று கத்தியபடிக் கைகளால் முகத்தை மூடிக் கொண்டு அறையை விட்டு வெளியே ஓடினார். குழப்பத்தில் இருந்த மற்ற விருந்தினர்கள் அனைவரும் மூத்தவரிடம் விடைபெறாமல் அவரைப் பின் தொடர்ந்து வெளியே சென்றனர். துறவிகள் மட்டும் மீண்டும் மூத்தவரிடம் சென்று அவருடைய ஆசீர்வாதத்தைப் பெற்றுக் கொண்டனர்.

"அவர் ஏன் அவருடைய காலில் விழுந்து வணங்கினார்? அது எதையாவது குறிக்கிறதா அல்லது வேறு ஏதாவதா?" என்று உரையாடலைத் தொடங்க முயன்ற ஃபியோதர் பாவ்லோவிச், குறிப்பிட்ட ஒருவரிடம் பேசுவதற்குத் துணியாமல் பொதுவாகப்

பேசினார். அந்த நேரத்தில் அவர்கள் அனைவரும் ஆசிரமத்தின் வாசலைத் தாண்டி வெளியே சென்று கொண்டிருந்தார்கள்.

"ஒரு பைத்தியக்கார விடுதியில் என்ன நடக்கிறது என்பதையோ அல்லது அவர்கள் ஏன் பைத்தியக்காரர்களைப் போல நடந்து கொள்கிறார்கள் என்பதையோ என்னால் புரிந்துகொள்ள முடியவில்லை" என்று மியூசோவ் எரிச்சலுடன் பதில் சொன்னார். "ஆனால் நான் ஒன்றை மட்டும் நிச்சயமாகச் சொல்கிறேன் ஃபியோதர் கரமசோவ், இனிமேல் எனக்கு உங்கள் சகவாசமே வேண்டாம்... அந்தத் துறவி எங்கே?"

அவர்கள் மூத்தவரின் அறையை விட்டு வெளியேறியதும், அவர்களை உணவருந்த அழைத்த அந்தத் துறவி அவர்களுக்காகக் காத்திருந்தது போல அவர்களைச் சந்தித்தார்.

"மதிப்பிற்குரிய தந்தையே, எனக்கு ஒரு உதவி செய்யுங்கள். நீங்கள் தலைமை மடாதிபதிக்கு என்னுடைய ஆழ்ந்த மரியாதையைத் தெரிவித்து, நான் தனிப்பட்ட முறையில் அவரிடம் மன்னிப்புக் கேட்டதாகச் சொல்லுங்கள். சில எதிர்பாராத சூழ்நிலையின் காரணமாக எனக்கு அவருடன் மதிய உணவருந்தும் கௌரவம் கிடைக்கவில்லை என்று அவரிடம் சொல்லுங்கள்" என்று மியூசோவ் எரிச்சலுடன் துறவியிடம் சொன்னார்.

"எதிர்பாராத சூழ்நிலை என்று அவர் என்னைத்தான் சொல்கிறார்!" என்று ஃபியோதர் பாவ்லோவிச் கூச்சலிட்டார். "கேளுங்கள் தந்தையே, பியோட்டர் அலெக்ஸாண்ட்ரோவிச் இனிமேல் ஒரு கணம் கூட என்னுடன் இருக்க விரும்பவில்லை என்பதால் உங்கள் அழைப்பை மறுக்கிறார். பியோட்டர் அலெக்ஸாண்ட்ரோவிச், நீங்கள் அவசியம் அவருடைய அழைப்பை ஏற்றுக்கொண்டு, தலைமை மடாதிபதியுடன் உணவருந்த வேண்டும் என்று நான் வாழ்த்துகிறேன். நீங்கள் அல்ல மாறாக நான்தான் அவருடைய அழைப்பை நிராகரிக்கிறேன். நான் வீட்டிற்குச் சென்று சாப்பிடுகிறேன். என் அன்புக்குரிய குடும்ப உறவினரே, என்னால் இங்கு சாப்பிட முடியாது என்று தோன்றுகிறது."

"நான் உங்கள் குடும்ப உறவினர் அல்ல. ஒருபோதும் அப்படி இருக்க முடியாது. நான் உங்களை வெறுக்கிறேன்!"

"நீங்கள் என்னுடைய உறவினர் என்றாலும் அதை ஏற்றுக் கொள்ள மறுப்பதால், உங்களைக் கோபப்படுத்த வேண்டுமென்றே அப்படிச் சொன்னேன். நீங்கள் அதை ஏற்றுக்கொள்ளவில்லை என்றாலும் என்னால் அதை நிரூபிக்க முடியும். பியோட்டர் அலெக்ஸாண்ட்ரோவிச் நீங்கள் விரும்பினால் இங்கேயே இருங்கள். நான் சற்று நேரம் கழித்து உங்களுக்காக வண்டியை அனுப்பி

வைக்கிறேன். பியோட்டர் அலெக்ஸாண்ட்ரோவிச், நீங்கள் மரியாதை நிமித்தமாகவும், நம்முடைய மோசமான நடத்தைக்காக மன்னிப்புக் கேட்கவும் தலைமை மடாதிபதியின் அழைப்பை ஏற்றுக்கொள்வது அவசியம்."

"நீங்கள் உண்மையில் போகிறீர்களா? பொய் சொல்ல வில்லையே?"

"பியோட்டர் அலெக்ஸாண்ட்ரோவிச், நடந்த சம்பவத்திற்குப் பிறகு நான் எப்படி அங்கே தலைகாட்ட முடியும்? நன்மக்களே, நான் மனம் நெகிழ்ந்து போனேன். மேலும் எனக்கு அதிர்ச்சியும் ஏற்பட்டது. நான் வெட்கப்படுகிறேன்! கனவான்களே, சிலருக்கு மகா அலெக்ஸாண்டரைப் போன்ற இதயமும், வேறு சிலருக்கு குட்டி நாயைப் போன்ற இதயமும் இருக்கும். என்னுடைய இதயம் குட்டி நாயைப் போன்றது. நான் தைரியத்தை இழந்து விட்டேன். இப்படி ஒரு சம்பவத்திற்குப் பிறகு என்னால் எப்படி இங்கே சாப்பிட முடியும்? நான் அதைச் செய்வதற்கு வெட்கப்படுகிறேன். எனவே நீங்கள் என்னை மன்னிக்க வேண்டும்!"

'அவர் என்ன செய்கிறார் என்று பிசாசுக்கு மட்டுமே தெரியும். அவர் நம்மை ஏமாற்றினால் என்ன செய்வது?' என்று நினைத்த மியூசோவ், இன்னும் தயங்கியபடி செல்லும் அந்தக் கோமாளியை அவநம்பிக்கையுடன் பார்த்துக் கொண்டு நின்றார். திரும்பிப் பார்த்த ஃபியோதர் கரமசோவ், மியூசோவ் தன்னையே பார்த்துக் கொண்டிருப்பதைக் கண்டு அவருக்கு ஒரு முத்தத்தை ஊதி விட்டார்.

"நீங்கள் வருகிறீர்களா?" என்று மியூசோவ் இவான் ஃபியோதரோவிச்சிடம் கேட்டார்.

"நிச்சயமாக. நேற்று தலைமை மடாதிபதியிடமிருந்து எனக்குத் தனிப்பட்ட முறையில் அழைப்பு வந்தது."

"துரதிருஷ்டவசமாக இந்த மோசமான மதிய உணவிற்குச் செல்ல வேண்டிய கடமை எனக்கு இருக்கிறது" என்று மியூசோவ் துறவி கேட்டுக் கொண்டிருக்கிறார் என்பதைப் பொருட்படுத்தாமல் அதே எரிச்சலுடன் சொன்னார். "குறைந்தபட்சம் நாம் செய்த தவறுக்கு மன்னிப்பு கேட்க வேண்டும். அது நம்முடைய தவறு அல்ல என்று விளக்க வேண்டும்... நீங்கள் என்ன நினைக்கிறீர்கள்?"

"ஆமாம், அது நம்முடைய தவறு அல்ல என்பதைத் தெளிவுபடுத்த வேண்டும். தவிர, என் தந்தையும் அங்கு இருக்க மாட்டார்" என்றான் இவான் ஃபியோதரோவிச்.

"ஆமாம், நானும் அப்படித்தான் நம்புகிறேன். அடடா இந்தப் பாழாய்ப்போன மதிய உணவு!"

ஒருவழியாக அனைவரும் புறப்பட்டனர். துறவி அமைதியாக அவர்கள் பேசுவதைக் கேட்டுக் கொண்டிருந்தார். அவர்கள் மரங்களின் ஊடாக நடந்து செல்லும்போது, அவர்கள் ஏற்கனவே அரை மணி நேரம் தாமதமாகி விட்டதால், தலைமை மடாதிபதி அவர்களுக்காக நீண்ட நேரமாக காத்துக் கொண்டிருக்கிறார் என்று அந்தத் துறவி சொன்னார். ஆனால் அதற்கு யாரும் பதில் சொல்லவில்லை. மியூசோவ் இவானை வெறுப்புடன் பார்த்தார்.

'அவர் எதுவும் நடக்காதது போல மதிய உணவிற்கு வருகிறார். கரமசோவைப் போல வெட்கமற்ற முகமும் உள்ளமும் கொண்டவர்!' என்று மியூசோவ் நினைத்துக் கொண்டார்.

7. இறையியல் படிக்கும் மாணவன்

அல்யோஷா மூத்தவரைப் படுக்கை அறைக்கு அழைத்துச் சென்று கட்டிலில் உட்கார வைத்தான். தேவையான பொருட்கள் மட்டுமே உள்ள ஒரு சிறிய அறை அது. அந்த இரும்புக் கட்டிலின் மீது மெத்தை என்ற பெயரில் ஏதோ ஒன்று கிடந்தது. அறையின் மூலையில் உருவப்படங்களின் கீழே இருந்த ஒரு மேசையின் மீது ஒரு சிலுவையும் பைபிளும் கிடந்தன. மிகவும் களைத்திருந்த மூத்தவர் கட்டிலில் படுத்தார். அவர் வெறித்த கண்களுடன் மூச்சு விடுவதற்கு மிகவும் சிரமப்பட்டார். அவர் எதையோ யோசிப்பது போல அல்யோஷாவை உற்றுப் பார்த்தார்.

"மகனே, நீங்கள் இங்கிருந்து போங்கள். போர்ஃபிரி என்னைக் கவனித்துக் கொள்வார்" என்றார் அவர். "நீங்கள் அங்கே இருக்க வேண்டும் என்பதால் தலைமை மடாதிபதியிடம் சென்று உணவு மேசையில் பரிமாறுங்கள்."

"நான் இங்கேயே இருப்பதற்கு என்னை அனுமதியுங்கள்" என்று அல்யோஷா கெஞ்சும் குரலில் சொன்னான்.

"அங்கே உங்களுடைய உதவி தேவை. அங்கு அமைதியாக இருக்காது என்பதால் நீங்கள் அவர்களுக்கு உதவி செய்ய வேண்டும். அவர்கள் தலையில் மீண்டும் சாத்தான் குடிபுகுந்தால் நீங்கள் ஜெபிக்க வேண்டும். என் அருமை மகனே, (அவர் அவனை அப்படி அழைக்க விரும்பினார்) உண்மையில் இந்த மடாலயம் உங்களுக்குரிய இடம் அல்ல என்பதை நினைவில் வைத்துக் கொள்ளுங்கள். கடவுள் என்னை அழைத்துக் கொண்டவுடன் நீங்கள் இந்த மடாலயத்தை விட்டு வெளியேறி விட வேண்டும். அதுதான் நல்லது."

அல்யோஷா பெருமூச்சு விட்டான்.

 நற்றிணை பதிப்பகம் ○ 123

"ஏன், என்ன ஆயிற்று? இப்போதைக்கு இது உங்களுக்குரிய இடம் இல்லை. நான் என்னுடைய ஆசீர்வாதத்துடன் உங்களை வெளி உலகிற்கு அனுப்புகிறேன். நீங்கள் இன்னும் வெகுதூரம் பயணிக்க வேண்டும். நீங்கள் திருமணம் செய்துகொள்ள வேண்டும். ஆமாம், நீங்கள் நிச்சயமாகத் திருமணம் செய்துகொள்ள வேண்டும். நீங்கள் இங்கே திரும்பி வருவதற்கு முன் அனைத்து அனுபவங்களையும் பெற வேண்டும். நீங்கள் செய்ய வேண்டியது இன்னும் நிறைய இருக்கிறது. ஆனால் உங்கள் மீது எனக்கு எந்தச் சந்தேகமும் இல்லை என்பதால்தான் நான் இப்போது உங்களை அனுப்பி வைக்கிறேன். கிறிஸ்து உங்களோடு இருக்கிறார். நீங்கள் அவரைக் கைவிடாதீர்கள், அவரும் உங்களைக் கைவிட மாட்டார். உங்களைப் பெரும் துயரம் சூழ்ந்தாலும் அந்தத் துயரத்திலும் உங்களால் மகிழ்ச்சியைக் காண முடியும். நீங்கள் துயரத்திலும் மகிழ்ச்சியைக் காண வேண்டும் என்பதுதான் நான் உங்களுக்கு இடும் கட்டளை. நீங்கள் ஓய்வின்றி உழைக்க வேண்டும். இப்போது நான் சொல்லும் இந்த வார்த்தைகளை நினைவில் வைத்துக் கொள்ளுங்கள். நான் உங்களுடன் மீண்டும் பேசுவேன் என்றாலும் என் நாட்கள் மட்டுமின்றி ஒவ்வொரு வினாடியும் எண்ணப்படு கின்றன."

அல்யோஷாவின் முகத்தில் மீண்டும் உணர்ச்சிகள் கொப்பளித்தன. அவன் உதடுகள் நடுங்கின.

"மீண்டும் என்ன ஆயிற்று?" என்று மூத்தவர் சிரித்துக் கொண்டே கேட்டார். "உலக மக்கள் இறந்தவர்களிடம் கண்ணீருடன் விடைபெறுகிறார்கள், ஆனால் நாங்கள் பிரிந்து செல்லும் உங்களை நினைத்து மகிழ்ச்சியடைகிறோம். நாங்கள் உங்களுக்காக மகிழ்ச்சியுடன் பிரார்த்தனை செய்கிறோம். எனவே என்னைத் தனியாக இருக்க விடுங்கள், நான் பிரார்த்தனை செய்ய வேண்டும். சீக்கிரம். நீங்கள் உங்கள் சகோதரர்களுடன் நெருக்கமாக இருக்க வேண்டும். ஒருவருடன் மட்டுமின்றி இருவருடனும் நெருக்கமாக இருக்க வேண்டும்."

மூத்தவர் அவனை ஆசீர்வதிக்க கையை உயர்த்தினார். அல்யோஷா அவருடன் இருக்க விரும்பினாலும் அவர் சொன்னதை ஆட்சேபிக்க முடியவில்லை. அவர் டிமிட்ரியைக் குனிந்து வணங்கியதன் முக்கியத்துவம் என்ன என்று அவன் கேட்க விரும்பினான் என்றாலும் அவனுக்குத் தைரியம் வரவில்லை. மூத்தவர் நினைத்திருந்தால் அவன் கேட்காமலே அவனுக்கு அதை விளக்கியிருப்பார் என்று அவனுக்குத் தெரியும். ஆனால் அது அவருடைய விருப்பம் அல்ல என்று தோன்றியது. அந்த வணக்கம்

அல்யோஷாவின் மீது ஒரு அசாதாரணமான தாக்கத்தை ஏற்படுத்தியது. அதற்கு ஏதோ ஒரு இரகசியமான நோக்கம் இருக்க வேண்டும் என்று அவன் கண்மூடித்தனமாக நம்பினான். அது இரகசியமானது மட்டுமின்றி ஒருவேளை பயங்கரமானதாகவும் இருக்கலாம். அல்யோஷா மதிய உணவைப் பரிமாறுவதற்காக ஆசிரமத்தை விட்டு வெறியேறியபோது அவனுடைய இதயம் வலித்தது. மூத்தவர் தன்னுடைய முடிவைக் குறித்துச் சொன்ன வார்த்தைகள் அவனுக்கு நினைவில் வந்தன. மூத்தவரின் கணிப்பு துல்லியமாக நடக்கும் என்பதை அவன் சந்தேகத்திற்கு இடமின்றி நம்பினான். ஆனால் அவன் அவர் இல்லாமல் என்ன செய்வான்? அவனால் அவரைப் பார்க்காமல், அவர் சொல்வதைக் கேட்காமல் எப்படி வாழ முடியும்? அவன் எங்கே போவான்? அவன் அழக்கூடாது என்றும் மடாலயத்தை விட்டு வெறியேற வேண்டும் என்றும் அவர் கட்டளையிட்டுள்ளார். ஓ, கடவுளே! அல்யோஷா இப்படி ஒரு துன்பத்தை அனுபவித்து நீண்ட நாட்கள் ஆகிவிட்டது. அவன் ஆசிரமத்திற்கும் மடாலயத்திற்கும் இடைப்பட்ட தோப்பைக் கடந்து வேகமாக நடந்தான். அவன் தன் மனதில் ஓடிய எண்ணங்களைச் சகித்துக்கொள்ள முடியாமல் பாதையின் இருபுறமும் இருந்த பழமை வாய்ந்த பைன் மரங்களைப் பார்த்தான். அவன் ஐநூறு அடிகளுக்கு மேல் சென்றிருக்க மாட்டான். அவன் இந்த நேரத்தில் யாரையும் எதிர்பார்க்கவில்லை என்றாலும், பாதையின் திருப்பத்தில் யாருக்காகவோ காத்திருந்த ரகிதீனைக் கவனித்தான்.

“நீங்கள் எனக்காகக் காத்திருக்கிறீர்களா?” என்று அல்யோஷா அவனிடம் கேட்டான்.

“ஆமாம்” என்று ரகிதீன் சிரித்தான். “நீங்கள் தலைமை மடாதிபதியைப் பார்க்க அவசரமாகச் செல்கிறீர்கள். அவர் மதிய உணவு கொடுக்கிறார் என்று எனக்குத் தெரியும். உங்களுக்கு நினைவிருக்கிறதா? அவர் பிஷப்பையும் ஜெனரல் பஹாடோவையும் உபசரித்த பிறகு வேறு யாருக்கும் இப்படி ஒரு விருந்து கொடுத்ததில்லை. ஆனால் நான் அங்கு வரமுடியாது என்பதால் நீங்கள் சென்று உணவு பரிமாறுங்கள். அலெக்ஸி, எனக்கு ஒரு விஷயத்தைச் சொல்லுங்கள். அந்தச் சைகையின் பொருள் என்ன? நான் அதைத்தான் உங்களிடம் கேட்க விரும்பினேன்.”

“என்ன சைகை?”

“மூத்தவர் நெற்றி தரையில் படும்படி உங்கள் அன்பு சகோதரர் டிமிட்ரியை வணங்கியது!”

“நீங்கள் தந்தை ஜோசிமாவைப் பற்றிச் சொல்கிறீர்களா?”

"ஆமாம்."

"அவர் வணங்கியதைச் சொல்கிறீர்களா?"

"ஆகா, நான் மரியாதைக் குறைவாகப் பேசுகிறேன் என்றாலும் அதன் அர்த்தம் என்ன?"

"மிஷா, எனக்குத் தெரியவில்லை."

"நான் நினைத்தது போலவே அவர் அதைப் பற்றி உங்களிடம் எதுவும் சொல்லவில்லை! அது முட்டாள்தனம் என்பதைத் தவிர அதற்கு வேறெந்த முக்கியத்துவமும் இல்லை. ஆனால் அது வேண்டுமென்றே செய்யப்பட்ட ஒரு தந்திரம். இப்போது ஊரில் உள்ள அனைவரும் அதைப் பற்றிப் பேசுவார்கள். 'அது என்ன? அதற்கு என்ன அர்த்தம்?' என்று கேட்டுப் பலவிதமாகப் பேசிக் கொள்வார்கள். அந்தக் கிழவர் ஒரு புத்திசாலி என்று நான் நினைக்கிறேன். நடக்கப்போகும் குற்றத்தை அவர் முன்கூட்டியே உணர்ந்திருக்கிறார். அல்யோஷா உங்களுடைய வீட்டில் குற்றத்தின் நாற்றம் வீசப்போகிறது."

"என்ன குற்றம்? நீங்கள் என்ன சொல்கிறீர்கள்?"

ரகிதீன் தன் மனதில் உள்ளதை வெளிப்படையாகச் சொல்ல விரும்பினான்.

"உங்கள் குடும்பத்தில் அது நடக்கப்போகிறது. உங்கள் அன்பு சகோதரர்களுக்கும் உங்கள் பணக்கார தந்தைக்கும் இடையில் ஏதோ நடக்கப்போகிறது. எனவேதான் அருட்தந்தை ஜோசிமா அப்படி வணங்கினார். இப்போது அப்படி ஏதேனும் நடந்தால், 'ஆகா, அருட்தந்தையின் தீர்க்கதரிசனம் பலித்துவிட்டது!' என்று சொல்வார்கள். அவர் தரையில் அப்படி வணங்கியதில் எந்தப் பெரிய தீர்க்கதரிசனமும் இல்லை. 'ஆனால் அது ஒரு குறியீடு, உருவகம்' என்று மக்கள் சொல்வார்கள். ஆனால் சாத்தானுக்கே அதெல்லாம் என்னவென்று தெரியும்! 'அவர் குற்றம் நடக்கப்போவதை முன்கூட்டியே கணித்துக் குற்றவாளியை அடையாளம் காட்டினார்!' என்று மக்கள் அவரது மகிமையை என்றென்றைக்குமாகப் போற்றுவார்கள். இந்தப் பைத்தியக்காரர்கள் எப்போதும் அப்படித்தான் செய்வார்கள். அவர்கள் ஒரு மதுபான விடுதியின் முன்னால் சிலுவையிட்டு வணங்கிவிட்டு, தேவாலயத்தின் மீது கற்களை வீசுவார்கள். உங்கள் மூத்தவரும் அப்படித்தான். அவர் ஒரு நியாயமான மனிதரை விரட்டிவிட்டு ஒரு கொலை காரனை மண்டியிட்டு வணங்குகிறார்."

"என்ன குற்றம்? யார் கொலைகாரன்? நீங்கள் என்ன சொல்கிறீர்கள்?"

அல்யோஷா திடுக்கிட்டு நின்றான். ரகிதீனும் நடப்பதை நிறுத்தினான்.

"உங்களுக்கு உண்மையில் ஒன்றும் தெரியாதா? ஏற்கனவே நீங்கள் அதைப் பற்றி யோசித்திருப்பீர்கள் என்று நான் நினைத்தேன். நான் அதைப் பற்றித் தெரிந்துகொள்ள ஆவலாக இருக்கிறேன். அல்யோஷா, நீங்கள் எப்போதும் உண்மையைச் சொல்வீர்கள் என்று எனக்குத் தெரியும் என்றாலும், நீங்கள் ஒருபோதும் அதைப் பற்றி யோசிக்கவில்லையா? பதில் சொல்லுங்கள்."

"ஆமாம், யோசித்தேன்" என்றான் அல்யோஷா மெல்லிய குரலில். அதைக் கேட்டதும் ரகிதீனுக்குச் சங்கடமாக இருந்தது.

"என்ன? உண்மையாகவா?" என்று அவன் கத்தினான்.

"சரி, நான்... நான் உண்மையில் அப்படி நினைக்கவில்லை" என்று அல்யோஷா முணுமுணுத்தான். "ஆனால் நீங்கள் இப்போது அதைப் பற்றி விசித்திரமாகப் பேசத் தொடங்கியதும், நான் முன்பே அதைப் பற்றி யோசித்திருப்பதாகத் தோன்றியது."

"பார்த்தீர்களா? என்னால் கூட அதை இத்தனைத் தெளிவாகச் சொல்லியிருக்க முடியாது. நீங்கள் இன்று உங்கள் தந்தையையும் உங்கள் சகோதரன் மீச்சியாவையும் பார்த்தபோது, ஒரு குற்றம் நடக்கப்போகிறது என்று யூகித்தீர்கள். அப்படியானால் நான் தவறாக நினைக்கவில்லையே?"

"ஆனால் பொறுங்கள், பொறுங்கள்" என்று அல்யோஷா சங்கடத்துடன் குறுக்கிட்டான். "எது உங்களை இப்படி யோசிக்கத் தூண்டியது? முதலில் நீங்கள் ஏன் இவ்வளவு ஆர்வமாக இருக்கிறீர்கள்?"

"இரண்டு வெவ்வேறு கேள்விகள் என்றாலும் அவை இயல்பானவை. நான் அவற்றுக்குத் தனித்தனியாக பதில் சொல்கிறேன். எனக்கு ஏன் அப்படித் தோன்றுகிறது? நான் இன்று உங்கள் சகோதரர் டிமிட்ரியைப் பார்த்து அவரை முழுமையாகப் புரிந்து கொள்ளாமல் இருந்திருந்தால் எனக்கு அப்படி எதுவும் தோன்றியிருக்காது. ஒரு பானை சோற்றுக்கு ஒரு சோறு பதம் என்பது போல நான் அவருடைய ஒரு குணத்திலிருந்து அவரைப் பற்றி முழுமையாகப் புரிந்து கொண்டேன். இந்த மிகவும் நேர்மையான, ஆனால் உணர்ச்சிவசப்படும் இந்த மனிதர்களுக்கு கடக்க முடியாத ஒரு எல்லைக் கோடு உள்ளது. அது மட்டும் இல்லையெனில் அவர் தன் தந்தையைக் கத்தியால் குத்தி விடுவார். ஆனால் அவருடைய தந்தை ஒரு குடிகாரனாகவும், நேர்மையற்றவ ராகவும் இருப்பதால் அவரால் எவ்வளவு தூரத்திற்கும் போக

முடியும். எனவே அவர்கள் இருவராலும் தங்களைக் கட்டுப்படுத்த முடியவில்லை என்றால் அவர்கள் அதலபாதாளத்தில் விழுவார்கள்...”

“இல்லை மிஷா, அது அவ்வளவு தூரம் போகாது. அப்படி இருந்தால் நான் நிம்மதியாக இருப்பேன்.”

“அப்படியானால் நீங்கள் ஏன் நடுங்குகிறீர்கள்? உங்களுக்குத் தெரியுமா? உங்கள் சகோதரர் ஒரு நேர்மையான மனிதராக இருந்தாலும் அவர் ஒரு முட்டாள். அவர் ஒரு சிற்றின்பவாதி. அதுதான் ஒரு மனிதனை வரையறுக்கிறது. சுருக்கமாகச் சொன்னால் அதுதான் அவருடைய குணாதிசயம். அவர் தனது இழிவான காமத்தைத் தனது தந்தையிடமிருந்து பெற்றிருக்கிறார். ஆனால் அல்யோஷா, நீங்கள் எப்படி இவ்வளவு தூய்மையானவராக இருக்கிறீர்கள் என்று நினைத்து நான் ஆச்சரியப்படுகிறேன். நீங்களும் ஒரு கரமசோவ் தான் என்று உங்களுக்குத் தெரியும். உங்கள் குடும்பத்தில் காமம் ஒரு நோயாக வேரூன்றியுள்ளது. இப்போது இந்த மூன்று காம வெறியர்களும் ஒருவரையொருவர் கண்காணித்து வருகின்றனர்... அவர்கள் தங்களுக்குள் ஆயுதங்களை மறைத்து வைத்துள்ளனர். இப்போது அவர்கள் மூவரும் நேருக்கு நேர் சந்தித்துள்ளனர். நீங்கள் நான்காவதாக இருக்கலாம்.”

“நீங்கள் அந்தப் பெண்ணைப் பற்றிச் சொல்கிறீர்களா? நீங்கள் நினைப்பது தவறு. டிமிட்ரி... அவளை வெறுக்கிறார்” என்ற அல்யோஷாவின் முழு உடலும் நடுங்கியது.

“குரூஷென்காவை வெறுப்பதா? இல்லை நண்பரே, அவர் அவளை வெறுக்கவில்லை. அவர் தன் வருங்கால மனைவியைக் கைவிட்டு விட்டதால் அவர் அவளை வெறுக்கவில்லை. ஆனால் நண்பரே, அதுதான் உங்களுக்கு இன்னும் புரியவில்லை. ஓர் அழகிய பெண்ணின் முழு உடலின் மீதும் அல்லது ஏதோ ஒரு பகுதியின் மீது மோகம் கொள்ளும் ஒரு சிற்றின்பவாதியால் அதைப் புரிந்து கொள்ள முடியும். அவர் அதற்காகத் தன் குழந்தைகளைக் கைவிடவும், தன் தாய் தந்தையரை விற்கவும், தன் தாய்நாட்டைக் காட்டிக் கொடுக்கவும் தயாராக இருப்பார். அவர் நேர்மையானவராக இருந்தாலும் திருடுவார்; அவர் சாந்த குணமுடையவராக இருந்தாலும் கொலை செய்வார்; அவர் விசுவாசியாக இருந்தாலும் துரோகம் செய்வார். புஷ்கின் தன் கவிதைகளில் பெண்களின் கால்களைக் கொண்டாடினார். மற்றவர்கள் அப்படிச் செய்யவில்லை என்றாலும் அவர்களைக் கண்டதும் மண்டியிடுகிறார்கள். ஆனால் கால்கள் மட்டும் என்றில்லை... ஆனால் நண்பரே அவர் குரூஷென்காவை வெறுக்கிறார் என்றாலும் இந்த விஷயத்தைப் பொறுத்தவரை

வெறுப்பு எதற்கும் உதவாது. அவர் அவளை வெறுத்தாலும் அவரால் அவளை விட்டு விலக முடியாது.”

“அது எனக்குப் புரிகிறது” என்று அல்யோஷா சட்டென்று உளறினான்.

“உண்மையாகவா? ஆமாம், நீங்கள் அதை அவ்வளவு எளிதில் ஒப்புக் கொள்வதால் உங்களுக்குப் புரியும் என்று நினைக்கிறேன்” என்று ரகிதீன் வஞ்சகத்துடன் கூறினான். “நீங்கள் அதைத் தற்செயலாக உளறிவிட்டீர்கள். நீங்கள் அதை ஒப்புக்கொள்வது மதிப்புமிக்கது. எனவே அது உங்களுக்குப் பழக்கமான ஒரு விஷயம். நீங்கள் அதைப் பற்றி ஏற்கனவே யோசித்திருக்கிறீர்கள். அதாவது நான் சிற்றின்பத்தைப் பற்றிச் சொல்கிறேன்! ஓ, கன்னிப் பையா! நீங்கள் அடக்கமானவர், புனிதமானவர் என்பதை நான் ஒப்புக் கொள்கிறேன். ஆனால் உங்கள் தலைக்குள் என்ன இருக்கிறது என்பதும், உங்களுக்கு ஏற்கனவே என்ன தெரியும் என்பதும் சாத்தானுக்கு மட்டுமே வெளிச்சம்! நீங்கள் தூய்மையானவர் என்றாலும் நீங்கள் ஆழத்தில் இறங்கி விட்டீர்கள்... நான் உங்களை நீண்ட காலமாக கவனித்து வருகிறேன். மற்றவர்களைப் போல நீங்களும் ஒரு கரமசோவ். எனவே வம்சாவளியும் பாரம்பரியமும் முக்கியம். நீங்கள் உங்கள் தந்தையைப் போல ஒரு சிற்றின்பவாதி, உங்கள் தாயைப் போல ஒரு பைத்தியக்காரத் துறவி. நீங்கள் ஏன் நடுங்குகிறீர்கள்? நான் சொல்வது உண்மையா? குருஷென்கா என்னிடம் என்ன சொன்னார் என்று உங்களுக்குத் தெரியுமா? ‘அவரை என்னிடம் அழைத்து வாருங்கள், நான் அவருடைய பாதிரியார் ஆடையைக் கிழித்து எறிகிறேன்’ என்று சொன்னாள். அவள் ஏன் உங்கள் மீது அத்தனை ஆர்வமாக இருக்கிறாள் என்று எனக்கு ஆச்சரியமாக இருந்தது. அவள் ஒரு அசாதாரணமான பெண் என்று உங்களுக்குத் தெரியும்!”

“அவளிடம் என் வணக்கத்தைத் தெரிவித்து, நான் வரமாட்டேன் என்று சொல்லுங்கள்” என்று அல்யோஷா குறும்புச் சிரிப்புடன் சொன்னான். “மிஷா, நீங்கள் என்னிடம் சொல்ல விரும்பியதைச் சொல்லி முடியுங்கள். நான் என்ன நினைக்கிறேன் என்பதை அதன் பிறகு சொல்கிறேன்.”

“சொல்வதற்கு வேறென்ன இருக்கிறது? எல்லாமே தெளிவாக இருக்கிறது. எல்லாம் அதே பழைய பாட்டுதான் தம்பி. நீங்களும் ஒரு சிற்றின்பவாதியாக இருந்தால் உங்கள் சகோதரர் இவானின் நிலை என்ன? அவரும் ஒரு கரமசோவ் தான். கரமசோவ்களாகிய உங்களின் அடிப்படைக் குணம் என்னவென்றால், நீங்கள் அனைவரும் சிற்றின்பவாதிகள், பணம் பறிப்பவர்கள், புனித

முட்டாள்கள்! உங்கள் சகோதரர் இவான், நாத்திகராக இருப்பதைப் பொருட்படுத்தாமல் ஏதோ ஒரு அபத்தமான, புதிரான நோக்கத்திற்காக, இறையியல் கட்டுரைகளை நகைச்சுவையாக எழுதுகிறார். அதுமட்டுமின்றி அவர் உங்கள் சகோதரர் மீச்சியாவின் வருங்கால மனைவியை அபகரிக்க முயல்கிறார். அவர் அதில் வெற்றி பெறுவார் என்று தெரிகிறது. மேலும் அவர் மீச்சியாவின் ஒப்புதலுடன் அதைச் செய்கிறார், ஏனெனில் அவர் அவளை விட்டுவிட்டு மிக விரைவில் குரூஷென்காவுடன் ஓடுவதற்குத் தயாராக இருக்கிறார். அவர் தன் மானத்தையும் நேர்மையையும் மீறி அதைச் செய்வதற்குத் தயாராக இருக்கிறார் என்பதைக் கவனியுங்கள். அவரைப் போன்ற மனிதர்கள் மிகவும் ஆபத்தானவர்கள்! இதற்குப் பிறகு உங்கள் அனைவரின் மூலம் என்ன செய்ய வேண்டும் என்பது சாத்தானுக்கு மட்டுமே தெரியும். அவர் தன் சொந்த ஒழுக்கக்கேட்டை அறிந்தும் அதில் மூழ்கிக் கிடக்கிறார்! இப்போது உங்கள் தந்தை மீச்சியாவின் வழியில் குறுக்கிடுகிறார். அவர் குரூஷென்காவின் மீது பைத்தியமாக இருக்கிறார். அவளைக் கண்டதும் அவர் வாயில் எச்சில் ஊறு கிறது. மூத்தவரின் அறையில் அந்த அவமானகரமான காட்சியை அவர் அரங்கேற்றியதற்கு மியூசோவ் அவளை ஒரு சீரழிந்த உயிரினம் என்று அழைத்ததுதான் காரணம். இப்போது அவர் காமவெறி பிடித்த பூனையை விட மோசமானவர். முன்பு அவரது சாராயக் கடையின் நிழலான நடவடிக்கைகளில் வேலை செய்யும் ஒரு ஊழியராக மட்டுமே அவள் இருந்தாள். ஆனால் அவர் திடீரென்று ஒருநாள் அவளை நன்றாக ஏறிட்டுப் பார்த்த பிறகு அவருக்கு அவள் மீது காமவெறி பிடித்துவிட்டது. எனவே அவர் அவளை அடைவதற்காகக் கண்ணியமற்ற பல்வேறு வழிகளில் அவளைத் தொந்தரவு செய்கிறார். இப்படியாகத் தந்தையும் மகனும் நேருக்கு நேராக மோதிக் கொள்கிறார்கள். இப்போதைக்கு குரூஷென்கா அவர்கள் இருவரையும் ஏற்றுக் கொள்ளவில்லை. அவர்கள் இருவரையும் கேலி செய்து அவர்களிடம் விளையாடும் அவள், யாரிடம் அதிக ஆதாயம் அடைய முடியும் என்று கணக்குப் போடுகிறாள். அவள் உங்கள் தந்தையிடமிருந்து அதிகமாகப் பணத்தைக் கறந்தாலும் அவர் அவளைத் திருமணம் செய்துகொள்ள மாட்டார் என்பதுடன், கருமியான அவர் ஒரு கட்டத்திற்கு மேல் அவளுக்காகப் பணம் செலவழிப்பதை நிறுத்தி விடுவார். அங்குதான் மீச்சியாவின் மதிப்பு கூடுகிறது. அவரிடம் பணம் இல்லை என்றாலும் அவர் அவளைத் திருமணம் செய்யத் தயாராக இருக்கிறார். ஆமாம், கர்னலின் மகளும் அழகியுமான அவருடைய வருங்கால மனைவி கேத்தரீனா இவானோவ்னாவைக் கைவிட்டு விட்டு, படிக்காத, முரட்டு சுபாவம் கொண்ட மாகாணத்தின்

மேயரான, சம்சனோவின் முன்னாள் எஜமானி, குரூஷென்காவைத் திருமணம் செய்துகொள்ளத் தயாராக இருக்கிறார்! இவை அனைத்தும் எளிதில் மோதலுக்கு வழிவகுத்து குற்றம் நடப்பதற்கு ஏதுவாக இருக்கிறது. உங்கள் சகோதரன் இவான் அதைத்தான் எதிர்பார்த்துக் கொண்டிருக்கிறார். கேத்தரீனா இவானோவ்னாவின் மீது ஆசைப்படும் அவருக்கு அது எல்லாவிதத்திலும் சாதகமாக இருக்கிறது. அவர் அவள் மூலமாக அறுபதாயிரம் ரூபிள்களை வரதட்சணையாகப் பெறுவதற்குத் திட்டமிடுகிறார். பணமும் பதவியும் இல்லாத அவருக்கு அது ஒரு சிறந்த வாய்ப்பு. மேலும் அவர் மீச்சியாவைப் புண்படுத்த மாட்டார் என்பது மட்டுமின்றி அவர் தன் வாழ்நாள் முழுவதும் அவருக்குக் கடன்பட்டிருப்பார். மீச்சியா ஒரு வாரத்திற்கு முன்பு ஒரு மதுபான விடுதியில் சில ஜிப்ஸி பெண்களுடன் குடிபோதையில் இருந்தபோது, தனது வருங்கால மனைவி கேத்தரீனாவுக்குத் தான் தகுதியானவன் அல்ல என்றும், தன் சகோதரன் இவான் தான் அவளுக்குத் தகுதியானவன் என்றும் உரக்கக் கத்தினார் என்று எனக்குத் தெரியும். கேத்தரீனா இவானோவ்னாவைப் பொறுத்தவரை, இவானைப் போன்ற ஒரு வசீகரமான மனிதரை நிராகரிக்க வாய்ப்பில்லை. எனவே அவள் தற்போது இருவருக்கும் இடையில் யாரைத் தேர்ந்தெடுப்பது என்ற யோசனையில் இருக்கிறாள். நீங்கள் அனைவரும் இவானைப் பார்த்து பிரமிக்கும் அளவுக்கு அவர் உங்கள் அனைவரையும் வசீகரித்திருப்பது ஆச்சரியமாக இருக்கிறது. அவர் உங்கள் அனைவரையும் பார்த்துச் சிரிப்பதுடன் உங்கள் செலவில் மகிழ்ச்சியாக இருக்கிறார்."

"இதெல்லாம் உங்களுக்கு எப்படித் தெரியும்? எப்படி அவ்வளவு உறுதியாகச் சொல்கிறீர்கள்?" என்று அல்யோஷா முகத்தைச் சுளித்தபடி கேட்டான்.

"நீங்கள் ஏன் அப்படிக் கேட்கிறீர்கள்? நான் சொன்னதைக் கேட்டு நீங்கள் பயப்படுகிறீர்கள் என்றால் நான் சொல்வது உண்மைதான் என்று நீங்கள் ஒப்புக் கொள்கிறீர்கள்."

"உங்களுக்கு இவானைப் பிடிக்காது. இவான் ஒருபோதும் பணத்திற்கு ஆசைப்பட மாட்டார்."

"அப்படியா? ஆனால் கேத்தரீனா இவானோவ்னாவின் அழகு? அறுபதாயிரம் ரூபிள்கள் என்பது ஆசையைத் தூண்டும் என்றாலும் இது பணம் சம்பந்தப்பட்டது மட்டுமல்ல."

"இவான் அதைவிட உயர்ந்த குறிக்கோள் உடையவர். அவருக்குப் பணத்தின் மீது ஆசையில்லை. அவர் பணத்தையோ, சுகத்தையோ தேடவில்லை. ஒருவேளை அவர் தேடுவது துன்பமாக இருக்கலாம்."

"அது என்ன கதை? ஓ, மேன்மக்களாகிய நீங்கள்... எனக்கு சிரிப்பு வருகிறது!"

"மிஷா, அவர் ஓர் அமைதியற்ற ஆத்மா. அவர் மனம் முழுவதும் ஒரு பெரிய, தீர்வு கிடைக்காத கேள்வியில் சிக்கித் தவிக்கிறது. லட்சங்களுக்காக அல்லாமல் தன் கேள்விக்கு விடை காணும் லட்சியத்திற்காக வாழும் மனிதர்களில் அவரும் ஒருவர்."

"அல்யோஷா, நீங்கள் செய்வது இலக்கியத் திருட்டு. மூத்தவரின் கருத்துக்களை நீங்கள் வேறு வார்த்தைகளில் சொல்கிறீர்கள். இவான் உங்களுக்கு எத்தகைய ஒரு சிக்கலை ஏற்படுத்திவிட்டார் என்பதைப் பாருங்கள்!" என்று ரகிதீன் கட்டுப்படுத்த முடியாத கோபத்துடன் கத்தினான். அவன் முகபாவம் முற்றிலுமாக மாறியதுடன் அவன் உதடுகள் துடித்தன. "அவர் முன்வைக்கும் பிரச்சனை முட்டாள்தனமானது என்பதால் அதைத் தீர்ப்பது அத்தனைக் கடினமானது அல்ல. நீங்கள் கொஞ்சம் மூளையை உபயோகித்தால் அதைத் தீர்க்க முடியும். அவருடைய கட்டுரை வேடிக்கையாகவும், அபத்தமாகவும் உள்ளது. ஆன்மாவிற்கு அமரத்துவம் இல்லையெனில் அறம் இல்லை. எனவே அனைத்தும் அனுமதிக்கப்படுகிறது என்ற அவரது முட்டாள்தனமான கோட்பாட்டை நீங்கள் கேட்டீர்களா? (எனக்கு அது நன்றாக ஞாபகம் இருக்கிறது என்று மீச்சியா கத்தியது நினைவிருக்கிறதா?) அது அயோக்கியர்களுக்கு ஒரு வசீகரமான கோட்பாடு... ஆகா, நான் இவ்வளவு கடுமையான வார்த்தைகளைப் பயன்படுத்துவது முட்டாள்தனம். அது அயோக்கியர்களுக்கு அல்ல, மாறாக மற்றவர்களால் புரிந்துகொள்ள முடியாத ஆழமான சிந்தனை தங்களுக்கு இருப்பதாகத் தற்பெருமை அடையும் முதிர்ச்சியற்ற பள்ளி மாணவர்களுக்கானது. 'ஒருபுறம் அதை யாராலும் மறுக்க முடியாது... மறுபுறம் ஒருவர் அதை ஒப்புக்கொள்ள வேண்டும்' என்று அவர் சொல்கிறார். அவரது கோட்பாடு முழுவதும் அருவருக்கத்தக்க ஒன்றேயன்றி வேறில்லை! ஆன்மாவிற்கு அமரத்துவம் இல்லை என்றாலும் நல்லொழுக்கத்துடன் வாழும் வலிமை மனிதகுலத்திற்கு உண்டு. அது சுதந்திரம், சமத்துவம் மற்றும் சகோதரத்துவத்தின் அன்பின் மூலம் அதை அடையும்..." என்ற ரகிதீன் முகம் சிவந்து தன்னைக் கட்டுப்படுத்த முடியாமல் தவித்தான். ஆனால் அவன் திடீரென்று எதையோ நினைவு கொண்டது போல பேசுவதை நிறுத்தினான்.

"சரி, நான் அதிகமாகப் பேசி விட்டேன்" என்று அவன் முன்னைவிட வக்கிரமான புன்னகையுடன் சொன்னான். "நீங்கள் ஏன் சிரிக்கிறீர்கள்? என்னை ஒரு அசிங்கமான முட்டாள் என்று நினைக்கிறீர்களா?"

“இல்லை, நான் அப்படி நினைக்கவில்லை. நீங்கள் புத்திசாலி ஆனால்... சரி, அது போகட்டும். நான் ஏன் சிரித்தேன் என்று எனக்கே தெரியவில்லை. ஆனால் நீங்கள் ஏன் இவ்வளவு கோபமாக இருக்கிறீர்கள் என்று எனக்குப் புரிகிறது. உங்களால் கேத்தரீனா இவானோவ்னாவை அலட்சியமாக நினைக்க முடியவில்லை. நண்பரே, அதனால்தான் உங்களுக்கு என் சகோதரனைப் பிடிக்கவில்லை என்று நான் நீண்ட காலமாகச் சந்தேகப்படுகிறேன். நீங்கள் அவரைப் பார்த்துப் பொறாமைப்படு கிறீர்கள், இல்லையா?”

“எனக்கு அவள் பணத்தின் மீதும் பொறாமை என்று சொல்வதுதானே?”

“இல்லை, நான் அதைப் பற்றி ஒன்றும் சொல்லவில்லை. மிஷா, நான் உங்களைப் புண்படுத்த மாட்டேன்.”

“நான் நீங்கள் சொல்வதை நம்புகிறேன். ஆனால் சாத்தான் உங்களையும் உங்கள் சகோதரன் இவானையும் ஆட்டுவிக்கிறது! கேத்தரீனா இவானோவ்னாவைத் தவிர மற்றவர்கள் அவரை வெறுக்கிறார்கள் என்பது உங்களுக்குப் புரியவில்லையா? அப்படியிருக்க எனக்கு மட்டும் அவரை எப்படிப் பிடிக்கும்? அவர் என்னைக் குறை சொல்லத் தயங்கியதில்லை என்பதால் நான் மட்டும் அவரை எதுவும் சொல்லக் கூடாதா?”

“அவர் உங்களைப் பற்றி நல்லதாகவோ அல்லது மோசமாகவோ எதையும் சொல்லி நான் கேட்டதில்லை. அவர் உங்களைப் பற்றிப் பேசியதே இல்லை.”

“ஆனால் அவர் நேற்று முன்தினம் கேத்தரீனா இவானோவ்னா வீட்டில் என்னைச் சரமாரியாகத் திட்டியதாகக் கேள்விப்பட்டேன். அவர் உண்மையில் உங்கள் மீதும் அப்படித்தான் அக்கறையின்றி இருக்கிறார். இப்போது நீங்களே சொல்லுங்கள், யார் யார் மீது பொறாமைப்படுகிறார்கள்? நான் எதிர்காலத்தில் ஒரு துறவியாகி மடாதிபதியாக ஆகாவிட்டால், நிச்சயமாக பீட்டர்ஸ்பர்க் சென்று ஏதாவது ஒரு பத்திரிக்கையில் சேர்ந்து பத்து ஆண்டுகள் பணியாற்றி இறுதியில் அந்தப் பத்திரிக்கையின் உரிமையாளராவேன் என்றும், பிறகு நான் ஒரு தாராளவாத நாத்திகப் போக்குடன், சோஷலிசத்தின் சாயலுடன், ஆனால் எச்சரிக்கையுடன் இரட்டை வேஷம் போட்டு முட்டாள்களை ஏமாற்றுவேன் என்றும் என்னைப் பற்றிச் சொல்லியிருக்கிறார். உங்கள் சகோதரரின் கூற்றுப்படி, எனக்குச் சோஷலிசத்தின் சாயம் இருந்தாலும், நான் என் வருமானத்தைக் கொண்டு ஒரு யூதரின் வழிகாட்டுதலின் படி பீட்டர்ஸ்பர்க்கில் ஒரு பெரிய வீட்டைக் கட்டி, பத்திரிக்கை

அலுவலகத்தை அங்கு மாற்றிவிட்டு, மீதமுள்ள குடியிருப்பின் பகுதிகளை வாடகைக்கு விடுவேன் என்று சொல்கிறார். அவர் அதற்காக நெவா ஆற்றின் குறுக்கே அமைந்துள்ள புதிய கல் பாலத்திற்கு அருகில் ஓர் இடத்தையும் தேர்வு செய்து வைத்திருக்கிறாராம்."

"ஆகா, மிஷா, உண்மையில் அவர் சொன்னது வார்த்தை மாறாமல் அப்படியே நடக்கும்" என்று உற்சாகமாகக் கத்திய அல்யோஷா குதூகலமாகச் சிரித்தான்.

"அலெக்ஸி ஃபியோதரோவிச், இப்போது நீங்களும் கேலி செய்கிறீர்கள்."

"இல்லை, இல்லை, நான் விளையாட்டுக்காகச் சொன்னேன். என்னை மன்னித்து விடுங்கள். எனக்கு என்ன தோன்றுகிறது என்றால், அந்த விவரங்களை யார் உங்களிடம் இவ்வளவு விரிவாகச் சொல்லியிருக்க முடியும் அல்லது அது எப்படி உங்களுக்குத் தெரிந்தது? அவர் கேத்தரீனா இவானோவ்னா வீட்டில் உங்களைப் பற்றிப் பேசிக் கொண்டிருந்தபோது நீங்கள் அவருடன் இருந்திருக்க முடியாது, இல்லையா?"

"நான் அங்கே இல்லை என்பது உண்மைதான் ஆனால் டிமிட்ரி ஃபியோதரோவிச் அங்கே இருந்தார். நான் அவர் சொல்லியதை என் இரண்டு காதாலும் கேட்டேன். நீங்கள் தெரிந்துகொள்ள விரும்பினால், அப்போது குரூஷென்காவின் படுக்கை அறையில் இருந்த நான், உங்கள் சகோதரர் டிமிட்ரி பக்கத்து அறையில் இருந்ததால், அங்கிருந்து போக முடியாமல் எதேச்சையாக எல்லாவற்றையும் கேட்டேன்."

"ஓ, ஆமாம், அவள் உங்கள் உறவினர் என்பதை நான் மறந்துவிட்டேன்."

"குரூஷென்கா என் உறவினரா? என் உறவினரா?" என்று கத்திய ரகிதீன் திடீரென்று வெட்கத்துடன் முகம் சிவந்தான். "உங்களுக்குப் பைத்தியமா என்ன?"

"என்ன? அவள் உங்கள் உறவினர் இல்லையா? நான் அப்படித்தான் கேள்விப்பட்டேன்..."

"நீங்கள் எங்கிருந்து அதைக் கேட்டிருக்க முடியும்? இல்லை, கரமசோவ்களாகிய நீங்கள் ஏதோ ஒரு பழமையான, உன்னதமான குடும்பத்திலிருந்து வந்தவர்கள் என்று பெருமைப்பட்டுக் கொள்கிறீர்கள். ஆனால் அதே நேரத்தில் உங்கள் தந்தை ஒரு கோமாளியைப் போல மற்றவர்களின் தயவில் சாப்பிட்டு உடம்பை வளர்க்கிறார். உங்களுடன் ஒப்பிடும்போது பாதிரியாரின் மகனாகிய நான் ஒன்றும் இல்லை. ஆனால் நீங்கள் என்னைத்

தேவையில்லாமல் இவ்வளவு எளிதாக அவமதிக்க வேண்டாம். அலெக்ஸி ஃபியோதரோவிச், எனக்கும் சுயமரியாதை உண்டு. குருஷென்கா போன்ற ஒரு விபச்சாரி எனக்கு உறவாக இருக்க முடியாது என்று புரிந்து கொள்ளுங்கள்."

ரகிதீனுக்கு கட்டுக்கடங்காத கோபம் ஏற்பட்டது.

"மன்னிக்கவும், தயவுசெய்து என்னை மன்னிக்கவும்... எனக்கு அது தோன்றவே இல்லை... அவள் உண்மையில் விபச்சாரியா? அவள் அப்படிப்பட்ட பெண்ணா?" என்று அல்யோஷா திடீரென்று வெட்கப்பட்டான். "நான் மீண்டும் சொல்கிறேன், அவள் உங்கள் உறவினர் என்று கேள்விப்பட்டேன். நீங்கள் அடிக்கடி அவளைப் பார்க்கப் போகிறீர்கள். உங்கள் இருவருக்கும் இடையில் நெருக்கமான உறவு இல்லை என்று நீங்களே சொன்னீர்கள்... உங்களுக்கு அவள் மீது இவ்வளவு வெறுப்பு இருக்கும் என்று நான் கனவிலும் நினைக்கவில்லை! அவள் உண்மையில் அதற்குத் தகுதியானவளா?"

"அவளைப் பார்க்க எனக்கென்று சொந்தக் காரணங்கள் உள்ளன. அது உங்களுக்குத் தேவையில்லாதது. அவள் என்னுடைய உறவினராக இருப்பதை விடக் கூடிய விரைவில், உங்கள் சகோதரனோ அல்லது தந்தையோ அவளை உங்களுக்கு உறவினராக்க அதிக வாய்ப்புள்ளது. சரி, இங்கே ஏன் இருக்க வேண்டும்? நீங்கள் சீக்கிரம் சமையலறைக்குச் செல்வது நல்லது... ஆனால் என்ன நடக்கிறது? நாம் மேலும் தாமதிக்கக் கூடாது. அவர்கள் அவ்வளவு சீக்கிரம் சாப்பிட்டு முடித்திருக்க மாட்டார்கள்! ஒருவேளை கரமசோவ்கள் மீண்டும் ஏதாவது செய்து விட்டார்களா? அப்படித்தான் தெரிகிறது... அதோ உங்கள் தந்தையைத் தொடர்ந்து இவான் செல்கிறார். அவர்கள் வெளியேறிவிட்டார்கள். பாதிரியார் இயோசிஃப் வாசற்படியில் நின்று ஏதோ கத்துகிறார். உங்கள் தந்தை கைகளை அசைத்துக் கூச்சலிடுகிறார். அவர் அவர்களைச் சபிக்கிறார் என்று தோன்றுகிறது. அதோ, மியூசோவும் வண்டியில் ஏறிச் செல்கிறார். இப்போது நில உரிமையாளர் மாக்சிமோவ் ஓடுகிறார்! அங்கே ஏதோ பிரளயம் ஏற்பட்டுள்ளது. அவர்கள் மதிய உணவைச் சாப்பிட்டிருக்க மாட்டார்கள்! அவர்கள் தலைமை மடாதிபதியை அடித்திருப்பார்களோ? ஒருவேளை அடித்து விட்டார்களா என்ன? என்னால் அதைப் பார்க்க முடியாமல் போய்விட்டது..."

ரகிதீனின் கூக்குரலுக்குக் காரணம் இல்லாமல் இல்லை. அங்கே எதிர்பாராத, முன்னெப்போதும் இல்லாத மிகக் கேவலமான காட்சி அரங்கேறியது. அவை அனைத்தும் ஏதோ ஒரு உத்வேகத்தில் தன்னிச்சையாக நடந்தது.

8. ஓர் அவமானகரமான காட்சி

மியூசோவ், இவான் ஃபியோதரோவிச்சுடன் தலைமை மடாதிபதியின் அறைக்குள் நுழைந்தபோது, அவர் ஒரு ஒழுக்கமான, நேர்மையான மனிதராக இருந்த காரணத்தால் தன்னைத்தானே சுயவிமர்சனத்திற்கு உட்படுத்திக் கொண்டு, மூத்தவரின் அறையில் நிதானத்தை இழந்து கோபப்பட்டதை நினைத்து வெட்கினார். அவர் ஜோசிமாவின் அறையில், ஃபியோதர் பாவ்லோவிச் எனும் கீழ்த்தரமான மனிதனால் மனஉளைச்சலுக்கு ஆளாகித் தனது சுயக்கட்டுப்பாட்டை இழந்துவிட்டதை உணர்ந்து வருந்தினார். 'எந்த வகையிலும் துறவிகள் தவறு செய்யவில்லை' என்று அவர் படிகளில் ஏறும்போது நினைத்தார். 'இங்கே இருப்பவர்கள் மிகவும் மரியாதைக்குரிய மனிதர்களாக இருந்தால், (தலைமை மடாதிபதி நிக்கோலாய் மேட்டுக்குடியைச் சேர்ந்தவராகத் தோன்றுகிறது) நான் ஏன் அவர்களிடம் மரியாதையாகவும், கண்ணியமாகவும் நடந்து கொள்ளக் கூடாது? நான் அவர்களுடன் வாதிடாமல் எல்லாவற்றுக்கும் உடன்பட வேண்டும். நான் அவர்களை என்னுடைய பணிவினால் வெற்றிகொள்ள வேண்டும். மேலும்... எனக்கும் அந்த ஏசோப்புக்கும், அந்தக் கோமாளிக்கும், அந்தப் பியர்ரோட்டுக்கும் எந்தத் தொடர்பும் இல்லை என்பதையும், நானும் மற்றவர்களைப் போல ஏமாந்து விட்டேன் என்பதையும் அவர்களுக்கு நிரூபிப்பேன்.'

சர்ச்சைக்குரிய மரம் வெட்டுதல் மற்றும் மீன் பிடித்தல் போன்ற உரிமைகளைப் பொறுத்தவரை அது அதிக மதிப்புடையது அல்ல என்பதாலும், உண்மையில் அதில் எந்த நீரோடைகளும், காடுகளும் சம்பந்தப்பட்டுள்ளன என்பது அவருக்கு உறுதியாகத் தெரியவில்லை என்பதாலும் அவற்றுக்கு எதிரான நீதிமன்ற நடவடிக்கைகளைக் கைவிட அவர் முடிவு செய்தார்.

அவர் தலைமை மடாதிபதியின் அறைக்குள் நுழைந்தபோது, அவருடைய அந்த நல்ல நோக்கங்கள் அனைத்தும் மேலும் வலுப்பெற்றன. அது உண்மையில் சாப்பாட்டு அறை அல்ல, ஏனெனில் தலைமை மடாதிபதியிடம் இரண்டு அறைகள் மட்டுமே இருந்தன. அந்த அறைகள் மூத்தவரின் அறையை விடப் பெரியதாகவும், வசதியாகவும் இருந்தன. ஆனால் அந்த அறைகளில் அலங்காரமோ, ஆடம்பரமோ இல்லை. அங்கிருந்த தோல் மூடிய சோபாக்களும், நாற்காலிகளும் 1820களில் காலாவதியான பழைய பாணியில் இருந்தன. தரைப் பலகைகள் சாயம் பூசப்படாமல் இருந்தன என்றாலும் அங்கிருந்த அனைத்தும் பளிச்சென்று

சுத்தமாக இருந்தன. ஜன்னல் மாடங்களில் அழகிய பூந்தொட்டிகள் இருந்தன. அந்த நேரத்தில் அந்த அறையில் அழகாக அலங்கரிக்கப்பட்ட சாப்பாட்டு மேசை மட்டுமே ஆடம்பரமாக இருந்தது. மேசை விரிப்பு சுத்தமாக இருந்தது. மூன்று வகையான சுட்ட ரொட்டிகளும், இரண்டு மது பாட்டில்களும், மடாலயத்தில் தயாரிக்கப்பட்ட, அக்கம்பக்கத்தில் மிகவும் பிரபலமான இரண்டு சிறந்த பானங்களும், ஒரு பெரிய கண்ணாடி குடுவையில் குவாஸ் பானமும் இருந்தன. ஆனால் வோட்கா இல்லை. அங்கே ஐந்து வகையான உணவு வகைகள் இருந்தன என்று பின்னர் ரகிதீன் சொன்னான். சிறிய மீன் துண்டுகளுடன் சூப்பும், சிறந்த முறையில் வேகவைத்த மீனும், சாலமன் மீன் வறுவலும், ஐஸ்கிரீமும் வேகவைத்த பழங்களும், இறுதியாகப் பாலினால் செய்யப்பட்ட இனிப்புப் பதார்த்தங்களும் இருந்தன. ரகிதீன் அதையெல்லாம் தெரிந்து கொண்டான் ஏனெனில் அவனால் சமையலறைக்குள் எட்டிப் பார்க்காமல் இருக்க முடியவில்லை. அவனுக்கு எல்லா இடங்களிலும் தொடர்புகள் இருந்தன என்பதால் எங்கு என்ன நடக்கிறது என்பதை அவனால் தெரிந்துகொள்ள முடிந்தது. அவன் மன அமைதியற்ற, பொறாமை குணமுள்ள ஒரு மனிதன். அவனுக்கு தான் ஒரு திறமைசாலி என்று நன்றாகத் தெரியும் என்றாலும், கர்வத்தின் காரணமாக அதை மிகைப்படுத்திக் காட்ட முயன்றான். அவனுக்கு தான் ஏதோ ஒரு வகையில் நிச்சயமாக செல்வாக்கு மிக்க ஒரு மனிதனாக ஆவேன் என்று தெரியும் என்றாலும், அவனுடன் அதிகளவில் நட்புணர்வுடன் இருந்த அல்யோஷா, அவன் நேர்மையற்றவனாக இருந்தாலும் அதைப் பற்றி உணராமல் இருக்கிறான் என்று வருத்தப்பட்டான். அவன் மற்றவர்களின் மேசையிலிருந்து பணத்தைத் திருடவில்லை என்பதால், சந்தேகத்திற்கு இடமின்றி தன்னை மிகவும் நேர்மையான மனிதனாகக் கருதிக் கொண்டான். அல்யோஷா உட்பட யாராலும் அவனுடைய அந்தக் கருத்தை மாற்ற முடியவில்லை.

எந்தச் சமூக அந்தஸ்தும் இல்லாத ரகிதீனை மதிய விருந்துக்கு அழைக்கவில்லை, ஆனால் அருட்தந்தை இயோசிஃப்பும், பைசியும் மற்றொரு பாதிரியாருடன் விருந்துக்கு அழைக்கப்பட்டிருந்தனர். அவர்கள் ஏற்கனவே சாப்பாட்டு அறையில் காத்திருந்தபோது, பியோட்டர் அலெக்ஸாண்ட்ரோவிச்சும், கல்கனோவும், இவான் ஃபியோதரோவிச்சும் அறைக்குள் நுழைந்தனர். மாக்சிமோவ் என்ற நில உரிமையாளரும் அங்கே தனியாக ஒரு மூலையில் அமர்ந்திருந் தார். தலைமை மடாதிபதி விருந்தினர்களை வரவேற்பதற்காக அறையின் நடுப்பகுதிக்குச் சென்றார். அவர் உயரமாக, ஒல்லியாக, கருப்பும் வெள்ளையும் கலந்த முடியுடன், வயதானவராக

இருந்தாலும் திடகாத்திரமான உடலுடன் சுறுசுறுப்பாக இருந்தார். அவருடைய முகம் நீண்டதாக, கம்பீரமாகக் காட்சியளித்தது. அவர் மௌனமாக அவர்களைத் தலைகுனிந்து வணங்கினார். ஆனால் அவர்கள் இப்போது அவரிடம் சென்று ஆசி பெற்றனர். மியூசோவ் அவருடைய கையை முத்தமிட நினைத்தார், ஆனால் தலைமை மடாதிபதி அதற்கு முன்னரே தன் கையை விலக்கிக் கொண்டார். ஆனால் இவான் ஃபியோதரோவிச்சும், கல்கனோவும் அவருடைய முழுமையான ஆசீர்வாதத்தைப் பெற்று, ஒரு விவசாயியைப் போல எளிமையாக, மனமுவந்து அவர் கையை ஓசையுடன் முத்தமிட்டனர்.

"மதிப்புக்குரியவரே, நாங்கள் உங்களிடம் மனப்பூர்வமாக மன்னிப்புக் கேட்டுக் கொள்கிறோம்" என்று புன்னகையுடன் ஆரம்பித்த பியோட்டர் அலெக்ஸாண்ட்ரோவிச், கண்ணியமாக மரியாதையுடன் பேசினார். "நீங்கள் அழைப்பு விடுத்த எங்கள் தோழர் ஃபியோதர் பாவ்லோவிச் இல்லாமல் நாங்கள் மட்டும் வந்திருக்கிறோம். அவர் ஏதோ ஒரு சரியான காரணத்திற்காக உங்கள் அழைப்பை நிராகரிக்க வேண்டிய சூழ்நிலை ஏற்பட்டு விட்டது. அவர் துரதிருஷ்டவசமாக மூத்தவர் ஜோசிமாவின் அறையில் தன் மகனுடன் சண்டையிட்டு, சொல்லக்கூடாத சில விஷயங்களைப் பேசினார்... உண்மையில் அது மிகவும் அநாகரிகமானது..." என்று அவர் துறவிகளைப் பார்த்தார். "அவர்களுக்கு ஏற்கனவே தெரியும் என்பதில் சந்தேகமில்லை. எனவே அவர் தான் தவறு செய்துவிட்டதை உணர்ந்து, தன் நடத்தைக்கு மனப்பூர்வமாக வருந்தி, இங்கே நேரில் வந்து மன்னிப்புக் கேட்கச் சங்கடப்பட்டுக் கொண்டு, தனது ஆழ்ந்த மன்னிப்பையும், வருத்தத்தையும் உங்களிடம் தெரிவிக்கும்படி அவரது மகன் இவானையும் என்னையும் கேட்டுக் கொண்டார். அவர் மனம் வருந்தி உங்களிடம் மன்னிப்பையும் ஆசீர்வாதத்தையும் கேட்டுக் கொண்டு, நடந்ததை மறக்கும்படி மன்றாடிக் கேட்டுக் கொண்டார்."

பேசி முடித்த மியூசோவ் தனது உரையின் இறுதி வார்த்தைகளை உச்சரித்தபோது மிகவும் மகிழ்ச்சியடைந்தார். அவருக்கு ஏற்பட்ட எரிச்சலின் அனைத்துத் தடயங்களும் துடைக்கப்பட்டதால் அவர் மிகவும் மகிழ்ச்சியடைந்தார். அவர் உள்ளத்தில் மீண்டும் மனிதநேயத்தின் மீது உண்மையான அன்பு எழுந்தது. அவர் சொன்னதைக் கூர்ந்து கவனித்த தலைமை மடாதிபதி லேசாகத் தலையைச் சாய்த்து, பதிலளித்தார்.

"எங்கள் விருந்தினர் இங்கு வரமுடியாமல் போனதற்கு நான் மிகவும் வருந்துகிறேன். ஒருவேளை உணவு வேளையில் அவர்

நம்மையும், நாம் அவரையும் நேசிக்கும் வாய்ப்பு கிட்டியிருக்கும். கனவான்களே, அனைவரும் சாப்பிட வாருங்கள்."

அவர் உருவப்படத்தை நோக்கித் திரும்பி உரத்தக் குரலில் ஜெபிக்கத் தொடங்கினார். அவர்கள் அனைவரும் பயபக்தியுடன் தலை குனிந்தனர். நில உரிமையாளர் மாக்சிமோவ் மிகுந்த ஆர்வத்துடனும் பயபக்தியுடனும் கைகளைக் கோர்த்துக் கொண்டார்.

அந்த நேரத்தில் ஃபியோதர் பாவ்லோவிச் தனது கடைசி தந்திரத்தை வெளிக்காட்டினார். அவர் மூத்தவரின் அறையில் நடந்து கொண்ட இழிவான நடத்தைக்குப் பிறகு, எதுவும் நடக்காதது போல தலைமை மடாதிபதியுடன் உணவருந்துவது சாத்தியமற்றது என்று நினைத்து, வீட்டிற்குச் செல்ல முடிவு செய்தார் என்பது உண்மைதான். அவர் தன் நடத்தைக்கு வெட்கித் தன்னையே குற்றம் சாட்டிக் கொண்டார் என்று சொல்ல முடியாது, ஆனால் அதற்கு நேர்மாறாக இருக்கலாம். இருந்தாலும் அவர் தான் விருந்தில் கலந்து கொள்வது பொருத்தமாக இருக்காது என்று நினைத்தார். ஆனால் அவருடைய வண்டி கிறீச்சென்ற சத்தத்துடன் மடாலயத்தின் வாசலில் நின்றபோது, அதில் ஏறத் தயாரான அவர் திடீரென்று தயங்கினார். அவர் மூத்தவரின் அறையில் பேசியவற்றை நினைத்துப் பார்த்தார். 'நான் எப்போதும் மனிதர்களைச் சந்திக்கும்போது, நான் அவர்களை விடத் தாழ்ந்தவன் என்றும், அவர்கள் எல்லோரும் என்னை ஒரு கோமாளியாகப் பார்க்கிறார்கள் என்றும் எனக்குத் தோன்றுகிறது. அப்படியானால் நான் அவர்கள் நினைப்பது போல முட்டாளாக நடந்து கொள்வேன், ஏனெனில் உண்மையில் அவர்கள் அனைவரும் என்னை விட முட்டாள்கள், கீழ்த்தரமானவர்கள்.' அவர் தன் அநாகரீகமான நடத்தைக்காக மற்றவர்களைப் பழிவாங்க வேண்டும் என்று நினைத்தார். 'நீங்கள் ஏன் எல்லோரையும் வெறுக்கிறீர்கள்?' என்று ஒருமுறை அவரிடம் கேட்டபோது, 'அவர் உண்மையில் எதுவும் செய்யவில்லை என்றாலும் நான் அவரிடம் அநாகரீகமாக நடந்து கொண்டேன். நான் அன்றிலிருந்து அவரை வெறுக்கிறேன்' என்று அவர் கோமாளித்தனமாகப் பதிலளித்தார். அவர் இப்போது அதை நினைத்துப் பார்த்து, தனக்குள் வஞ்சகத்துடன் சிரித்துக் கொண்டார். அவர் கண்கள் பளபளத்தன, உதடுகள் நடுங்கின. 'நான் ஆரம்பித்ததை முடிக்காமல் விட மாட்டேன்' என்று அவர் முடிவு செய்தார். 'சரி, இப்போது என்னை நான் மாற்றிக்கொள்ள முடியாது என்பதால், நான் அவர்களின் முகத்தில் காறித் துப்பி, அவர்கள் என்ன நினைக்கிறார்கள் என்பதைப் பற்றி எனக்குக் கவலையில்லை

என்பதைக் காட்டுவேன்' என்பதுதான் அந்த நேரத்தில் அவருடைய மனநிலையாக இருந்தது. அவர் வண்டியோட்டியிடம் காத்திருக்கும் படிச் சொல்லிவிட்டு, வேகமாக மடாலயத்திற்குச் சென்று, நேராகத் தலைமை மடாதிபதியின் அறைக்குள் நுழைந்தார். அவருக்கு தான் என்ன செய்யப்போகிறோம் என்பது தெளிவாகத் தெரியவில்லை என்றாலும், தன்னைக் கட்டுப்படுத்திக் கொள்ள முடியாது என்பதையும், ஒரு சிறு தூண்டுதல் தன்னை ஆபாசத்தின் உச்சத் திற்கு அழைத்துச் செல்லப் போதுமானது என்பதையும் அவர் நன்றாக அறிந்திருந்தார். இருந்தாலும் சட்டரீதியாகத் தண்டிக்கப் படக்கூடிய அளவுக்குத் தன்னால் ஒருபோதும் குற்றம் செய்ய முடியாது என்பதை அவர் அறிந்திருந்தார். எனவே சட்டத்தை மீறுவதற்கு முன்பு தன்னால் நிறுத்திக் கொள்ள முடிவதை நினைத்து அவரே ஆச்சரியப்பட்டார். அவர்கள் பிரார்த்தனையை முடித்து சாப்பாட்டு மேசைக்கு நகர்ந்து கொண்டிருந்த நேரத்தில் அவர் அறைக்கு முன்னால் நின்றார். அவர் வாசலில் நின்று அனைவரின் முகத்தையும் வெட்கமின்றிப் பார்த்து, திமிர் பிடித்த, வெறுப்பூட்டும் நீண்ட சிரிப்பை உதிர்த்தார்.

"நான் போய்விட்டதாக நீங்கள் எல்லோரும் நினைத்தீர்கள் ஆனால் இதோ வந்துவிட்டேன்!" என்று அவர் அறை முழுவதும் எதிரொலிக்கும்படிக் கத்தினார்.

ஒரு கணம் எல்லோரும் அவரையே மௌனமாக உற்றுப் பார்த்தார்கள். ஏதோ ஒரு அருவருக்கத்தக்க, அநாகரீகமான, இழிவான ஒன்று நடக்கப்போகிறது என்பதை அனைவரும் சந்தேகத்திற்கு இடமின்றி உணர்ந்தனர். நல்ல மனநிலையில் இருந்த பியோட்டர் அலெக்ஸாண்ட்ரோவிச் திடீரென்று மூர்க்கத்தனமாக மாறினார். அவர் உள்ளத்தில் அடங்கியிருந்த நெருப்பு வெடித்துச் சிதறியது.

"இல்லை, இல்லை" என்று அவர் கத்தினார். "என்னால் தாங்க முடியாது, என்னால் தாங்க முடியாது!..."

அவர் முகத்தில் ரத்தம் பாய்ந்தது. அவர் பேச்சுக் குழறியது. அவர் பேச முடியாமல் தன் தொப்பியை எடுத்துக் கொண்டார்.

"அவரால் எதைத் தாங்க முடியவில்லை?" என்று ஃபியோதர் பாவ்லோவிச் கத்தினார். "அவர் அதிகமாகப் பேசுகிறார். என்னால் அதைப் பொறுத்துக் கொள்ள முடியாது. அவர் என்ன நினைத்துக் கொண்டிருக்கிறார்? அருட்தந்தையே, நான் உள்ளே வரலாமா வேண்டாமா? உங்கள் மதிய விருந்தில் என்னையும் அனுமதிப்பீர் களா?"

"நான் உங்களை மனப்பூர்வமாக வரவேற்கிறேன்" என்றார் தலைமை மடாதிபதி. "கனவான்களே!" என்று அவர் அனைவரையும் பார்த்தார். "நீங்கள் அனைவரும் உங்கள் கருத்து வேறுபாடுகளை ஒதுக்கி வைத்துவிட்டு, ஒரு குடும்பத்தைப் போல அன்புடன் இணக்கத்துடன் ஒன்றுபட்டு இறைவனைப் பிரார்த்திக்க வேண்டும் என்று சிரத்தையுடன் கேட்டுக் கொள்கிறேன்..."

"இல்லை, அது முடியாது" என்று பியோட்டர் அலெக்ஸாண்ட்ரோவிச் கத்தினார்.

"பியோட்டர் அலெக்ஸாண்ட்ரோவிச் அது சாத்தியமற்றது என்று சொன்னால், நானும் அப்படித்தான் நினைக்கிறேன். நான் இங்கே இருக்க மாட்டேன். நான் எப்போதும் அவரை விட்டுப் பிரிய முடியாது என்பதால்தான் இங்கே வந்தேன். அவர் இங்கிருந்து சென்றால் நானும் செல்வேன். அவர் இங்கே இருந்தால் நானும் இருப்பேன். தந்தையே, நீங்கள் குடும்ப நல்லிணக்கத்தைப் பற்றிச் சொல்லி அவரது உணர்வுகளைக் காயப்படுத்துகிறீர்கள் என்பது உங்களுக்குத் தெரியுமா? நாங்கள் இருவரும் உறவினர்கள் என்பதை அவர் ஒப்புக்கொள்ள மறுக்கிறார். அப்படித்தானே வான் சோன்? இங்கே நிற்பது வான் சோன் தானே? மதிய வணக்கம் வான் சோன். வான் சோன், நீங்கள் எப்படி இருக்கிறீர்கள்?"

"நீங்கள் என்னைச் சொல்கிறீர்களா?" என்று மாக்சிமோவ் குழப்பத்துடன் முணுமுணுத்தார்.

"நான் உங்களைத் தான் சொல்கிறேன்" என்று ஃபியோதர் பாவ்லோவிச் கத்தினார். "வேறு யாரைச் சொல்ல முடியும்? தலைமை மடாதிபதி வான் சோன் ஆக இருக்க முடியாது!"

"ஆனால் நான் வான் சோன் இல்லை. நான் மாக்சிமோவ்!"

"இல்லை, நீங்கள் தான் வான் சோன். மரியாதைக்குரியவரே, வான் சோன் யாரென்று உங்களுக்குத் தெரியுமா? அவர் ஒரு வேசியின் வீட்டில் கொலையுண்டதாக ஒரு பிரபலமான கொலை வழக்கு உள்ளது. நீங்கள் அத்தகைய இடங்களை அப்படித்தான் அழைக்கிறீர்கள் என்று எனக்குத் தெரியும். அவர்கள் அவரைக் கொன்று கொள்ளையடித்தனர். அவர் வயதானவர் என்றாலும் அவரை ஒரு சவப் பெட்டியில் வைத்து ஆணியடித்து, முத்திரை குத்தி, பீட்டர்ஸ்பர்க்கிலிருந்து மாஸ்கோவுக்குச் சரக்கு ரயிலில் அனுப்பி வைத்தனர். அவர்கள் அவரைப் பெட்டியில் வைத்து ஆணி அடித்தபோது, நடனமாடும் வேசிகள் பாடல்களைப் பாடி, பியானோ வாசித்தனர். இவர்தான் அந்த வான் சோன். வான் சோன், நீங்கள் உயிர்த்தெழுந்து விட்டீர்கள் இல்லையா?"

நற்றிணை பதிப்பகம் ○ 141

"என்ன? என்ன இது?" என்று துறவிகள் கூக்குரலிட்டனர்.

"வாருங்கள் போகலாம்!" என்று பியோட்டர் அலெக்ஸாண்ட்ரோவிச் கல்கனோவை நோக்கிக் கத்தினார்.

"இல்லை! ஒரு நிமிடம்!" என்று கரமசோவ் ஒரு அடி முன்னால் வந்து கத்தினார். "நான் பேசி முடிப்பதற்கு அனுமதியுங்கள். நான் மூத்தவரின் அறையில் கெண்டை மீனைப் பற்றி ஏதோ சொல்லிக் கூச்சலிட்டு அவமரியாதையாக நடந்து கொண்டேன் என்று என் மீது குற்றம் சாட்டப்பட்டது. என் உறவினரான பியோட்டர் அலெக்ஸாண்ட்ரோவிச் நேர்மையை விட உயர்ந்த பண்புடன் பேசுவதை விரும்புகிறார். ஆனால் நான் உயர்ந்த பண்பை விட நேர்மையுடன் பேசுவதை விரும்புகிறேன். உங்களின் அந்த உயர்ந்த பண்பு நாசமாகப் போகட்டும்! அது சரிதானே வான் சோன்? தந்தையே, என்னை மன்னியுங்கள். நான் ஒரு கோமாளியாக இருந்தாலும், கோமாளியாக நடித்தாலும், நான் மரியாதைக்குரிய ஒரு வீரன் என்பதால் என்னுடைய கருத்தைச் சொல்ல விரும்புகிறேன். ஆமாம், நான் மரியாதைக்குரிய வீரனாக இருக்கும் அதே நேரத்தில் பியோட்டர் அலெக்ஸாண்ட்ரோவிச்சிடம் புண்பட்ட தற்பெருமையைத் தவிர வேறு எதுவும் இல்லை. நான் என் மனதில் பட்டதைச் சொல்வதற்காகவே இங்கே வந்தேன். என் மகன் அலெக்ஸி இரட்சிப்பைத் தேடி இங்கே வந்திருக்கிறான். நான் அவனுடைய தந்தை என்ற முறையில் அவனது எதிர்காலத்தைப் பற்றிக் கவலைப்படுவது என் கடமை. நான் முட்டாளாக நடித்து, அனைத்தையும் அமைதியாகக் கவனித்துக் கொண்டிருந்தேன். நான் இப்போது என்னுடைய கடைசிக் காட்சியை நடித்துக் காட்ட விரும்புகிறேன். இங்கே நம்முடைய நிலைமை எப்படி இருக்கிறது தெரியுமா? கீழே விழுந்த ஒரு பொருள் எப்போதும் அங்கேயே விழுந்து கிடக்க வேண்டும் என்பது போல இருக்கிறது. என்னால் அதை ஏற்றுக்கொள்ள முடியாது. நான் மீண்டும் எழுந்து நிற்க விரும்புகிறேன்! பரிசுத்த பிதாக்களே, நான் உங்கள் மீது கோபப்படுகிறேன். பாவ மன்னிப்புக் கோருவது ஒரு பரிசுத்தமான சடங்கு என்பதால் நான் அதை மதிக்கவும் வணங்கவும் தயாராக இருக்கிறேன். ஆனால் மூத்தவரின் அறையில் அனைவரும் மண்டியிட்டுச் சத்தமாக ஒப்புக் கொண்டார்கள். உண்மையில் அப்படிப் பகிரங்கமாக ஒப்புக் கொள்வது சரிதானா? பாவ மன்னிப்பு என்பது இரகசியமாக இருக்க வேண்டும் என்று பரிசுத்த பிதாக்கள் நிறுவிச் சென்றனர். பழங்காலத்திலிருந்தே அப்படித்தான் நடைமுறையில் இருந்து வருகிறது. நான் அனைவரின் முன்னிலையிலும் எப்படி பாவமன்னிப்புக் கோர முடியும்?... நான் என்ன சொல்கிறேன் என்று உங்களுக்குப் புரிகிறதா? அப்படி

உரக்கச் சொல்வது அருவருக்கத்தக்கது. அப்படிச் செய்வது இழிவானது. பரிசுத்த பிதாக்களே, இங்கே ஒருவர் உங்களுடன் சேர்ந்து தன்னைத் தானே சவுக்கால் கூட அடித்துக் கொள்ளலாம்... நான் எனக்குக் கிடைக்கும் முதல் சந்தர்ப்பத்தில் அதைப் பற்றிப் பாதிரியார்கள் சபைக்கு எழுதுகிறேன். நான் என் மகன் அலெக்ஸியை வீட்டிற்கு அழைத்துச் செல்கிறேன்."

மடாலயத்தைப் பற்றி நிலவிய சில வதந்திகளைப் ஃபியோதர் பாவ்லோவிச் கேள்விப்பட்டிருந்தார் என்பதை இங்கே கவனிக்க வேண்டும். எங்கள் மடாலயத்தைப் பற்றி மட்டுமின்றி மூத்தவர்கள் அமைப்பு இருந்த பல்வேறு மடாலயங்களைப் பற்றிப் பரவிக் கொண்டிருந்த வதந்திகள் பிஷப்பின் காதுகளுக்குச் சென்றன. மடாதிபதியை விட மூத்தவர்களுக்கு அளவுகடந்த மரியாதை வழங்கப்படுவதாகவும், அவர்கள் பாவமன்னிப்பு என்ற சடங்கைத் துஷ்பிரயோகம் செய்வதாகவும் பல்வேறு வதந்திகள் பரவின. ஆனால் அந்தக் குற்றச்சாட்டுகள் அபத்தமானவை என்பதால் எங்கள் மடாலயத்தையும் மற்ற மடாலயத்தைப் பற்றியும் பரவிய வதந்திகள் தானாகவே மறைந்துவிட்டன. ஆனால் ஃபியோதர் பாவ்லோவிச்சை அவமானம் எனும் படுகுழிக்குள் மேலும் மேலும் இட்டுச் சென்ற சாத்தான், அவருக்கு அந்தக் கடந்த காலக் குற்றச்சாட்டுகளை நினைவுபடுத்தி, அவர் என்ன பேசுகிறோம் என்பதைப் புரிந்து கொள்ள முடியாத வகையில் அவரை ஆட்டிப் படைத்தது. ஆனால் அவர் அந்தக் குற்றச்சாட்டுகளைப் புத்திசாலித்தனமாக முன்வைக்கத் தவறிவிட்டார். மூத்தவரின் அறையில் யாரும் அப்படிச் செய்யவில்லை என்பதால் அவரால் அப்படி எதையும் பார்த்திருக்க முடியாது. எனவே அவர் தான் கேள்விப்பட்டிருந்த பழைய வதந்திகளை மீண்டும் சொல்லிக் கொண்டிருந்தார். ஆனால் அவர் அதைச் சொல்லி முடித்ததும், தான் முட்டாள்தனமாக உளறிவிட்டதை உணர்ந்தார். இருந்தாலும் அவருக்கு தான் சொன்னது உண்மை என்பதை மற்றவர்களுக்கும், எல்லாவற்றுக்கும் மேலாக தனக்கும் நிரூபிக்க வேண்டும் என்ற உத்வேகம் ஏற்பட்டது. அவர் சொல்லும் ஒவ்வொரு வார்த்தையும் அவரை மேலும் அதிகமான அபத்தங்களைப் பேச வைக்கிறது என்பது நன்றாகத் தெரிந்திருந்தும் அவர் தன்னைக் கட்டுப்படுத்திக் கொள்ள முடியாமல் கண்மூடித்தனமாகப் பேசினார்.

"ஆகா, எவ்வளவு கேவலமாகப் பேசுகிறார்!" என்று பியோட்டர் அலெக்ஸாண்ட்ரோவிச் கத்தினார்.

"என்னை மன்னியுங்கள்" என்று தலைமை மடாதிபதி திடீரென்று சொன்னார். "நெடுங்காலத்துக்கு முன்னரே, 'பலர் எனக்கு எதிராகப் பேசத் தொடங்கிவிட்டார்கள். அவர்கள்

என்னைப் பற்றி இல்லாததும் பொல்லாததும் பேசுகிறார்கள். நான் அதைக் கேட்டு என் வீணான ஆத்மாவைக் குணப்படுத்தும் வைத்தியத்தை இறைவன் செய்கிறார் என்று எனக்கு நானே சொல்லிக் கொள்கிறேன்' என்று சொல்லப்பட்டது. எனவே எங்கள் அருமை விருந்தினரான உங்களுக்குப் பணிவுடன் நன்றி தெரிவித்துக் கொள்கிறோம்."

அவர் ஃபியோதர் பாவ்லோவிச்சை இடுப்பளவுக்குக் குனிந்து வணங்கினார்.

"ஆகா! ஆகா! ஆகா! பணிவும் பாசாங்கும் கொண்ட அதே புளித்துப் போன வார்த்தைகளும் நடிப்பும்! அதே பழைய பொய்களும், சம்பிரதாயமான மரியாதைகளும்! அந்த வணக்கத்திற்கு என்ன மதிப்பு என்பது அனைவருக்கும் தெரியும். ஷில்லர்களின் கொள்ளையர்கள் படத்தில் வருவது போல உதட்டளவில் முத்தமிட்டு இதயத்தில் கத்தியைப் பாய்ச்சுவது. அருட்தந்தையர்களே, நான் பொய்யை விரும்பவில்லை, எனக்கு உண்மை வேண்டும்! ஆனால் கெண்டை மீன் சாப்பிடுவதால் உண்மை வெளிப்படாது என்று நான் ஏற்கனவே சொல்லியிருக்கிறேன்! தந்தையர்களே, நீங்கள் ஏன் விரதம் இருக்கிறீர்கள்? அதற்காக உங்களுக்கு சொர்க்கத்தில் வெகுமதி கிடைக்கும் என்று எதிர்பார்க்கிறீர்களா? அப்படியென்றால் நானும் விரதம் இருப்பேன். இல்லை, புனித துறவிகளே, அது அப்படியில்லை. நீங்கள் பரலோகத்தில் கிடைக்கும் வெகுமதியை எதிர்பார்த்து உங்களை மடாலயத்தின் நான்கு சுவர்களுக்குள் அடைத்துக் கொள்வதை விட இந்தப் பிறவியில் நல்லொழுக்கம் உடையவர்களாக, சமூகத்திற்குப் பயனுள்ளவர்களாக இருங்கள். அப்படி இருப்பது மிகவும் கஷ்டமானது. தந்தையே, என்னாலும் புத்திசாலித்தனமாகப் பேச முடியும். இங்கே உணவுக்காக என்ன தயார் செய்திருக்கிறார்கள்?" என்று அவர் மேசையின் அருகில் சென்றார். "யெலிசெயெவ்ஸ் கடையிலிருந்து வாங்கிய வின்டேஜ், மெடோக் ஒயின்கள். சரி, சரி, தந்தையர்களே, அது உண்மையில் கெண்டை மீன் இல்லை, இல்லையா? இங்கே தந்தையர்கள் நமக்காக வைத்திருக்கும் பாட்டில்களைப் பாருங்கள், ஹீ ஹீ ஹீ! அதையெல்லாம் தயாரித்தது யார்? கடுமையாக உழைக்கும் ரஷ்யத் தொழிலாளி தன் வருமானத்தைத் தனது ஏழைக் குடும்பத்துக்கோ அல்லது அரசாங்கத்திற்கு வரியாகவோ கொடுக்காமல் உங்களிடம் கொண்டு வந்து கொடுக்கிறான்! பரிசுத்த பிதாக்களாகிய நீங்கள் மக்களின் இரத்தத்தை உறிஞ்சுகிறீர்கள்!"

"இது மிகவும் வெட்கக்கேடானது!" என்றார் அருட்தந்தை இயோசிஃப். அருட்தந்தை பைசி பிடிவாதமாக மௌனம்

சாதித்தார். மியூசோவ் வேகமாக அறையை விட்டு ஓடினார். கல்கனோவ் அவரைப் பின் தொடர்ந்து சென்றான்.

"சரி, பரிசுத்த பிதாக்களே, பியோட்டர் அலெக்ஸாண்ட்ரோ விச்சைப் பின்பற்றி நானும் செல்கிறேன்! நான் இனிமேல் இங்கே வரமாட்டேன். நீங்கள் மண்டியிட்டுக் கெஞ்சினாலும் நான் வரமாட்டேன். நான் உங்களுக்கு ஆயிரம் ரூபிள்கள் கொடுத்தேன் என்றாலும் பேராசை மிகுந்த நீங்கள் இன்னும் அதிகமாக எதிர்பார்க்கலாம். ஹி ஹி ஹி! ஆனால் உங்கள் முயற்சி பலனளிக்காது. ஏனெனில் நான் இனிமேல் உங்களுக்கு ஒரு கோபெக் கூட தரமாட்டேன். நான் என்னுடைய இழந்துவிட்ட இளமைக்காகவும், அவமானங்களுக்காகவும் பழி வாங்குவேன்!" என்று அவர் கோபத்துடன் தன் முஷ்டியை மேசையின் மீது குத்தினார். "இந்த மடாலயம் என் வாழ்க்கையில் பெரும் பங்கு வகித்தது! இது எனக்குப் பல கசப்பான அனுபவங்களைக் கொடுத்துள்ளது. என் பைத்தியக்கார மனைவியை எனக்கு எதிராகத் திருப்பியது நீங்கள்தான். நீங்கள் என்னை ஏழு திருச்சபைகளிலும் இழிவுபடுத்தினீர்கள். என் மீது மாவட்டம் முழுவதும் அவதூறுகளைப் பரப்பினீர்கள்! ஆனால் தந்தையர்களே, அது முடிந்துவிட்டது. நாம் இப்போது தாராளமய உலகத்தில், கப்பல்களும், ரயில்களும் நிறைந்த ஒரு யுகத்தில் வாழ்கிறோம். இனிமேல் என்னிடமிருந்து உங்களுக்கு ஆயிரம் ரூபிள்கள் இல்லை, நூறு ரூபிள்கள் இல்லை, நூறு கோபெக்குகள் கூட கிடைக்காது!"

எங்கள் மடாலயம் அவருடைய வாழ்க்கையில் எந்த முக்கியப் பங்கையும் வகிக்கவில்லை என்பதையும், அதன் காரணமாக கரமசோவ் ஒருபோதும் கசப்பான கண்ணீரைச் சிந்தவில்லை என்பதையும் நாம் மீண்டும் கவனத்தில் கொள்ள வேண்டும். ஆனால் அவர் தான் சொன்ன பொய்களைக் கேட்டு அவற்றை நம்பியதுடன், மனம் நெகிழ்ந்து முதலைக் கண்ணீர் வடித்தார். ஆனால் அதே நேரத்தில் அவர் தன்னைக் கட்டுப்படுத்த வேண்டிய நேரம் வந்துவிட்டதை உணர்ந்தார். அவர் சொன்ன பொய்களைக் கேட்டு தலை குனிந்திருந்த தலைமை மடாதிபதி மீண்டும் ஆணித்தரமாகப் பேசினார்.

"உங்களுக்கு நேரும் அவமானத்தைப் பொறுமையுடனும் மன உறுதியுடனும் சகித்துக் கொள்ளுங்கள். உங்களை இழிவு படுத்துகிறவர்களை வெறுக்காதீர்கள் என்று சொல்லப்பட்டுள்ளது. எனவே நாங்கள் அப்படியே நடந்து கொள்வோம்."

"அடடா! அடடா! அடடா! எல்லாம் முட்டாள்தனம்! தந்தையர்களே, நான் போய்விடுகிறேன். ஆனால் ஒரு தந்தை என்ற

முறையில் நான் என் மகன் அலெக்ஸியை இங்கிருந்து என்றென்றைக்குமாக அழைத்துச் செல்கிறேன். இவான் ஃபியோதரோவிச், என் மரியாதைக்குரிய மகனே தயவுசெய்து நீயும் என்னைத் தொடர்ந்து வர வேண்டும் என்று நான் கட்டளை இடுகிறேன். வான் சோன், நீங்கள் ஏன் இங்கே இருக்க வேண்டும்? நீங்கள் என்னுடன் வீட்டிற்கு வாருங்கள். அங்கே நாம் மகிழ்ச்சியாக இருக்கலாம். அது இங்கிருந்து ஒரு மைல் அல்லது அதற்கும் சற்று அதிகமான தூரத்தில் உள்ளது. நான் உங்களுக்கு அவர்களின் பத்திய உணவுக்குப் பதிலாக பால் குடிக்கும் பன்றி இறைச்சியைத் தருகிறேன். நான் உங்களுக்கு பிராந்தியும், ஒயினும் தருகிறேன். என்னிடம் ராஸ்பெர்ரி ஒயின் இருக்கிறது... நீங்கள் என்ன சொல்கிறீர்கள் வான் சோன்? நீங்கள் இந்த வாய்ப்பை நழுவ விடாதீர்கள்!"

அவர் கைகளை அசைத்து கூச்சலிட்டுக் கொண்டே அங்கிருந்து வெளியேறினார். அந்தச் சமயத்தில் ரகிதீன் அவரைப் பார்த்து, அல்யோஷாவைச் சுட்டிக் காட்டினான்.

"அலெக்ஸி!" என்று அவர் அவனைப் பார்த்ததும் தூரத்திலிருந்து கத்தினார். "நீ இன்றே என்னுடன் வந்துவிடுவது நல்லது. நீ உன்னுடைய தலையணையையும் மெத்தையையும் கொண்டு வா. நீ இனிமேல் இங்கே காலடி எடுத்து வைக்காதே!"

அல்யோஷா அசையாமல் நின்று அனைத்தையும் பார்த்துக் கொண்டிருந்தான். இதற்கிடையில் ஃபியோதர் பாவ்லோவிச் வண்டியில் ஏறினார். இவான் ஃபியோதரோவிச் கடுகடுத்த முகத்துடன், அல்யோஷாவிடம் ஒரு வார்த்தையும் பேசாமல் அவரைப் பின்தொடர்ந்து சென்று வண்டியில் ஏறி அவருக்கு அருகில் அமர்ந்தான். ஆனால் அப்போது மற்றொரு அபத்தமான, கிட்டத்தட்ட நம்பமுடியாத ஒரு காட்சி அரங்கேறி இந்த முழு அத்தியாயத்திற்கும் ஒரு மகுடமாகத் திகழ்ந்தது. நில உரிமையாளர் மாக்சிமோவ், மூச்சிரைக்க வண்டியை நோக்கி ஓடினார். ரகிதீனும் அல்யோஷாவும் அவர் ஓடுவதைப் பார்த்தார்கள். அவர் வண்டியைப் பிடிக்க அவசரமாக ஓடிச் சென்று வண்டியைப் பிடித்து, இன்னும் படியில் இருந்த இவான் ஃபியோதரோவிச்சின் இடது காலின் மீது தன் காலை வைத்து ஏற முயன்றார்.

"நானும் வருகிறேன்!" என்று அவர் முகத்தில் சிரிப்பும் மகிழ்ச்சியும் வெளிப்படத் துள்ளிக் குதித்தார். "என்னையும் கூட்டிச் செல்லுங்கள்!"

“நான் என்ன சொன்னேன்?” என்று ஃபியோதர் பாவ்லோவிச் உற்சாகத்துடன் கத்தினார். “அவர் வான் சோன்! அவர் உண்மையில் இறப்பிலிருந்து உயிர்த்தெழுந்த வான் சோன்! ஆனால் நீங்கள் அவர்களிடமிருந்து எப்படித் தப்பித்தீர்கள்? வான் சோன், நீங்கள் அவர்களிடம் என்ன தந்திரம் செய்தீர்கள்? உங்களால் எப்படி மதிய உணவிலிருந்து தப்பிக்க முடிந்தது? அதற்கு தைரியம் வேண்டும்! நான் அப்படித்தான் என்றாலும் உங்களைப் பார்த்து ஆச்சரியப்படுகிறேன். நண்பரே, சீக்கிரம் ஏறுங்கள்! வான்யா, என் மகனே அவருக்கு வழி விடு, அது வேடிக்கையாக இருக்கும். அவருக்கு நம் காலடியில் எங்காவது இடம் கிடைக்கும். வான் சோன், நீங்கள் எங்கள் காலடியில் படுத்துக் கொள்வீர்களா? அல்லது அவரை வண்டியோட்டியுடன் பெட்டியில் அமர வைக்கலாமா?... வான் சோன், பெட்டியின் மீது ஏறுங்கள்!...”

ஆனால் ஏற்கனவே வண்டியில் அமர்ந்திருந்த இவான் திடீரென்று திரும்பி, மாக்சிமோவின் மார்பில் கைகளை வைத்து அவரை ஆக்ரோஷமாகத் தள்ளி விட்டான். இதனால் அவர் மூன்று அடி தூரத்திற்குப் பின்நோக்கி பறந்தார் என்றாலும் அதிர்ஷ்ட வசமாகக் கீழே விழவில்லை.

“போகலாம்!” என்று இவான் ஃபியோதரோவிச் வண்டியோட்டியிடம் கோபத்துடன் கத்தினான்.

“வான்யா, நீ ஏன் அப்படிச் செய்தாய்? உனக்கு என்ன ஆயிற்று?” என்று கரமசோவ் கூச்சலிட்டார். ஆனால் வண்டி ஏற்கனவே வெகு தூரம் சென்றுவிட்டது. இவான் ஃபியோதரோவிச் எந்தப் பதிலும் சொல்லாமல் அமைதியாக இருந்தான்.

“உன்னைப் புரிந்துகொள்ள முடியவில்லை” என்று ஃபியோதர் பாவ்லோவிச் இரண்டு நிமிடங்களுக்குப் பிறகு மீண்டும் தன் மகனிடம் சொன்னார். “மடாலயத்தில் இந்தச் சந்திப்புக்கு ஏற்பாடு செய்தது நீதான்” என்று அவர் கோபத்துடன் இவானைப் பார்த்தார். “அந்த யோசனையைச் சொன்ன நீ இப்போது எதற்காக இவ்வளவு கோபப்படுகிறாய்?”

“நீங்கள் ஏற்கனவே போதுமான அளவு முட்டாள்தனமாகப் பேசிவிட்டீர்கள். எனவே பேசாமல் இருங்கள்” என்று இவான் ஃபியோதரோவிச் கோபத்துடன் சொன்னான்.

ஃபியோதர் பாவ்லோவிச் மீண்டும் சுமார் இரண்டு நிமிடங்களுக்கு மௌனமாக இருந்தார்.

"இப்போது குடிப்பதற்கு பிராந்தி இருந்தால் நன்றாக இருக்கும், இல்லையா?" என்று அவர் கேட்டார். ஆனால் இவான் அதற்கு பதிலேதும் சொல்லவில்லை.

"நாம் வீட்டிற்குச் சென்றதும் நீயும் குடிக்கலாம்."

இவான் ஃபியோதரோவிச் எதுவும் பேசவில்லை.

ஃபியோதர் பாவ்லோவிச் மேலும் இரண்டு நிமிடங்கள் காத்திருந்தார்.

"என் அன்பான கார்ல் வான் மூர், நீ ஒப்புக்கொள்ளவில்லை என்றாலும் நான் அல்யோஷாவை மடாலயத்திலிருந்து அழைத்துச் செல்வேன்."

இவான் ஃபியோதரோவிச் ஏளனமாகத் தோள்களைக் குலுக்கி, தலையைத் திருப்பிச் சாலையைப் பார்க்கத் தொடங்கினான். அவர்கள் வீடு திரும்பும் வரை எதுவும் பேசிக் கொள்ள வில்லை.

மூன்றாவது புத்தகம்: சிற்றின்பவாதிகள்

1. வேலைக்காரர்களின் குடியிருப்பில்

ஃபியோதர் பாவ்லோவிச் கரமசோவின் வீடு நகரத்தின் மையத்தில் இல்லை என்றாலும் அது ஒதுக்குப்புறமாக இல்லை. சிவப்பு உலோகக் கூரையுடன் சாம்பல் வண்ணம் பூசப்பட்ட இரண்டு மாடிகளைக் கொண்ட அந்த வீடு மிகவும் பழமையானது என்றாலும், பார்ப்பதற்கு இனிமையான தோற்றத்துடன் இருந்தது. அது விசாலமாகவும் வசதியாகவும் இருந்ததுடன், இன்னும் பல ஆண்டுகளுக்கு நிலைத்து நிற்கும் அளவுக்கு உறுதியாக இருந்தது. அதில் நினைத்துப் பார்க்க முடியாத வகையில் பல அறைகளும், விதவிதமான அலமாரிகளும், படிக்கட்டுகளும் இருந்தன. அந்த வீட்டில் எலிகள் இருந்தன, ஆனால் ஃபியோதர் பாவ்லோவிச் அதைப் பற்றிக் கவலைப்படாமல், 'மாலை நேரங்களில் அவை உங்களைச் சுற்றிலும் இருக்கும்போது உங்களால் தனிமையை உணர முடியாது' என்று சொல்வார். அவர் இரவு நேரத்தில் வேலையாட்களை அவர்களின் குடியிருப்புக்கு அனுப்பிவிட்டு, வீட்டைப் பூட்டிக் கொண்டு தனியாக இருப்பார். முற்றத்தில் இருந்த வேலையாட்களின் குடியிருப்பு விசாலமாகவும் உறுதியாகவும் இருந்தது. ஃபியோதர் பாவ்லோவிச்சிற்குச் சமைக்கும் வாசனை பிடிக்காது என்பதால் அங்கே ஒரு சமையலறையைக் கட்டியிருந்தார். இருப்பினும் வீட்டிலும் ஒரு சமையலறை இருந்தது. எனவே வேலையாட்கள் அவருக்கு சமைத்த உணவைக் குளிர்காலத்திலும் கோடைக்காலத்திலும் முற்றத்தைத் தாண்டி எடுத்துச் சென்றார்கள். சொல்லப்போனால் அந்த வீடு ஒரு பெரிய குடும்பத்திற்காகக் கட்டப்பட்டது. எனவே அந்த வீட்டில் இப்போது இருப்பதை விட ஐந்து மடங்கு எஜமானர்களும், வேலையாட்களும் தங்கும் அளவுக்கு இடம் இருந்தது. ஆனால் நம்முடைய இந்தக் கதை நிகழும்போது, அந்த வீட்டில் அவரும் அவரது மகன் இவானும் மட்டுமே வசித்தனர். அதே நேரத்தில் வேலையாட்கள் குடியிருப்பில்

வயதான கிரிகோரி, அவன் மனைவி மார்த்தா, ஸ்மெர்த்தியாக்கவ் என்ற இளைஞன் ஆகிய மூன்று வேலைக்காரர்கள் இருந்தனர். இந்த இடத்தில் இந்த மூவரையும் பற்றிச் சில வார்த்தைகள் சொல்ல வேண்டியது அவசியம். நாம் ஏற்கனவே கிரிகோரி வாசிலியேவிச் குட்டுசோவைப் பற்றி சிலவற்றைச் சொல்லி யிருக்கிறோம். அவன் ஒரு உறுதியான, விட்டுக்கொடுக்காத, பிடிவாதக்காரனாக இருந்தான். அவன் தனக்குச் சரியென்று தோன்றுவதை, சில காரணங்களுக்காக அது பெரும்பாலும் பகுத்தறிவற்றதாக இருந்தாலும், விடாப்பிடியாகப் பின்பற்றினான். பொதுவாக அவன் ஒரு நேர்மையான, ஒழுக்கமான மனிதன். அவன் மனைவி மார்த்தா எப்போதும் தன் கணவரின் சொல்லுக்குக் கட்டுப்பட்டு நடந்தாலும், அடிமைகளின் விடுதலைக்குப் பிறகு, அவன் கரமசோவை விட்டு வெளியேறி மாஸ்கோவுக்குச் சென்று, தங்களிடம் உள்ள சேமிப்பைக் கொண்டு ஒரு கடையைத் திறக்க வேண்டும் என்று அவள் வற்புறுத்தினாள். ஆனால் கிரிகோரி தன் மனைவி முட்டாள்தனமாகப் பேசுகிறாள் என்றும், எல்லாப் பெண்களும் நேர்மையற்றவர்கள் என்றும், தங்கள் எஜமானர் எப்படிப்பட்டவராக இருந்தாலும் இந்த நேரத்தில் அவரை விட்டுச்செல்வது சரியல்ல ஏனெனில் அது தங்களின் கடமை என்றும் தீர்மானமாக முடிவு செய்தான்.

"கடமை என்றால் என்னவென்று உனக்குத் தெரியுமா?" என்று அவன் மார்த்தாவிடம் கேட்டான்.

"கடமை என்றால் என்னவென்று எனக்குத் தெரியும், ஆனால் இங்கே தங்குவது எந்தவிதத்தில் நம்முடைய கடமை என்று எனக்குத் தெரியவில்லை. அது எனக்குப் புரியவும் இல்லை" என்று மார்த்தா உறுதியாக ஆட்சேபணை தெரிவித்தாள்.

"சரி, புரியவில்லை என்றால் விட்டுவிடு. அது அப்படித்தான் இருக்கும். இனிமேல் அதைப் பற்றிப் பேச வேண்டாம்."

கடைசியில் அதுதான் நடந்தது. அவர்கள் அங்கேயே தங்கினார்கள். ஃபியோதர் பாவ்லோவிச் அவர்களுக்குச் சம்பளமாக ஒரு சிறிய தொகையைக் கொடுப்பதாக வாக்களித்தார். அவர் அதைத் தவறாமல் அவனுக்குக் கொடுத்து வந்தார். தவிர, கிரிகோரி தன் எஜமானர் மீது தனக்கு அசைக்க முடியாத செல்வாக்கு இருப்பதை அறிந்திருந்தான். அவன் அதை நன்றாகத் தெரிந்து வைத்திருந்தான் என்பது உண்மைதான். ஏனெனில் கோமாளியான ஃபியோதர் பாவ்லோவிச் சில விஷயங்களில் தந்திரமும் பிடிவாதமும் உடையவர் என்றாலும், சில விஷயங்களில் வியக்கத் தக்க வகையில் பலவீனமாக இருந்தார். கிரிகோரி அதை நன்றாகத் தெரிந்து வைத்திருந்தான். தன் பலவீனங்களை அறிந்திருந்த

கரமசோவ் அவற்றைக் கண்டு பயந்தார். வாழ்க்கையில் சில விஷயங்களில் ஒருவர் மிகவும் விழிப்புடன் இருப்பது அவசியம். ஒரு விசுவாசமான மனிதனின் துணை இல்லாமல் அதைச் செய்வது சாத்தியமில்லை. கிரிகோரி மிகவும் விசுவாசமான ஊழியனாக இருந்தான். ஃபியோதர் பாவ்லோவிச் தன் வாழ்நாளில் பல முறை கிரிகோரியின் தலையீட்டால் பலத்த அடி வாங்காமல் தப்பினார். அது போன்ற சந்தர்ப்பங்களில் அவன் ஒவ்வொரு முறையும் அவரைக் காப்பாற்றியதுடன் அவருக்குப் புத்திமதிகள் சொன்னான். ஆனால் ஃபியோதர் பாவ்லோவிச் அடிதடிகளுக்கு மட்டுமே அஞ்சவில்லை. அவருக்கு ஒரு நெருக்கமான, விசுவாசமான மனிதன் தேவைப்படுவதை விளக்க முடியாத, நுட்பமான, சிக்கலான பல சந்தர்ப்பங்கள் இருந்தன. எதிர்பாராத சில தருணங்களில் அவர் அதைத் தனக்குள் உணரத் தொடங்கினார். இதைக் கிட்டத்தட்ட ஒரு நோயுற்ற நிலை என்றே சொல்ல வேண்டும். அவர் சில நேரங்களில் குடிபோதையில் அளவுக்கு அதிகமாகச் சிற்றின்பத்தில் மூழ்கி, கொடூரமானவராக, ஒரு கொடிய ஜந்துவைப் போல இருக்கும்போது, அதீதமான மன உளைச்சலுக்கு ஆளாகி, குற்ற உணர்வினால் ஏற்படும் வேதனையின் காரணமாக தன் ஆன்மா தன்னை உடல் ரீதியாகத் துன்புறுத்துவதாக உணர்ந்தார். 'அந்த நேரங்களில் என் ஆன்மா தொண்டையில் சிக்கி நடுங்குவதை உணர்கிறேன்' என்று அவர் அந்த நிலையை விவரித்தார். அவர் இதுபோன்ற தருணங்களில், அவரைப் போல இல்லாமல் உறுதியான, ஒழுக்கமான ஒரு மனிதன், அவருடைய நடத்தைகளையும் இரகசியங்களையும் அறிந்தும் அவற்றைச் சகித்துக்கொள்ளக் கூடிய ஒரு விசுவாசமான ஒரு மனிதன், ஒரே அறையில் இல்லாவிட்டாலும் சற்று தள்ளி வேலையாட்கள் குடியிருப்பில் இருக்க வேண்டும் என்று நினைத்தார். மிக முக்கியமாக நிகழ் காலத்திலும், எதிர் காலத்திலும் அவரைக் கண்டிக்காமலும், திட்டாமலும் இருப்பதோடு, தேவை ஏற்பட்டால், எதனால் என்றும் யாரால் என்றும் தெரியாத, ஆனால் பயங்கரமான ஆபத்திலிருந்து தன்னைப் பாதுகாக்க ஒருவர் வேண்டும் என்று அவர் நினைத்தார். உண்மையில் கரமசோவுக்கு அவருடைய வலிமிகுந்த தருணத்தில் மனம் விட்டுச் சில வார்த்தைகளைப் பேசவும், முற்றிலும் சம்பந்தமில்லாத ஒன்றைப் பேசவும், நீண்ட காலமாக நன்றாகத் தெரிந்த, நட்புணர்வுடன் கூடிய ஒரு மனிதன் தேவைப்பட்டான். அவர் சொல்வதைக் கேட்டு அந்த மனிதன் கோபப்பட்டால் வருத்தப்படவும், கோபம் கொள்ளாவிட்டால் நிம்மதியடையவும் ஒரு தோழமை அவருக்குத் தேவைப்பட்டது. அவர் சில நேரங்களில் (மிகவும் அரிதாக) இரவு

நேரத்தில் வேலையாட்களின் குடியிருப்புக்குச் சென்று கிரிகோரியை எழுப்பி வீட்டிற்கு அழைத்துச் சென்று பேசுவார். ஃபியோதர் பாவ்லோவிச் அவனிடம் அற்பமான விஷயங்களைப் பேசிவிட்டு அவனை அனுப்பி விடுவார். அவர் சில நேரங்களில் அவனிடம் கேலியாக எதையேனும் பேசிவிட்டுப் படுக்கைக்குச் சென்று தூக்கத்தில் மூழ்குவார். அல்யோஷா வீட்டிற்கு வந்த பிறகு அப்படி ஒரு சூழ்நிலை அவருக்கு ஏற்பட்டது. அல்யோஷா அவருடன் சேர்ந்து வாழ்ந்தபோது, அவன் அவருடைய நடவடிக்கைகளைப் பார்த்தும் எதையும் கண்டிக்காமல் இருந்தது அவர் மனதைத் தொட்டது. மேலும் அல்யோஷா அவன் தந்தை இதுவரை பார்த்திராத ஒரு காரியத்தைச் செய்தான். அவன் அந்த முதியவர் மீது எந்தவிதமான வெறுப்பு உணர்வும் இல்லாமல், உண்மையான அன்பையும், இயல்பான பாசத்தையும் காட்டினான். அவர் அதற்குத் தகுதியானவர் இல்லை என்பதுடன், இதுநாள் வரை ஒழுக்கக்கேட்டை மட்டுமே நேசித்த, குடும்ப உறவுகள் இல்லாத அவருக்கு அது மிகவும் ஆச்சரியமாக இருந்தது. அல்யோஷா வீட்டை விட்டுச் சென்றபோது, அவர் தான் இதுவரை புரிந்துகொள்ளாத ஒன்றைப் புரிந்து கொண்டதாகத் தனக்குத் தானே ஒப்புக் கொண்டார்.

ஃபியோதர் பாவ்லோவிச்சின் முதல் மனைவியும், அவரது முதல் மகன் டிமிட்ரி ஃபியோதரோவிச்சின் தாயுமான அடெலைடா இவானோவ்னாவைக் கிரிகோரி வெறுத்தாலும், அவரது இரண்டாவது மனைவியான சோபியா இவானோவ்னாவை நேசித்தான் என்றும், அவளைப் பற்றி மோசமாக அல்லது அவமரியாதையாகப் பேசியவர்கள் யாராக இருந்தாலும், அது அவனது எஜமானராக இருந்தாலும் அவன் அவர்களை எதிர்த்து அவளைப் பாதுகாத்தான் என்றும் நான் என் கதையின் தொடக்கத்தில் குறிப்பிட்டுள்ளேன். அவன் அந்தத் துரதிருஷ்டவசமான பெண்ணின் மீது வைத்திருந்த அனுதாபம் புனிதமான ஒன்றாக மாறியது. எனவே இருபது ஆண்டுகளுக்குப் பிறகும் யாராவது அவளைப் பற்றித் தவறாகப் பேசினால் அவன் பொறுத்துக் கொள்ள முடியாமல் உடனடியாக அவர்களுக்குச் சூடாகப் பதிலளித்தான். கிரிகோரி வெளித் தோற்றத்தில் ஒரு உணர்ச்சியற்ற மனிதனாகத் தெரிந்தாலும், அவன் கண்ணியமாகவும், நிதானமாகவும் நடந்து கொண்டதுடன், அற்பத்தனமாகப் பேசாமல் வார்த்தைகளை அளந்து கச்சிதமாகப் பேசினான். அவன் தன்னுடைய சாந்தமான, கீழ்ப்படிந்து நடக்கும் மனைவியை நேசிக்கிறானா என்பதை முதல் பார்வையில் சொல்ல முடியாது என்றாலும், அவன் அவளை உண்மையாக நேசித்தான். அது அவளுக்கும் நன்றாகத் தெரியும்.

மார்த்தா எந்த வகையிலும் முட்டாள் அல்ல என்பது மட்டுமின்றி, அவள் தன் கணவனை விடப் புத்திசாலியாக, குறைந்த பட்சம் உலக விவகாரங்களில் விவேகமானவளாக இருந்தாள். ஆனால் அவள் திருமணத்திற்குப் பிறகு எந்தக் கேள்வியும் புகாரும் இல்லாமல் எல்லாவற்றிலும் அவனுக்கு அடிபணிந்து, சந்தேகத்திற்கு இடமின்றி அவனுடைய தார்மீக அதிகாரத்தைப் பாராட்டினாள். அவர்கள் தங்கள் வாழ்நாள் முழுவதும் ஒருவருக்கொருவர் மிகக் குறைவாகவே பேசிக் கொண்டார்கள், அவசியமான அன்றாட விவகாரங்களைப் பற்றி மட்டுமே பேசினார்கள் என்பது குறிப்பிடத்தக்கது. கம்பீரமும் கண்ணியமும் மிக்க கிரிகோரி தனது எல்லா விவகாரங்களையும், கவலைகளையும் தனக்குள்ளேயே வைத்துக் கொண்டான். எனவே மார்த்தா தன்னுடைய ஆலோசனை அவனுக்குத் தேவையில்லை என்பதை எப்போதோ புரிந்து கொண்டாள். அவன் தன் மௌனத்தை மதிக்கிறான் என்பதை உணர்ந்த அவள், அதைத் தன்னுடைய புத்திசாலித்தனத்தின் அடையாளமாக எடுத்துக் கொண்டாள். அவன் அவளை ஒரே ஒரு முறை மட்டுமே லேசாக அடித்தான் என்றாலும் அதற்குப் பிறகு ஒருபோதும் அடிக்கவில்லை. ஃபியோதர் பாவ்லோவிச் அடெலைடா இவானோவ்னாவை மணந்த முதல் ஆண்டில் அது நடந்தது. அப்போது அடிமைகளாக இருந்த கிராமத்துப் பெண்கள் தங்கள் எஜமானரின் முற்றத்தில் கூடிப் பாட்டுப் பாடி நடனம் ஆடினார்கள். அவர்கள் பாடத் தொடங்கியபோது, இளம் பெண்ணாக இருந்த மார்த்தா பாடகர்கள் முன்னிலையில் விவசாயப் பெண்களைப் போல இல்லாமல், அவள் பணக்கார மியூசோவ் குடும்பத்தில் பணிப் பெண்ணாக இருந்தபோது, மாஸ்கோவைச் சேர்ந்த நடன குருமார்கள் கற்றுக் கொடுத்தது போல ரஷ்ய நடனத்தை ஆடினாள். கிரிகோரி தனது மனைவி நடனமாடுவதைப் பார்த்தான். ஒரு மணி நேரத்திற்குப் பிறகு அவர்களின் குடிசை வீட்டில் அவன் அவளுக்குப் பாடம் கற்பிக்கும் விதமாக அவளுடைய தலைமுடியைப் பிடித்து இழுத்தான். அவ்வளவுதான், அதற்குப் பிறகு அவர்களுடைய வாழ்நாளில் மீண்டும் ஒரு முறை கூட அப்படி நடக்கவில்லை. அதற்குப் பிறகு மார்த்தாவும் நடனமாடுவதை நிறுத்தி விட்டாள்.

கடவுள் அவர்களுக்குக் குழந்தைகளைக் கொடுக்கவில்லை. அவர்களுக்கு ஒரு குழந்தை பிறந்தது என்றாலும் அது இறந்து விட்டது. குழந்தைகளை நேசித்த கிரிகோரிக்கு அது மிகவும் கஷ்டமாக இருந்தது என்றாலும், அவன் தன் துக்கத்தைக் வெளிக் காட்ட வெட்கப்படவில்லை. அடெலைடா ஓடிப்போன பிறகு மூன்று வயது மீச்சியாவைக் கவனித்துக் கொள்ளும் பொறுப்பை

ஏற்றுக் கொண்ட கிரிகோரி, அவனுக்கு உணவளிப்பது, குளிப் பாட்டுவது, தலையைச் சீவுவது போன்ற வேலைகளைச் செய்து, கிட்டத்தட்ட ஒரு வருடம் அவனைப் பார்த்துக் கொண்டான். அதன் பிறகு அவன் இவானையும், அல்யோஷாவையும் கவனித்துக் கொண்டான். அதற்குப் பரிசாக ஜெனரலின் விதவை அவன் கன்னத்தில் அறைந்தாள், ஆனால் நான் அதையெல்லாம் ஏற்கனவே சொல்லிவிட்டேன். அவன் மனைவி மார்த்தா கர்ப்பமாக இருந்தபோது, அவன் தனக்குப் பிறக்கப் போகும் குழந்தையை நினைத்துச் சந்தோஷப்பட்டான். ஆனால் அது பிறந்தபோது அவனைத் துக்கமும் திகிலும் சூழ்ந்து கொண்டது, ஏனெனில் அந்தக் குழந்தையின் கையில் ஆறு விரல்கள் இருந்தன. அதைக் கண்டு திகிலடைந்த கிரிகோரி, குழந்தைக்குப் பெயர் சூட்டும் நாள் வரை ஒரு வார்த்தையும் பேசாமல் இருந்தது மட்டுமின்றி, அந்த வசந்த காலத்தில் மூன்று நாட்களும் காய்கறித் தோட்டத்தை உழுவதில் தனது நேரத்தைச் செலவிட்டான். குழந்தைக்குப் பெயர் சூட்டும் மூன்றாவது நாளில் கிரிகோரிக்கு ஒரு யோசனை தோன்றியது. ஞானப்பிதாவாக ஃபியோதர் பாவ்லோவிச்சும், பாதிரியாரும், விருந்தினர்களும் கூடியிருந்த குடிசைக்குள் நுழைந்த அவன் திடீரென்று, “குழந்தைக்குப் பெயர் சூட்ட வேண்டாம்” என்று சொன்னான். அவன் ஒவ்வொரு வார்த்தைகளையும் மெதுவாகச் சொல்லிவிட்டு, மேற்கொண்டு எந்த விளக்கமும் சொல்லாமல் பாதிரியாரை வெறித்துப் பார்த்தான்.

“ஏன்?” என்று பாதிரியார் ஆச்சரியத்துடன் கேட்டார்.

“ஏனென்றால் அது ஒரு... அரக்கன்” என்று கிரிகோரி முணுமுணுத்தான்.

“அரக்கனா? நீ என்ன சொல்கிறாய்?”

கிரிகோரி சற்று நேரம் ஒன்றும் பேசாமல் இருந்தான்.

“ஏனெனில் அது இயற்கையின் அருவருப்பான செயல்...” என்று அவன் முணுமுணுத்தபோது, அவனுடைய வார்த்தைகள் தெளிவற்றும், புரிந்து கொள்ள முடியாமலும் இருந்தபோதிலும், அவன் குரலில் ஏதோ ஒரு உறுதி இருந்தது. அவன் மேலும் அதைப் பற்றி விவரிக்க விரும்பவில்லை.

அவர்கள் அனைவரும் சிரித்தனர். இருந்தாலும் அவர்கள் அந்த ஏழைக் குழந்தைக்குப் பெயர் சூட்டினார்கள். கிரிகோரி ஞானஸ்நானம் செய்த குழந்தையின் எழுத்துருவைப் பார்த்து தீவிரமாக ஜெபித்தான். இருந்தாலும் அவன் குழந்தையைப் பற்றிய தனது கருத்தை மாற்றிக் கொள்ளவில்லை. அவன் எதிலும்

தலையிடாமல் ஒதுங்கி நின்றான். நோய்வாய்ப்பட்டு இரண்டு வாரங்கள் மட்டுமே வாழ்ந்த அந்தக் குழந்தையை அவன் பார்க்கவே இல்லை. அவன் அவனைப் பார்க்க விரும்பாமல் பெரும்பாலான நேரங்களில் வீட்டை விட்டு விலகி இருந்தான். இரண்டு வாரங்களுக்குப் பிறகு குழந்தை தொற்று நோயால் இறந்தபோது, கிரிகோரி தன் மகனைச் சிறிய சவப்பெட்டியில் வைத்து, ஆழ்ந்த துயரத்துடன் அவனைப் பார்த்தான். கிரிகோரி அவனைச் சிறிய கல்லறையில் அடக்கம் செய்தபோது, பூமியில் மண்டியிட்டுத் தலை வணங்கினான். அவன் அன்றிலிருந்து தன் மகனைப் பற்றிப் பேசவே இல்லை. மார்த்தாவும் அவன் முன்னிலையில் குழந்தையைப் பற்றிப் பேசுவதைத் தவிர்த்தாள். மார்த்தா தன் குழந்தையைப் பற்றி மற்றவர்களிடம் பேச நேர்ந்தபோது, கிரிகோரி அருகில் இல்லாவிட்டாலும் கூட, அவள் மெல்லிய குரலில் கிசுகிசுத்தாள். அவர்கள் தங்கள் குழந்தையை அடக்கம் செய்த பிறகு, கிரிகோரி பெரும்பாலான நேரங்களில் தன்னை ஆன்மீக விஷயங்களில் ஈடுபடுத்திக் கொண்டதையும், அவன் எப்போதும் தனது பெரிய வட்ட வடிவமான வெள்ளி பிரேம் கண்ணாடியை அணிந்து, தனியாக அமர்ந்து, புனிதர்களின் வாழ்க்கையை மௌனமாகப் படிக்கத் தொடங்கியதையும் மார்த்தா கவனித்தாள். அவன் மிக அரிதாக நோன்பு காலத்தில் சில நேரங்களில் மட்டும் புத்தகத்தின் சில பகுதிகளை உரக்க வாசிப்பான். அவன் யோபுவின் புத்தகத்தை மிகவும் நேசித்தான். 'சிரியாவின் ஆசீர்வதிக்கப்பட்ட தந்தை ஈசாக்' என்ற பொன் மொழிகளும் சொற்பொழிவுகளும் கொண்ட ஒரு புத்தகத்தின் பிரதி அவனுக்கு எப்படியோ கிடைத்தது. அவனுக்கு எதுவும் புரியவில்லை என்றாலும் கூட அவன் பல ஆண்டுகளாக விடாமுயற்சியுடன் அதைத் தொடர்ந்து படித்தான். ஒருவேளை அவன் அந்தக் காரணத்திற்காகவே அதை மேலும் அதிகமாக நேசித்தான். அவன் அண்மைக் காலமாக அக்கம்பக்கத்தில் குடியேறிய தன்னைத் தானே சவுக்கால் அடித்துக் கொள்ளும் ஒரு பிரிவினரின் கோட்பாடுகளைக் கேட்கத் தொடங்கியிருந்தான். அவன் அவர்களால் பெரிதும் ஈர்க்கப்பட்டான் என்றாலும், அவனுக்கு அந்தப் புதிய நம்பிக்கைக்கு மாறுவது சாத்தியம் என்று தோன்றவில்லை. அவன் தெய்வீக விஷயங்களைப் படிக்கத் தொடங்கியது நிச்சயமாக அவனுடைய முகத்திற்கு ஒரு தோற்றப்பொலிவைக் கொடுத்தது.

கிரிகோரி இயல்பாகவே ஆன்மீகத்தின் மீது நாட்டம் கொண்டிருந்ததால், ஆறு விரல்களுடன் அவன் மகன் பிறந்ததும், அதைத் தொடர்ந்து அவனது இறப்பும், மற்றொரு விசித்திரமான,

எதிர்பாராத சம்பவமும், அவன் கூறியது போல அவன் மீது 'ஒரு அடையாளத்தை' விட்டுச் சென்றது. குழந்தையின் இறுதிச்சடங்கு முடிந்த அன்று இரவில், புதிதாகப் பிறந்த ஒரு குழந்தையின் அழுகுரலைக் கேட்டு மார்த்தா விழித்து எழுந்தாள். அவள் பயந்துபோய் தன் கணவனை எழுப்பினாள். அவன் அதைக் கேட்டுவிட்டு, 'யாரோ ஒரு பெண்' முனகுவது போல இருக்கிறது என்று நினைத்தான். அவன் எழுந்து உடை உடுத்திக் கொண்டான். அது மிகவும் வெப்பமான மே மாத இரவு. அவன் முற்றத்திற்குச் சென்றபோது, முனகல் சத்தம் தோட்டத்திலிருந்து வருவதைத் தெளிவாகக் கேட்க முடிந்தது. ஆனால் தோட்டத்திற்கும் முற்றத்திற்கும் செல்லும் வாசல் கதவு வழக்கம் போல இரவு நேரத்தில் பூட்டியிருந்தது. எனவே அந்த உறுதியான, உயரமான வேலியைத் தாண்டி யாரும் உள்ளே வந்திருக்க முடியாது. அவன் ஒரு விளக்கையும், சாவியையும் எடுப்பதற்காக மீண்டும் குடிசைக்குச் சென்றான். அப்போது அவன் மனைவி ஒரு குழந்தையின் அழுகுரலைக் கேட்டதாகவும், அது தன் சொந்த மகனாக இருக்கலாம் என்றும் பயத்துடன் வெறித்தனமாகப் பிதற்றியதைப் பொருட்படுத்தாமல், எதுவும் பேசாமல் தோட்டத்திற்குச் திரும்பிச் சென்றான். அவன் அங்கு சென்றதும், தோட்டத்தின் வாயிலுக்கு அருகில் இருந்த குளியலறையில் இருந்து முனகல் சத்தம் வருவதையும், ஒரு பெண் வேதனையில் முனகுவதையும் தெளிவாக உணர்ந்தான். அவன் குளியலறையின் கதவைத் திறந்த பார்த்தபோது திகைத்து வாயடைத்துப் போனான். தெருக்களில் அலைந்து திரிந்த, 'துர்நாற்றம் வீசும் லிசாவெத்தா' என்று ஊர் முழுவதும் அழைக்கப்பட்ட உள்ளூரைச் சேர்ந்த ஒரு முட்டாள் பெண் குளியலறையில் நுழைந்து, ஒரு குழந்தையைப் பெற்றெடுத்திருந்தாள். ஒரு பச்சிளம் குழந்தை அவள் அருகில் கிடந்தது. அவள் இறக்கும் தருவாயில் இருந்ததால் அவளால் எதுவும் பேச முடியவில்லை. ஆனால் நான் இவை அனைத்தையும் தனித்தனியாக விளக்கிச் சொல்ல வேண்டும்.

2. துர்நாற்றம் வீசும் லிசாவெத்தா

கிரிகோரியை மிகவும் அதிர்ச்சிக்குள்ளாக்கிய குறிப்பிடத்தக்க அந்தச் சம்பவம், முன்னர் அவனுக்கு இருந்த விரும்பத்தகாத, வெறுக்கத்தக்க சந்தேகத்தை மேலும் உறுதிப்படுத்தியது. அந்தத் துர்நாற்றம் வீசும் லிசாவெத்தா 'ஐந்து அடிக்கும் குறைவான குள்ளமான பெண்' என்று எங்கள் ஊரில் உள்ள பல மூதாட்டிகள் அவளுடைய மரணத்திற்குப் பிறகு அவளை நெகிழ்ச்சியுடன்

நினைவு கூர்ந்தனர். இருபது வயதான அவளுடைய சிவந்த, வட்ட வடிவமான முகம் ஆரோக்கியமாக இருந்தாலும், முட்டாள்தனத்தை வெளிக்காட்டுவதாக இருந்தது. அவளுடைய கண்கள் சாந்தமாக இருந்தபோதிலும், அதிலிருந்த நிலைகுத்திய பார்வை விரும்பத்தகாததாக இருந்தது. அவள் குளிர் காலத்திலும், கோடைக் காலத்திலும் வெறும் சணல் சட்டையை மட்டுமே அணிந்து வெறுங்காலுடன் சுற்றித் திரிந்தாள். அவளுடைய தலை முடி மிகவும் அடர்த்தியாக, கிட்டத்தட்ட கறுப்பாக, ஆட்டுக் குட்டியின் கம்பளியைப் போலச் சுருண்டிருந்தது. அவள் அதைத் தலைக்கு மேலே கொண்டையாகச் சுருட்டி வைத்திருந்தது ஒரு தொப்பியைப் போலக் காட்சியளித்தது. அவளுடைய தலையில் எப்போதும் மரத்தின் இலைகளும், குச்சிகளும் ஒட்டிக் கொண்டு அழுக்கும் புழுதியுமாக இருந்தது, ஏனெனில் அவள் எப்போதும் தரையிலும் புழுதியிலும் தூங்கினாள். இலியா என்ற அவளுடைய தந்தை முன்பு ஒரு கடை வைத்திருந்தார், ஆனால் அவர் எல்லாவற்றையும் இழந்து, வீடில்லாதவராக, குடிபோதைக்கு அடிமையாகி, எங்கள் ஊரில் வசிக்கும் வசதியான குடும்பத்திற்குச் சிறுசிறு வேலைகளைச் செய்து பல ஆண்டுகளாக பிழைப்பு நடத்தி வந்தார். லிசாவெத்தா வின் தாயார் எப்போதோ இறந்துவிட்டாள். நோயுற்ற நிலையில் எப்போதும் எரிச்சலுடன் இருந்த இலியா, தன் மகள் லிசாவெத்தா வீட்டிற்கு வரும்போதெல்லாம் அவளை ஈவு இரக்கமின்றி அடித்தார். அவள் கடவுளின் புனித முட்டாளாக ஊர் முழுவதும் சுற்றிப் பிச்சையெடுத்துக் கொண்டிருந்ததால், அரிதாகவே வீட்டிற்கு வந்தாள். இலியாவும், அவரது முதலாளிகளும், பல கருணை உள்ளம் கொண்ட நகரவாசிகளும், பெரும்பாலும் உள்ளூர் வணிகர்களும் லிசாவெத்தாவுக்குக் கண்ணியமாக ஆடை உடுத்த முயற்சி செய்து, அவளுக்கு வேறு ஆடைகளைக் கொடுத்தனர். அவர்கள் குளிர்காலத்தில் அவளுக்கு ஆட்டுத் தோல் கோட்டையும், காலணிகளையும் அணிவித்தனர். அவள் மறுப்பு சொல்லாமல் அனைத்தையும் அணிந்து கொண்டாலும், தேவாலயத்தின் பின்புறம் எங்காவது ஒரு மூலைக்குச் சென்று, அனைத்தையும் கழற்றி வீசிவிட்டு, வழக்கம் போல உடையணிந்து வெறும் காலுடன் நடப்பாள். ஒரு முறை எங்கள் மாகாணத்தின் புதிய ஆளுநர், எங்கள் ஊருக்கு ஆய்வுப் பயணம் மேற்கொண்ட போது, லிசாவெத்தாவைப் பார்த்ததும், தனது மெல்லிய உணர்வுகள் புண்பட்டதாக உணர்ந்தார். ஊரைச் சேர்ந்தவர்கள் அவள் ஒரு புனித முட்டாள் என்பதை அவரிடம் சொன்னதை அவர் புரிந்து கொண்டார் என்றாலும், ஒரு இளம் பெண் சட்டையைத் தவிர வேறு எதுவும் அணியாமல் தெருக்களில் சுற்றித் திரிவது கண்ணியத்திற்கு எதிரான குற்றம் என்று

வலியுறுத்தி, அதற்கு முற்றுப்புள்ளி வைக்க வேண்டும் என்று சொன்னார். ஆனால் ஆளுநர் சென்ற பிறகு, லிசாவெத்தா முன்பு போலவே இருந்தாள். நாளடைவில் அவளுடைய தந்தை இறந்த பிறகு, அவள் ஓர் அனாதை என்ற முறையில் ஊரிலுள்ள பக்திமான்களுக்கு மிகவும் பிரியமானவளாக ஆகிவிட்டாள். உண்மையில் எல்லோரும் அவளை நேசித்தனர். சிறுவர்கள், குறிப்பாக குறும்புக்காரப் பள்ளி மாணவர்கள் கூட அவளைக் கிண்டல் செய்யவோ அவமதிக்கவோ இல்லை. அவள் அந்நியர்களின் வீட்டிற்குள் தாராளமாக நுழைந்தாலும், அவளை யாரும் விரட்டியடிக்காமல் அவளிடம் அன்பாக நடந்து கொண்டு, அவளுக்குப் பணம் கொடுப்பார்கள். ஆனால் அவள் அந்தப் பணத்தை வாங்கியவுடன் அதை எடுத்துச் சென்று தேவாலயத்தில் அல்லது சிறைக்கு வெளியே உள்ள உண்டியலில் போட்டு விடுவாள். அவளிடம் யாராவது ரொட்டியைக் கொடுத்தால், அவள் முதலில் சந்திக்கும் ஒரு குழந்தைக்கு அதைத் தவறாமல் கொடுத்து விடுவாள், அல்லது ஏதோ ஒரு பணக்காரப் பெண்ணைத் தடுத்து நிறுத்தி அவளுக்குக் கொடுத்து விடுவாள். அந்தப் பணக்காரப் பெண்கள் அதை மகிழ்ச்சியுடன் ஏற்றுக் கொள்வார்கள். அவள் கம்பு மாவு ரொட்டியையும் தண்ணீரையும் தவிர வேறு எதையும் சாப்பிட மாட்டாள். அவள் சில நேரங்களில் கடைவீதியில் உள்ள ஒரு பெரிய கடைக்குச் சென்று அங்கே உட்கார்ந்து கொள்வாள். அங்கே விலையுயர்ந்த பொருட்களும் பணமும் இருந்தாலும் கடைக்காரர்கள் அதைப் பற்றிக் கவலைப்பட மாட்டார்கள், ஏனெனில் அவளுக்கு முன்னால் ஆயிரக்கணக்கான ரூபிள்களை வைத்தாலும் அவள் ஒரு கோபெக்கைக் கூட எடுக்க மாட்டாள் என்று அவர்களுக்குத் தெரியும். அவள் எப்போதாவது சில சமயங்களில் மட்டும் தேவாலயத்திற்குச் செல்வாள். அவள் இரவு நேரங்களில் தேவாலயத்தின் திண்ணையில் அல்லது மூங்கில் வேலியைத் (எங்கள் ஊரில் இன்னும் அந்த வேலிகள் உள்ளன) தாண்டிச் சென்று யாரோ ஒருவரின் சமையலறைத் தோட்டத்தில் தூங்குவாள். அவள் வாரத்திற்கு ஒரு முறை, இறந்துபோன அவளுடைய தந்தையின் முதலாளிகளின் வீட்டிற்குச் செல்வாள். அவள் குளிர்காலத்தில் ஒவ்வொரு இரவும் அங்கு சென்று நுழைவாயில் மண்டபத்தில் அல்லது மாட்டுக் கொட்டகையில் தூங்குவாள். அவளால் எப்படி இப்படி வாழ முடிகிறது என்று மக்கள் ஆச்சரியப்பட்டார்கள். ஆனால் அவள் அந்த வாழ்க்கைக்குப் பழகிவிட்டாள். அவள் குள்ளமாக இருந்தாலும் அவளிடம் அசாதாரணமான வலிமையும் மன உறுதியும் இருந்தது. சில மேட்டுக்குடியினர் அவள் தற்பெருமைக்காக அதையெல்லாம் செய்கிறாள் என்று சொன்னார்கள், ஆனால் அது நம்பக்கூடியதாக

இல்லை. அவளால் ஒரு வார்த்தை கூடப் பேச முடியாது. அவள் எப்போதாவது சில நேரங்களில் மட்டுமே நாக்கை அசைத்து எதையோ முணுமுணுப்பாள். அவளுக்கு அதில் என்ன தற்பெருமை இருக்க முடியும்? நீண்ட நாட்களுக்கு முன்பு, ஒரு வெப்பமான செப்டம்பர் மாதம், ஒரு பௌர்ணமி இரவில், ஐந்து அல்லது ஆறு பேரைக் கொண்ட இளைஞர்களின் குடிகாரக் கும்பல் ஒன்று மிகவும் தாமதமாக வீட்டுக்குத் திரும்பிக் கொண்டிருந்தது. பாதையின் இருபுறமும் வேலிகளும், அவற்றுக்குப் பின்னால் வீடுகளுக்குச் சொந்தமான சமையலறைத் தோட்டங்களும் இருந்தன. அந்தப் பாதை, நாங்கள் 'ஆறு' என்ற பெயரில் கண்ணியமாக அழைத்த, துர்நாற்றம் வீசும் பெரிய குளத்தின் மீதிருந்த பாலத்தைக் கடந்து சென்றது. அவர்கள் பாதையின் ஓரத்திலிருந்த வேலியைத் தாண்டி களைச்செடிகள் மண்டிய இடத்தில் லிசாவெத்தா துங்கிக் கொண்டிருப்பதைப் பார்த்து, மிகவும் அநாகரீகமான வார்த்தைகளைச் சொல்லி அவளைக் கேலி செய்து, உரக்கச் சிரித்தார்கள். அப்போது அவர்களில் ஒருவன் ஒரு விசித்திரமான கேள்வியைக் கேட்டான். "யாராவது இந்த நேரத்தில் அவளை... இப்படிப்பட்ட ஒரு உயிரினத்தை ஒரு பெண்ணாகக் கருத முடியுமா?" என்று கேட்டான். அவர்கள் அனைவரும் அது முடியாது என்று வெறுப்புடன் சொன்னார்கள். ஆனால் அந்தக் கும்பலில் இருந்த ஃபியோதர் பாவ்லோவிச், அவளை ஒரு பெண்ணாகக் கருத முடியும் என்றும், அதிலும் ஏதோ ஓர் அற்புதமான விஷயம் இருக்கிறது என்றும் சொன்னார். அவர் அந்த நேரத்தில் தன் கோமாளி வேடத்தை மிகைப்படுத்திக் காட்ட விரும்பினார் என்பது உண்மைதான். அவர் தானும் அவர்களுக்குச் சமமானவராகக் காட்டி, அவர்களை மகிழ்விக்க விரும்பினார் என்றாலும், உண்மையில் அவர் அவர்களுக்கு முற்றிலும் அருவருப்பான ஒரு மனிதனாகத் தோன்றினார். பீட்டர்ஸ்பர்க்கிலிருந்து அவரது முதல் மனைவி அடெலைடாவின் மரணச் செய்தி அவருக்குக் கிடைத்த அந்தச் சமயத்தில், அவர் தனது தொப்பியில் துக்கத்தை வெளிக்காட்டும் கறுப்புத் துணியைக் கட்டிக் கொண்டு, எங்கள் ஊரில் உள்ள போக்கிரிகளைக் கூடச் சீண்டும் அளவுக்குக் குடித்துவிட்டு, தகாத முறையில் நடந்து கொண்டார். அவர் சொன்ன எதிர்பாராத பதிலைக் கேட்டு அந்தக் கும்பல் உற்சாகமாகச் சிரித்தது. அவர்களில் ஒருவர் ஃபியோதர் பாவ்லோவிச்சைத் தூண்டி விட்டார், ஆனால் மற்றவர்கள் இன்னும் அதே வெறுப்போடு காறித் துப்பினார்கள். இருப்பினும் அவர்கள் மிகுந்த மகிழ்ச்சியோடு, இறுதியில் தத்தம் வழியில் பிரிந்து சென்றனர். அதற்குப் பிந்தைய நாளில் ஃபியோதர் பாவ்லோவிச் தானும் அவர்களுடன் சென்றுவிட்டதாகச் சத்தியம்

செய்தார். அது ஒருவேளை உண்மையாக இருந்தாலும் இருக்கலாம் என்றாலும் யாருக்கும் உறுதியாகத் தெரியாது. ஆனால் ஐந்து அல்லது ஆறு மாதங்களுக்குப் பிறகு, ஊரில் இருந்தவர்கள் லிசாவெத்தா கர்ப்பமாக இருப்பதை அதிர்ச்சியுடனும் பீதியுடனும் பார்த்தனர். அவர்கள் தங்கள் நியாயமான கோபத்துடன் அந்தப் பாவத்தைச் செய்த குற்றவாளி யாராக இருக்கும் என்று கண்டுபிடிக்க முயன்றனர். அப்போது அந்த விஷமி வேறு யாருமல்ல, ஃபியோதர் பாவ்லோவிச்தான் என்று ஒரு விசித்திரமான வதந்தி ஊர் முழுவதும் பரவியது. அந்த வதந்தி எங்கிருந்து வந்தது? அந்தச் சமயத்தில் அந்தக் கும்பலைச் சேர்ந்த ஒருவர் மட்டுமே எங்கள் ஊரில் இருந்தார். அவர் ஒரு வயதான, மரியாதைக்குரிய அரசு ஊழியராக இருந்தார். அவருக்கு வளர்ந்த மகள்களுடன் ஒரு குடும்பம் இருந்தது. அந்த வதந்தியில் சிறிது உண்மை இருந்தாலும் கூட அவர் அதைப் பரப்பியிருக்க முடியாது. மீதமுள்ள ஐந்து பேர் ஊரை விட்டுச் சென்ற நிலையில், அந்த வதந்தி ஃபியோதர் பாவ்லோவிச்சைச் சுட்டிக் காட்டியது. அது தொடர்ந்து நீடித்தபோதும் ஃபியோதர் பாவ்லோவிச் அதை ஒப்புக் கொள்ளவில்லை. மேலும் அவர் அதை நம்பிய சில வணிகர்களையோ அல்லது அவர்களின் கருத்துக்களையோ மறுக்க வேண்டும் என்பதைப் பற்றியும் கவலைப்படவில்லை. அப்போது அவர் தற்பெருமையின் உச்சத்தில் இருந்ததால், அரசு ஊழியர்களையும், நில உரிமையாளர்களையும் மகிழ்விக்கக் கடமைப்பட்டவர் என்று கருதி, அவர்களைத் தவிர வேறு யாருடனும் பழகவில்லை. அந்த நேரத்தில் கிரிகோரி தன் எஜமானரின் பக்கம் நின்று, அந்த அவதூறுக்கு எதிராகத் தீவிரமாகக் குரல் கொடுத்து அவரைப் பாதுகாத்தது மட்டுமின்றி, அவருக்காகச் சண்டையிலும் விவாதங்களிலும் ஈடுபட்டு பலரையும் சமாதானப்படுத்தினான். “அவளும், அவளுடைய இழிந்த வாழ்க்கையுமே அதற்குக் காரணம்” என்று உறுதியாகச் சொன்ன அவன், அது வேறு யாருமல்ல, சிறையிலிருந்து தப்பித்து எங்கள் ஊரில் மறைந்து வாழ்ந்த ‘கார்ப் தி ரைபிள்’ என்று நாங்கள் அழைத்த ஆபத்தான குற்றவாளிதான் அதற்குக் காரணம் என்று சொன்னான். அந்த யூகம் நம்பத்தகுந்ததாக இருந்தது, ஏனெனில் அந்த இலையுதிர் காலத்தில், அந்த நேரத்தில், கார்ப் எங்கள் ஊர் தெருக்களில் சுற்றித் திரிந்து, மூன்று பேரிடம் கொள்ளையடித்ததை மக்கள் நினைவில் வைத்திருந்தனர். ஆனால் அந்த விவகாரமும் அதைப் பற்றிய வதந்திகளும், அந்தப் பாவப்பட்ட புனித முட்டாள் பெண்ணின் மீது மக்களுக்கு இருந்த அனுதாபத்தைச் சற்றேனும் குறைக்கவில்லை. உண்மையில் மக்கள் அவள் மீது மேலும் அதிகமான இரக்கத்துடன் அவளை நன்கு கவனித்துக் கொள்ளவும் பாதுகாக்கவும் தொடங்கினர்.

கொண்ட்ரத்யேவா என்ற பணக்கார வணிகரின் விதவை மனைவி, ஏப்ரல் மாத இறுதியில் லிசாவெத்தாவைத் தன் வீட்டிற்கு வரவழைத்து, குழந்தை பிறக்கும் வரை அவளைக் கவனித்துக் கொள்ள ஏற்பாடு செய்தாள். அவர்கள் அவளைத் தொடர்ந்து தீவிரமாகக் கண்காணித்து வந்தனர். ஆனால் அவள் பிரசவத்தின் இறுதி நாளில் அவர்களின் கண்காணிப்பையும் மீறி அங்கிருந்து வெளியேறி ஃபியோதர் பாவ்லோவிச்சின் தோட்டத்தில் நுழைந்தாள். அவள் இருக்கும் நிலையில் அந்த உயரமான வேலியின் மீது அவளால் எப்படி ஏற முடிந்தது என்பது மர்மமாகவே இருந்தது. அவளுக்கு யாரோ உதவி செய்திருக்க வேண்டும் என்று சிலர் சொன்னார்கள். ஆனால் வேறு சிலர் அவளாகவே ஏறி விட்டாள் என்று மிகவும் சாத்தியமான ஒரு விளக்கத்தைச் சொன்னார்கள். தோட்டங்களில் தூங்குவதற்காக வேலியைத் தாண்டிச் சென்று பழகிய லிசாவெத்தா, அவள் இருந்த நிலையையும் மீறி எப்படியோ வேலியைத் தாண்டிக் குதித்து தன்னைத் தானே காயப்படுத்திக் கொண்டாள். கிரிகோரி குடிசைக்கு ஓடிச் சென்று, லிசாவெத்தாவுக்கு உதவி செய்ய மார்த்தாவை அனுப்பிவிட்டு, அருகில் வசித்த ஒரு வயதான மருத்துவச்சியை அழைத்து வர ஓடினான். அவர்களால் குழந்தையைக் காப்பாற்ற முடிந்தது, ஆனால் லிசாவெத்தா விடியற்காலையில் இறந்துவிட்டாள். அந்த ஆண் குழந்தையை வீட்டிற்கு எடுத்துச் சென்ற கிரிகோரி, தன் மனைவியை உட்கார வைத்து, அதை அவள் மடியில் வைத்தான். "கடவுளின் இந்த அனாதைக் குழந்தை அனைவருக்கும் சொந்தம் என்பதால் நமக்கும் சொந்தம். பிசாசின் மகனுக்கும் புனித முட்டாளுக்கும் பிறந்த இந்தக் குழந்தையை நம்முடைய மகன் நமக்கு அனுப்பி வைத்திருக்கிறான். நீ அவனுக்குப் பாலூட்டு, இனிமேல் அழ வேண்டாம்" என்றான். மார்த்தா அந்தக் குழந்தையை வளர்த்தாள். அவர்கள் அவனுக்கு பாவெல் என்று பெயரிட்டார்கள். ஆனால் அவர்கள் உட்பட அனைவரும் தன்னிச்சையாக அவனை ஃபியோதரோவிச் என்று அழைக்கத் தொடங்கினர். ஃபியோதர் பாவ்லோவிச் எந்த ஆட்சேபணையும் தெரிவிக்கவில்லை, அவருக்கு அது மிகவும் வேடிக்கையாக இருந்தது என்றாலும், அவர் தனக்கும் அதற்கும் எந்தத் தொடர்பும் இல்லை என்று தொடர்ந்து மறுத்தார். அதற்குப் பிறகு ஃபியோதர் பாவ்லோவிச் அந்தக் குழந்தைக்கு அவனது தாய் லிசாவெத்தா ஸ்மெர்தியாஷ்ச்சயா நினைவாக ஒரு குடும்பப் பெயரை உருவாக்கி, அவனை ஸ்மெர்த்தியாக்கவ் என்று அழைத்தார். அந்த ஸ்மெர்த்தியாக்கவ், ஃபியோதர் பாவ்லோவிச்சின் இரண்டாவது வேலைக்காரனாக ஆனான். அவன் நம்முடைய கதையின் ஆரம்பத்தில் கிரிகோரியுடனும் மார்த்தாவுடனும்

வேலையாட்களின் குடிசையில் வசித்தான். நான் உண்மையில் அவனைப் பற்றி அதிகம் சொல்ல வேண்டும், ஆனால் என் வாசகர்களிடம் ஒரு சாதாரண வேலைக்காரனைப் பற்றி அதிகமாகப் பேசுவதைக் குறித்து நான் வெட்கப்படுகிறேன். எனவே என் கதை விரிவடையும் போது ஸ்மெர்த்தியாக்கவ் பற்றிய அதிகமான தகவல்கள் இயல்பாக வெளிப்படும் என்ற நம்பிக்கையில் நான் இப்போது என் கதைக்குத் திரும்புகிறேன்.

3. உணர்ச்சிவசப்பட்ட இதயத்தின் ஒப்புதல் வாக்குமூலம் – கவிதையில்

கரமசோவ் மடாலயத்தை விட்டுப் புறப்பட்டபோது, உரத்தக் குரலில் கட்டளையிட்டதைக் கேட்ட அல்யோஷா சிறிது நேரம் குழப்பத்துடன் அசையாமல் நின்றான். ஆனால் அவன் நீண்ட நேரம் தயக்கத்துடன் நின்றிருக்கவில்லை, ஏனெனில் அது அவனுடைய சுபாவம் அல்ல. அவன் மிகுந்த மன உளைச்சலுக்கு மத்தியிலும், தலைமை மடாதிபதியின் அறைக்குச் சென்று அங்கு என்ன நடந்தது என்பதைத் தெரிந்து கொண்டான். அவன் மடாலயத்திலிருந்து செல்லும்போது, அவனை வாட்டி வதைக்கும் பிரச்சனையை எப்படியாவது தீர்த்துவிடலாம் என்ற நம்பிக்கையுடன் ஊருக்குச் சென்றான். அவன் தன் தந்தையின், 'மூட்டைமுடிச்சுடன் மொத்தமாகத் திரும்பி விடு' என்ற கட்டளைக்குச் சிறிதும் பயப்படவில்லை என்பதை நான் முன்கூட்டியே சொல்கிறேன். அவர் அப்படிக் கூச்சலிட்டது 'ஒரு விளைவுக்காகச் செய்யப்பட்டது, சொல்லப்போனால் அதன் அழகுக்காகச் செய்யப்பட்டது என்பதை அவன் புரிந்து கொண்டான். சமீபத்தில் எங்கள் ஊரில் ஒரு வணிகர் தனது பிறந்த நாள் விருந்தில், அவருக்குப் போதுமான வோட்கா வழங்கப்படாததால், விருந்தினர்களின் முன்னிலையில், பாத்திரங்களை அடித்து நொறுக்கி, அவருடைய ஆடையையும் அவரது மனைவியின் ஆடையையும் கிழித்து, இறுதியில் ஜன்னல் கண்ணாடிகளை உடைத்தார். அவர் அனைத்தையும் ஒரு விளைவுக்காகச் செய்தது போலவே அல்யோஷாவின் தந்தையின் நடத்தையும் இருந்தது. ஆனால் அந்த வணிகர் அடுத்த நாள் நிதானத்தில் இருந்தபோது உடைந்த பொருட்களை நினைத்து வருத்தப்பட்டார். எனவே அல்யோஷாவுக்கு அவனது தந்தை மறுநாள் அல்லது அன்று மதியமே தன்னை மடாலயத்திற்குத் திரும்பிச் செல்ல அனுமதிப்பார் என்று தெரியும். தவிர, தன் தந்தை யாரைக் காயப்படுத்த விரும்பினாலும் ஒருபோதும் தன்னைக் காயப்படுத்த மாட்டார் என்றும், இந்த உலகத்தில்

தன்னை யாரும் காயப்படுத்த விரும்ப மாட்டார்கள் என்றும், தன்னை யாரும் காயப்படுத்த முடியாது என்றும் அவன் உறுதியாக நம்பினான். அவனைப் பொறுத்தவரை அது எந்தக் கேள்வியும் இன்றி ஏற்றுக் கொள்ளப்பட்ட ஒரு நியதியாக இருந்தது. எனவே அவன் அதை நம்பி எந்தத் தயக்கமும் இன்றித் தன் வழியில் முன்னேறிச் சென்றான்.

ஆனால் அந்த நேரத்தில் அவனுக்குள் வேறு ஒருவிதமான அச்சம் கிளர்ந்தெழுந்தது. அவனால் அதை என்னவென்று தீர்மானிக்க முடியாததால், அது அவனை மிகவும் தொந்தரவு செய்தது. திருமதி. கோஹ்லக்கோவ் அவனுக்குக் கொடுத்த குறிப்பில், தன்னை வந்து உடனடியாகப் பார்க்க வேண்டும் என்று வற்புறுத்திய கேத்தரீனா இவானோவ்னா என்ற பெண்ணைப் பற்றி அவனுக்கு ஒரு சங்கடமான உணர்வு இருந்தது. அவனுக்கு அது என்னவென்று தெரியவில்லை என்றாலும், அவளுடைய கோரிக்கையின் அவசரம் அவன் உள்ளத்தில் ஒருவித வேதனையைத் தோற்றுவித்தது. மடாலயத்திலும், தலைமை மடாதிபதியின் அறையிலும் காலை முதல் பல நிகழ்வுகள் நடந்த போதிலும், அவனுக்குள் அந்த உணர்வு மேலும் மேலும் வலுப்பெற்று வந்தது. அவள் அவனிடம் எதைப் பற்றிப் பேச விரும்புகிறாள் என்பதும், அவன் அவளிடம் என்ன சொல்வது என்பதும் தெரியாததால் அவன் பயப்படவில்லை. மேலும் அவள் ஒரு பெண் என்பதாலும் அவன் பயப்படவில்லை. அவன் பெண்களுடன் அதிகமாகப் பழகவில்லை என்றாலும், குழந்தைப் பருவத்திலிருந்து மடாலயத்தில் நுழையும் வரை அவன் தன் வாழ்நாள் முழுவதும் பெண்களுடன் வாழ்ந்திருக்கிறான். இருந்தாலும் அவன் அந்தப் பெண் கேத்தரீனா இவானோவ்னாவை முதன்முதலாகப் பார்த்ததிலிருந்தே அவனுக்குப் பயமாக இருந்தது. அவன் அவளை மூன்று முறை பார்த்திருப்பதுடன், ஒரு முறை அவளுடன் சில வார்த்தைகளைப் பேசிக்கொள்ளும் வாய்ப்பும் அவனுக்குக் கிடைத்தது. அவன் அவளை ஓர் அழகான, கர்வமான, வசீகரமான, கம்பீரமான இளம் பெண்ணாக நினைத்தான். ஆனால் அவனைத் தொந்தரவு செய்தது அவள் அழகு அல்ல, அது வேறு ஏதோ ஒன்று. அவனுடைய பயத்தின் விவரிக்க முடியாத தன்மைதான் இப்போது அந்தப் பயத்தை மேலும் அதிகப்படுத்தியது. அந்தப் பெண்ணின் நோக்கங்கள் உன்னதமானவை என்று அவனுக்குத் தெரியும். அவளிடம் மோசமாக நடந்து கொண்ட தன் சகோதரன் டிமிட்ரியை அவள் காப்பாற்ற முயற்சி செய்து கொண்டிருந்தாள். அவள் பெருந்தன்மையுடன் அதைச் செய்ய முயன்றாள். அல்யோஷா அதைப் புரிந்து கொண்டு, அவளுடைய உன்னதமான,

தாராளமான நோக்கங்களை ஏற்றுக் கொண்ட போதிலும், அவள் வீட்டை நெருங்கியதும் அவனுடைய முதுகுத்தண்டு சில்லிட்டது.

அவளுடன் மிகவும் நெருக்கமாக இருந்த தன் சகோதரன் இவான், அந்த நேரத்தில் தன் தந்தையுடன் இருப்பதால் அங்கே இருக்க மாட்டான் என்று அவனுக்குத் தெரியும். மேலும் அவன் யூகித்த சில காரணங்களின் அடிப்படையில் டிமிட்ரியும் அங்கே இருக்க முடியாது என்பதில் உறுதியாக இருந்தான். எனவே அவன் அவளுடன் மட்டும் தனியாகப் பேச வேண்டியிருக்கும். அவன் அந்தத் துரதிருஷ்டவசமான உரையாடலுக்கு முன்பு தன் சகோதரன் டிமிட்ரியைப் பார்க்க வேண்டும் என்ற உந்துதல் அவனுக்கு ஏற்பட்டது. அவன் அவரிடம் அந்தக் குறிப்பைக் காட்டாமல் அவரிடமிருந்து சிலவற்றைத் தெரிந்துகொள்ள விரும்பினான். ஆனால் வெகு தூரத்தில் வசித்து வந்த டிமிட்ரி இப்போது வீட்டில் இருக்க மாட்டார். அவன் ஒரு நிமிடம் யோசித்துவிட்டு என்ன செய்ய வேண்டும் என்று முடிவு செய்தான். அவன் வழக்கம் போல அவசர அவசரமாகச் சிலுவையிட்டு, எதையோ நினைத்துச் சிரித்துவிட்டு, அவனுக்குள் பயத்தை விதைத்த அந்த பெண்ணைச் சந்திக்கச் சென்றான்.

அவள் வீடு அவனுக்குத் தெரியும். ஆனால் போல்ஷயா தெரு வழியாகச் சென்று சதுக்கத்தைக் கடந்து போவது தூரமாக இருக்கும். எங்கள் ஊர் சிறியதாக இருந்தாலும், வீடுகள் அங்கொன்றும் இங்கொன்றுமாகச் சிதறிக் கிடந்தன என்பதால் ஒரு முனையிலிருந்து மறுமுனைக்குச் செல்ல நேரம் ஆகும். தவிர, அவன் தந்தை அவனை எதிர்பார்த்துக் கொண்டிருப்பார். அவர் தான் கட்டளையிட்டதை இன்னும் மறந்திருக்க மாட்டார் என்பதால் அவர் அவன் மீது கோபப்படக் கூடும். ஆக, அவன் இரண்டு இடங்களுக்கும் செல்ல வேண்டும் என்பதால் விரைவாகச் செல்வதற்காக குறுக்கு வழியில் செல்ல முடிவு செய்தான். அவனுக்கு அந்த ஊரில் உள்ள சந்து பொந்துகள் அனைத்தும் அவனுடைய உள்ளங்கையைப் போல நன்றாகத் தெரியும். எனவே அவன் தெருக்களைப் பொருட்படுத்தாமல், வெறிச்சோடிய பாதைகளில் சென்று, வேலிகளைத் தாண்டி, மற்றவர்களின் முற்றங்களைக் கடந்து நடந்து சென்றான். ஊரில் உள்ள அனைவருக்கும் அவனை நன்றாகத் தெரியும் என்பதால் யாரும் ஆட்சேபணை தெரிவிக்காமல் அவனை நோக்கிக் கையசைத்தனர். இதனால் அவன் இரண்டு மடங்கு மிகக் குறைவான நேரத்தில் போல்ஷயா தெருவை அடைய முடிந்தது. ஒரு இடத்தில் அவன் தன் தந்தையின் வீட்டுக்கு அருகில், அவருடைய தோட்டத்தை ஒட்டியிருந்த நான்கு ஜன்னல்களைக் கொண்ட ஒரு சிதிலமடைந்த

வீட்டைத் தாண்டிச் செல்ல வேண்டியிருந்தது. அந்த வீடு படுத்த படுக்கையாகக் கிடந்த ஒரு வயதான மூதாட்டிக்குச் சொந்தமானது என்று அல்யோஷாவுக்குத் தெரியும். அவருடைய மகள் பீட்டர்ஸ்பர்க்கில் மேல்தட்டுக் குடும்பங்களில் பணிப்பெண்ணாக வேலை செய்து வந்தாள். ஆனால் அவள் கடந்த ஒரு வருடமாக தன் தாயைக் கவனித்துக் கொள்வதற்காக அங்கு வந்து தங்கியிருந்தாள். மூதாட்டியும் அவரது மகளும் கொஞ்சம் கொஞ்சமாகத் தங்கள் சேமிப்புகள் அனைத்தையும் செலவழித்து இப்போது வறுமையில் இருந்தாலும், அந்தப் பெண் ஆடம்பரமான ஆடைகளில் வெளியே செல்வதை விரும்பினாள். அந்தப் பெண் ஒவ்வொரு நாளும் ரொட்டிக்காகவும் சூப்புக்காகவும் ஃபியோதர் பாவ்லோவிச்சின் சமையலறைக்குச் சென்றபோது, மார்த்தா மகிழ்ச்சியுடன் அவற்றைக் கொடுத்தாள். அந்தப் பெண் அவற்றை வாங்கச் சென்றபோது கூட, அவள் வறுமையிலும் விற்காமல் வைத்திருந்த ஆடம்பர ஆடைகளில் ஒன்றை அணிந்து சென்றாள். இதையெல்லாம் அல்யோஷா தற்செயலாகத் தனது நண்பன் ரகிதீனிடமிருந்து தெரிந்து கொண்டான். அவன் ஊரில் நடக்கும் அனைத்து விஷயங்களையும் நன்றாகத் தெரிந்து வைத்திருந்தான். அல்யோஷா அவனிடமிருந்து அதைத் தெரிந்து கொண்ட பிறகு, அப்போதே அதை மறந்துவிட்டான். ஆனால் இப்போது அவன் அந்த மூதாட்டியின் தோட்டத்தை நெருங்கியதும், திடீரென்று அவனுக்கு அந்த ஆடையைப் பற்றிய நினைவு வந்தது. சிந்தனையில் மூழ்கியிருந்த அவன் தன் குனிந்த தலையை நிமிர்த்தியபோது, சற்றும் எதிர்பாராத ஒருவரைக் கண்டு வியப்படைந்தான்.

பக்கத்து வீட்டுத் தோட்டத்திலிருந்த வேலிக்குப் பின்னால், ஏதோ ஒன்றின் மீது ஏறி அவனுடைய சகோதரன் டிமிட்ரி ஃபியோதரோவிச் நின்றிருந்தார். அவர் அவனை அருகில் வரும்படிக் கைகளை அசைத்துக் கூப்பிட்டார். அவர் சத்தமாக அழைத்தால் அல்லது பேசினால் யாருக்கேனும் கேட்டுவிடுமோ என்ற பயத்தில் எதுவும் பேசாமல் சைகை செய்தார். அல்யோஷா வேலியை நோக்கி ஓடினான்.

“நல்லவேளை நீங்களே நிமிர்ந்து பார்த்தீர்கள், இல்லையென்றால் நான் சத்தம் போட்டு அழைத்திருப்பேன்” என்று டிமிட்ரி ஃபியோதரோவிச் மகிழ்ச்சியுடனும், அவசரமாகவும் கிசுகிசுத்தார். “சரி, சீக்கிரம் ஏறுங்கள்! நீங்கள் வந்தது நல்லதாகப் போயிற்று. நான் உங்களைப் பற்றியே நினைத்துக் கொண்டிருந்தேன்...”

மிகவும் மகிழ்ச்சியடைந்த அல்யோஷா, வேலியை எப்படித் தாண்டுவது என்று யோசித்தான். ஆனால் மீச்சியா தன் வலிமையான கையால் அவனுடைய முழங்கையைத் தாங்கிப்பிடித்து

அவன் வேலியைத் தாண்டிக் குதிக்க உதவினார். அல்யோஷா தன் பாதிரியாரின் அங்கியைத் தூக்கிப் பிடித்துக் கொண்டு, ஒரு தெருவோரக் குறும்புக்காரச் சிறுவனின் வேகத்துடன் துள்ளிக் குதித்து வேலியைத் தாண்டினான்.

"சபாஷ்! இப்போது போகலாம்!" என்று மீச்சியா உற்சாகமாகக் கிசுகிசுத்தார்.

"எங்கே?" என்று கிசுகிசுத்த அல்யோஷா சுற்றும் முற்றும் பார்த்து, அவர்கள் இருவர் மட்டும் ஒரு தோட்டத்தில் தனியாக இருப்பதைக் கவனித்தான். அந்தத் தோட்டம் சிறியதாக இருந்தது, ஆனால் அதைச் சேர்ந்த வீடு அவர்கள் இருந்த இடத்திலிருந்து சுமார் ஐம்பது அடி தூரத்தில் இருந்தது. "இங்கே யாரும் இல்லை. நீங்கள் எதற்காக மெதுவாகப் பேச வேண்டும்?" என்று அல்யோஷா கேட்டான்.

"எதற்காகவா?" என்று டிமிட்ரி ஃபியோதரோவிச் திடீரென்று உரக்கக் கத்தினார். "ஆகா, பிசாசு அதை எடுத்துக் கொள்ளட்டும்! இயற்கை என்ன முட்டாள்தனமான தந்திரங்களைச் செய்கிறது என்பதை நீங்களே பாருங்கள். நான் இங்கே இரகசியமாக கண்காணித்து வருகிறேன். நான் உங்களுக்கு அதைப் பின்னர் விளக்குகிறேன். ஆனால் அது ஒரு இரகசியம் என்பதால் நான் இரகசியமாகப் பேசுகிறேன். தேவையில்லை என்றாலும் நான் ஒரு முட்டாளைப் போல கிசுகிசுக்கிறேன். போகலாம்! இப்படி வாருங்கள்! நாம் அங்கு செல்லும் வரை நீங்கள் மௌனமாக இருங்கள். நான் ஒரு கரடியைப் போல உங்களைக் கட்டிப் பிடிக்க விரும்புகிறேன்!

'உலகின் உன்னதமான இறைவனுக்கு மகிமை.
என்னுள் இருக்கும் உன்னதமானவருக்கு மகிமை!'

நான் நீங்கள் வருவதற்கு முன்பு இங்கே உட்கார்ந்து, இதைத் தான் சொல்லிக் கொண்டிருந்தேன்."

சுமார் மூன்று ஏக்கர் பரப்பளவு கொண்ட அந்தத் தோட்டத்தின் நான்கு புறமும் வேலியை ஒட்டி, பனை, பூச்சம், எலுமிச்சை, ஆப்பிள் மரங்கள் இருந்தன. தோட்டத்தின் நடுவில் புல்வெளி இருந்தது. அதிலிருந்து கோடைக் காலத்தில் பல நூறு புவுண்டுகள் வைக்கோல் கிடைத்தது. தோட்டத்தின் உரிமையாளர் ஒவ்வொரு வசந்த காலத்திலும் சில ரூபிள்களுக்கு அதைக் குத்தகைக்கு விட்டார். வேலிகளுக்கு அருகில் ராஸ்பெர்ரி, நெல்லிக்காய், திராட்சை வத்தல்களின் தோட்டங்கள் வரிசையாக இருந்தன. வீட்டின் அருகில் சமீபத்தில் நடப்பட்ட காய்கறித்

தோட்டம் இருந்தது. டிமிட்ரி ஃபியோதரோவிச் தன் சகோதரனை வீட்டிலிருந்து வெகு தொலைவில் உள்ள தோட்டத்தின் மூலைக்கு அழைத்துச் சென்றார். அங்கே எலுமிச்சை மரங்களும், திராட்சைக் கொடிகளும், குயில்டர் ரோஜாக்கள் மற்றும் கருநீல மலர்களும் அடர்ந்த புதர்களுக்கு மத்தியில் கறுப்பு நிறத்தில், சிதிலமடைந்து ஒரு பக்கமாகச் சாய்ந்த, மிகப் பழமையான ஒரு கோடைக்கால வீடு ஒன்று மழையிலிருந்து ஓரளவு பாதுகாப்பு தரும் கூரையுடன் இருந்தது. அந்தக் கோடைக்கால வீடு எவ்வளவு பழமையானது என்பது கடவுளுக்கே வெளிச்சம். அது ஐம்பது ஆண்டுகளுக்கு முன்பு அலெக்ஸாண்டர் வான் ஷிமிட் என்ற ஓய்வுபெற்ற கர்னல் கட்டியது என்று சிலர் சொன்னார்கள். சிதிலமடைந்த நிலையிலிருந்த அதன் தரைப் பலகைகள் தளர்ந்து உடைந்து, புழுதியின் வாசனையுடன் இருந்தது. அந்த வீட்டின் நடுவில் தரையில் பொருத்திய வட்ட வடிவமான பச்சை நிற மேசையும், அதைச் சுற்றிலும் இன்னும் உட்கார முடியக் கூடிய நிலையில் பச்சை நிறப் பெஞ்சுகளும் இருந்தன. முன்பு தன் அண்ணனின் உற்சாகமான மனநிலையைக் கவனித்திருந்த அல்யோஷா இப்போது மேசையின் மீதிருந்த ஒரு டம்ளரையும் பாதி காலியான பிராந்தி பாட்டிலையும் பார்த்தான்.

"ஆமாம், பிராந்தி!" என்று டிமிட்ரி சிரித்துக் கொண்டே சொன்னான். "நான் மீண்டும் குடிக்க ஆரம்பித்து விட்டேன் என்று நீங்கள் நினைப்பதை என்னால் அறிய முடிகிறது. ஆனால் நீங்கள் வெளித் தோற்றத்தை நம்பக்கூடாது.

'பயனற்றதைப் பேசும், பொய்யுரைக்கும்
கூட்டத்தின் வார்த்தைகளை நம்ப வேண்டாம்.
உங்கள் சந்தேகங்களை ஒதுக்கி வையுங்கள்...'

நான் குடி போதையில் இல்லை. உங்கள் நண்பர், அந்தப் பன்றிப் பையல் ரகிதீன் சொல்வது போல 'என்னை நானே மகிழ்வித்துக் கொள்கிறேன்.' அவர் மாநில கவுன்சிலரான பிறகும் அதைத்தான் சொல்வார். உட்காருங்கள். அல்யோஷா, நான் உங்களை நசுக்கும் அளவுக்கு என் இதயத்தோடு இறுக அணைக்க விரும்புகிறேன், ஏனென்றால் நீங்கள் மட்டுமே என்னைப் புரிந்து கொண்டீர்கள். இந்த உலகம் முழுவதும்... உண்மை...யில்... சத்தி.... யமாக.... (புரிந்து கொள்ளுங்கள்) நான்... நேசிக்கும் ஒரே மனிதன் நீங்கள்தான்!"

டிமிட்ரி அந்தக் கடைசி வார்த்தைகளை ஒருவிதப் பரவசத்துடன் பேசினார்.

“ஆமாம், நான் உங்களைப் பற்றியும், என்னை அழிவுக்கு இட்டுச் செல்லும் நான் காதலித்த அந்த வேசி பெண்ணைப் பற்றியும் மட்டுமே கவலைப்படுகிறேன். ஆனால் காதலிப்பது என்றால் நேசிப்பது என்று அர்த்தமல்ல. நீங்கள் ஒருவரை வெறுக்கும் போது கூட அவரைக் காதலிக்க முடியும். நீங்கள் அதை நினைவில் வையுங்கள்! நான் இப்போது மகிழ்ச்சியாக இருப்பதால் பேச விரும்புகிறேன். எனவே நீங்கள் இங்கே மேசையின் அருகில் அமருங்கள். நான் உங்கள் அருகில் அமர்ந்து, உங்களைப் பார்த்துப் பேசுகிறேன். நீங்கள் அமைதியாக நான் பேசுவதைக் கேளுங்கள், ஏனென்றால் நான் சொல்ல வேண்டியதைச் சொல்ல வேண்டிய நேரம் வந்துவிட்டது. ஆனால் நான் மிகவும் மெதுவாகப் பேசுவது நல்லது, ஏனென்றால் இங்கே... இங்கே... எத்தனைக் காதுகள் நாம் பேசுவதைக் கேட்கும் என்று சொல்ல முடியாது. ‘கதை தொடரும்’ என்று சொல்வார்களே அது போல நான் எல்லாவற்றையும் சொல்கிறேன். நான் ஏன் கடந்த சில நாட்களாக உங்களைப் பார்க்க மிகவும் ஆவலாக இருந்தேன் என்று நினைக்கிறீர்கள்? நான் கடந்த ஐந்து நாட்களாக இங்கே காத்திருக்கிறேன். நான் எல்லாவற்றையும் மனம் திறந்து பேச விரும்பும் ஒரே நபர் நீங்கள்தான் என்பதால் நீங்கள் எனக்குத் தேவை. நான் நாளை வானத்திலிருந்து குதிக்கப் போவதால் என் பழைய வாழ்க்கை முடிந்து புதிய வாழ்க்கை தொடங்கப் போகிறது. நீங்கள் எப்போதாவது மலை மேலிருந்து ஆழமான பள்ளத்தில் குதிப்பது போல கனவு கண்டிருக்கிறீர்களா? சரி, நான் இப்போது அதை அனுபவிக்கப் போகிறேன், ஆனால் கனவில் அல்ல. ஆனால் நான் பயப்படவில்லை, நீங்களும் பயப்பட வேண்டாம். நான் உண்மையில் பயப்படுகிறேன் என்றாலும் நான் அதை அனுபவிக்கிறேன். அது மகிழ்ச்சி அல்ல ஆனால் பரவசம்... நாசமாய்ப்போக, அது எதுவாக இருந்தால் என்ன? அது வலிமையான மனநிலையாக, பலவீனமான மனநிலையாக, பெண் தன்மையுள்ள மனநிலையாக எதுவாக இருந்தாலும்! நாம் இயற்கையைப் போற்றுவோம். சூரியன் எவ்வளவு பிரகாசமாக இருக்கிறது, வானம் மிகவும் தெளிவாகவும், இலைகள் மிகவும் பச்சையாகவும் உள்ளன. இது கோடைக்காலம் மதியம் மூன்று மணியாக இருந்தாலும் எவ்வளவு நிசப்தமாகவும், அமைதியாகவும் இருக்கிறது... அல்யோஷா, நீங்கள் எங்கே சென்று கொண்டிருந்தீர்கள்?”

“நான் அப்பாவைப் பார்க்கப் போகிறேன், ஆனால் முதலில் கேத்தரீனா இவானோவ்னாவைப் பார்க்க விரும்பினேன்.”

"முதலில் அவளையும் பிறகு அப்பாவையும் பார்ப்பது! அடடா, என்ன ஒரு தற்செயல்! நான் ஏன் உங்களுக்காகக் காத்திருந்தேன் என்று நினைக்கிறீர்கள்? நான் ஏன் உங்களைப் பார்க்க வேண்டும் என்று தவித்தேன்? என் உடலின் ஒவ்வொரு அணுவும், ஆத்மாவும் உங்களைப் பார்க்க வேண்டும் என்று ஏன் ஏங்கியது? நீங்கள் என் சார்பாகத் தந்தையிடமும், கேத்தரீனா இவானோவ்னாவிடமும் பேசி, ஒரே கல்லில் இரண்டு மாங்காய் அடிக்க வேண்டும் என்று நான் விரும்பினேன். நான் ஒரு தேவதூதனை அனுப்ப விரும்பினேன். நான் யாரை வேண்டுமானாலும் அனுப்பியிருக்க முடியும் என்றாலும் ஒரு தேவதூதனை அனுப்ப விரும்பினேன். இப்போது நீங்கள் அப்பாவையும் அவளையும் பார்க்கப் போகிறீர்கள் என்று தெரிகிறது."

"நீங்கள் உண்மையில் என்னை அனுப்ப விரும்பினீர்களா?" என்று அல்யோஷா வேதனையுடன் கேட்டான்.

"பொறுங்கள்! அது உங்களுக்குத் தெரியும், நீங்கள் அனைத்தையும் புரிந்து கொண்டீர்கள் என்பதை உங்கள் முகபாவத்திலிருந்து என்னால் உணர முடிகிறது. ஆனால் அமைதியாக இருங்கள், சிறிது நேரம் அமைதியாக இருங்கள். எனக்காக வருத்தப்பட்டு அழ வேண்டாம்!" என்று டிமிட்ரி நெற்றியில் கையை வைத்துக் கொண்டு ஒரு கணம் சிந்தனையில் ஆழ்ந்தார்.

"அவள் உங்களை வரச்சொல்லியிருக்க வேண்டும். அவள் உங்களுக்கு ஏதாவது குறிப்பு எழுதியிருக்க வேண்டும் இல்லையெனில் நீங்கள் போக மாட்டீர்கள்!"

"இதோ அந்தக் குறிப்பு" என்று அல்யோஷா சட்டைப் பையிலிருந்து அந்தக் குறிப்பை எடுத்துக் கொடுத்தான். மீச்சியா அதை வேகமாகப் படித்தார்.

"நீங்கள் குறுக்கு வழியில் செல்ல முடிவு செய்தீர்கள்! ஓ, கடவுளே, என்ன ஒரு தற்செயல் நிகழ்வு! கட்டுக் கதையில் வரும் முட்டாள் மீனவனுக்கு மாட்டிய தங்க மீனைப் போல உங்களை இந்த வழியாக அனுப்பியதற்காக நான் கடவுளுக்கு நன்றி சொல்கிறேன். அல்யோஷா, என் சகோதரனே கேளுங்கள். இப்போது நான் எல்லாவற்றையும் சொல்லப் போகிறேன். ஏனென்றால் நான் யாரிடமாவது அதைச் சொல்ல வேண்டும். நான் ஏற்கனவே அதைப் பரலோகத்தில் உள்ள தேவதூதனிடம் சொல்லிவிட்டேன், இப்போது பூமியில் உள்ள ஒரு தேவதூதனிடம் சொல்ல விரும்புகிறேன். நீங்கள் பூமியில் உள்ள ஒரு தேவதூதன். நீங்கள் நான் சொல்வதைக் கேட்டு அதைப் பரிசீலனை

செய்துவிட்டு என்னை மன்னிக்க வேண்டும்... என்னைவிட மேலான ஒருவர் என்னை மன்னிக்க வேண்டும் என்று நான் விரும்புகிறேன். கேளுங்கள்! பூவுலகில் உள்ள இரண்டு ஜீவன்கள் திடீரென்று பூமியில் உள்ள அனைத்தையும் துண்டித்துக் கொண்டு, ஓர் அசாதாரணமான உலகத்திற்குப் பறந்து சென்றால் அல்லது அவர்களில் யாராவது ஒருவர் பறந்து செல்வதற்கு முன்பு அல்லது அழிவதற்கு முன்பு மற்றவரிடம், எனக்காக அதைச் செய்யுங்கள் அல்லது இதைச் செய்யுங்கள் என்று மரணப்படுக்கையில் இருக்கும்போது மட்டுமே கேட்கும் ஒன்றைக் கேட்டால், மற்றவர் அதைச் செய்யாமல் இருக்க முடியுமா... அவர் ஒரு நண்பராக அல்லது சகோதரனாக இருந்தால்?"

"நான் அதைச் செய்கிறேன், ஆனால் அது என்னவென்று சொல்லுங்கள். சீக்கிரம் அதைச் சொல்லுங்கள்" என்றான் அல்யோஷா.

"சீக்கிரம்... ம்ம்ம். அல்யோஷா, அவசரப்படாதீர்கள். நீங்கள் அவசரமும் கவலையும் படுகிறீர்கள். நீங்கள் அவசரப்படுவதற்கு எந்தக் காரணமும் இல்லை. இப்போது இந்த உலகம் ஒரு புதிய சகாப்தத்திற்குள் நுழைகிறது. ஆகா, அல்யோஷா, நீங்கள் ஒருபோதும் பரவசத்தை அனுபவிக்கவில்லை என்பது பரிதாபத்திற்குரியது! ஆனால் நான் என்ன பேசுகிறேன்? உங்களுக்குப் பரவசம் என்றால் என்னவென்றே தெரியாது என்று நான் எப்படிச் சொல்ல முடியும்? நான் எவ்வளவு பெரிய முட்டாள்! 'மனிதனே உன்னதமாக இரு' என்று சொன்னது யார்?"

அல்யோஷா காத்திருக்க முடிவு செய்தான். அவன் தான் இங்கே இருப்பது மிகவும் அவசியம் என்பதை உணர்ந்தான். மீச்சியா முழங்கையை மேசையின் மீது ஊன்றி, ஒரு கையில் தலையைச் சாய்த்து ஆழ்ந்த சிந்தனையில் இருந்தார். இருவரும் சிறிது நேரம் அமைதியாக இருந்தனர்.

"அல்யோஷா" என்று மீச்சியா சற்று நேரம் கழித்துச் சொன்னார். "இந்த உலகத்திலேயே என்னைப் பார்த்துச் சிரிக்காத ஒரே மனிதன் நீங்கள்தான்... நான் என் ஒப்புதல் வாக்குமூலத்தை ஷில்லரின் 'மகிழ்ச்சிக்கான ஸ்தோத்திரம்' என்ற பாடலுடன் தொடங்க விரும்புகிறேன். எனக்கு ஜெர்மன் மொழி தெரியாது என்றாலும் அது 'மகிழ்ச்சிக்காக' என்று அழைக்கப்படுகிறது என்பது தெரியும். நான் குடிபோதையில் உளறுகிறேன் என்று நினைக்க வேண்டாம். பிராந்தி பிராந்திதான், ஆனால் எனக்குக் குடிக்க இன்னும் இரண்டு பாட்டில்கள் தேவை.

'சிவந்த முகமுடைய சிலேனஸ்
தடுமாறிய கழுதையின் மீது சவாரி செய்தான்.'

ஆனால் நான் சிலேனஸ் இல்லை. நான் கால் பாட்டில் கூட குடிக்கவில்லை. நான் சிலேனஸ் இல்லை ஆனால் வலிமையானவன், ஏனெனில் நான் இறுதியான மாற்ற முடியாத ஒரு முடிவை எடுத்திருக்கிறேன். நீங்கள் என் கேலியை மன்னிக்க வேண்டும். நீங்கள் இன்று என்னுடைய கேலிக்காக மட்டுமின்றி பல விஷயங்களுக்காக என்னை மன்னிக்க வேண்டியிருக்கும். நான் முட்டாள்தனமாகப் பேச மாட்டேன் என்பதால் நீங்கள் கவலைப்பட வேண்டியதில்லை. நான் உங்களை மேலும் தவிக்க விடாமல் விஷயத்திற்கு வருகிறேன். நீங்கள் என்னிடமிருந்து வார்த்தைகளைப் பிடுங்க வேண்டியதில்லை..."

அவர் தலையை உயர்த்தி, ஒரு விநாடி யோசித்துவிட்டு, திடீரென்று பரவசத்துடன் பேசத் தொடங்கினார்.

"ஓர் இருண்ட குகையில்
ஓர் ஆதி மனிதன் பயத்துடன் வாழ்ந்தான்.
அவன் ஒரு நாடோடியாக அலைந்து திரிந்து
அருகில் இருந்த வளமான நிலத்தை அழித்தான்.
காட்டில் வேட்டைக்காரர்கள் தங்கள் ஈட்டியைக்
காட்டி அச்சுறுத்தினர்.
எதிர்க் கரையில் சிக்கித் தவித்தவர்கள்
விரக்தியில் அழுது புலம்பினர்.

எங்கேயோ தொலைந்து போன
தன் மகளைத் தேடி
ஒலிம்பஸ் மலையிலிருந்து தாய் செரஸ்
கவனமாக இறங்கி வந்தாள்.
ஆனால் அந்தக் காட்டுப் பகுதிகளில்
அவளுக்கு ஆதரவு யாருமில்லை.
கோயில்கள் இல்லை, வழிபாடு இல்லை.
எங்கும் வனாந்திரமும் விரக்தியும்.

வயல்களில் கனிகள் விளையவில்லை.
திராட்சைத் தோட்டங்கள் இல்லை.
ரத்தக் கறை படிந்த பலிபீடங்களில்
இறந்தவர்களின் உடல்கள்
நிர்வாணமாகக் கிடந்தன.
தாய் செரஸ் எங்கு பார்த்தாலும்
உலகத்தின் ஆழ்ந்த விரக்தியின் பிடியில்
மனிதகுலத்தின் அவலநிலையைக் கண்டாள்."

அப்போது திடீரென்று கதறி அழுத மீச்சியா, அல்யோஷாவின் கையைப் பிடித்துக் கொண்டார்.

“என் அன்பு நண்பரே, மனிதனின் வீழ்ச்சி, மனிதனின் வீழ்ச்சி. அவன் மேலும் வீழ்ச்சியடைந்து கொண்டிருக்கிறான். அவன் இந்தப் பூமியில் எண்ணற்ற துயரங்களை, பயங்கரமான பேரழிவுகளைச் சகித்துக் கொள்ள வேண்டும்! நான் அதிகாரியின் சீருடையில் பிராந்தியைக் குடித்துவிட்டு இழிவான வாழ்க்கை நடத்தும் ஒரு முட்டாள் என்று நினைக்காதீர்கள். நான் மனிதனின் வீழ்ச்சியைத் தவிர வேறு எதைப் பற்றியும் நினைக்கவில்லை. தம்பி, நான் பொய் சொல்கிறேன் என்று நினைக்க வேண்டாம். நான் பொய் சொல்லாமலும், தற்பெருமை பேசாமலும் இருக்க கடவுள் எனக்கு அருள் புரிய வேண்டும். நான் மனிதனை அவனது வீழ்ச்சி நிலையில் நினைத்துப் பார்க்கிறேன், ஏனெனில் நானும் அந்த நிலையில் இருக்கிறேன்.

மனிதன் தன் ஆன்மாவைத்
தூய்மைப்படுத்தவும்,
உண்மையான மதிப்பை உணரவும்
பூமித்தாயை உறுதியாகப் பற்றிக்கொள்ள வேண்டும்.
அவன் தன் முழு ஆற்றலுடன்
அவளை நோக்கித் திரும்பி
உண்மைக்காகவும் ஒளிக்காகவும்
அவளை அரவணைக்க வேண்டும்.

ஆனால் இங்கேதான் பிரச்சனை இருக்கிறது. அவன் எப்படி பூமித்தாயுடன் என்றென்றும் ஐக்கியமாக முடியும்? நான் பூமித்தாயை முத்தமிடவோ, அவள் மார்பை உழவோ இல்லை. அப்படியானால் நான் ஒரு விவசாயியாகவோ, மேய்ப்பனாகவோ ஆக வேண்டுமா? நான் எங்கே போகிறேன் என்று தெரியாமல் நடக்கிறேன். நான் அவமானத்தின் துர்நாற்றத்தை நோக்கிப் போகிறேனா அல்லது பிரகாசமான மகிழ்ச்சியை நோக்கிப் போகிறேனா என்று எனக்குத் தெரியவில்லை. அதுதான் பிரச்சனை, ஏனென்றால் பூமியில் உள்ள அனைத்தும் ஒரு புதிர்! நான் மிகவும் இழிவான, மிகவும் பயங்கரமான சீரழிவில் மூழ்கிய போதெல்லாம் (இது எனக்கு எப்போதும் நடந்திருக்கிறது) தாய் செரெஸின் கவிதையையும், அந்த மனிதனின் விதியைப் பற்றிய கவிதையையும் படித்திருக்கிறேன். ஆனால் அது என்னை மேம்படுத்தியதா? இல்லை, ஒருபோதும் இல்லை! ஏனெனில் நான் ஒரு கரமசோவ். நான் படுகுழியில் தலைகுப்புற விழும்போதும் என் சொந்தச் சீரழிவை ரசிப்பதுடன், அதில் ஏதோ ஓர் அழகைக்

காண்கிறேன். நான் அந்தச் சீரழிவின் ஆழத்திலிருந்து ஒரு பாடலைப் பாடத் தொடங்குகிறேன். நான் சபிக்கப்பட்டவனாகவும், இழிவானவனாகவும், கீழ்த்தரமானவனாகவும் இருக்கலாம், ஆனால் நான் கடவுளின் ஆடையின் நுனியை முத்தமிட விரும்புகிறேன். அதே நேரத்தில் நான் சாத்தானையும் பின் தொடர்ந்து செல்கிறேன் என்றாலும் நான் இன்னும் உங்கள் மகன். ஓ, கடவுளே, நான் உங்களை நேசிக்கிறேன். நான் மகிழ்ச்சியை அனுபவிக்கிறேன், அது இல்லாமல் இந்த உலகம் இருக்க முடியாது.

இயற்கையின் தேசத்தில்
இன்பமே மேலோங்கி நிற்கிறது.
இயற்கை அன்னை மென்மையான கையால்
காலச் சக்கரத்தைச் சுழற்றுகிறாள்.
மொட்டுக்களை பூத்து மலரச் செய்கிறாள்.
வானத்தில் விண்மீன்களை ஒளிரச் செய்கிறாள்.
எந்த மனிதக் கண்ணாலும்
கண்டுபிடிக்க முடியாத ஞானம்.

அவளுடைய ஆனந்த நீரோடையில்
அனைத்து ஜீவராசிகளும் தாகம் தணிக்கின்றன.
எல்லா விலங்குகளும், மனிதர்களும்,
வாழும் அனைவரும் மகிழ்ச்சியாக இருக்கிறார்கள்.
எல்லோரும் அவளைப் பின்தொடரச் செய்கிறாள்.
மனிதர்களுக்கு நல்ல நண்பர்களைக் கொடுக்கிறாள்.
மலர்களுக்கு மதுவைத் தருகிறாள்.
தேவர்களுக்கு தேவனின் சிம்மாசனத்தின் தரிசனத்தைத் தருகிறாள்.
பூச்சிகளுக்கு காம இச்சையைத் தருகிறாள்.

கவிதை போதும்! எனக்கு அழுகை வருகிறது நான் அழுகிறேன். இந்த முட்டாள்தனத்தைப் பார்த்து எல்லோரும் சிரிப்பார்கள், ஆனால் நீங்கள் சிரிக்க மாட்டீர்கள். உங்கள் கண்கள் பிரகாசிக்கின்றன. போதும் கவிதை. இப்போது நான் உங்களுக்குக் கடவுள் காம இச்சையைக் கொடுத்த 'பூச்சிகள்' பற்றிச் சொல்ல விரும்புகிறேன். 'பூச்சிகளுக்குக் காமம்.' தம்பி, நான் தான் அந்தப் பூச்சி. அந்த வார்த்தைகள் எனக்கு மிகவும் பொருந்தும். கரமசோவ்களாகிய நாம் அனைவரும் அத்தகைய பூச்சிகள். தேவதூதனான உங்களுக்குள்ளும் அத்தகைய பூச்சி வாழ்ந்து, உங்கள் இரத்தத்திலும் புயலைக் கிளப்பும். காமம் என்பது ஒரு புயல், இல்லை, புயலை விட மோசமானது! அழகு ஓர் அற்புதமான, பயங்கரமான விஷயம்! அது அற்புதமானது, ஏனெனில் அதை வரையறுக்க முடியாது, கடவுளின் படைப்பில் உள்ள

நற்றிணை பதிப்பகம் ○ 173

எல்லாவற்றையும் போலவே விவரிக்க முடியாதது, புதிரானது. இங்கே எதிரெதிர் துருவங்கள் ஒன்றுபடுகின்றன, இங்கே முரண்பாடுகள் ஆட்சி செய்கின்றன! தம்பி, நான் படிக்காதவன் என்றாலும் அதைப் பற்றி நிறைய யோசித்திருக்கிறேன். எத்தனையோ மர்மங்கள்! இந்தப் பூமியில் மனிதன் பல மர்மங்களால் சூழப்பட்டிருக்கிறான். உங்களால் இயன்றவரை அவற்றைப் புரிந்து கொண்டு, காயமின்றி உயிர் வாழுங்கள். அழகு! உன்னதமான இதயமும், உயர்ந்த புத்தியும் கொண்ட ஒரு மனிதன் மடோனாவின் லட்சியத்துடன் தொடங்கி, சோடோமின் லட்சியத்துடன் முடிவடைவதை என்னால் சகித்துக்கொள்ள முடியவில்லை. இதில் கொடுமையானது என்னவென்றால், சோடோமின் லட்சியத்தை தன் உள்ளத்தில் வைத்திருக்கும் ஒரு மனிதன் மடோனாவின் லட்சியத்தைக் கைவிடுவதில்லை. உண்மையில் அவனுடைய உள்ளம் அவனது அப்பாவித்தனமான இளமைக் காலத்தில் நடந்ததைப் போல அந்த லட்சியத்துடன் எரிந்து கொண்டிருக்கலாம். இல்லை, மனிதன் பெரியவன், மிகப் பெரியவன். நான் அவனைச் சிறியவனாக்கி விட்டேன். அவனை என்ன செய்ய வேண்டும் என்று சாத்தானுக்கு மட்டுமே தெரியும் என்பதுதான் விஷயம்! அறிவுக்கு வெட்கக்கேடாகத் தோன்றுவது இதயத்திற்கு அழகானதாகத் தோன்றலாம். சோடோமில் அழகு இருக்கிறதா? ஆமாம், என்னை நம்புங்கள், பெரும்பாலான ஆண்களுக்கு அதில்தான் அழகு இருக்கிறது. அந்த இரகசியம் உங்களுக்குத் தெரியுமா, இல்லையா? அழகின் அற்புத மர்மம்! அதற்காக மனிதனின் இதயம் எனும் போர்க்களத்தில் கடவுளும் சாத்தானும் போரிடுகிறார்கள். ஆனால் மனிதன் எப்போதும் தன் சொந்த வலியைப் பற்றிப் பேசுகிறான். இப்போது நான் விஷயத்திற்கு வருகிறேன், கேளுங்கள்."

4. உணர்ச்சிவசப்பட்ட இதயத்தின் ஒப்புதல் வாக்குமூலம் – உரைநடையில்

"நான் ஒரு குடிகாரனாக, மிருகத்தனமான வாழ்க்கை வாழ்ந்து வந்தேன்" என்று டிமிட்ரி தொடர்ந்து சொன்னார். "நான் ஓர் அப்பாவிப் பெண்ணை மயக்குவதற்காகச் சில ஆயிரம் ரூபிள்களைச் செலவழித்தேன் என்று இன்று காலை தந்தை சொன்னதைக் கேட்டீர்கள். அது முற்றிலும் ஆதாரமற்ற அசிங்கமான பொய். அது ஒருபோதும் உண்மையில்லை, ஏனென்றால் என்னைப் பொறுத்தவரை அதற்குப் பணம் தேவையில்லை. எனக்குப் பணம் என்பது ஒரு துணைப் பொருள்

மட்டுமே. அது உணர்ச்சிகளைத் தூண்டிவிட்டு, அதற்கான வாய்ப்பை வழங்குகிறது. இன்று அது ஒரு பெண்ணாக இருக்கலாம், நாளை அது வேறு யாரோ ஒருவராக இருக்கலாம். நான் அவர்கள் இருவரையும் சமமாக மகிழ்விப்பேன். இசை, வேடிக்கை, ஜிப்ஸிகள் என்று நான் பணத்தைத் தண்ணீராகச் செலவழித்தேன். நான் சில நேரங்களில் அதைப் பெண்களுக்கும் கொடுத்தேன், ஏனெனில் சில பெண்கள் அதைப் பேராசையுடன் எடுத்துக்கொள்கிறார்கள், அவர்கள் அதற்காக மகிழ்ச்சியடைந்து, நன்றியுள்ளவர்களாக இருக்கிறார்கள் என்பதை ஒப்புக்கொள்கிறேன். ஆனால் சில பெண்களுக்கு, நிச்சயமாக எல்லோருக்கும் இல்லை என்றாலும் சிலருக்கு என்னைப் பிடித்திருந்தது. இருந்தாலும் நான் பிரகாசமான பெரிய தெருக்களை விட, குறுகலான சிறிய, இருண்ட தெருக்களை அதிகம் விரும்பினேன், ஏனெனில் அங்கு எதிர்பாராத அனைத்து வகையான விஷயங்களும் நிகழ்கின்றன. நான் அசுத்தமான சாக்கடைகளில் ரத்தினங்களைக் கண்டுபிடிக்க முடியும் என்று நினைத்தேன். தம்பி, நான் உருவகமாகப் பேசுகிறேன். நான் வசித்த அந்தச் சிறிய ஊரில் உண்மையில் அத்தகைய தெருக்களும் சாக்கடைகளும் இல்லை, ஆனால் தார்மீக சந்துகள் இருந்தன. நீங்கள் என்னைப் போல இருந்திருந்தால் நான் என்ன சொல்கிறேன் என்பது உங்களுக்குப் புரிந்திருக்கும். நான் கீழ்த்தரமானதை, அது என் மீது ஏற்படுத்தும் அவமானத்தை விரும்பினேன். நான் மிருகத்தனமான இச்சையை நேசித்தேன். நான் ஒரு கொடிய ஜந்து இல்லையா? ஒரே வார்த்தையில் சொல்வதானால் நான் ஒரு கரமசோவ்! ஒரு முறை நாங்கள் ஏழு வண்டிகளில் சுற்றுலா சென்றோம். நான் அந்தக் குளிர்கால இருட்டில் வண்டியில் இருந்த ஒரு இளம் பெண்ணின் கையைப் பிடித்து, என்னை முத்தமிடும்படி அவளைக் கட்டாயப்படுத்தினேன். அந்த இனிமையான, மென்மையான, சாந்தமான பெண் ஓர் அரசு ஊழியரின் மகள். அவள் எனக்குச் சுதந்திரம் அளித்து அந்த இருட்டில் பல காரியங்களைச் செய்ய என்னை அனுமதித்தாள். அந்தப் பாவப்பட்ட பெண், அடுத்த நாள் காலை நான் அவளிடம் என் காதலை முன்மொழிவேன் என்று நினைத்தாள் (நான் அவளுக்கு ஒரு நல்ல ஜோடியாக இருந்தேன்). நான் அதன் பிறகு ஐந்து மாதங்களாக அவளிடம் ஒரு வார்த்தையும் பேசவில்லை. அவள் நடன அரங்குகளில் ஒரு மூலையிருந்து என்னை எப்படிப் பார்த்தாள் என்பதை நான் பார்த்தேன் (நாங்கள் நடன அரங்கில் அடிக்கடி பார்த்துக் கொண்டோம்). நான் அவளைப் பார்த்தபோது, அவளுடைய கண்கள் கோபத்தில் தீப்பிழம்புகள் போல ஜொலிப்பதைக் கண்டேன். அந்த விளையாட்டு நான் எனக்குள் வளர்த்து வந்த ஜந்துவின் காமத்தைத் தூண்டியது.

அவள் ஐந்து மாதங்களுக்குப் பிறகு ஒரு அரசு ஊழியரைத் திருமணம் செய்து கொண்டு ஊரை விட்டுச் சென்றாள். அப்போது கூட அவள் என் மீது கோபமாக இருந்தாள், ஒருவேளை அவள் இன்னும் என்னைக் காதலிக்கலாம். எப்படியோ அவள் இப்போது திருமணமாகி மகிழ்ச்சியாக இருக்கிறாள். நான் அதை யாரிடமும் சொல்லவில்லை என்பதையும், அவள் பெயருக்கு களங்கம் விளைவிக்கும் எதையும் செய்யவில்லை என்பதையும் நினைவில் கொள்ளுங்கள். நான் கீழ்த்தரமான இச்சைகளிலும் காதலிலும் உழன்றாலும் மரியாதை தெரியாதவன் அல்ல. நீங்கள் வெட்கப்படுவதையும், உங்கள் கண்கள் பிரகாசிப்பதையும் என்னால் பார்க்க முடிகிறது. உங்களைப் பொறுத்தவரை இந்த அசிங்கமே அதிகம். ஆனால் கொடூரமான ஒரு ஐந்து ஏற்கனவே பூதாகரமாக வளர்ந்து என் ஆன்மாவில் பரவிக் கொண்டிருந்ததுடன் ஒப்பிடும்போது, இவையெல்லாம் பால் டி காக் என்ற எழுத்தாளரின் சிறிய பூக்களைத் தவிர வேறில்லை. தம்பி, அத்தகைய நினைவுகளின் பெரும் தொகுப்பு என் வசம் உள்ளது. அவை அனைத்தையும் கடவுள் ஆசீர்வதிக்கட்டும். நான் ஒரு பெண்ணை விட்டுப் பிரிந்த பிறகும் அவளுடன் நல்ல நட்புணர்வுடன் இருக்க விரும்புகிறேன். நான் அவர்கள் யாருக்கும் துரோகம் செய்ததில்லை, அவர்களின் நற்பெயரையும் கெடுத்ததில்லை. நீங்கள் நினைப்பது போல, இந்த முட்டாள்தனங்களை எல்லாம் உங்களிடம் சொல்வதற்காக நான் உங்களை இங்கே அழைக்கவில்லை. இல்லை, அல்யோஷா, நான் இன்னும் சுவாரஸ்யமான ஒன்றை உங்களுக்குச் சொல்லப் போகிறேன். ஆனால் நான் இதையெல்லாம் உங்களிடம் சொல்வதற்கு வெட்கப்படுவதற்குப் பதிலாக மகிழ்ச்சியடைகிறேன் என்று நினைத்து நீங்கள் ஆச்சரியப்பட வேண்டாம்."

"நான் வெட்கப்பட்டதால் நீங்கள் அப்படிச் சொல்கிறீர்கள்" என்று திடீரென்று அல்யோஷா சொன்னான். "நான் நீங்கள் சொல்வதைக் கேட்டும், உங்கள் செயல்களைக் கண்டும் வெட்கப்படவில்லை, மாறாக நானும் உங்களைப் போலவே இருப்பதை நினைத்து வெட்கப்படுகிறேன்."

"நீங்களா? நீங்கள் நீண்ட தூரம் போகவில்லையே?"

"இல்லை, வெகுதூரம் போகவில்லை" என்று அல்யோஷா உற்சாகத்துடன் சொன்னான். அவனுக்கும் அந்த எண்ணம் சிறிது காலமாக இருந்து வருகிறது என்பதை அது காட்டியது. "நாம் இருவரும் ஒரே ஏணியில் இருக்கிறோம். நான் கீழே இருக்கிறேன் நீங்கள் மேலே ஏறிவிட்டீர்கள், ஒருவேளை நீங்கள் பதிமூன்றாம் படியில் இருக்கலாம். நான் அப்படித்தான் அதைப் பார்க்கிறேன். ஆனால் அதனால் பெரிய வித்தியாசம் ஒன்றுமில்லை, இரண்டுமே

ஒன்றுதான். ஒரு மனிதன் கீழ்ப் படியில் காலடி வைத்தவுடன் அவன் மேலே ஏறிச்செல்வது உறுதி."

"அப்படியானால் ஏணியில் காலடி வைக்காமல் இருப்பது நல்லது, இல்லையா?"

"ஆமாம், நிச்சயமாக உங்களால் முடிந்தால்..."

"ஆனால் உங்களால் முடியாதா?"

"என்னால் முடியும் என்று தோன்றவில்லை."

"அன்பே, அல்யோஷா பேச வேண்டாம். நான் மனம் நெகிழ்ந்து விட்டேன், உங்கள் கையை முத்தமிட விரும்புகிறேன். ஆண்களைப் பற்றி அதிகம் புரிந்து கொண்ட அந்த வேசி குருஷென்கா, ஒரு நாள் உங்களை விழுங்கி விடுவேன் என்று ஒரு முறை என்னிடம் சொன்னாள். ஆனால் நான் அதைப் பற்றிப் பேச விரும்பவில்லை. நாம் அந்த அசுத்தத்தை, ஈக்கள் மொய்க்கும் சாணக் குவியலை விட்டுவிட்டு, என்னுடைய சோகத்தை, அனைத்து வகையான தீமைகளும் நிறைந்த, துர்நாற்றம் பிடித்த, ஈக்கள் மொய்க்கும் சாணக் குவியலைப் பற்றிப் பேசுவோம். நான் அப்பாவிப் பெண்களை மயக்கியதாக அந்தக் கிழவர் பொய் சொன்னாலும், என் கடந்த காலத்தில் அதைப் போன்ற ஒரு சம்பவம் நடந்தது. அது ஒரே ஒரு முறைதான் என்றாலும் உண்மையில் அதுவும் வெற்றிகரமாக நடக்கவில்லை. கிழவர் என்னைப் பற்றிய அந்தக் கதையைச் சொன்னாலும், அவருக்கு அதைப் பற்றி எதுவும் தெரியாது. நான் அதை இவானிடம் சொன்னதைத் தவிர, இப்போது உங்களிடம் மட்டுமே அதைச் சொல்கிறேன். இவானுக்கு எல்லாமே தெரியும், நீண்ட காலத்திற்கு முன்பே அவருக்குத் தெரியும். ஆனால் இவான் எதுவும் சொல்லாமல் கல்லறை போல அமைதியாக இருக்கிறார்."

"கல்லறை போன்ற அமைதியா?"

"ஆமாம்."

அல்யோஷா மிகுந்த கவனத்துடன் கேட்டுக் கொண்டிருந்தான்.

"நான் எல்லைப்புற படையில் இரண்டாவது லெப்டினென்ட்டாக இருந்தாலும், ஏதோ நாடுகடத்தப்பட்ட ஒருவன் கண்காணிப்பில் இருப்பது போல இருந்தது. ஆனால் அந்தச் சிறிய நகரம் என்னை இருகரம் நீட்டி வரவேற்றது. நான் அங்கு பணத்தைத் தண்ணீரைப் போலச் செலவழித்தேன். அங்கிருந்தவர்கள் என்னைப் பணக்காரன் என்று நினைத்தனர், நானும் அவ்வாறே நம்பினேன். இருந்தாலும் நான் அவர்களை வேறு வழிகளில் மகிழ்வித்திருக்க வேண்டும். அவர்கள் என்னை ஏற்கவில்லை என்றாலும், உண்மையில் என்னை நேசித்தார்கள். வயதானவராக

இருந்த கர்னலுக்கு திடீரென்று என் மீது வெறுப்பு ஏற்பட்டது. அவர் என் மீது தொடர்ந்து குற்றம் கண்டுபிடித்துக் கொண்டே இருந்தார். அவர் ஏதோ ஒரு சிக்கலில் என்னை மாட்டிவிட முயன்றார் என்றாலும் அது அவ்வளவு சுலபமாக நடக்கவில்லை, ஏனெனில் என் நண்பர்களும், அந்த நகரத்து மக்களும் என் பக்கம் இருந்தனர். நான் தவறு செய்யவில்லை என்று சொல்ல முடியாது, ஏனெனில் நான் வேண்டுமென்றே அவருக்கு உரிய மரியாதை தராமல் நடந்து கொண்டேன். நான் அதை மிகவும் பெருமைக்குரிய விஷயமாக நினைத்தேன். மிகவும் நல்ல குணமும், கருணை உள்ளமும் கொண்ட அந்தப் பிடிவாதம் பிடித்த கர்னலுக்கு இரண்டு மனைவிகள் இருந்தனர், ஆனால் இருவரும் இறந்து விட்டனர். எளிய குடும்பத்தைச் சேர்ந்த அவருடைய முதல் மனைவி, அவரிடம் அவளைப் போல ஒரு மகளை விட்டுச் சென்றாள். நான் அங்கு இருந்தபோது, அவள் இருபத்து நான்கு வயது இளம் பெண்ணாக இருந்தாள். அவள் இறந்துபோன தன் தாயின் சகோதரியான அத்தையுடனும், தன் தந்தையுடனும் வாழ்ந்து வந்தாள். அவளுடைய அத்தை அதிர்ந்து பேசாத அமைதியான, எளிமையான பெண், ஆனால் அவளுடைய மருமகள், கர்னலின் மூத்த மகள் கலகலப்பாகப் பேசக்கூடியவள். அந்தப் பெண்ணைப் போல வசீகரமான குணம் கொண்ட ஒரு பெண்ணை நான் பார்த்ததில்லை. அகாஃபியா இவானோவ்னா என்பது அவள் பெயர். அவளுடைய தோற்றம் மோசமாக இல்லாமல் ரஷ்ய ரசனைக்கு ஏற்ப, உயரமான, வலிமையான உடல்வாகுடன், அழகிய கண்களுடன், ஆனால் சற்று சொரசொரப் பான முகத்துடன் இருந்தது. இரண்டு ஆண்கள் அவளைத் திருமணம் செய்துகொள்ள முன்மொழிந்த போதிலும், அவள் அவர்களை நிராகரித்து, திருமணம் செய்யாமல் தனியாக இருந்தாள். நான் அவளுடன் நெருக்கமானேன் என்றாலும், நீங்கள் நினைப்பது போல அந்த வழியில் இல்லாமல், இருவரும் நல்ல நண்பர்களாக மட்டும் இருந்தோம். நான் பல சமயங்களில் பெண்களுடன் அப்பாவித்தனமான நட்புடன் நெருக்கமாக இருந்திருக்கிறேன். நான் அவளிடம் எல்லாவிதமான அதிர்ச்சியூட்டும் விஷயங்களையும் வெளிப்படையாகப் பேசியபோது, அவள் வெறுமனே சிரித்தாள். பல பெண்கள் வெளிப்படைத் தன்மையை விரும்புகிறார்கள் என்பதை நீங்கள் கவனத்தில் கொள்ள வேண்டும். அவளும் ஓர் இளம் பெண் என்பதால் அது மிகவும் வேடிக்கையாக இருந்தது. இருந்தாலும் அவளை ஓர் இளம் பெண் என்று குறிப்பிடுவது சாத்தியமற்றதாக இருந்தது. ஏனெனில் அவளும் அவள் அத்தையும் அந்த வீட்டில் வசித்தாலும், அவர்கள் குடும்ப உறுப்பினர்களைப் போல இல்லாமல், தாழ்ந்தவர்களைப் போல,

அந்தச் சமூகத்தைச் சேர்ந்தவர்கள் இல்லை என்பது போல நடந்து கொண்டனர். இருப்பினும் எல்லோரும் அகாஃபியாவை நேசித்தனர். அவள் ஒரு திறமையான ஆடை வடிவமைப்பாளர் என்பதால் அவர்களுக்கு அவள் தேவைப்பட்டாள். அவள் அதற்காக யாரிடமும் பணம் வாங்காமல் அதை ஒரு உதவியாகச் செய்தாள். ஆனால் யாரேனும் அவளுக்குப் பணம் கொடுக்க முன்வந்தால் அவள் அதை மறுக்கவில்லை. கர்னலைப் பொறுத்தவரை அது வேறு விஷயம். அவர் மாவட்டத்தில் மிக முக்கியமான மனிதராக இருந்ததால், ஆடம்பரமாக வாழ்ந்தார். அவர் முழு நகரத்தையும் வீட்டிற்கு வரவழைத்து, இரவு உணவு, நடனங்கள் என்று அனைவரையும் மகிழ்வித்தார். நான் அவருடைய படைப்பிரிவில் சேர்ந்தபோது, பீட்டர்ஸ்பர்க் உறைவிடப் பள்ளிகளில் ஒன்றில் பட்டம் பெற்ற, பேரழகியான அவரது இரண்டாவது மகளின் வருகையை அந்த நகரம் முழுவதும் பரபரப்பாக எதிர்பார்த்துக் கொண்டிருந்தது. அது வேறு யாருமல்ல, கர்னலின் இரண்டாவது மனைவியின் மகளான கேத்தரீனா இவானோவ்னா. கர்னலின் முதல் மனைவியைப் போல இல்லாமல், அந்த இரண்டாவது மனைவி ஒரு பழமையான, புகழ்பெற்ற குடும்பத்தைச் சேர்ந்த ஒரு தளபதியின் மகள். இருப்பினும் எனக்குத் தெரிந்தவரை, அவள் கர்னலுக்கு வரதட்சணையாக எந்தப் பணமும் கொண்டு வரவில்லை. எனவே கேத்தரீனாவுக்கு குடும்பப் பின்னனி இருந்ததால், உறவினர் களிடமிருந்து ஏதாவது பெறுவதற்காகச் சில சாத்தியக்கூறுகளைத் தவிர, அவளுடைய பெயருக்குப் பணம் எதுவும் இல்லை. அவள் நிரந்தரமாகத் தங்குவதற்காக இல்லாமல், தன் குடும்பத்துடன் சில நாட்களைக் கழிக்க அங்கு வந்தபோது, நகரம் முழுவதும் புத்துயிர் பெற்றதாகத் தோன்றியது. இரண்டு தளபதிகளின் மனைவிகளும், ஒரு கர்னலின் மனைவியும், அவர்களைத் தொடர்ந்து பலரும், அவளை மகிழ்விக்க மிகுந்த ஆர்வத்தை வெளிப்படுத்தி, அங்குமிங்கும் அழைத்துச் செல்ல ஒருவருக்கொருவர் போட்டி போட்டுக் கொண்டனர். அவள் எல்லா இடங்களுக்கும் சென்றதுடன், நடனங்களிலும் சுற்றுலாக்களிலும் ராணியாகத் திகழ்ந்தாள். மன உளைச்சலில் இருக்கும் சில ஆட்சியாளர்களை மகிழ்விக்க அவர்கள் ஒரு கொண்டாட்டமான மாலைப் பொழுதை ஏற்பாடு செய்தனர். எப்போதும் போல கேத்தரீனா இவானோவ்னா அந்த நிகழ்ச்சியின் ராணியாக இருந்தாள். ஆனால் நான் அவளைப் பற்றிக் கவலைப்படாமல் நன்றாகக் குடித்துவிட்டு எனக்குரிய வகையில் மகிழ்ச்சியாக இருந்தேன். அப்போது நான் அந்த நகரமே அதிரும் அளவுக்கு ஒரு சாகசத்தைச் செய்தேன். ஒரு நாள் மாலை தளபதியின் வீட்டில் அவள் கண்கள் என்னை அளவெடுப்பதைக்

கவனித்தேன், ஆனால் நான் அவளுடைய அறிமுகத்தை வெறுப்பது போல அவளிடம் போகவில்லை. அதன் பிறகு ஒரு நாள் மாலை நேர விருந்து ஒன்றில் நான் அவளிடம் பேசினேன். அவள் என்னைப் பார்க்காமல் இகழ்ச்சியாக உதட்டைச் சுழித்தாள். 'அப்படியா சேதி, நான் உனக்குச் சரியான பாடம் புகட்டுகிறேன்' என்று நான் எனக்குள் சொல்லிக் கொண்டேன். நான் பல சந்தர்ப்பங்களில் ஒரு முட்டாளைப் போல முரட்டுத்தனமாக நடந்து கொள்கிறேன் என்று எனக்கே தெரியும். ஆனால் அந்த நேரத்தில், அவள் அப்பாவியான பள்ளி மாணவி அல்ல, மாறாக பண்பும், குணமும், ஒழுக்கமும், எல்லாவற்றுக்கும் மேலாக கல்வியும் புத்திக்கூர்மையும் கொண்ட கர்வம் பிடித்த பெண், ஆனால் எனக்கு இரண்டுமே இல்லை என்பதை நான் உணர்ந்து கொண்டது என் நிலையை மேலும் மோசமாக்கியது. நான் அவளிடம் முன்மொழிய விரும்பினேன் என்று நினைக்கிறீர்களா? இல்லவே இல்லை, நான் அவளைப் பழிவாங்க விரும்பினேன், ஏனென்றால் நான் ஒரு நல்ல மனிதன் என்பதை அவள் உணர்ந்ததாகத் தெரியவில்லை. நான் நன்றாகக் குடித்துவிட்டு என்னுடைய பாணியில் கூச்சலையும் குழப்பத்தையும் ஏற்படுத்தினேன். இறுதியாக கர்னல் என்னை மூன்று நாட்கள் வீட்டுக் காவலில் வைத்தார். நான் அப்போதுதான் தந்தையிடமிருந்து ஆறாயிரம் ரூபிள்களைப் பெற்றுக் கொண்டு, எனக்குச் சேர வேண்டிய அனைத்தையும் பெற்றுக் கொண்டதால், சொத்தின் மீது எனக்குள்ள உரிமைகள் அனைத்தையும் துறக்கிறேன் என்றும், இனி அவரிடம் எதையும் கேட்க மாட்டேன் என்றும் அதிகாரபூர்வமாகக் கையொப்பமிட்ட ஆவணத்தை அவருக்கு அனுப்பினேன். தம்பி, அப்போது எனக்கு ஒன்றுமே புரியவில்லை. நான் இங்கு வரும் வரை, இந்தக் கடைசி சில நாட்கள் வரை, ஏன் இன்று வரை கூட, இந்தப் பண விவகாரத்தில் எனக்கும் தந்தைக்கும் உள்ள பிரச்சனையில் எனக்குத் தலையும் புரியவில்லை, வாலும் புரியவில்லை. ஆனால் அதெல்லாம் நரகம், அதைப் பற்றிப் பின்னர் பேசுவோம். நான் ஆறாயிரம் பெற்ற அந்தச் சமயத்தில் திடீரென்று எனக்கு நண்பர் ஒருவரிடமிருந்து வந்த கடிதத்தில் ஒரு சுவாரஸ்யமான விஷயம் இருப்பதை அறிந்தேன். அதாவது எங்கள் லெப்டினென்ட் கர்னல் மீது உயர் அதிகாரிகளுக்கு சில அதிருப்தி இருப்பதாகவும், அவர் சில முறைகேடுகளில் சம்பந்தப்பட்டிருப்பதாகச் சந்தேகப்படுவதாகவும் தெரிய வந்தது. ஒரு வார்த்தையில் சொல்ல வேண்டும் என்றால் அவரது எதிரிகள் அவர் முகத்தில் கரியைப் பூசுவதற்குத் தயாராக இருந்தனர். விரைவில் எங்கள் படைப் பிரிவின் தளபதி வந்து அவருக்குக்

கொடுக்க வேண்டியதைக் கொடுத்தார். அதன் பிறகு அவர் அவருடைய பதவியை ராஜினாமா செய்ய வேண்டும் என்று நிர்ப்பந்திக்கப்பட்டார். நான் உங்களிடம் அதையெல்லாம் விரிவாகச் சொல்லப் போவதில்லை. ஆனால் ஊரில் இருந்த அவருடைய எதிரிகளுக்கு அதில் நிச்சயமாக ஏதோ தொடர்பு இருந்தது. திடீரென்று அந்த ஊரில் இருந்தவர்கள் அவரையும் அவர் குடும்பத்தினரையும் வெறுத்தனர். அவருடைய நண்பர்கள் அனைவரும் அவருக்கு எதிராகத் திரும்பினார்கள். நான் என்னுடைய முதல் தந்திரத்தை விளையாட அந்தத் தருணத்தைத் தேர்ந்தெடுத்தேன்.

"நான் எப்போதும் நட்புணர்வைப் பேணி வந்த அகாஃபியா இவானோவ்னாவை சந்தித்து அவளிடம் பேசினேன். 'அரசாங்கப் பணத்தில் நாலாயிரத்து ஐநூறு ரூபிள்கள் குறைகிறது என்ற குற்றச்சாட்டு உன் தந்தையின் மீது இருக்கிறது தெரியுமா?' என்று கேட்டேன். 'என்ன சொல்கிறீர்கள்? சமீபத்தில் இங்கு வந்திருந்த தளபதி எல்லாம் சரியாக இருப்பதாகச் சொன்னார்' என்றாள் அவள். 'அது அப்போது சரியாக இருந்தது, ஆனால் இப்போது இல்லை' என்றேன் நான். 'தயவு செய்து என்னைப் பயமுறுத்தாதீர்கள். அது உங்களுக்கு எப்படித் தெரியும்?' என்று அவள் மிகவும் பயத்துடன் கேட்டாள். 'கவலைப்படாதே, நான் யாரிடமும் சொல்ல மாட்டேன். நான் அதைப் பற்றி யாரிடமும் மூச்சுவிட மாட்டேன். ஆனால் நான் அதைப் பற்றிச் சில விஷயங்களை உன்னிடம் சொல்ல விரும்புகிறேன். அவர்கள் உங்கள் தந்தையிடம் நாலாயிரத்து ஐநூறு ரூபிள்களைத் தரும்படிக் கேட்டு, அதை அவர் கொடுக்க முடியாமல் போனால், அவரை நீதிமன்றத்தில் விசாரித்து, இந்த வயதான காலத்தில் அவரைப் பதவியிலிருந்து இறக்கி, சிப்பாயாகப் பணியாற்றும்படித் தண்டிப்பார்கள். எனவே உன் சகோதரியை இரகசியமாக என்னிடம் அனுப்பி வையுங்கள். என்னிடம் இப்போது கொஞ்சம் பணம் இருப்பதால், நான் அவளுக்கு நாலாயிரம் ரூபிள்களைக் கொடுக்கிறேன். நான் அதை யாரிடமும் சொல்ல மாட்டேன் என்று சத்தியம் செய்கிறேன்' என்றேன். 'நீ ஒரு அயோக்கியன்! (உண்மையில் அவள் அப்படிச் சொன்னாள்). மிக மோசமான அயோக்கியன்! நீ ஒரு வெட்கம் கெட்ட பன்றி! உனக்கு அதைச் சொல்ல என்ன தைரியம்!' என்று அவள் கோபத்துடன் கத்திவிட்டுச் சென்றாள். நான் அதை யாரிடமும் சொல்ல மாட்டேன் என்று மீண்டும் அவளிடம் உரக்கக் கத்தினேன். அந்த எளிய பெண்களான அகாஃபியாவும், அவளுடைய அத்தையும் இந்த விவகாரத்தைப் பொறுத்தவரை உண்மையான தேவதைகளைப் போல நடந்து கொண்டனர்.

அவர்கள் கேத்தரீனாவை மிகவும் நேசித்ததுடன், அவள் முன் பணிந்து அவளுடைய பணிப் பெண்களைப் போல நடந்து கொண்டனர்... ஆனால் அகாஃபியா மட்டும் அவளிடம் நான் சொன்ன அனைத்தையும் சொல்லிவிட்டாள் என்று எனக்குப் பின்னர் தெரியவந்தது. அவள் அதை மறைக்கவில்லை; நிச்சயமாக நான் விரும்பியதும் அதுதான்.

“திடீரென்று படைப் பிரிவுக்குத் தலைமை தாங்க ஒரு புதிய மேஜர் வந்தார். வயதான லெப்டினென்ட் கர்னல் நோயுற்றதால் இரண்டு நாட்கள் அவரால் வீட்டை விட்டு வெளியே வர முடியவில்லை. எனவே அவரால் பணத்தை ஏற்பாடு செய்ய முடியவில்லை. எங்கள் மருத்துவர் கிராவ்சென்கோ அவருக்கு உடல்நலக் குறைவு இருப்பது உண்மைதான் என்று சொன்னார். ஆனால் எனக்கு சில காலமாகவே ஒரு உண்மை தெரியும். ஒவ்வொரு வருடாந்திர தணிக்கைக்குப் பிறகும், பணம் சிறிது காலத்திற்குக் காணாமல் போய்விடும். அது கடந்த நான்கு ஆண்டுகளாகத் தொடர்ந்து நடந்து வந்தது. லெப்டினென்ட் கர்னல் அதை அவருக்கு மிகவும் நம்பகமான, தங்கக் கண்ணாடி அணிந்து பெரிய தாடியுடன் இருந்த, மனைவியை இழந்த, டிரிஃபோனோவ் என்ற வயதான உள்ளூர் வியாபாரிக்குக் கடனாகக் கொடுத்தார். அந்த வணிகர் அதை தன் வியாபாரத்திற்குப் பயன்படுத்தி, இலாபகரமாக வணிகம் செய்து, முழுத் தொகையையும் வட்டியுடன், சில பரிசுப் பொருட்களுடன் கர்னலுக்குத் திருப்பிக் கொடுப்பார். ஆனால் இந்த முறை டிரிஃபோனோவ் சரியான சமயத்தில் அதைத் திருப்பிச் செலுத்த முடியவில்லை. நான் அதையெல்லாம் இதுவரை உலகத்தில் பிறந்த மனிதர்களில் மிகவும் சீரழிந்த டிரிஃபோனோவின் இளைய மகனிடமிருந்து தெரிந்து கொண்டேன். கர்னல் அவரைச் சென்று பார்த்தார். ‘நான் உங்களிடமிருந்து எந்தப் பணமும் வாங்கவில்லை’ என்று வணிகர் பதில் சொன்னார். எனவே எங்கள் லெப்டினென்ட் கர்னல் தலையில் துண்டைச் சுற்றிக் கொண்டு, மூன்று பெண்களும் அவரது நெற்றிக்கு மாற்றி மாற்றி ஐஸ் ஒத்தடம் கொடுக்க, வீட்டிலேயே முடங்கிக் கிடந்தார். அப்போது திடீரென்று ஒரு பணியாள் கையில் புத்தகத்தோடு அவரிடம் வந்து, ‘இன்னும் இரண்டு மணி நேரத்தில் பணத்தைத் திருப்பிச் செலுத்த உத்தரவு’ என்று தெரிவித்தான். அவர் அந்தப் புத்தகத்தில் கையெழுத்திட்டுக் கொடுத்ததை நான் பின்னர் பார்த்துத் தெரிந்து கொண்டேன். அவர் சீருடை அணிந்து வருவதாகச் சொல்லி, படுக்கை அறைக்குச் சென்று தனது இரட்டைக் குழல் துப்பாக்கியை எடுத்து தோட்டாவை நிரப்பி, தன் வலது கால் பூட்ஸைக் கழற்றிவிட்டு,

துப்பாக்கியை மார்பில் அழுத்தி, கால் விரலால் விசையை அழுத்த முயன்றார். ஆனால் சந்தேகப்பட்ட அகாஃபியா, நான் சொன்னதை நினைவில் கொண்டு, அறைக்குள் நுழைந்து அவர் இருந்த நிலையைப் பார்த்தாள். அவள் ஓடிச் சென்று அவரைப் பின்னாலிருந்து கட்டிப்பிடித்து, அவர் கைகளைத் தட்டி விட்டாள். துப்பாக்கி வெடித்து குண்டு கூரையைத் தாக்கியது என்றாலும் யாருக்கும் எந்தக் காயமும் ஏற்படவில்லை. அதற்குள் மற்றவர்களும் ஓடி வந்து துப்பாக்கியை அவரிடமிருந்து பிடுங்கி அவர் கைகளைப் பிடித்துக் கொண்டனர்... நான் அதையெல்லாம் பிறகு தெரிந்து கொண்டேன். அந்த மாலை நேரத்தில் வீட்டில் இருந்த நான், வெளியே செல்ல ஆயத்தம் செய்து கொண்டிருந்தேன். நான் கோட் அணிந்து, தலையைச் சீவி, கைக்குட்டையில் வாசனை திரவியத்தைப் பூசி, உரோம தொப்பியை எடுத்தேன். அப்போது திடீரென்று கதவு திறந்தது; என் முன்னால் கேத்தரீனா இவானோவ்னா நின்றிருந்தாள்.

"சில நேரங்களில் மிகவும் விசித்திரமான விஷயங்கள் நடக்கின்றன. அவள் அங்கே வந்தபோது, தெருவில் யாரும் அவளைக் கவனிக்கவில்லை என்பதால் அவள் அங்கே வந்தது யாருக்கும் தெரியாது. நான் தங்கியிருந்த அந்தக் குடியிருப்பு இரண்டு வயதான அரசு ஊழியர்களின் மனைவிகளுக்குச் சொந்தமானது. அவர்கள் என் மீது அக்கறை கொண்டு, நான் கேட்டதையெல்லாம் செய்தார்கள். எனவே நான் அவர்களிடம் கேட்டுக் கொண்டபடி, அவர்கள் கேத்தரீனா அங்கு வந்ததைப் பற்றி யாரிடமும் ஒரு வார்த்தையும் பேசவில்லை. நான் அவளைப் பார்த்ததும் அவளுக்கு என்ன தேவை என்பதைப் புரிந்து கொண்டேன். அவள் உள்ளே வந்தபோது, என் முகத்தையே உற்றுப் பார்த்தாள். அவளுடைய கருப்பு நிறக் கண்கள் தீர்க்கமாக, தைரியமாக, கர்வத்துடன் என்னை ஏறிட்டன என்றாலும், அவளுடைய உதடுகளில் ஒரு நிச்சயமற்ற தன்மை இருப்பதை என்னால் காண முடிந்தது. 'நான் உங்களிடம் வந்தால், நீங்கள் நான்காயிரத்து ஐநூறு ரூபிள்கள் தருவதாக என் சகோதரி என்னிடம் சொன்னார். சரி, நான் வந்துவிட்டேன். பணத்தைக் கொடுங்கள்...' என்று அவள் மேற்கொண்டு பேசமுடியாமல் பயத்தில் மூச்சுத் திணறினாள். அவள் குரல் உடைந்து, அவளுடைய உதடுகளும் வாயும் நடுங்கத் தொடங்கின. அல்யோஷா, நீங்கள் தூங்கி விட்டீர்களா இல்லை கேட்கிறீர்களா?"

"மீச்சியா, நீங்கள் என்னிடம் முழு உண்மையையும் சொல்கிறீர்கள் என்று எனக்குத் தெரியும்" என்று அல்யோஷா பதட்டத்துடன் சொன்னான்.

"ஆமாம், உண்மையைத் தவிர வேறில்லை. நான் உண்மையைச் சொல்லவில்லை என்றால் என்னை நானே மன்னிக்க முடியாது. அப்படிப்பட்ட ஒரு சூழ்நிலையில் ஒரு கரமசோவ் எப்படி நடந்து கொள்வார் என்ற எண்ணம் தான் எனக்கு முதலில் தோன்றியது. என்னை ஒரு முறை தேள் கடித்தபோது, நான் இரண்டு வாரங்கள் காய்ச்சலுடன் படுக்கையில் கிடந்தேன். எனவே அப்போது ஒரு தேள் அல்லது வேறு ஏதோ ஒரு விஷப் பூச்சி என் இதயத்தைக் கடித்து என்னை விஷமாக்கியது. நான் என்ன சொல்கிறேன் என்பதை நீங்கள் புரிந்து கொள்வீர்கள் என்று நினைக்கிறேன். நான் அவளைத் தலை முதல் பாதம் வரை உற்றுப் பார்த்தேன். ஏன், நீங்களும் அவளைப் பார்த்திருக்கிறீர்கள். அவள் எவ்வளவு அழகாக இருக்கிறாள் என்று தெரியுமா? ஆனால் அப்போது அவளிடம் அழகைத் தவிர வேறு ஏதோ ஒன்று இருந்தது. அந்த நேரத்தில் அவள் எனக்கு இன்னும் அழகாகத் தோன்றினாள், ஏனெனில் அப்போது அவள் உன்னதமானவளாக இருந்தாள், ஆனால் நான் ஓர் அயோக்கியனாக இருந்தேன். அவள் பெருந்தன்மையுடன் தன் தந்தைக்காக அவளையே தியாகம் செய்ய முன்வந்தபோது, நான் அவள் முன்னிலையில் ஒரு மூட்டைப் பூச்சியாகக் காட்சியளித்தேன். அப்போது ஒரு மூட்டைப்பூச்சியாக, அயோக்கியனாக இருந்த என்னை அவள் உடல் அளவிலும் மனதளவிலும் முழுமையாகச் சார்ந்திருந்தாள், ஏனெனில் அவளுக்கு வேறு வழியில்லை. பூச்சியைப் பற்றிய அந்த எண்ணம் நான் அனுபவித்த மிக இனிமையான விஷயம் என்பதை உங்களிடம் ஒப்புக் கொள்வதில் எனக்கு எந்தத் தயக்கமும் இல்லை. என் தரப்பில் எந்த மனப் போராட்டமும் இன்றி ஒரு விஷ பூச்சியைப் போல, ஒரு பெரிய சிலந்தியைப் போல அவளிடம் இரக்கமில்லாமல் நடந்துகொள்ளப் போகிறேன்... அந்த எண்ணத்தால் எனக்கு மூச்சுத் திணறியது. நான் நாளை காலையில் அவளைச் சந்தித்து, அவளிடம் திருமணம் செய்துகொள்கிறேன் என்று முன்மொழிந்து, நடந்த விஷயத்திற்கு ஒரு கௌரவமான முடிவைத் தர வேண்டும் என்றும், அதனால் இங்கு நடந்ததைப் பற்றி யாருக்கும் எதுவும் தெரியப்போவதில்லை என்றும், என் அடிப்படை ஆசைகள் அனைத்தையும் தாண்டி நான் இன்னும் ஒரு மரியாதைக்குரிய மனிதன் என்றும் எனக்குள் சொல்லிக் கொண்டேன். அப்போது திடீரென்று என் காதில் யாரோ கிசுகிசுப்பது போல இருந்தது. 'ஆனால் நாளை நீங்கள் அவளிடம் முன்மொழியச் சென்றால், அவள் உங்களைச் சந்திக்காமல், அவளுடைய வேலைக்காரனை விட்டு உங்களைத் துரத்தியடித்து, ஊர் முழுவதும் அதைச் சொல்லுங்கள் ஆனால் நான் உங்களைக்

கண்டு பயப்படப் போவதில்லை என்று சொல்வாள் என்று அந்தக் குரல் சொன்னது. நான் அந்த இளம் பெண்ணைப் பார்த்தேன். என் குரல் என்னை ஏமாற்றவில்லை, ஏனெனில் அப்படித்தான் நடக்கும் என்பதில் சந்தேகமில்லை. அவள் நிச்சயமாக என்னை வீட்டை விட்டுத் துரத்தியடிப்பாள் என்பதை அவளுடைய முகத்திலிருந்து என்னால் உணர்ந்து கொள்ள முடிந்தது. எனக்குள் வன்மம் எழுந்தது. நான் அவளிடம் மிகவும் கீழ்த்தரமான, வக்கிரமான, ஒரு வியாபாரியின் தந்திரத்தைச் செய்ய வேண்டும் என்று விரும்பினேன். நான் என் முன்னால் நின்றிருந்த அவளை ஏளனமாகப் பார்த்து, சந்தை வர்த்தகர்கள் மட்டுமே பேசும் தொனியில் அவளை அவமானப்படுத்தும் விதமாகப் பேச விரும்பினேன்.

"நான்காயிரம் ரூபிள்கள்! மேடம், நான் நான்காயிரம் ரூபிள்கள் தருவேன் என்று நீங்கள் எதிர்பார்க்கிறீர்களா? நான் அது ஒரு பேச்சுக்கு சொன்ன வார்த்தை. நான் உங்களுக்குச் சில நூறு ரூபிள்களை மகிழ்ச்சியுடன் கொடுக்கலாம், ஆனால் நான்காயிரம் என்பது சாத்தியமில்லை. மேடம், பணம் ஒன்றும் மரத்தில் காய்க்கவில்லை. நீங்கள் தேவையில்லாமல் இங்கே வந்திருக்கிறீர்கள்.

நான் அந்தத் தந்திரத்தைச் செய்திருந்தால் நான் எல்லா வற்றையும் இழந்திருப்பேன், அவளும் அங்கிருந்து சென்றிருப்பாள். ஆனால் எது நடந்தாலும் எல்லாவற்றுக்கும் மதிப்பளிக்கும் வகையில், அந்தப் பழிவாங்கும் செயல் திருப்திகரமான ஒன்றாக இருந்திருக்கும். நான் அதற்காக என் வாழ்நாள் முழுவதும் வருத்தப்பட்டிருப்பேன் என்றாலும், நான் அந்த நேரத்தில் அதைச் செய்ய ஆசைப்பட்டேன். என்னை நம்புங்கள், நான் இதற்கு முன்பு எந்தப் பெண்ணையும் அப்படி வெறுப்புடன் பார்த்ததில்லை. நான் மூன்று அல்லது ஐந்து விநாடிகளுக்கு அவளைப் பயங்கரமான வெறுப்புடன் உற்றுப் பார்த்தேன். என் இதயத்தில் தோன்றிய அந்த வெறுப்புக்கும் காதலுக்கும் மயிரிழை தான் வித்தியாசம்! நான் ஜன்னலருகே சென்று பனியில் உறைந்த கண்ணாடியின் மீது என் நெற்றியை அழுத்தினேன். பனி நெருப்பைப் போல என் நெற்றியைச் சுட்டெரித்தது இப்போதும் எனக்கு நினைவிருக்கிறது. நான் அவளை நீண்ட நேரம் காக்க வைக்கவில்லை என்பதால் கவலைப்படாதீர்கள். நான் திரும்பி, மேசை அருகில் சென்று, இழுப்பறையைத் திறந்து, பிரெஞ்சு அகராதியில் வைத்திருந்த ஐந்தாயிரம் ரூபிள்களுக்கான ஐந்து சதவீத வட்டியுடன் கூடிய கடன் பத்திரத்தை எழுதினேன். பிறகு நான் மௌனமாக அதை அவளிடம் காட்டிவிட்டு, மடித்து அவளிடம் கொடுத்து, அறையின்

கதவைத் திறந்து, ஒரு அடி பின்வாங்கி இடுப்பு வரை குனிந்து கம்பீரமாகவும், மரியாதையுடனும் அவளை வணங்கினேன். நம்புங்கள்! அவள் உடல் முழுவதும் நடுங்க, ஒரு வினாடி என்னை உற்றுப் பார்த்து, ஒரு காகிதத்தைப் போல வெளிறியவளாக எதுவும் பேசாமல், மெதுவாக, அமைதியாக என் காலடியில் விழுந்து, நெற்றித் தரையில் படும்படி, ஒரு பட்டதாரியைப் போல இல்லாமல் ஒரு எளிய ரஷ்யப் பெண்ணைப் போல குனிந்தாள். பிறகு அவள் துள்ளிக் குதித்து அங்கிருந்து ஓடிச் சென்றாள். அவள் சென்ற பிறகு, நான் இடுப்பில் செருகியிருந்த உடைவாளை உருவி என்னை நானே வெட்டிக்கொள்ள வேண்டும் என்று தோன்றியது. அது மிகவும் முட்டாள்தனமானது என்றாலும், எனக்கு ஏன் அப்படித் தோன்றியது என்று தெரியவில்லை என்றாலும் நிச்சயமாக அது ஏதோ ஒரு பரவசத்தினால் ஏற்பட்டிருக்க வேண்டும். மனிதன் பரவசத்தினால் தற்கொலை செய்து கொள்ளும் தருணங்களும் உண்டு என்பதை உங்களால் உணர முடிகிறதா? ஆனால் நான் அப்படிச் செய்யாமல் என் உடைவாளை முத்தமிட்டு அதை மீண்டும் உறையில் செருகினேன். நான் அதை உங்களிடம் சொல்ல வேண்டியதில்லை என்றாலும், என் மனப் போராட்டங்களை உங்களிடம் சொல்வதன் மூலம் தற்பெருமை கொள்வதாக எனக்குத் தோன்றுகிறது. ஆனால் அதனால் என்ன? அது அப்படியே இருக்கட்டும். மனித இதயத்தை ஊடுருவி அங்கு நடக்கும் அனைத்தையும் வேவு பார்த்தால் நரகம் தான் மிஞ்சும்! சரி, கேத்தரீனா இவானோவ்னாவுக்கும் எனக்கும் இடையில் நடந்தது அதுதான். இப்போது அது உங்களுக்கும் இவானுக்கும் மட்டுமே தெரியும், ஆனால் வேறு யாருக்கும் தெரியாது."

டிமிட்ரி எழுந்து நின்றார். அவர் பதட்டமாக இருந்தார். அவர் தனது சட்டைப் பையிலிருந்து கைக்குட்டையை எடுத்து நெற்றியில் வழிந்த வேர்வையைத் துடைத்துக் கொண்டு மீண்டும் அமர்ந்தார். அவர் முன்பு அமர்ந்திருந்த இடத்தில் இல்லாமல் எதிர்ப்புறம் இருந்த பெஞ்சில் அமர்ந்தார். எனவே அல்யோஷா அவரைப் பார்க்க முழுவதுமாகத் திரும்ப வேண்டியிருந்தது.

5. உணர்ச்சிவசப்பட்ட இதயத்தின் ஒப்புதல் வாக்குமூலம் – தலைகீழாக

"எனக்கு இப்போதுதான் இந்த விவகாரத்தின் முதல் பாதி புரிகிறது" என்றான் அல்யோஷா.

"நல்லது. முதல் பாதி ஒரு நாடகம், அது அங்கே நடந்தது, ஆனால் இரண்டாம் பாதி ஒரு சோகம், அது இங்கே நடக்கப் போகிறது."

“எனக்கு இரண்டாம் பாதியைப் பற்றி எதுவும் புரியவில்லை” என்றான் அல்யோஷா.

“எனக்கு மட்டும் புரிகிறதா என்ன? எனக்கும் ஒன்றும் புரியவில்லை.”

“டிமிட்ரி, ஒரு நிமிஷம். இந்த விவகாரத்தில் ஒரு விஷயம் முக்கியமானது. உங்களுக்கும் அவளுக்கும் நிச்சயதார்த்தம் முடிந்து விட்டதா? நீங்கள் இன்னும் அவளுடைய கணவர் இல்லையா?”

“அந்தச் சம்பவத்திற்குப் பிறகு உடனடியாக நிச்சயதார்த்தம் நடக்கவில்லை, ஆனால் மூன்று மாதங்களுக்குப் பிறகு நடந்தது. அந்தச் சம்பவம் நடந்த அடுத்த நாள் அது முடிந்துவிட்டது என்றும், அதன் தொடர்ச்சியாக எதுவும் நடக்காது என்றும் எனக்கு நானே சொல்லிக் கொண்டேன். நான் உடனடியாக அவளிடம் திருமண யோசனையுடன் செல்வது எனக்குக் கேவலமாகத் தோன்றியது. அவள் எங்கள் ஊரில் இருந்த ஆறு வாரங்கள் முழுவதும், ஒரே ஒரு சந்தர்ப்பத்தைத் தவிர அவளிடமிருந்து எனக்கு எந்தச் செய்தியும் வரவில்லை. அவள் என்னைச் சந்தித்த மறுநாள் அவளுடைய வேலைக்காரி என் வீட்டிற்கு வந்து, எதுவும் பேசாமல், ஓர் உறையை என்னிடம் கொடுத்தாள். அதில் நான் கொடுத்த ஐந்தாயிரம் ரூபிள்களில், அவர்களுக்குத் தேவைப்படும் நாலாயிரத்து ஐநூறு ரூபிள்களும், கடன் பத்திரத்தை மாற்றுவதற்குச் செலவான இருநூறு ரூபிள்களும் போக எஞ்சியிருந்த சில சில்லறைகள் இருந்தன. எனவே அவள் எனக்கு இருநூற்று அறுபது ரூபிள்களைத் திருப்பி அனுப்பினாள் என்று நினைக்கிறேன், ஆனால் எனக்குச் சரியாக நினைவில்லை. மேலும் அதில் பணம் மட்டுமே இருந்தது மற்றபடி எந்தக் குறிப்பும், விளக்கமும் இல்லை. நான் அந்த உறையின் மீது பென்சில் அடையாளங்கள் ஏதேனும் இருக்கிறதா என்று பார்த்தேன், ஆனால் ஒன்றுமில்லை! சரி, நான் என்ன செய்ய முடியும்? நான் மிச்சமிருந்த பணத்தில் குடித்துவிட்டு வெறியாட்டம் ஆடினேன். இறுதியாக புதிய மேஜர் என்னைக் கண்டிக்க வேண்டிய கட்டாயத்திற்கு ஆளானேன். லெப்டினெனன்ட் கர்னலைப் பொறுத்தவரை, அவர் அனைவரும் ஆச்சரியப்படும் விதமாக படைப்பிரிவின் பணத்தைச் சரியான நேரத்தில் ஒப்படைத்தார். அது அனைவருக்கும் ஆச்சரியமாக இருந்தது, ஏனெனில் அவரிடம் முழுத் தொகையும் இருக்கும் என்று யாரும் நினைக்கவில்லை. ஆனால் அதற்குப் பிறகு அவர் நோயுற்று படுக்கையில் விழுந்தார். அவர் மூன்று வாரங்களுக்குப் பிறகு, மூளைச் சிதைவு நோயினால் ஐந்து நாட்களில் இறந்துவிட்டார். அவர் இன்னும் ஓய்வு பெறவில்லை என்பதால் முழு இராணுவ மரியாதையுடன் அடக்கம்

செய்யப்பட்டார். இறுதிச் சடங்கு முடிந்து பத்து நாட்களுக்குப் பிறகு, கேத்தரீனாவும், அகாஃபியாவும், அவர்களின் அத்தையும் மாஸ்கோவுக்குச் சென்றனர். அவர்கள் புறப்படுவதற்குச் சற்று முன்பு (நான் அவர்களைப் பார்க்கவோ அவர்களிடம் விடைபெறவோ இல்லை) மெல்லிய நீல நிறக் காகிதத்தில் 'நான் உங்களுக்கு எழுதுகிறேன், காத்திருங்கள் – கே' என்று ஒரே ஒரு வரி மட்டுமே பென்சிலால் எழுதிய குறிப்பு ஒன்று எனக்குக் கிடைத்தது. அவ்வளவுதான்."

"நான் மீதிக் கதையைச் சுருக்கமாகச் சொல்கிறேன். அரேபிய இரவுகளில் வரும் கதையைப் போல அவர்களின் வாழ்க்கையில் எதிர்பாராத திடீர் திருப்பங்கள் நிகழ்ந்தன. கேத்தரீனாவின் பணக்கார உறவினரான ஒரு தளபதியின் விதவை, திடீரென அவரது வாரிசுகளான மருமகள்கள் இருவரையும் ஒரே வாரத்தில் பெரியம்மை நோயில் பறி கொடுத்தார். துக்கத்தில் ஆழ்ந்திருந்த அந்த மூதாட்டி அப்போது அங்கு வந்த கேத்தரீனாவைத் தன் சொந்த மகளைப் போல மகிழ்ச்சியுடன் வரவேற்று, அவளை இரட்சிக்க வந்த நட்சத்திரம் போலக் கருதி உயிலை அவள் பெயருக்கு மாற்றி எழுதினாள். எனவே சொத்துக்கள் அனைத்தும் எதிர்காலத்தில் கேத்தரீனாவுக்குச் சொந்தமாக இருந்தது. இதற்கிடையில் அந்த மூதாட்டி அவளுக்கு எண்பதாயிரம் ரூபிள்களைக் கொடுத்து, 'இதோ உனக்குரிய வரதட்சணைப் பணம், நீ அதை உன் இஷ்டப்படி செய்' என்றாள். நான் அந்த உணர்ச்சி வசப்படும் மூதாட்டியைப் பின்னர் மாஸ்கோவில் பார்த்தேன். எனக்குத் திடீரென்று நான்காயிரத்து ஐநூறு ரூபிள்கள் மெயிலில் வந்தது. நான் வெளிப்படையாக மிகவும் ஆச்சரியப்பட்டேன். சொல்லப் போனால் நான் திகைத்துப் போனேன். அதற்கு மூன்று நாட்களுக்குப் பிறகு அவள் சொல்லியபடி எனக்கு ஒரு கடிதம் வந்தது. அந்தக் கடிதம் இன்னும் என்னிடம் பத்திரமாக இருக்கிறது. நான் எப்போதும் அதை என்னுடன் எடுத்துச் செல்வேன். நான் அதை என்னுடன் கல்லறைக்கு எடுத்துச் செல்வேன். நான் அதை உங்களுக்குக் காட்டட்டுமா? நீங்கள் அதைக் கட்டாயம் படிக்க வேண்டும். அவள் என்னைத் திருமணம் செய்துகொள்ள முன்வந்தாள். 'நான் உங்களைப் பைத்தியமாகக் காதலிக்கிறேன். நீங்கள் என்னை நேசிக்கவில்லை என்றாலும் பரவாயில்லை, ஆனால் என் கணவராக இருங்கள். பயப்படாதீர்கள், நான் எந்தவிதத்திலும் உங்களுக்கு இடையூறாக இருக்க மாட்டேன். நான் உங்கள் அறையில் ஒரு மரச்சாமானாக, உங்கள் காலடியில் ஒரு கம்பளமாக இருப்பேன். நான் என்றென்றும் உங்களை நேசிக்க ஆசைப்படுகிறேன். நான் உங்களிடமிருந்து உங்களைக் காப்பாற்ற

விரும்புகிறேன்...' அல்யோஷா, நான் அந்த வரிகளை என்னுடைய கொச்சையான வார்த்தைகளிலும், கீழ்த்தரமான தொனியிலும் மீண்டும் சொல்வதற்கு எனக்கு எந்த அருகதையும் இல்லை. என்னிடம் உள்ள அந்த அருவருக்கத்தக்க தொனியை என்னால் ஒருபோதும் அகற்ற முடியாது. என் இதயத்தைக் குத்திக் கிழித்த அந்தக் கடிதம் இன்றளவும் என்னை வாட்டி வதைக்கிறது. என்னால் அதைக் கடந்துவிட முடியும் என்று நீங்கள் நினைக்கிறீர்களா? என்னால் உடனே மாஸ்கோவுக்குச் செல்ல முடியவில்லை என்பதால், நான் கண்ணீருடன் அவளுக்குப் பதில் கடிதம் எழுதினேன். இன்னும் என்னை வாட்டி வதைக்கும் ஒரு வெட்கக்கேடான விஷயம் இருக்கிறது. அவள் இப்போது ஒரு பணக்காரி என்றும் அவளிடம் வரதட்சணை பணம் இருக்கிறது என்றும், அதே நேரத்தில் நான் வறுமையில் வாடும் பட்டிக்காட்டான் என்றும் நான் பணத்தைப் பற்றி அந்தக் கடிதத்தில் குறிப்பிட்டிருந்தேன்! நான் அதை ஒருபோதும் செய்திருக்கக் கூடாது என்றாலும் அது என் பேனாவிலிருந்து நழுவி விட்டது. நான் உடனடியாக எல்லாவற்றையும் விளக்கமாக ஆறு பக்கக் கடிதம் ஒன்றை மாஸ்கோவில் உள்ள இவானுக்கு எழுதி, அவளைப் போய் பார்க்கச் சொன்னேன். சரி, என்னை ஏன் அப்படிப் பார்க்கிறீர்கள்? இவான் அவளைக் காதலித்தார், இன்னும் காதலிக்கிறார் என்று எனக்குத் தெரியும். நான் உங்கள் பார்வையிலும், இந்த உலகத்தின் பார்வையிலும் ஒரு முட்டாள்தனமான காரியத்தைச் செய்தேன் என்று நீங்கள் நினைக்கிறீர்கள். ஆனால் அந்த முட்டாள்தனமான காரியம்தான் இப்போது நம் அனைவரையும் காப்பாற்றும்! ஓ! அவள் இவானைப் பற்றி என்ன நினைக்கிறாள், அவரை எப்படி மதிக்கிறாள் என்று உங்களுக்குத் தெரியுமா? அவள் எங்கள் இருவரையும் ஒப்பிட்டுப் பார்க்கும்போது, நிச்சயமாக என்னைப் போன்ற ஒரு மனிதனை, குறிப்பாக நடந்த அத்தனைக்கும் பிறகு, அவளால் நேசிக்க முடியுமா?"

"ஆனால் அவள் அவரைப் போன்ற மனிதரை அல்ல, உங்களைப் போன்ற ஒரு மனிதரை நிச்சயமாக நேசிப்பாள் என்று நான் நம்புகிறேன்."

"அவள் தான் நல்லவளாக இருக்க வேண்டும் என்பதைப் பற்றி மட்டுமே கவலைப்படுகிறாள், என்னைப் பற்றி அல்ல" என்று டிமிட்ரி ஃபியோதரோவிச் திடீரென்று தன்னையும் மீறிக் கசப்புடன் அந்த வார்த்தைகளைக் கொட்டினார். அவர் சிரித்தார், ஆனால் ஒரு நிமிடத்திற்குப் பிறகு அவர் கண்கள் பளபளத்தன. அவர் கோபத்தில் முகம் சிவக்க, தன் முஷ்டியை மேசையின் மீது பலமாகக் குத்தினார்.

"சத்தியமாகச் சொல்கிறேன் அல்யோஷா" என்று அவர் தன் மீதுள்ள கோபத்துடன் நேர்மையுடன் பேசினார். "நீங்கள் நம்பினாலும் நம்பாவிட்டாலும், நான் அவளுடைய உன்னதமான உணர்வுகளை இப்போது ஏளனம் செய்தாலும், கடவுள் பரிசுத்தமானவர், கிறிஸ்து நம்முடைய ஆண்டவர் என்பது எவ்வளவு உண்மையோ அவ்வளவு உண்மை அவள் என்னைவிட மில்லியன் மடங்கு சிறந்தவள், உயர்ந்தவள் என்பது. அவளுடைய அந்த உன்னதமான உணர்வுகள் ஒரு தேவதையின் உணர்வுகளைப் போல நேர்மையானவை என்று நான் சத்தியம் செய்கிறேன்! இதில் சோகம் என்னவென்றால் அது எனக்கு நன்றாகத் தெரியும் என்பதுதான். ஒருவர் அதை உரக்கச் சொல்வதில் என்ன தவறு? ஏன், நானே அதைச் செய்யவில்லையா? இருந்தாலும் நான் நேர்மையானவன், முற்றிலும் நேர்மையானவன் என்று எனக்குத் தெரியும். மெத்தப் படித்த இவான் இப்போது தனது அறிவாற்றலால் மனித இயல்பை எப்படி ஒரு சாபக்கேடாகப் பார்ப்பார் என்பதை என்னால் கற்பனை செய்ய முடிகிறது! ஆனால் யாருக்கு, எதற்கு முன்னுரிமை அளிக்கப்படுகிறது? நிச்சயதார்த்தம் முடிந்து, அனைவரின் பார்வையும் கவனித்துக் கொண்டிருந்த போதும், தன் வருங்கால மனைவியின் முன்னால் ஒழுக்கத்துடன் இருக்க முடியாத ஒருவனுக்கு முன்னுரிமை அளிக்கப்படுகிறது. என்னைப் போன்ற ஒரு உயிரினம் ஏற்றுக்கொள்ளப்படுகிறது, ஆனால் அவர் நிராகரிக்கப்படுகிறார். ஏன்? ஏனென்றால் ஓர் இளம்பெண் நன்றியுணர்வின் காரணமாகத் தன் வாழ்க்கையையும், எதிர்காலத்தையும் பாழாக்க விரும்புகிறாள்! அது சுத்த அபத்தம்! நான் இதைப் பற்றி இவானிடம் எதுவும் சொல்லவில்லை, அவரும் என்னிடம் ஒரு வார்த்தை கூடப் பேசவில்லை. ஆனால் விதி எல்லாவற்றையும் தீர்மானிக்கும். தகுதியுள்ள மனிதன் தனக்குரிய இடத்தைப் பிடித்துக் கொள்வான், ஆனால் தகுதியற்றவன் அவனுக்குப் பிரியமான, அழுக்கான சிறிய பின்புறத் தெருவின் அசுத்தத்திலும், துர்நாற்றத்திலும் மூழ்கி அவனுடைய சொந்த விருப்பத்தின் பேரில் மகிழ்ச்சியுடன் அழிந்து போவான். நான் சோர்ந்து விட்டேன். என்னிடம் பேசுவதற்கு எந்த வார்த்தைகளும் மிச்சமில்லை. நான் எதை எதையோ பிதற்றுகிறேன் என்றாலும் அது அப்படித்தான் நடக்கும். நான் பின்புறத் தெருவின் சேற்றில் மூழ்குவேன், அவள் இவானை மணந்து கொள்வாள்."

"மீச்சியா ஒரு நிமிடம்" என்று குறுக்கிட்ட அல்யோஷா ஆழ்ந்த கவலையுடன் கேட்டான். "நீங்கள் அவளுடைய வருங்காலக் கணவரா இல்லை என்பதை நீங்கள் இன்னும் தெளிவாகச் சொல்லவில்லை. உங்கள் வருங்கால மனைவி அதற்கு

சம்மதிக்கவில்லை என்றால் நீங்கள் எப்படி அந்த உறவை முறிக்க முடியும்?"

"ஆமாம், நாங்கள் இருவரும் திருமணம் செய்து கொள்ள வேண்டும் என்பது அதிகாரப்பூர்வமாகவும், உறுதியாகவும் நிச்சயிக்கப்பட்டுள்ளது. நான் மாஸ்கோவுக்குச் சென்றிருந்த போது, எங்களுடைய நிச்சயதார்த்தம் கோலாகோலமாக ஒரு திருவிழாவைப் போல பிரம்மாண்டமாக நடந்தது. தளபதியின் விதவை எங்களை ஆசீர்வதித்து, கேத்தரீனாவை வாழ்த்திய போது, 'நீ சரியான மனிதரைத் தேர்ந்தெடுத்திருக்கிறாய் என்பதை நான் அவரைப் பார்க்கும் போதே தெரிந்து கொண்டேன்' என்று சொன்னதை நீங்கள் நம்புவீர்களா? அவளுக்கு இவானைப் பிடிக்கவில்லை என்பதால் அவள் அவரை உரிய மரியாதையுடன் நடத்தவில்லை. நான் மாஸ்கோவில் இருந்தபோது, கேத்தரீனாவிடம் என்னைப் பற்றிய அனைத்து விவரங்களையும் வெளிப்படையாக, நேர்மையாக ஒன்று விடாமல் சொல்லி விட்டேன். அவள் நான் சொன்ன அனைத்தையும் கேட்டாள்.

'இனிமையான குழப்பம் இருந்தது
கனிவான வார்த்தைகள் இருந்தன.'

சரி, அவையும் பெருமைக்குரிய வார்த்தைகள் தான். நான் பழையபடி இல்லாமல் திருந்தி வாழ்வேன் என்று வாக்குறுதி அளிக்க வேண்டும் என்று அவள் என்னைக் கட்டாயப்படுத்தினாள். நானும் அவளிடம் சத்தியம் செய்தேன். ஆனால் இப்போது..."

"இப்போது என்ன ஆயிற்று?"

"நீங்கள் இந்த நாளை நினைவில் வைத்துக் கொள்ள வேண்டும், ஏனெனில் நான் சொல்லும் செய்தியை நீங்கள் என் சார்பாக கேத்தரீனாவிடம் சொல்ல வேண்டும், அதுவும் இன்றே சொல்ல வேண்டும் என்பதற்காக உங்களை வேலியைத் தாண்டி தோட்டத்திற்கு இழுத்து வந்தேன்.."

"அது என்ன?"

"நான் இனிமேல் அவளைப் பார்க்க மாட்டேன் என்றும், நான் அவளுக்கு என் வணக்கத்தைத் தெரிவிக்கிறேன் என்றும் அவளிடம் சொல்லுங்கள்."

"ஆனால் அது சாத்தியமா?"

"நானே அதை எப்படி அவளிடம் சொல்ல முடியும்? அது சாத்தியமில்லை என்பதால்தான் நான் உங்களை அனுப்புகிறேன்."

"ஆனால் நீங்கள் எங்கே போகிறீர்கள்?"

“பின்பக்கத் தெருவுக்கு.”

“அதாவது குரூஷென்காவிடம்!” என்று கத்திய அல்யோஷா சோகத்துடன் கைகளைக் கோர்த்துக் கொண்டான். “அப்படியானால் ரகிதீன் சொன்னது உண்மைதானா? உங்களுக்கு அவள் மீதுள்ள மோகம் கலைந்து செல்லும் மேகம் என்றும், எல்லாம் முடிந்து விட்டது என்றும் நான் நினைத்தேன்.”

“கேத்தரீனா போன்ற ஒரு பெண்ணுடன் நிச்சயிக்கப்பட்ட ஓர் ஆண் அனைவருக்கும் தெரியும்படி எப்படி அதைச் செய்ய முடியும்? எனக்கும் கொஞ்சமாவது மானம், மரியாதை இல்லையா என்ன? அதனால் நான் குரூஷென்காவைப் பார்க்கத் தொடங்கியதும், கேத்தரீனாவின் வருங்காலக் கணவனாகவும், மரியாதைக்குரிய மனிதனாகவும் இல்லாமல் போய்விட்டேன் என்று எனக்குப் புரிகிறது. நீங்கள் என்னை அப்படிப் பார்க்காதீர்கள்! நான் முதலில் குரூஷென்காவை அடிக்கத்தான் சென்றேன். நம்முடைய தந்தை என் வாயை மூடுவதற்காக, அவருடைய முகவரான கர்னலிடம் நான் எழுதிக் கொடுத்த கடன் பத்திரத்தைக் குரூஷென்காவிடம் கொடுத்து, என்னிடமிருந்து கட்டாயமாகப் பணத்தை வசூலிக்கும்படிச் சொல்லியிருக்கிறார் என்று எனக்குத் தெரிய வந்தது. இப்போது அது உண்மைதான் என்று எனக்கு நிச்சயமாகத் தெரியும். அவள் என் மீது வழக்குத் தொடருவேன் என்று பயமுறுத்தி என்னைப் பணியவைக்கத் திட்டம் போட்டார்கள். எனவே நான் அவள் கன்னத்தில் அறைய வேண்டும் என்றுதான் அவள் வீட்டிற்குச் சென்றேன். நான் முன்னரே அவளைப் பார்த்திருக்கிறேன் என்றாலும், அவள் அவ்வளவு வசீகரமானவளாக எனக்குத் தோன்றவில்லை. அவளை வைப்பாட்டியாக வைத்திருந்த அந்த வயதான வியாபாரி நோயுற்று படுத்த படுக்கையாக இருந்தாலும், அவளுக்கு ஒரு பெரிய தொகையை விட்டுச் செல்வார் என்பதும், பணத்தாசை பிடித்த அவள், பணத்தைப் பதுக்கி வைத்து அதிக வட்டிக்குக் கடன் கொடுக்கும் இரக்கமற்ற ஏமாற்றுக்காரி என்பதும் எனக்குத் தெரியும். நான் அவளை அடிக்கச் சென்றாலும் அதைச் செய்ய முடியாமல் அவளுடன் தங்கினேன். என் உள்ளத்தில் இடியும் புயலும் வீசியது. அவள் ஒரு பிளேக் நோயைப் போல என்னைத் தொற்றிக் கொண்டாள். அவள் ஒரு நிரந்தரமான தொற்றுநோயாக என் இரத்தத்தில் கலந்து விட்டாள். என்னைப் பொறுத்தவரை எல்லாம் முடிந்துவிட்டது, இனிமேல் எனக்கென்று எதுவும் இல்லை என்று எனக்குத் தெரியும். நான் முடிவற்ற அந்த வட்டத்தின் சுழற்சியில் மாட்டிக் கொண்டு, அதைவிட்டு வெளியேற முடியாமல் அதிலேயே சுற்றித் திரிகிறேன். நான் அவளைப்

பார்க்கச் சென்றபோது, பிச்சைக்காரனான என்னிடத்தில் மூவாயிரம் ரூபிள்கள் இருந்தன. நான் குருஷென்காவை அழைத்துக் கொண்டு அங்கிருந்து பதினைந்து மைல் தொலைவில் உள்ள மோக்ரோய் நகருக்குச் சென்றேன். நான் ஷாம்பெயின் வாங்கிக் கொண்டு, என்னுடன் சில ஜிப்ஸி ஆண்களையும், பெண்களையும் அழைத்துச் சென்றேன். நான் அங்கிருந்த அனைத்து விவசாயி களையும், பெண்களையும், சிறுமிகளையும் ஷாம்பெயின் குடிக்க வைத்தேன். ஆயிரக் கணக்கான ரூபிள்கள் காற்றில் பறந்தன. நான் மூன்று நாட்களுக்குப் பிறகு ஒன்றுமில்லாமல் போனேன் என்றாலும் ஒரு கதாநாயகனாகக் கருதப்பட்டேன். இந்தக் கதாநாயகன் தான் விரும்பியதை அடைந்துவிட்டான் என்று நினைக்கிறீர்களா? இல்லை, அவள் எதற்கும் வளைந்து கொடுக்க வில்லை. அந்த முரட்டு குருஷென்காவின் உடல் முழுவதும் ஒரு மிருதுவான வளைவு உள்ளது. அவளுடைய சிறிய காலில், அவளுடைய சிறிய கால்விரலில் கூட நீங்கள் அதைக் காணலாம். நான் அதைப் பார்த்தேன், முத்தமிட்டேன், ஆனால் அதற்கு மேல் செல்லவில்லை என்று சத்தியம் செய்கிறேன்! 'நான் ஏன் உங்களைத் திருமணம் செய்துகொள்ள வேண்டும்?' என்று அவள் கேட்டாள். 'உங்களிடம் ஒரு கோபெக் பணம் கூட இல்லை என்றாலும் நீங்கள் என்னை ஒருபோதும் அடிக்க மாட்டேன் என்றும், நான் விரும்பியதைச் செய்ய அனுமதிப்பேன் என்றும் சத்தியம் செய்தால் ஒருவேளை நான் உங்களைத் திருமணம் செய்து கொள்ளலாம்' என்று சொல்லி அவள் சிரித்தாள், இன்னும் சிரிக்கிறாள்!"

டிமிட்ரி ஃபியோதரோவிச் வெறிபிடித்தவர் போல இருக்கையை விட்டு எழுந்தார். அவர் கண்கள் இரத்தச் சிவப்பாக இருந்தன. அவர் குடிபோதையின் உச்சத்தில் இருப்பது போலத் தோன்றியது.

"நீங்கள் உண்மையில் அவளைத் திருமணம் செய்துகொள்ள விரும்புகிறீர்களா?"

"அவள் விரும்பினால் நான் இப்போதே அவளைத் திருமணம் செய்துகொள்வேன். இல்லையென்றால், நான் இப்போது இருப்பது போல அவளையே சுற்றி வந்து, அவள் வீட்டு முற்றத்தில் ஒரு வேலைக்காரனாக இருப்பேன். அல்யோஷா நீங்கள்... நீங்கள்..." என்று அவர் சட்டென்று அவன் முன்னால் நின்று, அவன் தோள்களைப் பிடித்துக் குலுக்கினார். "அப்பாவிச் சின்னப் பையா, இதெல்லாம் வெற்றுப் பிதற்றல், ஒரு பைத்தியக்காரனின் வெற்றுக் கூச்சல், எல்லாமே சோகமாக முடியப்போகிறது என்று புரியவில்லையா? அல்யோஷா, நான் வெறுக்கத்தக்க, சீரழிந்த உணர்ச்சிகளைக் கொண்ட ஒரு மனிதனாக இருந்தாலும், இந்த டிமிட்ரி கரமசோவ் ஒருபோதும் ஒரு திருடனாக, பிக்பாக்கெட்

காரனாக இருந்ததில்லை! ஆனால் இப்போது நான் உண்மையில் ஒரு திருடனாக, பிக்பாக்கெட்காரனாக ஆகிவிட்டேன். நான் அன்று காலையில் குரூஷென்காவை அடிக்கச் செல்வதற்கு சற்று முன்பு, கேத்தரீனா இவானோவ்னா என்னை அழைத்து, மாகாணத்தின் முக்கிய நகரத்திற்குச் சென்று அங்குள்ள தபால் நிலையத்திலிருந்து மூவாயிரம் ரூபிள்களை மாஸ்கோவில் உள்ள அகாஃபியாவுக்கு அனுப்பச் சொன்னாள். அது யாருக்கும் தெரியாமல் இருக்க வேண்டும் என்பதற்காக அவள் என் மூலமாக அதைச் செய்ய விரும்பினாள். அவள் ஏதோ ஒரு காரணத்திற்காக அப்படிச் செய்தாள் என்றாலும் அது என்னவென்று எனக்குத் தெரியாது. எனவே நான் அந்த மூவாயிரம் ரூபிள்களைச் சட்டைப் பையில் வைத்துக் கொண்டு குரூஷென்காவைப் பார்க்கச் சென்றேன். நான் அந்தப் பணத்தைத்தான் மோக்ரோயில் செலவழித்தேன். அதன் பிறகு நான் அவளிடம் அந்தப் பணத்தை அனுப்பி விட்டதாகவும், அதற்குரிய ரசீதைப் பின்னர் கொடுப்பதாகவும் பொய் சொன்னேன். ஆனால் நான் இன்றுவரை அதற்குரிய ரசீதை அவளிடம் கொடுக்காமல், 'அதை மறந்து விட்டேன்' என்ற போர்வையில் நடித்துக் கொண்டிருக்கிறேன். நீங்கள் இன்று அவள் வீட்டிற்குச் சென்று, நான் அவளிடம் என் வாழ்த்துகளைத் தெரிவித்ததாகச் சொன்னால் அவள் உங்களிடம், 'அந்தப் பணம் என்ன ஆயிற்று?' என்று கேட்பாள். 'அவர் ஒரு கீழ்த்தரமான சிற்றின்பவாதி, கட்டுப்பாடற்ற உணர்ச்சிகளைக் கொண்ட ஓர் இழிந்த உயிரினம். எனவே அவர் உங்கள் பணத்தை அனுப்பாமல் செலவு செய்துவிட்டார், ஏனெனில் ஒரு மிருகத்தைப் போல அவரால் தன்னைக் கட்டுப்படுத்த முடியவில்லை' என்று நீங்கள் சொல்லலாம். மேலும் நீங்கள் என்னைப் பற்றி நல்லவித மாகச் சொல்வதற்காக, 'இருந்தாலும் அவர் ஒரு திருடன் அல்ல, இதோ உங்களுடைய மூவாயிரத்தைத் திருப்பிக் கொடுத்து விட்டார். நீங்களே அதை அகாஃபியாவுக்கு அனுப்பிவிடுங்கள். அவர் உங்களிடம் அவருடைய வணக்கத்தைத் தெரிவிக்கச் சொன்னார்' என்று நீங்கள் சொல்லலாம். அப்போது அவள் பணம் எங்கே? என்று கேட்பாள்."

"மீச்சியா, நீங்கள் மகிழ்ச்சியாக இல்லை என்பது உண்மைதான் என்றாலும், தயவுசெய்து உங்களை நீங்களே சித்திரவதை செய்து கொள்ளாதீர்கள். நீங்கள் விரக்தியடையும் அளவுக்கு மோசமாக எதுவும் நடந்து விடவில்லை."

"என்னால் மூவாயிரம் ரூபிள்களைத் திருப்பிக் கொடுக்க முடியாவிட்டால் என்னை நானே சுட்டுக் கொண்டு தற்கொலை

செய்து கொள்வேன் என்ற கவலையால் அப்படிச் சொல்கிறீர்களா? நீங்கள் கவலைப்பட வேண்டாம். நான் அப்படிச் செய்ய மாட்டேன், ஏனென்றால் இப்போது அதைச் செய்யும் அளவுக்கு என்னிடம் தைரியம் இல்லை. ஒருவேளை நான் பின்னர் அதைச் செய்து கொள்ளலாம். ஆனால் நான் இப்போது குரூஷென்காவைப் பார்க்கச் செல்கிறேன். என்ன நடந்தாலும் எனக்கு அதைப் பற்றிக் கவலையில்லை."

"அப்புறம் என்ன?"

"நான் அவளுடைய கணவனாக இருந்து, என் தகுதியை நிரூபிப்பேன். எனக்கு அவளுடைய வாழ்க்கைத் துணை என்ற அந்தஸ்து கிடைக்கும். அவளுடைய காதலர்கள் வீட்டிற்கு வரும்போது நான் அடுத்த அறைக்குச் சென்று விடுவேன். நான் அவளுடைய ரசிகர்களின் புழுதியடைந்த காலணிகளைச் சுத்தம் செய்வேன்; சமோவரில் தேநீரைச் சூடுபடுத்துவேன்; கடைகளுக்குச் சென்று தேவையானதை வாங்கி வருவேன்..."

"கேத்தரீனா இவானோவ்னா எல்லாவற்றையும் புரிந்து கொள்வாள்" என்று திடீரென்று அல்யோஷா உறுதியாகச் சொன்னான். "அவள் உங்களுடைய துயரத்தின் ஆழத்தைப் புரிந்து கொண்டு உங்களை மன்னிப்பாள். அவள் அவளுடைய உயர்ந்த மனதால் இந்த உலகில் உங்களை விடத் துயரப்படுபவர் வேறு யாரும் இல்லை என்பதைப் புரிந்து கொள்வாள்."

"அவள் எல்லாவற்றையும் மன்னிக்க மாட்டாள்" என்று மீச்சியா சிரித்தார். "தம்பி, இந்த உலகத்தில் எந்தப் பெண்ணும் சமரசம் செய்துகொள்ள முடியாத ஒரு விஷயம் இங்கே இருக்கிறது. ஆனால் இப்போது செய்ய வேண்டிய சிறந்த காரியம் எது தெரியுமா?"

"என்ன?"

"அவளிடம் மூவாயிரம் ரூபிள்களைத் திருப்பிக் கொடுப்பது."

"அவ்வளவு பணத்திற்கு எங்கே போவது? பொறுங்கள்... என்னிடம் இரண்டாயிரம் இருக்கிறது. இவானிடமிருந்து ஆயிரம் வாங்க முடியும். ஆக மூன்றாயிரத்தை அவளிடம் கொடுங்கள்."

"ஆனால் அந்த மூவாயிரம் கைக்கு வந்து சேர எவ்வளவு நாட்கள் ஆகும் தெரியுமா? நீங்கள் இன்னும் மைனர் என்பதால், உங்கள் பணத்தை அவ்வளவு சீக்கிரம் எடுக்க முடியாது. எனவே நீங்கள் இன்றே என் சார்பாக அவளைப் பார்த்து நிச்சயதார்த்தத்தை முறிக்க வேண்டியது அவசியம். பணம் இருந்தாலும் இல்லா விட்டாலும் பரவாயில்லை, இந்த விவகாரத்தை மேலும் இழுக்காமல் முடிவுக்குக் கொண்டு வர வேண்டும். ஏற்கனவே

தாமதமாகிவிட்டதால், என்னால் மேலும் ஒரு நாள் கூட இதைத் தள்ளிப் போட முடியாது. நீங்கள் தந்தையிடம் செல்ல வேண்டும்."

"தந்தையிடமா?"

"ஆமாம், நீங்கள் முதலில் தந்தையிடம் சென்று மூவாயிரம் ரூபிள்களைக் கேளுங்கள்."

"ஆனால் மீச்சியா, அவர் கொடுக்க மாட்டார்."

"அவர் நிச்சயமாக கொடுக்க மாட்டார் என்பது எனக்கு நன்றாகத் தெரியும். அலெக்ஸி, விரக்தி என்றால் என்னவென்று உங்களுக்குத் தெரியுமா?"

"ஆமாம், தெரியும்."

"கேளுங்கள். நான் ஏற்கனவே அவரிடமிருந்து எனக்குரியதை வாங்கிவிட்டேன் என்பதால், அவர் சட்டரீதியாக எனக்கு எதையும் கொடுக்க வேண்டியதில்லை என்றாலும் தார்மீக ரீதியாக அவர் எனக்குக் கடன் பட்டிருக்கிறார். அவர் என் அம்மாவின் இருபத்து எட்டாயிரம் ரூபிள்களை வைத்துக் கொண்டு அதிலிருந்து ஒரு லட்சம் வரை சம்பாதித்திருக்கிறார். எனவே அவர் அந்த இருபத்து எட்டாயிரத்திலிருந்து சொற்பத் தொகையான மூவாயிரத்தை மட்டும் கொடுத்து என்னை இந்த இக்கட்டான சூழ்நிலையிலிருந்து விடுவிக்க வேண்டும். அது அவர் செய்த பல பாவங்களுக்குப் பிராயச்சித்தமாக இருக்கும். நான் இந்த மூவாயிரத்துடன் அவருக்கும் எனக்கும் உள்ள பிரச்சனையை முடித்துக் கொள்வேன் என்று சத்தியம் செய்கிறேன். இனிமேல் நான் அவரிடம் எந்தப் பணத்தையும் கேட்க மாட்டேன். அவர் என் தந்தை என்ற முறையில் நான் அவருக்கு இந்த இறுதி வாய்ப்பைத் தருகிறேன். கடவுள் அவருக்கு இந்த வாய்ப்பைக் கொடுத்திருக்கிறார் என்று அவரிடம் சொல்லுங்கள்."

"மீச்சியா, நீங்கள் என்ன சொன்னாலும் அவர் பணத்தைத் தரமாட்டார்."

"அவர் தரமாட்டார் என்று எனக்கு நன்றாகத் தெரியும். அதுவும் குறிப்பாக இப்போது. ஏனெனில் அவர் சமீபத்தில், ஒருவேளை நேற்றுதான், குரூஷென்கா என்னைத் திருமணம் செய்து கொள்ளக்கூடும் என்பது வேடிக்கையல்ல என்பதை முதன்முறையாகத் தீவிரமாக (நான் தீவிரமாக என்று சொல்வதைக் கவனிக்கவும்) உணர்ந்து கொண்டிருக்கிறார் என்று எனக்குத் தெரியும். அவள் எத்தகைய சிறுக்கி என்பது அவருக்குத் தெரியும். அவர் அவள் மீது பைத்தியமாக இருக்கும் நிலையில், அது நடப்பதற்கு வசதியாக எனக்குப் பணத்தைக் கொடுப்பாரா என்ன? அதுமட்டுமின்றி, அவர் ஐந்து நாட்களுக்கு முன்பு வங்கிக்குச்

சென்று, மூவாயிரம் ரூபிள்களுக்கு நூறு ரூபிள் நோட்டுகளாக எடுத்து, ஒரு பெரிய கவரில் போட்டு, ஐந்து முத்திரைகளை இட்டு, சிவப்பு நாடாவால் கட்டி வைத்திருக்கிறார் என்பது எனக்குத் தெரியும். நான் எத்தனை விவரங்களைத் தெரிந்து வைத்திருக்கிறேன் என்று பாருங்கள். அவர் அந்தக் கவரின் மீது, ‘என் தேவதை குரூஷென்காவுக்கு’ என்று எழுதி வைத்திருக்கிறார். அவர் அதையெல்லாம் மிகவும் இரகசியமாகச் செய்தார். அவரைப் பொறுத்தவரை, அந்தப் பணத்தைப் பற்றி அவருடைய நேர்மையான, நம்பிக்கைக்குரிய வேலைக்காரன் ஸ்மெர்த்தியாக்கவைத் தவிர வேறு யாருக்கும் தெரியாது. அவர் ஏற்கனவே குரூஷென்காவுக்கு அதைப் பற்றித் தகவல் கொடுத்தபோது, அவள் ‘நான் வந்தாலும் வரலாம்’ என்று பதில் அனுப்பியிருக்கிறாள். எனவே அவர் கடந்த மூன்று அல்லது நான்கு நாட்களாக அவளுக்காகக் காத்திருக்கிறார். அவள் அந்தக் கிழவனிடம் சென்றால், என்னால் அவளைத் திருமணம் செய்துகொள்ள முடியாது, இல்லையா? நான் ஏன் இங்கே ஒளிந்து அனைத்தையும் கண்காணித்து வருகிறேன் என்று இப்போது புரிகிறதா?”

“அவளுக்காகவா?”

“ஆமாம், அவளுக்காகத்தான். இந்த வீட்டின் உரிமையாளர் ஃபோமா என்பவருக்கு ஒரு அறையை வாடகைக்கு விட்டிருக்கிறார். முன்பு எங்கள் படைப்பிரிவில் சிப்பாயாக இருந்த அவர் இந்த ஊரைச் சேர்ந்தவர். இரவு நேரத்தில் வீட்டுக்குக் காவலாளியாக இருக்கும் அவர், பகலில் வேட்டைக்குச் சென்று விடுவார். அவர் அப்படித்தான் ஜீவித்து வருகிறார். நான் இங்கே அவருடன் தங்கியிருக்கிறேன். நான் இங்கே கண்காணித்து வருகிறேன் என்பது அவருக்கோ அல்லது வீட்டு உரிமையாளருக்கோ தெரியாது.”

“அப்படியானால் ஸ்மெர்த்தியாக்கவைத் தவிர வேறு யாருக்கும் தெரியாதா?”

“ஆமாம். அவள் கிழவனின் வீட்டிற்கு வந்தால் அவன் எனக்குத் தகவல் கொடுப்பான்.”

“அவன்தான் அந்தப் பணத்தைப் பற்றிச் சொன்னானா?”

“ஆமாம். அது யாருக்கும் தெரியாத இரகசியம். இவானுக்கு கூட அந்தப் பணத்தைப் பற்றி எதுவும் தெரியாது. கிழவர் இவானை இரண்டு அல்லது மூன்று நாள் பயணமாக செர்மாஷ்னியாவுக்கு அனுப்ப முடிவு செய்திருக்கிறார். ஒருவர் அங்குள்ள மரங்களை எட்டாயிரம் ரூபிள்களுக்கு விலை பேசியிருக்கிறார். கிழவர் கெஞ்சிக் கூத்தாடி இவானை அங்கே போகச் சொல்லியிருக்கிறார். குரூஷென்கா வரும்போது அவர் வீட்டில் இருக்கக்கூடாது என்று கிழவர் விரும்புகிறார்.”

“அப்படியானால் இன்று குரூஷென்கா வருவாள் என்று அவர் எதிர்பார்க்கிறாரா?”

“இல்லை, இன்று அவள் வரமாட்டாள் என்பதற்கான அறிகுறிகள் தென்படுகின்றன. எனவே அவள் இன்று நிச்சயம் வரமாட்டாள்!” என்று மீச்சியா திடீரென்று கத்தினார். “ஸ்மெர்த்தியாக்கவ் அப்படித்தான் சொன்னான். இப்போது தந்தை இவானுடன் சேர்ந்து குடித்துக் கொண்டிருப்பார். அல்யோஷா, நீங்கள் இப்போது அவரிடம் சென்று மூவாயிரம் ரூபிள்களைக் கேளுங்கள்...”

“மீச்சியா, பொறுங்கள், உங்களுக்கு என்ன ஆயிற்று?” என்று அல்யோஷா இருக்கையிலிருந்து துள்ளிக் குதித்து, டிமிட்ரியின் வெறிபிடித்த முகத்தை உற்றுப் பார்த்தான். அவன் அவருக்குப் பைத்தியம் பிடித்துவிட்டது என்று நினைத்தான்.

“கவலைப்பட வேண்டாம், எனக்குப் பைத்தியம் எதுவும் பிடிக்கவில்லை. நான் என்ன செய்கிறேன் என்று எனக்குத் தெரியும்” என்று டிமிட்ரி அழுத்தமான, உறுதியான குரலில் சொன்னார். “நான் உங்களிடம் தந்தையைப் பார்க்கச் சொல்கிறேன். நான் என்ன சொல்கிறேன் என்பது எனக்குத் தெரியும். நான் அற்புதங்களை நம்புகிறேன்.”

“அற்புதங்களா?”

“தெய்வீக அருளின் அற்புதம். இறைவனுக்கு என் இதயத்தில் உள்ளது தெரியும் என்பதால் நான் விரக்தியுற்று இருப்பதை அவரால் அறிந்துகொள்ள முடியும். அவர் அனைத்தையும் பார்த்துக் கொண்டிருப்பதால், ஏதாவது விபரீதம் நடக்க அனுமதிப்பாரா என்ன? அல்யோஷா, நான் அற்புதங்களை நம்புகிறேன். நீங்கள் தயங்காமல் போங்கள்.”

“சரி, நான் போகிறேன். நீங்கள் எனக்காக இங்கேயே காத்திருப்பீர்களா?”

“ஆமாம். எப்படியும் நீங்கள் திரும்பி வருவதற்கு நேரமாகும், ஏனெனில் நீங்கள் போனதும் உடனடியாக அதைக் கேட்டு வாங்கி வர முடியாது என்று எனக்குத் தெரியும். மேலும் அவர் இப்போது குடிபோதையில் இருப்பார். நான் உங்களுக்காக மூன்று, நான்கு, ஐந்து, ஆறு அல்லது ஏழு மணி நேரம் கூடக் காத்திருப்பேன். ஆனால் இன்று நள்ளிரவு ஆனாலும், பணம் கிடைத்தாலும் கிடைக்காவிட்டாலும், நீங்கள் கண்டிப்பாகக் கேத்தரீனா இவானோவிடம் சென்று என் வணக்கத்தைத் தெரிவித்தேன் என்று சொல்ல வேண்டும். ‘அவர் தன் வணக்கத்தை உங்களிடம் தெரிவித்தார்’ என்ற வார்த்தைகளை நீங்கள் கட்டாயம் அவளிடம் சொல்ல வேண்டும்.”

"ஆனால் மீச்சியா, குருஷென்கா இன்றோ அல்லது நாளையோ அல்லது நாளை மறுநாளோ வந்தால் என்ன செய்வது?"

"குருஷென்கா? எனக்கு அது தெரியவந்தால், நான் வீட்டிற்குள் நுழைந்து அவளைத் தடுத்து நிறுத்துவேன்..."

"ஆனால்..."

"அப்படி ஏதாவது நடந்தால் அது கொலையில்தான் முடியும். நான் அதைப் பார்த்துக் கொண்டு சும்மாயிருக்க மாட்டேன்."

"கொலையா? யாரை?"

"கிழவனை. நான் அவளைக் கொல்ல மாட்டேன்."

"அண்ணா, நீங்கள் என்ன சொல்கிறீர்கள் என்று தெரிந்துதான் சொல்கிறீர்களா?"

"உண்மையில் எனக்குத் தெரியவில்லை, எனக்குத் தெரியவில்லை... ஒருவேளை நான் அவரைக் கொல்லாமல் இருக்கலாம் அல்லது கொலை செய்தாலும் செய்யலாம். நான் அந்த நேரத்தில் அவரது முகத்தைப் பார்ப்பதை என்னால் சகித்துக்கொள்ள முடியாது என்று பயப்படுகிறேன். நான் அவரது தொங்கும் சதையையும், மூக்கையும், கண்களையும், அவரது வெட்கமற்ற ஏளனத்தையும் வெறுக்கிறேன். எனக்கு உடல் ரீதியாக அவர் மீது வெறுப்பு ஏற்படுகிறது. அதுதான் எனக்குப் பயமாக இருக்கிறது. நான் என்னைக் கட்டுப்படுத்த முடியாது என்று நினைக்கிறேன்."

"மீச்சியா, நான் இப்போதே போகிறேன். கடவுள் எந்த விபரீதமும் நடக்காமல், எல்லாவற்றையும் நல்லவிதமாக முடித்து வைப்பார் என்று நான் நம்புகிறேன்."

"நான் ஒரு அற்புதத்தை எதிர்பார்த்து இங்கேயே காத்திருப்பேன். ஆனால் அது நடக்கவில்லை என்றால்..."

அல்யோஷா ஆழ்ந்த சிந்தனையுடன் தன் தந்தையின் வீட்டை நோக்கிச் சென்றான்.

6. ஸ்மெர்த்தியாக்கவ்

வீட்டில் நுழைந்த அல்யோஷா தன் தந்தை மேசையின் முன்னால் அமர்ந்திருப்பதைப் பார்த்தான். வீட்டில் சாப்பாட்டு அறை இருந்தபோதும், வழக்கம் போல வரவேற்பறையில் மேசை போடப்பட்டிருந்தது. அந்த வரவேற்பறை பெரியதாக, பழைய பாணியில் ஆடம்பரமாக அலங்கரிக்கப்பட்டிருந்தது. அங்கிருந்த

 நற்றிணை பதிப்பகம் ○ 199

மரச்சாமான்கள் வெள்ளை நிறத்தில் மிகப் பழமையாக இருந்த துடன், சிவப்பு நிறப் பட்டுத் துணியால் அலங்கரிக்கப்பட்டிருந்தன. நீண்ட நாட்கள் ஆனதால் அவை ஆங்காங்கே கிழிந்தும், நிறம் மங்கியும் காணப்பட்டன. ஜன்னல்களின் இடைவெளியில், வெள்ளை மற்றும் தங்க நிறத்தில், பழங்காலத்து கைவினை வேலைப்பாடுகளுடன் கூடிய பிரேம்களுடன் கண்ணாடிகள் தொங்கின. சுவர்களில் ஒட்டியிருந்த வெள்ளை நிறக் காகிதங்கள் ஆங்காங்கே கிழிந்து தொங்கிக் கொண்டிருந்தன. சுமார் முப்பது ஆண்டுகளுக்கு முன்பு மாகாணத்தின் கவர்னர் ஜெனரலாக இருந்த இளவரசரின் உருவப்படமும், நீண்ட காலத்திற்கு முன்பு இறந்துபோன பிஷப்பின் உருவப்படமும் சுவரில் மாட்டியிருந்தது. கதவுக்கு எதிரில் இருந்த மூலையில் கடவுளின் உருவச் சிலைகள் இருந்தன. அதன் முன்னால் ஒவ்வொரு இரவும் ஒரு விளக்கு ஏற்றி வைக்கப்பட்டது. அறையில் வெளிச்சம் வேண்டும் என்பதற்காக அவ்வாறு செய்யப்பட்டதே தவிர பக்தியின் காரணமாக அல்ல. ஃபியோதர் பாவ்லோவிச் வழக்கமாக தாமதமாக, அதிகாலை மூன்று அல்லது நான்கு மணிக்கு படுக்கச் செல்வார். அவர் அதுவரை அறையில் மேலும் கீழும் நடப்பார் அல்லது சாய்வு நாற்காலியில் அமர்ந்து சிந்தனையில் மூழ்குவது அவருக்குப் பழக்கமாகி விட்டது. அவர் தனது வேலையாட்களை அவர்களின் குடியிருப்புக்கு அனுப்பி விட்டு இரவு முழுவதும் தனிமையில் இரவைக் கழிப்பார். ஆனால் பெரும்பாலும் ஸ்மெர்த்தியாக்கவ் அவருடன் இருப்பான், அவன் முன் வராண்டாவில் உள்ள பெஞ் சில் படுத்துக் கொள்வான். அல்யோஷா உள்ளே நுழைந்தபோது, அவர்கள் இரவு உணவைச் சாப்பிட்டு முடித்திருந்தனர். வேலைக்காரன் அவர்களுக்குப் பழங்களும் காபியும் பரிமாறிக் கொண்டிருந்தான். கரமசோவ் இரவு உணவுக்குப் பிறகு பிராந்தியுடன் இனிப்புகளை விரும்பிச் சாப்பிடுவார். இவான் காபி குடித்துக் கொண்டிருந்தான். வேலையாட்களான கிரிகோரியும், ஸ்மெர்த்தியாக்கவும் அருகில் நின்றிருந்தனர். எஜமானர்களும் வேலையாட்களும் வழக்கத்திற்கு மாறாக மிகுந்த உற்சாகத்துடன் இருந்தனர். ஃபியோதர் பாவ்லோவிச் சத்தமாகச் சிரித்துக் கொண்டிருந்தார். அல்யோஷா அறைக்குள் நுழையும் முன்னர் அவனுக்கு மிகவும் பழக்கமான அந்தச் சிரிப்பைக் கேட்டான். அவன் தன் தந்தை கலகலப்பான மனநிலையில் இருக்கிறார் என்பதையும், அவர் இன்னும் குடிபோதையில் மூழ்கவில்லை என்பதையும் அறிந்தான்.

"இதோ, அல்யோஷா வந்துவிட்டான்!" என்று அல்யோஷாவைக் கண்டதும் கரமசோவ் மகிழ்ச்சியுடன் கத்தினார்.

"வா, வா எங்களுடன் சேர்ந்து கொள், கொஞ்சம் காபி குடி. இது சூடாக, பிரமாதமாக இருக்கிறது. நீ விரதம் இருப்பதால் நான் உனக்குப் பிராந்தியைத் தரவில்லை என்றாலும் நீ குடிக்க விரும்புகிறாயா? இல்லை, நான் நம்முடைய பிரபலமான மதுபானம் ஒன்றை உனக்குத் தருவது நல்லது. ஸ்மெர்த்தியாக்கவ், அலமாரியின் வலதுபுறத்தில் இரண்டாவது வரிசையில் உள்ள அதை எடுத்து வா. இதோ சாவி. சீக்கிரம்!"

அல்யோஷா தனக்கு எந்த மதுபானமும் வேண்டாம் என்று மறுப்புத் தெரிவிக்க முயன்றான்.

"சரி, விடு, உனக்காக இல்லை என்றாலும் எங்களுக்காக அதைச் செய்கிறோம்" என்று ஃபியோதர் பாவ்லோவிச் மகிழ்ச்சியுடன் கூறினார். "சரி, நீ சாப்பிட்டாயா?"

"சாப்பிட்டேன்" என்றான் அல்யோஷா. உண்மையைச் சொல்ல வேண்டும் என்றால் அவன் தலைமை மடாதிபதியின் அறையில் ஒரு ரொட்டி துண்டைச் சாப்பிட்டு, ஒரு குவளை குவாஸ் பானத்தை மட்டும் அருந்தினான். "ஆனால் நான் சூடான காபியைச் சந்தோஷமாகக் குடிப்பேன்."

"சபாஷ், என் அன்பே! அவன் காபி குடிக்க விரும்புகிறான். அதைச் சூடுபடுத்த வேண்டுமா? இல்லை, அது கொதிக்கிறது. அது ஸ்மெர்த்தியாக்கவ் தயாரித்த காபி. காபி, இறைச்சித் துண்டு, மற்றும் மீன் சூப் தயாரிப்பதில் அவன் ஒரு கலைஞன். நீ எப்போது வேண்டுமானாலும் மீன் சூப் சாப்பிடலாம், ஆனால் அதை முன்கூட்டியே சொல்லிவிட வேண்டும்... ஒரு நிமிஷம், நான் உன்னிடம் இன்றே மூட்டை முடிச்சுகளோடு வீட்டிற்கு வரும்படிச் சொல்லவில்லையா? ஹீ ஹீ ஹீ, நீ உன் மெத்தையைக் கொண்டு வந்தாயா?"

"இல்லை, நான் அதைக் கொண்டு வரவில்லை" என்று அல்யோஷா புன்னகையுடன் சொன்னான்.

"ஆனால் நான் அப்படிச் சொன்னபோது நீ பயந்து விட்டாய், இல்லையா? ஆகா, என் செல்லப் பையா, நான் உன்னைப் புண்படுத்துவேனா என்ன? இவான், அவன் என் கண்களைப் பார்த்து அப்படிச் சிரிக்கும்போது, என்னால் அவனை எதிர்த்து ஒரு வார்த்தையும் பேச முடியாது என்று உனக்குத் தெரியுமா? என் மனம் முழுவதும் அவனுடன் சேர்ந்து சிரிக்கத் தொடங்குகிறது. நான் அவனை மிகவும் நேசிக்கிறேன்! அல்யோஷா, நான் என் பெற்றோரின் ஆசியை உனக்குத் தருகிறேன்!"

ஆனால் அல்யோஷா எழுந்து நின்றபோது, கரமசோவ் தனது முடிவை மாற்றிக் கொண்டார்.

"இல்லை, இல்லை, நான் இப்போதைக்கு உன் மீது சிலுவையிடுகிறேன், உட்கார். நான் இப்போது உன்னிடம் உனக்கு ஏற்ற, உனக்கு மகிழ்ச்சியைத் தரும் ஒன்றைச் சொல்கிறேன். நீ அதைக் கேட்டு நிச்சயமாகச் சிரிப்பாய். பிலேயாமின் கழுதை பேச ஆரம்பித்து விட்டது. ஆகா, அது எப்படிப் பேசுகிறது! எப்படிப் பேசுகிறது!"

அவர் பிலேயாமின் கழுதை என்று வேலைக்காரன் ஸ்மெர்த்தியாக்கவைச் சொன்னார். இருபத்து நான்கு வயது இளைஞனான அவன் யாரிடமும் பழகாமல், யாரிடமும் பேசாமல் இருந்தான். அவன் கூச்ச சுபாவம் உள்ளவன் என்பதாலோ, எளிதில் சங்கடப்படக் கூடியவன் என்பதாலோ அப்படி இருக்கவில்லை, மாறாக அவன் முரட்டு சுபாவம் உடையவனாகவும், எல்லோரையும் வெறுப்பவனாகவும் இருந்தான். ஆனால் இப்போது நாம் அவனைப் பற்றிச் சில வார்த்தைகளைச் சொல்லாமல் இருக்க முடியாது. கிரிகோரியும் மார்த்தாவும் அவனை வளர்த்தார்கள் என்றாலும், கிரிகோரி சொல்வது போல அவன், 'சிறிதும் நன்றியுணர்வு இல்லாமல்' வளர்ந்திருந்தான். அவன் இந்த உலகத்தில் ஏதோ ஒரு மூலையில் ஒடுக்கப்பட்டது போல யாரிடமும் பழகாமல், முரட்டுத்தனமான இளைஞனாக இருந்தான். அவனுக்குச் சிறுவயதில் பூனைகளைத் தூக்கில் தொங்கவிடுவதும், பிறகு அவற்றைச் சடங்குகளுடன் அடக்கம் செய்வதும் மிகவும் பிடிக்கும். அவன் ஒரு போர்வையைப் பாதிரியாரின் உடையைப் போல சுற்றிக் கொண்டு, பாடிக் கொண்டே, இறந்துபோன பூனையின் மீது ஏதோ ஒரு பொருளைத் தூபக்காலை அசைப்பது போல அசைப்பான். அவன் அதையெல்லாம் இரகசியமாகச் செய்வான். அவன் ஒருமுறை அப்படிச் செய்தபோது, கிரிகோரி அதைப் பார்த்துவிட்டு அவனைச் செமத்தியாக அடித்தான். அவன் ஒரு வாரம் முழுவதும் ஒரு மூலையில் சோகமாக முடங்கிக் கிடந்தான். 'அந்த அரக்கனுக்கு நம்மைப் பிடிக்காது. உண்மையில் அவனுக்கு யாரையும் பிடிக்காது' என்று கிரிகோரி மார்த்தாவிடம் சொன்னான். அவன் ஒரு முறை ஸ்மெர்த்தியாக்கவிடம், 'நீ ஒரு மனிதன் அல்ல. நீ குளியலறைச் சேற்றில் பிறந்தவன். நீ அப்படித்தான் இருக்கிறாய்' என்று சொன்னான். ஸ்மெர்த்தியாக்கவ் அந்த வார்த்தைகளுக்காக அவனை ஒருபோதும் மன்னிக்கத் தயாராக இல்லை என்பது பின்னர் தெரிய வந்தது. கிரிகோரி அவனுக்குப் படிப்பு சொல்லிக் கொடுத்தான். ஸ்மெர்த்தியாக்கவுக்கு பன்னிரண்டு வயதானபோது அவன் அவனுக்கு வேத வசனங்களைக் கற்றுக் கொடுத்தான். ஆனால் விரைவில் அது வீணான முயற்சி என்று நிரூபணமானது. ஒரு நாள், இரண்டாவது அல்லது மூன்றாவது பாடத்தின் போது, ஸ்மெர்த்தியாக்கவ் திடீரென்று ஏளனமாகச் சிரித்தான்.

"எதற்காகச் சிரிக்கிறாய்?" என்று கிரிகோரி தன் மூக்குக் கண்ணாடியின் வழியே அவனைக் கோபத்துடன் பார்த்தான்.

"ஒன்றுமில்லை. கடவுள் முதல் நாளில் ஒளியையும், நான்காம் நாளில் சூரியன், சந்திரன் மற்றும் நட்சத்திரங்களையும் படைத்தார். ஆனால் முதல் நாளில் அந்த ஒளி எங்கிருந்து வந்தது?"

கிரிகோரி திகைத்துப் போனான். சிறுவன் தன் ஆசிரியரை ஏளனமாகப் பார்த்துச் சிரித்தான். கிரிகோரி நிதானத்தை இழந்தான்.

"அது இங்கிருந்துதான் வந்தது!" என்று அவன் சிறுவன் கன்னத்தில் ஆவேசமாக அறைந்தான். சிறுவன் எந்தச் சலனமும் இன்றி அறையை ஏற்றுக் கொண்டு, மேலும் சில நாட்கள் மூலையில் முடங்கிக் கிடந்தான். ஒரு வாரத்திற்குப் பிறகு, அவன் வாழ்நாள் முழுவதும் அவனை வாட்டி வதைத்த வலிப்பு நோயின் முதல் தாக்குதலுக்கு ஆளானான். ஃபியோதர் பாவ்லோவிச் அதைக் கேள்விப்பட்டபோது, சிறுவனைப் பற்றிய அவரது அணுகுமுறையில் திடீர் மாற்றம் ஏற்பட்டது. அவர் அதுவரை அந்தச் சிறுவன் மீது எந்த அக்கறையும் காட்டியதில்லை என்றாலும், அவர் அவனைத் திட்டியதில்லை என்பதோடு, நல்ல மனநிலையில் இருக்கும்போது மேசையின் மீதிருந்த சில இனிப்புப் பதார்த்தங்களை எடுத்துக் கொடுப்பார். ஆனால் அவர் அவனுடைய நோயைப் பற்றிக் கேள்விப்பட்ட பிறகு, அவனைப் பற்றிக் கவலைப்படத் தொடங்கி, ஒரு மருத்துவரை வரவழைத்து அவனுக்குச் சிகிச்சை அளிக்கும்படிச் செய்தார். ஆனால் அவனுடைய நோயைக் குணப்படுத்த முடியாது என்று தெரிய வந்தது. சராசரியாக அவனுக்கு மாதத்திற்கு ஒரு முறை வலிப்பு வந்தது என்றாலும், ஒவ்வொரு முறையும் அது சீராக இல்லாமல், சில நேரங்களில் தீவிரமாகவும், சில நேரங்களில் மிதமாகவும் இருந்தது. எனவே ஃபியோதர் பாவ்லோவிச் அவனுக்கு உடல் ரீதியான எந்தத் தண்டனையும் தரக்கூடாது என்று கிரிகோரிக்கு உத்தரவிட்டார். மேலும் அவர் மாடியில் உள்ள தனது அறையில் நுழைவதற்கு அவனை அனுமதித்தார். அதுமட்டுமின்றி கிரிகோரி சிறிது காலத்திற்கு சிறுவனுக்கு எதுவும் கற்றுத் தரக் கூடாது என்று தடை விதித்தார். ஒரு நாள், சிறுவனுக்குப் பதினைந்து வயதாக இருந்தபோது, அவன் புத்தக அலமாரியின் அருகில் நின்று, கண்ணாடி வழியாகப் புத்தகத்தின் தலைப்புகளைப் படித்துக் கொண்டிருப்பதைக் கரமசோவ் கவனித்தார். ஃபியோதர் பாவ்லோவிச்சிடம் நூற்றுக்கும் மேற்பட்ட புத்தகங்கள் இருந்தன என்றாலும் அவர் புத்தகத்தைப் படிப்பதை இதுவரை யாரும் பார்த்ததில்லை. அவர் உடனே புத்தக அலமாரியின் சாவியை

அவனிடம் கொடுத்து, "நீ உனக்கு விருப்பமானதை எடுத்துப் படி. நீ என் நூலகராக இரு. நீ முற்றத்தில் வெட்டியாகச் சுற்றுவதை விட இங்கே உட்கார்ந்து படிப்பது நல்லது. இதோ, இதைப் படி" என்று ஃபியோதர் பாவ்லோவிச் 'ஒரு மாலை நேரத்தில் டிகாங்காவுக்கு அருகிலுள்ள ஒரு பண்ணையில்' என்ற கோகோலின் புத்தகத்தை எடுத்துக் கொடுத்தார்.

ஸ்மெர்த்தியாக்கவ் அதைப் படித்தான், ஆனால் அது அவனுக்குப் பிடிக்கவில்லை. அவன் அதைப் படித்தபோது ஒரு முறை கூடச் சிரிக்காமல், முகத்தைச் சுளித்தபடி படித்து முடித்தான்.

"என்ன, வேடிக்கையாக இல்லையா?" என்று ஃபியோதர் பாவ்லோவிச் கேட்டார்.

ஸ்மெர்த்தியாக்கவ் எதுவும் பேசாமல் இருந்தான்.

"முட்டாளே, பதில் சொல்."

"அதெல்லாம் உண்மை இல்லை" என்று அவன் புன்னகையுடன் முணுமுணுத்தான்.

"நீ நரகத்திற்குப் போவாய், ஏனெனில் உனக்கு அயோக்கியனின் ஆன்மா இருக்கிறது. இதோ, ஸ்மாரக்டோவின் 'உலகளாவிய வரலாறு.' இதில் உள்ளது எல்லாம் உண்மைதான். இதைப் படி."

ஆனால் அவனால் பத்து பக்கங்களைக் கூடப் படிக்க முடியவில்லை. அது அவனுக்கு சலிப்பூட்டுவதாக இருந்தது. எனவே மீண்டும் புத்தக அலமாரி பூட்டப்பட்டது. அதற்குப் பிறகு கிரிகோரியும் மார்த்தாவும், ஃபியோதர் பாவ்லோவிச்சிடம், ஸ்மெர்த்தியாக்கவ் எல்லாவற்றையும் அருவருப்புடன் கூர்ந்து பார்ப்பது அதிகரித்து வருவதாகப் புகார் தெரிவித்தனர். ஏனெனில் அவன் இரவு உணவின் போது, கரண்டியால் சூப்பை ஆராய்ந்து, அதைக் குனிந்து பார்த்து பரிசோதித்துவிட்டு, கரண்டியால் எடுத்து உயர்த்திப் பிடித்து, விளக்கு வெளிச்சத்தில் உற்றுப் பார்த்தான்.

"என்ன, கரப்பான் பூச்சியா?" என்று கேட்டான் கிரிகோரி.

"ஒருவேளை ஏதாவது பூச்சியாக இருக்கும்" என்றாள் மார்த்தா.

ஆனால் அவன் பதில் சொல்லவில்லை. அவன் இறைச்சி, ரொட்டி அல்லது வேறு எதைச் சாப்பிட்டாலும் அப்படித்தான் செய்தான். அவன் ஒரு இறைச்சித் துண்டை முள் கரண்டியால் தூக்கிப் பிடித்து, நுண்ணோக்கியில் ஆராய்வது போல அதை வெளிச்சத்தில் நன்றாக உற்றுப் பார்த்து, அதைச் சாப்பிடலாமா அல்லது வேண்டாமா என்று யோசிப்பது போல நீண்ட நேரம் பார்த்துவிட்டு இறுதியாக வாயில் போடுவான். "ஒரு அற்புதமான இளைஞன் நமக்குக் கிடைத்திருக்கிறான்" என்று கிரிகோரி அவனைப் பார்த்து முணுமுணுத்தான். ஃபியோதர் பாவ்லோவிச்

அவனுடைய அந்தப் புதிய பழக்கத்தைப் பற்றி அறிந்ததும், அவனைத் தனது சமையல்காரனாக வைக்க வேண்டும் என்று முடிவு செய்து, உடனடியாக அவனைப் பயிற்சிக்காக மாஸ்கோவுக்கு அனுப்பினார். அவன் பல வருடங்கள் கழித்து ஊருக்குத் திரும்பி வந்தபோது, அவனுடைய தோற்றத்தில் பெரிய மாற்றம் ஏற்பட்டிருந்தது. அவன் அவனுடைய வயதுக்கு மீறிய தோற்றத்துடன் வயதானவனாகத் தெரிந்தான். அவன் முகம் சுருக்கங்களுடன், மஞ்சள் நிறத்தில் விசித்திரமாகக் காட்சியளித்தது. எனவே அவன் பார்ப்பதற்கு ஓர் அரவாணியைப் போல தோற்றமளித்தான். ஆனால் அவனுடைய குணம் சற்றும் மாறாமல் அவன் மாஸ்கோவுக்குச் செல்வதற்கு முன்பு இருந்ததைப் போலவே இருந்தது. அவன் எப்போதும் போல யாருடனும் பழகாமல், தனக்கு யாருடைய சகவாசமும் தேவையில்லை என்பது போல நடந்து கொண்டான். அவன் மாஸ்கோவிலும் அப்படித்தான் மௌனமாக இருந்தான் என்று பின்னர் தெரியவந்தது. அவனுக்கு மாஸ்கோ பிடிக்கவில்லை என்றாலும், அவன் அந்த நகரத்தைப் பற்றிச் சிலவற்றை அறிந்து கொண்டாலும், அங்கிருந்த மற்ற விஷயங்கள் எதிலும் கவனத்தைச் செலுத்தவில்லை. அவன் ஒருமுறை தியேட்டருக்குச் சென்றுவிட்டு, சலிப்புடனும் அதிருப்தி யுடனும் திரும்பினான். அவன் மாஸ்கோவிலிருந்து திரும்பிய போது, சுத்தமான உள்ளாடையும், நேர்த்தியான வெள்ளைச் சட்டையும் அணிந்திருந்தான். அவன் ஒரு நாளைக்கு இரண்டு முறை தன் ஆடைகளைக் கவனமாகத் துவைத்தான். மேலும் அவன் தனது தோல் காலணிகளை ஆங்கில பாலீஷைக் கொண்டு சுத்தம் செய்து, அவற்றைக் கண்ணாடியைப் போல பளபளப்பாக வைத்திருப்பதில் மகிழ்ச்சியடைந்தான். அவன் ஒரு சிறந்த சமையல் காரனாக மாறியிருந்தான். ஃபியோதர் பாவ்லோவிச் அவனுக்குத் தனியாகச் சம்பளத்தைக் கொடுத்தார். அவன் தன் முழு சம்பளத்தை யும் ஆடைகளும், நறுமண எண்ணெயும், வாசனைத் திரவியமும் வாங்குவதற்குச் செலவழித்தான். இருந்தாலும் அவன் ஆண்களைப் போல பெண்களையும் வெறுத்தான். அவன் அவர்களிடம் பேசாமலும், அவர்களை விட்டு விலகியும் இருந்தான். இப்போது கரமசோவ் அவனை முற்றிலும் வேறு கோணத்தில் பார்க்கத் தொடங்கினார். அவனுக்கு அடிக்கடி வலிப்பு ஏற்பட்டது. அப்போது மார்த்தா உணவைச் சமைத்தாள், ஆனால் அது ஃபியோதர் பாவ்லோவிச்சுக்குப் பிடிக்கவில்லை.

"உனக்கு ஏன் அடிக்கடி வலிப்பு ஏற்படுகிறது?" என்று அவர் தன் புதிய சமையல்காரனிடம் கேட்டுவிட்டு அவன் முகத்தை உற்றுப் பார்த்தார். "நீ திருமணம் செய்துகொள்ள வேண்டும் என்று நினைக்கிறேன். நான் உனக்கு ஒரு பெண்ணைப் பார்க்கட்டுமா?"

 நற்றிணை பதிப்பகம் ○ 205

அவன் அவர் சொன்னதைக் கேட்டு ஆத்திரப்பட்டாலும், அதற்கு எந்தப் பதிலும் சொல்லவில்லை. எனவே ஃபியோதர் பாவ்லோவிச் தோள்களைக் குலுக்கிவிட்டு, அவனிடமிருந்து விலகிச் சென்றார். மிக முக்கியமான விஷயம் என்னவென்றால், அவர் அவனை முழுமையாக நம்பினார். அவன் தனக்குத் தெரியாமல் எதையும் எடுக்கவோ, திருடவோ மாட்டான் என்று அவர் உறுதியாக நம்பினார். ஒருமுறை ஃபியோதர் பாவ்லோவிச் குடிபோதையில் இருந்தபோது, அவர் அப்போதுதான் யாரிடமிருந்தோ வாங்கிய முன்னூறு ரூபிள்களை முற்றத்தில் எங்கேயோ தவறவிட்டார். அவர் அடுத்த நாள் அந்தப் பணத்தைத் தேடி தன் சட்டைப் பையைத் துழாவியபோது, மேசையின் மீது அந்தப் பணம் இருப்பதைப் பார்த்தார். அது எப்படி அங்கே வந்தது? ஸ்மெர்த்தியாக்கவ் கீழே கிடந்த அதை எடுத்து அங்கே வைத்திருந்தான். "நான் இப்படி ஒரு வேலைக்காரனைப் பார்த்ததே இல்லை!" என்று வியந்த அவர் அவனுக்குப் பத்து ரூபிள்களைக் கொடுத்தார். அவர் அவனுடைய நேர்மையை நம்பியது மட்டுமில்லாமல், ஏனோ அவனை நேசித்தார் என்பதையும் சேர்த்துச் சொல்ல வேண்டும். இருப்பினும் அந்த இளைஞன் மற்ற எல்லோரையும் பார்ப்பது போல அவரையும் பார்த்தான். மேலும் அவன் தொடர்ந்து மௌனத்தைக் கடைப்பிடித்து, அரிதாகவே பேசினான். அந்த நேரங்களில் யாராவது அவனைப் பார்த்து, அவன் என்ன நினைக்கிறான் அல்லது அவனுக்கு எதில் ஆர்வம் இருக்கிறது அல்லது அவன் மனதில் என்ன இருக்கிறது என்று கண்டுபிடிக்க முயன்றால் அது தோல்வியில்தான் முடியும். அவன் சில சமயங்களில் வீட்டிலும், முற்றத்திலும் அல்லது தெருவிலும் நடந்து செல்லும்போது, திடீரென்று நின்று ஆழ்ந்த சிந்தனையில் மூழ்கியவனாகப் பத்து நிமிடங்களுக்கு அசையாமல் கற்சிலையென நிற்பான். அப்போது அவனைப் பார்க்கும் உடலியல் நிபுணர், அவனுக்குள் எந்த யோசனையும், எண்ணங்களும் இல்லை, அவன் தியான நிலையில் இருக்கிறான் என்று சொல்லியிருப்பார். 'தியானம்' என்ற பெயரில் ஓவியர் கிராம்ஸ்கோயின் ஒரு குறிப்பிடத்தக்க ஓவியம் உள்ளது. குளிர்காலப் பின்னணியில் காட்டில் உள்ள ஒரு சாலையில், முற்றிலும் தனிமையில், கிழிந்த ஆடையும், காலணியும் அணிந்து ஒரு விவசாயி நிற்பார். அவர் சிந்தனையில் உறைந்து நிற்பதாகத் தோன்றினாலும் அவர் சிந்திக்கவில்லை, ஆனால் 'தியானத்தில்' ஆழ்ந்திருக்கிறார். அப்போது யாராவது அவரை உசுப்பினால், அவர் திடுக்கிட்டுக் கண் விழித்து, தான் எங்கே இருக்கிறோம் என்ன செய்கிறோம் என்று தெரியாமல் அவரைப் பார்த்து விழிப்பார். அவர் சுயநினைவுக்குத் திரும்பிய பிறகு அவரிடம், நீங்கள் எதைப் பற்றி

யோசிக்கிறீர்கள் என்று கேட்டால் அவருக்கு எதுவும் நினைவில் இருக்காது. இருந்தாலும் அவர் தியானத்தின் போது தான் அனுபவித்த விவரிக்க முடியாத உணர்வுகளை நிச்சயமாக நினைவில் வைத்திருப்பார். அந்த உணர்வுகள் அவருக்கு மிகவும் பிரியமானவை என்பதால் அவர் தன்னையும் அறியாமல், அதைக் கொண்டு என்ன செய்யப் போகிறோம் என்று தெரியாமல், அதைப் பொக்கிஷமாகப் பாதுகாத்து வைத்திருப்பார். அவர் பல வருடங்களாக இப்படியான உணர்வுகளைத் திரட்டி வைத்துக் கொண்டு, திடீரென்று ஒரு நாள் எல்லாவற்றையும் விட்டுவிட்டு இரட்சிப்பைத் தேடி ஜெருசலேமுக்கு யாத்திரை செல்வார் அல்லது தன் சொந்தக் கிராமத்திற்குத் தீ வைப்பார் அல்லது இரண்டையும் செய்வார். இப்படிப் பல சிந்தனையாளர்கள் எளிய மக்கள் மத்தியில் இருக்கிறார்கள். அநேகமாக ஸ்மெர்த்தியாக்கவ் அவர்களில் ஒருவனாக இருக்கலாம். அவனும் ஏன் என்று தெரியாமல் தான் அனுபவித்த உணர்வுகளைச் சேகரித்துக் கொண்டிருந்தான்.

7. ஒரு விவாதம்

ஆனால் பிலேயாமின் கழுதை திடீரென்று பேச ஆரம்பித்தது. மேலும் விஷயம் மிகவும் விசித்திரமாக இருந்தது. அன்று காலை கிரிகோரி லுக்யானோவின் கடைக்கு எதையோ வாங்கச் சென்றிருந்தான். கடையின் உரிமையாளர் அவனிடம் ஒரு ரஷ்ய வீரன் தொலைதூர எல்லையில் உள்ள படைப் பிரிவில் பணி யாற்றிக் கொண்டிருந்தபோது, ஆசியப் பழங்குடிகளால் சிறைபிடிக்கப்பட்ட கதையைச் சொன்னார். அவன் கிறிஸ்துவ மதத்தைத் துறந்து இஸ்லாம் மதத்திற்கு மாறாவிட்டால் சித்திர வதைக்கு உள்ளாகி இறக்க நேரிடும் என்று அவர்கள் அவனை மிரட்டினார்கள். ஆனால் அவன் அதற்கு மறுத்து, சித்திரவதைகளைச் சகித்துக் கொண்டு, கிறிஸ்துவைப் பெருமைப்படுத்தும் விதமாக அவர் மகிமையைப் போற்றிப் புகழ்ந்தான். அவர்கள் அவனை உயிரோடு தோலுரித்துக் கொன்றனர். அவனது வீரச் செயல் அன்று செய்தித்தாள்களில் வெளியானது. கிரிகோரி அப்போது அதைப் பற்றிப் பேசத் தொடங்கினான். ஃபியோதர் பாவ்லோவிச் எப்போதும் இரவு உணவுக்குப் பிறகு, இனிப்புகளைச் சாப்பிட்டு முடித்ததும், எதையாவது பேசவும் சிரித்து மகிழவும் விரும்பினார். அவர் கிரிகோரியுடன் இருந்தாலும் கூட வழக்கமாக அதைச் செய்வார். இன்று அவர் நல்ல மனநிலையில் மிகவும் உற்சாகத்துடன் இருந்தார். அவர் பிராந்தியைக் குடித்துக் கொண்டே அதைக்

கேட்டுவிட்டு, அந்த வீரனுக்கு உடனடியாகப் புனிதர் பட்டம் கொடுக்க வேண்டும் என்றும், அவனுடைய தோலை ஏதாவது ஒரு மடாலயத்தில் பிரதிஷ்டை செய்ய வேண்டும் என்றும் சொன்னார். "அதைப் பார்க்க மக்கள் எப்படிக் கூட்டமாகச் செல்வார்கள், எப்படி பணத்தைக் கொட்டுவார்கள் என்று பாருங்கள்." ஃபியோதர் பாவ்லோவிச் தான் சொன்னதைக் கேட்டு மனம் நெகிழாமல், வழக்கம் போல இறை நிந்தனை செய்வதைக் கேட்டு கிரிகோரி முகம் சுளித்தான். அப்போது வாசலில் நின்றிருந்த ஸ்மெர்த்தியாக்கவ் திடீரென்று சிரித்தான். அவன் சில சமயங்களில் இரவு உணவின் முடிவில் அவர்களுக்குத் தேவையானதைப் பரிமாறும் வகையில் அங்கு நின்றிருப்பான். இவான் அங்கு வந்தபிறகு அவன் ஒவ்வொரு நாளும் தவறாமல் அங்கு வந்தான்.

"நீ எதற்காகச் சிரிக்கிறாய்?" என்று ஸ்மெர்த்தியாக்கவின் சிரிப்பைக் கவனித்த ஃபியோதர் பாவ்லோவிச் கேட்டார். அவன் கிரிகோரியைப் பார்த்துச் சிரிக்கிறான் என்று அவர் புரிந்து கொண்டார்.

"நான் என்ன நினைக்கிறேன் என்றால்" என்று ஸ்மெர்த்தியாக்கவ் திடீரென்று எதிர்பாராத வகையில் மிகவும் சத்தமாகப் பேசத் தொடங்கினான். "அந்த வீரனின் தியாகம் பாராட்டத்தக்கது என்றாலும், அவன் அந்தச் சந்தர்ப்பத்தில் கிறிஸ்துவையும், தன் சொந்த ஞானஸ்நானத்தையும் துறந்திருந்தால் அதில் எந்தப் பாவமும் இல்லை என்று நான் நினைக்கிறேன். ஏனெனில் அவன் தன் உயிரைக் காப்பாற்றிக் கொண்ட கோழைத்தனத்திற்குப் பரிகாரமாகப் பல ஆண்டுகளுக்கு நற்காரியங்களைச் செய்ய முடியும்."

"அது பாவமில்லை என்று நீ எப்படிச் சொல்கிறாய்? நீ பேசும் அந்த முட்டாள்தனத்திற்காக உன்னை நரகத்திற்குக் கொண்டு சென்று மாமிசத்தைப் போல வறுத்தெடுப்பார்கள்" என்றார் ஃபியோதர் பாவ்லோவிச்.

அந்த நேரத்தில்தான் அல்யோஷா உள்ளே நுழைந்தான். ஃபியோதர் பாவ்லோவிச் அவனைக் கண்டு மகிழ்ச்சியடைந்தார்.

"இது உனக்குச் சம்பந்தப்பட்ட விஷயம்" என்று மகிழ்ச்சியுடன் சிரித்த அவர் அவனை உட்காரும்படிச் சொன்னார்.

"மாமிசத்தை வறுப்பது போல என்று நீங்கள் சொல்வது உண்மையில்லை. நீதி, நியாயம் என்று ஏதாவது மிச்சமிருந்தால் அங்கே அப்படி எதுவும் இருக்காது, இருக்கவும் முடியாது" என்று ஸ்மெர்த்தியாக்கவ் உறுதியுடன் சொன்னான்.

“நீதி, நேர்மையின் படியா? நீ என்ன சொல்கிறாய்?” என்று உற்சாகத்துடன் கத்திய ஃபியோதர் பாவ்லோவிச், அல்யோஷாவைத் தன் முழங்காலால் இடித்தார்.

“அவன் ஓர் அயோக்கியன்!” என்று கிரிகோரி தன்னைக் கட்டுப்படுத்த முடியாமல் வெடித்தான். அவன் ஸ்மெர்த்தியாக்கவை முறைத்துப் பார்த்தான்.

“கிரிகோரி வாசலிவிச், நீங்கள் என்னை அப்படி அழைப்பதற்கு அவசரப்பட வேண்டாம்” என்று ஸ்மெர்த்தியாக்கவ் சாந்தமாக, தன்னம்பிக்கையுடன் சொன்னான். “நீங்கள் அதைப் பரிசீலிக்க முயற்சிப்பது நல்லது. நான் கிறிஸ்துவின் எதிரிகளின் கையில் பிடிபட்டு, கடவுளின் பெயரைச் சபித்து, என் பரிசுத்த ஞானஸ்நானத்தைத் துறக்க வேண்டும் என்று சொன்னால், அதைச் செய்ய எனக்கு உரிமை உண்டு என்றும், அவ்வாறு செய்வதில் எந்தப் பாவமும் இல்லை என்றும் என் பகுத்தறிவு எனக்குச் சொல்கிறது.”

“ஆனால் நீ ஏற்கனவே அதைச் சொல்லிவிட்டாய் என்பதால் அதை மீண்டும் வார்த்தைகளால் அலங்காரம் செய்யாமல் அதை நிரூபிக்க வேண்டும்!” என்று கத்தினார் ஃபியோதர் பாவ்லோவிச்.

“இந்தப் பரிதாபகரமான சமையல்காரன் சொல்வதைக் கேளுங்கள்!” என்று கிரிகோரி ஏளனமாகச் சிரித்தான்.

“கிரிகோரி வாசலிவிச், விஷயங்களை நியாயப்படுத்த முயற்சிப்பதற்குப் பதிலாக மீண்டும் என்னைப் பெயரிட்டு அழைக்க அவசரப்பட வேண்டாம். நான் என்னைக் கைது செய்தவர்களிடம், ‘நான் கிறிஸ்துவன் அல்ல, நான் என் கடவுளைச் சபிக்கிறேன்’ என்று சொன்ன கணமே கடவுளின் உயர்ந்த தீர்ப்பின் படி வெறுக்கப்பட்டு, வேற்று மதத்தைச் சேர்ந்தவன் போல திருச்சபையிலிருந்து விலக்கப்படுகிறேன். நான் அதைச் சொல்லும் போது அல்ல அப்படி நினைத்த விநாடியே திருச்சபையிலிருந்து விலக்கப்படுகிறேன். ஐயா, கிரிகோரி வாசலிவிச், நான் சொல்வது சரிதானே?”

அவன் ஃபியோதர் பாவ்லோவிச்சின் கேள்விகளுக்குப் பதில் சொல்லிக் கொண்டிருந்தாலும், கிரிகோரியிடம் பதில் சொல்லும் விதமாக அவனிடம் சொல்வதில் மிகுந்த மகிழ்ச்சியடைந்தான்.

“இவான்!” என்று ஃபியோதர் பாவ்லோவிச் திடீரென்று கத்தினார். “அருகில் வா. அவன் உன் பொருட்டே அதைச் சொல்கிறான். நீ அவனைப் பாராட்ட வேண்டும் என்று நினைக்கிறான். நீ அவனிடம் எதையாவது நல்லவிதமாகச் சொல்.”

இவான் ஃபியோதரோவிச் தன் தந்தையின் கிசுகிசுப்பைத் தீவிர முகபாவத்துடன் செவிமடுத்தான்.

"ஸ்மெர்த்தியாக்கவ் சற்று பொறு, ஒரு நிமிடம் அமைதியாக இரு" என்று ஃபியோதர் பாவ்லோவிச் மீண்டும் கத்தினார். "இவான் மீண்டும் அருகில் வா."

இவான் ஃபியோதரோவிச் தீவிரமான முகபாவத்துடன் மீண்டும் தன் தந்தையை நோக்கிக் குனிந்தான்.

"நான் அல்யோஷாவைப் போல உன்னையும் நேசிக்கிறேன். நான் உன்னை நேசிக்கவில்லை என்று நீ நினைக்கிறாயா? பிராந்தி வேண்டுமா?"

"தயவுசெய்து..." என்ற இவான் தன் தந்தையை உற்றுப் பார்த்து, அவர் ஏற்கனவே குடிபோதையில் இருக்கிறார் என்று நினைத்தான். அவர் மிகுந்த ஆர்வத்துடன் ஸ்மெர்த்தியாக்கவைப் பார்த்துக் கொண்டிருந்தார்.

"நீ ஏற்கனவே வெறுப்புக்கும் சாபத்திற்கும் ஆளாகியிருக்கிறாய்" என்று கிரிகோரி கத்தினான். "அயோக்கியப் பயலே, அதற்குப் பிறகும் உனக்குப் பேசுவதற்கு என்ன தைரியம்!..."

"கிரிகோரி, போதும் நிறுத்து. நீ அவனை இப்படி திட்டிக் கொண்டே இருக்காதே" என்று ஃபியோதர் பாவ்லோவிச் இடைமறித்தார்.

"கிரிகோரி வாசலிவிச், நான் இன்னும் பேசி முடிக்கவில்லை என்பதால் நீங்கள் ஏன் சற்று நேரம் பொறுமையாக இருந்து நான் சொல்வதைக் கேட்கக்கூடாது? நான் கடவுளால் சபிக்கப்பட்ட அந்த உன்னதமான தருணத்தில், வேற்று மதத்தைச் சேர்ந்தவனாகி, என் பெயர் என்னிடமிருந்து பறிக்கப்பட்டு நான் ஒன்றும் இல்லாதவனாகி விட்டேன். அப்படித்தானே?"

"சரி, விஷயத்திற்கு வா. சீக்கிரம் சொல்லி முடி" என்று அவசரப்பட்ட ஃபியோதர் பாவ்லோவிச் பிராந்தியை ரசித்துக் குடித்தார்.

"நான் கிறிஸ்துவன் இல்லை என்றால், என்னைச் சித்திரவதை செய்பவர்கள் என்னிடம் கிறிஸ்துவனா இல்லையா என்று கேட்கும்போது, நான் பொய் சொல்லவில்லை என்று ஆகிவிடும். ஏனென்றால், நான் கிறிஸ்துவத்திலிருந்து விலகுவதாக நினைத்த கணமே, என்னைத் துன்புறுத்துபவர்களிடம் பேசுவதற்கு முன்பே, கடவுள் என்னைக் கிறிஸ்துவத்திலிருந்து விலக்கி விட்டார். ஆக, நான் ஏற்கனவே அதிலிருந்து விலக்கப்பட்ட நிலையில், கிறிஸ்துவைத் துறந்து பாவியாகி விட்டேன் என்று எந்த நீதியின்படி என்னைப் பரலோகத்தில் தண்டிக்க முடியும்? நான் ஒரு கிறிஸ்தவனாக இல்லாதபோது, என்னால் கிறிஸ்துவைத் துறக்க முடியாது, ஏனென்றால் நான் துறப்பதற்கு எதுவும் இல்லை.

கிறிஸ்துவர் அல்லாத ஒருவரிடம் நீங்கள் ஏன் கிறிஸ்துவராகப் பிறக்கவில்லை என்று பரலோகத்தில் யார் கேட்பார்கள்? ஏனெனில் ஒரே மாட்டை இரண்டு முறை தோலுரிக்க முடியாது என்பதால் அவரை யார் தண்டிப்பார்கள்? மேலும் சர்வ வல்லமையுள்ள கடவுளே, அவரைத் தண்டிக்க முடிவு செய்தாலும் (அவரைத் தண்டிக்காமல் விட முடியாது என்பதால்), அவர் கிறிஸ்துவர் அல்லாதவராக இந்தப் பரலோகத்தில் நுழைந்திருப்பதால் அவர் குற்றவாளி அல்ல என்று முடிவு செய்து, மிகச் சிறிய தண்டனை மட்டுமே கொடுப்பார் என்று நினைக்கிறேன். கடவுளாகிய ஆண்டவர் கிறிஸ்துவர் அல்லாத ஒருவரை கிறிஸ்துவர் என்று சொல்ல முடியாது அல்லவா? அப்படிச் செய்தால் சர்வவல்லமையுள்ள கடவுள் பொய் சொல்வதாக ஆகும். ஐயா, வானத்தையும் பூமியையும் ஆள்பவன், அது ஒரு சிறிய பொய்யாக இருந்தாலும் கூட எப்படிச் சொல்ல முடியும்?"

கிரிகோரி வாயடைத்து, திறந்த வாயுடன் பேச்சாளரைப் பார்த்தான். ஸ்மெர்த்தியாக்கவ் சொன்னதை அவனால் புரிந்து கொள்ள முடியவில்லை என்றாலும், திடீரென்று அந்த உளறலில் ஏதோ ஒன்றைப் புரிந்து கொண்டு, சுவரில் தலையை மோதியவனைப் போலத் திடுக்கிட்டு அசையாமல் நின்றான். ஃபியோதர் பாவ்லோவிச் தன் டம்ளரைக் காலி செய்துவிட்டு, உரக்கச் சிரித்தார்.

"அல்யோஷா, அல்யோஷா, என் மகனே, நீ அதற்கு என்ன சொல்கிறாய்? ஆகா, அவன் மிகவும் புத்திசாலியான சிந்தனையாளனாக மாறிவிட்டான்! இவான், அவன் அதை இயேசு சபையினரிடமிருந்து எடுத்திருக்க வேண்டும் என்று நினைக்கிறேன். ஓ, துர்நாற்றம் வீசும் இயேசு சபையினருக்கு சரியான பதிலடி கொடுத்தாய். ஸ்மெர்த்தியாக்கவ் உனக்கு அதையெல்லாம் சொல்லிக் கொடுத்தது யார்? ஆனால் நீ முட்டாள்தனமாகப் பேசுகிறாய். ஆனால் எல்லாமே பொய், பொய், பொய்! கிரிகோரி அழாதே, ஒரே நிமிடத்தில் அவனுடைய வாதத்தை முறியடித்து அவனை மண்ணைக் கௌவ வைப்போம். கழுதையே, நீ இதற்குப் பதில் சொல். உன்னைச் சித்திரவதை செய்பவர்களின் பார்வையில் நீ சொல்வது சரிதான். ஆனால் நீ உன் உள்ளத்தில் உன் நம்பிக்கையைத் துறந்த கணத்தில், நீ வெறுக்கத்தக்கவனாக, சபிக்கப்பட்டவனாக ஆனதாக நீயே சொல்கிறாய். அதற்காகப் பரலோகத்தில் உன் முதுகைத் தட்டிக் கொடுப்பார்கள் என்று நீ நினைக்கிறாயா? அதற்கு நீ என்ன சொல்கிறாய்?"

"நான் என் நம்பிக்கையைத் துறந்துவிட்டேன் என்பது உண்மைதான் என்றாலும், அது ஒன்றும் பெரிய பாவம் இல்லை, மன்னிக்கக்கூடிய சிறிய பாவம்தான்."

"அது எப்படி மன்னிக்கக்கூடிய பாவமாகும்?"

"நீ பொய் சொல்கிறாய். நீ... நாசமாய்ப் போக!" என்று கிரிகோரி முணுமுணுத்தான்.

"கிரிகோரி வாசலிவிச், நீங்களே யோசித்துப் பாருங்கள்" என்று ஸ்மெர்த்தியாக்கவ் தன் வெற்றியை உணர்ந்தவனாக, அதே நேரத்தில் எதிரியிடம் பெருந்தன்மையுடன் நடந்து கொள்ளும் விதமாகப் பேசினான். "நீங்களே சிந்தித்துப் பாருங்கள். உங்களுக்கு கடுகளவு நம்பிக்கை இருந்தாலும், நீங்கள் ஒரு மலையைக் கடலுக்குள் முழுகச் சொன்னால் அது சற்றும் தாமதிக்காமல் உங்கள் முதல் கட்டளையிலேயே கீழ்ப்படிந்து அதைச் செய்யும் என்று வேதாகமத்தில் கூறப்பட்டுள்ளது. எனவே கிரிகோரி வாசலிவிச், நீங்கள் ஒரு விசுவாசியாக இருப்பதால், விசுவாசியாக இல்லாத என்னைத் திட்டிக் கொண்டே இருப்பதால், நீங்கள் இந்த மலையைக் கடலுக்குள் மூழ்கச் சொல்ல வேண்டாம், (ஏனென்றால் கடல் இங்கிருந்து வெகு தொலைவில் உள்ளது) ஆனால் நம்முடைய தோட்டத்தின் பின்னால் ஓடும் துர்நாற்றம் வீசும் சிறிய நதியில் மூழ்கச் சொல்லுங்கள் பார்க்கலாம். நீங்கள் எவ்வளவுதான் கூச்சலிட்டாலும் அது அசையாமல் இருந்த இடத்திலேயே இருக்கும். கிரிகோரி வாசலிவிச், உங்களுக்கு உண்மையான நம்பிக்கை இல்லை என்பதும், ஆனால் நீங்கள் மற்றவர்களைக் குறை சொல்கிறீர்கள் என்பதும் அப்போது புரியும். நம்முடைய காலத்தில் நீங்கள் மட்டுமல்ல, மிக உயர்ந்த மனிதர்கள் முதல் கடைக்கோடி விவசாயி வரை யாராலும் ஒரு மலையைக் கடலுக்குள் மூழ்கச் செய்ய முடியாது. அதைச் செய்யக்கூடியவர்கள் இந்தப் பூமி முழுவதும் ஒருவர் அல்லது அதிகபட்சமாக இருவர் மட்டுமே இருக்க முடியும். அவர்களும் எகிப்திய பாலைவனத்தில் எங்காவது இரகசியமாக தங்கள் ஆன்மாவைக் கடைத்தேற்றிக் கொண்டிருக்கலாம் என்பதால் அவர்களைக் கண்டுபிடிக்க முடியாது. அப்படியானால் பாலைவனத்தில் இருக்கும் இருவரைத் தவிர, யாருக்கும் உண்மையான நம்பிக்கை இல்லை என்றால், கடவுள் இந்தப் பூமியில் உள்ள அனைவரையும் தண்டிப்பாரா அல்லது அவருடைய மகத்தான கருணையால் அவர்களில் ஒருவரையாவது மன்னிக்க மாட்டாரா? எனவே நான் ஒரு காலத்தில் அவநம்பிக்கை உடையவனாக இருந்தாலும் அதன் பிறகு மனம் திருந்திக் கண்ணீர் விடும்போது, அவர் நிச்சயமாக என்னை மன்னிப்பார் என்று நம்புகிறேன்."

"ஒரு நிமிஷம்!" என்று ஃபியோதர் பாவ்லோவிச் பரவசத்துடன் கத்தினார். "அப்படியானால் மலைகளைக் கடலில் மூழ்கச் செய்யும் இருவர் இருப்பது உண்மை என்று நீ நினைக்கிறாயா? இவான்,

அதை நினைவில் வைத்துக் கொள், ரஷ்யாவின் உண்மையான குரல் அதுதான்."

"அது மக்களுடைய நம்பிக்கையின் சிறப்பியல்பு என்று நீங்கள் சொல்வது சரிதான்" என்ற இவான் அங்கீகரிக்கும் பாவனையில் புன்னகைத்தான்.

"நல்லது, நீ அதை ஒப்புக் கொள்கிறாய்! நீ ஒப்புக் கொண்டால் அது சரியாகத்தான் இருக்கும்! அல்யோஷா, அது உண்மையா, இல்லையா? ரஷ்யர்களின் நம்பிக்கை அப்படித்தான் உள்ளதா?"

"இல்லை, ஸ்மெர்த்தியாக்கவின் நம்பிக்கை ரஷ்யாவைச் சேர்ந்தது அல்ல" என்று அல்யோஷா தீவிரத்துடன் உறுதியாகச் சொன்னான்.

"நான் அவனுடைய நம்பிக்கையைப் பற்றிப் பேசவில்லை. நான் பாலைவனத்தில் உள்ள அந்த இரண்டு துறவிகளைப் பற்றி, அவர்களின் நம்பிக்கையைப் பற்றிப் பேசுகிறேன். அது ரஷ்யாவைச் சேர்ந்தது இல்லையா?"

"ஆமாம், அந்தக் குணாதிசயம் முற்றிலும் ரஷ்யர்களுக்குரியது" என்று அல்யோஷா புன்னகைத்தான்.

"கழுதையே, உன்னுடைய வார்த்தைகள் ஒரு பொற்காசு மதிப்புடையவை என்பதால் நான் இன்று உனக்கு அதைக் கொடுக்கிறேன். ஆனால் நீ சொல்லும் மற்ற விஷயங்கள் முட்டாள் தனமானவை, பொய்யானவை. நாம் நம்முடைய அலட்சியத்தின் காரணமாகவே நம்பிக்கையற்றவர்களாக இருக்கிறோம் என்பதை நீ தெரிந்து கொள்ள வேண்டும், ஏனென்றால் நமக்குப் போதுமான நேரம் இல்லை. முதலாவதாக, நாம் தினமும் அன்றாடக் கவலைகளில் மூழ்கியுள்ளோம். இரண்டாவதாக, கடவுள் நமக்கு ஒரு நாளைக்கு மிகக் குறைந்த நேரமான இருபத்து நான்கு மணி நேரத்தை மட்டுமே கொடுத்துள்ளார். எனவே ஒருவர் தனது பாவங்களுக்காக மனம் திருந்துவது ஒருபுறம் இருக்கட்டும், போதுமான அளவு தூங்குவதற்குக் கூட நேரமில்லை. ஆனால் நீ உன் விசுவாசத்தை எப்படி நிரூபிப்பது என்பதைத் தவிர வேறு எதையும் சிந்திக்க முடியாதபோது, எதிரிகளிடம் அதை நிரூபிக்கச் சரியான நேரம் கிடைத்தபோது, உன்னுடைய விசுவாசத்தைத் துறந்தாய்! எனவே நான் அது பாவம் என்றே கருதுகிறேன்."

"ஐயா, கிரிகோரி வாசலிவிச், அது ஒரு பாவமாக இருக்கலாம் என்றாலும், நீங்கள் அதைக் கூர்ந்து நோக்கினால் அது உங்களுக்கு விஷயத்தை எளிதாக்குகிறது என்பதைப் பார்க்க முடியும். ஏனென்றால் எனக்கு அந்த நேரத்தில் பரிசுத்த சத்தியத்தில் நம்பிக்கை இருந்து, நான் அந்த நம்பிக்கைக்காக சித்திரவதைகளை

ஏற்றுக் கொள்ளாமல், இஸ்லாத்திற்கு மாறுவது உண்மையில் பாவமாகும். ஆனால் அப்போது சித்திரவதை எதுவும் நடந்திருக்காது, ஏனெனில் நான் அருகில் உள்ள மலையிடம், 'என்னைச் சித்திரவதை செய்பவர்களை நசுக்கு' என்று சொல்லியிருப்பேன். அந்த மலையும் உடனடியாக நகர்ந்து சென்று கரப்பான் பூச்சியைப் போல எதிரிகளை நசுக்கியிருக்கும். நான் எதுவும் நடக்காதது போல கடவுளைப் புகழ்ந்து போற்றியிருப்பேன். ஆனால் என் கட்டளைப்படி மலை நகரவில்லை என்றால், இப்படி ஓர் ஆபத்தான சூழ்நிலையில் என்னால் எப்படிச் சந்தேகப்படாமல் இருக்க முடியும்? அதுமட்டுமின்றி, நான் பரலோக ராஜ்ஜியத்தை அடைய முடியாது என்று எனக்குத் தெரியும், எனென்றால் மலை என் கட்டளைப்படி நகரவில்லை என்பதால், என் நம்பிக்கை முழுமையாக இல்லை என்பதால், நான் மிகப்பெரிய வெகுமதியை அங்கே எதிர்பார்க்க முடியாது. எனவே எந்த நோக்கமும் இல்லாமல் அவர்கள் என்னை இந்தப் பூமியில் உயிரோடு தோலுரிக்க நான் ஏன் அனுமதிக்க வேண்டும்? ஏனென்றால் அவர்கள் என் முதுகில் பாதித் தோலை உரித்திருந்தால் கூட, அந்த மலை என் வார்த்தைக்கும் அல்லது அழுகைக்கும் கட்டுப் பட்டிருக்காது. ஆனால் அத்தகைய தருணத்தில் சந்தேகம் என்னை ஆட்கொள்வதோடு, நான் பயத்தினால் என் பகுத்தறிவை இழக்க நேரிடலாம். அதன் பிறகு என்னால் முழுமையாகச் சிந்திக்க முடியாமல் போகலாம். எனவே இந்த லோகத்திலும் பரலோகத்திலும் எனக்கு எந்த வெகுமதியும் கிடைக்காத நிலையில், குறைந்தபட்சம் நான் என் உயிரைக் காப்பாற்றிக் கொண்டால் அதற்காக என்னை யார் குற்றம் சாட்ட முடியும்? எனவே நான் கடவுளின் கருணையை நம்பி, அவர் முழுமையாக என்னை மன்னிப்பார் என்ற நம்பிக்கையில் வாழ்கிறேன்."

8. பிராந்தியின் போதையில்

அந்த விவாதம் திடீரென்று முடிவுக்கு வந்தது. ஆனால் அவ்வளவு மகிழ்ச்சியாக இருந்த ஃபியோதர் பாவ்லோவிச் கடைசியில் திடீரென்று கோபப்பட்டார். அவர் முகத்தைச் சுளித்தபடி ஒரு டம்ளர் பிராந்தியை உள்ளே தள்ளினார். அவர் வழக்கமாகக் குடிப்பதை விட அது நிச்சயமாக அதிகமாகும்.

"இயேசு சபையினரே வெளியே போங்கள்! வெளியே போங்கள்!" என்று அவர் வேலையாட்களை நோக்கிக் கத்தினார். "ஸ்மெர்த்தியாக்கவ் வெளியே போ! நான் உனக்கு வாக்களித்த பத்து ரூபிள்களைப் பிறகு கொடுக்கிறேன், இப்போது நீ வெளியே

போ! கிரிகோரி அழாதே, நீ மார்த்தாவிடம் போ, அவள் உனக்கு ஆறுதல் சொல்லித் தூங்க வைப்பாள். இந்த அயோக்கியர்கள் என்னை இரவு உணவுக்குப் பிறகும் நிம்மதியாக இருக்க விட மாட்டார்கள்" என்று அவர் கோபத்துடன் சொன்னார். வேலை யாட்கள் உடனடியாக அங்கிருந்து வெளியேறினார்கள்.

"ஸ்மெர்த்தியாக்கவ் இப்போதெல்லாம் தினமும் இரவு உணவுக்குப் பிறகு இங்கே வருகிறான்" என்று அவர் இவானை நோக்கித் திரும்பினார். "அவன் உன் மீதுதான் ஆர்வமாக இருக்கிறான். அவன் உன் மீது ஆர்வம் காட்டும் அளவுக்கு நீ என்ன செய்தாய்?"

"நான் எதுவும் செய்யவில்லை" என்றான் இவான். "அவன் என் மீது மரியாதை வைத்திருக்கிறான். என்னைப் பொறுத்தவரை அவன் ஒரு வேலைக்காரன், பட்டிக்காட்டான். ஆனால் நேரம் வரும்போது அவன் முன்னேற்றத்திற்கு வழிகாட்டியாகவும், எதிர்காலத்தின் அடித்தளமாகவும் இருப்பான்."

"முன்னேற்றத்திற்கு வழிகாட்டியா?"

"மற்றவர்களும், அவனைவிடச் சிறந்தவர்களும் வழிகாட்டியாக இருப்பார்கள், ஆனால் அவனைப் போன்ற சிலரும் இருப்பார்கள். முதலில் அவனைப் போன்றவர்களும் பிறகு அவனைவிடச் சிறந்தவர்களும் வருவார்கள்."

"அது எப்போது நடக்கும்?"

"ஏவுகணை ஏவப்படும் என்றாலும் ஒருவேளை அது தோல்வியடையலாம். தற்போதைக்கு இந்த மக்கள் அவனைப் போன்ற சமையல்காரன் சொல்வதைக் கேட்க விரும்ப மாட்டார்கள்."

"ஆனால் சகோதரா, பிலேயாமின் கழுதை சிந்திக்கத் தொடங்கி விட்டது. அது எங்கே சென்று முடியும் என்பது சாத்தானுக்கே வெளிச்சம்."

"அவன் யோசனைகளைத் திரட்டிக் கொண்டிருக்கிறான்" என்று இவான் புன்னகையுடன் சொன்னான்.

"அவன் உன்னை உயர்வாக மதிக்கிறான் என்று நீ நினைத் தாலும், அவன் அனைவரையும் வெறுப்பது போலவே, உன்னையும் என்னையும் வெறுக்கிறான் என்று எனக்கு நன்றாகத் தெரியும். ஆனால் அவன் அல்யோஷாவை இன்னும் மோசமாக வெறுக்கிறான். இருந்தாலும் அவனைப் பற்றிய நல்ல விஷயம் என்னவென்றால் அவன் திருடவோ, வீணான கிசுகிசுக்களைப் பேசவோ மாட்டான். அவன் இந்த வீட்டில் நடப்பதைப் பற்றி வெளியே புரளி பேச மாட்டான். மேலும் அவன் நன்றாகச்

சமைக்கிறான். ஆனால் நாசமாய்ப் போக, நாம் அவனைப் பற்றி இவ்வளவு பேசும் அளவுக்கு அவன் தகுதியானவனா?"

"நிச்சயமாக இல்லை."

"அவன் முன்வைக்கும் சிந்தனையைப் பொறுத்தவரை, ரஷ்ய விவசாயியை அடித்து உதைக்க வேண்டும் என்பதுதான் அர்த்தம். நான் எப்போதும் அதைக் கடைப்பிடித்து வருகிறேன். நம்முடைய விவசாயிகள் அயோக்கியர்கள் என்பதால் அவர்களுக்காக வருத்தப்படுவது மதிப்புடையது அல்ல. அவர்களை மேலும் மேலும் அடித்து உதைப்பது நல்ல விஷயம். ரஷ்யாவின் பலம் அதன் பிர்ச் மரங்களில் இருக்கிறது. அவர்கள் இங்குள்ள காடுகளை அழிப்பது ரஷ்யாவின் அழிவுக்கு வழிவகுக்கும். நான் புத்திசாலி மனிதர்களின் பக்கம் நிற்கிறேன். இப்போது நாம் புத்திசாலிகளாக ஆன பிறகு அவர்களை அடிப்பதை நிறுத்தி விட்டோம். ஆனால் அவர்கள் தங்களைத் தாங்களே அடித்துக் கொள்கிறார்கள். அவர்கள் சரியான காரியத்தையே செய்கிறார்கள். ஏனென்றால் நீங்கள் எதை விதைக்கிறீர்களோ அதையே அறுவடை செய்ய முடியும் அல்லது பழமொழி என்ன சொன்னாலும்... எப்படியிருந்தாலும் நீங்கள் அறுவடை செய்வீர்கள். ரஷ்யா இப்போது மோசமான குழப்பத்தில் உள்ளது. என் மகனே, நான் ரஷ்யாவை எப்படி வெறுக்கிறேன் என்பது உனக்குத் தெரிந்தால்... ரஷ்யாவை என்றில்லை இந்தத் தீமைகள் அனைத்தையும்... ஒருவேளை அதில் ரஷ்யாவும் இருக்கலாம். இவை எல்லாமே குப்பை. நான் எதை நேசிக்கிறேன் என்று உனக்குத் தெரியுமா? நான் புத்திசாலித்தனத்தை விரும்புகிறேன்."

"நீங்கள் ஏற்கனவே அதிகமாகக் குடித்து விட்டீர்கள். மேலும் குடிக்காதீர்கள்."

"இல்லை இன்னும் முடியவில்லை. நான் இந்த டம்ளருக்குப் பிறகு மற்றொன்றைக் குடித்துவிட்டு நிறுத்துகிறேன். ஆனால் நான் ஏதோ சொல்ல முயன்றபோது நீ குறுக்கிட்டாய். நான் ஒரு முறை மோக்ரோய் வழியாகச் சென்றபோது, ஒரு முதியவரிடம் பேசினேன். அப்போது அவர், 'எல்லாவற்றிற்கும் மேலாக எங்களுக்கு மிகவும் பிடித்தது பெண்களை அடித்து உதைப்பதும், அவர்களைத் திட்டுவதும்தான். மேலும் நாங்கள் பெண்களை அடிப்பதற்கு இளைஞர்களை அனுமதிக்கிறோம். இன்று ஒரு பெண்ணை அடிக்கும் அந்த இளைஞன் நாளை அவளைத் திருமணம் செய்து கொள்வான். அப்படிச் செய்வது பெண்களுக்கும் பொருத்தமாக இருக்கும்' என்று சொன்னார். நம்மிடம் எத்தகைய மார்க்விஸ் டி சேட்ஸ் இருக்கிறார்! இருந்தாலும் அது புத்திசாலித் தனமானது இல்லையா? ஆமாம், நாம் ஏன் அங்கே சென்று

அதைப் பார்க்கக்கூடாது? அல்யோஷா, நீ வெட்கப்படுகிறாயா? என் மகனே, நீ வெட்கப்படாதே. நான் தலைமை மடாதிபதியின் மதிய உணவுக்குத் தங்காதது எவ்வளவு வெட்கக்கேடானது. நான் மோக்ரோய் நகரத்தில் பெண்களை அடித்து உதைப்பதைப் பற்றி அவரிடம் சொல்லியிருக்கலாம். அல்யோஷா, நான் தலைமை மடாதிபதியைப் புண்படுத்தியதற்காக என் மீது கோபப்படாதே. நான் நிதானத்தை இழந்து விட்டேன். உண்மையில் கடவுள் என்று ஒருவர் இருந்தால், நிச்சயமாக நான் குற்றவாளி. நான் அவருக்குப் பதில் சொல்லியாக வேண்டும். ஆனால் கடவுள் இல்லை என்றால், உன்னுடைய அந்தப் பரிசுத்த பிதாக்களுக்கு என்ன தகுதி இருக்கிறது? அவர்களின் தலையை வெட்டுவது கூட நல்லது, ஏனெனில் அவர்கள் முன்னேற்றத்திற்குத் தடையாக இருக்கிறார்கள். இவான், அது என் உணர்வுகளை எவ்வளவு தூரம் காயப்படுத்துகிறது என்று உன்னால் நம்ப முடியுமா? இல்லை, நீ அதை நம்பவில்லை என்பதை உன் கண்களிலிருந்து என்னால் அறிய முடிகிறது. நான் ஒரு கோமாளியைத் தவிர வேறில்லை என்று மக்கள் சொல்வதை நீயும் நம்புகிறாய். அல்யோஷா, நான் ஒரு கோமாளியை விட மேலானவன் என்று நீ நம்புகிறாயா?"

"நீங்கள் வெறும் கோமாளி அல்ல என்று நான் நம்புகிறேன்."

"நீ நம்புகிறாய், உண்மையைப் பேசுகிறாய் என்று நான் நம்புகிறேன். நீ நேர்மையுடன் இருக்கிறாய், நேர்மையாகப் பேசுகிறாய். ஆனால் இவான் அப்படி இல்லை. இவான் திமிர் பிடித்தவன். இருந்தாலும் நான் உன்னுடைய கேவலமான மடாலயத்தை ஒழிப்பேன். நான் அவர்களின் மாயைகள் அனைத்தையும் விரட்டியடித்து, ரஷ்யா முழுவதிலும் அதை முற்றிலுமாக ஒழித்துவிட்டு, இறுதியாக எல்லா முட்டாள்களையும் பகுத்தறிவுக்குக் கொண்டு வர வேண்டும் என்று விரும்புகிறேன். அப்போது அவர்களிடமிருந்து எவ்வளவு தங்கமும், வெள்ளியும் கிடைக்கும் என்பதை நினைத்துப் பாருங்கள்!"

"அதை ஏன் ஒழிக்க வேண்டும்?" என்று இவான் கேட்டான்.

"உண்மை சீக்கிரம் வெளிப்பட வேண்டும்."

"ஆனால் உண்மை வெளிப்பட்டால் முதலில் நீங்கள்தான் கொள்ளையடிக்கப்பட்டு, அடக்கி ஒடுக்கப்படுவீர்கள் என்பதைத் தெரிந்து கொள்ளுங்கள்."

"ஆகா! நீ சொல்வது சரியாக இருக்கலாம். ஆகா, நான் ஒரு கழுதை!" என்று ஃபியோதர் பாவ்லோவிச் நெற்றியில் அறைந்து கொண்டே கத்தினார். "அப்படியானால் அல்யோஷா, உன்னுடைய மடாலயம் அப்படியே இருக்கட்டும். ஆனால் புத்திசாலிகளாகிய

நற்றிணை பதிப்பகம் ○ 217

நாம் இந்த வீட்டின் கதகதப்பில் அமர்ந்து பிராந்தியை ரசித்துக் குடிப்போம். இவான், கடவுள் வேண்டுமென்றே இதுபோன்ற விஷயங்களை ஏற்பாடு செய்திருக்கிறார் என்று உனக்குத் தெரியுமா? இவான், உண்மையைச் சொல், கடவுள் இருக்கிறாரா இல்லையா? நீ பொறுமையாக, தீவிரமாக யோசித்து உண்மையைச் சொல். நீ ஏன் மீண்டும் சிரிக்கிறாய்?"

"மலைகளை நகர்த்தும் இரண்டு புனிதர்கள் இருப்பதாக ஸ்மெர்த்தியாக்கவ் சொன்னதைக் கேட்டு, நீங்கள் இப்போதுதான் ஒரு புத்திசாலித்தனமான கருத்தைச் சொன்னதை நினைத்துச் சிரித்தேன்."

"நான் இப்போது சொன்னதற்கும் அதற்கும் ஏதாவது சம்பந்தம் இருக்கிறதா?"

"நிறைய இருக்கிறது."

"சரி, அது நானும் ஒரு ரஷ்யன்தான் என்பதைக் காட்டுகிறது. என்னிடமும் ரஷ்ய அம்சம் உள்ளது. நீ ஒரு தத்துவ ஞானியாக இருந்தாலும், உன்னிடம் கூட ஒருவர் அதைக் கண்டுபிடிக்க முடியும். நான் உன்னைப் பிடிக்க விரும்புகிறாயா? நாம் வேண்டு மானால் பந்தயம் வைத்துக் கொள்வோம். நான் நாளை உன்னைப் பிடிக்கிறேன். ஆனால் நீ முதலில் என் கேள்விக்குப் பதில் சொல். கடவுள் இருக்கிறாரா இல்லையா? ஆனால் நீ அதற்குத் தீவிரமான ஒரு பதிலைச் சொல்ல வேண்டும் என்று விரும்புகிறேன்."

"இல்லை, கடவுள் இல்லை."

"அல்யோஷா, நீ என்ன சொல்கிறாய்?"

"ஆமாம், இருக்கிறார்."

"இவான், அமரத்துவம் பற்றி என்ன சொல்கிறாய்? அதாவது இறவாமை சுத்தமாக இல்லையா அல்லது கொஞ்சமாவது இருக்கிறதா?"

"இல்லை, இறவாமை இல்லை."

"சுத்தமாக இல்லையா?"

"ஆமாம், எந்த வகையிலும் இல்லை."

"அதாவது பூஜ்ஜியம். ஒருவேளை ஏதாவது கொஞ்சம் இருக்க முடியுமா? ஏதாவது கொஞ்சம்?"

"முழுமையான பூஜ்ஜியம்."

"அல்யோஷா, அமரத்துவம் சாத்தியமா?"

"ஆமாம்."

"கடவுள் இருக்கிறார் அப்புறம் அமரத்துவமும் இருக்கிறது, இல்லையா?"

"ஆமாம், கடவுளும் அமரத்துவமும். அமரத்துவம் கடவுளிடம் இருக்கிறது."

"ம்ம்ம். இவான் சொல்வது சரியாக இருக்க அதிக வாய்ப்பு உள்ளது. ஓ, கடவுளே, மனிதன் பல்லாயிரக் கணக்கான ஆண்டு களாக அதற்காக எவ்வளவு நம்பிக்கையையும், ஆற்றலையும் செல வழித்திருக்கிறான் என்பதை யோசித்துப் பாருங்கள்! இப்படிப்பட்ட ஒரு மனிதனைப் பார்த்து யாரால் சிரிக்க முடியும்? இவான், கடைசி முறை கேட்கிறேன். கடவுள் இருக்கிறாரா இல்லையா? உண்மையில் கடவுள் இருக்கிறாரா இல்லையா? இதுதான் கடைசி முறை."

"நானும் கடைசி முறையாகச் சொல்கிறேன் கடவுள் இல்லை, இல்லவே இல்லை."

"அப்படியானால் மனிதகுலத்தை ஆட்டி வைப்பது யார்?"

"ஒருவேளை, சாத்தான்" என்று இவான் சிரித்தான்.

"சாத்தான்? சாத்தான் இருக்கிறதா?"

"இல்லை, சாத்தானும் இல்லை."

"அது பரிதாபத்திற்குரியது. அட, நாசமாய்ப் போக, இந்தக் கடவுளை முதன் முதலில் கண்டுபிடித்தவன் மட்டும் என் கையில் கிடைத்தால், நான் அவனை என்ன செய்வேன் என்பதைக் கூட என்னால் யோசிக்க முடியவில்லை. அவனைக் கசப்பான காட்டரசு மரத்தில் தூக்கில் தொங்க விடுவது சாலச் சிறந்தது."

"கடவுளைக் கண்டுபிடிக்காமல் இருந்திருந்தால் இன்று நாகரீகமே இருந்திருக்காது."

"கடவுள் இல்லாமல் நாகரீகம் இல்லையா? ஏன்?"

"பிராந்தியும் கூட இருந்திருக்காது. ஆனால் நான் பிராந்தியை உங்களிடமிருந்து அப்புறப்படுத்த வேண்டும்."

"என் அருமை மகனே, இரு, இரு, அவசரப்படாதே. ஒரே ஒரு டம்ளர் மட்டும். நான் அல்யோஷாவைப் புண்படுத்தி விட்டேன். அல்யோஷா, உனக்குக் கோபம் இல்லையே? அலெக்ஸி, நீ என்னுடைய அன்பான, இனிய செல்லக் குட்டி."

"இல்லை, நான் கோபப்படவில்லை. நான் உங்கள் எண்ணங்களை அறிவேன். ஆனால் உங்கள் தலையை விட உங்கள் இதயம் சிறந்தது."

"என் தலையை விட என் இதயம் சிறந்ததா? கடவுளே, யார் பேசுவது என்று பாருங்கள். இவான் என்னிடம் சொல், நீ அல்யோஷாவை விரும்புகிறாயா?"

“ஆமாம்.”

“நீ அவனை நேசிக்க வேண்டும் என்று நான் ஆசைப்படுகிறேன்” என்ற ஃபியோதர் பாவ்லோவிச் குடிபோதையின் உச்சத்தில் இருந்தார். “அல்யோஷா கேள், நான் இன்று காலை மூத்தவரிடம் முரட்டுத்தனமாக நடந்து கொண்டேன். ஆனால் நான் கொந்தளிப்பான மனநிலையில் இருந்தேன். ஆனால் இவான், நீ அவரை ஒரு புத்திசாலி என்று நினைக்கவில்லையா?”

“ஒருவேளை இருக்கலாம்.”

“ஆமாம், அவர் ஒரு புத்திசாலிதான். அவருக்குள் பிரோன் என்ற கவிஞன் இருக்கிறான். அவர் ஒரு இயேசு சபையைச் சேர்ந்தவர், அதாவது ஒரு ரஷ்யர். அவர் உன்னதமான உணர்வுகளை உடைய ஒரு மனிதர் என்பதால், புனிதர் என்ற போர்வையைப் போர்த்திக் கொள்ள வேண்டிய கட்டாயத்தினால், தனது கோபத்தை மறைத்துக் கொண்டார்.”

“ஆனால் அவர் கடவுளை நம்புகிறார்.”

“அவர் கொஞ்சம் கூட நம்பவில்லை என்று உனக்குத் தெரியவில்லையா? அவர் அனைவரிடமும் அதைச் சொல்கிறார், அதாவது எல்லோரிடமும் இல்லை, ஆனால் அவரைப் பார்க்க வரும் புத்திசாலிகள் அனைவரிடமும் சொல்கிறார். ‘எனக்கு நம்பிக்கை இருந்தாலும் நான் எதை நம்புகிறேன் என்று எனக்கு உறுதியாகத் தெரியவில்லை’ என்று அவர் ஒரு முறை கவர்னர் ஷுல்ட்ஸ் கிரெடோவிடம் சொல்லியிருக்கிறார்.”

“அவர் உண்மையில் அப்படிச் சொன்னாரா?”

“ஆமாம், அவர் அப்படித்தான் சொன்னார். நான் அதற்காக அவரை மதிக்கிறேன். அவரைப் பற்றி ஏதோ ஒரு தீமையான, இரகசியமான விஷயம் இருக்கிறது அல்லது லெர்மண்டோவின் ஹீரோ ஆஃப் அவர் டைம்ஸ் என்ற கதையில் வரும் அர்பெனின் அல்லது வேறு ஏதோ பெயரில் வரும் கதாபாத்திரத்தைப் போல அவர் இருக்கிறார். அதாவது அவர் ஒரு சிற்றின்பவாதி, நான் என் மகளையும், மனைவியையும் பாவமன்னிப்புப் பெறுவதற்காக அவரிடம் அனுப்புவதற்குக் கூட கவலைப்படும் அளவுக்கு ஒரு சிற்றின்பவாதி. அவர் கதை சொல்ல ஆரம்பித்ததும்... சுமார் மூன்று ஆண்டுகளுக்கு முன்பு அவர் எங்களை ஒரு தேநீர் விருந்துக்கு அழைத்திருந்தார். அப்போது அவர் சில பணக்காரப் பெண்கள் அவருக்கு அனுப்பும் மதுபானத்தை எங்களுக்குக் கொடுத்தார். அதன் பிறகு அவர் அவருடைய வாழ்க்கையிலிருந்து சில பழைய சம்பவங்களை எங்களிடம் சொல்லத் தொடங்கினார். அவர் சொன்னதைக் கேட்டு நாங்கள் வயிறு குலுங்கச் சிரித்தோம்.

குறிப்பாக பக்கவாதத்தால் பாதிக்கப்பட்ட ஒரு பெண்ணை அவர் எப்படிக் குணப்படுத்தினார் என்பதைச் சொன்னார். 'என் கால்கள் இன்னும் நன்றாக இருந்தால், நான் உங்களுக்கு இதுவரை பார்த்திராத ஒரு நடனத்தை ஆடிக் காட்டுவேன்' என்றார். நீங்கள் இருவரும் அதைப் பற்றி என்ன சொல்கிறீர்கள்? 'நான் என் வாழ்க்கையில் நிறைய தந்திரங்களைக் கையாண்டிருக்கிறேன்' என்று அவர் சொன்னார். அவர் டெமிரோவ் என்ற வணிகரிடமிருந்து அறுபதாயிரம் ரூபிள்களை ஏமாற்றியிருக்கிறார்."

"என்ன, அவர் திருடினாரா?"

"அந்த வணிகர் அவரை நல்லவர் என்று நினைத்து அவரிடம் பணத்தைக் கொடுத்து, 'நாளை என் வீட்டில் சோதனை நடக்கும் என்பதால் நீங்கள் இதை வைத்திருங்கள்' என்று கொடுத்தார். அவரும் அதை வாங்கி திருச்சபையிடம் கொடுத்து விட்டார். 'நான் கொடுத்த பணத்தை நீங்கள் திருச்சபைக்கு நன்கொடையாகக் கொடுத்து விட்டீர்கள். நீங்கள் ஒரு அயோக்கியர்' என்று வணிகர் அவரிடம் கூறினார். 'நான் அயோக்கியன் இல்லை, பெருந் தன்மையான மனிதன்...' என்றார் அவர். ஆனால் அது அவர் அல்ல... அது வேறு ஒருவர். மன்னிக்கவும், நான் விஷயங்களைக் குழப்பிவிட்டேன். இன்னும் ஒரு டம்ளர் பிறகு நிறுத்தி விடுகிறேன். இந்தப் பாட்டிலை எடுத்துச் செல். இவான், நான் முட்டாள்தனமாக உளறிக் கொண்டிருந்ததை நீ ஏன் தடுக்கவில்லை? இவான், நான் பொய் சொல்கிறேன் என்று நீ ஏன் சொல்லவில்லை?"

"நீங்களாகவே நிறுத்திவிடுவீர்கள் என்று எனக்குத் தெரியும்."

'இல்லை, நீ பொய் சொல்கிறாய்? உனக்கு என் மீதுள்ள காழ்ப்பினால் நீ என்னைத் தடுக்கவில்லை. நீ என்னை வெறுக் கிறாய். நீ என் வீட்டிற்கு வந்து என்னையே இகழ்கிறாய்."

"சரி, நீங்கள் போதையில் இருக்கிறீர்கள், நான் புறப்படுகிறேன்."

"நான் உன்னை ஓரிரு நாட்களுக்கு செர்மாஷ்னியாவுக்குப் போகச் சொல்லிக் கிறிஸ்துவின் பெயரால் கெஞ்சிக் கேட்டுக் கொண்டேன்... ஆனால் நீ இன்னும் போகவில்லை."

"நீங்கள் உண்மையில் வற்புறுத்தினால் நான் நாளை போகிறேன்."

"எனக்கு நம்பிக்கையில்லை. நீ இங்கேயிருந்து எப்போதும் என்னைக் கண்காணித்துக் கொண்டே இருக்க வேண்டும் என்பதுதான் உன் ஆசை. அதனால்தான் நீ போக மறுக்கிறாய்."

இப்போது அந்தக் கிழவரைச் சமாதானப்படுத்த முடியாது, ஏனெனில் அமைதியாக இருக்கும் குடிகாரர்கள் திடீரென்று வேண்டுமென்றே தங்கள் கோபத்தை வெளிப்படுத்தி, தங்களை

நிலைநிறுத்திக் கொள்ள முயற்சிக்கும் குடிபோதையின் அபாயகர மான எல்லையில் அவர் இருந்தார்.

"நீ ஏன் என்னை அப்படிப் பார்க்கிறாய்? உன் கண்கள் என்னைப் பார்த்து, 'அயோக்கியப் பயல், குடிகாரப் பன்றி' என்று சொல்கின்றன. உன் கண்களில் சந்தேகமும், வெறுப்பும் தெரிகிறது... நீ ஏதோ ஒரு இரகசியமான திட்டத்துடன் இங்கே வந்திருக்கிறாய். அல்யோஷாவின் பிரகாசிக்கும் கண்களைப் பார், அவனுடைய அந்தக் கண்கள் என்னை வெறுக்கவில்லை. அல்யோஷா, நீ இவானை நேசிக்காதே."

"நீங்கள் என் சகோதரனிடம் கோபப்படாதீர்கள்! தயுவுசெய்து அவரைப் புண்படுத்தாதீர்கள்" என்று அல்யோஷா திடீரென்று உறுதியான குரலில் சொன்னான்.

"சரி, சரி... ஆஆஆ, தலை பயங்கரமாக வலிக்கிறது. இவான், அந்தப் பிராந்தியைத் தூரமாக எடுத்து வை என்று நான் மூன்றாவது முறையாகச் சொல்லிவிட்டேன்..." என்று அவர் சற்று நேரம் யோசித்தார். அவர் முகத்தில் திடீரென்று ஒரு தந்திரப் புன்னகை மலர்ந்தது. "இவான், நீ இந்த முட்டாள் கிழவன் மீது கோபம் கொள்ளாதே. உனக்கு என்னைப் பிடிக்காது என்று எனக்குத் தெரியும் என்றாலும் நீ கோபப்பட வேண்டாம். நீ என்னிடம் அன்பு செலுத்துவதற்கு உனக்கு எந்தக் காரணமும் இல்லை என்று எனக்குத் தெரியும். நீ முதலில் செர்மாஷ்னியாவுக்குச் செல், நான் உனக்குப் பின்னாலேயே வருகிறேன். நான் உனக்காகச் சில பரிசுகளைக் கொண்டு வருகிறேன். நான் அங்குள்ள ஒரு இளம் வேசியை உனக்குக் காட்டுகிறேன். நான் நீண்ட காலமாக அவள் மீது கண் வைத்திருக்கிறேன். அவள் இன்னும் வெறுங்காலுடன் சுற்றித் திரிகிறாள். வெறுங்காலுடன் இருக்கும் அந்தச் சிறுக்கிகளைக் கண்டு நீ பயப்படாதே, அவர்கள் முத்துக்கள்!"

அவர் தன் கையைச் சத்தமாக முத்தமிட்டார்.

"என்னைப் பொறுத்தவரை" என்று அவர் அவருக்குப் பிடித்த ஒரு விஷயத்தைப் பேச ஆரம்பித்தவுடன், நிதானமடைந்தவர் போல உற்சாகத்துடன் பேசினார். "என்னைப் பொறுத்தவரை... இந்த உலகில் வெறுக்கத்தக்க பெண் என்று யாரும் இல்லை. குழந்தைகளே, என் அன்புக்குரிய பன்றிக் குட்டிகளே, அதுதான் என் தாரக மந்திரம். உங்களுக்குப் புரிகிறதா? ஆனால் உங்களால் அதை எப்படிப் புரிந்து கொள்ள முடியும்? ஏனெனில் உங்களுடைய இரத்த நாளங்களில் இரத்தத்திற்குப் பதிலாக இன்னும் பால் ஓடுகிறது. நீங்கள் இன்னும் முதிர்ச்சி அடையவில்லை! நீங்கள் ஒவ்வொரு பெண்ணிடமும் வேறு யாரிடமும் பார்க்க முடியாத அசாதாரணமான, சுவாரஸ்யமான ஒன்றைக் காண முடியும்

என்பதுதான் என் அனுபவம். ஆனால் நீங்கள் அதை எவ்வாறு கண்டுபிடிப்பது என்பதைத் தெரிந்து வைத்திருக்க வேண்டும். அதுதான் அதிலுள்ள இரகசியம்! அது ஒரு கலை! என்னைப் பொறுத்தவரை, அசிங்கமான பெண் என்று யாரும் இல்லை. அது ஒரு பெண் என்று தெரிந்தாலே போதும் நான் ஏற்கனவே அவளை நோக்கிப் பாதி தூரம் சென்று விட்டேன் என்று அர்த்தம்... ஆனால் நீங்கள் அதை எப்படிப் புரிந்து கொள்ள முடியும்? வயதான வேலைக்காரிகளிடம் கூட, சில நேரங்களில் பல முட்டாள் ஆண்கள் அவர்களைக் கவனிக்காமல் முதுமை அடைய விட்டுவிட்டார்களே என்று ஆச்சரியப்பட வைக்கும் சிலவற்றை உங்களால் பார்க்க முடியும்! வெறுங்காலுடன் இருப்பவளோ அல்லது அசிங்கமானவளோ யாராக இருந்தாலும், நீங்கள் முதலில் அவளை ஆச்சரியப்படுத்த வேண்டும். நீங்கள் அப்படித்தான் அவளை அணுக வேண்டும். உங்களுக்கு அது தெரியுமா? ஆமாம், உங்களைப் போன்ற ஒரு கனவான், இப்படி ஒரு மோசமான, இழிவான உயிரினத்தை எப்படி உயர்வாக மதிக்க முடியும் என்ற ஆச்சரியத்தில் அவளை ஆழ்த்தி, அவளைக் குழப்பமும், வெட்கமும் அடையச் செய்ய வேண்டும். இந்த உலகில் எப்போதும் எஜமானர்களும் வேலைக்காரர்களும் இருப்பது உண்மையில் ஓர் அற்புதமான ஏற்பாடு. அப்போது எப்படியும் எஜமானருக்கு ஓர் அழகான வேலைக்காரி இருப்பாள். ஒருவர் வாழ்க்கையில் மகிழ்ச்சியாக இருப்பதற்கு அவ்வளவுதான் தேவை! பொறுங்கள்... அல்யோஷா, நான் எப்போதும் உன் மறைந்துபோன தாயை மிகவும் வித்தியாசமான வழியில் ஆச்சரியப்படுத்துவேன். நான் பல நாட்களுக்கு அவளைக் கண்டும் காணாமல் இருப்பேன், ஆனால் திடீரென்று ஒரு நாள் சரியான தருணத்தில், அவளிடம் பாசமழை பொழிந்து, அவள் முன்னால் மண்டியிட்டு முழங்காலில் தவழ்ந்து சென்று, அவளுடைய கால்களை முத்தமிடுவேன். கடைசியில் அவள் எப்போதும் போல பதற்றத்துடன், பலவீனமாக, மணியோசையைப் போல விசித்திரமாக, மெல்லச் சிரிப்பாள். அவள் இப்போதும் என் முன்னால் இருப்பது போல அது எனக்கு இன்னும் நன்றாக நினைவில் இருக்கிறது. அவள் எப்போதும் அப்படித்தான் சிரிப்பாள். அவளுடைய வலிப்பு நோய் அப்படித்தான் ஆரம்பிக்கும் என்பதும், அவள் அடுத்த நாள் வெறித்தனமாக கத்தத் தொடங்குவாள் என்பதும், அவளுடைய அந்த மெல்லிய சிரிப்பு மகிழ்ச்சியின் வெளிப்பாடு அல்ல என்பதும் எனக்குத் தெரியும். ஆனால் அந்தச் சிரிப்பு பொய்யாக இருந்தாலும் கூட அது என்னைப் பரவசத்தில் ஆழ்த்தும். எனவே ஒவ்வொருவரிடமும் உள்ள தனித்துவமான குணாதிசயத்தைக் கண்டுபிடிப்பது என்றால் அதுதான் என்று தெரிந்து கொள்ளுங்கள்! அவள் மீது மையல்

கொண்ட, இந்த ஊரைச் சேர்ந்த பெல்யாவ்ஸ்கி என்ற ஒரு அழகான, பணக்கார மனிதர் அடிக்கடி வீட்டிற்கு வருவார். அவர் ஒரு நாள் என் வீட்டிற்கு வந்தபோது, அவள் முன்னிலையில் திடீரென்று என் கன்னத்தில் அறைந்தார். அவள் அந்த அறைக்காக என்னைக் கொன்று விடுவாள் என்று நான் நினைத்தேன். ஏனெனில் அப்போது அந்தச் சாந்தமான ஆட்டுக் குட்டி என் மீது எப்படிப் பாய்ந்தது என்று நினைக்கிறீர்கள்! 'அவன் உங்கள் கன்னத்தில் அறைந்து விட்டான்! அவன் என் முன்னிலையில் உங்களை அடிப்பதற்கு எப்படி அவனுக்குத் தைரியம் வந்தது? நீங்கள் என்னை அவனுக்கு விற்க முயன்றதால் அவன் உங்கள் கன்னத்தில் அறைந்தான். நீங்கள் இனிமேல் என் அருகில் வராதீர்கள்! எப்போதும் வராதீர்கள்! நீங்கள் அவனிடம் ஒண்டிக்கு ஒண்டி சண்டைக்குச் சவால் விடுங்கள்!...' நான் அவளை மடாலயத்திற்கு அழைத்துச் சென்றேன். அங்கு பரிசுத்த பிதாக்கள் பிரார்த்தனை செய்து அவளைச் சாந்தப்படுத்தினார்கள். ஆனால் அல்யோஷா, நான் கடவுள் மீது சத்தியமாக அந்தப் பாவப்பட்ட பைத்தியக்காரப் பெண்ணை ஒருபோதும் அவமதித்ததில்லை! நான் எங்களுக்குத் திருமணமான முதல் வருடத்தில் ஒரே ஒரு முறை மட்டும் அவளிடம் அப்படி நடந்து கொண்டேன். அப்போது அவள் கடவுளைப் பிரார்த்தனை செய்வதில் மும்முரமாக இருந்தாள். பரிசுத்த அன்னையின் நோன்பு நாளில் அவள் என்னை அவளிடம் நெருங்க விடாமல் படிப்பறைக்கு விரட்டியடிப்பாள். எனவே நான் அந்தப் புனிதமான முட்டாள் தனத்தை அவளிடமிருந்து தூக்கி எறிய நினைத்தேன். நான் அவளிடம், 'இதோ பார், உன்னுடைய இந்தப் புனித சிலையைப் பார்த்தாயா? இது அற்புதங்களை நிகழ்த்தும் என்று நீ நம்புகிறாய் என்று எனக்குத் தெரியும். ஆனால் நான் அதன் மீது எச்சில் துப்புகிறேன், எனக்கு ஒன்றும் நடக்காது என்பதை நீயே பார்' என்றேன். அவள் அதற்காக என்னைக் கொன்று விடுவாள் என்று நான் நினைத்தேன். ஆனால் அவள் துள்ளிக் குதித்து, கைகளை ஒன்றாகச் சேர்த்து, திடீரென்று முகத்தை மூடிக் கொண்டு நடுங்கியபடி தரையில் விழுந்து மயங்கி விட்டாள்... அல்யோஷா, அல்யோஷா! உனக்கு என்ன ஆயிற்று?"

கிழவர் பயத்தில் துள்ளிக் குதித்தார். அல்யோஷாவின் தந்தை அவன் அம்மாவைப் பற்றிப் பேசத் தொடங்கியதுமே அவன் முகபாவம் மாறத் தொடங்கியது. அவனுடைய முகம் சிவக்க, கண்கள் பளபளக்க, உதடுகள் நடுங்கத் தொடங்கின... ஆனால் குடிபோதையில் இருந்த கிழவர், அவனுக்கு விசித்திரமான ஒன்று நடக்கும் அந்த நிமிடம் வரை எதையும் கவனிக்காமல் பேசிக் கொண்டே இருந்தார். அவர் அவன் தாயாருக்கு என்ன நடந்தது

என்பதை விவரித்துக் கொண்டிருந்த அதே விஷயம் அப்போது அவனுக்கும் நேர்ந்தது. அவன் தன் தாயைப் போலவே சட்டென்று இருக்கையிலிருந்து துள்ளிக் குதித்து, கைகளை ஒன்று சேர்த்து, முகத்தை மூடிக் கொண்டு, யாரோ அவனை வெட்டியது போல நாற்காலியில் சாய்ந்தான். திடீரென்று அவனுடைய – உடல் முழுவதும் நடுங்கத் தொடங்க, அவன் வெறிபிடித்தவன் போல ஓசையற்ற குரலில் அழத் தொடங்கினான். அவனுக்கும் அவனுடைய தாயாருக்கும் இருந்த அந்த அசாதாரணமான ஒற்றுமை கிழவரை வியப்பில் ஆழ்த்தியது.

"இவான், இவான்! சீக்கிரம் தண்ணீர் கொண்டு வா! அவன் அவளைப் போல, சரியாக அவனுடைய அம்மாவைப் போல! நீ உன் வாயில் தண்ணீரை விட்டு அவன் மீது துப்பு. நான் அவளுக்கு அப்படித்தான் செய்வேன். அவன் அவளுக்காக, அவனுடைய அம்மாவுக்காகக் கவலைப்படுகிறான்..." என்று கிழவர் இவானிடம் முணுமுணுத்தார்.

"அவனுடைய அம்மா எனக்கும் அம்மாதான் இல்லையா?" என்று இவான் திடீரென்று கட்டுக்கடங்காத கோபத்துடன் வெடித்தான். அவன் கண்களில் தெரிந்த பிரகாசத்தினால் கிழவரின் முதுகுத் தண்டு சில்லிட்டது. ஆனால் அந்த நேரத்தில் மிகவும் விசித்திரமான ஒன்று நடந்தது என்றாலும் அது ஒரு கணம் மட்டுமே நீடித்தது. உண்மையில் அல்யோஷாவின் தாயும் இவானின் தாயும் ஒன்றுதான் என்பதைக் கிழவர் மறந்து விட்டதாகத் தோன்றியது.

"நீ என்ன சொல்கிறாய்? உன்னுடைய அம்மாவா?" என்று கிழவர் திகைப்புடன் முணுமுணுத்தார். "நீ என்ன பேசுகிறாய்? யாருடைய அம்மா? அவள் எப்படி.... அட நாசமாய்ப் போக! ஆமாம், அவள் உனக்கும் அம்மாதான்! என் மனம் முன்னெப் போதும் இல்லாத வகையில் திடீரென்று வெறுமையாகி விட்டது. இவான் என்னை மன்னித்து விடு... நான் நினைத்தேன்... ஹிஹிஹி!" என்று அவர் பேசுவதை நிறுத்தினார். அவர் முகத்தில் ஒரு குடிகாரனின் அர்த்தமற்ற அசட்டுச் சிரிப்பு பரவியது. அப்போது வாசலில் பயங்கரமான, காட்டுத்தனமான கூச்சல் கேட்டது. டிமிட்ரி ஃபியோதரோவிச் வேகமாக கதவைத் திறந்து கொண்டு உள்ளே வந்தார். கிழவர் பயத்துடன் இவானின் பின்னே ஒளிந்து கொண்டார்.

"அவன் என்னைக் கொன்று விடுவான்! என்னைக் கொன்று விடுவான்! அவனிடமிருந்து என்னைக் காப்பாற்று! அவனை என் அருகில் விடாதே!" என்று கத்திய ஃபியோதர் பாவ்லோவிச், இவானின் கோட்டை இறுக்கமாகப் பிடித்துக் கொண்டார்.

9. சிற்றின்பவாதிகள்

டிமிட்ரி ஃபியோதரோவிச்சைத் தொடர்ந்து கிரிகோரியும், ஸ்மெர்த்தியாக்கவும் வரவேற்பறைக்குள் ஓடி வந்தனர். அவர்கள் அவரை உள்ளே அனுமதிக்காமல் நுழைவாயிலில் தடுத்து நிறுத்துவதற்குப் போராடினார்கள். (ஃபியோதர் பாவ்லோவிச் பல நாட்களுக்கு முன்பே அவர்களிடம் உத்தரவிட்டிருந்தார்). அறைக்குள் நுழைந்த டிமிட்ரி ஒரு விநாடி நின்று சுற்றிலும் பார்த்தபோது, கிரிகோரி அறையின் எதிர்புறம் இருந்த மேசையைச் சுற்றி ஓடிச் சென்று, வீட்டின் உள்ளே செல்லும் இரட்டைக் கதவுகளை மூடி, தன் உடலில் கடைசி சொட்டு இரத்தம் உள்ள வரை போராடும் உறுதியுடன், கைகளைக் கதவுக்கு குறுக்கே விரித்து, டிமிட்ரியை உள்ளே விடாமல் தடுத்தான். அதைப் பார்த்த டிமிட்ரி ஒரு மிருகத்தைப் போல உறுமிக் கொண்டே, கிரிகோரியின் மீது பாய்ந்தார்.

"அப்படியானால் அவள் இங்கேதான் இருக்கிறாள்! அவளை இங்கே ஒளித்து வைத்திருக்கிறீர்கள்! அயோக்கியப் பயலே, வழி விடு!" என்று டிமிட்ரி கிரிகோரியின் கையைப் பிடித்து இழுத்தார். ஆனால் அந்த வயதான வேலைக்காரன் அவரைப் பின்னால் தள்ளி விட்டான். டிமிட்ரி கோபத்துடன் அவனைத் தன் முஷ்டியால் முழு பலத்துடன் தாக்கினார். அந்த வயதான வேலைக்காரன் கோடாரியால் வெட்டிய மரத்தைப் போலக் கீழே விழுந்தான். டிமிட்ரி அவன் மீது ஏறிச் சென்று கதவை எட்டி உதைத்தார். வரவேற்பறையில் இருந்த ஸ்மெர்த்தியாக்கவ் முகம் வெளுத்து, பயந்து நடுங்கியபடி ஃபியோதர் பாவ்லோவிச்சின் பின்னால் மறைந்து கொண்டான்.

"அவள் இங்குதான் எங்கோ இருக்கிறாள்" என்று டிமிட்ரி ஃபியோதரோவிச் கத்தினார். "நான் அவள் இந்த வீட்டை நோக்கித் திரும்பும் வரை பார்த்துக் கொண்டிருந்தேன், ஆனால் என்னால் அவளைப் பிடிக்க முடியவில்லை. அவள் எங்கே இருக்கிறாள்? அவள் எங்கே?"

'அவள் இங்கேதான் இருக்கிறாள்!' என்ற டிமிட்ரியின் கூச்சல் திடீரென்று வயதான கரமசோவ் மீது ஓர் எதிர்பாராத விளைவை ஏற்படுத்தியது. அவருக்கு இருந்த பயம் சுத்தமாக அவரை விட்டு நீங்கியது.

"அவனைப் பிடி! அவனைப் பிடி!" என்று கத்தியபடி அவர் உள்ளே நுழைந்த டிமிட்ரியை நோக்கி ஓடினார். இதற்கிடையில் தரையிலிருந்து எழுந்த கிரிகோரி, பிரமை பிடித்தவன் போல

திகைத்து நின்றான். இவானும், அல்யோஷாவும் தன் தந்தையின் பின்னால் ஓடினார்கள். அங்கிருந்த மூன்றாவது அறையில் ஏதோ ஒன்று பலத்த ஓசையுடன் தரையில் விழும் சத்தம் கேட்டது. டிமிட்ரி வேகமாக உள்ளே நுழைந்தபோது, பளிங்கு பீடத்தின் மீது மோதி அதன் மேல் இருந்த ஒரு பெரிய கண்ணாடிக் குவளையைத் தட்டிவிட்டார். அதிகம் விலை மதிப்பில்லாத அது கீழே விழுந்து நொறுங்கியது.

"அவனைப் பிடி, அவனைப் பிடி!" என்று ஃபியோதர் பாவ்லோவிச் தொடர்ந்து கத்திக் கொண்டே இருந்தார்.

இவானும் அல்யோஷாவும் அந்த முதியவரைப் பிடித்து வலுக்கட்டாயமாக வரவேற்பறைக்கு இழுத்துச் சென்றனர்.

"நீங்கள் ஏன் அவர் பின்னால் ஓடுகிறீர்கள்!" என்று இவான் தன் தந்தையிடம் கோபத்துடன் கத்தினான். "அவர் உங்களைக் கொன்று விடுவார்."

"இவான், அல்யோஷா, என் அருமைச் சகோதரர்களே, குருஷென்கா இங்கே வந்தாளா? அவள் இந்தப் பக்கமாக ஓடி வந்ததை நானே என் கண்களால் பார்த்தேன்."

அவருக்கு மூச்சிரைத்தது. அவள் இன்று இங்கே வருவாள் என்பதை அவர் சற்றும் எதிர்பார்க்கவில்லை. எனவே அவள் இங்கே வந்திருக்கிறாள் என்ற எண்ணம் அவரைப் பைத்தியமாக்கியது. கோபத்தின் வசப்பட்ட அவர் உடல் முழுவதும் தன்னிச்சையாக நடுங்கியது.

"ஆனால் அவள் இங்கே இல்லை என்பதை நீங்களே பார்த்தீர்கள்!" என்று இவான் கத்தினான்.

"அவள் ஒருவேளை பின்புற வாசல் வழியாக வந்திருக்கலாம்."

"ஆனால் அந்தக் கதவு பூட்டியிருக்கிறது. அதன் சாவி உங்களிடம் இருக்கிறது..."

டிமிட்ரி திடீரென்று மீண்டும் வரவேற்பறைக்கு வந்தார். அந்தக் கதவு பூட்டியிருப்பதைப் பார்த்தார். உண்மையில் அதன் சாவி ஃபியோதர் பாவ்லோவிச்சின் சட்டைப் பையில் இருந்தது. அந்த அறையில் இருந்த அனைத்து ஜன்னல்களும் உட்புறமாக சாத்தியிருந்தன. அதனால் குருஷென்கா வீட்டிற்குள் நுழையவும், அங்கிருந்து வெளியேறவும் வழியில்லை.

"அவனைப் பிடியுங்கள்!" என்று ஃபியோதர் பாவ்லோவிச் அவரை மீண்டும் வரவேற்பறையில் பார்த்ததும் கத்தினார். "அவன் என் படுக்கை அறையில் இருந்த பணத்தைத் திருடி விட்டான்."

 நற்றிணை பதிப்பகம் ○ 227

அவர் இவானின் பிடியிலிருந்து தன்னை விடுவித்துக் கொண்டு, டிமிட்ரியை நோக்கி விரைந்தார். டிமிட்ரி முன்னால் தொங்கிய அவருடைய தலை முடியை இரண்டு கையாலும் கொத்தாகப் பிடித்து, அவரை வலுக்கட்டாயமாகத் தரையில் தள்ளி விட்டான். அவர் கீழே கிடந்தபோது, அவன் தன் குதிகாலினால் இரண்டு மூன்று முறை அவருடைய முகத்தில் உதைத்தான். அந்தக் கிழவர் சத்தமாக முனகினார். இவான் டிமிட்ரியைப் போல வலிமையானவனாக இல்லாவிட்டாலும், அவன் தன் முழு ஆற்றலையும் பயன்படுத்தி அந்த முதியவரைப் பின்னால் இழுத்துச் சென்றான். அதே நேரத்தில் அல்யோஷாவும் அவனுக்கு உதவி செய்யும் விதமாக முழு ஆற்றலுடன் டிமிட்ரியை முன்னேற விடாமல் தடுத்து நிறுத்தினான்.

"உங்களுக்குப் பைத்தியமா? நீங்கள் அவரைக் கொன்று விடுவீர்கள்!" என்று இவான் கத்தினான்.

"நீங்கள் அவருக்குச் சரியாக சேவை செய்யுங்கள்!" என்று கத்திய டிமிட்ரி மூச்சுத் திணறினார். "நான் இப்போது அவரைக் கொல்லவில்லை என்றால் மீண்டும் திரும்பி வந்து அதைச் செய்வேன். நீங்கள் என்னைத் தடுக்க முடியாது!"

"டிமிட்ரி! போங்கள், நீங்கள் உடனே இங்கிருந்து போய் விடுங்கள்" என்று அல்யோஷா கட்டளையிடும் தொனியில் சொன்னான்.

"அலெக்ஸி நீங்கள் சொல்லுங்கள். நான் உங்களை மட்டுமே நம்புகிறேன். அவள் இப்போது இங்கே வந்தாளா, இல்லையா? அவள் வேலியைத் தாண்டிச் சென்று இந்தப் பாதை வழியாகத் திரும்புவதை நானே பார்த்தேன். நான் அவளைக் கூப்பிட்டேன், ஆனால் அவள் ஓடி விட்டாள்."

"சத்தியமாக அவள் இங்கே வரவில்லை. இங்கே யாரும் அவளுக்காகக் காத்திருக்கவும் இல்லை."

"ஆனால் நான் அவளைப் பார்த்தேன்... எனவே அவள்... அவள் எங்கே இருக்கிறாள் என்பதைக் கண்டுபிடிக்கிறேன். அல்யோஷா, நான் வருகிறேன். இப்போது அந்த வயதான குரங்கிடம் பணத்தைக் கேட்கும் நேரம் இதுவல்ல என்பதால் அதைப் பற்றிப் பேசாதீர்கள். ஆனால் நீங்கள் உடனே கேத்தரீனாவின் வீட்டிற்குச் சென்று அவளிடம் என் வணக்கத்தைச் சொல்லி, நான் அவளிடமிருந்து விடை பெறுவதாகச் சொல்லுங்கள். அப்படியே என் வாழ்த்துகளையும் தெரிவியுங்கள். இங்கே நடந்தவற்றையும் அவளிடம் சொல்லுங்கள்."

இதற்கிடையில் இவானும் கிரிகோரியும் முதியவரைத் தூக்கிச் சாய்வு நாற்காலியில் அமர வைத்தனர். அவருடைய முகம் முழுவதும் இரத்தமாக இருந்தது என்றாலும், சுயநினைவு திரும்பிய அவர், டிமிட்ரி கத்துவதைக் கவனமாகக் கேட்டுக் கொண்டிருந்தார். குருஷென்கா இன்னும் அந்த வீட்டில் எங்கேயோ ஒளிந்திருக்கிறாள் என்றே அவர் நினைத்தார். டிமிட்ரி ஃபியோதரோவிச் அங்கிருந்து செல்லும்போது, அவரை வெறுப்புடன் பார்த்தார்.

"நான் உங்களை இரத்தம் வரும்படி அடித்ததற்காகச் சிறிதும் வருத்தப்படவில்லை!" என்று அவர் கத்தினார். "கிழவனே! நீங்கள் உங்கள் திட்டங்களில் கவனமாக இருப்பது நல்லது, ஏனெனில் எனக்கும் சில திட்டங்கள் உள்ளன! நீங்கள் இனிமேல் எனக்குத் தகப்பனும் அல்ல, நான் உங்களுக்கு மகனும் அல்ல. நான் நீங்கள் நாசமாய்ப் போக வேண்டும் என்று சபிக்கிறேன்!" என்று அவர் வேகமாக வெளியே ஓடினார்.

"அவள் இங்கே இருக்கிறாள். அவள் இங்கேதான் எங்கேயோ இருக்கிறாள்! ஸ்மெர்த்தியாக்கவ், ஸ்மெர்த்தியாக்கவ்" என்று மூச்சிரைத்த கிழவர் மெதுவாக முணுமுணுத்து, அவனை அருகில் வரும்படிச் சைகை செய்தார்.

"அவள் இங்கே இல்லை" என்று இவான் எரிச்சலுடன் சொன்னான். "நீங்கள் உண்மையில் ஒரு பைத்தியக்காரக் கிழவர்! ஏய், ஸ்மெர்த்தியாக்கவ் அவர் மீண்டும் மயக்கமாகி விட்டார். சீக்கிரம் ஒரு துண்டும், தண்ணீரும் கொண்டு வா."

ஸ்மெர்த்தியாக்கவ் தண்ணீர் கொண்டு வர ஓடினான். அவர்கள் அந்த முதியவரின் ஆடைகளைக் கழற்றிவிட்டுப் படுக்கை அறைக்கு அழைத்துச் சென்று படுக்க வைத்தார்கள். அவருடைய தலையை ஈரமான துண்டால் சுற்றிக் கட்டினார்கள். பிராந்தியின் போதையாலும், உணர்ச்சிகளின் கொந்தளிப்பாலும், அடி வாங்கியதாலும் சோர்வுற்றிருந்த அவர் படுக்கையில் தலையைச் சாய்த்ததும் உறக்கத்தில் விழுந்தார். இவானும், அல்யோஷாவும் வரவேற்பு அறைக்குத் திரும்பினார்கள். ஸ்மெர்த்தியாக்கவ் உடைந்த குவளையின் துண்டுகளைச் சுத்தம் செய்து கொண்டிருந்தான். கிரிகோரி மேசையின் அருகில் நின்று சோகம் கவிந்த முகத்துடன் தரையைப் பார்த்துக் கொண்டிருந்தான்.

"கிரிகோரி, நீயும் தலையை ஈரத் துண்டால் கட்டுவதுதானே?" என்று அல்யோஷா அவனிடம் கேட்டான். "நாங்கள் அவரைப் பார்த்துக் கொள்கிறோம். என் சகோதரன் உன்னை மோசமாக அடித்து விட்டார்..."

"அவனுக்கு என் மீது கை வைக்க என்ன தைரியம்?" என்று சோகத்துடன் சொன்ன கிரிகோரி ஒவ்வொரு வார்த்தையையும் நிறுத்தி நிறுத்திப் பேசினான்.

"அவர் உன்னை மட்டுமின்றி, அவரது அப்பாவையும் அடிக்கத் துணிந்து விட்டார்!" என்று இவான் ஃபியோதரோவிச் போலியான புன்னகையுடன் சொன்னான்.

"நான் அவனைக் குளிப்பாட்டி விட்டேன்... அவன் என்னை அடித்து விட்டான்!" என்று கிரிகோரி மீண்டும் சொன்னான்.

"நாசமாய்ப் போக! நான் அவரை இழுக்காமல் இருந்திருந்தால் டிமிட்ரி அவரைக் கொன்றிருப்பார். அந்தக் கிழட்டுக் குரங்கின் கதையை முடிக்க அதிக நேரம் ஆகாது" என்று இவான் அல்யோஷாவிடம் கிசுகிசுத்தான்.

"கடவுள் அப்படி நிகழாமல் தடுத்து விட்டார்" என்றான் அல்யோஷா.

"கடவுள் ஏன் அதைத் தடுக்க வேண்டும்?" என்று இவான் முன்பு போலவே கிசுகிசுத்தான். அவனுடைய உதடுகள் வெறுப்பினால் கோணியது. "ஒரு பாம்பு மற்றொன்றை விழுங்கினால், அது இருவருக்குமே நல்லது!"

அல்யோஷா நடுங்கினான்.

"நான் இப்போது ஒரு கொலை நடப்பதைத் தடுத்தது போல எப்போதும் தடுக்க முயற்சிப்பேன் என்று சொல்லத் தேவையில்லை... அல்யோஷா, நான் வெளியே சென்று சற்று நேரம் சுத்தமான காற்றைச் சுவாசிக்கிறேன். நீங்கள் அதுவரை இங்கே இருக்க முடியுமா? எனக்குப் பயங்கரமான தலைவலி."

அல்யோஷா தன் தந்தையின் படுக்கை அறைக்குச் சென்று, திரைக்குப் பின்னால் இருந்த முதியவரின் படுக்கை அருகில் ஒரு மணி நேரத்துக்கும் மேலாக உட்கார்ந்திருந்தான். அப்போது திடீரென்று கண்விழித்த கரமசோவ், அல்யோஷாவை நீண்ட நேரம் உற்றுப் பார்த்து, என்ன நடந்தது என்பதைத் தெரிந்து கொள்ள முயன்றார். அவர் முகத்தில் திடீரென்று ஓர் அசாதாரணமான கிளர்ச்சி வெளிப்பட்டது.

"அல்யோஷா, இவான் எங்கே?" என்று அவர் கிசுகிசுத்தார்.

"அவர் வெளியே இருக்கிறார். அவருக்குத் தலைவலி. அவர் அங்கிருந்து நம்மைக் கண்காணித்து வருகிறார்."

"அதோ, அந்தக் கண்ணாடியை என்னிடம் கொடு."

அல்யோஷா, ஒப்பனை மேசை மீதிருந்த ஒரு சிறிய வட்டமான, மடிக்கும் கண்ணாடியை எடுத்து அவரிடம்

கொடுத்தான். அந்த முதியவர் கண்ணாடியில் தன் முகத்தைப் பார்த்தார். அவரது மூக்கு மிக மோசமாக வீங்கியிருந்தது. அவருடைய நெற்றியில் இடது புருவத்திற்கு சற்று மேலே, ஒரு பெரிய சிவப்புக் காயம் இருந்தது.

"இவான் என்ன சொன்னான்? அல்யோஷா, நீதான் என் உண்மையான மகன் என்பதைத் தெரிந்து கொள். நான் மற்றவர்களை விட இவானைப் பார்த்து அதிகமாகப் பயப்படுகிறேன். நான் உன்னைப் பார்த்து மட்டுமே பயப்படாமல் இருக்கிறேன்."

"நீங்கள் இவானைப் பார்த்தும் பயப்பட வேண்டியதில்லை. அவர் கோபமாக இருக்கிறார் என்றாலும் உங்களைப் பாதுகாப்பார்."

"அல்யோஷா, உன் மற்றொரு சகோதரன் என்ன செய்கிறான்? அவன் குரூஷென்காவைப் பார்க்கப் போய் விட்டானா? என் அருமை மகனே, உண்மையைச் சொல். இப்போது குரூஷென்கா இங்கே இருக்கிறாளா, இல்லையா?"

"அவளை யாரும் பார்க்கவில்லை. நீங்கள் நினைப்பது தவறு. அவள் இங்கே வரவே இல்லை."

"டிமிட்ரி அவளைத் திருமணம் செய்து கொள்ள விரும்புகிறான் என்று உனக்குத் தெரியுமா?"

"அவர் அவளைத் திருமணம் செய்து கொள்ள மாட்டார்."

"ஆமாம், அவள் செய்துகொள்ள மாட்டாள். அவள் செய்து கொள்ள மாட்டாள். அவள் எக்காரணம் கொண்டும் அவனைத் திருமணம் செய்துகொள்ள மாட்டாள்" என்று கிழவர் மகிழ்ச்சியாக உற்சாகத்துடன் கத்தினார். அந்தக் கணத்தில் அதைவிட மிகவும் மகிழ்ச்சியான செய்தி எதுவும் இருக்க முடியாது என்பது போல கிழவர் மனம் மகிழ்ந்தார். அவர் கிளர்ச்சியுடன் அல்யோஷாவின் கையைப் பிடித்து தன் இதயத்தில் அழுத்திக் கொண்டார். அவர் கண்களில் கண்ணீர் வழிந்தது. "அல்யோஷா, நான் சற்று முன் உன்னிடம் சொன்ன உன் தாயின் அந்தப் புனித அன்னையின் உருவச்சிலையை எடுத்துக் கொள்... நான் உன்னை மடாலயத்திற்குத் திரும்பிச் செல்ல அனுமதிக்கிறேன்... நான் சற்று நேரத்திற்கு முன்பு விளையாட்டுக்காக அப்படிச் சொன்னேன் என்பதால் என் மீது கோபப்பட வேண்டாம். அல்யோஷா, என் தலை வலிக்கிறது... மகனே, என் மனதை அமைதிப்படுத்து. நீ ஒரு தேவதூதனாக என்னிடம் உண்மையைச் சொல்!"

"அவள் இங்கே இருக்கிறாளா இல்லையா என்று கேட்கிறீர்களா?" என்று அல்யோஷா வருத்தத்துடன் கேட்டான்.

"இல்லை, இல்லை, நான் நீ சொன்னதை நம்புகிறேன். நீ குரூஷென்காவின் வீட்டிற்குச் சென்று, வெகு சீக்கிரமாக அவளை

எப்படியாவது சந்தித்து, அவளிடம் பேசி, அவள் எங்கள் இருவரில் யாரை விரும்புகிறாள் என்ற உண்மையைக் கண்டுபிடிக்க வேண்டும் என்று நான் விரும்புகிறேன். நீ என்ன சொல்கிறாய்? நீ அதைச் செய்வாயா?”

“நான் அவளைப் பார்க்கும்போது அதை அவளிடம் கேட்கிறேன்...” என்று அல்யோஷா வெட்கத்துடன் முணுமுணுத்தான்.

“இல்லை, அவள் அதை உன்னிடம் சொல்ல மாட்டாள்” என்று முதியவர் குறுக்கிட்டார். “இல்லை, அவளை நம்ப முடியாது. அவள் உன்னை முத்தமிடத் தொடங்குவாள். அவள் உன்னைத் திருமணம் செய்ய விரும்புவதாக உன்னிடம் சொல்வாள். அவள் ஒரு வெட்கம் கெட்ட வஞ்சகி. இல்லை, நீ அவளிடம் போகக் கூடாது, நீ போகவே கூடாது.”

“ஆமாம், தந்தையே, அது ஒரு நல்ல யோசனையாக இருக்காது என்று நினைக்கிறேன்.”

“அவன் இங்கிருந்து செல்லும்போது, உன்னை எங்கோ போகச் சொன்னானே?”

“ஆமாம், என்னை கேத்தரீனா இவானோவ்னாவிடம் போகச் சொன்னார்.”

“பணத்திற்காகவா?“

“இல்லை, பணத்திற்காக இல்லை.”

“அவனிடம் ஒரு கோபெக் பணம் கூட இல்லை. சரி, அல்யோஷா நீ கிளம்பு. நான் இரவு முழுவதும் படுக்கையில் கிடந்து எல்லாவற்றையும் யோசிக்க வேண்டும். நீ ஒருவேளை அவளைச் சந்தித்தால்... நீ நாளை காலை என்னை வந்து பார்க்க வேண்டும். நான் அப்போது ஒரு முக்கியமான விஷயத்தை உன்னிடம் சொல்கிறேன். நீ வருவாயா?”

“வருகிறேன்.”

“நான் எப்படி இருக்கிறேன் என்று பார்ப்பதற்காக வந்தேன் என்று சொல். நான் உன்னை வரச் சொன்னேன் என்று யாரிடமும் சொல்லாதே. இவானிடம் கூட அதைப் பற்றி மூச்சு விடாதே.”

“சரி.”

“வணக்கம் என் தேவதூதனே. நீ என் சார்பாக நின்று என்னைப் பாதுகாத்ததை நான் ஒருபோதும் மறக்க மாட்டேன். நான் அதை என் வாழ்நாள் முழுவதும் நினைவில் வைத்திருப்பேன். நான் நாளை உன்னிடம் ஒரு செய்தியைச் சொல்கிறேன். ஆனால் நான் அதற்கு முன்பு சில காரியங்களைச் செய்ய வேண்டும்...”

"நீங்கள் இப்போது எப்படி இருக்கிறீர்கள்?"

"நான் நாளைக்கு எழுந்து விடுவேன். நான் நன்றாக இருக்கிறேன். எனக்கு நன்றாக இருக்கிறது."

அல்யோஷா முற்றத்தைத் தாண்டும்போது, தன் சகோதரன் இவான் வாயிலுக்கு அருகில் ஒரு பெஞ்சில் உட்கார்ந்து, பென்சிலால் நோட்டுப் புத்தகத்தில் ஏதோ எழுதிக் கொண்டிருப் பதைப் பார்த்தான். அல்யோஷா இவானிடம், கிழவருக்கு சுயநினைவு திரும்பியதாகவும், அவர் தன்னை மீண்டும் மடாலயத்திற்குச் செல்ல அனுமதித்து விட்டதால், தான் இரவைக் கழிக்க மடாலயத்திற்குச் செல்வதாகவும் சொன்னான்.

"அல்யோஷா, நான் நாளைக் காலையில் உன்னைப் பார்ப்பதில் மகிழ்ச்சியடைவேன்" என்ற இவான் தன் சகோதரனைக் கண்டதும் எழுந்து நின்றான். அவன் குரலில் வாஞ்சையும், நட்புணர்வும் வெளிப்பட்டது. அவனுடைய நடத்தை அல்யோஷாவை ஆச்சரியத்தில் ஆழ்த்தியது.

"நான் நாளை கோஹ்லக்கோவ் வீட்டில் இருப்பேன்" என்றான் அல்யோஷா. "நான் இன்று மாலையில் கேத்தரீனா இவானோவ்னாவைப் பார்க்க முடியாவிட்டால் நாளை அவள் வீட்டிற்குப் போக வேண்டியிருக்கும்."

"அப்படியானால் நீ இப்போது கேத்தரீனா இவானோவ்னா வீட்டிற்குப் போகிறாயா?" என்று இவான் புன்னகையுடன் கேட்டான். "அந்த 'வணக்கமும் பிரியாவிடையும்' சொல்வதற்காக" என்று இவான் சிரித்தான்.

அல்யோஷா மிகுந்த சங்கடத்துக்கு உள்ளானான்.

"சற்று முன்பு நடந்த களேபரத்திலிருந்தும், இதற்கு முன்பு நடந்த சில விஷயங்களிலிருந்தும் இப்போதுதான் என்னால் எல்லாவற்றையும் தெளிவாகப் புரிந்து கொள்ள முடிந்தது என்று நினைக்கிறேன். டிமிட்ரி அவர் சார்பாக உங்களை அனுப்பி அவளிடம் விடை பெறும்படி சொல்லியிருக்கலாம்... ஒரே வார்த்தை யில் சொல்வதானால், அவர் தன்னுடைய முழு விவகாரத்தையும் கை கழுவுகிறார் என்று சொல்லுங்கள், அப்படித்தானே?"

"இவான், அப்பாவுக்கும் டிமிட்ரிக்கும் இடையில் உள்ள இந்தப் பிரச்சனை எப்படி முடியும்?" என்று அல்யோஷா விரக்தியுடன் கேட்டான்.

"எதையும் கணிக்க முடியாது. ஒருவேளை அது ஒன்றுமில்லாமல் புஷ்வாணமாகப் போகலாம். அந்தப் பெண் ஒரு மிருகம். எது எப்படியோ நாம் முதியவரை வீட்டுக்குள்ளேயே வைத்திருக்க வேண்டும். டிமிட்ரியை வீட்டிற்குள் விடக் கூடாது."

"நான் உங்களிடம் மற்றொரு விஷயத்தைக் கேட்க விரும்புகிறேன். தன்னைச் சுற்றியுள்ள மனிதர்களில் யார் வாழத் தகுதியானவர், யார் வாழத் தகுதியற்றவர் என்பதைத் தீர்மானிக்கும் உரிமை ஒரு மனிதனுக்கு இருக்கிறதா?"

"ஆனால் இதில் தகுதி என்ற கேள்வியை ஏன் எழுப்ப வேண்டும்? இந்தக் கேள்வி பெரும்பாலும் மனிதர்களின் இதயங்களில், மதிப்பின் அடிப்படையில் இல்லாமல், வெவ்வேறு காரணங்களுக்காக, மிகவும் இயல்பான காரணங்களுக்காகத் தீர்மானிக்கப்படுகிறது. எல்லோருக்கும் அவரவர்களுடைய விருப்பத்தை வெளிப்படுத்த உரிமை உண்டு. அந்த உரிமையை யாராலும் பறிக்க முடியாது."

"ஆனால் நிச்சயமாக அது மற்றவரின் மரணத்திற்காக இருக்க முடியாது இல்லையா?"

"ஒருவேளை இன்னொருவரின் மரணத்திற்காகக் கூட இருக்கலாம். எல்லோரும் அப்படி வாழும்போது, வேறு வழியில் வாழ முடியாது என்பதைப் பார்க்கும்போது, ஏன் உங்களை நீங்களே ஏமாற்றிக் கொள்ள வேண்டும்? 'இரண்டு பாம்புகள் ஒன்றையொன்று விழுங்க முயற்சிக்கின்றன' என்று நான் முன்பு சொன்னதை நீங்கள் குறிப்பிடுகிறீர்களா? அப்படியானால் நான் உங்களிடம் கேட்க விரும்புகிறேன். டிமிட்ரியைப் போல நானும் அவருடைய மண்டையை உடைக்கும் திறன் உடையவன்... அந்த முட்டாள் கிழவனைக் கொல்லும் வல்லமை உடையவன் என்று நீங்கள் நினைக்கிறீர்கள், இல்லையா?"

"இவான் நீங்கள் என்ன சொல்கிறீர்கள்? அப்படி ஒரு எண்ணம் என் தலைக்குள் நுழையவே இல்லை! டிமிட்ரியும் அப்படிச் செய்வார் என்று நினைக்கவில்லை..."

"சரி, நான் அதற்காக நன்றி சொல்ல வேண்டும்" என்று இவான் சிரித்துக் கொண்டே சொன்னான். "நான் எப்போதும் அவரைப் பாதுகாப்பேன் என்பதை உங்களிடம் தெரிவிக்கிறேன். ஆனாலும் கூட, இந்தச் சந்தர்ப்பத்தில் எனக்குப் பொருத்தமாகத் தோன்றுவதை விரும்புவதற்கான சுதந்திரம் எனக்கு இருக்கிறது. சரி, நாளை பார்ப்போம். தயவு செய்து என்னை மோசமானவனாக, ஒரு குற்றவாளியாகப் பார்க்காதீர்கள்" என்று இவான் புன்னகை யுடன் சொன்னான்.

அவர்கள் முன்னெப்போதும் இல்லாதவாறு அன்புடன் கைகுலுக்கிக் கொண்டார்கள். தன் சகோதரன் தன்னை நோக்கி ஓர் அடி எடுத்து வைத்திருப்பதாகவும், அவர் ஏதோ ஒரு முக்கியமான காரணத்திற்காக அதைச் செய்வதாகவும் அல்யோஷாவுக்குத் தோன்றியது.

10. இரண்டு பெண்களின் சந்திப்பு

அல்யோஷா தன் தந்தையின் வீட்டிற்கு வந்தபோது இருந்ததைக் காட்டிலும் அதிக மனச்சோர்வுடனும், வருத்தத்துடனும் அங்கிருந்து வெளியேறினான். அவன் மனதில் ஒன்றுக்கொன்று தொடர்பில்லாத பல்வேறு எண்ணங்கள் துண்டு துண்டாகச் சிதறிக் கிடந்தன. அதேசமயம், அந்தத் துண்டுத் துணுக்குகளை ஒன்றிணைக்கவும், அதன் மூலம் அன்று அவன் அனுபவித்த வேதனை தரும் முரண்பட்ட உணர்வுகளுக்கு முழு வடிவம் கொடுக்கவும் பயந்தான். அவன் அதுவரை அறிந்திராத ஏதோ ஒரு விரக்தியின் உச்சத்தில் இருப்பதாக உணர்ந்தான். அனைத்திற்கும் மேலாக, அவனுடைய தந்தைக்கும் சகோதரனுக்கும் இடையில் அந்தக் கேடுகெட்ட பெண்ணால் ஏற்பட்ட பிரச்சனை எங்கு சென்று முடியும் என்ற பதில் தெரியாத, முக்கியமான கேள்வி அவன் முன்னால் பூதாகரமாக எழுந்து நின்றது. ஏனெனில் இப்போது அவர்கள் இருவரும் ஒருவருக்கொருவர் நேருக்கு நேர் மோதிக் கொண்டதை அவனே நேரடியாகப் பார்த்திருக்கிறான். இருந்தாலும் எது நடந்தாலும் இறுதியில் மனம் புண்பட்டு, மோசமான துயரத்தை அனுபவிக்கப் போவது டிமிட்ரியாகத்தான் இருக்கும் என்பதும், சந்தேகத்திற்கு இடமின்றி ஒரு பேரழிவு அவருக்குக் காத்திருக்கிறது என்பதும் அல்யோஷாவுக்கு நன்றாகப் புரிந்தது. அவன் முன்பு நினைத்ததைப் போல இல்லாமல் இப்போது வேறு சிலரும் அந்த விவகாரத்தில் சம்பந்தப்பட்டிருப்பதாக அவனுக்குத் தோன்றியது. அதில் ஏதோ ஒரு புதிரான, மர்மமான ஒன்றும் இருப்பதாக அவனுக்குப் பட்டது. அல்யோஷா இத்தனை நாளும் தன் சகோதரன் இவான் தன்னிடம் நட்புணர்வுடன் இருக்க வேண்டும் என்று ஆவலுடன் எதிர்பார்த்திருந்தான். ஆனால் இப்போது ஏனோ அந்த நட்பு தோரணை அவனுக்கு அச்சத்தை ஏற்படுத்தியது. அதன் பிறகு அந்த இரண்டு பெண்கள். அவன் சில மணி நேரங்களுக்கு முன்பு அவர்களில் ஒருத்தியான கேத்தரீனாவைப் பார்க்கப் புறப்பட்டபோது, மிகுந்த தர்மசங்கட மான நிலையில் இருந்தான். ஆனால் இப்போது அவன் அவளுடைய வீட்டிற்குச் செல்லும் வழியில், அவனுக்கு ஏதோ ஒரு பெருத்த நிம்மதி ஏற்பட்டது. அடுத்து என்ன செய்ய வேண்டும் என்பதைத் தீர்மானிப்பதற்கு அவளிடமிருந்து ஏதாவது வழி கிடைக்கும் என்று எதிர்பார்ப்பது போல அவன் அவளைப் பார்க்க அவசரப்பட்டான். டிமிட்ரி அவளுக்குக் கொடுக்க வேண்டிய மூவாயிரம் ரூபிள்களைத் திருப்பித் தர முடியும் என்ற நம்பிக்கையை இழந்து விட்டதால், அவர் எந்த அவமானத்தையும்

தாங்கிக் கொண்டு, எந்த ஆழத்துக்கும் போகத் தயாராகி விட்டதால், இப்போது அவருடைய செய்தியை அவளிடம் தெரிவிப்பது தனக்கு மேலும் கடினமாகிவிட்டதை அல்யோஷா உணர்ந்தான். எல்லாவற்றுக்கும் மேலாக, அவனுடைய தந்தையின் வீட்டில் நடந்த சம்பவத்தை அவளிடம் சொல்லும்படி அவர் அவனுக்குக் கட்டளையிட்டிருந்தார்.

போல்ஷயா தெருவிலிருந்த விசாலமான, வசதியான வீட்டிற்குள் அல்யோஷா நுழைந்தபோது, ஏழு மணியாகி இருட்டத் தொடங்கியிருந்தது. அவள் தன் இரண்டு அத்தைகளுடன் வசிக்கிறாள் என்று அல்யோஷாவுக்குத் தெரியும். அவர்களில் ஒருவர் அதிகம் படிக்காத, அவளுடைய ஒன்றுவிட்ட சகோதரி அகாஃபியா இவானோவ்னாவின் அத்தை. கேத்தரீனா படிப்பை முடித்து வந்தபோது அவளுடைய சகோதரியுடன் சேர்ந்து அவளை அக்கறையுடன் கவனித்துக் கொண்ட, அவளது தந்தையின் வீட்டில் இருந்த அந்தச் சாதுவான பெண்மணி அவள்தான். அவளுடைய மற்றொரு அத்தை வசதியற்றவளாக இருந்தாலும், மாஸ்கோவைச் சேர்ந்த ஒரு நவநாகரீகமான சீமாட்டி. அவர்கள் இருவரும் வெளித் தோற்றத்தில் கேத்தரீனா இவானோவ்னாவுடன் சேர்ந்து வாழ்வதாகத் தோன்றினாலும், அவர்கள் எல்லா விஷயங்களிலும் அவளுக்குப் பணிந்து நடந்து கொள்வதாக அக்கம் பக்கத்தில் பேசிக் கொண்டார்கள். கேத்தரீனாவைப் பொறுத்தவரை அவளுடைய நலம் விரும்பியான, மாஸ்கோவில் நோயுற்று படுத்திருந்த ஜெனரலின் வயதான விதவையின் மனைவியைத் தவிர வேறு யாரிடமும் பணிந்து நடக்கவில்லை. அவள் தன்னைப் பற்றிய விவரங்களை அவளுக்குத் தெரிவிக்கும் விதமாக வாரத்திற்கு இரண்டு முறை தவறாமல் கடிதங்களை எழுதினாள்.

அல்யோஷா வீட்டில் நுழைந்து, அவனை உள்ளே அனுமதித்த வேலைக்காரியிடம் தான் வந்திருப்பதைத் தெரிவிக்கும்படிச் சொன்னபோது, வரவேற்பறையில் இருந்த அவர்கள் ஏற்கனவே தன் வருகையை அறிந்திருக்கிறார்கள் என்று அவனுக்குத் தோன்றியது. (அவர்கள் அவனை ஜன்னல் வழியாகப் பார்த்திருக்கலாம்.) ஏனெனில் திடீரென்று பெண்கள் அங்குமிங்கும் ஓடும் சத்தமும், ஆடைகள் சரசரக்கும் ஓசையும் கேட்டது. வரவேற்பறையிலிருந்து இரண்டு அல்லது மூன்று பெண்கள் அவசரமாக வெளியேறியதைப் போல அவனுக்குத் தோன்றியது. தன்னுடைய வருகை இவ்வளவு பெரிய அமளியை ஏற்படுத்தியது அல்யோஷாவுக்கு ஆச்சரியமாக இருந்தது. இருந்தாலும் அவனை உடனடியாக வரவேற்பறைக்கு அழைத்துச் சென்றார்கள். அந்த அறை ஒரு சிறிய நகரத்தில் உள்ள வீட்டில், வழக்கமாக

வரவேற்பறை இருப்பதைப் போலில்லாமல், மிகப் பெரியதாகவும், ஆடம்பரமான, நேர்த்தியான மரச்சாமான்கள் நிறைந்ததாகவும் இருந்தது. அந்த அறையில் பல சோபாக்களும், சாய்வு நாற்காலிகளும், விதவிதமான பெரிய மற்றும் சிறிய மேசைகளும், பலவிதமான ஜாடிகளும், விளக்குகளும், பூக்கள் நிறைந்த பூந்தொட்டிகளும், சுவர்களில் வண்ண ஓவியங்களும், ஜன்னல்கள் ஒன்றின் அருகில் ஒரு மீன் தொட்டியும் இருந்தன. அந்தி சாயும் நேரம் என்பதால் அந்த அறை ஓரளவுக்கு இருட்டாக இருந்தது. அல்யோஷா சுற்றும் முற்றும் பார்த்தபோது, அப்போதுதான் சோபாவில் விட்டுச் சென்ற யாரோ ஒருவரின் பட்டுச் சால்வையும், அதற்குப் பக்கத்தில் இருந்த மேசையின் மீது பாதி காலியான சாக்லேட் கோப்பைகளும், ஒரு தட்டில் பிஸ்கட்டுகளும், ஒரு தட்டில் திராட்சைகளும், இன்னொன்றில் மிட்டாய்களும் இருப்பதைப் பார்த்தான். அவர்கள் விருந்தாளிகளை உபசரித்துக் கொண்டிருந்த வேளையில் தான் இடையில் நுழைந்து விட்டதை நினைத்து அல்யோஷா முகத்தைச் சுளித்தான். ஆனால் அப்போது கதவின் மீது தொங்கிக் கொண்டிருந்த திரைச்சீலையை விலக்கிக் கொண்டு, கேத்தரீனா இவானோவ்னா வேகமாக அறைக்குள் நுழைந்து, மலர்ந்த முகத்துடன், மகிழ்ச்சியாகப் புன்னகைத்தபடி அவனை நோக்கி இரண்டு கைகளையும் நீட்டினாள். அந்த நேரத்தில் உள்ளே வந்த ஒரு வேலைக்காரி இரண்டு மெழுகுவர்த்தி களை மேசையின் மீது வைத்தாள்.

"கடவுளுக்கு நன்றி. கடைசியில் நீங்கள் இங்கே வந்து விட்டீர்கள்! நீங்கள் வர வேண்டும் என்று நான் நாள் முழுக்க பிரார்த்தனை செய்தேன். உட்காருங்கள்."

கேத்தரீனா, டிமிட்ரியிடம் அவருடைய இளைய சகோதரனைப் பார்க்க வேண்டும் என்று கேட்டுக் கொண்டதற்கு இணங்க, அவர் மூன்று வாரங்களுக்கு முன்பு அல்யோஷாவை அவளுடைய வீட்டிற்கு அழைத்துச் சென்று, அவளை அவனுக்கு அறிமுகப்படுத்திய போது, அவளுடைய அசாதாரணமான அழகு அவனைத் தாக்கியது. ஆனால் அவன் தன்னிடம் பேசுவதற்கு கூச்சப்படுகிறான் என்பதை உணர்ந்த அவள், அவனிடம் எதுவும் பேசாமல், டிமிட்ரியிடம் மட்டும் பேசிக் கொண்டிருந்தாள். அந்தச் சமயத்தில் அவன் அதிகம் பேசவில்லை என்றாலும், அவனால் எல்லாவற்றையும் புரிந்து கொள்ள முடிந்தது. கேத்தரீனாவின் ஆதிக்க மனப்பான்மை யும், அவளுடைய இயல்பான, எளிதான, தன்னம்பிக்கையான நடத்தையும், அவளுடைய கர்வமும், கம்பீரமும் அவனை வெகுவாகக் கவர்ந்தன. அவையெல்லாம் அவளுடைய இயல்பான குணங்கள் என்றும், அவன் அவற்றை மிகைப்படுத்தவில்லை

என்றும் அவனுக்குத் தோன்றியது. அவளுடைய பெரிய, பளபளக்கும் கருப்பு நிறக் கண்கள் வசீகரமாக இருப்பதையும், அவளது சற்றே வெளிறிய மஞ்சள் நிற நீள்வட்ட முகத்திற்கு அவைகள் மிகவும் பொருத்தமாக இருப்பதையும் அவன் பார்த்தான். ஆனால் அவளுடைய அந்த வசீகரமான கண்களிலும், உதடுகளில் ஓடிய ரேகைகளிலும், டிமிட்ரி அவளைப் பைத்தியமாகக் காதலிப்பதற்கான காரணத்தை மட்டுமின்றி, அவரால் அவளை நீண்ட காலம் காதலிக்க முடியாது என்பதற்கான காரணத்தையும் விளக்கும் ஏதோ ஒன்று இருப்பதாக அவனுக்குத் தோன்றியது. எனவே அவர்கள் கேத்தரீனாவின் வீட்டை விட்டுக் கிளம்பியதும், டிமிட்ரி அவனிடம் அவருடைய வருங்கால மனைவியைப் பற்றிய அவனுடைய அபிப்பிராயத்தை வெளிப்படையாகச் சொல்லும்படி வற்புறுத்தியபோது, அவன் அதைத்தான் அவரிடம் சொன்னான்.

"நீங்கள் அவளுடன் மகிழ்ச்சியாக இருப்பீர்கள் என்றாலும்... ஒருவேளை நீங்கள் அவளுடன் நிம்மதியாக இருக்க முடியாது..."

"தம்பி, நீங்கள் சொல்வது சரிதான். அவளைப் போன்ற பெண்கள் எப்போதும் மாற மாட்டார்கள். அவர்கள் தங்கள் தலைவிதிக்கு அடிபணிய மாட்டார்கள்... அப்படியானால் நான் அவளை என்றென்றைக்குமாக காதலிக்க முடியாது என்று நீங்கள் நினைக்கிறீர்களா?"

"ஒருவேளை நீங்கள் அவளை என்றென்றும் நேசிக்கலாம் என்றாலும் நீங்கள் அவளுடன் எப்போதும் மகிழ்ச்சியாக இருக்க முடியாது..."

அல்யோஷா அப்போது தன்னுடைய கருத்தைச் சொன்னபோது, தன் சகோதரன் வேண்டுகோளுக்கு இணங்கி, இப்படி ஒரு முட்டாள்தனமான அபிப்பிராயத்தைச் சொன்னதற்காக வெட்கப்பட்டதுடன், தன் மீதே கோபம் கொண்டான். ஏனெனில் அவன் தன் எண்ணத்தைச் சொன்னதுமே அது முட்டாள்தனமானது என்று அவனுக்குத் தோன்றியது. ஒரு பெண்ணைப் பற்றி இப்படி ஒரு திட்டவட்டமான கருத்தை வெளியிட்டதற்காக அவன் வெட்கினான். இப்போது அவன் அவள் தன்னை நோக்கி வருவதைப் பார்த்ததும், தான் முன்பு அவளைப் பற்றி நினைத்தது தவறாக இருக்கலாம் என்று தோன்றியது. இந்த முறை அவளிடம் ஆணவமும், கர்வமும், ஆதிக்க மனப்பான்மையும் மறைந்து, எளிமையும், கருணையும், தைரியமும், உறுதியும், தன்னம்பிக்கையும் பிரகாசித்தது. அவள் அல்யோஷாவைப் பார்த்த முதல் பார்வையிலேயே, அவள் பேசிய முதல் வார்த்தையிலேயே, அவளுடைய காதலனைப் பற்றிய அவளுடைய துயரம் அவளுக்கு ஒன்றும் இரகசியமானதல்ல என்றும், ஒருவேளை அவளுக்கு

எல்லாமே தெரிந்திருக்கலாம் என்றும் அவனுக்குத் தோன்றியது. அதையும் மீறி அவள் முகத்தில் வெளிப்பட்ட பிரகாசமும், எதிர்காலத்தைப் பற்றிய நம்பிக்கையும், அவன் வேண்டுமென்றே அவளை இழிவுபடுத்தி விட்டான் என்ற குற்றவுணர்ச்சியை அவனுக்கு ஏற்படுத்தியது. அவள் ஒரே வீச்சில் அவனை வென்று அவன் மனதைக் கவர்ந்து விட்டாள். இவையெல்லாம் ஒருபுறமிருக்க, அவள் பேசிய முதல் வார்த்தையிலிருந்தே, அவள் அதீத கிளர்ச்சியில் இருக்கிறாள் என்பதை அவன் கவனித்தான். ஒருவேளை அந்தக் கிளர்ச்சி அவளுக்கு முன்னெப்போதும் நிகழ்ந்திராத ஒன்றாக, ஏறக்குறைய ஒருவித பரவச நிலையை ஒத்திருந்தது.

"நான் உங்களைப் பார்க்க மிகவும் ஆவலாக இருந்தேன், ஏனெனில் உங்களிடமிருந்து மட்டுமே முழு உண்மையையும் தெரிந்து கொள்ள முடியும். வேறு யாரும் அதைச் சொல்ல மாட்டார்கள்."

"நான் வந்துவிட்டேன்" என்று அல்யோஷா குழப்பத்துடன் முணுமுணுத்தான். "நான்... அதாவது அவர்தான் என்னை அனுப்பினார்."

"ஆகா, அவர் உங்களை அனுப்பி வைத்திருப்பார் என்பதை நான் முன்கூட்டியே யூகித்தேன்... சரி, இப்போது எனக்கு எல்லாம் புரிகிறது! எல்லாமே புரிகிறது" என்று கத்திய கேத்தரீனாவின் கண்கள் பிரகாசித்தன. "அலெக்ஸி ஃபியோதரோவிச், சற்றுப் பொறுங்கள். நான் ஏன் உங்களைப் பார்க்க மிகுந்த ஆவலுடன் காத்திருந்தேன் என்பதைச் சொல்லி விடுகிறேன். எனக்கு உங்களை விட அதிகமாகத் தெரியும் என்பதால், உங்களிடமிருந்து எனக்குத் தேவைப்படும் செய்தி இதுவல்ல. அவரைப் பற்றி உங்களின் சொந்த, தனிப்பட்ட, மிகச் சமீபத்திய அபிப்பிராயத்தை நான் தெரிந்து கொள்ள விரும்புகிறேன். எனக்கு உங்களிடமிருந்து தேவைப்படுவது அதுதான். நீங்கள் எதையும் மறைக்காமல் மனம் திறந்து, அலங்கார வார்த்தைகள் இன்றி, நீங்கள் விரும்பும் அளவுக்கு நாகரீகமற்ற வார்த்தைகளில் அதைச் சொல்ல வேண்டும். நீங்கள் இன்று அவரைச் சந்தித்த பிறகு, அவரைப் பற்றியும் அவரது நிலையைப் பற்றியும் என்ன நினைக்கிறீர்கள் என்பதை என்னிடம் சொல்ல வேண்டும். அவர் இனிமேல் என்னைப் பார்க்க விரும்பவில்லை என்பதால், நான் நேரடியாக அவரிடம் கேட்பதை விட இது பயனுள்ளதாக இருக்கும். நான் இப்போது உங்களிடமிருந்து என்ன எதிர்பார்க்கிறேன் என்று புரிகிறதா? அவர் ஏன் உங்களை என்னிடம் அனுப்பினார் (நான் சொன்னது போல அவர் உங்களை அனுப்புவார் என்று எனக்குத் தெரியும்), என்பதை ஒளிவு மறைவின்றி வெளிப்படையாகச் சொல்லுங்கள்."

"அவர் உங்களிடம் சொல்லச் சொன்னது... அவர் உங்களிடமிருந்து விடை பெறுவதாகவும், இனிமேல் உங்களைப் பார்க்க வர மாட்டேன் என்பதாகவும்... அவர் உங்களுக்கு அவருடைய வணக்கத்தைத் தெரிவிப்பதாகவும்..."

"அவருடைய வணக்கம்? அவர் இதைத்தான் சொன்னாரா? இதுதான் அவருடைய வார்த்தைகளா?"

"ஆமாம்."

"அவர் ஒருவேளை போகிற போக்கில் மேம்போக்கான வார்த்தைகளைத் தேர்ந்தெடுத்துச் சொல்லியிருக்கலாம். அவர் அதற்குப் பதிலாக வேறு ஏதாவது வார்த்தைகளைப் பயன்படுத்த நினைத்திருக்கலாம்..."

"இல்லை, வணக்கம் என்ற வார்த்தையை மறக்காமல் உங்களிடம் சொல்ல வேண்டும் என்று அவர் மூன்று முறை என்னிடம் கேட்டுக் கொண்டார்."

கேத்தரீனா இவானோவ்னாவின் முகம் சிவந்தது.

"அலெக்ஸி ஃபியோதரோவிச், இப்போது நீங்கள் எனக்கு ஓர் உதவி செய்ய வேண்டும். உங்கள் உதவி இல்லாமல் என்னால் அதைச் செய்ய முடியாது. நான் என்ன நினைக்கிறேன் என்பதை உங்களிடம் சொல்கிறேன். நான் சொல்வது சரியா இல்லையா என்று நீங்கள் சொல்ல வேண்டும். கேளுங்கள், அவர் தான் சொன்ன வார்த்தைகளை அப்படியே என்னிடம் சொல்ல வேண்டும் என்று உங்களை வற்புறுத்தாமல், வெறுமனே விடை பெறுவதாகச் சொல்லியிருந்தால்... அப்போது எல்லாமே முடிந்து போயிருக்கும்! ஆனால் அவர் அந்த வார்த்தைகளை வலியுறுத்தி, அந்த வணக்கத்தை மறக்காமல் சொல்ல வேண்டும் என்றதால், அவருடைய மனம் ஒரு நிலையில் இல்லை என்பதும், அவர் தன்னையும் மீறி பதற்றத்துடன் இருந்திருக்கிறார் என்பதும் தெளிவாகிறது. அவர் என்ன செய்ய வேண்டும் என்பதை முடிவு செய்துவிட்டார் என்றாலும், அந்த முடிவைக் கண்டு அவரே பயந்திருக்கிறார். அவர் என்னிடமிருந்து தைரியமாக விலகிச் செல்வதற்குப் பதிலாக, தலைகீழாக அதள பாதாளத்தில் குதித்து விட்டார். அவர் அந்த வார்த்தைகளை வலியுறுத்தியது அவரது துணிச்சலை வெளிக்காட்டத்தானே அன்றி வேறில்லை..."

"ஆமாம், ஆமாம்! நீங்கள் சொல்வது சரிதான்" என்று அல்யோஷா உற்சாகத்துடன் கத்தினான். "இப்போது எனக்கும் அப்படித்தான் தோன்றுகிறது!"

"நான் சொல்வது சரியாக இருந்தால், அவருக்கு இன்னும் நம்பிக்கை இருக்கிறது! அவர் இப்போது விரக்தியின் உச்சத்தில்

இருக்கிறார் என்றாலும் என்னால் அவரைக் காப்பாற்ற முடியும் என்று நினைக்கிறேன். பொறுங்கள், அவர் உங்களிடம் பணத்தைப் பற்றி, மூவாயிரம் ரூபிள்களைப் பற்றி ஏதாவது சொன்னாரா?"

"அவர் அதைச் சொன்னது மட்டுமின்றி, அதுதான் அவருக்கு மிகப் பெரிய கவலையாக இருக்கிறது. அவர் தன்னுடைய கௌரவத்தை இழந்துவிட்டதாகவும், இனிமேல் வாழ்க்கையில் எதுவுமே முக்கியமில்லை என்பதாகவும் சொன்னார்" என்று உணர்ச்சிப் பெருக்குடன் சொன்ன அல்யோஷா, தன் சகோதரனைக் காப்பாற்றுவதற்கு ஒரு வழி இருக்கிறது என்று மனப்பூர்வமாக நம்பினான். "ஆனால்... ஆனால் உங்களுக்கு எப்படி அந்தப் பணத்தைப் பற்றித் தெரியும்?" என்ற அவன் சட்டென்று பேச்சை நிறுத்தினான்.

"எனக்கு அதைப் பற்றி நீண்ட நாட்களுக்கு முன்னரே தெரியும். எனக்கு நிச்சயமாக அதைப் பற்றித் தெரியும். நான் மாஸ்கோவுக்கு தந்தி கொடுத்து விசாரித்தபோது, பணம் வந்து சேரவில்லை என்று தகவல் கிடைத்தது. அவர் அந்தப் பணத்தை அனுப்பவில்லை என்று தெரிந்தும் நான் அவரை ஒன்றும் சொல்லவில்லை. நான் சென்ற வாரம் அவருக்கு மேலும் பணம் தேவைப்படுகிறது என்று தெரிந்து கொண்டேன்... அவர் தன்னுடைய உண்மையான நண்பர் யார் என்பதையும், அவருக்கு உதவி தேவையெனில் யாரை நாடலாம் என்பதையும் தெரிந்து கொள்ள வேண்டும் என்ற ஒரே நோக்கத்திற்காகத்தான் நான் அதையெல்லாம் செய்தேன். ஆனால் அவர் என்னை நம்பிக்கைக்குரிய ஒரு நண்பராக ஏற்றுக் கொள்ள மறுக்கிறார். நான் ஒரு பெண் என்பதைத் தாண்டி, அவர் என்னைப் பற்றி வேறு எதையும் தெரிந்து கொள்ள விரும்பவில்லை. அவர் அந்த மூவாயிரம் ரூபிள்களைச் செலவழித்து விட்டதற்காக என் முன்னால் தலைகுனிந்து நிற்பதை எப்படித் தடுப்பது என்று நான் கடந்த ஒரு வாரமாக கவலைப்பட்டுக் கொண்டிருந்தேன். அவர் அவருடைய மனசாட்சிக்கு முன்னாலும், மற்றவர்களுக்கு முன்னாலும் வெட்கப்பட்டு தலை குனியட்டும், ஆனால் எனக்கு முன்னால் அல்ல. அவர் வெட்கமின்றி எல்லாவற்றையும் கடவுளிடம் சொல்கிறார். ஆனால் நான் அவருக்காக எவ்வளவு தூரம் பொறுத்துக்கொள்ள முடியும் என்பதை அவர் ஏன் இன்னும் புரிந்து கொள்ளவில்லை? ஏன்? அவருக்கு ஏன் என்னைப் பற்றி இன்னும் தெரியவில்லை? எங்கள் இருவருக்கும் இடையில் இத்தனை நடந்த பிறகும், என்னைப் பற்றித் தெரிந்து கொள்ளாமல் இருக்க அவருக்கு எப்படித் தைரியம் வந்தது? நான் எப்போதும் அவரைக் காப்பாற்ற வேண்டும் என்றுதான் ஆசைப்படுகிறேன்.

நான் அவருடைய வருங்கால மனைவி என்பதை அவர் மறந்து விடலாம்! ஆனால் அவர் என் முன்னால் தலைகுனிந்து நிற்க வேண்டும் என்று ஏன் பயப்பட வேண்டும்? அலெக்ஸிஃபியோதரோவிச், அவரால் உங்களிடம் பயமின்றி, மனம் விட்டுப் பேச முடிகிறது. ஆனால் எனக்கு ஏன் இன்னும் அதற்கான தகுதி கிடைக்கவில்லை?"

அவள் அந்தக் கடைசி வார்த்தைகளைச் சொல்லும்போது, அவளுடைய கண்களில் கண்ணீர் வழிந்தோடியது.

"அவருக்கும் அப்பாவுக்கும் இடையில் நடந்த சண்டையைப் பற்றிச் சொல்ல வேண்டும்" என்று பேச ஆரம்பித்த அல்யோஷாவின் குரல் நடுங்கியது. அல்யோஷா அவளிடம், டிமிட்ரி பணத்திற்காக அவனைத் தந்தையிடம் அனுப்பியதையும், அதற்குப் பிறகு டிமிட்ரி வீட்டிற்கு வந்து கூச்சலிட்டுக் கலாட்டா செய்து அவருடைய தந்தையை அடித்ததையும், அவர் அவனிடம் கேத்தரீனாவுக்கு வணக்கத்தைச் சொல்ல வற்புறுத்தியதையும் விரிவாகச் சொல்லி விட்டு இறுதியாக, "அதன் பிறகு அவர் அந்தப் பெண்ணைப் பார்க்கச் சென்றார்" என்று மெதுவாகச் சொன்னான்.

"என்னால் அந்தப் பெண்ணைச் சகித்துக் கொள்ள முடியாது என்று நீங்கள் நினைக்கிறீர்களா? என்னால் அதைச் செய்ய முடியாது என்று அவரும் நினைக்கிறாரா? ஆனால் அவர் அவளைத் திருமணம் செய்துகொள்ள மாட்டார்" என்று அவள் பதட்டம் கலந்த சிரிப்புடன் சொன்னாள். "அவர் ஒரு கரமசோவாக இருந்தாலும் கூட, அவரால் இப்படி ஒரு காமத்தில் நிரந்தரமாக மூழ்கியிருக்க முடியுமா? அது மோகம், காதல் அல்ல... அவர் அவளைத் திருமணம் செய்து கொள்ள மாட்டார், ஏனென்றால் அவள் அதைச் செய்ய மாட்டாள்" என்று கேத்தரீனா இவானோவ்னா மீண்டும் ஒரு விசித்திரமான புன்னகையுடன் சொன்னாள்.

"ஒருவேளை அவர் அவளைத் திருமணம் செய்து கொள்ளலாம்" என்று சோகத்துடன் முணுமுணுத்த அல்யோஷா தன்னுடைய கண்களைத் தாழ்த்திக் கொண்டான்.

"அந்தப் பெண் அவரைத் திருமணம் செய்து கொள்ள மாட்டாள் என்று நான் உறுதியாகச் சொல்கிறேன்" என்று அவள் திடீரென்று உற்சாகத்துடன் கத்தினாள். "அந்தப் பெண் ஒரு தேவதை என்று உங்களுக்குத் தெரியுமா? கடவுளின் படைப்புகளில் அவள் ஓர் அற்புதமான படைப்பு! அவள் எவ்வளவு கவர்ச்சியானவள் என்று எனக்குத் தெரியும். ஆனால் அதே நேரத்தில் அவள் எவ்வளவு நல்லவள், மன வலிமை உடையவள்,

உன்னதமானவள் என்பதையும் நான் அறிவேன். அலெக்ஸிஃபியோதரோவிச், நீங்கள் என்னை ஏன் அப்படிப் பார்க்கிறீர்கள்? நான் சொல்வது உங்களுக்கு ஆச்சரியமாக இருக்கலாம். ஒருவேளை நீங்கள் நான் சொல்வதை நம்பவில்லையோ என்னவோ? அக்ரஃபேனா அலெக்ஸாண்ட்ரோவ்னா, என் தேவதையே!" என்று அவள் பக்கத்து அறையிலிருந்து யாரையோ அழைத்தாள். "நீங்கள் வெளியே வாருங்கள். இவர் என் நண்பர் அல்யோஷா. இவருக்கு நம்மைப் பற்றி எல்லாமே தெரியும். நீங்கள் வெளியே வந்து அவருக்குத் தரிசனம் கொடுங்கள்."

"நான் உங்கள் அழைப்பிற்காகக் காத்திருந்தேன்" என்று ஒரு இனிமையான, மென்மையான குரல் சொன்னது. அதைத் தொடர்ந்து கதவைத் திறந்து கொண்டு, மோகனப் புன்னகையுடன் குருஷென்கா வெளியே வந்தாள். அல்யோஷா தன் கண்களை நம்பமுடியாமல் வாயைப் பிளந்தான். அவன் கண்கள் அவள் மீது ஆணி அடித்தது போல நிலைத்து நின்றது. அவன் அவள் மீதிருந்த கண்களை விலக்க முடியாமல் பிரமை பிடித்து நின்றான். அவள், அவன் சகோதரன் சற்று நேரத்திற்கு முன்பு பயங்கரமான பெண் என்று குறிப்பிட்ட அந்தப் பெண் அவன் முன்னால் நின்றிருந்தாள். அல்யோஷா அந்தப் பெண்ணைப் பார்த்த முதல் பார்வையில், அவள் அவனுக்கு மிகச் சாதாரணமானவளாக, இனிமையானவளாக, அன்பானவளாகத் தோன்றினாள். அவள் ஓர் ஒப்பற்ற அழகி என்றாலும், மற்ற அழகிய பெண்களைப் போல சாதாரணமாக இருந்தாள். அவள் மிக மிக அழகானவள் என்பதும், ஆண்களின் உணர்ச்சியைத் தூண்டும் ரஷ்ய அழகு அவளுடையது என்பதும் உண்மைதான். அவள் உயரமாக இருந்தாலும், கேத்தரீனா இவானோவ்னாவை விடச் சற்று உயரம் குறைவானவளாக இருந்தாள், ஏனெனில் கேத்தரீனா மிக உயரமாக இருந்தாள். அவளுடைய உடல் பூசினாற்போல இருந்தாலும் அவள் வலிமையான உடல் வாகுடன் இருந்தாள். அவள் நகரும் போது அவளுடைய அசைவுகள் மிகவும் இலாவகமாக, நளினமாக ஓசை எதுவும் கேட்க முடியாத வண்ணம் இருந்தன. அவள் குரலில் இருந்த இனிமையைப் போலவே, அவளுடைய உடல் அசைவுகளிலும் கவர்ச்சியைத் தூண்டும் வகையில் ஏதோ ஒரு பிரத்யேகமான இனிமை இருந்தது. அவள் கேத்தரீனாவைப் போல உறுதியான, வேகமான நடையில் இல்லாமல் ஓசையின்றி மெதுவாக நடந்து வந்தாள். அவளுடைய மென்மையான பாதங்கள் சத்தமில்லாமல் தரையைத் தொட்டு நடந்தன. அவள் தன்னுடைய ஆடம்பரமான கறுப்பு நிறப் பட்டாடை மெல்லச் சலசலக்க, சாய்வு நாற்காலியில் ஒய்யாரமாக அமர்ந்து, விலையுயர்ந்த கறுப்புக் கம்பளி சால்வையால்

பால் போன்ற வெண்ணிறமான கழுத்தையும், தோள்களையும் இலாவகமாக மூடிக் கொண்டாள். அவளுக்கு இருபத்திரண்டு வயது. அவள் மிகச் சரியாக அந்த வயதுக்குரிய தோற்றத்துடன் இருந்தாள். அவளுடைய நிறம் மிகவும் வெண்மையாக இருந்தது எனில், அவளுடைய கன்னங்களில் வெளிறிய ரோஜா நிறம் தூக்கலாக இருந்தது. அவளுடைய முகம் அகலமாக இருக்க, அவளுடைய கீழ்த் தாடை சற்றே துருத்திக் கொண்டிருந்தது. அவளது மேல் உதடு மெலிந்திருக்க, கீழ் உதடு தடிமனாக சற்றே வெளியே நீட்டிக் கொண்டிருந்தது. தெருவிலோ அல்லது ஒரு கூட்டத்திலோ அவளைத் தற்செயலாக சந்திக்கும், அலட்சியமாகப் பார்க்கும் எந்த ஆண்களும், அவளுடைய நீண்ட அடர்த்தியான கூந்தலையும், கருமையான புருவங்களையும், நீண்ட இமைகளுடன் கூடிய நீலமும் சாம்பலும் கலந்த வசீகரமான கண்களையும் பார்த்த பிறகு, நின்று நிதானித்து அவளை உற்றுப் பார்க்காமலும், அவளுடைய முகத்தை நீண்ட நேரம் நினைவில் வைத்திருக்காமலும் இருக்க முடியாது. எல்லாவற்றையும் விட அவள் முகத்தில் தெரிந்த குழந்தைத்தனமான, கள்ளங்கபடமற்ற முகபாவம் அல்யோஷாவை வியப்பில் ஆழ்த்தியது. அவள் ஒரு குழந்தையைப் போல மகிழ்ச்சியுடனும், உற்சாகத்துடனும் எல்லாவற்றையும் பார்த்தாள். அவள் ஒரு குழந்தைக்கே உரிய பொறுமையின்றியும், ஆர்வத்துடனும் எதையோ எதிர்பார்ப்பது போல மகிழ்ச்சியுடன் மேசையை நோக்கி வந்தாள். அல்யோஷா அவள் கண்களைப் பார்த்தபோது, அவனுடைய இதயத்தில் மகிழ்ச்சி பெருக்கெடுப்பதை உணர்ந்தான். அவனால் என்னவென்று தீர்மானிக்க முடியாத ஏதோ ஒன்று அவளிடம் இருந்தது என்றாலும், அவனால் அதை உணர முடிந்தது. பூனையைப் போன்ற ஓசையற்ற அவள் உடலின் இலாவகமான மெல்லிய அசைவுகள், அவளுடைய பெரிய, உறுதியான கட்டுடலுக்கு நேர்மாறாக இருப்பதை அவன் தன்னையும் அறியாமல் உள்ளுணர்வால் அறிந்து கொண்டான். சால்வைக்குக் கீழே இருந்த அவளுடைய அகன்ற தோள்களையும், ஓர் இளம் பெண்ணுக்கே உரிய திரண்ட மார்பகங்களையும் அவனால் பார்க்க முடிந்தது. ஆடையின் உள்ளே இருந்த அவளுடைய உடலின் வளைவுகள், சற்றே மிகையாக இருந்தாலும், ஏறக்குறைய வீனஸ் டி மிலோவின் உருவச் சிலையை ஒத்திருந்தன. ரஷ்யப் பெண்களின் அழகை ரசிப்பவர்கள் குரூஷென்காவைப் பார்க்கும்போது, அந்த இளம் அழகிக்கு முப்பது வயதாகும்போது, அவளுடைய உடல் அதன் ஒத்திசைவை இழந்து, அவளுடைய முகம் தளர்ந்து, அவளுடைய கண்களைச் சுற்றிலும், முன் நெற்றியிலும் சுருக்கங்கள் விழுந்து, அவளுடைய தோலின் நிறம்

அதன் பொலிவை இழந்து, சிவப்பாக மாறிவிடும் என்று சொல்லக்கூடும். சுருக்கமாகச் சொன்னால் அந்த அழகு நிலைத்து நில்லாமல், குறிப்பாக ரஷ்யப் பெண்களிடம் காணப்படுவது போல வெகு சீக்கிரம் மறைந்து விடும் அழகு. அல்யோஷா அவளைப் பார்த்தபோது, அவன் அதைப் பற்றியெல்லாம் பெரியதாக யோசிக்கவில்லை. அவன் அவளால் ஈர்க்கப்பட்ட அதே சமயத்தில், ஏதோ ஒரு விரும்பத்தகாத உணர்வுடன், அவள் ஏன் இயல்பாகப் பேசாமல், வார்த்தைகளை இழுத்து இழுத்துப் பேசுகிறாள் என்று எரிச்சலுடன் தன்னைத் தானே கேட்டுக் கொண்டான். அவள் பேசும்போது, சில வார்த்தைகளை ஏற்ற இறக்கங்களுடன் பேசுவதாலும், சில வார்த்தைகளுக்கு அழுத்தம் கொடுப்பதாலும், தன் குரல் இனிமையாக ஒலிக்கிறது என்று நம்பியதால், வேண்டுமென்றே அப்படிப் பேசினாள். அதற்கு நிச்சயமாக அவளுடைய மோசமான ரசனையும், முரட்டுத்தனமான வளர்ப்பும், சரியான பழக்க வழக்கங்களைப் பற்றிய தவறான புரிதலும் காரணமாக இருக்கலாம். ஆனால் அவள் அப்படிப் பேசிய விதமும், அவளுடைய உச்சரிப்பும், அவளுடைய குழந்தைத் தனமான முகபாவத்திற்கும், அவளுடைய கண்களில் தெரிந்த மென்மையான, குழந்தைத்தனமான மகிழ்ச்சிக்கும் முற்றிலும் முரணாக இருப்பதாக அல்யோஷாவுக்குத் தோன்றியது. கேத்தரீனா இவானோவ்னா அவளை அல்யோஷாவுக்கு எதிரே இருந்த சாய்வு நாற்காலியில் உட்கார வைத்து, அவளுடைய புன்னகை தவழும் இதழ்களில் பரவசத்துடன் பலமுறை முத்தமிட்டாள். கேத்தரீனா அவள் மீது காதல் வயப்பட்டது போலத் தோன்றியது.

"அலெக்ஸி ஃபியோதரோவிச், நாங்கள் இருவரும் இப்போதுதான் முதன்முறையாகச் சந்திக்கிறோம்" என்று கேத்தரீனா பரவசத்துடன் சொன்னாள். "நான் அவளைப் பற்றித் தெரிந்து கொள்ளவும், அவளைப் பார்க்கவும் விரும்பினேன். நான் அவளைப் பார்க்க வேண்டும் என்ற என் விருப்பத்தைத் தெரிவித்து, அவளைப் பார்க்கச் செல்வதற்கு முன் அவளே இங்கு வந்து விட்டாள். நாங்கள் இருவரும் சேர்ந்து எல்லாவற்றையும் தீர்த்துக் கொள்ள முடியும் என்று எனக்கு நன்றாகத் தெரியும்! என் இதயம் அதை எனக்கு முன்கூட்டியே தெரிவித்தது... சிலர் அதைச் செய்ய வேண்டாம் என்று என்னிடம் கெஞ்சினார்கள். ஆனால் நான் என் இதயத்தைப் பின்பற்றி அதைச் செய்தேன், அது தவறாகப் போகவில்லை. குரூஷென்கா அவளுடைய அனைத்து அபிலாசைகளையும் என்னிடம் விளக்கினாள். அவள் ஒரு நல்ல தேவதையைப் போல என்னிடம் பறந்து வந்து, எனக்கு மன அமைதியையும், மகிழ்ச்சியையும் கொடுத்தாள்..."

“இந்தக் கண்ணியம் மிக்க சீமாட்டி, என்னை இழிவாகப் பார்க்கவில்லை” என்று குரூஷென்கா அதே இனிமையான, மோகனப் புன்னகையுடன் பாடும் குரலில் சொன்னாள்.

“நீங்கள் அப்படிச் சொல்ல வேண்டாம். என்னால் எப்படி உங்களை இகழ முடியும்? நீங்கள் எப்படிப்பட்ட வசீகரமான மாயக்காரி என்று உங்களுக்கு நன்றாகத் தெரியும். நான் மீண்டும் உங்கள் கீழ் உதட்டில் முத்தமிடுவேன். அது ஏற்கனவே கொஞ்சம் வீங்கியது போலத் தெரிந்தாலும், அதை மேலும் கொஞ்சம் வீங்க வைப்பேன்... அலெக்ஸி ஃபியோதரோவிச் அவள் சிரிப்பதைப் பாருங்கள். இந்தத் தேவதையைப் பார்க்கும் போதே மனம் மகிழ்கிறது..”

அல்யோஷா முகம் சிவந்தான். ஒரு மெல்லிய சிலிர்ப்பு அவனை ஆட்கொண்டது.

“நீங்கள் என்னிடம் இனிமையாக நடந்து கொள்கிறீர்கள், ஆனால் நான் உங்கள் அன்புக்கு முற்றிலும் தகுதியற்றவள்.”

“தகுதியற்றவள்! அவள் அதற்குத் தகுதியற்றவள் என்று நினைக்கிறாள்!” என்று கேத்தரீனா மீண்டும் அதே உற்சாகத்துடன் கத்தினாள். “அலெக்ஸி ஃபியோதரோவிச், எங்களுக்கு ஆக்கப்பூர்வமான மனமும், எதையும் சாதிக்கும் வலிமையான இதயமும் இருப்பதால் நாங்கள் விரும்பியதைச் செய்ய முடிகிறது என்பதை நீங்கள் அறிந்து கொள்ள வேண்டும். நாங்கள் மிகவும் நல்லவர்கள், தாராள மனப்பான்மை உடையவர்கள் என்று உங்களுக்குத் தெரியுமா? ஆனால் நாங்கள் துரதிருஷ்டசாலிகள், ஏனெனில் ஒரு தகுதியற்ற, பொறுப்பற்ற மனிதருக்காக நாங்கள் எந்தத் தியாகத்தையும் செய்யத் தயாராக இருந்தோம். ஐந்து அல்லது ஆறு ஆண்டுகளுக்கு முன்பு அவள் ஒரு இராணுவ அதிகாரியின் மீது காதல் வயப்பட்டு தன்னையே அவரிடம் ஒப்படைத்தாள். ஆனால் அவர் அவளை மறந்துவிட்டு வேறு திருமணம் செய்து கொண்டார். இப்போது அவர் தன் மனைவியை இழந்துவிட்டார். அவர் இங்கு வருவதாகக் கடிதம் எழுதியிருக்கிறார். அவள் நேசித்த, இன்னும் நேசிக்கிற, எப்போதும் நேசிக்கும் ஒரே மனிதர் அவர்தான் என்று உங்களுக்குத் தெரியுமா? கடந்த ஐந்து வருடங்களாக துயரத்தை அனுபவித்த அவள், இப்போது அவர் திரும்பி வருவதை நினைத்துச் சந்தோஷமாக இருக்கிறாள். ஆனால் யார் அவளைக் குறைகூற முடியும்? யார் அவளிடமிருந்து சலுகைகளை அனுபவித்ததாகப் பெருமை பேச முடியும்? படுத்த படுக்கையாகக் கிடக்கும் அந்த வயதான வியாபாரி மட்டுமே அவளுக்கு மிகவும் நெருக்கமாக இருந்தார். ஆனால் அவர் அவளுக்கு ஒரு தந்தையாக, பாதுகாவலனாக இருந்தார். அவள்

தன் காதலனால் கைவிடப்பட்ட நிலையில், விரக்தியடைந்து குளத்தில் மூழ்க இருந்தபோது, அந்த மனிதர் அவளைக் காப்பாற்றினார்!”

“கேத்தரீனா, என் அன்பே, நீங்கள் என்னைக் காப்பாற்ற, எனக்கு ஆதரவாக, எல்லாவற்றையும் மிகைப்படுத்திப் பேசுகிறீர்கள்.”

“நான் உங்களைக் காப்பாற்றுவதா? நான் ஏன் உங்களைக் காப்பாற்ற வேண்டும்? குரூஷென்கா, என் அழகு தேவதையே, உங்களுடைய கையை என்னிடம் கொடுங்கள். அலெக்ஸி ஃபியோதரோவிச், அவளுடைய இந்தப் பருத்த, அழகான கையைப் பாருங்கள். நீங்கள் அதைப் பார்க்கிறீர்களா? எனக்குப் புத்துயிர் தந்து, என்னை மகிழ்ச்சியில் ஆழ்த்திய அந்தக் கையை முன்னாலும் பின்னாலும் முத்தமிடுகிறேன். இதோ, இங்கே, இங்கே, இங்கே என்று எல்லா இடத்திலும் முத்தமிடுகிறேன்.” என்று கேத்தரீனா பரவசத்துடன் குரூஷென்காவின் பருமனான கையில் மூன்று முறை முத்தமிட்டாள். குரூஷென்கா வசீகரமான, பதட்டமான புன்சிரிப்புடன் மனமுவந்து தன் கையை நீட்டிக் கொண்டே, ‘இளம் சீமாட்டி’ தன் கையைப் பரவசத்துடன் முத்தமிடுவதை ரசித்தாள்.

அல்யோஷாவின் முகம் சிவந்தது. ‘ஒருவேளை அவள் தன்னுடைய உற்சாகத்தை மிகைப்படுத்துகிறாள்’ என்று அவன் நினைத்தான். அவன் அதைப் பார்த்துக் கொண்டிருந்தபோது, அவனுடைய உள்ளத்தில் விவரிக்க முடியாத ஒரு சங்கடம் ஏற்பட்டதை உணர்ந்தான்.

“என் அருமைப் பெண்ணே, அலெக்ஸி ஃபியோதரோவிச்சின் முன்னால் என் கையை முத்தமிட்டு என்னைச் சங்கடப்படுத்த வேண்டாம்” என்றாள் குரூஷென்கா.

“ஆனால்... குரூஷென்கா, நான் உங்களைச் சங்கடப்படுத்த நினைக்கவில்லை” என்று கேத்தரீனா வியப்புடன் சொன்னாள். “ஓ, என் அன்பே, நீங்கள் என்னைத் தவறாகப் புரிந்து கொண்டீர்கள்.”

“ஆகா, ஒருவேளை நீங்களும் என்னைப் புரிந்து கொள்ள வில்லையோ என்னவோ? ஒருவேளை நீங்கள் நினைப்பது போல நான் நல்லவளாக இல்லாமல் இருக்கலாம். நான் தலைக்கனம் பிடித்தவள், பொல்லாதவள். நான் அந்தப் பாவப்பட்ட டிமிட்ரி ஃபியோதரோவிச்சை ஒரு வேடிக்கைக்காக என் வலையில் விழ வைத்தேன்.”

“ஆனால் இப்போது அவரைக் காப்பாற்றப் போவது நீங்கள்தான். நீங்கள் எனக்கு வாக்குக் கொடுத்து விட்டீர்கள்.

நீங்கள் வேறு ஒருவரை நீண்ட காலம் காதலித்து வந்ததையும், இப்போது அவர் உங்களைத் திருமணம் செய்துகொள்ள முன்வந்திருப்பதையும் அவருக்குத் தெளிவாகப் புரிய வையுங்கள்...”

“இல்லை, நான் உங்களுக்கு எந்த வாக்குறுதியும் கொடுக்க வில்லை. நீங்கள்தான் அதையெல்லாம் சொன்னீர்கள், ஆனால் நான் அப்படி வாக்குறுதி கொடுக்கவில்லை.”

“அப்படியானால் நான் உங்களைச் சரியாகப் புரிந்து கொள்ளவில்லை” என்று மெதுவாகச் சொன்ன கேத்தரீனாவின் முகம் வெளிறிப் போனது. “நீங்கள் வாக்குறுதி அளித்தீர்கள்...”

“ஓ, இல்லை, கேத்தரீனா நான் உங்களுக்கு எந்த வாக்குறுதியும் கொடுக்கவில்லை” என்று இடைமறித்த குரூஷென்கா அதே உற்சாகமான, கள்ளங்கபடமற்ற முகபாவத்துடன் அவளைப் பார்த்தாள். “மதிப்பிற்குரிய சீமாட்டியே, என்னை உங்களுடன் ஒப்பிடும்போது, நான் எவ்வளவு பொல்லாதவள், தலைக்கனம் பிடித்தவள் என்று இப்போது உங்களுக்குத் தெளிவாகத் தெரிந்திருக்கும். நான் என் இஷ்டப்படி, மனம் போன போக்கில் காரியங்களைச் செய்கிறேன். ஒருவேளை நான் உங்களுக்குச் சத்தியம் செய்து கொடுத்திருக்கலாம். ஆனால் நான் திடீரென்று மீச்சியாவை மீண்டும் காதலிக்க ஆரம்பித்தால் என்ன செய்வது என்று யோசிக்கிறேன், ஏனெனில் நான் ஒரு முறை அவரிடம் காதல் வயப்பட்டபோது, ஏறக்குறைய ஒரு மணி நேரத்திற்கும் மேலாக அவருடன் இருந்தேன். ஒருவேளை நான் இப்போதே அவரிடம் சென்று, இன்று முதல் அவரை என்னுடன் இருக்கச் சொல்லலாம்... நான் ஒரு நிலையில் இல்லாமல் பச்சோந்தியைப் போல மாறிக் கொண்டே இருக்கிறேன்.”

“ஆனால் நீங்கள் சற்று நேரத்திற்கு முன்பு அப்படிச் சொல்லவில்லை” என்று கேத்தரீனா மெல்லிய குரலில் கிசுகிசுத் தாள். “அப்படிச் சொல்லவே இல்லை...”

“ஆனால் அது சற்று நேரத்துக்கு முன்பு! ஆனால் நான் மென்மையான, முட்டாள்தனமான இதயம் உடையவள். அவர் எனக்காக எவ்வளவு கஷ்டப்பட்டிருக்கிறார் என்பதைச் சற்று யோசித்துப் பாருங்கள்! நான் வீட்டிற்குச் சென்ற பிறகு அவருக்காக வருத்தப்பட ஆரம்பித்தால் என்ன செய்வது? அப்புறம் என்ன நடக்கும்?”

“நான் இதை எதிர்பார்க்கவே இல்லை...”

“என் அன்பே கேத்தரீனா, என்னுடன் ஒப்பிடும்போது, நீங்கள் எவ்வளவு அன்பானவராக, தாராள மனப்பான்மை உடையவராக இருக்கிறீர்கள். நீங்கள் என்னைப் பற்றி நன்றாகத் தெரிந்து

கொண்டதும், என்னை வெறுக்க ஆரம்பித்து விடுவீர்கள். உங்களுடைய சிறிய கையை என்னிடம் கொடுங்கள்" என்று அவள் கனிவுடன் சொல்லிவிட்டு, கேத்தரீனா இவானோவ்னாவின் கையைப் பயபக்தியுடன் பற்றிக் கொண்டாள். "நீங்கள் என் கையை முத்தமிட்டது போல நானும் உங்கள் கையை முத்தமிடுகிறேன். நீங்கள் அதை மூன்று முறை முத்தமிட்டீர்கள், ஆனால் நான் அதற்குப் பதிலாக முந்நூறு முறை முத்தமிடுகிறேன். ஆனால் எல்லாம் கடந்து போகட்டும். அதன் பிறகு நடப்பது கடவுளின் கைகளில் உள்ளது. ஒருவேளை நான் உங்களுக்கு அடிமையாக இருந்து உங்கள் விருப்பங்கள் அனைத்தையும் நிறைவேற்றலாம். கடவுளின் சித்தம் போல எல்லாம் நடக்கட்டும். நமக்குள் எந்த ஒப்பந்தங்களும், வாக்குறுதிகளும் தேவையில்லை. ஆகா, உங்களுக்கு என்ன ஓர் அழகான கை! என் அன்பே, நீங்கள் எத்தனை அழகாக இருக்கிறீர்கள்!"

அவள் பதிலுக்கு முத்தமிடுவது என்ற விசித்திரமான நோக்கத்துடன் கேத்தரீனாவின் கையைத் தன் உதடுகளுக்கு அருகே கொண்டு சென்றாள். கேத்தரீனா தன் கையை அவளிடமிருந்து விலக்காமல், தன் விருப்பங்களைக் குருஷென்கா ஒரு அடிமையைப் போல நிறைவேற்றுவதாகச் சொன்ன விசித்திரமான வார்த்தைகளை நினைத்துப் பார்த்தாள். அவள் அவளுடைய கண்களை உற்றுப் பார்த்தாள். அந்தக் கண்களில் முன்பு இருந்த அதே உற்சாகமான, கள்ளங்கபடமற்ற நம்பிக்கை பிரகாசிப்பதைக் கண்டாள். 'ஒருவேளை அவள் அப்பாவியாக இருக்கலாம்!' என்ற எண்ணம் கேத்தரீனாவின் மனதில் பளிச்சிட்டது. இதற்கிடையில் குருஷென்கா பரவசத்துடன் அந்தச் சிறிய கையை மெதுவாகத் தன் உதடுகளை நோக்கி உயர்த்தினாள். ஆனால் அவள் எதையோ யோசிப்பது போல இரண்டு மூன்று வினாடிகள் கையைப் பிடித்துக் கொண்டு நின்றாள்.

"என் இளம் தேவதையே, உங்களுக்குத் தெரியுமா?" என்று அவள் முன்னெப்போதும் இல்லாத கனிவுடன் கேட்டாள். "நான் உங்கள் கையை முத்தமிடப் போவதில்லை" என்று அவள் கலகல வென்று சிரித்தாள்.

"அது உங்கள் விருப்பம். உங்களுக்கு என்ன ஆயிற்று?" என்று கேத்தரீனா நடுக்கத்துடன் கேட்டாள்.

"நீங்கள் என் கையை முத்தமிட்டாலும், நான் உங்கள் கையை முத்தமிடவில்லை என்பதை நீங்கள் நினைவில் வைத்திருக்க வேண்டும்" என்ற அவள் கண்களில் திடீரென்று ஏதோ பளிச்சிட்டது. அவள் கேத்தரீனாவின் கண்களைத் தீவிரமாக உற்றுப் பார்த்தாள்.

“நீ ஒரு கேவலமான பிறவி!” என்று கேத்தரீனா திடீரென்று எதையோ புரிந்து கொண்டது போல கோபத்துடன் கத்தினாள். அவள் முகம் சிவந்து நாற்காலியிலிருந்து துள்ளி எழுந்தாள்.

குருஷென்காவும் அவசரப்படாமல் எழுந்து நின்றாள்.

“நீங்கள் என் கையை முத்தமிட்டதையும், ஆனால் நான் உங்கள் கையை முத்தமிடவில்லை என்பதையும் மீச்சியாவிடம் சொல்வேன். அவர் அதைக் கேட்டு எப்படிச் சிரிப்பார்!”

“சீ, நீ ஒரு கேடுகெட்ட வேசி! வெளியே போடி!”

“என் அன்பே, நீங்கள் இப்படிப் பேசுவதற்கு வெட்கப்பட வேண்டும். என் செல்லமே, நீங்கள் தகாத வார்த்தைகளைப் பயன்படுத்தக்கூடாது.”

“வேசி, வெளியே போ!” என்று கேத்தரீனா உரத்தக் குரலில் கத்தினாள். அவளுடைய முகத்தின் ஒவ்வொரு தசையும் கோபத்தினால் கோணலாக இழுபட்டு, நடுங்கியது.

“என்னை வேசி என்று சொல்லும் நீ மட்டும் யோக்கியமானவளா? இருட்டிய பிறகு நீ கனவான்களைப் பார்க்கச் சென்று, அவர்களிடம் பணத்திற்காக உன் அழகை விற்கவில்லையா? எனக்கு எல்லாமே தெரியும்.”

கேத்தரீனா பயங்கரமாக அலறியபடி, வெறிபிடித்தவள் போல குருஷென்காவை நோக்கிப் பாய்ந்தாள், ஆனால் அல்யோஷா தன் முழு ஆற்றலையும் பயன்படுத்தி அவளை இழுத்துப் பிடித்தான்.

“நீங்கள் அசைய வேண்டாம், ஒரு வார்த்தை கூடப் பேச வேண்டாம், எதற்கும் பதில் சொல்ல வேண்டாம். அவள் இப்போது போய்விடுவாள்.”

அப்போது கேத்தரீனாவின் அலறலைக் கேட்டு அவளுடைய இரண்டு அத்தைகளும், வேலைக்காரியும் ஓடி வந்தார்கள்.

“நான் போகிறேன்” என்று குருஷென்கா சோபாவிலிருந்த தன்னுடைய சால்வையை எடுத்துக் கொண்டாள். “அல்யோஷா, என் அன்பே, என்னுடன் வீட்டிற்கு வாருங்கள்!”

“தயவுசெய்து, சீக்கிரம் இங்கிருந்து போங்கள்” என்று அல்யோஷா கைகூப்பி அவளிடம் கெஞ்சினான்.

“என் அருமை அல்யோஷா, நீங்கள் கண்டிப்பாக என்னுடன் வர வேண்டும். போகும் வழியில் நான் உங்களுக்கு ஒரு நல்ல விஷயத்தைச் சொல்கிறேன். அல்யோஷா, நான் உங்களுடைய நன்மைக்காகத்தான் இந்த நாடகத்தை அரங்கேற்றினேன். அல்யோஷா, என் செல்லமே, நீங்கள் வீட்டிற்கு வந்து என்னைப் பாருங்கள். அப்போது நீங்கள் மிகவும் சந்தோஷப்படுவீர்கள்.”

அல்யோஷா பதற்றத்துடன் கைகளைப் பிசைந்தபடி, முகத்தைத் திருப்பிக் கொண்டான்.

குருஷென்கா உரக்கச் சிரித்தபடி, வீட்டை விட்டு வெளியே ஓடினாள்.

கேத்தரீனாவைத் திடீரென்று வலிப்பு நோய் தாக்கியது. அவள் உடல் முழுவதும் நடுங்க, தேம்பித் தேம்பி அழுதபடி, மூச்சுத் திணறினாள். எல்லோரும் அவளைச் சூழ்ந்து கொண்டார்கள்.

"நான் உன்னை எச்சரித்தேன்" என்றாள் பெரிய அத்தை. "நான் இதைச் செய்ய வேண்டாம் என்று உன்னைத் தடுத்தேன்... நீ மிகவும் உணர்ச்சிவசப்படுகிறாய்... உன்னால் எப்படி இப்படி ஒரு காரியத்தைச் செய்ய முடிந்தது? உனக்கு அந்தப் பெண்களைப் பற்றி எதுவும் தெரியாது. அவள் எல்லோரையும் விட மிகவும் மோசமானவள் என்று சொல்கிறார்கள். இல்லை, நீ திமிர் பிடித்தவள்!"

"அவள் ஒரு காட்டு மிருகம்!" என்று கேத்தரீனா கத்தினாள். "அலெக்ஸி ஃபியோதரோவிச், நீங்கள் ஏன் என்னைத் தடுத்தீர்கள்? நான் அவளை அடித்துத் துவைத்திருப்பேன்!"

அல்யோஷாவின் முன்னிலையில் அவளால் தன்னைக் கட்டுப்படுத்திக் கொள்ள முடியவில்லை. ஒருவேளை அவள் அதைப் பற்றிக் கவலைப்படாமல் இருக்கலாம்.

"அவளைப் பொது இடத்தில், தூக்கு மேடையில் வைத்து, தூக்கிலிடுபவர் சாட்டையால் அடிக்க வேண்டும்!" என்று அல்யோஷா திரும்பி வாசலைப் பார்த்தான்.

"கடவுளே!" என்று கேத்தரீனா இவானோவ்னா தன் கைகளைக் கூப்பிக் கொண்டு கதறினாள். "அவர்தான்! அவர் எப்படி இவ்வளவு கேவலமானவராக, மனிதாபிமானம் இல்லாதவராக இருக்க முடியும்? அந்த விதிவசமான, சபிக்கப்பட்ட நாளில் என்ன நடந்தது என்பதை அவர் அந்தக் கேடுகெட்ட பெண்ணிடம் சொல்லிவிட்டார். 'நீ உன் அழகை விற்பனை செய்கிறாய்!' என்ன ஓர் அசிங்கம்? அவளுக்கு எல்லாமே தெரிந்து விட்டது. அலெக்ஸி ஃபியோதரோவிச், உங்கள் சகோதரன் ஓர் அயோக்கியன்!"

அல்யோஷா எதையோ சொல்ல விரும்பினான் என்றாலும் அவனுக்கு வார்த்தைகள் வரவில்லை. அவன் மனம் வலித்தது.

"அலெக்ஸி, நீங்கள் இங்கிருந்து போங்கள். எனக்கு மிகவும் அவமானமாக இருக்கிறது... ஆனால் நாளை வாருங்கள் என்று

மண்டியிட்டுக் கெஞ்சுகிறேன். என்னைப் பற்றித் தவறாக நினைக்க வேண்டாம். என்னை மன்னித்து விடுங்கள். இனி நான் என்ன செய்யப்போகிறேன் என்று எனக்கே தெரியவில்லை!"

அல்யோஷா தள்ளாடிக் கொண்டே அங்கிருந்து வெளியேறித் தெருவுக்கு வந்தான். அவன் கண்களில் கண்ணீர்த் துளிகள் கோர்த்தன. வேலைக்காரி அவனைத் தொடர்ந்து பின்னால் ஓடி வந்தாள்.

"கேத்தரீனா உங்களிடம் திருமதி. கோஹ்லக்கோவிடமிருந்து வந்த கடிதத்தைக் கொடுக்க மறந்து விட்டார்... அந்தக் கடிதம் மதிய உணவு நேரத்தில் வந்தது."

அல்யோஷா இயந்திரத்தனமாக அந்தச் சிவப்பு உறையிட்ட கடிதத்தை வாங்கி, தன்னையும் அறியாமல் சட்டைப் பையில் திணித்துக் கொண்டான்.

11. மீண்டும் ஓர் அவமானம்

நகரத்திலிருந்து மடாலயம் ஏறக்குறைய ஒரு மைல் தூரத்தில் இருந்தது. அல்யோஷா வெறிச்சோடிக் கிடந்த சாலையில் வேகமாக நடந்தான். எங்கும் இருள் கவியத் தொடங்கி நீண்ட நேரமாகிவிட்டது. முப்பது அடி தூரத்தில் உள்ள எதையும் பார்க்க முடியாத அளவுக்கு இருட்டாக இருந்தது. அல்யோஷா பாதி தூரம் சென்றதும், ஒரு நாற்சந்தியில் இருந்த வில்லோ மரத்தின் அடியில் ஒரு மனித உருவம் நிற்பதைப் பார்த்தான். அவன் நாற்சந்தியை நெருங்கியதும், அந்த உருவம் அவன் மீது பாய்ந்து அவனை அச்சுறுத்தும் குரலில் கத்தியது.

"பணத்தைக் கொடு இல்லையேல் கொன்று விடுவேன்!"

"ஓ, மீச்சியா நீங்களா?" என்று வியப்புடன் கத்திய அல்யோஷா, ஏறக்குறைய துள்ளிக் குதித்தான்.

"ஹாஹாஹா! நீங்கள் என்னை எதிர்பார்க்கவில்லை இல்லையா? நான் உங்களுக்காக எங்கே காத்திருப்பது என்று யோசித்தேன். அவள் வீட்டிற்கு அருகில் காத்திருக்கலாம் என்றால், அங்கிருந்து மூன்று சாலைகள் பிரிகின்றன. எனவே நீங்கள் எந்தச் சாலை வழியாகச் செல்கிறீர்கள் என்று தெரியாமல் நான் உங்களைத் தவற விட்டிருப்பேன். நான் அதற்காகத்தான் இங்கே காத்திருந்தேன், ஏனெனில் நீங்கள் மடாலயத்திற்குச் செல்ல இந்த வழியைத் தவிர வேறு வழியில்லை. சரி, என்ன நடந்தது என்ற உண்மையைச் சொல்லுங்கள், அது என்னைச் சாகடித்தாலும் பரவா யில்லை... ஆனால் உங்களுக்கு என்ன ஆயிற்று?"

“ஒன்றுமில்லை, ஒன்றுமில்லை, நீங்கள் என்னைப் பயமுறுத்தி விட்டீர்கள். ஓ, டிமிட்ரி, சற்று நேரத்துக்கு முன்னால் அப்பாவின் இரத்தம்...” என்று அல்யோஷா திடீரென்று அழத் தொடங்கினான். அவனுக்கு நீண்ட நேரத்திற்கு முன்பிருந்தே அழ வேண்டும் என்று தோன்றியதால், இப்போது அவன் மனமுடைந்து வாய்விட்டுக் கதறினான். “நீங்கள் அவரை ஏறக்குறையக் கொன்று வீட்டீர்கள்... நீங்கள் அவரைச் சபித்தீர்கள்... இப்போது நீங்கள் என்னிடம், ‘பணமா, உயிரா’ என்று விளையாடுகிறீர்கள்.”

“சரி, அதனால் என்ன? அது இந்தச் சூழ்நிலைக்கு பொருத்த மற்றது அல்லது எனக்கு அழகல்ல என்று நினைக்கிறீர்களா?”

“அப்படியில்லை... நான்...”

“ஒரு நிமிடம் பொறுங்கள். நீங்கள் அந்த வானத்தையும், மேகங்களையும், குளிரில் உறைந்த இருட்டையும், வேகமெடுக்கும் காற்றையும் பாருங்கள். நான் இந்த வில்லோ மரத்தடியில் படுத்துக் கொண்டு உங்களுக்காகக் காத்திருந்தபோது, எனக்குத் திடீரென்று தோன்றியது. நான் ஏன் கஷ்டப்பட வேண்டும்? நான் எதற்காகக் காத்திருக்க வேண்டும்? இதோ இங்கே மரமும், என்னிடம் கைக்குட்டையும், சட்டையும் இருக்கிறது. நான் இரண்டையும் ஒன்றாகக் கட்டி ஒரு கயிறாகப் பயன்படுத்தலாம். அது போதவில்லை என்றால் கால்சட்டை பட்டியும் இருக்கிறது... நான் இனியும் இந்தப் பூமிக்கு பாரமாகவும், எனது இழிவான பிறப்பால் அதை அவமதிக்கவும் விரும்பவில்லை. நான் சத்தியமாக அப்படி நினைத்தேன். அப்போது நீங்கள் வரும் ஓசையைக் கேட்டபோது, கடவுளே, எனக்குள் திடீரென்று ஒரு பொறி தட்டியது. இந்த உலகில் நான் நேசிக்கக்கூடிய ஒருவர் இருக்கிறார். இதோ என் அன்பு தம்பி! நான் வேறு யாரையும் விட அதிகமாக நேசிக்கும் ஒரே மனிதர் அவர்தான். நான் அந்தக் கணம் உங்களை அதிகமாக நேசித்தேன். அப்போது எனக்கு உங்களைக் கட்டிப் பிடிக்க வேண்டும் என்று தோன்றியது. அதே சமயத்தில் உங்களை விளையாட்டாகப் பயமுறுத்த வேண்டும் என்று நினைத்து ஒரு முட்டாளைப் போல அப்படிக் கத்தினேன். தயவுசெய்து என் முட்டாள்தனமான விளையாட்டை மன்னித்து விடுங்கள். அது எனக்குத் தோன்றிய ஒரு முட்டாள்தனமான யோசனை, அவ்வளவுதான். இருந்தாலும் நான் மிகவும் குழப்பமான மனநிலையில் இருந்தேன்... ஆனால் அது நாசமாகப் போகட்டும். சொல்லுங்கள், அங்கே என்ன நடந்தது? அவள் என்ன சொன்னாள்? அதை முழுவதுமாகச் சொல்லி என் மனதைச் சுக்குநூறாக நொறுக்குங்கள். அவள் கோபத்தில் வெறிபிடித்தவள் போலக் கத்தினாளா?”

“இல்லை, மீச்சியா, அப்படி எதுவும் நடக்கவில்லை. நான் அங்கே அவர்கள் இருவரையும் பார்த்தேன்.”

“இரண்டு பேரைப் பார்த்தீர்களா? யார் அவர்கள்?”

“குரூஷென்கா அங்குதான் இருந்தாள்.”

டிமிட்ரி ஃபியோதரோவிச் பிரமை பிடித்தவர் போல திகைத்து நின்றார்.

“இல்லை, அது சாத்தியமில்லை” என்று அவர் கத்தினார். “நீங்கள் என்ன பிதற்றுகிறீர்கள்! குரூஷென்கா அவளுடைய வீட்டிலா?”

அல்யோஷா, கேத்தரீனாவின் வீட்டில் நுழைந்த நிமிடத்திலிருந்து நடந்த எல்லாவற்றையும் விவரித்தான். அவன் எல்லாவற்றையும் சொல்லி முடிக்கப் பத்து நிமிடங்கள் ஆனது. அவன் நடந்தவற்றைச் சரளமாகவும், கோர்வையாகவும் சொன்னான் என்று சொல்ல முடியாது. ஆனால் அவன் முக்கியமான வார்த்தைகளையும், செயல்களையும் சொல்லி, அவனுடைய எதிர்வினைகளையும் சுட்டிக்காட்டி, அவனுடைய சகோதரருக்கு ஒரு துல்லியமான சித்திரத்தைக் கொடுத்தான். டிமிட்ரி ஃபியோதரோவிச், அல்யோஷா சொல்வதை அமைதியாகக் கேட்டுக் கொண்டு, அவனையே வெறித்துப் பார்த்துக் கொண்டிருந்தார். ஆனால் அவன் சொல்லி முடிப்பதற்கு முன்பே, அவர் எல்லாவற்றையும் புரிந்து கொண்டு, அதன் சாராம்சத்தைக் கிரகித்துக் கொண்டார் என்று அல்யோஷாவுக்குத் தெளிவாகத் தெரிந்தது. அல்யோஷா தொடர்ந்து சொல்லிக் கொண்டிருந்தபோது, அவருடைய முகபாவம் இருண்டதாக மட்டுமின்றி அச்சுறுத்துவதாகவும் மாறியது. அவர் முகத்தைச் சுளித்து, பற்களைக் கடித்தார். அவருடைய நிலைகுத்திய பார்வை மேலும் இறுகி பயங்கரமாகக் காட்சியளித்தது. ஆனால் ஒரு கட்டத்தில், அதுவரைக் கோபமாகவும் மூர்க்கமாகவும் இருந்த அவருடைய முகபாவம் திடீரென்று நினைத்துப் பார்க்க முடியாத வேகத்தில் முற்றிலும் வேறு விதமாக மாறி, அவரது இறுகிய உதடுகள் தளர்ந்தபோது, அவர் எதிர்பாராதவிதமாக அடக்க முடியாமல் குலுங்கிக் குலுங்கிச் சிரித்தார். நீண்ட நேரம் சிரிப்பில் கரைந்து போன அவரால் உடனடியாகப் பேச முடியவில்லை.

“அவள் அவளுடைய கையை முத்தமிடவில்லை! அவள் முத்தமிடாமல் அங்கிருந்து ஓடி விட்டாள்!” என்று அவர் வெறித்தனமான மகிழ்ச்சியுடன் கூச்சலிட்டார். அவருடைய அந்த மகிழ்ச்சி அத்தனை இயல்பாக இல்லாதிருந்தால், அவர் ஆணவத்தில் மகிழ்கிறார் என்று ஒருவர் சொல்லக்கூடும். “ஒருத்தி

மற்றவளைக் காட்டு மிருகம் என்று அழைத்தாள். ஆமாம், அவள் உண்மையில் அப்படித்தான். அவளைப் பொது இடத்தில் சவுக்கால் அடிக்க வேண்டும், இல்லையா? ஆமாம், நானும் கண்டிப்பாக அதைச் செய்ய வேண்டும் என்று ஒப்புக் கொள்கிறேன். அதை நீண்ட காலத்திற்கு முன்பே செய்திருக்க வேண்டும். அவளுக்குச் சவுக்கடி கிடைக்கட்டும் ஆனால் அல்யோஷா, நான் முதலில் அவளிடமிருந்து மீண்டு வர வேண்டும். அந்த ஆணவம் பிடித்த ராணியை எனக்கு நன்றாகத் தெரியும். அவள் கேத்தரீனாவின் கையை முத்தமிட மறுத்ததிலேயே நீங்கள் அவளைப் பற்றி முழுமையாகப் புரிந்து கொள்ள முடியும். அவள் ஒரு பெண் பிசாசு! குணத்திலும், நடத்தையிலும் மோசமாக இருப்பதில் அவளுக்கு நிகர் அவள்தான். அவள் அங்கிருந்து ஓடிவிட்டாளா? ஆகா, நான் போகிறேன்... நான் அவளைப் பார்க்க வேண்டும். அல்யோஷா, என்னைத் தவறாக நினைக்க வேண்டாம். அவளைத் தூக்கில் போடுவது மிகவும் நல்லது என்பதை நான் ஒப்புக் கொள்கிறேன்...”

“அப்படியானால் கேத்தரீனா இவானோவ்னா?” என்று அல்யோஷா வருத்தத்துடன் கேட்டான்.

“நான் அவளையும் பார்க்கிறேன். நான் அவளை முன்பை விட இப்போது நன்றாகப் புரிந்து கொள்கிறேன். இது ஒரே நேரத்தில் ஐந்து கண்டங்களைக் கண்டுபிடிப்பது போன்றது! அவள் என்ன ஒரு பெண்! அவள் என்ன மாதிரியான ஒரு முயற்சியைச் செய்திருக்கிறாள் என்று பாருங்கள். இதே பெண், பள்ளிப் படிப்பை முடித்த நிலையில், தன் தந்தையின் கௌரவத்தைக் காப்பாற்ற வேண்டும் என்ற எண்ணத்தில், அவளுக்கு நேரும் அவமானத்தைப் பற்றிக் கவலைப்படாமல், இராணுவ அதிகாரியாக இருந்த நாகரீகம் தெரியாத ஒரு முரடனைச் சந்திக்கப் பயப்படவில்லை. அவளுடைய கர்வமும், பொறுப்பற்ற தன்மையும் அவளை ஆழம் தெரியாமல் காலை விடச் சொல்கிறது. அது விதியை மீறும் எல்லையற்ற துணிச்சலைத் தவிர வேறென்ன? அவளுடைய அத்தை அவளைத் தடுத்ததாக நீங்கள் சொன்னீர்கள். அந்த அத்தையும் தலைக்கனம் பிடித்தவள் என்று உங்களுக்குத் தெரியுமா? அவள் மாஸ்கோவில் உள்ள ஜெனரலின் விதவையின் சகோதரி. அவள் அவளுடைய சகோதரியை விட அதிக கர்வமும், தற்பெருமையும் உடையவள். ஆனால் அவளுடைய கணவன் அரசாங்கப் பணத்தைக் கையாடல் செய்தபோது கையும் களவுமாகப் பிடிபட்டு, அனைத்து சொத்துக்களையும் இழந்த பிறகு, அவள் அடங்கிக் கிடக்கிறாள். அவள் அதற்குப் பிறகு தலையைத் தூக்கவே இல்லை... ஆக, அவள் கேத்தரீனாவைத் தடுக்க முயற்சி செய்தபோதும், கேத்தரீனா அவள்

சொன்னதைக் கேட்கவில்லை. 'என்னால் முடியாதது எதுவுமில்லை, என்னால் எல்லாவற்றையும் சமாளிக்க முடியும். நான் விரும்பினால் குரூஷென்காவையும் பணிய வைப்பேன்' என்று நினைத்து அவள் தன்னைத் தானே முட்டாளாக்கிக் கொண்டாள். அப்படியானால், அது யாருடைய தவறு? அவள் ஏதோ ஒரு நோக்கத்துடன் வேண்டுமென்றே குரூஷென்காவின் கையை முத்தமிட்டாள் என்று நீங்கள் நினைக்கிறீர்களா? இல்லை, அவள் குரூஷென்காவால் கவரப்பட்டாள் என்றாலும், அவள் குரூஷென்காவைப் பற்றிய தன்னுடைய கற்பனையை, பிரமையைத்தான் விரும்பினாள். அது அவளுடைய சொந்த கற்பனை, சொந்த பிரமை. அல்யோஷா, என் கண்ணே, நீங்கள் எப்படி அந்தப் பெண்களிடமிருந்து அடிவாங்காமல் தப்பித்தீர்கள் என்று எனக்கு ஆச்சரியமாக இருக்கிறது! நீங்கள் உங்கள் பாதிரியாரின் உடையைத் தூக்கிப் பிடித்துக் கொண்டு தலைதெறிக்க ஓடி வந்தீர்களா? ஹாஹாஹா!"

"அண்ணா, நீங்கள் குரூஷென்காவிடம் கேத்தரீனா உங்களைச் சந்திக்க வந்த விஷயத்தைச் சொல்லி, அவளுக்கு எத்தனை பெரிய அவமானத்தை ஏற்படுத்தி விட்டீர்கள் என்பதை உணர்ந்ததாகத் தெரியவில்லை. 'உன் அழகை விற்பதற்காக நீ கனவான்களிடம் சென்றாய்' என்று குரூஷென்கா அவள் முகத்தில் காறி உமிழ்ந்து விட்டாள். மீச்சியா, அதைவிட அவளுக்கு வேறென்ன அவமானம் இருக்க முடியும்?"

கேத்தரீனா இவானோவ்னாவுக்கு ஏற்பட்ட அவமானத்தைக் கண்டு தன் சகோதரன் அடைந்த மகிழ்ச்சி உண்மையானது என்று அல்யோஷாவால் நம்ப முடியவில்லை என்றாலும், அந்த எண்ணம் அவனை வாட்டி வதைத்தது.

"ப்பா!" என்று முகத்தைச் சுளித்த டிமிட்ரி ஃபியோதரோவிச் கதறி அழுதார். அவர் உள்ளங்கையால் தன் நெற்றியில் அறைந்து கொண்டார். கேத்தரீனாவுக்கு நேர்ந்த அவமானத்தையும், 'உங்கள் சகோதரன் ஓர் அயோக்கியர்' என்று அவள் கதறி அழுததையும் அல்யோஷா அவரிடம் சொல்லியிருந்தாலும், அப்போது அதைப் பொருட்படுத்தாமல் இருந்த டிமிட்ரிக்கு, அவன் அதைக் குறிப்பிட்டுக் காட்டிய பிறகுதான் மண்டையில் ஏறியது.

"ஆமாம்" என்றார் அவர். "கேத்தரீனா சொல்வது போல அந்தத் துரதிருஷ்டம் பிடித்த நாளில் நடந்ததை நான் குரூஷென்காவிடம் சொல்லியிருக்கலாம். ஆமாம், ஆமாம், நான் அதைப் பற்றி அவளிடம் சொன்னது இப்போதுதான் எனக்கு ஞாபகம் வருகிறது. நான் மோக்ரோயில் இருந்தபோது அது நடந்தது. நான் அப்போது மிக அதிகமான போதையில் இருந்தேன். நாடோடிப் பெண்கள் பாடிக் கொண்டிருந்தார்கள். ஆனால் நான்

அதைப் பற்றி அவளிடம் சொல்லும்போது அழுதேன். நான் மண்டியிட்டு, என்னிடமிருந்த கேத்தரீனாவின் உருவப்படத்தைக் கையில் வைத்துக் கொண்டு பிரார்த்தனை செய்து கொண்டிருந்தேன். குரூஷென்கா அதைப் புரிந்து கொண்டாள். ஆம், அந்த நேரத்தில் அவள் புரிந்து கொண்டாள், ஏனெனில் அப்போது அவள் அழுதது எனக்கு ஞாபகம் இருக்கிறது... அட, நாசமாய்ப் போக! அது இப்படி முடிந்து விட்டது! அன்று அவள் அழுதாள் ஆனால் இப்போது... அந்த வஞ்சகி கேத்தரீனாவின் இதயத்தில் கத்தியைப் பாய்ச்சி விட்டாள். தம்பி, எல்லாப் பெண்களும் அப்படித்தான்."

அவர் கண்களைத் தாழ்த்திக் கொண்டு சிந்தனையில் ஆழ்ந்தார்.

"ஆமாம், நான் ஓர் அயோக்கியன்!" என்று அவர் திடீரென்று சோகமான குரலில் சொன்னார். "நான் அந்த நேரத்தில் அழுதாலும் அழவில்லை என்றாலும், நான் ஓர் அயோக்கியன் என்பதில் சந்தேகமில்லை. அவள் அப்படி அழைப்பதை நான் மனமுவந்து ஏற்றுக் கொண்டதாக அவளிடம் சொல்லுங்கள். அது அவளுக்குச் சற்றே ஆறுதலாக இருக்கும். சரி, போதும், போகிறேன், இனிமேல் பேசிப் பிரயோஜனம் இல்லை. எப்படிப் பார்த்தாலும் பேசுவதற்கு இது மகிழ்ச்சியான விஷயம் அல்ல. நான் என் வழியே போகிறேன், நீங்கள் உங்கள் வழியில் செல்லுங்கள். எனக்கு வேறு கதியில்லை என்றால் மட்டும் நான் உங்களைப் பார்க்க வருகிறேன். அதுவரை நான் உங்களைப் பார்க்க விரும்பவில்லை. அலெக்ஸி, போய் வருகிறேன்" என்று அல்யோஷாவின் கையை அழுத்திய டிமிட்ரி, குனிந்த தலை நிமிராமல், அங்கிருந்து தன்னைப் பிடுங்கிக் கொண்டு போவது போல, வேகமாக நகரத்தை நோக்கி நடந்தார். அவர் திடீரென்று அப்படிச் சென்றதை நம்ப முடியாதவனாக அல்யோஷா கண்களால் அவரைப் பின்தொடர்ந்தான்.

"அலெக்ஸி, பொறுங்கள். நான் உங்களிடம் மேலும் ஒரு உண்மையைச் சொல்ல வேண்டும்" என்று டிமிட்ரி ஃபியோதரோவிச் திடீரென்று திரும்பினார். "இதோ என்னைப் பாருங்கள், என் முகத்தை உற்றுப் பாருங்கள். இங்கே ஒரு பயங்கரமான அவமானத்திற்கான தயாரிப்பு நடந்து கொண்டிருக்கிறது." டிமிட்ரி இங்கே என்று சொன்னபோது, ஏதோ ஒரு கேவலமான பொருளை இதயத்தில் அல்லது சட்டைப் பையில் அல்லது கழுத்தில் மாட்டியிருப்பது போல, தன் மார்பில் முஷ்டியால் குத்திக் காட்டினார். "நான் எவ்வளவு கீழ்த்தரமான, அருவருக்கத்தக்க மனிதன் என்று உங்களுக்கு ஏற்கனவே நன்றாகத் தெரியும். ஆனால் நான் இதுவரை என்ன செய்திருந்தாலும், இந்த நிமிடம், இங்கே என் இதயத்தில் சுமந்து கொண்டிருக்கும் அவமானத்துடன்

ஒப்பிடும்போது இவையெல்லாம் ஒன்றுமில்லை என்பதை நீங்கள் தெரிந்து கொள்ள வேண்டும். நான் என்னுடைய முழுக் கட்டுப்பாட்டில் இருப்பதால், நான் விரும்பினால் என்னால் அதை நிறுத்தவும் அல்லது செயல்படுத்தவும் முடியும் என்பதை நீங்கள் தெரிந்து கொள்ள வேண்டும். ஆனால் நான் அந்த அவமானகரமான, மானங்கெட்ட செயலைச் செய்யப் போகிறேன். நான் இதற்கு முன்பு உங்களிடம் பேசியபோது எல்லாவற்றையும் சொல்லி விட்டேன் என்றாலும் அதைப் பற்றி உங்களிடம் சொல்லவில்லை, ஏனென்றால் அதற்கான துணிச்சல் எனக்கு வரவில்லை. நான் இப்போது நினைத்தாலும் அதைச் செய்யாமல் இருப்பதன் மூலம், நான் இழந்துவிட்ட கௌரவத்தில் பாதியை மீட்டெடுக்க முடியும். ஆனால் நான் அதை நிறுத்தப் போவதில்லை. நான் என்னுடைய பயங்கரமான நோக்கத்தைச் செயல்படுத்தியே தீருவேன். நான் அதை முன்கூட்டியே சொன்னேன் என்பதற்கு நீங்களே சாட்சி. இருளும் அழிவும்! அதற்கு விளக்கம் தேவையில்லை, ஏனெனில் உரிய நேரம் வரும்போது நீங்களே அதைத் தெரிந்து கொள்வீர்கள். எனக்கு அழுக்கடைந்த பின் சந்தும், அந்தப் பெண் பிசாசும் போதும். நான் வருகிறேன். எனக்காக நீங்கள் பிரார்த்தனை செய்யாதீர்கள், ஏனென்றால் நான் அதற்குத் தகுதியானவன் அல்ல. மேலும் அதற்கு எந்தத் தேவையும், அவசியமும் இல்லை. எனக்கு அது தேவையே இல்லை. விலகுங்கள்!"

அவர் திடீரென்று அங்கிருந்து சென்றார். அவர் இந்த முறை நிரந்தரமாகச் சென்று விட்டார். அல்யோஷா மடாலயத்தை நோக்கிச் சென்றான். 'அவர் இனிமேல் என்னைப் பார்க்க மாட்டேன் என்று சொன்னதன் பொருள் என்ன? அவர் அதன் மூலம் என்ன சொல்ல முயன்றார்?' என்று அவன் வியந்தான். அவர் சொன்னது அனைத்தும் அவனுக்கு முற்றிலும் பைத்தியக்காரத் தனமாகத் தோன்றியது. 'அவர் எங்கிருந்தாலும் நான் நாளை அவரைத் தேடிக் கண்டுபிடிப்பேன். அவர் என்ன சொல்கிறார் என்பதைத் தெரிந்து கொள்வேன்.'

அல்யோஷா மடாலயத்தைச் சுற்றிச் சென்று, பைன் மரக் காடுகளின் வழியாகச் சென்று துறவியின் ஆசிரமத்தை அடைந்தான். அவர்கள் வழக்கமாக இரவு நேரத்தில் யாருக்காகவும் கதவைத் திறக்க மாட்டார்கள் என்றாலும் அவனை உள்ளே அனுமதித்தார்கள். அவன் மூத்தவரின் அறைக்குள் நுழைந்தபோது அவனுடைய இதயம் வேகமாகத் துடித்தது. அவர் அல்யோஷாவை அந்த மடாலயத்தை விட்டு வெளியே போகச் சொன்னது ஏன்? அவர் ஏன் அவனை வெளி உலகிற்குத் திரும்பிப் போகச்

சொன்னார்? மடாலயத்தில் அமைதியும் பரிசுத்தமும் நிலவும்போது, வெளியே இருளும் குழப்பமும் சூழ்ந்திருப்பதை நினைத்து, அல்யோஷா தான் வழி தவறி விடுவோமோ என்று பயந்தான்.

அவன் அறையில் நுழைந்தபோது, புதியவரான போர்ஃபிரியும், மூத்தவரின் உடல் நலத்தை அறிந்து கொள்ள ஒரு மணி நேரத்திற்கு ஒரு முறை வந்து கொண்டிருந்த அருட்தந்தை பைசியும் அங்கே இருந்தனர். மூத்தவரின் உடல் நிலை நாளுக்கு நாள் மோசமாகிக் கொண்டே போகிறது என்பதை அறிந்த அல்யோஷா அதிர்ச்சியடைந்தான். வழக்கமாக மாலை நேரத்தில் நடக்கும் துறவிகளின் கூட்டம் கூட அன்று நடக்கவில்லை. ஒவ்வொரு நாளும் மாலை பிரார்த்தனை முடிந்த பிறகு, துறவிகள் அனைவரும் ஜோசிமாவின் அறையில் கூடி, அன்று தாங்கள் செய்த பாவங்களையும், பாவ ஆசைகளையும், எண்ணங்களையும், தாங்கள் தங்கள் சகோதர துறவிகளுடன் சண்டையிட்டதையும் உரக்கச் சொல்வார்கள். அவர்களில் சிலர் அவர் முன்னால் மண்டியிட்டு, பாவமன்னிப்புக் கேட்கும்போது, மூத்தவர் அவர்களுக்கு அறிவுரை சொல்லி வழிகாட்டி, அவர்களை ஆசீர்வதித்து அனுப்பி வைப்பார். நடைமுறையில் இல்லாத இந்தப் பாவமன்னிப்பை மூத்தவர்களின் அமைப்பைச் சேர்ந்த சிலர் ஆட்சேபித்தார்கள். ஆனால் அது உண்மையில் வழக்கமான பாவமன்னிப்பிலிருந்து முற்றிலும் வேறுபட்டது என்றாலும், அது பாவமன்னிப்பு என்ற சடங்கின் புனிதத்தை அவமதிக்கும் செயல் என்றும், அது தெய்வ நிந்தனைக்கு நிகரானது என்றும் அவர்கள் குற்றம் சாட்டினர். இத்தகைய பாவமன்னிப்பு எந்தப் பயனையும் தராது என்பது மட்டுமின்றி, மேலும் பாவத்திற்கும், ஆசைக்கும் நேரடியான தூண்டுதலுக்கு வழிவகுக்கும் என்று அவர்கள் மாவட்ட திருச்சபை அதிகாரிகளிடம் முறையிட்டனர். பல துறவிகள் மூத்தவரின் மாலை கூட்டத்திற்குச் செல்ல விரும்பவில்லை என்றும், மரியாதைக்கும் கீழ்ப்படிதலுக்கும் கட்டுப்பட்டு துறவிகள் அதைச் செய்கிறார்கள் என்றும் அவர்கள் வாதிட்டனர். மேலும் துறவிகள் மூத்தவரிடம் எதை ஒப்புக்கொள்வது என்று முன்கூட்டியே முடிவு செய்த பிறகு கூட்டத்திற்குச் சென்று அதைத் தெரிவிக்கிறார்கள் என்றும் சொல்லப்பட்டது. உதாரணமாக ஒருவர் மற்றவரிடம், 'நான் இன்று காலையில் உங்களிடம் கோபப்பட்டேன் என்று மூத்தவரிடம் சொல்கிறேன் நீங்களும் அதை உறுதிப்படுத்துங்கள்' என்று மூத்தவரைத் திருப்தி அடையச் செய்வதற்காக இப்படி ஏதாவது சொல்வார்கள். சில சமயங்களில் அப்படி நடக்கிறது

என்று அல்யோஷாவுக்குத் தெரியும். மேலும் துறவிகளுக்கு உறவினர்களிடமிருந்து வரும் கடிதங்கள் முதலில் மூத்தவரின் கைக்குச் சென்று, அவர் படித்துப் பார்த்த பிறகே உரியவரிடம் கொடுக்கும் வழக்கத்தைச் சில துறவிகள் கடுமையாக எதிர்த்தார்கள் என்பதும் அவனுக்குத் தெரியும். இவை அனைத்தும் வெளிப்படையாகவும், நேர்மையாகவும், மனப்பூர்வமாகவும், பணிவு மற்றும் ஆன்மீக மேம்பாட்டிற்காகச் செய்யப்பட வேண்டும் என்பதே அதன் நோக்கம். இருப்பினும் சில நேரங்களில், அது நேர்மையற்றதாகவும், திட்டமிட்டுச் செயற்கையாகவும் பொய்யாக வும் செய்யப்பட்டன. ஆனால் வயதான, அதிக அனுபவம் வாய்ந்த துறவிகள் தங்கள் நிலைப்பாட்டில் உறுதியாக இருந்தனர். இரட்சிப்பிற்கான உண்மையான தேடலுடன் மடாலயத்தில் நுழைபவர்களுக்கு அத்தகைய கீழ்ப்படிதலும் கட்டுப்பாடும் நிச்சயமாக மிகப்பெரிய பலனளிக்கிறது என்றும், அதற்கு எதிராக குற்றம் சாட்டுபவர்கள் உண்மையான துறவிகள் அல்ல என்றும், அவர்கள் வெளி உலகில் இருக்க வேண்டிய நேரத்தில் மடாலயத்தில் தங்கள் நேரத்தை வீணடிக்கிறார்கள் என்றும் அவர்கள் கூறினார்கள். வெளி உலகத்தைப் போலவே மடாலயத்திலும் யாரும் பாவத்திலிருந்தோ அல்லது சாத்தானிடமிருந்தோ தப்ப முடியாது என்பதால் கட்டுப்பாடுகளை ஒருபோதும் தளர்த்தக் கூடாது என்று அவர்கள் கருதினார்கள்.

"அவர் மிகவும் பலவீனமாக இருப்பதால் எந்நேரமும் தூங்கிக் கொண்டிருக்கிறார்" என்று அருட்தந்தை பைசி அவனை ஆசீர்வதித்த பிறகு மெல்லிய குரலில் முணுமுணுத்தார். "அவரை எழுப்புவது கடினம் என்றாலும் நாம் அவரைத் தொந்தரவு செய்யாமல் இருப்பது நல்லது. அவர் இதற்கு முன்பு ஐந்து நிமிடங்கள் விழித்திருந்தபோது, துறவிகளுக்குத் தனது ஆசீர்வாதங் களைத் தெரிவிக்கும்படியும், மாலை நேரப் பிரார்த்தனையில் தனக்காக ஜெபிக்கும்படியும் என்னிடம் கேட்டுக் கொண்டார். அவர் காலையில் மீண்டும் திருவிருந்து எடுக்க விரும்புகிறார். நீங்கள் மடாலயத்தை விட்டுச் சென்று விட்டீர்களா என்று அவர் கேட்டார். நீங்கள் நகரத்திற்குச் சென்றுவிட்டதாகச் சொன்னோம். 'அவர் அங்குதான் இருக்க வேண்டும், ஏனெனில் அவர் இருக்க வேண்டிய இடம் இதுவல்ல. நான் அவரை ஆசீர்வதித்து அனுப்பி வைத்தேன்' என்று அவர் உங்களைப் பற்றி அன்புடனும் அக்கறையுடனும் பேசினார். அது உங்களுக்கு எவ்வளவு பெரிய பாக்கியம் என்று புரிகிறதா? ஆனால் நீங்கள் இப்போது அங்கே

இருக்க வேண்டும் என்று அவர் எதனால் முடிவு செய்தார்? உங்கள் வாழ்க்கையில் ஏதோ ஒன்று நடக்கப் போகிறது என்பதை அவர் முன்கூட்டியே அறிந்திருக்க வேண்டும். அலெக்ஸி நீங்கள் வெளியே சென்றாலும், அது அற்பத்தனமான காரியங்களுக்காகவும், உலக இன்பங்களுக்காகவும் அல்ல மாறாக மூத்தவர் உங்களுக்குக் கொடுத்த வேலையை நிறைவேற்றுவதற்காக என்பதை நினைவில் வைத்துக் கொள்ளுங்கள்..."

அருட்தந்தை பைசி அங்கிருந்து சென்றார். மூத்தவர் இன்னும் ஓரிரு நாட்களுக்கு மேல் உயிரோடு இருக்க மாட்டார் என்பதில் அல்யோஷாவுக்கு எந்தச் சந்தேகமும் இல்லை. அவன் தன் தந்தையையும், சகோதரனையும், கோஹ்லக்கோவ் குடும்பத்தாரையும், கேத்தரீனாவையும் பார்ப்பதாக வாக்குறுதி கொடுத்திருந்தாலும், மடாலயத்திலேயே தங்கி மூத்தவருடன் கடைசி வரை இருக்க வேண்டும் என்று தீர்மானித்தான். அவன் மூத்தவரின் மீது வைத்திருந்த அன்பு அவனுடைய இதயத்தில் கொழுந்துவிட்டு எரிந்து கொண்டிருந்தது. அவன் இந்த உலகத்தில் வேறு யாரையும் விட அதிகமாக மதிக்கும் அந்தக் கிழவரை விட்டுவிட்டு, பகலெல்லாம் வெளியே சுற்றித் திரிந்ததை நினைத்து தன்னைத் தானே நொந்து கொண்டான். அவன் தூங்கிக் கொண்டிருந்த மூத்தவரின் முன்னால் மண்டியிட்டு வணங்கினான். மூத்தவர் தூக்கத்தில் அசையாமல் கிடந்தார்; அவருடைய மூச்சு சீராகவும் மிக மெல்லியதாகவும் கேட்டது. அவருடைய முகம் சாந்தமாக இருந்தது. அல்யோஷா அன்று காலை மூத்தவர் விருந்தினர்களை வரவேற்ற அறைக்குச் சென்று, காலணிகளை மட்டும் கழற்றிவிட்டு, மேலாடைகளைக் கழற்றாமல், அவன் நீண்ட காலமாக ஒவ்வொரு இரவும் வழக்கமாகப் படுத்திருந்த கெட்டியான, குறுகலான தோல் சோபாவில், தலையணையைத் தலைக்கு வைத்துப் படுத்தான். அவன் தந்தை கொண்டுவரச் சொல்லி உத்தரவிட்ட மெத்தையை உபயோகிப்பதை அவன் நீண்ட நாட்களுக்கு முன்பே நிறுத்தி விட்டான். மேலும் அவன் தன் பாதிரியாரின் அங்கியைக் கழற்றிப் போர்வைக்கு பதிலாகப் போர்த்திக் கொண்டு தூங்குவதை வழக்கமாகக் கொண்டிருந்தான். ஆனால் அவன் தூங்குவதற்கு முன்பு மண்டியிட்டு நீண்ட நேரம் பிரார்த்தனை செய்தான். அவன் உருக்கமாகப் பிரார்த்தனை செய்தபோது, அவனுக்கிருந்த மனக் குழப்பத்தைத் தெளிவுபடுத்தும்படி கடவுளிடம் கேட்கவில்லை, மாறாக, அவன் படுக்கைக்குப் போகும் முன்பு பிரார்த்தனையில், கடவுளின் புகழையும் மகிமையையும் துதித்த பிறகு, அவனுடைய

உள்ளத்தில் எப்போதும் அனுபவிக்கும் பேரானந்தத்தை மட்டுமே வேண்டினான். அந்த ஆனந்தம் அவனுக்கு எப்போதும் ஆழ்ந்த அமைதியான தூக்கத்தைக் கொடுக்கும். இப்போது அவன் பிரார்த்தனை செய்து கொண்டிருந்தபோது, கேத்தரீனா இவானோவ்னாவின் வேலைக்காரி அவனிடம் கொடுத்த சிறிய சிவப்பு உறை தன்னுடைய சட்டைப் பையில் இருப்பதை நினைவு கூர்ந்தான். அவன் மனம் சஞ்சலப்பட்டாலும், அவனுடைய பிரார்த்தனையைச் செய்து முடித்தான். அதன் பிறகு அவன் சிறிய தயக்கத்துடன் உறையைப் பிரித்தான். அன்று காலையில் மூத்தவரின் முன்னிலையில் அவனைப் பார்த்துச் சிரித்த, திருமதி. கோஹ்லக்கோவின் இளைய மகள் லிசா எழுதிய கடிதம் அது.

'அலெக்ஸி ஃபியோதரோவிச், நான் இந்தக் கடிதத்தை என்னுடைய அம்மாவுக்கு கூடத் தெரியாமல் இரகசியமாக எழுதுகிறேன். இது தவறு என்று எனக்குத் தெரியும் என்றாலும், என் மனதில் என்ன நடக்கிறது என்பதை உங்களிடம் சொல்லாமல் என்னால் வாழ முடியாது. நான் சொல்லப்போவது இப்போதைக்கு நம் இருவரைத் தவிர வேறு யாருக்கும் தெரியக்கூடாது. ஆனால் நான் நீண்ட நாட்களாகச் சொல்ல விரும்பியதை உங்களிடம் எப்படிச் சொல்ல முடியும்? காகிதத்திற்கு வெட்கமில்லை என்று சொன்னாலும் அது உண்மையில்லை. நான் இந்தக் கணத்தில் வெட்கப்படுவதைப் போலவே அதுவும் வெட்கப்படுகிறது. என் அன்பு அல்யோஷா, நான் உங்களை நேசிக்கிறேன். நீங்கள் இப்போது இருப்பதைப் போலில்லாமல் மாஸ்கோவில் இருந்த போதிருந்தே, நான் சிறுமியாக இருந்த காலத்திலிருந்தே உங்களை நேசிக்கிறேன். நான் உங்களை என் வாழ்நாள் முழுவதும் விரும்புவேன். நான் உங்களை மனப்பூர்வமாக விரும்புகிறேன். நான் உங்களுடன் இணைந்து வாழ்நாள் முழுவதும் ஒன்றாக வாழ வேண்டும் என்று ஆசைப்படுகிறேன். ஆனால் நீங்கள் மடாலயத்தை விட்டு வெளியேறிய பிறகுதான் அது நடக்கும். நம்முடைய வயதைப் பொறுத்தவரை, சட்டம் பரிந்துரைக்கும் வயது வரும்வரை நாம் காத்திருப்போம். அதற்குள் நான் குணமடைந்து, நடக்கவும் நடனமாடவும் முடியும் என்று எனக்கு நிச்சயமாகத் தெரியும்.

நான் எல்லாவற்றையும் யோசித்துப் பார்த்தேன் என்றாலும் ஒரு விஷயம் எனக்குக் கவலையைத் தருகிறது. நீங்கள் இதைப் படித்த பிறகு என்னைப் பற்றி என்ன நினைப்பீர்கள்? நான்

எப்போதும் சிரித்துக் கொண்டும், குறும்புத்தனமாக விளையாடிக் கொண்டும் இருப்பதால், இன்று காலையில் உங்களைக் கோபப்பட வைத்துவிட்டேன் என்று எனக்குத் தெரியும். ஆனால் நான் இதை எழுதத் தொடங்கும் முன்பு புனித மேரியின் சிலைக்கு முன்னால் பிரார்த்தனை செய்தேன் என்பதை நீங்கள் நம்ப வேண்டும். நான் இப்போதும் கண்ணீர் மல்க பிரார்த்தனை செய்து கொண்டிருக் கிறேன்.

இப்போது என்னுடைய இரகசியம் உங்கள் கைகளில் இருக்கிறது. நீங்கள் நாளை வீட்டிற்கு வரும்போது, நான் எப்படி உங்கள் கண்களை நேருக்கு நேராகச் சந்திப்பேன் என்று எனக்குத் தெரியவில்லை. ஆகா, அலெக்ஸி, நான் இன்று காலையில் உங்களைப் பார்த்து சிரித்தது போல நாளை மறுபடியும் உங்களைப் பார்க்கும்போது, என்னைக் கட்டுப்படுத்த முடியாமல் முட்டாளைப் போல சிரிக்க ஆரம்பித்தால் என்ன செய்வது? நான் உங்களைக் கேலி செய்யும் ஒரு மோசமான பெண் என்று நினைத்து, நீங்கள் என் கடிதத்தை நம்பாமல் போகலாம். என் அருமை அல்யோஷா, நீங்கள் நாளை வரும்போது, உங்களுக்குக் கொஞ்சமாவது என் மீது அனுதாபம் இருந்தால், தயுவுசெய்து என் கண்களை நேருக்கு நேராகப் பார்க்காதீர்கள், ஏனெனில் நான் உங்கள் பார்வையைச் சந்தித்தால், அடக்க முடியாமல் சிரித்து விடுவேன் என்று பயப்படு கிறேன். போதாக்குறைக்கு நீங்கள் அந்த நீண்ட பாதிரியாரின் உடையை அணிந்து வருவீர்கள்... நான் இப்போது அதைப் பற்றி நினைக்கும்போது கூட என் உடல் சில்லிட்டுப் போகிறது. எனவே நீங்கள் சற்று நேரம் என்னைப் பார்க்காமல், அம்மாவை அல்லது ஜன்னலுக்கு வெளியே பார்ப்பது நல்லது...

நான் உங்களுக்கு ஒரு காதல் கடிதம் எழுதியிருக்கிறேன். ஓ, கடவுளே, நான் என்ன காரியத்தைச் செய்து விட்டேன்! அல்யோஷா, நீங்கள் தயவுசெய்து இதற்காக என்னை வெறுக்கா தீர்கள். நான் ஏதாவது மோசமான காரியத்தைச் செய்து உங்களைப் புண்படுத்தியிருந்தால் என்னை மன்னித்து விடுங்கள். என் நற்பெயரை என்றென்றைக்குமாக கெடுக்கக்கூடிய இரகசியம் இப்போது உங்களிடம் இருக்கிறது.

நான் இன்று நிச்சயமாக அழுவேன். உங்களைச் சந்திப்பதை நினைத்தாலே எனக்குப் பயமாக இருக்கிறது. அந்தப் பயங்கரமான சந்திப்பு நிகழும் வரை காத்திருக்கும் – லிசா.

பின் குறிப்பு: அல்யோஷா, நீங்கள் கண்டிப்பாக வர வேண்டும்; தவறாமல் வர வேண்டும்; நிச்சயமாக வர வேண்டும்! – லிசா.'

அல்யோஷா அந்தக் கடிதத்தை ஆச்சரியத்துடன் படித்தான். அவன் அதை இரண்டு முறை படித்துவிட்டு சற்று நேரத்துக்குப் பிறகு, திடீரென்று மெதுவாக, இனிமையாகச் சிரித்தான். பிறகு அவன் திடுக்கிட்டான், ஏனெனில் அப்படிச் சிரிப்பது அவனுக்குப் பாவமாகத் தோன்றியது. ஆனால் அவன் ஒரு வினாடிக்குப் பிறகு மீண்டும் அதே போல மெதுவாகவும், மகிழ்ச்சியாகவும் சிரித்தான். அவன் கடிதத்தை உறையில் போட்டுவிட்டு, சிலுவையிட்டுக் கொண்டு சோபாவில் கால்களை நீட்டிப் படுத்தான். அவன் உள்ளத்தில் இருந்த குழப்பங்கள் அனைத்தும் திடீரென்று மறைந்து விட்டது. "ஆண்டவரே, அனைவர் மீதும் கருணை காட்டுங்கள். துயரப்படுபவர்களையும், மகிழ்ச்சியற்றவர்களையும் இரட்சியுங்கள். உமது ஞானத்தின்படி அனைவரையும் சரியான பாதையில் வழி நடத்துங்கள். அன்புள்ளம் கொண்ட நீங்கள் அனைவருக்கும் மகிழ்ச்சியைக் கொடுங்கள்..." என்று அவன் சிலுவையிட்டபடி, முணுமுணுத்துக் கொண்டே உறக்கத்தில் ஆழ்ந்தான்.

பாகம் இரண்டு

நான்காவது புத்தகம்: ரணங்கள்

1. அருட்தந்தை ஃபெரபோன்த்

அல்யோஷா அதிகாலையில் எழுந்தான். மூத்தவர் எழுந்தபோது, மிகவும் பலவீனமாக இருந்தார் என்றாலும், அவரைப் படுக்கையிலிருந்து சாய்வு நாற்காலிக்கு மாற்றும்படிக் கேட்டுக் கொண்டார். அவர் முழு உணர்வுடன் இருந்தார். அவர் மிகவும் களைத்திருந்தாலும் அவருடைய முகம் பிரகாசமாகவும், ஏறக்குறைய மகிழ்ச்சியாகவும் இருந்தது. அவருடைய கண்களில் கனிவும் அன்பும் பிரகாசித்தன. "நான் ஒருவேளை இந்த நாளின் முடிவைக் காண உயிருடன் இருக்க மாட்டேன்" என்று அவர் அல்யோஷாவிடம் சொன்னார். அவர் உடனடியாக பாவமன்னிப்புக் கேட்டுத் திருவிருந்து பெற வேண்டும் என்று விரும்பினார். அவர் எப்போதும் அருட்தந்தை பைசியிடம்தான் பாவமன்னிப்புக் கேட்பார். பாவமன்னிப்பு முடிந்ததும் திருமுழுக்குச் சடங்குகள் ஆரம்பித்தன. அப்போது துறவிகளும் மடாலயத்தில் இருந்தவர்களும் ஒவ்வொருவராக வரத் தொடங்கியதும் அந்த அறை நிரம்பியது. இதற்கிடையில் பொழுது நன்றாக விடியத் தொடங்கியதும், மடாலயத்திற்கு வந்த பொதுமக்களும் வர ஆரம்பித்தார்கள். பிரார்த்தனை முடிந்ததும், மூத்தவர் அனைவரிடமும் விடைபெற்று முத்தமிட விரும்பினார். அந்த அறை மிகவும் சிறியதாக இருந்ததால், மற்றவர்களுக்கு இடமளிக்க முதலில் வந்தவர்கள் வெளியே சென்றனர். அல்யோஷா மூத்தவர் அமர்ந்திருந்த நாற்காலிக்கு அருகில் நின்றான். அவர் தன்னால் முடிந்தவரை அவர்களிடம் பேசியதுடன் உபதேசமும் செய்தார். அவருடைய குரல் பலவீனமாக இருந்தாலும் சீராக ஒலித்தது. "நான் உங்களுக்குப் பல வருடங்களாக போதித்து வருவதால், எப்போதும் தொடர்ந்து பேசிக் கொண்டிருக்கிறேன். எனவே எந்நேரமும் பேசுவதும், உங்களுக்கு அறிவுரை கூறுவதும் எனக்குப் பழக்கமாகி விட்டது. நான் இப்போது பலவீனமாக இருக்கும் நிலையிலும், பேசுவதை

விட அமைதியாக இருப்பது கஷ்டமாக இருக்கிறது” என்று அவர் வேடிக்கையாகச் சொல்லிவிட்டு, அங்கிருந்தவர்களைக் கனிவுடன் பார்த்தார். அப்போது ஜோசிமா சொன்ன சில விஷயங்கள் அல்யோஷாவின் மனதில் என்றென்றைக்குமாகப் பசுமரத்தாணி போல பதிந்து விட்டது. ஆனால் அவர் தெளிவாகப் பேசினாலும், அவருடைய குரல் சீராக இருந்தாலும், அவருடைய பேச்சு முற்றிலும் ஒன்றுக்கொன்று தொடர்பற்றதாக இருந்தது. அவர் பல விஷயங்களைப் பேசினார். அவர் இதற்கு முன்பு சொல்லாத பலவற்றையும் கடைசியாக ஒருமுறை சொல்ல ஆசைப்படுவதாகத் தோன்றியது. அவர் அவர்களுக்கு உபதேசம் செய்வதற்காக மட்டுமின்றி, அவருடைய மகிழ்ச்சியையும், பரவசத்தையும் அனைத்து மனிதர்களிடமும், உயிர்களிடமும் பகிர்ந்து கொள்ள விரும்புவதாகவும், வாழ்க்கையில் மீண்டும் ஒருமுறை அவருடைய இதயத்தில் உள்ள அனைத்தையும் கொட்டித் தீர்க்க ஆசைப்படுவ தாகவும் தோன்றியது...

அல்யோஷா பின்னாளில் மூத்தவர் பேசியதைப் பற்றிச் சொல்லும்போது பின்வருமாறு சொன்னான்.

“அருட்தந்தையர்களே, ஒருவரை ஒருவர் நேசியுங்கள். கடவுளுடைய மக்களை நேசியுங்கள். இந்த நான்கு சுவர்களுக்குள் நம்மை நாமே அடைத்துக் கொண்டதால், நாம் வெளியில் இருப்பவர்களை விடப் பரிசுத்தமானவர்கள் என்று நினைக்க வேண்டாம். அதற்கு மாறாக, இங்கே வந்ததன் மூலம், நாம் ஒவ்வொருவரும் வெளியில் இருப்பவர்களை விட மோசமானவர்கள், இந்த உலகத்தில் உள்ள எவரையும் விட மோசமானவர்கள் என்று ஒப்புக்கொண்டுள்ளோம். ஒரு துறவி இந்தச் சுவர்களுக்குள் எவ்வளவு காலம் வாழ்கிறாரோ அவ்வளவு அதிகமாக அவர் அதைப் பற்றித் தெரிந்து வைத்திருக்க வேண்டும். அப்படியில்லை என்றால் அவர் இங்கு வருவதற்கு எந்தக் காரணமும் இல்லை. ஒரு துறவி அந்தப் பாமர மக்களைக் காட்டிலும் மோசமானவர் என்பது மட்டுமின்றி, மனிதர்களின் எல்லாப் பாவங்களுக்கும், தனிப்பட்ட மற்றும் பொதுவான பாவங்களுக்கும் தானே பொறுப்பு என்பதை உணரும் போதுதான் அவர் இங்கே தனிமையில் இருப்பதன் குறிக்கோளை அடைய முடியும். அன்பானவர்களே, நாம் ஒவ்வொருவரும் பூமியில் உள்ள அனைத்து மனிதர்களுக்கும், அனைத்திற்கும் பொறுப்பாளிகள் என்பதை நினைவில் கொள்ளுங்கள். அதாவது நாம் ஒவ்வொருவரும் இந்தப் பூமியில் உள்ள ஒவ்வொரு தனி நபருக்கும், மனிதகுலம் முழுமைக்கும் பொறுப்பேற்க வேண்டும். இந்த உணர்வு ஒரு துறவிக்கு மட்டுமின்றி, இந்தப் பூமியில் உள்ள ஒவ்வொரு

மனிதனுக்கும் இன்றியமையாதது. ஏனெனில் துறவிகள் மற்ற மனிதர்களிடமிருந்து வேறுபட்டவர்கள் அல்ல, மாறாகப் பூமியில் உள்ள அனைத்து மக்களும் எவ்வாறு இருக்க வேண்டும் என்பதற்கு அவர்கள் எடுத்துக்காட்டாக இருப்பவர்கள். அப்போதுதான் எல்லையற்றதும், எல்லோருக்கும் பொதுவானதும், ஒருபோதும் வற்றிப் போகாததுமான அன்பினால் நம்முடைய இதயம் நிரம்பி வழியும். அப்போது நீங்கள் ஒவ்வொருவரும் இந்த உலகம் முழுவதையும் அன்பால் வெல்லவும், இந்த உலகத்தின் பாவங்களை உங்களுடைய கண்ணீரால் கழுவவும் முடியும்... நீங்கள் ஒவ்வொருவரும் உங்கள் இதயத்தைத் தொடர்ந்து கண்காணித்து, அதற்கு உண்மையாக நடந்துகொள்ள வேண்டும். நீங்கள் உங்கள் பாவத்தை ஒப்புக்கொள்ளத் தயாராக இருக்கும் வரை, நீங்கள் பாவம் செய்துவிட்டதாக உணர்ந்தாலும், அதைக் கண்டு பயப்பட வேண்டாம். ஆனால் அதற்காக நீங்கள் இறைவனிடம் பேரம் பேச வேண்டாம். எல்லாவற்றுக்கும் மேலாக நீங்கள் தற்பெருமை கொள்ளாதீர்கள்! உங்களை விடச் சிறியவர்கள் முன்பும், உங்களை விடப் பெரியவர்கள் முன்பும் பெருமை கொள்ளாதீர்கள். உங்களை நிராகரிப்பவர்களையும், நிந்திப்பவர்களையும், அவதூறு செய்பவர்களையும் வெறுக்காதீர்கள். நாத்திகர்கள், தீமையைப் போதிப்பவர்கள், பொருள்முதல்வாதிகள், தீயவர்கள் என யார் மீதும் வெறுப்பை வளர்த்துக் கொள்ளாதீர்கள், ஏனென்றால் அவர்கள் இடையேயும், குறிப்பாக நம் காலத்தில், பல நல்லவர்கள் இருக்கிறார்கள். 'கடவுளே, பிரார்த்தனை செய்யாதவர்களையும், தங்களுக்காகப் பிரார்த்தனை செய்ய யாரும் இல்லாதவர்களையும் காப்பாற்றுங்கள்' என்று நீங்கள் அவர்களுக்காகப் பிரார்த்தனை செய்யுங்கள். 'நான் என்னுடைய கர்வத்தினாலும், பெருமையினாலும் அவர்களுக்காகப் பிரார்த்தனை செய்யவில்லை, ஏனென்றால் நான் அவர்களை விட இழிந்தவன்' என்பதையும் சேர்த்துக் கொள்ளுங்கள். கடவுளின் பாதையைப் பின்பற்றும் மக்களை நேசியுங்கள்; ஏமாற்றுக்காரர்கள் அவர்களுக்கு ஆசை காட்ட அனுமதிக்காதீர்கள். நீங்கள் சோம்பேறிகளாகவோ, கர்வமுள்ளவர்களாகவோ, பேராசை உடையவர்களாகவோ இருந்தால், எல்லாத் திசைகளிலிருந்தும் அவர்களுக்குத் தவறான வழிகாட்டுதல் கிடைக்கும். நீங்கள் சோர்வின்றித் தொடர்ந்து மக்களுக்கு சுவிசேஷங்களைப் போதியுங்கள்... நீங்கள் பேராசைப் படாதீர்கள்; பொன்னையும், வெள்ளியையும் விரும்பாதீர்கள்; அவற்றைச் சேமித்து வைக்காதீர்கள். உங்கள் நம்பிக்கைக்கு உண்மையாக இருங்கள்; உங்கள் கொடியை உயர்த்திப் பிடியுங்கள். அதை எல்லோரும் பார்க்கும்படி உயரமாகத் தூக்கிப் பிடியுங்கள்..."

மூத்தவர் பேசியபோது அல்யோஷா மேலே குறிப்பிட்டதைப் போலத் தொடர்ச்சியாக இல்லாமல், தொடர்பில்லாமல் பேசினார். அவர் சில சமயங்களில் பேசுவதை நிறுத்திவிட்டு, தன் ஆற்றலைத் திரட்டிக் கொள்வது போல மூச்சை இழுத்து விட்டார் என்றாலும், அவர் பரவசத்தில் ஆழ்ந்திருப்பது போலத் தோன்றியது. அவர் பேசியது தெளிவில்லாமல், குழப்பத்தை ஏற்படுத்துவதாக இருந்தாலும், துறவிகள் மிகுந்த உணர்ச்சிப் பெருக்குடன் அதைக் கேட்டனர். ஆனால் அதன் பிறகு அவர்கள் அவர் சொன்னதை நினைவுகூர்ந்து, தங்களுக்குள் விவாதித்துக் கொண்டனர். அல்யோஷா ஒரு நிமிடம் அறையை விட்டு வெளியே வந்தபோது, வெளியே இருந்த அறையிலும், வெளியேயும் கூடியிருந்த துறவிகளிடையே நிலவிய பரபரப்பையும், எதிர்பார்ப்பையும் கண்டு திகைத்துப் போனான். அவர்களில் சிலர் கவலையுடனும், வேறு சிலர் பயபக்தியுடனும் காணப்பட்டனர். மூத்தவரின் மறைவுக்குப் பிறகு உடனடியாக ஏதோ அற்புதம் நிகழும் என்று அனைவரும் எதிர்பார்த்தனர். அப்படி எதிர்பார்ப்பது ஒருவகையில் அற்பத்தனமாக இருந்தாலும், மிகுந்த கண்டிப்பைக் கடைப்பிடிக்கும் மூத்த துறவிகளைக் கூட அது தொற்றிக் கொண்டது. எல்லோரையும் விட அருட்தந்தை பைசியின் முகம் மிகத் தீவிரமாக உணர்ச்சியை வெளிப்படுத்தியது. துறவி ஒருவர் அல்யோஷாவிடம் இரகசியமாக ரகிதீன் அவனைக் கூப்பிடுவதாகச் சொன்னதால்தான் அவன் அறையை விட்டு வெளியே வந்தான். அப்போதுதான் நகரத்திலிருந்து திரும்பிய ரகிதீன், திருமதி. கோஹ்லக்கோவிடமிருந்து அல்யோஷாவுக்கு ஒரு விநோதமான கடிதத்தைக் கொண்டு வந்திருந்தான். அந்தச் செய்தி விசித்திரமானதாக இருந்தாலும், அந்த நேரத்திற்கு ஏற்ற வகையில் பொருத்தமான செய்தி அதில் இருந்தது. நேற்று மூத்தவரிடம் ஆசி பெறுவதற்காக வந்திருந்த பெண்களில் ஜெனரலின் விதவையான புரோகோரோவ்னா என்ற பெண்மணியும் இருந்தாள் என்றும், அவள் மூத்தவரிடம், சைபீரியாவில் உள்ள இர்குட்ஸ்க் என்ற இடத்தில் சேவை செய்யச் சென்றிருந்த அவளுடைய மகன் வாஸ்யாவிடமிருந்து ஒரு வருடத்திற்கு மேலாக எந்தச் செய்தியும் வரவில்லை என்பதால், அவன் இறந்துவிட்டதாகக் கருதி அவனுடைய ஆத்மா சாந்தியடையப் பிரார்த்தனை செய்யலாமா என்றும் கேட்டிருந்தாள். அதற்கு மூத்தவர் உயிருள்ள ஒருவரின் ஆத்மாவுக்கு அவ்வாறு பிரார்த்தனைச் செய்யக்கூடாது என்றும், அது சூனியத்திற்கு ஒப்பானது என்றும் அவளைக் கண்டித்தார். அவர் அவளது அறியாமையை மன்னித்து, 'எதிர்காலத்தைத் தெரிவிக்கும் புத்தகத்திலிருந்து படிப்பது போல' (கோஹ்லக்கோவ் கடிதத்தில் அப்படித்தான் எழுதியிருந்தாள்) அவளுடைய மகன் வாஸ்யா

உயிருடன் இருக்கிறான் என்றும், அவன் விரைவில் அவளிடம் திரும்பி வருவான் அல்லது அவனிடமிருந்து கடிதம் வரும் என்றும், அவள் வீட்டிற்குச் சென்று அவனுக்காகக் காத்திருக்க வேண்டும் என்றும் அவளுக்கு ஆறுதல் சொன்னார். ‘அப்புறம் என்ன ஆயிற்று தெரியுமா? மூத்தவரின் தீர்க்கதரிசனம் அவர் சொன்னதற்கும் மேலாக நிறைவேறியது’ என்று பரவசத்துடன் குறிப்பிட்ட திருமதி.. கோஹ்லக்கோவ் கடிதத்தைத் தொடர்ந்து எழுதியிருந்தாள். அந்தப் பெண்மணி வீட்டுக்குத் திரும்பியதும், சைபீரியாவிலிருந்து அவளுக்கு வந்திருந்த கடிதத்தை அண்டை வீட்டார் அவளிடம் கொடுத்தார்கள். வாஸ்யா, எகடெரின்பர்க் நகரத்திலிருந்து எழுதியிருந்த அந்தக் கடிதத்தில், தான் ஒரு அதிகாரியுடன் ரஷ்யாவுக்கு வந்து கொண்டிருப்பதாகவும், இந்தக் கடிதம் கிடைத்த மூன்று வாரங்களுக்குப் பிறகு, ‘எனது தாயை அரவணைக்க முடியும்’ என்று நம்புவதாகவும் குறிப்பிட்டிருந்தான். இந்த ‘அதிசயமான தீர்க்கதரிசனத்தை’ தலைமை மடாதிபதிக்கும், அனைத்துச் சகோதரர்களுக்கும் தெரிவிக்க வேண்டும் என்று உருக்கத்துடன் அல்யோஷாவிடம் கெஞ்சிக் கேட்டுக் கொண்ட திருமதி. கோஹ்லக்கோவ், ‘எல்லோரும் இதைப் பற்றித் தெரிந்து கொள்ள வேண்டும்!’ என்று கடிதத்தின் முடிவில் அழுத்தமாகச் சொல்லியிருந்தாள். கடிதத்தின் ஒவ்வொரு வரியும் எழுதியவரின் அவசரத்தையும், பதற்றத்தையும் பிரதிபலித்தது. ஆனால் இதைப் பற்றி அல்யோஷா துறவிகளிடம் சொல்ல வேண்டிய அவசியம் ஏற்படவில்லை, ஏனெனில் அது எல்லோருக்கும் ஏற்கனவே தெரிந்திருந்தது. ரகிதீன், அல்யோஷாவை அழைத்து வரும்படிச் சொன்ன துறவியிடம், அருட்தந்தை பைசியிடம் மிக அவசரமாக ஒரு செய்தியைத் தெரிவிக்க வேண்டும் என்றும், அதற்காக அவர் தன்னை மன்னிக்க வேண்டும் என்றும் கேட்டுக் கொண்டு அந்த விஷயத்தை ஏற்கனவே சொல்லிவிட்டான். அந்தத் துறவியும் அல்யோஷாவிடம் கடிதத்தைக் கொடுப்பதற்கு முன்னரே அருட்தந்தை பைசியிடம் அந்தச் செய்தியைத் தெரிவித்து விட்டார். எனவே அல்யோஷா அந்தக் கடிதத்தைப் படித்துவிட்டு, அந்தச் செய்தியை உறுதிப்படுத்தும் ஆவணமாக அதை அருட்தந்தை பைசியிடம் கொடுப்பதைத்தான் அவனால் செய்ய முடிந்தது. கண்டிப்புடனும், எச்சரிக்கையுடனும் இருக்கும் அந்த மனிதர் கூட, அந்த ‘அதிசயம்’ பற்றிய செய்தியைப் படித்தபோது முகத்தைச் சுளித்தாலும், அவருடைய உள்ளத்தில் எழுந்த உணர்ச்சிகளை முழுமையாகக் கட்டுப்படுத்த முடியவில்லை. அவருடைய கண்கள் பிரகாசித்தன; அவருடைய உதடுகளில் ஆழ்ந்த, பவித்திரமான புன்னகை அரும்பியது.

“நாம் ஒருவேளை இன்னும் பெரிய விஷயங்களைப் பார்க்கலாம்” என்று அவர் முணுமுணுத்தார்.

“இன்னும் பெரிய விஷயங்கள், இன்னும் பெரிய விஷயங்கள்” என்று அவரைச் சுற்றியிருந்த துறவிகள் திரும்பத் திரும்பச் சொன்னார்கள்.

ஆனால் அருட்தந்தை பைசி மீண்டும் முகத்தைச் சுளித்து, என்ன நடந்தது என்பதை இப்போதைக்கு யாரிடமும் சொல்ல வேண்டாம் என்று கேட்டுக் கொண்டார். “அது உண்மை என்பதை உறுதிப்படுத்தும் வரை சொல்ல வேண்டாம், ஏனெனில் பொறுப்பற்ற சிலர் வீண் வதந்திகளைப் பரப்புவார்கள். மேலும் அந்தச் சம்பவம் இயற்கையாக நடந்திருக்கலாம்” என்று அவர் தயக்கத்துடன் தன்னைத்தானே சமாதானப்படுத்திக் கொள்வது போல எச்சரிக்கையுடன் சொன்னார் என்றாலும் அவர் சொன்ன வார்த்தைகளில் அவருக்கே நம்பிக்கையில்லை. அதைக் கேட்டுக் கொண்டிருந்தவர்களும் அதைக் கவனிக்கத் தவறவில்லை. ஒரு மணி நேரத்திற்குள் அந்த ‘அதிசயம்’ பற்றிய செய்தி மடாலயம் முழுவதும் பரவியது. அதைத் தொடர்ந்து பிரார்த்தனைக் கூட்டத்தில் கலந்துகொள்ள மடாலயத்திற்கு வந்திருந்த பார்வை யாளர்களின் காதுகளையும் எட்டியது. ஆனால் அந்த அதிசயத்தைக் கேட்டு, வடக்கே தொலைதூரத்தில் உள்ள ஓப்டோர்ஸ்க் என்ற இடத்திலுள்ள புனித சில்வஸ்டர் மடாலயத்தி லிருந்து நேற்று முன் தினம் வந்திருந்த, அந்தப் புதிய துறவிதான் எல்லோரையும் விட மிகவும் ஆச்சரியப்பட்டார். நேற்று திருமதி. கோஹ்லக்கோவின் அருகில் நின்றிருந்து அவர்தான், அந்தப் பெண்ணின் மகளைக் குணப்படுத்தியதைச் சுட்டிக்காட்டி, “உங்களால் எப்படி இத்தகைய காரியங்களைச் செய்ய முடியும் என்று நினைக்கிறீர்கள்?” என்று மூத்தவரிடம் கேட்டார்.

ஏற்கனவே குழப்பத்தில் இருந்த அவர் எதை நம்புவது என்று தெரியாமல் மேலும் குழம்பினார். அவர் நேற்று மாலை தேனீ பண்ணைக்குப் பின்புறம் தனி அறையில் தங்கியிருந்த அருட்தந்தை ஃபெரபோன்த் என்பவரைப் பார்க்கச் சென்றிருந்தார். அந்தச் சந்திப்பு அவருடைய மனதில் அசாதாரணமான, பயங்கரமான தாக்கத்தை ஏற்படுத்தியது. அருட்தந்தை ஃபெரபோன்த் என்ற அந்த வயதான துறவி உண்ணாவிரதம் இருப்பதிலும், மௌன விரதம் கடைப்பிடிப்பதிலும் பெயர் பெற்றவர். அவர் பொதுவாக மூத்தவர்கள் என்ற அமைப்பையும், குறிப்பாக மூத்தவர் ஜோசிமாவையும் கடுமையாக எதிர்த்தார். அந்த அமைப்பு தீங்கு விளைவிக்கும் என்றும், அது ஒரு புதிய மோகம் என்றும் அவர் கருதினார். அவர் மௌன விரதம் இருந்ததால், யாரிடமும்

பேசுவதில்லை என்றாலும், மிகவும் ஆபத்தான எதிர்க்கட்சியாக இருந்தார். அவர் ஆபத்தானவராக இருப்பதற்குக் காரணம் துறவிகளில் பலரும் அவர் மீது அனுதாபம் கொண்டிருந்தனர். மடாலயத்திற்கு வரும் பார்வையாளர்களும் அவரை மிகவும் நேர்மையான மனிதராகவும், ஒரு பெரிய துறவியாகவும் போற்றினார்கள். ஆனால் அவர்கள் அனைவரும் சந்தேகத்திற்கு இடமின்றி அவரை ஒரு புனித முட்டாளாகக் கருதினார்கள், ஏனெனில் அவரிடமுள்ள கிறுக்குத்தனம் அவர்களை வெகுவாகக் கவர்ந்தது.

அருட்தந்தை ஃபெரபோன்த் அந்த மடாலயத்தில் தங்கி யிருந்தாலும், அவர் மூத்தவர் ஜோசிமாவைப் பார்க்கச் சென்றதில்லை. அவர் அந்த மடாலயத்தின் விதிகளைப் பின்பற்ற வேண்டும் என்றும் கவலைப்படவில்லை, ஏனெனில் அவர் ஒரு புனித முட்டாளைப் போல நடந்து கொண்டார். அவருக்கு ஏறக்குறைய எழுபத்தி ஐந்து வயது இருக்கும். அவர் மடாலயத்தின் தேனீப் பண்ணைக்குப் பின்புறம் சுவரை ஒட்டியிருந்த, நீண்ட காலத்திற்கு முன்பு, பதினெட்டாம் நூற்றாண்டில் கட்டப்பட்ட ஒரு பாழடைந்த குடில் வீட்டில் வசித்து வந்தார். நூற்று ஐந்து வயது வரை வாழ்ந்த, உண்ணாவிரதத்தையும், மௌன விரதத்தையும் மிகத் தீவிரமாகக் கடைப்பிடித்த, மாபெரும் துறவியான அருட்தந்தை ஜோனாவுக்காக அந்தக் குடில் வீடு கட்டப்பட்டது. அவருடைய சாதனைகளைப் பற்றிப் பல சுவாரஸ்யமான கதைகள் அந்த மடாலயத்திலும், அதைச் சுற்றியுள்ள பகுதிகளிலும் இன்றும் தொடர்ந்து உலவுகின்றன. அருட்தந்தை ஃபெரபோன்த், வற்புறுத்திக் கேட்டுக் கொண்டதன் பேரில், ஏழு வருடங்களுக்கு முன்புதான் அந்தத் தனிமையான குடில் வீட்டில் வசிக்க அனுமதிக்கப்பட்டார். ஆனால் அது ஒரு தேவாலயத்தைப் போலக் காட்சியளித்தது, ஏனெனில் பார்வை யாளர்கள் நன்கொடையாக வழங்கிய எண்ணற்ற தெய்வ விக்கிரங்கள் அங்கே இருந்ததுடன், அவற்றின் முன்னால் எப்போதும் விளக்குகள் எரிந்து கொண்டிருந்தன. எனவே அருட்தந்தை ஃபெரபோன்த் அவற்றைப் பராமரிக்க வேண்டும் என்ற போர்வையில் அங்கே நியமிக்கப்பட்டார். அவர் மூன்று நாட்களுக்கு ஒரு முறை இரண்டு பவுண்ட் ரொட்டியை மட்டுமே சாப்பிட்டார் (அது உண்மைதான்) என்று சொல்லப்பட்டது. தேனீப் பண்ணைக்கு அருகில் வசித்த தேனீ வளர்ப்பவர், மூன்று நாட்களுக்கு ஒருமுறை அவருக்கு ரொட்டியைக் கொண்டு வந்து கொடுத்தார். ஆனால் அருட்தந்தை ஃபெரபோன்த் அவருக்குப் பணிவிடை செய்யும் அந்தத் தேனீ வளர்ப்பவரிடம் கூட ஒரு

வார்த்தையும் பேசியதில்லை. ஒவ்வொரு ஞாயிற்றுக்கிழமையும் பிரார்த்தனை முடிந்த பிறகு, தலைமை மடாதிபதி அந்த நான்கு பவுண்டு ரொட்டியையும், திருவிருந்து ரொட்டியையும், ஒரு வாரத்திற்குரிய உணவாக அவருக்கு அனுப்பி வைப்பார். அவர் குடிப்பதற்கு வைத்திருந்த குடத்திலிருந்த தண்ணீர் ஒவ்வொரு நாளும் புதியதாக மாற்றி வைக்கப்பட்டது. அவர் எப்போதாவது சில சமயங்களில் மட்டுமே மடாலயத்தில் நடக்கும் பிரார்த்தனையில் கலந்து கொள்வார். அவர் ஒரு நாள் முழுவதும் எழுந்திருக்காமல், அங்குமிங்கும் திரும்பாமல் பிரார்த்தனை செய்வதை மடாலயத்திற்கு வரும் பார்வையாளர்கள் பார்ப்பார்கள். அவர் எப்பொழுதாவது அவர்களிடம் பேசினாலும் கூட, சுருக்கமாகவும், விசித்திரமாகவும், பல சமயங்களில் முரட்டுத்தனமாகவும் பேசுவார். ஆனால் மிக அரிதான சந்தர்ப்பங்களில் அவர் தன்னைப் பார்க்க வருபவர்களிடம் பேசுவார். அவர் பெரும்பாலும் ஏதாவது விசித்திரமான வார்த்தைகளை உச்சரிப்பார். அது முற்றிலும் புதிராக இருக்கும் என்பதால் அவர்கள் குழப்பமடைந்து அதற்கு அவரிடம் விளக்கம் கேட்பார்கள். அவர்கள் எவ்வளவு கெஞ்சினாலும் அவர் அதற்கு மேல் ஒரு வார்த்தை கூட பேச மாட்டார். அவர் திருச்சபையின் அந்தஸ்து இல்லாத ஒரு எளிய துறவி. அருட்தந்தை ஃபெரபோன்த் தேவலோகத்தில் உள்ள கடவுளின் ஆவிகளோடு மட்டுமே பேசுகிறார் என்றும், அதனால்தான் மற்றவர்களிடம் பேசுவதில்லை என்றும் ஒரு விநோதமான வதந்தி மக்களிடையே பரவியது. அமைதியிழந்து மன உளைச்சலுடன் இருந்த, ஓப்டோர்ஸ்க் நகரத்திலிருந்து வந்த அந்தத் துறவி, தேனீ வளர்ப்பவர் வழிகாட்டியபடி அருட்தந்தை ஃபெரபோன்த்தின் குடிலுக்குச் சென்றார். "நீங்கள் ஓர் அந்நியர் என்பதால் அவர் ஒருவேளை உங்களிடம் பேசினாலும் பேசலாம் என்றாலும், அவரிடமிருந்து உங்களுக்கு எதுவும் கிடைக்காது" என்று தேனீ வளர்ப்பவர் அவரை எச்சரித்தார். நான் மிகுந்த பயத்துடன் நடுங்கிக் கொண்டே அவரிடம் சென்றேன் என்று பிறகு அந்தத் துறவி, அருட்தந்தை ஃபெரபோன்த்தைப் பார்க்கச் சென்றதைப் பற்றிச் சொன்னார். அப்போது ஏற்கனவே நாளின் பெரும்பகுதி கடந்துவிட்டது. அருட்தந்தை ஃபெரபோன்த் குடில் வீட்டிற்கு வெளியே ஒரு குட்டையான பெஞ்சில் அமர்ந்திருந்தார். அவர் தலைக்கு மேலே ஒரு பெரிய, வயதான இலுப்பை மரத்தின் கிளைகள் ஒன்றோடு ஒன்று உரசி சலசலத்தன. காற்றில் மாலை நேரத்துக் குளிர் வியாபித்திருந்தது. அந்தத் துறவி நெடுஞ் சாண்கிடையாக அருட்தந்தை ஃபெரபோன்த் முன்னால் விழுந்து வணங்கி, அவரிடம் ஆசி கேட்டார்.

“துறவியே, நான் உங்கள் முன்பு நெடுஞ்சாண்கிடையாக விழுந்து வணங்க வேண்டும் என்று விரும்புகிறீர்களா?” என்று அருட்தந்தை ஃபெரபோன்த் கேட்டார். “எழுந்திருங்கள்!”

துறவி எழுந்து நின்றார்.

“ஒருவர் மற்றவரை ஆசீர்வதிப்பதன் மூலம் அவருக்கு ஆசீர்வாதம் கிடைக்கிறது. என் அருகில் உட்காருங்கள். நீங்கள் எங்கிருந்து வருகிறீர்கள்?”

அருட்தந்தை ஃபெரபோன்த் அந்த முதிர்ந்த வயதிலும், உண்ணாவிரதம் இருந்த நிலையிலும், நல்ல ஆரோக்கியத்துடன் இருந்தது, அந்தப் பரிதாபத்திற்குரிய துறவியை மிகவும் ஆச்சரியப்படுத்தியது. அவர் உயரமாகவும், நிமிர்ந்த நடையுடனும், மெலிந்திருந்தாலும் புத்துணர்ச்சியான முகத்துடனும், திடகாத்திர மான உடலுடனும் இருந்தார். அவருக்கு இன்னும் கணிசமான உடல் வலிமை இருக்கிறது என்பதில் சந்தேகமில்லை. அவர் ஒரு விளையாட்டு வீரனின் உடல்வாகுடன் இருந்தார். அவர் வயதானவராக இருந்தாலும் அவருடைய தலைமுடி நரைக்கவில்லை. அவருடைய கறுப்பான தலைமுடியும், தாடியும் முன்பு இருந்ததை விட மேலும் அடர்த்தியாக இருந்தது. அவருடைய கண்கள் சாம்பல் நிறத்தில், பெரியதாக, பளபளப்பாக இருந்தாலும், கவனிக்கும்படி லேசாகத் துருத்திக் கொண்டிருந்தது. அவர் பேசும்போது ‘ஓ’ என்ற எழுத்தை அழுத்தமாக உச்சரித்தார். சிறைக் கைதிகளுக்கு பயன்படுத்தும் முரட்டுத் துணியில் தைத்த ஒரு விவசாயிக்குரிய கோட்டை அணிந்து, அதை இடுப்பில் சுற்றி அதன் மீது கயிறால் கட்டியிருந்தார். அது அவருடைய கழுத்தையும் மார்பையும் மூடாமல் திறந்திருந்தது. பல மாதங்களாகக் கழற்றாமல், அழுக்கடைந்து கறுத்துப் போன, முரட்டுத் துணியால் ஆன அவருடைய சட்டை கோட்டுக்கு வெளியே நீட்டிக் கொண்டிருந்தது. அவர் சுமார் முப்பது பவுண்டு எடையுள்ள இரும்புச் சங்கிலியைத் தன்னுடைய சட்டையின் உள்ளே கழுத்தில் மாட்டியிருந்தார் என்று சொன்னார்கள். அவர் தன்னுடைய காலுறை இல்லாத, வெறுங்காலில் மிகப் பழைய, தேய்ந்து கிட்டத்தட்ட கிழிந்துபோன காலணிகளை அணிந்திருந்தார்.

“நான் ஓப்டோர்ஸ்க் நகரத்திலுள்ள புனித சில்வஸ்டர் மடாலயத்திலிருந்து வருகிறேன்” என்று அந்தப் புதிய துறவி பணிவுடன் பதிலளித்த அதே நேரத்தில், தன் சிறிய கண்களால் ஆர்வத்துடன், ஆனால் சற்றே பயத்துடன் அருட்தந்தை ஃபெரபோன்த்தை ஆராய்ந்தார்.

“எனக்கு சில்வஸ்டர் மடாலயத்தைத் தெரியும். நான் அங்கு சில காலம் இருந்தேன். சில்வஸ்டர் நலமாக இருக்கிறாரா?”

துறவி தயங்கினார்.

"நீங்களும் உங்களைப் போன்றவர்களும் அறிவற்றவர்கள். நீங்கள் எப்படி விரதத்தைக் கடைப்பிடிக்கிறீர்கள்?"

"நாங்கள் முன்காலத்தில் இருந்த பழைய மடாலயத்தின் விதிகளைக் கடைப்பிடிக்கிறோம். நாங்கள் நோன்பு நாட்களில் திங்கள், புதன் மற்றும் வெள்ளிக்கிழமைகளில் உணவு உண்பதில்லை. நாங்கள் செவ்வாய் மற்றும் வியாழக்கிழமைகளில் வெள்ளை ரொட்டி, தேனுடன் சுண்ட வைத்த பழம், கிளவுட்பெர்ரி அல்லது உப்பிட்ட முட்டைக்கோசுடன் சமைத்த உணவு ஆகியவற்றைச் சாப்பிடுவோம். சனிக்கிழமை தாவர எண்ணெய் பயன்படுத்தி தயாரித்த, வெள்ளை முட்டைக்கோஸ் சூப், பட்டாணி, நூடுல்ஸ், கஞ்சி ஆகியவற்றைச் சாப்பிடுவோம். வார நாட்களில் முட்டைக் கோஸ் சூப்புடன் உலர்ந்த மீனையும், கஞ்சியையும் சாப்பிடுகிறோம். புனித வாரத்தில் திங்கள் மாலை முதல் சனிக்கிழமை மாலை வரை ஆறு நாட்களுக்கு எந்த உணவையும் சமைப்பதில்லை. மிகக் குறைந்த அளவில் ரொட்டியும் தண்ணீரும் கிடைக்கும். ஆனால் எங்களால் முடிந்தால் நோன்பு முதல் வாரத்தில் செய்வது போல தினமும் எதுவும் சாப்பிடாமல் இருப்போம். புனித வெள்ளியன்று, நாங்கள் எதுவும் சாப்பிடுவதில்லை; புனித சனிக்கிழமையும் மூன்று மணி வரை சாப்பிட மாட்டோம்; அதன் பிறகு தண்ணீரும், ரொட்டியும் சாப்பிட்டு, ஒரு கோப்பை திராட்சை ரசம் பருகுவோம். புனித வியாழனன்று, எண்ணெய் இல்லாமல் சமைத்த ஒன்றைச் சாப்பிட்டு, உலர்ந்த உணவுடன் மதுவைக் குடிப்போம். ஏனெனில் லவோதிசியா ஆலோசனைக் குழுவில் புனித வியாழனைப் பற்றி, 'நோன்பு காலத்தில் கடைசி வியாழக்கிழமையில் உபாவாசத்தைக் கடைப்பிடிக்கத் தவறுகிறவன் நோன்பு காலம் முழுவதையும் அவமதிக்கிறான்' என்று சொல்லியிருக்கிறது. அருட்தந்தையே, எங்கள் மடாலயத்திலும் நாங்கள் அதைத்தான் கடைப்பிடிக்கிறோம் என்றாலும், உங்கள் உண்ணாவிரதத்துடன் ஒப்பிடும்போது இது ஒன்றும் பெரியதில்லை" என்று துறவி தைரியத்துடன் சொன்னார். "ஆனால் நீங்கள் ஆண்டு முழுவதும் தண்ணீரையும் ரொட்டியையும் தவிர வேறு எதையும் சாப்பிடுவதில்லை. நாங்கள் ஈஸ்டர் பண்டிகையின் போது, இரண்டு நாட்களுக்குச் சாப்பிடும் ரொட்டி உங்களுக்கு ஒரு வாரம் முழுவதும் போதுமானது. நீங்கள் கடைப்பிடிக்கும் உபவாசம் உண்மையிலேயே மகத்தானது."

"நீங்கள் காளான்கள் சாப்பிடுவதில்லையா?" என்று அருட்தந்தை ஃபெரபோன்த் திடீரென்று கேட்டார்.

"காளான்களா?" என்று துறவி வியப்புடன் கேட்டார்.

"ஆமாம். என்னால் ரொட்டி இல்லாமல் வாழ முடியும்; எனக்கு அது தேவையில்லை. நான் காட்டிற்குச் சென்று காளான்களையும், பெர்ரிகளையும் சாப்பிட்டு உயிர் வாழ முடியும். ஆனால் இவர்களால் ரொட்டி இல்லாமல் வாழ முடியாது என்பதால் இவர்கள் சாத்தானுக்கு அடிமையாக இருக்கிறார்கள். மதத்திற்கு எதிரான இவர்கள் இப்போது இவ்வளவு நோன்புகளைக் கடைப்பிடிக்க வேண்டியதில்லை என்று சொல்கிறார்கள். இவர்கள் சொல்வது மதத்திற்கு எதிரான ஆணவப் பேச்சு!"

"உண்மைதான்!" என்று துறவி பெருமூச்சுடன் சொன்னார்.

"நீங்கள் இங்கே உள்ள சாத்தான்களைப் பார்த்தீர்களா?"

"எங்கே? நீங்கள் யாரைச் சொல்கிறீர்கள்?" என்று துறவி தயக்கத்துடன் கேட்டார்.

"நான் சென்ற வருடம் திரித்துவ ஞாயிறு அன்று தலைமை மடாதிபதியைப் பார்க்கப் போனேன், ஆனால் நான் அதற்குப் பிறகு அங்கு போகவில்லை. ஒரு துறவியின் மார்பில் அமர்ந்திருந்த ஒரு சாத்தான் அவருடைய அங்கிக்குக் கீழே ஒளிந்து கொண்டு, தனது கொம்புகளை வெளியே நீட்டிக் கொண்டிருப்பதைப் பார்த்தேன். மற்றொரு சாத்தான் ஒருவரின் சட்டைப் பையிலிருந்து தலையை நீட்டித் தனது கூர்மையான கண்களால் அங்குமிங்கும் பார்த்தது; அது என்னைக் கண்டு பயந்தது. இன்னொரு சாத்தான் ஒரு துறவியின் அசுத்தமான வயிற்றில் குடியிருந்தது. மேலும் ஒரு சாத்தான் ஒரு துறவியின் கழுத்தில் தொங்கிக் கொண்டிருந்தது. அவர் அவருக்கே தெரியாமல் அதை எல்லா இடங்களுக்கும் சுமந்து சென்றார்."

"நீங்கள்... நிஜமாக சாத்தான்களைப் பார்த்தீர்களா?" என்று துறவி கேட்டார்.

"ஆமாம், நான் பார்த்தேன். நான் அவர்கள் ஒவ்வொருவருக்குள்ளும் ஒரு சாத்தானைப் பார்த்தேன். நான் தலைமை மடாதிபதியின் அறையை விட்டு வெளியே வரும்போது, மூன்று அடிக்கும் அதிகமான உயரத்தில், தடித்த நீளமான, பழுப்பு நிற வாலுடன் கதவுக்குப் பின்னால் ஒளிந்து கொண்டிருந்த ஒரு சாத்தானைப் பார்த்தேன். அதன் வாலின் நுனி கதவுக்கு இடையே நீட்டிக் கொண்டிருந்தது. நான் வேகமாகச் சென்று கதவை அறைந்து சாத்தினேன். அதன் வால் கதவில் மாட்டிக் கொண்டதும், அது அலறிக் கொண்டே துள்ளிக் குதித்தது. நான் அதன் மீது மூன்று முறை சிலுவைக் குறியிட்டேன். அது நசுங்கிய சிலந்தியைப் போல அந்த இடத்திலேயே இறந்துவிட்டது. அது இப்போது அந்தக் கதவு மூலையில் அழுகி துர்நாற்றம் வீசத் தொடங்கியிருக்கும் என்றாலும், அவர்களால் அதைப் பார்க்கவோ, நாற்றத்தை

உணரவோ முடியாது... நான் ஒரு வருடமாக அந்தப் பக்கம் போகவில்லை. நீங்கள் வெளியூரிலிருந்து வந்தவர் என்பதால் நான் இதை உங்களிடம் சொன்னேன்."

"அருட்தந்தையே, நீங்கள் சொல்வதைக் கேட்கும்போது பயமாக இருக்கிறது" என்ற துறவி மேலும் தைரியமாகப் பேசத் தொடங்கினார். "நீங்கள் பரிசுத்த ஆவியுடன் தொடர்ந்து பேசுவதாக, தொலைதூர நாடுகளிலும் உங்களைப் புகழ்ந்து பேசுகிறார்கள். அவர்கள் உங்களைப் பற்றிச் சொல்வது உண்மையா?"

"அவர் சில நேரங்களில் கீழே இறங்கி வரும்போது நான் அவருடன் பேசுகிறேன்."

"அவர் கீழே இறங்கி வருகிறாரா? எந்த உருவத்தில்?"

"ஒரு பறவையாக."

"புறா உருவத்தில் பரிசுத்த ஆவி?"

"அதுதான் பரிசுத்த ஆவி. நான் பரிசுத்த ஆவியைப் பற்றித்தான் பேசுகிறேன். அவர் சில நேரங்களில் குருவி, தித்திரி பறவை, சிட்டுக்குருவி போன்ற வேறு பறவைகளின் உருவத்திலும் வருவார்."

"சிட்டுக்குருவியில் இருக்கும் அவரை நீங்கள் எப்படி அடையாளம் காண்கிறீர்கள்?"

"அவர் என்னிடம் பேசுவார்."

"அவர் எந்த மொழியில் பேசுவார்?"

"மனிதர்களின் மொழியில்."

"அவர் உங்களிடம் என்ன பேசினார்?"

"இன்று ஒரு முட்டாள் என்னிடம் வந்து முட்டாள்தனமான கேள்விகளைக் கேட்பான் என்று சொன்னார். துறவியே, நீங்கள் நிறைய தெரிந்து கொள்ள ஆசைப்படுகிறீர்கள்."

"பரிசுத்த பிதாவே, உங்கள் வார்த்தைகள் என்னை அச்சுறுத்து கின்றன" என்று துறவி தலையை ஆட்டியபடி சொன்னார். அவருடைய பயம் தோய்ந்த சிறிய கண்களில் அவநம்பிக்கை பளிச்சிட்டது.

"அதோ அந்த மரத்தைப் பார்த்தீர்களா?" என்று அருட்தந்தை ஃபெரபோன்த் சற்று நேரத்திற்குப் பிறகு கேட்டார்.

"ஆமாம், ஆசீர்வதிக்கப்பட்ட தந்தையே."

"நீங்கள் அது இலுப்பை மரம் என்று நினைக்கிறீர்கள், இல்லையா? ஆனால் நான் அதை வேறுவிதமாகப் பார்க்கிறேன்."

"அருட்தந்தையே, அது உங்களுக்கு எப்படித் தெரிகிறது?" என்று நீண்ட நேரம் வீணாக நீடித்த மௌனத்தைத் தாங்க முடியாமல் துறவி கேட்டார்.

'அதோ, அந்த இரண்டு கிளைகளைப் பார்த்தீர்களா? அது உண்மையில் கிளைகள் அல்ல கிறிஸ்துவின் கரங்கள். இரவு நேரத்தில் கிறிஸ்து தனது இரண்டு கைகளையும் நீட்டி, என்னைத் தேடுவார். நான் அதைப் பார்த்து, பயந்து நடுங்குகிறேன். அது பயங்கரமானது, மிகவும் பயங்கரமானது!"

"அது கிறிஸ்துவாக இருந்தால் ஏன் பயப்பட வேண்டும்?"

"அவர் என்னைப் பிடித்துத் தூக்கிச் சென்று விடுவார்."

"உயிருடனா?"

"நீங்கள் எலியாவைப் பற்றிக் கேள்விப்பட்டதில்லையா? அவர் என்னைத் தனது இரண்டு கைகளாலும் தூக்கிச் சென்று விடுவார்."

ஒப்டோர்ஸ்க் நகரத்திலிருந்து வந்த துறவி, அங்கிருந்த துறவிகளில் ஒருவருடன் தங்குவதற்கு ஒதுக்கப்பட்ட அறைக்குத் திரும்பியபோது, மிகுந்த குழப்பத்துடன் இருந்தாலும், அவருடைய மனம் மூத்தவர் ஜோசிமாவைக் காட்டிலும் அருட்தந்தை ஃபெரபோன்த்தைப் பற்றியே அதிகம் சிந்தித்தது. உண்ணா நோன்பைக் கடைப்பிடிப்பது ஒரு துறவிக்கு முக்கியமானது என்று கருதிய அந்தத் துறவி, அதைக் கடைப்பிடிப்பதில் பிரசித்தி பெற்ற ஒருவருக்கு அதிசயமான விஷயங்கள் தோன்றுவதில் ஆச்சரிய மில்லை என்று நினைத்தார். அருட்தந்தை ஃபெரபோன்த் சொன்ன சில விஷயங்கள் விசித்திரமாக இருந்தாலும், அதன் பொருள் என்ன என்று கடவுளுக்கு நன்றாகத் தெரியும் என்பது மட்டுமின்றி, கடவுளை நேசிக்கும் புனித முட்டாள்கள் பலர் அவரை விட விசித்திரமான வழிகளில் பேசவும், நடக்கவும் செய்கிறார்கள். அருட்தந்தை ஃபெரபோன்த், சாத்தானின் வால் கதவில் சிக்கியதைப் பற்றிச் சொன்னதை உருவகமாக மட்டுமின்றி, நேரடியான பொருளிலும் நம்புவதற்கு அந்தத் துறவி தயாராக இருந்தார். அந்தத் துறவி இங்கே வருவதற்கு முன்பே, மூத்தவர் என்ற அமைப்பின் மீது அவருக்குத் தவறான அபிப்பிராயம் இருந்தது. அவர் அதைப் பற்றி மற்றவர்கள் சொல்வதைக் கேள்விப்பட்டு, பலருடைய அபிப்பிராயத்தையும் கருத்தில் கொண்டு, அது விரும்பத்தகாத, தீங்கு விளைவிக்கும் புதுமை என்று கருதினார். ஆனால் அவர் இங்கு வந்து ஒரு நாள் கழிந்த பிறகு, மூத்தவர்கள் அமைப்பை எதிர்க்கும் பல துறவிகளையும், அவர்கள் தங்களுக்குள் அதைப் பற்றி முணுமுணுப்பதையும் அவரால் பார்க்க முடிந்தது. அந்தத் துறவி இயல்பிலேயே சாமர்த்தியசாலியாகவும்,

எதையும் ஊடுருவிப் பார்ப்பவராகவும், எதைப் பற்றியும் தெரிந்து கொள்ளும் ஆர்வம் மிக்கவராகவும் இருந்தார். அதனால்தான் அருட்தந்தை ஜோசிமா நிகழ்த்திய அற்புதத்தைப் பற்றிய செய்தி அவரைக் குழப்பத்தில் ஆழ்த்தியது. மூத்தவரின் அறையைச் சுற்றிக் கூடியிருந்த துறவிகளில் ஓப்டோர்ஸ்க் நகரைச் சேர்ந்த துறவி இருந்ததையும், அவர் கூடியிருந்த துறவிகளுடைய ஒவ்வொரு குழுவிடமும் சென்று, கேள்விகளைக் கேட்டு அவர்கள் சொல்வதைக் கேட்டுக் கொண்டிருந்ததையும், அல்யோஷா பின்னர் நினைவு கூர்ந்தான். ஆனால் அவன் அந்தச் சமயத்தில் அவரை அவ்வளவாகக் கவனிக்கவில்லை; அவனுக்கு அது பிறகுதான் ஞாபகம் வந்தது. ஏனெனில் அப்போது அவன் வேறு பல முக்கியமான விஷயங்களைப் பற்றிக் கவலைப்பட்டுக் கொண்டிருந்தான். ஜோசிமா மிகவும் களைப்படைந்து படுக்கைக்குத் திரும்பி கண்களை மூடியபோது, அவருக்குத் திடீரென்று அல்யோஷாவைப் பற்றிய நினைவு வந்தது. அவர் அவனை அருகில் வரும்படி அழைத்தார். அல்யோஷா வேகமாக அவரிடம் ஓடிச் சென்றான். அப்போது அருட்தந்தை பைசியும், அருட்தந்தை இயோசிஃப்பும், புதியவரான போர்ஃபிரியும் மட்டுமே அவருக்கு அருகில் இருந்தார்கள். மூத்தவர் களைப்புடன் கண்களைத் திறந்து அல்யோஷாவை உற்றுப் பார்த்துவிட்டு, திடீரென்று அவனிடம் கேட்டார்.

"என் அருமை மகனே, உங்கள் குடும்பத்தினர் உங்களுக்காகக் காத்திருக்கிறார்களா?"

அல்யோஷா தயக்கத்துடன் எதையோ முணுமுணுத்தான்.

"அவர்களில் யாராவது உங்களை எதிர்பார்க்கிறார்களா? நீங்கள் நேற்று யாரிடமாவது இன்று வருகிறேன் என்று வாக்குக் கொடுத்திருந்தீர்களா?"

"ஆமாம்... என் தந்தை... என் சகோதரர்கள்... மற்றவர்கள்..."

"இதோ பாருங்கள், நீங்கள் தவறாமல் அவர்களைச் சென்று பார்க்க வேண்டும். நீங்கள் என்னைப் பற்றிக் கவலைப்பட வேண்டாம். நீங்கள் பயப்பட வேண்டாம்; நான் என்னுடைய கடைசி வார்த்தைகளை உங்களிடம் சொல்லாமல் இந்த உலகத்தை விட்டுப் போக மாட்டேன். என் அன்பு மகனே, நான் அந்த வார்த்தைகளை உங்களுக்குச் சொல்வேன்; நான் என் மரண சாசனமாக அவற்றை உங்களுக்கு விட்டுச் செல்வேன். நீங்கள் என் மீது வைத்திருக்கும் அன்புக்காக உங்களுக்குச் சொல்வேன். ஆனால் நீங்கள் இப்போது உங்களுக்காகக் காத்திருப்பவர்களைப் பார்க்கச் செல்லுங்கள்."

அல்யோஷா உடனடியாக அவர் சொல்லுக்குக் கட்டுப் பட்டாலும், அவனுக்கு அங்கிருந்து செல்வது வேதனையாக இருந்தது. ஆனால் அவர் இந்தப் பூமியில் பேசும் கடைசி வார்த்தைகளை அவன் கேட்பான் என்றும், அது அவனுக்கு மட்டுமே அவர் பிரத்யேகமாகத் தரும் பரிசு என்றும் வாக்குறுதி கொடுத்தது அவனது இதயத்தை நெகிழச் செய்தது. எனவே அவன் நகரத்திற்குச் சென்று அனைத்து வேலைகளையும் முடித்துவிட்டு சீக்கிரமாகத் திரும்ப வேண்டும் என்பதற்காக விரைந்தான். ஆனால் அவன் புறப்படுவதற்கு முன்பு, அருட்தந்தை பைசி அவனிடம் பேசிய சில வார்த்தைகள் அவனுடைய மனதில் மிகவும் ஆழமான, எதிர்பாராத தாக்கத்தை ஏற்படுத்தியது. அவர்கள் மூத்தவரின் அறையை விட்டு வெளியே வந்தபோது, அருட்தந்தை பைசி திடீரென்று அவனிடம் பேசினார்.

“இளைஞனே, எப்போதும் நினைவில் வைத்துக் கொள்ளுங்கள்” என்று அருட்தந்தை பைசி எந்த முன்னுரையும் இல்லாமல் நேரடியாகப் பேசினார். “கடந்த நூற்றாண்டில் மிகப்பெரிய சக்தியாக உருவெடுத்த விஞ்ஞானம், நம்முடைய புனித நூல்களில் சொல்லப்பட்ட அனைத்தையும் விரிவாக ஆராய்ந்துள்ளது. ஆனால் உலக விஞ்ஞானிகள், புனிதமான அனைத்தையும் கடுமை யான ஆய்வுக்கு உட்படுத்திய பிறகு, வெறுங்கையுடன் திரும்பி யுள்ளனர். ஏனெனில் அவர்கள் எல்லாவற்றையும் பகுதி பகுதியாகப் பிரித்து, தனித்தனியாக ஆராய்ந்தபோது, முழுமையை முற்றிலும் புறக்கணித்து விட்டனர். உண்மையில் அவர்களின் குருட்டுத்தனத்தை நினைக்கும்போது ஆச்சரியமாக இருக்கிறது. எப்போதும் போல முழுமை இன்றும் அவர்களின் கண்களுக்கு முன்னால் உறுதியாக நிற்கிறது; தீய சக்திகள் ஒருபோதும் அதை வெல்ல முடியாது. அது பத்தொன்பது நூற்றாண்டுகளாக நிலைத்து நின்று, தனி மனிதனின் ஆன்மாவிலும், மக்கள் கூட்டத்திலும் உயிருள்ள இயங்கு சக்தியாக இன்னும் இருக்கிறது அல்லவா? அது எல்லாவற்றையும் அழித்த நாத்திகர்களுடைய ஆன்மாவின் இயக்கத்தில் கூட உறுதியுடன் வாழ்கிறது! ஏனெனில் கிறிஸ்துவ மதத்தை நிராகரிப்பவர்களும், அதற்கு எதிராக கலகம் செய்பவர்களும் தங்களுடைய சாராம்சத்தில் கிறிஸ்துவத்தின் அதே சாயலைப் பின்பற்றுகிறார்கள், ஏனெனில், நீண்ட காலத்திற்கு முன்பு கிறிஸ்துவால் வகுக்கப்பட்ட பாதையில் உருவான மனிதனைக் காட்டிலும் மேலான ஒரு சிறந்த, கண்ணியமான மனிதனை உருவாக்கும் கோட்பாட்டை வகுக்க முடியாமல், அவர்களுடைய அறிவும் தீவிர முயற்சியும் தோற்றுப் போய்விட்டன. அவர்களுடைய முயற்சிகள் எதுவாக இருந்தாலும், அதன்

விளைவுகள் அருவருப்பானவை. இளைஞனே, நீங்கள் இதை நினைவில் வைத்துக் கொள்ள வேண்டும், ஏனெனில் நம்மை விட்டுப் பிரியும் மூத்தவர் உங்களை இந்த உலகத்திற்கு அனுப்பி வைக்கிறார். ஒருவேளை நீங்கள் இந்த விதிவசமான நாளைத் திரும்பிப் பார்க்கும்போது, நான் சொன்ன இந்த வார்த்தைகளை நினைத்துப் பார்ப்பீர்கள். ஏனெனில் நீங்கள் இன்னும் இளைஞராக இருப்பதால், உங்கள் பொறுமைக்கும் வலிமைக்கும் அப்பாற்பட்ட சோதனைகளை எதிர்கொள்ள வேண்டியிருக்கும். துயரத்தில் தவிக்கும் என் மகனே, இப்போது நீங்கள் போகலாம்."

அருட்தந்தை பைசி இந்த வார்த்தைகளைச் சொல்லிவிட்டு அவனை ஆசீர்வதித்தார். அல்யோஷா அருட்தந்தை பைசியின் எதிர்பாராத பேச்சை நினைத்துக் கொண்டே, மடாலயத்தை விட்டு வெளியே வந்தபோது, திடீரென்று அவனுக்கு ஒரு விஷயம் புரிந்தது. மூத்தவர் ஜோசிமா இறக்கும் தருவாயில் அவருக்குப் பதிலாக அருட்தந்தை பைசியை விட்டுச் சென்றது போல, இதுவரைத் தன்னிடம் கடுமையாகவும், கண்டிப்பாகவும் நடந்து கொண்ட அந்தத் துறவிக்குப் பதிலாக, ஒரு எதிர்பாராத நண்பரும், வழிகாட்டியும் கிடைத்திருக்கிறார் என்று அவனுக்குத் தோன்றியது. 'ஒருவேளை இப்படி அவர்கள் இருவருக்கும் இடையில் நடந்திருக்கலாம்' என்று அவன் நினைத்தான். அருட்தந்தை பைசி வேறு எதையும் பேசாமல் நேரடியாக ஒரு தத்துவ சொற்பொழிவை நிகழ்த்தியது அவருடைய மனதின் நற்குணத்திற்குச் சான்றாக இருந்தது. அவனுடைய இளம் மனது ஆசைகளை எதிர்த்துப் போராடுவதற்குத் தயாராக இருக்க வேண்டும் என்றும், அவருடைய பொறுப்பில் விடப்பட்ட அவனுடைய மனதுக்கு முடிந்த அளவுக்கு வலிமையான தற்காப்பு ஏற்பாடுகளை அளிக்க வேண்டும் என்றும் அவர் விரும்பியதாகத் தோன்றியது.

2. தந்தையின் வீட்டில்

அல்யோஷா முதலில் தன் தந்தையைப் பார்க்கச் சென்றான். அவன் வீட்டை நெருங்கியபோது, அவனது தந்தை அவனை இவான் ஃபியோதரோவிச்சிற்குத் தெரியாமல் வர வேண்டும் என்று வற்புறுத்தியது அவனுக்கு ஞாபகம் வந்தது. 'அவர் ஏன் அப்படிச் சொன்னார்?' என்று அவன் ஆச்சரியப்பட்டான். 'அவர் என்னிடம் ஏதாவது இரகசியம் சொல்ல விரும்பினாலும், என்னை இவானுக்குத் தெரியாமல் வர வேண்டும் என்று ஏன் சொன்னார்? அவர் நேற்று என்னிடம் ஏதோ ஒரு விஷயத்தைச் சொல்ல வேண்டும் என்று நினைத்தது உண்மைதான் என்றாலும்,

அப்போதிருந்த சூழ்நிலையில் அவரால் அதைச் செய்ய முடியவில்லை' என்று அவன் தீர்மானித்தான். மார்த்தா அல்யோஷாவுக்குக் கதவைத் திறந்தபோது, (கிரிகோரி உடல்நல மில்லாமல் படுத்திருந்தான்) அவள் அவனுடைய கேள்விக்குப் பதிலாக, இவான் ஃபியோதரோவிச் இரண்டு மணி நேரத்திற்கு முன்பே வெளியே சென்றுவிட்டதாகச் சொன்னதைக் கேட்டு அவன் மிகவும் மகிழ்ச்சியடைந்தான்.

"அப்பா என்ன செய்கிறார்?"

"அவர் எழுந்து, காபி குடித்துக் கொண்டிருக்கிறார்" என்று மார்த்தா வறண்ட குரலில் சொன்னாள்.

அல்யோஷா உள்ளே போனான். கிழவர் ஒரு சிறிய மேல் கோட்டும், செருப்பும் அணிந்து மேசையின் முன்னால் அமர்ந்து, பொழுதைப் போக்குவதற்காக சில கணக்குகளைப் பார்த்துக் கொண்டிருந்தார். ஆனால் அவர் மனம் அதில் கவனம் செலுத்தவில்லை. ஸ்மெர்த்தியாக்கவ் மளிகைச் சாமான்கள் வாங்குவதற்காகக் கடைக்குச் சென்றிருந்ததால் அவர் மட்டும் வீட்டில் தனியாக இருந்தார். அவர் அதிகாலையில் எழுந்து, தன்னை உற்சாகமாக இருப்பதாகக் காட்டிக் கொள்ள முயற்சி செய்தபோதும், இன்னும் சோர்வாகவும், பலவீனமாகவும் காணப்பட்டார். அவர் நெற்றியில் இருந்த ஊதா நிறக் காயம், பெரியதாக வீங்கியதால், ஒரு சிவப்பு நிறக் கைக்குட்டையைத் தலையில் கட்டியிருந்தார். அவருடைய மூக்கும் கணிசமாக வீங்கி, ஆங்காங்கே சிராய்ப்புக் காயங்களுடன் இருந்தது. இவையெல்லாம் அவருடைய முகத்திற்கு வெறுப்பும், எரிச்சலும் கலந்த தோற்றத்தைக் கொடுத்தது. அவர் அதை உணர்ந்தவராக, உள்ளே நுழைந்த அல்யோஷாவை வெறுப்புடன் பார்த்தார்.

"காபி ஆறிவிட்டது" என்று அவர் கிறீச்சிடும் குரலில் கத்தினார். "அதனால் நான் உனக்கு அதைத் தரப்போவதில்லை. நான் இன்று மீன் சூப்பை மட்டுமே வைக்கச் சொல்லியுள்ளேன். மேலும் நான் அதைக் குடிப்பதற்கு யாரையும் அழைக்கவில்லை என்பதால், நீ எதற்காக இங்கே வந்தாய்?"

"நீங்கள் எப்படி இருக்கிறீர்கள் என்று பார்க்க வந்தேன்" என்றான் அல்யோஷா.

"ஆமாம், தவிர, நான் நேற்று உன்னிடம் இன்று வரச் சொல்லியிருந்தேன். ஆனால் அதெல்லாம் சுத்த முட்டாள்தனம் என்பதால் நீ மெனக்கெட்டு இங்கே வந்திருக்க வேண்டியதில்லை. இருந்தாலும் நீ இன்று காலையில் இங்கே வருவாய் என்று எனக்குத் தெரியும்."

அவர் அதைச் சொன்னபோது, ஏறக்குறைய விரோத மனப்பான்மையுடன் சொன்னார். அதே சமயத்தில் அவர் எழுந்து சென்று, அன்று காலையிலிருந்து நாற்பதாவது தடவையாகப் பதற்றத்துடன் கண்ணாடியில் தன் மூக்கைப் பார்த்தார். பிறகு அவர் அழகாக இருக்க வேண்டும் என்பதற்காகத் தலையில் கட்டியிருந்த கைக்குட்டையைச் சரிசெய்து கொண்டார்.

"சிவப்பு நிறம் பரவாயில்லை, வெள்ளை நிறம் மருத்துவமனையில் இருப்பது போல இருக்கும். சரி, மடாலயத்தில் விஷயங்கள் எப்படி இருக்கின்றன? உன்னுடைய மூத்தவர் எப்படி இருக்கிறார்?"

"அவர் மிக மோசமாக இருக்கிறார். அவர் அநேகமாக இன்று இறந்துவிடலாம்" என்று அல்யோஷா பதிலளித்தான். ஆனால் அவன் தந்தை அதைக் காதில் போட்டுக் கொள்ளாமல், அப்படி ஒரு கேள்வி கேட்டதையே மறந்துவிட்டார்.

"இவான் வெளியே போயிருக்கிறான்" என்று அவர் திடீரென்று சொன்னார். "அவன் மீச்சியாவின் வருங்கால மனைவியை அபகரிக்க அவனால் முடிந்த அனைத்தையும் செய்கிறான்; அவன் அதற்காகத்தான் இங்கே தங்கியிருக்கிறான்" என்று வெறுப்புடன் சொன்ன அவர், உதட்டைச் சுழித்தபடி அல்யோஷாவைப் பார்த்தார்.

"அவர் அதைப் பற்றி உங்களிடம் சொன்னாரா?" என்று அல்யோஷா கேட்டான்.

"அவன் நீண்ட நாட்களுக்கு முன்பே என்னிடம் சொன்னான். உண்மையில் மூன்று வாரங்களுக்கு முன்பு. அவன் என்னைக் கொலை செய்வதற்காக இங்கே வந்திருக்க முடியாது அல்லவா? அவன் இங்கே தங்கியிருப்பதற்கு நிச்சயமாக ஏதாவது காரணம் இருக்க வேண்டும்!"

"நீங்கள் என்ன சொல்கிறீர்கள்? நீங்கள் ஏன் இப்படியெல்லாம் பேசுகிறீர்கள்?" என்று கேட்ட அல்யோஷா, மிகுந்த குழப்ப மடைந்தான்.

"அவன் என்னிடம் பணம் எதையும் கேட்கவில்லை என்பது உண்மைதான். அவன் அப்படியே கேட்டாலும் நான் அவனுக்கு ஒரு கோபெக் கூட கொடுக்கப் போவதில்லை. அலெக்ஸி ஃபியோதரோவிச், என் அருமை மகனே, நான் இந்தப் பூமியில் நீண்ட காலத்திற்கு வாழ விரும்புவதால், என்னிடம் உள்ள ஒவ்வொரு கோபெக்கும் எனக்குத் தேவை. நான் எவ்வளவு காலம் வாழ்கிறேனோ அவ்வளவு காலத்திற்கு எனக்கு அது தேவை" என்ற அவர் மஞ்சள் நிறப் பருத்தி துணியால் தைக்கப்பட்டிருந்த மேல் கோட்டின் பாக்கெட்டில் கைகளைத் திணித்தபடி அறையின் ஒரு

மூலையிலிருந்து மற்றொரு மூலைக்கு நடந்து கொண்டே பேசினார். "எனக்கு இப்போது ஐம்பத்து ஐந்து வயதுதான் ஆகிறது. நான் இன்னும் குறைந்தது இருபது ஆண்டுகளுக்காவது வாழ விரும்புகிறேன். எனக்கு மேலும் வயது ஏற ஏற நான் அசிங்கமாக மாறிவிடுவேன். எனவே பெண்கள் ஆசைப்பட்டு அவர்களாகவே என்னிடம் வர மாட்டார்கள். அப்போது எனக்குப் பணம் தேவைப்படும் என்பதால், நான் எனக்காக மேலும் அதிகமாகப் பணத்தைச் சேமித்து வைக்கிறேன். அலெக்ஸி, என் மகனே, நான் என் வாழ்நாளின் இறுதிவரை இந்தப் பாவப்பட்ட வாழ்க்கையைத் தொடர விரும்புகிறேன் என்பதை உன்னிடம் சொல்லிக் கொள்ள ஆசைப்படுகிறேன். பாவம் நிறைந்த வாழ்க்கை இனிமையானது; எல்லோரும் அதைக் கண்டித்தாலும், இரகசியமாக அப்படித்தான் வாழ்கிறார்கள், ஆனால் நான் ஒளிவு மறைவின்றி வாழ்கிறேன். நான் அப்படி வாழ்வதற்காக எல்லா அயோக்கியர்களும் என் மீது பாய்கிறார்கள். அலெக்ஸி ஃபியோதரோவிச், உன்னுடைய சொர்க்கத்திற்குப் போவது எனக்குப் பிடிக்கவில்லை என்பதை உனக்குச் சொல்கிறேன். அப்படி ஒரு இடம் உண்மையில் இருந்தாலும் கூட, ஓர் ஒழுக்கமான மனிதன் அங்கு செல்வது பொருத்தமற்றதாக இருக்கும். என்னைப் பொறுத்தவரை நான் இறந்துவிட்டால் எல்லாம் முடிந்து விடும். நீ விரும்பினால் என்னுடைய ஆத்மாவுக்காகப் பிரார்த்தனை செய்; விருப்பமில்லை என்றால் விட்டுவிடு; சாத்தான் உன்னை எடுத்துக் கொள்ளட்டும். இதுதான் என் தத்துவம். நேற்று இவான் ஃபியோதரோவிச் நன்றாகப் பேசினான் என்றாலும், நாம் எல்லோரும் குடித்திருந்தோம். அவன் ஒரு தற்பெருமைக்காரனே தவிர அறிவாளி அல்ல... மெத்தப் படித்தவனும் அல்ல. அவன் சில நேரங்களில் எதுவும் பேசாமல் ஒருவரைப் பார்த்துப் புன்னகைப்பதன் மூலம் எல்லாவற்றையும் கடந்து செல்கிறான்."

அல்யோஷா அமைதியாக அவர் சொல்வதைக் கேட்டுக் கொண்டிருந்தான்.

"அவன் ஏன் என்னுடன் பேசுவதில்லை? அவன் அப்படியே பேசினாலும் தன்னைத்தானே காட்டிக் கொடுத்து விடுவான். உன்னுடைய இவான் ஓர் அயோக்கியன்! நான் விரும்பினால் ஒரே நிமிடத்தில் குரூஷென்காவைத் திருமணம் செய்து கொள்ள முடியும். அலெக்ஸி ஃபியோதரோவிச், உன்னிடம் பணம் இருந்தால் போதும்; நீ விரும்பும் எதையும் உன்னால் விலைக்கு வாங்க முடியும். அவன் அதனால்தான் என்னைக் கண்டு பயப்படுகிறான். நான் அவளைத் திருமணம் செய்துகொள்வதைத் தடுக்க வேண்டும் (நான் அவளைத் திருமணம் செய்து கொள்ளாவிட்டால்

அவனுக்குப் பணத்தை விட்டுச் செல்வேன் என்பது போல!) என்பதற்காக இங்கே இருந்து என்னைக் கண்காணித்துக் கொண்டிருக்கிறான். குருஷென்காவைத் திருமணம் செய்துகொள்ள வேண்டும் என்று அவன் டிமிட்ரியை வற்புறுத்துவதும் அதனால்தான். அப்போதுதான் அவன் மீச்சியாவின் பணக்கார மனைவியை அபகரிக்க முடியும் என்று திட்டம் போடுகிறான். உன்னுடைய இவான் ஓர் அயோக்கியப் பயல்!"

"நீங்கள் நேற்று நடந்த சம்பவத்தினால் மிகவும் மோசமான மனநிலையில் இருக்கிறீர்கள். நீங்கள் நன்றாக ஓய்வெடுப்பது நல்லது" என்றான் அல்யோஷா.

"இதோ பார்" என்ற கிழவர் திடீரென்று முதன் முறையாக எதையோ புரிந்து கொண்டவர் போலப் பேசினார். "நீ அப்படிச் சொன்னதற்காக நான் உன் மீது கோபப்படவில்லை. ஆனால் அதையே இவான் சொல்லியிருந்தால் நான் அவன் மீது கோபப்பட்டிருப்பேன். நான் உன்னுடன் இருக்கும்போது மட்டுமே நல்ல மனநிலையில் இருக்கிறேன், மற்ற நேரங்களில் நான் ஒரு மோசமான மனிதன்."

"நீங்கள் கெட்டவர் இல்லை, கொஞ்சம் குழம்பிப் போயிருக்கிறீர்கள்" என்று அல்யோஷா சிரித்தான்.

"நான் அந்தத் திருடன் மீச்சியாவை இன்று சிறைக்கு அனுப்ப வேண்டும் என்று நினைத்தேன் என்றாலும், இன்னும் அதைப் பற்றி ஒரு முடிவுக்கு வரவில்லை. இந்த நவநாகரீகமான காலத்தில் மகன் அவனுடைய தாய், தந்தையரை மதிக்காமல் நடந்து கொள்வது சகஜமாக இருந்தாலும், அவன் அவனுடைய வயதான தந்தையின் சொந்த வீட்டில் நுழைந்து, அவரது தலைமுடியைப் பிடித்து இழுப்பதற்கும், முகத்தில் காலால் எட்டி உதைப்பதற்கும், அவரைக் கொன்று விடுவதாக வீண் ஜம்பம் அடிப்பதற்கும் சட்டம் அனுமதிக்காது. இவை அனைத்தும் சாட்சிகளின் முன்னிலையில் நடந்திருக்கிறது. நான் நினைத்தால், நேற்று அவன் செய்த செயலுக்காக அவனைச் சிறையில் அடைத்து அழித்துவிட முடியும்."

"அப்படியானால் நீங்கள் அதைப் பற்றிப் புகார் எதுவும் கொடுக்கப் போவதில்லையா?"

"இவான் என்னைத் தடுத்துவிட்டான். இவான் எப்படியோ நாசமாய்ப் போகட்டும் அதைப் பற்றி எனக்குக் கவலையில்லை. ஆனால் ஒரு விஷயம் எனக்குத் தெரிகிறது..." என்ற அவர் சுற்றும் முற்றும் பார்த்துவிட்டு, அல்யோஷாவை நெருங்கி அவன் காதில் இரகசியமாக மெல்ல கிசுகிசுத்தார். "நான் அந்தக் கயவனைச்

சிறையில் அடைத்தால், அவள் உடனடியாக அதைக் கேள்விப்பட்டு அவனைப் பார்க்க ஓடுவாள். ஆனால் அவன் ஒரு நிராதரவான கிழவனை அடித்துவிட்டான் என்று தெரிந்தால் அவள் என்னிடம் வருவாள்... ஏனெனில் அவள் அப்படித்தான். அவள் எப்போதும் மற்றவர்கள் எதிர்பார்ப்பதற்கு நேர்மாறாகத்தான் எதையும் செய்வாள். எனக்கு அவளைப் பற்றி நன்றாகத் தெரியும். சரி, கொஞ்சம் பிராந்தி குடித்தால் என்ன? நான் வேண்டுமானால் காபியில் ஒரு கால் டம்ளர் பிராந்தியை ஊற்றுகிறேன். அது குடிப்பதற்குச் சுவையாக இருக்கும்."

"இல்லை, எனக்கு வேண்டாம். உங்களுக்கு ஆட்சேபணை இல்லையென்றால் நான் அந்த ரொட்டியை எடுத்துக் கொள்கிறேன்" என்ற அல்யோஷா மூன்று கோபெக் மதிப்புள்ள பிரெஞ்சு ரொட்டிச் சுருளை எடுத்து அவனுடைய மேலங்கியின் சட்டைப் பையில் வைத்துக் கொண்டான். "நீங்கள் இனிமேல் பிராந்தி குடிக்கக் கூடாது" என்று எச்சரித்த அவன் முதியவரின் முகத்தை உற்றுப் பார்த்தான்.

"நீ சொல்வது சரிதான். அது உற்சாகத்தைக் கொடுத்தாலும் மன நிம்மதியைக் கெடுத்துவிடுகிறது... ஆனால் ஒரு டம்ளர் ஒன்றும் செய்யாது. நான் அலமாரியிலிருந்து எடுத்து வருகிறேன்."

அவர் அலமாரியைத் திறந்து, ஒரு டம்ளர் பிராந்தியை ஊற்றிக் குடித்தார். பிறகு அவர் அலமாரியைப் பூட்டி சாவியைத் தன் சட்டைப் பையில் வைத்துக் கொண்டார்.

"அவ்வளவுதான். ஒரு டம்ளர் என்னைக் கொன்று விடாது."

"இப்போது நீங்கள் நல்ல மனநிலையில் இருக்கிறீர்கள்" என்று அல்யோஷா சிரித்தான்.

"ம்ம்ம். நான் பிராந்தி குடிக்காவிட்டாலும் உன்னை நேசிக்கிறேன். ஆனால் அயோக்கியர்களிடம்... நானும் ஓர் அயோக்கியனாகி விடுகிறேன். இவான் ஏன் இன்னும் செர்மாஷ்னியா போகவில்லை? குருஷென்கா இங்கே வரும்போது நான் அவளுக்கு எவ்வளவு பணம் கொடுக்கிறேன் என்பதை அவன் வேவு பார்க்க விரும்புகிறான். அவர்கள் எல்லோரும் அயோக்கியர்கள்! ஆனால் எனக்கு இவான் எப்படிப்பட்டவன் என்று தெரியவில்லை. எனக்கு அவனைப் பற்றி எதுவும் தெரியாது. அவன் எங்கிருந்து வந்தான்? அவன் நம்மைப் போல இல்லை. நான் அவனுக்கு எதையாவது விட்டுச் செல்வேன் என்று அவன் கனவு காண்கிறான். தவிர, நான் இறக்கும்போது எந்த உயிலையும் எழுதி வைக்க மாட்டேன் என்று உங்கள் அனைவருக்கும் முன்கூட்டியே தெரிந்திருக்கும். நான் மீச்சியாவை ஒரு கரப்பான் பூச்சியைப் போல நசுக்குவேன்.

நான் இரவு நேரத்தில் கரப்பான் பூச்சிகளை என் செருப்புக் காலினால் மிதித்து, அது என் காலுக்கடியில் நொறுங்கும் சத்தத்தைக் கேட்பேன். உன்னுடைய மீச்சியாவும் அப்படித்தான் நொறுங்கிப் போவான். அவன் உன்னுடைய மீச்சியா, ஏனெனில் நீ அவனை நேசிக்கிறாய். ஆம், நீ அவனை நேசிக்கிறாய் என்றாலும், எனக்கு அதைப் பற்றிக் கவலையில்லை. இவானும் அவனை நேசித்திருந்தால் நான் என் உயிருக்கு பயந்திருப்பேன். ஆனால் இவான் யாரையும் நேசிக்கவில்லை. இவான் நம்மைப் போல இல்லை. அவன் வித்தியாசமானவன். அவனைப் போன்றவர்கள் மேகத்தைப் போன்றவர்கள், காற்று வீசினால் கலைந்துவிடுவார்கள்... நான் நேற்று உன்னிடம் இன்றைக்கு வரச் சொன்னபோது, எனக்கு ஒரு முட்டாள்தனமான எண்ணம் தோன்றியது. நான் உன்னிடமிருந்து மீச்சியாவைப் பற்றித் தெரிந்து கொள்ள விரும்பினேன். நான் அந்த அயோக்கியனுக்கு, பிச்சைக்காரனுக்கு ஆயிரமோ அல்லது இரண்டாயிரமோ கொடுத்தால் அவன் குருஷென்காவை விட்டுவிட்டு, ஐந்து அல்லது முப்பத்து ஐந்து வருடங்களுக்கு இந்தப் பக்கம் தலைகாட்டாமல் போய்விடுவானா? ம்?"

"நான்... நான் அவரிடம் கேட்டுப் பார்க்கிறேன்" என்று அல்யோஷா முணுமுணுத்தான். "நீங்கள் மூவாயிரம் ரூபிள்களைக் கொடுத்தால் அவர் ஒருவேளை..."

"நீ பொய் சொல்கிறாய்! இப்போது அவனிடம் கேட்க வேண்டிய அவசியமில்லை, அவனிடம் எதையும் கேட்க வேண்டியதில்லை! அது என்னுடைய முட்டாள்தனமான யோசனை. நான் அவனுக்கு எதுவும் தர மாட்டேன், ஒரு கோபெக் கூட கொடுக்க மாட்டேன். என்னுடைய பணம் அனைத்தும் எனக்கு வேண்டும்" என்று கிழவர் கத்தியபடி கையை அசைத்தார். "நான் அவனுக்கு எதையும் கொடுக்காமல் அவனை கரப்பான்பூச்சியைப் போல நசுக்கி விடுவேன். எனவே நீ அவனிடம் எதுவும் சொல்ல வேண்டாம், இல்லையென்றால் அவன் அதை நம்பி விடுவான். இனிமேல் இங்கே செய்வதற்கு எதுவும் இல்லை என்பதால் நீ போகலாம். அவன் இத்தனை நாட்களாக என்னிடமிருந்து மறைத்து வைத்திருந்த அவனுடைய மணமகளை, கேத்தரீனா இவானோவ்னாவைத் திருமணம் செய்துகொள்ளப் போகிறானா, இல்லையா? நேற்று நீ அவளைப் பார்க்கப் போயிருந்தாய், இல்லையா?"

"அவள் எந்தக் காரணத்திற்காகவும் அவரைக் கைவிட மாட்டாள்."

“அந்த அருமையான இளம் பெண்கள் ஒழுக்கக் கேடான வாழ்க்கை நடத்தும் அந்த அயோக்கியனை எவ்வளவு காதலிக்கிறார்கள் என்பதை நீயே பார். அந்த வெளிறிய இளம் பெண்கள் பரிதாபத்திற்குரியவர்கள், மற்றவர்களிடமிருந்து மிகவும் வேறுபட்டவர்கள். ஆகா, எனக்கு மட்டும் அவனுடைய இளமையும், முன்பு இருந்த தோற்றமும் இருந்திருந்தால், (நான் எட்டு வயதிலும் இருபது வயதிலும் அவனை விட அழகாக இருந்தேன்), நானும் அவனைப் போல பல பெண்களை அடைந்திருப்பேன். ஆகா, அவன் ஒரு மிருகம்! அவனால் ஒருபோதும் குரூஷென்காவை அடைய முடியாது, அடையவே முடியாது... நான் அவனைப் பொடிப்பொடியாக நசுக்கி விடுவேன்!”

அவர் அந்த கடைசி வார்த்தைகளைச் சொல்லும் போது, ஆத்திரப்பட்டார்.

“சரி, நீ போ. இனிமேல் நீ இங்கே செய்யக்கூடியது எதுவும் இல்லை” என்று அவர் கோபத்துடன் சீறினார்.

அல்யோஷா அவரிடம் விடைபெற்றுக் கொண்டு, அவருடைய தோளில் முத்தமிட்டான்.

“நீ என்ன செய்கிறாய்?” என்று கிழவர் வியப்புடன் கேட்டார். “நாம் மீண்டும் ஒருவரை ஒருவர் பார்க்கப் போகிறோம், இல்லையா? அல்லது நாம் இனிமேல் சந்திக்க மாட்டோம் என்று நினைக்கிறாயா?”

“இல்லை, அப்படியில்லை. நான் எந்தக் காரணத்திற்காகவும் அதைச் செய்யவில்லை.”

“நானும் அப்படிச் சொல்லவில்லை...” என்ற கிழவர் அல்யோஷாவை உற்றுப் பார்த்துவிட்டு, அவன் போவதையே பார்த்துக் கொண்டிருந்தார். “அல்யோஷா! நீ மறுபடியும் இங்கே வா. இன்றைக்கு மாதிரி இல்லாமல் நான் உனக்கு ஒரு நல்ல மீன் சூப் தருகிறேன். நீ நாளைக்குக் கண்டிப்பாக வா! நாம் நாளைச் சந்திக்கலாம்!”

அல்யோஷா வாசலைத் தாண்டிச் சென்றதும், கிழவர் மீண்டும் அலமாரிக்குச் சென்று மற்றொரு அரை டம்ளர் பிராந்தியைக் குடித்துவிட்டு, “இனிமேல் குடிக்கக் கூடாது!” என்று முணுமுணுத்தபடி அலமாரியைப் பூட்டிவிட்டுச் சாவியைத் தன் சட்டைப் பையில் வைத்துக் கொண்டார். அவர் அதன் பிறகு படுக்கைக்குச் சென்று, களைப்புடன் படுத்துக் கண்களை மூடிய அடுத்த வினாடி தூக்கத்தில் ஆழ்ந்தார்.

3. பள்ளி மாணவர்களுடன் ஒரு சந்திப்பு

‘நல்லவேளை, அவர் என்னிடம் குருஷென்காவைப் பற்றி எதுவும் கேட்கவில்லை’ என்று நினைத்த அல்யோஷா, அங்கிருந்து நேராக திருமதி. கோஹ்லக்கோவின் வீட்டை நோக்கிச் சென்றான். ‘இல்லையென்றால் நேற்று நான் குருஷென்காவைச் சந்தித்த விஷயத்தை அவரிடம் சொல்ல வேண்டியிருந்திருக்கும்.’ எதிரிகள் இருவரும் தங்களுடைய ஆற்றலை ஒரே இரவில் திரும்பப் பெற்று விட்டதையும், அவர்களுடைய இதயம் கல்லாக இறுகிப் போய்விட்டதையும் நினைத்து அல்யோஷா வேதனைப்பட்டான். ‘அப்பா வெறுப்பும் கோபமும் கொண்டவராக இருப்பதால், அவர் ஏதோ ஒரு திட்டம் தீட்டி அதைச் செயல்படுத்துவார். ஆனால் டிமிட்ரி என்ன செய்யப் போகிறார்? அவரும் நேற்றை விட இன்று மூர்க்கமானவராக மாறி, மேலும் அதிகக் கோபத்துடனும், வெறுப்புடனும் இருக்கலாம். அவரும் ஏதோ ஒன்றைச் செய்வதற்குத் திட்டம் போட்டிருப்பார் என்பதில் சந்தேகமில்லை... ஓ, இன்று நான் எப்படியாவது அவரைக் கண்டுபிடித்தே ஆக வேண்டும்.’

ஆனால் அல்யோஷா அதைப் பற்றி மேலும் யோசிக்க முடியவில்லை, ஏனெனில் திடீரென்று வழியில் நடந்த ஒரு சம்பவம் அவ்வளவு முக்கியமானதாக இல்லாவிட்டாலும் அவனை மிகவும் பாதித்தது. அவன் சதுக்கத்தைத் தாண்டி, பிரதான வீதிக்கு இணையாகச் செல்லும் ஆனால் அதிலிருந்து ஒரு சிறிய பள்ளத்தால் பிரிக்கப்பட்ட, (எங்கள் நகரம் முழுவதும் இத்தகைய பள்ளங்களால் நிறைந்துள்ளது) மிக்காய்லோவ்ஸ்கி தெருவுக்குச் செல்லும் சந்தில் திரும்பியதும், சிறிய பாலத்தின் கீழே, ஒன்பது வயது முதல் பன்னிரண்டு வயதுக்கு மேற்படாத, பள்ளிச் சிறுவர்கள் கும்பலாகக் கூடியிருப்பதைப் பார்த்தான். அவர்கள் பள்ளியிலிருந்து வீட்டிற்குத் திரும்பிக் கொண்டிருந்தார்கள். சிலர் தங்கள் பைகளை முதுகிலும், வேறு சிலர் தோள்களிலும் சுமந்து கொண்டிருந்தனர். சிலர் குட்டையான ஜாக்கெட்டுகளையும், மற்றவர்கள் சிறிய மேல் கோட்டுகளையும் அணிந்திருந்தனர். சிலர் கணுக்காலைச் சுற்றி மடிப்புகளோடு கூடிய உயரமான தோல் பூட்ஸ்களை அணிந்திருந்தார்கள். வசதி படைத்த பெற்றோர்களின் அன்பினால் கெட்டுப்போன சிறுவர்களைப் போலிருந்த அவர்கள், குறிப்பாக அதை அணிந்து மற்றவர்களுக்குக் காட்ட விரும்பினார்கள். அந்த மொத்தக் கும்பலும் எதைப் பற்றியோ மிகுந்த உற்சாகத்துடன் பேசிக் கொண்டிருந்தது. அவர்கள் எதைப் பற்றியோ ஆலோசித்துக் கொண்டிருப்பதாகத் தோன்றியது. அல்யோஷா மாஸ்கோவில்

இருந்த நாட்களில், எப்போதும் குழந்தைகளைக் கவனிக்காமல் செல்ல மாட்டான். அவனுக்கு மூன்று அல்லது அதற்கும் சற்று அதிகமான வயதுக் குழந்தைகளைப் பிடிக்கும் என்றாலும், பத்துப் பதினோரு வயதுப் பள்ளிக் குழந்தைகளையும் விரும்பினான். எனவே அவனுக்கு அப்போதிருந்த கவலைகளையும் மீறி, அவன் அந்தக் குழந்தைகளிடம் பேச விரும்பினான். அவன் அந்தக் கும்பலை நெருங்கியதும், அவர்களுடைய சிவந்த உற்சாகமான முகங்களை உற்றுப் பார்த்தான். அப்போது அவன் ஒவ்வொரு சிறுவனின் கையிலும் ஒரு கல் இருப்பதையும், சிலரிடம் இரண்டு கற்கள் இருப்பதையும் கவனித்தான். பள்ளத்திற்கு அப்பால் சுமார் முப்பது அடி தூரத்தில், ஒரு வேலிக்கு அருகில், மற்றொரு பள்ளிச் சிறுவன், ஒரு பையுடன் நின்றிருந்தான். அவனுடைய உயரத்தை வைத்துப் பார்க்கும்போது, அவனுக்கு பத்து அல்லது அதற்கும் குறைந்த வயது இருக்கலாம். அவன் வெளிறிய முகத்துடனும், பளிச்சிடும் கருப்பு நிறக் கண்களுடனும் இருந்தான். அவன் மற்ற ஆறு பேரையும் கவலையுடனும், பதட்டத்துடனும் பார்த்துக் கொண்டிருந்தான். அவன் அவர்களுடைய பள்ளித் தோழர்கள் என்பதும், அவன் அவர்களுடன் சண்டையிட்டுக் கொண்டிருந்தான் என்பதும் தெளிவாகத் தெரிந்தது. அல்யோஷா அந்தக் கும்பலிடம் சென்று, சுருண்ட பொன்னிறத் தலை முடியும், ரோஜா நிறக் கன்னங்களும் கொண்ட, கறுப்பு ஜாக்கெட் அணிந்திருந்த ஒரு பையனைப் பார்த்துச் சொன்னான்.

"நான் உன்னைப் போல சிறுவனாக இருந்தபோது, என்னுடைய பையை எடுத்துச் செல்லும்போது, இடது தோளில் சுமந்து செல்வேன். அப்போது நீ உன் வலது கையால் அதைச் சுலபமாக எடுக்க முடியும். ஆனால் நீ அதை வலது தோளில் சுமந்து, இடது கையால் எடுப்பது சிரமமாக இல்லையா?"

அல்யோஷா முன்கூட்டியே எதையும் திட்டமிடாமல் மிகவும் யதார்த்தமான ஒரு விஷயத்தைச் சொன்னான். ஆனால் ஒரு வளர்ந்த மனிதன் உடனடியாக ஒரு சிறுவனுடன் அல்லது கூட்டத்துடன் இருக்கும் சிறுவர்களுடன் ஒரு நம்பிக்கையான உறவை ஏற்படுத்திக் கொள்வதற்கு சிறந்த அணுகுமுறை இதுதான். ஒருவர் அவர்களுக்குச் சமமாக இறங்கி, அதைச் சரியாகவும், கவனமாகவும் தொடங்க வேண்டும். அல்யோஷா அதைத் தன்னுடைய உள்ளுணர்வால் உணர்ந்தான்.

"ஆனால் அவன் இடது கை பழக்கம் உள்ளவன்" என்று பதினோரு வயது மதிக்கத்தக்க, நல்ல ஆரோக்கியத்துடன் இருந்த மற்றொரு சிறுவன் உடனடியாகப் பதிலளித்தான். மற்ற சிறுவர்கள் அனைவரும் அல்யோஷாவை உற்றுப் பார்த்தார்கள்.

"அவனால் இடது கையால் கல்லைக் கூடத் தூரமாக வீச முடியும்" என்றான் மூன்றாவது சிறுவன். அப்போது அந்தக் கும்பலை நோக்கி வேகமாகப் பறந்து வந்த கல் ஒன்று குறி தவறாமல், இடது கை பழக்கம் உள்ள சிறுவனின் தோளைத் தாக்கியது. பள்ளத்திற்கு அப்பாலிருந்த சிறுவன் மிகுந்த திறமையுடன் வேகமாக அந்தக் கல்லை வீசினான்.

"ஸ்முரோவ், அவனைத் துரத்திப் பிடி!" என்று எல்லோரும் கத்தினார்கள். ஆனால் இடது கைப் பழக்கமுள்ள ஸ்முரோவுக்கு யாரும் அதைச் சொல்ல வேண்டிய அவசியம் ஏற்படவில்லை, ஏனெனில் அவன் உடனடியாக வேகமாக ஒரு கல்லைப் பள்ளத்திற்கு அப்பாலிருந்த சிறுவனை நோக்கி வீசினான். ஆனால் அது குறி தவறி தரையில் விழுந்தது. பள்ளத்திற்கு அப்பால் இருந்த சிறுவன் அவனுடைய சட்டைப் பையில் நிறைய கற்களை வைத்திருப்பது தெளிவாகத் தெரிந்தது. அவன் அந்தக் கூட்டத்தை நோக்கி மற்றொரு கல்லை வீசினான். இந்த முறை அது சரியாக அல்யோஷாவை நோக்கிப் பறந்து வந்து அவனுடைய தோளைப் பலமாகத் தாக்கியது.

"அவன் வேண்டுமென்றே உங்களைக் குறிவைத்து வீசினான். நீங்கள் கரமசோவ், இல்லையா? கரமசோவ்தானே?" என்று அந்தச் சிறுவர்கள் எல்லோரும் சிரித்துக் கொண்டே கத்திக் கூச்சலிட்டார் கள். "இப்போது நாம் எல்லோரும் சேர்ந்து வீசுவோம். வீசுங்கள்!"

அந்தக் கும்பலிடமிருந்து ஆறு கற்கள் பறந்து சென்றன. ஒரு கல் அந்தச் சிறுவனின் மண்டையைத் தாக்கியதும், அவன் கீழே விழுந்தான். ஆனால் அவன் அடுத்த வினாடி துள்ளிக் குதித்து எழுந்து, ஆக்ரோஷத்துடன் வேகமாக அவர்களை நோக்கிக் கற்களைச் சரமாரியாக வீசத் தொடங்கினான். இரு தரப்பினரும் இடைவிடாமல் கற்களைத் தொடர்ந்து வீசினார்கள். கூட்டத்தி லிருந்த சிறுவர்களும் தங்கள் சட்டைப் பைகளில் கற்களை வைத்திருந்தார்கள்.

"சிறுவர்களே, நீங்கள் என்ன செய்கிறீர்கள்? ஒருவனுக்கு எதிராக ஆறு பேர் கற்களை வீசுகிறீர்களே உங்களுக்கு வெட்கமாக இல்லையா? நீங்கள் அவனைக் கொன்று விடுவீர்கள்" என்று அல்யோஷா கத்தினான்.

அல்யோஷா முன்னால் சென்று சிறுவர்கள் பள்ளத்திற்கு அப்பால் எறியும் கற்களைத் தன் உடலால் தடுத்தான். மூன்று, நான்கு சிறுவர்கள் ஒரு நிமிடம் கற்களை எறிவதை நிறுத்தினார்கள். "அவன்தான் முதலில் ஆரம்பித்தான்" என்று சிவப்புச் சட்டையில் இருந்த சிறுவன் கோபத்துடன் குழந்தைத்தனமான குரலில்

கத்தினான். "அவன் ஒரு மிருகம். அவன் ஒரு நாள் வகுப்பறையில் கிரோஸ்த்கினை பேனாக் கத்தியால் குத்திவிட்டான். அவனுக்கு இரத்தம் கொட்டியது. அவன் அதைப் பற்றி யாரிடமும் புகார் செய்ய விரும்பவில்லை என்றாலும், நாங்கள் அவனை அடிக்கிறோம்..."

"ஆனால் எதற்காக? நீ அவனைக் கிண்டல் செய்தாயா?"

"அதோ, அவன் மறுபடியும் உங்கள் முதுகைக் குறிபார்த்துக் கல்லை எறிந்தான். அவனுக்கு உங்களைத் தெரியும்" என்று சிறுவர்கள் கத்தினார்கள். "இப்போது அவன் எங்கள் மீது அல்ல, உங்கள் மீதுதான் கற்களை வீசுகிறான். ஏய், எல்லோரும் மீண்டும் அவன் மீது கற்களை வீசுவோம்! ஸ்முரோவ் குறி தவறாமல் வீசு!"

மீண்டும் சரமாரியாக கற்கள் பறந்தன. பள்ளத்தின் மறுபுறம் இருந்த சிறுவனின் மார்பில் அடிபட்டது. அவன் கத்திக் கொண்டே அழ ஆரம்பித்தான். அவன் குன்றின் மீது ஏறி மிக்காய்லோவ்ஸ்கி தெருவை நோக்கி ஓடினான். "ஆகா, கோழை, புறமுதுகு காட்டி ஓடுகிறான்!" என்று சிறுவர்கள் கத்தினார்கள்.

"கரமசோவ், அவன் எவ்வளவு மோசமானவன் என்று உங்களுக்குத் தெரியாது! அவனைக் கொல்ல வேண்டும்" என்று ஜாக்கெட் அணிந்திருந்த, மற்றவர்களை விட மூத்தவனைப் போலத் தோன்றிய, சிறுவன் பளிச்சிடும் கண்களுடன் திரும்பத் திரும்பச் சொன்னான்.

"ஏன், அவன் என்ன செய்தான்?" என்று கேட்டான் அல்யோஷா. "அவன் மற்றவர்களைக் காட்டிக் கொடுக்கிறானா அல்லது என்ன செய்கிறான்?"

சிறுவர்கள் ஒருவரையொருவர் ஏளனமாகப் பார்த்துக் கொண்டார்கள்.

"நீங்கள் அதே வழியாக மிக்காய்லோவ்ஸ்கி தெருவுக்குப் போகிறீர்களா?" என்று அந்தச் சிறுவன் தொடர்ந்து கேட்டான். "நீங்கள் அவனைப் பிடியுங்கள்... பாருங்கள், அவன் அங்கே நின்று உங்களைப் பார்க்கிறான்."

"அவன் உங்களைப் பார்க்கிறான், அவன் உங்களைப் பார்க்கிறான்!" என்று மற்ற சிறுவர்கள் கத்தினார்கள்.

"நீங்கள் அவனிடம் அவனுக்குத் துடைப்பம், அதுவும் பழைய துடைப்பம் எப்படிப் பிடிக்கும் என்று கேளுங்கள். நீங்கள் மறக்காமல் அவனிடம் அதைக் கேளுங்கள்!"

அவர்கள் எல்லோரும் வெடித்துச் சிரித்தார்கள். அல்யோஷா அவர்களைப் பார்க்க, அவர்கள் அவனைப் பார்த்தார்கள்.

நற்றிணை பதிப்பகம் ○ 291

“நீங்கள் போக வேண்டாம். அவன் உங்களை அடிக்கலாம்” என்று ஸ்முரோவ், அல்யோஷாவை எச்சரித்தான்.

“நான் அவனிடம் துடைப்பத்தைப் பற்றிக் கேட்க மாட்டேன், ஏனெனில் நீங்கள் அதை வைத்து அவனைக் கேலி செய்கிறீர்கள் என்று தெரிகிறது. ஆனால் நீங்கள் எல்லோரும் ஏன் அவனை வெறுக்கிறீர்கள் என்பதை அவனிடம் கேட்டுத் தெரிந்து கொள்ளப் போகிறேன்...”

“போங்கள், போய்த் தெரிந்து கொள்ளுங்கள்” என்று சிறுவர்கள் சிரித்தார்கள்.

அல்யோஷா பாலத்தைக் கடந்து, வேலி ஓரமாக இருந்த குன்றின் மீது ஏறி, நேராக அந்தப் பையனிடம் சென்றான்.

“நீங்கள் ஜாக்கிரதையாக இருங்கள்” என்று சிறுவர்கள் அவனை நோக்கிக் கத்தினார்கள். “அவன் உங்களைக் கண்டு பயப்பட மாட்டான். அவன் கிரோஸ்த்கினைக் குத்தியது போல திடீரென்று உங்களையும் கத்தியால் குத்திவிடுவான்.”

அந்தச் சிறுவன் இருந்த இடத்தை விட்டு நகராமல் அல்யோஷாவுக்காகக் காத்திருந்தான். ஒன்பது வயதுக்கும் மேற்படாமல், உயரமாக, மெலிந்து, வெளிறிய முகத்துடன் இருந்த அந்தச் சிறுவனின் பெரிய கரிய கண்கள் தன்னைக் கோபத்துடன் முறைப்பதை அல்யோஷா பார்த்தான். கிழிந்து, அழுக்கடைந்த ஒரு பழைய மேல் கோட்டை அவன் அணிந்திருந்தான். அந்தக் கோட்டு சிறியதாக இருந்ததால் அவன் கைகள் அதற்கு வெளியே நீட்டிக் கொண்டிருந்தன. அவனுடைய கால்சட்டையின் வலது முழங்கால் பகுதியில் ஒரு பெரிய ஒட்டு போட்டிருந்தது. அவனுடைய வலது கால் பூட்ஸில், பெருவிரல் இருந்த இடத்தில் ஒரு பெரிய ஓட்டை இருந்தது. அது வெளியே தெரியாமல் இருப்பதற்கு அந்த இடத்தில் அடர்த்தியாக கருப்பு மை தடவி யிருந்தது. அவனுடைய கோட்டின் இரண்டு பைகளும் கற்களால் புடைத்திருந்தன. அல்யோஷா இரண்டு அடி தூரத்தில் நின்று அவனைக் கேள்வியுடன் ஏறிட்டான். அல்யோஷாவின் பார்வையிலிருந்து அவனுக்கு தன்னைத் தாக்கும் எண்ணம் இல்லை என்பதைப் புரிந்து கொண்ட அந்தச் சிறுவன், எதிர்ப்பைக் காட்டாமல் முதலில் பேசினான்.

“நான் ஒருவன் ஆனால் அவர்கள் ஆறு பேர்... இருந்தாலும் நான் தனியாக அவர்கள் எல்லோரையும் அடிப்பேன்” என்று அவன் சொன்னபோது திடீரென்று அவனுடைய கண்கள் பளிச்சிட்டன.

"அவர்கள் வீசிய கற்களில் ஒன்று உன்னை மோசமாக காயப்படுத்தியிருக்கும் என்று நினைக்கிறேன்" என்றான் அல்யோஷா.

"நான் ஸ்முரோவின் தலையில் அடித்தேன்!" என்று சிறுவன் உற்சாகத்துடன் சொன்னான்.

"உனக்கு என்னைத் தெரியும் என்றும், நீ ஏதோ ஒரு காரணத்திற்காக என் மீது கற்களை வீசினாய் என்றும் அவர்கள் சொன்னார்கள். அது உண்மையா?" என்று அல்யோஷா கேட்டான்.

அந்தச் சிறுவன் அல்யோஷாவைக் கோபத்துடன் பார்த்தான்.

"எனக்கு உன்னைத் தெரியாது. உனக்கு என்னைத் தெரியுமா?" என்று அல்யோஷா மீண்டும் கேட்டான்.

"என்னைத் தனியாக விடுங்கள்!" என்று அவன் எரிச்சலுடன் கத்தினான். அவன் எதற்காகவோ காத்திருப்பது போல அந்த இடத்தை விட்டு நகராமல் நின்றான். அவன் கண்கள் மீண்டும் கோபத்துடன் பளிச்சிட்டன.

"சரி, நான் போகிறேன்" என்றான் அல்யோஷா. "ஆனால் எனக்கு உன்னைத் தெரியாது. நான் உன்னைக் கேலி செய்யவில்லை. அவர்கள் உன்னை எப்படிக் கேலி செய்கிறார்கள் என்பதை என்னிடம் சொன்னார்கள். ஆனால் நான் உன்னைக் கேலி செய்ய விரும்பவில்லை. குட் பை!"

"பட்டுக் கால்சட்டை அணிந்த துறவி!" என்று சவால் விடும் தொனியில் வன்மத்துடன் கத்திய அந்தச் சிறுவன், அல்யோஷாவைப் பின்தொடர்ந்தான். அதே நேரத்தில் அல்யோஷா உறுதியாகத் தன்னை அடிப்பான் என்று நினைத்து அவன் எச்சரிக்கையுடன் இருந்தான். ஆனால் அல்யோஷா அவனைத் திரும்பிப் பார்த்துவிட்டு நடந்து சென்றான். அவன் மூன்று அடி தூரம் நடப்பதற்குள், அந்தச் சிறுவனின் சட்டைப் பையில் இருந்த ஒரு பெரிய கல் ஒன்று அவனது முதுகை வலிக்கும் அளவுக்குப் பலமாகத் தாக்கியது.

"நீ பின்னாலிருந்து அடிக்கிறாய்! அப்படியானால், யாரும் எதிர்பாராதவிதமாக நீ தந்திரமாக மற்றவர்களை அடிப்பாய் என்று அவர்கள் சொன்னது உண்மைதான்!" என்று அல்யோஷா திரும்பியபோது, அந்தச் சிறுவன் கோபத்துடன் மற்றொரு கல்லை அவன் முகத்திற்கு நேராக வீசினான். ஆனால் அல்யோஷா தன்னைத் தற்காத்துக் கொள்ள, அந்தக் கல் அவனுடைய முழங்கையைத் தாக்கியது.

“உனக்கு வெட்கமாக இல்லையா? நான் உனக்கு என்ன செய்தேன்?” என்று அவன் கத்தினான்.

அல்யோஷா இந்த முறை தன்னைத் தாக்குவான் என்று எதிர்பார்த்த அந்தச் சிறுவன், அமைதியாக எச்சரிக்கையுடன் காத்திருந்தான். ஆனால் இப்போதும் அல்யோஷா தன்னை எதுவும் செய்ய மாட்டான் என்பதை அறிந்த அவன், ஒரு சிறிய காட்டு மிருகத்தைப் போல மூர்க்கத்தனமாக அல்யோஷாவின் மீது பாய்ந்தான். அல்யோஷா சுதாரிப்பதற்குள், அந்தப் பொல்லாத சிறுவன் குனிந்து அவனுடைய இடது கையை இரண்டு கைகளாலும் பிடித்து, நடுவிரலைக் கடித்தான். அதில் தன் பற்களை ஆழமாகப் பதித்த அவன், பத்து வினாடிகள் விரலை விடவில்லை. அல்யோஷா வலியினால் அலறிக் கொண்டே தனது முழு பலத்தையும் பிரயோகித்து விரலை விடுவித்துக் கொண்டான். இறுதியில் அந்தச் சிறுவன் அதை விட்டுவிட்டு, அவனது பழைய இடத்திற்குச் சென்று நின்றான். அல்யோஷாவின் விரல் நகத்திற்கு அருகில், எலும்பு வரை ஆழமாகக் கடிபட்ட இடத்திலிருந்து இரத்தம் கொட்டியது. அல்யோஷா தன் கைக்குட்டையை எடுத்து, காயம்பட்ட விரலைச் சுற்றி இறுக்கமாகக் கட்டிக் கொண்டான். அவன் அதைக் கட்டி முடிக்க ஒரு நிமிடம் ஆனது. அதுவரை அந்தச் சிறுவன் அந்த இடத்தை விட்டு அசையாமல் நின்றிருந்தான். இறுதியாக அல்யோஷா தன் கனிவான கண்களை உயர்த்தி அந்தச் சிறுவனை உற்றுப் பார்த்தான்.

“நல்லது, ரொம்ப நல்லது” என்றான் அல்யோஷா. “நீ என்னை எவ்வளவு மோசமாகக் கடித்திருக்கிறாய் என்று பார். இப்போது உனக்கு மகிழ்ச்சிதானே? சரி, இப்போது சொல், நான் உனக்கு என்ன கெடுதல் செய்தேன்?”

அந்தச் சிறுவன் அவனை வியப்புடன் பார்த்தான்.

“உன்னை யாரென்றே எனக்குத் தெரியாது. நான் இப்போதுதான் உன்னை முதல் முறையாகப் பார்க்கிறேன்” என்று அல்யோஷா அதே கனிவுடன் தொடர்ந்து சொன்னான். “இருந் தாலும் நான் ஏதோ ஒரு வகையில் உனக்குக் கெடுதல் செய்திருக்க வேண்டும், இல்லையென்றால் நீ என்னை இப்படிக் காயப்படுத்தி யிருக்க மாட்டாய். சரி, சொல், நான் உனக்கு என்ன செய்தேன்? நான் உனக்கு என்ன கெடுதல் செய்தேன்?”

அந்தச் சிறுவன் அதற்கு பதில் சொல்லாமல், வாய்விட்டுச் சத்தமாகக் கதறி அழுது கொண்டே அங்கிருந்து ஓடினான். அல்யோஷா அவனைப் பின் தொடர்ந்து, மிக்காய்லோவ்ஸ்கி தெருவை நோக்கி மெதுவாக நடந்தான். அந்தச் சிறுவன்

வேகத்தைக் குறைக்காமல், திரும்பிப் பார்க்காமல், சத்தமாக அழுது கொண்டே ஓடினான். தனக்கு நேரம் கிடைக்கும்போது, அந்தப் பையனைத் தேடிக் கண்டுபிடித்து, இந்த மர்மத்தை விடுவிக்க வேண்டும் என்று அல்யோஷா தீர்மானித்தான். ஆனால் இப்போது அவனுக்கு நேரமில்லை.

4. கோஹ்லக்கோவ் வீட்டில்

அல்யோஷா சீக்கிரமாக கோஹ்லக்கோவின் அழகான, கற்களினால் ஆன இரண்டு மாடிகளைக் கொண்ட வீட்டை அடைந்தான். எங்கள் நகரத்தில் இருந்த மிகச் சிறந்த வீடுகளில் அதுவும் ஒன்று. திருமதி. கோஹ்லக்கோவ், வேறொரு மாகாணத்தில் அவளுக்குச் சொந்தமாக உள்ள பண்ணையிலும் அல்லது மாஸ்கோவில் இருந்த அவளுடைய மற்றொரு வீட்டிலும், தனது பெரும்பாலான நேரத்தைச் செலவழித்தாலும், எங்கள் நகரத்தில் உள்ள இந்த வீடு பல தலைமுறைகளாக அவளுடைய குடும்பத் திற்குச் சொந்தமாக இருந்தது. அவளுக்குச் சொந்தமான மூன்று பண்ணைகளில் எங்கள் மாகாணத்தில் இருந்த பண்ணைதான் மிகப் பெரியது. ஆனால் அவள் எப்போதாவது சில சமயங்களில் மட்டுமே எங்கள் மாகாணத்திற்கு வந்து தங்கினாள். அல்யோஷா கூடத்தில் நுழைந்தபோது, அவனை வரவேற்பதற்கு அவள் வேகமாக ஓடி வந்தாள்.

"நான் உங்களுக்கு எழுதிய அதிசயத்தைப் பற்றிய கடிதம் கிடைத்ததா?" என்று அவள் பதட்டத்துடன் வேகமாகப் பேசினாள்.

"ஆமாம், கிடைத்தது."

"நீங்கள் அதை எல்லோரிடமும் சொன்னீர்களா? எல்லோருக்கும் காட்டினீர்களா? மகன் தாயிடம் திரும்பி வந்து விட்டான்!"

"அவர் இன்று இறந்துவிடுவார்."

"நான் கேள்விப்பட்டேன், எனக்குத் தெரியும். ஓ, நான் அதைப் பற்றி உங்களிடமாவது அல்லது வேறு யாரிடமாவது பேச வேண்டும் என்று ஆசைப்பட்டேன். இல்லை, இல்லை, உங்களிடம், உங்களிடம் பேச வேண்டும். ஆனால் என்ன ஒரு பரிதாபம், என்னால் அவரைப் பார்க்க முடியாது. இந்த நகரம் முழுவதும் பரபரப்பாக இருக்கிறது. எல்லோரும் எதையோ எதிர்பார்த்துக் காத்திருக்கிறார்கள். ஆனால்... கேத்தரீனா இவானோவ்னா இங்கே இருக்கிறாள் என்று உங்களுக்குத் தெரியுமா?"

நற்றிணை பதிப்பகம் ○ 295

"ஆகா, என்னுடைய அதிர்ஷ்டம்!" என்று அல்யோஷா கத்தினான். "நான் கண்டிப்பாக இன்று அவரைப் பார்க்க வர வேண்டும் என்று நேற்று அவர் என்னிடம் கேட்டுக் கொண்டார். நான் இப்போது அவரை இங்கேயே பார்த்துவிடலாம்."

"எனக்குத் தெரியும், எனக்கு எல்லாமே தெரியும். நேற்று அவள் வீட்டில் நடந்ததையும், அந்த மோசமான பெண் விளையாடிய தந்திரத்தையும் விரிவாகத் தெரிந்து கொண்டேன்... அது மிகவும் வேதனையானது. நான் அவளுடைய இடத்தில் இருந்திருந்தால்... நான் என்ன செய்திருப்பேன் என்று எனக்கே தெரியவில்லை. ஆனால் உங்களுடைய சகோதரர் டிமிட்ரி ஃபியோதரோவிச்சைப் பற்றி என்ன சொல்ல? அடக் கடவுளே, அலெக்ஸி, எனக்கு எல்லாமே குழப்பமாக இருக்கிறது, ஒன்றுமே புரியவில்லை. இங்கே அவளுடன் உங்கள் சகோதரனும் இருக்கிறார். நேற்று பயங்கரமான காரியத்தைச் செய்து அனைவரையும் அதிர்ச்சிக்குள்ளாக்கிய அந்தச் சகோதரன் அல்ல, மற்றொரு சகோதரன், இவான் ஃபியோதரோவிச் அவளுடன் மிக முக்கியமான விஷயத்தைப் பேசிக் கொண்டிருக்கிறார். ஓ, கடவுளே, இப்போது அவர்கள் இருவரும் என்ன பேசிக் கொள்கிறார்கள் என்பதை உங்களால் நம்ப முடியாது... அது மிகப் பயங்கரமானது; இதயத்தைப் பிளப்பது; பேரழிவுக்கு நிகரானது. அவர்கள் இருவரும் எந்தக் காரணமும் இல்லாமல் தங்கள் வாழ்க்கையை அழித்துக் கொள்கிறார்கள். அது அவர்களுக்கும் நன்றாகத் தெரியும் என்றாலும், உண்மையில் அவர்கள் அதை அனுபவித்துச் செய்கிறார்கள். நான் உங்களை எதிர்பார்த்து, பொறுமையின்றித் தவித்துக் கொண்டிருந்தேன். அது மிகவும் மோசமானது என்பதால் என்னால் அதைத் தாங்கவோ, சமாளிக்கவோ முடியவில்லை. ஆனால் நான் அதைவிட முக்கியமான ஒரு விஷயத்தை உங்களிடம் சொல்ல வேண்டும். நான் அதை மறந்துவிட்டு வேறு எதையோ பேசிக் கொண்டிருக்கிறேன். சொல்லுங்கள், லிசா ஏன் இப்படி பித்துப் பிடித்தவள் போல இருக்கிறாள்? நீங்கள் வருவதைக் கேள்விப்பட்டதும், அவளுக்கு வெறி பிடித்துவிட்டது!"

"அம்மா, நீங்கள்தான் வெறிபிடித்தவர் போல இருக்கிறீர்கள் நான் அல்ல" என்று லிசாவின் குரல் அடுத்த அறையிலிருந்த கதவின் இடுக்கு வழியாக ஒலித்தது. அவளுடைய குரலோசை அவள் சிரிக்க விரும்புகிறாள் என்பதையும், ஆனால் அதைச் சிரமத்துடன் கட்டுப்படுத்திக் கொண்டிருக்கிறாள் என்பதையும் வெளிக்காட்டியது. அல்யோஷா உடனடியாகக் கதவை நோக்கித் திரும்பினான். அவள் தன்னுடைய சக்கர நாற்காலியில் அமர்ந்து கதவின் இடைவெளியில் தன்னையே உற்றுப் பார்த்துக்

கொண்டிருக்கிறாள் என்பதில் அவனுக்குச் சந்தேகமில்லை. ஆனால் அவனால் அவளைப் பார்க்க முடியவில்லை.

"லிசா, அதில் ஆச்சரியப்படுவதற்கு ஒன்றுமில்லை, ஏனெனில் நீதான் என்னை வெறிபிடித்தவள் போல நடந்து கொள்ளச் செய்கிறாய். அலெக்ஸி ஃபியோதரோவிச், அவள் இரவு முழுவதும் காய்ச்சலால் முனகிக் கொண்டிருந்தாள். பொழுது விடிந்து, மருத்துவர் கெர்ஷென்ஸ்தூபே வரும் வரைக்கும் என்னால் காத்திருக்க முடியவில்லை. அவர் எப்போதும் தனக்கு எதுவும் புரியவில்லை என்றும், நாம் பொறுத்திருந்து பார்க்க வேண்டும் என்றும் சொல்கிறார். நீங்கள் வீட்டை நெருங்கியபோது, அவள் வெறிபிடித்தவள் போலக் கூச்சலிட்டு, அவளுடைய பழைய அறைக்கு அழைத்துச் செல்ல வேண்டும் என்று அடம் பிடித்தாள்."

"அம்மா, எனக்கு அவர் வருவதைப் பற்றி ஒன்றும் தெரியாது. அவர் வருகிறார் என்பதற்காக நான் இந்த அறைக்கு வரவில்லை."

"இல்லை, லிசா நீ பொய் சொல்கிறாய். யூலியா உன்னிடம் ஓடிவந்து அலெக்ஸி ஃபியோதரோவிச் வருகிறார் என்று சொன்னாள். அவள் உனக்காக அவர் வருவதைக் கவனித்துக் கொண்டிருந்தாள்."

"அன்புள்ள அம்மா, நீங்கள் சொல்வது புத்திசாலித்தனமாக இல்லை. நீங்கள் புத்திசாலித்தனமாக எதையாவது சொல்ல விரும்பினால், இப்போது இங்கே வந்திருக்கும் அலெக்ஸி ஃபியோதரோவிச், நேற்று நடந்த சம்பவங்களுக்குப் பிறகு, எல்லோரும் அவரைப் பார்த்துச் சிரிக்கிறார்கள் என்ற உண்மையையும் மீறி இன்று இங்கே வந்ததன் மூலம் அவர் தனது முட்டாள் தனத்தை வெளிப்படுத்தியிருக்கிறார் என்று சொல்லுங்கள்."

"லிசா, நீ அளவுக்கு அதிகமாகப் பேசுகிறாய். நான் அதற்கு உன் மீது கடுமையான ஒழுங்கு நடவடிக்கை எடுப்பேன் என்று தெரிந்து கொள். யார் அவரைப் பார்த்துச் சிரிக்கிறார்கள்? நான் அவர் வந்ததைக் கண்டு மகிழ்கிறேன். இப்போது எனக்கு அவருடைய உதவி அவசியம் தேவை. ஓ, அலெக்ஸி ஃபியோதரோவிச், நான் மிகுந்த துயரத்துடன் இருக்கிறேன்!"

"அன்புள்ள அம்மா, உங்களுக்கு என்ன ஆயிற்று?"

"ஓ, லிசா, நீ உன்னுடைய மனம் போன போக்கில், எதையும் கணிக்க முடியாதவளாக, கோமாளித்தனமாக நடந்து கொள்கிறாய். நீ காய்ச்சலில் விழுந்த அந்தப் பயங்கரமான இரவும், எப்போதும் கிளிப்பிள்ளை போல ஒன்றையே திரும்பத் திரும்பச் சொல்லி சலிப்பூட்டும் கெர்ஷென்ஷ்தூபேவும்!... அதற்கும் மேலாக அந்த அதிசயம்! அலெக்ஸி ஃபியோதரோவிச், நான் அந்த அதிசயத்தைக்

கண்டு அதிர்ச்சியும், வியப்பும் அடைந்தேன். எல்லாவற்றுக்கும் மேலாக இப்போது வரவேற்பறையில் நடந்து கொண்டிருக்கும் இந்தத் துயரத்தை என்னால் தாங்கிக் கொள்ள முடியவில்லை. என்னால் இதைத் தாங்கிக் கொள்ள முடியாது என்று முன்கூட்டியே உங்களிடம் சொல்லிவிடுகிறேன். ஒருவேளை இது துயரமானதாக இல்லாவிட்டாலும் ஒரு கேலிக்கூத்து. என்னிடம் சொல்லுங்கள், மூத்தவர் நாளை வரை உயிருடன் இருப்பாரா? ஓ, கடவுளே! எனக்கு என்ன ஆயிற்று? நான் ஒவ்வொரு கணமும் கண்களை மூடும்போது, எனக்கு எல்லாமே அபத்தமாகவும், முட்டாள்தனமாகவும் படுகிறது."

"நான் உங்களிடம் ஒன்று கேட்க வேண்டும்" என்று அல்யோஷா திடீரென்று இடைமறித்தான். "என் விரலைச் சுற்றுவதற்கு ஒரு சுத்தமான துணி வேண்டும். நான் அதை மோசமாகக் காயப்படுத்திக் கொண்டேன், அது இப்போது மிகவும் வலிக்கிறது."

அல்யோஷா விரலில் சுற்றியிருந்த கைக்குட்டையை அவிழ்த்தான். அது இரத்தத்தில் நனைந்திருந்தது. திருமதி. கோஹ்லக்கோவ் அலறியபடி கண்களை மூடிக் கொண்டாள்.

"அடக் கடவுளே! என்ன ஒரு மோசமான காயம்!"

லிசா, அல்யோஷாவின் விரலைக் கதவின் இடுக்கு வழியாகப் பார்த்தவுடன், வேகமாகக் கதவைத் திறந்தாள்.

"வாருங்கள், இங்கே வாருங்கள்" என்று அவள் கட்டளையிடும் தோரணையில் கத்தினாள். "இப்போது எந்த முட்டாள்தனமும் வேண்டாம். அடக் கடவுளே, நீங்கள் இவ்வளவு நேரமும் அதைப் பற்றி ஒரு வார்த்தையும் சொல்லாமல் அங்கே ஏன் நின்று கொண்டிருந்தீர்கள்? அம்மா, இரத்தம் விரயமாகி அவர் செத்துப் போயிருப்பார். எப்படி இப்படி அடிபட்டது? தண்ணீர், தண்ணீர் வேண்டும். முதலில் காயத்தைக் கழுவ வேண்டும். வலியைக் குறைக்க விரலைக் குளிர்ந்த தண்ணீரில் சற்று நேரம் வைத்திருக்க வேண்டும். அம்மா, சீக்கிரம்... சீக்கிரம் ஒரு பாத்திரத்தில் தண்ணீர் கொண்டு வாருங்கள்!" என்று லிசா பதட்டத்துடன் கத்தினாள். அவள் அல்யோஷாவின் காயத்தைப் பார்த்து மிகவும் பயந்து போனாள்.

"மருத்துவரை அழைத்து வரச் சொல்லலாமா?" என்று திருமதி. கோஹ்லக்கோவ் கேட்டபோது லிசா குறுக்கிட்டாள்.

"அம்மா, நீங்கள் என்னைச் சாகடிக்கிறீர்கள். அவர் இங்கே வந்து தனக்கு ஒன்றுமே புரியவில்லை என்று சொல்வார். தண்ணீர், தண்ணீர்! அம்மா, நீங்கள் சென்று யூலியாவைச் சீக்கிரம்

வரச் சொல்லுங்கள். அவள் அவ்வளவு சீக்கிரம் வர மாட்டாள். அம்மா, தயவுசெய்து சீக்கிரம் போங்கள், இல்லையேல் நான் உயிரை விட்டுவிடுவேன்...”

“அது ஒன்றும் இல்லை!” என்று கத்திய அல்யோஷா அவர்களின் பதட்டத்தைப் பார்த்துப் பயந்து போனான்.

யூலியா ஒரு பாத்திரத்தில் தண்ணீருடன் ஓடி வந்தாள். அல்யோஷா அதில் தன் விரலை வைத்தான்.

“அம்மா, தயவுசெய்து கொஞ்சம் பருத்தித் துணியும், காயங்களுக்குப் போடும் அந்தக் காஸ்டிக் லோஷனும் கொண்டு வாருங்கள்... அதற்குப் பெயர் என்ன? ஆமாம், அந்தப் பாட்டில் நம்மிடம் இருக்கிறது என்று நினைக்கிறேன். அது எங்கே இருக்கிறது தெரியுமா, உங்களுடைய படுக்கை அறையில் வலது பக்கம் உள்ள சிறிய அலமாரியில்... பருத்தித் துணிக்கு அருகில் உள்ள ஒரு பெரிய பாட்டில்...”

“லிசா, நான் அனைத்தையும் கொண்டு வருகிறேன், ஆனால் நீ முதலில் சத்தம் போட்டு ஆர்ப்பாட்டம் செய்வதை நிறுத்து. அப்புறம் கவலைப்படாமல் இரு. அலெக்ஸி ஃபியோதரோவிச் தனது துன்பத்தை எத்தனைத் தைரியமாக தாங்கிக் கொள்கிறார் என்று நீயே பார். அலெக்ஸி ஃபியோதரோவிச், உங்களுக்கு இந்த மோசமான காயம் எப்படி ஏற்பட்டது?”

திருமதி. கோஹ்லக்கோவ் அங்கிருந்து வேகமாகச் சென்றாள். லிசா அதைத்தான் எதிர்பார்த்துக் கொண்டிருந்தாள்.

“நீங்கள் முதலில் இந்தக் கேள்விக்கு பதில் சொல்லுங்கள்” என்று அவள் அவசரமாக அவனிடம் பேசினாள். “உங்களுக்கு எப்படி இப்படி ஒரு காயம் ஏற்பட்டது? அதற்குப் பிறகு நாம் வேறு ஒரு விஷயத்தைப் பற்றிப் பேசுவோம். சரிதானே?”

அவளுடைய தாய் எந்த நேரத்திலும் திரும்பி வரக்கூடும் என்பதால், அதுவரைக் கிடைத்திருக்கும் நேரத்தை லிசா வீணடிக்க விரும்பவில்லை என்பதை உணர்ந்த அல்யோஷா, அவசர அவசரமாக, பள்ளிச் சிறுவர்களுடன் தனக்கு ஏற்பட்ட விநோத மான சந்திப்பைக் குறித்து, பல விஷயங்களைத் தவிர்த்துவிட்டு, மிகச் சுருக்கமாக, ஆனால் தெளிவாக அவளிடம் விவரித்தான். அவன் சொல்லி முடித்ததும், லிசா விரக்தியுடன் தன் கைகளை உயர்த்தினாள்.

“நீங்கள் எப்படி இந்த அங்கியை அணிந்து கொண்டு பள்ளிச் சிறுவர்களின் விவகாரத்தில் மூக்கை நுழைத்தீர்கள்?” என்று அவள் தனக்கு அவன் மீது ஏதோ உரிமை இருப்பது போல கோபத்துடன் கத்தினாள். “நீங்கள் ஒரு சின்னப் பையன் என்பதை, நீங்கள் ஒரு

முட்டாள்தனமான சிறுவன் என்பதை இது காட்டுகிறது! இருந்தாலும், நீங்கள் எப்படியாவது அந்த மோசமான சிறுவனைக் கண்டுபிடித்து, அவனிடமிருந்து எல்லாவற்றையும் தெரிந்து கொண்டு, என்னிடம் சொல்ல வேண்டும், ஏனெனில் அதில் ஏதோ ஒரு இரகசியம் இருக்கிறது. இப்போது மற்றொரு விஷயம், ஆனால் அதற்கு முன்பு நீங்கள் இதற்குப் பதில் சொல்ல வேண்டும் என்று விரும்புகிறேன். உங்களுக்கு வலி இருந்தாலும், நீங்கள் மிகவும் முக்கியமில்லாத ஒன்றைப் பற்றி, புத்திசாலித்தனமாகப் பேச முடியுமா?."

"என்னால் முடியும். இப்போது எனக்கு வலி இல்லை."

"ஏனெனில் இப்போது உங்கள் விரல் குளிர்ந்த தண்ணீரில் உள்ளது. தண்ணீர் விரைவில் சூடாகிவிடும் என்பதால் அதை உடனடியாக மாற்ற வேண்டும். யூலியா, நிலவறையிலிருந்து உடனடியாகச் சிறிது பனிக்கட்டியையும், ஒரு பாத்திரத்தில் தண்ணீரும் கொண்டு வா. இப்போது அவள் போய்விட்டதால் நாம் பேசுவோம். அலெக்ஸி, நான் உங்களுக்கு நேற்று அனுப்பிய கடிதத்தை என்னிடம் திருப்பிக் கொடுங்கள். சீக்கிரம், அம்மா எந்த நிமிடத்திலும் வந்துவிடுவார். எனக்கு..."

"இப்போது அந்தக் கடிதம் என்னிடம் இல்லை."

"நீங்கள் சொல்வது உண்மையில்லை. நீங்கள் அப்படிச் சொல்வீர்கள் என்று எனக்குத் தெரியும். அது உங்கள் சட்டைப் பையில் இருக்கிறது. நான் உங்களிடம் வேடிக்கையாக விளையாடியதை நினைத்து இரவு முழுவதும் தூங்கவில்லை. இப்போதே அந்தக் கடிதத்தை என்னிடம் கொடுங்கள். என்னிடம் கொடுங்கள்!"

"நான் அதை அங்கேயே வைத்துவிட்டேன்."

"நான் செய்த அந்த முட்டாள்தனமான குறும்புக்காக நீங்கள் என்னை ஒரு சிறுமியைப் போல நடத்த வேண்டாம். நான் அதற்காக உங்களிடம் மன்னிப்பு கேட்டுக் கொள்கிறேன், ஆனால் நீங்கள் அந்தக் கடிதத்தை என்னிடம் திருப்பிக் கொடுக்க வேண்டும். அது இப்போது உங்களிடம் இல்லையென்றால், இன்று எப்படியாவது அதைக் கொண்டு வந்து கொடுங்கள்."

"இன்று என்னால் அதைச் செய்ய முடியாது, ஏனெனில் நான் மடாலயத்திற்குச் செல்ல வேண்டும். நான் உங்களை இரண்டு, மூன்று, ஒருவேளை நான்கு நாட்களுக்கு பார்க்க முடியாது, ஏனெனில் மூத்தவர் ஜோசிமா..."

"நான்கு நாட்களா, என்ன முட்டாள்தனம்! நீங்கள் என்னைப் பார்த்துச் சிரிக்கிறீர்களா?"

“இல்லை, நான் சிரிக்கவில்லை.”

“ஏன்?”

“ஏனெனில் நீங்கள் எழுதியுள்ள அனைத்தையும் நான் நம்புகிறேன்.”

“நீங்கள் என்னை அவமதிக்கிறீர்கள்!”

“இல்லவே இல்லை. நான் அதைப் படித்தபோது, அதுதான் நடக்கப் போகிறது என்று நினைத்தேன். மூத்தவர் ஜோசிமா இறந்தவுடன் நான் மடாலயத்தை விட்டு வெளியேறப் போகிறேன். நான் அதன் பிறகு என்னுடைய படிப்பை முடிக்க வேண்டும். உனக்கு உரிய வயது வந்ததும் நாம் இருவரும் திருமணம் செய்து கொள்வோம். நான் உன்னைக் காதலிப்பேன். எனக்கு அதைப் பற்றி யோசிக்க நேரமில்லை என்றாலும், உன்னை விட ஒரு நல்ல மனைவி எனக்குக் கிடைக்க மாட்டாள் என்று நான் நம்புகிறேன். மேலும் மூத்தவர் ஜோசிமா நான் திருமணம் செய்து கொள்ள வேண்டும் என்று சொல்லியுள்ளார்.”

“ஆனால் நான் ஊனமுற்றவள். நான் சக்கர நாற்காலியில் சுற்றிக் கொண்டிருக்கிறேன்” என்று லிசா சிரித்தபோது அவளுடைய கன்னங்களில் சிவப்பேறியது.

“நான் உன்னைச் சக்கர நாற்காலியில் வைத்து தள்ளிச் செல்வேன், ஆனால் நீ அதற்குள் குணமாகி விடுவாய் என்ற நம்பிக்கை எனக்கு இருக்கிறது.”

“உங்களுக்குப் பைத்தியம் பிடித்துவிட்டது” என்று லிசா பதற்றத்துடன் சொன்னாள். “அது ஒரு கேலி என்பதை மறந்து விட்டு நீங்கள் முட்டாள்தனமாகப் பேசுகிறீர்கள்... ஆ, இதோ அம்மா சரியான நேரத்திற்கு வந்துவிட்டார். அம்மா, நீங்கள் மெதுவாக வருகிறீர்கள். ஏன் இவ்வளவு நேரமாயிற்று? இதோ, யூலியாவும் பனிக்கட்டியுடன் வந்துவிட்டாள்!”

“ஓ, லிசா கத்தாதே, தயவுசெய்து கத்தாதே. நீ அப்படிக் கத்துவதால் எனக்கு... நீ அந்தப் பருத்தித் துணியை வேறு இடத்தில் வைத்திருந்தால் எனக்கு எப்படித் தெரியும்? நான் தேடித் தேடிப் பார்த்தேன். நீ வேண்டுமென்றே அதை மறைத்து வைத்திருக்கிறாய் என்று நான் நினைக்கிறேன்.”

“அம்மா, உளறாதீர்கள். அவர் இப்படிக் கடிபட்ட விரலோடு வருவார் என்று எனக்கு எப்படித் தெரியும்? அப்படித் தெரிந்திருந்தால், நீங்கள் சொன்னது போல நான் அதை மறைத்து வைத்திருப்பேன். என் அருமை அம்மா, நீங்கள் புத்திசாலித்தனமாகப் பேச ஆரம்பித்து விட்டீர்கள்.”

“புத்திசாலித்தனமோ இல்லையோ, ஆனால் அலெக்ஸி ஃபியோதரோவிச் விரலைக் காயப்படுத்திக் கொண்டதற்கு நீ இத்தனை ஆர்ப்பாட்டம் செய்யத் தேவையில்லை. அலெக்ஸி ஃபியோதரோவிச், ஏதோ ஒரு விஷயம் மட்டும் என்னை வருத்தப்பட வைக்கவில்லை. கெர்ஷென்ஸ்தூபே உட்பட, எல்லாமே சேர்ந்து என்னைப் பாடாய்ப் படுத்துகின்றன. என்னால் தாங்க முடியவில்லை.”

“அம்மா, போதும். கெர்ஷென்ஸ்தூபேயைப் பற்றி மேற்கொண்டு பேச வேண்டாம்” என்று லிசா மகிழ்ச்சியுடன் சிரித்தாள். “அம்மா, சீக்கிரம் அந்தத் துணியையும், தண்ணீரையும் கொடுங்கள். அலெக்ஸி ஃபியோதரோவிச், இது துத்தநாகக் கரைசல். இது என்னவென்று இப்போதுதான் ஞாபகத்திற்கு வருகிறது. இது அருமையான மருந்து. அம்மா, அவர் வரும் வழியில், தெருவில் பள்ளிச் சிறுவர்களுடன் சண்டையிட்டார் என்பதைக் கொஞ்சம் கற்பனை செய்து பாருங்கள். அப்போது ஒரு பையன் அவருடைய விரலைக் கடித்துவிட்டான். அது சிறுபிள்ளைத்தனம் இல்லையா? அவர் இப்படி ஒரு சிறுவனைப் போல நடந்து கொள்ளும்போது, அவரால் எப்படித் திருமணம் செய்து கொள்ள முடியும்? ஏனெனில் அவர் திருமணம் செய்து கொள்ள விரும்புகிறார். அவர் திருமணம் செய்து கொண்டால் அது வேடிக்கையாகவும் மோசமாகவும் இருக்கும் இல்லையா?”

லிசா தொடர்ந்து பதற்றத்துடன் சிரித்துக் கொண்டே, அல்யோஷாவைக் குறும்புப் பார்வை பார்த்தாள்.

“லிசா, நீ என்ன சொல்கிறாய்? நீ ஏன் இப்போது அதைப் பற்றிப் பேசுகிறாய்? அது பொருத்தமற்ற பேச்சு... ஒருவேளை அந்தப் பையனுக்கு ரேபிஸ் நோய் இருக்கலாம்.”

“அம்மா, உண்மையில் பையன்களுக்கு ரேபிஸ் நோய் வருமா?”

“ஏன் வரக்கூடாது? நான் ஏதோ முட்டாள்தனமாக உளறுகிறேன் என்று நினைக்க வேண்டாம். ஒருவேளை அந்தப் பையனை வெறிபிடித்த நாய் கடித்திருந்தால் அவனுக்கு அந்த நோய் தொற்றிக் கொள்ளும். அவன் வெறிபிடித்தவனாகி மற்றவர்களைக் கடிப்பான். அலெக்ஸி ஃபியோதரோவிச், அவள் எத்தனை அழகாக உங்களுக்குக் கட்டுப் போட்டிருக்கிறாள் என்று பாருங்கள்! என்னால் அதைச் செய்திருக்க முடியாது. இன்னும் உங்களுக்கு வலிக்கிறதா?”

“இப்போது வலி அதிகமில்லை.”

“உங்களுக்குத் தண்ணீரைக் கண்டு பயமாக இல்லையே?” என்று லிசா கேட்டாள்.

"லிசா போதும். நான் அந்தப் பையனைப் பற்றி அவசரப்பட்டு பேசிவிட்டேன். நீ உடனே அதைப் பற்றிப் பேச ஆரம்பித்து விட்டாய். அலெக்ஸி ஃபியோதரோவிச், நீங்கள் இங்கே இருப்பதைக் கேள்விப்பட்ட கேத்தரீனா இவானோவ்னா, உங்களைப் பார்க்க மிகுந்த ஆவலாக இருப்பதாக என்னிடம் சொன்னாள். அவள் உங்களைப் பார்க்கத் துடித்துக் கொண்டிருக்கிறாள்!"

"அம்மா, நீங்களே தனியாகப் போங்கள். அவருக்கு இன்னும் வலியிருப்பதால் இப்போது அவரால் முடியாது."

"இல்லை, எனக்கு ஒன்றுமில்லை. நாம் போகலாம்" என்றான் அல்யோஷா.

"என்ன? நீங்கள் போகிறீர்களா? நீங்கள் நிஜமாகப் போகிறீர்களா?"

"ஏன்? நான் அவர்களைப் பார்த்துவிட்டு மீண்டும் திரும்பி வருகிறேன். அதன் பிறகு நாம் எவ்வளவு வேண்டுமானாலும் பேசலாம். ஆனால் நான் இப்போது உடனடியாக கேத்தரீனா இவானோவ்னாவைப் பார்க்க வேண்டும், ஏனென்றால் எவ்வளவு சீக்கிரம் முடியுமோ அவ்வளவு சீக்கிரமாக நான் மடாலயத்திற்குத் திரும்பிச் செல்ல வேண்டும் என்று விரும்புகிறேன்."

"அம்மா, நீங்கள் அவரை இப்போதே அழைத்துச் செல்லுங்கள். அலெக்ஸி ஃபியோதரோவிச், நீங்கள் கேத்தரீனா இவானோவ்னாவைப் பார்த்துவிட்டு, மீண்டும் இங்கே திரும்பி வருவதற்குச் சிரமப்பட வேண்டாம். நீங்கள் நேராக மடாலயத்திற்குப் போங்கள், ஏனெனில் உங்களுக்குரிய இடம் அதுதான். நான் இரவு முழுவதும் தூங்கவில்லை என்பதால் நன்றாகத் தூங்கப் போகிறேன்."

"லிசா, வேடிக்கைப் பேச்சு போதும். ஆனால் நீ நன்றாகத் தூங்க வேண்டும் என்று நான் விரும்புகிறேன்" என்று திருமதி. கோஹ்லக்கோவ் கத்தினாள்.

"நான் என்ன சொல்வது... நான் வேண்டுமானால் மேலும் மூன்று நிமிடங்கள், நீ விரும்பினால் ஐந்து நிமிடங்கள் இருக்கிறேன்" என்று அல்யோஷா முணுமுணுத்தான்.

"ஐந்து நிமிடங்கள்! அம்மா, இவரை, இந்த அரக்கனை உடனடியாக இங்கிருந்து கூட்டிச் செல்லுங்கள்!"

"லிசா, உனக்கு என்ன ஆயிற்று? உனக்கென்ன பைத்தியமா? அலெக்ஸி ஃபியோதரோவிச், நாம் போகலாம். இன்று அவள் மனம் போன போக்கில் நடந்து கொள்கிறாள். நான் மேலும் அவளை எரிச்சலடையச் செய்ய விரும்பவில்லை. இந்தப்

பெண்ணை வைத்துக் கொண்டு நான் படும் அவஸ்தை! ஒருவேளை அவள் உங்களைப் பார்த்த பிறகு அவளுக்குத் தூக்கம் வந்திருக்கலாம். நல்லவேளை, நீங்கள் அவளுக்குச் சீக்கிரமாகத் தூக்கம் வரும்படிச் செய்து விட்டீர்கள்!"

"அம்மா, நீங்கள் எவ்வளவு நன்றாகப் பேச ஆரம்பித்து விட்டீர்கள். நான் அதற்காக உங்களை முத்தமிடுகிறேன்."

"லிசா, நானும் உன்னை முத்தமிடுகிறேன். அலெக்ஸி ஃபியோதரோவிச், கவனியுங்கள்" என்ற திருமதி. கோஹ்லக்கோவ், அல்யோஷாவுடன் அறையை விட்டு வெளியேறியபோது, மெல்லிய குரலில் கிசுகிசுத்தாள். "நான் அங்கே நடப்பதைப் பற்றி எந்தக் கருத்தும் சொல்ல விரும்பவில்லை. எனவே அங்கே என்ன நடக்கிறது என்பதை நீங்களே தெரிந்து கொள்ளுங்கள். அது மிக மோசமான, நம்பமுடியாத ஒரு கேலிக்கூத்து. அவள் உண்மையில் இவான் ஃபியோதரோவிச்சை நேசிக்கிறாள் என்றாலும், டிமிட்ரி ஃபியோதரோவிச்சை நேசிப்பதாக தன்னைத் தானே ஏமாற்றிக் கொள்கிறாள். இது பரிதாபத்திற்குரியது! நான் உங்களுடன் அறைக்குள் வருகிறேன், அவர்கள் என்னை வெளியேறச் சொல்லவில்லை என்றால் இறுதிவரை இருப்பேன்."

5. வரவேற்பறையில் ஒரு பேரழிவு

ஆனால் வரவேற்பறையில் நடந்த சம்பாஷணை அதற்குள் ஒரு முடிவை எட்டியிருந்தது. கேத்தரீனா இவானோவ்னா மிகுந்த பதட்டத்துடன் இருந்தாலும், ஒரு தீர்மானத்துடன் இருந்தாள். திருமதி. கோஹ்லக்கோவும், அல்யோஷாவும் அறைக்குள் நுழைந்தபோது, இவான் ஃபியோதரோவிச் எழுந்து புறப்படத் தயாரானான். அவனுடைய முகம் பேயறைந்தது போல வெளிறிப் போயிருந்தது. அல்யோஷா அவனைக் கவலையுடன் பார்த்தான். அல்யோஷாவை வெகு நாட்களாக அலைக்கழித்துக் கொண்டிருந்த ஒரு சந்தேகத்திற்கு அப்போது விடை கிடைத்தது. தன்னுடைய சகோதரன் இவான், கேத்தரீனாவைக் காதலிப்பதாகவும், அவன் மீச்சியாவிடமிருந்து அவளை 'அபகரிக்க' முயற்சிப்பதாகவும், கடந்த ஒரு மாத காலமாக எல்லோரும் பேசிக் கொண்டது அல்யோஷாவுக்குத் தெரியும். இந்த எண்ணம் இந்தக் கடைசி நிமிடம் வரை அல்யோஷாவில் மனதில் பூதாகரமாக எழுந்து அவனைப் பெரிதும் கவலையடையச் செய்தது. அவன் தன்னுடைய இரண்டு சகோதரர்களையும் நேசித்ததால், இருவருக்கும் இடையில் இப்படி ஒரு போட்டி ஏற்படுவதை நினைத்துப் பயந்தான். இதற்கிடையில்

நேற்று டிமிட்ரி, தனக்குப் போட்டியாக இவான் இருப்பது மகிழ்ச்சியளிப்பதாகவும், அது தனக்கு மிகவும் உதவியாக இருப்பதாகவும் அல்யோஷாவிடம் சொன்னார். அது எப்படி அவருக்கு உதவியாக இருக்கும்? அவர் குரூஷென்காவைத் திருமணம் செய்துகொள்ள அது உதவியாக இருக்குமா? அது அவருடைய விரக்தியின் உச்சகட்டமாக இருக்கும் என்று அல்யோஷா நினைத்தான். இவை அனைத்திற்கும் மேலாக, கேத்தரீனா, டிமிட்ரியைத் தீவிரமாகக் காதலிக்கிறாள் என்று அவன் நேற்று இரவு வரை உறுதியாக நம்பிக் கொண்டிருந்தான். இவான் ஃபியோதரோவிச்சைப் போன்ற ஒருவனை அவளால் காதலிக்க முடியாது என்றும், டிமிட்ரி எப்படி இருக்கிறாரோ அப்படியே ஏற்றுக் கொண்டு, அந்தக் காதலில் உள்ள ஏதோ ஓர் அசுரத் தனத்தையும் மீறி, அவள் அவரைக் காதலிக்கிறாள் என்றும் அவன் நினைத்தான். ஆனால் நேற்று குரூஷென்காவுடன் நடந்த சம்பவத் திற்குப் பிறகு அவனுக்கு வேறுவிதமாகத் தோன்றியது. திருமதி. கோஹ்லலக்கோவ் சொல்லிய ‘பேரழிவு’ என்ற வார்த்தை அவனைத் திடுக்கிட வைத்தது, ஏனெனில் அல்யோஷா அன்று அதிகாலையில் திடீரென்று கண்விழித்து எழுந்தபோது, அவன் கண்ட ஒரு கனவின் விளைவாக, ‘பேரழிவு, பேரழிவு’ என்ற வார்த்தையை இரண்டு முறை முணுமுணுத்தான். நேற்று கேத்தரீனாவின் வீட்டில் நடந்த அந்தச் சம்பவத்தைப் பற்றி அவன் கனவு கண்டு கொண்டிருந்தான். கேத்தரீனா ஏதோ ஒரு விதத்தில் தன்னைத் தானே ஏமாற்றிக் கொண்டு, நன்றிக் கடனுக்காக டிமிட்ரியைக் காதலிப்பது போல நடித்து, தன்னைத் தானே வருத்திக் கொள்கிறாள் என்று திருமதி. கோஹ்லலக்கோவ், வெளிப்படையாக, உறுதியாகச் சொன்னது அல்யோஷாவைத் திடுக்கிட வைத்தது. ‘ஆமாம், அந்த வார்த்தைகளில் முழு உண்மையும் மறைந்துள்ளது’ என்று அவன் நினைத்தான். அப்படியானால் இவானின் நிலை என்ன? கேத்தரீனாவைப் போல ஆதிக்க மனப்பான்மை கொண்ட ஒரு பெண், டிமிட்ரியைப் போன்ற ஒருவர் மீதுதான் ஆதிக்கம் செலுத்த முடியுமே தவிர, இவானைப் போன்ற ஒருவன் மீது அல்ல என்று அல்யோஷாவின் உள்ளுணர்வு சொல்லியது. ஏனெனில், இறுதியில் (சிறிது காலத்திற்குப் பிறகு) டிமிட்ரி, ‘அவரது சொந்த மகிழ்ச்சிக்காக’ அவளுடைய ஆதிக்கத்திற்கு அடிபணிந்து (அல்யோஷா அதை விரும்பினான்) போகலாம், ஆனால் இவான் அப்படிச் செய்ய மாட்டான். அப்படிப் பணிந்து போவது அவனுக்கு ஒருபோதும் மகிழ்ச்சியைத் தராது. அல்யோஷா வரவேற்பு அறைக்குள் நுழைந்த வினாடியில், இந்தச் சந்தேகங்களும், சிந்தனைகளும், ஒரு மின்னலைப் போல அவனுடைய மனதில்

பளிச்சிட்டன. அதனுடன் கூடவே வேறு ஓர் எண்ணமும் அவனுக்குத் தோன்றியது. 'ஒருவேளை அவள் உண்மையில் யாரையும் காதலிக்கவில்லை என்றால் என்ன செய்வது?' தனக்குள் எழுந்த இந்த எண்ணங்களால் வெட்கப்பட்ட அவன், கடந்த ஒரு மாத காலமாக திரும்பத் திரும்பத் தோன்றிய சந்தேகங்களையும், சிந்தனைகளையும் நினைத்து, 'எனக்குக் காதலைப் பற்றியும், பெண்களைப் பற்றியும் என்ன தெரியும்? என்னால் எப்படி இந்த விஷயங்களுக்கு ஒரு தீர்வு காண முடியும்?' என்று தன்னைத் தானே கடிந்து கொண்டான். இருந்தாலும் அவனால் அதைப் பற்றிச் சிந்திக்காமல் இருக்க முடியவில்லை. இந்தப் போட்டி முக்கியமானது என்பதையும், அதன் முடிவைப் பொறுத்தே தன்னுடைய சகோதரர்களின் தலைவிதி நிர்ணயிக்கப்படும் என்பதையும் அவன் உணர்ந்து கொண்டான். 'ஒரு மிருகம் மற்றொரு மிருகத்தை விழுங்குகிறது' என்று நேற்று முன்தினம் இவான் தந்தையிடமும், டிமிட்ரியிடமும் கோபத்துடன் சொன்னது அவனுக்கு நினைவு வந்தது. எனவே இவான் தன்னுடைய சகோதரன் டிமிட்ரியை நீண்ட காலமாக ஒரு மிருகத்தைப் போலப் பார்க்கிறான். அவன் கேத்தரீனாவைத் தெரிந்து கொண்ட நாளிலிருந்து அப்படி இருந்திருக்கலாம். ஆனால் நேற்று முன்தினம் அந்த வார்த்தைகள் அவனிடமிருந்து கோபத்தினால் தன்னிச்சையாக வெளிப்பட்டு விட்டன. இப்போது அந்த வார்த்தைகள் மிகவும் முக்கியமானவையாகப் படுகின்றன. அது உண்மை என்றால் அவர்களுக்கு இடையில் எப்படிச் சமாதானம் ஏற்படும்? மாறாக, இது அவர்களுடைய குடும்பத்தில் பகைமைக்கும், வெறுப்புக்கும் ஒரு புதிய காரணமாக அல்லவா இருக்கிறது? எல்லாவற்றுக்கும் மேலாக, அவர்கள் இருவரில் அல்யோஷா யாருக்காகப் பரிதாபப்பட வேண்டும்? அவன் என்ன சொல்லி அவர்கள் இருவரையும் சமாதானம் செய்ய முடியும்? அவன் அவர்கள் இருவரையும் நேசித்தான். அவர்கள் இருவரும் கீரியும் பாம்புமாக முரண்பட்டு நிற்கும்போது, அவர்கள் நலனுக்காக அவனால் என்ன செய்ய முடியும்? இந்தக் குழப்பங்களில் சிக்கித் தவிக்கும் ஒரு மனிதன் நிச்சயமாக முற்றிலுமாகத் தொலைந்து போவான். அல்யோஷாவின் மனதால் இப்போதிருக்கும் நிச்சயமற்ற நிலையைச் சகித்துக் கொள்ள முடியவில்லை, ஏனெனில் அவன் பிறர் மீது காட்டும் அன்பு எப்போதும் சுறுசுறுப்பான செயல்களின் மூலம் வெளிப்படும். அவன் மற்றவர்களை நேசிக்கும்போது, அவர்களை வெறுமனே வேடிக்கை பார்க்காமல், அவர்களுக்குத் தன்னால் முடிந்த உதவியைச் செய்வதற்கு முயற்சிப்பான். அவன் அதைச் செய்ய வேண்டுமானால், ஒரு இலக்கை நிர்ணயித்து, ஒவ்வொருவருக்கும் எது நல்லது என்பதை அறிந்திருக்க வேண்டும்.

அதை முடிவு செய்த பிறகு அவர்களுக்கு உரிய முறையில் உதவி செய்ய முடியும். ஆனால் இந்தப் பிரச்சனையில் எல்லா திசைகளிலும் குழப்பமும், தெளிவின்மையும் நிலவுகிறது. நிச்சயமாகத் தெரிவது 'பேரழிவு' ஒன்றுதான். ஆனால் அந்தப் பேரழிவைப் பற்றி அவனுக்கு என்ன தெரியும்? இந்தச் சிக்கலில் மிகவும் அடிப்படையான ஒரு விஷயம் அவனுக்குப் புரியவில்லை!

கேத்தரீனா இவானோவ்னா, அல்யோஷாவைப் பார்த்ததும் மகிழ்ச்சியுடன் இவான் ஃபியோதரோவிச்சை நோக்கித் திரும்பினாள். இவான் ஏற்கனவே எழுந்து கிளம்பத் தயாராக இருந்தான்.

"ஒரு நிமிடம்! ஒரு நிமிடம் இருங்கள்! நான் முழுமையாக நம்பும் இவருடைய அபிப்பிராயத்தைத் தெரிந்து கொள்ள விரும்புகிறேன். நீங்களும் இருங்கள்" என்று அவள் திருமதி. கோஹ்லக்கோவைப் பார்த்துச் சொன்னாள். அவள் அல்யோஷாவைத் தனக்கு அருகில் உட்காரச் சொல்ல, திருமதி. கோஹ்லக்கோவ் அவர்களுக்கு எதிரே இவானுக்கு அருகில் அமர்ந்தாள்.

"இங்கே இருக்கும் நீங்கள்தான் என்னுடைய நண்பர்கள். எனக்கு இந்த உலகத்தில் உங்களைத் தவிர வேறு நண்பர்கள் யாரும் இல்லை" என்று அவள் நடுங்கும் குரலில் சொன்னாள். அவள் அழுவதற்குத் தயாரானவள் போல வேதனையுடன் பேசியது அல்யோஷாவின் மனதைத் தொட்டது. "அலெக்ஸி ஃபியோதரோவிச், நீங்கள் நேற்று நடந்த அந்த அருவருப்பான காட்சியை நேரில் பார்த்தீர்கள்... அப்போது நான் இருந்த நிலையையும் நீங்கள் பார்த்தீர்கள். இவான் ஃபியோதரோவிச், நீங்கள் அதைப் பார்க்கவில்லை என்றாலும் அவர் அதைப் பார்த்தார். நேற்று அவர் என்னைப் பற்றி என்ன நினைத்தார் என்று எனக்குத் தெரியாது. ஆனால் இப்போது அதே விஷயம் மீண்டும் நிகழுமானால், நேற்று என்னிடம் வெளிப்பட்ட அதே உணர்வுகளும், அதே வார்த்தைகளும், அதே உடல் அசைவுகளும் என்னிடம் வெளிப்படும் என்று மட்டும் எனக்கு நன்றாகத் தெரியும். அலெக்ஸி ஃபியோதரோவிச், நான் அப்போது நடந்து கொண்ட விதம் உங்களுக்கு நன்றாகத் தெரியும். ஒரு கட்டத்தில் நீங்களே என்னைக் கட்டுப்படுத்தினீர்கள்... (அதைச் சொன்னபோது அவள் முகம் சிவந்து, கண்களில் கண்ணீர்த் துளிகள் பளபளத்தன.) அலெக்ஸி ஃபியோதரோவிச், இந்த விஷயத்தைப் பொறுத்தவரை, நான் சமாதானமாகப் போக முடியாது என்பதை உறுதியாகச் சொல்லிக் கொள்கிறேன். நான் அவரை உறுதியாகக் காதலிக்கிறேனா, இல்லையா என்று எனக்குத் தெரியவில்லை. நான் அவர் மீது

பரிதாபப்படுகிறேன் என்றாலும் அது காதலுக்கு அடிப்படை அல்ல. நான் அவரை நேசித்ததும், தொடர்ந்து நேசிப்பதும் உண்மை என்றால், எனக்கு அவர் மீது பரிதாபம் ஏற்படுவதற்குப் பதிலாக வெறுப்பு ஏற்பட்டிருக்கும்..."

அவள் குரல் நடுங்கியது, அவளுடைய கண் இமைகளில் கண்ணீர்த் துளிகள் கோர்த்தன. அல்யோஷாவின் உடலுக்குள் ஒரு நடுக்கம் பரவியது. 'அவள் நேர்மையுடன் உண்மையைச் சொல்கிறாள்... அவளால் இனிமேல் டிமிட்ரியைக் காதலிக்க முடியாது' என்று அவன் நினைத்தான்.

"அது உண்மைதான், அது உண்மைதான்" என்று திருமதி. கோஹ்லக்கோவ் உரக்கச் சொன்னாள்.

"திருமதி. கோஹ்லக்கோவ், சற்று பொறுங்கள். நான் இன்னும் ஒரு முக்கியமான விஷயத்தைச் சொல்லவில்லை. நேற்று இரவு நான் இறுதியாக என்ன முடிவு செய்தேன் என்பதைச் சொல்லவில்லை. நான் எடுத்திருக்கும் முடிவு என்னைப் பேரழிவுக்கு இட்டுச் செல்லும் என்றாலும், நான் உயிருடன் இருக்கும் வரை எந்தக் காரணத்திற்காகவும் அதை மாற்றிக்கொள்ள மாட்டேன். அது அப்படித்தான் இருக்கும். என் அன்புக்கும், நம்பிக்கைக்கும் உரியவரும், பெருந்தன்மையுள்ள ஆலோசகரும், இந்த உலகில் எனக்குள்ள ஒரே நண்பருமான இவான் ஃபியோதரோவிச் என்னுடைய முடிவை ஏற்றுக் கொண்டு அதைப் பாராட்டுகிறார்... அது என்னவென்று அவருக்குத் தெரியும்."

"ஆமாம், நான் அதை ஆமோதிக்கிறேன்" என்று இவான் ஃபியோதரோவிச் மென்மையான ஆனால் உறுதியான குரலில் சொன்னான்.

"ஆனால் அல்யோஷா (ஓ, அலெக்ஸி ஃபியோதரோவிச் உங்களை அல்யோஷா என்று அழைப்பதற்கு என்னை மன்னிக்க வேண்டும்), நீங்கள் என்னுடைய இரண்டு நண்பர்கள் முன்னிலையில் நான் சொல்வது சரியா, தவறா என்பதைச் சொல்ல வேண்டும் என்று விரும்புகிறேன். அல்யோஷா, என் அருமைத் தம்பி, நீங்கள் எனக்கு ஒரு பிரியமான சகோதரனைப் போன்றவர்" என்று அவள் பரவசத்துடன் சொல்லிவிட்டு, தன் கதகதப்பான சிறிய கைகளால் அவனது குளிர்ந்த கையைப் பற்றிக் கொண்டாள். "உங்களுடைய முடிவும், சம்மதமும் என்னுடைய எல்லா வேதனைகளையும் மீறி எனக்கு அமைதியைத் தரும் என்று எனக்குத் தோன்றுகிறது, ஏனெனில் உங்களுடைய வார்த்தைகளுக்குப் பிறகு நான் அமைதியடைந்து, என் தலைவிதியை ஏற்றுக்கொள்ள முடியும் என்று நம்புகிறேன். என்னால் அதை உணர முடிகிறது."

“நீங்கள் என்னிடம் என்ன கேட்கப் போகிறீர்கள் என்று எனக்குத் தெரியவில்லை” என்ற அல்யோஷா முகம் சிவந்தான். “நான் உங்களை நேசிக்கிறேன் என்பது மட்டும் எனக்கு நன்றாகத் தெரியும். இந்த நிமிடத்தில், நான் என்னுடைய சந்தோஷத்தை விட உங்களுடைய சந்தோஷத்தை அதிகமாக விரும்புகிறேன். ஆனால் இந்த விவகாரங்களைப் பொறுத்தவரை எனக்கு எதுவும் தெரியாது” என்று அவன் ஏதோ ஒரு காரணத்தால் அவசரமாகச் சொன்னான்.

“அலெக்ஸி ஃபியோதரோவிச், இந்த விவகாரங்களைப் பொறுத்தவரை கௌரவம், கடமை என்ற இரண்டைத் தவிர வேறு ஏதோ ஒன்றும் முக்கியமானதாக எனக்குத் தோன்றுகிறது. ஆனால் கடமையை விட முக்கியமான அது என்னவென்று எனக்குத் தெரியவில்லை என்றாலும், என் இதயத்தின் ஆழத்தில் அந்த முக்கியமான உணர்வு இருப்பதை என்னால் உணர முடிகிறது. அது தவிர்க்க முடியாதபடி என்னை இழுக்கிறது. எனவே நான் ஏற்கனவே எல்லாவற்றையும் முடிவு செய்துவிட்டதால், சுருக்கமாகச் சொல்கிறேன். ஒருவேளை அவர், என்னால் ஒருபோதும் மன்னிக்க முடியாத, அந்தக் கேடுகெட்டவளைத் திருமணம் செய்து கொண்டாலும், நான் அவரை விட்டுப் போக மாட்டேன்! நான் இன்றிலிருந்து அவரை விட்டு ஒருபோதும் விலகிச் செல்ல மாட்டேன் என்பதில் உறுதியாக இருக்கிறேன்.” அவள் முகம் வெளிற, வெறிபிடித்தவள் போல அழுது கொண்டே உடைந்த குரலில் பேசினாள். “நான் என்ன சொல்ல வருகிறேன் என்றால், நான் அவர் பின்னால் தொடர்ந்து சென்று அவரை எரிச்சலடையச் செய்யப் போவதில்லை அல்லது அவருக்குச் சுமையாக இருக்கப் போவதில்லை. நான் வேறொரு நகரத்திற்குச் சென்று வசித்தாலும், என் வாழ்நாள் முழுவதும் அவரைத் தொடர்ந்து கண்காணிப்பேன். அவர் அந்தப் பெண்ணிடம் அதிருப்தி அடைந்த பிறகு (கூடிய விரைவில் அப்படித்தான் நடக்கும்), என்னிடம் வரட்டும். அப்போது அவர் ஒரு தோழியை (ஒரு சகோதரியைச் சந்திப்பார்...) ஆமாம், அது எப்போதும் அப்படித்தான் இருக்க வேண்டும். இந்தத் தோழி அவரை உண்மையாக நேசிக்கிறாள் என்பதையும், அவருக்காக அவள் அவளுடைய வாழ்க்கையைத் தியாகம் செய்திருக்கிறாள் என்பதையும் அவர் தெரிந்து கொள்ளட்டும். இறுதியில் நான் எப்படிப்பட்டவள் என்பதை அவருக்குப் புரிய வைப்பதில் வெற்றி பெறுவேன். அதன் பிறகு அவர் என் மீது நம்பிக்கை வைத்து, வெட்கப்படாமல் எல்லாவற்றையும் என்னிடம் சொல்வார்!” என்று அவள் வெறித்தனமாகக் கத்தினாள். “நான் அவர் பிரார்த்தனை செய்யும் கடவுளாக இருப்பேன். அவருடைய

துரோகத்துக்காகவும், நேற்று நான் அவரால் அனுபவித்த துன்பங்களுக்காகவும் அவர் எனக்குக் கடன்பட்டிருக்கிறார். அவர் எனக்கு உண்மையாக இல்லாமல் துரோகம் செய்திருந்தாலும், நான் என் வாழ்நாள் முழுவதும் அவருக்கும், அவருக்குக் கொடுத்த வாக்குறுதிக்கும் உண்மையாக இருந்தேன் என்பதை அவர் உணரட்டும். நான் அவருடைய மகிழ்ச்சிக்கான ஒரு வழியாக அல்லது ஒரு கருவியாக, ஓர் இயந்திரமாக என் வாழ்நாள் முழுவதும் இருப்பேன். அவர் தன் வாழ்நாள் முழுவதும் அதைப் பார்க்கட்டும்! இதுதான் என் முடிவு. இவான் ஃபியோதரோவிச் என் முடிவை முழுமனதோடு ஏற்றுக் கொள்கிறார்."

அவளுக்கு மூச்சு வாங்கியது. அவள் தன் எண்ணங்களைக் கண்ணியமாகவும், திறமையாகவும், இயல்பாகவும் வெளிப்படுத்த விரும்பியிருந்தாலும், அவளுடைய பேச்சு அவசரமாகவும், வெளிப்படையாகவும் அமைந்து, அவளது இளமையின் கட்டுப்பாடற்ற வேகத்தையும், நேற்று நடந்த சம்பவத்தின் எரிச்சலையும், அடிபட்ட சுய கௌரவத்தின் திருப்திக்கான ஏக்கத்தையும் காட்டிக் கொடுத்தது. அதை அவளே உணர்ந்திருந்த காரணத்தால், திடீரென்று அவளது முகம் இருண்டு, கண்களில் விரோதப் பார்வை தென்பட்டது. அதை உடனடியாகக் கவனித்த அல்யோஷாவுக்குப் பரிதாப உணர்வு மேலிட்டது. அப்போது அவனுடைய சகோதரன் இவான் அதை மேலும் மோசமாக்கும் விதமாகப் பேசினான்.

"நான் என் எண்ணத்தை மட்டுமே வெளிப்படுத்தினேன்" என்றான் அவன். "இதே விஷயங்களை வேறு யாராவது சொல்லி யிருந்தால், அது நேர்மையற்றதாகவும், செயற்கையாகவும் தோன்றி யிருக்கும், ஆனால் நீங்கள் சொல்வதால் அது உண்மையாகவும், நம்பக்கூடியதாகவும் இருக்கிறது. அது இன்னொரு பெண்ணுக்கு தவறாகத் தோன்றினாலும், உங்களைப் பொறுத்தவரை சரிதான். அதை எப்படி விளக்குவது என்று எனக்குத் தெரியவில்லை, ஆனால் நீங்கள் முற்றிலும் நேர்மையானவர் என்று எனக்குத் தெரியும் என்பதால் நீங்கள் சொல்வது சரிதான்."

"நேற்று நடந்த சம்பவத்தில் ஏற்பட்ட அவமானத்தின் விளைவாக அது இப்போது, இந்தத் தருணத்தில் சரியானதாகத் தோன்றினாலும் வாழ்க்கை முழுவதுக்கும் அல்ல!" என்று திடீரென்று சொன்ன திருமதி. கோஹ்லக்கோவ், குறுக்கிட வேண்டாம் என்று முயற்சித்தும், கட்டுப்படுத்த முடியாதவளாக ஓர் உண்மையை வெளிப்படுத்தினாள்.

"ஆமாம், அதுதான், அதுதான்" என்று இவான் ஃபியோதரோவிச் திடீரென்று ஆவேசத்துடன் சொன்னான்.

அவனுடைய பேச்சின் நடுவே இடைமறித்ததால் அவன் கோபத்துடன் இருப்பது வெளிப்படையாகத் தெரிந்தது. "ஆமாம், வேறு ஒரு பெண்ணைப் பொறுத்தவரை, நேற்று நடந்தது நேற்றுடன் முடிந்துவிட்ட, ஒரு கணத்திற்கு மேல் நீடிக்காத ஓர் உணர்வாக இருக்கலாம், ஆனால் கேத்தரீனா இவானோவ்னாவின் குணத்தைப் பொறுத்தவரை, அந்த உணர்வு அவளுடைய வாழ்நாள் முழுமைக்கும் நீடிக்கும். மற்றவர்களுக்கு வெறும் வாக்குறுதியாக இருப்பது, அவளுக்கு வாழ்நாள் முழுவதும் நீடித்த ஒரு சுமையான, கடுமையான, தவறாமல் நிறைவேற்றக்கூடிய ஒரு கடமையாகும். இந்தக் கடமை நிறைவேறிய உணர்வுதான் அவளைத் தொடர்ந்து இயங்கச் செய்யும். கேத்தரீனா இவானோவ்னா, இனிமேல் நீங்கள் உங்களுடைய உணர்வுகளையும், செயல்களையும், துயரங்களையும் நினைத்து வருத்தப்படுவதிலேயே உங்கள் வாழ்க்கை கழிந்து விடும். ஆனால் இறுதியில் அந்தத் துன்பம் தணிந்து, ஒரு துணிச்சலான, பெருமைக்குரிய திட்டத்தை நிறைவேற்றிய இனிமையான சிந்தனையாக உங்கள் வாழ்க்கை மாறும். ஆம், அது நிச்சயமாக பெருமைக்குரியது என்றாலும், ஒருவகையில் சவாலானது, ஆனால் உங்களுக்கு அது ஒரு வெற்றி. அந்த வெற்றியைப் பற்றிய விழிப்புணர்வு உங்களுக்கு முழுமையான திருப்தியைத் தந்து, மற்ற எல்லாவற்றுடனும் உங்களைச் சமரசம் செய்துகொள்ள வைக்கும்."

அவன் இதையெல்லாம் தீர்மானமாக, ஏதோ ஒரு வன்மத்துடன் வேண்டுமென்றே பேசியது போலவும், அதை மறைக்க விரும்பாதது போலவும், அவளை வெளிப்படையாகக் கேலி செய்வதைப் போலவும் இருந்தது.

"அடக் கடவுளே, இது எவ்வளவு பெரிய தவறு!" என்று திருமதி. கோஹ்லக்கோவ் வியப்புடன் சொன்னாள்.

"அலெக்ஸி ஃபியோதரோவிச், நீங்கள் சொல்லுங்கள். நீங்கள் என்ன சொல்லப்போகிறீர்கள் என்பதை நான் தெரிந்து கொள்ள வேண்டும்!" என்று கேத்தரீனா இவானோவ்னா கதறி அழுதாள். அல்யோஷா சோபாவிலிருந்து எழுந்தான்.

"ஒன்றுமில்லை, ஒன்றுமில்லை" என்று அவள் கண்ணீருடன் தொடர்ந்தாள். "நான் கவலையினால் நேற்று இரவு முழுவதும் தூங்கவில்லை. ஆனால் நீங்களும், உங்கள் சகோதரரும் எனக்கு இரண்டு தோள்களாக இருப்பதால் நான் தைரியமாக இருக்கிறேன். நீங்கள் இருவரும் என்னைக் கைவிட மாட்டீர்கள் என்று எனக்குத் தெரியும்."

"துரதிருஷ்டவசமாக, நான் மாஸ்கோவுக்குப் போகிறேன். ஒருவேளை நாளைக்கே கூட போகலாம்... நான் உங்களை விட்டு

 நற்றிணை பதிப்பகம் ○ 311

நீண்ட காலத்திற்குப் பிரிந்திருக்க நேரலாம். துரதிருஷ்டவசமாக அதைத் தவிர்க்க முடியாது” என்று இவான் திடீரென்று சொன்னான்.

“நாளை மாஸ்கோவுக்கு!” என்ற கேத்தரீனா இவானோவ்னாவின் முகம் திடீரென்று சுருங்கியது. “ஆனால்... அது என்னுடைய அதிர்ஷ்டம்!” என்ற அவளுடைய முகபாவம் சட்டென்று மாறியது. அவள் கண்களில் வெளிப்பட்ட கண்ணீர் சுவடே இல்லாமல் மறைந்தது. திடீரென்று அவளிடம் ஏற்பட்ட அந்த மாற்றம் அல்யோஷாவைத் திகைப்பில் ஆழ்த்தியது. மனம் உடைந்து, துயரத்தில் அழுது கொண்டிருந்த அந்தப் பரிதாபத்திற்குரிய பெண், திடீரென்று தன்னைக் கட்டுப்படுத்திக் கொண்டு, எதையோ நினைத்து மகிழ்ச்சியடைந்தவள் போல தோன்றினாள்.

“ஓ, நாம் பிரிவது நல்லது அல்ல, நிச்சயமாக இல்லை” என்று வசீகரமான புன்னகையுடன் சொன்ன அவள், திடீரென்று தன்னைத் திருத்திக் கொண்டாள். “உங்களைப் போன்ற ஒரு நண்பர் அப்படி நினைக்க மாட்டார். நான் நீங்கள் பிரிவதை நினைத்து மிகவும் வருந்துகிறேன்” என்று சொன்ன அவள், திடீரென்று எழுந்து சென்று இவான் ஃபியோதரோவிச்சின் இரண்டு கைகளையும் உணர்ச்சிப்பெருக்குடன் பிடித்துக் குலுக்கினாள். “ஆனால் இதில் நல்ல விஷயம் என்னவென்றால், நீங்கள் மாஸ்கோவில் என் அத்தையையும், அகாஃபியாவையும் பார்த்து, அவர்களிடம் என்னுடைய தற்போதைய நிலைமையின் பயங்கரத்தைத் தெளிவாக எடுத்துச் சொல்ல முடியும். நீங்கள் அகாஃபியாவிடம் எதையும் மறைக்காமல் பேசலாம் என்றாலும், அத்தையிடம் அனைத்தையும் சொல்ல வேண்டாம். அவளிடம் எதைச் சொல்ல வேண்டும் என்பதை நீங்களே முடிவு செய்து கொள்ளுங்கள். நான் நேற்றும் இன்றும் எவ்வளவு துயரத்தில் இருந்தேன் என்பதை உங்களால் கற்பனை செய்து பார்க்க முடியாது. நான் இன்று காலையில், என்னுடைய நிலைமையைக் குறித்து அவர்களுக்கு எப்படிக் கடிதம் எழுதுவது என்று மண்டையைக் குடைந்து கொண்டிருந்தேன்... ஏனெனில் ஒரு கடிதத்தில் இப்படிப்பட்ட விஷயங்களை எழுத முடியாது... இப்போது நீங்கள் அங்கே சென்று அவர்களுக்கு விளக்க முடியும் என்பதால் எனக்கு எழுதுவது எளிதாக இருக்கும். ஓ, எனக்கு மிகவும் மகிழ்ச்சி! ஆனால் நான் அதற்காக மட்டுமே மகிழ்ச்சியடைகிறேன் என்பதை நீங்கள் நம்ப வேண்டும். நிச்சயமாக உங்கள் இடத்தை யாரும் பிடிக்க முடியாது. நான் இப்போதே சென்று கடிதத்தை எழுதுகிறேன்...” என்று அவள் திடீரென்று பேச்சை முடித்துக் கொண்டு, அறையை விட்டுப் புறப்பட அடியெடுத்து வைத்தாள்.

"ஆனால் நீங்கள் அல்யோஷாவின் கருத்தைக் கேட்க மிகவும் ஆவலாக இருந்தீர்கள்" என்று திருமதி. கோஹ்லக்கோவ் கத்தினாள். அவளுடைய குரலில் ஏளனமும் கோபமும் வெளிப்பட்டது.

"நான் அதை மறக்கவில்லை" என்ற கேத்தரீனா இவானோவ்னா திடீரென்று பேச்சை நிறுத்திவிட்டுத் தொடர்ந்தாள். "திருமதி. கோஹ்லக்கோவ், இந்த நேரத்தில் நீங்கள் ஏன் என்னிடம் வெறுப்புடன் நடந்து கொள்கிறீர்கள்?" என்று அவள் கசப்புடன், கண்டிக்கும் தோரணையில் கேட்டாள். "நான் ஏற்கனவே சொன்னதைத்தான் இப்போதும் சொல்கிறேன். நான் அவருடைய அபிப்பிராயத்தைக் கேட்க ஆவலாக இருக்கிறேன். அதற்கும் மேலாக நான் என்ன செய்ய வேண்டும் என்பதை அவர் தீர்மானிக்க வேண்டும் என்று விரும்புகிறேன். அவர் என்ன முடிவு செய்தாலும் நான் அதற்குக் கட்டுப்படுவேன். அலெக்ஸி ஃபியோதரோவிச், நீங்கள் சொல்வதைக் கேட்பதற்கு ஆவலாக இருக்கிறேன்... ஆனால் உங்களுக்கு என்ன ஆயிற்று?"

"நான் இதையெல்லாம் சற்றும் எதிர்பார்க்கவில்லை, இப்படி நடக்கும் என்று கற்பனை செய்யவும் இல்லை!" என்று அல்யோஷா திடீரென்று வேதனையுடன் சொன்னான்.

"கற்பனையா? நீங்கள் என்ன சொல்கிறீர்கள்?"

"இவான் மாஸ்கோவுக்குப் போகிறார் என்று சொன்னபோது, அதனால் நீங்கள் மகிழ்ச்சியடைவதாக வேண்டுமென்றே சொன்னீர்கள். ஆனால் அதற்குப் பிறகு, நீங்கள் அதனால் மகிழ்ச்சி யடையவில்லை என்றும், அதற்கு மாறாக ஒரு நல்ல நண்பரை இழப்பதற்கு வருத்தப்படுகிறேன் என்றும் சொல்லிச் சமாளித்தீர்கள். ஆனால் அதுவும் உங்களுடைய நடிப்புதான்... நீங்கள் நாடக மேடையில் நடிப்பது போல நடிக்கிறீர்கள்!"

"நடிப்பா? நாடக மேடையில் நடிப்பதா? நீங்கள் என்ன சொல்கிறீர்கள்?" என்று கேத்தரீனா இவானோவ்னா, முகத்தைச் சுளித்தபடி ஆச்சரியத்துடன் கேட்டபோது, அவள் முகத்தில் செம்மை படர்ந்தது.

"நீங்கள் உங்கள் நண்பரைப் பிரிவதற்கு வருத்தப்பட்டாலும், அவர் கிளம்பிச் செல்வது மகிழ்ச்சியளிக்கிறது என்பதை அவருடைய முகத்திற்கு நேராகச் சொல்ல வேண்டும் என்பதில் நீங்கள் உறுதியாக இருந்தீர்கள்" என்று அல்யோஷா மூச்சிரைக்கச் சொன்னான். அவன் மீண்டும் நாற்காலியில் உட்காராமல் நின்று கொண்டே இருந்தான்.

"உண்மையில் நீங்கள் என்ன சொல்கிறீர்கள் என்று எனக்குப் புரியவில்லை. நீங்கள் என்ன சொல்ல வருகிறீர்கள்?"

 நற்றிணை பதிப்பகம் ○ 313

"எனக்கே ஒன்றும் புரியவில்லை... ஆனால் திடீரென்று ஏதோ ஒன்று மின்னலைப் போல எனக்குள் பளிச்சிட்டது... அதை எப்படிச் சொல்வது என்று எனக்குத் தெரியவில்லை என்றாலும் சொல்கிறேன்" என்று அல்யோஷா நடுங்கும் குரலில் தடுமாற்றத்துடன் சொன்னான். "எனக்கு என்ன தோன்றுகிறது என்றால், நீங்கள் ஆரம்பத்திலிருந்தே டிமிட்ரியைக் காதலிக்க வில்லை... அதே போல டிமிட்ரியும் ஆரம்பத்திலிருந்தே உங்களைக் காதலிக்கவில்லை... அவர் உங்களை மதிக்கிறார் அவ்வளவுதான்... இதையெல்லாம் உங்களிடம் சொல்லும் உரிமை எனக்கு இருக்கிறதா என்று தெரியவில்லை என்றாலும், யாராவது உண்மையைச் சொல்ல வேண்டும்... ஏனெனில் இங்கே யாரும் உண்மையைச் சொல்ல விரும்பவில்லை..."

"என்ன உண்மை?" என்று கேத்தரீனா வெறி பிடித்தவள் போலக் கத்தினாள்.

"நான் இப்போது சொன்ன உண்மைதான்" என்று அவசரமாகச் சொன்ன அல்யோஷா, வீட்டின் மேலிருந்து குதிப்பது போல ஒரு காரியத்தைச் செய்தான். "இப்போதே டிமிட்ரியைக் கூப்பிடுவோம். நான் டிமிட்ரியை அழைத்து வருகிறேன். அவர் இங்கே வந்து உங்கள் கையையும், இவானின் கையையும் பிடித்து ஒன்றாகச் சேர்த்து வைக்கட்டும். நீங்கள் இவானைத் துன்புறுத்துவது ஏனென்றால் நீங்கள் அவரை உண்மையில் காதலிக்கிறீர்கள். நீங்கள் டிமிட்ரியைக் காதலிக்கவில்லை என்றாலும், அவரைக் காதலிப்பதாக உங்களை நீங்களே ஏமாற்றிக் கொள்வதால்தான் இவானைத் துன்புறுத்துகிறீர்கள். நீங்கள் டிமிட்ரியின் மீது வைத்துள்ள காதல் பொய்..."

அல்யோஷா மேற்கொண்டு பேச முடியாமல் அமைதியானான்.

"நீங்கள்... நீங்கள்... ஒரு புனித முட்டாள்! அதுதான் நீங்கள்" என்று கேத்தரீனா திடீரென்று ஆவேசத்துடன் கத்தினாள். அவளுடைய வெளிறிய முகத்திலிருந்த உதடுகள் கோபத்துடன் இறுகின.

அப்போது இவான் திடீரென்று சிரித்துக் கொண்டே, கையில் தொப்பியுடன் எழுந்து நின்றான்.

"என் அருமை அல்யோஷா, நீங்கள் தவறாகப் புரிந்து கொண்டீர்கள்" என்றான் இவான். அப்போது அல்யோஷா அவனுடைய முகபாவனையில் தான் இதுவரை பார்த்திராத, இளமைக்கே உரிய நேர்மையும், வலிமையும், ஒளிவுமறைவற்ற உணர்ச்சியும் வெளிப்படுவதைக் கண்டான். "கேத்தரீனா இவானோவ்னா ஒருபோதும் என்னைக் காதலிக்கவில்லை. நான்

அவளைக் காதலிக்கிறேன் என்பதும், நான் அதைப் பற்றி அவளிடம் ஒரு வார்த்தையும் பேசியதில்லை என்பதும் அவளுக்குத் தெரியும் என்றாலும் அவள் என்னைக் காதலிக்கவில்லை. மேலும் நான் அவளுடைய நண்பனாக ஒருநாளும் இருந்ததில்லை. அவளைப் போன்ற திமிர் பிடித்த பெண்ணுக்கு என்னுடைய நட்பு தேவையில்லை. அவள் அவளுடைய பழிவாங்க வேண்டும் என்ற தீராத வேட்கையைத் தீர்த்துக் கொள்வதற்காக மட்டுமே என்னை அருகில் வைத்துக் கொண்டாள். அவள் முதன்முதலாக டிமிட்ரி ஃபியோதரோவிச்சைச் சந்தித்ததிலிருந்து, இன்று வரை தொடர்ந்து அனுபவித்த அவமானங்கள் அனைத்திற்கும் என்னைப் பழிவாங்கினாள். ஏனெனில் அவர்களுடைய முதல் சந்திப்பே அவளுடைய மனதில் ஓர் அவமானமாக நிலைத்து நின்றுவிட்டது. அவள் அப்படிப்பட்ட ஒரு பெண். அவள் என்னிடம் அவர் மீது வைத்திருந்த காதலைப் பற்றிச் சொன்னதைக் கேட்டதைத் தவிர நான் வேறு எதுவும் செய்யவில்லை. ஆனால் கேத்தரீனா, நீங்கள் உண்மையில் காதலிக்கும் ஒரே மனிதர் அவர்தான். அவர் உங்களை எவ்வளவு அவமதிக்கிறாரோ அவ்வளவு அதிகமாக நீங்கள் அவரை நேசிக்கிறீர்கள். அதுதான் உங்களுடைய பேரழிவு. அவர் எப்படி இருக்கிறாரோ அப்படியே நீங்கள் அவரை ஏற்றுக் கொள்கிறீர்கள். எனவே அவர் உங்களை அவமதித்தாலும் நீங்கள் அவரை நேசிக்கிறீர்கள். அவர் மனம் திருந்தினால், நீங்கள் உடனடியாக அவரைத் தூக்கி எறிந்துவிட்டு, அவரை நேசிப்பதை முற்றிலுமாக நிறுத்திவிடுவீர்கள். அவருடைய துரோகத்திற்காக அவரை நிந்திக்கவும், அவருக்கு உங்களுடைய விசுவாசத்தைத் தொடர்ந்து நினைவூட்டவும், உங்களுக்கு அவர் தேவைப்படுகிறார். உங்களுடைய கர்வமும், தற்பெருமையுமே இவை அனைத்திற்கும் காரணம். இதன் மூலம் உங்களுடைய சுய மரியாதைக்கு நீங்களே அவமானத்தைத் தேடிக் கொள்கிறீர்கள் என்று எனக்குத் தெரியும். ஆனால் அவை அனைத்தும் தற்பெருமையினால் உருவாகிறது... ஓர் இளைஞனாகிய நான் உங்களை மிகவும் தீவிரமாக நேசித்தேன். நான் இதையெல்லாம் உங்களிடம் சொல்லியிருக்கக் கூடாது என்று எனக்குத் தெரியும். உங்களை விட்டுப் பிரிந்து செல்லும் எனக்கு அது மிகவும் கௌரவமாக இருந்திருக்கும் என்பது மட்டுமின்றி, உங்களையும் இழிவுபடுத்தியதாக இருந்திருக்காது. ஆனால் நான் வெகுதூரம் போவதால் மீண்டும் திரும்பி வரமாட்டேன். நான் ஒரு பேரழிவுக்கு அருகில் இருக்க விரும்பவில்லை. நான் எல்லாவற்றையும் சொல்லி விட்டதால், – மேற்கொண்டு என்ன சொல்வது என்று தெரியவில்லை... கேத்தரீனா இவானோவ்னா, நான் விடை பெறுகிறேன். நீங்கள் என் மீது கோபம் கொள்ளாதீர்கள்,

நற்றிணை பதிப்பகம் ○ 315

ஏனெனில் நான் உங்களை விட நூறு மடங்கு அதிகமாகத் தண்டிக்கப்பட்டிருக்கிறேன். நான் இனிமேல் உங்களைப் பார்க்க முடியாது என்ற மிகப் பெரிய தண்டனை எனக்குக் கிடைத்துள்ளது. நான் விடை பெறுகிறேன். நான் உங்களுடைய கையைப் பற்றி விடைபெறத் தேவையில்லை. நீங்கள் என்னை வேண்டுமென்றே துன்புறுத்தியதால், இந்தத் தருணத்தில் என்னால் உங்களை மன்னிக்க முடியவில்லை. என் மனம் அமைதியடைந்த பிறகு நான் உங்களை மன்னிப்பேன். ஆனால் இப்போதைக்கு நான் உங்களுடன் கைகுலுக்க விரும்பவில்லை. எனக்கு உங்களுடைய நன்றி தேவையில்லை" என்று அவன் ஒரு கோணலான புன்னகையுடன் சொன்னபோது, அவனாலும் ஷில்லரைப் படித்து மனனம் செய்ய முடியும் என்பதையும், அதிலிருந்து மேற்கோள் காட்ட முடியும் என்பதையும் அல்யோஷாவால் நம்ப முடியவில்லை. அவன் வீட்டின் உரிமையாளர் திருமதி. கோஹ்லக்கோவிடம் கூட விடை பெற்றுக் கொள்ளாமல் அறையை விட்டு வெளியேறினான். அல்யோஷா திகைப்புடன் தன் கைகளை இறுகப் பற்றிக் கொண்டான்.

"இவான்!" என்று அல்யோஷா விரக்தியுடன் கத்தினான். "இவான் திரும்பி வாருங்கள்! இல்லை, இனிமேல் அவர் எப்போதும் திரும்பி வரமாட்டார்!" என்று அவன் துயரத்துடன் கத்தினான். "ஆனால் இது எல்லாமே என் தவறு. நான் தான் இதை ஆரம்பித்தேன்! இவான் கோபத்தில் அநியாயமாகவும், அசிங்கமாகவும் பேசினார். அவர் இரக்கமில்லாமல் வன்மத்துடன் நடந்து கொண்டார்... அவர் இங்கே திரும்பி வர வேண்டும்..." என்று அல்யோஷா பித்துப் பிடித்தவனைப் போலக் கத்தினான்.

கேத்தரீனா இவானோவ்னா திடீரென்று பக்கத்து அறைக்குச் சென்றாள்.

"நீங்கள் தவறு ஒன்றும் செய்யவில்லை. நீங்கள் ஒரு தேவதூதனைப் போல அழகாக நடந்து கொண்டீர்கள்" என்று திருமதி. கோஹ்லக்கோவ் துயரத்தில் மூழ்கியிருந்த அல்யோஷாவிடம் வேகமாக, பரவசத்துடன் சொன்னாள். "இவான் ஃபியோதரோவிச் இங்கிருந்து போகாமல் இருப்பதற்கு என்னால் முடிந்த அனைத்தையும் செய்கிறேன்."

அவளுடைய முகம் மகிழ்ச்சியில் பிரகாசிப்பதைக் கண்டு அல்யோஷா மனம் வருந்தினான். ஆனால் அப்போது திடீரென்று திரும்பி வந்த, கேத்தரீனா இவானோவ்னாவின் கையில் இரண்டு நூறு ரூபிள் நோட்டுகள் இருந்தன.

"அலெக்ஸி ஃபியோதரோவிச், நான் உங்களிடம் ஒரு பெரிய உதவியைக் கேட்க விரும்புகிறேன்" என்று அவள் அல்யோஷாவைப்

பார்த்து, எதுவும் நடக்காதது போல சாந்தமான குரலில் நிதானமாகப் பேசத் தொடங்கினாள். "ஒரு வாரத்திற்கு முன்பு, ஆமாம் ஒரு வாரத்திற்கு முன்பு என்றுதான் நினைக்கிறேன், டிமிட்ரி ஃபியோதரோவிச் ஓர் அநியாயமான, மிகவும் அசிங்கமான ஒரு செயலைச் செய்தார். இந்த நகரத்தில் மிகவும் கேவலமான, மோசமான ஒரு சத்திரம் இருக்கிறது. அங்கு டிமிட்ரி அந்த ஓய்வு பெற்ற இராணுவ கேப்டனைச் சந்தித்தார். உங்கள் தந்தை வியாபார நிமித்தமாக அவரை அங்கு அனுப்பியிருந்தார். ஏதோ ஒரு காரணத்தினால் கோபமடைந்த டிமிட்ரி, அவருடன் சண்டையிட்டு, அவருடைய தாடியைப் பிடித்து இழுத்து, எல்லோர் முன்னிலையிலும் அவரை அவமானப்படுத்தி, சத்திரத்திலிருந்து வெளியே தள்ளி, தெருவில் இழுத்துச் சென்றார். அப்போது அந்தக் கேப்டனின் மகன், உள்ளூர் பள்ளிக்கூடத்தில் படிக்கும் சிறுவன், அதைப் பார்த்துவிட்டு, அவர்களின் பின்னால் ஓடிச் சென்று, வழிநெடுக அழுது கொண்டே, தன் தந்தையைக் காப்பாற்றும்படித் தெருவில் இருந்தவர்களிடம் கெஞ்சிக் கேட்டபோது, அங்கிருந்த அனைவரும் சிரித்தார்கள். நான் அந்தச் சம்பவத்தை நேரில் பார்த்தவர்களிடமிருந்து அதைத் தெரிந்து கொண்டேன். அலெக்ஸி ஃபியோதரோவிச், என்னை மன்னியுங்கள், அவருடைய இப்படிப்பட்ட கேவலமான நடத்தையை என்னால் சகித்துக்கொள்ள முடியவில்லை. டிமிட்ரி ஃபியோதரோவிச்சினால் மட்டுமே கோபத்தில் இப்படி ஒரு காரியத்தைச் செய்ய முடியும். அதைப் பற்றிப் பேசுவதற்குக் கூட என்னால் முடியவில்லை... அதை விவரிக்க என்னிடம் வார்த்தைகள் இல்லை. நான் அந்த பரிதாபத்திற்குரிய கேப்டனைப் பற்றி விசாரித்தபோது, அவருடைய பெயர் ஸ்னெகிரியோவ் என்றும், அவர் இப்போது மிகவும் வறுமையில் வாடுகிறார் என்றும், அவர் இராணுவத்தில் பணியாற்றிய போது செய்த ஏதோ ஒரு தவறினால் பணியிலிருந்து நீக்கப்பட்டார் என்றும் எனக்குத் தெரிய வந்தது. ஆனால் அவர் என்ன தவறு செய்தார் என்ற விவரங்கள் எதுவும் எனக்குத் தெரியாது. இப்போது அவரும் அவருடைய குடும்பத்தினரும் ஆதரவற்ற நிலையில் உள்ளனர். மனநலம் பாதித்த மனைவியையும், நோயுற்ற குழந்தைகளையும் கொண்ட அவருடைய மகிழ்ச்சியற்ற குடும்பம் வறுமையின் பிடியில் சிக்கித் தவிக்கிறது. இந்த நகரத்தில் நீண்ட காலமாக வசித்து வரும் அவருக்கு அவ்வப்போது ஏதோ சில்லறை வேலைகள் கிடைத்து வந்தன. அவர் சமீப காலமாக எங்கோ நகல் எடுக்கும் குமாஸ்தாவாக வேலை பார்த்தார், ஆனால் இப்போது எந்த வேலையும் கிடைக்காமல், வருமானத்திற்கு வழியின்றித் தவிக்கிறார். நான் உங்களைப் பார்த்ததும்... நினைத்துக் கொண்டேன்... எனக்குத் தெரியவில்லை. எனக்கு ஒரே குழப்பமாக

இருக்கிறது. அதாவது நான் என்ன சொல்கிறேன் என்றால், என் அருமை அலெக்ஸி ஃபியோதரோவிச், நீங்கள் அவரைச் சென்று பார்க்க வேண்டும் என்று விரும்புகிறேன். நீங்கள் ஏதோ ஒரு காரணத்தை வைத்துக் கொண்டு அவரிடம் சென்று... ஓ, கடவுளே! நான் மிகுந்த குழப்பத்தில் இருக்கிறேன். உங்களால் மட்டுமே அந்தக் காரியத்தை மிகவும் சாதுர்யமாகவும், எச்சரிக்கையாகவும் செய்ய முடியும். (அல்யோஷா திடீரென்று முகம் சிவந்தான்). இதோ இந்த இருநூறு ரூபிள்களை அவருக்குக் கொடுங்கள். அவர் நிச்சயமாக அதைப் பெற்றுக் கொள்வார்... அதாவது நீங்கள் எப்படியாவது அவரைச் சம்மதிக்க வைத்து, அவரிடம் அதைக் கொடுக்க வேண்டும்... இல்லை, அதை எப்படிச் சொல்வது? இது அவரைச் சமாதானப்படுத்தும் முயற்சியோ, அவர் புகார் கொடுப்பதைத் தடுக்கும் முயற்சியோ இல்லை, ஏனெனில் அவர் நிச்சயமாக டிமிட்ரியின் மீது வழக்குத் தொடுப்பார் என்று தெரிகிறது. ஆனால் டிமிட்ரி இதைக் கொடுக்கவில்லை மாறாக, அவருடைய வருங்கால மனைவியாகிய நான் அந்தக் கேப்டனுக்கு உதவி செய்ய வேண்டும் என்ற அனுதாபத்தில் இதைச் செய்கிறேன்... நானே அதைச் செய்ய முடியும் என்றாலும், என்னை விட உங்களால் அதைத் திறமையாகச் செய்ய முடியும். அவர் ஏரித் தெருவில் உள்ள கல்மிகோவின் வீட்டில் வசிக்கிறார். அலெக்ஸி ஃபியோதரோவிச், கடவுளின் பொருட்டு, எனக்காக அதைச் செய்யுங்கள். நான் இப்போது மிகவும் களைத்திருக்கிறேன். நான் வருகிறேன்...”

அல்யோஷா அவளிடம் எதையோ சொல்ல விரும்பினான் என்றாலும், அவள் திடீரென்று திரைச்சீலைக்குப் பின்னாலிருந்த கதவு வழியாகச் சட்டென்று மறைந்து போனதால், அவனால் ஒரு வார்த்தை கூடப் பேச முடியவில்லை. அவன் அவளிடம் மன்னிப்புக் கேட்க வேண்டும் என்றும், தானே எல்லாவற்றுக்கும் காரணம் என்பதால், குறைந்தபட்சம் அவளிடம் எதையாவது சொல்ல வேண்டும் என்றும் விரும்பினான், ஏனெனில் அவனுடைய இதயம் முழுவதும் பாரமாகக் கனத்ததால், அவன் எதையும் சொல்லாமல் அங்கிருந்து செல்ல விரும்பவில்லை. ஆனால் திருமதி. கோஹ்லக்கோவ் அவனுடைய கையைப் பிடித்து வெளியே அழைத்துச் சென்று, அவள் முன்பு செய்தது போலவே, அவனை முன்புறம் இருந்த அறையில் நிறுத்தினாள்.

“அவள் அவளுடைய கர்வத்தின் காரணமாக அவளுக்குள்ளே போராடிக் கொண்டிருந்தாலும் அவள் அன்பும், அழகும், பெருந்தன்மையும் மிக்கவள்” என்று அவள் மெல்லிய குரலில் கிசுகிசுத்தாள். “ஓ, நான் சிலசமயங்களில், அவளை எவ்வளவு

நேசிக்கிறேன். நான் எல்லாவற்றையும் நினைத்து எவ்வளவு மகிழ்ச்சியடைகிறேன்! அலெக்ஸி ஃபியோதரோவிச், உங்களுக்கு அதைப் பற்றித் தெரியாது என்றாலும் நான் ஒன்றை மட்டும் சொல்ல வேண்டும். நாங்கள் எல்லோரும், நானும், லிசாவும், அவளுடைய இரண்டு அத்தைகளும், கடந்த ஒரு மாத காலமாக, அவளைக் காதலிக்காத, அவளுடைய உறவை விரும்பாத, உங்களுக்கு மிகவும் பிரியமான டிமிட்ரி ஃபியோதரோவிச்சின் உறவை முறித்துக் கொள்ள வேண்டும் என்று பிரார்த்தனை செய்து கொண்டிருந்தோம். அவள் அதற்குப் பதிலாக, ஒரு பண்பட்ட, பொறுப்பான, இந்த உலகத்தில் வேறெதையும் விட அவளை அதிகமாக நேசிக்கும் இவான் ஃபியோதரோவிச்சைத் திருமணம் செய்துகொள்ள வேண்டும் என்று விரும்பினோம். ஆமாம், நாங்கள் அனைவரும் அதற்காக ஒரு சதித் திட்டம் தீட்டினோம். நான் அதனால்தான் இன்னும் இந்த நகரத்தை விட்டுப் போகாமல் இருக்கிறேன்."

"ஆனால் அவர் அழுது கொண்டிருக்கிறார். அவருக்கு மீண்டும் ஓர் அவமானம் நேர்ந்துவிட்டது" என்று அல்யோஷா கத்தினான்.

"அலெக்ஸி ஃபியோதரோவிச், நீங்கள் ஒருபோதும் பெண்களின் கண்ணீரை நம்பாதீர்கள். நான் இதுபோன்ற விஷயங்களில் எப்போதும் பெண்களுக்கு எதிராகவும் ஆண்களுக்குச் சாதகமாகவும் இருப்பேன்."

"அம்மா, நீங்கள் அவரைக் கெடுக்கிறீர்கள்" என்ற லிசாவின் மெல்லிய குரல் கதவுக்குப் பின்னாலிருந்து கேட்டது.

"இல்லை, நான்தான் எல்லாவற்றுக்கும் காரணம். என்னைக் குற்றவுணர்வு வாட்டி வதைக்கிறது" என்று அல்யோஷா வருத்தத்துடன் திரும்பத் திரும்பச் சொன்னான். அவன் கேத்தரீனா இவானோவ்னாவிடம் சொன்னதை நினைத்துப் பார்த்து வெட்கியவனாக, முகத்தைக் கைகளால் மூடிக் கொண்டான்.

"ஆனால் நீங்கள் ஒரு தேவதூதனைப் போல நடந்து கொண்டீர்கள். ஆமாம், ஒரு தேவதூதனைப் போல நடந்து கொண்டீர்கள். நான் அதை ஆயிரம் முறை சொல்வதற்குத் தயாராக இருக்கிறேன்."

"அம்மா, அவர் எப்படி தேவதூதனைப் போல நடந்து கொண்டார்?" என்று லிசாவின் மெல்லிய குரல் மீண்டும் கேட்டது.

"எனக்குத் திடீரென்று அப்படித் தோன்றியது" என்று அல்யோஷா லிசா சொன்னதைக் காதில் வாங்காமல் தொடர்ந்து

பேசினான். "நான் எல்லாவற்றையும் பார்த்தபோது, அவள் இவானைக் காதலிக்கிறாள் என்று எனக்குத் தோன்றியதால், அப்படி முட்டாள்தனமாக உளறிக் கொட்டினேன்... இனிமேல் என்ன நடக்கும்?"

"யாருக்கு என்ன நடக்கப்போகிறது?" என்று லிசா கத்தினாள். "அம்மா, நீங்கள் என்னைச் சாகடிக்கிறீர்கள். நான் கேட்டதற்கு நீங்கள் பதில் சொல்லவில்லை."

அப்போது வேலைக்காரி அங்கே ஓடி வந்தாள்.

"கேத்தரீனா இவானோவ்னா... அவர் அழுது கொண்டிருக்கிறார்... அவர் வெறிபிடித்தவர் போல இருக்கிறார். அவர் தன்னைத் தானே காயப்படுத்திக் கொள்வார்..."

"இங்கே என்னதான் நடக்கிறது?" என்று லிசா பயத்துடன் கத்தினாள். "அம்மா, எனக்குதான் வலிப்பு வரும், அவருக்கு அல்ல!"

"லிசா, கடவுளின் பொருட்டு இப்படிக் கத்துவதை நிறுத்திவிட்டு, என் மீதும் கொஞ்சம் கருணை காட்டு. நீ இன்னும் சிறுமிதான் என்பதை மறந்துவிட்டுப் பெரியவர்கள் விஷயத்தில் தலையிடாதே. நான் திரும்பி வந்து நீ தெரிந்து கொள்ள வேண்டியதை உனக்குச் சொல்கிறேன்... ஓ, கடவுளே! நான் வருகிறேன், நான் வருகிறேன்... அலெக்ஸி ஃபியோதரோவிச், வலிப்பு என்பது ஒரு நல்ல அறிகுறிதான் என்பதால், அவள் வெறித்தனமாக நடந்து கொள்வதுதான் இப்போது அவளுக்குத் தேவை. நான் எப்போதும் இது போன்ற சந்தர்ப்பங்களில் பெண்களின் கண்ணீருக்கும், அவர்களின் வெறித்தனங்களுக்கும் எதிரானவள். யூலியா நீ ஓடிச் சென்று நான் வேகமாக வந்து கொண்டிருக்கிறேன் என்று அவளிடம் சொல். இவான் ஃபியோதரோவிச் இப்படித் திடீரென்று கிளம்பிச் சென்றதற்கு அவள்தான் காரணம் என்றாலும் அவர் போக மாட்டார். லிசா, கத்தாதே! ஓ, ஆமாம் நீ கத்தவில்லை, ஆனால் நான்தான் கத்திக் கொண்டிருக்கிறேன். ஓ, என் அன்பே, உன் அம்மாவை மன்னித்து விடு, நான் மிகவும் உணர்ச்சிவசப்பட்ட நிலையில் இருக்கிறேன்! இவான் ஃபியோதரோவிச் எல்லாவற்றையும் சொல்லிவிட்டு அறையை விட்டு வெளியேறியபோது, இறைவன் கிருபையுடன் இருந்ததை நீங்கள் கவனித்தீர்களா? நான் அவரை மெத்தப் படித்த அறிவாளி என்று நினைத்தேன், ஆனால் அவர் மிகவும் உணர்ச்சிவசப்பட்டு இளமைக்கே உரிய அனுபவமின்மையை வெளிப்படுத்தினார். அவர் நடந்து கொண்டதும் பேசியதும் உங்களைப் போலவே மிகவும் அழகாக இருந்தது. அவர் அந்த ஜெர்மன் கவிதையைச் சொன்ன விதம் உங்களைப் போலவே

இருந்தது. ஆனால் நான் அவசரமாகப் போக வேண்டும். அலெக்ஸி ஃபியோதரோவிச், நீங்கள் உங்கள் வேலையை முடித்து விட்டுச் சீக்கிரமாகத் திரும்பி வாருங்கள். லிசா, நான் உனக்கு ஏதாவது கொண்டு வரட்டுமா? நீண்ட நேரம் அவருடன் பேசிக் கொண்டிராமல் உடனடியாக அவரை அனுப்பி வை, அவர் திரும்பி வந்துவிடுவார்...”

கடைசியில் திருமதி. கோஹ்லக்கோவ் அங்கிருந்து வேகமாகச் சென்றாள். அல்யோஷா கிளம்புவதற்கு முன்பு கதவைத் திறந்து லிசாவைப் பார்க்க வேண்டும் என்று நினைத்தான்.

“இல்லை, அது உங்களுடைய இந்த ஜன்மத்தில் நடக்காது!” என்று லிசா கத்தினாள். “அங்கிருந்தே பேசுங்கள். நீங்கள் எப்படித் தேவதூதனாக மாறினீர்கள்? நான் இப்போது தெரிந்து கொள்ள விரும்பும் ஒரே விஷயம் அதுதான்.”

“நான் முற்றிலும் முட்டாள்தனமான ஒரு காரியத்தைச் செய்தேன். லிசா, நான் போய் வருகிறேன்.”

“உடனடியாக இங்கிருந்து போக உங்களுக்கு என்ன தைரியம்?” என்று லிசா ஆரம்பித்தாள்.

“லிசா, நான் உண்மையில் ஆழ்ந்த துயரத்தில் இருக்கிறேன். நான் உடனே திரும்பி வருகிறேன். ஆனால் நான் துயரத்தில், மிகப் பெரிய துயரத்தில் இருக்கிறேன்!” என்று அவன் வேகமாக அறையை விட்டு வெளியேறினான்.

6. குடிசையில் ஒரு பேரழிவு

அல்யோஷா இதுவரை இல்லாத அளவுக்கு மிகவும் வருத்தப்பட்டான். அவன் காதல் விவகாரத்தில் ஆழம் தெரியாமல் முட்டாள்தனமாகக் காலை வைத்துவிட்டான். ‘எனக்கு அதைப் பற்றி என்ன தெரியும்? இந்த விவகாரங்களில் என்னால் என்ன செய்ய முடியும்?’ என்று அவன் நூறாவது முறையாகத் தன்னைத் தானே கேட்டுக் கொண்டு முகம் சிவந்தான். ‘ஓ, நான் அதற்காக வெட்கப்பட வேண்டும்... அவமானப்படுவது ஒன்றும் பெரிய விஷயமல்ல என்றாலும், அது எனக்குப் பொருத்தமான தண்டனைதான். உண்மை என்னவென்றால், நான் நிச்சயமாக ஒரு புதிய துயரத்திற்குக் காரணமாகிவிட்டேன்... ஆனால் நான் எல்லோரையும் சமாதானப்படுத்தி ஒன்றிணைக்க வேண்டும் என்று மூத்தவர் என்னை அனுப்பி வைத்தார். இதுதான் அவர்களை ஒன்றிணைக்கும் வழியா?’ டிமிட்ரி கேத்தரீனாவின் கரங்களையும், இவானின் கரங்களையும் ஒன்றாக இணைத்து வைக்கும் காட்சியை

நினைத்துப் பார்த்த அவனுக்கு மீண்டும் வெட்கமாக இருந்தது. 'நான் மிகவும் நேர்மையாக நடந்து கொண்டாலும், எதிர்காலத்தில் இன்னும் புத்திசாலித்தனமாக நடந்து கொள்ள வேண்டும்' என்று அவன் நினைத்தபோது, தனது முடிவைக் குறித்து திருப்தியை வெளிக்காட்டும் ஒரு சிறிய புன்னகையைக் கூட உதிர்க்காமல் சட்டென்று யோசிப்பதை நிறுத்தினான்.

அவன் கேத்தரீனா இவானோவ்னா தனக்குக் கொடுத்த வேலையை முடிப்பதற்கு ஏரித் தெருவில் இருந்த ஒரு வீட்டிற்குப் போக வேண்டியிருந்தது. அவனுடைய சகோதரன் டிமிட்ரி அதற்கு அருகில், ஏரித் தெருவின் திருப்பத்தில் இருந்த ஒரு சந்தில் வசித்து வந்தார். இப்போது டிமிட்ரி வீட்டில் இருக்க மாட்டார் என்று அவனுக்குத் தோன்றினாலும், கேப்டனைச் சந்திப்பதற்கு முன்னால் தன் சகோதரனைப் பார்க்க வேண்டும் என்று அவன் நினைத்தான். இப்போது டிமிட்ரி தன்னைப் பார்ப்பதைத் தவிர்ப்பார் என்ற சந்தேகம் அவனுக்கு இருந்தாலும், எப்படியாவது அவரைச் சந்திக்க வேண்டும் என்று முடிவு செய்தான். நேரம் விரைந்து ஓடிக் கொண்டிருந்தது. அவன் மடாலயத்தை விட்டு வெளியேறியதிலிருந்து, இறந்து கொண்டிருக்கும் மூத்தவரைப் பற்றிய நினைவு ஒரு நிமிடம் அல்லது ஒரு வினாடி கூட அவனுடைய மனதை விட்டு அகலவில்லை.

கேத்தரீனா இவானோவ்னா கொடுத்த வேலையில் அவனுடைய ஆர்வத்தைத் தூண்டக் கூடிய ஒரு விஷயம் இருந்தது. அவள் அந்தக் கேப்டனின் மகனைப் பற்றி, அழுது கொண்டே தந்தையின் பக்கத்தில் ஓடிய பள்ளிச் சிறுவனைப் பற்றிச் சொன்னபோது, அல்யோஷாவின் மனதில் மின்னலைப் போல ஓர் எண்ணம் பளிச்சிட்டது. அல்யோஷா அன்று சந்தித்த பள்ளிச் சிறுவனிடம், நான் உனக்கு என்ன கெடுதல் செய்தேன் என்று கேட்டபோது அவனுடைய விரலைக் கடித்த சிறுவன் அவனாகத்தான் இருக்க வேண்டும் என்று அவன் நினைத்தான். அவனுக்கு அது உறுதியாகத் தெரிந்தாலும், அதற்கான காரணத்தை அவனால் சொல்ல முடியவில்லை. இப்போது அவனுடைய சிந்தனை திசை திரும்பியதால், அவனால் சற்று முன்பு ஏற்பட்ட பேரழிவைப் பற்றி யோசித்து தன்னைத் தானே சித்திரவதை செய்து கொள்ளாமல், தன்னால் முடிந்ததைச் செய்துவிட்டு, அதன் பிறகு நடப்பதை எதிர் கொள்வோம் என்று அவன் முடிவு செய்தான். அவன் எடுத்த அந்த முடிவு அவனுடைய உற்சாகத்தைத் திரும்பக் கொண்டு வந்தது. அவன் டிமிட்ரியின் வீட்டிற்குச் செல்லும் தெருவில் திரும்பியபோது, பசியை உணர்ந்து, தன் சட்டைப் பையில் வைத்திருந்த, அவனது தந்தையிடமிருந்து வாங்கிய

ரொட்டியை எடுத்து சாப்பிட்டுக் கொண்டே நடந்தான். அது அவனுக்கு மேலும் ஆற்றலைக் கொடுத்தது.

டிமிட்ரி வீட்டில் இல்லை. அந்தச் சிறிய வீட்டிற்கு உரிமையாளர்களான ஒரு வயதான தச்சரும், அவருடைய வயதான மனைவியும் அல்யோஷாவைச் சந்தேகத்துடன் பார்த்தார்கள். "அவர் மூன்று நாட்களாக வீட்டில் இல்லை. அவர் இரவில் தூங்குவதற்குக் கூட வீட்டிற்கு வரவில்லை" என்று அந்தக் கிழவர் அல்யோஷாவின் விடாப்பிடியான கேள்விக்குப் பதில் சொன்னார். டிமிட்ரி சொல்லிக் கொடுத்தபடியே அவர் பதில் சொல்கிறார் என்று அல்யோஷாவுக்கு நன்றாகத் தெரிந்தது. "டிமிட்ரி ஒருவேளை குரூஷென்காவின் வீட்டிற்குப் போயிருப்பாரா அல்லது ஃபோமாவின் வீட்டில் ஒளிந்து கொண்டிருப்பாரா?" என்று அல்யோஷா அவர்களிடம் கேட்டபோது (அவன் வேண்டுமென்றே அதைக் கேட்டான்), அவர்கள் பயத்துடன் அவனைப் பார்த்தார்கள். 'அவர்கள் அவரை நேசிப்பதால் அவருக்கு உதவி செய்கிறார்கள்' என்று அல்யோஷா நினைத்தான். 'அதுவும் நல்லதுதான்.'

அவன் அங்குமிங்கும் அலைந்து கடைசியில் ஏரித் தெருவில் இருந்த திருமதி. கல்மிகோவின் வீட்டைக் கண்டு பிடித்தான். அந்தச் சிறிய வீடு சிதிலமடைந்த நிலையில் ஒரு பக்கமாகச் சாய்ந்து இருந்தது. அதில் தெருவைப் பார்த்தபடி மூன்று ஜன்னல்கள் இருந்தன. முன்புறம் சேறும் சகதியுமாக இருந்த முற்றத்தின் நடுவில் ஒரு பசு நின்று கொண்டிருந்தது. முற்றத்தைத் தாண்டிச் செல்லும் நடைபாதை நுழைவாயிலுக்கு இட்டுச் சென்றது. வராந்தாவின் இடது புறத்தில் வீட்டிற்குச் சொந்தக்காரியான கிழவியும் அவளுடைய மகளும் வசித்தனர். அவர்கள் இருவருமே காது கேளாதவர்கள் என்று தெரிந்தது. அவன் அவர்களிடம் கேப்டன் ஸ்னெகிரியோவைப் பற்றிப் பல தடவை கேட்க வேண்டியிருந்தது. ஒருவழியாக அவர்களில் ஒருத்தி, அவன் தங்கள் வீட்டில் குடியிருப்பவர்களைப் பற்றிக் கேட்கிறான் என்பதைப் புரிந்து கொண்டு வராந்தாவைத் தாண்டித் தனியாக இருந்த ஒரு கதவைச் சுட்டிக் காட்டினாள். கேப்டன் தங்கியிருந்த சிறிய குடிசை வீட்டில் ஒரே ஒரு அறைதான் இருந்தது. அல்யோஷா தாழ்ப்பாளைப் பிடித்து கதவைத் திறப்பதற்கு முயன்றபோது, உள்ளே நிலவிய மயான அமைதி அவனைத் திகைப்பில் ஆழ்த்தியது. கேத்தரீனா இவானோவ்னா சொன்னதிலிருந்து அவருக்குக் குடும்பம் இருப்பதைத் தெரிந்து கொண்ட அல்யோஷா, 'ஒருவேளை அவர்கள் அனைவரும் தூங்கிக் கொண்டிருக்கலாம் அல்லது நான் வரும் ஓசையைக் கேட்டு, நான் உள்ளே வருவதற்காக காத்திருக்கலாம். நான் முதலில் கதவைத் தட்டுவது நல்லது' என்று

நினைத்த அல்யோஷா கதவைத் தட்டினான். ஆனால் உடனடியாக பதில் வராமல் பத்து வினாடிகள் கழித்து பதில் வந்தது.

"யார் நீங்கள்?" என்று யாரோ ஒருவர் உரத்தக் குரலில் கோபத்துடன் கத்தினார்.

அல்யோஷா கதவைத் திறந்து உள்ளே நுழைந்தான். அந்தக் குடிசை சற்றே விசாலமானதாக இருந்தது என்றாலும், தட்டுமுட்டுச் சாமான்களாலும், மனிதர்களாலும் நிரம்பி வழிந்தது. இடது பக்கத்தில் ஒரு பெரிய ரஷ்யன் அடுப்பு இருந்தது. அறையின் குறுக்கே அடுப்புக்கும் இடது புற ஜன்னலுக்கும் இடையே ஒரு கயிறு கட்டியிருந்தது. அதில் பலவிதமான கந்தல் துணிகள் தொங்கிக் கொண்டிருந்தன. அறையின் வலது புறமும் இடது புறமும் இருந்த சுவர்களை ஒட்டி, படுக்கை விரிப்புகளால் மூடிய படுக்கைகள் இருந்தன. இடது புறம் இருந்த படுக்கையின் மீது அச்சிட்ட உறைகளைக் கொண்ட நான்கு தலையணைகள், முதலில் பெரியதும் அதற்கு மேலாகச் சிறியதுமாக உயரமாக அடுக்கி வைக்கப்பட்டிருந்தன. வலது புறம் இருந்த படுக்கையில் மிகச் சிறிய ஒரு தலையணை மட்டும் கிடந்தது. அறையின் ஒரு மூலையில் இரண்டு சுவர்களுக்கும் இடையில் கட்டிய கயிற்றின் மீது திரைச்சீலை அல்லது போர்வையால் பிரிக்கப்பட்ட ஒரு சிறிய இடம் இருந்தது. அந்தத் திரைச்சீலைக்குப் பின்னால், நாற்காலியும் பெஞ்சும் சேர்த்துக் கட்டிய மற்றொரு படுக்கை இருந்தது. மரத்தால் ஆன ஒரு சதுர மேசை நடுவிலிருந்த ஜன்னலை ஒட்டி நகர்த்தி வைக்கப்பட்டிருந்தது. அறையிலிருந்த மூன்று ஜன்னல்களும் கண்ணாடிகளால் நான்கு பகுதியாகப் பிரிக்கப்பட்டிருந்தன. அவைகளில் பூஞ்சை காளான்கள் படிந்து பச்சை நிறத்தில் காட்சியளித்தன. எனவே அதன் வழியாகக் குறைந்த வெளிச்சமே உள்ளே வந்தது. ஜன்னல்கள் இறுக்கமாக மூடியிருந்ததால் அறையின் உள்ளே சுத்தமாக வெளிச்சமும் காற்றும் இல்லாமல் மூச்சு முட்டுவது போலிருந்தது. மேசையின் மீது வாணலியில் வறுத்த முட்டையின் மீதியும், பாதி சாப்பிட்ட ரொட்டித் துண்டும், கொஞ்சம் மிச்சமிருந்த ஒரு வோட்கா பாட்டிலும் இருந்தன.

பருத்தி ஆடை அணிந்து, நாகரீகமான தோற்றத்துடன் இருந்த ஒரு பெண், இடது பக்கத்தில் கட்டிலுக்கு அருகில் இருந்த ஒரு நாற்காலியில் அமர்ந்திருந்தாள். அவளுடைய மெலிந்த மஞ்சள் முகமும், குழி விழுந்த கன்னங்களும் முதல் பார்வையிலேயே அவள் நோயுற்றிருக்கிறாள் என்பதைப் பறை சாற்றியது. அந்தப் பெண் அல்யோஷாவைப் பார்த்தபோது, அந்தப் பார்வையில் வெளிப்பட்ட ஆணவமும், கேள்வி கேட்கும் தோரணையும் அல்யோஷாவைத் திடுக்கிட வைத்தது. அவன் அவளுடைய கணவருடன் பேசிக்

கொண்டிருந்தபோது, அந்தப் பெண் ஒரு வார்த்தையும் பேசவில்லை என்றாலும், அதே ஆணவமும் கேள்வியும் நிறைந்த பாவத்துடன் அவளுடைய பெரிய பழுப்பு நிறக் கண்கள் மாறிமாறி இருவரின் முகத்தையும் பார்த்துக் கொண்டிருந்தன. அவளுக்கு அருகில் ஜன்னலுக்குப் பக்கத்தில், அடர்த்தியாக இல்லாத சிவப்பு தலைமுடியுடன், மலிவான உடை எனினும் நேர்த்தியாக அணிந்து, சுமாரான தோற்றத்துடன் இருந்த ஓர் இளம் பெண் நின்று கொண்டிருந்தாள். அவள் புதிதாக வந்த அல்யோஷாவை வெறுப்புடன் பார்த்துக் கொண்டிருந்தாள். வலது புறத்தில், படுக்கைக்கு அருகில் மற்றொரு பெண் அமர்ந்திருந்தாள். பரிதாபத்திற்குரிய அந்தப் பெண்ணுக்கு இருபது வயதுதான் இருக்கும் என்றாலும், அவள் கூன் விழுந்த முதுகுடன், சருகு போன்ற கால்களுடன் இருந்தாள் என்று அல்யோஷா பிறகு அவளைப் பற்றிக் குறிப்பிட்டான். அவளுடைய ஊன்றுகோல் படுக்கைக்கும், சுவருக்கும் இடையில் இருந்த மூலையில் இருந்தது. அந்தப் பெண்ணின் அழகான, கருணை நிறைந்த விழிகள் அல்யோஷாவை அமைதியாகப் பணிவுடன் பார்த்தன. மேசைக்கு அருகில் வறுத்த முட்டையைச் சாப்பிட்டு முடித்த, மெலிந்த உடல்வாகுடன் குள்ளமாக, சிவந்த தலைமுடியும் தாடியுமாக, (அல்யோஷா அவரைப் பார்த்த முதல் பார்வையிலேயே துடைப்பம் என்ற வார்த்தை மனதில் பளிச்சிட்டதை அவன் பிறகு நினைவு கூர்ந்தான்) நாற்பத்து ஐந்து வயது மதிக்கத்தக்க ஒரு மனிதர் அமர்ந்திருந்தார். அந்த அறையில் வேறு ஆண்கள் யாரும் இல்லாததால், 'யார் நீங்கள்?' என்று கத்திய மனிதர் அவராகத்தான் இருக்க வேண்டும் என்று தெரிந்தது. ஆனால் அல்யோஷா அறைக்குள் நுழைந்த வினாடி, அவர் மேசையருகில் அமர்ந்திருந்த பெஞ்சிலிருந்து சட்டென்று எழுந்து, கிழிந்த துணியால் வாயைத் துடைத்துக் கொண்டு அவனை நோக்கிப் பாய்ந்தார்.

"மடாலயத்திற்காக பிச்சை எடுக்கும் ஒரு துறவி சரியான இடத்திற்கு வந்திருக்கிறார்" என்று இடது மூலையில் நின்றிருந்த இளம் பெண் உரத்தக் குரலில் கத்தினாள். ஆனால் அல்யோஷாவை நோக்கி விரைந்து வந்த அந்த மனிதர் சட்டென்று திரும்பி பதற்றத்துடன் உணர்ச்சிவசப்பட்ட குரலில் சொன்னார்.

"இல்லை, வார்வரா நிக்கோலாவ்னா நீ சொல்வது தவறு! நான் என்ன என்று விசாரிக்கிறேன்" என்று சொன்ன அவர் அல்யோஷாவைப் பார்த்துக் கேட்டார்.

"ஐயா, நீங்கள் இந்தக் குடிசைக்கு வந்த காரணம் என்ன என்பதை நான் தெரிந்து கொள்ளலாமா?"

அல்யோஷா அந்த மனிதரைக் கவனமாகப் பார்த்தான். அவன் அந்த மனிதரை இப்போதுதான் முதன்முறையாகப் பார்க்கிறான். அவரிடம் ஏதோ ஒரு தர்மசங்கடமும், அவசரமும், எரிச்சலும் தெரிந்தது. அவர் கொஞ்சமாக வோட்கா குடித்திருந்த காரணத்தால் குடிபோதையில் இல்லை. அவருடைய முகத்தில் திமிர்த்தனமும், பயமும் குடி கொண்டிருந்தது. நீண்ட காலமாக வேதனைகளை அனுபவித்த பிறகு, திடீரென்று அதிலிருந்து துள்ளிக் குதித்து சுதாரித்துக் கொண்ட ஒரு மனிதனைப் போல அல்லது உங்களை அடிக்க விரும்பும் அதே நேரத்தில் நீங்கள் அவரைத் திருப்பி அடித்து விடுவீர்கள் என்று பயப்படும் ஒரு மனிதனைப் போல அவர் காணப்பட்டார். அவருடைய வார்த்தைகளிலும், கீச்சுக் குரலிலும் ஒருவித கிறுக்குத்தனமான நகைச்சுவையும், சில சமயம் வெறுப்பும், சில சமயம் பயமும் மாறிமாறி வெளிப்பட்டது. அவர் 'குடிசை' என்ற வார்த்தையை உச்சரித்தபோது, அவருடைய உடல் முழுவதும் நடுங்கியது. அவர் கண்களை உருட்டியபடி அல்யோஷாவை நெருங்கியபோது, அல்யோஷா தானாகவே ஓர் அடி பின்வாங்கினான். கறைபடிந்து ஆங்காங்கே கிழிந்து ஒட்டு போட்ட, பருத்தித் துணியால் தைத்த கறுப்பு நிற மேல் கோட்டை அவர் அணிந்திருந்தார். அவருடைய கால்சட்டை இப்போது யாரும் பயன்படுத்தாத, கட்டம் போட்ட மெல்லிய வெளிர் நிறத் துணியால் தைக்கப்பட்டிருந்தது. அது முழங்கால்களுக்குக் கீழே கசங்கி, மிகவும் குட்டையாக இருந்த காரணத்தினால் அவர் உயரமாக வளர்ந்து விட்ட சிறுவனைப் போலக் காட்சியளித்தார்.

"நான் அலெக்ஸி கரமசோவ்..." என்று அல்யோஷா பதில் சொல்லத் தொடங்கினான்.

"ஐயா, அது எனக்கு நன்றாகத் தெரியும்" என்று சீறிய அந்த மனிதர், அவன் யாரென்பது அவருக்கு முன்பே தெரியும் என்பதைச் சுட்டிக் காட்டினார். "நான் கேப்டன் ஸ்னெகிரியோவ். நீங்கள் இங்கே வந்த காரணம் என்ன என்பதைத் தெரிந்து கொள்ள விரும்புகிறேன்..."

"நான் உங்களைப் பார்க்க வேண்டும் என்று நினைத்தேன்... நீங்கள் அனுமதித்தால், நான் உங்களிடம் ஒருசில வார்த்தைகள் பேச விரும்புகிறேன்."

"அப்படியானால், இதோ நாற்காலி, நீங்கள் தயவு செய்து அமருங்கள். 'தயவு செய்து அமருங்கள்' என்றுதான் பழைய நகைச்சுவை நாடகங்களில் சொல்வார்கள்" என்ற கேப்டன் ஒரு

நாற்காலியை (குஷன் இல்லாத சாதாரண நாற்காலி) எடுத்து அறையின் நடுவில் வைத்துவிட்டு, அல்யோஷாவுக்கு எதிரே இருந்த மற்றொரு நாற்காலியில் அமர்ந்தார். அவர்களுடைய முழங்கால்கள் ஒன்றையொன்று தொட்டுக் கொள்ளும் அளவுக்கு மிகவும் நெருக்கமாக இருந்தன.

"ஐயா, நான் நிகோலாய் இலிச் ஸ்னெகிரியோவ், ரஷ்ய காலாட்படையின் முன்னாள் கேப்டன். நான் என்னுடைய மோசமான செயல்களுக்காகத் தண்டிக்கப்பட்டாலும், இன்னும் ஒரு கேப்டன் தான். நான் ஸ்னெகிரியோவ் என்று சொன்னதற்கு பதிலாக 'நான் கேப்டன் ஸ்னெகிரியோவ் சார், யெஸ் சார்' என்று சொல்லியிருக்க வேண்டும். நான் என் வாழ்க்கையின் கடைசி பாதியில், 'ஆமாம், சார்' என்று சொல்லக் கற்றுக் கொண்டேன், ஏனெனில் ஒருவர் தனக்கு ஏற்படும் அவமானத்திலிருந்து அந்த வார்த்தையைக் கற்றுக் கொள்கிறார்."

"அது சரிதான்" என்றான் அல்யோஷா புன்னகையுடன். "ஆனால் அது தன்னிச்சையாக அல்லது வேண்டுமென்றே சொல்லப்படுகிறதா?"

"நான் கடவுள் சாட்சியாக அதைத் தன்னிச்சையாகப் பயன்படுத்துகிறேன். நான் இதற்கு முன் என்னுடைய வாழ்நாளில் அந்த வார்த்தையைப் பயன்படுத்தியதில்லை. நான் திடீரென்று கீழே விழுந்து எழுந்தபோது, அந்த வார்த்தையும் என்னிடம் ஒட்டிக் கொண்டது. இது ஒரு மேலான சக்தியின் வேலை. நீங்கள் உங்களைச் சுற்றி நிகழும் சமகாலப் பிரச்சனைகளில் அக்கறை காட்டுவதை நான் காண்கிறேன். ஆனால் எந்த விருந்தோம்பலையும் கடைப்பிடிக்க முடியாத சூழ்நிலையில் வாழும் என் மீது உங்களுக்கு என்ன அக்கறை இருக்க முடியும் என்று எனக்கு வியப்பாக இருக்கிறது."

"நான் வந்தது... அந்தச் சம்பவத்தைப் பற்றி..."

"என்ன சம்பவம்?" என்று கேப்டன் பொறுமையின்றிக் குறுக்கிட்டார்.

"நீங்கள் என் சகோதரன் டிமிட்ரி ஃபியோதரோவிச்சைச் சந்தித்த சம்பவத்தைப் பற்றி" என்று அல்யோஷா தர்மசங்கடத்துடன் சொன்னான்.

"ஐயா, அது என்ன சந்திப்பு? ஐயா, நீங்கள் அந்தத் துடைப்பம், பழைய துடைப்பத்தைப் பற்றிச் சொல்கிறீர்களா?" என்று அவர் அல்யோஷாவை நெருங்கியபோது, அவருடைய முழங்கால்கள் அல்யோஷாவின் முழங்கால்களைத் தொட்டன. அவருடைய உதடுகள் மெல்லிய நூலைப் போல இறுகின.

"அது என்ன துடைப்பம்?" என்று அல்யோஷா முணுமுணுத்தான்.

"அப்பா, அவர் என்னைப் பற்றிப் புகார் சொல்ல வந்திருக்கிறார்" என்று அல்யோஷாவுக்குப் பரிச்சயமான, பள்ளிச் சிறுவனின் குரல் மூலையிலிருந்த திரைச்சீலைக்குப் பின்னாலிருந்து கேட்டது. "நான் இன்று அவருடைய விரலைக் கடித்து விட்டேன்!"

திரைச்சீலை விலகியதும், மூலையில் தெய்வச் சிலைகளுக்கு கீழே இருந்த, நாற்காலியும் பெஞ்சும் சேர்த்துக் கட்டிய படுக்கையில், தன்னைத் தாக்கிய சிறுவன் படுத்திருப்பதை அல்யோஷா பார்த்தான். அவன் தன்னுடைய கோட்டையும், பழைய மெத்தையையும் விரித்து அதன் மீது படுத்திருந்தான். அவனுடைய கண்களின் பளபளப்பிலிருந்து அவனுக்குக் காய்ச்சல் இருப்பது தெளிவாகத் தெரிந்தது. அவன் வீட்டில் இருப்பதால் தன்னை யாரும் தொட முடியாது என்ற தைரியத்தில் பயமில்லாமல் அல்யோஷாவைப் பார்த்தான்.

"என்ன? அவன் உங்கள் விரலைக் கடித்தானா?" என்று கேப்டன் நாற்காலியிலிருந்து குதித்து எழுந்தார். "அவன் உங்கள் விரலைக் கடித்துவிட்டானா?"

"ஆமாம். அவன் தெருவில் சில பள்ளிச் சிறுவர்கள் மீது கற்களை வீசினான். தனியாக இருந்த அவன் மீது அவர்கள் ஆறு பேர் கற்களை வீசினார்கள். நான் அவனிடம் சென்றபோது அவன் என் மீது கற்களை வீசினான். பிறகு ஒரு கல்லால் அவன் என் தலையைத் தாக்கினான். நான் அவனிடம், 'நான் உனக்கு என்ன கெடுதல் செய்தேன்?' என்று கேட்டேன். அப்போது அவன் என் மீது பாய்ந்து என் விரலைக் கடித்துவிட்டான். அவன் ஏன் அப்படிச் செய்தான் என்று எனக்குத் தெரியவில்லை."

"ஐயா, நான் இப்போதே அவனை அடிக்கிறேன்" என்று கேப்டன் மீண்டும் நாற்காலியிருந்து துள்ளிக் குதித்தார்.

"ஆனால் நான் அதைப் பற்றி உங்களிடம் புகார் கொடுக்க வரவில்லை. நான் என்ன நடந்தது என்பதைச் சொன்னேன், அவ்வளவுதான்... நீங்கள் அவனை அடிப்பதை நான் விரும்பவில்லை. தவிர, அவன் உடல்நலமில்லாமல் இருப்பதாகத் தெரிகிறது."

"ஐயா, நான் நிஜமாகவே அவனை அடிப்பேன் என்று நீங்கள் நினைத்தீர்களா? உங்களைத் திருப்திபடுத்துவதற்காக நான் என்னுடைய குட்டி இல்யூஷாவை அடிப்பேன் என்று நினைக்கிறீர்களா? ஐயா, நான் இப்போதே அதைச் செய்ய வேண்டும் என்று நீங்கள் விரும்புகிறீர்களா?" என்ற கேப்டன்

திடீரென்று அல்யோஷாவைத் தாக்கப் போவது போல அவனை நோக்கித் திரும்பினார். "ஐயா, நான் உங்களுடைய விரலுக்காக வருந்துகிறேன். ஆனால் நான் இல்யூஷாவை அடிப்பதற்கு முன்பு, உங்களுடைய திருப்திக்காக, நான் என்னுடைய நான்கு விரல்களை இப்போது, இங்கே உங்கள் கண் முன்னால் கத்தியால் வெட்டிக் கொள்வதை நீங்கள் விரும்புகிறீர்களா? ஐயா, நீங்கள் உங்களுடைய பழிவாங்கும் தாகத்தைத் தணிக்க என்னுடைய நான்கு விரல்கள் போதும் என்றும், நீங்கள் ஐந்தாவது விரலைக் கேட்க மாட்டீர்கள் என்றும் நம்புகிறேன்..." என்ற அவர் சட்டென்று பேச்சை நிறுத்திவிட்டு மூச்சு வாங்கினார். அவர் அல்யோஷாவை வெறுப்புடன் பார்த்தபோது, அவருடைய முகத்தின் ஒவ்வொரு தசையும் இழுபட்டது. அவர் வெறிபிடித்தவர் போலக் காணப்பட்டார்.

"இப்போது எனக்கு எல்லாமே புரிகிறது" என்று அல்யோஷா இருக்கையிலிருந்து எழாமல், சாந்தமாக, வருத்தத்துடன் சொன்னான். "உங்கள் பையன் மிகவும் நல்ல பையன். அவன் அப்பாவை நேசிப்பதால் உங்களைத் தாக்கியவனின் சகோதரன் என்ற முறையில் என்னைத் தாக்கினான்... இப்போது எனக்குப் புரிகிறது" என்ற அல்யோஷா யோசித்தபடி மேலும் தொடர்ந்தான். "ஆனால் என் சகோதரன் டிமிட்ரி ஃபியோதரோவிச் அவருடைய செயலுக்காக மனம் வருந்துகிறார் என்று எனக்குத் தெரியும். அவர் உங்களை வந்து பார்க்க அனுமதித்தால் அல்லது நீங்கள் விரும்பினால் அவர் அதே இடத்தில் உங்களைச் சந்தித்து எல்லோர் முன்னிலையிலும் உங்களிடம் மன்னிப்புக் கேட்பதற்குத் தயாராக இருக்கிறார்..."

"அதாவது அவர் முதலில் என் தாடியைப் பிடித்து இழுப்பார் பிறகு அதற்காக என்னிடம் மன்னிப்புக் கேட்பார்... அதன் பிறகு எல்லாமே சரியாகிவிடும், எல்லோரும் திருப்தியாக இருப்பார்கள் என்று நீங்கள் சொல்கிறீர்களா? ஐயா, அத்துடன் எல்லாம் முடிந்துவிடும் என்கிறீர்கள், அப்படித்தானே?"

"இல்லை, அப்படி இல்லை. நீங்கள் என்ன சொன்னாலும் அவர் அதைச் செய்வார்."

"அப்படியானால் அந்த மேன்மை பொருந்தியவர் அதே சத்திரத்தில் என் முன்னால் மண்டியிட்டு வணங்கச் சொன்னால் அவர் அதைச் செய்வார் என்று சொல்கிறீர்களா?"

"ஆமாம், அவர் உங்கள் முன்னால் மண்டியிட்டு வணங்குவார்."

"ஐயா, நீங்கள் என் இதயத்தைத் தொட்டு, என் கண்களில் கண்ணீரை வரவழைத்து விட்டீர்கள். என்னால் இதைத் தாங்க

முடியவில்லை. நான் என்னைப் பற்றி முழுமையாக அறிமுகப்படுத்திக் கொள்ள நீங்கள் அனுமதிக்க வேண்டும். ஐயா, எனக்கு இரண்டு மகள்களும், ஒரு குட்டிப் பையனும் இருக்கிறார்கள். நான் இறந்துவிட்டால் அவர்களை யார் கவனித்து கொள்வார்கள்? நான் உயிரோடு இருக்கும் வரை, என்னைப் போன்ற ஒரு கேடுகெட்டவனைத் தவிர வேறு யார் அவர்களைக் கவனித்துக் கொள்வார்கள்? ஐயா, கடவுள் என்னைப் போன்ற ஒவ்வொரு மனிதர்களுக்கும் ஒரு மகத்தான ஏற்பாட்டைச் செய்திருக்கிறார். ஏனென்றால் என்னைப் போன்ற ஒரு மனிதனை நேசிப்பதற்கு கூட இந்த உலகத்தில் யாராவது ஒருவர் இருக்க வேண்டும்...”

“ஓ, நீங்கள் சொல்வது முற்றிலும் உண்மை!” என்று அல்யோஷா ஆச்சரியத்துடன் சொன்னான்.

“ஓ, போதும் இந்த முட்டாள்தனம்! யாரோ ஒரு முட்டாளிடம் உங்களை நீங்களே தாழ்த்திக்கொள்ள வேண்டியதில்லை” என்று ஜன்னல் அருகில் நின்றிருந்து இளம் பெண் தன் தந்தையைப் பார்த்துத் திடீரென்று கத்தினாள். அவள் அவரைப் பார்த்த பார்வையில் வெறுப்பும் இகழ்ச்சியும் வெளிப்பட்டது.

“கொஞ்சம் பொறு, வார்வரா நிக்கோலாவ்னா. நான் என் கருத்தைச் சொல்லி முடிக்கிறேன்” என்று அவர் கண்டிப்பான குரலில் பேசினார் என்றாலும், அவள் சொல்வதை ஆமோதிப்பது போல அவளைப் பார்த்தார். “ஐயா, இது எங்களுடைய குணம்” என்று அவர் அல்யோஷாவை நோக்கித் திரும்பினார். “இயற்கை முழுவதிலும் அவர் ஆசீர்வதிக்க விரும்பும் எதுவும் இல்லை புஷ்கின். அதாவது அவர் என்பதற்குப் பதிலாக அவள் என்று எடுத்துக் கொள்ள வேண்டும். அவள் எதற்கும் தன்னுடைய ஆசீர்வாதத்தை வழங்க மாட்டாள்... இப்போது நான் என் மனைவியை அறிமுகம் செய்கிறேன். ஐயா, இந்த ஊனமுற்ற நாற்பத்து மூன்று வயது பெண்ணின் பெயர் அரினா பெத்ரோவ்னா. அவளால் நடக்க முடியும் என்றாலும் அதிகமாக நடக்க முடியாது. அவள் எளிமையான குடும்பப் பின்னணியிலிருந்து வந்தவள். அரினா பெத்ரோவ்னா, இது அலெக்ஸி ஃபியோதரோவிச் கரமசோவ். அலெக்ஸி ஃபியோதரோவிச் எழுந்து நில்லுங்கள்” என்ற அவர், எதிர்பாராத விதமாக, அவருடைய சந்தேகிக்க முடியாத பலத்தைப் பிரயோகித்து, அல்யோஷாவின் கையைப் பிடித்து அவனைத் தூக்கினார். “ஐயா, உங்களுக்குப் பெண்களை அறிமுகம் செய்யும்போது நீங்கள் எழுந்து நிற்க வேண்டும். இவர் அந்தக் கரமசோவ் இல்லை... ம்ம்ம்... இவர் அவருடைய சகோதரர், கருணையும் அன்பும் மிக்கவர். அரினா பெத்ரோவ்னா, நான் முதலில் உன் கையை முத்தமிடுகிறேன்.”

அவர் தன் மனைவியின் கையை மரியாதையாகவும், மென்மையாகவும் முத்தமிட்டார். ஜன்னல் அருகில் நின்றிருந்த இளம் பெண் அதைப் பார்த்துக் கோபத்துடன் முகத்தைத் திருப்பிக் கொண்டாள். நாற்காலியில் அமர்ந்திருந்த அந்தப் பெண்ணின் முகத்திலிருந்த ஆணவமும், கேள்வியும் நிறைந்த முகபாவம் சட்டென்று மறைந்து, அசாதாரணமான மென்மையை வெளிப்படுத்தியது.

"வணக்கம். மிஸ்டர் செர்னோமசோவ், உட்காருங்கள்" என்றாள் அவள்.

"செர்னோமசோவ் இல்லை, கரமசோவ், கரமசோவ். ஐயா, நாங்கள் சாதாரண மனிதர்கள்" என்று அவர் கிசுகிசுத்தார்.

"சரி, கரமசோவ் அல்லது எதுவாக இருந்தாலும் நான் செர்னோமசோவ் என்றுதான் சொல்வேன்... உட்காருங்கள். அவர் ஏன் உங்களை நிற்க வைத்தார்? அவர் என்னை ஊனமுற்றவள் என்கிறார். எனக்குக் கால்கள் உள்ளன என்றாலும் நடக்க முடியாமல் வீங்கிவிட்டன. நானும் சருகு போல வாடிவிட்டேன். நான் இதற்கு முன்பு குண்டாக இருந்தேன், ஆனால் இப்போது ஒட்டடைக் குச்சியைப் போல மெலிந்துவிட்டேன்..."

"ஐயா, நாங்கள் சாதாரண மனிதர்கள், மிகவும் சாதாரண மனிதர்கள்" என்று கேப்டன் திரும்பவும் சொன்னார்.

"அப்பா, அப்பா!" என்று அதுவரை மௌனமாக இருந்த கூன் விழுந்த முதுகுடன் இருந்த பெண் சொன்னாள். அவள் சட்டென்று தன் முகத்தைக் கைக்குட்டையில் புதைத்துக் கொண்டாள்.

"கோமாளி!" என்றாள் ஜன்னல் அருகில் நின்றிருந்த பெண்.

"எங்கள் நிலைமை எப்படி இருக்கிறது பாருங்கள்" என்று தாய் தன் இரு பெண்களையும் சுட்டிக் காட்டினாள். "இது மேகங்கள் நம்மைக் கடந்து செல்வது போல... ஆனால் மேகங்கள் கடந்து சென்றாலும் எங்களுக்காக இசை மீண்டும் ஒலிக்கும். இதற்கு முன்பு நாங்கள் இராணுவத்தில் இருந்தபோது, எங்கள் வீட்டிற்குப் பல விருந்தினர்கள் வருவார்கள். நான் எதையும் ஒப்பிட்டுப் பார்க்கவில்லை. ஒவ்வொருவரும் அவரவர் ரசனைக்கு ஏற்ப நடந்து கொள்வது அவர்களின் சொந்த விஷயம். ஒருமுறை தேவாலயத்தில் பணிபுரியும் உதவியாளரின் மனைவி என்னைப் பார்க்க வந்தபோது, 'நடாலியா பெத்ரோவ்னா, அலெக்ஸாண்டர் அலெக்ஸாண்ட்ரோவிச் ஓர் அற்புதமான மனிதர் என்றாலும், அவர் சாத்தானின் அவதாரம்' என்றாள். 'நல்லது, அது மக்களின் ரசனையைப் பொறுத்தது. நீ ஒரு நாற்றம் பிடித்த சாக்கடை'

என்று நான் சொன்னேன். அதற்கு அவள், 'உனக்குப் பாடம் கற்பிக்க வேண்டும்' என்றாள். 'உன்னை யார் எனக்குப் பாடம் நடத்தச் சொன்னது?' என்று நான் கேட்டேன். 'என் சுவாசம் மணக்கிறது உன்னுடையது நாறுகிறது' என்றாள் அவள். 'இங்கே உள்ள அதிகாரிகளிடம் சென்று என் சுவாசம் மணக்கிறதா அல்லது நாறுகிறதா என்று தெரிந்து கொள்' என்று நான் சொன்னேன். நான் அன்றிலிருந்து அதைப் பற்றி யோசித்துக் கொண்டிருக்கிறேன். அன்றொரு நாள் நான் இப்போது உட்கார்ந்திருப்பதைப் போல இங்கே உட்கார்ந்திருந்தேன். அப்போது ஈஸ்டர் பண்டிகையின் போது இங்கே வந்திருந்த அதே ஜெனரல் வீட்டிற்கு வந்தார். நான் அவரிடம், 'மேன்மை தங்கியவரே, ஒரு பெண்ணின் சுவாசம் நாறுமா?' என்று கேட்டேன். 'ஆமாம். நீங்கள் ஒரு ஜன்னலையோ அல்லது கதவையோ திறந்து வைத்தால் நன்றாக இருக்கும், ஏனெனில் இங்கே மூச்சு முட்டுகிறது' என்றார் அவர். அவர்கள் அனைவரும் ஒரே மாதிரியானவர்கள் என்பதால் எல்லோரும் என்னுடைய சுவாசத்தைப் பற்றிப் பேசுகிறார்கள். பிணங்களின் துர்நாற்றம் இன்னும் மோசமாக இருக்கும். 'நான் உங்கள் காற்றைக் கெடுக்கவில்லை, ஆனால் ஒரு ஜோடி புதிய காலணிகள் கிடைத்ததும் நான் சென்றுவிடுவேன்' என்று அவரிடம் சொன்னேன். என் அருமைக் குழந்தைகளே உங்கள் தாயைக் குற்றம் சொல்லாதீர்கள்! நிக்கோலாய் இலிச், நான் உங்களை நன்றாக கவனித்துக் கொள்ளவில்லையா? இப்போது என்னிடம் எஞ்சியிருப்பது, பள்ளிக்கூடம் முடிந்து என்னைப் பார்க்க அன்புடன் ஓடிவரும் என் மகன் இல்யூஷா மட்டும்தான். அவன் அன்றொரு நாள் எனக்கு ஓர் ஆப்பிளைக் கொண்டு வந்து கொடுத்தான். அன்பானவர்களே, இந்தக் கைவிடப்பட்ட, தனிமையில் வாடும், பரிதாபத்திற்குரிய தாயை மன்னித்து விடுங்கள். என் மூச்சு ஏன் இவ்வளவு அருவருப்பாக மாறியது?"

திடீரென்று அந்தப் பாவப்பட்ட பெண் தேம்பித் தேம்பி அழுதாள். அவளுடைய கன்னங்களில் கண்ணீர்த் துளிகள் உருண்டோடின. கேப்டன் அவளிடம் விரைந்து சென்றார்.

"அன்பே, என் அன்பே, அழாதே. நீ தனியாக இல்லை. இங்குள்ள எல்லோரும் உன்னை நேசிக்கிறோம். நாங்கள் யாரும் உன்னைக் கைவிட மாட்டோம்" என்று அவர் அவளுடைய இரண்டு கைகளையும் முத்தமிட்டு, கன்னங்களை வருடினார். அவர் மேசை மீதிருந்த துணியை எடுத்து அவள் கண்ணீரைத் துடைத்தார். அல்யோஷாவின் கண்களிலும் கண்ணீர்த் துளிகள் அரும்பின.

"ஐயா, நீங்கள் எல்லாவற்றையும் பார்த்தும் கேட்டும் அறிந்து கொண்டீர்களா?" என்று திடீரென்று கத்திய கேப்டன் அல்யோஷாவைத் திரும்பிப் பார்த்து, அந்தப் பலவீனமான பெண்ணைச் சுட்டிக் காட்டினார்.

"நான் பார்த்தேன், கேட்டேன்" என்று அல்யோஷா முணுமுணுத்தான்.

"அப்பா, அப்பா! நீங்கள் எப்படி அவரிடம்... அப்பா, நிறுத்துங்கள்!" என்று அந்தச் சிறுவன் திடீரென்று கத்தியபடி படுக்கையிலிருந்து எழுந்து, சுட்டெரிக்கும் விழிகளால் தன் தந்தையைப் பார்த்தான்.

"நீங்கள் உங்கள் முட்டாள்தனமான நடிப்பையும், எதற்கும் உபயோகமில்லாத பைத்தியக்காரத்தனமான செயல்களையும் மூட்டை கட்டி வைக்க வேண்டிய நேரம் வந்துவிட்டது" என்று மூலையிலிருந்து கத்திய வார்வரா நிக்கோலாவ்னா கோபத்துடன் காலை தரையில் உதைத்தாள்.

"வார்வரா, இந்த முறை உன்னுடைய கோபம் நியாயமானது. நான் சீக்கிரம் உன் கோபத்தைத் தணிக்கிறேன். அலெக்ஸி ஃபியோதரோவிச், உங்கள் தொப்பியை அணிந்து கொள்ளுங்கள். நாம் வெளியே போவோம். நான் உங்களிடம் ஒரு முக்கியமான விஷயத்தைப் பேச வேண்டும், ஆனால் அதை இந்தச் சுவர்களுக்குள் பேச முடியாது. இதோ, இங்கே உட்கார்ந்திருக்கும் இந்தப் பெண் என் மகள் நீனா. நான் அவளை உங்களுக்கு அறிமுகம் செய்துவைக்க மறந்துவிட்டேன். அவள் ஒரு தேவதையின் அவதாரம்... அவள் வானத்திலிருந்து இறங்கி மனிதர்களாகிய எங்களிடம் வந்திருக்கிறாள்... நான் என்ன சொல்கிறேன் என்பதை உங்களால் புரிந்து கொள்ள முடிந்தால்..."

"வலிப்பு வந்துவிட்டது போல உங்கள் உடல் முழுவதும் நடுங்குகிறது" என்று வார்வரா கோபத்துடன் சொன்னாள்.

"என்னைக் காலால் உதைத்துக் கோமாளி, முட்டாள் என்று சொன்ன அவளும் ஒரு தேவதையின் அவதாரம். அவள் என்னைப் பற்றிச் சொன்னது சரிதான். மிஸ்டர் கரமசோவ், வாருங்கள், வாருங்கள். நாம் இந்த விவகாரத்திற்கு ஒரு முற்றுப் புள்ளி வைக்க வேண்டும்."

அவர் அல்யோஷாவின் கையைப் பிடித்து இழுத்துக் கொண்டு தெருவுக்குச் சென்றார்.

7. சுத்தமான வெளிக் காற்றில்

"இங்கே காற்று சுத்தமாக இருக்கிறது. ஆனால் என் வீட்டில் காற்று எல்லா வகையிலும் மூச்சைத் திணறடிப்பதாக உள்ளது. ஐயா, சற்றுக் காலாற நடப்போம். நான் உங்களிடம் சிலவற்றைப் பேச ஆசைப்படுகிறேன்."

"நானும் உங்களிடம் ஒரு முக்கியமான விஷயத்தைப் பேச வேண்டும் என்றுதான் வந்திருக்கிறேன்..." என்றான் அல்யோஷா. "ஆனால் அதை எப்படி ஆரம்பிப்பது என்று எனக்குத் தெரியவில்லை."

"நீங்கள் என்னிடம் பேசுவதற்கு நிச்சயமாக ஏதோ ஒரு காரணம் இருக்கும். அப்படிக் காரணம் எதுவும் இல்லாமல் நீங்கள் என்னைப் பார்க்க வந்திருக்க மாட்டீர்கள். ஒருவேளை நீங்கள் என் பையனைப் பற்றிப் புகார் சொல்ல வந்தீர்களா? ஆனால் அதற்கு வாய்ப்பில்லை. அங்கே வீட்டில் இருந்தபோது என்னால் உங்களிடம் எதுவும் சொல்ல முடியவில்லை, ஆனால் இப்போது உங்களிடம் நடந்த சம்பவத்தை விவரிக்கிறேன். ஒரு வாரத்திற்கு முன்பு என்னுடைய தாடி மிகவும் அடர்த்தியாக நீண்டு வளர்ந்திருந்தது. பள்ளிச் சிறுவர்கள் அதைத் துடைப்பம் என்று கேலி செய்தார்கள். உங்கள் சகோதரர் டிமிட்ரி என் தாடியைப் பிடித்து என்னைத் தெருவில் இழுத்துச் சென்றபோது, பள்ளிக்கூடம் முடிந்து திரும்பிக் கொண்டிருந்த சிறுவர்களின் கூட்டத்தில் என் இல்யூஷாவும் இருந்தான். அவன் என்னை அந்த நிலையில் பார்த்ததும், 'அப்பா, அப்பா' என்று கத்திக் கொண்டே ஓடிவந்து என்னைக் கட்டிப் பிடித்துக் கொண்டு, 'அவர் என் அப்பா, அவரை விட்டுவிடுங்கள். தயவுசெய்து அவரை மன்னித்து விடுங்கள்!' என்று கதறி அழுதான். 'அவரை மன்னித்து விடுங்கள்' என்று அவன் சொல்லிவிட்டு, என் தாடியைப் பிடித்திருந்த அந்தக் கையை முத்தமிட்டான்... நான் அந்தக் கணத்தில் அவனுடைய சிறிய முகத்தைப் பார்த்தேன். நான் உயிருடன் இருக்கும் வரை என்னால் அதை மறக்க முடியாது..."

"நான் உங்களுக்குச் சத்தியம் செய்கிறேன்" என்றான் அல்யோஷா. "என் சகோதரன் அவருடைய செயலுக்காக வருத்தப்பட்டு, உங்களிடம் மனப்பூர்வமாக மன்னிப்புக் கேட்பார். அவர் அதே இடத்தில் உங்கள் முன்னால் மண்டியிட்டு வணங்குவார்... நான் அவரை மண்டியிட வைப்பேன். அப்படி இல்லையென்றால் அவர் இனிமேல் எனக்குச் சகோதரன் இல்லை!"

"ஆகா, அப்படியானால் இது உங்களுடைய யோசனை மட்டுமே! இது அவரிடமிருந்து வரவில்லை, மாறாக உங்களுடைய அன்பு நிறைந்த, பெருந்தன்மையுள்ள இதயத்திலிருந்து வருகிறது. ஐயா, நீங்கள் முதலில் அதைச் சொல்லியிருக்க வேண்டும். அந்தச் சந்தர்ப்பத்தில் உங்களுடைய அதிகாரியான சகோதரர் காட்டிய மரியாதையையும், வீரத்தையும் பற்றிச் சிலவற்றை நான் உங்களுக்குச் சொல்ல விரும்புகிறேன். அவர் ஒரு கட்டத்தில் என் தாடியைப் பிடித்து இழுப்பதை நிறுத்திவிட்டு, 'நீ ஓர் அதிகாரி என்றால் நானும் உன்னைப் போல ஓர் அதிகாரி. எனவே உனக்குப் பதிலாக வேறு யாராவது ஒரு கண்ணியமான மனிதர் இருந்தால் அவரை என்னிடம் சவாலுக்கு அனுப்பு. நீ உண்மையில் ஓர் அயோக்கியனாக இருந்தாலும், நான் உன்னைச் சண்டையில் சந்திப்பேன்!' என்று அவர் சொன்னார். அப்படி ஒரு பெருந்தன்மை அவருக்கு! அவருக்கு என்ன ஒரு பெருந்தன்மை! நான் அதன் பிறகு இல்யூஷாவுடன் வீட்டிற்குத் திரும்பி விட்டேன். எங்கள் குடும்ப கௌரவம் காற்றில் பறந்த அந்தக் காட்சி இல்யூஷாவின் மனதில் நிரந்தரமாகப் பதிந்து விட்டது. ஐயா, அதற்குப் பிறகு நாங்கள் எங்களைக் கௌரவமானவர்கள் என்று எப்படிச் சொல்லிக் கொள்ள முடியும்? நீங்கள் எங்கள் வீட்டிற்கு வந்து எல்லாவற்றையும் பார்த்த காரணத்தால் நீங்களே யோசித்துப் பாருங்கள். அங்கே இருந்த மூன்று பெண்களில் ஒருத்தி மனதாலும் உடலாலும் ஊனமுற்றவள். மற்றொருத்திக்கு கூன் விழுந்த முதுகு. மூன்றாவது பெண்ணால் நடக்க முடியும் என்றாலும் அவளுடைய தகுதிக்கு மீறி அவள் புத்திசாலியாக இருக்கிறாள். அவள் பீட்டர்ஸ்பர்க் சென்று நேவா நதிக்கரையில் வசிக்கும் ரஷ்ய பெண்களின் உரிமைகளுக்காகப் போராட விரும்புகிறாள். நான் இல்யூஷாவைக் கணக்கில் சேர்க்கவில்லை ஏனெனில் அவனுக்கு ஒன்பது வயதுதான் ஆகிறது. அவர்களுக்கு ஆதரவாக இருக்கும் நான் இறந்துவிட்டால் அவர்களின் கதி என்னவாகும் என்பதை யோசித்துப் பாருங்கள்! நான் இந்த நிலைமையில் எப்படி அவருடன் சண்டைக்குச் சவால் விட முடியும்? அவர் என்னைக் கொன்றுவிட்டால் அதன் பிறகு என்ன நடக்கும்? என்னை நம்பியிருக்கும் அவர்களின் நிலைமை என்னவாகும்? ஒருவேளை அவர் என்னைக் கொல்லாமல் முடமாக்கினால் அது இன்னும் மோசமாக இருக்கும். நான் வேலை செய்ய முடியாமல் மற்றவர்களின் தயவை எதிர்பார்த்து வாழ வேண்டியிருக்கும். அப்போது மற்றவர்களை யார் கவனித்துக் கொள்வார்கள்? நான் இல்யூஷாவைப் பள்ளிக்கு அனுப்புவதற்குப் பதிலாக பிச்சை எடுக்க அனுப்ப வேண்டுமா? ஐயா, நான் அவருடன் சண்டைக்கு சவால்

விட்டால் இதுதான் நடக்கும். ஐயா, இது முட்டாள்தனத்தைத் தவிர வேறொன்றுமில்லை.”

“அவர் நிச்சயமாக உங்களிடம் மன்னிப்புக் கேட்பார். அவர் அதே இடத்தில் உங்கள் முன்னால் மண்டியிட்டு வணங்குவார்” என்று அல்யோஷா மீண்டும் கண்கள் பளபளக்க, உணர்ச்சிப் பெருக்குடன் சொன்னான்.

“நான் அவரை நீதிமன்றத்தில் நிறுத்த வேண்டும் என்று நினைத்தேன்” என்று கேப்டன் தொடர்ந்து சொன்னார். “ஆனால் நம்முடைய சட்டங்களில் உள்ள விதிகளின் படி என்னுடைய தனிப்பட்ட அவமதிப்புக்கு என்னை அவமதித்தவரிடமிருந்து எனக்கு என்ன இழப்பீடு கிடைத்துவிடப் போகிறது? அதைக் கேள்விப்பட்ட குரூஷென்கா என்னைக் கூப்பிட்டு, ‘அவரை நீதிமன்றத்தில் நிறுத்த உனக்கு என்ன தைரியம்? நீ அப்படிச் செய்தால், உன்னுடைய மோசடியான செயல்களுக்காக அவர் உன்னை அடித்தார் என்று இந்த ஊருக்கே தெரிந்துவிடும். அதன் பிறகு நீ குற்றவாளிக் கூண்டில் நிற்க வேண்டியிருக்கும்’ என்று எச்சரித்தாள். ஆனால் இந்த மோசடி வேலைக்கு யார் காரணம் என்பதும், நான் யாருடைய உத்தரவின் பேரில் அதைச் செய்தேன் என்பதும் கடவுளுக்கே வெளிச்சம். நான் அவள் சார்பாகவும், ஃபியோதர் பாவ்லோவிச்சின் சார்பாகவும் செயல்பட்டதைத் தவிர வேறு என்ன செய்தேன்? எல்லாவற்றுக்கும் மேலாக அவள் என்னிடம், ‘நீ அவர் மீது வழக்குத் தொடர்ந்தால் நான் உன்னை வேலையை விட்டு விரட்டி விடுவேன். அதன் பிறகு நீ என்னிடமிருந்து ஒரு கோபெக் கூட வாங்க முடியாது. நான் வியாபாரியிடம் (அவள் கிழவனை அப்படித்தான் அழைத்தாள்) சொல்வேன், அவரும் உன்னை விரட்டியடிப்பார்’ என்று சொன்னாள். அவர் என்னை நீக்கிவிட்டால் அதன் பிறகு நான் வருமானத்திற்கு என்ன செய்ய முடியும்? இப்போது எனக்கு வேலை தருபவர்கள் அந்த வியாபாரியும் உங்கள் தந்தையும் மட்டும்தான். மேலும் உங்கள் தந்தை இப்போது ஏதோ ஒரு காரணத்திற்காக என்னை நம்புவதில்லை என்பது மட்டுமின்றி, நான் கையெழுத்திட்டுக் கொடுத்த ரசீதுகள் சிலவற்றை வைத்துக் கொண்டு என்னை நீதிமன்றத்தில் நிறுத்தவும் திட்டமிட்டு வருகிறார். நான் இதையெல்லாம் கருத்தில் கொண்டு எதுவும் செய்யாமல் அமைதியாக இருக்க முடிவு செய்தேன். நான் வசிக்கும் குடிசையை நீங்களே பார்த்தீர்கள். இல்யூஷா உங்கள் விரலை மோசமாகக் காயப்படுத்தி விட்டானா? எங்கள் வீட்டில் அவன் முன்னிலையில் என்னால் அதைப் பற்றிக் கேட்க முடியவில்லை என்பதால் இப்போது கேட்கிறேன்.”

"ஆமாம், அவன் அந்த நேரத்தில் மிகவும் கோபமாக இருந்தான். நான் ஒரு கரமசோவ் என்ற முறையில் அவன் என்னைப் பழிவாங்கினான் என்று இப்போது எனக்குப் புரிகிறது. ஆனால் அவன் தன் பள்ளித் தோழர்களுடன் கற்களை வீசிச் சண்டையிட்டதை நீங்கள் பார்த்திருக்க வேண்டும். அது உயிருக்கே ஆபத்தாக முடியலாம். அவர்கள் முட்டாள்தனமாக அதைச் செய்கிறார்கள். கல்லால் மண்டை உடைந்து விடும் என்பதை அவர்களில் யாரும் உணர்ந்ததாகத் தெரியவில்லை."

"ஆமாம், அவர்கள் வீசிய கல் அவன் மண்டையை உடைக்கவில்லை, ஆனால் இதயத்திற்கு மேலே அவன் மார்பைத் தாக்கிக் காயப்படுத்தி விட்டது. அவன் வலி தாங்க முடியாமல் அழுது கொண்டே வீட்டிற்கு வந்தான். இப்போது அவனுக்கு காய்ச்சல் வந்துவிட்டது."

"ஆனால் முதலில் அவர்களைத் தாக்கியது அவன்தான் என்பதைத் தெரிந்து கொள்ளுங்கள். அவன் உங்கள் பொருட்டு அவர்கள் மீது கோபமாக இருக்கிறான். அவன் கிரோஸ்த்கின் என்ற பையனைப் பேனாக் கத்தியால் குத்தினான் என்று அவர்கள் சொல்கிறார்கள்."

"நானும் அதைப் பற்றிக் கேள்விப்பட்டேன். அது மிகவும் ஆபத்தான, மோசமான செயல். அவனுடைய தந்தை உள்ளூரில் ஓர் அதிகாரியாக இருக்கிறார். அதனால் எங்களுக்குப் பிரச்சனை ஏற்படுவதற்கு அதிக வாய்ப்பிருக்கிறது."

"நான் என்ன சொல்கிறேன் என்றால்" என்று அல்யோஷா கனிவுடன் தொடர்ந்தான். "அவனுடைய கோபம் தணிந்து அவன் அமைதியாகும் வரை அவனைப் பள்ளிக்கு அனுப்ப வேண்டாம்..."

"கோபம்! ஐயா, அதுதான் சரியான வார்த்தை! அவன் சின்னப் பையன் என்றாலும் அவனுடைய கோபம் பெரியது. ஐயா, என்ன நடந்தது என்று உங்களுக்கு முழுசாகத் தெரியாது. நான் முழுக் கதையையும் சொல்கிறேன். அந்தச் சம்பவத்திற்குப் பிறகு அவனுடைய பள்ளித் தோழர்கள் அனைவரும் அவனைத் துடைப்பம் என்று கேலி செய்யத் தொடங்கினார்கள். பள்ளி மாணவர்கள் தனித்தனியாக இருக்கும்போது கடவுளின் குழந்தைகளாக இருக்கலாம். ஆனால் அவர்கள் ஒன்றாகச் சேர்ந்தால், குறிப்பாக பள்ளியில் கும்பலாக இருக்கும்போது இரக்கமற்றவர்கள். அவர்களின் கேலியும் கிண்டலும் இல்யூஷாவின் சுய கௌரவத்தைப் பாதித்தது. ஒரு பலவீனமான சிறுவன் தன் தந்தையை நினைத்து வெட்கப்பட்டிருப்பான், ஆனால் அவன் தன் தந்தைக்காகத் தனி ஒருவனாக அவர்கள் அனைவரையும்

எதிர்த்து நின்றான். அவன் தன் தந்தைக்காக நீதியையும், உண்மையையும் நிலைநாட்ட விரும்புகிறான். அவன் உங்கள் அண்ணனின் கையை முத்தமிட்டு, 'அப்பாவை மன்னித்து விடுங்கள்' என்று கெஞ்சியபோது, அவன் மனம் பட்ட வேதனை கடவுளுக்கும் எனக்கும் மட்டுமே தெரியும் வேறு யாருக்கும் தெரியாது. ஆமாம், இப்படித்தான் நம்முடைய குழந்தைகள், உங்களுடைய குழந்தைகள் அல்ல, எங்களைப் போன்ற பாவப்பட்ட ஏழைகளின் குழந்தைகள், ஒன்பது வயதிலேயே இந்த உலகத்தைப் புரிந்து கொள்கிறார்கள். ஆனால் பணக்காரக் குழந்தைகளுக்கு அது எப்படிப் புரியும்? அவர்கள் தங்கள் வாழ்நாள் முழுவதும் இத்தகைய ஆழமான விஷயங்களை ஆராய்வதில்லை. ஆனால் என் இல்யூஷா அந்தச் சதுக்கத்தில் உங்களுடைய சகோதரன் கையை முத்தமிட்ட கணத்தில் அவனுடைய உள்ளத்தின் ஆழத்தில் உண்மையைக் கண்டு கொண்டான். அந்த உண்மை அவனை நிரந்தரமாக முடக்கி விட்டது" என்று கேப்டன் வெறிபிடித்தவர் போல உக்கிரமாகப் பேசினார். அவர் தனது வலது கை முஷ்டியால் இடது உள்ளங்கையில் பலமாகக் குத்தினார். "அன்று அவனுக்குப் பயங்கரமான காய்ச்சல் ஏற்பட்டதைத் தொடர்ந்து இரவு முழுவதும் பிதற்றிக் கொண்டே இருந்தான். அவன் அன்று முழுவதும் என்னுடன் பேசாமல் அமைதியாக இருந்தாலும், என்னை இரகசியமாகப் பார்த்துக் கொண்டிருப்பதை நான் கவனித்தேன். அவன் அறையின் மூலையிலிருந்து ஜன்னலுக்கு வெளியே பார்ப்பது போலவும், வீட்டுப் பாடம் செய்வது போலவும் பாசாங்கு செய்து கொண்டிருந்தான். ஆனால் அவன் மனம் பாடங்களில் இல்லை என்பதை என்னால் உணர முடிந்தது. ஐயா, நான் ஒரு பாவி. நான் துக்கம் தாங்காமல் மறுநாள் நன்றாகக் குடித்துவிட்டு எல்லாவற்றையும் மறந்து விட்டேன். ஐயா, நான் மிகவும் நேசிக்கும் என்னுடைய மனைவியும் அழத் தொடங்கினாள். எனவே நான் வீட்டில் இருந்த கடைசி கோபெக் பணத்திற்கும் குடித்தேன். ஐயா, நீங்கள் அதற்காக என்னை வெறுக்காதீர்கள், ஏனெனில் ரஷ்யாவில் உள்ள குடிகாரர்கள் அனைவரும் அன்பான மனிதர்கள்; நம்முடைய அன்பான மனிதர்கள் அனைவரும் பெரும் குடிகாரர்கள். எனவே நான் அன்று குடிபோதையில் நன்றாகத் தூங்கி விட்டதால், இல்யூஷாவை மறந்து விட்டேன். ஐயா, அன்றுதான் பள்ளியில் பையன்கள் அவனைக் கேலி செய்யத் தொடங்கினார்கள். அவர்கள் அனைவரும் அவனைப் பார்த்து, 'துடைப்பம்' என்று கத்தினார்கள். 'உன் அப்பாவின் தாடியைப் பிடித்து சத்திரத்திலிருந்து தெருவில் இழுத்துச் செல்லும்போது, நீ மன்னிப்புக் கேட்டு பின்னால் ஓடினாய்' என்று பரிகாசம் செய்தார்கள். மூன்றாவது நாள் அவன் பள்ளியிலிருந்து திரும்பி

வந்தபோது, அவனுடைய முகம் பேயறைந்ததைப் போலப் பரிதாபமாகக் காட்சியளித்தது. 'என்ன ஆயிற்று?' என்று நான் கேட்டேன். அவன் அதற்கு எந்தப் பதிலும் சொல்லவில்லை. எங்கள் வீட்டில் என் மனைவிக்கும், மகள்களுக்கும் தெரியாமல் எதுவும் பேச முடியாது. எனவே பெண்கள் முதல் நாளே அதைக் கண்டுபிடித்து விட்டதால் வார்வரா நிக்கோலாவ்னா முணுமுணுக்கத் தொடங்கினாள். 'ஒரு கோமாளியாகவும், முட்டாளாகவும் உள்ள ஒருவரால் வேறு என்ன செய்ய முடியும்? நிச்சயமாக புத்திசாலித்தனமாக எதையும் செய்ய முடியாது' என்றாள். 'மகளே வார்வரா, நீ சொல்வது நூற்றுக்கு நூறு உண்மை. அந்த மாதிரி ஆட்களிடமிருந்து உன்னால் புத்திசாலித்தனமாக எதையும் எதிர்பார்க்க முடியாது' என்று நான் சொன்னேன். நான் அப்போதைக்கு அந்தப் பேச்சை முடித்துக் கொண்டேன். நான் அன்று மாலையில் என் பையனை வெளியே நடப்பதற்கு அழைத்துச் சென்றேன். ஐயா, நானும் என் பையனும் வழக்கமாக மாலை நேரத்தில், நாம் இப்போது நடந்து வந்த பாதை வழியாக நடந்து செல்வோம் என்பதை இந்த நேரத்தில் உங்களிடம் சொல்ல வேண்டும். நாங்கள் எங்கள் வீட்டிலிருந்து நகரத்தின் மேய்ச்சல் நிலம் தொடங்கும் சாலையோரத்தில் உள்ள வேலியை ஒட்டியுள்ள அந்தப் பெரிய பாறை வரையிலும் நடந்து செல்வோம். ஐயா, இது ஓர் அழகான, தனிமையான இடம். நான் வழக்கம் போல அவனது சிறிய கையை என் கையில் பிடித்துக் கொண்டு நடந்தேன். நான் அவனுடைய சிறிய கையைப் பிடித்து நடந்தபோது, அவனது மெல்லிய விரல்கள் குளிர்ந்திருப்பதை என்னால் உணர முடிந்தது. அவனுடைய இதயம் பலவீனமானது. 'அப்பா, அப்பா!' என்றான் அவன். 'என்ன?' என்று நான் கேட்டேன். அவனுடைய சிறிய கண்கள் பிரகாசிப்பதை என்னால் பார்க்க முடிந்தது. 'அப்பா, அன்று அவர் உங்களிடம் எப்படி நடந்து கொண்டார்.' 'இல்யூஷா, அதற்கு என்னால் என்ன செய்ய முடியும்?' என்றேன் நான். 'அப்பா, நீங்கள் அவரை மன்னிக்காதீர்கள். அதற்காக அவர் உங்களுக்குப் பத்து ரூபிள்கள் கொடுக்கப் போவதாகப் பையன்கள் சொல்கிறார்கள்.' 'இல்லை, இல்யூஷா, நான் எந்தச் சூழ்நிலையிலும் அவரிடமிருந்து பணம் வாங்க மாட்டேன்.' அப்போது அவன் உடல் முழுவதும் நடுங்க ஆரம்பித்தது. அவன் தனது இரண்டு கைகளாலும் என் கையைப் பிடித்து முத்தமிட்டான். 'அப்பா, நீங்கள் ஒரு கோழை என்பதால், ஒண்டிக்கு ஒண்டி சண்டையிடுவதற்குப் பதிலாக அவரிடமிருந்து பத்து ரூபிள்களை வாங்கிக் கொள்வீர்கள் என்று பள்ளியில் எல்லோரும் என்னைக் கேலி செய்கிறார்கள். அப்பா, நீங்கள் அவரைச் சண்டைக்குச் சவால் விடுங்கள்.' 'இல்யூஷா, என்னால்

அவரிடம் சண்டைக்குச் சவால் விட முடியாது என்று நான் இப்போது உங்களிடம் சொன்னதை அவனுக்குச் சுருக்கமாக விளக்கினேன். அவன் அதைக் கேட்டுவிட்டு, 'அப்பா, அப்படியே இருந்தாலும், நீங்கள் அவருடன் சமாதானமாகப் போகக்கூடாது. நான் பெரியவனானதும் அவரிடம் சண்டைக்குச் சவால் விட்டு அவரைக் கொன்று விடுவேன்!" என்றான். அவன் அதைச் சொன்னபோது அவனுடைய கண்கள் நெருப்பைப் போல ஜொலித்தன. உண்மை எதுவாக இருந்தாலும், நான் அவனுடைய தந்தை என்ற முறையில் அவனுக்கு எது சரி எது தவறு என்பதைச் சொல்ல வேண்டிய கடமை எனக்கு இருந்தது. 'சண்டையில் கூட ஒருவரைக் கொல்வது பாவம்' என்று நான் சொன்னேன். 'அப்பா, அப்படியானால் நான் வளர்ந்து பெரியவனான பின் அவரைச் சண்டையில் தோற்கடித்துக் கீழே தள்ளி என் வாளை உயர்த்தி, 'நான் விரும்பினால் உங்களைக் கொல்ல முடியும் என்றாலும் உங்களை மன்னிக்கிறேன்!' என்று சொல்வேன்' என்றான். அந்த இரண்டு நாட்களாக அவனுடைய சிறிய மனதில் எத்தகைய சிந்தனை ஓடிக் கொண்டிருந்தது என்பதைப் பாருங்கள். அவன் இரவும் பகலும் வாளைக் கொண்டு பழிவாங்குவதைப் பற்றியே யோசித்துக் கொண்டிருந்தான். அவன் தூங்கும்போது கூட அதைப் பற்றியே பிதற்றிக் கொண்டிருந்தான். அதற்குப் பிறகு அவன் பள்ளியிலிருந்து வீட்டிற்கு வரும்போது மோசமாக அடிவாங்கிக் கொண்டு வருவது வழக்கமானது. நான் மூன்று நாட்களுக்கு முன்புதான் அதைப் பற்றித் தெரிந்து கொள்ள முடிந்தது. ஐயா, நீங்கள் சொல்வது சரிதான் என்று தோன்றுவதால், நான் இனிமேல் அவனைப் பள்ளிக்கு அனுப்ப மாட்டேன். அவன் தனி ஒருவனாக வகுப்பில் உள்ள அனைவரையும் எதிர்த்து சண்டையிடுகிறான் என்பதையும், அவனுடைய உள்ளத்தில் கசப்பும் வெறுப்பும் கொழுந்து விட்டு எரிகிறது என்பதையும் அறிந்து கொண்ட நான் அவனை நினைத்து பயந்தேன். நாங்கள் மீண்டும் ஒரு நாள் நடைப் பயிற்சிக்கு சென்றபோது, 'அப்பா, இந்த உலகத்தில் பணம் படைத்தவர்கள் மற்றவர்களை விடச் சக்தி வாய்ந்தவர்களா?' என்று கேட்டான். 'ஆமாம், இல்யூஷா, இந்த உலகத்தில் பணக்காரர்களை விடச் சக்தி வாய்ந்தவர்கள் யாரும் இல்லை' என்றேன். 'அப்பா நான் என் வாழ்க்கையில் மிகப் பெரிய பணக்காரனாகவும், ஓர் அதிகாரியாகவும் ஆன பிறகு எல்லோரையும் ஜெயிப்பேன். ஜார் மன்னர் எனக்கு வெகுமதி கொடுப்பார். நான் இங்கு வரும்போது என்னை எதிர்க்க யாருக்கும் துணிச்சல் வராது...' என்ற அவன் சற்று நேரம் பேசாமல் இருந்தான். அவனுடைய உதடுகள் முன்பு போலவே நடுங்கின. 'அப்பா, இது மிகவும் மோசமான நகரம் இல்லையா?' 'ஆமாம்,

இல்யூஷா, இது உண்மையில் ஒரு நல்ல நகரம் இல்லை.' 'அப்பா, நம்மைப் பற்றி யாருக்கும் தெரியாத ஒரு நல்ல நகரத்திற்கு நாம் சென்று விடுவோம்' என்றான் அவன். 'நான் கொஞ்சம் பணத்தைச் சேமித்து வைத்த பிறகு அதைச் செய்வோம்' என்ற நான் அவனை அவனுடைய வேதனையான எண்ணங்களின் சுழலிலிருந்து திசைதிருப்ப முடிந்ததை நினைத்து மகிழ்ந்தேன். நாங்கள் இருவரும் வேறொரு நகரத்திற்குச் சென்று ஒரு குதிரையும் வண்டியும் வாங்குவது எப்படி என்று கனவு காணத் தொடங்கினோம். 'அம்மாவையும் சகோதரிகளையும் வண்டியில் உட்கார வைத்து, நாம் வண்டியின் பின்னால் நடந்து செல்வோம். அவ்வப்போது நீயும் வண்டியில் ஏறிக் கொள்ள, நான் அருகில் நடந்து வருவேன். நாம் அனைவரும் சவாரி செய்வது குதிரைக்குச் சிரமத்தை ஏற்படுத்தும் என்பதால் அப்படிச் செய்யக்கூடாது' என்றேன். நான் சொன்னதைக் கேட்டு அவன் மகிழ்ந்தான். நமக்கு ஒரு குதிரை சொந்தமாக இருக்கும், அதை அவனே ஓட்டிச் செல்ல முடியும் என்ற எண்ணம் அவனுக்கு அளவற்ற சந்தோஷத்தைக் கொடுத்தது. ரஷ்யாவில் பிறந்த ஒரு சிறுவனுக்கு குதிரையை விட மிகவும் பிடித்தது எதுவும் இருக்க முடியாது என்பது நிச்சயம். நாங்கள் இருவரும் நீண்ட நேரம் பேசிக் கொண்டிருந்தோம். 'கடவுளே நன்றி, என்னால் அவனுக்கு ஆறுதலும் உற்சாகமும் அளிக்க முடிந்தது' என்று நான் நினைத்தேன். அது இரண்டு நாட்களுக்கு முன்பு நடந்தது. ஆனால் நேற்று இரவு எல்லாம் தலைகீழாக மாறிவிட்டது. அவன் நேற்று பள்ளிக்குச் சென்றுவிட்டு திரும்பியபோது மிகுந்த மனச்சோர்வுடன் இருந்தான். நான் அன்று மாலையில் வழக்கம் போல அவன் கையைப் பிடித்துக் கொண்டு நடந்து சென்றேன். அப்போது அவன் ஒரு வார்த்தையும் பேசவில்லை. சூரியனை மேகங்கள் சூழ்ந்திருக்க காற்று பலமாக வீசியது. இலையுதிர் காலத்தின் குளிர்ச்சி காற்றில் வெளிப்பட்டது. இருள் கவியத் தொடங்கியிருந்தது. எங்கள் இருவரையும் ஏதோ ஒரு சோகம் ஆக்ரமித்திருக்க மௌனமாக நடந்தோம். 'சரி, நாம் வண்டியில் எப்படிப் பிரயாணம் செய்வது என்பதைப் பற்றிப் பேசுவோமா?' என்று நான் நேற்று நடந்த உரையாடலுக்கு அவனைத் திசைதிருப்பும் உத்தேசத்துடன் கேட்டேன். அவன் மௌனமாக இருந்தான் என்றாலும், அவனுடைய பிஞ்சு விரல்கள் என் கையில் நடுங்குவதை உணர்ந்தேன். 'ஓ, மிகவும் மோசமான ஏதோ ஒன்று நடந்திருக்கிறது' என்று நான் நினைத்தேன். நாங்கள் அந்தப் பெரிய பாறையை நெருங்கி அதன் மீது அமர்ந்தோம். அப்போது வானத்தில் சுமார் முப்பது காத்தாடிகள் காற்றில் சிறகடித்துப் பறந்து கொண்டிருந்தன. ஐயா, இது காத்தாடிகள் விடும் பருவம். 'இதோ பார் இல்யூஷா, நாம் சென்ற வருடம்

காத்தாடியைப் பறக்க விட்டதை நினைத்துப் பார். நாம் இப்போது நம்முடைய காத்தாடியைப் பறக்க விடவேண்டிய நேரம் இது. நான் அதைச் சரிசெய்து தருகிறேன். நீ அதை எங்கே வைத்தாய்?' என்று நான் கேட்டேன். அவன் எதுவும் பேசாமல் முகத்தை வேறு பக்கம் திருப்பிக் கொண்டான். அப்போது பலமாக ஊளையிட்டுக் கொண்டு வீசிய காற்று புழுதியை வாரித் தூற்றியது. இல்யூஷா திடீரென்று அவனுடைய கைகளால் என் கழுத்தைச் சுற்றி வளைத்து, என்னை இறுக கட்டித் தழுவிக் கொண்டான். ஐயா, குழந்தைகள் அவர்களுடைய பெருமித உணர்வால் அமைதியாக இருக்கும்போது, அவர்கள் நீண்ட காலம் அவர்களுடைய கண்ணீரை அடக்கி வைத்திருக்கும்போது, ஒரு கட்டத்திற்கு மேல் தாங்க முடியாமல் ஆழ்ந்த சோகத்தினால் மனம் உடைந்து நொறுங்கும்போது, அவர்கள் கண்களிலிருந்து கண்ணீர் வழியாது, மாறாக ஆறாகப் பெருக்கெடுத்து ஓடும். அப்படி ஆறாகப் பெருகிய அவனுடைய வெதுவெதுப்பான கண்ணீரால் என் முகம் முழுவதும் நனைந்தது. அவன் தேம்பித் தேம்பி அழுது கொண்டே, வலிப்பு ஏற்பட்டது போல உடல் முழுவதும் நடுங்கியவனாக, என்னை இறுக அணைத்துக் கொண்டான். 'அப்பா, அப்பா, அவர் உங்களை எப்படி அவமானப்படுத்தி விட்டார்' என்று அழுதான். ஐயா, நானும் தாங்க முடியாமல் அழத் தொடங்கினேன். நாங்கள் இருவரும் ஒருவரையொருவர் அணைத்துக் கொண்டு கதறி அழுதோம். 'இல்யூஷா, என் அருமை இல்யூஷா' என்றேன். அப்போது கடவுளைத் தவிர எங்களை வேறு யாரும் பார்க்கவில்லை. அவர் அதை என் கணக்கில் வரவு வைப்பார் என்று நான் நம்புகிறேன். ஐயா, அலெக்ஸி ஃபியோதரோவிச், உங்கள் அருமை சகோதரருக்கு நன்றி. ஐயா, நான் உங்களுடைய திருப்திக்காக என் பையனை அடிக்க முடியாது!"

அவர் சொல்லி முடித்ததும் அவருடைய பழைய கடுகடுப்பான சுபாவத்திற்குத் திரும்பினார். இருந்தாலும் அவர் தன் மீது நம்பிக்கை வைத்து, தன்னிடம் வெளிப்படையாக மனம் விட்டுப் பேசினார் என்றும், அவர் வேறு யாரிடமும் அப்படிப் பேசியிருக்க மாட்டார் என்றும் அல்யோஷா புரிந்து கொண்டான். எனவே அவர் சொன்னதைக் கேட்டு மனம் நெகிழ்ந்த அவனுடைய கண்களில் கண்ணீர்த் துளிகள் உருண்டோடின.

"நான் உங்கள் பையனுடன் நட்பாக இருக்க வேண்டும் என்று விரும்புகிறேன், நீங்கள் அதற்கு உதவி செய்ய முடிந்தால்..."

"நிச்சயமாக" என்று கேப்டன் முணுமுணுத்தார்.

“நான் இப்போது உங்களிடம் வேறு ஒரு விஷயத்தைப் பற்றிப் பேச விரும்புகிறேன். தயவுசெய்து நான் சொல்வதைக் கேளுங்கள்” என்று அல்யோஷா உற்சாகத்துடன் தொடர்ந்தான். “நான் உங்களுக்கு ஒரு செய்தி கொண்டு வந்திருக்கிறேன். என்னுடைய சகோதரன் டிமிட்ரி அவருடைய வருங்கால மனைவியையும் அவமானப்படுத்தி விட்டார். மிகவும் கௌரவமான குடும்பத்தைச் சேர்ந்த அந்தப் பெண்ணைப் பற்றி நீங்கள் கேள்விப்பட்டிருக்கலாம். அவளுக்கு ஏற்பட்ட அந்த அவமானத்தைப் பற்றி உங்களிடம் சொல்வதற்கு எனக்கு உரிமை இருக்கிறது என்பதால் நான் அதை சொல்லத்தான் வேண்டும். ஏனென்றால் அவள் உங்களுக்கு நடந்த அவமானத்தையும், உங்களுடைய கஷ்டமான சூழ்நிலையையும் தெரிந்து கொண்டு, அவள் சற்று நேரத்திற்கு முன் என்னை அழைத்து, உங்களிடம் இந்தப் பணத்தைக் கொடுக்க வேண்டும் என்று சொன்னாள்... இதை அவளுடன் உறவை முறித்துக் கொண்ட டிமிட்ரியோ, அவருடைய சகோதரனாகிய நானோ அல்லது வேறு யாரோ கொடுக்கவில்லை, மாறாக அவள் கொடுத்து அனுப்பியது. அவள் செய்யும் இந்த உதவியை நீங்கள் ஏற்றுக்கொள்ள வேண்டும் என்று அவள் கெஞ்சிக் கேட்டுக் கொண்டாள். உங்கள் இருவருக்கும் அந்த ஒரே மனிதனால் அவமானம் ஏற்பட்டிருக்கிறது. உங்களைப் போல அவளும் மிக மோசமாக அவமானப்படுத்தப்பட்ட பிறகுதான் அவள் உங்களைப் பற்றி நினைத்துப் பார்த்தாள்! வேறு வார்த்தைகளில் சொல்ல வேண்டுமானால் அவள் ஒரு சகோதரி என்ற முறையில் ஒரு சகோதரனுக்கு உதவி செய்ய விரும்புகிறாள்... இந்த இருநூறு ரூபிள்களை உங்களுடைய உடன் பிறந்த சகோதரியிடமிருந்து பெற்றுக் கொள்வதைப் போல நீங்கள் வாங்கிக் கொள்ள வேண்டும் என்று அவள் என்னிடம் சொல்லி அனுப்பினாள். இது யாருக்கும் தெரியாது என்பதால் அதன் காரணமாக எந்தவிதமான வதந்திகளும் கிளம்பாது... இதோ இருநூறு ரூபிள்கள், நீங்கள் இதை ஏற்றுக்கொள்ள வேண்டும் என்று நான் கேட்டுக் கொள்கிறேன். இல்லையென்றால்... இந்த உலகத்தில் ஒவ்வொருவரும் மற்றவர்களுக்கு ஏதோ ஒரு வகையில் எதிரிகளாகத்தான் இருப்பார்கள்! நீங்கள் மிகவும் பெருந்தன்மையுள்ள மனிதர் என்பதால் உங்களால் அதைப் புரிந்துகொள்ள முடியும் என்று நம்புகிறேன்!”

அல்யோஷா இரண்டு புதிய நூறு ரூபிள் நோட்டுகளை அவரிடம் நீட்டினான். அவர்கள் இருவரும் ஒரு பெரிய பாறைக்கு அருகில், வேலியை ஒட்டி நின்றிருந்தனர். அவர்களைச் சுற்றி கண்ணுக்கு எட்டிய வரை யாரும் இல்லை. அந்த நோட்டுகள்

அவரிடம் மிகப்பெரிய தாக்கத்தை ஏற்படுத்தியது. அவர் முதலில் வெளிப்படையாக ஆச்சரியப்பட்டாலும் மறுகணம் அவருடைய உடல் நடுங்கியது. அவர்களின் உரையாடல் இறுதியில் இப்படி ஒரு முடிவை எட்டும் என்பதை அவரால் நம்பமுடியவில்லை. அவர் யாரிடமிருந்தும் எந்த உதவியையும், குறிப்பாக இவ்வளவு பெரிய தொகையையும் கனவிலும் எதிர்பார்க்கவில்லை. அவர் அந்தப் பணத்தைப் பெற்றுக் கொண்டு, சில நிமிடங்களுக்கு எதுவும் பேசமுடியாமல் ஸ்தம்பித்து நின்றார். அவருடைய முகத்தில் இதுவரை இல்லாத ஒரு புதிய ஒளி பளிச்சிட்டது.

"ஐயா, இது எனக்கா? இவ்வளவு பெரிய தொகை, இருநூறு ரூபிள்களா? நான் கடந்த நான்கு வருடங்களில் இவ்வளவு பெரிய தொகையை என் கண்ணால் பார்த்ததே இல்லை! கடவுளே! அவர் என் சகோதரியைப் போல என்று சொன்னாரா?... அது உண்மையா?"

"ஆமாம், சத்தியமாகச் சொல்கிறேன், நான் சொன்னதெல்லாம் உண்மை" என்று அல்யோஷா உணர்ச்சிப் பெருக்குடன் சொன்னான்.

கேப்டனின் முகம் சிவந்தது.

"என் நண்பரே, நான் சொல்வதைக் கேளுங்கள். இந்தப் பணத்தைப் பெற்றுக் கொண்டால், நான் நிச்சயமாக ஓர் அயோக்கியனாகத்தான் இருப்பேன். அலெக்ஸி ஃபியோதரோவிச், நான் அப்போது உங்கள் பார்வையில் ஓர் அயோக்கியனாக இருக்க மாட்டேனா? இல்லை, அலெக்ஸி ஃபியோதரோவிச், நான் சொல்வதைக் கேளுங்கள், நான் சொல்வதைக் கொஞ்சம் கேளுங்கள்" என்று அவசரமாகச் சொன்ன கேப்டன் அல்யோஷாவின் இரண்டு கைகளையும் தொட்டார். "ஐயா, ஒரு சகோதரி கொடுத்த பணத்தை நான் பெற்றுக் கொள்ள வேண்டும் என்று நீங்கள் என்னை வற்புறுத்துகிறீர்கள். ஆனால் நான் இந்தப் பணத்தை பெற்றுக் கொண்டால் உங்கள் உள்ளத்தின் ஆழத்தில் என் மீது உங்களுக்கு வெறுப்பு ஏற்படாதா? ம்?"

"இல்லை, இல்லவே இல்லை! அப்படி இல்லை என்று நான் சத்தியம் செய்கிறேன்! இதைப் பற்றி யாருக்கும் எதுவும் தெரியாது. இது உங்களுக்கும் எனக்கும், பணத்தை கொடுத்தனுப்பிய பெண்ணின் நெருங்கிய தோழிக்கும் மட்டுமே தெரியும்..."

"அட, அந்தப் பெண்ணை விட்டுத்தள்ளுங்கள்! அலெக்ஸி ஃபியோதரோவிச், நீங்கள் நான் சொல்வதைக் கேளுங்கள். நான் சொல்வதை நீங்கள் கேட்க வேண்டிய நேரம் வந்துவிட்டது. இப்போது இந்த இருநூறு ரூபிள்கள் எனக்கு எவ்வளவு

முக்கியமானது என்பதை உங்களால் புரிந்து கொள்ள முடியாது" என்று ஆரம்பித்த அவர், படிப்படியாக ஒரு விசித்திரமான, கிட்டத்தட்ட வெறித்தனமான மனநிலைக்குச் சென்றார். அவர் மிகவும் குழப்பத்தில் இருப்பதைப் போலவும், அவருடைய மனதில் பட்டதைப் பேசுவதற்கு நேரம் கிடைக்காது என்று பயந்தவரைப் போலவும் வேகமாகவும், அவசர அவசரமாகவும் பேசினார். "இந்தப் பணம் பெரு மதிப்பிற்கும் மரியாதைக்கும் உரிய ஒரு சகோதரியிடமிருந்து நேர்மையாகப் பெறப்பட்டது என்ற உண்மையைத் தவிர, நான் இப்போது இந்தப் பணத்தைக் கொண்டு என் நோயுற்ற மனைவிக்கும், என் தேவதையான கூன் விழுந்த மகளுக்கும் சிகிச்சையளிக்க முடியும் என்று உங்களுக்குத் தெரியுமா? ஒருமுறை மருத்துவர் கெர்ஷென்ஸ்தூபே அவருடைய நல்ல மனதின் காரணமாக அவர்கள் இருவரையும் ஒரு மணி நேரத்திற்கும் மேலாகப் பரிசோதனை செய்தார். 'என்னால் எதையும் புரிந்துகொள்ள முடியவில்லை' என்று அவர் சொன்னாலும், உள்ளூர் மருந்தகத்தில் கிடைக்கும் மினரல் வாட்டர் என் மனைவிக்கு நல்லது செய்யும் என்று சொல்லிச் சீட்டு எழுதிக் கொடுத்தார். அவளுடைய கால்களை மருந்து நீரில் குளிப்பாட்டச் சொல்லி சில மருந்துகளையும் எழுதிக் கொடுத்தார். ஒரு பாட்டில் மினரல் வாட்டரின் விலை முப்பது கோபெக்குகள். அவள் நாற்பது பாட்டில்கள் வரை குடிக்க வேண்டும். நான் அந்த மருந்துச் சீட்டைத் தெய்வச் சிலைக்குக் கீழே உள்ள அலமாரியில் வைத்தேன். அது இன்னும் அங்கேயே கிடக்கிறது. நீனாவைப் பொறுத்தவரை, அவளைக் காலையிலும் மாலையிலும் வெந்நீரில் சில கரைசல்களை விட்டுக் குளிப்பாட்ட வேண்டும் என்று சொன்னார். ஆனால் எங்களுடைய மாளிகையில், தண்ணீரும் குளியல் தொட்டியும் இல்லாமல், ஒரு பணிப் பெண்ணின் உதவியில்லாமல், அவளுக்கு எப்படி அந்த வைத்தியத்தைச் செய்ய முடியும்? நீனாவை வாத நோய் தாக்கியிருக்கிறது என்பதை நான் உங்களிடம் சொல்லவில்லை. இரவு நேரங்களில் அவளுடைய உடலின் வலது பக்கம் முழுவதும் ஏற்படும் வலியினால் அவள் அவஸ்தைப்பட்டாலும், அந்தத் தேவதை எங்களைத் தொந்தரவு செய்யக்கூடாது என்பதற்காக, வலியைப் பொறுத்துக் கொண்டு முனகாமலும், எங்களை எழுப்பாமலும் இருப்பாள். நாங்கள் என்ன கிடைக்கிறதோ அதைச் சாப்பிடுகிறோம். 'நான் இருப்பது உங்களுக்கு ஒரு சுமை' என்று உணர்ந்ததைப் போல, ஒரு நாய்க்கு வீசும் அளவுக்கு மிச்சம் மீதியான உணவை மட்டுமே அவள் சாப்பிடுகிறாள். நாங்கள் அவளைக் கவனித்துக் கொள்கிறோம் என்றாலும், அது அவளுக்குச் சங்கடமாக இருக்கிறது. 'நான் எதற்கும்

பயனற்ற ஓர் ஊனப் பிறவி’ என்று அவள் நினைக்கிறாள். ஆனால் அவள் நினைப்பது தவறு. அவள் இருப்பது எங்களுடைய மிகப்பெரிய பாக்கியம். ஏனெனில் அவள் எங்கள் அனைவருக்காகவும், அவளுடைய கனிவான, அன்பான வார்த்தைகளால் கடவுளிடம் பிரார்த்தனை செய்யாவிட்டால், எங்கள் வீடு ஒரு நரகமாக இருந்திருக்கும். அவள் வார்வராவைக் கூடச் சாந்தப்படுத்தி விட்டாள். ஆனால் நீங்கள் அவளைத் தவறாக மதிப்பிட வேண்டாம், ஏனென்றால் அவளும் ஒரு வகையில் எங்கள் தேவதைதான். அவள் பாடம் எடுத்துச் சம்பாதித்த பதினாறு ரூபிள்கள் சேமிப்புடன் எங்களைப் பார்ப்பதற்காக இந்தக் கோடையில் பீட்டர்ஸ்பர்க்கிலிருந்து இங்கே வந்தாள். அவள் மீண்டும் செப்டம்பர் மாதத்தில் திரும்பிச் செல்வதாக உத்தேசித்திருந்தாள். ஆனால் நாங்கள் அந்தப் பணத்தைச் செலவழித்து விட்டோம். எனவே அவளால் அங்கு திரும்பிச் செல்ல முடியவில்லை. இப்போது நாங்கள் அவளுடைய முதுகில் நுகத்தடியைப் பூட்டி விட்டதால் அவள் ஒரு குதிரையைப் போல எங்களை இழுத்துச் செல்கிறாள். இப்போது வீட்டில் எல்லா வேலைகளையும் அவள்தான் செய்கிறாள். துணிகளைத் துவைப்பது, தரையைக் கூட்டுவது, சமைப்பது, பாத்திரங்களைக் கழுவுவது என்று எல்லாவற்றையும் அவள்தான் செய்கிறாள். அவள்தான் அவளுடைய அம்மாவைப் படுக்க வைக்கிறாள் என்றாலும் அது அவளுக்கு மிகவும் கடினமாக இருக்கிறது, ஏனென்றால் அவள் எப்போதும் அழுது கொண்டிருக்கும் ஒரு விசித்திரமான பைத்தியக்காரி! இந்தப் பணத்தை வைத்து என்னால் ஒரு வேலைக்காரியை வேலைக்கு வைத்துக் கொள்ளவும், நோயாளிகள் இருவருக்கும் வைத்தியம் பார்க்கவும், வார்வராவைப் பீட்டர்ஸ்பர்க் அனுப்பவும், மாட்டிறைச்சி வாங்கவும், புதிய உணவு வகைகளைச் சாப்பிடவும் முடியும். கடவுளே, இது எல்லாமே எனக்கு ஒரு பகல் கனவாகத்தான் இருக்கிறது!”

அந்தப் பணம் அவருக்கு இவ்வளவு சந்தோஷத்தைக் கொடுப்பதையும், அவர் அதை வாங்கிக் கொள்ள சம்மதித்ததையும் நினைத்து அல்யோஷா மட்டற்ற மகிழ்ச்சி அடைந்தான்.

“அலெக்ஸி ஃபியோதரோவிச், கொஞ்சம் பொறுங்கள்” என்ற கேப்டன் ஒரு புதிய பகல் கனவில் மூழ்கியவராக, மீண்டும் வெறித்தனமாகப் பேச ஆரம்பித்தார். “இப்போது நானும் இல்யூஷாவும் எங்களுடைய கனவை நனவாக்க முடியும். நாங்கள் ஒரு கருப்புக் குதிரையையும், வண்டியையும் வாங்குவோம். அவன் ஒரு கருப்புக் குதிரையை வாங்க வேண்டும் என்று ஆசைப்பட்டான். சில நாட்களுக்கு முன்பு நாங்கள் பேசிக் கொண்டபடி எங்கள்

பயணத்தைத் தொடங்கலாம். எனக்குச் சிறு வயதிலிருந்தே நண்பராக இருந்த ஒருவர் இப்போது குர்ஸ்க் மாகாணத்தில் ஒரு வக்கீலாக இருக்கிறார். நான் அங்கு சென்றால் அவர் அவருடைய அலுவலகத்தில் எனக்கு ஒரு வேலையைக் கொடுப்பார் என்று எனக்கு நம்பகமான இடத்திலிருந்து தகவல் கிடைத்தது. அவர் ஒருவேளை என்னை வேலையில் சேர்த்தாலும் சேர்த்துக் கொள்ளலாம். மனைவியும், நீனாவும் வண்டியில் உட்கார்ந்து கொள்ள, இல்யூஷா வண்டியை ஓட்டிச் செல்வான். நான் வண்டியின் அருகில் நடந்து செல்வேன்... ஓ, கடவுளே, உள்ளூரில் எனக்கு வர வேண்டிய ஒரே ஒரு கடனை மட்டும் வசூலிக்க முடிந்தால், என்னால் எல்லாவற்றையும் சமாளிக்க முடியும்!"

"கிடைக்கும், போதுமானது கிடைக்கும்!" என்று அல்யோஷா உற்சாகத்துடன் கத்தினான். "கேத்தரீனா இவானோவ்னா உங்களுக்குத் தேவைப்படும் பணத்தைக் கொடுப்பாள். என்னிடமும் கொஞ்சம் பணம் இருக்கிறது. நீங்கள் என்னை ஒரு சகோதரனாகவோ அல்லது நண்பனாகவோ பாவித்து என்னிடம் பணத்தை வாங்கிக் கொள்ளலாம். பிறகு நீங்கள் அதைத் திருப்பிக் கொடுக்கலாம். (நிச்சயமாக உங்களால் பணக்காரர் ஆக முடியும்!). நீங்கள் வேறு மாகாணத்திற்குச் செல்வதை விடச் சிறந்த ஒரு முடிவை நினைத்துப் பார்க்க முடியாது! அது உங்களுக்கு, குறிப்பாக உங்கள் சிறிய பையனுக்கு பாதுகாப்பாக இருக்கும். குளிர்காலம் தொடங்கி பனிப்பொழிவு ஆரம்பிப்பதற்கு முன்பு நீங்கள் அதைச் செய்ய வேண்டும். நீங்கள் அங்கிருந்து எனக்குக் கடிதம் எழுத வேண்டும். நாம் எப்போதும் சகோதரர்களாக இருப்போம்... இல்லை, இது நிச்சயமாகப் பகல் கனவு அல்ல!"

அல்யோஷா சந்தோஷத்துடன் அவரைத் தழுவிக்கொள்ள முயன்றபோது, அவருடைய முகத்தைப் பார்த்து, அதைச் செய்யாமல் தயங்கி நின்றான். ஏனெனில் அவர் அவருடைய கழுத்தை முன்னால் நீட்டி, உதடுகளைக் குவித்து, வெறிபிடித்த முகபாவத்துடன் நின்று கொண்டிருந்தார். அவருடைய உதடுகள் எதையோ உச்சரிப்பது போல அசைந்தாலும் எந்தச் சத்தமும் வெளியே வரவில்லை. இருந்தாலும் அவருடைய உதடுகள் அசைந்து கொண்டே இருந்தன. அது மிகவும் விசித்திரமாக இருந்தது.

"உங்களுக்கு என்ன ஆயிற்று?" என்று அல்யோஷா திகைப்புடன் கேட்டான்.

"அலெக்ஸி ஃபியோதரோவிச்... நான்... நீங்கள்..." என்று முணுமுணுத்த கேப்டன், மலையின் மீதிருந்து குதிக்க முடிவு செய்த ஒருவனின் பார்வையுடன் அல்யோஷாவின் முகத்தை விநோதமாகவும், முரட்டுத்தனமாகவும் உற்றுப் பார்த்தார். அதே

நேரத்தில் அவருடைய உதடுகளில் வலுக்கட்டாயமாக ஒரு புன்னகை வெளிப்பட்டது. "ஐயா, நான்... காட்டிய ஒரு சிறிய வித்தையை நீங்கள் ரசிக்கவில்லையா?" என்று அவர் கிசுகிசுத்த போது, அவருடைய பேச்சுத் தடுமாற்றமின்றி வெளிப்பட்டது.

"என்ன வித்தை?"

"இது ஓர் ஏமாற்றுவித்தை" என்று முணுமுணுத்த கேப்டனின் உதடுகள் இடது புறமாகக் கோணியது. அவர் அவருடைய கண்களைச் சுருக்கியபடி வைத்த கண் வாங்காமல் அல்யோஷாவை உற்றுப் பார்த்தார்.

"நீங்கள் என்ன சொல்கிறீர்கள்? என்ன வித்தை?" என்று அல்யோஷா பயத்துடன் கேட்டான்.

"இதோ, பாருங்கள்!" என்று கத்திய கேப்டன், அந்த உரையாடல் முழுவதும் அவருடைய வலது கையில், கட்டை விரலுக்கும் ஆட்காட்டி விரலுக்கும் இடையில் பிடித்திருந்த இரண்டு நூறு ரூபிள் நோட்டுகளை அல்யோஷாவின் கண்களுக்கு முன்னால் காட்டினார். அதன் பிறகு அவர் திடீரென்று அவற்றை மறு கையால் பிடித்து வெறி பிடித்தவர் போல உள்ளங்கையில் வைத்து ஆத்திரத்துடன் கசக்கி முஷ்டியால் இறுகப் பற்றிக் கொண்டார்.

"ஐயா, பாருங்கள், நன்றாகப் பாருங்கள்!" என்று அவர் முகம் வெளிற, வெறிபிடித்தவரைப் போல அல்யோஷாவைப் பார்த்துக் கத்தினார். பிறகு அவர் திடீரென்று கையை உயர்த்தி, முழு பலத்தையும் திரட்டி, கசக்கிய நோட்டுகளை மண்ணில் வீசினார். "ஐயா, பாருங்கள்!" என்று அவர் தரையில் கிடந்த அவற்றைச் சுட்டிக் காட்டினார். "ஐயா, நன்றாகப் பாருங்கள்!" என்று அவர் மூர்க்கத்தனமாக கத்திக் கொண்டே ஆத்திரத்துடன் அவற்றை அவருடைய வலது குதிகாலால் மிதிக்கத் தொடங்கினார். அவர் ஒவ்வொரு முறை காலால் மிதிக்கும்போது கூச்சலிட்டுக் கத்தியபடி மூச்சிரைத்தார்.

"ஐயா, இதோ உங்கள் பணம்! உங்கள் பணம்! உங்கள் பணம்!" என்று கத்திய அவர் திடீரென்று துள்ளிக் குதித்து விலகி நேராக நிமிர்ந்து நின்று அல்யோஷாவைப் பார்த்தார். அவருடைய தோற்றம் விவரிக்க முடியாத பெருமித உணர்வால் பிரகாசித்தது.

"ஐயா, இந்தத் துடைப்பம் பணத்திற்காகத் தன்னுடைய மானத்தை விற்காது என்று உங்களை அனுப்பியவர்களிடம் சொல்லுங்கள்!" என்று அவர் கைகளைக் காற்றில் வீசிக் கத்தினார். அதன் பிறகு அவர் வேகமாகத் திரும்பி ஓடத் தொடங்கினார். ஆனால் அவர் ஐந்து அடி தூரம் சென்ற பிறகு திடீரென்று நின்று,

அல்யோஷாவிடம் கையசைத்து விடை பெற்றார். அவர் மீண்டும் ஐந்து அடி செல்வதற்கு முன்னால் கடைசி முறையாகத் திரும்பிப் பார்த்தபோது, அவருடைய முகத்திலிருந்த கோணலான சிரிப்பு மறைந்து கண்ணீர் பெருக்கெடுத்து ஓடியது. அவர் தேம்பித் தேம்பி அழுதவராக, தொண்டை அடைக்க, தடுமாறும் குரலில் அவனை நோக்கிக் கத்தினார்.

"நான் அவமானப்பட்டதற்காக உங்களிடம் பணம் வாங்கிக் கொண்டால், என் பையனுக்கு நான் என்ன விளக்கம் சொல்ல முடியும்?" என்ற அவர் அதன் பிறகு திரும்பிப் பார்க்காமல் ஓடிச் சென்றார். அல்யோஷா இனம் புரியாத துயரத்துடன் அவரைப் பார்த்தான். அந்த மனிதர் அந்தக் கடைசி நிமிடம் வரைப் பணத்தைக் கசக்கி வீசி எறியப் போகிறார் என்பதை அவரே அறிந்திருக்கவில்லை என்பதை அல்யோஷா புரிந்து கொண்டான். ஓடிச் சென்றவர் மீண்டும் ஒரு முறை கூடத் திரும்பிப் பார்க்கவில்லை. அவர் திரும்பிப் பார்க்க மாட்டார் என்பது அல்யோஷாவுக்குத் தெரியும். அவன் அவர் பின்னால் ஓடவோ அல்லது அவரைக் கூப்பிடவோ விரும்பவில்லை, ஏனெனில் அதற்குக் காரணம் அவனுக்கு நன்றாகத் தெரியும். கேப்டன் பார்வையிலிருந்து மறைந்ததும் அல்யோஷா கீழே கிடந்த பணத்தை எடுத்துக் கொண்டான். அந்த நோட்டுகள் மிக மோசமாகக் கசங்கி, மண்ணில் புதைந்திருந்தாலும் அவன் அவற்றைப் பிரித்து கைகளால் நீவியபோது, அவை எங்கும் கிழியாமல் இருந்ததுடன், புதிய நோட்டுகளைப் போல படபடத்தன. அவன் அவற்றை நேர்த்தியாக மடித்து தன் சட்டைப் பையில் வைத்துக் கொண்டு, கேத்தரீனா இவானோவ்னா கொடுத்த வேலை எப்படி முடிந்தது என்பதை அவளிடம் சொல்வதற்குச் சென்றான்.

ஐந்தாவது புத்தகம்: நன்மைகளும் தீமைகளும்

1. ஒரு நிச்சயதார்த்தம்

திருமதி. கோஹ்லக்கோவ்தான் முதலில் அல்யோஷாவைச் சந்தித்தாள். அவளுடைய பதற்றத்தைப் பார்த்தபோது, ஏதோ ஒரு முக்கியமான விஷயம் நடந்திருப்பது தெரிந்தது. கேத்தரீனாவின் வெறிபிடித்த நிலை இறுதியில் அவளை மயக்கத்தில் ஆழ்த்தியது. "அவள் மிக மோசமாக பலவீனமாக இருந்ததால் படுத்துக் கொண்டாள். அவளுடைய கண்கள் மேல் நோக்கிச் சொருகிக் கொள்ள, ஏதேதோ பிதற்றினாள். இப்போது அவளுக்குப் பயங்கர மாகக் காய்ச்சல் அடிக்கிறது. மருத்துவர் கெர்ஷென்ஸ்தூபேவையும் அவளுடைய அத்தைகளையும் வரச் சொல்லி ஆட்களை அனுப்பினேன். அவளுடைய அத்தைகள் ஏற்கனவே வந்து விட்டார்கள், ஆனால் கெர்ஷென்ஸ்தூபே இன்னும் வரவில்லை. அவர்கள் அவளுக்கு அருகில் அமர்ந்து, மருத்துவருக்காகக் காத்திருக்கிறார்கள். அவள் இன்னும் மயக்கமாக இருப்பதைப் பார்க்கும்போது எனக்குப் பயமாக இருக்கிறது. அது மூளைக் காய்ச்சலாக மாறினால் என்ன செய்வது?"

இதைச் சொன்னபோது திருமதி. கோஹ்லக்கோவின் முகத்தில் அப்பட்டமாக பயம் தெரிந்தது. "இது மிகவும் ஆபத்தானது, ஆபத்தானது" என்று அவள் ஒவ்வொரு வார்த்தைகளுக்குப் பிறகும் அதைச் சொன்னபோது, கேத்தரீனாவுக்கு இதற்கு முன்பு நடந்தது எதுவும் மோசமானது இல்லை என்று சொல்வது போல இருந்தது. அல்யோஷா அவள் சொன்னதை வருத்தத்துடன் கேட்டான். அவன் அவனுடைய சாகசச் செயல்களை அவளிடம் சொல்ல முற்பட்டபோது, அவள் முதல் வார்த்தையிலேயே அவனை இடைமறித்தாள். இப்போது அவளுக்கு அதைக் கேட்பதற்கு நேரம் இல்லை. அல்யோஷாவை லிசாவுக்குத் துணையாக இங்கேயே இருக்கும்படி அவள் கேட்டுக் கொண்டாள்.

“என் அருமை அலெக்ஸி ஃபியோதரோவிச்” என்று அவள் அவனுடைய காதில் கிசுகிசுத்தாள். “சற்று நேரத்திற்கு முன்பு லிசா என்னை ஆச்சரியப்படுத்திய அதே சமயத்தில் என்னை நெகிழவும் வைத்தாள் என்பதால் நான் அவளை மன்னிக்க வேண்டிய கட்டாயம் ஏற்பட்டது. நீங்கள் இங்கிருந்து சென்ற பிறகு, அவள் திடீரென்று நேற்றும் இன்றும் உங்களைப் பார்த்துச் சிரித்ததற்காக மிகவும் வருத்தப்பட்டாள். அவள் உண்மையில் உங்களைப் பார்த்துச் சிரிக்கவில்லை என்று எனக்குத் தெரியும். ஆனால் அவள் உங்களை விளையாட்டுத்தனமாக கேலி செய்கிறாள். இருந்தாலும் அவள் அதற்காக வருத்தப்பட்டு கண்ணீர் சிந்தியதைக் கண்டு நான் மிகவும் ஆச்சரியப்பட்டேன். அவள் என்னைப் பார்த்துச் சிரித்த போதெல்லாம் இப்படி உண்மையாக வருத்தப்பட்டது இல்லை. அவள் எப்போதும் அதை மற்றொரு கேலியாக மாற்றுவதுதான் அவளுடைய பழக்கம். அவள் எப்போதும் என்னைக் கேலி செய்வது உங்களுக்கே தெரியும். ஆனால் அவள் இப்போது மிகவும் தீவிரமான மனோபாவத்துடன் இருக்கிறாள். இப்போது அவளுக்கு எல்லாமே தீவிரமாகத் தெரிகிறது. அலெக்ஸி ஃபியோதரோவிச் அவள் உங்களுடைய அபிப்பிராயத்தை உயர்வாக மதிக்கிறாள். எனவே நீங்கள் அவள் சொன்னதைக் கேட்டு வருத்தப்பட்டு, அவளைப் பற்றித் தவறாக நினைக்காதீர்கள். நான் ஒருபோதும் அவளிடம் கடுமையாக நடந்து கொண்டதில்லை, ஏனெனில் அவள் ஒரு புத்திசாலிப் பெண். அவள் எவ்வளவு பெரிய புத்திசாலி என்பதை உங்களால் நம்ப முடியாது! ‘என்னுடைய குழந்தைப் பருவத்தில் எனக்கு மிகவும் நெருக்கமான நண்பர்’ என்று அவள் சற்று நேரத்திற்கு முன்பு உங்களைப் பற்றிச் சொன்னாள். நீங்கள் அவளுக்கு மிகவும் நெருங்கிய நண்பர் என்றால் நான் எந்த இடத்தில் இருக்கிறேன்? இந்த விஷயத்தைப் பொறுத்தவரை அவளுக்கு மிகவும் திட்டவட்டமான நேர்மையான உணர்வுகளும், நினைவுகளும் உள்ளன. ஆனால் இதில் மிகவும் முக்கியமான விஷயம் என்னவென்றால், அவள் இத்தகைய வார்த்தைகளையும் சொற்றொடர்களையும் பயன்படுத்துவது. அவை மிகவும் எதிர்பாராத வகையில் அவளிடமிருந்து வெளிப்படுகின்றன. உதாரணமாக, அவள் சமீபத்தில் ஒரு பைன் மரத்தைப் பற்றிப் பேசினாள். அவள் குழந்தையாக இருந்தபோது எங்கள் தோட்டத்தில் ஒரு பைன் மரம் இருந்தது. ஒருவேளை அந்தப் பைன் மரம் இன்னும் இருக்கலாம் என்பதால் அதைக் கடந்த காலத்தில் குறிப்பிட வேண்டியதில்லை. அலெக்ஸி ஃபியோதரோவிச், பைன் மரங்கள் மனிதர்கள் அல்ல என்பதால் அது அவ்வளவு சீக்கிரம் மாறிவிடாது. ‘அம்மா, கனவில் வருவது போல அந்தப் பைன் மரம் இன்னும் எனக்கு ஞாபகம் இருக்கிறது’

என்றாள் அவள். அவள் அதைப் போன்ற ஏதோ ஒன்றைச் சொன்னாள், ஆனால் என்னால் அதை அப்படியே திருப்பிச் சொல்ல முடியவில்லை. தவிர, நான் அதை மறந்துவிட்டேன். சரி, நான் போகிறேன்! ஆகா, எனக்குப் பைத்தியம் பிடித்துவிடுமோ என்று பயமாக இருக்கிறது. அலெக்ஸி ஃபியோதரோவிச், என் வாழ்க்கையில் எனக்கு இரண்டு முறை மனப்பிறழ்வு ஏற்பட்டு, அதற்காகச் சிகிச்சை பெற்றிருக்கிறேன். நீங்கள் லிசாவிடம் போங்கள். நீங்கள் எப்போதும் சிறப்பாகச் செய்வது போல உங்கள் வழக்கமான வழியில் அவளை உற்சாகப்படுத்துங்கள்" என்று சொல்லிவிட்டு அவள் கதவருகே சென்று, "லிசா, நீ மிகவும் மோசமாகப் புண்படுத்திய அலெக்ஸி ஃபியோதரோவிச்சை அழைத்து வந்திருக்கிறேன். அவருக்கு உன் மீது கொஞ்சம் கூட கோபம் இல்லை என்று நான் உறுதியாகச் சொல்கிறேன். அதற்கு மாறாக நீ அவரைப் புண்படுத்திவிட்டதாக நினைப்பதை எண்ணி அவர் ஆச்சரியப்படுகிறார்."

"நன்றி அம்மா. அலெக்ஸி ஃபியோதரோவிச் உள்ளே வாருங்கள்."

அல்யோஷா உள்ளே சென்றான். அவள் அவனை வெட்கத்துடன் பார்த்துவிட்டு, சட்டென்று முகம் சிவந்தாள். அவள் எதையோ நினைத்துச் சங்கடப்படுகிறாள் என்பது வெளிப்படையாகத் தெரிந்தது. இதைப் போன்ற சந்தர்ப்பங்களில் எப்போதும் நடப்பது போல, அந்தத் தருணத்தில் அவளுக்கு ஆர்வமூட்டியது அதுதான் என்பது போல அவள் முற்றிலும் சம்பந்தமில்லாத விஷயங்களைப் பேச ஆரம்பித்தாள். "அலெக்ஸி ஃபியோதரோவிச், நீங்கள் இருநூறு ரூபிள்களை அந்த ஏழை கேப்டனிடம் கொடுக்கச் சென்றதைப் பற்றி அம்மா இப்போதுதான் என்னிடம் சொன்னார்கள்... அவர் எப்படி மிக மோசமான முறையில் அவமானப்படுத்தப்பட்டார் என்ற கதையையும் அம்மா சொன்னார்கள். அம்மா அதைச் சொல்லும்போது எல்லாவற்றையும் குழப்பிக் கொண்டு, ஒன்றிலிருந்து மற்றொரு விஷயத்திற்குத் தாவிச் சென்றாலும், அவள் சொன்னதைக் கேட்டு நான் துக்கம் தாங்காமல் அழுது விட்டேன். சரி, நீங்கள் அந்தப் பணத்தை அவரிடம் கொடுத்தீர்களா? இப்போது அந்தப் பரிதாபத்திற்குரிய மனிதர் எப்படி இருக்கிறார்?"

"நான் அந்தப் பணத்தை அவரிடம் கொடுக்கவில்லை. அது ஒரு பெரிய கதை" என்று அல்யோஷா சோகத்துடன் சொன்னான். அந்தப் பணத்தைக் கொடுக்க முடியாததை நினைத்து அவன் வருத்தப்படுவதையும், அவன் ஏதோ ஒரு விஷயத்தைப் பேச விரும்பாதவன் போல அவளைப் பார்ப்பதைத் தவிர்ப்பதையும்

லிசா கவனித்தாள். அல்யோஷா மேசையருகில் இருந்த நாற்காலியில் அமர்ந்து தன் கதையைச் சொல்லத் தொடங்கினான். ஆனால் அவன் பேசத் தொடங்கியதும் அவனுடைய சங்கடத்தை உதறித் தள்ளிவிட்டு, லிசாவின் கவனத்தை முழுமையாக ஈர்க்கும் விதமாகப் பேசினான். அவன் மிகவும் உணர்ச்சிவசப்பட்ட நிலையில் இருந்தபோதிலும், அந்தச் சந்திப்பை நினைத்து மிகவும் வருத்தப்பட்ட போதிலும், அதைப் பற்றிய முழுமையான ஒரு சித்திரத்தை வழங்கினான். அவன் முன்பு மாஸ்கோவில் இருந்தபோது, லிசாவைப் பார்க்கச் சென்று, அவளிடம் தனக்கு நேர்ந்த அனுபவங்களையும், படித்த விஷயங்களையும், தன்னுடைய குழந்தைப் பருவத்தின் நினைவுகளையும் சொல்வதை மிகவும் விரும்பினான். சில சமயங்களில் அவர்கள் இருவரும் சேர்ந்து பகல் கனவு காண்பார்கள். அவர்கள் தங்கள் கற்பனையில் நீண்ட கதைகளை, பெரும்பாலும் குதூகலமான, வேடிக்கையான கதைகளை உருவாக்குவார்கள். இப்போது அவர்கள் இருவரும் இரண்டு வருடங்களுக்கு முன்பு மாஸ்கோவில் இருந்த அந்தக் காலத்திற்குச் சென்றுவிட்டதைப் போல உணர்ந்தார்கள். லிசா அந்தக் கதையைக் கேட்டு மிகவும் மனம் நெகிழ்ந்தாள். அவனுடைய வார்த்தைகளில் உயிர் பெற்ற இல்யூஷாவின் உருவம் லிசாவின் மனக் கண்களில் தத்ரூபமாகக் காட்சியளித்தது. அந்தப் பரிதாபத்திற்குரிய மனிதர் பணத்தை வீசியெறிந்து, கால்களுக்குக் கீழே போட்டு மிதித்த காட்சியை விரிவாகச் சொல்லி அவன் கதையை முடித்தபோது, லிசா அவளுடைய கைகளைக் கோர்த்துக் கொண்டு, அடக்க முடியாமல் கதறினாள்.

"அப்படியானால் நீங்கள் அவருக்குப் பணத்தைக் கொடுக்காமல், அவரை ஓடிச் செல்ல விட்டுவிட்டீர்கள்! கடவுளே, நீங்கள் அவரைத் துரத்திச் சென்று பிடித்திருக்க வேண்டும்..."

"இல்லை லிசா, நான் அவரைத் துரத்திச் செல்லாமல் இருந்தது தான் நல்லது" என்று சொன்ன அல்யோஷா நாற்காலியிலிருந்து எழுந்து, ஏதோ சிந்தனையுடன் அறையின் குறுக்கும் நெடுக்கும் நடந்தான்.

"ஏன்? அது எப்படி நல்லது? இப்போது அவர்கள் சாப் பாட்டுக்கு வழியின்றித் தவித்து, பட்டினியால் சாகப் போகிறார்கள்."

"இல்லை, அப்படி எதுவும் நடக்காது. அவர் நாளையே கூட அந்தப் பணத்தை வாங்கிக் கொள்ளலாம். நிச்சயமாக அவர் நாளை அந்தப் பணத்தை வாங்கிக் கொள்வார்" என்று சொன்ன அல்யோஷா மீண்டும் சிந்தனையில் ஆழ்ந்தான். "இதோ பார் லிசா" என்ற அவன் அவள் முன்னால் சென்று, "நான் ஒரு தவறு செய்தேன் என்றாலும் அது நல்லதாக முடிந்திருக்கிறது" என்றான்.

“என்ன தவறு? அது எப்படி நல்லதாகும்?”

“அவர் ஒரு பயந்த சுபாவமுடைய பலவீனமான மனிதர். அவர் மிகவும் கஷ்டப்பட்டாலும் நல்ல குணமுள்ளவர். அவர் திடீரென்று கடைசியில் எதனால் கோபப்பட்டார் என்பதைப் பற்றி நான் இப்போது யோசித்துக் கொண்டிருந்தேன். ஏனென்றால் அந்தக் கடைசி நிமிடம் வரை பணத்தைக் கீழே போட்டு மிதிப்போம் என்று அவருக்கே தெரியாது. அவருடைய வாழ்க்கையில் நடந்த பல விஷயங்களால் அவர் மனம் புண்பட்டிருக்கிறார் என்று எனக்குத் தோன்றுகிறது... அவருடைய நிலைமையில் அது வேறு விதமாக இருந்திருக்க முடியாது... முதலாவதாக, அந்தப் பணத்தினால் அவருக்கு ஏற்பட்ட மகிழ்ச்சியை என்னிடம் வெளிப்படையாகக் காட்டியதை நினைத்து அவர் வெட்கப்பட்டார். நான் அவரிடம் பணத்தைக் கொடுத்த போது, இதுபோன்ற சூழ்நிலையில் எல்லோரும் செய்வது போல அவர் அவருடைய மகிழ்ச்சியை வெளிக்காட்டாமல், மனம் புண்பட்டது போலவும், பணத்தை மறுப்பது போலவும் நடித்திருந்தால், இறுதியில் அவரால் அந்தப் பணத்தை ஏற்றுக் கொண்டிருக்க முடியும். ஆனால் அவர் மிகவும் நேர்மையுடன் அவருடைய மகிழ்ச்சியை வெளிக்காட்டிய பிறகு அதை ஏற்றுக் கொள்வது அவமானம் என்று உணர்ந்தார். ஓ, லிசா, அவர் மிகவும் நேர்மையான, ஒரு நல்ல மனிதர் என்பதால் இந்த விஷயங்களைப் பொறுத்தவரை நிலைமை மேலும் சிக்கலாகி விடுகிறது! அவர் பேசிக் கொண்டிருந்த நேரம் முழுவதும் மிகவும் பலவீனமான குரலில் தடுமாற்றத்துடன் அவசர அவசரமாகப் பேசினார். அவர் தனக்குள் கேலியாகச் சிரித்துக் கொண்டோ அல்லது அழுது கொண்டோ இருந்திருக்க வேண்டும்... ஆமாம், அவர் அழுது கொண்டிருந்த அதே நேரத்தில் மகிழ்ச்சியாகவும் இருந்தார் என்று நினைக்கிறேன். அவர் தன் மகள்களைப் பற்றியும், வேறு நகரத்தில் அவருக்குக் கிடைக்கப் போகும் வேலையைப் பற்றியும் பேசினார். ஆனால் அவர் மனதில் உள்ளதை எல்லாம் கொட்டித் தீர்த்த பிறகு, அவருடைய மனதை என் முன்னால் நிர்வாணமாகத் திறந்து காட்டியதை நினைத்து வெட்கப்பட்டு, என் மீது வெறுப்பைக் காட்டினார். அவர் அவருடைய வறுமை நிலையை நினைத்து மிகவும் வெட்கப்படுகிறார். எல்லாவற்றிற்கும் மேலாக அவர் மிக விரைவில் என்னை நண்பனாக ஏற்றுக் கொண்டு, என்னிடம் அவருடைய மரியாதையைக் குறைத்துக் கொண்ட பலவீனத்தை நினைத்து அதிகமாக வெட்கப்பட்டார். ஏனெனில் அதற்கு முன்பு அவர் என்னைத் தாக்கப் போவது போல பயமுறுத்திக் கொண்டிருந்தார். ஆனால் அவர் பணத்தைப் பார்த்ததும்

என்னைக் கட்டித் தழுவிக் கொள்ள விரும்பியதாகத் தோன்றியது. அவர் அவருடைய கைகளால் என்னைத் தொட்டுக் கொண்டே இருந்தார். அப்போதுதான் அவர் அந்தப் பணத்தை அவமானமாக உணரத் தொடங்கியிருக்க வேண்டும். அந்த நேரத்தில் நான் ஒரு பெரிய தவறைச் செய்தேன். அவரிடம் அடுத்த நகரத்திற்குச் செல்லப் போதுமான பணம் இல்லை என்றால், மேலும் அதிகமான பணம் அவருக்குக் கிடைக்கும் என்றும், என்னிடம் இருக்கும் பணத்திலிருந்து அவருக்குத் தேவையானதைத் தருகிறேன் என்றும் நான் சொன்னேன். அது அவருடைய மனதைக் காயப்படுத்தியிருக்க வேண்டும். நான் ஏன் அவருக்கு உதவி செய்ய முன்வந்தேன் என்று அவர் யோசித்திருப்பார். லிசா உங்களுக்கு ஒன்று தெரியுமா, ஒருவருக்கு அநீதி இழைக்கப்பட்ட பிறகு அவரைச் சுற்றியிருக்கும் எல்லோரும் அவருடைய நலம் விரும்பிகள் என்பதைப் போல பார்ப்பது நுண்ணுணர்வு உள்ள ஒரு மனிதருக்கு மிகவும் வேதனையைத் தருவதாக இருக்கும். மூத்தவர் அதைப் பற்றி என்னிடம் விரிவாகப் பேசியிருக்கிறார். அதை எப்படிச் சொல்வது என்று எனக்குத் தெரியவில்லை என்றாலும் நானே அதை அடிக்கடிக் கவனித்திருக்கிறேன். ஆனால் நான் இன்று அதை நேரடியாக அனுபவித்தேன். இதில் மிகவும் முக்கியமான விஷயம் என்னவென்றால், அவர் பணத்தைக் கீழே வீசியெறிந்து காலால் மிதிப்போம் என்று கடைசி நிமிடம் வரை அவருக்கே தெரியாது என்றாலும், அப்படி நடக்கும் என்ற முன்னுணர்வு அவருக்கு இருந்திருக்க வேண்டும் என்பதை என்னால் உறுதியாகச் சொல்ல முடியும். ஏனெனில் அதுதான் அவரை அந்த அளவுக்குப் பரவசப் படுத்தியது. அவருக்கு அந்த முன்னுணர்வு இருந்தது... இது மிகவும் சோகமாக முடிந்துவிட்டது என்றாலும், ஒருவகையில் இதுவும் நல்லது என்றே சொல்ல வேண்டும். உண்மையில் இதைவிடச் சிறப்பாக வேறு எதுவும் நடந்திருக்க முடியாது என்று நான் நினைக்கிறேன்."

"ஏன், இதைவிடச் சிறப்பானது நடந்திருக்க முடியாது?" என்று லிசா ஆச்சரியத்துடன் அல்யோஷாவைப் பார்த்துக் கத்தினாள்.

"லிசா, ஒருவேளை அவர் பணத்தைக் காலில் போட்டு மிதிக்காமல் வாங்கிச் சென்றிருந்தால், வீட்டிற்குச் சென்ற ஒரு மணி நேரத்திற்குள் அவருக்கு நேர்ந்த அவமானத்தை நினைத்து மனம் நொந்து அழுதிருப்பார் என்பதில் சந்தேகமில்லை. அவர் நாளை முதல் வேலையாக என்னிடம் வந்து, கோபத்துடன் பணத்தை வீசி எறிந்து, இன்று செய்ததைப் போல அதைக் காலடியில் போட்டு மிதித்திருப்பார். இப்போது அவர் தலை நிமிர்ந்து வெற்றிப் பெருமிதத்துடன் சென்றுவிட்டாலும், அதன்

மூலம் அவருடைய குடும்பத்தைப் பேரழிவிலிருந்து காப்பாற்றும் சாத்தியத்தை இழந்து விட்டோம் என்பது அவருக்குத் தெரியும். எனவே அந்த இருநூறு ரூபிள்களை நாளையே அவரை ஏற்றுக்கொள்ளச் செய்வதற்கு இதைவிடச் சுலபமான வழி வேறு எதுவும் இருக்க முடியாது. ஏனென்றால் அவர் நேற்றே அந்தப் பணத்தைக் காலடியில் போட்டு மிதித்து, தான் ஒரு கௌரவமான மனிதன் என்பதை ஏற்கனவே நிரூபித்து விட்டார். மேலும் அவர் அப்படி நடந்து கொண்ட பிறகும், நான் மீண்டும் நாளை அவரிடம் அந்தப் பணத்தைக் கொடுக்க வருவேன் என்று அவருக்குத் தெரியாது. அவர் அப்படி நடந்து கொண்டாலும் அந்தப் பணம் அவசியம் தேவை என்பது அவருக்குத் தெரியும். இப்போது அவர் தன்னைப் பற்றிப் பெருமைப்பட்டாலும், இழந்துவிட்ட உதவியை நினைத்துப் பார்ப்பார். எனவே இன்று இரவு அவர் அதைப் பற்றியே யோசிப்பார், அதைப் பற்றியே கனவு காண்பார். அவர் நாளை காலையில் என்னிடம் வந்து, அவருடைய செயலுக்கு மன்னிப்புக் கேட்கவும் தயாராக இருக்கலாம். ஆனால் அவர் அதைச் செய்வதற்கு முன்பு நானே அவரிடம் சென்று, 'நீங்கள் ஒரு பெருமைக்குரிய மனிதர் என்பதை நிரூபித்து விட்டீர்கள். இப்போது இந்தப் பணத்தை பெற்றுக் கொண்டு எங்களை மன்னித்து விடுங்கள்' என்று சொல்வேன். இந்த முறை அவர் அதைப் பெற்றுக் கொள்வார்!"

அல்யோஷா அந்தக் கடைசி வாக்கியத்தைப் பரவசத்துடன் கத்தினான். லிசா கைகளைத் தட்டினாள்.

"ஆகா, அது உண்மைதான். இப்போது எனக்கு எல்லாமே புரிகிறது! அல்யோஷா, உங்களுக்கு எப்படி இதெல்லாம் தெரியும்? நீங்கள் இந்த இளம் வயதிலேயே மனிதர்களின் உணர்வுகளை நன்றாகப் புரிந்து வைத்திருக்கிறீர்கள். என்னால் இதையெல்லாம் யோசித்துப் பார்க்கவே முடியாது!"

"இப்போது மிகவும் முக்கியமான விஷயம் என்னவென்றால், அவர் நம்மிடமிருந்து பணத்தைப் பெற்றுக் கொண்டாலும், அவர் நமக்குச் சமமான அந்தஸ்தில் இருக்கிறார் என்பதை அவருக்குப் புரிய வைப்பதுதான்" என்று அல்யோஷா உற்சாகத்துடன் சொன்னான். "அவர் நமக்குச் சமமான நிலையில் மட்டுமின்றி அதற்கும் மேலான நிலையில் இருக்கிறார்..."

"மேலான நிலையா? அலெக்ஸி ஃபியோதரோவிச் அருமையாகச் சொன்னீர்கள், மேலே சொல்லுங்கள், மேலே சொல்லுங்கள்!"

"நான் நினைத்ததைச் சொல்ல அது சரியான வார்த்தை இல்லை என்றாலும், அது ஒரு பொருட்டல்ல, ஏனென்றால்..."

"ஓ, ஆமாம், அது ஒன்றும் பெரிய விஷயமில்லை, நிச்சயமாக இல்லை! என் அருமை அல்யோஷா, என்னை மன்னித்து விடுங்கள்... உங்களுக்குத் தெரியுமா, இதுநாள் வரை எனக்கு உங்கள் மீது பெரிய மதிப்பு எதுவும் இல்லை... இருந்தது என்றாலும் உங்களை எனக்குச் சமமாக நினைத்தேன், ஆனால் இனிமேல் நான் உங்களை மிகவும் உயர்ந்த நிலையில் மதிப்பேன்... என் அருமை அல்யோஷா, நான் உங்களிடம் வேடிக்கையாகப் பேசுவதற்காக என் மீது கோபப்பட வேண்டாம்" என்று அவள் உணர்ச்சிவசப்பட்ட நிலையில் பேசினாள். "நான் இன்னும் முதிர்ச்சி அடையாத, நகைப்புக்குரிய ஒரு சிறுமி. ஆனால் நீங்கள், நீங்கள்... அலெக்ஸி ஃபியோதரோவிச், நான் என்ன சொல்கிறேன் என்றால், நம்முடைய இந்தத் தர்க்கத்தில், அதாவது உங்களுடைய... இல்லை நம்முடைய (என்று சொல்வது நல்லது) தர்க்கத்தில் அந்தப் பரிதாபத்திற்குரிய மனிதரின் உள்ளத்தை இப்படி அலசி ஆராய்ந்து, அவர் உறுதியாக பணத்தைப் பெற்றுக் கொள்வார் என்று முடிவு செய்வது அவரை அவமதிப்பது போல ஆகாதா?"

"இல்லை, லிசா, இதில் அவமதிக்க எதுவும் இல்லை" என்று அல்யோஷா இந்தக் கேள்விக்குத் தயாராக இருந்தவன் போல உறுதியாகப் பதிலளித்தான். "நான் இங்கு வரும்போதே அதைப் பற்றி யோசித்தேன். நாம் அனைவரும் அவரைப் போல இருக்கும் போது, மனிதர்கள் அனைவரும் அவரைப் போல இருக்கும்போது, அது எப்படி இகழ்ச்சியாக இருக்க முடியும்? ஏனென்றால் நாம் அவரைப் போல இருக்கிறோமே தவிர அவரை விட மேம்பட்டவர்களாக அல்ல என்று உங்களுக்குத் தெரியும். நாம் நன்றாக இருந்தால் கூட, அவருடைய நிலைமையில் நாமும் அப்படித்தான் நடந்து கொள்வோம்... லிசா, நீங்கள் எப்படி என்று எனக்குத் தெரியாது, ஆனால் நான் பல விஷயங்களில் அற்பத் தனமாக நடந்து கொள்கிறேன் என்றுதான் நினைக்கிறேன். ஆனால் அவருக்கு நிச்சயமாக அற்பத்தனமான உள்ளம் இல்லை, மாறாக அவர் கனிவான, மென்மையான உள்ளம் படைத்தவர். இல்லை லிசா, நான் எந்த வகையிலும் அவரை இகழ்ச்சியாகப் பார்க்கவில்லை! லிசா உங்களுக்குத் தெரியுமா, ஒரு முறை மூத்தவர் என்னிடம், 'பெரும்பாலான மனிதர்களைக் குழந்தைகளைப் போலவும், வேறு சிலரை மருத்துவமனையில் உள்ள நோயாளிகளைப் போலவும் கவனித்துக் கொள்ள வேண்டும்' என்று சொன்னார்..."

"ஆகா, என் அருமை அலெக்ஸி ஃபியோதரோவிச், நாம் மனிதர்களை அந்த வழியில் கவனித்துக் கொள்வோம்!"

"ஆமாம், லிசா, அப்படியே செய்வோம். நான் அதற்குத் தயாராக இருந்தாலும், சில நேரங்களில் பொறுமையின்றி நடந்து

கொள்வதாலும், சிலவற்றைக் கூர்ந்து கவனிக்கத் தவறிவிடுவதாலும், இன்னும் எனக்கு அதற்குரிய பக்குவம் வரவில்லை என்று நினைக்கிறேன். ஆனால் உங்களுடைய நிலைமை அப்படி இல்லை."

"ஆகா, என்னால் அதை நம்ப முடியவில்லை! அலெக்ஸி ஃபியோதரோவிச், நான் மிகவும் சந்தோஷப்படுகிறேன்!"

"லிசா, நீங்கள் அப்படிச் சொல்வது எனக்கும் மகிழ்ச்சியாக இருக்கிறது."

"அலெக்ஸி ஃபியோதரோவிச், நீங்கள் நம்ப முடியாத அளவுக்கு நல்லவர் என்றாலும், சில நேரங்களில் சம்பிரதாயமாக நடந்து கொள்கிறீர்கள்... ஆனால் எல்லா நேரங்களிலும் அப்படி நடந்து கொள்வதில்லை. நீங்கள் மெதுவாகக் கதவைத் திறந்து அம்மா கவனித்துக் கொண்டிருக்கிறாரா என்று பாருங்கள்" என்று லிசா பதற்றத்துடன் அவசரமாகக் கிசுகிசுத்தாள்.

அல்யோஷா கதவைத் திறந்து பார்த்துவிட்டு, யாரும் கவனிக்கவில்லை என்று சொன்னான்.

"அலெக்ஸி ஃபியோதரோவிச், அருகில் வாருங்கள்" என்று அவள் சொன்னபோது அவளுடைய முகத்தில் செம்மை படர்ந்தது. "உங்கள் கையைக் கொடுங்கள். நான் உங்களிடம் ஓர் உண்மையைச் சொல்ல வேண்டும். நான் நேற்று உங்களுக்கு எழுதிய கடிதம் வேடிக்கையல்ல, உண்மை..."

அவள் தன் கைகளால் முகத்தை மூடிக் கொண்டாள். அவள் அந்த உண்மையைச் சொல்வதற்கு வெட்கப்படுகிறாள் என்பது தெளிவாகத் தெரிந்தது. அவள் திடீரென்று அவன் கையைப் பிடித்து அவசர அவசரமாக மூன்று முறை ஆவேசமாக முத்தமிட்டாள்.

"ஆகா, லிசா, இது எவ்வளவு அருமையான விஷயம்!" என்று அல்யோஷா மகிழ்ச்சியுடன் கத்தினான். "நீங்கள் கடிதத்தில் எழுதியது உண்மைதான் என்று எனக்குத் தெரியும்."

"நீங்கள் உறுதியாகச் சொல்கிறீர்களா? என்னால் நம்பவே முடியவில்லை!" என்று அவள் அவன் கையைத் தள்ளிவிட்டாள் என்றாலும் பிடியை விடவில்லை. அவள் முகம் வெட்கத்தால் சிவந்தது. அவள் சந்தோஷமாகச் சிரித்தாள். "நான் அவருடைய கையை முத்தமிடுகிறேன், ஆனால் அவர் அதை நல்ல விஷயம் என்கிறார்" என்றாள்.

ஆனால் அவளுடைய கண்டனம் நியாயமற்றது, ஏனெனில் அல்யோஷாவும் அப்போது தர்மசங்கடத்தில் இருந்தான்.

"லிசா, நான் எப்போதும் உங்களுக்குப் பிடித்தவனாக இருக்க வேண்டும் என்று விரும்புகிறேன், ஆனால் அதை எப்படிச்

செய்வது என்று எனக்குத் தெரியவில்லை" என்று அவன் வெட்கத்துடன் முணுமுணுத்தான்.

"என் அருமை அல்யோஷா, நீங்கள் உணர்ச்சியற்றவர், திமிர் பிடித்தவர். நீங்கள் என்னை உங்களுடைய மனைவியாக ஏற்றுக் கொள்வதில் உறுதியாக இருக்கிறீர்கள். நான் உங்களுக்கு எழுதிய கடிதம் உண்மைதான் என்று நீங்கள் நம்புகிறீர்கள். உங்களால் எப்படி இப்படி இருக்க முடிகிறது? அது உங்களுடைய அகம்பாவத்தைத் தவிர வேறென்ன?"

"ஏன்? நான் அப்படி நினைத்தது தவறா?" என்று கேட்ட அல்யோஷா திடீரென்று சிரித்தான்.

"ஓ, அல்யோஷா, அது மிகவும் நல்ல விஷயம்" என்று லிசா அவனைக் கனிவுடனும், மகிழ்ச்சியுடனும் பார்த்தாள். அவள் இன்னும் அவன் கையை விடாமல் பிடித்துக் கொண்டிருந்தாள். அல்யோஷா திடீரென்று குனிந்து அவளுடைய உதடுகளில் முத்தமிட்டான்.

"என்ன இது? நீங்கள் என்ன செய்கிறீர்கள்?" என்று லிசா கத்தினாள்.

அல்யோஷா ஒன்றும் புரியாமல் குழப்பத்துடன் அவளைப் பார்த்தான்.

"சரி, நான் செய்தது தவறு என்றால் என்னை மன்னித்து விடுங்கள்... ஒருவேளை நான் முட்டாள்தனமாக நடந்து கொண்டிருக்கலாம். நீங்கள் என்னை உணர்ச்சியற்ற ஜடம் என்றதால் நான் உங்களை முத்தமிட்டேன். ஆனால் அது முட்டாள்தனம் என்று தெரிகிறது..."

லிசா உரக்கச் சிரித்தபடி, முகத்தைக் கைகளால் மூடிக் கொண்டாள்.

"இந்த உடையில்!" என்று அவள் சிரிப்புக்கு நடுவே கத்தினாள். ஆனால் அவள் திடீரென்று சிரிப்பதை நிறுத்திவிட்டு, முகத்தைக் கடுகடுப்பாக வைத்துக் கொண்டாள். "நல்லது, அல்யோஷா, நாம் முத்தமிடுவதைத் தள்ளிப் போட வேண்டும், ஏனெனில் அதை எப்படிச் செய்வது என்று இன்னும் நமக்குச் சரியாகத் தெரியவில்லை. நாம் அதற்கு நீண்ட காலம் காத்திருக்க வேண்டும் என்று நினைக்கிறேன்" என்று அவள் திடீரென்று பேச்சை முடித்தாள். "உங்களைப் போன்ற புத்திக்கூர்மையும், சிந்தனையும் உள்ள ஒருவர் என்னைப் போன்ற ஒரு முட்டாளை, ஓர் ஊனமுற்ற பெண்ணை எதற்காகத் திருமணம் செய்துகொள்ள வேண்டும் என்பதைச் சொன்னால் நன்றாக இருக்கும். ஓ, அல்யோஷா, எனக்கு மிகவும் சந்தோஷமாக இருக்கிறது, ஆனால்

நான் உங்களுக்குத் தகுதியானவள் அல்ல என்று எனக்குத் தெரியும்."

"லிசா, கொஞ்சம் பொறுங்கள். நான் இன்னும் சில நாட்களில் மடாலயத்தை விட்டு வெளியேறி விடுவேன். நான் வெளி உலகத்திற்கு வந்தால் திருமணம் செய்து கொள்ள வேண்டும் என்று எனக்குத் தெரியும். மூத்தவர் அப்படித்தான் சொன்னார். எனக்கு உங்களை விட ஒரு நல்ல மனைவி எங்கே கிடைப்பாள்? மேலும் உங்களைத் தவிர வேறு யார் என்னைத் திருமணம் செய்து கொள்ள ஆசைப்படுவார்கள்? நான் ஏற்கனவே எல்லாவற்றையும் நன்றாக யோசித்துவிட்டேன். முதலாவதாக, குழந்தைப் பருவத்திலிருந்தே நாம் இருவரும் ஒருவரையொருவர் நன்றாகத் தெரிந்து வைத்திருக்கிறோம். இரண்டாவதாக, என்னிடம் இல்லாத பல திறமைகள் உங்களிடம் இருக்கின்றன. என்னை விட மகிழ்ச்சியாக இருக்கக் கூடிய சுபாவம் உங்களுடையது. மிக முக்கியமாக நீங்கள் வெகுளித்தனமாக இருக்கிறீர்கள். நான் என் வாழ்க்கையில் ஏற்கனவே நிறைய பார்த்திருக்கிறேன்... ஓ, அதைப் பற்றி உங்களுக்குத் தெரியாது என்றாலும் நானும் கரமசோவ் குடும்பத்தைச் சேர்ந்தவன்தான்! நீங்கள் என்னைக் கேலி செய்து சிரித்தாலும் நான் அதைப் பொருட்படுத்த மாட்டேன், ஆனால் அதற்கு மாறாகச் சந்தோஷப்படுவேன்... எனவே நீங்கள் தைரியமாகச் சிரிக்கலாம். நீங்கள் ஒரு குழந்தையைப் போல மனம் விட்டுச் சிரித்தாலும், உங்களுக்கு ஒரு தியாகியின் மனப்பான்மை இருக்கிறது..."

"எப்படிச் சொல்கிறீர்கள்?

"லிசா, அந்தப் பரிதாபத்திற்குரிய கேப்டனின் உள்ளத்தை ஆராய்வதன் மூலம் அவரை அவமதிப்பதாக ஆகாதா என்று நீங்கள் சற்று முன்பு கேட்டீர்கள். உண்மையில் பாதிக்கப்பட்ட ஒருவர்தான் இப்படி ஒரு கேள்வியைக் கேட்க முடியும்... எனக்கு அதை எப்படிச் சொல்வது என்று தெரியவில்லை, ஆனால் துன்பத்தை அனுபவிக்கும் வல்லமை உள்ளவர்களிடம் மட்டுமே இதுபோன்ற கேள்விகள் எழும். நீங்கள் சக்கர நாற்காலியில் அமர்ந்து கொண்டு பல விஷயங்களை யோசித்திருப்பீர்கள்..."

"அல்யோஷா, உங்கள் கையைக் கொடுங்கள். நீங்கள் ஏன் அதை எடுத்துக் கொண்டீர்கள்?" என்று லிசா பலவீனமாக முணுமுணுத்த குரலில் மகிழ்ச்சி வெளிப்பட்டது. "அல்யோஷா, இதோ பாருங்கள், நீங்கள் மடாலயத்தை விட்டு வெளியேறியதும் என்ன உடை உடுத்துவீர்கள்? நீங்கள் சிரிக்கவோ, கோபப்படவோ வேண்டாம். என்னைப் பொறுத்தவரை அது மிகவும் முக்கிய மானது."

"லிசா, நான் இன்னும் உடைகளைப் பற்றி யோசிக்கவில்லை, ஆனால் உங்களுக்கு என்ன பிடிக்குமோ அதைப் போட்டுக் கொள்கிறேன்."

"நீங்கள் நீல நிற வெல்வெட் கோட்டும், வெள்ளை நிறச் சட்டையும், மிருதுவான சாம்பல் நிறத் தொப்பியும் அணிய வேண்டும் என்று நான் விரும்புகிறேன்... நான் நேற்று உங்களிடம் விளையாட்டாகக் கடிதம் எழுதினேன் என்று சொன்னபோது, நான் நிஜமாக உங்களைக் காதலிக்கவில்லை என்று நினைத்தீர்களா?"

"இல்லை, நான் நீங்கள் சொன்னதை நம்பவில்லை."

"ஓ, உங்களைப் பொறுத்துக் கொள்ளவும் முடியாது, திருத்தவும் முடியாது!"

"இதோ பாருங்கள், நீங்கள் என்னைக் காதலிக்கிறீர்கள் என்று எனக்கு உறுதியாகத் தெரியும், ஆனால் உங்களுக்கு வசதியாக இருக்கும் பொருட்டு, நீங்கள் என்னைக் காதலிக்கவில்லை என்று நம்புவது போல நடித்தேன்."

"ஆகா, இது இன்னும் மோசம்! ஆனால் எல்லாவற்றையும் விட மிகவும் மோசமானது என்னவென்றால், நான் உங்களைப் பைத்தியமாகக் காதலிக்கிறேன் என்பது. நான் என் கடிதத்தைத் திருப்பித் தரும்படி உங்களிடம் கேட்கும்போது, நீங்கள் ஒன்றும் சொல்லாமல் அதைக் கொடுத்துவிட்டால், நீங்கள் என்னைக் காதலிக்கவில்லை என்றும், நீங்கள் ஓர் உணர்ச்சியற்ற, முட்டாள் தனமான, தகுதியற்ற ஒரு பையன் என்றும், என் வாழ்க்கை முடிந்துவிட்டது என்றும், நேற்று நீங்கள் இங்கே வருவதற்கு முன்பு நான் முடிவு செய்தேன். ஆனால் நீங்கள் கடிதத்தை மடாலயத்தில் வைத்துவிட்டு வந்தது எனக்கு நம்பிக்கையைக் கொடுத்தது. நான் உங்களிடம் கடிதத்தைத் திரும்பக் கேட்பேன் என்று நினைத்துத்தானே நீங்கள் அதை அங்கேயே வைத்துவிட்டு வந்தீர்கள், அப்படித்தானே? அது உண்மையா, இல்லையா?"

"ஆகா, லிசா, அப்படி இல்லை. அது முன்பும் என்னிடம் இருந்தது, இப்போதும் என்னுடைய சட்டைப் பையில் பத்திரமாக இருக்கிறது. இதோ பாருங்கள்!"

அல்யோஷா சிரித்துக் கொண்டே சட்டைப் பையிலிருந்து கடிதத்தை எடுத்துத் தூரத்திலிருந்தே அவளிடம் காட்டினான். "ஆனால் நான் அதை உங்களிடம் திருப்பிக் கொடுக்க மாட்டேன். நீங்கள் அங்கிருந்தே பார்த்துக் கொள்ளுங்கள்."

"என்ன? நீங்கள் பொய் சொன்னீர்களா? துறவியான நீங்கள் பொய் சொல்லலாமா?"

"ஆமாம், நான் பொய்தான் சொன்னேன்" என்று அல்யோஷா சிரித்தான். "நான் உங்களிடம் கடிதத்தைத் திருப்பிக் கொடுக்க விரும்பாததால் பொய் சொன்னேன். இது என்னுடைய பொக்கிஷம்!" என்று அவன் திடீரென்று உணர்ச்சிப் பெருக்குடன் சொல்லிவிட்டு முகம் சிவந்தான். "அது என்றென்றைக்கும் என்னிடம்தான் இருக்கும், நான் அதை யாருக்கும் கொடுக்க மாட்டேன்!"

லிசா மகிழ்ச்சிப் பரவசத்துடன் அவனைப் பார்த்தாள்.

"அல்யோஷா" என்று அவள் மீண்டும் கிசுகிசுத்தாள். "அம்மா கதவுக்குப் பின்னாலிருந்து ஒட்டுக் கேட்கிறாரா என்று பாருங்கள்."

"சரி லிசா, நான் பார்க்கிறேன். ஆனால் பார்க்காமல் இருப்பது நல்லது அல்லவா? உங்கள் அம்மா அப்படி கீழ்த்தரமாக நடந்து கொள்வார் என்று ஏன் நினைக்கிறீர்கள்?"

"கீழ்த்தரமானதா? எது கீழ்த்தரமானது? தன் மகள் என்ன செய்கிறாள் என்று கண்காணிப்பது அம்மாவின் உரிமை என்பதால் அதில் கீழ்த்தரமானது என்ன இருக்க முடியும்?" என்று லிசா கோபத்துடன் கத்தினாள். "என் அருமை அலெக்ஸி, நான் தாயான பிறகு, எனக்கு என்னைப் போல ஒரு மகள் இருந்தால், நான் நிச்சயமாக அவளை வேவு பார்ப்பேன் என்பதை நீங்கள் உறுதியாக நம்பலாம்!"

"இல்லை லிசா, அப்படிச் செய்வது தவறு."

"அடக் கடவுளே, அதில் என்ன தவறு? அந்த உரையாடல் ஒரு சாதாரணமான உரையாடலாக இருந்து, நான் அதை ஒட்டுக் கேட்டால் அது தவறு. ஆனால் ஒருவருடைய மகள் கதவைச் சாத்திக் கொண்டு ஓர் இளைஞனுடன் பேசுவது... அல்யோஷா, நீங்கள் ஒன்றைத் தெரிந்து கொள்ள வேண்டும், நம்முடைய திருமணத்திற்குப் பிறகு நான் உங்களையும் கண்காணிப்பேன் என்றும், உங்கள் கடிதங்கள் அனைத்தையும் பிரித்துப் படிப்பேன் என்றும் இப்போதே உங்களுக்கு எச்சரிக்கை விடுக்கிறேன்."

"ஆமாம், நிச்சயமாக..." என்று அல்யோஷா முணுமுணுத்தான். "இருந்தாலும் அப்படிச் செய்வது சரியல்ல..."

"ஓ, அசட்டுத்தனமாகப் பேசாதீர்கள்! என் அருமை அல்யோஷா, நாம் ஆரம்பத்திலிருந்தே சண்டை போடக் கூடாது. நான் உங்களிடம் உண்மையைச் சொல்வது நல்லது. நான் சொல்வது தவறு நீங்கள் சொல்வதுதான் சரி, ஏனெனில் ஒட்டுக் கேட்பது மிகவும் மோசமான செயல். இருந்தாலும், நான் ஒட்டுக் கேட்பேன்."

"அப்படியானால் தாராளமாகச் செய்யுங்கள். ஆனால் நீங்கள் என்னிடமிருந்து தவறான எதையும் கண்டுபிடிக்க முடியாது" என்று அல்யோஷா சிரித்துக் கொண்டே சொன்னான்.

"அல்யோஷா, நீங்கள் என் சொல்லுக்குக் கட்டுப்படுவீர்களா? நாம் அதைப் பற்றியும் முடிவு செய்ய வேண்டும்."

"லிசா, நான் மகிழ்ச்சியுடன் உங்களுக்குக் கட்டுப்பட்டு நடப்பேன் என்றாலும் மிகவும் முக்கியமான விஷயங்களில் என்னால் அப்படிச் செய்ய முடியாது. அவற்றில் நீங்கள் என்னுடன் உடன்படவில்லை என்றால், நான் என் கடமையை உணர்ந்து அதன்படி நடப்பேன்."

"அப்படித்தான் இருக்க வேண்டும். முக்கியமான விஷயங்களில் மட்டுமின்றி, எல்லாவற்றிலும் நான் உங்களுக்கு விட்டுக்கொடுக்கத் தயாராக இருக்கிறேன். நான் என்னுடைய வாழ்நாள் முழுவதும் அதைச் செய்வேன் என்று இப்போதே உறுதிமொழி எடுத்துக் கொள்கிறேன்" என்று லிசா ஆவேசமாகக் கத்தினாள். "நான் அதை சந்தோஷமாகச் செய்வேன்! நீங்கள் சொல்வதுதான் சரி, நான் சொல்வது சரியல்ல என்ற காரணத்தால், நான் உங்களை ஒருபோதும் வேவு பார்க்கவும், உங்களுடைய கடிதங்கள் எதையும் படிக்கவும் மாட்டேன். நான் உங்களை வேவு பார்க்க வேண்டும் என்று விரும்பினாலும், நீங்கள் அதை கௌரவக் குறைவாகக் கருதுவதால் நான் அதைச் செய்ய மாட்டேன். இனிமேல் நீங்கள்தான் என்னுடைய மனசாட்சி... அலெக்ஸி ஃபியோதரோவிச், நீங்கள் ஏன் கடந்த இரண்டு நாட்களாகச் சோகமாக இருக்கிறீர்கள்? உங்களுக்குக் கவலைகளும், பிரச்சனைகளும் இருக்கின்றன என்று எனக்குத் தெரியும், ஆனால் அதையும் தாண்டி ஏதோ ஒரு பிரத்யேகமான துக்கம் இருப்பதைப் பார்க்கிறேன். ஒருவேளை அது மிகவும் இரகசியமானதா? ம்?"

"ஆமாம் லிசா, அது ஒரு இரகசியமான துக்கம்தான்" என்று அல்யோஷா மிகுந்த வருத்தத்துடன் சொன்னான். "உங்களால் அதை யூகம் செய்ய முடிந்ததிலிருந்தே, நீங்கள் என்னை நேசிப்பது நன்றாகத் தெரிகிறது."

"அது என்ன மாதிரியான துக்கம்? அது என்ன? அதைச் சொல்ல முடியுமா?" என்று லிசா தயக்கத்துடன் கேட்டாள்.

"லிசா, நான் பிறகு அதைச் சொல்கிறேன்..." என்று அல்யோஷா குழப்பத்துடன் சொன்னான். "இப்போது உங்களால் அதைப் புரிந்து கொள்ள முடியாது. நானும் அதை இப்போது விளக்கமாகச் சொல்ல முடியாது."

"உங்கள் சகோதரர்களையும் உங்கள் தந்தையையும் நினைத்து நீங்கள் கவலைப்படுகிறீர்கள் என்று எனக்குத் தெரியும்."

"சகோதரர்கள், ஆமாம் அவர்களும்தான்" என்று மெல்ல முணுமுணுத்த அவன் ஏதோ சிந்தனையில் ஆழ்ந்தான்.

"எனக்கு உங்களுடைய சகோதரர் இவானைப் பிடிக்கவில்லை" என்று லிசா திடீரென்று சொன்னாள்.

அவன் அவள் சொன்னதைக் கேட்டு ஆச்சரியப்பட்டாலும், அதற்குப் பதிலேதும் சொல்லவில்லை.

"என் சகோதரர்கள் தங்களைத் தாங்களே அழித்துக் கொள்கிறார்கள்" என்ற அவன் தொடர்ந்து சொன்னான். "என் தந்தையும் அப்படித்தான். அவர்கள் தங்களுடன் சேர்த்து மற்றவர்களையும் அழிவுக்கு இழுத்துச் செல்கிறார்கள். அருட்தந்தை பைசி என்னிடம், 'கரமசோவ் வம்சத்தை ஆட்டிப் படைக்கும் ஆதி சக்தி மூர்க்கத்தனமானது, வெறிபிடித்தது, கட்டுப்பாடற்றது' என்று சொன்னார். அந்தச் சக்தியை வானத்திலுள்ள தெய்வீகச் சக்தி கண்காணிக்கிறதா என்று கூட எனக்கு ஆச்சரியமாக இருக்கிறது. எனக்குத் தெரிந்ததெல்லாம் நானும் கரமசோவ் குடும்பத்தைச் சேர்ந்தவன் என்பதுதான். நான் ஒரு துறவி, ஒரு துறவி... லிசா, உண்மையில் நான் ஒரு துறவியா? நீங்கள் சற்று முன்னால் என்னை ஒரு துறவி என்று சொன்னீர்கள்."

"ஆமாம், சொன்னேன்."

"ஒருவேளை எனக்குக் கடவுள் நம்பிக்கை இல்லாமலும் இருக்கலாம்."

"உங்களுக்கு நம்பிக்கை இல்லையா? நீங்கள் என்ன சொல் கிறீர்கள்?" என்று லிசா சாந்தமான, கனிவான குரலில் கேட்டாள்.

ஆனால் அல்யோஷா அவளுக்குப் பதில் சொல்லவில்லை. அவன் திடீரென்று தன்னிச்சையாகச் சொன்ன அந்த வார்த்தை களில் அவனுக்கே புரியாமலும், தெரியாமலும் இருந்த ஏதோ ஒரு புதிரான, அந்தரங்கமான ஒன்று சந்தேகத்திற்கு இடமில்லாமல் அவனைத் துன்புறுத்திக் கொண்டிருந்தது.

"இதற்கெல்லாம் மேலாக என் அருமை நண்பர், ஒரு சிறந்த மனிதர் இந்தப் பூமியைவிட்டுப் போகப்போகிறார்! லிசா, நான் அந்த மனிதருடன் எவ்வளவு தூரம் உயிருக்கு உயிராக ஆன்மீக ரீதியில் இணைந்திருக்கிறேன் என்று உங்களுக்குத் தெரிந்திருக்க வாய்ப்பில்லை. இனி நான் தனியாக விடப்படுவேன்... லிசா, எனக்கு வேறு கதி இல்லாததால் நான் உங்களிடம் வருவேன்... இனிமேல் நாம் இருவரும் ஒன்றாக இருப்போம்."

"ஆமாம், ஆமாம், நாம் இருவரும் வாழ்நாள் முழுவதும் ஒன்றாக இருப்போம். இதோ, என்னை முத்தமிடுங்கள். நான் அதற்கு அனுமதிக்கிறேன்."

அல்யோஷா அவளை முத்தமிட்டான்.

"சரி, இப்போது நீங்கள் போகலாம். கிறிஸ்து உங்களுடன் இருப்பாராக!" என்று அவள் அவன் மீது சிலுவையிட்டாள். "அவர் உயிருடன் இருக்கும் போதே சீக்கிரமாக அவரிடம் போங்கள். நான் உங்களை இங்கே நிறுத்தி வைத்திருப்பது கொடுமை என்று நினைக்கிறேன். நான் இன்று உங்களுக்காகவும் அவருக்காகவும் பிரார்த்தனை செய்கிறேன். அல்யோஷா, நாம் சந்தோஷமாக இருப்போம். நாம் சந்தோஷமாக இருப்போம், அப்படித்தானே?"

"ஆமாம், நிச்சயமாக."

திருமதி. கோஹ்லக்கோவைப் பார்க்காமல் போவது நல்லது என்று நினைத்த அல்யோஷா, அவளிடம் விடைபெற்றுக் கொள்ளாமல் போவதற்கு முடிவு செய்தான். ஆனால் அவன் கதவைத் திறந்து வெளியே வந்து படிகளை நோக்கிச் சென்றபோது, எங்கிருந்தோ திருமதி. கோஹ்லக்கோவ் அவன் முன்னால் வந்து நின்றாள். அவள் அவனிடம் சொல்லிய முதல் வார்த்தையிலேயே, அவள் அவனுக்காகக் காத்திருக்கிறாள் என்பதை அவன் புரிந்து கொண்டான்.

"அலெக்ஸி ஃபியோதரோவிச், இது மிகவும் மோசமானது. இது சிறுபிள்ளைத்தனமான, முட்டாள்தனமான அபத்தம். நீங்கள் அதைத் தீவிரமாக எடுத்துக் கொள்ள மாட்டீர்கள் என்று நான் நம்புகிறேன். இது முழுக்க முழுக்க முட்டாள்தனம், முட்டாள் தனத்தைத் தவிர வேறொன்றுமில்லை!" என்று அவள் அவனை வார்த்தைகளால் தாக்கினாள்.

"நீங்கள் அவளிடம் அதைச் சொல்ல வேண்டாம்" என்றான் அல்யோஷா. "அவள் மிகவும் வருத்தப்படுவாள். அது அவளுக்கு நல்லதல்ல."

"ஒரு புத்திசாலி இளைஞனிடமிருந்து விவேகமான வார்த்தை களைக் கேட்பது எனக்கு மகிழ்ச்சியாக இருக்கிறது. நீங்கள் நோயுற்ற அவள் மீது இரக்கப்பட்டு, அவளுடைய கருத்தை மறுக்காமல் ஏற்றுக்கொள்வது போல நடித்தீர்கள் என்று நான் நினைக்கலாமா?"

"இல்லை, இல்லவே இல்லை. நான் அவளிடம் மனப்பூர்வமாக என் எண்ணத்தைச் சொன்னேன்" என்று அல்யோஷா தீர்மானமாகச் சொன்னான்.

"இல்லை, அது சாத்தியமில்லை, நினைத்துப் பார்க்க முடியாதது. முதலாவது, நான் இனிமேல் உங்களை என் வீட்டிற்கு அழைக்க மாட்டேன். இரண்டாவது, நான் அவளை என்னுடன் அழைத்துச் செல்கிறேன் என்பதை நீங்கள் தெரிந்து கொள்ளுங்கள்."

“ஆனால் ஏன்?” என்று கேட்டான் அல்யோஷா. “அதற்கு இன்னும் நிறைய காலம் இருக்கிறது. நாங்கள் எப்படியும் அதற்கு ஒன்றரை வருடங்கள் காத்திருக்க வேண்டும்.”

“அலெக்ஸி ஃபியோதரோவிச், அது உண்மைதான். இந்த ஒன்றரை வருடங்களில் நீங்கள் ஆயிரம் தடவையாவது அவளுடன் சண்டையிட்டுக் கொண்டு பிரிந்து போகலாம். ஆனால் நான் மகிழ்ச்சியற்றவளாக, மிகவும் மகிழ்ச்சியற்றவளாக இருக்கிறேன். இது முட்டாள்தனமாக இருந்தாலும் கூட, எனக்கு விழுந்த பலத்த அடி. நான் என்னைக் கிரிபோடரின் ‘புத்திசாலித்தனத்தினால் விளைந்த துயரம்’ என்ற நாடகத்தின் இறுதிக் காட்சியில் வரும் ஃபமுசோவ் போல உணர்கிறேன். உங்களைச் சாட்ஸ்கி போலவும், அவளைச் சோஃபியா போலவும் கற்பனை செய்து பாருங்கள். நான் உங்களைச் சந்திப்பதற்காக அவசர அவசரமாக படிகளில் இறங்கி வந்தேன். அந்த நாடகத்தின் முக்கிய காட்சியும் மாடிப் படிகளில் நடக்கிறது என்பது உங்களுக்கு நினைவிருக்கிறதா? நான் எல்லாவற்றையும் கேட்டேன், என்னால் என்னைக் கட்டுப்படுத்த முடியவில்லை. ஆக, அவளுடைய தூக்கமில்லாத மோசமான இரவுகளுக்கும், சமீப காலமாக அவளுக்கு ஏற்பட்ட வெறித் தனங்களுக்கும் இதுதான் காரணம்! மகளுக்கு அன்பு, தாய்க்கு மரணம்! நான் மிகச் சீக்கிரமாக என் கல்லறையைப் பார்க்கலாம். நான் இப்போது உங்களிடம் மிகவும் முக்கியமான ஒன்றைக் கேட்க விரும்புகிறேன். அவள் உங்களுக்கு எழுதிய கடிதம் எங்கே? நான் அதைப் பார்க்க விரும்புகிறேன். அதை இப்போதே என்னிடம் காட்டுங்கள்!”

“இல்லை, அது தேவையில்லை. கேத்தரீனா இவானோவ்னா எப்படி இருக்கிறாள் என்று சொல்லுங்கள். நான் அதைத் தெரிந்துகொள்ள வேண்டும்.”

“அவள் இன்னும் மயக்கத்தில் இருக்கிறாள். அவளுக்கு இன்னும் நினைவு திரும்பவில்லை. அவளுடைய அத்தைகள் இங்கேதான் இருக்கிறார்கள். அவர்கள் திட்டிக் கொண்டும், புலம்பிக் கொண்டும் இருப்பதைத் தவிர வேறு எதுவும் செய்ய வில்லை. ஒருவழியாக கெர்ஷென்ஸ்தூபே வந்து பார்த்துவிட்டு, ஒன்றும் புரியாமல் பீதியில் உறைந்து நின்றார். எனக்கு என்ன செய்வதென்று தெரியாமல் அவரைக் கவனித்துக் கொள்ள மற்றொரு மருத்துவரை வரவழைத்தேன். என்னுடைய வண்டியில் ஏற்றி அவரை வீட்டிற்குக் கொண்டு போனார்கள். இத்தனைக் களேபரங்களுக்கு மத்தியில் நீங்களும், அவளுடைய கடிதமும்! இன்னும் ஒன்றரை வருடங்களுக்குப் பிறகுதான் எதுவும் நடக்கும் என்று எனக்குத் தெரியும். இருந்தாலும், புனிதமான எல்லாவற்றின்

பெயராலும், இறக்கும் தருவாயில் உள்ள உங்களுடைய மூத்தவரின் பெயராலும், அந்தக் கடிதத்தை என்னிடம் காட்டும்படிக் கேட்டுக் கொள்கிறேன். அலெக்ஸி ஃபியோதரோவிச், அதை அவளுடைய தாயிடம் காட்டுங்கள். நீங்கள் விரும்பினால் அதை உங்கள் கையில் பிடித்துக் கொள்ளுங்கள், நான் அப்படியே படிக்கிறேன்."

"இல்லை, கேத்தரீனா ஓசிபோவ்னா, அவளே அனுமதித்தாலும் கூட நான் அதை உங்களிடம் காட்ட மாட்டேன். நீங்கள் விரும்பினால் நான் நாளை உங்களை வந்து பார்க்கிறேன். நாம் பல விஷயங்களைப் பேசலாம், ஆனால் இப்போதைக்கு நான் விடைபெறுகிறேன்!"

அல்யோஷா வேகமாகப் படிகளில் இறங்கித் தெருவில் நடந்தான்.

2. கிடாருடன் ஸ்மெர்த்தியாக்கவ்

அல்யோஷாவுக்கு அதிக நேரமில்லை என்பதால் வேகமாகச் சென்றான். அவன் லிசாவிடம் விடைபெறும்போது, அவனுடைய சகோதரன் டிமிட்ரியைச் சந்திப்பதற்குத் திடீரென்று ஒரு யோசனை தோன்றியது. நேரம் விரைவாகக் கடந்து, இப்போது மதியம் மணி இரண்டைத் தாண்டியிருந்தது. அல்யோஷா உடனடியாக மடாலயத்திற்குத் திரும்பிச் சென்று இறக்கும் தருவாயில் உள்ள மூத்தவரைப் பார்க்க விரும்பினான். ஆனால் உடனடியாக டிமிட்ரியைப் பார்க்க வேண்டும் என்ற ஆசை அவனை உந்தித் தள்ளியது. ஏதோ ஒரு பயங்கரமான, தவிர்க்க முடியாத பேரழிவு நிகழப்போகிறது என்ற எண்ணம், அல்யோஷாவின் மனதில் ஒவ்வொரு மணி நேரமும் பூதாகரமாக வளர்ந்து கொண்டிருந்தது. அந்தப் பேரழிவு என்ன என்பதையும், அவன் தன் சகோதரனிடம் என்ன சொல்ல விரும்புகிறான் என்பதையும் அவனால் தீர்மானிக்க முடியவில்லை. 'நான் இல்லாமல் என் குரு இறந்து போனாலும் பரவாயில்லை, ஆனால் நிகழப்போகும் பேரழிவைத் தடுப்பதற்கான வாய்ப்புக் கிட்டியும் எதுவும் செய்யவில்லை என்று என் வாழ்நாள் முழுவதும் என்னை நானே நொந்துகொள்ள வேண்டிய நிலை ஏற்படாது. நான் என்னுடைய திட்டத்தைச் செயல்படுத்துவதன் மூலம் மூத்தவர் எனக்கு இட்ட மகத்தான கட்டளையை நிறைவேற்றிய திருப்தி கிடைக்கும்..."

டிமிட்ரியை எதிர்பாராதவிதமாகப் பிடிப்பதற்காக, அவன் நேற்று செய்ததைப் போல வேலியைத் தாண்டிக் குதித்து, தோட்டத்திற்குள் நுழைந்து, கோடை இல்லத்தில் ஒளிந்து கொண்டு, அவனுடைய

சகோதரனுக்காகக் காத்திருக்க வேண்டும் என்பதுதான் அவனுடைய திட்டம். 'டிமிட்ரி அங்கு இல்லை என்றாலும், ஃபோமாவிடமும், வீட்டு உரிமையாளர்களிடமும் எதுவும் சொல்லாமல் அங்கேயே மறைந்திருக்க வேண்டும். தேவை என்றால் மாலை வரையிலும் அங்கேயே காத்திருக்கலாம். அவர் குரூஷென்காவைக் கண்காணித்துக் கொண்டிருப்பதால், எப்போது வேண்டுமானாலும் அங்கு வரக்கூடும் ' என்று அவன் நினைத்தான். அவன் அந்தத் திட்டத்தைப் பற்றி மேற்கொண்டு அதிகம் யோசிக்கவில்லை. அன்று அவனால் மடாலயத்திற்குத் திரும்பிச் செல்ல முடியாமல் போனாலும் பரவாயில்லை அதைச் செய்ய வேண்டும் என்று அவன் முடிவு செய்தான்.

எல்லாமே எந்தத் தடையும் இன்றி நடந்தது. அவன் நேற்று வேலியைத் தாண்டிய அதே இடத்தில் தாண்டிக் குதித்து, யாருக்கும் தெரியாமல் கோடை இல்லத்திற்குள் நுழைந்தான். அவன் ஃபோமாவின் கண்களிலும், வீட்டு உரிமையாளரின் கண்களிலும் படாமல் அங்கே செல்ல விரும்பினான். ஏனெனில் அது அவர்களுக்குத் தெரிந்தால் அவர்கள் டிமிட்ரியின் கட்டளைப்படி அவனை அங்கே நுழைவதற்கு அனுமதிக்க மாட்டார்கள் அல்லது டிமிட்ரியைத் தேடுவது அவர்களுக்குத் தெரிந்தால் அவர்கள் அவரை எச்சரிப்பார்கள். கோடை இல்லத்தில் யாரும் இல்லை. அவன் நேற்று அமர்ந்திருந்த அதே இடத்தில் காத்திருந்தான். அவன் அந்த வீட்டைச் சுற்றும் முற்றும் பார்த்தான். அவன் நேற்று பார்த்ததை விட இன்று அது மேலும் பழமையானதாகவும், சிதிலமடைந்தும் இருப்பதாக அவனுக்குத் தோன்றியது. அன்று மேகமூட்டமின்றி வானம் தெளிவாக இருந்தது. பச்சை நிற மேசையின் மீது நேற்று சிந்திய பிராந்தியின் வட்டமான கறை இருந்தது. காத்திருந்து சலிப்படையும் நேரத்தில், எப்போதும் நடப்பது போல, ஒன்றுக்கொன்று தொடர்பில்லாத முட்டாள்தனமான பல்வேறு எண்ணங்கள் அவனுடைய மனதில் ஓடின. அவன் நேற்று அமர்ந்திருந்த அதே இடத்தில் ஏன் அமர்ந்தோம் என்று வியப்புடன் யோசித்தான். அந்தச் சூழ்நிலையின் நிச்சயமற்ற தன்மையால் ஏற்பட்ட கவலையின் காரணமாக அவனுக்கு மனச்சோர்வு ஏற்பட்டது. அவன் அங்கே உட்கார்ந்திருந்த கால் மணி நேரத்திற்குள், திடீரென்று அருகிலிருந்து கிடார் வாசிக்கும் இசை கேட்டது. அவன் இருந்த இடத்திலிருந்து இருபது அடி தூரத்தில் புதர்களுக்கு மத்தியில் யாரோ உட்கார்ந் திருந்தார்கள் அல்லது அப்போதுதான் உட்கார்ந்திருக்க வேண்டும். அவன் நேற்று முன்தினம் அங்கிருந்து கிளம்பும்போது, வேலிக்கு அருகில் புதர்களுக்கு மத்தியில், தாழ்வான உயரத்தில் பச்சைப்

பசேலென்று இருந்த ஒரு பெஞ்ச் அவனுடைய கண்களில் பட்டது. இப்போது அதன் மீது யாரோ அமர்ந்திருக்க வேண்டும். அது யார்?

அப்போது இசையுடன் சேர்ந்து ஓர் ஆணின் குரல் உச்சஸ்தாயில் உணர்ச்சிகரமாகப் பாடத் தொடங்கியது.

"வெல்ல முடியாத சக்தி
என்னை என் காதலியுடன் பிணைத்தது.
இறைவா கருணை காட்டுங்கள்
அவள் மீதும், என் மீதும்!
அவள் மீதும், என் மீதும்!
அவள் மீதும், என் மீதும்!"

திடீரென்று குரல் பாடுவதை நிறுத்தியது. அந்தக் குரல் இனிமையாகவும், உணர்ச்சிகரமாகவும் இருந்தது. அப்போது திடீரென்று ஒரு பெண்ணின் வெட்கமும் பயமும் கலந்த குரல் கொஞ்சிக் கொஞ்சிப் பேசியது.

"இத்தனை நாட்களாக நீங்கள் ஏன் எங்களைப் பார்க்க வரவில்லை? பாவெல் ஃபியோதரோவிச், நீங்கள் ஏன் எங்களைப் புறக்கணிக்கிறீர்கள்?"

"இல்லவே இல்லை" என்று ஆண் குரல் பணிவுடன், ஆனால் உறுதியாகவும் கண்ணியமாகவும் பதிலளித்தது. அந்தப் பெண் தன்னுடன் சல்லாபிக்கிறாள் என்பதை அறிந்து அந்த ஆண் ஆதிக்கம் செலுத்துவது தெரிந்தது. 'அந்த ஆணின் குரலிலிருந்து அது ஸ்மெர்த்தியாக்கவ் போலத் தெரிகிறது' என்று அல்யோஷா நினைத்தான். அந்தப் பெண் மார்த்தாவிடம் தினமும் சூப் கேட்டு வரும், தரையில் புரளும் ஆடை அணிந்த, மாஸ்கோவிலிருந்து வந்த வீட்டு உரிமையாளரின் மகளாக இருக்க வேண்டும்."

"எனக்குக் காதல் பாடல்கள் பிடிக்கும், குறிப்பாக இதுபோன்ற நல்ல பாடல்கள்" என்றாள் அந்தப் பெண். "ஆனால் நீங்கள் ஏன் பாடுவதை நிறுத்திவிட்டீர்கள்? தயவுசெய்து பாடுங்கள்."

அந்தக் குரல் மீண்டும் பாடியது.

"அரசரிடம் உள்ள செல்வங்களை விட
என் காதலியின் ஆரோக்கியம் முக்கியம்
இறைவா கருணை காட்டுங்கள்
அவள் மீதும், என் மீதும்!
அவள் மீதும், என் மீதும்!
அவள் மீதும், என் மீதும்!"

“சென்ற முறை பாடியது இன்னும் நன்றாக இருந்தது” என்று பெண் குரல் சொன்னது. “அரசரின் செல்வங்களை விட என் அன்பானவள் நன்றாக இருக்கட்டும் என்று பாடியது சிறப்பாக இருந்தது. இப்போது அதை மறந்து விட்டீர்கள்.”

“மேடம், கவிதை என்பது முட்டாள்தனம்” என்று ஸ்மெர்த்தியாக்கவ் சீறினான்.

“ஓ, அப்படியில்லை! எனக்குக் கவிதை ரொம்ப பிடிக்கும்.”

“கவிதை என்று வரும்போது எல்லாமே குப்பைதான். இந்த உலகத்தில் சுருதியோடு பேசுகிறவர்கள் யார் இருக்கிறார்கள் என்று யோசித்துப் பாருங்கள். நாம் எல்லோரும் கவிதை நடையில் பேச ஆரம்பித்தாலும், மேலிடத்திலிருந்து வந்த உத்தரவின் பேரில் அப்படிப் பேச ஆரம்பித்தாலும், நம்மால் எவ்வளவு தூரம் பேச முடியும்? கவிதை ஒரு நல்ல விஷயமல்ல, மரியா கன்த்ரச்சேவ்னா.”

“நீங்கள் எல்லாவற்றிலும் புத்திசாலியாக இருக்கிறீர்கள். உங்களால் எப்படி இதையெல்லாம் யோசிக்க முடிகிறது?” என்று அந்தப் பெண்ணின் குரல் மேலும் கனிவுடன் சொன்னது.

“நான் பிறந்ததிலிருந்தே என்னைத் துரத்தும் தலைவிதியின் துரதிருஷ்டம் மட்டும் இல்லை என்றால், இப்போது நான் தெரிந்து கொண்டதை விட இன்னும் எவ்வளவோ தெரிந்து கொண்டிருப்பேன். தந்தையின் பெயர் தெரியாமல், துர்நாற்றம் பிடித்த பிச்சைக்காரி லிசாவெத்தாவின் வயிற்றில் பிறந்ததால், என்னை வேசி மகன் என்று அழைக்கும் எந்த ஒரு மனிதனையும் ஒண்டிக்கு ஒண்டி சண்டையில் துப்பாக்கியால் சுட்டுக் கொள்ள விரும்பியவன் நான். நான் மாஸ்கோவில் இருந்தபோது பலரும் அதை என் முகத்திற்கு நேராகச் சொன்னார்கள். கிரிகோரி வாசலியேவிச்சின் தயவினால் என்னுடைய பெயர் அங்கு பரவியதற்கு நான் அவருக்கு நன்றி சொல்ல வேண்டும். நான் எப்படியோ தப்பிப் பிறந்ததற்காக அவர் என்னைக் கடிந்து கொள்கிறார். ‘நீ அவள் வயிற்றைக் கிழித்துக் கொண்டு வந்த பாவி’ என்கிறார் அவர். ஆனால் அவர்கள் என்னை இந்த உலகத்திற்கு வரவிடாமல், என் தாயின் கருவறையிலேயே என்னைச் சாகும்படி விட்டிருந்தால் நன்றாக இருந்திருக்கும். அவர்கள் கடைவீதியில் என் அம்மாவைப் பற்றிப் பேசுவதைக் கேட்டிருக்கிறேன். போலந்து நாட்டு ஜடையுடன் வரும் உன்னுடைய அம்மாவும் கொஞ்சம் கூட ஈவு இரக்கம் இல்லாமல், என் அம்மா ஜடை முடியோடும், அழுக்கடைந்த ஆடையோடும், துர்நாற்றம் பிடித்த உடலோடும் ஊரெல்லாம் சுற்றித் திரிந்தாள் என்றும், அவள் ஐந்தடிக்கும் குள்ளமானவள் என்றும் சொன்னாள். அவள் இதைச் சாதாரணமாகச் சொல்லாமல் வார்த்தைகளை இழுத்து இழுத்துச்

சொன்னாள். அவள் அதை ஒரு சாதாரண விவசாயியின் உணர்வாக மாற்ற விரும்பினாள். ஒரு ரஷ்ய விவசாயிக்கு ஒரு படித்த மனிதனுக்கு நிகரான உணர்வுகள் இருக்க முடியுமா? அவனுடைய அறியாமையின் காரணமாக அவனுக்கு எந்த உணர்வுகளும் இல்லை என்று சொல்ல முடியுமா? நான் சிறுவயதிலிருந்தே இதுபோன்ற வார்த்தைகளைக் கேட்கும் போதெல்லாம், என் தலையைச் சுவரில் முட்டிக் கொள்ள வேண்டும் போல இருக்கும். மேடம் மரியா கன்த்ரச்சேவ்னா, நான் இந்த ரஷ்யாவை முழுமையாக வெறுக்கிறேன்."

"நீங்கள் ஓர் இராணுவ அதிகாரியாகவோ, ஒரு துணிச்சலான குதிரைப்படை வீரராகவோ இருந்தால், இப்படிப் பேச மாட்டீர்கள். அப்போது நீங்கள் இந்த ரஷ்யா முழுவதையும் பாதுகாக்க உங்கள் உடைவாளை உருவியிருப்பீர்கள்."

"மரியா கன்த்ரச்சேவ்னா, நான் குதிரைப்படை வீரனாக இருக்க விரும்பவில்லை என்பது மட்டுமல்ல, எல்லா இராணுவ வீரர்களையும் முற்றிலுமாக ஒழித்துக்கட்ட விரும்புகிறேன்."

"ஆனால் எதிரிகள் நம்மைத் தாக்கினால் என்ன நடக்கும்? அப்போது நம்மை யார் காப்பாற்றுவார்கள்?"

"மேடம், அதற்கெல்லாம் அவசியம் இருக்காது. 1812 ஆம் ஆண்டில் பிரெஞ்சு பேரரசர் முதலாம் நெப்போலியன், இப்போது நம்மை ஆட்சி செய்பவரின் தந்தையின் மீது ஒரு பெரிய படையெடுப்பை நடத்தினார். அப்போது பிரெஞ்சுக்காரர்கள் நம்மை வென்றிருந்தால் அது ஒரு நல்ல விஷயமாக இருந்திருக்கும். ஏனெனில் ஒரு புத்திசாலி தேசம் முட்டாள்தனமான தேசத்தை வென்று, அதைத் தன்னோடு இணைத்துக் கொண்டிருக்கும். மேடம், அப்படி நடந்திருந்தால் இன்று நம்முடைய நிலைமை வேறு மாதிரி இருந்திருக்கும்."

"அவர்களின் நாடு நம்முடைய நாட்டை விட எந்த வகையில் சிறந்து விளங்குகிறது? நம்முடைய ஓர் அழகான வாலிபருக்கு பதிலாக மூன்று ஆங்கில வாலிபர்களை மாற்றிக்கொள்ளக் கூட நான் சம்மதிக்க மாட்டேன்" என்று அவள் கனிவுடன் சொன்னாள். அந்த வார்த்தைகள் அவளுடைய சிறிய கண்களின் களையிழந்த பார்வையுடன் வெளிப்பட்டிருக்கும் என்பதில் சந்தேகமில்லை.

"மேடம், மக்களுக்கு அவர்களின் சொந்த விருப்பங்கள் உள்ளன."

"ஆனால் நீங்களே ஒரு வெளிநாட்டவர் போல இருக்கிறீர்கள். நீங்கள் உண்மையான வெளிநாட்டுக் கனவான் போல இருக்கிறீர்கள். இதைச் சொல்லும்போது எனக்கு வெட்கமாக இருக்கிறது."

நற்றிணை பதிப்பகம் ○ 371

“நீங்கள் தெரிந்து கொள்ள விரும்பினால், ஒழுக்கக்கேடு என்று வரும்போது, அங்குள்ளவர்களுக்கும் நம்மவர்களுக்கும் வித்தியாசம் எதுவும் இல்லை. மேடம், எல்லோருமே அயோக்கியர்கள் என்பதில் சந்தேகமில்லை. ஒரே வித்தியாசம் என்னவென்றால், அவர்கள் பளபளப்பான தோல் பூட்ஸ்களை அணிந்து திரிகிறார்கள், ஆனால் நம்முடைய அயோக்கியர்கள் ஏழைகளாகவும், துர்நாற்றம் பிடித்தவர்களாகவும் இருக்கிறார்கள். அவர்களுக்கு அதைப் பற்றியெல்லாம் எந்தக் கவலையும் இல்லை. ரஷ்ய மக்களைச் சாட்டையால் வெளுத்து வாங்க வேண்டும் என்று ஃபியோதர் பாவ்லோவிச் நேற்று சொன்னது சரிதான். இருந்தாலும் அவரும் அவருடைய பையன்களும் பைத்தியக்காரர்கள்.”

“ஆனால் நீங்கள் இவான் ஃபியோதரோவிச்சை மதிப்பதாகச் சொன்னீர்கள்.”

“ஆனால் அவர் என்னைத் துர்நாற்றம் வீசும் அடிவருடி என்று சொல்கிறார். அவர் என்னைக் கலகக்காரன் என்று நினைக்கிறார். மேடம், அவர் அப்படி நினைப்பதன் மூலம் தவறு செய்கிறார். என்னிடம் பணம் இருந்திருந்தால் நான் எப்போதோ இந்த இடத்தை விட்டுச் சென்றிருப்பேன். மேடம், டிமிட்ரி ஃபியோதரோவிச், அவருடைய நடத்தையிலும், புத்திசாலித் தனத்திலும், வறுமையிலும் எந்த வேலைக்காரனையும் விட மோசமானவர். அவருக்கு எதையும் உருப்படியாகச் செய்யத் தெரியாது என்றாலும், எல்லோரும் அவரை மதிக்கிறார்கள். நான் சூப் தயாரிப்பவனாக இருந்தாலும், அதிர்ஷ்டம் இருந்தால் மாஸ்கோவில் உள்ள பெட்ரோவ்கா தெருவில் ஓர் உணவகத்தை ஆரம்பிக்க முடியும், ஏனென்றால் என்னால் சுவையான, பிரத்யேகமான உணவு வகைகளைச் சமைக்க முடியும். வெளிநாட்டினரைத் தவிர மாஸ்கோவில் உள்ள யாருக்கும் அதை எப்படிச் செய்வது என்று தெரியாது. மேடம், டிமிட்ரி ஃபியோதரோவிச் ஒரு சாக்கடை என்றாலும் ஒரு கோமகனின் மகனை எதிர்த்து ஒண்டிக்கு ஒண்டி சண்டைக்குச் சவால் விடுவார். மற்றபடி அவர் எந்த வகையில் என்னை விடச் சிறந்தவர்? ஏனெனில் அவர் என்னை விட பெரிய முட்டாள். மேடம், அவர் எதற்கும் உபயோகமின்றி ஏராளமான பணத்தை விரயம் செய்திருக்கிறார்!”

“ஒண்டிக்கு ஒண்டி சண்டையிடுவது நல்லது என்று நினைக்கிறேன்” என்று திடீரென்று மரியா கன்த்ரச்சேவ்னா சொன்னாள்.

“அது எப்படி மேடம்?”

“அதில் பயங்கரமும் துணிச்சலும் கலந்திருக்கிறது. குறிப்பாக ஒரு பெண்ணுக்காக இளம் அதிகாரிகள் தங்கள் கைத் துப்பாக்கிகளுடன் ஒருவரை ஒருவர் சுட்டுக் கொள்வது படம் பார்ப்பதைப் போல உற்சாகமான மகிழ்ச்சியைத் தரும். அதைப் பார்க்க பெண்களை அனுமதித்தால், நான் நிச்சயமாக அதைப் பார்ப்பேன்.”

“நீங்கள் யாரையாவது சுடும்போது நன்றாக இருக்கும், ஆனால் மற்றவர் உங்களைச் சுடும்போது, அது உங்களுக்கு மிகவும் முட்டாள்தனமாகத் தோன்றும். மரியா கன்த்ரச்சேவ்னா, நீங்கள் அப்போது அங்கிருந்து தலைதெறிக்க ஓடுவீர்கள்.”

“நிச்சயமாக நீங்கள் ஓடிப்போக மாட்டீர்களா?”

ஸ்மெர்த்தியாக்கவ் அதற்கு பதில் சொல்லவில்லை. ஒரு நிமிட மௌனத்திற்குப் பிறகு மீண்டும் கிடார் இசையும், அதே உச்சஸ்தாயில் பாடும் குரலும் கேட்டது.

“நீங்கள் என்ன சொன்னாலும்
நான் வெகுதூரம் போவேன்.
நான் தலைநகரத்தில்
வாழ்க்கையை மகிழ்ச்சியாக அனுபவிப்பேன்.
நான் துக்கப்பட மாட்டேன்!
நான் ஒருபோதும் துக்கப்பட மாட்டேன்!
நான் துக்கப்பட விரும்பவில்லை!”

அப்போது எதிர்பாராத ஒன்று நடந்தது. அல்யோஷா திடீரென்று தும்மினான். பெஞ்சில் இருந்த இருவரும் உடனே மௌனமானார்கள். அல்யோஷா எழுந்து அவர்கள் இருந்த திசையை நோக்கி நடந்தான். அந்த ஆண் ஸ்மெர்த்தியாக்கவ். அவன் பளபளக்கும் தோல் பூட்ஸ்களை அணிந்து, வாசனைத் திரவியம் பூசிய சுருட்டைத் தலை முடியுடன், நேர்த்தியான உடையில் இருந்தான். கிடார் அவனுக்கு அருகில் பெஞ்சின் மீது கிடந்தது. அந்தப் பெண் வீட்டு உரிமையாளரின் மகளான மரியா கன்த்ரச்சேவ்னா. அவள் தரையில் புரளும் வெளிர் நீல நிற ஆடையில் இன்னும் இளமை மாறாத தோற்றத்துடன் இருந்தாள். அவளுடைய முகம் வட்டமாக, மோசமான புள்ளிகளுடன் இல்லாமல் இருந்திருந்தால் அவள் இன்னும் அழகாக இருந்திருப்பாள்.

“என் சகோதரன் டிமிட்ரி விரைவில் திரும்பி வருவாரா?” என்று அல்யோஷா அவனால் முடிந்தவரை இயல்பாகக் கேட்டான்.

ஸ்மெர்த்தியாக்கவ் மெதுவாக எழுந்து நின்றான். அவனைத் தொடர்ந்து மரியா கன்த்ரச்சேவ்னாவும் எழுந்தாள்.

“டிமிட்ரி ஃபியோதரோவிச் எப்போது வருவார் என்று எனக்கு எப்படித் தெரியும். நான் அவரிடம் காவலாளியாக வேலை செய்யவில்லை” என்று ஸ்மெர்த்தியாக்கவ் மெதுவாக ஆனால் வெறுப்புடன் சொன்னான்.

“நான் உங்களுக்குத் தெரியுமா என்றுதான் கேட்டேன்” என்றான் அல்யோஷா.

“ஐயா, அவர் எங்கே இருக்கிறார் என்று எனக்குத் தெரியாது. நான் அதைத் தெரிந்து கொள்ளவும் விரும்பவில்லை.”

“என் தந்தையின் வீட்டில் என்ன நடக்கிறது என்பதை நீங்கள் அவருக்குத் தெரிவித்து வந்ததாகவும், குரூஷென்கா அங்கே வரும்போது அதை அவருக்குத் தெரிவிப்பதாக வாக்குறுதி அளித்திருப்பதாகவும் என் சகோதரன் என்னிடம் சொன்னார்.”

ஸ்மெர்த்தியாக்கவ் வேண்டுமென்றே எந்தச் சலனமும் இல்லாமல் அவனைப் பார்த்தான்.

“அலெக்ஸி ஃபியோதரோவிச், ஒரு மணி நேரத்திற்கு முன்பு முன்வாசல் சாத்தியிருந்த நிலையில், இந்த நேரத்தில் நீங்கள் எப்படி உள்ளே வந்தீர்கள்?” என்று அவன் அல்யோஷாவை உற்றுப் பார்த்தான்.

“நான் பக்கத்துத் தெருவை ஒட்டிய வேலியைத் தாண்டிக் குதித்து உள்ளே வந்தேன். நீங்கள் அதற்காக என்னை மன்னிப்பீர்கள் என்று நம்புகிறேன்” என்று அல்யோஷா மரியா கன்த்ரச்சேவ்னாவைப் பார்த்தான். “நான் என் சகோதரனை அவசரமாகச் சந்திக்க வேண்டியிருந்தது.”

“நாங்கள் உங்களைக் குற்றம் சாட்டியது போல நீங்கள் மன்னிப்புக் கேட்கிறீர்கள்” என்ற மரியா கன்த்ரச்சேவ்னா, அல்யோஷாவின் பணிவைக் கண்டு நெகிழ்ந்தாள். “டிமிட்ரியும் பல நேரங்களில் இப்படி வேலியைத் தாண்டி உள்ளே வந்து கோடை இல்லத்தில் அமர்ந்திருப்பார். எனவே அவர் இங்கே வருவதும் போவதும் எங்களுக்குத் தெரியாது.”

“நான் மிக அவசரமாக அவரைச் சந்திக்க வேண்டும். அவர் எங்கே இருக்கிறார் என்று உங்களுக்குத் தெரியுமா? என்னை நம்புங்கள், இது மிகவும் முக்கியமான விஷயம்.”

“அவர் எங்களிடம் எதையும் சொல்வதில்லை” என்று முணுமுணுத்தாள் மரியா கன்த்ரச்சேவ்னா.

“நான் அவருக்கு அறிமுகமானவன் என்ற முறையில் இங்கே வந்தாலும், அவர் எப்போதும் எஜமானரைப் பற்றிப் பல

கேள்விகளைக் கேட்டு என்னை நச்சரிக்கிறார். அங்கே வீட்டில் என்ன நடக்கிறது, யார் வருகிறார்கள், யார் போகிறார்கள் என்று கேட்கிறார். அதற்கு மேலும் என்னால் வேறு என்ன சொல்ல முடியும்? அவர் எனக்கு இரண்டு முறை கொலை மிரட்டல் விடுத்தார்."

"கொலை மிரட்டலா?" என்று அல்யோஷா வியப்புடன் கேட்டான்.

"டிமிட்ரியைப் போன்ற ஒருவருக்கு அது ஒன்றும் பெரிய விஷயமில்லை. அவர் எப்படிப்பட்டவர் என்பதை நேற்று நீங்களே கண்ணால் பார்த்தீர்கள். 'மிஸ். குருஷென்காவை நீ வீட்டிற்குள் அனுமதித்து, அவள் அங்கே இரவைக் கழித்தது எனக்குத் தெரியவந்தால் நான் முதலில் உன்னைக் கொன்று விடுவேன்' என்று அவர் என்னை மிரட்டினார். ஐயா, நான் அவரைப் பார்த்து மிகவும் பயப்படுகிறேன். அதைப் பற்றிப் போலீசிடம் புகார் செய்வதற்குப் பயமாக இருக்கிறது. நான் மட்டும் பயப்படாமல் இருந்தால் முன்பே அதைச் செய்திருப்பேன். ஐயா, டிமிட்ரியைப் போன்ற ஒரு மனிதர் எப்போது என்ன செய்வார் என்று கடவுளுக்கு மட்டுமே தெரியும்."

"அவர் அன்றொரு நாள் இவரிடம், 'நான் உன்னை உரலில் போட்டு இடிப்பேன்' என்று சொன்னார்" என்றாள் மரியா கன்த்ரச்சேவ்னா.

"சரி, ஒருவேளை அது வெறும் பேச்சாக இருக்கலாம்..." என்றான் அல்யோஷா. "நான் மட்டும் இப்போது அவரைச் சந்திக்க முடிந்தால், அதைப் பற்றியும் அவரிடம் பேசுவேன்..."

"நான் ஒன்றை மட்டும் சொல்ல முடியும்" என்று திடீரென்று ஸ்மெர்த்தியாக்கவ் ஏதோ ஒரு முடிவுக்கு வந்தவன் போல சொன்னான். "நான் சிலசமயம் அண்டை வீட்டினருக்கு அறிமுகமானவன் என்ற முறையில் இங்கே வருகிறேன். ஐயா, நான் அப்படி வரக்கூடாதா என்ன? உங்கள் மற்றொரு சகோதரர் இவான் ஃபியோதரோவிச் இன்று காலை என்னை அழைத்து, ஏரித் தெருவில் உள்ள டிமிட்ரி ஃபியோதரோவிச்சின் வீட்டிற்குப் போகச் சொன்னார். அவர் என்னிடம் கடிதம் எதுவும் தரவில்லை என்றாலும், இன்று மதியம் சதுக்கத்தில் உள்ள உணவகத்தில் உணவு சாப்பிடுவதற்கு டிமிட்ரியை அழைத்ததாகச் சொல்ல வேண்டும் என்று வாய்மொழியாகச் சொல்லி அனுப்பினார். நான் அவரைப் பார்க்கச் சென்றபோது அவர் வீட்டில் இல்லை. அப்போது காலை எட்டு மணி இருக்கும். 'அவர் இங்கேதான் இருந்தார், ஆனால் சற்று நேரத்திற்கு முன்பு வெளியே சென்று விட்டார்' என்று வீட்டின் உரிமையாளரும் அவரது மனைவியும்

என்னிடம் சொன்னார்கள். அவர்கள் சொன்னதிலிருந்து அவர்களுக்குள் ஏதோ ஒரு புரிதல் இருப்பது போலத் தெரிகிறது. இவான் ஃபியோதரோவிச் இன்று மதிய உணவுக்கு வீட்டிற்கு வரவில்லை என்பதால் உங்கள் தந்தை மட்டும் தனியாகச் சாப்பிட்டுவிட்டு இப்போது தூங்கிக் கொண்டிருக்கிறார். எனவே அவர் இப்போது இவான் ஃபியோதரோவிச்சுடன் உணவகத்தில் இருக்க வேண்டும். ஐயா, நீங்கள் தயவுசெய்து இதைப் பற்றி நான் உங்களிடம் சொன்னதாக அவரிடம் சொல்லிவிடாதீர்கள் என்று கெஞ்சிக் கேட்டுக் கொள்கிறேன், ஏனெனில் அவர் என்னைக் கொன்றுவிடுவார்."

"என் சகோதரர் இவான், டிமிட்ரியை உணவகத்திற்கு வரச் சொன்னாரா?" என்று அல்யோஷா அவசரத்துடன் கேட்டான்.

"ஆமாம்."

"சதுக்கத்தில் உள்ள கேபிடல் சிட்டி உணவகமா?"

"அதேதான்."

"அப்படித்தான் இருக்க வேண்டும்!" என்று அல்யோஷா ஆச்சரியத்துடன் கத்தினான்.

"நன்றி ஸ்மெர்த்தியாக்கவ். நான் இப்போதே அங்கு போகிறேன்."

"ஆனால் தயவுசெய்து என்னைக் காட்டிக் கொடுக்காதீர்கள்" என்று ஸ்மெர்த்தியாக்கவ் அவனுக்குப் பின்னால் கத்தினான்.

"இல்லை, நான் தற்செயலாக உணவகத்திற்கு வந்ததாகச் சொல்வேன். நீங்கள் கவலைப்பட வேண்டாம்."

"இருங்கள், நான் முன்வாசலைத் திறக்கிறேன்" என்று மரியா கன்த்ரச்சேவ்னா கத்தினாள்.

"இல்லை, இதுதான் பக்கம். நான் வேலியைத் தாண்டிப் போகிறேன், அவசரம்" என்றான் அல்யோஷா.

அல்யோஷா அந்தச் செய்தியைக் கேட்ட அதிர்ச்சியுடன் உணவகத்தை நோக்கி வேகமாக நடந்தான். அவன் தனது பாதிரியாரின் உடையுடன் உணவகத்திற்குள் நுழைவது அநாகரிக மாக இருக்கும் என்றும், ஆனால் அவன் விடுதிக்கு வெளியே நின்று அவர்களைக் கீழே வரச் சொல்ல முடியும் என்றும் நினைத்தான். ஆனால் அவன் உணவகத்தை நெருங்கியபோது, அவனுடைய சகோதரன் இவான் ஃபியோதரோவிச் ஜன்னலைத் திறந்து, தலையை நீட்டி அவனைப் பார்த்துக் கத்தினான்.

"அல்யோஷா, நீங்கள் மேலே வர முடியுமா? நீங்கள் மேலே வந்தால் நான் நன்றியுள்ளவனாக இருப்பேன்."

"முடியும் என்றாலும், இந்த உடையில்..."

"ஆனால் நான் தனி அறையில் இருக்கிறேன். நீங்கள் படிகளில் ஏறி வாருங்கள். நான் கீழே வருகிறேன்."

ஒரு நிமிடத்திற்குப் பிறகு அல்யோஷா தன் சகோதரன் அருகில் அமர்ந்திருந்தான். இவான் மட்டும் தனியாக மதிய உணவு சாப்பிட்டுக் கொண்டிருந்தான்.

3. சகோதரர்களின் நெருக்கம்

இவான் ஃபியோதரோவிச் உண்மையில் தனி அறையில் இல்லை. மற்றவர்கள் பார்வையில் படாதபடி திரைச்சீலையால் மறைக்கப்பட்ட, ஜன்னலுக்கு அருகில் இருந்த மேசையின் முன்பு அவர்கள் அமர்ந்திருந்தனர். உணவகத்தில் நுழைந்ததும் சுவரை ஒட்டி முதலில் இருந்த சாப்பாட்டு மேசை அதுதான். சர்வர்கள் ஒவ்வொரு முறையும் அதைக் கடந்து மற்ற மேசைகளுக்குச் சென்று கொண்டிருந்தார்கள். அந்த மறைக்கப்பட்ட அறையில் இருந்த ஒரே வாடிக்கையாளர், மூலையில் அமர்ந்து தேநீர் அருந்திக் கொண்டிருந்த இராணுவ வீரர் ஒருவர்தான். ஆனால் உணவகத்தின் மற்ற அறைகளில் வழக்கமான இரைச்சல்கள் கேட்டன. சர்வர்களின் கூச்சலும், பீர் பாட்டில்களைத் திறக்கும் ஓசையும், பில்லியார்ட் பந்துகளின் கிளிக் ஓசையும், ஹார்மோனியம் வாசிக்கும் ஓசையும் கேட்டன. இவான் ஃபியோதரோவிச் இந்த மதுக்கடைக்கு அதிகமாகப் போவதில்லை என்பதும், அவனுக்குப் பொதுவாக மதுக்கடைகள் பிடிக்காது என்பதும் அல்யோஷாவுக்குத் தெரியும். எனவே அவன் டிமிட்ரியைச் சந்திப்பதற்காகவே இங்கே வந்திருக்கிறான் என்று அல்யோஷாவுக்குத் தோன்றியது. ஆனால் டிமிட்ரி இன்னும் வரவில்லை.

"நான் உங்களுக்கு மீன் சூப் அல்லது வேறு ஏதாவது கொண்டு வரச் சொல்லட்டுமா? நீங்கள் தேநீரை மட்டுமே அருந்தி உயிர் வாழ முடியாது" என்று அவன் அல்யோஷா வந்த சந்தோஷத்தில் கத்தினான்.

அவன் சாப்பிட்டு முடித்து தேநீர் குடித்துக் கொண்டிருந்தான்.

"சரி, எனக்கு மீன் சூப்பும் தேநீரும் கொண்டு வரச் சொல்லுங்கள். எனக்கு பயங்கரமாகப் பசிக்கிறது" என்று அல்யோஷா உற்சாகத்துடன் சொன்னான்.

"கொஞ்சம் செர்ரி ஜாம்? இங்கே அது கிடைக்கும். நாம் சிறுவயதில் பொலெனோவ் வீட்டில் வசித்தபோது, நீங்கள் அதை விரும்பிச் சாப்பிட்டது உங்களுக்கு ஞாபகம் இருக்கிறதா"

"அட, உங்களுக்கு அது இன்னும் நினைவிருக்கிறதா? அதையும் கொண்டு வரச் சொல்லுங்கள். நான் இப்போதும் அதை விரும்பிச் சாப்பிடுவேன்."

இவான் மணியடித்து சர்வரை அழைத்து, மீன் சூப், தேநீர், ஜாம் ஆகியவற்றைக் கொண்டு வரச் சொன்னான்.

"அல்யோஷா எனக்கு எல்லாமே ஞாபகம் இருக்கிறது. உங்களுடைய பதினோரு வயது வரை நடந்த எல்லாமே எனக்கு நினைவில் இருக்கிறது. அப்போது எனக்குப் பதினைந்து வயது. அந்தப் பெரிய வயது வித்தியாசம் சகோதரர்களாகிய நம்மை நண்பர்களாக இருக்க விடாமல் செய்துவிட்டது. எனக்கு அப்போது உங்களைப் பிடித்திருந்ததா என்று கூடத் தெரியாது. நான் மாஸ்கோவுக்குச் சென்ற பிறகு, சில வருடங்களுக்கு உங்களைப் பற்றி நினைத்துக் கூடப் பார்க்கவில்லை. அதன் பிறகு நீங்கள் மாஸ்கோவுக்கு வந்தபோது, ஒரே ஒரு முறை மட்டும் எங்கேயோ சந்தித்தோம் என்று நினைக்கிறேன். நான் இப்போது கடந்த மூன்று மாதங்களாக இங்கு வசிக்கிறேன் என்றாலும், நாம் இருவரும் இன்னும் ஒரு வார்த்தை கூடப் பேசிக் கொள்ளவில்லை. நான் நாளைக்கு இங்கிருந்து செல்வதால், உங்களைப் பார்த்து விடைபெறுவது எப்படி என்று இங்கே அமர்ந்து யோசித்துக் கொண்டிருந்தபோது, நீங்கள் நடந்து செல்வதைப் பார்த்தேன்."

"நீங்கள் என்னைப் பார்க்க ஆவலாக இருந்தீர்களா?"

"ஆமாம். நான் உங்களையும், நீங்கள் என்னையும் அறிந்துகொள்ள வேண்டும் என்று விரும்பினேன். அதன் பிறகு பிரியாவிடை. என்னைப் பொறுத்தவரை, பிரிந்து செல்வதற்கு சற்று முன் உள்ள நேரம்தான் ஒருவரைப் பற்றி அறிந்துகொள்வதற்குச் சிறந்த நேரம் என்று நான் நினைக்கிறேன். நீங்கள் கடந்த மூன்று மாதங்களாக என்னை எப்படிப் பார்த்தீர்கள் என்பதை நான் கவனித்தேன். உங்கள் கண்களில் ஒருவிதமான எதிர்பார்ப்பு இருந்ததை என்னால் தாங்கிக் கொள்ள முடியவில்லை. அதனால்தான் நான் உங்களை நெருங்கி வரவில்லை. ஆனால் இறுதியில் நான் உங்களை மதிப்பதற்குக் கற்றுக் கொண்டேன். 'இந்தப் பையனுக்கு துணிச்சல் இருக்கிறது' என்று எனக்கு நானே சொல்லிக் கொண்டேன். நான் இப்போது சிரித்தாலும் கூட அதைத் தீவிரமாகப் பேசுகிறேன் என்பதை நினைவில் வையுங்கள். உங்களுக்குத் துணிச்சல் இருக்கிறது இல்லையா? உங்களைப் போன்ற சிறுவர்களாக இருந்தாலும், துணிச்சலாக இருப்பவர்களை எனக்கு மிகவும் பிடிக்கும். உங்களுடைய எதிர்பார்ப்பு நிறைந்த பார்வை இறுதியில் என்னை எரிச்சலடையச் செய்யவில்லை, மாறாக உங்களுடைய அந்தப் பார்வை எனக்குப் பிடித்துப் போனது.

அல்யோஷா, ஏதோ ஒரு காரணத்திற்காக உங்களுக்கு என்னைப் பிடிக்கிறது என்று நினைக்கிறேன், இல்லையா?”

“இவான், நான் உங்களை நேசிக்கிறேன். நம்முடைய சகோதரர் டிமிட்ரி நீங்கள் ஒரு கல்லறையைப் போல அமைதியாக இருப்பவர் என்று சொல்கிறார், ஆனால் நான் உங்களை ஒரு புதிர் என்று சொல்கிறேன். நீங்கள் இன்னும் எனக்கு ஒரு புதிர்தான் என்றாலும், நான் இன்று காலையிலிருந்து உங்களைப் பற்றி ஓரளவுக்குப் புரிந்து கொண்டேன்!”

“என்ன அது?” என்று இவான் சிரித்தான்.

“நான் அதைச் சொன்னால் நீங்கள் கோபப்பட மாட்டீர்களே?” என்று அல்யோஷாவும் சிரித்தான்.

“இல்லை, சொல்லுங்கள்.”

“நீங்கள் இருபத்தி மூன்று வயதான மற்ற இளைஞர்களைப் போல இளமையாக, புத்துணர்ச்சியாக, கெட்டுப்போகாத நல்ல இளைஞனாக இருக்கிறீர்கள்! சொல்லப்போனால் நீங்கள் அனுபவமற்ற ஓர் இருபத்து மூன்று வயது இளைஞர். நான் இப்படிச் சொன்னதால் உங்களுக்குக் கோபம் இல்லையே?”

“இல்லை, மாறாக நீங்கள் இப்போது தற்செயலாக சொன்னதைக் கேட்டு நான் திகைத்துப் போனேன்!” என்று இவான் ஆவேசமாகக் கத்தினான். “நான் இன்று காலையில் கேத்தரீனா இவானோவ்னாவுடன் உங்களைச் சந்தித்த பிறகு, நான் அனுபவமற்ற இருபத்து மூன்று வயது இளைஞனைப் போல இருப்பதைப் பற்றி யோசித்துக் கொண்டிருந்தேன். நீங்கள் இப்போது என் மனதில் உள்ளதைப் படித்தது போல அதைச் சொல்லிவிட்டீர்கள். நான் இங்கே உட்கார்ந்து எனக்கு நானே என்ன சொல்லிக் கொண்டேன் என்று உங்களுக்குத் தெரியுமா? நான் இந்த மனித வாழ்க்கையை அர்த்தமற்றது என்று நினைத்தாலும், நான் நேசித்த பெண்ணின் மீது வைத்திருந்த நம்பிக்கையை இழந்துவிட்டாலும், நடக்கும் விஷயங்களின் ஒழுங்கில் நம்பிக்கையை இழந்துவிட்டாலும், அதற்கு மாறாக, எல்லாமே ஒழுங்கற்றது, சபிக்கப்பட்டது, ஒருவேளை எல்லாமே சாத்தானின் குழப்பம் என்று உறுதியாக நம்பினாலும், மானிட ஏமாற்றத்தின் ஒவ்வொரு பயங்கரமும் என்னைத் தாக்கினாலும், நான் இந்த உலகத்தில் இன்னும் வாழ ஆசைப்படுகிறேன். நான் வாழ்க்கை என்ற மதுக்கோப்பையை ஒரு முறை சுவைத்த பிறகு, அதைக் குடித்து முடிக்கும் வரை கீழே வைக்க மாட்டேன்! இருந்தாலும், நான் முப்பது வயதில் அந்த கோப்பையைக் குடித்து முடிக்காவிட்டாலும் தூக்கி எறிந்துவிட்டு திசை தெரியாமல் பயணிப்பேன். ஆனால் முப்பது வயது வரை என் இளமை எல்லா

வற்றையும், வாழ்க்கையில் ஏற்படும் அனைத்து ஏமாற்றங்களையும், வாழ்க்கையின் மீதுள்ள அனைத்து வெறுப்புகளையும், வெல்லும் என்று எனக்கு உறுதியாகத் தெரியும். என்னுடைய வெறித்தனமான, ஒருவேளை ஆபாசமான இந்த வாழ்க்கைக்கான தாகத்தை முறியடிக்கும் விரக்தி ஏதேனும் இந்த உலகில் இருக்கிறதா என்று என்னை நானே பலமுறை கேட்டுக் கொண்டேன். எனக்கு முப்பது வயது ஆகும்வரை அப்படி எதுவும் இருக்காது என்ற முடிவுக்கு நான் வந்திருக்கிறேன். அதற்குப் பிறகு நானே அதைத் துறந்து விடுவேன் என்று நினைக்கிறேன். எனக்கு வாழ்க்கையின் மீதுள்ள இந்தத் தாகத்தை சில ஒழுக்கவாதிகள், குறிப்பாகக் கவிஞர்கள் கீழ்த்தரமானது என்று சொல்கிறார்கள். எது நடந்தாலும் எல்லாவற்றையும் தாண்டி வாழ வேண்டும் என்ற வாழ்க்கையின் மீதான இந்தத் தாகம் ஒரு வகையில் கரமசோவுக்கு உரிய குணம் என்பது உண்மைதான். அது உங்களுக்கும் இருக்கிறது என்பதில் சந்தேகமில்லை. ஆனால் இதில் கீழ்த்தரமானது என்ன இருக்கிறது? அல்யோஷா, நம்முடைய பூமியின் மையநோக்கு விசை இன்னும் ஆற்றலுடன் இருக்கிறது, எனவே நான் எல்லா தர்க்கங்களுக்கும் அப்பாற்பட்டு வாழ விரும்புகிறேன். நான் இந்தப் பிரபஞ்சத்தின் ஒழுங்கை நம்பாவிட்டாலும், வசந்த காலத்தில் துளிர்த்து தலை நீட்டும் சிறிய பச்சைப் பசேலென்ற இலைகளை நேசிக்கிறேன். எனக்கு இந்த நீல வானத்தையும், சில மனிதர்களையும் என்ன காரணம் என்றே தெரியாமல் பிடிக்கிறது என்று சொன்னால் உங்களால் நம்ப முடியுமா? நான் இந்த மனிதர்கள் செய்யும் சில மகத்தான செயல்களை நேசிக்கிறேன். எனக்கு அவற்றின் மீதிருந்த நம்பிக்கை எப்போதோ மரித்துவிட்டது என்றாலும், பழைய பழக்கத்தின் காரணமாக என் இதயம் இன்னும் அவற்றை மதிக்கிறது. இதோ, உங்களுடைய சூப் வந்துவிட்டது, திருப்தியாகச் சாப்பிடுங்கள். இங்கு தயாரிக்கும் சூப் பிரமாதமாக இருக்கும். அல்யோஷா, நான் இங்கிருந்து நேராக ஐரோப்பாவுக்குச் செல்ல ஆசைப்படுகிறேன். நான் மயானத்திற்குப் போகிறேன் என்று எனக்குத் தெரியும், ஆனால் அது ஒரு மதிப்பு மிக்க மயானம் என்பதுதான் விஷயம்! அங்கே மதிப்புமிக்க பல மனிதர்கள் தூங்கிக் கொண்டிருக்கிறார்கள். அங்குள்ள ஒவ்வொரு கல்லறையும் அவர்களின் உக்கிரமான கடந்த கால வாழ்க்கைக்கும், அவர்களின் சாதனைகளுக்கும், அவர்கள் உண்மையின் மீது வைத்திருந்த நம்பிக்கைக்கும், அவர்களுடைய வாழ்க்கைப் போராட்டத்திற்கும் சாட்சியாக இருக்கிறது. நான் பூமியில் மண்டியிட்டு, அந்தக் கல்லறைகளை முத்தமிட்டுக் கண்ணீர் விட்டு அழுவேன் என்பதை இப்போதே என்னால் உணர முடிகிறது. அதே நேரத்தில், அது ஒரு கல்லறையைத் தவிர வேறு எதுவும் இல்லை என்று எனக்கு

நீண்ட காலமாகவே தெரியும். அப்போது என் கண்களில் வழிவது விரக்தியினால் வெளிப்பட்ட கண்ணீராக இருக்காது, மாறாக ஆனந்தக் கண்ணீராக இருக்கும். அப்போது பொங்கி வழியும் உணர்ச்சிப் பெருக்கில் நான் என் உள்ளத்தைக் கரைய விடுவேன். நான் வசந்த காலத்தின் பச்சை இலைகளையும், நீல வானத்தையும் நேசிக்கிறேன், அவ்வளவுதான்! அதில் எந்தப் பகுத்தறிவும், தர்க்கமும் இல்லை. நீங்கள் இளமைப் பருவத்தின் ஆரம்பத்தில் உங்களுடைய வலிமையை உணர்வது போல, அது அடி வயிற்றிலிருந்து பொங்கிப் பிரவகிக்கிறது. அல்யோஷா, என்னுடைய இந்த உளறல்களில் உங்களுக்கு ஏதாவது புரிகிறதா?" என்ற இவான் ஃபியோதரோவிச் திடீரென்று பலமாகச் சிரித்தான்.

"இவான், எனக்கு நன்றாகப் புரிகிறது. நீங்கள் உங்களுடைய அடிவயிற்றிலிருந்து பீறிடும் உணர்வுகளுடன் வாழ்க்கையை நேசிக்க வேண்டும் என்று விரும்புகிறீர்கள். நீங்கள் அதை மிக அழகாகச் சொன்னீர்கள். உங்களுக்கு வாழ்க்கையின் மீதுள்ள தணியாத தாகத்தைக் கண்டு நான் பெருமகிழ்ச்சி அடைகிறேன்" என்று அல்யோஷா கத்தினான். "இந்தப் பூமியில் உள்ள எல்லாவற்றிற்கும் மேலாக ஒவ்வொருவரும் வாழ்க்கையை நேசிக்க வேண்டும் என்று நான் நினைக்கிறேன்."

"வாழ்க்கையின் அர்த்தத்தை விட வாழ்க்கையை நேசிக்க வேண்டும், அப்படித்தானே?"

"நிச்சயமாக. நீங்கள் சொன்னது போல தர்க்கத்திற்கு அப்பாற்பட்டு அதை நேசிக்க வேண்டும். அப்போதுதான் வாழ்க்கையின் அர்த்தத்தைப் புரிந்து கொள்ள முடியும். நான் அதைப் பற்றி நீண்ட காலமாக யோசித்து வந்தேன். ஆனால் நீங்கள் வாழ்க்கையை நேசிப்பதன் மூலம் ஏற்கனவே பாதி தூரத்தைக் கடந்து விட்டீர்கள். இப்போது நீங்கள் இரண்டாவது பாதியில் கவனம் செலுத்தினால் தப்பித்து விடுவீர்கள்."

"நீங்கள் என்னைக் காப்பாற்ற விரும்புகிறீர்கள், ஆனால் நான் இன்னும் தொலைந்து போகவில்லை! அந்த இரண்டாவது பாதியில் என்ன இருக்கிறது?"

"நீங்கள் இறந்துவிட்டதாக நினைக்கும் உங்களுடைய எண்ணங்களுக்கும், உணர்வுகளுக்கும் புத்துயிர் கொடுங்கள், ஏனெனில் அவை உண்மையில் இறந்துவிடவில்லை. சரி, தேநீர் அருந்தலாம். இவான், நாம் இப்படிப் பேசிக்கொள்வது சந்தோஷமாக இருக்கிறது."

"நீங்கள் உத்வேகம் பெற்றிருப்பதை என்னால் பார்க்க முடிகிறது. புதியவர்களிடமிருந்து வரும் இது போன்ற நம்பிக்கைகளை நான் மிகவும் விரும்புகிறேன். அலெக்ஸி, நீங்கள் உறுதியான,

தைரியமான மனிதர். நீங்கள் மடாலயத்தை விட்டு வெளியேறுவது உண்மையா?"

"ஆமாம், மூத்தவர் என்னை வெளி உலகத்திற்குப் போகச் சொல்லிவிட்டார்."

"அப்படியானால் நாம் மீண்டும் சந்திப்போம். நான் கோப்பையைக் கீழே வைக்கும் முன்பு, என்னுடைய முப்பதாவது வயதுக்கு முன்பு நாம் சந்திப்போம். நம்முடைய தந்தை எழுபது வயது வரைக்கும் கோப்பையைக் கீழே வைக்க விரும்பவில்லை. அவர் ஒரு கோமாளியாக இருந்தாலும், எண்பது வயது வரை கோப்பையைக் கீழே வைக்க விரும்பவில்லை என்று அவரே சொல்கிறார். அவர் ஒரு பாறையின் மீது நிற்பது போல அவருடைய சிற்றின்பத்தில் உறுதியாக நிற்கிறார். நாம் முப்பது வயதுக்கு மேல் நிற்பதற்கு எதுவும் இல்லை என்று நினைக்கிறேன். ஆனால் எழுபது இழிவானது என்பதால் முப்பதோடு நிறுத்திக் கொள்வது நல்லது. அப்போது ஒருவர் தன்னைத்தானே ஏமாற்றிக் கொண்டே ஓரளவுக்குக் கண்ணியத்தைத் தக்க வைத்துக் கொள்ள முடியும். நீங்கள் இன்று டிமிட்ரியைப் பார்த்தீர்களா?"

"இல்லை, ஆனால் ஸ்மெர்த்தியாக்கவைப் பார்த்தேன்" என்ற அல்யோஷா, அதைப் பற்றி விரிவாகத் தன் சகோதரனிடம் சொன்னான். இவான் அவன் சொன்னதைக் கவனமாகக் கேட்டுக் கொண்டே, சில விவரங்களைத் திரும்பத் திரும்பக் கேட்டான்.

"ஆனால் அவன் அதைப் பற்றி டிமிட்ரியிடம் சொல்ல வேண்டாம் என்று கேட்டுக் கொண்டான்" என்று அல்யோஷா சொன்னபோது, இவான் முகத்தைச் சுளித்தபடி யோசித்தான்.

"நீங்கள் ஸ்மெர்த்தியாக்கவை நினைத்து முகம் சுளிக்கிறீர்களா?" என்று அல்யோஷா கேட்டான்.

"ஆமாம், அவன் நாசமாய்ப் போகட்டும். நான் டிமிட்ரியைப் பார்க்க விரும்பினேன் என்றாலும் இப்போது அதற்கு அவசியமில்லை" என்று இவான் தயக்கத்துடன் சொன்னான்.

"ஆனால், அண்ணா, நீங்கள் சீக்கிரம் இங்கிருந்து போகிறீர்களா?"

"ஆமாம்."

"ஆனால் டிமிட்ரியும் தந்தையும் என்ன ஆவார்கள்? இதெல்லாம் அவர்களுக்குள் எப்படி முடியும்?" என்று அல்யோஷா பதற்றத்துடன் கேட்டான்.

"நீங்கள் அதைப் பற்றிப் பேசாதீர்கள். எனக்கும் அதற்கும் என்ன சம்பந்தம்? நான் என் சகோதரன் டிமிட்ரியின் காவலாளியா என்ன?" என்று சீறிய இவான் ஃபியோதரோவிச், திடீரென்று

கசப்புடன் சிரித்தான். "கொலை செய்யப்பட்ட தன் சகோதரனைப் பற்றி காயீன் கடவுளிடம் சொன்ன பதில் இது, இல்லையா? ஒருவேளை நீங்கள் இப்போது அதைத்தான் நினைக்கிறீர்களா? ஆனால் நாசமாய்ப் போக, நான் இங்கே தங்கியிருந்து அவர்களைக் கண்காணித்துக் கொண்டிருக்க முடியாது. நான் என் வேலையை முடித்துவிட்டதால் இங்கிருந்து கிளம்புகிறேன். நான் டிமிட்ரியைப் பார்த்துப் பொறாமைப்படுகிறேன் என்றும், இந்த மூன்று மாதங்களாக அவருடைய பேரழகி கேத்தரீனா இவானோவ்னாவை அவரிடமிருந்து அபகரிக்க முயற்சி செய்து கொண்டிருந்தேன் என்றும் கற்பனை செய்யாதீர்கள். எனக்கு இங்கே என்னுடைய சொந்த வேலைகள் இருந்தன. நான் வந்த வேலை முடிந்து விட்டதால் கிளம்புகிறேன். இப்போது எல்லாம் முடிந்துவிட்டது; என்ன நடந்தது என்று நீங்களே பார்த்தீர்கள்."

"இன்று கேத்தரீனா இவானோவ்னா வீட்டில் நடந்ததைச் சொல்கிறீர்களா?"

"ஆமாம், நான் என்னை ஒரேடியாக விடுவித்துக் கொண்டேன். சரி, நான் ஏன் டிமிட்ரியைப் பற்றிக் கவலைப்பட வேண்டும்? டிமிட்ரிக்கும் அதற்கும் எந்தச் சம்பந்தமும் இல்லை. கேத்தரீனா இவானோவ்னாவுடன் பேசி முடிக்க வேண்டிய சில சொந்த வேலைகள் எனக்கு இருந்தன. ஆனால் டிமிட்ரி என்னுடன் சேர்ந்து ஏதோ சதி செய்வதைப் போல நடந்து கொண்டார் என்று உங்களுக்கே தெரியும். நான் அவரிடம் எதையும் கேட்கவில்லை என்றாலும், அவரே முன்வந்து அவளை என்னிடம் ஒப்படைத்து ஆசீர்வதிப்பது போல நடந்து கொண்டார். இது எல்லாமே சுத்த அபத்தம். ஆகா, அல்யோஷா, இப்போது நான் எவ்வளவு சுதந்திரமாக மூச்சுவிட முடிகிறது என்பதை நீங்கள் தெரிந்து கொள்ள வேண்டும்! நான் இங்கே சாப்பிட்டுக் கொண்டிருந்தபோது, என்னுடைய சுதந்திரத்தின் முதல் மணி நேரத்தைக் கொண்டாட ஷாம்பெயின் குடிக்க விரும்பினேன் என்றால் உங்களால் நம்ப முடியுமா? ப்பா! ஏறக்குறைய ஆறு மாதங்களாக என்னை அலைக்கழித்த எல்லாவற்றையும் திடீரென்று தூக்கி எறிந்து விட்டேன். நான் விரும்பியிருந்தால் இதற்கு முற்றுப்புள்ளி வைப்பது எவ்வளவு சுலபம் என்பதை நேற்று வரை கூட என்னால் நம்பமுடியவில்லை."

"இவான், நீங்கள் உங்களுடைய காதலைப் பற்றி பேசுகிறீர்களா?"

"காதல், நீங்கள் விரும்பினால் அதைக் காதல் என்று அழைக்கலாம். நான் ஓர் இளம் பெண்ணைக் காதலித்தேன். அவள் ஒரு பள்ளி மாணவி. நான் அவளையும், என்னை அவளும் சித்திரவதை செய்ய எங்கள் வாழ்க்கை நரகமானது. நான் அதை

நினைத்து மிகவும் கவலைப்பட்டேன், ஆனால் திடீரென்று எல்லாம் முடிந்துவிட்டது. நான் இன்று காலை உத்வேகத்துடன் பேசிவிட்டு அங்கிருந்து வெளியே சென்றபோது, வாய்விட்டுச் சிரித்தேன். உங்களால் நம்ப முடிகிறதா? ஆமாம், அதுதான் நிதர்சனமான உண்மை."

"நீங்கள் இப்போது மிகவும் சந்தோஷமாக இருப்பதாகத் தெரிகிறது" என்று அல்யோஷா, அப்போது திடீரென்று பிரகாசமான இவானின் முகத்தைப் பார்த்துச் சொன்னான்.

"நான் அவளைக் காதலிக்கவே இல்லை என்று எனக்கு எப்படித் தெரியும்? ஹா ஹா! இப்போது நான் அவளைக் காதலிக்கவில்லை என்றாகிவிட்டது. இருந்தாலும் எனக்கு அவளை மிகவும் பிடிக்கும்! நான் இன்று காலையில் பேசிக் கொண்டிருந்த போது கூட எனக்கு அவளைப் பிடித்திருந்தது. உங்களுக்குத் தெரியுமா, இப்போது கூட எனக்கு அவளை மிகவும் பிடிக்கிறது என்றாலும், அவளை விட்டுச் செல்வதும் எனக்குச் சுலபமாக இருக்கிறது. நான் மிகைப்படுத்திச் சொல்கிறேன் என்று நினைக் கிறீர்களா?"

"இல்லை, ஒருவேளை அது உண்மையான காதலாக இல்லாமல் இருக்கலாம்."

"அல்யோஷா" என்று இவான் சிரித்தான். "நீங்கள் காதலைப் பற்றிப் பேசாதீர்கள்! அது உங்களுக்கு ஒத்துவராது. ஓ, நீங்கள் இன்று காலையில் எப்படி அவசரப்பட்டு உங்கள் கருத்தைச் சொன்னீர்கள்! நான் அதற்காக உங்களைக் கட்டி அணைக்க வேண்டும்... ஆனால் அவள் என்னை வார்த்தைகளால் எப்படி சித்திரவதை செய்து கொண்டிருந்தாள். நான் உண்மையில் ஓர் எரிமலையின் மீது உட்கார்ந்திருந்தேன். ஓ, நான் அவளை நேசிக்கிறேன் என்று அவளுக்குத் தெரியும். அவள் காதலிப்பது டிமிட்ரியை அல்ல, என்னைத்தான்" என்று இவான் உற்சாகத்துடன் சொன்னான். "அவளைப் பொறுத்தவரை டிமிட்ரி அவள் மனதில் உள்ள ஓர் ஆறாத ரணம் மட்டுமே. நான் இன்று அவளிடம் சொன்ன அனைத்தும் உண்மை. ஆனால் முக்கியமான விஷயம் என்னவென்றால், அவள் டிமிட்ரியைக் காதலிக்கவில்லை என்பதையும், அவளால் சித்திரவதைக்கு ஆளாகும் என்னைத்தான் காதலிக்கிறாள் என்பதையும் கண்டுபிடிக்க அவளுக்குப் பதினைந்து அல்லது இருபது வருடங்கள் ஆகலாம். இன்று நான் அவளுக்கு நடத்திய பாடத்தினாலும் அவள் அதை உணர மாட்டாள். சரி, அதுவும் நல்லதுதான். ஆகையால் நான் ஒரு தீர்க்கமான முடிவுடன், நல்லபடியாக அவளை விட்டுப் பிரிந்து செல்கிறேன்.

அவள் இப்போது எப்படி இருக்கிறாள்? நான் அங்கிருந்து சென்ற பிறகு என்ன நடந்தது?”

அவள் நினைவிழந்து பித்துப் பிடித்தவள் போல பிதற்றிக் கொண்டிருக்கிறாள் என்று அல்யோஷா சொன்னான்.

“திருமதி. கோஹ்லக்கோவ் பொய் சொல்கிறாளா?”

“நான் அப்படி நினைக்கவில்லை.”

“நாம் அதைத் தெரிந்துகொள்ள வேண்டும்... இருந்தாலும் யாரும் ஹிஸ்டீரியாவால் இறந்ததில்லை. ஹூம்! இறைவன் பெண்கள் மீது கொண்ட அன்பினால் அவர்களுக்கு அந்த நோயைக் கொடுத்திருக்கிறார். நான் மீண்டும் அங்கே போக மாட்டேன். நான் அந்த விவகாரத்தில் மீண்டும் தலையிட மாட்டேன்.”

“சரி, அவள் உங்களைக் காதலிக்கவில்லை என்று நீங்கள் அவளுக்கு முன்னால் ஏன் சொன்னீர்கள்?”

“நான் வேண்டுமென்றே அப்படிச் சொன்னேன். அல்யோஷா, நான் ஷாம்பெயின் கொண்டு வரச்சொல்கிறேன். என்னுடைய விடுதலைக்காக நாம் இருவரும் குடிப்போம். ஆகா! நான் எவ்வளவு சந்தோஷமாக இருக்கிறேன் என்று உங்களுக்குத் தெரியுமா?”

“அண்ணா, வேண்டாம். நாம் குடிக்காமல் இருப்பதே நல்லது” என்று அல்யோஷா திடீரென்று சொன்னான். “என்னை ஏதோ ஒரு துயரம் வாட்டுகிறது.”

“தெரியும், நீங்கள் சில நாட்களாகவே எதையோ நினைத்துக் கவலைப்படுவதை நானும் கவனித்தேன்.”

“அப்படியானால், நீங்கள் நாளை காலையில் போவது என்று முடிவு செய்துவிட்டீர்களா?”

“காலையிலா? நான் காலையில் கிளம்புகிறேன் என்று சொல்லவில்லை... ஆனால் நான் ஒருவேளை காலையில் போகலாம். உங்களுக்குத் தெரியுமா, நான் அந்தக் கிழவருடன் சாப்பிடக்கூடாது என்பதற்காக இங்கே மதிய உணவு சாப்பிட்டேன். இப்போதெல்லாம் அவரைப் பார்த்தாலே எனக்கு அருவருப்பாக இருக்கிறது. நான் எப்போதோ அவரை விட்டுப் போயிருப்பேன். நான் போவதைப் பற்றி நீங்கள் ஏன் கவலைப்பட வேண்டும்? நான் இங்கிருந்து கிளம்புவதற்கு முன்பு நமக்கு நிறைய நேரம், முடிவற்ற காலம் இருக்கிறது!”

“நீங்கள் நாளைக்கே கிளம்பினால், அது எப்படி முடிவற்ற காலமாக இருக்க முடியும்?”

“அதைப் பற்றி நமக்கு என்ன கவலை?” என்று இவான் சிரித்துக் கொண்டே சொன்னான். “நாம் எதற்காக இங்கே வந்தோமோ அதைப் பற்றிப் பேசி முடிப்பதற்குப் போதுமான நேரம் இருக்கிறது. நீங்கள் ஏன் இப்படி ஆச்சரியமாகப் பார்க்கிறீர்கள்? சரி, சொல்லுங்கள், நாம் எதற்காக இங்கு சந்தித்தோம்? கேத்தரீனா இவானோவ்னா மீது நான் வைத்திருந்த காதலையும், அந்தக் கிழவரையும், டிமிட்ரியையும் பற்றிப் பேசுவதற்கா? வெளிநாட்டு வாழ்க்கையையும், ரஷ்யாவின் சீரழிந்த நிலையையும், மாமன்னர் நெப்போலியனையும் பற்றிப் பேசுவதற்கா?”

“இல்லை.”

“அப்படியானால் அது எதற்காக என்று உங்களுக்குத் தெரியும். மற்றவர்களுக்கு விவாதிக்க அவர்களின் சொந்தப் பிரச்சனைகள் உள்ளன, ஆனால் இளைஞர்களாகிய நமக்கு நிரந்தரமான கேள்விகளுக்கு விடை காண்பதுதான் முதல் கவலையாக இருக்க முடியும். குறிப்பாக இப்போது முதியவர்கள் நடைமுறைப் பிரச்சனைகளில் கவனம் செலுத்தத் தொடங்கிவிட்ட நிலையில், ரஷ்யாவில் உள்ள இளைஞர்கள் அனைவரும் நிரந்தரமான கேள்விகளுக்குத் தீர்வு காண்பதில் முனைப்பாக இருக்கிறார்கள். நீங்கள் கடந்த மூன்று மாதங்களாக ஏன் என்னை எதிர்பார்ப்புடன் பார்த்துக் கொண்டிருந்தீர்கள்? நீங்கள் என்னிடம், ‘நீங்கள் எதை நம்புகிறீர்கள் அல்லது எதையுமே நம்பவில்லையா?’ என்று கேட்க விரும்பினீர்கள். அலெக்ஸி ஃபியோதரோவிச், மூன்று மாதங்களாக உங்கள் பார்வையில் இருந்த கேள்வி அதுதான், இல்லையா?”

“இருக்கலாம்” என்று அல்யோஷா புன்னகைத்தான். “இவான் இப்போது நீங்கள் என்னைப் பார்த்துச் சிரிக்கவில்லையே?”

“நானா? சிரிப்பதா? மூன்று மாதங்களாக என்னை எதிர்பார்ப்புடன் பார்த்துக் கொண்டிருந்த என் தம்பியை நான் புண்படுத்த விரும்புவேனா? அல்யோஷா என் கண்களைப் பாருங்கள், நானும் உங்களைப் போன்ற ஓர் இளைஞன் என்றாலும் கத்துக்குட்டி இல்லை. இப்போது ரஷ்யாவில் உள்ள இளைஞர்கள் எப்படி நடந்து கொள்கிறார்கள்? நான் அவர்களில் பலரைப் பற்றிச் சொல்கிறேன். உதாரணமாக, அவர்கள் இந்த நாற்றமெடுத்த உணவகத்தின் ஒரு மூலையில் ஒன்றாகக் கூடுகிறார்கள். அவர்களில் யாரும் இதற்கு முன் ஒருவரை ஒருவர் சந்தித்துக் கொண்டதில்லை. அவர்கள் உணவகத்தை விட்டுச் சென்ற பிறகு, நாற்பது ஆண்டுகளுக்குக் கூட மீண்டும் சந்தித்துக் கொள்வதில்லை. சரி, அவர்கள் உணவகத்தில் சந்தித்துக் கொள்ளும் அந்தச் சில மணி நேரங்களில் என்ன பேசிக் கொள்கிறார்கள்? கடவுள் இருக்கிறாரா,

இறவாமை உண்மையா என்ற உலகளாவிய கேள்விகளைத் தவிர வேறு எதுவும் இல்லை. கடவுள் நம்பிக்கை இல்லாதவர்கள் சோசலிசம் அல்லது அராஜகவாதம் பற்றியும், மனித குலம் முழுவதையும் ஒரு புதிய அமைப்புக்கு மாற்றியமைப்பது பற்றியும் பேசுகிறார்கள். ஆனால் உண்மையில் அது நாசமாய்ப் போன அதே விஷயம்தான், அதாவது, அதே பழைய கேள்விகளை அவர்கள் எதிரெதிர்க் கோணங்களில் இருந்து பார்க்கிறார்கள். பெரும்பாலான இளைஞர்கள், பெரும்பாலான அசலான ரஷ்ய இளைஞர்கள் வேறு எதையும் பேசாமல் நிரந்தரமான கேள்விகளைப் பற்றியே பேசுகிறார்கள். அது உண்மையா, இல்லையா?"

"ஆமாம், உண்மையான ரஷ்யர்களுக்கு, கடவுள் இருக்கிறாரா, இறவாமை இருக்கிறதா என்ற கேள்விகளும், அல்லது நீங்கள் சொன்னது போல அதே கேள்விகளை எதிரெதிர்க் கோணங்களில் அணுகுவதும் முதலாவதாகவும், முதன்மையானதாகவும் இருக்கின்றன. அது அப்படித்தான் இருக்க வேண்டும்" என்ற அல்யோஷா, அதே தேடலுடன் கூடிய சாந்தமான புன்னகையுடன் தன் சகோதரனை உற்றுப் பார்த்தான்.

"அல்யோஷா, சில சமயங்களில் ஒரு ரஷ்யனாக நடந்து கொள்வது புத்திசாலித்தனமாக இருக்காது. இப்போது ரஷ்ய இளைஞர்கள் செய்வதைவிட முட்டாள்தனமான எதையும் கற்பனை செய்து பார்க்க முடியாது. இருந்தாலும் அல்யோஷா என்ற ரஷ்ய இளைஞனை நான் மிகவும் நேசிக்கிறேன்."

"நீங்கள் சுற்றி வளைத்து அங்கு வந்து விட்டீர்கள்" என்று அல்யோஷா சிரித்தான்.

"சரி, நீங்களே சொல்லுங்கள், நாம் எங்கிருந்து ஆரம்பிக்கலாம்? கடவுளிடமிருந்து ஆரம்பிக்கலாமா? கடவுள் இருக்கிறாரா, இல்லையா?"

"நீங்கள் எங்கிருந்து வேண்டுமானாலும் தொடங்கலாம். நீங்கள் நேற்று அப்பாவின் வீட்டில் இருந்தபோது, கடவுள் இல்லை என்று சொன்னதால், எதிர் கோணத்தில் இருந்து கூட ஆரம்பிக்கலாம்" என்ற அல்யோஷா தன் சகோதரன் முகத்தை ஆராய்ந்தான்.

"நான் நேற்று கிழவருடன் சாப்பிட்டுக் கொண்டிருந்தபோது, உங்கள் கண்கள் பிரகாசிப்பதைப் பார்த்து, உங்களை வெறுப்பேற்றுவதற்காக வேண்டுமென்றே அப்படிச் சொன்னேன். ஆனால் இப்போது அதைப் பற்றி உங்களுடன் விவாதிப்பதில் எனக்கு எந்த ஆட்சேபணையும் இல்லை. நான் இப்போது அதைத் தீவிரமாக எடுத்துக் கொள்கிறேன். அல்யோஷா, எனக்கு நண்பர்கள் யாரும் இல்லை என்பதால் உங்களுடன் நெருங்கிப்

பழக விரும்புகிறேன். நான் அதற்காக முயற்சி செய்கிறேன். சரி, ஒருவேளை நான் கடவுளை ஒப்புக் கொள்கிறேன் என்று வைத்துக் கொள்ளுங்கள்" என்று இவான் சிரித்தான். "அது உங்களுக்கு ஆச்சரியமாக இருக்கும், இல்லையா?"

"ஆமாம், நிச்சயமாக. ஆனால் நீங்கள் இப்போது மீண்டும் கிண்டல் செய்யவில்லை என்றால் மட்டும்."

"கிண்டல்! நான் நேற்று மூத்தவரிடம் பேசியதைப் பற்றி அவர்கள் அப்படித்தான் சொன்னார்கள். இதோ பாருங்கள் என் அருமை தம்பி, பதினெட்டாம் நூற்றாண்டில் ஒரு வயதான பாவி இருந்தான். கடவுள் இல்லை என்றால் யாராவது அவரைக் கண்டுபிடிக்க வேண்டும் என்று அவன் சொன்னான். எனவே மனிதன் கடவுளைக் கண்டுபிடித்தான். ஆனால் இதில் மிகவும் விசித்திரமான, அசாதாரணமான விஷயம் என்னவென்றால், கடவுள் உண்மையில் இருக்கிறார் என்பதல்ல, ஆனால் கடவுளின் தேவையைப் பற்றிய அந்த எண்ணம், மனிதனைப் போன்ற ஒரு கொடூரமான காட்டு விலங்குக்குத் தோன்றியதுதான் அதிசயமானது, ஏனென்றால் அந்தக் கருத்து மிகவும் புனிதமானது, உள்ளத்தைத் தொடுவது, புத்திசாலித்தனமானது என்பதுடன் அது மனிதனுக்கு மிகப்பெரிய நன்மதிப்பைக் கொடுக்கக்கூடியது. என்னைப் பொறுத்தவரை, மனிதன் கடவுளைப் படைத்தானா அல்லது கடவுள் மனிதனைப் படைத்தாரா என்று யோசிப்பதை நான் எப்போதோ நிறுத்திவிட்டேன். நான் இந்த விஷயத்தில் ரஷ்ய இளைஞர்கள் ஏற்றுக்கொண்ட அனைத்துச் சமகால கோட்பாடுகளையும் சொல்லப் போவதில்லை, ஏனென்றால் அவை அனைத்தும் ஐரோப்பியர்களின் அனுமானங்களிலிருந்து பெறப்பட்டவை. ஐரோப்பியர்களுக்கு வெறும் அனுமானமாக இருப்பது ரஷ்ய இளைஞர்களுக்கு ஒரு கோட்பாடாக மாறிவிடுகிறது. இளைஞர்கள் மட்டுமின்றி அவர்களின் பேராசிரியர்களும் அதைத்தான் செய்கிறார்கள், ஏனென்றால் பேராசிரியர்கள் அனைவரும் ரஷ்ய இளைஞர்களைப் போலவே இருக்கிறார்கள். எனவே நான் அனைத்து அனுமானங்களையும் முற்றாகத் தவிர்க்கிறேன். இப்போது உங்களுக்கும் எனக்கும் முன்னால் உள்ள சிக்கல் என்ன? சிக்கல் என்னவென்றால், நான் எனது சாராம்சத்தை, அதாவது நான் எப்படிப்பட்ட மனிதன், நான் எதை நம்புகிறேன், நான் எதை எதிர்பார்க்கிறேன் என்பதை முடிந்தவரைச் சுருக்கமாக உங்களுக்கு விளக்க முயற்சிக்க வேண்டும். அதனால் நான் களங்கமற்றும் எளிமையாகவும் கடவுளை ஏற்றுக் கொள்கிறேன் என்று அறிவிக்கிறேன். இருப்பினும் இங்கே ஒரு முக்கியமான விஷயத்தைக் கவனிக்க வேண்டும். கடவுள் இருக்கிறார் என்றால்,

உண்மையில் இந்த உலகத்தைப் படைத்தார் என்றால், அவர் அதை யூக்ளிடின் வடிவியலைப் பின்பற்றிப் படைத்தார் என்பதும், அண்ட வெளியின் முப்பரிமாணங்களை மட்டுமே புரிந்து கொள்ளும் பகுத்தறிவை மனிதர்களுக்குக் கொடுத்தார் என்பதும் அனைவரும் அறிந்ததே. இதற்கிடையில், இதற்கு முன்பு இருந்த, இப்போதும் இருக்கும் மிகச்சிறந்த கணிதவியலாளர்களும், தத்துவவாதிகளும், முழுப் பிரபஞ்சமும், அல்லது இன்னும் பரந்த அளவில் சொன்னால் முழு இருப்பும் முற்றிலும் யூக்ளிடின் வடிவியலைப் பின்பற்றிப் படைக்கப்பட்டது என்பதைச் சந்தேகிக்கிறார்கள். இரண்டு இணை கோடுகள் பூமியில் எங்கும் சந்திக்காது என்ற யூக்ளிடின் கொள்கையை மறுக்கும் அவர்கள், அந்த இணை கோடுகள் முடிவிலியில் எங்கோ ஓரிடத்தில் சந்திக்கக்கூடும் என்று கற்பனை செய்யவும் துணிகிறார்கள். என் அருமை அல்யோஷா, என்னால் அதைக்கூட புரிந்துகொள்ள முடியவில்லை என்பதால், நான் கடவுளைப் புரிந்துகொள்ள முடியாது என்று முடிவு செய்துவிட்டேன். இதுபோன்ற கேள்விகளுக்குத் தீர்வு காணும் திறமை எனக்கு இல்லை என்பதை நான் தாழ்மையுடன் ஒப்புக் கொள்கிறேன். என்னுடைய மனம் யூக்ளிடின் வடிவியலைப் பின்பற்றிச் சிந்திக்கும் திறனுடையது, பூமியுடன் தொடர்புடையது. எனவே இந்தப் பூமிக்கு அப்பாற்பட்ட விஷயங்களைப் புரிந்துகொள்ள முயற்சிப்பது நம்முடைய வேலையல்ல. அல்யோஷா, என் அருமை நண்பரே, எனவே நீங்கள் இதைப் பற்றியெல்லாம், முக்கியமாக கடவுள் இருக்கிறாரா, இல்லையா என்பதைப் பற்றியெல்லாம் சிந்திக்க வேண்டாம் என்று நான் உங்களுக்கு அறிவுரை சொல்கிறேன். ஏனெனில் அந்தக் கேள்விகள் முப்பரிமாணங்களை மட்டுமே புரிந்து கொள்ளும் திறனுடன் படைக்கப்பட்ட மனித மனதின் எல்லைக்கு அப்பாற்பட்டவை. எனவே நான் கடவுளை முழு மனதுடன் ஏற்றுக்கொள்வது மட்டுமின்றி, அதற்கும் மேலாக, அவருடைய ஞானத்தையும், நம் அறிவுக்கு அப்பாற்பட்ட அவருடைய நோக்கத்தையும் ஏற்றுக்கொள்கிறேன்; இந்த வாழ்க்கையின் அடிப்படை ஒழுங்கையும், அர்த்தத்தையும் நான் நம்புகிறேன்; நாம் எல்லோரும் இறுதியில் ஒன்றுபடுவோம் என்று சொல்லப்படும் நித்திய இணக்கத்தை நான் நம்புகிறேன்; பிரபஞ்சம் எதற்காக இயங்குகிறதோ, பிரபஞ்சத்தின் தொடக்கத்தில் எது கடவுளுடன் இருந்ததோ, எது கடவுளாகவே இருந்ததோ, எது முடிவிலியாக இருந்ததோ, எது இன்னும் பலவாகவும் இருந்ததோ அதை, அதற்குரிய வார்த்தையை நான் நம்புகிறேன். இதைப் பற்றி மிக அதிகமாக எழுதப்பட்டும் பேசப்பட்டும் விட்டது. நான் சரியான பாதையில் செல்கிறேன், இல்லையா? ம்? நான் என்னுடைய இறுதி முடிவாகக் கடவுள்

படைத்த இந்த உலகத்தை ஏற்கவில்லை என்று சொன்னால் உங்களால் அதை நம்ப முடியுமா? அது இருப்பது எனக்குத் தெரியும் என்றாலும் நான் அதை ஏற்கவில்லை. நான் ஏற்றுக்கொள்ள மறுப்பது கடவுளை அல்ல, ஆனால் அவர் படைத்த இந்த உலகத்தை என்பதை நீங்கள் புரிந்துகொள்ள வேண்டும். நான் கடவுளின் உலகத்தை ஏற்கவில்லை, அதை என்னால் ஏற்றுக்கொள்ள முடியாது. நான் இதை வேறுவிதமாகச் சொல்கிறேன். நான் ஒரு குழந்தையைப் போல மனிதனின் துன்பங்கள் நீங்கி, அறவே ஒழிக்கப்படும் என்று நம்பினாலும், மனித வாழ்க்கையின் குழப்பமான முரண்பாடுகள் அனைத்தும் ஒரு பரிதாபத்திற்குரிய கானல் நீரைப் போல அல்லது ஒரு சிறிய, பலவீனமான, யூக்ளிடின் கோட்பாட்டின்படி உருவான மனதின் குறுகிய சிந்தனையைப் போல மறைந்துவிடும் என்றாலும், பிரபஞ்சத்தின் முடிவு நாளில், நித்திய இணக்கத்தின் தருணத்தில், ஒவ்வொரு மனித உள்ளத்தையும் திருப்திப்படுத்தவும், எல்லா கோபங்களையும் தணிக்கவும், மனித குலத்தின் அனைத்துக் குற்றங்களுக்கும், மனிதர்கள் சிந்திய இரத்தத்திற்கும் பரிகாரமாகவும் விலைமதிப்பற்ற ஒன்று நிகழும் என்றாலும், அது மனிதர்களுக்கு நடந்த அனைத்தையும் மன்னிப்பதற்கு மட்டுமின்றி நியாயப்படுத்தவும் உதவும் என்றாலும், இவை அனைத்தும் உண்மையாக நடக்கும் என்றாலும், நான் அதை ஏற்றுக்கொள்ள மாட்டேன். நான் அதை ஏற்க மறுக்கிறேன். இணை கோடுகள் ஒன்றை ஒன்று சந்தித்தாலும், நானே அதை என் கண்களால் பார்த்தாலும், என்னால் அதை ஏற்றுக்கொள்ள முடியாது. அல்யோஷா, இதுதான் என்னுடைய சாராம்சம், என்னுடைய ஆய்வு. நான் வேண்டுமென்றே இந்த உரையாடலை என்னால் முடிந்தவரை முட்டாள்தனமாகத் தொடங்கினேன் என்றாலும், என்னுடைய கருத்தை மிகத் தீவிரமாக, ஒப்புதல் வாக்குமூலமாக உங்களிடம் கொடுத்துவிட்டேன். நீங்கள் விரும்புவதும் அதுதான் என்று எனக்குத் தெரியும். நீங்கள் என்னிடமிருந்து கடவுளைப் பற்றி அறிய விரும்பவில்லை, மாறாக உங்களுடைய அன்புக்குரிய சகோதரன் எந்த நம்பிக்கையின் அடிப்படையில் வாழ்கிறான் என்பதைத் தெரிந்துகொள்ள விரும்பினீர்கள். இப்போது நீங்கள் அதைத் தெரிந்து கொண்டீர்கள்."

இவான் ஃபியோதரோவிச் தன்னுடைய நீண்ட விளக்கத்தை எதிர்பாராத விசித்திரமான உணர்வுடன் திடீரென்று முடித்தான்.

"ஆனால் நீங்கள் சொன்னது போல இதை ஏன் உங்களால் முடிந்தவரை முட்டாள்தனமாகத் தொடங்கினீர்கள்?" என்ற அல்யோஷா, தன் சகோதரனை யோசனையுடன் பார்த்தான்.

"முதலாவதாக, நான் ஒரு ரஷ்யனாக இருப்பது ஒரு காரணம், ஏனெனில் இந்த விஷயங்களைப் பற்றி ரஷ்யாவில் நிகழும் உரையாடல்கள் எப்பொழுதும் கூடுமானவரை முட்டாள்தனமான முறையில் நடத்தப்படுகின்றன. இரண்டாவதாக, இது எவ்வளவு தூரம் முட்டாள்தனமாக இருக்கிறதோ அவ்வளவு தூரம் தெளிவாக இருக்கும். முட்டாள்தனம் கபடமற்றது, வெளிப்படை யானது என்றால் புத்திசாலித்தனம் மழுப்பலானது, மறைப்பது. புத்திசாலித்தனம் சாமர்த்தியமானது ஆனால் முட்டாள்தனம் நேர்மையானது. நான் இந்த வாதத்தை என்னுடைய விரக்தியின் எல்லை வரை எடுத்துச் சென்றிருக்கிறேன். நான் அதை எவ்வளவு முட்டாள்தனமாக முன் வைத்தேனோ அந்த அளவுக்கு அது எனக்குச் சாதகமாக இருக்கும்."

"நீங்கள் ஏன் இந்த உலகத்தை ஏற்றுக்கொள்ள மறுக்கிறீர்கள் என்பதை எனக்கு விளக்க முடியுமா?" என்று கேட்டான் அல்யோஷா.

"நிச்சயமாக. அது ஒன்றும் இரகசியமல்ல. நான் அடுத்ததாக அதைத்தான் சொல்ல வந்தேன். என் அருமை தம்பி, நான் உங்களுடைய மனதைக் கெடுக்கவோ அல்லது உங்களுடைய நம்பிக்கையின் அஸ்திவாரத்தைத் தகர்க்கவோ விரும்பவில்லை. நான் உங்களைப் பயன்படுத்தி என்னை மீட்டெடுக்க விரும்புகிறேன்" என்ற இவான் ஃபியோதரோவிச், திடீரென்று ஒரு இனிய சிறுவனைப் போலச் சிரித்தான். அவன் இப்படிச் சிரிப்பதை அல்யோஷா இதற்கு முன் பார்த்ததே இல்லை.

4. கலகம்

"நான் ஒரு விஷயத்தை உங்களிடம் ஒப்புக்கொள்ள வேண்டும்" என்று இவான் ஃபியோதரோவிச் ஆரம்பித்தான். "ஒருவர் தனது அண்டை வீட்டாரை எப்படி நேசிக்க முடியும் என்பதை என்னால் ஒருபோதும் புரிந்துகொள்ள முடியவில்லை. என்னைப் பொறுத்தவரை, நான் தூரத்தில் உள்ளவர்களை நேசிக்க முடியும் என்றாலும், அண்டை வீட்டாரை நேசிப்பது சாத்தியமில்லை என்று நினைக்கிறேன். நான் ஒரு முறை, 'கருணைமிக்க ஜான்' என்று அழைக்கப்படும் ஒரு துறவியைப் பற்றி எங்கோ படித்தபோது, பனியையும் பசியையும் தாங்க முடியாமல் ஒரு பிச்சைக்காரன் அவரிடம் சென்று உதவி கேட்டபோது, அவர் அவனுடன் படுத்து அவனைத் தழுவிக் கொண்டு, ஏதோ ஒரு நோயினால் துர்நாற்றம் வீசிய அவனுடைய வாயில் தனது வாயை வைத்து ஊதினார்

என்பதைத் தெரிந்து கொண்டேன். நான் அதைப் பற்றி யோசித்தபோது, அவர் அவருடைய கடமைக்குக் கட்டுப்பட்டு, அன்பு காட்ட வேண்டும் என்ற உணர்வால் உந்தப்பட்டு, தனக்குத் தானே விதித்துக் கொண்ட தண்டனையாக, பாசாங்குத்தனத்துடன் அதைச் செய்தார் என்று எனக்குத் தோன்றியது. நாம் ஒரு மனிதனை நேசிக்க வேண்டும் என்றால் அவன் நம்மை விட்டு விலகியிருக்க வேண்டும், அவன் எப்போது நம்மை நெருங்கி வருகிறானோ அப்போது நம்முடைய அன்பு மறைந்துவிடும்."

"மூத்தவர் ஜோசிமா இதைப் பற்றிப் பலமுறை பேசியிருக்கிறார்" என்றான் அல்யோஷா. "அன்பு காட்டத் தெரியாத பெரும்பாலோருக்கு ஒரு மனிதனை நேசிப்பதற்கு அவனுடைய முகம் தடையாக இருக்கிறது என்றும் அவர் சொல்லியிருக்கிறார். ஆனால் இவான், மனித குலத்திடம் ஏராளமான அன்பு, ஏறக்குறைய கிறிஸ்துவுக்கு நிகரான அன்பு இருப்பதை நான் பார்த்திருக்கிறேன்…"

"சரி, எனக்கு அதைப் பற்றி எந்த அனுபவமும் இல்லை என்பதால் என்னால் அதைப் புரிந்து கொள்ள முடியாது என்றாலும், உலகத்தில் உள்ள பலரும் என்னைப் போலத்தான் இருக்கிறார்கள். மனிதர்கள் மோசமானவர்கள் என்பதுதான் அதற்குக் காரணமா அல்லது அவர்களின் இயல்பே அதுதானா என்பதுதான் கேள்வி. மனிதர்கள் மீது கிறிஸ்து காட்டிய அன்பு இந்தப் பூமியில் நிகழ்வதற்குச் சாத்தியமற்ற ஓர் அற்புதம் என்பதுதான் என்னுடைய கருத்து. உண்மையில் அவர் கடவுள், ஆனால் நாம் கடவுள்கள் அல்ல. உதாரணமாக, நான் தாங்க முடியாத துயரத்தை அனுபவிக்கும்போது, அந்தத் துயரம் எப்படி என்னை வாட்டி வதைக்கிறது என்பதை ஒருபோதும் மற்றவர்களால் உணர்ந்து கொள்ள முடியாது, ஏனென்றால் அவர் வேறு யாரோ, நான் அல்ல. தவிர, ஒரு மனிதன் பெரும்பாலும் மற்றொருவர் துயரப்படுவதை ஒப்புக் கொள்ளத் தயங்குகிறான், அது ஏதோ ஒரு குறிப்பிடத்தக்க அல்லது தனித்துவமான செயலைப் போல. அவன் ஏன் அதை ஒப்புக்கொள்வதில்லை என்று நீங்கள் நினைக்கிறீர்கள்? என் மீது வாசனை வீசுவதோ, என் முகம் முட்டாள்தனமாக இருப்பதோ அல்லது நான் ஒரு முறை அவனுடைய காலை மிதித்ததோ காரணமாக இருக்கலாம். மேலும் துன்பங்கள் பல வகையானவை. ஒருவருடைய கௌரவத்தைப் பாதிக்கும் பசியைப் போன்ற அவமானகரமான துன்பத்தை மற்றவர்கள் எளிதாக ஏற்றுக் கொண்டு உதவி செய்ய முன்வரலாம். ஆனால் அதற்கும் மேலான துன்பங்கள், உதாரணமாக ஓர் இலட்சியத்திற்காக ஒருவன் துன்புறுகிறான் என்று வைத்துக் கொண்டால், அப்போது

மற்றவர் அதை மிக அரிதாகவே ஏற்றுக் கொள்வார், ஏனெனில் அந்த இலட்சியத்திற்காகத் துன்புறும் ஒருவரின் முகம் எப்படி இருக்க வேண்டும் என்று அவர் கற்பனை செய்து வைத்திருக்கிறாரோ அப்படி இல்லை என்றால், அவர் உதவி செய்வதற்கு மறுக்கலாம், மற்றபடி அவர் ஏதோ ஒரு தீய நோக்கத்துடன் அதைச் செய்வதில்லை. பிச்சைக்காரர்கள், குறிப்பாக நல்ல குடும்பப் பின்னணியிலிருந்து வந்த பிச்சைக்காரர்கள் ஒருபோதும் நேரில் சென்று பிச்சை எடுக்கக்கூடாது, ஆனால் செய்தித்தாள்களில் விளம்பரங்கள் மூலம் பிச்சை எடுக்கலாம். ஒருவர் தனது அண்டை வீட்டாரைப் பேச்சளவிலும், சில நேரங்களில் தூரத்திலிருந்தும் கூட நேசிக்க முடியும் என்றாலும், அருகில் வைத்துக் கொண்டு நேசிப்பது சாத்தியமில்லை. ஒரு நாடக மேடையிலோ அல்லது நடன அரங்கிலோ பிச்சைக்காரர்கள் பட்டுத் துணியாலான கந்தல் ஆடைகளை அணிந்து, நடனமாடிக் கொண்டே பிச்சை எடுக்கும்போது, நம்மால் அவர்களைப் பாராட்டவும் போற்றவும் முடியும், ஆனால் அப்போது கூட அவர்களை நேசிக்க முடியாது. ஆனால் இது போதும் என்று நினைக்கிறேன், ஏனெனில் நான் என் பார்வைக் கோணத்தை உங்களுக்குத் தெரியப்படுத்த விரும்பினேன். நான் பொதுவாக மனித குலத்தின் துயரங்களைப் பேச விரும்பினேன் என்றாலும், இப்போது குழந்தைகள் படும் துயரங்களை மட்டும் பேசுவதற்கு முடிவு செய்துள்ளேன். இது என்னுடைய வாதத்தின் வீச்சைப் பத்து மடங்கு குறைத்து, என் தரப்பைப் பலவீனப்படுத்தும் என்றாலும், குழந்தைகளைப் பற்றி மட்டுமே பேசுவது நல்லது என்று நினைக்கிறேன். முதலாவதாக, குழந்தைகள் ஒருபோதும் அசிங்கமாக இருக்க முடியாது என்பதாலும், ஒருவேளை அவர்கள் அழுக்காக, அசிங்கமாக இருந்தாலும் கூட, அவர்களை நம் அருகில் வைத்து நேசிக்க முடியும். இரண்டாவதாக, பெரியவர்கள் வெறுக்கத்தக்கவர்களாகவும், அன்புக்குத் தகுதியற்றவர்களாகவும் இருப்பதைத் தவிர, அவர்கள் ஆப்பிளைச் சாப்பிட்டு நன்மையையும் தீமையையும் அறியும் தண்டனையைப் பெற்று தேவர்களைப் போல மாறிவிட்டதால் நான் அவர்களைப் பற்றிப் பேசவில்லை. அவர்கள் இன்னும் அதைத் தொடர்ந்து சாப்பிடுகிறார்கள். ஆனால் குழந்தைகள் அதைச் சாப்பிடாத காரணத்தால் இன்னும் அப்பாவிகளாக இருக்கிறார்கள். அல்யோஷா, உங்களுக்குக் குழந்தைகளைப் பிடிக்குமா? உங்களுக்கு அவர்களை மிகவும் பிடிக்கும் என்று எனக்குத் தெரியும் என்பதால், நான் ஏன் அவர்களைப் பற்றி மட்டும் பேசுவதற்கு முடிவு செய்தேன் என்பதை நீங்கள் புரிந்து கொள்வீர்கள். ஆனால் அவர்களும் இந்தப் பூமியில் மிக மோசமாக துன்பத்தை அனுபவிக்கிறார்கள் என்றால், அதற்குக் காரணம்

அவர்களுடைய தந்தையர்கள் ஆப்பிளைத் தின்ற குற்றத்திற்காக அவர்களுக்குத் தண்டனை கிடைக்கிறது. ஆனால் அந்தப் பகுத்தறிவு வேறு உலகத்தைச் சேர்ந்தது என்பதால், பூமியிலுள்ள மனித மனதால் அதைப் புரிந்து கொள்ள முடியாது. மற்றவர்களின் குற்றத்திற்காக அப்பாவிகள், அதுவும் இவர்களைப் போன்ற அப்பாவிகள் துயரப்படக் கூடாது! அல்யோஷா, எனக்கும் குழந்தைகளை மிகவும் பிடிக்கும் என்று சொன்னால் நீங்கள் ஆச்சரியப்படுவீர்கள். கொடூரமானவர்களும், எளிதில் உணர்ச்சிவசப்படுபவர்களும், சிற்றின்பவாதிகளும், கரமசோவ்களும் சில சமயங்களில் குழந்தைகளை நேசிக்கிறார்கள் என்று நீங்கள் ஒப்புக்கொள்ள வேண்டும். குழந்தைகள், ஏழு வயது வரை குழந்தைகளாக மட்டுமே இருக்கும்போது, முற்றிலும் மாறுபட்ட இயல்புடன், வேற்று உயிரினம் போல, பெரியவர்களிடமிருந்து வேறுபட்டவர்களாக இருக்கிறார்கள். நான் ஒரு முறை சிறையில் இருந்த ஒரு கொள்ளைக்காரனைச் சந்தித்தேன். அவன் பல வீடுகளில் புகுந்து கொள்ளை அடித்தபோது, குழந்தைகள் உட்பட பெரியவர்கள் பலரையும் குடும்பத்தோடு கொலை செய்திருக்கிறான். ஆனால் அவன் சிறையில் இருந்தபோது, மிகவும் விநோதமான முறையில் குழந்தைகளை நேசிக்க ஆரம்பித்தான். அவன் எப்போதும் ஜன்னலருகே நின்று சிறை வளாகத்தில் விளையாடிக் கொண்டிருக்கும் குழந்தைகளைப் பார்த்துக் கொண்டே இருப்பான். அப்போது அவன் ஒரு சிறுவனை அருகில் அழைத்து அவனுடன் நட்புறவை ஏற்படுத்திக் கொண்டு இருவரும் நல்ல நண்பர்களாக ஆனார்கள்... அல்யோஷா, நான் ஏன் இதையெல்லாம் உங்களிடம் சொல்கிறேன் என்று உங்களுக்குத் தெரியாது, இல்லையா? எனக்குத் தலை வலிக்கிறது, ஏதோ ஒரு சோகம் என் இதயத்தைக் கசக்கிப் பிழிகிறது."

"நீங்கள் பேசும்போது உங்களுடைய தோற்றம் மிகவும் விநோதமாக, ஏதோ பைத்தியம் பிடித்த மனிதனைப் போலக் காட்சியளிக்கிறது" என்றான் அல்யோஷா கவலையுடன்.

"நான் மாஸ்கோவில் இருந்தபோது, தற்செயலாக ஒரு பல்கேரியரைச் சந்தித்தேன்" என்று இவான் ஃபியோதரோவிச் தன் சகோதரன் சொன்னதைக் காதில் வாங்காமல் மேற்கொண்டு பேசினான். "அவர் என்னிடம் பேசும்போது, துருக்கியர்களும், சர்கேசியர்களும் அடிமைகளின் எழுச்சிக்குப் பயந்து, பல்கேரியாவின் எல்லாப் பகுதிகளிலும் செய்த அட்டூழியங்களைப் பற்றி என்னிடம் சொன்னார். வீடுகளை எரிப்பது, கொலை செய்வது, பெண்களையும், குழந்தைகளையும் கற்பழிப்பது, கைதிகளின் காதுகளில் ஆணி அடித்து வேலியில் கட்டி விடியும் வரை அப்படியே வைத்திருந்து மறுநாள் காலையில் தூக்கிலிடுவது போன்ற கற்பனை செய்து

பார்க்க முடியாத பல கொடூரமான செயல்களைச் செய்தார்கள் என்று அவர் சொன்னார். மனிதர்கள் செய்யும் இத்தகைய கொடூரமான செயல்களை 'மிருகத்தனமானது' என்று வர்ணிக்கிறார்கள், ஆனால் அது மிருகங்களை அவமதிப்பதாகும், ஏனெனில் எந்த மிருகமும் மனிதனைப் போல இவ்வளவு குரூரமாக, இவ்வளவு கலை நயத்துடனும், கலை ரீதியாகவும் குரூரமாக இருக்க முடியாது. ஒரு புலி தனது இரையை வேட்டையாடிக் கொன்று, நகங்களால் கிழிப்பதைத் தவிர வேறு எதுவும் செய்யாது, ஏனெனில் அதற்கு அவ்வளவுதான் தெரியும். ஒரு புலிக்கு தன் இரையின் காதுகளில் ஆணியடித்து இரவு முழுவதும் வேலியில் மாட்டி வைக்க வேண்டும் என்று ஒருபோதும் தோன்றாது. இந்தத் துருக்கியர்கள் பல கொடூரங்களைச் செய்ததுடன், குழந்தைகளைச் சித்திரவதை செய்வதிலும் மகிழ்ச்சி அடைந்தனர். தாயின் வயிற்றில் உள்ள குழந்தைகளைக் கோடாரியால் வெட்டுவதில் தொடங்கி, கைக்குழந்தைகளை மேலே தூக்கி எறிந்து, அவர்களுடைய தாய்மார்களின் கண்களுக்கு முன்பாக, துப்பாக்கியின் கூரிய முனைகளில் குத்திக் கொன்றுள்ளனர். தாய்மார்களின் கண்களுக்கு எதிரில் அதைச் செய்வதுதான் அவர்களுக்குக் கிளர்ச்சியையும் உற்சாகத்தையும் கொடுத்துள்ளது. பல்கேரியர் என்னிடம் சொன்ன பலவற்றில் ஒரு காட்சி விசேஷமாக என் கவனத்தை ஈர்த்தது. துருக்கியர்கள் சூழ்ந்திருக்க ஒரு தாய் தன்னுடைய பாலூட்டும் குழந்தையை நடுங்கும் கரங்களில் ஏந்திக் கொண்டிருக்கும் காட்சியை கற்பனை செய்து பாருங்கள். அவர்களுக்கு வேடிக்கையாக விளையாட வேண்டும் என்று தோன்றுகிறது. அவர்கள் குழந்தைக்கு கிச்சுகிச்சு மூட்டி அதைச் சிரிக்க வைக்க முயற்சி செய்து, அதில் வெற்றி பெறுகிறார்கள். அந்தப் பிஞ்சுக் குழந்தையும் சிரிக்க ஆரம்பிக்கிறது. அந்த நேரத்தில் ஒரு துருக்கியர், குழந்தையின் முகத்துக்கு நேராக நான்கு அங்குல தூரத்தில் தன் துப்பாக்கியை நீட்டிக் குறி வைக்கிறார். அந்தக் குழந்தை மகிழ்ச்சியுடன் சிரித்துக் கொண்டே அந்தத் துப்பாக்கியைத் தன் பிஞ்சு விரல்களால் பிடிக்க முயல்கிறது. அந்த நவரச கலைஞன் திடீரென்று துப்பாக்கியின் விசையை இழுத்து அந்தக் குழந்தையின் தலையைச் சிதறடிக்கிறான்... என்ன ஒரு கலை நயம்! துருக்கியர்கள் இனிய விஷயங்களை ரசிப்பவர்கள் என்று சொல்கிறார்கள்."

"அண்ணா, நீங்கள் என்ன சொல்ல வருகிறீர்கள்?" என்று கேட்டான் அல்யோஷா.

"சாத்தான் என்ற ஒன்று இல்லை என்றால், அது மனிதனின் படைப்பு என்றால், மனிதன் அவனைத் தன்னுடைய சாயலில் படைத்திருக்கிறான் என்று நான் நினைக்கிறேன்."

"அவன் கடவுளைப் படைத்தது போல, அப்படித்தானே?" என்றான் அல்யோஷா.

"ஹாம்லெட் நாடகத்தில், 'உங்களால் வார்த்தைகளை எப்படித் திரிக்க முடிகிறது' என்று பொலோனியஸ் சொன்னது போல நீங்களும் செய்கிறீர்கள்" என்று இவான் சிரித்தான். "நீங்கள் என் வார்த்தைகளை எனக்கு எதிராகத் திருப்புகிறீர்கள் என்றாலும் நான் மகிழ்ச்சியடைகிறேன். உங்களுடைய கடவுளை மனிதன் அவனுடைய சாயலில் படைத்திருந்தால் அவர் நல்லவராகத்தான் இருக்க வேண்டும். நான் என்ன சொல்ல வருகிறேன் என்பதை நீங்கள் தெரிந்து கொள்ள வேண்டும், இல்லையா? இதோ பாருங்கள், நான் எனக்குப் பிடித்த சின்னச் சின்ன விஷயங்களைச் சேகரிப்பதில் மிகுந்த ஆர்வம் உடையவன். எனவே நான் செய்தித்தாள்கள், புத்தகங்கள், நேரில் பார்க்கும் சம்பவங்கள் ஆகியவற்றிலிருந்து சிலவற்றை நோட்டுப் புத்தகத்தில் எழுதி வைத்துக் கொள்வேன். நான் ஏற்கனவே ஓர் அருமையான தொகுப்பைச் சேகரித்து வைத்திருக்கிறேன். அதில் நிச்சயமாக துருக்கியர்களைப் பற்றி விஷயங்களும் உள்ளன என்றாலும் அவர்கள் வெளிநாட்டவர்கள். துருக்கியில் நடந்த விஷயங்களை விட மேலான சிறந்த உள்நாட்டுச் செய்திகளும் என்னிடம் உள்ளன. காதுகளில் ஆணியடித்து வேலியில் மாட்டுவதைப் பற்றி நம்மால் நினைத்துப் பார்க்க முடியாது என்றாலும், கசையடி, சவுக்கடி, பிரம்படி போன்றவை நம்முடைய தேசிய வழி முறைகள். என்ன இருந்தாலும் நாம் ஐரோப்பியர்கள் என்பதால் சவுக்கடி, பிரம்படி போன்றவை நம்முடைய பரம்பரைச் சொத்து, அதை நம்மிடமிருந்து யாராலும் பறிக்க முடியாது. ஆனால் வெளிநாடுகளில் இப்போதெல்லாம் யாரும் யாரையும் அடிப்பதில்லை என்று நான் கேள்விப்பட்டேன். அவர்களிடம் மனிதாபிமானம் பெருகி விட்டதாலோ அல்லது அதற்கு எதிராகக் கடுமையான சட்டங்கள் உள்ளதாலோ அங்கே ஒரு மனிதன் மற்றொரு மனிதனை அடிக்கத் துணிவதில்லை. ஆனால் அவர்கள் நம்முடைய தேசிய வழியைப் போல, மற்றொரு வழியில் அதைச் செய்கிறார்கள். உண்மையில் அது நம்முடைய ரஷ்யாவில் சாத்தியமற்றது என்றாலும், குறிப்பாக நமது மேல்தட்டு வர்க்கத்தினருக்கு மத்தியில் மத இயக்கம் தொடங்கியதிலிருந்து, இப்போது நம்மிடையேயும் அது வேகமாகப் பரவிக் கொண்டிருப்பதாகத் தெரிகிறது. பிரெஞ்சு மொழியிலிருந்து மொழியாக்கம் செய்யப்பட்ட ஒரு துண்டுப் பிரசுரம் என்னிடம் உள்ளது. ஐந்து ஆண்டுகளுக்கு முன்பு ஜெனிவாவில் உள்ள ரிச்சர்ட் என்ற இருபத்து மூன்று வயது கொலைகாரனுக்கு மரண தண்டனை விதிக்கப்பட்டதை அது விவரிக்கிறது. அந்த மனிதன் மரணதண்டனைக்கு சற்று முன்பு மனம் திருந்தி கிறிஸ்துவ

மதத்திற்கு மாறினான். அந்த ரிச்சர்ட் முறைகேடாகப் பிறந்த குழந்தை என்பதால், அவன் ஆறு வயது சிறுவனாக இருந்தபோது, அவனது பெற்றோர்கள் அவனை சுவிஸ் நாட்டு மலைகளில் வசிக்கும் மேய்ப்பர்களிடம் கொடுத்துவிட்டார்கள். அவர்கள் அவனை ஒரு அடிமையைப் போல வேலை வாங்கினார்கள். அவன் ஒரு காட்டு மிருகத்தைப் போல வளர்ந்தான். மேய்ப்பர்கள் அவனுக்கு எதையும் கற்றுக் கொடுக்காமலும், அவனுக்குத் தேவையான ஆடைகளையும் உணவுகளையும் கொடுக்காமலும், ஆடுகளை மேய்ப்பதற்காக அவனைக் குளிரிலும் பனியிலும் வெளியே அனுப்பினார்கள். அவர்கள் அவனை அப்படி நடத்திய விதத்தில் எந்தத் தவறையும் காணவில்லை என்பதுடன், அதற்காக எந்தவிதத்திலும் வருத்தப்படவும் இல்லை. அவர்கள் ரிச்சர்டை தங்களுக்குத் தானமாகக் கொடுக்கப்பட்ட ஒரு பொருளைப் போல கருதியதால், அவனுக்கு உடையும், உணவும் கொடுப்பது தங்களுடைய கடமை என்று நினைக்காமல், அவன் மீது தங்களுக்கு அனைத்து உரிமைகளும் உள்ளன என்று கருதினார்கள். விசாரணையின் போது, அவன் தான் பைபிளில் வரும் ஊதாரியின் மகனைப் போன்ற நிலையில் இருந்ததாகவும், பசி தாங்கமுடியாமல் பன்றிகளுக்கு வழங்கும் கழிவுநீரைக் கூடக் குடிக்க முயன்றதாகவும் சொன்னான். ஆனால் அவன் யாருக்கும் தெரியாமல் அதைக் குடித்தபோது, அவர்கள் அதற்காக அவனை அடித்து உதைத்தனர். அவன் வளர்ந்து பெரியவனாகி கொள்ளையடிக்கும் அளவுக்கு வலிமை உடையவனாக மாறும் வரையிலும், அப்படித்தான் அவனுடைய குழந்தைப் பருவத்தையும், இளமைப் பருவத்தையும் கழித்தான். அந்தக் காட்டுமிராண்டி ஜெனிவாவில் தினக்கூலியாக வேலை செய்து பணம் சம்பாதிக்கத் தொடங்கினான். அவன் தான் சம்பாதித்த பணம் அனைத்திற்கும் குடித்துவிட்டு, ஒரு கொடிய காட்டு விலங்கைப் போல வாழ்ந்தான். இறுதியாக அவன் யாரோ ஒரு முதியவரைக் கொலை செய்து அவரிடமிருந்து கொள்ளையடித்தபோது, பிடிபட்டான். நீதிமன்ற விசாரணைக்குப் பிறகு அவனுக்கு மரண தண்டனை விதிக்கப்பட்டது. அவர்கள் இந்த விஷயத்தில் இரக்கம் காட்டுவதில்லை. அவன் சிறையில் இருந்தபோது, மதபோதகர்களும், பல்வேறு கிறிஸ்துவ அமைப்பைச் சேர்ந்த உறுப்பினர்களும், பரோபகார உதவிகளைச் செய்யும் பெண்களும் அவனைச் சந்தித்தார்கள். அவர்கள் அவனுக்கு படிக்கவும் எழுதவும் கற்றுக் கொடுத்தார்கள். அவர்கள் அவனுக்கு பைபிளை விளக்கிச் சொல்லி, அறிவுரைகளைச் சொல்லி, அவனது மனசாட்சியை உசுப்பி, அவன் செய்த குற்றங்களை ஒப்புக் கொள்ளும்படித் தூண்டினார்கள். இறுதியில் அவன் தான் செய்த குற்றங்களை மனப்பூர்வமாக ஒப்புக் கொண்டான். அதன் பிறகு

அவன் மதம் மாறியதுடன், அரக்கத்தனமாக நடந்து கொண்டதை ஒப்புக் கொள்வதாகவும், கடவுளின் அருளால் ஒளியைக் கண்டு கொண்டதாகவும் அரசவைக்குக் கடிதம் எழுதினான். பக்தியும் பரோபகாரமும் நிறைந்த ஜெனிவா முழுவதும் அந்தச் செய்தி தீயாகப் பரவியது. எனவே ஜெனிவாவில் இருந்த முக்கியமான பெரிய மனிதர்கள் அனைவரும் அவனைப் பார்க்க சிறைச்சாலைக்குச் சென்றனர். அவர்கள் அவனைக் கட்டித் தழுவி முத்தமிட்டு, 'நீங்கள் எங்கள் சகோதரன், கடவுளின் கிருபை உங்கள் மீது இறங்கியுள்ளது!' என்று மனம் உருகி அழுதார்கள். 'ஆமாம், நான் அவருடைய அருளைப் பெற்றேன்! நான் சிறுவனாகவும் வாலிபனாகவும் இருந்த காலத்தில் பன்றிகளின் உணவை மகிழ்ச்சியுடன் சாப்பிட்டேன், ஆனால் இப்போது கடவுளின் கிருபையைக் கண்டு கொண்டேன்! நான் கர்த்தருக்குள் மரிக்கிறேன்!' என்று ரிச்சர்ட் உணர்ச்சிவசப்பட்டு அழுதான். 'ஆமாம், ரிச்சர்ட் நீங்கள் கர்த்தருக்குள் மரிப்பீர்கள். இரத்தம் சிந்திய நீங்கள் கர்த்தருக்குள் மரிக்க வேண்டும். நீங்கள் பன்றிகளின் உணவை விரும்பி அதைத் திருடியதற்காக (திருடுவது தடை செய்யப்பட்ட குற்றம் என்றாலும்) அடிவாங்கி இரத்தம் சிந்தினீர்கள் என்பதால் நீங்கள் கர்த்தருக்குள் மரிக்க வேண்டும்' என்றார்கள் அவர்கள். கடைசியில் அவனுடைய அந்த இறுதி நாள் விடிந்தது. 'இது என் வாழ்க்கையில் மிகச்சிறந்த நாள், ஏனென்றால் நான் கர்த்தரிடம் போகிறேன்!' என்று ரிச்சர்ட் பலவீனமடைந்து உணர்ச்சிவசப்பட்ட நிலையில் அழுதுகொண்டே திரும்பத் திரும்பச் சொன்னான். 'ஆமாம்' என்று அவனைச் சுற்றியிருந்த மதபோதகர்களும், பரோபகாரப் பெண்களும் கூச்சலிட்டனர். 'இது உங்கள் வாழ்வில் மகிழ்ச்சியான நாள், ஏனெனில் நீங்கள் கர்த்தருடன் ஐக்கியமாகிறீர்கள்!' ரிச்சர்ட்டைத் தூக்குமேடைக்கு அழைத்துச் சென்ற வண்டியின் பின்னால் அவர்கள் அனைவரும் பின்தொடர்ந்து ஊர்வலமாகச் சென்றார்கள். தூக்கு மேடைக்குச் சென்றதும் ரிச்சர்ட்டை அழைத்துச் சென்றனர். 'எங்கள் சகோதரனே, கர்த்தருடைய கிருபை உங்களுக்குள் இறங்கியிருப்பதால் நீங்கள் கர்த்தருக்குள் மரிக்க வேண்டும்' என்று எல்லோரும் அவனை நோக்கிக் கத்தினார்கள். கூடியிருந்த அவனது சகோதரர்களின் முத்த மழையால் மூச்சுத் திணறிய அவனை மேடைக்கு இழுத்துச் சென்று, அவனுடைய தலையை கில்லட்டினுக்கு அடியில் வைத்து, சகோதரத்துவ முறையில் அவன் தலையைத் துண்டித்தார்கள், ஏனென்றால் கர்த்தருடைய கருணை அவன் மீதும் இறங்கியிருக்கிறது. இது ஒரு வழக்கமான கதை. இது உயர்குடியில் பிறந்த லூத்தரினியத்தைச் சேர்ந்த சில தயாள குணமுடையவர்களால் ரஷ்ய மொழியில் மொழிபெயர்க்கப்பட்டு,

ரஷ்ய மக்களிடம் அறிவொளியைப் பரப்புவதற்காக இலவசமாக விநியோகிக்கப்பட்டது. ரிச்சர்டின் கதையைப் பற்றிய மிகவும் நல்ல விஷயம் என்னவென்றால், இது நம் நாட்டு மக்களின் தேசிய குணத்தைப் பிரதிபலிக்கிறது என்பதுதான். ஒருவன் நம்முடைய சகோதரனாகி, கிருபை அடைந்துவிட்டான் என்பதற்காக நாம் அவனுடைய தலையை வெட்டுவது சுத்த பைத்தியக்காரத்தனம் என்றாலும் கூட, நமக்கென்று பிரத்யேகமாக உள்ள சில வழிமுறைகள் அதற்குச் சற்றும் சளைத்ததல்ல என்பதை நான் மீண்டும் சொல்லியாக வேண்டும். அடித்து சித்திரவதை செய்வதன் மூலம் திருப்தி அடையும் வரலாற்று மரபு நம்முடையது. ஒரு விவசாயி குதிரையின் 'சாதுவான கண்கள்' மீது சாட்டையால் அடிக்கிறான் என்று நெக்ரசோவ் தான் எழுதிய ஒரு கவிதையில் குறிப்பிடுகிறார். நம்மில் யாராவது அதைப் பார்க்காமல் இருந்திருக்கிறோமா? அதுதான் நம்முடைய பிரத்யேகமான ரஷ்ய வழிமுறை. நன்றாக உள்ள குதிரையால் கூட இழுக்க முடியாத அளவுக்கு அதிகமான சுமை ஏற்றிய வண்டியில் பூட்டிய ஒரு வயதான நோஞ்சான் குதிரையைப் பற்றி அவர் விவரிக்கிறார். அந்த விவசாயி அதைக் கண்மூடித்தனமாக அடிக்கிறான். அவன் ஒரு கட்டத்துக்கு மேல் தான் என்ன செய்கிறோம் என்ற உணர்வே இல்லாமல் குரூரத்தின் போதையில் வெறிபிடித்தவனாக மீண்டும் மீண்டும் அடிக்கிறான். 'உன்னால் இழுக்க முடியாவிட்டாலும், உயிரே போனாலும் இழுக்கத்தான் வேண்டும்!' அந்தப் பரிதாபத்திற்குரிய ஜீவன் வண்டியை இழுக்கப் போராடுகிறது என்றாலும் அவன் அதனுடைய 'சாதுவான கண்கள்' மீது முரட்டுத்தனமாக அடிக்கிறான். அது மிகுந்த பிரயாசையுடன் கால்கள் தள்ளாட, மூச்சுத் திணற வண்டியை இழுக்கிறது. அதன் முழு உடலும் நடுங்க, பக்கவாட்டில் தள்ளாடிக் கொண்டு, இயற்கைக்கு மாறான வெட்கக்கேடான முறையில் நடக்கிறது. நெக்ரசோவ் தன் கவிதையில் அதன் முழு பயங்கரத்தையும் விவரிக்கிறார். ஆனால் பாவம் அது ஒரு குதிரை மட்டுமே; மனிதர்கள் அடிப்பதற்காகவே கடவுள் குதிரைகளைப் படைத்துள்ளார். தார்த்தாரியர்கள் அதைத்தான் நமக்குக் கற்றுக் கொடுத்தார்கள். அவர்களை ஞாபகம் வைத்துக் கொள்ள அவர்கள் நமக்காக சவுக்கை விட்டுச் சென்றார்கள். எனவே நாம் அதைக் கொண்டு மனிதர்களையும் அடிக்கிறோம். மெத்த படித்த, பண்பட்ட ஒரு கணவனும் மனைவியும் அவர்களின் ஏழு வயது மகளைப் பிர்ச் மரக்கிளையின் பிரம்பால் அடித்தார்கள். நான் அதை விரிவாக எழுதி வைத்திருக்கிறேன். குழந்தையை அடிக்கும் பிரம்பில் ஆங்காங்கே சிறிய கிளைகள் முடிச்சுமுடிச்சாக இருப்பதைக் கண்டு அப்பா மகிழ்ச்சியடைகிறார். 'அது நன்றாக

வலிக்கும்' என்ற திருப்தியுடன் அவர் தன் மகளை அடிக்கத் தொடங்குகிறார். ஒருவர் மற்றவரை அடிக்கும்போது, அடுத்தடுத்த ஒவ்வொரு அடிக்கும் மேலும் மேலும் கிளர்ச்சி அடைந்து, சிற்றின்ப உணர்ச்சி மிகுந்தவர்களாக, தீவிரமான காம இன்பத்தை அனுபவிக்கும் வரை அடிக்கிறார்கள் என்று எனக்குத் தெரியும்... அவர்கள் அந்தச் சிறுமியை ஒரு நிமிடம், ஐந்து நிமிடம், பத்து நிமிடம் வரை தொடர்ந்து மேலும் மேலும் முரட்டுத்தனமாக அடித்தார்கள். குழந்தைக் கதறி அழுதது. ஆனால் ஒரு கட்டத்திற்கு மேல் அழ முடியாமல் மூச்சுத்திணறிய குழந்தை, 'அப்பா, அப்பா, அப்பா!' என்று முனகியது. ஏதோ ஒரு விதிவசமான காரணத்தால் இந்த விஷயம் நீதிமன்றத்திற்குக் கொண்டு செல்லப்பட்டது. பெற்றோர்களின் தரப்பில் ஒரு வழக்கறிஞர் நியமிக்கப்பட்டார். ரஷ்ய மக்கள் நீண்ட காலமாக வழக்கறிஞர்களை 'வாடகை மனசாட்சி' என்று அழைத்து வருகிறார்கள். வக்கீல் தன் கட்சிக்காரருக்காக வாதாடினார். 'இது ஒரு சாதாரண விஷயம், குடும்ப விவகாரம். ஒரு தந்தை தன் மகளைத் திருத்துவதற்காகச் சாட்டையால் அடிக்கிறார். அதில் என்ன தவறு? ஆனால் இந்த விவகாரம் நீதிமன்றத்திற்கு வந்திருப்பதன் மூலம் மிகவும் வெட்கக்கேடான ஒரு காலகட்டத்தில் நாம் வாழ்ந்து கொண்டிருக்கிறோம் என்பது நிரூபணமாகிறது!' என்று அவர் வாதாடினார். நீதிபதிகள் பெற்றோருக்குச் சாதகமாக தீர்ப்பு வழங்கினார்கள். குழந்தையைச் சித்திரவதை செய்த தந்தை குற்றவாளி அல்ல என்பதைக் கண்ட பொதுமக்கள் மகிழ்ச்சியுடன் ஆரவாரம் செய்தார்கள். ஆகா, நான் மட்டும் அங்கு இருந்திருந்தால், சித்திரவதை செய்தவனைக் கௌரவிக்கும் விதமாக ஒரு அறக்கட்டளையை நிறுவ வேண்டும் என்று கத்தியிருப்பேன்...! என்ன ஓர் அழகான காட்சி! என்னிடம் குழந்தைகளைப் பற்றி இப்படி நிறைய கதைகள் உள்ளன. அல்யோஷா, நான் ரஷ்யக் குழந்தைகளைப் பற்றி எண்ணற்ற தகவல்களைச் சேகரித்து வைத்திருக்கிறேன். நல்ல கல்வியும் வளர்ப்பும் உள்ள மிகவும் மரியாதைக்குரிய ஒரு தந்தையும் தாயும் தங்களின் ஐந்து வயது சிறுமியை வெறுத்தார்கள். குழந்தைகளை மட்டுமே சித்திரவதை செய்து மகிழும் குறிப்பிடத்தக்க மனோபாவம் பலரிடம் இருக்கிறது என்று நான் மீண்டும் உறுதியாகச் சொல்கிறேன். இந்த மனிதர்கள் மற்ற பெரிய மனிதர்கள் மீது அன்பாக இருக்கலாம் என்றாலும், அவர்கள் மெத்தப் படித்த மனிதாபிமானம் மிக்க ஐரோப்பியர்களைப் போல மற்றவர்களிடம் மென்மையாகவும், பெருந்தன்மையாகவும் நடந்து கொள்கிறார்கள் என்றாலும் குழந்தைகளைச் சித்திரவதை செய்வதை விரும்புகிறார்கள். அவர்கள் இந்தக் காரணத்திற்காகவே குழந்தைகளை நேசிக்கிறார்கள். இந்த அப்பாவிக் குழந்தைகளின்

பாதுகாப்பற்ற நிலையும், அவர்கள் எங்கு சென்றும் உதவி கேட்க முடியாத நிலையும், சித்திரவதை செய்பவர்களின் இரத்தத்தைச் சூடேற்றுகிறது. ஒவ்வொரு மனிதனுக்குள்ளும் நிச்சயமாக ஒரு மூர்க்கத்தனமான, கட்டுப்படுத்த முடியாத சீற்றம் கொண்ட, துன்புறுபவர்களின் அலறல்களைக் கேட்டுக் கிளர்ச்சியடையும், கட்டிவைத்த சங்கிலியிலிருந்து தப்பித்த, ஒழுக்கக்கேடான, மனநோய் பிடித்த ஒரு மிருகம் ஒளிந்திருக்கிறது. எனவே அந்தப் பண்பட்ட பெற்றோர்கள் தங்கள் ஐந்து வயது சிறுமியை அனைத்து வகையான சித்திரவதைகளுக்கும் உட்படுத்தினர். அவர்கள் எந்தக் காரணமும் இல்லாமல் அவளை அடித்து உதைத்து, சவுக்கடி கொடுத்து, உடல் முழுவதும் காயங்களால் சின்னாபின்னமாகும் வரை துன்புறுத்தினார்கள். போகப்போக அவர்கள் தங்களுடைய சித்திரவதையில் நேர்த்தியின் உச்சத்தை அடைந்தனர். அந்தக் குழந்தை இரவு நேரத்தில் படுக்கையை ஈரமாக்கினாள் என்ற சாக்கில் அவளை இரவு முழுவதும் உறைய வைக்கும் குளிரில் வெளியே இருந்த வீட்டில் தனியாக அடைத்து வைத்தனர். அவர்கள் அதனால் மட்டும் திருப்தி அடையாமல், அவளுடைய மலத்தை அவளது முகத்தில் பூசி, அதைச் சாப்பிடும்படிச் செய்தார்கள். அதைச் செய்யும்படி அவளைக் கட்டாயப்படுத்தியது அவளுடைய சொந்தத் தாய்! அந்தப் பரிதாபத்திற்குரிய குழந்தை அந்த மோசமான இடத்தில் இரவு முழுவதும் புலம்பிக் கொண்டிருந்தபோது, அந்தத் தாய் வீட்டில் நிம்மதியாகத் தூங்கிக் கொண்டிருந்தாள்! அந்த மோசமான இடத்தில், குளிரிலும் இருட்டிலும் தனக்கு என்ன நடக்கிறது என்பதைக் கூடப் புரிந்து கொள்ள முடியாத அந்தச் சிறிய ஜீவன், தன்னுடைய முஷ்டியால் மார்பில் குத்திக் கொண்டு, அன்பும் கருணையும் நிறைந்த கடவுளிடம் தன்னைக் காப்பாற்ற வேண்டும் என்று வேதனையுடன் கண்ணீர் விட்டுக் கதறி அழுதது. என்னுடைய நண்பரும், புனிதத் துறவியுமான அருமைத் தம்பியே, இந்த உலகில் நடக்கும் இதுபோன்ற முட்டாள்தனத்தை, அபத்தத்தை உங்களால் புரிந்து கொள்ள முடிகிறதா? இப்படிப்பட்ட ஓர் ஆபாசம் நடப்பதற்கு என்ன அவசியம்? அதனால் என்ன பயன்? அது இல்லாமல் இந்த உலகில் மனிதன் வாழ முடியாது, ஏனென்றால் நன்மைக்கும் தீமைக்கும் இடையே உள்ள வித்தியாசத்தை அவனால் புரிந்து கொள்ள முடியாது என்று அவர்கள் சொல்கிறார்கள். ஆனால் இவ்வளவு பெரிய விலை கொடுத்து அவன் ஏன் அதைத் தெரிந்து கொள்ள வேண்டும்? 'அன்பும் கருணையும் நிறைந்த பிதாவே' என்று கதறி அழுத அந்தக் குழந்தையின் கண்ணீருக்கு இந்த உலகில் உள்ள அனைத்து அறிவும் மதிப்புடையதல்ல! நான் பெரியவர்களின் துன்பத்தைப் பற்றிப் பேசவில்லை, ஏனெனில்

அவர்கள் ஆப்பிளைச் சாப்பிட்டதால் சாத்தானின் நரகத்திற்குச் சென்று அங்கு அனைத்து வகையான சித்திரவதைகளையும் அனுபவிப்பார்கள். ஆனால் பரிதாபத்திற்குரிய சின்னஞ்சிறிய குழந்தைகள்! அல்யோஷா, நான் உங்களைத் துன்புறுத்துகிறேன். உண்மையில் நீங்கள் நீங்களாக இல்லை என்று தெரிகிறது. நீங்கள் விரும்பினால் நான் இத்துடன் நிறுத்திக் கொள்கிறேன்."

"பரவாயில்லை, நான் துயரப்படுவதைச் சந்தோஷமாக ஏற்றுக் கொள்கிறேன்" என்று அல்யோஷா முணுமுணுத்தான்.

"இன்னும் ஒரே ஒரு காட்சி மட்டும், ஏனென்றால் அது மிகவும் விசித்திரமானது, வழக்கமானது என்பதால் அதைச் சொல்ல வேண்டும் என்று நினைக்கிறேன். நான் மிகச் சமீபத்தில் அதை நம்முடைய பழமையான ஆவணக் காப்பகம் அல்லது வரலாற்று கலைப் பொருட்களின் தொகுப்பில் அல்லது ஏதோ ஒரு பத்திரிக்கையில் அல்லது ரஷ்ய தொல்பொருள்கள் சேகரிப்பிலிருந்து படித்ததாக நினைவு. ஆனால் நான் அதை எங்கே படித்தேன் என்று நினைவில்லை என்பதால் அதைச் சரிபார்க்க வேண்டும். இது பத்தொன்பதாம் நூற்றாண்டின் தொடக்கத்தில், பண்ணையடிமை முறையின் இருண்ட காலகட்டத்தில் நடந்தது. மக்கள் விடுதலை வீரர் நீடூழி வாழ்க! சரி, அந்தக் காலகட்டத்தில் இராணுவத்தில் ஜெனரலாகப் பணியாற்றிய, அபரிதமான செல்வச் செழிப்பும், உயர் மட்டத்தில் பல தொடர்புகளும் உடைய ஒரு நில உரிமையாளர் வாழ்ந்து வந்தார். அவர் இராணுவத்திலிருந்து ஓய்வு பெற்ற பிறகு, பண்ணையில் வேலை செய்யும் அடிமைகளின் வாழ்க்கையைக் கட்டுப்படுத்தும் முழு உரிமையும் தனக்கு இருப்பதாக நினைத்தார். அப்படி நம்பிய வெகு சிலரில் அவரும் ஒருவர். அப்போது அப்படிப்பட்ட சில மனிதர்கள் இருந்தார்கள். எனவே அவர் ஓய்வுக்குப் பிறகு தன்னுடைய பண்ணையில் வேலை செய்யும் இரண்டாயிரம் அடிமைகளைக் கண்காணிக்கும் பொறுப்பை ஏற்றுக் கொண்டார். அவர் தன்னை மிகவும் உயர்வானவராகவும், வலிமை மிக்கவராகவும் கருதினார். எனவே அவர் அக்கம் பக்கத்தில் உள்ள ஏழைகளின் மீது ஆதிக்கம் செலுத்தி, அவர்களைக் கோமாளிகளைப் போல நடத்தினார். அவரிடம் நூற்றுக்கணக்கான வேட்டை நாய்களும், ஏறக்குறைய நூறு வேட்டைக்காரர்களும் இருந்தார்கள். அவர்கள் அனைவரும் எப்போதும் சீருடையில் குதிரை மீது பவனி வந்தனர். சுமார் எட்டு வயதுக்கும் மேற்படாத ஓர் அடிமைச் சிறுவன் விளையாடிக் கொண்டிருந்தபோது, அவன் வீசிய கல் ஒன்று ஜெனரலுக்கு மிகவும் பிரியமான வேட்டை நாயின் காலைக் காயப்படுத்தியது. 'எனக்கு மிகவும் பிரியமான இந்த நாய் ஏன் நொண்டுகிறது?'

என்று ஜெனரல் கேட்டபோது, அந்தச் சிறுவன் கல்லை எறிந்து நாயின் காலைக் காயப்படுத்தியதை அவரிடம் சொன்னார்கள். 'அப்படியானால் நீதான் அதைச் செய்தாயா?' என்று ஜெனரல் அந்தச் சிறுவனை மேலும் கீழும் பார்த்தார். 'அவனைப் பிடியுங்கள்' என்று அவர் வேட்டைக்காரர்களுக்கு உத்தரவிட்டார். அவர்கள் அவனை அவனுடைய அம்மாவிடமிருந்து வலுக்கட்டாயமாக இழுத்துச் சென்று ஒரு அறையில் இரவு முழுவதும் தனியாகப் பூட்டி வைத்தார்கள். அடுத்த நாள் அதிகாலையில் அந்த ஜெனரல் குதிரையின் மீது அமர்ந்து, வேட்டை நாய்களும், சீருடை அணிந்த வேட்டைக்காரர்களும், ஏனைய பரிவாரங்களும் புடைசூழ வந்தார். அந்தச் சிறுவனின் தாய் உட்பட, பண்ணையிலிருந்த அனைத்து அடிமைகளையும் வரச்சொல்லிக் கட்டளை பிறப்பிக்கப்பட்டது. அந்தச் சிறுவனைத் தனி அறையிலிருந்து அந்த வெட்ட வெளிக்குக் கொண்டு வந்தார்கள். மேகமூட்டமான, மூடுபனி நிறைந்த அந்தக் குளிர்ச்சியான இலையுதிர் கால நாள் வேட்டையாடுவதற்கு ஏற்றது. ஜெனரல் அந்தச் சிறுவனின் ஆடைகளைக் களைந்து நிர்வாணமாக்க உத்தரவிட்டார். அந்தச் சிறுவன் மூச்சு விடுவதற்கும் பயந்தவனாக எந்த ஓசையும் எழுப்பாமல் நடுங்கிக் கொண்டிருந்தான்... 'அவனை ஓடச் சொல்லுங்கள்' என்று ஜெனரல் உத்தரவிட்டார். 'ஓடு, ஓடு' என்று வேட்டைக்காரர்கள் கூச்சலிட்டனர். அந்தச் சிறுவன் ஓடத் தொடங்கினான்... 'நாய்களை அவிழ்த்து விடுங்கள்' என்று ஜெனரல் கர்ஜித்தார். அந்தத் தாயின் கண் முன்னாலேயே நாய்கள் அந்தச் சிறுவனை கடித்துக் குதறித் துண்டு துண்டாக்கின! ஜெனரல் அவருடைய பண்ணையை நிர்வகிக்கத் தகுதியற்றவர் என்று பின்னர் சட்டபூர்வ மாக அறிவிக்கப்பட்டதாகத் தெரிகிறது. சரி, அவரை என்ன செய்ய வேண்டும் என்று நீங்கள் நினைக்கிறீர்கள்? அவரைச் சுட்டுக் கொல்ல வேண்டுமா? நம்முடைய தார்மீக உணர்வுகளின் திருப்திக்காக அவரைச் சுட்டுக் கொன்றிருக்க வேண்டுமா? அல்யோஷா, நீங்களே சொல்லுங்கள்!"

"ஆமாம், சுட்டுக் கொல்ல வேண்டும்!" என்று அல்யோஷா வெளிறியவனாக, கோணலான புன்னகையுடன் தன் சகோதரனைப் பார்த்தான்.

"சபாஷ்!" என்று மகிழ்ச்சியுடன் கத்தினான் இவான் ஃபியோதரோவிச்.

"நீங்களே அப்படிச் சொன்ன பிறகு... அல்யோஷா நீங்கள் எவ்வளவு அருமையான துறவி! ஆக, அல்யோஷா கரமசோவ் உள்ளத்திலும் ஒரு குட்டிச் சாத்தான் இருக்கிறது!"

"நான் சொன்னது அபத்தம், ஆனால்..."

"அந்த 'ஆனால்' மிக முக்கியமானது!" என்று இவான் ஃபியோதரோவிச் கத்தினான். "நான் சொல்ல விரும்புவது என்னவென்றால் இத்தகைய அபத்தங்கள் இந்த உலகிற்குத் தேவை என்பதுதான். இந்த உலகம் அபத்தங்களை அடிப்படையாகக் கொண்டிருப்பதால், ஒருவேளை அவை இல்லாமல் போனால் எதுவுமே நடந்திருக்காது. நாம் ஒவ்வொருவரும் நம்முடைய அறிவை அறிந்திருக்கிறோம்."

"உங்களுக்கு என்ன தெரியும்?"

"எனக்கு ஒன்றுமே புரியவில்லை" என்று மயக்கத்தில் இருப்பவனைப் போல பிதற்றிய இவான் மேலும் சொன்னான். "நான் இப்போது எதையும் புரிந்துகொள்ள விரும்பவில்லை. நான் தற்போது உண்மையை மட்டுமே என் மனதில் வைத்துக் கொள்ள விரும்புகிறேன். நான் நீண்ட காலத்திற்கு முன்பே புரிந்து கொள்ளும் முயற்சியைக் கைகழுவி விட்டேன். நான் எதையாவது புரிந்து கொள்ள வேண்டும் என்று விரும்பினால் உண்மைக்குப் புறம்பாக நடந்துகொள்ள வேண்டியிருக்கும் என்பதால், நான் உண்மைகளுடன் மட்டுமே இருக்க வேண்டும் என்று முடிவு செய்துவிட்டேன்..."

"என்னை ஏன் இப்படிச் சோதிக்கிறீர்கள்?" என்று அல்யோஷா வேதனையுடன் கத்தினான். "கடைசியில் என்னவென்று சொல்வீர்களா?"

"நான் கண்டிப்பாகச் சொல்கிறேன். நான் அதை நோக்கியே பேசிக் கொண்டிருக்கிறேன். நீங்கள் எனக்கு மிகவும் பிரியமானவர் என்பதால், உங்கள் ஜோசிமா உங்களை அபகரிக்க விடமாட்டேன்"

இவான் சில வினாடிகள் மௌனமாக இருந்தான். அவனுடைய முகம் திடீரென்று மிகவும் சோகமாக மாறியது.

"நான் சொல்வதைக் கவனியுங்கள். நான் என்னுடைய கருத்தைத் தெளிவாகச் சொல்ல வேண்டும் என்பதற்காக குழந்தை களைப் பற்றி மட்டுமே பேசினேன். பூமியின் மேற்பரப்பிலிருந்து அதன் மையம் வரை நிரம்பியுள்ள மனிதகுலத்தின் கண்ணீரைப் பற்றி எதுவும் பேசாமல், நான் வேண்டுமென்றே என்னுடைய வாதத்தைச் சுருக்கிவிட்டேன். நான் ஒரு மூட்டைப்பூச்சி என்பதால், இந்த உலகம் ஏன் இப்படி ஒழுங்கமைக்கப்பட்டுள்ளது என்பதை என்னால் புரிந்துகொள்ள முடியவில்லை என்பதை மிகுந்த பணிவுடன் ஒப்புக் கொள்கிறேன். அதற்கு மனிதர்களே காரணம் என்று நினைக்கிறேன், ஏனெனில் அவர்களுக்குச் சொர்க்கம் வழங்கப்பட்டது என்றாலும், அவர்கள் சுதந்திரத்திற்காக ஆசைப்பட்டு, அது அவர்களுக்கு மகிழ்ச்சியைத் தராது என்று

தெரிந்திருந்தும், சொர்க்கத்திலிருந்து நெருப்பைத் திருடியதால் அவர்களுக்காகப் பரிதாபப்பட வேண்டிய அவசியமில்லை. நான் எனது அற்பத்தனமான, பூமிக்குரிய யூக்ளிடிய அறிவினால் துன்பம் இருக்கிறது என்றும், அதற்கு யாரையும் குற்றம் சொல்ல முடியாது என்றும், காரண காரியங்களின் சங்கிலித் தொடர்ச்சி வாழ்க்கையை நடத்திச் சென்று இறுதியில் அதன் சமநிலையை அடையும் என்று புரிந்து கொண்டாலும், இவையெல்லாம் யூக்ளிடிய முட்டாள்தனமே அன்றி வேறில்லை. எனக்கு இந்த உண்மை தெரியும் என்ற காரணத்தால் அதன்படி வாழ வேண்டும் என்பதை என்னால் ஏற்றுக் கொள்ள முடியாது! அதற்காக நான் யாரையும் குற்றம் சொல்ல முடியாது என்றும், காரண காரிய விளைவுகள் ஒன்றை ஒன்று தொடர்கின்றன என்றும் ஒப்புக்கொள்வது எனக்கு எந்த வகையில் ஆறுதலாக இருக்க முடியும்? மாறாக எனக்கு நீதி வேண்டும், இல்லையெனில் என்னை நானே அழித்துக் கொள்வேன். ஆனால் அந்த நீதி முடிவிலியில் எங்கோ வெகு தொலைவில் இல்லாமல் இங்கே, இந்தப் பூமியில் கிடைக்க வேண்டும். நான் அதை என் கண்களால் பார்க்க வேண்டும். நான் அதை நம்பினேன், எனவே அதை நேரில் பார்க்க விரும்புகிறேன். நான் அதற்குள் இறந்துவிட்டால், என்னை மீண்டும் உயிர்ப்பிக்க வேண்டும், ஏனென்றால் நான் இல்லாமல் இவை அனைத்தும் நடந்தால் அது மிகவும் நியாயமற்றதாக இருக்கும். என்னுடைய குற்றங்களையும், துயரங்களையும் யாரோ ஒருவரின் எதிர்கால நல்லிணக்கத்திற்கு உரமாகப் பயன்படுத்த வேண்டும் என்பதற்காக நான் இவ்வளவு தூரம் கஷ்டப்படவில்லை. மான் சிங்கத்துடன் படுத்திருப்பதையும், கொலையுண்ட மனிதன் எழுந்து அவனைக் கொன்ற மனிதனைத் தழுவிக் கொள்வதையும் நான் என் கண்களால் காண விரும்புகிறேன். இந்த உலகம் ஏன் இப்படி ஒழுங்கமைக்கப்பட்டுள்ளது என்பதை ஒவ்வொருவரும் புரிந்து கொள்ளும்போது, நான் இங்கே இருக்க விரும்புகிறேன். அதைத் தெரிந்து கொள்ள வேண்டும் என்ற ஏக்கத்தை அடிப்படையாகக் கொண்டே உலகில் உள்ள அனைத்து மதங்களும் நிறுவப்பட்டுள்ளன என்று நான் நம்புகிறேன். ஆனால் குழந்தைகளின் நிலை என்ன? நாம் அவர்களுடைய துன்பங்களுக்கு என்ன பதில் சொல்லப் போகிறோம்? என்னால் இந்தக் கேள்விக்குப் பதில் சொல்ல முடியவில்லை. என்னிடம் பல கேள்விகள் உள்ளன என்றாலும், நான் குழந்தைகளை மட்டுமே தேர்ந்தெடுத்தேன், ஏனென்றால் அவர்களைப் பொறுத்தவரை நான் சொல்ல வேண்டிய அனைத்தும் மறுக்க முடியாத வகையில் தெளிவாக உள்ளன என்று நூறாவது முறையாகத் திரும்பச் சொல்கிறேன். இந்தப் பூமியில் உள்ள எல்லோரும் நித்திய நல்லிணக்கத்திற்காகத்

துயரப்பட வேண்டும் என்றால், தயவுசெய்து சொல்லுங்கள், குழந்தைகளுக்கும் அதற்கும் என்ன சம்பந்தம்? அவர்கள் ஏன் துயரப்பட வேண்டும் என்பதும், அவர்கள் ஏன் நல்லிணக்கத்திற்கு விலை கொடுக்க வேண்டும் என்பதும் எனக்குப் புரியவில்லை. அவர்கள் ஏன் மற்றவர்களின் எதிர் கால நல்லிணக்கத்திற்கு உரமாகப் பயன்பட வேண்டும்? மனிதர்கள் அவர்களுடைய பாவத்திற்கும் தண்டனைக்கும் பொறுப்பேற்க வேண்டும் என்பதை என்னால் புரிந்துகொள்ள முடிகிறது, ஆனால் குழந்தைகளுக்கு அதில் எந்தப் பொறுப்பும் இருக்க முடியாது. அவர்கள் தங்கள் பெற்றோர்களின் பாவங்களுக்கு பொறுப்பேற்க வேண்டும் என்பது உண்மையானால் அந்த உண்மை இந்த உலகத்தைச் சேர்ந்ததல்ல என்பது மட்டுமின்றி, என் புரிதலுக்கு அப்பாற்பட்டது. குழந்தைகள் வளர்ந்து காலப்போக்கில் பாவம் செய்வார்கள் என்று சில கோமாளிகள் சொல்லலாம், ஆனால் அவன் பெரியவனாக வளர்வதற்கு முன்பு எட்டு வயதில் நாய்களால் கடித்துக் குதறப்பட்டு விட்டான். ஓ, அல்யோஷா, நான் தெய்வ நிந்தனை செய்யவில்லை. இந்தப் பூமியிலும் வானத்திலும் உள்ள அனைத்து உயிர்களும் ஒரே குரலில், 'கர்த்தாவே, நீர் இப்போது உமது வழிகளையும், நோக்கங்களையும் எங்களுக்குத் தெரியப்படுத்தியமையால் நீரே நீதிமான்' என்று உரக்கத் துதிக்கும்போது, இந்தப் பிரபஞ்சம் எப்படி நடுங்கும் என்பதை என்னால் புரிந்துகொள்ள முடிகிறது. தன் மகனை வேட்டை நாய்களுக்கு இரையாக்கிய அரக்கனைச் சிறுவனின் தாய் தழுவிக் கொள்ளும் நாளில், அந்த மூவரும் அருகருகே நின்று ஒரே குரலில், 'ஆண்டவரே, நீர் நீதிமான்!' என்று கதறும்போது, நம்முடைய அறிவுக் கண் திறக்கப்பட்டு, அனைத்திற்கும் விளக்கம் கிடைத்துவிடும். ஆனால் அங்குதான் எனக்கு தடுமாற்றம் வருகிறது, என்னால் அதை ஏற்றுக்கொள்ள முடியவில்லை. நான் பூமியில் இருக்கும்போது, என் சொந்த உணர்வின் வழியில் செயல்பட வேண்டும். இதோ பாருங்கள் அல்யோஷா, நான் அந்த நாள் வரை உயிரோடு இருந்தால் அல்லது அப்போது அதைக் காண உயிர்த்தெழுந்தால், சிறுவனைச் சித்திரவதைச் செய்தவனை அந்தத் தாய் தழுவிக் கொள்வதைப் பார்த்து, 'ஆண்டவரே நீர் நீதிமான்' என்று அவர்களோடு சேர்ந்து நானும் கதறுவேன். ஆனால் நான் இப்போதைக்கு அவர்களுடன் சேர்ந்து கொள்ள விரும்பவில்லை, ஏனெனில் இன்னும் அதற்குரிய நேரம் வரவில்லை. எனவே நான் அதற்கு எதிராக என்னைப் பாதுகாத்துக் கொள்ள விரும்பும் காரணத்தால், அவர்களின் நித்திய நல்லிணக்கத்தின் ஒரு பகுதியாக இருக்க எனக்கு விருப்பம் இல்லை. துர்நாற்றம் வீசிய அந்த அறையில் தனது சின்னஞ்சிறிய முஷ்டியால் மார்பில் குத்திக்

கொண்டு, கடவுளிடம், 'அன்புள்ள பிதாவே' என்று முறையிட்டு அழுத அந்தச் சிறுமியின் ஒரு சொட்டுக் கண்ணீருக்கு நிகரான மதிப்பு கூட அதற்கு இல்லை! நிச்சயமாக ஒரு துளி மதிப்பு கூட இல்லை, ஏனென்றால் அந்தக் கண்ணீருக்கு இன்னும் தகுந்த பரிகாரம் கிடைக்கவில்லை. அந்தக் கண்ணீருக்கு பிராயச்சித்தம் கிடைக்க வேண்டும், அப்படி இல்லாவிடில் எப்படி நல்லிணக்கம் ஏற்பட முடியும்? ஆனால் அந்தக் கண்ணீருக்கு உரிய பிராயச்சித்தம் என்ன? அது சாத்தியமாகுமா? அவர்களைப் பழிவாங்குவதன் மூலம் அந்தப் பிராயச்சித்தம் கிட்டுமா? குழந்தைகள் சித்திரவதையால் ஏற்கனவே இறந்துவிட்ட நிலையில், அவர்களைப் பழிவாங்குவதும், நரகத்தில் தள்ளுவதும் எந்த வகையில் பயனுள்ளதாக இருக்க முடியும்? நரகம் என்ற ஒன்று இருக்கும் வரை என்ன மாதிரியான நல்லிணக்கம் இருக்க முடியும்? என்னைப் பொறுத்தவரை, நல்லிணக்கம் என்பது அனைவரையும் மன்னிப்பதாகவும், அரவணைப்பதாகவும், எந்த உயிருக்கும் துன்பம் ஏற்படாத ஒன்றாகவும் இருக்க வேண்டும். சத்தியத்தை நிலைநாட்ட தேவைப்படும் துன்பங்களுக்கு, குழந்தைகளின் துன்பமும் தேவைப்படுகிறது என்றால், அந்த விலை கொடுத்து வாங்கும் அளவுக்குச் சத்தியம் மதிப்புடையதல்ல என்று நான் இப்போதே சொல்கிறேன். தன் மகனை நாய்களுக்கு இரையாக்கிய கொடியவனை அந்தத் தாய் அரவணைப்பதை நான் பார்க்க விரும்பவில்லை. அவனை மன்னிக்க அவளுக்கு எந்த உரிமையும் இல்லை. ஒரு தாயாக அவள் அனுபவித்த துன்பங்களுக்கு வேண்டுமானால் அவனை மன்னிக்கலாமே தவிர, அந்தச் சிறுவன் பட்ட துன்பங்களுக்காக அவனை மன்னிக்க அவளுக்கு உரிமையில்லை. அந்தக் குழந்தையே அவனை மன்னித்தாலும் அவளுக்கு அந்த உரிமை இல்லை. அப்படியானால் துன்புற்றவர்கள் தங்களைத் துன்புறுத்தியவர்களை மன்னிக்கத் தயாராக இல்லை என்றால் நல்லிணக்கம் என்னவாகும்? மன்னிக்கும் உரிமையும், மன்னிக்கும் மனப்பான்மையும் உள்ள ஒரே ஒரு ஜீவனாவது இந்த உலகத்தில் உண்டா? இல்லை, நான் நல்லிணக்கத்தை விரும்பவில்லை. மனிதகுலத்தின் மீதுள்ள அன்பின் காரணமாக நான் அதை விரும்பவில்லை. நான் நினைப்பது தவறாக இருந்தாலும் கூட, என் துன்பத்திற்காகப் பழிவாங்கவோ, கோபத்தைத் தணித்துக் கொள்ளவோ விரும்பவில்லை. நல்லிணக்கத்திற்கு அவர்கள் நிர்ணயித்துள்ள விலை மிகவும் அதிகம் என்பதால், அதில் நுழைவதற்கு என்னால் அவ்வளவு விலை கொடுக்க முடியாது. எனவே நான் என்னுடைய நுழைவுச் சீட்டை விரைவாகத் திருப்பிக் கொடுக்க முயற்சிக்கிறேன். நான் ஒரு நேர்மையான மனிதன் என்ற முறையில் முடிந்தவரை அதை முன்கூட்டியே திருப்பிக் கொடுப்பது

என் கடமை. நான் அதைத்தான் செய்து கொண்டிருக்கிறேன். அல்யோஷா, நான் கடவுளை ஏற்றுக் கொள்ளவில்லை என்பதல்ல, ஆனால் என்னுடைய நுழைவுச் சீட்டை மிகுந்த மரியாதையுடன் அவரிடம் திருப்பிக் கொடுக்கிறேன்."

"அதுதான் கலகம்" என்று சாந்தமாகச் சொன்ன அல்யோஷா கண்களைத் தாழ்த்திக் கொண்டான்.

"கலகமா? நான் உங்களிடமிருந்து இப்படி ஒரு வார்த்தையை எதிர்பார்க்கவில்லை" என்று இவான் வருத்தத்துடன் சொன்னான். "ஒருவன் கலகம் செய்து வாழ முடியும் என்று எனக்குத் தோன்றவில்லை, ஏனெனில் நான் வாழ விரும்புகிறேன். நான் கேட்கும் கேள்விக்கு நீங்கள் நேர்மையுடன் பதில் சொல்ல வேண்டும். மனிதர்களுக்கு மகிழ்ச்சியையும், அமைதியையும், மனநிறைவையும் கொடுக்கும் நோக்கத்துடன், மனித குலம் இறுதியாகச் சென்று சேர்வதற்கு ஒரு மாளிகையைக் கட்டும் பொறுப்பை நீங்கள் ஏற்றுக்கொள்வதாக வைத்துக் கொள்வோம். ஆனால் அதைச் செய்வதற்குத் தவிர்க்க முடியாமல் மிகவும் அவசியமாக, ஒரு சின்னஞ்சிறு உயிரை, மார்பில் அடித்துக் கொண்டு கதறி அழுத அந்தச் சிறுமியைச் சித்திரவதை செய்து, எந்தக் கைம்மாறும் செய்யப்படாத அவளுடைய கண்ணீரில் அந்த மாளிகையைக் கட்ட வேண்டும் என்றால், நீங்கள் அந்த மாளிகையைக் கட்ட ஒப்புக் கொள்வீர்களா? உண்மையைச் சொல்லுங்கள்!"

"இல்லை, என்னால் முடியாது" என்று அல்யோஷா சாந்தமாகச் சொன்னான்.

"நீங்கள் யாருக்காக அதைக் கட்டுகிறீர்களோ, அந்த மனிதர்கள், பாதிக்கப்பட்ட சிறுமியின் கைம்மாறு செய்யப்படாத இரத்தத்தின் விலையில் அவர்களுடைய மகிழ்ச்சியை வாங்க ஒப்புக் கொள்வதன் மூலம் அவர்கள் என்றென்றும் மகிழ்ச்சியாக இருக்க முடியும் என்பதை உங்களால் ஏற்றுக் கொள்ள முடியுமா?"

"இல்லை, என்னால் அதை ஏற்றுக்கொள்ள முடியாது" என்று அல்யோஷா சொன்னபோது, திடீரென்று அவனுடைய கண்கள் பளிச்சிட்டன. "இவான், நீங்கள் சற்று முன்னர், இந்த உலகில் மன்னிக்கும் உரிமை உள்ள ஏதேனும் ஒரு ஜீவன் இருக்கிறதா என்று கேட்டீர்கள். அப்படி ஒருவர் இந்த உலகத்தில் இருக்கிறார். அவரால் எல்லாவற்றையும் எல்லோரையும் மன்னிக்க முடியும், ஏனென்றால் அவர் தன்னுடைய களங்கமற்ற இரத்தத்தை எல்லோருக்காகவும் எல்லாவற்றுக்காகவும் சிந்தினார். நீங்கள் அவரை மறந்துவிட்டீர்கள். ஆனால் அவர் மீதுதான் அந்த மாளிகை கட்டப்படுகிறது. மனிதர்கள் அவரைப் பார்த்தே,

‘கர்த்தாவே நீர் நீதியுள்ளவர், ஏனெனில் உமது வழிகளை எங்களுக்குக் காண்பித்து விட்டீர்கள்’ என்று கதறி அழுகிறார்கள்.”

“ஆ, பாவத்தின் கறைபடாத அந்த மனிதரின் இரத்தம்! இல்லை, நான் அவரை மறக்கவில்லை. நீங்கள் இத்தனை நேரமாக அவரைப் பற்றி ஏன் சொல்லவில்லை என்று நான் யோசித்துக் கொண்டிருந்தேன், ஏனெனில் நீங்கள் உங்களுடைய வாதங்களில் எப்போதும் அவரை முன்னிறுத்துவது வழக்கம். அல்யோஷா, சிரிக்காதீர்கள், நான் ஒரு வருடத்திற்கு முன்பு ஓர் உரைநடைக் கவிதை எழுதினேன். நீங்கள் இன்னும் பத்து நிமிடங்கள் காத்திருக்க முடியும் என்றால் நான் அதைச் சொல்கிறேன்.”

“நீங்கள் உரைநடைக் கவிதை எழுதினீர்களா?”

“ஓ, நான் அதை எழுதவில்லை” என்று இவான் சிரித்தான். “நான் என் வாழ்நாளில் இரண்டு வரி கவிதை கூட எழுதியதில்லை. ஆனால் நான் இந்தக் கவிதையை எழுதாமல் மனனம் செய்து வைத்திருக்கிறேன். ஏதோ ஒரு உத்வேகமான தருணத்தில் இந்தக் கவிதை என் மனதில் உருக் கொண்டது. சரி, நீங்கள்தான் அதன் முதல் வாசகர், அதாவது பார்வையாளர். ஒரு படைப்பாளி ஏன் ஒரு வாசகனை அலட்சியப்படுத்த வேண்டும்?” என்று இவான் சிரித்தான். “நான் அதைச் சொல்லட்டுமா?”

“நான் அதைக் கவனமாகக் கேட்கிறேன்” என்றான் அல்யோஷா.

“என் உரைநடைக் கவிதையின் தலைப்பு ‘தலைமை விசாரணை அதிகாரி.’ உண்மையில் இது அபத்தமானது என்றாலும் நான் அதை உங்களிடம் சொல்ல விரும்புகிறேன்.”

5. தலைமை விசாரணை அதிகாரி

“ஆனால் இதையும் ஒரு முன்னுரை, ஓர் இலக்கிய முன்னுரை இல்லாமல் தொடங்க முடியாது. ப்பா!” என்று இவான் ஃபியோதரோவிச் சிரித்தான். “அதனால் நான் எத்தகைய எழுத்தாளன் என்பதை நீங்களே தெரிந்து கொள்ளுங்கள்! நான் சொல்லப் போகும் இந்தக் கவிதை பதினாறாம் நூற்றாண்டில் நடக்கிறது. அந்தக் காலங்களில் விண்ணுலக மாந்தர்களைக் கவிதைகளில் கொண்டு வருவது வழக்கமாக இருந்தது என்பதை நீங்கள் பள்ளியில் படிக்கும்போதே அறிந்திருப்பீர்கள். தாந்தேயைப் பற்றிச் சொல்லவே வேண்டியதில்லை. பிரான்ஸ் நாட்டில் எழுத்தர்களும், மடாலயங்களில் இருந்த துறவிகளும், அரங்கேற்றிய நாடகங்களில் கன்னிமேரியும், தேவதைகளும், புனிதர்களும், கிறிஸ்துவும் இடம் பெற்றிருக்கிறார்கள். அந்த நாட்களில் அவை

அனைத்தும் கலைநயமின்றிச் செய்யப்பட்டன. பதினோராம் லூயியின் தலைமையில் நடைபெற்ற அவருடைய மூத்த மகனின் பிறந்த நாள் விழாவில், விக்டர் ஹியூகோவின் 'நோட்ரே டேம் டி பாரிஸ்' என்ற நாவலில் வரும், 'புனிதமான, கருணையுள்ள கன்னிமேரியின் நல்ல தீர்ப்பு' என்ற நாடகம் அரங்கேற்றப்பட்டது. அதைக் காண பொதுமக்கள் இலவசமாக அனுமதிக்கப்பட்டனர். அப்போது அதில் கன்னிமேரி மேடையில் தோன்றி அவருடைய தீர்ப்பை வழங்கினார். நம்முடைய மாஸ்கோவில், மகா பீட்டரின் ஆட்சிக்கு முன்பு, குறிப்பாக பழைய ஏற்பாட்டிலிருந்து இதுபோன்ற நாடகங்கள், சில நேரங்களில் அரங்கேற்றப்பட்டன. ஆனால் நாடகங்களைத் தவிர, உலகம் முழுவதும் தோன்றிய பல்வேறு வகையான கதைகளிலும், கவிதைகளிலும் தேவதூதர்களும், புனிதர்களும் ஏனைய விண்ணுலக மாந்தர்களும் இடம் பெற்றுள்ளனர். தார்த்தாரியர்களின் படையெடுப்பின் போது, நம்முடைய மடாலயங்களிலும் இத்தகைய படைப்புகள் பலவும் மொழியாக்கம் செய்யப்பட்டு நகலெடுக்கப்பட்டன. உதாரணமாக, கிரேக்க மொழியிலிருந்து மொழிபெயர்க்கப்பட்ட, 'நரகத்தினூடாக கன்னிமேரியின் பயணம்' என்ற கவிதையில் தாந்தேயின் படைப்புகளில் காணப்படுவதைப் போன்ற சில காட்சிகளும், விவரிப்புகளும் உள்ளன. அந்த நாடகத்தில் கடவுளின் தாய் நரகத்திற்கு வருகை தரும்போது, பிரதான தூதனாகிய மைக்கேல் அவருக்கு வழிகட்டியாக வருகிறார். நரகத்தில் பாவிகள் எப்படி சித்திரவதை செய்யப்படுகிறார்கள் என்பதை அவள் பார்க்கிறாள். அவள் அங்கே சில பாவிகள் நெருப்பு ஏரியில் வெந்து கொண்டிருப்பதைப் பார்க்கிறாள். அவர்களில் சிலர் அதிலிருந்து நீந்தி வெளியேற வீண் முயற்சி செய்கிறார்கள் என்றாலும் தப்பிக்க முடியாமல் ஏரியில் மூழ்குகிறார்கள். 'கடவுள் அவர்களை மறந்துவிட்டார்' என்று அவர்களைப் பற்றிச் சொல்லப்படுகிறது. அந்த வார்த்தைகள் மிகவும் அர்த்தமுள்ள, சக்திவாய்ந்த வார்த்தைகள் என்று நான் நினைக்கிறேன். அதைப் பார்த்த கடவுளின் தாய் அதிர்ச்சியடைந்து அழுது கொண்டே கடவுளின் சிம்மாசனத்தின் முன்பு மண்டியிட்டு, நரகத்தில் உள்ள அனைவருக்கும், அவள் அங்கு பார்த்த அனைவருக்கும் பாரபட்சமின்றிக் கருணை காட்டும்படிக் கெஞ்சுகிறாள். அவள் கடவுளிடம் பேசும் அந்த உரையாடல் மிகவும் சுவாரஸ்யமானது. அவள் விடாமல் தொடர்ந்து கடவுளிடம் முறையிட்டுக் கெஞ்சுகிறாள். கடவுள் சிலுவையில் அறையப்பட்ட தன் மகனின் கைகளிலும் கால்களிலும் ஆணிகள் ஏற்படுத்திய தழும்புகளைச் சுட்டிக்காட்டி, 'அவனைச் சித்திரவதை செய்தவர்களை என்னால்

எப்படி மன்னிக்க முடியும்?' என்று கேட்கிறார். அப்போது அவள், எல்லாப் புனிதர்களையும், தியாகிகளையும், தேவதூதர்களையும் அழைத்து, அனைவரையும் கடவுளின் முன்பு மண்டியிட்டு, பாரபட்சம் இல்லாமல் பாவிகள் அனைவரையும் மன்னிக்கும்படிக் கடவுளிடம் மன்றாடும்படிக் கட்டளையிடுகிறாள். எனவே கடவுள், புனித வெள்ளி முதல் திரித்துவ ஞாயிறு வரை வருடத்திற்கு ஒரு முறை பாவிகளின் சித்திரவதையை நிறுத்தி வைப்பதாக அவளிடம் சொல்கிறார். அப்போது பாவிகள் அனைவரும் கடவுளுக்கு நன்றி சொல்லி, 'ஆண்டவரே நீர் உமது தீர்ப்பில் நியாயமானவர்' என்று கூச்சலிடுகிறார்கள். சரி, என்னுடைய இந்தச் சிறிய கவிதை அப்போது வெளிவந்திருந்தால் அப்படித்தான் இருந்திருக்கும். கடவுள் என்னுடைய கவிதையில் வருகிறார் என்றாலும், அவர் எதுவும் பேசாமல், வெறுமனே தோன்றி பின்னர் மறைந்து விடுகிறார். அவர் தம்முடைய ராஜ்ஜியத்திற்கு வருவதாக வாக்குறுதி அளித்து பதினைந்து நூற்றாண்டுகள் கடந்துவிட்டன. 'இதோ, நான் சீக்கிரமாக வருகிறேன். அந்த நாளையும், அந்த நாழிகையையும் பிதாவைத் தவிர வேறு ஒருவனும் அறியான், அவருடைய குமாரனும் அறியான்' என்று அவருடைய தீர்க்கதரிசி இந்தப் பூமியில் இருக்கும்போதே பதினைந்து நூற்றாண்டுகளுக்கு முன்பு சொன்னார். ஆனால் இன்னும் மனிதகுலம் அதே நம்பிக்கையுடன், அதே அன்புடன் அவருக்காகக் காத்திருக்கிறது. இல்லை, அவர்கள் இன்னும் அதிக நம்பிக்கையுடன் காத்திருக்கிறார்கள் என்றாலும், பரலோகத்திலிருந்து மனிதகுலத்திற்கு அதற்குரிய எந்த அறிகுறியும் கிடைக்காமல் பதினைந்து நூற்றாண்டுகள் கடந்துவிட்டன.

'உங்கள் இதயம் சொல்வதை நம்புங்கள்,
வானத்திலிருந்து எந்த அசரீரியும் ஒலிக்கவில்லை.'

இதயம் சொல்வதை நம்புவது மட்டுமே மிச்சம்! அப்போது பல அதிசயங்கள் நிகழ்ந்தன என்பது உண்மைதான். மனிதர்களின் உடல் பிணியைத் தீர்த்த பல மகான்கள் இருந்தார்கள். அப்போது சொர்க்கத்தின் ராணியே பூமிக்கு இறங்கி வந்ததாகச் சில புனிதர்களின் வாழ்க்கைக் கதைகளில் சொல்லப்பட்டுள்ளன. ஆனால் சாத்தான் ஒருபோதும் தூங்குவதில்லை என்பதால், அந்த அற்புதங்களின் நம்பகத்தன்மையைப் பற்றி மனிதகுலம் சந்தேகப்பட ஆரம்பித்தது. அப்போது வடக்கே, ஜெர்மனியில் ஒரு புதிய பயங்கரமான மதவிரோதக் கொள்கை தோன்றியது. 'ஒரு பிரகாசமான பெரிய நட்சத்திரம் (தேவாலயம்) நீர் நிலைகளின் மேல் விழுந்து அவற்றைக் கசப்பாக்கியது' என்று அந்த மத

விரோதக் கொள்கை அற்புதங்களை மறுத்து தெய்வ நிந்தனை செய்யத் தொடங்கியது. ஆனால் பல விசுவாசிகள் தங்கள் நம்பிக்கைகளில் வைராக்கியத்துடன் இருந்தார்கள். மனிதகுலம் முன்பு போலவே அன்புடன் அவர் மீது நம்பிக்கை வைத்து, கண்ணீருடன் அவருக்காகக் காத்திருந்தது. அவருக்காக துன்பங்களை அனுபவித்து இறப்பதற்கு விரும்பியது... 'ஓ, தேவனாகிய கர்த்தாவே, நீங்கள் விரைந்து எங்களிடம் வாருங்கள்' என்று மனிதகுலம் பல ஆண்டுகளாக விசுவாசத்தோடும், உற்சாகத்தோடும் அவருக்காகப் பிரார்த்தனை செய்தது. அவர்கள் பல நூற்றாண்டுகளாக அவரை நோக்கிக் கெஞ்சிக் கேட்டுக் கொண்ட பிறகு, அவர் அவருடைய எல்லையற்ற கருணையால் அவரிடம் மன்றாடுபவர்களிடம் இறங்கி வருவதாக உறுதியளித்தார். அவர் அதற்கு முன்னரே சில சந்தர்ப்பங்களில் பூமிக்கு இறங்கி வந்து, இங்குள்ள சில புனிதர்களையும், தியாகிகளையும், துறவிகளையும் சந்தித்திருக்கிறார் என்பது அவர்களுடைய வாழ்க்கை வரலாற்றில் சொல்லப்பட்டுள்ளது. ரஷ்யாவில் நம்முடைய கவிஞர் தியுச்சேவ், கடவுளின் வார்த்தைகளில் நம்பிக்கை வைத்து பின்வருமாறு எழுதினார்.

'அடிமை வேடத்தில்
சிலுவையைச் சுமந்த
பரலோகத்தின் இறைவன்
என் தாய் மண்ணின் மீது நடந்தபோது
அதை ஆசீர்வதித்தார்.'

உண்மையில் அதுதான் நடந்தது என்று நான் உங்களுக்குச் சொல்கிறேன். எனவே சித்திரவதை அனுபவித்த, துன்பத்தில் மூழ்கிய, பாவப்பட்ட, ஒரு குழந்தையைப் போல அவரை நேசித்த மனிதர்களின் முன்பு ஒரு கணமாவது தன்னை வெளிப்படுத்த வேண்டும் என்று அவர் தீர்மானித்தார். நான் சொல்லும் கதை ஸ்பெயின் நாட்டில் செவைல் என்ற இடத்தில் விசாரணை நடந்த கொடூரமான நாட்களில், கடவுளைப் புகழ்ந்து நாடு முழுவதும் முடிவில்லாமல் நெருப்பு பற்றி எரிந்து கொண்டிருந்தபோது நடக்கிறது.

'விசுவாசத்தின் மகத்துவத்தை வெளிக்காட்ட
பொல்லாத மதவிரோதிகளை எரித்தார்கள்.'

ஓ, நிச்சயமாக இது அவருடைய வாக்குறுதியின்படி காலத்தின் முடிவில் அவரது பரலோக மகிமையில் தோன்றிய வருகை அல்ல,

மாறாகத் திடீரென்று 'கிழக்கிலிருந்து மேற்காக மின்னலைப் போல' தோன்றிய வருகை. அப்போது மதவிரோதிகளைச் சுற்றி நெருப்பு பற்றி எரிந்து கொண்டிருந்த இடத்தில், அவர் தனது குழந்தைகளை ஒரு கணம் மட்டுமே பார்க்க விரும்பினார். அவர் பதினைந்து நூற்றாண்டுகளுக்கு முன்பு மூன்று ஆண்டுகளாகக் காட்சியளித்த அதே மனித ரூபத்தில், தனது எல்லையற்ற கருணையால் மீண்டும் மக்கள் மத்தியில் தோன்றினார். அவர் நகரத்தின் தெற்குப் பகுதியில் இறங்கி, வெய்யில் சுட்டெரித்த தெருக்களில் நடந்தார். அதற்கு முன்தினம் அந்த இடத்தில் அரசர், அரசவை, தளபதிகள், முக்கிய மனிதர்கள், அரசவையின் மிக அழகிய பெண்கள் மற்றும் செவைல் நகரத்திலிருந்து திரண்ட பொதுமக்கள் முன்னிலையில், தலைமை விசாரணை அதிகாரி தேவனுடைய மகிமைக்காக நூறு மதவிரோதிகளை ஒரே நேரத்தில் தீயில் எரித்தார். அவர் தன்னை யாரிடமும் வெளிக்காட்டாமல் அமைதியாக நடந்தார் என்றாலும், எல்லோரும் அவரை அடையாளம் கண்டு கொண்டது மிகவும் விநோதமாக இருந்தது. அவர்கள் எதனால் அவரை அடையாளம் கண்டு கொண்டனர் என்பதை என்னால் விளக்க முடிந்தால், ஒருவேளை அது என் கவிதையின் சிறந்த பகுதியாக இருக்கலாம். ஏதோ ஒரு தடுக்க முடியாத சக்தியால் ஈர்க்கப்பட்ட ஜனங்கள் அவரைச் சூழ்ந்து கொண்டு, அவரைப் பின்தொடர்ந்து சென்றார்கள். அவர் அவர்கள் மத்தியில் நடந்து சென்றபோது, அவருடைய முகத்தில் எல்லையற்ற கருணையுடைய மென்மையான புன்னகை தவழ்ந்தது. அவருடைய இதயத்தில் அன்பின் சுடர் எரிந்தது; அவருடைய கண்களில் ஒளியும் சக்தியும் பிரகாசித்தன; அவற்றின் ஒளி வெள்ளம் மக்கள் மீது பாய்ந்து, அவர்களின் இதயங்களைப் பரஸ்பர அன்பால் துடிக்கச் செய்தது. அவர் தன் கரங்களை நீட்டி, அவர்களை ஆசீர்வதித்தார். அவருடைய ஸ்பரிசத்திலிருந்தும், அவருடைய ஆடைகளின் ஸ்பரிசத்திலிருந்தும் குணப்படுத்தும் அற்புத ஆற்றல் பாய்ந்தது. பிறவியிலிருந்தே குருடான ஒரு முதியவர் அந்தக் கூட்டத்தில் இருந்தார். அவர் கடவுளிடம், 'ஆண்டவரே, நானும் உம்மைக் காணும்படி என்னைக் குணப்படுத்தும்!' என்று கத்தினார். அவருடைய கண்களை மூடியிருந்த செதில்கள் விழுந்தது போலவும், குருடன் அவரைக் கண்டது போலவும் தோன்றியது. ஜனங்கள் அழுது கொண்டே அவர் நடந்து சென்ற பூமியை முத்தமிட்டார்கள். குழந்தைகள் அவரது பாதையில் பூக்களைத் தூவி, 'ஓசன்னா!' என்று பாடிக் கொண்டே அழுதார்கள். 'அவர்தான், அவர்தான்! அது அவரைத் தவிர வேறு யாராகவும் இருக்க முடியாது' என்று எல்லோரும்

திரும்பத் திரும்பச் சொன்னார்கள். அப்போது சிலர் ஒரு குழந்தையின் சிறிய வெள்ளை நிறச் சவப்பெட்டியைச் சுமந்தபடி, அழுது கொண்டே செவைல் தேவாலயத்தின் தாழ்வாரத்தில் சென்ற தருணத்தில் அவர் அங்கே சென்றார். அந்தச் சவப்பெட்டியில் அந்த நகரத்தின் மரியாதைக்குரிய மனிதரின் இறந்துபோன ஒரே மகளான ஏழு வயது சிறுமியின் உடல் பூக்களால் மூடியிருந்தது. அப்போது ஜனங்கள் அழுது கொண்டிருந்த தாயைப் பார்த்து, 'அவர் உங்கள் குழந்தையை எழுப்புவார்!' என்று கத்தினார்கள். தேவாலயத்திலிருந்து வெளியே வந்த பாதிரியார் குழப்பத்துடன் முகத்தைச் சுளித்தார். திடீரென்று இறந்துபோன குழந்தையின் தாயிடமிருந்து அழுகுரல் வெடித்துக் கிளம்பியது. அவள் அவருடைய காலடியில் விழுந்து, 'நீங்கள் அவர்தான் என்றால் என் குழந்தையை எழுப்புங்கள்!" என்று அழுது கொண்டே அவரை நோக்கி கைகளை நீட்டினாள். சவ ஊர்வலம் நின்றது. அவர்கள் சவப்பெட்டியை அவருடைய காலடியில் வைத்தார்கள். அவர் குழந்தையை இரக்கத்துடன் பார்த்து, தன் மென்மையான உதடுகளைத் திறந்து, 'பெண்ணே எழுந்திரு' என்று உச்சரித்தார். சிறுமி சவப்பெட்டியிலிருந்து எழுந்து உட்கார்ந்து, தன் சிறிய கண்களை அகலத் திறந்து ஆச்சரியத்துடன் சுற்றிலும் பார்த்து, புன்னகைத்தாள். அவள் எழுந்தபோது, முன்பு சவப்பெட்டியில் வைத்திருந்த வெள்ளை ரோஜாக்களின் பூங்கொத்தைக் கைகளில் பிடித்திருந்தாள். கூட்டத்தில் குழப்பமும், கூச்சலும், அழுகையும் எழுந்தன. அப்போது திடீரென்று தேவாலயத்தின் முன்னால் இருந்த சதுக்கத்தின் வழியாகத் தலைமை விசாரணை அதிகாரி வந்தார். தொண்ணூறு வயதை நெருங்கிய அந்த முதியவர் உயரமாக, நிமிர்ந்த உடலுடன், வாடிய முகத்துடன், குழிவிழுந்த கண்களுடன் இருந்தார் என்றாலும் அவருடைய கண்கள் இன்னும் தீப்பொறியைப் போல பிரகாசித்தன. நேற்று அவர் மக்கள் கூட்டத்தின் முன்பு அணிவகுத்துச் சென்று, ரோமானியத் திருச்சபையின் எதிரிகளை எரித்துக் கொன்றபோது, அணிந்திருந்த அதிகாரிக்குரிய அற்புதமான ஆடைகளை அணியாமல், ஒரு சாதாரண பழைய முரட்டு அங்கியை அணிந்திருந்தார். அவரைத் தொடர்ந்து அவருடைய கொடூரமான உதவியாளர்களும், அடிமைகளும், புனிதக் காவலர்களும் வந்தார்கள். அவர் கூடியிருந்த கூட்டத்தைப் பார்த்ததும் நின்று, அங்கு நடப்பதைத் தூரத்திலிருந்தே கவனித்தார். அவர்கள் சவப்பெட்டியை அவருடைய பாதத்தில் வைத்ததையும், அந்தச் சிறுமி அதிலிருந்து உயிர் பெற்று எழுந்ததையும் பார்த்தபோது, அவருடைய முகம்

இருண்டது. அவர் தனது அடர்த்தியான சாம்பல் நிறப் புருவங்களை நெரித்து, கண்களில் தீப்பொறி பறக்க, தனது விரலை நீட்டி அந்த மனிதரைப் பிடிக்கும்படிக் காவலர்களுக்குக் கட்டளையிட்டார். அவருடைய அதிகாரம் வரம்பற்றது என்பதால் அதற்கு நன்கு பழக்கப்பட்ட அந்த மக்கள் பயந்து, நடுங்கி, கீழ்ப்படிந்தவர்களாக காவலர்களுக்கு வழிவிட்டனர். அப்போது திடீரென்று நிலவிய மயான அமைதிக்கு மத்தியில் காவலர்கள் அவரைப் பிடித்து இழுத்துச் சென்றார்கள். அந்தக் கூட்டம் ஒரு தனி மனிதனைப் போல அந்த அதிகாரியின் முன்னால் தரையில் விழுந்து வணங்கியபோது, அவர் அவர்களை ஆசீர்வதித்து அமைதியாக அங்கிருந்து நடந்து சென்றார். காவலர்கள் கைதியைப் புனித விசாரணை நடக்கும் மிகப் பழமையான கட்டிடத்தில் இருந்த இருண்ட குறுகலான சிறைக்கு அழைத்துச் சென்று அடைத்து வைத்தார்கள். பகல் கடந்து, காற்று இல்லாத வெப்பமான இரவு செவைல் நகரத்தை ஆக்ரமித்தது. காற்றில் எலுமிச்சை மற்றும் பிரியாணி இலைகளின் வாசனை பரவியது. திடீரென்று சிறையின் இரும்புக் கதவு திறந்தது. அங்கே தலைமை விசாரணை அதிகாரி கையில் ஒரு விளக்குடன் நின்றார். அவர் தனியாக உள்ளே நுழைந்ததும், அவருக்குப் பின்னாலிருந்த கதவு சாத்தப்பட்டது. அவர் வாசலில் நின்று நீண்ட நேரமாக, ஒன்று அல்லது இரண்டு நிமிடங்கள் கைதியின் முகத்தையே உற்றுப் பார்த்தார். இறுதியில் அவர் அமைதியாக உள்ளே சென்று, அங்கிருந்த மேசையின் மீது விளக்கை வைத்துவிட்டு, ‘நீங்கள்தானா? உண்மையில் நீங்கள்தானா?’ என்று கேட்டார். ஆனால் எந்த பதிலும் வராததால், அவர் அவசரமாகப் பேசினார். ‘நீங்கள் எனக்குப் பதில் சொல்ல வேண்டியதில்லை. நீங்கள் மௌனமாக இருங்கள். உங்களால் என்ன சொல்ல முடியும்? நீங்கள் என்ன சொல்வீர்கள் என்று எனக்கு நன்றாகத் தெரியும். நீங்கள் ஏற்கனவே முன்பு சொன்னதற்கு மேலும் கூடுதலாக எதையும் சேர்க்க உங்களுக்கு உரிமை இல்லை. அப்படியிருக்க, நீங்கள் ஏன் எங்களுக்குத் தொல்லை கொடுக்க வந்தீர்கள்? நீங்கள் எங்களைத் தொந்தரவு செய்ய வந்திருக்கிறீர்கள் என்று உங்களுக்கே தெரியும். ஆனால் நாளை உங்களுக்கு என்ன நடக்கப் போகிறது என்று உங்களுக்குத் தெரியுமா? உண்மையில் நீங்கள் யார் என்று எனக்குத் தெரியாது. நீங்கள் அவர்தானா அல்லது அவருடைய சாயல்தானா என்பதைப் பற்றியும் எனக்குக் கவலையில்லை. ஆனால் நான் நாளை மதவிரோதிகளில் மிகவும் மோசமான குற்றவாளி என்று தீர்ப்பளித்து உங்களைக் கழுமரத்தில் கட்டி வைத்து எரிக்கப் போகிறேன். இன்று உங்கள் பாதங்களை முத்தமிட்ட அதே

ஜனங்கள், நாளை என்னுடைய ஒரு கையசைவில், கழுமரத்தைச் சுற்றியுள்ள நெருப்பைக் கொழுந்துவிட்டு எரியச் செய்வார்கள் என்று உங்களுக்குத் தெரியுமா? ஓ, ஆமாம் அது உங்களுக்குத் தெரியும் என்று நான் நினைக்கிறேன்' என்ற அதிகாரி சற்று நேரம் சிந்தனையில் ஆழ்ந்தார். அவரது கண்கள் ஒரு கணம் கைதியின் மீது நிலைத்து நின்றன."

"இவான், நீங்கள் சொல்லும் இவையெல்லாம் என்ன என்று எனக்குப் புரியவில்லை" என்று இவ்வளவு நேரமும் அமைதியாகக் கேட்டுக் கொண்டிருந்த அல்யோஷா புன்னகைத்தான். "இது ஏதோ ஒரு கட்டுங்கடங்காத கற்பனையா அல்லது அந்தக் கிழவர் ஏதேனும் குழப்பத்தினால் தவறு செய்கிறாரா?"

"நீங்கள் விரும்பினால் பிந்தையதை ஏற்றுக் கொள்ளலாம்" என்று இவான் சிரித்தபடி சொன்னான். "நீங்கள் நவீன யதார்த்தவாத்தில் மூழ்கிய காரணத்தால், உங்களால் அதீதமான கற்பனை எதையும் ஏற்றுக்கொள்ள முடியவில்லை என்றால், அதற்கு மாறாக அந்தக் கிழவர் அவரை அடையாளம் காண்பதில் செய்த தவறாக அதை எடுத்துக் கொள்ளலாம். அது ஒரு பக்கம் இருக்கட்டும்" என்று சிரித்த இவான் மேற்கொண்டு தொடர்ந்தான். "அந்தக் கிழவருக்கு தொண்ணூறு வயதாகிறது என்பதால், அவர் அந்தக் கைதியை நோட்டம் விட்டபோது குழப்பத்தில் ஆழ்ந்திருக்கலாம். அவர் அந்தக் கைதியின் தோற்றத்தைக் கண்டு அதிர்ச்சி அடைந்திருக்கலாம். இல்லையென்றால் நேற்று 'விசுவாசத்திற்காக' நூறு மதவிரோதிகளைக் கழுமரத்தில் எரித்த தாக்கத்தால், மரணத்தை நெருங்கும் தொண்ணூறு வயது முதியவருக்கு ஏற்பட்ட மயக்கமாக இருக்கலாம். ஆனால் நாம் ஏன் அது ஒரு குழப்பமா அல்லது அதீதமான கற்பனையா என்பதைப் பற்றிக் கவலைப்பட வேண்டும்? அந்த முதியவர் தொண்ணூறு ஆண்டுகளாகப் பேச விரும்பியதை இப்போது பேச விரும்பினார் என்பதுதான் முக்கியம். கடந்த தொண்ணூறு ஆண்டுகளாக அவர் தன்னுடைய மனதில் மௌனமாகப் புதைத்து வைத்திருந்த பலவற்றை இப்போது உரக்கச் சொல்ல வேண்டியிருந்தது."

"அந்தக் கைதி எதுவும் பேசவில்லையா? அவர் ஒரு வார்த்தை கூடப் பேசாமல் அவரைப் பார்த்துக் கொண்டிருந்தாரா?"

"ஆமாம், எப்படியும் அதைத் தவிர்க்க முடியாது" என்று இவான் மீண்டும் சிரித்தான். "முன்பு அவர் என்ன சொன்னாரோ அதற்கு மேல் ஒரு வார்த்தை கூடச் சேர்க்கும் உரிமை அவருக்கு இல்லை என்பதை அந்த முதியவர் ஞாபகப்படுத்தியிருக்கிறார்.

என்னைப் பொறுத்தவரை அதுதான் ரோமன் கத்தோலிக்க மதத்தின் மிக அடிப்படையான அம்சம் என்று எனக்குத் தோன்றுகிறது. 'நீங்கள் எல்லாவற்றையும் போப்பிடம் ஒப்படைத்து விட்டதால், இப்போது அவரே அனைத்திற்கும் பொறுப்பானவர். எனவே நீங்கள் இங்கே திரும்பி வந்து எங்களைத் தொந்தரவு செய்ய வேண்டியதில்லை. நீங்கள் குறைந்தபட்சம் தற்போதைக்கு எதிலும் தலையிடாமல் இருப்பது நல்லது' என்றுதான் அவர்கள் பேசுகிறார்கள். அவர்கள் அப்படிப் பேசுவது மட்டுமின்றி அப்படித் தான் எழுதுகிறார்கள். அவர்களுடைய இறையியலாளர்களின் படைப்புகளில் நானே அதைப் படித்திருக்கிறேன்.

'நீங்கள் எந்த உலகத்திலிருந்து வந்தீர்களோ அந்த உலகத்தின் ஒரே ஒரு இரகசியத்தைக் கூட வெளிப்படுத்த உங்களுக்கு உரிமை உண்டு என்று நினைக்கிறீர்களா?' என்று கேட்ட தலைமை விசாரணை அதிகாரி அவரே அதற்கு பதில் சொன்னார். 'இல்லை, உங்களுக்கு அதற்கு உரிமை இல்லை. நீங்கள் ஏற்கனவே சொன்னதுடன் எதையும் சேர்க்க முடியாது என்பது மட்டுமன்றி, நீங்கள் பூமியில் இருந்தபோது, கட்டிக்காத்த மனிதர்களின் சுதந்திரத்தைப் பறிக்க உங்களுக்கு அதிகாரம் இல்லை. நீங்கள் இப்போது புதியதாக வெளிப்படுத்தும் எதுவும் மனிதர்களின் நம்பிக்கையின் சுதந்திரத்தில் தலையிடுவதாகும், ஏனெனில் அது அவர்களுக்கு ஒரு அதிசயமாகத் தோன்றுவதுடன், ஆயிரத்து ஐநூறு ஆண்டுகளுக்கு முன்பு மற்ற எல்லாவற்றையும் விட நம்பிக்கையின் சுதந்திரத்தை நீங்கள் உயர்வாக மதித்தீர்கள் என்பதை மறந்துவிட வேண்டாம். 'நான் உங்களை விடுவிப்பேன்' என்று அப்போது நீங்கள் அவர்களிடம் அடிக்கடிச் சொல்ல வில்லையா? இப்போது நீங்கள் சுதந்திரமான மனிதர்களைப் பார்க்கிறீர்கள்' என்ற முதியவர் புன்னகையுடன் மேற்கொண்டு சொன்னார். 'ஆம், அதற்காக நாங்கள் மிகப் பெரிய விலை கொடுத்திருக்கிறோம்' என்ற முதியவர் அவரைக் கடுமையாக உற்றுப் பார்த்தபடித் தொடர்ந்தார். 'ஆனால் நாங்கள் இறுதியில் உமது பெயரால் அதை முடிவுக்குக் கொண்டு வந்தோம். நாங்கள் பதினைந்து நூற்றாண்டுகளாகச் சுதந்திரம் என்ற பெயரால் போராடினோம், ஆனால் இப்போது நாங்கள் அந்தக் கருத்திலிருந்து நிரந்தரமாக விடுபட்டு விட்டோம். இப்போது எல்லாம் நல்லபடியாக முடிந்துவிட்டது என்பதை உங்களால் நம்ப முடிய வில்லையா? நீங்கள் என்னை இவ்வளவு கனிவுடன் பார்ப்பதைப் பார்க்கும்போது, நீங்கள் என்னை உங்களுடைய கோபத்திற்குத் தகுதியானவன் என்று கூடக் கருதவில்லை, இல்லையா? ஆனால்

இந்த மனிதர்கள் இப்போது, இந்த நேரத்தில் முன்னெப்போதையும் விட தாங்கள் சுதந்திரமாக இருப்பதாக நம்புகிறார்கள் என்றாலும், அவர்கள் தாங்களாகவே மனமுவந்து பணிவுடன் அவர்களின் சுதந்திரத்தை எங்கள் காலடியில் சமர்ப்பித்துவிட்டார்கள் என்பதை நீங்கள் தெரிந்துகொள்ள வேண்டும் என்று நான் விரும்புகிறேன். இதுதான் எங்கள் சாதனை, ஆனால் நீங்கள் விரும்பிய சுதந்திரம் இதுதானா?"

"எனக்கு மீண்டும் புரியவில்லை" என்று அல்யோஷா இடைமறித்தான். "அவர் கேலி செய்கிறாரா? அவரைப் பார்த்துச் சிரிக்கிறாரா?"

"இல்லவே இல்லை. மனிதர்கள் இறுதியாகச் சுதந்திரத்தை ஒழித்து, மனிதகுலத்திற்கு மகிழ்ச்சியை அளித்த பெருமை தனக்கும் தன்னுடைய திருச்சபைக்கும் உண்டு என்று அவர் சொல்கிறார். 'ஆனால் இப்போதுதான் (அவர் விசாரணையைப் பற்றிக் குறிப்பிடுகிறார்) முதன் முறையாக அவர்களால் மகிழ்ச்சியைப் பற்றிச் சிந்திக்க முடிகிறது. இயற்கையாகவே மனிதன் ஒரு கலகக்காரன்; ஒரு கலகக்காரன் எப்படி மகிழ்ச்சியாக இருக்க முடியும்? அவர்கள் உங்களுக்கு விடுத்த எச்சரிக்கைகளுக்கும் அறிவுரைகளுக்கும் பஞ்சமில்லை என்றாலும், நீங்கள் அவை எதற்கும் செவிசாய்க்கவில்லை. மக்களுக்கு மகிழ்ச்சியைத் தரக்கூடிய ஒரே வழியை நீங்கள் நிராகரித்தீர்கள். ஆனால் அதிர்ஷ்டவசமாக நீங்கள் இங்கிருந்து சென்றபோது அந்த வேலையை எங்களிடம் ஒப்படைத்தீர்கள். நீங்கள் எங்களுக்கு வாக்குறுதிகளை அளித்தீர்கள்; உங்களுடைய வார்த்தையால் அதை உறுதிப்படுத்தினீர்கள். நாங்கள் அவர்களைக் கட்டிப்போடுவதற்கும், அவிழ்த்துவிடவும் எங்களுக்குத் தேவையான அதிகாரத்தை நீங்கள் கொடுத்தீர்கள். இப்போது நீங்கள் அந்த அதிகாரத்தை எங்களிடமிருந்து பறிப்பதைப் பற்றி எங்களால் நினைத்துப் பார்க்க முடியாது. அப்படியிருக்க நீங்கள் ஏன் இப்போது எங்கள் விஷயத்தில் தலையிடுவதற்காக வந்திருக்கிறீர்கள்?' என்று அவர் கேட்டார்."

"எச்சரிக்கைகளுக்கும் அறிவுரைகளுக்கும் பஞ்சமில்லை என்றால் என்ன அர்த்தம்?" என்று கேட்டான் அல்யோஷா.

"அந்தக் கிழவர் அதைத்தான் முக்கியமாகச் சொல்ல விரும்புகிறார்." கிழவர் தொடர்ந்து பேசினார். 'சுய அழிவுக்கும் இருப்பின்மைக்கும் வழிவகுக்கும் மிகவும் பயங்கரமான, புத்திக் கூர்மையுள்ள ஆவி' என்ற கிழவர் தொடர்ந்தார். 'உங்களுடன் வனாந்திரத்தில் பேசியபோது உங்களைத் தூண்டி விட்டது என்று நாங்கள்

வேதங்களில் படித்திருக்கிறோம். அது உண்மையில் உங்களைத் தூண்டிவிட்டதா? நீங்கள் நிராகரித்த, வேதங்களில் 'தூண்டுதல்கள்' என்று அழைக்கப்பட்ட அந்த மூன்று கேள்விகளில் அது உங்களிடம் கேட்டதை விட உண்மையானது வேறு ஏதேனும் இருக்க முடியுமா? இந்தப் பூமியில் உண்மையில் ஏதாவது அதிசயம் நடந்தது என்றால், அது அந்த மூன்று கேள்விகளின் மூலம் உங்களைச் சோதித்த அந்த நாள்தான், ஏனெனில் அந்த மூன்று கேள்விகளை முன்வைத்ததில்தான் உண்மையான அதிசயம் நிகழ்ந்தது. உதாரணமாக, அந்தப் பயங்கரமான ஆவி கேட்ட அந்த மூன்று கேள்விகளும் வேதங்களிலிருந்து எந்தத் தடயமும் இல்லாமல் அழிந்துபோய்விட்டது என்று வைத்துக் கொள்வோம். அப்போது அவற்றை மீட்டெடுத்து, மீண்டும் உருவாக்கி, புதியதாக மறுகண்டுபிடிப்பு செய்து, வேதங்களில் புதியதாகச் சேர்க்க வேண்டும் என்றால், பூமியில் உள்ள அனைத்து ஞானிகளையும், ஆட்சியாளர்களையும், துறவிகளையும், தத்துவவாதிகளையும், கவிஞர்களையும் ஒன்றிணைத்து அவர்களிடம் அந்தப் பணியை ஒப்படைக்க வேண்டியிருக்கும். அவர்கள் அந்தக் கேள்விகளை மீண்டும் உருவாக்கும்போது, அவை அந்தச் சந்தர்ப்பத்திற்குப் பொருத்தமானதாக மட்டுமின்றி, ஒரு சில வார்த்தைகளில், மூன்று சுருக்கமான மனித வாக்கியங்களில் உலகத்தின், மனிதகுலத்தின் ஒட்டுமொத்த எதிர்கால வரலாற்றையும் வெளிப்படுத்துவதாக இருக்க வேண்டும். அன்று வனாந்திரத்தில் அந்தச் சக்திவாய்ந்த, புத்திக்கூர்மையுள்ள ஆவி உங்களிடம் கேட்ட அந்த மூன்று கேள்விகளுக்கு இணையான, ஆழமும் வலிமையும் மிக்க ஒன்றை இந்தப் பூமியின் ஒட்டுமொத்த ஞானத்தினாலும் உருவாக்க முடியும் என்று நீங்கள் நினைக்கிறீர்களா? அந்தக் கேள்விகளிலிருந்தும், அவை உருவான அதிசயத்திலிருந்தும், அது நிலையற்ற மனித மனம் சம்பந்தப்பட்ட விஷயம் அல்ல, மாறாக முழுமையான, நிரந்தரமான ஒன்றுடன் தொடர்புடையது என்பது தெளிவாகிறது. ஏனெனில் அந்தக் கேள்விகளில் மனிதகுலத்தின் ஒட்டுமொத்த எதிர்கால வரலாறும் முழுமையாகத் தொகுக்கப்பட்டு முன்கூட்டியே சொல்லப்பட்டுள்ளது. பூமியில் உள்ள மனித இயல்பின் அனைத்து முரண்பாடுகளையும் ஒன்றிணைக்கும் மூன்று சக்தி வாய்ந்த கருத்துக்கள் இந்தக் கேள்விகளின் மூலம் வெளிப்படுகின்றன. அது அந்த நேரத்தில் அத்தனை தெளிவாக இருந்திருக்க முடியாது, ஏனெனில் அப்போது எதிர்காலம் எங்கோ வெகு தொலைவில் இருந்தது. ஆனால் இப்போது பதினைந்து நூற்றாண்டுகள்

கழிந்துவிட்ட நிலையில், அந்த மூன்று கேள்விகளில் எல்லாமே துல்லியமாக முன்கூட்டியே கணிக்கப்பட்டு, அனைத்தும் முற்றிலும் உண்மை என்று நிரூபிக்கப்பட்டுள்ளதால், அவற்றுடன் எதையும் சேர்க்கவோ அல்லது நீக்கவோ முடியாது என்பதை நாம் காண்கிறோம்.

நீங்கள் அல்லது உங்களிடம் கேள்வி கேட்டவர் இருவரில் யார் சொன்னது சரி என்று நீங்களே சொல்லுங்கள். உங்களுக்கு அந்த முதல் கேள்வி நினைவிருக்கிறதா? அது வேறு வார்த்தைகளில் கேட்கப்பட்டிருந்தாலும் அதன் பொருள் இதுதான். நீங்கள் இந்த உலகத்திற்கு வரவிரும்பியபோது, சுதந்திரத்தைப் பற்றிச் சில தெளிவற்ற வாக்குறுதிகளைத் தவிர வேறு எதுவும் இல்லாமல் வெறுங்கையுடன் வந்தீர்கள். அந்த மனிதர்கள் அவர்களின் எளிமையான மனதாலும், பொறுப்பற்ற தன்மையாலும் அதைப் புரிந்து கொள்ள முடியாமல் அஞ்சி நடுங்கினார்கள். ஏனெனில் மனிதனுக்கும் மனித சமுதாயத்திற்கும் எப்போதும் சுதந்திரத்தை விடச் சகிக்க முடியாததாக வேறெதுவும் இருந்ததில்லை! நீங்கள் இந்த வறண்ட சுட்டெரிக்கும் பாலைவனத்தில் உள்ள இந்தக் கற்களைப் பார்த்தீர்களா? நீங்கள் அவற்றை அப்பமாக மாற்றினால் இந்த மனிதர்கள் நன்றியும் கீழ்ப்படிதலும் உள்ள ஓர் ஆட்டு மந்தையைப் போல உங்கள் பின்னால் ஓடிவருவார்கள் என்றாலும், நீங்கள் அப்படிச் செய்வதை நிறுத்திவிடுவீர்களோ என்று எப்போதும் பயந்து சாவார்கள். ஆனால் நீங்கள் மனிதனின் சுதந்திரத்தைப் பறிக்க விரும்பவில்லை. நீங்கள் அந்த யோசனையை நிராகரித்தீர்கள், ஏனெனில் அவர்களுடைய கீழ்ப்படிதலை அப்பத்தால் வாங்கினால் அது என்ன வகையான சுதந்திரமாக இருக்கும் என்று நீங்கள் யோசித்தீர்கள். எனவே நீங்கள் மனிதன் அப்பத்தால் மட்டும் வாழ்வதில்லை என்று பதில் சொன்னீர்கள். ஆனால் பூமியில் கிடைக்கும் அந்த அப்பத்திற்காக இந்தப் பூமியின் ஆவி உங்களுக்கு எதிராக எழுந்து, உங்களுடன் போரிட்டு உங்களை ஜெயிக்கும். அப்போது இந்த மனிதர்கள் எல்லோரும் அதைப் பின்பற்றி, 'வானத்திலிருந்து எங்களுக்கு நெருப்பைக் கொடுத்த இந்த மிருகத்திற்கு இணையாக யார் இருக்கிறார்கள்?' என்று கூச்சலிடுவார்கள். நூற்றாண்டுகள் பல கடந்த பின்னர் இந்த மனிதகுலம், ஞானிகள் மற்றும் விஞ்ஞானிகள் வாயிலாக, இந்த உலகில் குற்றம் என்ற ஒன்று இல்லை என்பதால் பாவமும் இல்லை, ஆனால் மனிதனுக்கு பசி மட்டுமே இருக்கிறது என்று பிரகடனம் செய்யும் என்பது உங்களுக்குத் தெரியுமா? 'மனிதர்களுக்கு முதலில் உணவைக் கொடுங்கள் அதன் பிறகு அவர்களிடம்

ஒழுக்கத்தை எதிர்பாருங்கள்' என்று அவர்கள் உங்களுக்கு எதிராகக் கொடி பிடித்து, கோஷமிட்டு, உங்கள் தேவாலயங்களை இடித்து, அந்த இடத்தில் ஒரு புதிய கட்டிடத்தைக் கட்டி பயங்கரமான பாபேல் கோபுரத்தை எழுப்புவார்கள். ஆனால் சென்ற முறை நிகழ்ந்தது போல அதைக் கட்டி முடிக்க முடியாது என்றாலும், மனிதர்கள் புதிய கோபுரத்தைக் கட்டும் முயற்சியை நீங்கள் தடுத்து, அவர்களின் துன்பங்களை ஆயிரம் ஆண்டுகள் குறைத்திருக்கலாம், ஏனெனில் அந்தத் தேவையற்ற ஆயிரம் ஆண்டுகள் வேதனைக்குப் பிறகு அவர்கள் மீண்டும் எங்களிடம்தான் வருவார்கள்! அவர்கள் தாங்கள் மீண்டும் சித்திரவதை செய்யப்பட்டு துன்புறுத்தப்படுவோம் என்ற பயத்தில் எங்கேயோ ஒளிந்து கொண்டு எங்களைத் தேடுவார்கள். அவர்கள் எங்களைக் கண்டுபிடித்து, 'எங்களுக்கு உணவு கொடுங்கள், வானத்திலிருந்து நெருப்பைத் தருவதாக வாக்களித்தவர்கள் எங்களுக்கு அதைத் தரவில்லை!' என்று கூக்குரலிடுவார்கள். அதற்குப் பிறகு நாங்கள் அவர்களுடைய கோபுரத்தைக் கட்டி முடிப்போம், ஏனெனில் அவர்களுக்கு உணவு கொடுப்பவர்களால்தான் அதைக் கட்டி முடிக்க முடியும். நாங்கள் மட்டுமே உமது பெயரால் அவர்களுக்கு உணவளிப்போம். நாங்கள் அவர்களிடம் அது உங்கள் பெயரில் உள்ளதாகப் பொய் சொல்வோம். ஓ, நாங்கள் இல்லாமல் அவர்களால் எப்போதும், ஒருபோதும் தங்களுக்குத் தாங்களே உணவளிக்க முடியாது! அவர்கள் சுதந்திரமாக இருக்கும் வரை அவர்களுக்கு எந்த விஞ்ஞானமும் உணவைத் தராது. இறுதியில் அவர்கள் தங்கள் சுதந்திரத்தை எங்கள் காலடியில் சமர்ப்பித்து, 'எங்களை அடிமைப்படுத்துங்கள், ஆனால் உணவைக் கொடுங்கள்' என்று சொல்வார்கள். சுதந்திரமும், ஒவ்வொருவருக்கும் தேவையான உணவும் ஒன்றாகச் சேர்ந்து கிடைக்காது என்பதை அவர்கள் புரிந்து கொள்வார்கள், ஏனென்றால் அவர்கள் தங்களுக்குள் பகிர்ந்து கொள்ள வேண்டும் என்பதை ஒருபோதும் கற்றுக் கொள்ளவில்லை. மேலும் அவர்கள் தாங்கள் பலவீனமானவர்களாக, ஒழுங்கீனமானவர்களாக, பயனற்றவர்களாக, கலகக்காரர்களாக இருப்பதால் தங்களால் ஒருபோதும் சுதந்திரமாக இருக்க முடியாது என்பதைத் தெரிந்து கொள்வார்கள். நீங்கள் அவர்களுக்குப் பரலோக அப்பத்தைத் தருவதாக வாக்களித்தீர்கள். ஆனால் நான் மீண்டும் சொல்கிறேன், பலவீனமான, நிரந்தரமாக சீரழிந்த, என்றென்றும் இழிவான மனித இனத்தின் பார்வையில் ஒப்பிடும்போது, அது பூமியில் கிடைக்கும் அப்பத்திற்கு ஈடாக முடியுமா? பரலோக அப்பத்திற்காக நூறு அல்லது ஆயிரக்கணக்கான

நற்றிணை பதிப்பகம் ○ 421

மனிதர்கள் உம்மைப் பின்பற்றினாலும், பூமியில் கிடைக்கும் உணவைத் துறக்க வலிமையற்ற கோடிக்கணக்கான மக்களின் கதி என்னவாகும்? இந்தப் பூமியில் கடல் மணலைப் போல கோடிக்கணக்கான, பலவீனமான, ஆனால் உம்மை நேசிக்கும் மக்கள் இருக்கும்போது, வலிமையான, சிறந்த மனிதர்கள் மட்டுமே உமது அன்புக்குரியவர்களா? அவர்கள் வலிமையான, சிறந்த மனிதர்களுக்கு கருவியாகப் பயன்பட வேண்டுமா? இல்லை, நாங்கள் பலவீனமானவர்கள் மீதும் அக்கறை காட்டுகிறோம். அவர்கள் பாவிகள், கலகக்காரர்கள் என்றாலும், இறுதியில் எங்களுக்குக் கீழ்ப்படிந்து நடப்பார்கள். அவர்கள் எங்களைப் பார்த்து வியந்து, எங்களைக் கடவுள்களாகப் பார்ப்பார்கள், ஏனென்றால் அவர்களுக்குப் பயங்கரமாகத் தோன்றும் சுதந்திரத்தின் சுமையை நாங்கள் ஏற்றுக் கொண்டு அவர்களை ஆட்சி செய்ய ஒப்புக் கொள்கிறோம். இருந்தாலும் நாங்கள் உமக்கு உண்மை யானவர்கள் என்றும், உமது பெயரால் அவர்களை ஆட்சி செய்கிறோம் என்றும் பொய் சொல்லி அவர்களை ஏமாற்றுவோம், ஏனெனில் நீங்கள் இனிமேல் மீண்டும் இங்கு வருவதை நாங்கள் அனுமதிக்க மாட்டோம். நாங்கள் அவர்களை ஏமாற்றுவது எங்களுக்கு வேதனையாக இருக்கும், ஏனெனில் நாங்கள் அவர்களிடம் பொய் சொல்லும் நிர்ப்பந்தம் ஏற்படுகிறது.

உங்களிடம் வனாந்திரத்தில் கேட்கப்பட்ட முதல் கேள்வியின் பொருள் இதுதான். நீங்கள் எல்லாவற்றுக்கும் மேலாக உயர்வாகக் கருதிய சுதந்திரத்தின் பெயரால் இதைத்தான் நிராகரித்தீர்கள். ஆனாலும் அந்தக் கேள்வியில்தான் இந்த உலகத்தின் மாபெரும் இரகசியம் மறைந்திருக்கிறது. நீங்கள் அவர்களுக்கு அப்பங்களைக் கொடுக்கத் தயாராக இருந்திருந்தால், தனி மனிதனின் மற்றும் ஒட்டுமொத்த மனிதகுலத்தின், 'யாரை வணங்குவது' என்ற நிரந்தரமான ஏக்கத்திற்குப் பதிலளித்திருப்பீர்கள். மனிதன் சுதந்திரமாக இருக்கும் வரை, அவனுக்கு வழிபட யாரையாவது கண்டுபிடிப்பதைக் காட்டிலும், முக்கியமான, அவசரமான அல்லது அதிக வேதனையான தேவை வேறெதுவும் இருக்க முடியாது. ஆனால் மனிதன் சர்ச்சைக்கும், கேள்விக்கும் அப்பாற்பட்ட ஒன்றை வணங்க விரும்புகிறான், அப்போதுதான் எல்லோரும் ஒருமனதாக அதை வழிபட ஒப்புக்கொள்வார்கள். ஏனெனில் இந்தப் பரிதாபத்திற்குரிய ஜீவன்களின் கவலை, ஒவ்வொருவரும் தனிப்பட்ட முறையில் வழிபடக்கூடிய ஒன்றைக் கண்டுபிடிக்க வேண்டும் என்பது அல்ல, மாறாக எல்லோரும் நம்பக்கூடிய, வணங்கக்கூடிய ஒன்றைக் கண்டுபிடிக்க வேண்டும் என்பதுதான்.

எனவே சமுதாய வழிபாட்டுக்கான இந்த ஏக்கம் ஒவ்வொரு மனிதனுக்கும் தனிப்பட்ட முறையிலும், மனிதகுலம் முழுமைக்கும் ஆதிகாலம் தொட்டே இருந்து வரும் தலையாய துயரமாகும். இந்தப் பொது வழிபாட்டிற்காக அவர்கள் ஒருவரையொருவர் வாளால் வெட்டிக் கொண்டு செத்திருக்கிறார்கள். அவர்கள் கடவுள்களைப் படைத்து ஒருவருக்கொருவர் சண்டையிட்டுக் கொண்டார்கள். 'உங்கள் தெய்வங்களை விட்டுவிட்டு எங்கள் தெய்வங்களை வணங்குங்கள், இல்லையென்றால் உங்களையும் உங்கள் தெய்வங்களையும் அழிப்போம்' என்று ஒருவருக்கொருவர் சவால் விட்டார்கள். கடவுள்கள் பூமியிலிருந்து மறைந்தாலும் இந்த உலகம் அழியும் வரையிலும் அப்படித்தான் இருக்கும், ஏனெனில் அப்போது அவர்கள் சிலைகளுக்கு முன்னே விழுந்து வணங்குவார்கள். மனித சுபாவத்தின் இந்த அடிப்படை உண்மை உங்களுக்குத் தெரியாமல் இருக்க முடியாது, நிச்சயமாகத் தெரிந்திருக்கும். ஆனால் இந்த மனிதகுலம் முழுவதும் உங்களை வணங்கும்படி உங்களுக்கு வழங்கப்பட்ட ஒரே முழுமையான பதாகையை, பூமிக்குரிய அப்பத்தின் பதாகையை, நீங்கள் நிராகரித்தீர்கள். நீங்கள் சுதந்திரத்தின் பெயராலும், பரலோக அப்பத்தின் பெயராலும் அதை நிராகரித்தீர்கள். ஆனால் நீங்கள் மீண்டும் சுதந்திரம் என்ற பெயரால் என்ன செய்துள்ளீர்கள் என்று பாருங்கள்! இந்தத் துரதிருஷ்டவசமான ஜீவன்களுக்கு, அவர்கள் பிறந்தபோது, தங்களுடன் கொண்டு வந்த சுதந்திரம் என்ற பரிசை உடனடியாக யாரிடமாவது ஒப்படைக்க வேண்டும் என்பதை விட வேதனையான பெரிய கவலை வேறெதுவும் இல்லை என்று நான் மீண்டும் சொல்கிறேன். ஆனால் அவர்களுடைய மனசாட்சியைச் சாந்தப்படுத்த முடிந்தவர்களால் மட்டுமே அவர்களின் சுதந்திரத்தைக் கைப்பற்றுவதில் வெற்றி பெற முடியும். நீங்கள் ஒருபோதும் கேள்வி கேட்க முடியாத அப்பம் என்ற பதாகை உங்களுக்கு வழங்கப்பட்டது. மக்களுக்கு அப்பத்தைக் கொடுத்தால், அவர்கள் உங்களை வணங்குவார்கள், ஏனெனில் அப்பத்தை விட மறுக்க முடியாதது எதுவும் இல்லை. ஆனால் அதே நேரத்தில், வேறொருவர் அவர்களின் மனசாட்சியைக் கைப்பற்றுவதில் வெற்றி பெற்றால், அவர்கள் நீங்கள் கொடுக்கும் அப்பத்தை உதறிவிட்டு, மனசாட்சியைக் கைப்பற்றியவர்களைப் பின்பற்றலாம். இதைப் பொறுத்தவரை நீங்கள் சொன்னது சரிதான், ஏனெனில் மனித இருப்பின் இரகசியம் வாழ்வதில் மட்டுமின்றி எதற்காக வாழ்கிறோம் என்பதிலும் இருக்கிறது. ஒரு மனிதன் தான் எதற்காக வாழ்கிறோம் என்பதைப் பற்றி ஒரு திட்டவட்டமான கருத்து

இல்லாவிட்டால் அவனால் தொடர்ந்து வாழ முடியாது. அவனுக்கு உணவு கிடைத்தாலும் கூட, அவன் இந்தப் பூமியில் வாழ்வதைக் காட்டிலும் உயிரை விட்டு விடுவான். அது உண்மைதான். ஆனால் என்ன நடந்தது? நீங்கள் அவர்களின் சுதந்திரத்தைக் கைப்பற்றுவதற்குப் பதிலாக, அவர்களுக்கு மேலும் அதிகமான சுதந்திரத்தைக் கொடுத்தீர்கள்! நன்மை தீமையைப் பற்றிய அறிவைக் கொண்டு தேர்வு செய்யும் சுதந்திரத்தை விட மன அமைதியும், மரணமும் அவர்களுக்கு மிகவும் பிரியமானவை என்பதை நீங்கள் மறந்துவிட்டீர்கள். மனசாட்சியின் சுதந்திரத்தை விட மக்களைக் கவர்ந்திழுப்பது வேறு எதுவும் இல்லை, ஆனால் அதைவிடத் துன்பத்திற்கு ஆதாரமாக இருப்பதும் வேறு எதுவும் இல்லை. நீங்கள் அவர்களின் மனசாட்சியை என்றென்றும் அமைதிப்படுத்தும் உறுதியான ஒன்றை வழங்குவதற்குப் பதிலாக, அறிமுகமில்லாத, தெளிவற்ற, வரையறுக்கப்படாத, அவர்களின் புரிதலுக்கு அப்பாற்பட்ட ஒன்றை அவர்களுக்கு வழங்க முன் வந்ததன் மூலம், அவர்களுக்காக உயிரைத் தியாகம் செய்ய வந்த நீங்கள், அவர்களை நேசிக்காதது போல நடந்து கொண்டீர்கள். நீங்கள் அவர்களின் சுதந்திரத்தைக் கட்டுப்படுத்துவதற்குப் பதிலாக, அதிக சுதந்திரத்தைக் கொடுத்து, அவர்களின் ஆன்மாவுக்கு முடிவற்ற துன்பங்களைக் கொடுத்தீர்கள். நீங்கள் அவர்களுடைய சுதந்திரமான அன்பை விரும்பியதால், அவர்கள் உங்களால் கவரப்பட்டு, அவர்களுடைய சொந்த விருப்பத்தின் பேரில் உங்களிடம் வர வேண்டும் என்று நினைத்தீர்கள். எனவே அவர்கள் கண்டிப்பும், தெளிவும் கொண்ட பழைய விதிகளைப் பின்பற்றாமல், உங்கள் உருவத்தை மட்டும் வழிகாட்டியாகக் கொண்டு, அவர்களே சுதந்திரமான மனதுடன் நன்மை தீமைகளைத் தீர்மானித்தார்கள். ஆனால் அவர்கள் தேர்ந்தெடுக்கும் சுதந்திரத்தின் பாரத்தைச் சுமக்க முடியாமல், இறுதியில் உமது உருவத்தையும், உமது சத்தியத்தையும் கூட நிராகரிப்பார்கள் என்று உங்களுக்குத் தெரியாதா? அப்போது அவர்கள் உங்களிடம் சத்தியம் இல்லை என்று கூக்குரலிடுவார்கள், ஏனென்றால் நீங்கள் அவர்களிடம் விட்டுச் சென்ற பல பிரச்சனைகளும், தீர்க்கப்படாத கேள்விகளும் ஏற்படுத்தியதைக் காட்டிலும், அதிகமான குழப்பமும் வேதனையும் அவர்களை வாட்டி வதைக்கிறது.

எனவே வேறு யாரையும் குற்றம் சொல்ல முடியாதபடி, உமது ராஜ்ஜியத்தின் அழிவுக்கு நீங்களே அடித்தளம் அமைத்தீர்கள். நீங்கள் இதைத்தான் அவர்களுக்குக் கொடுக்க விரும்பினீர்களா? இந்தப் பலவீனமான, கலகக்கார மனிதர்களின் மனசாட்சியை

என்றென்றும் வென்று கைப்பற்றவும், அவர்களின் மகிழ்ச்சியை உறுதிப்படுத்தவும், இந்தப் பூமியில் உள்ள அற்புதம், மர்மம், அதிகாரம் என்ற மூன்று சக்திகளால் மட்டுமே முடியும். ஆனால் நீங்கள் இந்த மூன்றையும் நிராகரித்து அதற்கு உங்களை நீங்களே உதாரணமாகக் காட்டிக் கொண்டீர்கள். அந்தப் பயங்கரமான, தந்திரமான ஆவி உங்களைத் தேவாலயத்தின் உச்சிக்கு அழைத்துச் சென்று, 'நீங்கள் தேவனுடைய குமாரனா இல்லையா என்பதை அறிய விரும்பினால் இங்கிருந்து கீழே குதியுங்கள். நீங்கள் உண்மையில் தேவனுடைய குமாரனாக இருந்தால் தேவதூதர்கள் உங்களைப் பாதுகாப்பார்கள் என்று எழுதியிருக்கிறது. எனவே, நீங்கள் தேவனுடைய குமாரன் என்பதையும், உங்களுடைய பிதாவின் மேல் உங்களுக்கு எவ்வளவு விசுவாசம் உள்ளது என்பதையும் அறிந்து கொள்ளலாம்' என்று அது உங்களைத் தூண்டிவிட்டது. ஆனால் நீங்கள் அதை ஏற்றுக் கொள்ளாமல் மறுத்து விட்டீர்கள். ஓ, நீங்கள் அப்போது கடவுளைப் போல பெருமிதத்துடன் அற்புதமாகச் செயல்பட்டீர்கள். ஆனால் இந்தப் பலவீனமான, கலகக்கார பழங்குடியினர் கடவுள்களா? நீங்கள் ஒரு அடி எடுத்து வைத்துக் கீழே குதிப்பதற்கு முயற்சி செய்திருந்தால், நீங்கள் கடவுளைச் சோதித்து, அவர் மீதுள்ள நம்பிக்கையை இழந்திருப்பீர்கள் என்றும், நீங்கள் காப்பாற்ற வந்த இந்தப் பூமியில் சுக்குநூறாக நொறுங்கிப் போயிருப்பீர்கள் என்றும், உங்களைச் சோதித்த அந்தத் தந்திரக்கார ஆவி மகிழ்ச்சியடைந்திருக்கும் என்றும் அந்த நேரத்தில் உங்களுக்கு நன்றாகத் தெரியும். ஆனால் நான் உங்களிடம் மீண்டும் கேட்கிறேன், உங்களைப் போல எத்தனை பேர் இருக்கிறார்கள்? இத்தகைய சோதனைகளை இந்த மனிதர்களால் ஒரு கணமாவது தாங்க முடியும் என்று நீங்கள் நினைக்கிறீர்களா? வாழ்க்கையின் மிகவும் சவாலான தருணங்களில் கூட, ஆழமான ஆன்மீகக் கேள்விகளை எதிர்கொள்ளும்போது கூட, மனிதர்கள் தங்கள் மனதின் சுதந்திரமான தீர்ப்பை மட்டுமே நம்பி, அற்புதங்களை நிராகரிக்கும் வகையில் மனித இயல்பு வடிவமைக்கப்பட்டுள்ளதா? உமது செயல் வேதங்களில் பதிவு செய்யப்பட்டு, அது பூமியின் தொலைதூர மூலைகளை எட்டி, யுகங்களின் இறுதி வரையிலும் செல்லும் என்றும், மனிதன் உங்களை முன்மாதிரியாகக் கொண்டு, அற்புதங்களை நாடாமல் கடவுளுடன் நிலைத்திருப்பான் என்றும் நீங்கள் நம்பினீர்கள். ஆனால் மனிதன் அற்புதங்களை நிராகரிக்கும்போது கடவுளையும் நிராகரிக்கிறான் என்று நீங்கள் அறியாமல் போனீர்கள். ஏனென்றால் மனிதன் அற்புதங்களை நாடுவதைப் போல கடவுளை

நாடுவதில்லை. அற்புதங்கள் இல்லாமல் மனிதனால் வாழ முடியாது என்பதால், அவனே சொந்தமாக அற்புதங்களை உருவாக்குவான். அவன் மத விரோதியாகவும், கலகக்காரனாகவும், நூறுமடங்கு நாத்திகனாகவும் இருந்தாலும் கூட, அவன் மந்திரங்களையும் சூனியங்களையும் நம்பி அதற்குத் தலை வணங்குவான். அவர்கள் உங்களைப் பார்த்துக் கூக்குரலிட்டு, 'நீங்கள் சிலுவையிலிருந்து இறங்கி வாருங்கள், அப்போதே நாங்கள் உங்களை நம்புவோம்' என்று பரிகாசம் செய்தபோது நீங்கள் சிலுவையிலிருந்து இறங்கி வரவில்லை. ஏனென்றால் நீங்கள் அற்புதங்களால் மனிதனை அடிமைப்படுத்த விரும்பவில்லை என்பதால், கீழே இறங்கி வரவில்லை. அவர்கள் எந்த அற்புதங்களையும் நம்பாமல் சுயமாக, சுதந்திரமாக உங்களை விசுவாசிக்க வேண்டும் என்று நீங்கள் விரும்பினீர்கள். எப்போதும் அதிகாரத்திற்குப் பயந்து ஒரு அடிமையைப் போல அடிபணிந்து வெளிக்காட்டும் அன்புக்காக இல்லாமல், அவர்களின் சுதந்திரமான அன்புக்காக நீங்கள் ஏங்கினீர்கள். ஆனால் இங்கும் நீங்கள் மனிதர்களை உயர்வாக மதிப்பிட்டீர்கள், ஏனென்றால் அவர்கள் இயற்கையிலேயே கலகக்காரர்களாக இருந்தாலும், நிச்சயமாக அடிமைகள்தான். இதோ சுற்றிலும் பாருங்கள், இப்போது பதினைந்து நூற்றாண்டுகள் கடந்த பிறகும், நீங்கள் உங்களுக்கு நிகராக உயர்த்திய ஒரு மனிதனையாவது உங்களால் பார்க்க முடிகிறதா? நான் சத்தியமாகச் சொல்கிறேன், நீங்கள் நினைத்ததை விட மனிதன் பலவீனமானவன், இழிந்தவன்! நீங்கள் சாதித்ததை அவனால் செய்ய முடியுமா? நீங்கள் அவனை மிகவும் உயர்வாக மதித்து, அவனுக்கு இரக்கம் காட்டுவதை நிறுத்திவிட்டீர்கள், ஏனெனில் நீங்கள் அவனிடமிருந்து மிக அதிகமாக எதிர்பார்த்தீர்கள். அப்படிச் செய்தது யார்? உங்களை விட அதிகமாக அவனை நேசித்த நீங்கள்தான் அதைச் செய்தீர்கள்! நீங்கள் அவனைக் குறைவாக மதித்திருந்தால், அவனிடம் குறைவாக எதிர்பார்த்திருப்பீர்கள். அப்போது அது ஒரு அன்புக்கு நிகராக அவனுடைய பொறுப்பின் சுமையைக் குறைத்திருக்கும். மனிதன் பலவீனமானவன், வெறுக்கத்தக்கவன். இப்போது அவன் எங்கள் அதிகாரத்திற்கு எதிராக எல்லா இடங்களிலும் கலகம் செய்துவிட்டு, அதைப் பெருமையாக நினைக்கிறான் என்றால், அது பரவாயில்லையா? அது ஒரு குழந்தையின், ஒரு பள்ளிச் சிறுவனின் பெருமிதம். குழந்தைகள் வகுப்பறையில் ஆர்ப்பாட்டம் செய்து ஆசிரியர்களை விரட்டியடிப்பது போன்றது. ஆனால் அவர்களின் குழந்தைத் தனமான மகிழ்ச்சி விரைவில் முடிவுக்கு வந்துவிடும்; அவர்கள் அதற்காக அதிக விலை கொடுக்க வேண்டியிருக்கும். அவர்கள்

தேவாலயங்களை இடித்துத் தரைமட்டமாக்கி, இந்தப் பூமியில் இரத்த வெள்ளத்தை ஓடச் செய்வார்கள். இறுதியில் அந்த முட்டாள் குழந்தைகள், தாங்கள் கலகக்காரர்களாக இருந்தாலும், தங்களுடைய சொந்தக் கலகத்தையே தாங்க முடியாத பலவீனமான கலகக்காரர்கள் என்று புரிந்து கொள்வார்கள். அவர்கள் அசட்டுத்தனமாகக் கண்ணீர் விட்டு அழுதுவிட்டு, தங்களைக் கலகக்காரர்களாகப் படைத்த இறைவன் தங்களைக் கேலி செய்ய விரும்பினான் என்பதை இறுதியில் உணர்ந்து கொள்வார்கள். அவர்கள் விரக்தியடைந்து அதைச் சொல்லும்போது, அது தெய்வ நிந்தனையாக வெளிப்படும். அதன் பிறகு அவர்கள் அதை நினைத்து மேலும் அதிக மகிழ்ச்சியற்றவர்களாக இருப்பார்கள். ஏனெனில் மனித இயல்பு தெய்வ நிந்தனையை பொறுத்துக் கொள்ள முடியாமல், அதற்காக எப்போதும் தன்னைத்தானே தண்டித்துக் கொள்ளும். ஆக, நீங்கள் அவர்களின் சுதந்திரத்திற்காக அனுபவித்த எண்ணற்ற துன்பங்களுக்குப் பிறகு, இப்போது எங்கு பார்த்தாலும் அமைதியின்மையையும், குழப்பத்தையும், துயரத்தையும் தவிர வேறில்லை! உங்களுடைய பெரிய தீர்க்கதரிசி, முதலாம் உயிர்த்தெழுதலில் பங்கேற்ற அனைவரையும் பார்த்ததாகவும், அவர்கள் ஒவ்வொரு இனத்திலிருந்தும் பன்னிரண்டாயிரம் பேர் இருந்ததாகவும் ஒரு தரிசனத்திலும், கதையிலும் கூறுகிறார். ஆனால் இத்தனை பேர் இருந்திருந்தால் அவர்கள் மனிதர்களாக இல்லாமல் கடவுள்களாக இருந்திருக்க வேண்டும். அவர்கள் நீங்கள் சிலுவையில் அறையப்பட்டதைச் சகித்துக் கொண்டு, வறண்ட வனாந்திரத்தில் பல வருடங்களாகக் கிழங்குகளையும், வெட்டுக்கிளிகளையும் உண்டு வாழ்ந்தார்கள். நீங்கள் நிச்சயமாக அந்தச் சுதந்திரமான குழந்தைகளின் சுதந்திரமான அன்பையும், உங்களுக்காக அவர்கள் அனுபவித்த துன்பங்களையும் நினைத்துப் பெருமைப்படலாம். ஆனால் அவர்கள் ஆயிரக்கணக்கானவர்கள் மட்டுமே என்பதையும், அவர்களும் கடவுள்கள் என்பதையும் நினைவில் கொள்ளுங்கள். ஆனால் மீதமுள்ள மற்றவர்களின் நிலை என்ன? வலிமையுள்ளவர்கள் சகித்துக் கொண்டதைப் பலவீனமான வர்களால் தாங்க முடியவில்லை என்பதற்காக அவர்களை எப்படிக் குறை சொல்ல முடியும்? இத்தகைய பயங்கரமான துன்பங்களைத் தாங்க முடியாமல் போவது அவர்களுடைய பலவீனமான ஆன்மாவின் குற்றமா? நீங்கள் ஒரு சில தேர்ந்தெடுத்த மனிதர் களுக்காக மட்டுமே இங்கு வந்தீர்கள் என்பதுதான் உண்மையா? அப்படியானால் அது எங்களால் புரிந்து கொள்ள முடியாத ஒரு மர்மமாக இருக்க வேண்டும். அது ஒரு மர்மம் என்றால், இதயத்தின் பரிசுத்தமான அன்பும், தேர்ந்தெடுக்கும் சுதந்திரமும் முக்கியமல்ல,

மாறாக மர்மமே முக்கியமானது என்று அவர்களுக்குப் போதித்து, அவர்களின் மனசாட்சியின் குரலுக்கு எதிராக அவர்களைக் கண்மூடித்தனமாக அடிபணியச் செய்ய எங்களுக்கு உரிமை உண்டு. எனவே இப்போது நாங்கள் அதைத்தான் செய்து கொண்டிருக்கிறோம். நாங்கள் உங்கள் செயல்களைத் திருத்தி, அற்புதம், மர்மம், அதிகாரம் ஆகியவற்றின் அடிப்படையில் அதை நிறுவியுள்ளோம். இந்த மக்கள் அவர்களை மீண்டும் ஆட்டு மந்தைகளைப் போல நடத்துவதைப் பார்த்தும், அவர்களுக்குப் பயங்கரமான துன்பத்தைக் கொடுத்த சுதந்திரம் என்ற மோசமான பரிசு அவர்களுடைய இதயங்களிலிருந்து அகற்றப்பட்டதைக் கண்டும் மகிழ்கிறார்கள். சொல்லுங்கள், நாம் அவர்களுக்குப் போதித்ததும், செய்ததும் சரிதானா? நாம் மனிதனின் பலவீனத்தை உணர்ந்து, அன்பினால் அவனுடைய பாரத்தைக் குறைத்து, அவனுடைய பலவீனமான இயல்பைக் கருத்தில் கொண்டு, நம்முடைய அனுமதியோடு அவனைப் பாவம் செய்ய அனுமதித்திருக்கிறோம் என்றால், நாம் உண்மையில் அவனை நேசிக்கவில்லையா? இப்போது நீங்கள் எதற்காக எங்கள் விவகாரங்களில் தலையிட வந்திருக்கிறீர்கள்? உம்முடைய பணிவான, ஊடுருவும் கண்களால் என்னை ஏன் இவ்வளவு சாந்தமாகப் பார்க்கிறீர்கள்? உங்களுக்குக் கோபம் வரவில்லையா? நான் உம்மை நேசிக்கவில்லை என்பதால் எனக்கு உங்கள் அன்பு தேவையில்லை. நான் யாருடன் பேசுகிறேன் என்று எனக்குத் தெரியாதது போல பாசாங்கு செய்வதால் என்ன பயன்? நான் சொல்ல வேண்டியது எல்லாம் ஏற்கனவே உங்களுக்கு நன்றாகத் தெரியும் என்பதை உங்கள் கண்களிலிருந்து என்னால் கண்டுகொள்ள முடிகிறது. எனவே நான் எங்கள் இரகசியங்களை உங்களிடமிருந்து எப்படி மறைக்க முடியும்? ஒருவேளை நீங்கள் என் வாயிலிருந்து அதைக் கேட்க விரும்புகிறீர்கள் போலிருக்கிறது. நல்லது, நான் சொல்கிறேன். நாங்கள் உங்களுடன் அல்ல, அவருடன் இருக்கிறோம், இதுதான் எங்கள் இரகசியம்! நாங்கள் நீண்ட காலமாக, அதாவது எட்டு நூற்றாண்டுகளாக அவருடன் இருக்கிறோம். சரியாக எட்டு நூற்றாண்டுகளுக்கு முன்பு நீங்கள் கோபத்துடன் நிராகரித்த, இந்தப் பூமியில் உள்ள அனைத்து ராஜ்ஜியங்களையும் சுட்டிக்காட்டி அவர் உங்களுக்குக் கொடுத்த கடைசிப் பரிசை நாங்கள் ஏற்றுக் கொண்டோம். நாங்கள் அவரிடமிருந்து ரோம் நகரத்தையும் சீஸரின் வாளையும் ஏற்றுக் கொண்டு, இந்தப் பூமியின் ஏகோபித்த ஆட்சியாளராக எங்களைப் பிரகடனப்படுத்திக் கொண்டோம். ஆனால் இன்னும் எங்கள் வேலையை முடிக்க முடியவில்லை. அதற்கு யார் காரணம்? ஓ,

அந்த வேலைகள் இன்னும் ஆரம்ப கட்டத்தில் இருக்கிறது என்றாலும் தொடங்கிவிட்டன. அது முடிவடைய நீண்ட காலம் காத்திருக்க வேண்டும். அதற்காக இந்தப் பூமி இன்னும் நிறைய துன்பங்களை அனுபவிக்க வேண்டியிருக்கும் என்றாலும், நாங்கள் அதை வெற்றிகரமாக முடித்து, சீஸராக ஆனபிறகு, உலகளாவிய மனிதகுலத்தின் மகிழ்ச்சியைப் பற்றிச் சிந்திப்போம். நீங்கள் அப்போதே சீஸரின் வாளைக் கைப்பற்றியிருக்கலாம். நீங்கள் ஏன் அந்தக் கடைசி பரிசை நிராகரித்தீர்கள்? நீங்கள் அந்த ஆற்றல்மிக்க ஆவியின் மூன்றாவது ஆலோசனையை ஏற்றுக் கொண்டிருந்தால், இந்தப் பூமியில் மனிதன் தேடும் அனைத்தையும் உங்களால் கொடுத்திருக்க முடியும். அதாவது, இந்த மனிதர்கள் வணங்குவதற்கு ஒருவரையும், அவர்களுடைய மனசாட்சியை வழிநடத்த ஒருவரையும், இறுதியில் ஒன்றுபட்ட, இணக்கமான சமூகத்தில் ஒன்றிணைவதற்கான வழியையும் தேடுகிறார்கள், ஏனெனில் உலகளாவிய ஒற்றுமையின் தேவை மனிதகுலத்தின் மூன்றாவது மற்றும் இறுதி வேதனையாகும். மனிதகுலம் ஒட்டுமொத்தமாக எப்போதும் தன்னை உலகளாவிய முழுமையாக ஒழுங்கமைக்க விரும்புகிறது. இந்த மண்ணில் மகத்தான வரலாற்றைக் கொண்ட பல மாபெரும் தேசங்கள் இருந்திருக்கின்றன. ஆனால் அந்த நாடுகள் எவ்வளவு உயர்ந்து வளர்ந்தனவோ அந்த அளவுக்கு மகிழ்ச்சியற்றவையாக இருந்தன, ஏனெனில் மனிதகுலத்தின் உலகளாவிய ஒற்றுமையின் அவசியத்தை மற்ற நாடுகளை விட அவை மிக அதிகமாக உணர்ந்திருந்தன. வரலாற்றில் மாபெரும் வெற்றியாளர்களான தாமெர்லேன்களும், செங்கிஸ்கான்களும் சூறாவளியைப் போலச் சுழன்று இந்த உலகத்தைக் கைப்பற்ற முயன்றனர். ஆனால் அவர்களும் கூட தங்களையும் அறியாமல் உலகளாவிய ஒற்றுமைக்கான தேவை இருப்பதை வெளிப்படுத்தினர். நீங்கள் இந்த உலகத்தையும், சீஸரின் அதிகாரத்தையும் ஏற்றுக் கொண்டிருந்தால், ஓர் உலகளாவிய ராஜ்ஜியத்தை ஸ்தாபித்து, மனிதகுலத்திற்கு உலகளாவிய அமைதியைக் கொண்டு வந்திருப்பீர்கள். மனிதர்களின் மனசாட்சியை வென்று, அவர்களுக்கு உணவைக் கொடுப்பவர்களைத் தவிர வேறு யாரால் இந்த மக்களை ஆள முடியும்? எனவே நாங்கள் சீஸரின் வாளை எடுத்துக் கொண்டதன் மூலம், நிச்சயமாக உம்மை நிராகரித்து, அவரைப் பின்பற்றினோம். ஓ, விஞ்ஞானத்தின் வளர்ச்சி மற்றும் நரமாமிசம் சாப்பிடுவது ஆகியவற்றுடன், குழப்பமான, கட்டுப்பாடற்ற சுதந்திர சிந்தனையின் யுகங்கள் வரும், ஏனென்றால் நாங்கள் இல்லாமல் மக்கள் தங்கள் பாபேல் கோபுரத்தை எழுப்பத் தொடங்கியதும், அவர்கள் ஒருவரையொருவர் அடித்துச்

சாப்பிடுவார்கள். ஆனால் அந்த நேரத்தில் அந்த மிருகம் எங்களை நோக்கி ஊர்ந்து வந்து, எங்கள் கால்களை நக்கி, இரத்தம் தோய்ந்த கண்ணீரால் எங்கள் பாதங்களை நனைக்கும். அப்போது நாங்கள் அந்த மிருகத்தின் மீது ஏறி அமர்ந்து, 'மர்மம்' என்று எழுதப்பட்ட மதுக்கோப்பையை உயர்த்திப் பிடிப்போம். அப்போதுதான் மனிதகுலத்திற்கு அமைதியும் மகிழ்ச்சியும் நிறைந்த ராஜ்ஜியம் ஸ்தாபிக்கப்படும். நீங்கள் தேர்ந்தெடுத்தவர்களைப் பற்றிப் பெருமைப்படலாம், ஆனால் நீங்கள் தேர்ந்தெடுத்தவர்கள் மட்டுமே உங்களிடம் உள்ளனர், அதே நேரத்தில் நாங்கள் அனைவருக்கும் அமைதியைக் கொடுப்போம். அது மட்டுமின்றி, தேர்ந்தெடுக்கப்பட்ட நபர்களில், தேர்ந்தெடுக்கும் அளவுக்கு சக்திவாய்ந்தவர்களில் எத்தனையோ பேர், உமக்காகக் காத்திருந்து சோர்வடைந்து, தங்கள் ஆன்ம பலத்தையும், உணர்ச்சி பொங்கும் இதயங்களையும் வேறிடத்திற்கு மாற்றிக் கொண்டார்கள், இன்னும் மாற்றிக் கொண்டிருக்கிறார்கள். அவர்கள் அனைவரும் உமக்கு எதிராக அவர்களுடைய சுதந்திரக் கொடியை உயர்த்திப் பிடிப்பார்கள். ஆனால் உண்மையில் நீங்கள்தான் அந்தக் கொடியை உயர்த்தினீர்கள். ஆனால் இந்த மக்கள் அனைவரும் எங்களுடன் மகிழ்ச்சியாக இருப்பார்கள். அவர்கள் நீங்கள் சொன்ன சுதந்திரத்தின் கீழ் இருந்தபோது, எல்லா இடங்களிலும் செய்தது போல இனியும் கலகம் செய்யவோ அல்லது ஒருவருக்கொருவர் அழித்துக் கொள்ளவோ மாட்டார்கள். ஓ, அவர்கள் அவர்களுடைய சுதந்திரத்தை எங்களிடம் ஒப்படைத்து, அடிபணிந்தால்தான் உண்மையில் சுதந்திரமாக இருக்க முடியும் என்று நாங்கள் அவர்களை நம்ப வைப்போம். நீங்களே சொல்லுங்கள், நாங்கள் சொல்வது சரியா அல்லது பொய்யா? நாங்கள் சொல்வது சரி என்று அவர்கள் நம்புவார்கள், ஏனெனில் உங்கள் சுதந்திரத்தால் ஏற்பட்ட குழப்பம் மற்றும் அடிமைத்தனத்தின் கொடூரங்களை அவர்கள் நன்றாக நினைவில் வைத்திருக்கிறார்கள். சுதந்திரம், சுதந்திரச் சிந்தனை, விஞ்ஞானம் ஆகியவை அவர்களைச் சிக்கலான வழியில் அழைத்துச் சென்று, விடை காண முடியாத மர்மங்களுக்கும், அதிசயங்களுக்கும் முன்னால் அவர்களை நிற்க வைக்கும். அப்போது அவர்களில் வலிமையானவர்களும், கலகக்காரர்களும் தங்களைத் தாங்களே அழித்துக் கொள்வார்கள். ஆனால் பலவீனமான மற்ற கலகக்காரர்கள் ஒருவரையொருவர் அழித்துக் கொள்வார்கள். மேலும் எஞ்சியிருக்கும் பலவீனமானவர் களும், மகிழ்ச்சியற்றவர்களும் எங்கள் கால்களில் விழுந்து, 'ஆமாம், நீங்கள் சொன்னது சரிதான். உங்களால் மட்டுமே அவருடைய மர்மத்தைப் புரிந்து கொள்ள முடியும் என்பதால் நாங்கள்

உங்களிடம் தஞ்சம் அடைகிறோம். நீங்கள் எங்களிடமிருந்தே எங்களைக் காப்பாற்ற வேண்டும்!' என்று புலம்புவார்கள்.

அவர்கள் எங்களிடமிருந்து அப்பத்தைப் பெறும்போது, அவர்கள் கைகளால் செய்த அப்பத்தை அவர்களிடமிருந்து வாங்கி, அவர்களுக்கே திருப்பிக் கொடுக்கிறோம் என்பதையும், நாங்கள் கற்களை அப்பமாக மாற்றும் எந்த அற்புதத்தையும் செய்யவில்லை என்பதையும் தெளிவாகப் புரிந்து கொள்வார்கள். ஆனால் உண்மையில் அப்பத்தைக் காட்டிலும், அதை அவர்கள் எங்கள் கைகளிலிருந்து வாங்குவதுதான் அவர்களுக்கு அதிக மகிழ்ச்சியைக் கொடுக்கிறது! ஏனெனில் நாங்கள் இல்லாதபோது, அவர்கள் தயாரித்த அப்பமே கற்களாக மாறியது என்பதும், அவர்கள் எங்களிடம் வந்தபோது, அந்தக் கற்களே அப்பமாக மாறியது என்பதும் அவர்களுக்கு நன்றாக நினைவிருக்கும். அடிபணிதலின் ஆனந்தத்தை அவர்கள் நன்கறிவார்கள்! அவர்கள் அதைப் புரிந்து கொள்ளாத வரை மகிழ்ச்சியற்றவர்களாக இருப்பார்கள். இப்போது சொல்லுங்கள், அவர்கள் அதைப் புரிந்து கொள்ளத் தவறியதற்கு யார் காரணம்? மந்தையைக் கலைத்து, ஆடுகளை முன்பின் தெரியாத பாதைகளில் ஓட விட்டது யார்? ஆனால் ஆடுகள் மீண்டும் மந்தையாகச் சேர்ந்து அடிபணியும் என்றாலும் இந்த முறை அது முடிவானதாக, முழுமையானதாக இருக்கும். அப்போது நாங்கள் இயல்பாகவே பலவீனமான அந்த ஜீவன்களுக்கு ஏற்ற எளிய, அடக்கமான மகிழ்ச்சியைக் கொடுப்போம். ஓ, நாங்கள் இறுதியாக அவர்களிடம் கர்வம் கொள்ளக்கூடாது என்று அறிவுரை சொல்வோம், ஏனெனில் நீங்கள் அவர்களை உயர்வாக மதித்து, அவர்களுக்குப் பெருமைப்பட கற்றுக் கொடுத்தீர்கள். அவர்கள் பலவீனமான, பரிதாபத்திற்குரிய குழந்தைகள் என்றாலும், குழந்தைத்தனமான மகிழ்ச்சி எல்லாவற்றையும் விட இனிமையானது என்பதை நாங்கள் அவர்களுக்குப் புரிய வைப்போம். கோழிக்குஞ்சுகள் தாயிடம் ஒட்டிக் கொள்வது போல அவர்கள் பயந்து பயந்து எங்களிடம் தஞ்சமடைவார்கள். அவர்கள் எங்களைப் பார்த்து வியப்பும், பிரமிப்பும் அடைவார்கள். கட்டுக்கடங்காத பல்லாயிரம் கோடி மந்தைகளை அடக்கிய எங்களின் வலிமையையும், அறிவையும் பார்த்து அவர்கள் பெருமைப்படுவார்கள். அவர்கள் எங்கள் கோபத்தைக் கண்டு அஞ்சி நடுங்குவார்கள். அவர்கள் மனதளவில் கோழைகளாக, குழந்தைகள் மற்றும் பெண்களைப் போலக் கண்ணீர் விட்டு அழுவார்கள். ஆனால் எங்களிடமிருந்து ஒரு சிறு சமிக்ஞை கிடைத்ததும், அவர்கள் மகிழ்ச்சியுடன் சிரித்து, களங்கமற்ற மகிழ்ச்சியுடன் குழந்தைப் பாடல்களைப் பாடுவார்கள்.

நாங்கள் அவர்களை வேலை செய்யச் சொல்வோம் என்றாலும், ஓய்வு நேரங்களில் குழந்தைப் பாடல்களைப் பாடுவதாலும், குழந்தைகளைப் போல ஆடுவதாலும் அவர்களின் வாழ்க்கையைக் குழந்தைகளின் விளையாட்டைப் போல மாற்றுவோம். அவர்கள் பலவீனமானவர்கள், உதவியற்றவர்கள் என்பதால், நாங்கள் அவர்களுக்குப் பாவம் செய்ய அனுமதி கொடுப்போம். நாங்கள் அவர்களைப் பாவம் செய்ய அனுமதிப்பதன் மூலம் அவர்கள் குழந்தைகளைப் போல எங்களை நேசிப்பார்கள். அவர்கள் எங்கள் அனுமதியுடன் செய்யும் ஒவ்வொரு பாவமும் மன்னிக்கப்படும் என்றும், நாங்கள் அவர்களை நேசிப்பதால் அவர்களைப் பாவம் செய்ய அனுமதிக்கிறோம் என்றும், அந்தப் பாவங்களுக்கான தண்டனையை நாங்களே ஏற்றுக் கொள்வோம் என்றும் அவர்களிடம் சொல்வோம். நாங்கள் அவர்களுடைய பாவங்களை ஏற்றுக் கொள்வதால், தேவனுக்கு முன்பாக அவர்களின் பாவங்களை ஏற்றுக் கொண்ட இரட்சகர்களாக எங்களை வணங்குவார்கள். அவர்கள் எங்களிடம் எந்த இரகசியங்களையும் மறைக்க முடியாது. அவர்கள் தங்கள் மனைவிகளோடும், வைப்பாட்டிகளோடும் வாழ வேண்டுமா வேண்டாமா என்பதையும், அவர்கள் குழந்தைகளைப் பெற்றுக் கொள்ளலாமா வேண்டாமா என்பதையும், அவர்கள் எங்களுக்குக் கீழ்ப்படிந்து நடப்பதை வைத்துத் தீர்மானிப்போம். எனவே அவர்கள் மகிழ்ச்சியுடனும், விருப்பத்துடனும் எங்களுக்கு அடிபணிவார்கள். அவர்களுடைய மனசாட்சியை வாட்டி வதைக்கும் இரகசியங்கள் உட்பட எல்லாவற்றையும் அவர்கள் எங்களிடம் சொல்வார்கள். நாங்கள் அவர்களுடைய எல்லா பிரச்சனைகளையும் தீர்த்து வைப்போம். அப்போது அவர்கள் நாங்கள் கொடுக்கும் தீர்வுகளை முழுமையாக நம்புவார்கள், ஏனெனில் இன்று அவர்கள் அனுபவிக்கும் தனிப்பட்ட மற்றும் சுதந்திரமான தேர்வின் பெரும் சுமையிலிருந்து அது அவர்களை விடுவிக்கும். அவர்களை அடக்கி ஆளும் நூறாயிரம் பேரைத் தவிர, கோடிக்கணக்கான ஜீவன்கள் அனைவரும் மகிழ்ச்சியாக இருப்பார்கள். ஏனெனில் அவர்களின் இரகசியங்களைக் காக்கும் நாங்கள் மட்டுமே மகிழ்ச்சியற்றவர்களாக இருப்போம். கோடிக்கணக்கான மகிழ்ச்சியான குழந்தைகளும், நன்மை தீமையை அறியும் சாபத்தை ஏற்றுக் கொண்டு துயரப்படும் நூறாயிரக் கணக்கான மனிதர்களும் இருப்பார்கள். எல்லோரும் உமது பெயரை உதடுகளில் உச்சரித்துக் கொண்டே அமைதியாக இறப்பார்கள், ஆனால் அவர்கள் கல்லறைக்கு அப்பால் மரணத்தைத் தவிர வேறு எதையும் காண மாட்டார்கள். ஆனால்

நாங்கள் அந்த இரகசியத்தைக் காப்பாற்றி, அவர்களுடைய மகிழ்ச்சிக்காக, அவர்களுக்குச் சொர்க்கமும், அமரத்துவமும் காத்திருப்பதாக வாக்குறுதி கொடுப்போம். ஏனென்றால் உண்மையில் மறு உலகில் ஏதாவது இருந்தாலும், அது நிச்சயமாக அவர்களைப் போன்றவர்களுக்கு உரியது அல்ல என்று எங்களுக்குத் தெரியும். நீங்கள் வெற்றியுடன், பெருமையும் வலிமையும் மிக்க தேர்ந்தெடுத்தவர்களுடன் மீண்டும் வருவீர்கள் என்று தீர்க்கதரிசனம் சொல்லப்படுகிறது என்றாலும், அவர்கள் தங்களை மட்டுமே காப்பாற்றிக் கொண்டார்கள், ஆனால் நாங்கள் அனைவரையும் காப்பாற்றினோம் என்று அவர்களிடம் சொல்வோம். பலவீனமானவர்கள் மீண்டும் எழுந்து, கைகளில் மர்மத்தை ஏந்தி, மிருகத்தின் மீது சவாரி செய்யும் வேசியின், ஆடையைக் கிழித்து அவளுடைய இழிந்த உடலை நிர்வாணமாக்கி அவளை அவமானப்படுத்துவார்கள் என்று தீர்க்கதரிசனம் உரைக்கப் பட்டுள்ளது. ஆனால் அப்போது நான் எழுந்து, பாவம் என்பதை அறியாத கோடிக்கணக்கான குழந்தைகளை உங்களுக்குக் காண்பிப்பேன். அவர்களின் மகிழ்ச்சிக்காக அவர்களுடைய பாவங்களை ஏற்றுக் கொண்ட நாங்கள் எழுந்து நின்று, 'உங்களால் முடிந்தால், உங்களுக்குத் தைரியம் இருந்தால் எங்களை நியாயந்தீர்ப்பீராக' என்று சொல்வோம். நான் உங்களைக் கண்டு பயப்படவில்லை என்பதை நீங்கள் தெரிந்து கொள்ளுங்கள். நானும் வனாந்திரத்தில், வெட்டுக்கிளிகளையும், கிழங்குகளையும் உண்டு வாழ்ந்தேன் என்பதையும், மனிதகுலத்திற்கு ஆசீர்வாதமாக நீங்கள் கொண்டுவந்த சுதந்திரத்தைத் தழுவினேன் என்பதையும், நானும் நீங்கள் தேர்ந்தெடுத்த வலிமையுள்ளவர்களில் ஒருவனாக இருந்து, 'உங்கள் எண்ணிக்கையை அதிகரிக்க' முயன்றேன் என்பதையும் தெரிந்து கொள்ளுங்கள். ஆனால் எனக்கு இப்போது புத்தி தெளிந்து விட்டதால், நான் உங்களுடைய பைத்தியக்காரத் தனத்திற்கு ஊழியம் செய்ய விரும்பவில்லை. எனவே நான் திரும்பி வந்து, உமது பணியைத் திருத்தியவர்களின் வரிசையில் சேர்ந்து கொண்டேன். நான் உங்கள் பெருமையுடையவர்களை விட்டு விலகி, எளியவர்களின் மகிழ்ச்சிக்காக அவர்களிடம் திரும்பிச் சென்றேன். நான் உங்களிடம் சொன்னது நடக்கும், எங்கள் ராஜ்ஜியம் நிலைநாட்டப்படும். நான் மறுபடியும் சொல்கிறேன், நாளை அந்த பணிவுள்ள மந்தை, நான் சமிக்ஞை செய்தவுடன், எங்களுக்குத் தொல்லை கொடுக்க வந்ததற்காக உங்களை எரிக்கப்போகும் கழுமரத்தின் அடியில் நெருப்பைக் குவிப்பதை நீங்களே பார்ப்பீர்கள். ஏனெனில் எங்கள் எரியும் நெருப்புக்குத் தகுதியானவர்

எவரேனும் உண்டென்றால் அது நீங்கள்தான். நான் நாளை உங்களை எரிப்பேன். நான் உங்களிடம் சொல்ல வேண்டிய அனைத்தையும் சொல்லி விட்டேன்.' என்று அவர் முடித்தார்."

இவான் ஃபியோதரோவிச் பேசுவதை நிறுத்தினான். அவன் பேசப் பேச அவனது உணர்ச்சி வெள்ளம் கரைபுரண்டு ஓடியது. அவன் பேசி முடித்ததும் சட்டென்று புன்னகைத்தான்.

அல்யோஷா அவன் பேசுவதை அமைதியாகக் கேட்டுக் கொண்டிருந்தான் என்றாலும், போகப்போக அவனும் உணர்ச்சிவசப்பட்டு, பலமுறை குறுக்கிட்டுப் பேச விரும்பினாலும், தன்னைக் கட்டுப்படுத்திக் கொண்டான். ஆனால் இவான் ஃபியோதரோவிச் பேசி முடித்ததும், அவனிடமிருந்து வார்த்தைகள் பீறிட்டுக் கிளம்பின.

"ஆனால்... இதெல்லாம் சுத்த அபத்தம்!" என்று அவன் கத்தினான். அவன் முகம் சிவந்தது. "நீங்கள் நினைப்பது போல உங்கள் உரைநடைக் கவிதை உண்மையில் இயேசுவைப் புகழ்கிறதே அன்றி இகழவில்லை... நீங்கள் சுதந்திரத்தைப் பற்றிச் சொன்னதை யார் நம்புவார்கள்? அதைப் புரிந்து கொள்வதற்கான வழி இதுதானா? இது ரஷ்யாவின் பாரம்பரியமான திருச்சபையின் கருத்துக்கு வெகு தொலைவில் உள்ளது... இது உண்மையில் ரோமன் கத்தோலிக்கர்களுக்கு உரியது என்றும் முழுமையாகச் சொல்ல முடியாது. விசாரணையாளர்கள், இயேசு சபையினர் போன்றவை கத்தோலிக்க மதத்தின் மிக மோசமான பகுதிகள். மேலும் உங்களுடைய விசாரணையாளரைப் போன்ற ஒரு கற்பனையான கதாபாத்திரம் சாத்தியமற்றது. அவர் சுமந்து கொண்டிருக்கும் இந்த மக்களின் பாவங்கள் என்ன? மனித குலத்தின் மகிழ்ச்சிக்காக தங்கள் தோள்களில் சாபங்களைச் சுமக்கத் தயாராக இருக்கும் இந்த மர்மத்தின் பாதுகாவலர்கள் யார்? அவர்களை யாராவது பார்த்திருக்கிறார்களா? இயேசு சபையினரைப் பற்றி நமக்குத் தெரியும். மக்கள் அவர்களைப் பற்றி மோசமாகப் பேசுகிறார்கள், ஆனால் அவர்களும் நீங்கள் விவரிப்பதைப் போல இல்லை. உண்மையில் அவர்கள் அப்படி இல்லை, இல்லவே இல்லை... அவர்கள் வெறுமனே ரோமானிய போப்பின் தலைமையில் உலகளாவிய எதிர்கால ரோமானிய சாம்ராஜ்யத்தை நிறுவுவதற்காகச் செயல்படும் ரோமானிய இராணுவம்... அதுதான் அவர்களின் லட்சியம், ஆனால் அதில் எந்த மர்மங்களும், உன்னதமான துயரங்களும் இல்லை... அது இழிவான உலக ஆதாயத்திற்காக, மற்றவர்களை அடிமைப் படுத்துவதற்காக அதிகாரத்தைக் கைப்பற்றும் சாதாரண ஆசை...

அது ஒரு பண்ணையடிமை முறை... அவர்கள் நில உரிமையாளர்களாக மாற விரும்புகிறார்கள், அவ்வளவுதான். ஒருவேளை அவர்களுக்குக் கடவுள் நம்பிக்கை இல்லாமலும் இருக்கலாம். உங்களுடைய துயரப்படும் விசாரணையாளர் ஒரு கற்பனையைத் தவிர வேறில்லை..."

"பொறுங்கள், பொறுங்கள்" என்று இவான் ஃபியோதரோவிச் சிரித்தான். "பதட்டப்படாதீர்கள். நீங்கள் அது கற்பனை என்கிறீர்களா? சரி, அப்படியே இருக்கட்டும்! நிச்சயமாக அது ஒரு கற்பனைதான். இருந்தாலும் நான் கேட்க விரும்புகிறேன். கடந்த சில நூற்றாண்டுகளில் இந்த ரோமன் கத்தோலிக்க திருச்சபையின் செயல்பாடுகள், இழிவான பூமிக்குரிய ஆதாயங்களுக்காக, அதிகாரத்தை அடையும் முயற்சியைத் தவிர வேறில்லை என்று நீங்கள் உண்மையில் நினைக்கிறீர்களா? இதுதான் அருட்தந்தை பைசியின் போதனையா?"

"இல்லை, இல்லை, அதற்கு மாறாக அருட்தந்தை பைசி ஒருமுறை நீங்கள் சொன்னதைப் போல ஏதோ ஒன்றைச் சொன்னார்... ஆனால் நிச்சயமாக அது நீங்கள் சொன்னதைப் போல இல்லை" என்று அல்யோஷா ஏதோ நினைவுக்கு வந்ததைப் போல அவசரமாகச் சொன்னான்.

"நீங்கள் அது ஒரே மாதிரியாக இல்லை என்று வலியுறுத்தினாலும், இப்போது சொன்னது ஒரு மதிப்புமிக்க தகவல். அப்படியானால், உங்களுடைய இயேசு சபையினரும், விசாரணையாளர்களும் ஏன் இந்த இழிவான மண்ணுலக ஆதாயங்களுக்காக ஒன்று சேர்ந்தார்கள்? அவர்களில் மனிதர்களை நேசிக்கிற, அவர்களுக்காகத் துயரப்படுகிற ஒரு மனிதனாவது ஏன் இருக்கக் கூடாது? இதோ பாருங்கள், இழிவான பொருளியல் ஆதாயங்களை மட்டுமே தேடுகிற அனைவருக்கும் மத்தியில் என்னுடைய வயதான விசாரணை அதிகாரியைப் போன்ற ஒருவர் இருக்கிறார் என்று வைத்துக் கொள்வோம். அவர் சுதந்திரத்தையும், முழுமையையும் அடைய, வனாந்திரத்தில் கிழங்குகளை மட்டுமே உண்டு, பூமிக்குரிய ஆசைகளை வென்று தவ வாழ்க்கை வாழ்கிறார். ஆனால் தன் வாழ்நாள் முழுவதும் மனிதர்களை நேசித்த அந்த மனிதர், திடீரென்று ஒரு நாள் விழித்துக் கொண்டவர் போல, சித்தத்தின் முழுமையை அடைவது உண்மையான பேரின்பம் அல்ல என்று உணர்கிறார். அதே நேரத்தில் இந்த உலகில் உள்ள கோடிக்கணக்கான ஜீவன்கள் பூமியில் ஒரு கேலிக்கூத்தாக வாழ்ந்து கொண்டிருக்கிறார்கள் என்பதையும், அவர்களுக்குத் தங்களுடைய சுதந்திரத்தை நிர்வகிக்கப் போதிய வலிமை இல்லை என்பதையும், அத்தகைய

பலவீனமான கலகக்காரர்களுக்கு மத்தியிலிருந்து பாபேல் கோபுரத்தைக் கட்டி முடிக்கும் ராட்சதர்கள் ஒருபோதும் தோன்ற முடியாது என்பதையும் உணர்ந்து கொள்கிறார். இறுதியில் நிகழும் நித்திய நல்லிணக்கம் குறித்த கனவு இத்தகைய வாத்துக் கூட்டங்களுக்கானது அல்ல என்பதை அவர் புரிந்து கொள்கிறார். அவர் அதை உணர்ந்து, அங்கிருந்து திரும்பி, அறிவுஜீவிகளுடன் சேர்ந்து கொள்கிறார். இப்படி ஒன்று நடக்கச் சாத்தியமில்லையா?"

"அவர் யாருடன் சேர்ந்தார்? நீங்கள் சொன்ன அந்த அறிவு ஜீவிகள் யார்?" என்று அல்யோஷா ஏறக்குறைய ஆவேசமாகக் கத்தினான். "அவர்களிடம் புத்திசாலித்தனமோ, பெரிய மர்மங்களோ, இரகசியங்களோ எதுவும் இல்லை... அவர்கள் நாத்திகர்கள் என்பதைத் தவிர வேறெந்த இரகசியமும் இல்லை. உங்கள் விசாரணையாளருக்கு கடவுள் நம்பிக்கை இல்லை என்பதுதான் அவருடைய ஒரே இரகசியம்!"

"அதனால் என்ன? நீங்கள் கடைசியில் புரிந்து கொண்டீர்கள். ஆமாம், உண்மையில் அதுதான் முழுமையான இரகசியம், ஆனால் தன் வாழ்நாள் முழுவதையும் வனாந்திரத்தில் வீணடித்து, முழுமையை அடையப் பாடுபட்ட, மனித குலத்தின் மீதான அசைக்க முடியாத அன்பிலிருந்து விடுபட முடியாமல் தவிக்கும் அவரைப் போன்ற ஒரு மனிதனுக்கு அது துன்பம் இல்லையா? அச்சமூட்டும் மாபெரும் ஆவியின் வழிகாட்டுதலின் மூலம் மட்டுமே இந்தப் பலவீனமான, கலகக்காரர்களை, 'பரிசோதனை முயற்சியில் அரைகுறையாக உருவான கேலிக்குரிய ஜீவன்களை' சகித்துக்கொள்ளக் கூடிய வகையில் ஒழுங்கமைக்க முடியும் என்று அவர் உறுதியாக நம்புகிறார். அவர் இந்த முடிவுக்கு வந்தபிறகு, மரணத்திற்கும் அழிவுக்கும் காரணமான, தந்திரக்கார ஆவியின் வழிகாட்டுதலைப் பின்பற்றுவது தனது கடமை என்று நினைக்கிறார். எனவே அவர் பொய்யையும், ஏமாற்றத்தையும் தாங்கிக் கொண்டு, அவருக்குத் தெரிந்தே மனிதர்களை மரணத்திற்கும் அழிவுக்கும் இட்டுச் செல்கிறார். அவர் அப்படிச் செய்யும்போது, அவர்களை எங்கு அழைத்துச் செல்கிறோம் என்பதைச் சொல்லாமல் அவர்களை ஏமாற்றி அழைத்துச் செல்கிறார், ஏனெனில் அப்போதுதான் அந்தப் பரிதாபத்திற்குரிய குருட்டுப் பிறவிகள் குறைந்தபட்சம் செல்லும் வழியிலாவது தாங்கள் மகிழ்ச்சியாக இருப்பதாக நம்புவார்கள். அந்தக் கிழவர் யாருடைய லட்சியத்தின் மீது இத்தனை காலம் நம்பிக்கை வைத்திருந்தாரோ அவருடைய பெயரால் இந்த ஏமாற்று வேலையைச் செய்கிறார் என்பதை நீங்கள் கவனிக்க வேண்டும்!

அது துயரமானது இல்லையா? 'அதிகாரத்தையும், இழிந்த பொருள் ஆதாயத்தையும் தவிர வேறு எதையும் விரும்பாத' ஒட்டுமொத்த இராணுவத்திற்கும், இப்படிப்பட்ட ஒரு மனிதர் தலைமை தாங்கினால், அது ஒரு துயரச் சம்பவத்தை நிகழ்த்தப் போதுமானதாக இருக்காதா? அதற்கும் மேலாக, இராணுவத்தையும், இயேசு சபையினரையும் கொண்ட ரோமானியத் திருச்சபைக்கு இப்படி ஒரு மனிதர் தலைமை தாங்கினால், அது அதனுடைய உயர்ந்த லட்சியத்தை அடைவதற்குப் போதுமானதாக இருக்கும். இந்த இயக்கத்தின் தலைமைப் பொறுப்பில் இருந்தவர்களில் இப்படிப்பட்ட ஒரு மனிதர் எப்பொழுதும் இருந்திருக்கிறார் என்று நான் உறுதியாக நம்புகிறேன் என்பதை ஒளிவு மறைவின்றி உங்களுக்குச் சொல்கிறேன். யாருக்குத் தெரியும், ரோமானிய போப்களில் கூட இப்படி ஒரு மனிதர் இருந்திருக்கலாம். யாருக்குத் தெரியும், இதே போன்று தனித்துவமான வழியில் மனிதகுலத்தை நேசிக்கும், சபிக்கப்பட்ட, பிடிவாதக்கார முதியவர்களின் கூட்டம் இப்போதும் நம்மிடையே வாழ்ந்து கொண்டிருக்கலாம். அவர்கள் தற்செயலாக அல்லாமல், நீண்ட காலத்திற்கு முன்பே ஒரு உடன்பாட்டின் பேரில், மனிதர்களை மகிழ்ச்சியாக வைத்திருக்கும் நோக்கத்துடன், மர்மத்தைப் பாதுகாக்கவும், பலவீனமான மற்றும் மகிழ்ச்சியற்ற மனிதர்களிடமிருந்து அதை மறைக்கவும் ஒரு இரகசிய கூட்டணியை உருவாக்கியிருக்கலாம். நான் சந்தேகத்திற்கு இடமின்றி அது அப்படித்தான் இருக்க வேண்டும் என்று உறுதியாக நம்புகிறேன். ஃப்ரீமேசனரி என்ற அமைப்பு கூட இதைப் போல ஏதோ ஒரு மர்மத்தின் அடிப்படையில் இருக்கிறது என்று நான் நினைக்கிறேன். அதனால்தான் கத்தோலிக்கர்கள் ஃபிரீமேசன்களை அவ்வளவு தூரம் வெறுக்கிறார்கள், ஏனெனில் ஃபிரீமேசன்கள் தங்களுடைய கருத்தின் ஒற்றுமையைக் குலைப்பதால், கத்தோலிக்கர்கள் அவர்களை எதிரிகளாகக் கருதுகிறார்கள். அவர்கள் ஒரே ஒரு மேய்ப்பனும் ஒரே ஒரு மந்தையும் மட்டுமே இருக்க வேண்டும் என்று நினைக்கிறார்கள்... ஆனால் நான் என் கருத்தை இவ்வளவு தூரம் ஆதரித்துப் பேசுவதன் மூலம், உங்கள் விமர்சனத்தைத் தாங்க முடியாத ஓர் எழுத்தாளனாகத் தோன்றலாம். அதனால் இது போதும்!"

"ஒருவேளை நீங்களே ஃப்ரீமேசனாக இருக்கலாம்!" என்று அல்யோஷா கோபத்துடன் சொல்லிவிட்டு, பிறகு மிகுந்த வருத்தத்துடன் பேசினான். "உங்களுக்குக் கடவுள் நம்பிக்கை இல்லை" என்றான். அவனுடைய சகோதரன் அவனை ஏளனமாகப் பார்ப்பதாக அவனுக்குத் தோன்றியது. "சரி, உங்கள் கவிதை எப்படி

முடிகிறது? இதான் முடிவா?" என்று அவன் தரையைப் பார்த்த படிக் கேட்டான்.

"நான் அதை இப்படி முடிக்க நினைத்தேன். தலைமை விசாரணை அதிகாரி பேசி முடித்துவிட்டு, கைதி பேசட்டும் என்று சிறிது நேரம் காத்திருந்தார். அந்த மௌனத்தை அவரால் தாங்கிக் கொள்ள முடியவில்லை. அந்தக் கைதி அவருடைய கண்களை நேருக்கு நேராகப் பார்த்து, அவர் சொன்னதை அமைதியாகவும், கவனமாகவும் கேட்டார் என்றாலும், அதற்குப் பதில் சொல்ல விரும்பவில்லை என்பதை அவர் அறிந்து கொண்டார். அவர் சொல்லும் பதில் எத்தனை கசப்பானதாக, வேதனையானதாக இருந்தாலும், ஏதாவது சொல்ல வேண்டும் என்று கிழவர் ஏங்கினார். ஆனால் அவர் திடீரென்று முதியவரை நெருங்கி, அவருடைய வயதான, இரத்தம் சுண்டிய உதடுகளில் மென்மையாக முத்தமிட்டார். அதுதான் அவருடைய பதில். அந்தக் கிழவர் நடுங்கினார்; அவருடைய உதடுகள் நடுங்கின. அவர் சிறைச்சாலை யின் கதவருகே சென்று, அதைத் திறந்து, 'இங்கிருந்து போங்கள். இனிமேல் திரும்பி வராதீர்கள்... எப்போதும், எப்போதும் வராதீர்கள்!' என்று சொன்னார். அந்த நகரத்தின் இருண்ட தெருக்களில் கைதியை விடுவிக்கிறார். கைதி அங்கிருந்து செல்கிறார்."

"சரி, அந்தக் கிழவர் என்ன ஆனார்?"

"அந்த முத்தம் அவருடைய இதயத்தைச் சுட்டெரித்தது என்றாலும், அவர் தனது திட்டத்தைச் செயல்படுத்துவதில் உறுதியாக இருந்தார்."

"நீங்களும் அவருடன் இருக்கிறீர்களா?" என்று அல்யோஷா வருத்தத்துடன் கேட்டான்.

இவான் சிரித்தான்.

"அல்யோஷா, இதெல்லாம் சுத்த முட்டாள்தனம். இதுவரை இரண்டு வரிக் கவிதை கூட எழுதாத, ஒரு குழம்பிப் போன மாணவனின் கவிதை இது. நீங்கள் அதை ஏன் இவ்வளவு தீவிரமாக எடுத்துக் கொள்கிறீர்கள்? நான் இப்போதே நேராக இயேசு சபையினரிடம் சென்று, அவருடைய பணியைத் திருத்திக் கொண்டிருப்பவர்களுடன் சேர்ந்து கொள்வேன் என்று நீங்கள் எதிர்பார்க்கிறீர்களா? அடக் கடவுளே, அது என்னுடைய வேலை அல்ல! நான் முன்பே உங்களிடம் சொன்னபடி, முப்பது வயது வரை வாழ்ந்துவிட்டு என் கோப்பையைக் கீழே வீசி விடுவேன்!"

“ஆனால் பசுமையான சிறிய இலைகள், விலைமதிப்பற்ற கல்லறைகள், நீல வானம், நீங்கள் நேசிக்கும் பெண் இவையெல்லாம் என்னவாகும்?” என்று அல்யோஷா கசப்புடன் கேட்டான். “நீங்கள் அதுவரை எப்படி வாழ்வீர்கள்? உங்கள் இதயத்திலும் தலையிலும் நரகத்தை வைத்துக் கொண்டு உங்களால் எப்படி எல்லாவற்றையும் நேசிக்க முடியும்? இல்லை, நீங்கள் அவர்களுடன் சேரப் போகிறீர்கள்... நீங்கள் அப்படிச் செய்யவில்லை என்றால் தற்கொலை செய்து கொள்வீர்கள், ஏனென்றால் உங்களால் அதைத் தாங்க முடியாது!”

“எல்லாவற்றையும் தாங்கக்கூடிய ஒரு வலிமை இருக்கிறது” என்று உணர்ச்சியற்ற புன்னகையுடன் சொன்னான் இவான் ஃபியோதரோவிச்.

“அது என்ன?”

“கரமசோவ்களுக்கே உரிய வலிமை... கரமசோவ்களின் ஒழுக்கக்கேடு என்ற வலிமை.”

“சிற்றின்பத்தில் மூழ்கி உங்கள் ஆன்மாவை இழிவுபடுத்துவது, அப்படித்தானே?”

“ஆமாம், அநேகமாக... முப்பது வயது வரைக்கும் அதைத் தவிர்க்கலாம், அதன் பிறகு...”

“எப்படி? அதுவரை எப்படித் தவிர்க்க முடியும்? நீங்கள் நினைப்பது போல அது அவ்வளவு சுலபமில்லை.”

“அப்போதும் கூட கரமசோவின் வழி இருக்கிறது.”

“அதாவது, ‘எல்லாமே அனுமதிக்கப்பட்டது’ என்கிறீர்களா? எல்லாமே அனுமதிக்கப்பட்டவை, அப்படித்தானே?”

இவான் ஃபியோதரோவிச் முகத்தைச் சுளித்தான். அவன் முகம் திடீரென்று விநோதமாக வெளிறிப்போனது.

“ஆகா, நேற்று மியூசோவின் மனதைப் புண்படுத்திய அந்த வாக்கியத்தைப் பிடித்துக் கொண்டீர்கள்... டிமிட்ரி அந்த வாக்கியத்தை எடுத்துக் கொண்டு அப்பாவித்தனமாகத் திரும்பத் திரும்பச் சொன்னார்” என்று இவான் விசித்திரமாகச் சிரித்தான். “ஆமாம், நீங்கள் இப்போது அதைக் குறிப்பிட்டதால், எல்லாம் அனுமதிக்கப்படுகிறது என்றே நான் நினைக்கிறேன். எனவே நான் அதை மறுக்கப் போவதில்லை. அதற்கு மீச்சியா கொடுத்த விளக்கமும் அவ்வளவு மோசமில்லை.”

அல்யோஷா எதுவும் பேசாமல் அவனையே பார்த்துக் கொண்டிருந்தான்.

"தம்பி, நான் இங்கிருந்து போகும்போது, நீங்களாவது எனக்குக் கிடைப்பீர்கள் என்று நினைத்தேன்" என்று இவான் திடீரென்று உணர்ச்சிவசப்பட்ட நிலையில் பேசினான். "ஆனால் என் அன்பான துறவியே, இப்போது உங்கள் இதயத்திலும் எனக்கு இடமில்லை என்று தெரிந்து கொண்டேன். 'எல்லாம் அனுமதிக்கப்படுகிறது' என்ற கருத்தை நான் கைவிட மாட்டேன் என்றால், அதற்காக நீங்கள் என்னைப் புறக்கணிப்பீர்களா?"

அல்யோஷா எழுந்து சென்று, அவனுடைய உதட்டில் மென்மையாக முத்தமிட்டான்.

"இது கருத்து திருட்டு!" என்று இவான் ஃபியோதரோவிச் மகிழ்ச்சியுடன் கத்தினான். "நீங்கள் என் கதையிலிருந்து அதைத் திருடிவிட்டீர்கள்! இருந்தாலும் நன்றி. அல்யோஷா, நாம் போக வேண்டிய நேரம் வந்துவிட்டது."

அவர்கள் வெளியே சென்றதும் அங்கிருந்து செல்லாமல், உணவகத்திற்கு வெளியே நின்றார்கள்.

"அல்யோஷா, உங்களுக்குத் தெரியுமா?" என்று இவான் ஃபியோதரோவிச் தீர்மானமான குரலில் சொன்னான். "நான் பசுமையான இலைகளைப் பார்க்கும்போது, உங்களை நினைத்துக் கொண்டுதான் அவற்றை நேசிப்பேன். நீங்கள் எங்கோ வெகு தூரத்தில் இருக்கிறீர்கள் என்ற எண்ணமே, நான் வாழ வேண்டும் என்ற ஆசையை விட்டுவிடாமல் இருப்பதற்குப் போதுமானது. உங்களுக்கு இது போதுமா? நீங்கள் விரும்பினால், அதை நான் உங்கள் மீது வைத்திருக்கும் அன்பின் பிரகடனமாக எடுத்துக் கொள்ளலாம். ஆனால் இப்போதைக்கு நீங்கள் வலது புறம் செல்கிறீர்கள், நான் இடது புறம் செல்கிறேன். அவ்வளவுதான், புரிகிறதா? ஒருவேளை நான் நாளை போகாவிட்டால் (நிச்சயமாகப் போவேன் என்று நினைக்கிறேன்), நாம் மீண்டும் சந்திக்க நேர்ந்தால், இந்த விஷயங்களைப் பற்றி ஒரு வார்த்தை கூடப் பேச வேண்டாம். தயவுசெய்து அதை நினைவில் வைத்துக் கொள்ளுங்கள். அதே போல, நம்முடைய சகோதரன் டிமிட்ரியைப் பற்றியும் நீங்கள் என்னிடம் எதுவும் சொல்ல வேண்டாம்!" என்று இவான் திடீரென்று கோபத்துடன் சொன்னான். "எல்லாமே முடிந்து விட்டது. நாம் அதைப் பற்றி எல்லாவற்றையும் பேசி விட்டோம், இல்லையா? நான் அதற்குப் பிரதி உபகாரமாக உங்களுக்கு ஒரு வாக்குறுதி அளிக்கிறேன். எனக்கு முப்பது வயதாகும்போது, 'என் கோப்பையை வீசியெறிய வேண்டும்' என்று விரும்பும்போது, அதைப் பற்றிப் பேசுவதற்காக, நீங்கள் எங்கிருந்தாலும் உங்களைத் தேடி வருவேன். நான் அப்போது அமெரிக்காவில் இருந்தாலும்

வருவேன் என்று உங்களுக்கு உறுதியளிக்கிறேன். நான் அதற்காக நிச்சயமாக வருவேன். அப்போது நீங்கள் எப்படி இருக்கிறீர்கள் என்பதைப் பார்க்க நான் மிகவும் ஆவலாக இருக்கிறேன். இது ஒரு புனிதமான வாக்குறுதி என்று தெரிந்து கொள்ளுங்கள். ஒருவேளை நாம் ஏழு அல்லது பத்து ஆண்டுகள் கூட பிரிந்திருக்கலாம். சரி, நீங்கள் இப்போது இறந்து கொண்டிருக்கும் உங்கள் அருட்தந்தை செராஃபிக்ஸைப் பார்க்கச் செல்லுங்கள். நீங்கள் அருகில் இல்லாமல் அவர் இறந்துவிட்டால், உங்களை இத்தனை நேரம் காக்க வைத்ததற்காக என் மீது உங்களுக்குக் கோபம் வரும். நான் விடைபெறுகிறேன். என்னை மீண்டும் ஒரு முறை முத்தமிடுங்கள். சரி, போங்கள்.”

இவான் ஃபியோதரோவிச் திடீரென்று முகத்தைத் திருப்பிக் கொண்டு, திரும்பிப் பார்க்காமல் தன் வழியே சென்றான். நேற்று முன்தினம் அல்யோஷாவை விட்டு டிமிட்ரி சென்றதைப் போல என்றாலும், அவர்களுடைய இந்தப் பிரிவு முற்றிலும் மாறுபட்டது. அல்யோஷா சோகத்தில் ஆழ்ந்திருந்த அந்த நேரத்தில், அந்த விநோதமான ஒற்றுமை அவனுடைய மனதில் மின்னலைப் போல பளிச்சிட்டது. அவன் சற்று நேரம் அங்கேயே நின்று தூரத்தில் சென்று கொண்டிருந்த தன் சகோதரனைப் பார்த்தான். இவான் ஃபியோதரோவிச் நடந்து செல்லும்போது தள்ளாடுவதையும், அவனுடைய வலது தோளை விட இடது தோள் தாழ்ந்திருப்பதையும் அல்யோஷா கவனித்தான். அல்யோஷா இதற்கு முன்பு இவான் அப்படி நடப்பதைக் கவனித்ததே இல்லை. அல்யோஷா எதிர்த்திசையில் திரும்பி மடாலயத்தை நோக்கி வேகமாக நடந்தான். ஏற்கனவே இருள் கவியத் தொடங்கியிருந்தது. அவன் உள்ளத்தை ஏதோ ஒரு பயம் கௌவிப் பிடித்தது. அவனுக்குள் இனம் புரியாத ஏதோ ஒன்று பூதாகாரமாக வளர்ந்து கொண் டிருந்தது. அது என்ன என்பதை அவனால் தீர்மானிக்க முடிய வில்லை. காற்று நேற்று வீசியதைப் போல இன்றும் பலமாக வீசியது. அவன் ஆசிரமத்தின் காட்டில் நுழைந்தபோது, வயது முதிர்ந்த பைன் மரங்கள் அவனைச் சுற்றிலும் துயரத்துடன் சலசலத்தன. அவன் ஏறக்குறைய ஓடினான். ‘அருட்தந்தை செராஃபிக்ஸ் என்ற பெயர் அவருக்கு எப்படித் தெரியும்?’ என்ற எண்ணம் அவன் மனதில் பளிச்சிட்டது. ‘ஐயோ, பாவம் இவான், நான் இனி அவரை எப்போது பார்ப்பேன்? இதோ ஆசிரமம். ஓ, கடவுளே! ஆமாம், ஆமாம், அவர், அருட்தந்தை செராஃபிக்ஸ் என்னைக் கைவிட மாட்டார்... அவரிடமிருந்தும், என்றென்றும் என்னைக் காப்பாற்றுவார்!’

அல்யோஷா அன்று காலையில், சில மணி நேரங்களுக்கு முன்பு, அன்றிரவு மடாலயத்திற்குத் திரும்பிச் செல்ல முடியாமல் போனாலும், டிமிட்ரி ஃபியோதரோவிச்சைக் கண்டுபிடித்தே தீர வேண்டும் என்று முடிவு செய்திருந்தான் என்றாலும், அவன் இவான் ஃபியோதரோவிச்சிடமிருந்து விடைபெற்றுக் கொண்ட பிறகு திடீரென்று அவரை மறந்துவிட்டான். அல்யோஷா அதற்குப் பிறகு, அவனுடைய வாழ்க்கையில் பல முறை யோசித்துப் பார்த்தபோதும், அவரை எப்படி மறந்து போனான் என்பதை அவனால் புரிந்து கொள்ள முடியவில்லை.

6. இன்னும் தெளிவாகத் தெரியாத ஒன்று

இவான் ஃபியோதரோவிச், அல்யோஷாவிடம் விடைபெற்றுக் கொண்டு ஃபியோதர் பாவ்லோவிச்சின் வீட்டிற்குச் சென்றான். அப்போது மிகவும் விசித்திரமான முறையில் ஏதோ ஒரு தாங்க முடியாத வேதனை உணர்வு அவனை ஆட்கொண்டது. அவன் வீட்டை நோக்கி எடுத்து வைக்கும் ஒவ்வொரு அடிக்கும் அந்த உணர்வு அதிகரித்துக் கொண்டே சென்றது. அவன் அனுபவித்த அந்த வேதனை மட்டுமின்றி, அதற்கு என்ன காரணம் என்பதை அவனால் கண்டுபிடிக்க முடியாததும் மிகவும் விசித்திரமாக இருந்தது. அவன் இதற்கு முன்பு பலமுறை அந்த வேதனையை அனுபவித்திருக்கிறான். இவான் ஃபியோதரோவிச் அவனை இங்கே இழுத்து வந்த அனைத்திலிருந்தும் திடீரென்று விலகிக் கொண்டு, வாழ்க்கையிலிருந்து நிறைய எதிர்பார்த்தவனாக மிகுந்த நம்பிக்கையுடன், ஆனால் என்ன எதிர்பார்க்கிறோம் அல்லது விரும்புகிறோம் என்பதைத் தீர்மானிக்க முடியாதவனாக, மீண்டும் முன்பு போல தனியாக, நாளைய தினம் முற்றிலும் புதிய, முன்பின் தெரியாத ஒரு பாதையில் பயணிக்கத் தயாராகிக் கொண்டிருந்த இந்த நேரத்தில் அவனை இப்படி ஓர் உணர்வு ஆட்கொண்டதில் ஆச்சரியப்படுவதற்கு ஒன்றுமில்லை. ஆனால் அவன் அந்தத் தருணத்தில் தனக்கு முன்னால் காத்திருக்கும் இனந்தெரியாத புதிய வாழ்க்கையைப் பற்றிக் கவலைப்பட்டாலும், அது அப்போது அவனை வேதனைப்படுத்தவில்லை. ‘அப்பாவின் வீட்டின் மீதுள்ள வெறுப்பு அதற்குக் காரணமாக இருக்குமோ?’ என்று அவன் வியந்தான். ‘அதுகூட காரணமாக இருக்கலாம். நான் அந்த வீட்டிற்கு இன்று கடைசி முறையாகச் செல்லப் போகிறேன் என்றாலும், அதை நினைத்தாலே எனக்கு அருவருப்பாக இருக்கிறது... இல்லை, ஆனால் அதுவும் காரணமில்லை.

ஒருவேளை நான் அல்யோஷாவிடமிருந்து பிரிந்து செல்வதும், அவருடன் பேசிய உரையாடலும் காரணமாக இருக்குமோ? நான் இத்தனை வருடங்களாக அதைப் பற்றி யாரிடமும் பேசாமல் மௌனமாக இருந்தேன், ஆனால் இப்போது திடீரென்று எல்லாவற்றையும் அபத்தமாக உளறிக் கொட்டி விட்டேன்!' சொல்லப்போனால், அவனுடைய இளமைப் பருவத்திற்கே உரிய ஆவேசம், அனுபவமின்மை, தற்பெருமை, ஆகியவற்றால், தன்னம்பிக்கையும் உறுதியும் உடைய அல்யோஷாவைப் போன்ற ஒருவரிடம், அவனுடைய கருத்தை முழுமையாக வெளிப்படுத்த முடியாமல் போனதால் ஏற்பட்ட கோபம் கூடக் காரணமாக இருக்கலாம். நிச்சயமாக அது ஒரு காரணமாக இருக்கலாம் என்றாலும், யோசித்துப் பார்த்தால் இல்லை, அதுவும் இல்லை. 'நான் உடல் ரீதியாக நோயுற்றது போல இந்த வேதனை என்னை வாட்டி வதைக்கிறது, ஆனால் அது என்னவென்று என்னால் நிச்சயமாகச் சொல்ல முடியவில்லை. அதைப் பற்றி யோசிக்காமல் இருப்பது நல்லது...'

இவான் ஃபியோதரோவிச் அதைப் பற்றி யோசிக்க வேண்டாம் என்று முடிவு செய்தாலும், அதுவும் அவனுடைய வேதனையைத் தணிக்கவில்லை. அவனை மிகவும் எரிச்சலூட்டியது என்னவென்றால், அந்த வேதனை முற்றிலும் தற்செயலானதாக, அவனுக்கும் அதற்கும் சம்பந்தம் இல்லாமல் எங்கிருந்தோ வந்த அந்நியமான ஒன்றாக இருப்பதை அவனால் உணர முடிந்தது. ஒருவர் மும்முரமாக ஏதோ ஒரு வேலையில் அல்லது உரையாடலில் ஈடுபட்டிருக்கும்போது, தரையில் விழுந்த ஒரு கைக்குட்டை அல்லது புத்தக அலமாரியில் வைக்கப்படாத ஒரு புத்தகம் போன்ற ஏதோ ஒன்று அற்பமானதாக இருந்தாலும், அதை ஒழுங்குபடுத்தும் வரை அந்த உறுத்தல் அதிகமாகி வேதனையாக மாறுவது போல அவனையும் அறியாமல் அருகிலிருக்கும் ஏதோ ஒன்று அவனுடைய உள்ளத்தை வேதனைப்படுத்தியது. இவான் ஃபியோதரோவிச், மிக மோசமான, எரிச்சலான மனநிலையில் தன் தந்தையின் வீட்டை நெருங்கியபோது, வாசலிலிருந்து பதினைந்து அடி தூரத்தில், அவனை இவ்வளவு தூரம் அலைக்கழித்து வேதனைப்படுத்தியது எது என்பதைக் கண்டு கொண்டான்.

வேலைக்காரன் ஸ்மெர்த்தியாக்கவ் கதவருகே இருந்த பெஞ் சில் அமர்ந்து மாலைக் காற்றின் குளிர்ச்சியை அனுபவித்துக் கொண்டிருந்தான். இவான் ஃபியோதரோவிச் அவனைப் பார்த்ததும், தன் மனதைப் பாரமாக அழுத்திக் கொண்டிருப்பது அவன்தான் என்பதையும், அவனைத் தன்னால் சகித்துக் கொள்ள

முடியவில்லை என்பதையும் புரிந்து கொண்டான். அப்போது அவனுக்குத் திடீரென்று எல்லாமே வெட்டவெளிச்சமாகியது. அல்யோஷா, ஸ்மெர்த்தியாக்கவைச் சந்தித்ததைப் பற்றிச் சொன்னபோது, திடீரென்று அவனுடைய மனதை வெறுப்பும், வேதனையும் ஆக்ரமித்துக் கொண்டது. அதன் பிறகு அவர்கள் பேசிக் கொண்டிருந்தபோது, அவன் ஸ்மெர்த்தியாக்கவை மறந்துவிட்டாலும், அவனுடைய மன ஆழத்தில் அவனைப் பற்றிய உணர்வு அழுத்திக் கொண்டே இருந்தது. அவன் அல்யோஷாவிடம் விடைபெற்று தன் தந்தையின் வீட்டை நோக்கி நடந்தபோது, ஆழத்தில் புதையுண்டிருந்த அந்த உணர்வு மீண்டும் தலைதூக்கியது. 'எதற்கும் உதவாத இந்தக் கழிசடை என்னை இவ்வளவு தூரம் வேதனைப்படுத்த முடியுமா?' என்று அவன் சகித்துக்கொள்ள முடியாத வெறுப்புடன் தன்னையே கேட்டுக் கொண்டான்.

இவான் ஃபியோதரோவிச்சுக்குக் கடந்த சில நாட்களாக ஸ்மெர்த்தியாக்கவ் மீது அளவுகடந்த வெறுப்பு ஏற்படத் தொடங்கியது. அவனுக்கு அந்தப் பிறவியின் மீதிருந்த வெறுப்புணர்வு நாளுக்கு நாள் அதிகரித்து வருவதை அவனால் நன்றாக உணர முடிந்தது. அவன் இந்த ஊருக்கு வந்த புதிதில் இருந்த நிலைமை இப்போது முற்றிலும் மாறிவிட்டதால், அந்த வெறுப்புணர்வு இன்னும் தீவிரமடைந்திருக்கக்கூடும். ஆரம்பத்தில் இவான் ஃபியோதரோவிச், ஸ்மெர்த்தியாக்கவ் மீது அனுதாபம் காட்டத் தொடங்கி, அவனை ஒரு தனித்துவமான மனிதன் என்று கூட நினைத்தான். அவன் ஸ்மெர்த்தியாக்கவைத் தன்னிடம் பேசும்படி ஊக்குவித்தாலும், அவனுடைய மனக் குழப்பமும் அமைதியின்மையும் தன்னைப் பாதிப்பதைக் கண்டு திகைத்துப் போனான். எனவே எப்போதும் சிந்தனையில் ஆழ்ந்திருக்கும் அந்த வேலைக்காரனின் மனதை இடைவிடாமல் தொந்தரவு செய்வது என்னவாக இருக்கும் என்பதை இவான் ஃபியோதரோவிச்சினால் புரிந்துகொள்ள முடியவில்லை. அவர்கள் தத்துவக் கேள்விகளையும், உலகம் தோன்றிய நான்காவது நாளில் சூரியன், சந்திரன் மற்றும் நட்சத்திரங்கள் படைக்கப்பட்டது என்றால், முதல் நாளில் எப்படி வெளிச்சம் இருந்திருக்க முடியும் போன்ற புதிரான விஷயங்களையும் விவாதித்தனர். ஆனால் சூரியன், சந்திரன், நட்சத்திரங்கள் போன்றவை ஸ்மெர்த்தியாக்கவுக்கு ஆர்வத்தைத் தரும் விஷயங்களாக இருந்தாலும், அவற்றைப் பற்றி அவனுக்கு அக்கறையில்லை என்பதையும், அவன் வேறு ஏதோ ஒன்றைத் தேடிக் கொண்டிருக்கிறான் என்பதையும் இவான் ஃபியோதரோவிச் சீக்கிரமே புரிந்து கொண்டான். அவன் தன்னுடைய தற்பெருமையை,

காயம்பட்ட தற்பெருமையை அளவுக்கு அதிகமாக வெளிக்காட்டியது இவான் ஃபியோதரோவிச்சிற்குச் சுத்தமாகப் பிடிக்கவில்லை. இப்படித்தான் இவானுக்கு அவன் மீது வெறுப்பு ஏற்படத் தொடங்கியது. அதன் பிறகு குரூஷென்கா சம்பந்தமாக டிமிட்ரி வீட்டில் ஏற்படுத்திய ஆர்ப்பாட்டத்திற்குப் பிறகு, அவர்கள் அதைப் பற்றியும் பேசினார்கள். ஸ்மெர்த்தியாக்கவ் அதைப் பற்றி உற்சாகமாகப் பேசினாலும், அந்த விஷயத்தில் அவனுக்கு என்ன தேவை என்பதை இவான் ஃபியோதரோவிச்சினால் புரிந்து கொள்ள முடியவில்லை. மேலும் ஸ்மெர்த்தியாக்கவின் அபிலாஷைகளிலும், அவன் தன்னிச்சையாக, எப்போதும் தெளிவற்ற முறையில் வெளிப்படுத்திய ஆசைகளிலும் இருந்த குழப்பங்களையும், முரண்பாடுகளையும் கண்டு இவான் ஃபியோதரோவிச் ஆச்சரியப்பட்டான். ஸ்மெர்த்தியாக்கவ் எப்போதும் முன்கூட்டியே திட்டமிட்ட கேள்விகளை மறைமுகமாகக் கேட்டுக் கொண்டே இருந்தான் என்றாலும், அவன் என்ன காரணத்திற்காக அதைக் கேட்கிறான் என்பதைச் சொல்லவில்லை. அதுமட்டுமின்றி, அவன் மிகவும் கொந்தளிப்பான மனநிலையில் கேள்விகளைக் கேட்கும்போது, திடீரென்று அமைதியாகிவிடுவான் அல்லது வேறு விஷயத்திற்குத் தாவிவிடுவான். ஆனால் ஸ்மெர்த்தியாக்கவ், இவான் ஃபியோதரோவிச்சிடம் பழகத் தொடங்கியதும், வெறுக்கத்தக்க வகையில் விநோதமாக நடந்து கொண்ட விதம் அவனுக்கு எரிச்சலூட்டியது. அவன் அநாகரீகமாகப் பேசினான் என்று சொல்ல முடியாது, ஏனெனில் அவன் எப்போதும் மிகுந்த மரியாதையுடன் நடந்து கொண்டான். இருந்தாலும் அவன் தனக்கும் இவான் ஃபியோதரோவிச்சிற்கும் இடையில் ஏதோ ஒரு புரிதல் இருக்கிறது என்று சிந்திக்கத் தொடங்கியது ஏன் என்பது கடவுளுக்கே வெளிச்சம். எனவே அவன் ஏதோ ஒரு இரகசிய உடன்பாடு இருவருக்கும் இடையில் இருப்பதைப் போலவும், ஏதோ ஒரு சமயத்தில் இருவரும் அதை ஒப்புக் கொண்டதைப் போலவும், அவர்களைச் சுற்றியுள்ள மனிதர்களால் அதைப் புரிந்து கொள்ள முடியாது என்பதைப் போலவும் பேசினான். இவான் ஃபியோதரோவிச்சிற்கு அவன் மீதுள்ள வெறுப்பு அதிகரித்து வருவதற்கு உண்மையான காரணம் என்ன என்பது நீண்ட நாட்களாகப் புரியாமல் இருந்தது, ஆனால் அதற்குக் காரணம் என்ன என்பது அவனுக்குச் சமீபத்தில்தான் புரிந்தது.

எனவே இவான் ஃபியோதரோவிச் எரிச்சலுடனும், அருவருப்புடனும் அவனைப் பார்க்காமல் வாசலைக் கடந்து

செல்ல முயன்றான். ஆனால் ஸ்மெர்த்தியாக்கவ் பெஞ்சிலிருந்து எழுந்து நின்றதைப் பார்த்த இவான் ஃபியோதரோவிச், அவன் தன்னிடம் எதையோ பேச விரும்புகிறான் என்பதைப் புரிந்து கொண்டான். இவான் ஃபியோதரோவிச் அவனை உற்றுப் பார்த்தபடி நின்றான். அவன் ஸ்மெர்த்தியாக்கவைப் பார்க்காமல் செல்ல வேண்டும் என்ற முடிவுக்கு மாறாக அங்கே நின்றது அவனுக்குக் கோபத்தை ஏற்படுத்தியது. தலையின் நடுவில் முடிச்சிட்டு, நெற்றியின் முன்னால் விழும்படிச் சீவியிருந்த தலைமுடியையும், குழிவிழுந்து மெலிந்த கன்னங்களுடன் திருநங்கையைப் போலிருந்த அவனுடைய முகத்தையும் இவான் ஃபியோதரோவிச் அருவருப்புடனும் கோபத்துடனும் பார்த்தான். அவன் இடது கண்ணைச் சுருக்கி இவான் ஃபியோதரோவிச்சைப் பார்த்தபோது, 'எங்கே போகிறீர்கள்? புத்திசாலிகளான நாம் இருவரும் பேச வேண்டும் என்பதால் நீங்கள் அப்படியே போய்விட முடியாது' என்று சொல்வது போலிருந்தது. இவான் ஃபியோதரோவிச்சின் உடல் கோபத்தினால் நடுங்கத் தொடங்கியது.

'அயோக்கியப் பயலே, தூரமாகப் போ. எனக்கு உன்னோடு என்ன சகவாசம்?' என்று இவான் ஃபியோதரோவிச் சொல்ல நினைத்தான் என்றாலும், அவனே ஆச்சரியப்படும் வகையில் வேறு ஒன்றைப் பேசினான்.

"அப்பா என்ன செய்கிறார்? இன்னும் தூங்குகிறாரா இல்லை எழுந்துவிட்டாரா?" என்று அவன் கனிவாகவும், அமைதியாகவும் கேட்டுவிட்டு, அவனே வியப்படையும் வகையில் எதிர்பாராத விதமாக பெஞ்சில் அமர்ந்தான். அந்தக் கணத்தில் ஓர் இனம் புரியாத பயம் தன்னை ஆக்ரமித்துக் கொண்டது என்பதை அவன் பிறகு நினைவு கூர்ந்தான். ஸ்மெர்த்தியாக்கவ் கைகளைப் பின்புறமாகக் கட்டிக் கொண்டு மிகுந்த தன்னம்பிக்கையுடன், கடுமையாக அவனைப் பார்த்தான்.

"ஐயா, எஜமானர் இன்னும் தூங்கிக் கொண்டிருக்கிறார்" என்று அவன் நிதானமாகச் சொன்னான். (நீங்கள்தான் முதலில் பேசினீர்கள் நான் அல்ல என்று அவன் சொல்வது போலிருந்தது). "ஐயா, நான் உங்களைப் பார்த்து ஆச்சரியப்படுகிறேன்" என்று அவன் சிறிது நேரத்திற்குப் பிறகு சொல்லிவிட்டு, கண்களைத் தாழ்த்திக் கொண்டு, வலது காலை முன்னோக்கி நீட்டி, பளபளப்பான தோல் பூட்ஸின் நுனியை ஆட்டினான்.

"நீ ஏன் என்னைப் பார்த்து ஆச்சரியப்பட வேண்டும்?" என்று இவான் ஃபியோதரோவிச் அவனால் முடிந்தவரை தனது உணர்வுகளை அடக்கிக் கொண்டு வறண்ட குரலில் கேட்டான்.

அவன் எதையோ பேசுவதற்கு ஆர்வமாக இருப்பதால், அதில் திருப்தி அடையாமல் போகமாட்டான் என்பதைத் திடீரென்று புரிந்து கொண்ட இவானுக்கு அருவருப்பும், வெறுப்பும் ஏற்பட்டது.

"ஐயா, நீங்கள் ஏன் செர்மாஷ்னியா போகவில்லை?" என்று திடீரென்று கேட்ட ஸ்மெர்த்தியாக்கவ், கண்களை உயர்த்தி பரிச்சயமான புன்னகையுடன் இவான் ஃபியோதரோவிச்சைப் பார்த்தான். அவனுடைய சுருங்கிய இடது கண், 'நீங்கள் புத்திசாலியாக இருந்தால் நான் ஏன் சிரிக்கிறேன் என்பதை உங்களால் புரிந்து கொள்ள முடியும்' என்று சொல்வது போலிருந்தது.

"நான் ஏன் செர்மாஷ்னியா போக வேண்டும்?" என்று இவான் ஃபியோதரோவிச் வியப்புடன் கேட்டான்.

ஸ்மெர்த்தியாக்கவ் மீண்டும் அமைதியாக இருந்தான்.

"ஐயா, ஃபியோதர் பாவ்லோவிச் உங்களை அங்கே போகச் சொல்லிக் கெஞ்சினார்" என்று அவன் நிதானமாகச் சொன்னபோது, அவனுடைய பதில் முக்கியமற்றது, ஏதோ சொல்ல வேண்டும் என்பதற்காக அதைச் சொல்கிறேன் என்ற தொனி அதில் வெளிப்பட்டது.

"நாசமாய்ப் போக! நீ ஏன் சொல்ல நினைப்பதை வெளிப் படையாகச் சொல்லக் கூடாது?" என்று இவான் ஃபியோதரோவிச் தன் கட்டுப்பாட்டை இழந்து கோபத்துடன் கத்தினான்.

ஸ்மெர்த்தியாக்கவ் வலது காலை இழுத்து, இடது காலுக்குச் சமமாக வைத்து, நிமிர்ந்து நின்று அதே புன்னகையுடன் அவனைப் பார்த்தான்.

"ஐயா, அது ஒன்றுமில்லை... நான் உங்களிடம் பேச நினைத்தேன்..."

மீண்டும் மௌனம் நிலவியது. இருவரும் ஏறக்குறைய ஒரு நிமிடத்திற்கு எதுவும் பேசவில்லை. இவான் ஃபியோதரோவிச் உடனடியாக எழுந்து நின்று கோபப்பட வேண்டும் என்று நினைத்தபோது, அவனுக்கு முன்னால் நின்றிருந்த ஸ்மெர்த்தியாக்கவ், 'உங்களுக்குக் கோபம் வருமா இல்லையா என்பதைப் பார்க்கிறேன்' என்று சொல்வது போலிருந்தது. இறுதியில் இவான் ஃபியோதரோவிச் அங்கிருந்து செல்ல முற்பட்டபோது அதைக் கவனித்த ஸ்மெர்த்தியாக்கவ் அந்தத் தருணத்தைப் பயன்படுத்திக் கொண்டான்.

"ஐயா, நான் மிகவும் மோசமான நிலையில் இருக்கிறேன். எனக்கு என்ன செய்வது என்றே தெரியவில்லை" என்று அவன்

உறுதியான குரலில் நிதானமாகச் சொல்லிவிட்டு, கடைசி வார்த்தையைச் சொன்னபோது பெருமூச்சு விட்டான். இவான் ஃபியோதரோவிச் எழுந்திருக்காமல் மீண்டும் பெஞ்சில் அமர்ந்தான்.

“ஐயா, அவர்கள் இருவருமே பைத்தியக்காரர்கள். இருவரும் சின்னப் பையன்களைப் போல நடந்து கொள்கிறார்கள்” என்ற ஸ்மெர்த்தியாக்கவ் தொடர்ந்து சொன்னான். “அதாவது நான் உங்கள் தந்தையையும், உங்கள் சகோதரர் டிமிட்ரி ஃபியோதரோ விச்சையும் சொல்கிறேன். ஃபியோதர் பாவ்லோவிச் இப்போது எழுந்துவிடுவார். அவர் எழுந்ததும் முதல் வேளையாக, ‘அவள் வந்தாளா? அவள் ஏன் இன்னும் வரவில்லை?’ என்று என்னை ஒவ்வொரு நிமிடமும் நச்சரித்துக் கொண்டே இருப்பார். நள்ளிரவைத் தாண்டித் தூங்கும் வரை அதைக் கேட்டுக் கொண்டே இருப்பார். அக்ரஃபேனா அலெக்ஸாண்ட்ரோவ்னா வரவில்லை என்றால் (ஐயா, ஒருவேளை அவளுக்கு வருவதற்கு விருப்பம் இல்லாமல் இருக்கலாம்), அவர் நாளை காலை என்னைத் தேடி வந்து, ‘அவள் ஏன் இன்னும் வரவில்லை? அவள் எப்போது வருவாள்?’ என்று என்னைக் குறை சொல்வது போலக் கேட்பார். ஐயா, அதற்குப் பிறகு அன்று முழுவதும் அதே கதைதான். மறுபுறம் இருட்டத் தொடங்கியதும் அல்லது அதற்குச் சற்று முன்பு உங்கள் சகோதரர் கையில் துப்பாக்கியுடன் இங்கே வருவார். ‘இதோ பார் அயோக்கியப் பயலே, சூப் தயாரிப்பவனே, அவள் இங்கே வருவதை என்னிடம் தெரியப்படுத்தாமல் போனால், நான் முதலில் உன்னைத்தான் கொல்வேன்’ என்று மிரட்டுவார். இரவு முடிந்து காலை வந்ததும், உங்கள் தந்தை, ‘அவள் ஏன் இன்னும் வரவில்லை? அவள் சீக்கிரம் வருவாளா?’ என்று கேட்டு என்னைச் சாகடிப்பார். அவருடைய கனவுச் சீமாட்டி அவரிடம் வராததற்கு நான்தான் காரணம் என்று அவரும் நினைக்கிறார். எனவே இந்த இருவரின் கோபமும் ஒவ்வொரு நாளும், ஒவ்வொரு மணி நேரமும் அதிகரித்துக் கொண்டே போகிறது. அதைப் பார்க்கும் போது, நான் சில நேரங்களில் பயந்துபோய் தற்கொலை செய்து கொள்ளலாம் என்று நினைப்பேன். ஐயா, அவர்களை நம்பமுடியாது.”

“அப்படியானால் நீ ஏன் இந்த விவகாரத்தில் தலையிட்டாய்? நீ ஏன் டிமிட்ரி ஃபியோதரோவிச்சிற்காக உளவு பார்க்க ஆரம்பித்தாய்?” என்று இவான் ஃபியோதரோவிச் கோபத்துடன் கேட்டான்.

“ஐயா, என்னால் என்ன செய்ய முடியும்? ஆனால் நான் இதில் தலையிடவே இல்லை. உண்மையைச் சொல்ல வேண்டும்

என்றால், நான் அதிலிருந்து விலகியிருக்க பெரும் முயற்சி செய்தேன். நான் முதலில் என்பாட்டுக்கு வாயை மூடிக் கொண்டிருந்தேன். டிமிட்ரி ஃபியோதரோவிச் என்னை அவருடைய காவல் நாயாக இருக்கும்படிச் சொன்னபோது, அவரை எதிர்த்துப் பேசுவதற்கு எனக்குத் துணிச்சல் வரவில்லை. அவர் அன்றிலிருந்து, 'நாயே, அவள் மட்டும் இங்கே வந்தால் உன்னைக் கொன்று விடுவேன்' என்ற பாட்டைப் பாடிக் கொண்டே இருக்கிறார். ஐயா, நாளையே மிக மோசமான நீண்ட வலிப்பு என்னைத் தாக்கும் என்று நினைக்கிறேன்."

"நீ என்ன சொல்கிறாய்? மோசமான நீண்ட வலிப்பா?"

"ஐயா, அது மிக மோசமான வலிப்பு. அது பல மணி நேரங்களுக்குத் தொடர்ந்து நீடிக்கும். சில நேரங்களில் அது ஒரு நாள் முழுவதும் அல்லது அதற்கு மேலும் நீடிக்கும். எனக்கு ஒரு முறை வலிப்பு நோய் வந்தபோது, அது மூன்று நாட்களுக்குத் தொடர்ந்து நீடித்தது. அப்போது நான் மாடியிலிருந்து கீழே விழுந்துவிட்டேன். அது நின்றுவிட்டது போலத் தோன்றும் ஆனால் மீண்டும் என்னை உலுக்கி எடுக்கும். அப்போது நான் மூன்று நாட்களுக்கு சுயநினைவு இல்லாமல் கிடந்தேன். ஃபியோதர் பாவ்லோவிச், கெர்ஷென்ஸ்தூபே என்ற உள்ளூர் மருத்துவரை வரச் சொன்னார். அவர் என் நெற்றியில் பனிக் கட்டியைத் தடவி, ஏதோ ஒரு வைத்தியத்தைச் செய்தார்... ஐயா, நான் அப்போதே செத்துப்போயிருப்பேன்."

"ஆமாம், வலிப்பு நோய் எப்போது வேண்டுமானாலும் வரும் என்பதால் அது ஒரு குறிப்பிட்ட நேரத்தில் வரும் என்று கணிக்க முடியாது என்று சொல்கிறார்கள். அப்படியிருக்க, நாளைக்கு உனக்கு வலிப்பு வரும் என்று நீ எப்படிச் சொல்கிறாய்?" என்று இவான் கோபத்துடன், ஆனால் தெரிந்து கொள்ளும் ஆர்வத்துடன் கேட்டான்.

"ஆமாம், அதை முன்கூட்டியே சொல்ல முடியாது."

"அதுமட்டுமின்றி நீ அப்போது மாடியிலிருந்து கீழே விழுந்திருக்கிறாய்."

"ஐயா, நான் தினமும் மாடியில் ஏறுவதால், நாளை வலிப்பு வரும்போது மாடியிலிருந்து விழலாம். ஒருவேளை நான் மாடியிலிருந்து விழவில்லை என்றால் நிலவறையில் விழுந்துவிடுவேன். ஐயா, நான் தினமும் அங்கேயும் போகிறேன்."

இவான் ஃபியோதரோவிச் எதுவும் பேசாமல் அவனை நீண்ட நேரம் உற்றுப் பார்த்தான்.

நற்றிணை பதிப்பகம் ○ 449

“நீ பேசுவது சுத்த முட்டாள்தனமாக இருக்கிறது. நீ என்ன சொல்கிறாய் என்று எனக்குப் புரியவில்லை” என்று அவன் மென்மையாக ஆனால் அச்சுறுத்தும் தொனியில் சொன்னான். “நீ மூன்று நாட்களுக்கு உடல் நிலை சரியில்லாதவன் போல நடிக்கப் போகிறாயா? ம்?”

ஸ்மெர்த்தியாக்கவ் மீண்டும் தரையைப் பார்த்தபடி, வலது காலின் பூட்ஸை ஆட்டிக் கொண்டே, இடது காலை முன்னோக்கி வைத்து, தலை நிமிர்ந்து, சிரித்துக் கொண்டே சொன்னான்.

“ஐயா, ஓர் அனுபவமுள்ள மனிதனுக்கு அவ்வாறு நடிப்பது கடினம் அல்ல என்பதால், நான் அப்படிச் செய்து என் உயிரைக் காப்பாற்றிக் கொள்ள எனக்கு முழு உரிமை உண்டு. அப்போது அக்ரஃபேனா அலெக்ஸாண்ட்ரோவ்னா இங்கே வந்தாலும், நோயில் படுத்திருக்கும் என்னிடம், ‘நீ ஏன் தகவல் தரவில்லை?’ என்று டிமிட்ரி ஃபியோதரோவிச் கேட்கமாட்டார். அவர் அப்படிச் செய்வதற்குத் தயங்குவார்.”

“ஐயோ, நாசமாய்ப் போக!” என்று இவான் ஃபியோதரோவிச் கோபம் கொப்பளிக்கக் கத்தினான். “நீ ஏன் எப்போதும் உயிருக்குப் பயந்து நடுங்குகிறாய்? சகோதரன் டிமிட்ரியின் இந்த அச்சுறுத்தல்கள் அனைத்தும் கோபத்தில் சொன்ன வார்த்தைகள் என்பதற்கு மேல் எதுவும் இல்லை. அவர் உன்னைக் கொல்ல மாட்டார்; அவர் கொலை செய்வார் என்றாலும் உன்னை அல்ல!”

“ஐயா, அவர் முதலில் என்னை ஒரு கொசுவைக் கொல்வது போலக் கொன்று விடுவார். ஆனால் அதையும் தாண்டி, அவர் முட்டாள்தனமாக அவருடைய தந்தையை ஏதாவது செய்து விட்டால், நான் அவருக்கு உடந்தையாக இருந்தேன் என்று சொல்வார்கள் என்று எனக்குப் பயமாக இருக்கிறது.”

“நீ அவருக்கு உடந்தையாக இருந்தாய் என்று எல்லோரும் ஏன் நினைக்க வேண்டும்?”

“ஏனென்றால் நான் இரகசியமாக அவரிடம் சமிக்ஞைகளைப் பற்றித் தெரிவித்தேன்.”

“சமிக்ஞைகளா? நீ யாரிடம் என்ன சொன்னாய்? நாசமாய்ப் போறவனே, சொல்வதைத் தெளிவாகச் சொல்!”

“நான் உண்மையை ஒப்புக்கொள்ள வேண்டும்” என்று ஸ்மெர்த்தியாக்கவ் வேண்டுமென்றே மெதுவாகப் பேசினான். “ஐயா, இந்த விஷயத்தில் ஃபியோதர் பாவ்லோவிச்சிற்கும் எனக்கும் ஒரு இரகசிய ஒப்பந்தம் இருக்கிறது. ஐயா, உங்களுக்குத் தெரியுமா, (நிச்சயமாக உங்களுக்குத் தெரியும் என்று நினைக்கிறேன்)

ஃபியோதர் பாவ்லோவிச் கடந்த சில நாட்களாக, இரவில் அல்லது மாலையானதும் எல்லாக் கதவுகளையும் பூட்டி விடுகிறார். நீங்கள் சமீப காலமாக ஒவ்வொரு நாளும் சீக்கிரமாக வீட்டிற்கு வந்து மாடியில் உள்ள உங்கள் அறைக்குச் சென்று விடுவதையும், நீங்கள் நேற்று அறையை விட்டு வெளியே வரவே இல்லை என்பதையும் நான் கவனித்தேன். அதனால் கரமசோவ் இரவு நேரங்களில் எவ்வளவு ஜாக்கிரதையாக வீட்டைப் பூட்டிக் கொள்கிறார் என்பது உங்களுக்குத் தெரியாது என்றுதான் நான் நினைக்கிறேன். ஐயா, கிரிகோரி வாசலியேவிச் வந்தாலும், அவருடைய குரலைக் கேட்காமல் கரமசோவ் கதவைத் திறப்பதில்லை. ஆனால் கிரிகோரி இப்போது மாலை நேரங்களில் இங்கே வருவதில்லை என்பதால் நான் மட்டுமே அவருக்குப் பணிவிடை செய்கிறேன். அவர் அக்ரஃபேனா அலெக்ஸாண்ட்ரோவ்னாவை எதிர்பார்த்து காத்திருக்கத் தொடங்கியதிலிருந்து இப்படித்தான் நடக்கிறது. நான் இரவு நேரங்களில் அவருடைய உத்தரவின்படி, என்னுடைய குடிசைக்குத் திரும்பிச் சென்று, நள்ளிரவு வரையிலும் தூங்காமல் முற்றத்தில் நடந்து கொண்டே அந்தப் பெண்ணின் வருகைக்காகக் காத்திருக்கிறேன். ஐயா, அவர் கடந்த சில நாட்களாக பித்து பிடித்தவர் போல அவளுக்காகக் காத்திருக்கிறார். அவள் டிமிட்ரி ஃபியோதரோவிச்சிற்கு (அவர் அவரை மீச்சியா என்று அழைக்கிறார்) பயப்படுவதால், நள்ளிரவில் பின்புற வாசல் வழியாக வருவாள் என்று அவர் சொல்கிறார். எனவே நான் அவள் வருகிறாளா என்பதை நள்ளிரவு அல்லது அதற்குப் பிறகும் கவனித்துக் கொள்ள வேண்டும் என்று அவர் என்னிடம் சொல்லியிருக்கிறார். அவள் வரும்போது, நான் வீட்டுக் கதவை அல்லது தோட்டத்திற்குச் சென்று அங்குள்ள ஜன்னலை இரண்டு முறை மெதுவாகவும் பிறகு மூன்று முறை சத்தமாகவும் தட்ட வேண்டும் என்று சொன்னார். 'அப்போது நான் அவள் வந்திருப்பதைத் தெரிந்து கொண்டு, சத்தமில்லாமல் கதவைத் திறப்பேன்' என்று அவர் சொன்னார். ஆனால் எதிர்பாராமல் ஏதாவது நடந்தால், முதலில் இரண்டு முறை சத்தமாகவும், சற்று இடைவெளிக்குப் பிறகு ஒரு முறை மேலும் சத்தமாகவும் தட்ட வேண்டும் என்றும், அப்போது அவர் ஏதோ நடந்திருக்கிறது என்பதைப் புரிந்து கொண்டு, அது என்ன என்பதைத் தெரிந்து கொள்வதற்காக கதவைத் திறந்து என்னை உள்ளே அனுமதிப்பேன் என்றும் சொல்லியிருக்கிறார். ஏனென்றால் ஒருவேளை அக்ரஃபேனா அலெக்ஸாண்ட்ரோவ்னா நேரில் வராமல் ஏதாவது செய்தியை அனுப்பியிருந்தாலோ அல்லது டிமிட்ரி ஃபியோதரோவிச்

வீட்டிற்கு அருகில் வந்தாலோ நான் அவரிடம் சொல்ல வேண்டும். ஐயா, அவர் டிமிட்ரி ஃபியோதரோவிச்சைப் பார்த்து மிகவும் பயப்படுகிறார். ஒருவேளை அக்ரஃபேனா அலெக்ஸாண்ட்ரோவ்னா வந்து வீட்டிற்கு உள்ளே சென்ற பிறகு, டிமிட்ரி ஃபியோதரோவிச் வந்தால், நான் மூன்று முறை கதவைத் தட்டி அவரை எச்சரிக்க வேண்டும். ஆக, ஐந்து முறை தட்டும் முதல் சமிக்ஞை 'அக்ரஃபேனா அலெக்ஸாண்ட்ரோவ்னா வந்துவிட்டாள்' என்பதையும், மூன்று முறை தட்டும் இரண்டாவது சமிக்ஞை 'முக்கியமான செய்தியைச் சொல்ல வேண்டும்' என்பதையும் குறிக்கிறது. அவர் அதை எனக்குப் பலதடவை விளக்கியதோடு மட்டுமின்றி அவரே தட்டியும் காட்டினார். ஐயா, இந்த உலகத்தில் இதைப் பற்றி எனக்கும் அவருக்கும் மட்டுமே தெரியும் என்பதால், நான் கதவைத் தட்டியதும் அவர் எதையும் கேட்காமல் (அவர் சத்தமாகக் கூப்பிடுவதற்கு பயப்படுகிறார்) எந்தச் சந்தேகமும் இல்லாமல் உடனடியாகக் கதவைத் திறப்பார். இப்போது இந்த சமிக்ஞைகளைப் பற்றி டிமிட்ரி ஃபியோதரோவிச்சுக்கும் தெரிந்து விட்டது."

"அவருக்கு எப்படித் தெரியும்? நீ அவரிடம் சொன்னாயா? உனக்கு எவ்வளவு தைரியமிருந்தால் அதை அவரிடம் சொல்லியிருப்பாய்?"

"ஐயா, நான் பயத்தினால் அவரிடம் எல்லாவற்றையும் உளறிவிட்டேன். அந்த இரகசியத்தை அவரிடம் மறைக்க எனக்கு தைரியம் வரவில்லை. ஏனென்றால் டிமிட்ரி ஃபியோதரோவிச் ஒவ்வொரு நாளும் என்னிடம், 'நீ என்னை ஏமாற்றுகிறாய். நீ என்னிடமிருந்து எதையோ மறைக்கிறாய். நீ அதைச் சொல்லா விட்டால் நான் உன் கால்கள் இரண்டையும் முறித்துவிடுவேன்!' என்று மிரட்டிக் கொண்டே இருந்தார். எனவே நான் என்னுடைய விசுவாசத்தை நிரூபிக்க அவருக்கு அந்தச் சமிக்ஞைகளைப் பற்றிச் சொல்லி, நான் அவரை ஏமாற்றவில்லை என்றும், எனக்குத் தெரிந்த எல்லாவற்றையும் அவரிடம் தெரிவிப்பேன் என்றும் சொன்னேன்."

"அவர் அந்தச் சமிக்ஞைகளைப் பயன்படுத்தி உள்ளே நுழைய முயற்சிப்பார் என்று தெரிந்தால் நீ அவரை உள்ளே விடக்கூடாது, சரியா?"

"ஐயா, அவர் வெறிபிடித்தவர் போல இருக்கிறார் என்று தெரிந்தும் நான் அவரைத் தடுப்பதற்குத் துணிந்தாலும், எனக்கு வலிப்பு வந்துவிட்டால் அவரை எப்படித் தடுத்து நிறுத்த முடியும்?"

"ஏய், நாசமாய்ப் போக! உனக்கு வலிப்பு வரும் என்று நீ எப்படி இவ்வளவு உறுதியாகச் சொல்கிறாய்? நீ என்னைக் கேலி செய்கிறாயா?"

"ஐயா, உங்களைக் கேலி செய்வதற்கு எனக்கு எப்படித் தைரியம் வரும்? பயத்தினால் நடுங்கிக் கொண்டிருக்கும் என்னால் எப்படி உங்களைப் பார்த்துச் சிரிக்க முடியும்? எனக்கு வலிப்பு வரப்போகிறது என்பதை என்னால் முன்கூட்டியே உணர முடிகிறது, ஏனெனில் பயத்தினால்தான் வலிப்பு வருகிறது."

"ஏய், பிசாசு! அப்படி நீ படுக்கையில் கிடந்தால், கிரிகோரி எல்லாவற்றையும் பார்த்துக் கொள்ளட்டும். எனவே நீ முன்கூட்டியே கிரிகோரியிடம் அதைச் சொல்லிவிடு. அவர் உறுதியாக அவரை உள்ளே விடமாட்டார்."

"ஐயா, எஜமானரின் அனுமதியின்றி கிரிகோரியிடம் சமிக்ஞைகளைப் பற்றிச் சொல்ல எனக்குத் தைரியம் இல்லை. டிமிட்ரி வருவது தெரிந்தால் கிரிகோரி அவரை உள்ளே விடமாட்டார் என்றாலும், அவர் நேற்று முதல் உடல்நிலை சரியில்லாமல் இருக்கிறார். மார்த்தா நாளை அவருக்கு சிகிச்சையளிக்கத் திட்டமிட்டு, அதற்கான ஏற்பாடுகளைச் செய்திருக்கிறாள். அந்த வைத்தியம் மிகவும் விசித்திரமானது. அவள் ஏதோ ஒரு மூலிகையிலிருந்து அந்த மருந்தைத் தயாரிக்கிறாள். அவளுக்கு மட்டுமே அந்த இரகசியம் தெரியும். ஐயா, கிரிகோரி வாசலியேவிச்சிற்கு இடுப்பு வலி அதிகமாகி நடமாட முடியாமல் போகும்போது, அவள் அவருக்கு வருடத்திற்கு மூன்று முறையாவது அந்த இரகசிய வைத்தியத்தைச் செய்கிறாள். ஐயா, அவள் அந்த மருந்துக் கலவையில் ஒரு துண்டை நனைத்து அது காய்ந்து போகும் வரை, அரை மணி நேரமாக அவருடைய முதுகைத் தேய்ப்பாள். அவள் அதைச் செய்யும்போது அவளுடைய முகம் முழுவதும் சிவந்து விடும். அதற்குப் பிறகு அவள் அந்த மருந்தை ஒரு டம்ளரில் ஊற்றி அவரைக் குடிக்கச் சொல்லிவிட்டு, பிரார்த்தனை செய்வாள். ஆனால் சில நேரங்களில் அவள் எல்லாவற்றையும் அவருக்குக் கொடுக்காமல் அவளும் கொஞ்சம் குடிப்பாள். ஐயா, அவர்கள் இருவருக்கும் குடிப்பழக்கம் இல்லை என்று நான் உங்களிடம் சொல்லிக் கொள்கிறேன். இருந்தாலும் அவர்கள் அதைக் குடித்த பிறகு நீண்ட நேரம் ஆழ்ந்த உறக்கத்தில் ஆழ்ந்திருப்பார்கள். ஐயா, அதற்குப் பிறகு கிரிகோரி வாசலியேவிச் தூங்கி எழுந்ததும் மிகுந்த உற்சாகத்துடன் இருப்பார், ஆனால் மார்த்தா கண் விழித்ததும் எப்போதும் தலைவலியால் அவதிப்படுவாள். எனவே மார்த்தா நாளை அந்த வைத்தியத்தைச்

செய்தால், அவர்கள் நன்றாகத் தூங்கும் காரணத்தால், டிமிட்ரி ஃபியோதரோவிச் வந்தாலும் அவர்களுக்குத் தெரிய வாய்ப்பில்லை.”

“என்ன முட்டாள்தனம்! ஏதோ திட்டமிட்டது போல இவை அனைத்தும் ஒரே நேரத்தில் நடக்கிறது. உனக்கு வலிப்பு வரும், அவர்கள் நினைவிழந்து கிடப்பார்கள்!” என்று இவான் ஃபியோதரோவிச் கத்தினான். “நீதான் எல்லாவற்றையும் திட்டமிட்டுச் செய்கிறாயா?” என்று திடீரென்று உளறிய இவான், மிரட்டும் தோரணையில் புருவத்தைச் சுருக்கினான்.

“ஐயா, என்னால் எப்படி இதையெல்லாம் செய்ய முடியும்? எல்லாமே டிமிட்ரி ஃபியோதரோவிச்சையும், அவருடைய திட்டங்களையும் சார்ந்திருக்கும்போது, நான் எதற்காக அதைச் செய்ய வேண்டும்? ஐயா, அவர் ஏதாவது செய்ய விரும்பினால் நிச்சயமாக அதைச் செய்வார். ஐயா, அப்படி இல்லையென்றால், நானாக அவரை இங்கே அழைத்து வந்து உங்கள் தந்தையின் அறைக்குள் தள்ள முடியாது.”

“நீ ஏற்கனவே சொன்னது போல குரூஷென்கா உறுதியாக இங்கே வரமாட்டாள் என்றால், அவர் ஏன் இங்கே வந்து இரகசியமாக அப்பாவைப் பார்க்க வேண்டும்?” என்று இவான் ஃபியோதரோவிச் கோபத்தில் முகம் வெளிறியவனாகத் தொடர்ந்து சொன்னான். “நீயும் அதைச் சொன்னாய்; அந்தக் கிழவர் வீணாகக் கனவு காண்கிறார், ஆனால் அந்தப் பிராணி அவர் அருகில் வரவே வராது என்று நானும் உறுதியாக நம்புகிறேன். அவள் வரமாட்டாள் எனும்போது, டிமிட்ரி ஃபியோதரோவிச் அந்தக் கிழவர் மீது ஏன் கோபப்பட வேண்டும்? சொல்! நீ என்ன நினைக்கிறாய் என்று எனக்குத் தெரிய வேண்டும்!”

“அவர் எதற்காக வருவார் என்று உங்களுக்கே தெரியும்போது, நான் என்ன நினைக்கிறேன் என்பதைப் பற்றி நீங்கள் ஏன் கவலைப்பட வேண்டும்? அவர் கோபமாக இருப்பதால் அல்லது எனக்கு உடல்நிலை சரியில்லாமல் போய்விட்டதோ என்று சந்தேகப்பட்டு, அவர் நேற்று இங்கே வந்து பொறுமையிழந்து எல்லா அறைகளையும் சோதனையிட்டதைப் போல, அவள் அவருக்குத் தெரியாமல் இங்கே வந்திருக்கிறாளா என்பதைத் தெரிந்து கொள்ள வருவார். மேலும் ஃபியோதர் பாவ்லோவிச் மூவாயிரம் ரூபிள்களை ஒரு உறையில் வைத்து, மூன்று முத்திரையிட்டு ரிப்பனால் கட்டி வைத்து அதன் மீது, ‘என் தேவதை குரூஷென்காவுக்கு’ என்று தன் கைப்பட எழுதி வைத்திருக்கிறார் என்று அவருக்குத் தெரியும். அவர் மூன்று நாட்களுக்கு முன்பு அந்த உறையின் மீது, ‘என் அருமை கோழிக்

குஞ்சுக்கு' என்று எழுதினார். ஐயா, நான் அதனால்தான் அவர் இங்கே வருவாரோ என்று சந்தேகப்படுகிறேன்."

"முட்டாள்தனம்!" என்று இவான் ஃபியோதரோவிச் ஏறக்குறைய வெறிபிடித்தவன் போலக் கத்தினான். "டிமிட்ரி ஃபியோதரோவிச் பணத்தைத் திருடவும், அதற்காக அப்பாவைக் கொல்லவும் வரமாட்டார். அவர் நேற்று வெறிபிடித்தவர் போல இருந்தபோது, முட்டாள்தனமாக குரூஷென்காவுக்காக அவரைக் கொன்றிருக்க முடியும். ஆனால் அவர் பணத்தைத் திருடுவதற்காக இங்கே வரமாட்டார்!"

"ஐயா, இவான் ஃபியோதரோவிச், அவருக்கு இப்போது மிக மோசமாக பணம் தேவைப்படுகிறது. அவருக்குப் பணம் எந்த அளவுக்குத் தேவைப்படுகிறது என்பதை உங்களால் புரிந்துகொள்ள முடியாது" என்று ஸ்மெர்த்தியாக்கவ் சாந்தமாகவும் தெளிவாகவும் பதில் சொன்னான். "ஐயா, அவர் அந்த மூவாயிரம் ரூபிள்களைத் தனக்குச் சொந்தமானது என்று நினைக்கிறார். அவர் என்னிடம், 'என் தந்தை எனக்கு இன்னும் மூவாயிரம் ரூபிள்கள் தர வேண்டியிருக்கிறது' என்று சொன்னார். இவையெல்லாம் ஒருபுறம் இருக்க, ஐயா, இவான் ஃபியோதரோவிச், நீங்கள் யோசித்துப் பார்த்தால் அதில் உண்மை இருப்பதைத் தெரிந்து கொள்வீர்கள். அவள் விரும்பினால், அவரைக் கட்டாயப்படுத்தி, அதாவது எஜமானர் ஃபியோதர் பாவ்லோவிச்சைத் திருமணம் செய்துகொள்ள வேண்டும் என்று வற்புறுத்துவாள். நான் அவள் வரமாட்டாள் என்றுதான் சொல்கிறேன். இருந்தாலும் ஒருவேளை அவள் அதற்கும் மேலாக ஆசைப்பட்டு இந்த வீட்டு எஜமானியாக விரும்பலாம். அவளுடைய வியாபாரி சம்சனோவ் சிரித்துக் கொண்டே அப்படிச் செய்வது ஒன்றும் முட்டாள்தனமான காரியமல்ல என்று வெளிப்படையாகச் சொன்னது எனக்குத் தெரியும். ஐயா, அவள் மிகவும் புத்திசாலிப் பெண். அவள் டிமிட்ரி ஃபியோதரோவிச் போன்ற ஒரு ஏழையைத் திருமணம் செய்துகொள்ள மாட்டாள். எனவே நீங்கள் இதைக் கணக்கில் எடுத்துக் கொண்டால், உங்கள் தந்தை இறந்த பிறகு, உங்களுக்கோ அல்லது உங்கள் சகோதரர்களான டிமிட்ரி ஃபியோதரோவிச்சுக்கோ, அலெக்ஸி ஃபியோதரோவிச்சுக்கோ எதுவும் மிஞ்சாது என்பதைத் தெரிந்து கொள்ளுங்கள். ஏனென்றால் அவள் அவரைத் திருமணம் செய்து கொண்ட பிறகு எல்லாச் சொத்துக்களையும் அவளுடைய பெயருக்கு மாற்றிக் கொள்வாள். அப்படி ஏதாவது நடப்பதற்கு முன்பாக இப்போதே உங்கள் தந்தை இறந்துவிட்டால், உங்கள் ஒவ்வொருவருக்கும் நிச்சயமாக நாற்பதாயிரம் ரூபிள்கள் கிடைக்கும். அவர் மிகவும் வெறுக்கும் டிமிட்ரி ஃபியோதரோவிச்சுக்கும்

பணம் கிடைக்கும், ஏனெனில் அவர் இன்னும் உயில் எதுவும் எழுதி வைக்கவில்லை... இதெல்லாம் டிமிட்ரி ஃபியோதரோவிச்சுக்கு நன்றாகத் தெரியும்..."

இவான் ஃபியோதரோவிச்சின் முகம் இறுகியது. அவனுடைய கன்னங்களில் சிவப்பேறியது.

"அப்படியிருந்தும், நீ ஏன் என்னைச் செர்மாஷ்னியா போகவில்லையா என்று கேட்டாய்? நீ அதன் மூலம் என்ன சொல்ல வருகிறாய்? நான் போய்விட்டால் இங்கே என்ன நடக்குமோ?" என்று இவான் ஃபியோதரோவிச் சிரமத்துடன் மூச்சை இழுத்துவிட்டான்.

"ஐயா, நீங்கள் சரியாகச் சொன்னீர்கள்" என்று ஸ்மெர்த்தி யாக்கவ் நியாயமான முறையில் சாந்தமாகச் சொல்லிவிட்டு, இவான் ஃபியோதரோவிச்சை உற்றுப் பார்த்தான்.

"சரியாகச் சொன்னீர்கள் என்றால் என்ன அர்த்தம்?" என்று கண்களில் மிரட்டலுடன் கேட்ட இவான் ஃபியோதரோவிச் மிகுந்த சிரமத்துடன் தன்னைக் கட்டுப்படுத்திக் கொண்டான்.

"நான் உங்கள் மீதுள்ள கவலையினால் அப்படிச் சொன்னேன். நான் உங்கள் இடத்தில் இருந்திருந்தால், இப்படி ஒரு சூழ்நிலையில் இருப்பதை விட எல்லாவற்றையும் தூக்கி எறிந்துவிட்டுப் போயிருப்பேன்..." என்று அவன் வெளிப்படையாகச் சொல்லிவிட்டு, இவான் ஃபியோதரோவிச்சின் ஒளிரும் கண்களை உற்றுப் பார்த்தான். இருவரும் சிறிது நேரம் மௌனமாக இருந்தார்கள்.

"நீ ஒரு முட்டாள், சொல்லப்போனால் கேடுகெட்ட அயோக்கியன்" என்ற இவான் ஃபியோதரோவிச் திடீரென்று பெஞ்சிலிருந்து எழுந்தான். அவன் முன் வாசலைக் கடந்து செல்ல யத்தனித்து, திடீரென்று நின்று திரும்பி ஸ்மெர்த்தியாக்கவைப் பார்த்தான். அப்போது விசித்திரமான ஒன்று நடந்தது. இவான் ஃபியோதரோவிச் உதட்டைக் கடித்தபடி, முஷ்டியை மடக்கிக் கொண்டு அவனை நோக்கிப் பாய்வதற்குத் தயாரானான். ஸ்மெர்த்தியாக்கவ் அதைப் புரிந்து கொண்டு, உடல் முழுவதும் நடுங்க பின்னால் நகர்ந்தான். அந்த ஒரு வினாடி ஏற்பட்ட தாமதத்தினால் இவான் ஃபியோதரோவிச் அவனை அடிக்காமல், ஒரு வார்த்தையும் பேசாமல் திகைப்புடன் கதவை நோக்கித் திரும்பி நடந்தான்.

"நான் நாளை மாஸ்கோவுக்குப் போகிறேன். நீ தெரிந்து கொள்ள வேண்டும் என்றால் நான் நாளை அதிகாலையில் புறப்படுகிறேன், அவ்வளவுதான்!" என்று இவான் ஃபியோதரோவிச்

கோபத்துடன் சத்தமாகச் சொன்னான். அவன் அதற்குப் பிறகு அதை அவனிடம் சொல்ல வேண்டிய அவசியம் ஏன் ஏற்பட்டது என்று யோசித்து ஆச்சரியப்பட்டான்.

"ஐயா, அதுதான் நல்லது" என்று அவன் அதை எதிர்பார்த்தவன் போலப் பதிலளித்தான். "இங்கே ஏதாவது நடந்தால் மாஸ்கோவுக்கு தந்தி அனுப்பி உங்களை வரவழைக்கலாம்."

இவான் ஃபியோதரோவிச் மீண்டும் நின்று சட்டென்று திரும்பி ஸ்மெர்த்தியாக்கவைப் பார்த்தான். அப்போது அவனிடம் ஒரு மாற்றம் தெரிந்தது. அவனுடைய பரிச்சயமான பார்வையும் அலட்சிய பாவமும் அவனை விட்டு அகன்றிருந்தன. அவனுடைய முகத்தில் பதற்றமும், எதிர்பார்ப்பும் தெரிந்தாலும், அவன் பயத்துடன் பணிவாக இவான் ஃபியோதரோவிச்சைப் பார்த்தான். அவனுடைய அந்தப் பார்வை, 'ஐயா, நீங்கள் வேறு எதுவும் சொல்ல விரும்புகிறீர்களா?' என்று கேட்பது போலிருந்தது.

"நான் செர்மாஷ்னியாவில் இருந்தால் என்னை வரவழைக்க முடியாதா?" என்று இவான் ஃபியோதரோவிச் எந்தக் காரணமும் இல்லாமல் திடீரென்று கத்தினான்.

"ஐயா, உங்களைச் செர்மாஷ்னியாவிலிருந்தும் வரவழைக்க முடியும்..." என்று முணுமுணுத்த ஸ்மெர்த்தியாக்கவ் வார்த்தைகளைத் தேடுவது போல இவான் ஃபியோதரோவிச்சின் கண்களை உற்றுப் பார்த்தான்.

"மாஸ்கோ தூரத்தில் இருக்கிறது, ஆனால் செர்மாஷ்னியா அருகில் உள்ளது. நான் செர்மாஷ்னியா போவதைப் பற்றி வற்புறுத்துவதைப் பார்க்கும்போது, நீ என்னுடைய பயணச் செலவைப் பற்றியும், நான் நீண்ட தூரம் பயணம் செய்வதைப் பற்றியும் கவலைப்படுவதாகத் தெரிகிறது."

"ஐயா, நீங்கள் சரியாகச் சொன்னீர்கள்..." என்று ஸ்மெர்த்தியாக்கவ் தடுமாறிய குரலில் முணுமுணுத்து, அருவருப்பான புன்னகையை உதிர்த்தான். அவன் எச்சரிக்கையுடன் மீண்டும் பின்னோக்கி நகரத் தயாராக இருந்தான். ஆனால் ஸ்மெர்த்தியாக்கவ் ஆச்சரியப்படும் வகையில் இவான் ஃபியோதரோவிச் சிரித்துக் கொண்டே வேகமாக உள்ளே சென்றான். அந்தச் சமயத்தில் அவனுடைய முகத்தைப் பார்க்கும் எவரும் அவன் மகிழ்ச்சியினால் சிரிக்கவில்லை என்று தெரிந்து கொண்டிருப்பார்கள். ஏனெனில் அந்த நேரத்தில் அவனுக்குள் என்ன நடந்து கொண்டிருந்தது என்பதை அவனாலேயே விளக்கியிருக்க முடியாது. அவன் தசைபிடிப்பு ஏற்பட்டது போல அசைந்து அசைந்து நடந்து சென்றான்.

7. ஒரு புத்திசாலி மனிதனுடன் பேசுவது எப்போதும் சுவாரஸ்யமானது

இவான் ஃபியோதரோவிச் பேசியதும் அப்படித்தான் இருந்தது. அவன் வரவேற்பறையில் ஃபியோதர் பாவ்லோவிச்சைச் சந்தித்ததும் கைகளை ஆட்டி அவரை நோக்கிக் கத்தினான். "நான் மாடியில் உள்ள என் அறைக்குச் செல்கிறேன், உங்களைப் பார்க்க விரும்பவில்லை. குட் பை" என்று சொல்லிவிட்டு அவன் அவரைப் பார்க்காமல் கடந்து சென்றான். அவனுக்கு அந்தச் சமயத்தில் அந்தக் கிழவர் மீது வெறுப்பு இருந்திருக்க வேண்டும். ஆனால் அவனுடைய அந்த முரட்டுத்தனமான விரோத பாவத்தை ஃபியோதர் பாவ்லோவிச்சே கூட எதிர்பார்க்கவில்லை. கிழவர் அவனிடம் எதையோ முக்கியமாகச் சொல்ல விரும்பினார் என்பது தெளிவாகத் தெரிந்தது, ஏனெனில் அவர் அதனால்தான் அவனைச் சந்திக்க வரவேற்பறைக்கு வந்தார். ஆனால் அவர் அவனுடைய வரவேற்பைப் பார்த்த பிறகு, எதுவும் சொல்லாமல் ஏளனப் பார்வையுடன் மாடிக்குச் செல்லும் தன் மகனைக் கண்களிலிருந்து மறையும் வரை பார்த்துக் கொண்டு நின்றார்.

"அவனுக்கு என்ன ஆயிற்று?" என்று அவர் இவான் ஃபியோதரோவிச்சைப் பின்தொடர்ந்து உள்ளே வந்த ஸ்மெர்த்தியாக்கவிடம் கேட்டார்.

"அவர் எதற்காகவோ கோபப்படுகிறார். அது என்னவென்று யாருக்குத் தெரியும்?" என்று வேலைக்காரன் மழுப்பலாக முணுமுணுத்தான்.

"ஆகா, பிசாசு! அவன் கோபப்படட்டும்! நீ சமோவாரைக் கொண்டு வந்து வைத்துவிட்டு சீக்கிரமாக வெளியே போ. ஏதாவது தகவல் கிடைத்ததா?"

அவன் இவான் ஃபியோதரோவிச்சிடம் சொல்லிக் குறைபட்டுக் கொண்ட அத்தனை கேள்விகளையும் அவர் திரும்பவும் அவனிடம் கேட்டார். அதாவது அவர் எதிர்பார்த்துக் காத்திருந்த அந்தப் பெண்ணைப் பற்றிய அந்தக் கேள்விகளை நாம் இங்கே தவிர்த்துவிடுவோம். அரை மணி நேரத்திற்குப் பிறகு அந்த வீட்டில் இருந்த அத்தனை கதவுகளும் பூட்டப்பட்டன. அந்தப் பைத்தியக்காரக் கிழவர் முன்னரே சொல்லி வைத்திருந்த அந்த ஐந்து சமிக்ஞைகளும் எந்த நேரத்திலும் கேட்கலாம் என்று எதிர்பார்த்தவராக பதற்றத்துடன் வெறிச்சோடியிருந்த ஒவ்வொரு அறைக்கும் நடந்து

கொண்டிருந்தார். அவர் அவ்வப்போது இருண்ட ஜன்னல்கள் வழியே வெளியே நோட்டமிட்டார். ஆனால் அவர் அந்த ஜன்னலுக்கு வெளியே இருட்டைத் தவிர வேறு எதையும் பார்க்க முடியவில்லை.

இவான் ஃபியோதரோவிச் வெகு நேரமாகியும் தூங்காமல் எதையோ யோசித்துக் கொண்டிருந்தான். அவன் அன்றிரவு இரண்டு மணிக்கு படுக்கச் சென்றான். ஆனால் நாம் இப்போது அவன் என்னவெல்லாம் யோசித்தான் என்பதைப் பற்றி எதுவும் சொல்லப்போவதில்லை. மேலும் இப்போது அவன் மனதில் என்ன இருக்கிறது என்பதைத் தெரிந்து கொள்வதற்கான நேரம் இதுவல்ல என்பதால் அதற்கான காலம் வரும் வரைக் காத்திருப்போம். இப்போது நாம் அவனுடைய எண்ணங்களை விவரிக்க விரும்பினாலும் கூட அது மிகவும் சிக்கலான காரியமாகத்தான் இருக்கும். ஏனென்றால் அவை முழுமையானவை அல்ல, மாறாக துண்டு துண்டான தெளிவற்ற, எல்லாவற்றுக்கும் மேலாக அவஸ்தைக்குள்ளான ஒரு ஜீவனின் எண்ணவோட்டங்கள். இவான் ஃபியோதரோவிச் தன்னுடைய மன உறுதியை இழந்துவிட்டதாக உணர்ந்தான். எல்லாவிதமான விசித்திரமான, ஏறக்குறைய விவரிக்க முடியாத பல்வேறு ஆசைகள் அவனை அலைக்கழித்தன. உதாரணமாக நள்ளிரவுக்குப் பிறகு, அவனுக்கு திடீரென்று கீழே சென்று கதவைத் திறந்து, வேலைக்காரர்களின் குடிசைக்குச் சென்று, ஸ்மெர்த்தியாக்கவை அடித்து உதைக்க வேண்டும் என்ற உந்துதல் ஏற்பட்டது. ஆனால் யாராவது ஏன் என்று கேட்டால் அவனால் அதற்குச் சரியான காரணம் எதையும் சொல்ல முடியாது. இந்த உலகத்தில் மிக மோசமாக அவமானப் படுத்திய எதிரியை விட அதிகமாக அவன் அந்த வேலைக்காரனை வெறுத்தான் என்பதைத் தவிர வேறு எந்தக் காரணத்தையும் அவனால் சொல்ல முடியாது. மறுபுறம், அன்றிரவு பலமுறை என்னவென்று விவரிக்க முடியாத அவமானகரமான ஓர் அச்ச உணர்வு அவனுடைய உள்ளத்தை ஆட்கொண்டது. எனவே அவன் தன்னுடைய உடல் வலிமை அனைத்தும் வற்றிவிட்டதாக உணர்ந்தான். அவனுக்குத் தலை வலித்தது; தலை சுற்றுவது போலிருந்தது. யாரையோ பழிவாங்கப் போவதைப் போன்ற ஒரு வெறுப்புணர்வு அவன் மனதைப் பெரும் பாரமாக அழுத்தியது. அவன் அல்யோஷாவிடம் பேசியதை நினைத்துப் பார்த்து அவனையும் வெறுத்தான். அவனுக்குச் சிலசமயங்களில் அவன் மீதே வெறுப்பு ஏற்பட்டது. அவன் ஏறக்குறைய கேத்தரீனா

இவானோவ்னாவை மறந்துவிட்டது அவனுக்கு ஆச்சரியமாக இருந்தது. அதிலும் குறிப்பாக, அவன் அவளுடைய வீட்டில், மறுநாள் காலையில் தான் மாஸ்கோவுக்குப் போகப் போவதாகத் துணிச்சலுடன் பெருமையடித்துக் கொண்டபோது, 'அது சுத்த முட்டாள்தனம்; நீ இங்கிருந்து போகமாட்டாய்; நீ இதிலிருந்து அத்தனை சுலபமாக வெளியேற முடியாது' என்று தனக்குள் சொல்லிக் கொண்டதை நினைத்துப் பார்த்தான்.

இவான் ஃபியோதரோவிச் நீண்ட நாட்களுக்குப் பிறகு அந்த இரவை நினைத்துப் பார்த்தபோது, அவன் திடீரென்று படுக்கையிலிருந்து எழுந்து, யாராவது பார்த்து விடுவார்களோ என்ற பயத்துடன் கதவைத் திறந்து படிக்கட்டுக்கு அருகில் சென்று, மூச்சை இழுத்துப் பிடித்துக் கொண்டு, ஒரு விசித்திரமான ஆர்வத்துடன், இதயம் படபடவென்று அடித்துக் கொள்ள, ஏன் இதைச் செய்கிறோம் என்று தெரியாமல், ஃபியோதர் பாவ்லோவிச் அங்குமிங்கும் நடந்து கொண்டிருக்கும் ஓசையைச் சுமார் ஐந்து நிமிடங்களுக்குக் கேட்டுக் கொண்டிருந்த அந்தச் செயலை, 'அருவருப்பானது' என்று குறிப்பிட்டான். அவன் அவனுடைய மன ஆழத்தில், தன்னுடைய வாழ்நாளில் செய்த மிகவும் இழிவான செயலாக அதை நினைத்தான். அப்போது அவனுடைய மனதில் ஃபியோதர் பாவ்லோவிச்சின் மீது எந்த வெறுப்பும் இல்லை. அவர் எதற்காக மேலும் கீழும் நடந்து கொண்டிருக்கிறார் என்பதையும், அவர் இப்போது என்ன செய்து கொண்டிருக்கிறார் என்பதையும் அவன் தெரிந்துகொள்ள ஆர்வமாக இருந்தான். அவர் இப்போது இருண்ட ஜன்னல்கள் வழியே எட்டிப் பார்ப்பதாகவும், திடீரென்று அறையின் நடுவில் நின்று யாராவது கதவைத் தட்டுகிறார்களா என்று ஆவலுடன் கேட்டுக் கொண்டிருப்பதாகவும் அவன் கற்பனை செய்து கொண்டான். அவன் அதற்காக இரண்டு முறை படிக்கட்டு அருகில் சென்று என்ன நடக்கிறது என்று கவனித்தான்.

ஃபியோதர் பாவ்லோவிச் படுக்கைக்குச் சென்று, எல்லா ஓசைகளும் அடங்கிய பிறகு, சுமார் இரண்டு மணியளவில் அவனும் படுக்கச் சென்றான். அவன் மிகவும் களைத்துப் போயிருந்ததால், தூங்க வேண்டும் என்ற விருப்பத்துடன் படுக்கைக்குச் சென்றான். உண்மையில் அவன் படுத்தவுடன் ஆழ்ந்த உறக்கத்தில் விழுந்தான். ஆனால் அவன் காலையில் ஏழு மணியளவில் வெளிச்சம் இருந்தபோது கண் விழித்தான். அவன் கண்களைத் திறந்தபோது, தான் அசாதாரணமான ஆற்றலுடன் இருப்பதை உணர்ந்து ஆச்சரியப்பட்டான். அவன் துள்ளிக்

குதித்தெழுந்து, விரைவாக உடைகளை அணிந்து, சூட்கேஸை வெளியே எடுத்தான். அவன் ஒரு நிமிடத்தைக் கூட வீணாக்காமல் அவசர அவசரமாக மூட்டை கட்டத் தொடங்கினான். அவன் சலவைக்குப் போட்டிருந்த துணிகள் அனைத்தும் நேற்று காலையில் வந்து சேர்ந்துவிட்டன. எனவே அவன் புறப்பட்டுச் செல்வதைத் தாமதப்படுத்த எதுவும் இல்லை என்பதை நினைத்துப் புன்னகைத்தான். உண்மையில் அவன் திடீரென்று கிளம்பிவிட்டான். நேற்று அவன் கேத்தரீனா இவானோவ்னா, அல்யோஷா, ஸ்மெர்த்தியாக்கவ் ஆகிய மூவரிடமும் இன்று புறப்படுவதாகச் சொல்லியிருந்தாலும், நேற்று படுக்கச் சென்றபோது கூட, இன்று கிளம்புவதைப் பற்றியும், காலையில் எழுந்தவுடன் முதல் வேலையாக எல்லாவற்றையும் மூட்டை கட்டவேண்டும் என்பதைப் பற்றியும் யோசிக்கவில்லை என்பது அவனுக்கு ஞாபகம் வந்தது. கடைசியில் அவனுடைய பெட்டியும், பையும் பயணத்திற்குத் தயாரானது. சுமார் ஒன்பது மணியளவில் மாடிக்கு வந்த மார்த்தா வழக்கம்போல, "உங்களுக்குத் தேநீர் கொண்டு வரட்டுமா அல்லது கீழே வருகிறீர்களா?" என்று கேட்டாள். இவான் ஃபியோதரோவிச் கீழே இறங்கிச் சென்றான். அவனுடைய பேச்சிலும் உடல் அசைவுகளிலும் ஏதோ ஓர் அவசரம் தெரிந்தாலும் அவன் ஏறக்குறைய உற்சாகத்துடன் காணப்பட்டான். அவன் தன் தந்தையை அன்புடன் வரவேற்று நலம் விசாரித்தான். ஆனால் அவன் அவருடைய பதிலுக்காகக் காத்திராமல், இன்னும் ஒரு மணி நேரத்தில் மாஸ்கோவுக்குப் புறப்படுவதாகவும், குதிரை வண்டியை அனுப்பி வைக்கும்படியும் கேட்டுக் கொண்டான். அவன் சொன்னதை எந்த வியப்பையும் காட்டாமல் கேட்டுக் கொண்ட அந்த முதியவர், தன்னுடைய மகன் உடனடியாகப் புறப்பட்டுச் செல்வதைக் குறித்து எந்த வருத்தத்தையும் தெரிவிக்காமல் அநாகரீகமாக நடந்து கொண்டார். அவர் அதற்குப் பதிலாகத் திடீரென்று அவருக்கு ஏதோ ஓர் அவசரமான வேலை நினைவுக்கு வந்தது போலப் படபடப்புடன் பேசினார்.

"ஆகா, நீ என்ன மனிதன்! நீ நேற்றே அதைச் சொல்லி யிருக்கலாம்... சரி, பரவாயில்லை, இப்போதும் அதைச் செய்ய முடியும். என் அருமை மகனே, நீ எனக்கு ஒரு உதவி செய்ய வேண்டும். நீ போகும் வழியில் வோலோவ்யா ரயில் நிலையத்தில் இறங்கி, அங்கிருந்து இடது புறமாகத் திரும்பிச் சென்றால் சுமார் எட்டு மைல் தூரத்தில் உள்ள செர்மாஷ்னியாவுக்குப் போக முடியும்."

“மன்னிக்கவும், என்னால் முடியாது. நான் இங்கிருந்து ஐம்பது மைல் தூரத்தில் உள்ள ரயில் நிலையத்திற்குச் சென்று, மாலை ஏழு மணிக்கு மாஸ்கோவுக்குச் செல்லும் ரயிலைப் பிடிக்க வேண்டும். எனவே எனக்கு அதற்கே நேரம் சரியாக இருக்கும்.”

“நீ நாளை அல்லது நாளை மறுநாள் மாஸ்கோவுக்குப் போகலாம், ஆனால் இன்று நீ செர்மாஷ்னியாவுக்குப் போ. நீ உன்னுடைய வயதான தந்தையின் மனதை அமைதிப்படுத்த அதைக்கூடச் செய்ய முடியாதா? எனக்கு மட்டும் இங்கே வேலை இல்லை என்றால் நானே சென்றிருப்பேன், ஏனென்றால் அது மிகவும் முக்கியமான, அவசரமான வேலை. ஆனால் என்னால் போக முடியவில்லை, ஏனெனில் இங்கே... இதோ பார், அங்கே பெகிசெவோவிலும், டயாச்கினோவிலும் உள்ள தரிசு நிலத்தில் மரங்கள் உள்ளன. மாஸ்லவ் குடும்பத்தைச் சேர்ந்த தந்தையும் மகனும், அதற்கு எட்டாயிரம் ரூபிள்கள் தருவதாகச் சொல்கிறார்கள். ஆனால் போன வருடம் என்னிடம் வந்த ஒரு வியாபாரி பன்னிரண்டாயிரம் ரூபிள்கள் தருவதாகச் சொன்னான், ஆனால் அவன் அந்த ஊரைச் சேர்ந்தவன் அல்ல. ஏனெனில் இப்போது அங்குள்ள உள்ளூர்வாசிகள் யாரும் மரங்களை வாங்குவதில்லை. மாஸ்லவ் குடும்பத்தினருக்கு உள்ள செல்வாக்கின் காரணமாக உள்ளூர்வாசிகள் யாரும் அவர்களை எதிர்த்துப் போட்டியிட முடியாது. ஆனால் சென்ற வியாழக்கிழமை அருட்தந்தை இலின்ஸ்கோயி எனக்கு எழுதிய கடிதத்தில், வியாபாரியான கோர்ஸ்த்கின் மரங்களை வாங்குவதற்கு வந்திருப்பதாகக் குறிப்பிட்டிருந்தார். எனக்கு அவரைத் தெரியும். இதில் முக்கியமான விஷயம் என்னவென்றால், அவர் உள்ளூர்வாசி அல்ல, போக்ரிபோ நகரத்தைச் சேர்ந்தவர். எனவே அவர் மாஸ்லவ் குடும்பத்தாரைக் கண்டு பயப்பட வேண்டிய அவசியமில்லை. அவர் மரங்களுக்கு பதினோராயிரம் ரூபிள்கள் தருவதாகச் சொல்கிறார். நான் சொல்வதைக் கேட்கிறாயா? ஆனால் அவர் ஒரு வாரம்தான் அங்கே இருப்பார் என்று பாதிரியார் எழுதியிருக்கிறார். எனவே நீ அவரிடம் பேரம் பேசி வியாபாரத்தை முடிக்க வேண்டும்.”

“நீங்கள் பாதிரியாருக்குக் கடிதம் எழுதி அவரைப் பேரத்தை முடிக்கச் சொல்லுங்கள்.”

“அவரால் அதைச் செய்ய முடியாது என்பதுதான் பிரச்சனை. அவருக்கு வியாபாரத்தைப் பற்றி ஒன்றும் தெரியாது. அது மட்டுமின்றி அவர் ஒரு சுத்த தங்கம். நான் ரசீது இல்லாமல் அவரை நம்பி இருபதாயிரம் ரூபிள்களைக் கொடுக்க முடியும்

என்றாலும், அவருக்கு வியாபாரத்தைப் பற்றி ஒன்றும் தெரியாது. அவர் ஒரு பச்சைக் குழந்தை என்பதால் ஒரு காகம் கூட அவரை ஏமாற்ற முடியும். இருந்தாலும் அவர் படித்தவர் என்பதை உன்னால் நம்ப முடியுமா? அந்த கோர்ஸ்த்கின் நீல நிற அங்கி அணிந்து பார்ப்பதற்கு ஒரு விவசாயியைப் போல இருந்தாலும் அவன் ஒரு மோசடிப் பேர்வழி என்பதுதான் பிரச்சனை. அவன் ஒரு பொய்யன். சில சமயங்களில் அவன் ஏன் அப்படிச் செய்கிறான் என்று மற்றவர்கள் ஆச்சரியப்படும் அளவுக்குப் பொய்களை அவிழ்த்து விடுவான். அவன் என்னிடம் இரண்டு ஆண்டுகளுக்கு முன்பு, அவனுடைய மனைவி இறந்துவிட்டதாகவும், வேறொரு பெண்ணைத் திருமணம் செய்து கொண்டதாகவும் சொன்னான். ஆனால் அதில் ஒரு வார்த்தை கூட உண்மையில்லை என்பதை உன்னால் நம்ப முடியுமா? அவனுடைய மனைவி இறக்கவில்லை இன்னும் உயிருடன் இருக்கிறாள். அவள் வாரத்தில் இரண்டு நாட்கள் அவனை அடித்து உதைக்கிறாள். எனவே அவன் மரங்களுக்குப் பதினோராயிரம் ரூபிள்கள் தருவதாகச் சொல்வது உண்மையா இல்லையா என்பதைக் கண்டுபிடிக்க வேண்டும்."

"ஆனால் என்னால் ஒன்றும் செய்ய முடியாது, ஏனெனில் எனக்கும் வியாபாரத்தைப் பற்றி ஒன்றும் தெரியாது."

"இல்லை, உன்னால் முடியும். நான் உனக்கு கோர்ஸ்த்கினை எப்படிச் சமாளிப்பது என்று சொல்லித் தருகிறேன். நான் அவனுடன் பலவருட காலமாக வியாபாரம் செய்து வருகிறேன். நீ அவனுடைய தாடியைக் கவனித்துக் கொண்டே இருக்க வேண்டும். அவனுடைய மெல்லிய, சிவப்பு நிறத் தாடி பார்ப்பதற்கு அருவருப்பாக இருக்கும். அவன் பேசும்போது, அவனுடைய தாடி அசைந்தாலோ, கோபப்பட்டாலோ அவன் உண்மையைச் சொல்கிறான் என்றும், பேரத்தை முடிக்க விரும்புகிறான் என்றும் அர்த்தம். ஆனால் அவன் இடது கையால் தாடியைத் தடவிக் கொண்டு சிரித்தால், அப்போது அவன் ஏதோ சொல்லி ஏமாற்ற விரும்புகிறான் என்று அர்த்தம். அவன் கண்களை நேருக்கு நேராகப் பார்க்கக்கூடாது; அவனுடைய கண்களைப் பார்த்து எதையும் தீர்மானிக்க முடியாது. அப்படிச் செய்தால் அந்த அயோக்கியன் ஏமாற்றிவிடுவான். எனவே அவனுடைய தாடியை மட்டும் பார்க்க வேண்டும்! நான் அவனுக்கு ஒரு குறிப்பு தருகிறேன், நீ அதை அவனிடம் காட்டினால் போதும். அவனைக் கோர்ஸ்த்கின் என்று அழைத்தாலும் அவனுடைய உண்மையான பெயர் லியாகாவி. ஆனால் அப்படி அழைத்தால் அவன் அதை

அவமதிப்பாக எடுத்துக் கொள்வான். நீ அவனுடன் பேரம் பேசி எல்லாம் சரியாக நடக்கிறது என்று தெரிந்தால், ‘அவன் பொய்சொல்லவில்லை’ என்று எனக்கு ஒரு குறிப்பை அனுப்பு. நீ பதினோராயிரத்தில் குறியாக இருக்க வேண்டும். வேண்டுமானால் ஓர் ஆயிரத்தைக் குறைக்கலாம், ஆனால் அதற்கு மேல் இல்லை. யோசித்துப் பார், எட்டாயிரத்துக்கும் பதினோராயிரத்திற்கும் மூவாயிரம் வித்தியாசம். அந்த மூவாயிரம் கீழே கிடந்து எடுத்த பணத்திற்குச் சமம், ஏனெனில் அந்த விலைக்கு வாங்கும் ஒரு வணிகரைக் கண்டுபிடிப்பது அவ்வளவு சுலபமல்ல. எனக்கு இப்போது அவசரமாகப் பணம் தேவைப்படுகிறது. நீ அங்கு சென்று அந்தப் பேரம் உண்மைதான் என்று எனக்குத் தெரியப்படுத்தினால், நான் எப்படியாவது அங்கு வந்து பேரத்தை முடிக்கிறேன். ஆனால் அந்தப் பாதிரியார் கனவு காண்கிறார் என்றால், நான் அங்கு சென்று என்ன புண்ணியம்? என்ன, நீ போகிறாயா, இல்லையா?”

“ஓ, எனக்கு அதற்கெல்லாம் நேரமில்லை. நீங்கள் என்னை மன்னிக்க வேண்டும்.”

“அட, உன் வயதான தந்தைக்கு நீ இந்த உதவியைச் செய்யக் கூடாதா? நான் அதை என்றைக்கும் மறக்க மாட்டேன். உனக்கு இதயம் என்பதே இல்லை, நீங்கள் எல்லோரும் அப்படித்தான்! ஒரு நாள் அல்லது இரண்டு நாள் வித்தியாசத்தில் உனக்கு என்ன ஆகிவிடப் போகிறது? நீ இப்போது வெனிஸ் நகரத்திற்குப் போகிறாயா? உன்னுடைய வெனிஸ் ஒன்றிரண்டு நாளில் இடிந்து விழாது. நான் அல்யோஷாவை அனுப்ப முடியும் என்றாலும், இதுபோன்ற விவகாரங்களில் அவனால் எந்தப் பயனும் இல்லை. நீ புத்திசாலி என்று எனக்குத் தெரியாதா? நீ மர வியாபாரி இல்லை என்பது உண்மைதான், ஆனால் உனக்குக் கூர்ந்து கவனிக்கும் திறன் இருக்கிறது. நீ செய்ய வேண்டியதெல்லாம் அவன் உண்மை சொல்கிறானா அல்லது பொய் சொல்கிறானா என்று கண்டுபிடிப்பதுதான். நான் சொன்னது போல நீ அவன் தாடியின் மீது ஒரு கண் வைத்திருக்க வேண்டும். நீ அவனுடைய தாடி அசைவதைப் பார்த்து அவன் உண்மையைச் சொல்கிறான் என்று தெரிந்துகொள்ளலாம்.”

“அப்படியானால் நீங்கள் இந்தப் பாழாய்ப் போன செர்மாஷ்னியாவுக்கு என்னைப் போகச் சொல்கிறீர்களா?” என்று இவான் ஃபியோதரோவிச், வன்மத்துடன் சிரித்தான்.

ஃபியோதர் பாவ்லோவிச் அந்த வன்மத்தைக் கவனிக்கவில்லை அல்லது கவனிக்க விரும்பவில்லை என்றாலும், அவர் அதைப் புரிந்து கொண்டார்.

"நீ போகிறாய், அப்படித்தானே? நான் இப்போதே குறிப்பு எழுதித் தருகிறேன்."

"நான் போவேனா இல்லையா என்று எனக்குத் தெரியவில்லை. நான் போகும் வழியில் அதை முடிவு செய்து கொள்கிறேன்."

"போகும் வழியிலா? இப்போதே முடிவு செய். என் அருமை நண்பனே இப்போதே முடிவு செய்! நீ பேரத்தை முடித்துவிட்டு எனக்கு ஒரு வரி எழுதி பாதிரியாரிடம் கொடு. அவர் அதை உடனடியாக எனக்கு அனுப்பி வைப்பார். நான் அதற்கு மேலும் உன்னைப் பிடித்து வைக்க விரும்பவில்லை என்பதால் நீ தாராளமாக உன்னுடைய வெனிஸுக்குப் போகலாம். பாதிரியார் உன்னை அவருடைய குதிரை வண்டியில் வோலோவ்யா ரயில் நிலையத்திற்கு அழைத்துச் செல்வார்..."

முதியவருக்கு இப்போது பரிபூரண மகிழ்ச்சி. அவர் குறிப்பைக் கிறுக்கினார்; குதிரை வண்டியைக் கொண்டு வரச் சொன்னார்; சிற்றுண்டியும் பிராந்தியும் பரிமாறும்படி உத்தரவிட்டார். கிழவர் மகிழ்ச்சியாக இருக்கும்போது எப்போதும் உணர்ச்சிவசப்படுவார், ஆனால் இப்போது அவர் தன்னைக் கட்டுப்படுத்திக் கொண்டதாகத் தோன்றியது. டிமிட்ரி ஃபியோதரோவிச்சைப் பற்றி அவர் ஒரு வார்த்தை கூடப் பேசவில்லை. இவான் ஃபியோதரோவிச்சின் பிரிவைப் பற்றி அவர் கவலைப்படவில்லை என்பது மட்டுமின்றி, அதைப் பற்றியும் ஒரு வார்த்தை பேசவில்லை. இவான் ஃபியோதரோவிச் குறிப்பாக அதைக் கவனித்தான். 'அவர் என்னுடைய உறவில் சலிப்பும், வெறுப்பும் அடைந்திருக்க வேண்டும்' என்று அவன் நினைத்துக் கொண்டான். கிழவர் மகனுடன் படிகளில் இறங்கியபோதுதான் பரபரப்படைந்து அவனை முத்தமிட முயன்றார். ஆனால் இவான் ஃபியோதரோவிச் அவர் முத்தமிடுவதைத் தவிர்க்க அவசரமாகத் தன் கையை நீட்டினான். கிழவர் அதைப் புரிந்து கொண்டு தன்னைக் கட்டுப்படுத்திக் கொண்டார்.

"நல்லது, உனக்கு கடவுளின் அருள் வாய்க்கட்டும், கடவுளின் அருள் வாய்க்கட்டும்!" என்று அவர் படிகளில் நின்று கொண்டு கத்தினார். "நீ இந்த ஜென்மத்தில் மீண்டும் இங்கு வருவாயா? நீ வரவேண்டும். நான் உன்னைப் பார்ப்பதில் மிகுந்த மகிழ்ச்சியடைவேன். நல்லது, கிறிஸ்து உன்னுடன் இருப்பாராக!"

 நற்றிணை பதிப்பகம் ○ 465

இவான் ஃபியோதரோவிச் வண்டியில் ஏறினான்.

“இவான், நான் விடைபெறுகிறேன். நீ என் மீது கோபப்படாதே!” என்று அவன் தந்தை கடைசி முறையாகக் கத்தினார்.

ஸ்மெர்த்தியாக்கவ், மார்த்தா, கிரிகோரி ஆகிய வேலைக்காரர்கள் அனைவரும் அவனை வழியனுப்ப வந்தார்கள். இவான் ஃபியோதரோவிச் அவர்கள் ஒவ்வொருவருக்கும் பத்து ரூபிள்கள் கொடுத்தான். அவன் வண்டியில் ஏறி உட்கார்ந்தபோது, ஸ்மெர்த்தியாக்கவ் துள்ளிக் குதித்து வண்டியிலிருந்த கம்பளத்தைச் சரிசெய்தான்.

“இதோ பார்... நான் செர்மாஷ்னியாவுக்குப் போகிறேன்” என்று இவான் ஃபியோதரோவிச் உளறினான். அவனிடமிருந்து அந்த வார்த்தைகள் பதட்டமான சிரிப்புடன், நேற்று நடந்தது போல தானாக வெளிப்பட்டன. அவன் அதற்குப் பிறகு நீண்ட நேரம் கழித்து அதை நினைத்துப் பார்த்தான்.

“ஒரு புத்திசாலி மனிதனுடன் பேசுவது எப்போதும் சுவாரஸ்யமானது என்று எல்லோரும் சொல்வது சரிதான்” என்று அழுத்தமாகச் சொன்ன ஸ்மெர்த்தியாக்கவ், இவான் ஃபியோதரோவிச்சின் கண்களை ஊடுருவிப் பார்த்தான்.

வண்டி நகரத் தொடங்கி வேகமெடுத்தது. பயணியின் உள்ளத்தில் எல்லாமே தெளிவற்றதாக இருந்தன என்றாலும், அவன் வயல்வெளிகளையும், மலைகளையும், மரங்களையும், தலைக்கு மேலே வானத்தில் பறந்த வாத்துக்கூட்டத்தையும் ஆவலுடன் பார்த்தான். திடீரென்று அவனுக்கு நன்றாக இருப்பதைப் போன்ற உணர்வு ஏற்படத் தொடங்கியது. அவன் வண்டியோட்டியிடம் பேசுவதற்கு ஆரம்பித்தான். அந்தக் குடியானவன் சொன்ன விஷயங்கள் அவனுடைய கவனத்தைக் கவர்ந்தன. ஆனால் அவன் ஒரு நிமிடத்திற்குப் பிறகு குடியானவன் சொன்ன எதுவுமே தன்னுடைய காதில் நுழையவில்லை என்பதையும், அவன் சொன்னதைப் புரிந்துகொள்ள முடியவில்லை என்பதையும் உணர்ந்தான். எனவே அவன் மௌனத்தில் ஆழ்ந்தான். சுத்தமான குளிர்ந்த காற்றைப் போல, தெளிவான வானத்தைப் போல அதுவும் நன்றாக இருந்தது. அவனுடைய மனதில் அல்யோஷா மற்றும் கேத்தரீனாவின் உருவங்கள் பளிச்சிட்டன. ஆனால் அவன் மென்மையாகப் புன்னகைத்து, அந்த நிழல்களை ஊதித்தள்ள அவை கலைந்து சென்றன. ‘அவர்களுக்கான நேரம் வரும்’ என்று அவன் நினைத்தான். அவர்கள் முதல் ரயில்நிலையத்தை அடைந்து,

குதிரைகளை மாற்றிப் பூட்டிக் கொண்டு, வோலோவியா என்ற இடத்தை நோக்கிச் சென்றார்கள். 'ஒரு புத்திசாலி மனிதனுடன் பேசுவது எப்போதும் சுவாரஸ்யமானது என்று அவன் ஏன் சொன்னான்? அவன் அதன் மூலம் என்ன சொல்ல விரும்பினான்?' என்ற கேள்வி திடீரென்று அவன் மனதில் எழுந்து, அவனை மூச்சுத் திணறடித்தது. 'நான் ஏன் அவனிடம் செர்மாஷ்னியா போகிறேன் என்று சொன்னேன்?' அவர்கள் வோலோவ்யா ரயில் நிலையத்தை அடைந்தனர். இவான் ஃபியோதரோவிச் வண்டியிலிருந்து இறங்கினான். அப்போது வாடகை வண்டிக்காரர்கள் அவனைச் சூழ்ந்து கொண்டு, எட்டு மைல் தூரத்தில் உள்ள செர்மாஷ்னியாவுக்குச் செல்ல பேரம் பேசினார்கள். அவன் அவர்களில் ஒருவனிடம் குதிரைகளுக்குச் சேணம் பூட்டச் சொன்னான். அவன் ரயில் நிலையத்தில் நுழைந்து சுற்றும் முற்றும் தேடி, ஸ்டேஷன் மாஸ்டரின் மனைவியைப் பார்த்துவிட்டு வேகமாக வெளியே வந்தான்.

"நான் செர்மாஷ்னியா போகவில்லை. நண்பர்களே, இன்று மாலை ஏழு மணிக்குச் செல்லும் ரயிலைப் பிடிக்க முடியுமா?"

"வேகமாகப் போனால் பிடிக்கலாம். வண்டியை எடுக்கவா?"

"ஆமாம், சீக்கிரம். உங்களில் யாராவது நாளை ஊருக்குப் போவீர்களா?"

"ஆமாம் ஐயா, மித்ரி போவான்."

"மித்ரி நீங்கள் எனக்கு ஓர் உதவி செய்ய முடியுமா? நீங்கள் அங்கே என் தந்தை ஃபியோதர் பாவ்லோவிச் கரமசோவைப் பார்த்து, நான் செர்மாஷ்னியாவுக்குப் போகவில்லை என்ற தகவலை அவரிடம் சொல்ல முடியுமா?"

"ஏன் முடியாது? நான் சொல்கிறேன். எனக்கு ஃபியோதர் பாவ்லோவிச்சை நீண்ட காலமாகத் தெரியும்."

"இதோ இந்தச் சன்மானத்தை வைத்துக் கொள்ளுங்கள், ஏனென்றால் அவரிடமிருந்து உங்களுக்கு எதுவும் கிடைக்காது என்று நினைக்கிறேன்..." என்று இவான் ஃபியோதரோவிச் உற்சாகத்துடன் சிரித்தான்.

"உண்மைதான். அவர் தர மாட்டார்" என்று மித்ரியும் சிரித்தான். "நன்றி ஐயா, நான் கண்டிப்பாகச் செய்கிறேன்."

இவான் ஃபியோதரோவிச் மாலை ஏழு மணிக்கு மாஸ்கோவுக்குச் செல்லும் ரயிலைப் பிடித்து பெட்டியில் ஏறினான். 'நான் என் பழைய உலகத்துடன் இருந்த உறவை

என்றென்றைக்குமாக முறித்துக் கொண்டு, கடந்த காலத்தைக் கடந்து வெகுதூரம் செல்கிறேன். எனவே நான் அதைப் பற்றி மீண்டும் எந்தச் செய்தியையும், எந்த வார்த்தையையும் கேட்க விரும்பவில்லை. நான் திரும்பிப் பார்க்காமல், புதிய இடத்தில் புதிய வாழ்க்கை ஆரம்பிக்கப் போகிறேன்!' என்று அவன் நினைத்தான். ஆனால் அவனுடைய உள்ளத்தில் மகிழ்ச்சிக்குப் பதிலாக இருள் சூழ்ந்தது. அவன் வாழ்க்கையில் இதுவரை அனுபவித்திராத பெரும் சோகம் அவனுடைய இதயத்தைக் கசக்கிப் பிழிந்தது. அவன் இரவு முழுவதும் யோசித்துக் கொண்டிருந்தான். ரயில் விரைந்து சென்றது. பொழுது விடிந்து மாஸ்கோவை நெருங்கியபோதுதான் அவன் சிந்தனையிலிருந்து விடுபட்டான்.

"நான் ஓர் அயோக்கியன்!" என்று அவன் தனக்குள் முணுமுணுத்தான்.

இதற்கிடையில் ஃபியோதர் பாவ்லோவிச், தன் மகனை அனுப்பி வைத்த பிறகு மிகவும் மகிழ்ச்சியுடன் இருந்தார். அவர் இரண்டு மணி நேரமாக மகிழ்ச்சியுடன் மெதுவாக பிராந்தியை உறிஞ்சிக் குடித்துக் கொண்டே இருந்தார். ஆனால் திடீரென்று நிகழ்ந்த ஒரு விரும்பத்தகாத, எரிச்சலூட்டும் சம்பவம் ஃபியோதர் பாவ்லோவிச்சைப் பெரும் குழப்பத்திலும், அச்சத்திலும் ஆழ்த்தியது. ஸ்மெர்த்தியாக்கவ் எதையோ எடுக்க நிலவறைக்குச் சென்றபோது, மேல் படியிலிருந்து உருண்டு கீழே விழுந்தான். அதிர்ஷ்டவசமாக அப்போது முற்றத்தில் இருந்த மார்த்தா அவன் கீழே விழும் ஓசையைக் கேட்டாள். அவள் அவன் விழுவதைப் பார்க்கவில்லை என்றாலும், அவளுக்கு மிகவும் பரிச்சயமான, விசித்திரமான, வலிப்பு நோயால் பாதிக்கப்பட்ட அவனுடைய அலறல் சத்தத்தைக் கேட்டாள். அவன் மாடிப்படிகளில் இறங்கியபோது, வலிப்பு வந்து நினைவிழந்து தலைகுப்புற கீழே விழுந்துவிட்டானா அல்லது அவன் ஒரு வலிப்பு நோயாளி என்பதால், கீழே விழுந்த அதிர்ச்சியினால் அவனுக்கு வலிப்பு ஏற்பட்டதா என்பதைத் தீர்மானிக்க முடியவில்லை. அவர்கள் நிலவறைக்குச் சென்றபோது, அவன் வாயில் நுரை தள்ளியபடி, வலிப்பினால் துடித்துக் கொண்டு, படிகளுக்குக் கீழே நிலவறையின் தரையில் விழுந்து கிடந்தான். அவர்கள் அவனுக்கு கையோ அல்லது காலோ முறிந்திருக்கலாம் என்று நினைத்தார்கள். ஆனால், 'கடவுள் அவனைக் காப்பாற்றிவிட்டார்' என்று மார்த்தா குறிப்பிட்டது போல அவனுக்கு எதுவும் ஆகவில்லை. ஆனால்

அவனை நிலவறையிலிருந்து மேலே பகலவன் வெளிச்சத்திற்குக் கொண்டுவருவது பெரும் பாடாக இருந்தது. இருப்பினும் அவர்கள் அக்கம்பக்கத்தினரின் உதவியுடன் அதை எப்படியோ செய்து முடித்தார்கள். அப்போது அங்கிருந்த ஃபியோதர் பாவ்லோவிச் அவரால் முடிந்த உதவியைச் செய்தார். இருந்தாலும் அவர் பயத்தினால் திகைத்துப் போயிருந்தார். நோயாளிக்கு சுயநினைவு திரும்பவில்லை. அவனுடைய வலிப்பு தற்காலிகமாக சற்று நேரம் நின்றது. பிறகு மீண்டும் திரும்பவும் வந்தது. அவர்கள் அதைப் பார்த்து, அவன் சென்ற வருடம் மாடியிலிருந்து தவறி விழுந்தபோது நடந்ததைப் போல இது நிற்காமல் தொடரும் என்று முடிவு செய்தார்கள். அந்த நேரத்தில் அவர்கள் அவனுடைய நெற்றியில் பனிக்கட்டியால் ஒத்தடம் கொடுத்ததை நினைவு கூர்ந்தார்கள். எனவே அவர்கள் நிலவறையிலிருந்து பனிக்கட்டியை எடுத்து வந்து மார்த்தாவிடம் கொடுத்தார்கள். மாலை நெருங்கியபோது, ஃபியோதர் பாவ்லோவிச் மருத்துவர் கெர்ஷென்ஸ்தூபேவை அழைத்து வரும்படிச் சொன்னார். மருத்துவர் உடனடியாக வந்து அவனைப் பரிசோதித்தார். அந்த மதிப்பிற்குரிய, வயதான மருத்துவர் அந்த மாகாணத்தில் மிகவும் நேர்மையாகவும், அக்கறையுடனும் எல்லோருக்கும் மருத்துவம் பார்த்தவர். அவர் மிகவும் கவனமாகப் பரிசோதித்து விட்டு, அந்த வலிப்பு நோய் அசாதாரணமானது என்பதால் ஆபத்தை விளைவிக்கக் கூடும் என்று முடிவு செய்தார் என்றாலும், அவரால் அது என்ன என்பதை முழுமையாகப் புரிந்துகொள்ள முடியவில்லை. அவர் இப்போது கொடுக்கும் மருந்து பலனளிக்கவில்லை என்றால் மறுநாள் காலை வேறு மருந்தைக் கொடுக்கலாம் என்று சொன்னார். கிரிகோரியும் மார்த்தாவும் தங்கியிருந்த அறைக்கு அருகிலிருந்த சிறிய அறையில் நோயாளியைப் படுக்க வைத்தனர். அன்று பகல் முழுவதும் ஃபியோதர் பாவ்லோவிச்சுக்கு ஒன்றன்பின் ஒன்றாகத் துரதிருஷ்டங்கள் நிகழ்ந்தன. அவருக்கு வேண்டிய இரவு உணவை மார்த்தா தயாரித்தாள். அவர் அதை ஸ்மெர்த்தியாக்கவின் சூப்புடன் ஒப்பிட்டுப் பார்த்து, 'பாத்திரம் கழுவிய தண்ணீர்' போல இருப்பதாகவும், கோழிக்கறி மிகவும் உலர்ந்து மெல்ல முடியாமல் இருப்பதாகவும் குறைபட்டுக் கொண்டார். மார்த்தா அவளுடைய எஜமானரின் கசப்பான ஆனால் நியாயமான குறையைக் கேட்டுவிட்டு, அந்தக் கோழிக்கறி மிகவும் பழையது என்றும், தான் சமையலுக்குப் பிரத்யேகமாக எந்தப் பயிற்சியும் பெறவில்லை என்றும் சொன்னாள். அன்று மாலையில் ஃபியோதர்

பாவ்லோவிச், கிரிகோரி கடந்த மூன்று நாட்களாக இடுப்பு வலியால் நடமாட முடியாமல் படுத்திருக்கிறான் என்ற செய்தியைக் கேட்டு இடிந்து போனார். அவர் வழக்கத்தை விட முன்னதாக அவசர அவசரமாகத் தேநீரைக் குடித்துவிட்டு வீட்டுக் கதவைப் பூட்டிக் கொண்டார். அவர் மிகவும் பயங்கரமான மற்றும் பதற்றமான எதிர்பார்ப்புடன் காத்திருந்தார். ஏனென்றால் அன்று காலையில் ஸ்மெர்த்தியாக்கவ் அவரிடம், 'அவள் இன்று தவறாமல் வருவதாகச் சத்தியம் செய்திருக்கிறாள்' என்று உறுதியாகச் சொல்லியிருந்தான். அந்த முதியவரின் அமைதியற்ற இதயம் தாறுமாறாகத் துடித்தது. எனவே அவர் வெறிச்சோடிய அறைகளில் முன்னும் பின்னும் நடந்தபடி கூர்ந்து கவனித்துக் கொண்டிருந்தார். அவர் எச்சரிக்கையுடன் இருக்க வேண்டும், ஏனெனில் டிமிட்ரி ஃபியோதரோவிச் எங்கேனும் ஒளிந்திருந்து அவளைக் கண்காணித்துக் கொண்டிருக்கலாம். ஸ்மெர்த்தியாக்கவ் அவளிடம் இரண்டு நாட்களுக்கு முன்பே கதவை எப்படித் தட்ட வேண்டும் என்று சொல்லிவிட்டதாக அவரிடம் தெரிவித்திருந்தான். அவள் கதவைத் தட்டியதும், அவளை ஒரு வினாடி கூட வெளியே காக்க வைக்காமல், எவ்வளவு சீக்கிரம் முடியுமோ அவ்வளவு சீக்கிரம் அவர் கதவைத் திறக்க வேண்டும். இல்லையென்றால் அவள் பயந்து ஓடிவிடுவாள். அவர் அதை நினைத்து மிகுந்த பதற்றமும் கவலையும் அடைந்தார் என்றாலும், அவருடைய உள்ளம் இதற்கு முன்பு இத்தகைய இனிய நம்பிக்கையால் நிரம்பி வழிந்ததில்லை, ஏனெனில் இந்த முறை அவள் நிச்சயமாக வருவாள் என்பது உறுதியாகிவிட்டது!

ஆறாவது புத்தகம்: ரஷ்ய துறவி

1. மூத்தவர் ஜோசிமாவும் அவருடைய பார்வையாளர்களும்

அல்யோஷா மிகுந்த பதற்றத்துடனும், இதயத்தில் தாங்க முடியாத வலியுடனும் மூத்தவரின் அறைக்குள் நுழைந்தபோது, ஆச்சரியத்தினால் ஸ்தம்பித்து நின்றான். மரணத் தருவாயில் நினைவிழந்து கிடக்கும் ஒரு நோயாளியை எதிர்பார்த்து அவன் பயந்ததற்கு மாறாக, பலவீனத்தினால் களைத்திருந்தாலும், முகத்தில் மகிழ்ச்சியும், பிரகாசமும் வெளிப்பட, சுற்றிலும் அமர்ந்திருந்த விருந்தாளிகளுடன் உற்சாகமாகப் பேசிக் கொண்டிருந்த மூத்தவரைப் பார்த்தான். சொல்லப்போனால் அல்யோஷா வருவதற்குக் கால் மணி நேரத்திற்கு முன்புதான் மூத்தவர் படுக்கையிலிருந்து எழுந்தார். 'மூத்தவர் இன்று காலையில் வாக்குறுதி அளித்தபடி, சந்தேகமில்லாமல் அவருடைய நெருங்கிய மற்றும் அன்புக்குரியவர்களுடன் மீண்டும் பேசுவார்' என்று அருட்தந்தை பைசி உறுதியாகச் சொல்லியிருந்ததால், பார்வை யாளர்கள் பலரும் முன்னதாகவே மூத்தவரின் அறையில் அவர் எழுவதற்காகக் காத்திருந்தார்கள். இறக்கும் தருவாயில் இருந்த மூத்தவரின் ஒவ்வொரு வார்த்தையிலும் அருட்தந்தை பைசிக்கு அசைக்க முடியாத நம்பிக்கை இருந்தது. எனவே அருட்தந்தை பைசி, மூத்தவர் நினைவிழந்து, மூச்சுவிடாமல் இருப்பதைப் பார்த்தபோதும், எல்லோரிடமும் விடைபெறுவதற்காக மீண்டும் எழுவேன் என்ற அவருடைய வாக்குறுதியின் காரணமாக, மரணத்தை நம்ப மறுத்து, பிரிந்து செல்லும் ஆன்மா தனது வாக்கைக் காப்பாற்றும் என்று எதிர்பார்த்தார். 'என் மனதுக்குப் பிரியமானவனே, நான் உங்களுடன் மீண்டும் பேசாமல், உங்கள் அன்பான முகத்தைப் பார்த்து, என் இதயத்தில் உள்ளதைக் கொட்டித் தீர்க்காமல் இறக்க மாட்டேன்' என்று மூத்தவர்

ஜோசிமா அன்று காலையில் ஒரு குட்டித் தூக்கம் தூங்குவதற்கு முன்பு அவரிடம் உறுதியாகச் சொல்லியிருந்தார். மூத்தவரின் அந்தக் கடைசிப் பேச்சைக் கேட்பதற்குக் கூடியிருந்தவர்கள் அனைவரும் பல வருடங்களாக அவருடைய நெருங்கிய, விசுவாச மான நண்பர்களாக இருந்தார்கள். அவர்களில் அருட்தந்தை இயோசிஃப், அருட்தந்தை பைசி, அந்த மடாலயத்தின் தலைமை மடாதிபதியான அருட்தந்தை மைக்கேல் ஆகியோர் இருந்தனர். அவர் அதிகம் வயதானவரோ, மற்றவர்களைப் போல அதிகம் படித்தவரோ இல்லை. அவர் எளிய குடும்பத்தைச் சேர்ந்தவர் என்றாலும் உள்ளத்தில் உறுதியும் நம்பிக்கையும் கொண்டவர். அவர் கண்டிப்பான தோற்றத்துடன் இருந்தாலும், உள்ளத்தில் கனிவும் கருணையும் உடையவர். ஆனால் அவர் அதற்காக வெட்கப்படுவது போல அதை மறைத்துக் கொண்டார். நான்காவது விருந்தினர் ஏழை விவசாயக் குடும்பத்தைச் சேர்ந்த, மிகவும் வயதான, படிப்பறிவு இல்லாத, யாருடனும் அதிகம் பேசாத, சாதுவில் சாதுவான, அவருடைய அறிவால் புரிந்து கொள்ள முடியாத அளவுக்கு உயர்ந்த, பிரமிப்பூட்டும் எதோ ஒன்றைக் கண்டு பயந்தவரைப் போலத் தோற்றமளித்த அருட்தந்தை அன்ஃபிம். மூத்தவர் ஜோசிமா அந்தப் பயந்த சுபாவமுள்ள மனிதரின் மீது அளவு கடந்த அன்பு வைத்திருந்தார். அவர் தன் வாழ்நாள் முழுவதும் அந்த மனிதரை மிகுந்த மரியாதையுடன் நடத்தினார். அவர் தன் வாழ்நாளில் மற்றவர்களைக் காட்டிலும் அந்த மனிதரிடம் குறைவாகப் பேசியிருக்கிறார் என்றாலும், அவர்கள் இருவரும் ரஷ்யாவில் உள்ள புனித ஸ்தலங்களுக்கு ஒன்றாகப் பயணம் செய்திருக்கிறார்கள். அது வெகு காலத்திற்கு முன்பு, சுமார் நாற்பது ஆண்டுகளுக்கு முன்பு, மூத்தவர் ஜோசிமா காஸ்ட்ரோமாவில் உள்ள வசதியில்லாத, அதிகம் பிரபலமடையாத ஒரு சிறிய மடாலயத்தில் முதன்முதலாகத் துறவு வாழ்க்கையைத் தொடங்கியபோது நடந்தது. அப்போது அவர் அருட்தந்தை அன்ஃபிமுடன் சேர்ந்து அந்த மடாலயத்திற்கு நன்கொடை வசூலிப்பதற்காகப் புனித யாத்திரை மேற்கொண்டார். அவர்கள் அனைவரும், ஏற்கனவே சொன்னது போல மிகவும் சிறியதாக இருந்த, மூத்தவரின் படுக்கை அறையில் அமர்ந்திருந்தனர். அடுத்த அறையிலிருந்து கொண்டு வரப்பட்ட அவருடைய சாய்வு நாற்காலியைச் சுற்றி உட்கார அவர்களுக்குப் போதுமான இடமில்லை என்பதால் புதியவரான போர்ஃபிரி நின்று கொண் டிருந்தார். ஏற்கனவே இருட்டத் தொடங்கியிருந்தது. தெய்வச் சிலைகளுக்கு முன்னால் எரிந்து கொண்டிருந்த விளக்குகளும்,

மெழுகுவர்த்திகளும் அந்த அறையை ஒளிரச் செய்தன. அல்யோஷா வாசலுக்கு அருகில் தர்மசங்கடத்துடன் நின்றிருப்பதைப் பார்த்த மூத்தவர் சந்தோஷத்துடன் சிரித்தபடி அவனை நோக்கிக் கையை நீட்டினார்.

"வருக, என் அன்புக்குரியவரே, வணக்கம். நீங்கள் வந்துவிட்டீர்கள். நீங்கள் வருவீர்கள் என்று எனக்குத் தெரியும்."

அல்யோஷா அவரிடம் சென்று, நெடுஞ்சாண்கிடையாக விழுந்து வணங்கி, அழத் தொடங்கினான். அவனுடைய இதயத்திலிருந்து ஏதோ ஒன்று பீறிட்டுக் கிளம்பியது. அவனுடைய ஆன்மா துடித்தது. அவன் வாய்விட்டு அழ வேண்டும் என்று விரும்பினான்.

"இங்கே வாருங்கள். நீங்கள் எனக்காக அழக் கூடாது" என்று சிரித்துக் கொண்டே சொன்ன முதியவர், அவருடைய வலது கையை அல்யோஷாவின் தலையில் வைத்தார். "இதோ நான் இங்கே உட்கார்ந்து பேசிக் கொண்டிருக்கிறேன். நேற்று தன் இனிய குழந்தை லிசாவெத்தாவைக் கையில் வைத்துக் கொண்டிருந்த வைசேகோரியைச் சேர்ந்த அந்த அன்புக்குரிய பெண்மணி விரும்பியது போல, ஒருவேளை நான் இன்னும் இருபது ஆண்டுகள் உயிரோடு இருக்கலாம். கடவுளே, அந்தத் தாயையும் அவளுடைய சிறிய குழந்தை லிசாவெத்தாவையும் நினைவில் வையுங்கள்!" என்ற மூத்தவர் தனக்குத் தானே சிலுவையிட்டுக் கொண்டார். "போர்ஃபிரி, நான் சொன்னபடி அவருடைய காணிக்கையைச் செலுத்தி விட்டீர்களா?"

நேற்று உற்சாகமான மனநிலையுடன் அந்தப் பெண்மணி அறுபது கோபெக்குகளை மூத்தவனிடம் கொடுத்து, 'என்னைவிட ஏழ்மையில் உள்ளவருக்குக் கொடுக்க வேண்டும்' என்று சொல்லியிருந்ததை நினைவில் கொண்டு அவர் கேட்டார். மக்கள் தாங்கள் சுயமாக சம்பாதித்த பணத்தை, ஏதோ ஒரு காரணத்திற்காகத் தாங்களாகவே முன்வந்து தங்கள் மீது சுமத்திக் கொள்ளும் பிராயச்சித்தமாக இந்தக் காணிக்கைகளைச் செலுத்துகிறார்கள். மூத்தவர் நேற்று மாலை போர்ஃபிரியை வியாபாரி ஒருவரின் விதவை மனைவியிடம் அந்தப் பணத்தைக் கொடுக்கச் சொல்லி அனுப்பினார். அந்த விதவையின் வீடு அண்மையில் தீப்பிடித்து எரிந்துவிட்டது. தீ விபத்துக்குப் பிறகு அவள் தன் குழந்தைகளுடன் சேர்ந்து பிச்சை எடுக்கத் தொடங்கியிருந்தாள். போர்ஃபிரி அதற்கு பதிலளிக்கும் விதமாக உடனடியாக மூத்தவரிடம், அவர் சொன்னபடிச் செய்ததாகவும், அந்த விதவையிடம், 'பெயர் சொல்ல

விரும்பாத ஒரு நலம் விரும்பி' அந்தப் பணத்தைக் கொடுத்ததாக அந்தப் பெண்மணியிடம் சொன்னதாகவும் தெரிவித்தார்.

"என் அருமை மகனே எழுந்திருங்கள்" என்ற மூத்தவர் அல்யோஷாவிடம் தொடர்ந்து பேசினார். "நான் உங்களைப் பார்க்கிறேன். நீங்கள் உங்கள் குடும்பத்தாரிடம் சென்று உங்கள் சகோதரரைப் பார்த்தீர்களா?"

மூத்தவர் அல்யோஷாவிடம் அவனுடைய ஒரே ஒரு சகோதரனைப் பற்றி மட்டும் துல்லியமாகக் குறிப்பிட்டுக் கேட்டது விநோதமாகத் தோன்றியது. ஆனால் அவர் யாரைச் சொல்கிறார்? அவன் அந்த ஒரு சகோதரனைப் பார்க்க வேண்டும் என்பதற்காகவே மூத்தவர் நேற்றும் அதற்கு முன் தினமும் அவனை அனுப்பியிருக்க வேண்டும்.

"நான் என் சகோதரர்களில் ஒருவரைப் பார்த்தேன்."

"நான் உங்கள் மூத்த சகோதரரை, அதாவது நேற்று இங்கே வந்தபோது நான் மண்டியிட்டு வணங்கிய அந்தச் சகோதரரைப் பற்றிச் சொல்கிறேன்."

"நான் நேற்று அவரைப் பார்த்தேன், ஆனால் இன்று அவர் எங்கே இருக்கிறார் என்று கண்டுபிடிக்க முடியவில்லை" என்றான் அல்யோஷா.

"நீங்கள் நாளை அவரைச் சீக்கிரமாகக் கண்டுபிடிக்க வேண்டும். அது மிகவும் அவசரம். நீங்கள் எல்லாவற்றையும் ஒதுக்கி வைத்துவிட்டு விரைவாக அதைச் செய்யுங்கள். நிகழப்போகும் பயங்கரமான சம்பவத்தைத் தடுக்க உங்களுக்கு இன்னும் நேரம் இருக்கிறது. எதிர்காலத்தில் அவருக்காகக் காத்திருக்கும் மாபெரும் துன்பத்திற்காகத்தான் நான் நேற்று தலை வணங்கினேன்."

அவர் திடீரென்று மௌனமானார். அவர் ஏதோ சிந்தனையில் ஆழ்ந்திருப்பதாகத் தோன்றியது. அவர் சொன்னது மிகவும் விநோதமாக இருந்தது. மூத்தவர் மண்டியிட்டு வணங்கியதை நேரில் பார்த்த அருட்தந்தை இயோசிஃப், அருட்தந்தை பைசியுடன் பார்வையைப் பரிமாறிக் கொண்டார். அல்யோஷா தன்னைக் கட்டுப்படுத்திக் கொள்ள முடியாமல் மூத்தவரிடம் கேட்டான்.

"தந்தையே, ஆசானே" என்று அவன் உணர்ச்சி பொங்கப் பேசினான். "நீங்கள் சொல்லும் வார்த்தைகள் தெளிவற்றவை... அவருக்காகக் காத்திருக்கும் அந்தப் பெரிய துன்பம் என்ன?"

"நீங்கள் அதைத் தெரிந்துகொள்வதில் ஆர்வம் காட்ட வேண்டாம். ஏதோ ஒரு விபரீதம் நடக்கப் போகிறது என்பதை

நேற்று என்னால் உணர முடிந்தது... அவருடைய எதிர்காலம் முழுவதும் அவருடைய கண்களில் பிரதிபலிப்பது போலிருந்தது... அவருடைய கண்களில் அந்தப் பார்வை வெளிப்பட்டது. அந்த மனிதர் தனக்காக என்ன செய்து கொண்டிருக்கிறார் என்பதைக் கண்டு என் ஆன்மா நடுங்கியது. நான் என் வாழ்க்கையில் இதற்கு முன் சில முறை மனிதர்களின் முழு தலைவிதியையும் முன்கூட்டியே தெரிவிப்பது போன்ற பாவனையை அவர்களுடைய முகங்களில் பார்த்திருக்கிறேன்... அந்தோ, அந்தப் பேரழிவு நடக்கப் போகிறது. அலெக்ஸி, அவர் அவருடைய சகோதரன் முகத்தைப் பார்ப்பது, அதாவது உங்கள் முகத்தைப் பார்ப்பது அவருக்கு நன்மை பயக்கும் என்ற நம்பிக்கையில்தான் நான் உங்களை அவரிடம் அனுப்பினேன். ஆனால் இந்த உலகில் உள்ள அனைத்தும், எல்லோருடைய தலைவிதியும் இறைவனின் கைகளில் இருக்கிறது. 'ஒரு கோதுமை தானியம் தரையில் விழுந்து சாகாமல் இருந்தால் அது தனித்திருக்கும், ஆனால் அதுவே இறந்துவிட்டால் பல விதைகளைக் கொடுக்கும்' என்பதை நினைவில் கொள்ளுங்கள். அலெக்ஸி, நான் உங்கள் முகத்திற்காக என் வாழ்நாளில் பலமுறை மௌனமாக உங்களை ஆசீர்வதித்திருக்கிறேன் என்று தெரிந்து கொள்ளுங்கள்" என்று முதியவர் மெல்லச் சிரித்தார். "நீங்கள் இந்த நான்கு சுவர்களை விட்டு வெளியேறினாலும் ஒரு துறவியைப் போல வாழ்வீர்கள். உங்களுக்குப் பல எதிரிகள் இருந்தாலும், அவர்களும் உங்களை நேசிப்பார்கள். வாழ்க்கை உங்களுக்கு பல துரதிருஷ்டங் களைக் கொண்டு வரும் என்றாலும், நீங்கள் அதைப் பற்றிக் கவலைப்படாமல் மகிழ்ச்சியாக இருப்பீர்கள். மிக முக்கியமானது என்னவென்றால் நீங்கள் உங்கள் வாழ்க்கையை ஆசீர்வதிப்பது மட்டுமின்றி, மற்றவர்களின் வாழ்க்கையையும் ஆசீர்வதிப்பீர்கள். நான் இப்படித்தான் உங்களைப் பார்க்கிறேன்" என்று அவர் கனிவான புன்னகையுடன் தன் நண்பர்களிடம் திரும்பினார். "அருட்தந்தையர்களே, ஆசான்களே, இந்த இளைஞனின் முகம் எனக்கு ஏன் மிகவும் பிரியமானதாக இருக்கிறது என்பதை நான் இதுவரை அவரிடம் கூடச் சொன்னதில்லை. ஆனால் இப்போது நான் அதை உங்களிடம் சொல்கிறேன். அவருடைய முகம் எனக்கு பலவற்றை நினைவுபடுத்துவதாகவும், தீர்க்கதரிசனத்தை உரைப்பதாகவும் இருக்கிறது. நான் என் வாழ்க்கையின் ஆரம்ப நாட்களில் சிறுவனாக இருந்தபோது, எனக்கு ஓர் அண்ணன் இருந்தார். அவர் இளம் வயதில், பதினேழாவது வயதில் என் கண்களுக்கு முன்னால் இறந்து போனார். அதன் பிறகு நான் என் வாழ்க்கையின் போக்கில் சென்றபோது, அந்தச் சகோதரர் மேலிருந்தபடி என் தலைவிதியை நிர்ணயிக்கும் ஒரு வழிகாட்டியாக,

அடையாளமாக இருப்பதை மெல்ல மெல்லப் புரிந்து கொண்டேன். ஏனெனில் அவர் மட்டும் என் வாழ்வில் வராமல் இருந்திருந்தால், நான் துறவியாக மாறி, இந்த அருமையான பாதையில் நுழைந்திருக்க மாட்டேன் என்று எனக்குத் தோன்றுகிறது. என் குழந்தைப் பருவத்தில் எனக்கு முதன்முதலில் காட்சியளித்த அந்த முகம், இப்போது நான் என் வாழ்க்கையின் முடிவை நெருங்கும் சமயத்தில் மீண்டும் காட்சியளிக்கிறது. அருட்தந்தையர்களே, ஆசான்களே, அலெக்ஸி உண்மையில் என் சகோதரரைப் போல இல்லை என்றாலும், அல்லது ஓரளவு அவரைப் போல இருந்தாலும், ஆன்மீக ரீதியில் அவரைப் போல இருப்பதாக நினைக்கிறேன். நான் பலமுறை இந்த இளைஞனைப் பற்றி நினைக்கும்போது, என் சகோதரன் என்னுடைய யாத்திரையின் முடிவில் புதிரான முறையில் என்னிடம் திரும்பி வந்து, எனக்கு ஒரு நினைவூட்டலாகவும், உத்வேகமாகவும் இருப்பதாகத் தோன்றிய விசித்திரமான கற்பனையைக் கண்டு வியந்திருக்கிறேன். போர்ஃபிரி நீங்கள் கேட்கிறீர்களா?" என்று மூத்தவர் அவரைக் கவனித்துக் கொண்ட புதியவரைப் பார்த்துக் கேட்டார். "நான் பலமுறை உங்கள் முகத்தில் வெளிப்பட்ட கசப்புணர்வைப் பார்த்திருக்கிறேன், ஏனெனில் நான் உங்களை விட அலெக்ஸியை அதிகமாக நேசிப்பதாக நீங்கள் நினைத்தீர்கள். ஆனால் நான் உங்களையும் நேசிக்கிறேன் என்பதை நீங்கள் தெரிந்து கொள்ள வேண்டும். நீங்கள் அதைப் பற்றி நினைத்து வேதனைப்பட்டதைக் கண்டு நான் பலமுறை வருத்தப்பட்டிருக்கிறேன். என் அருமை நண்பர்களே, நான் அந்த இளைஞனைப் பற்றி, என் சகோதரனைப் பற்றி உங்களிடம் சொல்ல விரும்புகிறேன், ஏனெனில் அதைவிட மதிப்புமிக்க, தீர்க்கதரிசனமான, மனதைத் தொடக்கூடிய வேறொரு சம்பவம் என் வாழ்க்கையில் நடந்ததில்லை... என் இதயம் மிகவும் நெகிழ்ச்சியான உணர்வுகளால் நிறைந்திருக்கும் இந்த நேரத்தில் நான் என் முழு வாழ்க்கையையும், மீண்டும் புதியதாக வாழ்வதைப் போல திரும்பிப் பார்க்கிறேன்."

மூத்தவர் தன் வாழ்நாளின் இறுதியில் அவரைப் பார்க்க வந்தவர்களிடம் கடைசியாகப் பேசிய உரையாடல் ஓரளவுக்கு மட்டுமே பதிவு செய்யப்பட்டுள்ளது என்பதை நான் இங்கே தெரிவித்துக் கொள்கிறேன். முதியவர் இறந்த சிறிது காலத்திற்குப் பிறகு அலெக்ஸி ஃபியோதரோவிச் கரமசோவ் தன் நினைவுகளிலிருந்து அதை எழுத்து பூர்வமாகப் பதிவு செய்தான். ஆனால் அது அப்போது நடந்த உரையாடல் மட்டும்தானா

அல்லது ஏற்கனவே அவருடன் நடைபெற்ற உரையாடல்களும் அவற்றில் இடம் பெற்றிருக்கிறதா என்பதை என்னால் உறுதியாகச் சொல்ல முடியாது. அவனுடைய பதிவில் மூத்தவரின் உரையாடல் எந்தத் தடங்கலும் இல்லாமல், தன் நண்பர்களிடம் அவருடைய முழு வாழ்க்கையையும் தொடர்ச்சியாக ஒரு கதையாகச் சொல்வது போல எழுதப்பட்டிருக்கிறது. ஆனால் பிற்காலத்தில் கிடைத்த தகவல்களின்படி அது சற்றே வேறுவிதமாக இருந்தது, ஏனென்றால் அன்று மாலை நடந்த உரையாடல் பொதுவானதாக இருந்ததால், பார்வையாளர்கள் மிக அரிதாகவே அவரை இடைமறித்துப் பேசினார்கள். எனவே அவர்கள் அவ்வப்போது அவர்களின் சொந்தக் கருத்துக்களையும், அனுபவங்களையும் சொல்லியிருக்கலாம். தவிர, மூத்தவர் பேசியபோது அப்படித் தொடர்ச்சியாகப் பேசியிருக்க முடியாது, ஏனெனில் அவர் அடிக்கடி மூச்சு விடுவதற்குச் சிரமப்பட்டார். அவர் சில சமயம் பேச முடியாமல் ஓய்வாகத் தனது படுக்கையில் படுத்துக் கொண்டார். இருந்தாலும் அவர் தூங்கவில்லை, பார்வையாளர்களும் எழுந்து செல்லவில்லை. ஓரிரு முறை அருட்தந்தை பைசி சுவிசேஷங்களை வாசித்ததால் உரையாடல் தடைபட்டது. இதில் குறிப்பிடத்தக்க விஷயம் என்னவென்றால், அன்றிரவு அவர் இறந்துவிடுவார் என்று அவர்களில் யாருமே நினைக்கவில்லை. ஏனெனில் அவர் பகலில் ஆழ்ந்து தூங்கியதற்குப் பிறகு, அந்த மாலைப் பொழுதில் அவருக்கு திடீரென்று ஒரு புதிய தெம்பு ஏற்பட்டது. அவர் தனது நண்பர்களுடன் நீண்ட நேரம் பேசிக் கொண்டிருந்தபோது, அதுவே அவரைத் தாங்கிப் பிடித்தது. அது அன்பின் கடைசி ஊற்று போல அவருக்குள் பொங்கிப் பிரவகித்து, அவருக்கு அளவற்ற ஆற்றலைக் கொடுத்தது என்றாலும், அது சிறிது காலத்திற்குத்தான், ஏனெனில் அவருடைய வாழ்க்கை திடீரென்று முடிந்துவிட்டது... ஆனால் நான் அதைப் பற்றிப் பிறகு சொல்கிறேன். நான் இப்போதைக்கு அந்த உரையாடலின் விவரங்களைத் தவிர்த்துவிட்டு, அலெக்ஸி ஃபியோதரோவிச் கரமசோவ் எழுதி வைத்திருந்த மூத்தவரின் வாழ்க்கையைப் பற்றிச் சொல்வதுடன் நிறுத்திக் கொள்கிறேன் என்பதை நீங்கள் அறிய வேண்டும் என்று விரும்புகிறேன். அப்படிச் செய்தால் அது சுருக்கமாக, சோர்வைக் குறைப்பதாக இருக்கும் என்றாலும், அல்யோஷா இதற்கு முன்பு நடந்த உரையாடல்களிலிருந்து பலவற்றை அதில் சேர்த்திருக்கிறான் என்று நான் மறுபடியும் சொல்லிக் கொள்கிறேன்.

2. அலெக்ஸி ஃபியோதரோவிச் கரமசோவ் எழுதியவற்றிலிருந்து தொகுத்த, மறைந்த அருட்தந்தையும் துறவியுமான மூத்தவர் ஜோசிமாவின் புனித வாழ்க்கையிலிருந்து சில குறிப்புகள்

வாழ்க்கை வரலாற்றுக் குறிப்புகள்

(i) மூத்தவர் ஜோசிமாவின் சகோதரர்

என் அன்புக்குரிய அருட்தந்தையர்களே, ஆசான்களே, நான் தொலைதூரத்தில் உள்ள வடக்கு மாகாணத்தில், வி என்ற நகரத்தில் பிறந்தேன். என் தகப்பனார் பிறப்பால் ஒரு கனவான் என்றாலும் அவருக்குப் பெரிய செல்வாக்கோ, சமூகத்தில் உயர்ந்த அந்தஸ்தோ இல்லை. எனக்கு இரண்டு வயதாக இருக்கும்போது அவர் இறந்துவிட்டார். எனவே எனக்கு அவரைப் பற்றி எந்த நினைவுகளும் இல்லை. அவர் என் தாயாருக்கு ஒரு சிறிய மர வீட்டையும், கொஞ்சம் பணத்தையும் விட்டுச் சென்றிருந்தார். அது அதிகம் இல்லை என்றாலும், அவரும் குழந்தைகளும் வாழ்வதற்குப் போதுமானதாக இருந்தது. என் தாயாருக்கு இரண்டு குழந்தைகள். என் மூத்த சகோதரர் மார்கெல், நான் ஜினோவி. மார்கெல் என்னைவிட எட்டு வயது மூத்தவர். அவர் ஒரு முன்கோபி என்றாலும் அன்புள்ளம் கொண்டவர், மற்றவர்களைக் கேலி செய்ய விரும்பாதவர். அவர் வீட்டில் இருக்கும்போது, என்னிடமும், அம்மாவிடமும், வேலைக்காரர்களிடமும் விசித்திரமான முறையில் மிகவும் அமைதியாக இருப்பார். அவர் பள்ளியில் நன்றாகப் படித்தார் என்றாலும், மற்ற பையன்களிடமிருந்து விலகித் தனியாக இருந்தார். ஆனால் அவர் ஒருபோதும் மற்ற பையன்களுடன் சண்டை போட்டதில்லை. அம்மா அவரைப் பற்றி அப்படித்தான் நினைவில் வைத்திருந்தாள். அவர் இறப்பதற்கு ஆறு மாதங்களுக்கு முன்பு, அவருடைய பதினேழாவது வயதில், சுதந்திரச் சிந்தனைக்காக மாஸ்கோவிலிருந்து எங்கள் நகரத்திற்கு நாடு கடத்தப்பட்ட ஒரு அரசியல்வாதியுடன் நட்பு கொண்டார். அந்தப் பிரபலமான மனிதர் பல்கலைக்கழகத்தில் ஒரு புகழ்பெற்ற தத்துவப் பேராசிரியராகப் பணியாற்றினார். அந்த மனிதருக்கு ஏதோ ஒரு காரணத்தினால் மார்கெல் மீது பிரியம் ஏற்பட்டு, அவரை வீட்டிற்கு அழைத்துச் சென்றார். அந்த இளைஞர் மாலை

நேரம் முழுவதையும் அவருடன் கழித்தார். குளிர்காலம் முடியும் வரை அவர்களின் அந்தச் சந்திப்புத் தொடர்ந்தது. அவருக்குப் பல பெரிய மனிதர்களின் தொடர்பு இருந்ததால், அவருடைய வேண்டுகோளின்படி அவரைப் பீட்டர்ஸ்பர்க்கில் உள்ள அரசாங்க அலுவலகம் ஒன்றில் பணிக்கு அமர்த்தினார்கள். அதன் பிறகு நோன்பு நாள் தொடங்கியபோது, மார்கெல் நோன்பு இருப்பதற்கு மறுத்து முரட்டுத்தனமாக நடந்து கொண்டதுடன், நோன்பைக் கேலி செய்தார். 'இதெல்லாம் சுத்த முட்டாள்தனம், ஏனென்றால் கடவுள் இல்லை' என்று அவர் சொன்னார். அவர் சொன்னதைக் கேட்டு நானும், அம்மாவும், வேலைக்காரர்களும் பயந்து போனோம். அப்போது எனக்கு ஒன்பது வயதுதான் என்றாலும், நான் அந்த வார்த்தைகளைக் கேட்டு மிகவும் பயந்தேன். எங்களிடம் இருந்த நான்கு வேலைக்காரர்களும் அடிமைகள். அவர்கள் அனைவரும் எங்களுக்குத் தெரிந்த ஒரு நிலப் பிரபுவின் பெயரால் விலைக்கு வாங்கப்பட்டவர்கள். அந்த நால்வரில் ஒருத்தியான வயதான சமையல்காரி அஃபிமியாவை என் அம்மா அறுபது ரூபிள்களுக்கு விற்றுவிட்டு, அவளுக்குப் பதிலாக ஒரு சுதந்திரமான பெண்ணை வேலைக்கு அமர்த்திக் கொண்டது எனக்கு நன்றாக நினைவிருக்கிறது. நோன்புக் காலத்தின் ஆறாவது வாரத்தில் என் சகோதரர் திடீரென்று நோய்வாய்ப்பட்டார். அவருக்கிருந்த பலவீனமான நுரையீரல் மற்றும் உடல் அமைப்பின் காரணமாக அவர் காசநோய்க்கு ஆளானார். அவர் உயரமாக, அழகான முகத்துடன் இருந்தாலும், மிகவும் மெலிந்து பலவீனமாக இருந்தார். அவருக்கு ஜலதோஷம் பிடித்தபோது, அவரைப் பரிசோதித்த மருத்துவர், அவருக்குக் கடுமையான காசநோய் இருப்பதாகவும், வசந்த காலம் முடியும் வரை உயிருடன் இருக்க மாட்டார் என்றும் அம்மாவிடம் கிசுகிசுத்தார். என் அம்மா அதைக் கேட்டு அழத் தொடங்கினார். என் சகோதரனால் இன்னும் நடக்க முடிகிறது என்பதால் அவரைப் பயமுறுத்தக்கூடாது என்பதற்காக என் அம்மா அவரிடம் தேவாலயத்திற்குச் சென்று பாவமன்னிப்புக் கேட்டு திருவிருந்தைப் பெற்றுக் கொள்ளும்படிக் கேட்டுக் கொண்டார். அவர் அதைக் கேட்டு சினமுற்று, தேவாலயத்தைப் பற்றி அவதூறாகப் பேசினார். ஆனால் அதற்குப் பிறகு அவர் அதைப் பற்றி யோசித்தார். அவர் மிக மோசமாக நோயுற்றிருப்பதால், அவருக்கு உடல் வலிமை இருக்கும்போதே உபவாசம் மற்றும் திருவிருந்துகளைப் பெற்றுக் கொள்ளும்படி அம்மா அவரை வற்புறுத்துகிறார் என்பதைப் புரிந்து கொண்டார். மேலும் அவர் தனக்கு உடல்நலமில்லை என்பதை நீண்ட

காலத்திற்கு முன்னரே அறிந்திருக்க வேண்டும். ஏனெனில் அவர் ஒரு வருடத்திற்கு முன்பு என்னிடமும் அம்மாவிடமும், 'நான் இந்த உலகத்தில் நீண்ட காலம் இருக்க மாட்டேன். நான் இன்னும் ஒரு வருடம் கூட வாழ மாட்டேன்' என்று சொன்னார். அப்போது அவர் சொன்ன அந்த வார்த்தைகள் இப்போது தீர்க்கதரிசனமாகத் தோன்றுகிறது. மூன்று நாட்களுக்குப் பிறகு புனித வாரம் தொடங்கியது. என் சகோதரர் செவ்வாய்க்கிழமை உண்ணா விரதத்தைத் தொடங்கி தேவாலயத்திற்குச் சென்றார். அவர் என் அம்மாவிடம், 'அம்மா, நான் உண்மையில் உங்களுக்காகத்தான் இதைச் செய்கிறேன். உங்களுடைய ஆறுதலுக்காகவும் மகிழ்ச்சிக் காகவும் இதைச் செய்கிறேன்' என்று சொன்னார். அம்மா அதைக் கேட்டு முதலில் மகிழ்ச்சியினாலும் பிறகு துக்கத்தினாலும் அழுதார். 'இப்படி ஒரு மாற்றம் அவனிடம் ஏற்பட்டிருக்கிறது என்றால் நிச்சயமாக அவனுடைய முடிவு நெருங்கிவிட்டது' என்று அம்மா நினைத்தார்.

ஆனால் அவர் நீண்ட காலத்திற்குத் தேவாலயத்திற்குச் செல்ல முடியாமல் படுக்கையில் விழுந்தார். எனவே அவர் வீட்டிலேயே பாவமன்னிப்புக் கேட்டு திருவிருந்து பெற்றுக் கொள்ள நேர்ந்தது. அந்த வருடம் ஈஸ்டர் பண்டிகை தொடங்கிய போது, வானிலை மேகமூட்டமின்றித் தெளிவாக, பிரகாசமாக இருந்ததால் பகல் நீண்டதாக இருந்தது. வசந்த காலத்தின் நறுமணம் எங்கும் வியாபித்திருந்தது. அவர் இரவு முழுவதும் தொடர்ந்து இருமிக் கொண்டே இருந்தார். ஆனால் அவர் காலை நேரங்களில் உடையை மாற்றிக் கொண்டு சாய்வு நாற்காலியில் அமர்வதற்கு முயற்சி செய்தார். அவர் நோயுற்றிருந்த நிலையிலும், உற்சாகத்துடன், முகத்தில் புன்னகை தவழ உட்கார்ந்திருக்கும் காட்சியை இப்போதும் என்னால் நினைத்துப் பார்க்க முடிகிறது. அவருக்குள் ஒரு வியக்கத்தக்க ஆன்மீக மாற்றம் நிகழ்ந்தது! ஏனெனில் இதற்கு முன்பு வயதான செவிலி அவருடைய அறைக்குச் சென்று, 'என் அன்பே, புனித சிலைக்கு முன்னால் விளக்கேற்றி வைக்கிறேன்' என்று சொல்லி விளக்கை ஏற்றி வைக்கும்போது, அவர் அதை ஊதி அணைத்துவிடுவார். ஆனால் அவர் இப்போது, 'என் அன்பே, விளக்கை ஏற்றுங்கள். நான் முன்பு உங்களை அதைச் செய்யவிடாமல் அரக்கத்தனமாக நடந்து கொண்டேன். நீங்கள் விளக்கை ஏற்றி வைத்துக் கடவுளிடம் பிரார்த்தனை செய்யும்போது, நான் அதைப் பார்த்து மகிழ்ச்சி யடைவதன் மூலம் நானும் பிரார்த்தனை செய்கிறேன். நாம் இருவரும் ஒரே கடவுளிடம் பிரார்த்தனை செய்கிறோம்' என்று சொன்னார்.

அவருடைய இந்த வார்த்தைகள் எங்களுக்கு விசித்திரமாகத் தோன்றின. அம்மா உடனே தன் அறைக்குச் சென்று அழத் தொடங்கினாள். ஆனால் அவள் அவரைப் பார்க்கச் செல்லும் போது, கண்களைத் துடைத்துக் கொண்டு மகிழ்ச்சியாக இருப்பதாகக் காட்டிக் கொண்டாள். 'அம்மா, என் அன்பே அழாதீர்கள். நான் நீண்ட காலம் வாழ்வேன். நான் நீண்ட காலம் வாழ்ந்து உங்களுடன் மகிழ்ச்சியைப் பகிர்ந்து கொள்வேன். வாழ்க்கை மகிழ்ச்சியானது, ஆனந்தமானது' என்று அவர் சொன்னார்.

'ஆ, என் கண்ணே, நீ இரவு முழுவதும் காய்ச்சலில் வெந்து, நுரையீரல் வெடிப்பது போல இருமிக் கொண்டிருப்பதில் உனக்கு என்ன சந்தோஷம்?' என்று அம்மா கேட்டாள்.

'அம்மா, அழாதீர்கள். வாழ்க்கை ஒரு சொர்க்கம். நாம் அனைவரும் சொர்க்கத்தில் இருக்கிறோம் என்றாலும் அதைத் தெரிந்துகொள்ள விரும்பவில்லை. நாம் அதைத் தெரிந்துகொள்ள விரும்பினால், நாளையே இந்தப் பூமியில் சொர்க்கம் இருக்கும்' என்று அவர் பதில் சொன்னார்.

நாங்கள் அனைவரும் அவர் சொன்னதைக் கேட்டு ஆச்சரியப்பட்டோம், ஏனென்றால் அவர் மிகவும் விசித்திரமாகவும், தீர்மானமாகவும் பேசினார். நாங்கள் எல்லோரும் மனம் நெகிழ்ந்து அழுதோம்.

அண்டை வீட்டுக்காரர்கள் எங்களைப் பார்க்க வந்தபோது, 'அன்புக்குரியவர்களே, நான் உங்களுடைய அன்புக்குப் பாத்திரமாக என்ன செய்தேன்? நான் இதற்கு முன்பு உங்களையும் உங்கள் அன்பையும் பாராட்டவில்லை எனும்போது, நீங்கள் ஏன் என்னைப் போன்ற ஒருவனிடம் அன்பு காட்ட வேண்டும்?' என்று அவர் கேட்டார்.

அவர் அவரைக் கவனித்துக் கொண்ட வேலைக்காரர்களிடம் அடிக்கடி, 'என் அன்பானவர்களே, நீங்கள் ஏன் எனக்குச் சேவை செய்கிறீர்கள்? நான் அதற்குத் தகுதியானவனா? கடவுள் என் மீது கருணை கொண்டு என்னை வாழ அனுமதித்தால், நான் உங்களுக்குச் சேவை செய்வேன், ஏனெனில் நாம் அனைவரும் ஒருவருக்கொருவர் சேவை செய்ய வேண்டும்' என்று சொன்னார்.

அம்மா அதைக் கேட்டு தலையை ஆட்டினார். 'அன்பு மகனே, உன்னுடைய நோய்தான் உன்னை இப்படிப் பேச வைக்கிறது' என்றார்.

'அன்புள்ள அம்மா, இந்த உலகில் எஜமானர்களும், வேலைக்காரர்களும் இருப்பதைத் தவிர்க்க முடியாது, ஆனால் அவர்கள் எனக்கு வேலைக்காரர்களாக இருப்பதைப் போல நானும் என் வேலைக்காரர்களுக்கு வேலைக்காரனாக இருப்பேன். அம்மா, நாம் ஒவ்வொருவரும் எல்லாவற்றிலும் மற்றவர்களுக்கு முன்னால் குற்றவாளிகள். நான் மற்றவர்களை விட மோசமான குற்றவாளி என்பதை நான் உங்களுக்குச் சொல்கிறேன்' என்று அவர் சொன்னபோது அம்மா அழுது கொண்டே புன்னகைத்தாள்.

'நீ எப்படி எல்லோரையும் விட மோசமான குற்றவாளியாக முடியும்? இந்த உலகில் கொலைகாரர்களும், திருடர்களும் இருக்கும்போது, இப்படி உன்னை நீயே குற்றம் சாட்டும் அளவுக்கு நீ என்ன பாவம் செய்தாய்?' என்று அம்மா கேட்டாள்.

'அம்மா, அன்பே, என் இரத்தத்தின் இரத்தமே (அவர் எதிர்பாராத விதமாக அத்தகைய வார்த்தைகளை அதிகமாகப் பயன்படுத்தினார்), நாம் ஒவ்வொருவரும் எல்லாவற்றிலும் மற்றவர்களுக்கு முன்னால் குற்றவாளிகள் என்பதை நீங்கள் தெரிந்துகொள்ள வேண்டும். நான் இதை எப்படி உங்களுக்குப் புரிய வைப்பது என்று எனக்குத் தெரியவில்லை, ஆனால் அது என் உள்ளத்தில் ஆழமாகத் தைத்து, என்னை வேதனையால் துடிக்க வைக்கிறது. நாம் ஒருவருக்கொருவர் சண்டையிட்டுக் கொண்டும், இதை உணராமலும் இதற்கு முன்னால் எப்படி ஒன்றாகச் சேர்ந்து வாழ்ந்தோம்?' என்றார் அவர்.

அவர் இப்படி ஒவ்வொரு நாளும் மேலும் மேலும் இளகிய மனம் கொண்டவராகவும், மகிழ்ச்சி நிறைந்தவராகவும், அன்பு நிரம்பியவராகவும் மாறினார். ஐசென்ஷ்மிட் என்ற வயதான, ஜெர்மானிய மருத்துவர் அவரைப் பரிசோதிக்க வந்தபோது, 'சரி, டாக்டர், நான் இந்த உலகத்தில் இன்னொரு நாள் இருப்பேனா?' என்று அவர் நகைச்சுவையாகக் கேட்டார்.

'நீங்கள் இன்னும் ஒரு நாள் மட்டுமல்ல பல மாதங்கள், பல வருடங்கள் வாழ்வீர்கள்' என்றார் மருத்துவர்.

'மாதங்கள், வருடங்கள்!' என்று அவர் வியந்தார். 'எனக்கு மாதங்களும் ஆண்டுகளும் தேவையில்லை, மாறாக நாட்கள் மட்டுமே போதும். மகிழ்ச்சி என்றால் என்ன என்பதைக் கண்டுபிடிக்க ஒரு மனிதனுக்கு ஒரு நாள் போதும். நாம் ஒருவருக்கொருவர் சண்டையிட்டுக் கொள்வதும், தற்பெருமை பேசுவதும், வெறுப்பை உமிழ்வதும் எதற்காக? நாம் தோட்டத்திற்குச் சென்று ஒருவருக்கொருவர் அன்பாக முத்தமிட்டு, பாராட்டி, நேசித்து, மகிழ்ச்சியுடன் வாழ்க்கையை மகிமைப்படுத்துவோம்.'

'உங்கள் மகன் நீண்ட காலம் உயிருடன் இருக்க மாட்டார்' என்று மருத்துவர், வாசலில் வழியனுப்ப வந்த அம்மாவிடம் சொன்னார். 'நோயின் விளைவாக அவருக்குப் பைத்தியம் பிடித்துவிட்டது.'

அவருடைய அறையின் ஜன்னல்கள் தோட்டத்தைப் பார்த்தபடி இருந்தன. எங்கள் தோட்டத்தில் நிழல் தரும் பல வயதான மரங்கள் இருந்தன. அதில் வசந்த கால மொட்டுகள் அரும்பத் தொடங்கியிருந்தன. வசந்த காலப் பறவைகள் மரக் கிளைகளில் சிறகடித்துப் பறப்பதையும், பாடுவதையும் ஜன்னல் வழியாகப் பார்க்க முடியும். அவர் அந்தப் பறவைகளைப் பார்த்து ரசித்துக் கொண்டிருந்தபோது, திடீரென்று அவற்றிடமும் மன்னிப்புக் கேட்க ஆரம்பித்தார். 'சின்னப் பறவைகளே, சிறகடித்து மகிழும் பறவைகளே, நீங்களும் என்னை மன்னியுங்கள், ஏனெனில் நான் உங்களுக்கு எதிராகப் பாவம் செய்திருக்கிறேன்.' அப்போது எங்களில் யாருக்கும் அதைப் பற்றி எதுவும் புரியவில்லை. ஆனால் அவர் கண்களில் ஆனந்தக் கண்ணீர் பெருக, அழுது கொண்டே சொன்னார். 'பறவைகள், மரங்கள், புல்வெளிகள், வானம் போன்ற தெய்வீக மகிமையால் நான் சூழப்பட்டிருந்தாலும், நான் மட்டும் அதன் அழகையும், மகிமையையும் கவனிக்காமல் இழிவான வாழ்க்கை வாழ்ந்து, எல்லாவற்றையும் அசுத்தப்படுத்தினேன்' என்று அவர் அதற்கு விளக்கம் சொன்னார்.

'நீ ஏன் எல்லா பாவங்களையும் உன் தோள்களில் சுமக்கிறாய்?' என்று அம்மா அழுது கொண்டே கேட்டாள்.

'அன்புள்ள அம்மா, நான் துக்கத்தினால் அழவில்லை மாறாக ஆனந்தத்தினால் அழுகிறேன். நான் அவற்றின் முன்னிலையில் குற்றவாளியாக இருக்க விரும்புகிறேன். ஆனால் அதை என்னால் உங்களுக்குப் புரியவைக்க முடியாது, ஏனெனில் அவற்றை நேசிப்பது எப்படி என்று கூட எனக்குத் தெரியாது. நான் எல்லோருக்கும் எதிராகப் பாவம் செய்திருந்தால், அவர்கள் அனைவரும் என்னை மன்னித்தால், அதுதான் சொர்க்கம். நான் இப்போது சொர்க்கத்தில் இல்லையா?'

என்னால் நினைவுகூர முடியாத அல்லது விவரிக்க முடியாத இன்னும் பல விஷயங்கள் இருக்கின்றன. நான் ஒருமுறை அவருடைய அறையில் வேறு யாரும் இல்லாதபோது அங்கு சென்றது எனக்கு ஞாபகம் இருக்கிறது. அது ஒரு தெளிவான மாலை நேரம். சூரியன் மேற்கில் மறைந்து கொண்டிருந்தான். சூரியனின் சாய்ந்த கதிர்களால் அந்த அறை முழுவதும் பிரகாசித்தது. அவர் என்னைக் கண்டதும் அருகில் வரும்படிக்

நற்றிணை பதிப்பகம் ○ 483

கை அசைத்தார். நான் அவர் அருகில் சென்றேன். அவர் என் தோள்களில் கைகளை வைத்தார். அவர் ஒன்றும் சொல்லாமல் கனிவோடும், அன்போடும் ஒரு நிமிடம் என்னை உற்றுப் பார்த்தார். 'சரி, நீ இப்போது வெளியே சென்று விளையாடு. நீ எனக்காக வாழ்!' என்று அவர் சொன்னார். நான் அறையிலிருந்து வெளியேறி விளையாடச் சென்றேன்.

நான் பின்னாளில் பலமுறை அவர் என்னை அவருக்காக வாழச் சொன்னதைக் கண்ணீருடன் நினைத்துப் பார்த்திருக்கிறேன். அப்போது அவர் பல அற்புதமான, ஆச்சரியமான வார்த்தைகளைச் சொன்னார் என்றாலும் அவை எதுவும் எங்களுக்குப் புரியவில்லை. ஈஸ்டர் முடிந்த மூன்றாவது வாரத்தில் அவர் இறந்துவிட்டார். அவர் கடைசி வரை சுயநினைவுடன் இருந்தார் என்றாலும் அவரால் பேச முடியவில்லை. ஆனால் அவர் கடைசி நிமிடம் வரை மாறாமல், அதே மகிழ்ச்சியுடன் இருந்தார். அவர் கண்களில் பிரகாசித்த மகிழ்ச்சியுடன் எங்கள் பார்வையைத் தேடி, எங்கள் முகத்தைப் பார்த்துப் புன்னகைத்து, கை அசைத்தார். அந்த நகரத்தில் உள்ள பலரும் அவருடைய மரணத்தைப் பற்றிப் பேசினார்கள். அவரை அடக்கம் செய்தபோது நான் அதிகமாக அழுதேன் என்றாலும், அவை எதுவும் அந்த நேரத்தில் என்னைப் பெரிதாகப் பாதிக்கவில்லை. நான் அப்போது சிறுவனாக இருந்தாலும், அவை அனைத்தும் என் மனதில் அழிக்க முடியாத சித்திரங்களாகப் பதிந்து விட்டன. அது என் உள்ளத்தில் மறைந்திருந்தாலும், நேரம் வரும்போது வெளிப்படத் தயாராக இருந்தது. உண்மையில் அதுதான் நடந்தது.

(ii) அருட்தந்தை ஜோசிமாவின் வாழ்க்கையில் புனித நூல்கள்

அதற்குப் பிறகு நானும் அம்மாவும் தனித்து விடப்பட்டோம். மற்ற பெற்றோர்களைப் போல என்னையும் பீட்டர்ஸ்பர்க்கிற்கு அனுப்பும்படி அவருடைய நண்பர்கள் அவருக்கு அறிவுரை சொன்னார்கள். 'இப்போது உங்களுக்கு ஒரே ஒரு மகன் மட்டுமே இருக்கிறான். உங்களுக்குப் போதுமான வருமானமும் இருக்கிறது. நீங்கள் அவனை இங்கேயே வைத்துக் கொண்டால் அவனுக்கு ஒரு நல்ல வாழ்க்கை கிடைக்காமல் போய்விடும்' என்று அவர்கள் ஆலோசனை சொன்னார்கள். நான் பீட்டர்ஸ்பர்க்கில் உள்ள மாணவர் படையில் சேர்ந்தால் பின்னர் பேரரசின் காவலர் படையில் சேர முடியும் என்று அவர்கள் சொன்னார்கள். எஞ்சி

யிருக்கும் ஒரே ஒரு மகனை விட்டு அம்மாவால் எப்படிப் பிரிய முடியும்? எனவே அவர் நீண்ட நேரம் யோசித்தார். அவர் கண்ணீர் விட்டு அழுத பிறகு, கடைசியாக ஒரு முடிவுக்கு வந்தார். அவர் என்னுடைய மகிழ்ச்சிக்காக அதைச் செய்வதாக நம்பினார். அவர் என்னைப் பீட்டர்ஸ்பர்க்கிற்கு அழைத்துச் சென்று மாணவர் படையில் சேர்த்தார். நான் அதன் பிறகு அவரைப் பார்க்கவே இல்லை, ஏனெனில் மூன்று ஆண்டுகளுக்குப் பிறகு அவர் இறந்துவிட்டார். அவர் அந்த மூன்று வருடங்கள் முழுவதும் எங்கள் இருவரையும் நினைத்து கவலைப்பட்டுக் கண்ணீர் வடித்துக் கொண்டிருந்தார்.

நான் என்னுடைய பெற்றோரின் வீட்டிலிருந்து குழந்தைப் பருவத்தின் விலைமதிப்பற்ற நினைவுகளைத் தவிர வேறு எதையும் எடுத்து வரவில்லை. ஒருவருக்கு அவருடைய பெற்றோரின் வீட்டில் குழந்தைப் பருவத்தில் நடந்த நிகழ்வுகளை விட மதிப்புமிக்க நினைவுகள் வேறு எதுவும் இருக்க முடியாது. ஒரு குடும்பத்தில் மிகக் குறைந்த அளவில் அன்பும் ஒற்றுமையும் இருந்தாலும் கூட அநேகமாக இதுதான் எப்போதும் உள்ள நிலைமை. ஒருவரின் ஆன்மாவுக்கு விலைமதிப்பற்றதைத் தேடும் திறன் இருந்தால், அவரால் மோசமான குடும்பத்திலிருந்தும் விலைமதிப்பற்ற நினைவுகளைத் தக்க வைத்துக் கொள்ள முடியும். நான் என்னுடைய வீட்டைப் பற்றிய நினைவுகளில், சிறுவனாக இருந்தபோது மிகுந்த ஆர்வத்துடன் படித்த பரிசுத்த வேதாகமத்தின் நினைவுகளையும் சேர்த்துக் கொள்ள வேண்டும். அப்போது என்னிடம், 'பழைய மற்றும் புதிய ஏற்பாட்டிலிருந்து நூற்றி நான்கு கதைகள்' என்ற அழகான படங்களுடன் கூடிய ஒரு புத்தகம் இருந்தது. சொல்லப்போனால் நான் அந்தப் புத்தகத்திலிருந்துதான் படிக்கக் கற்றுக் கொண்டேன். அந்தப் புத்தகம் இன்னும் இங்கே என் அலமாரியில் இருக்கிறது. நான் என் குழந்தைப் பருவத்தின் ஞாபகார்த்தமாக அதை ஒரு பொக்கிஷமாகப் பாதுகாத்து வருகிறேன். ஆனால் நான் படிக்கக் கற்றுக்கொள்வதற்கு முன்பே, என்னுடைய எட்டாவது வயதில் ஒரு குறிப்பிட்ட ஆன்மீக உணர்வு என்னை வந்தடைந்தது எனக்கு நினைவிருக்கிறது. ஈஸ்டருக்கு முந்தைய திங்கட்கிழமை தேவாலயத்தில் நடந்த பிரார்த்தனைக்கு என் அம்மா என்னைத் தனியாக அழைத்துச் சென்றார். (அப்போது என் சகோதரர் எங்கே இருந்தார் என்று எனக்கு நினைவில்லை). அன்று வானிலை மேகமூட்டமின்றித் தெளிவாக இருந்தது. தூபக்கலசத்திலிருந்து ஊதுபத்தி புகை மேல் நோக்கி மிதந்து, தேவாலயத்தின் குவிமாடத்தின் சிறிய ஜன்னல்

வழியாக வந்த சூரிய ஒளியுடன் கலந்து புகை அலைகளாக எழுந்து காற்றில் கரைந்த அந்தக் காட்சி இப்போது பார்ப்பது போல எனக்கு நன்றாக நினைவிருக்கிறது. நான் உணர்ச்சிப் பெருக்குடன் அதைப் பார்த்தபோது, என் வாழ்க்கையில் முதல் முறையாக கடவுளுடைய வார்த்தையின் முதல் விதை என் ஆன்மாவில் வேரூன்றியதை உணர்ந்தேன். அப்போது ஓர் இளைஞன் ஒரு பெரிய புத்தகத்தை எடுத்துக் கொண்டு தேவாலயத்தின் நடுவில் வந்து நின்றான். அது மிகப் பெரியதாக இருந்ததால் அதைச் சுமந்து செல்வது அவனுக்குக் கஷ்டமாக இருப்பதாக எனக்குத் தோன்றியது. அவன் அந்தப் புத்தகத்தை மேசையின் மீது வைத்துத் திறந்து படிக்கத் தொடங்கினான். நான் அப்போதுதான் முதன் முறையாகத் தேவாலயத்தில் எதைப் படிக்கிறார்கள் என்பதைத் தெரிந்து கொண்டேன். ஊஷ் என்ற தேசத்தில் உத்தமனும் பக்தியுமுள்ள ஒரு மனுஷன் இருந்தான். அவனுக்கு ஏராளமான செல்வங்களும், பல ஒட்டகங்களும், ஆடுகளும், கழுதைகளும் இருந்தன. எனவே அவனுடைய குழந்தைகள் மிகவும் மகிழ்ச்சியாக வாழ்ந்தார்கள். அவன் அவர்களை மிகவும் நேசித்தான். அவன் அவர்களுக்காகப் பிரார்த்தனை செய்தான், ஏனெனில் ஒருவேளை அவர்கள் மகிழ்ச்சியாக இருக்கும்போது, ஏதேனும் பாவம் செய்திருக்கலாம் என்று பயந்தான். ஆனால் கடவுளின் மகன்கள் தேவனிடம் சென்றபோது, அவர்களுடன் சென்ற சாத்தான் கடவுளிடம், தான் பூமியில் உள்ள அனைத்துத் தேசங்களிலும் பாதாள லோகங்களிலும் சஞ்சரித்ததாகச் சொன்னான். அப்போது கடவுள் அவனிடம், 'என் தாசனாகிய யோபுவைப் பார்த்தாயா?' என்று அவருடைய பரிசுத்த ஊழியனைச் சாத்தானுக்குப் பெருமையுடன் சுட்டிக் காட்டினார். சாத்தான் அதைக் கேட்டுச் சிரித்துக் கொண்டே, 'நீங்கள் அவனை என்னிடம் கொடுங்கள். அப்போது உங்கள் ஊழியன் உங்களை மறுதலித்து, உங்கள் நாமத்தைச் சபிப்பதைக் காண்பீர்' என்றான். கடவுளும் அவருக்கு மிகவும் பிரியமான நீதிமானை சாத்தானிடம் ஒப்படைத்தார். சாத்தான் யோபுவின் பிள்ளைகளையும், கால்நடைகளையும் அழித்து, அவனுடைய செல்வங்களை நாசம் செய்தான். அப்போது யோபு திடீரென்று வானத்திலிருந்து இறங்கிய இடியைப் போல, தனது ஆடைகளைக் கிழித்தெறிந்து, தரையில் புரண்டு கூச்சலிட்டான். 'நான் என் தாயின் கர்ப்பத்திலிருந்து நிர்வாணமாக வந்தேன்; நிர்வாணமாக பூமிக்குத் திரும்புவேன். இறைவனே கொடுத்தார், இறைவனே எடுத்துக் கொண்டார். கர்த்தருடைய நாமத்திற்கு இன்றும் என்றும் ஸ்தோத்திரம் உண்டாவதாக!' என்றான்.

அருட்தந்தையர்களே, ஆசான்களே, நீங்கள் என்னுடைய கண்ணீரைப் பொறுத்துக் கொள்ளுங்கள். என்னுடைய குழந்தைப் பருவம் முழுவதும் மீண்டும் உயிர்த்தெழுந்தது போலவும், நான் எட்டு வயதுக் குழந்தையின் மார்பினால் சுவாசிப்பது போலவும், அப்போது நான் உணர்ந்ததைப் போன்ற பிரமிப்பையும், குழப்பத்தையும், ஆனந்தத்தையும் இப்போது அனுபவிக்கிறேன். அப்போது என் கற்பனையில் ஒட்டகங்களும், கடவுளிடம் அப்படிப் பேசிய சாத்தானும், தன் ஊழியனை அழிவுக்கு ஆளாக்கிய கடவுளும், 'நீர் என்னைத் தண்டிக்கிற போதிலும் கர்த்தருடைய நாமத்திற்கு ஸ்தோத்திரம் உண்டாவதாக' என்று சொன்ன ஊழியன் யோபுவும் ஆக்கிரமித்திருந்தனர். அதற்குப் பிறகு 'என் ஜெபம் உமக்கு முன்பாக எழும்பட்டும்' என்ற பாடலுடன் மெல்லிசை ஒலித்தது. மீண்டும் பாதிரியாரின் தூபக்கலசத்திலிருந்து புகை எழுந்ததைத் தொடர்ந்து அனைவரும் மண்டியிட்டு ஜெபித்தனர். நான் நேற்று கூட புத்தகத்தை எடுத்து அந்தப் புனிதக் கதையைப் படித்தேன். நான் அன்றிலிருந்து இன்றுவரையிலும் அந்தக் கதையைக் கண்ணீர் சிந்தாமல் படித்ததில்லை. அதில் மகத்தான, மர்மமான, மனதுக்கு எட்டாத எண்ணற்ற விஷயங்கள் இருக்கின்றன! இருந்தாலும், நான் அதற்குப் பிறகு அதைக் குறித்துக் கேலியும், தூஷணையும் செய்பவர்களின் கருத்துக்களைக் கேட்டிருக்கிறேன். கடவுள் அவருக்கு மிகவும் பிரியமான ஊழியனைச் சாத்தானிடம் ஒப்படைத்து, அவனுடைய குழந்தைகளை அவனிடமிருந்து பறித்து, அவனுடைய உடல் முழுவதும் கொப்பளங்களை ஏற்படுத்தி, அதிலிருந்து வடியும் சீழை உடைந்த பானை ஓட்டினால் சுரண்டும்படிச் செய்தது எதற்காக? 'என் பரிசுத்த ஊழியன் எனக்காக என்ன பாடுபடுகிறான் பாருங்கள்!' என்று கடவுள் சாத்தானுக்கு முன்பாகப் பெருமையடித்துக் கொள்வதற்காக மட்டுமே அதைச் செய்தார் என்று அவர்கள் சொன்னார்கள். ஆனால் அதில் ஒரு மகத்தான, இரகசியம் அடங்கியிருக்கிறது. இங்கே பூமிக்குரிய நிலையாமையும் நித்திய உண்மையும் ஒன்றையொன்று சந்திக்கின்றன. பூமிக்குரிய யதார்த்தத்தின் முன்னிலையில் நித்திய உண்மை வெளிப்படுகிறது. இங்கே சிருஷ்டிகர்த்தா, படைப்பின் ஆரம்பத்தில் செய்ததைப் போல யோபுவைப் பார்த்து, 'நான் படைத்தது நல்லது' என்று சொல்வதன் மூலம் படைப்பின் ஒவ்வொரு நாளுக்குப் பிறகும் தனது படைப்பை நல்லது என்று அறிவிக்கிறார். யோபு கர்த்தரைப் புகழ்ந்து அவருக்கு மட்டும் பணிவிடை செய்யாமல் அவருடைய படைப்புகள் அனைத்திற்கும் தலைமுறை தலைமுறையாக, சதா

காலத்திற்கும் ஊழியம் செய்கிறான், ஏனெனில் அவன் அதற்காகவே நியமிக்கப்பட்டுள்ளான். ஓ, கடவுளே அது எப்படிப்பட்ட புத்தகம்; அதில் இல்லாதது எதுவுமில்லை! பரிசுத்த வேதாகமம் ஓர் அற்புதமான புத்தகம். அது மனிதனுக்கு அளவற்ற ஆற்றலைக் கொடுக்கிறது! அது இந்த உலகத்தையும், மனிதனையும், மானுடப் பண்புகளையும் ஒட்டுமொத்தமாகச் செதுக்கிய பிம்பத்தைப் போன்றது. அதில் எல்லாமே அடங்கியிருக்கிறது; அது எல்லா யுகங்களுக்கும் வழிகாட்டியாக உள்ளது. அவை எத்தனையோ மர்மங்களையும், புதிர்களையும் விடுவிக்கின்றன. கடவுள் மீண்டும் யோபுவை எழுப்பி அவனுக்குச் செல்வத்தைக் கொடுக்கிறார். பல வருடங்கள் கடந்து சென்றன. அவனுக்கு மிகவும் வித்தியாசமான புதிய பிள்ளைகள் பிறக்கிறார்கள். அவன் அவர்களை நேசிக்கிறான். 'ஆனால் ஆண்டவரே, அவனுக்கு முன்பு பிறந்த பிள்ளைகள் இல்லாத நிலையில், அவன் அவர்களை இழந்துவிட்ட பிறகு, அவனால் அந்தப் புதிய குழந்தைகளை எப்படி நேசிக்க முடியும்? அவன் அவர்களை நினைத்துப் பார்க்கும்போது, அந்தப் புதிய பிள்ளைகள் அவனுக்கு எத்தனை பிரியமானவர்களாக இருந்தாலும், அவனால் முன்பு மகிழ்ச்சியாக இருந்ததைப் போல இருக்க முடியுமா?' என்று ஒருவர் கேட்கலாம். ஆனால் அது சாத்தியம். மனித வாழ்க்கையின் புதிரான செயல்முறை, ஒரு மனிதனின் பழைய துக்கத்தைப் படிப்படியாகக் குறைத்து, அமைதியைத் தரும் மகிழ்ச்சியாக மாற்றிவிடுகிறது. துடிப்பான இளமைப் பருவத்தைத் தொடர்ந்து, பணிவும் அமைதியும் கூடிய முதுமைப் பருவம் வருகிறது. நான் ஒவ்வொரு நாளும் உதிக்கும் சூரியனைப் பார்க்கும்போது, என்னிடம் நேர்மறையான எண்ணங்களும், உணர்வுகளும் வெளிப்பட்டு என் இதயம் முன்பு போலவே அதை வரவேற்றுப் பாடுகிறது. ஆனால் நான் இப்போது சூரிய அஸ்தமனத்தை அதைவிட அதிகமாகப் போற்றுகிறேன். ஏனெனில் அதன் நீண்ட, சாய்ந்த கதிர்கள், அமைதியான மனதைத் தொடும் மென்மையான நினைவுகளையும், அன்பான முகங்களையும், மகிழ்ச்சியான வாழ்க்கையின் தருணங்களையும் திரும்பக் கொண்டு வருகின்றன. எல்லாவற்றுக்கும் மேலாக, கடவுளின் சத்தியம் இதயங்களை நெகிழச்செய்து, சமாதானத்தைக் கொண்டு வந்து, எல்லாவற்றையும் மன்னிக்கிறது. என் வாழ்க்கை முடியப் போகிறது என்று எனக்குத் தெரியும்; என்னால் அதை உணர முடிகிறது. ஆனால் ஒவ்வொரு நாளும் என் பூவுலக வாழ்க்கை ஒரு புதிய, எல்லையற்ற, அறியப்படாத வாழ்க்கையுடன் எவ்வாறு தொடர்பு கொண்டுள்ளது என்பதையும் என்னால் உணர முடிகிறது. அந்த வாழ்க்கையின் அருகாமை என் ஆன்மாவைப் பரவசத்தால்

நடுங்கச் செய்கிறது. என் மனம் தெளிவடைகிறது; என் இதயம் ஆனந்தக் கண்ணீர் வடிக்கிறது...

நண்பர்களே, ஆசான்களே, கிராமங்களில் வசிக்கும் பாதிரியார்கள் அவர்களுடைய குறைந்த ஊதியத்தைப் பற்றியும், தாழ்ந்த நிலையைப் பற்றியும் தொடர்ந்து புகார் கூறுவதை நான் பலமுறை கேட்டிருக்கிறேன். நான் அவர்களின் அத்தகைய புகார்களை நேரடியாகப் படித்திருக்கிறேன். அவர்களுக்குக் குறைந்த ஊதியம் வழங்கப்படுவதால், அவர்களால் இனி மேலும் மக்களுக்கு பரிசுத்த வேதாகமத்தைப் போதிக்க முடியாது என்றும், மதவிரோத சக்திகள் மக்களைத் தவறாக வழிநடத்த ஆரம்பித்தால் அப்படியே நடக்கட்டும் என்றும் அவர்கள் வெளிப்படையாகச் சொல்கிறார்கள். ஓ, கடவுளே! அவர்களுடைய முறையீடு நியாயமானது என்பதால் இறைவன் அவர்களுக்கு அதிக வருமானத்தை வழங்கட்டும். ஆனால் நாம் இதற்காக யாரையாவது குற்றம் சொல்ல வேண்டும் என்றால், அதில் பாதி தவறு நம்முடையதுதான். தேவாலயத்தின் அதிகமான வேலைப்பளுவின் காரணமாக அவர்களுக்குப் போதிய நேரம் கிடைப்பதில்லை என்று சொன்னாலும், வாரத்தில் குறைந்தது ஒரு மணி நேரமாவது அவர்கள் கடவுளைப் பற்றிச் சிந்திக்க வேண்டும். மேலும் அவர்களுக்கு ஆண்டு முழுவதும் வேலை இருப்பதில்லை. எனவே அவர்கள் வாரத்தில் ஒரு நாள் மாலை நேரத்தில், குழந்தைகளைத் தங்களுடைய வீட்டிற்கு அழைத்து அவர்களுக்குப் போதிக்கலாம். அப்போது அவர்களின் பெற்றோர்கள் அதைக் கேள்விப்பட்டு அவர்களும் வரத் தொடங்குவார்கள். இதற்காக மாளிகை கட்ட வேண்டிய அவசியம் இல்லை, ஏனெனில் உங்களுடைய குடிசையிலும் அதைச் செய்ய முடியும். நீங்கள் பயப்பட வேண்டாம், அவர்கள் உங்கள் குடிசையை அசுத்தப்படுத்த மாட்டார்கள், ஏனெனில் அவர்கள் ஒரு மணி நேரம் மட்டுமே இருப்பார்கள். நீங்கள் இந்தப் புத்தகத்தைத் திறந்து, எளிமையான மொழியில், அவர்களை விட நீங்கள் மேலானவர்கள் என்ற கர்வம் இல்லாமல், அன்போடும் பணிவோடும், உங்களுக்குப் பிடித்த வசனத்தை மகிழ்ச்சியுடன் படித்துக் காட்டி, நீங்கள் வாசிப்பதைக் கேட்பவர்கள் புரிந்து கொள்கிறார்கள் என்பதில் மகிழ்ச்சியடையுங்கள். நீங்கள் அவ்வப்போது இடையில் நிறுத்தி, பாமர மக்களுக்கு அறிமுகமில்லாத வார்த்தைகளை விளக்குங்கள். அவர்களால் புரிந்து கொள்ள முடியுமா என்று நீங்கள் கவலைப்பட வேண்டாம், ஏனெனில் அவர்கள் எல்லாவற்றையும் புரிந்துகொள்வார்கள். அவர்களின் பாரம்பரிய மனம் எல்லாவற்றையும் புரிந்து கொள்ளும்!

ஆபிரகாம், சாரா, ஈசாக், ரெபேக்கா ஆகியோரைப் பற்றியும், யாக்கோபு லாபானைக் காணச் சென்றதையும், அவன் சொப்பனத்தில் கடவுளிடம் போராடியபோது, 'இந்த இடம் எவ்வளவு பயங்கரமானது' என்று சொன்னதையும் படித்துக் காட்டி, பாமர மக்களின் பக்தி நிறைந்த உள்ளத்தைக் கவருங்கள். அவனுடைய சகோதரர்கள் தங்கள் உடன் பிறந்த, அன்புள்ளம் கொண்ட தீர்க்கதரிசியான சகோதரன் ஜோசப்பை அடிமையாக விற்றதையும், கொடிய மிருகம் அவனைக் கொன்றுவிட்டதாகச் சொல்லி இரத்தக் கறை படிந்த ஆடைகளை அவர்களுடைய தந்தையிடம் காட்டியதையும், அவர்களுக்குக் குறிப்பாகக் குழந்தைகளுக்குப் படித்துக் காட்டுங்கள். அதற்குப் பிறகு சகோதரர்கள் தானியம் வாங்க எகிப்துக்குச் சென்றதையும், அப்போது அங்கே அரசவையில் உயர் பதவி வகித்த, அவர்களால் அடையாளம் தெரிந்துகொள்ள முடியாத ஜோசப், அவர்களைத் திருட்டுக் குற்றம் சாட்டித் துன்புறுத்தியதையும், இளைய சகோதரன் பென்ஜமினைக் கைதியாகப் பிடித்து வைத்துக் கொண்டு, 'நான் உன்னை நேசிக்கிறேன், உன்னை நேசிப்பதன் மூலம் உனக்கு வேதனையைத் தருகிறேன்' என்று சொன்னதையும் படித்துக் காட்டுங்கள். சுட்டெரிக்கும் பாலைவனத்தில் எங்கோ ஒரு கிணற்றுக்கு அருகில், அவனது சகோதரர்கள் அவனை வியாபாரிகளிடம் விற்றதையும், அப்போது அவன் தன்னை அந்நிய தேசத்தினருக்கு அடிமையாக விற்க வேண்டாம் என்று கைகளைப் பிசைந்தபடி அழுது கொண்டே அவர்களிடம் கெஞ்சியதையும் அவனால் மறக்க முடியவில்லை. அவன் பல ஆண்டுகளுக்குப் பிறகு அவர்களைப் பார்த்ததும், எந்தத் தயக்கமும் இன்றி அவர்களை நேசித்தான் என்றாலும், அவர்களுக்குத் தண்டனை விதித்து துன்புறுத்தினான். ஆனால் இறுதியில் அவன் அந்த வேதனையைத் தாங்க முடியாமல் படுக்கையில் புரண்டு அழுதான். அதற்குப் பிறகு அவன் கண்களைத் துடைத்துக் கொண்டு, பிரகாசமான முகத்துடன் சகோதரர்களிடம் சென்று, 'சகோதரர் களே, நான் உங்கள் சகோதரன் ஜோசப்!' என்று சொன்னான். வயதான யாக்கோபு தன் அன்பு மகன் உயிருடன் இருப்பதைக் கேட்டு மகிழ்ச்சியடைந்து, தன்னுடைய சொந்த நாட்டை விட்டு எகிப்துக்குச் சென்று அந்நிய தேசத்தில் இறந்ததையும், அவர் இறப்பதற்கு முன்பு, அவருடைய பயந்த சுபாவமுடைய, மென்மை யான உள்ளத்தில் வாழ்நாள் முழுவதும் மறைத்து வைத்திருந்த, அவரது சந்ததியிலிருந்து, யூதாவிடமிருந்து உலகத்திற்கு மிகப் பெரிய நம்பிக்கையாக, அதனுடைய அமைதிக்கு வழிகோலும்

இரட்சகர் பிறப்பார் என்ற மகத்தான தீர்க்கதரிசனத்தை அறிவித்ததையும் படித்துக் காட்டுங்கள்.

அருட்தந்தையர்களே, ஆசான்களே, என்னை மன்னியுங்கள். உங்களுக்கு ஏற்கனவே தெரிந்த விஷயங்களை, உங்களால் நூறு மடங்கு சிறப்பாகவும், திறமையாகவும் சொல்லிக் கொடுக்க முடிந்த விஷயங்களை, நான் உங்களிடம் ஒரு சிறு குழந்தையைப் போல உளறிக் கொட்டுகிறேன் என்று நீங்கள் கோபப்படாதீர்கள். நான் உணர்ச்சிப் பெருக்கினால் பேசுகிறேன். நான் அழுவதற்காக என்னை மன்னியுங்கள். நான் இந்தப் புத்தகத்தை மிக அதிகமாக நேசிக்கிறேன். கடவுளின் மகிமையைப் பரப்பும் ஆசானும் கண்ணீர் சிந்தட்டும்; அவர் சொல்வதைக் கேட்பவரின் உள்ளங்கள் பாகாய் உருகுவதை அவரும் பார்க்கட்டும். உங்களுக்குத் தேவை ஒரு சிறிய விதை மட்டுமே. நீங்கள் அதை ஒரு சாதாரண மனிதனின் உள்ளத்தில் விதைத்துவிட்டால், அது ஒருபோதும் அழியாமல் அவன் வாழும் காலம் வரை நிலைத்திருக்கும். அது இருளுக்கு மத்தியில், அவனுடைய பாவங்களின் துர்நாற்றத்திற்கு மத்தியில், ஒரு பிரகாசமான தீப்பொறியைப் போல, ஒரு மகத்தான நினைவூட்டலைப் போல, அவனுடைய உள்ளத்தில் மறைந்திருக்கும். எனவே அதிக விளக்கங்களும், போதனைகளும் அவசியமின்றி அவன் எல்லாவற்றையும் புரிந்துகொள்வான். ஒரு சாதாரண மனிதனால் அதைப் புரிந்துகொள்ள முடியாது என்று நீங்கள் நினைக்கிறீர்களா? அழகிய எஸ்தர் மற்றும் ஆணவம் பிடித்த வஸ்தி ஆகியோரின் மனதை நெகிழ வைக்கும் கதையை அல்லது திமிங்கிலத்தின் வயிற்றில் இருந்த யோனாவின் அதிசயக் கதையை வாசித்துக் காட்ட முயற்சி செய்யுங்கள். குறிப்பாக புனித லூக்கா நற்செய்தியிலிருந்து (நான் அப்படித்தான் செய்தேன்) கர்த்தரின் நீதிக் கதைகளைச் சொல்வதற்கு மறந்துவிடாதீர்கள். அதற்குப் பிறகு அப்போஸ்தலர்களின் செயல்கள், சவுலின் மனமாற்றம் (நீங்கள் தவறாமல் அதைப் படிக்க வேண்டும்), கடவுளின் தூதனான அலெக்ஸி, சிறந்தவர்களில் சிறந்த, கிறிஸ்துவைச் சுமந்த, தியாகியும் தீர்க்கதரிசியுமான எகிப்தின் மரியா, போன்ற புனிதர்களின் வாழ்க்கைக் கதைகளைச் சொல்ல வேண்டும். இந்த எளிய கதைகளைச் சொல்வதன் மூலம் பாதிரியார் மக்களின் இதயங்களைத் தொட முடியும். அதற்கு வாரத்திற்கு ஒரு மணி நேரம் மட்டுமே போதும். உங்களுக்குக் குறைந்த ஊதியம் இருந்தாலும் ஒரு மணி நேரம் இதைச் செய்ய முடியும். அப்படிச் செய்யும்போது, நம் மக்கள் கருணையும், நன்றியும் உடையவர்கள் என்பதையும், அவர்கள் நூறு மடங்கு வெகுமதி அளிப்பார்கள்

என்பதையும் நீங்கள் காண்பீர்கள். அவர்கள் தங்கள் ஆசானின் கனிவையும், அன்பான வார்த்தைகளையும் நினைத்து, அவர்களாகவே முன்வந்து உங்கள் வயல்களிலும் வீட்டிலும் உங்களுக்கு உதவி செய்வார்கள். அவர்கள் முன்னைவிட உங்களை அதிக மரியாதையுடன் நடத்துவார்கள். அதனால் உங்களின் வருமானமும் அதிகரிக்கும். இது மிகவும் எளிமையான விஷயம் என்றாலும், சில நேரங்களில் நாம் இதைச் சொல்லப் பயப்படுகிறோம், ஏனென்றால் மற்றவர்கள் நம்மைப் பார்த்துச் சிரிப்பார்கள் என்று நினைக்கிறோம். இருந்தாலும் அதுதான் உண்மை! கடவுளை நம்பாத ஒருவர் கடவுளின் மக்களையும் நம்ப மாட்டார். ஆனால் கடவுளின் மக்களை நம்பும் ஒருவர், அவருக்கு இதற்கு முன்பு நம்பிக்கை இல்லாவிட்டாலும் அவர்களுடைய பரிசுத்தத்தைக் காண்பார். சொந்த மண்ணிலிருந்து தங்களை வேரோடு பிடுங்கிக் கொண்ட நாத்திகர்களை, மக்களாலும் அவர்களின் எதிர்கால ஆன்மீகச் சக்தியாலும் மட்டுமே மாற்ற முடியும். கிறிஸ்துவின் போதனைகளின் முக்கியத்துவத்திற்கு ஒரு நடந்த சம்பவத்தைச் சொல்லாவிட்டால் அதனால் என்ன பயன்? தேவனுடைய போதனைகள் இல்லாவிட்டால் மக்கள் அழிந்துபோவார்கள், ஏனென்றால் அவர்களுடைய ஆன்மா அவரது வார்த்தைக்காகவும், ஒவ்வொரு அழகிய உணர்வுக்காகவும் ஏங்குகிறது.

நான் என்னுடைய இளமைப் பருவத்தில், சுமார் நாற்பது வருடங்களுக்கு முன்பு, நானும் அருட்தந்தை அன்ஃபிமும் ரஷ்யா முழுவதும் நடந்து சென்று, எங்கள் மடாலயத்திற்காக நன்கொடை சேகரித்தோம். நாங்கள் ஒரு முறை ஒரு பெரிய ஆற்றங்கரையில் சில மீனவர்களுடன் இரவைக் கழித்தோம். அப்போது பதினெட்டு வயது மதிக்கத்தக்க அழகான இளைஞன் எங்களுடன் சேர்ந்து கொண்டான். அவன் மறுநாள் வேலை செய்யும் இடத்திற்குச் செல்லும் அவசரத்தில் இருந்தான். அங்கு அவன் ஒரு வணிகரின் படகைக் கரையோரமாக இழுத்துச் செல்ல வேண்டியிருந்தது. நான் அவனுடைய கண்களில் இருந்த பிரகாசத்தையும், தெளிவையும் கவனித்தேன். அது ஜூலை மாதத்தின் பிரகாசமான, கதகதப்பான, அமைதியான இரவு நேரம். அந்த அகலமான ஆற்றிலிருந்து எழுந்த மூடுபனி எங்களுக்குப் புத்துணர்ச்சியைக் கொடுத்தது. அவ்வப்போது சில மீன்கள் தண்ணீரில் துள்ளிக் குதித்தன; பறவைகள் அமைதியாக இருந்தன; அனைத்தும் நிசப்தமாக, அழகாக இருந்தன; எல்லாமே கடவுளிடம் பிரார்த்தனை செய்தன. நானும் அந்த இளைஞனும் தூங்காமல் இருந்தோம். நாங்கள் கடவுள் படைத்த இந்த உலகத்தின் அழகையும், அதன்

இரகசியங்களையும் பேச ஆரம்பித்தோம். இந்த உலகத்தில் உள்ள ஒவ்வொரு புல்லும், பூச்சியும், எறும்பும், தேனீயும் பகுத்தறிவு இல்லாமல் போனாலும், வியக்கத்தக்க வகையில் அவை பின்பற்ற வேண்டிய பாதையை அறிந்திருக்கின்றன. அவை கடவுளின் இரகசியத்திற்குச் சாட்சியாக இருந்து, அதை இடைவிடாமல் செயல்படுத்துகின்றன. அந்த இளைஞனின் இதயம் நெகிழ்வதை என்னால் உணர முடிந்தது. அவன் காடுகளையும், காட்டிலுள்ள பறவைகளையும் நேசிப்பதாகச் சொன்னான். அவன் பறவைகளைப் பிடிப்பவன் என்பதால், அவனால் ஒவ்வொரு பறவையின் பாஷையையும் அறிந்து அவற்றை அவனிடம் வரவழைக்க முடியும். 'நான் காட்டில் இருப்பதைத் தவிர வேறு எதையும் விரும்பவில்லை. இங்கு எல்லாமே நன்றாக உள்ளது' என்று அவன் சொன்னான். 'ஆமாம், இங்குள்ள எல்லாமே அற்புதமானவை, நல்லவை, ஏனெனில் எல்லாமே உண்மை. மனிதனுக்கு மிக நெருக்கமாக இருக்கும் அவனுக்காகத் தலை குனிந்து பணிவுடன் வேலை செய்து உணவைக் கொடுக்கும் பெரிய விலங்கான ஒரு குதிரை அல்லது எருதைப் பாருங்கள். அதன் முகங்களைப் பாருங்கள். மனிதன் அடிக்கடி இரக்கமின்றி அடிக்கும் அதனிடம் என்ன ஒரு சாந்தம், விசுவாசம், நம்பிக்கை. அந்த முகங்களில் என்ன ஓர் அழகு. இந்தச் சிருஷ்டிகள் பாவத்திலிருந்து விடுபட்டிருக்கின்றன என்பது மனதை நெகிழச் செய்கிறது, ஏனெனில் மனிதனைத் தவிர மற்ற உயிரினங்கள் அனைத்தும் பாவமற்றவை, கிறிஸ்து நம்முடன் இருப்பதற்கு முன்னரே விலங்குகளுடன் இருந்தார்' என்று நான் அவனிடம் சொன்னேன். 'கிறிஸ்து அவற்றுடன் இருக்கிறாரா?" என்று இளைஞன் கேட்டான். 'அப்படியில்லாமல் வேறு எப்படி இருக்க முடியும்? ஒவ்வொரு சிறிய இலை உட்பட ஒவ்வொரு உயிரும், எல்லா படைப்புகளும், தெய்வீக இருப்புக்காக ஏங்கி, கடவுளின் புகழைப் பாடி, தங்களையும் அறியாமல் கிறிஸ்துவை நோக்கி அழுகின்றன. அவை தங்களின் பாவமற்ற இருப்பின் இரகசியத்தால் அவ்வாறு செய்கின்றன. அதோ காட்டில் சுற்றித் திரியும் பயங்கரமான, மூர்க்கத்தனமான கரடிக்கு எந்தக் குற்ற உணர்வும் இல்லை. ஒரு முறை காட்டில் உள்ள குடிலில் இரட்சிப்பைத் தேடிக் கொண்டிருந்த ஒரு துறவியிடம் கரடி ஒன்று சென்றது. துறவி அதன் மீது இரக்கப்பட்டு, அச்சமின்றி அதனிடம் சென்று ஒரு ரொட்டித் துண்டைக் கொடுத்து, 'போ, கிறிஸ்து உன்னோடு இருப்பார்' என்று சொன்னார். அந்த மூர்க்கமான மிருகம் அவருக்குக் கீழ்ப்படிந்து, அவரை எதுவும் செய்யாமல் அமைதியாக அங்கிருந்து சென்றது என்று அவனிடம் சொன்னேன்.

அந்தக் கரடி துறவியை எதுவும் செய்யாமல் சென்றதையும், அதனுடன் கிறிஸ்து இருப்பதையும் நினைத்து அந்த இளைஞன் மனம் நெகிழ்ந்தான். ‘ஆகா, அது எவ்வளவு நல்லது, கடவுளின் படைப்பு அனைத்தும் எவ்வளவு நல்லவையாகவும், அதிசயமாகவும் இருக்கிறது!’ என்று சொல்லிவிட்டு, அவன் இனிமையான, அமைதியான சிந்தனையில் ஆழ்ந்தான். அவன் அப்போதுதான் அதைப் புரிந்து கொண்டான் என்று எனக்குத் தெரிந்தது. பிறகு அவன் என் அருகில் படுத்து நிம்மதியான உறக்கத்தில் ஆழ்ந்தான். கடவுள் இளைஞர்களை ஆசீர்வதிப்பார்! நான் உறங்குவதற்கு முன்பு அந்த இளைஞனுக்காகப் பிரார்த்தனை செய்தேன். ஆண்டவரே உமது மக்கள் அனைவருக்கும் அமைதியையும், ஒளியையும் அனுப்புவாயாக!

(iii) மூத்தவர் ஜோசிமாவின் இளமைப் பருவ நினைவுகளும் துப்பாக்கிச் சண்டையும்

நான் பீட்டர்ஸ்பர்க்கில் மாணவர் படையில் எட்டு ஆண்டுகள் இருந்தேன். அங்கு எனக்குக் கிடைத்த வித்தியாசமான கல்வி என் குழந்தைப் பருவ நினைவுகள் பலவற்றை அமுக்கிவிட்டது என்றாலும், நான் எதையும் மறக்கவில்லை. நான் அப்போது கற்றுக் கொண்ட பல புதிய பழக்கங்களும், கருத்துக்களும் என்னைக் கிட்டத்தட்ட ஒரு முரடனாக, கொடூரமானவனாக, ஒரு விநோதமான உயிரினமாக மாற்றியது. நான் பிரெஞ்சு மொழியைக் கற்றுக் கொண்டதுடன், போலியான பணிவையும், சமூக பழக்க வழக்கங்களையும் தெரிந்து கொண்டேன். ஆனால் நாங்கள் எல்லோரும் அந்தப் படையில் பணியாற்றிய சிப்பாய்களை மிருகங்களாகக் கருதினோம். நானும் அப்படித்தான் நினைத்தேன். நான் இந்த விஷயத்தில் மற்றவர்களை விட மோசமானவனாக இருந்தேன், ஏனெனில் நான் என் தோழர்களைக் காட்டிலும் எளிதாக எல்லாவற்றினாலும் ஈர்க்கப்பட்டேன். நாங்கள் அதிகாரிகளாகப் பள்ளியை விட்டு வெளியேறியபோது, பட்டாளத்தின் கௌரவத்திற்காக எங்கள் உயிரையும் கொடுக்கத் தயாராக இருந்தோம். ஆனால் எங்களில் யாருக்கும் கௌரவம் என்ற வார்த்தையின் உண்மையான அர்த்தம் என்னவென்று தெரியவில்லை. அது என்ன என்பது யாருக்காவது தெரிந்திருந்தால் அதை முதலில் கேலி செய்பவன் நானாகத்தான் இருந்திருப்பேன். நாங்கள் எங்களுடைய குடி வெறியையும், ஒழுக்கக்கேட்டையும், துணிச்சலையும் பெருமையாக நினைத்தோம். அதற்காக நான்

எங்களைக் கெட்டவர்கள் என்று சொல்லவில்லை, ஏனெனில் அந்த இளைஞர்கள் அனைவரும் நல்லவர்கள் என்றாலும், அவர்கள் மோசமாக நடந்து கொண்டார்கள். நான் எல்லோரையும் விட மோசமாக நடந்து கொண்டேன். இதில் கொடுமை என்னவெனில், நான் கொஞ்சம் பணத்தைச் சம்பாதித்து, இளமையின் முழு உற்சாகத்துடன், என் ஆசைகள் அனைத்தையும் நிறைவேற்றி, எந்தக் கட்டுப்பாடும் இன்றி, பாய்மரங்கள் அனைத்தையும் அவிழ்த்துவிட்டு முழு வேகத்துடன் பயணித்தேன். ஆனால் இதில் ஆச்சரியம் என்னவென்றால், நான் அப்போதும் புத்தகங்களை மிகுந்த மகிழ்ச்சியுடன் வாசித்தேன். இருப்பினும், நான் ஒருபோதும் பைபிளைத் திறந்து படிக்கவில்லை என்றாலும் எப்போதும் அதை என்னுடன் வைத்திருந்தேன். நான் என்னையும் அறியாமல் ஒவ்வொரு நாளும், மணியும், மாதமும், வருடமும் அந்தப் புத்தகத்தைப் பாதுகாத்து வந்தேன்.

நான் என்னுடைய அந்த நான்கு வருட வாழ்க்கைக்குப் பிறகு, எங்கள் பட்டாளம் முகாமிட்டிருந்த கே என்ற சிறிய நகரத்திற்குச் சென்றேன். அந்த நகரத்து மக்கள் விருந்தோம்பல் மிக்கவர்களாகவும், செல்வச் செழிப்புள்ளவர்களாகவும், கேளிக்கைகளில் விருப்பம் உடையவர்களாகவும் இருந்தனர். நான் கலகலப்பான சுபாவம் உடையவன் என்பதாலும், சமூகத்தில் மிகவும் முக்கியமானதாகக் கருதப்படும், வசதியானவன் என்ற பெயர் இருந்ததாலும், எனக்கு எல்லா இடங்களிலும் அன்பான வரவேற்பு கிடைத்தது. அப்போது நடந்த ஒரு சம்பவம், என் வாழ்க்கையில் எல்லாவற்றுக்கும் தொடக்கமாக அமைந்தது. அங்கே எனக்கு அழகும், புத்திசாலித் தனமும், நல்ல குணமும் உடைய, அந்நகரத்து மக்களால் மிகவும் மதிக்கப்பட்ட ஒருவருடைய மகளின் நட்பு கிடைத்தது. அவர்கள் வசதியும், செல்வாக்கும், அந்தஸ்தும் அதிகாரமும் படைத்தவர்கள். அவர்கள் எப்போதும் என்னை அன்புடனும் நட்புடனும் வரவேற்று உபசரித்தனர். நான் அந்தப் பெண்ணுக்கு என் மீது காதல் இருப்பதாக நினைத்து, கற்பனை வானத்தில் சிறகடித்துப் பறக்கத் தொடங்கினேன். ஆனால் நான் அவளைத் தீவிரமாகக் காதலிக்கவில்லை என்றும், யாராலும் பாராட்டாமல் இருக்க முடியாத, அவளுடைய புத்திசாலித்தனத்தையும், உயர்ந்த குணத்தை யும் மட்டுமே மதிக்கிறேன் என்றும் பின்னால் உணர்ந்து கொண்டேன். அதைத் தவிர, என்னுடைய சுயநலம் அவளை மணந்து கொள்வதைத் தடை செய்தது, ஏனெனில் இவ்வளவு இளம் வயதில், என்னிடம் செலவழிக்கப் போதுமான பணம் இருந்த நிலையில், ஒழுக்கக்கேடான பிரம்மச்சாரி வாழ்க்கையின்

சுதந்திரத்தையும், மகிழ்ச்சியையும் துறப்பதை என்னால் ஏற்றுக் கொள்ள முடியவில்லை. நான் என்னுடைய உணர்வுகளைக் குறித்து ஜாடையாக சில குறிப்புகளை அவளுக்குக் கொடுத்தேன் என்றாலும், அப்போது எந்த ஒரு தீர்மானமான முடிவையும் எடுக்காமல் தள்ளிப் போட்டேன். அந்த நேரத்தில் திடீரென்று எங்கள் அனைவரையும் நாட்டின் வேறோரு பகுதிக்கு இரண்டு மாதங்களுக்கு அனுப்பி வைத்தார்கள்.

நான் இரண்டு மாதங்களுக்குப் பிறகு திரும்பி வந்தபோது, அந்தப் பெண் ஏற்கனவே உள்ளூரைச் சேர்ந்த, ஒரு பணக்கார நிலக்கிழாரை மணந்து கொண்டாள் என்பதை அறிந்தேன். அவர் என்னை விட மூத்தவர் என்றாலும், இனியவராகவும் இளைஞராகவும் இருந்தார். ஆனால் என்னிடம் இல்லாத வகையில் அவருக்குப் பீட்டர்ஸ்பர்க்கின் உயர் வட்டாரத்தில் தொடர்புகளும், செல்வாக்கும் இருந்தன. அதற்கும் மேலாக அவர் மெத்தப் படித்தவர், ஆனால் எனக்கு எந்தக் கல்வித் தகுதியும் இல்லை. நான் அந்த எதிர்பாராத செய்தியைக் கேட்டு அதிர்ச்சி அடைந்தேன். என் உள்ளத்தில் இருள் சூழ்ந்தது. இதில் முக்கியமான விஷயம் என்னவென்றால், நான் அவரை அவர்களுடைய வீட்டில் பலமுறை சந்தித்திருக்கிறேன் என்றாலும், என்னுடைய அகந்தை என் கண்களைக் குருடாக்கிவிட்டதால், அந்தப் பெண்ணுக்கும் நில உரிமையாளருக்கும் ஏற்கனவே நிச்சயதார்த்தம் முடிந்து விட்டதைக் கவனிக்கத் தவறி விட்டேன். அதுதான் என்னை மிகவும் பாதித்தது. ஏறக்குறைய அது எல்லோருக்கும் தெரியும் என்றாலும், எனக்கு மட்டும் எதுவும் தெரியவில்லை. அப்போது திடீரென்று எனக்குள் அடக்க முடியாத ஆத்திரம் பொங்கியது. நான் எத்தனை முறை வெட்கத்துடன் என் காதலை அவளிடம் தெரிவிக்கத் தயாராக இருந்தேன் என்பதையும், அந்த நேரத்தில் அவள் என்னைத் தடுக்கவோ, எச்சரிக்கவோ இல்லை என்பதையும் நினைத்து, அவள் அப்போதெல்லாம் என்னைப் பார்த்து ஏளனமாகச் சிரித்திருக்க வேண்டும் என்ற முடிவுக்கு வந்தேன். நான் பின்னாளில் அதைப் பற்றி யோசித்தபோது, அவள் என்னைக் கேலி செய்யவில்லை என்று புரிந்து கொண்டேன், ஏனெனில் நான் அதைப் பற்றிப் பேசத் தொடங்கும் போதெல்லாம், அவள் ஏதோ ஒன்றை வேடிக்கையாகச் சொல்லி பேச்சை மாற்றியதை நான் அந்த நேரத்தில் புரிந்து கொள்ளவில்லை. எனவே அவளைப் பழிவாங்க வேண்டும் என்ற வெறி எனக்குள் கொழுந்துவிட்டு எரிந்தது. இந்தக் கோபமும், பழிவாங்கும் உணர்வும் எனக்கு பெரும் சுமையாகவும், வெறுப்பூட்டுவதாகவும் இருந்தது என்பதை நான்

ஆச்சரியத்துடன் நினைத்துப் பார்த்தேன். ஏனெனில் நான் இயல்பாகவே எல்லாவற்றையும் எளிதாக எடுத்துக் கொள்ளும் மனநிலை உடையவன் என்பதால் என்னால் யார் மீதும் அதிக நேரத்திற்குக் கோபத்தைத் தக்கவைத்திருக்க முடியாது. எனவே நான் என்னுடைய கோபத்தைச் செயற்கையாகத் தூண்டிவிடும் காரியத்தைச் செய்து, ஆபாசமாகவும், அபத்தமாகவும் காட்சி யளித்தேன். நான் அவளைப் பழிவாங்கும் சரியான சந்தர்ப்பத்திற்குக் காத்திருந்தேன். ஒரு முக்கியமான நிகழ்ச்சியின்போது, நான் என் 'எதிரியை' அவமானப்படுத்துவதில் வெற்றி பெற்றேன். *1826*இல் நடந்த ஒரு முக்கியமான சம்பவத்தைப் பற்றி அவர் சொன்ன கருத்தை நான் எந்தக் காரணமும் இல்லாமல் கேலி செய்தேன். நான் அவர் சொன்னதை மறுத்துச் சொன்னது நகைச்சுவையாகவும், புத்திசாலித்தனமாகவும் இருந்ததாக அங்கிருந்தவர்கள் பாராட் டினார்கள். எனவே நான் உற்சாகமடைந்து, அவரிடம் அதற்கு விளக்கம் கேட்டு வற்புறுத்தி முரட்டுத்தனமாக நடந்து கொண்டேன். நான் அவரை விட வயதிலும் அந்தஸ்திலும் குறைந்தவன், எந்த வகையிலும் முக்கியமில்லாதவன் என்றாலும், அவர் என்னுடைய சவாலை ஏற்றுக் கொண்டார். அவர் என்னுடைய சவாலை ஏற்றுக் கொண்டதற்குக் காரணம் அவருக்கு என் மீதிருந்த பொறாமை என்பதை நான் பிறகு தெரிந்து கொண்டேன். அதாவது எனக்கும் அவருடைய வருங்கால மனைவிக்கும் இடையில் முன்னர் இருந்த நட்பின் காரணமாக அவர் என் மீது பொறாமைப்பட்டார். நான் அவரை அவமானப் படுத்திய பிறகும், அவர் என்னுடைய சவாலை ஏற்றுக் கொள்ள வில்லை என்று அவளுக்குத் தெரிந்தால், அவளுக்கு அவர் மீது வெறுப்பு ஏற்படுவதுடன், அவர்களுடைய உறவில் விரிசல் ஏற்படும் என்று அவர் நினைத்தார். நான் விரைவில் எங்கள் படைப்பிரிவைச் சேர்ந்த என்னுடைய லெப்டினன்ட் தோழர் ஒருவரைத் தேடிப் பிடித்தேன். அந்த நேரத்தில் ஒண்டிக்கு ஒண்டி சண்டைக்குக் கடுமையான தண்டனைகள் வழங்கப்பட்டது என்றாலும், இராணுவத்தினர் மத்தியில் அது நாகரீகமான சண்டையாகக் கருதப்பட்டது. சில சமயங்களில் இதைப் போன்ற கொடூரமான செயல்கள் நாகரீகம் என்ற பெயரில் செழித்து வளர்கின்றன. அது ஜூன் மாதத்தின் இறுதி. மறுநாள் காலை ஏழு மணிக்கு நகரத்திற்கு வெளியே எங்களுடைய சண்டைக்கு ஏற்பாடு செய்யப்பட்டிருந்தது. அப்போது விதிவசமான ஒரு சம்பவம் நடந்தது. நான் சண்டைக்கு முன்தினம் வெறுப்புடனும், மூர்க்கமாகவும் வீட்டிற்குத் திரும்பிய போது, வேலைக்காரன் அஃபனாஸி மீது கோபம் கொண்டு, என்

முழு பலத்தையும் பிரயோகித்து அவன் முகத்தில் இரண்டு குத்து விட்டேன். அவன் மூக்கிலிருந்து இரத்தம் கொட்டியது. அவன் சமீபத்தில் என்னிடம் வேலைக்குச் சேர்ந்திருந்தான். நான் இதற்கு முன்பும் அவனை அடித்திருக்கிறேன் என்றாலும், இப்படி மிருகத்தனமாக, குரூரத்துடன் ஒருபோதும் அடித்ததில்லை. அருமை நண்பர்களே, அதற்குப் பிறகு நாற்பது வருடங்கள் கழிந்துவிட்டன என்றாலும், நான் அதை நினைத்து இன்றும் வெட்கப்படுகிறேன், வேதனைப்படுகிறேன் என்பதை நீங்கள் நம்ப வேண்டும். நான் அதன் பிறகு படுக்கச் சென்று, மூன்று மணி நேரம் அல்லது அதற்கு மேலும் தூங்கினேன். நான் எழுந்தபோது, பொழுது விடிந்திருந்தது. நான் மேற்கொண்டு தூங்க விரும்பாமல் எழுந்து சென்று, தோட்டத்தைப் பார்த்தபடி இருந்த ஜன்னலைத் திறந்து, ஓர் அற்புதமான சூரியோதத்தைப் பார்த்தேன். அந்தக் காலை நேரம் அழகாகவும், கதகதப்பாகவும் இருந்தது; பறவைகள் இனிய குரலில் பாடிக் கொண்டிருந்தன. அப்போது என் உள்ளத்தில் ஏதோ ஒரு கேவலமான, வெட்கக்கேடான உணர்வு இருப்பதாகத் தோன்றியது. அது என்ன என்று என்னை நானே கேட்டுக் கொண்டேன். நான் யாரோ ஒருவருடைய உயிரைப் பறிக்கப் போகிறேன் என்ற உணர்வா? இல்லை, அது இல்லை. நான் கொல்லப்படுவேன் என்ற மரண பயமா? இல்லை, அதுவும் இல்லை, அப்படி எதுவும் இல்லை... நான் திடீரென்று அது என்ன என்பதைத் தெரிந்து கொண்டேன். நான் நேற்று இரவு அஃபனாஸியை அடித்ததுதான் அதற்குக் காரணம் என்று அறிந்து கொண்டேன். நான் அந்தக் காட்சியை இப்போது நேரில் நடப்பது போல திரும்பத் திரும்ப நினைத்துப் பார்த்தேன். நான் என் முழு பலத்தையும் திரட்டி என் முன்னால் நின்று கொண்டிருக்கும் அவனுடைய முகத்தில் ஓங்கிக் குத்துகிறேன். அவன் அணி வகுப்பில் நிற்பதைப் போல கைகளைப் பக்கவாட்டில் தொங்கவிட்டு, தலையை நிமிர்த்தி, நேராகப் பார்த்தபடி, அசையாமல் நிற்கிறான். நான் அவனை அடித்த ஒவ்வொரு அடிக்கும் அவன் தள்ளாடுகிறான். தன்னைத் தற்காத்துக் கொள்ள கையை உயர்த்தக் கூட துணியாமல் நிராதரவாக நிற்கும் ஒரு சக மனிதனை இப்படி அடிக்க முடியுமா? இது எப்படிப்பட்ட குற்றம்! ஒரு கூர்மையான ஊசி என் இதயத்தைத் துளைத்தது போல வலித்தது. நான் பைத்தியம் பிடித்தவன் போல அசையாமல் நின்றேன். சூரியன் பிரகாசமாக மேலே எழுந்து கொண்டிருந்தான். மரங்களில் இருந்த இலைகள் சூரிய ஒளியில் மகிழ்ச்சியுடன் பிரகாசித்தன. பறவைகள் தொடர்ந்து இறைவன் புகழைப் பாடிக் கொண்டிருந்தன... நான் என் இரண்டு கைகளாலும் முகத்தை மூடிக் கொண்டு, படுக்கையில்

விழுந்து, கதறி அழுதேன். நான் என் சகோதரன் மார்கெலையும், அவர் வேலைக்காரர்களிடம் 'என் அன்புக்குரியவர்களே, நீங்கள் ஏன் எனக்குச் சேவை செய்கிறீர்கள்? நீங்கள் ஏன் என்னிடம் அன்பு செலுத்துகிறீர்கள்? நான் அதற்குத் தகுதியானவனா?' என்று கேட்டதையும் நினைத்துப் பார்த்தேன். அப்போது திடீரென்று என் மனதில், 'ஆமாம், நான் அதற்குத் தகுதியானவனா? கடவுள் அவருடைய சில பண்புகளையும், குணங்களையும் பிரதிபலிக்கும் வகையில் படைத்த, என்னைப் போன்ற ஒரு சக மனிதன் எனக்குச் சேவை செய்யும் அளவுக்கு நான் தகுதியானவனா?' என்ற கேள்வி எழுந்தது. நான் என் வாழ்நாளில் முதன் முறையாக அந்தக் கேள்வியை எனக்குள் கேட்டுக் கொண்டேன். 'அம்மா, என் இரத்தத்தின் இரத்தமே, நாம் ஒவ்வொருவரும் எல்லாவற்றிலும் மற்றவர்களுக்கு முன்னால் குற்றவாளியாக நிற்கிறோம் என்பதை இந்த மனிதர்கள் புரிந்து கொள்ளவில்லை, அதைப் புரிந்து கொண்டால் இந்த உலகம் சொர்க்கமாக மாறும்' என்று மார்கெல் சொன்னதை நினைத்துப் பார்த்தேன். 'கடவுளே, உண்மையில் அது பொய்யாக இருக்க முடியாது' என்று நினைத்து நான் அழுதேன். 'உண்மையில் நான் மற்ற எல்லோரையும் விட மோசமான குற்றவாளியாகவும், இந்த உலகில் உள்ள எவரையும் விட மோசமானவனாகவும் இருக்க வேண்டும்!' என்று நான் நினைத்தேன். அப்போது திடீரென்று அந்த உண்மை முழு பிரகாசத்துடன் என் முன்னால் எழுந்து நின்றது. நான் என்ன செய்யத் தீர்மானித்திருந்தேன்? நான் எனக்கு எந்தத் தீங்கும் செய்யாத, புத்திசாலியான, மரியாதைக்குரிய, ஒரு நல்ல மனிதரைக் கொல்ல முடிவு செய்திருக்கிறேன். அதன் மூலம் நான் அவருடைய மனைவியின் மகிழ்ச்சியை நிரந்தரமாக அழித்து, அவளுக்கு வேதனையை ஏற்படுத்தி, அவளைச் சாகடிக்கப் போகிறேன். நான் நேரம் ஓடிக் கொண்டிருந்ததைக் கவனிக்காமல், தலையணையில் முகத்தைப் புதைத்துக் கொண்டு நீண்ட நேரம் படுத்திருந்தேன். அப்போது என் லெப்டினன்ட் தோழர் கைத்துப்பாக்கியுடன் வந்தார்.

"ஆகா, நீங்கள் ஏற்கனவே எழுந்து விட்டது நல்லதாகப் போயிற்று. நாம் புறப்படுவோம், நேரமாகிவிட்டது."

நான் குழப்பத்துடன் என்ன செய்கிறேன் என்று தெரியாமல் எழுந்து, வெளியே சென்று வண்டியில் ஏறுவதற்கு முயன்றேன்.

"கொஞ்சம் இருங்கள், நான் பர்ஸை மறந்துவிட்டேன். நான் அதை எடுத்து வருகிறேன்" என்று நான் வீட்டிற்குச் சென்று, நேராக அஃபனாஸி இருந்த இடத்திற்குச் சென்றேன்.

 நற்றிணை பதிப்பகம் ○ 499

“அஃப்பனாஸி, நான் நேற்று உங்களை இரண்டு முறை முகத்தில் குத்திவிட்டேன். நீங்கள் அதற்காக என்னை மன்னிக்க வேண்டும்” என்று நான் அவரிடம் சொன்னேன்.

அவர் பயத்தில் நடுங்கிக் கொண்டே என்னை உற்றுப் பார்த்தார்.

எனக்கு அது மட்டும் போதுமானதல்ல என்று தோன்றியது. நான் உடனடியாக அதிகாரியின் சீருடையுடன் அவர் காலில் விழுந்து வணங்கி, “என்னை மன்னியுங்கள்!” என்றேன்.

அவர் அதைக் கண்டு திகைத்து நின்றார்.

“ஐயா... ஐயா, தயவுசெய்து... என்ன இருந்தாலும் நான் அதற்குத் தகுதியானவன் அல்ல...” என்று அவர் திடீரென்று நான் சற்று நேரத்திற்கு முன்பு அழுதது போல கண்ணீர் விட்டு அழுதார். அவர் தனது கைகளால் முகத்தை மூடிக் கொண்டு ஜன்னலை நோக்கித் திரும்பி நின்று, உடல் முழுவதும் குலுங்க அழுதார்.

நான் வேகமாக வெளியே சென்று வண்டியில் ஏறி, “போகலாம்” என்று கத்தினேன். “நீங்கள் ஒரு வெற்றியாளரைப் பார்த்திருக்கிறீர்களா?” என்று நான் அவரிடம் கேட்டேன். “இதோ, உங்கள் முன்னால் இருக்கிறேன்!” என்றேன் நான்.

நான் அளவுகடந்த மகிழ்ச்சியுடனும், உற்சாகத்துடனும் இருந்தேன். நான் பயணம் முழுவதும் இடைவிடாமல் பேசிக் கொண்டும், மகிழ்ச்சியாகச் சிரித்துக் கொண்டும் இருந்தேன். நான் அப்போது என்ன பேசினேன் என்பது இப்போது எனக்கு நினைவில்லை. அவர் என்னைப் பார்த்து ஆமோதிக்கும் தொனியில், “நல்லது, நண்பரே, நீங்கள் ஓர் அற்புதமான மனிதர். நீங்கள் நம்முடைய பட்டாளத்தின் கௌரவத்தைக் காப்பாற்றுவீர்கள் என்று எனக்குத் தெரியும்” என்றார்.

நாங்கள் அந்தக் குறிப்பிட்ட இடத்திற்கு சென்று சேர்ந்தபோது, அவர்கள் ஏற்கனவே எங்களுக்காக அங்கே காத்திருந்தனர். நாங்கள் பன்னிரண்டு அடி தூரத்தில் நிற்க வேண்டும் என்றும், என் எதிராளி முதலில் சுட வேண்டும் என்றும் முடிவானது. நான் அவருக்கு முன்னால் மகிழ்ச்சியுடன், கண்களை இமைக்காமல் நேருக்கு நேராக அவரைப் பார்த்துக் கொண்டு நின்றேன். நான் என்ன செய்ய வேண்டும் என்பதை ஏற்கனவே முடிவு செய்துவிட்டதால் அவரை அன்புடன் பார்த்தேன். அவர் சுட்டபோது, தோட்டா என் கன்னத்தையும், காதையும் உரசிக் கொண்டு சென்றது.

"கடவுளுக்கு நன்றி, நீங்கள் ஒரு மனிதரைக் கொல்லவில்லை" என்ற நான், என் துப்பாக்கியை எடுத்து காட்டுக்குள் எறிந்துவிட்டு, "அது அங்குதான் இருக்க வேண்டும்" என்று கத்தினேன். நான் எதிராளியை நோக்கித் திரும்பி, "ஐயா, ஒரு முட்டாள் இளைஞனாகிய நான் உங்களை அவமானப்படுத்தி, எனக்கு எதிராக உங்களைத் துப்பாக்கியை ஏந்தும்படிக் கட்டாயப்படுத்தியதற்கு நீங்கள் என்னை மன்னிக்க வேண்டும். நான் உங்களை விட நூறு மடங்கு மோசமானவன், ஒருவேளை இன்னும் அதிகமாக இருக்கலாம். நீங்கள் இந்த உலகத்தில் மிகவும் அதிகமாக நேசிக்கும் நபரிடம் அதைச் சொல்லுங்கள்" என்று நான் சொன்னேன்.

நான் சொன்னதைக் கேட்டதும் மூவரும் என்னைப் பார்த்துக் கத்த ஆரம்பித்தார்கள்.

"எனக்குப் புரியவில்லை. நீங்கள் சண்டையிட விரும்பவில்லை என்றால், எனக்கு ஏன் இத்தனை தொல்லை கொடுத்தீர்கள்?" என்று எதிராளி கோபத்துடன் கேட்டார்.

"நான் நேற்று முட்டாளாக இருந்தேன், ஆனால் இன்று புத்திசாலியாகி விட்டேன்" என்று நான் மகிழ்ச்சியுடன் பதில் சொன்னேன்.

"நீங்கள் நேற்று சொன்னதைக் கூட என்னால் நம்ப முடிகிறது, ஆனால் இன்று நீங்கள் சொல்வதை என்னால் ஏற்றுக்கொள்ள முடியவில்லை."

"சபாஷ்" என்று நான் அவரைப் பார்த்துக் கத்தியபடி கையைத் தட்டினேன். "நீங்கள் சொல்வதை நான் ஒப்புக் கொள்கிறேன். நான் அதற்குத் தகுதியானவன்!"

"ஐயா, நீங்கள் சுடப்போகிறீர்களா, இல்லையா?"

"இல்லை, சுடவில்லை. ஆனால் நீங்கள் விரும்பினால் இரண்டாவது முறை சுடலாம். இருந்தாலும் நீங்கள் அப்படிச் செய்யாமல் இருப்பது நல்லது."

அப்போது இருவருடைய தோழர்களும் கத்தினார்கள்.

"நீங்கள் எதிராளியிடம் மன்னிப்புக் கேட்டு நம்முடைய பட்டாளத்திற்கு எப்படி அவமானத்தை ஏற்படுத்தலாம்? நான் இப்படி நடக்கும் என்று எதிர்பார்க்கவில்லை" என்று என்னுடைய தோழர் என்னைப் பார்த்துக் கத்தினார்.

நான் அவர்கள் அனைவரையும் பார்த்துத் தீவிரமான முகபாவத்துடன் பேசினேன்.

 நற்றிணை பதிப்பகம் ○ 501

“கனவான்களே, இந்தக் காலத்தில் தனது முட்டாள்தனமான செயலுக்காக வருத்தப்பட்டு, தன் குற்றத்தைப் பகிங்கிரமாக ஒப்புக் கொள்ளும் ஒரு மனிதனைப் பார்ப்பது உங்களுக்கு ஆச்சரியமாக இருக்கிறதா?” என்று நான் கேட்டேன்.

“ஆனால் நீங்கள் சண்டையின் நடுவில் அதைச் செய்கிறீர்கள்!” என்று என் தோழர் மீண்டும் கத்தினார்.

“அதுதான் விஷயம்” என்று நான் பதிலளித்தேன். “அதில்தான் முக்கியமான விஷயம் அடங்கியிருக்கிறது, ஏனெனில் நான் இங்கு வந்தவுடன், அவர் என்னைச் சுடுவதற்கு அனுமதிக்கும் முன்னரே மன்னிப்புக் கேட்டு, அவரை ஒரு மோசமான பாவத்தைச் செய்ய அனுமதிக்காமல் இருந்திருக்க வேண்டும், ஆனால் நாம் இந்த உலகத்திலேயே மிகவும் கேவலமான ஒரு காரியத்தை ஏற்பாடு செய்த பிறகு, அப்படிச் செய்வது சாத்தியமில்லை, ஏனெனில் அவர் பன்னிரண்டு அடி தூரத்திலிருந்து என்னைச் சுட்ட பிறகுதான் நான் சொல்லப்போகும் வார்த்தைகள் ஏதோ ஒரு வகையில் அவருக்கு அர்த்தமுள்ளதாக இருக்க முடியும். நான் இங்கு வந்தவுடன் அதைச் செய்திருந்தால், ‘அவர் துப்பாக்கியைக் கண்டு அஞ்சும் ஒரு கோழை. அவர் சொல்வதைக் கேட்பதில் எந்த அர்த்தமும் இல்லை’ என்று நீங்கள் சொல்லியிருப்பீர்கள்.

“கனவான்களே” என்று நான் என் இதயத்தின் ஆழத்திலிருந்து கத்தினேன். “நீங்கள் உங்களைச் சுற்றியுள்ள, கடவுள் நமக்குக் கொடுத்த பரிசுகளைப் பாருங்கள். பிரகாசமான வானம், சுத்தமான காற்று, மென்மையான புல்வெளிகள், பறவைகள் என இயற்கையின் அத்தனையும் அற்புதமானவை, பாவம் இல்லாதவை. ஆனால் நாம் மட்டுமே பாவப்பட்டவர்களாகவும், முட்டாள்களாகவும் இருக்கிறோம். வாழ்க்கை ஒரு சொர்க்கம் என்பதை நாம் புரிந்து கொள்ளவில்லை. நாம் அதைப் புரிந்துகொள்ள விரும்பினால், வாழ்க்கை அதன் முழு அழகுடன் நம்மிடம் வரும். அப்போது நாம் ஒருவரையொருவர் கட்டித் தழுவிக் கொண்டு அழுவோம்...” என்ற நான் மேற்கொண்டு பேச முடியாமல் மூச்சுத் திணறினேன். வார்த்தைகளில் விவரிக்க முடியாத மகிழ்ச்சியும், இனிமையும் என்னைப் பேசவிடாமல் தடுத்தன. நான் என் வாழ்க்கையில் இதுவரை அனுபவித்திராத மகிழ்ச்சி என் இதயம் முழுவதும் நிரம்பியது.

“நீங்கள் சொன்ன அனைத்தும் நியாயமானது, தெய்வீகமானது” என்று என் எதிராளி என்னிடம் சொன்னார். “எப்படியிருந்தாலும், நீங்கள் ஓர் அசலான மனிதர்.”

“நீங்கள் ஒருவேளை என்னைப் பார்த்துச் சிரிக்கலாம்” என்று நான் அவரைப் பார்த்துச் சிரித்துக் கொண்டே சொன்னேன். “ஆனால் நீங்கள் ஒரு நாள் நான் சொன்னது உண்மை என்று ஒப்புக் கொள்வீர்கள்.”

“ஆமாம்” என்றார் அவர். “நான் உங்களுக்கு அந்தப் பெருமையை இப்போதே தரத் தயாராக இருக்கிறேன். நான் உங்கள் கையைக் குலுக்க என்னை அனுமதியுங்கள், ஏனென்றால் நீங்கள் உண்மையில் நேர்மையானவர் என்று தோன்றுகிறது” என்று அவர் சொன்னார்.

“வேண்டாம்” என்றேன் நான். “இப்போது அது அவசியமில்லை. ஆனால் பின்னாளில் நான் உங்களுடைய மரியாதைக்குத் தகுதியான ஒரு மனிதனாக மாறும்போது, நீங்கள் உங்கள் கையை நீட்டி அந்த நல்ல காரியத்தைச் செய்யலாம்.”

நாங்கள் வீட்டிற்குத் திரும்பும்போது, என் தோழர் என்னை வழிநெடுக வசைபாடிக் கொண்டே இருந்தார். ஆனால் நான் அவரை அரவணைத்துக் கொண்டே இருந்தேன். பட்டாளத்தில் இருந்த என்னுடைய நண்பர்கள் அனைவரும் நடந்ததைக் கேள்விப்பட்டு, அன்றே அவர்களுடைய கருத்தைச் சொன்னார்கள்.

“அவர் நமது சீருடைக்குக் களங்கம் கற்பித்துவிட்டார். எனவே அவர் பதவியிலிருந்து விலக வேண்டும்” என்று சிலர் சொன்னார்கள்.

“எதிராளி சுட்டபோது அவர் துணிச்சலுடன் எதிரே நின்றார்” என்று அவர்களில் சிலர் என்னை ஆதரித்துப் பேசினார்கள்.

“இருக்கலாம், ஆனால் அவர் பயத்தினால் சண்டைக்கு நடுவில் மன்னிப்புக் கேட்டார்.”

“அவர் அப்படி பயந்திருந்தால், மன்னிப்புக் கேட்பதற்குப் முன்பே துப்பாக்கியால் சுட்டிருப்பார். ஆனால் அவர் அப்படிச் செய்யாமல் துப்பாக்கியைக் காட்டுக்குள் எறிந்துவிட்டார். எனவே இதில் முற்றிலும் அசலான வேறு ஏதோ ஒன்று இருக்கிறது” என்று என்னை ஆதரித்தவர்கள் சொன்னார்கள்.

நான் அவர்கள் சொன்னதை மகிழ்ச்சியுடன் கேட்டுக் கொண்டே அவர்களைப் பார்த்தேன்.

“எனதருமை நண்பர்களே, நீங்கள் என்னுடைய ராஜினாமாவைப் பற்றிக் கவலைப்பட வேண்டாம், ஏனெனில் நான் ஏற்கனவே இன்று காலையில் தலைமை அதிகாரியிடம் என் ராஜினாமாவைச் சமர்ப்பித்துவிட்டேன். நான் பணியிலிருந்து விடுவிக்கப்பட்டதும், உடனடியாக ஒரு மடாலயத்தில் சேர்ந்து

துறவியாகப் போகிறேன். நான் அதற்காகவே பட்டாளத்தை விட்டு வெளியேறுகிறேன்."

நான் சொன்னதைக் கேட்டதும் அவர்கள் அனைவரும் வெடித்துச் சிரித்தார்கள்.

"ஆனால் நீங்கள் முதலில் அதைச் சொல்லியிருக்க வேண்டும். இப்போது எல்லாம் தெளிவாகிவிட்டது. ஒரு துறவியின் செயலைப் பற்றி எங்களால் எந்தக் கருத்தும் சொல்ல முடியாது..."

அவர்கள் நீண்ட நேரம் சிரித்தார்கள். ஆனால் அவர்கள் ஏளனமாகச் சிரிக்காமல், மகிழ்ச்சியுடன் சிரித்தார்கள். அவர்கள் அனைவருக்கும் என் மீதிருந்த பிரியம் அதிகமாயிற்று. என்னை மிகக் கடுமையாகச் சாடியவர்கள் கூட என்னை நேசித்தார்கள். எனவே என் ராஜினாமா பரிசீலனையில் இருந்த அடுத்த மாதம் முழுவதும் அவர்கள் என்னிடம் அன்புடன் வம்பு செய்தார்கள். அவர்கள் என்னை, 'எங்கள் துறவி' என்று அழைத்தார்கள். அவர்கள் ஒவ்வொருவரும் என்னிடம் அன்புடன் பேசினார்கள். அவர்கள் எனக்காக வருத்தப்பட்டதுடன், என்னுடைய ராஜினாமாவைத் திரும்பப் பெறும்படி என்னிடம் சொன்னார்கள்.

"நீங்கள் என்ன செய்கிறீர்கள் என்று உங்களுக்குத் தெரிகிறதா?" என்று சிலர் கேட்டார்கள்.

"இல்லை, அவர் ஒரு தைரியமான மனிதர். துப்பாக்கிச் சூட்டை எதிர்கொண்ட அவரால் தன்னுடைய துப்பாக்கியைப் பயன்படுத்தியிருக்க முடியும். ஆனால் அவர் அதற்கு முன் தினம் ஒரு துறவியாக வேண்டும் என்று விரும்பியதால் அப்படிச் செய்தார்" என்று வேறு சிலர் சொன்னார்கள்.

ஏறக்குறைய அந்த நகரத்து மக்களும் அப்படித்தான் நினைத்தார்கள். அந்தச் சண்டை நடப்பதற்கு முன்பு அவர்கள் என்னை அன்புடன் வரவேற்றார்கள் என்றாலும், அவர்கள் யாரும் என்னை விசேஷமாகக் கவனிக்கவில்லை. ஆனால் இப்போது அவர்கள் ஒருவரையொருவர் முந்திக் கொண்டு என்னை அவர்களுடைய வீட்டுக்கு அழைத்தார்கள். அவர்கள் என்னைப் பார்த்து அன்புடன் சிரித்து என் மீது மரியாதை காட்டினார்கள். அவர்கள் எல்லோரும் அந்தச் சண்டையைப் பற்றி வெளிப்படையாகப் பேசினாலும், அதிகாரிகள் யாரும் அதைக் கண்டு கொள்ளவில்லை. ஏனெனில் எங்களுடைய ஜெனரல் என்னுடைய எதிராளிக்கு நெருங்கிய உறவினர் என்பதாலும், சண்டையில் இரத்தம் சிந்தவில்லை என்பதாலும், என்னுடைய ராஜினாமா கோரிக்கையாலும், அவர்கள் அதை ஒரு வேடிக்கையாக

எடுத்துக் கொண்டார்கள். அவர்கள் என்னைப் பார்த்துச் சிரித்தாலும், வன்மத்துடன் இல்லாமல் அன்புடன் சிரித்தார்கள் என்பதால் நான் பயப்படாமல் என் மனதில் பட்டதைப் பேச ஆரம்பித்தேன். பெரும்பாலும் இந்த உரையாடல்கள் அனைத்தும் மாலை விருந்துகளில், பெண்களின் முன்னிலையில் நடந்தது, ஏனெனில் பெண்கள் நான் சொல்வதைக் கேட்பதற்கு ஆர்வமாக இருந்தார்கள். மேலும் அவர்கள் தங்கள் வீட்டு ஆண்களையும் அதைக் கேட்கும்படிச் சொன்னார்கள்.

"ஆனால் நான் எப்படி எல்லாவற்றுக்கும் பொறுப்பாக முடியும்?" என்று கேட்டு அவர்கள் என்னைப் பார்த்துச் சிரித்தார்கள். "உதாரணமாக உங்கள் செயலுக்கு நான் எப்படிப் பொறுப்பாக முடியும்?"

"ஆமாம், இப்போது இந்த உலகம் முழுவதும் முற்றிலும் வேறான பாதையில் செல்லும்போது, நாம் ஓர் அப்பட்டமான பொய்யை உண்மை என்று கருதும்போது, அதே பொய்யை மற்றவர்களிடமிருந்து எதிர்பார்க்கும்போது, உங்களால் அதைப் புரிந்து கொள்ள முடியாது. இதோ இப்போது நான் என் வாழ்நாளில் முதன் முறையாக நேர்மையாக நடந்து கொண்டேன், ஆனால் நீங்கள் எல்லோரும் என்னைப் பைத்தியக்காரன் என்று நினைக்கிறீர்கள். நீங்கள் என்னுடன் நட்பாக இருந்தாலும், நீங்கள் அனைவரும் என்னைப் பார்த்துச் சிரிக்கிறீர்கள்" என்று நான் அவர்களுக்கு பதில் சொன்னேன்.

"ஆனால், உங்களைப் போன்ற ஒருவரை நாங்கள் எப்படி நேசிக்காமல் இருக்க முடியும்?" என்று வீட்டின் எஜமானி சிரித்துக் கொண்டே கேட்டார். அந்த அறை முழுவதும் ஒரு பெரிய கூட்டம் கூடியிருந்தது. அப்போது நான் என்னுடைய வருங்கால மனைவியாக நினைத்திருந்த, யாருக்காகச் சண்டையை ஆரம்பித்தேனோ அந்த இளம் பெண்ணைப் பார்த்தேன். அவளும் விருந்துக்கு வந்திருப்பதை நான் கவனிக்கவில்லை. அவள் எழுந்து வந்து என்னிடம் கையை நீட்டினாள்.

"உங்களைப் பார்த்துச் சிரிக்காத முதல் பெண் நான்தான் என்று சொல்ல என்னை அனுமதியுங்கள். நான் என் கண்களில் கண்ணீருடன் உங்களுக்கு நன்றி தெரிவித்துக் கொள்கிறேன். நீங்கள் செய்த செயலுக்காக நான் உங்களை மிகவும் உயர்வாக மதிக்கிறேன்" என்றாள் அவள்.

அவளுடைய கணவரும் என்னிடம் வந்தார். அதற்குப் பிறகு அங்கிருந்த அனைவரும் என்னைச் சூழ்ந்து கொண்டு என்னை

முத்தமிட்டார்கள். அப்போது அவர்களின் மத்தியில் இருந்த ஒரு நடுத்தர வயது மனிதர் என் கவனத்தைக் கவர்ந்தார். அவருடைய பெயர் என்னவென்று எனக்குத் தெரியும் என்றாலும் எனக்கு அவரை அறிமுகம் இல்லை. நான் அன்று மாலை வரையிலும் அவருடன் ஒரு வார்த்தை கூடப் பேசவில்லை.

(iv) ஒரு மர்ம விருந்தாளி

அந்த மனிதர் அந்த ஊரில் நீண்ட காலமாக ஓர் அதிகாரியாகப் பணியாற்றி வந்தார். அவர் அரசாங்க சேவையில் ஒரு முக்கியமான பதவியில் இருந்தார். அவர் செல்வந்தராகவும், தர்ம காரியங்களுக்குப் பெயர் பெற்றவராகவும் இருந்ததால், அனைவரின் மதிப்புக்கும் மரியாதைக்கும் உரியவராக இருந்தார். முதியோர் இல்லத்திற்கும், அனாதை இல்லத்திற்கும் அவர் பெரும் தொகையை நன்கொடையாக வழங்கினார். அவர் பல தர்ம காரியங்களை யாருக்கும் தெரியாமல், விளம்பரம் இல்லாமல் செய்துவந்தார். அந்த உண்மை அவருடைய மறைவுக்குப் பிறகுதான் தெரியவந்தது. அவருக்குச் சுமார் ஐம்பது வயதிருக்கும். அவர் அதிகம் பேசாதவராகவும், பார்ப்பதற்கு கறாரான பேர்வழியாகவும் காட்சியளித்தார். அவர் தன்னைவிட மிகவும் இளமையான ஒரு பெண்ணைப் பத்து ஆண்டுகளுக்கு முன்னர்தான் திருமணம் செய்து கொண்டார். எனவே அவருக்கு மூன்று சிறிய குழந்தைகள் இருந்தனர்.

நான் மறுநாள் மாலையில் வீட்டில் இருந்தபோது, திடீரென்று கதவைத் திறந்து கொண்டு அந்த மனிதர் உள்ளே நுழைந்தார். நான் அப்போது என்னுடைய பழைய குடியிருப்பில் இல்லை என்பதைத் தெரிவித்துக் கொள்ள வேண்டும். நான் என் வேலையை ராஜினாமா செய்தவுடன், வேறோர் இடத்திற்குக் குடிபெயர்ந்தேன். நான் ஓர் அதிகாரியின் வயதான விதவை ஒருவரின் வீட்டிலிருந்த அறைக்கும், அவருடைய வேலைக்காரனின் சேவைக்கும் சேர்த்து வாடகை கொடுத்தேன். சண்டை முடிந்து திரும்பியதும் வேலைக்காரன் அஃபனாஸியைப் படைப்பிரிவுக்கு அனுப்பி விட்டேன், ஏனெனில் நான் அவனிடம் மன்னிப்புக் கேட்ட பிறகு, எனக்கு அவனுடைய முகத்தைப் பார்ப்பதற்குச் சங்கடமாக இருந்தது. இந்த உலகத்தின் மீது பற்றுள்ள ஒரு மனிதன் அவனுடைய உன்னதமான செயல்களுக்குக் கூட வெட்கப்படும் நிலைமையில்தான் இருக்கிறான்.

"நீங்கள் பலரது வீட்டிற்கும் சென்று பேசியதை நான் பல நாட்களாக ஆர்வத்துடன் கேட்டுக் கொண்டிருந்தேன். எனவே

நான் உங்களைத் தனிப்பட்ட முறையில் தெரிந்து கொள்ளவும், உங்களுடன் விரிவாகப் பேசவும் விரும்பினேன். அன்புள்ள ஐயா, நீங்கள் எனக்கு அந்தப் பெரிய உதவியைச் செய்ய முடியுமா?" என்று உள்ளே நுழைந்த மனிதர் கேட்டார்.

"நிச்சயமாக, நான் மிகுந்த மகிழ்ச்சியுடன், அதை ஒரு கௌரவமாக நினைத்துச் செய்கிறேன்" என்று நான் சொன்னேன். நான் பேசும்போது அந்த மனிதரைக் கண்டு பயந்தேன், ஏனெனில் அவர் உடனடியாக என் மீது மிகப் பெரிய தாக்கத்தை ஏற்படுத்தினார். நான் சொல்வதைக் கேட்பதற்கு மற்றவர்கள் ஆர்வமாக இருந்தாலும், வேறு யாரும் இதற்கு முன்பு என்னிடம் இவ்வளவு தீவிரமாகவும், உறுதியாகவும், கண்டிப்பாகவும் அதைப் பற்றிப் பேசியதில்லை. அவர் அதற்காக என்னைத் தேடி வந்து, என் அருகில் அமர்ந்திருக்கிறார்.

"உங்களிடம் மகத்தான மன உறுதி உள்ளதை என்னால் பார்க்க முடிகிறது, ஏனெனில் அனைவரின் வெறுப்பையும், அவமதிப்பையும் சம்பாதிக்க நேரிடும் என்றாலும், நீங்கள் சரியென்று நினைத்ததைச் செய்வதற்குப் பயப்படவில்லை."

"நீங்கள் என்னை மிகையாகப் புகழ்கிறீர்கள்" என்றேன் நான்.

"இல்லை, நான் மிகைப்படுத்திச் சொல்லவில்லை" என்றார் அவர். "என்னை நம்புங்கள், இதைப் போன்ற ஒரு செயலைச் செய்வது நீங்கள் நினைப்பதை விட மிகவும் கடினமானது. உண்மையைச் சொல்லப்போனால், அதுதான் என்னை ஆச்சரியப்படுத்தியது. நான் அதற்காகவே உங்களைப் பார்க்க வந்தேன். நீங்கள் என்னுடைய ஆர்வம் அநாகரீகமானது என்று கருதாவிட்டால், அந்தச் சண்டையின்போது, நீங்கள் மன்னிப்புக் கேட்க வேண்டும் என்று முடிவு செய்தபோது, உங்கள் மனநிலை எப்படி இருந்தது என்பதை, உங்களால் நினைவுகூர முடிந்தால், தயவுசெய்து சொல்லுங்கள். நீங்கள் என் கேள்வியை அற்பத் தனமானது என்று நினைக்க வேண்டாம், ஏனெனில் அந்தக் கேள்வியின் பின்னால் எனக்கு ஒரு இரகசிய நோக்கம் இருக்கிறது. அது என்ன என்பதை நான் உங்களுக்குப் பிறகு சொல்கிறேன். நாம் இருவரும் நெருக்கமாக வேண்டும் என்பது கடவுளின் சித்தமாக இருக்குமானால், நான் அதைப் பற்றிப் பின்னர் உங்களுக்குச் சொல்கிறேன்."

அவர் பேசிக் கொண்டிருந்தபோது, நான் அவர் முகத்தை உற்றுப் பார்த்துக் கொண்டிருந்தேன். எனக்குத் திடீரென்று அந்த மனிதர் மீது முழு நம்பிக்கை ஏற்பட்டது. நான் அவருடைய மனதில் ஏதோ ஒரு விசித்திரமான இரகசியம் புதைந்து கிடப்பதை

உணர்ந்ததால், வழக்கத்திற்கு மாறாக எனக்கு ஓர் அசாதாரணமான ஆர்வம் ஏற்பட்டது.

"நான் என் எதிரியிடம் மன்னிப்புக் கேட்டபோது, உணர்ந்ததைப் பற்றி நீங்கள் கேட்கிறீர்கள், ஆனால் அதற்கு முன்னால் என்ன நடந்தது என்பதைச் சொன்னால் நன்றாக இருக்கும் என்று நினைக்கிறேன். நான் அதைப் பற்றி இதுவரை யாரிடமும் சொன்னதில்லை" என்ற நான் அஃபனாஸியின் காலில் விழுந்து வணங்கியது உட்பட, இருவருக்கும் இடையில் நடந்த அனைத்தையும் விவரித்தேன். "நீங்கள் இதிலிருந்து, அந்தச் சண்டையின்போது மன்னிப்புக் கேட்பது எனக்கு எளிதாக இருந்தது என்பதைப் புரிந்துகொள்ள முடியும், ஏனெனில் நான் வீட்டை விட்டுக் கிளம்புவதற்கு முன்னரே அதற்கான முதல் அடியை எடுத்து வைத்துவிட்டேன். நான் அந்தப் பாதையில் செல்லத் தொடங்கியதும், அனைத்தும் எளிதாக மட்டுமின்றி, மகிழ்ச்சியாகவும், ஆனந்தத்தைத் தருவதாகவும் இருந்தது."

அவர் நான் பேசுவதைக் கேட்டுக் கொண்டே என்னை அன்புடன் பார்த்தார்.

"நீங்கள் சொல்வது அனைத்தும் மிகவும் சுவாரஸ்யமாக இருக்கிறது. நான் உங்களை அடிக்கடிப் பார்க்க வருவேன்" என்றார் அவர்.

அவர் ஒவ்வொரு மாலையும் என்னைப் பார்க்க வரத் தொடங்கினார். அவர் மட்டும் அவரைப் பற்றி அதிகம் பேசியிருந்தால் நாங்கள் நல்ல நண்பர்களாக ஆகியிருப்போம். ஆனால் அவர் அவரைப் பற்றி எதுவும் சொல்லாமல், என்னைப் பற்றி மட்டுமே தொடர்ந்து கேட்டுக் கொண்டே இருந்தார். இருந்தாலும் நான் அவரை அதிகமாக நேசித்து, அவரிடம் என்னுடைய எல்லா உணர்வுகளையும் வெளிப்படையாகப் பேசினேன், ஏனெனில் நான் ஏன் அவரைப் பற்றித் தெரிந்துகொள்ள வேண்டும் என்று என்னை நானே கேட்டுக் கொண்டேன். ஏனென்றால், அதைத் தெரிந்து கொள்ளாமலே அவர் ஒரு நேர்மையான மனிதர் என்பது எனக்குத் தெரிந்தது. தவிர, அவர் என்னை விட வயதில் மூத்தவர் என்றாலும், ஓர் இளைஞனான என்னை அவருக்குச் சமமாக மதித்துப் பார்க்க வருகிறார். அவர் ஓர் உயர்ந்த அறிவாளி என்பதால், நான் அவரிடமிருந்து பலவற்றைக் கற்றுக் கொண்டேன்.

"எனக்கு நீண்ட காலமாக இந்த வாழ்க்கை ஒரு சொர்க்கம் என்று தோன்றுகிறது" என்று அவர் ஒரு முறை என்னிடம் சொன்னார். "நான் அதைத் தவிர வேறு எதையும் யோசிக்கவில்லை"

என்று அதைத் தொடர்ந்து உடனடியாகச் சொன்னார். "எனக்கு உங்களை விட அதில் அதிக நம்பிக்கை இருக்கிறது, ஆனால் அதற்கான காரணத்தைப் பிறகு சொல்கிறேன்."

நான் அவர் சொன்னதைக் கேட்டபோது, 'அவர் என்னிடம் எதையோ சொல்ல விரும்புகிறார்' என்று நினைத்தேன்.

"ஒவ்வொரு மனிதனுக்குள்ளும் சொர்க்கம் மறைந்திருக்கிறது. அது இப்போது எனக்குள்ளும் மறைந்துள்ளது. நான் விரும்பினால், அது நாளையே என்னிடம் வந்து, என் வாழ்நாள் முழுவதும் என்னுடன் இருக்கும்."

நான் அவரை உற்றுப் பார்த்தேன். அவர் மிகுந்த உணர்ச்சிப் பெருக்குடன் பேசிக் கொண்டிருந்தார். அவர் என்னிடம் எதையோ கேட்பது போல என்னை ஒரு புதிரான பார்வையுடன் பார்த்தார்.

"நாம் செய்யும் பாவங்களைத் தவிர, ஒவ்வொருவரும் எல்லாவற்றுக்கும் பொறுப்பாளிகள் என்று நீங்கள் சொல்வது முற்றிலும் சரிதான். நீங்கள் அந்தக் கருத்தை முழுமையாக உள்வாங்கிக் கொண்டதை நினைத்து எனக்கு ஆச்சரியமாக இருக்கிறது. மக்கள் இதைப் புரிந்து கொள்ளும்போது, பரலோக ராஜ்ஜியம் என்பது வெறும் கனவாக இல்லாமல், அது யதார்த்த வாழ்க்கையாக இருக்கும் என்பது உண்மைதான்."

"ஆனால் அது எப்போது நடக்கும்?" என்று நான் கசப்புடன் கேட்டேன். "அது எப்போதாவது நிறைவேறுமா? அது வெறும் கனவு அல்லவா?"

"சரிதான்" என்றார் அவர். "நீங்களே அதை நம்பவில்லை. நீங்கள் மற்றவர்களுக்கு உபதேசிக்கிறீர்கள், ஆனால் உங்களுக்கு நம்பிக்கையில்லை. நீங்கள் கனவு என்று அழைக்கும் அது சந்தேகத்திற்கு இடமின்றி நனவாகும் என்று நான் உறுதியாகச் சொல்கிறேன். அது இப்போது இல்லாவிட்டாலும் ஒரு நாள் நடந்தே தீரும், ஏனெனில் ஒவ்வொரு செயலுக்கும் அதற்கென விதிகள் உள்ளன. இது ஆன்மீகம் மற்றும் உளவியல் சார்ந்த விஷயம். இந்த உலகை மாற்றியமைக்க மக்கள் உளவியல் ரீதியாக மாறுபட்ட பாதையில் பயணிக்க வேண்டியது அவசியம். மனிதர்கள் ஒவ்வொருவரும் சகோதரர்களாக மாறாத வரை, உண்மையான சகோதரத்துவம் ஏற்பட முடியாது. எந்த விஞ்ஞானமும், தனிப்பட்ட ஆதாயமும், மக்கள் தங்கள் சொத்துக்களையும், உரிமைகளையும் சமமாகப் பகிர்ந்து கொள்ள வேண்டும் என்ற சிந்தனையைக் கொடுக்க முடியாது. ஒவ்வொருவரும் தனக்குக் கிடைக்கும் பங்கு சொற்பமானது என்று நினைத்து அதிருப்தியடைந்து மற்றவர்கள் மீது பொறாமைப்பட்டு,

ஒருவரையொருவர் அழித்துக் கொள்வார்கள். நீங்கள் இந்தப் பூமியில் சொர்க்கம் எப்போது வரும் என்று கேட்கிறீர்கள். அது நிச்சயமாக வரும், ஆனால் மனிதர்கள் தங்களைத் தனிமைப்படுத்திக் கொண்டு வாழும் வாழ்க்கை முறைக்கு முற்றுப்புள்ளி வைக்க வேண்டும்."

"என்ன தனிமை?" என்று நான் கேட்டேன்.

"அது இப்போது, குறிப்பாக நம் காலத்தில் எல்லா இடங்களிலும் இருக்கிறது. அது இன்னும் முடிவுக்கு வரவில்லை, ஏனெனில் இன்னும் அதற்குரிய நேரம் வரவில்லை. இப்போது ஒவ்வொரு மனிதனும் அவனை மேலும் மேலும் தனிமைப்படுத்திக் கொண்டு, வாழ்க்கையை முழுமையாக அனுபவிக்க வேண்டும் என்று விரும்புகிறான். ஆனால் அவனுடைய முயற்சிகள் அனைத்தும் வாழ்க்கையின் முழுமையை நோக்கிச் செல்லாமல், அவனுடைய சுய அழிவுக்கு வழிவகுக்கிறது. ஏனெனில் மனிதன் அவனது சுயத்தை உணர்வதற்குப் பதிலாக, முழுமையான தனிமையில் விழுகிறான். நம் காலத்தில் வாழும் மனிதர்கள் அனைவரும் பல பிரிவுகளாகப் பிரிந்து, ஒவ்வொருவரும் அவரவர் பொந்தில் ஒதுங்கி, மற்றவர்களிடமிருந்து தங்களைத் தனிமைப்படுத்தி, தங்களிடம் இருப்பதை மறைக்கிறார்கள். இதன் விளைவாக, அவர்கள் இறுதியில் மற்றவர்களிடமிருந்து அந்நியப்படுவதுடன், மற்றவர்களையும் அந்நியமாக நினைக்கிறார்கள். அவர்கள் தனியாக செல்வத்தைக் குவித்து வைத்து, 'நான் இப்போது வலிமையாகவும், பாதுகாப்பாகவும் இருக்கிறேன்' என்று நினைக்கிறார்கள். ஆனால் அந்த முட்டாள்கள் தாங்கள் எவ்வளவு அதிகமாக செல்வத்தைக் குவிக்கிறோமோ அவ்வளவு அதிகமாகக் கட்டுப்படுத்த முடியாதவர்களாக, தங்களைத் தாங்களே அழித்துக் கொள்கிறோம் என்பதைப் புரிந்து கொள்ளவில்லை. இவ்வாறு தன்னை மட்டுமே சார்ந்திருக்கப் பழகிக் கொண்ட மனிதன் முழுமையிலிருந்து தன்னைத் துண்டித்துக் கொண்டான். எனவே அவன் அடுத்தவர்களின் உதவியையும், மனித குலத்தையும் நம்பாமல் இருக்கத் தன்னை பயிற்றுவித்துக் கொண்டான். அவன் தன்னுடைய செல்வங்களையும், சம்பாதித்த சலுகைகளையும் இழந்து விடுவோமோ என்று பயந்து சாகிறான். ஒரு மனிதனுடைய உண்மையான பாதுகாப்பு அவனது தனிப்பட்ட முயற்சியால் உருவாவதில்லை, மாறாக அது மனிதகுலத்தின் பொதுவான ஒருமைப்பாட்டில் உள்ளது என்ற உண்மையை இப்போது மனித அறிவு அனைத்துச் சூழ்நிலைகளிலும் புறக்கணிக்கத் தொடங்கி யுள்ளது. இந்தப் பயங்கரமான தனிமைக்கு ஒரு முடிவுகட்ட வேண்டும், அப்போதுதான் மனிதர்கள் தாங்கள் இயற்கைக்கு

விரோதமாக மற்றவர்களிடமிருந்து பிரிந்திருக்கிறோம் என்பதைப் புரிந்துகொள்ள முடியும். அது புதிய சகாப்தத்தின் விடிவெள்ளியாக எழும்போது, மக்கள் இவ்வளவு காலம் தாங்கள் இருளில் மூழ்கியிருந்தோம் என்பதை நினைத்து ஆச்சரியப்படுவார்கள். அப்போது மனுஷகுமாரனுடைய அடையாளம் வானத்தில் தோன்றும்... ஆனால் நாம் அந்த நாள் வரும் வரை நம்பிக்கையுடன் காத்திருக்க வேண்டும். ஒருவர் அதைத் தனியாகச் செய்ய வேண்டியிருந்தாலும், அவருடைய நடத்தை பைத்தியக்காரத்தனமாக இருந்தாலும், அவர் ஒரு முன் மாதிரியாகச் செயல்பட்டு, மனிதர்களின் ஆன்மாவை அவர்களுடைய தனிமையிலிருந்து விடுவிக்க வேண்டும். அப்போதுதான் அந்த மகத்தான சிந்தனை என்றென்றும் அழியாமல் இருக்கும்.”

இப்படியாக, எங்களுடைய ஒவ்வொரு மாலை நேரமும் உத்வேகம் தரும் பரவச உரையாடல்களில் கழிந்தன. நான் சமூகத்திலிருந்தும், நண்பர்களிடமிருந்தும் விலகி, வீட்டிலேயே இருக்க ஆரம்பித்தேன். தவிர, அங்கிருந்தவர்களுக்கு என் மீதிருந்த மோகமும் குறையத் தொடங்கியிருந்தது. நான் அவர்களைக் குறைசொல்ல வேண்டும் என்பதற்காக இதைச் சொல்லவில்லை, ஏனென்றால் அவர்கள் இன்னும் என்னை நேசித்தார்கள் என்றாலும், புதுமை என்பது சமூகத்தை ஆட்டிப் படைக்கும் பெரிய சக்தி என்பதை மறுப்பதற்கில்லை. நான் என்னுடைய மர்மமான விருந்தாளியை மிகவும் மதிக்கத் தொடங்கினேன், ஏனெனில் நான் அவருடைய அறிவார்ந்த விவாதங்களை ரசித்தது மட்டுமின்றி, அவர் ஏதோ பெரிதாகத் திட்டமிடுகிறார் என்பதையும், ஒரு மகத்தான செயலைச் செய்யத் தயாராகிக் கொண்டிருக்கிறார் என்பதையும் உணர்ந்தேன். நான் அவருடைய இரகசியத்தைத் தெரிந்து கொள்ள ஆர்வம் காட்டாததும், அதைப் பற்றித் தெரிந்துகொள்ள நேரடியாகவோ அல்லது மறைமுகமாகவோ முயலாததும் அவருக்கு மிகவும் பிடித்திருக்கலாம். ஆனால் இறுதியில் அவராகவே முன்வந்து என்னிடம் எதையோ சொல்ல விரும்புகிறார் என்பதைத் தெரிந்து கொண்டேன். அவர் என்னைப் பார்க்க வந்த ஒரு மாதத்திற்குப் பிறகு அது வெளிப்படையாகத் தெரிந்தது.

“உங்களுக்குத் தெரியுமா?” என்று அவர் ஒரு முறை என்னிடம் ஆரம்பித்தார். “இந்த நகரத்தில் உள்ள மக்கள் நம்மைப் பற்றித் தெரிந்துகொள்ள மிகவும் ஆர்வமாக இருக்கிறார்கள். நான் உங்களை அடிக்கடிப் பார்க்க வருவதைக் குறித்து அவர்கள் ஆச்சரியப்படுகிறார்கள். அவர்கள் இப்போதைக்கு ஆச்சரியப் படட்டும், ஆனால் விரைவில் எல்லாம் தெளிவாகிவிடும்.”

அவர் சில சமயங்களில் அதீதமாகக் கிளர்ச்சி அடையும் சந்தர்ப்பங்களில், பேச முடியாமல் எழுந்து சென்று விடுவார். அவர் சில சமயங்களில் என்னை ஆழமாக ஊடுருவிப் பார்க்கும்போது, 'அவர் இப்போது ஏதோ சொல்லப் போகிறார்' என்று நான் நினைப்பேன். ஆனால் அவர் திடீரென்று பேச்சை மாற்றி, சாதாரணமான ஏதோ ஒன்றைப் பேசத் தொடங்குவார். அவர் தனக்கு அடிக்கடித் தலைவலிப்பதாகச் சொல்ல ஆரம்பித்தார். அவர் ஒரு முறை உணர்ச்சிகரமான நீண்ட உரையாடலுக்குப் பிறகு, எதிர்பாராத விதமாக திடீரென்று முகம் வெளிறி, கன்னச் சதைகள் இழுபட, என்னை வெறித்துப் பார்ப்பதைக் கவனித்தேன்.

"உங்களுக்கு என்ன ஆயிற்று? உடல் நலமில்லையா?" என்று நான் கேட்டேன்.

அவர் சில நாட்களுக்கு முன்புதான் அவருடைய தலைவலியைப் பற்றிச் சொல்லிக் கொண்டிருந்தார்.

"நான்... உங்களுக்குத் தெரியுமா... நான் ஒருவரைக் கொலை செய்துவிட்டேன்" என்று அவர், சுண்ணாம்பு போன்று வெளிறிய முகத்துடன் புன்னகைத்தார்.

நான் அவர் சொன்னதை முழுமையாக யோசிப்பதற்குள், 'அவர் ஏன் சிரிக்க வேண்டும்?' என்ற எண்ணம் என் மனதில் பளிச்சிட்டதும், என் முகம் வெளிறியது.

"நீங்கள் என்ன சொல்கிறீர்கள்?" என்று நான் கத்தினேன்.

"நீங்களே பாருங்கள்" என்று அவர் வெளிறிய புன்னகையுடன் தொடர்ந்தார். "நான் அந்த முதல் வார்த்தையைச் சொல்வதற்கு எவ்வளவு தயங்கினேன். ஆனால் நான் அதைச் சொல்வதற்கு முதல் அடியை எடுத்து வைத்த பிறகு, என்னால் மேற்கொண்டு சுலபமாகச் சொல்ல முடிகிறது."

நான் முதலில் அவர் சொன்னதை நம்பவில்லை. நான் உடனடியாக அவர் சொன்னதை நம்ப முடியவில்லை என்றாலும், அவர் மூன்று நாட்களாக என்னைப் பார்க்க வந்து, அவருடைய கதையை விரிவாகச் சொன்ன பிறகுதான் என்னால் நம்ப முடிந்தது. நான் முதலில் அவருக்குப் பைத்தியம் பிடித்துவிட்டது என்றும், எல்லாமே அவருடைய கற்பனை என்றும் நினைத்தேன். ஆனால் நான் இறுதியில் மிகுந்த வருத்தத்துடனும், ஆச்சரியத் துடனும் அவர் சொன்னதை நம்பினேன்.

அவர் பதினான்கு வருடங்களுக்கு முன்பு, ஒரு பணக்கார நில உரிமையாளரின், சொந்தமாக வீடு வைத்திருந்த, அழகான இளம் விதவையைக் கொடூரமாகக் கொலை செய்த குற்றத்தைச்

செய்தார். அவர் அவள் மீது காதல் வயப்பட்டு, அவளிடம் அவருடைய காதலைத் தெரிவித்து, அவரைத் திருமணம் செய்துகொள்ளும்படி அவளைக் கட்டாயப்படுத்தினார். ஆனால் அவள் ஏற்கனவே அவளுடைய இதயத்தை, உயர் குடியில் பிறந்த, இராணுவத்தில் உயர்ந்த பதவி வகித்த வேறு ஒரு மனிதரிடம் கொடுத்துவிட்டாள். அந்த அதிகாரி அப்போது போர்முனைக்குச் சென்றிருந்தார், ஆனால் அவர் விரைவில் திரும்பி வருவார் என்று அவள் எதிர்பார்த்துக் கொண்டிருந்தாள். எனவே அவள் அவருடைய காதலை மறுத்து, அவளைப் பார்க்க வர வேண்டாம் என்று அவரிடம் கேட்டுக் கொண்டாள். அவர் அவளைப் பார்க்க அவளுடைய வீட்டிற்குச் செல்வதை நிறுத்திவிட்டார். ஆனால் அவருக்கு அவளுடைய வீட்டின் அமைப்பு நன்றாகத் தெரியும் என்பதால், ஒரு நாள் இரவு தோட்டத்திற்குச் சென்று கூரை வழியாக வீட்டிற்குள் திருட்டுத்தனமாக நுழைந்தார். அவர் அப்படிச் செல்வதை யாராவது பார்த்துவிடும் அபாயம் இருந்தாலும் துணிச்சலுடன் வீட்டிற்குள் நுழைந்தார். வழக்கத்திற்கு மாறாகத் துணிச்சலுடன் செய்யும் குற்றங்கள் வெற்றி பெறும் வாய்ப்பு அதிகம். கூரையிலிருந்த சூரிய வெளிச்சம் வரும் ஜன்னல் வழியாக அவர் உள்ளே நுழைந்து, படிகளில் இறங்கி வீட்டிற்குள் சென்றார். சில சமயங்களில் வேலைக்காரர்கள் கவனக் குறைவாக மாடிப் படியின் கதவைப் பூட்டாமல் விட்டுவிடுவார்கள் என்று அவர் எதிர்பார்த்தது வீண் போகவில்லை. அவர் இருட்டில் ஓசையின்றி நடந்து சென்று, விளக்கு எரிந்து கொண்டிருந்த அவளுடைய படுக்கை அறைக்குச் சென்றார். வீட்டிலிருந்த பணிப் பெண்கள் இருவரும் எஜமானியிடம் சொல்லாமல் அந்தத் தெருவில் நடைபெற்ற பிறந்தநாள் விழாவுக்குச் சென்றிருந்தார்கள். சில வேலைக்காரர்கள் கீழே இருந்த அவர்களின் குடியிருப்பிலும், வேறு சிலர் சமையலறையிலும் தூங்கிக் கொண்டிருந்தார்கள். தூங்கிக் கொண்டிருந்த அவளைப் பார்த்தபோது, அவருடைய காமவெறி கொழுந்துவிட்டு எரிந்தது. ஆனால் அதைவிட அதிகமாகப் பொறாமையும், பழிவாங்கும் உணர்வும் அவரை ஆக்ரமித்துக் கொண்டது. அவர் ஒரு குடிகாரனைப் போல என்ன செய்கிறோம் என்று தெரியாமல், அவளை நெருங்கிச் சென்று அவளுடைய இதயத்தில் கத்தியைச் சொருகியபோது, அவள் கத்தக்கூட இல்லை. அவர் அதற்குப் பிறகு ஒரு கொடூரமான கொலைகாரனுக்கே உரிய தந்திரத்துடன், வேலைக்காரர்கள் மீது சந்தேகம் ஏற்படும்படி சில காரியங்களைச் செய்தார். அவர் தலையணைக்கு அடியில் இருந்த சாவியை எடுத்து, பீரோவைத் திறந்து, அதிலிருந்த மதிப்புமிக்க ஆவணங்களையும், பத்து மடங்கு மதிப்புள்ள சிறிய ஆபரணங்களையும் தவிர்த்துவிட்டு, ஒரு

படிப்பறிவு இல்லாத வேலைக்காரன் செய்வதைப் போல பணத்தையும், சுமாரான மதிப்புடைய பெரிய ஆபரணங்களையும் எந்தவிதத் தயக்கமும் இன்றி எடுத்துக் கொண்டார். அவர் ஞாபகார்த்தமாக அவருடைய சில பொருட்களை எடுத்துக் கொண்டார். ஆனால் நாம் அதைப் பற்றிப் பிறகு தெரிந்து கொள்வோம். அவர் அந்தக் கொடிய செயலைச் செய்து முடித்த பிறகு ஓசையின்றி வந்த வழியே வெளியே சென்றார்.

அடுத்த நாளும் அல்லது அதற்குப் பிறகும், அவருடைய வாழ்நாள் முழுவதும் அவர்தான் உண்மையான குற்றவாளி என்று யாருக்கும் சந்தேகம் வரவே இல்லை! அவருடைய காதலைப் பற்றி யாருக்கும் தெரியாது, ஏனென்றால் அவர் எப்போதும் மற்றவர்களிடமிருந்து ஒதுங்கியும், யாரிடமும் மனம் திறந்து பேசாமலும் இருந்ததால் அவருக்கு நண்பர்கள் யாரும் இல்லை. அவர் கடந்த இரண்டு வாரங்களாக அவளைப் பார்க்கச் செல்லவில்லை என்பதால், பாதிக்கப்பட்ட பெண்ணுக்கு அவர் அறிமுகமானவர் என்றுதான் அக்கம் பக்கத்தில் உள்ளவர்கள் நினைத்தார்களே தவிர, அவளுக்கு மிகவும் நெருக்கமானவர் என்று கருதவில்லை. எனவே அவளுடைய அடிமை வேலைக்காரன் பியோட்டர் மீது உடனடியாகச் சந்தேகம் ஏற்பட்டது. அந்தச் சந்தேகத்தை உறுதிப்படுத்தும் வகையில் சூழ்நிலைகளும் அமைந்தன. அவன் திருமணமாகாதவன் என்பதாலும், அவனுடைய மோசமான நடத்தையினாலும், அவனுடைய எஜமானி அவனை இராணுவத்திற்கு அனுப்ப உத்தேசித்திருப்பதாகச் சொன்னது அவனுக்குத் தெரியும். எனவே அதற்காக அவன் மதுபான விடுதியில் குடிபோதையில் இருந்தபோது, அவளைக் கொலை செய்யப்போவதாக மிரட்டியது எல்லோருக்கும் தெரியும். அவள் கொலை செய்யப்படுவதற்கு இரண்டு நாட்களுக்கு முன்பு அவன் யாருக்கும் தெரியாமல் ஓரிடத்தில் தங்கியிருந்தான். கொலை நடந்த மறுநாள் அவன் ஊரை விட்டுக் கிளம்பும்போது பிடிபட்டான். அப்போது குடிபோதையில் இருந்த அவனுடைய சட்டைப் பையில் கத்தியும், அவனுடைய வலது கையில் இரத்தக் கறையும் இருந்தது. அவன் அது தன்னுடைய மூக்கிலிருந்து வந்த இரத்தம் என்று சத்தியம் செய்தான். ஆனால் அவன் சொன்னதை யாரும் நம்பவில்லை. பணிப் பெண்கள் இருவரும் தாங்கள் பிறந்தநாள் விருந்துக்குச் சென்றதையும், மாடிப்படியின் கதவைத் திறந்து வைத்ததையும், அவர்கள் திரும்பி வரும்வரை அது திறந்தே இருந்ததையும் ஒப்புக் கொண்டனர். மேலும் அந்த அப்பாவி வேலைக்காரன் மீதிருந்த சந்தேகத்தை உறுதிப்படுத்தும் விதமாக வேறு பல தடயங்களும் இருந்தன. எனவே அவனைக் கைது

செய்து விசாரித்தனர். ஆனால் ஒரு வாரத்திற்குப் பிறகு அவனுக்கு காய்ச்சல் ஏற்பட்டபோது, அவன் நினைவு திரும்பாமல் மருத்துவமனையில் இறந்துவிட்டான். எனவே அந்த விஷயம் முடிவுக்கு வந்தது. நீதிபதிகளும், அதிகாரிகளும் கொலை செய்தது மருத்துவமனையில் இறந்து போன வேலைக்காரனைத் தவிர வேறு யாருமில்லை என்ற முடிவுக்கு வந்தனர். அதன் பிறகு கடவுளின் தண்டனை தொடங்கியது.

என் நண்பரான அந்த மர்ம விருந்தாளி என்னிடம் பேசியபோது, ஆரம்பத்தில் அவருடைய மனசாட்சி அவரை உறுத்தவில்லை என்பதை என்னிடம் ஒப்புக் கொண்டார். இருந்தாலும் அவர் அதற்காக வேதனைப்படவில்லை, மாறாக அவருடைய நரம்புகளில் ஓடிக் கொண்டிருந்த காமத் தீ அணைவதற்கு முன்பே காதலியைக் கொன்று, அவருடைய காதலை அழித்துவிட்டதை நினைத்து துன்புற்றார். ஆனால் அவர் கொலை செய்து ஓர் அப்பாவிப் பெண்ணின் உயிரைப் பறித்து விட்டதைப் பற்றிக் கொஞ்சம் கூட நினைத்துப் பார்க்கவில்லை. அவருடைய காதலி வேறு ஒருவருக்கு மனைவியாகப் போகிறாள் என்ற எண்ணம் அவரை வாட்டி வதைத்த காரணத்தால், தன்னால் வேறு விதமாகச் செயல்பட்டிருக்க முடியாது என்று அவர் உறுதியாக நம்பினார். ஆனால் வேலைக்காரன் கைது செய்யப்பட்ட போது, அவர் சற்றே கலக்கமடைந்தார். இருந்தும் அவனும் நோயுற்று வெகு சீக்கிரமாக இறந்துவிட்டது அவருக்கு ஆறுதலாக இருந்தது. அந்த வேலைக்காரன் கைது செய்யப்பட்ட அதிர்ச்சியில் இறக்கவில்லை, மாறாக தலைமறைவாக இருந்தபோது, குடிபோதை யில் இரவு முழுவதும் குளிர்ச்சியான தரையில் படுத்திருந்து ஏற்பட்ட காய்ச்சலினால் இறந்துவிட்டான் என்று அவர் தன்னைத் தானே சமாதானம் செய்து கொண்டார். கொள்ளையடித்த பணம் மற்றும் ஆபரணங்களைக் குறித்து அவர் அதிகமாகக் கவலைப்படவில்லை, ஏனெனில் அது திருடும் நோக்கத்திற்காக இல்லாமல் சந்தேகத்தைத் திசை திருப்பச் செய்யப்பட்டது என்றும், அவை மிகச் சொற்பமானவை என்றும் நியாயம் கற்பித்துக் கொண்டார். அவர் வெகு சீக்கிரம் அந்தப் பணத்தையும், அதற்கு மேலாக ஒரு பெரும் தொகையையும் ஊரில் இருந்த தர்ம சத்திரத்திற்கு நன்கொடையாகக் கொடுத்தார். திருட்டு சம்பந்தமாக அவருடைய மனசாட்சி அவரை உறுத்தியதால், அதை அமைதிப்படுத்துவதற்காக அவர் அதைச் செய்தார். எனவே அவர் நீண்ட காலத்திற்கு எந்தக் குற்ற உணர்வும் இல்லாமல் நிம்மதியாக இருந்தார். அதற்குப் பிறகு அவர், அரசாங்க விவகாரங்களைக் கவனிப்பதில் முனைப்பாக இருந்தார். எனவே அவர் அதற்காக

வேண்டுமென்றே மிகவும் கஷ்டமான ஒரு பணியைத் தேர்ந்தெடுத்து, இரண்டு ஆண்டுகளாக அதில் கவனத்தைச் செலுத்தினார். அவர் அசாத்தியமான மன உறுதி கொண்ட மனிதராக இருந்ததால், அவரால் கிட்டத்தட்ட அந்தச் சம்பவத்தை மறக்க முடிந்தது. ஆனால் அவ்வப்போது அந்த நினைவு தலைதூக்கும் போதெல்லாம், அதைத் தூக்கி எறிய முயற்சி செய்தார். அவர் பொது சேவையில் ஈடுபட்டு, அந்த நகரத்தில் இருந்த பல தொண்டு நிறுவனங்களுக்கு ஏராளமான நன்கொடைகளை வாரி வழங்கினார். அதன் காரணமாக அவர் பெரிய நகரங்களிலும் பிரபலமானதுடன் மாஸ்கோவிலும், பீட்டர்ஸ்பர்க்கிலும் இருந்த தொண்டு நிறுவனங்களின் உறுப்பினராகத் தேர்ந்தெடுக்கப்பட்டார்.

ஆனால் ஒரு கட்டத்திற்கு மேல் அவருடைய மனசாட்சி அவருக்குத் தாங்க முடியாத வேதனையைக் கொடுத்தது. அப்போது அவர் ஓர் அழகிய புத்திசாலி பெண்ணால் ஈர்க்கப்பட்டார். அவர் தன்னுடைய தனிமையின் மனச்சோர்வுக்கு திருமணம் மருந்தாக அமையும் என்ற நம்பிக்கையில் விரைவில் அவளைத் திருமணம் செய்து கொண்டார். அவர் தனது புதிய வாழ்க்கையில் அடியெடுத்து வைத்து, தன்னுடைய மனைவி மற்றும் பிள்ளைகளுக்குச் செய்ய வேண்டிய கடமைகளை நிறைவேற்றுவதன் மூலம், பழைய நினைவுகளிலிருந்து முற்றிலுமாக விடுபட முடியும் என்று நினைத்தார். ஆனால் எல்லாமே அவருடைய எதிர்பார்ப்புக்கு நேர்மாறாக நடந்தது. திருமண வாழ்க்கையின் முதல் மாதத்தில், 'என் மனைவி என்னை நேசிக்கிறாள், ஆனால் அவளுக்கு உண்மை தெரிந்தால் என்ன நடக்கும்?' என்ற ஓயாத சிந்தனை அவருக்குத் தொல்லை கொடுத்தது. அவருடைய மனைவி முதல் முறையாகக் கருவுற்று, அதைப் பற்றி அவரிடம் தெரிவித்தபோது, அவரைப் பெரும் குழப்பம் சூழ்ந்தது. 'நான் ஒரு ஜீவனுக்கு உயிரைக் கொடுத்தேன், ஆனால் மற்றொரு ஜீவனின் உயிரைப் பறித்துவிட்டேன். நான் என் குழந்தைகளை நேசிக்கவும், அவர்களுக்கு கல்வி கற்பிக்கவும், வளர்த்து ஆளாக்கவும் எனக்கு எப்படித் தைரியம் வரும்? நான் எந்த முகத்தை வைத்துக் கொண்டு அவர்களுக்கு ஒழுக்கத்தைப் போதிப்பேன்? என்னுடைய கைகள் கறைபடிந்தவை' என்று அவர் நினைத்தார்.

அவருடைய குழந்தைகள் அழகாக இருந்தார்கள். அவர் அவர்களை அணைத்துக் கொஞ்ச வேண்டும் என்று ஏங்கினார், ஆனால், 'அவர்களுடைய கள்ளங்கபடமற்ற, ஒளி வீசும் முகங்களைப் பார்க்க எனக்கு அருகதையில்லை' என்ற எண்ணம் அவரைத் தடுத்து நிறுத்தியது.

இறுதியில் கொலையுண்ட பெண்ணின் இரத்தமும், அவர் நாசம் செய்த அவளுடைய இளம் வாழ்க்கையும், பழிவாங்கத் துடித்த அவளுடைய இரத்தமும் அவரிடம் நீதி கேட்டு அவரை அலைக்கழித்து, அவருக்குத் தாங்க முடியாத வேதனையைக் கொடுத்தது. அவருக்குப் பயங்கரமான கனவுகள் வரத் தொடங்கின. ஆனால் அவருடைய மன உறுதி அந்த வேதனைகளைத் தாங்கும் ஆற்றலை அவருக்குக் கொடுத்தது. 'நான் இரகசியமாக அனுபவிக்கும் பயங்கரமான துன்பங்களால் எல்லாவற்றுக்கும் பிராயச்சித்தம் செய்வேன்' என்று அவர் நினைத்தார். ஆனால் அவருடைய அந்த நம்பிக்கை பொய்த்துப் போயிற்று. காலம் செல்லச் செல்ல வாழ்க்கையின் ஒவ்வொரு கணமும் அவருக்கு நரக வேதனையாக மாறியது. அவருடைய கறாரான, கடுமையான சுபாவத்தின் காரணமாக எல்லோரும் அவரை வெறுத்தாலும், அவர் செய்த தர்ம காரியங்களுக்காக சமூகத்தில் அவருக்கு மதிப்பு கிடைத்தது. ஆனால் மற்றவர்கள் அவரை எந்த அளவுக்கு மதித்தார்களோ அந்த அளவுக்கு அவரால் வாழ்க்கையைச் சகித்துக்கொள்ள முடியவில்லை. அப்போதெல்லாம் அவர் தற்கொலை செய்துகொள்ள நினைத்ததாக என்னிடம் சொன்னார். அவருக்குத் திடீரென்று ஒரு யோசனை தோன்றியது. ஆனால் அதைச் செயல்படுத்துவது அவருக்கு முற்றிலும் சாத்தியமற்றதாகத் தோன்றியது. இருந்தாலும் அது கொஞ்சம் கொஞ்சமாக அவருடைய உள்ளத்தில் வேரூன்றி, மரமாக வளர ஆரம்பித்தது. எனவே அவரால் அந்த எண்ணத்தை உதறித்தள்ள முடியவில்லை. அவர் அந்த நகரத்து மக்களின் முன்னிலையில், தான் ஒரு கொலைகாரன் என்று பகிரங்கமாக அறிவிக்க வேண்டும் என்று நினைத்தார். அவர் ஏறக்குறைய மூன்று ஆண்டுகளாக அந்த எண்ணத்தை மனதில் சுமந்து கொண்டு திரிந்தார். அது பல்வேறு வடிவங்களில் அவரைத் துரத்தியது. அவர் குற்றத்தை ஒப்புக் கொண்டால், அவருடைய ஆத்மா சாந்தியடைந்து, நிரந்தரமாக நிம்மதியாக வாழ முடியும் என்று மனதார நம்பினார். ஆனால் அவர் அதைச் செயல்படுத்த முயன்றபோது அஞ்சி நடுங்கினார். அவரால் அதை எப்படிச் செயல்படுத்த முடியும்? அப்போதுதான் எதிர்பாராத விதமாக என்னுடைய துப்பாக்கிச் சண்டையில் அந்தச் சம்பவம் நடந்தது.

"நான் உங்களைப் பார்த்த பிறகு ஒரு முடிவுக்கு வந்தேன்."

நான் அவரை ஏறிட்டுப் பார்த்தேன்.

"அது சாத்தியமா?" என்று நான் என் கைகளைக் கோர்த்துக் கொண்டு கத்தினேன். "நீங்கள் உங்களுடைய முடிவை எடுப்பதற்கு அந்தச் சிறிய சம்பவம் எப்படி உதவ முடியும்?"

“கடந்த மூன்று வருடங்களாக என்னுடைய தீர்மானம் எனக்குள் வளர்ந்து வருகிறது” என்றார் அவர். “ஆனால் உங்களுடைய அந்தச் செயல்தான் எனக்கு இறுதி உத்வேகத்தைக் கொடுத்துள்ளது. நான் உங்களைப் பார்த்து பொறாமைப்பட்டு, என்னை நானே திட்டிக் கொண்டேன்” என்று அவர் கடுகடுத்த முகத்துடன் சொன்னார்.

“ஆனால் நீங்கள் சொல்வதை யாரும் நம்ப மாட்டார்கள், ஏனெனில் பதினான்கு வருடங்கள் ஓடிவிட்டன” என்று நான் சொன்னேன்.

“என்னிடம் மறுக்க முடியாத ஆதாரம் இருக்கிறது. நான் அவர்களிடம் அதைக் காட்டுவேன்.”

நான் அழுது கொண்டே அவரை அணைத்து முத்தமிட்டேன்.

“இருந்தாலும் நீங்கள் எனக்காக ஒரே ஒரு விஷயத்தை மட்டும் சொல்ல வேண்டும்” என்று அவர் எல்லாம் அதைப் பொறுத்தே இருக்கிறது என்பது போல சொன்னார். “என் மனைவி மற்றும் குழந்தைகளின் கதி என்ன? என் மனைவி துக்கத்தால் இறந்து போகலாம், என் குழந்தைகள் அவர்களுடைய அந்தஸ்தையும், சொத்துக்களையும் இழக்க மாட்டார்கள் என்றாலும், அவர்கள் என்றென்றும் ஒரு குற்றவாளியின் குழந்தைகளாக இருப்பார்கள். நான் என்னைப் பற்றி அவர்களின் இதயங்களில் எப்படிப்பட்ட ஒரு நினைவை விட்டுச் செல்வேன்!”

நான் மௌனமாக இருந்தேன்.

“நான் அவர்களை விட்டு நிரந்தரமாகப் பிரிந்து செல்ல வேண்டுமா? என்னால் அவர்களைப் பார்க்கவே முடியாது!”

நான் எதுவும் பேசாமல் பிரார்த்தனையை முணுமுணுத்துக் கொண்டு அமர்ந்திருந்தேன். நான் ஒரு முடிவுக்கு வந்தவனாக, ஆனால் அச்சத்துடன் எழுந்து நின்றேன்.

“சொல்லுங்கள்” என்று அவர் என்னைப் பார்த்தார்.

“அப்படியே செய்யுங்கள்” என்றேன் நான். “நீங்கள் அதைப் பகிரங்கமாகத் தெரியப்படுத்துங்கள். எல்லாம் கடந்து போகும், உண்மை மட்டுமே நிலைத்து நிற்கும். உங்கள் குழந்தைகள் வளர்ந்து பெரியவர்களான பிறகு, நீங்கள் எவ்வளவு மகத்தான காரியத்தைச் செய்திருக்கிறீர்கள் என்பதைப் புரிந்து கொள்வார்கள்.”

அவர் அங்கிருந்து கிளம்பிச் சென்றபோது, ஒரு முடிவுக்கு வந்துவிட்டதாகத் தோன்றியது. அவர் அடுத்த இரண்டு வாரங்களுக்கு ஒவ்வொரு மாலையும் என்னை வந்து பார்த்தார். அவர் அந்த இறுதி முடிவை எடுக்க முடியாமல் தவித்துக் கொண்டிருந்தார். அவருடைய பரிதாபகரமான நிலையைப்

பார்த்தபோது எனக்கும் கஷ்டமாக இருந்தது. அவர் ஒருநாள் ஒரு தீர்மானத்துடன் வந்து மனம் நெகிழ, உருக்கமாகச் சொன்னார்.

"நான் அதை ஒப்புக் கொள்ளும்போது என் வாழ்க்கை சொர்க்கமாக மாறிவிடும் என்று எனக்குத் தெரியும், ஏனெனில் நான் பதினான்கு வருடங்களாக நரகத்தில் வாழ்ந்து வந்தேன். நான் கஷ்டப்பட வேண்டும் என்று விரும்புகிறேன். நான் எனக்குக் கிடைக்கும் தண்டனையை ஏற்றுக் கொண்டு வாழப் போகிறேன். ஒருவர் பொய்களைச் சுமந்து கொண்டு வாழ முடியும் என்றாலும், அதிலிருந்து திரும்பி வர முடியாது. இப்போது என்னால் சக மனிதர்களை நேசிக்க முடியாது என்பது மட்டுமல்ல, என் சொந்தக் குழந்தைகளை நேசிக்கவும் எனக்குத் துணிச்சல் இல்லை. ஓ, கடவுளே, இது எனக்கு எவ்வளவு பெரிய சித்திரவதையாக இருக்கிறது என்பதை என் குழந்தைகள் புரிந்து கொள்வார்கள். எனவே அவர்கள் என்னைத் தவறாக நினைக்க மாட்டார்கள்! கடவுள் வலிமையில் இல்லை, மாறாக உண்மையில் இருக்கிறார்."

"உங்கள் துணிச்சலான செயலை எல்லோரும் புரிந்து கொள்வார்கள்" என்றேன் நான். "உடனடியாக இல்லாவிட்டாலும், மெதுவாகப் புரிந்து கொள்வார்கள், ஏனெனில் நீங்கள் உயர்ந்த சத்தியத்திற்குக் கட்டுப்பட்டு நடக்கிறீர்கள், அது இந்தப் பூமிக்கு உரியது அல்ல."

அவர் நான் சொன்னதைக் கேட்டு ஆறுதலுடன் சென்றார், ஆனால் மறுநாள் திடீரென்று முகம் வெளிறியவராக திரும்பி வந்து, எரிச்சலுடன் ஏளனமாகப் பேசினார்.

"நான் ஒவ்வொரு முறை இங்கு வரும்போது, நீங்கள் என்னை ஆர்வத்துடன் பார்க்கும்போது, 'இன்னும் அவர் அதைச் செய்யவில்லை' என்று நீங்கள் நினைப்பது எனக்குப் புரிகிறது. நீங்கள் கொஞ்சம் பொறுங்கள், என்னை வெறுக்காதீர்கள். நீங்கள் நினைப்பது போல அது அத்தனை சுலபமல்ல. ஒருவேளை நான் அதைச் செய்யாமலும் போகலாம். அப்போது நீங்கள் என்னைப் பற்றி வெளியே சொல்ல மாட்டீர்கள் இல்லையா? ம்?"

நான் அப்போது அவரை அசட்டுத்தனமான ஆர்வத்துடன் பார்ப்பதற்குப் பதிலாக, அவரைப் பார்ப்பதற்கே பயந்தேன். நான் தாங்க முடியாத வேதனையுடன் வாய் விட்டு அழ வேண்டும் என்று நினைத்தேன். என்னால் இரவில் நிம்மதியாகத் தூங்க முடியவில்லை.

"நான் இப்போதுதான் என் மனைவியிடம் பேசிவிட்டு வருகிறேன்" என்று அவர் தொடர்ந்தார். "மனைவி என்ற வார்த்தைக்கு உங்களுக்கு அர்த்தம் தெரியுமா? நான் வீட்டிலிருந்து

 நற்றிணை பதிப்பகம் ○ 519

கிளம்பியபோது, 'குட் பை, அப்பா, நீங்கள் சீக்கிரம் திரும்பி வந்து எங்களுக்குக் கதைகளைப் படித்துக் காட்டுங்கள்' என்று என்னுடைய குழந்தைகள் கத்தினார்கள். இல்லை, உங்களால் அதையெல்லாம் புரிந்துகொள்ள முடியாது! மற்றவரின் துன்பத்தி லிருந்து ஒருவர் ஞானம் அடைய முடியாது."

அவருடைய கண்கள் பளபளத்தன; உதடுகள் துடித்தன. அவர் திடீரென்று மேசையின் மீது முஷ்டியால் குத்தினார். மேசையின் மேலிருந்த அத்தனை பொருட்களும் எம்பிக் குதித்தன. அந்தச் சாதுவான மனிதர் இதற்கு முன்பு இப்படி நடந்து கொண்டதில்லை.

"நான் ஏன் அதைச் செய்ய வேண்டும்?" என்று அவர் கத்தினார். "அது உண்மையில் அவசியமா? அதற்காக வேறு யாரும் தண்டிக்கப்படவில்லை. நான் செய்த குற்றத்திற்காக யாருக்கும் தண்டனை கிடைக்கவில்லை. அந்த வேலைக்காரனும் நோயுற்று இறந்துவிட்டான். நான் செய்த குற்றத்திற்காகத் தினமும் சித்திரவதையை அனுபவிக்கிறேன். நான் சொல்வதையும், கொடுக்கும் ஆதாரங்களையும் யாரும் நம்ப மாட்டார்கள். நான் ஒப்புக்கொள்ளத்தான் வேண்டுமா? என் மனைவிக்கும், குழந்தைகளுக்கும் எதுவும் நேராது என்றால், நான் செய்த பாவத்திற்காக என்னுடைய வாழ்நாள் முழுவதும் துயரப்படத் தயாராக இருக்கிறேன். ஆனால் நான் என்னுடன் சேர்த்து அவர்களுடைய வாழ்க்கையையும் அழிப்பது நியாயமா? அப்படிச் செய்வது தவறு இல்லையா? இதில் எது சரி? மக்கள் அதை அங்கீகரிப்பார்களா? அவர்கள் அதைப் பாராட்டுவார்களா? மதிப்பார்களா?"

'அடக் கடவுளே! அவர் இந்தச் சந்தர்ப்பத்தில் மக்களின் மரியாதையைப் பற்றி யோசிக்கிறார்!' என்று நான் நினைத்தேன். அப்போது நான் அவரைப் பார்த்துப் பரிதாபப்பட்டேன். நான் அவருடைய துயரத்தைப் பகிர்ந்து கொள்வது அவருக்கு ஆறுதலைத் தரும் என்றால் அதைச் செய்யத் தயாராக இருந்தேன். அவர் ஏறக்குறைய பைத்தியம் பிடித்தவர் போலிருப்பதை என்னால் பார்க்க முடிந்தது. அவர் அதைச் செய்ய எவ்வளவு பெரிய விலை கொடுக்க வேண்டியிருக்கும் என்பதை நான் என்னுடைய அறிவால் மட்டுமின்றி, இதயத்தாலும் உணர்ந்தபோது திகிலடைந்தேன்.

"என் தலைவிதியை முடிவு செய்யுங்கள்!" என்று அவர் மீண்டும் கத்தினார்.

"நீங்கள் உங்கள் பாவத்தை ஒப்புக் கொள்ளுங்கள்" என்று நான் அவரிடம் கிசுகிசுத்தேன். அப்போது என் குரல் தடுமாறினாலும் நான் சமாளித்துக் கொண்டு பேசினேன். நான் மேசையிலிருந்த ரஷ்ய மொழியின் புதிய ஏற்பாட்டை எடுத்து, அவர் வருவதற்கு

சற்று நேரத்திற்கு முன்பு படித்த, ஜானின் நற்செய்தி, அத்தியாயம் 12, வசனம் 24ஐ அவருக்குக் காட்டினேன்.

'கோதுமை தானியம் நிலத்தில் விழுந்து
சாகாவிட்டால் அது தனித்திருக்கும்.
ஆனால் அது மடிந்தால்
அதிகமான விதைகளைக் கொடுக்கும்
என்று நான் மெய்யாகவே மெய்யாகவே
உங்களுக்குச் சொல்கிறேன்.'

அவர் அதைப் படித்தார்.

"உண்மைதான்" என்றார் அவர் கசப்பான புன்னகையுடன். "அந்தப் புத்தகத்தில் உள்ள அனைத்தும் பயங்கரமானவை" என்று அவர் சற்று மௌனத்திற்குப் பிறகு சொன்னார். "அது படிப்பதற்கு சுலபமாக இருக்கும். ஆனால் அதை எழுதியது யார்? உண்மையில் மனிதர்கள் அதை எழுதினார்களா?"

"பரிசுத்த ஆவியானவர் அதை எழுதினார்" என்றேன் நான்.

"அதைச் சொல்வது உங்களுக்குச் சுலபமாக இருக்கும்" என்று அவர் மீண்டும் புன்னகைத்தார். இப்போது அவர் வெறுப்புடன் புன்னகைத்தார்.

நான் மீண்டும் அந்தப் புத்தகத்தை எடுத்து வேறு பக்கத்திலிருந்து, எபிரெயருக்கு எழுதிய நிருபம் அதிகாரம் 10, வசனம் 31ஐ அவருக்குக் காட்டினேன். அவர் அதைப் படித்தார்.

'ஜீவனுள்ள தேவனுடைய கைகளில்
விழுவது அச்சமூட்டும் காரியம்.'

அவர் அதைப் படித்துவிட்டுப் புத்தகத்தை வீசி எறிந்தார். அவர் உடல் முழுவதும் பயங்கரமாக நடுங்கியது.

"அச்சம் தரும் வசனம்" என்றார் அவர். "நீங்கள் ஒரு நல்ல வசனத்தைத் தேர்ந்தெடுத்தீர்கள்" என்று அவர் நாற்காலியிலிருந்து எழுந்தார். "நான் விடைபெறுகிறேன். நான் மீண்டும் உங்களைப் பார்க்க வர மாட்டேன்... நாம் மீண்டும் சொர்க்கத்தில் சந்திக்கலாம். நான் ஜீவனுள்ள தேவனின் கைகளில் விழுந்து பதினான்கு ஆண்டுகள் ஆகிவிட்டன. என் வாழ்க்கையின் பதினான்கு ஆண்டு காலத்தை அப்படிச் சொல்வதுதான் சரியாக இருக்கும். நான் நாளை என்னை விடுதலை செய்யும்படி அந்தக் கரங்களிடம் கேட்பேன்..."

நான் அவரைக் கட்டித் தழுவி முத்தமிட வேண்டும் என்று விரும்பினேன், ஆனால் அவருடைய இறுக்கமான, சோகமான

முகபாவத்தைக் கண்டதும் எனக்கு அதைச் செய்யத் துணிச்சல் வரவில்லை. அவர் அங்கிருந்து கிளம்பினார்.

'கடவுளே, அந்த மனிதர் எங்கே போகிறார்?' என்று நான் நினைத்தேன். நான் தெய்வச் சிலைக்கு முன்னே மண்டியிட்டு, உடனடியாகப் பரிந்து பேசும் கடவுளின் பரிசுத்த அன்னையிடம் அவருக்காகக் கண்ணீர் விட்டுப் பிரார்த்தனை செய்தேன். நான் அரை மணி நேரம் கண்ணீருடன் பிரார்த்தனை செய்தேன். நேரம் நள்ளிரவை நெருங்கியிருந்தது. அப்போது திடீரென்று கதவைத் திறந்து கொண்டு அவர் உள்ளே வந்தார். எனக்கு வியப்பாக இருந்தது.

"நீங்கள் எங்கே போனீர்கள்?" என்று நான் கேட்டேன்.

"நான் எதையோ மறந்துவிட்டேன்... ஆமாம், என்னுடைய கைக்குட்டை... ஆனால் அப்படி இல்லை என்றாலும் நான் சற்று நேரம் அமர்ந்திருக்கிறேன்."

அவர் ஒரு நாற்காலியில் அமர்ந்தார்.

"நீங்களும் உட்காருங்கள்" என்று அவர் நின்றிருந்த என்னையும் உட்காரச் சொன்னார். நான் உட்கார்ந்தேன். நாங்கள் இருவரும் இரண்டு நிமிடங்கள் எதுவும் பேசாமல் அமர்ந்திருந்தோம். அவர் என்னையே உற்றுப் பார்த்துக் கொண்டிருந்த பிறகு திடீரென்று புன்னகைத்தார். என்னால் அவருடைய அந்தப் புன்னகையை ஒருபோதும் மறக்க முடியாது. அதன் பிறகு அவர் எழுந்து நின்று என்னைக் கட்டிப் பிடித்து, முத்தமிட்டார்.

"நண்பரே, நான் உங்களை மீண்டும் பார்க்க வந்ததை நீங்கள் நினைவில் வைத்துக் கொள்ளுங்கள். ஜினோவி, நான் சொல்வது கேட்கிறதா? ஞாபகம் வைத்துக் கொள்ளுங்கள்!"

அவர் முதல் முறையாக என்னை நண்பன் என்று அழைத்தார். அதன் பிறகு அவர் அங்கிருந்து சென்றார்.

'நாளை அது நடக்கும்' என்று நான் நினைத்தேன்.

அப்படித்தான் அது நடந்தது. மறுநாள் அவருடைய பிறந்த நாள் என்று எனக்குத் தெரியாது. நான் கடந்த சில நாட்களாக வெளியே போகவில்லை என்பதால், அதைப் பற்றித் தெரிந்து கொள்ளும் வாய்ப்பில்லாமல் போனது. அவர் ஒவ்வொரு ஆண்டும் அவருடைய பிறந்த நாளை விமரிசையாகக் கொண்டாடுவார். எனவே ஊரில் உள்ள அனைவரும் வருவார்கள் என்பதால் பெரிய கூட்டம் கூடும். இந்த முறையும் அப்படித்தான் இருந்தது. ஓர் ஆடம்பரமான விருந்து முடிந்த பிறகு, அவர் கையில் சில ஆவணங்களுடன் அறையின் நடுவில் சென்று நின்றார். அது அவர் அவருடைய உயர் அதிகாரிகளுக்கு எழுதிய ஓர் அறிக்கை.

அந்த அதிகாரிகள் அங்கே இருந்ததால், அவர் அதை அனைவரும் கேட்கும்படிச் சத்தமாகப் படித்தார். அதில் அவர் செய்த குற்றத்தின் முழு விவரமும் அடங்கியிருந்தது. 'நான் ஓர் அரக்கன் என்பதால், நானாகவே மற்றவர்களிடமிருந்து விலகி இருந்தேன். நான் இப்போது ஒளியைக் கண்டு கொண்டேன். நான் செய்த தவறுக்குத் தண்டனை அனுபவிக்க விரும்புகிறேன்' என்பது அந்த அறிக்கையின் கடைசி வார்த்தைகள்.

அவர் அதற்குப் பிறகு பதினான்கு ஆண்டுகளாக பாதுகாத்து வைத்திருந்த அனைத்து ஆதாரங்களையும் கொண்டு வந்து மேசையின் மீது வைத்தார். அதில் அவர் மீது சந்தேகம் வராமலிருப்பதற்காக அவளுடைய பீரோவிலிருந்து எடுத்த ஆபரணங்களும், அவளுடைய சிலுவையும், அவளைக் கொன்ற பிறகு அவள் கழுத்திலிருந்து கழற்றிய, அவளும் அவளுடைய வருங்கால கணவரும் இருந்த படத்துடன் கூடிய சிறிய பேழையும், அவளுடைய நோட்டுப் புத்தகமும், இறுதியாக இரண்டு கடிதங்களும் இருந்தன. அவளுடைய வருங்காலக் கணவர் விரைவில் திரும்பி வருவதாக அவளுக்கு எழுதிய கடிதத்தையும், அவள் எழுதி முடித்த பிறகு, அவருக்கு மறுநாள் அஞ்சலில் அனுப்பத் திட்டமிட்டிருந்த, பாதியில் நின்றுபோன கடிதத்தையும் அவர் எதற்காக எடுத்துச் சென்றார்? அவருடைய குற்றத்திற்கு ஆதாரங்களான, அந்த இரண்டு கடிதங்களையும் அழித்துவிடாமல், பதினான்கு வருடங்களாக அவர் ஏன் அவற்றைப் பாதுகாப்பாக வைத்திருந்தார்? அவர் சொன்னதைக் கேட்டு எல்லோரும் திகிலும், வியப்பும் அடைந்தனர். அவர் சொன்னதை எல்லோரும் ஆர்வத்துடன் கேட்டார்கள் என்றாலும், அவருக்குப் பைத்தியம் பிடித்துவிட்டதாக நினைத்தார்களே தவிர, யாரும் அதை நம்பத் தயாராக இல்லை. எனவே சில நாட்களுக்குப் பிறகு அந்த நகரத்திலிருந்த அனைவரும் அந்தப் பரிதாபத்திற்குரிய மனிதருக்கு பைத்தியம் பிடித்துவிட்டது என்று முடிவு செய்தார்கள். நீதி மன்றமும், அதிகாரிகளும் அந்த வழக்கை விசாரிக்க மறுக்கவில்லை என்றாலும், அவர்கள் விரைவில் அதைக் கைகழுவினார்கள். ஏனெனில், அவர் சமர்ப்பித்த கடிதங்களும், ஆபரணங்களும் சந்தேகத்தை எழுப்பிய போதிலும், அவை உண்மையானவை என்றாலும், அவற்றின் அடிப்படையில் மட்டுமே குற்றத்தை உறுதிசெய்ய முடியாது என்று முடிவு செய்தனர். அவளுடைய உடைமைகளைப் பொறுத்தவரை, அவர் அவளுக்கு அறிமுகமானவர் என்ற முறையில், அவளே நம்பிக்கையுடன் அவரிடம் கொடுத்து வைத்திருக்கலாம் என்று கருதப்பட்டது. அந்தப் பெண்ணின் நண்பர்கள் மற்றும் உறவினர்கள் சொன்னதிலிருந்து அந்தப் பொருட்களின் நம்பகத்தன்மை உறுதி செய்யப்பட்டது என்றும்,

அதில் எந்தச் சந்தேகமும் இல்லை என்றும் நான் பின்னர் கேள்விப்பட்டேன். ஆனால் இறுதியில் அந்த வழக்கு முடிவை எட்டாமல் மீண்டும் கைவிடப்பட்டது. ஐந்து நாட்களுக்குப் பிறகு, அவருடைய உடல் நிலை மோசமாக இருக்கிறது என்றும், அவரது உயிருக்கு ஆபத்து நேரலாம் என்றும் அந்த நகரம் முழுவதும் பேசிக் கொண்டார்கள். அவருடைய நோய் என்ன என்பதை என்னால் விளக்க முடியவில்லை. ஒரு சிலர் அவருடைய இதயத்தில் கோளாறு என்று சொன்னார்கள். ஆனால் அவருடைய மனைவி வற்புறுத்தியதால் மருத்துவர்கள் அவரைப் பரிசோதித்து, அவருக்குப் பைத்தியம் பிடித்துவிட்டதாகச் சொன்னது எனக்குத் தெரியவந்தது. பலரும் என்ன நடந்தது என்பதைத் தெரிந்து கொள்ள என்னிடம் வந்தார்கள் என்றாலும், நான் எதையும் சொல்லவில்லை. நான் அவரைப் பார்க்க விரும்பியபோது, குறிப்பாக அவருடைய மனைவி எனக்கு நீண்ட நாட்களாக அவரைப் பார்க்க அனுமதி தரவில்லை. "உங்களால்தான் இப்படி நடந்தது" என்றாள் அவள். "அவர் எப்போதும் துக்கத்துடன் இருந்தார் என்றாலும், கடந்த ஒருவருடமாக அசாதாரணமான பதற்றத்துடன், விநோதமாக நடந்து கொண்டதைப் பலரும் கவனித்தார்கள். அந்தச் சமயத்தில் நீங்கள் இங்கே வந்து அவரை முற்றிலுமாக அழித்துவிட்டீர்கள். உங்களுடைய உபதேசமும், வாசிப்பும் அவரை இந்த நிலைக்குக் கொண்டு வந்திருக்கிறது. அவர் கடந்த ஒரு மாதமாக உங்கள் வீட்டிலேயே பழியாகக் கிடந்தார்."

அவர் மனைவி மட்டுமின்றி, அந்த நகரத்து மக்கள் அனைவரும் என்னைக் குற்றம் சாட்டினார்கள். "எல்லாம் உங்கள் தவறுதான்" என்று எல்லோரும் சொன்னார்கள். நான் அதைக் கேட்டு அமைதியாக இருந்தேன். ஆனால் என் உள்ளத்தில் மகிழ்ச்சி இருந்தது, ஏனெனில் தன்னை வென்று, தனக்குத் தானே தண்டனை கொடுத்துக் கொண்ட அந்த மனிதரிடம் சந்தேகத்திற்கு இடமின்றிக் கடவுள் கருணை காட்டுவதை என்னால் உணர முடிந்தது. அவருக்குப் பைத்தியம் பிடித்துவிட்டது என்பதை என்னால் ஏற்றுக் கொள்ள முடியவில்லை. இறுதியில் எனக்கு அவரைப் பார்க்க அனுமதி கொடுத்தார்கள், ஏனெனில் அவர் என்னிடம் விடைபெற வேண்டும் என்று சொல்லியிருந்தார். நான் அவரைப் பார்த்தபோது, அவர் சில நாட்களுக்கு அல்ல, சில மணி நேரங்களே இருப்பார் என்று தெரிந்து கொண்டேன். அவர் மிகவும் பலவீனமாக, மூச்சுவிட முடியாமல், வெளிறிய நிறத்துடன், கைகள் நடுங்கிய நிலையில் படுத்திருந்தார். ஆனால் அவருடைய முகத்தில் மகிழ்ச்சியும், கனிவும் நிறைந்திருந்தன.

“அது நிறைவேறிவிட்டது!” என்று அவர் என்னிடம் சொன்னார். “நான் உங்களை நீண்ட நாட்களாகப் பார்க்க வேண்டும் என்று விரும்பினேன், ஆனால் நீங்கள் ஏன் வரவில்லை?”

அவரைப் பார்க்க எனக்கு அனுமதி கிடைக்கவில்லை என்பதை நான் அவரிடம் சொல்லவில்லை.

“கடவுள் என் மீது இரக்கப்பட்டு என்னை அவரிடம் அழைக்கிறார். நான் இறந்து கொண்டிருக்கிறேன் என்று எனக்குத் தெரியும். ஆனால் பல ஆண்டுகளுக்குப் பிறகு முதல் முறையாக மகிழ்ச்சியையும், அமைதியையும் அனுபவிக்கிறேன். நான் செய்ய வேண்டியதைச் செய்து முடித்ததும், உடனடியாக என் ஆன்மாவில் சொர்க்கத்தை உணர்ந்தேன். இப்போது என்னால் என் குழந்தைகளை நேசிக்கவும், அவர்களை அணைத்து முத்தமிடவும் முடிகிறது. நான் சொன்னதை, என் மனைவி, நீதிபதிகள் உட்பட யாருமே நம்பவில்லை. நான் சொன்னதை என்னுடைய குழந்தைகளும் நம்பவில்லை. நான் அதன் மூலம் கடவுள் என் குழந்தைகள் மீது காட்டிய கருணையைப் பார்க்கிறேன். நான் இறந்த பிறகு, என் பெயர் எந்தக் களங்கமும் இல்லாமல் அவர்களைச் சென்றடையும். நான் இப்போது கடவுளின் இருப்பை என் அருகில் உணர முடிகிறது. நான் சொர்க்கத்தில் இருப்பதைப் போல என் உள்ளம் பேருவகை கொள்கிறது... நான் என் கடமையைச் செய்துவிட்டேன்.”

அவர் பேசமுடியாமல் மூச்சுத் திணறினார். அவர் என் கையை அன்புடன் அழுத்தி, என்னை உற்றுப் பார்த்தார். அவருடைய மனைவி எங்களைப் பார்த்துக் கொண்டிருந்ததால், நாங்கள் அதிக நேரம் பேசவில்லை. ஆனால் அவர் என்னிடம் கிசுகிசுத்தார்.

“நான் அன்று நள்ளிரவில் மீண்டும் உங்களைப் பார்க்க வந்தது நினைவிருக்கிறதா? நான் உங்களிடம் நீங்கள் அதை ஞாபகம் வைத்துக்கொள்ளுங்கள் என்று சொன்னேன். நான் எதற்காக மீண்டும் வந்தேன் என்று உங்களுக்குத் தெரியுமா? நான் உங்களைக் கொல்ல வந்தேன்!”

நான் அதிர்ச்சியடைந்தேன்.

“நான் உங்களிடம் விடைபெற்றுச் சென்ற பிறகு, என் மனதுடன் போராடியபடி, இருட்டில் நடந்து தெருக்களில் அலைந்து திரிந்தேன். அப்போது எனக்குத் திடீரென்று உங்கள் மீது வெறுப்பு ஏற்பட்டது. என்னால் அதைத் தாங்கிக்கொள்ள முடியவில்லை. ‘இப்போது அவர்தான் நீதிபதியாக இருந்து என்னைக் கட்டிப் போடுகிறார். அவருக்கு எல்லாம் தெரியும்

என்பதால், நான் எனக்குரிய தண்டனையிலிருந்து தப்ப முடியாது என்று நான் நினைத்தேன். நீங்கள் என்னைப் பற்றி வெளியே சொல்லி விடுவீர்கள் என்று நான் பயப்படவில்லை, ஏனெனில் அப்படி ஒரு எண்ணம் எனக்கு ஏற்படவே இல்லை. 'நான் என்னுடைய குற்றத்தை ஒப்புக் கொள்ளாவிடில் அவருடைய முகத்தில் எப்படி முழிப்பேன்?' என்று என்னை நானே கேட்டுக் கொண்டேன். உங்களுக்கு எல்லாம் தெரியும் என்பதால், நீங்கள் இந்த உலகத்தின் எந்த மூலையில் இருந்தாலும், உயிருடன் இருக்கும் வரை என்னை எடை போடுவீர்கள் என்ற எண்ணத்தை என்னால் சகித்துக்கொள்ள முடியவில்லை. எனவே நீங்கள்தான் எல்லாவற்றுக்கும் காரணம் என்பது போலவும், உங்களுடைய தவறால்தான் எல்லாம் நடந்தது என்பது போலவும், நான் உங்களை வெறுத்தேன். அப்போது நான் உங்கள் மேசையின் மீது ஒரு கத்தி இருந்ததை நினைவில் கொண்டு, மீண்டும் உங்களைப் பார்க்க வந்தேன். நான் உட்கார்ந்து, உங்களையும் உட்காரச் சொல்லிவிட்டு, ஒரு நிமிடம் யோசித்தேன். நான் முன்பு செய்த குற்றத்தை ஒப்புக் கொள்ளவில்லை என்றாலும், இப்போது உங்களைக் கொலை செய்தால் நிச்சயமாக அதற்குத் தண்டனை கிடைக்கும். ஆனால் நான் அந்த நேரத்தில் அதைப் பற்றி யோசிக்கவே இல்லை. நான் உங்களை வெறுத்தேன்; உங்களைப் பழிவாங்க விரும்பினேன். ஆனால் அப்போது கடவுள் என் இதயத்தில் இருந்த சாத்தானை வென்றார். இருந்தாலும், அப்போது நீங்கள் மரணத்திற்கு அருகில் இருந்தீர்கள் என்பதைத் தெரிந்து கொள்ளுங்கள்."

அதற்குப் பிறகு ஒரு வாரம் கழித்து அவர் இறந்துவிட்டார். ஊர் மக்கள் அனைவரும் அவருடைய சவப்பெட்டியுடன் ஊர்வலமாக கல்லறை வரைக்கும் சென்றார்கள். பாதிரியார் உருக்கமான சொற்பொழிவை நிகழ்த்தினார். மக்கள் அனைவரும் அவருடைய மரணத்திற்குக் காரணமான நோயைப் பழித்தனர். ஆனால் அவரை அடக்கம் செய்த பிறகு, அந்த ஊர் மக்கள் என்னை ஒதுக்கி வைத்து, என்னை அவர்களுடைய வீட்டிற்கு அழைப்பதை நிறுத்தி விட்டார்கள். ஆனால் காலப்போக்கில், முதலில் ஒரு சிலரும் பிறகு அவர்களைத் தொடர்ந்து பலரும், அவர் சொன்னது அனைத்தும் உண்மைதான் என்று நம்பத் தொடங்கினார்கள். எனவே பலரும் என்னை அடிக்கடிச் சந்தித்து, ஆர்வத்துடனும், உற்சாகத்துடனும் என்னிடம் பல கேள்விகளைக் கேட்கத் தொடங்கினார்கள். ஏனெனில் மனிதர்கள் நீதிமான்களின் வீழ்ச்சியையும், அவர்களின் அவமானத்தையும் பார்க்க விரும்புகிறார்கள். ஆனால் நான் மௌனமாக இருந்தேன். நான் அதற்குப் பின்னர் வெகு சீக்கிரத்தில் அந்த ஊரை விட்டு

வெளியேறிவிட்டேன். நான் அங்கிருந்து சென்ற ஐந்து மாதங்களுக்குப் பிறகு, கடவுளின் அருளால், ஒரு பாதுகாப்பான, ஆசீர்வதிக்கப்பட்ட பாதையில் பயணித்தேன். என்னை அந்தப் பாதையில் வழிநடத்திய கண்ணுக்குத் தெரியாத அவருடைய கரத்திற்கு நான் நன்றி சொல்லிக் கொள்கிறேன். நான் இன்றுவரை என் பிரார்த்தனைகளில், மிக அதிகமான துன்பத்தை அனுபவித்த கடவுளின் ஊழியனான மைக்கேலைத் தவறாமல் நினைவு கூர்கிறேன்.

3. மூத்தவர் ஜோசிமாவின் உரையாடல்களும் போதனைகளும்

(v) ரஷ்யத் துறவியும் அவருடைய முக்கியத்துவமும்

அருட்தந்தையர்களே, ஆசான்களே, துறவி என்பவர் யார்? இன்று படித்தவர்கள் மத்தியில் இந்த வார்த்தை ஏளனத்திற்கு உரியதாகவும், வேறு சிலர் மத்தியில் வசைச் சொல்லாகவும் கருதப்படுகிறது. அவர்களுடைய இந்த மனப்பான்மை நாளுக்கு நாள் மோசமாகிக் கொண்டே போகிறது. துறவிகள் மத்தியில் சில ஒட்டுண்ணிகளும், சிற்றின்பவாதிகளும், தலைக்கனம் பிடித்தவர்களும், போக்கிரிகளும் இருக்கிறார்கள் என்பது உண்மைதான். படித்தவர்கள் அதைச் சுட்டிக் காட்டி, 'நீங்கள் சோம்பேறிகள், சமூகத்திற்குப் பயனற்றவர்கள், மற்றவர்களின் உழைப்பில் வாழ்பவர்கள், வெட்கங்கெட்ட பிச்சைக்காரர்கள்' என்று சொல்கிறார்கள். இருந்தாலும் பணிவும் சாந்தமும் உடைய பல துறவிகள் தனிமையை விரும்பி, அமைதியாக, உருக்கமாக பிரார்த்தனை செய்ய விரும்புகிறார்கள்! அவர்கள் குறைவாகவே கவனிக்கப்படுகிறார்கள் அல்லது பெரும்பாலும் புறக்கணிக்கப்படு கிறார்கள். இப்படித் தனிமையில் பிரார்த்தனை செய்யும் இந்த சாதுவான துறவிகளால்தான் ரஷ்யாவின் விமோசனம் மீண்டும் ஒருமுறை தளைக்கும் என்று நான் சொன்னால் எல்லோரும் ஆச்சரியப்படக் கூடும்! ஏனெனில் அவர்கள் மௌனமாக அந்த நாளுக்காகவும், அந்த மணி நேரத்திற்காகவும், அந்த மாதத்திற்காகவும், அந்த வருடத்திற்காகவும் தங்களை ஆயத்தம் செய்து கொண்டிருக்கிறார்கள். அவர்கள் தனிமையில் தங்களுடைய மௌனத்தின் வாயிலாக, கடவுளின் சத்தியத்தின்படி, மிகப் பழமையான அருட்தந்தையர்களும், அப்போஸ்தலர்களும், தியாகிகளும் போதித்த, கிறிஸ்துவின் தூய்மையான, கறைபடியாத உருவத்தைப் பாதுகாக்கிறார்கள். தேவைப்படும் சூழ்நிலை ஏற்படும்போது, அவர்கள் அதை ஊசலாடும் சத்தியத்திற்கு

 நற்றிணை பதிப்பகம் ○ 527

முன்னே வெளிப்படுத்துவார்கள். இது ஒரு சிறந்த, ஆழமான சிந்தனை. அப்போது நட்சத்திரம் கிழக்கில் உதிக்கும்.

நான் அந்தத் துறவிகளைப் பற்றி இப்படி நினைப்பது தவறா? நான் தற்பெருமை கொள்கிறேனா? நீங்கள் இந்த உலகத்தையும், பாமர மக்களையும், கடவுளுடைய மக்களை விட தங்களை உயர்ந்தவர்களாகக் கருதுகிறவர்களையும் பாருங்கள். அவர்கள் கடவுளின் உருவத்தையும் அவருடைய சத்தியத்தையும் சிதைக்கவில்லையா? அவர்களிடம் விஞ்ஞானம் இருந்தாலும், அது முற்றிலுமாக புலன்களுக்குக் கட்டுப்பட்டதாக உள்ளது. ஆனால் அவர்கள் மனித இருப்பின் மிக உயர்ந்த சிகரமான ஆன்மீக உலகத்தை வெற்றிப் பெருமிதத்துடனும், வெறுப்புடனும் நிராகரிக்கிறார்கள். இப்போது சமீப காலமாக இந்த உலகம் மனிதர்களின் சுதந்திரத்தைக் கொண்டாடுகிறது. ஆனால் அவர்களின் அந்தச் சுதந்திரத்தில் நாம் காண்பது என்ன? அதில் அடிமைத்தனமும், தற்கொலையும் தவிர வேறொன்றுமில்லை! 'உங்களுக்குத் தேவைகளும், ஆசைகளும் உள்ளன என்பதால் நீங்கள் அவற்றைப் பூர்த்தி செய்யுங்கள். செல்வந்தர்களுக்கும், வலிமையுள்ளவர்களுக்கும் உள்ள அதே உரிமை உங்களுக்கும் உள்ளது. எனவே நீங்கள் உங்கள் தேவைகளைப் பூர்த்தி செய்யவும், அவற்றை அதிகரிக்கவும் பயப்பட வேண்டாம்' என்றுதான் இப்போது இந்த உலகம் உங்களுக்குப் போதிக்கிறது. எனவே அவர்கள் அதில்தான் தங்கள் சுதந்திரத்தைக் காண்கிறார்கள். ஆனால் தேவைகளை அதிகரித்துக் கொள்ளும் அந்த உரிமையால் என்ன நடக்கிறது? செல்வந்தர்கள் தனிமையையும், தற்கொலை உணர்வையும் அனுபவிக்கிறார்கள் என்றால், ஏழைகளின் மத்தியில் பொறாமையும், கொலையும் நிலவுகிறது. ஏனெனில் அவர்களுக்கு உரிமைகள் வழங்கப்பட்டிருந்தாலும், தேவைகளைப் பூர்த்தி செய்வதற்கான வழிவகைகள் இன்னும் வகுக்கப்படவில்லை. இந்த உலகம் மேலும் மேலும் ஒன்றிணைந்து வருகிறது என்றும், தூரங்கள் சுருங்கும்போது, அது ஒரு சகோதர சமூகமாக ஒன்றுபடும் என்றும், அப்போது கருத்துக்களைக் காற்றின் மூலம் பரப்ப முடியும் என்றும் சிலர் சொல்கிறார்கள். அந்தோ, உண்மையில் அந்த வகையில் ஒற்றுமை ஏற்பட முடியும் என்று நீங்கள் நினைக்க வேண்டாம். மனிதர்களின் தேவைகளை அதிகரிப்பதும், அவற்றை உடனடியாகப் பூர்த்தி செய்வதும் சுதந்திரம் என்று கருதுவதன் மூலம், அவர்களுடைய சொந்த இயல்பைச் சிதைத்துக் கொள்கிறார்கள். ஏனெனில் அது பல அர்த்தமற்ற, முட்டாள்தனமான ஆசைகளுக்கும், பழக்கங்களுக்கும், கேலிக்கூத்தான கற்பனைகளுக்கும் இடமளிக்கிறது. அப்போது அவர்கள் பரஸ்பரம் பொறாமைப்படவும், ஆசைகளை

நிறைவேற்றவும், சுய தம்பட்டம் அடிக்கவும் மட்டுமே வாழ முடியும். அதனால் இப்போது விருந்துகளும், உல்லாசப் பயணங்களும், குதிரைகளும், வண்டிகளும், பட்டங்களும் பதவியும், சேவை செய்யும் அடிமைகளும் மிகவும் அவசியமானதாகக் கருதப்படுகிறது. அவர்கள் அதற்காக தங்கள் உயிரையும், மரியாதையையும், மனித நேயத்தையும் கூட தியாகம் செய்யத் தயாராக இருக்கிறார்கள். அவர்களால் திருப்தி அடைய முடியாவிட்டால் தற்கொலை செய்து கொள்ளவும் முற்படுகிறார்கள்.

செல்வந்தர்களாக இல்லாதவர்களும் அப்படித்தான் இருக்கிறார்கள் என்றாலும், அவர்கள் தங்கள் நிறைவேறாத ஆசைகளைப் பொறாமையிலும் குடியிலும் மூழ்கடிக்கிறார்கள். ஆனால் அவர்கள் விரைவில் ஒயினுக்குப் பதிலாக இரத்தத்தைக் குடிப்பார்கள், ஏனெனில் அவர்கள் அந்த நிலைக்குத் தள்ளப்படுகிறார்கள். இப்போது சொல்லுங்கள், அத்தகைய மனிதன் சுதந்திரமானவனா? எனக்கு 'சுதந்திரச் சிந்தனையாளர்' ஒருவரைத் தெரியும். அவர் சிறையில் இருந்தபோது, அவருக்கு புகையிலை மறுக்கப்பட்டது. எனவே அவர் அது இல்லாமல் மிகவும் வேதனையுற்று, அதற்காக அவருடைய லட்சியத்தை விட்டுக் கொடுக்கவும் தயாராக இருந்ததாக என்னிடம் சொன்னார். அத்தகைய மனிதர், 'நான் மனித குலத்திற்காகப் போராடுவேன்' என்று சொல்கிறார். ஆனால் அவர் எங்கே செல்வார்? அவரால் என்ன செய்ய முடியும்? அவர் சில காரியங்களை விரைந்து செய்வார் என்றாலும், அவரால் நீண்ட நேரம் தாக்குப்பிடிக்க முடியாது. எனவே அவர்கள் சுதந்திரமாக இருப்பதற்குப் பதிலாக அடிமைகளாக ஆனதில் ஆச்சரியமில்லை. என் இளம் வயதில் என்னுடைய மர்ம விருந்தாளி என்னிடம் சொன்னது போல, அவர்கள் சகோதர அன்புக்கும், மனித நல்லிணக்கத்திற்கும் சேவை செய்வதற்கு மாறாகத் தனிமைக்கும், பிரிவினைக்கும் ஆளாகிறார்கள். ஆகவே, மனித குலத்திற்குச் சேவை செய்வதும், சகோதரத்துவமும், மனித ஒருமைப்பாடும் மெல்ல மெல்ல அழிந்து வருவதுடன், கேலிக்குரியதாகவும் கருதப்படுகிறது. ஒரு மனிதனால் அவனது பழக்கங்களை எப்படி அவ்வளவு சீக்கிரம் உதறித்தள்ள முடியும்? ஒரு மனிதன் தான் விரும்பிய அனைத்து ஆசைகளையும் நிறைவேற்றிக் கொள்ளப் பழகிவிட்ட அடிமைத்தனத்திலிருந்து எப்படி விடுபட முடியும்? அவன் இந்த உலகத்திலிருந்து தனிமைப்பட்டிருப்பதால், அவனுக்கு இந்த மனித குலத்தைப் பற்றி என்ன கவலை? அத்தகைய மனிதர்கள் பொருள்களைக் குவிப்பதில் வெற்றி பெற்றிருக்கலாம், ஆனால் அவர்களுடைய மகிழ்ச்சி மேலும் மேலும் குறைந்து கொண்டே போகிறது.

ஒரு துறவியின் பாதை முற்றிலும் வேறுபட்டது. கீழ்ப்படிதல், உபவாசம் மற்றும் பிரார்த்தனை ஆகியவை இப்போது கிட்டத்தட்ட கேலிக்குரியதாகி விட்டன, ஆனால் உண்மையான சுதந்திரத்திற்கான வழி அதுதான். நான் மிதமிஞ்சிய, தேவையற்ற ஆசைகளைத் துறந்து, தற்பெருமையையும், வரம்பற்ற ஆசைகளையும் அடக்கி, கீழ்ப்படிதல் மற்றும் கடவுளின் ஆசியுடன் சுதந்திரத்தைப் பெற்று அதன் மூலம் ஆன்மீக மகிழ்ச்சியை அடைகிறேன்! ஒரு மகத்தான கருத்தை உருவாக்கி அதற்குச் சேவை செய்யத் திறமை உடையவர்கள், தனிமைப்படுத்தப்பட்ட பணக்காரர்களா அல்லது பொருட்கள் மற்றும் பழக்க வழக்கங்களின் கொடுங்கோன்மையிலிருந்து தன்னை விடுவித்துக் கொண்டவர்களா? 'நீங்கள் உங்களுடைய இரட்சிப் பிற்காக மடாலயத்தின் சுவர்களுக்குள் உங்களைத் தனிமைப்படுத்திக் கொண்டு, மனித குலத்திற்குச் செய்ய வேண்டிய சேவையை மறந்து விட்டீர்கள்' என்று ஒரு துறவியின் தனிமையை நிந்தனை செய்கிறார்கள். ஆனால் இவர்களில் இந்த மனித குலத்திற்குச் சிறப்பான முறையில் சேவை செய்தவர் யார் என்று பார்க்க வேண்டும். ஏனெனில் உண்மையில் தனிமையில் இருப்பவர்கள் நாம் அல்ல, அவர்கள்தான். தவிர, ஆதி காலத்திலிருந்தே எங்களிடமிருந்தே மாபெரும் மக்கள் தலைவர்கள் தோன்றியுள்ளனர். எனவே அவர்கள் ஏன் மீண்டும் தோன்றக் கூடாது? நோன்பிருந்து, மௌன விரதத்தைக் கடைப்பிடிக்கும், இந்தப் பணிவான, சாதுவான துறவிகள் ஒரு நாள் எழுந்து, மகத்தான இலட்சியத்திற்காக உழைப்பார்கள். ரஷ்யாவின் விமோசனம் அவர்களிடம்தான் உள்ளது. ரஷ்ய மடாலயங்கள் தொன்றுதொட்டே மக்கள் மத்தியில் இருந்து வருகிறது. எனவே மக்கள் தனிமைப்படுத்தப்பட்டால், நாங்களும் தனிமைப்படுத்தப்படுவோம். மக்களும் எங்களுடைய நம்பிக்கையைப் பகிர்ந்து கொள்கிறார்கள். ஓர் அரசியல்வாதி நேர்மையானவராகவும், மேதையாகவும் இருந்தாலும், அவருக்கு நம்பிக்கை இல்லை என்றால், அவரால் ரஷ்யாவில் எதையும் சாதிக்க முடியாது. இதை நினைவில் கொள்ளுங்கள். மக்கள் நாத்திகனை எதிர்த்து அவனைத் தோற்கடிப்பார்கள். ரஷ்யா எப்போதும் ஒன்றுபட்ட பழமைவாத நாடாக இருக்கும். எனவே நீங்கள் மக்களை அக்கறையுடன் கவனித்து, அவர்களுடைய மனங்களைப் பாதுகாக்க வேண்டும். நீங்கள் அவர்களை அமைதியாக வழி நடத்துங்கள். ஒரு துறவியாக உங்களுடைய கடமை அதுதான், ஏனெனில் இந்தத் தேசத்து மக்கள் தங்கள் இதயங்களில் கடவுளைச் சுமந்து கொண்டிருக்கிறார்கள்.

(vi) எஜமானர்கள் மற்றும் ஊழியர்களைப் பற்றியும், அவர்களுக்கு இடையில் சகோதரத்துவம் சாத்தியமா என்பது பற்றியும் சில வார்த்தைகள்

சாமானிய மக்களும் பாவம் செய்கிறார்கள் என்பது உண்மைதான். ஊழல் மேலிருந்து கீழாக எல்லா மட்டத்திலும் வெளிப்படையாகத் தலைவிரித்து ஆடுகிறது. துறவிகளைப் போல மக்களும் தங்களைத் தனிமைப்படுத்திக் கொள்கிறார்கள். அவர்களிடையே பேராசைக்காரர்களும், கந்துவட்டிக்காரர்களும் பெருகி விட்டார்கள். இப்போது வியாபாரிகள் தங்களுக்கு அதிகமான மதிப்பும் மரியாதையும் வேண்டும் என்று எதிர்பார்க்கிறார்கள். எனவே அவர்களுக்குப் படிப்பறிவு இல்லை என்றாலும் படித்தவர்களாகக் காட்டிக் கொள்ள முயற்சிக்கிறார்கள். அவர்கள் அதற்காகப் பழைய சடங்கு சம்பிரதாயங்களை அலட்சியம் செய்கிறார்கள்; அவர்களுடைய மூதாதையர்களின் நம்பிக்கையைப் பின்பற்றுவதற்கு வெட்கப்படுகிறார்கள். அவர்களுக்கு இளவரசர்கள் மத்தியில் வரவேற்பு இருந்தாலும், அவர்கள் சீரழிந்த விவசாயிகளைத் தவிர வேறில்லை. மக்கள் குடிபோதையில் அழுகி நாறிக் கொண்டிருக்கிறார்கள் என்றாலும், அவர்களால் மதுவைக் கைவிட முடியவில்லை. அதனால் அவர்களுடைய மனைவிக்கும், குழந்தைகளுக்கும் கூட எவ்வளவு கொடுமைகள் நடக்கின்றன! எல்லாமே இந்தக் குடியால் வந்த வினை! தொழிற்சாலைகளில் வேலை செய்யும் பத்து வயதுக் குழந்தைகளை நான் பார்த்திருக்கிறேன். ஏற்கனவே பலவீனமான உடலுடன், நோயுற்றுச் சீரழிந்த நிலையில் இருக்கும் அவர்கள் காற்றோட்டம் இல்லாத, இயந்திரங்களின் இரைச்சலில் நாள் முழுவதும் வேலை செய்கிறார்கள். மேலும் அவர்கள் ஆபாசமாகப் பேசுவதையும், குடிப்பதையும் தவிர வேறெதுவும் செய்வதில்லை. ஒரு சிறு குழந்தையின் ஆன்மாவுக்குத் தேவைப்படுவது இதுதானா? அவர்களுக்கு சூரிய ஒளியும், விளையாட்டும், அவர்களைச் சுற்றி நல்ல சூழ்நிலையும், அதனுடன் கொஞ்சம் அன்பும் வேண்டும். துறவிகளே, இந்த நிலை மாற வேண்டும். இனிமேல் குழந்தைகள் இத்தகைய சித்திரவதைகளை அனுபவிக்கக் கூடாது. எனவே நீங்கள் சீக்கிரம், வெகு சீக்கிரம் சென்று உபதேசம் செய்யுங்கள். ஆனால் கடவுள் ரஷ்யாவைக் காப்பாற்றுவார், ஏனெனில் பாமர மனிதர்கள் ஒழுக்கம் கெட்டவர்களாக இருந்தாலும், அருவருக்கத்தக்க பாவத்தின் துர்நாற்றத்தை எதிர்த்து நிற்க முடியாதவர்களாக இருந்தாலும், அந்தப் பாவங்கள் கடவுளால் சபிக்கப்பட்டவை என்பதால், அதைச் செய்யும்போது தவறு செய்கிறோம் என்பது

அவர்களுக்கு நன்றாகத் தெரியும். எனவே அவர்கள் இன்னும் தர்மத்தின் மீதும், கடவுளின் மீதும் நம்பிக்கை வைத்து, கண்ணீர் விட்டுக் கதறி அழுகிறார்கள்.

ஆனால் மேல்தட்டு வர்க்கத்தினரின் நிலைமை அப்படியில்லை. அவர்கள் ஏற்கனவே குற்றம் அல்லது பாவம் என்ற ஒன்று இல்லை என்று அறிவித்தது போல, இப்போது கடவுளை மறுத்து அறிவியலைப் பின்பற்றி, அவர்களுடைய பகுத்தறிவின் அடிப்படையில் மட்டுமே ஒரு நியாயமான உலகத்தை உருவாக்க வேண்டும் என்று விரும்புகிறார்கள். அது அவர்களுடைய பார்வையில் சரிதான், ஏனெனில் கடவுள் இல்லை என்றால், குற்றம் என்பதற்கு என்ன அர்த்தம் இருக்க முடியும்? ஐரோப்பாவில் மக்கள் பெருந்திரளாக செல்வந்தர்களுக்கு எதிராகக் கிளர்ச்சி செய்து வருகிறார்கள். மக்கள் தலைவர்கள் அவர்களுடைய கோபம் நியாயமானது என்று உபதேசித்து, அவர்களை வன்முறைக்கும், இரத்தம் சிந்துவதற்கும் தூண்டுகிறார்கள். 'அவர்களுடைய கோபம் கொடூரமானது என்பதால் சபிக்கப்பட்டது.' இருந்தாலும் கடவுள் இதற்கு முன்பு பல முறை ரஷ்யாவைக் காப்பாற்றியது போல இப்போதும் காப்பாற்றுவார். எனவே ஜனங்களிடமிருந்தும், அவர்களுடைய நம்பிக்கையிலிருந்தும், பணிவிலிருந்தும் நிச்சயமாக இரட்சிப்பு வரும்.

அருட்தந்தையர்களே, ஆசான்களே, மக்களின் நம்பிக்கையைக் காப்பாற்றுங்கள். அது ஒரு கனவு அல்ல, ஏனெனில் நான் என் வாழ்நாள் முழுவதும் நம்முடைய மகத்தான மக்களிடம் உள்ள உன்னதமான, உண்மையான பெருந்தன்மையைக் கண்டு வியந் திருக்கிறேன். நான் நேரடியாக அதை அனுபவித்த காரணத்தால், நானே அதற்குச் சாட்சியாக இருக்கிறேன். அவர்களுடைய பாவங்களின் துர்நாற்றத்தையும், அசுத்தமான தோற்றத்தையும் தாண்டி நான் அதை அடையாளம் கண்டு கொண்டேன். இரண்டு நூற்றாண்டுகளாக அடிமைத்தனத்தின் நுகத்தடியில் இருந்தபோதிலும், அவர்கள் அடிமைகளாக இல்லை. அவர்கள் தங்கள் நடத்தையிலும் செயலிலும் சுதந்திர மனப்பான்மை உடையவர்கள். அவர்களிடம் ஆணவமோ, பழிவாங்கும் உணர்வோ, பொறாமையோ இல்லை. 'நீங்கள் புகழும், செல்வமும், புத்திக்கூர்மையும், திறமையும் உடையவராக இருப்பது மிகவும் நல்லது, கடவுள் உங்களை ஆசீர்வதிக்கட்டும். நான் உங்களை மதிக்கிறேன், ஆனால் நானும் ஒரு மனிதன் என்பதை நீங்கள் நினைவில் வைத்துக் கொள்ளுங்கள். நான் பொறாமையின்றி உங்களை மதிப்பதன் மூலம், ஒரு மனிதன் என்ற முறையில் என்னுடைய கண்ணியத்தை வெளிப்படுத்துகிறேன்.' உண்மையில் அவர்கள் அதைச் சொல்லவில்லை (அவர்களுக்கு

அதை எப்படிச் சொல்வது என்று தெரியவில்லை) என்றாலும், அவர்கள் அப்படித்தான் நடந்து கொள்கிறார்கள். நானே அதை நேரடியாகப் பார்த்து, அனுபவித்திருக்கிறேன் என்றால் உங்களால் நம்ப முடியுமா? நம்முடைய பாமர ரஷ்ய மக்கள் எவ்வளவு ஏழையாகவும், பணிவாகவும் இருக்கிறார்களோ அவ்வளவு நற்குணம் மிக்கவர்களாக இருக்கிறார்கள், ஏனெனில் செல்வந்தர்களில் பெரும்பாலோர் ஏற்கனவே சீரழிந்து விட்டார்கள். நம்முடைய கவனக்குறைவும், அலட்சியமும் அதற்குக் காரணம். ஆனால் கடவுள் நம்முடைய மக்களைக் காப்பாற்றுவார், ஏனெனில் ரஷ்யாவின் மகத்துவம் அதன் பணிவில் உள்ளது. செல்வந்தர்கள் கூட ஏழைகளுக்கு முன்பாக அவர்களுடைய செல்வத்தை நினைத்து வெட்கப்படும்போது, ஏழைகள் அதைப் புரிந்துகொண்டு, அவர்களின் மதிப்புக்குரிய தலைகுனிவை மகிழ்ச்சியுடனும், கனிவுடனும் ஏற்றுக் கொள்ளும் ஒரு எதிர்காலத்தைப் பற்றி நான் கனவு காண்கிறேன். நான் சொல்வதை நம்புங்கள், அது உறுதியாக நடக்கும், ஏனெனில் இப்போது எல்லாமே அதை நோக்கித்தான் சென்று கொண்டிருக்கிறது. சமத்துவம் என்பது மனிதனின் ஆன்மீகமான பெருந்தன்மையில் மட்டுமே இருக்க முடியும். நம்நாட்டில் உள்ளவர்களைத் தவிர வேறு யாராலும் அதைப் புரிந்துகொள்ள முடியாது. நாம் சகோதரர்களாக இருந்தால் சகோதரத்துவம் சாத்தியமாகும், ஆனால் அவர்கள் அதற்கு முன்பு ஒருபோதும் செல்வத்தைப் பகிர்ந்துகொள்ள முன் வர மாட்டார்கள். நாம் கிறிஸ்துவின் திருவுருவத்தைப் பாதுகாப்போம், அது இந்த உலகெங்கும் ஒரு விலைமதிப்பற்ற வைரத்தைப் போல பிரகாசிக்கும்... அப்படியே ஆகட்டும், அப்படியே ஆகட்டும்.

அருட்தந்தையர்களே, ஆசான்களே, ஒரு சமயம் என் மனதை நெகிழச் செய்த ஒரு சம்பவம் நடந்தது. நான் அங்குமிங்கும் அலைந்து திரிந்தபோது, கே என்ற நகரத்தில் என்னுடைய பழைய வேலைக்காரன் அஃபனாஸியைச் சந்தித்தேன். நான் அவரை விட்டுப் பிரிந்து எட்டு ஆண்டுகள் ஆகிவிட்டன. அவர் என்னை எதேச்சையாக ஒரு கடைத் தெருவில் பார்த்தபோது, என்னை அடையாளம் தெரிந்து கொண்டு என்னிடம் ஓடி வந்தார். அவர் என்னைப் பார்த்து மிகுந்த மகிழ்ச்சியுடன், என்னைக் கட்டித் தழுவிக் கொண்டார். 'ஐயா, உண்மையில் நீங்கள்தானா? நான் பார்ப்பது நிஜமா?' என்று கேட்ட அவர், என்னை அவருடைய வீட்டிற்கு அழைத்துச் சென்றார். அவர் ஏற்கனவே இராணுவத்திலிருந்து ஓய்வு பெற்றிருந்தார். அவருக்குத் திருமணமாகி இரண்டு சிறிய குழந்தைகள் இருந்தனர். அவர் கடைத் தெருவில் சில்லறை வியாபாரம் செய்து பிழைப்பு நடத்தி வந்தார்.

அவருடைய சிறிய அறையில் ஏழ்மை இருந்தாலும், சுத்தமாகவும், மகிழ்ச்சி தருவதாகவும் இருந்தது. அவர் என்னை உட்கார வைத்து, தேநீர் தயாரிக்க அடுப்பைப் பற்ற வைத்துவிட்டு, அவருடைய மனைவியை அழைத்து வர ஆள் அனுப்பினார். அவருடைய உற்சாகத்தைப் பார்த்தபோது, அவர் என் வருகையைத் திருவிழாவைப் போலக் கொண்டாடுவதாகத் தோன்றியது. அவர் அவருடைய குழந்தைகளை என்னிடம் அழைத்து வந்து, 'அருட்தந்தையே, அவர்களை ஆசீர்வதியுங்கள்' என்றார்.

'நான் அவர்களை ஆசீர்வதிக்க வேண்டுமா?' என்று நான் கேட்டேன். 'நான் ஓர் எளிய, பணிவுமிக்க துறவி. நான் அவர்களுக்காக இறைவனிடம் பிரார்த்தனை செய்கிறேன். ஆனால் அஃபனாஸி பாவ்லோவிச், நான் அந்த நாளிலிருந்து உங்களுக்காக ஒவ்வொரு நாளும் பிரார்த்தனை செய்து வருகிறேன், ஏனெனில் உங்களிடமிருந்தே எல்லாம் தொடங்கியது.'

நான் என்ன நடந்தது என்பதை என்னால் முடிந்தவரை அவருக்கு விளக்கினேன். அவர் அப்போது என்னை உற்றுப் பார்த்தார். அவருடைய முன்னாள் எஜமானரும், அதிகாரியுமான நான் இப்போது ஒரு பாதிரியாரின் உடையில் அவருக்கு முன்னால் அமர்ந்திருப்பதை அவரால் நம்ப முடியவில்லை. அவர் திடீரென்று அழத் தொடங்கினார்.

'நீங்கள் ஏன் அழுகிறீர்கள்?' என்று நான் கேட்டேன். 'என் அருமை நண்பரே, என்னால் ஒருபோதும் மறக்க முடியாத நீங்கள் மகிழ்ச்சியாக இருக்க வேண்டும், ஏனெனில் நான் செல்லும் பாதை பிரகாசமானது, மகிழ்ச்சியானது.'

அவர் அதிகம் பேசவில்லை என்றாலும், பெருமூச்சுடன் நான் சொல்வதைக் கேட்டு தலையை ஆட்டினார்.

'உங்களுடைய செல்வங்களை என்ன செய்தீர்கள்?' என்று அவர் கேட்டார்.

'நான் அதை மடாலயத்திற்குக் கொடுத்துவிட்டேன்' என்றேன் நான். 'அங்கே நாங்கள் அனைவரும் ஒரு சமூகமாக வாழ்கிறோம்.'

நான் தேநீர் அருந்திய பிறகு, அவர்களிடம் விடைபெற்றுச் செல்ல எழுந்தேன். அப்போது அவர் திடீரென்று என்னிடம், மடாலயத்திற்குக் காணிக்கையாக ஐம்பது கோபெக் நாணயத்தைக் கொடுத்தார். நான் அவரை ஏறிட்டுப் பார்த்தபோது, அவர் அவசர அவசரமாக மற்றொரு நாணயத்தை என் கையில் திணித்தார்.

'ஐயா, அது உங்களுக்கு' என்றார் அவர். 'அருட்தந்தையே, ஒரு நாடோடியாகவும், வழிப்போக்கனாகவும் அலைந்து திரியும் உங்களுக்கு அது உதவும்.'

நான் அவருடைய ஐம்பது கோபெக் நாணயத்தைப் பெற்றுக் கொண்டு, அவரையும் அவருடைய மனைவியையும் வணங்கிவிட்டு, மிகுந்த மகிழ்ச்சியுடன் அங்கிருந்து கிளம்பினேன். நான் போகும் வழியில், 'எங்கள் இருவரில் அவர் அவருடைய வீட்டிலும், நான் சாலையிலும் இருந்தாலும், நாங்கள் இருவரும் பெருமூச்சு விட்டு தலையை அசைத்தாலும், மகிழ்ச்சிப் புன்னகையுடன், கடவுள் எங்களை மீண்டும் எவ்வாறு சந்திக்க வைத்தார் என்பதை நினைவில் கொள்வோம்' என்று நினைத்துக் கொண்டே சென்றேன்.

நான் அதற்குப் பிறகு அவரைப் பார்க்கவில்லை. நான் எஜமானன், அவர் என் வேலைக்காரன் என்றாலும், மகிழ்ச்சியுடன், மன நெகிழ்ச்சியுடன் முத்தமிட்டு, கனிவுடன் என்னைத் தழுவிக் கொண்டபோது, எங்களுக்கு இடையில் ஒரு பிணைப்பு உருவானது. நான் அதைப் பற்றி நீண்ட காலமாகச் சிந்தித்தேன். இந்த மகத்தான, எளிய ஒற்றுமை உணர்வு, உரிய காலத்தில் நமது ரஷ்ய மக்களிடையே நிகழும் என்று நினைப்பது அறிவுக்குப் புறம்பானதா? என்று நான் இப்போது நினைத்துப் பார்க்கிறேன். அது நடக்கும் என்றும், அதற்கான நேரம் நெருங்கிவிட்டது என்றும் நான் உறுதியாக நம்புகிறேன்.

நான் வேலைக்காரர்களைப் பற்றி மேலும் சிலவற்றைச் சொல்ல வேண்டும். நான் இளைஞனாக இருந்தபோது, அவர்களிடம் அடிக்கடிக் கோபப்படுவேன். 'சமையல்காரர் உணவைச் சூடாகப் பரிமாறினார், சலவையாளர் என் துணிகளைத் துவைக்கவில்லை' என்று நான் எதற்கெடுத்தாலும் கோபப்படுவேன். ஆனால் நான் சிறுவனாக இருந்தபோது என் சகோதரர் சொன்னது எனக்கு நினைவுக்கு வந்தது. 'மற்றொருவர் எனக்குச் சேவை செய்வதற்கும், அவருடைய ஏழ்மை மற்றும் அறியாமையின் காரணமாக நான் அவருக்குக் கட்டளையிடுவதற்கும் எனக்கு உரிமை இருக்கிறதா?' இத்தகைய மிகவும் எளிய, வெளிப்படையான எண்ணங்கள் நம்முடைய மனதுக்கு எட்டுவதற்கு ஏன் இவ்வளவு காலதாமதம் ஆகின்றன என்று நான் அப்போது ஆச்சரியப்பட்டேன். வேலைக்காரர்கள் இல்லாமல் வாழ்வது சாத்தியமில்லை, ஆனால் உங்கள் வேலைக்காரர் ஒரு வேலைக்காரராக மட்டும் இல்லாமல் சுதந்திரமான மனப்பான்மையுடன் செயல்படுவதற்கு நீங்கள் அனுமதிக்க வேண்டும். நான் ஏன் என் வேலைக்காரருக்கு ஒரு வேலைக்காரனாக இருக்கக் கூடாது? அதை அவர் பார்க்க வேண்டும்; அதை உணர வேண்டும். நான் எந்தப் பெருமையும் இல்லாமல், அவருக்கு அவநம்பிக்கை ஏற்படாமல் அதைச் செய்ய வேண்டும். நான் ஏன் வேலைக்காரரை என் குடும்பத்தில் ஒருவராக நடத்தக் கூடாது? நான் ஏன் அவரைக் குடும்ப உறுப்பினராக ஏற்றுக் கொண்டு மகிழ்ச்சியடையக் கூடாது? நாம்

இப்போது கூட அதைச் செய்ய முடியும். அப்படிச் செய்வது எதிர்காலத்தில் மனித குலத்தின் மகத்தான ஒற்றுமைக்கு அடித்தளமாக அமையும். அப்போது ஒரு மனிதன் தனக்காக வேலைக்காரர்களைத் தேட மாட்டான், இப்போது இருப்பது போல தன்னுடைய சக மனிதர்களை வேலைக்காரர்களாக மாற்ற விரும்ப மாட்டான், மாறாக அவன் சுவிசேஷத்தில் சொல்லப் பட்டுள்ளது போல, தன்னுடைய முழு ஆற்றலையும் பிரயோகித்து எல்லோருக்கும் வேலைக்காரனாக இருக்க விரும்புவான்.

இப்போது மனிதன் மிருகத்தனமான இச்சைகளிலும், ஆடம்பரத்திலும், தற்பெருமையிலும், போட்டி பொறாமையிலும் அவனுடைய மகிழ்ச்சியைக் காண்கிறான் என்றாலும், அவன் ஞானத்திலும், கருணைமிக்க செயல்களைச் செய்வதிலும் மகிழ்ச்சியைக் காணக்கூடிய ஒரு நாள் வரும் என்று நான் நினைப்பது வெறும் கனவு அல்ல. நான் அதற்கான நேரம் நெருங்கிவிட்டது என்று உறுதியாக நம்புகிறேன். 'அந்த நேரம் எப்போது வரும்? அது எப்போதாவது வருமா?' என்று மக்கள் சிரித்துக் கொண்டே கேட்கிறார்கள். ஆனால் நாம் கிறிஸ்துவின் உதவியுடன் அந்த மகத்தான காரியத்தைச் செய்ய முடியும் என்று நான் நம்புகிறேன். மனித குல வரலாற்றில் பத்து ஆண்டுகளுக்கு முன் நினைத்துப் பார்க்க முடியாததாகத் தோன்றிய எத்தனையோ கருத்துக்கள் இந்தப் பூமியில் இருந்தன, ஆனால் அதற்குரிய காலம் கனிந்தபோது, அவை இந்தப் பூமி முழுவதும் பரவியது. எனவே நமக்கும் அதுதான் நடக்கும். அப்போது நம் தேசம் உலகம் முழுவதும் பிரகாசிக்கும். அதைப் பார்க்கும் மக்கள், 'கட்டிடம் கட்டுபவர்கள் நிராகரித்த அதே கல் இப்போது மாளிகையின் மூலைக் கல்லாயிற்று' என்று சொல்வார்கள். அப்போது நாம் நம்மை ஏளனம் செய்தவர்களிடம், 'எங்களுடைய நம்பிக்கை ஒரு கனவு என்று சொன்னால், கிறிஸ்து இல்லாமல் உங்கள் பகுத்தறிவால் மட்டுமே மாளிகையைக் கட்டி, ஒரு நியாயமான வாழ்க்கை முறையை நீங்கள் எப்போது உருவாக்கப் போகிறீர்கள்?' என்று கேட்கலாம். அப்போது அவர்கள் தாங்கள் மட்டுமே மனித குலத்தின் ஒற்றுமைக்காகப் பாடுபடுகிறோம் என்று சொன்னாலும், அவர்களில் மிகவும் அப்பாவிகள் மட்டுமே அதை நம்புவார்கள் என்பதால், ஒருவர் அவர்களுடைய அப்பாவித் தனத்தைக் கண்டு வியக்க மட்டுமே முடியும். உண்மையில் அவர்கள் நம்மை விட அதிகமான கற்பனையிலும் கனவிலும் வாழ்கிறார்கள். அவர்கள் ஒரு நியாயமான உலகத்தை உருவாக்க முடியும் என்று நம்பினாலும், கிறிஸ்துவை நிராகரிப்பதன் மூலம், இந்தப் பூமியை இரத்த

வெள்ளத்தில் மூழ்கடிப்பார்கள். ஏனெனில் இரத்தம் இரத்தத்தைக் கேட்கும், ஆயுதம் ஏந்துபவன் ஆயுதத்தால் அழிவான். கிறிஸ்துவின் வாக்குறுதி மட்டும் இல்லையென்றால், அவர்கள் ஒருவரையொருவர் அழித்துக் கொண்டு, இந்தப் பூமியில் உள்ள கடைசி இரண்டு மனிதர்கள் வரை அனைவரையும் அழித்திருப்பார்கள். ஆனால் அந்தக் கடைசி இரண்டு மனிதர்களும் கூட, அவர்களுடைய ஆணவத்தினால் தங்களைக் கட்டுப்படுத்த முடியாமல் போகும்போது, ஒருவர் மற்றவரைக் கொன்ற பிறகு தன்னையும் அழித்துக் கொள்வார். சாந்தமும், பணிவும் உடைய மனிதர்களின் நன்மைக்காக அப்படி எதுவும் நடக்காது என்ற கிறிஸ்துவின் புனிதமான வாக்குறுதி மட்டும் இல்லாதிருந்தால் அது அப்படித்தான் முடியும்.

நான் ஒண்டிக்கு ஒண்டி சண்டையிட்ட பிறகு, எனது அதிகாரியின் சீருடையுடன், வேலைக்காரர்களைப் பற்றிய என் கருத்துக்களை வெளிப்படையாகப் பேசியபோது, எல்லோரும் என்னைப் பார்த்து வியந்தார்கள். 'நாம் நமது வேலைக்காரர்களைச் சோபாவில் உட்கார வைத்து அவர்களுக்குத் தேநீர் பரிமாறச் சொல்கிறீர்களா?' என்று அவர்கள் என்னிடம் கேட்டார்கள். 'ஏன் அதைச் செய்யக்கூடாது? குறைந்தபட்சம் சில சமயங்களில் அதைச் செய்யலாம்' என்று நான் அவர்களுக்குப் பதில் சொன்னேன். அப்போது எல்லோரும் சிரித்தார்கள். அவர்களுடைய கேள்வி அற்பத்தனமானது என்றாலும், என்னுடைய பதில் தெளிவற்றது என்றாலும், அதன் பின்னணியில் உள்ள கருத்து ஓரளவுக்குச் சரியானது என்று நான் நினைக்கிறேன்.

(vii) பிரார்த்தனை, அன்பு மற்றும் பிற உலகங்களுடனான தொடர்பு

இளைஞனே, பிரார்த்தனை செய்ய மறக்க வேண்டாம். நீங்கள் பிரார்த்தனை செய்யும்போது, உங்கள் பிரார்த்தனை உண்மையாக இருந்தால், ஒவ்வொரு நாளும் உங்களுக்கு ஒரு புதிய உணர்வு தோன்றி, நீங்கள் இதுவரை அறிந்திராத ஒரு புதிய சிந்தனை உருவாகி, உங்களுக்குப் புதிய பலத்தைக் கொடுக்கும். அப்போது நீங்கள் பிரார்த்தனை என்பது ஒரு கல்வி என்று புரிந்து கொள்வீர்கள். எனவே நீங்கள் ஒவ்வொரு நாளும் உங்களால் முடிந்த போதெல்லாம், 'ஆண்டவரே, இன்று உமக்கு முன்பாக வருகிற அனைவருக்கும் இரக்கம் காட்டும்' என்று திரும்பத் திரும்பச் சொல்லுங்கள். ஏனெனில் ஒவ்வொரு கணமும்,

ஒவ்வொரு மணி நேரமும் ஆயிரக்கணக்கான மக்கள் இந்த உலகத்தை விட்டுச் செல்கிறார்கள். அவர்களுடைய ஆன்மாக்கள் கடவுளுக்கு முன்பாகச் சென்று நிற்கின்றன. அவர்களில் பலர் யாருக்கும் தெரியாமல், அவர்களுக்காகத் துக்கப்படவும், அவர்கள் உயிருடன் இருக்கிறார்களா இல்லையா என்பதைக் கூடத் தெரிந்து கொள்ள யாரும் இல்லாத நிலையில், தனிமையிலும், சோகத்திலும், வேதனையிலும் பரிதவித்து, இந்தப் பூமியை விட்டுச் சென்றிருப்பார்கள். நீங்கள் அவர்களை அறியாமலும், அவர்கள் உங்களை அறியாமலும் இருந்தாலும், நீங்கள் பூமியின் மறுகோடியிலிருந்து செய்யும் பிரார்த்தனை கடவுளைச் சென்றடைந்து, அவர்களுடைய ஆன்மாவுக்குச் சாந்தியைத் தரும். கடவுளுக்கு முன்பாக பயத்தோடு நிற்கும் ஆத்மாக்கள், தங்களுக்காகப் பிரார்த்தனை செய்ய ஒரு மனிதன் இருக்கிறான் என்றும், தங்களை நேசிக்க இந்தப் பூமியில் ஒரு சக மனிதன் இருக்கிறான் என்றும் நினைக்கும்போது, அது அவர்களுக்கு எவ்வளவு பெரிய ஆறுதலாக இருக்கும். அப்போது கடவுள் உங்களைக் கருணையுடன் பார்ப்பார், ஏனெனில் நீங்கள் அவர்களிடம் கருணை காட்டியதற்காக, உங்களை விட எல்லையற்ற அன்பும், கருணையும் உடைய கடவுள், உங்களிடம் எவ்வளவு அதிகமாகக் கருணை காட்டுவார் என்பதை நினைத்துப் பாருங்கள். எனவே கடவுள் உங்கள் பொருட்டு அவர்களை மன்னிப்பார். சகோதரர்களே, மனிதர்களுடைய பாவங்களைக் கண்டு அஞ்சாதீர்கள். நீங்கள் மனிதர்களை அவர்களின் பாவங்களுடன் நேசியுங்கள், ஏனெனில் அந்த அன்புதான் கடவுளின் அன்புக்கு நிகரானது, அதுதான் இந்த உலகிலேயே மிக உயர்ந்த அன்பு. கடவுள் படைத்த அனைத்தையும் முழுமையாக நேசியுங்கள். ஒவ்வொரு மணல் துகளையும், ஒவ்வொரு இலையையும், கடவுளுடைய ஒளியின் ஒவ்வொரு கதிர்களையும் நேசியுங்கள். விலங்குகளையும், தாவரங்களையும், ஒவ்வொரு ஜடப் பொருளையும் நேசியுங்கள். நீங்கள் எல்லாவற்றையும் நேசிக்கும்போது, எங்கும் நிறைந்துள்ள கடவுளின் மர்மத்தை அறிந்து கொள்வீர்கள். நீங்கள் அதை உணர்ந்தவுடன், ஒவ்வொரு நாளும் அதை மேலும் ஆழமாகப் புரிந்து கொள்ளத் தொடங்குவீர்கள். இறுதியில் நீங்கள் இந்த உலகம் முழுவதையும், முழுமையான உலகளாவிய அன்புடன் நேசிப்பீர்கள். நீங்கள் விலங்குகளை நேசியுங்கள். கடவுள் அவற்றுக்கு அடிப்படை அறிவையும், அமைதியான மகிழ்ச்சியையும் கொடுத்துள்ளார். நீங்கள் அதைத் தொந்தரவு செய்யாமலும், துன்புறுத்தாமலும் இருங்கள். நீங்கள் அவற்றின் மகிழ்ச்சியைப் பறித்து, கடவுளின் நோக்கத்திற்கு எதிராகச் செயல்படாதீர்கள். மனிதன் விலங்குகளை விட உயர்ந்தவன் அல்ல. விலங்குகள்

பாவமற்றவை, ஆனால் நீங்கள் உங்களுடைய பெருமித உணர்வாலும், இருப்பாலும் இந்தப் பூமியை அசுத்தப்படுத்தி, எல்லா இடங்களிலும் உங்களுடைய அழுக்கான தடயங்களை விட்டுச் செல்கிறீர்கள். அந்தோ, கிட்டத்தட்ட நாம் அனைவரும் அதைச் செய்கிறோம்! நீங்கள் குறிப்பாக குழந்தைகளை நேசிக்க வேண்டும், ஏனெனில் அவர்கள் தேவதூதர்களைப் போல பாவமற்றவர்கள். அவர்கள் நம் இதயங்களை மென்மையாகவும், தூய்மையாகவும் மாற்றவும், நம்மை வழிநடத்தவும் வாழ்கிறார்கள். குழந்தைகளைத் துன்புறுத்துகிறவன் 'ஐயோ' என்று போவான்! அருட்தந்தை அன்ஃபிம் குழந்தைகளை நேசிக்க வேண்டும் என்று எனக்குக் கற்றுக் கொடுத்தார். அருட்தந்தை அன்ஃபிம் ஓர் அன்பான, அமைதியான துறவி. நாங்கள் இருவரும் ஒன்றாக அலைந்து திரிந்தபோது, அவர் எங்களுக்குக் கிடைத்த பணத்தில் ரொட்டியும், மிட்டாயும் வாங்கி குழந்தைகளுக்குக் கொடுப்பார். ஒரு குழந்தையைப் பார்க்கும்போது, உள்ளம் நெகிழ்ந்து, உணர்ச்சி வசப்படாமல் அவரால் கடந்து செல்ல முடியாது. அவர் அப்படிப்பட்ட மனிதர்.

மனிதர்களிடம் தோன்றும் சில எண்ணங்கள் அவர்களைக் குழப்பத்தில் ஆழ்த்துகின்றன. குறிப்பாக ஒருவர் மனிதர்கள் செய்யும் பாவங்களைக் கண்டு குழப்பமடைந்து, 'நான் பலத்தைப் பிரயோகித்து அதைத் தடுக்க வேண்டுமா அல்லது பணிவான அன்பைப் பயன்படுத்த வேண்டுமா?' என்று கேட்கிறார். 'நான் பணிவினாலும் அன்பினாலும் ஜெயிப்பேன்' என்று நீங்கள் எப்போதும் தீர்மானமாக முடிவு செய்யுங்கள். நீங்கள் அதைச் செயல்படுத்தத் தீர்மானித்துவிட்டால், உங்களால் இந்த முழு உலகத்தையும் வெல்ல முடியும். அன்புடன் கூடிய பணிவு என்பது ஒரு மகத்தான சக்தி, எல்லாவற்றையும் விட வலிமையானது, அதற்கு நிகரானது வேறு எதுவும் இல்லை. நீங்கள் அதைப் பயன்படுத்த ஆரம்பித்தால், ஒவ்வொரு நாளும், ஒவ்வொரு மணி நேரமும், ஒவ்வொரு நொடியும் உங்களை நீங்களே உற்றுக் கவனித்து, உங்கள் தோற்றம் அழகாக இருக்கிறதா என்று பாருங்கள். உதாரணமாக, நீங்கள் மனதில் வெறுப்புடனும், மோசமான வார்த்தைகளுடனும் ஒரு குழந்தையைக் கடந்து செல்கிறீர்கள். ஒருவேளை நீங்கள் அந்தக் குழந்தையைக் கவனிக்காமல் சென்றாலும், அந்தக் குழந்தை உங்களைப் பார்த்திருக்கலாம். அப்போது உங்களுடைய அருவருக்கத்தக்க, இழிந்த உருவம் அந்தக் கள்ளங்கபடமற்ற பிஞ்சு உள்ளத்தில் பதிந்துவிடலாம். எனவே நீங்கள் உங்களுக்குத் தெரியாமல், அந்தக் குழந்தையின் மனதில் ஒரு தீய எண்ணத்தை விதைத்திருக்கலாம், அது விருட்சமாக வளரக்கூடும். எல்லாவற்றுக்கும் காரணம் நீங்கள் அந்தக்

குழந்தையின் முன்னால் மோசமாக நடந்து கொண்டீர்கள், ஏனெனில் விழிப்பும், அக்கறையும் கூடிய அன்பை நீங்கள் உங்களுக்குள் வளர்த்துக் கொள்ளவில்லை. சகோதரர்களே, அன்பு ஓர் ஆசிரியர், ஆனால் ஒருவர் அதை எப்படிப் பெறுவது என்பதைத் தெரிந்திருக்க வேண்டும், ஏனெனில் அதைக் கைப்பற்றுவது அவ்வளவு சுலபமல்ல. ஒருவர் தன்னுடைய இடைவிடாத, நீண்ட, கடுமையான முயற்சியால் மட்டுமே அதை அடைய முடியும், ஏனென்றால் ஒருவர் தற்செயலாக, ஒரு கணம் மட்டும் நேசிக்காமல் என்றென்றும் நேசிக்க வேண்டும். ஒவ்வொருவரும், தீயவர்களும், பொல்லாதவர்களும் கூட எப்போதாவது ஒரு முறை அன்பு காட்ட முடியும். என் சகோதரர் பறவைகளிடம் மன்னிப்புக் கேட்டார். அது முட்டாள்தனமாகத் தோன்றுகிறது என்றாலும், அது சரியானது, ஏனெனில் எல்லாமே கடல் போல ஓடி ஒன்றோடொன்று கலப்பதால், நீங்கள் எங்கேனும் ஓரிடத்தில் தொட்டால் அது உலகின் மற்ற பகுதியில் எதிரொலிக்கும். பறவைகளிடம் மன்னிப்புக் கேட்பது முட்டாள்தனமாக இருக்கலாம், ஆனால் நீங்கள் இப்போது இருப்பதைவிடக் கொஞ்சமேனும் மனிதப் பண்பை தக்கவைத்துக் கொண்டால், உங்களைச் சுற்றியுள்ள எல்லா மிருகங்களும், பறவைகளும், குழந்தைகளும் நலமாக இருக்கும். எல்லாமே கடல் போன்றது என்று நான் உங்களுக்குச் சொல்கிறேன். நீங்கள் உலகளாவிய அன்பால் நிறைந்திருக்கும்போது, ஒருவித பரவசத்தில் இருப்பது போல நீங்களும் பறவைகளிடம் பிரார்த்தனை செய்யத் தொடங்கி, உங்களுடைய பாவங்களை மன்னிக்கும்படி அதனிடம் கெஞ்சுவீர்கள். அந்தப் பரவசம் மற்றவர்களுக்கு எவ்வளவு முட்டாள்தனமாகத் தோன்றினாலும், நீங்கள் அதைப் பொக்கிஷமாகப் போற்றிப் பாதுகாத்திடுங்கள்.

நண்பர்களே, கடவுளிடம் மகிழ்ச்சியைக் கேளுங்கள். நீங்கள் குழந்தைகளைப் போலவும், வானத்தில் பறக்கும் பறவைகளைப் போலவும் மகிழ்ச்சியாக இருங்கள். நீங்கள் மனிதர்கள் செய்யும் பாவங்களைக் கண்டு உங்கள் முயற்சிகளில் சோர்வடைய வேண்டாம். அது உங்கள் முயற்சியைத் தடுத்து, உங்கள் செயலை முடிக்கவிடாமல் செய்யும் என்று பயப்பட வேண்டாம். 'பாவமும், அக்கிரமமும், தீய சூழலும் நம்மைவிடச் சக்தி வாய்ந்தவை என்பதால், நாம் அதை எதிர்த்து ஒன்றும் செய்ய முடியாது. நாம் தனியாகவும், உதவியற்றவராகவும் இருப்பதால், தீய சூழல் நம்மை இழுத்துச் சென்று, நமது நல்ல காரியங்களைச் செய்யவிடாமல் தடுக்கிறது' என்று நீங்கள் சொல்லாதீர்கள். குழந்தைகளே, நீங்கள் அந்த விரக்தியிலிருந்து விடுபடுங்கள்! உங்கள் இரட்சிப்புக்கு ஒரே வழி, நீங்கள் மன உறுதியுடன், எல்லா மனிதர்களின் பாவங்களுக்கும்

பொறுப்பேற்றுக் கொள்வதுதான். நண்பர்களே, அதுதான் உண்மை, ஏனெனில் நீங்கள் நேர்மையுடன் எல்லோருக்கும், எல்லாவற்றுக்கும் பொறுப்பேற்றுக் கொண்டவுடன், அது உண்மையில் அப்படித்தான் இருக்கிறது என்பதையும், எல்லோருக்கும், எல்லாவற்றுக்கும் நீங்கள்தான் பொறுப்பு என்பதையும் புரிந்துகொள்வீர்கள். அதே சமயம், நீங்கள் உங்களுடைய சோம்பேறித்தனம் மற்றும் இயலாமைக்கு மற்றவர்களைக் குற்றம் சாட்டினால், நீங்கள் சாத்தானைப் போல ஆணவத்துடன் கடவுளுக்கு எதிராகத் திரும்புவீர்கள். நான் இந்த வகையான ஆணவத்தைப் பற்றிச் சொல்வது என்னவென்றால், பூமியில் உள்ள நாம் அதை முழுமையாகப் புரிந்துகொள்வது கடினம் என்பதால், தவறு செய்வதும் அதை ஏற்றுக்கொள்வதும், நாம் போற்றத்தக்க, மகத்தான ஒன்றைச் செய்கிறோம் என்று நம்மை நாமே ஏமாற்றிக் கொள்வதும் சுலபம் என்பதுதான். இயற்கையில் மனிதனிடம் உள்ள பல வலிமையான உணர்ச்சிகளையும், செயல்களையும் நம்மால் புரிந்துகொள்ள முடியாது என்பதால், நீங்கள் அதனால் தூண்டப்பட்டு, உங்கள் செயல்களை நியாயப்படுத்த நினைக்க வேண்டாம், ஏனென்றால் நித்திய நீதிபதி உங்களால் புரிந்துகொள்ள முடிந்த விஷயங்களுக்கு மட்டுமே உங்களைப் பொறுப்பேற்கச் செய்வார், புரிந்துகொள்ள முடியாதவற்றுக்கு அல்ல. நீங்கள் இந்த உண்மையைப் புரிந்து கொள்ளும்போது, உங்களுக்கு எல்லாமே தெளிவாகிவிடும், நீங்கள் வாதிட மாட்டீர்கள். உண்மையில் நாம் இந்தப் பூமியில் வழிதவறி, அலைந்து திரிவதைப் போல இருக்கிறது. கிறிஸ்துவின் மதிப்புமிக்க உருவம் மட்டும் நமக்கு முன்னால் இல்லாவிட்டால், ஜலப்பிரளயத்திற்கு முன்பு இருந்த மனித இனத்தைப் போல நாமும் வழியைத் தொலைத்து, முற்றிலுமாக அழிந்திருப்போம். இந்தப் பூமியில் உள்ள பல விஷயங்கள் நமக்குத் தெரியாமல் மறைக்கப்பட்டுள்ளது, ஆனால் அதை ஈடுசெய்யும் விதமாக, நம்மை வேறு ஓர் உலகத்துடன், தெய்வீகமான, உன்னதமான உலகத்துடன் இணைக்கும் ஒரு மர்மமான பிணைப்பைப் பற்றிய மதிப்புமிக்க உணர்வு நமக்குக் கொடுக்கப்பட்டுள்ளது. உண்மையில் நமது எண்ணங்கள் மற்றும் உணர்வுகளின் வேர்கள் இங்கே இல்லை, மாறாக வேறு உலகங்களில் உள்ளன. அதனால்தான் தத்துவவாதிகள் கூட இந்த உலகில் நடக்கும் நிகழ்வுகளின் அடிப்படை இயல்பை அல்லது சாராம்சத்தை முழுமையாகப் புரிந்துகொள்வது சாத்தியமில்லை என்று சொல்கிறார்கள். கடவுள் வெவ்வேறு உலகங்களிலிருந்து விதைகளை எடுத்து இந்தப் பூமியில் விதைத்தார். அவருடைய தோட்டத்தில் வளரக்கூடிய அனைத்தும் வளர்ந்து மேலே வந்தன, ஆனால் வளர்வது அனைத்தும் பிற

மர்மமான உலகங்களுடன் தொடர்பு கொள்வதன் மூலம் மட்டுமே உயிர்ப்புடன் இருக்கிறது. உங்களிடம் இருக்கும் அந்த உணர்வு பலவீனமடைந்தால் அல்லது அழிந்தால், உங்களுக்குள் வளரும் ஆன்மீக வளர்ச்சியும் இறந்துவிடும். அப்போது உங்களுக்கு வாழ்க்கையின் மீது அலட்சியமும், வெறுப்பும் ஏற்படும். நான் அப்படித்தான் நினைக்கிறேன்.

(viii) ஒரு மனிதன் சக மனிதர்களைப் பற்றித் தீர்ப்பு சொல்ல முடியுமா? இறுதிவரை நம்பிக்கையுடன் இருப்பது

நீங்கள் யாருக்கும் நீதிபதியாக இருக்க முடியாது என்பதை குறிப்பாக நினைவில் கொள்ளுங்கள். ஏனென்றால் ஒருவர் தன் முன்னால் குற்றவாளியாக நிற்கும் மனிதனைப் போல தானும் ஒரு குற்றவாளி என்பதையும், அந்தக் குற்றத்திற்கு வேறு எவரையும் விடத் தானே அதிக பொறுப்பாளி என்பதையும் உணராதவரை, மற்றவர்களைப் பற்றித் தீர்ப்பு சொல்ல முடியாது. ஒருவர் அதைப் புரிந்து கொள்ளும்போது அவர் நீதிபதியாக இருக்க முடியும். அது எவ்வளவு முட்டாள்தனமாகத் தோன்றினாலும், அதுதான் உண்மை. ஏனென்றால் நான் நேர்மையானவனாக இருந்தால் எனக்கு முன்பு ஒரு மனிதன் குற்றவாளியாக நிற்க மாட்டான். உங்கள் முன்னால் நிற்கும், நீங்கள் தீர்ப்பு வழங்கப் போகும் மனிதனின் குற்றத்திற்கு நீங்கள் பொறுப்பேற்க முடிந்தால், உடனடியாக அதைச் செய்து, அவருக்காகத் துன்புற்று, எந்தக் கண்டனமும் சொல்லாமல் அவரை விட்டுவிடுங்கள். சட்டம் உங்களை நீதிபதியாக நியமித்தாலும், நீங்கள் முடிந்தவரை அதே மனப்பான்மையுடன் செயல்படுங்கள், ஏனெனில் அவர் விடுவிக்கப்பட்டதும், நீங்கள் தண்டிக்க விரும்பியதை விடக் கடுமையான தண்டனையை தனக்குத்தானே விதித்துக் கொள்வார். ஆனால் நீங்கள் அவரை அரவணைத்த பிறகும், அவர் எந்த உணர்ச்சியுமின்றி உங்களைப் பரிகாசம் செய்தால், அதைக் கண்டு சோர்ந்து போகாதீர்கள். இன்னும் அவருடைய நேரம் வரவில்லை என்பதை அது காட்டுகிறது, ஆனால் அது வரவேண்டிய நேரத்தில் வரும். ஒருவேளை அது வராவிட்டாலும் பரவாயில்லை, அவர் புரிந்துகொள்ளவில்லை என்றாலும் வேறு ஒருவர் அதைப் புரிந்து கொண்டு, வருத்தப்பட்டு, துன்புற்று தன்னைத்தானே தண்டித்துக் கொள்வார். அப்போது நீதி நிலைநாட்டப்படும். நீங்கள் அதை நம்ப வேண்டும், சந்தேகப்படக்கூடாது, ஏனெனில் அதில்தான் துறவிகளின் நம்பிக்கையும், எதிர்பார்ப்பும் அடங்கியுள்ளது.

நீங்கள் சோர்வின்றி உழையுங்கள். நீங்கள் இரவில் தூங்குவதற்கு முன்பு, 'நான் செய்ய வேண்டியதைச் செய்து முடிக்கவில்லை' என்று தோன்றினால் உடனடியாக எழுந்து அதைச் செய்து முடியுங்கள். உங்கள் பேச்சைக் கேட்க விரும்பாத, பொல்லாதவர்களும், இரக்கமற்றவர்களும் உங்களைச் சுற்றியிருந்தால், நீங்கள் அவர்கள் முன்பாக மண்டியிட்டு, மன்னிப்புக் கேளுங்கள், ஏனென்றால் நீங்கள் சொல்வதை அவர்கள் கேட்க விரும்பவில்லை என்றால், அது உங்களுடைய தவறுதான். அப்போதும் அந்தத் தீயவர்கள் நீங்கள் சொல்வதைக் கேட்க மறுத்தால், நீங்கள் நம்பிக்கை இழந்துவிடாமல், பொறுமையாகவும், பணிவாகவும் சேவை செய்யுங்கள். அவர்கள் உங்களுக்கு எதிராகத் திரும்பி, உங்களை வலுக்கட்டாயமாக விரட்டியடித்தால், நீங்கள் தனியாக இருக்கும்போது, நெடுஞ்சாண்கிடையாக தரையில் விழுந்து, பூமியை முத்தமிட்டு, உங்கள் கண்ணீரால் அதை நனையுங்கள். நீங்கள் தனிமையில் துயரப்படுவதை யாரும் கேட்காமலும், பார்க்காமலும் இருந்தாலும், இந்தப் பூமி உங்கள் கண்ணீரிலிருந்து கனிகளைக் கொடுக்கும். நீங்கள் கடைசி வரை நம்பிக்கையுடன் இருங்கள். பூமியில் உள்ள அனைவரும் வழிதவறிச் சென்றாலும், நீங்கள் மட்டும் உண்மையாக இருந்தாலும், இறுதிவரை நம்பிக்கையுடன் இருங்கள். இந்தப் பூமியில் நீங்கள் மட்டும் தனியாக எஞ்சியிருந்தாலும், கடவுளைத் துதித்துக் கொண்டே இருங்கள். நீங்கள் உங்களைப் போன்ற மற்றொரு ஜீவனைச் சந்தித்தால், அப்போது உங்களுக்கு அன்புடைய ஒரு முழு உலகம் கிடைக்கும். நீங்கள் மனம் நெகிழ்ந்து ஒருவரையொருவர் கட்டித் தழுவி, கடவுளைத் துதியுங்கள், ஏனெனில் நீங்கள் இருவர் மட்டுமே இருந்தாலும், கடவுளின் சத்தியம் நிறைவேறிவிட்டது. ஒருவேளை நீங்களே பாவம் செய்து, செய்த பாவங்களுக்காக அல்லது தெரியாமல் செய்த ஒரு பாவத்திற்காக உங்கள் வாழ்நாள் முழுவதும் துக்கப்பட நேர்ந்தாலும், மற்றவர்களுக்காக, ஒரு சரியான மனிதனுக்காகச் சந்தோஷப்படுங்கள். நீங்கள் பாவம் செய்திருந்தாலும், அவர் சரியானவராக, பாவம் செய்யாதவராக இருக்கிறார் என்று நினைத்துச் சந்தோஷப்படுங்கள்.

நீங்கள் மனிதர்கள் செய்யும் தீய செயல்களை ஜீரணிக்க முடியாமல், கட்டுப்படுத்த முடியாத அளவுக்கு உங்களுக்குக் கோபம் வந்தால், தீயவர்களைப் பழிவாங்க வேண்டும் என்று உங்களுக்குத் தோன்றினால், நீங்கள் மற்ற எல்லா உணர்வுகளைக் காட்டிலும் அதைக் கண்டு பயப்படுங்கள். அப்போது நீங்கள் உடனடியாக அந்தக் குற்றத்திற்குப் பொறுப்பேற்றுக் கொண்டு துன்பப்படுங்கள் அல்லது பிராயச்சித்தம் தேடுங்கள். நீங்கள்

அந்தத் துன்பத்தை ஏற்றுக்கொள்ளும்போது, உங்கள் மனம் ஆறுதலடையும். அப்போது நீங்களும் குற்றவாளி என்பதைப் புரிந்து கொள்வீர்கள், ஏனென்றால் நீங்கள் பாவம் செய்யாத ஒரு மனிதனைப் போல, தீயவர்களுக்கு வழிகாட்டும் கலங்கரை விளக்காக இருந்திருக்கலாம், ஆனால் நீங்கள் அப்படிச் செய்யவில்லை. நீங்கள் அதைச் செய்திருந்தால் தீயவர்களுக்கு வழிகாட்டியாக இருந்து, அவர்களைப் பாவம் செய்யாமல் தடுத்திருக்கலாம். ஒருவேளை நீங்கள் அப்படிச் செய்தும், உங்கள் ஒளியால் அவர்கள் இரட்சிக்கப்படவில்லை என்றாலும், நீங்கள் பரலோக ஒளியின் ஆற்றலைச் சந்தேகிக்காதீர்கள். அவர்கள் இப்போது இரட்சிக்கப்படவில்லை என்றாலும், பிறகு இரட்சிக்கப்படுவார்கள் என்று நம்புங்கள். அவர்கள் பிறகும் இரட்சிக்கப்படவில்லை என்றாலும், அவர்களுடைய சந்ததியினர் இரட்சிக்கப்படுவார்கள், ஏனெனில் நீங்கள் இறந்த பிறகும் உங்களுடைய ஒளி அணையாமல் எரியும். நீதிமான் இறந்து போகலாம், ஆனால் அவனுடைய ஒளி எப்போதும் நிலைத்திருக்கும். மீட்பரின் மரணத்திற்குப் பிறகும் மக்கள் இரட்சிக்கப்படுவார்கள். மனித இனம் அதன் தீர்க்கதரிசிகளை நிராகரிக்கலாம் அல்லது கொல்லலாம், ஆனால் தியாகிகளை நேசிக்கிறது, சித்திரவதை செய்து கொன்றவர்களை வணங்குகிறது. நீங்கள் மனித குலம் முழுமைக்கும் உழைக்கிறீர்கள், எதிர்காலத்திற்காகச் செயல்படு கிறீர்கள். நீங்கள் ஒருபோதும் வெகுமதியை எதிர்பார்க்காதீர்கள், ஏனெனில் நீதிமான்கள் மட்டுமே அடையக்கூடிய ஆன்மீக மகிழ்ச்சிதான் இந்தப் பூமியில் உங்களுக்குக் கிடைக்கும் மிகப்பெரிய வெகுமதி. அதிகாரத்திற்கும், பணபலத்திற்கும் பயப்பட வேண்டாம், ஆனால் எப்போதும் புத்திசாலித்தனமாகவும், கருணை யுள்ளவராகவும் நடந்து கொள்ளுங்கள். வரம்புகளையும், கால நேரங்களையும் அறிந்து, அவற்றைக் கடைப்பிடிக்கக் கற்றுக் கொள்ளுங்கள். நீங்கள் தனிமையில் இருக்கும்போது பிரார்த்தனை செய்யுங்கள். நீங்கள் பூமியில் விழுந்து அதை முத்தமிட ஆசைப்படுங்கள். நீங்கள் பூமியை முத்தமிட்டு அதை நேசியுங்கள். நீங்கள் சோர்வின்றி, அயராமல் எல்லா மனிதர்களையும், எல்லா வற்றையும் நேசியுங்கள். அப்போது அடையும் பரவசத்தையும், பேரானந்தத்தையும் நாடுங்கள். நீங்கள் ஆனந்தக் கண்ணீரால் இந்தப் பூமியை நனைத்து, அந்தக் கண்ணீரை நேசியுங்கள். நீங்கள் அப்போது அடையும் பரவசத்தைக் கண்டு வெட்கப்படாமல், அதைப் போற்றுங்கள், ஏனெனில் அது கடவுள் கொடுத்த பரிசு, மிகப்பெரிய பரிசு. அது எல்லோருக்கும் கிடைக்காது, தேர்ந்தெடுக்கப்பட்ட சிலருக்கு மட்டுமே கிடைக்கும்.

(ix) நரகத்தையும் நரகத்தின் நெருப்பையும் பற்றிய ஓர் ஆன்மீக சொற்பொழிவு

அருட்தந்தையர்களே, ஆசான்களே, 'நரகம் என்றால் என்ன?' என்று என்னை நானே கேட்டுக் கொண்டேன். 'நரகம் என்பது இனிமேல் அன்பு செலுத்த முடியாததால் ஏற்படும் துன்பம்' என்று நான் நினைக்கிறேன். ஒருமுறை காலத்தினாலும் இடத்தினாலும் அளவிட முடியாத முடிவிலியிலிருந்து, ஓர் ஆன்மீக உயிரினம் பூமியில் தோன்றியபோது, 'நான் இருக்கிறேன், நான் நேசிக்கிறேன்' என்று சொல்லும் திறன் அதற்கு வழங்கப்பட்டது. எனவே அவர் ஒருமுறை, ஒரே ஒருமுறை மட்டுமே உயிர்த்துடிப்புள்ள அன்பின் ஒரு கணத்தை அனுபவித்தார். அதற்காக அவருக்குப் பூமிக்குரிய வாழ்க்கையுடன் பருவங்களும், காலங்களும் வழங்கப்பட்டது. அதன் பிறகு என்ன நடந்தது? அந்த அதிர்ஷ்டசாலி உயிரினம் அந்த விலைமதிப்பற்ற பரிசை நிராகரித்து, அதை நேசிக்காமல், அதைக் கேலி செய்து, எந்த உணர்ச்சியையும் காட்டாமல் இருந்தது. அந்த உயிரினம் பூமியை விட்டுச் சென்று ஆபிரகாமைப் பார்த்து, லாசரு மற்றும் செல்வந்தன் என்ற கதையில் சொல்லப்பட்டது போல அவருடன் பேசியது. அவர் சொர்க்கத்தைப் பார்த்து கடவுளைக் காண முடியும் என்றாலும், துல்லியமாக அதுதான் அவருக்கு மிகப்பெரிய வேதனையாக இருந்தது, ஏனெனில் ஒருபோதும் கடவுளை நேசிக்காத அவர் கடவுளையும், அவரை நேசித்தவர்களை, யாருடைய அன்பை வெறுத்தாரோ அவர்களையும் சந்திக்க வேண்டியிருக்கும். 'இப்போது எனக்கு அறிவு இருப்பதால், நான் அன்பு செலுத்தத் தயாராக இருந்தாலும், என் அன்பில் பெரிய சாதனையும், தியாகமும் இருக்காது, ஏனென்றால் என்னுடைய உலக வாழ்க்கை முடிந்துவிட்டது. இப்போது எனக்குள் கனன்று கொண்டிருக்கும் ஆன்மீக அன்பின் தாகத்தைத் தணிக்க ஆபிரகாம் ஒரு துளி ஜீவ தண்ணீரையும் (பூமியில் மீண்டும் வாழும் வாய்ப்பு) தர மாட்டார், ஏனெனில் நான் பூமியில் இருந்தபோது அந்த அன்பைப் புறக்கணித்தேன். எனவே, எனக்கு இனிமேல் வாழ்க்கை இல்லை, என்னுடைய காலம் முடிந்துவிட்டது! நான் மகிழ்ச்சியுடன் என் உயிரை மற்றவர்களுக்குக் கொடுக்க விரும்பினாலும், அது இனிமேல் சாத்தியமில்லை, ஏனென்றால் அன்புக்காகத் தியாகம் செய்யும் அந்த வாழ்க்கை முடிந்துவிட்டது. இப்போது அந்த வாழ்வுக்கும் இந்த இருப்புக்கும் இடையில் ஒரு பெரிய இடைவெளி உள்ளது' என்று அவர் தனக்குத் தானே தெளிவாகச் சொல்லிக் கொண்டார்.

மனிதர்கள் நரகத்திலுள்ள நெருப்பைப் பற்றிப் பேசும்போது, பௌதிக அர்த்தத்தில் பேசுகிறார்கள். நான் அந்த இரகசியத்தை ஆராய்வதற்குப் பயப்படுவதால் அதைச் செய்யப் போவதில்லை. ஆனால் உண்மையில் பௌதீக நெருப்பு இருந்தால், மக்கள் அவற்றைப் பெறுவதில் மகிழ்ச்சியடைவார்கள் என்றும், அவர்கள் உலகியல் வேதனையை அனுபவிக்கும்போது, பயங்கரமான ஆன்மீக வேதனையை ஒரு கணமாவது மறந்துவிடுவார்கள் என்றும் நான் நினைக்கிறேன். இருப்பினும் அந்த ஆன்மீக வேதனையை அவர்களிடமிருந்து அகற்றுவது சாத்தியமில்லை, ஏனென்றால் அது அவர்களுக்கு வெளியே இல்லை, மாறாக அவர்களுக்குள்ளே இருக்கிறது. அதை அவர்களிடமிருந்து அகற்ற முடிந்தாலும், அதனால் அவர்களுடைய துயரம் மேலும் அதிகமாகும் என்று நான் நினைக்கிறேன். சொர்க்கத்தில் உள்ள நீதிமான்கள் அவர்களுடைய வேதனையைக் கண்டு, அவர்களை மன்னித்து, தங்களுடைய எல்லையற்ற அன்பால் அவர்களைச் சொர்க்கத்திற்கு அழைத்தாலும், அது அவர்களின் வேதனையை அதிகரிக்கும், ஏனென்றால் அவர்கள் அதற்குக் கைம்மாறாக, அவர்களால் இப்போது திருப்பிச் செலுத்த சாத்தியமில்லாத அன்பை, நன்றியுணர்வுள்ள அன்பை வெளிக்காட்ட வேண்டும் என்ற அவர்களுடைய தாகத்தை மேலும் அதிகரிக்கும். நான் இந்த இடத்தில் பணிவுடன் ஒரு கருத்தைச் சொல்ல விரும்புகிறேன். அவர்கள் அவர்களுடைய இயலாமையை உணர்ந்து கொண்டதே அவர்களுக்கு ஆறுதலைத் தரும் என்று நான் நினைக்கிறேன். ஏனென்றால் அவர்களால் திருப்பிச் செலுத்த முடியாத நீதிமான்களின் அன்பை ஏற்றுக் கொண்ட, கீழ்ப்படிதலும் பணிவும் நிறைந்த செயலின் மூலம், அவர்கள் பூமியில் வெறுத்து ஒதுக்கிய அன்புக்கு நிகரான ஓர் உணர்வை அடைவார்கள்...

எனதருமை நண்பர்களே, சகோதரர்களே, என்னால் அதைத் தெளிவாக விளக்க முடியவில்லை என்பதற்காக நான் வருந்துகிறேன். ஆனால் இந்தப் பூமியில் தங்களைத் தாங்களே அழித்துக் கொண்டவர்கள் மற்றும் தற்கொலை செய்து கொண்டவர்களின் நிலை வருந்தத்தக்கது! அவர்களைவிடப் பரிதாபத்திற்குரிய ஜீவன்கள் வேறு யாரும் இருக்க முடியாது என்று நான் நினைக்கிறேன். அவர்களுக்காகப் பிரார்த்தனை செய்வது பாவம் என்று சொல்வதன் மூலம், வெளிப்பார்வைக்குத் திருச்சபை அவர்களை நிராகரிப்பதாகத் தெரிகிறது. ஆனால் நான் என் ஆன்மாவின் ஆழத்தில், ஒருவர் அவர்களுக்காகவும் பிரார்த்தனை செய்ய முடியும் என்று நினைக்கிறேன். நம்முடைய அன்பான செயல்களுக்குக் கிறிஸ்து ஒருபோதும் மறுப்பு சொல்ல மாட்டார். நான் என் வாழ்நாள் முழுவதும் அவர்களுக்காக எனக்குள்ளே

பிரார்த்தனை செய்து வருகிறேன். அருட்தந்தையர்களே, ஆசான்களே, நான் இன்று கூட அவர்களுக்காகப் பிரார்த்தனை செய்தேன் என்று உங்களிடம் ஒப்புக் கொள்கிறேன்.

மறுக்க முடியாத உண்மையைப் பற்றிய சிந்தனையும், சந்தேகத்திற்கு இடமில்லாத அறிவும் இருந்த போதிலும், ஆணவமும், மூர்க்கத்தனமும் உடைய சிலர் நரகத்திலும் இருக்கிறார்கள். அந்தப் பயங்கரமான மனிதர்கள் சாத்தானுக்கும் அவனுடைய அகந்தைக்கும் பலியாகி அவனுடன் ஐக்கியமானவர்கள். அவர்கள் தாங்களாகவே விரும்பி நரகத்தைத் தேர்ந்தெடுத்து, துன்பத்தை அனுபவிக்கிறார்கள். ஏனெனில் அவர்கள் கடவுளையும் வாழ்க்கையையும் சபித்து, தங்களைத் தாங்களே சபித்துக் கொண்டார்கள். பாலைவனத்தில் பட்டினியால் வாடும் ஒருவன் தன் உடலிலிருந்து இரத்தத்தை உறிஞ்சுவதைப் போல அவர்கள் பழிவாங்கும் ஆணவத்தில் வாழ்கிறார்கள். ஆனால் அவர்கள் ஒருபோதும் திருப்தி அடைவதில்லை, ஏனெனில் கடவுள் அவர்களை அழைத்து மன்னிக்கும்போது, அவர்கள் மன்னிப்பை ஏற்க மறுத்து, அவரைச் சபிக்கிறார்கள். அவர்களால் வெறுப் பில்லாமல் கடவுளைப் பார்க்க முடியாது, ஏனெனில் அவர்கள் கடவுள் இருக்கக் கூடாது என்றும், அவர் தன்னையும் அவருடைய படைப்புகள் அனைத்தையும் அழிக்க வேண்டும் என்றும் கோருகிறார்கள். எனவே அவர்கள் அவர்களுடைய சொந்தக் கோபத்தின் அக்னியில் என்றென்றைக்குமாக எரிந்து, மரணத்திற் காகவும், நிரந்தரமான அழிவுக்காகவும் ஏங்குகிறார்கள். ஆனால் அவர்களால் மரணத்தை அடைய முடியாது...

இத்துடன் அலெக்ஸி ஃபியோதரோவிச் கரமசோவின் கையெழுத்துப் பிரதி நிறைவடைகிறது. அது முழுமையற்றது, துண்டு துண்டானது என்று நான் மீண்டும் சொல்கிறேன். உதாரணமாக வாழ்க்கை வரலாற்றுத் தகவல்களில் மூத்தவரின் இளமைப் பருவம் மட்டுமே உள்ளது. மேலும் அவர் வெவ்வேறு காலகட்டங்களில், வெவ்வேறு சூழ்நிலைகளில் சொன்ன கருத்துக்களும், போதனைகளும் ஒன்றாகத் திரட்டப்பட்டு, முழுமையாகப் பொருள் தரும் வகையில் தொகுக்கப்பட்டுள்ளது. மூத்தவர் தன் வாழ்வின் கடைசி சில மணி நேரங்களில் என்ன சொன்னார் என்பது தனியாகச் சொல்லப்படவில்லை, ஆனால் அலெக்ஸி ஃபியோதரோவிச்சின் கையெழுத்துப்பிரதி, அந்த உரையாடலின் உணர்வையும், இயல்பையும் குறித்த ஒரு பொதுவான கருத்தை நமக்கு வழங்குகிறது.

மூத்தவரின் மரணம் உண்மையில் யாரும் எதிர்பாராத விதமாக நிகழ்ந்தது. நேற்று மாலை அவரைச் சுற்றிக் கூடியிருந்த

அனைவருக்கும் அவருடைய மரணம் நெருங்கிவிட்டது என்று தெரிந்தாலும், அது திடீரென்று நிகழும் என்று யாரும் நினைத்துக்கூடப் பார்க்கவில்லை. ஆனால் அதற்கு மாறாக, நான் ஏற்கனவே குறிப்பிட்டது போல, அவருடைய நண்பர்கள், அவர் அன்றிரவு மிகவும் உற்சாகமாகவும், கலகலப்பாகவும் பேசியதைப் பார்த்தபோது, அவருடைய உடல்நிலையில் தற்காலிகமாக குறிப்பிடத்தக்க முன்னேற்றம் ஏற்பட்டிருப்பதாக நம்பினார்கள். அவர் இறப்பதற்கு ஐந்து நிமிடங்களுக்கு முன்புகூட தங்களால் அதை முன்கூட்டியே கணிக்க முடியவில்லை என்று அவர்கள் பின்னர் ஆச்சரியத்துடன் சொன்னார்கள். அவர் திடீரென்று தனது இதயத்தில் ஒரு கடுமையான வலியை உணர்ந்து, முகம் வெளிறி, தன் கைகளால் மார்பை அழுத்திப் பிடித்தார். அப்போது எல்லோரும் எழுந்து அவர் அருகில் சென்றார்கள். அவர் வலியினால் வேதனைப்பட்டாலும், அனைவரையும் பார்த்துப் புன்னகைத்தார். பிறகு அவர் அமைதியாக நாற்காலியிலிருந்து தரையில் சரிந்து, மண்டியிட்டு, முகத்தைத் தாழ்த்தி, கைகளை நீட்டி, ஆனந்தப் பரவசத்தில் இருப்பது போல பூமியை முத்தமிட்டுப் பிரார்த்தனை செய்து (அவர் போதித்தது போல) தன் ஆன்மாவை அமைதியாகவும், மகிழ்ச்சியாகவும் கடவுளிடம் ஒப்படைத்தார்.

அவர் இறந்துவிட்ட செய்தி வேகமாக ஆசிரமம் முழுவதும் பரவி, மடாலயத்தை எட்டியது. இறந்தவருக்கு மிக நெருக்கமானவர்களும், துறவிகளில் மூத்தவர்களும் பண்டைய சடங்குகளின்படி உடலை இறுதிச் சடங்கிற்குத் தயார் செய்தனர். மடாலயத்தில் இருந்த அனைத்துத் துறவிகளும் தேவாலயத்தில் கூடினார்கள். பொழுது விடிவதற்குள் மூத்தவரின் மரணச் செய்தி ஊர் முழுவதும் பரவிவிட்டது என்று பிறகு வதந்தி பரவியது. காலையில் அந்த நகரம் முழுவதும் அதைப் பற்றிப் பேசிக் கொண்டிருந்தது. அதன் பிறகு பொது மக்களும் கூட்டம் கூட்டமாக மடாலயத்திற்கு வரத் தொடங்கினார்கள். நாம் அதையெல்லாம் அடுத்த புத்தகத்தில் விரிவாகப் பார்ப்போம், ஆனால் நான் இங்கே ஒன்றைச் சொல்ல விரும்புகிறேன். அந்த நாள் முடிவதற்கு முன்பாக முற்றிலும் எதிர்பாராத விதமாக நடந்த விசித்திரமான, குழப்பமான, திகைப்பூட்டும் ஒரு சம்பவம் துறவிகளையும், அந்த நகரத்து மக்களையும் வெகுவாகப் பாதித்ததால், பலரையும் பீதியில் ஆழ்த்திய அந்த நாளை இத்தனை வருடங்களுக்குப் பிறகு, இன்னும் அந்த நகரத்து மக்கள் நினைவில் வைத்திருக்கிறார்கள்.

●

பாகம்: மூன்று

ஏழாவது புத்தகம்: அல்யோஷா

1. அழுகிய துர்நாற்றம்

மரணமடைந்த அருட்தந்தை ஜோசிமாவின் உடலை முறைப்படி நல்லடக்கம் செய்வதற்கு வேண்டிய ஏற்பாடுகள் செய்யப்பட்டன. இந்த துறவிகளின் உடலைக் குளிப்பாட்டுவதில்லை என்பது அனைவருக்கும் தெரியும். 'ஒரு துறவி இறைவனிடம் சென்ற பிறகு அவருடைய உடலை (அந்தப் பணிக்கென நியமிக்கப்பட்டவர்) வெதுவெதுப்பான தண்ணீரால் துடைத்து, இறந்தவரின் மார்பிலும், கைகளிலும், கால்களிலும், முழங்கால்களிலும் கடல் பஞ்சினால் சிலுவை அடையாளத்தை இடுவது மட்டும் போதுமானது' என்று திருச்சபை சடங்குகள் சொல்கின்றன. அருட்தந்தை பைசி அந்தச் சடங்குகளைச் செய்து, துறவிக்குரிய ஆடைகளை அணிவித்து, சடங்குகளின்படி, ஒரு சிலுவையின் வடிவத்தில் மேலங்கியால் உடலைச் சுற்றிக் கட்டினார். எட்டு முனைச் சிலுவையுடன் கூடிய கிரீடத்தை இறந்தவரின் தலையில் அணிவித்து, அதை மூடாமல் முகத்தை மெல்லிய கருப்புத் திரையால் மூடி, கிறிஸ்துவின் உருவச்சிலையை அவருடைய கைகளில் வைத்தார். இவ்வாறு அனைத்துச் சடங்குகளையும் முன்னதாகவே செய்து முடித்த பிறகு, அதிகாலையில் மூத்தவரின் உடலைச் சவப்பெட்டியில் வைத்தனர். மூத்தவர் எப்போதும் விருந்தினர்களையும் துறவிகளையும் சந்திக்கும் பெரிய அறையில் ஒரு நாள் முழுவதும் சவப்பெட்டியை வைத்திருக்க முடிவு செய்தனர். இறந்தவர் ஒரு பாதிரியார் மட்டுமின்றி துறவி என்பதால், விதி முறைகளின்படி தோத்திரப் பாடல்களுக்குப் பதிலாக, பாதிரியார்களும், துறவிகளும் நற்செய்தியை வாசிப்பது வழக்கமாக இருந்தது. இறுதிச் சடங்கு முடிந்தவுடன் அருட்தந்தை இயோசிஃப் வாசிக்கத் தொடங்கினார். அவருடன் சேர்ந்து அருட்தந்தை பைசியும் இரவும் பகலும் சுவிசேஷத்தை வாசிக்க விரும்பினார் என்றாலும், அவர் அப்போது மிகவும் பரபரப்புடன் தலைமை மடாதிபதியுடன் ஆலோசனை நடத்திக் கொண்டிருந்தார், ஏனென்றால் திடீரென்று வழக்கத்திற்கு மாறாக, கேள்விப்பட்டிராத,

‘விரும்பத்தகாத’ பரபரப்பும், எதிர்பார்ப்பும் மடாலயத்திலிருந்த துறவிகளிடமும், மடாலயத்திற்கு வருகை தந்த விருந்தினர்கள் மற்றும் பொது மக்களிடமும் வெளிப்படையாகத் தெரியத் தொடங்கியது. நேரம் செல்லச் செல்ல பொதுமக்கள் கூட்டம் அதிகரிக்கத் தொடங்கி, கூட்டம் அலைமோதியது. தலைமை மடாதிபதியும், அருட்தந்தை பைசியும், இந்த வீணான பரபரப்பையும், குழப்பத்தையும் அமைதிப்படுத்த அனைத்து முயற்சிகளையும் மேற்கொண்டனர்.

பொழுது விடிவதற்குள் நகரத்திலிருந்து கூட்டம் கூட்டமாக வரத்தொடங்கிய பொதுமக்கள் தங்களுடன் நோயாளிகளையும், குறிப்பாக நோயுற்ற குழந்தைகளையும் அழைத்து வந்தார்கள். அவர்கள் அனைவரும் ஏதோ அந்தத் தருணத்திற்காகக் காத்திருந்தது போலத் தோன்றியது. இறந்த மனிதரிடமிருந்து வெளிப்படும் சக்தி தங்கள் நோய்களை உடனடியாகக் குணப்படுத்தும் என்று அவர்கள் நம்பினார்கள். இறந்துபோன மூத்தவர் ஜோசிமாவை அவர்கள் எல்லோரும் மிகப்பெரிய துறவியாகச் சந்தேகத்திற்கு இடமின்றி ஏற்றுக் கொண்டார்கள் என்பது அப்போது தெளிவாகத் தெரிந்தது. அங்கு வந்த எல்லோரும் படிக்காத எளிய, பாமர மக்கள் மட்டும் அல்ல. விசுவாசிகளிடம் நிலவிய அந்த நம்பிக்கையின் எதிர்பார்ப்பு, அவசரமாக, அப்பட்டமாக, பொறுமையற்ற ஏறக்குறைய வற்புறுத்தலாக வெளிப்பட்டது அருட்தந்தை பைசிக்குக் கெட்ட சகுனமாகத் தோன்றியது. அவர் அதை நீண்ட காலத்திற்கு முன்னரே எதிர்பார்த்திருந்தார் என்றாலும், அது அவருடைய எதிர்பார்ப்புகளை மீறியதாக இருந்தது. அவர் அந்த உற்சாகத்தை வெளிப்படுத்திய துறவிகளைக் கண்டபோது, “அசாதாரணமான ஒன்றைப் பற்றிய இந்த எதிர்பார்ப்பு பொதுமக்களிடம் இருக்கலாம், ஆனால் அது துறவிகளாகிய நமக்கு அழகல்ல” என்று அவர்களைக் கண்டித்தார். ஆனால் அவர்களில் யாரும் அதற்குச் செவி சாய்க்கவில்லை என்பதை அருட்தந்தை பைசி சங்கடத்துடன் கவனித்தார். உண்மையைச் சொன்னால், அவர் அவர்களுடைய பொறுமையற்ற எதிர்பார்ப்புகளைக் கண்டு கோபமடைந்தாலும், அது அற்பத்தனமானது, பொறுப்பற்றது என்று கருதினாலும், அவரும் மற்ற துறவிகளைப் போல தன்னுடைய மனதில் இரகசியமாக எதையோ எதிர்பார்த்துக் கொண்டிருக்கிறோம் என்பதை அவரால் ஒப்புக்கொள்ளாமல் இருக்க முடியவில்லை. இருந்தாலும் அவர் எதிர்கொண்ட சில சம்பவங்கள் விரும்பத்தகாதவையாகவும், கெட்ட சகுனமாகவும் தோன்றி, அவருடைய மனதில் பெரும் சந்தேகங்களைக் கிளப்பியது. மூத்தவரின் அறையில் கூடியிருந்த கூட்டத்தில் ரகிதீனும், இன்னும்

மடாலயத்தில் தங்கியிருந்த ஓப்டோர்ஸ்க்கிலிருந்து வந்த துறவியும் இருப்பதை அவர் வெறுப்புடன் பார்த்தார் (அவர் உடனடியாக அதற்காகத் தன்னைத்தானே கடிந்து கொண்டார்). அருட்தந்தை பைசிக்கு ஏதோ ஒரு காரணத்தால் அவர்கள் இருவர் மீதும் சந்தேகம் ஏற்பட்டது என்றாலும், உண்மையில் அவருக்கு மற்றவர்கள் மீதும் அதே போன்ற சந்தேகம் ஏற்பட்டிருக்கலாம்.

ஓப்டோர்ஸ்க்கிலிருந்து வந்த அந்தத் துறவி பரபரப்பான கூட்டத்திற்கு மத்தியில் நுழைந்து அங்குமிங்கும் அலைந்து கொண்டிருந்தார். எனவே அவரை எல்லா இடத்திலும் பார்க்க முடிந்தது. அவர் ஒவ்வொரு கும்பலுக்கு இடையிலும் நுழைந்து அவர்களிடம் கேள்வி கேட்டுக் கொண்டும், அவர்களிடம் எதையோ இரகசியமாக கிசுகிசுத்துக் கொண்டும் இருந்தார். அவர் பொறுமையிழந்து விட்டது போலவும், நடக்கப்போகும் ஏதோ ஒன்று தேவையின்றி தாமதப்படுவதைக் கண்டு எரிச்சலடைவது போலவும் தோன்றியது. ரகிதீனைப் பொறுத்தவரை, அவன் திருமதி. கோஹ்லக்கோவின் உத்தரவுப்படி மடாலயத்திற்கு வந்திருந்தான் என்று பிறகு தெரிந்தது. அன்று காலையில் எழுந்த அன்புள்ளம் கொண்ட ஆனால் எளிதில் உணர்ச்சிவசப்படும் அந்தப் பெண்மணி, மூத்தவரின் மரணச் செய்தியைக் கேட்டதும், உடனடியாகப் பதற்றமடைந்து, அவளால் மடாலயத்திற்குச் செல்ல முடியாது என்பதால் ரகிதீனை அனுப்பி, அங்கு நடக்கும் அனைத்தையும் கவனித்து, எல்லா விஷயங்களையும் அரை மணி நேரத்திற்கு ஒருமுறை எழுதி அனுப்பும்படிக் கேட்டுக் கொண்டாள். ரகிதீன் கடவுள் பக்தியும், ஆழ்ந்த மதப்பற்றும் கொண்ட இளைஞன் என்று அவள் கருதினாள். மேலும் அவனுக்கு ஏதாவது மிகச் சிறிய ஆதாயம் கிடைக்கும் என்றாலும், மற்றவர்களைக் கையாள்வதிலும், அவர்களுடைய விருப்பத்திற்குத் தக்கபடி நடந்து கொள்வதாகக் காட்டிக் கொள்வதிலும் அவன் கெட்டிக்காரனாக இருந்தான்.

அன்றைய தினம் வானம் மேகமூட்டமின்றி, தெளிவாகவும், பிரகாசமாகவும் இருந்தது. ஆசிரமத்தின் கல்லறை இருந்த இடத்தில் பார்வையாளர்கள் பலரும் கூடியிருந்தார்கள். அந்தக் கல்லறைகள் தேவாலயத்தைச் சுற்றி அதிகமாக இருந்தாலும், அந்த மைதானம் முழுவதும் ஆங்காங்கே சிதறிக்கிடந்தன. அருட்தந்தை பைசி ஆசிரமத்தைச் சுற்றி நடந்து சென்றபோது, அவருக்கு திடீரென்று நேற்று இரவிலிருந்து அல்யோஷாவைப் பார்க்கவில்லை என்பது நினைவுக்கு வந்தது. அவருக்கு அவனைப் பற்றி நினைவு வந்த சற்று நேரத்தில், அவன் ஆசிரமத்திலிருந்த தோட்டத்தின் ஒரு மூலையில், வெகு காலத்திற்கு முன்பு இறந்துபோன, புனிதத் தன்மைக்குப் புகழ்பெற்ற ஒரு துறவியின் கல்லறை மீது

அமர்ந்திருப்பதைப் பார்த்தார். அவன் ஆசிரமத்திற்கு முதுகைக் காட்டியபடி, சுவரைப் பார்த்துக் கொண்டு, யாருக்கும் தெரியாமல் கல்லறைக்குப் பின்னால் ஒளிந்து கொண்டிருப்பது போல அமர்ந்திருந்தான். அருட்தந்தை பைசி அவனை நெருங்கியபோது, அவன் தன் முகத்தை இரு கைகளாலும் மூடிக் கொண்டு சத்தமில்லாமல், உடல் குலுங்க அழுது கொண்டிருப்பதைப் பார்த்தார். அருட்தந்தை பைசி சிறிது நேரம் அவனருகில் மௌனமாக நின்றார்.

"போதும் என் அருமை மகனே, அழுதது போதும்" என்று அவர் பரிவுடன் சொன்னார். "நீங்கள் எதற்காக அழுகிறீர்கள்? நீங்கள் அழுவதை நிறுத்திவிட்டு சந்தோஷப்படுங்கள். இது அவருடைய மகத்தான நாட்களில் ஒன்று என்று உங்களுக்குத் தெரியாதா? இப்போது அவர் எங்கே இருக்கிறார் என்பதை யோசித்துப் பாருங்கள்!"

அல்யோஷா சிறு குழந்தையைப் போல அழுது அழுது வீங்கியிருந்த அவனுடைய முகத்தை மூடியிருந்த கைகளை விலக்கி அவரை ஏறிட்டுப் பார்த்தான். ஆனால் அவன் எதுவும் பேசாமல் உடனடியாக முகத்தைத் திருப்பிக் கொண்டு, மீண்டும் கைகளால் முகத்தை மூடிக் கொண்டான்.

"ஒருவேளை அதுவும் நல்லதுதான்" என்று அருட்தந்தை பைசி யோசனையுடன் சொன்னார். "நீங்கள் அழுங்கள். கிறிஸ்து உங்களுக்கு அந்தக் கண்ணீரை அனுப்பியிருக்கிறார்" என்ற அவர் அல்யோஷாவை விட்டு விலகிச் சென்றார். 'உங்களுடைய இனிமையான கண்ணீர் உங்கள் ஆன்மாவுக்கு ஆறுதலையும், மனதிற்கு மகிழ்ச்சியையும் தரும்' என்று அவர் அவனைப் பற்றி அன்புடன் நினைத்துக் கொண்டார்.

அவர் அவனைப் பார்த்துக் கொண்டிருந்தால் தானும் அழ ஆரம்பித்து விடுவோம் என்று நினைத்து வேகமாக அங்கிருந்து நடந்து சென்றார். இதற்கிடையில் நேரம் வேகமாகச் சென்று கொண்டிருந்தது. மடாலயத்தில் செய்ய வேண்டிய வழிபாடுகளும், இறந்தவருக்குச் செய்ய வேண்டிய பிரார்த்தனைகளும் உரிய நேரத்தில் நடந்தன. அருட்தந்தை பைசி சவப்பெட்டிக்கு அருகில் அமர்ந்து, இயோசிஃப்புக்கு பதிலாக மீண்டும் நற்செய்தியை வாசிக்கும் பொறுப்பை ஏற்றுக் கொண்டார். ஆனால் பிற்பகல் மூன்று மணிக்கு முன்பு, நான் சென்ற புத்தகத்தின் இறுதியில் குறிப்பிட்ட அந்தச் சம்பவம் நடந்தது. அது நாங்கள் அனைவரும் எதிர்பாராததாகவும், பொதுவான நம்பிக்கைக்கு முற்றிலும் முரணாகவும் இருந்தது. நான் அதனால்தான் அந்த அற்பமான சம்பவம் இன்றுவரை எங்கள் ஊரிலும், அதைச் சுற்றியுள்ள

பகுதிகளிலும் தெளிவாக நினைவுகூரப்படுகிறது என்று மீண்டும் சொல்கிறேன். இங்கே நான் என்னுடைய தனிப்பட்ட ஒரு கருத்தைச் சொல்ல வேண்டும். நான் அந்த அற்பமான சம்பவத்தால் ஏற்பட்ட குழப்பங்களை நினைத்துப் பார்க்கும்போது, அது அடிப்படையில் முக்கியமற்றது, இயற்கையானது என்றாலும் எனக்கு வெறுப்பாக இருக்கிறது. ஆனால் அந்தச் சம்பவம் என்னுடைய கதையின் நாயகனான அல்யோஷாவின் இதயத்திலும், ஆன்மாவிலும் ஆழமான பாதிப்பையும், அவனுடைய ஆன்மீக வளர்ச்சியில் ஒரு நெருக்கடியையும் ஏற்படுத்தி, அவனுடைய மனதை ஆழமாக உலுக்கி, இறுதியில் அவனுக்கு மனோதிடத்தைக் கொடுத்து, வாழ்நாள் முழுவதும் ஒரு தெளிவான இலக்கை நோக்கி அவனை வழிநடத்திச் செல்லாமல் இருந்திருந்தால், நான் நிச்சயமாக என்னுடைய கதையில் அதைச் சொல்லாமல் தவிர்த்திருப்பேன்.

நாம் மீண்டும் கதைக்குத் திரும்புவோம். பொழுது விடிவதற்கு முன்பே அருட்தந்தை ஜோசிமாவின் உடலை இறுதிச் சடங்கிற்குத் தயார் செய்து, சவப்பெட்டியில் வைத்து, அவர் விருந்தினர்களைச் சந்திக்கும் முன் அறையில் வைத்தபோது, சவப்பெட்டியைச் சுற்றியிருந்தவர்கள் மத்தியில் அறையின் ஜன்னல்களைத் திறக்கலாமா, வேண்டாமா என்ற கேள்வி எழுந்தது. ஆனால் தற்செயலாக, போகிற போக்கில் யாரோ ஒருவர் எழுப்பிய அந்தக் கேள்வி பதில் ஏதும் இல்லாமல், ஏறக்குறைய கவனிக்கப்படாமல் போனது. அவர்களில் யாராவது ஒருவர் அதைக் கவனித்திருந்தாலும், அவர் அதை தனக்குள்ளேயே வைத்துக் கொண்டார், ஏனென்றால் அத்தகைய ஒரு மனிதரின் உடலிலிருந்து அழுகிய துர்நாற்றம் எழும் என்று நினைப்பது கேலிக்குரியதாக இல்லாவிட்டாலும், அபத்தமானது, பரிதாபத்திற்குரியது என்பது மட்டுமின்றி, இந்தக் கேள்வியை முதலில் எழுப்பியவரின் நம்பிக்கையின்மையையும், அற்பத்தனத்தையும் காட்டுவதாக அமையும். ஆனால் உண்மையில் அங்கிருந்த அனைவரும் அதற்கு நேர்மாறான ஒன்றை எதிர்பார்த்தார்கள்.

நண்பகலுக்குப் பின்னர் சற்று நேரத்திற்குப் பிறகு எதிர்பாராத ஒன்று நடக்கத் தொடங்கியது. மூத்தவரின் அறைக்குள் முதலில் நுழைந்து வெளியேறியவர்கள் அதைக் கவனித்தார்கள் என்றாலும், அவர்கள் தங்கள் மனதை உறுத்திய அந்தச் சந்தேகத்தை வெளிப்படையாக மற்றவர்களிடம் சொல்வதற்குப் பயந்தார்கள். ஆனால் மதியம் மூன்று மணிக்குப் பிறகு, அது மிகத் தெளிவாகவும், சந்தேகத்திற்கு இடமின்றியும் வெளிப்பட்டதால், அந்தச் செய்தி ஆசிரமத்தில் இருந்த துறவிகளையும், பார்வையாளர்களையும்

எட்டியது. பின்னர் அது மடாலயத்தையும் அடைந்து அங்கிருந்த துறவிகள் அனைவரையும் குழப்பத்தில் ஆழ்த்தியது. அதற்குப் பிறகு அது மிகக் குறைந்த நேரத்தில் அந்த நகரம் முழுவதும் பரவி, அங்கிருந்த நம்பிக்கையுள்ளவர்களையும், நம்பிக்கையற்றவர்களையும் ஒரே மாதிரியாகக் கலவரப்படுத்தியது. நம்பிக்கையில்லாதவர்கள் மகிழ்ச்சியடைந்தனர் என்றால், நம்பிக்கையுள்ளவர்கள் அவர்களை விட அதிகமாக மகிழ்ந்தார்கள், ஏனெனில் மறைந்த மூத்தவர் அவருடைய உபதேசத்தில் சொன்னது போல, 'ஒரு நீதிமானின் வீழ்ச்சியையும், அவருடைய அவமானத்தையும் மக்கள் விரும்பு கிறார்கள்.'

உண்மை என்னவென்றால், சவப்பெட்டியிலிருந்து மெல்ல மெல்ல ஒரு துர்நாற்றம் வெளிவரத் தொடங்கியது. அது மூன்று மணியளவில் தெளிவாக வெளிப்பட்டு, மேலும் படிப்படியாக அதிகரித்துக் கொண்டே சென்றது. அது வெளிப்படையாகத் தெரியத் தொடங்கியபோது, எங்களுடைய மடாலயத்தின் கடந்த கால வரலாற்றில் எந்தச் சூழ்நிலையிலும் நினைத்துப் பார்க்க முடியாத வகையில், துறவிகள் அனைவரும் கட்டுப்பாடின்றி, ஒழுக்கக்கேடாக நடந்து கொண்டது அதிர்ச்சியளிப்பதாக இருந்தது. அதற்குப் பிறகு, பல ஆண்டுகளுக்குப் பிறகும், சில விவேகமான துறவிகள், அந்த நாளை மிக விரிவாக நினைவுகூர்ந்து, அவர்களுடைய நடத்தை அந்த அளவுக்கு மோசமாக இருந்திருக்க முடியுமா என்று ஆச்சரியமும், திகிலும் அடைந்தார்கள். கடந்த காலங்களில் புனிதமான வாழ்க்கையை நடத்திய, கடவுளுக்கு அஞ்சிய துறவிகள் இறந்தபிறகு, அவர்களின் புனிதத்தன்மை அனைவராலும் ஏற்றுக்கொள்ளப்பட்டது என்றாலும், அவர் களுடைய சவப்பெட்டியிலிருந்தும், அனைத்துப் பிணங்களிலிருந்தும் வெளிப்படும் துர்நாற்றம் இயற்கையாக வெளிப்பட்டது, ஆனால் அப்போது அது எந்த அவதூறையும், பரபரப்பையும் ஏற்படுத்தவில்லை. நீண்ட காலத்திற்கு முன்பு சில துறவிகள் இறந்தபோது, அவர்களுடைய உடல்கள் கெட்டுப்போகாமலும், துர்நாற்றம் வீசாமலும் இருந்தன என்ற புராணக் கதைகள் எங்கள் மடாலயத்தில் உள்ளன. அது துறவிகளின் மனதைத் தொடுவதாகவும், புதிரானதாகவும் இருந்ததால், அவர்கள் அதை ஓர் அழகான, அற்புதமான ஒன்றாகவும், கடவுளின் அருளால், எதிர்காலத்தில் அவர்களுடைய கல்லறைகளிலிருந்து இன்னும் அதிக மகிமை எழும் என்பதற்கான வாக்குறுதியாகவும் தங்கள் நினைவுகளில் வைத்திருந்தார்கள். அதில் குறிப்பாக நூற்று ஐந்து வயது வரை வாழ்ந்த, உண்ணா நோன்பிற்கும், மௌன விரதத்திற்கும் பெயர் பெற்ற, எழுபது வருடங்களுக்கு முன்பு இறந்துபோன மூத்தவர் யோபு என்ற துறவியைப் பற்றிய நினைவுகள் இன்றும் உள்ளன.

மடாலயத்திற்கு வரும் விருந்தினர்களிடம் துறவிகள் அவருடைய கல்லறையை மிகுந்த மரியாதையோடும், அதனுடன் தொடர்புடைய நம்பிக்கைகளைப் பற்றிய புதிரான குறிப்புகளோடும் சுட்டிக் காட்டினார்கள். (அல்யோஷா அந்தக் கல்லறையின் மீது உட்கார்ந்திருக்கும் போதுதான் அருட்தந்தை பைசி அவனைப் பார்த்தார்). நீண்ட காலத்திற்கு முன்பு இறந்துபோன அவரைத் தவிர, சமீபத்தில் இறந்துபோன, அருட்தந்தை ஜோசிமாவுக்கு முன்னால் மூத்தவராக இருந்த அருட்தந்தை வர்சனோஃபி என்ற துறவியைப் பற்றிய நினைவுகளும் இன்றும் உயிர்ப்புடன் உள்ளன. அவர் வாழ்ந்த காலத்தில் மடாலயத்திற்கு வருகை தந்த யாத்ரீகர்கள் அனைவரும் அவரை ஒரு புனித முட்டாள் என்று கருதினார்கள். அந்த இரண்டு துறவிகளும் இறந்தபிறகு சவப்பெட்டியில் வைத்திருந்தபோது, அவர்கள் உயிருடன் இருப்பதைப் போல இருந்தார்கள் என்றும், அவர்களுடைய உடல்கள் அழுகி துர்நாற்றம் வீசிய அறிகுறி எதுவும் இல்லாமல் அடக்கம் செய்யப்பட்டனர் என்றும், அவர்களுடைய முகங்கள் பிரகாசமாக இருந்தன என்றும் புராணக் கதைகள் இருந்தன. அந்த உடல்களிலிருந்து நறுமணம் வீசியது என்று கூடச் சிலர் சொன்னார்கள்.

இத்தகைய போற்றத்தக்க நினைவுகள் ஒருபக்கம் இருந்தாலும், ஜோசிமாவின் சவப்பெட்டியைச் சுற்றி நடந்த அற்பத்தனமான, அபத்தமான, வன்மம் நிறைந்த நிகழ்வுக்கான உண்மையான காரணத்தை விளக்குவது கடினம். ஒரே நேரத்தில் பல்வேறு காரணங்கள் ஒன்றிணைந்தன என்பது என்னுடைய தனிப்பட்ட கருத்து. அவற்றில் மூத்தவர்களின் அமைப்பு ஒரு தீங்கு விளைவிக்கும் கண்டுபிடிப்பு என்று அதற்கு எதிராக, மடாலயத்தில் இருந்த பல துறவிகளின் மனதில் ஆழமாக வேரூன்றியிருந்த விரோதம் ஒரு காரணம். எல்லாவற்றுக்கும் மேலாக, இறந்தவர் உயிருடன் இருந்தபோது, அவருக்குக் கிடைத்த, எதிர்த்துக் கேள்வி கேட்க முடியாத, புனிதர் என்ற நற்பெயரின் மீதிருந்த பொறாமை உணர்வு மிக முக்கியமான காரணம். ஏனெனில் மறைந்த மூத்தவர் அற்புதங்களால் அல்லாமல், அவருடைய அன்பால் பலரையும் கவர்ந்து, அவரை நேசிக்கும் ஏராளமான சீடர்களின் கூட்டத்தை உருவாக்கி, அதன் விளைவாக மற்றவர்களைப் பொறாமைப்பட வைத்ததோடு, மடாலயத்தில் மட்டுமின்றி அதற்கு வெளியேயும், மறைமுகமாகவும் நேரடியாகவும் எதிரிகளைச் சம்பாதித்துக் கொண்டார். அவர் யாருக்கும் எந்தத் தீங்கும் செய்யவில்லை என்றாலும், “அவரை ஏன் புனிதராகக் கருத வேண்டும்?” என்ற கேள்வி மட்டும் தொடர்ந்து திரும்பத் திரும்பக் கேட்கப்பட்டு, நாளடைவில் அவருக்கு எதிரான தீராத வெறுப்பாக மாறியது. அதனால்தான் அவர் இறந்து ஒரு நாள் கூட ஆகாத நிலையில்,

அந்தத் துர்நாற்றம் எழுந்ததைக் கண்டு பலரும் மகிழ்ச்சி அடைந்தார்கள் என்று நான் நினைக்கிறேன். அதேசமயம், மூத்தவரிடம் அன்பும் பக்தியும் உடையவர்கள் அந்தச் சம்பவத்தால் மனமுடைந்து, தனிப்பட்ட முறையில் அவமானம் ஏற்பட்டதாக உணர்ந்தார்கள். எனவே அதைத் தொடர்ந்து பின்வரும் நிகழ்வுகள் நடந்தன.

துர்நாற்றம் வெளிப்படத் தொடங்கியதும், இறந்தவரின் அறைக்குள் நுழைந்த துறவிகளின் முகங்களைப் பார்த்தாலே அவர்கள் எதற்காக அங்கே வந்தார்கள் என்பது தெளிவாகத் தெரிந்தது. ஏனெனில் அவர்கள் உள்ளே நுழைந்து சற்று நேரம் இருந்துவிட்டு, வெளியே கூட்டமாகக் காத்திருந்த மற்றவர்களிடம் அந்தச் செய்தியை உறுதிப்படுத்த விரைந்து சென்றார்கள். அவர்களில் சிலர் அதைக் கேட்டுவிட்டுச் சோகத்துடன் தலையை ஆட்டினார்கள், ஆனால் மற்றவர்கள் தங்கள் குரோதம் நிறைந்த கண்களில் வெளிப்பட்ட மகிழ்ச்சியை மறைப்பதற்குக் கூட முயலவில்லை. அப்போது அதற்காக யாரும் அவர்களைக் கண்டிக்கவோ, எதிர்ப்புக் குரல் கொடுக்கவோ இல்லை என்பது ஆச்சரியமாக இருந்தது, ஏனெனில் மடாலயத்தில் இருந்த பெரும்பாலான துறவிகள் மூத்தவருக்கு ஆதரவாக இருந்தார்கள். எனவே இந்தச் சந்தர்ப்பத்தில் சிறுபான்மையினரின் கை மேலோங்கியிருக்க வேண்டும் என்று கடவுள் தீர்மானித்திருப்பது தெளிவாகத் தெரிந்தது. விரைவில் பார்வையாளர்கள் மத்தியிலிருந்த படித்தவர்கள் வேவு பார்க்கும் நோக்கத்துடன் மூத்தவரின் அறைக்குச் சென்றனர். மடாலயத்திற்கு வெளியே கூட்டம் கூடியிருந்தாலும், பாமர மக்களில் வெகு சிலரே அறைக்குள் சென்றனர். ஆனால் பிற்பகல் மூன்று மணிக்குப் பிறகு பாமர மக்களின் வருகையும் அதிகரித்து வருவது கண்கூடாகத் தெரிந்தது. வெளியே பரவிய அதிர்ச்சியூட்டும் செய்தியால் அந்தக் கூட்டம் அதிகரித்தது என்பதில் சந்தேகமில்லை. அன்றைய தினம் வர விரும்பாதவர்களும், வர உத்தேசிக்காதவர்களும் கூட அங்கே வந்தார்கள். அவர்களில் உயர்ந்த அந்தஸ்தில் இருந்த பல பிரமுகர்களும் இருந்தார்கள். ஆனாலும் எல்லோரும் கண்ணியத்தைக் கடைப்பிடித்தார்கள். அருட்தந்தை பைசி சற்று நேரத்திற்கு முன்பே வழக்கத்திற்கு மாறான ஏதோ ஒன்று நடப்பதைக் கவனித்தார் என்றாலும், என்ன நடக்கிறது என்று தெரியாதவர் போல, கடுமையான முகபாவத்துடன், உறுதியான, தெளிவான குரலில் தொடர்ந்து சுவிசேஷங்களை வாசித்துக் கொண்டிருந்தார். ஆனால் ஆரம்பத்தில் முணுமுணுப்பாக வெளிப்பட்ட அந்த அவதூறு வார்த்தைகள் படிப்படியாகத் தீவிரமாகவும், பலத்த குரலிலும் வெளிப்படத் தொடங்கியதை

அருட்தந்தை பைசி கவனித்தார். "இதன் மூலம் கடவுளின் தீர்ப்பு மனிதர்களின் தீர்ப்பிலிருந்து வேறுபட்டது என்பது தெளிவாகிறது" என்று யாரோ உரத்தக் குரலில் சொல்லியதை அருட்தந்தை பைசி கேட்டார். அந்த வார்த்தைகளை முதலில் சொன்னது அந்த நகரத்தைச் சேர்ந்த, நடுத்தர வயதுடைய, தெய்வபக்திக்குப் பெயர் பெற்ற ஓர் அரசு ஊழியர். துறவிகள் பலரும் நீண்ட நாட்களாகத் தங்களுக்குள் கிசுகிசுத்துக் கொண்டிருந்ததை அவர் சத்தமாகச் சொன்னார். அவர்கள் வெகு நாட்களுக்கு முன்பே அதைச் சொல்லிக் கொண்டிருந்தார்கள். இதில் மோசமானது என்ன வென்றால், நேரம் செல்லச் செல்ல அவர்களுடைய வெற்றிப் பெருமித உணர்வு ஒவ்வொரு வினாடியும் அதிகரித்துக் கொண்டே சென்றது. எனவே அவர்களுடைய கண்ணியமும் கட்டுப்பாடும் உடையத் தொடங்கியது. அதை மீறுவதற்கு தங்களுக்கு ஏதோ ஒரு வகையில் உரிமை உண்டு என்று ஒவ்வொருவரும் நினைப்பது போலத் தோன்றியது.

"ஏன் இப்படி நடந்தது?" என்று சில துறவிகள் ஆரம்பத்தில் வருத்தத்துடன் சொன்னார்கள். "அவருக்கு எலும்பும் தோலுமான மெலிந்த, சிறிய உடம்பு. அப்படியிருக்க அந்தத் துர்நாற்றம் எங்கிருந்து வந்தது?"

"அது கடவுளிடமிருந்து வந்த அறிகுறியாக இருக்க வேண்டும்" என்று மற்றவர்கள் உடனடியாக அதற்குப் பதில் சொன்னார்கள். அவர்களுடைய அந்தக் கருத்து எந்தக் கேள்வியும் இல்லாமல் ஏற்றுக்கொள்ளப்பட்டது, ஏனெனில் எந்தப் பாவியின் உடலும் இருபத்தி நான்கு மணி நேரத்திற்குப் பிறகு, அழுகி துர்நாற்றம் வீசத் தொடங்குவது இயற்கை என்றாலும், இப்படி உடனடியாக நடப்பது 'இயற்கைக்குப் புறம்பானது' என்பதால், அது கடவுளிடமிருந்து வந்த அறிகுறி என்று பலரும் சுட்டிக் காட்டினார்கள். அவர்களுடைய அந்த வாதம் பலருக்கும் மறுக்க முடியாத ஒன்றாகத் தோன்றியது.

இறந்தவரின் அன்புக்குரிய, கனிவுமிக்க நூலகரான அருட்தந்தை இயோசிஃப், சில எதிர்ப்பாளர்களிடம் கண்டனம் தெரிவித்தார். அவர்கள் சொல்வது எல்லா இடங்களுக்கும் பொருந்தாது என்றும், புனிதர்களின் உடல் சிதையாது என்பது பழைய திருச்சபையின் கோட்பாடு அல்ல, ஓர் அபிப்பிராயம் மட்டுமே என்றும், பழைய நடைமுறைகளைக் கண்டிப்பாகப் பின்பற்றும் நாடுகளில் கூட, உதாரணமாக அத்தோஸ் மலையில், யாரும் துர்நாற்றத்தைப் பற்றிக் கவலைப்படுவதில்லை என்றும், புனிதத் தன்மைக்கு இறந்தவரின் உடல் அழுகாமல் இருக்க வேண்டும் என்பது முக்கியமான அடையாளம் இல்லை, ஆனால் உடல் பல ஆண்டுகள் பூமியில்

கிடந்து அழுகிய பிறகு வெளிப்படும் எலும்புகளின் நிறம் முக்கியம் என்றும் வாதிட்டார்.

"எலும்புகள் மெழுகு போல மஞ்சள் நிறமாக இருந்தால், கடவுள் இறந்தவரை மகிமைப்படுத்தினார் என்பதற்கு அது ஒரு முக்கியமான அடையாளம். ஒருவேளை அது மஞ்சள் நிறத்தில் இல்லாமல் கறுப்பாக இருந்தால், கடவுள் அவரை மகிமைப்படுத்தவில்லை என்று பொருள்" என்று அருட்தந்தை இயோசிஃப் விளக்கினார். "பழங்காலத்து நடைமுறைகளைத் தூய்மையுடன் போற்றிப் பாதுகாக்கும் புகழ் பெற்ற, புனித இடமான அத்தோஸ் மலையில் உள்ளவர்கள் அப்படித்தான் நம்புகிறார்கள்" என்று அருட்தந்தை இயோசிஃப் பேசி முடித்தார்.

ஆனால் அந்தச் சாதுவான துறவியின் வார்த்தைகள் எந்தப் பலனையும் தரவில்லை. அவர்கள் அதற்குக் கிண்டலாக பதில் சொன்னார்கள். "அதெல்லாம் பண்டிதத்தனமானவை, புதுமையானவை என்பதால் அதைக் கேட்பதில் பயனில்லை" என்று துறவிகள் தங்களுக்குள் தீர்மானித்துக் கொண்டார்கள். "நாங்கள் பழைய மரபுகளைக் கடைப்பிடிக்கிறோம். இப்போது பல புதுமையான கருத்துக்கள் உள்ளன, நாங்கள் அவை அனைத்தையும் பின்பற்ற வேண்டுமா?" என்று மற்றவர்கள் கேட்டார்கள். "அவர்களைப் போல நம்மிடையிலும் பல புனிதத் தந்தையர்கள் இருந்திருக்கிறார்கள். அவர்கள் நீண்ட காலமாகத் துருக்கியர்களுக்கு அடிபணிந்த காரணத்தால், எல்லாவற்றையும் மறந்துவிட்டார்கள். அவர்களுடைய பழமைவாதம் சீரழிந்துவிட்டது. அவர்கள் இப்போது தேவாலய மணியைக் கூட வைத்திருக்கவில்லை" என்று சிலர் ஏளனத்துடன் சொன்னார்கள்.

அருட்தந்தை இயோசிஃப் துயரத்துடன் அங்கிருந்து சென்றார். அவர் தன்னுடைய சொந்த அபிப்பிராயத்தைச் சற்றும் நம்பிக்கை இல்லாமல் சொன்னதை நினைத்து வருத்தப்பட்டார். ஏதோ விரும்பத்தகாத ஒன்று நடக்கப்போகிறது என்பதையும், கீழ்ப்படியாமை தலைவிரித்து ஆடத் தொடங்கிவிட்டது என்பதையும் அவரால் உணர்ந்து கொள்ள முடிந்தது. அவரைப் போன்றவர்களின் நியாயமான குரல்கள் படிப்படியாக அமைதியாயின. இறந்துபோன மூத்தவரை நேசித்தவர்கள், மூத்தவர் என்ற அமைப்பை உணர்வுப்பூர்வமான பணிவுடன் ஏற்றுக் கொண்டவர்கள் எதையோ நினைத்துப் பீதியடைந்தார்கள். அவர்கள் ஒருவரையொருவர் சந்தித்தபோது, பயத்துடன் பார்வையைப் பரிமாறிக் கொண்டார்கள். அதே சமயம் அந்த அமைப்பை எதிர்த்தவர்கள் பெருமிதத்துடன் தலைநிமிர்ந்து நடந்தார்கள்.

"காலஞ்சென்ற மூத்தவர் வர்சனோஃபியின் உடலிலிருந்து துர்நாற்றம் எழவில்லை என்பது மட்டுமல்ல, அவரிடமிருந்து நறுமணம் வீசியது" என்று சிலர் வன்மத்துடன் தங்கள் கருத்தை வெளிப்படுத்தினர். "அவர் மூத்தவராக இருந்ததால் அல்ல, ஆனால் ஒரு புனிதராக இருந்ததால் அந்த மகிமை அவருக்குக் கிடைத்தது."

அவர்கள் அதற்குப் பிறகு இறந்துபோன மூத்தவர் ஜோசிமாவைப் பற்றி ஏராளமான விமர்சனங்களையும், குற்றச்சாட்டுகளையும் முன்வைத்தார்கள்.

"அவருடைய போதனைகள் தவறானவை. வாழ்க்கை என்பது கண்ணீரின் பள்ளத்தாக்கு அல்ல, அது ஒரு மகத்தான ஆனந்தம் என்று அவர் போதித்தார்" என்று குழப்பமடைந்த சிலர் சொன்னார்கள்.

"அவர் பல புதுமையான நம்பிக்கைகளைப் பின்பற்றினார். நரகத்தில் உடலை வாட்டி வதைக்கும் உண்மையான நெருப்பு இருப்பதாக அவர் நம்பவில்லை" என்று முந்தையவர்களை விடக் குழப்பமான சிலர் சொன்னார்கள்.

"அவர் உண்ணா நோன்பைத் தீவிரமாகக் கடைப்பிடிக்கவில்லை. அவர் இனிப்பு பதார்த்தங்களையும், செல்வச் சீமாட்டிகள் கொடுத்தனுப்பிய பதப்படுத்திய செர்ரி பழங்களையும் சாப்பிட்டார். ஒரு துறவி தேநீர் குடிக்கலாமா?" என்று வேறு சிலர் பொறாமையுடன் கேட்டார்கள்.

"அவர் தலைக்கனம் பிடித்து திரிந்தார்" என்று ஒருவர் வன்மத்துடன் பழிவாங்கும் நோக்கில் சொன்னார். "அவர் தன்னை ஒரு புனிதராகக் கருதினார். மக்கள் அவருக்கு முன்னால் மண்டியிட்டு வணங்கியபோது, அவர் அதைத் தனக்குரிய தகுதியாக ஏற்றுக் கொண்டார்."

"அவர் பாவமன்னிப்பு என்ற சடங்கைத் துஷ்பிரயோகம் செய்தார்" என்று மூத்தவர்கள் அமைப்பைக் கடுமையாக எதிர்த்த ஒருவர் வன்மம் நிறைந்த குரலில் கிசுகிசுத்தார்.

அந்தக் கூட்டத்தில் உண்ணா நோன்பையும், மௌன விரதத்தையும் கண்டிப்பாகக் கடைப்பிடித்து, தெய்வபக்தியுடன் வழிபாடு செய்யும் சில மூத்த துறவிகளும் இருந்தார்கள். மூத்தவர் உயிருடன் இருந்தபோது, அமைதியாக இருந்த அவர்கள், இப்போது தங்கள் வாயைத் திறந்தார்கள். அவர்கள் இந்தச் சமயத்தில் திடீரென்று அவர்களுடைய பொறாமையை வெளிப்படுத்தியது அதிர்ச்சியாக இருந்தது, ஏனெனில் அவர்களுடைய வார்த்தைகள், இன்னும் ஒரு முழுமையான கருத்தை ஏற்றுக்கொள்ளும் நிலையில்

இல்லாத இளம் துறவிகளின் மனதில் ஆழமான தாக்கத்தை ஏற்படுத்தியது. ஓப்டோர்ஸ்க் நகரத்திலிருந்து வந்த துறவி அதையெல்லாம் கவனமாகக் கேட்டுக் கொண்டே, ஆழ்ந்த பெருமூச்சுடன் தலையை ஆட்டினார். 'ஆமாம், நேற்று அருட்தந்தை ஃபெரபோன்த் சொன்னது சரிதான்' என்று அவர் நினைத்தார். அப்போது சரியாக அருட்தந்தை ஃபெரபோன்த் அங்கு வந்தார். ஏற்கனவே இருந்த குழப்பத்தை வேண்டுமென்றே அதிகப்படுத்துவதைப் போல அவர் அங்கு வந்தார்.

அருட்தந்தை ஃபெரபோன்த் தேனீப் பண்ணைக்கு பின்னாலிருந்த மரத்தினாலான குடில் வீட்டை விட்டு எப்போதாவது சில நேரங்களில்தான் வெளியே வருவார் என்றும், அவர் தேவாலயத்திற்கு அரிதாகவே செல்வார் என்றும், அவர் மடாலயத்தின் எந்த விதிகளுக்கும் கட்டுப்படாமல் நடந்து கொண்டதால், எல்லோரும் அவரை ஒரு புனித முட்டாளாகக் கருதி, அதையெல்லாம் சகித்துக் கொண்டார்கள் என்றும் நான் ஏற்கனவே சொல்லியிருக்கிறேன். உண்மையைச் சொல்ல வேண்டும் என்றால், அவருக்கு அந்தச் சலுகைகளை வழங்குவதைத் தவிர அவர்களுக்கு வேறு வழியில்லை, ஏனென்றால் தொடர்ந்து உண்ணா நோன்பிருந்து, மௌன விரதத்தைக் கடைப்பிடித்து, ஓய்வின்றி இரவும் பகலும் பிரார்த்தனை செய்யும் (அவர் மண்டியிட்டுக் கொண்டே தூங்குவார்) ஒரு மாபெரும் துறவியின் மீது இத்தகைய விதிகளைத் திணிப்பது இழிவானது என்று அவர்கள் நினைத்தார்கள். ஒருவேளை அவர்கள் அதை வற்புறுத்தியிருந்தால், "அவர் நம் எல்லோரையும் விட புனிதமானவர். அவர் நம்மைவிடக் கடுமையான விதிகளைப் பின்பற்றுகிறார். அவர் ஏன் தேவாலயத்திற்கு வரவில்லை என்றால், அவருக்கு எப்போது தோன்றுகிறதோ அப்போதுதான் வருவார், ஏனெனில் அவருக்கென்று சில விதிமுறைகள் உள்ளன" என்று மற்ற துறவிகள் சொல்வார்கள். இத்தகைய முணுமுணுப்புகளையும், அதிருப்தியையும் தவிர்ப்பதற்காகவே, அருட்தந்தை ஃபெரபோன்த் அவருடைய விருப்பத்தின்படி நடந்துகொள்ள அனுமதிக்கப்பட்டார். அவர் அருட்தந்தை ஜோசிமாவைக் கடுமையாக வெறுத்தார் என்பது எல்லோருக்கும் தெரியும். "கடவுளின் தீர்ப்பு மனிதனின் தீர்ப்பிலிருந்து வேறுபட்டது, அது இயற்கையை மீறியுள்ளது" என்ற செய்தி அவருக்கு எட்டியது. அந்தச் செய்தியை முதலில் ஓடிச் சென்று அவரிடம் சொன்னது, நேற்று முன்தினம் அவரைப் பார்த்துவிட்டு அச்சத்துடன் திரும்பிய, ஓப்டோர்ஸ்க்கிலிருந்து வந்த துறவிதான் என்பதை ஒருவர் அனுமானிக்க முடியும்.

அருட்தந்தை பைசி சவப்பெட்டியின் அருகில் நின்று சுவிசேஷத்தைப் படித்துக் கொண்டிருந்தபோது, வெளியே என்ன நடக்கிறது என்பதைப் பார்க்கவோ, கேட்கவோ முடியவில்லை என்றாலும், அவரைச் சுற்றியிருந்த மனிதர்களைப் பற்றி நன்றாக அறிந்திருந்த காரணத்தால், அடுத்து என்ன நடக்கப்போகிறது என்பதை மிகச் சரியாக யூகித்திருந்தார் என்று நான் முன்பே குறிப்பிட்டுள்ளேன். எனவே அவர் அதைப் பற்றிக் கவலைப்படாமல், எது நடந்தாலும் அதை அச்சமின்றி எதிர்கொள்ளத் தயாராக இருந்தார். அவர் அந்தப் பரபரப்பினால் ஏற்படப் போகும் விளைவை ஊடுருவிப் பார்த்துக் கொண்டிருந்தார். அப்போது திடீரென்று கூடத்தில், கண்ணியத்தை மீறி ஒலித்த ஓர் அசாதாரணமான கூச்சல் அவருடைய காதுகளை எட்டியது. கதவை விரியத் திறந்துகொண்டு அருட்தந்தை ஃபெரபோன்த் உள்ளே வந்தார். அவருக்குப் பின்னால் கூட்டமாக வந்தவர்களில் துறவிகளும், நகரத்திலிருந்து வந்த பாமர மக்களும் இருந்தார்கள். ஆனால் அவர்கள் அறைக்குள் நுழையாமல், வாசற் படியில் நின்று, அருட்தந்தை ஃபெரபோன்த் என்ன சொல்வார், என்ன செய்வார் என்று பார்ப்பதற்காக வெளியே காத்திருந்தார்கள். ஏனெனில் அவர்கள் தைரியமாக இருந்தாலும், அருட்தந்தை ஃபெரபோன்த் காரணமின்றி வரவில்லை என்பதால், என்ன நடக்குமோ என்று நினைத்து அஞ்சினார்கள். அருட்தந்தை ஃபெரபோன்த் கதவருகே நின்று கைகளை உயர்த்தியபோது, அவருடைய வலது கைக்கு கீழே ஓப்டோர்ஸ்க்கிலிருந்து வந்த துறவியின் சிறிய கண்கள் உள்ளே எட்டிப் பார்த்தன. அருட்தந்தை ஃபெரபோன்த்தைப் பின்தொடர்ந்து செல்ல வேண்டும் என்ற ஆவலை அவரால் மட்டும் கட்டுப்படுத்த முடியவில்லை. ஆனால் கதவு விரியத் திறந்ததும் மற்றவர்கள் அச்சத்துடன் பின்வாங்கினார்கள். அருட்தந்தை ஃபெரபோன்த் இரண்டு கைகளையும் உயர்த்தியபடி திடீரென்று கர்ஜித்தார்.

"விரட்டியடிப்பேன், நான் விரட்டியடிப்பேன்!" என்று அவர் எல்லா திசைகளிலும் திரும்பி, அறையின் நான்கு சுவர்களிலும், நான்கு மூலைகளிலும் அடுத்தடுத்து சிலுவைக் குறியிட்டார். அவருடன் வந்தவர்கள் அனைவரும் அவருடைய செயலைப் புரிந்து கொண்டார்கள். ஏனெனில் அவர் எங்கு சென்றாலும் முதலில் இப்படிச் செய்து, தீய சக்திகளை விரட்டும் வரை உட்காரவோ, ஒரு வார்த்தை கூடப் பேசவோ மாட்டார் என்று அவர்களுக்குத் தெரியும்.

"சாத்தானே இங்கிருந்து போ! சாத்தானே இங்கிருந்து போ!" என்று அவர் ஒவ்வொரு முறை சிலுவைக் குறியிட்டபோதும்

 நற்றிணை பதிப்பகம் ○ 561

திரும்பத் திரும்பச் சொன்னார். "விரட்டியடிப்பேன், நான் விரட்டியடிப்பேன்" என்று அவர் மீண்டும் கர்ஜித்தார். அவர் முரட்டு சாக்கு அங்கியை அணிந்து, இடுப்பில் ஒரு கயிறைக் கட்டியிருந்தார். திறந்திருந்த சட்டையின் வழியே அவருடைய மார்பிலிருந்த நரைத்த முடிகள் தென்பட்டன. அவர் வெறுங்காலுடன் இருந்தார். அவர் கைகளை அசைத்தபோது, அவருடைய அங்கியின் உள்ளே இருந்த கனமான இரும்புச் சங்கிலிகள் ஓசையெழுப்பின. அருட்தந்தை பைசி வாசிப்பதை நிறுத்திவிட்டு, முன்னால் சென்று அவரை எதிர்கொண்டார்.

"மதிப்பிற்குரிய தந்தையே, நீங்கள் எதற்காக இங்கே வந்திருக்கிறீர்கள்? நீங்கள் ஏன் ஒழுக்கத்தை மீறுகிறீர்கள்? நீங்கள் ஏன் மந்தையின் அமைதியைக் குலைக்கிறீர்கள்?" என்று அவர் சற்று நேரத்திற்குப் பிறகு கடுமையான குரலில் அவரைப் பார்த்துக் கேட்டார்.

"நான் எதற்காக இங்கே வந்தேன் என்று நீங்கள் நினைக்கிறீர்கள்? நீங்கள் எதை நம்புகிறீர்கள்?" என்று அருட்தந்தை ஃபெரபோன்த் வெறித்தனமாகக் கத்தினார். "நான் உங்கள் விருந்தாளிகளான தீய பிசாசுகளை விரட்டியடிக்க வந்துள்ளேன். நான் இல்லாதபோது, நீங்கள் அவர்களில் எத்தனை பேரை இங்கே திரட்டியிருக்கிறீர்கள் என்று பார்க்க வந்தேன். நான் அவர்களை பிர்ச் துடைப்பத்தால் துடைத்தெறிய விரும்புகிறேன்."

"நீங்கள் தீய சக்திகளை விரட்டியடிக்க விரும்புவதாகச் சொல்கிறீர்கள், ஆனால் நீங்கள் அவர்களுக்குச் சேவை செய்வது போலத் தெரிகிறது" என்று அருட்தந்தை பைசி அச்சமின்றிச் சொன்னார். 'நான் பரிசுத்தமானவன்' என்று யாரால் தன்னைப் பற்றிச் சொல்லிக் கொள்ள முடியும்? தந்தையே, உங்களால் அதைச் சொல்ல முடியுமா?"

"நான் அசுத்தமானவன், பரிசுத்தமானவன் அல்ல. ஆனால் நான் சாய்வுநாற்காலியில் அமர்ந்து கொண்டு, மக்கள் என்னைத் தெய்வச்சிலையைப் போல வணங்க வேண்டும் என்று கேட்க மாட்டேன்!" என்று அருட்தந்தை ஃபெரபோன்த் மீண்டும் கர்ஜித்தார். "இப்போதெல்லாம் மக்கள் உண்மையான நம்பிக்கையை அழிக்கிறார்கள். இறந்துபோன அந்த மனிதர், உங்கள் புனிதர்" என்று அவர் சவப்பெட்டியைச் சுட்டிக்காட்டி, கூட்டத்தை நோக்கித் திரும்பி, "பிசாசுகளை நம்பவில்லை. அவர் அவற்றை விரட்டியடிக்க உங்களுக்கு மருந்துகளைக் கொடுத்தார். எனவே அவை இப்போது சிலந்திகளைப் போல ஒவ்வொரு மூலையிலும் பெருகிவிட்டன. அதனால் இப்போது அவருக்கே துர்நாற்றம் வீசத் தொடங்கிவிட்டது. அதைக் கடவுளிடமிருந்து வெளிப்பட்ட மாபெரும் அத்தாட்சியாகப் பார்க்க முடிகிறது."

அருட்தந்தை ஃபெரபோன்த் குறிப்பிட்ட அந்தச் சம்பவம் இதுதான். ஒரு துறவியின் கனவுகளில் அடிக்கடி வந்த ஒரு தீய ஆவி பின்னர் நேரடியாகவும் வந்து அவரை அலைக்கழிக்கத் தொடங்கியது. அவர் பயந்து நடுங்கியபடி அதை மூத்தவர் ஜோசிமாவிடம் சொன்னார். அவர் அந்தத் துறவியைக் கடுமையாக உண்ணாவிரதம் இருக்கும்படியும், தொடர்ந்து பிரார்த்தனை செய்யும்படியும் சொன்னார். ஆனால் அது பலனளிக்காதபோது, அவற்றுடன் சேர்ந்து ஒரு குறிப்பிட்ட மருந்தை உட்கொள்ளும்படி மூத்தவர் அவருக்கு ஆலோசனை வழங்கினார். அவர் சொன்னதைக் கேட்டு அதிர்ச்சியடைந்த துறவிகள், அதற்கு மறுப்புத் தெரிவிக்கும் விதமாக தலையை ஆட்டியபடி அதைப் பற்றிப் பேசிக் கொண்டார்கள். மூத்தவரின் எதிரிகள் உடனடியாக அவருடைய அந்த 'அசாதாரணமான' அறிவுரையை அருட்தந்தை ஃபெரபோன்த்திடம் தெரிவித்தனர்.

"தந்தையே, நீங்கள் இங்கிருந்து போய்விடுங்கள்!" என்று அருட்தந்தை பைசி கட்டளையிடும் தொனியில் பேசினார். "மனிதர்கள் அல்ல கடவுளே தீர்ப்பு வழங்க முடியும். ஒருவேளை உங்களாலும் என்னாலும் புரிந்துகொள்ள முடியாத ஏதோ ஓர் 'அறிகுறி' இங்கே இருக்கலாம். ஆனால் தந்தையே, நீங்கள் மந்தையைத் தொந்தரவு செய்யாமல் இங்கிருந்து போங்கள்" என்று அவர் மீண்டும் வற்புறுத்தினார்.

"அவர் விதி முறைப்படி உண்ணா நோன்புகளைக் கடைப் பிடிக்கவில்லை என்பதால்தான் இந்த அறிகுறி தோன்றியுள்ளது. இவ்வளவு தெளிவாக உள்ள அதை மறைப்பது பாவம்!" என்று அவர் நியாயத்தை உணர முடியாமல் வெறிபிடித்தவர் போல விடாப்பிடியாகச் சொன்னார். "அவர் அந்தச் செல்வச் சீமாட்டிகள் தங்கள் சட்டைப் பையில் கொண்டுவந்த இனிப்புப் பதார்த்தங்களைச் சாப்பிட்டும், தேநீர் அருந்தியும் அவருடைய வயிற்றைப் போஷித்தார். அவர் அவருடைய உள்ளத்தை ஆணவ எண்ணங்களால் நிரப்பினார்... அதனால்தான் அவருக்கு இந்த அவமானம் ஏற்பட்டுள்ளது..."

"தந்தையே, உங்கள் வார்த்தைகள் அபத்தமானவை!" என்று அருட்தந்தை பைசியும் தனது குரலை உயர்த்தினார். "தந்தையே, நான் உங்கள் உண்ணா நோன்பையும், துறவற வாழ்க்கையையும் மதிக்கிறேன், ஆனால் நீங்கள் உலக வாழ்க்கையில் ஈடுபட்டுள்ள தெளிவற்ற, நிலையற்ற மனம் கொண்ட ஓர் இளைஞனைப் போல சிந்திக்காமல் பேசுகிறீர்கள். எனவே தந்தையே, நான் உங்களை இங்கிருந்து செல்லும்படிக் கட்டளையிடுகிறேன்!" என்று அருட்தந்தை பைசி உரத்த குரலில் முழங்கினார்.

“நான் போகிறேன்” என்ற அருட்தந்தை ஃபெரபோன்த் சற்றே அதிர்ச்சியுற்றதாகத் தோன்றியது என்றாலும், அவருடைய கோபம் தணியவில்லை. “கற்றறிந்தவர்களே! நான் உங்களுடைய அறிவுக்கு முன்னால் அற்பமானவனாகத் தெரிகிறேன். கல்வியறிவு இல்லாத நான் இங்கே வந்து எனக்குத் தெரிந்த சிலவற்றையும் மறந்துவிட்டேன். உங்களுடைய அறிவிலிருந்து கடவுள் என்னைக் காப்பாற்றினார்...”

அருட்தந்தை பைசி அவருக்கு எதிரில் உறுதியுடன் நின்றிருந்தார். அருட்தந்தை ஃபெரபோன்த் சற்று நேரம் அமைதியாக இருந்த பிறகு, திடீரென்று துயரத்துடன் தன் வலது கையை கன்னத்தில் வைத்து, இறந்தவரின் சவப்பெட்டியை உற்றுப் பார்த்து பாடும் குரலில் சொன்னார்.

“நாளை அவர்கள் அவருக்காக, ‘என் உதவியாளனும் பாதுகாவலனும்’ என்ற புகழ் பெற்ற பாடலைப் பாடுவார்கள். ஆனால் நான் இறந்தபிறகு எனக்காக, ‘என்ன பூலோக ஆனந்தம்’ என்ற சிறிய பாடலைப் பாடுவார்கள்” என்று அவர் துயரத்துடன் கண்ணீர் சிந்தினார். “நீங்கள் உங்கள் அகம்பாவத்தால் வீங்கியிருக்கிறீர்கள். இது ஒரு வீணாய்ப் போன இடம்!” என்று அவர் திடீரென்று பைத்தியக்காரனைப் போல கத்திக் கூச்சலிட்டு, கையை ஆட்டியபடி வேகமாகத் திரும்பிப் படியில் இறங்கினார். கீழே அவருக்காகக் காத்திருந்த கூட்டம் தயங்கியது. சிலர் உடனடியாக அவரைப் பின்தொடர்ந்து செல்ல, மற்றவர்கள் அங்கேயே நின்றார்கள், ஏனெனில் அறையின் கதவு இன்னும் திறந்தே இருந்தது. அருட்தந்தை ஃபெரபோன்த்தைப் பின்தொடர்ந்து வந்த அருட்தந்தை பைசி படிக்கு அருகில் நின்று அவரைக் கவனித்தார். ஆனால் கோபம் கொண்ட அந்த முதியவர் இன்னும் அமைதியடையவில்லை. அவர் சுமார் இருபது அடி தூரம் சென்ற பிறகு திடீரென்று அஸ்தமிக்கும் சூரியனை நோக்கித் திரும்பி, இரண்டு கைகளையும் உயர்த்தி, பெரிய கூச்சலுடன், வெட்டிய மரம் போல தரையில் விழுந்தார்.

“என் கடவுள் ஜெயித்தார்! கிறிஸ்து அஸ்தமிக்கும் சூரியனை வென்றுவிட்டார்!” என்று அவர் வெறித்தனமாகக் கூச்சலிட்டுக் கொண்டே, சூரியனை நோக்கிக் கைகளை நீட்டி, தரையில் குப்புறப் படுத்து, ஒரு சிறு குழந்தையைப் போல அழத் தொடங்கினார். அவனது முழு உடலும் நடுங்கும்படிக் குலுங்கிக் குலுங்கி அழுதார். அவருடைய கைகள் தரையில் நீண்டு கிடந்தன. அப்போது எல்லோரும் உடனடியாக அவரை நோக்கி ஓடிவந்தார்கள். சிலர் கூச்சலிட்டார்கள், சிலர் அழுதார்கள்... எல்லோரும் வெறிபிடித்தவர்கள் போல இருந்தார்கள்.

“இதோ, இவரே உண்மையான துறவி! இவரே புனிதர்!” என்று கூட்டத்திலிருந்து கத்தினார்கள். இப்போது அவர்கள் அச்சமின்றிக் கத்தினார்கள். “இவர்தான் மூத்தவராக இருக்கத் தகுதியானவர்” என்று சிலர் வன்மத்துடன் சொன்னார்கள்.

“அவர் மூத்தவராக இருக்கச் சம்மதிக்க மாட்டார்... அவர் மறுத்துவிடுவார்... அவர் சபிக்கப்பட்ட புதுமைக்கு சேவை செய்ய மாட்டார்... அவர் அவர்களின் முட்டாள்தனத்தைப் பின்பற்ற மாட்டார்” என்று ஒரே நேரத்தில் அநேகக் குரல்கள் ஒலித்தன. ஆனால் அந்த நேரத்தில் துறவிகளுக்குரிய பிரார்த்தனை மணி ஒலிக்காமல் இருந்திருந்தால் அது எப்படி முடிந்திருக்கும் என்பதைக் கற்பனை செய்வது கடினம். எல்லோரும் உடனே பயபக்தியுடன் சிலுவையிட்டார்கள். அருட்தந்தை ஃபெரபோன்த்தும் எழுந்து நின்று சிலுவையிட்டு, சம்பந்தமில்லாத சில வார்த்தைகளை முணுமுணுத்துக் கொண்டு திரும்பிப் பார்க்காமல் அவருடைய இருப்பிடத்திற்குச் சென்றார். ஒரு சிலர் அவரைப் பின்தொடர்ந்து சென்றாலும், பெரும்பாலோர் கலைந்து தேவாலயப் பிரார்த்தனைக்கு விரைந்தார்கள். அருட்தந்தை பைசி வாசிப்பை அருட்தந்தை இயோசிஃப்பைத் தொடரும்படிச் சொல்லிவிட்டுக் கீழே இறங்கிச் சென்றார். வெறியர்களின் கூச்சல் அவரை அசைக்க முடியவில்லை என்றாலும், ஏதோ ஓர் இனம் புரியாத ஒரு துயரம் அவருடைய இதயத்தைக் கசக்கிப் பிழிவதை அவரால் உணர முடிந்தது. அவர் அதை நினைத்து ஆச்சரியப்பட்டு அசையாமல் நின்றார். ‘என்னை மனச்சோர்வுக்கு ஆளாக்கும் அந்தத் துயரம் என்ன?’ என்று அவர் தன்னையே கேட்டுக் கொண்டார். திடீரென்று அவரே ஆச்சரியப்படும் வகையில் அந்த மனச்சோர்வு குறிப்பிட்ட காரணத்தால் ஏற்பட்டது, மிகச் சிறியது என்பதை அவர் உணர்ந்து கொண்டார். அவர் மூத்தவரின் அறைக்கு வெளியே கூடியிருந்த கூட்டத்தில் அல்யோஷாவைப் பார்த்ததும், இதயத்தில் வலி ஏற்பட்டது அவருக்கு இப்போது ஞாபகம் வந்தது. ‘நான் ஏன் அந்த இளைஞனுக்கு இவ்வளவு முக்கியத்துவம் கொடுக்க வேண்டும்?’ என்று அவர் ஆச்சரியத்துடன் தன்னையே கேட்டுக் கொண்டார். அப்போது அல்யோஷா தேவாலயத்தை நோக்கி இல்லாமல் வேறு திசையில் வேகமாகச் சென்றபோது, இருவரின் கண்களும் சந்தித்துக் கொண்டன. அல்யோஷா சட்டென்று கண்களைத் தாழ்த்திக் கொண்டு தரையைப் பார்த்தான். அருட்தந்தை பைசி அவனுடைய பார்வையிலிருந்தே அவனிடம் மிகப்பெரிய மாற்றம் நிகழ்ந்து கொண்டிருக்கிறது என்பதை ஊகித்தார்.

"நீங்களும் மற்றவர்களைப் போல நினைக்கிறீர்களா?" என்று அருட்தந்தை பைசி அவனிடம் கேட்டார். "நீங்களும் அந்தச் சந்தேகப்படுபவர்களுடன் சேர்ந்து கொண்டீர்களா?" என்று அவர் துயரத்துடன் கேட்டார்.

அல்யோஷா அசையாமல் அருட்தந்தை பைசியை வெறித்துப் பார்த்துவிட்டுச் சட்டென்று பார்வையை மீண்டும் தாழ்த்திக் கொண்டான். அவன் அவரை நேருக்கு நேர் பார்க்காமல் பக்கவாட்டில் நின்று முகத்தைத் திருப்பிக் கொண்டான். அருட்தந்தை பைசி அவனைக் கவனமாக ஏறிட்டுப் பார்த்தார்.

"எங்கே அவசரமாகச் செல்கிறீர்கள்? பிரார்த்தனைக்கு மணி ஒலிக்கிறது" என்று அவர் மீண்டும் சொன்னார், ஆனால் அல்யோஷா அவருக்கு எந்தப் பதிலும் சொல்லவில்லை.

"நீங்கள் ஆசிரமத்தை விட்டு வெளியேறுகிறீர்களா? நீங்கள் அனுமதி கேட்காமலும், ஆசீர்வாதம் பெறாமலும் போகிறீர்களா?"

அல்யோஷா திடீரென்று உதட்டைச் சுழித்துக் கோணலாகச் சிரித்தபடி அருட்தந்தை பைசியைப் பார்த்தான். அவனுடைய இதயத்திற்கும் மனதிற்கும் வழிகாட்டிய ஆசானாக இருந்த, அன்புக்குரிய மூத்தவர் இறக்கும் தருவாயில் யாரிடம் அவனை ஒப்படைத்தாரோ அவரிடம் மரியாதை நிமித்தமாகக் கூடப் பதில் எதுவும் சொல்லாமல், நிராகரிக்கும் வகையில் கையை ஆட்டியபடி, விரைவாக நடந்து மடாலயத்தின் வாயிலை நோக்கிச் சென்றான்.

"நீங்கள் மறுபடியும் வருவீர்கள்!" என்று முணுமுணுத்த அருட்தந்தை பைசி துயரம் கலந்த வியப்புடன் சென்று கொண்டிருந்த அவனைப் பார்த்தார்.

2. ஒரு நெருக்கடியான தருணம்

அருட்தந்தை பைசி தனது 'அன்பான பையன்' நிச்சயமாகத் திரும்பி வருவான் என்று நினைத்ததில் எந்தத் தவறும் இல்லை, ஏனெனில் அவர் அல்யோஷாவின் உண்மையான மனநிலையை முழுமையாக இல்லாவிட்டாலும், குறிப்பிடத்தகுந்த நுண்ணறிவுடன் ஊடுருவிப் பார்த்துத் தெரிந்து கொண்டார். நான் மிகவும் நேசிக்கும், என் கதையின் இளம் கதாநாயகனின் வாழ்க்கையில் நடந்த அந்த விசித்திரமான, தெளிவற்ற தருணத்தின் முக்கியத்துவத்தை என்னால் தெளிவாக விவரிக்க முடியவில்லை என்பதை நான் வெளிப்படையாக ஒப்புக் கொள்ளத்தான் வேண்டும். 'நீங்களும் அந்தச் சந்தேகப்படுபவர்களுடன் சேர்ந்து கொண்டீர்களா?' என்ற அருட்தந்தை பைசியின் துயரம் தோய்ந்த

கேள்விக்கு, அவன் சார்பாக, 'இல்லை, அவன் சந்தேகப்படவில்லை' என்று நான் உறுதியாகப் பதில் சொல்ல முடியும், ஏனெனில் உண்மை அதற்கு நேர்மாறானது. அவன் மனதில் ஏற்பட்ட குழப்பமும் கலக்கமும் அவனுடைய அதீதமான நம்பிக்கையின் விளைவாக ஏற்பட்டது. இருந்தாலும் அந்தச் சம்பவம் அவனை மிகவும் ஆழமாகக் காயப்படுத்தியதால், அவன் நீண்ட நாட்களுக்குப் பிறகும் கூட அந்தத் துயரம் மிகுந்த நாளை, அவனுடைய வாழ்நாளில் மிக வேதனையான, விதிவசமான நாளாகக் கருதினான். 'மூத்தவரின் உடலிலிருந்து அற்புதங்கள் நிகழ்வதற்குப் பதிலாக உடனடியாகத் துர்நாற்றம் வீசத் தொடங்கியதால் அவனுக்கு வேதனையும், கலக்கமும் ஏற்பட்டதா?' என்று ஒருவர் என்னிடம் நேரடியாகக் கேட்டால், நான் தயக்கமின்றி, 'ஆமாம், அதனால்தான்' என்று பதில் சொல்வேன். நீங்கள் என் இளைஞனின் உள்ளத் தூய்மையை உடனடியாகக் கேலி செய்ய அவசரப்பட வேண்டாம் என்று நான் வாசகர்களைக் கேட்டுக் கொள்கிறேன். நான் அவனுக்காக மன்னிப்புக் கேட்கவோ, அவனுடைய இளமைப் பருவத்தையும், அவன் படிப்பில் கெட்டிக்காரனாக இல்லாததையும் காரணம் காட்டி, அவனுடைய அப்பாவித்தனமான நம்பிக்கையை நியாயப்படுத்தவோ முயலவில்லை, மாறாக அவனிடமுள்ள நல்ல உள்ளத்தை மதிக்கிறேன் என்பதை எந்தத் தயக்கமும் இன்றிப் பிரகடனம் செய்கிறேன். அதே சமயத்தில் தன்னைப் பாதிக்கும் விஷயங்களைக் கவனமாக ஏற்றுக் கொள்ளும், உணர்ச்சிவசப்படாமல் நேசிக்கும், இளம் வயதுக்குரிய விவேகத்துடன் செயல்படும் வேறு ஓர் இளைஞன் என் இளைஞனுக்கு நேர்ந்ததைத் தவிர்த்திருப்பான். ஆனால் சில சந்தர்ப்பங்களில் ஆழ்ந்த அன்பிலிருந்து ஊற்றெடுக்கும் உணர்ச்சிகள் பகுத்தறிவுக்கு ஒவ்வாததாக இருந்தாலும், அதை முற்றிலும் அலட்சியப்படுத்தாமல் அதனால் பாதிக்கப்படுவது அதிக மரியாதைக்குரியதாக இருக்கும். ஏனெனில் இளமையில் எப்போதும் பகுத்தறிவுடன் செயல்படும் ஓர் இளைஞன் சந்தேகத்திற்குரியவன், பயனற்றவன் என்பது என் கருத்து! 'ஆனால் எல்லா இளைஞர்களும் இத்தகைய மூடநம்பிக்கையை நம்ப மாட்டார்கள் என்பதால், உங்கள் இளைஞன் மற்றவர்களுக்கு ஒரு முன்மாதிரியாக இல்லை' என்று சில பகுத்தறிவாளர்கள் ஆச்சரியப்படலாம். 'ஆமாம், என் இளைஞன் நம்பினான், உறுதியாக நம்பினான் என்றாலும், நான் அவனுக்காக மன்னிப்புக் கேட்கப்போவதில்லை' என்று நான் மீண்டும் பதில் சொல்கிறேன்.

நான் என் கதாநாயகனின் நடத்தையை விளக்கவோ, அவனுக்காக மன்னிப்புக் கேட்கவோ மாட்டேன் என்று மேலே

(ஒருவேளை மிகவும் அவசரமாக) சொல்லியிருந்தாலும், என் கதையை மேற்கொண்டு புரிந்துகொள்வதற்கு சில விளக்கங்கள் தேவை என்று நினைக்கிறேன். இது அற்புதங்கள் பற்றிய கேள்வி அல்ல என்று நான் கூறுகிறேன். அற்புதங்கள் நிகழும் என்ற அற்பத்தனமான, பொறுமையற்ற எதிர்பார்ப்பு எதுவும் அவனிடம் இல்லை. அல்யோஷா தனது நம்பிக்கைகளை உறுதிப்படுத்த அற்புதங்களை நாடவில்லை, நிச்சயமாக அப்படி எதுவும் இல்லை. இவை எல்லாவற்றுக்கும் மேலாகவும், முதலாவதாகவும் அவனுடைய கண்களுக்கு முன்னால், அவன் மிகவும் போற்றி மதித்த அன்புக்குரிய மூத்தவரின் உருவம் மட்டுமே தெரிந்தது. உண்மை என்னவென்றால், அவனுடைய தூய்மையான இளம் உள்ளத்தில் இருந்த 'எல்லோருக்கும் எல்லாவற்றுக்கும்' உரிய அன்பு, கடந்த ஒரு வருடமாக, அவனுடைய அன்புக்குரிய மூத்தவர் ஒருவரின் மீது (ஒருவேளை அது தவறாக இருந்தாலும்) மட்டுமே குவிந்திருந்தது. அவன் அவரைத் தன்னுடைய வாழ்க்கையின் லட்சியமாக ஏற்றுக் கொண்டதால், அவனுடைய இளமையின் வலிமையும், உற்சாகமும், அந்த லட்சியத்தை நோக்கிச் செலுத்தப்பட்டு, 'எல்லோரையும் எல்லாவற்றையும்' மறக்கடித்தன என்பது உண்மைதான். அந்தச் சோதனையான நாளில், அவன் அதற்கு முன்தினம் மிகவும் அதிகமாகக் கவலைப்பட்ட அவனுடைய சகோதரன் டிமிட்ரி ஃபியோதரோவிச்சை மறந்து விட்டதையும், முன்தினம் மாலையில் இல்யூஷாவின் தந்தையிடம் கொடுக்க உத்தேசித்திருந்த இருநூறு ரூபிள்களைக் கொடுக்க மறந்து விட்டதையும் பின்னர் அவன் நினைத்துப் பார்த்தான். அவனுக்குத் தேவைப்பட்டது அற்புதங்கள் அல்ல, மாறாக அவன் நம்பிக்கையுடன் எதிர்பார்த்த, 'உயர்ந்த நீதி' மறுக்கப்பட்டதை நினைத்து வருந்தினான். அதுதான் அவனுடைய உள்ளத்தை எதிர்பாராத வகையில் கொடூரமாகக் காயப்படுத்தியது. அந்த 'நீதி' அவனுடைய அன்புக்குரிய முன்னால் ஆசானின் எச்சங்களிலிருந்து எதிர்பார்த்த அற்புதமாக வெளிப்பட்டிருந்தால் என்ன நடந்திருக்கும்? மடாலயத்திலிருந்த எல்லோரும், அல்யோஷா மிகவும் மதித்த அருட்தந்தை பைசி உட்பட எல்லோரும் அதை எதிர்பார்த்தார்கள். எனவே அல்யோஷாவும் சந்தேகப்படாமல், மற்றவர்களைப் போல நம்பினான். மேலும் அவன் மடாலயத்தில் இருந்த ஒரு வருட காலம் முழுவதும் அவனுக்குள் அந்த நம்பிக்கை செழித்து வளர்ந்து, அத்தகைய எதிர்பார்ப்புகளுக்கு அவனைப் பழக்கப்படுத்தியிருந்தது. ஆனால் அவன் அற்புதங்களையும் தாண்டி நீதிக்காக ஏங்கினான்! அல்யோஷாவின் நம்பிக்கையின்படி, இந்த உலகத்தில் உள்ள எல்லோரையும் விட உயர்ந்த நிலையில் இருக்க வேண்டிய அந்த மனிதர், அவருக்குரிய புகழை

அடைவதற்குப் பதிலாக, திடீரென்று கீழே தள்ளப்பட்டு, இழிவுக்கும் அவமானத்துக்கும் ஆளானார்! எதற்காக? அது யாருடைய தீர்ப்பு? அது யாருடைய கட்டளை? இந்தக் கேள்விகள் அவனுடைய முதிர்ச்சியற்ற, கள்ளங்கபடமற்ற இதயத்தைக் குத்திக் கிழித்தன. புனிதர்களில் புனிதரான ஒரு மனிதர், அவரை விட மிகவும் கீழான, அற்பமான கூட்டத்தின் வெறுப்பு நிறைந்த கேலிக்கு ஆளானதைக் கண்டு மனம் புண்பட்ட அவனால் அதைச் சகித்துக்கொள்ள முடியவில்லை. சரி, அற்புதங்கள் எதுவும் நிகழாவிட்டாலும், அதிசயங்கள் எதுவும் நடக்காவிட்டாலும், எதிர்பார்ப்புகள் உடனடியாக நிறைவேறாவிட்டாலும், இந்த அவமானமும், இந்த அவதூறும், இயற்கைக்குப் புறம்பானது என்று துறவிகள் சொன்ன இந்த அவசரமான அழுகிய துர்நாற்றமும் ஏன்? அவர்கள் அருட்தந்தை ஃபெரபோன்த்துடன் சேர்ந்து வெற்றிக் களிப்புடன் ஆரவாரம் செய்த அந்த 'அறிகுறி' எதற்காக? அவர்கள் அதை அப்படி வியாக்கியானம் செய்யத் தங்களுக்கு உரிமை உண்டு என்று நினைத்தது ஏன்? கடவுளும், அவருடைய கரங்களும் எங்கே போயின? கடவுள் அந்த மிக முக்கியமான தருணத்தில் (அல்யோஷா அப்படித்தான் நினைத்தான்), குருட்டுத்தனமான, உணர்ச்சியற்ற, இரக்கமற்ற இயற்கையின் விதிகளுக்கு அடிபணிய விரும்பியது போல முகத்தை மறைத்துக் கொண்டது ஏன்?

அதையெல்லாம் நினைத்து வருந்திய அல்யோஷாவின் இதயத்தில் இரத்தம் கசிந்தது. நான் முன்பே சொன்னது போல, அவன் இந்த உலகத்தில் வேறு எல்லோரையும் விட மிகவும் உயர்வாக மதித்த அந்த ஒரே மனிதருக்கு இப்போது அவமானமும், அவருடைய புகழுக்குக் களங்கமும் ஏற்பட்டதை அவனால் தாங்கிக் கொள்ள முடியவில்லை. என் கதாநாயகனின் இந்த முணுமுணுப்பு அற்பத்தனமானது, நியாயமற்றது என்றாலும், அவன் அந்த முக்கியமான தருணத்தில் அறிவுக்கு இடம் கொடுக்கவில்லை என்பதை நினைத்து நான் மகிழ்ச்சியடைகிறேன் என்று மூன்றாவது முறையாகச் சொல்லிக் கொள்கிறேன் (இதுவும் அற்பத்தனமானது என்று நான் முன்கூட்டியே ஒப்புக் கொள்கிறேன்). ஏனெனில் ஒரு புத்திசாலிக்கு அவனுடைய அறிவைப் பயன்படுத்த எப்போதும் ஏராளமான வாய்ப்புகள் கிடைக்கும், ஆனால் அத்தகைய விதிவிலக்கான தருணத்தில் அவனுடைய இதயத்தில் அன்பு மலரவில்லை என்றால், பிறகு எப்போது மலரும்? அந்த விதிவசமான, குழப்பமான தருணத்தில் அல்யோஷாவின் மனதில் தோன்றிய விசித்திரமான உணர்வை என்னால் சொல்லாமல் இருக்க முடியாது. அல்யோஷா நேற்று இவான் ஃபியோதரோவிச்சுடன்

பேசிக் கொண்டிருந்தபோது, அவனுக்கு ஏற்பட்ட வேதனை உணர்வு இப்போது அவனுடைய மனதை அலைக்கழித்தது. இருந்தாலும் அதனால் அவனுடைய மனதில் வேறூன்றியிருந்த அடிப்படை நம்பிக்கைகள் தகர்ந்துவிடவில்லை, ஏனெனில் அவன் இப்போது கடவுளுக்கு எதிராக முணுமுணுத்தாலும், கடவுளை நேசித்தான், அவர் மீது அசைக்க முடியாத நம்பிக்கை வைத்திருந்தான். இவான் ஃபியோதரோவிச்சின் உரையாடலின் நினைவிலிருந்து தோன்றிய தெளிவற்ற, வேதனை நிறைந்த தீய எண்ணங்கள் திடீரென்று அவனுடைய ஆழ் மனதிலிருந்து மேலெழுந்து, அவனுடைய பிரக்ஞையின் மேற்பரப்புக்கு வலுக்கட்டாயமாக வந்துவிட்டது போலத் தோன்றியது.

இருட்டத் தொடங்கியபோது, மடாலயத்தையும் ஆசிரமத்தையும் பிரிக்கும் பைன் மரக் காட்டின் வழியாகச் சென்று கொண்டிருந்த ரகிதீன், ஒரு மரத்தடியில் அல்யோஷா குப்புறக் கவிழ்ந்து படுத்திருப்பதைப் பார்த்தான். அல்யோஷா தூங்கி விட்டதைப் போல அசையாமல் படுத்திருந்தான். அவன் அருகில் சென்று பெயரைச் சொல்லி அழைத்தான்.

"அலெக்ஸி, நீங்களா? நிஜமாக நீங்கள்..." என்று வியப்புடன் ஆரம்பித்தவன் மேற்கொண்டு பேசாமல் சட்டென்று நிறுத்தினான். அவன் உண்மையில், 'நீங்கள் இந்த நிலைக்கு வந்துவிட்டீர்களா?' என்று கேட்க நினைத்தான்.

அல்யோஷா அவனைப் பார்க்காவிட்டாலும், அவனுடைய சிறிய அசைவிலிருந்து அவன் விழித்துக் கொண்டு எல்லாவற்றையும் கேட்டுக் கொண்டிருக்கிறான் என்பதை ரகிதீன் தெரிந்து கொண்டான்.

"உங்களுக்கு என்ன ஆயிற்று?" என்று அவன் அதே வியப்புடன் தொடர்ந்தான் என்றாலும், அவனுடைய முகத்திலிருந்த வியப்பு ஏளனப் புன்னகையாக மாறியது. "நான் உங்களை இரண்டு மணி நேரத்திற்கு மேலாகத் தேடிக் கொண்டிருக்கிறேன். நீங்கள் திடீரென்று அங்கிருந்து காணாமல் போய்விட்டீர்கள். நீங்கள் இங்கே என்ன செய்கிறீர்கள்? இது என்ன முட்டாள்தனம்? தயவுசெய்து என்னைப் பாருங்கள்..."

அல்யோஷா எழுந்து மரத்தில் சாய்ந்து உட்கார்ந்தான். அவன் அழவில்லை என்றாலும், அவனுடைய முகத்தில் வேதனையும், கண்களில் எரிச்சலும் இருந்தது. அவன் ரகிதீனை நேராகப் பார்க்காமல் பக்கவாட்டில் எங்கேயோ பார்த்தான்.

"உங்கள் முகத்தில் மாற்றம் தெரிகிறது, அதில் முன்பிருந்த உற்சாகமும், சாந்தமும் இல்லை. உங்களுக்கு யார் மீதாவது கோபமா? யாராவது உங்களைப் புண்படுத்தினார்களா?"

“என்னைத் தனியாக விடுங்கள்” என்று அல்யோஷா சலிப்புடன் கையை அசைத்து, அவனைப் பார்க்காமல் சொன்னான்.

“ஓஹோ! அது அப்படியா! நீங்கள் இப்போது சாதாரண மனிதர்களைப் போல மக்களைப் பார்த்து கத்தலாம்! அப்படியானால் நீங்கள் இப்போது தேவதூதன் இல்லை! நல்லது, அல்யோஷா, என் நண்பரே, இது உண்மையில் ஆச்சரியமான விஷயம்தான்! ஆமாம், ஆச்சரியமானது. உங்களுக்குத் தெரியுமா, நான் இங்கே நடக்கும் எல்லாவற்றையும் பார்த்து ஆச்சரியப்படுவதை நீண்ட காலத்திற்கு முன்பே விட்டுவிட்டேன். இருந்தாலும் நான் உங்களை ஒரு படித்த மனிதன் என்று நினைத்தேன்...”

அல்யோஷா இறுதியாக அவனைப் பார்த்தான். ஆனால் அவன் எதுவும் புரியாதவன் போலக் குழப்பத்துடன் ரகிதீனைப் பார்த்தான்.

“நீங்கள் உங்களுடைய மூத்தவர் துர்நாற்றம் வீசத் தொடங்கியதை நினைத்து இப்படி இருக்கிறீர்களா? அவர் அற்புதங்களைச் செய்வார் என்று நீங்கள் உண்மையில் நம்பவில்லை, இல்லையா?” என்று ரகிதீன் மீண்டும் ஆச்சரியத்துடன் கத்தினான்.

“நான் நம்பினேன், இப்போதும் நம்புகிறேன். நான் அதை நம்ப விரும்புகிறேன். நீங்கள் இன்னும் என்ன தெரிந்துகொள்ள விரும்புகிறீர்கள்?” என்று அல்யோஷா எரிச்சலுடன் கத்தினான்.

“ஒன்றுமில்லை, ஒன்றுமில்லை... ஆனால், கேளுங்கள் இல்லை... இப்போது ஒரு பதின்மூன்று வயது பள்ளிச் சிறுவன் கூட இதையெல்லாம் நம்ப மாட்டான். ஆனால் என்ன கொடுமை... இப்போது நீங்கள் உங்கள் கடவுள் மீது கோபமாக இருக்கிறீர்கள், அவருக்கு எதிராகக் கலகம் செய்கிறீர்கள். அவர் உங்கள் மூத்தவருக்கு உயர்ந்த பதவியும், வெகுமதியும் கொடுக்கவில்லை! ஐயோ பாவம்!”

அல்யோஷா நீண்ட நேரம் ரகிதீனைக் கண்களைச் சிமிட்டாமல் உற்றுப் பார்த்தான். அவன் கண்களில் திடீரென்று ஏதோ பளிச்சிட்டது... ஆனால் அது ரகிதீனின் மீதுள்ள கோபம் அல்ல.

“நான் என் கடவுளுக்கு எதிராகக் கலகம் செய்யவில்லை. என்னால் அவருடைய உலகத்தை ஏற்றுக்கொள்ள முடியவில்லை” என்று அல்யோஷா சிரித்தபடிச் சொன்னான்.

“அவருடைய உலகத்தை ஏற்றுக்கொள்ள முடியவில்லை என்றால் என்ன அர்த்தம்?” என்று ரகிதீன் சற்று நேரம்

யோசித்தான். “அது என்ன முட்டாள்தனம்?” என்று அவன் கேட்டான்.

அல்யோஷா பதில் சொல்லவில்லை.

“சரி, இந்த முட்டாள்தனங்கள் போதும். இப்போது நாம் விஷயத்திற்கு வருவோம். நீங்கள் இன்று சாப்பிட்டீர்களா?”

“எனக்கு ஞாபகமில்லை... சாப்பிட்டேன் என்று நினைக்கிறேன்.”

“உங்களுடைய முகத்தைப் பார்த்தால், நீங்கள் ஏதாவது சாப்பிடுவது நல்லது என்று தோன்றுகிறது. உங்களைப் பார்த்தால் பரிதாபமாக இருக்கிறது. நீங்கள் இரவு முழுவதும் தூங்கவில்லை என்று தெரிகிறது. அங்கே ஏதோ ஒரு கூட்டம் நடந்தது என்று எனக்குத் தெரியும். இந்த அமளிக்கும் குழப்பத்திற்கும் நடுவில் நீங்கள் ஒரு வாய் புனித ரொட்டியைத் தவிர வேறு எதையும் சாப்பிட்டிருக்க முடியாது. என் சட்டைப் பையில் கொஞ்சம் இறைச்சி இருக்கிறது. தேவைப்பட்டால் என்ன செய்வது என்று நான் நகரத்திலிருந்து அதைக் கொண்டு வந்தேன். ஆனால் நீங்கள் இறைச்சி சாப்பிட மாட்டீர்கள்...”

“எனக்குக் கொஞ்சம் கொடுங்கள்.”

“ஆகா! அப்படியானால் இது அனைத்துத் தடைகளையும் உடைக்கும் ஓர் உண்மையான கலகம்! சரி நண்பரே, நாம் இந்த வாய்ப்பை நழுவ விடக்கூடாது. வாருங்கள், என் வீட்டிற்குப் போகலாம்... நான் களைத்திருப்பதால் கொஞ்சம் வோட்கா குடிப்பதைப் பொருட்படுத்த மாட்டேன். நீங்கள் வோட்கா குடிப்பீர்களா?”

“எனக்கும் கொஞ்சம் கொடுங்கள்.”

“இதோ பார்ரா! சகோதரா, பிரமாதம்!” என்று ரகிதீன் ஆச்சரியத்துடன் கண்களை உருட்டினான். “சரி, இறைச்சியோ அல்லது வோட்காவோ, இது தவறவிடக் கூடாத ஒரு நல்ல வாய்ப்பு. வாருங்கள், போகலாம்.”

அல்யோஷா அமைதியாக எழுந்து ரகிதீனைப் பின் தொடர்ந்து சென்றான்.

“உங்கள் இளைய சகோதரர் இவான் இதைப் பார்த்தால் மிகவும் ஆச்சரியப்படுவார்! அது இருக்கட்டும், அவர் இன்று காலை மாஸ்கோவுக்குப் புறப்பட்டுச் சென்றது உங்களுக்குத் தெரியுமா?”

“தெரியும்” என்று அல்யோஷா அலட்சியமாகச் சொன்னான். அப்போது திடீரென்று அவன் மனதில் டிமிட்ரி ஃபியோதரோவிச்சின் உருவம் பளிச்சிட்டது. அது ஒரு கணம் மட்டும் பளிச்சிட்டாலும், ஒரு வினாடி கூடத் தள்ளிப்போட முடியாத ஏதோ ஓர்

அவசரமான, முக்கியமான கடமை இருப்பதை அது அவனுக்கு ஞாபகப்படுத்தியது என்றாலும், அது அவனிடம் எந்தப் பாதிப்பையும் ஏற்படுத்தாமல், அவனுடைய மனதை எட்டாமல் உடனடியாக மறைந்துவிட்டது. ஆனால் அது நீண்ட நேரத்திற்குப் பிறகு அவனுடைய நினைவுக்கு வந்தது.

'உங்கள் சகோதரன் இவான் ஒரு முறை என்னை, 'எந்தத் திறமையும் இல்லாத தாராளவாத முட்டாள்' என்று சொன்னார். நீங்களும் என்னை ஒரு முறை 'மானங்கெட்டவன்' என்று சொன்னீர்கள். நல்லது, அது அப்படியே ஆகட்டும்! இப்போது நான் உங்கள் திறமையும், கௌரவ உணர்வும் உங்களுக்கு என்ன செய்யப் போகிறது என்று பார்க்க விரும்புகிறேன்' என்று ரகிதீன் தனக்குள் சொல்லிக் கொண்டான்.

"இதோ பாருங்கள்" என்று ரகிதீன் சத்தமாகச் சொன்னான். "நாம் மடாலயத்தின் வழியாகச் செல்லாமல், நகரத்திற்கு நேராகச் செல்லும் இந்தப் பாதையில் செல்வோம்... ம்ம்ம்! அப்படியே போகும் வழியில் நான் திருமதி. கோஹ்லக்கோவைப் பார்க்க வேண்டும். நான் இங்கு நடந்த சம்பவங்களை அவருக்குக் கடிதம் மூலம் தெரிவித்தேன். அவர் உடனடியாக பென்சிலால் ஒரு குறிப்பு (அவருக்குக் குறிப்புகள் எழுதுவது மிகவும் பிடிக்கும்) எழுதினார். 'அருட்தந்தை ஜோசிமாவைப் போன்ற மரியாதைக்குரிய மனிதரிடமிருந்து இப்படி ஒரு நடத்தையை நான் எதிர்பார்க்கவில்லை' என்று எழுதினார். ஆமாம், 'நடத்தை' என்றுதான் அவர் குறிப்பிட்டார். அவருக்கு அசாத்தியமான கோபம். அட, நில்லுங்கள்" என்று கத்திய அவன், அல்யோஷாவின் தோளைப் பிடித்து நிறுத்தினான்.

"அல்யோஷா, உங்களுக்குத் தெரியுமா?" என்று அவன் அல்யோஷாவின் கண்களை உற்றுப் பார்த்தான். ரகிதீன் அவனுக்கு திடீரென்று தோன்றிய ஒரு புதிய எண்ணத்தை நினைத்து உற்சாகமடைந்தான். அது அவனுக்குச் சிரிப்பை வரவழைத்தாலும், அல்யோஷாவின் புதிய ஆச்சரியமான, முற்றிலும் எதிர்பாராத மனநிலையை ஏற்றுக் கொள்ளத் தயங்கியவனாக அதை உரக்கச் சொல்ல பயந்தான். "அல்யோஷா, நாம் இப்போது போவதற்கு ஏற்ற இடம் எது தெரியுமா?" என்று அவன் தயக்கத்துடன் மறைமுகமாகக் கேட்டான்.

"எனக்கு அதைப் பற்றிக் கவலையில்லை... நீங்கள் விரும்பும் இடத்திற்குப் போகலாம்."

"நாம் குருஷென்காவைப் பார்க்கப் போகலாமா? ம்? நீங்கள் வருவீர்களா?" என்று ரகிதீன் பயந்து நடுங்கியபடித் தயக்கத்துடன் கேட்டான்.

“சரி, போகலாம்” என்று அல்யோஷா அமைதியாகச் சொன்னான்.

அல்யோஷா அமைதியாகவும் உடனடியாகவும் அதை ஏற்றுக் கொண்டது ரகிதீனுக்கு ஆச்சரியத்தை ஏற்படுத்தியது. அவன் அதைச் சற்றும் எதிர்பார்க்கவில்லை என்பதால் துள்ளிக் குதித்து பின்னால் சென்றான்.

“நல்லது... நல்லது...” என்று அவன் ஆச்சரியத்துடன் கத்தியபடி அல்யோஷாவின் கையை இறுகப் பற்றிக் கொண்டு, அவன் மனம் மாறிவிடுவானோ என்ற பயத்துடன் அவனுடன் நடந்தான்.

அவர்கள் அமைதியாக நடந்து சென்றார்கள். ரகிதீன் எதையும் பேசுவதற்கு பயந்தான்.

“அவள் சந்தோஷப்படுவாள், அவள் மிகவும் சந்தோஷப் படுவாள்...” என்று முணுமுணுத்த அவன், மீண்டும் மௌனத்தில் ஆழ்ந்தான். அவன் உண்மையில் குரூஷென்காவைச் சந்தோஷப்படுத்த வேண்டும் என்று அல்யோஷாவை அவளிடம் அழைத்துச் செல்லவில்லை. அவன் ஒரு காரியவாதி என்பதால் அவனுக்கு ஆதாயம் இல்லாத எதையும் செய்ய மாட்டான். அவன் ஒரே அம்பில் இரண்டு இலக்கை வீழ்த்த முடிவு செய்தான். முதலாவது, நல்ல ஒழுக்கமுள்ள அல்யோஷாவைப் புனிதன் என்ற நிலையிலிருந்து பாவியாக வீழ்ச்சியடையச் செய்து அவனைப் பழி வாங்குவது. அவன் ஏற்கனவே அதைப் பற்றிக் கனவு கண்டு கொண்டிருந்தான். இரண்டாவது, அவன் அதன் மூலம் ஒரு குறிப்பிட்ட பொருள் ஆதாயத்தை அடைவது. நாம் அதைப் பற்றிப் பிறகு பார்ப்போம்.

‘ஆகா, அதற்கான நேரம் வந்துவிட்டது. நான் இந்தச் சந்தர்ப்பத்தைச் சரியாகப் பயன்படுத்திக் கொள்ள வேண்டும்’ என்று அவன் மகிழ்ச்சியும் வெறுப்பும் கலந்த உணர்வுடன் தனக்குள் சொல்லிக் கொண்டான்.

3. ஒரு வெங்காயம்

குரூஷென்கா நகரத்தின் பரபரப்பான பகுதியில், கதீட்ரல் சதுக்கத்திற்கு அருகில், விதவை மரோஸோவாவிற்குச் சொந்தமான, கொல்லைப்புறத்தில் இருந்த ஒரு மரத்தாலான குடில் வீட்டில் வசித்து வந்தாள். கற்களால் கட்டிய அந்த வீடு இரண்டு மாடிகளுடன் பெரியதாக இருந்தது. ஆனால் அந்த வீடு மிகப் பழமையானதாகவும், பொலிவிழந்தும் காணப்பட்டது. அந்த

விதவை அவளுடைய திருமணமாகாத இரண்டு வயதான மருமகள்களுடன் தனியாக வசித்து வந்தாள். அவள் குரூஷென்காவை அங்கே குடிவைக்க வேண்டிய அவசியமில்லை, ஆனால் நான்கு வருடங்களுக்கு முன்பு, அவளுடைய உறவினரும், வியாபாரியுமான, குரூஷென்காவின் பாதுகாவலனாக இருந்த சம்சனோவை மகிழ்விப்பதற்காக, அவள் அதைச் செய்தாள் என்று எல்லோருக்கும் தெரியும். பொறாமை குணமுடைய அந்த முதியவர், விதவை மரோஸோவா அவருடைய 'செல்லத்தை' கண்காணிக்க முடியும் என்பதற்காக அங்கே குடி வைத்தார் என்று சொன்னார்கள். ஆனால் விரைவில் அந்தக் கண்காணிப்புக்கு அவசியமில்லாமல் போனது, ஏனெனில் விதவை மரோஸோவா குரூஷென்காவைப் பார்ப்பதே அபூர்வமாக இருந்ததால், அவளைக் கண்காணிப்பதை நிறுத்தி விட்டாள். அவர் அந்த அழகான, மெலிந்த, கூச்ச சுபாவமுள்ள, சோகத்தில் ஆழ்ந்திருந்த பதினெட்டு வயது இளம் பெண்ணை அந்த வீட்டில் குடியமர்த்தி நான்கு வருடங்களுக்குப் பிறகு, பல மாற்றங்கள் நிகழ்ந்தன. ஊரில் உள்ளவர்களுக்கு அந்தப் பெண்ணின் பூர்வீகத்தைப் பற்றி அதிகம் தெரியாது, ஏனெனில் அது தெளிவற்றதாக இருந்தது. இதற்கிடையில் கடந்த நான்கு வருடங்களில் அக்ரஃபேனா அலெக்ஸாண்ட்ரோவ்னா இளம் பெண்ணாக வளர்ந்த நிலையில், அவள் அழகின் மீது பலரும் ஆர்வம் காட்டத் தொடங்கிய பின்னரும், அவளைப் பற்றி எதுவும் தெரிந்து கொள்ள முடியவில்லை. அவள் பதினேழு வயதுப் பெண்ணாக இருந்தபோது, யாரோ ஒரு அதிகாரி அவளை ஏமாற்றி, கைவிட்டுவிட்டதாக வதந்திகள் மட்டுமே உலவியது. அந்த அதிகாரி அவளை விட்டுச் சென்று வேறு திருமணம் செய்து கொண்ட நிலையில் குரூஷென்கா வறுமையிலும் அவமானத்திலும் பரிதவித்தாள். அப்போது அவளுக்கு வயதான சம்சனோவ் அடைக்கலம் கொடுத்து, அவளை வறுமையின் பிடியிலிருந்து விடுவித்தார் என்றாலும், அவள் கௌரவமான குடும்பத்தைச் சேர்ந்தவள் என்றும், மதகுரு அல்லது அதைப் போன்ற ஒருவருடைய மகள் என்றும் சொல்லப்பட்டது. அந்தப் பரிதாபத்திற்குரிய அனாதைப் பெண் நான்கு வருடங்களுக்குப் பிறகு, ரோஜா நிறத்தில், பூசிய உடலுடன் மிளிரும் ரஷ்ய அழகியாக, தைரியமும் உறுதியும் உடையவளாக, திமிரும் கர்வமும் பிடித்தவளாக, பணத்தின் மீது நாட்டம் கொண்டு அதைச் சம்பாதிப்பதிலும், சேமிப்பதிலும் கெட்டிக்காரியாக மாறியிருந்தாள். அவள் நியாயமான முறையிலோ அல்லது தவறான முறையிலோ பணத்தைச் சேர்ப்பதில் வெற்றி பெற்றாள் என்று பேசிக் கொண்டார்கள். ஆனால் கடந்த நான்கு வருடங்களில் அவளை யாரும் அவ்வளவு எளிதாக அணுக முடியவில்லை என்பதையும்,

வயதான சம்சனோவைத் தவிர வேறு யாரும் அவளைப் பற்றிப் பெருமை பேசிக்கொள்ள முடியாது என்பதையும் எல்லோரும் ஒருமித்த மனதோடு ஒப்புக் கொண்டார்கள். அது உண்மைதான், ஏனெனில் குறிப்பாக கடந்த இரண்டு ஆண்டுகளில், அவளுடைய காதலைப் பெறுவதற்கு ஆசைப்பட்ட ஆண்களுடைய அனைத்து முயற்சிகளும் வீணானது. அவள் மன உறுதியுடனும் சாதுர்யமாகவும் அவர்களைக் கையாண்டதால், அவர்களில் சிலர் கிண்டலுக்கும் கேலிக்கும் ஆளாகி, வெட்கத்துடன் பின்வாங்க வேண்டிய கட்டாயம் ஏற்பட்டது. அவள் கடந்த ஒரு வருடமாக பண விவகாரங்களைக் கவனிப்பதில் தேர்ச்சி பெற்று, அதில் அவளுடைய திறமையை வெளிப்படுத்தியதைக் கண்டதும், பலரும் அவள் ஓர் உண்மையான யூதராக மாறிவிட்டதாகச் சொன்னார்கள். அவள் வட்டிக்குக் கடன் கொடுக்கவில்லை, மாறாக ஃபியோதர் கரமசோவுடன் சேர்ந்து, ஒரு ரூபிள் மதிப்புள்ள கடன் பத்திரங்களைப் பத்து கோபெக்குக்கு வாங்கி, அதன் மூலம் பத்து மடங்கு இலாபம் சம்பாதித்தாள் என்று எல்லோருக்கும் தெரியும். சமீப காலமாக கால்கள் வீங்கிய நிலையில் நடக்க முடியாமல் இருந்த, பெரும் செல்வந்தரான சம்சனோவ் மனைவியை இழந்தவர், கருமி, இரக்கமற்றவர், அவருடைய வளர்ந்த மகன்களைக் கொடுமைப்படுத்தியவர் என்றாலும், அவர் நாளடைவில், சிலர் கேலியாகச் சொல்வது போல பத்திய உணவைக் கொடுத்து, அவருடைய இரும்புப் பிடியில் வைத்திருந்த அந்தப் பெண்ணின் செல்வாக்கிற்கு அடிபணிந்தார். குரூஷென்கா வெற்றிகரமாக அவருடைய பிடியிலிருந்து தன்னை விடுவித்துக் கொண்ட அதே நேரத்தில், அவளுடைய விசுவாசத்தின் மீது அவருக்கு அசைக்க முடியாத நம்பிக்கையை ஏற்படுத்தினாள். அவர் ஒரு காலத்தில் (அவர் சமீபத்தில் இறந்துவிட்டார்) பெரிய வியாபாரியாகவும், குறிப்பிடத்தக்க மனிதராகவும், இறுகிய கல் மனம் படைத்த கருமியாகவும் இருந்தார் என்றாலும், கடந்த இரண்டு வருடங்களாகக் குரூஷென்கா இல்லாமல் அவரால் வாழ முடியாது என்ற நிலையில் இருந்தார் என்றாலும், அவர் அவளுக்கென கணிசமான தொகை எதையும் கொடுக்கவில்லை. அவள் அவரை விட்டுச் சென்றுவிடுவதாக மிரட்டினாலும், அவர் அதற்கு அசைந்து கொடுக்க மாட்டார் என்பது நிச்சயம். ஆனால் அவர் அவளுக்கு ஒரு சிறிய தொகையைக் கொடுத்தார். அதை அறிந்தபோது எல்லோரும் ஆச்சரியப்பட்டார்கள். அவர் அவளுக்கு எட்டாயிரம் ரூபிள்களைக் கொடுத்து, "நீ ஒரு கெட்டிக்காரப் பெண் என்பதால் இனிமேல் உன்னை நீயே பார்த்துக் கொள்ள வேண்டும். நான் உயிருடன் இருக்கும்வரை ஆண்டு தோறும் செலவுக்குக் கொடுக்கும் பணத்தைத் தவிர உனக்கு வேறு எதுவும் கிடைக்காது.

நான் உன் பேரில் எந்தச் சொத்தையும் உயிலாக எழுதிவைக்க மாட்டேன்" என்று அவர் சொன்னார். அவர் சொன்னபடியே அவருடைய வார்த்தையைக் காப்பாற்றினார். அவர் தன் வாழ்நாள் முழுவதும் வேலைக்காரர்களாக நடத்திய அவருடைய மகன்களுக்கும் மனைவிக்கும் எல்லாவற்றையும் எழுதி வைத்துவிட்டு இறந்துபோனார். ஆனால் அவர் குரூஷென்காவைப் பற்றி எதுவும் குறிப்பிடவில்லை. இவை அனைத்தும் பின்னர் வெளிச்சத்திற்கு வந்தன. ஆனால் அவர் பணத்தைப் பெருக்கவும், வியாபாரத்தை வெற்றிகரமாக நடத்தவும் அவளுக்கு ஆலோசனை சொன்னார். ஃபியோதர் பாவ்லோவிச் வியாபார நிமித்தமாக அவளுடன் தொடர்பு கொண்டபோது, அவர் அவள் மீது காதல் வயப்பட்டு, ஏறக்குறைய புத்தி பேதலிக்கும் அளவுக்கு நடந்து கொண்டதைக் கண்டு, அப்போது மரணத்தின் வாசலைத் தட்டிக் கொண்டிருந்த சம்சனோவ் பலமாகச் சிரித்தார். அவள் அந்தக் கிழவரின் பாதுகாப்பில் இருந்த காலம் முழுவதும், அவருடன் எந்த ஒளிவும் மறைவும் இன்றி வெளிப்படையாக நடந்து கொண்டாள் என்பது மிகவும் ஆச்சரியமான விஷயம். இந்த உலகத்திலேயே அவள் நம்பிய ஒரே மனிதன் அவர்தான். சமீபத்தில் டிமிட்ரி ஃபியோதரோவிச் அவளைக் காதலிப்பதாகச் சொல்லிக் கொண்டு வந்தபோது, கிழவர் சிரிப்பதை நிறுத்திவிட்டார். ஆனால் அவர் குரூஷென்காவுக்குத் தீவிரமாகவும் கடுமையாகவும் அறிவுரை சொன்னார். "தந்தை, மகன் இருவரில் நீ ஒருவரைத் தேர்ந்தெடுக்க வேண்டும் என்றால் கிழவரிடம் போவது நல்லது. ஆனால் நீ அந்தக் கிழவனைத் திருமணம் செய்துகொண்டு, கணிசமான சொத்தை உன் பெயருக்கு மாற்றிக் கொள்ள வேண்டும். ஆனால் நீ அந்தக் கேப்டனிடமிருந்து விலகியிருக்க வேண்டும், ஏனெனில் அதனால் உனக்கு எந்த நன்மையும் கிடைக்காது." ஏற்கனவே மரணத்தை எதிர்பார்த்துக் காத்திருந்த, அந்த வயதான காமுகன் அவளிடம் சொன்ன வார்த்தைகள் இவைதான். அவர் அந்த ஆலோசனையைச் சொன்ன ஐந்து மாதங்களுக்குப் பிறகு இறந்துபோனார். நான் இங்கே ஒரு விஷயத்தைச் சொல்ல வேண்டும் என்று விரும்புகிறேன். குரூஷென்கா விவகாரத்தில் கரமசோவ்களாகிய தந்தைக்கும் மகனுக்கும் இடையே நடந்த விபரீதமான போட்டியைப் பற்றி ஊரில் உள்ள பலருக்குத் தெரியும் என்றாலும், அவள் அப்படி நடந்துகொள்ளக் காரணம் என்னவென்று யாருக்கும் புரியவில்லை. குரூஷென்காவின் இரண்டு பணிப் பெண்களும் கூட (நாம் பின்னால் பார்க்கப்போகும் அந்தப் பேரழிவுக்குப் பிறகு) நீதிமன்றத்தில் சாட்சியளித்தபோது, 'அவர் கொலை மிரட்டல்' விடுத்ததால், பயந்துபோன அக்ரஃபேனா அலெக்ஸாண்ட்ரோவ்னா, டிமிட்ரி

ஃபியோதரோவிச்சை வீட்டிற்குள் அனுமதித்தாள் என்று சொன்னார்கள். குருஷென்காவின் இரண்டு பணிப் பெண்களில் ஒருத்தி, அவளுடைய பெற்றோரின் வீட்டைச் சேர்ந்த, காது கேளாத, மிகவும் வயதான சமையல்காரி. மற்றொருத்தி அந்தச் சமையல்காரியின் பேத்தியான இருபது வயது மதிக்கத்தக்க, துடிப்பான இளம் பெண். குருஷென்கா எந்த ஆடம்பரமும் இல்லாமல் மிகவும் எளிமையாக வாழ்ந்து வந்தாள். அவள் தங்கியிருந்த வீட்டில் மூன்று அறைகள் இருந்தன. வீட்டின் சொந்தக்காரி அந்த அறைகளில் 1820களில் புழக்கத்திலிருந்த பழைய பாணியில் அமைந்த மரத்தாலான நாற்காலிகளையும், சோபாக்களையும் போட்டு வைத்திருந்தாள்.

ரகிதீனும் அல்யோஷாவும் அங்கு வந்தபோது, இரவாகிவிட்டது என்றாலும் விளக்குகள் எதுவும் எரியவில்லை. குருஷென்கா பெரிய வரவேற்பறையில், தேய்ந்து மரக்கட்டை போல இறுகி, ஆங்காங்கே கிழிந்து அலங்கோலமாக இருந்த சோபாவில் படுத்திருந்தாள். அவளுடைய தலைக்கு அடியில் படுக்கை அறையிலிருந்து எடுத்த இரண்டு வெண்ணிறத் தலையணைகள் இருந்தன. அவள் கைகளைத் தலைக்குப் பின்னால் வைத்து, மல்லாந்து படுத்திருந்தாள். அவள் யாரையோ எதிர்பார்ப்பது போல கறுப்பு நிறப் பட்டாடையும், மெல்லிய சரிகை தொப்பியும் அணிந்திருந்தாள். அது அவளுக்கு மிகவும் பொருத்தமாக இருந்தது. அவளுடைய தோளில் தங்க ஆபரணம் பதித்த ஒரு சரிகை சால்வை தொங்கியது. அவள் வெளிறிய முகத்துடன், கண்களும், உதடுகளும் பிரகாசிக்க, பதற்றத்துடன் சோபாவின் கைப்பிடியை வலது காலினால் தட்டிக் கொண்டு, பொறுமையின்றி இருப்பதைப் பார்த்தபோது, நிச்சயமாக யாரையோ எதிர்பார்த்துக் கொண்டிருப்பது தெரிந்தது. ரகிதீனும் அல்யோஷாவும் உள்ளே நுழைந்துபோது ஏற்பட்ட சிறு சலசலப்பினால் அவள் சோபாவிலிருந்து துள்ளிக் குதித்து எழுந்து பயத்துடன், "யாரங்கே?" என்று கத்தினாள். ஆனால் பணிப் பெண் உள்ளே வந்தவர்களை வரவேற்று, உடனடியாகத் தன் எஜமானியிடம் சொன்னாள்.

"மேடம், அது அவர் இல்லை, வேறு யாரோ இருவர் வந்திருக்கிறார்கள்" என்றாள்.

"அவளுக்கு என்ன ஆயிற்று?" என்று முணுமுணுத்த ரகிதீன், அல்யோஷாவின் கையைப் பிடித்து வரவேற்பறைக்கு அழைத்துச் சென்றான். குருஷென்கா இன்னும் பயத்துடன் சோபாவுக்கு அருகில் நின்று கொண்டிருந்தாள். அவளுடைய அடர்த்தியான பழுப்பு நிறத் தலைமுடிகள் சில, தொப்பிக்கு அடியிலிருந்து தப்பித்து, அவளது வலது தோளில் விழுந்தது, ஆனால் அவள்

அதைக் கவனிக்கவில்லை. அவள் உள்ளே நுழைந்த விருந்தினர்களை ஆராய்ந்து அவர்களை அடையாளம் தெரிந்து கொள்ளும் வரை அதைச் சரிசெய்யவில்லை.

"ஓ, ரகிதீன் நீங்களா? நீங்கள் என்னை பயமுறுத்திவிட்டீர்கள். நீங்கள் யாரை அழைத்து வந்தீர்கள்? உங்களுடன் இருப்பது யார்? அடக் கடவுளே, நீங்கள் யாரை அழைத்து வந்திருக்கிறீர்கள்!" என்று அவள் அல்யோஷாவை அடையாளம் தெரிந்து கொண்டு ஆச்சரியத்துடன் கத்தினாள்.

"மெழுகுவர்த்தியை ஏற்றச் சொல்லுங்கள்!" என்று ரகிதீன், மிக நெருங்கிய நண்பனைப் போல, தனக்கு அந்த வீட்டில் உத்தரவிட உரிமை உள்ளது என்ற தோரணையில் சொன்னான்.

"மெழுகுவர்த்தி... ஆமாம், மெழுகுவர்த்தி... ஃபேன்யா அவருக்கு ஒரு மெழுகுவர்த்தியைக் கொண்டு வா... ஆனால் நீங்கள் விருந்தாளியை அழைத்து வர நல்ல நேரம் பார்த்தீர்கள்!" என்று அவள் மீண்டும் ஆச்சரியத்துடன் கத்தியபடி அல்யோஷாவைப் பார்த்துவிட்டு, கண்ணாடியை நோக்கித் திரும்பி தலைமுடியைச் சரிசெய்து கொண்டாள். அவள் எதற்காகவோ அதிருப்தி அடைந்ததாகத் தோன்றியது.

"ஏன், ஏதாவது பிரச்சனையா?" என்று ரகிதீன் ஏறக்குறைய கோபத்துடன் கேட்டான்.

"ரகிதீன், நீங்கள் என்னைப் பயமுறுத்திவிட்டீர்கள், அதுதான் விஷயம்" என்று அவள் அல்யோஷாவைப் பார்த்துப் புன்னகைத்தாள். "என் அன்பு அல்யோஷா, நீங்கள் என்னைப் பார்த்து பயப்பட வேண்டாம். எதிர்பாராத விருந்தாளியான உங்களைப் பார்த்து நான் எவ்வளவு சந்தோஷப்படுகிறேன் என்று உங்களுக்குத் தெரியாது. ஆனால் ரகிதீன் நீங்கள் உண்மையில் என்னைப் பயமுறுத்திவிட்டீர்கள். நான் மீச்சியா வருகிறாரோ என்று நினைத்தேன். இதோ பாருங்கள், நான் சற்று நேரத்திற்கு முன்பு அவரை ஏமாற்றிவிட்டேன். நான் அவரிடம் என்னை நம்புங்கள் என்று சத்தியம் செய்தேன், ஆனால் பொய் சொல்லிவிட்டேன். நான் என்னுடைய கிழவர் சம்சனோவின் வீட்டிற்குச் சென்று மாலை முழுவதும் அங்கே தங்கியிருந்து, இரவு வெகுநேரம் வரை பணத்தை எண்ணிக் கொண்டிருப்பேன் என்று அவரிடம் சொன்னேன். ஏனெனில் நான் ஒவ்வொரு வாரமும் அவருடைய வீட்டிற்குச் சென்று, அவருடன் சேர்ந்து கணக்கு வழக்குகளைப் பார்ப்பது வழக்கம். நாங்கள் கதவைப் பூட்டிக் கொண்ட பிறகு, அவர் அபாகஸில் கணக்கிட்டுச் சொல்வார், நான் நோட்டுப் புத்தகத்தில் எழுதிக் கொள்வேன், ஏனெனில் அவர் என்னை மட்டுமே நம்புகிறார். நான் இப்போது அங்கே

இருப்பதாக மீச்சியா நினைப்பார், ஆனால் நான் இங்கே கதவைப் பூட்டிக் கொண்டு ஒரு செய்தியை எதிர்பார்த்துக் காத்திருக்கிறேன். ஃபேன்யா நீ எப்படி இவர்களை உள்ளே விட்டாய்? ஃபேன்யா, ஃபேன்யா! ஓடிப்போய் வாசல் கதவைத் திறந்து கேப்டன் வெளியே இருக்கிறாரா என்று பார்! அவர் ஒருவேளை எங்காவது ஒளிந்து கொண்டு வேவு பார்க்கிறாரோ என்னவோ? எனக்கு பயமாக இருக்கிறது."

"அக்ரஃபேனா அலெக்ஸாண்ட்ரோவ்னா, நான் இப்போதுதான் பார்த்தேன், அங்கே யாருமில்லை. நான் ஒவ்வொரு நிமிடமும் கதவு துவாரம் வழியாகப் பார்த்துக் கொண்டே இருக்கிறேன். மேடம், எனக்கும் பயமாக இருக்கிறது."

"ஃபேன்யா, ஜன்னல் கதவுகள் சாத்தியிருக்கிறதா? திரைச்சீலையை இறக்க வேண்டும். அதுதான் நல்லது!" என்று அவளே திரைச்சீலைகளைக் கீழே இறக்கினாள். "அவர் விளக்கு வெளிச்சத்தைப் பார்த்தால் உடனே இங்கே வந்துவிடுவார். அல்யோஷா, நான் உங்கள் சகோதரர் மீச்சியாவை நினைத்துப் பயப்படுகிறேன்" என்று குருஷென்கா சத்தமாகச் சொன்னாள். அவள் பயப்படுகிறாள் என்றாலும், எதையோ நினைத்துச் சந்தோஷப்பட்டாள்.

"நீங்கள் இன்று எதனால் மீச்சியாவுக்கு இவ்வளவு பயப்படுகிறீர்கள்?" என்று கேட்டான் ரகிதீன். "நீங்கள் பொதுவாக அவரைப் பார்த்து பயப்பட மாட்டீர்கள், ஏனெனில் அவர் உங்கள் தாளத்துக்கு நடனம் ஆடுவார்."

"நான் ஏற்கனவே உங்களிடம் சொன்னேன். நான் இப்போது ஒரு முக்கியமான செய்தியை எதிர்பார்த்துக் காத்திருப்பதால், மீச்சியா இங்கே வருவதை விரும்பவில்லை. நான் சம்சனோவ் வீட்டிற்குப் போவதாகச் சொன்னதை அவர் நம்பவில்லை என்று நினைக்கிறேன். நல்லவேளையாக, அவர் இப்போது ஃபியோதர் பாவ்லோவிச்சின் வீட்டிற்குப் பின்புறம் உள்ள தோட்டத்தில் மறைந்திருந்து என் வருகையைக் கண்காணித்துக் கொண்டிருந்தால் இங்கே வர மாட்டார். நான் உண்மையில் மீச்சியாவின் துணையோடு சம்சனோவ் வீட்டிற்குச் சென்றேன். நான் அங்கு நள்ளிரவு வரை இருப்பேன் என்று கூறி, என்னை அழைத்துச் செல்ல பின்னர் வரும்படிச் சொல்லி அவரைத் திருப்பி அனுப்பிவிட்டேன். அவர் அங்கிருந்து சென்றதும், நான் பத்து நிமிடத்திற்குப் பிறகு மீண்டும் வீட்டிற்குத் திரும்பி வந்துவிட்டேன். கடவுளே, நான் வழியில் அவரைப் பார்த்தால் என்ன செய்வது என்ற பயத்தில் ஒரே ஓட்டமாக ஓடி வந்தேன்."

"அது சரி, நீங்கள் ஏன் எங்கோ வெளியே செல்வது போல உடை அணிந்திருக்கிறீர்கள்? நீங்கள் தலையில் வைத்திருக்கும் தொப்பி மிகவும் விசித்திரமாக இருக்கிறது!"

"ரகிதீன், நீங்கள் எல்லாவற்றையும் தெரிந்து கொள்ள ஆர்வமாக இருக்கிறீர்கள்! நான் ஒரு செய்தியை எதிர்பார்த்துக் கொண்டிருப்பதாகச் சொன்னேன். அது வரும்போது, நான் இங்கிருந்து பறந்து விடுவேன். நீங்கள் அதன் பிறகு என்னைப் பார்க்க முடியாது. நான் அதனால்தான் வெளியே கிளம்பத் தயாராக இருக்கிறேன்."

"நீங்கள் எங்கே போகிறீர்கள்?"

"நீங்கள் அதிகம் தெரிந்து கொண்டால், உங்களுக்குச் சீக்கிரமாக வயதாகிவிடும்."

"அவளைப் பாருங்கள்! முகம் முழுவதும் எத்தனை சந்தோஷம்... நான் இதுவரை உங்களை இப்படிப் பார்த்ததே இல்லை. நடன அரங்கத்திற்குச் செல்வது போல அலங்காரம்" என்ற ரகிதீன் அவளை மேலும் கீழும் பார்த்தான்.

"உங்களுக்கு நடனங்களைப் பற்றி நிறையத் தெரியும் போலிருக்கிறது."

"உங்களுக்குத் தெரியாதா?"

"நான் ஒரு முறை நடனத்தைப் பார்த்தேன். இரண்டு வருடங்களுக்கு முன்பு சம்சனோவின் மகனுக்குத் திருமணம் நடந்தபோது, நான் கேலரியிலிருந்து நடனத்தைப் பார்த்தேன். ரகிதீன், இப்படி ஓர் அழகான இளவரசன் இங்கே நின்று கொண்டிருக்கையில், நான் ஏன் உங்களிடம் பேச வேண்டும்? எப்படிப்பட்ட விருந்தாளி! என் அருமை அல்யோஷா, என்னால் நம்பவே முடியவில்லை! கடவுளே, நீங்கள் என்னைப் பார்க்க வந்தீர்களா? உண்மையைச் சொல்ல வேண்டுமென்றால், நீங்கள் இங்கே வருவீர்கள் என்று நான் கனவிலும் நினைக்கவில்லை, எதிர்பார்க்கவும் இல்லை. இது சரியான தருணமில்லை என்றாலும், நான் உங்களைப் பார்த்ததில் மட்டற்ற மகிழ்ச்சி அடைகிறேன். என் பிரகாசமான புதிய நிலவே, வாருங்கள், இங்கே சோபாவில் அமருங்கள். என்னால் நிஜமாக நம்ப முடியவில்லை! ஏய், ரகிதீன், நீங்கள் அவரை நேற்றோ அல்லது அதற்கு முன் தினமோ அழைத்து வந்திருந்தால்!... இருந்தாலும் எனக்குச் சந்தோஷம்தான்! இரண்டு நாட்களுக்கு முன்பு வராமல் இப்போது, இந்தத் தருணத்தில் வந்ததும் நல்லதாகப் போயிற்று..."

அவள் உற்சாகத்துடன் அல்யோஷாவுக்கு அருகில் அமர்ந்து, அவனை ஆச்சரியத்துடன் உற்றுப் பார்த்தாள். அவள் அவனைப்

பார்த்து உண்மையில் மிகவும் சந்தோஷப்பட்டாள். அவள் அதைச் சொன்னபோது, பொய்சொல்லவில்லை, ஏனெனில் இயல்பாக அவளிடம் வெளிப்பட்ட உற்சாகமான மகிழ்ச்சியில், அவள் கண்கள் பிரகாசித்தன, உதடுகள் புன்முறுவல் பூத்தன. அல்யோஷா அவளுடைய முகத்திலிருந்து இப்படி ஒரு கனிவான, அன்பான உணர்வை எதிர்பார்க்கவில்லை... அவன் அவளை இதற்கு முன்பு எப்போதாவது சந்தித்திருந்தாலும், அவளைப் பற்றி ஒரு பயங்கரமான அபிப்பிராயத்தை உருவாக்கி வைத்திருந்தான். போதாக்குறைக்கு அவள் நேற்று கேத்தரீனா இவானோவ்னாவிடம் செய்த வஞ்சகமான சூழ்ச்சியைப் பார்த்து அவன் அதிர்ச்சியில் உறைந்து போயிருந்தான். ஆனால் அவள் இப்போது அவனுடைய அபிப்பிராயத்திற்கு முற்றிலும் மாறாக இருப்பதைப் பார்த்து அவன் ஆச்சரியப்பட்டான். அவனுடைய மனதில் துயரம் இருந்தாலும், அவனது பார்வை அவனையும் அறியாமல் அவள் மீது நிலைத்து நின்றது. அவளுடைய அங்க அசைவுகள் அனைத்தும் நேற்று இருந்ததைப் போலில்லாமல் முற்றிலுமாக மாறியிருந்தது. அவளுடைய குரலில் இருந்த போதையும், அவளுடைய அசைவுகளில் இருந்த காமத்தைத் தூண்டும் இலாவகமும் சிறிதும் மிகை இல்லாமல், எல்லாமே எளிமையாக, நடிப்பாக இல்லாமல், நம்பிக்கைக்குரியதாக இருந்தது. அவள் மிகவும் உற்சாகமாக இருந்தாள்.

“ஓ, கடவுளே, இன்று நடப்பவை அனைத்தும்” என்று அவள் மீண்டும் பிதற்றத் தொடங்கினாள். “அல்யோஷா, நான் உங்களைப் பார்த்து ஏன் இவ்வளவு சந்தோஷப்படுகிறேன் என்று எனக்கே தெரியவில்லை. நீங்கள் ஏன் என்று கேட்டால் என்னால் அதற்குப் பதில் சொல்ல முடியாது.”

“நீங்கள் எதனால் மகிழ்ச்சியாக இருக்கிறீர்கள் என்று நிஜமாக உங்களுக்குத் தெரியாதா?” என்று ரகிதீன் இளித்தான். “நீங்கள் அவரை அழைத்து வரச் சொல்லி என்னை நச்சரித்துக் கொண்டே இருந்தீர்கள். எனவே அதற்கு நிச்சயமாக ஏதோ காரணம் இருக்க வேண்டும்.”

“ஆமாம், முன்பு அதற்கு வேறு ஒரு காரணம் இருந்தது என்றாலும், இப்போது அது இல்லை. இப்போது நிலைமை மாறிவிட்டது. இருந்தாலும் நான் உங்களை மகிழ்விக்கும் வகையில் ஏதாவது செய்ய வேண்டும். ரகிதீன் நான் இப்போது நல்லவளாக மாறிவிட்டேன். வாருங்கள், வந்து உட்காருங்கள். நீங்கள் ஏன் நிற்கிறீர்கள்? ஓ, நீங்கள் ஏற்கனவே உட்கார்ந்து விட்டீர்களா? ரகிதீன் எப்போதும் அவரை நன்றாகக் கவனித்துக் கொள்வார். இதோ பாருங்கள், அல்யோஷா, நமக்கு எதிரில் அமர்ந்திருக்கும்

அவர், உங்களுக்கு முன்பு அவரை உட்காரச் சொல்லவில்லை என்ற கோபத்தில் இருக்கிறார். ரகிதீன் எளிதில் உணர்ச்சி வசப்படுவார்!" என்று குரூஷென்கா சிரித்தாள். "ரகிதீன், என் மீது கோபப்பட வேண்டாம். இன்று என் இதயத்தில் அன்பு பொங்கி வழிகிறது. என் அருமை அல்யோஷா, நீங்கள் ஏன் சோகமாக இருக்கிறீர்கள்? நீங்கள் என்னைப் பார்த்துப் பயப்படுகிறீர்களா?" என்று அவள் அவன் கண்களை உற்றுப் பார்த்துப் புன்னகைத்தாள்.

"அவர் சோகமாக இருக்கிறார். பதவி உயர்வு கிடைக்கவில்லை" என்று ரகிதீன் எரிச்சலுடன் சொன்னான்.

"என்ன பதவி உயர்வு?"

"அவருடைய மூத்தவர் துர்நாற்றம் வீசினார்."

"துர்நாற்றமா? நீங்கள் ஏதோ முட்டாள்தனமாகப் பேசுகிறீர்கள். நீங்கள் ஏதோ மோசமான ஒன்றைச் சொல்ல விரும்புகிறீர்கள். முட்டாளே, வாயை மூடு. அல்யோஷா, என்னை உங்கள் மடியில் உட்கார அனுமதியுங்கள், இப்படி" என்று அவள் துள்ளிக் குதித்து, சிரித்துக் கொண்டே அவனுடைய மடியில் விழுந்து, ஒரு பாசமுள்ள பூனைக் குட்டியைப் போல அவளுடைய வலது கையை அவனுடைய கழுத்தைச் சுற்றி வளைத்து, அவனைத் தழுவிக் கொண்டாள். "என் அருமைப் பையா, பக்திமானே, நான் உங்களை உற்சாகப்படுத்துவேன். ஆனால் நான் இப்படியே சற்று நேரம் உங்கள் மடியில் அமர்ந்திருக்கலாம், இல்லையா? உங்களுக்குக் கோபம் இல்லையே? நீங்கள் சொன்னால் இறங்கிவிடுவேன்."

அல்யோஷா எதுவும் பேசாமல் அசையாமல் பயத்துடன் உட்கார்ந்திருந்தான். 'நீங்கள் சொன்னால் இறங்கிவிடுவேன்' என்று அவள் சொன்னது அவனுடைய காதில் விழுந்தது, என்றாலும், அவன் பதில் சொல்லாமல் கற்சிலையென அமர்ந்திருந்தான். ஆனால் அவன் எதிர்பார்த்தது அல்லது கற்பனை செய்தது போலவும், எதிரில் அமர்ந்து அவனைக் குரோதத்துடன் பார்த்துக் கொண்டிருந்த ரகிதீன் நினைத்தது அல்லது கற்பனை செய்தது போலவும் எந்தச் சிந்தனையும் அவனுடைய மனதில் இல்லை. அவன் உள்ளத்தில் நெருப்பாகக் கனன்று கொண்டிருந்த பெரும் துக்கம் அவனது மற்ற அனைத்து உணர்ச்சிகளையும் விழுங்கியது. அவன் அந்த வினாடியில் தெளிவாகச் சிந்தித்திருந்தால், காமத்திலிருந்தும், மயக்கத்திலிருந்தும் அவனைப் பாதுகாக்கும் வலிமையான கவசம் அவனிடம் இருப்பதை உணர்ந்திருப்பான். அவனுக்கிருந்த குழப்பமான, தெளிவற்ற ஆன்மீக நிலையையும், அவனை ஆட்கொண்டிருந்த துயரத்தையும் மீறி அவனுடைய இதயத்தில் தோன்றிய ஒரு புதிய, விசித்திரமான உணர்வைக் கண்டு அவனால் ஆச்சரியப்படாமல் இருக்க முடியவில்லை. அவனுக்கு

இப்போது அந்தப் பயங்கரமான பெண்ணிடம் எந்தப் பயமும் இல்லை. ஒரு பெண்ணைப் பற்றிய சிந்தனை அவனை அலைக்கழிக்கும்போது எப்போதும் தலைதூக்கும் பயம் கூட இப்போது அவனிடம் இல்லை. அவன் வேறு யாரையும் விட அதிகமாகப் பயப்பட்ட அந்தப் பெண், இப்போது அவன் மடியில் அமர்ந்து கழுத்தைச் சுற்றி வளைத்து அவனைத் தழுவியபோது, அவள் அவனிடம் எதிர்பாராத, குறிப்பிடத்தக்க, விசேஷமான, தூய்மையான ஆர்வத்தைத் தரும், அனைத்திற்கும் மேலாக வழக்கமாக ஏற்படும் பயத்தின் எந்தத் தடயமும் இல்லாத, ஒரு புதுமையான உணர்வை அவனுக்கு ஏற்படுத்தியது அவனை வியப்பில் ஆழ்த்தியது.

“ஐயோ, போதும் இந்த முட்டாள்தனம்!” என்று ரகிதீன் கத்தினான். “நீங்கள் எங்களுக்கு ஷாம்பெயின் கொண்டுவரச் சொல்லுங்கள். நீங்கள் எனக்குக் கடன் பட்டிருக்கிறீர்கள்!”

“ஆமாம், அதைச் செய்கிறேன். அல்யோஷா, அவர் உங்களை இங்கே அழைத்து வந்தால், நான் அவருக்கு ஷாம்பெயின் தருவதாக வாக்குறுதி கொடுத்திருந்தேன். நானும் கொஞ்சம் குடிப்பேன்! ஃபேன்யா, ஃபேன்யா மீச்சியா விட்டுச் சென்ற பாட்டிலைக் கொண்டு வா! சீக்கிரம்! நான் கருமியாக இருந்தாலும் உங்களுக்கு ஒரு பாட்டிலைக் கொடுப்பேன். ஆனால் ரகிதீன், நான் உங்களுக்குத் தர மாட்டேன். ரகிதீன் நீங்கள் ஒரு காளான், ஆனால் இவர் ஓர் இளவரசர்! இப்போது என் மனம் வேறு சிந்தனையில் இருந்தாலும், நான் உங்களுடன் சேர்ந்து குடிப்பேன், ஏனென்றால் நாம் கொஞ்சம் ஜாலியாக இருப்போம்!”

“உங்களுக்கு என்ன ஆயிற்று? நான் அந்தச் செய்தி என்னவென்று தெரிந்து கொள்ளலாமா அல்லது அது ஒரு இரகசியமா?” என்று ரகிதீன் ஆர்வத்துடன் கேட்டான். அவள் அவனை ஏளனமாகப் பேசுவதைக் கவனிக்காதவன் போலப் பாசாங்கு செய்தாள்.

“ஹே, அது ஒன்றும் இரகசியமல்ல. அது உங்களுக்கே தெரியும்” என்று திடீரென்று கவலையுடன் சொன்ன குருஷென்கா, அல்யோஷாவிடமிருந்து சற்றே விலகி ரகிதீனை நோக்கித் திரும்பினாள் என்றாலும், அவள் அவன் கழுத்தைச் சுற்றியிருந்த கையை எடுக்காமல் இன்னும் அவன் மடியில் உட்கார்ந்திருந்தாள். “ரகிதீன் என் அதிகாரி நண்பர் வருகிறார், என் அதிகாரி வந்து கொண்டிருக்கிறார்!”

“நான் அவர் வரப்போவதாகக் கேள்விப்பட்டேன். அவர் இப்போது அருகில் வந்துவிட்டாரா?”

“அவர் இப்போது மோக்ரோயில் இருக்கிறார். அவர் அங்கிருந்து எனக்குச் செய்தி அனுப்புவார். அவர் எனக்கு அப்படித்தான் கடிதம் எழுதியிருந்தார். இன்றுதான் அந்தக் கடிதம் கிடைத்தது. நான் அவருடைய செய்திக்காகக் காத்திருக்கிறேன்.”

“ஆகா! ஆனால் அவர் மோக்ரோயில் என்ன செய்கிறார்?”

“அது ஒரு பெரிய கதை. நான் உங்களுக்குப் போதுமான அளவு சொல்லிவிட்டேன்.”

“ஓஹோ! அது மீச்சியாவுக்குத் தெரியாதா?”

“எப்படித் தெரியும்? அவருக்கு எதுவும் தெரியாது. அவருக்குத் தெரிந்தால் என்னைக் கொன்றுவிடுவார். ஆனால் நான் இப்போது அதற்குப் பயப்படவில்லை. அவர் என்னைக் கத்தியால் குத்திவிடுவார் என்றும் நான் பயப்படவில்லை. ரகிதீன் நீங்கள் வாயை மூடுங்கள். நீங்கள் இப்போது டிமிட்ரி ஃபியோதரோவிச்சை எனக்கு ஞாபகப்படுத்த வேண்டாம். அவர் என் இதயத்தை நொறுக்கி விட்டார். நான் இப்போது அதைப் பற்றி நினைக்க விரும்பவில்லை. நான் அல்யோஷாவைப் பார்த்து, அவரைப் பற்றி மட்டுமே சிந்திக்கிறேன்... என் அன்பே, என்னைப் பார்த்து ஒரு புன்னகை வீசுங்கள். என் செல்லமே, என் அன்பே, உற்சாகமாயிருங்கள். என் மகிழ்ச்சியையும், முட்டாள்தனத்தையும் பார்த்துச் சிரியுங்கள்... இதோ அவர் சிரிக்கிறார்! ஆகா, என்னவொரு கனிவான பார்வை! அல்யோஷா உங்களுக்குத் தெரியுமா, நேற்று முன்தினம் நடந்த அந்தச் சம்பவத்திற்காக, அந்த இளம் பெண்ணின் பொருட்டு நீங்கள் என் மீது கோபமாக இருக்கிறீர்கள் என்று எனக்குத் தெரியும். நான் ஒரு மிருகம் என்பது உண்மை... ஆனால் அப்படி நடந்தது நல்லதுதான். அது மோசமானது என்றாலும் நல்லது” என்று குரூஷென்கா புன்னகைத்தாள். அவளுடைய புன்னகையில் குரூரம் பளிச்சிட்டது. “அந்தப் பெண் என்னைச் சவுக்கால் அடிக்க வேண்டும் என்று கத்தியதாக மீச்சியா என்னிடம் சொன்னார். நான் அவளை மிக மோசமாகக் காயப்படுத்திவிட்டேன். அவள் என்னை அவளுடைய வீட்டிற்கு வரவழைத்து, இனிப்புகளைக் கொடுத்து, என்னை ஜெயிக்க விரும்பினாள்... இல்லை, அன்று அப்படி நடந்தது நல்லது” என்ற அவள் மீண்டும் சிரித்தாள். “ஆனால் நீங்கள் என் மீது கோபமாக இருப்பீர்களோ என்று எனக்கு இன்னும் பயமாக இருக்கிறது...”

“உண்மைதான்” என்று ரகிதீன் திடீரென்று ஆச்சரியத்துடன் சொன்னான். “அல்யோஷா, ஒரு சிறிய கோழிக்குஞ்சு போன்ற உங்களைப் பார்த்து அவள் பயப்படுகிறாள்.”

“ரகிதீன், உங்களைப் பொறுத்தவரை அவர் ஒரு கோழிக்குஞ் சாக இருக்கலாம்... ஏனென்றால் உங்களுக்கு மனசாட்சி என்பதே இல்லை! ஆனால் நான் அல்யோஷாவை முழு மனதோடு நேசிக்கிறேன். அல்யோஷா, நான் உங்களை மனப்பூர்வமாகக் காதலிக்கிறேன் என்று நீங்கள் நம்புகிறீர்களா?”

“ஐயோ, வெட்கக்கேடு! அலெக்ஸி அவள் உங்களிடம் அவளுடைய காதலைச் சொல்கிறாள்!”

“ஏன் கூடாது? நான் அவரைக் காதலிக்கிறேன்.”

“அப்படியானால் உங்களுடைய அதிகாரி? மோக்ரோயிலிருந்து வரப்போகும் பொன்னான செய்தி?”

“அதற்கும் இதற்கும் சம்பந்தமில்லை.”

“பெண் புத்தி!”

“ரகிதீன், நீங்கள் என் கோபத்தைக் கிளறாதீர்கள்” என்று குரூஷென்கா கோபத்துடன் சொன்னாள். “அது வேறு, இது வேறு. நான் அல்யோஷாவின் மீது வைத்திருக்கும் காதல் வித்தியாசமானது. அல்யோஷா, நான் இதற்கு முன்பு உங்களுக்காக ஒரு இரகசியத் திட்டம் போட்டிருந்தேன் என்பது உண்மைதான். அல்யோஷா, நான் ஒரு கீழ்த்தரமான, மோசமான பெண் என்றாலும், சில சமயங்களில் உங்களை என்னுடைய மனசாட்சியாகக் கருதினேன். ‘உங்களைப் போன்ற ஓர் ஆண் என்னைப் போன்ற ஒரு மோசமான பெண்ணை எப்படி வெறுப்பார்’ என்று நான் யோசித்துக் கொண்டே இருந்தேன். அல்யோஷா, நான் இரண்டு நாட்களுக்கு முன்பு கூட அதைப் பற்றித் தீவிரமாக யோசித்தேன். இது மீச்சியாவுக்குத் தெரியும், நான் அதை அவரிடம் சொன்னேன். மீச்சியா அதைப் புரிந்து கொண்டான். அல்யோஷா, உங்களால் நம்பமுடியுமா, நான் சில சமயங்களில் உங்களைப் பார்க்கும்போது, என்னை நினைத்து நானே வெட்கப்படுகிறேன்... நான் எப்போது, எப்படி உங்களைப் பற்றி அப்படி நினைக்கத் தொடங்கினேன் என்று என்னால் சொல்ல முடியாது, எனக்கு நினைவில்லை...”

ஃபேன்யா மேசையின் மீது ஒரு தட்டையும், திறந்திருந்த ஒரு ஷாம்பெயின் பாட்டிலையும், மூன்று டம்ளர்களையும் வைத்தாள்.

“இதோ ஷாம்பெயின்!’ என்று ரகிதீன் கத்தினான். “அக்ரஃபேனா அலெக்ஸாண்ட்ரோவ்னா நீங்கள் மிகவும் உற்சாகமாக இருக்கிறீர்கள். நீங்கள் ஒரு டம்ளர் குடித்துவிட்டு நடனமாடத் தொடங்குவீர்கள் என்று நினைக்கிறேன். அடடா, இதைக் கூட இவர்களால் சரியாகச் செய்ய முடியவில்லை. கிழவி சமையலறையில் பாட்டிலைத் திறந்து ஷாம்பெயினை ஊற்றி, மூடாமல் கொடுத்திருக்கிறாள். பாட்டில் சூடாக இருக்கிறது...”

என்று அவன் பாட்டிலைப் பார்த்துச் சொன்னான். "சரி, போகட்டும், எப்படியோ உள்ளே தள்ளுவோம்."

அவன் மேசை அருகில் சென்று, ஒரு டம்ளரை எடுத்து, ஒரே மடக்கில் காலி செய்துவிட்டு, மீண்டும் டம்ளரில் ஊற்றிக் கொண்டான்.

"ஷாம்பெயின் அடிக்கடி கிடைக்காது" என்று அவன் தன் உதட்டை நக்கினான். "நல்லது, அல்யோஷா, ஒரு டம்ளரை உள்ளே ஊற்றிக் கொண்டு, உங்களால் என்ன செய்ய முடியும் என்பதைக் காட்டுங்கள்! நாம் எதற்காகக் குடிக்கிறோம்? சொர்க்கத்தின் வாசலுக்கு? குருஷா, சொர்க்கத்தின் வாசலுக்காக ஒரு கோப்பை குடியுங்கள்."

"சொர்க்கத்தின் வாசல் எது?"

அவள் ஒரு டம்ளரை எடுத்துக் கொண்டாள். அல்யோஷா ஒரு டம்ளரை எடுத்து சுவைத்துப் பார்த்துவிட்டுக் கீழே வைத்தான்.

"இல்லை, எனக்கு வேண்டாம்!" என்றான் அவன் புன்னகையுடன்.

"அப்படியானால் நீங்கள் சொன்னது வெறும் பேச்சா?" என்று ரகிதீன் கத்தினான்.

"அப்படியானால் நானும் குடிக்க மாட்டேன்" என்றாள் குருஷென்கா. "ரகிதீன், எனக்கு வேண்டாம், நீங்களே முழு பாட்டிலையும் குடியுங்கள். அல்யோஷா குடித்தால் நானும் குடிப்பேன்."

"அடடா, மனதை நெகிழ வைக்கும் காட்சி!" என்று ரகிதீன் கிண்டலாகச் சொன்னான். "போதாக்குறைக்கு நீங்கள் அவர் மடியில்! அவருக்கு வருத்தப்பட காரணம் இருக்கிறது, ஆனால் உங்களுக்கு என்ன? அவர் தன் கடவுளுக்கு எதிராகக் கலகம் செய்து, இறைச்சியைச் சாப்பிடவும் தயாராக இருக்கிறார்..."

"என்ன ஆயிற்று?"

"அவருடைய மூத்தவர், துறவி அருட்தந்தை ஜோசிமா இன்று இறந்துவிட்டார்."

"மூத்தவர் ஜோசிமா இறந்துவிட்டார்!" என்று குருஷென்கா கத்தினாள். "ஓ, கடவுளே, எனக்குத் தெரியாது!" என்று அவள் பக்தியுடன் சிலுவையிட்டுக் கொண்டாள். "கடவுளே, நான் இந்த நேரத்தில் அவருடைய மடியில் அமர்ந்திருக்கிறேன்!" என்று அவள் பயந்தவள் போலத் திடுக்கிட்டு, அவன் மடியிலிருந்து துள்ளிக் குதித்து, சோபாவில் அமர்ந்தாள். அல்யோஷா அவளை வியப்புடன் உற்றுப் பார்த்தான். அவன் முகம் பிரகாசமானது.

“ரகிதீன்” என்று அல்யோஷா சத்தமாக, உறுதியான குரலில் சொன்னான். “நான் கடவுளுக்கு எதிராகக் கலகம் செய்கிறேன் என்று என்னைப் பழிக்காதீர்கள். நான் உங்கள் மீது கோபப்பட விரும்பவில்லை என்பதால், நீங்களும் அன்பாக நடந்து கொள்ளுங்கள். உங்களிடம் இல்லாத ஒரு பொக்கிஷத்தை நான் இழந்துவிட்டேன். எனவே இப்போது என்னை மதிப்பிட உங்களுக்கு உரிமை இல்லை. நீங்கள் குரூஷென்காவைப் பாருங்கள்! அவள் என்னுடைய இழப்புக்கு எவ்வளவு இரக்கப்படுகிறாள் என்று கவனித்தீர்களா? நான் ஒரு தீய ஆத்மாவை எதிர்பார்த்து இங்கே வந்தேன். நானே பொல்லாதவனாக, இழிந்தவனாக இருந்ததால், அதனால் ஈர்க்கப்பட்டு இங்கே வந்தேன். இருப்பினும் நான் ஓர் உண்மையான சகோதரியை, ஒரு பொக்கிஷத்தை, ஓர் அன்பான ஆத்மாவைக் கண்டேன்... அவள் உடனடியாக என் மீது இரக்கம் காட்டினாள்... அக்ரஃபேனா அலெக்ஸாண்ட்ரோவ்னா நான் உங்களைத்தான் சொல்கிறேன். நீங்கள் என் ஆத்மாவை மீட்க உதவினீர்கள்...”

அல்யோஷாவின் உதடுகள் துடித்தன. அவன் மூச்சுத் திணறினான்.

“அவள் உங்களைக் காப்பாற்றிவிட்டாள்!” என்று ரகிதீன் வெறுப்புடன் சிரித்தான். “இருந்தாலும் அவள் உங்களை விழுங்கத் தயாராக இருந்தாள் என்று உங்களுக்குத் தெரியுமா?”

“ரகிதீன், பொறுங்கள்!” என்று குரூஷென்கா துள்ளிக் குதித்து எழுந்தாள். “உஷ், நீங்கள் இருவரும் வாயை மூடுங்கள். நான் இப்போது எல்லாவற்றையும் சொல்கிறேன். அல்யோஷா, நீங்கள் அமைதியாக இருங்கள், ஏனெனில் நான் நல்லவள் அல்ல கெட்டவள் என்பதால், நீங்கள் சொன்னதைக் கேட்டு வெட்கித் தலைகுனிகிறேன். நான் அப்படிப்பட்டவள்தான். ரகிதீன், நீங்கள் வாயை மூடிக் கொண்டிருங்கள், ஏனெனில் நீங்கள் பொய் சொல்கிறீர்கள். நீங்கள் சொல்வது போல எனக்கு அவரை விழுங்க வேண்டும் என்ற பொல்லாத எண்ணம் ஒரு காலத்தில் இருந்தது என்றாலும், இப்போது இல்லை... ரகிதீன், நீங்கள் சொல்வதைக் கேட்க எனக்கு விருப்பம் இல்லை!” என்று குரூஷென்கா வழக்கத்திற்கு மாறான பதற்றத்துடன் அதைச் சொன்னாள்.

“இதோ, அவர்கள் இருவருக்கும் பைத்தியம் பிடித்துவிட்டது!” என்று சீறிய ரகிதீன், இருவரையும் வியப்புடன் பார்த்தான். “நான் ஒரு பைத்தியக்கார விடுதியில் இருப்பதைப் போல இருக்கிறது. அவர்கள் இருவரும் மனம் நெகிழ்ந்து இன்னும் ஒரு நிமிடத்தில் அழத் தொடங்குவார்கள்!”

“ஆமாம், நான் அழுவேன், நான் அழுவேன்!” என்று குரூஷென்கா திரும்பத் திரும்பச் சொன்னாள். “அவர் என்னை அவருடைய சகோதரி என்று சொன்னதை நான் ஒருபோதும் மறக்க மாட்டேன்! ரகிதீன், நான் கெட்டவளாக இருந்தாலும், ஒரு வெங்காயத்தைக் கொடுத்தேன் என்பதைச் சொல்லிக் கொள்கிறேன்.”

“வெங்காயமா? நாசமாய்ப் போக! உங்களுக்கு உண்மையில் பைத்தியம் பிடித்துவிட்டது.”

ரகிதீன் அவர்களுடைய மகிழ்ச்சிப் பரவசத்தைக் கண்டு ஆச்சரியப்பட்டான். அவர்கள் இருவரும் அவர்களுடைய வாழ்நாளில் இதுவரை அனுபவித்திராத ஓர் ஆன்மீக நெருக்கடியைக் கடந்து செல்கிறார்கள் என்பது அவனுக்குத் தெரிந்தாலும், அவனுக்கு எரிச்சலும் வருத்தமும் ஏற்பட்டது. ரகிதீன் அவனைப் பற்றிய எல்லா விஷயங்களிலும் மிகவும் நுண்ணுணர்வு கொண்டவனாக இருந்தாலும், மற்றவர்களின் உணர்வுகளைப் புரிந்துகொள்ள முடியாதவனாக இருந்தான். அதற்கு அவனுடைய அனுபவம் இல்லாத இளமைப் பருவம் ஒரு காரணம் என்றால், அவனுடைய அதீதமான அகங்காரம் மற்றொரு காரணம்.

“இதோ பாருங்கள், அல்யோஷா” என்று குரூஷென்கா பதற்றத்துடன் சிரித்தபடி அவனைப் பார்த்தாள். “நான் ஒரு வெங்காயத்தைக் கொடுத்ததாக ரகிதீனிடம் பெருமையாகச் சொன்னேன் என்றாலும், உங்களிடம் தற்பெருமை பேச விரும்பவில்லை. இருந்தாலும் நான் வேறு ஒரு காரணத்திற்காக உங்களிடம் அதைச் சொல்கிறேன். இது ஒரு கதைதான் என்றாலும் நல்ல கதை. நான் சிறுமியாக இருந்தபோது, எங்கள் சமையல்காரி மேட்ரியோனாவிடமிருந்து அதைக் கேட்டேன். அந்தக் கதை இதுதான். முன்னொரு காலத்தில் மிகவும் பொல்லாத ஒரு விவசாயப் பெண் இருந்தாள். அவள் எந்த ஒரு நல்ல செயலையும் செய்யாமல் இறந்து போனாள். பிசாசுகள் அவளைப் பிடித்து எரியும் ஏரியில் தள்ளியது. இதற்கிடையில், அவளுடைய காவல் தேவதை அவளைக் காப்பாற்றுவதற்காக, அவள் செய்த ஒரு நல்ல செயலைத் தெரிந்துகொள்ள தீவிரமாக யோசித்து, இறுதியில் ஒன்றைக் கண்டுபிடித்து, ‘அவள் ஒரு முறை தோட்டத்திலிருந்து ஒரு வெங்காயத்தைப் பறித்து ஒரு பிச்சைக்காரனுக்குக் கொடுத்தாள்’ என்று கடவுளிடம் சொன்னது. ‘நீ அதே வெங்காயத்தை எடுத்து அவளிடம் நீட்டி, அதைப் பிடித்துக் கொண்டு அவளை வெளியே வரச் சொல். அவள் வெளியே வந்தால் சொர்க்கத்திற்குப் போகலாம், இல்லையேல் இருக்கும் இடத்திலேயே இருக்க வேண்டும்’ என்று கடவுள் சொன்னார். அந்தத் தேவதையும் ஒரு வெங்காயத்தை அவளிடம் நீட்டியது.

அவள் அந்த வெங்காயத்தைப் பிடித்துக் கொண்டதும், தேவதை அவளை வெளியே இழுக்கத் தொடங்கியது. அவள் ஏரியிலிருந்து கிட்டத்தட்ட வெளியே வந்த நிலையில், அதிலிருந்த மற்ற பாவிகள் அவள் வெளியேறுவதைக் கண்டு அவளைப் பிடித்துக் கொண்டனர். இப்போது அவளுடன் சேர்ந்து அவர்களும் வெளியே வந்துவிடுவார்கள். ஆனால் அந்தப் பொல்லாத பெண், அவர்களைக் காலால் உதைத்து, 'நான்தான் வெளியே போக வேண்டும், நீங்கள் அல்ல. இது என்னுடைய வெங்காயம் உங்களுடையது அல்ல' என்று சொன்னாள். அவள் அப்படிச் சொன்னதும் அந்த வெங்காயம் உடைந்து, அந்தப் பெண் மீண்டும் ஏரியில் விழுந்து விட்டாள். அவள் இன்றுவரை அந்த ஏரியில் எரிந்து கொண்டிருக்கிறாள். அந்தத் தேவதை அழுதுகொண்டே அங்கிருந்து சென்றுவிட்டது. அல்யோஷா இதுதான் அந்தக் கதை. எனக்கு அந்தக் கதை மனப்பாடமாகத் தெரியும், ஏனெனில் அந்தப் பொல்லாத பெண் வேறு யாருமல்ல நான்தான். நான் ஒரு வெங்காயத்தைக் கொடுத்ததாக ரகிதீனிடம் பெருமையாகச் சொன்னேன், ஆனால் என் வாழ்நாளில் நான் செய்த ஒரே நல்ல காரியம் வெங்காயத்தைக் கொடுத்ததைத் தவிர வேறு எதுவும் இல்லை என்று உங்களிடம் சொல்லிக் கொள்கிறேன். அல்யோஷா, நீங்கள் அதனால் என்னைப் புகழ வேண்டாம், என்னை நல்லவள் என்று நினைக்க வேண்டாம். நான் கெட்டவள், பொல்லாதவள் என்பதால் நீங்கள் என்னைப் புகழ்வதைக் கேட்கும்போது, எனக்கு வெட்கமாக இருக்கிறது. ஆமாம், நான் எல்லாவற்றையும் ஒப்புக்கொள்ள வேண்டும். அல்யோஷா கேளுங்கள், நான் உங்களை எப்படியாவது இங்கே வரவழைக்க வேண்டும் என்று ஆசைப்பட்டேன். நான் அதற்காக ரகிதீனை அடிக்கடித் தொந்தரவு செய்தேன். அவர் உங்களை என்னிடம் அழைத்து வந்தால் நான் அவருக்கு இருபத்தைந்து ரூபிள்கள் கொடுப்பதாகச் சொன்னேன். ரகிதீன், பொறுங்கள், எதுவும் பேச வேண்டாம்" என்று சொன்ன அவள் வேகமாக மேசைக்குச் சென்று அலமாரியைத் திறந்து, பணப்பையை எடுத்து, இருபத்தைந்து ரூபிள் நோட்டை எடுத்தாள்.

"முட்டாள்தனம்! இது சுத்த முட்டாள்தனம்!" என்று ரகிதீன் சங்கடத்துடன் திரும்பத் திரும்பச் சொன்னான்.

"ரகிதீன், வாங்கிக் கொள்ளுங்கள். நான் உங்களுக்குக் கொடுக்க வேண்டிய கடன், நீங்கள் அதை மறுக்க மாட்டீர்கள் என்று நினைக்கிறேன். நீங்கள்தான் அதைக் கேட்டீர்கள்" என்று அவள் அந்த நோட்டை அவனிடம் வீசினாள்.

"நான் ஏன் அதை மறுக்க வேண்டும்?" என்று வெட்கத்துடன் கேட்ட ரகிதீன், சங்கடப்பட்டாலும் அதை மறைத்துக் கொண்டான்.

“அது மிகவும் உதவியாக இருக்கும். அறிவாளியின் ஆதாயத்திற்காகவே முட்டாள்கள் உருவாகிறார்கள்.”

“ரகிதீன், வாயை மூடுங்கள். நான் இப்போது சொல்லப் போவது உங்கள் காதுகளுக்கு அல்ல. எனவே நீங்கள் அந்த மூலையில் அமைதியாக உட்கார்ந்திருங்கள். உங்களுக்கு எங்களைப் பிடிக்கவில்லை என்றால் வாயை மூடிக் கொண்டிருங்கள்.”

“எனக்கு ஏன் உங்களைப் பிடிக்க வேண்டும்?” என்று ரகிதீன் அவனுடைய கோபத்தை வெளிப்படுத்தும் விதமாகக் கத்தினான். அவன் இருபத்தைந்து ரூபிளைத் தனது சட்டைப் பையில் திணித்துக் கொண்டபோது, அல்யோஷாவைப் பார்த்துச் சங்கடப்பட்டான். அவன் அதை அல்யோஷாவுக்குத் தெரியாமல் பிறகு வாங்கிக் கொள்ளலாம் என்று நினைத்தான், ஆனால் இப்போது அவமானத்திற்கு உள்ளானதால் ஆத்திரப்பட்டான். குரூஷென்கா அவனைக் கேலி செய்தாலும் அவன் இதுநாள் வரை அவளை எதிர்த்துப் பேசாமல் இருந்தான், ஏனெனில் அவள் ஏதோ ஒரு வகையில் அவனை அவளுடைய கட்டுப்பாட்டில் வைத்திருந்தாள். ஆனால் இப்போது அவன் வெளிப்படையாகக் கோபப்பட்டான்.

“ஒருவருக்கு மற்றவரைப் பிடிக்க வேண்டும் என்றால் ஏதோ ஒரு காரணம் இருக்க வேண்டும், ஆனால் அதற்காக நீங்கள் இருவரும் எனக்கு என்ன செய்தீர்கள்?”

“நீங்கள் காரணமின்றி ஒருவரை நேசிக்க வேண்டும். அல்யோஷா அப்படித்தான் நேசிக்கிறார்.”

“அல்யோஷா உங்களை விரும்புவதாக நீங்கள் நினைக்கிறீர்கள்! உங்களைப் பரவசத்தில் ஆழ்த்தும் அளவுக்கு அவரிடம் என்ன கண்டீர்கள்?”

அறையின் நடுவில் நின்றிருந்த குரூஷென்கா உஷ்ணத்துடன் பேசினாள். அவள் குரலில் ஆக்ரோஷம் வெளிப்பட்டது.

“ரகிதீன், நீங்கள் எதுவும் பேச வேண்டாம். நீங்கள் எங்களைப் பற்றி எதையும் புரிந்து கொள்ளவில்லை. என்னிடம் மரியாதை இல்லாமல் பேச உங்களுக்கு என்ன தைரியம்? என்னால் அதை அனுமதிக்க முடியாது. நீங்கள் அந்த மூலையில் அமர்ந்து வாயைத் திறக்காமல் என் வேலைக்காரனைப் போல இருக்க வேண்டும்! அல்யோஷா, நான் இப்போது உங்களிடம் எல்லா உண்மைகளையும் சொல்கிறேன். அப்போது நீங்கள் நான் எவ்வளவு கேவலமானவள் என்று தெரிந்து கொள்வீர்கள். நான் ரகிதீனிடம் பேசவில்லை, உங்களிடம் பேசுகிறேன். அல்யோஷா, நான் உங்களை அழிக்க விரும்பினேன் என்பதுதான் உண்மை. ரகிதீன் உங்களை என்னிடம் அழைத்து வந்தால் நான் அவருக்குப் பணம் கொடுப்பதாகச்

சொன்னேன். நான் ஏன் அதைச் செய்ய விரும்பினேன்? அல்யோஷா, உங்களுக்கு அதைப் பற்றி எதுவும் தெரியாது. நீங்கள் என்னைப் பார்க்கும் போதெல்லாம், கண்களைத் தாழ்த்திக் கொண்டு என்னிடமிருந்து விலகிச் சென்றீர்கள். ஆனால் நான் உங்களை விடாமல் தொடர்ந்து பார்த்துக் கொண்டிருந்தேன். நான் உங்களைப் பற்றிப் பலரிடம் விசாரித்தேன். என் இதயத்தில் உங்களுடைய முகம் ஆழமாகப் பதிந்துவிட்டது. 'அவர் என்னை வெறுக்கிறார்' என்றும், 'அவர் என்னைப் பார்க்க மாட்டார்' என்றும் நான் நினைத்தேன். நான் ஒரு பையனைப் பார்த்து ஏன் பயப்பட வேண்டும் என்று என்னை நானே கேட்டுக் கொண்டு ஆச்சரியப்பட்டேன். கட்டுக்கடங்காத கோபம் என் தலைக்கு ஏறியது. என்னைப் பற்றிப் பேசவும், என்னை நெருங்கவும் யாருக்கும் துணிச்சல் இல்லை என்பதை உங்களால் நம்ப முடியுமா? என்னைப் பொறுத்தவரை எனக்கு என் கிழவன் மட்டும்தான். நான் விற்கப்பட்டு அவர் வாங்கியது போலவும், வேறு யாரும் இல்லாமல் சாத்தான் எங்களை மணமுடித்தது போலவும், நான் அவருக்கு மட்டுமே சொந்தமானவள். ஆனால் நான் உங்களைப் பார்த்தபோது, 'நான் அவரை விழுங்கி ஏப்பம் விட்டுச் சிரிப்பேன்' என்று சொல்லிக் கொண்டேன். நான் எத்தகைய கேடுகெட்டவள் என்பதை நீங்களே பாருங்கள். அப்படிப்பட்ட என்னை நீங்கள் சகோதரி என்று சொல்கிறீர்கள்! என் வாழ்க்கையை நாசமாக்கிய படுபாவி இப்போது திரும்பி வந்திருக்கிறான். நான் அவனிடமிருந்து செய்திக்காகக் காத்திருக்கிறேன். அந்த மனிதன் என் வாழ்க்கையில் எத்தனை முக்கியமானவன் என்று உங்களுக்குத் தெரியுமா? சம்சனோவ் ஐந்து வருடங்களுக்கு முன்பு என்னை இங்கே அழைத்து வந்தபோது, நான் யாரையும் பார்க்காமலும், யாரிடமும் பேசாமலும் தனிமையில் ஒரு மூலையில் சுருண்டு கிடந்தேன். நான் உடல் மெலிந்து, ஒரு முட்டாளைப் போல அழுது கொண்டு இரவில் தூங்க முடியாமல் தவித்தேன். 'என்னை இந்த நிலைக்கு ஆளாக்கிய பாவி எங்கே? அவன் இப்போது வேறு ஒரு பெண்ணுடன் சேர்ந்து கொண்டு என்னைப் பார்த்துச் சிரித்துக் கொண்டிருப்பான்! நான் மட்டும் அவனைப் பார்க்க முடிந்தால், மீண்டும் சந்தித்தால், எல்லாவற்றுக்கும் பதிலடி கொடுப்பேன்...' என்று நான் நினைத்தேன். நான் இரவு நேரத்தில் கும்மிருட்டில் படுக்கையில் படுத்து, தலையணை நனையும்படிக் கண்ணீர் விட்டு அழுதேன். நான் எப்போதும் அதைப் பற்றியே நினைத்துக் கொண்டிருந்தேன். 'நான் அவனுக்குப் பதிலடிக் கொடுப்பேன், எல்லாவற்றிற்கும், எல்லாவற்றிற்கும் திருப்பி அடிப்பேன்' என்று திரும்பத் திரும்பச் சொல்லி என்னை நானே அமைதிப்படுத்திக்

கொள்ள முயற்சித்தேன்... நான் சில சமயங்களில் அந்த இரவின் தனிமையில் தாங்க முடியாமல் வாய்விட்டுக் கதறி அழுதேன். ஆனால் ஒரு நாள் என்னால் அவனை ஒன்றும் செய்ய முடியாது என்றும், இப்போது அவன் என்னைப் பார்த்துச் சிரித்துக் கொண்டிருப்பான் அல்லது என்னை மறந்திருப்பான் என்றும் தோன்றியபோது, நான் படுக்கையிலிருந்து தரையில் விழுந்து, நிராதரவான நிலையில் விடியும் வரையில் உடல் குலுங்க அழுதேன். ஆனால் நான் காலையில் இந்த உலகம் முழுவதையும் விழுங்கத் தயாரான ஒரு துஷ்ட நாயைப் போல எழுந்தேன். அதன் பிறகு என்ன நடந்தது என்று நீங்கள் நினைக்கிறீர்கள்? நான் பணத்தைச் சேமிக்கத் தொடங்கினேன்; என் இதயத்தைக் கல்லாக மாற்றிக் கொண்டேன்; உடல் பருத்தேன். நான் புத்திசாலியாக மாறிவிட்டேன் என்று நீங்கள் நினைக்கிறீர்களா? இல்லை, கொஞ்சம் கூட இல்லை. இந்த உலகத்தில் உள்ள யாருக்கும் அது தெரியாது என்றாலும், நான் இப்போதும் இரவு நேரங்களில், ஐந்து ஆண்டுகளுக்கு முன்பு செய்ததைப் போல, ஆத்திரத்துடன் பற்களைக் கடித்துக் கொண்டு, விடியும் வரையிலும் அழுது கொண்டே, 'அவன் எனக்குச் செய்த கொடுமைக்கு, அவனுக்கு நான் யார் என்பதைக் காட்டுவேன்' என்று சொல்லிக் கொள்கிறேன். நீங்கள் கேட்கிறீர்களா? நல்லது, அப்படியானால் நீங்கள் இப்போது என்னைப் புரிந்து கொண்டிருப்பீர்கள். ஒரு மாதத்திற்கு முன்பு அந்த மனிதன் இங்கு வரப்போவதாக எனக்கு ஒரு கடிதம் வந்தது. இப்போது அவன் மனைவியை இழந்து விட்டதாகவும், என்னைப் பார்க்க விரும்புவதாகவும் எழுதி யிருந்தான். நான் அதைப் படித்தபோது எனக்கு மூச்சு முட்டியது. 'அவன் இங்கே வந்து விசிலடித்தால், நான் அடிபட்ட நாயைப் போல வாலை ஆட்டிக் கொண்டு அவனிடம் போவேன்' என்று நான் நினைத்தேன். என்னால் என்னையே நம்பமுடியவில்லை. 'நீ அந்த அளவுக்குக் கேவலமானவளா? நீ அவனிடம் ஓடுவாயா?' என்று என்னை நானே கேட்டுக் கொண்டேன். கடந்த ஒரு மாத காலமாக என் மீதே எனக்கு பயங்கரமான ஆத்திரம் பொங்கி எழுந்ததால், நான் ஐந்து வருடங்களுக்கு முன்பு இருந்ததை விட இப்போது மிகவும் மோசமான நிலையில் இருக்கிறேன். அல்யோஷா, நான் எல்லா உண்மையையும் உங்களிடம் சொல்லிவிட்டேன். நான் கட்டுக்கடங்காத கோபமும், கொடூரமான பழிவாங்கும் குணமும் உடையவள் என்று இப்போது உங்களுக்குப் புரிந்திருக்கும். நான் அந்த மனிதருடன் ஓடிவிடக் கூடாது என்பதற்காக மீச்சியாவுடன் பழகினேன். ரகிதீன் வாயைத் திறக்க வேண்டாம், நான் உங்களுடன் பேசவில்லை. நீங்கள் இங்கு வருவதற்கு முன்பு நான் சோபாவில் படுத்து, என்னுடைய

எதிர்கால வாழ்க்கையைப் பற்றி யோசித்துக் கொண்டிருந்தேன். என் இதயத்தில் என்ன இருக்கிறது என்பதை உங்களால் தெரிந்து கொள்ள முடியாது. ஆமாம், அல்யோஷா, நேற்று முன்தினம் நான் உங்களுடைய இளம் சீமாட்டியிடம் அப்படி நடந்து கொண்டதற்கு என் மீது கோபப்பட வேண்டாம்... இப்போது என் மனதில் என்ன இருக்கிறது என்பது இந்த உலகத்தில் உள்ள யாருக்கும் தெரியாது, தெரிந்துகொள்ளவும் முடியாது... எனவே நான் இன்று அங்கே செல்லும்போது ஒருவேளை ஒரு கத்தியை எடுத்துக் கொண்டு போனாலும் போகலாம். நான் இன்னும் அதை முடிவு செய்யவில்லை...”

குருஷென்கா அவளுடைய ‘வேதனை’ மிக்க இந்த வார்த்தைகளைப் பேசிவிட்டு, அதற்கு மேல் தாங்கமுடியாமல், கைகளால் முகத்தை மூடிக் கொண்டு சோபாவில் விழுந்து, சிறு குழந்தையைப் போலத் தேம்பித் தேம்பி அழுதாள். அல்யோஷா எழுந்து ரகிதீனிடம் சென்றான்.

“ரகிதின், நீங்கள் கோபப்பட வேண்டாம். அவள் உங்கள் மனதைக் காயப்படுத்தி விட்டாள் என்றாலும் கோப்படாதீர்கள். அவள் இப்போது சொன்னதை நீங்கள் கேட்டீர்களா? ஒருவரின் சகிப்புத்தன்மைக்கு எல்லை உண்டு என்பதால், அவரிடமிருந்து அதிகம் எதிர்பார்க்காமல் இரக்கம் காட்ட வேண்டும்.”

அல்யோஷா அவனது உள்ளுணர்வின் தூண்டுதலால் அதைச் சொன்னான். அவன் அதைச் சொல்வது அவசியம் என்று உணர்ந்ததால் ரகிதீனிடம் சென்று அதைச் சொன்னான். அங்கே ரகிதீன் இல்லை என்றாலும், அவன் வானத்தைப் பார்த்து அதைச் சொல்லியிருப்பான். ஆனால் ரகிதீன் அவனை ஏளனமாகப் பார்த்தபோது அல்யோஷா பேச்சை நிறுத்தினான்.

“அல்யோஷா, கடவுளின் தூதனே, நீங்கள் உங்கள் மூத்தவரிடமிருந்து வாங்கிய தோட்டாக்களை உங்கள் துப்பாக்கியில் நிரப்பி என்னை நோக்கிச் சுடுகிறீர்கள்” என்று ரகிதீன் வெறுப்புடன் இளித்தான்.

“ரகிதீன், சிரிக்காதீர்கள். நீங்கள் மூத்தவரைப் பற்றிப் பேச வேண்டாம், ஏனெனில் உலகத்தில் உள்ள எந்த மனிதரையும் விட அவர் மேலானவர்!” என்று அல்யோஷா கண்ணீர் மல்கக் கத்தினான். “நான் ஒரு நீதிபதியாக உங்களிடம் பேசவில்லை, மாறாகக் குற்றம் சாட்டப்பட்டவர்களில் தாழ்ந்தவன் என்ற முறையில் பேசினேன். குருஷென்காவுடன் ஒப்பிடும்போது நான் யார்? நான் என்னுடைய கோழைத்தனத்தினால், ‘அதனால் என்ன?’ என்று என்னை நானே கேட்டுக் கொண்டு, என் அழிவைத் தேடி இங்கு வந்தேன். ஆனால் அவள் ஐந்து வருடங்கள்

அனுபவித்த வேதனைக்குப் பிறகு, முதல் முறையாக யாரோ ஒருவர் அவளிடம் மனப்பூர்வமாக ஒரு வார்த்தை சொன்னதற்கு, அவள் எல்லாவற்றையும் மன்னித்து, மறந்துவிட்டு, கண்ணீர் விட்டு அழுகிறாள்! அவளை இந்த நிலைக்கு ஆளாக்கியவர் இப்போது வந்து அழைக்கும்போது, அவள் எல்லாவற்றையும் மன்னித்து, மகிழ்ச்சியுடன் ஓடுகிறாள். அவள் நிச்சயமாகக் கத்தியைக் கையில் எடுக்க மாட்டாள், அவளால் அது முடியாது! இல்லை, நான் அப்படியில்லை. ரகிதீன், நீங்கள் அப்படியா என்று எனக்குத் தெரியாது, ஆனால் நான் அப்படி இல்லை! நான் இன்று, இப்போது அந்தப் பாடத்தைக் கற்றுக் கொண்டேன்... அவளுடைய அன்பு நம்முடைய அன்பை விட உயர்ந்தது. அவள் இப்போது சொன்னதை நீங்கள் இதற்கு முன்பு அவளிடமிருந்து எப்போதாவது கேட்டதுண்டா? இல்லை, நீங்கள் கேட்டதில்லை. நீங்கள் அப்படிக் கேட்டிருந்தால் உங்களால் எல்லாவற்றையும் புரிந்து கொண்டிருக்க முடியும்... அவள் நேற்று முன்தினம் அவமானப் படுத்திய அந்தப் பெண்ணும் அவளை மன்னிக்க வேண்டும்! அவள் அவளைப் பற்றித் தெரிந்து கொள்ளும்போது நிச்சயமாக அது நடக்கும்... அவளது மனம் இன்னும் சாந்தி அடையாமல் தவிக்கிறது. நாம் அவள் மீது கருணை காட்ட வேண்டும்... ஒருவேளை அந்த ஆத்மாவில் புதையல் இருக்கலாம்...”

அல்யோஷாவுக்கு மூச்சு முட்டியதால் அவன் பேசுவதை நிறுத்தினான். ரகிதீன் வெறுப்புடன் இருந்தாலும், ஆச்சரியத்துடன் அல்யோஷாவைப் பார்த்தான். எப்போதும் அமைதியாக இருக்கும் அவனிடமிருந்து இப்படி ஒரு வசைமொழியை அவன் எதிர்பார்க்கவில்லை.

“அவளுக்காக வாதாட ஒருவர் கிடைத்து விட்டார்! அல்யோஷா நீங்கள் அவளை நேசிக்கிறீர்களா? குரூஷென்கா, நம்முடைய துறவி உங்களை உண்மையாக நேசிக்கிறார், நீங்கள் வெற்றி பெற்றுவிட்டீர்கள்!” என்று ரகிதீன் அசட்டுச் சிரிப்புடன் கத்தினான்.

குரூஷென்கா தலையணையிலிருந்து தலையை உயர்த்தி அல்யோஷாவைக் கனிவுடன் பார்த்தாள். அழுது வீங்கியிருந்த அவள் முகத்தில் புன்னகை அரும்பியது.

“அல்யோஷா, அவரை விட்டுத்தள்ளுங்கள். என் தேவதூதனே, அவர் அப்படித்தான், அவரிடம் பேசுவதில் பயனில்லை. ரகிதீன், நான் உங்களை அவமதித்ததற்காக உங்களிடம் மன்னிப்புக் கேட்க நினைத்தேன், ஆனால் இப்போது எனக்கு அப்படித் தோன்றவில்லை. அல்யோஷா, இங்கே வந்து உட்காருங்கள்” என்று அவள் மகிழ்ச்சியான புன்னகையுடன் அவனை அழைத்தாள். “அது சரி,

இங்கே உட்காருங்கள். சொல்லுங்கள்" என்று அவள் அவன் கையைப் பிடித்து, அவன் கண்களை உற்றுப் பார்த்தாள். "சொல்லுங்கள், நான் இன்னும் என் வாழ்க்கையைச் சீரழித்த அந்த மனிதனை நேசிக்கிறேனா, இல்லையா? நீங்கள் இங்கு வருவதற்கு முன்பு, நான் இங்கே இருட்டில் படுத்துக் கொண்டு, நான் அவனைக் காதலிக்கிறேனா என்று என் இதயத்திடம் கேட்டுக் கொண்டிருந்தேன். அல்யோஷா, நீங்கள் எனக்காக முடிவு எடுங்கள். இப்போது அதற்கான நேரம் வந்துவிட்டது. நீங்கள் என்ன சொன்னாலும் அது நடக்கும். நான் அவனை மன்னிக்கலாமா, வேண்டாமா?"

"நீங்கள் ஏற்கனவே அவரை மன்னித்துவிட்டீர்கள்" என்று அல்யோஷா புன்னகையுடன் சொன்னான்.

"ஆமாம், நான் அப்படித்தான் நினைக்கிறேன்" என்று அவள் ஆழ்ந்த சிந்தனையுடன் சொன்னாள். "எனக்கு எவ்வளவு மோசமான இதயம்! அற்பத்தனமான இதயம்!" என்று அவள் திடீரென்று மேசையின் மீதிருந்த டம்ளரை எடுத்து ஒரே மடக்கில் காலி செய்துவிட்டு மேலே தூக்கி எறிந்தாள். அது கீழே விழுந்து நொறுங்கியது. அவள் உதடுகளில் ஒரு குரூரப் புன்னகை அரும்பியது.

"ஒருவேளை என்னால் அவனை மன்னிக்க முடியாமல் போகலாம்" என்று அவள் தனக்குத் தானே பேசிக் கொள்வது போல கண்களைத் தரையில் தாழ்த்தி, அச்சுறுத்தும் தொனியில் சொன்னாள். "ஒருவேளை என் இதயம் அவனை மன்னிக்க விரும்புகிறதோ என்னவோ? நான் இன்னும் என் இதயத்துடன் போராடிக் கொண்டிருக்கிறேன். இதோ பாருங்கள், அல்யோஷா, நான் இந்த ஐந்து வருடங்களில் என் கண்ணீரை நேசிக்க ஆரம்பித்துவிட்டேன்... ஒருவேளை நான் என் மனக் காயத்தை நேசிக்கலாம், அவனை அல்ல!"

"நான் அந்த மனிதருடைய இடத்தில் இருக்க விரும்பவில்லை என்று சொல்லிக் கொள்கிறேன்" என்று ரகிதீன் சீறினான்.

"ரகிதீன், நீங்கள் கவலைப்பட வேண்டாம். நீங்கள் நிச்சயமாக அவருடைய இடத்தில் இருக்க மாட்டீர்கள். ஆனால் நான் என் காலணிகளைச் சுத்தம் செய்ய உங்களைப் பயன்படுத்திக் கொள்ளலாம். என்னைப் போன்ற ஒரு பெண் உங்களுக்கு கிடைக்கவே மாட்டாள்... ஒருவேளை அவனுக்கும் கிடைக்க மாட்டாள்..."

"அப்படியா? அப்புறம் எதுக்கு இந்த அலங்காரம்?" என்று ரகிதீன் ஏளனமாகச் சிரித்தபடிக் கேட்டான்.

“ரகிதீன், நீங்கள் என் அலங்காரத்தைப் பார்த்துக் கேலி செய்ய வேண்டாம், ஏனெனில் என் உள்ளத்தில் என்ன இருக்கிறது என்று உங்களுக்குத் தெரியாது. நான் நினைத்தால் இப்போதே இவற்றைத் தூக்கி எறிய என்னால் முடியும்” என்று அவள் உரத்தக் குரலில் கத்தினாள். “உங்களுக்கு இந்த அலங்காரம் எதற்காக என்று தெரியாது. ஒருவேளை நான் அந்த மனிதனைப் பார்த்தால், ‘என்னை இதற்கு முன் இப்படிப் பார்த்திருக்கிறாயா?’ என்று கேட்கவே இந்த அலங்காரம். நான் என்னுடைய பதினேழு வயதில் காசநோயாளியைப் போல மெலிந்து, அழும் குழந்தையைப் போல இருந்தபோது அவன் என்னை விட்டுச் சென்றான். நான் அவன் அருகில் அமர்ந்து அவனை மயக்கி, அவனிடம் காமத் தீயை மூட்டி, ‘இப்போது நான் எப்படி இருக்கிறேன் என்று பார்! ஆனால் உன்னால் பார்ப்பதற்கு மேல் வேறு எதையும் அடைய முடியாது. உன் வாயில் எச்சில் ஊறலாம் ஆனால் உன்னால் சுவைக்க முடியாது’ என்று நான் சொல்வேன். ரகிதீன், நான் இப்போது அலங்காரம் செய்து கொண்டதற்கு அது காரணமாக இருக்கலாம்” என்று குரூஷென்கா வஞ்சகச் சிரிப்புடன் சொன்னாள். “அல்யோஷா, நான் கொடூரமான, மூர்க்கத்தனமான குணமுடையவள். நான் என் ஆடைகளைக் கிழித்து, என்னை நானே அலங்கோலப்படுத்தி, என் முகத்தை நெருப்பினால் எரித்து, என் உடலைக் கத்தியால் வெட்டிக் கொண்டு பிச்சை எடுக்கப் போவேன். நான் விரும்பினால், என்னால் எங்கும் போகாமலும், யாரையும் பார்க்காமலும் இருக்க முடியும். நான் நினைத்தால் நாளையே சம்சனோவ் எனக்குக் கொடுத்த எல்லாப் பணத்தையும் அவரிடம் திருப்பிக் கொடுத்துவிட்டு, என் வாழ்நாள் முழுவதும் வேலைக்குச் செல்ல முடியும்... ரகிதீன், நான் அப்படிச் செய்யத் துணிய மாட்டேன் என்று நீங்கள் நினைக்கிறீர்களா? என்னால் முடியும், என்னால் அதைச் செய்ய முடியும். எனவே என்னைக் கேலி செய்து எரிச்சலூட்ட வேண்டாம்... நான் அவன் முகத்திற்கு நேராகக் கையைச் சொடுக்கி, அவனை என் முகத்தில் விழிக்காதபடி விரட்டியடிப்பேன்!”

அவள் அந்தக் கடைசி வார்த்தைகளை வெறி பிடித்தவள் போலக் கத்தினாள். அவள் மீண்டும் கட்டுப்படுத்த முடியாதவளாக, கைகளால் முகத்தை மூடிக் கொண்டு, தலையணையில் விழுந்து, குலுங்கிக் குலுங்கி அழுதாள்.

ரகிதீன் எழுந்து நின்றான்.

“நேரமாகிவிட்டது” என்றான் அவன். “மடாலயத்திற்குள் அனுமதிக்க மாட்டார்கள்.”

குரூஷென்கா துள்ளிக் குதித்து எழுந்தாள்.

“அல்யோஷா, நீங்கள் இங்கிருந்து போக விரும்புகிறீர்களா?” என்று அவள் வருத்தம் கலந்த வியப்புடன் கேட்டாள். “நீங்கள் என் உணர்வுகளைக் கிளறி, எனக்கு வேதனையை ஏற்படுத்திய பிறகு, நான் இந்த இரவைத் தனியாக எதிர்கொள்ளும்படி விட்டுச் செல்வது முறையல்ல!”

“அவரால் உங்களுடன் இரவைக் கழிக்க முடியாது! அவர் விரும்பினால் அதைச் செய்யட்டும், நான் போகிறேன்!” என்று ரகிதீன் ஏளனமாகச் சொன்னான்.

“வாயை மூடு பொல்லாதவனே” என்று குருஷென்கா கோபத்துடன் கத்தினாள். “நீங்கள் அவரைப் போல ஒரு நாளும் என்னிடம் பேசியதில்லை.”

“அவர் உங்களை மகிழ்விக்கும் வகையில் அப்படி என்ன பேசினார்?” என்று ரகிதீன் எரிச்சலுடன் கேட்டான்.

“எனக்குத் தெரியாது. அது என்னவென்று எனக்குச் சொல்லத் தெரியவில்லை. ஆனால் அது நேரடியாக என் இதயத்தில் நுழைந்து அதைக் கசக்கிப் பிழிந்துவிட்டது... ஒருவேளை என்னைப் பார்த்துப் பரிதாபப்பட்ட ஒரே மனிதர் அவராக இருக்கலாம். ஆமாம், அப்படித்தான் இருக்க வேண்டும். என் தேவதூதனே, நீங்கள் ஏன் முன்பே என்னிடம் வரவில்லை?” என்று கேட்ட அவள், திடீரென்று வெறிபிடித்தவள் போல அவன் முன்னால் மண்டியிட்டாள். “நான் என் வாழ்நாள் முழுவதும் உங்களைப் போன்ற ஒருவருக்காகக் காத்துக் கொண்டிருந்தேன். உங்களைப் போன்ற ஒருவர் வந்து என்னை மன்னிப்பார் என்று எனக்குத் தெரியும். நான் ஒழுக்கக் கேடானவள் என்றாலும், என் உடலையும் தாண்டி என்னை யாராவது நேசிப்பார்கள் என்று நான் நம்பினேன்...”

“நான் உங்களுக்காக என்ன செய்தேன்?” என்று கனிவான புன்னகையுடன் சொன்ன அல்யோஷா, அவளை நோக்கிக் குனிந்து, அவளுடைய கைகளை மென்மையாகப் பற்றினான். “நான் உங்களிடம் ஒரு வெங்காயத்தை, ஒரு சிறிய வெங்காயத்தைக் கொடுத்தேன், அவ்வளவுதான்...” என்று சொல்லி அவன் கண்ணீர் விட்டு அழுதான்.

அப்போது முன்புற நுழைவு வாசலில் ஏதோ சத்தம் கேட்டதைத் தொடர்ந்து யாரோ வராண்டாவில் நுழைந்தார்கள். குருஷென்கா பயத்துடன் துள்ளி எழுந்தாள். ஃபேன்யா அறைக்குள் நுழைந்து கத்தினாள்.

“மேடம், செய்தி வந்திருக்கிறது” என்று அவள் மூச்சிரைக்க மகிழ்ச்சியுடன் கத்தினாள். “மோக்ரோயிலிருந்து வண்டியோட்டி திமோஃபி மூன்று குதிரைகள் பூட்டிய வண்டியில் வந்திருக்கிறார்.

இப்போது அவர்கள் குதிரைகளை மாற்றிப் பூட்டிக் கொண்டிருக்கிறார்கள். மேடம், இதோ உங்களுக்கு ஒரு கடிதம்!"

அவள் கத்திக் கொண்டே கையில் வைத்திருந்த அந்தக் கடிதத்தை ஆட்டினாள். குரூஷென்கா அந்தக் கடிதத்தை வாங்கி மெழுகுவர்த்தி வெளிச்சத்தில் பிடித்தாள். அதில் இரண்டு வரிகள் மட்டுமே இருந்ததால் அவள் ஒரே கணத்தில் அதை வாசித்து முடித்தாள்.

"அவர் என்னை அழைக்கிறார்! அவர் விசிலடித்து, குட்டி நாயே தவழ்ந்து வா! என்கிறார்" என்று அவள் அழுதாள். அவளுடைய முகம் வெளுத்து, விகாரமாக மாறி, உதடுகளில் கோணலான புன்னகை வெளிப்பட்டது.

அவள் ஒரு கணம் தயங்கி நின்றாள். அப்போது திடீரென்று அவள் தலையில் இரத்தம் பாய்ந்தது; அவள் கன்னங்களில் சிவப்பேறியது.

"நான் போகிறேன்!" என்று அவள் திடீரென்று கத்தினாள். "என் ஐந்து ஆண்டு வாழ்க்கைக்குப் பிரியாவிடை! அல்யோஷா, நான் போய்வருகிறேன். என்னுடைய தலைவிதி தீர்மானிக்கப்பட்டு விட்டது... நீங்கள் எல்லோரும் போங்கள், நான் இனிமேல் உங்களைப் பார்க்க மாட்டேன் என்று நினைக்கிறேன்... குரூஷென்கா இப்போது புது வாழ்க்கையில் அடியெடுத்து வைக்கிறாள்! ரகிதீன், நீங்கள் என்னைப் பற்றித் தவறாக நினைக்க வேண்டாம். ஒருவேளை நான் என் மரணத்தை நோக்கிப் போகிறேனோ? அச்சச்சோ! போதை என் தலைக்கு ஏறிவிட்டது!"

அவள் திடீரென்று அங்கிருந்து அவளுடைய படுக்கை அறைக்கு ஓடினாள்.

"சரி, இனிமேல் அவளுக்கு நம்மைப் பற்றிக் கவலையில்லை" என்று ரகிதீன் முணுமுணுத்தான். "நாம் போகலாம், இல்லையேல் அந்தப் பெண்ணின் அலறல் மீண்டும் கேட்கும். நான் அந்த அலறலையும், கண்ணீரையும் பார்த்துச் சோர்ந்துவிட்டேன்..."

அல்யோஷா இயந்திர கதியில் அவனைப் பின்தொடர்ந்து சென்றான். முக்காடு வண்டி ஒன்று முற்றத்தில் நின்றிருந்தது. சிலர் வண்டியிலிருந்து குதிரைகளை அவிழ்த்துக் கொண்டிருந்தார்கள். சிலர் கையில் லாந்தர் விளக்குடன் முன்னும் பின்னுமாக ஓடிக் கொண்டிருந்தார்கள். ஒருவர் திறந்திருந்த முன் வாசல் வழியாக மூன்று புதிய குதிரைகளை அழைத்து வந்து கொண்டிருந்தார். அல்யோஷாவும், ரகிதீனும் கடைசிப் படியில் கால் வைத்தபோது, குரூஷென்கா படுக்கை அறையின் ஜன்னலைத் திறந்து அல்யோஷாவைப் பார்த்துக் கத்தினாள்.

“அல்யோஷா, உங்கள் சகோதரர் மீச்சியாவுக்கு என் வணக்கங்களைத் தெரிவியுங்கள். நான் பொல்லாதவள் என்றாலும், என்னைப் பற்றித் தவறாக நினைக்க வேண்டாம் என்று அவரிடம் சொல்லுங்கள். ‘இறுதியில் ஒரு கேவலமான கயவன் குரூஷென்காவை அபகரித்துக் கொண்டான், உங்களைப் போன்ற கௌரவமான மனிதர் அல்ல!’ என்று அவரிடம் சொல்லுங்கள். ‘குரூஷென்கா ஒரே ஒரு மணி நேரம் மட்டும் அவரைக் காதலித்ததாகவும், அந்த ஒரு மணி நேரத்தை அவர் அவருடைய வாழ்நாள் முழுவதும் நினைவில் வைத்திருக்க வேண்டும் என்று கேட்டுக் கொண்டதாகவும்’ அவரிடம் சொல்லுங்கள். நான் சொன்ன இந்த வார்த்தைகளை அப்படியே அவரிடம் சொல்லுங்கள்.”

அவள் விம்மல் நிறைந்த குரலுடன் அதைச் சொல்லி முடித்தாள். அதன் பிறகு ஜன்னல் அறைந்து சாத்தப்பட்டது.

“ஹம்ம், ஹம்ம்ம்” என்று ரகிதீன் உறுமிக் கொண்டே சிரித்தான். “அவள் உங்கள் சகோதரன் மீச்சியாவின் வாழ்க்கையை நாசம் செய்துவிட்டு, அதை நினைவில் வைத்துக் கொள்ளும்படிச் சொல்கிறாள். நரமாமிசம் உண்ணும் அரக்கி!”

அல்யோஷா பதில் எதுவும் சொல்லாமல், அவன் சொன்னதைக் காதில் வாங்காதவன் போலிருந்தான். அவன் ஏதோ அவசரத்தில் இருப்பவனைப் போல ரகிதீனுக்குப் பக்கத்தில் வேகமாக நடந்தான். அவன் சிந்தனையில் ஆழ்ந்தவனாக இயந்திர கதியில் நடந்தான். ரகிதீனுக்கு வெந்த புண்ணில் வேலைப் பாய்ச்சியது போலிருந்தது. குரூஷென்காவையும் அல்யோஷாவையும் சந்திக்க வைத்தபோது, அவன் எதிர்பார்த்தபடி நடப்பதற்கு மாறாக எல்லாமே தலைகீழாக நடந்தது அவனுக்குப் பெருத்த ஏமாற்றமாக இருந்தது.

“அவர் ஒரு போலந்துக்காரர், அவளுடைய அந்த அதிகாரி” என்று அவன் தன்னைக் கட்டுப்படுத்திக் கொண்டு பேசினான். “இப்போது அவர் அதிகாரி இல்லை. அவர் சைபீரியாவில் சுங்க இலாகாவில் அதிகாரியாக, சீன எல்லையில் எங்கோ வேலை பார்த்தார் என்று நினைக்கிறேன். அவர் ஒரு முக்கியமில்லாத போலந்துக்காரர். இப்போது அவருடைய வேலை பறிபோய்விட்டது என்று சொல்கிறார்கள். குரூஷென்கா பணம் சேமித்து வைத்திருப்பதைக் கேள்விப்பட்டு, அவர் மறுபடியும் அவளிடம் வந்திருக்கிறார். அவர் திரும்ப வந்த மர்மம் இதுதான்.”

அல்யோஷா இப்போதும் அவன் சொன்னதைக் காதில் வாங்காதவன் போலிருந்தான். ரகிதீனால் அவனைக் கட்டுப்படுத்திக் கொள்ள முடியவில்லை.

“சரி, நீங்கள் அந்த பாவிப் பெண்ணின் மனதை மாற்றி விட்டீர்களா?” என்று அவன் வெறுப்புடன் சிரித்தான். “அந்த

வேசியை நீங்கள் சரியான பாதையில் திருப்பி விட்டீர்களா? ஏழு பிசாசுகளை விரட்டியடித்து விட்டீர்களா? ம்? அப்படியானால் இன்று நாம் எதிர்பார்த்த அந்த அற்புதம் நிகழ்ந்துவிட்டது!"

"ரகிதீன், பேச வேண்டாம்" என்று அல்யோஷா இதயத்தில் வலியுடன் சொன்னான்.

"அப்படியானால் அந்த இருபத்தைந்து ரூபிள்களுக்காக நீங்கள் என்னை வெறுக்கிறீர்களா? நான் என் நண்பனை விற்றுவிட்டதாக நினைக்கிறீர்களா? ஆனால் நீங்கள் கிறிஸ்து அல்ல, நான் யூதாஸ் அல்ல என்று உங்களுக்குத் தெரியும்."

"ஓ, ரகிதீன், நான் சத்தியமாகச் சொல்கிறேன், அதை மறந்துவிட்டேன்" என்று அல்யோஷா கத்தினான். "நீங்கள்தான் இப்போது அதை ஞாபகப்படுத்தினீர்கள்..."

ரகிதீன் அதைக் கேட்டு மேலும் ஆத்திரப்பட்டான்.

"பிசாசு உங்கள் எல்லோரையும் எடுத்துக் கொள்ளட்டும்" என்று அவன் திடீரென்று உறுமினான். "நாசமாய்ப் போக! நான் ஏன் உங்களை அங்கே அழைத்துச் சென்றேன்? இனிமேல் எனக்கும் உங்களுக்கும் எந்தச் சம்பந்தமும் இல்லை. நீங்கள் உங்கள் வழியே போங்கள். அதோ உங்கள் பாதை!"

அவன் திடீரென்று அல்யோஷாவை இருட்டில் தனியாக விட்டுவிட்டு, வேறு பாதையில் சென்றான். அல்யோஷா நகரத்தை விட்டு வெளியேறி, வயல்வெளிகளைக் கடந்து மடாலயத்தை நோக்கி நடந்தான்.

4. கலிலேயாவில் உள்ள கானா

அல்யோஷா மடாலயத்திற்குத் திரும்பியபோது, விதிமுறையின்படி தாமதமாகிவிட்டது என்பதால், வாயிற்காவலன் அவனைத் தனி நுழைவாயில் வழியாக உள்ளே அனுமதித்தான். அப்போது சரியாக ஒன்பது மணி. ஒரு சோதனையான நாளின் முடிவில் எல்லோரும் ஓய்வெடுத்துக் கொண்டிருந்த நேரம். அல்யோஷா தயக்கத்துடன் கதவைத் திறந்து கொண்டு, சவப்பெட்டி இருந்த மூத்தவரின் அறையில் நுழைந்தான். அங்கே தனிமையில் அமர்ந்து நற்செய்தியை வாசித்துக் கொண்டிருந்த அருட்தந்தை பைசியையும், முன்தினம் நடந்த உரையாடல்களாலும், அன்று நடந்த சம்பவங்களாலும் களைத்து, அடுத்த அறையில் தரையில் ஆழ்ந்த உறக்கத்தில் இருந்த இளம் துறவி போர்ஃபிரியையும் தவிர வேறு யாரும் இல்லை. அல்யோஷா உள்ளே வருவது அருட்தந்தை பைசியின் காதுகளில் விழுந்தாலும் அவர் அவனை ஏறெடுத்தும் பார்க்கவில்லை.

அல்யோஷா வாசலின் வலப்புறம் திரும்பி அறையின் மூலைக்குச் சென்று, மண்டியிட்டுப் பிரார்த்தனை செய்யத் தொடங்கினான்.

அல்யோஷாவின் மனம் முழுக்க ஏதேதோ எண்ணங்கள் நிறைந்திருந்தன என்றாலும், அவை எதுவும் தெளிவில்லாமல், எந்த ஒரு எண்ணமும் தனித்து மேலோங்காமல் எல்லாமே குழம்பிக் கிடந்தன. அவை ஏதோ ஒரு சுழற்சியில் ஒன்றை ஒன்றைத் தொடர்ந்து மாறிக் கொண்டே இருந்தன என்றாலும், அல்யோஷாவின் மனம் லேசாக இருந்தது. ஆனால் அவன் அதைக் கண்டு ஆச்சரியப்படவில்லை என்பதுதான் விசித்திரமாக இருந்தது. அவன் தனக்கு மிகவும் பிரியமான மூத்தவரின் உடல் வைத்திருந்த சவப்பெட்டியைப் பார்த்தான். ஆனால் இப்போது அவன் உள்ளத்தில் நேற்று காலையில் இருந்ததைப் போல அவனை வாட்டி வதைத்த எந்தத் துக்கமும் வேதனையும் இல்லை. அவன் உள்ளே நுழைந்ததும், புனிதமான ஆலயத்தின் முன்னால் விழுந்து வணங்குவது போல சவப்பெட்டியின் முன்னால் விழுந்தான். இப்போது அவனுடைய மனதிலும் இதயத்திலும், மகிழ்ச்சியும் ஆனந்தமும் நிரம்பி வழிந்தது.

அறையிலிருந்த ஒரே ஒரு ஜன்னல் மட்டும் திறந்திருந்தது என்றாலும், அதன் வழியாக ஜில்லென்ற சுத்தமான காற்று வீசியது. ‘எல்லா ஜன்னல்களையும் திறந்திருந்தால் துர்நாற்றம் இன்னும் அதிகமாகியிருக்கும்’ என்று அவன் நினைத்தான். சில மணி நேரங்களுக்கு முன்னால் பயங்கரமாகவும், அவமானகரமாகவும் தோன்றிய துர்நாற்றத்தைப் பற்றிய அந்த நினைவு கூட இப்போது அவனுக்குத் துயரத்தையும் கோபத்தையும் ஏற்படுத்தவில்லை. அவன் அமைதியாகப் பிரார்த்தனை செய்யத் தொடங்கிய சற்று நேரத்திலேயே, இயந்திரத்தனமாகப் பிரார்த்தனை செய்வதை உணர்ந்தான். அவன் உள்ளத்தில் தோன்றிய பல்வேறு கலவையான எண்ணச் சிதறல்கள் நட்சத்திரங்களைப் போலக் கண்சிமிட்டிக் கொண்டிருந்தன. ஆனால் அவனுடைய உள்ளத்தில் பரிபூரணமான, உறுதியான, ஆறுதலான ஏதோ ஒன்று இருப்பதை அவனால் உணர முடிந்தது. அவன் சில சமயங்களில் உருக்கமாகப் பிரார்த்தனை செய்து, அவனுடைய நன்றியையும், அன்பையும் வெளிப்படுத்த விரும்பினான்... ஆனால் அவன் பிரார்த்தனை செய்தபோது, திடீரென்று வேறு விஷயங்களைப் பற்றிச் சிந்திக்கத் தொடங்கி, அவனுடைய பிரார்த்தனையையும், அதற்கு இடையூறாக இருந்த விஷயங்களையும் மறந்தான். அவன் அருட்தந்தை பைசி படித்துக் கொண்டிருந்ததைக் கேட்டுக் கொண்டிருந்தபோது, அவனுடைய கண்கள் களைப்பினால் மெல்ல மெல்லச் சொக்கின...

“மூன்றாம் நாள் கலிலேயாவில் உள்ள கானாவில் ஒரு திருமணம் நடந்தது. அங்கே இயேசுவின் தாயும் இருந்தார். அந்தத் திருமணத்திற்கு இயேசுவையும் அவருடைய சீடர்களையும் அழைத்திருந்தார்கள்.”

‘திருமணமா? அது என்ன?... ஒரு திருமணம்!’ அல்யோஷாவின் மனதில் எண்ணங்கள் சூறாவளியாய்ச் சுழன்றன. ‘அவள் மகிழ்ச்சியாக இருந்தாள்... அவள் விருந்துக்குச் சென்றாள்... இல்லை, அவள் கத்தியை எடுத்துச் செல்லவில்லை. அவள் அப்படிச் செய்ய மாட்டாள்... அது அவளுடைய வேதனையின் அழுகுரல் மட்டுமே. நல்லது... வேதனையின் கதறல்கள் நிச்சயமாக மன்னிக்கப்பட வேண்டும். வேதனையின் அழுகையே ஆன்மாவுக்கு ஆறுதல்... அது இல்லாவிட்டால் துயரத்தைத் தாங்க முடியாது... ரகிதீன் அடுத்த தெரு வழியே சென்றார். அவர் அவருடைய அவமானத்தை நினைத்துக் கொண்டிருக்கும் வரை எப்போதும் குறுகலான சந்து வழியாக மட்டுமே போவார்... ஆனால் ஓர் அகலமான, நேரான, பளிங்குபோலப் பிரகாசிக்கும் சாலை சூரியனை நோக்கிச் செல்கிறது... ஆ?... என்ன வாசிக்கிறார்கள்?...’

“அவர்களுக்கு ஒயின் தேவைப்பட்டபோது, இயேசுவின் தாய் அவரிடம், அவர்களிடம் ஒயின் இல்லை என்று சொன்னாள்.”

‘ஓ, ஆமாம், நான் இந்த இடத்தில் ஒரு பகுதியைக் கேட்காமல் போனேன்... நான் அப்படிச் செய்யக்கூடாது. நான் அந்தப் பகுதியை விரும்புகிறேன். கலிலேயாவில் உள்ள கானாவில் முதல் அற்புதம்... ஆஹா, அந்த அற்புதம்! அந்த இனிய அற்புதம்! மனிதர்களின் துக்கத்தைத் தணிக்க அல்ல, அவர்களின் மகிழ்ச்சியைக் கொண்டாட கிறிஸ்து முதல் முறையாக ஓர் அற்புதத்தை நிகழ்த்தினார். ‘மனுஷரிடத்தில் அன்பு காட்டுபவன் அவர்களுடைய மகிழ்ச்சியையும் நேசிக்கிறான்’ என்று இறந்துபோன மூத்தவர் அடிக்கடிச் சொல்வார். அது அவருடைய முக்கிய போதனைகளில் ஒன்று... ‘மகிழ்ச்சி இல்லாமல் ஒருவன் வாழ முடியாது’ என்றார் மீச்சியா... ஆமாம், மீச்சியா... ‘உண்மையாகவும், நல்லதாகவும் உள்ள எல்லாமே எப்போதும் மன்னிக்கும் தன்மை உடையவை’ என்று மூத்தவர் சொல்வார்...’

“இயேசு அவளை நோக்கி, ‘பெண்ணே, அதற்கும் உங்களுக்கும் என்ன சம்பந்தம்? எனக்கு இன்னும் அதற்கான நேரம் வரவில்லை’ என்றார். அவருடைய தாய் வேலைக்காரர்களிடம், ‘அவர் உங்களிடம் என்ன சொல்கிறாரோ அதைச் செய்யுங்கள்’ என்றாள்.”

‘அப்படியே செய்யுங்கள்... மகிழ்ச்சி, ஏழை எளிய மக்களின் மகிழ்ச்சி... நிச்சயமாக அவர்கள் ஏழைகள்தான், ஏனெனில்

திருமணத்தில் கூட அவர்களிடம் போதிய ஒயின் இல்லை... அந்த நாட்களில் கெனேசரேத் ஏரியைச் சுற்றி வாழ்ந்த மக்கள் கற்பனை செய்ய முடியாத அளவுக்கு வறுமையில் இருந்தார்கள் என்று சரித்திர ஆசிரியர்கள் சொல்கிறார்கள்... பெரிய மனம் படைத்த அந்தப் பெண்ணுக்கு, அவருடைய தாயாருக்கு, அவர் ஒரு பயங்கரமான, மகத்தான தியாகத்தைச் செய்ய மட்டும் வரவில்லை என்பதும், தங்களுடைய எளிமையான திருமணக் கொண்டாட்டத்திற்கு அவரை அன்புடன் அழைத்த படிக்காத பாமர மக்களின் எளிய கேளிக்கைக்குக் கூட அவருடைய இதயம் திறந்திருக்கிறது என்பதும் அவளுக்குத் தெரியும். ‘என்னுடைய நேரம் இன்னும் வரவில்லை’ என்று அவர் மென்மையாகப் புன்னகைத்தார் (அவர் அவளைப் பார்த்து மென்மையாகப் புன்னகைத்திருக்க வேண்டும்). உண்மையில் அவர் ஏழைகளின் திருமணங்களில் ஒயின் குறைவின்றிக் கிடைக்க வேண்டும் என்பதற்காகப் பூமிக்கு வந்தாரா? இருந்தாலும் அவர் அவள் சொன்னதைச் செய்தார்... ஆகா, மறுபடியும் படிக்கிறார்கள்.’

“இயேசு அவர்களிடம், ‘ஜாடிகளில் தண்ணீரை நிரப்புங்கள்’ என்று சொன்னார். அவர்கள் அவற்றின் விளிம்பு வரை தண்ணீரை நிரப்பினார்கள். ‘இப்போது நீங்கள் இவற்றில் கொஞ்சம் மொண்டு விழாவின் தலைவரிடம் கொடுங்கள்’ என்று அவர் சொன்னார். அவர்கள் அப்படியே செய்தார்கள். விழாவின் தலைவர் ஒயினாக மாறிய தண்ணீரைக் குடித்துவிட்டு (அது எங்கிருந்து வந்தது என்று அவருக்குத் தெரியாது, ஆனால் அதைக் கொண்டுவந்த பணியாளர்களுக்குத் தெரியும்), மணமகனை அழைத்து, ‘விருந்தில் எல்லோரும் முதலில் நல்ல ஒயினைக் கொடுப்பார்கள், எல்லோரும் குடிக்க ஆரம்பித்த பிறகு, போகப்போக இறுதியில் நல்ல ஒயின் கிடைக்காது, ஆனால் நீங்கள் கடைசிவரை நல்ல ஒயினைக் கொடுத்தீர்கள்’ என்றார்.

‘ஆனால் என்ன இது? என்ன இது? இந்த அறை ஏன் பெரியதாகிறது?... ஓ, ஆமாம்... அந்தத் திருமணம், ஒரு கல்யாணம்... ஆமாம், ஆமாம். இதோ விருந்தினர்கள், அமர்ந்திருக்கும் இளம் தம்பதிகள், உற்சாகமான கூட்டம்... விழாவின் தலைவர் எங்கே? ஆனால் இது யார்? யார்? அறை மீண்டும் பெரியதாகிறது... அந்த பெரிய மேசையின் அருகில் நிற்பது யார்? என்ன? அவரும் இங்கே இருக்கிறாரா? ஆனால் அவர் இப்போது சவப்பெட்டியில் இருக்கிறார்... ஆனால் இங்கேயும் இருக்கிறார்... அவர் எழுகிறார், என்னைப் பார்க்கிறார், இங்கே வருகிறார்... கடவுளே!...’

ஆமாம், முகத்தில் சுருக்கங்களுடன், மகிழ்ச்சியுடன் சிரித்துக் கொண்டு அந்தக் கிழவர் அவனிடம் சென்றார். இப்போது அறையில் சவப்பெட்டி இல்லை. நேற்று அவர் அவருடைய

அறையில் கூடியிருந்த விருந்தினர்களைச் சந்தித்தபோது, உடுத்தியிருந்த அதே ஆடைகளை அணிந்திருந்தார். இப்போது அவருடைய முகத்தை மூடியிருந்த துணி இல்லை. அவருடைய கண்கள் பிரகாசமாக ஒளிர்ந்தன. அது எப்படி? அவரையும் விருந்துக்கு அழைத்துள்ளனர். கலிலேயாவில் உள்ள கானாவில் நடந்த திருமணத்தில் அவரும் இருக்கிறார்...

'ஆமாம், என் அருமை மகனே, என்னையும் அழைத்தனர். என்னையும் தேர்ந்தெடுத்து அழைத்தனர்.' ஒரு மெல்லிய குரல் அவன் காதருகே கேட்டது. 'நீ ஏன் என் கண்ணில் படாமல் மறைந்திருக்கிறாய்? நீயும் வந்து எங்களுடன் சேர்ந்து கொள்.'

அது அவருடைய குரல், மூத்தவர் ஜோசிமாவின் குரல்... அவரைத் தவிர வேறு யார் அவனைக் கூப்பிடுவார்கள்? மூத்தவர் அல்யோஷாவின் தோள்களைப் பிடித்துத் தூக்க, அவன் எழுந்து நின்றான்.

'நாம் ஆனந்தமாக இருப்போம்' என்று அவர் சொன்னார். 'நாம் இந்தப் புத்தம் புதிய, பேரானந்தத்தைத் தரும் புதிய ஒயினைக் குடிப்போம். எத்தனை விருந்தினர்கள் என்று பார்த்தாயா? இதோ மணமகனும், மணமகளும். இதோ புதிய ஒயினைச் சுவைத்த நம்முடைய விழாவின் தலைவர். நீ ஏன் என்னை வியப்புடன் பார்க்கிறாய்? நான் ஒரு பிச்சைக்காரனுக்கு ஒரு வெங்காயத்தைக் கொடுத்தேன் என்பதால் நானும் இங்கே இருக்கிறேன். இங்கே உள்ள பலரும் ஆளுக்கு ஒரு வெங்காயம், ஒரே ஒரு சிறிய வெங்காயத்தை மட்டுமே கொடுத்தார்கள்... நாம் செய்ய வேண்டியது என்ன? என் அமைதியான சிறுவனே, என் அன்பு மகனே, இன்று உன்னாலும் பசியால் வாடிய ஒரு பெண்ணுக்கு வெங்காயத்தைக் கொடுக்க முடிந்தது. என் பணிவான குழந்தையே, தொடங்கு, உன்னுடைய பணியைத் தொடங்கு... நீ நம்முடைய சூரியனை, அவரைப் பார்த்தாயா?'

'எனக்குப் பயமாக இருக்கிறது... அதைப் பார்க்க எனக்குத் தைரியம் இல்லை' என்று அல்யோஷா முணுமுணுத்தான். 'அவரைப் பார்த்துப் பயப்பட வேண்டாம். அவருடைய அளவிட முடியாத மகத்துவமும், மேன்மையும் பயமுறுத்துவதாக இருந்தாலும், அவர் எல்லையற்ற கருணை உடையவர். அவர் அவருடைய அன்பினால் நம்மைப் போல மாறி நம்மோடு சேர்ந்து மகிழ்கிறார், விருந்தினர்களின் மகிழ்ச்சிக்கு தடை ஏற்படாத வகையில் தண்ணீரை ஒயினாக மாற்றுகிறார். அவர் விருந்தினர்களுக்காகக் காத்திருக்கிறார், புதிய விருந்தினர்களை இடைவிடாமல், என்றென்றைக்குமாக அழைக்கிறார். அவர்கள் புதிய ஒயினையும், பாத்திரங்களையும் கொண்டு வருவதைப் பார்...'

அல்யோஷாவின் உள்ளத்தில் கனன்று கொண்டிருந்த ஏதோ ஓர் உணர்வு வலிக்கும் அளவுக்கு அவனுடல் முழுவதும் பரவி, அவனது கண்களில் ஆனந்தக் கண்ணீரைப் பெருக்கெடுத்து ஓடச் செய்தது... அவன் கைகளை நீட்டிக் கதறியபடி கண் விழித்தான்.

அந்த அறையில் மீண்டும் சவப்பெட்டியும், திறந்திருந்த ஜன்னலும், நற்செய்தி வாசிக்கும் குரலும் திரும்பின. ஆனால் அல்யோஷா அதைச் செவிமடுக்கவில்லை, ஏனெனில் அவன் மண்டியிட்டபடி தூங்கி விட்டது மிகவும் விசித்திரமாக இருந்தது. ஆனால் இப்போது அவன் எழுந்து நின்று, திடீரென்று யாரோ அவனை முன்னால் தள்ளியது போல, மூன்று உறுதியான அடிகளில் சவப்பெட்டியை நோக்கிச் சென்றான். அப்போது அவனையும் அறியாமல் அவனுடைய தோள் அருட்தந்தை பைசியின் மீது உரசியது. அவர் புத்தகத்திலிருந்து கண்களை உயர்த்தி, அந்த இளைஞனுக்கு விசித்திரமான ஏதோ நடக்கிறது என்று புரிந்து கொண்டு, பார்வையைத் திருப்பிக் கொண்டார். அவன் அரை நிமிடங்களுக்கு அந்தச் சவப்பெட்டியிலிருந்த, மார்பில் சிலுவையைத் தாங்கி, எட்டு முனையுடைய சிலுவை கிரீடத்தை தலையில் அணிந்து, அசையாமல் நீட்டிப் படுத்திருந்த உடலை உற்றுப் பார்த்துக் கொண்டிருந்தான். அவன் சற்று முன் கேட்ட மூத்தவரின் குரல் இன்னும் அவனுடைய காதுகளில் ஒலித்துக் கொண்டிருந்தது. அவன் அந்தக் குரல் மீண்டும் கேட்கும் என்று எதிர்பார்த்துக் காத்திருந்தான்... ஆனால் அவன் திடீரென்று திரும்பி அறையை விட்டு வேகமாக வெளியே சென்றான்.

அவன் படிகளில் நிற்காமல் வேகமாகக் கீழே இறங்கினான். பரவசத்தினால் நிரம்பி வழிந்த அவனுடைய உள்ளம் சுதந்திரத்திற்காகவும், விசாலமான வெட்ட வெளிக்காகவும் ஏங்கியது. பிரகாசிக்கும் நட்சத்திரங்களால் நிரம்பிய, அமைதியான, முடிவற்ற வானம் அவன் தலைக்கு மேலே பரந்து விரிந்திருந்தது. உச்சி வானத்திலிருந்து தொடுவானம் வரை நீண்டிருந்த பால்வீதி இரண்டு மங்கலான நீரோடைகளாக ஓடியது. குளிர்ச்சி நிறைந்த, அமைதியான, அசைவற்ற இரவு பூமியை மூடியிருந்தது. தேவாலயத்தின் வெண்ணிறக் கோபுரங்களும், தங்க முலாம் பூசிய குவிமாடங்களும் நீல நிற வானில் மின்னின. கட்டிடத்தைச் சுற்றியிருந்த மலர் பாத்திகளில் இருந்த அழகிய இலையுதிர்காலப் பூக்கள் விடியும் வரை உறங்கிக் கிடந்தன. பூமியின் நிசப்தம் வானத்தின் நிசப்தத்துடன் கலப்பது போலவும், பூமியின் மர்மம் நட்சத்திரங்களின் மர்மத்துடன் ஒன்றிணைவது போலவும் தோன்றியது...

அல்யோஷா வெறித்துப் பார்த்துக் கொண்டு நின்றான். அப்போது அவன் திடீரென்று வெட்டிய மரம் போலத் தரையில் விழுந்தான். அவன் ஏன் பூமியில் விழுந்து அதைத் தழுவிக் கொண்டான் என்று அவனுக்குத் தெரியவில்லை. அவன் ஏன் பூமி முழுவதையும் கட்டித் தழுவி முத்தமிட ஏங்கினான் என்பதை அவனால் புரிந்துகொள்ள முடியவில்லை. ஆனால் அவன் அதை முத்தமிட்டு, தேம்பித் தேம்பி அழுது, அதைக் கண்ணீரால் நனைத்தான். அவன் அதை நேசிப்பேன் என்றும், என்றென்றும் நேசிப்பேன் என்றும் ஆனந்தப் பரவசத்துடன் சத்தியம் செய்தான். 'உங்கள் ஆனந்தக் கண்ணீரால் பூமியை நனைத்து, அந்தக் கண்ணீரை நேசியுங்கள்...' என்ற குரல் அவன் உள்ளத்தில் ஒலித்தது. அவன் எதற்காக அழுதான்? ஓ! அவன் பரவசத்தினால் எங்கோ தொலைதூரத்தில் பிரகாசிக்கும் நட்சத்திரங்களுக்காகவும் அழுதான். 'அவன் அந்தப் பரவசத்திற்காக வெட்கப்படவில்லை.' கடவுளின் எண்ணற்ற உலகங்களிலிருந்து வெளிப்படும் கண்ணுக்குத் தெரியாத இழைகள் அவனுடைய ஆன்மாவில் குவிந்தது போலவும், அது மற்ற உலகங்களைத் தொடர்பு கொண்டு அதிர்ந்து நடுங்குவது போலவும் இருந்தது. அவன் எல்லோரையும் எல்லாவற்றையும் மன்னிக்கவும், மன்னிப்புக் கேட்கவும் ஏங்கினான். ஓ, அவன் தனக்காக அல்லாமல், எல்லோருக்காகவும் எல்லாவற்றுக்காகவும் அதைச் செய்தான். 'மற்றவர்கள் எனக்காக மன்னிப்புக் கேட்பார்கள்' என்ற குரல் அவன் மனதில் ஒலித்தது. கடந்து செல்லும் ஒவ்வொரு வினாடியும், வானத்தின் பெட்டகத்தைப் போன்ற உறுதியான, அசைக்க முடியாத ஏதோ ஒன்று அவனுடைய ஆன்மாவில் பிரவேசிப்பதை அவன் தெளிவாகவும், ஸ்தூலமாகவும் உணர்ந்தபோது, ஏதோ ஓர் எண்ணம் அவன் மூளையைத் தாக்கியது போலிருந்தது. அது அவன் வாழ்நாள் முழுவதும், என்றென்றும் நிலைத்திருந்தது. ஒரு பலவீனமான இளைஞனாக பூமியில் விழுந்த அவன், இப்போது ஓர் உறுதியான போர்வீரனாக எழுந்து நின்றான். அது அவனுக்குத் தெரியும், ஏனெனில் அவன் அதை அந்தப் பரவசத் தருணத்தில் உணர்ந்து கொண்டான். அந்தப் பரவசத் தருணத்தை அவனால் அவனுடைய வாழ்நாள் முழுவதும் மறக்க முடியவில்லை. அவன் அதற்குப் பிறகு அதைப் பற்றிச் சொல்லும்போது, 'அந்த நேரத்தில் யாரோ ஒருவர் என் ஆன்மாவில் நுழைந்தார்கள்' என்று அசைக்க முடியாத உறுதியுடன் சொன்னான்.

அவன் மூன்று நாட்களுக்குப் பிறகு, 'வெளி உலகிற்குச் செல்லுங்கள்' என்ற இறந்துபோன மூத்தவரின் கட்டளைக்கு இணங்க மடாலயத்தை விட்டு வெளியேறினான்.

எட்டாவது புத்தகம்: மீச்சியா

1. குஸ்மா சம்சனோவ்

குருஷென்கா அவளுடைய கடைசி வணக்கத்தை டிமிட்ரி ஃபியோதரோவிச்சிற்குத் தெரிவித்து, அவர் அவர்களுடைய ஒரு மணி நேரக் காதலை என்றென்றும் நினைவில் வைத்துக் கொள்ளும்படி அல்யோஷாவிடம் சொல்லிவிட்டு, அவளுடைய புதிய வாழ்க்கையை நோக்கிப் பறந்து கொண்டிருந்தபோது, அவளைப் பற்றி எதுவும் தெரியாமல் டிமிட்ரி ஃபியோதரோவிச் குழப்பமான, கொந்தளிப்பான மனநிலையில் இருந்தார். தனக்கு மூளைக் காய்ச்சல் வந்திருக்கக்கூடும் என்று அவரே பின்னர் சொன்னது போல கடந்த இரண்டு நாட்களாக அவருடைய மனநிலை கற்பனை செய்ய முடியாத அளவுக்கு மோசமாக இருந்தது. நேற்று முன்தினம் காலையிலிருந்து அல்யோஷாவால் அவரைப் பார்க்க முடியவில்லை என்பது மட்டுமின்றி, அவர் இவான் ஃபியோதரோவிச்சைப் பார்க்க உணவு விடுதிக்கும் வரவில்லை. மேலும் டிமிட்ரியின் கட்டளைப்படி வீட்டு உரிமையாளரும் அவர் இருக்கும் இடத்தைச் சொல்ல மறுத்தார். அவர் அந்த இரண்டு நாட்களும் இலக்கில்லாமல் அங்குமிங்கும் அலைந்து கொண்டிருந்தார். ‘நான் என்னைக் காப்பாற்றிக் கொள்ள என் தலைவிதியை எதிர்த்துப் போராடிக் கொண்டிருந்தேன்’ என்று அவர் பின்னர் அந்த இரண்டு நாட்களைப் பற்றிக் குறிப்பிட்டார். அவர் குருஷென்காவை அவருடைய கண்காணிப்பிலிருந்து தவறவிட்டு விடுவோமோ என்று பயந்தாலும், ஏதோ ஓர் அவசர வேலையாக நகரத்தை விட்டுச் சில மணி நேரங்களுக்கு வெளியே சென்றார். இவை அனைத்தும் பின்னர் மிக விரிவான விளக்கத்துடன் உரிய ஆவணங்களின் சான்றுகளுடன் உறுதி செய்யப்பட்டன. ஆனால் நாம் இப்போதைக்கு அவரைச் சூழ்ந்துகொள்ளப் போகும் பயங்கரமான பேரழிவுக்கு இரண்டு நாட்களுக்கு முன்பு நடந்த சில முக்கியமான சம்பவங்களை மட்டும் பார்ப்போம்.

குரூஷென்கா அவரை அந்த ஒரு மணி நேரம் மிகவும் தீவிரமாக, உண்மையாக நேசித்தாள் என்றாலும், அவள் சில சமயங்களில் அவரிடம் இரக்கமின்றிக் கொடூரமாக நடந்து கொண்டாள். இதில் கொடுமை என்னவெனில் அவள் என்ன விரும்புகிறாள் என்பதை அவரால் ஒருபோதும் புரிந்துகொள்ள முடியவில்லை. அவர் அவளிடம் கனிவாகப் பேசியும் அல்லது பலவந்தமாக வற்புறுத்தியும் அதைத் தெரிந்து கொள்வதும் சாத்தியமில்லை, ஏனெனில் அவள் எதற்கும் அசர மாட்டாள் என்பதையும், அப்படிச் செய்தால் அவள் கோபப்பட்டு அவரை விட்டு விலகிச் சென்றுவிடுவாள் என்பதையும் அவர் தெளிவாகப் புரிந்து கொண்டார். அவள் எதையோ நினைத்து அவளுக்குள் போராடிக் கொண்டு, முடிவெடுக்க முடியாமல் தவித்துக் கொண்டிருக்கிறாள் என்று அவர் சந்தேகப்பட்டார். எனவே அவள் சில சமயங்களில் தன்னையும், தன்னுடைய காதலையும் வெறுக்கிறாள் என்று அவர் துயரத்துடன் நினைத்துக் கொண்டார். ஒருவேளை அப்படி இருக்கலாம் என்றாலும், அவளை உண்மையில் வேதனைப்படுத்தியது எது என்பதை அவரால் புரிந்துகொள்ள முடியவில்லை. எனவே அவரைப் பொறுத்தவரை, 'மீச்சியாவா அல்லது ஃபியோதர் பாவ்லோவிச்சா' என்று தீர்மானிக்க முடியாமல் அவள் தவிக்கிறாள் என்றே அவர் முடிவு செய்தார்.

ஃபியோதர் பாவ்லோவிச், குரூஷென்காவைத் திருமணம் செய்துகொள்ள (ஏற்கனவே அதைச் செய்யவில்லை என்றால்), நிச்சயமாக முன்வருவார் என்று டிமிட்ரி ஃபியோதரோவிச் நம்பினார் என்றாலும், காமவெறி பிடித்த அந்தக் கிழவர் அவளுக்கு மூவாயிரம் ரூபிள்களைக் கொடுத்து அவளை அடைய முயற்சி செய்வார் என்று நம்பவில்லை. குரூஷென்காவையும் அவளுடைய குணத்தையும் தெரிந்து வைத்திருந்த மீச்சியா இப்படித்தான் முடிவு செய்தார். எனவே அவர்களில் யாரைத் தேர்ந்தெடுப்பது என்றும், யாரால் அதிக ஆதாயம் அடைய முடியும் என்றும் அவளால் தீர்மானிக்க முடியாமல் போனதுதான் அவளுடைய மனக் குழப்பத்திற்குக் காரணம் என்று அவருக்குத் தோன்றியது.

இதில் விசித்திரமானது என்னவெனில், குரூஷென்காவின் வாழ்க்கையில் மிக முக்கியமான மனிதரான அந்த அதிகாரி திரும்பி வருகிறார் என்று அவள் பதற்றத்துடனும், பயத்துடனும் எதிர்பார்த்துக் கொண்டிருக்கிறாள் என்பதை டிமிட்ரி ஃபியோதரோவிச் நினைத்துக்கூடப் பார்க்கவில்லை. குரூஷென்கா கடந்த சில நாட்களாக அவரிடம் அதைப் பற்றி எதுவும் பேசவில்லை என்பது உண்மைதான் என்றாலும், அவர் ஒரு மாதத்திற்கு முன்பே அவளை ஏமாற்றிய அந்த மனிதனிடமிருந்து

அவளுக்கு வந்த கடிதத்தையும், அதிலிருந்த சிலவற்றையும் அவளிடமிருந்து தெரிந்து கொண்டார். அவள் அவர் மீது கோபமாக இருந்த ஏதோ ஒரு தருணத்தில் அதைப் பற்றி அவரிடம் சொன்னபோது, அவளே ஆச்சரியப்படும் வகையில் அவர் அதற்கு எந்த முக்கியத்துவமும் தரவில்லை. அதற்கு என்ன காரணம் என்பதை விளக்குவது கடினம். ஒருவேளை அவர் அந்தப் பெண்ணுக்காக அவருடைய தந்தையுடன் மோதிக் கொண்டதில் ஏற்பட்ட அருவருப்பும், சங்கடமும், விரக்தியும் அவரைப் பயங்கரமாக ஆட்டிப் படைத்ததால், அதைவிட பெரிய ஆபத்தைக் குறைந்தபட்சம் அப்போது அவரால் கற்பனை செய்து பார்க்க முடியாமல் போயிருக்கலாம். ஐந்து வருடங்களுக்கு முன்பு காணாமல் போன அந்த மனிதன் திடீரென்று எங்கிருந்தோ உடனடியாக அங்கே தோன்றுவான் என்பதை அவரால் நம்பமுடிய வில்லை. மேலும் மீச்சியாவிடம் காட்டிய, அந்த அதிகாரியிடமிருந்து வந்த முதல் கடிதம், அவனுடைய வருகையைப் பற்றித் தெளிவாகக் குறிப்பிடாமல், வெறும் உணர்ச்சிகளை மட்டுமே கொட்டி எழுதப்பட்டிருந்தது. குரூஷென்கா அந்தக் கடிதத்தின் கடைசி வரிகளை அவரிடமிருந்து மறைத்துவிட்டாள் என்பதையும், அதில் அந்த அதிகாரி அவர் திரும்பி வருவதைப் பற்றித் தெளிவாகக் குறிப்பிட்டிருந்தார் என்பதையும் நாம் கவனிக்க வேண்டும். அது மட்டுமின்றி, அப்போது அந்தச் சமயத்தில் சைபீரியாவிலிருந்து வந்த அந்தக் கடிதத்தைப் பார்த்த குரூஷென்காவில் முகத்தில் வெளிப்பட்ட வெறுப்பைக் கவனித்ததை மீச்சியா பின்னர் நினைவு கூர்ந்தார். அவள் அதற்குப் பிறகு மீச்சியாவிடம் அந்தக் கடிதத் தொடர்பைப் பற்றி எதுவும் பேசவில்லை. எனவே டிமிட்ரியும் அந்த அதிகாரியைப் பற்றிச் சுத்தமாக மறந்துவிட்டார். இனிமேல் எது நடந்தாலும், என்ன விளைவுகள் ஏற்பட்டாலும், ஃபியோதர் பாவ்லோவிச்சுடன் இறுதிப் போராட்டத்திற்கான நேரம் நெருங்கி விட்டது என்றும், வேறு எதற்கும் முன்பாக அதைத் தீர்ப்பது அவசியம் என்றும் அவர் நினைத்தார். எனவே அவர் குரூஷென்கா வின் முடிவை எதிர்பார்த்து ஆவலுடன் காத்திருந்தார். ஏதோ ஒரு எதிர்பாராத தூண்டுதலினால் அது நடக்கும் என்று அவர் நம்பினார். ‘நான் என்றென்றும் உங்களுக்கே சொந்தம், என்னை எடுத்துக் கொள்ளுங்கள்’ என்று அவள் திடீரென்று சொல்லக்கூடும். அப்போது எல்லாம் முடிந்துவிடும். அவர் உடனே அவளை அழைத்துச் செல்வார். இருவரும் பூமியின் விளிம்புக்குச் செல்வார்கள். ஓ, ஆமாம், அவர் உடனடியாக அவளைப் பூமியின் விளிம்புக்கு இல்லாவிட்டாலும், குறைந்தபட்சம் எவ்வளவு முடியுமோ அவ்வளவு தூரம், ரஷ்யாவின் எல்லை வரைக்கும் அழைத்துச் செல்வார். அவர் அங்கே அவளைத் திருமணம்

செய்துகொண்டு, அங்கேயும், இங்கேயும், எங்கேயும் உள்ள யாருக்கும் தெரியாமல் அவளுடன் சேர்ந்து வாழ்வார். அப்போது அவர்களுடைய புத்தம் புதிய வாழ்க்கை தொடங்கும்! அவர் அந்த புதிய, 'ஒழுக்கமான' (அது நிச்சயமாக ஒழுக்கமான வாழ்க்கையாக இருக்க வேண்டும்) வாழ்க்கையைப் பற்றி ஒவ்வொரு கணமும் இடைவிடாது, மிகத் தீவிரமாகக் கனவு கண்டார். அவர் அந்த புத்துணர்ச்சியான புத்துயிர்ப்புக்கு ஏங்கினார். அவர் அவருடைய விருப்பத்தின்படி நடத்தி வந்த இழிவான, அருவருப்பான வாழ்க்கையை அவரால் தாங்க முடியவில்லை என்பதால், அவருடைய சூழ்நிலையில் உள்ள எல்லோரையும் போல, இடமாற்றம் அவரது வாழ்க்கையில் மிகப்பெரிய மாற்றத்தைக் கொண்டுவரும் என்று நம்பினார். அவரைச் சுற்றி இந்த மனிதர்களும், இந்தச் சூழ்நிலையும் இல்லாத புதிய இடத்திற்கு தப்பிச் சென்றால், அங்கு புத்தம் புதிய வாழ்க்கை மலரும்! அவர் அதை நம்பினார், அந்த வாழ்க்கைக்காக ஏங்கினார்.

ஆனால் பிரச்சனைக்கு ஒரு மகிழ்ச்சியான தீர்வு கிடைத்தால் மட்டுமே அது சாத்தியம். அவர் ஒரு வித்தியாசமான, பயங்கரமான விளைவை ஏற்படுத்தும் மற்றொரு முடிவையும் கற்பனை செய்து பார்த்தார். 'நான் இப்போது ஃபியோதர் பாவ்லோவிச்சைத் திருமணம் செய்து கொண்டு அவருடன் வாழ விரும்புகிறேன். எனவே நீங்கள் எனக்குத் தேவையில்லை. நீங்கள் விலகியிருங்கள்' என்று அவள் சொல்லலாம். அப்போது... அப்போது என்ன நடக்கும் என்று மீச்சியாவுக்குத் தெரியவில்லை. நடக்கப் போகும் கடைசி நிமிடம் வரை அவருக்கு அதைப் பற்றி எந்த யோசனையும் இல்லை என்பதை நாம் அவர் சார்பாக சொல்ல வேண்டும். அவருக்கு எந்தத் திட்டவட்டமான நோக்கங்களும், குற்றம் செய்ய வேண்டும் என்ற சிந்தனையும் இல்லை. அவர் அவருடைய தலைவிதியைத் தீர்மானிக்கும் முதல் மகிழ்ச்சியான முடிவுக்கு அவரைத் தயார்படுத்திக் கொண்டு, எல்லாவற்றையும் பார்த்துக் கண்காணித்துக் கொண்டிருந்தார். உண்மையில் அவருக்கு அதைத் தவிர வேறு எந்தச் சிந்தனையும் இல்லை. இருந்தாலும், முற்றிலும் மாறுபட்ட, புதிய, எந்தத் தொடர்பும் இல்லாத, தற்செயலான ஆனால் ஆபத்து விளைவிக்கக்கூடிய, தீர்க்க முடியாத ஒரு பிரச்சனை உருவானது.

அவள் அவரிடம், 'நான் உங்களுடையவள், என்னை உங்களுடன் அழைத்துச் செல்லுங்கள்' என்று சொல்லும்போது, அவர் அவளை எப்படி அழைத்துச் செல்ல முடியும்? அவருக்குத் தேவையான பணம் எங்கிருந்து கிடைக்கும்? அவருக்குப் ஃபியோதர் பாவ்லோவிச்சிடமிருந்து பல ஆண்டுகளாகக் கிடைத்து

வந்த பணம் இப்போது நின்றுவிட்டது. குரூஷென்காவிடம் பணம் இருக்கிறது என்றாலும், அதற்கு அவருடைய அகங்காரம் இடம் கொடுக்கவில்லை. அவர் அவளை அவருடைய பணத்தில் அழைத்துச் சென்று, அவருடைய சொந்தப் பணத்தைக் கொண்டு புதிய வாழ்க்கையைத் தொடங்க வேண்டும் என்று விரும்பினார். எனவே அவளிடமிருந்து பணத்தை வாங்குவதைப் பற்றி அவரால் நினைத்துப் பார்க்க முடியவில்லை, அந்த எண்ணமே அவருக்கு அருவருப்பாக இருந்தது. நான் இதைப் பற்றி மேலும் விரிவாகச் சொல்லவோ அல்லது ஆய்வு செய்யவோ போவதில்லை என்பதால், அப்போது அவருடைய மனநிலை அப்படி இருந்தது என்று மட்டும் குறிப்பிட்டுச் சொல்கிறேன். அவர் கேத்தரீனா இவானோவ்னாவின் பணத்தை நேர்மையற்ற முறையில் செலவழித்த குற்றவுணர்வின் காரணமாக, இந்தச் சிந்தனை அவரையும் அறியாமல் மறைமுகமாக அவருடைய மனதை ஆக்ரமித்துக் கொண்டிருக்கலாம். 'நான் அவளிடம் ஓர் அயோக்கி யனைப் போல நடந்து கொண்டேன். நான் இப்போது இவளிடமும் அப்படி நடந்துகொள்ள வேண்டுமா? அதைப் பற்றி குரூஷென்காவுக்குத் தெரிந்துவிட்டால், அப்படிப்பட்ட ஓர் அயோக்கியனை அவள் விரும்ப மாட்டாள்' என்று அவர் நினைத்தார். ஆனால் இப்போது அவருக்குத் தேவைப்படும் அந்தப் பணம் எங்கிருந்து கிடைக்கும்? பணம் இல்லாவிட்டால் எல்லாமே வீணாகப் போய்விடும், எதுவும் நடக்காது. 'பணம் இல்லாத காரணத்தினால் எல்லாமே பாழாய்ப் போகும், ஓ, என்ன ஒரு வெட்கக்கேடு!' அவருக்குத் தேவையான பணம் எங்கே கிடைக்கும் என்பதும், அது எங்கே இருக்கிறது என்பதும் அவருக்குத் தெரிந்திருக்கலாம் என்று எனக்குத் தோன்றுகிறது. நான் அதைப் பற்றி மேலும் விரிவாகப் பேசப் போவதில்லை, ஏனெனில் அதெல்லாம் பின்னர் தெளிவாகக் கதையில் சொல்லப்படும். ஆனால் இங்கே அவருடைய முக்கியமான பிரச்சனை என்னவெனில், அவருக்குத் தெரிந்த அந்தப் பணத்தைப் பெறுவதற்கு, அவர் முதலில் கேத்தரீனா இவானோவ்னாவின் மூவாயிரம் ரூபிள்களைத் திருப்பித் தர வேண்டும். 'நான் ஓர் அற்பத் திருடனாக, ஓர் அயோக்கியனாக ஒரு புதிய வாழ்க்கையைத் தொடங்க விரும்பவில்லை' என்று மீச்சியா முடிவு செய்தார். 'எனவே என்ன நடந்தாலும், தேவைப்பட்டால் இந்த உலகத்தையே தலைகீழாகப் புரட்டிப் போட்டாவது, எல்லாவற்றுக்கும் முன்னதாக, அந்த மூவாயிரம் ரூபிள்களைக் கேத்தரீனா இவானோவ்னாவிடம் திருப்பிக் கொடுக்க வேண்டும்' என்று அவர் தீர்மானித்தார்.

இரண்டு நாட்களுக்கு முன்பு குரூஷென்கா, கேத்தரீனா இவானோவ்னாவை அவமானப்படுத்திய பிறகு, அவர் அன்று மாலையில் சாலையில் அல்யோஷாவைச் சந்தித்து அவனிடமிருந்து அதைத் தெரிந்து கொண்டு, அவளுக்கு ஆறுதலாக இருக்குமெனில் நான் ஓர் அயோக்கியன் என்று ஒப்புக்கொள்வதாக அவளிடம் சொல்லச் சொன்னபோது அந்த முடிவை எடுத்தார். அன்று இரவு அல்யோஷாவிடமிருந்து பிரிந்து சென்ற மீச்சியா, 'கேத்தரீனாவுக்குப் பணத்தைத் திருப்பிக் கொடுக்காமல் இருப்பதை விட, யாரையாவது கொலை செய்து, கொள்ளையடித்து அந்தப் பணத்தைத் திருப்பித் தருவது நல்லது' என்று அவருக்குத் தோன்றியது. 'நான் அவளுக்குத் துரோகம் செய்து அவளுடைய பணத்தைத் திருடிவிட்டேன் என்றும், நான் அந்தப் பணத்துடன் குரூஷென்காவைக் கூட்டிக் கொண்டு புதிய ஒழுக்கமான வாழ்க்கையைத் தொடங்கினேன் என்றும் அவள் சொல்வதற்கு இடம் கொடுப்பதைக் காட்டிலும், ஒரு கொலைகாரனாகவும் திருடனாகவும் தண்டிக்கப்பட்டு சைபீரியாவுக்குப் போவது மேல்! என்னால் அதைச் செய்ய முடியாது!' மீச்சியா பல்லைக் கடித்தபடி, இப்படியெல்லாம் தனக்குள் சொல்லிக் கொண்டு, தனக்குப் பைத்தியம் பிடித்து விட்டதோ என்று நினைத்தார். அவர் இப்படியாகத் தொடர்ந்து யோசித்தபடி போராடிக் கொண்டிருந்தார்...

அவர் இப்படி ஒரு முடிவுக்கு வந்தபிறகு, அவருக்கு விரக்தியைத் தவிர வேறு எதுவும் ஏற்பட்டிருக்காது என்று ஒருவர் நினைக்கலாம், ஏனெனில் பரம ஏழையான அவருக்கு எங்கிருந்து அவ்வளவு பணம் கிடைக்கும்? அந்த மூவாயிரம் ரூபிள்கள் எப்படியாவது தனக்குக் கிடைத்துவிடும் என்றும், அது வானத்திலிருந்து விழுவது போலத் தானாகத் தன்னை வந்தடையும் என்றும் அவர் இறுதிவரை நம்பிக்கையுடன் இருந்தார். தங்கள் வாழ்நாள் முழுவதும் பணத்தைச் செலவழிப்பதற்கும், பரம்பரைச் சொத்தை வீணடிப்பதற்கும் மட்டுமே அறிந்த டிமிட்ரி ஃபியோதரோவிச்சைப் போன்றவர்களுக்கு பணத்தை எப்படிச் சம்பாதிப்பது என்பதைப் பற்றி ஒன்றும் தெரியாது. அவர் இரண்டு நாட்களுக்கு முன்பு அல்யோஷாவிடம் பேசிவிட்டுச் சென்ற பிறகு, சில விநோதமான எண்ணங்கள் அவருடைய மனதை ஆக்ரமித்து, அவரைக் குழப்பத்தில் ஆழ்த்தியது. எனவே அவர் ஒரு முரட்டுத்தனமான, நம்பமுடியாத ஒரு முயற்சியில் இறங்கினார். இதுபோன்ற சூழ்நிலையில் உள்ள அவரைப் போன்றவர்கள் உண்மையில் நிறைவேற சாத்தியமற்ற கற்பனையான முயற்சிகளை யோசித்து, அவை சாத்தியமானவை என்று கருதுகிறார்கள். எனவே அவர் குரூஷென்காவின் பாதுகாவலரான வியாபாரி

சம்சனோவைச் சந்தித்து, அவரிடம் ஒரு திட்டத்தைச் சொல்லி, அதன் மூலம் தேவையான பணத்தைப் பெறுவது என்று தீர்மானித்தார். அவர் முன்வைக்கும் திட்டம் வியாபார ரீதியில் சாத்தியமாகும் என்பதில் அவருக்குச் சற்றும் சந்தேகம் ஏற்படவில்லை. ஆனால் சம்சனோவ் வியாபார நோக்கில் இல்லாமல் வேறு வகையில் அதைப் பரிசீலித்தால், அவர் அதை எப்படி எடுத்துக் கொள்வார் என்றுதான் டிமிட்ரிக்குச் சந்தேகமாக இருந்தது. அந்த வியாபாரி சம்சனோவை, டிமிட்ரி ஃபியோதரோவிச் பார்த்திருக் கிறாரே தவிர பழக்கமில்லை. அவர்கள் இருவரும் இதுவரை ஒருவருக்கொருவர் சந்தித்துப் பேசிக் கொண்டதே இல்லை. ஆனால் மரணத்தை எதிர்நோக்கிக் காத்திருக்கும் அந்த ஒழுக்கம் கெட்ட கிழவன், குரூஷென்காவுக்கு நல்ல வாழ்க்கை அமைந்து, அவள் 'நம்பிக்கைக்குரிய' ஒருவரைத் திருமணம் செய்து கொள்வதை ஆட்சேபிக்க மாட்டார் என்ற எண்ணம் ஏதோ ஒரு காரணத்தினால் நீண்ட காலத்திற்கு முன்பே டிமிட்ரிக்கு இருந்தது. அவர் அதை ஆட்சேபிக்க மாட்டார் என்பது மட்டுமின்றி, அதற்குச் சந்தர்ப்பம் கிடைத்தால் அதைச் செய்வதற்கும் தயாராக இருப்பார் என்று டிமிட்ரிக்குத் தோன்றியது. மேலும் டிமிட்ரி கேள்விப்பட்ட ஏதோ ஒரு வதந்தியிலிருந்தோ அல்லது குரூஷென்கா சொன்னதிலிருந்தோ, ஒருவேளை அவள் ஃபியோதர் பாவ்லோவிச்சுக்குப் பதிலாக தன்னைத் திருமணம் செய்து கொள்வதை அந்தக் கிழவர் விரும்பலாம் என்று அவர் முடிவு செய்தார்.

இந்தக் கதையைப் படித்து வரும் பல வாசகர்களுக்கு, டிமிட்ரி ஃபியோதரோவிச் அவருடைய வருங்கால மனைவியை அவளுடைய பாதுகாவலரிடமிருந்து அழைத்துச் செல்ல நேரடியாக அவரது உதவியை நாடியது நாகரீகமற்றதாகவும், நேர்மையற்றதாகவும் தோன்றலாம். குரூஷென்காவின் கடந்த கால வாழ்க்கை முடிந்துவிட்டது என்று மீச்சியா நினைத்தார் என்று நான் அதற்குப் பதில் சொல்ல முடியும். அவர் அந்தக் கடந்த காலத்தை எல்லையற்ற இரக்கத்துடன் பார்த்து, குரூஷென்கா அவரைக் காதலிப்பதாகவும், அவரைத் திருமணம் செய்து கொள்வதாகவும் சம்சனோவிடம் சொன்னதும், குரூஷென்காவும் டிமிட்ரியும் புதிதாய்ப் பிறந்து, எந்தக் கெட்ட எண்ணமும் இல்லாமல் நற்குணமுள்ளவர்களாக ஒருவரையொருவர் மன்னித்து புதியவர்களாக வாழ்க்கையைத் தொடங்குவோம் என்று அவர் முழு மனதுடன் நம்பினார். டிமிட்ரி ஃபியோதரோவிச்சைப் பொறுத்தவரை, குரூஷென்காவின் கடந்த கால வாழ்க்கையில் தோன்றி, அவளுடைய வாழ்க்கையில் விதிவசமாக முக்கியமான பங்கு வகித்த ஆனால் அவள் ஒருபோதும் காதலித்திராத, இப்போது முற்றிலும் இல்லாத ஒரு

மனிதனாக குஸ்மா சம்சனோவைக் கருதினார். அதுமட்டுமின்றி மீச்சியா அவரை ஒரு மனிதனாகக் கூட மதிக்கவில்லை, ஏனெனில் இப்போது அவர் பரிதாபகரமான நிலையில் இருப்பதும், குருஷென்காவுக்கும் அவருக்கும் இருந்த உறவு முன்பு போலில்லாமல், கிட்டத்தட்ட கடந்த ஒரு வருட காலமாகத் தந்தைக்கும் மகளுக்கு மான உறவாக மாறிவிட்டதும் ஊரில் எல்லோருக்கும் தெரியும். மீச்சியா இப்படி நினைத்தது அவருடைய வெகுளித்தனத்தை வெளிக்காட்டியது என்று சொல்லலாம். அவரிடம் எத்தனையோ ஒழுக்கக் கேடான தீய எண்ணங்கள் இருந்தாலும், உண்மையில் அவர் ஓர் அப்பாவித்தனமான குழந்தையைப் போன்றவர் என்பதால், மரணத் தருவாயில் இருக்கும் குஸ்மா சம்சனோவ், குருஷென்காவுடன் வாழ்ந்த கடந்த கால வாழ்க்கையை நினைத்து வெட்கப்படுவார் என்றும், இப்போது அவளுக்கு அந்தக் கிழவனைத் தவிர வேறு நண்பனோ, பாதுகாவலனோ இல்லை என்றும் உறுதியாக நம்பினார்.

மடாலயத்திற்குச் செல்லும் வழியில் அல்யோஷாவிடம் பேசிய பிறகு, டிமிட்ரியால் அன்று இரவு முழுவதும் தூங்க முடியவில்லை. அவர் மறுநாள் காலை பத்து மணிக்கு சம்சனோவின் வீட்டிற்குச் சென்று, தன் வருகையைத் தெரிவிக்கும்படிச் சொன்னார். அந்த இரண்டு மாடி வீடு விசாலமானதாக, பழமையானதாக, இருண்டதாக இருந்தது. அந்த வீட்டை ஒட்டிக் கட்டிடமும், முற்றத்தில் ஒரு குடில் வீடும் இருந்தது. வீட்டின் கீழ்த் தளத்தில் சம்சனோவின் திருமணமான இரண்டு மகன்களும், அவருடைய வயதான சகோதரியும், திருமணமாகாத அவருடைய மகளும் வசித்தனர். அருகில் இருந்த வீட்டில் அவருடைய இரண்டு குமாஸ்தாக்கள் தங்கியிருந்தனர். அவர்களில் ஒருவருக்குப் பெரிய குடும்பம் இருந்தது. வீட்டின் கீழ்த்தளத்திலும், அவுட் ஹவுஸிலும் கூட்டமாக இருந்தாலும், கிழவர் மாடியில் தனியாக இருந்தார். அவர் அவருடைய மகளைக் கூட அவருடன் தங்க அனுமதிக்கவில்லை என்றாலும், அவள்தான் அவரைக் கவனித்துக் கொண்டாள். அவள் ஆஸ்துமாவினால் அவதிப்பட்டு வந்தாலும், அவர் கூப்பிட்ட நேரத்திற்கு மாடிக்கு ஓட வேண்டியிருந்தது. மேல் தளத்தில் இருந்த பல பெரிய அறைகளில் சுவர்களை ஒட்டி வரிசையாகப் போட்டிருந்த அசௌகரியமான, கனமான சாய்வு நாற்காலிகளுடன், தூசி படிந்த கண்ணாடிச் சரவிளக்குகளுடன், ஜன்னல்களுக்கு மத்தியில் சோபையிழந்த கண்ணாடிகளுடன் பழைய வணிக பாணியில் அமைந்த வரவேற்பறைகள் இருந்தன. அந்த அறைகள் அனைத்தும் வெறிச்சோடிக் கிடந்தன, ஏனெனில் நோயாளியான முதியவர் பெரும்பாலும் வீட்டிலிருந்த ஒரு சிறிய

படுக்கை அறையில் முடங்கிக் கிடந்தார். தலையில் கட்டிய கைக்குட்டையுடன் இருந்த ஒரு வயதான வேலைக்காரியும், கூடத்தை ஒட்டிய நடைபாதையில் அமர்ந்திருந்த ஒரு வாலிபனும் அவரைக் கவனித்துக் கொண்டார்கள். அவருடைய கால்கள் வீங்கியிருப்பதால் அவரால் நடக்க முடியாது என்றாலும், அவர் எப்போதாவது சில முறை படுக்கையிலிருந்து எழுந்து, அந்தக் கிழவியின் உதவியுடன் அறையில் மேலும் கீழும் நடப்பார். அவர் அந்த மூதாட்டியிடம் கூட அதிகம் பேசாமல் மிகவும் கண்டிப்புடன் நடந்து கொண்டார்.

வேலைக்காரன் 'கேப்டன்' வந்திருப்பதை அவரிடம் தெரிவித்த போது, அவர் உடனடியாக டிமிட்ரியைப் பார்க்க விரும்பவில்லை என்று சொல்லி அனுப்பினார். ஆனால் மீச்சியா வேலைக்காரனை வற்புறுத்தி மீண்டும் கேட்டு வரச் சொன்னான். சம்சனோவ் வேலைக்காரனிடம் கேப்டன் குடிபோதையில் இருக்கிறாரா, மரியாதையாக நடந்து கொள்கிறாரா என்று விசாரித்தார். கேப்டன் குடிபோதையில் இல்லை நிதானமாக இருக்கிறார், உங்களைப் பார்க்க வேண்டும் என்று பிடிவாதம் பிடிக்கிறார் என்று வேலைக்காரன் சொன்ன பிறகும் கிழவர் அவரைப் பார்க்கச் சம்மதிக்கவில்லை. இதை முன்கூட்டியே எதிர்பார்த்த மீச்சியா, தன்னுடன் ஒரு காகிதத்தையும் பென்சிலையும் கொண்டு வந்திருந்தார். 'அக்ரஃபேனா அலெக்ஸாண்ட்ரோவ்னாவைப் பற்றி ஒரு முக்கியமான விஷயம் பேச வேண்டும்' என்று டிமிட்ரி துண்டுக் காகிதத்தில் தெளிவான கையெழுத்தில் எழுதி கிழவரிடம் கொடுக்கும்படி வேலைக்காரனிடம் சொன்னார்.

கிழவர் சற்று நேரம் யோசித்துவிட்டு, வேலைக்காரனிடம் விருந்தாளியை வரவேற்பறையில் அமரச் சொல்லிவிட்டு, அவருடைய இளைய மகனை மாடிக்கு அழைத்து வரும்படி உத்தரவிட்டார். அவருடைய இளைய மகன் ஆறடிக்கும் அதிகமான உயரத்தில் திடகாத்திரமான உடலுடன், சுத்தமாக மழித்த கன்னத்துடன், ஜெர்மானியனைப் போல உடை அணிந்திருந்தான் (சம்சனோவ் இன்னும் நீண்ட அங்கியணிந்து தாடியுடன் இருந்தார்). அவன் எந்த மறுப்பும் சொல்லாமல் உடனடியாக மாடிக்கு வந்தான். அவர்கள் அனைவரும் அவர்களுடைய தந்தைக்குப் பயந்தவர்களாக இருந்தார்கள். அந்த முதியவர் கேப்டனைக் கண்டு பயந்து அவனை அழைத்து வரச் சொல்ல வில்லை, ஏனெனில் அவர் எந்த வகையிலும் பயந்த சுபாவம் உடையவர் அல்ல. ஒரு சாட்சி வேண்டும் என்பதற்காக அவர் அவனை அங்கே வரச் சொன்னார். அவனும் அந்த வேலைக்கார வாலிபனும் முதியவரைக் கைத்தாங்கலாக வரவேற்பறைக்கு

அழைத்துக் கொண்டு வந்தார்கள். அவர் ஏதோ ஒரு வகையில் ஆர்வத்துடன் இருந்தார் என்று சொல்ல வேண்டும். மீச்சியா காத்திருந்த வரவேற்பறை பிரம்மாண்டமானதாக, இரண்டு புறமும் ஜன்னல்களுடன், சுவரில் பதித்த பளிங்குக் கற்களுடன், தூசி படிந்த மூன்று பெரிய சரவிளக்குகளுடன் இருந்தாலும், சோபையிழந்து சோர்வூட்டுவதாக இருந்தது. மீச்சியா நுழை வாயிலுக்கு அருகிலிருந்த சிறிய நாற்காலியில் அமர்ந்து, அவருடைய தலைவிதியை எதிர்பார்த்து பதட்டத்துடன் பொறுமையிழந்து காத்திருந்தார். அறைக்கு எதிரில் சுமார் அறுபது அடி தூரத்தில் அந்தக் கிழவர் வருவதைப் பார்த்தபோது, மீச்சியா உடனே எழுந்து, நீண்ட, உறுதியான இராணுவ நடையில் முதியவரை நோக்கி நடந்து சென்றார். மீச்சியா ஃப்ராக் கோட் அணிந்து, பொத்தான்கள் அனைத்தையும் போட்டு, கண்ணியமான உடையில், கறுப்புக் கையுறை அணிந்த கையில் வட்டமான தொப்பியைப் பிடித்துக் கொண்டு, மூன்று நாட்களுக்கு முன்பு மடாலயத்தில் மூத்தவரின் அறையில் தந்தையையும் சகோதரர்களையும் சந்தித்த அதே தோற்றத்தில் இருந்தார். கிழவர் கம்பீரமான தோற்றத்துடன் கடுகடுப்பான முகத்துடன் நின்றிருந்தார். மீச்சியா அவரை நோக்கி நடக்கும்போது, அந்த முதியவர் தன்னை மேலும் கீழும் ஆராய்வதை உணர்ந்தார். சம்சனோவின் வீங்கியிருந்த முகத்தைப் பார்த்து மீச்சியா ஆச்சரியப்பட்டார், ஏனெனில் ஏற்கனவே தடித்திருந்த அவருடைய கீழுதடு இப்போது அப்பம் போல தொங்கிக் கொண்டிருந்தது. சம்சனோவ் விருந்தாளியைப் பார்த்து அமைதியாக வணங்கி, சோபாவுக்கு அருகிலிருந்த சாய்வு நாற்காலியைச் சுட்டிக் காட்டிவிட்டு, மகனின் தோளில் சாய்ந்து வலியுடன் முனகிக் கொண்டே, மீச்சியாவுக்கு எதிரிலிருந்த சோபாவில் மெதுவாக அமர்ந்தார். அவருடைய வேதனையான வலி மிகுந்த முயற்சிகளைப் பார்த்த மீச்சியா, அந்த மதிப்பிற்குரிய மனிதருக்கு முன்னால் தான் அற்பத்தனமாக நடந்து கொள்வதை நினைத்து வெட்கப்பட்டார்.

“ஐயா, என்னிடம் உங்களுக்கு என்ன வேண்டும்?” என்று அந்த வயதான மனிதர் இருக்கையில் சௌகரியமாக அமர்ந்த பிறகு, மெதுவாக, தெளிவாக, கடுமையாக ஆனால் பணிவுடன் கேட்டார்.

மீச்சியா திடுக்கிட்டு துள்ளி எழுந்து பிறகு மீண்டும் அமர்ந்தார். அவர் பதற்றத்துடன் கைகளை ஆட்டியபடி, உரத்தக் குரலில் வேகமாகப் பேசத் தொடங்கினார். அழிவின் விளிம்பில் நிற்கும், தோல்வியுற்றால் மூழ்கத் தயாராக இருக்கும் ஒரு மனிதன், கடைசி வாய்ப்பாக கைக்குக் கிடைத்த வைக்கோலைப் பற்றிக்

கொள்வதைப் போலிருந்தது அவருடைய நிலைமை என்பதில் சந்தேகமில்லை. வயதான சம்சனோவ் அதையெல்லாம் ஒரு நொடியில் புரிந்து கொண்டார் என்றாலும், அவருடைய முகம் உணர்ச்சியின்றிக் கல்லைப் போலிருந்தது.

“மதிப்பிற்குரிய குஸ்மா குஸ்மிச், என்னுடைய அன்புக்குரிய தாயாரிடமிருந்து எனக்குரிய பரம்பரைச் சொத்தைப் பறித்துக் கொண்ட என் தந்தை ஃபியோதர் பாவ்லோவிச்சுடன் எனக்கு ஏற்பட்ட கருத்து வேறுபாடுகளைப் பற்றி நீங்கள் நிறைய கேள்விப்பட்டிருப்பீர்கள் என்பதில் சந்தேகமில்லை... இந்த ஊர் முழுக்க அதைப் பற்றிப் பேசிக் கொள்கிறது... இங்குள்ளவர்கள் அவர்களுக்கு சம்பந்தமில்லாத விஷயங்களைப் பற்றி நிறைய கிசுகிசுக்களைப் பேசிக் கொள்கிறார்கள். நீங்கள் குரூஷென்காவின் மூலம் அதைப் பற்றித் தெரிந்து கொண்டிருக்கலாம்... மன்னிக்கவும், நான் மிகவும் மதிக்கும் அக்ரஃபேனா அலெக்ஸாண்ட்ரோவ்னாவிட மிருந்து...” என்று பேச்சை ஆரம்பித்த மீச்சியா நடுவில் நிறுத்தினார்.

ஆனால் நாம் அவருடைய பேச்சை வார்த்தைக்கு வார்த்தை திரும்பச் சொல்லாமல் அதன் சாராம்சத்தை மட்டும் தொகுத்து தருவோம். விஷயம் என்னவென்றால் அவர் மூன்று மாதங்களுக்கு முன்பு வேண்டுமென்றே (அவர் இந்த வார்த்தையைக் கவனத்துடன் தேர்ந்தெடுத்தார்) மாகாணத்தின் தலைமை நகரத்திலிருந்த ஒரு வழக்கறிஞரைக் கலந்தாலோசித்தார். “குஸ்மா குஸ்மிச், பாவெல் பாவ்லவிச் கோர்னெப்லோடோவ் என்ற அவர் ஒரு பிரபலமான வக்கீல். நீங்கள் ஒருவேளை அவரைப் பற்றிக் கேள்விப்பட்டிருக்கலாம். அவருக்கு பெரிய நெற்றி, அபாரமான அறிவு, ஒரு ராஜதந்திரிக்கு நிகரான புத்திக்கூர்மை... அவர் உங்களைப் பற்றி மிகவும் உயர்வாகப் பேசினார்...”

மீச்சியா இரண்டாவது முறையாக பேச்சை நிறுத்தினார். ஆனால் அந்த இடைவெளி மீச்சியாவைப் பேச விடாமல் தடுக்கவில்லை என்பதால், அவர் உடனடியாக மீண்டும் பேசத் தொடங்கினார். மீச்சியா சொன்னதைக் கவனமாகக் கேட்ட கோர்னெப்லோடோவ், அவர் கொடுத்த ஆவணங்களைப் (அவர் அந்த ஆவணங்களைப் பற்றிச் சொல்வதில் அவசரப்பட்டார்) பரிசீலித்து, அவருடைய தாயிடமிருந்து வந்த செர்மாஷ்னியாவில் உள்ள நிலம் உண்மையில் மீச்சியாவுக்குச் சொந்தமானது என்றும், சட்டப்படி நீதிமன்றத்தில் வழக்குத் தொடுத்து அவரால் அதைப் பெற முடியும் என்றும் சொன்னார்... “நான் என்னுடைய வயதான தந்தைக்குப் பாடம் புகட்ட முடியும், ஏனெனில் எல்லாக் கதவுகளும் மூடப்படவில்லை என்பதால் சட்டத்தில் உள்ள ஓட்டைகளைக் கண்டுபிடிக்க முடியும்” என்று மீச்சியா சொன்னார்.

சுருக்கமாகச் சொன்னால், ஃபியோதர் பாவ்லோவிச்சிடமிருந்து கூடுதலாக ஆறு அல்லது ஏழாயிரம் ரூபிள்களைப் பெற முடியும் என்று அவர் நம்பினார், ஏனெனில் செர்மாஷ்னியாவில் உள்ள நிலம் குறைந்தது இருபத்தைந்து ஆயிரம், இருபத்தெட்டு ஆயிரம் ரூபிள்கள் வரை மதிப்புள்ளது. "ஐயா, குஸ்மா குஸ்மிச், அதன் மதிப்பு முப்பதாயிரம், முப்பதாயிரம் என்றால் உங்களால் நம்ப முடிகிறதா? ஆனால் எனக்கு அந்தக் கல் நெஞ்சுக்காரக் கிழவனிடமிருந்து பதினேழாயிரம் கூடக் கிடைக்கவில்லை..." என்ற டிமிட்ரி, அந்த நேரத்தில் தனக்குச் சட்ட நுணுக்கங்களைப் பற்றி எதுவும் தெரியாது என்பதால் அந்த விஷயத்தைக் கைவிட்டேன் என்றும், ஆனால் இங்கே வந்த பிறகு என் தந்தை சொன்னதைக் கேட்டு வாயடைத்துப் போனேன் (இந்த இடத்தில் தடுமாறிய அவர் மீண்டும் தாண்டிச் சென்றார்) என்றும் சொன்னார்.

"அதனால் மதிப்பிற்குரிய குஸ்மா குஸ்மிச், நீங்கள் அந்த அரக்கனுக்கு எதிராக என்னுடைய வழக்கை எடுத்துக் கொள்ள விரும்புகிறீர்களா? நீங்கள் எனக்கு மூவாயிரம் ரூபிள்கள் மட்டும் கொடுத்தால் போதும்... நீங்கள் எப்படியும் தோற்க மாட்டீர்கள் என்று நான் என்னுடைய கௌரவத்தின் மீது சத்தியம் செய்கிறேன். நீங்கள் அந்த மூவாயிரத்துக்குப் பதிலாக ஆறாயிரம் அல்லது ஏழாயிரம் சம்பாதிக்கலாம்..." என்ற டிமிட்ரி, இதில் முக்கியமான விஷயம் என்னவெனில் அதை இன்றே முடிக்க வேண்டும் என்று வற்புறுத்தினார்.

"நாம் சென்று ஒரு வக்கீலைப் பார்க்கலாம் அல்லது நீங்கள் சொன்னபடி செய்யலாம்... நான் என்னிடமுள்ள எல்லா ஆவணங்களையும், உங்களுக்கு வேண்டிய அனைத்தையும் உங்களிடம் கொடுக்கிறேன். நான் எல்லாவற்றிலும் கையெழுத்திட்டுக் கொடுக்கிறேன்... நாம் சட்டப்படி ஒரு ஒப்பந்தம் போடுவோம்... இன்று எல்லாவற்றையும் முடித்து விடுவோம். உங்களால் முடிந்தால்... அது சாத்தியம் என்று நினைத்தால்... எனக்கு மூவாயிரம் மட்டும் கொடுங்கள்... இந்த ஊரில் உங்களை விட பெரிய முதலாளி யாருமில்லை... நீங்கள் என்னைக் காப்பாற்ற வேண்டும். ஒரே வார்த்தையில் சொல்ல வேண்டும் என்றால், நான் செய்யப் போகும் ஒரு கௌரவமான, உன்னதமான செயலுக்காக நீங்கள் என் தலையைக் காப்பாற்ற வேண்டும், ஏனெனில் உங்களுக்கு நன்றாகத் தெரிந்த, ஒரு தந்தையைப் போல நீங்கள் கவனித்துக் கொள்ளும் ஒருவரிடம் எனக்கு மரியாதையான, உன்னதமான உணர்வுகள் உள்ளன... ஐயா, அவர் மீது உங்களுக்கு ஒரு தந்தையைப் போல அக்கறை இருப்பது எனக்குத் தெரியாமல் இருந்திருந்தால் நான் இங்கே வந்திருக்க மாட்டேன். ஐயா, குஸ்மா

குஸ்மிச், இங்கே மூன்று பேர் ஒருவரையொருவர் அடித்துக் கொள்கிறார்கள், ஏனென்றால் விதி பயங்கரமானது, வலிமையானது. ஐயா, குஸ்மா குஸ்மிச், இதுதான் யதார்த்தம்! ஆனால் நீங்கள் நீண்ட காலத்திற்கு முன்பே இதிலிருந்து விலகிவிட்டதால், இப்போது இதில் இரண்டு தலைகள் மட்டுமே எஞ்சியுள்ளன... நான் சொல்வது அருவருப்பாக இருந்தாலும் என்னால் அப்படித்தான் சொல்ல முடியும், ஏனெனில் நான் எழுத்தாளன் அல்ல. அந்த இரண்டில் ஒரு தலை என்னுடையது, மற்றது அந்த அரக்கனுடையது. எனவே நீங்கள் என்னை அல்லது அந்த அரக்கனைத் தேர்வு செய்ய வேண்டும்! இப்போது மூன்று பேரின் தலைவிதியும், இரண்டு பேரின் சந்தோஷமும் உங்கள் கைகளில் உள்ளது... மன்னிக்கவும், நான் குழப்பிவிட்டேன் என்றாலும், நீங்கள் அதைப் புரிந்துகொள்கிறீர்கள் என்பதை உங்கள் கண்களிலிருந்து என்னால் தெரிந்துகொள்ள முடிகிறது... ஒருவேளை உங்களுக்குப் புரியவில்லை என்றால் நான் செத்தேன். அவ்வளவுதான்!"

மீச்சியா அந்த அபத்தமான பேச்சை 'அவ்வளவுதான்' என்று முடித்துவிட்டு, துள்ளிக் குதித்து எழுந்து, தன்னுடைய முட்டாள்தனமான யோசனையின் பதிலுக்காகக் காத்திருந்தார். அவர் அந்தக் கடைசி வார்த்தையைச் சொன்னதும், திடீரென்று ஒரு நம்பிக்கையின்மை அவரை ஆட்கொண்டு, எல்லாமே முடிந்து விட்டதாகவும், எல்லாவற்றுக்கும் மேலாகத் தான் அசட்டுத்தனமாகப் பேசிவிட்டதாகவும் உணர்ந்தார்.

'இது எவ்வளவு விசித்திரமாக இருக்கிறது! நான் இங்கே வரும்போது எல்லாம் சரியாக இருப்பது போலத் தோன்றியது இப்போது முட்டாள்தனமாகத் தெரிகிறது!' என்ற எண்ணம் திடீரென்று மீச்சியாவின் நம்பிக்கையற்ற மனதில் பளிச்சிட்டது. அவர் பேசியபோது, கிழவர் எந்த முகபாவத்தையும் வெளிக் காட்டாமல் அசையாமல் அனைத்தையும் கேட்டுக் கொண்டிருந்தார். அவர் ஒரு நிமிடம் காத்திருந்த பிறகு இறுதியில், தீர்மானமான, உற்சாகமற்ற குரலில் பேசினார்.

"ஐயா, என்னை மன்னியுங்கள், நாங்கள் இதுபோன்ற விவகாரங்களில் தலையிடுவதில்லை."

மீச்சியா திடீரென்று தன்னுடைய கால்கள் பலவீனமடைந்து கீழே விழுவது போல உணர்ந்தார்.

"குஸ்மா குஸ்மிச், இப்போது நான் என்ன செய்வது?" என்று அவர் வெளிறிய புன்னகையுடன் முணுமுணுத்தார். "எல்லாம் முடிந்துவிட்டது என்று நினைக்கிறேன். நீங்கள் என்ன சொல்கிறீர்கள்?"

"என்னை மன்னியுங்கள்..."

மீச்சியா அசையாமல் நின்று வெறித்துப் பார்த்தார். அவர் திடீரென்று கிழவரின் முகபாவத்தில் ஏற்பட்ட மாற்றத்தைக் கவனித்து அதிர்ந்தார்.

"ஐயா, பாருங்கள், நாங்கள் இதுபோன்ற விஷயங்களைக் கையில் எடுப்பதில்லை" என்று கிழவர் மெதுவாகச் சொன்னார். "நீதிமன்றங்கள், வக்கீல்கள், விசாரணைகள் என்று தொல்லைகளுக்கு முடிவே இருக்காது! ஆனால் நீங்கள் வேறு யாரையாவது அணுகலாம்..."

"அடக் கடவுளே! யார் அது? குஸ்மா குஸ்மிச் நீங்கள்தான் என்னுடைய மீட்பர்" என்று மீச்சியா திடீரென்று உளறத் தொடங்கினார்.

"அவர் இந்த ஊரைச் சேர்ந்தவர் இல்லை. அவர் இப்போது இங்கே இல்லை. அவர் ஒரு விவசாயி. அவர் மர வியாபாரம் செய்கிறார். அவருடைய பெயர் லியாகாவி. அவர் ஃபியோதர் பாவ்லோவிச்சுடன் செர்மாஷ்னியாவில் உள்ள அந்தக் காட்டுப் பகுதியிலிருக்கும் மரங்களை வாங்குவதற்காக, கடந்த ஒரு வருடமாகப் பேரம் பேசிக் கொண்டிருக்கிறார். ஆனால் விலை ஒத்துவராமல் இன்னும் பேரம் முடியவில்லை. ஒருவேளை நீங்கள் கேள்விப்பட்டிருக்கலாம். அவர் இப்போது ஊரிலிருந்து வந்து, வோலோவியா ரயில் நிலையத்திலிருந்து எட்டு மைல் தொலை விலுள்ள இலியின்ஸ்கயே கிராமத்தில் பாதிரியாருடன் தங்கியிருக் கிறார். அவர் அந்த மரங்களைப் பற்றி எனக்குக் கடிதம் எழுதி என்னுடைய ஆலோசனையைக் கேட்டிருந்தார். ஃபியோதர் பாவ்லோவிச் நேரில் சென்று அவரைப் பார்க்க விரும்புகிறார். இப்போது நீங்கள் ஃபியோதர் பாவ்லோவிச்சுக்கு முன்னதாக அங்கே சென்று, என்னிடம் முன்வைத்த அதே வியாபாரத்தை லியாகாவியிடம் சொன்னால் அவர் அதில் ஆர்வம் காட்டலாம்..."

"அருமையான யோசனை!" என்று மீச்சியா வியப்புடன் இடைமறித்தார். "எனக்கு அந்த மனிதர்தான் தேவை, அவருக்கே இது பொருத்தமாக இருக்கும். அவர் அதை வாங்க ஆர்வமாக இருக்கிறார், அதிக விலை கொடுக்கிறார். இதோ என்னிடம் அந்தச் சொத்துக்கு உரிமை கோரும் அனைத்து ஆவணங்களும் உள்ளன! ஹா ஹா ஹா!"

மீச்சியா இப்படிச் சொல்லிவிட்டு திடீரென்று உரக்கச் சிரித்ததைப் பார்த்து சம்சனோவ் திடுக்கிட்டார்.

"ஐயா, நான் உங்களுக்கு எப்படி நன்றி சொல்வது என்று தெரியவில்லை" என்று மீச்சியா உற்சாகத்துடன் சொன்னார்.

“ஐயா, தயவுசெய்து அப்படிச் சொல்லாதீர்கள்” என்று சம்சனோவ் தலையை அசைத்தார்.

“நீங்கள் என்னை எத்தனை பெரிய இக்கட்டிலிருந்து காப்பாற்றினீர்கள் என்று உங்களுக்குத் தெரியாது. ஏதோ ஒரு முன்னுணர்வுதான் என்னை உங்களிடம் அழைத்து வந்துள்ளது... நான் இப்போதே பாதிரியாரிடம் போகிறேன்!”

“நீங்கள் நன்றி சொல்லும் அளவுக்கு அது பெரிய விஷய மில்லை.”

“நான் சீக்கிரமாக அங்கு போகிறேன். நீங்கள் உடல் நலமில்லாமல் இருக்கும் இந்த நேரத்தில் உங்களைச் சிரமப்படுத்தி விட்டேன். நான் உங்கள் உதவியை எப்போதும் மறக்க மாட்டேன். குஸ்மா குஸ்மிச், நான் ஒரு ரஷ்யன் என்ற முறையில் அதைச் சொல்கிறேன், ஓர் உண்மையான ரஷ்யன்.”

“சரி, சரி.”

மீச்சியா கிழவரின் கையைப் பிடித்துக் குலுக்க எத்தனித்தபோது, அவருடைய கண்களில் ஏதோ ஒரு விஷமத்தனம் பளிச்சிட்டதைக் கண்டு, உடனே தன் கையைப் பின்னால் இழுத்துக் கொண்டார். ஆனால் அவர் அப்படிச் செய்தவுடன் தன்னைத்தானே நொந்து கொண்டார். ‘பாவம், அவர் களைத்திருப்பார்’ என்ற எண்ணம் மீச்சியாவின் மனதில் பளிச்சிட்டது.

“அவளுக்காக! குஸ்மா குஸ்மிச், அவளுக்காக! எல்லாம் அவளுக்காகத்தான் என்று தெரிந்து கொள்ளுங்கள்!” என்று அவர் திடீரென்று வீடு முழுவதும் எதிரொலிக்கும்படிக் கத்தினார். அவர் தலைகுனிந்து வணங்கிவிட்டு, வேகமாகத் திரும்பி, அதே நீண்ட உறுதியான இராணுவ நடையுடன் திரும்பிப் பார்க்காமல் வாசலை நோக்கி நடந்தார். அவருடைய உடல் அதீதமான மகிழ்ச்சியால் நடுங்கியது. ‘எல்லாம் முடிந்துவிட்டது என்று நினைத்த வேளையில், என் காவல் தேவதை என்னை அழிவின் விளிம்பிலிருந்து காப்பாற்றிவிட்டது’ என்ற எண்ணம் அவர் மனம் முழுவதும் நிறைந்திருந்தது. ‘சம்சனோவ் போன்ற ஒரு பெரிய வியாபாரி (மதிப்பிற்குரிய அந்த வயதானவரிடம் என்ன ஒரு கண்ணியமான நடத்தை!) அந்த யோசனையைச் சொல்கிறார் என்றால்... வெற்றி நிச்சயம். நான் விரைந்து செல்ல வேண்டும். நான் இருட்டுவதற்குள் அல்லது இரவில் திரும்பினாலும், காரியம் வெற்றிகரமாக முடிந்துவிடும். ஒருவேளை அந்தக் கிழவன் என்னைக் கேலி செய்கிறானோ?’ என்று நினைத்துக் கொண்டே மீச்சியா அவருடைய இருப்பிடத்திற்குச் சென்றார். அவரால் அதைத் தவிர வேறு எந்த விளைவையும் கற்பனை செய்ய முடியவில்லை. அதாவது, வியாபாரத்தைப் பற்றிய விவரங்களை விரல் நுனியில்

வைத்திருக்கும், நன்கு அறிந்த அந்தப் பிரபலமான வியாபாரி, சக வியாபாரியான லியாகாவியைப் (என்ன ஒரு விசித்திரமான பெயர்!) பற்றிச் சொன்னது நல்ல யோசனையாக இருக்க வேண்டும் அல்லது அவர் தன்னைப் பார்த்துச் சிரித்திருக்க வேண்டும் என்றுதான் மீச்சியா நினைத்தார். அந்தோ! கடைசியில் மீச்சியாவின் அந்த இரண்டாவது அனுமானம் உண்மையானது. நீண்ட நாட்களுக்குப் பிறகு, அந்தப் பேரழிவு நடந்து எல்லாம் ஓய்ந்த பிறகு, அந்த வயதான சம்சனோவ் வன்மத்துடன் சிரித்துக் கொண்டே, அந்த நேரத்தில் 'கேப்டனை' முட்டாளாக்கியதை ஒப்புக் கொண்டார். ஏனெனில் சம்சனோவ் வக்கிரம் பிடித்தவர் என்பதால் இரக்கமில்லாமல் மற்றவர்களைக் கொடூரமாகக் கேலி செய்து மகிழும் குணமுடையவராக இருந்தார். அவருடைய நோயின் காரணமாக அவர் மேலும் மோசமாக மாறியிருந்தார். கேப்டனின் மகிழ்ச்சியான, உற்சாகமான மனநிலை அல்லது தன்னுடைய திட்டத்தினால் சம்சனோவை ஏமாற்றி விடலாம் என்ற அவருடைய முட்டாள்தனமான நம்பிக்கை அல்லது அவர் குருஷென்காவுக்காக இப்படி ஓர் அசட்டுத்தனமான திட்டத்துடன் வந்ததால் முதியவருக்கு அவள் மீது ஏற்பட்ட பொறாமை என்று பல காரணங்கள் இருந்ததால் அதில் எது அந்தக் கிழவரைத் தூண்டிவிட்டது என்று எனக்குத் தெரியவில்லை. மீச்சியா கால்கள் தளர்ந்து, தான் தொலைந்து விட்டோம் என்று வெறித்தனமாகக் கத்தியபோது, அந்தக் கிழவர் அவரை வெறுப்புடன் பார்த்து, அவரிடம் தந்திரமாக விளையாட வேண்டும் என்று முடிவு செய்தார். மீச்சியா அங்கிருந்து சென்ற பிறகு, குஸ்மா குஸ்மிச் கோபத்தில் முகம் வெளிறியவராக தன் மகனைப் பார்த்து, "அந்தப் பிச்சைக்காரனை இனிமேல் இந்த வீட்டின் முற்றத்தில் கூட நுழைய அனுமதிக்கக் கூடாது, இல்லையென்றால்..."

அவர் அவருடைய மிரட்டலை முடிக்கவில்லை என்றாலும், அவரைப் பற்றி நன்கறிந்த அவருடைய மகன் கூட, அவருடைய கோபத்தைக் கண்டு பயந்தான். அதன் பிறகு அந்தக் கிழவர் கோபத்தினால் ஒரு மணி நேரமாக நடுங்கிக் கொண்டிருந்தார். அன்று மாலை அவருடைய உடல் நிலை மேலும் மோசமானதால் மருத்துவரை அழைத்து வரச் சொன்னார்.

2. லியாகாவி

அவர் இப்போது விரைந்து செல்ல வேண்டும், ஆனால் குதிரை வண்டியை அமர்த்துவதற்குக் கூட அவரிடம் பணமில்லை. அவரிடம் நாற்பது கோபெக்குகள் மட்டுமே இருந்தன. அவர்

இத்தனை வருடங்களாக செல்வச் செழிப்புடன் வாழ்ந்த பிறகு எஞ்சியது அவ்வளவுதான்! எப்போதோ ஓடாமல் நின்று போன ஒரு பழைய வெள்ளி கடிகாரம் அவரிடம் இருந்தது. அவர் அதை எடுத்துக் கொண்டு கடைத்தெருவில் இருந்த ஒரு யூத கடிகாரத் தயாரிப்பாளரிடம் சென்றார். அந்த யூதர் அதற்கு ஆறு ரூபிள்களைக் கொடுத்தார். “நான் இதை எதிர்பார்க்கவே இல்லை” என்று மீச்சியா ஆச்சரியத்துடன் கத்திக் கொண்டே (அவர் இன்னும் அதே மகிழ்ச்சியான மனநிலையில் இருந்தார்), வீட்டை நோக்கி ஓடினார். அவர் வீட்டு உரிமையாளர்களிடமிருந்து மூன்று ரூபிள்களைக் கடனாக வாங்கினார். வீட்டுக்காரரிடமும் அவருடைய மனைவியிடமும் இருந்தது அவ்வளவுதான் என்றாலும் அவர்கள் மனமுவந்து அதைக் கொடுத்தார்கள், ஏனெனில் அவர்களுக்கு அவர் மீது அளவுகடந்த பாசம் இருந்தது. மகிழ்ச்சியாக இருந்த மீச்சியா அவர்களிடம் தன்னுடைய தலைவிதி தீர்மானிக்கப்பட்டுவிட்டது என்று சொல்லி, அவர் சம்சனோவிடம் சொன்ன 'திட்டத்தை'யும், அதற்கு அவர் சொன்ன யோசனையையும், தன்னுடைய எதிர்கால வாழ்க்கைக்குரிய நம்பிக்கையையும், மேலும் பலவற்றையும் அவசர அவசரமாகச் சொன்னார். அவர் அவர்களிடம் அவருடைய பல இரகசியங்களை ஏற்கனவே சொல்லியிருந்ததால், அவர்கள் அவரைக் கர்வம் பிடித்த கனவானாக இல்லாமல் அவர்களுடைய குடும்பத்தில் ஒருவராகக் கருதினார்கள். இவ்வாறு ஒன்பது ரூபிள்களைச் சேகரித்த மீச்சியா, வோலோவியா ரயில் நிலையத்திற்குச் செல்ல குதிரை வண்டியை வரவழைத்தார். 'சம்பவம் நடப்பதற்கு முன்தினம் பிற்பகலில் மீச்சியாவிடம் ஒரு கோபெக் கூட இல்லாமல், அவர் கடிகாரத்தை விற்றும், வீட்டு உரிமையாளரிடம் மூன்று ரூபிள்களைக் கடனாகப் பெற்றும் பணத்தைத் திரட்டினார்' என்று பின்னர் உரிய சாட்சிகளின் மூலம் உண்மை நிரூபிக்கப்பட்டது.

நான் இதை முன்கூட்டியே உங்களுக்குத் தெரிவிக்கிறேன், அதற்கு என்ன காரணம் என்பது பின்னால் விளங்கும்.

வோலோவியாவுக்குச் சென்று கொண்டிருந்த வழியில், 'இந்தப் பிரச்சனைகள் அனைத்தும் முடிந்துவிடும்' என்று மீச்சியா மகிழ்ச்சியுடன் எதிர்பார்த்துக் கொண்டிருந்தாலும், தான் இல்லாத நேரத்தில் குரூஷென்கா என்ன செய்வாள் என்று நினைத்தபோது அவருடைய முதுகுத்தண்டு சில்லிட்டது. ஒருவேளை அவள் இன்று ஃபியோதர் பாவ்லோவிச்சைப் பார்க்கச் சென்றால் என்ன செய்வது? அவர் அதனால்தான் அவளிடம் சொல்லாமல் கிளம்பிச் சென்றார். என்னைத் தேடி யாராவது வீட்டுக்கு வந்தால், நான் எங்கே போயிருக்கிறேன் என்பதை எந்தச் சூழ்நிலையிலும்

சொல்ல வேண்டாம் என்று அவர் வீட்டு உரிமையாளர்களிடம் கேட்டுக் கொண்டார். 'நான் இன்று இரவுக்குள் திரும்பி வர வேண்டும்' என்று அவர் குலுங்கிய வண்டிக்குள் அப்படியும் இப்படியும் தள்ளாடிக் கொண்டே திரும்பத் திரும்பச் சொல்லிக் கொண்டார். 'நான் ஒப்பந்தத்தை முடிப்பதற்காக அந்த லியாகாவியை இங்கே வலுக்கட்டாயமாக இழுத்து வந்தாலும் வரலாம்...' என்று மீச்சியா படபடக்கும் இதயத்துடன் கனவு கண்டார். அந்தோ! அவருடைய கனவுகள் அவருடைய 'திட்டப்படி' நிறைவேற விதிக்கப்படவில்லை.

அவர் வோலோவியா ரயில் நிலையத்திற்குக் குறுக்கு வழியில் சென்றதால், எட்டு மைலுக்குப் பதிலாக பன்னிரண்டு மைல் தூரம் பிரயாணம் செய்ததில் காலதாமதமாகியது முதல் காரணம். இலின்ஸ்கயே பாதிரியார் வீட்டில் இல்லாமல் அருகிலிருந்த கிராமத்திற்குச் சென்றிருந்தது இரண்டாவது காரணம். மீச்சியா அவரைத் தேடி ஏற்கனவே களைத்துப் போன குதிரைகளுடன் பயணம் செய்து, அந்தக் கிராமத்திற்குச் சென்றபோது, ஏறக்குறைய இருட்டிவிட்டது. லியாகாவி ஆரம்பத்தில் தன்னுடன் தங்கியிருந்தாலும், இப்போது சுகோய் போஸ்யோலோக் என்ற கிராமத்தில் இருப்பதாகவும், அவர் அங்கேயும் மரங்கள் வாங்குவது சம்பந்தமாக பேரம் பேசிக் கொண்டிருப்பதால் வனக்காவலரின் குடிசையில் தங்கியிருப்பதாகவும், பயந்த சுபாவமும், கனிவான தோற்றமும் உடைய அந்தப் பாதிரியார் சொன்னார். மீச்சியா தன்னை உடனடியாக லியாகாவியிடம் அழைத்துச் செல்லும்படி பாதிரியாரிடம் கேட்டுக் கொண்டு, 'நீங்கள்தான் என்னைக் காப்பாற்ற வேண்டும்' என்று மன்றாடினார். பாதிரியார் முதலில் தயங்கினாலும், சற்று யோசித்துவிட்டு, அவரை சுகோய் போஸ்யோலோக்கிற்கு அழைத்துச் செல்ல ஒப்புக் கொண்டார், ஏனெனில் அவருக்கும் ஓர் ஆர்வம் இருப்பது தெளிவாகத் தெரிந்தது. ஆனால் துரதிருஷ்டவசமாக அவர்கள் நடந்து செல்ல வேண்டும் என்று அவர் அறிவுறுத்தினார், ஏனெனில் அது, 'ஒரு மைலுக்கும் அதிகமாக இருக்காது' என்று சொன்னார். மீச்சியா அதற்கு ஒப்புக் கொண்டு, இராணுவ நடை நடந்து செல்ல, பாவப்பட்ட பாதிரியார் ஏறக்குறைய அவருக்குப் பின்னால் ஓடினார். அவர் வயதானவராக இல்லாவிட்டாலும், மிகவும் எச்சரிக்கையாக இருந்தார். மீச்சியா அவரிடம் அவருடைய திட்டத்தைப் பற்றிப் பேசத் தொடங்கி, லியாகாவியைப் பற்றிய விவரங்களையும், அவருடைய ஆலோசனையையும் தெரிவிக்கும்படி பாதிரியாரிடம் பதற்றத்துடன் வழிநெடுகக் கேட்டுக் கொண்டே இருந்தார். பாதிரியார் அவர் சொன்னதைக் கவனமாகக்

கேட்டுவிட்டு ஒரு சிறிய ஆலோசனையை மட்டும் வழங்கினார். அவர் மீச்சியாவின் கேள்விகளுக்கு மழுப்பலாகப் பதிலளித்தார். “எனக்குத் தெரியாது,” “ஓ, எனக்குத் தெரியாது,” “எனக்கு எப்படித் தெரியும்?” என்பதாக அவர் பதில் சொன்னார். மீச்சியா அவரிடம் தன்னுடைய சொத்துக்காக தந்தையுடன் சண்டையிட்டதைச் சொன்னபோது, சில விஷயங்களுக்காக ஃபியோதர் பாவ்லோவிச்சைச் சார்ந்திருந்த அந்தப் பாதிரியார் பயந்துபோனார். கோர்ஸ்த்கின் என்ற பெயருடைய அந்த வியாபாரியை மீச்சியா ஏன் லியாகாவி என்று அழைக்க வேண்டும் என்று ஆச்சரியத்துடன் பாதிரியார் கேட்டார். அவருடைய புனை பெயர் லியாகாவி என்றாலும் அவரை அந்தப் பெயரால் அழைத்தால் அதை அவமதிப்பாக நினைப்பார் என்பதால் கோர்ஸ்த்கின் என்றுதான் அழைக்க வேண்டும் என்று அவர் மீச்சியாவிடம் விளக்கினார். “அப்படி இல்லையென்றால் நீங்கள் சொல்லும் எதையும் அவர் காதுகொடுத்துக் கேட்கக்கூட மாட்டார்” என்று பாதிரியார் சொல்லி முடித்தார். அவர் சொன்னதை ஆச்சரியத்துடன் கேட்ட மீச்சியா, சம்சனோவ் அந்த வியாபாரியை அந்தப் பெயரைச் சொல்லித்தான் குறிப்பிட்டார் என்று சொன்னார். அதைக் கேட்டதும் பாதிரியார் உடனடியாகப் பேச்சை மாற்றினார். ஆனால் அவர் அப்போது அவருக்கு ஏற்பட்ட சந்தேகத்தை டிமிட்ரி ஃபியோதரோவிச்சிடம் சொல்லியிருக்கலாம். அதாவது, சம்சனோவ் அந்த வியாபாரியை லியாகாவி என்று சொல்லி, மீச்சியாவை இங்கே அனுப்பியிருந்தால், அவர் அதை ஒரு வேடிக்கைக்காகச் செய்திருக்க வேண்டும் அல்லது அதில் ஏதோ விபரீதம் இருக்க வேண்டும். ஆனால் இத்தகைய சிறிய விஷயங்களைப் பற்றி யோசிக்க மீச்சியாவுக்கு நேரமில்லை. அவர் நீண்ட காலடிகளுடன் வேகமாக நடந்து கொண்டிருந்தார். அவர்கள் சுகோய் போஸ்யோலேக்கை அடைந்தபோதுதான், அவர்கள் ஒரு மைல் அல்லது ஒன்றரை மைல் தூரம் நடக்கவில்லை, இரண்டு மைல் தூரம் நடந்திருக்கிறார்கள் என்று அவருக்குத் தோன்றியது. அது அவருடைய கோபத்தைக் கிளப்பியது என்றாலும், அவர் தன்னைக் கட்டுப்படுத்திக் கொண்டார்.

அவர்கள் குடிசைக்குள் நுழைந்தனர். குடிசையின் ஒரு பகுதியை வனக்காவலரும், நுழைவாயிலுக்கு எதிரிலிருந்த பெரும்பகுதியைக் கோர்ஸ்த்கினும் ஆக்கிரமித்திருந்தனர். அவர்கள் அந்தப் பெரிய அறைக்குச் சென்று ஒரு மெழுகுவர்த்தியை ஏற்றினார்கள். அந்த அறை மிகவும் வெப்பமாக இருந்தது. மேசையின் மீது அணைந்துபோன சமோவார் பாத்திரம், ஒரு தட்டில் சில கோப்பைகள், ஒரு காலியான ரம் பாட்டில், பாதி

காலியான வோட்கா பாட்டில், பாதி சாப்பிட்ட கோதுமை ரொட்டித் துண்டுகள் ஆகியவை இருந்தன. அந்த அறையில் இருந்த மனிதன் பெஞ்சில் கால்களை நீட்டிப் படுத்திருந்தான். அவன் அவனுடைய மேலாடையை மடித்து தலையணையாக வைத்து, பலமாகக் குறட்டை விட்டுத் தூங்கிக் கொண்டிருந்தான். மீச்சியா குழப்பத்துடன் அவனைப் பார்த்துக் கொண்டு நின்றார். "நான் நிச்சயமாக அவரை எழுப்ப வேண்டும். என்னுடைய வியாபாரம் மிகவும் முக்கியம் என்பதால் நான் அவசரமாக இங்கே வந்திருக்கிறேன். நான் இங்கிருந்து சீக்கிரமாகத் திரும்பிச் செல்ல வேண்டும்" என்று அவர் பதற்றத்துடன் சொன்னார். ஆனால் பாதிரியாரும், வனக்காவலரும் அவர்களுடைய கருத்தைச் சொல்லாமல் அமைதியாக நின்றிருந்தனர். மீச்சியா அந்த மனிதன் அருகே சென்று அவனைப் பிடித்து உலுக்கினார், ஆனால் நன்றாகத் தூங்கிக் கொண்டிருந்த அவன் எழுந்திருக்கவில்லை. "அவர் குடித்திருக்கிறார்" என்று மீச்சியா முடிவு செய்தார். "அடக் கடவுளே! நான் என்ன செய்வேன்? நான் என்ன செய்வது?" என்று அவர் திடீரென்று, தூங்கிக் கொண்டிருந்த மனிதனின் கைகளையும், கால்களையும் இழுத்து, தலையை அசைத்து அவனைத் தூக்கி பெஞ்சில் உட்கார வைத்தார், ஆனால் அவர் நீண்ட நேரம் போராடியும் அந்தக் குடிகாரனை அபத்தமான சொற்களில் முணுமுணுக்கவும், சபிக்கவும் மட்டுமே செய்ய முடிந்தது.

"இல்லை, நீங்கள் காத்திருப்பது நல்லது" என்று பாதிரியார் கடைசியில் சொன்னார். "ஏனென்றால் அவர் இப்போது நல்ல மனநிலையில் இல்லை."

"அவர் நாள் முழுவதும் குடித்திருக்கிறார்" என்றார் வனக்காவலர்.

"ஓ, கடவுளே!" என்று மீச்சியா கத்தினார். "எனக்கு அது எவ்வளவு முக்கியம் என்பதும், நான் எத்தகைய விரக்தியில் இருக்கிறேன் என்பதும் உங்களுக்குத் தெரிந்தால் இப்படிச் சொல்ல மாட்டீர்கள்!"

"இல்லை, விடியும் வரை காத்திருப்பதுதான் நல்லது" என்று பாதிரியார் தீர்மானமாகச் சொன்னார்.

"காலை வரைக்குமா? அது சாத்தியமில்லை!" என்று மீச்சியா குடிபோதையில் தூங்கிக் கொண்டிருந்த அவனை மீண்டும் எழுப்ப முயன்றார். ஆனால் அதனால் பயனில்லை என்றுணர்ந்து அவர் தன்னுடைய முயற்சியைக் கைவிட்டார். பாதிரியார் எதுவும் சொல்லாமல் மௌனமாக இருந்தார்; தூக்கக் கலக்கத்தில் இருந்த வனக்காவலர் கவலையுடன் காணப்பட்டார்.

 நற்றிணை பதிப்பகம் ○ 627

"வாழ்க்கையின் யதார்த்த நிலை மனிதர்களுக்கு எத்தகைய துன்பங்களைக் கொடுக்கிறது!" என்று மீச்சியா விரக்தியுடன் சொன்னார். அவருடைய முகத்தில் வியர்வை வழிந்து ஓடியது. பாதிரியார் அந்தத் தருணத்தைப் பயன்படுத்திக் கொண்டு, அவனை எழுப்புவதில் வெற்றி பெற்றாலும், குடிபோதையில் இருக்கும் அவனால் எதையும் பேச முடியாது என்ற நியாயமான காரணத்தைச் சொன்னார்.

"உங்களுக்கு உங்களுடைய வியாபாரம் முக்கியம் என்றால், நீங்கள் காலை வரை காத்திருப்பது நல்லது."

மீச்சியா விரக்தியுடன் கைகளை விரித்து அதை ஒப்புக் கொண்டார்.

"தந்தையே, நான் இங்கேயே மெழுகுவர்த்தியுடன் சரியான தருணத்திற்காகக் காத்திருக்கிறேன். அவர் எழுந்தவுடன் நான் அதைப் பற்றிப் பேசுகிறேன்... நான் மெழுகுவர்த்திக்குப் பணம் தருகிறேன்" என்று அவர் வனக்காவலரை நோக்கித் திரும்பினார். "நான் உங்கள் குடிசையில் இரவைக் கழிப்பதற்கும் சேர்த்துக் கொடுக்கிறேன். நீங்கள் இந்த டிமிட்ரி ஃபியோதரோவிச் கரமசோவுக்கு செய்யும் உதவிக்கு வருத்தப்பட மாட்டீர்கள். ஆனால் தந்தையே, நீங்கள் என்ன செய்வீர்கள், எங்கே தூங்குவீர்கள்?"

"ஐயா, நான் வீட்டுக்குப் போவது நல்லது. நான் அவருடைய குதிரையை எடுத்துக் கொண்டு போகிறேன்" என்று பாதிரியார் வனக்காவலரைச் சுட்டிக் காட்டினார். "ஐயா, நான் இப்போது விடை பெறுகிறேன். உங்கள் காரியம் கைகூட வாழ்த்துகள்."

இவ்வாறு முடிவு செய்யப்பட்டது. பாதிரியார் தப்பித்து விட்ட மகிழ்ச்சியில் குதிரையில் ஏறி வீட்டை நோக்கிச் சென்றார். ஆனால் அவர் குழப்பத்துடன் தலையை ஆட்டிக் கொண்டு, அவருடைய நலம் விரும்பியான ஃபியோதர் பாவ்லோவிச்சிடம் இதைப் பற்றிச் சொல்ல வேண்டுமா என்று யோசித்தார். 'அவர் இதைப் பற்றி வேறு யாரிடமிருந்தாவது கேள்விப்பட்டு என் மீது கோபமடைந்து எனக்கு உதவி செய்வதை நிறுத்திவிடலாம்.' வனக்காவலர் தலையைச் சொறிந்து கொண்டே எதுவும் பேசாமல் அவருடைய இடத்திற்குத் திரும்பிச் சென்றார். மீச்சியா அந்தக் குடிகாரனின் அருகில் பெஞ்சில் அமர்ந்து, அவர் சொன்னது போல அந்தச் 'சாதகமான தருணத்தை' எதிர்பார்த்துக் காத்திருந்தார். ஓர் ஆழ்ந்த வேதனை உணர்வு, அடர்த்தியான மூடுபனியைப் போல அவருடைய உள்ளத்தைச் சூழ்ந்தது. ஆழமான, பயங்கரமான துயரம்! அவர் உட்கார்ந்தபடி யோசித்தார் என்றாலும் அவரால்

எதையும் சிந்திக்க முடியவில்லை. மெழுகுவர்த்தி மங்கலாக எரிந்தது. பறவை ஒன்று கீச்சிட்டது. அந்த அறையில் நிலவிய அதிகமான வெப்பம் தாங்க முடியாததாக, மூச்சைத் திணறடிப்பதாக இருந்தது. அவர் திடீரென்று அவருடைய தந்தையின் வீட்டுக்குப் பின்புறமிருந்த தோட்டத்தையும், அதில் செல்லும் பாதையையும், வீட்டுக் கதவு இரகசியமாக திறக்கப்படுவதையும், குரூஷென்கா உள்ளே நுழைவதையும் கற்பனை செய்து பார்த்தார்... அவர் பெஞ் சிலிருந்து துள்ளிக் குதித்து எழுந்தார்.

“என்ன ஒரு துயரம்...” என்று அவர் பல்லைக் கடித்தபடி முணுமுணுத்துக் கொண்டே, இயந்திர கதியில் தூங்கிக் கொண்டிருந்த மனிதன் அருகில் சென்று அவன் முகத்தை உற்றுப் பார்த்தார். அந்த நடுத்தர வயதுடைய விவசாயி, நீள்வட்ட முகத்துடன், மெலிந்து, சுருட்டை முடியுடனும் செந்நிறத் தாடியுடனும் இருந்தான். அவன் பருத்தி சட்டையும், கருப்பு நிற மேல் கோட்டும் அணிந்திருந்தான். அவனுடைய பாக்கெட்டிலிருந்து வெள்ளிக் கடிகாரச் சங்கிலி வெளியே தொங்கிக் கொண்டிருந்தது. மீச்சியா மிகுந்த வெறுப்புடன் அவன் முகத்தை உற்றுப் பார்த்தார். எல்லாவற்றையும் விட அவனுடைய சுருட்டை தலைமுடி அவருக்கு எரிச்சலூட்டியது. இதில் மிகவும் வேதனையானது என்னவெனில், அவர் இந்த அவசர வேலையை முடிப்பதற்காக எல்லாவற்றையும் அப்படியே விட்டுவிட்டு, பல தியாகங்களைச் செய்து மிகவும் களைத்துப் போன நிலையில், அவருடைய தலைவிதி யாருடைய கையில் இருக்கிறதோ அந்தச் சோம்பேறியின் முன்னால் நின்றிருக்கும்போது, அவன் எதுவுமே நடக்காதது போல, வேற்று கிரகத்திலிருந்து வந்தவன் போல குறட்டை விட்டுத் தூங்கிக் கொண்டிருந்ததை அவரால் சகித்துக் கொள்ள முடியவில்லை. “ஓ, விதியின் நகைமுரண்!” என்று உரக்கக் கத்திய மீச்சியா, பொறுமையிழந்து, மீண்டும் அந்தக் குடிகாரனை உலுக்கி எழுப்பத் தொடங்கினார். அவர் ஆத்திரத்துடன் அவனை உலுக்கி, இழுத்து, தட்டி, சிலசமயங்களில் அடித்தும் எழுப்பினார். ஆனால் அவர் ஐந்து நிமிடங்களாகப் போராடியும் பயனில்லை என்றுணர்ந்து, நம்பிக்கையிழந்து மீண்டும் பெஞ்சில் அமர்ந்தார்.

“முட்டாள்! முட்டாள்!” என்று மீச்சியா கத்தினார். “இதெல்லாம் எவ்வளவு கேவலம்!” என்று அவர் திடீரென்று ஏதோ ஒரு காரணத்தினால் சொன்னார். அவருக்குப் பயங்கரமாக தலை வலித்தது. “நான் ஏன் இதை விட்டுவிட்டுப் போகக் கூடாது?” என்று அவர் வியப்புடன் கேட்டுக் கொண்டார். “இல்லை, நாளை வரை பொறுத்திருக்க வேண்டும். நான் இருக்க வேண்டும், இருந்தாக வேண்டும்! நான் வேறு எதற்காக இங்கே வந்தேன்?

நான் இங்கிருந்து செல்ல எந்த வழியும் இல்லை. நான் இங்கிருந்து எப்படிப் போக முடியும்? ஐயோ, என்ன ஒரு முட்டாள்தனம்!"

அவருடைய தலைவலி மேலும் மேலும் மோசமானது. அவர் இப்போது அசையாமல் உட்கார்ந்திருந்தார். அவர் தன்னையும் அறியாமல் உட்கார்ந்தபடியே தூங்கிவிட்டார். அவர் இரண்டு மணி நேரம் அல்லது அதற்கும் அதிகமாகத் தூங்கியிருக்க வேண்டும். அவர் திடீரென்று தாங்க முடியாத தலைவலியினால் அலறிக் கொண்டு எழுந்தார். அவருடைய நெற்றிப் பொட்டில் சம்மட்டி கொண்டு அடிப்பது போல வலித்தது. அவருடைய தலையின் மேல் பகுதியும் பயங்கரமாக வலித்தது. அவர் கண்விழித்து எழுந்த பிறகு, முழுவதுமாக சுயநினைவுக்குத் திரும்பவும், என்ன நடந்தது என்று புரிந்து கொள்ளவும் அவருக்கு வெகு நேரம் பிடித்தது. அவர் இறுதியில், வெப்பமாக இருந்த அந்த அறை முழுவதும் அடுப்புக் கரியினால் புகை மண்டலமாக இருக்கிறது என்பதையும், தனக்கு மூச்சுத்திணறல் ஏற்பட்டிருக்கலாம் என்பதையும் உணர்ந்தார். அந்தக் குடிகாரன் இன்னும் குறட்டை விட்டுத் தூங்கிக் கொண்டிருந்தான். மெழுகுவர்த்தி அணையும் நிலையில் இருந்தது. மீச்சியா கத்திக் கொண்டே தட்டுத் தடுமாறியபடி நடைபாதையைத் தாண்டி வனக்காவலரின் அறைக்கு ஓடினார். வனக்காவலர் உடனே விழித்துக் கொண்டார், ஆனால் மீச்சியா அவரிடம் அந்த அறையில் புகை நிறைந்திருப்பதைச் சொன்னபோது, அவர் அதைப்பற்றிக் கவலைப்படாமல், அங்கு சென்று பார்க்காமல் அலட்சியமாக இருந்தது மீச்சியாவுக்கு ஆச்சரியத்தையும் கோபத்தையும் ஏற்படுத்தியது.

"ஆனால் அவர் இறந்துவிடுவார், அவர் இறந்துவிடுவார்! அப்போது நான் என்ன செய்வது?" என்று மீச்சியா வெறிபிடித்தவர் போலக் கத்தினார்.

அவர்கள் கதவுகளையும், ஜன்னல்களையும், புகைபோக்கியையும் திறந்து வைத்தனர். மீச்சியா வாசலில் இருந்த வாளித் தண்ணீரை எடுத்து தலையில் ஊற்றிக் கொண்டார். அவர் சில கந்தல் துணிகளை எடுத்து அவற்றைத் தண்ணீரில் நனைத்து லியாகாவியின் தலையில் வைத்தார். வனக்காவலர் அப்போதும் அலட்சியமாக அதைப் பார்த்துக் கொண்டிருந்தார். ஜன்னல் கதவுகளைத் திறந்த பிறகு, "இப்போது எல்லாம் சரியாகிவிடும்" என்று அவர் சொல்லிவிட்டு, ஒரு லாந்தர் விளக்கை ஏற்றி வைத்துவிட்டு மீண்டும் தூங்கச் சென்றார். அந்தக் குடிகாரனின் தலையில் அரை மணி நேரமாக ஈரத் துணியை வைத்துக் கொண்டிருந்த மீச்சியா, இரவு முழுவதும் தூங்காமல் இருக்கத் தீர்மானித்தார். ஆனால் சற்று நேரம் உட்கார்ந்து மூச்சை இழுத்து விட்டுக் கொண்டிருந்த

அவர், மிகவும் களைத்திருந்ததால், கண்களை மூடியபடி, தன்னையும் அறியாமல் பெஞ்சில் கால்களை நீட்டிப்படுத்து, செத்தவனைப் போல தூங்கிப் போனார்.

அவர் காலையில் வெகுநேரம் கழித்தே எழுந்தார். அப்போது மணி ஒன்பது. குடிசையின் இரண்டு ஜன்னல்கள் வழியாக சூரிய ஒளி பிரகாசமாக ஒளிர்ந்தது. சுருட்டை முடியுடன் இருந்த குடிகார விவசாயி மேல் கோட்டை அணிந்து கொண்டு பெஞ்சில் அமர்ந்திருந்தான். அவனுக்கு முன்னால் இருந்த மேசையின் மீது பற்ற வைத்த தேநீர் பாத்திரமும், ஒரு வோட்கா பாட்டிலும் இருந்தது. நேற்று மீதியிருந்த பாட்டில் தீர்ந்து, புதிய பாட்டிலும் பாதி முடிந்திருந்தது. மீச்சியா துள்ளிக் குதித்து எழுந்தார். அந்த நாசமாய்ப்போன விவசாயி மீண்டும் கண் மண் தெரியாமல் குடிக்க ஆரம்பித்திருப்பதை அறிந்த மீச்சியா, கண்களை அகலத் திறந்து ஒரு கணம் அந்தக் குடிகாரனை உற்றுப் பார்த்தார். அவன் அவரை ஏளனமாக, எரிச்சலுடன், வெறுப்புடன், ஆணவத்துடன் பார்ப்பதாக மீச்சியாவுக்குத் தோன்றியது. அவர் அவன் அருகில் சென்றார்.

“மன்னிக்கவும்... நான்... நான் லெப்டினன்ட் டிமிட்ரி கரமசோவ். நீங்கள் மரங்களுக்காக பேரம் பேசிக் கொண்டிருக்கும் கிழவர் ஃபியோதர் பாவ்லோவிச் கரமசோவின் மகன்.”

“நீங்கள் பொய் சொல்கிறீர்கள்!” என்று விவசாயி சாந்தமாகவும் உறுதியாகவும் சொன்னான்.

“பொய் சொல்வதா? உங்களுக்குப் ஃபியோதர் பாவ்லோவிச்சைத் தெரியுமா?”

“எனக்கு உங்களுடைய ஃபியோதர் பாவ்லோவிச் யாரையும் தெரியாது” என்று அவன் நாக்கைச் சுழற்றியபடிச் சொன்னான்.

“நீங்கள் அவரிடம் மரங்களுக்காகப் பேரம் பேசிக் கொண்டிருந்தீர்கள். மரங்கள், சில மரங்கள். நீங்கள் விழித்தெழுந்து, புத்தியைத் திரட்டுங்கள். பாதிரியார் இலியின்ஸ்கயே என்னை இங்கே அழைத்து வந்தார்... நீங்கள் சம்சனோவுக்கும் கடிதம் எழுதினீர்கள். அவர் என்னை உங்களிடம் அனுப்பி வைத்தார்” என்று மீச்சியா மூச்சு வாங்கினார்.

“நீங்கள் சொல்வது பொய்!” என்று லியாகாவி மீண்டும் உளறினான்.

மீச்சியாவின் கால்கள் சில்லிட்டன.

“அடக் கடவுளே, இது விளையாட்டல்ல! நீங்கள் குடிபோதையில் இருந்தாலும் உங்களால் பேசவும் புரிந்துகொள்ளவும் முடியும்... மற்றபடி... மற்றபடி எனக்கு ஒன்றும் புரியவில்லை!”

"நீங்கள் ஒரு ஓவியர்!"

"ஓ, கடவுளே! நான் கரமசோவ், டிமிட்ரி கரமசோவ். நான் உங்களிடம் ஒரு வியாபாரம் பேச வேண்டும். உங்களுக்கு இலாபகரமான வியாபாரம்... மரங்கள் சம்பந்தப்பட்டது."

அந்தக் குடியானவன் ஆழ்ந்த சிந்தனையுடன் தாடியை நீவினான்.

"இல்லை, நீங்கள் ஒப்பந்தத்தில் கையெழுத்திட்ட பிறகு ஏமாற்றிவிட்டீர்கள். நீங்கள் ஓர் அயோக்கியன்!"

"சத்தியமாகச் சொல்கிறேன், நீங்கள் தவறாகப் புரிந்து கொண்டீர்கள்" என்று மீச்சியா கைகளைப் பிசைந்தபடிக் கத்தினார். அவன் இன்னமும் அவனுடைய தாடியை நீவிக் கொண்டிருந்தான். அவன் திடீரென்று கண்களைச் சுருக்கி, மீச்சியாவை ஒரு தந்திரப் பார்வை பார்த்தான்.

"இல்லை, நீங்கள் எனக்கு ஒரு விஷயத்தைச் சொல்லுங்கள். மோசமான தந்திரங்களை விளையாட மக்களை அனுமதிக்கும் ஒரு சட்டம் எங்கே இருக்கிறது என்று சொல்லுங்கள். உங்களுக்குக் கேட்கிறதா? நீங்கள் ஓர் அயோக்கியன், புரிகிறதா?"

மீச்சியா ஏமாற்றத்துடன் பின்வாங்கினார். 'என் தலையில் ஏதோ ஒன்று தாக்கியது போலிருந்தது. எனக்குள் ஒரு ஒளி பிரகாசித்தது, நான் எல்லாவற்றையும் புரிந்து கொண்டேன்' என்று மீச்சியா பின்னர் அதைப் பற்றிச் சொன்னார். அவர் ஒன்றும் புரியாமல் திகைத்து நின்றார். புத்திசாலியான நான் எப்படி இப்படி ஒரு முட்டாள்தனமான செயலில் இறங்கி, இவ்வளவு தூரம் பயணம் செய்து, இரவும் பகலும் அந்த மனிதனைப் பற்றிக் கவலைப்பட்டு, அவனுடைய தலையை நனைத்துக் கொண்டு இருக்க முடிந்தது என்று அவர் வியந்தார்... 'அந்த மனிதன் பன்றியைப் போல குடித்துக் கொண்டிருக்கிறான். அவன் இன்னும் ஒரு வாரம் வரை இப்படியே குடித்துக் கொண்டிருப்பான் என்றால், நான் இங்கே காத்துக்கிடப்பதில் என்ன பிரயோஜனம்? ஒருவேளை சம்சனோவ் என்னை வேண்டுமென்றே இங்கே அனுப்பியிருந்தால்? இப்போது அவள்... ஓ, கடவுளே, நான் என்ன காரியம் செய்தேன்?'

அந்த மனிதன் அவரைப் பார்த்து இளித்தான். இதே வேறு ஒரு சமயமாக இருந்திருந்தால் மீச்சியா ஆத்திரத்தில் அந்த முட்டாளைக் கொன்றிருப்பார், ஆனால் இப்போது அவர் ஒரு குழந்தையைப் போல பலவீனமாக இருந்தார். அவர் எதுவும் பேசாமல் தனது கோட்டை எடுத்து அணிந்து கொண்டு குடிசையை விட்டு வெளியே சென்றார். அடுத்த அறையில்

வனக்காவலர் இல்லை, அங்கே யாருமே இல்லை. அவர் குடிசையில் தங்கியதற்கும், மெழுகுவர்த்திக்கும், அவரால் ஏற்பட்ட தொல்லைக்குமாக ஐம்பது கோபெக்குகளை மேசையின் மீது வைத்துவிட்டுச் சென்றார். அவர் குடிசையை விட்டு வெளியே வந்தபோது, அவரைச் சுற்றிலும் காட்டைத் தவிர வேறு எதையும் காண முடியவில்லை. அவர் நேற்று பாதிரியாருடன் அவசரமாக இங்கே வந்தபோது வழியைக் கவனிக்கவில்லை. எனவே வலது புறமா அல்லது இடது புறமா என்று தெரியாமல் கண்மூடித்தனமாக, கால் போன போக்கில் நடந்தார். அவருக்கு இப்போது யார் மீதும், சம்சனோவ் மீதும் கூட கோபமோ பழிவாங்கும் எண்ணமோ இல்லை. அவர் அந்தக் குறுகலான காட்டுப் பாதையில் திகைப்புடன், இலக்கின்றி, எங்கே போகிறோம் என்று கவலைப்படாமல் நடந்து சென்றார். ஒரு குழந்தை கூட அவரை அடித்து வீழ்த்தும் அளவுக்கு அப்போது அவருடைய உடலும் உள்ளமும் மிகவும் பலவீனமாக இருந்தது. அவர் எப்படியோ காட்டை விட்டு வெளியேறி, கண்ணுக்கு எட்டிய தூரம் வரை பரந்து விரிந்திருந்த அறுவடை முடிந்த வயல் வெளியை அடைந்தார். “எங்கும் மரணமும் விரக்தியும்” என்று அவர் திரும்பத் திரும்பச் சொல்லிக் கொண்டே நடந்தார்.

அப்போது அந்தத் திசையில் சென்று கொண்டிருந்த வழிப் போக்கர் ஒருவர் அவரைக் காப்பாற்றினார். ஒரு வண்டியோட்டி ஒரு வயதான வியாபாரியை அழைத்துக் கொண்டு அந்தக் கிராமத்து பாதை வழியாகச் சென்று கொண்டிருந்தார். மீச்சியா அவர்களிடம் உதவி கேட்டபோது, அவர்களும் வோலோவியா ரயில் நிலையத்திற்குச் செல்வது தெரிய வந்தது. அவர்கள் சிறிது நேரம் தங்களுக்குள் பேசிக் கொண்ட பிறகு, மீச்சியாவை அழைத்துச் செல்ல ஒப்புக் கொண்டனர். அவர்கள் மூன்று மணி நேரத்திற்குப் பிறகு வோலோவியா ரயில் நிலையத்தை அடைந்தனர். மீச்சியா உடனடியாக ஒரு வாடகை வண்டியைப் பிடித்தார். அப்போது அவர் பயங்கரமான பசியை உணர்ந்தார். குதிரைகளை வண்டியில் பூட்டிக் கொண்டிருந்தபோது, அவருக்காக வறுத்த முட்டைகளைத் தயார் செய்தார்கள். அவர் அதை ஒரே நொடியில் காலிசெய்துவிட்டு, ஒரு பெரிய ரொட்டி துண்டைச் சாப்பிட்டு, மூன்று டம்ளர் வோட்காவை உள்ளே தள்ளினார். அவர் எல்லாவற்றையும் சாப்பிட்டுப் பசியாறிய பிறகு, அவருடைய உடலுக்குத் தெம்பும், உள்ளத்திற்கு உற்சாகமும் கிடைத்தது. மீச்சியா வண்டியோட்டியைத் துரிதப்படுத்த, குதிரைகள் முழு வேகத்துடன் பாய்ந்து சென்றன. அவர் திடீரென்று ஒரு புதிய திட்டத்தைத் தீட்டினார். இன்று மாலைக்குள் எப்படியாவது,

'அந்தப் பாழாய்போன பணத்தை' பெறுவதற்கு, 'தோல்வி இல்லாத' ஒரு புதிய திட்டத்தை வகுத்தார். "அற்பமான மூவாயிரம் ரூபிள்கள் இல்லாமல் ஒரு மனிதனின் வாழ்க்கை நாசமாய்ப் போய்விடும் என்று நினைக்கும்போது!" என்று அவர் வெறுப்புடன் கத்தினார். "நான் இன்று எல்லாவற்றையும் தீர்த்து விடுகிறேன்!" அவருக்கு குரூஷென்காவைப் பற்றிய சிந்தனையும், அவளுக்கு என்ன நேர்ந்திருக்குமோ என்ற கவலையும் இல்லாமல் இருந்திருந்தால் அவர் மிகவும் உற்சாகமாக இருந்திருப்பார். ஆனால் அவளைப் பற்றிய நினைப்பு ஒரு கூர்மையான கத்தியைப் போல அவருடைய உள்ளத்தை இடைவிடாமல் குத்திக் கொண்டிருந்தது. அவர்கள் ஒருவழியாக நகரத்தை அடைந்ததும், மீச்சியா உடனடியாகக் குரூஷென்காவைப் பார்க்க ஓடினார்.

3. தங்கச் சுரங்கம்

குரூஷென்கா அவளுடைய அதிகாரியின் 'செய்திக்காக' காத்திருந்த நிலையில், மீச்சியா திடீரென்று வந்துவிட்டால் என்ன செய்வது என்று பயந்து கொண்டிருந்தாள். ஆனால் மீச்சியா நேற்றும் இன்றும் இதுவரையிலும் வராததைக் கண்டு அவள் மிகவும் மகிழ்ச்சியடைந்தாள். 'நான் இங்கிருந்து புறப்படுவதற்கு முன்பாக அவர் வர மாட்டார்' என்று அவள் நம்பினாள். ஆனால் அவர் திடீரென்று அங்கே வந்தார். அதற்குப் பின் என்ன நடந்தது என்று நமக்குத் தெரியும். அவள் அவரை ஏமாற்றுவதற்காக, 'கணக்கு வழக்குகளைப் பார்க்க' குஸ்மா சம்சனோவின் வீட்டிற்குச் செல்ல வேண்டும் என்ற போர்வையில், அவளை அங்கே அழைத்துச் செல்லும்படிச் சொன்னாள். அவர் அவளை அங்கே அழைத்துச் சென்றதும், அவள் வாசலிலேயே அவரிடம் விடைபெற்றுக் கொண்டு, அவளைத் திரும்ப வீட்டிற்கு அழைத்துச் செல்ல பன்னிரண்டு மணிக்கு வரும்படிக் கேட்டுக் கொண்டாள். அவள் சம்சனோவின் வீட்டில் இருந்தால், ஃபியோதர் பாவ்லோவிச்சைப் பார்க்கப் போக மாட்டாள் என்று மீச்சியா சந்தோஷப்பட்டார், ஆனால் உடனே, 'அவள் பொய் சொல்லாமல் இருந்தால் சரி' என்று நினைத்தார். அவர் அவளை அங்கே கொண்டு விட்ட பிறகு, அவள் பொய் சொல்லவில்லை என்று அவருக்குத் தோன்றியது. அவள் அவர் அருகில் இல்லாதபோது, 'அவள் எனக்குத் துரோகம் செய்கிறாள்' என்று நினைத்து, அவள் இப்போது என்ன செய்து கொண்டிருப்பாள் என்று எல்லாவிதமான பயங்கரமான விஷயங்களையும் கற்பனை செய்யும் அளவுக்கு அவர் பொறாமை மிகுந்தவராக இருந்தார். எனவே அவர் அவளை

விட்டுப் பிரிந்தவுடன் நிலைகுலைந்து, அவள் துரோகம் செய்து விட்டாள் என்று நம்பி, மனமுடைந்து அவள் மீது ஆத்திரப்படுவார், ஆனால் மீண்டும் அவளுடைய மகிழ்ச்சியான, கனிவான முகத்தைப் பார்த்ததும், அனைத்துச் சந்தேகங்களையும் உதறித் தள்ளிவிட்டு, அவள் மீது சந்தேகப்பட்டதை நினைத்து வெட்கமுற்று தன்னைத் தானே நொந்து கொள்வார்.

அவர் குருஷென்காவைச் சம்சனோவின் வீட்டு வாசலில் விட்டுவிட்டு வீட்டிற்குத் திரும்பினார். அவர் அன்று செய்து முடிக்க வேண்டிய வேலைகள் நிறைய இருந்தன. அவர் மனதிலிருந்து பெரிய பாரம் இறங்கியது போலிருந்தது. 'ஆகா, நான் இல்லாதபோது, நேற்று இரவு ஏதாவது நடந்ததா, அவள் ஃபியோதர் பாவ்லோவிச்சைப் பார்க்கப் போனாளா என்பதை ஸ்மெர்த்தியாக்கவிடமிருந்து உடனடியாகத் தெரிந்துகொள்ள வேண்டும்!' என்ற எண்ணம் மீண்டும் அவர் மண்டையைக் குடைந்தது. எனவே அவர் வீட்டிற்குச் செல்லும் வழியில், அமைதியற்ற அவருடைய உள்ளத்தில் மீண்டும் பொறாமை தலைதூக்கியது.

பொறாமை! 'ஒத்தெல்லாவுக்குப் பொறாமை இல்லை, அவன் நம்பினான்' என்று சொன்னார் புஷ்கின். இந்தக் குறிப்பு ஒன்றே அந்த மகாகவியின் ஆழ்ந்த நுண்ணறிவைப் பறைசாற்றப் போதுமானது. ஒத்தெல்லாவின் உள்ளம் உடைந்து நொறுங்கியதால், உலகத்தைப் பற்றிய அவனுடைய பார்வையும் தெளிவற்றதாக மாறியது, ஏனெனில் அவனுடைய இலட்சியம் அழிந்துவிட்டது. ஆனால் ஒத்தெல்லா ஒளிந்து கொள்ளவோ, உளவு பார்க்கவோ, எட்டிப் பார்க்கவோ இல்லை; அவன் நம்பினான். துரோகத்தைப் பற்றிச் சிந்திப்பதற்குக் கூட அவனுக்கு நிறைய ஊக்கமும், தூண்டுதலும், முயற்சியும் தேவைப்பட்டது. உண்மையில் பொறாமை கொண்ட மனிதன் அப்படி இருக்க மாட்டான். பொறாமை கொண்ட மனிதனால், மனசாட்சியின் உறுத்தல் இல்லாமல் எந்த அவமானத்திற்கும், ஒழுக்கக் கேட்டிற்கும் இறங்க முடியும் என்பதை ஒருவரால் கற்பனை செய்து பார்க்க முடியாது. ஆனால் பொறாமை கொண்ட எல்லோரும் கீழ்த்தரமானவர்கள், இழிவானவர்கள் என்று சொல்ல முடியாது. இதற்கு மாறாக, தூய்மையான அன்பு, தியாகம் போன்ற உன்னத உணர்வுகளைக் கொண்ட ஒரு மனிதன், மறைமுகமாக இழிவான மனிதர்களுக்கு லஞ்சம் கொடுப்பது, வேவு பார்ப்பது போன்ற வெட்கக்கேடான செயல்களில் ஈடுபடலாம்.

ஒத்தெல்லாவின் உள்ளம் ஒரு குழந்தையைப் போல மென்மையானது, கள்ளங்கபடமற்றது என்றாலும், – அவனால் துரோகத்துடன் எந்த வகையிலும் சமரசம் செய்துகொள்ள

முடியவில்லை. அவனால் மன்னிக்க முடியவில்லை என்பதல்ல, ஆனால் அவனால் சமரசம் செய்துகொள்ள முடியவில்லை. உண்மையில் பொறாமைப்படும் ஒரு மனிதன் அப்படி இருக்க மாட்டான், ஏனெனில் அவன் எதை மனதில் வைத்துக் கொள்வான், எதை மறந்துவிடுவான், எதை மன்னிப்பான் என்பதைத் தெரிந்துகொள்வது கடினம்! உண்மையில் பொறாமை கொண்ட ஆண்கள் விரைவில் மன்னிக்கத் தயாராக இருப்பார்கள் என்பது எல்லாப் பெண்களுக்கும் தெரியும். ஒரு பொறாமை பிடித்த மனிதன் மிக விரைவில், காதலியின் நிரூபிக்கப்பட்ட துரோகத்தை மன்னிக்கத் தயாராக இருக்கிறான் (முதலில் வன்முறையாக நடந்து கொண்ட பிறகு). அவன் தன் காதலி மற்றொருவன் அணைப்பில் இருப்பதையும், முத்தமிடுவதையும் பார்த்த பிறகு, 'இதுதான் கடைசி முறை' என்று தன்னைச் சமாதானப்படுத்திக் கொண்டு, மற்றவன் மீண்டும் கண்ணில் படமாட்டான் என்றால், அல்லது அவனால் நெருங்க முடியாத இடத்திற்குக் காதலியை அழைத்துச் செல்ல முடிந்தால், அவனால் மன்னிக்க முடியும். ஆனால் அவனுடைய அந்தச் சமரசம் தற்காலிகமானது என்று சொல்லாமலே விளங்கும், ஏனெனில் அவனுடைய போட்டியாளன் மறைந்து விட்டாலும், அவன் புதியதாக வேறு ஒருவனைக் கண்டுபிடித்து பொறாமைப்படத் தொடங்குவான். இவ்வளவு கவனமாகக் கண்காணிக்கும் ஒரு காதலில் என்ன இருக்கிறது என்றும், அத்தகைய கடுமையான பாதுகாப்பு தேவைப்படும் அன்புக்கு என்ன மதிப்பு இருக்கிறது என்றும் ஒருவர் கேட்கலாம். ஆனால் பொறாமை கொண்டவர்கள் அதை ஒருபோதும் புரிந்துகொள்ள மாட்டார்கள். இருப்பினும் அவர்களிலும் உயர்ந்த உள்ளம் படைத்த மனிதர்கள் இருக்கிறார்கள். ஆனால் இந்தப் போற்றத்தக்க மனிதர்கள் மறைவாக வேவு பார்த்துக் கொண்டும், ஒட்டு கேட்டுக் கொண்டும், தங்களைத் தாங்களே எவ்வளவு தூரம் தாழ்த்திக் கொள்கிறோம் என்பதை அவர்களுடைய 'உயர்ந்த உள்ளத்தால்' தெளிவாகப் புரிந்து கொண்டாலும், குறைந்தபட்சம் மறைந்திருந்து வேவு பார்க்கும் அந்தக் கணத்தில், மனசாட்சியின் உறுத்தல்களை உணர மாட்டார்கள்.

மீச்சியா, குரூஷென்காவைப் பார்த்ததும் அவருடைய பொறாமை உணர்வு மறைந்து, சற்று நேரத்திற்குக் கண்ணியமும், பெருந்தன்மையும் உடையவராக, தன்னுடைய மோசமான சந்தேகங்களுக்காகத் தன்னையே வெறுத்தார். ஆனால் அவர் அவள் மீது கொண்டிருந்த காதலில், காம உணர்வு மட்டுமின்றி, அல்யோஷாவிடம் சொன்ன 'அவளது அங்கங்களின் வளைவு நெளிவு' மட்டுமின்றி, அவர் நினைத்ததை விட உயர்ந்த ஒன்று

இருப்பதை அது நிரூபித்தது. ஆனால் குரூஷென்கா அவரை விட்டுச் சென்றதும், அவர் அவள் மீது கீழ்த்தரமாகச் சந்தேகப்பட்டு, அவள் நம்பிக்கை துரோகம் செய்கிறாள் என்று நினைத்தார். அதற்காக அவருடைய மனசாட்சி எந்த விதத்திலும் அவரை உறுத்தவில்லை.

எனவே அவருக்குள் மீண்டும் பொறாமை உணர்வு கொழுந்துவிட்டு எரிந்தது. அவர் வேகமாகச் சென்றார். முதலாவதாக அவருக்குக் கொஞ்சமாவது பணம் தேவைப்பட்டது. நேற்று முன்தினம் அவருக்குக் கிடைத்த ஒன்பது ரூபிள்களும் பயணத்தில் செலவாகிவிட்டன. கையில் பணம் இல்லாமல் ஓர் அடி கூட எடுத்து வைக்க முடியாது என்று எல்லோருக்கும் தெரியும். அவர் நேற்று வண்டியில் வரும்போது, ஒரு புதிய திட்டத்தையும், எங்கே கடன் வாங்குவது என்பதையும் யோசித்து வைத்திருந்தார். அவரிடம் இரண்டு நல்ல கைத்துப்பாக்கிகளும், தோட்டாக்களும் இருந்தன. அவர் இதுவரை அவற்றை அடமானம் வைக்கவில்லை, ஏனெனில் அவரிடமிருந்த மற்ற எல்லாவற்றையும் விட அவர் அவற்றை உயர்வாக மதித்தார். அவர் சிறிது காலத்திற்கு முன்பு கேபிடல் சிட்டி விடுதியில் சந்தித்த, திருமணமாகாத, வசதியான ஓர் இளம் அரசாங்க அதிகாரியுடன் அவருக்குப் பழக்கம் ஏற்பட்டது. அவருக்கு ஆயுதங்களைச் சேகரிப்பதில் ஆர்வம் அதிகம் என்பதையும், துப்பாக்கிகள், கைத்துப்பாக்கிகள், குத்துவாள்கள் ஆகியவற்றை வாங்கி வீட்டுச் சுவர்களில் தொங்கவிட்டு, அவற்றைத் தெரிந்தவர்களிடம் காட்டிப் பெருமையடித்துக் கொள்வதில் அவர் விருப்பம் உடையவர் என்பதையும் மீச்சியா அறிந்திருந்தார். துப்பாக்கியில் தோட்டாவை எப்படி நிரப்புவது, எப்படிச் சுடுவது என்றெல்லாம் மற்றவர்களுக்கு விளக்குவதில் அவர் கைதேர்ந்தவராக இருந்தார். எனவே மீச்சியா சற்றும் யோசிக்காமல் அவரிடம் சென்று, பத்து ரூபிள்களுக்குத் தன்னுடைய துப்பாக்கிகளை அடகு வைக்கத் தயாராக இருப்பதாகச் சொன்னார். அந்த அதிகாரி அவற்றை விலைக்கு கொடுக்கும்படி மீச்சியாவை வற்புறுத்தினார், ஆனால் அவர் அதற்கு மறுத்துவிட்டார். எனவே அவர் மீச்சியாவுக்குப் பத்து ரூபிள்களைக் கடனாகக் கொடுத்து, அதற்கு வட்டி எதுவும் வேண்டாம் என்று சொன்னார். அவர்கள் நல்ல நண்பர்களாகப் பிரிந்து சென்றனர். ஸ்மெர்த்தியாக்கவை எவ்வளவு சீக்கிரம் பார்க்க முடியுமோ அவ்வளவு சீக்கிரம் பார்க்க வேண்டும் என்ற அவசரத்துடன் மீச்சியா, ஃபியோதர் பாவ்லோவிச்சின் வீட்டின் பின்புறம் சென்றார். ஒரு குறிப்பிட்ட சம்பவம் நடப்பதற்கு (அதைப் பற்றிப் பிறகு சொல்கிறேன்) மூன்று அல்லது நான்கு மணி நேரத்திற்கு முன்பு, மீச்சியாவிடம் ஒரு கோபெக் கூட இல்லை

என்பதும், பத்து ரூபிள்களுக்காக அவர் மிகவும் பொக்கிஷமாகக் கருதிய சொத்தை அடமானம் வைத்தார் என்பதும், ஆனால் அதற்கு மூன்று மணி நேரம் கழித்து அவரிடம் ஆயிரக்கணக்கான ரூபிள்கள் இருந்தன என்பதும் உண்மை என்று நிரூபிக்கப்பட்டது... ஆனால் நான் கதையைத் தொடர்கிறேன்.

அவர் மரியா கன்த்ரசேவ்னாவிடமிருந்து (ஃபியோதர் பாவ்லோவிச்சின் அண்டை வீட்டுக்காரி), ஸ்மெர்த்தியாக்கவுக்கு உடல் நலமில்லை என்ற அதிர்ச்சியான, ஆச்சரியமான செய்தியைத் தெரிந்து கொண்டார். அவன் நிலவறையில் விழுந்ததையும், அவனுக்கு வலிப்பு ஏற்பட்டு மருத்துவர் வந்து பார்த்ததையும், ஃபியோதர் பாவ்லோவிச் கவலைப்பட்டதையும் தெரிந்து கொண்டார். இவான் ஃபியோதரோவிச் அன்று காலை மாஸ்கோ புறப்பட்டுச் சென்றுவிட்டான் என்பதைத் தெரிந்து கொள்வதிலும் அவர் மிகுந்த ஆர்வத்துடன் இருந்தார். 'அவன் எனக்கு முன்னால் வோலோவியா வழியாகத்தான் போயிருக்க வேண்டும்' என்று டிமிட்ரி ஃபியோதரோவிச் நினைத்தார். ஆனால் ஸ்மெர்த்தியாக்கவ் நோயுற்ற செய்திதான் அவரை மிகுந்த கவலைக்குள்ளாக்கியது. 'இனி என்ன நடக்கும்? எனக்காக யார் காவலுக்கு நிற்பார்கள்? யார் என்னிடம் செய்தி சொல்வார்கள்?' என்று அவர் கவலைப்பட்டார். அவர் அந்தப் பெண்களிடம், முந்தினம் மாலை ஏதாவது விசேஷமாகக் கவனித்தீர்களா என்று ஆவலுடன் விசாரித்தார். அவர்கள் அவர் என்ன கேட்கிறார் என்பதைப் புரிந்து கொண்டு, இங்கு யாரும் வரவில்லை என்றும், இவான் ஃபியோதரோவிச் இரவில் இங்கே தங்கியிருந்தார் என்றும், 'எதுவும் நடக்கவில்லை' என்றும் சொல்லி அவரை அமைதிப்படுத்தினர். அவர் அதைக் கேட்டுவிட்டு யோசித்தார். இன்று நிச்சயமாக விழிப்புடன் கண்காணிக்க வேண்டும் என்று அவர் நினைத்தார். ஆனால் எங்கே? இங்கேயா அல்லது சம்சனோவின் வீட்டு வாயிலிலா? இரண்டு இடங்களிலும் கண்காணிக்க வேண்டும் என்று அவர் தீர்மானித்தார். இதற்கிடையில்... இதற்கிடையில்... ஆனால் இதில் கஷ்டம் என்னவென்றால் அவர் வரும் வழியில் யோசித்த புதிய திட்டத்தைச் செயல்படுத்த வேண்டியிருந்தது. அவருடைய புதிய, நம்பகமான திட்டத்தைச் செயல்படுத்துவதை ஒத்திவைப்பது சாத்தியமில்லை என்பதால் அதற்காக ஒரு மணி நேரத்தைச் செலவிட வேண்டும் என்று அவர் முடிவு செய்தார். 'நான் இன்னும் ஒரு மணி நேரத்தில் எல்லாவற்றையும் சரிசெய்து, எல்லாவற்றையும் தெரிந்து கொள்வேன். நான் முதலில் சம்சனோவின் வீட்டிற்குச் சென்று குருஷென்கா அங்கே இருக்கிறாளா என்று தெரிந்து கொண்டு, உடனடியாக இங்கே

வந்து பதினோரு மணி வரைக்கும் காத்திருப்பேன். அதன் பிறகு நான் மீண்டும் சம்சனோவின் வீட்டிற்குச் சென்று அவளை அவளுடைய வீட்டிற்கு அழைத்துச் செல்ல வேண்டும்' என்று அவர் முடிவு செய்தார்.

அவர் வீட்டிற்கு விரைந்து சென்று, குளித்து, தலைவாரி, உடைகளை மாற்றிக் கொண்டு, திருமதி. கோஹ்லக்கோவின் வீட்டிற்குச் சென்றார். அந்தோ! அவர் அவள் மீது முழு நம்பிக்கை வைத்திருந்தார். அவர் அவளிடமிருந்து மூவாயிரம் ரூபிள்களைக் கடனாக வாங்குவது என்று தீர்மானித்திருந்தார். அவள் அந்தப் பணத்தைக் கொடுப்பதற்கு மறுக்க மாட்டாள் என்ற நம்பிக்கை அவருக்கு இருந்தது. அவருக்கு அப்படி நம்பிக்கை இருக்குமெனில் அவர் முதலில் அவருடைய சமூகத்தைச் சேர்ந்த அவளைப் பார்க்கப் போகாமல், வேற்று சமூகத்தைச் சேர்ந்த, எப்படிப் பேசுவது என்று கூடத் தெரியாத சம்சனோவிடம் சென்றது ஏன் என்று ஒருவர் ஆச்சரியப்படலாம். ஆனால் உண்மை என்னவெனில் அவர் ஒரு மாதத்திற்கு முன்பு அவளுடன் வைத்திருந்த தொடர்பைக் கிட்டத்தட்ட முறித்துக் கொண்டார். அதுமட்டுமின்றி அதற்கு முன்பும் கூட அவருக்கு அவளிடம் நல்ல பழக்கம் இல்லை. தவிர, அவளால் அவரைச் சகித்துக்கொள்ள முடியாது என்பது அவருக்கு நன்றாகத் தெரியும். கேத்தரீனா இவானோவ்னாவுடன் அவருக்கு நிச்சயதார்த்தம் நடந்தது என்ற ஒரே காரணத்திற்காக அவள் அவரை வெறுத்தாள். ஏனெனில் கேத்தரீனா இவானோவ்னா அவரை விட்டுவிட்டு, 'அழகான, இனிமையான, பண்பட்ட நடத்தையுள்ள இவானை' மணந்து கொள்ள வேண்டும் என்று அவள் நினைத்தாள். அவளுக்கு மீச்சியாவின் நடத்தை சுத்தமாகப் பிடிக்கவில்லை. 'அவள் படிக்காதவளைப் போல தைரியமான, கலகலப்பான பெண்' என்று அவர் அவளைப் பற்றி ஒரு முறை கேலியாகச் சொல்லிச் சிரித்தார். இருந்தாலும் இன்று காலையில் வண்டியில் வரும்போது அவருக்கு ஓர் அற்புதமான யோசனை தோன்றியது. 'நான் கேத்தரீனா இவானோவ்னாவை மணந்து கொள்வது அவளுக்குப் பிடிக்கவில்லை என்றால் (அதை அவள் வெறித்தனமாக எதிர்க்கிறாள் என்று அவருக்குத் தெரியும்), நான் கேத்தரீனாவை விட்டு நிரந்தரமாகப் பிரிந்து செல்வதற்கு அவள் எனக்கு மூவாயிரம் ரூபிள்களைக் கொடுக்கமாட்டாளா? இந்தக் கெட்டுப்போன உயர் வகுப்பைச் சேர்ந்த பெண்கள் எதையாவது செய்ய வேண்டும் என்று விரும்பினால் அதைச் செய்வதற்கு தடையாக இருக்கும் எதையும் விட்டுவைக்க மாட்டார்கள். அவள் அப்படிப்பட்ட ஒரு பணக்கார சீமாட்டி' என்று மீச்சியா நினைத்தார்.

அவருடைய இந்தத் 'திட்டம்' முன்பு அவர் செர்மாஷ்னியாவில் உள்ள சொத்தின் உரிமையை சம்சனோவுக்கு மாற்றித் தர திட்டமிட்டதைப் போல இருந்தது என்றாலும், இதில் வணிக நோக்கம் எதுவும் இல்லை. அவள் ஆறாயிரம் அல்லது ஏழாயிரம் சம்பாதிக்கலாம் என்று அவர் அவளைக் கவர்ந்திழுக்க முயலவில்லை, மாறாக அவள் அவருக்குக் கொடுக்கப்போகும் மூவாயிரம் ரூபிள்களுக்காக அவர் அந்த சொத்தைப் பிணையமாக வைக்கப் போகிறார். அவர் அந்த யோசனையை நினைத்து மேலும் மேலும் உற்சாகமடைந்தார். ஆனால் அவர் எந்த ஒரு காரியத்திலும் இறங்கும்போது அப்படித்தான் இருந்தார். அவருக்குத் தோன்றும் ஒவ்வொரு புதிய யோசனையையும் அவர் உணர்ச்சிகரமான உற்சாகத்துடன் ஏற்றுக் கொண்டார். இருந்தாலும் அவர் திருமதி. கோஹ்லக்கோவின் வீட்டுப் படிகளில் ஏறியபோது பயத்தினால் அவருடைய முதுகுத்தண்டு சில்லிட்டது. ஏனெனில் அந்தக் கணத்தில் அதுதான் அவருடைய கடைசி வாய்ப்பு என்பதை அவர் உறுதியாக உணர்ந்து கொண்டார். எனவே அது நிறைவேற வில்லை என்றால், 'மூவாயிரம் ரூபிள்களுக்காக யாரையாவது கொலை செய்து கொள்ளையடிக்க வேண்டும்' என்பதைத் தவிர தனக்கு வேறு வழியில்லை என்று அவருக்குத் தோன்றியது. அவர் அழைப்பு மணியை அடித்தபோது மணி ஏழரை ஆகியிருந்தது.

அவருக்கு முதலில் விஷயங்கள் நல்லபடியாக நடப்பதாகத் தோன்றியது, ஏனெனில் அவர் அழைப்பு மணியை அடித்ததும், உடனடியாக அவருக்கு வரவேற்பு கிடைத்தது. 'அவள் எனக்காகக் காத்திருப்பது போல' என்று மீச்சியா நினைத்தார். அவரை வரவேற்பறைக்கு அழைத்துச் சென்றதும், அந்த வீட்டின் சீமாட்டியே நேரடியாக வந்து, அவருக்காகக் காத்திருப்பதாகச் சொன்னாள்.

"நான் உங்களை எதிர்பார்த்தேன்! நான் உண்மையில் உங்களை எதிர்பார்த்துக் கொண்டிருந்தேன்! நீங்கள் என்னைப் பார்க்க வருவதற்கு எந்தக் காரணமும் இல்லை என்று எனக்குத் தெரியும் என்றாலும், நான் உங்களை எதிர்பார்த்துக் கொண்டிருந்தேன் என்பதை நீங்கள் நம்ப வேண்டும். டிமிட்ரி ஃபியோதரோவிச், நீங்கள் என் உள்ளுணர்வைப் பார்த்து ஆச்சரியப்படலாம் என்றாலும், நீங்கள் வருவீர்கள் என்று நான் இன்று காலையிலிருந்து உறுதியாக நம்பினேன்."

"மேடம், இது மிகவும் ஆச்சரியமாக இருக்கிறது" என்ற மீச்சியா சங்கடத்துடன் நாற்காலியில் அமர்ந்தார். "நான் ஒரு முக்கியமான விஷயமாக உங்களைப் பார்க்க வந்தேன்... அதாவது

அது எனக்கு, எனக்கு மட்டுமே மிகவும் முக்கியமானது. நான் அவசரமாக..."

"டிமிட்ரி ஃபியோதரோவிச், நீங்கள் மிகவும் முக்கியமான வேலையாக வந்திருக்கிறீர்கள் என்று எனக்குத் தெரியும். இது உள்ளுணர்வோ அல்லது அற்புதங்களைப் பற்றிய மூடநம்பிக்கையோ இல்லை (உங்களுக்கு அருட்தந்தை ஜோசிமாவைத் தெரியுமா?), மாறாக இது ஒரு யூகம். கேத்தரீனா இவானோவ்னாவுக்கு இவ்வளவு நடந்த பிறகும், உங்களால் இங்கே வராமல் இருக்க முடியாது என்பது ஒரு யூகம்."

"மேடம், அன்றாட வாழ்க்கையின் யதார்த்தம் அதுதான்! ஆனால் அதை விளக்கமாகச் சொல்ல அனுமதியுங்கள்..."

"டிமிட்ரி ஃபியோதரோவிச், யதார்த்தம் என்பது உண்மைதான். நான் இப்போது யதார்த்தத்தை ஆதரிக்கிறேன், ஏனெனில் நான் அற்புதங்களைப் பற்றிச் சரியான பாடம் கற்றுக் கொண்டேன். அருட்தந்தை ஜோசிமா இறந்துவிட்டது உங்களுக்குத் தெரியுமா?"

"இல்லை, மேடம், நான் இப்போதுதான் அதைப் பற்றிக் கேள்விப்படுகிறேன்" என்று மீச்சியா ஆச்சரியத்துடன் சொன்னார். அவருடைய மனதில் அல்யோஷாவின் முகம் பளிச்சிட்டது.

"நேற்று இரவு. கற்பனை செய்து பாருங்கள்..."

"மேடம்" என்று மீச்சியா இடைமறித்தார். "நான் இப்போது மிகவும் மோசமான நிலையில் இருக்கிறேன் என்பதைத் தவிர வேறு எதையும் என்னால் கற்பனை செய்ய முடியாது. நீங்கள் மட்டும் எனக்கு உதவி செய்யவில்லை என்றால் எல்லாமே முடிந்துவிடும். முதலில் நான் அழிந்து போவேன். நான் சொல்வது கொஞ்சம் நாடகத்தனமாக இருந்தால் என்னை மன்னியுங்கள். ஆனால் நான் அனலில் இட்ட மெழுகைப் போல இருக்கிறேன்..."

"எனக்குத் தெரியும். நீங்கள் அச்சத்துடன் இருக்கிறீர்கள் என்று எனக்குத் தெரியும். எனக்கு எல்லாமே தெரியும். நீங்கள் அதைத் தவிர வேறு எப்படியும் இருக்க முடியாது. நீங்கள் சொல்லப்போவது அனைத்தும் எனக்கு முன்கூட்டியே தெரியும். டிமிட்ரி ஃபியோதரோவிச், நான் உங்களுடைய விதியைப் பற்றி நீண்ட நாட்களாக யோசித்து, அதைப் பற்றி ஆராய்ந்து கொண்டிருந்தேன்... ஓ, என்னை நம்புங்கள், டிமிட்ரி ஃபியோதரோவிச், நான் ஓர் அனுபவம் வாய்ந்த ஆன்மீக மருத்துவர்."

"மேடம், நீங்கள் ஓர் அனுபவம் வாய்ந்த மருத்துவர் என்றால், நான் ஓர் அனுபவமுள்ள நோயாளி" என்று மீச்சியா தன்னைக் கட்டாயமாகக் கட்டுப்படுத்திக் கொண்டு பணிவுடன் சொன்னார்.

"நீங்கள் என் விதியைக் கூர்ந்து கவனித்துக் கொண்டிருப்பதால், என்னுடைய இந்த இக்கட்டான சூழ்நிலையில் நீங்கள் எனக்கு உதவுவீர்கள் என்றும், நான் என்னுடைய திட்டத்தை உங்களிடம் சொல்ல அனுமதிப்பீர்கள் என்றும் நினைக்கிறேன்... நான் உங்களிடம் எதிர்பார்ப்பது... மேடம், நான் இங்கே வந்தது..."

"நீங்கள் அதைப் பற்றி விளக்க வேண்டியதில்லை. அது இப்போது அத்தனை முக்கியம் அல்ல. டிமிட்ரி ஃபியோதரோவிச், உதவியைப் பொறுத்தவரை, நான் உதவி செய்யும் முதல் மனிதர் நீங்கள் அல்ல. நீங்கள் என்னுடைய ஒன்றுவிட்ட சகோதரி திருமதி. பெல்மசோவைப் பற்றிக் கேள்விப்பட்டிருக்கலாம். அவளுடைய கணவர் அழிவின் விளிம்பில் இருந்தார். நான் அவருக்கு குதிரைகளை வளர்க்கும்படி யோசனை சொன்னேன். இப்போது அவர் நன்றாக இருக்கிறார். டிமிட்ரி ஃபியோதரோவிச், உங்களுக்கு குதிரை வளர்ப்பதைப் பற்றி ஏதாவது தெரியுமா?"

"மேடம், கொஞ்சம் கூட தெரியாது, ஓ மேடம், அதைப் பற்றிக் கொஞ்சம் கூட தெரியாது!" என்று மீச்சியா பதற்றத்துடன் கத்தியபடி நாற்காலியிலிருந்து எழுந்திருக்க எத்தனித்தார். "மேடம், நீங்கள் நான் சொல்வதைத் தயவு செய்து கேட்க வேண்டும் என்று கெஞ்சிக் கேட்டுக் கொள்கிறேன். நீங்கள் என்னை இரண்டு நிமிடங்கள் பேசுவதற்கு அனுமதியுங்கள். நான் உங்களிடம் சொல்ல விரும்பிய என்னுடைய திட்டத்தைப் பற்றி விளக்கமாகச் சொல்கிறேன். தவிர, எனக்குப் போதிய நேரமில்லை. நான் அவசரமாகச் செல்ல வேண்டும்" என்று வெறிபிடித்தவர் போல கத்திய மீச்சியா, அவள் மீண்டும் பேசத் தொடங்குவாள் என்ற பயத்தில் சுருக்கமாகப் பேசினார். "நான் விரக்தியுடன் உங்களிடம் வந்திருக்கிறேன்... நான் விரக்தியின் இறுதிக் கட்டத்தை அடைந்து விட்டதால், எனக்குக் கொஞ்சம் பணம் தேவை... மூவாயிரம் ரூபிள்களை உங்களிடம் கடனாகக் கேட்கலாம் என்று வந்தேன். ஆனால் மேடம், நம்பகமான பிணையத்தின் பேரில் நீங்கள் மூவாயிரம் ரூபிள்களைத் தரும்படிக் கேட்பதற்காக வந்தேன்! நான் விளக்கமாகச் சொல்ல அனுமதியுங்கள்..."

"நீங்கள் அதைப் பிறகு சொல்லுங்கள். அதைப் பிறகு பார்க்கலாம்" என்று திருமதி. கோஹ்லக்கோவ் அவரைப் பார்த்து மறுக்கும் விதமாகக் கையை அசைத்தாள். "நான் முன்பே சொன்னது போல, நீங்கள் என்ன சொல்லப் போகிறீர்கள் என்று எனக்குத் தெரியும். நீங்கள் என்னிடம் மூவாயிரம் ரூபிள்களைக் கேட்கிறீர்கள், ஆனால் டிமிட்ரி ஃபியோதரோவிச், நான் அதைவிட அதிகமாக, நீங்கள் எதிர்பார்த்ததை விட அதிகமான பணத்தை உங்களுக்குக் கொடுத்து உங்களைக் காப்பாற்றுவேன். ஆனால் நீங்கள் நான் சொல்வதைக் கேட்க வேண்டும்."

மீச்சியா இருக்கையிலிருந்து துள்ளிக் குதித்து எழுந்தார்.

"மேடம், நீங்கள் மிகவும் நல்லவர்!" என்று மீச்சியா உணர்ச்சிப் பரவசத்துடன் கத்தினார். "கடவுளே, நீங்கள் என்னைக் காப்பாற்றினீர்கள்! நீங்கள் ஒரு மனிதனை வன்முறையான மரணத்திலிருந்து... துப்பாக்கியின் தோட்டாவிலிருந்து காப்பாற்றி யுள்ளீர்கள்... நான் என்றென்றும் உங்களுக்கு நன்றியுள்ளவனாக இருப்பேன்!"

"ஆமாம், நான் உங்களுக்கு மூவாயிரம் ரூபிள்களுக்கு மேல் தருகிறேன்!" என்று திருமதி. கோஹ்லக்கோவ் பதிலுக்கு உரக்கக் கத்தினாள். அவள் மீச்சியாவின் மகிழ்ச்சியைப் பார்த்துப் புன்னகைத்தாள்.

"அதற்கும் அதிகமாகவா? ஆனால் எனக்கு அவ்வளவு தேவையில்லை. எனக்கு மூவாயிரம் ரூபிள்கள் மட்டுமே தேவை. நான் அந்தத் தொகைக்கு உத்தரவாதம் கொடுக்கத் தயாராக இருக்கிறேன். நான் எல்லையற்ற நன்றியுடன் உங்களுக்கு ஒரு திட்டத்தைச் சொல்கிறேன்..."

"டிமிட்ரி ஃபியோதரோவிச், போதும். அது முடிந்துவிட்டது" என்று திருமதி. கோஹ்லக்கோவ், நன்மை செய்யும் கொடையாளியின் வெற்றிப் பெருமிதத்துடன் சொன்னாள். "நான் உங்களைக் காப்பாற்றுவதாக வாக்களித்தேன், அதை நிச்சயமாகச் செய்வேன். நான் பெல்மசோவைக் காப்பாற்றியது போல உங்களையும் காப்பாற்றுவேன். டிமிட்ரி ஃபியோதரோவிச், நீங்கள் தங்கச் சுரங்கத்தைப் பற்றி என்ன நினைக்கிறீர்கள்?"

"மேடம், தங்கச் சுரங்கமா? நான் அதைப் பற்றி ஒருபோதும் நினைத்ததில்லை!"

"ஆனால் நான் உங்களுக்காக அதைப் பற்றி யோசித்தேன்! நான் மீண்டும் மீண்டும் யோசித்தேன்! நான் அந்தக் குறிக்கோளை மனதில் வைத்து கடந்த ஒரு மாதமாக உங்களைக் கண்காணித்து வந்தேன். நீங்கள் நடந்து செல்லும்போது, நான் உங்களை நூறு முறைக்கு மேல் பார்த்திருப்பேன். இப்படி ஓர் ஆற்றல் மிக்க மனிதர் தங்கச் சுரங்கத்திற்குப் போக வேண்டும் என்று நான் பலமுறை எனக்குள் சொல்லிக் கொண்டேன். நீங்கள் நடந்து செல்லும் நடையைக் கூட ஆராய்ந்து, பல தங்கச் சுரங்கங்களைக் கண்டுபிடிக்கும் ஒரு மனிதர் இங்கே இருக்கிறார் என்று நான் முடிவு செய்தேன்."

"மேடம், நான் நடந்து செல்லும் நடையை வைத்து அதை முடிவு செய்தீர்களா?" என்று மீச்சியா புன்னகையுடன் கேட்டார்.

 நற்றிணை பதிப்பகம் ○ 643

"ஆமாம், அதனால் என்ன? டிமிட்ரி ஃபியோதரோவிச், ஒருவரின் நடையை வைத்து அவருடைய குணாதிசயத்தைச் சொல்ல முடியும் என்பதை நீங்கள் நம்பவில்லையா? அறிவியல் இந்தக் கருத்தை ஏற்றுக்கொள்கிறது. டிமிட்ரி ஃபியோதரோவிச், இப்போது நான் ஒரு யதார்த்தவாதியாக மாறிவிட்டேன். என்னை துயரத்தில் ஆழ்த்திய, மடாலயத்தில் நடந்த மோசமான நிகழ்வுகளுக்குப் பிறகு, நான் ஒரு யதார்த்தவாதியாக நடைமுறை விஷயங்களில் என்னை ஈடுபடுத்திக் கொள்ள விரும்புகிறேன். நான் இப்போது தெளிந்துவிட்டேன். 'போதும்' என்று துர்கனேவ் அறிவித்தது போல."

"ஆனால் மேடம், நீங்கள் எனக்குக் கடன் தருவதாகப் பெருந்தன்மையுடன் வாக்களித்த அந்த மூவாயிரம்..."

"டிமிட்ரி ஃபியோதரோவிச், அது உங்களுக்கு நிச்சயமாகக் கிடைக்கும்" என்று திருமதி. கோஹ்லக்கோவ் இடைமறித்தாள். "அது உங்கள் சட்டைப் பையில் உள்ள பணம் போல. ஆனால் டிமிட்ரி ஃபியோதரோவிச், அது மூவாயிரம் அல்ல முப்பது லட்சம் ரூபிள்கள். அதுவும் மிகக் குறைந்த நேரத்தில் சம்பாதிக்க முடியும்! நான் அது என்னவென்று சொல்கிறேன். நீங்கள் தங்கச் சுரங்கத்தைக் கண்டுபிடித்து, கோடிக்கணக்கில் சம்பாதித்து, ஒரு பெரிய மனிதராகத் திரும்பி வந்து, எங்களுக்கு உந்து சக்தியாக இருந்து, எங்களை நல்வழியில் அழைத்துச் செல்வீர்கள். நாம் எல்லாவற்றையும் யூதர்களிடம் விட்டுவிட வேண்டுமா? நீங்கள் பல கட்டிடங்களையும், தொழிற்சாலைகளையும் நிர்மாணிப்பீர்கள். நீங்கள் ஏழைகளுக்கு நன்மை செய்து, அவர்களின் நல்லாசியைப் பெறுவீர்கள். டிமிட்ரி ஃபியோதரோவிச், இது ரயில்களின் காலம். இப்போது பெரும் தேவையில் இருக்கும் நிதி அமைச்சகத்திற்கு நீங்கள் ஓர் இன்றியமையாத பெரும் சக்தியாக விளங்குவீர்கள். ரூபிளின் மதிப்பில் ஏற்பட்ட வீழ்ச்சி என்னை இரவில் தூங்கவிடாமல் செய்கிறது. டிமிட்ரி ஃபியோதரோவிச், மக்களுக்கு என்னுடைய மறுபக்கத்தைப் பற்றி எதுவும் தெரியாது..."

"மேடம், மேடம்!" என்று டிமிட்ரி ஃபியோதரோவிச் கவலையுடன் அவளை இடைமறித்தார். "மேடம், நான் உங்களுடைய புத்திசாலித்தனமான யோசனையை அப்படியே பின்பற்றுகிறேன்... நான் தங்கச் சுரங்கத்திற்குப் போகிறேன். நான் அதைப் பற்றி உங்களிடம் பேசுவதற்காகப் பலமுறை திரும்பி வருவேன்... ஆனால் நீங்கள் அந்த மூவாயிரம் ரூபிள்களைப் பெருந்தன்மையாக... ஓ, அது என்னை விடுதலை செய்யும். இன்று உங்களால் முடிந்தால்... இதோ பாருங்கள், எனக்குப் போதிய

அவகாசமில்லை. என்னால் இன்று ஒரு வினாடியைக் கூட வீணடிக்க முடியாது..."

"டிமிட்ரி ஃபியோதரோவிச், போதும்!" என்று திருமதி. கோஹ்லக்கோவ் பிடிவாதமாக இடைமறித்தாள். "இப்போது கேள்வி என்னவெனில், நீங்கள் தங்கச் சுரங்கத்திற்குப் போகிறீர்களா, இல்லையா? நீங்கள் ஒருமனதாக முடிவு செய்து விட்டீர்களா? எனக்குக் கணிதத்தைப் போல துல்லியமான பதில் வேண்டும்."

"மேடம், நான் போகிறேன், ஆனால் இப்போது இல்லை... மேடம், நான் நீங்கள் விரும்பும் இடத்திற்குச் செல்கிறேன்... ஆனால் இப்போது..."

"அப்படியானால் பொறுங்கள்" என்று திருமதி. கோஹ்லக்கோவ் கூச்சலிட்டாள். அவள் துள்ளிக் குதித்து, பல சிறிய இழுப்பறைகளைக் கொண்ட அழகான பீரோவை நோக்கிச் சென்றாள். அவள் ஒவ்வொரு இழுப்பறையாகத் திறந்து, அவசர அவசரமாக எதையோ தேடினாள்.

'அந்த மூவாயிரம்!' என்று மீச்சியாவின் இதயம் வேகமாக அடித்துக் கொண்டது. 'உடனடியாக... எந்த ஆவணங்களும் இல்லாமல்... ஓ, இப்படித்தான் பெரும் கனவான்கள் வியாபாரம் செய்கிறார்கள். என்ன ஓர் அற்புதமான பெண்மணி! அவள் மட்டும் வாயாடியாக இல்லை என்றால்...'

"இதோ!" என்று திருமதி. கோஹ்லக்கோவ் மகிழ்ச்சியுடன் கத்தியபடி மீச்சியாவை நோக்கித் திரும்பினாள். "நான் இதைத்தான் தேடிக் கொண்டிருந்தேன்!"

அவள் கையில் சங்கிலியுடன் கூடிய ஒரு சிறிய வெள்ளி விக்கிரகம் இருந்தது. சிலர் சிலுவையுடன் கூடிய சங்கிலியைக் கழுத்தில் அணிந்து கொள்வதைப் போன்றது.

"டிமிட்ரி ஃபியோதரோவிச், அது கீவ் நகரத்திலிருந்து வந்தது" என்று அவள் பயபக்தியுடன் சொன்னாள். "புனித தியாகி வார்வராவின் நினைவுச் சின்னம் இருந்த இடத்திலிருந்து வந்தது. நான் அதை உங்கள் கழுத்தில் மாட்டி, உங்கள் புதிய வாழ்க்கைக்கும், புதிய முயற்சிகளுக்கும் உங்களை ஆசீர்வதிக்க என்னை அனுமதியுங்கள்."

அவள் அதை அவர் கழுத்தில் மாட்டி, விக்கிரகத்தை அவருடைய சட்டைக்குள் சொருக ஆரம்பித்தாள். மீச்சியா தர்மசங்கடத்துடன் சற்றே முன்னால் குனிந்து அவளுக்கு உதவினார். அவர் அதைச் சட்டையின் கழுத்துப் பட்டைக்குள் இழுத்து, காலருக்குள் சொருகிக் கொண்டார்.

“இப்போது நீங்கள் போகலாம்!” என்ற திருமதி. கோஹ்லக்கோவ், வெற்றிப் பெருமிதத்துடன் இருக்கையில் அமர்ந்தாள்.

“மேடம், என் மனம் நெகிழ்ந்துவிட்டது... உங்களுக்கு எப்படி நன்றி சொல்வதென்றே தெரியவில்லை... உங்களுடைய கருணை உள்ளத்திற்கு... ஆனால் இப்போது ஒவ்வொரு வினாடியும் எனக்கு எவ்வளவு முக்கியம் என்று உங்களுக்குத் தெரிந்தால்... மேடம், நீங்கள் பெருந்தன்மையுடன் கொடுக்கும் அந்தப் பணத்துக்காக நான் காத்திருக்கிறேன்... ஓ, மேடம், நீங்கள் என்னிடம் மிகவும் அன்பாகவும், தாராளமாகவும் நடந்து கொண்டீர்கள்” என்ற மீச்சியா திடீரென்று உணர்ச்சிவசப்பட்டு பேசினார். “நான் உங்களிடம் ஓர் உண்மையைச் சொல்ல வேண்டும்... அது உங்களுக்கு நீண்ட காலத்திற்கு முன்பே தெரிந்திருக்கலாம்... நான் ஒரு பெண்ணைக் காதலிக்கிறேன்... நான் காத்யாவுக்கு, அதாவது கேத்தரீனா இவானோவ்னாவுக்கு துரோகம் செய்துவிட்டேன். நான் அவளிடம் கொடூரமாகவும், மரியாதைக் குறைவாகவும் நடந்து கொண்டேன் என்று எனக்குத் தெரியும்... ஆனால் நான் வேறு ஒரு பெண்ணை, மேடம் நீங்கள் வெறுக்கும் ஒரு பெண்ணைக் காதலிக்கிறேன்... உங்களுக்கு ஏற்கனவே எல்லாம் தெரியும் என்று நினைக்கிறேன், ஆனால் என்னால் அவளைக் கைவிட முடியாது, அதனால் அந்த மூவாயிரம்...”

“டிமிட்ரி ஃபியோதரோவிச், நீங்கள் அதையெல்லாம் மறந்துவிடுங்கள்” என்று திருமதி. கோஹ்லக்கோவ் தீர்மானமான குரலில் இடைமறித்தாள். “எல்லாவற்றையும் விட்டுத்தள்ளுங்கள், குறிப்பாகப் பெண்கள். இனிமேல் தங்கச் சுரங்கம் மட்டுமே உங்களுடைய இலக்காக இருக்க வேண்டும், பெண்கள் அல்ல. நீங்கள் பெரும் செல்வந்தராகி, பிரபலமான மனிதராகத் திரும்பி வரும்போது, நீங்கள் மிக உயர்ந்த சமூகத்திலிருந்து உங்களுக்குரிய ஒரு பெண்ணைக் கண்டுபிடிப்பீர்கள். அவள் ஒரு நவீனப் பெண்ணாக, நன்கு படித்தவளாக, மூடநம்பிக்கைகள் இல்லாதவளாக இருப்பாள். அதற்குள் பெண் விடுதலை சாத்தியமாகி, ஒரு புதிய பெண் தோன்றியிருப்பாள்...”

“ஆமாம், மேடம், ஆனால் அது இல்லை, அது இல்லை...” என்று மீச்சியா கைகளைக் கூப்பி மன்றாடினார்.

“ஆமாம், அதுதான், டிமிட்ரி ஃபியோதரோவிச் உங்களுக்குத் தேவை. உங்களுக்கே அது தெரியவில்லை என்றாலும், உண்மையில் நீங்கள் ஏங்குவது அதற்குத்தான். டிமிட்ரி ஃபியோதரோவிச், நான் பெண்களின் விடுதலையை எதிர்க்கவில்லை. பெண்களின் முன்னேற்றம், எதிர்காலத்தில் பெண்கள் அரசியலில் முக்கியப் பங்கு வகிப்பது ஆகியவைதான் என்னுடைய இலட்சியம். டிமிட்ரி

ஃபியோதரோவிச், எனக்கு ஒரு மகள் இருக்கிறாள். என்னைப் பற்றிய மறுபக்கம் மற்றவர்களுக்குத் தெரியாது. நான் இது சம்பந்தமாக எழுத்தாளர் ஷெட்ரினுக்கு ஒரு கடிதம் எழுதினேன். நான் இரண்டு ஆண்டுகளுக்கு முன்பு அவருக்கு இரண்டு வரி அநாமதேய கடிதம் எழுதினேன். அதற்கு அவர் பெண்களின் முக்கியத்துவத்தைப் பற்றி நிறைய விஷயங்களை எனக்குத் தெளிவு படுத்தினார். 'என் எழுத்தாளரே, நான் உங்களைக் கட்டித் தழுவி முத்தமிடுகிறேன். சமகாலப் பெண்களுக்கான உங்களது பணி தொடரட்டும்' என்று எழுதி, 'ஒரு சமகால தாய்' என்று கையெழுத்திட விரும்பினேன், ஆனால் நீண்ட தயக்கத்திற்குப் பிறகு, 'ஒரு தாய்' என்று கையெழுத்திட்டு அனுப்பினேன். அதில் ஒரு தார்மீக அழகு இருப்பதாக நான் நினைத்தேன். 'சமகால' என்ற சொல் அவருக்கு சமகாலப் பத்திரிகையை நினைவூட்டும். இப்போதுள்ள தணிக்கையை வைத்துப் பார்க்கும்போது, அது அவருக்கு ஒரு கசப்பான நினைவூட்டலாக இருக்கும்... அடக் கடவுளே, உங்களுக்கு என்ன ஆயிற்று?"

"மேடம்" என்று மீச்சியா, பொறுக்க முடியாமல் துள்ளிக் குதித்து எழுந்து, கைகளைக் கூப்பிக் கொண்டு கெஞ்சினார். "மேடம், நீங்கள் உங்களுடைய பெருந்தன்மையான வாக்குறுதியை இனியும் தள்ளிப்போட்டால் நான் தாங்க முடியாமல் அழுது விடுவேன்..."

"அழுங்கள், டிமிட்ரி ஃபியோதரோவிச், நன்றாக அழுங்கள்! அது ஓர் உன்னதமான உணர்வு... அப்படி ஒரு பாதை உங்கள் முன்னால் திறந்து கிடக்கிறது! கண்ணீர் உங்கள் இதயத்தை இலகுவாக்கி உங்களுக்கு மகிழ்ச்சியைத் தரும். நீங்கள் என்னைப் பார்ப்பதற்காக, உங்கள் மகிழ்ச்சியை என்னுடன் பகிர்ந்து கொள்வதற்காகச் சைபீரியாவிலிருந்து அவசரமாகத் திரும்பி வருவீர்கள்..."

"ஆனால் நான் சொல்வதைக் கேளுங்கள்!" என்று மீச்சியா திடீரென்று கத்தினார். "நான் கடைசி முறையாக உங்களைக் கெஞ்சிக் கேட்டுக் கொள்கிறேன். நீங்கள் எனக்குத் தருவதாக வாக்களித்த பணம் இன்று எனக்குக் கிடைக்குமா, இல்லையென்றால் அது எப்போது கிடைக்கும்?"

"டிமிட்ரி ஃபியோதரோவிச், என்ன பணம்?"

"நீங்கள் எனக்குத் தருவதாக வாக்களித்த மூவாயிரம்... நீங்கள் பெருந்தன்மையுடன் சொன்ன..."

"மூவாயிரமா? அதாவது மூவாயிரம் ரூபிள்கள்? ஓ, இல்லை, என்னிடம் மூவாயிரம் ரூபிள்கள் இல்லை" என்று திருமதி. கோஹ்லக்கோவாவ் ஆச்சரியத்துடன் சொன்னாள்.

மீச்சியா திகைத்து நின்றார்.

"என்ன?... இப்போது... இப்போதுதான் நீங்கள் சொன்னீர்கள்... அது என்னுடைய சட்டைப் பையில் இருக்கும் பணம் போல என்று கூட சொன்னீர்கள்..."

"ஓ, இல்லை, நீங்கள் தவறாகப் புரிந்து கொண்டீர்கள் டிமிட்ரி ஃபியோதரோவிச். அப்படியானால் நீங்கள் என்னைத் தவறாகப் புரிந்து கொண்டீர்கள். நான் தங்கச் சுரங்கத்தைப் பற்றிப் பேசிக் கொண்டிருந்தேன். ஆமாம், நான் உங்களுக்கு மூவாயிரம் ரூபிள்களுக்கு மேல் தருவதாக வாக்குறுதி அளித்தது இப்போது எனக்கு நினைவுக்கு வருகிறது. ஆனால் நான் அதைச் சொன்னபோது, தங்கச் சுரங்கத்தைப் பற்றிச் சொன்னேன்."

"ஆனால் பணம்? அந்த மூவாயிரம்?" என்று மீச்சியா நம்ப முடியாமல் கத்தினார்.

"ஓ, நீங்கள் அப்படி நினைத்தால், என்னிடம் பணம் எதுவும் இல்லை. டிமிட்ரி ஃபியோதரோவிச், இப்போது என்னிடம் சுத்தமாகப் பணம் இல்லை. நான் அதைப் பற்றித்தான் என் மேலாளரிடம் சண்டையிட்டுக் கொண்டிருந்தேன். நான் இப்போதுதான் மியூசோவிடமிருந்து ஐந்நூறு ரூபிள்களைக் கடன் வாங்கினேன். இல்லை, என்னிடம் பணம் இல்லை. டிமிட்ரி ஃபியோதரோவிச், உங்களுக்குத் தெரியுமா, என்னிடம் பணம் இருந்தாலும் நான் அதை உங்களுக்குக் கொடுக்க மாட்டேன். முதலாவதாக நான் யாருக்கும் கடன் கொடுப்பதில்லை. கடன் கொடுப்பது என்றால் சண்டை போடுவது என்று அர்த்தம். ஆனால் நான் உங்களுக்கு, குறிப்பாக உங்களுக்கு எதையும் கொடுக்க மாட்டேன். ஏனெனில் நான் உங்கள் மீதுள்ள அன்பின் காரணமாக, உங்களைக் காப்பாற்ற வேண்டும் என்று நினைப்பதால், உங்களுக்கு எதையும் கொடுக்க விரும்பவில்லை. இப்போது உங்களுக்குத் தேவை தங்கச் சுரங்கம், தங்கச் சுரங்கம் மட்டுமே!"

"ஓ, பிசாசு!" என்று கர்ஜித்த மீச்சியா முழு பலத்தையும் பிரயோகித்து முஷ்டியால் மேசையின் மீது ஓங்கிக் குத்தினார்.

"ஐயோ! ஐயோ!" என்று பயத்தில் அலறிக் கொண்டே, திருமதி. கோஹ்லக்கோவ் வரவேற்பறையின் மறுகோடிக்கு ஓடினாள்.

மீச்சியா வெறுப்புடன் காறித் துப்பிவிட்டு, வேகமாக அறையை விட்டு வெளியேறி, வீட்டை விட்டு வெளியேறி, தெருவில், இருட்டில் நடந்து சென்றார். அவர் இரண்டு நாட்களுக்கு முன்பு, இருட்டில் கடைசியாக அல்யோஷாவைப் பார்த்தபோது மார்பில் எந்த இடத்தில் குத்திக் கொண்டாரோ அதே இடத்தில்

முஷ்டியால் குத்தியபடி, ஒரு பைத்தியக்காரனைப் போல நடந்து சென்றார். அவர் அதே இடத்தில் மார்பில் அடித்துக் கொண்டதன் பொருள் என்ன என்பதும், அவர் அதன் மூலம் என்ன சுட்டிக்காட்ட விரும்பினார் என்பதும் யாருக்கும் தெரியாத இரகசியமாக இருந்தது. அவர் அதை அல்யோஷாவிடம் கூட சொல்லவில்லை. ஆனால் அவரைப் பொறுத்தவரை அந்த இரகசியம் அவமானத்தை விட இழிவானது, அழிவுக்கும் தற்கொலைக்கும் நிகரானது என்று பொருள். அவர் கேத்தரீனா இவானோவ்னாவுக்குத் திருப்பிக் கொடுக்க வேண்டிய மூவாயிரம் ரூபிள்கள் கிடைக்காவிட்டால், அவருடைய மனசாட்சியை உறுத்திக் கொண்டிருந்த அவமானத்தை, அவருடைய மார்பிலிருந்து, அந்த இடத்திலிருந்து அகற்றிவிட வேண்டும் என்று அவர் தீர்மானித்திருந்தார். அது என்ன என்பதை வாசகர்கள் பின்னர் விரிவாகத் தெரிந்து கொள்ளலாம். ஆனால் இப்போது அவருடைய கடைசி நம்பிக்கையும் பொய்த்துப் போனதால், அசாதாரணமான வலிமையுடைய அந்த மனிதர், கோஹ்லக்கோவின் வீட்டிலிருந்து சில அடிகள் தள்ளி நின்று, ஒரு சிறு குழந்தையைப் போலத் தேம்பித் தேம்பி அழுதார். அவர் என்ன செய்கிறோம் என்ற பிரக்ஞையின்றி, கைகளால் கண்களைத் துடைத்துக் கொண்டே நடந்தார். அவர் சதுக்கத்தின் வளைவில் திரும்பியபோது, திடீரென்று யார் மீதோ பலமாக மோதிக் கொண்டார். அவர் ஏறக்குறைய கீழே தள்ளிவிட்ட ஒரு கிழவியின் கீச்சுக் குரல் ஆவேசமாக அலறியதை அவரால் கேட்க முடிந்தது.

“கடவுளே, நான் கிட்டத்தட்ட செத்தேன்! ஏய் போக்கிரி, உனக்கு கண் இல்லையா? பார்த்து வரக்கூடாது?”

“யார்? நீங்களா?” என்று கத்திய மீச்சியா, இருட்டில் கிழவியை உற்றுப் பார்த்தார். குஸ்மா சம்சனோவைக் கவனித்துக் கொண்ட அதே கிழவிதான் என்று மீச்சியா தெரிந்து கொண்டார்.

“ஐயா, நீங்கள் யார்?” என்று கிழவி இப்போது முற்றிலும் மாறுபட்ட குரலில் கேட்டாள். “ஐயா, இருட்டில் உங்களை அடையாளம் தெரியவில்லை.”

“நீங்கள் குஸ்மா சம்சனோவ் வீட்டில் தங்கி அவரைக் கவனித்துக் கொள்கிறீர்கள், இல்லையா?”

“ஆமாம், ஐயா. நான் ப்ரோகோரிச்சைப் பார்க்கச் சென்று கொண்டிருக்கிறேன்... ஆனால் எனக்கு இன்னும் நீங்கள் யாரென்று தெரியவில்லை.”

“அம்மா, சொல்லுங்கள், இப்போது அக்ரஃபேனா அலெக்ஸாண்ட்ரோவ்னா அங்கே இருக்கிறாளா?” என்று மீச்சியா

ஏதோ ஒரு சந்தேகத்துடன் கேட்டார். “நான் சற்று நேரத்திற்கு முன்பு அவர் அங்கே இருப்பதைப் பார்த்தேன்.”

“ஐயா, அவள் அங்கேதான் இருந்தாள். ஆனால் அவள் சற்று நேரத்திற்குப் பிறகு சென்றுவிட்டாள்.”

“என்ன? சென்றுவிட்டாளா?” என்று மீச்சியா கத்தினார். “அவள் எப்போது அங்கிருந்து சென்றாள்?”

“ஏன்? அவள் வந்தவுடன் சென்றுவிட்டாள். அவள் ஒரு நிமிடம்தான் அங்கே இருந்தாள். அவள் குஸ்மா சம்சனோவிடம் ஒரு கதையைச் சொல்லி அவரைச் சிரிக்க வைத்துவிட்டு, பிறகு போய்விட்டாள்.”

“நாசமாய்ப் போக! நீ பொய் சொல்கிறாய்!” என்று மீச்சியா உறுமினார்.

“ஐயோ! ஐயோ!” என்று கிழவி அலறினாள்.

மீச்சியா அங்கிருந்து சிட்டாய்ப் பறந்தார். அவர் தன்னுடைய முழு பலத்தையும் திரட்டிக் கொண்டு குரூஷென்கா வசித்த வீட்டை நோக்கி ஓடினார். சரியாக அதே நேரத்தில்தான் குரூஷென்கா மோக்ரோய் நோக்கிச் சென்று கொண்டிருந்தாள். அவள் புறப்பட்டுச் சென்று கால் மணி நேரம் கூட ஆகவில்லை. ஃபேன்யா தன்னுடைய பாட்டி மேட்ரியோனாவுடன் சமையலறையில் இருந்தபோது, ‘கேப்டன்’ திடீரென்று உள்ளே நுழைந்தார். ஃபேன்யா அவரைப் பார்த்ததும் பயத்தில் அலறினாள்.

“வாயை மூடு!” என்று மீச்சியா அவளை அதட்டினார். “அவள் எங்கே?”

பயத்தில் உறைந்த ஃபேன்யா, ஒரு வார்த்தை கூடப் பேசுவதற்குள், அவர் அவளுடைய காலில் விழுந்தார்.

“ஃபேன்யா, கிறிஸ்துவின் பெயரால் கேட்கிறேன், அவள் எங்கே?”

“ஐயா, டிமிட்ரி ஃபியோதரோவிச், எனக்குத் தெரியாது. நீங்கள் என்னைக் கொன்றாலும், எனக்கு எதுவும் தெரியாது” என்று ஃபேன்யா சத்தியம் செய்தாள். “நீங்கள்தான் சற்று நேரத் திற்கு முன்பு அவருடன் சென்றீர்கள்...”

“ஆனால் அவள் திரும்பி வந்துவிட்டாள்!”

“நிச்சயமாக அவர் இங்கே வரவில்லை. நான் கடவுள் மீது சத்தியமாகச் சொல்கிறேன் அவர் இங்கு வரவில்லை.”

“நீ பொய் சொல்கிறாய்!” என்று மீச்சியா கத்தினார். “அவள் எங்கே இருக்கிறாள் என்று உனக்குத் தெரியும் என்பதை உன்னுடைய பயமே காட்டிக் கொடுக்கிறது...”

மீச்சியா வேகமாக வெளியே ஓடினார். பயத்தில் உறைந்திருந்த ஃபேன்யா, இவ்வளவு சுலபமாகத் தப்பித்ததை நினைத்து சந்தோஷப்பட்டாள். ஆனால் இப்போது அவருக்குப் போதிய நேரமில்லை என்பதால் அவள் தப்பித்து விட்டாள் என்றும், இல்லையென்றால் அவளுடைய கதி அதோகதிதான் என்றும் அவளுக்கு நன்றாகப் புரிந்தது. அவர் அங்கிருந்து ஓடியபோது, ஃபேன்யாவும் வயதான மேட்ரியோனாவும் ஆச்சரியப்படும் வகையில் எதிர்பாராத செயலைச் செய்தார். மேசையின் மீது ஒரு பித்தளை உரலும், ஏழு அங்குல நீளமுள்ள ஒரு பித்தளை உலக்கையும் இருந்தன. மீச்சியா ஒரு கையால் கதவைத் திறந்து, மறுகையால் உலக்கையை எடுத்து சட்டைப் பையில் வைத்துக் கொண்டு தலைதெறிக்க ஓடினார்.

“ஐயோ, கடவுளே! அவர் ஆத்திரத்தில் யாரையாவது கொலை செய்துவிடுவார்!” என்ற ஃபேன்யா பயத்துடன் கைகளைக் கட்டிக் கொண்டாள்.

4. இருட்டில்

அவர் எங்கே ஓடினார்? ‘அவள் ஃபியோதர் பாவ்லோவிச்சின் வீட்டைத் தவிர வேறு எங்கே இருக்க முடியும்? அவள் சம்சனோவ் வீட்டிலிருந்து நேராக அவரிடம் ஓடியிருக்க வேண்டும் என்று தெளிவாகத் தெரிகிறது... அவளுடைய வஞ்சகமும், ஏமாற்று வேலைகளும் இப்போது தெளிவாகிவிட்டது...’ என்ற எண்ணங்கள் அவர் தலையில் சூறாவளியைப் போல சுற்றிச் சுழன்றன. அவர் மரியா கன்த்ரச்சேவ்னாவின் வீட்டு வாசலில் நில்லாமல் ஓடினார். ‘தேவையில்லை, அங்கே போக வேண்டியதில்லை... நான் வருவது தெரிந்தால் அவர்கள் உஷாராகி விடுவார்கள்... இல்லையென்றால் யாராவது அவர்களை எச்சரிப்பார்கள்... மரியா கன்த்ரச்சேவ்னாவும், ஸ்மெர்த்தியாக்கவும் இந்தச் சதித் திட்டத்தில் சம்பந்தப்பட்டிருப்பது தெளிவாகத் தெரிகிறது. அவர்கள் எல்லோரும் விலை போய் விட்டார்கள்!”

அவருக்குத் திடீரென்று வேறு யோசனை தோன்றியது. அவர் ஃபியோதர் பாவ்லோவிச்சின் வீட்டைச் சுற்றிச் சென்று, சிறிய சந்தைத் தாண்டி, டிமிட்ரோவ்ஸ்கி தெருவில் நுழைந்து, ஒரு சிறிய பாலத்தைக் கடந்து, ஆள் நடமாட்டம் இல்லாத பின்புற சந்துக்குள் நுழைந்தார். அது வெறிச்சோடிக் கிடந்தது. ஒரு புறம் பக்கத்து வீட்டுக்காரரின் சமையலறைத் தோட்டத்தின் தடுப்பு வேலியும், மறுபுறம் ஃபியோதர் பாவ்லோவிச்சின் தோட்டத்தைச் சுற்றி ஓடிய வலிமையான, உயரமான வேலியும் இருந்தது. அவர் அங்கே ஓர்

இடத்தைத் தேர்ந்தெடுத்தார். அங்கேதான் துர்நாற்றம் வீசும் லிசாவெத்தா வேலியைத் தாண்டிக் குதித்து உள்ளே சென்றாள் என்று அவர் கேள்விப்பட்டிருந்தார். 'அவளால் தாண்டிக் குதிக்க முடியும் என்றால்' என்ற எண்ணம் அப்போது அவருக்குத் தோன்றியது ஏன் என்று கடவுளுக்கே வெளிச்சம். 'நிச்சயமாக என்னால் முடியும்' என்று அவர் எம்பிக் குதித்து வேலியின் உச்சியைப் பிடித்து, மிகுந்த பிரயாசையுடன் உடலை மேலே தூக்கி, ஒரு காலை உயர்த்தி வேலியின் மீது வைத்து உந்தி மேலே ஏறினார். அவர் ஏறிய இடத்திற்குக் கீழே ஒரு சிறிய குளியல் அறை இருந்தது. வேலியின் மீதிருந்து பார்த்தபோது, விளக்கினால் ஒளிரும் வீட்டின் ஜன்னல்கள் நன்றாகத் தெரிந்தன. 'ஆமாம், முதியவரின் படுக்கையறை விளக்கு எரிகிறது. அவள் அங்கேதான் இருக்கிறாள்!' அவர் வேலியின் மேலிருந்து கீழே தோட்டத்தில் குதித்தார். கிரிகோரிக்கு உடல் நலமில்லை என்பதாலும், ஸ்மெர்த்தியாக்கவுக்கு வலிப்பு என்பதாலும், அவரை யாரும் பார்க்க மாட்டார்கள் என்று அவருக்குத் தெரிந்தாலும், அவர் அங்கேயே நின்று ஓசை எழுப்பாமல் ஜாக்கிரதையாக சுற்றும் முற்றும் கவனித்தார். ஆனால் எங்கும் மயான அமைதி நிலவியது. ஏதோ திட்டமிட்டது போல, காற்றின் சிறு அசைவும் இல்லாமல் ஒரே நிசப்தமாக இருந்தது.

'மௌனத்தின் மெல்லிய கிசுகிசுப்பு' என்ற கவிதை வரி ஏனோ அவர் மனதில் பளிச்சிட்டது. 'நான் வேலியைத் தாண்டிக் குதித்த சத்தம் யாருக்கும் கேட்டிருக்கக் கூடாது. நிச்சயமாகக் கேட்டிருக்காது என்று நினைக்கிறேன்' என்று நினைத்த அவர் சற்று நேரம் அசையாமல் நின்றார். மரங்களையும், புதர்களையும் ஒட்டிய புல்வெளியில் அவர் மெதுவாக பூனையைப் போல ஓசையின்றி நடந்து சென்றார். அவர் அவருடைய ஒவ்வொரு காலடி ஓசையையும் கவனித்துக் கொண்டே மெதுவாக அடுத்த அடியை எடுத்து வைத்தார். விளக்கு வெளிச்சம் தெரிந்த ஜன்னலை அடைய அவருக்கு ஐந்து நிமிடங்கள் ஆனது. ஜன்னலுக்குக் கீழே நன்கு வளர்ந்த குயில்டர் ரோஜாக்களின் உயரமான, அடர்த்தியான புதர்கள் மண்டிக் கிடப்பது அவருக்குத் தெரியும். வீட்டிலிருந்து தோட்டத்திற்குச் செல்லும் இடது புறமிருந்த கதவு பூட்டியிருப்பதை அவர் கவனமாகப் பார்த்து உறுதி செய்து கொண்டார். இறுதியில் அவர் அந்தப் புதரை அடைந்து அதன் பின்னால் ஒளிந்து, மூச்சை இழுத்துப் பிடித்துக் கொண்டார். 'இங்கு யாரும் இல்லை என்று அவர்கள் உறுதி செய்யும் வரை நான் இங்கேயே காத்திருக்க வேண்டும்... எனக்கு இருமலோ, தும்மலோ வராமல் இருக்க வேண்டும்...' என்று அவர் நினைத்தார்.

அவர் இரண்டு நிமிடங்கள் காத்திருந்தார். அவருடைய இதயம் படபடவென்று அடித்துக் கொண்டது. அவருக்கு மூச்சு முட்டுவது போலிருந்தது. 'இல்லை, இந்தப் படபடப்பு நிற்காது. என்னால் மேலும் காத்திருக்க முடியாது' என்று அவர் நினைத்தார். அவர் புதருக்குப் பின்னால் விழுந்த நிழலில் மறைந்திருந்தார். ஜன்னல் வழியாகப் பரவிய வெளிச்சம் புதருக்கு முன்னால் விழுந்தது. "குயில்டார் ரோஜா, சிவப்பு பெர்ரி, ஆகா, எத்தனை அழகு!" என்று அவர் ஏன் என்று தெரியாமல் முணுமுணுத்தார். அவர் மெதுவாக, ஓசையின்றி, ஒவ்வொரு அடியாக எடுத்து வைத்து, ஜன்னல் அருகே சென்று, நுனிக்காலில் நின்று பார்த்தார். ஃபியோதர் பாவ்லோவிச்சின் படுக்கை அறை முழுவதும் தெளிவாகத் தெரிந்தது. அந்த அறை ஃபியோதர் பாவ்லோவிச் 'சைனீஸ்' என்று குறிப்பிட்ட சிவப்புத் திரையினால் பாதியாகப் பிரிக்கப்பட்டிருந்தது. 'சைனீஸ்' என்ற வார்த்தை அவர் மனதில் பளிச்சிட்டது. 'திரைக்குப் பின்னால் குரூஷென்கா இருக்கிறாள்' என்று மீச்சியா நினைத்தார். அவர் ஃபியோதர் பாவ்லோவிச்சை உற்றுக் கவனித்தார். மீச்சியா இதற்கு முன் பார்த்திராத, கோடு போட்ட நீண்ட பட்டு மேலங்கியை அவர் அணிந்திருந்தார். அதனுடன் சேர்ந்த இடுப்புக் கயிற்றில் பட்டுக் குஞ்சங்கள் தொங்கின. அங்கியின் காலருக்குக் கீழே நேர்த்தியான டச்சு லினன் துணியால் ஆன, தங்க நிறத்தினாலான கற்கள் பதித்த வளவளப்பான சட்டை வெளியே எட்டிப் பார்த்தது. அவருடைய தலையில் அல்யோஷா அன்று பார்த்த அதே சிவப்பு கட்டு இருந்தது. 'அவர் நன்றாக அலங்கரித்துக் கொண்டிருக்கிறார்' என்று மீச்சியா நினைத்தார்.

ஃபியோதர் பாவ்லோவிச் ஜன்னலருகே நின்று ஏதோ ஆழ்ந்த சிந்தனையில் மூழ்கியிருந்தார். அவர் திடீரென்று தலையை உயர்த்தி, ஒரு கணம் எதையோ கூர்ந்து கவனித்து, எந்தச் சத்தமும் கேட்காததால் மேசை அருகே சென்று, அரை டம்ளர் பிராந்தியை ஊற்றிக் குடித்தார். அவர் ஓர் ஆழ்ந்த பெருமூச்சுடன் சிறிது நேரம் அங்கேயே நின்ற பிறகு, ஏதோ நினைவுடன் ஜன்னல்களுக்கு இடையில் சுவரில் தொங்கிய கண்ணாடி அருகே சென்று, வலது கையால் தலையில் இருந்த சிவப்பு கட்டை அவிழ்த்து, இன்னும் ஆறாத காயங்களையும், தழும்புகளையும் ஆராயத் தொடங்கினார். 'அவர் தனியாக இருக்கிறார். அவருடன் யாரும் இல்லை' என்று மீச்சியா நினைத்தார். ஃபியோதர் பாவ்லோவிச் கண்ணாடியிலிருந்து விலகி, திடீரென்று ஜன்னல் பக்கம் திரும்பி, வெளியே எட்டிப் பார்த்தார். மீச்சியா சட்டென்று பின்நகர்ந்து நிழலில் மறைந்து கொண்டார்.

‘ஒருவேளை அவள் திரைக்குப் பின்னால் இருக்கலாம். ஒருவேளை அவள் அங்கே தூங்கிக் கொண்டிருக்கலாம்’ என்ற எண்ணம் மீச்சியாவின் இதயத்தைத் துளைத்தது. ஃபியோதர் பாவ்லோவிச் ஜன்னல் அருகிலிருந்து நகர்ந்தார். ‘அவர் அவளை எதிர்பார்த்து அவளைத் தேடுகிறார் என்றால், அவள் உள்ளே இல்லை. இல்லையென்றால் அவர் எதற்காக ஜன்னல் வழியாக இருளை வெறித்துப் பார்க்க வேண்டும்?... அவர் பொறுமையிழந்து தவித்துக் கொண்டிருக்கிறார்...’ மீச்சியா முன்நகர்ந்து மீண்டும் ஜன்னல் வழியாக உற்றுப் பார்த்தார். கிழவர் ஏமாற்றத்துடன் மேசையருகே அமர்ந்திருந்தார். இறுதியில் அவர் மேசையின் மீது முழங்கையை ஊன்றி, வலது உள்ளங்கையில் கன்னத்தைப் புதைத்துக் கொண்டார். மீச்சியா அவரை உன்னிப்பாகக் கவனித்தார்.

‘அவர் தனியாக இருக்கிறார். அவர் தனியாக இருக்கிறார்!’ என்று மீச்சியா திரும்பத் திரும்பச் சொல்லிக் கொண்டார். ‘அவள் இங்கே இருந்தால் அவர் இப்படிச் சோகமாக அமர்ந்திருக்க மாட்டார்.’ அவள் இங்கே இல்லை என்ற எண்ணம், திடீரென்று அவருக்குள் ஏதோ ஓர் அர்த்தமற்ற, விசித்திரமான கோபத்தைத் தூண்டியது மிகவும் விநோதமாக இருந்தது. ‘அவள் இங்கே இல்லை என்பதற்காக அல்ல, அவள் இங்கே இருக்கிறாளா இல்லையா என்று கண்டுபிடிக்க முடியாத கோபம்’ என்று அவர் தனக்குத் தானே பதில் சொல்லிக் கொண்டார். அந்தச் சமயத்தில் அவருடைய மனம் மிகத் தெளிவாக இருந்ததையும், ஒவ்வொரு சிறிய விஷயத்தையும் உன்னிப்பாக உள்வாங்கிக் கொண்டதையும் மீச்சியா பிறகு நினைவு கூர்ந்தார். அதே சமயம், நிலைமையின் நிச்சயமற்ற தன்மையாலும், முடிவெடுக்க முடியாத நிலையாலும் ஏற்பட்ட வேதனை அவருடைய உள்ளத்தில் அதிகரித்துக் கொண்டே சென்றது. ‘அவள் இங்கே இருக்கிறாளா, இல்லையா?’ என்ற கேள்வி அவருடைய உள்ளத்தில் ஆவேசமாக எழுந்தது. அவர் திடீரென்று ஒரு முடிவுக்கு வந்தார். அவர் கையை நீட்டி, கிழவர் ஸ்மெர்த்தியாக்கவிடம் சொன்ன சமிக்ஞைப்படி ஜன்னலைத் தட்டினார். ‘குரூஷென்கா வந்துவிட்டாள்’ என்ற அர்த்தத்தில் இரண்டு முறை மெதுவாகவும், பிறகு மூன்று முறை சத்தமாகவும் தட்டினார். கிழவர் திடுக்கிட்டு எழுந்து வேகமாக ஜன்னலை நோக்கி ஓடி வந்தார். மீச்சியா நிழலுக்குள் மறைந்தார். ஃபியோதர் பாவ்லோவிச் ஜன்னலைத் திறந்து தலையை வெளியே நீட்டினார்.

“குரூஷென்கா, நீயா? நீயா?” என்று கிழவர் நடுக்கத்துடன், கிசுகிசுப்பான குரலில் கேட்டார். “குரூஷென்கா, என் குட்டித் தேவதையே, என் செல்லமே, நீ எங்கே இருக்கிறாய்?”

கிழவர் மிகவும் பதற்றத்துடன், மூச்சுத் திணறினார்.

'அவர் தனியாக இருக்கிறார்!' என்று மீச்சியா முடிவு செய்தார்.

"நீ எங்கே இருக்கிறாய்?" என்று கத்திய கிழவர், உடலை ஜன்னலுக்கு வெளியே தோள் வரை நீட்டி, சுற்றும் முற்றும் பார்த்தார். "இங்கே வா, என் அன்பே! நான் உனக்காக ஒரு பரிசு வைத்திருக்கிறேன். நீ உள்ளே வா, நான் அதைக் காட்டுகிறேன்!"

'மூவாயிரம் ரூபிள்களை வைத்திருக்கும் உறையைத்தான் சொல்கிறார்' என்று மீச்சியா புரிந்து கொண்டார்.

"ஆனால் நீ எங்கே இருக்கிறாய்?... கதவுக்கு வெளியே நிற்கிறாயா? இதோ, நான் கதவைத் திறக்கிறேன்..."

குருஷென்கா கதவுக்கு வெளியே நிற்கிறாளா என்று பார்ப்பதற்காகக் கிழவர் ஏறக்குறைய முழு உடலையும் ஜன்னல் வழியாக நுழைத்து, வலது பக்கம் இருந்த தோட்டத்துக் கதவை இருட்டில் உற்றுப் பார்த்தார். அவர் அவளுடைய பதிலுக்குக் காத்திராமல் அடுத்த வினாடி ஓடிச் சென்று கதவைத் திறந்திருப்பார். மீச்சியா கொஞ்சம் கூட அசையாமல் அந்தக் கிழவரின் முகத்தைப் பக்கவாட்டிலிருந்து பார்த்தார். அவர் மிகவும் வெறுத்த, அருவருப்பான அந்த முகத்தைப் பார்த்தார். அவரது கன்னத்தில் துருத்திக் கொண்டிருந்த தசையும், வளைந்த மூக்கும், காமத்தின் எதிர்பார்ப்பில் புன்னகைக்கும் உதடுகளும், அறையின் இடதுபுறத்திலிருந்து வந்த விளக்கின் சாய்ந்த ஒளியில் நன்றாகப் பிரகாசித்தன. மீச்சியாவின் உள்ளத்தில் திடீரென்று பயங்கரமான ஆத்திரம் பொங்கி எழுந்தது. 'இதோ என் எதிரி! என் வாழ்க்கையின் சாபக்கேடு!' அவர் முன்கூட்டியே எதிர்பார்த்தது போல அந்தப் பழிவாங்கும், மூர்க்கத்தனமான வெறுப்பு அவருக்குள் பொங்கி எழுந்தது. அவர் நான்கு நாட்களுக்கு முன்பு கோடைக்கால இல்லத்தில் அல்யோஷாவிடம், நான் தந்தையைக் கொல்லக் கூடும் என்று சொல்லியிருந்தார். அப்போது அல்யோஷா அவரிடம், 'நீங்கள் அப்பாவைக் கொல்வேன் என்று எப்படிச் சொல்கிறீர்கள்?' என்று கேட்டபோது, 'எனக்குத் தெரியாது, எனக்குத் தெரியாது... ஒருவேளை நான் அவரைக் கொல்ல மாட்டேன். ஆனால் ஒருவேளை நான் அவரைக் கொல்லலாம். அந்த நேரத்தில் அவருடைய முகம் மிகவும் அருவருப்பாக மாறிவிடுமோ என்று எனக்குப் பயமாக இருக்கிறது... நான் அவருடைய தொங்கும் கன்னச் சதையை, கண்களை, மூக்கை, அவரது வெட்கமற்ற ஏளனத்தை வெறுக்கிறேன்... எனக்கு அவர் மீது தனிப்பட்ட வெறுப்பு ஏற்படுகிறது. நான் அதைக் கண்டு பயப்படுகிறேன். நான்

என்னையே கட்டுப்படுத்த முடியாமல் போய்விடுமோ என்று பயப்படுகிறேன்...' என்று அவர் சொன்னார்.

அந்த வெறுப்புணர்வு அவருக்குள் தாங்க முடியாத அளவுக்கு அதிகரித்துக் கொண்டே சென்றது. மீச்சியா சட்டென்று சட்டைப் பையிலிருந்து பித்தளை உலக்கையை வெளியே எடுத்தார்...

'அந்த நேரத்தில் கடவுள் என்னைக் கண்காணித்துக் கொண்டிருந்தார்' என்று மீச்சியா பின்னர் சொன்னார். அந்தச் சமயத்தில் உடல் நலமின்றிப் படுத்திருந்த கிரிகோரி விழித்துக் கொண்டான். இவான் ஃபியோதரோவிச்சிடம் ஸ்மெர்த்தியாக்கவ் சொன்ன அதே சிகிச்சையை அவன் அன்று மாலை செய்து கொண்டான். அவன் மனைவியின் உதவியுடன், வோட்காவும் மருந்தும் கலந்த கலவையை உடல் முழுவதும் பூசிக் கொண்டு, எஞ்சியுள்ளதை, அவளுடைய மனைவி முணுமுணுத்த, 'சில பிரார்த்தனைகளுடன்' குடித்துவிட்டுப் படுத்துக் கொண்டான். மார்த்தாவுக்கு மது அருந்தும் பழக்கம் இல்லை என்றாலும், அவளும் சிறிது குடித்துவிட்டு கணவனுக்கு அருகில் படுத்து ஆழ்ந்த உறக்கத்தில் மூழ்கினாள்.

ஆனால் கிரிகோரி இரவில் திடீரென்று கண்விழித்து, சுயநினைவுக்குத் திரும்பிய பிறகு, முதுகில் வலி இருந்தாலும் அதைப் பொருட்படுத்தாமல் எழுந்து உட்கார்ந்தான். அவன் எதையோ யோசித்தவனாக எழுந்து அவசர அவசரமாக சட்டையை அணிந்து கொண்டான். 'இந்த ஆபத்தான நேரத்தில்' அவன் வீட்டைப் பாதுகாக்காமல் படுத்திருந்ததை நினைத்து அவனை அவனுடைய மனசாட்சி உறுத்தியிருக்கலாம். வலிப்பு நோயால் பாதிக்கப்பட்ட ஸ்மெர்த்தியாக்கவ் அடுத்த அறையில் அசையாமல் படுத்திருந்தான். மார்த்தா சுரணையின்றி ஒரு மரக்கட்டையைப் போலக் கிடந்தாள். 'இந்த முறை அவள் அதிகமாகக் குடித்துவிட்டாள்' என்று கிரிகோரி நினைத்துக் கொண்டே அவளைப் பார்த்துவிட்டு, முனகிக் கொண்டே குடிசையை விட்டு வெளியே சென்றான். அவனால் நடக்க முடியாத அளவுக்கு அவனுடைய முதுகு வலியும் கால் வலியும் தாங்க முடியாததாக இருந்ததால், அவன் வெளியே நின்று சுற்றிலும் ஒரு பார்வை பார்க்க விரும்பினான். ஆனால் அவனுக்குத் திடீரென்று அன்று மாலை தோட்டத்து கேட்டைப் பூட்டவில்லை என்பது ஞாபகம் வந்தது. கிரிகோரி எப்போதும் எதையும் கச்சிதமாகவும் ஒழுங்காகவும் செய்யும் மனிதன் என்பதால், வலியால் முனகிக் கொண்டே நொண்டி நொண்டி நடந்து முற்றத்தை விட்டிறங்கித் தோட்டத்திற்குள் நுழைந்தான். ஆம், தோட்டத்துக் கதவு அகலமாகத் திறந்து கிடந்தது. அவன் எதையும்

யோசிக்காமல் தோட்டத்திற்குள் நுழைந்தபோது, ஏதோ ஒரு சத்தம் கேட்டதாக நினைத்தான் அல்லது ஒருவேளை சத்தம் கேட்டிருக்கலாம். அவன் இடது புறம் திரும்பிப் பார்த்தபோது, எஜமானரின் படுக்கையறை ஜன்னல் திறந்திருப்பதைப் பார்த்தான். இப்போது ஜன்னல் அருகில் யாரும் இல்லை.

'ஜன்னல் ஏன் திறந்திருக்கிறது? இப்போது கோடைக்காலம் இல்லை' என்று கிரிகோரி யோசித்துக் கொண்டிருந்தபோது, திடீரென்று அவருக்கு முன்னால் ஒரு உருவம் மின்னல் வேகத்தில் தோட்டத்தின் குறுக்கே பாய்ந்து சென்றது. அவருக்கு முன்னால் நாற்பது அடி தூரத்தில், நிழலான ஓர் உருவம் கும்மிருட்டில் வேகமாக ஓடிச் சென்றது. "கடவுளே!" என்று கத்திய கிரிகோரி, அவனுடைய முதுகு வலியை மறந்துவிட்டு, ஓடும் உருவத்தைப் பிடிக்க ஓடினான். அவன் மற்றவர்களை விட அந்தத் தோட்டத்தை நன்றாக அறிந்தவன் என்பதால் குறுக்கு வழியில் ஓடினான். அந்த உருவம் குளியல் அறையை நோக்கிச் சென்று, அதன் பின்னால் ஓடி, தோட்டத்து வேலியை நோக்கிச் சென்றது. அந்த உருவத்தைக் கண் பார்வையிலிருந்து தவறவிடாமல் ஓடிய கிரிகோரி எல்லாவற்றையும் மறந்து வேகமாக ஓடினான். அந்த உருவம் வேலியின் மீது ஏற முயற்சி செய்து கொண்டிருந்த கணத்தில் அவன் வேலியை அடைந்தான். கிரிகோரி கத்திக் கொண்டே அதன் மீது பாய்ந்து, இரண்டு கைகளாலும் அதன் காலை இறுகப் பற்றிக் கொண்டான்.

கிரிகோரியின் உள்ளுணர்வு அவனை ஏமாற்றவில்லை. அவன் அந்த உருவத்தை அடையாளம் கண்டு கொண்டான். அது தந்தையைக் கொல்ல வந்த அரக்கன்!

"தந்தையைக் கொன்றான்!" என்று அவன் உரத்தக் குரலில் அக்கம் பக்கம் உள்ளவர்களுக்குக் கேட்கும்படிக் கத்தினான். ஆனால் அவன் அதற்கு மேல் கத்துவதற்கு நேரம் இல்லாமல் மின்னல் தாக்கியது போலக் கீழே சாய்ந்தான். மீச்சியா மீண்டும் தோட்டத்தில் குதித்து அடிபட்டவனைக் குனிந்து பார்த்தார். அவர் கையில் இன்னமும் அந்தப் பித்தளை உலக்கை இருந்தது. அவர் தன்னையும் அறியாமல் அதைப் புல்வெளியை நோக்கி வீசினார். அது கிரிகோரியிடமிருந்து இரண்டடி தூரத்தில், புல்வெளியில் விழாமல் சற்றுத் தள்ளி நடைபாதையில் கண்ணுக்குத் தெரியும் இடத்தில் விழுந்தது. அவர் தன் முன்னால் தலைகுப்புற விழுந்து கிடந்தவனைச் சில வினாடிகள் ஆராய்ந்தார். அவனுடைய தலை முழுவதும் இரத்தக்கறை படிந்திருந்தது. மீச்சியா கையை நீட்டி அதைத் தொட்டுப் பார்த்தார். அவன் மண்டை உடைந்துவிட்டதா அல்லது உலக்கையின் அடியினால் அவன்

விழுந்து விட்டானா என்பதைத் தெரிந்துகொள்ள விரும்பியதை அவர் பின்னர் தெளிவாக நினைவு கூர்ந்தார். ஆனால் தலையிலிருந்து பெருக்கெடுத்து ஓடிய இரத்தம் விரைவில் மீச்சியாவின் நடுங்கும் விரல்களைச் சூடாக நனைத்தது. அவர் திருமதி. கோஹ்லகோவைப் பார்க்கச் சென்றபோது, எடுத்துச் சென்ற வெள்ளைக் கைக்குட்டையை சட்டைப் பையிலிருந்து எடுத்துக் கிழவரின் தலையில் வைத்து அழுத்தியதையும், எதையும் யோசிக்க முடியாதவராக, முதியவரின் முகத்திலும், நெற்றியிலும் வழிந்த இரத்தத்தைத் துடைக்க முயன்றதையும் அவர் பின்னர் நினைவு கூர்ந்தார். ஆனால் அந்தக் கைக்குட்டையும் உடனடியாக இரத்தத்தினால் நனைந்தது.

'அடக் கடவுளே, நான் ஏன் இதைச் செய்கிறேன்?' என்ற எண்ணம் எழுந்ததும் மீச்சியா சுதாரித்துக் கொண்டார். "நான் அவன் மண்டையை உடைத்துவிட்டேன் என்றால் அதை எப்படித் தெரிந்துகொள்ள முடியும்? ஆகா, அதனால் என்ன பெரிய வித்தியாசம் ஏற்பட முடியும்?" என்று அவர் நம்பிக்கையற்ற குரலில் சொல்லிக் கொண்டார். "நான் ஒருவேளை அவனைக் கொன்றிருந்தால்... ஆமாம், நான் அவனைக் கொன்றுவிட்டேன்... முட்டாள் கிழவனே, இப்போது என்னால் உனக்கு உதவி செய்ய முடியாது!" என்று அவர் உரத்தக் குரலில் சொல்லிவிட்டு, வேலியை நோக்கி ஓடிச் சென்று, அதன் மீது ஏறி, மறுபக்கமாகக் குதித்து சந்தில் ஓடினார். இரத்தத்தில் நனைந்த கைக்குட்டை அவருடைய வலது கையில் இருந்தது. அவர் ஓடிக் கொண்டே அதை அவருடைய கோட்டின் சட்டைப் பையில் திணித்துக் கொண்டார். அவர் அசுர வேகத்தில் தலைதெறிக்க ஓடினார். அப்போது தெருவில் அவரைக் கடந்து சென்ற சிலர், அந்தக் குறிப்பிட்ட நாளன்று இரவில் அவர் பைத்தியக்காரனைப் போல ஓடிக் கொண்டிருந்தார் என்று பின்னர் சாட்சி சொன்னார்கள். அவர் இப்போது திருமதி. மரோஸோவாவின் வீட்டிற்கு விரைந்து கொண்டிருந்தார்.

மீச்சியா கிளம்பிச் சென்ற அன்று மாலை, ஃபேன்யா உடனடியாகத் தலைமைக் காவலாளி நாஸர் இவானோவிச்சிடம் சென்று, "கிறிஸ்துவின் பொருட்டு, இன்றும் நாளையும் கேப்டனை உள்ளே அனுமதிக்க வேண்டாம்" என்று கேட்டுக் கொண்டாள். அவர் அதற்குச் சம்மதித்தார் என்றாலும், துரதிருஷ்டவசமாக அந்த வீட்டு எஜமானியைப் பார்ப்பதற்கு மாடிக்குச் சென்றார். அவள் எதிர்பாராதவிதமாக அவரை அழைத்திருந்தாள். அவர் அவளைப் பார்க்கச் சென்றபோது, வழியில் அவருடைய இருபது வயது மருமகனைச் சந்தித்தார். அவர் அவனைக் காவல் காக்கும்படிச்

சொல்லிவிட்டு மாடிக்குச் சென்றார். ஆனால் அவர் அவனிடம், 'கேப்டனை'ப் பற்றிச் சொல்ல மறந்துவிட்டார். அப்போது மீச்சியா வேகமாக ஓடிவந்து கதவைப் பலமாகத் தட்டினார். அந்த இளைஞன் மீச்சியாவை அடையாளம் தெரிந்து கொண்டு, உடனடியாகக் கதவைத் திறந்து, அவரை உள்ளே அனுமதித்தான்.

"உங்களுக்குத் தெரியுமா, இப்போது அக்ரஃபேனா அலெக்ஸாண்ட்ரோவ்னா வீட்டில் இல்லை?" என்று அவன் மகிழ்ச்சிப் புன்னகையுடன் அவசரமாக அவரிடம் தெரிவித்தான்.

"அப்படியானால் இப்போது அவள் எங்கே இருக்கிறாள்?" என்று மீச்சியா கேட்டார்.

"இரண்டு மணி நேரத்திற்கு முன்பு திமோஃபியுடன் மோக்ரோய் சென்று விட்டாள்."

"எதற்காக?" என்று மீச்சியா கத்தினார்.

"ஐயா, எனக்கு அதைப் பற்றி ஒன்றும் தெரியாது. அவள் யாரோ ஓர் அதிகாரியைப் பார்க்கச் சென்றிருக்கிறாள். யாரோ அவளை வரச்சொல்லி குதிரை வண்டியை அனுப்பினார்கள்..."

மீச்சியா அவனை விட்டுவிட்டு, பைத்தியம் பிடித்தவனைப் போல ஃபேன்யாவைப் பார்க்க ஓடினார்.

5. ஒரு திடீர் முடிவு

ஃபேன்யா அவளுடைய பாட்டியுடன் சமையலறையில் உட்கார்ந்திருந்தாள். இருவரும் படுக்கச் செல்வதற்குத் தயாராகிக் கொண்டிருந்தார்கள். காவலாளி நாஸர் இவானோவிச்சை நம்பியிருந்த அவர்கள் கதவைப் பூட்டவில்லை. மீச்சியா ஓடிச் சென்று ஃபேன்யாவின் மீது பாய்ந்து அவளுடைய கழுத்தைப் பிடித்தார்.

"சொல், அவள் இப்போது மோக்ரோயில் எங்கே, யாருடன் இருக்கிறாள்?" என்று மீச்சியா ஆவேசமாகக் கத்தினார்.

"ஐயோ! நான் சொல்கிறேன். ஐயோ! எனதருமை டிமிட்ரி ஃபியோதரோவிச், நான் இப்போது எதையும் மறைக்காமல், எல்லாவற்றையும் சொல்கிறேன்" என்று ஃபேன்யா பயத்துடன் கத்தினாள். "அவள் அந்த அதிகாரியைப் பார்க்க மோக்ரோய் சென்றிருக்கிறாள்."

"எந்த அதிகாரி?" என்று மீச்சியா உறுமினார்.

"ஐந்து வருடத்திற்கு முன்பு அவளை விட்டுச் சென்ற அதே அதிகாரி" என்று ஃபேன்யா பதற்றத்துடன் வேகமாகச் சொன்னாள்.

டிமிட்ரி ஃபியோதரோவிச் அவளுடைய கழுத்தை நெறித்துக் கொண்டிருந்த கைகளை எடுத்துக் கொண்டார். அவர் ஒரு பிணத்தைப் போல வெளிறிய முகத்துடன் அவள் எதிரில் பேசாமல் நின்றிருந்தார் என்றாலும், அவள் சொன்ன முதல் வார்த்தையிலிருந்தே அவர் எல்லாவற்றையும் உடனடியாகப் புரிந்து கொண்டார் என்பதையும், நிலைமையை முழுவதுமாக யூகித்துக் கொண்டார் என்பதையும் அவருடைய கண்களிலிருந்து தெரிந்து கொள்ள முடிந்தது. அப்போது அந்தப் பரிதாபத்திற்குரிய ஃபேன்யா, அவர் புரிந்து கொண்டாரா இல்லையா என்பதைக் கவனிக்கும் நிலையில் இல்லை. அவள் அவர் அறைக்குள் நுழைந்தபோது, அமர்ந்திருந்த அதே நிலையில் பெட்டியின் மீது உட்கார்ந்து, உடல் முழுவதும் நடுங்கியபடி, அவளைக் காப்பாற்றிக் கொள்ள முயற்சிப்பவள் போல, அந்த நிலையில் உறைந்துவிட்டது போல கைகளை முன்னால் நீட்டிக் கொண்டிருந்தாள். பயத்தில் விரிந்த அவளுடைய கண்விழிகள் அசையாமல் அவரையே பார்த்துக் கொண்டிருந்தன. அதைவிடக் கொடுமை என்னவென்றால், அவருடைய இரண்டு கைகளிலும் இரத்தக் கறை படிந்திருந்தது. அவர் சாலையில் ஓடியபோது, கைகளால் முகத்திலிருந்த வியர்வையைத் துடைத்திருக்க வேண்டும். எனவே அவருடைய நெற்றியிலும், வலது கன்னத்திலும் இரத்தக் கறை படிந்த சிவப்புத் திட்டுகள் இருந்தன. ஃபேன்யா பித்துப் பிடித்தவள் போலிருந்தாள். வயதான சமையல்காரி துள்ளிக் குதித்து எழுந்து ஒரு பைத்தியக்காரப் பெண்ணைப் போல அவரை வெறித்துப் பார்த்தபடி, பயத்தினால் ஏறக்குறைய சுயநினைவை இழந்துவிட்டவள் போலிருந்தாள். டிமிட்ரி ஃபியோதரோவிச் ஒரு நிமிடம் அசையாமல் நின்றிருந்த பிறகு, திடீரென்று ஃபேன்யாவுக்கு அருகில் இருந்த நாற்காலியில் இயந்திர கதியில் அமர்ந்தார்.

அவர் சிந்திப்பது போலில்லாமல், பயத்திலும், மயக்கத்திலும் இருப்பது போல உட்கார்ந்திருந்தார். இப்போது அவருக்கு எல்லாமே பகலைப் போலத் தெளிவாகப் புரிந்துவிட்டது. குரூஷென்கா ஒரு மாதத்திற்கு முன்பு அவரிடமிருந்து கடிதம் வந்ததாகத் தெரிவித்தபோது, மீச்சியா அவளிடமிருந்தே அந்த அதிகாரியைப் பற்றிய எல்லா விவரங்களையும் நன்றாகத் தெரிந்து கொண்டார். ஆக, அந்த மனிதன் இங்கு வரும் வரை, கடந்த ஒரு மாதமாக அனைத்து ஏற்பாடுகளும் அவருக்குத் தெரியாமல் இரகசியமாக நடந்திருக்கிறது, ஆனால் அவர் அந்த மனிதனைப் பற்றிக் கொஞ்சம்கூட நினைத்துப் பார்க்கவில்லை! அவரால் எப்படி அவனைப் பற்றி யோசிக்காமல் இருக்க முடிந்தது? அவர் அந்த அதிகாரியைப் பற்றிக் கேள்விப்பட்ட பிறகு உடனே அவனை

மறக்கும்படிச் செய்தது எது? அவர் முன்னால் அந்தக் கேள்வி பூதாகரமாக எழுந்து நின்றது. அவர் பயத்துடன் அந்தப் பூதத்தைப் பற்றி யோசித்தபோது, அவருக்குள் ஒரு குளிர்ந்த நடுக்கம் பரவியது.

ஆனால் அவர் திடீரென்று ஃபேன்யாவிடம் அமைதியான, பாசமான குழந்தையைப் போல, அவளைப் பயமுறுத்தி, புண்படுத்தி, வேதனைப்படுத்தியதை மறந்தவரைப் போல பேசினார். அவர் ஃபேன்யாவிடம் பல கேள்விகளை, மிகத் துல்லியமான கேள்விகளை, இந்த நிலையில் உள்ள ஒருவரால் யோசிக்க முடியாத கேள்விகளைக் கேட்டார். ஃபேன்யா அவருடைய இரத்தக் கறை படிந்த கைகளை வெறித்துப் பார்த்துக் கொண்டே, அவருடைய ஒவ்வொரு கேள்விக்கும் ஆச்சரியப்படத்தக்க வகையில் வேகமாக, முழு உண்மையையும் சொல்லத் துடிப்பது போலப் பதிலளித்தாள். அவள் கொஞ்சம் கொஞ்சமாக, ஒருவித ஆர்வத்துடன், அவரைப் புண்படுத்த வேண்டும் என்பதற்காக அல்லாமல், அவருக்கு உதவி செய்ய வேண்டும் என்ற விருப்பத்துடன் எல்லாவற்றையும் சொல்லத் தொடங்கினாள். அவள் அன்று நடந்த எல்லாவற்றையும் சொல்லத் தொடங்கி, ரகிதீனும், அல்யோஷாவும் குருஷென்காவைப் பார்க்க வந்ததையும், ஃபேன்யா எப்படிக் கண்காணித்துக் கொண்டிருந்தாள் என்பதையும், எஜமானி எப்படிப் புறப்பட்டுச் சென்றாள் என்பதையும், அவள் ஜன்னலைத் திறந்து அல்யோஷாவிடம், அவளுடைய வணக்கத்தையும், 'நான் ஒரு மணி நேரம் மீச்சியாவை காதலித்ததை அவர் என்றென்றும் நினைவில் வைத்திருக்க வேண்டும்' என்று மீச்சியாவிடம் சொல்லும்படிக் கேட்டுக் கொண்டதையும் ஒன்றுவிடாமல் சொன்னாள். மீச்சியா அவள் சொன்னதைக் கேட்டுவிட்டுத் திடீரென்றுச் சிரித்தார், அவருடைய வெளிறிய கன்னங்கள் சிவந்தன. அப்போது அவள் தெரிந்து கொள்ள வேண்டும் என்ற ஆர்வத்தினால் கொஞ்சம் கூடப் பயப்படாமல் அவரிடம் சொன்னாள்.

"டிமிட்ரி ஃபியோதரோவிச், உங்கள் கைகளில் இரத்தக் கறை படிந்துள்ளது!"

"ஆமாம்" என்று மீச்சியா இயந்திர கதியில் சொல்லிவிட்டு, தன்னுடைய கைகளை அலட்சியமாகப் பார்த்துவிட்டு, அடுத்த வினாடி அதையும், ஃபேன்யா கேட்டதையும் மறந்துவிட்டார்.

அவர் மீண்டும் மௌனத்தில் ஆழ்ந்தார். அவர் உள்ளே வந்து இருபது நிமிடங்கள் கழிந்துவிட்டன. இப்போது அவருக்கு முன்பிருந்த பயம் நீங்கியதுடன், ஒரு புதிய, தீர்மானமான முடிவு அவரை ஆட்கொண்டது போலத் தோன்றியது. அவர் திடீரென்று எழுந்து நின்று, சிந்தனையுடன் புன்னகைத்தார்.

“ஐயா, உங்களுக்கு என்ன ஆயிற்று?” என்று ஃபேன்யா மீண்டும் அவருடைய கைகளைக் காட்டிக் கேட்டாள். இப்போது அவள் அவருக்கு நெருக்கமானவள் போலவும், அவர் மீது அக்கறை கொண்டது போலவும் இரக்கத்துடன் கேட்டாள்.

மீச்சியா மீண்டும் தன் கைகளைப் பார்த்தார்.

“ஃபேன்யா அது இரத்தம்” என்று அவர் அவளை விநோதமாகப் பார்த்தார். “அது மனித இரத்தம். ஓ, கடவுளே அது எதற்காகச் சிந்தியது? ஆனால்... ஃபேன்யா இங்கே ஒரு வேலி உள்ளது (அவர் அவளுக்கு ஒரு புதிர் போடுவது போல அவளைப் பார்த்தார்), உயரமான வேலி, பார்ப்பதற்குப் பயங்கரமான வேலி. ஆனால் நாளை சூரியன் உதிக்கும்போது, மீச்சியா அதைத் தாண்டிக் குதித்து விடுவான்... ஃபேன்யா, அது எந்த வேலி என்று உனக்குப் புரியவில்லை என்று கவலைப்படாதே. நாளை நீ அதைப் பற்றிக் கேள்விப்பட்டுப் புரிந்து கொள்வாய்... இப்போது நான் விடை பெறுகிறேன்! நான் இனி உன்னைத் தொந்தரவு செய்ய மாட்டேன். இப்போது நான் என்ன செய்வது என்று முடிவு செய்து விட்டேன்... வாழ்க என் ஆனந்தம்... மீச்சியா கரமசோவ், அவள் உன்னை ஒரு மணி நேரம் காதலித்தாள் என்பதை என்றென்றும் நினைவில் வைத்துக்கொள்... அவள் என்னை எப்போதும் மீச்சியா என்றுதான் கூப்பிடுவாள், உனக்கு ஞாபகம் இருக்கிறதா?”

அவர் அதைச் சொல்லிவிட்டு உடனடியாகச் சமையலறையை விட்டு வெளியே சென்றார். அவர் உள்ளே நுழைந்து அவள் மீது பாய்ந்தபோது இருந்த பயத்தை விட இப்போது அங்கிருந்து சென்றது அவளுக்கு அதிகப் பயத்தைக் கொடுத்தது. அவர் சரியாக பத்து நிமிடங்களுக்குப் பிறகு, அவருடைய துப்பாக்கிகளை அடகு வைத்திருந்த இளம் அதிகாரியான பியோட்டர் இலிச் பெர்கோட்டினைச் சந்தித்தார். அப்போது மணி எட்டரை. பெர்கோட்டின் அப்போதுதான் தேநீரைக் குடித்து முடித்து, கோட்டை அணிந்து கொண்டு பில்லியார்ட்ஸ் விளையாடுவதற்காக கேபிடல் சிட்டி உணவகத்திற்குப் புறப்பட்டுக் கொண்டிருந்தார். அவர் வெளியே வந்தபோது மீச்சியா அவரைப் பிடித்தார். மீச்சியாவின் இரத்தக் கறை படிந்த முகத்தைப் பார்த்த பெர்கோட்டின் ஆச்சரியத்துடன் கத்தினார்.

“அடக் கடவுளே! உங்களுக்கு என்ன ஆயிற்று?”

“நான் என்னுடைய கைத்துப்பாக்கிகளை வாங்க வந்தேன்” என்றார் மீச்சியா. “நான் பணம் கொண்டு வந்திருக்கிறேன். உங்களுக்கு நன்றி. பியோட்டர் இலிச், நான் அவசரமாகப் போக வேண்டும். தயவுசெய்து சீக்கிரம் அவற்றைக் கொடுங்கள்.”

அப்போது பியோட்டர் இலிச், மீச்சியாவின் கையில் ஒரு கட்டு ரூபாய் நோட்டுகள் இருப்பதைப் பார்த்து மேலும் ஆச்சரியப்பட்டார். முக்கியமான விஷயம் என்னவென்றால், வேறு யாரும் செய்யாத வகையில், அவர் உள்ளே வரும்போதே எல்லோரும் பார்க்கும்படிப் பணத்தைக் கையில் பிடித்துக் கொண்டு நுழைந்தார். அவர் அவருடைய வலது கையில் பணத்தைப் பிடித்துக் கொண்டு அவற்றை அவரிடம் காண்பிப்பது போல நீட்டிக் கொண்டிருந்தார். மீச்சியாவை நுழைவாயிலில் சந்தித்த வேலைக்காரப் பையன், அவர் உள்ளே நுழையும்போதே பணத்தைக் கையில் பிடித்துக் கொண்டு வந்ததால், தெருவிலும் அப்படியே நடந்து வந்திருக்க வேண்டும் என்று அவன் பின்னர் சொன்னான். வானவில் நிறத்திலிருந்த அந்த நூறு ரூபிள் நோட்டுக்களை அவர் அவருடைய இரத்தக் கறை படிந்த விரல்களால் பிடித்துக் கொண்டிருந்தார். அப்போது மீச்சியாவிடம் எவ்வளவு பணம் இருந்தது என்று விசாரணை அதிகாரிகள் பின்னர் பியோட்டர் இலிச்சிடம் விசாரித்தபோது, அது நிச்சயமாக எவ்வளவு என்று தெரியவில்லை என்றாலும், இரண்டு அல்லது மூவாயிரம் இருக்கலாம் என்றும், நோட்டுக் கட்டு பெரியதாக, தடிமனாக இருந்தது என்றும் சொன்னார். 'அப்போது அவர் குடிபோதையில் இல்லை என்றாலும், அவர் அவராக இல்லாமல் ஏதோ பரவசத்தில் இருப்பது போலவும், எதையோ தேடுவது போலவும், ஒரு முடிவுக்கு வரமுடியாமல் இருப்பதைப் போலவும் இருந்தார். அவர் மிகுந்த அவசரத்தில் இருந்ததால், மிகவும் விசித்திரமான முறையில் திடீரென்று பதிலளித்தார். அப்போது அவர் துயரத்தில் ஆழ்ந்திருப்பதைப் போலின்றி உற்சாகத்துடன் இருப்பதாகத் தோன்றியது.'

"உங்களுக்கு என்ன ஆயிற்று? என்ன நடந்தது?" என்று பியோட்டர் இலிச் அவரைப் பார்த்துக் கத்தினார். "உங்கள் மீது எப்படி இவ்வளவு இரத்தம் வந்தது? நீங்கள் கீழே விழுந்து விட்டீர்களா? நீங்களே பாருங்கள்!"

அவர் மீச்சியாவின் முழங்கையைப் பிடித்து, கண்ணாடி அருகே அழைத்துச் சென்றார். மீச்சியா தன்னுடைய இரத்தக் கறை படிந்த முகத்தைப் பார்த்ததும், திடுக்கிட்டுக் கோபத்துடன் முகத்தைச் சுளித்தார்.

"ஓ, பிசாசு! எனக்குத் தேவை அதுதான்" என்று அவர் ஆவேசத்துடன் முணுமுணுத்துவிட்டு, வலது கையிலிருந்த பணக்கட்டை இடது கைக்கு மாற்றிக் கொண்டு, சட்டென்று சட்டைப் பையிலிருந்து கைக்குட்டையை எடுத்தார். ஆனால் அந்தக் கைக்குட்டையும் இரத்தத்தில் நனைந்திருந்தது. (அது அவர்

கிரிகோரின் முகத்தைத் துடைக்கப் பயன்படுத்திய கைக்குட்டை). அதில் ஒரு இடம் கூட பாக்கியில்லாமல் முழுவதுமாக இரத்தக் கறையாக இருந்தது. அது காய்ந்து, ஒரு கசங்கிய பந்தைப் போல விறைத்து, விரிக்க முடியாமல் இருந்தது. மீச்சியா கோபத்துடன் அதைத் தரையில் வீசினார்.

"நாசமாய்ப் போக! உங்களிடம் ஏதாவது கந்தல் துணி இருக்கிறதா... என் முகத்தைத் துடைப்பதற்கு?"

"அப்படியானால் அது உங்களுடைய இரத்தம் இல்லை, உங்களுக்குக் காயம் ஏற்படவில்லையா? நீங்கள் அதைக் கழுவுவது நல்லது" என்றார் பியோட்டர் இலிச். "அதோ அங்கே கழுவும் பேசின் இருக்கிறது. நான் தண்ணீர் கொண்டு வருகிறேன்."

"பேசின்? நல்லது... ஆனால் நான் இதை எங்கே வைப்பது?" என்று மீச்சியா, விசித்திரமான குழப்பத்துடன் கையிலிருந்த நூறு ரூபாய் நோட்டுக் கட்டைக் காட்டி, அந்தப் பணத்தை என்ன செய்வது என்று அவர்தான் முடிவு செய்ய வேண்டும் என்பது போல பியோட்டர் இலிச்சை கேள்வியுடன் பார்த்தார்.

"அதை உங்கள் சட்டைப் பையில் அல்லது மேசையின் மீது வையுங்கள். அதை யாரும் எடுக்க மாட்டார்கள்."

"என்னுடைய சட்டைப் பையில்? ஆமாம், என் சட்டைப் பையில். நல்ல யோசனை... இல்லை, நீங்களே பாருங்கள், இதெல்லாம் சுத்த முட்டாள்தனம்!" என்று அவர் திடீரென்று மயக்கத்திலிருந்து எழுந்து கொண்டதைப் போலக் கத்தினார். "இதோ பாருங்கள், நாம் முதலில் அந்தக் கைத்துப்பாக்கி விஷயத்தை முடிப்போம். அதாவது அவற்றை என்னிடம் கொடுங்கள்... இதோ உங்கள் பணம்... ஏனெனில் இப்போது எனக்கு அவை தேவை... எனக்கு நேரம் இல்லை. எனக்குச் சுத்தமாக நேரம் இல்லை..."

அவர் நோட்டுக் கட்டிலிருந்து நூறு ரூபிள் நோட்டை எடுத்து அவரிடம் நீட்டினார்.

"என்னிடம் சில்லறையில்லை" என்றார் அவர். "உங்களிடம் இருந்தால் கொடுங்கள்."

"இல்லை" என்று மீச்சியா தன்னுடைய வார்த்தையில் நம்பிக்கை இல்லாதவரைப் போல நோட்டுக் கட்டின் இரண்டு மூன்று நோட்டுகளை விரல்களால் புரட்டிப் பார்த்தார். "இல்லை, என்னிடம் சில்லறையில்லை" என்று அவர் சொல்லிவிட்டு மீண்டும் கேள்வியுடன் பியோட்டர் இலிச்சைப் பார்த்தார்.

"உங்களுக்குத் திடீரென்று இவ்வளவு பணம் எங்கிருந்து கிடைத்தது?" என்று பெர்கோட்டின் கேட்டார். "ஒரு நிமிடம்

இருங்கள். நான் பையனைப் பிளாட்னிகோவ் கடைக்கு அனுப்புகிறேன். அது இன்னும் திறந்துதான் இருக்கும். ஒருவேளை அங்கே சில்லறை கிடைக்கலாம். ஏய், மிஷா!" என்று அவர் வாசலில் இருந்த பையனைக் கூப்பிட்டார்.

"பிளாட்னிகோவ் கடைக்கு, நல்ல யோசனை!" என்று மீச்சியா ஏதோ நினைவுக்கு வந்தவரைப் போலக் கத்தினார். "மிஷா" என்று அவர் அப்போது உள்ளே வந்த பையனிடம் திரும்பினார். "இதோ பார், பிளாட்னிகோவ் கடைக்கு ஓடிச் சென்று, டிமிட்ரி ஃபியோதரோவிச் வணக்கத்தைத் தெரிவித்ததாகவும், சீக்கிரம் கடைக்கு வருவார் என்றும் சொல்... மூன்று டஜன் ஷாம்பெயின் பாட்டில்களை எடுத்து வைக்கச் சொல். நான் சென்ற முறை மோக்ரோய் சென்றபோது, கட்டிக் கொடுத்தது போல கட்டி வைக்கச் சொல்... நான் அப்போது நான்கு டஜன் வாங்கிச் சென்றேன்" என்று அவர் திடீரென்று பியோட்டர் இலிச்சை நோக்கித் திரும்பினார். "மிஷா, நீ கவலைப்பட வேண்டாம், அவர்களுக்கு எல்லாம் தெரியும்" என்று அவர் மீண்டும் பையனிடம் திரும்பினார். "அப்புறம் கொஞ்சம் பாலாடைக் கட்டிகள், இனிப்புகள், வறுத்த மீன்கள், பன்றி இறைச்சி, உப்பிட்ட மீன்கள் என அவரிடம் உள்ள எல்லாவற்றையும் நூறு அல்லது நூற்று இருபது ரூபிள்களுக்குச் சென்றமுறை வாங்கியது போல எடுத்து வைக்கச் சொல்... ஆமாம், இனிப்புகளை மறந்துவிடக் கூடாது. மிட்டாய், பேரிக்காய், இரண்டு, மூன்று, இல்லை நான்கு தர்பூசணிகள்... இல்லை, ஒரு தர்பூசணி போதும் என்று நினைக்கிறேன். அப்புறம் சாக்லேட்டுகள், மிட்டாய்கள், பழங்கள் என்று நான் சென்ற முறை மோக்ரோயிக்கு எடுத்துச் சென்ற அனைத்தும் வேண்டும் என்று சொல். அப்போது ஷாம்பெயினுடன் சேர்ந்து எல்லாம் முன்னூறு ரூபிள்கள் ஆனது. இந்த முறையும் அதைப் போல எடுத்து வைக்கச் சொல். மிஷா, எதையும் மறந்துவிடாதே... நீ மிஷாதானே? அவனுடைய பெயர் மிஷாதானே?" என்று அவர் மீண்டும் பியோட்டர் இலிச்சை நோக்கித் திரும்பினார்.

"ஒரு நிமிஷம்" என்று அவர் சொன்னதைச் சங்கடத்துடன் கேட்டுக் கொண்டும் பார்த்துக் கொண்டும் இருந்த பியோட்டர் இலிச் இடைமறித்தார். "நீங்களே சென்று சொல்வது நல்லது, அவன் எல்லாவற்றையும் குழப்பிவிடுவான்."

"ஆமாம், நீங்கள் சொல்வது சரிதான்! அவன் அனைத்தையும் குழப்பிவிடுவான் என்று எனக்குத் தெரியும். ஏய், மிஷா நான் உனக்கு ஒரு முத்தம் கொடுத்து அனுப்பலாம் என்று நினைத்தேன்... ஆனால் நீ எல்லாவற்றையும் சரியாகச் செய்தால் உனக்குப் பத்து

ரூபிள்கள் தருகிறேன். நீ வேகமாகப் போ! சீக்கிரம்... ஷாம்பெயின் மிகவும் முக்கியம். அத்துடன் பிராந்தியும், சிவப்பு மற்றும் வெள்ளை ஒயினும் அப்புறம் கடந்த முறையைப் போல மற்ற அனைத்தும்... நான் சென்ற முறை என்னவெல்லாம் வாங்கினேன் என்று அவர்களுக்குத் தெரியும்."

"ஆனால் நான் சொல்வதைக் கேளுங்கள்!" என்று பியோட்டர் இலிச் பொறுமையிழந்து குறுக்கிட்டார். "அவன் ஓடிச் சென்று சில்லறை மாற்றிக் கொண்டு, கடையைச் சாத்த வேண்டாம் என்று சொல்லிவிட்டு வரட்டும். அப்புறம் நீங்கள் சென்று எல்லாவற்றையும் வாங்கிக் கொள்ளுங்கள்... அவனிடம் பணத்தைக் கொடுங்கள். மிஷா, நீ சில்லறை மாற்றிக் கொண்டு சீக்கிரம் வா!" என்று சொன்ன பியோட்டர் இலிச் அவனை அவசர அவசரமாக அனுப்பியது போலத் தோன்றியது. ஏனெனில் அந்தச் சிறுவன் மீச்சியாவின் எதிரில் நின்று, அவருடைய இரத்தக் கறை படிந்த முகத்தையும், கைகளையும், நடுங்கும் விரல்களில் பிடித்திருந்த பணக் கட்டையும் திகிலுடனும் வியப்புடனும் வெறித்துப் பார்த்துக் கொண்டிருந்ததால், அவர் சொன்ன எதையும் அவன் புரிந்து கொண்டதாகத் தெரியவில்லை.

"சரி, இப்போது நீங்கள் கழுவுங்கள்" என்று பியோட்டர் இலிச் கடுமையாகச் சொன்னார். "பணத்தை மேசையில் வையுங்கள் அல்லது உங்கள் பையில் வையுங்கள்... அப்படித்தான், போங்கள். உங்கள் கோட்டைக் கழற்றுங்கள்."

அவர் மீச்சியாவின் கோட்டைக் கழற்ற உதவி செய்யத் தொடங்கியபோது, மீண்டும் சத்தமாகக் கத்தினார்.

"பாருங்கள், உங்களுடைய கோட்டிலும் இரத்தக் கறை உள்ளது!"

"அது... கோட் முழுவதும் இல்லை. அது கைப் பகுதியில் மட்டும் கொஞ்சம் இருக்கிறது... அங்குதான் கைக்குட்டை இருந்தது. அது பாக்கெட் வழியாகக் கசிந்திருக்க வேண்டும். நான் ஃபேன்யாவின் வீட்டில் உட்கார்ந்திருந்தபோது இரத்தம் வழிந்திருக்க வேண்டும்" என்று மீச்சியா உடனடியாக ஒளிவு மறைவின்றி விளக்கம் கொடுத்தார். அதைக் கேட்ட பியோட்டர் இலிச் முகத்தைச் சுளித்தார்.

"சரி, இதெல்லாம் எப்படி நடந்தது? நீங்கள் யாருடனாவது சண்டை போட்டிருக்க வேண்டும்" என்று அவர் முணுமுணுத்தார்.

மீச்சியா கழுவத் தொடங்கினார். பியோட்டர் இலிச் பாத்திரத்திலிருந்து தண்ணீரை ஊற்றினார். மீச்சியா அவசர அவசரமாகக் கைகளைச் சோப்பு போட்டுக் கழுவினார். (அப்போது

அவருடைய கைகள் நடுங்கியதைப் பியோட்டர் இலிச் பின்னர் நினைவு கூர்ந்தார்). ஆனால் பியோட்டர் இலிச், மீச்சியாவிடம் நன்றாகச் சோப்பு போட்டு கழுவும்படிச் சொன்னார். நேரம் செல்லச் செல்ல அவர் மீச்சியாவின் மீது ஆதிக்கம் செலுத்துவதாகத் தோன்றியது. அந்த இளைஞர் பயந்த சுபாவம் உடையவர் அல்ல என்பதைப் போகிற போக்கில் இங்கே குறிப்பிட்டாக வேண்டும்.

"பாருங்கள், நீங்கள் நகங்களுக்கு அடியில் நன்றாகச் சுத்தம் செய்யவில்லை. உங்கள் முகத்தையும், நெற்றியையும், காதுக்கு அருகிலும்... நீங்கள் இதே சட்டையில் போகிறீர்களா? நீங்கள் எங்கே போகிறீர்கள்? இதோ பாருங்கள், சட்டையின் வலது கை மடிப்பு முழுவதும் இரத்தக் கறை இருக்கிறது."

"ஆமாம், இரத்தம்" என்ற மீச்சியா அவருடைய சட்டையின் கை மடிப்பை ஆராய்ந்தார்.

"அப்படியானால் அதை மாற்றிக் கொள்ளுங்கள்."

"அதற்கு நேரமில்லை. பாருங்கள், நான் சமாளித்துக் கொள்கிறேன்" என்று அதே நேர்மையுடன் சொன்ன மீச்சியா, முகத்தையும், கைகளையும் துடைத்து, கோட்டை அணிந்து கொண்டார். "நான் சட்டையின் கைகளைக் கோட்டின் கீழே உள்புறமாக மடித்துக் கொள்கிறேன்... இப்போது பாருங்கள்!"

"இப்போது சொல்லுங்கள், என்ன நடந்தது? நீங்கள் சண்டை போட்டீர்களா? போன தடவை மாதிரி உணவகத்தில் ஏதாவது சண்டையா? நீங்கள் மறுபடியும் அந்தக் கேப்டனை அடித்தீர்களா?" என்று பியோட்டர் இலிச் அவரைக் கண்டிப்பது போலக் கேட்டார். "வேறு யாரையாவது அடித்தீர்களா... அல்லது கொலை செய்தீர்களா?"

"அபத்தம்!" என்றார் மீச்சியா.

"அபத்தம் என்றால்?"

"அதை விட்டுத்தள்ளுங்கள்" என்ற மீச்சியா திடீரென்று சிரித்தார். "நான் சதுக்கத்தில் ஒரு வயதான பெண்மணியைக் கீழே தள்ளிவிட்டேன்."

"தள்ளிவிட்டீர்களா? ஒரு வயதான பெண்ணா?"

"ஒரு கிழவர்!" என்று மீச்சியா, பியோட்டர் இலிச்சின் முகத்தை உற்றுப் பார்த்துச் சிரித்துக் கொண்டே, அவருக்கு காது கேட்கவில்லை என்பதைப் போலக் கத்தினார்.

"நீங்கள் என்ன சொல்கிறீர்கள்? ஒரு வயதான மனிதர், ஒரு வயதான பெண்... நீங்கள் யாரையாவது கொன்று விட்டீர்களா?"

 நற்றிணை பதிப்பகம் ○ 667

"நாங்கள் சண்டை போட்ட பிறகு சமாதானமாகி, நண்பர்களாகப் பிரிந்தோம். யாரோ ஒரு முட்டாள்... அவர் என்னை மன்னித்தார்... இப்போது அவர் என்னை நிச்சயமாக மன்னித்திருப்பார்... அவர் எழுந்து நின்றிருந்தால் என்னை மன்னித்திருக்க மாட்டார்" என்று திடீரென்று கண்களைச் சிமிட்டிய மீச்சியா, "பியோட்டர் இலிச், அவர் நாசமாய்ப் போகட்டும், நீங்கள் அவரைப் பற்றிக் கவலைப்பட வேண்டாம். நான் இப்போது அவரைப் பற்றிப் பேச விரும்பவில்லை. உங்களுக்குப் புரிகிறதா?" என்று மீச்சியா தீர்மானத்துடன் சொன்னார்.

"நான் என்ன சொல்கிறேன் என்றால், நீங்கள் அடிக்கடி எல்லோரிடமும் சண்டை போடுகிறீர்கள்... ஏதோ ஒரு காரணத்திற்காக அந்தக் கேப்டனிடம் சண்டை போட்டது போல... நீங்கள் சண்டையிடுகிறீர்கள் பிறகு களியாட்டம் ஆடுகிறீர்கள். சுருக்கமாகச் சொன்னால் நீங்கள் எப்போதும் அப்படித்தான் இருக்கிறீர்கள். மூன்று டஜன் ஷாம்பெயின் பாட்டில்கள்... எதற்காக அவ்வளவு?"

"சபாஷ்! இப்போது நீங்கள் துப்பாக்கிகளைக் கொடுங்கள். உண்மையில் இப்போது எனக்கு அவகாசமில்லை. அன்பு நண்பரே, நான் உங்களுடன் கொஞ்ச நேரம் பேச விரும்புகிறேன் என்றாலும், எனக்கு அதற்கு நேரமில்லை. இப்போது நேரமாகிவிட்டதால் அது தேவையில்லை. ஆ! பணம் எங்கே? நான் அதை எங்கே வைத்தேன்?" என்று அவர் கத்திக் கொண்டே சட்டைப் பையில் துழாவினார்.

"நீங்கள் அதை மேசை மீது வைத்தீர்கள்... இதோ இங்கே இருக்கிறது. நீங்கள் அதை மறந்துவிட்டீர்களா? நீங்கள் பணத்தை ஒரு குப்பையைப் போல அல்லது தண்ணீரைப் போல கையாளுகிறீர்கள். இதோ உங்கள் கைத்துப்பாக்கிகள். நீங்கள் ஆறு மணிக்கு பத்து ரூபிள்களுக்கு அவற்றை அடமானம் வைத்தீர்கள், ஆனால் இப்போது உங்களிடம் ஆயிரக்கணக்கில் பணம் இருப்பது மிகவும் விசித்திரமாக இருக்கிறது. இரண்டு அல்லது மூவாயிரம் இருக்கும் என்று நினைக்கிறேன்."

"மூன்று" என்று மீச்சியா புன்னகையுடன் சொல்லிவிட்டு, பணத்தைக் கால் சட்டைப் பையில் திணித்தார்.

"நீங்கள் அப்படி வைத்தால் அது கீழே விழுந்துவிடும். உங்களிடம் தங்கச் சுரங்கம் அல்லது வேறு ஏதேனும் இருக்கிறதா?"

"சுரங்கம்? தங்கச் சுரங்கம்!" என்று கத்திய மீச்சியா, உரக்கச் சிரித்தார். "பியோட்டர் இலிச், நீங்கள் தங்கச் சுரங்கத்திற்குப் போக

விரும்புகிறீர்களா? நீங்கள் அங்கே போகச் சம்மதித்தால், இங்குள்ள ஒரு பெண்மணி உங்களுக்கு உடனே மூவாயிரம் ரூபிள்களைக் கொடுப்பாள். அவள் தங்கச் சுரங்கங்களை அதிகமாக நேசிப்பதால் எனக்காக அதைச் செய்தாள். உங்களுக்குத் திருமதி. கோஹ்லக்கோவைத் தெரியுமா?"

"எனக்கு அவளைத் தெரியாது, ஆனால் நான் அவளைப் பற்றிக் கேள்விப்பட்டிருக்கிறேன், அவளைப் பார்த்திருக்கிறேன். அவள் உண்மையில் உங்களுக்கு மூவாயிரம் ரூபிள்களைக் கொடுத்தாளா? உண்மையாகவா?" என்று பியோட்டர் இலிச் சந்தேகத்துடன் கேட்டார்.

"நாளை காலையில், கடவுளைத் துதித்து அவரை மகிமைப்படுத்தும், என்றென்றும் இளமையான சூரியன் வானத்தில் உதிக்கும்போது, நீங்களே திருமதி. கோஹ்லக்கோவிடம் சென்று அவள் எனக்கு மூவாயிரம் ரூபிள்கள் கொடுத்தாளா இல்லையா என்று கேளுங்கள். அவளிடம் விசாரித்துப் பாருங்கள்."

"உங்களுக்கும் அவளுக்கும் இடையில் உள்ள உறவைப் பற்றி எனக்குத் தெரியாது... நீங்கள் சொல்வதை வைத்துப் பார்க்கும்போது, அவள் உங்களுக்குக் கொடுத்திருக்கலாம் என்று நான் நினைக்கிறேன். ஆனால் நீங்கள் சைபீரியாவுக்குப் போவதற்குப் பதிலாகக் களியாட்டத்திற்குச் செல்கிறீர்கள்... நீங்கள் இப்போது உண்மையில் எங்கே போகிறீர்கள்? ம்?"

"மோக்ரோய் நகருக்கு."

"மோக்ரோய்? இந்த இரவு நேரத்தில்?"

"முன்பு அந்தப் பையனுக்கு எல்லாமே கிடைத்தது, இப்போது அவனிடம் ஒன்றுமில்லை" என்று மீச்சியா திடீரென்று கத்தினார்.

"ஒன்றுமில்லையா? உங்களிடம் ஆயிரக் கணக்கில் இருக்கிறது!"

"நான் அதைப் பற்றிப் பேசவில்லை. அது நாசமாய்ப் போகட்டும்! நான் பெண்களின் மனதைப் பற்றிப் பேசுகிறேன். அது நிலையற்றது, நயவஞ்சகமும் ஒழுக்கக்கேடும் நிறைந்தது என்று யுலிஸிஸ் சொல்வதை நான் ஏற்றுக் கொள்கிறேன்."

"நீங்கள் சொல்வது எனக்குப் புரியவில்லை."

"நான் குடித்திருக்கிறேனா?"

"நீங்கள் குடிக்கவில்லை ஆனால் அதைவிட மோசமாக இருக்கிறீர்கள்."

"பியோட்டர் இலிச், நான் உணர்ச்சிகளின் போதையில் இருக்கிறேன்... ஆனால் இத்துடன் போதும்..."

"நீங்கள் என்ன செய்கிறீர்கள்? துப்பாக்கியில் தோட்டாவை நிரப்புகிறீர்களா?"

"ஆமாம்."

மீச்சியா துப்பாக்கியைத் திறந்து, வெடிமருந்து டப்பியைக் கழற்றி அதிலிருந்த வெடிமருந்தைக் கொட்டிவிட்டு, ஒரு தோட்டாவை எடுத்து கட்டை விரலுக்கும் ஆள்காட்டி விரலுக்கும் இடையில் வைத்து மெழுகுவர்த்தி வெளிச்சத்தில் ஆராய்ந்தார்.

"தோட்டாவை எதற்காகப் பார்க்கிறீர்கள்?" என்று பியோட்டர் இலிச் ஆர்வத்துடனும், கவலையுடனும் கேட்டார்.

"சும்மாதான். நீங்கள் துப்பாக்கியால் உங்கள் மூளையைச் சிதறடிக்க முடிவுசெய்தால், தோட்டாவை நிரப்புவதற்கு முன்பு அதை உற்றுப் பார்ப்பீர்களா இல்லையா?"

"அதை ஏன் பார்க்க வேண்டும்?"

"இது என் மூளைக்குள் செல்லப் போகிறது என்றால், அதற்கு முன்பாக, அது எப்படி இருக்கும் என்பதைப் பார்ப்பது சுவாரஸ்யமாக இருக்கும்... ஆனால் இதெல்லாம் சுத்த முட்டாள்தனம், ஒரு கணத்தின் முட்டாள்தனம். இதோ எல்லாம் முடிந்துவிட்டது" என்றார் அவர். "பியோட்டர் இலிச், எனக்கு ஒரு காகிதத்தைக் கொடுங்கள்."

"இதோ."

"இல்லை, எழுதுவதற்கு ஒரு காகிதம் வேண்டும். ஆமாம், அது போதும்."

மீச்சியா மேசை மீதிருந்த பேனாவை எடுத்து வேகமாக இரண்டு வரிகளை எழுதி, அதை நான்காக மடித்து தன்னுடைய சட்டைப் பையில் திணித்துக் கொண்டார். கைத்துப்பாக்கிகளைப் பெட்டியில் வைத்துப் பூட்டி, பெட்டியை எடுத்துக் கொண்டார். பிறகு அவர் பியோட்டர் இலிச்சைப் பார்த்து அர்த்தம் பொதிந்த நீண்ட புன்னகையை உதிர்த்தார்.

"இப்போது போகலாம்" என்றார்.

"எங்கே? இல்லை, பொறுங்கள்... நீங்கள் அந்தத் தோட்டாவால் உங்கள் மூளையைச் சிதறடிக்கப் போகிறீர்களா?..." என்று பியோட்டர் இலிச் பீதியுடன் கேட்டார்.

"தோட்டாவா? என்ன முட்டாள்தனம்! நான் வாழ்க்கையை நேசிக்கிறேன், வாழ வேண்டும் என்று விரும்புகிறேன்! என்னை நம்புங்கள். நான் சூரியனையும் அவனுடைய கதகதப்பான ஒளியையும் விரும்புகிறேன்... எனதருமை பியோட்டர் இலிச், ஒருவர் அவருடைய பாதையிலிருந்து விலகி நிற்பது எப்படி என்று உங்களுக்குத் தெரியுமா?"

"விலகி நிற்பது என்றால்?"

"வழிவிடுவது. நீங்கள் நேசிக்கும் ஒருவருக்கும், வெறுக்கும் ஒருவருக்கும் வழிவிடுவது. அதனால் நீங்கள் வெறுக்கும் ஒருவர் உங்களுக்குப் பிரியமானவராக மாறுகிறார். நான் அதைத்தான் வழிவிடுதல் என்கிறேன். நான் அவர்களிடம் சொல்வேன், 'கடவுள் உங்களை ஆசீர்வதிப்பாராக! நீங்கள் தாராளமாகப் போங்கள், நான்...'

"நீங்கள்?"

"போதும், போகலாம்."

"அடக் கடவுளே, நான் யாரிடமாவது சொல்ல வேண்டும்" என்று பியோட்டர் இலிச் அவரை உற்றுப் பார்த்தார். "அவர்கள் உங்களைத் தடுத்து நிறுத்துவார்கள். நீங்கள் இப்போது எதற்காக மோக்ரோய்க்குப் போகிறீர்கள்?"

"அங்கே ஒரு பெண் இருக்கிறாள், ஒரு பெண். நீங்கள் அதற்கு மேல் தெரிந்துகொள்ள வேண்டியதில்லை. நீங்கள் வாயை மூடுங்கள்."

"கவனியுங்கள், நீங்கள் ஒரு முரடனாக இருந்தாலும், ஏதோ ஒரு வகையில் உங்களை எனக்குப் பிடித்திருக்கிறது... நான் அதனால்தான் கவலைப்படுகிறேன்."

"நன்றி சகோதரா. நான் ஒரு முரடன் என்று நீங்கள் சொன்னீர்கள். காட்டுமிராண்டி, காட்டுமிராண்டி! ஆமாம், நான் எப்போதும் அதைத்தான் சொல்கிறேன். காட்டுமிராண்டி! இதோ, மிஷா! நான் அவனை மறந்துவிட்டேன்."

மிஷா கையில் சில்லறையுடன் வேகமாக உள்ளே வந்து, பிளாட்னிகோவ் கடையில், 'எல்லோரும் மும்முரமாக வேலை செய்கிறார்கள்' என்றும், பாட்டில்கள், மீன்கள் மற்றும் எல்லாவற்றையும் எடுத்து வைக்கிறார்கள் என்றும், அனைத்தும் விரைவில் தயாராகிவிடும் என்றும் சொன்னான். மீச்சியா ஒரு பத்து ரூபிள் நோட்டை எடுத்து பியோட்டர் இலிச்சிடம் கொடுத்து விட்டு, மற்றொரு பத்து ரூபிள் நோட்டை எடுத்து மிஷாவிடம் வீசினார்.

"வேண்டாம்!" என்று பியோட்டர் இலிச் கத்தினார். "என் வீட்டில் அதைச் செய்யாதீர்கள். நீங்கள் அவனைக் கெடுத்து விடாதீர்கள். நீங்கள் பணத்தைப் பத்திரமாக வையுங்கள். நீங்கள் அதை ஏன் வீணடிக்க வேண்டும்? நாளை உங்களுக்கு அது தேவைப்படும். நீங்கள் மீண்டும் என்னிடம் பத்து ரூபிள்களைக் கடன் கேட்டு வரலாம். நீங்கள் ஏன் அதை உங்கள் பக்கவாட்டுப் பையில் திணித்து வைத்துள்ளீர்கள்? நீங்கள் அதைத் தொலைத்து விடுவீர்கள்!"

“கேளுங்கள், எனதருமை நண்பரே, நாம் இருவரும் சேர்ந்து மோக்ரோய்க்குப் போகலாம்!”

“நான் எதற்கு?”

“கேளுங்கள், நீங்கள் விரும்பினால் நான் இப்போதே ஒரு பாட்டிலைத் திறக்கிறேன். நாம் குடித்து மகிழ்வோம்! இப்போது எனக்குக் குடிக்க வேண்டும் போல இருக்கிறது. குறிப்பாக நான் உங்களுடன் சேர்ந்து குடிக்க வேண்டும் என்று விரும்புகிறேன். நான் இதற்கு முன்பு உங்களுடன் சேர்ந்து குடித்ததில்லை, இல்லையா?”

“சரி, நாம் உணவு விடுதிக்குச் சென்று குடிப்போம். நீங்கள் வரும்போது நான் அங்கேதான் புறப்பட்டேன்.”

“அங்கு போவதற்கு நேரமில்லை. நாம் பிளாட்னிகோவின் கடைக்குப் பின்புறம் உள்ள அறைக்குப் போகலாம். நான் உங்களிடம் ஒரு விடுகதை கேட்கலாமா?”

“கேளுங்கள்.”

மீச்சியா தன்னுடைய சட்டைப் பையிலிருந்து அந்தக் காகிதத்தை எடுத்துப் பிரித்து பியோட்டர் இலிச்சிடம் காட்டினார். ‘நான் என் வாழ்நாள் முழுவதும் செய்த தவறுகளுக்கு என்னை நானே தண்டித்துக் கொள்கிறேன்!’ என்று அவருடைய பெரிய தெளிவான கையெழுத்தில் எழுதியிருந்தது.

“நான் உண்மையில் இதை யாரிடமாவது சொல்ல வேண்டும். நான் இப்போதே சென்று யாரிடமாவது இதைச் சொல்கிறேன்” என்று காகிதத்தைப் படித்த பியோட்டர் இலிச் சொன்னார்.

“கண்ணா, உனக்கு நேரமில்லை. நாம் போய்க் குடிப்போம், வாருங்கள்!”

பிளாட்னிகோவின் கடை பியோட்டர் இலிச்சின் வீட்டிலிருந்து ஒரு வீடு தள்ளி, தெரு முனையில் இருந்தது. எங்கள் ஊரில் இருந்த அந்த மிகப் பெரிய பலசரக்குக் கடை பணக்கார வியாபாரிகளுக்குச் சொந்தமானது. எப்படிப் பார்த்தாலும் அது ஒரு மோசமான கடை அல்ல. தலைநகரில் எந்தக் கடையிலும் கிடைக்கக் கூடிய அனைத்து வகையான பொருட்களும், ‘யெலிசேவ் பிரதர்ஸ்’ என்ற லேபிளுடன் கூடிய ஒயின்களும், பழங்களும், சுருட்டுகளும், தேநீரும், சர்க்கரையும், காபியும் மற்றும் பலவும் அங்கு கிடைக்கும். கடையில் உள்ள மூன்று சிப்பந்திகளும், இரண்டு விநியோகப் பையன்களும் எப்போதும் மும்முரமாக இருப்பார்கள். எங்கள் மாவட்டம் ஏழ்மையில் மூழ்கிய போதிலும், பல நில உரிமையாளர்கள் அங்கிருந்து சென்று விட்ட போதிலும், பொதுவாக வியாபாரம்

மந்தமாகிவிட்டது என்றாலும், மளிகைப் பொருட்களின் விற்பனை ஒவ்வொரு ஆண்டும் முன்னெப்போதும் இல்லாத அளவுக்கு செழிப்பாக இருந்ததுடன், வாடிக்கையாளர்களுக்கும் பஞ்சமில்லை.

கடையில் இருந்தவர்கள் மீச்சியாவை எதிர்பார்த்துப் பொறுமையின்றிக் காத்திருந்தார்கள். அவர் மூன்று அல்லது நான்கு வாரங்களுக்கு முன்பு ஏறக்குறைய இதே போல எல்லாவிதமான பொருட்களையும், ஒயின்களையும் மொத்தமாக வாங்கியதையும், அதற்கு உடனடியாகப் பணம் கொடுத்ததையும் அவர்கள் நினைத்துப் பார்த்தார்கள். அவர்கள் நிச்சயமாக அவருக்குக் கடன் கொடுக்க மாட்டார்கள். இப்போது போலவே அப்போதும் அவருடைய கையில் நூறு ரூபிள் நோட்டுக் கட்டு இருந்ததையும், இவ்வளவு ஒயினும் பொருட்களும் எதற்குத் தேவை என்பதைப் பற்றி யோசிக்காமல், எதையும் பேரம் பேசாமல் தாராளமாகச் செலவு செய்ததையும் அவர்கள் நினைத்துப் பார்த்தார்கள். அதன் பிறகு அவர் குரூஷென்காவுடன் மோக்ரோய்க்குச் சென்று, 'ஒரே இரவிலும் மறுநாள் பகலிலும் மூவாயிரம் ரூபிள்களைச் செலவழித்துவிட்டு வெறுங்கையுடன் திரும்பி வந்தார்' என்ற கதையை ஊரே பேசிக் கொண்டது. அவர் அப்போது எங்கள் ஊரில் முகாமிட்டிருந்த ஜிப்சிகளின் முழு பட்டாளத்தையும் அவருடன் அழைத்துச் சென்றார். அவர் அவர்களுக்கு விலையுயர்ந்த ஒயினைக் கொடுத்து உபசரித்த அதே நேரத்தில், அவர் குடிபோதையில் இருந்தபோது, அவரிடம் நைச்சியமாகப் பேசி அனைத்துப் பணத்தையும் பறித்துக் கொண்டார்கள். மீச்சியா மோக்ரோய் நகரில் களியாட்டம் போட்டபோது, பாமர விவசாயிகளை ஷாம்பெயின் குடிக்க வைத்தார் என்றும், கிராமத்துப் பெண்களுக்கும், சிறுமிகளுக்கும் இனிப்புகளையும், மிட்டாய்களையும் வாரி வழங்கினார் என்றும் எல்லோரும் அவரைக் கேலி செய்தார்கள். அவருடைய அந்தச் சாகசம் முழுவதிலும் குரூஷென்கா அவளுடைய சிறிய பாதத்தை முத்தமிட அனுமதி கொடுத்ததைத் தவிர வேறு எதுவும் செய்யவிடவில்லை என்று அவர் வெளிப்படையாகச் சொன்னதைக் கேட்டு உணவு விடுதியில் இருந்தவர்கள் சிரித்தார்கள். உண்மையில் அவர்கள் அவருடைய முகத்திற்கு நேராகச் சிரிக்கவில்லை, ஏனெனில் அப்படிச் செய்வது ஆபத்தானது என்று அவர்களுக்குத் தெரியும்.

மீச்சியாவும், பியோட்டர் இலிச்சும் கடையில் நுழைந்தபோது, வாசலில் மூன்று குதிரைகள் பூட்டிய, மணிகள் தொங்கிய, கம்பளத்தால் மூடியிருந்த வண்டி நிற்பதையும், வண்டியோட்டி அந்திரேய் மீச்சியாவுக்காகக் காத்திருப்பதையும் பார்த்தார்கள்.

கடையில் இருந்தவர்கள் அனைத்துப் பொருட்களையும் ஒரு பெட்டியில் கட்டி வைத்து, அவற்றை வண்டியில் ஏற்றுவதற்காக, மீச்சியாவை எதிர்நோக்கிக் காத்திருந்தார்கள். அதைப் பார்த்த பியோட்டர் இலிச் ஆச்சரியப்பட்டார்.

"உங்களால் எப்படி இந்த வண்டியை அவ்வளவு சீக்கிரம் ஏற்பாடு செய்ய முடிந்தது?" என்று அவர் மீச்சியாவிடம் கேட்டார்.

"நான் உங்களைப் பார்க்க வரும்போது, வழியில் அந்திரேயைச் சந்தித்தேன். அவனை நேராகக் கடைக்கு வரும்படிச் சொன்னேன். ஏன் நேரத்தை வீணடிக்க வேண்டும்! நான் சென்ற முறை திமோஃபியுடன் மோக்ரோய்க்குச் சென்றேன் ஆனால் அவன் ஏற்கனவே ஒரு சூனியக்காரியுடன் போய்க் கொண்டிருக்கிறான். அந்திரேய், நாம் அவர்களுக்குப் பின்னால் போய்விடலாமா?"

"அவர்கள் நமக்கு ஒரு மணி நேரத்திற்கு முன்பு சென்று சேர்வார்கள். மீறிப் போனால் ஒரு மணி நேரம் அதற்கு முன்னால் முடியாது!" என்று அந்திரேய் உற்சாகத்துடன் சொன்னான். "நான்தான் திமோஃபியின் வண்டியைப் பூட்டுவதற்கு உதவி செய்தேன். அவன் எந்த வழியில் சென்றான் என்று எனக்குத் தெரியும். ஐயா, அவர்களால் நம்முடைய வேகத்திற்கு ஈடு கொடுக்க முடியாது. எனவே அவர்களால் ஒரு மணி நேரத்திற்கு முன்னால் போக முடியாது!" நடுத்தர வயதில், மெலிந்து, சிவப்புத் தலைமுடியுடன் இருந்த அந்திரேய், விவசாயியின் நீண்ட கோட்டை அணிந்து, சால்வையைக் கையில் பிடித்திருந்தான்.

"அவர்கள் சென்று சேர்ந்த ஒரு மணி நேரத்திற்குள் நீ அங்கே சென்றால் உனக்கு வோட்காவுக்காக ஐம்பது ரூபிள்கள் தருகிறேன்."

"டிமிட்ரி ஃபியோதரோவிச், ஒரு மணி நேரத்திற்கும் அதிகமாக ஆகாது என்று நான் உறுதியாகச் சொல்கிறேன். ஹா! அவர்கள் நம்மை விட அரை மணி நேரத்திற்கு முன்னதாகக் கூட அங்கு செல்ல மாட்டார்கள்!"

மீச்சியா சுறுசுறுப்பாக எல்லா ஏற்பாடுகளையும் செய்து கொண்டிருந்தாலும், ஏதோ ஒரு வகையில் ஒன்றுக்கொன்று தொடர்பில்லாமல் விநோதமாகப் பேசினார். அவர் ஒரு விஷயத்தைச் சொல்ல ஆரம்பித்து அதை மறந்துவிட்டு அடுத்த ஒன்றுக்குத் தாவினார். எனவே பியோட்டர் இலிச் அதில் தலையிட்டு அவருக்கு உதவி செய்வது அவசியம் என்று நினைத்தார்.

"நானூறு ரூபிள்கள், முன்பு போலவே நானூறு ரூபிள்களுக்குக் குறையாமல்" என்றார் மீச்சியா. "நான்கு டஜன் ஷாம்பெயின் பாட்டில்கள், அதற்கு ஒன்று கூட குறையக்கூடாது."

“உங்களுக்கு எதற்காக இவ்வளவு வேண்டும்? எதற்கு? ஒரு நிமிஷம்!” என்று பியோட்டர் இலிச் கத்தினார். “இந்தப் பெட்டியில் என்ன இருக்கிறது? அதிலிருப்பது என்ன? அது நானூறு ரூபிள்கள் மதிப்புடையதா?”

முதல் பெட்டியில் அரை டஜன் ஷாம்பெயின் பாட்டில்களுடன், தின்பண்டங்கள், கேக்குகள், இனிப்புப் பலகாரங்கள், மிட்டாய்கள் போன்ற ‘மிகவும் இன்றியமையாத பொருட்கள்’ மட்டும் இருப்பதாகக் கடை ஊழியர்கள் சர்க்கரை கலந்த குரலில் விளக்கத் தொடங்கினார்கள். ஆனால் முக்கியமான பொருட்கள் அனைத்தையும் கட்டி, சென்ற முறையைப் போல மூன்று குதிரைகள் பூட்டிய வண்டியில் தனியாக அனுப்பப்படும் என்றும், அது சரியான நேரத்தில் அதாவது, ‘டிமிட்ரி ஃபியோதரோவிச் சென்று சேர்ந்த ஒரு மணி நேரத்திற்குள்’ அங்கே இருக்கும் என்றும் அவர்கள் சொன்னார்கள்.

“ஒரு மணி நேரத்திற்கு மேல் ஆகக்கூடாது! ஒரு மணி நேரத்திற்கு மேல் ஆகவே கூடாது! எவ்வளவு முடியுமோ அவ்வளவு இனிப்புப் பண்டங்களையும், மிட்டாய்களையும் வையுங்கள், அங்குள்ள பெண்களுக்கு மிகவும் பிடிக்கும்” என்று மீச்சியா வற்புறுத்தினார்.

“சரி, இனிப்பு பண்டங்கள் இருக்கட்டும், ஆனால் நான்கு டஜன் ஷாம்பெயின் பாட்டில்கள் எதற்கு? ஒன்று போதும்” என்று எரிச்சலை அடக்க முடியாமல் பியோட்டர் இலிச் சொன்னார். அவர் அவர்களிடம் பேரம் பேசி, பில்களைக் காட்டும்படிக் கேட்டாலும் அவருக்குத் திருப்தியாக இல்லை. அவரால் நூறு ரூபிள்களை மட்டுமே மிச்சப்படுத்த முடிந்தது. இறுதியில், அனுப்ப வேண்டிய அனைத்துப் பொருட்களும் முந்நூறு ரூபிள்களுக்கு மிகாமல் இருக்க வேண்டும் என்று முடிவானது.

“ஆகா, நாசமாய்ப் போகட்டும்!” என்று பியோட்டர் இலிச் திடீரென்று எதையோ நினைத்து வெறுப்புடன் கத்தினார். “உங்களுக்கு அது சும்மா கிடைத்ததால் நீங்கள் அதை எப்படி வேண்டுமானாலும் செலவு செய்யுங்கள். எனக்கு அதைப் பற்றி என்ன கவலை?”

“இப்படி வாருங்கள், இப்படி வாருங்கள் என்னுடைய பொருளாதார நண்பரே, கோபப்படாதீர்கள்” என்று மீச்சியா அவரைக் கடையின் பின்புறமிருந்த அறைக்கு இழுத்துச் சென்றார். “இதோ, அவர்கள் ஒரு பாட்டிலைக் கொண்டு வருவார்கள், நாம் குடிப்போம். ஆகா, பியோட்டர் இலிச், நீங்கள் என்னுடன் வாருங்கள், ஏனெனில் நீங்கள் நல்லவர், எனக்குப் பிடித்தமானவர்.”

மீச்சியா அழுக்குத் துணியால் மூடியிருந்த சிறிய மேசைக்கு முன்னால் இருந்த பிரம்பு நாற்காலியில் அமர்ந்தார். பியோட்டர் இலிச் அவருக்கு எதிரே அமர்ந்தார். உடனடியாக ஷாம்பெயின் வந்தது. 'இப்போதுதான் வந்த முதல் தரமான சிப்பிகள்' இருப்பதாகச் சிப்பந்தி அவர்களிடம் தெரிவித்தார்.

"உங்கள் சிப்பிகள் நாசமாய்ப் போகட்டும். நான் அதைச் சாப்பிடுவதில்லை. எங்களுக்கு எதுவும் வேண்டாம்" என்று பியோட்டர் இலிச் ஏறக்குறைய கோபத்துடன் கத்தினார்.

"இப்போது சிப்பிகளைச் சாப்பிட நேரமில்லை" என்றார் மீச்சியா. "தவிர, எனக்குப் பசியில்லை. நண்பரே உங்களுக்குத் தெரியுமா?" என்று அவர் திடீரென்று உணர்ச்சிவசப்பட்டு பேசினார். "நான் இந்த ஒழுங்கீனத்தை ஒருபோதும் விரும்பிய தில்லை."

"யாருக்குப் பிடிக்கும்? விவசாயிகளுக்காக மூன்று டஜன் ஷாம்பெயின் பாட்டில்கள். யாருக்குதான் கோபம் வராது!"

"நான் அதைச் சொல்லவில்லை. நான் உயர்ந்த ஒழுங்கைப் பற்றிப் பேசுகிறேன். என்னிடம் எந்த ஒழுங்கும் இல்லை, எந்த உயர்ந்த ஒழுங்கும் இல்லை. ஆனால்... அதெல்லாம் கடந்த காலம். அதற்காக வருத்தப்பட வேண்டிய அவசியம் இல்லை. அடக் கடவுளே, நேரமாகிவிட்டது! என் முழு வாழ்க்கையும் ஒழுங்கற்றதாக இருப்பதால், அதை ஒழுங்குபடுத்த வேண்டியது அவசியம். நான் சிலேடையாகப் பேசுகிறேனா? ம்?"

"நீங்கள் சிலேடையாகப் பேசவில்லை, பிதற்றுகிறீர்கள்."

"பரலோகத்தில் உள்ள தேவனுக்கு மகிமை உண்டாவதாக, என்னுள் இருக்கும் தேவனுக்கு மகிமை உண்டாவதாக என்ற வசனம் ஒரு காலத்தில் வெறும் வார்த்தையாக இல்லாமல், என் இதயத்திலிருந்து கொட்டிய உதிரமாக இருந்தது... நான் அதைப் பலமுறை யோசித்தேன், ஆனால் அந்தக் கேப்டனின் தாடியைப் பிடித்து இழுத்தபோது அல்ல..."

"நீங்கள் இப்போது திடீரென்று அதைப் பற்றி ஏன் பேசுகிறீர்கள்?"

"நான் ஏன் திடீரென்று அதைப் பேச வேண்டும்? சுத்த முட்டாள்தனம்! ஏனெனில் எல்லாமே ஒரு முடிவுக்கு வருகிறது; எல்லாமே சமநிலையை அடைகிறது; அதுதான் நிலைமை."

"உங்களுக்குத் தெரியுமா, நான் உங்களுடைய கைத் துப்பாக்கிகளைப் பற்றி நினைத்துக் கொண்டே இருக்கிறேன்."

"கைத்துப்பாக்கிகள் பயனற்றவை! நீங்கள் கற்பனை செய்வதை நிறுத்திவிட்டுக் குடியுங்கள். நான் வாழ்க்கையை நேசித்து நேசித்து,

இப்போது அது எனக்கு அருவருப்பாக மாறிவிட்டது. போதும்! என் அருமை நண்பரே, வாழ்க்கைக்காகக் குடிப்போம். குடியுங்கள். நான் ஏன் இவ்வளவு மகிழ்ச்சி அடைய வேண்டும்? நான் கீழ்த்தரமானவன் என்றாலும், என்னில் நான் திருப்தி அடைகிறேன். நான் ஓர் அயோக்கியன் என்ற எண்ணம் என்னைச் சித்திரவதை செய்தாலும், என்னில் நான் திருப்தியாக இருக்கிறேன். நான் படைப்பைப் போற்றுகிறேன். நான் கடவுளையும் அவருடைய படைப்பையும் போற்றத் தயாராக இருக்கிறேன். ஆனால்... தீங்கு விளைவிக்கும் ஒரு பூச்சியை நான் கொல்ல வேண்டும், ஏனெனில் அது ஊர்ந்து சென்று மற்றவர்களின் வாழ்க்கையைச் சீரழிக்கும் என்று பயப்படுகிறேன்... சகோதரா, வாழ்க்கைக்காகக் குடிப்போம்! வாழ்க்கையை விட மதிப்புடையது வேறென்ன இருக்க முடியும்! எதுவும் இல்லை, எதுவுமே இல்லை! வாழ்க்கைக்காகவும், ராணிகளில் ராணிக்கும் குடிப்போம்."

"வாழ்க்கைக்காகவும், உங்கள் ராணிக்காகவும் குடிப்போம்."

இருவரும் ஆளுக்கு ஒரு டம்ளர் குடித்தார்கள்.

மீச்சியா உற்சாகமாக இருந்தாலும், சோகமாக இருந்தார். ஏதோ ஒரு தீர்க்க முடியாத, அதீதமான கவலை அவரை அழுத்திக் கொண்டிருப்பது போலிருந்தது.

"மிஷா... இதோ உங்கள் மிஷா வந்திருக்கிறான். மிஷா, என் அருமைப் பையா, காலையில் உதிக்கும் சூரியனுக்காக ஒரு டம்ளர் குடி..."

"அவனுக்கு ஏன் அதைக் கொடுத்தீர்கள்?" என்று பியோட்டர் இலிச் கோபத்துடன் கத்தினார்.

"விடுங்கள், அவன் குடிக்கட்டும். நான் அவன் குடிக்க வேண்டும் என்று விரும்புகிறேன்."

"அடக் கடவுளே!"

மிஷா டம்ளரைக் காலி செய்துவிட்டு, தலை வணங்கி வெளியே ஓடினான்.

"அவன் அதை நீண்ட நாட்களுக்கு ஞாபகம் வைத்திருப்பான்" என்றார் மீச்சியா. "நான் ஒரு பெண்ணைக் காதலிக்கிறேன்! அவள் இந்தப் பூமியின் ராணி! பியோட்டர் இலிச், நான் சோகமாக, மிகவும் சோகமாக இருக்கிறேன். 'என்னை மன்னித்துவிடு ஹொரோஷியோ! ஐயோ, பாவம் யோரிக்!' என்று ஹேம்லெட் சொன்னது உங்களுக்கு நினைவிருக்கிறதா? ஒருவேளை அந்த யோரிக் நானாக இருக்கலாம். ஆமாம், இப்போது நான்தான் யோரிக், பிறகு நான் ஒரு மண்டை ஓடு."

பியோட்டர் இலிச் அமைதியாகக் கேட்டுக் கொண்டிருந்தார். மீச்சியாவும் சற்று நேரம் அமைதியாக இருந்தார்.

"அது என்ன நாய்?" என்று மீச்சியா திடீரென்று அறையின் மூலையில் கருப்பு நிறக் கண்களுடன் இருந்த ஒரு சிறிய நாயைச் சுட்டிக் காட்டினார்.

"இது எங்கள் எஜமானி வார்வரா அலெக்சியேவ்னாவுடையது. அவர் இங்கு வந்தபோது அதைக் கொண்டு வந்தார், ஆனால் போகும்போது மறந்துவிட்டார். அதை அவரிடம் கொடுக்க வேண்டும்."

"நான் அதைப் போல ஒன்றைப் பார்த்திருக்கிறேன்... பட்டாளத்தில்..." என்று மீச்சியா கனவில் மிதப்பது போல முணுமுணுத்தார். "ஆனால் அதனுடைய பின்னங்கால் முறிந்திருந்தது... அது போகட்டும், பியோட்டர் இலிச், நான் உங்களிடம் ஒன்று கேட்க வேண்டும். நீங்கள் உங்கள் வாழ்க்கையில் எதையாவது திருடியிருக்கிறீர்களா?"

"இது என்ன கேள்வி?"

"இல்லை, சும்மா கேட்கிறேன். யாரோ ஒருவருடைய பாக்கெட்டிலிருந்து? நான் அரசாங்கப் பணத்தைப் பற்றிப் பேசவில்லை, ஏனெனில் நீங்கள் உட்பட எல்லோரும் அதைத் திருடுகிறார்கள்..."

"நாசமாய்ப் போக!"

"நான் கேட்பது மற்றவருக்குச் சொந்தமான ஒன்றை அவர்களிடமிருந்து எடுப்பதைப் பற்றிக் கேட்கிறேன். ம்?"

"நான் ஒரு முறை, எனக்கு ஒன்பது வயதாக இருந்தபோது, அம்மாவிடமிருந்து இருபது கோபெக்குகளைத் திருடினேன். நான் அதை மேசையிலிருந்து எடுத்து என் கையில் இறுக்கமாகப் பிடித்துக் கொண்டேன்."

"சரி, அப்புறம் என்ன நடந்தது?"

"ஒன்றும் நடக்கவில்லை. நான் அதை மூன்று நாட்களாக வைத்திருந்தேன். பின்னர் நான் அதற்காக வெட்கப்பட்டு, அதை ஒப்புக் கொண்டு திருப்பிக் கொடுத்துவிட்டேன்."

"அப்புறம்?"

"வழக்கம் போல சாட்டையடி கிடைத்தது. ஆனால் நீங்கள் ஏன் அதைக் கேட்கிறீர்கள்? நீங்களும் திருடியிருக்கிறீர்களா?"

"ஆமாம்" என்று மீச்சியா குறும்புத்தனமாக கண்களைச் சிமிட்டினார்.

"என்ன திருடினீர்கள்?" என்று பியோட்டர் இலிச் ஆர்வத்துடன் கேட்டார்.

"எனக்கு ஒன்பது வயதாக இருந்தபோது அம்மாவிடமிருந்து இருபது கோபெக்கைத் திருடிவிட்டு... மூன்று நாட்கள் கழித்து திருப்பிக் கொடுத்தேன்" என்று சொன்ன மீச்சியா திடீரென்று எழுந்து நின்றார்.

"டிமிட்ரி ஃபியோதரோவிச், நாம் சீக்கிரமாகப் போக வேண்டும் என்று நீங்கள் நினைக்கவில்லையா?" என்று கடை வாசலில் இருந்த அந்திரேய் கூப்பிட்டான்.

"எல்லாம் தயாரா? நாம் போகலாம்" என்றார் மீச்சியா பதற்றத்துடன். "நான் கடைசியாக சில வார்த்தைகள் சொல்ல வேண்டும்... நாம் புறப்படுவதற்கு முன்பு அந்திரேய்க்கு ஒரு டம்ளர் வோட்காவும், கொஞ்சம் பிராந்தியும் கொடுங்கள்! அந்தப் பெட்டியை (கைத்துப்பாக்கி இருந்த பெட்டி) என் இருக்கைக்கு அடியில் வையுங்கள். பியோட்டர் இலிச், நான் போய் வருகிறேன். நீங்கள் என்னைப் பற்றித் தவறாக நினைக்க வேண்டாம்."

"நீங்கள் நாளை திரும்பி விடுவீர்களா?"

"கண்டிப்பாக."

"ஐயா, நீங்கள் தயவு செய்து பில்லுக்குரிய தொகையைக் கொடுக்கிறீர்களா?" என்று கடைச் சிப்பந்தி ஓடி வந்தான்.

"ஓ, ஆமாம், பில்! கண்டிப்பாக!"

மீச்சியா மீண்டும் கட்டுப் பணத்தைப் பையிலிருந்து எடுத்து, முன்னூறு ரூபிள் நோட்டை மேசை மீது எறிந்துவிட்டு, கடையை விட்டு வேகமாக வெளியே சென்றார். அவரைப் பின்தொடர்ந்து வெளியே வந்த சிப்பந்திகள் அவருக்குத் தலைவணங்கி, வாழ்த்துகளைத் தெரிவித்தனர். அந்திரேய் அப்போதுதான் பிராந்தியைக் குடித்து முடித்து, இருமிக் கொண்டே வண்டியில் தாவிக் குதித்தான். மீச்சியா வண்டியில் ஏறி உட்காருவதற்குத் தயாரானபோது, திடீரென்று எதிர்பாராத விதமாக ஃபேன்யா அவர் முன்னால் தோன்றினாள். அவள் கூச்சலிட்டுக் கொண்டே மூச்சிரைக்க ஓடிவந்து, கைகளைக் கூப்பிக் கதறியபடி அவருடைய காலடியில் விழுந்தாள்.

"எனதருமை டிமிட்ரி ஃபியோதரோவிச், என் எஜமானியை ஒன்றும் செய்யாதீர்கள். நான் எல்லாவற்றையும் உங்களிடம் சொல்லிவிட்டேன்... மேலும் நீங்கள் அந்த அதிகாரியைக் கொன்று விடாதீர்கள். அவர் அவளுக்குச் சொந்தமானவர்! அவர் அவளைத் திருமணம் செய்துகொள்ளப் போகிறார். அவர் அதற்காகத்தான்

சைபீரியாவிலிருந்து வந்திருக்கிறார். ஐயா, அன்புள்ள டிமிட்ரி ஃபியோதரோவிச், நீங்கள் யாருடைய உயிரையும் பறித்து விடாதீர்கள்!"

"அடடா, அதுதான் விஷயமா? அப்படியானால் நீங்கள் அங்கே சென்று பிரச்சனை செய்யப் போகிறீர்கள்!" என்று பியோட்டர் இலிச் முணுமுணுத்தார். "இப்போது எல்லாம் பகலைப் போலத் தெளிவாக விளங்கிவிட்டது. டிமிட்ரி ஃபியோதரோவிச், நீங்கள் ஒரு மனிதனாக நடந்து கொள்ள விரும்பினால், உங்கள் துப்பாக்கிகளை என்னிடம் கொடுங்கள்" என்று அவர் மீச்சியாவைப் பார்த்துக் கத்தினார். "டிமிட்ரி, நான் சொல்வது கேட்கிறதா?"

"துப்பாக்கிகளா? சகோதரா, கொஞ்சம் பொறுங்கள். நான் போகும் வழியில் அதைக் குளத்தில் எறிந்துவிடுவேன்" என்றார் மீச்சியா. "ஃபேன்யா, எழுந்திரு, என் முன்னால் மண்டியிடாதே. மீச்சியா யாரையும் காயப்படுத்த மாட்டான். இந்த முட்டாள் இனி யாரையும் காயப்படுத்த மாட்டான். ஆனால் ஃபேன்யா" என்ற அவர் வண்டியில் அமர்ந்து கத்தினார். "நான் சற்று முன்பு உன்னைக் காயப்படுத்தி விட்டேன். நீ அதற்காக என்னை மன்னித்து என் மீது இரக்கம் காட்டு. இந்தக் கயவனை மன்னித்துவிடு... ஆனால் நீ அதைச் செய்யாவிட்டாலும் பரவாயில்லை. அதனால் இப்போது பெரிய வித்தியாசம் எதுவும் இல்லை. அந்திரேய் நாம் போகலாம், முழு வேகத்துடன் பறந்து செல்!"

அந்திரேய் குதிரைகளைச் சாட்டையால் அடித்தான். வண்டியின் மணிகள் ஒலிக்கத் தொடங்கின.

"பியோட்டர் இலிச், நான் போய் வருகிறேன்! உங்களுக்காக என்னுடைய கடைசிக் கண்ணீர்..."

'அவர் குடிபோதையில் இல்லை என்றாலும், ஒரு பைத்தியக்காரனைப் போல பிதற்றுகிறார்!' என்று பியோட்டர் இலிச் நினைத்துக் கொண்டே, வண்டியில் செல்லும் அவரைப் பார்த்துக் கொண்டிருந்தார். கடைக்காரர்கள் மீச்சியாவை ஏமாற்றிவிடுவார்கள் என்று அவர் சந்தேகப்பட்டதால், மீதியிருந்த ஒயின்களையும் மற்ற பொருட்களையும் வண்டியில் ஏற்றுவதைக் கண்காணிக்க வேண்டும் என்று முடிவு செய்தார். ஆனால் அவர் திடீரென்று தன் மீதே கோபம் கொண்டு, சபித்துக் கொண்டே பில்லியார்ட்ஸ் விளையாட உணவு விடுதிக்குச் சென்றார்.

"அவர் ஒரு நல்ல மனிதர் என்றாலும் ஒரு முட்டாள்" என்று அவர் போகும்போது முணுமுணுத்தார். 'நான் குரூஷென்காவின்

அந்த முன்னாள் அதிகாரியைப் பற்றிக் கேள்விப்பட்டிருக்கிறேன். இப்போது அவர் அவளுக்காக வந்திருக்கிறார் என்றால்... அடடா, அந்தத் துப்பாக்கிகள்! நாசமாய்ப் போக! நான் அவருடைய செவிலி அல்ல! அவர்கள் விரும்பியதைச் செய்யட்டும்! ஆனால் எதுவும் நடக்காது. அவர்கள் எல்லோரும் வாய்ச்சவடால் பேர்வழிகள். அவர்கள் குடித்துவிட்டுச் சண்டை போட்டுக் கொண்டு பின்னர் சமாதானமாகப் போவார்கள். அவர்கள் தீவிரமாக எதையும் செய்ய மாட்டார்கள். ஆனால் அவர் சொன்ன, 'வழிவிடுவது' 'தன்னைத்தானே தண்டிப்பது' என்பதெல்லாம் என்ன கர்மம் என்றே தெரியவில்லை. இல்லை, கண்டிப்பாக பயங்கரமான எதுவும் நடக்காது. அவர் உணவகத்தில் குடித்துவிட்டு குடிபோதையில் ஆயிரம் முறைக்கு மேல் இப்படிக் கத்தியிருக்கிறார். ஆனால் இப்போது அவர் குடிபோதையில் இல்லை, ஆனால் 'உணர்ச்சிகளின் போதையில்' இருக்கிறார். இந்த அயோக்கியர்கள் கவித்துவமான வார்த்தைகளைப் பயன்படுத்துகிறார்கள். நான் என்ன அவருடைய செவிலியா? அவருடைய முகம் முழுவதும் இருந்த இரத்தக் கறையைப் பார்க்கும்போது, அவர் நிச்சயமாக யாருடனோ சண்டையிட்டிருக்க வேண்டும். அவர் யாருடன் சண்டையிட்டார்? நான் உணவகத்தில் அதைத் தெரிந்து கொள்கிறேன். அவருடைய கைக்குட்டை முழுவதும் இரத்தம்... அது இன்னும் என் வீட்டில் கிடக்கிறது... நாசமாய்ப் போக!'

பியோட்டர் இலிச் மிகவும் மோசமான மனநிலையில் உணவு விடுதிக்குச் சென்று, உடனடியாக பில்லியார்ட்ஸ் விளையாடத் தொடங்கினார். விளையாட்டு அவரை உற்சாகப்படுத்தியது. அவர் இரண்டாவது ஆட்டத்தை ஆடியபோது, இப்போது டிமிட்ரி கரமசோவ் ஏறக்குறைய மூவாயிரம் ரூபிள்களை வைத்திருக்கிறார் என்றும், அவர் மீண்டும் மோக்ரோய்க்குச் சென்று குருஷென்காவுடன் சேர்ந்து அதைச் செலவழிக்கப் போகிறார் என்றும் அவருடைய கூட்டாளியிடம் சொன்னார். அந்தச் செய்தி அனைவரின் ஆவலையும் தூண்டுவதாக இருந்தது. அவர்கள் எல்லோரும் சிரிப்பதை நிறுத்திவிட்டு அதைப் பற்றித் தீவிரமாகப் பேசத் தொடங்கினார்கள். அவர்களுடைய ஆட்டமும் நின்றது.

"மூவாயிரமா? அவருக்கு அவ்வளவு பணம் எங்கிருந்து கிடைத்தது?"

அவர்கள் அதைப் பற்றி அவரிடம் கேட்டார்கள். திருமதி. கோஹ்லக்கோவ் அவருக்குப் பணம் கொடுத்த கதை அவர்களுக்குச் சந்தேகத்தை ஏற்படுத்தியது.

நற்றிணை பதிப்பகம் ○ 681

“அவர் அவருடைய வயதான தந்தையிடமிருந்து கொள்ளை யடித்திருப்பாரா?”

“மூவாயிரமா? ஏதோ சரியில்லை.”

“அவர் அவருடைய தந்தையைக் கொல்லப் போவதாக இங்கே சத்தமாகச் சொல்லிப் பெருமையடித்துக் கொண்டதை நாம் எல்லோரும் கேட்டிருக்கிறோம். அவர் அடிக்கடி மூவாயிரத்தைப் பற்றிச் சொல்லிக் கொண்டிருந்தார்...”

அவர்கள் பேசுவதைக் கேட்டுக் கொண்டிருந்த பியோட்டர் இலிச், அவர்களுடைய கேள்விகளுக்குச் சுருக்கமாகவும் மழுப்பலாகவும் பதில் சொன்னார். மீச்சியாவின் கைகளிலும் முகத்திலும் இரத்தக்கறை இருந்ததைச் சொல்ல வேண்டும் என்று அவர் உணவகத்திற்கு வரும் வழியில் நினைத்தார், ஆனால் அதைப் பற்றி ஒரு வார்த்தை கூடப் பேசவில்லை. அவர்கள் மூன்றாவது ஆட்டத்தை ஆடத் தொடங்கியதும், மீச்சியாவைப் பற்றிய பேச்சு கொஞ்சம் கொஞ்சமாக அடங்கிப் போனது. ஆனால் மூன்றாவது ஆட்டம் முடிந்த பிறகு, பியோட்டர் இலிச் தொடர்ந்து விளையாட விரும்பவில்லை. அவர் அங்கேயே இரவு உணவைச் சாப்பிட வேண்டும் என்று முதலில் நினைத்திருந்தார் என்றாலும், சாப்பிடாமலேயே உணவகத்தை விட்டு வெளியேறினார். அவர் சதுக்கத்தை அடைந்ததும் என்ன செய்வதென்று தெரியாமல் திகைத்து நின்றார். ஃபியோதர் பாவ்லோவிச்சின் வீட்டிற்குச் சென்று அங்கே ஏதாவது நடந்திருக்கிறதா என்று பார்க்க வேண்டும் என்று அவருக்குத் தோன்றியது. ‘ஆனால் நான் என்னுடைய முட்டாள்தனத்தால் வீட்டில் உள்ளவர்கள் அனைவரையும் எழுப்பிக் கலவரத்தை ஏற்படுத்த வேண்டுமா? ஊஹும்! அவர்களைப் பார்த்துக் கொள்வது என் வேலையா, என்ன?’

அவர் மிகவும் மோசமான மனநிலையில் வீட்டை நோக்கிச் சென்றபோது, திடீரென்று ஃபேன்யாவை நினைத்தார். ‘நாசமாய்ப் போக! நான் அப்போதே அவளிடம் விசாரித்திருக்க வேண்டும்’ என்று அவர் எரிச்சலுடன் நினைத்தார். அவளிடம் பேசி எல்லாவற்றையும் தெரிந்துகொள்ள வேண்டும் என்ற பொறுமையற்ற உந்துதல் அவருக்கு ஏற்பட்டது. அவர் பாதி வழியில் திரும்பி குரூஷென்காவின் வீட்டை நோக்கிச் சென்றார். கதவைத் தட்டினார். இரவின் நிசப்தத்தைக் குலைத்த கதவைத் தட்டும் சத்தம் அவரை நிதானப்படுத்தி, அவருக்குக் கோபத்தை ஏற்படுத்தியது. தவிர, யாரும் பதில் சொல்லவில்லை, ஏனெனில் வீட்டில் இருந்த அனைவரும் தூங்கிக் கொண்டிருந்தார்கள். ‘நான் வீணாகக் கலவரத்தை ஏற்படுத்தப் போகிறேன்!’ அவர் உள்ளத்தில்

எழுந்த அசௌகரிய உணர்வு அவரை வேதனைப்படுத்தியது. ஆனால் அவர் அங்கிருந்து செல்வதற்குப் பதிலாக அவருடைய முழு பலத்தையும் பிரயோகித்து கதவைத் தட்டினார். அந்தச் சத்தம் தெரு முழுவதும் எதிரொலித்தது. 'பதில் வரும் வரை நான் கதவைத் தட்டிக் கொண்டே இருப்பேன்!' என்று அவர் முணுமுணுத்துக் கொண்டே, ஒவ்வொரு முறை கதவைத் தட்டும்போதும் தன் மீதே அதிகமாக ஆத்திரப்பட்ட அதே நேரத்தில், கதவை மேலும் சத்தமாகத் தட்டினார்.

6. நானும் வருகிறேன்!

இதற்கிடையில், டிமிட்ரி ஃபியோதரோவிச் சாலையில் வேகமாகச் சென்று கொண்டிருந்தார். மோக்ரோய் பதினைந்து மைல் தூரத்தில் இருந்தது. ஆனால் அந்திரேயின் மூன்று குதிரைகளும் ஒன்றே கால் மணி நேரத்தில் அங்கு சென்று சேர்ந்துவிடும் வேகத்தில் பாய்ந்து சென்றன. அந்த வேகமான பயணம் மீச்சியாவுக்குப் புத்துணர்ச்சி அளிப்பதாக இருந்தது. காற்று புதியதாகவும் குளுமையாகவும் இருந்தது. வானத்தில் பெரிய நட்சத்திரங்கள் பிரகாசித்துக் கொண்டிருந்தன. அன்றிரவு, அதே நேரத்தில்தான் அல்யோஷா பூமியில் விழுந்து, அதை என்றென்றும் நேசிப்பேன் என்று பரவசத்துடன் சத்தியம் செய்தான். மீச்சியாவின் மனதில் எல்லாமே குழப்பமாக இருந்தன என்றாலும், பல விஷயங்கள் அவருடைய உள்ளத்தை சுக்கு நூறாக உடைத்தன என்றாலும், அப்போது அவருடைய மனம் முழுவதும், அவர் கடைசி முறையாகப் பார்க்க விரும்பிய அவளுக்காக, அவருடைய ராணிக்காக ஏங்கியது. அப்போது அவருடைய மனம் ஒரு கணம் கூடத் தடுமாறவில்லை என்பதை என்னால் உறுதியாகச் சொல்ல முடியும். இந்தப் பொறாமை கொண்ட மனிதன், திடீரென்று எங்கிருந்தோ தோன்றிய அவருடைய புதிய எதிரியான அந்த அதிகாரி மீது பொறாமைப்படவில்லை என்று நான் சொல்லும்போது, என்னால் அதை நம்பமுடியவில்லை என்றாலும் அதுதான் உண்மை. ஆனால் அது வேறு யாராக இருந்தாலும் அவர் பொறாமைப்பட்டு, தனது முரட்டுக் கைகளை மீண்டும் இரத்தத்தால் நனைத்திருப்பார். ஆனால் அவருக்கு அந்த மனிதன் மீது அவளுடைய முதல் காதலன் மீது பொறாமையோ, விரோதமோ கூட இல்லை. இருந்தாலும், அவர் அவனை இன்னும் பார்க்கவில்லை என்பது உண்மைதான். 'அவளுக்கு அவன் மீதும் அவனுக்கு அவள் மீதும் உரிமை இருக்கிறது என்பதில் எந்தச் சந்தேகமும் இல்லை. அவள் அவளுடைய முதல் காதலை ஐந்து

வருடங்கள் கழித்து இன்னும் நினைவில் வைத்திருக்கிறாள். அவள் இத்தனை வருடங்களாகக் காதலித்த ஒரே மனிதன் அவன்தான் எனும்போது, நான் ஏன் இதில் தலையிட வேண்டும்? எனக்கு என்ன உரிமை இருக்கிறது? மீச்சியா, நீ ஒதுங்கி நின்று வழிவிடு! இப்போது என்னுடைய நிலை என்ன? இப்போது அந்த அதிகாரி இருந்தாலும், இல்லாவிட்டாலும் என்னைப் பொறுத்தவரை எல்லாமே முடிந்துவிட்டது. அவன் வராமல் இருந்திருந்தாலும் கூட எல்லாமே ஒரு முடிவுக்கு வந்திருக்கும்...'

அப்போது அவர் சிந்தித்துப் பார்த்திருந்தால், இந்த வார்த்தைகள் அவரது உணர்வுகளை வெளிப்படுத்தியிருக்கும். ஆனால் அந்த நேரத்தில் அவரால் யோசிக்க முடியவில்லை. அவர் ஃபேன்யா சொன்ன முதல் வார்த்தையைக் கேட்டதும், எதையும் யோசிக்காமல், திடீரென்று ஒரு முடிவை, அதனால் ஏற்படும் விளைவுகளை ஏற்றுக் கொண்டு, அதைச் செயல்படுத்த தீர்மானித்தார். அவர் என்னதான் தீர்மானமாக இருந்தாலும் அவருடைய மனம் கலக்கமடைந்து, வேதனைப்படும் அளவுக்குக் குழம்பியது. அவருடைய தீர்மானம் கூட அவருக்கு அமைதியைத் தரவில்லை. ஏற்கனவே நடந்து முடிந்த பல விஷயங்கள் அவரைச் சித்திரவதை செய்தன. 'என்னை நானே தண்டித்துக் கொள்கிறேன்' என்று அவர் அவரது மரணத்தைக் குறித்து எழுதிய காகிதம் சட்டைப் பையில் இருப்பதை உணர்ந்த தருணங்களில், அது அவருக்கு மிகவும் விசித்திரமாகத் தோன்றியது. அவருடைய கைத்துப்பாக்கிகள் ஏற்கனவே தயாராக இருந்தன. காலையில் சூரியனின் முதல் கதிர்கள் வெளிப்படும்போது அதை எப்படி எதிர்கொள்வது என்று அவர் ஏற்கனவே தீர்மானித்திருந்தார். இருந்தாலும் கடந்த காலத்தில் நடந்து முடிந்த, அவரைச் சித்திரவதை செய்த எல்லாவற்றிலிருந்தும் அவரால் விடுபட முடியவில்லை. அதைப் பற்றிய நினைவால் அவருடைய உள்ளம் விரக்தியில் சிக்குண்டு தவித்தது. அவருக்கு ஒரு கட்டத்தில் அந்திரேயை வண்டியை நிறுத்தச் சொல்லிவிட்டு, துப்பாக்கியை எடுத்துக் கொண்டு கீழே இறங்கி, விடியலுக்காகக் காத்திராமல் இப்போதே எல்லாவற்றையும் முடிவுக்குக் கொண்டு வர வேண்டும் என்று தோன்றியது. ஆனால் அந்த உந்துதல் ஒரே கணத்தில் தீப்பொறி போலப் பறந்து சென்றுவிட்டது. குதிரைகள் 'தூரத்தை விழுங்கியபடி' வேகமாகப் பாய்ந்து சென்றன. இலக்கை நெருங்கியபோது, மீண்டும் அவளைப் பற்றிய நினைவுகள், அவளைப் பற்றிய நினைவுகள் மட்டும் அவருடைய உள்ளத்தை முழுமையாக ஆக்கிரமித்துக் கொண்டு, அவருடைய உள்ளத்தில் குடியிருந்த பயங்கரமான பேய்களை விரட்டியடித்தது. அவர் அவளை ஒரு வினாடியாவது, தூரத்திலிருந்தாவது பார்க்க

வேண்டும் என்று ஏங்கினார். 'இப்போது அவள் அவனுடன் இருப்பாள்' என்று அவர் நினைத்தார். 'நான் இப்போது அவள் அவனுடன், அவளுடைய முன்னாள் காதலனுடன் எப்படி இருக்கிறாள் என்பதைப் பார்க்க வேண்டும். எனக்கு வேண்டியது அவ்வளவுதான்.' அவருடைய தலைவிதியை நிர்ணயித்த அந்தப் பெண்ணின் மீது அவர் இதற்கு முன்பு ஒருபோதும் அத்தகைய அன்பை உணர்ந்ததில்லை. அவர் இதுவரை அனுபவித்திராத, அவரே முற்றிலும் எதிர்பாராத, அவளுக்கு முன்னால் வெறுமையில் கரைந்து போவதைப் போன்ற ஒரு புதிய உணர்வு அவருக்கு ஏற்பட்டது. 'நான் காற்றோடு காற்றாய்க் கரைந்துவிடுவேன்!' என்று அவர் திடீரென்று வெறித்தனமான பரவசத்துடன் சொன்னார்.

அவர்கள் ஏறக்குறைய ஒரு மணி நேரமாகப் பயணம் செய்தார்கள். மீச்சியா அமைதியாக இருந்தார். அந்திரேய் அதிகம் பேசக்கூடியவன் என்றாலும், பேசுவதற்குப் பயந்தவன் போல எதுவும் பேசாமல் குதிரைகளைத் துரிதப்படுத்திக் கொண்டிருந்தான். அப்போது மீச்சியா திடீரென்று பதற்றத்துடன் சொன்னார்.

"அந்திரேய்! அவர்கள் தூங்கிக் கொண்டிருந்தால் என்ன செய்வது?"

இதற்கு முன்பு அவருக்குத் தோன்றாத அந்த எண்ணம் திடீரென்று ஒரு மின்னலைப் போல அவருடைய மனதில் பளிச்சிட்டது.

"டிமிட்ரி ஃபியோதரோவிச், அவர்கள் அநேகமாகத் தூங்கிக் கொண்டிருக்கலாம்."

மீச்சியா வேதனையுடன் முகத்தைச் சுளித்தார். அவர்கள் தூங்கிக் கொண்டிருந்தால்... ஒருவேளை அவளும் அங்கே தூங்கிக் கொண்டிருந்தால்...? அவர் உள்ளத்தில் கோபம் கொப்பளித்தது.

"அந்திரேய், வேகம்! சாட்டையால் அடி! வேகம்!" என்று அவர் ஆவேசத்துடன் கத்தினார்.

"அவர்கள் ஒருவேளை தூங்காமலும் இருக்கலாம்" என்று அந்திரேய் சிறிது நேரம் கழித்துச் சொன்னான்.

"அங்கே நிறைய பேர் இருப்பார்கள் என்று திமோஃபி சொன்னான்..."

"ரயில் நிலையத்திலா?"

"அங்கு இல்லை, வண்டிகளை நிறுத்தும் பிளாஸ்டுனோவ் விடுதியில்."

"எனக்கு அந்த இடம் தெரியும். ஆனால் நிறைய பேர் என்றால்? எத்தனை பேர்? யார் அவர்கள்?" என்று மீச்சியா எதிர்பாராத அந்தச் செய்தியைக் கேட்டுத் திகைப்படைந்தார்.

"ஆமாம், அவர்கள் எல்லோரும் மேட்டுக் குடியினர் என்று திமோஃபி சொல்லிக் கொண்டிருந்தான். நம் ஊரைச் சேர்ந்த இருவரும் (அவர்கள் யாரென்று எனக்குத் தெரியாது), வெளியூரைச் சேர்ந்த இருவரோ அல்லது அதற்கும் மேற்பட்டவர்களோ இருக்க வேண்டும். நான் அதைப் பற்றி விவரமாகக் கேட்கவில்லை. அவர்கள் சீட்டு விளையாடுவதாகத் திமோஃபி சொன்னான்."

"சீட்டா?"

"ஒருவேளை அவர்கள் சீட்டாடிக் கொண்டிருந்தால் இன்னும் தூங்காமல் இருக்கலாம். எனவே அவர்கள் பதினோரு மணிக்கு முன்பாக படுக்கச் செல்ல மாட்டார்கள்."

"அந்திரேய், வேகம், வேகம்!" என்று மீச்சியா மீண்டும் வெறித்தனமாகக் கத்தினார்.

"ஐயா, நான் உங்களிடம் ஒன்று கேட்க வேண்டும் என்று நினைத்தேன்" என்று அந்திரேய் சிறிதுநேர இடைவெளிக்குப் பிறகு பேசினான். "ஐயா, உங்களுக்குக் கோபம் வந்துவிடுமோ என்று பயப்படுகிறேன்."

"என்ன அது?"

"ஃபேன்யா ஏன் உங்கள் காலில் விழுந்து அவளுடைய எஜமானியையும் அல்லது வேறு யாரையும் ஒன்றும் செய்ய வேண்டாம் என்று உங்களிடம் கெஞ்சினாள்... ஏனெனில் இப்போது நான்தான் உங்களை அங்கே அழைத்துச் செல்கிறேன்... ஐயா, என்னை மன்னியுங்கள், என் உள்ளுணர்வு அதைக் கேட்கிறது. ஐயா, நான் சொல்வது முட்டாள்தனமாக இருந்தால் என்னை மன்னியுங்கள்..."

மீச்சியா திடீரென்று பின்னாலிருந்து அவனுடைய தோள்களைப் பற்றினார்.

"நீ வண்டியோட்டிதானே?" என்று அவர் ஆவேசத்துடன் கேட்டார்.

"ஆமாம், ஐயா."

"அப்படியானால் வழிவிடுவது என்றால் என்னவென்று உனக்கு நன்றாகத் தெரியும். யாருக்கும் வழிவிடாமல் வண்டியை ஓட்டி மனிதர்களை மோதும் வண்டியோட்டியிடம் நீ என்ன சொல்வாய்? ஒரு வண்டியோட்டி போகிறபோக்கில் யார் மீதும் மோத முடியாது. எந்த வண்டியோட்டியும் அப்படிச் செய்து மற்றவர்களின் வாழ்க்கையை நாசம் செய்ய முடியாது. நீ அப்படிச் செய்திருந்தால் உன்னை நீயே தண்டித்துக் கொள்ள வேண்டும்... நீ யாருடைய வாழ்க்கையையாவது நாசம் செய்திருந்தால் உன்னை நீயே தண்டித்துக்கொண்டு, இங்கிருந்து போய்விட வேண்டும்."

மீச்சியா இந்த வார்த்தைகளை வெறிபிடித்தவர் போல உளறிக் கொட்டினார். அந்திரேய் அவரைப் பார்த்து ஆச்சரியப்பட்டாலும், தொடர்ந்து பேசினான்.

"டிமிட்ரி ஃபியோதரோவிச், நீங்கள் சொல்வது சரிதான். ஒருவர் மற்றவரை அல்லது வேறு எந்த உயிரினத்தையும் துன்புறுத்துவதும் அழிப்பதும் தவறு, ஏனென்றால் அனைத்து உயிரினங்களும் கடவுளால் படைக்கப்பட்டவை. உதாரணமாக இந்தக் குதிரைகளைச் சில வண்டியோட்டிகள், காரணமின்றிச் சாட்டையால் அடித்து விரட்டுகிறார்கள். அவர்களைத் தடுக்க எதுவும் இல்லை. அவர்கள் அதைத் தொடர்ந்து விரட்டிக் கொண்டே இருக்கிறார்கள்."

"நரகத்துக்கா?" என்று இடைமறித்த மீச்சியா திடீரென்று உரக்கச் சிரித்தார். "அந்திரேய் நீ ஒரு எளிய மனிதன்" என்று அவர் அவனுடைய தோளை மீண்டும் பற்றினார். "நீயே சொல், டிமிட்ரி ஃபியோதரோவிச் நரகத்துக்குப் போவானா இல்லையா? நீ என்ன நினைக்கிறாய்?"

"நண்பரே, எனக்குத் தெரியாது, ஏனெனில் அது உங்களைப் பொறுத்தது. ஐயா, தேவகுமாரன் சிலுவையில் அறையப்பட்டு மரித்த பிறகு, நேராக நரகத்திற்குச் சென்று, அங்கு சித்திரவதை அனுபவிக்கும் பாவிகளை விடுதலை செய்தார். அப்போது சாத்தான் எந்தப் பாவிகளும் இனிமேல் இங்கு வர மாட்டார்கள் என்று புலம்பினான். அப்போது தேவன் அவனிடம், 'நீ கவலைப்படாதே, ஏனென்றால் இனிமேல் வலிமையானவர்களும், ஆட்சியாளர்களும், நீதிமான்களும், செல்வந்தர்களும் எல்லாத் திசைகளிலிருந்தும் இங்கே வருவார்கள். நான் மீண்டும் திரும்பி வரும் காலம் வரை, யுகயுகங்களாக இங்கே கூட்டம் நிரம்பி வழியும்' என்று சொன்னார். அது சரிதான், அவர் அப்படித்தான் சொன்னார்..."

"ஓர் அழகான நாட்டுப்புறக் கதை! அற்புதம்! அந்திரேய், இடப்புறம் உள்ள குதிரையை விரட்டு!"

"ஐயா, அப்படியானால் நரகம் யாருக்கானது?" என்று அந்திரேய் இடது பக்கக் குதிரையைச் சாட்டையால் அடித்தான். "ஐயா, நீங்கள் ஒரு சிறு குழந்தையைப் போல இருக்கிறீர்கள். நாங்கள் எல்லோரும் அப்படித்தான் நினைக்கிறோம். ஐயா, நீங்கள் முன்கோபக்காரராக இருந்தாலும், உங்களுடைய நேர்மையான உள்ளத்திற்காகக் கடவுள் உங்களை மன்னிப்பார்."

"அந்திரேய், நீ என்னை மன்னிப்பாயா?"

"ஐயா, நான் எதற்காக உங்களை மன்னிக்க வேண்டும்? நீங்கள் எனக்கு எந்தக் கெடுதலும் செய்யவில்லை."

“நான் என்ன சொல்கிறேன் என்றால், இப்போது பயணம் செய்யும் இந்த நிமிடத்தில், மற்றவர்கள் சார்பாக நீ என்னை மன்னிப்பாயா? எளிய மனம் படைத்தவனே சொல்!”

“ஐயா, உங்களை வைத்துக் கொண்டு வண்டியை ஓட்டுவது எனக்குப் பயமாக இருக்கிறது... நீங்கள் பேசுவது மிகவும் விசித்திரமாக இருக்கிறது.”

ஆனால் மீச்சியா அவன் சொன்னதைக் காதில் வாங்கவில்லை. அவர் உருக்கமாகப் பிரார்த்தனை செய்து கொண்டிருந்தார். அவர் வெறிபிடித்தவர் போல தனக்குத்தானே முணுமுணுத்துக் கொண்டிருந்தார்.

“ஓ, ஆண்டவரே, என்னை என்னுடைய எல்லா அக்கிரமங்களோடும் ஏற்றுக் கொள்ளும், என்னைக் கண்டனம் செய்யாதேயும். உமது தீர்ப்பு இல்லாமல் என்னைக் கடந்து செல்ல அனுமதியும்... நான் ஏற்கனவே என்னை நானே கண்டனம் செய்து கொண்டதால், என்னை நியாயந்தீர்க்காதீர். நான் உம்மை நேசிப்பதால் என்னை நியாயந்தீர்க்காதீர். ஓ, ஆண்டவரே! நான் ஒரு கேடுகெட்டவன் என்றாலும், உம்மை நேசிக்கிறேன். நீர் என்னை நரகத்திற்கு அனுப்பினாலும், நான் உம்மை நேசிப்பேன். நான் அங்கிருந்து உம்மை என்றென்றும் நேசிப்பதாகக் கூச்சலிட்டுக் கொண்டே இருப்பேன்... ஆனால் நான் அவளைக் கடைசி வரை காதலிக்க அனுமதியுங்கள்... இன்னும் ஐந்து மணி நேரம், சூரியனின் முதல் வெளிச்சம் வரும் வரை... ஏனெனில் நான் என் இதய ராணியை நேசிக்கிறேன்... என்னால் அவளை நேசிக்காமல் இருக்க முடியாது... என் இதயத்தில் உள்ளதை நீர் அறிவீர்... நான் அவளுடைய பாதங்களில் விழுந்து, ‘நீ என்னைப் புறக்கணித்தது சரிதான்... உன்னால் பாதிக்கப்பட்ட என்னிடம் விடைபெற்று, என்னை மறந்துவிடு. என்னைப் பற்றிய நினைவின்றி நிம்மதியாக இரு!’ என்று அவளிடம் சொல்ல வேண்டும்.”

“மோக்ரோய்!” என்று அந்திரேய் சாட்டையை முன்னால் நீட்டியபடிக் கத்தினான்.

இரவின் மங்கலான போர்வையினூடே ஆங்காங்கே சிதறிக் கிடந்த கட்டிடங்களின் கரிய உருவங்கள் திடீரென்று வெளிப்பட்டன. மோக்ரோய் கிராமத்தில் சுமார் இரண்டாயிரம் பேர் வசித்தார்கள். ஆனால் அந்த நேரத்தில் எல்லோரும் தூங்கிக் கொண்டிருந்ததால், ஆங்காங்கே சில விளக்குகள் மட்டும் கண்சிமிட்டிக் கொண்டிருந்தன.

“அந்திரேய் வேகம், இன்னும் வேகம். இதோ நானும் வந்துவிட்டேன்!” என்று மீச்சியா ஜுரம் பிடித்தவனைப் போலக் கத்தினார்.

"அவர்கள் இன்னும் தூங்கவில்லை" என்று அந்திரேய் மீண்டும் சொல்லிவிட்டு, கிராமத்தின் நுழைவாயிலில் தெருவைப் பார்த்தபடி இருந்த பிளாஸ்டுனோவ் விடுதியின் ஆறு ஜன்னல்களிலும் பிரகாசமாகத் தெரிந்த விளக்கொளியைச் சாட்டையால் சுட்டிக் காட்டினான்.

"ஆமாம், அவர்கள் தூங்கவில்லை" என்று மீச்சியா மகிழ்ச்சியுடன் சொன்னார். "அந்திரேய், சீக்கிரம்! பாய்ந்து செல்! மணிகள் ஒலிக்கட்டும்! நான் வருகிறேன் என்று எல்லோருக்கும் தெரியட்டும். நான் வருகிறேன்! நானும் வந்துவிட்டேன்!" என்று அவர் ஆவேசமாகக் கத்தினார்.

அந்திரேய் களைத்துப் போயிருந்த குதிரைகளை மேலும் வேகமாக முடுக்கினான். வண்டி உயரமாக இருந்த முற்றத்தில் கடகடவென்று புரண்டு ஓடியது. ஆவி பறக்க மூச்சிரைத்த குதிரைகளை அவன் இழுத்துப் பிடித்து நிறுத்தினான். மீச்சியா வண்டியிலிருந்து குதித்தபோது, அப்போதுதான் படுக்கச் சென்று கொண்டிருந்த விடுதிக்காரன் படியிலிருந்து எட்டிப் பார்த்தான்.

"டிரிஃபோன் போரிசிச், நீங்களா?"

விடுதிக்காரன் குனிந்து கூர்ந்து பார்த்துவிட்டு, வேகமாக படிகளில் இறங்கி, புதிதாக வந்த விருந்தினரை நோக்கி மகிழ்ச்சியுடன் சென்றான்.

"எனதருமை டிமிட்ரி ஃபியோதரோவிச்! நாம் அதற்குள் மீண்டும் சந்திப்பது சாத்தியமா?"

டிரிஃபோன் போரிசிச் திடகாத்திரமான, ஆரோக்கியமான உடலமைப்புடன், சற்றே பருமனான முகத்துடன், சராசரி உயரத்தில் இருந்த ஒரு விவசாயி. அவன் அங்குள்ள விவசாயிகளுடன் பழகும்போது, கண்டிப்பாகவும், சமரசம் செய்து கொள்ளாமலும் இருந்தான் என்றாலும், ஆதாயம் கிடைக்கும் என்றால் சட்டென்று முகபாவத்தைப் பணிவுள்ளதாக மாற்றிக்கொள்ளும் வரம் அவனுக்கு இருந்தது. அவன் ஒரு வழக்கமான ரஷ்யரைப் போல உடை உடுத்தியிருந்தான். அவன் ஒரு பக்கமாக பொத்தான்களைக் கொண்ட சட்டையும், இறுக்கமான கோட்டும் அணிந்திருந்தான். அவன் ஏற்கனவே கணிசமான பணத்தைச் சேமித்து வைத்திருந்தான் என்றாலும், அவனுடைய நிலைமையை மேம்படுத்த வேண்டும் என்று எப்போதும் கனவு கண்டு கொண்டிருந்தான். அங்கிருந்த பாதிக்கும் மேற்பட்ட விவசாயிகள் அவனுடைய பிடியில் சிக்குண்டு கிடந்தார்கள். அந்தக் கிராமத்தைச் சுற்றியிருந்த ஒவ்வொருவரும் அவனிடம் கடன் பட்டிருந்தார்கள். அவன் அந்தப் பகுதியில் இருந்த நில உரிமையாளர்களிடம் நிலத்தை

வாடகைக்கு எடுத்திருந்ததுடன், சிலவற்றைச் சொந்தமாக வாங்கியிருந்தான். அவனிடம் கடன்பட்டிருந்த விவசாயிகள் அவர்களுடைய கடனை அடைக்க அந்த நிலங்களில் வேலை செய்தார்கள். அவர்களால் அதிலிருந்து தப்பிக்க முடியவில்லை. மனைவியை இழந்த அவனுக்கு நான்கு வளர்ந்த மகள்கள் இருந்தனர். அவர்களில் ஒரு மகள் விதவையாகி அவளுடைய இரு குழந்தைகளுடன் அவனுடன் வசித்து வந்தாள். அவள் அங்கு ஒரு வேலைக்காரியைப் போல வேலை செய்துவந்தாள். அவளுடைய மற்றொரு மகள் சிறிய அதிகாரியாக இருந்த ஒருவனை மணந்து கொண்டாள். விடுதியின் ஒரு அறையில், சுவரில் மாட்டியிருந்த குடும்பப் புகைப்படங்களுக்கு மத்தியில் சீருடை அணிந்த அந்த அதிகாரியின் சிறிய புகைப்படம் தொங்கியது. அவனுடைய இரண்டு இளைய மகள்களும் தேவாலய விழாக்களுக்கு அல்லது விருந்துகளுக்குச் செல்லும்போது நாகரீகமான பச்சை அல்லது வெளிர் நீல நிற ஆடைகளை அணிவார்கள். பின்புறம் இறுக்கமாகப் பிடித்திருக்கும் அந்த ஆடை ஒரு அடி நீளத்திற்கு தரையில் புரண்டு செல்லும். ஆனால் அவர்கள் மறுநாள் காலையில் வழக்கம் போல விடியற்காலையில் எழுந்து, துடைப்பத்தால் அறைகளைப் பெருக்கி, அறையில் தங்கியிருந்தவர்கள் விட்டுச் சென்ற குப்பைக் கூளங்களைச் சுத்தம் செய்வார்கள். டிரிஃபோன் ஆயிரக்கணக்கான ரூபிள்களைச் சேமித்து வைத்திருந்தான் என்றாலும், சந்தர்ப்பம் கிடைக்கும் போதேல்லாம் விருந்தாளிகளின் பணப் பைகளைக் காலி செய்வதில் ஆர்வமாக இருந்தான். ஒரு மாதத்திற்கு முன்பு குருஷென்காவுடன் வந்து தங்கிய டிமிட்ரி ஃபியோதரோவிச்சிடமிருந்து இருபத்தி நான்கு மணி நேரத்தில், இருநூறு ஏன் முன்னூறு ரூபிள்களுக்கு மேல் கரந்துவிட்டதை நினைவு கூர்ந்த டிரிஃபோன், மீச்சியா படிகளில் ஏறி உள்ளே நுழைந்ததும், ஆவலுடன் இரையின் வாசனையை முகர்ந்தவனாக, மகிழ்ச்சியுடனும் ஆவலுடனும் அவரை வரவேற்றான்.

"எனதருமை டிமிட்ரி ஃபியோதரோவிச், நான் மீண்டும் உங்களைப் பார்ப்பது கனவில்லையே?"

"டிரிஃபோன் போரிசிச் கொஞ்சம் பொறுங்கள்" என்று மீச்சியா ஆரம்பித்தார். "என்னுடைய முக்கியமான கேள்வி அவள் எங்கே?"

"அக்ரஃபேனா அலெக்ஸாண்ட்ரோவ்னா?" என்று கேட்ட விடுதிக்காரன், உடனே புரிந்து கொண்டு மீச்சியாவின் முகத்தை உற்றுப் பார்த்தான். "ஆமாம், அவளும் இங்கே இருக்கிறாள்..."

“யாருடன்? யாருடன்?”

“சில அந்நியர்கள். அவர்களில் ஒருவர் போலந்து நாட்டைச் சேர்ந்த ஒரு கனவான் என்பதை அவருடைய பேச்சிலிருந்து யூகிக்க முடிந்தது. அவர் அவளை வரவழைக்க இங்கிருந்து வண்டியை அனுப்பினார். அவருடன் இருக்கும் மற்றவர் அவருடைய நண்பராக அல்லது சக பயணியாக இருக்கலாம். ஆனால் யாருக்குத் தெரியும், ஏனெனில் அவர் சீருடையில் இல்லை...”

“சரி, அவர்கள் விருந்து சாப்பிட்டார்களா? அவர்கள் செல்வந்தர்களா?”

“விருந்தாவது ஒண்ணாவது! டிமிட்ரி ஃபியோதரோவிச், ஏதோ சில உருளைக்கிழங்கு வறுவல், அவ்வளவுதான்.”

“மெச்சும்படி ஒன்றுமில்லை, இல்லையா? சரி, மற்றவர்கள் யார்?”

“நகரத்திலிருந்து இரண்டு கனவான்கள் வந்திருக்கிறார்கள்... அவர்கள் செர்னியாவிலிருந்து வரும் வழியில் இங்கே தங்கியிருக்கிறார்கள். அவர்களில் ஒருவர் இளைஞர், மியூசோவின் உறவினராக இருக்க வேண்டும், ஆனால் நான் அவர் பெயரை மறந்துவிட்டேன்... மற்றொருவரை உங்களுக்குத் தெரிந்திருக்க வேண்டும், அவர் நில உரிமையாளர் மாக்சிமோவ். அவர் உங்கள் மடாலயத்திற்கு புனித யாத்திரை சென்றுவிட்டு, இப்போது மியூசோவின் அந்த இளம் உறவினருடன் சுற்றித்திரிகிறார்...”

“அவ்வளவுதானா?”

“அவ்வளவுதான்.”

“சரி, கேளுங்கள் டிரிஃபோன் போரிசிச், இப்போது மிகவும் முக்கியமான ஒரு விஷயத்தைச் சொல்லுங்கள். அவள் எப்படி இருக்கிறாள்? அவளைப் பற்றி ஏதாவது?”

“ஓ, அவள் இப்போதுதான் வந்திருக்கிறாள். அவள் அவர்களுடன் அமர்ந்திருக்கிறாள்.”

“அவள் உற்சாகமாக இருக்கிறாளா? அவள் சிரிக்கிறாளா?”

“இல்லை, அவள் அதிகம் சிரிக்கவில்லை. அவள் சோகமாக இருப்பதாகத் தெரிகிறது. அவள் அந்த இளைஞனின் தலைமுடியைக் கோதிக் கொண்டிருந்தாள்.”

“யார்? அந்த போலந்து நாட்டு அதிகாரியின் தலை முடியையா?”

“நான் இளைஞன் என்று சொன்னேன், ஆனால் அந்த போலந்து அதிகாரி இளைஞன் அல்ல. அவர் அதிகாரி அல்ல, மியூசோவின் உறவினர். அவர் பெயர் எனக்கு நினைவில்லை.”

"கல்கனோவ்."

"ஆமாம், ஐயா, அதுதான் அவருடைய பெயர்... கல்கனோவ்."

"சரி, நான் பார்க்கிறேன். அவர்கள் சீட்டு விளையாடுகிறார்களா?"

"அவர்கள் முன்பு விளையாடினார்கள், ஆனால் இப்போது இல்லை. அவர்கள் தேநீர் அருந்திக் கொண்டிருந்தார்கள். அந்த அதிகாரி மதுவைக் கொண்டு வரும்படிச் சொன்னார்."

"டிரிஃபோன் போரிசிச் பொறுங்கள், பொறுங்கள் நண்பரே. நான் அதைப் பார்த்துக் கொள்கிறேன். இன்னும் ஒரு முக்கியமான கேள்வி, ஜிப்ஸிகள் இங்கே இருக்கிறார்களா?"

"டிமிட்ரி ஃபியோதரோவிச், இங்கே ஜிப்ஸிகள் இருப்பதற்கான எந்தத் தடயமும் இல்லை. அதிகாரிகள் அவர்களை விரட்டியடித்து விட்டார்கள். ஆனால் கிராமத்தில் ஜால்ராவும் பிடிலும் வாசிக்கும் யூதர்கள் இருக்கிறார்கள். வேண்டுமானால் அவர்களை அழைத்து வரலாம். அவர்கள் வருவார்கள்."

"அவர்களை அழைத்து வாருங்கள். கண்டிப்பாக அவர்களை அழைத்து வர வேண்டும்" என்று மீச்சியா கத்தினார். "போன தடவை மாதிரி, மரியா, ஸ்டெபனிடா, அரினா போன்ற பெண்களையும் அழைத்து வாருங்கள். பாடகர்களுக்கு ஆளுக்கு இருநூறு ரூபிள்கள்!"

"நான் அந்தப் பணத்திற்கு மொத்த கிராமத்தையும் அழைத்துக் கொண்டு வருவேன், ஆனால் இப்போது அவர்கள் தூங்கிக் கொண்டிருப்பார்கள். ஐயா, டிமிட்ரி ஃபியோதரோவிச், இங்குள்ள உள்ளூர் விவசாயிகளும், பெண்களும் அதற்குத் தகுதியானவர்களா? கீழ்த்தரமான, முரட்டுத்தனமான அந்தக் கூட்டத்திற்காக இவ்வளவு தொகை செலவழிக்க வேண்டுமா? நாற்றமெடுத்த முரட்டு விவசாயிகளுக்கு ஏன் சுருட்டைக் கொடுக்க வேண்டும்? ஐயா, அந்தப் பெண்கள் அனைவரும் தலையில் பேனுடன் அசிங்கமாக இருப்பார்கள். நான் வேண்டுமானால் என்னுடைய பெண்களை எழுப்புகிறேன், ஆனால் நான் அதற்காக எந்தப் பணமும் கேட்கவில்லை, குறிப்பாக நீங்கள் குறிப்பிட்ட அந்த தொகையைக் கேட்க மாட்டேன். அவர்கள் இப்போதுதான் தூங்கச் சென்றார்கள் என்றாலும், நான் அவர்களை உதைத்து எழுப்பிக் கொண்டு வந்து உங்களுக்காகப் பாட வைக்கிறேன். நீங்கள் முன்பு குடியானவர்களுக்கு ஷாம்பெயின் குடிக்கக் கொடுத்தது, அடடா, அபாரம்!"

டிரிஃபோன் போரிசிச், மீச்சியாவுக்காக வருத்தப்படுவது போலப் பேசுவது வெறும் நடிப்பு, ஏனெனில் அவன் சென்ற முறை அரை டஜன் ஷாம்பெயின் பாட்டில்களை மறைத்து

வைத்ததுடன், மேசைக்கு அடியில் கிடந்த நூறு ரூபிள் நோட்டையும் எடுத்துக் கொண்டான்.

"டிரிஃபோன் போரிசிச், நான் சென்ற முறை இங்கு வந்தபோது, ஆயிரம் ரூபிள்களுக்கு மேல் விரயம் செய்தேன். உங்களுக்கு ஞாபகம் இருக்கிறதா?"

"ஆமாம், அப்போது நீங்கள் மூவாயிரம் ரூபிள்களைச் செலவழித்தது எனக்கு எப்படி ஞாபகம் இல்லாமல் போகும்?"

"இப்போது நான் மீண்டும் அதைப் போல செய்யப் போகிறேன். இதோ பாருங்கள்" என்று மீச்சியா சட்டைப் பையிலிருந்த நோட்டுக் கட்டை எடுத்து விடுதிக்காரன் மூக்கைத் தொடும்படி நீட்டினார்.

"நான் சொல்வதைக் கேட்டு அதை ஞாபகம் வைத்துக் கொள்ளுங்கள். இன்னும் ஒரு மணி நேரத்தில் ஒயின்களும், இனிப்புகளும், மிட்டாய்களும் வந்துவிடும். அனைத்தையும் உடனடியாக மேலே கொண்டு வர வேண்டும். அந்திரேய் இப்போது கொண்டுவந்துள்ள பெட்டியை எடுத்துச் சென்று எல்லோருக்கும் ஷாம்பெயின் ஊற்றிக் கொடுங்கள்... அப்புறம் பெண்கள், குறிப்பாக மரியா உட்பட அந்தப் பெண்கள் எல்லோரும் இங்கே இருக்க வேண்டும்."

அவர் வண்டியை நோக்கித் திரும்பி கைத்துப்பாக்கிகள் இருந்த பெட்டியை வெளியே எடுத்தார்.

"அந்திரேய், இதோ வண்டிக்கு பதினைந்து ரூபிள்கள், வோட்காவுக்கு ஐம்பது ரூபிள்கள்... உன்னுடைய முயற்சிக்கும் அன்புக்கும்... இந்தக் கரமசோவை நினைவில் வைத்துக் கொள்!"

"ஐயா, எனக்குப் பயமாக இருக்கிறது" என்று அந்திரேய் தயங்கினான். "ஐயா, எனக்கு ஐந்து ரூபிள்கள் மட்டும் கொடுங்கள், நான் அதற்கு மேல் வாங்க மாட்டேன். டிரிஃபோன் போரிசிச் அதற்குச் சாட்சி. ஐயா, என்னுடைய முட்டாள்தனமான வார்த்தைகளை மன்னித்து விடுங்கள்."

"நீ எதற்காகப் பயப்படுகிறாய்?" என்று கேட்ட மீச்சியா அவனை உற்றுப் பார்த்தார். "சரி, அப்படியானால் நீ போய்த்தொலை!" என்று மீச்சியா கத்திவிட்டு, ஐந்து ரூபிள்களை வீசினார். "டிரிஃபோன் போரிசிச், நீங்கள் இப்போது என்னை அமைதியாக உள்ளே அழைத்துச் செல்லுங்கள். அவர்கள் என்னைப் பார்க்கக் கூடாது, ஆனால் நான் அவர்களைப் பார்க்க வேண்டும். அவர்கள் எங்கே இருக்கிறார்கள், நீல அறையிலா?"

டிரிஃபோன் போரிசிச் எச்சரிக்கையுடன் மீச்சியாவைப் பார்த்துவிட்டு, அவருடைய கட்டளைப்படிச் செய்தான். அவன் அவரை முன் கூடத்திற்கு ஓசையின்றி அழைத்துச் சென்று, விருந்தாளிகள் இருந்த அறைக்கு அருகில் இருந்த முதல் பெரிய அறைக்குள் தனியாகச் சென்று ஒரு மெழுகுவர்த்தியை எடுத்துக் கொண்டு வந்தான். அதன் பிறகு அவன் மீச்சியாவை அந்த அறையின் இருண்ட மூலைக்கு அழைத்துச் சென்றான். அவர் அங்கிருந்து யார் கண்களிலும் படாமல் அந்த அறையில் இருந்த எல்லோரையும் பார்க்க முடிந்தது. ஆனால் மீச்சியா அவர்களை நீண்ட நேரம் பார்த்துக் கொண்டு நிற்கவில்லை, ஏனெனில் அவர் உண்மையில் அவர்களைக் கவனிக்கும் நிலையில் இல்லை. அவர் அவளைப் பார்த்ததும், அவருடைய இதயம் வேகமாகத் துடிக்கத் தொடங்கியது, அவருடைய கண்களுக்கு முன்னால் இருந்த அனைத்தும் மங்கலாகத் தெரிந்தன. அவள் மேசைக்குப் பக்கவாட்டில் இருந்த ஒரு சாய்வு நாற்காலியில் அமர்ந்திருந்தாள். அவள் அவளுக்கு அருகில் சோபாவில் அமர்ந்திருந்த கல்கனோவின் கையைப் பிடித்துக் கொண்டு சிரிப்பது போலத் தோன்றியது. அவன் அவளைப் பார்க்காமல், குரூஷென்காவுக்கு எதிரில் மேசைக்கு அருகில் அமர்ந்திருந்த மாக்சிமோவிடம் கோபத்துடன் எதையோ உரக்கச் சொல்லிக் கொண்டிருப்பது போலிருந்தது. மாக்சிமோவ் எதையோ நினைத்து சத்தமாகச் சிரித்துக் கொண்டிருந்தார். அந்த அதிகாரி சோபாவில் அமர்ந்திருக்க, சோபாவுக்கு அருகில் சுவரை ஒட்டியிருந்த நாற்காலியில் மற்றொருவன் அமர்ந்திருந்தான். சோபாவில் அமந்திருந்த அந்த அதிகாரி பைப்பைப் புகைத்துக் கொண்டிருந்தான். உயரம் குறைவான, பருமனான, சிறிய, அகன்ற முகமுடைய அந்த மனிதன் எதையோ நினைத்துக் கோபமாக இருப்பது போலத் தோன்றியது. அவனுடைய மற்றொரு நண்பன் மிகவும் உயரமாக இருப்பது போல மீச்சியாவுக்குத் தோன்றியது. ஆனால் அவரால் அதற்கு மேல் எதையும் புரிந்துகொள்ள முடியவில்லை. அவர் மூச்சை இழுத்துப் பிடித்துக் கொண்டார். அவரால் அதற்கு மேல் ஒரு நிமிடம் கூட பொறுத்துக்கொள்ள முடியவில்லை. அவர் கைத்துப்பாக்கிப் பெட்டியை அருகில் இருந்த ஒரு பெட்டியின் மீது வைத்துவிட்டு, முதுகுத்தண்டு சில்லிடுவதை உணர்ந்து, துடிக்கும் இதயத்துடன் அந்த நீல அறைக்குள் நுழைந்தார்.

“ஐயோ!” என்று அவரை முதலில் பார்த்த குரூஷென்கா பயத்தில் அலறினாள்.

7. உரிமையுடைய முதல் காதலன்

மீச்சியா நீண்ட வேகமான அடிகளில் மேசையை நோக்கி நடந்து சென்றார்.

"கனவான்களே" என்று அவர் உரத்தக் குரலில் கத்தியபடி, ஒவ்வொரு வார்த்தைக்கும் தடுமாறிக் கொண்டே பேசினார். "நான்... நான் உங்களைத் தொந்தரவு செய்ய விரும்பவில்லை! நீங்கள் கவலைப்படாதீர்கள்! நான்... நான்..." என்ற அவர் திடீரென்று, சாய்வு நாற்காலியிலிருந்த கல்கனோவின் பக்கம் சாய்ந்து, அவனுடைய கையை இறுகப் பற்றிக்கொண்டிருந்த குருஷென்காவை நோக்கித் திரும்பினார். "நான்... நானும் எங்கேயோ போய்க் கொண்டிருக்கிறேன். நான் நாளை காலை வரைக்கும் இங்கே இருப்பேன். கனவான்களே, நான் ஒரு சக பயணியாக உங்களுடன் கடைசி முறையாக இந்த அறையில் இருக்கலாமா?"

மீச்சியா சொல்லி முடித்துவிட்டு, சோபாவில் அமர்ந்திருந்த பருமனான மனிதனைப் பார்த்தார். அந்த மனிதர் மரியாதை நிமித்தமாக உதடுகளிலிருந்து புகைக்குழாயை எடுத்துவிட்டு, போலிஷ் உச்சரிப்புடன் கடுமையாகப் பதிலளித்தார்.

"ஐயா, இது ஒரு தனிப்பட்ட கூட்டம். உங்களுக்கு வேறு அறைகள் உள்ளன."

"டிமிட்ரி ஃபியோதரோவிச், நீங்களா? என்ன சொல்கிறீர்கள்?" என்று திடீரென்று கல்கனோவ் பேசினான். "வாருங்கள் எங்களுடன் அமருங்கள். எப்படி இருக்கிறீர்கள்?"

"வணக்கம் நண்பரே!" என்று மகிழ்ச்சியுடன் சொன்ன மீச்சியா, மேசையின் குறுக்கே கையை நீட்டினார். "நான் எப்போதும் உங்களை மதிக்கிறேன்."

"ஐயோ, என்ன ஒரு பிடி! நீங்கள் என் விரல்களை உடைத்து விட்டீர்கள்" என்று கல்கனோவ் சிரித்தான்.

"அவர் எப்போதும் அப்படித்தான் கை குலுக்குவார்" என்று குருஷென்கா உற்சாகத்துடன் சொல்லிவிட்டுப் பயத்துடன் புன்னகைத்து, மீச்சியாவின் முகத்தைப் பார்த்து, அவர் மோசமாக நடந்துகொள்ள மாட்டார் என்று நினைத்தாள். அவள் அவரை மிகுந்த ஆர்வத்துடன் அதே சமயம் அசௌகரியத்துடன் பார்த்துக் கொண்டிருந்தாள். அவரிடமிருந்த ஏதோ ஒன்று அவளைப் பாதித்தது. அவர் இப்படி ஒரு சந்தர்ப்பத்தில் இங்கே வந்து இப்படிப் பேசுவார் என்று அவள் சற்றும் எதிர்பார்க்கவில்லை.

"ஐயா, மாலை வணக்கம்" என்று இடது புறமிருந்த மாக்சிமோவ் இனிமையாகச் சொன்னார். மீச்சியா அவரை நோக்கி விரைந்தார்.

"வணக்கம். நீங்களும் இங்கே இருப்பது எனக்கு மகிழ்ச்சியாக இருக்கிறது. கனவானே, கனவானே" என்ற மீச்சியா பைப்புடன் இருந்த போலிஷ் கனவானை நோக்கித் திரும்பி, அங்கிருந்தவர்களில் அவர் முக்கியமான மனிதர் என்று கருதுவது போல அவரிடம் பேசினார். "நான் இங்கே பறந்து வந்தேன்... நான் என்னுடைய கடைசி நாளை, என்னுடைய கடைசி ஒரு மணி நேரத்தை இந்த அறையில் கழிக்க விரும்பினேன்... நான் மிகவும் போற்றிய... என் இதய ராணி... ஐயா, என்னை மன்னியுங்கள்" என்று அவர் ஆவேசத்துடன் கத்தினார். "நான் இங்கே பறந்து வந்தேன். நான் ஒரு சபதம் செய்தேன்... பயப்பட வேண்டாம், இதுதான் என்னுடைய கடைசி இரவு! ஐயா, நாம் அமைதிக்காகக் குடிப்போம்! இப்போது மது பரிமாறப்படும்... நான் கொண்டு வந்தேன்." அவர் திடீரென்று ஏனோ அவருடைய சட்டைப் பையிலிருந்த பணக் கட்டை வெளியே எடுத்தார். "ஐயா, என்னை அனுமதியுங்கள். நான் முன்பு இங்கே இருந்தது போல எனக்குப் பாட்டும் இசையும் ஆட்டமும் வேண்டும்... ஆனால் புழு, பயனற்ற புழு தரையில் நெளிந்து சென்று விடும், அது இனிமேலும் இருக்காது! நான் என்னுடைய கடைசி இரவை, எனது மகிழ்ச்சியான தினத்தைக் கொண்டாட விரும்புகிறேன்..."

அவருக்கு மூச்சு முட்டியது. அவர் ஏராளமாகச் சொல்ல விரும்பினார் என்றாலும், அவருடைய உதடுகளிலிருந்து தெளிவற்ற வார்த்தைகளே வெளிப்பட்டன. அந்தப் போலந்துக்காரன் குழப்பத்துடன் மீச்சியாவின் கைகளில் இருந்த நோட்டுக் கட்டை வெறித்துப் பார்த்துவிட்டு, சட்டென்று குருஷென்காவைத் திரும்பிப் பார்த்தான்.

"என்னுடைய குரோலோவா அனுமதித்தால்..." என்று அவன் சொல்ல ஆரம்பித்தான்.

"குரோலோவா என்றால் ராணியா அல்லது வேறு ஏதாவதா?" என்று குருஷென்கா திடீரென்று குறுக்கிட்டாள். "நீங்கள் பேசும் விதத்தைப் பார்க்கும்போது எனக்குச் சிரிப்பு வருகிறது. மீச்சியா, உட்காருங்கள். நீங்கள் என்ன சொல்ல விரும்புகிறீர்கள்? தயவுசெய்து நீங்கள் என்னைப் பயமுறுத்த வேண்டாம். நீங்கள் என்னைப் பயமுறுத்தவில்லை, இல்லையா? இல்லையென்றால், எனக்கு உங்களைப் பார்த்ததில் மிகவும் சந்தோஷம்..."

“நானா? உங்களைப் பயமுறுத்துகிறேனா?” என்று மீச்சியா கத்திக் கொண்டே கைகளை வீசினார். “ஓ, நீங்கள் என்னைப் பற்றிக் கவலைப்படாமல் உங்கள் வழியே போங்கள், நான் உங்களைத் தடுக்க மாட்டேன்!...”

அவர் திடீரென்று எல்லோரும் ஆச்சரியப்படும் வகையில், அவரே ஆச்சரியப்படும் வகையில் நாற்காலியில் சரிந்து விழுந்து கண்ணீர் விட்டு அழுதார். அவர் எதிர்புறம் இருந்த சுவரை நோக்கித் தலையைத் திருப்பிக் கொண்டு, நாற்காலியின் பின்புறத்தைக் கைகளால் இறுகப் பற்றிக் கொண்டார்.

“ஆகா, நீங்கள் எப்படிப்பட்ட மனிதர்!” என்று குரூஷென்கா அவரைக் கண்டிப்பது போலப் பேசினாள். “அவர் என்னைப் பார்க்க வரும்போது அப்படித்தான் நடந்து கொள்வார். அவர் என்னிடம் பேசத் தொடங்குவார், ஆனால் என்ன சொல்கிறார் என்று எனக்குப் புரியாது. அவர் முன்பு ஒரு முறை இதே போல அழுதார். இப்போது மீண்டும் அழுகிறார்! வெட்கக்கேடு! நீங்கள் ஏன் அழுகிறீர்கள்? உங்களுக்கு அழுவதற்கு ஏதேனும் காரணம் இருப்பது போல!” என்று அவள் எரிச்சலுடன் வார்த்தைகளை அழுத்தமாக உச்சரித்தாள்.

“நான்... நான் அழவில்லை... மாலை வணக்கம்!” என்று அவர் திடீரென்று நாற்காலியிலிருந்து திரும்பிச் சிரித்தார். ஆனால் அது அவருடைய வழக்கமான குலுங்கும் சிரிப்பு அல்ல, மாறாக அடங்கிய, பதற்றத்துடன் கூடிய நடுங்கும் சிரிப்பு.

“சரி, நீங்கள் வந்துவிட்டீர்கள்... உற்சாகமாக இருங்கள், உற்சாகமாக இருங்கள்!” என்று குரூஷென்கா அவரை ஆசுவாசப்படுத்தும் பாவனையில் சொன்னாள். “நீங்கள் இங்கே வந்தது எனக்கு மிகவும் சந்தோஷம், ரொம்ப சந்தோஷம். இவர் நம்முடன் இங்கே இருக்க வேண்டும் என்று நான் விரும்புகிறேன்” என்று அவள் எல்லோரையும் பார்த்துக் கண்டிப்புடன் சொன்னாள் என்றாலும், அவளுடைய வார்த்தைகள் சோபாவில் அமர்ந்திருந்த மனிதனை நோக்கிச் சொல்லியவை என்பது தெளிவாகத் தெரிந்தது. “நான் அதை விரும்புகிறேன்! அவர் போனால் நானும் போய்விடுவேன்!” என்று அவள் கண்கள் பளிச்சிடச் சொன்னாள்.

“என் ராணி என்ன சொல்கிறாளோ அதுதான் சட்டம்!” என்று துணிச்சலுடன் சொன்ன போலந்து நாட்டவன் அவளுடைய கையை முத்தமிட்டான். “ஐயா, நீங்கள் எங்களுடன் சேர்ந்துகொள்ள வேண்டும் என்று கேட்டுக் கொள்கிறேன்” என்று அவன் பணிவுடன் மீச்சியாவைப் பார்த்துச் சொன்னான்.

மீச்சியா துள்ளிக் குதித்து எழுந்து மீண்டும் அவருடைய உணர்ச்சிகரமான பேச்சை ஆரம்பித்தார் என்றாலும், அவருக்கு வார்த்தைகள் வரவில்லை. "ஐயா, நாம் குடிப்போம்!" என்று உளறினார்.

எல்லோரும் சிரித்தார்கள்.

"அடக் கடவுளே! அவர் மீண்டும் ஆரம்பித்து விடுவாரோ என்று நான் பயந்தேன்!" என்று குரூஷென்கா பதற்றத்துடன் சொன்னாள். "மீச்சியா, மீண்டும் ஆரம்பிக்காதீர்கள். நீங்கள் ஷாம்பெயின் கொண்டு வந்திருப்பது நல்ல விஷயம். நானும் குடிக்கிறேன், ஏனெனில் இந்தப் பிராந்தி சகிக்கவில்லை. எல்லாவற்றுக்கும் மேலாக நீங்கள் இங்கே வந்தது மிகவும் நல்லதாகப் போயிற்று, ஏனெனில் இங்கே போரடிக்கிறது... நீங்கள் மீண்டும் ஒரு களியாட்டத்திற்காக இங்கே வந்தீர்களா? ஆனால் நீங்கள் உங்கள் பணத்தைப் பாக்கெட்டில் வையுங்கள். உங்களுக்கு எங்கிருந்து அவ்வளவு பணம் கிடைத்தது?"

எல்லோரும் பார்க்கும்படி, குறிப்பாகப் போலந்துக்காரன் பார்க்கும்படி, மீச்சியா கையில் பிடித்திருந்த கசங்கிய பணக் கட்டை வெட்கத்துடன் அவசர அவசரமாக சட்டைப் பையில் திணித்துக் கொண்டார். அதே நேரத்தில் விடுதிக்காரன் ஒரு தட்டில் டம்ளர்களையும், திறந்த ஷாம்பெயின் பாட்டிலையும் கொண்டு வந்தான். மீச்சியா அந்தப் பாட்டிலைக் கையில் எடுத்துக் கொண்டு, அதை வைத்து என்ன செய்வது என்று தெரியாதவர் போலத் திகைத்தார். கல்கனோவ் அதை அவரிடமிருந்து வாங்கி ஷாம்பெயினை டம்ளர்களில் ஊற்றினான்.

"இன்னொரு பாட்டில்!" என்று மீச்சியா விடுதிக்காரனைப் பார்த்துக் கத்திவிட்டு, அமைதிக்காகக் குடிப்போம் என்று அழைத்த போலந்து நாட்டுக்காரனைக் கூப்பிட மறந்து, யாருக்காகவும் காத்திராமல் டம்ளரைக் காலி செய்தார். அப்போது அவருடைய முகபாவம் சட்டென்று மாறியது. அவர் உள்ளே நுழைந்தபோது இருந்த கண்ணியமான, சோகமான முகபாவம் மறைந்து, ஒரு குழந்தைத்தனமான தோற்றம் அவரிடம் வெளிப்பட்டது. அவர் திடீரென்று அடங்கி தன்னைத் தானே தாழ்த்திக் கொண்டது போலத் தோன்றியது. அவர் அங்கிருந்த ஒவ்வொருவரையும் வெட்கத்தோடும் மகிழ்ச்சியோடும் பார்த்தபடி, அடிக்கடி பதற்றத்துடன் சிரித்துக் கொண்டு, மன்னித்து மீண்டும் வீட்டுக்குள் அனுமதித்த நன்றியுள்ள நாய்க் குட்டியைப் போலிருந்தார். அவர் எல்லாவற்றையும் மறந்துவிட்டதைப் போல, குழந்தைத்தனமான புன்னகையுடன் அங்கிருந்த ஒவ்வொருவரையும் பார்த்தார். அவர் குரூஷென்காவைப் பார்த்துச் சிரித்தபடி அவளுடைய சாய்வு

நாற்காலிக்கு அருகில் அவருடைய நாற்காலியை நகர்த்தினார். அவர் மெல்ல மெல்ல அந்த இரண்டு போலந்து நாட்டுக்காரர்களை நோட்டம் விட்டார்.

சோபாவில் அமர்ந்திருந்த அந்த மனிதனின் கம்பீரமான தோற்றமும், அவனுடைய போலந்து உச்சரிப்பும், அனைத்திற்கும் மேலாக அவனுடைய புகைக் குழாயும் மீச்சியாவை வெகுவாகக் கவர்ந்தன. 'சரி, அதனால் என்ன? அவன் புகை பிடிப்பது நல்லதுதான்' என்று மீச்சியா நினைத்தார். அவனுடைய உப்பிய நடுத்தர வயது முகமும், சிறிய மூக்கும், மெல்லிய, சாயம் பூசிய, திமிர் பிடித்தவை போலிருந்த மீசையும் மீச்சியாவின் மனதில் எந்தக் கேள்வியையும் எழுப்பவில்லை. அவனுடைய தலையிலிருந்த, சைபீரியாவில் தயாரித்த தரக்குறைவான பொய் முடியும், முன்னால் நெற்றியில் தொங்கிய அபத்தமான தலைமுடியும் கூட மீச்சியாவைப் பாதிக்கவில்லை. 'சரி, அது பொய் முடியாக இருந்தால் என்ன?' என்று அவர் மகிழ்ச்சியுடன் மேற்கொண்டு சிந்தித்தார். சுவருக்கு அருகில் அமர்ந்திருந்த மற்றொரு போலந்து நாட்டுக்காரன், சோபாவில் இருந்தவனை விட வயதில் சிறியவனாக இருந்தான். அவன் எதிர்ப்பு தெரிவிக்கும் விதமாக அங்கிருந்த அனைவரையும் வெறுப்புடன் பார்த்துக் கொண்டிருந்தான். சோபாவில் இருந்தவனுடன் ஒப்பிடுகையில் அசாதாரணமாகத் தோன்றிய அவனுடைய உயரம் மீச்சியாவை வியப்பில் ஆழ்த்தியது. 'அவன் எழுந்து நின்றால் ஆறடி மூன்று அங்குலம் இருப்பான்' என்று மீச்சியா நினைத்தார். அந்தப் போலந்து நாட்டுக்காரன் மற்றொருவனுக்கு நண்பனாகவும், மெய்க்காப்பாளனாகவும், புகைக்கும் அந்த மனிதன் இந்த உயரமான மனிதனுக்குக் கட்டளையிடும் நிலையில் இருப்பதாகவும் மீச்சியா நினைத்தார். ஆனால் மீச்சியாவுக்கு அதெல்லாம் வித்தியாசமாகத் தோன்றாமல், எப்படி இருக்க வேண்டுமோ அப்படி இருப்பதாகத் தோன்றியது. குட்டி நாயைப் போலிருந்த மீச்சியாவின் அனைத்து போட்டி மனப்பான்மையும் மறைந்துவிட்டது. அப்போது மீச்சியா, குரூஷென்காவின் மனநிலையையும், அவள் சொன்ன புதிரான வார்த்தைகளையும் புரிந்து கொள்ளாமல், அவள் அவரை மன்னித்து, அவளுக்கு அருகில் அமர வைத்து, அவருடன் அன்பாக நடந்து கொள்கிறாள் என்பதை மட்டும் சிலிர்க்கும் இதயத்துடன் புரிந்து கொண்டார். அவர் அவளுக்கு அருகில் அமர்ந்து, அவள் ஷாம்பெயின் டம்ளரை உறிஞ்சுவதைப் பார்த்து மகிழ்ச்சியில் திளைத்தார். அப்போது அவர் அந்தக் கூட்டத்தில் திடீரென்று நிலவிய அமைதியைக் கண்டு திகைத்து, எதையோ எதிர்பார்ப்பது போல அங்கிருந்த ஒவ்வொருவரையும் கவனித்தார். 'கனவான்களே,

நாம் ஏன் இங்கே அமர்ந்திருக்கிறோம்? நாம் ஏன் எதையாவது செய்யக்கூடாது?' என்று அவருடைய கண்கள் சொல்வது போலத் தோன்றியது.

"அவர் முட்டாள்தனமாகப் பேசுவதைக் கேட்டு நாங்கள் எல்லோரும் சிரித்துக் கொண்டிருந்தோம்" என்று மீச்சியாவின் மனதைப் புரிந்து கொண்டவன் போல கல்கனோவ் திடீரென்று பேச்சை ஆரம்பித்து மாக்சிமோவைச் சுட்டிக் காட்டினான்.

மீச்சியா உடனடியாகக் கல்கனோவையும் பிறகு மாக்சிமோவை யும் உற்றுப் பார்த்தார்.

"அவர் முட்டாள்தனமாகப் பேசினாரா?" என்று கேட்ட மீச்சியா எதையோ கண்டு மகிழ்ந்தது போல செயற்கையாகச் சிரித்தார். "ஹா ஹா ஹா!"

"ஆமாம். 1820களில் நம்முடைய குதிரைப்படை அதிகாரிகள் அனைவரும் போலந்துப் பெண்களை மணந்து கொண்டார்கள் என்று அவர் சொல்கிறார். ஆனால் அது சுத்த முட்டாள்தனம், இல்லையா?"

"போலந்துப் பெண்களா?" என்று மீச்சியா வியப்புடன் கேட்டார்.

மீச்சியாவுக்கு குரூஷென்காவுடன் இருந்த உறவைப் பற்றிக் கல்கனோவுக்குத் தெரியும். அதே போல அவன் அந்தப் போலந்து நாட்டுக்காரனைப் பற்றியும் அறிந்திருந்தான். ஆனால் அவனுக்கு அதெல்லாம் அவ்வளவு ஆர்வமூட்டக் கூடியதாக இல்லை. அப்போது அவனுக்கு ஆர்வமூட்டக் கூடியவராக இருந்தவர் மாக்சிமோவ்தான். அவன் எதேச்சையாக மாக்சிமோவைச் சந்தித்தது போல அந்தப் போலந்து நாட்டுக்காரர்களை முதன் முதலாக விடுதியில் சந்தித்தான். அவனுக்கு ஏற்கனவே குரூஷென்காவைத் தெரியும். அவன் ஒருமுறை யாரோ ஒருவருடன் அவளுடைய வீட்டிற்குச் சென்றபோது அவளைப் பார்த்திருக்கிறான். ஆனால் அப்போது அவளுக்கு அவனைப் பிடிக்கவில்லை. எனவே கல்கனோவ் அவளைப் பொருட்படுத்தாமல் இருந்தான் என்றாலும், மீச்சியா வருவதற்கு முன்பு அவள் அவனுடன் உரசியபடி, காதல் பார்வையை வீசிக் கொண்டிருந்தாள். இருபது வயதுக்கும் மேற்படாத அந்த இளைஞன், நாகரீகமான உடையில், வெளிறிய சிறிய முகத்துடன், அடர்த்தியான வெளிர் பழுப்பு நிறத் தலைமுடியுடன் இருந்தான். அந்த வசீகரமான முகத்தில் ஒரு ஜோடி வெளிறிய நீல நிறக் கண்கள் இருந்தன. அவை அவனுடைய வயதையும் மீறிய புத்திசாலித்தனமான மற்றும் சில சமயங்களில் ஆழமான பாவத்தை வெளிப்படுத்தின. அவனுடைய தோற்றமும்

பேச்சும் குழந்தைத்தனமாக இருந்தாலும், அவன் அதற்காக வெட்கப்படவில்லை, ஏனெனில் அது அவனுக்கே நன்றாகத் தெரியும். பொதுவாக அவன் கணிக்க முடியாதவனாகவும், மனம் போன போக்கில் நடந்து கொள்பவனாகவும், எப்போதும் அன்புடன் நடந்து கொள்பவனாகவும் இருந்தான். சில நேரங்களில் அவனுடைய முகபாவத்தில் உறுதியும் பிடிவாதமும் வெளிப்பட்டது. அவன் எதிரில் உள்ளவர்களைப் பார்த்துக் கொண்டும், அவர்கள் பேசுவதைக் கேட்டுக் கொண்டும் இருப்பதாகத் தோன்றினாலும், அவன் அவனுடைய சொந்த நினைவுகளில் மூழ்கியிருந்தான். அவன் ஒரு சமயம் சோம்பலாகவும், அமைதியாகவும் இருந்தான், ஆனால் மறு சமயம் மிக அற்பமான காரணங்களுக்காக உணர்ச்சிவசப்பட்டான்.

"கற்பனை செய்து பாருங்கள், நான் இப்போது நான்காவது நாளாக அவரை என்னுடன் அழைத்துக் கொண்டு சுற்றுகிறேன்" என்று அவன் சோம்பலுடன் ஆனால் இயல்பாகப் பேசினான். "உங்கள் சகோதரன் அவரை வண்டியிலிருந்து தள்ளிவிட்டுச் சென்றது உங்களுக்கு ஞாபகம் இருக்கிறதா? எனக்கு அப்போது அவர் மீது ஆர்வம் ஏற்பட்டது. நான் அவரை நாட்டிற்கு அழைத்துச் சென்றேன். ஆனால் அவர் தொடர்ந்து முட்டாள் தனமாகப் பேசுவதால், நான் அவருடன் இருப்பதற்கு வெட்கப்படு கிறேன். நான் இப்போது அவரை மீண்டும் நகரத்திற்கு அழைத்துச் செல்கிறேன்."

"அவர் போலந்து நாட்டுப் பெண்களைப் பார்த்திருக்க மாட்டார். அப்படியிருக்க அவர் சாத்தியமற்றதைச் சொல்கிறார்" என்று புகைக் குழாயுடன் இருந்த போலந்து நாட்டுக்காரன் மாக்சிமோவிடம் சொன்னான்.

அந்த மனிதன் அவன் நினைத்ததை விட மிக நன்றாக ரஷ்ய மொழியைப் பேசினான். ஆனால் அவன் ரஷ்ய சொற்களைப் பயன்படுத்தும்போது, அதைப் போலிஷ் மொழியைப் போல ஒலிக்கச் செய்ய முயற்சித்தான்.

"உங்களுக்குத் தெரியுமா, நானே ஒரு போலந்து நாட்டுப் பெண்ணைத்தான் மணந்தேன்" என்று மாக்சிமோவ் சிரித்தார்.

"அப்படியானால் நீங்கள் குதிரைப்படையில் இருந்தீர்களா? ஏனெனில் நீங்கள் குதிரைப்படையைப் பற்றிப் பேசிக் கொண்டிருந்தீர்கள். நீங்கள் குதிரைப்படை அதிகாரியா?" என்று கல்கனோவ் உடனடியாகக் கேட்டான்.

"அவர் உண்மையில் ஒரு குதிரைப்படை அதிகாரியா? ஹா ஹா ஹா!" என்று ஆர்வத்துடன் கேட்டுக் கொண்டிருந்த மீச்சியா

உரக்கக் கத்திவிட்டு, அவர்கள் ஒவ்வொருவரும் என்ன சொல்லப் போகிறார்கள் என்பது யாருக்குத் தெரியும் என்பதைப் போல பேசும் ஒவ்வொருவரையும் கேள்வியுடன் பார்த்தார்.

“இல்லை. ஐயா, நீங்களே பாருங்கள்” என்று மாக்சிமோவ் அவரை நோக்கித் திரும்பினார். “ஐயா, அதாவது அந்தப் போலந்து பெண்கள்... ஐயா, அவர்கள் அழகான பெண்கள்... அவர்கள் நமது குதிரைப்படை வீரர்களுடன் மசூர்கா நடனம் ஆடும்போது... அவர்களில் ஒருத்தி ஒருவனுடன் நடனத்தை ஆடி முடித்தவுடன், ஒரு சிறிய பூனைக் குட்டியைப் போல அவனுடைய மடியில் உட்கார்ந்து கொள்கிறாள்... சிறிய வெள்ளைப் பூனைக் குட்டியைப் போல... அவளுடைய அம்மாவும் அப்பாவும் அதை ஆட்சேபணை செய்யாமல் பார்த்துக் கொண்டிருக்கிறார்கள்... அப்புறம் அவன் அவளைத் திருமணம் செய்துகொள்ள அவளிடம் கையை நீட்டுகிறான். ஹி ஹி ஹி!” என்று மாக்சிமோவ் சிரித்தார்.

“அந்தக் கனவான் ஓர் அயோக்கியன்!” என்று நாற்காலியில் அமர்ந்திருந்த உயரமான போலந்து நாட்டுக்காரன் திடீரென்று உறுமியபடி, கால்களை மாற்றிப் போட்டுக் கொண்டான். அப்போது மீச்சியாவின் கண்களில் பட்ட அவனுடைய வழவழப்பான, தடிமனான, அழுக்கடைந்த பெரிய பூட்ஸ் அவரைத் திகைக்க வைத்தது. அந்த இரண்டு போலந்துக்காரர்களும் சற்றே அழுக்கடைந்த ஆடைகளை அணிந்திருந்தார்கள்.

“அயோக்கியனா? அவன் ஏன் அவரைத் திட்டுகிறான்?” என்று அப்போது குரூஷென்கா திடீரென்று கோபத்துடன் கேட்டாள்.

“அக்ரஃபேனா, அவர் போலந்தில் விவசாயப் பெண்களைப் பார்த்திருக்கிறார், ஆனால் உயர்குடியைச் சேர்ந்த பெண்களை அல்ல” என்று புகைக் குழாயுடன் இருந்த போலந்துக்காரன் அவளிடம் சொன்னான்.

“அதை உறுதியாகச் சொல்ல முடியும்” என்று அந்த உயரமான மனிதன் வெறுப்புடன் சொன்னான்.

“சரி, அவர் சொல்வதைக் கேட்போம். அவர் பேசுவதை ஏன் தடுக்க வேண்டும்? அவர் வேடிக்கையாகப் பேசுகிறார்” என்று குரூஷென்கா பதிலளித்தாள்.

“மேடம், நான் அதில் தலையிடவில்லை” என்று பொய் முடியுடன் இருந்த போலந்துக்காரன், குரூஷென்காவை நீண்ட நேரம் உற்றுப் பார்த்துவிட்டு, மீண்டும் அமைதியாகப் புகைக் குழாயை இழுக்கத் தொடங்கினான்.

"இல்லை, இந்தப் போலந்துக் கனவான் சொல்வது உண்மைதான்" என்று உற்சாகத்துடன் சொன்ன கல்கனோவ், அது மிக முக்கியமான விஷயம் என்பது போலப் பேசினான். "அவர் ஒருபோதும் போலந்துக்குச் சென்றதில்லை. எனவே அவரால் அதைப் பற்றி எப்படிப் பேச முடியும்? நீங்கள் போலந்தில் திருமணம் செய்து கொள்ளவில்லை, இல்லையா?"

"இல்லை, நான் ஸ்மோலென்ஸ்க் மாகாணத்தில் திருமணம் செய்து கொண்டேன். ஒரு குதிரைப்படை வீரர் போலந்திலிருந்து என் வருங்கால மனைவியையும், அவளுடைய அம்மா அப்பாவையும், அவளுடைய அத்தையையும், வளர்ந்த மகனுடன் இருந்த மற்றொரு உறவுக்காரப் பெண்ணையும் ரஷ்யாவுக்கு அழைத்து வந்தார். அவர் அவர்களை நேராக என்னிடம் அழைத்து வந்தார். அந்த இனிமையான இளைஞர் எங்கள் படைப் பிரிவில் லெப்டினென்டாக இருந்தார். அவர் முதலில் அவளைத் திருமணம் செய்துகொள்ள விரும்பினார். ஆனால் அவர் அவளைத் திருமணம் செய்துகொள்ளவில்லை, ஏனென்றால் அவள் நொண்டி நொண்டி நடப்பாள்..."

"அப்படியானால் நீங்கள் ஒரு நொண்டியைத் திருமணம் செய்து கொண்டீர்களா?" என்று கல்கனோவ் கத்தினான்.

"ஆமாம், ஐயா. அந்த நேரத்தில் அவர்கள் என்னை ஏமாற்றி என்னிடமிருந்து அதை மறைத்துவிட்டனர். அவள் துள்ளிக் குதிக்கிறாள் என்று நான் நினைத்தேன்... அவள் உற்சாக மிகுதியால் அப்படிக் குதித்து நடக்கிறாள் என்று நான் நினைத்தேன்..."

"அவள் சந்தோஷத்தினால் உங்களைத் திருமணம் செய்து கொண்டாள் என்று நீங்கள் நினைத்தீர்களா?" என்று கல்கனோவ் குழந்தையைப் போன்ற குரலில் கத்தினான்.

"ஆமாம் ஐயா. நான் அப்படித்தான் நினைத்தேன், ஆனால் பிறகுதான் எனக்கு உண்மையான காரணம் தெரிந்தது. எங்களுக்குத் திருமணம் முடிந்த அன்று மாலை அவள் மனம் நெகிழ்ந்து என்னிடம் மன்னிப்புக் கேட்டாள். அவள் சின்ன வயதில் ஒரு குட்டையைத் தாண்டிக் குதித்தபோது காலில் அடிபட்டுவிட்டதாகச் சொன்னாள். ஹி ஹி ஹி!"

கல்கனோவ் ஒரு குழந்தையைப் போலச் சிரித்துக் கொண்டே ஏறக்குறைய சோபாவிலிருந்து கீழே சரிந்தான். குரூஷென்காவும் சிரித்தாள். அப்போது மீச்சியா மகிழ்ச்சியின் உச்சத்தில் இருந்தார்.

"பாருங்கள், அவர் இப்போது உண்மையைச் சொல்கிறார். அவர் பொய் சொல்லவில்லை" என்று கல்கனோவ் மீச்சியாவை நோக்கிக் குனிந்தான். "உங்களுக்குத் தெரியுமா, அவர் இரண்டு

முறை திருமணம் செய்து கொண்டார். இப்போது அவர் அவருடைய முதல் மனைவியைப் பற்றிப் பேசினார். ஆனால் அவருடைய இரண்டாவது மனைவி அவரிடமிருந்து ஓடிவிட்டதும், அவள் இன்னும் உயிருடன் இருப்பதும் உங்களுக்குத் தெரியுமா?"

"நிஜமாகவா?" என்று மீச்சியா ஆச்சரியத்துடன் மாக்சிமோ வைப் பார்த்தார்.

"ஆமாம் ஐயா. அவள் ஓடிப்போனது என்னுடைய துரதிருஷ்டம்" என்று மாக்சிமோவ் அடக்கத்துடன் ஒப்புக் கொண்டார். "அவள் ஒரு கனவானுடன் ஓடிவிட்டாள். இதில் மோசமான விஷயம் என்னவென்றால், அவள் ஓடிப்போவதற்கு முன்பு என்னுடைய எல்லாச் சொத்துக்களையும் அவளுடைய பெயருக்கு மாற்றி எழுதிக் கொண்டாள். 'நீங்கள் படித்த மனிதர் என்பதால் உங்களுக்குச் சாப்பாட்டுக்குப் பஞ்சமிருக்காது' என்று சொல்லி என்னை ஏமாற்றிவிட்டாள். 'உங்களுடைய ஒரு மனைவி நொண்டி, ஆனால் மற்றொருத்திக்குப் பறக்கும் கால்கள்' என்று ஒரு மதிப்பிற்குரிய பிஷப் என்னிடம் சொன்னார். ஹி ஹி ஹி!"

"அவர் சொல்வதைக் கேளுங்கள், கேளுங்கள்!" என்று கல்கனோவ் உற்சாகத்துடன் கத்தினான். "அவர் பொய் சொல்கிறார். அவர் அடிக்கடி அதைச் செய்தாலும், மற்றவர்களை மகிழ்விப்பதற்காக வேண்டுமென்றே கதை விடுகிறார். அது அற்பத்தனமாக இல்லையா? உங்களுக்குத் தெரியுமா, நான் சில நேரங்களில் அவரை அதிகமாக நேசிக்கிறேன். அவர் கோமாளித்தனமாக நடந்து கொண்டாலும் அவருக்குக் கெட்ட எண்ணம் எதுவும் இல்லை. நீங்கள் என்ன நினைக்கிறீர்கள்? மற்றவர்கள் ஏதோ ஆதாயம் அடைவதற்காக அப்படிக் கோமாளித்தனமாக நடந்து கொள்ளலாம் என்றாலும் அவர் அப்படியில்லை. அவர் இப்படி நடந்து கொண்டாலும், இயற்கையில் அதுதான் அவருடைய சுபாவம்... உதாரணமாக, கோகோல் அவருடைய இறந்த ஆத்மாக்கள் என்ற புத்தகத்தில் தன்னைப் பற்றி எழுதியிருப்பதாக அவர் நேற்று நாள் முழுவதும் பேசிக் கொண்டே இருந்தார். அதில் மாக்சிமோவ் என்ற ஒரு நிலப் பிரபுவின் கதாபாத்திரம் இருப்பதும், நொஸ்திரியோவ் என்பவன் அவனை அடிப்பதும், 'குடிபோதையில் மாக்சிமோவை அடித்த குற்றத்திற்காக' அவன் கைது செய்யப்படுவதும் உங்களுக்கு நினைவிருக்கிறதா? அந்த மாக்சிமோவ் நான்தான் என்றும், அவர்கள் என்னையே அடித்தார்கள் என்றும் அவர் சொல்வதை உங்களால் நம்ப முடிகிறதா? ஆனால் அது எப்படி உண்மையாக இருக்க முடியும்? சிச்சிக்கோவ் 1820களின் முற்பகுதியில் அவருடைய பயணத்தைத் தொடங்கினார் என்பதால் தேதிகள்

ஒத்துப்போகவில்லை. அப்படியானால் அவரை அடித்திருக்க முடியாது இல்லையா?"

கல்கனோவ் எதற்காக இப்படிப் பரபரப்படைகிறான் என்பதை யூகிப்பது கடினம் என்றாலும், அவனுடைய பதற்றம் உண்மையானதாக இருந்தது. மீச்சியா உற்சாகத்துடன் அதைப் பற்றிப் பேசத் தொடங்கினார்.

"சரி, ஒருவேளை அவரை அடித்திருந்தால்!" என்று அவர் உரக்கச் சிரித்தார்.

"உண்மையில் அவர்கள் என்னை அடிக்கவில்லை என்றாலும் அடித்தது போலத்தான்" என்று மாக்சிமோவ் திடீரென்று இடைமறித்தார்.

"நீங்கள் என்ன சொல்கிறீர்கள்? நீங்கள் அடி வாங்கினீர்களா, இல்லையா?"

"இப்போது மணி என்ன?" என்று புகைக் குழாயுடன் இருந்த போலந்து நாட்டுக்காரன் சலிப்புடன் அந்த உயரமான மனிதனிடம் போலந்தில் கேட்டான். மற்றவன் பதிலுக்குத் தோள்களைக் குலுக்கினான். அவர்கள் இருவரிடமும் கடிகாரம் இல்லை.

"அவர்கள் ஏன் பேசக்கூடாது? உங்களுக்குச் சலிப்பாக இருந்தால் நீங்கள் சும்மாயிருங்கள். அதற்காக மற்றவர்கள் பேசாமல் இருக்க வேண்டுமா?"

குரூஷென்கா குற்றம் கண்டுபிடிக்கும் நோக்கத்துடன் அவனை நோக்கிப் பாய்ந்தாள். அப்போதுதான் மீச்சியாவின் மனதில் முதன்முறையாக ஏதோ ஒன்று பளிச்சிட்டது. இந்த முறை அந்தப் போலந்து நாட்டுக்காரன் எரிச்சலுடன் பதில் சொன்னான்.

"நான் எதையும் ஆட்சேபிக்கவில்லை. நான் ஒன்றும் சொல்லவில்லை."

"சரி, சரி, நீங்கள் உங்கள் கதையைச் சொல்லுங்கள்" என்று குரூஷென்கா, மாக்சிமோவைப் பார்த்துக் கத்தினாள். "நீங்கள் ஏன் மௌனமாகிவிட்டீர்கள்?"

"சொல்வதற்கு ஒன்றுமில்லை, ஏனெனில் எல்லாமே முட்டாள்தனம்" என்று மாக்சிமோவ் வெளிப்படையான மகிழ்ச்சியுடன் சொல்லிவிட்டு, வெட்கப்படுவது போல நடித்தார். "கோகோல் எல்லாவற்றையும் உருவகமாகச் சொல்கிறார். அவர் தேர்ந்தெடுக்கும் அனைத்துப் பெயர்களும் உருவகமானவை. நொஸ்திரியோவ் என்பது உண்மையில் நொஸவ். குவ்ஷினினோவுக்கு முற்றிலும் வேறுபட்ட ஷக்வோர்னியோவ் என்ற பெயரை வைத்தார். ஃபெனார்டியின் பெயர் ஃபெனார்டிதான் என்றாலும்

அவர் ஓர் இத்தாலியர் அல்ல ரஷ்யர். திருமதி. ஃபெனார்டி என்ற அழகான பெண்ணுக்கு மிகவும் நேர்த்தியான கால்கள் இருந்தன. அவள் இறுக்கமான காலுறை அணிந்து, மினுமினுக்கும் குட்டைப் பாவாடையுடன் சுற்றித் திரிந்து, நான்கு மணி நேரத்தில் அல்ல நான்கு நிமிடங்களில் அனைவரையும் மயக்கினாள்...”

“ஆனால் நீங்கள் எதற்காக அடி வாங்கினீர்கள்? எதற்காக?” என்று கல்கனோவ் உறுமினான்.

“பிரோனுக்காக!” என்றார் மாக்சிமோவ்.

“யார் பிரோன்?” என்று மீச்சியா கத்தினார்.

“பிரபல பிரெஞ்சு எழுத்தாளர் பிரோன். அப்போது நாங்கள் எல்லோரும் ஒரு பெரிய விருந்தில் மது அருந்திக் கொண்டிருந்தோம். அவர்கள் என்னையும் அழைத்திருந்தார்கள். நான் அங்கே நையாண்டிக் கவிதைகளைச் சொல்லத் தொடங்கினேன். ‘நீங்கள் போலியோதானா? என்ன ஒரு வேடிக்கையான உடை!’ அவர் முகமூடி அணிந்து குளியல் அறைக்குச் செல்வதாகச் சொன்னார். ஹி ஹி ஹி! அவர்கள் எல்லோரும் அதை அவமதிப்பாக எடுத்துக் கொண்டார்கள். எனவே நான் படித்தவர்கள் எல்லோருக்கும் நன்றாகத் தெரிந்த மற்றொரு நையாண்டியை அவசரமாகச் சொன்னேன். ‘நீங்கள் சாப்போ, நான் பாவோன் என்பதை ஒப்புக் கொள்கிறேன். இருந்தாலும் ஒரு துக்கம் என்னை அழுத்துகிறது. உங்களுக்கு கடலுக்குப் போகும் வழி தெரியாது.’ அவர்கள் அதைக் கேட்டு மேலும் மனம் புண்பட்டவர்களாக என்னைத் திட்டத் தொடங்கினார்கள். எனவே நான் அவர்களை அமைதிப்படுத்த பிரோனைப் பற்றிய ஒரு சுவாரஸ்யமான சம்பவத்தைச் சொன்னேன். அவர்கள் அவரைப் பிரெஞ்சு அகாதமியில் ஏற்றுக்கொள்ள மறுத்தபோது, அவர் அதற்குப் பழிவாங்கும் விதமாக அவருடைய கல்லறைக்குச் சொந்தமாக ஒரு கல்வெட்டை எழுதினார். ‘இங்கே பிரோன் தூங்குகிறார். அவர் யாரும் இல்லை. அவர் அகாதமியின் உறுப்பினர் கூட இல்லை.’ அப்போது அவர்கள் என்னைப் பிடித்து அடித்தார்கள்.”

“ஏன்? எதற்காக?”

“என்னுடைய புலமைக்காக. மக்கள் எதற்கு வேண்டுமானாலும் ஒரு மனிதனை அடிக்கலாம்” என்று மாக்சிமோவ் சுருக்கமாக, உணர்ச்சிப்பெருக்குடன் சொல்லி முடித்தார்.

“ஹேய், போதும் நிறுத்துங்கள். நான் இந்தச் சலிப்பூட்டும் பேச்சைக் கேட்க விரும்பவில்லை. நான் ஏதோ வேடிக்கையாக இருக்கும் என்று நினைத்தேன்” என்று திடீரென்று குரூஷென்கா இடைமறித்தாள்.

மீச்சியா அதைக் கேட்டுத் திகைப்புடன் சிரிப்பதை நிறுத்தினார். அந்த உயரமான போலந்து நாட்டுக்காரன் எழுந்து, முன்பின் அறிமுகமில்லாத அந்தக் கூட்டத்தினால் சலிப்படைவது போல, கர்வம் தோய்ந்த முகபாவத்துடன் கைகளை முதுகுக்குப் பின்னால் கட்டிக் கொண்டு, அறையின் ஒரு மூலையிலிருந்து மற்றொரு மூலைக்கு நடக்கத் தொடங்கினான்.

"ஓ, அவனால் அமைதியாக உட்கார முடியவில்லை" என்று குரூஷென்கா வெறுப்புடன் அவனைப் பார்த்தாள். மீச்சியாவும் கவலைப்படத் தொடங்கினார். தவிர, சோபாவில் இருந்த மனிதன் தன்னை வெறுப்புடன் பார்த்துக் கொண்டிருப்பதையும் அவர் கவனித்தார்.

"ஐயா!" என்று மீச்சியா கத்தினார். "நாம் குடிப்போம்! அவரும் குடிக்கட்டும். கனவான்களே நாம் குடிப்போம்" என்று மீச்சியா வேகமாக மூன்று டம்ளர்களை எடுத்து ஷாம்பெயினை ஊற்றினார்.

"போலந்துக்காக! நான் உங்களுடைய போலந்துக்காகக் குடிக்கிறேன்!" என்று மீச்சியா கத்தினார்.

"ஐயா, எனக்கு மிகவும் மகிழ்ச்சி" என்று சோபாவில் இருந்த மனிதன் கம்பீரமாக டம்ளரை எடுத்துக் கொண்டான்.

"அவருடைய பெயர் என்ன? ஐயா, புகழ்பெற்றவரே, நீங்களும் குடியுங்கள்!" என்று மீச்சியா அவரைத் தூண்டினார்.

"விருப்லேவ்ஸ்கி" என்று சோபாவில் இருந்த மனிதன் சொன்னான்.

விருப்லேவ்ஸ்கி ஆடிக் கொண்டே நடந்து வந்தான்.

"கனவான்களே, போலந்துக்காக. ஹுர்ரே!" என்று மீச்சியா கத்தியபடி டம்ளரை உயர்த்தினார்.

மூன்று பேரும் குடித்தார்கள். மீச்சியா மீண்டும் பாட்டிலை எடுத்து மூன்று டம்ளர்களை நிரப்பினார்.

"இப்போது ரஷ்யாவுக்காக. நாம் அனைவரும் சகோதரர்களாக இருப்போம்!"

"எங்களுக்கும் கொஞ்சம் ஊற்றுங்கள்" என்றாள் குரூஷென்கா. "நானும் ரஷ்யாவுக்காகக் குடிக்கிறேன்."

"நானும்" என்றான் கல்கனோவ்.

"நானும்... நானும் ரஷ்யாவுக்காக, என்னுடைய பாட்டியான ரஷ்யாவுக்காகக் குடிக்கிறேன்" என்று மாக்சிமோவ் சிரித்தார்.

"எல்லோரும், எல்லோரும்!" என்று மீச்சியா கத்தினார். "ஐயா, தயவுசெய்து இன்னொரு பாட்டில்!"

மீச்சியா கொண்டுவந்த பாட்டில்களில் மீதமிருந்த மூன்று பாட்டில்களை அவர்கள் கொண்டு வந்தார்கள். மீச்சியா டம்ளர்களை நிரப்பினார்.

"ரஷ்யாவுக்கு ஹுர்ரே!" என்று அவர் மீண்டும் கத்தினார். போலந்துக்காரர்களைத் தவிர மற்றவர்கள் குடித்தார்கள். குரூஷென்கா ஒரே மடக்கில் டம்ளரைக் காலி செய்தாள். போலந்துக்காரர்கள் அவர்களுடைய டம்ளரைத் தொடக்கூட இல்லை.

"என்ன இது?" என்று மீச்சியா கத்தினார். "நீங்கள் ஏன் குடிக்கவில்லை?"

"1772 க்கு முன்னர் உள்ள ரஷ்யாவுக்கு" என்று விருப்லேவ்ஸ்கி டம்ளரை எடுத்து உயர்த்தி சத்தமாகச் சொன்னான்.

"ஆமாம், அதுதான் நல்லது" என்று மற்றொரு போலந்துக்காரன் கத்தினான்.

இருவரும் ஒரே நேரத்தில் டம்ளரைக் காலி செய்தார்கள்.

"நீங்கள் இருவரும் முட்டாள்கள்" என்று மீச்சியா திடீரென்று உளறினார்.

"ஐயா!" என்று இரண்டு போலந்துக்காரர்களும் சண்டை சேவல்களைப் போல மீச்சியாவைப் பார்த்துக் கத்தினார்கள். குறிப்பாக விருப்லேவ்ஸ்கி கோபத்துடன் மீச்சியாவைப் பார்த்தான்.

"ஒரு மனிதன் அவனுடைய சொந்த நாட்டை நேசிக்கக் கூடாதா?" என்று அவர் கத்தினார்.

"அமைதியாக இருங்கள்! சண்டை போடாதீர்கள்! நான் சொல்வது கேட்கிறதா?" என்று குரூஷென்கா ஆவேசத்துடன் காலை தரையில் உதைத்தாள். அவளுடைய கண்களும் முகமும் பளபளத்தன. அவள் அப்போதுதான் குடித்து முடித்த மதுவின் விளைவு வெளிப்படையாகத் தெரிந்தது. மீச்சியா அதைப் பார்த்து பயந்துபோனார்.

"கனவான்களே, என்னை மன்னியுங்கள். அது என்னுடைய தவறுதான். விருப்லேவ்ஸ்கி என்னை மன்னியுங்கள். மீண்டும் இப்படி நடக்காது!"

"முட்டாளே, பேசாமல் உட்காருங்கள்! அடக் கடவுளே!" என்று குரூஷென்கா கோபத்துடன் அவரைப் பார்த்துக் கத்தினாள்.

எல்லோரும் உட்கார்ந்தார்கள். அவர்கள் ஒருவரையொருவர் பார்த்துக் கொண்டு மௌனமாக இருந்தார்கள்.

"கனவான்களே, நான்தான் அதற்குக் காரணம்" என்று மீச்சியா குரூஷென்கா சொன்னதைப் புரிந்து கொள்ளாமல்

மீண்டும் ஆரம்பித்தார். "நாம் ஏன் இப்படி உட்கார்ந்திருக்க வேண்டும்? நாம் மகிழ்ச்சியாக இருக்க என்ன செய்ய வேண்டும்?"

"ஆகா, உண்மையில் நாம் ஒன்றும் மகிழ்ச்சியாக இல்லை!" என்று கல்கனோவ் சோம்பலுடன் முணுமுணுத்தான்.

"ஐயா, நாம் முன்பு போல சீட்டு விளையாடலாம்" என்று மாக்சிமோவ் சிரித்துக் கொண்டே சொன்னார்.

"சீட்டா? பிரமாதம்!" என்று மீச்சியா கத்தினார். "நம்முடைய போலந்து நண்பர்கள் ஒப்புக் கொண்டால்..."

"புஷ்னோ" என்று சோபாவில் இருந்த மனிதன் தயக்கத்துடன் சொன்னான்.

"ஆமாம்" என்று விருப்லேவ்ஸ்கி ஒப்புக் கொண்டான்.

"புஷ்னோ? அதற்கு என்ன அர்த்தம்?" என்று குரூஷென்கா கேட்டாள்.

"நேரமாகிவிட்டது என்று அர்த்தம்" என்று சோபாவில் இருந்தவன் சொன்னான்.

"அவர்களுக்கு எதற்கெடுத்தாலும் நேரமாகிவிட்டது, முடியாது என்ற பாட்டுதான்!" என்று குரூஷென்கா ஏறக்குறைய கோபத்துடன் கத்தினாள். "அவர்கள் மந்தமானவர்கள் என்பதால் மற்றவர்களும் அப்படி இருக்க வேண்டும் என்று விரும்புகிறார்கள். மீச்சியா, நீங்கள் வருவதற்கு முன்பு அவர்கள் எதுவும் பேசாமல் என்னைப் பார்த்து பெருமூச்சு விட்டுக் கொண்டிருந்தார்கள்."

"அடக் கடவுளே!" என்று சோபாவில் இருந்த மனிதன் கத்தினான். "நீங்கள் என் மீது அதிருப்தி அடைந்திருப்பது எனக்கு வருத்தமாக இருக்கிறது. ஐயா, நான் விளையாடத் தயார்" என்று அவன் மீச்சியாவைப் பார்த்துச் சொன்னான்.

"ஐயா, ஆரம்பியுங்கள்" என்று ஆமோதித்த மீச்சியா, சட்டைப் பையிலிருந்து இரண்டு நூறு ரூபிள் நோட்டுகளை எடுத்து மேசையின் மீது வைத்தார். "ஐயா, நான் உங்களிடம் அதிகமாகப் பணத்தை இழந்தால் மகிழ்ச்சியடைவேன். நீங்கள் சீட்டுக் கட்டை எடுத்து ஆரம்பியுங்கள்."

"நாம் விடுதிக்காரனிடம் சீட்டுக் கட்டைக் கொண்டு வரும்படிச் சொல்வோம்" என்று குள்ளமான மனிதன் உறுதியாகவும் அழுத்தமாகவும் சொன்னான்.

"அதுதான் நல்ல வழி" என்று விருப்லேவ்ஸ்கி ஆமோதித்தான்.

"விடுதிக்காரனிடமிருந்தா? சரி, கனவான்களே, எனக்குப் புரிகிறது. சீட்டுக் கட்டைக் கொண்டு வாருங்கள்" என்று மீச்சியா உத்தரவிட்டார்.

விடுதிக்காரன் முத்திரையிட்ட ஒரு புதிய சீட்டுக் கட்டைக் கொண்டு வந்து கொடுத்துவிட்டு, பெண்கள் தயாராகிக் கொண்டிருக்கிறார்கள் என்றும், யூதர்கள் ஜால்ராவுடன் விரைவில் வந்துவிடுவார்கள் என்றும், ஆனால் உணவுப் பொருள்களை ஏற்றிய வண்டி இன்னும் வந்து சேரவில்லை என்றும் சொன்னான். மீச்சியா துள்ளிக் குதித்து எழுந்து, தேவையான ஏற்பாடுகளைச் செய்வதற்காக அடுத்த அறைக்குச் சென்றார். மூன்று பெண்கள் மட்டுமே இருந்தார்கள். அவர்களில் மரியா இல்லை. ஆனால் அவர் என்ன சொல்வதற்காக அல்லது எதற்காக வெளியே அவசரமாக ஓடி வந்தார் என்பது அவருக்கே தெரியவில்லை. பெட்டியிலிருந்து பெண்களுக்கு இனிப்புப் பதார்த்தங்களையும் மிட்டாய்களையும் எடுத்துக் கொடுக்கச் சொல்லிவிட்டு, "அந்திரேய்க்கு வோட்கா கொடுங்கள், அவனுக்கு வோட்கா கொடுங்கள்!" என்று அவசரமாகக் கத்தினார். "நான் அவனிடம் முரட்டுத்தனமாக நடந்து கொண்டேன்."

அப்போது அவரைப் பின்தொடர்ந்து வந்த மாக்சிமோவ் அவருடைய தோளைத் தொட்டார்.

"எனக்கு ஐந்து ரூபிள்கள் கொடுங்கள்" என்று அவர் மீச்சியாவிடம் முணுமுணுத்தார். "நானும் பந்தயம் கட்ட வேண்டும். ஹி ஹி ஹி!"

"நல்ல யோசனை! இந்தாருங்கள் பத்து ரூபிள்கள்" என்று மீச்சியா சட்டைப் பையிலிருந்து நோட்டுக் கட்டை வெளியே எடுத்தார். "நீங்கள் தோற்றுவிட்டால் மேலும் கேளுங்கள்."

"நல்லது" என்று மகிழ்ச்சியுடன் முணுமுணுத்த மாக்சிமோவ் திரும்பிச் சென்றார். மீச்சியாவும் அறைக்குத் திரும்பி, அவர்களைக் காக்க வைத்ததற்காக மன்னிப்புக் கேட்டுக் கொண்டார். போலந்துக்காரர்கள் ஏற்கனவே சீட்டுக் கட்டைப் பிரித்து தயாராக வைத்திருந்தார்கள். இப்போது அவர்கள் இணக்கமான, நட்பான முகத்துடன் இருந்தார்கள். சோபாவில் இருந்த கனவான் மீண்டும் புகைக் குழாயை இழுக்கத் தொடங்கினான். அவனுடைய முகபாவம் தீவிரமாகியது.

"ஐயா, இருக்கையில் அமருங்கள்" என்று விருப்லேவ்ஸ்கி சொன்னான்.

"இல்லை, நான் மீண்டும் விளையாடவில்லை" என்றான் கல்கனோவ். "நான் ஏற்கனவே அவர்களிடம் ஐம்பது ரூபிள்களை இழந்துவிட்டேன்."

"சென்ற முறை உங்களுக்கு அதிர்ஷ்டம் இல்லாமல் இருந்திருக்கலாம், ஆனால் இந்த முறை இருக்கலாம்" என்று

சோபாவில் இருந்த மனிதன் அவன் இருந்த திசையைப் பார்த்துச் சொன்னான்.

"இருப்பிலுள்ள பணம் பந்தயத்திற்குப் போதுமானதா?" என்று மீச்சியா உற்சாகத்துடன் கேட்டார்.

"ஐயா, நூறு, இருநூறு என்று நீங்கள் விரும்புவது எது வேண்டுமானாலும்."

"பத்து லட்சம்!" என்று மீச்சியா உரக்கச் சிரித்தார்.

"ஐயா, நீங்கள் போட்விஸோவ்ஸ்கியைப் பற்றிக் கேள்விப்பட்டிருக்கிறீர்களா?

"யார் போட்விஸோவ்ஸ்கி?"

"வார்சா நகரத்தில் யார் வேண்டுமானாலும் பந்தயம் கட்டக்கூடிய ஒரு சூதாட்ட விடுதி உள்ளது. போட்விஸோவ்ஸ்கி அங்கு சென்று, பந்தயம் கட்ட முடிவு செய்தார். 'மிஸ்டர் போட்விஸோவ்ஸ்கி, நீங்கள் பணத்தை மேசையின் மீது வைக்கிறீர்களா அல்லது நாங்கள் உங்கள் வார்த்தையை நம்பலாமா?' என்று விடுதிக்காரர் கேட்டார். 'நீங்கள் என் வார்த்தையை நம்பலாம்' என்றார் போட்விஸோவ்ஸ்கி. விடுதிக்காரர் பகடையை உருட்டினார். போட்விஸோவ்ஸ்கி வெற்றி பெற்றார். 'இதோ' என்று விடுதிக்காரர் மேசையின் இழுப்பறையைத் திறந்து பத்து லட்சத்தை எடுத்துக் கொடுத்தார். 'அது இருந்தது எனக்குத் தெரியாது' என்றார் போட்விஸோவ்ஸ்கி. 'நீங்கள் வாக்குறுதி கொடுத்தீர்கள், நாங்கள் எங்கள் வாக்குறுதியை நிறைவேற்றினோம்' என்றார் விடுதிக்காரர். போட்விஸோவ்ஸ்கி பத்து லட்சத்தை எடுத்துக் கொண்டார்."

"அது உண்மையல்ல" என்றான் கல்கனோவ்.

"ஐயா, கல்கனோவ், ஒரு நாகரீகமான சமுதாயத்தில் யாரும் இப்படிப் பேச மாட்டார்கள்."

"போலந்து நாட்டுச் சூதாட்டக்காரன் பத்து லட்சம் கிழிப்பான்!" என்று கத்திய மீச்சியா, உடனே தன்னைக் கட்டுப்படுத்திக் கொண்டார். "ஐயா, என்னை மன்னியுங்கள், நான் மீண்டும் தவறு செய்து விட்டேன். நான் அப்படிச் சொல்லவில்லை, அவர் நிச்சயமாக கௌரவத்திற்காக, போலந்து நாட்டின் கௌரவத்திற்காக பத்து லட்சம் கொடுப்பார்! நான் எப்படி போலிஷ் பேசுகிறேன் என்று நீங்களே பாருங்கள். ஹா ஹா ஹா! நான் பத்து ரூபிள்களை ஜாக்கில் பந்தயம் கட்டுகிறேன்."

"நான் ராணி மீது, என் அழகான இதய ராணியின் மீது ஒரு ரூபிள் பந்தயம் கட்டுகிறேன். ஹி ஹி ஹி!" என்று மாக்சிமோவ் சிரித்துக் கொண்டே ராணியை வெளியே எடுத்து, அதை

எல்லோரிடமிருந்தும் மறைப்பது போல மேசையின் மீது வைத்துவிட்டு, வேகமாக மேசைக்கு அடியில் சிலுவையிட்டுக் கொண்டார். மீச்சியா வெற்றி பெற்றார். ராணியின் மீது பந்தயம் கட்டிய மாக்சிமோவுக்கு ஒரு ரூபிள் கிடைத்தது.

“இருபத்தைந்து!” என்று மீச்சியா கத்தினார்.

“மீண்டும் ஒரு ரூபிள். ஒரு சின்ன பந்தயம்” என்று மாக்சிமோவ் ஒரு ரூபிளை வென்ற மகிழ்ச்சியில் முணுமுணுத்தார்.

“தொலைந்தது!” என்று மீச்சியா கத்தினார். “ஏழில் ஒரு டபுள்!”

மீச்சியா அதிலும் தோற்றார்.

“நிறுத்துங்கள்!” என்று கல்கனோவ் திடீரென்று கத்தினான்.

“ஏழு, ஏழு” என்று மீச்சியா பந்தயத் தொகையை இரட்டிப் பாக்கினார். ஆனால் அவர் ஒவ்வொரு முறையும் தோற்றுப் போனார். ஆனால் மாக்சிமோவ் தொடர்ந்து வெற்றி பெற்றுக் கொண்டே இருந்தார்.

“டபுள்!” என்று மீச்சியா ஆவேசமாகக் கத்தினார்.

“ஐயா, நீங்கள் இருநூறு ரூபிள்களைத் தோற்றுவிட்டீர்கள்” என்று சோபாவில் இருந்த மனிதன் சொன்னான். “நீங்கள் மேலும் இருநூறு பந்தயம் வைக்கிறீர்களா?”

“என்ன? நான் ஏற்கனவே இருநூறு இழந்துவிட்டேனா? சரி, மீண்டும் இருநூறு! எல்லாமே டபுள்!”

மீச்சியா சட்டைப் பையிலிருந்து நோட்டுக் கட்டை எடுத்து, இருநூறு ரூபிள்களை ராணியின் மீது வீச யத்தனித்தபோது, கல்கனோவ் அதைக் கையால் மூடிக் கொண்டான்.

“போதும்!” என்று அவன் உரத்தக் குரலில் கத்தினான்.

“என்ன சொல்கிறீர்கள்?” என்று மீச்சியா அவனை உற்றுப் பார்த்தார்.

“போதும்! நீங்கள் மேற்கொண்டு விளையாட வேண்டாம். விளையாடக் கூடாது!”

“ஏன்?”

“ஏனென்றால் இத்துடன் விளையாட்டை முடித்துக் கொண்டு எழுந்திருங்கள். நான் உங்களை மேற்கொண்டு விளையாட அனுமதிக்க மாட்டேன்!”

மீச்சியா அவனை வியப்புடன் பார்த்தார்.

“மீச்சியா எழுந்திருங்கள். அவர் சொல்வது சரிதான். நீங்கள் நிறைய தோற்றுவிட்டீர்கள்” என்று குரூஷென்கா விநோதமான குரலில் சொன்னாள்.

போலந்து நாட்டுக்காரர்கள் இருவரும் மனம் புண்பட்டவர் களைப் போல இருக்கையிலிருந்து எழுந்து நின்றார்கள்.

"ஐயா, நீங்கள் கேலி செய்கிறீர்களா?" என்று குள்ளமான மனிதன் கல்கனோவைப் பார்த்துக் கோபத்துடன் கேட்டான்.

"அப்படிச் செய்ய உங்களுக்கு என்ன தைரியம்?" என்று விருப்லேவ்ஸ்கியும் கல்கனோவைப் பார்த்து உறுமினான்.

"அப்படிக் கத்த உனக்கு என்ன தைரியம்?" என்று குரூஷென்கா பதிலுக்குக் கோபத்துடன் கத்தினாள். "அட, வான்கோழிகளே!"

மீச்சியா அவர்கள் இருவரையும் மாறி மாறிப் பார்த்தார். ஆனால் குரூஷென்காவின் முகத்தில் தெரிந்த ஏதோ ஒன்று அவரைத் தாக்கியது. அப்போது அவருடைய மனதில் ஒரு விநோதமான புதிய எண்ணம் பளிச்சிட்டது!

"மேடம்!" என்று குள்ளமான மனிதன் கோபத்தில் முகம் சிவந்து பேசத் தொடங்கியபோது, மீச்சியா அவன் அருகில் சென்று அவனுடைய தோளில் தட்டினார்.

"ஐயா, மதிப்புக்குரியவரே, நான் உங்களுடன் இரண்டு வார்த்தைகள் பேச விரும்புகிறேன்."

"உங்களுக்கு என்ன வேண்டும்?"

"நாம் அடுத்த அறைக்குச் செல்வோம். நான் அங்கே உங்களுடன் சற்று பேச வேண்டும். நான் உங்களுக்கு வேண்டிய ஒன்றைச் சொல்ல விரும்புகிறேன். நீங்கள் அதைக் கேட்டு மகிழ்வீர்கள்."

அந்தப் போலந்துக்காரன் வியப்படைந்து, எச்சரிக்கையுடன் மீச்சியாவைப் பார்த்தான். ஆனால் விருப்லேவ்ஸ்கியும் உடன் வர வேண்டும் என்ற நிபந்தனையின் பேரில் அதற்குச் சம்மதித்தான்.

"உங்கள் மெய்க்காப்பாளர் உங்களுடன் இருக்க வேண்டுமா? நல்லது, அவரும் வரட்டும். நான் அவரையும் அழைத்துச் செல்ல விரும்புகிறேன்!" என்று மீச்சியா கத்தினார். "ஐயா, வாருங்கள் போகலாம்."

"நீங்கள் எங்கே போகிறீர்கள்?" என்று குரூஷென்கா கவலை யுடன் கேட்டாள்.

"நாங்கள் ஒரு நிமிடத்தில் வந்துவிடுவோம்" என்றார் மீச்சியா.

அவருடைய கண்களில் ஒருவிதமான தைரியமும், எதிர்பாராத நம்பிக்கையும் பளிச்சிட்டது. அவர் ஒரு மணி நேரத்திற்கு முன்பு அந்த அறையில் நுழைந்தபோது, இருந்ததைக் காட்டிலும் இப்போது

அவருடைய முகம் மிகவும் மாறியிருந்தது. அவர் அவர்களை பெண்கள் தயாராகிக் கொண்டிருந்த, மேசைகளைப் போட்டுக் கொண்டிருந்த அறைக்கு அழைத்துச் செல்லாமல், பெட்டிகளும், சூட்கேஸ்களும், இரண்டு பெரிய படுக்கைகளும் இருந்த வலப்புறமிருந்த அறைக்கு அழைத்துச் சென்றார். அங்கிருந்த ஒவ்வொரு படுக்கையிலும் தலையணைகள் உயரமாக அடுக்கி வைக்கப்பட்டிருந்தன. அறையின் மூலையில் இருந்த ஒரு சிறிய மேசையின் மீது ஒரு மெழுகுவர்த்தி எரிந்து கொண்டிருந்தது. குள்ளமான மனிதனும் மீச்சியாவும் எதிரெதிரே அமர்ந்துகொள்ள, விருப்லேவ்ஸ்கி அவர்களுக்கு அருகில் கைகளைப் பின்புறமாகக் கட்டிக் கொண்டு நின்றான். அவர்களுடைய முகபாவத்தில் கடுமை இருந்தாலும், என்ன என்பதைத் தெரிந்து கொள்வதில் ஆவலாக இருந்தார்கள்.

"ஐயா, நான் உங்களுக்கு என்ன செய்ய வேண்டும்?" என்று போலந்துக்காரன் கேட்டான்.

"ஐயா, பாருங்கள், நான் உங்களை நீண்ட நேரம் காக்க வைக்க மாட்டேன். இதோ என்னிடம் கொஞ்சம் பணம் இருக்கிறது" என்று மீச்சியா சட்டைப் பையிலிருந்து நோட்டுக் கட்டை உருவினார். "உங்களுக்கு மூவாயிரம் ரூபிள்கள் வேண்டும் என்றால் நீங்கள் அதை வாங்கிக் கொண்டு உங்கள் வழியே போங்கள்."

அந்தப் போலந்து நாட்டுக்காரன் மீச்சியாவை ஆராயும் தோரணையில் உற்றுப் பார்த்தான்.

"ஐயா, மூவாயிரமா?" என்று அவன் விருப்லேவ்ஸ்கியுடன் பார்வையைப் பரிமாறிக் கொண்டான்.

"ஐயா, மூவாயிரம்! மூவாயிரம்! நீங்கள் ஒரு விவேகமான மனிதர் என்று நான் நினைக்கிறேன். எனவே நீங்கள் மூவாயிரம் ரூபிள்களை வாங்கிக் கொண்டு, விருப்லேவ்ஸ்கியுடன் இங்கிருந்து வெளியேறுங்கள். உங்களுக்குக் கேட்கிறதா, நீங்கள் உடனே, இந்த நிமிடமே திரும்பிப் பார்க்காமல் போய்விட வேண்டும். இதோ வாசல் இந்தப் பக்கம் இருக்கிறது. உங்களுக்கு இங்கே என்ன இருக்கிறது? ஒரு கோட், உரோம கோட்? நான் அதை எடுத்து வருகிறேன். உங்களுக்காக இந்த வினாடியே வண்டி வெளியே தயாராக இருக்கிறது. ஐயா, விடை பெறுங்கள்! ம்?"

மீச்சியா நம்பிக்கையுடன் பதிலுக்காகக் காத்திருந்தார். அவருக்கு எந்தச் சந்தேகமும் இல்லை. போலந்துக்காரனின் முகத்தில் ஓர் அசாதாரணமான தீர்மானம் வெளிப்பட்டது.

"ஐயா, அப்படியானால் பணம்?"

“பணமா? நான் உங்களுடைய பயணத்திற்காக இப்போதே முதல் தவணையாக ஐநூறு ரூபிள்களைத் தருகிறேன். நீங்கள் நகரத்திற்குச் சென்ற பிறகு இரண்டாயிரத்து ஐநூறு ரூபிள்களைத் தருகிறேன் என்று சத்தியம் செய்கிறேன். என்ன நடந்தாலும் உங்களுக்கு அந்தப் பணம் கண்டிப்பாகக் கிடைக்கும்!” என்று மீச்சியா கத்தினார்.

அவர்கள் மீண்டும் ஒருவரையொருவர் பார்த்துக் கொண்டனர். குள்ளமான மனிதனின் முகம் இறுகியது.

“நான் இப்போதே ஐநூறு அல்ல எழுநூறு, எழுநூறு ரூபிள்களைக் கொடுக்கிறேன்!” என்று மீச்சியா ஏதோ தவறாக இருப்பதை உணர்ந்து சொன்னார். “ஐயா, உங்களுக்கு என்ன ஆயிற்று? நீங்கள் என்னை நம்பவில்லையா? நான் இப்போதே உங்களுக்கு அந்த மூவாயிரம் ரூபிள்களையும் தர முடியாது. ஒருவேளை நான் அதைக் கொடுத்த பிறகு, நீங்கள் நாளையே அவளுக்காகத் திரும்பி வரலாம்... தவிர, என்னிடம் இப்போது மூவாயிரம் ரூபிள்கள் இல்லை. அது நகரத்தில் என் வீட்டில் இருக்கிறது” என்று மீச்சியா ஒவ்வொரு வார்த்தைக்கும் மனம் தளர்ந்து பலவீனமாக முணுமுணுத்தார். “நான் சத்தியமாக அந்தப் பணத்தை வீட்டில் ஒளித்து வைத்திருக்கிறேன்..”

அந்தக் கணத்தில் குள்ளமான மனிதனின் முகத்தில் ஓர் அசாதாரணமான கௌரவ உணர்வு மேலோங்கியது.

“அடுத்து என்ன?” என்று அவன் கேலியாகக் கேட்டான். “வெட்கக்கேடு!” என்று அவன் காறித் துப்பினான். விருப்லேவ்ஸ்கியும் துப்பினான்.

“ஐயா, நீங்கள் துப்புங்கள்” என்ற மீச்சியா எல்லாம் முடிந்துவிட்டது என்பதை விரக்தியுடன் புரிந்து கொண்டார். “நீங்கள் குருஷென்காவின் மூலம் மேலும் அதிக ஆதாயம் அடையலாம் என்று நினைக்கிறீர்களா? நீங்கள் இருவரும் கோழிகள், ஆமாம் கோழிகள்!”

“இது உயிர் போகும் அவமானம்!” என்று குள்ளமான போலந்து நாட்டுக்காரன் கோவைப் பழம் போலச் சிவந்தான். அதன் பிறகு அவன் வேறு எதையும் கேட்க விரும்பாதவன் போல கோபத்துடன் அறையை விட்டு வேகமாக வெளியேறினான். விருப்லேவ்ஸ்கியும் அவனைத் தொடர்ந்து சென்றான். மீச்சியா குழப்பத்துடனும், கவலையுடனும் அவர்களைப் பின் தொடர்ந்தார். மீச்சியா குருஷென்காவை நினைத்துப் பயந்தார், ஏனெனில் போலந்து நாட்டுக்காரன் உடனே கத்த ஆரம்பித்துவிடுவான் என்று நினைத்தார். அதுதான் நடந்தது. அவன் அறைக்குள்

நுழைந்து குருஷென்காவின் முன்னிலையில் நாடக பாணியில் குனிந்தான்.

"மேடம் அக்ரிப்பினா, எனக்கு உயிர்போகும் அவமானம் நேர்ந்துவிட்டது!" என்று அவன் கூச்சலிட்டான்.

ஆனால் குருஷென்கா, அவளுடைய புண்பட்ட இடத்தைத் தொட்டது போல திடீரென்று பொறுமையிழந்து அவனைப் பார்த்துக் கத்தினாள்.

"ரஷ்ய மொழியில் பேசுங்கள்! நீங்கள் போலிஷ் மொழியில் ஒரு வார்த்தை கூடப் பேச வேண்டாம். நீங்கள் ரஷ்ய மொழியை நன்றாகப் பேசியதால், இந்த ஐந்து ஆண்டுகளில் அதை மறந்திருக்க முடியாது" என்று அவள் கோபத்தில் கொந்தளித்தாள்.

"மேடம் அக்ரிப்பினா..."

"நான் அக்ரஃபேனா குருஷென்கா. ரஷ்ய மொழியில் பேசுங்கள், இல்லையெனில் நீங்கள் சொல்லும் எதையும் நான் கேட்க மாட்டேன்!"

அந்தப் போலந்து நாட்டுக்காரன் புண்பட்ட கௌரவத்துடன் பெருமூச்சு விட்டபடி, உடைந்த ரஷ்ய மொழியில் வேகமாகவும், பகட்டாகவும் பேசினான்.

"மேடம் அக்ரஃபேனா, நான் கடந்த காலத்தை மறக்கவும், மன்னிக்கவும், இன்று வரை நடந்த அனைத்தையும் மறக்கவும் இங்கு வந்தேன்..."

"மன்னிக்கவா? நீங்கள் என்னை மன்னிப்பதற்காக இங்கே வந்தீர்களா?" என்று அவனை இடைமறித்த குருஷென்கா நாற்காலியிலிருந்து துள்ளி எழுந்தாள்.

"ஆமாம், மேடம். நான் கோழை அல்ல, உயர்ந்த மனம் படைத்தவன். ஆனால் உங்கள் காதலர்களைப் பார்த்ததும் எனக்கு ஆச்சரியமாக இருந்தது. இந்த மீச்சியா என்னை அடுத்த அறைக்கு அழைத்துச் சென்று மூவாயிரம் ரூபிள்களைக் கொடுத்து என்னை இங்கிருந்து போகச் சொன்னார். நான் அவருடைய முகத்தில் காறித் துப்பினேன்."

"என்ன? அவர் எனக்காகப் பணம் கொடுப்பதாகச் சொன்னாரா?" என்று குருஷென்கா வெறிபிடித்தவளைப் போலக் கத்தினாள். "மீச்சியா அது உண்மையா? உங்களுக்கு என்ன தைரியம்? நான் என்ன விற்பனைப் பொருளா?"

"ஐயா, ஐயா!" என்று மீச்சியா கத்தினார். "அவள் தூய்மையானவள், பிரகாசமானவள். நான் ஒருபோதும் அவளுடைய காதலனாக இருந்ததில்லை! அது பொய்..."

“அவனிடம் எனக்காகப் பரிந்து பேசுவதற்கு உங்களுக்கு என்ன துணிச்சல்?” என்று குரூஷென்கா கத்தினாள். “நான் ஒழுக்கத்தினாலோ அல்லது குஸ்மாவுக்கு பயந்தோ தூய்மையான வளாக இருக்கவில்லை, மாறாக நான் அவனைச் சந்திக்கும்போது, அவன் முன்னால் தலை நிமிர்ந்து நின்று, அவனை அயோக்கியன் என்று சொல்ல வேண்டும் என்று நினைத்தேன். நீங்கள் கொடுத்த பணத்தை அவன் வாங்கவில்லையா?”

“அவர் அதை வாங்கத் தயாராக இருந்தார்! அவர் அதை வாங்கத் தயாராக இருந்தார்!” என்று மீச்சியா கத்தினார். “ஆனால் நான் மூவாயிரம் ரூபிள்களையும் உடனே கொடுக்க வேண்டும் என்று அவர் விரும்பினார். நான் இப்போது எழுநூறு ரூபிள்களையும் மீதியை நாளை தருவதாகவும் சொன்னேன்.”

“அப்படியா? அவன் என்னிடம் பணம் இருப்பதைத் தெரிந்து கொண்டு என்னைத் திருமணம் செய்துகொள்ள இங்கே வந்திருக்கிறான்!”

“மேடம், அக்ரிப்பினா!” என்று குள்ளமான போலந்துக்காரன் கத்தினான். “நான் ஒரு கனவான், பிரபு, அயோக்கியன் அல்ல. நான் உன்னை என்னுடைய மனைவியாக ஏற்றுக் கொள்ளவே இங்கு வந்தேன். ஆனால் நான் இப்போது ஒரு வித்தியாசமான, வக்கிரம் பிடித்த, வெட்கமில்லாத ஒரு பெண்ணாக உன்னைப் பார்க்கிறேன்.”

“ஓஹோ! நீ எங்கிருந்து வந்தாயோ அங்கேயே திரும்பிப் போ! இல்லையென்றால் நான் அவர்களை விட்டு உன்னை விரட்டியடிப்பேன்!” என்று குரூஷென்கா கோபத்துடன் கத்தினாள். “நான் ஒரு முட்டாள், அடி முட்டாள். நான் கடந்த ஐந்து வருடங்களாக என்னை நானே சித்திரவதை செய்து கொண்டேன்! நான் உனக்காக என்னைத் துன்புறுத்திக் கொள்ளவில்லை, ஆனால் வெறுப்பினால் என்னை நானே துன்புறுத்திக் கொண்டேன்! ஆனால் நீ முன்பிருந்த அந்த மனிதன் அல்ல. நீ ஒருவேளை அவனுடைய அப்பாவாக இருக்கலாம். உனக்கு அந்தப் பொய் முடி எங்கிருந்து கிடைத்தது? அது ஒரு வல்லூறு, ஆனால் இது ஒரு வாத்து. அவன் சிரித்துக் கொண்டே என்னைப் பார்த்து பாட்டுப் பாடுவான்... நான் ஐந்து வருடங்களாக அழுது கொண்டிருந்தேன் என்றால் எவ்வளவு பெரிய முட்டாளாக, வெட்கம் கெட்டவளாக, கேவலமானவளாக இருந்திருக்க வேண்டும்!”

அவள் நாற்காலியில் சரிந்து விழுந்து, கைகளால் முகத்தை மூடிக் கொண்டாள். அப்போது இடது புறமிருந்த அறையில்

மோக்ரோய் பெண்களின் பாட்டுச் சத்தம் கேட்கத் தொடங்கியது. அது ஒரு உற்சாகமான பாட்டு.

"உணர்ச்சிகளைத் தூண்டும் பாட்டு" என்று திடீரென்று விருப்லேவ்ஸ்கி உறுமினான். "சத்திரக் காப்பாளரே, இந்த வெட்கம்கெட்ட மனிதர்களை வெளியே விரட்டுங்கள்!"

விடுதிக்காரன் வெகு நேரமாக உள்ளே நடப்பதை ஆவலுடன் எட்டிப் பார்த்துக் கொண்டிருந்தான். அவன் விருந்தாளிகளின் கூச்சலையும், அவர்கள் சண்டையிடத் தொடங்கிவிட்டதையும் உணர்ந்து உடனடியாக அறைக்குள் நுழைந்தான்.

"நீங்கள் எதற்காகத் தொண்டை கிழிய கூச்சலிடுகிறீர்கள்?" என்று அவன் விருப்லேவ்ஸ்கியிடம் முரட்டுத்தனமாகக் கேட்டான்.

"பன்றி!" என்று விருப்லேவ்ஸ்கி உறுமினான்.

"பன்றியா? நீங்கள் எந்தச் சீட்டுக் கட்டை வைத்து விளையாடிக் கொண்டிருந்தீர்கள்? நான் உங்களுக்கு ஒரு புதிய சீட்டுக் கட்டைக் கொடுத்தேன், ஆனால் நீங்கள் அதை மறைத்து வைத்துவிட்டு, குறியிட்ட அட்டைகளை வைத்து விளையாடிக் கொண்டிருக்கிறீர்கள். நான் அதற்காக உங்களைச் சைபீரியாவுக்கு அனுப்ப முடியும் என்று உங்களுக்குத் தெரியுமா? ஏனெனில் அது கள்ள நோட்டுக்களைப் போன்றது..."

அவன் சோபாவின் அருகில் சென்று, சோபாவின் முதுகுக்கும் குஷனுக்கும் இடையில் விரல்களை நுழைத்து அந்தப் புதிய சீட்டுக் கட்டை வெளியே எடுத்தான்.

"இதோ புதிய சீட்டுக் கட்டு அப்படியே இருக்கிறது!" என்று அவன் அறையில் இருந்த அனைவருக்கும் அதைக் காட்டினான். "அவன் நான் கொடுத்த சீட்டுக் கட்டை அங்கே மறைத்து வைத்துவிட்டு, அவனுடைய சீட்டுக் கட்டை எடுப்பதை அங்கிருந்து பார்த்தேன். நீ ஒரு ஏமாற்றுக்காரன், கனவான் அல்ல!"

"அவன் ஏமாற்றியதை நானும் இரண்டு முறை பார்த்தேன்" என்று கல்கனோவ் கத்தினான்.

"ஆ, என்ன வெட்கக்கேடு! என்ன கேவலம்!" என்று கூச்சலிட்ட குருஷென்கா வெட்கத்தினால் முகம் சிவந்தாள். "கடவுளே, அவன் எப்படி மாறிவிட்டான்."

"நானும் அப்படித்தான் நினைத்தேன்" என்று மீச்சியா கத்தினார்.

ஆனால் அவர் அதைச் சொல்லி முடிப்பதற்குள் வெட்கமும், ஆத்திரமும் அடைந்த விருப்லேவ்ஸ்கி, குருஷென்காவைப் பார்த்து முஷ்டியை ஆட்டிக் கொண்டே கத்தினான்.

“கீழ்த்தரமான வேசி!”

அப்போது மீச்சியா சட்டென்று அவன் மீது பாய்ந்து, அவனை இரண்டு கைகளாலும் தூக்கிப் பிடித்து, அவர்கள் சற்று நேரத்திற்கு முன்னால் இருந்த வலப்புற அறைக்கு அவனைத் தூக்கிச் சென்றார்.

“நான் அவனை தரையில் படுக்க வைத்திருக்கிறேன்” என்று அவர் மூச்சிரைக்க உற்சாகத்துடன் சொல்லிக் கொண்டே வெளியே வந்தார். “அந்தக் கழிசடை போராடுகிறான், ஆனால் அவன் வெளியே வர மாட்டான்...!” என்று அவர் இரட்டைக் கதவுகளில் ஒன்றைச் சாத்திவிட்டு, மற்றொரு கதவைத் திறந்து வைத்துக் கொண்டு, மற்றொருவனை அழைத்தார்.

“ஐயா, மேன்மை தங்கியவரே, நீங்களும் அவருடன் சேர்ந்து கொள்கிறீர்களா? நீங்கள் விரும்பினால்!”

“எனதருமை டிமிட்ரி ஃபியோதரோவிச், நீங்கள் இழந்த பணத்தைத் திருப்பிக் கொடுக்கும்படிச் சொல்லுங்கள். அது உங்களிடமிருந்து திருடியது போல” என்று டிரிஃபோன் போரிசிச் சொன்னான்.

“என்னைப் பொறுத்தவரை அவர்கள் என்னுடைய ஐம்பது ரூபிள்களை வைத்துக் கொள்ளட்டும்” என்றான் கல்கனோவ்.

“எனக்கு என்னுடைய இருநூறு ரூபிள்கள் தேவையில்லை” என்று மீச்சியா சத்தமாகச் சொன்னார். “நான் அதை எதற்காகவும் திரும்ப வாங்க மாட்டேன். அவர்கள் ஓர் ஆறுதலாக அதை வைத்துக் கொள்ளட்டும்.”

“பிரமாதம், மீச்சியா! மீச்சியா, நீங்கள் எப்படிப்பட்ட மனிதர்!” என்று கத்திய குரூஷென்காவின் குரலில் கோபம் கொப்பளித்தது.

அந்தப் போலந்துக்காரன் முகம் கோபத்தால் சிவந்தபோதும், அவன் கர்வத்துடன் கதவை நோக்கி மெதுவாக நடந்தான். ஆனால் அவன் கதவை நெருங்குவதற்கு முன்பு நின்று, குரூஷென்காவைப் பார்த்துச் சொன்னான்.

“மேடம், நீங்கள் என்னுடன் வர விரும்பினால் வரலாம், இல்லையென்றால் நான் விடை பெறுகிறேன்!”

அவன் கோபத்துடனும், புண்பட்ட பெருமித உணர்வுடனும் பெருமூச்சு விட்டபடி உள்ளே சென்றான். அவன் ஒரு பண்புள்ள மனிதன் ஏனெனில் இவ்வளவு நடந்த பிறகும், அவள் தன்னைத் திருமணம் செய்து கொள்வாள் என்று நம்பினான். மீச்சியா அவனுக்குப் பின்னால் கதவை அறைந்து சாத்தினார்.

"கதவைப் பூட்டுங்கள்" என்றான் கல்கனோவ். ஆனால் அப்போது மறுபக்கத்தில் சாவியைத் திருப்பும் சத்தம் கேட்டது. அவர்கள் உள்ளேயிருந்து கதவைப் பூட்டிக் கொண்டனர்.

"சபாஷ்!" என்று குரூஷென்கா அடக்க முடியாத வெறுப்புடன் சொன்னாள். "அருமை! அவர்கள் போனதில் எனக்கு மகிழ்ச்சி!"

8. சித்தபிரமை

அதற்குப் பின்னர் களியாட்டமும் எல்லோரையும் வரவேற்கும் விதமாக ஒரு விருந்தும் தொடங்கியது. குரூஷென்காதான் முதலில் மதுவைக் கேட்டாள்.

"நான் குடிக்க வேண்டும். நான் முன்பு இங்கே குடித்தது போல குடிக்க வேண்டும். மீச்சியா, உங்களுக்கு நினைவிருக்கிறதா? மீச்சியா, நாம் சென்ற முறை எப்படி ஒருவரையொருவர் நன்றாகத் தெரிந்து கொண்டோம் என்பது உங்களுக்கு ஞாபகம் இருக்கிறதா?"

மீச்சியா அவருடைய சந்தோஷத்தை நினைத்து, ஏறக்குறைய பித்து பிடித்தவரைப் போல இருந்தார். ஆனால் குரூஷென்கா அவரை அவளிடம் நெருங்கவிடாமல் அவரைத் தொடர்ந்து அங்குமிங்கும் விரட்டிக் கொண்டிருந்தாள்.

"போங்கள், போய் அனுபவியுங்கள். அவர்களைச் சந்தோஷமாக ஆடச் சொல்லுங்கள். சென்ற முறையைப் போல, 'கூரையும் அடுப்பும் அதிரட்டும்' என்ற பாடலைப் பாடச் சொல்லுங்கள்" என்று சொல்லிக் கொண்டே இருந்தாள். மீச்சியா உடனடியாக அவள் கட்டளைக்குக் கீழ்ப் படிந்தார். பெண்கள் அடுத்த அறையில் பாடிக் கொண்டிருந்தார்கள். அவர்கள் அமர்ந்திருந்த அறையில் மூச்சு முட்டுவது போலிருந்தது, ஏனெனில் திரைச்சீலையால் இரண்டாகப் பிரித்திருந்த அந்த அறை மிகவும் சிறியதாக இருந்தது. அதற்குப் பின்னால் ஒரு பெரிய கட்டிலும், அதன் மீது இறகு மெத்தையும், பஞ்சுத் தலையணைகளும் இருந்தன. அங்கிருந்த நான்கு அறைகளிலும் படுக்கைகள் இருந்தன. குரூஷென்கா கதவருகே அமர்ந்து கொண்டாள். மீச்சியா அவளுக்காக ஒரு சாய்வு நாற்காலியை ஏற்பாடு செய்தார். அவள் 'சென்ற முறை' அவருடன் வந்தபோது அதே இடத்தில் உட்கார்ந்து தான் பாடலையும் ஆடலையும் பார்த்துக் கொண்டிருந்தாள். அப்போது வந்திருந்த அதே பெண்கள்தான் இப்போதும் இருந்தார்கள். யூதர்கள் அவர்களுடைய இசைக் கருவிகளான பிடில்களையும் ஜால்ராவையும் கொண்டு வந்திருந்தார்கள். இறுதியில் அவர்கள் எதிர்பார்த்துக் கொண்டிருந்த உணவுப்

பொருட்களையும், ஷாம்பெயின் பாட்டில்களையும் ஏற்றிய வண்டியும் வந்து சேர்ந்தது.

மீச்சியா பரபரப்புடன் அங்குமிங்கும் அலைந்தார். அக்கம் பக்கத்தில் இருந்தவர்களும், தூக்கத்திலிருந்து விழித்தெழுந்த விவசாயிகளும், அவர்களுடைய பெண்களும், ஒரு மாதத்திற்கு முன்பு அனுபவித்த அதே போன்ற ஓர் ஆடம்பரமான கேளிக்கையைப் பார்க்க வேண்டும் என்ற ஆசையில் கூடினார்கள். மீச்சியா தனக்கு ஏற்கனவே தெரிந்தவர்களை வரவேற்று அவர்களைக் கட்டித் தழுவிக் கொண்டார். அவர் ஷாம்பெயின் பாட்டில்களைத் திறந்து வந்திருந்த அனைவருக்கும் மதுவை ஊற்றிக் கொடுத்தார். பெண்கள் மட்டுமே ஷாம்பெயின் குடிப்பதில் ஆர்வமாக இருந்தார்கள். ஆண்கள் ரம்மையும், பிராந்தியையும், குறிப்பாகக் காக்டெயிலையும் விரும்பினார்கள். மீச்சியா எல்லாப் பெண்களுக்கும் சாக்லேட் கொடுக்கும்படிச் சொல்லிவிட்டு, மூன்று சமோவார் பாத்திரங்களை இரவு முழுவதும் கொதிக்க வைக்க ஏற்பாடு செய்தார். அதனால் யார் வேண்டுமானாலும் அவர்களுக்கு வேண்டும்போது சூடான தேநீரும், காக்டெயிலும் குடிக்கலாம். சுருக்கமாகச் சொன்னால், ஒழுங்கற்ற அபத்தமான ஏதோ ஒன்று தொடங்கியது என்றாலும், மீச்சியா அவருடைய இயல்பான நிலையில் இருந்தார். ஆனால் அந்தக் கேளிக்கையும் விருந்தும் அதிகரிக்க அதிகரிக்க அவருடைய உற்சாகமும் அதிகரித்தது. அந்த நேரத்தில் யாராவது ஒரு குடியானவன் அவரிடம் பணம் கேட்டிருந்தால், அவர் எந்தத் தயக்கமும் இன்றி நோட்டுக் கட்டை வெளியே எடுத்து, பணத்தை எண்ணாமல் வாரி வழங்கியிருப்பார். அதனால்தான் என்னவோ, விடுதிக்காரன் டிரிஃபோன் போரிசிச், அன்றிரவு தூங்கும் எண்ணத்தைக் கைவிட்டு, ஒரே ஒரு டம்ளர் மதுவை மட்டும் அருந்திவிட்டு, மீச்சியாவின் நலனுக்காக அவரைத் தொடர்ந்து கவனித்துக் கொண்டிருந்தான். எனவே அவன் தக்க சமயத்தில் தலையிட்டு, சுருட்டுகளையும், ரயின் ஒயினையும், எல்லாவற்றுக்கும் மேலாக முன்பு போல குடியானவர்களுக்கு பணத்தையும் கொடுக்க வேண்டாம் என்று நாகரீகமாகவும் பணிவுடனும் மீச்சியாவைக் கேட்டுக் கொண்டான். குடியானப் பெண்கள் மது அருந்துவதையும், இனிப்புகளைச் சாப்பிடுவதையும் பார்த்து அவனுக்குக் கோபம் வந்தது.

“டிமிட்ரி ஃபியோதரோவிச், அவர்கள் கேவலமானவர்கள்” என்றான் அவன். “ஐயா, நான் அவர்கள் ஒவ்வொருவரையும் உதைத்து அவர்களுக்குக் கௌரவம் என்றால் என்ன என்பதைக் கற்றுக் கொடுக்க வேண்டும். அவர்கள் அப்படிப்பட்ட நிலையில்தான் இருக்கிறார்கள்!”

அப்போது மீச்சியாவுக்கு அந்திரேயின் ஞாபகம் வரவே, அவனுக்கு ஒரு டம்ளர் காக்டெயிலைக் கொடுக்கும்படி உத்தரவிட்டார். "நான் அவனிடம் முரட்டுத்தனமாக நடந்து கொண்டேன்" என்று அவர் மெல்லிய, பலவீனமான குரலில் திரும்பச் திரும்பச் சொன்னார். கல்கனோவ் ஆரம்பத்தில் குடிக்கவில்லை என்றும் பெண்களின் பாட்டு பிடிக்கவில்லை என்றும் சொல்லிக் கொண்டிருந்தான். ஆனால் அவன் இரண்டு டம்ளர் ஷாம்பெயின் அருந்திய பிறகு, மிகுந்த மகிழ்ச்சியுடன் அறையில் அங்குமிங்கும் உலாவிக் கொண்டும், சிரித்துக் கொண்டும், இசையையும், பாட்டையும் புகழ்ந்து கொண்டும், ஒவ்வொருவரையும் பாராட்டிக் கொண்டும் இருந்தான். குடிபோதையில் இருந்த மாக்சிமோவ் இருந்த இடத்தைவிட்டு நகரவில்லை. குடிபோதையில் இருந்த குரூஷென்கா, மீச்சியாவிடம் கல்கனோவைச் சுட்டிக் காட்டி, "அவன் ஒரு நல்ல, அருமையான பையன்!" என்றாள்.

அதைக் கேட்ட மீச்சியா மகிழ்ச்சியுடன் ஓடிச் சென்று கல்கனோவையும், மாக்சிமோவையும் முத்தமிட்டார். அவர் மிகுந்த எதிர்பார்ப்புடன் இருந்தார். அவள் இதுவரை அவரிடம் எதுவும் சொல்லவில்லை. அவள் வேண்டுமென்றே அவரிடம் எதுவும் சொல்லாமல் இருந்தாள். ஆனால் அவள் அவ்வப்போது அன்பும் காமமும் நிறைந்த கண்களால் அவரைப் பார்த்துக் கொண்டிருந்தாள். இறுதியில் அவள் அவருடைய கையைப் பிடித்து முழு பலத்தையும் பிரயோகித்து அவரைத் தன்னிடம் இழுத்தாள். அப்போது அவள் கதவருகில் இருந்த சாய்வு நாற்காலியில் அமர்ந்திருந்தாள்.

"நீங்கள் எப்படி இங்கே வந்தீர்கள்? நீங்கள் உள்ளே நடந்து வருவதைப் பார்த்தபோது... நான் பயந்துவிட்டேன். அவன் என்னை அழைத்துச் செல்லட்டும் என்று நீங்கள் முடிவு செய்துவிட்டீர்கள், இல்லையா? உண்மையில் நீங்கள் அதை விரும்பினீர்களா?"

"ஆமாம், நான் உங்களுடைய சந்தோஷத்தைக் கெடுக்க விரும்பவில்லை!" என்று மீச்சியா சந்தோஷத்தில் தடுமாறினார். ஆனால் அவளுக்கு அவருடைய பதில் தேவைப்படவில்லை.

"சரி, நீங்கள் சென்று மகிழ்ச்சியாக இருங்கள்..." என்று அவள் மீண்டும் அவரை விரட்டினாள். "அழாதீர்கள், நான் உங்களை மீண்டும் அழைக்கிறேன்."

அவர் அங்கிருந்து ஓடிச் சென்றார். அவள் பாட்டையும் ஆட்டத்தையும் பார்த்துக் கொண்டிருந்தாலும், அவர் சென்ற இடங்களுக்கெல்லாம் அவளுடைய கண்கள் அவரைப் பின்தொடர்ந்து சென்றன. ஆனால் கால் மணி நேரத்துக்குப் பிறகு

அவள் மீண்டும் அவரைக் கூப்பிட்டாள். அவரும் அவளிடம் ஓடி வந்தார்.

"இதோ என் அருகில் அமருங்கள். சொல்லுங்கள், நான் நேற்று இங்கே வருவதைப் பற்றி உங்களுக்கு எப்படித் தெரிந்தது? அதை உங்களிடம் முதலில் சொன்னது யார்?"

மீச்சியா அவளிடம் நடந்த எல்லாவற்றையும் ஒன்றுக்கொன்று தொடர்பில்லாமல், பொருத்தமற்ற முறையில், மிகுந்த பரபரப்புடன் சொல்லத் தொடங்கினார். அவர் மிகவும் விநோதமான முறையில், அடிக்கடி முகத்தைச் சுளித்தபடி பேசிக் கொண்டே, திடீரென்று பேசுவதை நிறுத்தினார்.

"நீங்கள் ஏன் முகத்தைச் சுளிக்கிறீர்கள்?" என்று அவள் கேட்டாள்.

"ஒன்றுமில்லை... நான் ஒருவரை உடல்நிலை சரியில்லாத நிலையில் விட்டுவிட்டு வந்தேன். அவர் குணமடைய நான் என் வாழ்நாளில் பத்து வருடங்களை அவருக்குக் கொடுப்பேன்!"

"சரி, அவருக்கு உடல் நிலை சரியில்லை என்றால் அதற்காக நீங்கள் என்ன செய்ய முடியும்? நீங்கள் நாளை காலையில் உங்களை நீங்களே சுட்டுக்கொள்ள முடிவு செய்தீர்களா? நீங்கள் எத்தகைய முட்டாளாக இருக்க வேண்டும்! எதற்காக? எனக்கு உங்களைப் போன்ற பைத்தியங்களை மிகவும் பிடிக்கும்!" என்ற குருஷென்காவின் நாக்குழறியது. "அப்படியானால் நீங்கள் எனக்காக என்ன வேண்டுமானாலும் செய்வீர்களா? ம்? உங்களை நீங்களே சுட்டுக்கொள்வீர்களா? முட்டாள், பைத்தியம்! கொஞ்சம் பொறுங்கள். நான் நாளை உங்களிடம் ஒன்று சொல்ல வேண்டும்... இன்று சொல்ல மாட்டேன், நாளைக்குச் சொல்கிறேன். நீங்கள் இன்றே அதைக் கேட்க விரும்புகிறீர்களா? இல்லை, நான் இன்று அதைச் சொல்ல விரும்பவில்லை. போங்கள், போங்கள், சந்தோஷமாய் இருங்கள்."

அவள் ஒருமுறை குழப்பமான, சங்கடமான மனநிலையுடன் அவரைக் கூப்பிட்டாள்.

"நீங்கள் ஏன் சோகமாக இருக்கிறீர்கள்? நீங்கள் சோகமாக இருப்பது எனக்குத் தெரிகிறது... ஆமாம், எனக்குத் தெரிகிறது" என்று அவள் அவருடைய கண்களை உற்றுப் பார்த்தாள். "நீங்கள் உங்களுடைய நண்பர்களை முத்தமிட்டுக் கொண்டு, உற்சாகமாக கத்திக் கொண்டிருந்தாலும், நான் உங்களிடம் வேறு ஒன்றைப் பார்க்கிறேன். இல்லை, சந்தோஷமாக இருங்கள். நான் மகிழ்ச்சியாக இருக்கிறேன், நீங்களும் மகிழ்ச்சியாக இருங்கள்... நான் இங்கே ஒருவரைக் காதலிக்கிறேன். அது யாரென்று உங்களால் யூகிக்க

முடியுமா? ஆகா, அதோ பாருங்கள், என் அருமைப் பையன் தூங்கிவிட்டான். பாவம், அவன் போதையில் இருக்கிறான்."

அவள் கல்கனோவைப் பற்றிச் சொன்னாள். அவன் அதிகமாகக் குடித்துவிட்டு சோபாவில் அமர்ந்தபடியே தூங்கிவிட்டான். ஆனால் அவன் குடித்திருந்த காரணத்தால் மட்டுமின்றி, அவனுக்குத் திடீரென்று ஏற்பட்ட மனச்சோர்வினாலும், அவனே சொன்னது போல, 'சலிப்பு' ஏற்பட்டதாலும் தூங்கிவிட்டான். அவன் அந்தப் பெண்களின் பாட்டினால் தீவிரமான மனச்சோர்வுக்கு ஆளானான். அந்தப் பெண்களின் போதை அதிகரிக்க அதிகரிக்க அவர்களுடைய பாடல்கள் ஆபாசமாகவும், பொறுப்பற்றதாகவும் மாறியது. அவர்களுடைய நடனமும் கூட விரசமாகியது. அவர்களில் இரண்டு பெண்கள் கரடிகளைப் போல உடையணிந்திருந்தனர். ஸ்டெபனிடா என்ற ஒரு சுறுசுறுப்பான பெண் கையில் தடியுடன் ஒரு பயிற்சியாளரைப் போல அவர்களை 'நடத்த' ஆரம்பித்தாள். "மரியா, வேகமாக, இல்லையென்றால், தடியால் அடிப்பேன்!"

இறுதியில், ஆண்களும், பெண்களுமாக திரண்டிருந்த கூட்டத்தினரின் பலமான சிரிப்புக்கு மத்தியில், கரடிகள் மிகவும் அநாகரீகமான முறையில் தரையில் உருண்டு புரண்டன.

"சரி, அவர்கள் சந்தோஷமாக இருக்கட்டும்! சந்தோஷமாக இருக்கட்டும்!" என்று குரூஷென்கா உணர்ச்சிப் பரவசத்துடன் சொன்னாள். "அவர்களுக்குச் சந்தர்ப்பம் கிடைக்கும்போது, அவர்கள் ஏன் மகிழ்ச்சியாக இருக்கக் கூடாது?"

கல்கனோவ் ஏதோ அசிங்கத்தை மிதித்துவிட்டது போல உணர்ந்தான்.

"இது அசிங்கமானது, அருவருப்பானது!" என்று அவன் முணுமுணுத்துக் கொண்டே கூட்டத்திலிருந்து விலகிச் சென்றான். "அவர்கள் கோடையில் இரவு முழுவதும் சூரியனை வழிபடும்போது செய்யும் வசந்த கால சடங்குகள் இவை." குறிப்பாக உயிரோட்டமான நடன மெட்டுடன் கூடிய ஒரு 'புதிய' பாடல் அவனுக்கு வெறுப்பை ஏற்படுத்தியது. ஒரு கனவான் அவரது கிராமத்தைச் சேர்ந்த பெண்கள் தன்னை நேசிக்கிறார்களா என்பதைக் கண்டுபிடிக்க முயற்சி செய்வதில் அந்தப் பாடல் தொடங்கியது.

ஒரு கனவான் அந்தப் பெண்களிடம் சென்றான்.
கனவான் அந்தப் பெண்களிடம் கேட்டான்.
அவர்கள் அவனை நேசிப்பார்களா, மாட்டார்களா?
அந்தப் பெண்கள் அவனை நேசிக்க முடியாது என்றனர்.
ஏனெனில் அவன் என்னைக் கொடூரமாக அடிப்பான்

அத்தகைய காதல் எனக்குத் தேவையில்லை.

பிறகு ஒரு நாடோடி அந்தப் பெண்களிடம் சென்றான்.
நாடோடி அந்தப் பெண்களிடம் கேட்டான்.
அவர்கள் அவனை நேசிப்பார்களா, மாட்டார்களா?
அந்தப் பெண்கள் அவனை நேசிக்கவில்லை என்றார்கள்.
ஏனெனில் அவன் திருடச் செல்வான்
என் வாழ்க்கை நரகமாகும்.

பிறகு சிப்பாய் உட்பட பல ஆண்கள் அந்தப் பெண்களிடம் சென்றார்கள்.

சிப்பாய் அந்தப் பெண்களிடம் கேட்டான்.
அவர்கள் அவனை நேசிப்பார்களா, மாட்டார்களா?

அந்தப் பெண்கள் அவனை வெறுப்புடன் நிராகரித்ததை அவர்கள் தணிக்கை செய்யப்படாத மிகவும் அநாகரீகமான வரிகளைப் பகிரங்கமாகப் பாடியது பார்வையாளர்களிடையே கொந்தளிப்பை ஏற்படுத்தியது. அந்தப் பாடல் ஒரு வியாபாரியுடன் முடிவடைந்தது.

பிறகு ஒரு வியாபாரி அந்தப் பெண்களிடம் சென்றான்.
வியாபாரி அந்தப் பெண்களிடம் கேட்டான்.
அவர்கள் அவனை நேசிப்பார்களா, மாட்டார்களா?
அந்தப் பெண்கள் அவனை நேசித்தார்கள்.
ஏனெனில் அவனிடம் தங்கம் இருக்கும்
நான் ஒரு ராணியைப் போல இருப்பேன்.

கல்கனோவ் அதைக் கேட்டு ஆத்திரப்பட்டான்.

"அது ஒரு பழைய பாடல்" என்று அவன் உரக்கச் சொன்னான். "இவர்களுக்காக இப்படியெல்லாம் எழுதுவது யார்? ஒரு ரயில்வே ஊழியரையோ அல்லது ஒரு யூதரையோ பாடலில் கொண்டு வந்து அவர்களுடைய அதிர்ஷ்டத்தையும் சோதித்துப் பார்த்திருக்கலாம். அப்போது அவர்கள் நிச்சயமாக வெற்றி பெற்றிருப்பார்கள்."

அவன் ஏறக்குறைய மனம் புண்பட்டவனாக, சலிப்பாக இருப்பதாகச் சொல்லிவிட்டு சோபாவில் உட்கார்ந்தபடியே தூங்கிவிட்டான். அவனுடைய அழகிய சிறிய முகம் வெளிறிய நிலையில், தலை சோபாவில் சாய்ந்து கிடந்தது.

"பாருங்கள், அவன் எவ்வளவு அழகாக இருக்கிறான்" என்று சொன்ன குருஷென்கா, மீச்சியாவை அவன் அருகில் அழைத்துச் சென்றாள். "நான் சற்று முன்னர் அவனுடைய தலையைக் கோதிக்

கொண்டிருந்தேன். அவனுடைய தலைமுடி மிருதுவாகவும், அடர்த்தியாகவும் இருக்கிறது...”

அவள் அவனை நோக்கிக் குனிந்து அவனுடைய நெற்றியில் முத்தமிட்டாள். கல்கனோவ் சட்டென்று கண்களைத் திறந்து, அவளைப் பார்த்துவிட்டு, எழுந்து நின்று, மிகுந்த கவலையுடன், “மாக்சிமோவ் எங்கே?” என்று கேட்டான்.

“உங்களுக்கு அவர்தான் வேண்டுமா?” என்று குரூஷென்கா சிரித்தாள். “நீங்கள் ஒரு நிமிடம் என்னுடன் அமருங்கள். மீச்சியா, நீங்கள் மாக்சிமோவை அழைத்து வாருங்கள்.”

மாக்சிமோவ் அந்தப் பெண்களை விட்டுப் பிரியாமல் அவர்களுடன் ஒட்டிக் கொண்டார். அவர் அவ்வப்போது ஓடிச் சென்று ஒரு டம்ளர் மதுவை ஊற்றிக் கொண்டார். அவர் இரண்டு கோப்பை சாக்லேட்டைச் சாப்பிட்டார். அவருடைய முகம் சிவப்பாகவும், மூக்கு ஊதா நிறத்திலும் இருந்தது. அவருடைய ஈரமான கண்களில் உணர்ச்சிகள் கசிந்து கொண்டிருந்தன. அவர் அவனிடம் ஓடிச் சென்று ‘தடை நடனம்’ ஆடப்போவதாக அறிவித்தார்.

“நான் சிறுவனாக இருந்தபோது, இந்தச் சமூகத்தில் உள்ள எல்லா நடனங்களையும் கற்றுக் கொண்டேன்...”

“மீச்சியா, நீங்களும் அவருடன் போங்கள். நான் இங்கிருந்து அவர் எப்படி நடனமாடுகிறார் என்று பார்க்கிறேன்” என்றாள் குரூஷென்கா.

“நானும் போகிறேன்” என்று கத்திய கல்கனோவ், குரூஷென்கா அவளுக்கு அருகில் அவனை அமரச் சொன்னதை வெகுளித்தனமாக நிராகரித்தான். எனவே எல்லோரும் அதைப் பார்க்கச் சென்றார்கள். மாக்சிமோவ் நடனமாடினார் என்றாலும், மீச்சியாவைத் தவிர வேறு யாரும் அதை ரசிக்கவில்லை. அந்த நடனம் முழுவதும் குதிப்பதும், உதைப்பதும், ஒவ்வொரு முறை குதிக்கும்போதும் காலை பக்கவாட்டில் திருப்பி பூட்ஸின் அடிப்பாகத்தை உள்ளங்கையால் தட்டுவதையும் தவிர வேறு எதுவுமில்லை. அது கல்கனோவுக்குச் சுத்தமாகப் பிடிக்கவில்லை, ஆனால் மீச்சியா உற்சாகமாக மாக்சிமோவை முத்தமிட்டார்.

“நல்லது, நன்றி. ஒருவேளை நீங்கள் சோர்வாக இருக்கலாம்? நீங்கள் என்ன தேடுகிறீர்கள்? உங்களுக்கு இனிப்பு வேண்டுமா? ஒருவேளை சுருட்டு?”

“சுருட்டு.”

“குடிப்பதற்கு எதுவும் வேண்டாமா?”

"கொஞ்சம் மது... சாக்லேட் இருக்கிறதா?"

"ஆமாம், அங்கே மேசையின் மீது குவியல் குவியலாக இருக்கிறது. அன்பு நண்பரே, உங்களுக்கு என்ன வேண்டுமோ அதை எடுத்துக் கொள்ளுங்கள்!"

"எனக்கு வெண்ணிலா ரொம்ப பிடிக்கும்... என்னைப் போன்ற வயதானவர்களுக்கு. ஹி ஹி ஹி!"

"இல்லை, நண்பரே, அப்படி எதுவும் இல்லை."

"கவனியுங்கள்!" என்று அந்தக் கிழவர் மீச்சியாவின் காதை நோக்கிக் குனிந்தார். "ஐயா, அதோ அந்தப் பெண், குட்டி மரியா. ஹி ஹி ஹி! நீங்கள் அவளை எனக்கு அறிமுகம் செய்து வைக்க முடியுமா?"

"அப்படியானால் நீங்கள் தேடுவது அதுதானா? இல்லை, நண்பரே, அதைச் செய்ய முடியாது!"

"நான் யாருக்கும் எந்தத் தீங்கும் செய்ய மாட்டேன்" என்று மாக்சிமோவ் விரக்தியுடன் முணுமுணுத்தார்.

"சரி, சரி. நண்பரே, உங்களுக்குத் தெரியுமா, அவர்கள் ஆடவும் பாடவும் மட்டுமே இங்கே வருவார்கள். ஆனால் நாசமாய்ப் போக! கொஞ்சம் பொறுங்கள்... நீங்கள் இப்போதைக்கு சாப்பிடுங்கள், குடியுங்கள், சந்தோஷமாக இருங்கள். உங்களுக்குப் பணம் வேண்டுமா?"

"ஐயா, ஒருவேளை அப்புறம் தேவைப்படும்" என்று மாக்சிமோவ் சிரித்தார்.

"சரி, சரி..."

மீச்சியாவின் தலை கொதித்தது. அவர் கூடத்திற்குச் சென்று, கட்டிடத்தின் உள்ளே சற்று தூரம் சென்று, மாடியில் மரத்தால் அமைந்திருந்த சிறிய பால்கனிக்குச் சென்றார். சுத்தமான காற்று அவருக்குப் புத்துயிர் தந்தது. அவர் ஒரு மூலையில் இருட்டில் தன்னந்தனியாக நின்றிருந்தபோது, திடீரென்று தலையை இரண்டு கைகளாலும் இறுகப் பற்றிக் கொண்டார். அப்போது அவருக்குள் சிதறிக்கிடந்த எண்ணங்கள் திடீரென்று ஒன்று திரண்டு, அவருடைய உணர்வுகளுடன் ஒன்றிணைந்து ஒளிமயமாகப் பிரகாசித்தது. அது ஒரு பயங்கரமான ஒளி வெள்ளம்! 'என்னை நானே சுட்டுக்கொள்வதாக இருந்தால், நான் ஏன் அதை இப்போதே செய்யக்கூடாது?' என்ற எண்ணம் அவருடைய மனதில் பளிச்சிட்டது. 'நான் இப்போதே துப்பாக்கியை எடுத்து வந்து, இங்கே, இந்த இருட்டு மூலையில், எல்லாவற்றுக்கும் முடிவு கட்ட வேண்டும்.' அவர் ஏறக்குறைய ஒரு நிமிடம் வரை எந்த

முடிவும் எடுக்க முடியாமல் ஸ்தம்பித்து நின்றார். மீச்சியா சில மணி நேரங்களுக்கு முன்பு இங்கே விரைந்து வந்து கொண்டிருந்தபோது, அவரைத் துரத்திக் கொண்டு அவருக்குப் பின்னால் அவமானமும், அவர் செய்த திருட்டும், அந்த இரத்தமும் தொடர்ந்து வந்து கொண்டிருந்தது... ஆனாலும் அது அவருக்கு மிகவும் எளிதாக இருந்தது! அவர் அவளை இழந்துவிட்டார், அவளை விட்டுக் கொடுத்துவிட்டார் எனும்போது, எல்லாமே முடிந்துவிட்டது என்று நினைத்த அவரால் அப்போது எதைப் பற்றியும் கவலைப்பட முடியவில்லை. அவருக்கு மரண தண்டனை ஒன்றும் பெரியதாகத் தோன்றவில்லை. அது குறைந்தபட்சம் அவருக்கு அவசியமானதாகவும், தவிர்க்க முடியாததாகவும் தோன்றியது, ஏனென்றால் அவர் இனிமேல் எதற்காக இந்த உலகத்தில் இருக்க வேண்டும்? ஆனால் இப்போது? அது அப்போது இருந்தது போல இப்போதும் இருக்கிறதா? இப்போது அவளுடைய உரிமையுள்ள முதல் காதலன் என்ற அந்த விதிவசமான உருவம், ஒரு பயங்கரமான பேய் எந்தத் தடயமும் இல்லாமல் அழிந்துவிட்டது. அந்தப் பயங்கரமான பேய் ஒன்றுமில்லாத வேடிக்கையான ஒன்றாக மாறிவிட்டது. அது இப்போது அந்தப் படுக்கை அறையில் பூட்டி வைக்கப்பட்டுள்ளது. அது இனிமேல் ஒருபோதும் திரும்பி வராது. அவள் அவனை நினைத்து வெட்கப்பட்டதையும், இப்போது யாரைக் காதலிக்கிறாள் என்பதையும் அவளுடைய கண்களே சொல்லிவிட்டன. இப்போது அவர் மகிழ்ச்சியாக அவருடைய வாழ்க்கையை வாழ முடியும்... ஆனால் அவரால் வாழ முடியாது, வாழவே முடியாது! ஐயோ, சாபக்கேடு! 'இறைவா! நான் வேலியருகில் வீழ்த்திய மனிதனை மீண்டும் உயிர்ப்பிக்க வேண்டும்! இந்தப் பயங்கரமான கோப்பை என் கையைவிட்டுப் போகட்டும்! கர்த்தாவே, நீங்கள் என்னைப் போன்ற பாவிகளை இரட்சிக்கவே அற்புதங்களை நிகழ்த்தினீர்கள்! ஆனால் அந்தக் கிழவன் உயிருடன் இருந்தால் என்ன நடக்கும்? ஓ, அப்போது நான் அந்த மற்றொரு அவமானத்தைத் துடைப்ப தற்காக திருடிய பணத்தைத் திருப்பிக் கொடுப்பேன். நான் அதை எங்கிருந்தாவது கொண்டு வருவேன்... அப்போது என் உள்ளத்தில் நிரந்தரமாகத் தங்கிவிட்ட அவமானத்தைத் தவிர, வெளியே அதன் எந்தச் சுவடும் எஞ்சியிருக்காது! இல்லை, இல்லை, ஓ, இவை எல்லாமே சாத்தியமற்ற கோழைத்தனமான கனவுகள்! ஐயோ, சாபக்கேடு!'

இருந்தாலும் அவருக்குள் இருந்த அந்த இருளிலும் நம்பிக்கை யின் ஒரு சிறிய ஒளிக்கீற்று பளிச்சிட்டது. அவர் துள்ளிக் குதித்து அவளிடம், என்றென்றும் அவருடைய ராணியான அவளிடம் ஓடினார்! அவர் இந்த அவமானத்தின் வேதனைகளிலும் கூட

அவளுடன் ஒரு மணி நேரம் வாழ்ந்தாலும் அது அவருடைய எஞ்சியுள்ள வாழ்க்கை முழுவதுக்கும் மதிப்புடையதாக இருக்கும் அல்லவா? அந்த விபரீதமான கேள்வி அவருடைய இதயத்தை ஆக்ரமித்துக் கொண்டது. 'நான் எதைப் பற்றியும் யோசிக்காமல் எல்லாவற்றையும் மறந்துவிட்டு, அவளுடன் தனியாக, அவளைப் பார்த்துக் கொண்டும், அவள் சொல்வதைக் கேட்டுக் கொண்டும், ஒரு இரவு, ஒரு மணி நேரம், ஒரு கணம் மட்டும் இருந்தால் போதும்.' அவர் பால்கனியிலிருந்து கூடத்திற்குத் திரும்பியபோது, விடுதிக்காரன் டிரிஃபோன் போரிசிச்சைப் பார்த்தார். மீச்சியா அவன் சோகமாகவும், அமைதியின்றியும் இருப்பதைப் பார்த்து, அவன் தன்னைத் தேடி வந்திருக்க வேண்டும் என்று நினைத்தார்.

"டிரிஃபோன் போரிசிச், என்ன ஆயிற்று? நீங்கள் என்னைத் தேடி வந்தீர்களா?"

"இல்லை, ஐயா" என்று சொன்ன அவன் அவரைக் கண்டு திடுக்கிட்டதாகத் தோன்றியது. "ஐயா, நான் ஏன் உங்களைத் தேடி வருகிறேன்? நீங்கள்... எங்கே போனீர்கள்?"

"நீங்கள் ஏன் சோகமாக இருக்கிறீர்கள்? உங்களுக்குக் கோபமா? கொஞ்சம் பொறுங்கள், நீங்கள் சீக்கிரம் படுக்கப் போகலாம்... இப்போது மணி என்ன?"

"மூன்று மணி அல்லது அதற்கு மேலும் இருக்கலாம்."

"எல்லாம் முடிந்துவிடும், நாங்கள் சீக்கிரம் கிளம்பி விடுவோம்."

"பரவாயில்லை. நான் அதைப் பற்றி ஒன்றும் சொல்லவில்லை. நீங்கள் எவ்வளவு நேரம் வேண்டுமானாலும் இருங்கள்."

'அவனுக்கு என்ன ஆயிற்று?' என்று ஒரு நிமிடம் ஆச்சரியப்பட்ட மீச்சியா, பெண்கள் நடனமாடிக் கொண்டிருந்த அறைக்கு ஓடினார். ஆனால் அங்கே அவள் இல்லை. அவள் அந்த நீல அறையிலும் இல்லை. அங்கே சோபாவில் தூங்கிக் கொண்டிருந்த கல்கனோவைத் தவிர வேறு யாரும் இல்லை. மீச்சியா திரைச்சீலைக்குப் பின்னால் எட்டிப் பார்த்தார். அவள் அங்கே இருந்தாள். அவள் ஒரு மூலையில் இருந்த பெட்டியின் மீது அமர்ந்திருந்தாள். அவள் முன்னால் குனிந்து, அருகில் இருந்த படுக்கையின் மீது தலையையும் கைகளையும் வைத்துக் கொண்டு, மனம் விட்டு அழுது கொண்டிருந்தாள். அவளுடைய விம்மல்கள் மற்றவர்களுக்குக் கேட்காதபடி அடக்குவதற்கு அவள் பெரும் முயற்சி செய்து கொண்டிருந்தாள். அவள் மீச்சியாவைப் பார்த்ததும், அவரை அருகில் வரும்படி அழைத்தாள். அவர் அவளிடம் ஓடிச் சென்றபோது, அவள் அவருடைய கையை இறுகப் பற்றிக் கொண்டாள்.

"மீச்சியா, மீச்சியா, உங்களுக்குத் தெரியுமா, நான் அவனைக் காதலித்தேன். நான் கடந்த ஐந்து வருடங்களாக அவனை நேசித்தேன்! நான் அவனைக் காதலித்தேனா அல்லது அது என்னுடைய காழ்ப்புணர்ச்சியா? இல்லை, அவன்தான்! ஆமாம், அவன்தான்! நான் அவனை அல்ல என் காழ்ப்புணர்ச்சியை நேசித்தேன் என்று சொன்னால் அது பொய். மீச்சியா அப்போது எனக்குப் பதினேழு வயதுதான் இருக்கும். அவன் என்னிடம் அன்பாகவும், கனிவாகவும் நடந்து கொண்டு, எனக்காகப் பாடுவான்... இல்லை, என்னைப் போன்ற ஒரு முட்டாள் பெண்ணுக்கு அப்படித் தோன்றியது... ஆனால் இப்போது, ஓ, கடவுளே, அவன் அந்த மனிதனே அல்ல. அவன் முகம் கூட முற்றிலுமாக மாறிவிட்டது. எனக்கு அவனை அடையாளம் தெரியவில்லை. நான் திமோஃபியுடன் வண்டியில் இங்கே வந்து கொண்டிருந்தபோது, அவனை எப்படிச் சந்திப்பது, அவனிடம் என்ன பேசுவது, இருவரும் எப்படி வாழ்வது என்று வழியெங்கும் யோசித்துக் கொண்டே இருந்தேன். அப்போது என் இதயம் மிகவும் பலவீனமாகவும், திடீரென்று அவன் ஒரு வாளி நிறைய அழுக்குத் தண்ணீரை என் மீது கொட்டியது போலவும் இருந்தது. அவன் மிகவும் கற்றறிந்த, தீவிரமான ஒரு பள்ளி ஆசிரியரைப் போல என்னிடம் பேசினான். அவன் என்னை ஆணவத்துடன் வரவேற்றதைக் கண்டு எனக்கு என்ன செய்வதென்றே தெரியவில்லை. என்னால் ஒரு வார்த்தை கூடப் பேச முடியவில்லை. நான் முதலில் அவன் அவனுடைய உயரமான நண்பனை நினைத்து வெட்கப்படுகிறான் என்று நினைத்தேன். நான் அவனை வெறித்துப் பார்த்தபடி, அப்போது அவனிடம் என்னால் ஏன் ஒரு வார்த்தையும் பேச முடியவில்லை என்று யோசித்தேன். அவன் என்னை விட்டுப் பிரிந்து சென்று மணந்து கொண்ட அவனுடைய மனைவி அவனைக் கெடுத்துவிட்டாள் என்று நான் நினைத்தேன்... அவள் அவனை மாற்றிவிட்டாள்! மீச்சியா, என்ன ஓர் அவமானம்! ஓ, மீச்சியா, நான் வெட்கித் தலை குனிந்தேன். நான் என் வாழ்நாள் முழுவதும் அதற்காக வெட்கப்பட வேண்டும்! அந்த நாசமாய்ப் போன ஐந்து வருடங்கள்!" அவள் மீண்டும் அழுதாள், ஆனால் மீச்சியாவின் கையை விடாமல் இறுகப் பற்றிக் கொண்டாள்.

"மீச்சியா, என் அன்பே, என்னை விட்டுப் போக வேண்டாம். நான் உங்களிடம் பேச வேண்டும்" என்று கிசுகிசுத்த அவள், அவரை நிமிர்ந்து பார்த்தாள். "கவனியுங்கள், நான் இப்போது யாரைக் காதலிக்கிறேன் என்று சொல்லுங்கள். நான் நேசிக்கும் ஒருவர் இங்கே இருக்கிறார். அது யாரென்று நீங்கள் சொல்ல வேண்டும்." அழுகையினால் வீங்கியிருந்த அவளுடைய முகத்தில்

ஒரு புன்னகை அரும்பியது. அவளுடைய கண்கள் அந்த அரை இருட்டில் பிரகாசித்தன. "ஒரு வல்லூறு இந்த அறைக்குள் நுழைந்தபோது, என் இதயம் மகிழ்ச்சியால் துள்ளியது. 'முட்டாளே, நீ நேசிப்பவன் இவன்தான்' என்று என் இதயம் என்னிடம் கிசுகிசுத்தது. நீங்கள் உள்ளே வந்ததும் எல்லாமே பிரகாசமாயிற்று. 'அவர் எதற்காகப் பயப்படுகிறார்?' என்று நான் நினைத்தேன். நீங்கள் பயந்தீர்கள்; உங்களால் எதையும் பேச முடியவில்லை. நீங்கள் அவர்களைப் பார்த்து பயப்படவில்லை என்று எனக்குத் தெரியும், ஏனெனில் நீங்கள் யாருக்கும் பயப்படக் கூடியவர் அல்ல. 'அப்படியானால் அவர் என்னைப் பார்த்து பயப்படுகிறார்' என்று நான் நினைத்தேன். முட்டாளே, நான் ஜன்னல் கதவைத் திறந்து அல்யோஷாவிடம், மீச்சியாவை நான் ஒரு மணி நேரம் காதலித்ததை நினைவில் வைத்துக் கொள்ளச் சொல்லுங்கள் என்றும், நான் இப்போது வேறு ஒருவரைத் தேடிச் செல்கிறேன் என்றும் சொன்னதை ஃபேன்யா உங்களிடம் சொல்லியிருக்க வேண்டும். மீச்சியா, மீச்சியா நான் ஒரு முட்டாள். நான் உங்களைத் தவிர வேறு ஒருவரைக் காதலிக்க முடியும் என்று எப்படி நினைத்தேன்? மீச்சியா, நீங்கள் என்னை மன்னிப்பீர்கள், இல்லையா? நீங்கள் என்னை நேசிக்கிறீர்களா? நீங்கள் என்னைக் காதலிக்கிறீர்களா?"

அவள் துள்ளி எழுந்து இரண்டு கைகளாலும் அவருடைய தோள்களைப் பற்றினாள். மீச்சியா வாயடைத்தவராக, அவளுடைய புன்னகை தவழும் முகத்தையும் கண்களையும் ஆச்சரியத்துடன் பார்த்துவிட்டுச் சட்டென்று அவளை கட்டி அணைத்து ஆசையுடன் முத்தமிட்டார்.

"நான் உங்களைத் துன்புறுத்தியதற்காக நீங்கள் என்னை மன்னிப்பீர்களா? நான் எனக்குள் இருந்த வெறுப்பின் காரணமாக உங்கள் அனைவரையும் துன்புறுத்தினேன். நான் அதனால்தான் அந்தக் கிழவரைப் பைத்தியமாக்கினேன்... நீங்கள் ஒரு நாள் என் வீட்டில் குடித்தபோது, ஒயின் டம்ளரை உடைத்தது உங்களுக்கு நினைவிருக்கிறதா? நான் இன்று அதை நினைத்து ஒரு டம்ளரை உடைத்து, 'என் நயவஞ்சக இதயத்திற்கு' என்று சொல்லிக் குடித்தேன். மீச்சியா, என் வல்லூரே, நீங்கள் ஏன் என்னை முத்தமிடவில்லை? நீங்கள் ஒரு முறை முத்தமிட்டு நிறுத்திவிட்டு, என்னை வெறித்துப் பார்த்தபடி நான் சொல்வதைக் கேட்டுக் கொண்டிருக்கிறீர்கள்! வாருங்கள், என்னை முத்தமிடுங்கள், அழுத்தமாக முத்தமிடுங்கள்... ஆம், அப்படித்தான். நீங்கள் என்னைக் காதலிக்கிறீர்கள் என்றால் வெறித்தனமாகக் காதலியுங்கள்! நான் இப்போது உங்கள் அடிமை. நான் என் வாழ்நாள் முழுவதும்

உங்கள் அடிமையாக இருப்பேன். அடிமையாக இருப்பது ஆனந்தம்... என்னை முத்தமிடுங்கள்! நீங்கள் என்னை அடியுங்கள், சித்திரவதை செய்யுங்கள். நீங்கள் என்னை உங்கள் இஷ்டம் போல என்ன வேண்டுமானாலும் செய்யுங்கள்... ஓ, நான் சித்திரவதையை அனுபவிப்பதற்குத் தகுதியானவள்...நில்லுங்கள்... பொறுங்கள், இங்கே இப்படி வேண்டாம்..." என்று அவள் சட்டென்று அவரைத் தள்ளிவிட்டாள். "மீச்சியா போங்கள், நான் இப்போது ஒயின் குடிக்கப் போகிறேன். நான் இப்போது குடிக்க விரும்புகிறேன். நான் குடித்துவிட்டு ஆடப் போகிறேன். நான் குடிப்பேன், ஆடுவேன்."

அவள் அவனிடமிருந்து விலகி திரைச்சீலைக்குப் பின்னால் மறைந்தாள். மீச்சியா ஒரு குடிகாரனைப் போல அவளைப் பின்தொடர்ந்து சென்றார். 'இனிமேல் எது நடந்தாலும் எனக்குக் கவலையில்லை. நான் இப்போது அனுபவிக்கும் இந்த ஒரு நிமிடத்திற்காக இந்த முழு உலகத்தையும் துறப்பேன்' என்று அவர் நினைத்தார். குரூஷென்கா ஒரே மடக்கில் ஷாம்பெயினைக் குடித்துவிட்டு போதையில் விழுந்தாள். அவள் முன்பு அமர்ந்திருந்த அதே சாய்வுநாற்காலியில் ஆனந்தப் புன்னகையுடன் வீற்றிருந்தாள். அவளுடைய கன்னங்கள் பளபளத்தன; உதடுகள் எரிந்தன; பிரகாசமான கண்கள் மங்கின; பார்வையில் காமம் வழிந்தோடியது. கல்கனோவ் அதைப் பார்த்துவிட்டுப் படபடக்கும் இதயத்துடன் அவளிடம் சென்றான்.

"நீங்கள் தூங்கும்போது நான் உங்களை முத்தமிட்டது தெரியுமா?" என்று அவள் அவனிடம் முணுமுணுத்தாள். "இப்போது போதை என் தலைக்கு ஏறிவிட்டது... நீங்கள் குடித்திருக்கிறீர்களா? மீச்சியா ஏன் குடிக்கவில்லை? மீச்சியா, நீங்கள் ஏன் குடிக்கவில்லை? நான் குடிக்கிறேன், நீங்கள் குடிக்கவில்லை..."

"நான் குடித்தேன், குடித்திருக்கிறேன்... நான் இப்போது உங்களுடன் சேர்ந்து ஒயின் குடிக்கிறேன்."

அவர் மற்றொரு டம்ளரை முழுவதுமாகக் காலி செய்தார். அவர் அதுவரை நிதானமாக இருந்தார் என்றாலும், அப்போது குடித்த அதுதான் அவரைப் போதையில் தள்ளியது போல அவருக்கு ஒரு விசித்திரமான உணர்வு ஏற்பட்டது. அந்தக் கணத்திலிருந்து அவர் மயக்கத்தில் இருப்பதைப் போல அங்கிருந்த எல்லாமே அவரைச் சுற்றிச் சுழலத் தொடங்கின. அவர் என்ன செய்கிறோம் என்று தெரியாமல் அங்குமிங்கும் நடந்தார், சிரித்தார், எல்லோரிடமும் பேசினார். ஆனால் அவருடைய இதயத்தில் ஒரு எரியும் உணர்வு மட்டும் தொடர்ந்து அவரை அலைக்கழித்துக்

கொண்டே இருந்தது. 'என் இதயத்தில் எரியும் நிலக்கரியைப் போல' என்று அவர் அதைப் பற்றிப் பின்னர் குறிப்பிட்டார். அவர் அவளிடம் சென்று, அவள் அருகில் அமர்ந்து, அவளை உற்றுப் பார்த்தபடி, அவள் சொல்வதைக் கேட்டார்... அவள் மூச்சு விடாமல் பேசிக் கொண்டே இருந்தாள். அவள் பாடும் பெண்களின் கூட்டத்திலிருந்து ஒவ்வொரு பெண்ணாக அழைத்து அவர்களிடம் பேசினாள். அந்தப் பெண்கள் அவளிடம் வந்தபோது, அவள் அவர்களை முத்தமிட்டாள் அல்லது அவர்களுக்குச் சிலுவையிட்டாள். அவள் சில சமயங்களில் அழுவதற்குத் தயாரானவள் போலிருந்தாள். அப்போது 'சிறிய கிழவன்' என்று அவள் அழைத்த மாக்சிமோவ் அவளை உற்சாகப்படுத்தினார். அவர் ஒவ்வொரு நிமிடமும் அவளிடம் ஓடிச்சென்று அவளுடைய கைகளையும், 'ஒவ்வொரு சுண்டு விரலையும்' முத்தமிட்டார். இறுதியில் அவர் ஒரு பழைய பாடலைப் பாடிக் கொண்டே நடனம் ஆடினார். அவர் அதன் பல்லவியைப் பாடும்போது உற்சாகத்துடன் ஆடினார்.

"பன்றிக் குட்டி சொல்லும் உம்ப்! உம்ப்! உம்ப்!
கன்றுக் குட்டி சொல்லும் மூமூ மூமூ மூமூ!
குட்டி வாத்து சொல்லும் குவாக் குவாக் குவாக்!
கோழிக் குஞ்சு முற்றத்தில் துள்ளி ஓடியது
ட்ரூ ட்ரூ ட்ரூ என்று அவள் சொன்னாள்
ட்ரூ ட்ரூ ட்ரூ! என்று அவள் சொன்னாள்."

"மீச்சியா, அவருக்கு ஏதாவது கொடுங்கள்" என்றாள் குருஷென்கா. "அந்த ஏழைக்கு ஒரு பரிசு கொடுங்கள். பாவப்பட்ட ஏழைகளுக்கு, இழிந்தவர்களுக்கு... மீச்சியா உங்களுக்குத் தெரியுமா, நான் ஒரு கன்னியாஸ்திரி ஆகிவிடுவேன் என்று நினைக்கிறேன். நான் நிச்சயமாக ஒருநாள் அதைச் செய்வேன். அல்யோஷா இன்று என்னிடம் சொன்ன ஒரு விஷயத்தை நான் என் வாழ்நாள் முழுவதும் நினைவில் வைத்திருப்பேன்... ஆமாம்... ஆனால் இன்று நாம் ஆடுவோம். நான் நாளைக் கன்னியாஸ்திரியாகப் போவேன், ஆனால் இன்று நாம் ஆடுவோம். நல்லவர்களே, நான் இன்று களியாட்டம் போட வேண்டும்! கடவுள் என்னை மன்னிப்பாராக. நான் கடவுளாக இருந்தால், 'என் அன்பான பாவிகளே, நான் இன்று முதல் உங்கள் அனைவரையும் மன்னிக்கிறேன்' என்று எல்லோரையும் மன்னிப்பேன். 'நல்லவர்களே, ஒரு முட்டாள் பெண்ணான என்னை மன்னியுங்கள்' என்று நான் மன்னிப்புக் கேட்பேன். நான் ஒரு மிருகம், ஆமாம் அதுதான். ஆனால் நான் பிரார்த்தனை செய்ய விரும்புகிறேன். நான் ஒரு சிறிய

வெங்காயத்தைக் கொடுத்தேன். என்னைப் போன்ற ஒரு மோசமான பெண் பிரார்த்தனை செய்ய வேண்டும். மீச்சியா, எல்லோரும் ஆடட்டும், அவர்களைத் தடுக்க வேண்டாம். இந்த உலகத்தில் உள்ள எல்லோரும் நல்லவர்கள்தான். எல்லோரும், மிக மோசமானவர்களும் கூட. இந்த உலகம் ஒரு நல்ல இடம். நாம் கெட்டவர்களாக இருந்தாலும் இந்த உலகம் ஒரு நல்ல இடம். நாம் நல்லவர்களாகவும் கெட்டவர்களாகவும் இருக்கிறோம். நல்லவர்கள், கெட்டவர்கள்... எல்லோரும் வாருங்கள், நான் உங்களிடம் ஒன்று கேட்க வேண்டும். நான் ஏன் மிகவும் நல்லவளாக இருக்கிறேன்? நான் நல்லவள் என்று உங்களுக்குத் தெரியும். ஆமாம் நான் நல்லவள்... சொல்லுங்கள், நான் ஏன் நல்லவள்?" குரூஷென்கா மேலும் மேலும் குடித்துவிட்டு பிதற்றத் தொடங்கினாள். இறுதியில் அவள் தானும் நடனமாடப் போவதாகத் தெரிவித்தாள். அவள் சாய்வு நாற்காலியிலிருந்து தள்ளாடிக் கொண்டே எழுந்து நின்றாள்.

"மீச்சியா, எனக்கு இனிமேல் ஒயின் தர வேண்டாம். நான் உங்களிடம் கேட்டாலும் எனக்குக் கொடுக்க வேண்டாம். ஒயின் ஒருபோதும் அமைதியைத் தராது. அந்த அடுப்பு முதல் எல்லாமே சுழல்கிறது. நான் நடனமாட விரும்புகிறேன். நான் எப்படி ஆடுகிறேன் என்று எல்லோரும் பார்க்கட்டும்... நான் எவ்வளவு அழகாக ஆடுகிறேன் என்பதை அவர்கள் பார்க்கட்டும்..."

அவள் உண்மையில் அதைச் செய்ய வேண்டும் என்று நினைத்தாள். அவள் நடனமாடும்போது, அவளுடைய பையிலிருந்து ஒரு வெள்ளைக் கைக்குட்டையை எடுத்து, அதன் முனையை வலது கையால் பிடித்துக் கொண்டு ஆட்டினாள். மீச்சியா அங்குமிங்கும் ஓடினார். அவள் ஆடத் தொடங்கியதும் பெண்களும் நடனமாடத் தயாரானார்கள். குரூஷென்கா நடனமாடப் போவதை அறிந்து மாக்சிமோவ் மகிழ்ச்சியுடன் அவளுக்கு முன்னால் துள்ளிக் குதித்தபடி பாடத் தொடங்கினார்.

"வடிவான கால்கள்
மெல்லிய இடை
சுருண்ட சிறிய வால்."

ஆனால் குரூஷென்கா அவளுடைய கைக்குட்டையை ஆட்டி அவரை விரட்டினாள்.

"ஷ்ஷ்ஷ்! மீச்சியா, அவர்கள் ஏன் வரவில்லை? எல்லோரும் வரட்டும்... வந்து பார்க்கட்டும். பூட்டி வைத்துள்ள அவர்களையும் அழைத்து வாருங்கள். அவர்களை எதற்காகப் பூட்டி வைத்தார்கள்? நான் நடனமாடுவதாக அவர்களிடம் சொல்லுங்கள். அவர்களும் பார்க்கட்டும்..."

மீச்சியா தள்ளாடியபடி பூட்டியிருந்த கதவருகே சென்று முஷ்டியால் அதைத் தட்டினார்.

“ஹே... போட்விஸ்ஸோவ்ஸ்கி! வாருங்கள், அவள் நடனமாடப் போகிறாள். அவள் உங்களை வரச் சொன்னாள்.”

“அயோக்கியப் பயலே” என்று ஒரு போலந்துக்காரன் கத்தினான்.

“நீதான் அயோக்கியன்! அற்பத்தனமான அயோக்கியன்!”

“நீங்கள் போலந்தைக் கேலி செய்வதை நிறுத்துங்கள்” என்று போதையில் இருந்த கல்கனோவ், அறிவுரை சொல்லும் தொனியில் கத்தினான்.

“சிறுவனே நீ வாயை மூடு. நான் அவனை அயோக்கியன் என்று சொன்னால் போலந்து முழுவதையும் அப்படிச் சொன்னதாக அர்த்தம் இல்லை. ஓர் அயோக்கியன் மட்டுமே போலந்தாக முடியாது. தம்பி, நீ அமைதியாக இரு. நீ உன்னுடைய மிட்டாயைச் சாப்பிடு.”

“ஆகா, அவர்கள் எத்தகைய மனிதர்கள்! அவர்கள் மட்டும் மனிதர்கள் இல்லையா? அவர்களுடன் ஏன் நண்பர்களாக இருக்கக்கூடாது?” என்று சொல்லிவிட்டு குருஷென்கா நடனமாடத் தொடங்கினாள். “ஆ, என் வீட்டு முற்றம், என் புதிய முற்றம்!” என்று பெண்கள் பாடத் தொடங்கினார்கள். குருஷென்கா தலையைப் பின்னால் சாய்த்து, உதடுகளைப் பாதித் திறந்து, புன்னகைத்தபடி, கைக்குட்டையை அசைத்து ஆடிக் கொண்டிருந்த போது, திடீரென்று அறையின் நடுவில் ஸ்தம்பித்து நின்றாள்.

“நான் பலவீனமாக இருக்கிறேன்...” என்று அவள் மிகவும் சோர்ந்த குரலில் சொன்னாள். “என்னை மன்னியுங்கள்... என்னால் முடியவில்லை... என்னை மன்னியுங்கள்” என்று அவள் பாடியவர்களை நோக்கித் தலை குனிந்து வணங்கினாள். பிறகு அவள் எல்லா திசைகளிலும் வணங்கி, “என்னை மன்னியுங்கள்... என்னை மன்னியுங்கள்...” என்றாள்.

“அந்த அழகிய பெண் போதையில் இருக்கிறாள்... அந்த வசீகரமான பெண் போதையில் இருக்கிறாள்” என்று சுற்றிலும் குரல்கள் ஒலித்தன.

“அந்தப் பெண் அதிகமாகக் குடித்திருக்கிறாள்” என்று மாக்சிமோவ் சிரித்துக் கொண்டே அந்தப் பெண்களிடம் சொன்னார்.

“மீச்சியா, என்னை இங்கிருந்து அழைத்துச் செல்லுங்கள்... என்னை அழைத்துச் செல்லுங்கள்” என்று குருஷென்கா

பலவீனமாகச் சொன்னாள். மீச்சியா அவளிடம் விரைந்து சென்று, அவளைத் தூக்கிக் கொண்டு, அவருக்கு விலைமதிப்பற்றதாக இருந்த அந்தச் சுமையைத் திரைச்சீலைக்குப் பின்னே கொண்டு சென்றார்.

'சரி, நான் புறப்பட வேண்டும்' என்று நினைத்த கல்கனோவ், அந்த நீல அறையை விட்டு வெளியேறி, இரட்டைக் கதவைச் சாத்திவிட்டுச் சென்றான். ஆனால் அந்தப் பெரிய அறையில் நடந்து கொண்டிருந்த களியாட்டம் மேலும் சத்தமாகிக் கொண்டே சென்றது. மீச்சியா, குரூஷென்காவைப் படுக்கையில் கிடத்தி அவளுடைய உதடுகளில் அழுத்தமாக முத்தமிட்டார்.

"என்னைத் தொடாதீர்கள்" என்று அவள் கெஞ்சும் குரலில் அவரிடம் முணுமுணுத்தாள். "என்னைத் தொட வேண்டாம். நான் இன்னும் உங்களுக்குச் சொந்தமாகவில்லை... நான் உங்களுடையவள் என்று சொன்னேன், ஆனால் என்னைத் தொட வேண்டாம்... என்னை விட்டுவிடுங்கள்... அவர்கள் இங்கே அருகில் இருக்கும்போது வேண்டாம். அவன் இங்கே இருக்கிறான். இங்கே மிகவும் அசிங்கமாக இருக்கிறது..."

"நான் கீழ்ப்படிகிறேன்! நான் அதைப் பற்றி நினைக்க மாட்டேன்... நான் உங்களை ஆராதிக்கிறேன்!" என்று மீச்சியா முணுமுணுத்தார். "ஆமாம், இங்கே அசிங்கமாகவும், அருவருப்பாகவும் இருக்கிறது."

அவர் அவளைக் கைகளில் ஏந்தியபடி கட்டிலுக்கு அருகில் மண்டியிட்டு அமர்ந்தார்.

"நீங்கள் முரடனாக இருந்தாலும், பெருந்தன்மையானவர் என்று எனக்குத் தெரியும்" என்று குரூஷென்கா சிரமத்துடன் சொன்னாள். "அது கௌரவமாக இருக்க வேண்டும்... நாம் கௌரவமானவர்களாகவும், நல்லவர்களாகவும் இருப்போம். நாம் மிருகங்களாக இல்லாமல் நல்லவர்களாக... என்னை இங்கிருந்து அழைத்துச் செல்லுங்கள். என்னை வெகு தூரமாக அழைத்துச் செல்லுங்கள். நான் சொல்வது உங்களுக்குக் கேட்கிறதா? நான் இங்கே இருக்க விரும்பவில்லை, ஆனால் வெகு தூரம், வெகு தூரம் போக வேண்டும்..."

"ஆமாம், ஆமாம், அப்படித்தான்!" என்று மீச்சியா அவளை அணைத்துக் கொண்டார். "நான் உங்களை அழைத்துக் கொண்டு வெகுதூரம் போகிறேன்... ஓ, அந்த இரத்தத்தின் விளைவு என்னவென்று தெரிந்தால், நான் ஒரு வருடம் வாழ்வதற்காக என் ஆயுள் முழுவதையும் விட்டுக் கொடுப்பேன்!"

"என்ன இரத்தம்?" என்று குரூஷென்கா திகைப்புடன் கேட்டாள்.

“ஒன்றுமில்லை” என்று மீச்சியா பற்களைக் கடித்துக் கொண்டு முணுமுணுத்தார். “குரூஷா, நீங்கள் நேர்மையாக இருக்க விரும்பு கிறீர்கள், ஆனால் நான் ஒரு திருடன். நான் காத்யாவிடமிருந்து பணத்தைத் திருடிவிட்டேன்... அவமானம், கேவலம், வெட்கக்கேடு!”

“காத்யாவிடமிருந்தா? அந்த இளம் பெண்ணா? இல்லை, நீங்கள் திருடவில்லை. நான் உங்களுக்குப் பணம் கொடுக்கிறேன். நீங்கள் அவளிடம் திருப்பிக் கொடுத்துவிடுங்கள். நீங்கள் அதற்காக ஏன் கவலைப்பட வேண்டும்? இனிமேல் என்னுடையது எல்லாம் உங்களுடையது. நமக்கு பணத்தைப் பற்றி என்ன கவலை? நாம் அதை வீணாகச் செலவு செய்யப் போகிறோம்... நம்மைப் போன்றவர்கள் பணத்தை வைத்துக் கொண்டு என்ன செய்ய முடியும்? நாம் விவசாயிகளாக மாறி நிலத்தை உழுவது நல்லது. நான் என் கைகளால் நிலத்தைத் தோண்ட விரும்புகிறேன். நான் சொல்வது கேட்கிறதா, நாம் வேலை செய்ய வேண்டும். அல்யோஷாவும் அப்படித்தான் சொன்னார். நான் உங்கள் எஜமானியாக இல்லாமல், உங்களுடைய விசுவாசமான அடிமையாக இருப்பேன். நான் உங்களுக்காக வேலை செய்வேன். நாம் இருவரும் அந்த இளம் பெண்ணிடம் சென்று தலை வணங்கி மன்னிப்புக் கேட்டுவிட்டு, வெகு தூரம் போவோம். அவள் நம்மை மன்னிக்கவில்லை என்றாலும் நாம் போவோம். நீங்கள் அவளிடம் பணத்தைக் கொடுத்துவிட்டு என்னைக் காதலியுங்கள்... நீங்கள் இனிமேல் அவளைக் காதலிக்க வேண்டாம். நீங்கள் அவளைக் காதலித்தால் நான் அவள் கழுத்தை நெறித்துக் கொன்று விடுவேன்... அவளுடைய கண்கள் இரண்டையும் ஊசியால் குருடாக்குவேன்...”

“நான் உங்களைக் காதலிக்கிறேன். நான் உங்களை மட்டுமே காதலிப்பேன். நான் சைபீரியாவில் உங்களைக் காதலிப்பேன்...”

“ஏன் சைபீரியா? சரி, நீங்கள் அங்கே செல்ல விரும்பினால், அதைப் பற்றி எனக்குக் கவலையில்லை... நாம் அங்கே வேலை செய்வோம்... சைபீரியாவில் பனி அதிகமாக இருக்கும்... பனியில் சவாரி செய்வது எனக்கு மிகவும் பிடிக்கும்... ஏதோ மணி அடிக்கிறது... கவனியுங்கள், மணி அடிக்கும் சத்தம் உங்களுக்குக் கேட்கிறதா?... அந்தச் சத்தம் எங்கிருந்து வருகிறது? யாரோ வருகிறார்கள்... மணியோசை நின்றுவிட்டது.”

குரூஷென்கா சோர்வினால் கண்களை மூடி ஒரு கணம் கண் அயர்ந்தாள். அப்போது நிஜமாக எங்கோ தூரத்தில் கேட்ட மணியோசை சட்டென்று நின்றுவிட்டது. மீச்சியா தலையை அவளுடைய மார்பில் புதைத்துக் கொண்டார். மணியோசையும் பாட்டும் நின்றுவிட்டதை அவர் கவனிக்கவில்லை. இப்போது

பாடலுக்கும், குடிகாரர்களின் கூச்சலுக்கும் பதிலாக விடுதி முழுவதும் மயான அமைதி நிலவியது. குரூஷென்கா கண்களைத் திறந்தாள்.

"என்ன ஆயிற்று? நான் தூங்கிவிட்டேனா? ஆமாம்... ஏதோ மணியோசை... நான் தூக்கத்தில் பனியில் சவாரி செல்வதாகவும், மணிகள் ஒலிப்பதாகவும் கனவு கண்டேன். நான் காதலித்த மனிதனுடன், உங்களுடன் இருந்தேன். நான் வெகு தொலைவு, வெகு தொலைவு சென்றேன். நான் உங்களைக் கட்டிப் பிடித்து முத்தமிட்டேன். எனக்குக் குளிராக இருந்தது. பனி பளபளத்தது... இரவில் நிலவு பிரகாசிக்கும்போது பனி எப்படிப் பளபளக்கும் என்று உங்களுக்குத் தெரியுமா? நான் பூமியில் இல்லாமல் வேறெங்கோ இருப்பது போலிருந்தது. நான் கண்விழித்தபோது என் அன்புக்குரியவர் என் அருகில் இருக்கிறார். அது எவ்வளவு அருமையாக இருந்தது..."

"உன் அருகில்" என்று முணுமுணுத்த மீச்சியா, அவளுடைய ஆடையையும், மார்பையும், கைகளையும் முத்தமிட்டார். அப்போது, அவள் அவரைப் பார்க்காமல், அவருடைய தலைக்கு மேலே, நிலைகுத்திய பார்வையுடன் வெறித்துப் பார்த்துக் கொண்டிருப்பதை மீச்சியா கவனித்தபோது, ஏதோ ஓர் இனம்புரியாத உணர்வு அவரைத் தாக்கியது. திடீரென்று அவளுடைய முகத்தில் ஆச்சரியமும், ஏறக்குறைய பயமும் வெளிப்பட்டது.

"மீச்சியா, அங்கிருந்து நம்மைப் பார்த்துக் கொண்டிருக்கும் அந்த மனிதன் யார்?" என்று அவள் கிசுகிசுத்தாள்.

அவர் திரும்பிப் பார்த்தபோது, திரைச்சீலை ஒருபுறமாக விலகியிருப்பதையும், யாரோ அவர்களைக் கவனித்துக் கொண்டிருப்பதையும் பார்த்தார். ஒன்றுக்கு மேற்பட்ட நபர்கள் இருப்பதாகத் தோன்றியது. அவர் துள்ளி எழுந்து, உள்ளே நுழைந்த அந்நியனை நோக்கி வேகமாகச் சென்றார்.

"இதோ, எங்களிடம் வாருங்கள், இங்கே வாருங்கள்" என்று ஒரு குரல் சத்தமாகப் பேசவில்லை என்றாலும், உறுதியாகவும் கண்டிப்பாகவும் சொன்னது.

மீச்சியா திரைச்சீலைக்குப் பின்னாலிருந்து வெளியே வந்து அசையாமல் நின்றார். அந்த அறை முழுவதும் மனிதர்கள் இருந்தார்கள், ஆனால் இதற்கு முன்பு அங்கு இருந்தவர்கள் யாரும் இல்லை. ஒரு கணம் அவருடைய முதுகுத்தண்டு சில்லிட்டது; அவர் நடுங்கினார். அவர் அங்கிருந்த அனைவரையும் ஒரு நொடியில் அடையாளம் தெரிந்து கொண்டார். நீண்ட கோட்டும்,

முத்திரை பொறித்த தொப்பியும் அணிந்து, உயரமாகவும் பருமனாகவும் இருந்த வயதான மனிதர் போலீஸ் கமிஷனர் மிகையில் மக்காரோவிச். 'எப்போதும் பளபளக்கும் பூட்ஸ்' அணிந்து, நேர்த்தியான உடையில் ஒல்லியாக இருந்தவர் அரசு துணை வழக்கறிஞர். 'அவரிடம் நானூறு ரூபிள்கள் மதிப்புள்ள கைக்கடிகாரம் இருக்கிறது; அவர் அதை என்னிடம் காட்டினார்.' கண்ணாடி அணிந்த அந்தக் குள்ளமான இளைஞன்... மீச்சியா அவனுடைய பெயரை மறந்துவிட்டார் என்றாலும், அவர் அவனைப் பார்த்திருக்கிறார். அவன் அப்போதுதான் ஊருக்குப் புதிதாக வந்த, 'விசாரணை வழக்கறிஞர்' என்று அவருக்குத் தெரியும். அங்கே இருந்த போலீஸ் இன்ஸ்பெக்டர் மாவ்ரிக்கி மாவ்ரிகேவிச்சை மீச்சியாவுக்கு நன்றாகத் தெரியும். ஆனால் பளபளப்பான பதக்கங்கள் அணிந்த அந்த மனிதர்கள் எதற்காக இங்கே வந்திருக்கிறார்கள்? அந்த இருவர்... விவசாயிகள்... கதவருகே கல்கனோவும், டிரிஃபோன் போரிசிச்சும்...

"கனவான்களே, இதெல்லாம் என்ன? என்ன நடக்கிறது?" என்று பேசத்தொடங்கிய மீச்சியா, திடீரென்று தன்னிலை மறந்து, என்ன செய்கிறோம் என்று தெரியாமல் உச்சஸ்தாயில் கத்தினார்.

"புரிந்தது!"

கண்ணாடி அணிந்த அந்த இளைஞன் திடீரென்று முன்னால் வந்து, மீச்சியாவை நெருங்கி, கம்பீரமாக ஆனால் அவசரமாகச் சொல்லத் தொடங்கினான்.

"நாங்கள்... சுருக்கமாகச் சொன்னால், நீங்கள் தயவுசெய்து இங்கே, சோபாவுக்கு வாருங்கள்... எங்கள் கேள்விகளுக்கு நீங்கள் பதில் சொல்ல வேண்டும்."

"அந்தக் கிழவர்!" என்று மீச்சியா வெறிபிடித்தவர் போலக் கத்தினார். "அந்தக் கிழவர்... அவருடைய இரத்தம்... எனக்குப் புரிகிறது."

மீச்சியா நிலைகுலைந்து வெட்டிய மரம் போல அருகில் இருந்த நாற்காலியில் சரிந்தார்.

"உங்களுக்குப் புரிகிறதா? அவருக்குப் புரிகிறது! தந்தையைக் கொன்ற அரக்கன்! உங்கள் தந்தையின் இரத்தம் உங்களுக்கு எதிராகக் கதறுகிறது" என்று திடீரென்று கர்ஜித்த வயதான போலீஸ் கமிஷனர் மீச்சியாவை நெருங்கினார். மீச்சியா தன்னிலை மறந்து, முகம் சிவந்து, நடுங்கினார்.

"ஆனால் அது சாத்தியமில்லை!" என்று அந்த இளைஞன் கத்தினான். "ஐயா, மிகையில் மக்காரோவிச், மிகையில் மக்காரோவிச், இது முறையற்றது... அவருடன் தனியாகப் பேச

நற்றிணை பதிப்பகம் ○ 739

என்னை அனுமதியுங்கள்... நீங்கள் இப்படி நடந்து கொள்வீர்கள் என்று நான் எதிர்பார்க்கவில்லை..."

"ஆனால் இது சித்தபிரமை. கனவான்களே சித்தபிரமை!" என்று போலீஸ் கமிஷனர் வியப்புடன் சொன்னார். "தந்தையின் இரத்தக் கறை படிந்த கைகளுடன், நள்ளிரவில் ஓர் இழிந்த பெண்ணுடன், குடிபோதையில் உள்ள அவரைப் பாருங்கள்... என்னால் கொஞ்சம் கூட நம்ப முடியவில்லை... சித்தபிரமை!"

"ஐயா, மிகையில் மக்காரோவிச், தயவுசெய்து உணர்ச்சி வசப்படாமல் இருங்கள்" என்று துணை அரசு வழக்கறிஞர் அந்த வயதான மனிதரிடம் முணுமுணுத்தார். "இல்லையென்றால் நான் தகுந்த நடவடிக்கை எடுக்க வேண்டியிருக்கும்..."

ஆனால் அவர் பேசி முடிப்பதற்கு முன்பு இளம் விசாரணை அதிகாரி மீச்சியாவை நோக்கித் திரும்பி, உரத்த, உறுதியான, கம்பீரமான குரலில் சொன்னார்.

"ஓய்வுபெற்ற லெப்டினென்ட் டிமிட்ரி கரமசோவ் அவர்களே, நீங்கள் இன்றிரவு உங்கள் தந்தை ஃபியோதர் பாவ்லோவிச் கரமசோவைக் கொலை செய்த குற்றத்திற்காக உங்களைக் கைது செய்கிறோம் என்பதைத் தெரிவிக்க வேண்டியது என் கடமை..."

அவர் மேலும் ஏதோ சொன்னார். அப்போது அரசு வழக்கறிஞரும் ஏதோ சொன்னார். ஆனால் அவர்கள் சொன்னதைக் கேட்ட மீச்சியாவுக்கு ஒன்றும் புரியவில்லை. அவர் அங்கிருந்த அனைவரையும் வெறித்துப் பார்த்தார்.

ஒன்பதாவது புத்தகம்: முதற்கட்ட விசாரணை

1. அரசு ஊழியர் பெர்கோட்டினின் உத்தியோகபூர்வ வாழ்க்கையின் தொடக்கம்

நாம் விட்டுச் சென்ற பியோட்டர் இலிச் பெர்கோட்டின், விதவை மரோஸோவின் வீட்டுக் கதவைப் பலமாகத் தட்டி அதைத் திறக்கும்படிச் செய்வதில் வெற்றி பெற்றார். ஃபேன்யா இரண்டு மணி நேரத்திற்கு முன்பு நடந்த சம்பவத்தால் மிகவும் பயந்து, படுக்கச் செல்லாமல் இருந்தபோது, கதவைத் தட்டும் ஓசையைக் கேட்டு, கிட்டத்தட்ட பித்து பிடித்தவளைப் போல பயந்து நடுங்கினாள். டிமிட்ரி ஃபியோதரோவிச் வண்டியில் செல்வதை அவள் பார்த்திருந்தாலும், கதவைத் தட்டுவது அவராகத்தான் இருக்கும் என்று நினைத்தாள், ஏனெனில் அவரைத் தவிர வேறு யாரும் இவ்வளவு முரட்டுத்தனமாகத் தட்ட முடியாது என்று அவளுக்குத் தோன்றியது. எனவே அவள் ஓடிச் சென்று, தூக்கத்திலிருந்து எழுந்து கதவைத் திறக்கச் சென்ற காவலாளியிடம் கதவைத் திறக்க வேண்டாம் என்று கெஞ்சினாள். ஆனால் அவன் கதவைத் தட்டியவரிடம் விசாரித்து, அது பியோட்டர் இலிச் என்பதையும், அவர் ஃபேன்யாவிடம் ஒரு 'முக்கியமான' விஷயத்தைச் சொல்ல வந்திருக்கிறார் என்பதையும் தெரிந்து கொண்டு கதவைத் திறக்க முடிவு செய்தான். அவள் அவரைச் சமையலறைக்கு அழைத்துச் சென்றபோது, அவளுக்கு இருந்த 'சந்தேகத்தினால்' காவலாளியையும் அவர்களுடன் இருக்கும்படிக் கேட்டுக் கொண்டாள். அவர் அவளிடம் விசாரிக்கத் தொடங்கியதும் ஒரு முக்கியமான விஷயத்தைப் புரிந்து கொண்டார். அதாவது டிமிட்ரி ஃபியோதரோவிச் ஃபேன்யாவைப் பார்க்க வந்தபோது, அங்கிருந்து உலக்கையை எடுத்துச் சென்றார், ஆனால் அவர் திரும்பி வந்தபோது, கையில் உலக்கை இல்லாமல் இரத்தக் கறைகளுடன் திரும்பி வந்தார் என்பதைத் தெரிந்து கொண்டார். "அவருடைய கைகளில் இரத்தம் சொட்டியது, இரத்தம்

சொட்டியது!" என்று ஃபேன்யா பதற்றத்துடன் சொன்னாள். ஆனால் அது அவளுடைய குழம்பிப் போன மனதின் கற்பனையாகத்தான் இருக்க வேண்டும், ஏனெனில் பியோட்டர் இலிச் அந்த இரத்தக் கறை படிந்த கைகளை நேரில் பார்த்து, அவரே அதைக் கழுவுவதற்கு உதவி செய்திருக்கிறார் என்பதால், அதிலிருந்து அப்படி இரத்தம் எதுவும் 'சொட்டவில்லை'. எனவே, டிமிட்ரி ஃபியோதரோவிச்சின் கைகளில் இருந்த இரத்தம் எவ்வளவு சீக்கிரம் உலர்ந்தது என்பதைவிட, அவர் அந்த உலக்கையை எங்கே எடுத்துக் கொண்டு எங்கே ஓடினார் என்பதையும், அது ஃபியோதர் பாவ்லோவிச்சின் இரத்தமா என்பதையும் தெரிந்து கொள்வதுதான் அவருக்கு முக்கியமாகப் பட்டது. ஆனால் அவர் அதைப் பற்றி அவளிடம் விடாப்பிடியாக வற்புறுத்திக் கேட்டபோது, அவருக்குத் திட்டவட்டமாக எதுவும் தெரியவில்லை என்றாலும், டிமிட்ரி ஃபியோதரோவிச் அவருடைய தந்தையின் வீட்டுக்குச் சென்றிருக்க வேண்டும் என்றும், அங்கே ஏதோ நடந்திருக்க வேண்டும் என்றும் உறுதியாக நம்பினார்.

"அவர் திரும்பி வந்தபோது" என்று ஃபேன்யா மிகுந்த பதற்றத்துடன் சொல்லத் தொடங்கினாள். "நான் அவரிடம் நடந்த அனைத்தையும் சொல்லிவிட்டு, 'டிமிட்ரி ஃபியோதரோவிச், உங்கள் கைகளில் ஏன் இரத்தக் கறை படிந்துள்ளது?' என்று அவரிடம் கேட்டேன். அதற்கு அவர் அது மனித இரத்தம் என்றும், தான் ஒருவரைக் கொன்றுவிட்டேன் என்றும் என்னிடம் ஒப்புக் கொண்டார். அதன் பிறகு அவர் திடீரென்று ஒரு பைத்தியக்காரனைப் போல இங்கிருந்து ஓடிப் போனார். அவர் ஒரு பைத்தியக்காரனைப் போல இப்போது எங்கே ஓடுகிறார் என்று நான் யோசித்தேன். அவர் மோக்ரோய் சென்று என் எஜமானியைக் கொன்று விடுவார் என்று எனக்குத் தோன்றியது. எனவே நான் அவளைக் கொல்ல வேண்டாம் என்று அவரிடம் கேட்டுக் கொள்வதற்காக அவர் தங்கியிருந்த இடத்திற்கு ஓடினேன், ஆனால் போகும் வழியில், அவர் பிளாட்னிகோவ் கடைக்கு முன்னால் புறப்பட்டுச் செல்வதைப் பார்த்தேன். அப்போது அவருடைய கைகள் சுத்தமாக இருந்தன." (அவள் அதைக் கவனித்து ஞாபகம் வைத்திருந்தாள்). ஃபேன்யாவின் வயதான பாட்டி முடிந்தவரை அவளுடைய பேத்தி சொன்னதை உறுதிப்படுத்தினாள். பியோட்டர் இலிச் அவர்களிடம் மேலும் சில கேள்விகளைக் கேட்டுவிட்டு, அங்கே நுழைந்தபோது இருந்ததைக் காட்டிலும் அதிகமான கவலையோடும், குழப்பத்தோடும் அங்கிருந்து வெளியேறினார்.

அவர் நேராக ஃபியோதர் பாவ்லோவிச்சின் வீட்டிற்குச் சென்று, அங்கு ஏதேனும் நடந்திருக்கிறதா என்று தெரிந்து கொண்டு, அப்படி ஏதாவது நடந்திருந்தால், போலீஸ் கமிஷனரிடம் சென்று விஷயத்தைச் சொல்வதுதான் அப்போது அவருக்கு எளிதான வேலையாக இருந்திருக்கும். ஆனால் அவர் அந்தக் கும்மிருட்டான வேளையில், மிகவும் பாதுகாப்பான ஃபியோதர் பாவ்லோவிச்சின் வீட்டுக் கதவைத் தட்ட வேண்டும் என்பதையும், அவருக்கு அதிகமாகப் பழக்கமில்லாத அவருடைய வீட்டுக் கதவை அவருக்குக் கேட்கும் வரை தட்டிக் கொண்டே இருக்க வேண்டும் என்பதையும், ஒருவேளை கதவு திறந்து எதுவும் நடக்கவில்லை என்று தெரிந்தால், எல்லோரையும் கேலி செய்யும் ஃபியோதர் பாவ்லோவிச், நள்ளிரவில் பெர்கோட்டின் என்ற அந்நியன் வீட்டுக்கு வந்து தன்னை யாராவது கொன்றுவிட்டார்களா என்று விசாரித்தார் என்று அந்த நகரம் முழுவதும் சொல்வார் என்பதையும் நினைத்தபோது அவருக்குச் சங்கடமாக இருந்தது. அது அவருக்கு ஓர் அவதூறாக இருக்கும். பியோட்டர் இலிச் இந்த உலகத்தில் வேறெதையும் விட அவதூறுக்கு அதிகமாகப் பயந்தார். இருந்தாலும் ஏதாவது செய்ய வேண்டும் என்ற உணர்வு அவரைப் பிடித்து ஆட்டியதால், அவர் கோபத்துடன் காலைத் தரையில் உதைத்து, தன்னைத் தானே சபித்துக் கொண்டு, ஃபியோதர் பாவ்லோவிச்சின் வீட்டிற்குச் செல்லாமல் திருமதி. கோஹ்லக்கோவின் வீட்டிற்குச் சென்றார். அவள் டிமிட்ரி ஃபியோதரோவிச்சுக்கு மூவாயிரம் ரூபிள்கள் தரவில்லை என்று சொன்னால், அவர் நேராக போலீஸ் கமிஷனரிடம் செல்ல வேண்டும் என்றும், ஒருவேளை அவள் அந்தப் பணத்தை கொடுத்ததாகச் சொன்னால், அந்த விஷயத்தை நாளை வரை ஒத்திவைத்துவிட்டு, வீட்டிற்குத் திரும்பிச் செல்ல வேண்டும் என்றும் முடிவு செய்தார். இரவு பதினோரு மணிக்கு, அவருக்கு அறிமுகமில்லாத ஒரு மரியாதைக்குரிய பெண்ணின் வீட்டிற்குச் சென்று, அவளைப் படுக்கையிலிருந்து எழுப்பி இப்படி ஒரு விநோதமான கேள்வியைக் கேட்பது, ஃபியோதர் பாவ்லோவிச்சின் வீட்டிற்குச் செல்வதைவிட அதிகமான அவதூறுக்கு வழிவகுக்கும் என்பது தெளிவாகத் தெரிகிறது. ஆனால் சில நேரங்களில், குறிப்பாக இது போன்ற சந்தர்ப்பங்களில், நிதானமான, திறமையான மனிதர்கள் கூட இத்தகைய விசித்திரமான முடிவுகளை எடுக்கிறார்கள். அப்போது பியோட்டர் இலிச் அமைதியின்றி இருந்தார். அப்போது அவரை ஆட்டிப்படைத்த, கவலையும் பதற்றமும் மெல்ல மெல்ல அதிகரித்து, அவருடைய விருப்பத்திற்கு மாறாக அவரை இழுத்துச் சென்றதை அவர் தன்னுடைய

வாழ்நாள் முழுவதும் நினைவில் வைத்திருந்தார். இருந்தாலும் அவர் அந்தப் பெண்ணின் வீட்டிற்குச் செல்வதை நினைத்து தன்னைத் தானே சபித்துக் கொண்டார். 'என்ன நடந்தாலும் நான் அதைத் தெரிந்து கொள்ள வேண்டும்!' என்று அவர் பத்தாவது முறையாகத் தனக்குள் திரும்பத் திரும்பச் சொல்லிக் கொண்டார். இறுதியில் அவர் தன்னுடைய நோக்கத்தை நிறைவேற்றினார்.

அவர் திருமதி. கோஹ்லக்கோவின் வீட்டுக்குச் சென்றபோது சரியாக மணி பதினொன்று. காவலாளி சீக்கிரமாகக் கதவைத் திறந்தான் என்றாலும், வழக்கமாக அந்த நேரத்தில் எஜமானி படுக்கச் சென்றிருப்பாள் என்பதைத் தவிர, அவள் இன்னும் விழித்திருக்கிறாளா இல்லையா என்பதை அவனால் சொல்ல முடியவில்லை.

"நீங்கள் மாடிக்குச் சென்று கேட்டுப் பாருங்கள். அவர் உங்களைப் பார்க்க விரும்பினால் உள்ளே அனுமதிப்பார், இல்லையென்றால் மறுத்துவிடுவார்."

பியோட்டர் இலிச் மாடிக்குச் சென்றார், ஆனால் அங்கே நிலைமை மேலும் சிக்கலாக இருந்தது. வேலைக்காரன் அவர் வந்திருப்பதைத் தெரிவிக்க விரும்பாமல் வேலைக்காரியை அழைத்தான். பியோட்டர் இலிச் அவளிடம் பணிவுடன், ஆனால் உறுதியாக, எஜமானியைப் பார்க்க வேண்டும் என்றும், தான் உள்ளூரைச் சேர்ந்த பெர்கோட்டின் என்ற அதிகாரி என்றும், விஷயம் அவ்வளவு முக்கியமில்லை என்றால் இந்த நேரத்தில் வந்திருக்க மாட்டேன் என்றும் கூறினார். "தயவு செய்து நான் சொன்னதை அப்படியே அவரிடம் சொல்லுங்கள்" என்றார் அவர். அவள் உள்ளே சென்றாள். அவர் வரவேற்பறையில் காத்திருந்தார். திருமதி. கோஹ்லக்கோவ் படுக்கை அறையில் இருந்தாள் என்றாலும், இன்னும் தூங்கவில்லை. மீச்சியா அவளைப் பார்க்க வந்தபோது ஏற்பட்ட மன உளைச்சல் இன்னும் அவளை விட்டு நீங்கவில்லை. எனவே இதுபோன்ற சந்தர்ப்பங்களில் தலைவலி இல்லாமல் இரவைக் கழிக்க முடியாது என்று அவளுக்குத் தெரியும். அப்போது அவள் உள்ளே வந்த வேலைக்காரப் பெண் சொன்னதைக் கேட்டு ஆச்சரியப்பட்டாள். அந்த இரவு நேரத்தில், முற்றிலும் அந்நியரான, 'உள்ளூர் அதிகாரி'யின் எதிர்பாராத வருகை அவளுடைய பெண்மைக்கே உரிய ஆர்வத்தைத் தூண்டியது என்றாலும், அவள் எரிச்சலுடன் அவரைப் பார்க்க முடியாது என்று சொன்னாள். பியோட்டர் இலிச்சிடம் வேலைக்காரப் பெண் அதைச் சொன்னபோது, அவர் ஒரு கோவேறுக் கழுதையைப் போல பிடிவாதமாக இருந்தார். அவர் மீண்டும் அவளிடம், "நான் சொல்லும் வார்த்தைகளை அப்படியே

அவரிடம் சொல்லுங்கள்" என்று கேட்டுக் கொண்டார். "நான் ஒரு முக்கியமான வேலையாக வந்திருக்கிறேன். திருமதி. கோஹ்லக்கோவ் இப்போது என்னைப் பார்க்க மறுத்துவிட்டால், அவர் அதை நினைத்து பின்னால் மிகவும் வருத்தப்படுவார் என்று சொல்லுங்கள்" என்று அவர் சொன்னார்.

'நான் அப்போது மாடியிலிருந்து குதிக்க வேண்டும் போல இருந்தது' என்று அவர் அதைப் பற்றிப் பின்னர் நினைவு கூர்ந்தார். வேலைக்காரி அவரை வியப்புடன் பார்த்துவிட்டு, மீண்டும் எஜமானியிடம் சென்றாள். திருமதி. கோஹ்லக்கோவ் திகைப்புடன் ஒரு கணம் யோசித்துவிட்டு, அவருடைய தோற்றத்தைப் பற்றி விசாரித்தாள். 'நேர்த்தியாக உடையணிந்த அந்த இளைஞர் பணிவுள்ளவராக, கண்ணியமானவராக இருக்கிறார்' என்று அவள் தெரிந்து கொண்டாள். பியோட்டர் இலிச் மிகவும் அழகான இளைஞர் என்பதையும், அது அவருக்கே தெரியும் என்பதையும் நாம் போகிற போக்கில் அடைப்புக் குறிக்குள் குறிப்பிட வேண்டும். இறுதியில் திருமதி. கோஹ்லக்கோவ் அவரைப் பார்க்க முடிவு செய்தாள். அவள் ஏற்கனவே கவுனும் செருப்பும் அணிந்திருந்தாள் என்றாலும், தோளில் ஒரு கருப்பு சால்வையைப் போர்த்திக் கொண்டாள். அவள் சில மணி நேரங்களுக்கு முன்பு மீச்சியாவைச் சந்தித்த அதே வரவேற்பறைக்கு அவரை வரச் சொன்னாள். அவள் விருந்தாளியை வரவேற்று, அவரை உட்காரச் சொல்லாமல், "உங்களுக்கு என்ன வேண்டும்?" என்று கண்டிப்பான தோரணையில் சம்பாஷணையைத் தொடங்கினாள்.

"மேடம், நம் இருவருக்கும் அறிமுகமான டிமிட்ரி ஃபியோதர் கரமசோவைப் பற்றி உங்களிடம் கேட்பதற்காக நான் இங்கே வந்திருக்கிறேன்" என்று பெர்கோட்டின் ஆரம்பித்தார். ஆனால் அவர் அவருடைய பெயரைச் சொன்னதும், அவளுடைய முகத்தில் திடீரென்று ஒரு பயங்கரமான எரிச்சல் வெளிப்பட்டது. அவள் ஏறக்குறைய அலறும் குரலில் ஆவேசமாக அவரை இடைமறித்தாள்.

"நான் இன்னும் எத்தனை காலத்திற்கு இந்த மோசமான மனிதனால் துன்புற வேண்டுமோ?" என்று அவள் வெறித்தனமாகக் கத்தினாள். "ஐயா, நீங்கள் இந்த இரவு நேரத்தில், உங்களுக்கு அறிமுகமில்லாத ஒரு பெண்ணின் வீட்டில் நுழைந்து, மூன்று மணி நேரத்திற்கு முன்பு இதே வரவேற்பறையில் என்னைக் கொல்ல வந்து, ஒரு கௌரவமான வீட்டை விட்டுச் செல்லும்போது, யாரும் செய்யத் துணியாத வகையில் கோபத்துடன் கால்களைத் தரையில் உதைத்துவிட்டுச் சென்ற ஒருவனைப் பற்றிப் பேச வேண்டும் என்று வலுக்கட்டாயமாக என்னைத் தொந்தரவு செய்வதற்கு உங்களுக்கு எப்படித் தைரியம் வந்தது?... ஐயா, நான் உங்கள் மீது புகார்

கொடுக்கப் போகிறேன், உங்களைச் சும்மாவிட மாட்டேன்... தயவு செய்து இங்கிருந்து போங்கள்... நான் ஒரு தாய்... நான்... நான்...."

"கொலையா? அப்படியானால் அவர் உங்களையும் கொலை செய்ய முயன்றாரா?"

"ஏன், அவர் ஏற்கனவே வேறு யாரையேனும் கொலை செய்துவிட்டாரா?" என்று திருமதி. கோஹ்லக்கோவ் ஆவலுடன் கேட்டாள்.

"மேடம், தயவு செய்து நான் சொல்வதைக் கேளுங்கள். நான் அரை நிமிடத்தில் உங்களுக்கு எல்லாவற்றையும் சொல்கிறேன்" என்று பெர்கோட்டின் உறுதியாகச் சொன்னார். "டிமிட்ரி ஃபியோதரோவிச் இன்று மாலை ஐந்து மணிக்கு என்னிடம் பத்து ரூபிள்களைக் கடனாகப் பெற்றுச் சென்றார். அப்போது அவரிடம் பணம் இல்லை என்று எனக்குத் தெரியும். அதன் பிறகு அவர் இரவு ஒன்பது மணிக்கு, இரண்டு அல்லது மூவாயிரம் ரூபிள்களைக் கொண்ட நூறு ரூபிள்கள் பணக் கட்டுடன் என் வீட்டிற்கு வந்தார். அப்போது அவருடைய கைகளிலும் முகத்திலும் இரத்தக் கறை படிந்திருந்தது. அவர் ஒரு பைத்தியக்காரனைப் போலிருந்தார். நான் அவரிடம் உங்களுக்கு இவ்வளவு பணம் எங்கிருந்து கிடைத்தது என்று கேட்டபோது, அவர் தங்கச் சுரங்கத்திற்குப் போவதற்காக நீங்கள் அவருக்கு அந்தப் பணத்தைக் கொடுத்ததாகச் சொன்னார்..."

திருமதி. கோஹ்லக்கோவின் முகம் சட்டென்று பேயறைந்தது போலாயிற்று.

"அடக் கடவுளே! அவர் அவருடைய வயதான தந்தையைக் கொன்றிருக்க வேண்டும்!" என்று அவள் இரண்டு கைகளையும் பிடித்துக் கொண்டு கத்தினாள். "நான் அவருக்கு எந்தப் பணத்தையும் கொடுக்கவில்லை! நான் எதுவும் கொடுக்கவில்லை! ஓ, ஓடுங்கள், ஓடுங்கள்!... ஒரு வார்த்தையும் பேச வேண்டாம்! அந்தக் கிழவரைக் காப்பாற்றுங்கள்... அவரிடம் ஓடுங்கள்... ஓடுங்கள்!"

"மேடம், என்னை மன்னியுங்கள், நீங்கள் அவருக்குப் பணம் எதுவும் கொடுக்கவில்லை என்று உறுதியாகச் சொல்கிறீர்களா? நீங்கள் அவருக்குப் பணம் கொடுக்கவில்லை என்பது உங்களுக்கு நன்றாக நினைவிருக்கிறதா?"

"இல்லை, நான் கொடுக்கவில்லை. நான் கொடுக்கவில்லை! அவர் அதை வீணடிப்பார் என்று எனக்குத் தெரியும் என்பதால் நான் கொடுக்கவில்லை. அவர் கோபத்துடன் கால்களைத் தரையில் உதைத்துவிட்டுச் சென்றார். அவர் என்னை நோக்கிப்

பாய்ந்தார் என்றாலும், நான் நகர்ந்துவிட்டேன்... நான் உங்களிடம் எதையும் மறைக்க விரும்பவில்லை என்பதால், அவர் என் மீது காறித் துப்பினார் என்பதையும் சொல்கிறேன். உங்களால் அதை நினைத்துப் பார்க்க முடிகிறதா? ஆனால் நாம் ஏன் வீணாக இங்கே நிற்கிறோம். ஆகா, நீங்கள் உட்காருங்கள்... என்னை மன்னியுங்கள்... நான்... வேண்டாம், நீங்கள் வேகமாகப் போங்கள், ஓடுங்கள். நீங்கள் ஓடிச் சென்று அந்தத் துரதிருஷ்டவசமான கிழவரை மரணத்திலிருந்து காப்பாற்றுங்கள்!"

"ஆனால் அவர் ஏற்கனவே அவரைக் கொன்றிருந்தால் என்ன செய்வது?"

"ஓ, கடவுளே, ஆமாம், ஆமாம்! ஆனால் இப்போது நாம் என்ன செய்யப் போகிறோம்? நாம் அடுத்ததாக என்ன செய்ய வேண்டும் என்று நீங்கள் நினைக்கிறீர்கள்?"

அவள் அவரை உட்காரச் சொல்லி, அவருக்கு எதிராக அவளும் உட்கார்ந்தாள். அவர் அவளிடம் நடந்த சம்பவத்தைச் சுருக்கமாகச் சொல்லிவிட்டு, சற்றுமுன் ஃபேன்யாவைப் பார்த்ததையும், உலக்கையைப் பற்றியும் சொன்னார். அந்த விபரங்கள் அனைத்தும் அந்தப் பெண்ணை அதிர்ச்சியில் உறைய வைத்தன. அவள் கைகளால் கண்களை மூடிக் கொண்டு கூச்சலிட்டாள்.

"நான் ஏதோ ஒரு வகையில் இதையெல்லாம் முன்கூட்டியே அறிந்திருந்தேன் என்று சொன்னால் உங்களால் அதை நம்ப முடியுமா? நடக்கப் போவதை முன்கூட்டியே உணரும் வரம் எனக்கு இருக்கிறது. நான் எத்தனை முறை அந்தப் பயங்கரமான மனிதனை நினைத்துப் பயந்தேன். அவர் என்னைக் கொன்று விடுவார் என்று நான் பலமுறை நினைத்தேன். இப்போது அது நடந்துவிட்டது... அவர் என்னைக் கொல்லாமல் அவருடைய தந்தையைக் கொன்றுவிட்டார், ஏனெனில் கடவுள் என்னைக் காப்பாற்றிவிட்டார். என்ன இருந்தாலும் அவர் என்னைக் கொல்வதற்கு வெட்கப்பட்டிருப்பார், ஏனென்றால் நான் இதே அறையில், மாபெரும் புனித துறவியான வார்வராவின் நினைவுச் சின்னம் பொறித்த ஒரு சிறிய விக்கிரகத்தை அவருடைய கழுத்தில் அணிவித்தேன்... நான் அந்த நிமிடம் மரணத்திற்கு எவ்வளவு அருகில் இருந்தேன் என்பதை நினைக்கும்போது... நான் அருகில் சென்றபோது, அவர் அவருடைய கழுத்தை என்னிடம் நீட்டினார். பியோட்டர் இலிச், உங்களுக்குத் தெரியுமா (நீங்கள் உங்கள் பெயரை என்னிடம் சொன்னீர்கள் என்று நினைக்கிறேன்), எனக்கு அற்புதங்களில் நம்பிக்கை இல்லை, ஆனால் அந்த விக்கிரகமும், நான் தப்பிப் பிழைத்த அதிசயமும் என் மீது ஆழமான தாக்கத்தை

ஏற்படுத்திவிட்டன. இப்போது நான் எல்லாவற்றையும் நம்புகிறேன். உங்களுக்கு மூத்தவர் ஜோசிமாவைத் தெரியுமா?... ஆஹா, எனக்கு என்ன சொல்வது என்றே தெரியவில்லை... ஆனால் யோசித்துப் பாருங்கள், அவருடைய கழுத்தில் விக்கிரகம் இருந்ததால் அவர் என் மீது காறித் துப்பினார்... ஆமாம், அவர் என்னைக் கொல்லவில்லை, மாறாகக் காறித் துப்ப மட்டுமே செய்தார்... அதன் பிறகு அவர் ஓடிவிட்டார்! ஆனால் நாம் இப்போது என்ன செய்வது? நீங்கள் என்ன நினைக்கிறீர்கள்?"

பியோட்டர் இலிச் எழுந்து நின்று, இப்போது நேராக போலீஸ் கமிஷனரிடம் சென்று எல்லாவற்றையும் சொல்லப் போவதாகவும், என்ன செய்ய வேண்டும் என்பதை அவரே முடிவு செய்து கொள்ளட்டும் என்றும் சொன்னார்.

"ஓ, ஆமாம், பிரமாதம். அவர் ஓர் அற்புதமான மனிதர்! மிகையில் மிக்காரோவிச்சை எனக்குத் தெரியும். நீங்கள் நிச்சயமாக அவரைப் பார்க்க வேண்டும். பியோட்டர் இலிச், நீங்கள் புத்திசாலித்தனமாக யோசித்தீர்கள்! நான் உங்கள் இடத்தில் இருந்திருந்தால் அதை யோசித்திருக்க மாட்டேன்!"

"எனக்கு போலீஸ் கமிஷனரை நன்றாகத் தெரியும்" என்று சொன்ன பியோட்டர் இலிச், அங்கேயே நின்று கொண்டிருந்த அவரை விடை கொடுத்து அனுப்பாமல் பேசிக் கொண்டிருந்த அந்த உணர்ச்சிவசப்பட்ட பெண்ணிடமிருந்து, எவ்வளவு சீக்கிரம் முடியுமோ அவ்வளவு சீக்கிரம் தப்பிச் செல்ல விரும்பியது தெளிவாகத் தெரிந்தது.

"ஆமாம், ஆமாம் நிச்சயமாக" என்று அவள் தேவையற்றதைப் பேசத் தொடங்கினாள். "நீங்கள் கண்டிப்பாகத் திரும்பி வந்து, என்ன கண்டுபிடித்தீர்கள், அடுத்து என்ன நடக்கப்போகிறது, அவர்கள் என்ன முடிவு செய்கிறார்கள், அவருக்கு என்ன தண்டனை கிடைக்கும், அவரை எங்கே அனுப்பப் போகிறார்கள் என்பதையெல்லாம் சொல்ல வேண்டும்... சொல்லுங்கள், இப்போது மரணதண்டனை இருக்கிறதா, இல்லையா? காலை மூன்று, நான்கு மணியானாலும் பரவாயில்லை என்னை எழுப்பச் சொல்லுங்கள்... நான் எழுந்திருக்காவிட்டாலும் அவர்களிடம் என்னை உலுக்கி எழுப்பச் சொல்லுங்கள்... ஓ, கடவுளே, ஆனால் என்னால் தூங்க முடியாது என்று நினைக்கிறேன். நான் ஏன் உங்களுடன் வரக்கூடாது?"

"இல்லை, வேண்டாம். ஆனால் நீங்கள் டிமிட்ரி ஃபியோதரோவிச்சுக்குப் பணம் கொடுக்கவில்லை என்று உங்கள் கைப்பட மூன்று வரிகள் எழுதிக் கொடுத்தால் உதவியாக இருக்கும்... ஒருவேளை தேவைப்பட்டால்..."

"கண்டிப்பாக!" என்ற திருமதி. கோஹ்லக்கோவ் மகிழ்ச்சியுடன் பீரோவை நோக்கிச் சென்றாள். "நான் உங்களுடைய சமயோசித புத்தியையும், இந்த விஷயங்களை நீங்கள் கையாளும் விதத்தையும் பார்த்து ஆச்சரியப்படுகிறேன். நீங்கள் இப்போது வேலையில் இருக்கிறீர்களா? நீங்கள் வேலையில் இருப்பதை நினைக்கும்போது எனக்கு மிகவும் சந்தோஷமாக இருக்கிறது!"

அவள் பேசிக் கொண்டே ஒரு பாதி காகிதத்தில் கீழ்க்கண்ட வரிகளைக் கிறுக்கினாள்:

'நான் அந்த துரதிருஷ்டசாலியான டிமிட்ரி ஃபியோதரோவிச்சுக்கு (என்ன இருந்தாலும் அவர் துரதிருஷ்டசாலிதான்) எந்தக் காலத்திலும் மூவாயிரம் ரூபிள்களைக் கடனாகக் கொடுத்ததில்லை. நான் அவருக்கு ஒருபோதும் எந்தப் பணமும் கொடுக்கவில்லை. நான் உலகில் உள்ள புனிதமான அனைத்தின் மீதும் சத்தியம் செய்கிறேன்' – கே. கோஹ்லக்கோவ்.

"இதோ குறிப்பு!" என்று அவள் சட்டென்று பியோட்டர் இலிச்சை நோக்கித் திரும்பினாள். "போங்கள், அவரைக் காப்பாற்றுங்கள். நீங்கள் செய்வது ஓர் உன்னதமான காரியம்!"

அவள் அவர் மீது மூன்று முறை சிலுவையிட்டாள். அவள் அவரை வாசல் வரை சென்று வழியனுப்பி வைத்தாள்.

"நான் உங்களுக்கு நன்றியுள்ளவளாக இருப்பேன்! நீங்கள் முதலில் என்னிடம் வந்ததற்காக நான் உங்களுக்கு எவ்வளவு நன்றியுள்ளவளாக இருக்கிறேன் என்பதை உங்களால் கற்பனை செய்து பார்க்க முடியாது. நான் ஏன் இதற்கு முன்பு உங்களைச் சந்திக்காமல் இருந்தேன்? நீங்கள் எதிர்காலத்தில் என் வீட்டிற்கு அடிக்கடி வருவதை நான் மகிழ்ச்சியுடன் வரவேற்கிறேன். நீங்கள் இங்கே வசிப்பது எனக்கு எவ்வளவு மகிழ்ச்சியாக இருக்கிறது... உங்களுடைய புத்திக்கூர்மையும், தெளிவாகச் சிந்திக்கும் திறனும்... அவர்கள் உங்களைப் புரிந்து கொண்டு பாராட்ட வேண்டும். நான் உங்களுக்கு ஏதாவது செய்ய வேண்டும் என்றால், என்னை நம்புங்கள்... ஓ, நான் இளைஞர்களை நேசிக்கிறேன்! நான் இளைஞர்களைக் காதலிக்கிறேன்! நம்முடைய துயரப்படும் ரஷ்யாவுக்கு இளைஞர்களே முதுகெலும்பு. நாட்டின் ஒரே நம்பிக்கை... ஓ, போங்கள், போங்கள்!..."

ஆனால் பியோட்டர் இலிச் ஏற்கனவே ஓடிவிட்டார். இல்லையென்றால் அவள் அவரைப் போக அனுமதிக்காமல் பேசிக் கொண்டே இருப்பாள். இருந்தாலும் திருமதி. கோஹ்லக்கோவ் அவரிடம் ஓர் இனிமையான அபிப்பிராயத்தை ஏற்படுத்தியிருந்தாள். இப்படி ஒரு விரும்பத்தகாத விவகாரத்தில் மாட்டிக் கொண்டோமே

என்ற அவருடைய ஆதங்கம் சற்றே தணிந்தது. ஒவ்வொருவரின் ரசனையும் வேறுபட்டவை என்று அனைவருக்கும் தெரியும். 'அவளுக்கு அப்படி ஒன்றும் வயதாகவில்லை' என்று அவர் மகிழ்ச்சியுடன் நினைத்தார். 'நான் அவளை கோஹ்லக்கோவின் மகள் என்றே நினைத்தேன்.'

அந்த இளைஞர் திருமதி. கோஹ்லக்கோவை வெகுவாகக் கவர்ந்திருந்தார். 'என்ன புத்திசாலித்தனம்! என்ன திறமை! அதுவும் இவ்வளவு சிறிய வயதில்! அதுவும் நம் காலத்தில்! இனிமையான தோற்றமும் நடத்தையும்! இன்றைய இளைஞர்கள் எதற்கும் லாயக்கற்றவர்கள் என்று சொல்வார்கள், ஆனால் இதோ ஓர் உதாரணம்!' அவள் இப்படியெல்லாம் நினைத்துக் கொண்டே அந்த, 'பயங்கரமான சம்பவத்தை' மறந்துவிட்டாள். அவள் படுக்கைக்குச் செல்லும் போதுதான், 'நான் மரணத்திற்கு எவ்வளவு அருகில் இருந்தேன்' என்பதை நினைத்துப் பார்த்தாள். 'ஓ, கடவுளே, பயங்கரம், மிகப் பயங்கரம்!' என்று அவள் முணுமுணுத்தாள். ஆனால் அவள் உடனே ஆழ்ந்த, இனிமையான தூக்கத்தில் விழுந்தாள்.

ஓர் இளம் அதிகாரிக்கும், ஒரு விதவைக்கும் இடையில் நடந்த அந்த விசித்திரமான சந்திப்பு, அந்த இளைஞனின் முழு வாழ்க்கைக்கும் அடித்தளமாக அமைந்திராவிடில், நான் இதுபோன்ற அற்பமான, சம்பந்தமற்ற விவரங்களைச் சொல்லியிருக்க மாட்டேன். எங்கள் நகரத்தில் உள்ளவர்கள் இன்னும் அவருடைய கதையை ஆச்சரியத்துடன் நினைவு கூர்கிறார்கள். நான் கரமசோவ் சகோதரர்களைப் பற்றிய நீண்ட கதையை எழுதி முடித்த பிறகு, ஒருவேளை அதைப் பற்றி ஏதேனும் சொல்லலாம்.

2. எச்சரிக்கை

எங்கள் போலீஸ் கமிஷனர், மிகையில் மக்காரோவிச் மக்காரோவ் ஒரு முன்னால் லெப்டினன்ட் கர்னல். அவர் ஓய்வு பெற்ற பிறகு அதற்கு இணையான ஒரு பதவி அவருக்குக் காவல் துறையில் வழங்கப்பட்டது. அவர் மனைவியை இழந்தவர். அவர் ஓர் அருமையான மனிதர். அவர் மூன்று ஆண்டுகளுக்கு முன்புதான் எங்கள் ஊருக்கு வந்தார் என்றாலும், மக்களிடையே நன்மதிப்பைப் பெற்றிருந்தார், ஏனெனில் அவரிடம், 'மக்களை ஒன்றிணைக்கும் சாமர்த்தியம்' இருந்தது. அவருடைய வீட்டில் விருந்தினர்கள் இல்லாமல் இருந்ததே இல்லை. அவர்கள் இல்லாமல் அவரால் இருக்க முடியாது. விருந்தினர்கள் இல்லாமல்

அவர் ஒருபோதும் சாப்பாட்டு மேசையில் அமர்ந்ததே இல்லை என்பதால், எப்போதும் யாராவது ஒருவர் அவருடன் உணவருந்திக் கொண்டிருப்பார்கள். அவர் பல்வேறு சாக்குபோக்குகளைச் சொல்லி சம்பிரதாயமாகவும், சில சமயங்களில் எதிர்பாராத வகையிலும் அனைவருக்கும் விருந்தளிப்பார். அவர் கொடுக்கும் விருந்துகளில் உணவு வகைகள் நேர்த்தியாக இல்லாவிடினும், எப்போதும் ஏராளமாக இருக்கும். வறுத்த மீன் துண்டுகள் அருமையாக இருக்கும், ஆனால் ஒயின்கள் அதிக அளவில் இருக்கும் என்றாலும், தரத்தில் சிறந்தவையாக இருக்காது.

அவருடைய வீட்டின் முதல் அறையில் ஒரு பெரிய பில்லியார்ட்ஸ் மேசை அனைத்து வகையான அலங்காரங்களுடன் இருந்தது. ஒரு பிரம்மச்சாரியின் பில்லியார்ட்ஸ் அறைக்கு ஏற்றபடி, அறையின் சுவர்களில் கருப்புச் சட்டங்களில் ஆங்கில பந்தயக் குதிரைகளின் படங்கள் தொங்கிக் கொண்டிருந்தன. அவருடைய வீட்டில் ஒவ்வொரு நாள் மாலையும், ஒரு மேசை இருந்தாலும் கூட சீட்டு விளையாட்டு தவறாமல் நடந்தது. எங்கள் ஊரில் உள்ள உயர் சமூகத்தைச் சேர்ந்த அம்மாக்களும், இளம் பெண்களும் அவ்வப்போது அவருடைய வீட்டில் கூடி நடனமாடுவார்கள். மிகையில் மக்காரோவிச் மனைவியை இழந்தவர் என்றாலும், தனியாக வசிக்கவில்லை. அவருடைய விதவை மகளும், படிப்பை முடித்த, இன்னும் திருமணம் ஆகாத அவளுடைய இரண்டு இளம் மகள்களும் அவருடன் வசித்தனர். அவர்கள் பார்ப்பதற்கு இனிமையான, கலகலப்பான சுபாவம் உடையவர்களாக இருந்தார்கள். அவர்கள் வரதட்சணை எதுவும் கொண்டு வர மாட்டார்கள் என்று தெரிந்திருந்தாலும், நவநாகரீக இளைஞர்கள் அனைவரும் அவர்களுடைய தாத்தாவின் வீட்டிற்குப் படை எடுத்தனர்.

மிகையில் மக்காரோவிச் அவருடைய வேலையில் திறமைசாலி என்று சொல்ல முடியாவிட்டாலும், அவர் மற்றவர்களை விட அவருடைய வேலையை மோசமாகச் செய்யவில்லை. வெளிப்படையாகச் சொல்ல வேண்டுமானால் அவருக்கு விசாலமான கல்வியறிவு இல்லை. அவருடைய நிர்வாக அதிகாரத்தின் வரம்புகளைப் பற்றி அவருக்குத் தெளிவான புரிதல் இல்லை. தற்போதைய ஆட்சியில் மேற்கொள்ளப்பட்ட சில சீர்திருத்தங்களை அவரால் புரிந்துகொள்ள முடியவில்லை என்று சொல்ல முடியாது, ஆனால் அவர் அவற்றைச் சில தவறுகளுடன் புரிந்து கொண்டார். அவரால் அவற்றை முழுமையாகப் புரிந்துகொள்ள முடியவில்லை என்பதாலோ அல்லது அவருடைய திறமையின்மையினாலோ அவர் அதைச் செய்யவில்லை, மாறாக

அவருடைய சுபாவமான கவனக்குறைவின் காரணமாக, அவற்றை ஆராய்ந்து பார்ப்பதற்கு முயற்சி செய்யவில்லை. "கனவான்களே, நான் ஒரு சாதாரண மனிதன் என்பதைவிட ஒரு ராணுவ வீரன்" என்று அவர் அடிக்கடி அவரைப் பற்றிச் சொல்லிக் கொண்டார். பண்ணை அடிமைகளை விடுவிப்பது தொடர்பான சீர்திருத்தங்களின் அடிப்படைக் கோட்பாடுகளைப் பற்றி அவருக்கு ஒரு திட்டவட்டமான அபிப்பிராயம் எதுவும் இல்லை. அவர் ஒரு நில உரிமையாளராக இருந்தாலும், ஒவ்வொரு வருடமும் கிடைத்த நடைமுறை அறிவின் மூலமாகத் தன்னையும் அறியாமல் அதைப் பற்றித் தெரிந்து கொண்டார். அன்று மாலை மிகையில் மக்காரோவிச்சின் வீட்டில் சில விருந்தினர்களைச் சந்திப்போம் என்று பியோட்டர் இலிச்சுக்குத் தெரிந்தாலும், அது யாராக இருக்கும் என்று அவருக்குத் தெரியவில்லை.

இதற்கிடையில், அந்த நேரத்தில் அவருடைய வீட்டில் அரசு துணை வழக்கறிஞரும், பீட்டர்ஸ்பர்க் மருத்துவக் கழகத்தில் உயர் கௌரவப் பட்டம் பெற்று, அப்போதுதான் எங்கள் ஊருக்கு வந்திருந்த இளைஞரான, மாவட்ட மருத்துவர் வார்வின்ஸ்கியும் சீட்டாடிக் கொண்டிருந்தார்கள். இப்போலித் கிரில்லோவிச் அரசு துணை வழக்கறிஞர் என்றாலும் நாங்கள் எல்லோரும் அவரை அரசு வழக்கறிஞர் என்றே அழைத்தோம். அவர் ஒரு விசித்திரமான மனிதர். அவருக்குச் சுமார் முப்பத்தைந்து வயதிருக்கும் என்றாலும், காசநோயால் பாதிக்கப்பட்டவரைப் போல இருந்தார். அவர் ஒரு குண்டான, குழந்தையில்லாத பெண்ணைத் திருமணம் செய்து கொண்டார். அவர் கர்வமும் எரிச்சலும் மிக்கவராக இருந்தாலும், நல்ல மனமும் கனிவான இதயமும் கொண்டிருந்தார். அவர் அவருடைய உண்மையான தகுதியைக் காட்டிலும், தன்னைப் பற்றி மிகவும் உயர்வான அபிப்பிராயம் கொண்டிருந்ததுதான் அவரிடமிருந்த பிரச்சனை. அவர் அதனால்தான் எப்போதும் அமைதியின்றி இருந்தார். எல்லாவற்றுக்கும் மேலாக அவருக்கு மனித மனதைப் பற்றியும், குற்றவாளிகளின் மனதைப் பற்றியும் அவர்களுடைய குற்றங்களைப் பற்றியும் புரிந்து கொள்ளும் உளவியல் சம்பந்தமான பிரத்யேக நுண்ணறிவு இருப்பதாக அவர் நினைத்தார். அவருக்குப் பதவி உயர்வு கிடைக்கவில்லை என்ற மனக்குறை இருந்ததால், அவரை உயர் பதவியில் இருப்பவர்கள் சரியாகப் புரிந்து கொள்ளவில்லை என்றும், அவருக்கு எதிரிகள் இருக்கிறார்கள் என்றும் அவர் உறுதியாக நம்பினார். எனவே அவருக்கு மனச்சோர்வு ஏற்படும் தருணங்களில், அவர் பதவியை ராஜினாமா செய்துவிட்டு, குற்றவியல் ஆலோசகராக பணியாற்றப் போவதாக பயமுறுத்தினார். இந்நிலையில் முற்றிலும் எதிர்பாராத,

தந்தையைக் கொன்ற கரமசோவின் வழக்கு அவரை உலுக்கியது. 'இந்த வழக்கு ரஷ்யா முழுவதும் பரபரப்பை ஏற்படுத்தக்கூடும்!' என்று அவர் நினைத்தார்.

இரண்டு மாதங்களுக்கு முன்புதான் பீட்டர்ஸ்பர்க்கிலிருந்து வந்திருந்த இளம் விசாரணை வழக்கறிஞர், நிக்கோலாய் பர்ஃபியோனோவிச் நெல்யூதவ், பக்கத்து அறையில் இளம் பெண்களுடன் அமர்ந்திருந்தார். 'குற்றம்' நடந்த அன்று மாலையில், சட்டம் ஒழுங்கைப் பாதுகாப்பவரின் வீட்டில், முன்கூட்டியே ஏற்பாடு செய்ததைப் போல அனைவரும் கூடியிருப்பதைக் கண்டு மக்கள் அதைப் பற்றி பின்னர் ஆச்சரியத்துடன் பேசிக் கொண்டார்கள். ஆனால் அது மிகவும் எளிமையான, மிகவும் இயல்பாக நடந்த ஒரு விஷயம். இப்போலித் கிரில்லோவிச்சின் மனைவி இரண்டு நாட்களாகப் பல்வலியால் அவதிப்பட்டு, ஓயாமல் புலம்பிக் கொண்டிருந்த காரணத்தால், அவர் அதிலிருந்து தப்பிக்க எங்காவது செல்ல வேண்டியிருந்தது. மருத்துவரைப் பொறுத்தவரை, அவருடைய இயல்பின் காரணமாக, அவரால் சீட்டு விளையாடுவதைத் தவிர வேறெதிலும் மாலை நேரத்தைக் கழிக்க முடியாது. அன்று மிகையில் மக்காரோவிச்சின் மூத்த பேத்தி ஓல்காவுக்குப் பிறந்த நாள் என்றாலும், அவள் எல்லோரையும் விருந்துக்கு அழைக்க வேண்டாம் என்பதற்காக அதை மறைத்தாள், ஆனால் நிக்கோலாய் பர்ஃபியோனோவிச் அதைத் தெரிந்து கொண்டு, அவளைத் திகைக்க வைப்பதற்காக அவருடைய வீட்டிற்கு வருவதாக மூன்று நாட்களுக்கு முன்பே அவரிடம் சொல்லியிருந்தார். அவர் அவளுடைய வயதையும், அதை அவள் வெளிப்படுத்தத் தயங்குவதையும் தெரிந்து கொண்டதைப் பற்றியும், அவளுடைய ரகசியத்தை எல்லோரிடமும் சொல்லப் போவதைப் பற்றியும், மகிழ்ச்சியான, விளையாட்டுத்தனமான கேலிகளை எதிர்பார்த்தார். அந்த அழகான இளைஞர் அந்த விஷயத்தில் மிகவும் குறும்புக்காரனாக இருந்தார். எனவே பெண்கள் அவருக்கு, 'குறும்புக்கார இளைஞன்' என்ற செல்லப் பெயரை வைத்தார்கள். ஆனால் அவர் அந்தப் பெயரை மிகவும் ரசிப்பதாகத் தெரிந்தது. அவர் நல்ல சமூகத்தையும், நல்ல குடும்பத்தையும் சேர்ந்த, நல்ல முறையில் வளர்க்கப்பட்ட, கலகலப்பான, கள்ளங்கபடமற்ற, பண்பட்ட, இளைஞராக இருந்தார். அவர் வாழ்க்கையின் இன்பங்களை அனுபவித்தாலும், ஒரு அப்பாவியாகவும், எப்போதும் கண்ணியமாக நடந்து கொள்பவராகவும் இருந்தார். அவர் குள்ளமாகவும், பலவீனமான, மென்மையான உடலமைப்பைக் கொண்டவராகவும் இருந்தார். அவர் தனது மெலிந்த வெளிறிய விரல்களில் எப்போதும் பளபளக்கும் பெரிய மோதிரங்களை

அணிந்திருந்தார். அவர் உத்தியோகம் சம்பந்தமான அலுவல்களைச் செய்யும்போதெல்லாம், அவருடைய பதவியையும், அவருக்கு விதிக்கப்பட்டுள்ள கடமைகளின் புனிதத்தையும் உணர்ந்தவரைப் போல, எப்பொழுதும் அசாதாரணமான, ஆழ்ந்த சிந்தனையுடன் செயல்பட்டார். அவர் கொலைகாரர்களையும், குற்றவாளிகளையும் குறுக்கு விசாரணை செய்யும்போது, அவர்களுடைய குற்றத்தை வெளிக்கொணர்வதில் மிகவும் கெட்டிக்காரராக இருந்தார். அவர் அவர்களுடைய மரியாதையைச் சம்பாதிக்காவிட்டாலும், அவர்களிடம் குறைந்தபட்சம் ஒரு பிரமிப்பை ஏற்படுத்தினார்.

பியோட்டர் இலிச், போலீஸ் கமிஷனரின் வீட்டில் நுழைந்தபோது திகைத்து நின்றார். அங்கிருந்த அனைவருக்கும் என்ன நடந்தது என்பது ஏற்கனவே தெரியும் என்பதை அவர் தெரிந்து கொண்டார், ஏனெனில் அவர்கள் சீட்டு விளையாடுவதை நிறுத்திவிட்டு அதைப் பற்றி விவாதித்துக் கொண்டிருந்தார்கள். நிக்கோலாய் பர்பிஃயோனோவிச்சும், பெண்களிடமிருந்து வேகமாக ஓடி வந்து, கடுமையான முகபாவத்துடன் நடவடிக்கை எடுப்பதற்குத் தயாராக நின்றார். கிழவர் ஃபியோதர் பாவ்லோவிச், உண்மையில் அன்று இரவு அவருடைய வீட்டில் கொலை செய்யப்பட்டு, கொள்ளையடிக்கப்பட்டார் என்ற அதிர்ச்சியூட்டும் செய்தியைப் பியோட்டர் இலிச் தெரிந்து கொண்டார். அவர்கள் அப்போதுதான் அந்தச் செய்தியைக் கீழ்க்கண்ட விதத்தில் தெரிந்து கொண்டனர்.

கிரிகோரி தோட்டத்தில் வேலியருகில் அடிபட்டுக் கிடந்தபோது, அவனுடைய மனைவி மார்த்தா, விடியும் வரையில் எழுந்திருக்க மாட்டாள் என்பது போல ஆழ்ந்து தூங்கிக் கொண்டிருந்தாள். ஆனால் பக்கத்து அறையில் நினைவிழந்து கிடந்த ஸ்மெர்த்தியாக்கவ் வலிப்பு நோயால் பயங்கரமாக அலறிய சத்தத்தைக் கேட்டு அவள் திடீரென்று விழித்துக் கொண்டாள். அவனுக்கு வலிப்பு வருவதற்கு முன்பு அவனிடமிருந்து வெளிப்படும் அந்தக் கூச்சல் அவளைப் பயமுறுத்தி நிலைகுலையச் செய்தது. அவளால் ஒருபோதும் அதைச் சகித்துக்கொள்ள முடிந்ததில்லை. அவள் பாதி தூக்கத்தில் இருந்தாலும், ஸ்மெர்த்தியாக்கவின் அறைக்கு சென்றாள். ஆனால் அங்கே கும்மிருட்டாக இருந்ததால், நோயாளியின் மூச்சுத்திணறலையும், அவன் கை கால்களை உதைத்துக் கொள்ளும் சத்தத்தையும் மட்டுமே அவளால் கேட்க முடிந்தது.

மார்த்தா அலறிக் கொண்டே அவளுடைய கணவனைக் கூப்பிடத் தொடங்கினாள், ஆனால் அவள் படுக்கையிலிருந்து எழுந்தபோது, அவன் அருகில் இல்லை என்பது திடீரென்று

அவளுக்கு நினைவு வந்தது. அவள் மீண்டும் படுக்கைக்கு ஓடிச் சென்று அவன் அங்கே இல்லை என்பதை உறுதி செய்து கொண்டாள். அப்படியானால் அவன் எங்கே சென்றான்? அவள் வெளியே ஓடிச்சென்று பயத்துடன் அவனைக் கூப்பிட்டாள். அவளுக்கு எந்தப் பதிலும் கிடைக்கவில்லை, ஆனால் அந்த இரவின் நிசப்தத்தில் தோட்டத்திலிருந்து ஏதோ முனகல் சத்தம் வருவதாகத் தோன்றியது. அவள் கூர்ந்து கவனித்தபோது, அந்த முனகல் சத்தம் திரும்பத் திரும்பக் கேட்டது. அது தோட்டத்திலிருந்து வருகிறது என்பது அவளுக்குத் தெளிவாகத் தெரிந்தது. 'அடக் கடவுளே, துர்நாற்றம் பிடித்த லிஸாவெத்தா விஷயத்தில் நடந்தது போல இருக்கிறதே!' என்ற எண்ணம் அவளுடைய கலங்கிய மனதில் பளிச்சிட்டது. அவள் அச்சத்துடன், முற்றத்தில் நடந்து சென்று, தோட்டத்தின் கதவு திறந்திருப்பதைப் பார்த்தாள். 'அவர் அங்குதான் இருக்க வேண்டும்' என்ற தீர்மானத்துடன் அவள் தோட்டத்து கதவை நோக்கிச் சென்றாள். அப்போது திடீரென்று, கிரிகோரி அவளைக் கூப்பிடும் சத்தம் தெளிவாகக் கேட்டது. "மார்த்தா! மார்த்தா!" என்று அவன் பலவீனமாக முனகும், பயங்கரமான குரல் கேட்டது. "கடவுளே, அவரைக் காப்பாற்றுங்கள்!" என்று மார்த்தா முணுமுணுத்துக் கொண்டே குரல் வந்த திசையை நோக்கி ஓடினாள். அவள் அப்படித்தான் கிரிகோரியைக் கண்டுபிடித்தாள். அவன் தாக்கப்பட்டுக் கீழே விழுந்த வேலிக்கு அருகில் இல்லாமல், அங்கிருந்து சுமார் இருபது அடி தூரத்தில் விழுந்துகிடந்த அவனை அவள் பார்த்தாள். அவன் சுயநினைவு திரும்பி அங்கிருந்து தவழ்ந்து சென்று, பலமுறை நினைவிழந்து, இறுதியில் இப்போது விழுந்து கிடந்த இடத்தில் மீண்டும் சுயநினைவை இழந்திருக்க வேண்டும் என்று தோன்றியது. அவன் இரத்த வெள்ளத்தில் கிடப்பதைப் பார்த்த மார்த்தா, அடிவயிற்றி லிருந்து உரத்தக் குரலில் அலறினாள்.

"அவர் கொலை... அப்பா கொலை... கத்தாதே... முட்டாளே... ஓடு... கூப்பிடு..." என்று கிரிகோரி மெல்லிய குரலில் கோர்வையின்றி முணுமுணுத்தான்.

ஆனால் மார்த்தா தொடர்ந்து கத்திக் கொண்டே இருந்தாள். அப்போது அவள் திடீரென்று எஜமானருடைய அறையின் ஜன்னல் திறந்திருப்பதையும், அதன் வழியாக வெளிச்சம் வருவதையும் பார்த்துவிட்டு அங்கே ஓடிச் சென்று, ஃபியோதர் பாவ்லோவிச்சைக் கூப்பிட்டாள். ஆனால் அவள் ஜன்னல் வழியாக எட்டிப் பார்த்தபோது, ஒரு பயங்கரமான காட்சியைக் கண்டாள். அவளுடைய எஜமானர் அசையாமல் தரையில் மல்லாந்து கிடந்தார். அவருடைய வெள்ளை நிற மேலங்கியும்,

நற்றிணை பதிப்பகம் ○ 755

வெள்ளை சட்டையும் இரத்தத்தில் நனைந்திருந்தன. மேசையின் மீது எரிந்து கொண்டிருந்த மெழுகுவர்த்தியின் வெளிச்சத்தில் ஃபியோதர் பாவ்லோவிச்சின் உயிரற்ற முகமும், அவரைச் சுற்றியிருந்த இரத்தமும் தெளிவாகத் தெரிந்தது. பயத்தின் உச்சகட்டத்தில் இருந்த மார்த்தா, ஜன்னலருகே இருந்து வேகமாக நகர்ந்து, தோட்டத்தை விட்டு வெளியே சென்று, கதவைத் திறந்து கொண்டு, பைத்தியம் பிடித்தவளைப் போல பின் சந்து வழியாக மரியா கன்த்ரச்சேவ்னா வீட்டை நோக்கித் தலைதெறிக்க ஓடினாள். அவளும் அவளுடைய மகளும் தூங்கிக் கொண்டிருந்தார்கள் என்றாலும், மார்த்தாவின் அலறலையும், பலமாகக் கதவைத் தட்டும் சத்தத்தையும் கேட்டு விழித்துக் கொண்டு, ஜன்னலைத் திறந்தார்கள். மார்த்தா அலறியபடி சம்பந்தமில்லாமல் உளறினாள் என்றாலும், முக்கியமான விஷயத்தைச் சொல்லி அவர்களிடம் உதவி கேட்டாள். அந்த நாடோடி ஃபோமா அன்றிரவு அவர்கள் வீட்டிலிருந்த அவனுடைய அறையில் இருந்தான். அவர்கள் உடனடியாக அவனைப் படுக்கையிலிருந்து எழுப்பிக் கொண்டு, மூவரும் குற்றம் நடந்த இடத்திற்கு விரைந்தனர். அவர்கள் போகும் வழியில், மரியா கன்த்ரச்சேவ்னாவுக்கு சுமார் எட்டு மணியளவில் அவர்களுடைய தோட்டத்திலிருந்து ஒரு பயங்கரமான அலறல் சத்தத்தைக் கேட்டது நினைவுக்கு வந்தது. டிமிட்ரி வேலியின் மீது ஏறி தப்பிச் சென்றபோது, கிரிகோரி அவருடைய காலைப் பிடித்துக் கொண்டு, 'தந்தையைக் கொன்றான்' என்று கத்திய அலறல்தான் அது என்பதில் சந்தேகமில்லை.

"யாரோ அலறிய சத்தம் கேட்டது, பிறகு சத்தம் நின்றுவிட்டது" என்று மரியா கன்த்ரச்சேவ்னா ஓடிக் கொண்டே சொன்னாள். அவர்கள் கிரிகோரி விழுந்து கிடந்த இடத்திற்குச் சென்றபோது, அந்த இரண்டு பெண்களும் ஃபோமோவின் உதவியுடன் அவனைத் தூக்கிச் சென்று குடிசையில் படுக்க வைத்தார்கள். அவர்கள் மெழுகுவர்த்தியை ஏற்றியபோது, ஸ்மெர்த்தியாக்கவ் கண்களை உருட்டியபடி, இன்னும் வலிப்பால் துடிப்பதையும், அவனுடைய வாயிலிருந்து நுரை தள்ளுவதையும் பார்த்தார்கள். அவர்கள் கிரிகோரியின் தலையையும் முகத்தையும் வினிகர் கலந்த தண்ணிரீல் கழுவினார்கள். அவன் உடனடியாக சுயநினைவுக்குத் திரும்பி, "எஜமானர் கொல்லப்பட்டாரா, இல்லையா?" என்று கேட்டான். அதன் பிறகு ஃபோமாவும், இரண்டு பெண்களும் அவனுடைய எஜமானரைப் பார்க்கச் சென்றார்கள். அப்போது அவர்கள் ஜன்னல் மட்டுமின்றி, தோட்டத்திற்குச் செல்லும் கதவும் விரியத் திறந்து கிடப்பதைப் பார்த்தார்கள். ஆனால் ஃபியோதர் பாவ்லோவிச் கடந்த ஒரு வாரமாக, ஒவ்வொரு இரவும் வீட்டின்

எல்லாக் கதவுகளையும் பூட்டிக் கொண்டு, கிரிகோரியைக் கூட உள்ளே அனுமதிக்காமல் இருந்தார். ஃபோமாவும் அந்த இரண்டு பெண்களும் கதவு திறந்திருப்பதைப் பார்த்த பிறகும், 'அதனால் என்ன பிரச்சனை வருமோ' என்ற பயத்தில் வீட்டிற்குள் நுழையத் தயங்கினார்கள். அவர்கள் கிரிகோரியிடம் திரும்பிச் சென்றபோது, அவன் அவர்களிடம் உடனே போலீஸ் கமிஷனரிடம் சென்று விஷயத்தைச் சொல்லும்படிச் சொன்னான். மரியா கன்த்ரச்சேவ்னா உடனடியாகப் போலீஸ் கமிஷனரின் வீட்டிற்கு ஓடிச் சென்று, அங்கே கூடியிருந்த அனைவரிடமும் விஷயத்தைச் சொன்னாள். பியோட்டர் இலிச் அங்கு வருவதற்கு ஐந்து நிமிடங்களுக்கு முன்புதான் அவள் அங்கே வந்தாள். அவர் அவருடைய யூகங்கள் மற்றும் முடிவுகளுடன் மட்டுமின்றி, ஒரு நேரடியான சாட்சியாக அங்கே வந்தார். அவர் சொன்ன விவரங்கள் அனைத்தும் குற்றவாளி யார் என்பதைக் குறித்து அவர்களுக்கு ஏற்பட்ட சந்தேகத்தை மேலும் உறுதிப்படுத்தியது. (ஆனால் அந்தக் கடைசி நிமிடம் வரை அவரால் அதை உண்மை என்று நம்ப முடிய வில்லை).

அவர்கள் விரைந்து செயல்பட்டனர். நகரத்தின் துணை போலீஸ் இன்ஸ்பெக்டர், உடனடியாக நான்கு சாட்சிகளுடன் ஃபியோதர் பாவ்லோவிச்சின் வீட்டிற்குச் சென்று, அனைத்து சட்டபூர்வமான நடைமுறைகளையும் பின்பற்றி (நான் அதைப் பற்றி இங்கே விவரிக்கப் போவதில்லை), சம்பவம் நடந்த இடத்தில் விசாரணையைத் தொடங்க வேண்டும் என்று உத்தரவிடப்பட்டது. அப்போது வேலைக்குப் புதியவரான, அந்த உற்சாகமான மாவட்ட மருத்துவர், தன்னுடன் போலீஸ் கமிஷனரும், அரசு வழக்கறிஞரும், விசாரணை அதிகாரியும் வர வேண்டும் என்று வற்புறுத்தினார். ஃபியோதர் பாவ்லோவிச் மண்டை உடைந்து இறந்து விட்டார். ஆனால் எதைக் கொண்டு தாக்கியதால் அவருடைய மண்டை உடைந்தது? அநேகமாக கிரிகோரியைத் தாக்கிய அதே ஆயுதத்தால்தான் அவரையும் தாக்கியிருக்க வேண்டும். அவர்கள் உடனடியாக ஆயுதத்தைத் தேடினார்கள். கிரிகோரிக்கு அனைத்து சாத்தியமான மருத்துவ உதவிகளையும் செய்த பிறகு, அவர் எவ்வாறு தாக்கப்பட்டார் என்பதைப் பலவீனமான, உடைந்த குரலில் விவரித்தார். எனவே அவர்கள் வேலிக்கு அருகில் லாந்தர் விளக்கின் உதவியினால் ஆயுதத்தைத் தேடினார்கள். இறுதியில் அவர்கள் சரளைக் கற்கள் நிறைந்த பாதையின் ஓரத்தில் பித்தளை உலக்கை விழுந்து கிடப்பதைப் பார்த்தார்கள். ஃபியோதர் பாவ்லோவிச் படுத்திருந்த அறையில் அசம்பாவிதம் நடந்ததற்கான எந்த அடையாளங்களும் இல்லை. ஆனால் திரைச்சீலைக்குப்

பின்னால், கட்டிலுக்கு அருகில் தரையில் கிடந்த ஒரு பெரிய உறையை அவர்கள் எடுத்தார்கள். அதில், 'என் அருமை குருஷென்கா என்னிடம் வந்தால் மூவாயிரம் ரூபிள்கள் பரிசு' என்றும், அதற்குக் கீழே 'என்னுடைய கோழிக்குஞ்சுக்கு' என்றும் எழுதியிருந்தது. அந்த உறையின் மீதிருந்த மூன்று பெரிய சிவப்பு மெழுகு முத்திரைகள் கிழியவில்லை என்றாலும் அதிலிருந்த பணம் காணாமல் போயிருந்தது. அவர்கள் அந்த உறையைக் கட்டியிருந்த, ஒரு மெல்லிய இளஞ்சிவப்பு நாடாவையும் தரையில் கண்டெடுத்தனர்.

அப்போது பியோட்டர் இலிச் சொன்ன ஒரு செய்தி அரசு வழக்கறிஞரையும், விசாரணை அதிகாரியையும் திடுக்கிடச் செய்தது. அதாவது, டிமிட்ரி ஃபியோதரோவிச் விடியற்காலையில் தன்னைத் தானே சுட்டுக் கொள்வார் என்று சொன்ன பியோட்டர் இலிச், அவர் அதைப் பற்றித் தன்னிடம் பேசியதையும், தனக்கு முன்னால் துப்பாக்கியில் தோட்டாவை நிரப்பியதையும், ஒரு குறிப்பை எழுதி சட்டைப் பையில் வைத்துக் கொண்டதையும், இன்னும் பலவற்றையும் அவர்களிடம் தெரிவித்தார். பியோட்டர் இலிச் அவர் சொன்னதை நம்பாவிட்டாலும், யாரிடமாவது அதைத் தெரிவித்து அவருடைய தற்கொலையைத் தடுப்பதாகச் சொன்னபோது, மீச்சியா சிரித்துக் கொண்டே, 'அதற்குள் காலம் கடந்துவிடும்' என்று சொன்னதையும் அவர்களிடம் தெரிவித்தார். எனவே குற்றவாளி தன்னைத்தானே சுட்டுக்கொள்வதற்கு முன்பு, அவர்கள் மோக்ரோய்க்கு விரைந்து செல்ல வேண்டியிருந்தது.

"எல்லாம் தெளிவாக இருக்கிறது, தெள்ளத் தெளிவாக இருக்கிறது!" என்று அரசு வழக்கறிஞர் மிகுந்த பரபரப்புடன் சொன்னார். "நான் நாளை தற்கொலை செய்து கொள்வேன், ஆனால் இறப்பதற்கு முன்பு களியாட்டம் போடுவேன் என்றுதான் அவரைப் போன்ற பைத்தியக்கார ஆசாமிகள் நினைக்கிறார்கள்."

மீச்சியா எப்படி ஷாம்பெயின்களையும், மற்ற பொருட்களையும் வாங்கினார் என்ற கதை அரசு வழக்கறிஞரை மேலும் அதிகமாக உற்சாகப்படுத்தியது.

"கனவான்களே, ஓல்சுஃபியேவ் என்ற வியாபாரியைக் கொலை செய்த ஆசாமியை உங்களுக்கு நினைவிருக்கிறதா? அவன் கொலை செய்துவிட்டு, ஆயிரத்து ஐநூறு ரூபிள்களைத் திருடிக் கொண்டு, உடனே சிகையலங்காரம் செய்யச் சென்றதும், ஏறக்குறைய இதே போல பணத்தை மறைக்காமல் கையில் வைத்துக் கொண்டு விபச்சார விடுதிக்குப் போனதும் தெரியுமில்லையா?"

ஆனால் ஃபியோதர் பாவ்லோவிச்சின் வீட்டில் மேற்கொண்ட விசாரணையும், சோதனையும், சட்ட நடைமுறையும் அவர்களைத்

தாமதப்படுத்தியது. அதற்கு அதிக நேரம் எடுத்துக் கொண்டதால், அன்று காலையில் சம்பளம் வாங்குவதற்கு வந்திருந்த, மாவட்ட போலீஸ் அதிகாரியான, மாவ்ரிக்கி மாவ்ரிக்கியேவிச்சை இரண்டு மணி நேரத்திற்கு முன்பாக மோக்ரோய்க்கு அனுப்பி வைத்தார்கள். அவர் மோக்ரோய்க்குச் சென்றதும், எச்சரிக்கை மணியை ஒலிக்காமல், 'குற்றவாளி'க்குச் சந்தேகம் வராமல் அவனைத் தொடர்ந்து கண்காணிக்க வேண்டும் என்றும், தேவையான சாட்சிகளையும், உள்ளூர் போலீஸ் கான்ஸ்டபிள்களையும் அழைத்து வர வேண்டும் என்றும் கட்டளையிட்டார்கள். மாவ்ரிக்கி மாவ்ரிக்கியேவிச் அவர்கள் சொன்னபடி இரகசியமாக அவருடைய வேலையைச் செய்தார். அவர் தனது பழைய நண்பரான டிரிஃபோன் போரிசிச்சிடம் மட்டும் அதைத் தெரிவித்தார். மீச்சியா விடுதியின் பால்கனியில் நின்றிருந்தபோது, விடுதிக்காரனைப் பார்த்து, அவனுடைய முகத்திலும் குரலிலும் ஏற்பட்ட மாற்றத்தைக் கவனித்த சற்று நேரத்திற்கு முன்புதான் அது நடந்தது. எனவே மீச்சியாவைக் கண்காணித்து வருகிறார்கள் என்பது அவருக்கும் அல்லது வேறு யாருக்கும் தெரியாது. டிரிஃபோன் போரிசிச் அதற்கு முன்பே மீச்சியாவின் கைத்துப்பாக்கிகள் இருந்த பெட்டியை எடுத்துச்சென்று ஒரு பாதுகாப்பான இடத்தில் வைத்துவிட்டான். அதிகாலை நான்கு மணிக்குப் பிறகு, ஏறக்குறைய விடியற்காலையில், போலீஸ் கமிஷனரும், அரசு வழக்கறிஞரும், விசாரணை அதிகாரியும் மூன்று குதிரைகள் பூட்டிய இரண்டு வண்டிகளில் அங்கு வந்து சேர்ந்தனர். ஆனால் மருத்துவர் மறுநாள் காலையில் ஃபியோதர் பாவ்லோவிச்சின் உடலைப் பிரேத பரிசோதனை செய்வதற்காக அங்கேயே தங்கியிருந்தார். அப்போது அவருக்கு வலிப்பு நோயுற்ற வேலைக்காரன் ஸ்மெர்த்தியாக்கவின் மீது அதிக ஆர்வம் ஏற்பட்டது. "இரண்டு நாட்களுக்கும் மேலாக இடைவிடாமல் தொடர்ந்து நீடிக்கும் கடுமையான வலிப்பு நோய்கள் வெகு அரிதாகவே காணப்படுகின்றன. அது நிச்சயமாக விஞ்ஞான ஆராய்ச்சிக்குரிய விஷயம்" என்று அவர் மோக்ரோய்க்கு புறப்பட்டுக் கொண்டிருந்த அவருடைய நண்பர்களிடம் உற்சாகத்துடன் சொன்னார். அவர்கள் சிரித்துக் கொண்டே அவருடைய கண்டுபிடிப்புக்காக அவரை வாழ்த்தினார்கள். அப்போது மருத்துவர், ஸ்மெர்த்தியாக்கவ் காலை வரை உயிருடன் இருக்க மாட்டான் என்று திட்டவட்டமாகச் சொன்னதை அரசு வழக்கறிஞரும், விசாரணை அதிகாரியும் கவனமாகக் கேட்டுக் கொண்டார்கள்.

இந்த நீண்ட ஆனால் அவசியமான விளக்கங்களுக்குப் பிறகு, நாம் இப்போது கதையை நிறுத்திய இடத்திற்குத் திரும்புவோம்.

3. ஓர் ஆத்மாவின் துன்பங்கள் – முதல் சோதனை

மீச்சியா தன்னைச் சுற்றியிருப்பவர்கள் என்ன சொல்கிறார்கள் என்று புரியாமல் எல்லோரையும் வெறித்துப் பார்த்துக் கொண்டிருந்தார். அவர் திடீரென்று எழுந்து நின்று கைகளை வீசியபடி உரக்கக் கத்தினார்.

"நான் குற்றவாளி இல்லை! நான் அந்தக் குற்றத்திற்குக் காரணம் அல்ல! நான் என் தந்தையைக் கொல்லவில்லை... நான் அவரைக் கொல்ல விரும்பினேன், ஆனால் நான் அதைச் செய்யவில்லை. நான் அவரைக் கொல்லவில்லை."

அவர் அதைச் சொல்லி முடிப்பதற்குள், திரைச்சீலைக்குப் பின்னாலிருந்து விரைந்து வந்த குரூஷென்கா, போலீஸ் கமிஷனரின் காலில் விழுந்தாள்.

"நான்தான் குற்றவாளி! நான்தான் குற்றவாளி!" என்று அவள் கதறி அழுது கொண்டே அனைவரையும் நோக்கிக் கைகளை நீட்டினாள். "அவர் எனக்காகக் கொலை செய்தார்! நான் அவரைச் சித்திரவதை செய்து, இந்த நிலைக்குக் கொண்டு வந்து விட்டேன்! நான் அந்த இறந்துபோன கிழவரையும் வெறுப்பின் காரணமாக சித்திரவதை செய்து இந்த நிலைக்குத் தள்ளிவிட்டேன்! நான்தான் எல்லாவற்றுக்கும் முதல் காரணம்! நான்தான் குற்றவாளி!"

"ஆமாம், நீதான் உண்மையான குற்றவாளி! நீதான் முதல் குற்றவாளி! நீ பொல்லாதவள். நீ ஒரு வேசி. நீதான் முக்கியக் குற்றவாளி!" என்று போலீஸ் கமிஷனர் அவளைப் பார்த்து கைகளை நீட்டிக் கத்தினார். எல்லோரும் விரைந்து அவரைக் கட்டுப்படுத்தினார்கள். அரசு வழக்கறிஞர் அவரை இரண்டு கைகளாலும் பிடித்துக் கொண்டார்.

"மிகையில் மக்காரோவிச், இது முற்றிலும் ஒழுங்கற்ற செயல்" என்று அரசு வழக்கறிஞர் கத்தினார். "நீங்கள் உண்மையில் விசாரணைக்கு இடையூறாக இருக்கிறீர்கள்... நீங்கள் இந்த வழக்கை நாசம் செய்கிறீர்கள்..." என்ற அவர் மூச்சு வாங்கினார்.

"நாம் முறைப்படி எதையும் செய்ய வேண்டும்!" என்று நிக்கோலாய் பர்ஃபியோனோவிச்சும் உறுமினார். "இல்லையென்றால் நம்மால் எதுவும் செய்ய முடியாது!..."

"எங்கள் இருவரையும் விசாரணைக்குக் கொண்டு செல்லுங்கள்!" என்று குரூஷென்கா இன்னும் மண்டியிட்ட நிலையில் வெறித்தனமாகக் கத்தினாள். "எங்கள் இருவருக்கும் தண்டனை கொடுங்கள். நான் அவருடன் தூக்குமேடைக்குச் செல்வேன்!"

"குருஷா, என் உயிரே, என் இரத்தமே, என் பொக்கிஷமே!" என்று மீச்சியா அவளுக்கு அருகில் தரையில் மண்டியிட்டு அமர்ந்து, அவளைக் கைகளால் சுற்றி வளைத்து இறுக்கமாக அணைத்துக் கொண்டார். "அவள் சொல்வதை நம்ப வேண்டாம். அவள் எந்த வகையிலும், எதற்கும் குற்றவாளி அல்ல!" என்று அவர் கத்தினார்.

அதன் பிறகு, பல ஆண்கள் அவரை வலுக்கட்டாயமாக அவளிடமிருந்து இழுத்துச் சென்றதும், அவளை அழைத்துச் சென்றதும், பின்னர் மீச்சியாவின் நினைவுக்கு வந்தன. அவர் சுயநினைவுக்குத் திரும்பியபோது, ஒரு மேசையின் முன்னால் அமர்ந்திருந்தார். அவருக்கு அருகிலும், பின்னாலும் பித்தளை பதக்கங்கள் தரித்த சீருடையுடன் சிலர் நின்று கொண்டிருந்தார்கள். அவருக்கு எதிரே மேசையின் மறுபுறம் விசாரணை அதிகாரி நிக்கோலாய் பர்ஃபியோனோவிச் அமர்ந்திருந்தார். அவர் மீச்சியாவிடம் மேசையின் மீதிருந்த டம்ளரிலிருந்து சிறிது தண்ணீரைக் குடிக்கச் சொல்லி வற்புறுத்தினார். "அது உங்களுக்கு புத்துணர்ச்சி அளித்து, உங்களைச் சாந்தப்படுத்தும். நீங்கள் அமைதியாக இருங்கள், பயப்பட வேண்டாம்" என்று அவர் பணிவுடன் சொன்னார். அப்போது மீச்சியாவுக்கு விசாரணை அதிகாரியின் பெரிய மோதிரங்கள் மீது ஆர்வம் ஏற்பட்டதைப் பின்னர் நினைத்துப் பார்த்தார். அதில் ஒரு மோதிரத்தில் செவ்வந்திக் கல்லும், மற்றொன்றில் பிரகாசமான மஞ்சள் ஒளி பிரதிபலிக்கும் பளபளப்பான கல்லும் இருந்தது. அவருடைய தற்போதைய நிலைக்கும் அந்த மோதிரங்களுக்கும் எந்தச் சம்பந்தமும் இல்லை என்றாலும், அந்தப் பயங்கரமான விசாரணை நேரத்தில் கூட, அந்த மோதிரங்கள் அவருடைய கவனத்தை ஈர்த்ததையும், அவற்றிலிருந்து அவருடைய பார்வையை விலக்கவோ, அவற்றை மறந்துவிடவோ அவரால் முடியவில்லை என்பதையும் அவர் நீண்ட நாட்களுக்குப் பிறகு ஆச்சரியத்துடன் நினைத்துப் பார்த்தார். மீச்சியாவின் இடதுபுறம், அன்று மாலையிலிருந்து மாக்சிமோவ் அமர்ந்திருந்த இடத்தில் இப்போது அரசு வழக்கறிஞர் அமர்ந்திருந்தார். மீச்சியாவின் வலதுபுறம், குருஷென்கா அமர்ந்திருந்த இடத்தில் இப்போது சிவந்த கன்னங்களைக் கொண்ட ஓர் இளைஞன், நைந்துபோன வேட்டை ஜாக்கெட்டுடன் உட்கார்ந்திருந்தான். அவனுக்கு முன்னால் ஒரு மை டப்பியும், காகிதமும் இருந்தன. அவன் விசாரணை அதிகாரியின் காரியதரிசி என்பதும், அவர் அவனைத் தன்னுடன் அழைத்து வந்திருக்கிறார் என்பதும் தெரியவந்தது. இப்போது போலீஸ் கமிஷனர் அந்த அறையின் மறுகோடியில், ஜன்னலுக்கு அருகில் நாற்காலியில் அமர்ந்திருந்த கல்கனோவுக்குப் பக்கத்தில் நின்றிருந்தார்.

"கொஞ்சம் தண்ணீர் குடியுங்கள்!" என்று விசாரணை அதிகாரி பத்தாவது முறையாகக் கனிவுடன் சொன்னார்.

"கனவான்களே, நான் குடித்துவிட்டேன். நான்... ஆனால்... நீங்கள் எதற்காகக் காத்திருக்கிறீர்கள்? நீங்கள் என்னை நசுக்கி, என்னைத் தண்டித்து, என்னுடைய தலைவிதியை முடிவு செய்யுங்கள்!" என்று கத்திய மீச்சியா, கண்களை அகல விரித்து விசாரணையாளரை உற்றுப் பார்த்தார்.

"அப்படியானால், உங்களுடைய தந்தையின் மரணத்திற்கு நீங்கள் காரணம் அல்ல என்று உறுதியாகச் சொல்கிறீர்களா?" என்று விசாரணை அதிகாரி மென்மையாக, ஆனால் அழுத்தமாகக் கேட்டார்.

"ஆமாம், நான் குற்றவாளி அல்ல. நான் வேறு ஒரு வயதான மனிதரின் இரத்தத்தைச் சிந்திய குற்றவாளி, ஆனால் என்னுடைய தந்தையின் இரத்தத்தை அல்ல. நான் அதற்காக வருந்துகிறேன்! நான் அந்தக் கிழவனை அடித்துக் கொன்று கீழே தள்ளிவிட்டேன்... ஆனால் நான் அந்த மனிதரின் கொடூரமான கொலைக்குப் பொறுப்பாளி அல்ல. அதைப் பொறுத்தவரை நான் குற்றவாளி அல்ல... கனவான்களே, நீங்கள் என் தலையில் தாக்கியது போல அது ஒரு பயங்கரமான குற்றச்சாட்டு! ஆனால் என் தந்தையைக் கொன்றது யார்? நான் கொல்லவில்லை என்றால் வேறு யார் அவரைக் கொன்றிருக்க முடியும்? நீங்கள் சொல்வது மர்மமாகவும், அபத்தமாகவும், நம்ப முடியாததாகவும் உள்ளது."

"ஆமாம், வேறு யார் அவரைக் கொன்றிருக்க முடியும்?" என்று விசாரணை அதிகாரி பேசத் தொடங்கியபோது, அரசு வழக்கறிஞர் அவரிடம் பார்வையைப் பரிமாறிக் கொண்டு, மீச்சியாவை நோக்கித் திரும்பினார்.

"நீங்கள் அந்த வயதான வேலைக்காரன் கிரிகோரி வாசிலியே விச்சைப் பற்றிக் கவலைப்பட வேண்டாம். அவர் உயிருடன் இருக்கிறார். நீங்கள் அவரைத் தாக்கியபோதிலும், அவருடைய வாக்குமூலத்தின்படியும், இப்போது நீங்கள் சொன்னபடியும், குறைந்தபட்சம் மருத்துவரின் கருத்துப்படியும் அவர் பிழைத்துக் கொள்வார் என்பதில் சந்தேகம் இல்லை."

"ஆகா, உயிரோடு? அவர் உயிரோடு இருக்கிறார்!" என்று மீச்சியா சந்தோஷத்துடன் கைகளை ஆட்டியபடி கத்தினார். அவருடைய முகம் பிரகாசித்தது. "கடவுளே, நன்றி. தீயவனும், பாவியுமாகிய எனக்காக, என்னுடைய பிரார்த்தனைக்காக, நீங்கள் செய்த அந்த மகத்தான அற்புதத்திற்காக உமக்கு நன்றி! நான் இரவு முழுவதும் செய்த பிரார்த்தனைக்கு நீங்கள் பதில் சொல்லி

விட்டீர்கள்" என்று டிமிட்ரி ஃபியோதரோவிச் மூன்று முறை சிலுவையிட்டுக் கொண்டார். அவருக்கு மூச்சு வாங்கியது.

"கிரிகோரியிடமிருந்து உங்களைப் பற்றிய முக்கியமான ஆதாரங்கள் கிடைத்தன..." என்று வழக்கறிஞர் தொடர்ந்தபோது, மீச்சியா நாற்காலியிலிருந்து துள்ளி எழுந்தார்.

"கனவான்களே, ஒரு நிமிடம். தயவுசெய்து, கடவுளின் பொருட்டு ஒரே நிமிடம் என்னை அனுமதியுங்கள். நான் அவளிடம் சென்று..."

"மன்னிக்க வேண்டும், நீங்கள் இந்த நேரத்தில் அதைச் செய்ய முடியாது" என்று நிக்கோலாய் பர்ஃபியோனோவிச் ஏறக்குறைய கத்தினார். அவரும் இருக்கையிலிருந்து எழுந்து நின்றார். அங்கு நின்றிருந்த பதக்கம் தரித்த மனிதர்கள் மீச்சியாவைப் பிடித்து இழுத்தார்கள், ஆனால் அவர் தானாகவே நாற்காலியில் அமர்ந்தார்...

"கனவான்களே, என்ன பரிதாபம்! நான் அவளை ஒரு நிமிடம் பார்க்க வேண்டும் என்று நினைத்தேன்... என் கைகளில் படிந்த இரத்தக் கறை கழுவப்பட்டுவிட்டது என்றும், இரவு முழுவதும் என் மனதை அழுத்திக் கொண்டிருந்த அந்தக் குருதியின் சுமை என்னை விட்டு நீங்கிவிட்டது என்றும், நான் இப்போது ஒரு கொலைகாரன் இல்லை என்றும் அவளிடம் சொல்ல விரும்பினேன்! கனவான்களே, அவள் என்னுடைய வருங்கால மனைவி" என்று மீச்சியா பரவசத்துடன் சொல்லிவிட்டு அங்கிருந்த அனைவரையும் பார்த்தார். "ஓ, கனவான்களே, உங்களுக்கு நன்றி! நீங்கள் ஒரே நிமிடத்தில் எனக்குப் புத்துயிர் கொடுத்து, என் வாழ்க்கையை மலரச் செய்து விட்டீர்கள்...! கனவான்களே, எல்லோரும் என்னைக் கைவிட்ட நிலையில், அந்தக் கிழவர் என்னை அவருடைய கைகளில் தாங்கினார். நான் மூன்று வயதுக் குழந்தையாக இருந்தபோது அவர் என்னைக் குளிப்பாட்டினார். அவர் என்னுடைய சொந்தத் தந்தையைப் போன்றவர்."

"அப்படியானால் நீங்கள்..." என்று விசாரணை அதிகாரி ஆரம்பித்தார்.

"கனவான்களே, ஒரு நிமிடம், ஒரே நிமிடம் எனக்கு அனுமதி கொடுங்கள்" என்று இடைமறித்த மீச்சியா, முழங்கைகளை மேசையின் மீது ஊன்றி, கைகளால் முகத்தை மூடிக் கொண்டார். "கனவான்களே, நான் என்னை ஆசுவாசப்படுத்திக் கொள்ளவும், யோசிக்கவும், மூச்சுவிடவும் சற்றே அவகாசம் கொடுங்கள். நீங்கள் சொல்வதைக் கேட்கும்போது என் தலையில் இடி இறங்கியதைப் போலுள்ளது. கனவான்களே, மனிதன் ஒரு மத்தளம் அல்ல!"

“கொஞ்சம் தண்ணீர் குடியுங்கள்” என்று நிக்கோலாய் பார்ஃபியோனோவிச் முணுமுணுத்தார்.

மீச்சியா முகத்தை மூடியிருந்த கைகளை எடுத்துவிட்டுச் சிரிக்க ஆரம்பித்தார். இப்போது அவருடைய கண்களில் நம்பிக்கை பளிச்சிட்டது. அவர் ஒரு வினாடியில் முற்றிலும் மாறிவிட்டதாகத் தோன்றியது. அவருடைய முழு நடத்தையும் வித்தியாசமாக இருந்தது. அங்கிருந்த அனைவரும் மீச்சியாவுக்கு முன்பே பழக்கமானவர்கள் என்பது போலவும், இந்தச் சம்பவம் நடப்பதற்கு முன்பு, நேற்று நடந்த ஒரு விருந்தில் அவர்கள் அனைவரும் ஒன்றாகக் கூடியது போலவும், அவர்களுக்குச் சமமாக அவர் அமர்ந்திருந்தார். மீச்சியா முதன் முதலாக இந்த ஊருக்கு வந்தபோது, போலீஸ் கமிஷனரின் வீட்டில் எல்லோரும் அவரை அன்புடன் வரவேற்றதையும், ஆனால் அதற்குப் பிறகு, குறிப்பாக ஒரு மாதத்திற்குப் பிறகு மீச்சியா அங்கே போவதை நிறுத்தி விட்டதையும், சமீபத்தில் அவர்கள் தெருவில் சந்தித்தபோது, அவர் முகத்தைச் சுளித்து, மரியாதை நிமித்தமாக வணங்கியதையும், மீச்சியா நினைத்துப் பார்த்தார். அவருக்கு அரசு வழக்கறிஞருடன் நெருக்கமான பழக்கம் இல்லை என்றாலும், அவர் சில சமயங்களில் என்ன காரணம் என்று தெரியாமலே, பதற்றமும், கற்பனையும் நிறைந்த வழக்கறிஞரின் மனைவியை மரியாதை நிமித்தமாகச் சந்தித்தார். அவள் எப்போதும் அவரை அன்புடன் வரவேற்றதுடன், சமீப காலமாக ஏதோ ஒரு காரணத்திற்காக அவர் மீது அதிக அக்கறை காட்டினாள். அவருக்கு விசாரணை – அதிகாரியை அறிமுகம் செய்துகொள்ள போதிய அவகாசம் கிடைக்கவில்லை, ஆனால் அவர் இரண்டு முறை அவரைச் சந்தித்துப் பேசியிருக்கிறார். அவர்கள் அந்த இரண்டு முறையும் பெண்களின் உடலுறவைப் பற்றிப் பேசிக் கொண்டார்கள்.

“நிக்கோலாய் பார்ஃபியோனோவிச், நீங்கள் ஒரு திறமையான விசாரணை அதிகாரி என்று எனக்குத் தோன்றுகிறது” என்று மீச்சியா திடீரென்று உற்சாகமாகச் சிரித்தார். “ஆனால் இப்போது என்னால் உங்களுக்கு உதவி செய்ய முடியும். ஓ, கனவான்களே, நான் இப்போது ஒரு புதிய மனிதனைப் போல உணர்கிறேன். நான் உங்களிடம் நேரடியாக, சகஜமாகப் பேசுவதை நீங்கள் தவறாக எடுத்துக் கொள்ள வேண்டாம். தவிர, நான் கொஞ்சம் குடித்திருக்கிறேன் என்பதை உங்களிடம் வெளிப்படையாக ஒப்புக் கொள்கிறேன். நிக்கோலாய் பார்ஃபியோனோவிச், நான் என்னுடைய உறவினர் மியூசோவின் வீட்டில் உங்களைச் சந்திக்கும் பாக்கியமும், மகிழ்ச்சியும் எனக்குக் கிட்டியது... கனவான்களே, நான் உங்களுக்குச் சமமானவன் என்று உரிமை கொண்டாடவில்லை.

நான் இப்போது என்ன நிலையில் உங்கள் முன்னால் அமர்ந்திருக்கிறேன் என்று எனக்கு நன்றாகத் தெரியும். ஓ, நிச்சயமாக, ஒரு பயங்கரமான சந்தேகம்... என் தலை மீது தொங்கிக் கொண்டிருக்கிறது... கிரிகோரியின் சாட்சியின்படி...ஒரு பயங்கரமான சந்தேகம்! அது அபத்தமானது, மோசமானது என்று எனக்குப் புரிகிறது! ஆனால் கனவான்களே, நான் தயாராக இருக்கிறேன், நாம் இப்போது விஷயத்திற்கு வருவோம். நாம் அதை ஒரு நிமிடத்தில் முடித்துவிடுவோம். கனவான்களே, கவனியுங்கள்! நான் நிரபராதி என்று எனக்குத் தெரியும் என்பதால், நாம் ஒரு நிமிடத்தில் அதற்கு முற்றுப்புள்ளி வைக்கலாம். நம்மால் முடியாதா? நம்மால் முடியாதா?"

மீச்சியா பதற்றத்துடன், வேகமாக, உணர்ச்சிப் பெருக்குடன், கேட்பவர்களைத் தன்னுடைய நெருங்கிய நண்பர்களாகப் பாவித்துப் பேசினார்.

"ஆக, நீங்கள் உங்கள் மீது சுமத்திய குற்றச்சாட்டை முற்றிலுமாக மறுக்கிறீர்கள் என்பதை இப்போதைக்கு எழுதிக் கொள்கிறோம்" என்று அழுத்தமாகச் சொன்ன நிக்கோலாய் பர்ஃபியோனோவிச், காரியதரிசியிடம் திரும்பி, என்ன எழுத வேண்டும் என்பதைத் தாழ்ந்த குரலில் சொன்னார்.

"எழுதுகிறீர்களா? நீங்கள் அதை எழுத விரும்புகிறீர்களா? சரி, எழுதுங்கள், நான் ஒப்புக் கொண்டு, என்னுடைய முழு சம்மதத்தையும் தெரிவிக்கிறேன்... கனவான்களே, இங்கே பாருங்கள்... பொறுங்கள், பொறுங்கள், இப்படி எழுதுங்கள். நான் ஒழுங்கீனமான நடத்தையுள்ள குற்றவாளி என்றும், ஒரு வயதான மனிதரைத் தாக்கிய குற்றவாளி என்றும் எழுதுங்கள். ஆமாம், அதற்கும் மேலாக என் மனதில் ஆழ்ந்து கிடக்கும் ஏதோ ஒன்றுக்காக நான் குற்றவாளி, ஆனால் நீங்கள் அதை எழுத வேண்டாம்" என்று அவர் திடீரென்று காரியதரிசியை நோக்கித் திரும்பினார். "கனவான்களே, அது என்னுடைய தனிப்பட்ட வாழ்க்கை என்பதால் அதற்கும் உங்களுக்கும் சம்பந்தமில்லை. அது என் மன ஆழத்தில் இருக்கிறது... ஆனால் நான் என் வயதான தந்தையின் கொலைக்குக் குற்றவாளி அல்ல. அது முட்டாள்தனமான, விபரீதமான கற்பனை... நான் அதை நிரூபிக்கும்போது, நீங்கள் உடனடியாக அதை நம்புவீர்கள். கனவான்களே, அப்போது நீங்கள் சிரிப்பீர்கள், நீங்கள் உங்கள் சந்தேகத்தை நினைத்துச் சிரிப்பீர்கள்..."

"டிமிட்ரி ஃபியோதரோவிச், அமைதியாக இருங்கள்" என்று விசாரணை அதிகாரி சாந்தமாகச் சொல்லி, அவருடைய நிதானத்தின் மூலம் மீச்சியாவின் பதற்றத்தைத் தணிக்க முயன்றார்.

"நாங்கள் விசாரணையைத் தொடங்குவதற்கு முன்பு, நீங்கள் உங்கள் தந்தை ஃபியோதர் பாவ்லோவிச்சை வெறுத்தீர்கள் என்பதையும், அவருடன் தொடர்ந்து சண்டை போட்டுக் கொண்டிருந்தீர்கள் என்பதையும் நீங்கள் உறுதிப்படுத்த வேண்டும் என்று விரும்புகிறேன்... நீங்கள் இங்கே, கால் மணி நேரத்திற்கு முன்பு, அவரைக் கொல்ல விரும்பியதாகச் சொன்னீர்கள். 'நான் அவரைக் கொல்லவில்லை, ஆனால் கொல்ல விரும்பினேன்' என்று கூச்சலிட்டீர்கள்."

"நான் அப்படிக் கத்தினேனா? ஓ, கனவான்களே, நான் அப்படிச் சொல்லியிருக்கலாம்! ஆமாம், துரதிருஷ்டவசமாக, நான் அவரைக் கொல்ல விரும்பினேன், பலமுறை... துரதிருஷ்டவசமாக, துரதிருஷ்டவசமாக!"

"நீங்கள் அதைச் செய்ய விரும்பினீர்கள் என்றால், உங்கள் தந்தையின் மீது அந்த அளவுக்கு வெறுப்படைய என்ன காரணம் என்று விளக்க முடியுமா?"

"கனவான்களே, அதில் விளக்கம் சொல்ல என்ன இருக்கிறது?" என்று மீச்சியா துயரத்துடன் தோள்களைக் குலுக்கி, தலையைக் குனிந்து தரையைப் பார்த்தார். "நான் எப்போதும் என்னுடைய உணர்வுகளை மறைத்ததில்லை. நான் அப்படிச் சொன்னது இந்த ஊருக்கும், உணவகத்தில் உள்ள எல்லோருக்கும் தெரியும். நான் சமீபத்தில் மடாலயத்தில் மூத்தவர் ஜோசிமாவின் அறையில் கூட அதைச் சொன்னேன்... நான் அன்று மாலை என் தந்தையைக் கிட்டத்தட்ட உயிர் போகும் அளவுக்கு அடித்தேன். நான் அங்கிருந்த அனைவரின் முன்னிலையில், மீண்டும் திரும்பி வந்து அவரைக் கொல்வேன் என்று சத்தியம் செய்தேன்... ஓ, ஆயிரம் சாட்சிகள்! நான் கடந்த ஒரு மாதமாக ஊர் முழுவதும் அதைச் சொல்லிக் கொண்டு திரிந்தேன். அது எல்லோருக்கும் தெரியும்...! உண்மை என்பது சர்ச்சைக்கு அப்பாற்பட்டது என்பதில் சிறிதளவு சந்தேகமும் இல்லை, ஆனால் கனவான்களே, உணர்வுகள், உணர்வுகள் வேறு விஷயம். கனவான்களே, இதோ பாருங்கள்" என்று மீச்சியா முகத்தைச் சுளித்தார். "என்னுடைய உணர்வுகளைப் பற்றிக் கேள்வி கேட்க உங்களுக்கு உரிமை இல்லை என்று நான் நினைக்கிறேன். நீங்கள் உங்கள் கடமையைச் செய்கிறீர்கள் என்று எனக்குத் தெரியும், அது எனக்குப் புரிகிறது, ஆனால் அது என்னுடைய தனிப்பட்ட, அந்தரங்கமான விஷயம், இருந்தாலும்... நான் எப்போதும் என்னுடைய உணர்வுகளை மறைத்து வைத்ததில்லை. உதாரணமாக, நான் உணவகத்தில் இருந்த எல்லோரிடமும் அதைச் சொன்னேன்... அதனால் நான் இப்போதும் அதை மறைக்க விரும்பவில்லை. பாருங்கள்,

கனவான்களே, இந்த விவகாரத்தில் எனக்கு எதிராக ஏராளமான ஆதாரங்கள் உள்ளன என்று எனக்குத் தெரியும். நான் அவரைக் கொல்வேன் என்று எல்லோரிடமும் சொல்லிக் கொண்டிருந்தேன், ஆனால் இப்போது திடீரென்று அவர் கொலை செய்யப்பட்டிருக்கிறார். அப்படியானால் அது என்னைத் தவிர வேறு யாராக இருக்க முடியும்? ஹா ஹா ஹா! ஆனால் கனவான்களே, நான் அதற்காக உங்களைக் குறை சொல்லவில்லை. எனக்கு ஆச்சரியமாகவும், புதிராகவும் இருக்கிறது, ஏனெனில் அது நான் இல்லை என்றால் வேறு யார் அவரைக் கொன்றிருக்க முடியும்? அது சரிதானே? அது நான் இல்லை என்றால் வேறு யார்? கனவான்களே" என்று அவர் திடீரென்று கத்தினார். "நான் உங்களிடமிருந்து ஒரு விஷயத்தைத் தெரிந்துகொள்ள விரும்புகிறேன். கனவான்களே, நான் அதை உங்களிடம் கேட்கிறேன். அவர் எங்கே, எப்படி, எதற்காக, எதனால் கொலை செய்யப்பட்டார்?" என்று அவர் வேகமாகக் கேட்டுவிட்டு, அரசு வழக்கறிஞரையும், விசாரணை அதிகாரியையும் பார்த்தார்.

"அவர் அவருடைய படிப்பறையில், மண்டை உடைந்த நிலையில் தரையில் மல்லாந்து கிடந்தார்" என்றார் அரசு வழக்கறிஞர்.

"கனவான்களே, அது கொடூரம்!" என்று சொன்ன மீச்சியா, திடீரென்று தோள்களைக் குலுக்கி, முழங்கைகளை மேசையின் மீது ஊன்றி, வலது கையால் முகத்தை மூடிக் கொண்டார்.

"சரி, நாம் தொடரலாம்" என்று நிக்கோலாய் பர்ஃபியோனோவிச் இடைமறித்தார். "உங்களை அந்த வெறுப்பு உணர்வுக்குத் தூண்டியது எது? அது பொறாமை என்று நீங்கள் பகிரங்கமாகச் சொல்லியிருக்கிறீர்கள், இல்லையா?"

"ஆமாம், பொறாமை, ஆனால் பொறாமை மட்டுமல்ல."

"பணத்துக்காகச் சண்டை?"

"ஆமாம், ஆமாம், அதுவும்தான்."

"உங்கள் இருவருக்கும் இடையில் மூவாயிரம் ரூபிள்களுக்காக சண்டை நடந்ததாகத் தெரிகிறது. அது உங்களுடைய பரம்பரைச் சொத்தின் ஒரு பகுதியாக உங்களுக்குச் சேர வேண்டியதா?"

"மூவாயிரமா?" என்று மீச்சியா கோபத்துடன் கத்தினார். "அது ஆறாயிரத்திற்கும், பத்தாயிரத்திற்கும் அதிகமாக இருக்கலாம். நான் எல்லோரிடமும் அதைப் பற்றிச் சொல்லியிருக்கிறேன். ஆனால் நான் மூவாயிரம் ரூபிள்களுக்கு கணக்கை முடித்துக் கொள்ளலாம் என்று முடிவு செய்தேன். எனக்கு அந்த மூவாயிரம் ரூபிள்கள் உடனடியாகத் தேவைப்பட்டன... அவர் குருஷென்காவுக்கு

நற்றிணை பதிப்பகம் ○ 767

கொடுப்பதற்காகத் தலையணைக்கு அடியில் வைத்திருந்த அந்த மூவாயிரம் ரூபிள்கள் என்னிடமிருந்து திருடியது என்று எனக்குத் தோன்றியது. ஆமாம், கனவான்களே, நான் அதை எனக்குரியதாக, என்னுடைய சொத்தாக நினைத்தேன்...”

அரசு வழக்கறிஞர், விசாரணையாளரை அர்த்தமுள்ள பார்வை பார்த்துவிட்டு, இரகசியமாக அவரைப் பார்த்துக் கண்ணடித்தார்.

“சரி, நாம் அந்த விஷயத்திற்குப் பிறகு வருவோம்” என்று விசாரணை அதிகாரி அவசரமாகச் சொன்னார். “நீங்கள் அந்த உறையில் இருந்த பணத்தை உங்களுக்குச் சேர வேண்டிய சொத்தாகக் கருதினீர்கள் என்பதை எழுதிக் கொள்ள அனுமதிக்க வேண்டும்.”

“நீங்கள் எழுதுங்கள். இது எனக்கு எதிரான மற்றொரு ஆதாரம் என்று எனக்குத் தெரியும், ஆனால் நான் அந்த ஆதாரங்களுக்குப் பயப்படவில்லை. நான் எனக்கு எதிராகச் சாட்சியளிக்கிறேன். நீங்கள் கேட்கிறீர்களா? நான் இப்போது இருப்பதை விட மாறுபட்ட ஒரு மனிதனாக நீங்கள் என்னைக் கருதுகிறீர்கள்” என்று அவர் திடீரென்று சோகமான குரலில் விரக்தியுடன் சொன்னார். “நீங்கள் ஒரு கௌரவமான மனிதனிடம், மிக உயர்ந்த மரியாதைக்குரிய ஒரு மனிதனிடம், எல்லாவற்றுக்கும் மேலாக (நீங்கள் இதை மறந்துவிடாதீர்கள்), பல இழிவான, மோசமான காரியங்களைச் செய்தவன் என்றாலும், ஒரு கௌரவ மான, மரியாதையான மனிதனிடம் பேசிக் கொண்டிருக்கிறீர்கள். நான் அதை எப்படிச் சொல்வது என்று எனக்குத் தெரியவில்லை... நான் கௌரவமாக வாழ வேண்டும் என்ற என்னுடைய ஏக்கம்தான் என்னை என் வாழ்நாள் முழுவதும் துன்புறுத்தியது. நான் அதற்காக என்னை நானே துன்புறுத்திக் கொண்டேன். நான் பட்டப் பகலில் கையில் விளக்குடன், டயோஜினஸ் லாந்தர் விளக்குடன் தேடியது போல அதைத் தேடினேன். ஆனால் நான் என் வாழ்நாள் முழுவதும், மற்ற எல்லோரையும் போல தவறான செயல்களையே செய்தேன்... இல்லை, இல்லை, தவறாகச் சொல்லி விட்டேன். நான் மட்டும், நான் மட்டுமே... கனவான்களே, எனக்கு பயங்கரமாக தலை வலிக்கிறது” என்று மீச்சியா வேதனையுடன் முகத்தைச் சுளித்தார். “கனவான்களே, நான் அவருடைய தோற்றத்தை வெறுத்தேன். அவர் பொய்யானவராக, தற்பெருமை மிகுந்தவராக இருந்தார். அவர் புனிதமான அனைத்தையும் காலடியில் போட்டு மிதித்தார். அவருடைய அவநம்பிக்கையும், கேலியும் அருவருப்பானது, அசிங்கமானது. ஆனால் இப்போது அவர் இறந்துவிட்டதால், நான் வேறுவிதமாகச் சிந்திக்கிறேன்.”

“வேறுவிதமாக என்றால்?”

“நான் அவரை அந்த அளவுக்கு வெறுத்திருக்கக் கூடாது என்று நினைக்கிறேன்.”

“அதற்காக நீங்கள் வருத்தப்படுகிறீர்களா?”

“இல்லை, வருத்தப்படுகிறேன் என்பதல்ல, அதை எழுதாதீர்கள். கனவான்களே, நான் நல்லவன் இல்லை, அழகானவன் இல்லை என்பதால், அவரை அருவருப்பானவராக, மோசமானவராக கருத எனக்கு எந்த உரிமையும் இல்லை. நான் அதைத்தான் சொல்கிறேன். நீங்கள் விரும்பினால் அதை எழுதிக் கொள்ளலாம்.”

மீச்சியா அதைச் சொல்லிவிட்டு, சட்டென்று துயரத்தில் ஆழ்ந்தார். மீச்சியா விசாரணை அதிகாரியின் கேள்விகளுக்குத் தொடர்ந்து பதில் சொல்லிக் கொண்டிருந்தபோது, ஓர் இனம்புரியாத சோக உணர்வு படிப்படியாக அவரை ஆக்கிரமித்துக் கொண்டது. அந்த நேரத்தில் திடீரென்று எதிர்பாராத மற்றொரு சம்பவம் நடந்தது. அவர்கள் குரூஷென்காவை அங்கிருந்து அழைத்துச் சென்றாலும், அவளை அதிக தூரம் கொண்டு செல்லாமல், விசாரணை நடந்து கொண்டிருந்த நீல அறைக்கு அப்பால் இருந்த மூன்றாவது அறையில் வைத்திருந்தார்கள். ஒரே ஒரு சிறிய ஜன்னலுடன் இருந்த அந்த அறை, எல்லோரும் ஆட்டமும் பாட்டமுமாக விருந்து சாப்பிட்டுக் கொண்டிருந்த பெரிய அறையைத் தாண்டி இருந்தது. அங்கே உட்கார்ந்திருந்த அவளுக்கு அருகில் மாக்சிமோவைத் தவிர வேறு யாரும் இல்லை. மாக்சிமோவ் பயத்துடனும், குழப்பத்துடனும் இருந்ததால், பாதுகாப்பு வேண்டும் என்பது போல அவளை இறுக்கமாகப் பிடித்துக் கொண்டிருந்தார். அறைக்கு முன்னால் பித்தளை பதக்கம் தரித்த சீருடையுடன் ஒரு மனிதன் நின்று கொண்டிருந்தான். குரூஷென்கா அழுது கொண்டிருந்தாள். அவளால் தாங்க முடியாத அளவுக்கு அந்தத் துயரம் திடீரென்று அதிகரித்தபோது, அவள் துள்ளி எழுந்து, கைகளை வீசியபடி, “ஐயோ! ஐயோ!” என்று உரத்த குரலில் கத்திக் கொண்டே, அறையை விட்டு வெளியே சென்று, மீச்சியா இருந்த அறையை நோக்கி ஓடினாள். அதை யாரும் எதிர்பார்க்கவில்லை என்பதால் அவளைத் தடுக்க முடியவில்லை. மீச்சியா அவளுடைய அலறலைக் கேட்டு நடுங்கியபடி, துள்ளி எழுந்து, என்ன செய்கிறோம் என்று தெரியாமல் கத்திக் கொண்டே அவளைப் பார்க்க ஓடினார். அவர்கள் இருவரும் நெருங்குவதற்கு முன்பே அவர்களைத் தடுத்து நிறுத்தினார்கள் என்றாலும், அவர்கள் ஒருவரையொருவர் பார்த்துக் கொண்டனர். மீச்சியாவின் கைகளைப் பிடித்து இழுத்தபோது, அவர் திமிறியபடித் தன்னை விடுவித்துக் கொண்டார்.

எனவே மூன்று அல்லது நான்கு ஆட்கள் அவரைப் பிடித்து இழுத்துச் சென்றனர். அவர்கள் அவளை இழுத்துச் சென்றபோது, அவள் கூச்சலிட்டுக் கொண்டே அவரை நோக்கி கைகளை நீட்டுவதைப் பார்த்தார். அந்தக் காட்சி முடிந்ததும், அவர் மீண்டும் அதே இடத்தில், விசாரணை அதிகாரிக்கு முன்னால் அமர்ந்து அவரைப் பார்த்துக் கத்தினார்.

"உங்களுக்கு அவளிடம் என்ன வேண்டும்? அவளை ஏன் சித்திரவதை செய்கிறீர்கள்? அவள் அப்பாவி, அப்பாவி...!"

வழக்கறிஞரும், விசாரணை அதிகாரியும் அவரை சமாதானப்படுத்த முயன்றனர். அதற்குச் சுமார் பத்து நிமிடங்கள் ஆனது. அப்போது மிகையில் மக்காரோவிச் வேகமாக அங்கே வந்து, அரசு வழக்கறிஞரைப் பார்த்து, உரத்த குரலில், ஆவேசமாகக் கத்தினார்.

"அவளைக் கீழே கொண்டு சென்று விட்டோம். கனவான்களே, நான் இந்தத் துரதிருஷ்டசாலியான மனிதரிடம், உங்கள் முன்னிலையில், ஒரு வார்த்தை பேச என்னை அனுமதிப்பீர்களா?"

"மிகையில் மக்காரோவிச், நீங்கள் தாராளமாகப் பேசலாம்" என்று விசாரணை அதிகாரி சொன்னார். "இந்தச் சூழ்நிலையில் நாங்கள் அதை மறுக்க முடியாது."

"டிமிட்ரி ஃபியோதரோவிச், என் அருமை நண்பரே" என்று போலீஸ் கமிஷனர் ஆரம்பித்தார். அவருடைய கலங்கிய முகத்தில், அந்தத் துரதிருஷ்டசாலியின் மீது அன்பான, ஏறக்குறைய ஒரு தந்தைக்குரிய பரிவு வெளிப்பட்டது. "நான் உங்களுடைய அலெக்ஸாண்ட்ரோவ்னா அக்ரஃபேனாவைக் கீழே அழைத்துச் சென்று, விடுதிக்காரன் மகள்களிடம் ஒப்படைத்தேன். அந்தக் கிழவர் மாக்சிமோவ் அவளை விட்டு விலகாமல் எப்போதும் அவளுடன் இருக்கிறார். நான் அவளிடம் பேசினேன்... நீங்கள் கவனிக்கிறீர்களா? நான் அவளிடம் பேசி அவளுக்கு ஆறுதல் சொல்லி அவளைச் சமாதானப்படுத்தினேன். நீங்கள் நிரபராதி என்று நிரூபிக்க வேண்டும் என்றால் அவள் இதில் தலையிடக்கூடாது என்றும், அவள் உங்களை விரக்தியடையச் செய்யக்கூடாது என்றும், அப்படி இல்லையெனில் நீங்கள் குழப்பமும், பதற்றமும் அடைந்து, உங்களுக்கு எதிராகத் தவறாகப் பேசக்கூடும் என்றும் சொன்னேன்... உங்களுக்குப் புரிகிறதா? சுருக்கமாகச் சொன்னால், நான் சொன்னதை அவள் புரிந்து கொண்டாள். நண்பரே, அவள் ஒரு புத்திசாலிப் பெண், ஒரு நல்ல பெண். அவள் இந்தக் கிழவனின் கைகளை முத்தமிட்டு, உங்களுக்கு உதவி செய்யும்படிக் கெஞ்சினாள். எனவே நீங்கள் அவளைப் பற்றிக் கவலைப்பட வேண்டாம் என்று என்னிடம் சொல்லி அனுப்பினாள். என்

அருமை நண்பரே, நான் அவளிடம் சென்று நீங்கள் அமைதியாகவும், ஆறுதலாகவும் இருக்கிறீர்கள் என்பதைச் சொல்கிறேன்... உங்களுக்குப் புரிகிறதா? நான் அவளைப் பற்றித் தவறாக நினைத்தேன், ஆனால் அவள் ஒரு நல்ல கிறிஸ்தவப் பெண். அவளை எதற்காகவும் குற்றம் சொல்ல முடியாது. டிமிட்ரி ஃபியோதரோவிச், நான் அவளிடம் என்ன சொல்லட்டும்? உங்களால் அமைதியாக இருக்க முடியும், இல்லையா?"

அந்த அன்பான மனிதர் தேவைக்கு அதிகமாகப் பேசினார், ஆனால் குரூஷென்காவின் துயரம், ஒரு ஜீவனின் துயரம், இரக்கமுள்ள அவருடைய மனதைத் தொட்டதால் அவருடைய கண்களில் கண்ணீர்த் துளிகள் அரும்பின. மீச்சியா துள்ளி எழுந்து அவரை நோக்கிச் சென்றார்.

"கனவான்களே, என்னை மன்னியுங்கள். ஒரு நிமிடம், ஒரு நிமிடம் பொறுங்கள்" என்று அவர் கதறி அழுதார். "மிகையில் மக்காரோவிச், நீங்கள் நல்லவர், இரக்கமுள்ளவர், தேவதூதர்! நான் அவள் சார்பாக உங்களுக்கு நன்றி சொல்கிறேன். நான் இனிமேல் அமைதியாக, சந்தோஷமாக இருப்பேன். உங்களுடைய எல்லையற்ற கருணை உள்ளத்தால், நான் இப்போது சந்தோஷமாக, உற்சாகமாக இருக்கிறேன் என்பதையும், உங்களைப் போன்ற ஒரு காவல் தெய்வம் அவளுக்கு இருப்பதை அறிந்து சிரிக்கத் தொடங்கிவிட்டேன் என்பதையும் சொல்லுங்கள். நான் இந்த விவகாரத்தைச் சீக்கிரமாக முடித்துவிட்டு, சுதந்திரமாக அவளிடம் வருவேன் என்றும், அதுவரை அவளைக் காத்திருக்கும்படியும் சொல்லுங்கள். கனவான்களே" என்று அவர் அரசு வழக்கறிஞரையும், விசாரணை அதிகாரியையும் நோக்கித் திரும்பினார். "இப்போது நான் என் முழு மனதையும் உங்கள் முன்னால் திறந்து வைக்கிறேன். நாம் எல்லாவற்றையும் ஒரு நொடியில், மகிழ்ச்சியுடன் முடித்துவிடுவோம். நாம் இறுதியில் சந்தோஷமாகச் சிரிப்போம், இல்லையா? ஆனால் கனவான்களே, அந்தப் பெண் என் இதய ராணி! ஓ, நான் இப்போது அதைச் சொல்கிறேன். நான் அதைச் சொல்கிறேன்... நான் இங்கே மிகவும் கௌரவமான மனிதர்களின் முன்னிலையில் இருக்கிறேன். அவள் எனக்கு வழிகாட்டும் ஒளி, நான் வணங்கும் ஆலயம்! 'நான் உங்களுடன் தூக்குமேடைக்கு வருவேன்' என்று அவள் கதறியதை நீங்கள் கேட்டீர்களா? ஒரு பிச்சைக்காரனான நான் அவளுக்காக என்ன செய்தேன்? அவளுக்கு என் மீது ஏன் இத்தனை காதல்? என்னைப் போன்ற அருவருப்பான, மானங்கெட்ட, கேவலமான பிறவியுடன், தூக்குமேடை ஏறத் தயாரான அவளுடைய அன்புக்கு நான் தகுதியானவனா? அவள் கர்வம் பிடித்தவள், எந்தக் குற்றமும் செய்யாதவள் என்றாலும், சற்று முன்னர் எனக்காக உங்கள்

கால்களில் விழுந்து கதறினாள்... நான் இப்போது அவளிடம் ஓடிச் சென்றது போல, அவளை ஆராதிக்காமல், அவளுக்காக அழாமல், அவளை நினைத்து ஏங்காமல் என்னால் இருக்க முடியுமா? ஓ, கனவான்களே, என்னை மன்னியுங்கள்! நான் இப்போது அமைதியாகிவிட்டேன்."

அவர் நாற்காலியில் சரிந்து, இரண்டு கைகளாலும் முகத்தை மூடிக் கொண்டு கண்ணீர் விட்டுக் கதறி அழுதார். ஆனால் அது ஆனந்தக் கண்ணீர். அவர் உடனடியாகத் தன்னைச் சுதாரித்துக் கொண்டார். வயதான போலீஸ் கமிஷனரும், வழக்கறிஞர்களும் மிகவும் மகிழ்ச்சி அடைந்ததாகத் தோன்றியது. இப்போது விசாரணை ஒரு புதிய கட்டத்தை எட்டியிருப்பதாக அவர்கள் நினைத்தனர். போலீஸ் கமிஷனர் வெளியே சென்ற பிறகும், மீச்சியா சந்தோஷமாக இருந்தார்.

"நல்லது, கனவான்களே, நான் இப்போது முழுமையாக உங்கள் கைகளில் இருக்கிறேன். இந்த அற்பமான விளக்கங்கள் இல்லையென்றால், நாம் உடனடியாக ஒரு முடிவுக்கு வந்திருப்போம். நான் மீண்டும் அதைப் பற்றிப் பேசுகிறேன். கனவான்களே, நான் உங்கள் வசம் இருக்கிறேன், ஆனால் நமக்குள் பரஸ்பர நம்பிக்கை இருக்க வேண்டும். அப்படி இல்லை என்றால் இது ஒருபோதும் முடிவுக்கு வராது. நான் உங்களுக்காகவே அதைச் சொல்கிறேன். கனவான்களே, நாம் இப்போது வேலையைத் தொடங்குவோம். ஆனால் நீங்கள் என் உள்ளத்தை ஆராய்ந்து, அற்பமானவற்றைக் கேட்டு என்னைச் சித்திரவதை செய்யாதீர்கள். உண்மையையும், முக்கியமான விஷயங்களையும் மட்டும் பேசுங்கள், அப்போது நான் உங்களைத் திருப்தியடையச் செய்வேன். அந்த அற்பமான விஷயங்கள் நாசமாய்ப் போகட்டும்!"

மீச்சியா இவ்வாறு சொன்னார். மீண்டும் விசாரணை தொடங்கியது.

4. இரண்டாவது சோதனை

"டிமிட்ரி ஃபியோதரோவிச், நீங்கள் பதில் சொல்லத் தயாராக இருப்பது எங்களுக்கு எவ்வளவு மகிழ்ச்சியாக இருக்கிறது என்று உங்களுக்குத் தெரியாது" என்று நிக்கோலாய் பர்ஃபியோனோவிச் உற்சாகத்துடன் சொன்னபோது, அவர் சற்று நேரத்திற்கு முன்பு கழற்றிய மூக்குக் கண்ணாடிக்குப் பின்னால் துருத்திக் கொண்டிருந்த, கிட்டப் பார்வையுடைய வெளிர் சாம்பல் நிறக் கண்களில் மகிழ்ச்சி பிரகாசித்தது. "நீங்கள் பரஸ்பர நம்பிக்கையைப் பற்றி மிகவும் நியாயமான கருத்தைச் சொன்னீர்கள். சில சமயங்களில்

இதுபோன்ற முக்கியமான வழக்குகளில், குறிப்பாக சந்தேகத்திற்குரிய நபர் தன்னைக் குற்றவாளி அல்ல என்று நிரூபிக்க விரும்பும்போது, அது இல்லாமல் வழக்கைத் தொடர முடியாது. நாங்கள் எங்கள் தரப்பில் எங்களால் முடிந்த அனைத்தையும் செய்வோம். நாங்கள் இந்த வழக்கை எப்படி நடத்துகிறோம் என்பதை நீங்களே கண்கூடாகப் பார்க்கலாம். இப்போலித் கிரில்லோவிச், நீங்கள் சம்மதிக்கிறீர்களா?" என்று அவர் அரசு வழக்கறிஞரை நோக்கித் திரும்பினார்.

"ஓ, சந்தேகமில்லாமல்" என்றார் அரசு வழக்கறிஞர். நிக்கோலாய் பர்ஃபியோனோவிச்சின் உற்சாகத்திற்கு மாறாக அவர் உணர்ச்சியின்றிப் பதிலளித்தார்.

நிக்கோலாய் பர்ஃபியோனோவிச் சமீபத்தில்தான் இங்கு வந்திருந்தார் என்றாலும், அவர் ஆரம்பத்திலிருந்தே அரசு வழக்கறிஞர் மீது அதிக மரியாதை வைத்திருந்தார், ஏறக்குறைய அவருடைய ஆருயிர் நண்பராகி விட்டார் என்பதை நான் இங்கே குறிப்பிட விரும்புகிறேன். அவருடைய அசாதாரணமான உளவியல் மற்றும் பேச்சுத் திறமைகளைச் சந்தேகத்திற்கு இடமின்றி ஒப்புக் கொண்ட ஒரே மனிதர் அவர்தான். மேலும் அவருக்கு உண்மையில் உரிய அங்கீகாரம் கிடைக்கவில்லை என்று நம்பிய ஒரே மனிதரும் அவர்தான். அவர் பீட்டர்ஸ்பர்க்கில் இருந்தபோதே அவரைப் பற்றிக் கேள்விப்பட்டிருந்தார். அதே சமயம், 'அங்கீகரிக்கப்படாத' அந்த அரசு வழக்கறிஞர் உண்மையில் விரும்பிய ஒரே மனிதர் இளைஞரான நிக்கோலாய் பர்ஃபியோனோவிச்தான். அவர்கள் மோக்ரோய்க்கு வந்துகொண்டிருந்த வழியில், இந்த வழக்கைப் பற்றி விவாதித்து ஒரு முடிவுக்கு வந்தார்கள். இப்போது அவர்கள் மேசையின் முன்னால் அமர்ந்திருந்தபோது, விசாரணை அதிகாரியின் கூரிய புலன்கள், அவருடைய மூத்த சகாவின் ஒவ்வொரு முகபாவத்தையும், கண் அசைவையும், உதடுகளில் வெளியான அரைகுறை வார்த்தையையும் புரிந்து கொண்டன.

"கனவான்களே, நான் எல்லாவற்றையும் உங்களிடம் சொல்கிறேன். நீங்கள் அற்பமான கேள்விகளைக் கேட்டு என்னைக் குறுக்கிட வேண்டாம். நான் ஒரு நிமிடத்தில் எல்லாவற்றையும் சொல்லி முடிக்கிறேன்" என்று மீச்சியா கோபத்துடன் சொன்னார்.

"பிரமாதம். நன்றி. ஆனால் நீங்கள் சொல்வதைக் கேட்பதற்கு முன்னால், எங்களுக்கு மிகவும் ஆர்வமூட்டும் ஒரு சிறிய விஷயத்தைத் தெரிந்துகொள்ள அனுமதிப்பீர்களா? அதாவது, நீங்கள் நேற்று மாலை ஐந்து மணியளவில் உங்களுடைய கைத்துப்பாக்கிகளைப் ஃபியோட்டர் இலிச்சிடம் அடகு வைத்து பத்து ரூபிள்களைக் கடனாக வாங்கினீர்கள்."

"கனவான்களே, நான் அவற்றை அடகு வைத்தேன். நான் அவற்றைப் பத்து ரூபிள்களுக்காக அவரிடம் அடகு வைத்தேன், அவ்வளவுதான். அதனால் என்ன? நான் ஊரிலிருந்து திரும்பியதும் அவற்றை அடகு வைத்தேன்."

"திரும்பி வந்ததுமா? அப்படியானால் நீங்கள் வெளியூர் சென்றீர்களா?"

"ஆமாம், நான் இங்கிருந்து சுமார் முப்பது மைல் தூரம் பயணம் செய்தேன். உங்களுக்குத் தெரியாதா?"

அரசு வழக்கறிஞரும், நிக்கோலாய் பர்ஃபியோனோவிச்சும் ஒருவரையொருவர் பார்த்துக் கொண்டனர்.

"சரி, நீங்கள் நேற்று காலையிலிருந்து என்ன செய்தீர்கள், எங்கே சென்றீர்கள் என்ற அனைத்து விவரங்களையும் கோர்வையாகச் சொல்ல முடியுமா? உதாரணமாக, நீங்கள் எதற்காக இங்கிருந்து வெளியூர் சென்றீர்கள் என்பதையும், எப்போது திரும்பினீர்கள் என்பதையும் சொல்ல முடியுமா? அந்த உண்மைகள் அனைத்தும்..."

"ஆனால் நீங்கள் ஆரம்பத்திலேயே என்னிடம் அதைக் கேட்டிருக்க வேண்டும்" என்று மீச்சியா உரக்கச் சிரித்தார். "நீங்கள் விரும்பினால், நாம் நேற்றிலிருந்து ஆரம்பிக்காமல், முன்தினம் காலையிலிருந்து தொடங்கலாம். நான் எங்கே, எதற்காக, எப்படி இங்கிருந்து சென்றேன் என்பதை அப்போது நீங்கள் தெளிவாகப் புரிந்துகொள்வீர்கள். கனவான்களே, நான் நேற்று முன்தினம் சம்சனோவ் என்ற வியாபாரியைப் பார்த்து, பிணையத்தின் பேரில் மூவாயிரம் ரூபிள்களைக் கடனாக வாங்கச் சென்றேன். அப்போது எனக்கு அவசரமாக, மிக அவசரமாக அந்தப் பணம் தேவைப்பட்டது..."

"ஒரு நிமிடம்" என்று அரசு வழக்கறிஞர் பணிவுடன் குறுக்கிட்டார். "உங்களுக்கு அந்த மூவாயிரம் ரூபிள்கள் ஏன் அவ்வளவு அவசரமாகத் தேவைப்பட்டது?"

"ஓ, கனவான்களே, ஏன், எப்படி, எப்போது, எதற்காக அவ்வளவு பணம் போன்ற முட்டாள்தனமான விவரங்கள் உங்களுக்குத் தேவையில்லை... அதையெல்லாம் எழுத ஆரம்பித்தால் மூன்று தொகுதிகளாக எழுதி, அதற்கு ஒரு முடிவுரையும் எழுத வேண்டும்!"

மீச்சியா இதையெல்லாம் நல்ல எண்ணத்துடன், உண்மையைச் சொல்ல வேண்டும் என்ற விருப்பத்துடன், ஆனால் பொறுமையின்றிச் சொன்னார்.

"கனவான்களே" என்று அவர் திடீரென்று அவருடைய நிலையை உணர்ந்தவரைப் போலப் பேசினார். "நான் பொறுமையின்றி இருப்பதாக நீங்கள் என் மீது கோபப்பட வேண்டாம். நான் உங்கள் மீது மிகுந்த மரியாதை வைத்திருக்கிறேன் என்பதையும், நான் என் நிலைமையைப் புரிந்து கொண்டிருக்கிறேன் என்பதையும் நம்புங்கள் என்று உங்களைக் கெஞ்சிக் கேட்டுக் கொள்கிறேன். நான் குடிபோதையில் இருப்பதாக நினைக்க வேண்டாம். நான் இப்போது மிகவும் நிதானமாக இருக்கிறேன். தவிர, நான் குடிபோதையில் இருந்தாலும் அது இடையூறாக இருக்காது, ஏனெனில் 'ஒருவன் நிதானமாக இருக்கும்போது முட்டாள்; குடிபோதையில் இருக்கும்போது ஞானி' என்று ஒரு பழமொழி சொல்கிறது. ஹா ஹா ஹா! ஆனால் கனவான்களே, எல்லாவற்றுக்கும் விளக்கம் கிடைக்கும் வரை உங்களுடன் நகைச்சுவையாகப் பேசுவது சரியல்ல என்று எனக்குத் தோன்றுகிறது. எனக்கும் சுய கௌரவம் இருக்கிறது. எனக்கும் உங்களுக்கும் உள்ள வித்தியாசம் எனக்கு நன்றாகப் புரிகிறது. நான் இப்போது ஒரு குற்றவாளியின் நிலையில் இருப்பதால், எந்த வகையிலும் உங்களுக்குச் சமமானவன் அல்ல. என்னைக் கண்காணிப்பது உங்கள் வேலை. நான் கிரிகோரிக்குச் செய்த கொடுமைக்காக நீங்கள் என் முதுகில் தட்டிக் கொடுப்பீர்கள் என்று நான் எதிர்பார்க்க முடியாது, ஏனெனில் வயதான மனிதர்களின் மண்டையை உடைத்த யாரும் தண்டனையிலிருந்து தப்ப முடியாது. நீங்கள் அதற்காக என்னை ஆறு மாதமோ அல்லது ஒரு வருடமோ சிறையில் அடைக்கலாம். எனக்கு என்ன தண்டனை கிடைக்கும் என்று தெரியாது, ஆனால் அதனால் நான் என்னுடைய உரிமைகளை இழக்க மாட்டேன், இல்லையா வழக்கறிஞரே? ஆக, கனவான்களே, நமக்கிடையில் உள்ள அந்த வேறுபாடு எனக்கு நன்றாகப் புரிகிறது... ஆனால் கனவான்களே, நீ எப்படி நடந்தாய்? நீ எங்கே நடந்தாய்? நீ எப்போது நடந்தாய்? நீ எதன் மீது நடந்தாய்? போன்ற கேள்விகளால் நீங்கள் கடவுளையே குழப்ப முடியும் என்பதை ஒப்புக் கொள்ள வேண்டும். நீங்கள் அதைச் செய்தால் நான் நிச்சயமாகக் குழம்பிவிடுவேன். அப்போது நீங்கள் எல்லாவற்றையும் எனக்கு எதிராகச் சித்தரிப்பீர்கள். அதன் பிறகு என்ன நடக்கும்? எதுவும் நடக்காது! நான் இப்போது பேசுவது முட்டாள்தனமாக இருந்தாலும், இத்துடன் முடித்துக் கொள்கிறேன். கனவான்களே, நீங்கள் மெத்தப் படித்த, கண்ணியமான மனிதர்கள் என்பதால் என்னை மன்னியுங்கள்! கனவான்களே, நான் உங்களிடம், நீங்கள் உங்களுடைய வழக்கமான விசாரணை முறையைக் கைவிட

வேண்டும் என்று கேட்டுக் கொண்டு இதை முடித்துக் கொள்கிறேன். அதாவது, நான் எப்போது எழுந்தேன், நான் காலையில் என்ன சாப்பிட்டேன், நான் எப்படி, எங்கே எச்சில் துப்பினேன் போன்ற அற்பமான கேள்விகளில் ஆரம்பித்து, குற்றவாளியைத் திசை திருப்பி, திடீரென்று ஒரு பெரிய கேள்வியைக் கேட்டு அவனைத் திணறடிப்பீர்கள். 'நீ யாரைக் கொன்றாய்? நீ யாரிடம் கொள்ளையடித்தாய்?' ஹா ஹா ஹா! அதுதான் உங்களுடைய அதிகாரபூர்வ அணுகுமுறை, அதுதான் உங்களுடைய தந்திரம். நீங்கள் இத்தகைய புத்திசாலித்தனமான தந்திரங்களைக் கையாண்டு குடியானவர்களைப் பிடிக்கலாம், ஆனால் என்னையல்ல! எனக்கும் அந்த வித்தைகள் தெரியும். நானும் இராணுவத்தில் பணியாற்றினேன். ஹா ஹா ஹா! கனவான்களே, உங்களுக்குக் கோபம் வரவில்லையா? நீங்கள் என்னுடைய அடாவடித்தனத்தை மன்னித்து விடுவீர்களா?" என்று கத்திய மீச்சியா அவர்களை வியப்புடன் பார்த்தார். "அதைச் சொன்னது மீச்சியா கரமசோவ் என்பதால் நீங்கள் மன்னிக்கலாம், ஏனெனில் ஒரு புத்திசாலி மனிதனை மன்னிக்க முடியாது ஆனால் மீச்சியாவை மன்னிக்கலாம்! ஹா ஹா ஹா!"

அதைக் கேட்டு நிக்கோலாய் பர்ஃபியோனோவிச்சும் சிரித்தார். அரசு வழக்கறிஞர் சிரிக்காவிட்டாலும், மீச்சியாவின் மீதிருந்து கண்களை எடுக்காமல், அவருடைய ஒரு வார்த்தையை, ஒரு சிறிய அசைவை, முகபாவத்தின் சிறிய மாற்றத்தைக் கூட தவறவிட விரும்பாதவரைப் போல உன்னிப்பாக ஆராய்ந்து கொண்டிருந்தார்.

"நாங்கள் உங்களிடம் விசாரணையை அப்படித்தான் ஆரம்பித்தோம்" என்று நிக்கோலாய் பர்ஃபியோனோவிச் சிரித்துக் கொண்டே சொன்னார். "நீங்கள் காலையில் எப்போது எழுந்தீர்கள்? என்ன சாப்பிட்டீர்கள்? போன்ற கேள்விகளால் நாங்கள் உங்களைத் திசை திருப்ப முயற்சிக்கவில்லை. உண்மையில் நாங்கள் மிக முக்கியமான கேள்விகளுடன் எங்கள் விசாரணையைத் தொடங்கினோம்."

"எனக்குப் புரிகிறது. நான் அதைப் புரிந்து கொண்டு பாராட்டுகிறேன். நீங்கள் இப்போது என் மீது காட்டும் பரிவை, உன்னதமான மனிதர்களுக்கே தகுதியான இரக்க குணத்தை இன்னும் அதிகமாகப் பாராட்டுகிறேன். இங்கே மூன்று கௌரவமான மனிதர்கள் ஒன்று கூடியிருக்கிறோம். எனவே நாம் அனைத்தையும் பரஸ்பர நம்பிக்கையின் அடிப்படையில், நம்மைப் பொதுவாகப் பிணைத்துள்ள பிறப்பு, படிப்பு, வளர்ப்பு மற்றும் கௌரவத்திற்கு கட்டுப்பட்ட வகையில் தீர்த்துக் கொள்ள

வேண்டும் என்று விரும்புகிறேன். எது எப்படியிருந்தாலும், என்னுடைய வாழ்க்கையின் இந்தத் தருணத்தில், என்னுடைய கௌரவத்திற்குக் களங்கம் ஏற்பட்டிருக்கும் இந்தத் தருணத்தில், உங்களை என்னுடைய சிறந்த நண்பர்களாகக் கருத என்னை அனுமதியுங்கள். கனவான்களே, நீங்கள் அதனால் மனம் புண்படவில்லை, இல்லையா?"

"இல்லை. டிமிட்ரி ஃபியோதரோவிச், நீங்கள் அதை மிக அருமையாகச் சொன்னீர்கள்" என்று நிக்கோலாய் பர்ஃபியோனோவிச், பெருந்தன்மையுடன் ஆமோதித்தார்.

"கனவான்களே, நாம் இந்த அற்பமான, சின்னச் சின்ன விவரங்களை விட்டுவிடலாம்!" என்று மீச்சியா உற்சாகத்துடன் கத்தினார். "இல்லையென்றால் என்ன நடக்கும் என்று அந்தப் பிசாசுக்குத்தான் தெரியும், அப்படித்தானே?"

"நான் உங்களுடைய நியாயமான ஆலோசனையை ஏற்றுக் கொள்கிறேன்" என்று குறுக்கிட்ட அரசு வழக்கறிஞர் மீச்சியாவைப் பார்த்துச் சொன்னார். "இருந்தாலும் நான் அந்தக் கேள்வியைக் கேட்காமல் இருக்க முடியாது. உங்களுக்கு எதற்காக அவ்வளவு பெரிய தொகை தேவைப்பட்டது என்பதை நாங்கள் தெரிந்து கொள்வது அவசியம், அதாவது சரியாக மூவாயிரம் ரூபிள்கள், இல்லையா?"

"எனக்கு ஏன் அது தேவைப்பட்டது?... ஓ, அதற்கும் இதற்கும்... சரி, ஒரு கடனைத் திருப்பிச் செலுத்த தேவைப்பட்டது."

"யாருக்கு?"

"கனவான்களே, நான் அதற்குப் பதில் சொல்ல முடியாது. என்னால் அதைச் சொல்ல முடியாது என்பதாலோ அல்லது எனக்குத் தைரியம் இல்லை என்பதாலோ அல்லது நான் பயப்படுகிறேன் என்பதாலோ அல்ல, ஆனால் அது முக்கியமற்றது, அற்பமானது. அது எனது தனிப்பட்ட வாழ்க்கை என்பதாலும், அதில் தலையிட யாருக்கும் உரிமையில்லை என்பதாலும், அதைப் பற்றிய விவரங்களை என்னால் சொல்ல முடியாது என்ற கொள்கையுடன் இருக்கிறேன். உங்கள் கேள்விக்கும் இந்த வழக்குக்கும் எந்தச் சம்பந்தமும் இல்லை. இந்த வழக்குடன் சம்பந்தப்படாத எதுவும் என்னுடைய தனிப்பட்ட விஷயம். நான் ஒரு கடனை, என்னுடைய கௌரவம் சம்பந்தப்பட்ட கடனைத் திருப்பிச் செலுத்த விரும்பினேன், ஆனால் யாருக்கு என்று சொல்ல மாட்டேன்!"

"அதை எழுதிக்கொள்ள அனுமதியுங்கள்" என்றார் அரசு வழக்கறிஞர்.

“தாராளமாக. நான் அதற்குப் பதில் சொல்ல மாட்டேன் என்று எழுதுங்கள். கனவான்களே, நான் அதைச் சொல்வது கௌரவக் குறைவாக நினைக்கிறேன் என்று எழுதுங்கள். நல்லவேளை, உங்களுக்கு எழுதப் போதுமான நேரம் இருக்கிறது!”

“ஐயா, ஒருவேளை உங்களுக்குத் தெரியாமல் இருக்கலாம் என்பதால், நான் உங்களை எச்சரிக்கவும், மீண்டும் ஒரு முறை உங்களுக்கு நினைவூட்டவும் என்னை அனுமதியுங்கள்” என்று அரசு வழக்கறிஞர் விசித்திரமான, கடுமையான தொனியில் சொல்லத் தொடங்கினார். “இப்போது நாங்கள் கேட்கும் கேள்விகளுக்கு நீங்கள் பதில் சொல்லாமலிருக்க உங்களுக்கு முழு உரிமை உண்டு. அதேபோல, நீங்கள் ஏதாவது ஒரு காரணத்திற்காக பதில் சொல்ல மறுத்தால் உங்களிடமிருந்து பதிலைப் பெறுவதற்கு எங்களுக்கு எந்த உரிமையும் இல்லை. அது முற்றிலும் உங்களுடைய தனிப்பட்ட முடிவு. ஆனால் இது போன்ற சூழ்நிலையில், நீங்கள் ஆதாரங்களைக் கொடுக்க மறுப்பதன் மூலம் உங்களுக்கு நீங்களே தீங்கு செய்து கொள்கிறீர்கள் என்பதைச் சொல்லி, உங்களை எச்சரிக்க வேண்டியது எங்கள் கடமை. தயவுசெய்து, நீங்கள் தொடருங்கள்.”

“கனவான்களே, நான் கோபப்படவில்லை... நான்...” என்று மீச்சியா குழப்பத்துடன் முணுமுணுத்தார். “இதோ பாருங்கள், கனவான்களே, நான் அந்தச் சம்சனோவைப் பார்க்கப் போனேன்...”

ஏற்கனவே வாசகர்களுக்குத் தெரிந்த விஷயங்களை நாம் மீண்டும் சொல்லப் போவதில்லை. மீச்சியா எல்லாவற்றையும் மிகத் துல்லியமாக, எல்லா விவரங்களையும் ஒன்றுவிடாமல் சொல்ல வேண்டும் என்பதில் ஆர்வமாக இருந்தார். அதே சமயம் அவர் எல்லாவற்றையும் சீக்கிரமாகச் சொல்லி முடித்துவிட வேண்டும் என்று அவசரப்பட்டார். ஆனால் அவர் சொன்ன அனைத்தையும் எழுதிக் கொண்டிருந்ததால், அவர்கள் அவ்வப்போது அவரைத் தடுத்து நிறுத்த வேண்டியிருந்தது. மீச்சியா எரிச்சலுடன் அதை ஆட்சேபித்தார் என்றாலும், நல்ல சுபாவத்துடன் அதற்கு இணங்கினார். அவர் சில சமயங்களில், “கனவான்களே, இது கடவுளைக் கூட பொறுமையிழக்கச் செய்யும்!” என்றோ, “கனவான்களே, நீங்கள் வீணாக என்னை எரிச்சலடையச் செய்கிறீர்கள் என்று உங்களுக்குத் தெரிகிறதா?” என்றோ கத்தினார். இருந்தாலும் அவர் அவருடைய சுமூகமான, நட்பான மனநிலையைத் தொடர்ந்து கடைப்பிடித்தார். சம்சனோவ் இரண்டு நாட்களுக்கு முன்பு அவரை முட்டாளாக்கிய கதையை அவர்களிடம் சொன்னார். (இப்போது அவருக்கு அதில் எந்தச் சந்தேகமும் இல்லை). அவர் பயணச் செலவுக்காக அவருடைய

கைக்கடிகாரத்தை ஆறு ரூபிள்களுக்கு விற்றதைச் சொன்னார். அவர்களுக்கு இதுவரை தெரியாமலிருந்த அந்தப் புதிய விஷயம் அவர்களுடைய கவனத்தை ஈர்த்ததால், மீச்சியாவுக்கு எரிச்சலூட்டும் வகையில், இரண்டு நாட்களுக்கு முன்பு அவரிடம் ஒரு கோபெக் கூட இல்லை என்பதை உறுதிப்படுத்தும் வகையில், எல்லா விவரங்களையும் பதிவு செய்தார்கள். மீச்சியாவுக்குக் கொஞ்சம் கொஞ்சமாகக் கோபம் தலைக்கேறியது. அவர் லியாகாவியைப் பார்ப்பதற்காக மேற்கொண்ட பயணத்தைப் பற்றியும், மூச்சைத் திணறடித்த அந்தக் குடிசையில் கழித்த இரவைப் பற்றியும், மேலும் பலவற்றையும் விவரித்த பிறகு, ஊருக்குத் திரும்பி வந்ததையும் சொன்னார். அதன் பிறகு யாரும் கேட்கவில்லை என்றாலும், குருஷென்காவின் காரணமாக அவர் அனுபவித்த பொறாமையின் வேதனைகளை விவரித்தார். ஃபியோதர் பாவ்லோவிச்சின் வீட்டுக்குப் பின்புறம் இருந்த, மரியா கன்த்ரச்சேவ்னா வீட்டுத் தோட்டத்தில் குருஷென்காவைக் கண்காணிக்க ஒரு பிரத்யேகமான இடத்தைத் தேர்ந்தெடுத்து வைத்திருந்ததையும், ஸ்மெர்த்தியாக்கவ் அவ்வப்போது அவருக்குத் தகவல் தெரிவித்து வந்ததையும் மீச்சியா சொன்னார். அவர்கள் அதையெல்லாம் மிகுந்த கவனத்துடன் கேட்டு எழுதிக் கொண்டார்கள். மீச்சியா அவருடைய அந்தரங்கமான உணர்வுகளை, ‘பொது வெளியில்’ வைப்பது அவமானகரமானது என்று நினைத்தாலும், உண்மையைச் சொல்ல வேண்டும் என்பதற்காக வெட்கத்தையும் மீறி, அவருடைய பொறாமை உணர்வுகளை விரிவாகப் பேசினார். மீச்சியா பேசிக் கொண்டிருந்தபோது, அவரை உற்றுப் பார்த்த விசாரணை அதிகாரியின் பார்வையும், குறிப்பாக அரசு வழக்கறிஞரின் பார்வையும் அவரை நிலைகுலையச் செய்தன. ‘நான் இதையெல்லாம், சில நாட்களுக்குப் முன்பு பெண்களைப் பற்றி அபத்தமாகப் பேசிக் கொண்டிருந்த அந்த இளைஞன் நிக்கோலாய் பர்ஃபியோனோவிச்சிடமும், அந்த நோயுற்ற அரசு வழக்கறிஞரிடமும் சொல்லும் அளவுக்கு அவர்கள் அருகதை உடையவர்கள் அல்ல’ என்ற எண்ணம் அவருடைய மனதில் பளிச்சிட்டது. ‘ஓ, என்ன ஓர் அவமானம்! பொறுமை, பணிவு, அமைதி!’ என்ற வரியுடன் அவர் தன் சிந்தனை ஓட்டத்தை முடித்துக் கொண்டு, மீண்டும் தொடர்ந்து சொல்ல வேண்டும் என்பதற்காகத் தன்னைக் கட்டுப்படுத்திக் கொண்டார். அவர் திருமதி. கோஹ்லக்கோவைப் பார்க்கச் சென்றதைப் பற்றிச் சொல்லத் தொடங்கியபோது, மீண்டும் உற்சாகமடைந்து, வழக்குக்கு எந்தத் தொடர்பும் இல்லாத, அந்தப் பெண்ணைப் பற்றிய ஒரு செய்தியைச் சொல்ல முற்பட்டார். ஆனால் விசாரணை அதிகாரி அவரைத் தடுத்து நிறுத்தி, ‘மிக முக்கியமான விஷயங்களை’ மட்டுமே சொல்ல

வேண்டும் என்று பணிவுடன் கேட்டுக் கொண்டார். அவர் இறுதியில் அவருக்கு ஏற்பட்ட விரக்தியை விவரித்து, திருமதி. கோஹ்லக்கோவின் வீட்டை விட்டு வெளியே வந்தபோது, 'மூவாயிரம் ரூபிள்களுக்காக யாரையாவது கொலை செய்ய வேண்டும்' என்று நினைத்ததாகச் சொன்னபோது, அவர்கள் அவரைத் தடுத்து நிறுத்தி, 'அவர் யாரையோ கொலை செய்ய விரும்பினார்' என்று எழுதிக் கொண்டார்கள். மீச்சியா எந்தவித மறுப்பும் சொல்லாமல் அதை எழுதிக்கொள்ள அனுமதித்தார். அவர் கதையின் இறுதியை எட்டியபோது, குரூஷென்காவைச் சம்சனோவின் வீட்டில் கொண்டு விட்டபோது, நள்ளிரவு வரை அங்கே இருப்பதாகச் சொல்லிய அவள் உடனே அங்கிருந்து கிளம்பிச் சென்று, அவரை ஏமாற்றியதைச் சொன்னார். "கனவான்களே, நான் அப்போது ஃபேன்யாவைக் கொல்லவில்லை என்றால், அதற்குக் காரணம் எனக்கு நேரமில்லை" என்று அவர் கதையின் இந்த இடத்தில் திடீரென்று உளறினார். அவர்கள் அதைக் கவனமாகப் பதிவு செய்து கொண்டார்கள். அவர்கள் எழுதி முடிக்கும் வரை சோகத்துடன் காத்திருந்த மீச்சியா, அதன் பிறகு அவருடைய தந்தையின் தோட்டத்திற்குள் நுழைந்ததைப் பற்றிச் சொல்லத் தொடங்கியபோது, திடீரென்று விசாரணை அதிகாரி அவரைத் தடுத்து நிறுத்தி, சோபாவில் கிடந்த பெரிய பெட்டியைத் திறந்து, ஒரு பித்தளை உலக்கையை வெளியே எடுத்தார்.

"இதை உங்களுக்கு அடையாளம் தெரிகிறதா?" என்று அவர் அதை மீச்சியாவிடம் காட்டினார்.

"ஓ, ஆமாம்!" என்று மீச்சியா சோகமாகச் சிரித்தார். "தெரிகிறது. கொடுங்கள் பார்க்கிறேன்... வேண்டாம். நாசமாய்ப் போக!"

"நீங்கள் அதைச் சொல்ல மறந்துவிட்டீர்கள்" என்றார் விசாரணை அதிகாரி.

"என்ன கொடுமை! நான் அதை உங்களிடமிருந்து மறைக்க விரும்பினேன் என்று நினைத்தீர்களா? நான் எப்படியிருந்தாலும் அதை மறைக்க முடியாது என்று எனக்குத் தெரியும். அது என் நினைவிலிருந்து நழுவிவிட்டது."

"அது உங்களுக்கு எப்படிக் கிடைத்தது என்பதைத் தயவுசெய்து சொல்லுங்கள்."

"கனவான்களே, நான் கண்டிப்பாக அதைச் சொல்கிறேன்."

மீச்சியா அந்த உலக்கையை எங்கிருந்து, எப்படி எடுத்துக் கொண்டு ஓடினார் என்பதை விவரித்தார்.

"ஆனால் நீங்கள் அதை எடுத்துச் சென்றதன் நோக்கம் என்ன?"

"நோக்கமா? எந்த நோக்கமும் இல்லை. நான் அதை எடுத்துக் கொண்டு ஓடினேன், அவ்வளவுதான்."

"எந்த நோக்கமும் இல்லை என்றால் அதை ஏன் எடுத்துச் சென்றீர்கள்?"

மீச்சியா ஆத்திரமடைந்தார். அவர் அந்த 'இளைஞனை' வெறித்துப் பார்த்து, சோகத்துடனும் வன்மத்துடனும் சிரித்தார். அவர் அவருடைய பொறாமையின் கதையை நேர்மையாகவும், வெளிப்படையாகவும் 'இத்தகைய மனிதர்களிடம்' சொன்னதை நினைத்து மேலும் மேலும் வெட்கப்பட்டார்.

"அந்த உலக்கை நாசமாய்ப் போகட்டும்!" என்று அவர் திடீரென்று உளறினார்.

"இருந்தாலும்..."

"ஓ, நான் நாய்களை விரட்ட அதை எடுத்துச் சென்றேன்... ஓ, வெளியே இருட்டாக இருந்தது... ஏதாவது நடந்தால்..."

"நீங்கள் இருட்டைக் கண்டு பயப்படுவதால், இரவில் வெளியே செல்லும்போது, உங்களுடன் எதையாவது எடுத்துச் செல்வது வழக்கமா?"

"ப்பா! அடக் கடவுளே! கனவான்களே, உங்களுடன் பேசுவது சாத்தியமில்லை!" என்று எரிச்சலுடன் கத்திய மீச்சியா, கோபத்தில் முகம் சிவக்க, காரியதரிசியை நோக்கித் திரும்பி வெறித்தனமாகக் கத்தினார். "இதோ உடனே எழுதுங்கள்...உடனே... நான் என் தந்தையைக் கொல்வதற்காக உலக்கையை எடுத்துச் சென்றேன்... ஃபியோதர் பாவ்லோவிச்... அவருடைய தலையில் அடித்து! நல்லது, கனவான்களே, இப்போது உங்களுக்குத் திருப்தியா? உங்கள் மனம் குளிர்ந்துவிட்டதா?" என்று அவர் விசாரணை அதிகாரியையும், வழக்கறிஞரையும் முறைத்துப் பார்த்தார்.

"நீங்கள் எங்களுடைய கேள்விகளால் எரிச்சலடைந்து, அதனால் எங்கள் மீது கோபமடைந்து அதை ஒப்புக் கொள்கிறீர்கள் என்று எங்களுக்கு நன்றாகப் புரிகிறது. ஆனால் நீங்கள் அற்பமானவை என்று நினைக்கும் அந்தக் கேள்விகள் உண்மையில் அவசியமானவை, முக்கியமானவை" என்று அரசு வழக்கறிஞர் வறண்ட குரலில் சொன்னார்.

"ஓஹோ! கனவான்களே, நான் அந்த உலக்கையை எடுத்துச் சென்றேன்... இதுபோன்ற தருணங்களில் ஒருவர் எதற்காகப் பொருட்களைக் கையில் எடுக்க வேண்டும் என்று எனக்குத்

தெரியவில்லை. நான் அதை எடுத்துக் கொண்டு ஓடினேன், அவ்வளவுதான். கனவான்களே, நாம் அதைக் கடந்து செல்வோம், இல்லையென்றால் நான் சத்தியமாக இதற்கு மேல் எதுவும் சொல்ல மாட்டேன்!"

அவர் மேசையின் மீது முழங்கைகளை ஊன்றி, கைகளில் தலையைச் சாய்த்து, அவர்களைப் பார்க்காமல், சுவரை வெறித்துப் பார்த்தபடி, அவருக்குள் கொந்தளித்த மோசமான உணர்வுகளைக் கட்டுப்படுத்த முயன்றார். 'நீங்கள் என்னைத் தூக்கில் போட்டாலும் பரவாயில்லை, நான் இனிமேல் ஒரு வார்த்தையும் பேச மாட்டேன்' என்று அவர்களிடம் சொல்ல வேண்டும் என்ற ஒரு பயங்கரமான உந்துதல் அவருக்கு ஏற்பட்டது.

"இதோ பாருங்கள், கனவான்களே" என்று அவர் மிகுந்த பிரயாசையுடன் அவரைக் கட்டுப்படுத்திக் கொண்டு சொன்னார். "இதோ பாருங்கள், நீங்கள் சொல்வதை எல்லாம் கேட்டுக் கொண்டிருக்கும்போது, நான் கனவு காண்கிறேன்... எனக்கு ஒரு கனவு அடிக்கடித் திரும்பத் திரும்ப வருகிறது. யாரோ ஒரு மனிதன் என்னைத் துரத்துகிறான், நான் அவனைக் கண்டு பயந்து ஓடுகிறேன். அவன் அந்த இருட்டில், கும்மிருட்டில் என்னை விடாமல் துரத்துகிறான். நான் அவனிடமிருந்து தப்பிக்க எங்கோ ஓரிடத்தில் கதவு அல்லது அலமாரிக்குப் பின்னால், மிகக் கேவலமான முறையில் ஒளிந்து கொள்கிறேன். இதில் கொடுமை என்னவென்றால், நான் எங்கே இருக்கிறேன் என்று அவனுக்குத் தெரியும் என்றாலும், அவன் என்னுடைய வேதனையை, பயத்தை ரசிப்பதற்காக, வேண்டுமென்றே நான் எங்கே இருக்கிறேன் என்று தெரியாதது போல நடிக்கிறான்... இப்போது நீங்கள் அதைத் தான் செய்து கொண்டிருக்கிறீர்கள். எனக்கு அப்படித்தான் தோன்றுகிறது!"

"உங்களுக்கு அதைப் போன்ற கனவுகள் வருகிறதா?" என்று அரசு வழக்கறிஞர் கேட்டார்.

"ஆமாம். நீங்கள் அதை எழுதிக் கொள்கிறீர்களா?" என்று மீச்சியா கோணலாகச் சிரித்தார்.

"இல்லை. அதை எழுத வேண்டிய அவசியமில்லை. உங்களுக்கு விசித்திரமான கனவுகள் வருகின்றன."

"ஆனால் கனவான்களே, நான் இப்போது கனவு காணவில்லை! கனவான்களே, அது இப்போது என் வாழ்க்கையில் நிஜமாக நடக்கிறது! நான் ஓநாய், நீங்கள் வேட்டைக்காரர்கள். நீங்கள் என்னை வேட்டையாடுகிறீர்கள்!"

“நீங்கள் அப்படி நினைப்பது தவறு...” என்று நிக்கோலாய் பர்ஃபியோனோவிச் மிகவும் மிருதுவான குரலில் சொன்னார்.

“இல்லை, கனவான்களே, அது தவறில்லை!” என்று மீச்சியா மீண்டும் ஆத்திரப்பட்டாலும், பொங்கி எழுந்த அந்தக் கோபம் அவருடைய மனதைச் சாந்தப்படுத்தியதால், அவரது ஒவ்வொரு வார்த்தையிலும் கிண்டலும், கேலியும் அதிகரித்துக் கொண்டே சென்றது. “நீங்கள் உங்கள் கேள்விகளால் சித்திரவதை செய்யும் ஒரு குற்றவாளியை அல்லது குற்றவாளிக் கூண்டில் நிற்கும் ஒரு கைதியை நம்பாமல் இருக்கலாம், ஆனால் கனவான்களே, ஒரு கண்ணியமான மனிதனின் களங்கமற்ற மனதை நம்ப மறுப்பது (நான் அதைத் தைரியமாகச் சொல்வேன்)... இல்லை! நீங்கள் அதை நம்பித்தான் ஆக வேண்டும்... அதை நம்பாமல் இருக்க உங்களுக்கு உரிமை இல்லை... ஆனால்... ‘மனமே மௌனமாக இரு, பொறுமையாக இரு, அமைதியாக இரு!’ சரி, நான் தொடரட்டுமா?” என்று அவர் திடீரென்று சோகத்துடன் பேச்சை முடித்தார்.

“நீங்கள் மனது வைத்தால் நடக்கும்” என்றார் நிக்கோலாய் பர்ஃபியோனோவிச்.

5. மூன்றாவது சோதனை

மீச்சியா கடுமையான குரலில் பேசத் தொடங்கினார் என்றாலும், சின்னச் சின்ன விவரங்களைக் கூட விட்டுவிடக் கூடாது என்ற முயற்சியுடன் பேசிக் கொண்டிருந்தார் என்பது தெளிவாகத் தெரிந்தது. அவர் வேலியைத் தாண்டி அவரது தந்தையின் தோட்டத்தில் குதித்ததையும், ஜன்னலருகே சென்றதையும், உள்ளே எட்டிப் பார்த்ததையும், அப்போது நடந்த அனைத்தையும் விவரித்தார். குரூஷென்கா அவருடைய தந்தையுடன் இருக்கிறாளா இல்லையா என்பதைத் தெரிந்து கொள்ளும் ஆவலுடன் அவர் காத்திருந்தபோது, அவருடைய மனதில் தோன்றிய உணர்வுகளை மிகத் தெளிவாகவும், துல்லியமாகவும் விவரித்தார். இப்போது விசாரணை அதிகாரியும், அரசு வழக்கறிஞரும் அமைதியாக, உணர்ச்சியற்ற பார்வையுடன் அவரைப் பார்த்து, தயக்கத்துடன் சில கேள்விகளை மட்டும் கேட்டது விசித்திரமாக இருந்தது. அவர்களுடைய முகபாவத்திலிருந்து மீச்சியாவால் எதையும் புரிந்துகொள்ள முடியவில்லை. ‘அவர்கள் மனம் புண்பட்டதால் கோபமாக இருக்கிறார்கள். அவர்களைப் பிசாசு பிடுங்கட்டும்’ என்று அவர்

நினைத்தார். அவர் தனது தந்தையிடம் குரூஷென்கா வந்திருக்கிறாள் என்ற சமிக்ஞையைத் தெரிவித்து, ஜன்னலை திறக்கச் செய்வது என்று முடிவு செய்ததைப் பற்றிச் சொன்னபோது, விசாரணை அதிகாரியும், அரசு வழக்கறிஞரும், 'சமிக்ஞை' என்ற வார்த்தையின் முக்கியத்துவத்தைப் புரிந்து கொள்ளாமல் அதைப் பொருட்படுத் தாமல் விட்டதை மீச்சியா கவனித்தார். இறுதியில், ஜன்னலைத் திறந்து வெளியே எட்டிப் பார்த்த தந்தையின் தலை தெரிந்ததும், அவர் ஆத்திரமும், வெறுப்பும் கொப்பளிக்க சட்டைப் பையிலிருந்து உலக்கையை எடுத்ததைச் சொல்லிவிட்டு, திடீரென்று வேண்டு மென்றே பேச்சை நிறுத்தினார். அப்போது அவர் அவர்களுடைய கண்கள் தன் மீது நிலைத்திருப்பதை உணர்ந்தவராக, சுவரை வெறித்துப் பார்த்தபடி உட்கார்ந்திருந்தார்.

"சரி, நீங்கள் ஆயுதத்தை எடுத்தீர்கள்... பிறகு என்ன ஆயிற்று?" என்று விசாரணை அதிகாரி கேட்டார்.

"அப்புறம்? நான் அவரைக் கொன்றுவிட்டேன்... அவருடைய தலையில் அடித்து மண்டையைப் பிளந்தேன்... அதுதானே உங்கள் கதை, இல்லையா?" என்ற அவருடைய கண்கள் திடீரென்று பளிச்சிட்டன. அவருடைய உள்ளத்தில் அடக்கி வைத்திருந்த கோபமெல்லாம் ஒன்று திரண்டு, திடீரென்று அசாதாரணமான ஆற்றலுடன் வெடித்துக் கிளம்பியது.

"எங்கள் கதையா?" என்றார் நிக்கோலாய் பார்ஃபியோனோவிச். "சரி, அப்படியானால் உங்கள் கதை என்ன?"

மீச்சியா கண்களைத் தாழ்த்திக் கொண்டு நீண்ட நேரம் மௌனமாக இருந்தார்.

"கனவான்களே, என் கதையா? என் கதை இதுதான்" என்று அவர் சாந்தமான குரலில் ஆரம்பித்தார். "யாரோ ஒருவருடைய கண்ணீர் அல்லது என் தாய் கடவுளிடம் செய்த பிரார்த்தனை அல்லது அந்த நேரத்தில் என்னைப் பிரகாசமான ஒரு தேவதை முத்தமிட்டது இதில் எது என்று எனக்குத் தெரியவில்லை, ஆனால் சாத்தான் தோற்றுப்போனது. நான் ஜன்னல் அருகிலிருந்து விலகி, வேலியை நோக்கி ஓடினேன்... அப்போது என் தந்தை முதல் முறையாக என்னைப் பார்த்துவிட்டு, பயத்துடன் அலறிக் கொண்டே ஜன்னல் அருகிலிருந்து துள்ளிக் குதித்து உள்ளே சென்றுவிட்டார். அது எனக்கு நன்றாக நினைவிருக்கிறது. நான் தோட்டத்து வழியாக வேலியை நோக்கி ஓடினேன்... நான் வேலியின் மீது ஏறி தப்பிச் செல்ல முயன்றபோது, கிரிகோரி என்னைப் பிடித்தார்..."

அவர் அதைச் சொல்லிவிட்டு, கண்களை உயர்த்தி, கேட்டுக் கொண்டிருந்தவர்களின் முகங்களைப் பார்த்தார். அவர்கள் எந்தவிதச் சலனமும் இன்றி அவரை உற்றுப் பார்ப்பதாக அவருக்குத் தோன்றியது. அப்போது மீச்சியாவின் உள்ளத்தில் விவரிக்க முடியாத கோபம் கொப்பளித்தது.

"கனவான்களே, நீங்கள் இப்போது என்னைப் பார்த்துச் சிரிக்கிறீர்கள் என்று எனக்குத் தெரிகிறது!" என்று அவர் திடீரென்று சொன்னார்.

"நீங்கள் ஏன் அப்படி நினைக்கிறீர்கள்?" என்று நிக்கோலாய் பார்ஃபியோனோவிச் கேட்டார்.

"நான் சொன்ன ஒரு வார்த்தையைக் கூட நீங்கள் நம்பவில்லை என்று தெரிகிறது. நான் இப்போது ஒரு முக்கியமான கட்டத்தை அடைந்துவிட்டேன் என்று எனக்குப் புரிகிறது. அந்தக் கிழவர் இப்போது மண்டை உடைந்து கிடக்கிறார், ஆனால் நான் அவரைக் கொல்ல விரும்பினேன் என்பதையும், என் சட்டைப் பையிலிருந்து உலக்கையை எடுத்தேன் என்பதையும் நாடகத்தனமாக ஒப்புக் கொண்ட பிறகு, திடீரென்று ஜன்னல் அருகிலிருந்து விலகி ஓடிவிட்டேன் என்று சொன்னால் உங்களால் அதை நம்ப முடியுமா?... ஓர் அருமையான கட்டுக் கதை! நான் சொல்வதை எல்லாம் நீங்கள் நம்ப வேண்டும் என்பது போல! ஹா ஹா ஹா! கனவான்களே, நீங்கள் என்னைப் பார்த்துச் சிரிக்கிறீர்கள்!"

மீச்சியா நாற்காலி கிறீச்சிடும்படி முழு உடலையும் பலமாக அசைத்தார்.

"நீங்கள் ஜன்னல் அருகிலிருந்து ஓடியபோது, வீட்டிலிருந்து தோட்டத்துக்குச் செல்லும் வாசல் கதவு திறந்திருந்ததா இல்லையா என்பதைக் கவனித்தீர்களா?" என்று அரசு வழக்கறிஞர் திடீரென்று மீச்சியாவின் பதட்டத்தைக் கவனிக்காதவர் போலக் கேட்டார்.

"கதவு திறந்திருக்கவில்லை."

"திறந்திருக்கவில்லையா?"

"ஆமாம், கதவு சாத்தியிருந்தது. யார் அதைத் திறந்திருக்க முடியும்? ஆஹா, அந்தக் கதவு, பொறுங்கள்!" என்று கத்திய மீச்சியா எதையோ யோசித்தவர் போல, ஏறக்குறைய திடுக்கிட்டார். "நீங்கள் கதவு திறந்திருப்பதைப் பார்த்தீர்களா?"

"ஆமாம், கதவு திறந்திருந்தது."

"நீங்கள் அதைத் திறக்கவில்லை என்றால் வேறு யார் அதைத் திறந்திருக்க முடியும்?" என்று மீச்சியா ஆச்சரியத்துடன் கேட்டார்.

“கதவு திறந்து கிடந்தது. உங்கள் தந்தையைக் கொன்றவன் சந்தேகத்திற்கு இடமின்றி அதன் வழியாக உள்ளே நுழைந்து, வேலையை முடித்துவிட்டு மீண்டும் அதே வாசல் வழியாக வெளியே சென்றிருக்க வேண்டும்” என்று அரசு வழக்கறிஞர் ஒவ்வொரு வார்த்தையையும் உளியால் செதுக்குவது போல வேண்டுமென்றே அழுத்தமாக உச்சரித்தார். “அது எங்களுக்குத் தெளிவாகத் தெரிகிறது. நாங்கள் மேற்கொண்ட விசாரணையிலிருந்து, உடல் கிடந்த நிலையையும், வேறு சில அம்சங்களையும் வைத்துப் பார்க்கும்போது, கொலையாளி ஜன்னல் வழியாக இல்லாமல் அந்த வாசல் வழியாகச் சென்றிருக்கிறான் என்பது சந்தேகத்திற்கு இடமின்றி நிரூபணமாகிறது. அதில் எள்ளளவும் சந்தேகம் இல்லை.”

மீச்சியா அதைக் கேட்டு திகைத்துப் போனார்.

“கனவான்களே, அது சாத்தியமில்லை!” என்று மீச்சியா குழம்பிப் போனவராகக் கத்தினார். “நான்... நான் உள்ளே செல்லவில்லை... நான் தோட்டத்தில் இருந்தபோதும், அங்கிருந்து ஓடியபோதும் கதவு சாத்தியிருந்தது என்பதை என்னால் உறுதியாகச் சொல்ல முடியும். நான் ஜன்னல் அருகில் நின்று அவரைப் பார்த்தேன், அவ்வளவுதான். அவ்வளவுதான்... நான் அங்கிருந்த அந்த கடைசி வினாடி வரை எனக்கு எல்லாமே ஞாபகம் இருக்கிறது. ஒருவேளை நான் சரியாகக் கவனிக்கவில்லை என்றாலும், கதவு சாத்தியிருந்தது என்பதை என்னால் உறுதியாகச் சொல்ல முடியும், ஏனென்றால் கதவைத் திறப்பதற்குரிய அந்தச் சமிக்ஞைகள் எனக்கும் ஸ்மெர்த்தியாக்கவுக்கும் மட்டுமே தெரியும். என்னுடைய தந்தை அந்தச் சமிக்ஞைகளைக் கேட்காமல் இந்த உலகத்தில் உள்ள யாருக்கும் கதவைத் திறக்க மாட்டார்!”

“சமிக்ஞைகளா? என்ன மாதிரியான சமிக்ஞைகள்?” என்று கத்திய அரசு வழக்கறிஞர், ஏறக்குறைய வெறித்தனமான ஆர்வத்துடன் கேட்டார். அவர் சட்டென்று அவருடைய கண்ணியத்தையும் நிதானத்தையும் இழந்தார். அவர் பதற்றத்துடனும் அச்சத்துடனும் அந்தக் கேள்வியைக் கேட்டார். அவர் இதுவரை அவருக்குத் தெரியாத ஒரு முக்கியமான விஷயத்தை உணர்ந்து கொண்டதும், மீச்சியா அதைச் சொல்லாமல் போனால் என்ன செய்வது என்ற பயம் அவரை ஆட்கொண்டது.

“அப்படியானால் உங்களுக்கு அதைப் பற்றி ஒன்றும் தெரியாது!” என்று மீச்சியா கண்களைச் சிமிட்டி, கேலியாகச் சிரித்தார். “நான் அதைச் சொல்லாவிட்டால் நீங்கள் என்ன செய்வீர்கள்? நீங்கள் அதை எப்படிக் கண்டுபிடிப்பீர்கள்? அந்தச் சமிக்ஞைகளைப் பற்றி இறந்துபோன மனிதரைத் தவிர, எனக்கும்

ஸ்மெர்த்தியாக்கவுக்கும் மட்டுமே தெரியும். அது கடவுளுக்குத் தெரியும் என்றாலும், அவர் உங்களிடம் சொல்ல மாட்டார். அது ஒரு சுவாரஸ்யமான உண்மை. நீங்கள் அதைத் தெரிந்து கொண்டு என்ன செய்வீர்கள் என்பது அந்தச் சாத்தானுக்கே வெளிச்சம். ஹா ஹா ஹா! கனவான்களே, அமைதியாக இருங்கள், நான் உங்களுக்கு அதைச் சொல்கிறேன். உங்கள் மனதில் சில முட்டாள்தனமான கருத்துக்கள் உள்ளன. நீங்கள் விசாரணை செய்து கொண்டிருக்கும் மனிதனை நீங்கள் புரிந்து கொள்ளவில்லை! தனக்குத் தானே தீங்கு விளைவித்துக் கொள்ளும் வகையில், தனக்கு எதிராகச் சாட்சியம் அளிக்கும் ஒரு கைதியை நீங்கள் விசாரணை செய்கிறீர்கள்! ஆமாம், நான் ஒரு மரியாதைக்குரிய மனிதன், ஆனால் நீங்கள் அல்ல!"

அரசு வழக்கறிஞர் அந்தக் கசப்பான மாத்திரைகளை முணுமுணுக்காமல் விழுங்கினார். அவர் அந்த உண்மையைத் தெரிந்துகொள்ள வேண்டும் என்று பொறுமையின்றித் தவித்தார். ஃபியோதர் பாவ்லோவிச், ஸ்மெர்த்தியாக்கவுக்குச் சொல்லிக் கொடுத்த அந்தச் சமிக்ஞைகளைப் பற்றி மீச்சியா விரிவாகவும், துல்லியமாகவும் சொன்னார். மீச்சியா ஜன்னலைத் தட்டும் முறையையும் அதன் பொருளையும் விளக்கியதுடன், அவரே அதை மேசையின் மீது தட்டிக் காட்டினார். நிக்கோலாய் பார்ஃபியோனோவிச், மீச்சியாவிடம், 'நீங்கள் அந்தச் சமிக்ஞையைச் செய்தீர்களா' என்று கேட்டபோது, 'குரூஷென்கா வந்துவிட்டாள்' என்று சமிக்ஞையைத் தட்டியதாக அவர் சொன்னார்.

"இப்போது நீங்கள் உங்கள் கோபுரத்தைக் கட்டலாம்" என்று மீச்சியா மீண்டும் வெறுப்புடன் அவர்களிடமிருந்து முகத்தைத் திருப்பிக் கொண்டார்.

"அப்படியானால், உங்களுக்கும், இறந்துபோன உங்கள் தந்தைக்கும், ஸ்மெர்த்தியாக்கவுக்கும் மட்டும்தான் இதைப் பற்றித் தெரியும், இல்லையா? வேறு யாருக்கும் தெரியாதா?" என்று நிக்கோலாய் பார்ஃபியோனோவிச் மீண்டும் கேட்டார்.

"ஆமாம், வேலைக்காரன் ஸ்மெர்த்தியாக்கவுக்கும் அந்தக் கடவுளுக்கும் தெரியும். கடவுள் பெயரையும் எழுதிக் கொள்ளுங்கள். அது உங்களுக்குப் பயன்படலாம். தவிர, உங்களுக்குக் கடவுளின் உதவி தேவைப்படும்."

உண்மையில் அவர்கள் அதை எழுதத் தொடங்கினார்கள், ஆனால் காரியதரிசி அதை எழுதிக் கொண்டிருந்தபோது, அரசு வழக்கறிஞர் திடீரென்று ஏதோ ஒரு புதிய சிந்தனையை முன் வைப்பது போலப் பேசினார்.

“நீங்கள் உங்கள் தந்தையின் மரணத்திற்கும் உங்களுக்கும் எந்தச் சம்பந்தமும் இல்லை என்று திட்டவட்டமாக மறுப்பதால், ஒருவேளை அந்தச் சமிக்ஞைகளைத் தெரிந்த ஸ்மெர்த்தியாக்கவ், அதைப் பயன்படுத்தி, உங்கள் தந்தையைக் கதவைத் திறக்கும்படிச் செய்து... ஏன் அந்தக் குற்றத்தைச் செய்திருக்கக் கூடாது?”

மீச்சியா அவரை ஏளனமும் வெறுப்பும் கலந்த பார்வையுடன் முறைத்துப் பார்த்தார். அவர் அவருடைய கண்களைச் சிமிட்டும் வரை, மீச்சியா நீண்ட நேரம் அமைதியாக அவரையே பார்த்துக் கொண்டிருந்தார்.

“நீங்கள் மீண்டும் நரியைப் பிடித்துவிட்டீர்கள்” என்று மீச்சியா மௌனத்தைக் கலைத்தார். “நீங்கள் இந்த முறை சரியாக அதன் வாலைப் பிடித்துவிட்டீர்கள். ஹீ ஹீ ஹீ! நான் உங்கள் மூலமாக அதைத் தெளிவாகப் பார்க்க முடிகிறது! நான் நீங்கள் சொல்வதை ஏற்றுக் கொண்டு துள்ளிக் குதித்து, ‘ஆகா, அது அவன்தான், ஸ்மெர்த்தியாக்கவ்தான் கொலைகாரன்!’ என்று உச்சஸ்தாயில் கத்துவேன் என்று நீங்கள் நினைத்தீர்களா? நீங்கள் அதை ஒப்புக் கொள்ளுங்கள். நீங்கள் அதைத்தான் நினைத்தீர்கள் என்பதை ஒப்புக் கொள்ளுங்கள். அதன் பிறகு நான் தொடர்ந்து சொல்கிறேன்.”

ஆனால் அரசு வழக்கறிஞர் அதை ஒப்புக்கொள்ளவில்லை. அவர் மௌனமாகக் காத்திருந்தார்.

“நீங்கள் நினைப்பது தவறு. நான் ஸ்மெர்த்தியாக்கவைக் குற்றம் சொல்ல மாட்டேன்!” என்றார் மீச்சியா.

“அப்படியானால் உங்களுக்கு அவன் மீது சந்தேகம் இல்லையா?”

“ஏன்? நீங்கள் அவன் மீது சந்தேகப்படுகிறீர்களா?”

“ஆமாம், அவன் மீதும் சந்தேகம் உள்ளது.”

மீச்சியா தரையைப் பார்த்தார்.

“கேலி ஒருபுறம் இருக்கட்டும்” என்று மீச்சியா இருண்ட முகத்துடன் சொன்னார். “கவனியுங்கள். எனக்கு ஆரம்பத்திலிருந்தே, நான் திரைச்சீலைக்குப் பின்னாலிருந்து உங்களைப் பார்க்க ஓடி வந்தபோதே, ஸ்மெர்த்தியாக்கவைப் பற்றிய எண்ணம் என் மனதில் இருந்தது. நான் இங்கே உங்கள் முன்னால் அமர்ந்து, நான் நிரபராதி என்று உங்களிடம் தொண்டை கிழியக் கத்திக் கொண்டிருந்தபோது, என் மனம் முழுவதும், ‘ஸ்மெர்த்தியாக்கவ்! ஸ்மெர்த்தியாக்கவ்!’ என்றுதான் அரற்றிக் கொண்டிருந்தது. சொல்லப்போனால் நான் இப்போது கூட சில வினாடிகள்

அவனைப் பற்றி நினைத்தேன் என்றாலும், ‘இல்லை, அது ஸ்மெர்த்தியாக்கவ் இல்லை’ என்று மறுகணம் எனக்குத் தோன்றியது. கனவான்களே, அவன் அதைச் செய்திருக்க முடியாது.”

“அப்படியானால் நீங்கள் வேறு யாரையாவது சந்தேகப்படு கிறீர்களா?” என்று நிக்கோலாய் பர்ஃபியோனோவிச் எச்சரிக்கை யுடன் கேட்டார்.

“அது யாரென்று எனக்குத் தெரியாது. அது சாத்தானா அல்லது கடவுளா என்றும் எனக்குத் தெரியாது. ஆனால்... அது ஸ்மெர்த்தியாக்கவ் அல்ல!” என்று மீச்சியா தீர்மானமாகச் சொன்னார்.

“ஆனால் அது அவன் அல்ல என்று நீங்கள் எப்படி இவ்வளவு உறுதியாகவும், பிடிவாதமாகவும் சொல்கிறீர்கள்?”

“நான் என் உள்ளுணர்வின் நம்பிக்கையிலிருந்து அதைச் சொல்கிறேன். அவன் ஒரு தைரியமில்லாத, கேவலமான மனிதப் பிறவி. அவன் ஒரு கோழை மட்டும் இல்லை, இந்த உலகில் இரண்டு கால்களில் நடக்கும் அனைத்து உயிரினங்களின் ஒட்டுமொத்தக் கோழைத்தனத்தின் மறு உருவம். அவன் ஒரு கோழியைப் போல எல்லாவற்றுக்கும் பயப்படுவான். நான் அவனுடன் பேசும்போதெல்லாம், அவனைக் கொன்று விடுவேனோ என்று பயந்து நடுங்குவான், ஆனால் நான் அவனுக்கு எதிராக ஒருபோதும் என் கையை ஓங்கியதில்லை. அவன் அழுது கொண்டே என் காலடியில் விழுந்து, ‘என்னைப் பயமுறுத்த வேண்டாம்’ என்று கெஞ்சும் விதமாக என் காலணிகளை முத்தமிடுவான். ‘பயமுறுத்த வேண்டாம்’ என்று அவன் சொல்வது மிகவும் விசித்திரமாக இருக்கிறது! நான் அவனுக்குப் பணம் கொடுத்தேன். அவன் வலிப்பு நோயும், பலவீனமான மனமும் கொண்ட ஒரு கோழி என்பதால், எட்டு வயது சிறுவன் கூட அவனை அடிக்க முடியும். அவன் உண்மையில் ஒரு மனிதனே இல்லை. கனவான்களே, அது அவனாக இருக்க முடியாது. அவனுக்குப் பணத்தைப் பற்றி எந்தக் கவலையும் இல்லை; நான் கொடுக்கும் பரிசுகளையும் வாங்க மாட்டான்... தவிர, அவன் ஏன் அந்தக் கிழவரைக் கொலை செய்ய வேண்டும்? அவன் அநேகமாக அவருடைய மகனாக, முறைகேடான மகனாக இருக்கலாம். அது உங்களுக்குத் தெரியுமா?”

“நாங்கள் அந்தக் கதையைக் கேள்விப்பட்டோம். நீங்களும் அவருடைய மகன்தான், ஆனால் அவரைக் கொல்லப் போவதாக எல்லோரிடமும் சொல்லிக் கொண்டிருந்தீர்கள்.”

"நீங்கள் என்ன சொல்ல வருகிறீர்கள் என்று எனக்குப் புரிகிறது. அது மோசமானது, கண்டனத்துக்குரியது. நான் அதற்காகப் பயப்படவில்லை. ஆனால் கனவான்களே, நீங்கள் அதை என் முகத்துக்கு நேராக இப்படிச் சொல்வது அருவருப்பானது, கீழ்த்தரமானது! ஏனெனில் நானே அதை உங்களிடம் சொன்னேன். நான் அவரைக் கொல்ல விரும்பியது மட்டுமின்றி, அதைச் செய்திருக்கவும் முடியும். நான் அவரை ஏறக்குறைய கொல்ல முயன்றேன் என்று உங்களிடம் வெளிப்படையாக ஒப்புக் கொண்டேன்! ஆனால் நான் அவரைக் கொல்லாமல் என் காவல் தேவதை என்னைக் காப்பாற்றிவிட்டது. நீங்கள் அதைக் கணக்கில் எடுத்துக் கொள்ளவில்லை. அது அற்பத்தனமானது, கீழ்த்தரமானது! நான் அவரைக் கொல்லவில்லை, நான் அவரைக் கொலை செய்யவில்லை! உங்களுக்குக் கேட்கிறதா, நான் அவரைக் கொலை செய்யவில்லை."

மீச்சியா ஏறக்குறைய மூச்சுத் திணறினார். அவர் அந்த விசாரணை முழுவதும் ஒரு முறைகூட இப்படி உணர்ச்சி வசப்பட்டதில்லை.

"கனவான்களே, ஸ்மெர்த்தியாக்கவ் உங்களிடம் என்ன சொன்னான்?" என்று அவர் தன்னைச் சுதாரித்துக் கொண்டு கேட்டார். "நான் அதைத் தெரிந்து கொள்ளலாமா?"

"நீங்கள் எங்களிடம் என்ன வேண்டுமானாலும் கேட்கலாம்" என்று அரசு வழக்கறிஞர் உணர்ச்சியின்றி, கண்டிப்பான குரலில் சொன்னார். "நீங்கள் இந்த வழக்குத் தொடர்பாகக் கேட்கும் எந்தக் கேள்வியாக இருந்தாலும், நாங்கள் அதற்குப் பதிலளிக்கக் கடமைப்பட்டுள்ளோம். நீங்கள் விசாரிக்கும் அந்த வேலைக்காரன் ஸ்மெர்த்தியாக்கவ் நினைவிழந்து படுக்கையில் கிடக்கிறான். அவனுக்குத் தொடர்ந்து பத்து முறை வலிப்பு வந்திருக்கிறது. எங்களுடன் இருந்த மருத்துவர் அவனைப் பரிசோதித்துப் பார்த்துவிட்டு, அவன் காலை வரை உயிருடன் இருக்க மாட்டான் என்று எங்களிடம் சொன்னார்."

"அப்படியானால், பிசாசுதான் அவரைக் கொன்றுவிட்டது" என்று மீச்சியா, அந்தக் கணம் வரை தனக்குத்தானே, 'அது ஸ்மெர்த்தியாக்கவா இல்லையா?' என்று கேட்டுக் கொண்டிருந்தது போல திடீரென்று சொன்னார்.

"சரி, நாம் அதைப் பற்றிப் பிறகு பார்க்கலாம்" என்று நிக்கோலாய் பர்ஃபியோனோவிச் முடிவு செய்தார். "இப்போது நீங்கள் உங்களுடைய வாக்குமூலத்தைத் தொடர விரும்புகிறீர்களா?"

மீச்சியா ஓய்வெடுக்க விரும்புவதாகச் சொன்னார். அவருடைய கோரிக்கை மரியாதையுடன் ஏற்றுக் கொள்ளப்பட்டது. அவர் இளைப்பாறிய பிறகு மீண்டும் தொடர்ந்தார். ஆனால் அவர் மிகுந்த மனச்சோர்வுடன் இருப்பது தெளிவாகத் தெரிந்தது. அவர் உடல் ரீதியாகவும், மன ரீதியாகவும் களைப்படைந்து, நொறுங்கிப் போயிருந்தார். மேலும் நிலைமையை மோசமாக்கும் வகையில், அரசு வழக்கறிஞர் வேண்டுமென்றே 'அற்பமான' விவரங்களைக் கேட்டுக் குறுக்கிட்டு அவருடைய கோபத்தைத் தூண்டினார். கிரிகோரி வேலியின் மீதிருந்த மீச்சியாவின் இடது காலைப் பிடித்து இழுத்தபோது, அவர் அவனுடைய தலையில் உலக்கையால் அடித்துவிட்டு, உடனே அவன் மீது பாய்ந்ததை விவரித்தபோது, அரசு வழக்கறிஞர் அவரைக் குறுக்கிட்டு, வேலியின் மீது எப்படி அமர்ந்திருந்தார் என்பதை விளக்கச் சொன்னார். மீச்சியா அதைக் கேட்டு வியப்படைந்தார்.

"இப்படி... ஒரு கால் வேலியின் இந்தப் பக்கம் மற்றொரு கால் அந்தப் பக்கம்..."

"அந்த உலக்கை?"

"உலக்கை என் கையில் இருந்தது."

"அது உங்கள் சட்டைப் பையில் இல்லையா? அது உங்களுக்கு நன்றாக நினைவிருக்கிறதா? நீங்கள் அவரைப் பலமாக அடித்தீர்களா?"

"ஆமாம், அது பலமான அடிதான். நீங்கள் ஏன் அதைக் கேட்கிறீர்கள்?"

"நீங்கள் இப்போது வேலியின் மீது அமர்ந்திருந்தது போல உட்கார்ந்து, நீங்கள் எந்தத் திசையில் கையை வீசி அவரைத் தாக்கினீர்கள் என்பதைக் காட்ட முடியுமா?"

"நீங்கள் என்னைக் கேலி செய்யவில்லை, இல்லையா?" என்று மீச்சியா அவரைக் கோபத்துடன் பார்த்தார் என்றாலும், அரசு வழக்கறிஞர் அசரவில்லை. மீச்சியா சட்டென்று திரும்பி நாற்காலியில் கால்களை அகற்றி வைத்துக் கொண்டு கைகளை வீசினார்.

"நான் இப்படித்தான் அவரைத் தாக்கினேன். நான் இப்படித்தான் அவரை அடித்து வீழ்த்தினேன். உங்களுக்கு மேலும் என்ன தெரிய வேண்டும்?"

"நன்றி. நீங்கள் ஏன், எதற்காக, எந்த நோக்கத்துடன் கீழே குதித்தீர்கள் என்பதைச் சொல்ல முடியுமா?"

"அட, நாசமாய்ப் போக... நான் அடிபட்டவனைப் பார்க்கக் கீழே குதித்தேன்... ஏன் என்று தெரியவில்லை!"

நற்றிணை பதிப்பகம் ○ 791

“நீங்கள் பதறிப்போய் அங்கிருந்து ஓடிவிட வேண்டும் என்று நினைத்தபோதும் அதைச் செய்தீர்களா?”

“ஆமாம், நான் பதற்றத்தில் அங்கிருந்து ஓடிவிட வேண்டும் என்று நினைத்தாலும் அதைச் செய்தேன்.”

“நீங்கள் அவருக்கு உதவி செய்ய முயன்றீர்களா?”

“உதவி! ஆமாம், ஒருவேளை நான் அவருக்கு உதவி செய்ய விரும்பியிருக்கலாம்... ஆனால் எனக்கு நினைவில்லை.”

“உங்களுக்கு ஞாபகம் இல்லையா? அப்போது நீங்கள் என்ன செய்கிறீர்கள் என்று உங்களுக்கே தெரியவில்லையா?”

“அப்படியில்லை. எனக்கு எல்லாமே, ஒவ்வொரு விவரமும் தெளிவாக நினைவிருக்கிறது. நான் கீழே குதித்து அவரைப் பார்த்து, என் கைக்குட்டையால் அவருடைய முகத்தைத் துடைத்தேன்.”

“நாங்கள் உங்கள் கைக்குட்டையைப் பார்த்தோம். நீங்கள் அவருக்கு நினைவு திரும்பும் என்று எதிர்பார்த்தீர்களா?”

“நான் அதை எதிர்பார்த்தேனா என்று எனக்குத் தெரியவில்லை. நான் அவர் உயிருடன் இருக்கிறாரா இல்லையா என்பதைத் தெரிந்து கொள்ள விரும்பினேன்.”

“நீங்கள் அதை உறுதி செய்துகொள்ள விரும்பினீர்கள். சரி, அப்புறம் என்ன?”

“நான் ஒரு மருத்துவர் அல்ல என்பதால், என்னால் உறுதியாக அதைத் தெரிந்துகொள்ள முடியவில்லை. நான் அவரைக் கொன்றுவிட்டதாக நினைத்து அங்கிருந்து ஓடிவிட்டேன். ஆனால் அவர் பிழைத்துக் கொண்டார்.”

“பிரமாதம்” என்றார் அரசு வழக்கறிஞர். “நன்றி. நான் தெரிந்துகொள்ள விரும்பியது அவ்வளவுதான். நீங்கள் தயவுசெய்து தொடருங்கள்.”

அந்தோ! மீச்சியா அந்தக் கிழவரின் மீது இரக்கப்பட்டுக் கீழே குதித்து, நெடுஞ்சாண்கிடையாக விழுந்து கிடந்த உருவத்தின் அருகில் நின்று, ‘கிழவரே, இது துரதிருஷ்டத்தைத் தவிர வேறில்லை, ஒன்றும் செய்ய முடியாது’ என்று வருத்தத்துடன் முணுமுணுத்தது அவருக்கு நன்றாக நினைவிருந்தது என்றாலும், அதை அவர்களிடம் சொல்ல வேண்டும் என்று அவருக்குத் தோன்றவில்லை. எனவே, அரசு வழக்கறிஞர், ‘குற்றவாளி அவருடைய குற்றத்திற்குச் சாட்சியான மனிதன் உயிருடன் இருக்கிறாரா இல்லையா என்பதை உறுதிப்படுத்திக் கொள்ளும் நோக்கத்துடன் கீழே குதித்திருக்கிறார். ஆகவே குற்றவாளி அந்த நேரத்திலும் ஆற்றலும்,

நிதானமும், முடிவெடுக்கும் திறனும், விஷயங்களைக் கணிக்கும் முன்னறிவும் உடையவராக இருந்திருக்கிறார்' என்ற முடிவுக்கு வந்தார். 'நான் பதற்றமடைந்த அந்த மனிதனிடம், 'அற்பமான' விஷயங்களைக் கேட்டுத் தூண்டிவிட்டு, தேவையானதைக் கறந்துவிட்டேன்' என்று அரசு வழக்கறிஞர் மகிழ்ச்சியடைந்தார்.

மீச்சியா மிகுந்த வேதனையுடன் தொடர்ந்தார். ஆனால் இந்த முறை நிக்கோலாய் பர்ஃபியோனோவிச் அவரைத் தடுத்து நிறுத்தினார்.

"உங்கள் கைகளில் இரத்தக் கறை படிந்த நிலையில், பின்னர் தெரிந்து கொண்ட தகவலின்படி முகத்திலும் கூட கறையுடன், நீங்கள் எப்படி வேலைக்காரி ஃபேன்யாவைப் பார்க்கச் சென்றீர்கள்?"

"அப்போது நான் அதைக் கவனிக்கவில்லை!" என்றார் மீச்சியா.

"அது நம்பக்கூடியது, சில சமயம் அப்படி நடக்கலாம்" என்று அரசு வழக்கறிஞர், நிக்கோலாய் பர்ஃபியோனோவிச்சுடன் பார்வையைப் பரிமாறிக் கொண்டார்.

"நான் அதைக் கவனிக்கவில்லை. அரசு வழக்கறிஞரே, நீங்கள் சொல்வது சரிதான்!" என்று மீச்சியா சட்டென்று அவர் சொன்னதை ஆமோதித்தார். மீச்சியா அடுத்ததாக, அவர் குரூஷென்காவின் வாழ்க்கையிலிருந்து 'விலகி' அவர்களின் மகிழ்ச்சியான வாழ்க்கைக்கு 'வழிவிடுவது' என்று தீர்மானித்ததை விவரித்தார். ஆனால் அவர் முன்பு செய்ததைப் போல அவருடைய 'இதய ராணியைப்' பற்றி அவர்களிடம் மனதைத் திறந்து சொல்ல முடியவில்லை. 'மூட்டைப் பூச்சியைப் போல அவருடைய இரத்தத்தை உறிஞ்சிய' அந்த இரக்கமற்ற மனிதர்களின் முன்னிலையில் அவர் அவளைப் பற்றிப் பேச விரும்பவில்லை. எனவே அவர் அவர்கள் திரும்பத் திரும்பக் கேட்ட கேள்விகளுக்கு, வெடுக்கென்று சுருக்கமாகப் பதில் சொன்னார்.

"நான் தற்கொலை செய்துகொள்ள முடிவு செய்தேன். நான் ஏன் வாழ வேண்டும் என்ற கேள்வி என் முகத்தில் அறைந்தது. அவளுக்கு அநீதி இழைத்த அவளுடைய முதல் காதலன், ஐந்து ஆண்டுகளுக்குப் பிறகு, அவனுடைய தவறுக்குப் பிராயச்சித்தமாக அவளைத் திருமணம் செய்துகொள்ள வந்திருக்கிறான்... நான் எல்லாமே முடிந்துவிட்டது என்று புரிந்து கொண்டேன்... இப்போது எனக்குப் பின்னால் அவமானம், அந்த இரத்தம், கிரிகோரியின் இரத்தம்... நான் ஏன் வாழ வேண்டும்? நான் அடமானம் வைத்திருந்த துப்பாக்கிகளை மீட்டுச் சென்று,

விடியற்காலையில் என் தலைக்குள் ஒரு தோட்டாவைச் செலுத்த முடிவு செய்தேன்....”

“இரவு கேளிக்கை விருந்து நடத்தினீர்களா?”

“ஆமாம். நாசமாய்ப் போக. கனவான்களே, சீக்கிரம் முடியுங்கள். நான் நகரத்திலிருந்து வெகுதூரத்தில் உள்ள கிராமத்திற்குச் சென்று, அதிகாலை ஐந்து மணிக்கு அதைச் செய்யத் திட்டமிட்டேன். நான் அதற்காக என் சட்டைப் பையில் ஏற்கனவே ஒரு குறிப்பை எழுதி வைத்தேன். நான் பெர்கோட்டின் வீட்டில் என்னுடைய கைத்துப்பாக்கியில் தோட்டாவை நிரப்பியபோது அதை எழுதினேன். இதோ அந்தக் குறிப்பு. அதைப் படியுங்கள்! நான் இதையெல்லாம் உங்களுக்காகச் சொல்லவில்லை” என்று அவர் திடீரென்று வெறுப்புடன் சொல்லிவிட்டு, அவருடைய கால்சட்டைப் பையிலிருந்து அந்தக் குறிப்பை எடுத்து மேசையின் மீது வீசினார். அவர்கள் ஆர்வத்துடன் அதைப் படித்துவிட்டு, வழக்கம் போல ஆவணங்களுடன் வைத்துக் கொண்டனர்.

“நீங்கள் பெர்கோட்டின் வீட்டிற்குச் சென்றபோது கூட இரத்தக் கறையைக் கழுவ வேண்டும் என்று தோன்றவில்லையா? அதனால் உங்கள் மீது சந்தேகம் ஏற்படும் என்று நீங்கள் பயப்படவில்லையா?”

“என்ன சந்தேகம்? சந்தேகம் ஏற்படுமோ இல்லையோ என்று நான் கவலைப்படவில்லை. நான் வேகமாக இங்கே வந்து, அதி காலை ஐந்து மணிக்கு என்னை நானே சுட்டுக் கொண்டிருப்பேன் என்பதால், என்னைத் தடுக்க யாருக்கும் நேரம் இருந்திருக்காது. என் தந்தைக்கு மட்டும் எதுவும் நடக்காமல் இருந்திருந்தால், உங்களால் எதையும் கண்டுபிடித்திருக்க முடியாது, நீங்களும் இங்கு வந்திருக்க மாட்டீர்கள். ஓ, அது சாத்தானின் வேலை. சாத்தான் என் தந்தையைக் கொன்றது. நீங்கள் சாத்தான் மூலமாக எல்லாவற்றையும் சீக்கிரமாகக் கண்டுபிடித்து விட்டீர்கள். நீங்கள் எப்படி இவ்வளவு சீக்கிரம் இங்கே வந்தீர்கள்? அது ஓர் அதிசயம், ஆச்சரியம்!”

“நீங்கள் பெர்கோட்டினைப் பார்க்கச் சென்றபோது, உங்கள் கைகளில் இருந்த இரத்தக் கறை... உங்கள் கையில் இருந்த நிறைய பணம்... நூறு ரூபிள் நோட்டுகள்... ஆகியவற்றைப் பற்றி அவர் எங்களிடம் சொன்னார். அந்த வேலைக்காரச் சிறுவனும் அதைப் பார்த்ததாகச் சொன்னான்.”

“ஆமாம், கனவான்களே, அது உண்மைதான். எனக்கு நினைவிருக்கிறது.”

"இப்போது ஒரு சிறிய கேள்வி எழுகிறது. உங்களால் அதற்குப் பதில் சொல்ல முடியுமா?" என்று நிக்கோலாய் பர்ஃபியோனோவிச் மென்மையான குரலில் கேட்டார். "உங்களுக்குத் திடீரென்று அவ்வளவு பணம் எங்கிருந்து கிடைத்தது? உண்மையின் அடிப்படையிலும், நேரத்தைக் கருத்தில் கொண்டும் பார்க்கும்போது, நீங்கள் உங்கள் வீட்டிற்குச் செல்லவில்லை என்று தெரிகிறது."

அரசு வழக்கறிஞர் அந்தக் கேள்வியின் வெளிப்படைத் தன்மையைக் கண்டு முகத்தைச் சுளித்தார் என்றாலும், அவர் நிக்கோலாய் பர்ஃபியோனோவிச்சைக் குறுக்கிடவில்லை.

"இல்லை, நான் வீட்டிற்குப் போகவில்லை" என்று மீச்சியா அமைதியாகச் சொல்லிவிட்டு, தரையை வெறித்துப் பார்த்தார்.

"நல்லது, அப்படியானால் நான் மீண்டும் அந்தக் கேள்வியைக் கேட்க என்னை அனுமதியுங்கள்" என்று நிக்கோலாய் பர்ஃபியோனோவிச், எச்சரிக்கையுடன் தொடர்ந்தார். "நீங்களே ஒப்புக் கொண்டபடி, அதே நாளில் மாலை ஐந்து மணிக்கு, திடீரென்று உங்களுக்கு அவ்வளவு பெரிய தொகை எங்கிருந்து கிடைத்தது..."

"எனக்கு பத்து ரூபிள்கள் தேவைப்பட்டதால், நான் என்னுடைய துப்பாக்கிகளைப் பெர்கோட்டினிடம் அடகு வைத்தேன். நான் அதன் பிறகு திருமதி. கோஹ்லக்கோவிடம் மூவாயிரம் ரூபிள்களைக் கடன் வாங்கப் போனேன், ஆனால் அவள் எனக்குப் பணம் கொடுக்கவில்லை..." என்று ஆரம்பித்த மீச்சியா திடீரென்று, "ஆமாம், கனவான்களே, அப்போது என்னிடம் பணம் இல்லாத நிலையில், திடீரென்று எனக்கு ஆயிரக்கணக்கான ரூபிள்கள் கிடைத்தது விசித்திரமாக இருக்கிறது, இல்லையா? கனவான்களே, அது எனக்கு எங்கிருந்து கிடைத்தது என்று நான் சொல்ல மாட்டேன் என்று நீங்கள் பயப்படுகிறீர்களா? ஆமாம், அது உண்மைதான். கனவான்களே, நீங்கள் நினைப்பது சரிதான், நான் அதைச் சொல்ல மாட்டேன். உங்களால் அதைத் தெரிந்துகொள்ள முடியாது" என்று மீச்சியா அசாதாரணமான தீர்மானத்துடன் சொன்னார்.

விசாரணையாளர்கள் ஒரு கணம் மௌனமாக இருந்தார்கள்.

"மிஸ்டர் கரமசோவ், நாங்கள் அதைத் தெரிந்துகொள்வது எவ்வளவு அவசியம் என்பதை நீங்கள் புரிந்துகொள்ள வேண்டும்" என்று நிக்கோலாய் பர்ஃபியோனோவிச் மென்மையாகவும், பணிவாகவும் சொன்னார்.

"எனக்குப் புரிகிறது, ஆனால் நான் அதை உங்களிடம் சொல்ல முடியாது."

 நற்றிணை பதிப்பகம் ○ 795

அப்போது அரசு வழக்கறிஞர் குறுக்கிட்டு, குற்றவாளி அவருக்கு அனுகூலமாக இருப்பதாக நினைத்தால், கேள்விகளுக்குப் பதில் சொல்லாமல் இருக்க அவருக்கு முழு உரிமை உண்டு என்றும், ஆனால் சந்தேகத்திற்குரிய நபர் மிகவும் முக்கியமான கேள்விகளுக்குப் பதில் சொல்லாமல் இருப்பதன் மூலம் தனக்குத் தானே தீங்கு செய்துகொள்கிறார் என்றும் சொன்னார்.

"கனவான்களே, போதும் நிறுத்துங்கள். நான் இந்தச் சொற்பொழிவை முன்பே கேட்டுவிட்டேன்!" என்று மீச்சியா இடைமறித்தார். "அது எவ்வளவு முக்கியமானது என்பதையும், அது இந்த வழக்குக்கு அடிப்படையானது என்பதையும் என்னால் புரிந்துகொள்ள முடிகிறது. இருந்தாலும் என்னால் அதற்குப் பதில் சொல்ல முடியாது."

"அதைப் பற்றி எங்களுக்குக் கவலையில்லை. அது எங்கள் சம்பந்தப்பட்ட விஷயமில்லை, உங்கள் சம்பந்தப்பட்டது. அதனால் உங்களுக்கு நீங்களே தீங்கு செய்து கொள்கிறீர்கள்" என்று நிக்கோலாய் பர்ஃபியோனோவிச் பதற்றத்துடன் சொன்னார்.

"கனவான்களே, போதும், உங்கள் விளையாட்டை நிறுத்துங்கள்" என்று மீச்சியா, கண்களை உயர்த்தி அவர்களை உற்றுப் பார்த்தார். "விசாரணையின் இந்தக் கட்டத்தில் நாம் மோதிக்கொள்வோம் என்ற உள்ளுணர்வு எனக்கு ஆரம்பத்திலிருந்தே இருந்தது. ஆனால் நான் என் வாக்குமூலத்தைச் சொல்லத் தொடங்கியபோது, இவை எல்லாமே தொலைதூர மூடுபனியில் மிதந்து கொண்டிருப்பது போலிருந்தது. மேலும் நமக்கிடையில் பரஸ்பர நம்பிக்கை நிலவ வேண்டும் என்று உங்களிடம் சொல்லும் அளவுக்கு நான் அப்பாவியாக இருந்தேன். ஆனால் அந்த நம்பிக்கை சாத்தியமில்லை என்று எனக்கு இப்போது புரிகிறது, ஏனெனில் நாம் எப்படியும் இந்த நாசமாய்ப் போன முட்டுச்சந்துக்கு வந்திருப்போம். இப்போது நாம் அதன் முன்னால் நிற்கிறோம், அதைத் தாண்டிச் செல்வது சாத்தியமில்லை. எல்லாம் முடிந்துவிட்டது! ஆனால் நான் உங்களைக் குறை சொல்லவில்லை. நான் சொல்வதை வைத்து மட்டுமே நீங்கள் எல்லாவற்றையும் நம்ப முடியாது என்று எனக்கு நன்றாகப் புரிகிறது!"

அவர் இருண்ட முகத்துடன் மௌனத்தில் ஆழ்ந்தார்.

"ஆனால் மிஸ்டர் கரமசோவ், இந்த முக்கியமான விஷயத்தில் மௌனமாக இருக்க வேண்டும் என்ற உங்கள் தீர்மானத்தைக் கைவிடாமல், அதே நேரத்தில், உங்களுக்கு ஆபத்தான இந்த நெருக்கடியான சூழ்நிலையில், பதிலளிக்க மறுக்கும் அளவுக்கு என்ன முக்கியமான காரணம் இருக்க முடியும் என்பதைப் பற்றி ஒரு சிறிய குறிப்பை எங்களுக்குத் தர முடியாதா?"

மீச்சியா சோகமாக, கனவு காண்பவரைப் போலச் சிரித்தார்.

"கனவான்களே, நான் நீங்கள் நினைப்பதை விட நல்லவன். அதற்குக் காரணம் என்னவென்று சொல்கிறேன். நீங்கள் அந்தக் குறிப்பைத் தெரிந்துகொள்ளத் தகுதியானவர்கள் அல்ல என்றாலும் நான் அதைத் தருகிறேன். கனவான்களே, நான் அதைப் பற்றி வாயைத் திறக்க மாட்டேன், ஏனென்றால் அது என் கௌரவத்திற்குக் களங்கத்தை ஏற்படுத்தும். நான் அந்தப் பணம் எங்கிருந்து கிடைத்தது என்ற உண்மையைச் சொன்னால், அது நான் என் தந்தையைக் கொன்று பணத்தைத் திருடியதைக் காட்டிலும் மிகப் பெரிய அவமானமாக இருக்கும். எனவே என்னால் அதைச் சொல்ல முடியாது. நான் அவமானத்திற்குப் பயந்து வாயை மூடிக் கொண்டிருக்கிறேன். கனவான்களே, நீங்கள் அதை எழுத விரும்புகிறீர்களா?"

"ஆமாம்" என்று நிக்கோலாய் பர்ஃபியோனோவிச் முணுமுணுத்தார்.

"நான் 'அவமானம்' என்று சொன்ன அந்தப் பகுதியை நீங்கள் எழுதக்கூடாது. நான் உங்களிடம் சொல்ல வேண்டும் என்ற நல்ல எண்ணத்தில் அதைச் செய்தேன். நான் அதைச் சொல்ல வேண்டிய அவசியம் இல்லை என்றாலும், அதை ஒரு பரிசாக உங்களுக்குக் கொடுத்தேன். ஆனால் நீங்கள் அதை உடனடியாக எனக்கு எதிரான ஆதாரமாகப் பயன்படுத்த நினைக்கிறீர்கள். சரி, எழுதுங்கள், உங்கள் விருப்பம் போல எழுதித் தொலையுங்கள்" என்று மீச்சியா வெறுப்புடன் சொன்னார். "நான் உங்களைக் கண்டு பயப்படவில்லை... நான் உங்களுக்கு முன்னால் கர்வத்துடன் இருக்கிறேன்."

"அது என்ன அவமானம் என்று சொல்ல முடியுமா?" என்று நிக்கோலாய் பர்ஃபியோனோவிச் ஆரம்பித்தார்.

அரசு வழக்கறிஞர் முகத்தைச் சுளித்தார்.

"இல்லை, அது முடிந்துவிட்டது. நீங்கள் கவலைப்படாதீர்கள். நான் இதற்கு மேலும் என்னை நானே இழிவுபடுத்திக் கொள்ள வேண்டிய அவசியம் இல்லை. நான் உங்களால் ஏற்கனவே போதுமான அளவுக்கு என்னை அவமானப்படுத்திக் கொண்டேன். நீங்களோ அல்லது வேறு யாருமோ அதற்குத் தகுதியானவர்கள் அல்ல... கனவான்களே, போதும், நான் அதை இத்துடன் முடித்துக் கொள்கிறேன்."

அது அத்துடன் முடிவுக்கு வந்தது. நிக்கோலாய் பர்ஃபியோ னோவிச் அதற்கு மேல் வற்புறுத்தவில்லை என்றாலும், இப்போலித் கிரில்லோவிச்சின் பார்வையிலிருந்து அவர் இன்னும் நம்பிக்கையைக் கைவிடவில்லை என்று தெரிந்து கொண்டார்.

 நற்றிணை பதிப்பகம் ○ 797

"சரி, நீங்கள் மிஸ்டர் பெர்கோட்டின் வீட்டிற்குச் சென்றபோது, உங்களிடம் எவ்வளவு பணம் இருந்தது? அதாவது, உங்களிடம் எத்தனை ரூபிள்கள் இருந்தன என்பதையாவது எங்களிடம் சொல்ல முடியுமா?"

"இல்லை, என்னால் அதையும் சொல்ல முடியாது."

"நீங்கள் திருமதி. கோஹ்லக்கோவிடமிருந்து மூவாயிரம் ரூபிள்களை வாங்கியதாக, பெர்கோட்டினிடம் சொன்னீர்கள் என்று நான் நினைக்கிறேன்."

"ஒருவேளை நான் சொல்லியிருக்கலாம். கனவான்களே, போதும். என்னிடம் எவ்வளவு பணம் இருந்தது என்பதை நான் சொல்ல மாட்டேன்."

"அப்படியானால் நீங்கள் எப்படி இங்கே வந்தீர்கள், இங்கே வந்தபிறகு என்ன செய்தீர்கள் என்பதைத் தயவு செய்து விவரிக்க முடியுமா?"

"நீங்கள் அதை இங்குள்ள உள்ளூர்வாசிகளிடம் கேட்டுத் தெரிந்து கொள்ளலாம். ஆனால் நீங்கள் விரும்பினால் சொல்கிறேன்."

அவர் அவர்களிடம் சொன்னார், ஆனால் நாம் மீண்டும் அதை இங்கே விவரிக்கப் போவதில்லை. அவர் எந்த உணர்ச்சியுமின்றி, சுருக்கமாக அதைச் சொன்னார். அவர் அவருடைய காதலைப் பற்றிப் பரவசமாகப் பேசவில்லை, ஆனால் 'சூழ்நிலையில் ஏற்பட்ட திடீர் மாற்றத்தால்' தற்கொலை செய்துகொள்ளும் எண்ணத்தைக் கைவிட்டதாகச் சொன்னார். அவர் ஏன், எதற்காக என்ற விவரங்களுக்குள் செல்லாமல், மேலோட்டமாகக் கதையைச் சொன்னார். இந்த முறை விசாரணையாளர்கள் அவரை அதிகமாகத் தொந்தரவு செய்யவில்லை. அவர்களுக்குத் தேவையான முக்கியமான விஷயங்கள் எதுவும் அவற்றில் இல்லை என்பது தெளிவாகத் தெரிந்தது.

"நாங்கள் இவை அனைத்தையும் சரிபார்த்து, உங்கள் முன்னிலையில் நடக்கும் விசாரணையில் சாட்சிகளை விசாரிக்கும்போது, மீண்டும் எல்லாவற்றையும் கேட்போம்" என்று நிக்கோலாய் பர்ஃபியோனோவிச் விசாரணையை முடித்தார். "இப்போது நீங்கள் உங்களிடம் உள்ள அனைத்துப் பொருட்களையும், குறிப்பாக உங்களிடம் உள்ள எல்லா பணத்தையும் மேசையின் மீது வைக்கும்படிக் கேட்டுக் கொள்கிறோம்."

"கனவான்களே, பணமா? அது எனக்குப் புரிகிறது. ஆனால் நீங்கள் இதற்கு முன்பு அதைப் பற்றி எதுவும் கேட்காதது எனக்கு

ஆச்சரியமாக இருக்கிறது. நான் இங்கே உங்கள் முன்னால் அமர்ந்திருக்கும்போது எங்கும் போக முடியாது என்பது உண்மைதான். சரி, இதோ பணம். அதை எண்ணி எடுத்துக் கொள்ளுங்கள். என்னிடம் அவ்வளவுதான் இருக்கிறது என்று நினைக்கிறேன்" என்று அவர் எல்லா சட்டைப் பைகளையும் துழாவி எல்லா சில்லறைகளையும், இடுப்பின் பக்கவாட்டு பையிலிருந்து இரண்டு இருபது கோபெக் நாணயங்களையும் எடுத்து வைத்தார். அவர்கள் எல்லாவற்றையும் எண்ணிப் பார்த்தபோது, எண்ணூற்று முப்பத்தாறு ரூபிள்களும், நாற்பது கோபெக்குகளும் இருந்தன.

"அவ்வளவுதானா?" என்று விசாரணை அதிகாரி கேட்டார்.

"ஆமாம்."

"நீங்கள் சற்று முன்னர் உங்களுடைய வாக்குமூலத்தில் பிளாட்டினிகோவ் கடையில் முன்னூறு ரூபிள்களைச் செலவழித்ததாகவும், பெர்கோடினுக்குப் பத்து ரூபிள்களும், வண்டியோட்டிக்கு இருபது ரூபிள்களும் கொடுத்ததாகவும், சீட்டாட்டத்தில் இருநூறு ரூபிள்களை இழந்ததாகவும் சொன்னீர்கள். அப்புறம்..."

நிக்கோலாய் பர்ஃபியோனோவிச் எல்லாவற்றையும் கணக்கிட்டார். மீச்சியா அவருக்கு உதவினார். அவர்கள் ஒரு கோபெக்கைக் கூட விட்டுவிடாமல் எல்லாவற்றையும் கவனமாகக் கணக்கில் எடுத்துக் கொண்டார்கள். நிக்கோலாய் பர்ஃபியோனோவிச் எல்லாவற்றையும் வேகமாகக் கூட்டிக் கணக்கிட்டார்.

"இந்த எண்ணூறு ரூபிள்களையும் சேர்த்து, உங்களிடம் சுமார் ஆயிரத்து ஐநூறு ரூபிள்கள் இருந்திருக்க வேண்டும் என்று தெரிகிறது."

"அப்படித்தான் நினைக்கிறேன்" என்று மீச்சியா சிடுசிடுத்தார்.

"ஆனால் எல்லோரும் உங்களிடம் இன்னும் அதிகமாக இருந்தது என்று எப்படிச் சொன்னார்கள்?"

"அவர்கள் என்ன வேண்டுமானாலும் சொல்லலாம்."

"ஆனால் நீங்களே சொன்னீர்கள்."

"ஆமாம், நானும் அப்படித்தான் சொன்னேன்."

"நாங்கள் இன்னும் விசாரணை செய்யாத சாட்சியங்களுடன் இவை அனைத்தையும் சரிபார்ப்போம். நீங்கள் உங்கள் பணத்தைப் பற்றிக் கவலைப்பட வேண்டாம். அது ஒரு பத்திரமான இடத்தில் இருக்கும். விசாரணை முடிந்த பிறகு அது உங்களிடம் திருப்பித்

 நற்றிணை பதிப்பகம் ○ 799

தரப்படும்... அதாவது உங்களுக்கு மறுக்க முடியாத உரிமை உள்ளது என்று நிரூபணமானால்... சரி, இப்போது..."

நிக்கோலாய் பர்ஃபியோனோவிச் திடீரென்று எழுந்து நின்று, 'உங்களையும், உங்களுடைய ஆடைகளையும்' முழுமையாகச் சோதனையிட வேண்டிய 'கட்டாயமும் கடமையும்' இருப்பதாக மீச்சியாவிடம் உறுதியான குரலில் தெரிவித்தார்.

"கனவான்களே, நான் எல்லா பைகளையும் உதறிக் காட்டுகிறேன்" என்று மீச்சியா அனைத்துச் சட்டைப் பைகளையும் திருப்பத் தொடங்கினார்.

"நீங்கள் உங்களுடைய ஆடைகளைக் கழற்ற வேண்டும்."

"என்ன? ஆடைகளை அவிழ்ப்பதா? நாசமாய்ப் போக! நீங்கள் இப்படியே தேட முடியாதா?"

"டிமிட்ரி ஃபியோதரோவிச், அது முற்றிலும் சாத்தியமில்லை. நீங்கள் கட்டாயம் உங்கள் ஆடைகளைக் கழற்ற வேண்டும்."

"சரி, நீங்கள் விரும்பியபடி" என்று மீச்சியா இருண்ட முகத்துடன் சம்மதித்தார். "தயவு செய்து இங்கே வேண்டாம், திரைச்சீலைக்குப் பின்னால் போகலாம். யார் என்னைச் சோதனையிடுவார்கள்?"

"ஆமாம், திரைச்சீலைக்குப் பின்னால்" என்று நிக்கோலாய் பர்ஃபியோனோவிச் அதற்குச் சம்மதிப்பதாகத் தலையை ஆட்டினார். அவருடைய சிறிய முகத்தில் ஒரு விநோதமான, தீவிரமான பாவனை வெளிப்பட்டது.

6. அரசு வழக்கறிஞர் மீச்சியாவிடம் உண்மையை வரவழைத்தார்

மீச்சியா முற்றிலும் எதிர்பாராத, அவரைத் திகைப்பில் ஆழ்த்திய ஒரு விஷயம் நடந்தது. மீச்சியா கரமசோவை ஒருவன் இப்படி நடத்த முடியும் என்று அவர் ஒரு நிமிடத்திற்கு முன்பு கூட நினைத்துப் பார்க்கவில்லை. எல்லாவற்றுக்கும் மேலாக அது அவருக்கு அவமானமாக இருந்த அதே சமயம், அவர்கள் அவரை 'அகந்தையுடனும் இகழ்ச்சியுடனும்' நடத்தினார்கள். அவருக்கு கோட்டைக் கழற்றுவது ஒன்றும் பெரிய விஷயமில்லை, ஆனால் அவர்கள் அவருடைய மற்ற ஆடைகளையும் களையச் சொன்னார்கள். அவர்கள் அதை அவரிடம் கேட்கவில்லை, மாறாக உத்தரவிடுகிறார்கள் என்று அவர் புரிந்து கொண்டார். அவர் சுயமரியாதை உணர்வாலும், அவர்கள் மீது தனக்குள்ள

வெறுப்பைக் காட்டும் வகையிலும் ஒரு வார்த்தை கூடப் பேசாமல் அவர்களுக்குக் கீழ்ப்படிந்தார். திரைச்சீலைக்குப் பின்னால் நிக்கோலாய் பர்ஃபியோனோவிச், அரசு வழக்கறிஞரைத் தவிர வேறு சில விவசாயிகளும் இருந்தார்கள். 'தேவைப்பட்டால் பலத்தைப் பிரயோகிக்கவும் அல்லது வேறு சில காரணங்களுக்காகவும் இருக்கலாம்' என்று மீச்சியா நினைத்தார்.

"நான் என் சட்டையைக் கழற்ற வேண்டுமா?" என்று மீச்சியா கடுகடுப்புடன் கேட்டார். ஆனால் நிக்கோலாய் பர்ஃபியோனோவிச் அதற்குப் பதில் சொல்லவில்லை. அவரும் அரசு வழக்கறிஞரும் அவருடைய கோட்டையும், கால் சட்டையையும், பனியனையும், தொப்பியையும் ஆராய்வதில் மும்முரமாக இருந்தார்கள். 'அவர்களுக்கு எந்தத் தயக்கமும் இல்லை. அவர்கள் மரியாதையின் அடிப்படை நியதியைக் கூடக் கடைப்பிடிக்கவில்லை' என்று மீச்சியா நினைத்தார்.

"நான் மீண்டும் கேட்கிறேன், என் சட்டையைக் கழற்ற வேண்டுமா?" என்று மீச்சியா மிகவும் கடுமையாக எரிச்சலுடன் கேட்டார்.

"நீங்கள் அமைதியாக இருங்கள். நீங்கள் என்ன செய்ய வேண்டும் என்று நாங்கள் சொல்கிறோம்" என்று நிக்கோலாய் பர்ஃபியோனோவிச் சொன்னபோது, அவருடைய குரலில் கண்டிப்பு தொனித்தது அல்லது மீச்சியாவுக்கு அப்படித் தோன்றியது.

இதற்கிடையில் விசாரணை அதிகாரிக்கும், அரசு வழக்கறிஞருக்கும் இடையில் இரகசியமான குரலில் காரசாரமான விவாதம் நடந்து கொண்டிருந்தது. மீச்சியாவின் கோட்டின் பின்புறத்தில், குறிப்பாக இடது பக்கத்தில் படிந்திருந்த பெரிய இரத்தக் கறைகள் உலர்ந்து கெட்டியாக அப்பிக் கொண்டிருந்தன. கால்சட்டையிலும் இரத்தக் கறைகள் இருந்தன. நிக்கோலாய் பர்பிஃயோனோவிச் சாட்சிகளின் முன்னிலையில், கழுத்துப் பட்டை, கைப்பட்டை மற்றும் கால்சட்டையின் தையல் மடிப்புகள் இருந்த அனைத்துப் பகுதிகளிலும் கைகளால் தடவி எதையோ தேடினார். அவர் நிச்சயமாகப் பணத்தைத் தேடுகிறார் என்பது தெளிவாகத் தெரிந்தது. அனைத்திற்கும் மேலாக, மீச்சியா அவருடைய ஆடையின் மடிப்புகளில் பணத்தை மறைத்து வைத்திருப்பார் என்ற சந்தேகம் அவர்களுக்கு இருந்ததை அவர்கள் மறைக்கவில்லை. 'அவர்கள் என்னை ஒரு அதிகாரியைப் போல இல்லாமல் திருடனைப் போல நடத்துகிறார்கள்' என்று மீச்சியா தனக்குத் தானே முணுமுணுத்துக் கொண்டார். அவர்கள் அவர் முன்னிலையில் அவரைப் பற்றிய எண்ணங்களை வியக்கத்தக்க

வகையில் ஒளிவு மறைவின்றிப் பரிமாறிக் கொண்டார்கள். உதாரணமாக, காரியதரிசி திரைச்சீலைக்குப் பின்னால் வந்து, அவர்களுக்கு உதவும் வகையில், மீச்சியாவின் தொப்பியை நிக்கோலாய் பர்ஃபியோனோவிச்சின் கவனத்துக்குக் கொண்டு வந்தான்.

"ஐயா, உங்களுக்கு நகல் எடுக்கும் குமாஸ்தா கிரிடென்கோவை நினைவிருக்கிறதா? ஐயா, அவர் சென்ற கோடையில் அலுவலக ஊழியர்களுக்குக் கொடுக்க வேண்டிய சம்பளப் பணத்தை வாங்கச் சென்றார். ஆனால் அவர் திரும்பும்போது, வழியில் குடிபோதையில் அந்தப் பணத்தைத் தொலைத்துவிட்டதாகப் பொய் சொன்னார். ஐயா, கடைசியில் அந்தப் பணம் எங்கிருந்து கிடைத்தது? அவருடைய தொப்பிக்கு அடியில் இருந்த மடிப்பில் நூறு ரூபிள் நோட்டுகளைச் சுருட்டி மறைத்து வைத்திருந்ததைக் கண்டு பிடித்தார்கள்."

விசாரணை அதிகாரியும், அரசு வழக்கறிஞரும் அந்த வழக்கை நினைவுகூர்ந்து, மீச்சியாவின் தொப்பியைத் தனியாக எடுத்து வைத்துவிட்டு, அவருடைய மற்ற ஆடைகளை நன்றாகப் பரிசோதிக்க வேண்டும் என்று முடிவு செய்தார்கள்.

"மன்னிக்கவும்" என்று திடீரென்று கத்திய நிக்கோலாய் பர்ஃபியோனோவிச், மீச்சியாவின் சட்டையின் வலது கைப்பட்டையின் கீழ் பகுதி மடித்து வைத்திருப்பதையும், அதில் இரத்தக் கறை படிந்திருப்பதையும் பார்த்து, "என்ன இது? இரத்தமா?" என்று கேட்டார்.

"ஆமாம்" என்று மீச்சியா வெடுக்கென்று சொன்னார்.

"ஐயா, அது யாருடைய இரத்தம்?... சட்டையின் கைப்பகுதியை ஏன் உள்புறமாக மடித்து வைத்தீர்கள்?"

மீச்சியா, கிரிகோரியின் தலையைத் தொட்டுப் பார்த்தபோது இரத்தக் கறை படிந்ததையும், பெர்கோட்டின் வீட்டில் அதைக் கழுவியபோது, உள்புறமாக மடித்து வைத்ததையும் தெரிவித்தார்.

"சரி, அப்படியானால் நீங்கள் உங்கள் சட்டையையும் கழற்ற வேண்டும். அதுவும் ஒரு முக்கியமான ஆதாரம்."

மீச்சியா அதைக் கேட்டு முகம் சிவந்து, கோபத்துடன் கொதித்தெழுந்தார்.

"என்ன? நான் நிர்வாணமாக நிற்க வேண்டுமா?" என்று அவர் கத்தினார்.

"நீங்கள் கவலைப்பட வேண்டாம்... நாங்கள் மாற்று ஏற்பாடு செய்கிறோம். ஆனால் இதற்கிடையில் நீங்கள் உங்கள் காலுறை களைக் கழற்றுங்கள்."

“நீங்கள் விளையாடுகிறீர்களா? அது அவசியமா?” என்று மீச்சியா கேட்டபோது அவருடைய கண்கள் பளிச்சிட்டன.

“இது விளையாடுவதற்கான நேரமல்ல” என்று நிக்கோலாய் பர்ஃபியோனோவிச் கடுப்புடன் சொன்னார்.

“நல்லது, உங்களுக்கு வேண்டும் என்றால்... நான்...” என்று மீச்சியா முணுமுணுத்துக் கொண்டே படுக்கையில் அமர்ந்து காலுறைகளைக் கழற்றத் தொடங்கினார். எல்லோரும் ஆடையுடன் இருக்கும்போது, அவர் மட்டும் நிர்வாணமாக இருப்பது அவருக்குத் தாங்க முடியாத சங்கடத்தையும், அவமானத்தையும் ஏற்படுத்தியது. இப்போது அவர் அவர்களை விடத் தாழ்ந்துவிட்டதாகவும், அவரை வெறுக்க அவர்களுக்கு உரிமை இருப்பதாகவும் அவருக்குத் தோன்றியது. ‘எல்லோரும் ஆடையின்றி இருந்தால் அதனால் சங்கடம் ஏற்படாது. ஆனால் ஒருவன் மட்டும் ஆடையின்றி இருப்பதை மற்றவர்கள் பார்க்கும்போது, அதைவிட அவமானம் வேறில்லை’ என்று அவர் திரும்பத் திரும்பத் தனக்குத்தானே சொல்லிக் கொண்டார். ‘இது ஒரு கனவு. எனக்கு இப்படி ஓர் அவமானம் ஏற்படும் என்று நான் கனவு கண்டேன்.’ ஆனால் அவருக்குக் காலுறைகளைக் கழற்றுவது அதிக வேதனையாக இருந்தது, ஏனெனில் அவை மிகவும் அழுக்காக இருந்தன. அவருடைய உள்ளாடைகளும் அப்படித்தான் இருந்தன. அவர்கள் அனைவரும் அதைக் கவனித்தார்கள். அதைவிடக் கொடுமை என்னவென்றால், அவர் தனது பாதங்களை வெறுத்தார். அவர் தன் வாழ்நாள் முழுவதும் தனது பெருவிரல்கள் இரண்டும் அசிங்கமாக இருப்பதாக நினைத்தார். குறிப்பாக அவருடைய சொரசொரப்பான வலது கால் விரல் நகம் கரடுமுரடாக கீழ்நோக்கி வளைந்து சுருண்டிருப்பதை இப்போது எல்லோரும் பார்ப்பார்கள் என்ற சகிக்க முடியாத வேதனை அவருக்குள் ஊடுருவி அவரை முரட்டுத்தனமாக மாற்றியது. அவர் கோபத்துடன் சட்டையைக் கழற்றினார்.

“உங்களுக்கு வெட்கமில்லை என்றால், நீங்கள் வேறு எங்காவது தேடிப் பார்க்க விரும்புகிறீர்களா?”

“இல்லை, இப்போதைக்குத் தேவையில்லை.”

“சரி, நான் இப்படி நிர்வாணமாக நிற்க வேண்டுமா?” என்று அவர் கோபத்துடன் வெடித்தார்.

“ஆமாம், நீங்கள் அப்படியே இருங்கள்... தயவுசெய்து சிறிது நேரம் அமைதியாக உட்காருங்கள். நீங்கள் படுக்கையிலிருந்து போர்வையை எடுத்துப் போர்த்திக் கொள்ளுங்கள்... நான் என்ன செய்ய முடியும் என்று பார்க்கிறேன்.”

அவர்கள் அவருடைய உடமைகள் அனைத்தையும் அங்கிருந்த சாட்சிகளுக்குக் காட்டிவிட்டு, ஒரு பட்டியலைத் தயாரித்தனர். இறுதியில் நிக்கோலாய் பர்ஃபியோனோவிச் வெளியே சென்றபோது, மீச்சியாவின் அனைத்து உடமைகளையும் அவருக்குப் பின்னால் எடுத்துச் சென்றனர். அரசு வழக்கறிஞரும் அவர்களுடன் கிளம்பினார். இப்போது அங்கிருந்த விவசாயிகள் தனியாக விடப்பட்ட மீச்சியாவின் மீதிருந்து கண்களை எடுக்காமல் அவரையே பார்த்துக் கொண்டு அமைதியாக நின்றார்கள். அப்போது மீச்சியா குளிரை உணரத் தொடங்கி, தன்னைப் போர்வையால் போர்த்திக் கொண்டார். இருந்தாலும் மீச்சியாவின் வெறுங்கால்கள் போர்வைக்கு வெளியே நீட்டிக் கொண்டிருந்தன. அவருடைய கால்களை மறைக்க அந்தப் போர்வை போதுமானதாக இல்லை. நிக்கோலாய் பர்ஃபியோனோவிச் திரும்பி வருவதற்கு, 'வேதனையைத் தாங்க முடியாத வகையில் நீண்ட நேரம்' ஆனது. 'அவன் என்னை ஒரு நாய்க்குட்டி என்று நினைக்கிறான்' என்று மீச்சியா பற்களைக் கடித்தார். 'அந்த நாற்றம் பிடித்த அரசு வழக்கறிஞர், என் மீதிருந்த வெறுப்பாலும், என்னை நிர்வாணமாகப் பார்க்கும் அருவருப்பாலும் இங்கிருந்து போய்விட்டான் என்பதில் சந்தேகமில்லை!' அவர்கள் அவருடைய ஆடைகளைப் பரிசோதித்துவிட்டு திரும்பக் கொடுத்து விடுவார்கள் என்று அவர் நினைத்தார். ஆனால் நிக்கோலாய் பர்ஃபியோனோவிச், முற்றிலும் வேறு ஆடைகளைச் சுமந்து வந்த ஒரு விவசாயியுடன் திரும்பி வந்தபோது, அவருக்கு ஏற்பட்ட கோபம் கற்பனை செய்து பார்க்க முடியாததாக இருந்தது.

"இதோ உங்களுக்காக சில ஆடைகள்" என்று அவர் மிகவும் சாதாரணமான குரலில், அவருடைய வேலையில் வெற்றி அடைந்த திருப்தியுடன் பேசினார். இந்த இக்கட்டான சூழ்நிலையில், "மிஸ்டர் கல்கனோவ், உங்களுக்கு இந்த ஆடைகளையும், ஒரு சுத்தமான சட்டையையும் அன்புடன் கொடுத்திருக்கிறார். அதிர்ஷ்டவசமாக இவை அனைத்தையும் அவர் தனது பெட்டியில் வைத்திருந்தார். நீங்கள் உங்கள் காலுறைகளையும், உள்ளாடைகளையும் வைத்துக் கொள்ளலாம்."

மீச்சியா கொதித்தெழுந்தார்.

"மற்றவர்களின் உடைகள் எனக்கு வேண்டாம்!" என்று மீச்சியா மிரட்டும் தொனியில் கத்தினார். "என் ஆடைகளை எனக்குத் திருப்பிக் கொடுங்கள்!"

"அது சாத்தியமில்லை!"

"என்னுடைய ஆடைகளைக் கொடுங்கள். கல்கனோவும் அவனுடைய ஆடைகளும் நாசமாய்ப் போகட்டும்!"

அவர்கள் அவரைச் சம்மதிக்க வைக்க நீண்ட நேரம் போராடினார்கள். ஆனால் அவர்கள் ஒருவழியாக அவரைச் சமாதானப்படுத்தினார்கள். அவருடைய உடைகளில் இரத்தக் கறை படிந்திருப்பதால், அவற்றை 'மற்ற ஆதாரங்களுடன் சேர்க்க வேண்டும்' என்றும், 'வழக்கின் முடிவுகளைக் கருத்தில் கொண்டு... அவருடைய ஆடைகளை அவரிடம் கொடுப்பதற்கு அவர்களுக்கு உரிமையில்லை' என்றும் சொல்லி அவருக்கு விளக்கினார்கள். இறுதியாக மீச்சியா அதைப் புரிந்து கொண்டார். அவர் சிடுசிடுத்த முகத்துடன் ஒன்றும் சொல்லாமல் வேகமாக உடைகளை அணியத் தொடங்கினார். அப்போது அவர் அவருடைய உடைகளை விட இந்த உடைகள் விலை உயர்ந்தவை என்பதைக் கவனித்து, அதனால் 'ஆதாயம் அடைய விரும்பவில்லை' என்று அவர்களிடம் சொன்னார். தவிர, அவருக்கு கல்கனோவின் ஆடைகள் 'அபத்தமான வகையில் மிகவும் இறுக்கமாக' இருக்கிறது என்றும், 'நான் உங்களுடைய மகிழ்ச்சிக்காக இவற்றை அணிந்து ஒரு கோமாளியாகக் காட்சி தர வேண்டுமா?' என்றும் அவர்களிடம் கேட்டார்.

அதற்கு அவர்கள் அவர் மிகைப்படுத்துவதாகவும், கல்கனோவ் அவரை விட உயரமாக இருப்பதால் கால்சட்டை மட்டும் சற்றே நீளமாக இருப்பதாகவும் அவரைச் சமாதானப்படுத்தினார்கள். ஆனால் அந்தக் கோட் அவருடைய தோள் பகுதியில் மிகவும் இறுக்கமாக இருந்தது.

"நாசமாய்ப் போக! என்னால் பொத்தான்களைப் போட முடியவில்லை" என்று மீச்சியா முணுமுணுத்தார். "நான் கல்கனோவிடம் அவருடைய உடைகளைக் கேட்கவில்லை என்றும், நான் அதில் ஒரு கோமாளியைப் போல இருக்கிறேன் என்றும் தயவுசெய்து அவரிடம் சொல்லுங்கள்."

"அவர் அதைப் புரிந்து கொண்டு வருத்தப்படுகிறார்... அதாவது அவர் அவருடைய ஆடைகளை உங்களுக்குக் கொடுத்த தற்காக வருத்தப்படவில்லை, ஆனால் இந்த முழு சம்பவத்தையும் நினைத்து வருத்தப்படுகிறார்..." என்று நிக்கோலாய் பர்ஃபியோ னோவிச் முணுமுணுத்தார்.

"அவருடைய வருத்தம் நாசமாய்ப் போகட்டும்! சரி, இனிமேல் என்ன? நான் இங்கேயே உட்கார்ந்திருக்க வேண்டுமா?"

அவர்கள் அவரிடம் 'அடுத்த அறைக்கு' போகச் சொன்னார்கள். மீச்சியா வெறுப்பு நிறைந்த கோபத்துடன் முகத்தைச் சுளித்தபடி யாரையும் பார்க்காமல் அடுத்த அறைக்குச் சென்றார். ஏனெனில் அங்கிருந்த விவசாயிகளின் முன்னிலையிலும், அப்போது ஏதோ ஒரு காரணத்திற்காகக் கதவருகில் தோன்றி மறைந்த டிரிஃபோன்

நற்றிணை பதிப்பகம் ○ 805

போரிசிச்சின் முன்னிலையிலும், வேறு ஒரு மனிதனின் உடைகளை அணிந்திருப்பது அவருக்குப் பெருத்த அவமானமாக இருந்தது. 'அவன் நான் உடை அணிந்திருக்கும் அழகைப் பார்க்க வந்திருக்கிறான்' என்று அவர் நினைத்தார். அவர் முன்பு இருந்த அதே நாற்காலியில் அமர்ந்தார். அப்போது அவருடைய மனதில் எழுந்த பயங்கரமான, அபத்தமான எண்ணங்கள், அவருக்குச் சித்தபிரமை பிடித்துவிட்ட உணர்வை ஏற்படுத்தியது.

"சரி, அடுத்தது என்ன? என்னைச் சவுக்கால் அடிக்கப் போகிறீர்களா? அது ஒன்றுதான் பாக்கியிருக்கிறது" என்று மீச்சியா பல்லைக் கடித்துக் கொண்டு அரசு வழக்கறிஞரைப் பார்த்துச் சொன்னார். அவர் நிக்கோலாய் பர்ஃபியோனோவிச்சிடம் பேச விரும்பவில்லை என்பதைப் போல முகத்தைத் திருப்பிக் கொண்டார். 'அந்த அயோக்கியப் பயல், என் காலுறைகளை ஆராய்ந்த பிறகு, அவை எவ்வளவு அழுக்காக இருக்கின்றன என்பதை எல்லோருக்கும் காட்டுவதற்காக வேண்டுமென்றே அவற்றை உள் பக்கமாகத் திருப்பினான்!'

"சரி, இப்போது நாம் சாட்சிகளை விசாரிக்க வேண்டும்" என்று நிக்கோலாய் பர்ஃபியோனோவிச், மீச்சியாவின் கேள்விக்குப் பதில் சொல்வது போலப் பேசினார்.

"ஆமாம்" என்று அரசு வழக்கறிஞர் எதையோ யோசிப்பது போலச் சொன்னார்.

"டிமிட்ரி ஃபியோதரோவிச், நாங்கள் எங்களால் முடிந்த அனைத்து உதவிகளையும் உங்களுக்குச் செய்தோம்" என்று நிக்கோலாய் பர்ஃபியோனோவிச் தொடர்ந்தார். "ஆனால் நீங்கள் உங்களுக்கு அந்தப் பணம் எங்கிருந்து கிடைத்தது என்ற உண்மையைச் சொல்ல மறுப்பதால், நாங்கள் இப்போது..."

"உங்கள் மோதிரத்தில் இருப்பது என்ன கல்?" என்று திடீரென்று குறுக்கிட்ட மீச்சியா, ஏதோ சிந்தனையிலிருந்து விடுபட்டவரைப் போல, நிக்கோலாய் பர்ஃபியோனோவிச்சின் வலது கையை அலங்கரித்த மூன்று பெரிய மோதிரங்களில் ஒன்றைச் சுட்டிக் காட்டினார்.

"மோதிரமா?" என்று நிக்கோலாய் பர்ஃபியோனோவிச் வியப்புடன் கேட்டார்.

"ஆமாம், அதோ... உங்கள் நடுவிரலில் உள்ள மோதிரம். அது என்ன வகையான கல்?" என்று மீச்சியா பிடிவாதம் பிடிக்கும் ஒரு சிறிய குழந்தையைப் போல, ஆனால் எரிச்சலுடன் கேட்டார்.

“அது புஷ்பராகம்” என்று நிக்கோலாய் பர்ஃபியோனோவிச் புன்னகையுடன் சொன்னார். “நீங்கள் அதைப் பார்க்க வேண்டுமா? நான் அதைக் கழற்றுகிறேன்...”

“இல்லை, அதைக் கழற்ற வேண்டாம்!” என்று திடீரென்று கனவிலிருந்து விழித்துக் கொண்டது போல ஆவேசமாகக் கத்திய மீச்சியாவுக்கு, தன் மீதே கோபம் எழுந்தது. “அதைக் கழற்ற வேண்டாம்... அதற்கு அவசியம் இல்லை... அடச்சே!... கனவான்களே, நீங்கள் என் உள்ளத்தை அசுத்தப்படுத்தி விட்டீர்கள். நான் உண்மையில் என் தந்தையைக் கொன்றிருந்தால், அதை உங்களிடமிருந்து மறைப்பேன் என்று நீங்கள் நினைக்கிறீர்களா? நான் உங்களிடம் பொய் சொல்லித் தப்பித்துக் கொள்வேன் என்று நினைக்கிறீர்களா? இல்லை, இந்த டிமிட்ரி கரமசோவ் அப்படிப்பட்ட மனிதன் இல்லை. அவனால் அதைச் சகித்துக் கொண்டிருக்க முடியாது. நான் குற்றவாளியாக இருந்திருந்தால், சத்தியமாகச் சொல்கிறேன், நீங்கள் இங்கே வரும்வரை அல்லது சூரியன் உதிக்கும் வரை காத்திருந்திருக்க மாட்டேன். நான் முன்பு நினைத்தது போல இல்லாமல், சூரிய உதயத்திற்கு முன்பே தற்கொலை செய்து கொண்டிருப்பேன். இப்போது என்னால் அதை உணர முடிகிறது, ஏனெனில் நான் என்னுடைய வாழ்க்கையின் இருபது ஆண்டுகளில் கற்றுக் கொண்டதை விட, இந்தச் சபிக்கப்பட்ட இரவில் அதிகமாகக் கற்றுக் கொண்டேன்!... நான் உண்மையில் தந்தையைக் கொன்றவனாக இருந்திருந்தால், இன்றிரவு, இந்த நேரத்தில், உங்களுடன் இப்படி அமர்ந்து, இப்படிப் பேசிக் கொண்டு, உங்களையும் இந்த உலகத்தையும் பார்த்துக் கொண்டிருப்பேனா என்ன? நான் கிரிகோரியைத் தற்செயலாகத் தாக்கியதில் அவர் இறந்துவிட்டார் என்ற எண்ணம் இரவு முழுவதும் என் நிம்மதியைக் குலைத்துவிட்டது. நான் பயப்படவில்லை, உங்கள் தண்டனைக்குப் பயந்து நடுங்கவில்லை! அவமானம்! எதையும் பார்க்க விரும்பாத, எதையும் நம்பாத, குருடர்களான உங்களைப் போன்றவர்களிடம் நான் மனம் திறந்து பேச வேண்டும் என்றும், நான் செய்த மற்றொரு கேவலமான காரியத்தை, அது உங்களுடைய குற்றச்சாட்டிலிருந்து என்னைக் காப்பாற்றும் என்றாலும் கூட, அதை உங்களிடம் சொல்ல வேண்டும் என்றும் நீங்கள் எதிர்பார்க்கிறீர்கள்! இல்லை, நான் அதைவிடச் சைபீரியாவுக்குப் போவதே மேல்! என் தந்தையின் அறைக் கதவைத் திறந்து உள்ளே சென்ற மனிதனே அவரைக் கொன்று, கொள்ளையடித்திருக்க வேண்டும். அவன் யார்? நான் என்னதான் மூளையைக் கசக்கினாலும் அவன் யார் என்பதை என்னால் யோசிக்க

முடியவில்லை. ஆனால் அது டிமிட்ரி கரமசோவ் அல்ல என்பதை நீங்கள் தெரிந்துகொள்ள வேண்டும். என்னால் அவ்வளவுதான் சொல்ல முடியும், அது போதும், என்னைத் தொந்தரவு செய்யாதீர்கள்... நீங்கள் என்னைத் தூக்கிலிடுங்கள், நாடு கடத்துங்கள், என்னைத் தண்டியுங்கள், ஆனால் மேற்கொண்டு என்னைத் தொந்தரவு செய்யாதீர்கள். நான் ஒரு வார்த்தை கூடப் பேசப் போவதில்லை. நீங்கள் சாட்சிகளைக் கூப்பிடுங்கள்!"

மீச்சியா திடீரென்று தன்னிச்சையாக இதைச் சொல்லிவிட்டு, இனிமேல் எதையும் பேசப்போவதில்லை என்று தீர்மானித்தவரைப் போல மௌனமானார். அவர் பேசும்போது, அரசு வழக்கறிஞர் அவரையே பார்த்துக் கொண்டிருந்தார். மீச்சியா பேசி முடித்ததும், அவர் உணர்ச்சியற்ற குரலில், அது சாதாரண விஷயம் என்பது போலப் பேசினார்.

"நீங்கள் இப்போது குறிப்பிட்ட அந்தத் திறந்த கதவைப் பற்றி, நீங்கள் தாக்கிக் காயப்படுத்திய கிரிகோரி வாசலியேவிச் சொன்ன மிகவும் விசித்திரமான, உங்களுக்கும் எங்களுக்கும் மிகவும் முக்கியமான ஓர் ஆதாரத்தை எங்களால் தெரிவிக்க முடியும். அவர் சுயநினைவுக்குத் திரும்பியதும், எங்கள் கேள்விகளுக்கு பதிலளிக்கும்போது, ஒரு விஷயத்தை உறுதியாகவும் தெளிவாகவும் எங்களிடம் கூறினார். அவர் குடிசையிலிருந்து முற்றத்திற்குச் சென்றபோது, தோட்டத்தில் ஏதோ சத்தம் கேட்டு, திறந்திருந்த வாசல் வழியாகத் தோட்டத்தில் நுழைந்தபோது, நீங்கள் அங்கிருந்து ஓடுவதைப் பார்ப்பதற்கு முன்பு, நீங்கள் ஏற்கனவே சொன்னது போல, அந்த இருட்டில் திறந்திருந்த ஜன்னல் வழியாக உள்ளே எட்டிப் பார்த்துக் கொண்டிருந்ததாகவும், அப்போது கிரிகோரி இடது புறம் திரும்பி திறந்திருந்த ஜன்னலைப் பார்த்த அதே நேரத்தில், அதற்கு அருகில் இருந்த அறையின் கதவு அகலமாகத் திறந்து கிடப்பதைப் பார்த்ததாகவும் சொன்னார். ஆனால் நீங்கள் தோட்டத்தில் இருந்த நேரம் முழுவதும், அந்த அறையின் கதவு மூடியிருந்தது என்று சொன்னீர்கள். நீங்கள் அந்தக் கதவு வழியாக வெளியேறி ஓடியிருக்க வேண்டும் என்று கிரிகோரி உறுதியாகச் சொல்கிறார் என்பதை நான் உங்களிடம் மறைக்கப் போவதில்லை. ஆனால் நீங்கள் அதன் வழியாக வெளியே சென்றதை அவர் அவருடைய கண்களால் பார்க்கவில்லை, ஏனெனில் நீங்கள் அப்போது வேலியை நோக்கி ஓடிக் கொண்டிருந்தீர்கள்..."

அரசு வழக்கறிஞர் பேசி முடிப்பதற்குள் மீச்சியா துள்ளி எழுந்து நின்று அவரை இடைமறித்தார்.

"இல்லை, அது உண்மை இல்லை!" என்று அவர் வெறித்தனமாகக் கத்தினார். "அது அப்பட்டமான பொய்! கதவு

திறந்திருப்பதை அவரால் பார்த்திருக்க முடியாது, ஏனெனில் அப்போது அது மூடியிருந்தது! அவர் பொய் சொல்கிறார்!"

"அவர் அவருடைய சாட்சியத்தில் உறுதியாக இருக்கிறார் என்பதை மீண்டும் சுட்டிக்காட்டுவது என்னுடைய கடமை என்று நான் நினைக்கிறேன். அவர் அதில் உறுதியாக இருக்கிறார். நாங்கள் அவரிடம் பலமுறை விசாரித்து விட்டோம்."

"ஆமாம், நான் அவரைப் பலமுறை விசாரித்து விட்டேன்" என்று நிக்கோலாய் பர்ஃபியோனோவிச் கோபத்துடன் அதை ஆமோதித்தார்.

"அது பொய், பொய்! அவர் என்னைப் பற்றி அவதூறு சொல்கிறார் அல்லது அது ஒரு பைத்தியக்காரனின் பிரமையாக இருக்கலாம்" என்று மீச்சியா தொடர்ந்து கத்தினார். "அவருக்கு அளவுக்கு அதிகமான இரத்தம் வெளியேறியதால் ஏற்பட்ட சித்தபிரமையால் பிதற்றுகிறார்... அவருக்குப் பைத்தியம் பிடித்துவிட்டது."

"ஆனால் அவர் அந்தக் கதவு திறந்திருப்பதை அடிபடுவதற்கு முன்பு, அதாவது தோட்டத்தில் நுழைந்தபோதே கவனித்திருக்கிறார்."

"ஆனால் அது உண்மையில்லை, உண்மையில்லை! அப்படி இருக்க முடியாது! அவர் என் மீதுள்ள காழ்ப்புணர்ச்சியால் என்னைப் பற்றி அவதூறு சொல்கிறார்... அவரால் பார்த்திருக்க முடியாது... நான் அந்த வாசல் வழியாக வெளியே வரவில்லை..."

மீச்சியாவுக்கு மூச்சுத் திணறியது.

அரசு வழக்கறிஞர், நிக்கோலாய் பர்ஃபியோனோவிச்சைப் பார்த்துத் தீர்மானமான குரலில் சொன்னார்.

"அப்படியானால் அதை அவரிடம் காட்டுங்கள்."

"உங்களுக்கு இதை அடையாளம் தெரிகிறதா?" என்று நிக்கோலாய் பர்ஃபியோனோவிச், தடிமனான ஒரு பெரிய உறையை மேசையின் மீது வைத்தார். அதில் இருந்த மூன்று முத்திரைகளும் அப்படியே இருந்தன, ஆனால் அது காலியாகவும், அதன் ஒரு முனையில் கிழிந்தும் இருந்தது. மீச்சியா கண்களை அகல விரித்து அதை வியப்புடன் பார்த்தார்.

"அது... அது மூவாயிரம் ரூபிள்கள் இருந்த என் தந்தையின் உறையாக இருக்க வேண்டும்... அதில் 'என் கோழிக் குஞ்சுக்கு' என்று எழுதியிருந்தால்... என்னைப் பார்க்க அனுமதியுங்கள்... இதோ மூவாயிரம்" என்று அவர் கத்தினார். "பாருங்கள், மூவாயிரம் என்று எழுதியிருக்கிறது!"

"ஆமாம், நாங்கள் பார்த்தோம். நாங்கள் அதைக் கண்டுபிடித்து எடுத்தபோது அது காலியாக இருந்தது. அது திரைக்குப் பின்னால் இருந்த படுக்கைக்கு அருகில் தரையில் கிடந்தது."

மீச்சியா இடி தாக்கியதைப் போல சில வினாடிகள் ஸ்தம்பித்து நின்றார்.

"கனவான்களே, அது ஸ்மெர்த்தியாக்கவ்!" என்று மீச்சியா திடீரென்று உரத்தக் குரலில் கத்தினார். "அவன் அவரைக் கொலை செய்து கொள்ளையடித்து விட்டான்! கிழவர் அந்த உறையை எங்கே ஒளித்து வைத்திருந்தார் என்பது அவனுக்கு மட்டுமே தெரியும்... அது அவன்தான் என்பது இப்போது தெளிவாகிவிட்டது!"

"ஆனால் அந்த உறையைப் பற்றியும், அது தலையணைக்கு அடியில் இருப்பதைப் பற்றியும் உங்களுக்குத் தெரியும், இல்லையா?"

"இல்லை, எனக்குத் தெரியாது. நான் இப்போதுதான் அதை முதன் முறையாகப் பார்க்கிறேன். ஸ்மெர்த்தியாக்கவ் அதைப் பற்றி என்னிடம் சொன்னான். ஆனால் கிழவர் அதை எங்கே மறைத்து வைத்திருக்கிறார் என்பது அவனுக்கு மட்டுமே தெரியும், எனக்குத் தெரியாது..." என்று மீச்சியா மூச்சிரைக்கச் சொன்னார்.

"ஆனால் நீங்கள் அந்த உறை இறந்துபோன உங்கள் தந்தையின் தலையணைக்கு அடியில் இருந்ததாக எங்களிடம் சொன்னீர்கள். அது தலையணைக்கு அடியில் இருந்தது என்று நீங்கள் குறிப்பிட்டுச் சொன்னீர்கள். எனவே அது உங்களுக்குத் தெரிந்திருக்க வேண்டும்."

"நாங்கள் அதை எழுதி வைத்திருக்கிறோம்" என்று நிக்கோலாய் பர்ஃபியோனோவிச் உறுதிப்படுத்தினார்.

"அபத்தம்! முட்டாள்தனம்! அது தலையணைக்கு அடியில் இருப்பது எனக்குத் தெரியாது. ஒருவேளை அது தலையணைக்கு அடியில் இல்லாமலும் இருந்திருக்கலாம்... அது தலையணைக்கு அடியில் இருந்தது என்பது ஒரு யூகம்தான். ஸ்மெர்த்தியாக்கவ் என்ன சொன்னான்? அது எங்கே இருந்தது என்று நீங்கள் அவனிடம் கேட்டீர்களா? அவன் அதைப் பற்றி என்ன சொன்னான்? அதுதான் முக்கியம்... நான் வேண்டுமென்றே பொய் சொன்னேன்... நான் எதையும் யோசிக்காமல் அது தலையணைக்கு அடியில் இருக்கிறது என்று தற்செயலாகச் சொன்னேன். நீங்கள் இப்போது... ஓ, அது தற்செயலாகச் சொன்ன ஒரு பொய். ஆனால் உண்மையில் அது ஸ்மெர்த்தியாக்கவுக்கு மட்டுமே தெரியும், வேறு யாருக்கும் தெரியாது... அது எங்கே இருக்கிறது என்பதை அவன் என்னிடம் சொல்லவில்லை! ஆனால் அது அவன்தான்; அவன்தான் அதைச் செய்தான். அவன்தான் கொன்றான் என்பது

சந்தேகத்திற்கு இடமின்றி வெட்ட வெளிச்சமாகிவிட்டது!" என்று மீச்சியா வெறிபிடித்தவர் போலத் திரும்பத் திரும்பச் சொன்னார். "நீங்கள் அதைப் புரிந்து கொண்டு அவனைக் கைது செய்யுங்கள்... கிரிகோரி மயங்கிக் கிடந்தபோது, நான் அங்கிருந்து ஓடிப்போன பிறகு, அவன்தான் அவரைக் கொன்றிருக்க வேண்டும்... அவன் அவருக்குச் சமிக்ஞை கொடுத்து கதவைத் திறக்கச் சொல்லி... அவனைத் தவிர அந்தச் சமிக்ஞையைப் பற்றி வேறு யாருக்கும் தெரியாது. அந்தச் சமிக்ஞை இல்லாமல் அவர் கதவைத் திறந்திருக்க மாட்டார்..."

"ஆனால் நீங்கள் ஒரு விஷயத்தை மறந்துவிட்டீர்கள்" என்று அரசு வழக்கறிஞர் எப்போதும் போல நிதானமாக, ஆனால் வெற்றிப் பெருமிதத்துடன் சொன்னார். "நீங்கள் தோட்டத்தில் இருந்தபோது, ஏற்கனவே கதவு திறந்திருந்தால் சமிக்ஞைகள் கொடுக்க வேண்டிய அவசியமில்லை..."

"கதவு, கதவு" என்று முணுமுணுத்த மீச்சியா வழக்கறிஞரை வெறித்துப் பார்த்துவிட்டு, களைப்புடன் நாற்காலியில் சரிந்தார். எல்லோரும் மௌனமானார்கள். "ஆமாம், அந்தக் கதவு! அது ஒரு பேய்! கடவுள் எனக்கு எதிராக இருக்கிறார்!" என்று அவர் கத்தியபடி, திகைப்புடன் அவருக்கு எதிரே வெறித்துப் பார்த்தார்.

"இதோ பாருங்கள்" என்று அரசு வழக்கறிஞர் கம்பீரமான குரலில் தொடர்ந்தார். "டிமிட்ரி ஃபியோதரோவிச், நீங்களே முடிவு செய்யுங்கள். ஒருபக்கம் அந்தக் கதவு திறந்திருந்தது என்பதற்கும், நீங்கள் அதன் வழியாக வெளியே சென்றீர்கள் என்பதற்கும் சாட்சி உள்ளது. அது உங்களையும் எங்களையும் மூச்சுத் திணறடிக்கிறது. மறுபக்கம் உங்களுடைய வாக்குமூலத்தின்படி, மூன்று மணி நேரத்திற்கு முன்பு பத்து ரூபிள்களுக்காக கைத்துப்பாக்கிகளை அடகு வைத்த நீங்கள், திடீரென்று உங்களுக்கு அவ்வளவு பணம் எங்கிருந்து கிடைத்தது என்ற உண்மையைச் சொல்லாமல், புரிந்துகொள்ள முடியாத வகையில், பிடிவாதமாக மௌனம் சாதிக்கிறீர்கள். இந்த உண்மைகளைக் கருத்தில் கொண்டு நீங்களே ஒரு முடிவுக்கு வாருங்கள். நாங்கள் எதை நம்புவது? எதை எடுத்துக் கொள்வது? நாங்கள் உங்கள் இதயத்தின் தாராள மனப்பான்மையைப் புரிந்துகொள்ள முடியாதவர்கள், உங்களைக் கேலி செய்யும் சிடுமூஞ்சிகள் என்று நீங்கள் எங்களைக் குற்றம் சாட்டாதீர்கள். அதற்குப் பதிலாக நீங்கள் எங்களுடைய நிலையைப் புரிந்துகொள்ள முயற்சி செய்யுங்கள்..."

மீச்சியா கற்பனை செய்ய முடியாத அளவுக்குக் கொந்தளித்தார். அவருடைய முகம் வெளிறியது.

“சரி” என்று அவர் திடீரென்று கத்தினார். “நான் அந்தப் பணம் எங்கிருந்து வந்தது என்ற இரகசியத்தை உங்களிடம் சொல்கிறேன்... நான் பின்னால் என்னையோ உங்களையோ குறை சொல்லக் கூடாது என்பதற்காக என்னுடைய அவமானத்தை வெளிப்படுத்துகிறேன்...”

“டிமிட்ரி ஃபியோதரோவிச், நீங்கள் என்னை நம்புங்கள்” என்று நிக்கோலாய் பார்ஃபியோனோவிச் கனிவான, மகிழ்ச்சியான குரலில் குறுக்கிட்டார். “இந்த நேரத்தில் நீங்கள் அளிக்கும் நேர்மையான ஒப்புதல் வாக்குமூலம், உங்கள் தலைவிதியின் போக்கைத் தீர்மானிக்கப் பயன்படலாம். ஒருவேளை...”

அப்போது அரசு வழக்கறிஞர் மேசைக்கு அடியில் விசாரணை அதிகாரியின் காலை லேசாக உதைத்துச் சரியான நேரத்தில் அவருடைய பேச்சை நிறுத்தினார். உண்மையைச் சொல்ல வேண்டும் என்றால், மீச்சியா அவர் சொன்ன எதையும் காதில் போட்டுக் கொள்ளவில்லை.

7. மீச்சியாவின் நகைப்புக்கிடமான இரகசியம்

“கனவான்களே” என்று மீச்சியா அதே கொந்தளிப்பான மனநிலையில் தொடர்ந்தார். “இந்தப் பணம்... இந்தப் பணம் என்னுடையது என்று நான் முழுமையாக ஒப்புக் கொள்கிறேன். இந்தப் பணம் என்னுடையது.”

அதைக் கேட்ட அரசு வழக்கறிஞர் மற்றும் விசாரணை அதிகாரியின் முகங்கள் தொங்கிப்போனது, ஏனெனில் அவர்கள் எதிர்பார்த்தது அது அல்ல.

“அது உங்களுடையது என்று எப்படிச் சொல்கிறீர்கள்?” என்று நிக்கோலாய் பார்ஃபியோனோவிச் முணுமுணுத்தார். “நீங்கள் அளித்த வாக்குமூலத்தின்படி அன்று மாலை ஐந்து மணிக்கு...”

“அதே நாளில் ஐந்து மணியும், என் வாக்குமூலமும் நாசமாய்ப் போகட்டும்! அதற்கும் இதற்கும் சம்பந்தம் இல்லை! அந்தப் பணம் என்னுடையது, என்னுடையது... அதாவது நான் திருடியது. அது என்னுடையது அல்ல, ஆனால் நான் திருடியது. நான் அந்த ஆயிரத்து ஐநூறு ரூபிள்களை எப்போதும் என்னிடம் வைத்திருந்தேன்...”

“ஆனால் அது உங்களுக்கு எங்கிருந்து கிடைத்தது?”

“நான் அதை என் கழுத்திலிருந்து எடுத்தேன். நான் அதை ஒரு துணியில் வைத்து தைத்துச் சுருட்டி என் கழுத்துக்குப் பின்னால் வைத்திருந்தேன். நான் அதை நீண்ட காலமாக, கடந்த ஒரு மாதமாக, வெட்கத்தோடும், அவமானத்தோடும் என் கழுத்தில் சுமந்து கொண்டிருந்தேன்!”

“ஆனால் நீங்கள் அதை... யாரிடமிருந்து அபகரித்தீர்கள்?”

“நான் யாரிடமிருந்து திருடினேன் என்று கேட்கிறீர்களா? நீங்கள் தெளிவாகப் பேசுங்கள். ஆமாம், நான் அதைத் திருடியதாக நினைக்கிறேன், ஆனால் நீங்கள் விரும்பினால் ‘அபகரித்தேன்’ என்று வைத்துக் கொள்ளலாம். நான் என் கருத்துப்படி அதைத் திருடியதாக நினைக்கிறேன். நான் நேற்று மாலை அதைத் திருடிவிட்டேன்.”

“நேற்று மாலையா? ஆனால் நீங்கள் அதை ஒரு மாதமாக... வைத்திருப்பதாகச் சொன்னீர்கள்?”

“ஆமாம். ஆனால் நான் அதை என் தந்தையிடமிருந்து அல்ல, நீங்கள் கவலைப்படாதீர்கள், நான் அதை என் தந்தையிடமிருந்து திருடவில்லை. ஆனால் நான் அதை அவளிடமிருந்து திருடினேன். நான் முழுக் கதையையும் சொல்கிறேன், நீங்கள் குறுக்கிட வேண்டாம். என்னால் அதை அத்தனை சுலபமாகச் சொல்ல முடியாது. இதோ பாருங்கள், ஒரு மாதத்திற்கு முன்பு, என்னுடைய முன்னால் மணமகள் கேத்தரீனா இவானோவ்னா என்னை வரச் சொல்லியிருந்தாள்... உங்களுக்கு அவளைத் தெரியுமா?”

“ஆமாம், நிச்சயமாகத் தெரியும்.”

“உங்களுக்கு அவளைத் தெரியும் என்று எனக்குத் தெரியும். அவள் உன்னதமானவள்; உன்னதமானவர்களில் உன்னதமானவள். ஆனால் அவள் என்னை நீண்ட காலமாக, மிக நீண்ட காலமாக வெறுக்கிறாள்... அவள் என்னை ஒரு நல்ல காரணத்திற்காக, நியாயமான காரணத்திற்காக வெறுக்கிறாள்!”

“கேத்தரீனா இவானோவ்னாவா?” என்று நிக்கோலாய் பார்ஃபியோனோவிச் வியப்புடன் கேட்டார். அரசு வழக்கறிஞரும் மீச்சியாவை உற்றுப் பார்த்தார்.

“நீங்கள் வீணாக அவள் பெயரைச் சொல்ல வேண்டாம்! நான் அவளை இதற்குள் இழுத்து வந்த ஓர் அயோக்கியன். ஆமாம், அவள் என்னை வெறுக்கிறாள் என்று நான் புரிந்து கொண்டேன். நீண்ட காலமாக... ஆரம்பத்திலிருந்தே... அவள் என் வீட்டிற்கு வந்ததிலிருந்தே... ஆனால் போதும், போதும். உங்களுக்கு அதைத் தெரிந்துகொள்ளும் அருகதை இல்லை, அது உங்களுக்குத் தேவையில்லை... அவள் ஒரு மாதத்திற்கு முன்பு என்னை

அழைத்து, என்னிடம் மூவாயிரம் ரூபிள்களைக் கொடுத்து, மாஸ்கோவில் உள்ள அவளுடைய சகோதரிக்கும், இன்னொரு உறவினருக்கும் (அவளால் அனுப்ப முடியாது என்பது போல!) அதை அனுப்பும்படிச் சொன்னாள்... நான்... நான் என் வாழ்க்கையின் மிக மோசமான தருணத்தில்... சுருக்கமாகச் சொன்னால், இப்போது கீழே இருக்கும் குருஷென்கா என்ற அந்தப் பெண்ணை நான் காதலிக்கத் தொடங்கியபோது... நான் அவளை மோக்ரோய்க்கு அழைத்துச் சென்று, அந்த மூவாயிரம் ரூபிள்களில் ஆயிரத்து ஐநூறு ரூபிள்களை வீணடித்துவிட்டு, மீதியை என்னிடம் வைத்துக் கொண்டேன். நான் அந்த ஆயிரத்து ஐநூறு ரூபிள்களை ஒரு தாயத்து போல என் கழுத்தில் மாட்டிக் கொண்டேன். ஆனால் நான் நேற்று அந்தப் பணத்தை எடுத்துச் செலவழித்தேன். நிக்கோலாய் பர்ஃபியோனோவிச், அதில் மீதியுள்ள எண்ணூறு ரூபிள்கள் உங்களிடம் இருக்கின்றன. நேற்று என்னிடமிருந்த ஆயிரத்து ஐநூறு ரூபிள்களில் மிச்சமிருப்பது அதுதான்.”

“மன்னிக்கவும். ஆனால் நீங்கள் ஒரு மாதத்திற்கு முன்பு ஆயிரத்து ஐநூறு ரூபிள்களை அல்ல, மூவாயிரம் ரூபிள்களைச் செலவழித்தீர்கள் என்று எல்லோருக்கும் தெரியும்.”

“அது யாருக்குத் தெரியும்? பணத்தை எண்ணியது யார்? நான் அதை எண்ணும்படி யாரிடமாவது கொடுத்தேனா?”

“இதோ பாருங்கள், அப்போது நீங்கள் மூவாயிரம் ரூபிள்களைச் செலவழித்ததாக எல்லோரிடமும் சொன்னீர்கள்.”

“நான் சொன்னது உண்மைதான். நான் ஊர் முழுக்க அப்படித்தான் சொன்னேன். இந்த ஊர் முழுவதும் அப்படித்தான் சொன்னது. நான் மூவாயிரம் ரூபிள்களைச் செலவழித்தேன் என்றுதான் இங்கே உள்ளவர்களும், மோக்ரோயில் உள்ளவர்களும் நினைத்தார்கள். ஆனால் அது மூவாயிரம் அல்ல, ஆயிரத்து ஐநூறு ரூபிள்கள்தான். நான் மீதியுள்ள ஆயிரத்து ஐநூறு ரூபிள்களைப் பதுக்கி வைத்தேன். கனவான்களே, நேற்று எனக்கு அப்படித்தான் அந்தப் பணம் கிடைத்தது.”

“இது கிட்டடத்தட்ட அதிசயமாகத் தெரிகிறது” என்று நிக்கோலாய் பர்ஃபியோனோவிச் முணுமுணுத்தார்.

“நான் இதை உங்களிடம் கேட்பதற்கு அனுமதியுங்கள்” என்று இறுதியில் அரசு வழக்கறிஞர் குறுக்கிட்டார். “நீங்கள் அந்த உண்மையை வேறு யாரிடமாவது சொன்னீர்களா? அதாவது நீங்கள் ஆயிரத்து ஐநூறு ரூபிள்களை ஒரு மாதத்திற்கு முன்னால் வைத்திருந்தது யாருக்காவது தெரியுமா?”

“இல்லை, நான் யாரிடமும் அதைச் சொல்லவில்லை.”

“இது மிகவும் விசித்திரமாக இருக்கிறது. நீங்கள் உண்மையில் அதை யாரிடமும் சொல்லவில்லையா?”

“ஆமாம், நான் யாரிடமும் சொல்லவில்லை, அது யாருக்கும் தெரியாது.”

“ஆனால் அதைச் சொல்வதற்கு என்ன தயக்கம்? அதை இரகசியமாக வைக்க வேண்டிய அவசியம் என்ன? இன்னும் துல்லியமாகச் சொல்ல வேண்டும் என்றால், நீங்கள் உங்களுடைய அந்த இரகசியத்தை, உங்களுடைய வார்த்தைகளில் சொல்வதானால் ‘கேவலமான’ இரகசியத்தை எங்களிடம் சொல்லிவிட்டீர்கள். ஆனால் உண்மையில், அதாவது ஒப்பீட்டளவில் அந்தச் செயல், அதாவது மற்றவர்களுக்குச் சொந்தமான பணத்தை அபகரித்தது தற்காலிகமானதாக இருக்கலாம். நான் அதை என்னுடைய பார்வையில், உங்களுடைய குணாதிசயத்தை வைத்துப் பார்க்கும்போது, ஒரு பொறுப்பற்ற செயலாக மட்டுமே கருதுகிறேன் அவமானமாக அல்ல... நான் அதை மிக மோசமான, வெட்கக்கேடான செயல் என்று ஒப்புக் கொண்டாலும், அது அவமானம் அல்ல... உண்மையில் நான் என்ன சொல்ல வருகிறேன் என்றால், நீங்கள் சொல்லாவிட்டாலும் கூட, கடந்த மாதத்தில் நீங்கள் செலவழித்த பணம் கேத்தரீனா இவானோவ்னாவுடையது என்று எல்லோரும் சந்தேகப்படுகிறார்கள். நானே அந்தக் கதையைக் கேள்விப்பட்டேன்... மிகையில் மக்காரோவிச்சும் அதைக் கேட்டிருக்கிறார். கடைசியில் அது வெறும் கதையாக மட்டுமின்றி ஊர் முழுவதும் பேசும் வதந்தியாக மாறிவிட்டது. நான் தவறாக நினைக்கவில்லை என்றால், அந்தப் பணம் கேத்தரீனா இவானோவ்னா உங்களிடம் கொடுத்தது என்று நீங்கள் ஏற்கனவே யாரிடமோ சொல்லிவிட்டீர்கள் என்று தெரிகிறது... எனவே இதுவரை, அதாவது இந்த நிமிடம் வரை, நீங்கள் பதுக்கி வைத்திருந்த ஆயிரத்து ஐநூறு ரூபிள்களை அசாதாரணமான ஒரு இரகசியமாக வைத்திருந்தது எனக்கு ஆச்சரியமாக இருக்கிறது. நீங்கள் அந்த இரகசியத்தை ஏதோ பயங்கரமான ஒன்றாகச் சித்தரித்தீர்கள்... இப்படி ஒரு இரகசியத்தை ஒப்புக்கொள்வது உங்களுக்கு அவ்வளவு பெரிய மனவேதனையைக் கொடுக்கும் என்பதை என்னால் நம்ப முடியவில்லை... நீங்கள் அதை ஒப்புக் கொள்வதை விடச் சைபீரியாவுக்குப் போவது மேல் என்று சற்று முன்பு கூச்சலிட்டீர்கள்...”

அரசு வழக்கறிஞர் பேசுவதை நிறுத்தினார். அவர் ஆத்திரமடைந்தார். அவர் அவருடைய கோபத்துக்கு நிகரான எரிச்சலை மறைக்காமல் கொட்டித்தீர்த்தார். அவர் பேசிய விதத்தைப் பற்றிக் கவலைப்படாமல், அதாவது ஒன்றுக்கொன்று

தொடர்பில்லாத வார்த்தைகளைப் பயன்படுத்தி அவருடைய ஆத்திரத்தைக் கொட்டினார்.

"நான் அந்த ஆயிரத்து ஐநூறு ரூபிள்களை மறைத்து வைத்தது அவமானம் இல்லை. ஆனால் நான் அந்த மூவாயிரத்திலிருந்து அதைப் பதுக்கி வைத்ததுதான் அவமானம்" என்று மீச்சியா உறுதியாகச் சொன்னார்.

"ஏன்?" என்று அரசு வழக்கறிஞர் எரிச்சலுடன் சிரித்தார். "நீங்கள் அந்த மூவாயிரத்திலிருந்து ஆயிரத்து ஐநூறை வெட்கக்கேடான முறையில் மறைத்து வைத்ததில் என்ன அவமானம் இருக்க முடியும்? நீங்கள் மூவாயிரம் ரூபிள்களை அபகரித்துக் கொண்டதுதான் முக்கியமே தவிர, அதை என்ன செய்தீர்கள் என்பது அல்ல. சரி, நீங்கள் ஏன் அப்படிச் செய்தீர்கள்? நீங்கள் என்ன காரணத்துக்காக அதில் பாதியை மறைத்து வைத்தீர்கள்? நீங்கள் அதை விளக்க முடியுமா?"

"ஓ, கனவான்களே, அதுதான் விஷயம்!" என்று மீச்சியா கத்தினார். "நான் கேவலமானவன் என்பதால் அதில் பாதியைப் பதுக்கி வைத்தேன். நான் அப்படிச் செய்வது கேவலமானது என்றாலும், அது எனக்குச் சாதகமாக இருக்கும் என்று கணக்குப் போட்டேன்... நான் அதை ஒரு மாதம் வரைக்கும் வைத்திருந்தேன்!"

"எனக்குப் புரியவில்லை."

"நீங்கள் சொல்வது எனக்கு ஆச்சரியமாக இருக்கிறது. ஒருவேளை அது உண்மையில் உங்களுக்குப் புரியாமல் இருக்கலாம் என்பதால், நான் அதை மேலும் விளக்குகிறேன். நீங்கள் நான் சொல்வதைக் கவனமாகக் கேளுங்கள். அவள் என்னை நம்பி என்னிடம் கொடுத்த பணத்தை நான் அபகரித்துக் கொண்டு, அதை வீணாகச் செலவழிக்கிறேன். நான் எல்லாவற்றையும் செலவழித்துவிட்டு, மறுநாள் காலையில் அவள் முன்னால் சென்று, 'காத்யா, நான் தவறு செய்துவிட்டேன், நீ கொடுத்த பணத்தை வீணாகச் செலவு செய்துவிட்டேன்' என்று சொல்கிறேன். அது சரியா? இல்லை, அது சரியல்ல. அது நேர்மையற்றது, கோழைத்தனமானது. நான் ஒரு மிருகம், இச்சைகளைக் கட்டுப்படுத்த முடியாத கொடிய மிருகம், அப்படித்தானே? இருந்தாலும் நான் திருடன் இல்லை. நான் ஓர் அப்பட்டமான திருடன் அல்ல என்பதை நீங்களே ஒப்புக்கொள்வீர்கள்! நான் அந்தப் பணத்தை வீணடித்தேன், ஆனால் திருடவில்லை. இப்போது நீங்கள் அதற்கு மாறாக இதைக் கேளுங்கள். நீங்கள் கவனமாகக் கேளுங்கள், இல்லை என்றால் எனக்குக் குழப்பம் வந்துவிடும், ஏனெனில் என் தலை சுற்றுகிறது. நான் ஆயிரத்து

ஐநூறு ரூபிள்களை மட்டும் செலவழித்துவிட்டு, மறுநாள் அவளிடம் சென்று, 'காத்யா, நீ கொடுத்த பணத்தில் பாதியை நான் செலவழித்துவிட்டேன். நான் ஓர் அயோக்கியன், போக்கிரி என்பதால் மீதியையும் செலவழித்துவிடுவேன். எனவே நான் அந்தத் தவறைச் செய்யாமல் இருக்க வேண்டும் என்பதால் மீதியைத் திரும்ப வாங்கிக் கொள்!' என்று சொல்கிறேன். அப்போது என் நிலை என்ன? அப்போது நான் ஒரு மிருகமாக, அயோக்கியனாக, நீங்கள் விரும்பும் எதுவாக வேண்டுமானாலும் இருப்பேன், ஆனால் ஒரு திருடனாக இருக்க மாட்டேன். நான் ஒரு திருடனாக இருந்திருந்தால், அந்தப் பணத்தைத் திரும்பக் கொடுக்காமல் நானே வைத்துக் கொண்டிருப்பேன். நான் பாதிப் பணத்தைத் திருப்பிக் கொடுத்ததால், நான் செலவழித்த மீதியையும் திருப்பிக் கொடுப்பேன் என்றும், நான் அதற்காக வேலை செய்து அந்தப் பணத்தைச் சம்பாதிப்பேன் என்றும் அவள் நினைப்பாள். எனவே நான் ஓர் அயோக்கியன் என்றாலும் திருடன் அல்ல. அப்போது நீங்கள் என்னை என்ன வேண்டுமானாலும் சொல்லலாம், ஆனால் திருடன் என்று சொல்ல முடியாது!

"சரி, இரண்டுக்கும் வித்தியாசம் இருக்கிறது என்பதை நான் ஒப்புக் கொள்கிறேன்" என்று அரசு வழக்கறிஞர் உணர்ச்சியின்றிப் புன்னகைத்தார். "ஆனால் உங்களுக்கு அந்த வித்தியாசம் மிகவும் முக்கியமானதாகத் தோன்றுவது எனக்கு விசித்திரமாகத் தெரிகிறது."

"ஆமாம், நான் அதை மிக முக்கியமான வித்தியாசமாகப் பார்க்கிறேன்! எந்த மனிதனும் அயோக்கியனாக இருக்கலாம், ஆனால் எந்த மனிதனும் திருடனாக இருக்க முடியாது. ஒரு பரம அயோக்கியன் மட்டுமே அப்படி இருக்க முடியும். அந்த வித்தியாசத்தை எப்படிச் சொல்வது என்று எனக்குத் தெரிய வில்லை... ஆனால் ஒரு திருடன் ஓர் அயோக்கியனை விட இழிந்தவன் என்று நான் நினைக்கிறேன். கவனியுங்கள், நான் ஒரு மாதம் முழுவதும் அந்தப் பணத்தை என்னிடம் மறைத்து வைத்திருக்கிறேன். நான் நாளையே அந்தப் பணத்தை அவளிடம் திருப்பிக் கொடுக்க முடிவு செய்யலாம். அப்போது நான் ஓர் அயோக்கியனாக இருக்க மாட்டேன், ஆனால் சிக்கல் என்னவென் றால், என்னால் அந்த முடிவை எடுக்க முடியவில்லை. நான் ஒவ்வொரு நாளும் எவ்வளவுதான் கடினமாக முயற்சி செய்தாலும், ஒவ்வொரு நாளும் எனக்கு நானே, 'அயோக்கியனே அதைச் செய்' என்று திரும்பத் திரும்பச் சொல்லிக் கொண்டாலும், என்னால் கடந்த ஒரு மாதமாக அதைச் செய்ய முடியவில்லை! சரி, நீங்கள் அதைப் பற்றி என்ன நினைக்கிறீர்கள்? அது சரியா?"

“நிச்சயமாக அது சரியல்ல என்று நான் ஒப்புக் கொள்கிறேன். நான் அதை மறுக்கவில்லை” என்று அரசு வழக்கறிஞர் தயக்கத்துடன் சொன்னார். “ஆனால் நாம் அந்த நுணுக்கங்களையும், வேறுபாடுகளையும் ஒதுக்கி வைத்துவிட்டு, உங்களுக்கு ஆட்சேபணை இல்லை என்றால், மீண்டும் விஷயத்திற்கு வருவோம். ஆனால் நீங்கள் ஏன் பாதிப் பணத்தை வீணடித்துவிட்டு, பாதியை மறைத்து வைத்தீர்கள் என்ற எங்கள் கேள்விக்கு இன்னும் பதில் சொல்லவில்லை. நீங்கள் என்ன நோக்கத்திற்காக அதைச் செய்தீர்கள்? நீங்கள் அந்த ஆயிரத்து ஐநூறு ரூபிள்களை என்ன செய்வதாக உத்தேசித்திருந்தீர்கள்? டிமிட்ரி ஃபியோதரோவிச், நீங்கள் அந்தக் கேள்விக்குப் பதில் சொல்ல வேண்டும் என்று நான் உங்களை வலியுறுத்துகிறேன்.”

“ஆமாம், ஆமாம்” என்று கத்திய மீச்சியா, தலையில் அடித்துக் கொண்டார். “நான் முக்கியமான விஷயத்தைச் சொல்லாமல் உங்களைச் சிரமப்படுத்தியதற்கு என்னை மன்னியுங்கள். நான் அதைச் சொன்னால் நீங்கள் சுலபமாகப் புரிந்து கொள்வீர்கள், ஏனெனில் என்னுடைய அந்த நோக்கத்தில்தான் முழு அவமானமும் அடங்கியிருக்கிறது! இதோ பாருங்கள், அந்த இறந்துபோன கிழவர், அக்ரஃபேனா அலெக்ஸாண்ட்ரோவ்னாவைத் தொந்தரவு செய்து கொண்டே இருந்தார். எனவே அவள் அவருக்கும் எனக்கும் இடையில் யாரைத் தேர்வு செய்வது என்று தயங்குகிறாள் என்று நினைத்தபோது என் உள்ளத்தில் பொறாமைத் தீ பற்றி எரிந்தது. அவள் என்னைச் சித்திரவதை செய்வதை நிறுத்திவிட்டு, திடீரென்று என்னிடம், ‘நான் உங்களைக் காதலிக்கிறேன், அவரை அல்ல. என்னை இந்த உலகின் மறுகோடிக்கு அழைத்துச் செல்லுங்கள்’ என்று சொல்வாள் என்று ஒவ்வொரு நாளும் நினைத்துக் கொண்டிருந்தேன். ஆனால் என்னிடம் நாற்பது கோபெக்குகள் மட்டுமே இருந்தது. நான் அதை வைத்துக் கொண்டு அவளை எங்கே அழைத்துச் செல்ல முடியும்? நான் தொலைந்து போயிருப்பேன். ஆனால் நான் அப்போது அவளைப் புரிந்து கொள்ளாமல், அவள் பணத்திற்கு ஆசைப்படுகிறாள் என்றும், என்னுடைய ஏழ்மையைச் சகித்துக்கொள்ள மாட்டாள் என்றும் நினைத்தேன். எனவே நான் வஞ்சகத்துடன் மூவாயிரம் ரூபிள்களில் பாதியை எண்ணி, அதைத் துணியில் வைத்து தைத்து மறைத்து வைத்துவிட்டு, மீதிப் பாதியைக் குடித்து கும்மாளம் போட்டேன். அது எவ்வளவு கீழ்த்தரமானது! இப்போது உங்களுக்குப் புரிகிறதா?”

அரசு வழக்கறிஞர் சத்தமாகச் சிரித்தார். அவரைத் தொடர்ந்து விசாரணை அதிகாரியும் சிரித்தார்.

“ஆனால் நீங்கள் எல்லாப் பணத்தையும் வீணடிக்காமல் இருந்திருந்தால் அது புத்திசாலித்தனமானது, நியாயமானது என்று நான் நினைக்கிறேன்” என்று நிக்கோலாய் பர்ஃபியோனோவிச் சிரித்தார். “சரி, அதில் என்ன தவறு?”

“ஏனெனில் நான் அதைத் திருடினேன் என்று உறுதியாகிறது! அடக் கடவுளே! உங்களுக்கு அது புரியவில்லை என்பதை நினைத்து எனக்குத் திகைப்பாக இருக்கிறது! நான் அந்த ஆயிரத்து ஐநூறு ரூபிள்களை என் கழுத்தில் தொங்கவிட்டுக் கொண்டிருந்த ஒவ்வொரு நாளும், ஒவ்வொரு மணி நேரமும், ‘நான் ஒரு திருடன், நான் ஒரு திருடன்!’ என்று எனக்கு நானே திரும்பத் திரும்பச் சொல்லிக் கொண்டேன். அதனால்தான் நான் கடந்த ஒரு மாதமாகக் காட்டுமிராண்டித்தனமாக நடந்து கொண்டு, சத்திரத்தில் சண்டை போட்டேன், என் தந்தையை அடித்தேன், ஏனெனில் நான் ஒரு திருடனாக மாறிவிட்டதாக உணர்ந்தேன். நான் அந்த ஆயிரத்து ஐநூறு ரூபிள்களைப் பற்றி என் தம்பி அல்யோஷாவிடம் சொல்லக் கூட எனக்குத் துணிச்சல் வரவில்லை, ஏனெனில் என்னை ஓர் அயோக்கியனாகவும், மோசடிக்காரனாகவும் நினைத்தேன். ஆனால் உங்களுக்குத் தெரியுமா, நான் அதைச் சுமந்து கொண்டிருந்த ஒவ்வொரு நாளும், ஒவ்வொரு மணி நேரமும், ‘டிமிட்ரி ஃபியோதரோவிச், நீ இன்னும் திருடனாக மாறவில்லை. ஏன் தெரியுமா? ஏனெனில் நீ நாளைக்கே காத்யாவிடம் சென்று அந்த ஆயிரத்து ஐநூறு ரூபிள்களைத் திருப்பிக் கொடுத்துவிடலாம்’ என்று எனக்குள் சொல்லிக் கொண்டேன். நான் நேற்றிரவு ஃபேன்யாவின் வீட்டிலிருந்து பெர்கோட்டினைப் பார்க்கச் செல்லும் வழியில், என் கழுத்தில் இருந்த தாயத்தைக் கிழித்துவிட வேண்டும் என்று முடிவு செய்தேன். ஆனால் நான் அந்த நிமிடம் வரை அப்படிச் செய்ய வேண்டும் என்று நினைக்கவில்லை. நான் அந்தப் பணத்தை எடுத்த கணமே, சந்தேகத்திற்கு இடமின்றி ஒரு முழு திருடனாக, பக்காத் திருடனாக, வாழ்நாள் முழுவதும் அவமானத்தைச் சுமக்கும் மோசடிக்காரனாக மாறிவிட்டேன். ஏனெனில் நான் காத்யாவிடம் சென்று, ‘நான் ஓர் அயோக்கியன் ஆனால் திருடன் அல்ல’ என்று சொல்ல வேண்டும் என்ற என் கனவையும் அத்துடன் அழித்துவிட்டேன். இப்போது உங்களுக்குப் புரிகிறதா?”

“நீங்கள் அந்தப் பணத்தை நேற்று மாலையில் எடுக்க வேண்டும் என்று ஏன் தீர்மானித்தீர்கள்?” என்று நிக்கோலாய் பர்ஃபியோனோவிச் இடைமறித்தார்.

“இது என்ன கேள்வி? நீங்கள் கேட்பது அபத்தமாக இருக்கிறது. ஏனெனில் நான் இங்கே இன்று விடியற்காலை ஐந்து

மணிக்கு இறந்துவிட வேண்டும் என்று என்னை நானே சபித்துக் கொண்டேன். 'நான் ஒரு திருடனாக இறந்தாலும் சரி, ஒரு கௌரவமான மனிதனாக இறந்தாலும் சரி அதனால் பெரிய வித்தியாசம் இல்லை' என்று நான் நினைத்துக் கொண்டேன். ஆனால் அது அப்படி இல்லை, அது வித்தியாசத்தை ஏற்படுத்தும் என்று தெரிந்து கொண்டேன். கனவான்களே, என்னை நம்புங்கள், இந்த இரவில் என்னை மிகவும் வாட்டி வதைத்தது, நான் அந்த வயதான வேலைக்காரனைக் கொன்றுவிட்டேன் என்பதோ, என் காதலுக்கு வெகுமதி கிடைத்து, சொர்க்க வாசல் எனக்காகத் திறந்திருக்கும்போது, நான் சைபீரியாவுக்குப் போகும் அபாயத்தில் இருக்கிறேன் என்பதோ அல்ல. ஓ, அது வேதனைதான் என்றாலும், நான் அந்தப் பாழாய்ப்போன பணத்தை எடுத்துச் செலவழித்து, ஓர் அப்பட்டமான திருடனாக மாறிவிட்டேன் என்ற எண்ணம் என்னை அணுஅணுவாகச் சித்திரவதை செய்தது. இப்போது நான் முழுத் திருடனாக மாறிவிட்டேன்! ஓ, கனவான்களே, நான் இரத்தம் கசியும் இதயத்துடன் மீண்டும் சொல்ல விரும்புவது, நான் இந்த இரவில் நிறையக் கற்றுக் கொண்டேன். ஒருவன் அயோக்கியனாக வாழ்வது மட்டுமல்ல, அயோக்கியனாக சாவதும் முடியாத காரியம் என்பதைப் புரிந்து கொண்டேன்... இல்லை கனவான்களே, ஒருவன் கௌரவமாகச் சாக வேண்டும்!..."

மீச்சியா முகம் வெளிறிப் போயிருந்தார். அவர் மிகுந்த பதற்றத்துடன் இருந்தாலும், அவருடைய முகத்தில் சோர்வும், வேதனையும் தெரிந்தது.

"டிமிட்ரி ஃபியோதரோவிச், நான் உங்களைப் புரிந்துகொள்ளத் தொடங்கிவிட்டேன்" என்று அரசு வழக்கறிஞர் மெதுவாக, ஏறக்குறைய அனுதாபத்துடன் சொன்னார். "நான் சொல்வதில் உங்களுக்கு ஆட்சேபணை இல்லை என்றால், என்னுடைய கருத்துப்படி இதெல்லாம் நரம்புகள் சம்பந்தப்பட்ட விஷயம்... உங்களுக்கு நரம்புக் கோளாறு இருக்கிறது அவ்வளவுதான். உதாரணமாக, நீங்கள் அந்த ஆயிரத்து ஐநூறு ரூபிள்களை உங்களிடம் பணத்தை ஒப்படைத்த அந்தப் பெண்ணிடம் திருப்பிக் கொடுத்துவிட்டு, ஏறக்குறைய ஒரு மாத காலமாக உங்களைச் சித்திரவதை செய்த வேதனைக்கு ஏன் முற்றுப்புள்ளி வைத்திருக்கக் கூடாது? அந்த நேரத்தில் நீங்கள் உங்களுடைய மோசமான சூழ்நிலையை, நீங்கள் எங்களிடம் வர்ணித்தபடி, அவளிடம் எடுத்துச் சொல்லி, ஒரு நேரடியான, இயல்பான தீர்வுக்கு ஏன் முயற்சி செய்திருக்கக்கூடாது? நீங்கள் உங்களுடைய தவறுகளை அவளிடம் ஒப்புக் கொண்ட பிறகு, உங்கள் செலவுக்குத் தேவையான பணத்தைக் கடனாகக் கொடுக்கும்படி ஏன் அவளிடம்

கேட்டிருக்கக்கூடாது? அவள் ஒரு பெருந்தன்மையான பெண் என்பதால், உங்கள் வேதனையைப் பார்த்த பிறகு உங்களுக்கு உதவி செய்ய மறுக்க மாட்டாள். குறிப்பாக நீங்கள் வியாபாரி சம்சனோவுக்கும், திருமதி. கோஹ்லக்கோவுக்கும் கொடுக்கத் தயாராக இருந்த பிணையத்தின் பேரில் கேட்டிருந்தால், அவள் நிச்சயமாக அதை மறுத்திருக்க மாட்டாள். நீங்கள் இன்னும் அந்தச் சொத்தை மதிப்புமிக்கதாக நினைக்கிறீர்கள் இல்லையா?"

மீச்சியா திடீரென்று முகம் சிவந்தார்.

"நீங்கள் உண்மையில் என்னை அந்த அளவுக்கு அயோக்கியன் என்று நினைக்கிறீர்களா? உங்களால் உண்மையாகப் பேச முடியாதா?" என்று மீச்சியா, அவருடைய காதால் கேட்டதை நம்ப முடியாதவரைப் போல, கோபத்துடன் அரசு வழக்கறிஞரின் முகத்தை நேருக்கு நேராகப் பார்த்து முறைத்தார்.

"நான் உண்மையாகச் சொல்கிறேன்... நான் அப்படிப் பேசவில்லை என்று நீங்கள் ஏன் நினைக்கிறீர்கள்?" என்று அரசு வழக்கறிஞர் ஆச்சரியத்துடன் மீச்சியாவைப் பார்த்தார்.

"ஓ, அது எவ்வளவு கேவலமாக இருந்திருக்கும்! கனவான்களே, நீங்கள் என்னைச் சித்திரவதை செய்கிறீர்கள் என்று உங்களுக்குத் தெரிகிறதா? சரி, அப்படியே ஆகட்டும், நான் எல்லாவற்றையும் உங்களிடம் சொல்கிறேன். நான் என்னுடைய இழிவான, நரகத்துக்கு இணையான அத்தனை அக்கிரமங்களையும், நீங்கள் வெட்கித் தலைகுனியும் அளவுக்குச் சொல்கிறேன். ஆனால் ஒரு மனிதனின் உணர்வுகள் அவனை எவ்வளவு இழிவான அவமானத்துக்கு இழுத்துச் செல்லக்கூடும் என்பதைப் பார்த்து நீங்களே ஆச்சரியப்படுவீர்கள். அரசு வழக்கறிஞரே, நீங்கள் சொன்ன அந்த யோசனையை நான் ஏற்கனவே பரிசீலித்துப் பார்த்தேன் என்பதைத் தெரிந்து கொள்ளுங்கள்! ஆமாம், கனவான்களே, கடந்த ஒரு மாதமாக எனக்கும் அப்படித்தான் தோன்றியது. எனவே நான் காத்யாவைப் பார்க்க முடிவு செய்தேன். நான் அந்த அளவுக்குக் கீழ்த்தரமானவனாக இருந்தேன்! ஆனால் அவளிடம் சென்று, நான் அவளுக்குச் செய்த துரோகத்தைச் சொல்லி, அந்தத் துரோகத்தின் பெயரால் அவளிடம் பணத்தைக் கேட்டு வாங்கிக் கொண்டு (பிச்சை எடுப்பது, நான் சொல்வது கேட்கிறதா?) அவளை வெறுத்து அவமானப்படுத்திய எதிராளியுடன் ஓடிப்போவது... ஓ, கடவுளே, அரசு வழக்கறிஞரே உங்களுக்குப் பைத்தியம் பிடித்துவிட்டது!"

"எனக்குப் பைத்தியம் பிடிக்கவில்லை, ஆனால் நான் அவசரப்பட்டு, பெண்களின் பொறாமையைப் பற்றி யோசிக்காமல் பேசிவிட்டேன்... நீங்கள் சொல்வது போலப் பொறாமை

இருந்தால்... ஆமாம், அப்படி ஏதாவது இருக்கலாம்" என்று அரசு வழக்கறிஞர் புன்னகைத்தார்.

"அது எவ்வளவு இழிவான காரியமாக இருந்திருக்கும்!" என்று மீச்சியா ஆவேசத்துடன் கத்தியபடி, முஷ்டியால் மேசையின் மீது குத்தினார். "அது கற்பனைக்கு அப்பாற்பட்ட அசிங்கமாக இருந்திருக்கும்! ஆமாம், அவள் அந்தப் பணத்தை எனக்குக் கொடுத்திருக்கலாம். அவள் நிச்சயமாக அதைக் கொடுப்பாள் என்று எனக்குத் தெரியும். அவள் என் மீதுள்ள வெறுப்பின் காரணமாக, என்னைப் பழிவாங்க வேண்டும் என்ற எண்ணத்தில் அதைக் கொடுத்திருப்பாள், ஏனெனில் அவள் கோபக்காரப் பெண் என்பதுடன், அவளுக்குள்ளும் ஒரு சபிக்கப்பட்ட ஆன்மா இருக்கிறது. நான் அவள் கொடுக்கும் பணத்தை வாங்கியிருப்பேன், ஆமாம் வாங்கியிருப்பேன். ஆனால் அதன் பிறகு நான் என் வாழ்நாள் முழுவதும்... ஓ, கடவுளே! கனவான்களே, நான் இப்படிக் கத்துவதற்கு என்னை மன்னித்து விடுங்கள். நான் சமீபத்தில், இரண்டு நாட்களுக்கு முன்பு குடிபோதையில் இருந்த லியாகாவியை எழுப்ப முயன்றபோது, அந்த எண்ணம் எனக்குத் தோன்றியது. நான் அதற்குப் பிறகு நேற்று, ஆமாம் நேற்றும், நேற்று முழுவதும், அந்தச் சம்பவம் நடக்கும் வரை அதைப் பற்றி நினைத்தேன்..."

"எந்தச் சம்பவம்?" என்று நிக்கோலாய் பர்ஃபியோனோவிச் ஆர்வத்துடன் கேட்டார், ஆனால் மீச்சியா அதைக் கவனிக்கவில்லை.

"நான் உங்களிடம் ஒரு பயங்கரமான வாக்குமூலத்தைக் கொடுத்தேன்" என்று மீச்சியா இருண்ட முகத்துடன் சொன்னார். "நீங்கள் அதற்காக என்னைப் பாராட்ட வேண்டும். அதற்கும் மேலாக நீங்கள் அதை மதிக்க வேண்டும். இல்லையென்றால், அது உங்களுடைய மனதைப் பாதிக்காவிட்டால், நீங்கள் நிச்சயமாக என்னை மதிக்கவில்லை என்று அர்த்தம். கனவான்களே, நான் உங்களைப் போன்ற மனிதர்களிடம் அதை ஒப்புக் கொண்டதற்காக அவமானத்தால் செத்துப்போவேன். ஓ, நான் என்னை நானே சுட்டுக் கொள்வேன்! ஆமாம், நீங்கள் என்னை நம்பவில்லை என்று எனக்குத் தெரிகிறது. என்ன, நீங்கள் அதையும் எழுதுகிறீர்களா?" என்று மீச்சியா திகைப்புடன் கத்தினார்.

"ஆமாம், நீங்கள் இப்போது சொன்னது" என்று நிக்கோலாய் பர்ஃபியோனோவிச் வியப்புடன் அவரைப் பார்த்துச் சொன்னார். "அதாவது நீங்கள் அந்தக் கடைசி ஒரு மணி நேரம் வரை கேத்தரீனா இவானோவ்னாவிடம் சென்று அந்தப் பணத்தைக் கேட்பதைப் பற்றி யோசித்துக் கொண்டிருந்தீர்கள்... டிமிட்ரி ஃபியோதரோவிச், அது எங்களுக்கு ஒரு முக்கியமான ஆதாரம்,

அதாவது இந்த வழக்குக்கு... குறிப்பாக உங்களுக்கு, உங்களுக்கு மிகவும் முக்கியமானது என்று நான் உறுதியாகச் சொல்கிறேன்."

"கனவான்களே, என் மீது கருணை காட்டுங்கள்" என்று மீச்சியா கைகளை உயர்த்தியபடி கத்தினார். "நீங்கள் அதை எழுதாதீர்கள். நீங்கள் அதை எழுதுவதற்கு வெட்கப்பட வேண்டும்! நான் உங்கள் முன்னால் என் இதயத்தை இரண்டாகத் திறந்து காட்டினேன், ஆனால் நீங்கள் அதைச் சாதகமாகப் பயன்படுத்திக் கொண்டு, கிழிந்த இரண்டு பகுதிகளிலும் உங்கள் விரல்களால் குடைந்து தேடுகிறீர்கள்... அடக் கடவுளே!"

மீச்சியா விரக்தியின் உச்சத்தில் கைகளால் முகத்தை மூடிக் கொண்டார்.

"டிமிட்ரி ஃபியோதரோவிச், நீங்கள் அதற்காகக் கலங்க வேண்டியதில்லை" என்றார் அரசு வழக்கறிஞர். "நாங்கள் எழுதிய எல்லாவற்றையும் உங்களுக்கு வாசித்துக் காட்டுவோம். அப்போது உங்களுக்கு உடன்பாடில்லாத விஷயங்களை உங்கள் விருப்பப்படி மாற்றிக் கொள்ளலாம். ஆனால் நான் இப்போது மூன்றாவது முறையாக அந்தக் கேள்வியை மீண்டும் கேட்கிறேன். நீங்கள் மறைத்து வைத்திருந்த பணத்தைப் பற்றி யாரிடமும் சொல்லவில்லை என்பது உண்மையா? எங்களால் அதை நம்ப முடியவில்லை என்பதை உங்களிடம் சொல்லியாக வேண்டும்."

"நான் யாரிடமும் அதைச் சொல்லவில்லை. நான் முன்பே அப்படித்தான் சொன்னேன், ஆனால் நீங்கள் புரிந்து கொள்ள வில்லை! என்னை நிம்மதியாக இருக்க விடுங்கள்!"

"நல்லது, அதைத் தெளிவுபடுத்திக் கொள்ள இன்னும் அவகாசம் இருக்கிறது, ஆனால் இதற்கிடையில் அதைப் பற்றி யோசித்துப் பாருங்கள். நீங்கள் இங்கே ஆயிரத்து ஐநூறு அல்ல மூவாயிரம் ரூபிள்களைச் செலவழித்ததாக நீங்களே எல்லோரிடமும் சொன்னீர்கள் என்பதற்கும், அதைக் கூரையின் மீது ஏறி நின்று தம்பட்டம் அடித்தீர்கள் என்பதற்கும் எங்களிடம் ஒரு டஜன் சாட்சிகள் இருக்கலாம். நீங்கள் இந்த முறையும், நேற்று திடீரென்று பணத்துடன் இங்கே வந்து மூவாயிரம் ரூபிள்களைக் கொண்டு வந்திருப்பது போன்ற ஒரு தோற்றத்தைப் பலரிடமும் ஏற்படுத்தினீர்கள்."

"ஒரு டஜன் அல்ல நூற்றுக்கணக்கான சாட்சிகள் உங்களிடம் இருக்கலாம். நான் சொன்னதை இருநூறு பேர் கேட்டிருக்கலாம், ஆயிரம் பேர் அதைச் சொல்லியிருக்கலாம்!" என்று மீச்சியா கத்தினார். "இதோ பாருங்கள், எல்லோரும் அப்படிச் சொல்லலாம். இந்த எல்லோரும் என்ற வார்த்தைக்கு ஏதாவது அர்த்தம்

இருக்கிறதா? எதுவும் இல்லை. நான் பொய் சொன்னேன், எல்லோரும் என் பொய்யைத் திரும்பத் திரும்பச் சொல்லத் தொடங்கினார்கள்."

"ஆனால் நீங்கள் சொல்வது போல அப்படிப் பொய் சொல்ல வேண்டிய அவசியம் என்ன?"

"அது சாத்தானுக்கே வெளிச்சம்! ஒருவேளை தற்பெருமையாக இருக்கலாம்... இவ்வளவு பணத்தைச் செலவழித்தேன் என்ற... நான் பதுக்கி வைத்த பணத்தை மறைக்கும் முயற்சியாக இருக்கலாம்... ஓ, ஆமாம், அதுதான்... அடச்சே... நீங்கள் இந்தக் கேள்வியை எத்தனை முறை கேட்பீர்கள்? சரி, நான் ஒரு பொய் சொன்னேன், அது அத்துடன் முடிந்துவிட்டது. நான் அதன் பிறகு அதைச் சரிசெய்ய வேண்டும் என்று நினைக்கவில்லை. ஒரு மனிதன் சில நேரங்களில் எதற்காகப் பொய் சொல்கிறான்?"

"டிமிட்ரி ஃபியோதரோவிச், ஒரு மனிதன் ஏன் பொய் சொல்கிறான் என்பதைச் சொல்வது கடினம்" என்றார் அரசு வழக்கறிஞர் யோசனையுடன். "சரி, சொல்லுங்கள், உங்கள் கழுத்தில் உள்ள தாயத்து பெரியதாக இருந்ததா?"

"பெரியது என்று சொல்ல முடியாது. ஒரு நூறு ரூபிள் நோட்டை இரண்டாக மடித்து வைத்த அளவு இருக்கும்."

"நீங்கள் அதை வைத்திருந்த துணியின் துண்டுகளை எங்களுக்குக் காட்ட முடியுமா? நீங்கள் அதை எங்கேயாவது வைத்திருக்கலாம்."

"அடக் கடவுளே! என்ன பைத்தியக்காரத்தனம்! அது எங்கே என்று எனக்குத் தெரியாது."

"ஆனால் மன்னிக்கவும், நீங்கள் அதை எங்கே, எப்போது உங்கள் கழுத்திலிருந்து எடுத்தீர்கள்? உங்கள் வாக்குமூலத்தின்படி நீங்கள் வீட்டுக்குப் போகவில்லை."

"நான் ஃபேன்யாவின் வீட்டிலிருந்து பெர்கோட்டின் வீட்டுக்குப் போகும் வழியில் அதைக் கிழித்துப் பணத்தை எடுத்தேன்."

"இருட்டிலா?"

"அதற்கு வெளிச்சம் எதற்கு? நான் ஒரு நிமிடத்தில் என் விரல்களால் அதைக் கிழித்தேன்."

"கத்தரிக்கோல் இல்லாமல், தெருவில்?"

"சதுக்கத்தில் என்று நினைக்கிறேன். எனக்கு எதற்கு கத்தரிக்கோல்? அது ஒரு பழைய துணி என்பதால் சுலபமாகக் கிழிக்க முடியும்."

"அப்புறம் அதை எங்கே போட்டீர்கள்?"

"அங்கேயே தூக்கி எறிந்துவிட்டேன்."

"சரியாக எங்கே?"

"சதுக்கத்தில்! சதுக்கத்தில்! சதுக்கத்தில் எங்கே என்று அந்தச் சாத்தானுக்கே தெரியும். நீங்கள் எதற்காக அதைத் தெரிந்துகொள்ள வேண்டும்?"

"டிமிட்ரி ஃபியோதரோவிச், அது மிகவும் முக்கியமான, உங்களுக்குச் சாதகமான ஆதாரம். அது ஏன் உங்களுக்குப் புரியவில்லை? ஒரு மாதத்திற்கு முன்பு அதைத் தைக்க உங்களுக்கு உதவி செய்தது யார்?"

"யாரும் உதவி செய்யவில்லை, நானே அதைச் செய்தேன்."

"உங்களுக்குத் தைக்கத் தெரியுமா?"

"ஒரு சிப்பாய்க்கு தைக்கத் தெரிந்திருக்க வேண்டும். அதைச் செய்ய எந்தப் பிரத்யேகமான அறிவும் தேவையில்லை."

"சரி, நீங்கள் அதற்கான பொருளை, அதாவது அந்தப் பணத்தைத் தைக்கப் பயன்படுத்திய துணியை எங்கே வாங்கினீர்கள்?"

"நீங்கள் என்னைப் பார்த்துச் சிரிக்கிறீர்களா?"

"இல்லவே இல்லை. டிமிட்ரி ஃபியோதரோவிச், நாங்கள் சிரிக்கும் மனநிலையில் இல்லை."

"அது எங்கிருந்து கிடைத்தது என்று எனக்கு நினைவில்லை. நான் அதை எங்கிருந்தோ எடுத்தேன்."

"நீங்கள் அதை மறந்திருக்க முடியாது என்று நான் நினைக்கிறேன்."

"சத்தியமாக எனக்கு நினைவில்லை. ஒருவேளை நான் அதை என் துணியிலிருந்து கிழித்திருக்கலாம்."

"அது மிகவும் சுவாரஸ்யமானது. நாங்கள் நாளை உங்கள் குடியிருப்பில் அதைக் கண்டுபிடிக்கலாம். ஒருவேளை நீங்கள் அதை உங்கள் சட்டையிலிருந்து அல்லது வேறு எதிலிருந்து கிழித்தீர்கள் என்று பார்க்கலாம். அது என்ன வகையான துணி? பருத்தி அல்லது லினன்?"

"அது அந்தக் கடவுளுக்கே வெளிச்சம்! கொஞ்சம் பொறுங்கள்... நான் அதை எங்கிருந்தும் கிழிக்கவில்லை என்று நினைக்கிறேன். அது காலிகோ துணி... நான் அதை என் வீட்டுச் சொந்தக்காரியின் தொப்பியிலிருந்து எடுத்தேன் என்று நினைக்கிறேன்."

"உங்கள் வீட்டுச் சொந்தக்காரியின் தொப்பியிலிருந்தா?"

"ஆமாம், நான் அதை அவளிடமிருந்து திருடினேன்."

“நீங்கள் என்ன சொல்கிறீர்கள், திருடினீர்களா?”

“இதோ பாருங்கள், நான் ஒரு முறை பேனாவைத் துடைக்க அல்லது வேறு எதற்காகவோ அவளுடைய தொப்பியை எடுத்துக் கொண்டது எனக்கு ஞாபகம் வருகிறது. அது ஏற்கனவே மிக மோசமாகக் கிழிந்து போயிருந்ததால், நான் அவளிடம் கேட்காமலே அதை எடுத்துக் கொண்டேன். நான் அதைக் கிழித்து அதில் நோட்டுகளை வைத்து தைத்தேன். அது ஆயிரம் முறைக்கு மேல் துவைத்து கந்தலான பழைய காலிகோ துணி.”

“அது உங்களுக்கு நன்றாக நினைவிருக்கிறதா?”

“எனக்கு நிச்சயமாகத் தெரியவில்லை. அது அவளுடைய தொப்பியின் ஒரு பகுதியாக இருக்க வேண்டும் என்று தோன்றுகிறது. அடடா, என்ன கொடுமை!”

“அப்படியானால் உங்கள் வீட்டுக்காரிக்கு அது தொலைந்து போனது ஞாபகம் இருக்கும், இல்லையா?”

“இல்லை, அவள் அதைத் தொலைக்கவில்லை. அது ஒரு கோபெக் கூட மதிப்பில்லாத ஒரு பழைய கந்தல் துணி.”

“சரி, உங்களுக்கு ஊசியும் நூலும் எங்கிருந்து கிடைத்தன?”

“ஐயா, போதும், என்னை விட்டுவிடுங்கள்! நான் இதற்கு மேல் எதுவும் சொல்ல முடியாது” என்று மீச்சியா பொறுமையிழந்து கோபத்துடன் சொன்னார்.

“நீங்கள் சதுக்கத்தில் எந்த இடத்தில் அந்தத் துணியை வீசி எறிந்தீர்கள் என்பதைச் சுத்தமாக மறந்துவிட்டது விசித்திரமாக இருக்கிறது.”

“நீங்கள் நாளை அந்தச் சதுக்கத்தைச் சுத்தம் செய்ய உத்தரவிடுங்கள். ஒருவேளை அப்போது அதைக் கண்டுபிடிக்கலாம்” என்று மீச்சியா இளித்தார். “கனவான்களே, போதும் என்னால் முடியவில்லை!” என்று அவர் சோர்வடைந்த குரலில் தீர்மானமாகச் சொன்னார். “நான் சொன்னதை நீங்கள் நம்பவில்லை என்று தெரிகிறது. நான் சொன்ன ஒரு வார்த்தையைக் கூட நீங்கள் நம்பவில்லை. நான் அவசரப்பட்டு உங்களிடம் சொன்னது என்னுடைய தவறு, உங்களுடையது அல்ல. நான் என்னைப் பற்றிய இரகசியத்தை உங்களிடம் சொல்லி என்னை நானே இழிவுபடுத்திக் கொண்டேன். நான் சொன்ன அனைத்தும் உங்களைப் பொறுத்தவரை வெறும் வேடிக்கை மட்டுமே. நான் அதை உங்கள் கண்களிலிருந்து பார்க்கிறேன். அரசு வழக்கறிஞரே, என்னை இந்த நிலைக்குத் தள்ளியது நீங்கள்தான்! எனவே நீங்கள் விரும்பினால் ஒரு வெற்றிப் பாடலைப் பாடுங்கள். என்னை வதைப்பவர்களே, நீங்கள் சபிக்கப்பட்டவர்கள்!”

மீச்சியா தலையைக் குனிந்து கைகளால் முகத்தை மூடிக் கொண்டார். அரசு வழக்கறிஞரும் விசாரணை அதிகாரியும் மௌனமாக இருந்தார்கள். மீச்சியா ஒரு நிமிடம் கழித்து தலையைத் தூக்கி அவர்களைப் பார்க்காமல் வேறெங்கோ பார்த்தார். அவருடைய முகம் முழுமையாக மீள முடியாத அதைரியத்தை வெளிப்படுத்தியது. அவர் என்ன நடந்து கொண்டிருக்கிறது என்பதை உணராதவரைப் போல மௌனத்திலும் மறதியிலும் ஆழ்ந்திருப்பதைப் போலத் தோன்றியது. இருந்தாலும் சாட்சிகளை விசாரித்து முதற்கட்ட விசாரணையை முடிக்க வேண்டிய நேரம் வந்துவிட்டது. அப்போது காலை எட்டு மணி. மெழுகுவர்த்திகள் எப்போதோ அணைந்துவிட்டன. விசாரணையின்போது அடிக்கடி அறைக்கு உள்ளேயும் வெளியேயும் வந்து கொண்டிருந்த மிகையில் மக்காரோவிச்சும், கல்கனோவும் இப்போது வெளியே போய்விட்டார்கள். அரசு வழக்கறிஞரும், விசாரணை அதிகாரியும் கூட களைத்துப் போயிருந்தார்கள். அன்று காலை வானிலை மோசமாக இருந்தது. வானம் மேகமூட்டமாக இருந்ததுடன், பலத்த மழை பெய்து கொண்டிருந்தது. மீச்சியா ஜன்னலை வெறித்துப் பார்த்துக் கொண்டிருந்தார்.

“நான் அந்த ஜன்னல் அருகில் சென்று பார்க்கலாமா?” என்று மீச்சியா திடீரென்று கேட்டார்.

“தாராளமாகச் செய்யுங்கள்” என்றார் விசாரணை அதிகாரி.

மீச்சியா எழுந்து ஜன்னல் அருகில் சென்றார். அந்தச் சிறிய பச்சை நிறக் கண்ணாடிகளின் மீது மழை பலமாக மோதித் தெறித்தது. ஜன்னலுக்குக் கீழே சேறும் சகதியுமான சாலை தெரிந்தது. அதற்கு அப்பால் தூரத்தில் மழையிலும் மூடுபனியிலும் ஏழ்மையான, கருப்பான குடில் வீடுகள் வரிசையாகத் தெரிந்தன. அந்த மழையில் அவை மேலும் ஏழ்மையாகவும், கருப்பாகவும், சோகமாகவும் தோன்றின. மீச்சியா தங்க நிறத்தில் ஜொலித்த சூரியனையும், அதன் முதல் கதிர் வீச்சில் துப்பாக்கியால் சுட்டுக்கொள்ள முடிவு செய்ததையும் நினைத்துப் பார்த்தார். ‘ஒருவேளை இதுபோன்ற ஒரு காலையில் அது இன்னும் நன்றாக இருக்கும்’ என்று புன்னகைத்த அவர், திடீரென்று கைகளை அலட்சியமாக அசைத்து, அவரை ‘வதைப்பவர்களை’ நோக்கித் திரும்பினார்.

“கனவான்களே!” என்று அவர் கத்தினார். “என் கதை முடிந்துவிட்டது என்று எனக்கு நன்றாகப் புரிகிறது. ஆனால் அவளுடைய கதி என்ன? நீங்கள் அவளை என்ன செய்யப் போகிறீர்கள் என்பதைச் சொல்லும்படி நான் உங்களைக் கெஞ்சிக் கேட்டுக் கொள்கிறேன். என்னுடன் சேர்ந்து அவளும் அழிந்து

போகப் போகிறாளா? அவள் நேற்று உங்களிடம், 'நானே எல்லா வகையிலும் குற்றவாளி' என்று கதறியபோது, அவள் சரியான மனநிலையில் இல்லை. அவள் எந்தக் குற்றமும் செய்யவில்லை! நான் உங்களுடன் உட்கார்ந்திருந்த இரவு முழுவதும் அவளை நினைத்துக் கவலைப்பட்டேன்... நீங்கள் அவளை என்ன செய்யப் போகிறீர்கள் என்பதை இப்போதாவது சொல்ல மாட்டீர்களா?"

"டிமிட்ரி ஃபியோதரோவிச், நீங்கள் அந்த விஷயத்தில் கவலைப்பட ஒன்றுமில்லை" என்று அரசு வழக்கறிஞர் உடனடியாக, வெளிப்படையான அவசரத்துடன் பதிலளித்தார். "நீங்கள் அக்கறை காட்டும் பெண்ணின் விஷயத்தில் தலையிடுவதற்கு இதுவரை எங்களுக்கு எந்த முகாந்திரமும் இல்லை. இந்த வழக்கு தொடர்ந்து நீடிக்கும் போதும் அதில் எந்த மாற்றமும் இருக்காது என்று நான் நம்புகிறேன்... நாங்கள் அந்த விஷயத்தில் எங்களால் முடிந்த அனைத்தையும் செய்வோம். நீங்கள் அதை நினைத்துக் கவலைப்படாமல் நிம்மதியாக இருக்கலாம்."

"கனவான்களே, நான் அதற்காக உங்களுக்கு நன்றி சொல்லிக் கொள்கிறேன். எல்லாவற்றையும் மீறி நீங்கள் கண்ணியமான, நியாயமான மனிதர்கள் என்று எனக்குத் தெரியும். நீங்கள் என் மனதிலுள்ள பாரத்தை இறக்கிவிட்டீர்கள்... சரி, இப்போது நாம் என்ன செய்யப்போகிறோம்? நான் தயாராக இருக்கிறேன்."

"நல்லது, நாம் விரைந்து செல்ல வேண்டும். நாங்கள் மேலும் தாமதிக்காமல் சாட்சிகளை விசாரிக்க வேண்டும். உங்கள் முன்னிலையில் அதைச் செய்ய வேண்டும் என்பதால்..."

"நாம் முதலில் தேநீர் அருந்தினால் என்ன?" என்று நிக்கோலாய் பர்ஃபியோனோவிச் இடைமறித்தார். "இப்போது நமக்கு அது தேவை என்று நினைக்கிறேன்."

கீழே தேநீர் தயாராக இருந்ததால் (மிகையில் மக்காரோவிச் தேநீர் அருந்தச் சென்றிருந்தார் என்பதில் சந்தேகமில்லை), அவர்கள் ஒரு கோப்பை அருந்திவிட்டு, உரிய சந்தர்ப்பம் வரும்வரை காலை உணவை ஒத்திவைத்துவிட்டு, 'தொடர்ந்து செல்வது' என்று முடிவு செய்தார்கள். கீழே தயாராக இருந்த தேநீரை விரைவாக மாடிக்குக் கொண்டு வந்தார்கள். மீச்சியா முதலில் நிக்கோலாய் பர்ஃபியோனோவிச் கொடுத்த தேநீரை மறுத்தார் என்றாலும், அதன் பிறகு அவராகவே கேட்டு வாங்கி ஆசையுடன் குடித்தார். நம்பமுடியாத அளவுக்கு அவர் களைத்துப் போயிருந்தார். அவருடைய அசுர பலத்தை வைத்துப் பார்க்கும்போது, மிகவும் மூர்க்கத்தனமான இரவு நேரக் களியாட்டம் கூட அவரிடம் இத்தகைய சோர்வை ஏற்படுத்த

முடியாது என்று தோன்றியது. அவரால் நாற்காலியில் சரியாக நிமிர்ந்து அமர முடியாது என்று அவருக்கே தோன்றியது, ஏனெனில் அவரைச் சுற்றியிருந்த எல்லாப் பொருட்களும் சில சமயங்களில் அவருடைய கண்களுக்கு முன்னால் சுழலத் தொடங்கின. 'இப்படியே தொடர்ந்தால் நான் பிதற்றத் தொடங்கி விடுவேன்' என்று அவர் நினைத்தார்.

8. சாட்சிகளின் வாக்குமூலமும், ஒரு கைக்குழந்தையும்

சாட்சிகளை விசாரிக்கும் பணி தொடங்கியது. ஆனால் நாம் இதுவரை சொன்னது போல விரிவாக இந்த விசாரணையைச் சொல்லப் போவதில்லை. எனவே நிக்கோலாய் பார்ஃபியோனோவிச், ஒவ்வொரு சாட்சியிடமும் சத்தியமாகவும், மனசாட்சிக்கு உண்மையாகவும் வாக்குமூலம் அளிக்க வேண்டும் என்றும், அதன் பிறகு நீதிமன்றத்தில் சத்தியப் பிரமாணத்தின் கீழ் மீண்டும் வாக்குமூலம் கொடுக்க வேண்டும் என்றும், இறுதியில் ஒவ்வொரு சாட்சியும் அவர்களுடைய வாக்குமூலத்தில் கையெழுத்திட வேண்டும் என்றும் சொன்னதையும் பிற விஷயங்களையும் நாம் தவிர்த்துவிடுவோம். விசாரணை அதிகாரிகள் அந்த மூவாயிரம் ரூபிள்களைப் பற்றியே முக்கியமாக விசாரித்தார்கள் என்பதை நாம் கவனத்தில் கொள்ள வேண்டும். அதாவது மீச்சியா ஒரு மாதத்திற்கு முன்பு மோக்ரோய்க்கு வந்தபோதும், நேற்று இரண்டாவது முறையாக வந்தபோதும் செலவழித்த தொகை மூவாயிரம் ரூபிள்களா அல்லது ஆயிரத்து ஐநூறு ரூபிள்களா என்று கேட்டார்கள். அந்தோ! சாட்சிகளின் வாக்குமூலங்கள் அனைத்தும் மீச்சியாவுக்கு எதிராக இருந்தன. அவருக்குச் சாதக மாக ஒரு சாட்சி கூட இல்லை. சில சாட்சிகள் ஆச்சரியப்படத்தக்க வகையில் மீச்சியாவின் வாக்குமூலத்திற்கு எதிராக, புதிய, ஏறக்குறைய அவரைப் பேரழிவுக்கு இட்டுச் செல்லும் உண்மைகளைச் சொன்னார்கள்.

முதல் சாட்சியாக டிரிஃபோன் போரிசிச்சை விசாரித்தார்கள். அவன் விசாரணை அதிகாரிகளுக்கு முன்னிலையில் நின்றபோது, கொஞ்சம் கூடப் பயப்படாமல், குற்றம் சாட்டப்பட்டவர் மீது கடுமையான கோபத்தை வெளிப்படுத்தும் வகையில் பேசினான். அது சந்தேகத்திற்கு இடமின்றி அவனுடைய வாக்குமூலத்திற்கு வலிமையையும், நம்பகத்தன்மையையும் கொடுத்தது. அவன் விசாரணையாளர்கள் பதில் சொல்லும் போது, கேள்விகளைக்

கேட்டு முடிக்கும் வரை காத்திருந்து, சுருக்கமாக, நிதானமாகப் பதிலளித்தான். மீச்சியா ஒரு மாதத்திற்கு முன்பு செலவழித்த தொகை மூவாயிரம் ரூபிள்களுக்குக் குறையாமல் இருக்கும் என்று அவன் உறுதியாக, தயக்கமின்றிச் சொன்னான். டிமிட்ரி ஃபியோதரோவிச்சே நேரடியாக அதைச் சொன்னார் என்பதை இங்குள்ள விவசாயிகள் அனைவரும் உறுதிப்படுத்துவார்கள் என்று அவன் சொன்னான்.

"அவர் நாடோடிப் பெண்களுக்கு மட்டும் எவ்வளவு பணத்தை வாரி இறைத்தார்! அது மட்டும் ஆயிரத்தைத் தாண்டியிருக்கும் என்று என்னால் உறுதியாகச் சொல்ல முடியும்."

"நான் அவர்களுக்கு ஐநூறு ரூபிள்களைக் கூடக் கொடுக்கவில்லை" என்று மீச்சியா இருண்ட முகத்துடன் சொன்னார். "நான் அப்போது குடிபோதையில் இருந்ததால் பணத்தை எண்ணிப் பார்க்கவில்லை என்பது பரிதாபத்திற்குரியது..."

மீச்சியா திரைச்சீலைக்கு முதுகைக் காட்டியபடி பக்கவாட்டில் அமர்ந்து வருத்தத்துடன் கேட்டுக் கொண்டிருந்தார். அவர் சோகமும் சோர்வும் கலந்த பார்வையுடன், 'நீங்கள் என்ன வேண்டுமானாலும் சொல்லுங்கள் அதனால் பெரிய வித்தியாசம் ஒன்றுமில்லை' என்று சொல்வது போலிருந்தது.

"டிமிட்ரி ஃபியோதரோவிச், நீங்கள் அவர்களுக்குக் கொடுத்தது ஆயிரத்திற்கு மேல் இருக்கும்" என்று டிரிஃபோன் போரிசிச் உறுதியாகச் சொன்னான். "நீங்கள் அதை அங்குமிங்கும் வீசி எறிந்தீர்கள், அவர்கள் அதை எடுத்துக் கொண்டார்கள். அவர்கள் அயோக்கியர்கள், திருடர்கள், குதிரைகளைத் திருடுபவர்கள் என்பதால் நாங்கள் அவர்களை இங்கிருந்து விரட்டியடித்து விட்டோம். இல்லையென்றால் உங்களிடமிருந்து எவ்வளவு பணத்தைப் பொறுக்கினார்கள் என்பதை அவர்களே சாட்சி சொல்லியிருப்பார்கள். நான் அப்போது நீங்கள் கையில் வைத்திருந்த பணத்தைப் பார்த்தேன். நீங்கள் என்னை அனுமதிக்கவில்லை என்பதால், நான் அதை எண்ணிப் பார்க்கவில்லை என்பது உண்மைதான் என்றாலும், அதைப் பார்த்தபோது, ஆயிரத்து ஐநூறுக்கும் அதிகமாக இருக்கும் என்று எனக்குத் தெரிந்தது. ஆமாம், ஆயிரத்து ஐநூறுக்கும் மேல்! நானும் பணத்தைப் பார்த்திருக்கிறேன் என்பதால் அது எவ்வளவு என்பதைச் சொல்ல முடியும்..."

டிமிட்ரி ஃபியோதரோவிச் நேற்று செலவழித்த பணத்தைப் பற்றி அவன் சொன்னபோது, அவர் இங்கு வந்தவுடன் சென்ற முறையைப் போல இந்த முறையும் மூவாயிரம் ரூபிள்களைக் கொண்டு வந்திருப்பதாகச் சொன்னதாகச் சொன்னான்.

“டிரிஃபோன் போரிசிச், நான் அப்படியா சொன்னேன்? நான் மூவாயிரம் ரூபிள்களைக் கொண்டு வந்திருப்பதாக உங்களிடம் சொல்லவில்லையே?” என்று மீச்சியா அதை மறுத்தார்.

“டிமிட்ரி ஃபியோதரோவிச், நீங்கள் அதைச் சொன்னீர்கள். நீங்கள் அந்திரேயின் முன்னால் சொன்னீர்கள். அவன் இன்னும் போகவில்லை இங்குதான் இருக்கிறான். நீங்கள் அவனை அழைத்துக் கேட்கலாம். நீங்கள் பாட்டுப் பாடும் பெண்களுக்கு மதுவை ஊற்றிக் கொடுத்துக் கொண்டிருந்தபோது, ஆறாயிரம் ரூபிள்களை இங்கே செலவழித்து விட்டதாக எல்லோருக்கும் கேட்கும்படிக் கத்தினீர்கள். நீங்கள் சென்ற முறை செலவழித்ததையும் சேர்த்து சொல்கிறீர்கள் என்று நான் புரிந்து கொண்டேன். ஸ்டீபனும் செமியோனும் அதைக் கேட்டார்கள். அப்போது கல்கனோவும் உங்கள் அருகில் நின்று கொண்டிருந்தார். ஒருவேளை அவருக்கு அது நினைவிருக்கலாம்...”

ஆறாயிரம் ரூபிள்களைப் பற்றிச் சொன்னது விசாரணை யாளர்களின் மனதில் அசாதாரணமான தாக்கத்தை ஏற்படுத்தியது. அவர்கள் அந்தப் புதிய கோணத்தை மிகவும் விரும்பினார்கள். எனவே சென்ற முறை மூன்று, இந்த முறை மூன்று ஆக மொத்தம் ஆறு. இப்போது எல்லாமே தெளிவாக இருப்பதாகத் தோன்றியது.

எனவே விசாரணையாளர்கள், டிரிஃபோன் போரிசிச் குறிப்பிட்ட குடியானவர்கள் ஸ்டீபன், செமியோன், வண்டியோட்டி அந்திரேய் மற்றும் கல்கனோவ் ஆகியோரிடம் விசாரணை செய்தார்கள். குடியானவர்களும், வண்டியோட்டியும் கொஞ்சமும் தயங்காமல், டிரிஃபோன் போரிசிச் சொன்னதை ஆமோதித்தனர். கூடுதலாக, அந்திரேய் மீச்சியாவுடன் வரும் வழியில் நடந்த உரையாடலைப் பற்றிச் சொல்லி, ‘நான் இறந்த பிறகு சொர்க்கத்திற்குப் போவேனா அல்லது நரகத்திற்குப் போவேனா? அந்த மறு உலகத்தில் எனக்கு மன்னிப்புக் கிடைக்குமா, கிடைக்காதா?’ என்று அவர் அவனிடம் கேட்டதாகச் சொன்னதை அவர்கள் சிறப்பு கவனத்துடன் பதிவு செய்தார்கள். அதைக் கேட்ட உளவியல் நிபுணர், இப்போலித் கிரில்லோவிச் மெல்லிய புன்னகையுடன், டிமிட்ரி ஃபியோதரோவிச் அப்படிச் சொன்னதை ‘வழக்கில் சேர்க்க வேண்டும்’ என்று பரிந்துரைத்தார்.

அவர்கள் கல்கனோவை அழைத்தபோது, அவன் தயக்கத்துடன், முகத்தைச் சுளித்தபடி சிடுசிடுப்புடன் அவர்களிடம் பேசினான். அவனுக்கு அவர்கள் இருவரும் தினமும் சந்தித்துப் பேசிக் கொள்ளும் அளவுக்கு நெருக்கமான நண்பர்கள் என்றாலும், தன் வாழ்நாளில் இப்போதுதான் அவர்களை முதன் முதலாகப்

பார்ப்பது போலப் பேசினான். 'எனக்கு இதைப் பற்றி எதுவும் தெரியாது, தெரிந்து கொள்ளவும் விரும்பவில்லை' என்று அவன் ஆரம்பித்தான். ஆனால் ஆறாயிரம் ரூபிள்களைப் பற்றி டிமிட்ரி ஃபியோதரோவிச் சொன்னதை அவன் கேட்டிருந்தான் என்று தெரிந்தது. அப்போது அவன் மீச்சியாவுக்கு அருகில் நின்று கொண்டிருந்ததை ஒப்புக் கொண்டான், ஆனால் மீச்சியாவிடம் எவ்வளவு பணம் இருந்தது என்று தனக்குத் தெரியாது என்று சொன்னான். போலந்துக்காரர்கள் சீட்டாட்டத்தில் ஏமாற்றினார்கள் என்பதை அவன் உறுதிப்படுத்தினான். விசாரணையாளர்கள் திரும்பத் திரும்பக் கேட்ட கேள்விகளுக்கு கல்கனோவ் பதிலளித்தபோது, போலந்துக்காரர்களை விரட்டியடித்த பிறகு குரூஷென்காவுக்கு மீச்சியாவின் மீதிருந்த மதிப்பு கூடிவிட்டதாகவும், அவள் அவரைக் காதலிப்பதாகக் கூறியதாகவும் அவர்களிடம் சொன்னான். அவன் குரூஷென்காவைப் பற்றிப் பேசும்போது மிகுந்த மரியாதையோடும், தயக்கத்தோடும் பேசினான். அவள் உயர்குடியைச் சேர்ந்த பெண்ணைப் போலவும், அவளைக் குரூஷென்கா என்று கூப்பிடத் தயங்குவது போலவும் பேசினான். அந்த இளைஞனுக்குச் சாட்சி சொல்வது வெறுப்பாக இருந்தாலும், இப்போலித் கிரில்லோவிச் அவனை நீண்ட நேரம் விசாரித்தார். அவர் அன்றிரவு கல்கனோவிடமிருந்துதான் மீச்சியாவின் 'காதல்' விவகாரங்களைப் பற்றித் தெளிவாகத் தெரிந்து கொண்டார். மீச்சியா ஒருமுறைகூட கல்கனோவின் வாக்குமூலத்தில் தலையிடவில்லை. இறுதியில் அவர்கள் ஒருவழியாக அந்த இளைஞனை விடுவித்தார்கள். அவன் வெளிப்படையான கோபத்துடன் அந்த அறையை விட்டு வெளியேறினான்.

அவர்கள் போலந்துக்காரர்களையும் விசாரித்தார்கள். அவர்கள் அந்தப் பூட்டிய அறையில் படுக்கச் சென்றிருந்தாலும் இரவு முழுவதும் தூங்கவில்லை. போலீஸ் அதிகாரிகள் வந்ததும், தங்களையும் விசாரணைக்கு அழைப்பார்கள் என்று எதிர்பார்த்து அவசர அவசரமாக உடைகளை அணிந்து கொண்டு தயாரானார்கள். அவர்கள் கண்ணியத்துடன் கம்பீரமாக சாட்சியளித்தாலும், அவர்களுக்குப் பயம் இல்லாமல் இல்லை. அவர்களில் தலைவனைப் போலிருந்த அந்தக் குள்ளமான போலந்துக்காரன் சைபீரியாவில் கால்நடை மருத்துவராகப் பணியாற்றி, பன்னிரண்டாவது தரவரிசையைச் சேர்ந்த ஓய்வு பெற்ற அரசு ஊழியர் என்பது தெரியவந்தது. அவனுடைய பெயர் முசியாலோவிச். விருப்லோவ்ஸ்கி சான்றிதழ் பெறாத பல் மருத்துவர் என்பது தெரியவந்தது. விசாரணை அதிகாரி அவர்களிடம் கேள்வி கேட்டாலும், அவர்கள் இருவரும் சற்றும் தள்ளி நின்று கொண்டிருந்த மிகையில் மக்காரோவிச்சிடம் திரும்பி,

அவரை உயர்ந்த பதவியில் இருப்பவர் என்று தவறாக நினைத்து, ஒவ்வொரு வார்த்தைக்கும் அவரைக் 'கர்னல்' என்று விளித்து அவரிடம் பதில்களைச் சொன்னார்கள். மிகையில் மக்காரோவிச் பலமுறை அவர்களைக் கண்டித்த பிறகுதான், அவர்கள் பதில்களை நிக்கோலாய் பர்ஃபியோனோவிச்சிடம் சொல்ல வேண்டும் என்பதைப் புரிந்து கொண்டார்கள். சில வார்த்தைகளின் உச்சரிப்பைத் தவிர்த்து, அவர்களால் ரஷ்ய மொழியை நன்றாகப் பேச முடியும் என்று தெரிந்தது. முசியாலோவிச் தனக்கும் குரூஷென்காவுக்கும் இடையில் இருந்த கடந்த மற்றும் நிகழ்கால உறவுகளைப் பற்றிப் பெருமையாகவும் உற்சாகமாகவும் பேசியபோது, மீச்சியா உடனே ஆத்திரமடைந்து, அந்த 'அயோக்கியன்' தனக்கு முன்னால் இப்படிப் பேசுவதை அனுமதிக்க மாட்டேன் என்று கத்தினார். 'அயோக்கியன்' என்ற வார்த்தையைக் கேட்ட முசியாலோவிச், உடனடியாக அதைப் பதிவு செய்யுமாறு கேட்டுக் கொண்டான். மீச்சியா கோபத்துடன் கொதித்தெழுந்தார்.

"அவன் ஓர் அயோக்கியன்! அயோக்கியன்! நீங்கள் அதை எழுதிக் கொள்ளுங்கள். நீங்கள் அதை எழுதவில்லை என்றாலும் அவன் ஓர் அயோக்கியன் என்றுதான் சொல்வேன்!" என்று மீச்சியா கத்தினார்.

நிக்கோலாய் பர்ஃபியோனோவிச் அதைப் பதிவு செய்து கொண்டார் என்றாலும், அந்த விரும்பத்தகாத சூழ்நிலையைக் கையாள்வதில் சாதுர்யமாகவும், திறமையாகவும் நடந்து கொண்டார். அவர் மீச்சியாவைக் கடுமையாகக் கண்டித்த பிறகு, காதல் விவகாரங்களைப் பற்றிய கேள்விகளைக் கேட்பதை நிறுத்திவிட்டு, முக்கியமான விஷயத்திற்குச் சென்றார். அவர்கள் சொன்ன ஒரு முக்கியமான ஆதாரம் விசாரணையாளர்களின் கவனத்தை ஈர்த்தது. மீச்சியா அவர்களை விலைக்கு வாங்க முயன்று மூவாயிரம் ரூபிள்களுக்குப் பேரம் பேசியதையும், இங்கே மோக்ரோயில் அவரிடம் முழுத் தொகையும் இல்லை என்பதால் எழுநூறு ரூபிள்களை உடனடியாகவும், மீதி இரண்டாயிரத்து முன்னூறு ரூபிள்களை 'மறுநாள் காலையில் நகரத்தில்' கொடுப்பதாகச் சத்தியம் செய்ததையும் அவர்கள் சொன்னார்கள். அப்போது மீச்சியா குறுக்கிட்டு, மீதிப் பணத்தை மறுநாள் காலை ஊருக்குச் சென்று தருவதாகச் சொல்லவில்லை என்று கோபத்துடன் சொன்னார். ஆனால் விருப்லோவ்ஸ்கி மீச்சியா சொன்னதை உறுதிப்படுத்தியதும், அவர் சற்று நேரம் யோசித்துவிட்டு, அவர்கள் சொல்வது சரிதான் என்று முகத்தைச் சுளித்தபடி ஒப்புக் கொண்டார். ஆனால் அந்த நேரத்தில் அவர் மிகவும் பதற்றத்துடன் இருந்ததால் அதைச் சொல்லியிருக்கலாம் என்று சொன்னார்.

அரசு வழக்கறிஞர் அந்த வாக்குமூலத்தைக் கவனமாக ஆராய்ந்தார். மீச்சியாவிடம் இருந்த மூவாயிரம் ரூபிள்களில் பாதியை அல்லது ஒரு பகுதியை நகரத்தில் எங்காவது அல்லது மோக்ரோயில் எங்காவது மறைத்து வைத்திருக்கலாம் என்பது (பின்னர் அது அப்படித்தான் முடிவானது) தெளிவாகத் தெரிந்தது. மீச்சியாவிடம் சற்று முன் நடத்திய பரிசோதனையில் எண்ணூறு ரூபிள்கள் மட்டுமே கிடைத்தது ஏன் என்ற சிக்கலான கேள்விக்கு இப்போது அவர்களுக்குப் பதில் கிடைத்தது. அது முக்கியமற்றதாக இருந்தாலும், மீச்சியாவுக்கு அதுவரை சாதகமாக இருந்த ஒரே அம்சம் அதுதான். அவருக்கு ஆதரவாக இருந்த அந்த ஆதாரம் இப்போது தவிடுபொடியாகிவிட்டது. அரசு வழக்கறிஞர் மீச்சியாவிடம், போலந்து நாட்டுக்காரருக்கு அவர் கொடுப்பதாகச் சொன்ன ஆயிரத்து முன்னூறு ரூபிள்கள் அவருக்கு எங்கிருந்து கிடைக்கும் என்று கேட்டார். மீச்சியா அதற்குக் கொஞ்சமும் தயங்காமல், அவருக்குப் பணத்திற்குப் பதிலாக, வியாபாரி சம்சனோவுக்கும், திருமதி. கோஹ்லக்கோவுக்கும் தருவதாகச் சொன்ன, செர்மாஷ்னியாவில் உள்ள சொத்துக்களை அவருடைய பெயருக்கு மாற்றித் தர முன்வந்ததாகச் சொன்னார். அவருடைய அந்த 'அப்பாவித்தனமான திட்டத்தை' நினைத்து அரசு வழக்கறிஞரால் புன்னகைக்காமல் இருக்க முடியவில்லை.

"அவர் பணத்திற்குப் பதிலாக அதைப் பெற்றுக்கொள்ள சம்மதிப்பார் என்று நீங்கள் நினைத்தீர்களா?"

"அவர் நிச்சயமாக சம்மதித்திருப்பார்" என்று மீச்சியா கோபத்துடன் சொன்னார். "கொஞ்சம் யோசித்துப் பாருங்கள், அவருக்கு இரண்டாயிரம் அல்ல, நான்காயிரம், ஏன் ஆறாயிரம் கூட கிடைக்கும்! அவர் உடனடியாக யூதர்கள் மற்றும் போலந்து வழக்கறிஞர்களின் முழுப் படையையும் திரட்டி, அந்தக் கிழவரிடமிருந்து மூவாயிரம் அல்ல அந்த முழுச் சொத்தையும் பறித்திருக்க முடியும்!"

முசியாலோவிச்சின் வாக்குமூலம் விரிவாகப் பதிவு செய்யப்பட்டது. அதன் பிறகு அவர்கள் விடுவிக்கப்பட்டனர். அவர்கள் சீட்டாட்டத்தில் செய்த மோசடியை யாரும் கண்டுகொள்ளவில்லை. நிக்கோலாய் பர்ஃபியோனோவிச்சுக்கு அவர்களின் சாட்சியம் மிகவும் திருப்தியளித்த காரணத்தால், அற்ப விஷயங்களுக்காக அவர்களைத் தொந்தரவு செய்ய விரும்பாமல் பெருந்தன்மையுடன் நடந்து கொண்டார். அன்றிரவு நடந்த பல்வேறு களியாட்டங்களையும் களேபரங்களையும் ஒப்பிடும்போது, அது குடிபோதையில் சீட்டு விளையாட்டில் நடந்த வீண் சண்டையைத் தவிர வேறில்லை என்று கருதப்பட்டது... ஆக,

அந்த இருநூறு ரூபிள்கள் போலந்துக்காரர்களின் சட்டைப் பைகளில் பத்திரமாக இருந்தது.

அதன் பிறகு அதிகாரிகள் அந்தக் கிழவன் மாக்சிமோவை அழைத்தனர். அவர் பயத்துடன் உள்ளே நுழைந்து மெதுவாக நடந்து அவர்களை நெருங்கினார். அவர் அலங்கோலமான தலைமுடியுடன், கவலையும் சோர்வும் தோய்ந்த முகபாவத்துடன் இருந்தார். அவர் இவ்வளவு நேரமும் கீழே குரூஷென்காவுக்கு அருகில் அமைதியாக அமர்ந்திருந்தார். 'அவர் அவ்வப்போது அவளைப் பார்த்து முனகிக் கொண்டும், சிறிய நீல நிறக் கைக்குட்டையால் கண்களைத் துடைத்துக் கொண்டும் இருந்தார்' என்று மிகையில் மக்காரோவிச் பின்னர் தெரிவித்தார். எனவே அவள் அவரைச் சமாதானப்படுத்தி, அவருக்கு ஆறுதல் சொல்ல வேண்டியிருந்தது. அந்தக் கிழவர் கண்களில் கண்ணீருடன், டிமிட்ரி ஃபியோதரோவிச்சிடம் 'வறுமையின் காரணமாகப் பத்து ரூபிள்கள்' கடன் வாங்கியதாகவும், அந்தப் பணத்தைத் திருப்பிக் கொடுக்கத் தயாராக இருப்பதாகவும் ஒப்புக் கொண்டார். அவர் மீச்சியாவிடம் பணத்தை வாங்கியபோது, அவருடைய கைகளில் எவ்வளவு பணம் இருந்தது என்று கவனித்தீர்களா என்று நிக்கோலாய் பர்ஃபியோனோவிச் அவரிடம் கேட்டார். அவர் மற்ற யாரையும் விட நெருக்கமாக அதைக் கவனித்திருக்க முடியும் என்று அவருக்குத் தோன்றியது. அவர் சிறிதும் தயக்கமின்றி, "இருபதாயிரம் ரூபிள்கள்" என்று சொன்னார்.

"நீங்கள் இதற்கு முன் இருபதாயிரம் ரூபிள்களைப் பார்த்திருக்கிறீர்களா?" என்று நிக்கோலாய் பர்ஃபியோனோவிச் புன்னகையுடன் கேட்டார்.

"ஐயா, நான் பார்த்திருக்கிறேன். என் மனைவி என்னுடைய சொத்தை அடமானம் வைத்தபோது, இருபதாயிரம் இல்லை, ஏழாயிரம் ரூபிள்களை வாங்கினாள். அவள் என்னைத் தூரத்திலிருந்து அதைப் பார்க்க அனுமதித்தாள். அவள் என் முன்னால் அதைப் பற்றிப் பெருமையடித்துக் கொண்டாள். அது வானவில் நிறத்தில் இருந்த ஒரு தடிமனான நோட்டுக் கட்டு. டிமிட்ரி ஃபியோதரோவிச்சிடம் இருந்த நோட்டுகள் அனைத்தும் வானவில் நிறத்தில் இருந்தன..."

அவர்கள் சீக்கிரமாக அவரை அனுப்பிவிட்டார்கள். இறுதியில் குரூஷென்காவின் முறை வந்தது. அவளுடைய வருகை மீச்சியாவின் மனதில் எத்தகைய தாக்கத்தை ஏற்படுத்துமோ என்று விசாரணை அதிகாரிகள் பயந்தார்கள் என்பது தெளிவாகத் தெரிந்தது. எனவே நிக்கோலாய் பர்ஃபியோனோவிச் அவரை எச்சரிக்கும் விதமாக சில வார்த்தைகளை முணுமுணுத்தார்.

மீச்சியாவும் பதிலுக்குத் தலையைக் குனிந்தபடி, 'எந்தத் தொந்தரவும் செய்ய மாட்டேன்' என்று தெரிவித்தார். மிகையில் மக்காரோவிச் குரூஷென்காவை அழைத்து வந்தார். அவள் கடுகடுப்பான, சோகமான முகத்துடன் உள்ளே நுழைந்தாலும், ஏறக்குறைய அமைதியான தோற்றத்துடன் நிக்கோலாய் பார்ஃபியோனோவிச்சுக்கு எதிரில் இருந்த நாற்காலியில் அமர்ந்தாள். அவள் மிகவும் வெளிறிப் போயிருந்தாள். அவள் குளிரை உணர்ந்தவளாக, அவளுடைய அழகிய கருப்புச் சால்வையைத் தோள்களைச் சுற்றி இறுக்கமாகப் போர்த்திக் கொண்டாள். அப்போது அவள் உண்மையில் லேசான காய்ச்சல் போன்ற குளிரால் அவதிப்பட்டுக் கொண்டிருந்தாள். அன்றிரவு தொடங்கிய அது அவளுக்குள் இருந்த ஒரு நீண்டகால நோயின் அறிகுறியாகும். அவளுடைய கண்டிப்பான தோற்றமும், நேரடியான, தீவிரமான பார்வையும், அவளுடைய நிதானமும் அங்கிருந்த அனைவரையும் கவர்ந்தன. நிக்கோலாய் பார்ஃபியோனோவிச் கூட அவளுடைய தோற்றத்தால் வசீகரிக்கப் பட்டார். அவர் பின்னாளில் அதைப் பற்றிச் சொல்லும்போது, 'அவள் எத்தனை அழகான பெண்' என்று அவரே ஒப்புக் கொண்டார். அவர் அவளை இதற்கு முன் பலமுறை பார்த்திருந்தாலும், 'உள்ளூரைச் சேர்ந்த ஒருவனின் காமக்கிழத்தி' என்றே கருதினார். 'அவளிடம் உயர்ந்த சமூகத்தைச் சேர்ந்த பெண்மணியின் நடத்தை உள்ளது' என்று அவர் ஒருமுறை சில பெண்களின் முன்னிலையில் உளறினார். அவர்கள் அவர் சொன்னதைக் கேட்டு கோபமடைந்து, 'அவர் ஒரு குறும்புக்கார இளைஞர்' என்று அவரை அழைத்தார்கள். அது அவருக்கு அளவற்ற மகிழ்ச்சியைக் கொடுத்தது. அவள் அறைக்குள் நுழைந்ததும், அவளைக் கலவரத்துடன் பார்த்துக் கொண்டிருந்த மீச்சியாவை ஒரு கணம் ஏறிட்டுப் பார்த்தாள். ஆனால் அவளுடைய தோற்றம் அவருக்கு நம்பிக்கையளித்தது. நிக்கோலாய் பார்ஃபியோனோவிச் முதலில் சில அவசியமான கேள்விகள் மற்றும் எச்சரிக்கைக்குப் பிறகு, சிறிது தயக்கத்துடன், ஆனால் மரியாதை யுடன், ஓய்வுபெற்ற லெப்டினன்ட் டிமிட்ரி ஃபியோதரோவிச் கரமசோவுக்கும் அவளுக்கும் என்ன உறவு என்று கேட்டார். அவள் அதற்கு உறுதியான குரலில் நிதானமாகப் பதில் சொன்னாள்.

"அவர் எனக்கு அறிமுகமானவர். எனக்கு அவரைக் கடந்த ஒரு மாதமாகத் தெரியும்."

அவர்களுடைய உறவைப் பற்றி மேலும் கேட்கப்பட்ட கேள்விகளுக்குப் பதில் சொல்லும்போது, அவளுக்குச் 'சிலநேரங்களில்' அவரைப் பிடித்திருந்தாலும் அவரைக் காதலிக்கவில்லை என்றும்,

‘அந்தக் கிழவனைப் போல’ அவரையும் ‘தீய எண்ணத்துடன்’ மயக்கினேன் என்றும், அவர் ஃபியோதர் பாவ்லோவிச்சையும் மற்றவர்களையும் பார்த்து பொறாமைப்படுவதைக் கண்டு அதை ஒரு வேடிக்கையாக ரசித்தேன் என்றும் அவள் தெளிவாகவும், ஒளிவுமறைவு இன்றியும் பதில் சொன்னாள். அவள் ஒருபோதும் ஃபியோதர் பாவ்லோவிச்சைப் பார்க்கப் போக வேண்டும் என்று நினைத்ததே இல்லை, மாறாக அவரைப் பார்த்துச் சிரித்ததாகச் சொன்னாள். “நான் கடந்த ஒரு மாதமாக அவர்கள் இருவரையும் நினைத்துக்கூடப் பார்க்கவில்லை, ஏனெனில் என்னை ஏமாற்றிய வேறு ஒருவரின் வருகைக்காகக் காத்திருந்தேன்... ஆனால் நான் உங்களிடம் அதைப் பற்றிச் சொல்ல வேண்டிய அவசியம் இல்லை, ஏனெனில் அது என்னுடைய தனிப்பட்ட விவகாரம்.”

நிக்கோலாய் பார்ஃபியோனோவிச் உடனடியாகக் ‘காதல்’ விவகாரங்களை ஒதுக்கி வைத்துவிட்டு, மூவாயிரம் ரூபிள்களைப் பற்றிய முக்கியமான பிரச்சனைக்குத் தாவினார். மீச்சியா ஒரு மாதத்திற்கு முன்பு மோக்ரோயில் நடந்த கேளிக்கையில் மூவாயிரம் ரூபிள்களைச் செலவழித்ததைக் குரூஷென்கா உறுதி செய்தாள். அவள் அந்தப் பணத்தை எண்ணிப் பார்க்கவில்லை என்றாலும், அவரே அதை அவருடைய வாயால் சொன்னதைக் கேட்டதாகச் சொன்னாள்.

“அவர் அதை உங்களிடம் தனிப்பட்ட முறையில் சொன்னாரா அல்லது மற்றவர்களின் முன்னிலையில் சொன்னாரா அல்லது மற்றவர்களிடம் சொன்னதை நீங்கள் கேட்டீர்களா?” என்று அரசு வழக்கறிஞர் உடனடியாகக் கேட்டார்.

அதற்கு குரூஷென்கா, அவர் மற்றவர்களிடம் சொன்னபோது அதைக் கேட்டதாகவும், அவர்கள் தனியாக இருந்தபோது அவளிடம் சொன்னதாகவும் சொன்னாள்.

“அவர் அதை உங்களிடம் தனிமையில் ஒருமுறை சொன்னாரா அல்லது ஒன்றுக்கு மேற்பட்ட முறை சொன்னாரா?” என்று விசாரித்த அரசு வழக்கறிஞர், மீச்சியா பலமுறை அவளிடம் அதைச் சொல்லியிருக்கிறார் என்பதைத் தெரிந்து கொண்டார்.

இப்போலித் கிரில்லோவிச் அதைக் கேட்டு மிகவும் திருப்தி அடைந்தார். மீச்சியா அந்தப் பணத்தைக் கேத்தரீனா இவானோவ்னாவிடமிருந்து வாங்கினார் என்பது அவளுக்குத் தெரியும் என்பது விசாரணையில் மேலும் தெரிய வந்தது.

“அவர் கடந்த ஒரு மாதத்தில் உங்களிடம் எப்போதாவது, அந்தப் பணத்தில் ஆயிரத்து ஐநூறு ரூபிள்களைச் செலவழித்துவிட்டு, மீதியைத் தன்னிடம் வைத்திருப்பதாகச் சொன்னாரா?”

“இல்லை, அவர் அப்படி எதுவும் சொல்லவில்லை” என்றாள் குரூஷென்கா.

ஆனால் அதற்கு மாறாக, மீச்சியா தன்னிடம் ஒரு கோபெக் கூட இல்லை என்று அவளிடம் அடிக்கடிச் சொன்னதாகத் தெரிவித்தாள். “அவர் தன்னுடைய தந்தையிடமிருந்து பணம் கிடைக்கும் என்று எதிர்பார்த்துக் கொண்டிருந்தார்” என்று குரூஷென்கா முடிவாகச் சொன்னாள்.

“அவர் உங்களிடம் எப்போதாவது சொன்னாரா... தற்செயலாகவோ அல்லது கோபமாகவோ...” என்று நிக்கோலாய் பர்ஃபியோனோவிச் திடீரென்று குறுக்கிட்டார். “அவருடைய தந்தையைக் கொல்ல விரும்பியதாகச் சொன்னாரா?”

“ஓ, அவர் அதைச் சொன்னார்” என்று குரூஷென்கா பெருமூச்சுடன் சொன்னாள்.

“அவர் அப்படி ஒரு முறை சொன்னாரா அல்லது பலமுறை சொன்னாரா?”

“அவர் கோபத்தில் இருக்கும்போது பல முறை அதைச் சொல்லியிருக்கிறார்.”

“அவர் அதைச் செய்வார் என்று நீங்கள் நம்பினீர்களா?”

“இல்லை, நான் அதை நம்பவில்லை” என்று அவள் உறுதியாகச் சொன்னாள். “அவர் ஒரு கௌரவமான மனிதர் என்று எனக்குத் தெரியும்.”

“கனவான்களே” என்று மீச்சியா திடீரென்று கத்தினார். “நான் உங்கள் முன்னிலையில் அக்ரஃபேனா அலெக்ஸாண்ட்ரோவ்னா விடம் ஒரு வார்த்தை பேச எனக்கு அனுமதி கொடுங்கள்.”

“நீங்கள் பேசுங்கள்” என்று நிக்கோலாய் பர்ஃபியோனோவிச் அனுமதி கொடுத்தார்.

“அக்ரஃபேனா அலெக்ஸாண்ட்ரோவ்னா!” என்று மீச்சியா நாற்காலியிலிருந்து எழுந்தார். “நீங்கள் கடவுள் மீதும் என் மீதும் நம்பிக்கை வையுங்கள். நான் என் தந்தையைக் கொலை செய்ய வில்லை. நான் குற்றவாளி அல்ல!”

மீச்சியா அதைச் சொல்லிவிட்டு மீண்டும் நாற்காலியில் அமர்ந்து கொண்டார். குரூஷென்கா எழுந்து நின்று தெய்வச் சிலைக்கு முன்பாகச் சிலுவையிட்டாள்.

“கடவுளே, உமக்கு நன்றி!” என்று அவள் உணர்ச்சிப் பெருக்குடன் சொல்லிவிட்டு, நிக்கோலாய் பர்ஃபியோனோவிச்சை நோக்கித் திரும்பினாள்.

“இப்போது அவர் சொன்னதை நீங்கள் நம்புங்கள்! எனக்கு அவரை நன்றாகத் தெரியும். அவர் சில சமயங்களில் வேடிக்கைக்காகவோ அல்லது பிடிவாதத்திற்காகவோ எதையாவது சொல்வார், ஆனால் ஒருபோதும் அவருடைய மனசாட்சிக்கு விரோதமாகப் பொய் சொல்ல மாட்டார். அவர் சொல்வது அனைத்தும் உண்மை, நீங்கள் அதை நம்புங்கள்!”

“நன்றி, அக்ரஃபேனா அலெக்ஸாண்ட்ரோவ்னா. நீங்கள் என் மனதுக்குப் புதிய தைரியத்தைக் கொடுத்துள்ளீர்கள்!” என்று மீச்சியா நடுங்கும் குரலில் சொன்னார்.

அவர் நேற்று இங்கே எவ்வளவு பணத்தைச் செலவழித்தார் என்ற கேள்விக்கு, அது எவ்வளவு என்று எனக்குத் தெரியாது என்றும், தன்னிடம் மூவாயிரம் ரூபிள்கள் இருப்பதாக அவர் எல்லோரிடமும் சொன்னதைக் கேட்டதாகவும் அவள் சொன்னாள். அந்தப் பணம் அவருக்கு எங்கிருந்து கிடைத்தது என்ற கேள்விக்கு, அவர் அதைக் கேத்தரீனா இவானோவ்னாவிடமிருந்து ‘திருடியதாக’த் தன்னிடம் சொன்னதாகவும், அதற்கு அவள் அந்தப் பணத்தை அவர் மறுநாள் அவளிடம் திருப்பிக் கொடுப்பதால் அது திருட்டு இல்லை என்று சொன்னதாகவும் சொன்னாள். அப்போது அரசு வழக்கறிஞர் குறுக்கிட்டு, அவர் கேத்தரீனா இவானோவ்னாவிடமிருந்து திருடியதாகச் சொன்ன பணம், நேற்று இங்கே செலவழித்த பணமா அல்லது ஒரு மாதத்திற்கு முன்பு இங்கே வீணடித்த பணமா என்று அழுத்தமாகக் கேட்டபோது, அவர் ஒரு மாதத்திற்கு முன்பு செலவழித்த பணத்தைப் பற்றிக் குறிப்பிடுகிறார் என்று அவள் புரிந்து கொண்டதாகச் சொன்னாள்.

அவர்கள் இறுதியில் குரூஷென்காவை விடுவித்தார்கள். அவள் உடனடியாக நகரத்திற்குப் போகலாம் என்றும், அவளுக்கு வண்டியும், துணைக்கு ஆட்களும் தேவை என்றால் உதவி செய்கிறேன் என்றும் நிக்கோலாய் பர்ஃபியோனோவிச் அவளிடம் சொன்னார்.

“உங்கள் அன்புக்கு நன்றி” என்று குரூஷென்கா அவரைப் பார்த்து தலைவணங்கினாள். “நான் அந்தக் கிழவர் மாக்சிமோவை என்னுடன் அழைத்துச் செல்கிறேன். நீங்கள் அனுமதித்தால், டிமிட்ரி ஃபியோதரோவிச்சை என்ன செய்யப் போகிறீர்கள் என்பதைத் தெரிந்து கொள்வதற்காக நான் கீழே காத்திருக்கிறேன்.”

அவள் அறையை விட்டு வெளியே சென்றாள். மீச்சியா அமைதியாக, ஏறக்குறைய உற்சாகமாக இருப்பதாகத் தோன்றியது என்றாலும், அது ஒரு நிமிடத்திற்கு மட்டுமே நீடித்தது. ஏதோ ஓர் இனம்புரியாத உடல் அசதி அவரைக் கசக்கிப்பிழிந்தது மட்டுமின்றி,

அது ஒவ்வொரு கணமும் அதிகரித்துக் கொண்டே சென்றது. அவருடைய கண்கள் களைப்பினால் தானாகவே மூடிக் கொண்டன. ஒருவழியாக சாட்சிகளின் விசாரணை முடிவடைந்தது. அவர்கள் சாட்சிகளின் இறுதி வரைவைத் தயாரிக்கும் பணியைத் தொடங்கினர். மீச்சியா நாற்காலியிலிருந்து எழுந்து, அறையின் மூலைக்குச் சென்று, திரைச்சீலைக்கு அருகில் இருந்த கம்பளத்தால் மூடியிருந்த ஒரு பெரிய பெட்டியின் மீது படுத்து உடனடியாகத் தூங்கிவிட்டார். அப்போது அவர் அந்த இடத்திற்கும் காலத்திற்கும் முற்றிலும் பொருத்தமற்ற ஒரு விசித்திரமான கனவைக் கண்டார்.

அவர் வெகு காலத்திற்கு முன்பு இராணுவத்தில் பணியாற்றிய இடத்தில், ஒரு புல்வெளிப் பிரதேசத்தில் வண்டியில் பயணம் செய்து கொண்டிருந்தார். ஒரு ஜோடிக் குதிரைகள் பூட்டிய அந்த வண்டியை ஒரு குடியானவன் சேறும் சகதியுமாக இருந்த பாதையில் ஓட்டிச் சென்றான். அது நவம்பர் மாதத்தின் தொடக்கம் என்பதால், பனிப்பொழிவு அதிகமாக இருந்தது. மீச்சியாவுக்குக் குளிரெடுத்தது. செதில்செதிலாக விழுந்து கொண்டிருந்த பெரிய பனிப்பொழிவு தரையைத் தொட்டதும் உருகி ஓடியது. அந்தக் குடியானவன் சாட்டையைச் சொடுக்கியபடி சாமர்த்தியமாக வண்டியை ஓட்டிச் சென்றான். அவனுக்கு நீண்ட வெண்ணிறத் தாடி இருந்தது. அவன் கிழவனல்ல; அவனுக்குச் சுமார் ஐம்பது வயது இருக்கும். அவன் சாம்பல் நிற விவசாயியின் மேலங்கியை அணிந்திருந்தான். சற்றுத் தூரத்தில் கருப்பு நிறக் குடிசைகளுடன் ஒரு கிராமம் தெரிந்தது. அவர்கள் அருகில் சென்றபோது, அங்கிருந்த பாதிக் குடிசைகள் தீயில் எரிந்து கிடப்பதையும், எரிந்து கருகிய உத்தரங்கள் மட்டும் வானத்தை நோக்கி நீட்டிக் கொண்டிருப்பதையும் பார்த்தார்கள். அவர்கள் மேலும் சென்றபோது, சாலையோரம் வழிநெடுக ஏராளமான பெண்கள் நின்று கொண்டிருந்தார்கள். அவர்கள் மெலிந்து ஒல்லியாக, பழுப்பு நிற முகத்துடன் இருந்தார்கள். அவர்களில் ஓரமாக நின்றிருந்த ஒருத்தி உயரமாக, எலும்பும் தோலுமாக, மெலிந்து நீண்ட முகத்துடன், இருபது வயதுதான் இருக்கும் என்றாலும் நாற்பது வயது தோற்றத்துடன் இருந்தாள். அவளுடைய கையில் இருந்த ஒரு கைக்குழந்தை அழுது கொண்டிருந்தது, ஏனெனில் அவளது மார்பகங்கள் ஒரு சொட்டுப் பால் கூட இல்லாத அளவுக்கு வறண்டு போயிருக்க வேண்டும். அந்தக் குழந்தை மூச்சுவிடாமல் அழுது கொண்டே அதன் சிறிய வெற்றுக் கைகளை நீட்டிக் கொண்டிருந்தது. அதன் சிறிய உள்ளங்கைகள் குளிரில் உறைந்து, நீல நிறத்தில் இருந்தன.

"அது ஏன் அழுகிறது? அது எதற்காக அழுகிறது?" என்று மீச்சியா அவர்களைக் கடந்து சென்றபோது கேட்டார்.

“அது ஒரு கைக்குழந்தை” என்று வண்டிக்காரன் அவரிடம் சொன்னான். அவன் அதைக் ‘குழந்தை’ என்று சொல்லாமல் ‘கைக்குழந்தை’ என்று விவசாயிகளுக்கே உரிய பேச்சு வழக்கில் சொன்னது மீச்சியாவைத் திகைப்பில் ஆழ்த்தியது. அவன் அதை ‘கைக்குழந்தை’ என்று சொன்னது மீச்சியாவுக்கு மிகவும் பிடித்திருந்தது, ஏனெனில் அதில் அதிகமான அன்பும் மனிதாபிமானமும், இரக்கமும் இருப்பதாக அவருக்குத் தோன்றியது.

“ஆனால் அது ஏன் அழுகிறது?” என்று மீச்சியா ஒரு முட்டாளைப் போலப் பிடிவாதமாகக் கேட்டார். “அதன் சிறிய கைகள் ஏன் வெறுமையாக இருக்கின்றன? அதை ஏன் மூடக்கூடாது?”

“கைக்குழந்தைக்கு குளிர்கிறது என்றாலும், அதன் சிறிய ஆடைகள் குளிரில் உறைந்து விட்டதால், அதனால் எந்தக் கதகதப்பையும் கொடுக்க முடியாது.”

“ஆனால் ஏன்? ஏன்?” என்று மீச்சியா மீண்டும் முட்டாளைப் போலப் பிடிவாதமாகக் கேட்டார்.

“ஏனெனில் அவர்கள் ஏழைகள். அவர்களின் குடிசைகள் எரிந்துவிட்டன. அவர்களிடம் ஒரு துண்டு ரொட்டி கூட இல்லை. எல்லாமே எரிந்துவிட்டதால் அவர்கள் பிச்சை எடுக்கிறார்கள்...”

“இல்லை, இல்லை” என்ற மீச்சியாவுக்கு இன்னும் அதைப் புரிந்து கொள்ள முடியவில்லை. “அந்த ஏழைத் தாய்மார்கள் ஏன் அங்கே நிற்கிறார்கள்? மக்கள் ஏன் ஏழைகளாக இருக்கிறார்கள்? அந்தக் கைக்குழந்தை ஏன் ஏழையாக இருக்கிறது? இந்தப் புல்வெளி ஏன் தரிசாக இருக்கிறது? அவர்கள் ஏன் ஒருவரையொருவர் கட்டிப்பிடித்து முத்தமிடக்கூடாது? அவர்கள் ஏன் மகிழ்ச்சியான பாடல்களைப் பாடக்கூடாது? அவர்கள் ஏன் ஆழ்ந்த துயரத்தில் இருக்கிறார்கள்? அவர்கள் ஏன் கைக்குழந்தைக்குப் பாலூட்டவில்லை?”

அவருடைய கேள்விகள் பகுத்தறிவுக்கு ஒவ்வாதவை, அர்த்தமற்றவை என்பதை அவர் உணர்ந்தாலும், அவற்றைக் கேட்க விரும்பினார். அவற்றை அப்படிக் கேட்க வேண்டும் என்று அவர் நினைத்தார். அவருடைய இதயத்தில் இனம்புரியாத ஒரு புதிய உணர்வு பொங்கி எழுவதை அவர் உணர்ந்தார். அவர் கதறி அழ வேண்டும் என்றும், அவர்கள் அனைவருக்கும் ஏதாவது செய்ய வேண்டும் என்றும், அந்தக் குழந்தையும், கருத்து உலர்ந்துபோன தாயும், அழுவதை நிறுத்த வேண்டும் என்றும், இனிமேல் யாரும் கண்ணீர் சிந்தக்கூடாது என்றும் விரும்பினார். எத்தகைய தடைகள்

வந்தாலும், கரமசோவுக்கு உரிய கட்டுப்படுத்த முடியாத உணர்வுடன் அதை உடனடியாகச் செய்து முடிக்க வேண்டும் என்று அவர் விரும்பினார்.

"நானும் உங்களுடன் வருகிறேன். நான் இனிமேல் என் வாழ்நாள் முழுவதும் உங்களை விட்டுப் பிரிய மாட்டேன். நான் எப்போதும் உங்களுடன் இருப்பேன்" என்று குரூஷென்காவின் உணர்ச்சி ததும்பும் கனிவான குரல் அவருக்கு அருகில் கேட்டது. அப்போது திடீரென்று அவருடைய மனம் முழுவதும் நிரம்பிய ஒளி வெள்ளம் அவரைப் பிரகாசத்தை நோக்கி இழுத்துச் சென்றது. அவருக்குள் வாழ வேண்டும் என்ற தாகம் எழுந்து, அவரை அழைத்த அந்தப் புதிய ஒளியை நோக்கி, இப்போதே உடனடியாகச் செல்ல வேண்டும் என்று உந்தித் தள்ளியது.

"என்ன? எங்கே?" என்று அவர் கத்தியபடி கண்களைத் திறந்து, மயக்கத்திலிருந்து மீண்டது போல எழுந்து, பெட்டியின் மீது அமர்ந்து, பிரகாசமாகப் புன்னகைத்தார். அப்போது நிக்கோலாய் பர்ஃபியோனோவிச் அவருக்கு அருகில் நின்று கொண்டு, வாக்குமூலத்தின் இறுதி வரைவைப் படித்துவிட்டு அதில் கையெழுத்திடும்படிக் கேட்டுக் கொண்டிருந்தார். ஒரு மணி நேரத்திற்கு மேலாகத் தூங்கியிருக்க வேண்டும் என்று மீச்சியா யூகித்தார், ஆனால் நிக்கோலாய் பர்ஃபியோனோவிச்சின் குரல் அவர் காதில் விழவில்லை. அவர் சற்று முன்பு களைப்புடன் பெட்டியின் மீது சாய்ந்து படுத்தபோது, இல்லாத ஒரு தலையணை இப்போது இருப்பதைப் பார்த்துத் திகைத்துப் போனார்.

"என் தலைக்கு அடியில் தலையணையை வைத்த அந்த அன்பான மனிதர் யார்? என் மீது கருணை காட்டியது யார்?" என்று அவர் யாரோ அவரிடம் கருணை காட்டியது போல, நன்றியுடன், கண்களில் கண்ணீர் மல்கப் பரவசத்துடன் கத்தினார். ஆனால் அதைச் செய்த அந்த அன்பான மனிதர் யாரென்று அவருக்குத் தெரியவில்லை. ஒருவேளை அது அங்கிருந்த சாட்சிகளில் ஒருவராக இருக்கலாம் அல்லது நிக்கோலாய் பர்ஃபியோனோவிச்சின் காரியதரிசி அவர் மீது இரக்கப்பட்டு ஒரு தலையணையை வைக்க ஏற்பாடு செய்திருக்கலாம். ஆனால் அது மீச்சியாவின் உள்ளத்தைப் பாதித்து, அவருடைய கண்களில் கண்ணீரை வரவழைத்தது. அவர் எழுந்து மேசைக்கு அருகில் சென்று, அவர்களுக்கு என்ன தேவைப்பட்டாலும் அதில் கையெழுத்திடுவதாகச் சொன்னார்.

"கனவான்களே, நான் ஓர் அருமையான கனவு கண்டேன்" என்று அவர் விசித்திரமான குரலில் சொன்னபோது, அவருடைய முகம் மகிழ்ச்சியால் பிரகாசித்தது.

9. மீச்சியாவை அழைத்துச் சென்றார்கள்

மீச்சியா வாக்குமூலத்தில் கையெழுத்திட்ட பிறகு, விசாரணை அதிகாரி குற்றம் சாட்டப்பட்டவரைப் பார்த்து, விசாரணை முடியும் வரை அவரைக் காவலில் வைக்க வேண்டும் என்ற தீர்மானத்தை அவருக்கு வாசித்துக் காட்டினார். இன்ன வருடத்தில், இன்ன நாளில், இன்ன இடத்தில், இன்ன மாவட்டத்தைச் சேர்ந்த நீதிமன்றத்தின் விசாரணை அதிகாரி, இன்னாரை (மீச்சியா) விசாரித்து, இன்ன இன்ன குற்றங்களுக்காகக் (எல்லாக் குற்றச்சாட்டுகளும் கவனமாக எழுதப்பட்டிருந்தன) குற்றம் சாட்டப்படுகிறார் என்றும், குற்றம் சாட்டப்பட்டவர் அவருக்கு எதிராகச் சுமத்தப்பட்ட குற்றச்சாட்டுகளை ஒப்புக் கொள்ளவில்லை என்றாலும், அவர் தனது சார்பாக எந்த ஆதாரத்தையும் முன்வைக்கவில்லை என்பதைக் கருத்தில் கொள்ளும் அதே வேளையில், இன்ன இன்ன சாட்சிகள் மற்றும் இன்ன இன்ன சூழ்நிலைகள், அவரை ஒரு குற்றவாளி என்று நிரூபிக்கின்றன என்றும், எனவே குற்றம் சாட்டப்பட்டவர் (மீச்சியா) விசாரணை மற்றும் வழக்கிலிருந்து தப்பிக்கும் வழிவகைகளைத் தடுக்கும்பொருட்டு, தண்டனைச் சட்டம் இன்ன இன்ன பிரிவுகளின்படி, அவரை ஒரு குறிப்பிட்ட சிறையில் அடைக்க முடிவு செய்ய வேண்டும் என்றும், அதைக் குற்றம் சாட்டப்பட்டவருக்குத் தெரிவிக்க வேண்டும் என்றும், இந்தத் தீர்மானத்தின் நகலை அரசு வழக்கறிஞர் முதலியோருக்கு அனுப்ப வேண்டும் என்றும் அதில் குறிப்பிட்டிருந்தது. சுருக்கமாகச் சொன்னால், அந்த நிமிடத்திலிருந்து மீச்சியா ஒரு கைதி என்றும், அவரை உடனடியாக நகரத்திற்குக் கொண்டு சென்று, விரும்பத்தகாத இடத்தில் சிறையில் அடைக்கப்படுவார் என்றும் அவரிடம் தெரிவிக்கப்பட்டது. அதைக் கவனமாகக் கேட்டுக் கொண்டிருந்த மீச்சியா, வெறுமனே தோள்களைக் குலுக்கினார்.

“நல்லது கனவான்களே, நான் உங்களைக் குறை சொல்ல வில்லை. நான் தயாராக இருக்கிறேன்... உங்களுக்கு வேறு வழியில்லை என்பதை என்னால் புரிந்துகொள்ள முடிகிறது.”

அப்போது அங்கே இருந்த மாவட்ட போலீஸ் அதிகாரியான மாவ்ரிக்கி மாவ்ரிக்கியேவிச் அவரைச் சிறைக்குக் கொண்டு செல்லப் போவதாக நிக்கோலாய் பர்ஃபியோனோவிச், மீச்சியாவிடம் தெரிவித்தார்.

"பொறுங்கள்" என்று மீச்சியா திடீரென்று இடைமறித்து, கட்டுப்படுத்த முடியாத உணர்ச்சியால் உந்தப்பட்டு, அறையிலிருந்த அனைவரையும் பார்த்துச் சொன்னார். "கனவான்களே, நாம் எல்லோரும் கொடூரமானவர்கள், அரக்கர்கள். நாம் எல்லோரும் சக மனிதர்களையும், தாய்மார்களையும், கைக்குழந்தைகளையும் கண்ணீர் சிந்த வைக்கிறோம். ஆனால் நான் எல்லோரையும் விடக் கேவலமான பிறவி என்பது எல்லோருக்கும் தெரியட்டும்! உங்கள் விருப்பப்படி செய்யுங்கள். அப்படியே ஆகட்டும்! நான் என் வாழ்க்கையின் ஒவ்வொரு நாளும் என்னை நானே திருத்திக் கொள்வதாக மார்பில் அடித்துச் சத்தியம் செய்தேன். இருந்தாலும் நான் ஒவ்வொரு நாளும் அதே இழிவான காரியங்களைச் செய்தேன். என்னைப் போன்ற மனிதர்களுக்கு, ஒரு பலமான அடி, விதியின் கரத்தினால் கிடைக்கும் மரணஅடி தேவை என்பதை இப்போது நான் புரிந்து கொண்டேன். என்னைப் பொறியில் பிடிப்பது போலப் பிடித்து, வெளிப்புறச் சக்தியால் என்னைக் கட்டிப்போட வேண்டும். இல்லையென்றால் நானாக ஒருபோதும், ஒருபோதும் திருந்த மாட்டேன்! ஆனால் என் தலையில் இடி இறங்கிவிட்டது. என் மீது சுமத்தப்பட்ட குற்றச்சாட்டின் வேதனையையும், எனக்குப் பகிரங்கமாக ஏற்படும் அவமானத்தையும் நான் மனப்பூர்வமாக ஏற்றுக் கொள்கிறேன். நான் துன்புற வேண்டும்! அந்தத் துன்பத்தின் மூலமே நான் தூய்மையடைய முடியும். கனவான்களே, நான் தூய்மையடைய முடியும், இல்லையா? ஆனாலும் நான் கடைசியாகச் சொல்வதைக் கேளுங்கள். நான் என் தந்தையைக் கொன்ற குற்றவாளி அல்ல! நான் அவரைக் கொன்றதற்காக அல்ல, மாறாக அவரைக் கொல்ல விரும்பியதற்காக இந்தத் தண்டனையை ஏற்றுக் கொள்கிறேன். ஒருவேளை நான் அவரைக் கொன்றிருக்கலாம்... இருப்பினும் நான் உங்களுடன் போராடத் தயாராக இருக்கிறேன் என்று உங்களை எச்சரிக்கிறேன். நான் உங்களை எதிர்த்து இறுதிவரை போராடுவேன். அதன் பிறகு கடவுள் முடிவு செய்யட்டும்! கனவான்களே, நான் விடைபெறுகிறேன். நான் விசாரணையின் போது உங்களிடம் சத்தம் போட்டதற்காக என்னை மன்னியுங்கள். ஓ, நான் அப்போது முட்டாள்தனமாக நடந்து கொண்டேன்... நான் இன்னும் ஒரு நிமிடத்தில் கைதியாகிவிடுவேன், ஆனால் இப்போது இந்த நிமிடம், கடைசி முறையாக ஒரு சுதந்திர மனிதனாக, டிமிட்ரி கரமசோவ் உங்களிடம் கையை நீட்டுகிறேன். நான் உங்களிடம் விடைபெறுவதன் மூலம் அனைவரிடமிருந்தும் விடைபெறுகிறேன்!"

அவருடைய குரல் நடுங்கியது. அவர் கையை நீட்ட எத்தனித்தபோது, அவருக்கு மிக அருகில் நின்று கொண்டிருந்த நிக்கோலாய் பர்ஃபியோனோவிச், ஏறக்குறைய பதற்றத்துடன் வேகமாகக் கைகளை முதுகுக்குப் பின்னால் மறைத்துக் கொண்டார். அதைக் கவனித்த மீச்சியா திடுக்கிட்டு, நீட்டிய கையைச் சட்டென்று இழுத்துக் கொண்டார்.

"இன்னும் விசாரணை முடியவில்லை" என்று நிக்கோலாய் பர்ஃபியோனோவிச் சங்கடத்துடன் முணுமுணுத்தார். "நாங்கள் நகரத்தில் அதைத் தொடர்வோம். நான் நிச்சயமாக என் சார்பாக உங்களுக்கு... உங்கள் விடுதலைக்கு வாழ்த்து தெரிவிக்கத் தயாராக இருக்கிறேன். டிமிட்ரி ஃபியோதரோவிச், நான் உங்களைக் குற்றவாளி என்பதைவிடத் துரதிருஷ்டசாலி என்றே கருதுகிறேன்... நான் இங்குள்ள அனைவரின் சார்பாகவும் பேசுவதாக வைத்துக் கொண்டால், நீங்கள் அடிப்படையில் ஒரு கௌரவமான மனிதர் என்பதை நாங்கள் அனைவரும் ஒப்புக்கொள்ளத் தயாராக இருக்கிறோம், ஆனால், அந்தோ, சில உணர்ச்சிகளால் சற்றே மிதமிஞ்சிய அளவுக்கு இழுத்துச் செல்லப்பட்ட மனிதர்..."

நிக்கோலாய் பர்ஃபியோனோவிச் பேசி முடித்தபோது, அவருடைய குள்ளமான உருவம் கம்பீரமாக நிமிர்ந்து நின்றது. அப்போது திடீரென்று மீச்சியாவின் மனதில், அடுத்த நிமிடம் அந்த 'இளைஞன்' அவருடைய கையைப் பிடித்து அறையின் மூலைக்கு அழைத்துச் சென்று, மீண்டும் 'பெண்கள்' பற்றிய உரையாடலைத் தொடங்குவான் என்று தோன்றியது. ஆனால் ஒரு குற்றவாளியை மரணதண்டனைக்கு அழைத்துச் செல்லும்போது, சில சமயங்களில் சம்பந்தமில்லாத, பொருத்தமற்ற பல எண்ணங்கள் அவனுக்குத் தோன்றக் கூடும்.

"கனவான்களே, நீங்கள் நல்ல மனிதர்கள், மனிதாபிமானம் மிக்கவர்கள் என்பதால் நான் கடைசி முறையாக அவளைப் பார்த்து அவளிடம் விடைபெறலாமா?" என்று மீச்சியா கேட்டார்.

"சந்தேகம் இல்லாமல், ஆனால் உண்மையில்... அது மற்றவர்களின் முன்னிலையில் அன்றி தனிமையில் சாத்தியமில்லை..."

"ஓ, அப்படியே செய்யுங்கள்!"

குருஷென்காவை அழைத்துக் கொண்டு வந்தபோது, அவர்களுடைய விடைபெறுதல் மிகவும் சுருக்கமாக இருந்ததால், நிக்கோலாய் பர்ஃபியோனோவிச் ஏமாற்றமடைந்தார். குருஷென்கா மீச்சியாவைத் தலை குனிந்து வணங்கினாள்.

“நான் உங்களுடையவள், எப்போதும் உங்களுடையவளாக இருப்பேன் என்று ஏற்கனவே சொன்னேன். அவர்கள் உங்களை எங்கே அனுப்பினாலும் நானும் உங்களைப் பின்தொடர்ந்து வருவேன். உங்களை நீங்களே அழித்துக் கொண்ட குற்றமற்றவரே உங்களிடம் விடைபெறுகிறேன்.”

அவள் உதடுகள் துடித்தன. அவள் கண்களில் கண்ணீர் வழிந்தது.

“குருஷா, என் காதலுக்காக, என் காதலால் உங்கள் வாழ்க்கையை நாசம் செய்ததற்காக என்னை மன்னியுங்கள்!”

மீச்சியா மேலும் ஏதோ சொல்ல விரும்பினார் என்றாலும், திடீரென்று பேசுவதை நிறுத்திவிட்டு வேகமாக அறையை விட்டு வெளியேறினார். அப்போது அவரைக் கண்காணித்துக் கொண்டிருந்த மனிதர்கள் உடனடியாக அவரைச் சூழ்ந்து கொண்டனர். அவர் நேற்று முன்தினம் அந்திரேயின் மூன்று குதிரைகள் பூட்டிய வண்டியில் வேகமாக வந்து இறங்கிய இடத்தில், படிகளுக்கு அருகில் இரண்டு வண்டிகள் தயாராக இருந்தன. அப்போது பருமனாக, திடகாத்திரமான உடல்வாகுடன், சுருக்கம் விழுந்த முகத்துடன் இருந்த மாவ்ரிக்கி மாவ்ரிக்கியேவிச், திடீரென்று ஏற்பட்ட ஏதோ ஓர் ஒழுங்கின்மையால் எரிச்சலடைந்து கோபத்துடன், தேவையில்லாத முரட்டுத்தனத்துடன் மீச்சியாவை வண்டியில் ஏறச் சொன்னார். ‘நான் மதுபானக் கடையில் அவருடன் சேர்ந்து குடிக்கும்போது, அவருடைய முகம் முற்றிலும் வேறாக இருந்தது’ என்று மீச்சியா வண்டியில் ஏறும்போது நினைத்தார். டிரிஃபோன் போரிசிச்சும் மேலிருந்து கீழே இறங்கி வந்தான். விவசாயிகளும், பெண்களும், வண்டியோட்டிகளும் வாசலில் கூட்டமாக நின்றிருந்தார்கள். எல்லோரும் மீச்சியாவை உற்றுப் பார்த்தார்கள்.

“நல்ல மனிதர்களே, நான் விடைபெறுகிறேன். என்னை மன்னியுங்கள்!” என்று மீச்சியா திடீரென்று வண்டியிலிருந்து கத்தினார்.

“நீங்களும் எங்களை மன்னித்துவிடுங்கள்” என்று இரண்டு மூன்று குரல்கள் எதிரொலித்தன.

“டிரிஃபோன் போரிசிச், உங்களிடமும் விடைபெறுகிறேன்!”

ஆனால் டிரிஃபோன் போரிசிச் திரும்பிக் கூடப் பார்க்க வில்லை. அவன் ஒருவேளை வேலையாக இருந்திருக்கலாம். அவன் ஏதோ ஒரு காரணத்தினால் கத்திக் கொண்டே அங்குமிங்கும்

அலைந்து கொண்டிருந்தான். மாவ்ரிக்கி மாவ்ரிக்கியேவிச்சுடன் இரண்டு போலீஸ்காரர்கள் செல்ல வேண்டிய வண்டி இன்னும் தயாராக இல்லை என்று தெரிந்தது. அந்த வண்டியை ஓட்டும்படிச் சொன்ன விவசாயி அவனுடைய மேலங்கியை இழுத்துக் கொண்டே, இப்போது என் முறை அல்ல அக்கீமின் முறை என்று பிடிவாதமாகச் சொன்னான். ஆனால் அக்கீமைக் காணவில்லை. அவர்கள் அவனைத் தேடி ஓடினார்கள். அந்த விவசாயி அவர்களைக் காத்திருக்கும்படி விடாப்பிடியாகக் கெஞ்சினான்.

"மாவ்ரிக்கி மாவ்ரிக்கியேவிச், நம்முடைய விவசாயிகள் எப்படி இருக்கிறார்கள் பாருங்கள்! வெட்கம் கெட்டவர்கள்!" என்று டிரிஃபோன் போரிசிச் கத்தினான். "அக்கீம் இரண்டு நாட்களுக்கு முன்பு உனக்கு இருபத்தைந்து கோபெக்குகள் கொடுத்தான், ஆனால் நீ அதைக் குடித்துவிட்டு இப்போது அழுகிறாய். மாவ்ரிக்கி மாவ்ரிக்கியேவிச், நீங்கள் எங்கள் கீழ்த்தரமான விவசாயிகளிடம் நல்லவிதமாக நடந்துகொள்வது எனக்கு ஆச்சரியமாக இருக்கிறது. என்னால் அவ்வளவுதான் சொல்ல முடியும்."

"ஆனால் நமக்கு எதற்கு இரண்டாவது வண்டி?" என்று மீச்சியா இடைமறித்தார். "மாவ்ரிக்கி மாவ்ரிக்கியேவிச், நாம் ஒரே வண்டியில் போகலாம். என் நண்பரே, நான் உங்களைத் தொந்தரவு செய்யவோ, உங்களிடமிருந்து தப்பித்து ஓடவோ மாட்டேன். நமக்கு எதற்குப் பாதுகாவலர்கள்?"

"ஐயா, உங்களுக்குத் தெரியவில்லை என்றால், நீங்கள் என்னிடம் முறைப்படி பேசக் கற்றுக்கொள்ளுங்கள். நான் உங்கள் நண்பன் அல்ல என்பதால் என்னிடம் சகஜமாகப் பேசாதீர்கள். நீங்கள் உங்கள் யோசனையைக் கிடப்பில் போடுங்கள்..." என்று மாவ்ரிக்கி மாவ்ரிக்கியேவிச் திடீரென்று மீச்சியாவைப் பார்த்துக் கோபத்துடன் சொன்னார்.

மீச்சியா மௌனமானார். அவருடல் வெட்கத்தால் கூனிக் குறுகியது. அடுத்த கணம் அவர் பயங்கரமான குளிரை உணரத் தொடங்கினார். மழை நின்றிருந்தது, ஆனால் வானத்தில் இன்னும் கரு மேகங்கள் சூழ்ந்திருந்தன. பலமாக வீசிய காற்று நேரடியாக அவருடைய முகத்தில் அறைந்தது. 'எனக்குக் குளிரெடுத்துவிட்டது' என்று நினைத்துக் கொண்டே மீச்சியா தோள்களை உலுக்கினார்.

இறுதியில் மாவ்ரிக்கி மாவ்ரிக்கியேவிச் வண்டியில் ஏறி, மீச்சியாவுக்கு அருகில் பெருத்த ஓசையுடன் அமர்ந்து, கவனிக்காதது

போல இடத்தை ஆக்ரமித்து அவரை மூலையில் தள்ளிவிட்டார். அப்போது அவர் நல்ல மனநிலையில் இல்லை என்பதும், அவரிடம் ஒப்படைத்த வேலையை அவர் பெரிதும் வெறுத்தார் என்பதும் உண்மைதான்.

"டிரிஃபோன் போரிசிச், வருகிறேன்!" என்று மீச்சியா மீண்டும் கத்தினார். ஆனால் அவர் சென்ற முறையைப் போல நட்புடன் இல்லாமல், இந்த முறை தன்னையும் அறியாமல் அவருக்குள் எழுந்த வெறுப்பினால் கோபத்துடன் கத்தினார். ஆனால் டிரிஃபோன் போரிசிச் இரண்டு கைகளையும் பின்னால் கட்டிக் கொண்டு, மீச்சியாவை வெறித்துப் பார்த்தபடி எந்தப் பதிலும் சொல்லாமல் கோபத்துடன் நின்றிருந்தான்.

"டிமிட்ரி ஃபியோதரோவிச், போய்வாருங்கள், விடைபெறு கிறேன்!" என்று திடீரென்று கல்கனோவின் குரல் கேட்டது. அவன் தலையில் தொப்பி இல்லாமல் எங்கிருந்தோ வண்டியின் அருகில் ஓடிவந்து, மீச்சியாவிடம் கையை நீட்டினான். மீச்சியா அவனுடைய கையைப் பிடித்து அழுத்தினார்.

"என் அருமை நண்பரே, விடைபெறுகிறேன்! நான் உங்களுடைய பெருந்தன்மையை மறக்க மாட்டேன்!" என்று மீச்சியா அன்புடன் கத்தினார்.

ஆனால் அப்போது வண்டி புறப்பட்டதால் அவர்களுடைய கைகள் பிரிந்தன. வண்டியின் மணிகள் ஒலித்தன. அவர்கள் மீச்சியாவை அழைத்துச் சென்றார்கள்.

கல்கனோவ் கூடத்திற்கு ஓடிச் சென்று, ஒரு மூலையில் அமர்ந்து, தலையைக் குனிந்து, கைகளால் முகத்தை மூடிக் கொண்டு அழுதான். அவன் இருபது வயது இளைஞனைப் போலில்லாமல் ஒரு சிறுவனைப் போல நீண்ட நேரம் அங்கேயே உட்கார்ந்து அழுது கொண்டிருந்தான். மீச்சியா செய்த குற்றத்தை அவன் சந்தேகத்திற்கு இடமின்றி நம்பினான்! "இவர்கள் என்ன மாதிரியான மனிதர்கள்? இவர்கள் இதற்குப் பிறகு எத்தகைய மனிதர்களாக இருக்க முடியும்?" என்று அவன் விரக்தியுடன் சம்பந்தமில்லாமல் கூச்சலிட்டான். அந்தக் கணத்தில் அவனுக்கு வாழ்க்கையின் மீது அளவுகடந்த வெறுப்பு ஏற்பட்டு, உயிரை விட்டுவிட வேண்டும் என்று தோன்றியது. "இந்த வாழ்க்கை மதிப்புக்குரியதா? இது உண்மையில் மதிப்புக்குரியதா?" என்று அந்த இளைஞன் துயரத்துடன் தன்னைத் தானே கேட்டுக் கொண்டான்.

●

பாகம்: நான்கு

பத்தாவது புத்தகம்: சிறுவர்கள்

1. கோல்யா கிராஸோத்கின்

அது நவம்பர் மாதத்தின் தொடக்கம். அப்போது பனி இல்லாமல், பதினோரு டிகிரி செல்சியஸ் அளவுக்குக் கடுமையான உறைபனி நிலவியது. இருந்தாலும் இரவு நேரங்களில் உறைந்த பூமியின் மீது லேசான பனிப்பொழிவு இருந்தது. எங்கள் நகரத்தின் இருண்ட தெருக்களில், குறிப்பாகச் சதுக்கத்தைச் சுற்றியிருந்த பகுதியில் வீசிய பலமான வறண்ட காற்று அதைத் தூக்கி வீசி எறிந்தது. காலையில் பனிப்பொழிவு இல்லை என்றாலும் வானிலை மேகமூட்டத்துடன் மந்தமாக இருந்தது.

சதுக்கத்திற்கு அருகில், பிளாட்டினிகோவ் கடைக்குப் பக்கத்தில், பதினான்கு வருடங்களுக்கு முன்பு இறந்துபோன மாகாணச் செயலாளர் கிராஸோத்கினின் விதவை மனைவிக்குச் சொந்தமான ஒரு சிறிய வீடு இருந்தது. முப்பத்திரண்டு வயதிலும் இன்னும் அழகாக இருந்த அவரது விதவை மனைவி தனது சொந்த வருமானத்தில் அந்த நேர்த்தியான சிறிய வீட்டில் வாழ்ந்து வந்தாள். அவள் தனிமையில் ஒரு மரியாதைக்குரிய வாழ்க்கை நடத்தி வந்தாள். அவள் மென்மையான உள்ளமும் உற்சாகமான மனநிலையும் கொண்டவள். அவளுடைய பதினெட்டாவது வயதில், அவளுக்குத் திருமணமான ஒரு வருடத்தில், அப்போதுதான் அவள் ஒரு மகனைப் பெற்றிருந்த நிலையில் அவளுடைய கணவர் இறந்துவிட்டார். அவள் அன்றிலிருந்து தனது அருமை மகன் கோல்யாவை வளர்ப்பதில் தன்னை முழுமையாக அர்ப்பணித்துக் கொண்டாள். அவள் கடந்த பதினான்கு வருடங்களாக அவன் மீது அளவுகடந்த அன்பு செலுத்தினாலும், அவன் அவளுக்கு மகிழ்ச்சியைவிட அதிகமான துன்பத்தையே கொடுத்தான். அவனுக்கு உடல்நிலை சரியில்லாமல் போய்விடுமோ, ஜலதோஷம் பிடித்துவிடுமோ, குறும்புத்தனமாக எதையாவது செய்வானோ, நாற்காலியிலிருந்து கீழே விழுந்து விடுவானோ போன்ற பலவிதமான கவலைகளால் அவள் ஒவ்வொரு நாளும் பயந்து

கொண்டிருந்தாள். கோல்யா பள்ளிக்குச் செல்லத் தொடங்கியபோது, அவனது தாய் அவனுக்கு உதவி செய்வதற்காக அவனுடன் சேர்ந்து எல்லாப் பாடங்களையும் படிக்கத் தொடங்கினாள். அவள் உடனடியாக ஆசிரியர்களிடமும் அவர்களுடைய மனைவிகளிடமும் பழகத் தொடங்கியது மட்டுமின்றி, கோல்யாவைச் சக மாணவர்கள் கேலி செய்வதிலிருந்தும், அடிப்பதிலிருந்தும் காப்பாற்ற வேண்டும் என்பதற்காக அவர்களுடன் அன்பாக நடந்து கொண்டாள். சிறுவர்கள் அவனை 'அம்மாவின் செல்லப் பையன்' என்று கேலி செய்யும் அளவுக்கு அவள் அதைச் செய்தாள். ஆனால் கோல்யா அவனாகவே எல்லாவற்றையும் சமாளிக்கும் திறமைசாலியாக இருந்தான். 'அவன் வலிமையானவன்' என்று வெகு சீக்கிரம் வகுப்பில் வதந்தி பரவும் அளவுக்கு அவன் தைரியமானவனாக இருந்தான். அவன் புத்திக்கூர்மையும், துணிச்சலும், உறுதியும் உடையவனாக இருந்தான். அவன் நன்றாகப் படித்தான். அவன் கணிதத்திலும், சரித்திரத்திலும் ஆசிரியர் தர்தனேலவை மிஞ்சிவிடுவான் என்று பள்ளியில் வதந்தி பரவியது. அவன் ஒவ்வொருவரையும் ஏளனமாகப் பார்த்து முகத்தைத் திருப்பிக் கொண்டாலும், திமிர் பிடித்தவனாக இல்லாமல் ஒரு நல்ல நண்பனாக இருந்தான். பள்ளியில் உள்ள மற்ற பையன்கள் தனக்கு உரிய மரியாதை கொடுக்க வேண்டும் என்று கருதிய அவன் அதை ஏற்றுக் கொண்டாலும், அவர்களுடன் நட்பாக நடந்து கொண்டான். எல்லாவற்றுக்கும் மேலாக, எங்கே எப்படி நடந்து கொள்ள வேண்டும் என்ற எல்லைக் கோட்டை அவன் நன்றாக அறிந்திருந்தான். எனவே அவனால் சரியான நேரத்தில் தன்னைக் கட்டுப்படுத்திக் கொள்ள முடிந்தது. அவனுக்கும் ஆசிரியர்களுக்கும் உள்ள உறவைப் பொறுத்தவரை, அவன் ஒருபோதும் சட்ட விரோதமானது, ஒழுங்கீனமானது, கண்டிக்கத்தக்கது என்ற எல்லையைத் தாண்டி நடந்து கொண்டதில்லை. இருந்தாலும் அவன் குறும்புத்தனம் செய்வதற்குக் கொஞ்சமும் தயங்கியதில்லை. அவனுக்குத் தகுந்த சந்தர்ப்பம் கிடைக்கும் போதெல்லாம், பள்ளியில் உள்ள மோசமான பையன்களைப் போல மற்றவர்களுக்குத் தொந்தரவு செய்வதற்காக அல்லாமல் புத்திசாலித்தனமாக, வழக்கத்திற்கு மாறான ஒன்றைச் செய்வது அவனது சுபாவம். எல்லாவற்றிற்கும் மேலாக, அவன் தன் மீதும் தன்னுடைய திறமைகள் மீதும் அளவுக்கு அதிகமான தற்பெருமை கொண்டிருந்தான். அவன் தன்னுடைய அம்மாவிடம் ஏறக்குறைய ஒரு சர்வாதிகாரியைப் போல நடந்து கொண்டு, அவளை அடிபணிய வைத்தான். அவள் அவனுக்குக் கீழ்ப்படிந்து நடந்தாள். அவள் ஏற்கனவே பல ஆண்டுகளாக அப்படித்தான் நடந்து வந்தாள். இருந்தாலும், அவன் தன்னைப் போதுமான அளவு

நேசிக்கவில்லை என்பதை மட்டும் அவளால் தாங்கிக்கொள்ள முடியவில்லை. அவன் எப்போதும் தன்னிடம் அலட்சியமாக நடந்து கொள்கிறான் என்று எண்ணம் அவளுக்கு இருந்தது. எனவே அவள் சிலசமயங்களில் அதை நினைத்து பித்துப் பிடித்தவள் போல கண்ணீர் விட்டு அழுது, அதற்காக அவனைக் கடிந்து கொண்டாள். அது அவனுக்குச் சுத்தமாகப் பிடிக்கவில்லை. அவன் தன் மீது அன்பு காட்ட வேண்டும் என்று அவள் எந்த அளவுக்கு வற்புறுத்துகிறாளோ அந்த அளவுக்கு அவன் பிடிவாதமாக நடந்து கொண்டான். ஆனால் அவன் வேண்டு மென்றே அதைச் செய்யவில்லை, அதுதான் அவனது சுபாவம் என்பதால் அது தன்னிச்சையாக நடந்தது. அவனை அளவுக்கு அதிகமாக நேசித்த அந்தத் தாய் அதைத் தவறாகப் புரிந்து கொண்டாள். உண்மையில் அவன் அவளை நேசித்தான், ஆனால் பள்ளிச் சிறுவர்கள் சொன்னது போல அவளுடைய 'அளவுக்கு அதிகமான பாச மழை' அவனுக்குப் பிடிக்கவில்லை.

கோல்யாவின் தந்தை விட்டுச் சென்ற புத்தகங்கள் நிறைந்த ஒரு புத்தக அலமாரி அவர்களுடைய வீட்டில் இருந்தது. அவனுக்கு வாசிப்பதில் ஆர்வம் இருந்ததால், அவற்றிலிருந்த சில புத்தகங்களை அவன் படித்தான். அவனுடைய அம்மா அதைப் பொருட்படுத்த வில்லை. ஆனால் அவன் விளையாடப் போகாமல் புத்தக அலமாரியின் அருகில் நின்று, மணிக்கணக்காக புத்தகத்தைப் புரட்டிக் கொண்டிருப்பதைப் பார்த்து அவள் சில சமயங்களில் ஆச்சரியப்பட்டாள். இப்படியாக கோல்யா அவனுடைய வயதுக்குப் பொருத்தமில்லாத சில புத்தகங்களைப் படித்தான். கோல்யாவுக்கு தனது குறும்புத்தனத்தின் எல்லை தெரியும் என்றாலும், அவன் சமீப காலமாகச் செய்த குறும்புத்தனங்களைக் கண்டு அவனது அம்மா மிகவும் பயந்துபோனாள். அவன் எந்த வகையிலும் ஒழுக்கக்கேடான எதையும் செய்யவில்லை என்றாலும், அவை மூர்க்கத்தனமான, பொறுப்பற்ற செயல்களாக இருந்தன. கடந்த ஜூலை மாதம் கோடை விடுமுறையின்போது, தாயும் மகனும் நாற்பத்தைந்து மைல்களுக்கு அப்பால், வேறு ஒரு மாவட்டத்தில் இருந்த அவர்களுடைய தூரத்து உறவினர் ஒருவரின் வீட்டில் ஒரு வாரம் தங்குவதற்குச் சென்றிருந்தனர். அவளுடைய கணவர் இரயில் நிலையத்தில் (எங்கள் ஊருக்கு மிக அருகில் இருந்த அந்த இரயில் நிலையத்தில் இருந்துதான் ஒரு மாதத்திற்குப் பிறகு இவான் ஃபியோதரோவிச் கரமசோவ் மாஸ்கோவுக்குப் புறப்பட்டுச் சென்றான்) அதிகாரியாகப் பணியாற்றினார். கோல்யா அந்த இரயில் நிலையத்தை நுணுக்கமாக ஆராய்ந்து எல்லா விவரங்களையும் தெரிந்து கொண்டான். அவன் வீட்டிற்குத் திரும்பியதும், தான் தெரிந்து கொண்டதைச் சக மாணவர்களிடம்

சொல்லி அவர்களைத் திகைப்பில் ஆழ்த்த முடியும் என்று நினைத்தான். அப்போது அவனுக்கு அந்த ஊரில் இருந்த வேறு சில பையன்களின் நட்பு கிடைத்தது. அவர்களில் சிலர் இரயில் நிலையத்திற்கு அருகிலும் வேறு சிலர் அக்கம் பக்கத்திலும் வசித்து வந்தனர். அவர்களில் பன்னிரண்டிலிருந்து பதினைந்து வயதுக்குட்பட்ட ஆறேழு பேர் இருந்தார்கள். அவர்களில் இருவர் எங்கள் ஊரைச் சேர்ந்தவர்கள். அவர்கள் அனைவரும் ஒன்றாகச் சேர்ந்து விளையாடினார்கள். அவன் ஏறக்குறைய மற்றவர்களை விட இளையவன் என்பதால் மற்றவர்கள் அவனை ஏளனமாகப் பார்த்தார்கள். எனவே அவன் அங்கு தங்கியிருந்த நான்காவது அல்லது ஐந்தாவது நாளில், இரவு பதினோரு மணிக்கு இரயில் வரும் நேரத்தில், தண்டவாளங்களுக்கு இடையில் குப்புறப் படுத்துக் கொண்டு, இரயில்கடந்து செல்லும் வரை அசையாமல் இருப்பேன் என்று முட்டாள்தனமாக இரண்டு ரூபிள்களுக்குப் பந்தயம் கட்டினான். தண்டவாளங்களுக்கு இடையில் அப்படிப் படுத்திருக்கும்போது, இரயில் மேலே சென்றாலும் ஒன்றும் ஆகாது என்பதை அவர்கள் தெரிந்து கொண்டார்கள் என்றாலும், அந்த நேரத்தில் அப்படிப் படுத்திருப்பது ஒன்றும் விளையாட்டான விஷயமல்ல! கோல்யா அதைச் செய்வதாக உறுதியாகச் சொன்னான். அவர்கள் முதலில் அவன் சொன்னதைக் கேட்டுச் சிரித்தார்கள். அவர்கள் அவனைத் தற்பெருமைக்காரன், பொய்யன் என்று சொன்னார்கள், ஆனால் அது அவனை உசுப்பேற்றியது. அவனுக்கு மிகவும் எரிச்சலூட்டிய விஷயம் என்னவென்றால், அந்தப் பதினைந்து வயதுப் பையன்கள் அவனை ஆணவத்துடன் பார்த்து, அவன் தங்களுடைய சகவாசத்திற்குத் தகுதியற்ற ஒரு 'சிறுவன்' என்பதைப் போல நடத்தினார்கள். அது அவனுக்குச் சகிக்க முடியாத அவமானமாக இருந்தது. அவர்கள் அன்று மாலை இரயில் நிலையத்திலிருந்து அரை மைல் தூரத்திற்குச் சென்று, இரயில் நிலையத்தை விட்டு வெளியே வந்து முழு வேகத்துடன் செல்லும் ஒரு இடத்தைத் தேர்ந்தெடுப்பது என்று முடிவு செய்தார்கள். சிறுவர்கள் எல்லோரும் அந்த இடத்தில் ஒன்று கூடினார்கள். அது இரவு மட்டுமல்ல நிலவு இல்லாத கும்மிருட்டு. நேரம் நெருங்கியதும் கோல்யா தண்டவாளங்களுக்கு இடையில் படுத்துக் கொண்டான். அவனுடன் பந்தயம் கட்டிய ஐந்து பையன்கள் சாலை ஓரத்தில் இருந்த புதர்களில் மறைந்து கொண்டார்கள். அவர்கள் துடிக்கும் இதயத்துடன், பயமும் வருத்தமும் கலந்த உணர்வுடன் காத்திருந்தார்கள். இறுதியில் இரயில் நிலையத்தை விட்டுக் கிளம்பும் சத்தம் தூரத்தில் கேட்டது. கும்மிருட்டில் இரண்டு சிவப்பு விளக்குகள் ஒளிர்ந்தன. நெருங்கி

வந்து கொண்டிருந்த அந்த அரக்கனின் இடிமுழக்கத்தை அவர்கள் கேட்டார்கள்.

"ஓடு, ஓடு தண்டவாளத்தை விட்டு ஓடு!" என்று அவர்கள் பயத்தில் நடுங்கியபடி, புதருக்குள்ளிலிருந்து கோல்யாவைப் பார்த்துக் கத்தினார்கள். ஆனால் அதற்குள் நேரம் கடந்துவிட்டது. இரயில் வேகமாக அவன் இருந்த இடத்தைக் கடந்து சென்றது. அவர்கள் கத்திக் கொண்டே கோல்யாவை நோக்கி ஓடினார்கள். அவன் அசையாமல் படுத்திருந்தான். அவர்கள் அவனைப் பிடித்து மேலே தூக்க முயன்றார்கள். அவன் திடீரென்று தானாகவே எழுந்து நின்று எதுவும் பேசாமல் அங்கிருந்து நடந்து சென்றான். அவன் அவர்களைப் பயமுறுத்துவதற்காக வேண்டுமென்றே நினைவிழந்தவனைப் போல படுத்திருந்ததாக அவர்களிடம் சொன்னான். ஆனால் அவன் உண்மையில் நினைவிழந்து விட்டான் என்பதை வெகு நாட்களுக்குப் பிறகு அவனே தனது தாயிடம் ஒப்புக் கொண்டான். இப்படியாக அவனுக்கு 'எதற்கும் துணிந்தவன்' என்ற பெயர் என்றென்றைக்குமாக நிலைத்து நின்றது.

அவன் வீட்டுக்குத் திரும்பியபோது, அவனுடைய முகம் பேயறைந்தது போல வெளுத்துப் போயிருந்தது. மறுநாள் அவனுக்கு நரம்புத் தளர்ச்சியால் காய்ச்சல் ஏற்பட்டது என்றாலும், அவன் மகிழ்ச்சியாகவும் உற்சாகமாகவும் இருந்தான். அந்தச் சம்பவம் உடனடியாக வெளியே தெரியாவிட்டாலும், அவர்கள் ஊருக்குத் திரும்பியதும் பள்ளிக்கூடம் வரை பரவி அங்குள்ள ஆசிரியர்களின் காதுகளை எட்டியது. ஆனால் கோல்யாவின் தாய் பள்ளி நிர்வாகத்திடம் கெஞ்சிக் கேட்டுக் கொண்டதால், மரியாதையும் செல்வாக்கும் மிக்க ஆசிரியர் தர்தனேலவ் தலையிட்டு அந்த விவகாரத்தை முடிவுக்குக் கொண்டு வந்தார்.

தர்தனேலவ் இன்னும் திருமணமாகாத ஒரு நடுத்தர வயது மனிதர். அவர் கடந்த பல வருடங்களாக திருமதி. கிராஸோத்கினைக் காதலித்து வந்தார். அவர் ஒரு வருடத்திற்கு முன்பு கூச்சத்தாலும் பயத்தாலும் நடுங்கியபடி, மிகுந்த மரியாதையுடன் அவளைத் திருமணம் செய்துகொள்ள முன் வந்தார். ஆனால் அவள் அது தன்னுடைய மகனுக்குச் செய்யும் துரோகமாக இருக்கும் என்று நினைத்து அதைத் திட்டவட்டமாக மறுத்துவிட்டாள். ஆனால் அவர் சில சூட்சுமமான அறிகுறிகள் மூலம், கடமை தவறாத, அன்புள்ளம் கொண்ட அந்த அழகான விதவைத் தாய் தன்னை முற்றிலும் வெறுக்கவில்லை என்று நினைத்தார். ஆனால் கோல்யாவின் முரட்டுத்தனமான குறும்புத்தனமான செயல் நிலைமையை மாற்றிவிட்டதாகத் தோன்றியது. அவர் அந்த விவகாரத்தில் தலையிட்டதால் அவருக்கு ஒரு லேசான நம்பிக்கை

ஏற்பட்டது. தர்தனேலவ் நல்ல குணமும், உணர்ச்சிவசப்படும் சுபாவமும் உடையவராக இருந்ததால், அப்போதைக்கு அவரை மகிழ்ச்சியில் ஆழ்த்த அந்த நம்பிக்கையே போதுமானதாக இருந்தது. அவர் அந்தச் சிறுவனை நேசித்தாலும் அவனுடைய அன்பைப் பெற முயற்சிப்பது மரியாதைக் குறைவானது என்று நினைத்தார். எனவே அவர் வகுப்பறையில் அவனிடம் கடுமையாகவும் கண்டிப்பாகவும் நடந்து கொண்டார். கோல்யாவும் அவரை மரியாதைக்குரிய தூரத்தில் தள்ளி வைத்து, அவரிடம் அதிகம் பேசாமல், வீட்டுப் பாடங்களை ஒழுங்காகச் செய்து, வகுப்பில் இரண்டாவது இடத்தைப் பெற்றான். கோல்யா சரித்திரப் பாடத்தில் திறமைசாலி என்றும், தர்தனேலவைத் தோற்கடிக்கும் அளவுக்குப் புத்திசாலி என்றும் எல்லோரும் நம்பினார்கள். ஒரு முறை கோல்யா அவரிடம், "டிராய் நகரை நிறுவியவர் யார்?" என்று கேட்டான். அவர் அதற்கு மழுப்பலான பதிலைச் சொன்னார். அவர் அங்கிருந்த மக்களைப் பற்றியும், அவர்களுடைய புலம்பெயர்வு மற்றும் குடியேற்றத்தைப் பற்றியும், அது எவ்வளவு காலத்திற்கு முன்பு இருந்தது என்பதைப் பற்றி நிலவிய கட்டுக் கதைகளைப் பற்றியும் மட்டுமே சொன்னார், ஆனால் டிராய் நகரை நிறுவியது யார் என்ற கேள்விக்கு அவரால் பதில் சொல்ல முடியவில்லை. அந்தக் கேள்வி பயனற்றது அற்பமானது என்று கூட அவர் நினைத்தார். எனவே சிறுவர்கள் டிராய் நகரை நிறுவியது யார் என்று அவருக்குத் தெரியாது என்று உறுதியாக நம்பினார்கள். ஆனால் கோல்யா தனது தந்தையின் புத்தக அலமாரியில் இருந்த புத்தகங்களைப் படித்து, ஸ்மரக்தோவ் நகரில் டிராய் நகரத்தை நிறுவியவர்களைப் பற்றித் தெரிந்து கொண்டான். எனவே டிராய் நகரை நிறுவியது யார் என்பதைத் தெரிந்து கொள்வதில் அனைத்துச் சிறுவர்களும் ஆர்வம் காட்டினார்கள். ஆனால் கிராஸோத்கின் அந்த இரகசியத்தை வெளியே சொல்லாமல் அறிவாளி என்ற அவனுடைய பெருமையைத் தக்க வைத்துக் கொண்டான்.

இரயில் நிலையத்தில் நடந்த அந்தச் சம்பவத்திற்குப் பிறகு, கோல்யாவுக்கு அவனுடைய அம்மாவுடன் இருந்த உறவில் ஒரு பெருத்த மாற்றம் ஏற்பட்டது. அன்னா ஃபியாதரோவ்னா (திருமதி. கிராஸோத்கின்) கோல்யாவின் சாகசத்தைப் பற்றிக் கேள்விப் பட்டதும் பயத்தினால் கிட்டத்தட்ட பைத்தியம் பிடித்தவள் போலானாள். அப்போது அவள் பல நாட்களுக்கு நீடித்த வலிப்பு நோய்க்கு ஆளானாள். கோல்யா அதைப் பார்த்து பயந்து, இனிமேல் இப்படிப்பட்ட செயலைச் செய்ய மாட்டேன் என்று தனது தாயிடம் உறுதியாகச் சொன்னான். அவன் தனது தாயின்

வேண்டுகோளின்படி புனித சிலையின் முன்பு மண்டியிட்டு, தனது தந்தையின் நினைவாகச் சத்தியம் செய்தான். 'வீரத்துக்கு' பெயர்போன கோல்யா ஆறு வயதுச் சிறுவனைப் போல அழுதான். அன்று முழுவதும் தாயும் மகனும் ஒருவரையொருவர் அணைத்துக் கொண்டு கண்ணீர் விட்டு அழுதார்கள். ஆனால் கோல்யா மறுநாள் காலையில் எப்போதும் போல 'உணர்ச்சி யற்றவனாக' இருந்தாலும், அமைதியாக, அடக்கமாக, ஆழ்ந்த சிந்தனையில் மூழ்கியவனாக இருந்தான்.

ஆறு வாரங்களுக்குப் பிறகு அவன் மீண்டும் ஒரு சிக்கலில் மாட்டிக் கொண்டான் என்பது உண்மைதான். அதன் விளைவாக அவனுடைய பெயர் நீதிபதியின் காதுகளைக் கூட எட்டியது. ஆனால் அந்தக் குறும்பு முற்றிலும் வேறுபட்டது, வேடிக்கையானது, முட்டாள்தனமானது. அவன் அதில் முக்கியப் பங்கு வகிக்கவில்லை, ஆனால் அதில் சம்பந்தப்பட்டிருந்தான். ஆனால் நாம் அதைப் பற்றி பிறகு பார்ப்போம். திருமதி கிராஸோத்கின் இன்னமும் பயந்து நடுங்கிக் கொண்டிருந்தாள். அவளுடைய கவலைகள் அதிகரிக்க அதிகரிக்க தர்தனேலவின் நம்பிக்கைகளும் வலிமை யடைந்தன. அவருடைய மனதில் என்ன இருக்கிறது என்பதைப் புரிந்து கொண்ட கோல்யா, அவருடைய அந்த 'உணர்வுகளுக்காக' அவரை வெறுத்தான். எனவே தர்தனேலவ் என்ன எதிர்பார்க்கிறார் என்பதை அவன் தன் தாயிடம் ஜாடையாகத் தெரிவித்தான். ஆனால் இரயில் நிலையத்தில் நடந்த சம்பவத்திற்குப் பிறகு அவனுடைய நடத்தை முற்றிலுமாக மாறியது. அவன் தர்தனேலவைப் பற்றித் தன் தாயிடம் பேசும்போது, மிகுந்த மரியாதையுடன் பேசத் தொடங்கியதை உணர்திறன் மிக்க அந்தத் தாய் நன்றியுணர்வுடன் கவனித்தாள். ஆனால் கோல்யாவின் முன்னிலையில் யாராவது தர்தனேலவைப் பற்றிப் பேசினால் கூட அவள் முகம் ரோஜாப் பூவைப் போல சிவந்துவிடும். அந்தச் சமயங்களில் கோல்யா ஜன்னலுக்கு வெளியே வெறித்துப் பார்ப்பான் அல்லது தன்னுடைய காலணிகளைச் சரி செய்வான் அல்லது அவன் ஒரு மாதத்திற்கு முன்பு எங்கிருந்தோ கொண்டுவந்து, பள்ளிக்கூட நண்பர்கள் யாருக்கும் காட்டாமல் வீட்டில் இரகசியமாக வளர்த்து வந்த பெரிய, அசிங்கமான, உரோமம் நிறைந்த நாயைப் பார்த்து, 'பெரிஸ்வோன்' என்று கோபத்துடன் கத்துவான். அவன் அந்த நாயைப் பயங்கரமாகக் கொடுமைப்படுத்தி, அதை எல்லா வகையான வித்தைகளையும் செய்யும்படிக் கட்டாயப்படுத்தினான். அவன் பள்ளிக்குச் சென்றுவிடும்போது, அது அவனுக்காக ஊளையிடும் அளவுக்கு அதைப் பழக்கி வைத்திருந்தான். அவன் பள்ளியிலிருந்து திரும்பியதும், அது மகிழ்ச்சியுடன் குரைத்தபடி

பைத்தியம் பிடித்தது போல அங்குமிங்கும் ஓடும், அவனிடம் கெஞ்சும், இறந்துவிட்டது போல தரையில் படுத்து பாசாங்கு செய்யும். சுருக்கமாகச் சொன்னால், அவன் கட்டளையிடவில்லை என்றாலும், மிதமிஞ்சிய உற்சாகத்தாலும், நன்றியுணர்வாலும் அவனிடம் கற்றுக் கொண்ட அனைத்து வித்தைகளையும் அது தானாகவே செய்யும்.

நமக்கு ஏற்கனவே அறிமுகமான, ஓய்வுபெற்ற கேப்டன் ஸ்னெகிரியோவின் மகன் இல்யூஷா, தன்னுடைய தந்தையைத் ‘துடைப்பம்’ என்று கேலி செய்ததற்காகப் பேனாக் கத்தியால் தொடையில் குத்திய அதே சிறுவன்தான் கோல்யா கிராஸோத்கின் என்பதை நான் வாசகர்களுக்குத் தெரியப்படுத்த மறந்து விட்டேன்.

2. குழந்தைகள்

உறைபனியும் காற்றும் நிறைந்த நவம்பர் மாதத்தில் கோல்யா கிராஸோத்கின் வீட்டில் இருந்தான். அன்று ஞாயிற்றுக்கிழமை என்பதால் பள்ளிக்கூடம் விடுமுறை. மணி பதினொன்று அடித்தபோது, ‘மிக முக்கியமான வேலையாக’ அவன் வெளியே செல்ல விரும்பினான், ஆனால் வீட்டிலிருந்த பெரியவர்கள் அனைவரும் திடீரென்று நடந்த ஒரு விசித்திரமான சம்பவத்தின் காரணமாக வெளியே சென்றிருந்ததால் அவன் வீட்டிற்குக் காவலாக இருந்தான். திருமதி. கிராஸோத்கின் தன் வீட்டிலிருந்த இரண்டு சிறிய அறைகளை இரு சிறு குழந்தைகளுடன் இருந்த ஒரு மருத்துவரின் மனைவிக்கு வாடகைக்கு விட்டிருந்தாள். மருத்துவரின் மனைவிக்கு அன்னா ஃபியாதரோவ்னாவின் வயதுதான் இருக்கும். அவள் அவளுடைய நெருங்கிய தோழியும் கூட. மருத்துவர் ஒரு வருடத்திற்கு முன்பு ஓரென்பர்க்கிற்கும் பிறகு தாஷ்கண்டிற்கும் சென்றிருந்தார். கடந்த ஆறு மாதங்களாக அவரிடமிருந்து எந்தத் தகவலும் வரவில்லை. அந்தக் கைவிடப்பட்ட பெண்ணுக்குத் திருமதி. கிராஸோத்கினின் நட்பு மட்டும் ஆறுதலாக இல்லாமல் இருந்திருந்தால் அவள் கண்ணீர் கடலில் மூழ்கி யிருப்பாள். அனைத்திற்கும் மேலாக, நேற்று முன்தினம் இரவு, அவளுடைய ஒரே வேலைக்காரியான கேத்தரீனா, விடிவதற்குள் தனக்கு ஒரு குழந்தை பிறக்கப் போவதாகச் சொல்லித் தனது பரிதாபத்திற்குரிய எஜமானியை ஆச்சரியத்தில் ஆழ்த்தினாள். இதற்கு முன் யாரும் அதைக் கவனிக்கவில்லை என்பது ஏறக்குறைய அதிசயமாகத் தோன்றியது. அதிர்ச்சியடைந்த மருத்துவரின் மனைவி, இன்னும் குழந்தை பிறக்க நேரம் இருக்கும்போதே

கேத்தரீனாவை, இதுபோன்ற அவசர நிலைகளுக்காக எங்கள் நகரத்தில் மருத்துவச்சி வைத்திருக்கும் வைத்திய சாலைக்கு அழைத்துச் செல்ல முடிவு செய்தாள். அவள் தன்னுடைய வேலைக்காரியை மிகவும் மதித்த காரணத்தால், உடனடியாக அதைச் செயல்படுத்தியதுடன் அவளும் அங்கேயே தங்கினாள். ஆனால் மறுநாள் காலையில் சில காரணங்களால் அவளுக்கு ஒரு செல்வாக்கு மிக்க ஒருவரின் உதவி தேவைப்பட்டதால் திருமதி. கிராஸோத்கினும் அங்கு சென்றாள்.

இரண்டு பெண்களும் வெளியே சென்றுவிட்ட நிலையில், திருமதி. கிராஸோத்கினின் வேலைக்காரி அகஃபியா பொருட்களை வாங்குவதற்காகக் கடை வீதிக்குச் சென்றிருந்தாள். எனவே வீட்டில் தனியாக இருந்த கோல்யா, மருத்துவரின் மனைவியின் சிறு குழந்தைகளான மகனையும், மகளையும் கவனித்துக்கொள்ள வேண்டியிருந்தது. கோல்யா வீட்டில் தனியாக இருப்பதை நினைத்துப் பயப்படவில்லை. மேலும் அவனுக்குத் துணையாக பெரிஸ்வோனும் இருந்தது. கூடத்தில் இருந்த பெஞ்சுக்குக் கீழே அது அசையாமல் படுத்திருக்க வேண்டும் என்று அவன் அதற்குக் கட்டளையிட்டிருந்தான். அவன் ஒவ்வொரு முறை கூடத்திற்கு வரும்போதும், நாய் தலையை ஆட்டியபடி, தன்னுடைய வாலை தரையில் இரண்டு முறை தட்டியது. இருந்தாலும் அவன் அதை எழுந்திருக்கச் சொல்லிச் சொல்லவில்லை. கோல்யா அந்தப் பரிதாபத்திற்குரிய நாயைக் கடுமையாக முறைத்துப் பார்க்க, அது பயத்துடன் அசையாமல் படுத்திருந்தது. ஆனால் கோல்யாவைக் கவலைக்குள்ளாக்கிய ஒரே விஷயம் அந்தக் 'குழந்தைகள்.' அவனுக்குக் கேத்தரீனாவின் அந்த எதிர்பாராத சாகசம் கொஞ்சமும் பிடிக்கவில்லை. ஆனால் அவனுக்கு அந்தக் குழந்தைகளை மிகவும் பிடித்திருந்தது. அவன் அவர்களுக்குக் காட்டுவதற்காக ஒரு குழந்தைகள் புத்தகத்தை எடுத்துச் சென்றான். எட்டு வயது சிறுமியான நாஸ்தியாவுக்கு நன்றாகப் படிக்கத் தெரியும். அவளுடைய ஏழு வயது சகோதரன் கோஸ்டியா அவள் படித்துக் காட்டுவதை மிகவும் ஆர்வத்துடன் கேட்டான். கோல்யா அவர்களுடன் சேர்ந்து கண்ணாமூச்சி போன்ற இன்னும் வேடிக்கையான விளையாட்டுகளை விளையாடியிருக்க முடியும். அவன் இதற்கு முன்னர் பலமுறை அப்படி விளையாடியிருக்கிறான். அவன் அப்படி விளையாடுவதற்குக் கொஞ்சமும் தயங்கியதில்லை. அதனால் அவன் வீட்டிலுள்ள சிறுவர்களுடன் குதிரை விளையாட்டு விளையாடுவதாகவும், குதிரையைப் போல தலையை ஒரு பக்கமாகச் சாய்த்து, துள்ளிக் குதித்து விளையாடுவதாகவும் பள்ளியில் அவனைப் பற்றிய வதந்தி பரவியது. ஆனால் அவன்

அந்தக் குற்றச்சாட்டைப் பெருமையுடன் எதிர் கொண்டான். பதிமூன்று வயதுடைய தன்னுடைய நண்பர்களுடன் அப்படி விளையாடுவது பொருத்தமற்றதாக இருக்கும் என்றும், ஆனால் அவன் மிகவும் நேசிக்கும் அந்தச் சிறுவர்களின் மகிழ்ச்சிக்காக அப்படி விளையாடும் தன்னுடைய உணர்வுகளைக் குறை சொல்ல யாருக்கும் உரிமையில்லை என்றும் அவன் சொன்னான். அந்தக் 'குழந்தைகள்' இருவரும் அவனை நேசித்தார்கள்.

ஆனால் அவன் இந்தச் சந்தர்ப்பத்தில் விளையாடும் மனநிலையில் இல்லை. இப்போது அவன் கவனிக்க வேண்டிய மிகவும் முக்கியமான, மர்மமான ஒரு வேலை இருந்தது. இதற்கிடையில் நேரம் கடந்து சென்றது. அவனிடம் குழந்தைகளை விட்டுச் சென்ற அகஃபியா இன்னும் கடைத் தெருவிலிருந்து திரும்பி வரவில்லை. அவன் பலமுறை கூடத்தைத் தாண்டி குழந்தைகள் இருந்த அறைக் கதவைத் திறந்து, அவனுடைய கட்டளைப்படி புத்தகத்தை ஆவலுடன் பார்த்துக் கொண்டிருந்த 'குழந்தைகளை'ப் பார்த்தான். அவன் ஒவ்வொரு முறை கதவைத் திறந்து பார்க்கும்போதும் அவர்கள் அவனைப் பார்த்துச் சிரித்தார்கள். அவன் உள்ளே நுழைந்து வேடிக்கையான குதூகலமான எதையாவது செய்வான் என்று அவர்கள் நினைத்தார்கள். ஆனால் கோல்யா பதற்றத்துடன் இருந்ததால் அதைச் செய்யவில்லை.

கடைசியில் பதினொரு மணி அடித்தபோது, அந்த 'பாழாய்ப் போன' அகஃபியா இன்னும் பத்து நிமிடத்தில் திரும்பி வரவில்லை என்றால் அவளுக்காகக் காத்திருக்காமல் வெளியே சென்றுவிடுவது என்று அவன் தீர்மானித்தான். அந்தக் 'குழந்தைகள்' தனியாக இருப்பதற்குப் பயந்து அழ மாட்டார்கள், குறும்பு செய்ய மாட்டார்கள் என்று அவன் தனக்குத்தானே உறுதியாகச் சொல்லிக் கொண்டான். அவன் இந்த யோசனையுடன் தனது குளிர்காலக் கோட்டை அணிந்து, தனது பள்ளிப் பையை எடுத்து தோளில் போட்டுக் கொண்டு, இந்தக் குளிரில் புதைமிதியடி அணியாமல் வெளியே செல்லக் கூடாது என்ற அவனுடைய தாயின் அறிவுரையை அலட்சியப்படுத்திவிட்டு, பூட்ஸ்களை மட்டும் அணிந்து கொண்டு வெளியே புறப்பட்டான். அவன் வெளியே செல்வதைப் பார்த்த பெரிஸ்வோன் பரபரப்புடன் வாலை பலமாகத் தரையில் தட்டியது. அதன் உடம்பு முழுவதும் நடுங்க, மெதுவாக முனகத் தொடங்கியது. அவன் நாயின் உற்சாகத்தைப் பார்த்து, அது தன்னுடைய கட்டளையை மீறுகிறது என்று முடிவு செய்து, அதை மேலும் ஒரு நிமிடம் பெஞ்சுக்கு அடியில் இருக்க வைத்தான். அதற்குப் பிறகு அவன் கூடத்தின்

கதவைத் திறந்து விசில் அடித்தபோது, அந்த நாய் எல்லையற்ற மகிழ்ச்சியுடன் கோல்யாவின் முன்னால் துள்ளிக் குதித்து ஓடியது. அவன் கூடத்தைக் கடந்து சென்று குழந்தைகளைப் பார்ப்பதற்காக அறையின் கதவைத் திறந்தான். அவர்கள் இருவரும் முன்பு போலவே மேசையின் முன்னால் அமர்ந்திருந்தார்கள் என்றாலும், புத்தகத்தைப் படிக்காமல் காரசாரமாக எதையோ பேசிக் கொண்டிருந்தார்கள். அவர்கள் தங்களது அன்றாட வாழ்க்கையில் நிகழும் பல்வேறு விஷயங்களைப் பற்றி அடிக்கடிப் பேசிக் கொள்வது வழக்கம். நாஸ்தியா மூத்தவள் என்பதால், தான் சொல்வதே சரியானது என்று அவள் பிடிவாதமாக இருப்பாள். கோஸ்டியா அவள் சொன்னதை ஏற்றுக் கொள்ளவில்லை என்றால், அவன் அதைப் பற்றிப் பெரும்பாலும் கோல்யா கிராஸோத்கினிடம் முறையிடுவான். அவன் சொல்வது சரியாக இருக்கும் என்று அவர்கள் இருவரும் கருதினார்கள். இந்த முறை கோல்யா அவர்கள் என்ன பேசுகிறார்கள் என்பதைத் தெரிந்து கொள்ளும் ஆர்வத்தில் சற்று நேரம் கதவருகே நின்று அவர்கள் பேசுவதைக் கேட்டான். அவன் கேட்டுக் கொண்டிருப்பதைக் கண்ட குழந்தைகள் மேலும் உற்சாகத்துடன் தங்கள் சண்டையைத் தொடர்ந்தார்கள்.

"நான் நம்ப மாட்டேன், நான் நம்ப மாட்டேன்" என்று நாஸ்தியா கோபமாகச் சொன்னாள். "மருத்துவச்சிகள் தோட்டத்தில் உள்ள முட்டைக்கோசுகளுக்கு மத்தியில் குழந்தையைக் கண்டுபிடிப்பார்கள் என்பதை என்னால் ஒருபோதும் நம்ப முடியாது. இப்போது குளிர்காலம் என்பதால், முட்டைக்கோசுகள் எதுவும் இருக்காது. எனவே அந்தக் கிழவியால் கேத்தரீனாவுக்குக் குழந்தையைக் கொடுக்க முடியாது."

'ப்பூ!' என்று கோல்யா விசில் அடித்தான்.

"அவர்கள் எப்படியோ அதைச் செய்கிறார்கள் என்றாலும், திருமணம் ஆன பெண்களுக்கு மட்டுமே அதைச் செய்ய முடியும்."

கோஸ்டியா நாஸ்தியாவை உற்றுப் பார்த்தான்.

"நாஸ்தியா, நீ ஒரு முட்டாள்!" என்று அவன் கடைசியில் உறுதியாகச் சொன்னான். "கேத்தரீனாவுக்குத் திருமணம் ஆக வில்லை எனும்போது அவளுக்கு எப்படிக் குழந்தை கிடைக்கும்?"

நாஸ்தியா எரிச்சலடைந்தாள்.

"உனக்கு எதுவும் தெரியவில்லை" என்று அவள் கோபத்துடன் அவனை இடைமறித்தாள்.

“ஒருவேளை அவளுக்கு ஒரு கணவன் இருக்கலாம். அவன் இப்போது சிறையில் இருக்கலாம். அதனால் அவளுக்குக் குழந்தை கிடைக்கும்.”

“அவளுடைய கணவன் சிறையில் இருக்கிறானா?” என்று கோஸ்டியா கவலையுடன் கேட்டான்.

“அல்லது இப்படியும் இருக்கலாம்” என்று நாஸ்தியா உணர்ச்சி வசப்பட்டு அவள் சொன்னதை மறந்துவிட்டுச் சொன்னாள். “அவளுக்கு கணவன் இல்லை என்று நீ சொல்வது சரியாக இருக்கலாம். ஆனால் அவள் திருமணம் செய்து கொள்ள வேண்டும் என்று விரும்பினாள். அவள் அதைப் பற்றி யோசித்துக் கொண்டே இருந்தாள். இப்போது அவளுக்கு ஒரு கணவன் கிடைக்கவில்லை என்றாலும் ஒரு குழந்தை கிடைத்துவிட்டது.”

“ஆமாம், அப்படியும் இருக்கலாம்” என்று கோஸ்டியா தன் தோல்வியை ஒப்புக் கொண்டான். “நீ அதை முன்னரே என்னிடம் சொல்லாதபோது, எனக்கு எப்படித் தெரியும்?”

“குழந்தைகளே!” என்று கோல்யா அறைக்குள் நுழைந்தான். “நீங்கள் அபாயகரமானவர்கள் என்பதை என்னால் பார்க்க முடிகிறது.”

“பெரிஸ்வோன் உன்னுடன் இருக்கிறானா?” என்று கோஸ்டியா சிரித்துக் கொண்டே, விரல்களைச் சொடுக்கி நாயைக் கூப்பிட முயன்றான்.

“குழந்தைகளே, நான் ஒரு இக்கட்டான சூழ்நிலையில் இருக்கிறேன்” என்று கோல்யா ஆரம்பித்தான். “நீங்கள் எனக்கு உதவி செய்ய வேண்டும். அகஃபியா இன்னும் திரும்பி வரவில்லை என்பதைப் பார்க்கும்போது, நிச்சயமாக அவளுடைய கால் முறிந்திருக்க வேண்டும் என்று தெரிகிறது. நான் வெளியே போக வேண்டும், நீங்கள் அதற்குச் சம்மதிப்பீர்களா?”

குழந்தைகள் கவலையுடன் ஒருவரையொருவர் பார்த்துக் கொண்டனர். அவர்களுடைய சிரித்த முகங்களில் சங்கடம் வெளிப்பட்டது. அவன் தங்களிடமிருந்து என்ன எதிர்பார்க்கிறான் என்பதை அவர்களால் புரிந்துகொள்ள முடியவில்லை.

“நான் இல்லாதபோது, நீங்கள் எதற்காகவும் எழுந்திருக்க மாட்டீர்களே? நீங்கள் அலமாரியின் மீது ஏறி உங்கள் கால்களை முறித்துக்கொள்ள மாட்டீர்களே? நீங்கள் தனியாக இருப்பதற்கு பயந்து அழ மாட்டீர்களே?”

குழந்தைகளின் முகத்தில் ஆழ்ந்த துயரம் வெளிப்பட்டது.

“பதிலுக்கு நான் உங்களுக்கு ஓர் ஆச்சரியமான விஷயத்தைக் காட்டுவேன். உண்மையான வெடிமருந்தைக் கொண்டு சுடக்கூடிய ஒரு பித்தளை பீரங்கியைக் காட்டுவேன்.”

சட்டென்று குழந்தைகளின் முகங்கள் பிரகாசித்தன.

“எங்களுக்கு அதைக் காட்டு!” என்று கோஸ்டியா முகம் மலரச் சொன்னான்.

கோல்யா தனது பையில் கையைவிட்டு சிறிய வெண்கல பீரங்கியை எடுத்து மேசையின் மீது வைத்தான்.

“நீங்கள் அதைப் பார்க்க விரும்புவீர்கள் என்று எனக்குத் தெரியும். பாருங்கள் அதில் சிறிய சக்கரங்கள் உள்ளன” என்று கோல்யா அதை மேசையின் மீது உருட்டினான். “அதைக் கொண்டு சுடலாம். அதில் வெடிமருந்தைப் போட்டுச் சுட முடியும்.”

“அதனால் யாரையாவது கொல்ல முடியுமா?”

“யாரை வேண்டுமானாலும் கொல்லலாம். நீங்கள் குறி பார்த்துச் சுட வேண்டும்” என்ற கோல்யா, வெடிமருந்தை எங்கே போட வேண்டும், எதைப் பிடித்துச் சுட வேண்டும் என்பதையும், சுடும்போது அது எப்படிப் பின்னால் நகரும் என்பதையும் காட்டினான். குழந்தைகள் ஆர்வத்துடன் அதைக் கவனித்தார்கள். சுடும்போது அது எப்படிப் பின்னால் நகரும் என்பதுதான் அவர்களை வெகுவாகக் கவர்ந்தது.

“உன்னிடம் வெடிமருந்து இருக்கிறதா?” என்று நாஸ்தியா கேட்டாள்.

“இருக்கிறது.”

“எங்களுக்குக் காட்டு” என்று அவள் கெஞ்சும் புன்னகையுடன் சொன்னாள்.

கோல்யா மீண்டும் தனது பையிலிருந்து ஒரு சிறிய குடுவையை வெளியே எடுத்தான். அதில் கொஞ்சம் வெடிமருந்து இருந்தது. சில ஈய குண்டுகள் காகிதத்தில் சுற்றி வைக்கப்பட்டிருந்தன. அவன் குடுவையைத் திறந்து கொஞ்சம் வெடிமருந்தைக் கையில் கொட்டினான்.

“பக்கத்தில் எங்கும் நெருப்பு இல்லாமல் இருக்க வேண்டும். இல்லையென்றால் அது வெடித்துச் சிதறி நாம் எல்லோரும் இறந்துவிடுவோம்” என்று கோல்யா எச்சரித்தான்.

குழந்தைகள் பிரமிப்புடன் அந்தப் பொடியைப் பார்த்தனர். அது அவர்களுடைய ஆர்வத்தைத் தூண்டியது. ஆனால் கோஸ்டியாவுக்கு அந்த ஈய குண்டுகள் மிகவும் பிடித்திருந்தன.

"குண்டு தீப்பிடித்து எரியுமா?" என்று அவன் கேட்டான்.

"இல்லை, அது எரியாது."

"என்னிடம் கொடு, நான் அதைப் பார்க்கிறேன்" என்று அவன் கெஞ்சும் குரலில் கேட்டான்.

"சரி, நான் உனக்குக் கொஞ்சம் தருகிறேன், ஆனால் நான் திரும்பி வரும்வரை நீ அதை உன் அம்மாவிடம் காட்டக்கூடாது, ஏனெனில் அது வெடிமருந்து என்று நினைத்து அவள் பயத்தில் செத்துவிடுவாள். அப்புறம் உன்னைப் போட்டு நையப் புடைத்து விடுவாள்."

"அம்மா, எங்களை ஒருபோதும் அடித்ததில்லை" என்றாள் நாஸ்தியா.

"எனக்குத் தெரியும். நான் சும்மா சொன்னேன். நான் திரும்பி வரும்வரை, நீ இந்த ஒரு முறை மட்டும் உன் அம்மாவை ஏமாற்ற வேண்டும். குழந்தைகளே, நான் இப்போது வெளியே போகலாமா? நான் போன பிறகு நீங்கள் பயந்துபோய் அழமாட்டீர்களே?"

"நாங்கள் அழுவோம்..." என்று கோஸ்டியா அழுவதற்குத் தயாரானான்.

"ஆமாம், ஆமாம், நாங்கள் அழுவோம். நாங்கள் நிச்சயமாக அழுவோம்" என்று நாஸ்தியா கவலையுடன் சொன்னாள்.

"ஓ, குழந்தைகளே, குழந்தைகளே, நீங்கள் சமாளிக்க முடியாத வயதில் இருக்கிறீர்கள்! எனவே வேறு எதுவும் செய்ய முடியாது. குழந்தைகளே, நான் எவ்வளவு நேரம் உங்களுடன் இருக்க வேண்டும் என்று அந்தக் கடவுளுக்கே வெளிச்சம். ஏற்கனவே நேரமாகிவிட்டது. ஊஃப்!"

"பெரிஸ்வோனை இறந்துவிட்டதைப் போல நடிக்கச் சொல்!" என்று கோஸ்டியா கெஞ்சினான்.

"சரி, வேறு வழியில்லை, நான் பெரிஸ்வோனைக் கூப்பிடுகிறேன். பெரிஸ்வோன், இங்கே வா!" என்று கோல்யா நாயை அழைத்துக் கட்டளையிட்டான். அது தனக்குத் தெரிந்த எல்லா வித்தைகளையும் செய்யத் தொடங்கியது. அது சொரசொரப்பான முடியுடன், நடுத்தர உயரத்தில், இளஞ்சிவப்பும் சாம்பலும் கலந்த நிறத்தில் இருந்தது. அதன் வலது கண் குருடாகவும், இடது காது கிழிந்தும் இருந்தது. அது கத்திக் கொண்டே துள்ளிக் குதித்தது; இரண்டு கால்களில் எழுந்து நின்றது; பின்னங்கால்களில் நடந்து சென்றது; நான்கு கால்களையும் தூக்கிக் கொண்டு தரையில் மல்லாந்து புரண்டது; இறந்துவிட்டதைப் போல அசைவின்றிக் கிடந்தது. அது கடைசி வித்தையைச் செய்தபோது, வாசல் கதவைத் திறந்து

கொண்டு, சுமார் நாற்பது வயது மதிக்கத்தக்க, அம்மைத் தழும்புகள் நிறைந்த முகத்துடன், பருமனாக இருந்த திருமதி. கிராஸோத்கினின் வேலைக்காரியான அகஃபியா கையில் மளிகைப் பொருட்கள் நிறைந்த பையுடன் உள்ளே நுழைந்தாள். அவள் இடது கையில் பையைப் பிடித்துக் கொண்டு பெரிஸ்வோனைப் பார்த்தபடி அசையாமல் நின்றாள். கோல்யா அவளை எதிர்பார்த்து ஆவலுடன் காத்துக் கொண்டிருந்தான் என்றாலும், பெரிஸ்வோன் வித்தைகளைச் செய்து முடிக்கும் வரை காத்திருந்தான். நாய் வித்தைகளை முடித்துவிட்டு மகிழ்ச்சியுடன் அங்குமிங்கும் துள்ளிக் குதித்தது.

"அட, அந்த நாயைப் பார்!" என்று அகஃபியா அதன் வித்தைகளை ஆமோதித்தாள்.

"பெண்ணே, ஏன் இவ்வளவு நேரம்?" என்று கோல்யா கோபத்துடன் கேட்டான்.

"நான் பெண்தான்! நீ குறும்புக்காரன்."

"குறும்புக்காரனா?"

"ஆமாம். நான் தாமதமாக வந்தால் உனக்கு என்ன? எனக்கு வேலை இருந்தது" என்று அகஃபியா கோபமோ அதிருப்தியோ துளியும் இல்லாமல் முணுமுணுத்தபடி அவளுடைய சமையல் வேலையைப் பார்த்தாள். உண்மையில் அவள் தனது எஜமானியின் துடிப்பான இளம் மகனைக் கேலி செய்வதற்கு வாய்ப்புக் கிடைத்ததற்காக மகிழ்ச்சி அடைந்தது போலத் தோன்றியது.

"கேள், முட்டாள் கிழவியே" என்று கோல்யா சோபாவிலிருந்து எழுந்து நின்றான். "நீ இந்த உலகத்தில் புனிதமானது என்று கருதும் எல்லாவற்றின் மீதும், அதைத் தவிர வேறு ஒன்றின் மீதும், நான் இல்லாத சமயத்தில் நீ இந்தக் குழந்தைகளைப் பார்த்துக் கொள்வேன் என்று சத்தியம் செய்ய முடியுமா? நான் வெளியே போகிறேன்."

"நான் எதற்காக சத்தியம் செய்ய வேண்டும்?" என்று அகஃபியா சிரித்தாள். "நான் எப்படியும் அவர்களைப் பார்த்துக் கொள்ளத்தான் போகிறேன்."

"இல்லை, நீ உன்னுடைய ஆன்மாவின் நித்திய இரட்சிப்பின் மீது சத்தியம் செய்தால் மட்டுமே நான் இங்கிருந்து போவேன். இல்லையென்றால் நான் போக மாட்டேன்."

"அப்படியானால் நீ போகாதே. எனக்கு அதைப் பற்றி என்ன கவலை? வெளியே குளிராக இருப்பதால் வீட்டில் இருப்பது நல்லது."

“குழந்தைகளே” என்று கோல்யா குழந்தைகளை நோக்கித் திரும்பினான். “நான் திரும்பி வரும்வரை அல்லது உங்கள் அம்மா வரும்வரை இந்தப் பெண் உங்களைப் பார்த்துக் கொள்வாள். அவள் சென்று வெகு நேரம் ஆகிவிட்டதால் சீக்கிரம் வந்துவிடுவாள். இந்தப் பெண் உங்களுக்குக் காலை உணவைத் தருவாள். அகஃபியா, நீ அவர்களுக்கு ஏதாவது கொடுப்பாய் இல்லையா?”

“ஆமாம்.”

“குழந்தைகளே, நான் போய் வருகிறேன். நான் இப்போது நிம்மதியாக வெளியே போகிறேன். கிழவியே” என்ற அவன் அகஃபியாவின் அருகில் சென்று தீவிரமான குரலில் பேசினான். “நீ அவர்களிடம் கேத்தரீனாவுக்கு என்ன நடந்தது என்பதைப் பற்றிய முட்டாள்தனமான விஷயங்களைச் சொல்லி அவர்களுடைய குழந்தைப் பருவத்தைப் பாழாக்க மாட்டாய் என்று நான் நம்புகிறேன். பெரிஸ்வோன்!”

“நல்லது, உனக்கு விடுதலை” என்று அவள் கோபத்துடன் அவனிடம் சொன்னாள். “குறும்புக்காரச் சிறுவன்! நீ இப்படிப் பேசியதற்கு உனக்குச் சவுக்கடி கொடுக்க வேண்டும்.”

3. ஒரு பள்ளி மாணவன்

ஆனால் கோல்யா அவள் சொன்னதைக் காதில் வாங்கவில்லை. அவன் ஒருவழியாக வெளியே சென்றான். அவன் வாசலுக்குச் சென்றதும் தோள்களைக் குலுக்கி, “குளிர்கிறது” என்று முணுமுணுத்தபடி, தெருவில் நேராகச் சென்று வலது புறம் திரும்பி சதுக்கத்தை நோக்கிச் சென்றான். அவன் சதுக்கத்திற்கு முன்னால் இருந்த கடைசி வீட்டை அடைந்து, பாக்கெட்டிலிருந்து ஒரு விசிலை எடுத்து, முன்னரே சொல்லிவைத்திருந்த சமிக்ஞையைக் கொடுப்பது போல தனது முழு பலத்தையும் பிரயோகித்து அதை ஊதினான். அவன் ஒரு நிமிடத்திற்கு மேல் காத்திருக்க வேண்டிய அவசியம் ஏற்படவில்லை. ஏனெனில் சுமார் பதினொரு வயது மதிக்கத்தக்க, சிவந்த கன்னங்களைக் கொண்ட கதகதப்பான, நேர்த்தியான, நாகரீகமான கோட் அணிந்த ஒரு சிறுவன் அவனைச் சந்தித்தான். அவன்தான் ஸ்மூரோவ். அவன் கோல்யாவை விட இரண்டு வகுப்புகள் கீழே படித்துக் கொண்டிருந்தான். அவன் ஒரு வசதியான அரசு ஊழியரின் மகன். மோசமான குறும்புக்காரச் சிறுவன் என்று பெயர் பெற்ற கோல்யாவுடன் பழகுவதற்கு ஸ்மூரோவின் பெற்றோர் அவனை அனுமதிக்கவில்லை. இரண்டு

மாதங்களுக்கு முன்பு இல்யூஷாவின் மீது கல்லெறிந்த சிறுவர்களின் கூட்டத்தில் ஸ்மூரோவும் ஒருவன் என்பதை வாசகர்கள் மறந்திருக்க மாட்டார்கள். அல்யோஷா கரமசோவிடம் இல்யூஷாவைப் பற்றிச் சொன்னவன் அவன்தான்.

"கிராஸோத்கின், நான் கடந்த ஒரு மணி நேரமாக உனக்காகக் காத்துக் கொண்டிருக்கிறேன்" என்றான் ஸ்மூரோவ்.

சிறுவர்கள் இருவரும் சதுக்கத்தை நோக்கி நடந்தார்கள்.

"நேரமாகிவிட்டது" என்றான் கிராஸோத்கின். "நான் உடனடியாக வரமுடியாத சூழ்நிலை. நீ என்னுடன் வருவதற்காக வீட்டில் அடிவாங்க மாட்டாயே?"

"இல்லை, அவர்கள் என்னை அடிக்க மாட்டார்கள். பெரிஸ்வோன் உன்னுடன் இருக்கிறானா?"

"ஆமாம்."

"நீ அவனையும் அழைத்து வருகிறாயா?"

"ஆமாம்."

"ஆஹா, அதற்குப் பதிலாக ஜுச்காவை அழைத்துச் சென்றால் நன்றாக இருக்கும்!"

"ஜுச்காவை அழைத்துச் செல்ல முடியாது. அது பனியில் வழிதவறி எங்கோ ஓடிவிட்டது."

"ஆஹா, நாம் இப்படிச் செய்ய முடியாதா?" என்று ஸ்மூரோவ் திடீரென்று நின்றான். "ஜுச்காவும் பெரிஸ்வோனைப் போல சாம்பல் நிறத்தில், புகை படிந்த தோற்றத்தில் இருக்கிறது என்று இல்யூஷா சொல்கிறான். நீ அவனிடம் இது ஜுச்கா என்று சொல்ல முடியாதா? நீ சொல்வதை அவன் நம்புவான்."

"பையா, பொய் சொல்லாதே. ஒரு நல்ல காரணத்திற்காக கூடப் பொய் சொல்லக்கூடாது. நான் வருவதைப் பற்றி நீ யாரிடமும் சொல்லியிருக்க மாட்டாய் என்று நம்புகிறேன்."

"நிச்சயமாக இல்லை! நான் என்ன செய்கிறேன் என்று எனக்குத் தெரியும். ஆனால் நீ பெரிஸ்வோனைக் கொடுத்து அவனைச் சமாதானப்படுத்த முடியும் என்று எனக்குத் தோன்ற வில்லை" என்று ஸ்மூரோவ் பெருமூச்சு விட்டான். "உனக்குத் தெரியுமா, அவனுடைய அப்பா, கேப்டன், அந்தத் துடைப்பம் இன்று அவனுக்கு ஒரு நாய்க்குட்டி வாங்கித் தருவதாக எங்களிடம் சொன்னார். அது கருப்பு மூக்குடன் உள்ள மாஸ்டிஃப் வகையைச் சேர்ந்த நாய். அது இல்யூஷாவுக்கு ஆறுதலாக இருக்கும் என்று அவர் நினைக்கிறார். ஆனால் எனக்கு ஒரு சந்தேகம்."

"சரி, இல்யூஷா எப்படி இருக்கிறான்?"

"மிக மோசமாக இருக்கிறான். அவனுக்கு நினைவிருக்கிறது, ஆனால் மூச்சுவிடுவதற்குச் சிரமப்படுகிறான். அன்றொரு நாள் அவன் நடக்க விரும்பியதால் அவர்கள் அவனுக்குக் காலணிகளை அணிவித்தார்கள். ஆனால் அவன் நடக்கும்போது சரிந்து கீழே விழுந்துவிட்டான். 'அப்பா, இந்தக் காலணிகள் நன்றாக இல்லை, என்னால் அதை அணிந்து கொண்டு சரியாக நடக்க முடியவில்லை' என்று அவன் சொன்னான். காலணிகள்தான் அவனைத் தள்ளாட வைக்கின்றன என்று அவன் நினைக்கிறான். ஆனால் உண்மையில் அவனுடைய பலவீனமான உடல் நிலைதான் காரணம். அவன் இன்னும் ஒரு வாரம் கூட உயிரோடு இருக்க மாட்டான். மருத்துவர் கெர்ஷென்ஸ்தூபே தினமும் வந்து அவனைப் பார்த்துக் கொள்கிறார். அவர்கள் இப்போது பணக்காரர்கள் ஆகிவிட்டார்கள். அவர்களிடம் நிறைய பணம் இருக்கிறது."

"அவர்கள் அயோக்கியர்கள்."

"யார்?"

"இந்த மருத்துவர்களும், மொத்த மருத்துவர்கள் கூட்டமும். எனக்கு மருத்துவத்தில் நம்பிக்கையில்லை. அது ஒரு பயனற்ற நிறுவனம். நான் அதைப் பற்றி ஆராய வேண்டும் என்று நினைக்கிறேன். ஆனால் இந்த அழுகையும் கண்ணீரும் எதற்கு? ஒவ்வொரு நாளும் முழு வகுப்பும் அங்கு இருப்பதாகத் தெரிகிறது."

"முழு வகுப்பும் இல்லை. நாங்கள் பத்து பேர் மட்டும் தினமும் அவனைப் பார்க்கப் போகிறோம்."

"இதில் அலெக்ஸி கரமசோவுக்கு என்ன சம்பந்தம் என்று எனக்குப் புரியவில்லை. அவரது சகோதரரை நாளையோ அல்லது மறுநாளோ கடுமையான குற்றத்திற்காக நீதிமன்றத்தில் விசாரிக்கப் போகும் இந்த நேரத்தில் அவர் சின்னப் பையன்களுடன் சேர்ந்து கொண்டு கண்ணீர் விடுகிறார்."

"இதில் உணர்ச்சிவசப்படுவதற்கு ஒன்றுமில்லை. நீ இப்போது இல்யூஷாவுடன் சமாதானம் செய்து கொள்ளப் போகிறாய்."

"அவனுடன் சமாதானமா? அது சுத்த அபத்தம். இருந்தாலும், என்னுடைய செயல்களை விமர்சனம் செய்ய நான் யாரையும் அனுமதிக்க மாட்டேன்."

"இல்யூஷா உன்னைப் பார்த்தால் மிகவும் சந்தோஷப்படுவான். நீ இங்கே வருவாய் என்று அவன் ஒருபோதும் நினைத்திருக்க மாட்டான். நீ ஏன் இத்தனை நாளாக இங்கு வரவில்லை?" என்று ஸ்மூரோவ் திடீரென்று கோபத்துடன் கேட்டான்.

"இதோ பார், அது உனக்கு சம்பந்தமில்லாத விஷயம். நான் என்னுடைய சொந்த விருப்பத்தின் பேரில் வருகிறேன், ஆனால் உங்களையெல்லாம் அந்த அலெக்ஸி கரமசோவ் இழுத்து வந்தார் என்பதுதான் வித்தியாசம். நான் அவனுடன் சமாதானம் செய்து கொள்ளப் போகிறேன் என்று உனக்கு எப்படித் தெரியும்? நான் அதைச் செய்ய மாட்டேன். அது சுத்த அபத்தம்."

"கரமசோவ் அதைச் செய்யவில்லை. பையன்கள் தாங்களாகவே அங்கு போகத் தொடங்கினார்கள். அவர்கள் முதலில் கரமசோவுடன் அங்கே சென்றார்கள் என்பது உண்மைதான். நீ சொல்வதைப் போல முட்டாள்தனமாக எதுவும் நடக்கவில்லை. முதலில் ஒருவன் சென்றான் பிறகு அவனைத் தொடர்ந்து மற்றவர்கள் சென்றார்கள். அவனுடைய தந்தை எங்களைப் பார்த்து மிகவும் சந்தோஷப்பட்டார். உனக்குத் தெரியுமா, இல்யூஷா இறந்துவிட்டால் அவருக்குப் பைத்தியம் பிடித்துவிடும். இல்யூஷா செத்துக் கொண்டிருப்பதை அவர் வேதனையுடன் பார்த்துக் கொண்டிருக்கிறார். நாங்கள் அவனுடன் சமாதானம் செய்து கொண்டதில் அவருக்கு மட்டற்ற மகிழ்ச்சி. ஒரு முறை இல்யூஷா உன்னைப் பற்றிக் கேட்டான், ஆனால் அதற்குப் பிறகு அவன் உன்னைப் பற்றி எதுவும் பேசவில்லை. அவனுடைய அப்பாவுக்கு நிச்சயமாக பைத்தியம் பிடிக்கும் அல்லது தூக்கில் தொங்குவார் என்று நான் நினைக்கிறேன். அவர் இதற்கு முன்பும் பைத்தியக்காரனைப் போல நடந்து கொண்டார். உனக்குத் தெரியுமா, அவர் ஒரு கௌரவமான மனிதர். அப்போது நாம் எல்லோரும் தவறு செய்துவிட்டோம். எல்லாமே அந்தக் கொலைகாரப் பாவி அவரை அடித்ததால் வந்த வினை."

"இருந்தாலும், எனக்கு அலெக்ஸி கரமசோவ் ஒரு புதிராகவே இருக்கிறார். நீண்ட காலத்திற்கு முன்பே நான் அவருடன் பழகியிருக்க முடியும் என்றாலும், சில விஷயங்களில் என்னுடைய பெருமையைத் தக்க வைத்துக் கொள்ள விரும்புகிறேன். தவிர, எனக்கு அவரைப் பற்றி ஓர் அபிப்பிராயம் இருக்கிறது என்றாலும் அதைச் சரிபார்க்க வேண்டும்."

கோல்யா அமைதியாக இருந்தான். ஸ்மூரோவும் அமைதியாக இருந்தான். கோல்யாவை மிகவும் உயர்வாக மதித்த ஸ்மூரோவ், தன்னை அவனோடு ஒப்பிட்டுப் பார்க்கத் துணியவில்லை. அவன் இல்யூஷாவைப் 'பார்க்கப் போவதாக' சொன்னபோது, ஸ்மூரோவுக்கு ஆச்சரியமாக இருந்தது. ஆனால் அவன் திடீரென்று இன்று அவனைப் பார்க்கப் போவதாக முடிவு செய்திருப்பதில் ஏதோ மர்மம் இருப்பதாக ஸ்மூரோவ் நினைத்தான். அவர்கள் சதுக்கத்தைத் தாண்டிக் கொண்டிருந்தார்கள். அந்த நேரத்தில்

சுற்றியிருந்த கிராமங்களிலிருந்து வந்த பல வண்டிகளும், பலவகையான கோழிகளும் சதுக்கத்தில் இருந்தன. சந்தையிலிருந்த பெண் வியாபாரிகள் தங்களுடைய கடையில் பருத்தி நூல்கள் உட்பட பலவகையான பொருட்களை விற்றுக் கொண்டிருந்தார்கள். எங்கள் ஊரில் ஞாயிற்றுக்கிழமை கூடும் சந்தையைக் 'கண்காட்சி' என்று அங்கிருந்தவர்கள் வெகுளித்தனமாக அழைத்தார்கள். ஒரு வருடத்தில் இதுபோன்ற பல கண்காட்சிகள் நடக்கும். பெரிஸ்வோன் வலது பக்கமும் இடது பக்கமும் மோப்பம் பிடித்தபடி அங்குமிங்கும் உற்சாகத்துடன் ஓடிக் கொண்டிருந்தது. அது மற்ற நாய்களைச் சந்தித்தபோது, அவற்றின் வழக்கப்படி ஒன்றையொன்று ஆர்வத்துடன் மோப்பம் பிடித்தன.

"ஸ்மூரோவ், நான் இத்தகைய யதார்த்தமான காட்சிகளைப் பார்க்க விரும்புகிறேன்" என்று கோல்யா திடீரென்று சொன்னான். "நாய்கள் சந்திக்கும்போது ஒன்றையொன்று எப்படி மோப்பம் பிடிக்கின்றன என்பதை நீ கவனித்திருக்கிறாயா? இது அவற்றின் இயற்கை நியதி."

"ஆமாம், அது ஒரு வேடிக்கையான பழக்கம்."

"இல்லை, அது வேடிக்கை அல்ல. நீ தவறாக நினைக்கிறாய். இயற்கையில் எதுவுமே வேடிக்கையானதல்ல, ஆனால் மனிதனுடைய தவறான எண்ணங்களால் அது அவனுக்கு அப்படித் தோன்றுகிறது. நாய்களுக்குப் பகுத்தறிவும், விமர்சிக்கும் ஆற்றலும் இருந்தால், அது தங்களுடைய எஜமானரான மனிதர்களின் உறவுகளில் அதை விட வேடிக்கையான பலவற்றைக் கண்டுபிடிக்கும் என்று நான் நினைக்கிறேன். நான் ஏன் அதைச் சொல்கிறேன் என்றால், அவற்றிடம் இருப்பதை விட எண்ணற்ற முட்டாள்தனங்கள் நம்மிடையே இருக்கின்றன என்று நான் உறுதியாக நம்புகிறேன். இதுதான் ரகிதீனுடைய கருத்து, மிக அருமையான கருத்து. ஸ்மூரோவ் உனக்குத் தெரியுமா, நான் ஒரு சோஷலிஸ்ட்."

"சோஷலிஸ்ட் என்றால் என்ன?" என்று கேட்டான் ஸ்மூரோவ்.

"எல்லா மனிதர்களும் சமமாகவும், எல்லாமே பொதுவாகவும், திருமணங்கள் இல்லாமலும், அவரவர்களுக்கு விருப்பமான மதங்களும் சட்டங்களும் இருப்பதுதான் சோஷலிசம். உனக்கு இன்னும் அதைப் புரிந்துகொள்ளும் வயது வரவில்லை. ரொம்பவும் குளிர்கிறது."

"ஆமாம், பன்னிரெண்டு டிகிரி உறைபனி. அப்பா இப்போது தான் தெர்மாமீட்டரைப் பார்த்தார்."

“ஸ்மூரோவ், நீ கவனித்திருக்கிறாயா, குளிர்காலத்தின் நடுப்பகுதியில் இப்போது இருப்பது போல பதினைந்து அல்லது பதினெட்டு டிகிரி உறைபனி இருக்கும்போதும், குளிர்காலத்தின் தொடக்கத்தில், குறிப்பாக பனி அதிகம் இல்லாத சமயங்களில், பன்னிரெண்டு டிகிரி உறைபனி இருக்கும்போதும் நம்மால் குளிரை உணர முடியாது. ஏனெனில், நாம் இன்னும் அதற்குப் பழகவில்லை. மனிதர்களின் சமூக, அரசியல் உறவுகள் உட்பட எல்லாவற்றுக்கும் பழக்கமே அடிப்படை. பழக்கம்தான் அவர்களின் மாபெரும் உந்து சக்தி. அந்த வேடிக்கையான விவசாயியைப் பார்!”

நீண்ட ஆட்டுத்தோல் கோட் அணிந்து, குளிரின் காரணமாக, கதகதப்புக்காகக் கையுறை அணிந்த கைகளைத் தட்டியபடி, தனது வண்டிக்கு அருகில் நின்று கொண்டிருந்த உயரமான விவசாயி ஒருவனைக் கோல்யா சுட்டிக் காட்டினான். அவனுடைய நீண்ட பழுப்பு நிறத் தாடி முழுவதும் வெண்ணிற உறைபனியால் மூடியிருந்தது.

“உங்கள் தாடி பனியில் உறைந்துவிட்டது!” என்று கோல்யா அவனைக் கடந்து சென்றபோது, கேலி செய்யும் தொனியில் கத்தினான்.

“இப்போது பல பேருடைய தாடிகள் உறைந்துதான் இருக்கின்றன” என்று அந்த விவசாயி சாந்தமாகச் சொன்னான்.

“அவருடைய கோபத்தைத் தூண்டாதே” என்றான் ஸ்மூரோவ்.

“கவலைப்படாதே. அவர் ஒன்றும் சொல்ல மாட்டார். அவர் ஒரு நல்ல மனிதர். மாத்வே, போய் வருகிறேன்.”

“போய் வா.”

“உங்கள் பெயர் மாத்வேயா?”

“ஆமாம், உனக்குத் தெரியாதா?”

“இல்லை, எனக்குத் தெரியாது. அது ஒரு யூகம்தான்.”

“நீ புத்திசாலி. நீ பள்ளியில் படிக்கும் சிறுவனாக இருக்க வேண்டும், அப்படித்தானே?”

“ஆமாம்.”

“நீ பள்ளியில் அடி வாங்குவாயா?”

“சில சமயங்களில்.”

“வலிக்குமா?”

“ஆமாம்.”

“ச்சே, என்ன ஒரு வாழ்க்கை!” என்று அந்த விவசாயி ஆழ்ந்த பெருமூச்சு விட்டான்.

"மாத்வே, போய் வருகிறேன்."

"போய் வா. நீ ஒரு நல்ல பையன்."

சிறுவர்கள் தொடர்ந்து நடந்தார்கள்.

"அவர் ஒரு நல்ல விவசாயி" என்று கோல்யா ஸ்மூரோவிடம் சொன்னான். "நான் விவசாயிகளுடன் பேசுவதை விரும்புகிறேன். நான் அவர்களை மதித்து நடந்து கொள்வதில் மகிழ்ச்சியடைகிறேன்."

"நம்மை அடிக்கிறார்கள் என்று நீ ஏன் பொய் சொன்னாய்?"

"நான் அவருக்கு ஆறுதல் சொல்வதற்காக அதைச் சொன்னேன்."

"ஏன்?"

"இதோ பார், ஸ்மூரோவ், நான் என்ன பேசுகிறேன் என்பது புரியாதபோது, அதைப் பற்றி மீண்டும் கேட்பது எனக்குப் பிடிக்காது. சில விஷயங்களை விளக்க முடியாது. பள்ளிச் சிறுவர்கள் என்றாலே அவர்களை அடிக்க வேண்டும் என்று ஒரு விவசாயி நினைக்கிறார். ஒருவன் அடி வாங்காவிட்டால் அவன் எப்படிப் பள்ளிச் சிறுவனாக இருக்க முடியும்? நான் அவரிடம் எங்களை யாரும் அடிப்பதில்லை என்று சொன்னால், அவருக்கு ஏமாற்றமாக இருக்கும். ஆனால் உன்னால் அதைப் புரிந்துகொள்ள முடியவில்லை. சாமானிய மக்களிடம் எப்படிப் பேச வேண்டும் என்பதை நீ தெரிந்துகொள்ள வேண்டும்."

"நீ தயவுசெய்து மற்றவர்களின் கோபத்தைத் தூண்டும்படி நடந்து கொள்ளாதே. இல்லையென்றால் சென்ற முறை வாத்துடன் நடந்த சம்பவத்தைப் போல சிக்கலில் மாட்டிக் கொள்வோம்."

"நீ பயந்துவிட்டாயா?"

"கோல்யா, சிரிக்காதே. ஆமாம், நான் பயந்துவிட்டேன். நான் உன்னுடன் சேர்ந்து சுற்றுவது தெரிந்தால் அப்பாவுக்குக் கோபம் வரும்."

"கவலைப்படாதே, இந்த முறை அப்படி எதுவும் நடக்காது. ஹேய், நடாஷா" என்று அவன் சந்தையிலிருந்த ஒரு பெண்ணைப் பார்த்துக் கத்தினான்.

"நான் நடாஷா இல்லை, மரியா" என்று அந்த நடுத்தர வயதுப் பெண் அவனைப் பார்த்துக் கத்தினாள்.

"நீ மரியா என்பதில் எனக்கு மகிழ்ச்சி. நான் போய் வருகிறேன்."

"அட போக்கிரி! காளான் உயரம் கூட இல்லை, சேட்டையைப் பார்!"

"இப்போது உன்னிடம் பேச எனக்கு நேரமில்லை. அடுத்த ஞாயிற்றுக்கிழமை பார்க்கலாம்" என்று கத்திய அவன், அவள்தான் அவனை அழைத்துப் பேசியதைப் போல மறுக்கும் விதமாக கையை அசைத்தான்.

"நான் அடுத்த ஞாயிற்றுக்கிழமை உன்னிடம் பேசுவதற்கு என்ன இருக்கிறது? போக்கிரி, நீ வீணாக என்னைத் தொந்தரவு செய்கிறாய்" என்று அந்தப் பெண் கத்தினாள். "உன்னைச் செமத்தியாக வெளுத்து வாங்க வேண்டும். திமிர் பிடித்த முட்டாள்!"

அவளைச் சுற்றியிருந்த மற்ற பெண்களிடையே சிரிப்பொலி எழுந்தது. அப்போது திடீரென்று அருகிலிருந்த கடையிலிருந்து ஒரு மனிதன் கோபத்துடன் வெளியே வந்தான். அவன் கருப்பு நிறத்தில், நீண்ட சுருள் சுருளான தலை முடியுடன், அம்மைத் தழும்புகள் நிறைந்த முகத்துடன், நீண்ட நீல நிறக் கோட்டும், கூரான தொப்பியும் அணிந்திருந்தான். பார்ப்பதற்கு வியாபாரியின் குமாஸ்தாவைப் போலிருந்த அவன் எங்கள் பகுதியைச் சேர்ந்தவன் அல்ல. அவன் ஆவேசத்துடன் கோல்யாவை நோக்கி முஷ்டியை உயர்த்தினான்.

"உன்னை எனக்குத் தெரியும்!" என்று அவன் கோபத்துடன் கத்தினான். "எனக்குத் தெரியும்!"

கோல்யா அவனை உற்றுப் பார்த்தான். அந்த மனிதனுடன் எப்போது தகராறு செய்தோம் என்று அவனுக்கு நினைவில்லை. அவன் கடைத் தெருவில் எத்தனையோ சண்டைகளில் ஈடுபட்டிருந்ததால் அவனால் அதையெல்லாம் நினைவில் வைத்துக்கொள்ள முடியவில்லை.

"என்னை உனக்குத் தெரியுமா?" என்று அவன் ஏளனமாகக் கேட்டான்.

"எனக்குத் தெரியும்! எனக்குத் தெரியும்!" என்று அவன் முட்டாள்தனமாகத் திரும்பத் திரும்பச் சொன்னான்.

"நல்லது. நான் இப்போது போக வேண்டும். எனக்கு நேரமில்லை!"

"நீ இன்னும் குறும்பு செய்கிறாயா?" என்று அந்த மனிதன் கத்தினான். "எனக்குத் தெரியும், நீ மறுபடியும் உன்னுடைய சேட்டையை ஆரம்பித்துவிட்டாய், அப்படித்தானே?"

"சகோதரா, அது உனக்கு தேவையில்லாத வேலை" என்று கோல்யா அந்த மனிதனை மேலும் கீழும் பார்த்தான்.

"அது என் வேலை இல்லையா?"

"இல்லை, அது உன்னுடைய வேலையில்லை."

"அப்படியானால் அது யாருடைய வேலை? யாருடைய வேலை?"

"அது டிரிஃபோன் நிக்கிதிச்சின் வேலை, உன்னுடையது அல்ல."

"யார் இந்த டிரிஃபோன் நிக்கிதிச்?" என்று அந்த மனிதன் கோபத்துடன் கேட்டாலும், கோல்யாவை ஆச்சரியத்துடன் பார்த்தான்.

கோல்யா சற்றும் அசராமல் அவனை மேலும் கீழும் ஏறிட்டான்.

"நீ அசென்ஷன் தேவாலயத்திற்குச் சென்றிருக்கிறாயா?" என்று அவன் கடுப்புடன் அந்த மனிதனிடம் கேட்டான்.

"என்ன தேவாலயம்? எதற்காக? நான் போனதில்லை" என்று அந்த மனிதன் சற்றே திகைத்துப் பின்வாங்கினான்.

"உனக்குச் சபனேவைத் தெரியுமா?" என்று கோல்யா மேலும் கடுமையான குரலில் கேட்டான்.

"யார் இந்த சபனேவ்?"

"அப்படியானால் நீ நரகத்துக்குப் போவாய்!" என்று கோல்யா கோபத்துடன் சொல்லிவிட்டு, சபனேவைப் பற்றித் தெரியாத முட்டாளிடம் பேச விரும்பாதவன்போலச் சட்டென்று திரும்பி நடந்தான்.

"ஹேய் நில்! யார் அந்த சபனேவ்?" என்று அந்த மனிதன் திகைப்பிலிருந்து மீண்டவனாக கவலையுடன் கேட்டான். "அவன் என்ன சொல்கிறான்?" என்று அவன் அங்கிருந்த பெண்களைத் திரும்பி அசட்டுப் பார்வை பார்த்தான்.

அந்தப் பெண்கள் சிரித்தார்கள்.

"புத்திசாலிப் பையன்!" என்று அங்கிருந்த ஒருவன் சொன்னான்.

"ஆனால் அவன் சொன்ன அந்தச் சபனேவ் யார்?" என்று அந்த மனிதன் கையை ஆட்டியபடிக் கோபத்துடன் கேட்டான்.

"குஸ்மிச்செவ் குடும்பத்தில் வேலை செய்த சபனேவாக இருக்க வேண்டும்" என்று ஒரு பெண் சொன்னாள்.

அவன் அந்தப் பெண்ணை முறைத்துப் பார்த்தான்.

"குஸ்மிச்செவ்?" என்று இன்னொரு பெண் கேட்டாள். "ஆனால் அவன் டிரிஃபோன் அல்ல. அந்தப் பையன் டிரிஃபோன் நிக்கிதிச் என்று சொன்னான். அது வேறு ஒருவராக இருக்கும்."

"ஆனால் அது டிரிஃபோன் அல்ல சபனேவும் அல்ல. அது சிஸோவ்" என்று அதுவரை கவனமாகக் கேட்டுக் கொண்டிருந்த மூன்றாவது பெண் சொன்னாள். "அது அலெக்ஸி இவானிச். அலெக்ஸி இவானிச் சிஸோவ்."

"ஆமாம், அது சிஸோவ்" என்று நான்காவது பெண் உறுதியாகச் சொன்னாள்.

அந்த மனிதன் திகைப்புடன் இருவரையும் மாறி மாறிப் பார்த்தான்.

"ஆனால் அவன் ஏன் என்னிடம் அதைக் கேட்டான்?" என்று அந்த மனிதன் ஏறக்குறைய விரக்தியுடன் கத்தினான். "உனக்கு சபனேவைத் தெரியுமா? அந்த நாசமாய்ப் போன சபனேவ் யாரென்று யாருக்காவது தெரியுமா?"

"நீ ஒரு முட்டாள். அது சபனேவ் அல்ல சிஸோவ். அலெக்ஸி இவானிச் சிஸோவ்!" என்று ஒரு பெண் அவனைப் பார்த்துக் கூச்சலிட்டாள்.

"யார் அது? உனக்குத் தெரிந்தால் சொல்."

"உயரமாக, ஒல்லியாக, நீளமான தலைமுடியுடன், கடந்த கோடையில் இங்கே உட்கார்ந்திருந்த மனிதர்."

"ஆனால் பெண்களே, அவருக்கும் எனக்கும் என்ன சம்பந்தம்?"

"யாருக்குத் தெரியும்?" என்றாள் மற்றொரு பெண். "முட்டாளே, அவன் உன்னிடம்தான் பேசிக் கொண்டிருந்தான். உனக்கு உண்மையில் அவரைத் தெரியாதா?"

"யாரைச் சொல்கிறாய்?"

"சிஸோவ்."

"நீங்களும் அந்தச் சிஸோவும் நாசமாய்ப் போங்கள்! நான் அவனை உதைக்கிறேன். அவன் என்னிடம் கேலி செய்கிறான்!"

"நீ சிஸோவை உதைப்பாயா? அநேகமாக நீதான் அவரிடம் அடி வாங்குவாய்! ஏனெனில் நீ ஒரு முட்டாள்!"

"சிஸோவை அல்ல. பொல்லாத பெண்களே, நான் அந்தப் பையனை அடிப்பேன். அவன் என்னைக் கேலி செய்கிறான்!"

பெண்கள் எல்லோரும் 'கொல்லென்று' சிரித்தார்கள்.

ஆனால் அதற்குள் கோல்யா வெகு தூரம் சென்றுவிட்டான். அவன் வெற்றிக் களிப்புடன் உற்சாகமாக நடந்தான். அவன் அருகில் நடந்து கொண்டிருந்த ஸ்மூரோவ் அவர்களுக்குப் பின்னால் கூச்சலிட்டுக் கொண்டிருந்த கூட்டத்தைத் திரும்பிப்

பார்த்தான். அவனும் உற்சாகமாக இருந்தாலும், கோல்யாவுடன் சேர்ந்து ஏதாவது சிக்கலில் மாட்டிக் கொள்வோமோ என்று அவன் பயந்தான்.

"நீ அவனிடம் எந்தச் சபனேவைப் பற்றிக் கேட்டாய்?" என்று அவன் கோல்யாவின் பதிலை முன்கூட்டியே எதிர்பார்த்தவன் போல அவனிடம் கேட்டான்.

"எனக்கு எப்படித் தெரியும்? அவர்கள் நாள் முழுவதும் மண்டையைக் குடைந்து கொண்டிருப்பார்கள். முட்டாள்கள் எந்த சமூக வர்க்கத்தைச் சேர்ந்தவர்களாக இருந்தாலும் அவர்களைத் தூண்டிவிடுவது எனக்கு மிகவும் பிடிக்கும். இதோ, அங்கே இன்னொரு முட்டாள் விவசாயி இருக்கிறான். 'பிரெஞ்சுக்காரனை விட முட்டாள் வேறு யாரும் இல்லை' என்று அவர்கள் சொல்கிறார்கள், ஆனால் ஒரு ரஷ்யன் முகமே அவனை ஒரு முட்டாள் என்று காட்டுகிறது. அதோ அந்த விவசாயியின் முகத்தைப் பார்த்தாலே அவன் ஒரு முட்டாள் என்று தெரிய வில்லையா? ம்?"

"கோல்யா, நீ அவரைத் தொந்தரவு செய்யாதே. நாம் போய்க்கொண்டே இருப்போம்."

"இல்லை, என்னால் முடியாது. ஏய், விவசாயி காலை வணக்கம்!"

உருண்டையான முகமும், நரைத்த தாடியும், திடகாத்திரமான உடலும் கொண்ட ஒரு விவசாயி மெதுவாக நடந்து கொண்டிருந்தார். அவர் குடிபோதையில் இருப்பதாகத் தோன்றியது. அவர் நின்று, தலையை உயர்த்தி அவனைப் பார்த்தார்.

"நீ என்னைக் கேலி செய்யவில்லை என்றால், காலை வணக்கம்" என்று அவர் நிதானமாகப் பதில் சொன்னார்.

"சரி, நான் கேலி செய்தால்?" என்று கோல்யா சிரித்துக் கொண்டே கேட்டான்.

"நீ கேலி செய்கிறாய் என்றால், தொடர்ந்து செய். நான் அதைப் பற்றிக் கவலைப்படவில்லை. நகைச்சுவையால் எந்தக் கெடுதலும் இல்லை."

"ஐயா, என்னை மன்னியுங்கள். நான் விளையாட்டாகச் சொன்னேன்."

"நல்லது, கடவுள் உன்னை மன்னிப்பார்!"

"நீங்களும் என்னை மன்னிப்பீர்களா?"

"நான் உன்னை மன்னிக்கிறேன். நீ இப்போது போகலாம்."

"நீங்கள் ஒரு புத்திசாலி விவசாயி என்று நான் நினைக்கிறேன்."

"உன்னை விடப் புத்திசாலி" என்று அவர் எதிர்பாராதவிதமாக அதே தீவிரத்துடன் பதில் சொன்னார்.

"எனக்குச் சந்தேகமாக இருந்தது" என்று கோல்யா பின்வாங்கினான்.

"நான் சொல்வது உண்மைதான்."

"ஒருவேளை இருக்கலாம்."

"ஆமாம், தம்பி."

"போய் வருகிறேன்."

"போய் வா."

"விவசாயிகள் பலவகையாக இருக்கிறார்கள்" என்று கோல்யா சற்று நேர மௌனத்திற்குப் பிறகு ஸ்மூரோவிடம் சொன்னான். "அவர் புத்திசாலியாக இருப்பார் என்று எனக்கு எப்படித் தெரியும்? நான் எப்போதும் அவர்களின் புத்திசாலித்தனத்தை ஒப்புக்கொள்ளத் தயாராக இருக்கிறேன்."

தூரத்திலிருந்த தேவாலயத்தின் கடிகாரம் பதினொன்றரை மணி அடித்தது. சிறுவர்கள் எதுவும் பேசாமல் கேப்டன் ஸ்னெகிரியோவின் வீட்டை நோக்கி வேகமாகச் சென்றார்கள். அவர்கள் வீட்டிற்கு இருபது அடி தூரத்தில் இருந்தபோது, கோல்யா நின்று, ஸ்மூரோவை முன்னால் அனுப்பி, கரமசோவை வெளியே வரச் சொன்னான்.

"நாங்கள் இருவரும் முதலில் பேச வேண்டும்" என்று கோல்யா சொன்னான்.

"அவரை வெளியே அழைக்க வேண்டிய அவசியமில்லை" என்று ஸ்மூரோவ் ஆட்சேபித்தான். "நீ ஏன் உள்ளே வரக்கூடாது? அவர் உன்னைப் பார்த்தால் மகிழ்ச்சியடைவார் என்று நான் நினைக்கிறேன். இந்த உறைய வைக்கும் குளிரில் எதற்காக அவருடன் பேச வேண்டும்?"

"நான் இந்தக் குளிரில் ஏன் அவருடன் பேச விரும்புகிறேன் என்று எனக்கு நன்றாகத் தெரியும்" என்று கோல்யா வெடுக்கென்று பதில் சொன்னான். (அந்தச் சிறுவர்களிடம் அப்படி நடந்து கொள்வது அவனுக்கு மிகவும் பிடிக்கும்). ஸ்மூரோவ் அவனுடைய கட்டளையை நிறைவேற்ற ஓடினான்.

4. காணாமல் போன நாய்

கோல்யா வேலியின் மீது சாய்ந்து கொண்டு அல்யோஷாவுக்காகக் காத்திருந்தான். அவன் அல்யோஷாவைச் சந்திக்க வேண்டும் என்று நீண்ட நாட்களாக விரும்பினான். அல்யோஷாவைப் பற்றிப் பையன்களிடமிருந்து அவன் நிறையக் கேள்விப்பட்டிருந்தாலும், யாராவது அவனைப் பற்றிப் பேசும்போதெல்லாம் வெறுப்புடனும், அலட்சியத்துடனும் கேட்டது மட்டுமின்றி, அவனை விமர்சிக்கவும் செய்தான். இருந்தாலும் அல்யோஷாவை அறிமுகம் செய்துகொள்ள வேண்டும் என்ற இரகசிய ஆசை அவனுக்கு இருந்தது. அல்யோஷாவைப் பற்றி அவன் கேள்விப்பட்ட விஷயங்கள் எல்லாமே அவனுக்கு சுவாரஸ்யமானதாகவும், வசீகரமானதாகவும் தோன்றியது. எனவே அவன் இந்தத் தருணத்தை மிகவும் முக்கியமானதாகக் கருதினான். ஏனெனில் அவன் தன்னைப் பற்றிய ஒரு சிறந்த பிம்பத்தை வெளிக்காட்ட வேண்டியிருந்தது. 'இல்லையென்றால் அவர் என்னை ஒரு பதின்மூன்று வயது சிறுவனாகக் கருதி, மற்றவர்களைப் போல நானும் ஒருவன் என்று நினைத்துக் கொள்வார். அவர் இந்தப் பையன்களை எப்படிப்பட்டவர்களாக நினைக்கிறார்? நான் அவரை அறிமுகம் செய்து கொண்டதும் அதைப் பற்றி அவரிடம் கேட்க வேண்டும். நான் குள்ளமாக இருப்பது வருந்தத்தக்கது. துசிகோவ் என்னை விட வயதில் சிறியவன் என்றாலும், உயரமாக இருக்கிறான். இருந்தாலும் எனக்குப் புத்திசாலித்தனமான முகம் இருக்கிறது. நான் அழகானவன் அல்ல. என் முகம் அழகாக இல்லை என்றாலும், அது ஒரு புத்திசாலிக்குரிய முகம். நான் அவரிடம் மிகவும் சகஜமாகப் பேசக்கூடாது. நான் ஆர்வக் கோளாறில் ஏதாவது செய்தால் அவர் என்னைப் பற்றி என்ன நினைப்பார்... ச்சே! அவர் என்னைப் பற்றி மோசமாக நினைத்தால்...' என்று கோல்யா நினைத்தான்.

கோல்யா இப்படியெல்லாம் நினைத்துக் கொண்டே, தன்னுடைய முழு ஆற்றலையும் திரட்டி, எதைப் பற்றியும் கவலைப்படாதவன் போல பாவனை செய்தான். அவன் தனது 'அழகற்ற' முகத்தைப் பற்றிப் பெரியதாக அலட்டிக் கொள்ளவில்லை, ஆனால் குள்ளமான உருவம் அவனை மிகவும் வேதனைப்படுத்தியது. அவன் தன் வீட்டின் ஒரு மூலையில் சென்ற வருடம் தனது உயரத்தைக் குறித்து வைத்தான். இரண்டு மாதங்களுக்கு ஒரு முறை அவன் அதை ஒப்பிட்டுப் பார்த்தான். அந்தோ! அவன் மிகவும் மெதுவாக வளர்ந்தான். அது சில சமயங்களில் அவனை விரக்தியில் ஆழ்த்தியது. அவன் முகம் உண்மையில் 'மோசமாக'

இல்லை, மாறாகப் புள்ளிகளுடன் கூடிய வெளிறிய முகம் வசீகரமாக இருந்தது. அவனுடைய சிறிய, துடிப்பான, பயமற்ற சாம்பல் நிறக் கண்கள் அடிக்கடி உணர்ச்சியால் ஒளிர்ந்தன. அவனது கன்ன எலும்புகள் சற்றே அகலமாகவும், உதடுகள் தடிமனாக இல்லாமல் சிறியதாக, ஆனால் சிவப்பாகவும், மூக்கு சிறியதாக ஆனால் சந்தேகத்திற்கு இடமின்றி மேல்நோக்கியதாகவும் இருந்தது. 'என் மூக்கு சப்பை மூக்கு! சப்பை மூக்கு!' என்று அவன் கண்ணாடியைப் பார்க்கும்போதெல்லாம் தனக்குத்தானே முணுமுணுத்துக் கொண்டு, கோபத்துடன் கண்ணாடியை விட்டு விலகிச் செல்வான். 'என் முகம் உண்மையில் புத்திசாலித்தனமாக இல்லையோ?' என்று அவன் சில சமயங்களில் சந்தேகத்துடன் கேட்டுக் கொள்வான். அதற்காக கோல்யா எப்போதும் தனது முகத்தையும், உயரத்தையும் நினைத்துக் கவலைப்பட்டுக் கொண்டிருந்தான் என்று அர்த்தமில்லை. மாறாக, அவன் கண்ணாடிக்கு முன்னால் இருக்கும்போது, அவனுக்குக் கசப்பாக இருந்தாலும், அங்கிருந்து விலகியதும் அதை மறந்துவிடுவான். அவன் அதைப் பற்றி யோசிக்காமல், 'கருத்துக்களுக்கும் வாழ்க்கையின் யதார்த்தங்களுக்கும் தன்னை முழுமையாக அர்ப்பணித்துக் கொண்டு' தனது செயல்பாடுகளை வரையறுத்துக் கொண்டான்.

அல்யோஷா விரைவில் கோல்யாவிடம் வந்தான். அவன் கோல்யாவை நெருங்குவதற்கு முன்பே, அவனுடைய முகத்தில் வெளிப்பட்ட மகிழ்ச்சியைக் கோல்யாவால் பார்க்க முடிந்தது. 'என்னைப் பார்ப்பதில் அவருக்கு அத்தனை சந்தோஷமா?' என்று கோல்யா ஆச்சரியப்பட்டான். நாம் கடைசியாக அல்யோஷாவைப் பார்த்ததிலிருந்து அவனுடைய தோற்றம் முற்றிலும் மாறிவிட்டது என்பதைக் கவனத்தில் கொள்ள வேண்டும். அவன் தனது பாதிரியாரின் ஆடைக்குப் பதிலாக நேர்த்தியாக தைக்கப்பட்ட கோட்டும், வட்டமான தொப்பியும் அணிந்து, தனது தலைமுடியைக் குட்டையாக வெட்டியிருந்தான். இவையெல்லாம் அவனுடைய தோற்றத்திற்கு வசீகரத்தைக் கொடுத்தன. அவன் பார்ப்பதற்கு மிகவும் அழகாக இருந்தான். அவனது வசீகரமான முகத்தில் எப்போதும் தவழ்ந்து கொண்டிருந்த புன்னகையில் ஒரு மென்மையும் அமைதியும் கூடியிருந்தது. அல்யோஷா தன்னைப் போலவே மேல் கோட்டு அணியாமல் வெளியே வந்ததைப் பார்த்து கோல்யா வியப்படைந்தான். ஏனெனில் அவன் கோல்யாவைப் பார்ப்பதற்காக அவசரமாக வெளியே வந்திருக்கிறான் என்று தெரிந்தது. அல்யோஷா கோல்யாவை நெருங்கியதும் அவனிடம் கையை நீட்டினான்.

"நீ கடைசியில் வந்துவிட்டாய்! நாங்கள் உன்னைப் பார்க்க ஆவலாக இருந்தோம்!"

"சில காரணங்களால் என்னால் முன்னரே வர முடியவில்லை. நான் அதைப் பற்றிப் பிறகு சொல்கிறேன். எப்படியிருந்தாலும், நான் உங்களைச் சந்தித்ததில் மகிழ்ச்சியடைகிறேன். நான் இந்தச் சந்தர்ப்பத்திற்காகக் காத்திருந்தேன். நான் உங்களைப் பற்றி நிறைய கேள்விப்பட்டேன்" என்று கோல்யா மூச்சிரைக்க முணுமுணுத்தான்.

"நாம் எப்படியும் சந்தித்திருப்போம். நான் உன்னைப் பற்றியும் நிறையக் கேள்விப்பட்டேன். ஆனால் நீ மிகவும் தாமதமாக இங்கே வந்திருக்கிறாய்."

"சொல்லுங்கள், விஷயம் எப்படியிருக்கிறது?"

"மிக மோசம். அவன் எப்படியும் இறந்துவிடுவான்."

"என்ன கொடுமை! கரமசோவ், மருத்துவம் என்பது ஒரு மோசடி என்பதை நீங்கள் ஒப்புக்கொள்ள வேண்டும்!" என்று கோல்யா கோபத்துடன் கத்தினான்.

"இல்யூஷா உன்னைப் பற்றி அடிக்கடி கேட்டுக் கொண்டிருந்தான். உனக்குத் தெரியுமா, அவன் தூக்கத்தில் கூட உன்னைப் பற்றிப் பிதற்றிக் கொண்டிருந்தான். அவன் உன்னை மிகவும் நேசித்தான் என்று தெரிகிறது... அந்தச் சம்பவத்திற்கு முன்பு... கத்தியால்... அப்புறம் மற்றொரு காரணமும் இருக்கிறது... இது உன் நாயா?"

"ஆமாம், பெரிஸ்வோன்."

"இது ஜுச்கா இல்லையா?" என்று அல்யோஷா கோல்யாவைப் பரிதாபமாகப் பார்த்தான். "அப்படியானால் ஜுச்கா உண்மையில் தொலைந்துவிட்டதா?"

"நீங்கள் எல்லோரும் அது ஜுச்காவாக இருக்க வேண்டும் என்று விரும்புகிறீர்கள் என்று எனக்குத் தெரியும். நான் அதைப் பற்றிக் கேள்விப்பட்டேன்" என்று கோல்யா புதிராகச் சிரித்தான். "கரமசோவ், நான் சொல்வதைக் கேளுங்கள். நான் உள்ளே செல்வதற்கு முன் எல்லாவற்றையும் உங்களிடம் சொல்ல வேண்டும் என்றுதான் உங்களை வெளியே வரச் சொன்னேன்" என்று அவன் உற்சாகத்துடன் தொடர்ந்தான். "இதோ பாருங்கள், கரமசோவ், வசந்த காலத்தில் இல்யூஷா ஆயத்தப் பள்ளியில் சேர்ந்தான். அங்கே சிறுவர்களும் குழந்தைகளும் படிக்கிறார்கள் என்று அனைவருக்கும் தெரியும். நான் அவனை விட இரண்டு வகுப்புகள் மேலே இருந்தேன். சிறுவர்கள் இல்யூஷாவைச் சூழ்ந்து கொண்டு அவனைக் கேலி செய்ய ஆரம்பித்தார்கள். நான் தூரத்திலிருந்து அவர்களைக் கவனித்துக் கொண்டிருந்தேன். அவன் சிறியவனாக,

பலவீனமாக இருந்தாலும் அவர்களுக்கு அடிபணியாமல் அவர்களை எதிர்த்து நின்றான். அவர்களிடம் சண்டையிட்ட அவனுடைய கண்களில் பெருமித உணர்வு பளிச்சிட்டது. நான் அத்தகைய சிறுவர்களை நேசிக்கிறேன். ஆனால் அவர்கள் மேலும் மேலும் அவனைக் கேலி செய்தனர். இதில் கொடுமை என்னவென்றால், அப்போது அவன் மிக மோசமான உடையை அணிந்திருந்தான். அவனுடைய கால்சட்டை அவனுக்கு மிகவும் சிறியதாக இருந்தது. அவனுடைய பூட்ஸ்களில் பெரிய கிழிசல் இருந்தன. எனவே அவர்கள் அவனது உடையைப் பற்றிக் கேலி செய்தார்கள். என்னால் அதைத் தாங்க முடியவில்லை. நான் அதில் தலையிட்டு, அவர்களின் கன்னத்தில் அறைந்தேன், ஆனால் கரமசோவ், அவர்கள் என்னை விரும்பினார்கள் என்று உங்களுக்குத் தெரியுமா?" என்று கோல்யா பெருமிதத்துடன் சொன்னான். "நான் எப்போதும் குழந்தைகளை நேசிக்கிறேன். என்னுடைய வீட்டில் இரண்டு குழந்தைகள் இருக்கின்றன. நான் அவர்களால்தான் இங்கு தாமதமாக வந்தேன். நான் தலையிட்டதும், அவர்கள் இல்யூஷாவைக் கேலி செய்வதை நிறுத்தினார்கள். அவன் தற்பெருமையும் கர்வமும் பிடித்தவனாக இருந்தாலும் இறுதியில் என்னிடம் சரணடைந்தான். அவன் என்னைக் கடவுளாக நினைத்து என் கட்டளைக்குக் கீழ்ப்படிந்து என்னைப் பின்பற்றி நடந்தான். இடைவேளையின்போது, அவன் என்னிடம் ஓடி வருவான். மீண்டும் மணி அடிக்கும் வரை அவன் என்னுடன் இருப்பான். ஞாயிற்றுக் கிழமைகளிலும் அப்படித்தான். வயதில் மூத்த பையன் ஒரு சிறுவனுடன் நட்பாகப் பழகுவதைக் கண்டு எல்லோரும் சிரிப்பார்கள் என்றாலும், அது பாரபட்சமானது என்று நான் நினைக்கிறேன். எனக்கு அது பிடிக்கிறது என்பதால் நான் அதைச் செய்கிறேன். எனக்கு மற்றவர்களைப் பற்றிக் கவலையில்லை. நான் அவனுக்குப் பல விஷயங்களைக் கற்றுக் கொடுத்தேன். நான் ஏன் எனக்குப் பிடித்ததைச் செய்யக்கூடாது? கரமசோவ், நீங்களும் எல்லாச் சிறுவர்களோடும் பழகி அவர்களிடம் தாக்கத்தை ஏற்படுத்த வேண்டும் என்று விரும்புகிறீர்கள். நீங்கள் அவர்களுக்குக் கற்றுக் கொடுத்து அவர்களை மேம்படுத்த வேண்டும் என்றும், அவர்களுக்கு உபயோகமாக இருக்க வேண்டும் என்றும் விரும்புகிறீர்கள். உங்களிடம் உள்ள வேறெந்த குணத்தையும் விட அதுதான் என்னை மிகவும் கவர்ந்தது என்று நான் உங்களிடம் உறுதியாகச் சொல்கிறேன். சரி, விஷயத்திற்கு வருவோம். அவன் எளிதில் உணர்ச்சிவசப்படும் சுபாவம் உடையவனாக இருப்பதை நான் கவனித்தேன். உங்களுக்குத் தெரியுமா, எனக்குச் சிறுவயதிலிருந்தே அதிகமாக உணர்ச்சிவசப்படுவது பிடிக்காது. அவன் தற்பெருமையும், கர்வமும் உடையவன் என்றாலும்

அவனிடம் முரண்பாடுகள் இருந்தன, ஏனெனில் அவன் எனக்குக் கீழ்ப்படிந்து நடந்தான். இருந்தாலும் திடீரென்று அவனது கண்கள் பளிச்சிடும். அவன் என்னுடன் உடன்பட மறுத்து, கோபத்துடன் வாக்குவாதம் செய்வான். அவன் சில நேரங்களில் நான் சொல்லும் பல்வேறு கருத்துகளுக்கு எதிராகப் பேசுவான். ஆனால் அவன் அதனுடன் உடன்படவில்லை என்று அர்த்தமல்ல, மாறாக எனக்கு எதிராகக் கலகம் செய்கிறான் என்பதைப் புரிந்து கொண்டேன், ஏனென்றால் நான் அவனுடைய உணர்ச்சிவசப்படும் சுபாவத்திற்கு இரக்கமற்ற முறையில் கடுமையாகப் பதில் சொன்னேன். அவன் எந்த அளவுக்கு மென்மையாக இருந்தானோ அந்த அளவுக்கு நான் அவனிடம் இரக்கமற்ற முறையில் நடந்து கொண்டேன். நான் அவனைப் பக்குவப்படுத்த வேண்டும் என்பதற்காக வேண்டுமென்றே அதைச் செய்தேன், ஏனெனில் அதை ஒரு வழிமுறையாக நினைத்தேன். நான் அவனது குணாதிசயத்தை மாற்றி, எதையும் எதிர்கொள்ளும் வலிமையுடையவனாக அவனை மாற்ற வேண்டும் என்று நினைத்தேன்... தவிர... நான் எல்லாவற்றையும் உங்களிடம் விரிவாகச் சொல்ல வேண்டியதில்லை, ஏனெனில் உங்களால் சுலபமாகப் புரிந்து கொள்ள முடியும் என்று நினைக்கிறேன். அவன் திடீரென்று தொடர்ந்து மூன்று நாட்களாக மனச்சோர்வுடன் இருப்பதை நான் கவனித்தேன். நான் அவனிடம் நடந்து கொண்ட முறை அதற்குக் காரணமில்லை, மாறாக வேறு ஏதோ ஒரு முக்கியமான காரணம் இருக்க வேண்டும் என்று எனக்குத் தோன்றியது. நான் அது என்னவாக இருக்கும் என்று யோசித்தேன். நான் அவனிடம் விசாரித்து என்ன நடந்தது என்று தெரிந்து கொண்டேன்...”

“அது உங்களுடைய தந்தை இறப்பதற்கு முன்பு நடந்தது. இல்யூஷாவுக்கும், உங்கள் தந்தையின் வேலைக்காரன் ஸ்மெர்த்தியாக்கவுக்கும் எப்படியோ பழக்கம் ஏற்பட்டது. அவன் இல்யூஷாவுக்கு ஒரு மோசமான, மிருகத்தனமான தந்திரத்தைச் சொல்லிக் கொடுத்தான். அதாவது ஒரு மிருதுவான ரொட்டித் துண்டில் குண்டூசியைச் சொருகி அதை நாய்களுக்குப் போடுவது. தெருவில் பசியுடன் அலையும் அந்த நாய்கள் அதை மெல்லாமல் அப்படியே விழுங்கிய பிறகு என்ன நடக்கிறது என்று பார்ப்பது. அவர்கள் அப்படி ஒரு ரொட்டித் துண்டைத் தயாரித்து ஜுச்கா என்ற நாய்க்குப் போட்டார்கள். தெருவில் அலைந்து திரியும் அந்த நாய்க்கு யாரும் எதுவும் கொடுப்பதில்லை என்பதால் அது எப்போதும் குரைத்துக் கொண்டே இருக்கும். (கரமசோவ், நாய்களின் முட்டாள்தனமான குரைப்பை உங்களால் சகித்துக்கொள்ள முடியுமா? என்னால் முடியாது.) பாவம் அந்தப்

பரிதாபத்திற்குரிய ஜீவன் ரொட்டித் துண்டின் மீது பாய்ந்து அதை விழுங்கியதும், கத்திக் கொண்டே அங்குமிங்கும் ஓடியது. அதன் பிறகு அது எங்கு சென்றது என்றே தெரியவில்லை. இல்யூஷா அதை என்னிடம் சொல்லும்போது அழுது கொண்டே சொன்னான். அவன் என்னைக் கட்டிப் பிடித்து, என்னுடன் ஒட்டிக் கொண்டான்; அவன் உடல் நடுங்கியது. 'அது அலறிக் கொண்டே ஓடிவிட்டது' என்று அவன் திரும்பத் திரும்பச் சொல்லிக் கொண்டே இருந்தான். அந்தக் காட்சி அவனை மிகவும் பாதித்து விட்டது. குற்றவுணர்வு அவனை வாட்டி வதைக்கிறது என்பதை என்னால் புரிந்துகொள்ள முடிந்தது. அது ஒரு மோசமான மனநிலை என்று நான் நினைத்தேன். நான் அதற்காகவும் அவனுடைய மற்ற நடத்தைக்காகவும் அவனுக்குப் பாடம் புகட்ட வேண்டும் என்று முடிவு செய்தேன். நான் அவனிடம் கோபப்படுவது போல நடித்தேன். 'நீ ஒரு மோசமான காரியத்தைச் செய்திருக்கிறாய். நீ ஓர் அயோக்கியன். நான் உன்னைவிட்டுப் போகவில்லை என்றாலும், இப்போதைக்கு உன்னிடமிருந்து பிரிந்து செல்கிறேன். நான் நன்றாக யோசித்து உன்னுடன் உறவு வைத்துக் கொள்வதா வேண்டாமா என்பதை ஸ்மூரோவ் மூலம் (இப்போது என்னுடன் வந்திருக்கும் சிறுவன்) உனக்குத் தெரியப்படுத்துகிறேன்' என்று நான் அவனிடம் சொன்னேன். இல்யூஷா அதைக் கேட்டதும் திகைத்துப் போனான். நான் அவனிடம் மிகவும் கடுமையாக நடந்து கொண்டேன் என்பதை ஒப்புக்கொள்ள வேண்டும். ஆனால் அதற்கு ஒன்றும் செய்ய முடியாது. நான் அந்த நேரத்தில் எனக்குச் சரியானது என்று தோன்றியதைச் செய்தேன். நான் ஓரிரு நாட்களுக்குப் பிறகு ஸ்மூரோவை அனுப்பி, இனிமேல் அவனிடம் பேசப் போவதில்லை என்று தெரிவித்தேன். நாங்கள் ஒருவருக்கொருவர் சண்டையிட்டுக் கொள்ளும்போது அப்படித்தான் செய்வோம். நான் சில நாட்களுக்கு அவனைத் தண்டித்துவிட்டு, அவன் தன்னுடைய செயலுக்கு வருந்திய பின்னர் மீண்டும் நட்புக் கரம் நீட்டலாம் என்றிருந்தேன். அதுதான் என்னுடைய நோக்கம். ஆனால் என்ன நடந்தது என்று நீங்கள் நினைக்கிறீர்கள்? நான் சொன்ன செய்தியை ஸ்மூரோவ் அவனிடம் சொன்னபோது அவன் கண்கள் பளிச்சிட்டன. 'நான் எல்லா நாய்களுக்கும் குண்டூசி வைத்த ரொட்டியைப் போடுவேன் என்று கோல்யாவிடம் சொல்' என்று அவன் சத்தம் போட்டான். 'அவன் என் கையை விட்டுப் போகிறான் என்றாலும், நான் அவனை அடக்குவேன்' என்று நான் நினைத்தேன். நான் அவனை இகழ்ச்சியுடன் நடத்தத் தொடங்கினேன். நான் ஒவ்வொரு முறை அவனைப்

பார்க்கும்போதெல்லாம் முகத்தைத் திருப்பிக் கொண்டேன் அல்லது அவனை ஏளனமாகப் பார்த்தேன். அப்போதுதான் அவனுடைய தந்தைக்கு அந்தச் சம்பவம் நடந்தது. உங்களுக்கு அந்தத் ‘துடைப்பம்’ நினைவிருக்கிறதா? அவன் ஏற்கனவே கோபத்திலும் விரக்தியிலும் இருக்கும்போது அவனைத் தூண்டிவிடுவது சுலபம் என்பதை நீங்கள் புரிந்துகொள்ள வேண்டும். நான் அவனுடன் உறவை முறித்துக் கொண்டதைக் கண்ட சிறுவர்கள் அனைவரும் ஒன்றாகச் சேர்ந்து, ‘முதுகு துடைப்பம், முதுகு துடைப்பம்’ என்று அவனைக் கேலி செய்தனர். அப்போது அவர்களுக்குள் சண்டை தொடங்கியது. நான் அதற்காக மிகவும் வருந்தினேன், ஏனெனில் அவர்கள் ஒரு முறை அவனை மிக மோசமாக அடித்ததாகத் தெரிகிறது. ஒரு நாள் அவர்கள் பள்ளியிலிருந்து வெளியே வரும்போது, அவன் அவர்கள் அனைவருடனும் தெருவில் சண்டை போட்டான். நான் பத்து அடி தூரத்தில் இருந்து அவர்களைப் பார்த்துக் கொண்டிருந்தேன். அப்போது நான் சிரித்ததாக எனக்குச் சத்தியமாக நினைவில்லை. ஆனால் நான் அதற்கு மாறாக அவனுக்காகப் பரிதாபப்பட்டேன். இன்னும் ஒரு நிமிடத்தில் நான் அவனுடைய பாதுகாப்புக்கு விரைந்து சென்றிருப்பேன். ஆனால் திடீரென்று அவன் என் கண்களைச் சந்தித்தான். அப்போது அவன் என்ன நினைத்தான் என்று எனக்குத் தெரியவில்லை, ஆனால் அவன் வேகமாக என்னை நோக்கி ஓடி வந்து, பேனாக் கத்தியால் என் தொடையில், இங்கே என் வலது காலில் குத்திவிட்டான். நான் அசையாமல் நின்றேன். கரமசோவ், நான் சில சமயங்களில் தைரியசாலியாக இருக்கிறேன் என்பதை ஒப்புக் கொள்வதில் எனக்கு எந்தத் தயக்கமும் இல்லை. ‘நீ என்னுடைய நட்புக்கு கைம்மாறு செய்ய விரும்பினால் மீண்டும் என்னைக் குத்து. நான் அதற்குத் தயாராக இருக்கிறேன்’ என்று சொல்வது போல நான் அவனை வெறுப்புடன் பார்த்தேன். ஆனால் அவன் மீண்டும் என்னைக் குத்தவில்லை. அவன் நிலைகுலைந்து, தான் செய்த செயலை நினைத்துப் பயந்து, கத்தியைத் தூக்கி எறிந்துவிட்டு, சத்தமாக அழுது கொண்டே ஓடிவிட்டான். நான் அதை யாரிடமும் சொல்லவில்லை, அது யாருக்கும் தெரியக்கூடாது என்பதற்காகப் பையன்களின் வாயை மூடினேன். காயம் குணமாகும் வரை நான் அதை என் அம்மாவிடம் கூட சொல்லவில்லை. அது ஒன்றும் பெரிய காயமில்லை, சிறிய கீறல்தான். அவன் அன்றைய தினம் சிறுவர்கள் மீதும் உங்கள் மீதும் கல்லை எறிந்தான் என்றும், உங்கள் விரலைக் கடித்துவிட்டான் என்றும் கேள்விப்பட்டேன். அவன் அன்று எப்படிப்பட்ட மனநிலையில் இருந்தான் என்று இப்போது உங்களுக்குப் புரிந்திருக்கும். சரி, அதற்கு இப்போது ஒன்றும் செய்ய

முடியாது. அவன் நோயுற்றபோது நான் அவனிடம் வந்து அவனை மன்னிக்காதது, அதாவது அவனுடன் சமாதானம் செய்து கொள்ளாதது என்னுடைய முட்டாள்தனம். நான் இப்போது அதற்காக வருந்துகிறேன். ஆனால் அந்த நேரத்தில் எனக்குச் சில விசேஷமான காரணங்கள் இருந்தன. இதுதான் நடந்த கதை... என்ன இருந்தாலும், நான் முட்டாள்தனமாக நடந்து கொண்டேன் என்று நினைக்கிறேன்."

"என்ன ஒரு சோகம்" என்று அல்யோஷா கத்தினான். "உங்கள் இருவருக்கும் இடையில் இவ்வளவு நடந்திருக்கிறது என்று எனக்குத் தெரியாது. இல்லையென்றால் நான் எப்போதோ உன்னைச் சந்தித்து, இல்யூஷாவைப் பார்ப்பதற்கு என்னுடன் வருமாறு உன்னை வற்புறுத்தியிருப்பேன். உனக்குத் தெரியுமா, அவன் காய்ச்சலில் இருந்தபோது, உன்னைப் பற்றிப் பிதற்றிக் கொண்டிருந்தான். நீ அவனுடன் இவ்வளவு நெருக்கமாக இருப்பாய் என்று எனக்குத் தெரியாது. உன்னால் அந்த நாயைக் கண்டுபிடிக்க முடியவில்லையா? அவனுடைய அப்பாவும் சிறுவர்களும் அதை ஊர் முழுவதும் தேடிக் கொண்டிருந்தார்கள். அவன் நோயுற்றதிலிருந்து இதுவரை மூன்று முறை அவனுடைய அப்பாவிடம், 'அப்பா, நான் ஜுச்காவைக் கொன்றுவிட்டதால், என்னைத் தண்டிக்கும் விதமாகக் கடவுள் எனக்கு இந்த நோயைக் கொடுத்திருக்கிறார்' என்று கண்ணீருடன் சொன்னதை நான் கேட்டேன். அந்த எண்ணத்தை அவனது மனதிலிருந்து மாற்றுவது சாத்தியமற்றதாக உள்ளது. ஒருவேளை யாராவது அந்த நாயைக் கண்டுபிடித்து அவனிடம் காட்டி, அது உயிருடன் இருக்கிறது என்று நிரூபிக்க முடிந்தால் அவன் நோயிலிருந்து குணமடைவான் என்று நான் நினைக்கிறேன். நாங்கள் எல்லோரும் உன்னைத்தான் நம்பிக் கொண்டிருந்தோம்."

"ஆனால் நான் ஜுச்காவைக் கண்டுபிடிப்பேன் என்று நீங்கள் எதை வைத்து நம்பினீர்கள்?" என்று கோல்யா ஆச்சரியத்துடன் கேட்டான். "நீங்கள் ஏன் மற்றவர்களை விட என்னை நம்பினீர்கள்?"

"நீ அந்த நாயைத் தேடுவதாகவும், அது கிடைத்ததும் அதைக் கொண்டு வருவதாகவும் ஒரு பேச்சு இருந்தது. ஸ்மூரோவ் எங்களிடம் அப்படித்தான் சொன்னான். நாங்கள் எல்லோரும் அந்த நாய் உயிருடன் இருப்பதாக இல்யூஷாவை நம்ப வைக்க முயற்சி செய்தோம். ஒரு நாள் சிறுவர்கள் ஒரு உயிருள்ள முயலைக் கொண்டு வந்தார்கள். அவன் அதைப் பார்த்துப் புன்னகைத்துவிட்டு, அதை வயலில் விட்டுவிடும்படிச் சொன்னான். நாங்கள் அவன் கேட்டுக் கொண்டபடிச் செய்தோம். அவனுக்கு ஆறுதலாக இருக்கும் என்ற நம்பிக்கையில் அவனுடைய அப்பா ஒரு மாஸ்டிஃப்

நாயைக் கொண்டு வந்தார். அதனால் அவனுடைய நிலைமை மேலும் மோசமாகிறது என்று நான் நினைக்கிறேன்.”

“கரமசோவ், நீங்களே சொல்லுங்கள், அவனுடைய அப்பா எப்படிப்பட்ட மனிதர்? எனக்கு அவரைத் தெரியும் என்றாலும், நீங்கள் என்ன நினைக்கிறீர்கள் என்று சொல்லுங்கள். அவர் கோமாளியா அல்லது வேறு ஏதாவதா?”

“ஓ, அப்படி எதுவுமில்லை. உணர்ச்சிவசப்பட்டு நொறுங்கிப் போகிறவர்கள் சிலர் இருக்கிறார்கள். நீண்ட காலமாக அவர்கள் அவமானத்தாலும் மிரட்டலாலும் கூனிக் குறுகியதால், உண்மையை நேரடியாகச் சொல்லத் துணியாமல் கோமாளித்தனத்தை வெறுப்பு நிறைந்த முரண்நகையாகக் கையாளுகிறார்கள். இந்த வகையான கோமாளித்தனம் சில சமயங்களில் ஆழ்ந்த துயரத்தின் வெளிப்பாடாக இருக்கலாம். இப்போது அவருடைய முழு வாழ்க்கையும் இல்யூஷாவைச் சார்ந்திருக்கிறது. ஒருவேளை அவன் இறந்துவிட்டால் அவர் துக்கம் தாங்காமல் தற்கொலை செய்துகொள்வார் அல்லது அவருக்குப் பைத்தியம் பிடித்துவிடும். நான் அவரைப் பார்க்கும்போது, அப்படித்தான் நடக்கும் என்று எனக்கு உறுதியாகத் தெரிகிறது.”

“கரமசோவ், நீங்கள் என்ன சொல்கிறீர்கள் என்று எனக்குப் புரிகிறது. நீங்கள் மனித இயல்பைப் புரிந்து கொள்கிறீர்கள் என்று எனக்குத் தெரிகிறது” என்று கோல்யா உணர்ச்சிப் பெருக்குடன் சொன்னான்.

“நான் உன்னை நாயுடன் பார்த்ததும் நீ ஜுச்காவைக் கண்டுபிடித்துவிட்டாய் என்று நினைத்தேன்.”

“கரமசோவ், நாம் ஒருவேளை அதைக் கண்டுபிடிக்கலாம், ஆனால் இந்தப் பெரிஸ்வோன் மாஸ்டிஃப் நாயை விட அதிகமான மகிழ்ச்சியை இல்யூஷாவுக்குக் கொடுக்க முடியும். இன்னும் ஒரு நிமிடத்தில் நீங்களே அதைத் தெரிந்து கொள்வீர்கள். ஆனால் நான் உங்களை இந்தக் குளிரில் வெளியே நிற்க வைத்துப் பேசிக் கொண்டிருக்கிறேன்!” என்று கோல்யா திடீரென்று கத்தினான். “நீங்கள் இந்தக் குளிரில் மேல் கோட்டு அணியாமல் இருக்கிறீர்கள். நான் எவ்வளவு பெரிய ஆணவக்காரன் என்பதை நீங்களே பாருங்கள். ஓ, கரமசோவ், நாம் எல்லோரும் ஆணவம் பிடித்தவர்கள்!”

“கவலைப்படாதே, குளிராக இருக்கிறது என்றாலும் எனக்குச் சளி பிடிக்காது. நாம் உள்ளே போகலாம். உன்னை எல்லோரும் கோல்யா என்று கூப்பிடுகிறார்கள், ஆனால் உன்னுடைய பெயர் என்ன?”

“நிக்கோலாய், நிக்கோலாய் இவானோவ் கிராஸோத்கின் அல்லது அரசாங்கப் பதிவேடுகளில் உள்ளது போல கிராஸோத்கின் மகன்” என்ற கோல்யா எதையோ நினைத்துச் சிரித்துவிட்டு, பிறகு திடீரென்று சொன்னான். “ஆனால் நான் நிக்கோலாய் என்ற பெயரை வெறுக்கிறேன்.”

“ஏன்?”

“அது ஒரு வழக்கமான, சாதாரணமான பெயர்.”

“உனக்கு எத்தனை வயது?” என்று அல்யோஷா கேட்டான்.

“பதினான்கு, அதாவது இன்னும் இரண்டு வாரங்களில். கரமசோவ், இது நம்முடைய முதல் சந்திப்பு என்பதால், நீங்கள் என்னைப் பற்றிப் புரிந்து கொள்ள வேண்டும் என்பதற்காக, நான் உங்களிடம் மட்டும் ஒரு உண்மையைச் சொல்கிறேன். யாராவது என்னிடம் என் வயதைப் பற்றிக் கேட்டால் எனக்குப் பிடிக்காது. அதைவிட... மற்றொரு விஷயம், என்னைப் பற்றி ஒரு தவறான வதந்தி உலவுகிறது. நான் கடந்த வாரம் என்னை விடக் கீழ் வகுப்பில் படிக்கும் மாணவர்களுடன் சேர்ந்து கொள்ளையர்கள் விளையாட்டு விளையாடினேன். ஆனால் நான் என்னுடைய சொந்த மகிழ்ச்சிக்காக அதைச் செய்தேன் என்று எல்லோரும் புரளி பேசுகிறார்கள். அது உண்மையல்ல, அப்பட்டமான பொய். அது உங்கள் காதுகளையும் எட்டியிருக்கும் என்று நான் நம்புவதற்குக் காரணம் இருக்கிறது. ஆனால் நான் உண்மையில் எனக்காக அல்ல, குழந்தைகளுக்காக, அவர்களுடைய மகிழ்ச்சிக்காக விளையாடினேன். இந்த ஊரில் உள்ளவர்கள் இத்தகைய முட்டாள்தனமான வதந்திகளைப் பரப்பிக் கொண்டே இருக்கிறார்கள். இந்த நகரம் வதந்திகளுக்குப் பெயர்போனது என்று நான் உங்களிடம் உறுதியாகச் சொல்கிறேன்.”

“நீ உன்னுடைய சொந்த மகிழ்ச்சிக்காக விளையாடினாலும் அதில் என்ன தவறு?”

“சரி, நான் எனக்காக... நீங்கள் குதிரை விளையாட்டு விளையாட மாட்டீர்கள் இல்லையா?”

“ஆனால், நீ அதை இப்படிப் பார்க்க வேண்டும்” என்று அல்யோஷா புன்னகையுடன் சொன்னான். “பெரியவர்கள் தியேட்டருக்குப் போகிறார்கள். அங்கு கதாநாயகர்களின் அனைத்து வகையான சாகசங்களும் சித்தரிக்கப்படுகின்றன. சில சமயங்களில் கொள்ளையர்களின் சண்டையும் நடக்கிறது. ஒரு விதத்தில் சிறுவர்களின் விளையாட்டும் இதுவும் ஒன்றுதான். குழந்தைகளும், சிறுவர்களும் விளையாடும் விளையாட்டுகள் அந்தக் கலையின் முதல் கட்டமாகும். உனக்குத் தெரியுமா, அவை சிறுவர்களிடம்

வளர்ந்து வரும் கலை உணர்விலிருந்து உருவாகின்றன. சில நேரங்களில் தியேட்டரில் நடக்கும் நிகழ்ச்சிகளை விட இந்த விளையாட்டுகள் சிறந்தவை. இரண்டுக்கும் உள்ள ஒரே வித்தியாசம், மக்கள் நடிகர்களைப் பார்க்கத் தியேட்டருக்குச் செல்கிறார்கள், ஆனால் இந்த விளையாட்டுகளில் சிறுவர்களே நடிகர்களாக இருக்கிறார்கள். ஆனால் அது முற்றிலும் இயற்கையானது."

"நீங்கள் அப்படி நினைக்கிறீர்களா? அதுதான் உங்கள் கருத்தா?" என்று கோல்யா அவனை உற்றுப் பார்த்தான். "உங்களுக்குத் தெரியுமா, நீங்கள் ஒரு வித்தியாசமான பார்வையை எனக்குக் கொடுத்துள்ளீர்கள். நான் வீட்டிற்குச் சென்று அதைப் பற்றி யோசிப்பேன். கரமசோவ், நான் உங்களிடமிருந்து புதியதாக ஏதாவது கற்றுக் கொள்ள வேண்டும் என்று ஆசைப்பட்டேன் என்பதை ஒப்புக் கொள்கிறேன்" என்று கோல்யா தழுதழுத்த குரலில் சொன்னான்.

"நானும் உன்னைப் போலத்தான்" என்று அல்யோஷா சிரித்துக் கொண்டே அவனுடைய கையை அழுத்தினான்.

கோல்யா அல்யோஷாவைப் பார்த்து மிகவும் சந்தோஷப் பட்டான். அல்யோஷா அவனைத் தனக்குச் சமமாக நடத்தியதும், அவன் ஒரு 'வளர்ந்த மனிதன்' என்பது போல அவனிடம் பேசியதும் அவனை வெகுவாகக் கவர்ந்தது.

"கரமசோவ், நான் உங்களுக்கு ஒரு வித்தையைக் காட்டுகிறேன். அதுவும் ஒரு நாடகக் காட்சி போன்றதுதான்" என்று கோல்யா பதற்றத்துடன் சிரித்தான். "நான் அதற்காகத்தான் வந்தேன்."

"நாம் முதலில் இடது புறம் உள்ள வீட்டுச் சொந்தக்காரர் வீட்டிற்குச் செல்வோம். இல்யூஷாவின் அறை மிகவும் சிறியதாகவும், வெப்பமாகவும் இருப்பதால் எல்லாப் பையன்களும் தங்களுடைய கோட்டுகளை அங்கே வைத்திருக்கிறார்கள்."

"நான் அதிக நேரம் இங்கே இருக்க மாட்டேன் என்பதால் என்னுடைய கோட்டைக் கழற்றி வைக்க விரும்பவில்லை. பெரிஸ்வோன் இந்த நடைபாதையில் செத்தவனைப் போல படுத்துக் கிடக்கட்டும். பெரிஸ்வோன், படு, இறந்து போ! பாருங்கள், அவன் இப்போது இறந்துவிட்டான். நான் முதலில் உள்ளே சென்று வீட்டைப் பார்த்துவிட்டு, பின்னர் சரியான நேரத்தில் பெரிஸ்வோனை உள்ளே வரச்சொல்லி விசில் அடிக்கிறேன். நீங்களே பாருங்கள், அப்போது அவன் பைத்தியம் பிடித்தவன் போல என்னிடம் ஓடி வருவான். அப்போது ஸ்மூரோவ் மறக்காமல் கதவைத் திறக்க வேண்டும். நீங்கள் அவனுடைய வித்தைகளைப் பார்ப்பீர்கள்..."

5. இல்யூஷாவின் படுக்கையருகில்

நமக்கு ஏற்கனவே பரிச்சயமான ஓய்வுபெற்ற கேப்டன் ஸ்னெகிரியோவின் குடும்பம் வசித்த அறையில் ஏராளமான பார்வையாளர்கள் இருந்ததால் ஒரே நெரிசலாக இருந்தது. அங்கே பல சிறுவர்கள் இல்யூஷாவுக்கு அருகில் அமர்ந்திருந்தார்கள். அவர்கள் அனைவரும் அல்யோஷாதான் தங்களைச் சமாதானம் செய்து அங்கே அழைத்து வந்தான் என்பதை ஸ்மூரோவைப் போலவே மறுக்கத் தயாராக இருந்தாலும், அதுதான் உண்மை. எந்தவிதமான 'உணர்ச்சிகரமான' ஆர்ப்பாட்டங்களும் இல்லாமல் தற்செயலாக, சாதாரணமாக ஒவ்வொருவராக இல்யூஷாவிடம் அழைத்து வந்ததன் மூலம் அவன் அதைச் சாதித்தான். வேதனையில் இருந்த இல்யூஷாவுக்கு அது மிகப் பெரிய ஆறுதலாக இருந்தது. அவனுடைய முன்னாள் எதிரிகளான அந்தச் சிறுவர்கள் காட்டிய அன்பையும், அனுதாபத்தையும் கண்டு அவன் மனம் நெகிழ்ந்தான். கிராஸோத்கின் ஒருவன் மட்டும் வரவில்லை என்ற வேதனை அவனுடைய மனதைப் பெரும் பாரமாக அழுத்தியது. இல்யூஷாவின் கசப்பான நினைவுகளில், அவன் தனது ஒரே நண்பனாகவும், பாதுகாவலனாகவும் இருந்த கிராஸோத்கினைக் கத்தியால் குத்தியது எல்லாவற்றையும் விடக் கசப்பான நினைவாக அவனை வாட்டி வதைத்தது. இல்யூஷாவிடம் முதலில் சமாதானம் செய்து கொண்ட புத்திசாலியான ஸ்மூரோவ் அதைப் புரிந்து கொண்டான். எனவே ஸ்மூரோவ் ஜாடையாக கிராஸோத்கினிடம் அல்யோஷா அவனைப் பார்க்க விரும்புவதாகச் சொன்னபோது, அவன் கோபத்துடன் இடைமறித்து, தனக்கு என்ன செய்ய வேண்டும் என்று தெரியும் என்றும், யாருடைய ஆலோசனையும் தனக்குத் தேவையில்லை என்றும், இல்யூஷாவைப் பார்க்க வேண்டும் என்று முடிவு செய்தால் அதற்குரிய நேரத்தில் செல்வேன் என்றும் 'கரமசோவிடம்' தெரிவிக்கும்படிச் சொன்னான், ஏனெனில் அவன் அப்படிச் சொன்னதற்கு அவனுக்குச் 'சொந்தக் காரணங்கள்' இருந்தன.

அது இந்த ஞாயிற்றுக்கிழமைக்கு இரண்டு வாரங்களுக்கு முன்னால் நடந்தது. அதனால்தான் அல்யோஷா கோல்யாவைப் பார்க்கப் போகவில்லை. அவன் அவனுக்காகக் காத்திருந்தான் என்றாலும், இரண்டு முறை ஸ்மூரோவை அவனிடம் அனுப்பி வைத்தான். ஆனால் கோல்யா இரண்டு முறையும் பொறுமையிழந்து, அல்யோஷா தன்னைப் பார்க்க வந்தால், இல்யூஷாவைப் பார்க்க வர மாட்டேன் என்றும், தன்னைத் தொந்தரவு செய்ய வேண்டாம் என்றும் கேட்டுக் கொண்டான். எனவே இன்று காலையில்

கோல்யா இல்யூஷாவைப் பார்க்கப் போகிறான் என்று ஸ்மூரோவுக்குக் கூடத் தெரியாது. அவர்கள் இருவரும் நேற்று மாலையில் பேசிக் கொண்டிருந்தபோது, கோல்யா திடீரென்று மறுநாள் காலையில் ஸ்னெகிரியோவ் வீட்டிற்குப் போகப்போவதாகச் சொன்னான். ஆனால் அவன் யாரும் எதிர்பார்க்காத வகையில் அங்கே போக வேண்டும் என்பதால் அதைப் பற்றி யாரிடமும் சொல்லக்கூடாது என்று ஸ்மூரோவிடம் சொன்னான். ஸ்மூரோவ் அதற்கு இணங்கினான். "நாய் உயிருடன் இருந்து, அவர்களால் அதைக் கண்டுபிடிக்க முடியாவிட்டால் அவர்களைக் கழுதைகள் என்றுதான் சொல்ல வேண்டும்" என்று கோல்யா சொன்னதை வைத்தே, அவனால் காணாமல் போன ஜுச்காவைக் கண்டுபிடிக்க முடியும் என்று ஸ்மூரோவ் நினைத்தான். எனவே அவன் தகுந்த சந்தர்ப்பத்திற்காகக் காத்திருந்து, கோல்யாவிடம் விஷயத்தைச் சொன்னபோது அவனுக்கு அசாத்திய கோபம் வந்தது. "எனக்கு பெரிஸ்வோன் இருக்கும்போது, நான் மற்றவர்களின் நாயைத் தேடி தெருவில் அலைவது முட்டாள்தனம்! அந்த நாய் ஒரு குண்டூசியை விழுங்கிய பிறகும் உயிருடன் இருக்கும் என்று உங்களால் எப்படி நினைக்க முடிகிறது? வீணாக உணர்ச்சிவசப்படுவதில் பயனில்லை!" என்று அவன் சொன்னான்.

இதற்கிடையில் கடந்த இரண்டு வாரங்களாக, இல்யூஷா தன்னுடைய படுக்கையை விட்டு எழுந்திருக்காமல், தெய்வச் சிலைகளுக்கு அருகில் இருந்த மூலையில் படுத்திருந்தான். அவன் அல்யோஷாவின் விரலைக் கடித்த நாளிலிருந்து பள்ளிக்குச் செல்லவில்லை. அன்றிலிருந்துதான் அவனுக்கு உடல்நிலை சரியில்லாமல் போனது. இருந்தாலும், அதற்குப் பிறகு ஒரு மாதமாக அவன் அவ்வப்போது படுக்கையிலிருந்து எழுந்து அறையிலும் நடைபாதையிலும் நடந்து கொண்டிருந்தான். ஆனால் அவன் சமீப காலமாக மிகவும் பலவீனமானதால் அவனது தந்தையின் உதவியின்றி அவனால் நகர முடியவில்லை. அவனுடைய அப்பா அவனைப் பற்றி மிகவும் கவலைப்பட்டார். அவர் குடிப்பதைக் கூட விட்டுவிட்டார். பையன் இறந்துவிடுவானோ என்ற பயத்தினால் அவர் ஏறக்குறைய பைத்தியம் பிடித்தவர் போலானார். அவர் அடிக்கடி, குறிப்பாக அவனைத் தோளில் தாங்கிப் பிடித்துப் படுக்கையில் படுக்க வைத்த பிறகு, நடைபாதையின் இருண்ட மூலைக்குச் சென்று, சுவற்றில் தலையை முட்டிக் கொண்டு, இல்யூஷாவுக்குக் கேட்காதபடி விம்மல்களை அடக்கிக் கொண்டு குமுறிக் குமுறி அழுவார்.

அதன் பிறகு அவர் அறைக்குச் சென்று, தனது அருமைப் பையனை மகிழ்விக்கவும், அவனை ஆறுதல்படுத்தவும் ஏதாவது

செய்வார். அவர் அவனுக்குக் கதைகளையும், வேடிக்கையான சம்பவங்களையும் சொல்வார் அல்லது தான் சந்தித்த மனிதர்களைப் போல நடிப்பார், விலங்குகளைப் போலக் கத்துவார். ஆனால் தன்னுடைய தந்தை இப்படி ஏமாற்றுவதையும், கோமாளி வேஷம் போடுவதையும் இல்யூஷாவால் சகித்துக்கொள்ள முடியவில்லை. அவன் வெகு சிரமத்துடன் தன்னுடைய வெறுப்பை வெளிக்காட்டாமல் இருப்பதற்கு முயற்சி செய்தான் என்றாலும், தன்னுடைய தந்தை வெறுக்கத்தக்க ஒரு கோமாளியாக இருப்பதைக் கண்டு மனம் வருந்தினான், ஏனெனில் 'முதுகு துடைப்பம்' என்று அவரை அவமானப்படுத்திய அந்த 'மோசமான நாளை' அவனால் மறக்க முடியவில்லை.

இல்யூஷாவின் சாதுவான, ஊனமுற்ற சகோதரி நீனாவுக்கும் தன் தந்தையின் கோமாளித்தனம் கொஞ்சம்கூடப் பிடிக்கவில்லை. வார்வரா நிக்கோலாவ்னா பல்கலைக்கழகத்தில் படிப்பதற்காக பீட்டர்ஸ்பர்க் சென்றிருந்தாள். ஆனால் அவர்களின் மந்த புத்தியுள்ள தாய், தன் கணவன் வேடிக்கையாக நடந்து கொள்ளும் போதெல்லாம் மனம் விட்டுச் சிரித்தாள். உண்மையில் அது ஒன்றுதான் அவளை மகிழ்வித்தது. எனவே அவள் மற்ற நேரங்களில், தன்னை எல்லோரும் மறந்துவிட்டார்கள் என்றும், தன்னை யாரும் மரியாதையோடு நடத்துவதில்லை என்றும், தன்னிடம் எல்லோரும் அலட்சியமாக நடந்து கொள்கிறார்கள் என்றும் முணுமுணுத்தபடி புலம்பிக் கொண்டிருந்தாள். ஆனால் அவள் கடந்த சில நாட்களாக முற்றிலும் மாறிவிட்டாள். அவள் அடிக்கடி இல்யூஷா படுத்திருந்த மூலையைப் பார்த்துக் கொண்டே சிந்தனையில் ஆழ்ந்திருந்தாள். அவள் எதுவும் பேசாமல் மிகவும் அமைதியாக இருந்தாள். அவள் அழுதாலும் கூட யாருக்கும் கேட்காதபடி அழுதாள். அவளிடம் ஏற்பட்ட இந்த மாற்றத்தைக் கேப்டன் சோகத்துடனும், குழப்பத்துடனும் கவனித்தார். அவளுக்கு முதலில் பள்ளிச் சிறுவர்கள் வீட்டுக்கு வந்தது பிடிக்காமல் இருந்தது, ஆனால் அவர்களின் மகிழ்ச்சியான கூச்சலும், பேசிய கதைகளும் அவளை மகிழ்வித்தன. அவர்கள் வீட்டுக்கு வருவதை நிறுத்திவிட்டால் கவலைப்படும் அளவுக்கு அவள் அவர்களை விரும்பத் தொடங்கினாள். சிறுவர்கள் ஏதாவது கதை சொன்னாலோ அல்லது விளையாடினாலோ அவள் சிரித்துக் கொண்டே கைகளைத் தட்டுவாள். அவள் அவ்வப்போது ஒரு சிறுவனை அருகில் அழைத்து, அவனை முத்தமிடுவாள். அவளுக்குக் குறிப்பாக ஸ்மூரோவை மிகவும் பிடித்தது.

கேப்டனைப் பொறுத்தவரை, இல்யூஷாவை உற்சாகப்படுத்த வந்திருந்த சிறுவர்களைப் பார்த்ததும், ஆரம்பத்திலிருந்தே

நற்றிணை பதிப்பகம் ○ 889

அவருடைய மனம் ஆனந்தத்தில் திளைத்தது. இல்யூஷா தனது மனச்சோர்விலிருந்து மீண்டு, விரைவில் குணமடைவான் என்று கூட அவர் நம்பினார். அவருக்கு இல்யூஷாவைப் பற்றிய பயம் இருந்தாலும், அவர் சமீப காலம் வரை, தன் பையன் குணமடைந்து விடுவான் என்று ஒவ்வொரு கணமும் சந்தேகத்திற்கு இடமின்றி நம்பினார். அவர் தனது இளம் விருந்தினர்களை மரியாதையுடன் வரவேற்று, அவர்களுக்கு வேண்டியதைச் செய்ததுடன், அவர்களைத் தன்னுடைய முதுகில் ஏற்றிச் சவாரி விளையாட்டு ஆடவும் தயாராக இருந்தார். உண்மையில் அவர் அவ்வாறு செய்தார் என்றாலும், இல்யூஷாவுக்கு அந்த விளையாட்டு பிடிக்கவில்லை என்பதால், அது கைவிடப்பட்டது. அவர் அவர்களுக்கு மிட்டாய்களையும், இஞ்சி ரொட்டியையும் வாங்கிக் கொடுத்தார். அவர் அவர்களுக்குத் தேநீரும் சாண்ட்விச்சும் தயாரித்துக் கொடுத்தார். அப்போது அவரிடம் பணத்துக்குப் பஞ் சமில்லை என்பதைக் கவனிக்க வேண்டும். அல்யோஷா எதிர்பார்த்தது போல கேத்தரீனா கொடுத்தனுப்பிய இருநூறு ரூபிள்களை அவர் வாங்கிக் கொண்டார். அதன் பிறகு கேத்தரீனா இவானோவ்னா, அவர்களுடைய நிலைமையையும், இல்யூஷாவின் நோயையும் குறித்து விரிவாகத் தெரிந்து கொண்டு, அவளே நேராக வீட்டிற்குச் சென்று அந்தக் குடும்பத்தினரிடம் அறிமுகம் செய்து கொண்டு, அந்த மந்த புத்தியுள்ள தாயின் மனதிலும் இடம் பிடித்தாள். அவள் அன்றிலிருந்து அவர்களுக்கு வேண்டிய அத்தனை உதவிகளையும் தொடர்ந்து செய்து வந்தாள். தனது பையன் இறந்துவிடுவானோ என்ற பயத்தில் கேப்டன் தன்னுடைய கர்வத்தை உதறித் தள்ளிவிட்டு அவளுடைய உதவியைப் பணிவுடன் ஏற்றுக் கொண்டார். கேத்தரீனா இவானோவ்னாவின் வேண்டுகோளுக்கு இணங்கி, மருத்துவர் கெர்ஷென்ஸ்தூபே, ஒரு நாள் விட்டு ஒரு நாள் தவறாமல் வீட்டுக்கு வந்து நோயாளியைப் பரிசோதித்து, எல்லா வகையான மருந்துகளையும் கொடுத்துப் பார்த்த போதிலும், அதனால் எந்தப் பயனும் ஏற்பட்டதாகத் தெரியவில்லை.

அன்று ஞாயிற்றுக்கிழமை காலையில் மாஸ்கோவிலிருந்து ஒரு புகழ் பெற்ற மருத்துவர் வருவார் என்று எல்லோரும் எதிர்பார்த்துக் கொண்டிருந்தார்கள். கேத்தரீனா இவானோவ்னோ பெரும் பொருட்செலவில் அவரை வரவழைத்திருந்தாள் எனினும், இல்யூஷாவுக்காக அல்லாமல் வேறு ஒரு காரணத்திற்காக அதைச் செய்தாள். நாம் அதைப் பற்றிப் பின்னர் விரிவாகப் பேசுவோம். மருத்துவர் ஏற்கனவே வந்துவிட்டதால், அவள் அவரிடம் இல்யூஷாவைப் பரிசோதிக்கும்படிக் கேட்டுக் கொண்டதுடன்,

அதைக் குறித்து முன்கூட்டியே கேப்டனுக்குத் தெரிவித்திருந்தாள். இல்யூஷா பார்க்க வேண்டும் என்று ஆசைப்பட்ட கோல்யா கிராஸோத்கின் சீக்கிரமே தன் மகனைப் பார்க்க வருவான் என்று கேப்டன் வெகுநாட்களாக ஆவலுடன் காத்திருந்தார் என்றாலும், அவன் அன்று வரப் போகிறான் என்று அவருக்குத் தெரியாது.

கிராஸோத்கின் கதவைத் திறந்து அறைக்குள் நுழைந்தபோது, கேப்டனும் மற்ற சிறுவர்களும் இல்யூஷாவின் படுக்கையைச் சுற்றி நின்று கொண்டு, நேற்று பிறந்த மாஸ்டிஃப் நாய்க்குட்டியைப் பார்த்துக் கொண்டிருந்தார்கள். காணாமல்போன அல்லது இறந்துவிட்ட ஜுச்காவை நினைத்து கவலைப்பட்டுக் கொண்டிருந்த இல்யூஷாவின் ஆறுதலுக்காகவும், மகிழ்ச்சிக்காகவும் கேப்டன் ஒரு வாரத்திற்கு முன்னரே அந்த நாய் வேண்டும் என்று சொல்லி வைத்திருந்தார். தனக்கு ஒரு புதிய, மாஸ்டிஃப் (அது மிக முக்கியமானது) வகையைச் சேர்ந்த நாய்க்குட்டியை வாங்கப் போவதை இல்யூஷா மூன்று நாட்களுக்கு முன்பே அறிந்திருந்தான். எனவே அவன் அதைப் பார்த்து மகிழ்ச்சியாக இருப்பது போல பாவனை செய்தான். அவன் கொன்றுவிட்ட பரிதாபத்திற்குரிய ஜுச்காவின் நினைவை அந்தப் புதிய நாய்க்குட்டி மேலும் தூண்டிவிட்டதை அவனுடைய அப்பாவும் சிறுவர்களும் தெளிவாகப் பார்த்தார்கள். அந்த நாய்க்குட்டி அவனுக்கு அருகில் படுத்தபடி பலவீனமாக அசைந்து கொண்டிருந்தது. அவன் சோகத்துடன் புன்னகைத்துக் கொண்டே, தனது மெலிந்த வெளிறிய கையால் அதைத் தடவிக் கொடுத்தான். அவன் அதை விரும்பினான், ஆனால்... அது ஜுச்கா அல்ல. அந்த நாய்க் குட்டியுடன் அவனிடம் ஜுச்காவும் இருந்திருந்தால், அவனுக்கு மிகப் பெரிய சந்தோஷமாக இருந்திருக்கும்.

"கிராஸோத்கின்!" என்று கோல்யா உள்ளே வருவதை முதலில் பார்த்த ஒரு சிறுவன் கத்தினான்.

கோல்யாவின் வருகை அவர்களிடையே சலசலப்பை ஏற்படுத்தியது. அவன் இல்யூஷாவின் படுக்கைக்கு அருகில் வருவதற்காக அவர்கள் அனைவரும் படுக்கையின் இருபுறமும் பிரிந்து நின்றார்கள். கேப்டன் மிகுந்த உற்சாகத்துடன் கோல்யாவிடம் ஓடிவந்து அவனை வரவேற்றார்.

"தயவுசெய்து உள்ளே வா... தயங்காமல் வா!" என்று அவர் முணுமுணுத்தார். "இல்யூஷா, கிராஸோத்கின் உன்னைப் பார்க்க வந்திருக்கிறான்..."

கிராஸோத்கின் சட்டென்று அவரிடம் கையை நீட்டி, சமூக பழக்க வழக்கங்களை வெளிப்படுத்தும் விதமாக நடந்து கொண்டான்.

 நற்றிணை பதிப்பகம் ○ 891

கோல்யா மிகுந்த மரியாதையுடன் (புதிய நாய்க்குட்டியைப் பார்க்கவிடாமல் இல்யூஷாவின் படுக்கையில் மறைந்திருந்த பையன்களைக் கண்டு அதிருப்தியுடன் முணுமுணுத்த), சாய்வு நாற்காலியில் அமர்ந்திருந்த கேப்டனின் மனைவியை நோக்கித் திரும்பி தலை வணங்கிய பிறகு, நீனாவின் பக்கம் திரும்பி அதே போல குனிந்து வணங்கினான். அவனுடைய அந்தச் செயல் அந்த நோயாளிப் பெண்ணின் மனதில் நல்ல அபிப்பிராயத்தை ஏற்படுத்தியது.

"இதோ பண்பும் மரியாதையும் தெரிந்த ஒரு நல்ல பையன்" என்று அவள் தனது கைகளை விரித்தபடி உரத்தக் குரலில் சொன்னாள். "ஆனால் மற்ற சிறுவர்கள் ஒருவர் மேல் ஒருவர் விழுந்தடித்துக் கொண்டு உள்ளே வருகிறார்கள்."

"நீ என்ன பேசுகிறாய்?" என்று கேப்டன் அவள் அடுத்ததாக என்ன சொல்வாளோ என்ற கவலை இருந்தாலும், மெதுவாக அவளிடம் கேட்டார்.

"அவர்கள் அப்படித்தான் வருகிறார்கள். விசித்திரமான விருந்தினர்கள்!"

"ஆனால் யார் அப்படி வந்தார்கள்?"

"அதோ அவன், அப்புறம் அவன். எல்லோரும்தான்."

இதற்கிடையில் கோல்யா இல்யூஷாவின் படுக்கை அருகில் சென்றான். நோயுற்றிருந்த அந்தச் சிறுவனின் முகம் முற்றிலும் வெளிறிப் போயிருந்தது. அவன் படுக்கையிலிருந்து எழுந்து, கோல்யாவை உற்றுப் பார்த்தான். இரண்டு மாதங்களாக தனது நண்பனைப் பார்க்காமலிருந்த கோல்யா, அவனைப் பார்த்ததும் மிகுந்த வியப்படைந்தான். மஞ்சள் நிற முகத்துடன், காய்ச்சலால் தகிக்கும் பெரிய கண்களுடன், மெலிந்த கை கால்களுடன், உருத்தெரியாமல் மெலிந்த ஒரு உருவத்தைப் பார்ப்போம் என்று அவன் கற்பனை செய்துகூட பார்க்கவில்லை. இல்யூஷா மூச்சுவிடச் சிரமப்படுவதையும், அவனுடைய உதடுகள் வறண்டிருப்பதையும் கோல்யா சோகத்துடன் பார்த்தான். அவன் இல்யூஷாவை நெருங்கி, கையை நீட்டி, வார்த்தைகள் வெளியே வராமல் திணறியபடிப் பேசினான்.

"நண்பனே... எப்படி இருக்கிறாய்?"

அவனால் மேற்கொண்டு பேச முடியவில்லை; அவனுடைய கன்னச் சதைகள் இழுபட்டன; அவனது உதடுகள் துடித்தன. அவன் எதுவும் பேச முடியாமல் பரிதாபமாகச் சிரித்தான். கோல்யா ஏதோ ஒரு தூண்டுதலால், தன்னுடைய கையை அவனது தலை மீது வைத்து, தலைமுடியைக் கோதினான்.

“பரவாயில்லை!” என்று அவன் கோல்யாவை உற்சாகப்படுத்த அல்லது எதற்காக என்று அவனுக்கே தெரியாமல் மெல்ல முணுமுணுத்தான்.

அவர்கள் ஒரு நிமிடம் எதுவும் பேசாமல் மௌனமாக இருந்தார்கள்.

“அட, புது நாய்க்குட்டியா?” என்று கோல்யா திடீரென்று உணர்ச்சியற்ற குரலில் கேட்டான்.

“ஆமாம்!” என்று இல்யூஷா மூச்சிரைக்க முணுமுணுத்தான்.

“கருப்பு மூக்கு! அப்படியானால் அது மூர்க்கத்தனமான, நல்ல காவல் நாய்” என்று கோல்யா, ஏதோ அந்தக் கருப்பு மூக்குக்கும் அதற்கும் சம்பந்தம் இருப்பது போலச் சொன்னான். ஆனால் அவன் ஒரு குழந்தையைப் போல அழுதுவிடக் கூடாது என்பதற்காக, மிகுந்த பிரயாசையுடன் தனது உணர்ச்சிகளைக் கட்டுப்படுத்த போராடினான் என்றாலும், அவனால் முடியவில்லை. “அது வளர்ந்து பெரியதான பிறகு அதைச் சங்கிலியால் கட்டி வைக்க வேண்டும்.”

“அது ஒரு பெரிய நாயாக வளரும்” என்று ஒரு சிறுவன் கத்தினான்.

“ஆமாம், பெரியதாக.”

“மாஸ்டிஃப்ப் நாய்.”

“இவ்வளவு உயரத்திற்கு.”

“கன்றுக்குட்டி அளவுக்குப் பெரியதாக.”

என்று ஒரே நேரத்தில் பல குரல்கள் ஒலித்தன.

“ஆமாம், ஒரு கன்றுக்குட்டியைப் போல பெரியதாக வளரும்” என்று கேப்டனும் அவர்களுடன் சேர்ந்து கொண்டார். “நான் வேண்டுமென்றே அப்படி ஒரு நாயை வாங்கினேன். அது ஒரு சிறந்த இனத்தைச் சேர்ந்தது. அதன் பெற்றோர்கள் மூர்க்கத் தனமானவர்கள். அவர்கள் தரையில் இருந்து இந்த அளவுக்கு உயரமாக இருக்கிறார்கள்... கிராஸோத்கின், நாங்கள் உன்னை வரவேற்கிறோம். நீ இல்யூஷாவின் படுக்கையின் மீது அல்லது இந்தப் பெஞ்சின் மீது உட்கார். நாங்கள் நீண்ட நாட்களாக உன்னை எதிர்பார்த்துக் கொண்டிருந்தோம்... நீ அலெக்ஸி ஃபியோதரோ விச்சுடன் வந்தாயா?”

கிராஸோத்கின் படுக்கையின் ஓரத்தில் இல்யூஷாவின் காலுக்கு அருகில் உட்கார்ந்தான். அவன் வரும் வழியில் உரையாடலைச் சாதாரணமாகத் தொடங்குவதற்குத் தன்னைத் தயார் செய்திருந்தான் என்றாலும், இப்போது அந்தச் சரடை முற்றாக இழந்துவிட்டான்.

“இல்லை, நான் பெரிஸ்வோனுடன் வந்தேன். என்னிடம் இப்போது பெரிஸ்வோன் என்ற நாய் இருக்கிறது. அது ஒரு ஸ்லாவோனிக் பெயர். அவன் வெளியே இருக்கிறான்… நான் விசிலடித்தால் உள்ளே வருவான். இதோ பார் நண்பனே, எனக்கும் ஒரு நாய் இருக்கிறது” என்று அவன் இல்யூஷாவை நோக்கித் திரும்பினான். “உனக்கு ஜுச்காவை நினைவிருக்கிறதா?” என்று அவன் திடீரென்று கேட்டான்.

இல்யூஷாவின் முகம் கோணியது. அவன் கோல்யாவை வேதனையுடன் பார்த்தான். கதவருகே நின்றிருந்த அல்யோஷா, கோல்யாவைப் பார்த்து முகத்தைச் சுளித்து, ஜுச்காவைப் பற்றிப் பேச வேண்டாம் என்று சைகை செய்தான், ஆனால் அவன் அதைக் கவனிக்கவில்லை அல்லது கவனிக்க விரும்பவில்லை.

“எங்கே… ஜுச்கா எங்கே?” என்று இல்யூஷா உடைந்த குரலில் கேட்டான்.

“ஓ, நண்பனே, ஜுச்கா எங்கேயோ ஓடி விட்டது.”

இல்யூஷா எதுவும் பேசாமல் கோல்யாவை உற்றுப் பார்த்தான். அல்யோஷா மீண்டும் கோல்யாவிடம் சைகை செய்தான், ஆனால் அவன் அதைப் பார்க்காதது போல தன்னுடைய பார்வையைத் திருப்பிக் கொண்டு, அதைக் கவனிக்காதது போல பாவனை செய்தான்.

“அது எங்கேயோ ஓடிச் சென்று இறந்திருக்க வேண்டும். அந்த ரொட்டியைச் சாப்பிட்ட பிறகு அதனால் வேறு என்ன செய்ய முடியும்?” என்று இரக்கமின்றிச் சொன்ன கோல்யாவுக்கு மூச்சு வாங்கியது. “ஆனால் என்னிடம் பெரிஸ்வோன் இருக்கிறது… அது ஒரு ஸ்லாவோனிக் பெயர்… நான் உன்னிடம் காட்டுவதற்காக அவனை அழைத்து வந்திருக்கிறேன்.”

“நான் அதைப் பார்க்க விரும்பவில்லை!” என்று இல்யூஷா திடீரென்று சொன்னான்.

“இல்லை, இல்லை, நீ அவனைப் பார்க்க வேண்டும்…அவன் உன்னை மகிழ்விப்பான். அவனும் ஜுச்காவைப் போல ரோமம் நிறைந்த நாய்தான்… மேடம், என் நாயை உள்ளே அழைக்க நீங்கள் அனுமதிப்பீர்களா?” என்று அவன் திடீரென்று விவரிக்க முடியாத பரபரப்புடன் திருமதி. ஸ்னெகிரியோவைப் பார்த்துக் கேட்டான்.

“வேண்டாம், வேண்டாம்!” என்று இல்யூஷா துயரத்துடன் அழுதான். அவனுடைய கண்களில் கண்டனம் வெளிப்பட்டது.

“வேண்டாம்…” என்று சுவருக்கு அருகில் பெட்டியின் மீது அமர்ந்திருந்த கேப்டன் எழுந்தார். “வேண்டாம்… இன்னொரு சமயம்…” என்று அவர் முணுமுணுத்தார்.

ஆனால் கோல்யா பிடிவாதமாக ஸ்மூரோவைப் பார்த்து, "கதவைத் திற!" என்று சொல்லிவிட்டு விசில் அடித்தான்.

பெரிஸ்வோன் பாய்ந்து உள்ளே வந்தான்.

"பெரிஸ்வோன் குதி, பின்னங்கால்களில் எழுந்து நில்!" என்று கோல்யா கத்தினான்.

பெரிஸ்வோன் இல்யூஷாவின் படுக்கைக்கு அருகில் பின்னங் கால்களில் எழுந்து நின்றான். அப்போது யாரும் எதிர்பார்க்காத ஒன்று நடந்தது. இல்யூஷா நடுங்கியபடி, வேகமாக முன்னால் நகர்ந்து, பெரிஸ்வோனை நோக்கிக் குனிந்து, கற்சிலையென அவனை உற்றுப் பார்த்தான்.

"இது... ஜுச்கா!" என்று இல்யூஷா மகிழ்ச்சியும் துயரமும் கலந்த குரலில் கத்தினான்.

"அது யாரென்று நினைத்தாய்?" என்று கோல்யா மகிழ்ச்சியுடன் கத்தியபடி, குனிந்து நாயைத் தூக்கி இல்யூஷாவிடம் காட்டினான்.

"இதோ பார், அதன் ஒரு கண் குருடாகவும், இடது காது கிழிந்தும் இருக்கிறது. நீ என்னிடம் சொன்ன அடையாளங்களை வைத்தே நான் அதைக் கண்டுபிடித்தேன். நான் முன்பே அதைக் கண்டுபிடித்து விட்டேன். அது யாருக்கும் சொந்தமானது அல்ல!" என்று அவன் சட்டென்று திரும்பிக் கேப்டனையும் அவருடைய மனைவியையும், அல்யோஷாவையும் பார்த்துவிட்டு, இல்யூஷாவிடம் திரும்பினான். "அது ஃபெதோத்தவ் குடும்பத்தினரின் வீட்டுக் கொல்லைப்புறத்தில் வசித்தது. அது அங்கே இருந்தாலும் யாரும் அதற்கு உணவு கொடுக்கவில்லை. அது எங்கோ கிராமத்திலிருந்து ஓடிவந்த தெரு நாயாக இருக்க வேண்டும்... நான் அதைக் கண்டுபிடித்து விட்டேன்... இதோ பார் நண்பனே, நீ கொடுத்த ரொட்டியை அது சாப்பிடவில்லை. அப்படிச் சாப்பிட்டிருந்தால் அது இறந்திருக்கும். அது இன்னும் உயிருடன் இருப்பதால் அதைச் சாப்பிடாமல் துப்பியிருக்க வேண்டும். ஆனால் நீ அதைப் பார்க்கவில்லை. இருந்தாலும் குண்டூசி அதன் நாக்கைக் குத்தியதால் அது அலறிக் கொண்டே ஓடிவிட்டது. ஆனால் நீ அது ரொட்டியை விழுங்கிவிட்டது என்று நினைத்தாய். நாயின் வாயில் உள்ள தோல் மனிதனின் வாயில் உள்ள தோலை விட மென்மையானது என்பதால் அது அலறியது!" என்று கோல்யா உற்சாகத்தில் சிவந்த முகத்துடன் பேசினான்.

இல்யூஷா வாயடைத்துப் போனான். அவன் கோல்யாவை உற்றுப் பார்த்தான். அவனுடைய பெரிய கண்கள் ஏறக்குறைய வெளியே வந்துவிட்டதைப் போலிருந்தன. அவனுடைய முகம் படுக்கை விரிப்பைப் போல வெண்மையாக வெளிறிப்போனது.

இப்படி ஒரு உணர்ச்சிகரமான நிலை அந்த நோயுற்ற சிறுவனின் உடல்நிலையை எவ்வளவு மோசமாகப் பாதிக்கும் என்பதைக் கோல்யா அறிந்திருந்தால், அவன் அப்படி ஒரு தந்திரத்தை அவனிடம் விளையாடியிருக்க மாட்டான். ஆனால் அந்த அறையில் இருந்தவர்களில் அல்யோஷா ஒருவன் மட்டுமே அதைப் புரிந்து கொண்டான். கேப்டனைப் பொறுத்தவரை அவர் ஒரு சிறு குழந்தையைப் போல நடந்து கொண்டார்.

"ஜுச்கா! ஜுச்கா!" என்று இல்யூஷா மகிழ்ச்சியுடன் கத்தினான். "இல்யூஷா, இது ஜுச்கா, உன்னுடைய ஜுச்கா. அம்மா இது ஜுச்கா!" என்று அவன் அழுதான்.

"நான் இதை எதிர்பார்க்கவே இல்லை!" என்று ஸ்மூரோவ் வருத்தத்துடன் சொன்னான். "சபாஷ், கிராஸோத்கின்! அவன் எப்படியும் அதைக் கண்டுபிடிப்பான் என்று நான் சொன்னேன். இதோ, அவன் அதைக் கண்டுபிடித்து விட்டான்."

"இதோ அவன் அதைக் கண்டுபிடித்து விட்டான்!" என்று மற்றொரு சிறுவன் மகிழ்ச்சியுடன் கத்தினான்.

"சபாஷ் கிராஸோத்கின்!" என்று மூன்றாவது குரல் ஒலித்தது.

"சபாஷ்! சபாஷ்!" என்று சிறுவர்கள் அனைவரும் ஒரே குரலில் கூச்சலிட்டுக் கொண்டே கையைத் தட்டினார்கள்.

"பொறுங்கள், பொறுங்கள்!" என்று கிராஸோத்கின் எல்லோரையும் அடக்கினான். "அது எப்படி நடந்தது என்று நான் உங்களிடம் சொல்கிறேன். நான் அதைக் கண்டுபிடித்து யாருக்கும் தெரியாமல் என்னுடைய வீட்டில் ஒளித்து வைத்தேன். பதினைந்து நாட்களுக்கு முன்புதான் ஸ்மூரோவ் அதைத் தெரிந்து கொண்டான். ஆனால் நான் அவனிடம் அது பெரிஸ்வோன் என்று சொல்லி அவனை நம்ப வைத்தேன். இதற்கிடையில் நான் அதற்கு அனைத்து வித்தைகளையும் கற்றுக் கொடுத்தேன். அவன் என்னென்ன வித்தைகளைச் செய்வான் என்பதை நீங்களே பாருங்கள்! நண்பனே, நான் அவனை உன்னிடம் அழைத்து வருவதற்காகத்தான் அவனுக்கு எல்லா வித்தைகளையும் கற்றுக் கொடுத்தேன். உன்னுடைய ஜுச்கா இப்போது எத்தனை அருமையான நாயாக இருக்கிறான் என்று நீயே பார். அவனுக்கு ஒரு சிறிய இறைச்சித் துண்டு கிடைக்குமா? அவன் அதை வைத்து ஒரு வித்தையை உங்களுக்குச் செய்து காட்டுவான். அது உங்கள் விலா எலும்புகளை நோகும் அளவுக்குச் சிரிக்க வைக்கும்! வீட்டில் இறைச்சித் துண்டு இருக்கிறதா?"

கேப்டன் நடைபாதையைத் தாண்டி வீட்டுச் சொந்தக்காரியின் வீட்டிற்குச் சென்றார். அங்கே சமையலறையில் சமையல் வேலை

நடந்து கொண்டிருந்தது. கோல்யா அவர் வரும்வரை நேரத்தை வீணாக்க விரும்பாமல் பெரிஸ்வோனைப் பார்த்து, "செத்துப் போ!" என்று கத்தினான். அது சட்டென்று கால்களை மேல்நோக்கி நீட்டியபடி, மல்லாந்து படுத்துக் கொண்டது. சிறுவர்கள் சிரித்தார்கள். இல்யூஷா அதே வேதனை நிறைந்த புன்னகையுடன் அதைப் பார்த்தான். ஆனால் அந்த நாயின் வித்தைகளைப் பார்த்து மிகவும் சந்தோஷப்பட்டது அவனுடைய அம்மாதான். அவள் நாயைப் பார்த்துச் சிரித்தபடி, விரல்களைச் சொடுக்கி, "பெரிஸ்வோன், பெரிஸ்வோன்!" என்று கூப்பிட்டாள்.

"அவன் கொஞ்சம் கூட அசைய மாட்டான்" என்று கோல்யா பெருமிதத்துடன் சொன்னான். "என்னைத் தவிர யார் கூப்பிட்டாலும் அவன் எழுந்திருக்க மாட்டான். ஆனால் நான் கூப்பிட்டால் அவன் அடுத்த நிமிடமே துள்ளிக் குதித்து எழுந்திருப் பான். இதோ பாருங்கள், பெரிஸ்வோன் எழுந்திரு!"

நாய் துள்ளிக் குதித்து எழுந்து மகிழ்ச்சியுடன் அங்குமிங்கும் ஓடியது. அப்போது கேப்டன் இறைச்சித் துண்டுடன் திரும்பினார்.

"அது சூடாக இல்லையே?" என்று கோல்யா அவசரமாக கேட்டுக் கொண்டே, இறைச்சித் துண்டை வேகமாக வாங்கிக் கொண்டான். "சூடாக இல்லை. நாய்களுக்குச் சூடான உணவு பிடிக்காது. எல்லோரும் பாருங்கள். இல்யூஷா, இதோ பார், நான் உனக்காகத்தான் அவனை அழைத்து வந்தேன், ஆனால் நீ அவனை ஏறெடுத்தும் பார்க்கவில்லை."

நாயை மூக்கை நீட்டியபடி அசையாமல் நிற்க வைத்து, மூக்கின் மீது இறைச்சித் துண்டை வைப்பதுதான் அந்த வித்தை. அதன் எஜமானர் கட்டளையிடும் வரை அது மூக்கின் மீது இறைச்சித் துண்டை வைத்தபடி அசையாமல் நிற்க வேண்டும். கோல்யா அந்த நாயை அரை மணி நேரம் வரை கூட அப்படி நிற்க வைத்திருக்கிறான். ஆனால் அவன் இப்போது அதைச் சற்று நேரம் மட்டுமே நிற்க வைத்தான்.

"பிடி!" என்று கோல்யா கத்தியபோது, பெரிஸ்வோன் மூக்கின் மீதிருந்த இறைச்சித் துண்டு சட்டென்று அதன் வாய்க்குள் மறைந்தது. பார்வையாளர்கள் அதைக் கண்டு மகிழ்ச்சியும், ஆச்சரியமும் அடைந்தனர்.

"நீ உண்மையில் நாய்க்கு பயிற்சி கொடுத்ததால்தான் முன்னதாகவே இங்கே வரவில்லையா?" என்று அல்யோஷா கோபத்துடன் கோல்யாவைக் கண்டிக்கும் தொனியில் கேட்டான்.

"ஆமாம், அதுதான் காரணம்" என்று கோல்யா சாதாரணமாகச் சொன்னான். "நான் அவனுடைய அனைத்துத் திறமைகளோடும் அவனைக் காட்ட விரும்பினேன்."

“பெரிஸ்வோன்! பெரிஸ்வோன்!” என்று இல்யூஷா திடீரென்று தனது மெலிந்த விரல்களைச் சொடுக்கி நாயைக் கூப்பிட்டான்.

“உனக்கு என்ன வேண்டும்? அவன் படுக்கையில் ஏற வேண்டுமா? பெரிஸ்வோன்!” என்று கோல்யா படுக்கையைத் தட்டிக் காட்ட, பெரிஸ்வோன் இல்யூஷாவின் அருகில் பாய்ந்தான். அவன் தனது இரண்டு கைகளாலும் அதன் கழுத்தைச் சுற்றி வளைத்துக் கொண்டான். பெரிஸ்வோன் உடனே அவன் கன்னத்தை நக்கினான். இல்யூஷா படுக்கையிலிருந்து நகர்ந்து, நாயைக் கட்டி அணைத்து, அதன் ரோமம் நிறைந்த உடலில் முகத்தைப் புதைத்துக் கொண்டான்.

“கடவுளே, கடவுளே!” என்று கேப்டன் அரற்றினார்.

கோல்யா மீண்டும் இல்யூஷாவின் படுக்கையில் அவனுக்கு அருகில் அமர்ந்தான்.

“இல்யூஷா, நான் உனக்கு இன்னும் ஒரு வித்தையைக் காட்டுகிறேன். நான் உனக்காக ஒரு சிறிய பீரங்கியைக் கொண்டு வந்தேன். உனக்கு நினைவிருக்கிறதா, நான் முன்னரே அதைப் பற்றி உன்னிடம் சொல்லியிருக்கிறேன். நீ அப்போது அதைப் பார்க்க விரும்புவதாக என்னிடம் சொன்னாய். இதோ, இப்போது பார்!”

கோல்யா அவசர அவசரமாகத் தன்னுடைய பையிலிருந்து பித்தளை பீரங்கியை வெளியே எடுத்தான். அவன் மகிழ்ச்சியாக இருந்ததால், அதைச் செய்ய வேண்டும் என்று அவசரப்பட்டான். ஆனால் இதுவே வேறொரு சந்தர்ப்பமாக இருந்திருந்தால், பெரிஸ்வோன் ஏற்படுத்திய பரபரப்பு அடங்கும் வரை அவன் காத்திருந்திருப்பான். ஆனால் இப்போது அவன் தன்னுடைய சுயக்கட்டுப்பாட்டை முற்றிலும் இழந்து விட்டான். “நீங்கள் எல்லோரும் மகிழ்ச்சியாக இருப்பதால், உங்கள் மகிழ்ச்சியை அதிகரிக்க மேலும் ஒன்று!” என்று அவன் மெய்ம்மறந்த நிலையில் சந்தோஷத்துடன் சொன்னான்.

“நான் இந்தச் சிறிய பொம்மையை நீண்ட நாட்களுக்கு முன்பு, அரசு ஊழியர் மொரோஸோவின் வீட்டில் பார்த்தேன். நண்பனே, நான் அதை உனக்காகக் கொண்டு வந்தேன். அவர் அதைத் தனது சகோதரரிடமிருந்து வாங்கினார். இருந்தாலும் அது அவருடைய வீட்டில் உபயோகமின்றிக் கிடந்தது. நான் என் தந்தையின் புத்தக அலமாரியிலிருந்த முகம்மதுவின் உறவினர்கள் அல்லது போற்றுதலுக்குரிய முட்டாள்தனம் என்ற புத்தகத்திற்குப் பதிலாக அதை மாற்றிக் கொண்டேன். அது நூறு ஆண்டுகளுக்கு முன்பு எந்தவிதமான தணிக்கையும் இல்லாமல் மாஸ்கோவில் வெளியான

ஆபாசமான புத்தகம். மொரோஸோவ் அது போன்ற விஷயங்களை விரும்புகிறார். அவர் அதற்காக எனக்கு நன்றி சொன்னார்...”

கோல்யா எல்லோரும் பார்த்து ரசிக்கும்படி அந்தப் பீரங்கியைக் கையில் உயர்த்திப் பிடித்தான். இல்யூஷா வலது கையால் நாயை அணைத்தபடி, தலை நிமிர்ந்து அந்தப் பொம்மையை வியப்புடன் பார்த்தான். கோல்யா தன்னிடம் வெடிமருந்து இருப்பதாகவும், ‘பெண்கள் பயப்படவில்லை’ என்றால் அதைச் சுட்டுக் காட்டுவதாகவும் சொன்னபோது, அவர்களுடைய பரபரப்பு மேலும் அதிகமாயிற்று. ‘அம்மா’ அதை அருகில் பார்க்க வேண்டும் என்று சொன்னதும், கோல்யா உடனடியாக அவளுடைய விருப்பத்திற்கு இணங்கினான். சக்கரங்களுடன் இருந்த அந்தப் பித்தளை பீரங்கி அவளுக்கு மிகவும் பிடித்திருந்தது. அவள் அதைத் தனது மடியில் வைத்து முன்னும் பின்னுமாக உருட்டத் தொடங்கினாள். அவர்கள் அதைச் சுடுவதற்கு அவளிடம் அனுமதி கேட்டபோது, அவள் என்ன என்று புரிந்து கொள்ளாமலே அதற்குச் சம்மதம் தெரிவித்தாள். கோல்யா வெடிமருந்தையும், குண்டையும் அவர்களிடம் காட்டினான். கேப்டன் தான் ஒரு முன்னாள் இராணுவ வீரர் என்ற முறையில் அவரே அதைச் சுடுவதற்கு ஆயத்தமானார். அதில் சிறிதளவு வெடிமருந்தைப் போட்டு அதைச் சுடுவதற்கு அவர் ஒப்புக் கொண்டார். ஆனால் குண்டைப் போட வேண்டாம் என்று அவர் கேட்டுக் கொண்டார். அவர் பீரங்கியைத் தரையில் வைத்து, அறையில் காலியாக இருந்த பகுதியை நோக்கி அதைக் குறி வைத்தார். மூன்று தானியங்கள் அளவுக்கு வெடிமருந்தை எடுத்து அதில் திணித்து, ஒரு தீக்குச்சியால் அதைப் பற்ற வைத்தார். அது பலத்த ஓசையுடன் வெடித்தது. அம்மா ஒரு வினாடி திடுக்கிட்டாலும், மறு வினாடி மகிழ்ச்சியுடன் சிரித்தாள். சிறுவர்கள் வெற்றிக் களிப்புடன் ஆரவாரம் செய்தார்கள். அப்போது இல்யூஷாவைப் பார்த்த கேப்டன் எல்லோரையும் விட அதிகமாக மகிழ்ச்சியடைந்தார். கோல்யா அந்தப் பீரங்கியை எடுத்து, அதனுடன் வெடிமருந்தையும், குண்டையும் சேர்த்து இல்யூஷாவிடம் கொடுத்தான்.

“எல்லாம் உன்னுடையது! நான் நீண்ட நாட்களாக அதை உன்னிடம் கொடுக்க வேண்டும் என்று நினைத்தேன்” என்று கோல்யா மகிழ்ச்சியுடன் சொன்னான்.

“ஓ, அதை என்னிடம் கொடு! எனக்குப் பீரங்கி வேண்டும்!” என்று அம்மா சிறு குழந்தையைப் போலக் கெஞ்சினாள். அதைத் தனக்கு கொடுக்க மாட்டார்களோ என்ற கவலை அவளுடைய

முகத்தில் தெரிந்தது. கோல்யா என்ன செய்வது என்று தெரியாமல் குழம்பினான். கேப்டன் கவலையுடன் அவளைப் பார்த்தார்.

"அம்மா, அம்மா, இதோ பார்" என்று அவர் அவளிடம் அவசரமாகப் பேசினார். "அது உன்னுடையது என்றாலும், இல்யூஷா அதைச் சற்று நேரம் வைத்திருக்கட்டும், ஏனெனில் அவர்கள் அதை அவனுக்குப் பரிசாகக் கொடுத்தார்கள். இருந்தாலும் அது உன்னுடையது. இல்யூஷா அதை உனக்கு விளையாடக் கொடுப்பான். அது உங்கள் இருவருக்கும் பொதுவானது."

"இல்லை, அது இரண்டு பேருக்குச் சொந்தமாக இருக்கக்கூடாது. அது எனக்கு மட்டுமே உரியதாக இருக்க வேண்டும். அது இல்யூஷாவினுடையது அல்ல!" என்ற அம்மா அழுவதற்குத் தயாரானாள்.

"அம்மா, அதை நீங்களே வைத்துக் கொள்ளுங்கள்! இதோ அது உங்களுக்குத்தான்!" என்று இல்யூஷா திடீரென்று கத்தினான்.

"கிராஸோத்கின், நான் அதை அம்மாவிடம் கொடுக்கலாமா?" என்று அவன், தனக்குக் கொடுத்த பரிசை வேறு யாருக்காவது கொடுத்தால் அவன் வருந்துவானோ என்று பயப்படுவது போல கெஞ்சும் குரலில் கிராஸோத்கினைப் பார்த்துக் கேட்டான்.

"தாராளமாக அதைச் செய்" என்று கிராஸோத்கின் அதற்குச் சம்மதித்து, இல்யூஷாவிடமிருந்து பீரங்கியை வாங்கி அம்மாவிடம் கொடுத்துவிட்டு, அவளைப் பணிவுடன் வணங்கினான். அந்தப் பெண் ஆனந்தக் கண்ணீர் வடித்தாள்.

"ஆகா, இல்யூஷா, என் அன்பே, நீ ஒரு நல்ல பையன். அவன் உன் அம்மாவை நேசிக்கிறான்" என்று அவள் அழுதாள். அவள் மீண்டும் பீரங்கியைத் தனது மடியில் முன்னும் பின்னும் உருட்டத் தொடங்கினாள்.

"அம்மா, நான் உன் கையை முத்தமிடுகிறேன்" என்று கேப்டன் அவள் அருகில் சென்று அவளுடைய கையை முத்தமிட்டார்.

"நான் இவனைப் போல ஓர் இனிமையான பையனைப் பார்த்ததே இல்லை" என்று அந்த நன்றியுள்ள பெண். கிராஸோத்கினைச் சுட்டிக் காட்டினாள்.

"இல்யூஷா, நான் உனக்கு எவ்வளவு வெடிமருந்து வேண்டும் என்றாலும் கொண்டு வந்து தருகிறேன். இப்போது நாங்களே வெடிமருந்து தயாரிக்கிறோம். இருபத்தி நான்கு பங்கு பொட்டாசியம் நைட்ரேட்டும், பத்து பங்கு கந்தகமும், ஆறு பங்கு பிர்ச் மரக் கரியும் கலந்தால் அதைத் தயாரிக்கலாம் என்று போரோவிகோவ் கண்டுபிடித்தார். இவை எல்லாவற்றையும் ஒன்றாக இடித்து, சிறிது

தண்ணீரைக் கலந்து நன்றாகப் பிசைந்து பசையாகச் செய்து, பின்னர் அதைச் சல்லடை மூலமாக வடிகட்டினால் வெடிமருந்து கிடைத்துவிடும்."

"ஸ்மூரோவ் அதைப் பற்றி என்னிடம் சொன்னான், ஆனால் அப்பா அது உண்மையான வெடிமருந்து அல்ல என்று சொன்னார்" என்றான் இல்யூஷா.

"அப்படியா?" என்று கோல்யா முகம் சிவந்தான். "அது நன்றாக எரிகிறது. இருந்தாலும் எனக்குத் தெரியாது..."

"இல்லை, நான் அப்படிச் சொல்லவில்லை" என்று கேப்டன் குற்றவுணர்வுடன் சொன்னார். "நிஜமான வெடிமருந்தை அப்படித் தயாரிப்பதில்லை என்று நான் சொன்னது உண்மைதான், ஆனால் நீ சொன்னபடியும் அதைத் தயாரிக்க முடியும்."

"என்னைவிட உங்களுக்கு அதைப் பற்றி நன்றாகத் தெரியும். நாங்கள் அதை ஒரு பானையில் போட்டு பற்ற வைத்தபோது, அது அற்புதமாக எரிந்தது. அது சுத்தமாக எரிந்து சாம்பல் மட்டுமே மிஞ்சியது. அது வெறும் கலவை என்றாலும், அதை ஒரு சல்லடையில் தேய்த்தால்... உங்களுக்கு அதைப் பற்றி நன்றாகத் தெரியும், ஆனால் எனக்கு அவ்வளவாகத் தெரியாது... ஆனால் பல்கினின் அப்பா எங்கள் பவுடரை வைத்திருந்தான் என்று அவனை அடித்தார் என்பது உனக்குத் தெரியுமா?" என்று அவன் இல்யூஷாவை நோக்கித் திரும்பினான்.

"ஆமாம்" என்றான் இல்யூஷா. அவன் கோல்யா சொல்வதை மிகுந்த ஆர்வத்துடனும் மகிழ்ச்சியுடனும் கேட்டான்.

"நாங்கள் ஒரு பாட்டில் வெடிமருந்தைத் தயாரித்தோம். அவன் அதைத் தன்னுடைய படுக்கைக்கு அடியில் வைத்திருந்தான், ஆனால் அவனுடைய அப்பா அதைப் பார்த்துவிட்டார். அது வெடித்து எல்லாவற்றையும் நாசம் செய்துவிடும் என்று சொல்லி அவர் அவனைச் சாட்டையால் வெளுத்து வாங்கினார். அவர் என்னைப் பற்றிப் பள்ளியில் புகார் கொடுக்க விரும்பினார் என்றாலும், அவனை என்னுடன் சேர்ந்து விளையாட அனுமதிப்பதில்லை என்ற அளவோடு நிறுத்திக் கொண்டார். சொல்லப்போனால், இப்போது எந்தப் பெற்றோரும் தங்கள் பிள்ளைகளை என்னுடன் விளையாட அனுமதிப்பதில்லை. ஸ்மூரோவுக்கும் அனுமதி இல்லை. எல்லோரிடமும் எனக்கு கெட்ட பெயர். எல்லோரும் என்னை 'எதற்கும் துணிந்தவன்' என்று சொல்கிறார்கள்" என்று கோல்யா ஏளனமாகச் சிரித்தான். "இது எல்லாமே இரயில் நிலையத்தில் நடந்த சம்பவத்திற்குப் பிறகு ஆரம்பித்தது."

"ஆகா, நாங்களும் உன்னுடைய அந்தச் சாகசத்தைப் பற்றிக் கேள்விப்பட்டோம்" என்றார் கேப்டன். "உன்னால் எப்படி அங்கே படுத்திருக்க முடிந்தது? அப்போது உனக்குப் பயமாக இல்லையா?"

கேப்டன் கோல்யாவை அளவுக்கு அதிகமாகப் புகழ்ந்து கொண்டிருந்தார்.

"இ... இல்லை, அது அப்படி ஒன்றும் பயமாக இல்லை!" என்று கோல்யா சாதாரணமாகச் சொன்னான். "ஆனால் இங்கே என் பெயருக்கு மோசமான களங்கத்தை ஏற்படுத்தியது யார் என்று உனக்குத் தெரியுமா?" என்று அவன் மீண்டும் இல்யூஷாவை நோக்கித் திரும்பினான். "அந்தப் பாழாய்ப்போன வாத்து!" என்று அவன் சொன்னபோது, எதைப் பற்றியும் கவலைப்படாதவனைப் போல பாவனை செய்தாலும், அவனால் தன்னைக் கட்டுப்படுத்த முடியவில்லை என்பதால் தட்டுத் தடுமாறிப் பேசினான்.

"ஆகா, நான் அதைப் பற்றிக் கேள்விப்பட்டேன்!" என்று இல்யூஷா சிரித்துக் கொண்டே சொன்னான். "அவர்கள் அதைப் பற்றி என்னிடம் சொன்னார்கள் என்றாலும் எனக்குச் சரியாகப் புரியவில்லை. அவர்கள் உண்மையில் உன்னை நீதிமன்றத்தில் நிறுத்தினார்களா?"

"அது ஓர் அற்பமான, முட்டாள்தனமான விவகாரம். அவர்கள் எப்போதும் செய்வது போல மடுவை மலையாகச் சித்தரித்தார்கள்" என்று கோல்யா அலட்சியமாக சொல்லத் தொடங்கினான். "நான் ஒரு நாள் சதுக்கத்தைக் கடந்து சென்று கொண்டிருந்தபோது, சிலர் வாத்துகளை ஓட்டிச் சென்றார்கள். நான் நின்று அவர்களைப் பார்த்தேன். அப்போது திடீரென்று பிளாட்டினிகோவ் வீட்டில் எடுபிடியாக வேலை செய்யும் ஒருவன் என்னைப் பார்த்து, 'நீ எதற்காக வாத்துகளைப் பார்க்கிறாய்?' என்று கேட்டான். நான் அவனைப் பார்த்தேன். அவன் இருபது வயது மதிக்கத்தக்க, உருண்டையான குவளை போன்ற முகத்துடன், முட்டாளைப் போல தோற்றமளித்த இளைஞன். நான் ஒருபோதும் பாமர மனிதர்களைப் புறக்கணிப்பதில்லை என்று உனக்குத் தெரியும். நான் அவர்களுடன் பேசுவதை விரும்புகிறேன்... நாம் அந்த மனிதர்களிடமிருந்து விலகிவிட்டோம் என்பதுதான் உண்மை. கரமசோவ், நீங்கள் சிரிக்கிறீர்களா?"

"இல்லை, நான் ஆர்வத்துடன் கேட்டுக் கொண்டிருக்கிறேன்!" என்று அல்யோஷா உண்மையாகச் சொன்னதைக் கேட்டு கோல்யா திருப்தியடைந்தான்.

"கரமசோவ், என்னுடைய கோட்பாடு தெளிவானது, எளிமையானது" என்று அவன் மகிழ்ச்சியுடன் ஆரம்பித்தான்.

"நான் பொது ஜனங்களை நம்புகிறேன். நான் எப்போதும் அவர்களிடம் நியாயமாக நடந்து கொள்ள முயற்சிக்கிறேன் என்றாலும், அவர்களை அரவணைத்துக் கெடுக்க மாட்டேன். அது மிகவும் அவசியமானது... ஆனால் நான் வாத்தைப் பற்றிச் சொல்லிக் கொண்டிருந்தேன். நான் அந்த முட்டாளை நோக்கித் திரும்பி, 'வாத்து எதைப் பற்றி யோசிக்கிறது என்று நான் யோசிக்கிறேன்' என்று சொன்னேன். அவன் என்னை அசட்டுத்தனமாகப் பார்த்து, 'வாத்து எதைப் பற்றி யோசிக்கிறது?' என்று கேட்டான். 'அந்த வண்டி நிறைய ஓட்ஸ் இருப்பதைப் பார்த்தாயா?' என்று நான் கேட்டேன். 'ஓட்ஸ் சாக்கிலிருந்து கீழே விழுவதையும், வாத்து சக்கரத்தின் அடியில் கழுத்தை நீட்டி அதைக் கொத்துவதையும் பார்த்தாயா?' 'ஆமாம்' என்று அவன் பதில் சொன்னான். 'இப்போது யாராவது அந்த வண்டியைக் கொஞ்சம் தள்ளினால் வண்டியின் சக்கரம் வாத்தின் கழுத்தின் மீது ஏறிவிடும் இல்லையா?' 'ஆமாம், கண்டிப்பாக நடக்கும்' என்று அந்த ஆசாமி வாய்கிழியச் சிரித்தான். 'சரி, நாம் அதை முயற்சி செய்து பார்ப்போம்' என்றேன். அதற்கு அவனும், 'சரி' என்றான். நாங்கள் அதைச் செய்வதற்கு அதிக நேரமாகவில்லை. அவன் யாருக்கும் தெரியாமல் கடிவாளத்தின் அருகே நின்றான். நான் வாத்தை விரட்டுவதற்காக அதன் பின்னால் நின்றேன். வண்டியின் முதலாளி எங்களைக் கவனிக்காமல் யாருடனோ பேசிக் கொண்டிருந்தார். நான் வாத்தை விரட்ட வேண்டிய அவசியம் ஏற்படவில்லை, ஏனெனில் அது தானாகவே வண்டியின் சக்கரத்துக்கு அடியில் இருந்த ஓட்ஸை எடுப்பதற்காகத் தலையை நீட்டியது. நான் அந்த இளைஞனைப் பார்த்துக் கண் சிமிட்டவும் அவன் கடிவாளத்தை இழுத்தான். சக்கரம் உருண்டு வாத்தின் கழுத்தைத் துண்டாக்கியது! அப்போது துரதிருஷ்டவசமாக எங்களைப் பார்த்த, அங்கிருந்த ஆண்கள் எல்லோரும் ஒரே குரலில், 'நீங்கள் வேண்டுமென்றே அதைச் செய்தீர்கள்!' என்று கத்தினார்கள். 'இல்லை, நாங்கள் எதுவும் செய்யவில்லை, அது ஒரு விபத்து!' 'இல்லை, வேண்டுமென்றே செய்தீர்கள்!' 'நீதிபதியிடம் போகலாம்!' என்று எல்லோரும் கூச்சலிட்டார்கள். அவர்கள் என்னைப் பார்த்து, 'நீயும் அருகில் இருந்தாய், நீதான் அவனுக்கு உதவி செய்தாய். இந்தச் சந்தையில் உள்ள எல்லோருக்கும் உன்னைத் தெரியும்!' என்றார்கள். சில காரணங்களால் அந்தச் சந்தையில் உள்ள எல்லோருக்கும் என்னைத் தெரியும்" என்று கோல்யா பெருமையுடன் சொன்னான். "நாங்கள் எல்லோரும் நீதிபதியிடம் சென்றோம். அவர்கள் வாத்தையும் எடுத்துக் கொண்டார்கள். அந்த முட்டாள் இளைஞன் ஒரு பெண்ணைப்

போல அழுதான். 'அவர்கள் இப்படி எத்தனை வாத்துகளை வேண்டுமானாலும் கொல்லலாம்' என்று வாத்தின் உரிமையாளர் கத்தினார். போதுமான சாட்சிகள் இருந்ததால், நீதிபதி சீக்கிரமாக வழக்கை முடித்து வைத்தார். அதாவது அந்த இளைஞன் வாத்தை வாங்கிக் கொண்டு அதன் உரிமையாளருக்கு ஒரு ரூபிள் கொடுக்க வேண்டும் என்று தீர்ப்பு வழங்கினார். இனிமேல் இதுபோன்ற சேட்டைகளை விளையாடக் கூடாது என்று நீதிபதி அவனை எச்சரித்தார். அந்த இளைஞன் ஒரு பெண்ணைப் போல பிதற்றிக் கொண்டே இருந்தான். 'நான் ஒன்றும் செய்யவில்லை, அவன்தான் என்னைத் தூண்டிவிட்டான்' என்று அவன் என்னைச் சுட்டிக் காட்டினான். நான் அதைச் செய்யும்படி அவனை வற்புறுத்தவில்லை, மாறாக பொதுவான கருத்தையும், என்னுடைய அனுமானத்தையும் சொன்னேன் என்று நிதானமாகப் பதில் சொன்னேன். நீதிபதி நான் சொன்னதைக் கேட்டு புன்னகைத்துவிட்டு, சட்டென்று அதற்காகத் தன் மீதே கோபம் கொண்டார். 'நீ உன்னுடைய பாடங்களைப் படிப்பதற்குப் பதிலாக, இதுபோன்ற யோசனைகளில் நேரத்தை வீணடிக்காமல் இருப்பதற்காக, நான் பள்ளி முதல்வரிடம் உன்னைப் பற்றிப் புகார் செய்யப் போகிறேன்' என்று அவர் என்னிடம் சொன்னார். ஆனால் அது ஒரு வேடிக்கையான செயல் என்பதால், அவர் அதைச் செய்யவில்லை என்றாலும், அந்த விஷயம் எப்படியோ நகரம் முழுவதும் பரவி, பள்ளி அதிகாரிகளின் காதுகளையும் எட்டியது, ஏனெனில் அவர்களுடைய காதுகள் மிகவும் நீளமானவை. குறிப்பாக இலக்கிய ஆசிரியர் கோல்பாஸ்னிக்கோவ் அதைக் கேட்டு அதிர்ச்சியடைந்தார், ஆனால் தர்தனேலவ் தலையிட்டு என்னைக் காப்பாற்றினார். இப்போது கோல்பாஸ்னிக்கோவ் வெறி பிடித்த கழுதையைப் போல எல்லோரிடமும் முரட்டுத்தனமாக நடந்து கொள்கிறார். இல்யூஷா, அவர் திருமணம் செய்து கொண்டார் என்று உனக்குத் தெரியுமா? அவர் மிகைலோவ் குடும்பத்தினரிடமிருந்து வரதட்சணையாக ஆயிரம் ரூபிள்களை வாங்கினார். அவருடைய மனைவியின் முகம் அஷ்ட கோணலாக இருக்கும். 'ஒரு வியப்பூட்டும் செய்தி வகுப்பறையை எட்டியது, கோல்பாஸ்னிகோவ் ஒரு கழுதையாக மாறிவிட்டார்!' என்று மூன்றாம் வகுப்பு மாணவர்கள் அவரைப் பற்றிக் கவிதை எழுதினார்கள். இன்னும் பல வேடிக்கையான விஷயங்கள் இருக்கின்றன. நான் அதையெல்லாம் பின்னர் உன்னிடம் சொல்கிறேன். ஆனால் நான் தர்தனேலவைப் பற்றி ஒன்றும் சொல்லவில்லை, ஏனெனில் அவர் மெத்தப் படித்தவர் என்பதில் சந்தேகமில்லை. நான் அவரைப் போன்ற மனிதர்களை மதிக்கிறேன். அவர் என் சார்பாக நின்றார் என்பதற்காக நான் அதைச் சொல்லவில்லை..."

“ஆனால் நீ அவரிடம் டிராய் நகரை நிறுவியது யார் என்று கேட்டு அவரை மண்ணைக் கவ்வ வைத்தாய்!” என்று ஸ்மூரோவ் அப்போது கிராஸோத்கினைப் பற்றிப் பெருமையுடன் சொன்னான். வாத்தைப் பற்றிய கதை அவனுக்கு மிகவும் பிடித்திருந்தது.

“நீ நிஜமாகவே அவரைத் தோற்கடித்தாயா?” என்று கேப்டன் அவனைப் பாராட்டும் விதமாகக் கேட்டார். “நீ அந்தக் கேள்வியைக் கேட்டு அவரைத் திணறடித்ததாக இல்யூஷா எங்களிடம் சொன்னான்...”

“அப்பா, அவனுக்கு எல்லாமே தெரியும். எல்லோரையும் விட அவனுக்கு அதிகமாகத் தெரியும்!” என்று இல்யூஷாவும் சேர்ந்து கொண்டான். “அவன் ஒன்றும் தெரியாதவன் போல நடித்தாலும், உண்மையில் எல்லா பாடத்திலும் அவன்தான் முதல் மாணவன்...”

இல்யூஷா அளவற்ற மகிழ்ச்சியுடன் கோல்யாவைப் பார்த்தான்.

“டிராயைப் பற்றிய விஷயங்கள் அனைத்தும் முட்டாள் தனமானவை. அது ஓர் அற்பமான விஷயம். நான் அதை முக்கியமற்ற கேள்வி என்றே கருதுகிறேன்” என்று கோல்யா பெருமிதமும் பணிவும் கலந்த குரலில் சொன்னான். இப்போது அவன் தனது இயல்பு நிலைக்கு வந்திருந்தான் என்றாலும், ஏதோ ஒரு விதத்தில் அசௌகரியமாக இருப்பதாக உணர்ந்தான். அவன் வாத்தைப் பற்றிப் பேசியபோது உணர்ச்சிவசப்பட்டுப் பேசியதையும், அப்போது அல்யோஷா எதுவும் சொல்லாமல் தீவிரமாக அதைக் கேட்டுக் கொண்டிருந்ததையும் நினைத்து, ‘நான் அவருடைய பாராட்டைப் பெற முயற்சிப்பதாக நினைத்து அவர் என்னை வெறுக்கிறாரோ? ஒருவேளை அவர் அப்படி நினைத்தால்...’ என்று கோல்யா கவலைப்பட்டான். “நான் இந்தக் கேள்வி அர்த்தமற்றது என்றே நினைக்கிறேன்” என்று அவன் மீண்டும் பெருமிதத்துடன் சொன்னான்.

“டிராய் நகரை நிறுவியது யார் என்று எனக்குத் தெரியும்” என்று அதுவரை பேசாமல் இருந்த ஒரு சிறுவன் திடீரென்று சொன்னபோது, அனைவரும் வியப்படைந்தனர். கர்த்தஷோவ் என்ற பதினொரு வயது மதிக்கத்தக்க அந்த அழகிய சிறுவன் கூச்ச சுபாவம் மிகுந்தவனாக இருந்தான். அவன் கதவுக்கு அருகில் அமர்ந்திருந்தான். கோல்யா அவனை ஆச்சரியத்துடன் பார்த்தான். டிராய் நகரை நிறுவியது யார் என்ற கேள்விக்கான பதில் பள்ளியில் இருந்த அனைத்து வகுப்பு மாணவர்களுக்கும் பெரும் இரகசியமாக இருந்தது. ஏனெனில் ஸ்மரக்தோவின் புத்தகத்தைப் படித்தால் மட்டுமே அதற்கான பதிலைத் தெரிந்துகொள்ள

முடியும், ஆனால் அது கோல்யாவைத் தவிர வேறு யாரிடமும் இல்லை. ஒரு நாள் கோல்யாவின் வீட்டிற்குச் சென்றிருந்த கர்த்தஷோவ் அவனுக்குத் தெரியாமல், புத்தகத்தை எடுத்து அவசர அவசரமாகப் பக்கங்களைப் புரட்டியபோது, டிராய் நகரத்தை நிறுவியவர்களைப் பற்றிய குறிப்பு இடம் பெற்றிருந்த பக்கத்தைத் தற்செயலாகத் திறந்தான். அது நீண்ட நாட்களுக்கு முன்பு நடந்தது என்றாலும், டிராய் நகரத்தை நிறுவியது யாரென்று தெரியும் என்பதைச் சொன்னால் கிராஸோத்கின் தன்னை அவமானப்படுத்தி விடுவானோ என்று பயந்து அவன் யாரிடமும் அதைச் சொல்லவில்லை. ஆனால் இப்போது அவனால் அதைச் சொல்லாமல் இருக்க முடியவில்லை. அவன் பல நாட்களாக அதைச் சொல்ல வேண்டும் என்று ஆசைப்பட்டுக் கொண்டிருந்தான்.

"சரி, அதை நிறுவியது யார்?" என்று கோல்யா கர்வத்துடனும் வெறுப்புடனும் அவனைப் பார்த்தான் என்றாலும், அவனது முகபாவத்திலிருந்தே அவனுக்குத் தெரியும் என்பதையும், அதனால் ஏற்படும் விளைவுகளைச் சந்திக்க அவன் தயாராக இருக்கிறான் என்பதையும் புரிந்து கொண்டான்.

அங்கு நிலவிய பொதுவான ஒத்திசைவான சூழ்நிலைக்கு மத்தியில் முரண்பாடு என்று சொல்லத்தக்க ஒரு நிலை உருவானது.

"டியூசர், டார்டனஸ், இலியஸ், ட்ரோஸ் ஆகியோரால் டிராய் நகரம் நிறுவப்பட்டது" என்று சிறுவன் வேகமாகச் சொல்லிவிட்டு, சட்டென்று முகம் சிவந்தான். அப்போது அவனைப் பார்க்கப் பரிதாபமாக இருந்தது. ஆனால் எல்லாச் சிறுவர்களும் அவனையே வைத்த கண் வாங்காமல் பார்த்தார்கள். அவர்கள் அதன் பிறகு கோல்யாவை நோக்கித் திரும்பி அவனை வெறித்துப் பார்த்தார்கள். அவன் அந்தத் துணிச்சலான சிறுவனை வெறுப்புடன் உற்றுப் பார்த்துக் கொண்டிருந்தான்.

"அவர்கள் அதை எப்படி நிறுவினார்கள்?" என்று கோல்யா கேட்டான். "ஒரு நகரம் அல்லது மாநிலத்தை நிறுவுவது என்றால் என்ன அர்த்தம்? அவர்கள் அதற்காக என்ன செய்கிறார்கள்? அவர்கள் அதற்காகச் செங்கலைக் கொண்டு வந்தார்களா என்ன?"

சிரிப்பொலி எழுந்தது. புண்பட்ட சிறுவன் இளஞ்சிவப்பு நிறத்திலிருந்து சிவப்பு நிறத்திற்கு மாறினான். அவன் பதில் சொல்லாமல் கண்ணீர் விட்டு அழும் நிலையில் இருந்தான். கோல்யா ஒரு நிமிடம் எதுவும் பேசாமல் இருந்தான்.

"ஒரு தேசத்தின் தோற்றத்தைப் பற்றிய வரலாற்று நிகழ்வுகளைப் பற்றிப் பேசுவதற்கு முன்பு அதன் பொருள் என்ன என்பதை முதலில் புரிந்துகொள்ள வேண்டும்" என்று அவன் கடுமையாக,

அறிவுறுத்தும் தொனியில் சொன்னான். "நான் உண்மையில் அந்தத் தேவதைக் கதைகளை முக்கியமானதாக நினைக்கவில்லை. பொதுவாக நான் உலக வரலாற்றை அதிகமாக மதிப்பதில்லை" என்று அவன் அங்கிருந்த அனைவரையும் பார்த்து அலட்சியமாகச் சொன்னான்.

"உலக வரலாறா?" என்று கேப்டன் கலவரத்துடன் கேட்டார்.

"ஆமாம், உலக வரலாறுதான். அது மனித குலத்தின் முட்டாள்தனங்களைப் பற்றிய தொடர்ச்சியான ஆய்வு என்பதற்கு மேல் ஒன்றுமில்லை. கணிதம், இயற்கை அறிவியல் ஆகியவற்றை நான் மதிக்கிறேன்" என்று கோல்யா தற்பெருமையுடன் சொல்லிவிட்டு, அல்யோஷாவை ஓரக் கண்ணால் பார்த்தான். கோல்யா அவனுடைய அபிப்பிராயம் என்னவாக இருக்குமோ என்று நினைத்துப் பயந்தான். ஆனால் அல்யோஷா அமைதியாக, முன்பு போலவே தீவிரமாக இருந்தான். அப்போது அல்யோஷா குறுக்கிட்டு ஏதாவது சொல்லியிருந்தால் அந்த விவாதம் முடிவுக்கு வந்திருக்கும், ஆனால் அவன் அமைதியாக இருந்தான். 'அந்த மௌனம் வெறுப்பின் அடையாளமாக இருக்கலாம்' என்று நினைத்துக் கோல்யா எரிச்சலடைந்தான். "நாம் படிக்கும் செம்மொழிகள் கூட... அவை எல்லாம் சுத்த பைத்தியக்காரத்தனம் என்பதைத் தவிர வேறில்லை. கரமசோவ், நான் சொல்வதை நீங்கள் மறுக்கிறீர்களா?"

"எனக்கு அதில் உடன்பாடு இல்லை" என்று அல்யோஷா மெல்லிய புன்னகையுடன் சொன்னான்.

"நீங்கள் அதைப் பற்றிய எனது கருத்தைக் கேட்டால், அது ஒரு அடக்குமுறையாகப் பள்ளிகளில் அறிமுகம் செய்யப்படுகிறது" என்று கோல்யா மூச்சு வாங்கினான். "லத்தீனும் கிரேக்கமும் சலிப்பூட்டுவதாகவும், அறிவை மழுங்கடிப்பதாகவும் இருப்பதால் அவை அறிமுகம் செய்யப்பட்டன. பள்ளிகள் ஏற்கனவே மந்தமாக இருப்பதால், அவற்றை மேலும் மந்தமாக்க அவர்களால் வேறென்ன செய்ய முடியும்? அவை ஏற்கனவே அர்த்தமற்றதாக இருப்பதால் அவற்றை மேலும் அர்த்தமற்றதாக்க அவர்களால் என்ன செய்ய முடியும்? எனவே அவர்கள் லத்தீன் மற்றும் கிரேக்க மொழிகளைக் கொண்டு வந்தார்கள். இதுதான் என்னுடைய அபிப்பிராயம். நான் என்னுடைய அபிப்பிராயத்தை ஒருபோதும் மாற்றிக்கொள்ள மாட்டேன்" என்று கோல்யா திடீரென்று முடித்தான். அவனுடைய கன்னங்கள் சிவந்திருந்தன.

"ஆமாம், அது உண்மைதான்" என்று திடீரென்று ஸ்மூரோவ் உறுதியான குரலில் அதை ஆமோதித்தான். அவன் கோல்யா சொன்னதைக் கவனமாகக் கேட்டுக் கொண்டிருந்தான்.

"ஆனால் அவன்தான் லத்தீன் பாடத்தில் முதலிடத்தில் இருக்கிறான்" என்று திடீரென்று ஒரு சிறுவன் கத்தினான்.

"ஆமாம், அப்பா. அவன் அப்படிச் சொன்னாலும், எங்கள் வகுப்பில் லத்தீன் பாடத்தில் அவன்தான் முதலிடம் வகிக்கிறான்" என்று இல்யூஷாவும் சொன்னான்.

"சரி, அதனால் என்ன?" என்று கோல்யா தன்னைத் தற்காத்துக் கொள்ள நினைத்தான் என்றாலும், அவர்களின் புகழ்ச்சி அவனுக்கு மகிழ்ச்சியை அளித்தது. "நான் என் அம்மாவிடம் பள்ளிப் படிப்பை முடிப்பேன் என்று வாக்குறுதி அளித்தேன். அதனால் நான் லத்தீன் பாடத்தைப் படித்தேன். நான் என்ன செய்தாலும் அதை மதிப்புக்குரியதாகச் செய்ய வேண்டும் என்று நினைக்கிறேன். ஆனால் நான் செவ்வியலையும் அதைப் போன்ற மோசடிகளையும் வெறுக்கிறேன்... கரமசோவ், நீங்கள் அதை ஒப்புக்கொள்கிறீர்களா?"

"நீ ஏன் அவற்றை 'மோசடி' என்று சொல்கிறாய்?" என்று அல்யோஷா புன்னகையுடன் கேட்டான்.

"நீங்களே யோசித்துப் பாருங்கள், செவ்வியல் இலக்கியங்கள் அனைத்தும் பல்வேறு மொழிகளில் மொழியாக்கம் செய்யப்பட்டுள்ளன. எனவே செவ்வியல் இலக்கியங்களைப் படிப்பதற்காக லத்தீன் மொழியை நம் மீது திணிக்க வேண்டிய அவசியமில்லை, மாறாக ஒரு அடக்குமுறையாக, அறிவை மழுங்கடிப்பதற்காக அதைச் செய்கிறார்கள். அப்படி இருக்கும்போது, அதை மோசடி என்று சொல்லாமல் வேறு என்ன சொல்வது?"

"உனக்கு இதையெல்லாம் சொல்லிக் கொடுத்தது யார்?" என்று அல்யோஷா ஆச்சரியத்துடன் கேட்டான்.

"முதலாவது, யாரும் சொல்லிக் கொடுக்காமலே என்னால் சுயமாகச் சிந்திக்க முடியும். இரண்டாவது, நான் சொன்ன செவ்வியல் மொழிபெயர்ப்புகளைப் பற்றிய விஷயத்தை ஆசிரியர் கோல்பாஸ்னிக்கோவ் மூன்றாம் வகுப்பு முழுவதும் சொல்லி யிருக்கிறார்..."

"மருத்துவர் வந்துவிட்டார்!" என்று இதுவரை மௌனமாக இருந்த நீனா திடீரென்று கத்தினாள்.

அப்போது திருமதி. கோஹ்லக்கோவுக்குச் சொந்தமான வண்டி ஒன்று வீட்டு வாசலில் வந்து நின்றது. காலையிலிருந்து மருத்துவருக்காகக் காத்திருந்த கேப்டன், அவரைச் சந்திப்பதற்காக மின்னல் வேகத்தில் வாசலுக்கு விரைந்தார். அவருடைய மனைவி

தன்னைச் சுதாரித்துக் கொண்டு நாற்காலியில் நிமிர்ந்து அமர்ந்தாள். அல்யோஷா இல்யூஷாவின் படுக்கை அருகில் சென்று அவனது தலையணைகளைச் சரியாக வைத்தான். நீனா தனது சக்கர நாற்காலியில் இருந்தபடியே அவன் படுக்கையை ஒழுங்கு படுத்துவதைப் பார்த்தாள். சிறுவர்கள் அவசரமாக விடைபெற்றுக் கொண்டார்கள். அவர்களில் சிலர் மீண்டும் மாலையில் வருவதாகச் சொன்னார்கள். கோல்யா பெரிஸ்வோனைக் கூப்பிட்டதும், அது படுக்கையிலிருந்து கீழே குதித்தது.

"நான் போக மாட்டேன், இங்குதான் இருப்பேன்" என்று கோல்யா அவசரமாக இல்யூஷாவிடம் சொன்னான். "நான் வாசலில் காத்திருக்கிறேன், மருத்துவர் சென்றதும் பெரிஸ்வோனுடன் திரும்பி வருகிறேன்."

ஆனால் அதற்குள், நீண்ட கருத்த மீசையுடன், மழிக்கப்பட்ட பளபளப்பான தாடையுடன், கரடித்தோல் கோட்டு அணிந்து கம்பீரமான தோற்றத்துடன் மருத்துவர் உள்ளே நுழைந்தார். அவர் வாசற்படியைத் தாண்டி உள்ளே நுழைந்ததும் திகைத்து நின்றார். தவறான இடத்திற்கு வந்துவிட்டோம் என்று அவர் நினைத்திருக்க வேண்டும். "என்ன இது? நான் எங்கே இருக்கிறேன்?" என்று அவர் முணுமுணுத்தார். அந்த அறையில் இருந்த நெரிசலும், வறுமையும், மூலையில் கயிற்றில் தொங்கிய துணிகளும் அவரைக் குழப்பத்தில் ஆழ்த்தின. கேப்டன் அவரைக் குனிந்து வணங்கினார்.

"ஐயா, இங்குதான், இங்கேதான்" என்று அவர் அசட்டுத்தனமாக முணுமுணுத்தார். "நீங்கள் சரியான இடத்திற்கு வந்திருக்கிறீர்கள். நீங்கள் பார்க்க வந்த நோயாளி இங்குதான் இருக்கிறார்..."

"ஸ்னெகிரியோவ்?" என்று மருத்துவர் உரத்த, கம்பீரமான குரலில் கேட்டார். "நீங்கள் தான் மிஸ்டர் ஸ்னெகிரியோவா?"

"ஆமாம், ஐயா, நான்தான்."

"ஆ!"

மருத்துவர் மீண்டும் ஒரு முறை அறையைச் சுற்றிப் பார்த்துவிட்டுத் தனது ரோமக் கோட்டைக் கழற்றி எறிந்தார். அவருடைய கழுத்தில் தொங்கிய மதிப்புமிக்க பதக்கத்தை அனைவரும் கவனித்தனர். மருத்துவர் கழற்றி வீசிய கோட்டைக் கேப்டன் பிடித்துக் கொண்டார். மருத்துவர் தனது தொப்பியைக் கழற்றினார்.

"சரி, நோயாளி எங்கே?" என்று அவர் அழுத்தமான குரலில் கேட்டார்.

 நற்றிணை பதிப்பகம் ○ 909

6. பிஞ்சிலே பழுத்தல்

“மருத்துவர் என்ன சொல்லப் போகிறார் என்று நீங்கள் நினைக்கிறீர்கள்?” என்று கோல்யா பதற்றத்துடன் வேகமாகக் கேட்டான். “அவருக்கு எத்தனை அருவருப்பான முகம் என்று உங்களுக்குத் தெரியவில்லையா? நான் மருத்துவத்தை வெறுக்கிறேன்!”

“இல்யூஷா இறந்துவிடுவான் என்று எனக்கு உறுதியாகத் தெரிகிறது” என்று அல்யோஷா சோகத்துடன் சொன்னான்.

“ஏமாற்றுப் பேர்வழிகள்! மருத்துவம் ஒரு மோசடி! கரமசோவ், நான் உங்களைச் சந்தித்ததில் மகிழ்ச்சியடைகிறேன். நான் நீண்ட காலமாக உங்களைச் சந்திக்க வேண்டும் என்று விரும்பினேன். ஆனால் இதுபோன்ற ஒரு துயரமான சூழ்நிலையில் நாம் சந்தித்துக் கொண்டது வருத்தமாக இருக்கிறது.”

கோல்யா அல்யோஷாவின் மனதைத் தொடும்படி எதையாவது சொல்ல வேண்டும் என்று விரும்பினாலும், ஏதோ ஒன்று அவனைத் தடுத்தது. அல்யோஷா அதைப் புரிந்து கொண்டு சிரித்தபடி அவனுடைய கையைப் பிடித்து அழுத்தினான்.

“நான் நீண்ட நாட்களாக உங்களை ஓர் உயர்ந்த மனிதராக மதித்து வருகிறேன்” என்று கோல்யா சங்கடத்துடனும், குழப்பத்துடனும் முணுமுணுத்தான். “நீங்கள் ஓர் ஆன்மீகவாதி என்பதும், மடாலயத்தில் இருந்தீர்கள் என்பதும் எனக்குத் தெரியும்... இருந்தாலும் எனக்கு அதைப் பற்றிக் கவலையில்லை. நிஜ வாழ்க்கையுடனான தொடர்பு உங்களை மாற்றிவிடும்... உங்களைப் போன்ற குணாதிசயம் உள்ளவர்களுக்கு எப்போதும் அப்படித்தான் நடக்கும்.”

“என்னை ‘ஆன்மீகவாதி’ என்று ஏன் சொல்கிறாய்? நான் எதிலிருந்து மாற வேண்டும்?” என்று அல்யோஷா வியப்புடன் கேட்டான்.

“ஓ, கடவுள் போன்ற விஷயங்கள்...”

“உனக்குக் கடவுள் நம்பிக்கை இல்லையா?”

“நான் கடவுளுக்கு எதிரானவன் அல்ல... கடவுள் என்பது ஓர் அனுமானம் மட்டுமே... ஆனால் பிரபஞ்சத்தின் ஒழுங்கிற்கும் மற்றும் பலவற்றுக்கும் அவர் அவசியம் என்பதை நான் ஒப்புக் கொள்கிறேன்... ஒருவேளை கடவுள் இல்லை என்றாலும், நாம் அதற்காக அவரைக் கண்டுபிடிக்க வேண்டியிருக்கும்” என்று கோல்யா முகம் சிவந்தபடிச் சொன்னான். தன்னுடைய அறிவையும், எவ்வளவு ‘வளர்ந்துவிட்டேன்’ என்பதையும் நிரூபிக்க

முயற்சிப்பதாக அல்யோஷா கருதுவாரோ என்று அவன் சங்கடப்பட்டான். 'என்னை ஓர் அறிவாளி என்று அவரிடம் காட்டிக்கொள்ள வேண்டும் என்று நான் நினைக்கவில்லை' என்று அவன் கோபத்துடன் தனக்குள் சொல்லிக் கொண்டான். திடீரென்று அவனுக்குப் பயங்கரமான எரிச்சல் ஏற்பட்டது.

"இதுபோன்ற விவாதங்களில் ஈடுபடுவதை என்னால் சகித்துக்கொள்ள முடியாது என்பதை நான் ஒப்புக்கொள்ள வேண்டும்" என்று அவன் கோபத்துடன் சொன்னான். "கடவுள் நம்பிக்கை இல்லாமலும் மனிதகுலத்தை நேசிக்க முடியும் என்று நீங்கள் நினைக்கவில்லையா? வால்டேருக்குக் கடவுள் நம்பிக்கை இல்லை என்றாலும், அவர் மனிதகுலத்தை நேசிக்கவில்லையா?" (நான் மீண்டும் அப்படிப் பேசுகிறேன் என்று அவன் நினைத்தான்).

"வால்டேர் கடவுளை நம்பினார் என்றாலும், முழுமையாக நம்பவில்லை என்று நான் நினைக்கிறேன். அவர் மனிதகுலத்தை அதிகமாக நேசித்தார் என்றும் நான் நினைக்கவில்லை" என்று அல்யோஷா தன் வயதையொத்த ஒருவருடன் அல்லது வயதில் மூத்தவருடன் பேசுவது போல நிதானமாக, முற்றிலும் இயல்பாகச் சொன்னான். அல்யோஷாவுக்கு வால்டேரைப் பற்றிச் சந்தேகம் இருப்பதைக் கண்டு கோல்யா ஆச்சரியப்பட்டான். அதைப் பற்றி முடிவெடுக்கும் பொறுப்பை அவன் தன்னிடமே விட்டுவிட்டது போல கோல்யாவுக்குத் தோன்றியது. "நீ வால்டேரைப் படித்திருக்கிறாயா?" என்று அல்யோஷா அவனிடம் கேட்டான்.

"இல்லை, நான் அவரைப் படித்தேன் என்று சொல்ல முடியாது... கேண்டிட் என்ற நூலின் ரஷ்ய மொழிபெயர்ப்பைப் படித்திருக்கிறேன். மிக அபத்தமான, மோசமான, பழைய மொழிபெயர்ப்பு..." (நான் மீண்டும் அதைச் செய்கிறேன்!).

"அது உனக்குப் புரிந்ததா?"

"ஓ, ஆமாம்... நான் ஏன் அதைப் புரிந்துகொள்ள முடியாது என்று நீங்கள் நினைக்கிறீர்கள்? அதில் நிறைய ஆபாசம் இருக்கிறது என்பது உண்மைதான்... அது ஒரு தத்துவ நாவல் என்பதையும், ஒரு கருத்தை முன்வைப்பதற்காக வால்டேர் அதை எழுதினார் என்பதையும் என்னால் புரிந்துகொள்ள முடிகிறது..." என்ற கோல்யா இப்போது முற்றிலும் குழம்பிப் போயிருந்தான். "கரமசோவ், நான் ஒரு சோஷலிஸ்ட், மாற்ற முடியாத சோஷலிஸ்ட்" என்று அவன் திடீரென்று எந்தக் காரணமும் இல்லாமல் சொன்னான்.

"சோஷலிஸ்டா?" என்று அல்யோஷா சிரித்தபடிக் கேட்டான். "இந்த வயதிலா? உனக்குப் பதின்மூன்று வயதுதான் இருக்கும், இல்லையா?"

கோல்யா நெளிந்தான்.

"முதலாவது, எனக்கு பதின்மூன்று வயதில்லை. இன்னும் இரண்டு வாரங்களில் பதினான்கு வயதாகிறது" என்று கோல்யா கோபத்தில் முகம் சிவந்தபடிச் சொன்னான். "இரண்டாவது, என் வயதுக்கும் அதற்கும் என்ன சம்பந்தம் என்று எனக்குப் புரியவில்லை. இப்போது கேள்வி என் நம்பிக்கைகளைப் பற்றியது தானே தவிர என் வயதைப் பற்றியது அல்ல, இல்லையா?"

"நீ பெரியவனானதும் ஒருவருடைய வயது நம்பிக்கைகளை எப்படிப் பாதிக்கிறது என்பதைத் தெரிந்து கொள்வாய். நீ உன்னுடைய சொந்தக் கருத்தைச் சொல்லவில்லை என்று நான் நினைக்கிறேன்" என்று அல்யோஷா அடக்கமாகச் சொன்னபோது, கோல்யா கோபத்துடன் அவனை இடைமறித்தான்.

"கீழ்ப்படிதலும், மூடநம்பிக்கையும் வேண்டும் என்று நீங்கள் சொல்கிறீர்கள். உதாரணமாக, கிறிஸ்துவ மதம் செல்வந்தர்களுக்கும், அதிகாரம் படைத்தவர்களுக்கும், கீழ்த்தட்டு மக்களை அடிமைகளாக வைத்திருப்பதற்குப் பயன்படுகிறது என்பதை நீங்கள் ஒப்புக்கொள்ள வேண்டும். அப்படித்தான், இல்லையா?"

"ஆகா, நீ அதை எங்கே படித்தாய் என்று எனக்குத் தெரியும்! உனக்கு யாரோ அப்படி உபதேசம் செய்திருக்கிறார்கள்!" என்று அல்யோஷா கத்தினான்.

"நான் அதை எங்கிருந்தோ படித்தேன் என்று நீங்கள் எதை வைத்துச் சொல்கிறீர்கள்? எனக்கு யாரும் அதை உபதேசம் செய்யவில்லை. நான் சுயமாகச் சிந்திக்கிறேன்... நான் கிறிஸ்துவுக்கு எதிரானவன் அல்ல. அவர் நம் காலத்தில் இருந்திருந்தால் நிச்சயமாகப் புரட்சியாளர்களுடன் சேர்ந்து, ஒரு முக்கியமான பதவியை வகித்திருப்பார்... அதில் எந்தச் சந்தேகமும் இல்லை."

"அடக் கடவுளே, நீ அதை எங்கிருந்து படித்தாய்? நீ எந்த முட்டாளிடமிருந்து அதையெல்லாம் தெரிந்து கொண்டாய்?" என்று அல்யோஷா ஆச்சரியத்துடன் கேட்டான்.

"சரி, உண்மையை மறைக்க முடியாது. நான் ரகிதீனுடன் அடிக்கடி அரட்டை அடிப்பேன்... ஆனால் அந்தக் கிழவர் பெலின்ஸ்கி அதைச் சொன்னதாகச் சொன்னார்கள்."

"பெலின்ஸ்கியா? எனக்கு ஞாபகம் இல்லை. ஆனால் அவர் எங்கும் அப்படி எழுதவில்லை."

"ஒருவேளை அவர் அதை எழுதவில்லை என்றாலும், அப்படிச் சொன்னதாக அவர்கள் சொல்கிறார்கள். நான் அதை ஒருவரிடமிருந்து கேள்விப்பட்டேன்... ஆனால் அதை விட்டுவிடுவோம்."

"நீ பெலின்ஸ்கியைப் படித்திருக்கிறாயா?"

"இல்லை... நான் அவரை முழுமையாகப் படிக்கவில்லை, ஆனால் ஏதோ கொஞ்சம்... டாட்டியானாவைப் பற்றியும், அவள் ஏன் ஓனேஜினுடன் போகவில்லை என்பதையும் படித்தேன்."

"அவள் ஏன் ஓனேஜினுடன் போகவில்லை? உன்னால் நிச்சயமாக... அதைப் புரிந்துகொள்ள முடிந்ததா?"

"அடக் கடவுளே, நீங்கள் என்னை ஸ்மூரோவைப் போல சின்னப் பையன் என்று நினைத்தீர்களா?" என்று கோல்யா எரிச்சலுடன் சிரித்தபடிக் கேட்டான். "ஆனால் நான் அப்படிப்பட்ட புரட்சியாளன் என்று தயவு செய்து நினைக்காதீர்கள். ரகிதீன் சொல்லும் பல விஷயங்களில் எனக்கு உடன்பாடில்லை. நான் டாட்டியானாவைப் பற்றிப் பேசினாலும் பெண் விடுதலைக்கு ஆதரவாக இருக்கிறேன் என்று அர்த்தமல்ல. பெண் என்பவள் கீழான உயிரினம் என்பதால் அவள் கீழ்ப்படிந்து நடக்க வேண்டும் என்பதை நான் ஒப்புக் கொள்கிறேன். நெப்போலியன் சொன்னது போல பெண் என்பவள் குழந்தை பெற்றுக் கொள்ளும் சாதனம்" என்று சொன்ன கோல்யா ஏனோ புன்னகைத்தான். "நான் இந்த விஷயத்திலாவது அந்தப் போலியான பெரிய மனிதனுடன் ஒத்துப்போகிறேன். ஒருவர் சொந்த நாட்டை விட்டு வெளியேறி அமெரிக்காவுக்குச் செல்வது இழிவானது என்பதை விட மோசமானது, முட்டாள்தனமானது என்று நான் நினைக்கிறேன். ஒருவர் இங்குள்ள மனிதகுலத்திற்கு மாபெரும் சேவை செய்ய முடியும்போது, ஏன் அமெரிக்காவுக்குப் போக வேண்டும்? குறிப்பாக, இப்போது நமக்கு ஏராளமான மதிப்புமிக்க வாய்ப்புகள் கொட்டிக் கிடக்கின்றன. அதுதான் என்னுடைய பதில்."

"பதிலா? யாருக்கு? நீ அமெரிக்கா போவதற்கு யாராவது யோசனை சொன்னார்களா?"

"ஆமாம், அவர்கள் என்னை வற்புறுத்தினார்கள், ஆனால் நான் மறுத்துவிட்டேன். கரமசோவ், இது நமக்குள் இருக்கட்டும், நீங்கள் யாரிடமும் அதைப் பற்றிச் சொல்ல வேண்டாம். நான் உங்களிடம் மட்டுமே அதைச் சொல்கிறேன். நான் இரகசியப் போலீஸின் பிடியில் அகப்பட்டு, சங்கிலிப் பாலம் என்ற இடத்தில் தண்டனை பெறுவதை விரும்பவில்லை. 'சங்கிலிப் பாலம் அருகில் உள்ள வீட்டை என்னால் மறக்க முடியாது' என்ற பாடலை உங்களுக்கு நினைவிருக்கிறதா? அது அற்புதமாக இருக்கும். நீங்கள் ஏன் சிரிக்கிறீர்கள்? நான் உங்களிடம் பொய் சொல்கிறேன் என்று நினைக்கிறீர்களா?" ('அப்பாவின் புத்தக அலமாரியில் 'தி பெல்' என்ற இதழின் ஒரே ஒரு பிரதி இருக்கிறது என்பதையும், நான்

அதைத் தவிர வேறு எதையும் படிக்கவில்லை என்பதையும் அவர் கண்டுபிடித்தால் என்ன செய்வது?' என்று நினைத்து கோல்யா நடுங்கினான்).

"ஓ, இல்லை, நான் சிரிக்கவில்லை. நீ பொய் சொல்கிறாய் என்று நான் நினைக்கவில்லை. நான் ஒருபோதும் அப்படி நினைக்கவில்லை, ஏனெனில் நீ சொன்ன அனைத்தும் உண்மை! நீ புஷ்கினின் யூஜின் ஓனேஜின் படித்திருக்கிறாயா? ஏனெனில் நீ சற்று முன்பு டாட்டியானாவைப் பற்றிப் பேசினாய்."

"இல்லை, நான் அதைப் படிக்கவில்லை, ஆனால் படிக்க விரும்புகிறேன். கரமசோவ், எனக்கு எந்தவிதமான முன்முடிவுகளும் இல்லை. நான் இரு தரப்பு வாதங்களையும் கேட்க விரும்புகிறேன். நீங்கள் ஏன் அதைக் கேட்டீர்கள்?"

"ஓ, சும்மாதான்."

"கரமசோவ், உண்மையைச் சொல்லுங்கள், நீங்கள் என்னை வெறுக்கிறீர்கள், இல்லையா?" என்று திடீரென்று உளறிய கோல்யா, சண்டையிடத் தயாரானவன் போல நிமிர்ந்து நின்றான். "நீங்கள் சுற்றி வளைத்துப் பேசாமல் நேரடியாகச் சொல்லுங்கள்."

"நான் உன்னை வெறுக்கிறேனா?" என்று அல்யோஷா ஆச்சரியத்துடன் கேட்டான். "நான் ஏன் உன்னை வெறுக்க வேண்டும்? உன்னைப் போன்ற அற்புதமான குணசாலியான சிறுவன், வாழ்க்கையைத் தொடங்குவதற்கு முன்னரே, இந்த முட்டாள்தனமான குப்பைகளால் சீரழிந்துவிட்டதை நினைக்கும் போது எனக்கு வருத்தமாக இருக்கிறது."

"என்னுடைய குணத்தைப் பற்றி நீங்கள் கவலைப்படாதீர்கள்" என்று இடைமறித்த கோல்யா, சுயதிருப்தியுடன் சொன்னான். "நான் முட்டாள்தனமாக, முரட்டுத்தனமாக உணர்ச்சிவசப்படுபவன் என்பது உண்மைதான். நீங்கள் இப்போது சிரித்ததைப் பார்த்து நான் அதைப் புரிந்து கொண்டேன்..."

"இல்லை, அப்படி இல்லை. நான் வேறு ஒன்றை நினைத்துச் சிரித்தேன். நான் சமீபத்தில், ரஷ்யாவில் வசித்த ஒரு ஜெர்மானியர் நம்முடைய இளம் மாணவர்களைப் பற்றி எழுதிய ஒரு கட்டுரையைப் படித்தேன். 'ஒரு ரஷ்ய பள்ளிச் சிறுவனிடம், அவன் இதுவரை பார்த்திராத, நட்சத்திரங்களின் வரைபடத்தைக் காட்டினால், அவன் மறுநாள் அந்த வரைபடத்தில் சில திருத்தங்களைச் செய்து உங்களிடம் திருப்பிக் கொடுப்பான்' என்று அவர் எழுதியுள்ளார். அதாவது, ரஷ்ய பள்ளிச் சிறுவர்களிடம் அறியாமையும், எல்லையற்ற அகந்தையும் நிறைந்துள்ளது என்று அவர் சொல்கிறார்."

"அது உண்மைதான்!" என்று கோல்யா திடீரென்று சத்தமாகச் சிரித்தான். "அவர் மிகச் சரியாகச் சொல்லியிருக்கிறார்! ஆனால் அந்த ஜெர்மானியர் அதன் மறுபக்கமான நல்லதைப் பார்க்கவில்லை என்று நீங்கள் நினைக்கவில்லையா? அகந்தை இருக்கட்டும். அது இளமையின் வேகத்தினால் வருகிறது என்பதால், தேவைப்பட்டால் அதைச் சரிசெய்து கொள்ள முடியும். ஆனால் மறுபுறம், அதிகாரத்தின் முன் மண்டியிடும் அடிமை மனப்பான்மை இல்லாமல், குழந்தைப் பருவத்திலிருந்தே வெளிப்படும் சுதந்திர உணர்வும், துணிச்சலான சிந்தனையும், உறுதியான நம்பிக்கையும் அவர்களிடம் உள்ளதை மறந்துவிடக் கூடாது... ஆனால் அந்த ஜெர்மானியர் நெத்தியடி கொடுத்தார். அவருக்கு ஒரு சபாஷ் போடலாம். இருந்தாலும் ஜெர்மானியர்களின் கழுத்தை நெரிக்க வேண்டும். அவர்கள் கற்பதிலும் அறிவியலிலும் வல்லவர்களாக இருந்தாலும், அவர்களின் கழுத்தை நெரிக்க வேண்டும்."

"அவர்களின் கழுத்தை எதற்காக நெரிக்க வேண்டும்?" என்று அல்யோஷா சிரித்துக் கொண்டே கேட்டான்.

"சரி, நான் முட்டாள்தனமாகப் பேசுகிறேன் என்பதை ஒப்புக் கொள்கிறேன். நான் சில நேரங்களில் குழந்தைத்தனமாக நடந்து கொள்கிறேன். நான் மகிழ்ச்சியாக இருக்கும்போது, என்னைக் கட்டுப்படுத்த முடியாதவனாக, எல்லா வகையான விஷயங்களையும் பேசத் தொடங்குகிறேன். நாம் இங்கே அற்பமானதைப் பேசிக் கொண்டிருக்கிறோம், ஆனால் அந்த மருத்துவர் என்ன காரணத்தாலோ நீண்ட நேரம் எடுத்துக்கொள்கிறார். ஒருவேளை அவர் அம்மாவையும், அந்தப் பரிதாபத்திற்குரிய ஊனமுற்ற நீனாவையும் பரிசோதித்துக் கொண்டிருக்கலாம். உங்களுக்குத் தெரியுமா, நான் அந்த நீனாவை நேசிக்கிறேன். நான் அங்கிருந்து கிளம்பும்போது, 'நீ ஏன் முன்பே இங்கு வரவில்லை?' என்று அவள் என்னிடம் கிசுகிசுத்தாள். அவளுடைய குரலில் கண்டனம் வெளிப்பட்டது. அவள் ஒரு நல்ல பெண் என்பதால், நான் அவளுக்காக வருந்துகிறேன்."

"நீ சொல்வது சரிதான். நீ அடிக்கடி இங்கே வருவதன் மூலம் அவள் ஓர் அருமையான பெண் என்பதைத் தெரிந்து கொள்ளலாம். நீ பல விஷயங்களை மதிக்கக் கற்றுக் கொள்வதற்கு, இத்தகைய மனிதர்களைத் தெரிந்துகொள்வது உதவியாக இருக்கும். நீ அவர்களுடன் பழகும்போது, மதிப்புமிக்க பல விஷயங்களைத் தெரிந்துகொள்ள முடியும்" என்று அல்யோஷா ஆழ்ந்த நம்பிக்கையுடன் சொன்னான். "அந்த அனுபவம் வேறெதையும் விட உன்னை முழுமையாக மாற்றியமைக்கும்."

"ஓ, நான் முன்னதாகவே இங்கே வரவில்லை என்பதை நினைத்து என்னை நானே நொந்து கொள்கிறேன்" என்று அல்யோஷா கசப்புடன் சொன்னான்.

"ஆமாம், அது பரிதாபத்திற்குரியது. அந்தப் பாவப்பட்ட சிறுவன் உன்னைப் பார்த்து எவ்வளவு சந்தோஷப்பட்டான் என்பதை நீயே பார்த்தாய். நீ வராததை நினைத்து அவன் எத்தனை கவலைப்பட்டான்."

"நீங்கள் அதைச் சொல்லி, என் காயத்தைக் கிளற வேண்டாம். நீங்கள் குற்றம் சாட்டுவதற்கு நான் தகுதியானவன் என்றே நினைக்கிறேன். என்னுடைய தற்பெருமையும், அகங்காரமும், மூர்க்கத்தனமான பிடிவாதமும் என்னை இங்கே வரவிடாமல் தடுத்துவிட்டது. நான் என் வாழ்நாள் முழுவதும் அவற்றுடன் போராடியபோதும், என்னால் அவற்றிலிருந்து விடுபட முடிய வில்லை. கரமசோவ், நான் ஓர் அயோக்கியன் என்று எனக்குப் புரிகிறது."

"இல்லை, அப்படிச் சொல்லாதே. நீ தவறாக வழி நடத்தப்பட்டாய் என்றாலும், நீ நல்லவன். அந்த நோயுற்ற, உணர்ச்சிவசப்படும் சிறுவன் மீது உன்னால் எப்படி இவ்வளவு பெரிய தாக்கத்தை ஏற்படுத்த முடிந்தது என்பதை என்னால் புரிந்துகொள்ள முடிகிறது" என்று அல்யோஷா கனிவுடன் சொன்னான்.

"ஆகா, நீங்கள் என்னிடம் அதைச் சொல்லிவிட்டீர்கள்!" என்று கோல்யா கத்தினான். "நான் இங்கு வந்ததிலிருந்து, நீங்கள் என்னை வெறுக்கிறீர்கள் என்று பலமுறை நினைத்தேன். நான் உங்களுடைய கருத்தை எவ்வளவு தூரம் மதிக்கிறேன் என்று உங்களுக்குத் தெரியாது."

"உனக்கு ஏன் அப்படி ஒரு சந்தேகம்? அதுவும் இந்த வயதில்? நீ உள்ளே கதை சொல்லிக் கொண்டிருந்ததைப் பார்த்தபோது, நீ மிகவும் உணர்ச்சிவசப்படுபவனாக இருக்கிறாய் என்று நான் நினைத்தேன்."

"நீங்கள் அப்படி நினைத்தீர்களா? உங்களுக்குக் கூர்மையான கண்கள்! நான் வாத்தைப் பற்றிப் பேசிக் கொண்டிருந்தபோது, நீங்கள் அப்படி நினைத்தீர்கள் என்று என்னால் பந்தயம் கட்ட முடியும். நான் என்னைப் புத்திசாலியாக காட்டிக் கொள்ள முயற்சிப்பதால், நீங்கள் என்னை வெறுக்கிறீர்கள் என்று நினைத்தேன். நான் அந்தக் கணத்தில் உங்களை வெறுத்தேன். எனவே நான் அபத்தமாகப் பேசத் தொடங்கினேன். 'கடவுள் இல்லையென்றால் அவரைக் கண்டுபிடிக்க வேண்டியிருக்கும்'

என்று நான் புத்தகத்திலிருந்து படித்த சொற்றொடரைச் சொன்னபோது, என்னுடைய புத்திசாலித்தனத்தைக் காட்ட அவசரப்படுவதாக நினைத்தேன். நான் தற்பெருமைக்காக அதைச் செய்ய வேண்டும் என்று நினைக்கவில்லை என்றாலும், எனக்கு ஏனோ அப்படிச் செய்ய வேண்டும் என்று தோன்றியது. ஒருவேளை நான் என்னுடைய மகிழ்ச்சிக்காக அதைச் செய்தேனா? ஆமாம், அப்படித்தான் என்று நினைக்கிறேன். ஆனால் நான் என்னுடைய மகிழ்ச்சியை அதிகமான உற்சாகத்தின் மூலம் மற்றவர்கள் மீது திணிப்பது வெட்கக்கேடானது என்பதை ஒப்புக் கொள்கிறேன். நான் நினைத்தது போல நீங்கள் என்னை வெறுக்கவில்லை என்பதை இப்போது உறுதியாக நம்புகிறேன். ஓ, கரமசோவ், நான் அதை நினைத்து மிகவும் வருத்தப்படுகிறேன். நான் சில நேரங்களில், இந்த உலகில் உள்ள எல்லோரும் என்னைப் பார்த்துச் சிரிப்பதாகக் கற்பனை செய்து கொண்டு (நான் என்ன கற்பனை செய்கிறேன் என்பது அந்தக் கடவுளுக்கே வெளிச்சம்), எல்லா ஒழுங்கையும் சீர்குலைக்கத் தயாராக இருக்கிறேன்."

"நீ உன்னைச் சுற்றியுள்ளவர்களைத் துன்புறுத்துகிறாய்" என்று அல்யோஷா புன்னகைத்தான்.

"ஆமாம், நான் என்னைச் சுற்றியுள்ளவர்களை, குறிப்பாக என் அம்மாவைத் துன்புறுத்துகிறேன். கரமசோவ், நீங்களே சொல்லுங்கள், நான் கேலிக்குரியவனாக இருக்கிறேனா?"

"நீ அதைப் பற்றி யோசிக்காதே. நீ அதைப் பற்றி நினைக்கவே வேண்டாம்" என்றான் அல்யோஷா. "கேலிக்குரியவனாக இருப்பது என்றால் என்ன அர்த்தம்? சில நேரங்களில் எல்லோரும் கேலிக்குரியவர்களாக இருக்கிறார்கள் அல்லது அப்படித் தோன்றுகிறார்கள் அல்லவா? தவிர, இப்போது ஏறக்குறைய எல்லா புத்திசாலிகளும் கேலிக்குரியவர்களாக தோற்றமளிக்க மிகவும் பயப்படுகிறார்கள். அதனால் அவர்கள் மகிழ்ச்சியற்றவர்களாக இருக்கிறார்கள். ஆனால் நீ இந்த வயதிலேயே அதை உணரத் தொடங்கியதை நினைத்து எனக்கு ஆச்சரியமாக இருக்கிறது. நீ மட்டுமில்லாமல், எல்லா சிறுவர்களும் அதனால் பாதிக்கப்படு கிறார்கள் என்பதை நான் நீண்ட காலமாகக் கவனித்து வருகிறேன். அது கிட்டத்தட்ட ஒரு வகையான பைத்தியக்காரத்தனம். பிசாசு தற்பெருமையின் வடிவத்தில் ஒரு தலைமுறை முழுவதையும் ஆட்டிப்படைத்துக் கொண்டிருக்கிறது. அதை ஒரு பிசாசு என்றுதான் சொல்ல வேண்டும்" என்று அல்யோஷா கோல்யா எதிர்பார்த்த புன்னகையின் சுவடு இல்லாமல் சொன்னான். "நீயும் அப்படித்தான், அதாவது எல்லோரையும் போலத்தான் இருக்கிறாய்

என்றாலும், நீ அவர்களைப் போல இருக்க வேண்டிய அவசியம் இல்லை" என்று அல்யோஷா முடித்தான்.

"எல்லோரும் அப்படி இருந்தாலுமா?"

"ஆமாம், எல்லோரும் அப்படி இருந்தாலும் கூட, நீ அப்படி இருக்க வேண்டாம். தவிர, நீ வித்தியாசமானவன், ஏனென்றால் உன்னிடம் உள்ள மோசமானவை அல்லது கேலிக்குரியவை என்று கருதும் விஷயங்களை என்னிடம் ஒப்புக்கொள்ள நீ வெட்கப்பட வில்லை. இன்றைய காலகட்டத்தில் அதையெல்லாம் ஒப்புக் கொள்ளத் தயாராக இருப்பவர்கள் யார்? ஒருவரும் இல்லை. மக்கள் தங்களைத் தாங்களே சுயவிமர்சனம் செய்துகொள்ள முடியாத அளவுக்குச் சுரணை கெட்டு விட்டார்கள். எனவே நீ மற்றவர்களைப் போல இருக்க வேண்டாம்."

"பிரமாதம்! நான் உங்களைப் பற்றி நினைத்தது தவறாகப் போகவில்லை. ஒருவருக்கு எப்படி ஆறுதல் சொல்வது என்று உங்களுக்கு நன்றாகத் தெரிந்திருக்கிறது. கரமசோவ், நான் எத்தனை நாட்களாக உங்களைச் சந்திக்க வேண்டும் என்று ஆசைப்பட்டேன் தெரியுமா? நீங்களும் அப்படி நினைத்தீர்களா? நீங்கள் என்னைப் பற்றி நினைத்ததாகச் சற்று முன்னர் சொன்னீர்கள்."

"ஆமாம், நான் உன்னைப் பற்றிக் கேள்விப்பட்டு, உன்னை நினைத்துக் கொண்டிருந்தேன்... இப்போது உன்னுடைய தற்பெருமைதான் அதைக் கேட்க வைத்தது என்றாலும், அது ஒரு பொருட்டல்ல."

"கரமசோவ், உங்களுக்குத் தெரியுமா, நம்முடைய உரையாடல் காதலைப் பிரகடனம் செய்வது போலிருக்கிறது" என்று கோல்யா வெட்கத்துடன் பலவீனமான குரலில் சொன்னான். "அது அபத்தமாக இல்லையா?"

"இல்லை, அப்படியே இருந்தாலும் அது ஒரு பொருட்டல்ல, ஏனென்றால் அது ஒரு நல்ல விஷயம்" என்று அல்யோஷா பிரகாசமாகப் புன்னகைத்தான்.

"கரமசோவ், நீங்கள் இப்போது என்னுடன் இருப்பதற்கு வெட்கப்படுகிறீர்கள் என்பதை ஒப்புக் கொள்ளுங்கள்... உங்களுடைய கண்களில் என்னால் அதைப் பார்க்க முடிகிறது" என்று கோல்யா கள்ளத்தனமான சந்தோஷத்துடன் சிரித்தான்.

"நான் ஏன் வெட்கப்பட வேண்டும்?"

"அப்படியானால் உங்கள் முகம் ஏன் சிவக்கிறது?"

"நீதான் என்னை வெட்கப்பட வைக்கிறாய்" என்று அல்யோஷா சிரித்துக் கொண்டே சொன்னபோது, உண்மையில் முகம் சிவந்தான். "ஆமாம், கொஞ்சம் சங்கடமாக இருக்கிறது, ஆனால் அது ஏன் என்று கடவுளுக்கே தெரியும், எனக்குத் தெரியவில்லை..." என்று அல்யோஷா சங்கடத்துடன் முணுமுணுத்தான்.

"ஓ, நீங்கள் வெட்கப்படுவதை ஒப்புக் கொள்வதால், நான் உங்களை அதிகமாக நேசிக்கிறேன்! ஏனென்றால் நீங்களும் என்னைப் போல இருக்கிறீர்கள்!" என்று கோல்யா மகிழ்ச்சியுடன் கத்தினான். அவனுடைய கன்னங்கள் சிவந்தன, கண்கள் பளபளத்தன.

"கோல்யா, உனக்குத் தெரியுமா, நீ உன்னுடைய வாழ்க்கையில் மகிழ்ச்சியற்றவனாக இருக்கப் போகிறாய்" என்று அல்யோஷா திடீரென்று சொன்னான்.

"எனக்குத் தெரியும், எனக்குத் தெரியும். உங்களால் முன்கூட்டியே அதை எப்படிச் சொல்ல முடிந்தது?" என்று கோல்யா உடனடியாக அதை ஒப்புக் கொண்டான்.

"ஆனால் எது எப்படியிருந்தாலும், நீ இந்த வாழ்க்கையைப் போற்றுதலுக்குரியதாக நினைப்பாய்."

"உண்மைதான்! ஹுர்ரே! நீங்கள் ஒரு தீர்க்கதரிசி! கரமசோவ், நாம் நெருங்கிய நண்பர்களாக இருப்போம். உங்களுக்குத் தெரியுமா, எனக்கு மிகவும் மகிழ்ச்சி தரும் விஷயம் என்னவென்றால், நீங்கள் என்னை உங்களுக்குச் சமமாக நடத்துவதுதான். ஆனால் நாம் இருவரும் சமமானவர்கள் அல்ல, நீங்கள் என்னைவிட மேலானவர். ஆனால் நாம் நல்ல நண்பர்களாக இருப்போம். 'ஒன்று நாம் உடனடியாக நண்பர்களாக இருப்போம் அல்லது இருவரும் கல்லறை வரை எதிரிகளாக இருப்போம்' என்று நான் கடந்த ஒரு மாதமாக எனக்குள் சொல்லிக் கொண்டிருந்தேன்."

"நீ அப்படிச் சொல்லிக் கொண்டாலும், என்னை அதிகமாக விரும்பினாய் என்று தெரிகிறது" என்று அல்யோஷா மகிழ்ச்சியுடன் சிரித்தான்.

"ஆமாம், ஆமாம். நான் உங்களை மிகவும் விரும்பினேன். நான் உங்களைப் பற்றிக் கனவு கண்டேன். ஆனால் உங்களுக்கு அதெல்லாம் முன்கூட்டியே எப்படித் தெரியும்? இதோ மருத்துவர். கடவுளே, அவர் என்ன சொல்லப் போகிறாரோ? அவருடைய முகத்தைப் பாருங்கள்!"

7. இல்யூஷா

மருத்துவர் தனது உரோமக் கோட்டையும், தொப்பியையும் அணிந்து கொண்டு, அறையை விட்டு வெளியே வந்த போது, அழுக்காகிவிட்டோமோ என்று பயந்தவரைப் போல அவருடைய முகத்தில் கோபமும் அருவருப்பும் வெளிப்பட்டது. அவர் வெளியே நின்று கொண்டிருந்த அல்யோஷாவையும், கோல்யாவையும் கோபத்துடன் பார்த்தார். அல்யோஷா தூரத்தில் இருந்த வண்டியோட்டியைப் பார்த்துக் கை அசைத்ததும், மருத்துவரை அழைத்து வந்த வண்டி வாசலில் வந்து நின்றது. அவரைத் தொடர்ந்து ஓடிவந்த கேப்டன், பணிவுடன் தலை வணங்கி, அவரிடம் விடைபெறுவதற்காக அவரைத் தடுத்தார். அந்தப் பரிதாபத்திற்குரிய மனிதர் முற்றிலுமாக நொறுங்கிப் போயிருந்தார். அவருடைய கண்களில் பயம் தெரிந்தது.

"மேன்மை தங்கியவரே, ஐயா மருத்துவரே... ஒன்றும் செய்ய முடியாதா?" என்று அவர் பேச ஆரம்பித்து, பேசமுடியாமல், விரக்தியுடன் கைகளைக் கூப்பியபடி, மருத்துவரிடமிருந்து வரும் ஒரு வார்த்தை அந்தப் பாவப்பட்ட சிறுவனின் தலைவிதியை மாற்றிவிடும் என்பது போல, தனது கடைசி வேண்டுகோளை விடுத்தார்.

"நான் என்ன செய்ய முடியும்? நான் கடவுள் இல்லை" என்று மருத்துவர் சாதாரணமாகச் சொன்னார்.

"மருத்துவரே... மேன்மை தங்கியவரே... இன்னும் எவ்வளவு நாட்களில்... சீக்கிரமாகவா?"

"நீங்கள் எதற்கும் தயாராக இருங்கள்" என்று மருத்துவர் ஒவ்வொரு வார்த்தையையும் அழுத்தமாக உச்சரித்தார். அவர் கண்களைத் தாழ்த்திக் கொண்டு, வண்டியை நோக்கி நடக்க முற்பட்டார்.

"மேன்மை தங்கியவரே, கிறிஸ்துவின் பொருட்டு" என்று கேப்டன் பயத்துடன் மீண்டும் அவரைத் தடுத்தார். "மேன்மை பொருந்தியவரே, அவனைக் காப்பாற்ற எதுவும், எதுவுமே செய்ய முடியாதா?"

"அது என் கையை மீறிவிட்டது" என்று மருத்துவர் பொறுமையின்றிச் சொன்னார். "ஆனால் ம்ம்ம்..." என்று ஆரம்பித்தவர் சட்டென்று நிறுத்தினார். "உங்களால் முடிந்தால்... நோயாளியை உடனே தாமதமின்றி சைராகுஸ் என்ற இடத்திற்கு அனுப்புங்கள்" (உடனே, தாமதமின்றி என்ற வார்த்தைகளை

மருத்துவர் கடுமையாக மட்டுமின்றிக் கோபத்துடன் உச்சரித்தபோது கேப்டன் நடுங்கினார்). அங்கு நிலவும் தட்ப வெப்பநிலை காரணமாக... ஒருவேளை சீக்கிரமாக...”

“சைராகுஸ்!” என்று கேப்டன் மருத்துவர் என்ன சொல்கிறார் என்று புரிந்து கொள்ள முடியாமல் கத்தினார்.

“சைராகுஸ் சிசிலியில் இருக்கிறது” என்று கோல்யா சொன்னான். மருத்துவர் அவனைப் பார்த்தார்.

“ஐயா, மேன்மை தங்கியவரே” என்று கேப்டன் திகைப்புடன் சொன்னார். “நீங்கள் எங்கள் நிலைமையைப் பார்த்தீர்கள்...” என்று அவர் கைகளை விரித்து சுற்றுப்புறத்தைக் காட்டினார். “நான் என் மனைவியையும், குடும்பத்தையும் என்ன செய்வேன்?”

“இல்லை, குடும்பத்தினர் அனைவரும் சிசிலிக்கு அல்ல, ஆனால் வசந்த காலம் தொடங்கியதும் காகசஸுக்குச் செல்லலாம்... உங்கள் மகளும், மனைவியும்... அங்கு உங்கள் மனைவியின் வாத நோய்க்குத் தண்ணீர் சிகிச்சை எடுத்துக் கொண்ட பிறகு, பாரிஸில் உள்ள மனநல மருத்துவர் லெபெல்லெட்டியரிடம் போக வேண்டும். நான் அவருக்கு ஒரு கடிதம் கொடுக்க முடியும். அதன் பிறகு ஒருவேளை ஏதாவது நடக்கலாம்...”

“டாக்டர், டாக்டர்! ஆனால் நீங்களே பார்த்தீர்கள்!” என்று கேப்டன் மீண்டும் விரக்தியுடன் கைகளை விரித்து வீட்டின் சுவர்களைச் சுட்டிக் காட்டினார்.

“அது என் வேலை அல்ல” என்று மருத்துவர் இளித்தார். “நான் உங்கள் கேள்விக்குப் பதிலாக, கடைசி முயற்சியாக மருத்துவத்தினால் என்ன செய்ய முடியும் என்பதைச் சொன்னேன். ஆனால் மற்ற விஷயங்களைப் பொறுத்தவரை, என்னுடைய ஆழ்ந்த அனுதாபங்கள்...”

“மருந்தாளுநரே, பயப்பட வேண்டாம். என் நாய் உங்களைக் கடிக்காது” என்று கோல்யா, கவலையுடன் பெரிஸ்வோனைப் பார்த்த மருத்துவரிடம் கத்தினான். அவன் வேண்டுமென்றே, அவனே பின்னர் சொல்லியது போல, அவரை ‘அவமதிப்பதற்காக’ மருத்துவர் என்று அழைக்காமல் ‘மருந்தாளுநர்’ என்று அழைத்தான்.

“என்ன இது?” என்று மருத்துவர் தலை நிமிர்ந்து கோல்யாவை ஆச்சரியத்துடன் பார்த்தார். “யார் இது?” என்று அவர் ஏதோ விளக்கம் கேட்பது போல அல்யோஷாவை நோக்கித் திரும்பினார்.

“மருந்தாளுநரே, இது பெரிஸ்வோனின் எஜமானர். நான் யார் என்பதைப் பற்றி நீங்கள் கவலைப்படாதீர்கள்” என்று கோல்யா கோபத்துடன் சொன்னான்.

“பெரிஸ்?” என்று மருத்துவர் குழப்பத்துடன் பார்த்தார்.

“அவன் மணியோசையைக் கேட்டான், ஆனால் அது எங்கிருந்து வருகிறது என்று அவனுக்குத் தெரியவில்லை. மருந்தாளுநரே, போய் வாருங்கள், நாம் சைகுராஸில் சந்திப்போம்!”

“யார் இது? யார் இது?” என்று மருத்துவர் கோபத்துடன் சீறினார்.

“டாக்டர், அவன் ஒரு குறும்புக்காரப் பள்ளிச் சிறுவன். நீங்கள் அவனைப் பொருட்படுத்த வேண்டாம்” என்று அல்யோஷா முகத்தைச் சுளித்தபடி வேகமாகச் சொன்னான். “கோல்யா, வாயை மூடு!” என்று அவன் கத்தினான். “டாக்டர், நீங்கள் அவனைக் கவனிக்காதீர்கள்” என்று அவன் பொறுமையிழந்து சொன்னான்.

“அவனைச் செமத்தியாக அடிக்க வேண்டும். சாட்டையால் அடிக்க வேண்டும்!” என்று மருத்துவர் உச்சகட்ட கோபத்தில் கத்தினார்.

“மருந்தாளுநரே, உங்களுக்குத் தெரியுமா, என்னுடைய பெரிஸ்வோன் கடித்தாலும் கடிப்பான்!” என்று கோல்யா முகம் வெளிறி, நடுங்கும் குரலில், கண்கள் பளிச்சிடச் சொன்னான். “பெரிஸ்வோன்!

“கோல்யா, நீ இன்னொரு வார்த்தை பேசினால், நான் இனிமேல் உன்னுடன் எந்தத் தொடர்பும் வைத்துக்கொள்ள மாட்டேன்” என்று அல்யோஷா கோபத்துடன் கத்தினான்.

“மருந்தாளுநரே, இந்த உலகத்தில் நிக்கோலாய் கிராஸோத் கினுக்குக் கட்டளையிடக்கூடிய ஒரு மனிதன் இருக்கிறார் என்றால் அது இவர்தான்” என்று கோல்யா அல்யோஷாவைச் சுட்டிக் காட்டினான். “நான் அவருக்குக் கீழ்ப்படிகிறேன், போய் வாருங்கள்!”

கோல்யா வேகமாக கதவைத் திறந்து கொண்டு உள்ளே சென்றான். அவனைத் தொடர்ந்து பெரிஸ்வோனும் செல்ல, இருவரும் மறைந்தார்கள். மருத்துவர் சற்று நேரம் திகைப்புடன் அல்யோஷாவைப் பார்த்தார். அதன் பிறகு அவர் காறித் துப்பிவிட்டு, “இது... இது... இதெல்லாம் என்ன... எனக்குப் புரியவில்லை!” என்று உரத்தக் குரலில் கோபத்துடன் கத்தியபடி வண்டியை நோக்கிச் சென்றார். கேப்டன் வேகமாக முன்னால் ஓடிச் சென்று அவர் வண்டியில் ஏறுவதற்கு உதவினார்.

கோல்யாவைப் பின்தொடர்ந்து அல்யோஷாவும் உள்ளே சென்றான். அவன் ஏற்கனவே இல்யூஷாவின் படுக்கைக்கு அருகில் நின்றிருந்தான். இல்யூஷா அவனுடைய கையைப் பிடித்துக் கொண்டு, தனது தந்தையை அழைத்தான். ஒரு நிமிடத்திற்குப் பிறகு கேப்டன் திரும்பி வந்தார்.

"அப்பா, அப்பா, இங்கே வாருங்கள்... நாம்..." என்று இல்யூஷா பதற்றத்துடன் முணுமுணுத்தான். ஆனால் அவன் தொடர்ந்து பேச முடியாமல் தனது மெலிந்த கைகளை முன்னால் வீசி, கோல்யாவையும் தந்தையையும் அவனால் முடிந்தவரை இறுகத் தழுவிக் கொண்டு, விம்மி விம்மி அழுதபோது, அவனுடைய உதடுகளும், தாடையும் நடுங்கின.

"அப்பா, அப்பா, நான் உங்களுக்காக மிகவும் வருந்துகிறேன்" என்று இல்யூஷா முனகினான்.

"இல்யூஷா, என் அன்பே... புது டாக்டர் சொல்கிறார்... நீ சீக்கிரமாகக் குணமடைந்து விடுவாய்... நாம் மகிழ்ச்சியாக இருப்போம்... மருத்துவர்..."

"ஐயோ, அப்பா! புது டாக்டர் என்ன சொன்னார் என்று எனக்குத் தெரியும்... என்னால் அதைத் தெரிந்துகொள்ள முடிந்தது!" என்று இல்யூஷா கத்தினான். அவன் தனது முழு பலத்தையும் பிரயோகித்து மீண்டும் அவர்கள் இருவரையும் அணைத்து, தனது முகத்தைத் தந்தையின் தோள்களில் புதைத்துக் கொண்டான்.

"அப்பா, அழாதீர்கள்... நான் இறந்த பிறகு உங்களுக்கு ஒரு நல்ல பையன் கிடைப்பான்... நீங்கள் எல்லாவற்றிலும் சிறந்த ஒரு பையனைத் தேர்ந்தெடுத்து அவனுக்கு இல்யூஷா என்று பெயரிட்டு, எனக்குப் பதிலாக அவனை நேசியுங்கள்..."

"நண்பனே, உளறாதே, நீ சீக்கிரம் குணமடைவாய்!" என்று கிராஸோத்கின் கோபத்துடன் சொன்னான்.

"ஆனால் அப்பா, நீங்கள் என்னை ஒருபோதும் மறந்துவிடாதீர்கள்" என்றான் இல்யூஷா. "நீங்கள் அடிக்கடி என் கல்லறைக்கு வாருங்கள்... அப்பா, நாம் வழக்கமாக நடைப்பயிற்சிக்குச் செல்லும் வழியில் உள்ள பெரிய பாறைக்கு அருகில் என்னைப் புதையுங்கள். நீங்கள் மாலையில் கிராஸோத்கினுடன் என்னைப் பார்க்க வாருங்கள்... பெரிஸ்வோனையும் அழைத்து வாருங்கள்... நான் உங்களுக்காகக் காத்திருப்பேன்... அப்பா, அப்பா."

அவன் குரல் உடைந்தது. மூவரும் கட்டித் தழுவிக் கொண்டு மௌனமாக இருந்தார்கள். நீனா தனது சக்கர நாற்காலியில்

அமர்ந்தபடி மெல்லிய குரலில் அழுதாள். எல்லோரும் அழுவதைப் பார்த்த அம்மாவும் திடீரென்று கண்ணீர் விட்டு அழுதாள்.

"இல்யூஷா! இல்யூஷா!" என்று அவள் புலம்பினாள்.

கிராஸோத்கின் திடீரென்று இல்யூஷாவின் அணைப்பிலிருந்து தன்னை விடுவித்துக் கொண்டான்.

"நண்பனே, வருகிறேன். மதிய உணவுக்காக அம்மா என்னை எதிர்பார்த்துக் கொண்டிருப்பாள்" என்று அவன் வேகமாகச் சொன்னான். "நான் அவளிடம் சொல்லாமல் வந்துவிட்டேன். அவள் கவலைப்பட்டுக் கொண்டிருப்பாள்... ஆனால் நான் உணவுக்குப் பிறகு திரும்பி வந்து, நாள் முழுவதும் உன்னுடன் இருப்பேன், ஏனெனில் உன்னிடம் பேசுவதற்கு ஆயிரக்கணக்கான விஷயங்கள் உள்ளன. நான் என்னுடன் பெரிஸ்வோனையும் அழைத்து வருகிறேன். ஆனால் இப்போது நான் அவனை அழைத்துப் போகிறேன், ஏனெனில் அவன் எனக்காகக் குரைத்துக் கொண்டே இருப்பான். அது உனக்குத் தொந்தரவாக இருக்கும். வருகிறேன்!"

அவன் நடைபாதையில் ஓடினான். அவன் அழக்கூடாது என்று நினைத்தாலும், நடைபாதையில் நின்று கண்ணீர் விட்டு அழுதான். அல்யோஷா அவன் அழுவதைப் பார்த்தான்.

"கோல்யா, நீ கொடுத்த வாக்குறுதியைக் காப்பாற்ற இங்கே திரும்பி வரவேண்டும். இல்லையென்றால் இல்யூஷா வருத்தப்படுவான்."

"கண்டிப்பாக வருவேன். ஐயோ, இந்தப் பாவி முன்னதாகவே இங்கே வராமல் போய்விட்டேனே" என்று முணுமுணுத்த கோல்யா, வெட்கப்படாமல் அழுதான்.

அப்போது கேப்டன் வேகமாக வெளியே ஓடிவந்து அறைக் கதவைச் சாத்தினார். அவர் முகம் இறுகியது, உதடுகள் துடித்தன. அவர் அவர்களுக்கு முன்னால் நின்று கைகளை வீசினார்.

"எனக்கு வேறொரு நல்ல பையன் வேண்டாம்! எனக்கு அவன்தான் வேண்டும்!" என்று அவர் பல்லைக் கடித்துக் கொண்டு முணுமுணுத்தார். "ஓ, ஜெருசலேமே, நான் உன்னை மறந்தால் என் நாக்கு அழுகிப் போகட்டும்..."

அவர் மேற்கொண்டு பேச முடியாமல் மூச்சுத் திணறினார். அவர் தனக்கு அருகில் இருந்த பெஞ்சுக்குப் பக்கத்தில் நிராதரவாக மண்டியிட்டு அமர்ந்தார். அவர் தனது இரண்டு கைகளாலும் தலையைப் பிடித்துக் கொண்டு தேம்பித் தேம்பிக் கண்ணீர் விட்டு

அழத் தொடங்கினார். அவர் அபத்தமாக ஏதேதோ கூச்சலிட்டார். ஆனால் அறையில் உள்ள யாருக்கும் கேட்காதபடி வெகு சிரமத்துடன் தன்னைக் கட்டுப்படுத்திக் கொண்டார்.

கோல்யா தெருவில் இறங்கி ஓடினான்.

"கரமசோவ், நான் வருகிறேன். நீங்கள் மீண்டும் மாலையில் வருகிறீர்களா?" என்று அவன் கோபத்துடன் அல்யோஷாவைப் பார்த்துக் கத்தினான்.

"ஆமாம், நான் கண்டிப்பாக வருவேன்."

"அவர் ஜெருசலேமைப் பற்றி என்ன சொன்னார்?"

"அது பைபிளில் வருகிறது. 'ஜெருசலேமே, நான் உன்னை மறந்தால், அதாவது எனக்கு மிகவும் அருமையானதை மறந்தால், வேறு ஒன்றுக்காக அதைத் துறந்தால், நான்..."

"போதும், புரிகிறது! சரி, மாலையில் வாருங்கள். பெரிஸ்வோன் வா!" என்று அவன் நாயைப் பார்த்துக் கோபத்துடன் கத்திக் கொண்டே, நீண்ட வேகமான அடிகளில் வீட்டை நோக்கி நடந்தான்.

பதினொன்றாவது புத்தகம்:

இவான் ஃபியோதரோவிச் கரமசோவ்

1. குரூஷென்காவின் வீட்டில்

விதவை மரோஸோவின் வீட்டில் வசித்து வந்த குரூஷென்காவைப் பார்ப்பதற்காக அல்யோஷா கதீட்ரல் சதுக்கத்தை நோக்கி நடந்து கொண்டிருந்தான். அவள் அன்று அதிகாலையில் ஃபேன்யாவை அவனிடம் அனுப்பி, தன்னைப் பார்க்க வரும்படிச் சொல்லியிருந்தாள். அவளுடைய எஜமானி நேற்று முன்தினம் முதலே மிகுந்த மன உளைச்சலில் இருக்கிறாள் என்பதை அவன் அவளிடமிருந்து தெரிந்து கொண்டான். மீச்சியா கைது செய்யப்பட்ட இரண்டு மாதங்களாக, அல்யோஷா தன் சொந்த விருப்பத்தின் பேரிலும், மீச்சியாவுக்காகத் தகவல்களைச் சேகரிக்கவும், அடிக்கடி விதவை மரோஸோவின் வீட்டிற்குச் சென்றான். மீச்சியா கைது செய்யப்பட்ட மூன்று நாட்களுக்குப் பிறகு குரூஷென்கா கடுமையாக நோய்வாய்ப்பட்டு, கிட்டத்தட்ட ஐந்து வாரங்களாக முடியாமல் இருந்தாள். அவள் ஒரு வாரம் முழுவதும் மயக்கத்தில் இருந்தாள். அவள் கடந்த பதினைந்து நாட்களாக வெளியே செல்லும் அளவுக்கு உடல்நலம் தேறியிருந்தாள் என்றாலும், அவளுடைய முகம் முற்றிலுமாக மாறிவிட்டது. ஆனால் அவளுடைய முகம் முன்னைவிடத் தற்போது அதிக வசீகரமாக இருப்பதாக அல்யோஷா நினைத்தான். அவன் ஒவ்வொரு முறை அவளைப் பார்க்கப் போகும் போதெல்லாம் அவளுடைய கண்களைப் பார்ப்பதை மிகவும் விரும்பினான். அவளுடைய கண்களில் உறுதியும், விழிப்புணர்வும் குடியேறியது போலிருந்தது. அவளிடம் ஆன்மீக மாற்றத்திற்கான அறிகுறிகள் தெரிந்தன. அவளிடம் உறுதியும் பணிவும் மிக்க ஆனால் அசைக்க முடியாத தீர்மானம் இருப்பதாகத் தெரிந்தது. அவளுடைய புருவங்களுக்கு மத்தியில் மேல் நோக்கிய ஒரு மெல்லிய சுருக்கம்

தோன்றியது. அது அவளுடைய வசீகரமான முகத்திற்கு, ஆழ்ந்த சிந்தனையில் இருப்பதைப் போன்ற தோற்றத்தைக் கொடுத்தது. அதை முதல் பார்வையில் பார்க்கும்போது, அது அவளுடைய முகத்திற்குக் கடுமையான தோற்றத்தைத் தருவதாகத் தோன்றியது. இப்போது அவளுடைய முகத்தில் பழைய அற்பத்தனத்தின் எந்தத் தடயமும் இல்லை. அவள் மீச்சியாவை வருங்காலக் கணவனாக ஏற்றுக் கொண்ட நேரத்தில், அவர் ஒரு பயங்கரமான குற்றத்திற்காகக் கைது செய்யப்பட்ட பிறகு, அவளுக்கு உடல்நலம் குன்றிய நிலையிலும், நீதிமன்றத்தின் தவிர்க்க முடியாத தீர்ப்பின் அச்சத்திற்கு மத்தியிலும், அவள் தன்னுடைய இளமையின் உற்சாகத்தை இழக்காமல் இருந்தது அல்யோஷாவுக்கு விநோதமாகத் தோன்றியது. ஒரு காலத்தில் பெருமிதம் கொண்டிருந்த அவளது கண்களில் தற்போது ஒருவித அமைதி பிரகாசித்தது என்றாலும், சில சமயங்களில் அவற்றில் பழைய விரோதத்தின் நெருப்பு கொழுந்துவிட்டு எரிந்தது. அந்த எண்ணம் அவளுக்குத் தோன்றும் போதெல்லாம் அது தணியாதது மட்டுமின்றி, அவளுடைய உள்ளத்தை மேலும் பற்றி எரியச் செய்தது. அவள் எப்போதும் கேத்தரீனா இவானோவ்னாவைப் பற்றியே நினைத்துக் கொண்டிருந்தாள். அவள் உடல்நலமின்றிப் படுத்திருந்தபோது கூட, கேத்தரீனா இவானோவ்னாவைப் பற்றிய நினைவை அகற்ற முடியாமல் அவளைப் பற்றிப் பிதற்றிக் கொண்டே இருந்தாள். கேத்தரீனா இவானோவ்னா மீச்சியாவைப் பார்க்க ஒரு முறை கூடச் சிறைக்குச் செல்லவில்லை என்றாலும், குரூஷென்கா மீச்சியாவின் பொருட்டு அவள் மீது பொறாமைப்படுகிறாள் என்பதை அல்யோஷா புரிந்து கொண்டான். இதெல்லாம் அல்யோஷாவுக்குக் கஷ்டமாக இருந்தது, ஏனெனில் குரூஷென்கா அவனிடம் மட்டுமே மனம் விட்டுப் பேசி, தொடர்ந்து அவனிடம் ஆலோசனை கேட்டாள். சில சமயங்களில் அவனால் அவளிடம் எதுவும் சொல்ல முடியவில்லை.

அல்யோஷா கவலையுடன் குடியிருப்பில் நுழைந்தான். அவள் வீட்டில் இருந்தாள். அவள் அரை மணி நேரத்திற்கு முன்புதான் மீச்சியாவைப் பார்த்துவிட்டுத் திரும்பியிருந்தாள். அல்யோஷா உள்ளே நுழைந்ததும், அவள் நாற்காலியிலிருந்து துள்ளிக் குதித்து எழுந்து அவனை வரவேற்றதிலிருந்து, அவனுக்காகப் பொறுமையிழந்து காத்திருக்கிறாள் என்பதை அவன் புரிந்து கொண்டான். மேசையின் மீது சீட்டுக் கட்டுகள் கலைந்து கிடந்தன. மேசைக்கு மறுபுறம் இருந்த தோல் சோபாவின் மீது விரித்திருந்த ஒரு படுக்கையில், மாக்சிமோவ் சாய்ந்து படுத்திருந்தார். மேலங்கியும் பருத்தி தொப்பியும் அணிந்திருந்த அவர், மகிழ்ச்சியுடன்

புன்னகைத்துக் கொண்டிருந்தார் என்றாலும், உடல் நலம் குன்றிப் பலவீனமாக இருப்பது தெளிவாகத் தெரிந்தது. அந்த வீடற்ற முதியவர் இரண்டு மாதங்களுக்கு முன்பு மோக்ரோயிலிருந்து திரும்பியதிலிருந்து அங்கேயே தங்கிவிட்டார். அன்று அவர் மழையிலும் பனிமூட்டத்திலும் முழுவதும் நனைந்த நிலையில் அவளுடன் திரும்பியதும், பயத்துடன் அவளை வெறித்துப் பார்த்து, பரிதாபமாகச் சிரித்தார். குரூஷென்கா மிக மோசமான துயரத்துடன், காய்ச்சலின் முதல் கட்டத்தில் இருந்தாள். அவள் வீட்டுக்கு வந்து சேர்ந்த பிறகு, அரை மணி நேரமாக அவர் இருப்பதையே சுத்தமாக மறந்துவிட்டாள். அவள் திடீரென்று அவரைக் கவனித்தபோது, அவர் அவளைப் பார்த்து ஒரு பரிதாபகரமான, உதவியற்ற சிரிப்பை உதிர்த்தார். அவள் ஃபேன்யாவை அழைத்து அவருக்குச் சாப்பிட ஏதாவது கொடுக்கும்படிச் சொன்னாள். அவர் அன்று முழுவதும் இருந்த இடத்தைவிட்டு அசையாமல் அமர்ந்திருந்தார். இருட்டத் தொடங்கி, ஜன்னல்களையும், கதவுகளையும் மூடியபோது, ஃபேன்யா தனது எஜமானியிடம் கேட்டாள்.

“மேடம், இந்தக் கனவான் இரவு தங்கப் போகிறாரா?”

“ஆமாம். அவருக்காகச் சோபாவில் ஒரு படுக்கையைத் தயார் செய்” என்றாள் குரூஷென்கா.

குரூஷென்கா அவரிடம் விசாரித்தபோது, அவருக்கு யாருடைய ஆதரவும், புகலிடமும் இல்லை என்பதைத் தெரிந்து கொண்டாள்.

“இதுவரை என்னைக் கவனித்துக் கொண்ட கல்கனோவ், இனிமேல் பார்த்துக் கொள்ள முடியாது என்று சொல்லி, எனக்கு ஐந்து ரூபிள்களைக் கொடுத்தார்.”

“சரி, கடவுள் உங்களை ஆசீர்வதிப்பார். நீங்கள் இங்கேயே இருங்கள்” என்று குரூஷென்கா வேதனையுடன் சொல்லிவிட்டு, அவரைப் பார்த்துப் பரிதாபமாகப் புன்னகைத்தாள்.

அவளது புன்னகை அந்த முதியவரின் இதயத்தைப் பிளந்து, அவருடைய கண்களில் கண்ணீரைப் பெருக்கியது. அவருடைய உதடுகள் நடுங்கத் தொடங்கின. அதனால் அந்த ஆதரவற்ற நாடோடி அன்றிலிருந்து அவளுடன் தங்கிவிட்டார். அவருக்கு உடல்நிலை சரியில்லாமல் இருந்தபோதும், அவர் அங்கிருந்து செல்லவில்லை. ஃபேன்யாவும், சமையல்காரப் பாட்டியும் அவரை வீட்டை விட்டுத் துரத்தாமல், அவருக்குச் சாப்பாடு போட்டு, அவருக்காகச் சோபாவில் படுக்கையை விரித்தார்கள்.

அதன் பிறகு அவர் அங்கே இருப்பது குரூஷென்காவுக்குப் பழகிப்போனது. அவள் மீச்சியாவைப் பார்த்துவிட்டுத் திரும்பியதும் (அவள் பூரணமாகக் குணமடைவதற்கு முன்னரே, அவளால் முடிந்த போதெல்லாம் மீச்சியாவைச் சென்று பார்த்தாள்), தன்னுடைய வேதனையைத் தணித்துக் கொள்வதற்காக அவருடன் அற்பமான விஷயங்களைப் பேசத் தொடங்குவாள். அந்த முதியவர் சில சமயங்களில் கதைகளைச் சொல்லத் தொடங்கியதன் விளைவாக, அவர் அவளுக்கு அவசியமானவராக ஆனார். அல்யோஷா அவளைப் பார்க்க தினமும் வருவதில்லை என்றாலும், அவன் அதிக நேரம் அங்கே இருப்பதில்லை என்றாலும் அவள் அல்யோஷாவைத் தவிர வேறு யாரையும் சந்திக்கவில்லை. அந்தச் சமயத்தில் அவளுடைய பழைய வியாபாரி சம்சனோவ், 'கடைசி மூச்சு ஊசலாடிக் கொண்டிருக்கிறது' என்று ஊரில் உள்ளவர்கள் சொன்னது போல உயிருக்குப் போராடிக் கொண்டிருந்தார். மீச்சியாவின் விசாரணை முடிந்த ஒரு வாரத்துக்குப் பிறகு அவர் இறந்து போனார். அவர் இறப்பதற்கு மூன்று வாரங்களுக்கு முன்பு, தன்னுடைய முடிவு நெருங்கிவிட்டதை உணர்ந்து, தனது மகன்களையும், மனைவிகளையும், குழந்தைகளையும் மாடிக்கு வரச்சொல்லி, யாரும் தன்னைவிட்டு அகல வேண்டாம் என்று அவர்களுக்குக் கட்டளையிட்டார். குரூஷென்காவை எக்காரணம் கொண்டும் வீட்டிற்குள் அனுமதிக்கக்கூடாது என்று அவர் வேலைக்காரர்களுக்குக் கண்டிப்பான உத்தரவு பிறப்பித்தார். அவள் வீட்டிற்கு வந்தால், 'அவள் சந்தோஷமாக நீண்ட காலம் வாழ வேண்டும் என்றும், அவரை மறந்துவிட வேண்டும் என்றும் அவர் விரும்புகிறார்' என்று அவளிடம் சொல்லச் சொன்னார். ஆனால் குரூஷென்கா தினமும் ஆட்களை அனுப்பி அவரைப் பற்றி விசாரித்தாள்.

"நீங்கள் ஒருவழியாக வந்துவிட்டீர்கள்" என்று அவள் கத்திக் கொண்டே, சீட்டுக் கட்டுகளை எறிந்துவிட்டு அவனை மகிழ்ச்சியுடன் வரவேற்றாள். "நீங்கள் வரமாட்டீர்கள் என்று மாக்சிமோவ் என்னைப் பயமுறுத்திக் கொண்டிருந்தார். ஆகா, நான் உங்களைப் பார்க்க விரும்பினேன். உட்காருங்கள், என்ன சாப்பிடுகிறீர்கள்? காபி?"

"ஆமாம், தயவுசெய்து" என்று அல்யோஷா மேசையருகே அமர்ந்தான். "எனக்குப் பயங்கரமாகப் பசிக்கிறது."

"சரி, ஃபேன்யா, ஃபேன்யா காபி கொண்டு வா" என்று குரூஷென்கா கத்தினாள். "அது ஏற்கனவே உங்களுக்காகத் தயாராக இருக்கிறது. அப்படியே சில பலகாரங்களையும் கொண்டு

வா. எல்லாமே சூடாக இருக்க வேண்டும். அல்யோஷா உங்களுக்குத் தெரியுமா, அந்தப் பலகாரங்களைக் குறித்து எங்களுக்குள் சண்டை ஏற்பட்டது. நான் மீச்சியாவைப் பார்க்கச் சென்றபோது அவருக்காகக் கொஞ்சம் பலகாரத்தை எடுத்துச் சென்றேன். அவர் அதில் ஒன்றைத் தரையில் வீசியெறிந்து காலடியில் போட்டு மிதித்தார். 'நான் அவற்றைச் சிறைக் காவலரிடம் கொடுத்துவிட்டுப் போகிறேன். நீங்கள் மாலைக்குள் அதைச் சாப்பிடவில்லை என்றால், உங்களுடைய கசப்புணர்வே உங்களுக்குப் போதுமான உணவாக இருக்கிறது என்று அர்த்தம்' என்று சொல்லிவிட்டு நான் திரும்பி விட்டேன். நாங்கள் மீண்டும் சண்டையிட்டுக் கொண்டோம் என்றால் உங்களால் நம்ப முடிகிறதா? நான் ஒவ்வொரு முறை அவரைப் பார்க்கப் போகும் போதும் சண்டை நடக்கிறது" என்று குருஷென்கா ஆவேசத்துடன் ஒரே மூச்சில் கொட்டித் தீர்த்தாள்.

மாக்சிமோவ் சங்கடத்துடன் கண்களைத் தாழ்த்திக் கொண்டார்.

"நீங்கள் இருவரும் இந்த முறை எதற்காகச் சண்டை போட்டீர்கள்?" என்று அல்யோஷா கேட்டான்.

"நான் அதைச் சற்றும் எதிர்பார்க்கவில்லை. அவர் அந்த போலந்துக்காரனை நினைத்துப் பொறாமைப்படுகிறார். "நீ ஏன் அவனைக் கவனித்துக் கொள்கிறாய்? நீ அவனுக்கு ஆதரவாக இருக்கிறாய் என்று எனக்குப் புரிந்து விட்டது' என்று அவர் என்னிடம் சொன்னார். அவர் சொல்வது உண்மையில்லை என்றாலும், எதை எதையோ நினைத்துப் பொறாமைப்படுகிறார். அவர் தூங்கும் போதும், சாப்பிடும் போதும் கூட அவரால் பொறாமை இல்லாமல் இருக்க முடியவில்லை. அவர் சென்ற வாரம் குஸ்மாவை நினைத்துப் பொறாமைப்பட்டார்."

"ஆனால் அவருக்கு அந்தப் போலந்துக்காரனைப் பற்றி முன்னரே தெரியும் இல்லையா?"

"அவருக்குத் தெரியும் என்றாலும், பொறாமைப்படுகிறார். அவருக்கு ஆரம்பத்திலிருந்தே எல்லாம் தெரிந்திருந்தும், இன்று அவர் திடீரென்று அதை நினைத்துக் கொண்டு என்னைத் திட்ட ஆரம்பித்தார். அவர் சொன்னதைச் சொல்வதற்கே எனக்கு வெட்கமாக இருக்கிறது. நான் அங்கிருந்து கிளம்பும்போது, அந்த முட்டாள் ரகிதீன் அங்கே வந்தான். ஒருவேளை அவன்தான் அவரைத் தூண்டி விடுகிறானோ என்னவோ? நீங்கள் என்ன நினைக்கிறீர்கள்?" என்று அவள் குழப்பத்துடன் கேட்டாள்.

"அவர் உங்களை நேசிக்கிறார் என்பதுதான் காரணம். அவர் உங்களை அதிகமாக நேசிக்கிறார். அவர் இப்போது அதீதமான கவலையில் இருக்கிறார்."

"நாளை விசாரணை நடக்கப் போகிறது எனும்போது, அவரால் எப்படிக் கவலைப்படாமல் இருக்க முடியும்? நான் அதைப் பற்றிப் பேசத்தான் அங்கு சென்றேன், ஏனெனில் என்ன நடக்கப் போகிறது என்பதை நினைத்துப் பார்ப்பதற்குக் கூட எனக்குப் பயமாக இருக்கிறது. அவர் கவலைப்படுகிறார் என்று நீங்கள் சொல்கிறீர்கள், ஆனால் நானும்தான் கவலைப்படுகிறேன். அவர் இந்த நிலையில் அந்தப் போலந்துக்காரனைப் பற்றிப் பேசுகிறார். என்ன ஒரு முட்டாள்தனம்! அவர் அடுத்ததாக மாக்சிமோவை நினைத்துப் பொறாமைப்படுவார்."

"என் மனைவிக்கு என் மீது பயங்கரமான பொறாமை இருந்தது" என்று மாக்சிமோவ் சொன்னார்.

"அவளுக்கு உங்கள் மீது பொறாமையா?" என்று குருஷென்கா தன்னையும் மீறிச் சிரித்தாள். "அவள் யாரைப் பார்த்துப் பொறாமைப்பட்டாள்?"

"வேலைக்காரப் பெண்கள்!"

"மாக்சிமோவ் பேசாமல் இருங்கள். நான் இப்போது சிரிக்கும் மனநிலையில் இல்லை. எனக்கு இன்னும் கோபம் வருகிறது. நீங்கள் அந்தப் பலகாரங்களை வெறித்துப் பார்ப்பதை நிறுத்துங்கள், ஏனெனில் நான் உங்களுக்கு எதுவும் தரப்போவதில்லை. இப்போது நீங்கள் இருக்கும் நிலையில் அது உங்களுக்கு நல்லதில்லை. நான் உங்களுக்கு வோட்காவும் தர மாட்டேன். நான் முதியோர் இல்லத்தை நடத்துவது போல இந்த வீட்டைப் பார்த்துக் கொள்ள வேண்டும்" என்று அவள் சிரித்தாள்.

"நான் உங்கள் கருணைக்குத் தகுதியானவன் அல்ல. நான் ஒன்றுக்கும் உதவாத பிறவி" என்று மாக்சிமோவ் அழும் குரலில் சொன்னார். "என்னை விடப் பயனுள்ளவர்களுக்கு உங்கள் கருணையைக் காட்டுவது நல்லது."

"ஏய், மாக்சிமோவ் ஒவ்வொருவரும் பயனுள்ளவர்கள்தான். யார் அதிக பயனுள்ளவர்கள் என்பதை யாரால் சொல்ல முடியும்? அந்தப் போலந்துக்காரன் இங்கே வராமல் இருந்திருந்தால் நன்றாக இருந்திருக்கும். அல்யோஷா, உங்களுக்குத் தெரியுமா, அவனுக்கு இன்று உடல் நலமில்லை என்பதால் நான் அவனைப் பார்க்கப் போனேன். நான் இப்போது அவனுக்குச் சில பலகாரங்களைக் கொடுத்து அனுப்புகிறேன். நான் அவனுக்கு எதுவும் கொடுக்கவில்லை என்றாலும், மீச்சியா என் மீது குற்றம்

சாட்டினார் என்பதால் வேண்டுமென்றே அதைச் செய்கிறேன்! ஓ, இதோ ஃபேன்யா கடிதத்துடன் வருகிறாள். ஆமாம், அது போலந்துக்காரன் அனுப்பியதாக இருக்கும் என்று நான் நினைக்கிறேன். அவன் மீண்டும் என்னிடம் பணம் கேட்கிறான்!”

முசியாலோவிச் ஒரு நீண்ட, உணர்ச்சி பொங்கும் கடிதத்தை எழுதி, மூன்று ரூபிள்களைக் கடனாகத் தரும்படி அவளிடம் கெஞ்சிக் கேட்டுக் கொண்டான். அவன் அந்தக் கடிதத்துடன், கடனை மூன்று மாதங்களில் திருப்பித் தருவதாக எழுதியிருந்த உறுதிமொழிப் பத்திரத்தையும் இணைத்திருந்தான். அதில் விருப்லோவ்ஸ்கியின் சாட்சிக் கையெழுத்தும் இருந்தது. குரூஷென்கா இரண்டு வாரங்களுக்கு முன்பு உடல் நலம் தேறியதிலிருந்து, அவளுக்கு ஏற்கனவே இதுபோன்ற பல கடிதங்களும் உறுதிமொழிப் பத்திரமும் வந்திருந்தன. ஆனால் அவள் உடல்நிலை சரியில்லாமல் இருந்தபோது, அவர்கள் இருவரும் அவளது உடல்நிலை குறித்து விசாரிக்க அவளைப் பார்க்க வந்திருந்தார்கள் என்று அவளுக்குத் தெரியும். குரூஷென்காவுக்கு வந்த முதல் கடிதம் மிக நீண்டதாக, நீளமான தாளில் எழுதி குடும்ப முத்திரை குத்தியிருந்தது. அந்தக் கடிதம் தெளிவில்லாமல், வார்த்தை ஜாலங்களாக இருந்ததால் அவள் பாதியை மட்டும் படித்துவிட்டு, ஒன்றும் புரியாமல் அதைத் தூக்கி எறிந்துவிட்டாள். அப்போது அவளுக்கு அந்தக் கடிதத்தைப் படிப்பதைத் தவிர வேறு வேலைகள் இருந்தன. முதல் கடிதத்தைத் தொடர்ந்து மறுநாள் வந்த இரண்டாவது கடிதத்தில், முசியாலோவிச் அவளிடம் இரண்டாயிரம் ரூபிள்களைக் கடனாகக் கேட்டிருந்தான். ஆனால் குரூஷென்கா அந்தக் கடிதத்திற்குப் பதில் எதுவும் எழுதவில்லை. அதற்குப் பிறகு ஒரு நாளைக்கு ஒரு கடிதம் வீதம் பல கடிதங்கள் வந்து குவிந்தன. அந்தக் கடிதங்கள் எல்லாமே ஆடம்பரமான வார்த்தை ஜாலங்கள் நிறைந்ததாக இருந்தன. ஆனால் அந்தக் கடிதங்களில் கேட்கப்பட்ட கடன் தொகை படிப்படியாகக் குறைந்து, நூறு ரூபிள்களாகவும், பின்னர் இருபத்தைந்து ரூபிள்களாகவும், கடைசியில் பத்து ரூபிள்களாகவும் குறைந்தன. அதன் பின்னர் வந்த கடிதத்தில் அந்த இரண்டு கனவான்களும் அவளிடம் ஒரே ஒரு ரூபிளைக் கடனாகக் கேட்டு, அதற்குரிய உறுதிமொழிப் பத்திரத்தையும் இணைத்திருந்தனர். குரூஷென்கா அதைப் பார்த்து மனம் இரங்கி, அந்திச் சாயும் நேரத்தில் அந்தக் கனவான்கள் தங்கியிருந்த இடத்திற்குச் சென்றாள். அவர்கள் இருவரும் வறுமையின் கோரப் பிடியில் சிக்கி, உணவும், விறகும், சிகரெட்டும் இல்லாமல், வீட்டுச் சொந்தக்காரியிடம் கடன் வாங்கியிருப்பதைக் குரூஷென்கா

பார்த்தாள். அவர்கள் மோக்ரோயில் மீச்சியாவிடம் வென்ற இருநூறு ரூபிள்கள் எப்போதோ மாயமாய் மறைந்துவிட்டன. ஆனால் அவர்கள் இருவரும் குரூஷென்காவைக் கர்வத்துடனும், தன்னம்பிக்கையுடனும், சம்பிரதாயத்துடனும், வார்த்தை ஜாலங்களாலும் வரவேற்றதைப் பார்த்தபோது, அவளுக்கு மிகவும் ஆச்சரியமாக இருந்தது. குரூஷென்கா வெறுமனே சிரித்தபடி தனது முன்னாள் காதலனுக்கு பத்து ரூபிள்களைக் கொடுத்தாள். அவள் சிரித்துக் கொண்டே மீச்சியாவிடம் அதைச் சொன்னபோது, அவர் கொஞ்சம் கூட பொறாமைப்படவில்லை. ஆனால் அன்றிலிருந்து போலந்துக்காரர்கள் குரூஷென்காவுடன் நெருங்கிப் பழகியதுடன், அவளிடம் பணம் கேட்டுத் தினமும் கடிதங்களை எழுதினார்கள். அவள் ஒவ்வொரு முறையும் அவர்களுக்கு ஒரு சிறிய தொகையை அனுப்பினாள். அன்றிலிருந்து மீச்சியா அவள் மீது சந்தேகப்பட்டுப் பொறாமையில் சிக்கித் தவித்தார்.

"நான் ஒரு முட்டாளைப் போல மீச்சியாவைப் பார்க்கச் செல்லும் வழியில், உடல் நலம் சரியில்லாத போலந்துக்காரனைப் பார்த்தேன்" என்று குரூஷென்கா மீண்டும் பதற்றத்துடன் ஆரம்பித்தாள். "போலந்துக்காரன் என்னைப் பார்த்ததும் தனது கிடாரை எடுத்து அவனுடைய பழைய பாடல்களைப் பாட முயற்சித்ததாகவும், நான் மனம் நெகிழ்ந்து அவனை மணந்து கொள்வேன் என்று நினைத்ததாகவும், மீச்சியாவிடம் சிரித்தபடிச் சொன்னேன். நான் அதைச் சொன்னதும், அவர் திடீரென்று துள்ளிக் குதித்து ஒரு பைத்தியக்காரனைப் போல என்னைத் திட்ட ஆரம்பித்தார்... அதனால் நான் போலந்துக்காரர்களுக்குக் கொஞ்சம் பலகாரங்களை அனுப்புகிறேன். ஃபேன்யா, அவர்கள் அனுப்பிய அந்தப் பெண் எங்கே? இதோ அவளிடம் மூன்று ரூபிள்களுடன், ஒரு டஜன் பலகாரங்களையும் காகிதத்தில் சுற்றிக் கொடு. அல்யோஷா, நான் அவர்களுக்குப் பலகாரங்களைக் கொடுத்தனுப்பியதை நீங்கள் கண்டிப்பாக மீச்சியாவிடம் சொல்ல வேண்டும்."

"நான் கண்டிப்பாக அவரிடம் சொல்ல மாட்டேன்" என்று அல்யோஷா சிரித்துக் கொண்டே சொன்னான்.

"அதனால் அவர் வருத்தப்படுவார் என்று நினைக்கிறீர்களா? அப்படியெல்லாம் ஒன்றுமில்லை. அவர் வேண்டுமென்றே பொறாமைப்படுவதால் அதைப் பற்றிக் கவலைப்பட மாட்டார்" என்று குரூஷென்கா கசப்புடன் சொன்னாள்.

"வேண்டுமென்றே என்றால் என்ன அர்த்தம்?"

"அல்யோஷா, நீங்கள் ஒரு முட்டாள். நீங்கள் என்னதான் புத்திசாலியாக இருந்தாலும் உங்களுக்கு ஒரு விஷயம் புரியவில்லை.

அவர் என் பொருட்டு பொறாமைப்படுகிறார் என்பதில் எனக்கு எந்தக் கவலையும் இல்லை. அவர் அப்படிப் பொறாமைப்படவில்லை என்றால்தான் நான் கவலைப்படுவேன். அதுதான் என்னுடைய சுபாவம். எனவே நான் அவருடைய பொறாமையை நினைத்துக் கவலைப்படவில்லை, ஏனெனில் நான் கொடூரமான இதயமும், பொறாமை குணமும் கொண்டவள். ஆனால் அவர் என்னை நேசிக்காமல் வேண்டுமென்றே பொறாமைப் படுகிறார் என்பதுதான் எனக்கு வேதனையாக இருக்கிறது. நான் என்ன குருடியா? என்னால் அதைப் பார்க்க முடியாதா? அவர் என்னிடம் அந்தக் கேத்தரீனா இவானோவ்னாவைப் பற்றி அவள் அப்படிப்பட்டவள், இப்படிப்பட்டவள் என்றும், மாஸ்கோவிலிருந்து ஒரு மருத்துவரையும், வழக்கிலிருந்து அவரைக் காப்பாற்ற மிகச் சிறந்த வழக்கறிஞரையும் வரவழைத்திருக்கிறாள் என்றும் அவளைப் பற்றிப் புகழ்ந்து பேசுகிறார். மீச்சியா கொஞ்சம் கூட வெட்கமில்லாமல் என் முகத்துக்கு நேராக அவளைப் புகழ்ந்து பேசுவதைப் பார்த்தால் அவர் அவளைக் காதலிக்கிறார் என்று தோன்றுகிறது. நானே எல்லாவற்றுக்கும் காரணம் என்பது போல அவர் என் மீது பழியைப் போடுகிறார். 'நீ எனக்கு முன்னால் போலந்துக்காரனிடம் இருந்தாய் என்பதால் கேத்தரீனா விஷயத்தில் என்னைக் குறை சொல்ல உனக்கு அருகதை இல்லை' என்று அவர் சொல்லாமல் சொல்கிறார். எல்லாப் பழியையும் அவர் என் தலையில் சுமத்தி வேண்டுமென்றே என்னைச் சித்திரவதை செய்கிறார். ஆனால் நான்..."

குரூஷென்கா சொல்ல வந்ததைச் சொல்லி முடிக்காமல், கைக்குட்டையால் முகத்தை மூடிக் கொண்டு விம்மி விம்மி அழுதாள்.

"அவர் கேத்தரீனா இவானோவ்னாவைக் காதலிக்கவில்லை" என்று அல்யோஷா உறுதியாகச் சொன்னான்.

"அவர் அவளைக் காதலிக்கிறாரா இல்லை என்பதை நான் சீக்கிரமே தெரிந்து கொள்வேன்" என்று குரூஷென்கா மிரட்டும் தொனியில் சொல்லியபடி, முகத்தை மூடியிருந்த கைக்குட்டையை எடுத்தாள். அவள் முகம் வாடியிருந்தது. இதுவரை அமைதியாக இருந்த அவளுடைய முகம் இப்போது சிடுசிடுப்பாகவும் குரூரமாகவும் மாறிவிட்டதை அல்யோஷா துயரத்துடன் பார்த்தான்.

"போதும் இந்த முட்டாள்தனம்" என்று அவள் திடீரென்று சீறினாள். "நான் அதைப் பற்றிப் பேசுவதற்காக உங்களை இங்கே வரச் சொல்லவில்லை. அல்யோஷா, என் அன்பே, நாளை என்ன நடக்கும்? நான் அதை நினைத்தே கவலைப்படுகிறேன். நான்

ஒருத்தி மட்டுமே அதை நினைத்துக் கவலைப்படுகிறேன். நான் என்னைச் சுற்றியுள்ள மனிதர்களைப் பார்க்கும்போது, யாரும் அதைப் பற்றி நினைக்கவில்லை, யாருக்கும் அதைப் பற்றிக் கவலை இல்லை என்று தெரிகிறது. நீங்கள் ஒருவராவது அதைப் பற்றி நினைப்பீர்கள் என்று நான் நம்புகிறேன். கடவுளே, நாளை விசாரணை தொடங்குகிறது. நீங்களே சொல்லுங்கள், அவர்கள் என்ன தீர்ப்பு சொல்லப் போகிறார்கள்? அந்த வேலைக்காரன்தான் அவரைக் கொன்றான்! அடக் கடவுளே! அவர்கள் வேலைக் காரனுக்குப் பதிலாக அவரைத் தண்டிப்பார்களா? அவரைக் காப்பாற்ற யாரும் முன்வர மாட்டார்களா? அவர்கள் வேலைக்காரனை விசாரணை செய்யவே இல்லை, இல்லையா?"

"அவர்கள் அவனைக் கடுமையாக விசாரித்தார்கள்" என்று அல்யோஷா எதையோ யோசித்தபடி சொன்னான். "ஆனால் அது அவன் இல்லை என்று எல்லோரும் முடிவு செய்தார்கள். இப்போது அவன் உடல்நிலை சரியில்லாமல் படுத்திருக்கிறான். வலிப்பு வந்ததிலிருந்தே அவனுடைய உடல்நிலை மோசமாகத்தான் இருக்கிறது. அவனுக்கு உண்மையில் உடல்நலமில்லை" என்றான் அல்யோஷா.

"கடவுளே, நீங்கள் அந்த வழக்கறிஞரிடம் நேரடியாகச் சென்று அவரிடம் எல்லாவற்றையும் சொல்லக் கூடாதா? அவரைப் பீட்டர்ஸ்பர்க்கிலிருந்து வரவழைக்க மூவாயிரம் ரூபிள்கள் செலவானதாகச் சொல்கிறார்கள்."

"நானும், கேத்தரீனா இவானோவ்னாவும், இவான் ஃபியோதரோவிச்சும் சேர்ந்து அந்த மூவாயிரம் ரூபிள்களை வழக்கறிஞருக்குக் கொடுத்தோம். ஆனால் அவள் மேலும் இரண்டாயிரம் ரூபிள்களைச் செலவழித்து மாஸ்கோவிலிருந்து மருத்துவரை வரவழைத்தாள். அந்த வழக்கறிஞர் ஃபெட்யுகோவிச் வழக்கமாக அதிகக் கட்டணம் வாங்குவார். ஆனால் இந்த வழக்கு ரஷ்யா முழுவதும் பிரபலமானதாலும், அனைத்துப் பத்திரிகைகளும் அதைப் பற்றிய செய்திகளை வெளியிட்டதாலும், அவர் தனது தனிப்பட்ட விளம்பரத்திற்காக இந்த வழக்கை எடுத்துக் கொண்டார். நான் நேற்று அவரைப் பார்த்தேன்."

"நீங்கள் அவரிடம் சொன்னீர்களா?" என்று குரூஷென்கா ஆர்வத்துடன் கேட்டாள்.

"நான் சொன்னதை அவர் கேட்டார் என்றாலும், ஒன்றும் சொல்லவில்லை. அவருக்கு ஏற்கனவே இந்த வழக்கைக் குறித்து சில அபிப்பிராயங்கள் உள்ளதாக அவர் என்னிடம் தெரிவித்தார். ஆனால் அவர் என் வார்த்தைகளைப் பரிசீலிப்பதாக உறுதி யளித்தார்."

"பரிசீலிப்பதா? ஓ, அவர்கள் ஏமாற்றுப் பேர்வழிகள்! அவர்கள் அவரை அழித்து விடுவார்கள். சரி, அந்த மருத்துவர் எதற்கு? அவள் எதற்காக அவரை வரவழைத்தாள்?"

"மீச்சியாவுக்குப் பைத்தியம் என்றும், அவர் என்ன செய்கிறோம் என்று தெரியாமல் கொலை செய்துவிட்டார் என்றும் அவர்கள் நிரூபிக்க விரும்புகிறார்கள்" என்று அல்யோஷா புன்னகைத்தான். "ஆனால் மீச்சியா அதற்குச் சம்மதிக்க மாட்டார்."

"ஆனால் அவர் அவரைக் கொன்றிருந்தால் அது உண்மையாகத்தான் இருக்கும்!" என்று குரூஷென்கா கத்தினாள். "அப்போது அவருக்குப் பைத்தியம்தான் பிடித்திருக்கும். நான் ஒரு கேடுகெட்டவள் என்பதால் அதற்கு நான்தான் காரணம். ஆனால் அவர் கொலை செய்யவில்லை. நிச்சயமாக அவர் கொலை செய்யவில்லை. ஆனால் இந்த ஊர் முழுக்க அப்படித்தான் நினைத்துக் கொண்டிருக்கிறது. ஃபேன்யாவின் சாட்சியம் கூட அவர்தான் கொலை செய்தார் என்பதைச் சொல்கிறது. அந்தக் கடையில் இருந்தவர்களும், அந்த அதிகாரியும், உணவகத்தில் இருந்தவர்களும் கூட அவர் அப்படிச் சொன்னதைக் கேட்டிருக்கிறார்கள்! எல்லோரும் அவருக்கு எதிராக இருக்கிறார்கள்; அவரைத் தண்டிக்க வேண்டும் என்று கூச்சலிடுகிறார்கள்."

"ஆமாம், அவருக்கு எதிராகப் பயமுறுத்தும் அளவுக்கு ஆதாரங்கள் குவிந்து கிடக்கின்றன" என்று அல்யோஷா கவலை யுடன் சொன்னான்.

"கிரிகோரி வாசிலியேவிச் அந்தக் கதவு திறந்திருந்தது என்று பிடிவாதமாகச் சொல்கிறான். அவன் அதைப் பார்த்ததாகச் சத்தியம் செய்கிறான். அவனை எந்த வகையிலும் சமாதானப்படுத்த முடியவில்லை. நான் அதைப் பற்றி அவனிடம் பேசியபோது, அவன் என்னைத் திட்டினான்."

"ஆமாம், என் சகோதரனுக்கு எதிரான வலுவான சாட்சியம் அதுதான்" என்றான் அல்யோஷா.

"மீச்சியாவுக்குப் பைத்தியம் பிடித்துவிட்டது என்றுதான் நான் நினைக்கிறேன்" என்று குரூஷென்கா திடீரென்று கவலையுடன் சொன்னபோது, அவளுடைய குரலில் ஏதோ மர்மம் இருந்தது. "நான் அதைப் பற்றி உங்களிடம் சொல்ல வேண்டும் என்று நீண்ட நாட்களாக விரும்பினேன். நான் தினமும் சிறைக்குச் சென்று அவரைப் பார்க்கும்போது, எனக்குத் திகைப்பாக இருக்கிறது. அவர் எப்போதும் எதைப் பற்றிப் பேசுகிறார் என்று நீங்கள் நினைக்கிறீர்கள்? அவர் பேசுகிறார், பேசுகிறார், பேசிக் கொண்டே

இருக்கிறார் என்றாலும், என்னால் எதையும் புரிந்துகொள்ள முடியவில்லை. ஒரு முட்டாளாகிய என்னால் புரிந்துகொள்ள முடியாத ஏதோ அறிவார்ந்த விஷயத்தை அவர் பேசுகிறார் என்று நான் நினைத்தேன். ஆனால் அவர் திடீரென்று ஒரு குழந்தையை, கைக்குழந்தையைப் பற்றிப் பேச ஆரம்பித்தார். 'அந்தக் குழந்தை ஏன் ஏழையாக இருக்கிறது?' என்று என்னிடம் கேட்டார். 'நான் அந்தக் குழந்தைக்காகச் சைபீரியாவுக்குப் போகிறேன். நான் கொலைகாரன் அல்ல என்றாலும், சைபீரியாவுக்குப் போக வேண்டும்.' அதற்கு என்ன அர்த்தம் என்றும், அந்தக் குழந்தை யார் என்றும் எனக்குப் புரியவில்லை. அவர் அதை மனம் உருகும்படிச் சொன்னதால் என்னால் அழ மட்டுமே முடிந்தது. அப்போது அவரும் அழுதார், நானும் அழுதேன். அவர் திடீரென்று என்னை முத்தமிட்டு, என் மீது சிலுவையிட்டார். அல்யோஷா, இதற்கெல்லாம் என்ன அர்த்தம் என்று உங்களால் சொல்ல முடியுமா? சொல்லுங்கள், யார் அந்தக் குழந்தை?"

"சமீப காலமாக ரகிதீன் அடிக்கடி அவரைப் பார்க்கப் போகிறான்" என்று அல்யோஷா புன்னகைத்தான். "இருந்தாலும்... அவன் அதற்குக் காரணமாக இருக்க முடியாது. நான் நேற்று அவரைப் பார்க்கச் செல்லவில்லை, ஆனால் இன்று போகிறேன்."

"இல்லை, அது ரகிதீன் இல்லை. உங்கள் சகோதரன் இவான் ஃபியோதரோவிச் அவரைக் குழப்புகிறார். அவர் மீச்சியாவைப் பார்க்கச் செல்வதுதான் காரணம்" என்று ஆரம்பித்த குரூஷென்கா திடீரென்று பேச்சை நிறுத்தினாள்.

அல்யோஷா வியப்புடன் அவளைப் பார்த்தான்.

"இவான் அவரைப் பார்க்கப் போகிறாரா? இவான் ஒருமுறை கூடத் தன்னைப் பார்க்க வரவில்லை என்று மீச்சியா என்னிடம் சொன்னார்."

"அடடா... நான் உளறிக் கொட்டி விட்டேன்!" என்று குரூஷென்கா சங்கடத்துடன் சொன்னபோது அவள் முகம் சிவந்தது. "அல்யோஷா, கொஞ்சம் பொறுங்கள், அமைதியாக இருங்கள். நான் இரகசியத்தை உளறிவிட்டதால் முழு உண்மையையும் சொல்கிறேன். அவர் இரண்டு முறை மீச்சியாவைப் பார்த்தார். முதல் முறை எனக்கு உடல்நலம் சரியில்லாமல் போவதற்கு முன்பு – அவர் மாஸ்கோவிலிருந்து திரும்பி வந்தபோது – அவரைப் பார்த்தார். ஒருவாரத்திற்கு முன்பு இரண்டாவது முறையாக மீச்சியாவைப் பார்க்கச் சென்றார். நான் அதை உங்களிடம் சொல்ல வேண்டாம் என்று மீச்சியா என்னிடம் கேட்டுக் கொண்டதுடன், யாரிடமும் அதைச் சொல்ல வேண்டாம்

என்று சொன்னார், ஏனெனில் அவர் மாஸ்கோவிலிருந்து இரகசியமாக வந்தார்."

அல்யோஷா எதையோ ஆழ்ந்து யோசித்தபடி அமர்ந்திருந்தான். அந்தச் செய்தி அவனை வியப்படையச் செய்துவிட்டது தெளிவாகத் தெரிந்தது.

"மீச்சியாவின் வழக்கைப் பற்றி இவான் என்னிடம் பேசுவதில்லை" என்று அல்யோஷா மெதுவாகச் சொன்னான். "கடந்த இரண்டு மாதங்களாக அவர் என்னிடம் அதிகமாகப் பேசவில்லை. நான் அவரைப் பார்க்கச் சென்ற போதெல்லாம் அவர் அதிருப்தி அடைந்தார். எனவே நான் கடந்த மூன்று வாரங்களாக அவரைப் பார்க்கப் போகவில்லை. ஹும்... அவர் ஒரு வாரத்திற்கு முன்பு மீச்சியாவைப் பார்த்திருந்தால்... சமீப காலமாக மீச்சியாவிடம் ஏற்பட்ட மாற்றத்திற்கு அதுவே காரணமாக இருக்கலாம்..."

"ஆமாம், அவரிடம் ஒரு மாற்றம் ஏற்பட்டிருக்கிறது" என்று குரூஷென்கா வேகமாக இடைமறித்தாள். "அவர்கள் இரண்டு பேருக்கும் நடுவில் ஏதோ இரகசியம் இருக்கிறது! அது ஒரு இரகசியம் என்று மீச்சியா என்னிடம் சொன்னார். அந்த இரகசியத்தால் மீச்சியாவின் நிம்மதி குலைந்துவிட்டது. அவர் அதற்கு முன்பு உற்சாகமாக இருந்தார். மீச்சியா இப்போதும் உற்சாகமாக இருக்கிறார் என்றாலும், அவர் தலையை ஆட்டியபடி அறையில் முன்னும் பின்னும் நடக்கத் தொடங்கி, வலது கையால் நெற்றிப் பொட்டில் உள்ள முடியைப் பிடித்து இழுக்கத் தொடங்கும்போது, அவருடைய உள்ளத்தை ஏதோ ஒன்று தொந்தரவு செய்கிறது என்பதை என்னால் புரிந்துகொள்ள முடிகிறது... ஆமாம், அது இப்போதுதான் எனக்குத் தெரிகிறது! மற்ற நேரங்களில் அவர் உற்சாகமாக இருந்தார். அவர் இன்று கூட உற்சாகமாக இருந்தார்."

"ஆனால் அவர் கவலைப்படுவதாக நீங்கள் சொன்னீர்கள்."

"ஆமாம், அவர் கவலைப்பட்டாலும் உற்சாகமாக இருந்தார். அவர் ஒரு வினாடி கவலைப்படுகிறார் ஆனால், அடுத்த வினாடி உற்சாகமாக இருக்கிறார். இப்படியாக கவலையும் உற்சாகமும் மாறிமாறி அவரை அலைக்கழிக்கிறது. எனவே அவரைப் பார்த்து என்னால் எதையும் புரிந்துகொள்ள முடியவில்லை. ஏதோ ஒரு பயங்கரமான கவலை அவரை ஆட்டிப்படைக்கிறது என்றாலும், அவர் சில சமயங்களில் அற்பமான விஷயங்களைப் பார்த்து, ஒரு குழந்தையைப் போலச் சிரிக்கிறார்."

“இவான் அவரைச் சந்தித்ததை என்னிடம் சொல்ல வேண்டாம் என்று அவர் உங்களிடம் சொன்னது உண்மையா? ‘அவனிடம் சொல்லாதே’ என்று அவர் உங்களிடம் சொன்னாரா?”

“ஆமாம், அவர் அப்படித்தான் சொன்னார். அவர் உங்களைப் பார்த்துப் பயப்படுகிறார். ஏனென்றால் அது ஒரு இரகசியம் என்று அவர் என்னிடம் சொன்னார்... அல்யோஷா, என் அன்பே, நீங்கள் அவரிடம் சென்று அந்த இரகசியம் என்னவென்று தெரிந்து கொண்டு, என்னிடம் சொல்லுங்கள்” என்று குரூஷென்கா கெஞ்சும் குரலில் சொன்னாள். “நீங்கள் என்னைத் துயரத்திலிருந்து காப்பாற்றுங்கள். அப்போதுதான் நான் என் தலைவிதி என்ன என்பதைத் தெரிந்துகொள்ள முடியும். நான் அதற்காகத்தான் உங்களை வரச் சொன்னேன்!”

“உங்களுக்கும் அதற்கும் சம்பந்தம் இருக்கிறது என்று நீங்கள் நினைக்கிறீர்களா? அப்படி இருந்திருந்தால் அப்படி ஒரு இரகசியம் இருக்கிறது என்பதை அவர் உங்களிடம் சொல்லியிருக்க மாட்டார்.”

“எனக்குத் தெரியவில்லை. அவர் என்னிடம் அதைச் சொல்ல விரும்பினாலும், சொல்லக்கூடிய தைரியம் அவருக்கு இல்லாமல் இருக்கலாம். அவர் முன்கூட்டியே என்னை எச்சரிப்பதற்காக ஒரு இரகசியம் இருப்பதாகச் சொன்னாலும் அது என்ன இரகசியம் என்று சொல்லவில்லை.”

“அது என்னவாக இருக்கும் என்று நீங்கள் நினைக்கிறீர்கள்?”

“நான் என்ன நினைக்க முடியும்? என் முடிவு நெருங்கிவிட்டது என்றுதான் என்னால் நினைக்க முடியும். கேத்தரீனா இவானோவ்னா அவர்கள் இருவருடன் சேர்ந்து கொண்டு என்னை ஒழித்துக் கட்டச் சதி செய்கிறாள். எல்லாம் அவளுடைய வேலைதான். அவளை இப்படி அப்படி என்று அவர் புகழ்ந்து தள்ளும்போது, நான் அவளைப் போல இல்லை என்றுதானே சொல்கிறார். அவர் அதை ஒரு எச்சரிக்கையாக என்னிடம் முன்கூட்டியே சொல்கிறார். அவர் என்னைக் கைகழுவத் திட்டமிடுகிறார் என்பதுதான் இரகசியம். அவர்கள் மூவரும் சேர்ந்து ஏதோ திட்டம் தீட்டியிருக்கிறார்கள். அல்யோஷா, நான் நீண்ட நாட்களாக உங்களிடம் ஒன்று கேட்க வேண்டும் என்று நினைத்துக் கொண்டிருந்தேன். அவர் ஒரு வாரத்திற்கு முன்பு என்னிடம், இவான் கேத்தரீனாவைக் காதலிப்பதாகச் சொன்னார், ஏனெனில் அவர் அடிக்கடி அவளைப் பார்க்கச் செல்கிறார். அது உண்மையா? நீங்கள் உண்மையை மறைக்காமல் சொல்லுங்கள்!”

“நான் உங்களிடம் பொய் சொல்ல மாட்டேன். இவான் ஃபியோதரோவிச் கேத்தரீனா இவானோவ்னாவைக் காதலிக்க வில்லை என்று நான் நினைக்கிறேன்.”

"நானும் அப்படித்தான் நினைத்தேன். அந்த வெட்கங்கெட்ட மனிதன் என்னிடம் பொய் சொல்கிறார். அதனால்தான் அவர் என் மீது பொறாமைப்படுவது போல நடிக்கிறார். எல்லாமே என்னுடைய தவறுதான் என்று அவர் என் மீது பழியைப் போட விரும்புகிறார். ஆனால் அவர் ஓர் அடிமுட்டாள் என்பதால் அவரால் தடயங்களை மறைக்க முடியாது. அவர் வெளிப்படையானவர் என்று உங்களுக்குத் தெரியும்... ஆனால் நான் அவருக்குப் பதிலடி கொடுப்பேன், நான் யாரென்பதைக் காட்டுவேன். 'நான்தான் அவரைக் கொன்றேன் என்று நீ நினைக்கிறாய், இல்லையா?' என்று அவர் என்னிடம் கேட்டார். அவர் அப்படிச் சொல்லி என்னைக் கடிந்து கொள்கிறார். கடவுளே, அவரைக் காப்பாற்றுங்கள்! ஆனால் நீங்கள் காத்திருந்து பாருங்கள், நான் விசாரணையின்போது அந்தப் பெண்ணுக்குச் சரியான பாடம் புகட்டுவேன்!... நான் அப்போது என்ன சொல்ல வேண்டும் என்று எனக்குத் தெரியும்... நான் எல்லாவற்றையும் சொல்வேன்!"

அவள் மீண்டும் கதறி அழுதாள்.

"குரூஷென்கா, என்னால் இதை உறுதியாகச் சொல்ல முடியும்" என்று அல்யோஷா எழுந்து நின்றான். "முதலாவது, அவர் உங்களை நேசிக்கிறார். இந்த உலகில் உள்ள வேறு எவரையும் விட அவர் உங்களை அதிகமாக நேசிக்கிறார் என்பதை நீங்கள் நம்ப வேண்டும். அது எனக்கு நன்றாகத் தெரியும். இரண்டாவது, நான் அவரிடமிருந்து எந்த இரகசியத்தையும் தெரிந்துகொள்ள முயற்சிக்க மாட்டேன் என்பதை உங்களிடம் தெரிவித்துக் கொள்கிறேன். ஆனால் இன்று அவர் தானாகவே அந்த இரகசியத்தை என்னிடம் சொன்னால், நான் அதைப் பற்றி உங்களிடம் சொல்வதாக வாக்கு கொடுத்திருக்கிறேன் என்று அவரிடம் சொல்வேன். அதன் பிறகு நான் உங்களிடம் அதைச் சொல்வேன். ஆனால் கேத்தரீனாவுக்கும் அதற்கும் எந்தச் சம்பந்தமும் இருப்பதாக எனக்குத் தெரியவில்லை. ஆனால் அவர்களின் இரகசியம் முற்றிலும் வேறானது என்று நான் நினைக்கிறேன். நான் அதை உறுதியாக நம்புகிறேன். கேத்தரீனா இவானோவ்னாவுக்கும் அதற்கும் எந்தச் சம்பந்தமும் இல்லை என்றுதான் எனக்குத் தோன்றுகிறது. சரி, நான் போய் வருகிறேன்."

அல்யோஷா குரூஷென்காவின் கையைப் பிடித்துக் குலுக்கினான். அவள் இன்னும் அழுது கொண்டிருந்தாள். அவன் சொன்ன ஆறுதலான வார்த்தைகளை அவள் நம்பவில்லை என்று அவனுக்குத் தெரிந்தது. ஆனால் அவள் தன் மனதிலிருந்த துயரத்தைக் கொட்டியதால் சற்றே ஆறுதலாக இருந்தாள். அவளை

அந்த மனநிலையில் விட்டுச் செல்ல அவனுக்கு விருப்பமில்லை என்றாலும், அவன் அங்கிருந்து செல்ல அவசரப்பட்டான். அவனுக்குச் செய்ய வேண்டிய வேலைகள் நிறைய இருந்தன.

2. வீங்கிய பாதம்

அவன் திருமதி. கோஹ்லக்கோவின் வீட்டிற்குச் சென்றான். மீச்சியாவைப் பார்க்கத் தாமதமாகிவிடக் கூடாது என்பதற்காக அவன் வேகமாக அங்கே சென்றான். திருமதி. கோஹ்லக்கோவ் கடந்த மூன்று வாரங்களாக உடல்நிலை சரியில்லாமல் இருந்தாள். அவளுடைய பாதம் ஏதோ ஒரு காரணத்தினால் வீங்கியிருந்தது. அவள் படுக்கையில் படுத்திருக்கவில்லை என்றாலும், கவர்ச்சியான ஆனால் கண்ணியமான உடையை அணிந்து, அவளுடைய அறையில் இருந்த சோபாவில் சாய்ந்து படுத்திருந்தாள். அவருக்கு உடல்நிலை சரியில்லாத நிலையிலும், தலை அலங்காரத்துடன், ரிப்பன்களுடன் கூடிய ஆடையும், தளர்வான நாகரீகமான ரவிக்கையும் அணிந்திருப்பதை அல்யோஷா கள்ளங்கபடமற்ற புன்னகையுடன் கவனித்தான். அவனால் அதற்கான காரணத்தை யூகிக்க முடிந்தது என்றாலும், அந்த எண்ணங்கள் அற்பமானவை என்று அவன் ஒதுக்கித் தள்ளினான். கடந்த இரண்டு மாதங்களாக அவளைப் பார்க்க வந்த விருந்தினர்களில், அந்த இளம் அதிகாரியான பெர்கோட்டினும் அடிக்கடி வந்து கொண்டிருந்தார். அல்யோஷா கடந்த நான்கு நாட்களாக அங்கு வரவில்லை. அவன் வீட்டிற்குள் நுழைந்ததும், லிசாவுடன் பேச விரும்பியதால் நேராக அவளைப் பார்க்க விரும்பினான். அவள் நேற்று அவனிடம் ஒரு பணிப்பெண்ணை அனுப்பி, 'மிக முக்கியமான விஷயம்' ஒன்றைப் பேச வேண்டும் என்று அவனை அவசரமாக வரச் சொல்லியிருந்தாள். அது பல்வேறு காரணங்களால் அல்யோஷாவின் ஆர்வத்தைத் தூண்டுவதாக இருந்தது. ஆனால் வேலைக்காரி அவன் வந்திருப்பதை லிசாவிடம் தெரிவிக்கச் சென்றபோது, அவனுடைய வருகையை அறிந்த திருமதி. கோஹ்லக்கோவ், ஒரு வேலைக்காரனிடம், 'அவரை ஒரு நிமிடம் என்னைப் பார்த்துவிட்டுப் போகச் சொல்' என்று சொல்லி அனுப்பினாள். எனவே அல்யோஷா தாயின் வேண்டுகோளை முதலில் நிறைவேற்றுவது நல்லது என்று முடிவு செய்தான், இல்லையென்றால் அவள் ஒவ்வொரு நிமிடமும் யாரையாவது லிசாவின் அறைக்கு அனுப்பி அவனை வரச்சொல்லிக் கொண்டே இருப்பாள். திருமதி. கோஹ்லக்கோவ் நாகரீகமான உடையில் சோபாவில் படுத்திருந்தாள். அவள் மிகுந்த பதற்றத்துடன் இருப்பது தெளிவாகத் தெரிந்தது. அவள் மகிழ்ச்சியுடன் அல்யோஷாவை வரவேற்றாள்.

"நான் உங்களைப் பார்த்து யுகங்கள், பல யுகங்கள் ஆகி விட்டன! நீங்கள் கடந்த ஒரு வாரமாக... ஓ, நான்கு நாட்களுக்கு முன்பு, புதன் கிழமை இங்கு வந்தீர்கள். நீங்கள் இப்போது லிசாவைப் பார்க்க வந்திருக்கிறீர்கள். நான் உங்களைக் கூப்பிடாமல் இருந்திருந்தால், நீங்கள் அவளுடைய அறைக்குச் சென்றிருப்பீர்கள் என்று நான் உறுதியாகச் சொல்கிறேன். என் அருமை அலெக்ஸி ஃபியோதரோவிச், நான் அவளை நினைத்து எவ்வளவு கவலைப்படுகிறேன் என்று உங்களுக்குத் தெரியுமா? ஆனால் நான் அதைப் பற்றிப் பிறகு பேசுகிறேன். அது மிகவும் முக்கியமானது என்றாலும் அதைப் பற்றிப் பின்னர் பேசுகிறேன். என் அருமை அலெக்ஸி ஃபியோதரோவிச், என்னுடைய லிசாவைப் பொறுத்தவரை நான் உங்களை முழுமையாக நம்புகிறேன். மூத்தவர் ஜோசிமாவின் மறைவுக்குப் பிறகு, அவருடைய ஆன்மா சாந்தி அடையட்டும்! (அவள் சிலுவையிட்டாள்). நீங்கள் உங்களுடைய புதிய உடையில் அழகாக இருந்தாலும், நான் உங்களை ஒரு துறவியாகவே பார்க்கிறேன். நீங்கள் இப்படி ஒரு தையல்காரனை இந்தப் பகுதியில் எங்கே கண்டுபிடித்தீர்கள்? இல்லை, இல்லை அது முக்கியமான விஷயமல்ல, அதைப் பிறகு பேசலாம். நான் உங்களைச் சில சமயங்களில் அல்யோஷா என்று அழைப்பதற்கு என்னை மன்னித்துவிடுங்கள்! என்னைப் போன்ற வயதான பெண்மணிக்கு அதற்கான சுதந்திரம் இருக்கிறது" என்று அவள் வசீகரமாகச் சிரித்தாள். "ஆனால் அதைப் பற்றிப் பிறகு பேசுவோம். முக்கியமான விஷயம் என்னவென்றால், நான் உங்களிடம் முக்கியமான விஷயத்தைப் பேச மறந்துவிடக் கூடாது என்பதுதான். எனவே நான் குழப்பமடைந்தால், நீங்கள் என்னிடம், 'அந்த முக்கியமான விஷயம் என்ன?' என்று கேட்டு எனக்கு அதை ஞாபகப்படுத்த வேண்டும். ஆ, இப்போது எது முக்கியமானது என்று எனக்கு எப்படித் தெரியும்? அலெக்ஸி ஃபியோதரோவிச், லிசா உங்களைத் திருமணம் செய்துகொள்வதாகச் சொன்ன வாக்குறுதியை, அவளுடைய குழந்தைத்தனமான வாக்குறுதியை திரும்பப் பெற்றதிலிருந்து, அது நீண்ட காலமாக நாற்காலியில் முடங்கிக் கிடந்த ஒரு நோயுற்ற சிறுமியின் குழந்தைத்தனமான, விளையாட்டுத்தனமான கற்பனை என்பதை நீங்கள் நிச்சயமாக உணர்ந்திருக்க வேண்டும். கடவுளே உனக்கு நன்றி, அவள் இப்போது நடக்கிறாள்... உங்களுடைய துரதிருஷ்டவசமான சகோதரனுக்காக கேத்தரீனா மாஸ்கோவிலிருந்து, வரவழைத்த அந்தப் புதிய மருத்துவர் நாளை... சரி, நாம் ஏன் நாளைய தினத்தைப் பற்றிப் பேச வேண்டும்! நான் அதைப் பற்றி நினைக்கும் ஒவ்வொரு முறையும் செத்து செத்துப் பிழைக்கிறேன். முக்கியமாக

என்னுடைய ஆர்வம்... சுருக்கமாகச் சொன்னால், நேற்று அந்த மருத்துவர் எங்களைப் பார்க்க வந்திருந்தார். அவர் லிசாவைப் பரிசோதித்தார்... நான் அவருக்கு ஐம்பது ரூபிள்கள் கொடுத்தேன். ஆனால் நான் முக்கியமாகப் பேச விரும்பியது அதுவல்ல... நீங்களே பாருங்கள், நான் எல்லாவற்றையும் போட்டு குழப்பிக் கொள்கிறேன். நான் அவசரப்படுகிறேன். நான் ஏன் அவசரப்படுகிறேன்? எனக்குப் புரியவில்லை. இப்போது என்னால் எதையும் தெளிவாகப் பார்க்க முடியவில்லை. என்னைப் பொறுத்தவரை எல்லாமே குழப்பமாக இருக்கிறது. நீங்கள் என் மீது சலிப்புற்று இங்கிருந்து ஓடி விடுவீர்களோ என்று நான் பயப்படுகிறேன். நான் உங்களைப் பார்க்கும்போது எனக்கு அப்படித்தான் தோன்றுகிறது. ஓ, கடவுளே, நாம் ஏன் இங்கே இருக்கிறோம்? நாம் முதலில் காபி குடிப்போம். யூலியா, கிளாஃபிரா, காபி!"

அல்யோஷா அவளுக்கு அவசரமாக நன்றி சொல்லிவிட்டு, இப்போதுதான் காபி குடித்ததாகச் சொன்னான்.

"எங்கே?"

"அக்ரஃபேனா அலெக்ஸாண்ட்ரோவ்னா வீட்டில்."

"அந்த... அந்தப் பெண்ணின் வீட்டிலா? ஆ, அவள்தான் எல்லோரையும் நாசம் செய்தாள். இருந்தாலும் எனக்கு அதைப் பற்றி எதுவும் தெரியாது. அவள் துறவியாக மாறிவிட்டாள் என்று சொல்கிறார்கள். ஆனால் அவள் முன்னரே அதைச் செய்திருந்தால் நன்றாக இருந்திருக்கும் என்று நான் நினைக்கிறேன். இப்போது அதனால் என்ன பிரயோஜனம்? அலெக்ஸி ஃபியோதரோவிச், நீங்கள் பேசாமல் அமைதியாக இருங்கள். நான் உங்களிடம் நிறைய பேச வேண்டியிருப்பதால், என்னால் எதுவும் சொல்ல முடியாமல் போய்விடுமோ என்று பயப்படுகிறேன். அந்த மோசமான விசாரணை... நான் கண்டிப்பாக அந்த விசாரணைக்குப் போக வேண்டும் என்பதால், அதற்கான ஏற்பாடுகளைச் செய்து வருகிறேன். என்னால் நிச்சயமாக உட்கார முடியும் என்பதால், அவர்கள் என்னை ஒரு நாற்காலியில் தூக்கிச் செல்வார்கள். என்னைக் கவனித்துக்கொள்ள என்னுடன் வேலைக்காரர்கள் இருப்பார்கள். நான் ஒரு சாட்சி என்று உங்களுக்குத் தெரியும். நான் என்ன சொல்வது, எதைச் சொல்வது என்று எனக்குத் தெரியவில்லை. ஒருவர் சாட்சி சொல்வதற்கு முன் சத்தியம் செய்ய வேண்டும், இல்லையா?"

"ஆமாம். ஆனால் நீங்கள் அங்கு செல்லக்கூடிய நிலையில் இருப்பதாக எனக்குத் தோன்றவில்லை."

"என்னால் எழுந்து உட்கார முடியும். ஆகா, நீங்கள் என்னைக் குழப்புகிறீர்கள்! ஆ, அந்த மிருகத்தனமான குற்றமும் விசாரணையும். அதன் பிறகு எல்லோரும் சைபீரியாவுக்குப் போகிறார்கள், சிலர் திருமணம் செய்து கொள்கிறார்கள். இவை எல்லாமே வேகமாக, மிக வேகமாக மாறிக் கொண்டே சென்று, இறுதியில் எதுவுமே மிஞ்சவில்லை. அவர்கள் எல்லோரும் முதியவர்களாக மரணத்தின் விளிம்பில் நிற்கிறார்கள். சரி, அது அப்படியே ஆகட்டும்! நான் களைத்து விட்டேன். இந்தக் கேத்தரீனா என்ற வசீகரமான பெண் என்னுடைய அனைத்து நம்பிக்கைகளையும் தகர்த்துவிட்டாள். இப்போது அவள் உங்களது சகோதரர்களில் ஒருவனுடன் சைபீரியாவுக்குப் போகப் போகிறாள். உங்கள் மற்றொரு சகோதரர் அவளைப் பின்தொடர்ந்து சென்று, அருகிலுள்ள நகரத்தில் வசிக்கப் போகிறார். அவர்கள் எல்லோரும் ஒருவரையொருவர் சித்திரவதை செய்துகொள்ளப் போகிறார்கள். அதைப் பற்றி நினைக்கும்போதே எனக்குப் பைத்தியம் பிடித்துவிடும் போலிருக்கிறது. ஆனால் இதில் முக்கியமான விஷயம் விளம்பரம். மாஸ்கோவிலும், பீட்டர்ஸ்பர்க்கிலும் உள்ள அனைத்துப் பத்திரிகைகளும் அதைப் பற்றி லட்சக்கணக்கான முறை எழுதியுள்ளன. ஆகா, உங்களால் நம்பமுடியுமா, நான் உங்கள் சகோதரனின் 'நெருங்கிய நண்பர்' என்று என்னைப் பற்றியும் அவர்கள் எழுதியிருக்கிறார்கள். நான் அவர்களின் இழிவான வார்த்தைகளைச் சொல்ல விரும்பவில்லை. ஆனால் கற்பனை செய்து பாருங்கள், கற்பனை செய்து பாருங்கள்!"

"அது சாத்தியமில்லை! எங்கே அப்படி எழுதியுள்ளது? யார் அப்படி எழுதினார்கள்?"

"நான் இப்போதே அதை உங்களுக்குக் காட்டுகிறேன். நான் நேற்றுதான் அந்தச் செய்தித்தாளை வாங்கிப் படித்தேன். பீட்டர்ஸ்பர்க்கிலிருந்து வெளிவரும் 'வதந்திகள்' என்ற பத்திரிகையில் அந்தச் செய்தி வெளிவந்துள்ளது. அந்தப் பத்திரிக்கை இந்த ஆண்டுதான் புதியதாகத் தொடங்கப்பட்டது. எனக்கு வதந்தி களை மிகவும் பிடிக்கும் என்பதால் நான் அந்தப் பத்திரிகையின் சந்தாதாரராகச் சேர்ந்தேன். இப்போது நான் அதன் பலனை அனுபவிக்கிறேன். இதோ, இதுதான் அவர்கள் வெளியிட்ட வதந்தி. இதோ இங்கே, இந்தப் பக்கத்தில் பாருங்கள். அதைப் படியுங்கள்."

அவள் தன் தலையணைக்குக் கீழேயிருந்த செய்தித்தாளை எடுத்து அல்யோஷாவிடம் கொடுத்தாள்.

அவள் வெறுமனே வருத்தப்படவில்லை, முற்றிலுமாக நொறுங்கிப் போயிருந்தாள். ஒருவேளை அவளுடைய மனதில்

இருந்த குழப்பம் அதற்குக் காரணமாக இருந்திருக்கலாம். ஏனெனில் செய்தித்தாளில் வெளியான அந்தச் செய்தி வழக்கமானது என்றாலும் அது அவளை மிகவும் சங்கடப்படுத்தியது. ஆனால் அதிர்ஷ்டவசமாக அவளால் எதிலும் கவனம் செலுத்த முடியவில்லை என்பதால், அவள் அடுத்த நிமிடம் அந்தச் செய்தியை முற்றிலுமாக மறந்துவிட்டு மற்ற விஷயங்களைக் குறித்துப் பேசுவதற்கு அவளால் முடிந்தது.

அந்தப் பயங்கரமான வழக்கைப் பற்றிய செய்தி ரஷ்யா முழுவதும் பரவியது அல்யோஷாவுக்குத் தெரியும். அவன் கடந்த இரண்டு மாதங்களாக அந்த வழக்கைப் பற்றியும், அவனுடைய சகோதரனைப் பற்றியும், பொதுவாக கரமசோவ் குடும்பத்தைப் பற்றியும், தன்னைப் பற்றியும் பரவிய எல்லாவிதமான வதந்திகளையும் படித்திருந்தான். தன்னுடைய சகோதரன் செய்த அந்தக் குற்றத்திற்குப் பிறகு, அல்யோஷா மிகவும் பயந்துபோய் ஒரு மடாலயத்தில் சேர்ந்து துறவியாக மாறிவிட்டான் என்று கூட ஒரு பத்திரிக்கை செய்தி வெளியிட்டது. மற்றொரு செய்தித்தாள் அந்தச் செய்தியை மறுத்து, அதற்கு முற்றிலும் மாறான ஒரு செய்தியை வெளியிட்டது. அல்யோஷாவும் மூத்தவர் ஜோசிமாவும் சேர்ந்து மடாலயத்திலிருந்த பணத்தைத் திருடிக் கொண்டு, அங்கிருந்து 'தப்பிச் சென்றுவிட்டனர்' என்று அந்தச் செய்தித்தாள் எழுதியது. வதந்தி என்ற அந்தக் கிசுகிசு பத்திரிக்கை, 'ஸ்கோடோபிரிகோனி யெவ்ஸ்கில் கரமசோவ் வழக்கு' என்ற தலைப்பில் அந்தச் செய்தியை வெளியிட்டிருந்தது. (அந்தோ! அதுதான் எங்கள் சிறிய ஊரின் பெயர். நான் இதுவரை அதை மறைத்து வைத்திருந்தேன்). அந்தச் செய்தி மிகவும் சுருக்கமாக இருந்ததுடன், அதில் திருமதி. கோஹ்லக்கோவைப் பற்றி நேரடியான குறிப்பு எதுவும் இல்லை. உண்மையில் அதில் எந்தப் பெயரும் குறிப்பிடப்படவில்லை. பரபரப்பான அந்த வழக்கில் குற்றம் சாட்டப்பட்டவர் ஒரு ஓய்வு பெற்ற கேப்டன், திமிர் பிடித்தவர், சோம்பேறி, அடிமை முறைக்கு வக்காலத்து வாங்குபவர் என்றும், தனது முழு நேரத்தையும் 'தனிமையில் ஏங்கும் பெண்களுடன் சேர்ந்து' களியாட்டத்தில் ஈடுபடுவதில் செலவழிப்பவர் என்றும், தனிமையில் வாடும் விதவை ஒருத்திக்கு வயதுக்கு வந்த மகள் இருந்தபோதிலும், தன்னை மிகவும் இளமையாகக் காட்டிக் கொள்ள விரும்பிய அவள், அவர் மீது காதல் கொண்டு, குற்றம் நடப்பதற்கு இரண்டு மணி நேரங்களுக்கு முன்பு, அவர் தன்னுடன் தங்கச் சுரங்கத்திற்கு ஓடிவந்தால் அவருக்கு மூவாயிரம் ரூபிள்கள் கொடுப்பதாகச் சொன்னாள் என்றும் அதில் குறிப்பிட்டிருந்தது. ஆனால் வில்லன் அழகை இழந்துவிட்ட அந்த நாற்பது வயது சீமாட்டியுடன் சைபீரியாவுக்குச்

செல்வதைக் காட்டிலும், தனது தந்தையைக் கொன்று பணத்தைத் திருடிக் கொண்டு தப்பிச் செல்ல முடிவு செய்தான் என்று அந்தச் செய்தி சொல்லியது. அந்த வேடிக்கையான கட்டுரை தந்தையைக் கொலை செய்யும் ஒழுக்கக்கேடான நடத்தையையும், சமீபத்தில் ஒழிக்கப்பட்ட பண்ணையடிமை முறையைக் கண்டித்தும் தனது நியாயமான கோபத்தை வெளிக்காட்டும் வகையில் முடிவடைந்தது. அல்யோஷா பத்திரிகையை ஆர்வத்துடன் படித்துவிட்டு, அதை மடித்து திருமதி. கோஹ்லக்கோவிடம் கொடுத்தான்.

"சரி, அது என்னைத் தவிர வேறு யாராக இருக்க முடியும்?" என்று அவள் மீண்டும் பிதற்றத் தொடங்கினாள். "அது நிச்சயமாக நான்தான். சம்பவம் நடக்கும் ஒரு மணி நேரத்திற்கு முன்புதான் நான் அவரிடம் தங்கச் சுரங்கத்தைப் பற்றிச் சொன்னேன். 'நாற்பது வயது வசீகரம்' என்று அதுதான் என்னுடைய நோக்கம் என்பது போல என்னைப் பற்றி எழுதியுள்ளது. அந்த நிருபர் காழ்ப்புணர்ச்சியால் இப்படியெல்லாம் எழுதியிருக்கிறார். நான் அவரை மன்னிப்பது போல எல்லாம் வல்ல இறைவனும் அவரை மன்னிக்கட்டும். ஆனால்... இதெல்லாம் யாருடைய வேலை என்று உங்களுக்குத் தெரியுமா? உங்களுடைய நண்பன் ரகிதீன்தான்."

"இருக்கலாம்" என்றான் அல்யோஷா. "இருந்தாலும் நான் இதுவரை அப்படி எதுவும் கேள்விப்படவில்லை."

"இருக்கலாம் அல்ல, நிச்சயமாக அவன்தான். ஏனெனில் நான் அவனை வீட்டைவிட்டு விரட்டினேன்... உங்களுக்கு அதைப் பற்றித் தெரியும் இல்லையா?"

"நீங்கள் அவனை வீட்டுக்கு வர வேண்டாம் என்று சொல்லிவிட்டீர்கள் என்று எனக்குத் தெரியும், ஆனால் அதற்கான காரணம் எனக்குத் தெரியாது... நீங்கள் அதைப் பற்றி என்னிடம் எதுவும் சொல்லவில்லை."

"ஓ, அப்படியானால் நீங்கள் அதை அவனிடமிருந்து கேட்டிருப்பீர்கள்! அவன் என்னைத் திட்டுகிறான் என்று நினைக்கிறேன். அவன் மிகவும் கோபமாக இருக்கிறானா?"

"ஆமாம். ஆனால் அவன் எல்லோரிடமும் அப்படித்தான் நடந்து கொள்கிறான். ஆனால் நீங்கள் ஏன் அவனை வீட்டிற்கு வர வேண்டாம் என்று சொன்னீர்கள் என்பதை அவன் என்னிடம் சொல்லவில்லை. நான் அவனை அரிதாகவே பார்க்கிறேன். நாங்கள் நெருங்கிய நண்பர்கள் அல்ல."

"சரி, அப்படியானால் நான் எல்லாவற்றையும் உங்களிடம் சொல்கிறேன். எனக்கு வேறு வழியில்லை என்பதால் நான் அதை ஒப்புக் கொள்கிறேன். ஏனெனில் அது ஒரு சிறிய காரணம்

என்றாலும், அதைக் கணக்கில் எடுத்துக் கொள்ள முடியாது என்றாலும் கூட, ஒருவேளை அது என்னுடைய தவறாக இருக்கலாம். இதோ பார் என் அருமைப் பையனே...” என்ற திருமதி. கோஹ்லக்கோவின் முகத்தில் திடீரென்று விளையாட்டுப் பார்வையுடன், உதடுகளில் ஓர் அழகான, மர்மமான சிறிய புன்னகை பளிச்சிட்டது. “இதோ பார் அல்யோஷா, நான் உங்களைச் சந்தேகப்பட்டேன்... நீங்கள் அதற்காக என்னை மன்னிக்க வேண்டும். நான் உங்களிடம் ஓர் அம்மாவாக இதைச் சொல்கிறேன்... ஓ, இல்லை, இல்லை, நான் ஓர் அப்பாவாக உங்களிடம் பேசுகிறேன். அம்மாவைப் போல என்பது இங்கே பொருத்தமாக இருக்காது... சரி, இது ஒருவகையில் மூத்தவரிடம் பாவமன்னிப்புக் கேட்பது போன்றது. நான் சற்று முன்னர் உங்களைத் துறவி என்று அழைத்தேன். அந்த இளைஞன், உங்களுடைய நண்பன் ரகிதீன் (அடக் கடவுளே, அவன் மீது எனக்குக் கோபம் இல்லை! இருந்தாலும் நான் அவன் மீது கொஞ்சம் கோபமாக இருக்கிறேன்), ஒரு வார்த்தையில் சொல்ல வேண்டும் என்றால், உங்களால் நம்ப முடியுமா, அந்த அற்ப இளைஞன் திடீரென்று என் மீது காதல் வயப்பட்டதாகத் தெரிகிறது. நான் சிறிது நாளைக்குப் பிறகுதான் திடீரென்று அதைக் கவனிக்கத் தொடங்கினேன். ஆனால் முதலில், அதாவது சுமார் ஒரு மாதத்திற்கு முன்பு, அவன் என்னைப் பார்ப்பதற்காக அடிக்கடி, ஏறக்குறைய ஒவ்வொரு நாளும் வீட்டிற்கு வர ஆரம்பித்தான். நாங்கள் இதற்கு முன்பே அறிமுகமானவர்கள் என்றாலும், எனக்கு அதைப் பற்றி எந்தச் சந்தேகமும் வரவில்லை. திடீரென்று எனக்கு அப்படித் தோன்றியதும், ஆச்சரியத்துடன் அதைக் கவனிக்கத் தொடங்கினேன். உங்களுக்குத் தெரியுமா, நான் இரண்டு மாதங்களுக்கு முன்பு சந்தித்த, உள்ளூரில் அதிகாரியாகப் பணிபுரியும், பணிவும் பண்பும் உடைய ஓர் அருமையான இளைஞரான பியோட்டர் இலிச் பெர்கோட்டின் என்பவர் அடிக்கடி வீட்டிற்கு வரத் தொடங்கினார். நீங்கள் அவரைப் பலமுறை சந்தித்திருப்பீர்கள் என்று நான் நினைக்கிறேன். அவர் ஒரு சிறந்த, தகுதியான இளைஞர் என்று நீங்கள் நினைக்கவில்லையா? அவர் ஒவ்வொரு நாளும் இல்லாவிட்டாலும் (அப்படி வந்தால்தான் என்ன?) மூன்று நாட்களுக்கு ஒரு முறை வீட்டிற்கு வந்தார். அவர் மிகவும் நேர்த்தியாக உடை அணிந்திருப்பார். அல்யோஷா, பொதுவாக எனக்கு உங்களைப் போன்ற அடக்கமான, திறமையான, இளைஞர்களை மிகவும் பிடிக்கும் என்று உங்களுக்குத் தெரியும். அவர் ஒரு திறமையான, அருமையாகப் பேசக்கூடிய ஒரு மனிதர் என்பதால், நான் கண்டிப்பாக அவரைப் பற்றி அவருடைய

மேலதிகாரிகளிடம் எடுத்துச் சொல்வேன். அவர் ஒரு எதிர்கால ராஜதந்திரி. அவர் அந்தப் பயங்கரமான நாளில், இரவு நேரத்தில் என் வீட்டிற்கு வந்து, என் உயிரைக் காப்பாற்றினார். உங்களுடைய நண்பன் ரகிதீன் வீட்டிற்கு வரும்போதெல்லாம் அழுக்கான பூட்ஸ்களை அணிந்து வந்து கம்பளத்தின் மீது தேய்ப்பான்... அவன் தன்னுடைய காதல் உணர்வுகளைக் குறிப்பாக என்னிடம் தெரிவிக்கத் தொடங்கினான். ஒரு நாள் அவன் என்னிடம் விடை பெற்றுச் செல்லும்போது, என் கையைப் பலமாக அழுத்திப் பிடித்தான். அவன் என் கையை அழுத்திப் பிடித்தபோது, என்னுடைய பாதம் வீங்கத் தொடங்கியது. அவன் என் வீட்டில் இதற்கு முன்பு பலமுறை பெர்கோட்டினைச் சந்தித்திருக்கிறான். உங்களால் நம்பமுடியுமா, அவன் எப்போதும் ஏதோ ஒரு காரணத்திற்காக அவரைச் சீண்டிக் கொண்டே இருப்பான். அவர்கள் இருவரும் சந்தித்துக் கொள்வதைப் பார்க்கும்போது, நான் என் மனதிற்குள் சிரித்துக் கொள்வேன். ஒரு நாள் நான் தனியாக உட்கார்ந்திருந்தபோது, இல்லை, படுத்திருந்தபோது, திடீரென்று ரகிதீன் உள்ளே வந்தான். உங்களால் கற்பனை செய்ய முடிகிறதா, அவன் என்னுடைய வீங்கிய பாதத்தைப் பற்றி எழுதிய ஒரு சிறிய கவிதையை என்னிடம் காட்டினான். அந்தக் கவிதையில் அவன் என்னுடைய சிறிய பாதத்தை வர்ணித்திருந்தான். இதோ, இதுதான் அந்தக் கவிதை. 'வசீகரிக்கும் சிறிய பாதம் கொஞ்சம் வலிக்கிறது...' என்று அந்தக் கவிதை ஆரம்பிக்கிறது, ஆனால் எனக்கு அந்தக் கவிதை நினைவில் இல்லை. நான் அதை உங்களிடம் காண்பிக்கிறேன். அது ஒரு வசீகரமான கவிதை. உங்களுக்குத் தெரியுமா, அது காலைப் பற்றிய கவிதை மட்டுமில்லாமல், அதில் ஒரு நல்ல கருத்தும் இருந்தது என்றாலும் நான் அதை மறந்துவிட்டேன். சுருக்கமாகச் சொன்னால், அது என்னுடைய ஆல்பத்திற்கு ஏற்ற ஒரு கவிதை. நான் அவனுக்கு நன்றி சொன்னேன். அவன் அதைக் கேட்டு மகிழ்ந்தான். நான் அவனுக்கு நன்றி சொல்லி முடிக்கும் முன்னர், பியோட்டர் இலிச் உள்ளே வந்தார். உடனடியாக ரகிதீன் முகம் இருண்டது. அவன் தன்னுடைய கவிதையை வாசித்துக் காட்டிய பிறகு என்னிடம் எதையோ சொல்ல விரும்பினான் என்றாலும், உள்ளே வந்த பியோட்டர் இலிச் அதற்குத் தடையாக இருப்பதை என்னால் உணர முடிந்தது. பியோட்டர் இலிச் உள்ளே வந்ததும், நான் அவரிடம் அந்தக் கவிதையைக் காட்டினேன். நான் அவரிடம் அதை எழுதியது யார் என்று சொல்லவில்லை. ஆனால் அவர் அதை யூகித்திருப்பார் என்று எனக்கு உறுதியாகத் தெரியும். இருந்தாலும் அது யாரென்று தெரியவில்லை என்று அவர்

சொன்னார். ஆனால் அவர் வேண்டுமென்றே அப்படிச் சொன்னார். அவர் அதைப் படித்துவிட்டு உடனடியாகச் சிரிக்க ஆரம்பித்தார். அவர் அதை ஒரு 'குப்பை' என்றும், 'இறையியல் படிக்கும் மாணவன்' ஒருவன் அதை எழுதியிருக்க வேண்டும் என்றும் சொல்லி ஆவேசத்துடன் விமர்சிக்கத் தொடங்கினார். உங்கள் நண்பன் அதைக் கேட்டுச் சிரிப்பதற்குப் பதிலாக ஆத்திரப்பட்டான்... 'கடவுளே, அவர்கள் சண்டையிடத் தொடங்குவார்கள்' என்று நான் நினைத்தேன். 'நான்தான் அதை எழுதினேன். கவிதை எழுதுவது இழிவானது என்பதால் நான் வேடிக்கைக்காக அதை எழுதினேன்... இருந்தாலும் அது ஒரு நல்ல கவிதை. பெண்களின் பாதங்களைப் பற்றி எழுதியதற்காக உங்கள் புஷ்கினுக்கு ஒரு நினைவுச் சின்னம் வைக்க வேண்டும் என்று அவர்கள் விரும்புகிறார்கள். ஆனால் நான் ஒரு தார்மீக நோக்கத்துடன் அதை எழுதினேன். நீங்கள் பண்ணையடிமை முறையை ஆதரிப்பவர் என்பதால் உங்களிடம் மனிதாபிமானத்தை எதிர்பார்க்க முடியாது. உங்களிடம் இன்றைய அறிவுசார்ந்த எந்த உணர்வுகளும் இல்லை. இன்றைய முன்னேற்றம் உங்களை எந்த வகையிலும் பாதிக்கவில்லை. ஒரு சாதாரண அதிகாரியான நீங்கள் லஞ்சம் வாங்குகிறீர்கள்!' என்று ரகிதீன் சொன்னான். நான் அப்போது அவர்களிடம் சண்டையை நிறுத்தச் சொல்லிக் கத்தினேன்; கெஞ்சிக் கேட்டுக் கொண்டேன். பியோட்டர் இலிச் பயந்த சுபாவமுள்ளவர் அல்ல என்று உங்களுக்குத் தெரியும். அவர் திடீரென்று அவனை ஏளனமாகப் பார்த்தபடி, மன்னிப்புக் கேட்கும் தோரணையில் பேசினார். 'ஓ, அதை நீங்கள்தான் எழுதினீர்கள் என்று எனக்குத் தெரியாது! எனக்கு முன்பே தெரிந்திருந்தால் நான் அப்படிச் சொல்லாமல் உங்களைப் புகழ்ந்து பாராட்டியிருப்பேன்... ஏனெனில் கவிஞர்கள் எளிதில் எரிச்சலடையக் கூடியவர்கள்.' சுருக்கமாகச் சொன்னால், அவர் மன்னிப்புக் கேட்கும் போர்வையில் அவனைக் கேலி செய்தார். நான் அவனைக் கேலி செய்தேன் என்று அவரே பின்னர் என்னிடம் சொன்னார். ஆனால் அவர் பேசியபோது உண்மையாகப் பேசுகிறார் என்றுதான் நான் நினைத்தேன். நான் அப்போது உங்கள் முன்னால் இப்போது படுத்திருக்கும் நிலையில் படுத்துக் கொண்டு, 'என் வீட்டுக்கு வந்த விருந்தாளியைப் பார்த்து முரட்டுத்தனமாகக் கத்திய ரகிதீனை வீட்டை விட்டு விரட்டுவது சரியா இல்லையா?' என்று என்னை நானே கேட்டுக் கொண்டேன். உங்களால் நம்ப முடியுமா, நான் படுத்துக் கொண்டு என் கண்களை மூடியபடி இது சரியா இல்லையா என்று பலமுறை யோசித்தேன். நான் அதைத் தீர்மானிக்க முடியாமல் நீண்ட

நேரமாகக் கவலைப்பட்டுக் கொண்டே இருந்தபோது, என் இதயம் வேகமாகத் துடிக்க ஆரம்பித்தது. நான் கத்தலாமா வேண்டாமா என்று யோசித்தேன். ஒரு குரல் ‘கத்து’ என்று சொன்னது, ஆனால் மற்றொரு குரல் ‘வேண்டாம்’ என்று சொன்னது. ஆனால் இரண்டாவது குரல் அதைச் சொன்ன மறுகணம் நான் கூச்சலிட்டுக் கொண்டே மயக்கமடைந்தேன். அப்போது பெரும் அமளி ஏற்பட்டது என்பதைச் சொல்லத் தேவையில்லை. நான் திடீரென்று என்னைச் சுதாரித்துக் கொண்டு எழுந்து ரகிதீனைப் பார்த்து, ‘ரகிதீன், எனக்கு இதைச் சொல்வது வேதனையாக இருக்கிறது என்றாலும், நீங்கள் இனிமேல் என் வீட்டிற்கு வர வேண்டாம்’ என்று சொன்னேன். நான் அவனை விரட்டியடித்தேன். ஆ! அலெக்ஸி ஃபியோதரோவிச், நான் செய்தது தவறு என்று எனக்குத் தெரியும். ஏனெனில் எனக்கு அவன் மீது கோபம் இல்லை என்றாலும், நான் கோபம் கொண்டவளைப் போல நடித்தேன். உண்மை என்னவென்றால், நான் அப்படி ஒரு நாடகத்தை அரங்கேற்ற வேண்டும் என்று விரும்பி அதைச் செய்தேன்... உங்களுக்குத் தெரியுமா, நான் அரங்கேற்றிய அந்தக் காட்சி வெகு இயல்பாக நடந்தேறியது, ஏனெனில் நான் நிஜமாகவே கண்ணீர் விட்டு அழுதேன். அதன் பிறகு நான் பல நாட்களுக்கு அழுதேன். ஆனால் நான் திடீரென்று ஒரு நாள் இரவு உணவுக்குப் பின்னர் அதைச் சுத்தமாக மறந்துவிட்டேன். எனவே அவன் என் வீட்டிற்கு வந்து பதினைந்து நாட்கள் ஆகிவிட்டன. அவன் மீண்டும் வருவானா என்று நான் யோசித்துக் கொண்டே இருக்கிறேன். நேற்று கூட நான் அதைப் பற்றி வியப்புடன் யோசித்துக் கொண்டிருந்தபோது, இரவில் இந்தக் கிசுகிசு வந்தது. நான் அதைப் படித்துவிட்டுப் பெருமூச்சு விட்டேன். யார் அதை எழுதியிருக்க முடியும்? அவன்தான் அதை எழுதியிருக்க வேண்டும். அவன் அன்று இங்கிருந்து கிளம்பிச் சென்றதும் நேராக வீட்டிற்குச் சென்று, அதை எழுதி பத்திரிகைக்கு அனுப்பியிருக்க வேண்டும். அவர்களும் அதை வெளியிட்டு விட்டார்கள், ஏனெனில் அது நடந்து பதினைந்து நாட்களாகிவிட்டன. ஆனால் அல்யோஷா, நான் இப்படிப் பேசிக்கொண்டிருப்பது பயங்கரமாக இருக்கிறது, ஏனெனில் நான் விரும்பியதைச் சொல்லாமல் வேறு எதையோ பேசிக் கொண்டிருக்கிறேன். ஆ! என்னிடமிருந்து வார்த்தைகள் தானாக வெளியே வருகின்றன!”

“நான் இன்று சீக்கிரமாக என் சகோதரனைப் பார்க்கச் செல்ல வேண்டும்” என்று அல்யோஷா முணுமுணுத்தான்.

“ஆமாம், ஆமாம்! நீங்கள் எனக்கு எல்லாவற்றையும் நினைவூட்ட வேண்டியிருக்கிறது. சரி, சித்தபிரமை என்றால் என்ன?”

“சித்தபிரமையா?” என்று அல்யோஷா வியப்புடன் கேட்டான்.

“ஆமாம், சட்டபூர்வமாக மன்னிக்கக் கூடிய சித்தபிரமை. நீங்கள் என்ன செய்தாலும் உங்களைத் தண்டிக்க முடியாது.”

“நீங்கள் எதைப் பற்றிப் பேசுகிறீர்கள்?”

“நான் சொல்கிறேன். இந்த காத்யா... ஆ! அவள் ஒரு வசீகரமான, அன்பான பெண். ஆனால் அவள் உண்மையில் யாரைக் காதலிக்கிறாள் என்பதை என்னால் கண்டுபிடிக்க முடியவில்லை. அவள் சில நாட்களுக்கு முன்பு என்னைப் பார்க்க வந்தாள், ஆனால் அவளிடமிருந்து என்னால் எதையும் தெரிந்துகொள்ள முடியவில்லை. அவள் என்னிடம் மேலோட்டமான விஷயங்களைப் பற்றி மட்டுமே பேசினாள். அவள் என்னிடம் என் உடல்நலத்தைப் பற்றி விசாரித்ததைத் தவிர வேறு எதையும் பேசவில்லை. அவள் என்னிடம் கூட எதையும் மனம் விட்டுப் பேசுவதில்லை. ‘சரி, அப்படியே இருக்கட்டும், கடவுள் அவளை ஆசீர்வதிக்கட்டும்...’ என்று நான் எனக்குள் சொல்லிக் கொண்டேன். ஆமாம், நான் சித்தபிரமையைப் பற்றிப் பேசிக் கொண்டிருந்தேன். அந்த மருத்துவர் இங்கே வந்திருக்கிறார். அது உங்களுக்குத் தெரியுமா? ஆமாம், நிச்சயமாக உங்களுக்குத் தெரிந்திருக்கும். ஒருவர் பைத்தியமா இல்லையா என்பதைக் கண்டுபிடிக்கும் மருத்துவர். நீங்கள்தான் அவரை வரவழைத்தீர்கள். இல்லை, நீங்கள் இல்லை காத்யாதான் அவரை வரவழைத்தாள். ஆமாம், காத்யாதான் எல்லாவற்றையும் செய்கிறாள். இதோ பாருங்கள், நன்றாக இருக்கும் ஒரு மனிதனுக்குத் திடீரென்று சித்தபிரமை ஏற்படலாம். அவன் முழு உணர்வுடன் இருந்தாலும், அவனுக்குத் தான் என்ன செய்கிறோம் என்று தெரிந்திருந்தாலும், மனப்பிறழ்வு ஏற்படலாம். டிமிட்ரி ஃபியோதரோவிச் அப்படி ஒரு மனப்பிறழ்வு நோயால் பாதிக்கப்பட்டிருக்கிறார் என்பதில் சந்தேகமில்லை. நீதித்துறையின் சீர்திருத்தங்களுக்குப் பிறகு அவர்கள் அந்த மனப்பிறழ்வு என்ற நோயைச் சட்டத்திற்குள் கொண்டு வந்தனர். அது நமது புதிய நீதித்துறையின் நன்மைகளில் ஒன்று. அந்த மருத்துவர் என்னிடம் அன்று மாலையில் நடந்த விஷயங்களைப் பற்றி, அந்தத் தங்கச்சுரங்கத்தைப் பற்றி விசாரித்தார். ‘அவர் அப்போது எப்படி இருந்தார்?’ என்று மருத்துவர் என்னிடம் கேட்டார். அப்போது அவர் மனநிலை பிறழ்ந்த நிலையில் இருந்திருக்க வேண்டும். அவர் இங்கே வந்தபோது, ‘பணம், பணம், மூவாயிரம்! எனக்கு மூவாயிரம் ரூபிள்கள் கொடுங்கள்!’ என்று கத்திக் கொண்டே வந்தார். அவர் இங்கிருந்து சென்ற பிறகு உடனடியாக அந்தக் கொலையைச் செய்துவிட்டார். ‘நான்

அவரைக் கொல்ல விரும்பவில்லை' என்று அவர் சொன்னார், ஆனால் திடீரென்று அவரைக் கொன்றுவிட்டார். அதனால் அவர்கள் அவரைத் தண்டிக்காமல் விடுதலை செய்வார்கள், ஏனெனில் அவர் அந்த எண்ணத்தை எதிர்த்துப் போராடினார் என்றாலும், அவரால் அதை ஜெயிக்க முடியவில்லை."

"ஆனால் அவர் கொலை செய்யவில்லை" என்று அல்யோஷா கோபத்துடன் அவளை இடைமறித்தான். அவனுடைய பொறுமையின்மையும், கவலையும் அதிகரித்துக் கொண்டே சென்றது.

"ஆமாம், அந்தக் கிழவன் கிரிகோரிதான் அவரைக் கொன்றான் என்று எனக்குத் தெரியும்."

"கிரிகோரியா?" என்று அல்யோஷா கத்தினான்.

"ஆமாம், ஆமாம். அது கிரிகோரிதான். டிமிட்ரி ஃபியோதரோவிச் அவனைத் தாக்கியபோது அவன் கீழே விழுந்துவிட்டான். ஆனால் அதற்குப் பிறகு அவன் எழுந்து, கதவு திறந்திருப்பதைப் பார்த்து உள்ளே சென்று ஃபியோதர் பாவ்லோவிச்சைக் கொன்று விட்டான்."

"ஆனால் ஏன்? எதற்காக?"

"அவன் மனப்பிறழ்வு நோயால் அவதிப்படுகிறான். டிமிட்ரி ஃபியோதரோவிச் அவனைத் தலையில் தாக்கியபோது, அவனுக்கு அந்த மனப்பிறழ்வு நிலை ஏற்பட்டது. எனவே அவன் அந்தக் கொலையைச் செய்தான். அவன் அவரைக் கொலை செய்யவில்லை என்று சொன்னால், அவனுக்குத் தான் என்ன செய்தோம் என்பதே நினைவில் இல்லை என்றுதான் அர்த்தம். டிமிட்ரி ஃபியோதரோவிச் அவரைக் கொன்றிருந்தால் நன்றாக இருந்திருக்கும். நான் அது கிரிகோரியாக இருக்கும் என்று சொன்னாலும், உண்மையில் அதைச் செய்தது டிமிட்ரி ஃபியோதரோவிச்சாகத்தான் இருக்க வேண்டும். ஓ! ஒரு மகன் தன் தந்தையைக் கொன்றது நல்லதல்ல என்பதால் நான் அதை ஆதரிக்கவில்லை. குழந்தைகள் தங்கள் பெற்றோரை மதிக்க வேண்டும். இருந்தாலும் அது அவராக இருந்தால் நல்லதுதான், ஏனெனில் அப்போது நீங்கள் கவலைப்படுவதற்கு ஒன்றுமில்லை, ஏனெனில் அவர் அப்போது சுயநினைவு இல்லாமல் இருந்திருக்க வேண்டும் அல்லது சுயநினைவு இருந்தாலும் தான் என்ன செய்கிறோம் என்பதே அவருக்குத் தெரியாமல் இருந்திருக்க வேண்டும். எனவே அவர்கள் அவரை விடுதலை செய்யட்டும். அப்படிச் செய்வதுதான் மனிதாபிமானம் மிக்க செயலாக இருக்கும். அப்போதுதான் சீர்திருத்திய புதிய நீதித்துறை எவ்வளவு பெருந்தன்மையாகச் செயல்படுகிறது

என்பதை மக்களுக்குக் காட்ட முடியும். எனக்கு அவற்றைப் பற்றி ஒன்றும் தெரியாது என்றாலும், அவை நீண்ட காலமாக அப்படித்தான் இருக்கின்றன என்று சொல்கிறார்கள். நான் நேற்று அதைப் பற்றி அறிந்தவுடன் மிகவும் ஆச்சரியப்பட்டேன். எனவே நான் உங்களை உடனடியாகப் பார்க்க விரும்பினேன். அவர் நிரபராதி என்று முடிவானால் அவரை நீதிமன்றத்திலிருந்து நேராக என்னுடன் இரவு உணவு சாப்பிட வரச் சொல்லுங்கள். நான் என் நண்பர்களையும் விருந்துக்கு அழைக்கிறேன். எல்லோரும் சேர்ந்து சீர்திருத்திய நீதிமன்றங்களுக்காக மது அருந்துவோம்! அவர் ஆபத்தானவராக இருக்க வாய்ப்பில்லை என்று நான் நினைக்கிறேன். தவிர நான் நிறைய விருந்தினர்களை அழைப்பேன். எனவே அவரால் ஏதாவது பிரச்சனை ஏற்பட்டாலும் உடனடியாக அவரை வெளியேற்ற முடியும். அதன் பிறகு அவர் சமாதான நீதிபதியாக அல்லது ஏதேனும் ஒரு பதவியுடன் வேறு ஒரு நகரத்தில் குடியேறலாம், ஏனெனில் கஷ்டங்களை அனுபவித்தவர்களே சிறந்த நீதிபதிகளாக இருப்பார்கள். மேலும் இப்போதெல்லாம் மனப்பிறழ்ச்சியால் பாதிக்கப்படாதவர்கள் யாரும் இருக்க முடியாது என்பதால், நீங்களும் நானும் உட்பட எல்லோருமே அந்த நிலையில்தான் இருக்கிறோம். அதற்கு எண்ணற்ற உதாரணங்கள் உள்ளன. ஒரு மனிதன் அமைதியாக உட்கார்ந்து ஏதோ ஒரு பாடலைப் பாடிக் கொண்டிருக்கிறான். திடீரென்று ஏதோ ஒன்று அவனை எரிச்சலடையச் செய்கிறது. அவன் உடனே துப்பாக்கியை எடுத்து அவனுடைய கண்களில் படும் முதல் மனிதனைச் சுட்டுக் கொல்கிறான். ஆனால் அவனை மன்னித்து விடுதலை செய்கிறார்கள். நான் சமீபத்தில் அந்தச் செய்தியைப் படித்தேன். அது மனப்பிறழ்வு என்று எல்லா மருத்துவர்களும் உறுதி செய்கிறார்கள். நீதித்துறையில் ஏற்பட்ட அந்தச் சீர்திருத்தம் உண்மையில் நமக்கு ஒரு வரப்பிரசாதம். உங்களுக்குத் தெரியுமா, என்னுடைய லிசாவும் அந்த நோயால் துன்புறுகிறாள். நேற்றும், அதற்கு முன்தினமும், இன்றும் அவள் என்னை அழ வைத்துவிட்டாள். அதற்குக் காரணம் மனப் பிறழ்வுதான் என்று நான் இன்று புரிந்து கொண்டேன்... ஓ, நான் அவளை நினைத்து மிகவும் கவலைப்படுகிறேன். அவளுக்கு முற்றிலுமாக பைத்தியம் பிடித்துவிட்டது என்று நான் நினைக்கிறேன். அவள் ஏன் உங்களை வரச் சொன்னாள்? அவள் உங்களை வரச் சொன்னாளா அல்லது நீங்களாக வந்தீர்களா?"

"ஆமாம், அவள்தான் என்னை வரச் சொன்னாள். நான் அவளைப் பார்க்கப் போகிறேன்" என்று அல்யோஷா தீர்மானமாக எழுந்து நின்றான்.

“ஓ, எனதருமை அலக்ஸி ஃபியோதரோவிச், ஒருவேளை அது மிகவும் முக்கியமான விஷயமாக இருக்கலாம்” என்று திருமதி. கோஹ்லக்கோவ் திடீரென்று கண்ணீர் விட்டு அழுதாள். “லிசா விஷயத்தில் நான் உங்களை மனப்பூர்வமாக நம்புகிறேன் என்று கடவுளுக்குத் தெரியும். எனவே அவள் அவளுடைய அம்மாவிடம் சொல்லாமல் உங்களை இரகசியமாக வரச் சொல்லியிருந்தாலும் பரவாயில்லை. ஆனால் நான் அவ்வளவு எளிதாக என் மகளை உங்கள் சகோதரர் இவான் ஃபியோதரோவிச்சிடம் ஒப்படைக்க முடியாது என்றாலும், அவரை ஒரு பெருந்தன்மையுள்ள இளைஞனாகவே கருதுகிறேன். ஆனால் உங்களுக்குத் தெரியுமா, அவர் லிசாவைப் பார்க்க வந்திருந்தார் என்றாலும், எனக்கு அதைப் பற்றி எதுவும் தெரியாது.”

“என்ன? எப்போது? எப்படி?” என்று அல்யோஷா அதைக் கேட்டு ஆச்சரியப்பட்டான். அவன் மீண்டும் உட்காராமல் நின்றபடியே கேட்டான்.

“நான் சொல்கிறேன். நான் அதைப் பற்றிப் பேசத்தான் உங்களை வரச் சொல்லியிருக்க வேண்டும், ஏனெனில் உங்களை எதற்காக அழைத்தேன் என்று எனக்குத் தெரியவில்லை. இவான் ஃபியோதரோவிச் மாஸ்கோவிலிருந்து திரும்பிய பிறகு இரண்டு முறை என்னைப் பார்க்க வந்தார். முதல் முறை மரியாதை நிமித்தமாக அவர் என்னைப் பார்க்க வந்தார். இரண்டாவது முறை காத்யா இங்கே இருப்பதைத் தெரிந்து கொண்டு அவர் என் வீட்டிற்கு வந்தார். அவர் அடிக்கடி இங்கே வருவார் என்று நான் எதிர்பார்க்கவில்லை, ஏனெனில் உங்கள் தந்தையின் பயங்கரமான மரணத்தினாலும், அது சம்பந்தமான விவகாரத்தினாலும் அவருக்குச் செய்ய வேண்டிய வேலைகள் நிறைய இருக்கின்றன என்று எனக்குத் தெரியும். ஆனால் அவர் திடீரென்று ஆறு நாட்களுக்கு முன்பு, என்னைப் பார்ப்பதற்காக அல்லாமல் லிசாவைப் பார்ப்பதற்காக இங்கே வந்திருக்கிறார் என்று தெரிந்து கொண்டேன். அவர் இங்கே வந்து அவளைப் பார்த்துவிட்டு ஐந்து நிமிடத்தில் திரும்பிச் சென்றுவிட்டார். அதற்குப் பிறகு மூன்று நாட்கள் கழித்து கிளாஃபிரா என்னிடம் சொன்னபோதுதான் நான் அதைத் தெரிந்து கொண்டேன். அது எனக்கு ஒரு பெரிய அதிர்ச்சியாக இருந்தது. நான் உடனே லிசாவை அழைத்து அவளிடம் அதைப் பற்றிக் கேட்டேன். அவள் சிரித்தாள். ‘நீங்கள் தூங்கிக் கொண்டிருப்பதாக நினைத்து அவர் என்னிடம் வந்து உங்கள் உடல் நிலையைப் பற்றி விசாரித்தார்’ என்று அவள் சொன்னாள். ஆமாம், அதுதான் நடந்தது. ஆனால் லிசா, இந்த லிசா என்னை என்னபாடுபடுத்துகிறாள்! நீங்கள்

போன முறை இங்கே வந்து சென்ற நான்கு நாட்களுக்குப் பிறகு, ஒரு நாள் இரவு அவள் திடீரென்று வெறிபிடித்தவள் போல கத்திக் கூச்சலிட்டாள். எனக்கு ஏன் வலிப்பு வருவதில்லை? அதற்குப் பிறகு அடுத்த நாளும், மூன்றாவது நாளும், நேற்றும் அப்படித்தான். 'நான் இவான் ஃபியோதரோவிச்சை வெறுக்கிறேன். அவர் இனிமேல் வீட்டிற்கு வரக்கூடாது என்று நீங்கள் அவரிடம் சொல்ல வேண்டும்' என்று அவள் என்னிடம் கத்தினாள். நான் அந்த வார்த்தைகளைக் கேட்டுத் திகைத்துப் போனேன். 'படிப்பும், துரதிருஷ்டமும் இணைந்த ஒரு தகுதியான இளைஞனை நான் எந்த அடிப்படையில் வீட்டிற்கு வர வேண்டாம் என்று சொல்ல முடியும்?' என்று நான் அவளிடம் கேட்டேன். ஏனெனில் நடந்த அனைத்தும் உண்மையில் துரதிருஷ்டம் இல்லையா? நான் சொன்னதைக் கேட்டு அவள் திடீரென்று வாய் விட்டுச் சிரித்தாள். உங்களுக்குத் தெரியுமா, அவளுடைய அந்தச் சிரிப்பு என்னைப் புண்படுத்தும் விதமாக இருந்தது. சரி, என்னால் அவளைச் சிரிக்க வைக்க முடிந்ததால் அவளுடைய வெறித்தனம் குறையும் என்று நினைத்து நான் சந்தோஷப்பட்டேன். எல்லாவற்றுக்கும் மேலாக, இவான் ஃபியோதரோவிச் என்னுடைய அனுமதியின்றி விசித்திரமான முறையில் வருகை தந்ததற்கு அவரிடம் விளக்கம் கேட்க வேண்டும் என்று நான் விரும்பினேன். லிசா இன்று காலையில் கண்விழித்தபோது, யூலியாவின் மீது ஆத்திரப்பட்டு அவளுடைய கன்னத்தில் அறைந்து விட்டாள். அது அரக்கத்தனமானது. நான் எப்போதும் வேலைக்காரர்களிடம் கண்ணியமாக நடந்து கொள்வேன். ஒரு மணி நேரம் கழித்து அவள் யூலியாவின் கால்களைக் கட்டிப்பிடித்து முத்தமிட்டாள். அவள் என்னைப் பார்க்க வர மாட்டேன் என்றும், இனிமேல் ஒருபோதும் என்னைப் பார்க்க விரும்பவில்லை என்றும் எனக்குச் செய்தி அனுப்பினாள். நான் நொண்டியபடி அவளைப் பார்க்க அவளுடைய அறைக்குச் சென்றபோது, அவள் வேகமாக என்னிடம் வந்து என்னைக் கட்டிப்பிடித்து அழுது கொண்டே முத்தமிட்டாள். அதன் பிறகு அவள் ஒரு வார்த்தையும் பேசாமல் என்னை அறையை விட்டு வெளியே தள்ளிவிட்டாள். எனவே என்னால் எதையும் தெரிந்துகொள்ள முடியாமல் போய்விட்டது. என் அருமை அலெக்ஸி ஃபியோதரோவிச், நான் உங்களைத்தான் முழுமையாக நம்பியிருக்கிறேன். என்னுடைய முழு வாழ்க்கையும் உங்கள் கைகளில்தான் இருக்கிறது. எனவே நீங்கள் லிசாவிடம் சென்று அவளிடமிருந்து எல்லாவற்றையும் தெரிந்து கொண்டு என்னிடம் வந்து சொல்லுங்கள், ஏனெனில் உங்களால் மட்டுமே அதைச் செய்ய முடியும். இப்படியே போனால் அவளுடைய

அம்மாவான நான் வெகு சீக்கிரமாக இறந்துவிடுவேன் அல்லது இங்கிருந்து எங்காவது ஓடிப்போவேன். இனிமேலும் என்னால் தாங்க முடியாது. நான் பொறுமையாக இருக்கிறேன் என்றாலும் பொறுமையை இழந்துவிடலாம். அப்புறம்... விபரீதமான ஏதாவது நடக்கலாம். ஆ, கடவுளே, இதோ பியோட்டர் இலிச் வந்துவிட்டார்!"

பியோட்டர் இலிச் உள்ளே நுழைவதைப் பார்த்த திருமதி. கோஹ்லக்கோவ் மலர்ந்த முகத்துடன் கத்தினாள். "நீங்கள் தாமதமாக வந்திருக்கிறீர்கள்! சரி, நீங்கள் உட்கார்ந்து பேசுங்கள். என்ன நடக்கப் போகிறது என்பதைச் சொல்லுங்கள். வழக்கறிஞர் என்ன சொன்னார்? அலெக்ஸி ஃபியோதரோவிச், நீங்கள் எங்கே போகிறீர்கள்?"

"நான் லிசாவைப் பார்க்கப் போகிறேன்."

"ஓ, ஆமாம்! நான் சொன்னதை மறந்து விடாதீர்கள். இது வாழ்வா சாவா பிரச்சனை!"

"நான் கண்டிப்பாக மறக்க மாட்டேன். என்னால் முடிந்ததைச் செய்கிறேன்... ஆனால் எனக்கு நேரமாகிவிட்டது" என்று அல்யோஷா முணுமுணுத்துக் கொண்டே அவசரமாக நடக்கத் தொடங்கினான்.

"இல்லை, நீங்கள் கண்டிப்பாகத் திரும்பி வர வேண்டும். முடிந்தால் என்று சொல்லாதீர்கள். இல்லையென்றால் நான் இறந்துவிடுவேன்!" என்று திருமதி. கோஹ்லக்கோவ் அவனுக்குப் பின்னால் கத்தினாள். ஆனால் அல்யோஷா அதற்குள் அறையை விட்டு வெளியே சென்றுவிட்டான்.

3. ஒரு குட்டிப் பிசாசு

அவன் லிசாவைப் பார்க்கச் சென்றபோது, அவள் நடக்க முடியாமல் இருந்தபோது பயன்படுத்திய சாய்வு நாற்காலியில் பாதி சாய்ந்தபடி உட்கார்ந்திருப்பதைப் பார்த்தான். அவனை வரவேற்பதற்காக அவள் எழுந்து வரவில்லை என்றாலும், அவளுடைய கூர்மையான ஊடுருவும் கண்கள் அவன் முகத்தை உற்றுப் பார்த்தன. அவளுடைய கண்கள் காய்ச்சல் கண்டது போல பளபளத்தன. அவளுடைய முகம் வெளிறி மஞ்சள் நிறத்தில் இருந்தது. கடந்த மூன்று நாட்களில் அவளிடம் ஏற்பட்டிருந்த மாற்றத்தைக் கண்டு அல்யோஷா ஆச்சரியப்பட்டான். அவள் முன்னைவிட மெலிந்திருந்தாள்; அவள் தனது கையை அவனை நோக்கி நீட்டாமல், அசைவற்று அமர்ந்திருந்தாள். அவன் அவள் அருகே சென்று, அவளது ஆடையின் மீது அசையாமல் கிடந்த

அவளது மெல்லிய நீண்ட விரல்களைத் தொட்டுப் பார்த்துவிட்டு, எதுவும் பேசாமல் அவளுக்கு எதிரே அமர்ந்தான்.

“நீங்கள் சிறைச்சாலைக்கு செல்ல அவசரப்படுவது எனக்குத் தெரிகிறது” என்று லிசா வெடுக்கென்று சொன்னாள். “அம்மா உங்களை இரண்டு மணி நேரமாகப் பிடித்து வைத்துக் கொண்டார்.”

“உனக்கு எப்படித் தெரியும்?” என்று அல்யோஷா கேட்டான்.

“நான் ஒட்டுக் கேட்டேன். நீங்கள் ஏன் என்னை அப்படி முறைத்துப் பார்க்கிறீர்கள்? நான் ஒட்டுக் கேட்க விரும்பினால் அதைச் செய்வேன். அதில் எந்தத் தவறும் இருப்பதாக நான் நினைக்கவில்லை. நான் அதற்காக உங்களிடம் மன்னிப்புக் கேட்கப் போவதில்லை.”

“நீ எதையாவது நினைத்து வருத்தப்படுகிறாயா?”

“இல்லை, நான் மிகவும் மகிழ்ச்சியாக இருக்கிறேன். நான் உங்களுக்கு மனைவியாக முடியாது என்று மறுத்துவிட்டது எவ்வளவு நல்ல விஷயம் என்று முப்பதாவது தடவையாக யோசித்துக் கொண்டிருக்கிறேன். உங்களுக்கு ஒரு கணவனாக இருக்கும் தகுதி இல்லை. நான் உங்களைத் திருமணம் செய்து கொண்ட பிறகு, யாரையாவது காதலித்து அவருக்கு ஒரு கடிதம் எழுதினால், நீங்கள் அதை அவரிடம் கொடுத்து அதற்குப் பதிலையும் வாங்கிக் கொண்டு வருவீர்கள். உங்களுக்கு நாற்பது வயது ஆனாலும் கூட நீங்கள் அந்த வேலையைச் செய்வீர்கள்.”

அவள் திடீரென்று சிரித்தாள்.

“உன்னிடம் விஷமத்தனம் இருக்கும் அதே அளவுக்கு வெகுளித்தனமும் இருக்கிறது” என்று அல்யோஷா அவளைப் பார்த்துச் சிரித்தான்.

“நான் உங்களிடம் வெட்கப்படவில்லை என்பதால் நீங்கள் என்னை வெகுளியாக நினைக்கிறீர்கள். நான் உங்களைப் பார்த்து வெட்கப்பட விரும்பவில்லை. குறிப்பாக நான் உங்கள் முன்னால் வெட்கப்பட மாட்டேன். அல்யோஷா, நான் ஏன் உங்களை மதிப்பதில்லை? நான் உங்களை மிகவும் நேசிக்கிறேன், ஆனால் மதிக்கவில்லை. நான் உங்களை மதித்திருந்தால் உங்களிடம் வெட்கப்படாமல் என்னால் பேச முடியாது இல்லையா?”

“ஆமாம்.”

“நான் உங்களிடம் வெட்கப்படவில்லை என்று நீங்கள் நினைக்கிறீர்களா?”

“இல்லை, நான் அப்படி நினைக்கவில்லை.”

லிசா மீண்டும் பதற்றத்துடன் சிரித்தாள். அவள் வேகமாக, மிக வேகமாகப் பேசினாள்.

"நான் உங்கள் சகோதரர் டிமிட்ரி ஃபியோதரோவிச்சுக்குச் சில இனிப்புகளைக் கொடுத்து அனுப்பினேன். அல்யோஷா, உங்களுக்குத் தெரியுமா, நீங்கள் ஓர் இனிமையான மனிதர்! நான் உங்கள் மீது வைத்திருந்த காதலிலிருந்து என்னை இவ்வளவு சீக்கிரம் விடுவித்ததற்காகவே உங்களை மிகவும் நேசிக்கிறேன்."

"லிசா, எதற்காக என்னை வரச் சொன்னீர்கள்?"

"நான் என்னுடைய ஆசைகளில் ஒன்றை உங்களிடம் சொல்ல விரும்பினேன். யாரேனும் ஒருவர் என்னைத் திருமணம் செய்து கொண்டு, என்னைச் சித்திரவதை செய்து, என்னை ஏமாற்றிவிட்டுப் போக வேண்டும் என்று நான் விரும்புகிறேன். நான் மகிழ்ச்சியாக இருக்க விரும்பவில்லை."

"நீங்கள் குழப்பத்தை விரும்புகிறீர்களா?"

"ஆமாம். நான் வீட்டிற்குத் தீ வைக்க வேண்டும் என்று விரும்புகிறேன். நான் ஊர்ந்து சென்று திருட்டுத்தனமாக வீட்டிற்குத் தீ வைப்பதை கற்பனை செய்து கொண்டே இருக்கிறேன். அது யாருக்கும் தெரியக்கூடாது. அவர்கள் அதை அணைக்க முயற்சி செய்தாலும் அது எரிந்து கொண்டே இருக்கும். நான் அதை யாரிடமும் சொல்ல மாட்டேன். ஓ, என்ன முட்டாள்தனம்! நான் சலிப்பின் உச்சத்தில் இருக்கிறேன்!"

அவள் வெறுப்புடன் கைகளை ஆட்டினாள்.

"உங்களுடைய ஆடம்பரமான வாழ்க்கைதான் அதற்குக் காரணம்" என்று அல்யோஷா மென்மையாகச் சொன்னான்.

"அப்படியானால் ஏழையாக இருப்பது நல்லதா?"

"ஆமாம்."

"உங்களுடைய இறந்துபோன துறவி அப்படித்தான் உங்களுக்குச் சொல்லிக் கொடுத்துள்ளார். ஆனால் அது உண்மையல்ல. எல்லோரும் ஏழைகளாக இருக்கும்போது, நான் செல்வச் செழிப்புடன் இருந்தால், என்னால் இனிப்புகளைச் சாப்பிட முடியும்; கிரீமைக் குடிக்க முடியும். நான் யாருக்கும் எதையும் கொடுக்க மாட்டேன்" என்று அவள் சொன்னபோது, அல்யோஷா எதுவும் பேசவில்லை என்றாலும், அவனைப் பார்த்து கையை ஆட்டினாள். "நீங்கள் அதையெல்லாம் ஏற்கனவே என்னிடம் சொல்லியிருக்கிறீர்கள். எனக்கு அதெல்லாம் மனப்பாடமாகத் தெரியும். அதெல்லாம் சலிப்பாக இருக்கிறது. நான் ஏழையாக இருந்தால் யாரையாவது கொலை செய்வேன்.

ஆனால் நான் பணக்காரியாக இருந்தாலும் யாரையாவது கொலை செய்யலாம். ஏனெனில் எதுவும் செய்யாமல் எப்படி இருக்க முடியும்? உங்களுக்குத் தெரியுமா, நான் வயல்களில் வேலை செய்து, கம்பு அறுவடை செய்ய விரும்புகிறேன். நான் உங்களைத் திருமணம் செய்து கொள்வேன். நீங்கள் ஒரு விவசாயியாக, உண்மையான விவசாயியாக மாற வேண்டும். நாம் ஒரு குதிரையை வளர்ப்போம். உங்களுக்குப் பிடிக்குமா? உங்களுக்குக் கல்கனோவைத் தெரியுமா?"

"தெரியும்."

"அவர் ஓர் இடத்தில் நிற்காமல் எப்போதும் அங்குமிங்கும் அலைந்து கொண்டே கனவு காண்கிறார். கனவு காண்பது நன்றாக இருக்கும்போது, நாம் ஏன் நிஜ வாழ்க்கையை வாழ வேண்டும் என்று அவர் கேட்கிறார். ஒருவர் மிகவும் இனிமையான விஷயங்களைக் கனவு காண முடியும், ஆனால் நிஜ வாழ்க்கை சலிப்பானது. அவர் விரைவில் திருமணம் செய்து கொள்ளப் போகிறார். இருப்பினும் அவர் என்னிடம் அவருடைய காதலைச் சொன்னார். உங்களுக்குப் பம்பரம் விடத் தெரியுமா?"

"தெரியும்."

"அவர் ஒரு பம்பரம் போன்றவர். நீங்கள் அவரைச் சுழற்றுவதற்குக் கயிற்றைப் பயன்படுத்த வேண்டும். நான் அவரைத் திருமணம் செய்து கொண்டால், வாழ்நாள் முழுவதும் அவரைப் பம்பரமாகச் சுழற்றலாம். நீங்கள் என்னுடன் இருப்பதற்கு வெட்கப்படவில்லையா?"

"இல்லை."

"நான் நல்ல விஷயங்களைப் பேசவில்லை என்பதால் நீங்கள் என் மீது மிகவும் கோபமாக இருக்கிறீர்கள். நான் பரிசுத்தமாக இருக்க விரும்பவில்லை. ஒருவன் மிகப் பெரிய பாவம் செய்தால் அவனை மறு உலகத்தில் என்ன செய்வார்கள்? உங்களுக்கு அதைப் பற்றி நன்றாகத் தெரிந்திருக்க வேண்டும்."

"கடவுள் அவனைத் தண்டிப்பார்" என்று அல்யோஷா அவளை உற்றுப் பார்த்தான்.

"எனக்கு அதுதான் வேண்டும். நான் அங்கு செல்வேன். அவர்கள் என்னைத் தண்டிப்பார்கள். நான் அப்போது அவர்களைப் பார்த்து வாய்விட்டுச் சிரிப்பேன். அல்யோஷா, நான் எங்கள் வீட்டைத் தீ வைத்துக் கொளுத்த விரும்புகிறேன் என்று சொன்னால் உங்களால் அதை நம்ப முடியுமா?"

"நீங்கள் சொல்வதை என்னால் நம்பாமல் இருக்க முடியாது, ஏனெனில் பன்னிரண்டு வயது சிறுவர்கள் கூட எதையாவது தீ

வைத்து எரிக்க ஆசைப்படுகிறார்கள். அது ஒரு வகையான மனநோய்."

"அது உண்மையல்ல, உண்மையாக இருக்க முடியாது. அப்படிப்பட்ட சிறுவர்கள் இருக்கலாம், ஆனால் நான் அதைப் பற்றிப் பேசவில்லை."

"நீங்கள் தீமையை நன்மை என்று தவறாகப் புரிந்து கொள்கிறீர்கள். அது கடந்து செல்ல வேண்டிய ஒரு நெருக்கடி. ஒருவேளை உங்களுடைய நோயின் விளைவாக உங்களுக்கு அப்படித் தோன்றலாம்."

"நீங்கள் என்னை வெறுக்கிறீர்கள்! நான் நல்லது செய்ய விரும்பவில்லை. நான் தீமை செய்ய விரும்புகிறேன். அதற்கும் என்னுடைய நோய்க்கும் எந்தச் சம்பந்தமும் இல்லை."

"நீங்கள் ஏன் தீமை செய்ய விரும்புகிறீர்கள்?"

"அதனால் எல்லாமே அழிந்துவிடும். ஆ, அப்படி எல்லாமே அழிந்து விட்டால் எவ்வளவு நன்றாக இருக்கும்! அல்யோஷா உங்களுக்குத் தெரியுமா, நான் சில சமயங்களில் மிக மோசமான தீமைகளைச் செய்ய வேண்டும் என்று நினைக்கிறேன். நான் யாருக்கும் தெரியாமல் இரகசியமாக அதைச் செய்ய வேண்டும், ஆனால் அதன் பிறகு திடீரென்று அது எல்லோருக்கும் தெரிய வரும்போது, எல்லோரும் என்னை நோக்கி விரலை நீட்டுவார்கள். அப்போது நான் அவர்கள் அனைவரையும் பார்ப்பேன், அது மிகவும் நன்றாக இருக்கும். அல்யோஷா, அது ஏன் அவ்வளவு அருமையாக இருக்கிறது?"

"எனக்குத் தெரியவில்லை. நீங்கள் சொல்வது போல நல்லதை அழிக்க வேண்டும் அல்லது எதையாவது தீ வைத்து எரிக்க வேண்டும் என்ற ஏக்கம் அதற்குக் காரணமாக இருக்கலாம். சில நேரங்களில் அப்படி நடக்கிறது."

"நான் அதை ஒரு பேச்சுக்காகச் சொல்லவில்லை, நிஜமாகவே அதைச் செய்வேன்."

"நான் அதை நம்புகிறேன்."

"ஆகா, நீங்கள் அதை நம்புகிறேன் என்று சொன்னதற்காக நான் உங்களை நேசிக்கிறேன். நீங்கள் பொய் சொல்லவில்லை என்று எனக்குத் தெரியும். ஆனால் நான் உங்களைக் கேலி செய்வதற்காக இதையெல்லாம் சொல்கிறேன் என்று நீங்கள் நினைக்கிறீர்களா?"

"இல்லை, நான் அப்படி நினைக்கவில்லை... இருந்தாலும் அப்படியும் கொஞ்சம் இருக்கலாம்."

"ஆமாம், கொஞ்சம் இருக்கிறது. என்னால் உங்களிடம் பொய் சொல்ல முடியாது" என்று சொன்ன அவள் கண்களில் ஒரு விசித்திரமான நெருப்பு பளிச்சிட்டது.

அவளுடைய அந்தத் தீவிரமான குணம் அல்யோஷாவை மிகவும் கவர்ந்தது. அவளுடைய முகத்தில் சிரிப்போ அல்லது வேடிக்கையின் சாயலோ கொஞ்சம் கூட இல்லை. ஆனால் இதற்கு முன்பு மிக மோசமான தருணங்களில் கூட அவளுடைய உற்சாகமும், நகைச்சுவை உணர்வும் அவளை விட்டு அகன்றதில்லை.

"மனிதர்கள் குற்றங்களை விரும்பும் தருணங்களும் உள்ளன" என்று அல்யோஷா யோசனையுடன் சொன்னான்.

"ஆமாம், ஆமாம்! நீங்கள் என் மனதில் உள்ளதைச் சொல்லிவிட்டீர்கள். மனிதர்கள் எல்லோரும் சில 'தருணங்களில்' மட்டுமின்றி எப்போதும் குற்றத்தை நேசிக்கிறார்கள். மனிதர்கள் எல்லோரும் அதைக் குறித்துப் பொய் சொல்ல ஒப்புக் கொண்டது போல ஒரே குரலில் தீமையை வெறுப்பதாகப் பொய் சொல்கிறார்கள் என்றாலும், அவர்கள் அனைவரும் இரகசியமாக அதை விரும்புகிறார்கள்."

"நீங்கள் இன்னும் அந்த மோசமான புத்தகங்களைப் படிக்கிறீர்களா?"

"ஆமாம். அம்மா அவற்றைப் படித்துவிட்டுத் தலையணைக்கு அடியில் ஒளித்து வைத்திருக்கிறார். நான் அவற்றைத் திருடிப் படிக்கிறேன்."

"இப்படி உங்களை நீங்களே அழித்துக் கொள்ள வெட்கமாக இல்லையா?"

"என்னை நானே அழித்துக்கொள்ள விரும்புகிறேன். இங்கே ஒரு சிறுவன் இரயில் செல்லும்போது தண்டவாளத்திற்கு இடையில் படுத்துக் கொண்டான். அவன் ஓர் அதிர்ஷ்டசாலி! இப்போது தந்தையைக் கொன்ற குற்றத்திற்காக உங்கள் சகோதரனை விசாரிக்கப் போகிறார்கள். அவர் தனது தந்தையைக் கொன்றுவிட்டார் என்ற உண்மையை எல்லோரும் விரும்புகிறார்கள்."

"அவர் அப்பாவைக் கொன்றதை எல்லோரும் விரும்புகிறார்களா?"

"ஆமாம், எல்லோரும் அதை விரும்புகிறார்கள்! எல்லோரும் அது மிகவும் மோசமானது என்று சொன்னாலும், அவர்கள் அதை இரகசியமாக நேசிக்கிறார்கள். நானும் கூட அதை விரும்புகிறேன்."

"நீங்கள் சொல்வதிலும் ஓரளவு உண்மை இருக்கிறது" என்று அல்யோஷா தாழ்ந்த குரலில் சொன்னான்.

"ஆகா, நீங்கள் அதை ஒப்புக் கொள்கிறீர்கள்!" என்று லிசா சந்தோஷத்துடன் கத்தினாள். "ஆனால் நீங்கள் ஒரு துறவி! அல்யோஷா நீங்கள் எப்போதும் பொய் சொல்ல மாட்டீர்கள் என்பதால், நான் உங்களை எவ்வளவு தூரம் மதிக்கிறேன் என்று உங்களால் நம்ப முடியாது. நான் கண்ட ஒரு வேடிக்கையான கனவைப் பற்றி உங்களிடம் சொல்ல வேண்டும். நான் சில நேரங்களில் பிசாசுகளைப் பற்றிக் கனவு காண்கிறேன். அது ஓர் இரவு நேரம். நான் ஒரு மெழுகுவர்த்தியுடன் தனியாக என் அறையில் இருக்கிறேன். திடீரென்று அறையின் எல்லா இடங்களிலும், ஒவ்வொரு மூலையிலும், மேசைக்கு அடியிலும் பிசாசுகள் தோன்றுகின்றன. அவை கதவைத் திறக்கின்றன. கதவுக்குப் பின்னால் பிசாசுகளின் பெரிய கூட்டம் இருக்கிறது. அவர்கள் உள்ளே வந்து என்னைப் பிடிக்க விரும்புகிறார்கள். அவர்கள் அருகில் வந்து என்னைப் பிடிக்க முயன்றபோது, நான் சிலுவையிட்டேன். உடனே அவர்கள் பின்வாங்கினார்கள். அவர்கள் பயப்பட்டாலும் முற்றிலுமாக அங்கிருந்து போகவில்லை. அவர்கள் அறையின் மூலைகளிலும், கதவருகிலும் எனக்காகக் காத்திருக்கிறார்கள். அப்போது திடீரென்று எனக்குக் கடவுளைச் சத்தமாகத் திட்ட வேண்டும் என்ற ஒரு பயங்கரமான ஆசை எழுகிறது. நான் உடனே திட்ட ஆரம்பிக்கிறேன். அப்போது பிசாசுகளின் கூட்டம் என்னை நோக்கி வந்து, மகிழ்ச்சியுடன் என்னைப் பிடிக்க முயற்சிக்கும்போது, நான் மீண்டும் சிலுவையிடுகிறேன். அவர்கள் மீண்டும் பின்வாங்கிச் செல்கிறார்கள். அது மிகவும் வேடிக்கையாக இருக்கிறது."

"எனக்கும் சில சமயங்களில் அதே போன்ற கனவு வருகிறது" என்று அல்யோஷா சொன்னான்.

"உண்மையாகவா?" என்று லிசா வியப்புடன் கேட்டாள். "அல்யோஷா நீங்கள் என்னைக் கேலி செய்யாமல் நான் சொல்வதைக் கேளுங்கள். அது மிகவும் முக்கியமானது. இரண்டு மனிதர்கள் ஒரே கனவைக் காண முடியுமா?"

"முடியும் என்றுதான் தோன்றுகிறது."

"அல்யோஷா, நான் சொல்லும் இந்த விஷயம் மிகவும் முக்கியமானது" என்று லிசா வியப்புடன் சொல்லத் தொடங்கினாள். "இங்கே கனவு முக்கியமல்ல, ஆனால் நீங்களும் என்னைப் போல அதே கனவைக் காண முடியும் என்பதுதான் முக்கியம். நீங்கள் என்னிடம் எப்போதும் பொய் சொல்ல மாட்டீர்கள் என்பதால் இப்போதும் சொல்லாதீர்கள். அது உண்மையா? நீங்கள் என்னைக் கேலி செய்யவில்லையே?"

“இல்லை, உண்மையாகச் சொல்கிறேன்.”

அதைக் கேட்டு ஆச்சரியப்பட்ட லிசா அரை நிமிடம் எதுவும் பேசாமல் இருந்தாள்.

“அல்யோஷா, நீங்கள் அடிக்கடி என்னை வந்து பார்க்க வேண்டும்” என்று அவள் திடீரென்று கெஞ்சும் குரலில் சொன்னாள்.

“நான் என் வாழ்நாள் முழுவதும் உங்களைப் பார்க்க வருவேன்” என்று அல்யோஷா உறுதியாகச் சொன்னான்.

“நான் உங்களிடம் மட்டுமே அதைப் பேச முடியும்” என்று லிசா மீண்டும் ஆரம்பித்தாள். “நான் இந்த உலகத்தில் உங்களைத் தவிர வேறு யாரிடமும் அதைப் பேச முடியாது. நான் அதைப் பற்றி யோசிப்பதை விட உங்களிடம் சொல்வது எனக்கு எளிதாக இருக்கும். அல்யோஷா, நான் ஏன் உங்களிடம் பேசுவதற்கு வெட்கப்படுவதில்லை? அல்யோஷா, ஈஸ்டர் பண்டிகையின்போது, யூதர்கள் குழந்தைகளைக் கடத்திச் சென்று வெட்டுகிறார்கள் என்பது உண்மையா?”

“எனக்குத் தெரியாது.”

“என்னிடம் ஒரு புத்தகம் இருக்கிறது. அதில் ஒரு யூதரிடம் நடத்திய விசாரணையைப் பற்றிப் படித்தேன். அவன் ஒரு நான்கு வயது குழந்தையைக் கடத்திச் சென்று, இரண்டு கைகளிலும் உள்ள விரல்களையும் வெட்டிய பிறகு, கைகளைச் சுவரில் வைத்து சிலுவையில் அறைந்தது போல ஆணிகளை அடித்தான். அதிகாரிகள் அவனைப் பிடித்து விசாரித்தபோது, ‘அந்தக் குழந்தை வெகு சீக்கிரமாக, நான்கு மணி நேரத்தில் இறந்துவிட்டதாக’ அவன் சொன்னான். ‘வெகு சீக்கிரம்’ என்று அவன் அதைச் சொல்கிறான். அந்தக் குழந்தை தொடர்ந்து முனகிக் கொண்டே இருந்ததாகவும், அவன் அதைக் கண்டு ரசித்ததாகவும் கூறினான். அது நன்றாக இருந்திருக்கும் இல்லையா?”

“அது நன்றாக இருக்கிறதா?”

“ஆமாம். சில நேரங்களில் நானே அந்தக் குழந்தையைச் சிலுவையில் அறைந்ததாகக் கற்பனை செய்து கொள்கிறேன். அந்தக் குழந்தை முனகிக் கொண்டிருக்கும்போது, நான் அதற்கு எதிரில் அமர்ந்து வேகவைத்த அன்னாசிப் பழங்களைச் சாப்பிடுகிறேன். எனக்கு வேகவைத்த அன்னாசிப் பழம் மிகவும் பிடிக்கும். உங்களுக்குப் பிடிக்குமா?”

அல்யோஷா அமைதியாக அவளைப் பார்த்தான். அவளுடைய வெளிறிய மஞ்சள் நிற முகம் திடீரென்று கோணியது; அவளுடைய கண்கள் பளிச்சிட்டன.

"உங்களுக்குத் தெரியுமா, நான் அந்த யூதனைப் பற்றிப் படித்தபோது, இரவு முழுவதும் தேம்பித் தேம்பி அழுது கொண்டே நடுங்கினேன். அந்தச் சின்னஞ் சிறிய குழந்தை வேதனையுடன் கத்தியபடி முனகியதை (ஒரு நான்கு வயது குழந்தைக்கு என்ன நடக்கிறது என்று புரியும்) நான் கற்பனை செய்து பார்த்தேன். அப்போது அந்த வேகவைத்த அன்னாசிப் பழத்தைச் சாப்பிடும் கற்பனை என்னைக் அலைக்கழித்தது. நான் மறுநாள் காலையில் எழுந்ததும், என்னைப் பார்க்க வர வேண்டும் என்று ஒருவருக்குக் கடிதம் எழுதி அனுப்பினேன். அவரும் என்னைப் பார்க்க வந்தார். நான் அவரிடம் அந்தக் குழந்தையைப் பற்றியும், வேகவைத்த அன்னாசிப் பழத்தைப் பற்றியும் சொன்னேன். எல்லாவற்றுக்கும் மேலாக அது நன்றாக இருந்தது என்று அவரிடம் சொன்னேன். அவரும் சிரித்துக் கொண்டே அது நன்றாக இருந்தது என்று சொன்னார். அதன் பிறகு அவர் எழுந்து சென்றுவிட்டார். அவர் ஐந்து நிமிடங்கள் மட்டுமே என்னுடன் இருந்தார். அவர் என்னை வெறுக்கிறாரா? அல்யோஷா, சொல்லுங்கள், என்னிடம் சொல்லுங்கள் அவர் என்னை வெறுக்கிறாரா, இல்லையா?" என்று அவள் கண்கள் பளபளக்க நாற்காலியில் நிமிர்ந்து அமர்ந்தாள்.

"நீங்கள் அந்த மனிதரை வரவழைத்தீர்களா?" என்று அல்யோஷா பதற்றத்துடன் கேட்டான்.

"ஆமாம்."

"கடிதம் அனுப்பினீர்களா?"

"ஆமாம்."

"அதைப் பற்றி, அந்தக் குழந்தையைப் பற்றிக் கேட்பதற்கா?"

"இல்லை, அதைப் பற்றி இல்லை. ஆனால் அவர் உள்ளே வந்ததும் நான் அதைப் பற்றி அவரிடம் கேட்டேன். அவர் அதைக் கேட்டு வாய்விட்டுச் சிரித்துவிட்டு எழுந்து சென்றுவிட்டார்."

"அந்த மனிதர் உங்களிடம் கண்ணியமாக நடந்து கொண்டார்" என்று அல்யோஷா முணுமுணுத்தான்.

"அவர் என்னை வெறுக்கிறாரா? அவர் என்னைப் பார்த்துச் சிரிக்கிறாரா?"

"இல்லை, ஒருவேளை அவர் வேகவைத்த அன்னாசிப் பழங்களை நம்பலாம். லிசா, இப்போது அவருக்கு உடல் நலம் சரியில்லை."

"ஆமாம், அவர் அதை நம்புகிறார்" என்று லிசா கண்கள் பளிச்சிடக் கூறினாள்.

"அவர் யாரையும் வெறுக்கவில்லை" என்று அல்யோஷா தொடர்ந்தான். "ஆனால் அவர் யாரையும் நம்பவில்லை. அவர்

யாரையும் நம்பவில்லை என்றால், நிச்சயமாக எல்லோரையும் வெறுக்கிறார் என்று அர்த்தம்."

"என்னையுமா?"

"ஆமாம்."

"நல்லது" என்று லிசா பல்லைக் கடித்தாள். "அவர் சிரித்துக் கொண்டே வெளியே சென்றபோது, என்னை வெறுத்தால் நல்லது என்று நான் நினைத்தேன். அவன் அந்தக் குழந்தையின் விரல்களை வெட்டியதும், அவர் என்னை வெறுப்பதும் நல்லது என்று நான் சந்தோஷப்பட்டேன்…" என்று அவள் அல்யோஷாவின் முகத்தைப் பார்த்துக் குரோதத்துடன் சிரித்தாள்.

"அல்யோஷா உங்களுக்குத் தெரியுமா, உங்களுக்குத் தெரியுமா, நான் விரும்புகிறேன்… அல்யோஷா, என்னைக் காப்பாற்றுங்கள்!" என்று அவள் திடீரென்று சக்கர நாற்காலியிலிருந்து துள்ளிக் குதித்து, அவனை நோக்கி விரைந்து சென்று, இரு கைகளாலும் இறுகத் தழுவிக் கொண்டாள். "என்னைக் காப்பாற்றுங்கள்!" என்று அவள் கிட்டத்தட்ட முனகினாள். "நான் உங்களிடம் சொன்னதை இந்த உலகத்தில் உள்ள யாரிடமாவது என்னால் சொல்ல முடியுமா? ஆனால் நான் என் மனதில் உள்ள உண்மையைப் பேசினேன், உண்மையை மட்டுமே பேசினேன். நான் தற்கொலை செய்துகொள்ளப் போகிறேன், ஏனெனில் நான் எல்லாவற்றையும் வெறுக்கிறேன். நான் வாழ விரும்பவில்லை என்பதால் எல்லாவற்றையும் வெறுக்கிறேன். நான் எல்லாவற்றையும், இந்த உலகில் உள்ள அனைத்தையும் வெறுக்கிறேன். அல்யோஷா, நீங்கள் ஏன் என்னைக் காதலிக்கவில்லை? நீங்கள் ஏன் என்னைக் கொஞ்சம் கூடக் காதலிக்கவில்லை?" என்று அவள் ஆவேசத்துடன் சொல்லி முடித்தாள்.

"நான் உங்களைக் காதலிக்கிறேன்!" என்று அல்யோஷா கனிவுடன் சொன்னான்.

"நீங்கள் எனக்காக அழுவீர்களா? அழுவீர்களா?"

"ஆமாம்."

"நான் உங்களுடைய மனைவியாக மாட்டேன் என்பதற்காக அல்ல, எனக்காக அழுவீர்களா?"

"ஆமாம்."

"நன்றி! எனக்கு உங்களுடைய கண்ணீர் மட்டுமே வேண்டும். எல்லோரும் என்னைத் தண்டிக்கட்டும். ஒருவர் பாக்கியில்லாமல் எல்லோரும் என்னைக் காலடியில் போட்டு மிதிக்கட்டும். எனக்கு யாரைப் பற்றியும் கவலையில்லை, ஏனெனில் நான் யாரையும் நேசிக்கவில்லை. நான் சொல்வது உங்களுக்குக் கேட்கிறதா? நான்

யாரையும் நேசிக்கவில்லை! அதற்கு மாறாக நான் எல்லோரையும் வெறுக்கிறேன். அல்யோஷா, நீங்கள் உங்கள் சகோதரனைப் பார்க்கச் செல்வதற்கு நேரமாகிவிட்டது" என்று அவள் சட்டென்று அவனிடமிருந்து விலகிக் கொண்டாள்.

"நான் உங்களை இந்த நிலையில் விட்டுவிட்டு எப்படிப் போக முடியும்?" என்று அல்யோஷா பயத்துடன் கேட்டான்.

"நீங்கள் உங்கள் சகோதரனைப் பார்க்கச் செல்லுங்கள், ஏனெனில் சிறைச்சாலையை மூடிவிடுவார்கள். இதோ உங்கள் தொப்பியை எடுத்துக் கொள்ளுங்கள். மீச்சியாவுக்கு என்னுடைய அன்பைத் தெரிவியுங்கள். சரி, நீங்கள் போய் வாருங்கள்!"

அவள் ஏறக்குறைய அல்யோஷாவைப் பிடித்து கதவுக்கு வெளியே தள்ளினாள். அவன் அவளைக் குழப்பத்துடன் பார்த்தபோது, திடீரென்று அவனுடைய வலது கையில் ஒரு கடிதம், இறுக்கமாக மடித்து முத்திரையிட்ட ஒரு சிறிய கடிதம் திணிக்கப்படுவதை உணர்ந்தான். 'இவான் ஃபியோதரோவிச் கரமசோவுக்கு' என்று அதன் மீது எழுதியிருந்த முகவரியை அவன் படித்துவிட்டு, சட்டென்று நிமிர்ந்து லிசாவின் முகத்தைப் பார்த்தான். அவள் முகம் ஏறக்குறைய அச்சுறுத்துவதைப் போலிருந்தது.

"அதை அவரிடம் கொடுங்கள். நீங்கள் அதைக் கண்டிப்பாக அவரிடம் கொடுக்க வேண்டும்!" என்று அவள் தனது உடல் முழுவதும் நடுங்க, வெறியுடன் கட்டளையிட்டாள். "நீங்கள் இன்றே அதை அவரிடம் கொடுக்க வேண்டும் இல்லையென்றால் நான் விஷத்தைக் குடித்துவிடுவேன்! நான் அதற்காகத்தான் உங்களை வரச் சொன்னேன்!"

அவள் வேகமாக கதவைச் சாத்திக் கொண்டாள். கதவைத் தாளிடும் ஓசை கேட்டது. அல்யோஷா கடிதத்தைத் தனது பையில் திணித்துக் கொண்டு, திருமதி. கோஹ்லக்கோவைப் பார்க்காமல், நேராக வாசற்படியை நோக்கிச் சென்றான். அவன் உண்மையில் அவளை மறந்துவிட்டான். லிசா கதவைச் சற்றே திறந்து, அந்த இடைவெளியில் தனது விரலை வைத்து, முழு பலத்தையும் பிரயோகித்துக் கதவை அறைந்து சாத்தினாள். பத்து வினாடிகளுக்குப் பிறகு அவள் கதவைத் திறந்து, விரலை விடுவித்துக் கொண்டு, மெதுவாக நாற்காலியை நோக்கி நடந்து சென்று, நாற்காலியில் நிமிர்ந்து உட்கார்ந்தாள். அவள் தன்னுடைய கறுத்துப்போன விரலையும், நகத்தின் அடியிலிருந்து ஒழுகிய இரத்தத்தையும் உற்றுப் பார்த்தாள். அவளுடைய உதடுகள் துடித்தன. அவள் தனக்குத்தானே வேகமாக முணுமுணுத்துக் கொண்டாள்.

"நான் இழிவானவள், இழிவானவள், இழிவானவள்!"

4. ஒரு பாசுரமும் பரம இரகசியமும்

அல்யோஷா சிறைச்சாலையின் மணியை அடித்தபோது (நவம்பர் மாதங்களில் நாட்கள் மிகவும் குறுகியதாக இருக்கும்), இருட்டத் தொடங்கியிருந்தது. இருந்தாலும் எந்தத் தடையுமின்றி மீச்சியாவைப் பார்க்கத் தன்னை அனுமதிப்பார்கள் என்று அல்யோஷாவுக்குத் தெரியும். மற்ற இடங்களைப் போல எங்கள் சிறிய நகரத்திலும் அதற்கான ஏற்பாடுகள் செய்யப்பட்டன. முதற்கட்ட விசாரணையின் முடிவில், உறவினர்களும் வேறு சிலரும் சில தவிர்க்க முடியாத சம்பிரதாயங்களுக்குப் பிறகுதான் மீச்சியாவைப் பார்க்க முடிந்தது. ஆனால் அதற்குப் பிறகு சம்பிரதாயங்கள் தளர்த்தப்படவில்லை என்றாலும், மீச்சியாவைப் பார்க்க வரும் சிலருக்கு விதிவிலக்கு அளிக்கப்பட்டது. சில சமயங்களில் கைதியுடனான அவர்களின் சந்திப்புகள் பார்வையாளர்களின் அறையில், கிட்டத்தட்ட மேற்பார்வை இல்லாமல் நேருக்கு நேராக நடந்தன. இருந்தாலும், குரூஷென்கா, அல்யோஷா, ரகிதீன் ஆகிய மூன்று பேருக்கு மட்டுமே அந்த முன்னுரிமை அளிக்கப்பட்டது. போலீஸ் கமிஷனர் மிகையில் மக்காரோவிச் குரூஷென்காவிடம் மிகவும் சாதகமான முறையில் நடந்து கொண்டார். அந்தக் கிழவர் மோக்ரோயில் அவளிடம் முரட்டுத்தனமாக நடந்து கொண்டது அவரது மனசாட்சியை உறுத்தியது. ஆனால் அவர் எல்லா உண்மைகளையும் அறிந்த பிறகு, அவளைப் பற்றிய தனது அபிப்பிராயத்தை முற்றிலுமாக மாற்றிக் கொண்டார். மீச்சியாதான் குற்றவாளி என்று அவர் உறுதியாக நம்பினாலும், அவரைச் சிறையில் அடைத்த பிறகு, அந்தக் கிழவர் அவரிடம் மிகவும் கனிவுடன் நடந்து கொண்டது விசித்திரமாக இருந்தது. 'அவர் நல்ல மனம் படைத்த மனிதர் என்றாலும், குடிப்பழக்கத்தாலும், ஒழுங்கற்ற வாழ்க்கையாலும் சீரழிந்துவிட்டார்!' என்று அவர் நினைத்தார். ஆரம்பத்தில் அவருக்குக் குற்றவாளியின் மீதிருந்த வெறுப்பு பின்னர் ஆழ்ந்த இரக்கமாக மாறிவிட்டது. அல்யோஷாவைப் பொறுத்தவரை, போலீஸ் கமிஷனருக்கு அவனை மிகவும் பிடிக்கும். அவருக்கு நீண்ட காலமாக அவனைத் தெரியும். சமீப காலமாக கைதியைப் பார்க்க அடிக்கடி வந்து கொண்டிருந்த ரகிதீன், 'போலீஸ் கமிஷனரின் இளம் பெண்களுடன்' நெருங்கிப் பழகினான். அவன் ஏறக்குறைய ஒவ்வொரு நாளும் அவர்களின் வீட்டிற்குச் சென்றான். சிறைக் கண்காணிப்பாளர் கருணை உள்ளம் கொண்ட, கடமைகளைச் செய்வதில் கறாரான முதியவர் என்றாலும், அவன் அவருடைய வீட்டிற்குச் சென்று பாடம் நடத்தினான்.

அல்யோஷாவுக்கும் அவருக்கும் நீண்ட காலமாக பழக்கம் இருந்ததால், 'உயர்ந்த ஞானம்' பற்றிய விஷயங்களை அவனுடன் பேசுவதை அவர் மிகவும் விரும்பினார். இவான் ஃபியோதரோவிச்சைப் பொறுத்தவரை, சிறைக் கண்காணிப்பாளர் அவனை மதித்தார். அவர் தன்னை ஒரு பெரிய தத்துவ ஞானியாக கருதிக் கொண்டபோதும், அவனுடைய கருத்துக்களைக் கேட்டுப் பிரமித்தார். ஆனால் அவருக்கு அல்யோஷாவின் மீது தவிர்க்க முடியாத ஓர் ஈர்ப்பு ஏற்பட்டது. கடந்த ஒரு வருடமாக அந்த முதியவருக்கு கட்டுக்கதைகளைக் கொண்ட சுவிஷேசங்களைப் படிப்பதில் ஆர்வம் ஏற்பட்டது. எனவே அவர் அவற்றைப் பற்றிய தனது கருத்துக்களைத் தன்னுடைய இளம் நண்பரான அல்யோஷாவுடன் பகிர்ந்து கொண்டார். அவர் அடிக்கடி மடாலயத்திற்குச் சென்று, அவனுடனும் துறவிகளுடனும் சேர்ந்து மணிக்கணக்காக பல விஷயங்களை விவாதிப்பது வழக்கம். எனவே அல்யோஷா சிறைச்சாலைக்குத் தாமதமாக வந்தாலும், அவன் சிறைக் கண்காணிப்பாளரைப் பார்த்தால் போதும் அவனுடைய காரியம் சுலபமாக முடிந்துவிடும். அதுமட்டுமின்றி சிறையில் இருந்த சாதாரண காவலாளி வரை எல்லோரும் அல்யோஷாவுக்கு நன்கு பழக்கமானார்கள். எனவே சிறைக் காவலாளிகளுக்கு அதிகாரிகளின் அனுமதி இருந்ததால், அவர்கள் அவனைத் தொந்தரவு செய்யவில்லை. மீச்சியாவைப் பார்க்க யாரேனும் வரும்போது, அவரை அவருடைய அறையிலிருந்து கீழேயுள்ள விருந்தினர்கள் அறைக்கு அழைத்துச் செல்வார்கள்.

அல்யோஷா இந்த முறை அங்கே வந்தபோது, அப்போதுதான் மீச்சியாவிடம் விடைபெற்றுக் கொண்டிருந்த ரகிதீனை அவன் சந்திக்க நேர்ந்தது. அவர்கள் இருவரும் உரத்தக் குரலில் பேசிக் கொண்டிருந்தனர். ரகிதீன் மீச்சியாவிடம் விடைபெற்றபோது, அவர் எதையோ நினைத்து மனம் விட்டுச் சத்தமாகச் சிரித்தார், ஆனால் அவன் எதனாலோ எரிச்சலுடன் இருந்தான். அவன் சமீப காலமாக அல்யோஷாவைச் சந்திப்பதை விரும்பவில்லை என்பதால், அவனைப் பார்க்கும் போதெல்லாம் எதுவும் பேசாமல் விறைப்பாக வணக்கம் மட்டுமே சொல்வான். எனவே அவன் அல்யோஷா உள்ளே வருவதைப் பார்த்துவிட்டு, வழக்கத்தை விட அதிகமாக முகத்தைச் சுளித்து, தனது கதகதப்பான உரோமக் கோட்டின் பொத்தான்களை மாட்டுவதில் கவனம் செலுத்துவது போல முகத்தைத் திருப்பிக் கொண்டான். அதன் பிறகு அவன் தனது குடையைத் தேடுவதில் மும்முரமாக இருந்தான்.

"நான் எனது உடமைகளை மறந்துவிடக் கூடாது" என்று அவன் ஏதோ சொல்ல வேண்டும் என்பதற்காக முணுமுணுத்தான்.

"நீங்கள் மற்றவர்களின் பொருள்களையும் மறந்துவிட வேண்டாம்" என்று மீச்சியா வேடிக்கையாகச் சொல்லிவிட்டு, தனது நகைச்சுவையை நினைத்துச் சிரித்தார்.

அதைக் கேட்ட ரகிதீன் கொதிப்படைந்தான்.

"நீங்கள் அதை என்னிடம் சொல்லாமல், கரமசோவ் குடும்பத்தைச் சேர்ந்தவர்களிடம் சொல்லுங்கள்" என்று அவன் கோபத்தில் நடுங்கியபடிக் கத்தினான்.

"அட, நான் விளையாட்டாகச் சொன்னேன்!" என்று மீச்சியா கத்தினார். "நாசமாய்ப்போக! எல்லோரும் அப்படித்தான் இருக்கிறார்கள்" என்று அவர் வேகமாக வெளியே சென்ற ரகிதீனைப் பார்த்துத் தலையசைத்துவிட்டு, அல்யோஷாவை நோக்கித் திரும்பினார். "அவர் இவ்வளவு நேரம் இங்கே உட்கார்ந்து உற்சாகமாகப் பேசிக் கொண்டிருந்தார், ஆனால் திடீரென்று இப்படிக் கோபப்படுகிறார். அவர் உங்களைப் பார்த்துத் தலையைக் கூட அசைக்கவில்லை. நீங்கள் இருவரும் சண்டையிட்டுக் கொண்டீர்களா? நீங்கள் ஏன் இவ்வளவு தாமதமாக வருகிறீர்கள்? நான் காலையிலிருந்து நீங்கள் வருவீர்கள் என்று ஆவலுடன் காத்திருந்தேன். இருந்தாலும் பரவாயில்லை. நாம் அதை ஈடு செய்யும் வகையில் பேசுவோம்."

"அவர் எதற்காக அடிக்கடி உங்களைப் பார்க்க வருகிறார்? நீங்கள் இருவரும் நெருங்கிய நண்பர்களாகி விட்டீர்களா?" என்று அல்யோஷா ரகிதீன் சென்ற திசையைப் பார்த்துத் தலையசைத்தான்.

"நான் அவருடன் நட்பு கொள்வதா? இல்லை, அப்படியில்லை. நான் எதற்காக அவருடன் நட்பு கொள்ள வேண்டும்? அவர் ஒரு பன்றி! அவர் என்னை வஞ்சகன் என்று நினைக்கிறார். ஆனால் அவரைப் போன்ற மோசமான மனிதர்களால் எந்த நகைச்சுவை யையும் புரிந்து கொள்ள முடியாது. அவர்களுடைய உள்ளம் வெறுமையாக, உற்சாகமற்றதாக இருக்கிறது. நான் முதலில் இங்கு வந்தபோது பார்த்த சிறைச்சாலையின் சுவர்களை அவர்கள் நினைவூட்டுகிறார்கள். ஆனால் அவர் ஒரு புத்திசாலி, மிகவும் புத்திசாலி. அலெக்ஸி, என்னைப் பொறுத்தவரை எல்லாம் முடிந்துவிட்டது என்று நினைக்கிறேன்!"

அவர் பெஞ்சில் அமர்ந்து, அல்யோஷாவைத் தன் அருகில் உட்கார வைத்தார்.

"ஆமாம், நாளை விசாரணை நடக்கிறது. அண்ணா, நீங்கள் உண்மையில் நம்பிக்கை இழந்துவிட்டீர்களா?" என்று அல்யோஷா பயத்துடன் கேட்டான்.

"நீங்கள் என்ன சொல்கிறீர்கள்?" என்று மீச்சியா குழப்பத்துடன் அவனைப் பார்த்தார். "ஓ, நீங்கள் விசாரணையைப் பற்றிப் பேசுகிறீர்கள்! அது நாசமாய்ப் போகட்டும்! நாம் இதுவரை இந்த விசாரணையைப் பற்றி, முக்கியமில்லாத விஷயங்களைப் பற்றிப் பேசிக் கொண்டிருந்தோம், ஆனால் நான் இப்போது உங்களிடம் மிகவும் முக்கியமான விஷயத்தைப் பற்றிப் பேசப் போகிறேன். ஆமாம், நாளை விசாரணை நடக்கிறது, ஆனால் நான் எல்லாம் முடிந்துவிட்டது என்று சொன்னபோது, அதைப் பற்றிச் சொல்லவில்லை. உருளப் போவது என் தலையல்ல ஆனால் என் தலைக்குள் இருப்பது. நீங்கள் ஏன் என்னை விமர்சனப் பார்வையோடு பார்க்கிறீர்கள்?"

"மீச்சியா நீங்கள் என்ன சொல்கிறீர்கள்?"

"கருத்துக்கள், கருத்துக்கள்! அறம்! அறம் என்றால் என்ன?"

"அறமா?" என்று அல்யோஷா வியப்புடன் கேட்டான்.

"ஆமாம். அது ஓர் அறிவியலா?"

"ஆமாம், அப்படி ஓர் அறிவியல் இருக்கிறது... ஆனால் அது என்ன வகையான அறிவியல் என்பதை என்னால் உங்களுக்கு விளக்க முடியாது."

"ஆனால் ரகிதீனுக்குத் தெரியும். அவருக்கு நிறைய விஷயங்கள் தெரியும். பிசாசு அவரை எடுத்துக் கொள்ளட்டும். அவர் துறவியாகப் போவதில்லை. அவர் பீட்டர்ஸ்பர்க்கிற்குச் சென்று, பத்திரிக்கைகளுக்கு விமர்சனம் எழுதப் போவதாகவும், ஆனால் அதை ஓர் உயர்ந்த குறிக்கோளுடன் செய்யப்போவதாகவும் சொன்னார். அவர் மனிதகுலத்திற்கு பயனுள்ள வேலையைச் செய்வதுடன், தனக்கென ஒரு வாழ்க்கையை அமைத்துக் கொள்ளலாம். ஆகா, அத்தகையவர்கள் தங்களுக்கென ஒரு வாழ்க்கையை அமைத்துக் கொள்வதில் கெட்டிக்காரர்கள். ஆனால் இந்த அறம், நன்னெறி எல்லாம் நாசமாய்ப் போகட்டும்! ஆனால் நான் முடிந்துவிட்டேன். அலெக்ஸி, கடவுளின் மனிதனே, நான் எல்லோரையும் விட உங்களை அதிகமாக நேசிக்கிறேன், ஏனெனில் உங்களைப் பார்க்கும்போது, என் மனம் உவகை கொள்கிறது. யார் இந்த கார்ல் பெர்னார்ட்?"

"கார்ல் பெர்னார்ட்?" என்று அல்யோஷா மீண்டும் வியப்புடன் கேட்டான்.

"இல்லை, கார்ல் இல்லை. பொறுங்கள், நான் தவறாகச் சொல்லிவிட்டேன். கிளாட் பெர்னார்ட். அவர் யார்? அவர் என்னவாக இருந்தார்? அவர் ஒரு வேதியியலாளரா அல்லது யார்?"

"அவர் ஏதோ ஒரு விஞ்ஞானியாக இருக்க வேண்டும்" என்றான் அல்யோஷா. "ஆனால் எனக்கு அவரைப் பற்றி அதிகமாகத் தெரியாது என்பதை நான் ஒப்புக் கொள்கிறேன். அவர் ஒரு விஞ்ஞானி என்று நான் கேள்விப்பட்டிருக்கிறேன், ஆனால் எந்தத் துறையில் என்று எனக்குத் தெரியாது."

"நல்லது, அவர் நாசமாய்ப் போகட்டும்! எனக்கும் அவரைப் பற்றி ஒன்றும் தெரியாது" என்றார் மீச்சியா. "அவர் ஏதோ ஓர் அயோக்கியனாக இருக்க வேண்டும். அவர்கள் அனைவரும் அயோக்கியர்கள். ஆனால் ரகிதீன் தனக்கென ஒரு வழியை உருவாக்கிக் கொண்டு, எங்கு வேண்டுமானாலும் போவார். அவர் இன்னொரு பெர்னார்ட். அட இந்தப் பெர்னாடுகள்! இந்த உலகம் அவர்களால் நிரம்பி வழிகிறது!"

"ஆனால் உங்களுக்கு என்ன ஆயிற்று?" என்று அல்யோஷா கேட்டான்.

"ரகிதீன் என்னைப் பற்றி, என் வழக்கைப் பற்றி ஒரு கட்டுரை எழுத விரும்புகிறார். அதன் மூலம் அவர் தனது இலக்கிய வாழ்க்கையைத் தொடங்க விரும்புகிறார். அவர் அதற்காகத்தான் அடிக்கடி என்னைப் பார்க்க வருகிறார். அதை அவரே என்னிடம் சொன்னார். அவர் சில கோட்பாடுகளை நிரூபிக்க விரும்புகிறார். 'அவரால் தன் தந்தையைக் கொலை செய்யாமல் இருக்க முடியவில்லை, ஏனெனில் அவரைச் சுற்றியுள்ள சூழலுக்கு அவர் பலியாகிவிட்டார்' என்று அந்தக் கட்டுரை சொல்கிறது. அவர் எழுதப் போகும் எல்லாவற்றையும் என்னிடம் விளக்கினார். அவர் அதற்குச் சோஷலிசத்தின் சாயம் பூசப் போவதாகச் சொன்னார். நாசமாய்ப் போகட்டும், ஏனெனில் அதில் எந்தச் சாயம் பூசினாலும் எனக்கு அதைப் பற்றி எந்தக் கவலையும் இல்லை. அவரால் இவானைச் சகித்துக் கொள்ள முடியவில்லை; அவரை வெறுக்கிறார். அவருக்கு உங்களையும் பிடிக்கவில்லை. நான் அவரை விரட்டியடிக்க விரும்பவில்லை, ஏனெனில் எல்லாவற்றையும் மீறி அவர் ஒரு புத்திசாலி. இருந்தாலும் அவர் கர்வம் பிடித்தவர். 'கரமசோவ் குடும்பத்தைச் சேர்ந்தவர்கள் அயோக்கியர்கள் அல்ல. அவர்கள் தத்துவவாதிகள், ஏனெனில் உண்மையான ரஷ்யர்கள் அனைவரும் தத்துவவாதிகள். நீங்கள் மெத்தப் படித்திருந்தாலும் தத்துவவாதி அல்ல. நீங்கள் ஒரு கீழ்த்தரமான மனிதர்' என்று நான் அவரிடம் சற்று முன்பு சொன்னேன். அவர் அதற்கு விஷமத்தனமாகச் சிரித்தார். 'அது விவாதத்திற்கு அப்பாற்பட்டது' என்று நான் அவரிடம் சொன்னேன். அது ஒரு நல்ல நகைச்சுவை இல்லையா? எப்படியோ நானும் ஒரு செவ்வியல் கலைஞன் ஆகிவிட்டேன் இல்லையா?" என்று சொன்ன மீச்சியா திடீரென்று உரக்கச் சிரித்தார்.

“சரி, நீங்கள் ஏன் எல்லாம் முடிந்துவிட்டது என்று சொன்னீர்கள்?” என்று அல்யோஷா இடைமறித்தான்.

“நான் ஏன் முடிந்துவிட்டேன்? ஹம்ம்! உண்மை என்னவென்றால்... நான் எல்லாவற்றையும் பார்க்கும்போது, கடவுளை நினைத்து வருந்துகிறேன், அதனால்தான்!”

“நீங்கள் கடவுளுக்காக வருந்துகிறீர்களா? நீங்கள் என்ன சொல்கிறீர்கள்?”

“நான் சொல்வதை நீங்கள் கற்பனை செய்து பாருங்கள். தலையில் உள்ள நரம்புகளில், அதாவது மூளையில் உள்ள நரம்புகளில் (அவை நாசமாய்ப் போக!), சின்னச் சின்ன வால்கள் உள்ளன. அவை துடிக்கும்போது, அதாவது நான் என் கண்களால் பார்க்கும்போது, அந்தச் சிறிய வால்கள் அசையும்போது, ஓர் உருவம் தோன்றுகிறது. அது உடனடியாக இல்லாமல் ஒரு வினாடி கழித்து தோன்றுகிறது... அப்போது அந்தக் கணம் வருகிறது... நான் அதைக் ‘கணம்’ என்று சொன்னாலும் (கணம் நாசமாய்ப் போகட்டும்), அது கணம் அல்ல, ஓர் உருவம், அதாவது ஒரு பொருள் அல்லது ஒரு செயல், நல்லது பிசாசு அதை எடுத்துக் கொள்ளட்டும். அதனால்தான் நான் பார்க்கவும் சிந்திக்கவும் செய்கிறேன்... அதற்கு அந்தச் சிறிய வால்கள்தான் காரணம். எனக்கு ஆன்மா இருப்பதாலோ அல்லது ஓர் உருவம் அல்லது அதன் சாயல் இருப்பதாலோ அல்ல. அதெல்லாம் சுத்த முட்டாள்தனம்! தம்பி, நேற்று ரகிதீன் என்னிடம் எல்லாவற்றையும் விளக்கமாகச் சொன்னான். நான் அதைக் கேட்டு அப்படியே ஆச்சரியத்தில் உறைந்து போனேன். அல்யோஷா, இந்த விஞ்ஞானம் அற்புதமானது! அது ஒரு புதிய மனிதனை உருவாக்கும் என்பதை நான் புரிந்து கொண்டேன்... இருந்தாலும் நான் கடவுளை நினைத்து வருந்துகிறேன்!”

“சரி, அது ஒரு நல்ல விஷயம்” என்றான் அல்யோஷா.

“நான் கடவுளுக்காக வருந்துவதா? தம்பி, அது வேதியியல், அது ஒரு வேதியியல். நீங்கள் உங்களுடைய புனிதமான விஷயங்களை மூட்டைக் கட்டி வைத்துவிட்டு, வேதியியலுக்கு வழிவிட வேண்டும். ரகிதீன் கடவுளை நேசிக்கவில்லை, அவருக்குக் கடவுளைப் பிடிக்கவில்லை. அவரைப் போன்றவர்களுக்கு கடவுள் என்பது ஒரு புண்பட்ட இடம். ஆனால் அவர்கள் அதை மறைத்து, பொய் சொல்கிறார்கள். ‘நீங்கள் உங்கள் விமர்சனங்களில் அதைப் பற்றி எழுதுவீர்களா?’ என்று நான் அவரிடம் கேட்டேன். ‘ஓ, நான் அதை வெளிப்படையாகச் செய்தால் அவர்கள் அதை அனுமதிக்க மாட்டார்கள்’ என்று அவர் சொன்னார். அவர்

சிரித்தார். 'அப்படியானால் கடவுளும் அமரத்துவமும் இல்லாமல் மனிதனின் கதி என்னவாகும்? அப்படியானால் எல்லாமே அனுமதிக்கப்படும் என்பதால், ஒருவர் தான் விரும்பியதைச் செய்ய முடியுமா?' என்று நான் கேட்டேன். 'உங்களுக்குத் தெரியாதா?' என்று அவர் சிரித்துக் கொண்டே கேட்டார். 'ஒரு புத்திசாலி மனிதன் தான் விரும்பியதைச் செய்ய முடியும். அவனுக்கு அதற்குரிய வழி தெரியும். ஆனால் நீங்கள் கொலை செய்து மாட்டிக் கொண்டு, இப்போது சிறை தண்டனையை அனுபவிக்கிறீர்கள்' என்று அவர் என்னிடம் சொன்னார். அவர் ஒரு பன்றி! நான் அத்தகைய மனிதர்களை விரட்டியடிப்பது வழக்கம், ஆனால் இப்போது அவர் சொல்வதைக் கேட்கிறேன். ஏனெனில் அவர் பல புத்திசாலித்தனமான விஷயங்களைப் பேசுகிறார். அவர் நன்றாக எழுதுகிறார். அவர் ஒரு வாரத்திற்கு முன்பு எழுதிய ஒரு கட்டுரையை எனக்கு வாசித்துக் காட்டினார். நான் அதிலிருந்து மூன்று வரிகளை எழுதி வைத்திருக்கிறேன். இதோ" என்று மீச்சியா அவசரமாகத் தன்னுடைய சட்டைப் பையிலிருந்து ஒரு காகிதத்தை எடுத்துப் படித்தார்.

"இந்தக் கேள்விக்குத் தீர்வு காண வேண்டுமானால், நாம் முதலில் ஒருவரின் ஆளுமையை அவருடைய யதார்த்தத்திற்கு எதிராக வைப்பது அவசியம். உங்களுக்குப் புரிகிறதா?"

"இல்லை, எனக்குப் புரியவில்லை" என்றான் அல்யோஷா. அவன் மீச்சியா சொல்வதை ஆர்வத்துடன் கேட்டான்.

"எனக்கும் ஒன்றும் புரியவில்லை. அது இருண்டது, தெளிவற்றது என்றாலும் புத்திசாலித்தனமானது. 'இப்போது எல்லோரும் அப்படித்தான் எழுதுகிறார்கள், ஏனெனில் இப்போது உள்ள சூழ்நிலை அப்படி' என்று அவர் சொன்னார். அவர்கள் தங்களைச் சுற்றியுள்ள சூழ்நிலைக்குப் பயப்படுகிறார்கள். அந்த அயோக்கியப் பயல் கவிதையும் எழுதியிருக்கிறார். திருமதி. கோஹ்லக்கோவின் சிறிய பாதத்தைப் புகழ்ந்து அவர் ஒரு கவிதை எழுதியிருக்கிறார், ஹா ஹா ஹா!"

"நான் அதைக் கேள்விப்பட்டேன்" என்றான் அல்யோஷா.

"அப்படியா? நீங்கள் அதைப் படித்தீர்களா?"

"இல்லை."

"அது என்னிடம் இருக்கிறது. இதோ இங்கே உள்ளது. அதற்குப் பின்னால் ஒரு கதை இருப்பது உங்களுக்குத் தெரியாது. அயோக்கியப் பயல்! அவர் மூன்று வாரங்களுக்கு முன்பு என்னைக் கேலி செய்யும் முடிவோடு இங்கே வந்தார். 'நீங்கள் மூவாயிரம் ரூபிள்களுக்காக ஒரு முட்டாளைப் போல இந்தச்

சிக்கலில் மாட்டிக் கொண்டீர்கள். ஆனால் நான் ஒரு லட்சத்து ஐம்பதாயிரம் ரூபிள்களை அபகரிக்கப் போகிறேன். நான் ஒரு விதவையை மணந்து கொண்டு பீட்டர்ஸ்பர்க்கில் வீடு வாங்கப் போகிறேன்' என்று அவர் சொன்னார். அவர் என்னிடம் பேசும்போது, திருமதி. கோஹ்லக்கோவுடன் ஓர் உறவை ஏற்படுத்திக் கொள்ளப் போகிறேன் என்றும், அவள் முன் எப்போதும் புத்திசாலியாக இருந்ததில்லை என்பதால், இந்த நாற்பது வயதில் தன்னுடைய மிச்சம் மீதி அறிவையும் இழந்துவிட்டாள் என்றும் என்னிடம் சொன்னார். 'அவள் மிகவும் உணர்ச்சிவசப்படுபவள் என்பதால் நான் எப்படியும் அவளை வளைத்துப் பிடித்து திருமணம் செய்து கொண்டு, பீட்டர்ஸ்பர்க்கிற்கு அழைத்துச் சென்று, அங்கே ஒரு செய்தித்தாளை தொடங்குவேன்' என்றார் அவர். அவர் அதைச் சொன்னபோது அவருடைய வாயில் எச்சில் ஊறியது. அந்த மிருகம் விதவைக்காக அல்லாமல் ஒரு லட்சத்து ஐம்பதாயிரம் ரூபிள்களுக்காக நாக்கைத் தொங்கவிட்டுக் கொண்டு அலைகிறது. அவர் ஒவ்வொரு நாளும் என்னைப் பார்க்க வந்தபோது, அப்படி நடக்கும் என்று உறுதியாகச் சொன்னார். 'நான் வீசிய தூண்டிலில் அவள் மாட்டிக் கொண்டாள்' என்று அவர் மகிழ்ச்சியுடன் தனது முன்னேற்றத்தைப் பற்றி என்னிடம் சொன்னார். ஆனால் திடீரென்று அவள் அவரை விரட்டியடித்து விட்டாள். இப்போது பியோட்டர் இலிச்சின் கை ஓங்கிவிட்டது. சபாஷ், அவர் ஓர் அருமையான மனிதர்! ரகிதீனை வீட்டை விட்டு விரட்டியதற்காக நான் அந்த முட்டாள் பெண்ணை முத்தமிட விரும்புகிறேன். ரகிதீன் அப்போதுதான் அந்தக் கவிதையை என்னிடம் காட்டினார். 'நான் என் வாழ்வில் முதன்முறையாக கவிதை எழுதி என் கைகளை அழுக்காக்கிக் கொண்டேன். நான் அவளுடைய இதயத்தை வெல்ல வேண்டும் என்ற நல்ல காரியத்திற்காக அதைச் செய்தேன். அந்த முட்டாள் பெண்ணின் பணம் என் கைக்குக் கிடைத்ததும், நான் அதைப் பொது நன்மைக்காகப் பயன்படுத்த முடியும்' என்று அவர் சொன்னார். அவர்கள் தாங்கள் செய்யும் ஒவ்வொரு கேவலமான செயல்களுக்கும் சமூக அக்கறை உள்ளதாகக் காட்டிக் கொள்கிறார்கள். 'எப்படியிருந்தாலும், நான் எழுதியது புஷ்கினின் கவிதைகளை விட நன்றாக இருக்கிறது, ஏனெனில் அந்த முட்டாள்தனமான கவிதையிலும் என்னால் பாமர மனிதர்களின் வேதனையை வெளிக்காட்ட முடிந்தது' என்று அவர் சொன்னார். அவர் புஷ்கினைப் பற்றி என்ன சொல்ல வருகிறார் என்பது எனக்குப் புரிகிறது. அவர் ஒரு திறமையான மனிதராக இருந்தாலும், வேறு எதையும் எழுதாமல், பெண்களின் சிறிய பாதங்களைக் குறித்து

மட்டுமே கவிதைகளை எழுதிவிட்டு, அந்தக் கவிதைகளைக் குறித்து பெருமைப்பட்டார்! ஆனால் அந்த ரகிதீன் அவர் எழுதிய அந்தச் சிறிய கவிதையைப் பற்றி எவ்வளவு பெருமைப்பட்டார். ஆகா, இந்த மனிதர்களிடம் என்ன ஒரு தற்பெருமை! 'நான் பூஜிக்கும் பாதம் குணமடைவதற்கு' என்று அவர் அந்தக் கவிதைக்கு தலைப்பிட நினைத்தார். அவர் ஒரு வேடிக்கையான மனிதர்.

'வீங்கிச் சிவந்திருந்தாலும்
வசீகரிக்கும் சிறிய பாதம்!
மருத்துவர்கள் வந்து கட்டுப் போட்டும்
அதைச் சரிசெய்ய முடியவில்லை.

ஆனாலும் நான் வருத்தப்படுவது
அவள் பாதத்திற்காக அல்ல
புஷ்கின் அதற்கு கவிதை எழுதட்டும்
நான் அறிவை இழந்துவிட்ட

அவளுடைய தலையை நினைத்து வருந்துகிறேன்.

ஏனெனில் அவள் பாதம் வீங்கும்போது
அவளுடைய புத்தியும் தேய்ந்து வருவது
விசித்திரமாக இருக்கிறது
ஓ, நான் அதற்காகப் பிரார்த்தனை செய்கிறேன்
அது அவளுடைய பாதத்தையும் அறிவையும் மீட்டெடுக்கும்!'

அவர் ஒரு பன்றி, சேற்றில் புரளும் பன்றி. ஆனால் அவர் ஒரு குறும்புக்கார அயோக்கியன்! இதில் ஆச்சரியப்படும் விஷயம் என்னவென்றால், 'பொது நன்மை' என்ற யோசனையை அவர் இதில் புகுத்தியதுதான். அவள் அவரை விரட்டியடித்தபோது அவர் ஆத்திரத்துடன் பல்லைக் கடித்தார்!"

"அவர் அதற்காக ஏற்கனவே அவளைப் பழிவாங்கிவிட்டார்" என்றான் அல்யோஷா. "அவர் அவளைப் பற்றி ஒரு கட்டுரை எழுதியிருக்கிறார்."

அல்யோஷா அவரிடம் வதந்திகள் என்ற பத்திரிக்கையில் வந்த செய்தியைப் பற்றிச் சொன்னான்.

"அவர்தான் அதைச் செய்திருக்க வேண்டும், அது அவருடைய வேலைதான்" என்று மீச்சியா முகத்தைச் சுளித்தார். "அது அவர்தான்! அந்தச் செய்தி... எனக்குத் தெரியும்... குரூஷென்காவைப் பற்றியும், காத்யாவைப் பற்றியும் ஏற்கனவே அதைப் போன்ற கீழ்த்தரமான செய்திகள் வந்துள்ளன... ஹம்ம்!"

அவர் கவலையுடன் அறையின் குறுக்கும் நெடுக்குமாக நடந்தார்.

"அண்ணா, என்னால் நீண்ட நேரம் இங்கே இருக்க முடியாது" என்று அல்யோஷா சிறிது நேரம் அமைதியாக இருந்த பிறகு சொன்னான். "நாளைய தினம் கடவுளின் நியாயத்தீர்ப்பு வழங்கப்படும் என்பதால், அது உங்களுக்கு சோதனை நிறைந்த, முக்கியமான நாளாக இருக்கும்... ஆனால் நீங்கள் அதைப் பற்றி யோசிக்காமல், வேறு எதையோ பேசிக் கொண்டிருப்பது எனக்கு ஆச்சரியமாக இருக்கிறது..."

"இல்லை, நீங்கள் என்னைப் பார்த்து ஆச்சரியப்பட வேண்டாம்" என்று மீச்சியா கோபத்துடன் இடைமறித்தார். "நான் அந்த நாற்றமெடுத்த பன்றியை, கொலைகாரனைப் பற்றிப் பேச வேண்டும் என்று சொல்கிறீர்களா? நாம் அதைப் பற்றி நிறையப் பேசிவிட்டோம். நான் இதற்கு மேலும் அந்த நாற்றம் வீசும் லிசாவெத்தாவின் மகனைப் பற்றிப் பேச விரும்பவில்லை! நீங்களே பாருங்கள், கடவுள் அவனுக்குச் சரியான தண்டனை கொடுப்பார். எனவே அதைப் பற்றிப் பேச வேண்டாம்!"

அவர் ஆவேசத்துடன் அல்யோஷாவிடம் சென்று, திடீரென்று அவனை முத்தமிட்டார். அவருடைய கண்கள் பளபளத்தன.

"ரகிதீனால் அதைப் புரிந்துகொள்ள முடியாது" என்று மீச்சியா ஏதோ ஒரு பரவச நிலையில் பேச ஆரம்பித்தார். "ஆனால் உங்களால் அதைப் புரிந்துகொள்ள முடியும். நான் அதனால்தான் உங்களைப் பார்க்க வேண்டும் என்று தவித்துக் கொண்டிருந்தேன். நான் இங்கே இந்த உதிரும் சுவர்களுக்குள் அடைபட்ட நிலையில், நீண்ட நாட்களாக பல விஷயங்களை உங்களிடம் சொல்ல விரும்பினேன் என்றாலும், மிக முக்கியமான விஷயத்தைப் பற்றி எதுவும் பேசாமல் இருந்தேன். ஆனால் இன்னும் அதற்குரிய சரியான நேரம் வரவில்லை என்று எனக்குத் தோன்றுகிறது. இருந்தாலும் இனியும் என்னால் காத்திருக்க முடியாது. நான் உங்களிடம் மனம்விட்டு எல்லாவற்றையும் கொட்டித் தீர்க்க வேண்டும். தம்பி, நான் கடந்த இரண்டு மாதங்களில் எனக்குள் இருந்த ஒரு புதிய மனிதனைக் கண்டு கொண்டேன். எனக்குள் ஒரு புதிய மனிதன் பிறந்திருக்கிறான்! அவன் இத்தனை நாளும் எனக்குள் அடைபட்டுக் கிடந்தான். இந்தப் பயங்கரமான இடி மட்டும் என் தலை மீது இறங்கவில்லை என்றால், அவன் ஒருபோதும் வெளியே வந்திருக்க மாட்டான். எனக்குப் பயமாக இருக்கிறது! நான் இருபது வருடங்கள் சுரங்கத்தில் பாறைகளை உடைப்பதைப் பற்றிக் கவலைப்படவில்லை. நான் அதை நினைத்துப் பயப்படவில்லை, ஆனால் நான் வேறு ஒன்றை நினைத்துப்

பயப்படுகிறேன். அந்தப் புதிய மனிதன் என்னைவிட்டுப் போய்விடுவானோ என்று நான் பயப்படுகிறேன். அங்கே சுரங்கத்தில், பூமிக்கு அடியில், என்னுடன் இருக்கும் ஒரு குற்றவாளியிடமும் கொலைகாரனிடமும் உள்ள மனித இதயத்தைக் கண்டு, அவனிடம் நட்பு கொள்ளலாம், ஏனெனில் அங்கேயும் வாழ்வதும், நேசிப்பதும், துயரப்படுவதும் சாத்தியமாகும். நீங்கள் பல ஆண்டுகள் அந்தக் குற்றவாளியுடன் பொறுமையாகப் பழகி, அவருடைய கடினப்பட்ட இதயத்தை இளகச் செய்து, அதற்குப் புத்துயிர் கொடுக்க முடியும். இறுதியாக, நீங்கள் அவருடைய உன்னதமான ஆன்மாவை இருட்டிலிருந்து வெளிச்சத்திற்குக் கொண்டு வந்து, அந்தத் துயரப்படும் உயிருக்கு மறுவாழ்வு கொடுத்து, ஒரு தேவதூதனை, ஒரு கதாநாயகனை வெளிக்கொணர முடியும். அவர்கள் நூற்றுக் கணக்கில் உள்ளனர். நாம் அவர்கள் அனைவருக்கும் பொறுப்பேற்க வேண்டும். நான் ஏன் அந்த நேரத்தில் கைக்குழந்தையைப் பற்றிக் கனவு காண வேண்டும்? அந்தக் குழந்தை ஏன் ஏழையாக இருக்கிறது? அந்த நேரத்தில் அது ஒரு தீர்க்கதரிசனம் போல எனக்குத் தோன்றியது. நான் அந்தக் குழந்தையின் பொருட்டே சைபீரியாவுக்குப் போகிறேன். ஏனெனில் நாம் அனைவரும் ஒவ்வொருவருக்கும் பொறுப்பு. எல்லாக் குழந்தைகளுக்கும், பெரிய மற்றும் சிறிய குழந்தைகளுக்கும் பொறுப்பேற்க வேண்டும். எல்லோருமே குழந்தைகள்தான். அவர்கள் எல்லோருக்காகவும் யாரேனும் ஒருவர் அங்கே செல்ல வேண்டும் என்பதால் நான் எல்லோருக்காகவும் அங்கே போகிறேன். நான் என் தந்தையைக் கொல்லவில்லை என்றாலும், அங்கே போக வேண்டும். நான் அதை மனப்பூர்வமாக ஏற்றுக் கொள்கிறேன். இங்கே இந்த உதிரும் சுவர்களுக்கு மத்தியில் எனக்கு அந்த ஞானோதயம் கிட்டியது. அங்கே சிறையில் பலரும், பூமிக்கு அடியில் கைகளில் சுத்தியலுடன் நூற்றுக்கணக்கானவர்களும் உள்ளனர். ஓ, ஆமாம், எங்களைச் சங்கிலியால் பிணைத்திருப்பார்கள் என்பதால் நாங்கள் சுதந்திரமாக இருக்க முடியாது, ஆனால் நாங்கள் எங்களுடைய பெரும் துக்கத்திலிருந்து எழுந்து, மகிழ்ச்சியைக் கண்டடைவோம், ஏனெனில் அது இல்லாமல் மனிதனால் ஜீவித்திருக்க முடியாது, கடவுளும் இருக்க முடியாது. ஏனென்றால் கடவுள்தான் நமக்கு மகிழ்ச்சியைத் தருகிறார், அது அவரது பாக்கியம், மகத்தானது... ஓ, கடவுளே, மனிதன் பிரார்த்தனையில் கரைய வேண்டும்! கடவுள் இல்லாமல் நான் எப்படிப் பூமிக்கு அடியில் வாழ முடியும்? ரகிதீன் சொல்வது தவறு. அவர்கள் கடவுளைப் பூமியிலிருந்து விரட்டியடித்தால், நாங்கள் பூமிக்கு அடியில் அவருக்கு அடைக்கலம் கொடுப்போம்!

குற்றவாளி அல்லாத ஒருவரை விட, ஒரு குற்றவாளி கடவுள் இல்லாமல் இருப்பது சாத்தியமில்லை. பூமிக்கு அடியில் வாழும் மக்களாகிய நாங்கள், எல்லா மகிழ்ச்சிக்கும் ஆதாரமான கடவுளுக்கு ஒரு புனிதப் பாடலைப் பாடுவோம்! தேவனுக்கும் அவருடைய மகிழ்ச்சிக்கும் ஸ்தோத்திரம்! நான் அவரை நேசிக்கிறேன்!"

மீச்சியா ஏறக்குறைய மூச்சுவிடாமல் ஆவேசமாகப் பேசினார். அவருடைய முகம் வெளிறியது; அவருடைய உதடுகள் துடித்தன; அவருடைய கண்களிலிருந்து கண்ணீர் வழிந்தது.

"வாழ்க்கை அற்புதமானது என்பதால் பூமிக்கு அடியிலும் வாழ்க்கை இருக்கிறது" என்று அவர் மீண்டும் ஆரம்பித்தார். "அலெக்ஸி, நான் இப்போது இந்த வாழ்க்கையை எவ்வளவு தூரம் வாழ விரும்புகிறேன் என்பதை உங்களால் நம்ப முடியாது. இந்த உதிரும் சுவர்களுக்குள் வாழ்க்கைக்கான தாகம் என்னுள் பொங்கிப் பிரவகிக்கிறது. ரகிதீனால் அதைப் புரிந்துகொள்ள முடியாது. அவர் செய்ய விரும்புவதெல்லாம் ஒரு வீட்டைக் கட்டி அறைகளை வாடகைக்கு விட வேண்டும் என்பதுதான். ஆனால் நான் உங்களைப் பார்க்க வேண்டும் என்று ஏங்கிக் கொண்டிருந்தேன். துன்பம் என்றால் என்ன? அது எவ்வளவு வேதனைக்குரியதாக இருந்தாலும் நான் அதைக் கண்டு பயப்படவில்லை. நான் முன்பு பயந்தேன் என்றாலும், இப்போது எனக்கு அந்தப் பயம் இல்லை. உங்களுக்குத் தெரியுமா, நான் விசாரணையில் எந்தக் கேள்விக்கும் பதில் சொல்ல மாட்டேன்... இப்போது எனக்கு எத்தகைய துன்பத்தையும் தாங்கிக்கொள்ளும் வலிமை இருப்பதாக நான் நினைக்கிறேன். நான் ஆயிரம் வேதனைகளுக்கு மத்தியிலும் இருக்கிறேன்; நான் சகிக்க முடியாத சித்திரவதைகளை அனுபவித்தாலும் இருக்கிறேன்; நான் தனிமைச் சிறையில் வாடினாலும் இருக்கிறேன் என்று நான் ஒவ்வொரு கணமும் 'நான் இருக்கிறேன்' என்று எனக்கு நானே சொல்லிக் கொள்ள வேண்டும். நான் சூரியனைப் பார்த்தாலும் பார்க்காவிட்டாலும் அது அங்கே இருக்கிறது என்று எனக்குத் தெரியும். சூரியன் இருக்கிறது என்பதை அறிவதில்தான் முழு வாழ்க்கையும் இருக்கிறது. அல்யோஷா, என் தேவதூதனே, இந்தத் தத்துவங்கள் எல்லாம் என்னைச் சாகடிக்கின்றன, அவை நாசமாய்ப் போகட்டும்! தம்பி இவான்..."

"இவானுக்கு என்ன?" என்று அல்யோஷா இடைமறித்தபோது, மீச்சியா அதைப் பொருட்படுத்தாமல் மேற்கொண்டு பேசினார்.

"இதோ பாருங்கள், எனக்கு இதற்கு முன்பு எந்தச் சந்தேகமும் இருந்ததில்லை என்றாலும், அவை அனைத்தும் எனக்குள் மறைந்து

இருந்திருக்க வேண்டும். எனக்கே தெரியாமல் இந்த எண்ணங்கள் அனைத்தும் என்னுள் கொதித்துக் கொண்டிருந்ததாலோ என்னவோ, நான் குடித்தேன்; எல்லோரிடமும் கோபப்பட்டேன்; முரட்டுத்தனமாகச் சண்டையிட்டேன். நான் அந்த எண்ணங்களைத் தணிக்கவும், அவற்றை அடக்கவும் எனக்குள் போராடிக் கொண்டிருந்தேன். இவான் ஃபியோதரோவிச் ரகிதீனைப் போல அல்ல என்பதால், அவர் தனக்குள் புதைந்திருக்கும் ஏதோ ஒரு எண்ணத்தை மறைக்கிறார். இவான் ஃபியோதரோவிச் எப்போதும் அமைதியாக இருப்பதால் அவர் ஒரு புரியாத புதிர். இந்த கடவுளைப் பற்றிய எண்ணம் என்னைத் தொந்தரவு செய்கிறது. அது ஒன்றுதான் என்னைச் சித்திரவதை செய்கிறது. அவர் இல்லாவிட்டால் என்ன? ஒருவேளை ரகிதீன் சொல்வது போல கடவுள் என்பது மனிதனின் கற்பனையாக இருந்தால் என்ன செய்வது? கடவுள் இல்லை என்றால் மனிதனே இந்தப் பூமிக்கும் வானத்திற்கும் அதிபதி. அபாரம்! ஆனால் கடவுள் இல்லாமல் ஒரு மனிதன் எப்படி நல்லவனாக இருக்க முடியும்? அதுதான் மிகப் பெரிய கேள்வி! நான் அதைப் பற்றி யோசித்துக் கொண்டே இருக்கிறேன். அப்போது மனிதன் யாரை நேசிப்பான்? அவன் யாருக்கு நன்றி சொல்வான்? அவன் யாருக்காகப் பாசுரங்களைப் பாடுவான்? ரகிதீன் சிரிக்கிறான். கடவுள் இல்லாவிட்டாலும் மனிதர்களை நேசிக்க முடியும் என்று அவர் சொல்கிறார். ஒரு முட்டாள் மட்டுமே அப்படி நினைக்க முடியும், ஆனால் என்னால் புரிந்துகொள்ள முடியவில்லை. ரகிதீனுக்கு வாழ்க்கை மிக எளிதாக இருக்கிறது. 'மனிதனின் குடியுரிமைகளை விரிவுபடுத்துவது அல்லது இறைச்சியின் விலையைக் குறைப்பது பற்றி நீங்கள் சிந்திப்பது நல்லது. நீங்கள் தத்துவத்தை விட அதன் மூலமாக நேரடியாகவும் எளிதாகவும் மானுடத்தின் மீதான உங்கள் அன்பை வெளிக்காட்ட முடியும்' என்று அவர் இன்று என்னிடம் சொன்னார். 'நல்லது, ஆனால் கடவுள் இல்லையென்றால், நீங்கள் இறைச்சியின் விலையை அதிகரித்து ஒவ்வொரு கோபெக்கிற்கும் ஒரு ரூபிள் இலாபம் சம்பாதிக்க அதிக வாய்ப்புள்ளது' என்று நான் அதற்குப் பதில் சொன்னேன். அவர் பொறுமை இழந்தார். அப்படியானால் அறம் என்றால் என்ன? அல்யோஷா எனக்கு பதில் சொல்லுங்கள். அறம் என்பது ஆளுக்கு ஆள் வேறுபடுகிறது. அது எனக்கு ஒரு வகையாகவும் சீனாக்காரனுக்கு வேறு வகையாகவும் உள்ளது. வேறு விதமாகச் சொல்ல வேண்டும் என்றால் அறம் என்பது ஒன்றைச் சார்ந்தது அல்லவா? அது ஒரு தந்திரமான கேள்வி. அது கடந்த இரண்டு நாட்களாக என்னைத் தூங்கவிடாமல் அலைக்கழித்தது என்று சொன்னால் நீங்கள்

சிரிக்க மாட்டீர்கள் என்று நான் நினைக்கிறேன். இதைப் பற்றிச் சிந்திக்காமல் மனிதர்களால் எப்படி வாழ முடிகிறது என்று நான் இப்போது ஆச்சரியப்படுகிறேன். கர்வம்! இவானைப் பொறுத்தவரை அவருக்குக் கடவுள் இல்லை. அவருக்கு ஒரு யோசனை இருக்கிறது. அது என் சிந்தனைக்கு அப்பாற்பட்டது. ஆனால் அவர் மௌனமாக இருக்கிறார். அவர் ஒரு ஃபிரீமேசன் என்று நான் நினைக்கிறேன். நான் அவரிடம் கேட்டேன், ஆனால் அவர் மௌனம் சாதித்தார். நான் அவருடைய ஆன்மாவின் ஊற்றிலிருந்து என் தாகத்தைத் தணிக்கலாம் என்று நினைத்தேன், ஆனால் அவர் அமைதியாக இருந்தார். அவர் ஒரே முறை மட்டும் ஏதோ சொன்னார்."

"அவர் என்ன சொன்னார்?" என்று அல்யோஷா அவசரத்துடன் கேட்டான்.

"நான் அவரிடம் பேசியபோது, 'அப்படியானால் எல்லாமே அனுமதிக்கப்படுகிறதா?' என்று கேட்டேன். அவர் முகத்தைச் சுளித்தார். 'நம்முடைய தந்தை ஃபியோதர் பாவ்லோவிச் ஒரு பன்றி, ஆனால் அவருடைய சிந்தனைகள் சரியானவை' என்று அவர் என்னிடம் சொன்னார். அவர் அதைத் தவிர வேறு எதுவும் சொல்லவில்லை. அது ரகிதீன் சொல்வதை விட ஆழமானது, இல்லையா?"

"ஆமாம்" என்று அல்யோஷா கசப்புடன் ஒப்புக் கொண்டான். "அவர் எப்போது உங்களைச் சந்தித்தார்?"

"நான் அதைப் பற்றிப் பிறகு சொல்கிறேன். நான் உங்களிடம் வேறு ஒரு விஷயத்தைப் பற்றிப் பேச வேண்டும். நான் இதற்கு முன்பு உங்களிடம் இவான் ஃபியோதரோவிச்சைப் பற்றி எதுவும் சொல்லியதில்லை. நான் அதைச் சொல்லாமல் தள்ளிப் போட்டுக் கொண்டே இருந்தேன். என்னுடைய விசாரணை முடிந்து தீர்ப்பு வந்த பிறகு, நான் உங்களிடம் சில விஷயங்களைச் சொல்கிறேன். நான் அப்போது எல்லாவற்றையும் சொல்கிறேன். ஏதோ பயங்கரமான ஒன்று... அந்த விஷயத்தில் எனக்கு நீங்கள்தான் தீர்ப்பு சொல்ல வேண்டும். ஆனால் நீங்கள் இப்போது அதைப் பற்றி என்னிடம் எதுவும் கேட்க வேண்டாம். நீங்கள் நாளை நடக்கப்போகும் விசாரணையைப் பற்றிச் சொன்னீர்கள், ஆனால் எனக்கு அதைப் பற்றி ஒன்றும் தெரியாது."

"நீங்கள் வழக்கறிஞரிடம் பேசினீர்களா?"

"அந்த வழக்கறிஞர் நாசமாய்ப் போகட்டும்! நான் அவரிடம் எல்லாவற்றையும் சொன்னேன். அவர் தலைநகரிலிருந்து வந்த ஒரு மோசடிப் பேர்வழி. அவர் ஒரு பெர்னார்ட்! நான் சொன்ன ஒரு

வார்த்தையைக் கூட அவர் நம்பவில்லை. நான்தான் கொலை செய்தேன் என்று அவர் நம்புகிறார் என்பதை உங்களால் கற்பனை செய்ய முடிகிறதா? அவர் அப்படித்தான் நினைக்கிறார் என்று எனக்கு நன்றாகத் தெரிகிறது. 'அப்படியானால் நீங்கள் ஏன் எனக்காக வாதாட வந்தீர்கள்?' என்று நான் அவரிடம் கேட்டேன். அவர்கள் எல்லோரும் நாசமாய்ப் போகட்டும். அவர்கள் ஒரு மருத்துவரை வரவழைத்து, என்னைப் பைத்தியம் என்று நிரூபிக்க முயற்சிக்கிறார்கள். ஆனால் நான் அதை அனுமதிக்க மாட்டேன். கேத்தரீனா இவானோவ்னா கடைசிவரை தன்னுடைய 'கடமையை' நிறைவேற்ற விரும்புகிறாள். என்ன ஒரு முயற்சி!" என்று மீச்சியா கசப்புடன் சிரித்தார். "அவள் ஒரு பூனை! அவள் ஒரு கல்நெஞ்சம் படைத்த கிராதகி! நான் மோக்ரோயில் இருந்தபோது, 'அவள் மிகவும் கோபக்காரி' என்று சொன்னது அவளுக்குத் தெரியும். அவர்கள் அவளிடம் அதைச் சொல்லியிருக்க வேண்டும். ஆமாம், எனக்கு எதிரான சாட்சிகள் மலை போல குவிந்து விட்டன. கிரிகோரி அவர் சொன்ன விஷயத்தில் பிடிவாதமாக இருக்கிறார். கிரிகோரி நேர்மையானவர் என்றாலும் ஒரு முட்டாள். பலர் நேர்மையாக இருக்கிறார்கள், ஏனென்றால் அவர்கள் முட்டாள்கள். ரகிதீன் அப்படித்தான் சொல்கிறார். கிரிகோரி என்னுடைய எதிரி. சிலர் நண்பர்களாக இருப்பதை விட எதிரிகளாக இருப்பது நல்லது. நான் கேத்தரீனா இவானோவ்னாவைப் பற்றிச் சொல்கிறேன். நான் அவளிடம் நாலாயிரத்து ஐநூறு ரூபிள்களைக் கொடுத்தபோது, அவள் தரையில் விழுந்து வணங்கியதை நீதிமன்றத்தில் சொல்லி விடுவாளோ என்று எனக்குப் பயமாக இருக்கிறது. அவள் அதை மனதில் வைத்துக் கொண்டு, வட்டியும் முதலுமாக எனக்குத் திருப்பிக் கொடுப்பாள்! அவர்கள் விசாரணையின்போது என்னை அவமானப்படுத்துவார்கள் என்பதால் எனக்கு அவளுடைய தியாகம் தேவையில்லை. நான் எப்படியாவது அதைப் பொறுத்துக் கொள்வேன். அல்யோஷா, நீங்கள் அவளிடம் சென்று அதைப் பற்றி நீதிமன்றத்தில் சொல்ல வேண்டாம் என்று சொல்லுங்கள். உங்களால் அதைச் செய்ய முடியாதா? பரவாயில்லை, எனக்கு எதையும் தாங்கும் இதயம் இருக்கிறது. ஆனால் நான் அவளுக்காக இரக்கப்படவில்லை. அவளும் அதை விரும்பவில்லை. அவளுக்கு என்ன கிடைக்க வேண்டுமோ அது கிடைக்கிறது. அலெக்ஸி, நான் என்னுடைய சொந்தக் கதையைச் சொல்ல வேண்டும்" என்று அவர் மீண்டும் கசப்புடன் சிரித்தார். "குருஷா... குருஷா மட்டும்தான்... கடவுளே! அவள் ஏன் இவ்வளவு கஷ்டப்பட வேண்டும்?" என்று அவர் திடீரென்று கண்ணீருடன் கேட்டார். "குருஷென்காவின் நினைவு என்னைக் கொல்கிறது, அது என்னைச் சாகடிக்கிறது! அவள் இன்று இங்கே வந்திருந்தாள்..."

“அவள் என்னிடம் சொன்னாள். நீங்கள் இன்று அவளை மிகவும் வருத்தமடையச் செய்துவிட்டதாகச் சொன்னாள்.”

“எனக்குத் தெரியும். நானும் என் சுபாவமும் நாசமாய்ப் போக! எனக்குப் பொறாமையாக இருந்தது. அவள் இங்கிருந்து கிளம்பும்போது நான் அவளை நினைத்து வருத்தப்பட்டு, அவளை முத்தமிட்டேன். இருந்தாலும் நான் அவளிடம் மன்னிப்புக் கேட்கவில்லை.”

“நீங்கள் ஏன் அதைச் செய்யவில்லை?” என்று அல்யோஷா ஆச்சரியத்துடன் கேட்டான்.

மீச்சியா திடீரென்று ஏறக்குறைய உற்சாகத்துடன் சிரித்தார்.

“என் அன்புக்குரிய சிறுவனே, நீங்கள் காதலிக்கும் பெண்ணிடம், மன்னிப்புக் கேட்க வேண்டிய அவசியம் ஏற்படாதபடி கடவுள்தான் உங்களைக் காப்பாற்ற வேண்டும்! குறிப்பாக நீங்கள் நேசிக்கும் ஒரு பெண்ணிடம், எவ்வளவு பெரிய தவறைச் செய்திருந்தாலும், அதைச் செய்யக்கூடாது. பெண் என்பவள் விநோதமானவள் என்பதால், பிசாசினால் மட்டுமே அவளைப் புரிந்துகொள்ள முடியும். இருந்தாலும் எனக்கு அவர்களைப் பற்றி ஒன்றிரண்டு விஷயங்கள் தெரியும். எனவே நீங்கள் உங்கள் குற்றத்தை ஒப்புக்கொண்டு அவளிடம், ‘நான் தவறு செய்துவிட்டேன், என்னை மன்னித்துவிடு’ என்று கேட்டவுடன், அவள் உங்களைச் சரமாரியாகத் திட்ட ஆரம்பித்து விடுவாள். அவள் உங்களை அத்தனை எளிதாக, நேரடியாக மன்னிக்க மாட்டாள். நீங்கள் இதுவரை செய்யாத தவறுகளையும், எல்லாத் தவறுகளையும் உங்கள் மீது சுமத்தி, உங்களை மண்ணில் போட்டு புரட்டி எடுத்து, உண்டு இல்லை என்று செய்த பிறகுதான் அவள் உங்களை மன்னிப்பாள். சிறந்தவர்களில் சிறந்த பெண் உட்பட எல்லாப் பெண்களும் அப்படித்தான். அவர்கள் உங்கள் தலையில் மண்ணை வாரித் தூற்றி, முகத்தில் காறித் துப்புவார்கள். ஆனால் இந்தக் கொடூர மனம் படைத்த, இந்தத் தேவதைகள் இல்லாமல் நம்மால் வாழ முடியாது! இதோ பார் அல்யோஷா, நான் ஒளிவு மறைவின்றி உங்களிடம் சொல்கிறேன். ஒவ்வொரு கண்ணியமான ஆணும் ஏதாவது ஒரு பெண்ணின் காலடியில் கிடக்க வேண்டும். அது என் நம்பிக்கை. நம்பிக்கை அல்ல, ஆனால் உள்ளுணர்வு. ஒரு மனிதன் ஒரு பெண்ணிடம் பெருந்தன்மையுடன் அடிபணிந்து நடக்க வேண்டும். அது அவனுக்கு இழிவு அல்ல. அப்படி நடப்பது சீஸரைப் போன்ற மாவீரனுக்குக் கூட அவமானம் அல்ல. ஆனால் நீங்கள் எதற்காகவும் அவளிடம் மன்னிப்புக் கேட்கக்கூடாது.

பெண்களால் சீரழிந்த உங்கள் சகோதரன் மீச்சியா சொல்லும் இந்த விதியை நீங்கள் எப்போதும் நினைவில் வைத்துக் கொள்ள வேண்டும். நான் குரூஷென்காவிடம் மன்னிப்புக் கேட்காமலே அவளைச் சமாதானம் செய்துவிடுவேன். அலெக்ஸி, நான் அவளை மதித்து, வணங்குகிறேன். ஆனால் அவள் அதைப் புரிந்து கொள்ளவில்லை. நான் அவளைப் போதுமான அளவு நேசிக்கவில்லை என்று அவள் நினைக்கிறாள். அவள் என்னைச் சித்திரவதை செய்கிறாள். அவள் அவளுடைய காதலால் என்னைச் சித்திரவதை செய்கிறாள். இப்போது நான் முன்னை மாதிரி இல்லை. முன்பு அவளுடைய வாளிப்பான உடலின் வளைவுகள் மட்டுமே என்னைப் பைத்தியமாக்கியது, ஆனால் நான் இப்போது அவளுடைய ஆன்மாவை என்னுடைய ஆன்மாவுக்குள் எடுத்துக் கொண்டு, முற்றிலும் ஒரு புதிய மனிதனாக மாறிவிட்டேன். அவர்கள் எங்களைத் திருமணம் செய்துகொள்ள அனுமதிப்பார்களா? அது மட்டும் நடக்கவில்லை என்றால் நான் பொறாமையால் செத்துப் போவேன். நான் ஒவ்வொரு நாளும் எதையாவது கற்பனை செய்து கொண்டே இருக்கிறேன்... அவள் என்னைப் பற்றி உங்களிடம் என்ன சொன்னாள்?"

அல்யோஷா அன்று குரூஷென்கா தன்னிடம் சொன்ன அனைத்தையும் மீச்சியாவிடம் சொன்னான். அவன் சொன்னதைக் கவனமாகக் கேட்ட மீச்சியா, பல விஷயங்களை மீண்டும் சொல்லும்படிக் கேட்டுக் கொண்டார். அவர் அதையெல்லாம் கேட்டுவிட்டுச் சந்தோஷப்பட்டார்.

"அப்படியானால் அவள் என்னுடைய பொறாமையை நினைத்துக் கோபப்படவில்லை" என்று அவர் கத்தினார். "அவள் எல்லோரையும் போல ஒரு சாதாரண பெண்! ஆனால் எனக்குதான் கொடூரமான இதயம்! நான் கொடூர மனம் படைத்த பெண்களை நேசிக்கிறேன் என்றாலும், என்னைப் பார்த்து யாராவது பொறாமைப்பட்டால் என்னால் அதைத் தாங்க முடியாது. எனவே நான் அவளுடன் சண்டையிடுகிறேன். இருந்தாலும் நான் அவளை நேசிக்கிறேன். நான் என்றென்றும் அவளை நேசிப்பேன். அவர்கள் எங்களைத் திருமணம் செய்துகொள்ள அனுமதிப்பார்களா? குற்றவாளிகள் திருமணம் செய்துகொள்ள முடியுமா? அதுதான் என்னுடைய கேள்வி. அவள் இல்லாமல் என்னால் வாழ முடியாது..."

மீச்சியா முகத்தைச் சுளித்தபடி அறையின் குறுக்கே நடந்தார். அறையில் இருட்டாக இருந்தது. அப்போது திடீரென்று அவருக்கு ஓர் இனம் புரியாத கவலை ஏற்பட்டது.

“அப்படியானால் ஏதோ ஒரு இரகசியம் இருப்பதாகவும், நாங்கள் மூன்று பேரும் அவளுக்கு எதிராகச் சதி செய்வதாகவும், அதில் காத்யாவும் சம்பந்தப்பட்டிருப்பதாகவும் அவள் நினைக்கிறாள். குரூஷென்கா, என் அன்பே, அப்படி எதுவும் இல்லை. நீ தவறு செய்கிறாய். எல்லாப் பெண்களையும் போல உன்னுடைய புத்தியும் செயல்படுகிறது. அல்யோஷா, என் அருமை சகோதரனே, நான் எங்களுடைய இரகசியத்தை உங்களிடம் சொல்கிறேன்!”

அவர் சுற்றும் முற்றும் பார்த்துவிட்டு, தனக்கு எதிரில் நின்றிருந்த அல்யோஷாவை நெருங்கி, ஏதோ மர்மத்தைச் சொல்லும் தோரணையில் முணுமுணுக்கத் தொடங்கினார். ஆனால் உண்மையில் அவர்கள் பேசுவதை யாரும் கேட்க முடியாது. ஒரு வயதான காவலாளி மூலையில் இருந்த பெஞ்சில் தூங்கிக் கொண்டிருந்தான். காவலுக்கு நின்றிருந்தவர்களின் காதுகளில் ஒரு வார்த்தை கூட விழுவதற்கு வாய்ப்பில்லை.

“நான் எங்களுடைய இரகசியம் முழுவதையும் உங்களிடம் சொல்கிறேன்” என்று மீச்சியா வேகமாக முணுமுணுத்தார். “நான் அதை உங்களிடம் பிறகு சொல்லலாம் என்று நினைத்தேன், ஏனெனில் நீங்கள் இல்லாமல் என்னால் எதைச் செய்ய முடியும்? எனக்கு எல்லாமே நீங்கள்தான். நம் இருவரையும் விட இவான் மேலானவன் என்று நான் சொன்னாலும், நீங்கள்தான் என்னுடைய தேவதூதன். எனவே உங்களுடைய முடிவுதான் எல்லாவற்றையும் தீர்மானிக்கும். ஒருவேளை இவான் ஃபியோதரோவிச்சை விட நீங்கள் மேலானவராக இருக்கலாம். இதோ பாருங்கள், இது மனசாட்சி சம்பந்தப்பட்டது. மிக உயர்ந்த மனசாட்சி சம்பந்தப்பட்ட விஷயம். அந்த இரகசியம் மிகவும் முக்கியமானது, நானே அதைத் தீர்மானிக்க முடியாது என்பதால், உங்களிடம் பேசி முடிவு செய்யும் வரை நான் அதைத் தள்ளிப் போட்டு வந்தேன். இருந்தாலும் தீர்ப்பு வரும்வரை காத்திருக்க வேண்டும். தீர்ப்பு வந்தவுடன் நீங்கள்தான் என் தலைவிதியைத் தீர்மானிக்க வேண்டும். நான் அதை உங்களிடம் சொல்கிறேன், ஆனால் நீங்கள் இப்போது எந்த முடிவும் செய்ய வேண்டாம். நீங்கள் எதுவும் சொல்லாமல் நான் சொல்வதை மட்டும் அமைதியாகக் கேளுங்கள். நான் உங்களிடம் எல்லாவற்றையும் சொல்ல மாட்டேன். எனவே நான் எந்த விவரங்களும் இல்லாமல் யோசனையை மட்டும் உங்களிடம் சொல்கிறேன். நீங்கள் அமைதியாகக் கேளுங்கள். நீங்கள் எந்தக் கேள்வியும் கேட்கக்கூடாது, எந்தச் சைகையும் செய்யக்கூடாது. உங்களுக்குச் சம்மதமா? ஆனால் கடவுளே, உங்களுடைய அந்தக் கண்களை நான் என்ன

செய்வேன்? நீங்கள் பேசவில்லை என்றாலும், உங்கள் கண்கள் உங்களுடைய முடிவைச் சொல்லிவிடும் என்று நான் பயப்படுகிறேன். ஓ, எனக்குப் பயமாக இருக்கிறது! அல்யோஷா, நான் சிறையிலிருந்து தப்பிச் செல்ல வேண்டும் என்று இவான் ஃபியோதரோவிச் எனக்கு யோசனை சொல்கிறார். நான் விவரங்களைச் சொல்ல மாட்டேன், ஏனெனில் அவை அனைத்தும் முன்கூட்டியே நன்றாக யோசித்துத் திட்டமிட்டு, அதற்கான எல்லா ஏற்பாடுகளும் செய்யப்பட்டுள்ளன. நீங்கள் எந்த முடிவும் சொல்லாமல் மௌனமாக இருங்கள். நான் குருஷென்காவுடன் அமெரிக்காவுக்குப் போகிறேன். அவள் இல்லாமல் என்னால் வாழ முடியாது என்று உங்களுக்குத் தெரியும்! என்னைத் தொடர்ந்து சைபீரியாவுக்கு வருவதற்கு அவர்கள் அவளை அனுமதிக்காவிடில் என்ன செய்வது? குற்றவாளிகள் திருமணம் செய்துகொள்ள அனுமதியுண்டா? இல்லை என்று இவான் ஃபியோதரோவிச் சொல்கிறார். ஆனால் குருஷென்கா இல்லாமல், நான் அந்தச் சுரங்கத்திற்கு அடியில் கையில் சுத்தியலை வைத்துக் கொண்டு என்ன செய்வது? நான் அந்தச் சுத்தியலால் என் மண்டையை மட்டுமே உடைத்துக் கொள்ள முடியும். ஆனால் மறுபுறம் என் உள்ளுணர்வின் குரலை என்ன செய்வது? நான் துன்பத்திலிருந்து தப்பி ஓடுவதன் மூலம், எனக்கு நல்வழிக்கான ஒரு பாதை கிடைத்தும் அதை நிராகரிக்கிறேன். நான் இரட்சிப்பை நோக்கிப் பயணம் செய்ய ஒரு வழி இருந்தும் அதைப் புறக்கணிக்கிறேன். நான் சுரங்கத்தில் இருப்பதை விட 'நல்ல எண்ணத்துடன்' தலைமறைவாக அமெரிக்காவில் வாழ்வது அதிக பயனுள்ளதாக இருக்கும் என்று இவான் சொல்கிறார். ஆனால் நாங்கள் பூமிக்கு அடியிலிருந்து கடவுளைப் போற்றிப் பாடும் அந்தப் பாசுரங்கள் என்னவாகும்? அமெரிக்காவில் என்ன இருக்கிறது? அது ஒரு மாயையைத் தவிர வேறில்லை! அமெரிக்காவிலும் நிறைய மோசடிகள் நடக்கின்றன என்று நான் நினைக்கிறேன். நான் சிலுவையில் அறையப்படுவதிலிருந்து தப்பித்து ஓடுகிறேன்! அலெக்ஸி, நான் உங்களிடம் மட்டுமே அதைச் சொல்கிறேன், ஏனெனில் நான் சொன்ன அந்தப் பாசுரங்களைக் குறித்து உங்களால் மட்டுமே புரிந்துகொள்ள முடியும். வேறு யாராலும் அதைப் புரிந்துகொள்ள முடியாது, ஏனெனில் அவை அனைத்தும் மற்றவர்களுக்கு முட்டாள்தனமானதாக, பிதற்றலாகத் தெரியும். எனக்குப் பைத்தியம் பிடித்துவிட்டது என்றோ அல்லது நான் ஒரு வடிகட்டின முட்டாள் என்றோ அவர்கள் சொல்வார்கள். ஆனால் எனக்குப் பைத்தியம் பிடிக்கவில்லை, நான் ஒரு முட்டாள் அல்ல. அந்தப் பாசுரங்களைப் பற்றி இவான் ஃபியோதரோவிச் புரிந்து

கொண்டார் என்றாலும், அவர் மௌனம் சாதிக்கிறார். அவருக்குப் பாசுரங்களில் நம்பிக்கை இல்லை. அல்யோஷா, நீங்கள் எதுவும் சொல்ல வேண்டாம். நீங்கள் ஏற்கனவே முடிவு செய்துவிட்டீர்கள் என்பதை உங்கள் கண்களைப் பார்த்தே என்னால் புரிந்துகொள்ள முடிகிறது! ஆனால் நீங்கள் அதைக் குறித்து எதுவும் சொல்லாமல் என் மீது கருணை காட்டுங்கள். குரூஷென்கா இல்லாமல் என்னால் வாழ முடியாது. எனவே விசாரணை முடியும் வரை நீங்கள் காத்திருங்கள்!"

மீச்சியா தன்னிலை மறந்த நிலையில் பேசி முடித்தார். அவர் தனது இரண்டு கைகளாலும் அல்யோஷாவின் தோள்களைப் பிடித்துக் கொண்டு, காய்ச்சலும் ஏக்கமும் நிறைந்த விழிகளுடன் தனது சகோதரனின் கண்களை உற்றுப் பார்த்தார்.

"குற்றவாளிகள் திருமணம் செய்துகொள்ள அனுமதியுண்டா?" என்று அவர் கெஞ்சும் குரலில் மூன்றாவது முறையாகக் கேட்டார்.

அவர் சொன்னதை மிகுந்த வியப்புடன் கேட்டுக் கொண்டிருந்த அல்யோஷா, ஆடிப்போனான்.

"நீங்கள் என்னிடம் ஒரு விஷயத்தைச் சொல்லுங்கள்" என்றான் அவன். "இவான் அதை வலியுறுத்தினாரா? அது யாருடைய யோசனை?"

"அது அவருடைய யோசனைதான். அவர்தான் அதை வலியுறுத்தினார். ஆரம்பத்தில் அவர் என்னைப் பார்க்க வரவில்லை, ஆனால் திடீரென்று ஒரு வாரத்திற்கு முன்பு இங்கே வந்தபோது, உடனடியாக அதைப் பற்றிப் பேச ஆரம்பித்தார். அவர் அதில் பிடிவாதமாக இருக்கிறார். அவர் அதைப் பற்றி என்னிடம் எதுவும் கேட்காமல், தப்பிச் செல்லும்படி எனக்குக் கட்டளையிடுகிறார். நான் உங்களிடம் சொன்னது போலவே அவரிடம் மனம் திறந்து அந்தப் பாசுரத்தைப் பற்றிச் சொன்னேன். இருந்தாலும் நான் அவருக்குக் கீழ்ப்படிந்து நடப்பேன் என்று அவர் சந்தேகத்திற்கு இடமின்றி நம்புகிறார். அவர் அதை எப்படி ஏற்பாடு செய்யப் போகிறார் என்பதையும், அதற்கான தகவல்களை எப்படிச் சேகரித்தார் என்பதையும் என்னிடம் சொன்னார். ஆனால் நான் அதைப் பற்றிப் பின்னர் உங்களிடம் சொல்கிறேன். அவர் மிகவும் பிடிவாதமாக, கிட்டத்தட்ட வெறித்தனமாக இருக்கிறார். எல்லாமே பணம்தான். நான் தப்பிச்செல்ல பத்தாயிரம் ரூபிள்களும், அமெரிக்காவுக்குச் செல்ல இருபதாயிரம் ரூபிள்களும் செலவாகும் என்று அவர் சொன்னார். பத்தாயிரம் ரூபிள்களைச் செலவழித்தால் போதும் தப்பிச் செல்வதற்கு வெற்றிகரமான ஏற்பாட்டைச் செய்ய முடியும் என்று அவர் சொல்கிறார்."

"அதை என்னிடம் சொல்ல வேண்டாம் என்று அவர் சொன்னாரா?" என்று அல்யோஷா மீண்டும் அவரிடம் கேட்டான்.

"எந்தச் சூழ்நிலையிலும் அதை யாரிடமும், முக்கியமாக உங்களிடம் சொல்ல வேண்டாம் என்று அவர் சொன்னார். நீங்கள் என்னுடைய மனசாட்சியாக நின்று என்னைத் தடுத்து விடுவீர்கள் என்று அவர் பயப்படுகிறார். நான் இந்த விஷயத்தை உங்களிடம் சொல்லிவிட்டேன் என்பதைத் தயவுசெய்து அவரிடம் சொல்லாதீர்கள்."

"நீங்கள் சொல்வது சரிதான்" என்றான் அல்யோஷா. "விசாரணை முடிவதற்கு முன்னால் எதையும் முடிவு செய்ய முடியாது. எனவே விசாரணைக்குப் பிறகு நீங்களே அதை முடிவு செய்யுங்கள். அப்போது நீங்கள் உங்களுக்குள் இருக்கும் அந்தப் புதிய மனிதனைக் காண்பீர்கள். அவர் அதை முடிவு செய்வார்."

"புதிய மனிதன் அல்லது பெர்னார்ட்டைப் போலச் செயல்படும் ஒரு பெர்னார்ட் அதை முடிவு செய்யலாம், ஏனெனில் நானே ஒரு வெறுக்கத்தக்க பெர்னார்ட்டாக இருப்பதாக நினைக்கிறேன்" என்று மீச்சியா ஒரு கசப்பான புன்னகையுடன் சொன்னார்.

மீச்சியா தோள்களைக் குலுக்கி, தலையை ஆட்டினார்.

"அல்யோஷா, என் அருமைச் சகோதரனே, நீங்கள் போவதற்கு நேரமாகிவிட்டது" என்று அவர் திடீரென்று அவசரமாகப் பேசினார். "முற்றத்தில் கண்காணிப்பாளரின் குரல் கேட்கிறது. அவர் எந்த நிமிடமும் இங்கே வரலாம். நேரமாகிவிட்டது. இது விதிமுறைக்குப் புறம்பானது. நீங்கள் விரைந்து என்னைக் கட்டிப் பிடித்து, ஒரு முத்தம் கொடுங்கள். நாளை நான் சுமக்கப் போகும் சிலுவைக்காக என் மீது சிலுவையிட்டு என்னை ஆசீர்வதியுங்கள்."

அவர்கள் கட்டித் தழுவி முத்தமிட்டுக் கொண்டார்கள்.

"நான் தப்பிச் செல்ல வேண்டும் என்று இவான் யோசனை சொல்கிறார், ஆனால் நான்தான் அவரைக் கொலை செய்தேன் என்று அவர் நம்புகிறார்" என்று திடீரென்று மீச்சியா சொன்னார்.

அவருடைய உதடுகளில் ஒரு சோகமான புன்னகை வெளிப்பட்டது.

"அவர் அதை நம்புகிறாரா என்று நீங்கள் அவரிடம் கேட்டீர்களா?" என்று அல்யோஷா கேட்டான்.

"இல்லை, நான் கேட்கவில்லை. நான் கேட்க விரும்பினேன் என்றாலும், அதைச் செய்வதற்கு எனக்குத் தைரியம் இல்லை.

ஆனால் அவருடைய கண்களிலிருந்து என்னால் அதைத் தெரிந்து கொள்ள முடிந்தது. சரி, நீங்கள் போய்வாருங்கள்."

அவர்கள் மீண்டும் அவசரமாக முத்தங்களைப் பரிமாறிக் கொண்டனர். அல்யோஷா வெளியே கிளம்பியபோது, மீச்சியா திடீரென்று அவனைக் கூப்பிட்டார்.

"நீங்கள் என் எதிரே என்னைப் பார்த்தபடி நில்லுங்கள்."

மீச்சியா மீண்டும் அல்யோஷாவின் தோள்களைத் தனது இரு கைகளாலும் இறுகப் பற்றிக் கொண்டார். திடீரென்று அவருடைய முகம் வெளிறியது. அந்த இருட்டிலும் அவருடைய முகம் பயங்கரமாகத் தெரிந்தது. அவருடைய உதடுகள் துடித்தன; அவருடைய கண்கள் அல்யோஷாவின் மீது நிலைகுத்தி நின்றன.

"அல்யோஷா, நீங்கள் கடவுளிடம் சொல்வது போல என்னிடம் உண்மையைச் சொல்லுங்கள். நான்தான் அதைச் செய்தேன் என்று நீங்கள் நம்புகிறீர்களா? நீங்கள் அதை நம்புகிறீர்களா இல்லையா? நீங்கள் பொய் சொல்லாமல் உண்மையைச் சொல்லுங்கள்!" என்று அவர் விரக்தியுடன் கத்தினார்.

அல்யோஷாவின் இதயம் கனத்தது; அவனுடைய இதயத்தில் யாரோ கத்தியைச் சொருகியது போலிருந்தது.

"நீங்கள் என்ன சொல்கிறீர்கள்?..." என்று அல்யோஷா கலக்கத்துடன் முணுமுணுத்தான்.

"நீங்கள் முழு உண்மையைச் சொல்லுங்கள், பொய் சொல்ல வேண்டாம்!" என்று மீச்சியா மீண்டும் சொன்னார்.

"நான் ஒரு கணம் கூட நீங்கள்தான் கொலைகாரன் என்பதை நம்பியதில்லை!" என்று அல்யோஷா நடுங்கும் குரலில் சொல்லிவிட்டு, அதற்குச் சாட்சியாக கடவுளை அழைப்பது போல கையை மேலே உயர்த்தினான்.

மீச்சியாவின் முகம் மகிழ்ச்சியால் மலர்ந்தது.

"நன்றி!" என்று அவர் மயக்கத்திலிருந்து மீண்டது போல பெருமூச்சுடன் மெதுவாகச் சொன்னார். "நீங்கள் இப்போது எனக்கு ஒரு புது வாழ்க்கையைக் கொடுத்திருக்கிறீர்கள்... உங்களுக்குத் தெரியுமா, எனக்கு இந்த நிமிடம் வரை கூட உங்களிடம் அதைக் கேட்பதற்குப் பயமாக இருந்தது. சரி, நீங்கள் கிளம்புங்கள், போங்கள்! நான் நாளைய தினத்தை எதிர்கொள்வதற்கு வேண்டிய வலிமையை நீங்கள் எனக்குக் கொடுத்துள்ளீர்கள். கடவுள் உங்களை ஆசீர்வதிப்பார். சரி, போய் வாருங்கள். நீங்கள் இவானை நேசியுங்கள்!"

மீச்சியா பேசிய கடைசி வார்த்தைகள் அவைதான்.

அல்யோஷா கண்ணீருடன் அங்கிருந்து வெளியேறினான். மீச்சியாவுக்கு தன் மீது கூட இத்தனை பெரிய அவநம்பிக்கை இருக்கும் என்பதை அல்யோஷா சற்றும் எதிர்பார்க்கவில்லை என்பதால், துரதிருஷ்டம் பிடித்த அவருடைய மனதில் எத்தகைய நம்பிக்கையற்ற நிலையும், விரக்தியும் நிறைந்திருக்கிறது என்பதை அவன் சட்டென்று உணர்ந்து கொண்டான். ஆழ்ந்த, எல்லையற்ற இரக்க உணர்வு உடனடியாக அவனுடைய மனதைக் கௌவிப் பிடித்து, அவனை வேதனையடையச் செய்தது. அவனது புண்பட்ட இதயத்தைக் கசக்கிப் பிழிவது போன்ற உணர்வு அவனுக்கு ஏற்பட்டது. 'இவானை நேசியுங்கள்' என்ற மீச்சியாவின் கடைசி வார்த்தைகள் அவனுக்கு நினைவு வந்தன. இப்போது அவன் இவான் ஃபியோதரோவிச்சைப் பார்க்கப் போய்க் கொண்டிருந்தான். அவன் அன்று காலையிலிருந்தே அவனைப் பார்க்க வேண்டும் என்று தவித்துக் கொண்டிருந்தான். மீச்சியாவைப் போலவே இவான் ஃபியோதரோவிச்சையும் நினைத்து அவன் கவலைப்பட்டான். சொல்லப்போனால் அவன் முன் எப்போதையும் விட அதிகமாக அவனை நினைத்துக் கவலைப்பட்டான்.

5. அது நீங்கள் இல்லை! அது நீங்கள் இல்லை!

அல்யோஷா இவான் ஃபியோதரோவிச்சைப் பார்க்கப் போகும் வழியில் கேத்தரீனா இவானோவ்னா வசிக்கும் வீட்டைக் கடந்து செல்ல வேண்டியிருந்தது. ஜன்னல்களில் விளக்கு வெளிச்சம் தெரிந்தது. அவன் திடீரென்று அங்கு செல்ல முடிவு செய்தான். அவன் அவளைப் பார்த்து ஒரு வாரத்திற்கு மேல் ஆகிவிட்டது. ஒரு முக்கியமான நாளுக்கு முந்தின நாளான இன்று, இவான் ஃபியோதரோவிச் அவளுடன் இருக்கக்கூடும் என்று அவனுக்குத் தோன்றியது. அவன் அழைப்பு மணியை அழுத்திவிட்டுப் படிகளில் ஏறியபோது, சீன லாந்தர் விளக்கின் மங்கலான வெளிச்சத்தில், ஒரு மனிதன் மேலிருந்து கீழே இறங்கி வருவதைக் கண்டான். அந்த மனிதன் அருகில் வந்தபோது, அது இவான் ஃபியோதரோவிச் என்பதை அல்யோஷா அடையாளம் கண்டு கொண்டான். அவன் கேத்தரீனா இவானோவ்னா வீட்டிலிருந்து வெளியேறிக் கொண்டிருந்தான்.

"ஓ, நீங்கள்தானா?" என்று இவான் ஃபியோதரோவிச் வறண்ட குரலில் சொன்னான். "சரி, நான் வருகிறேன். நீங்கள் அவளைப் பார்க்கப் போகிறீர்களா?"

"ஆமாம்."

"அவள் வருத்தமாக இருக்கிறாள். நீங்கள் அவளைப் பார்த்தால் அவளுடைய நிலைமை மேலும் மோசமாகலாம் என்பதால், அவளைப் பார்க்காமலிருப்பது நல்லது என்று நான் நினைக்கிறேன்."

"இல்லை, இல்லை!" என்று அப்போது திறந்த ஜன்னல் கதவின் வழியாக மேலிருந்து ஒரு குரல் கேட்டது. "அலெக்ஸி ஃபியோதரோவிச், நீங்கள் அவரைப் பார்த்துவிட்டு வருகிறீர்களா?"

"ஆமாம்."

"அவர் எனக்கு ஏதாவது செய்தி அனுப்பினாரா? அல்யோஷா மேலே வாருங்கள். இவான் ஃபியோதரோவிச் நீங்களும் கண்டிப்பாக மேலே வர வேண்டும். நான் சொல்வது கேட்கிறதா?"

கேத்தரீனாவின் குரலில் கண்டிப்பு தொனித்ததைக் கண்ட இவான் ஃபியோதரோவிச் ஒரு கணம் தயங்கிவிட்டு, அல்யோஷாவைப் பின்தொடர்ந்து மேலே சென்றான்.

"அவள் ஜன்னல் அருகே நின்று ஒட்டுக் கேட்டுக் கொண்டிருந்திருக்க வேண்டும்" என்று இவான் ஃபியோதரோவிச் எரிச்சலுடன் முணுமுணுத்தது அல்யோஷாவின் காதில் விழுந்தது.

"நான் கோட் அணிந்திருப்பதை நீங்கள் ஆட்சேபிக்க மாட்டீர்கள் என்று நினைக்கிறேன்" என்று இவான் ஃபியோதரோவிச் வரவேற்பறைக்குள் நுழையும்போது சொன்னான். "நான் ஒரு நிமிடத்திற்கு மேல் இருக்க மாட்டேன்."

"அலெக்ஸி ஃபியோதரோவிச், உட்காருங்கள்" என்று சொன்ன கேத்தரீனா இவானோவ்னா உட்காராமல் நின்று கொண்டிருந்தாள். கடந்த சில நாட்களில் அவளிடம் பெரிய மாறுதல் ஒன்றும் இல்லை என்றாலும், அவளுடைய கரிய விழிகளில் தீய எண்ணம் பளிச்சிட்டது. அந்தச் சமயத்தில் அவள் எவ்வளவு அழகாக இருந்தாள் என்று அல்யோஷா பின்னர் நினைவு கூர்ந்தான்.

"அவர் என்னிடம் என்ன சொல்லச் சொன்னார்?"

"ஒரே ஒரு விஷயம்" என்று அல்யோஷா அவளுடைய முகத்தை நேருக்கு நேராகப் பார்த்துச் சொன்னான். "நீங்கள் விசாரணையின் போது எதுவும் சொல்லாமல் உங்களைக் காப்பாற்றிக் கொள்ளும்படி..." என்று அவன் சற்றே தயங்கினான். "அதாவது உங்கள் இருவருக்கும் இடையில் என்ன நடந்தது என்பதை... நீங்கள் இருவரும் முதலில் சந்தித்தபோது... அந்த ஊரில்..."

“ஓஹோ, நான் அந்தப் பணத்திற்காகத் தரையில் விழுந்து வணங்கியதைச் சொல்கிறீர்களா?” என்று அவள் கசப்புடன் சிரித்தாள். “அவர் உண்மையில் என்னைப் பற்றிக் கவலைப்படுகிறாரா அல்லது அவரைப் பற்றிக் கவலைப்படுகிறாரா? அவர் என்னைக் காப்பாற்றிக் கொள்ளச் சொல்கிறாரா அல்லது அவரைக் காப்பாற்றும்படி என்னிடம் கேட்கிறாரா? அலெக்ஸி ஃபியோதரோவிச் எனக்குப் பதில் சொல்லுங்கள்.”

அல்யோஷா அவளை உற்றுப் பார்த்துக் கொண்டே அவள் சொன்னதைப் புரிந்துகொள்ள முயன்றான்.

“இரண்டுமேதான்” என்று அவன் மெல்லிய குரலில் சொன்னான்.

“அப்படியா?” என்று அவள் வெறுப்புடன் சொன்னபோது, சட்டென்று அவளுடைய முகம் சிவந்தது. “அலெக்ஸி ஃபியோதரோவிச், உங்களுக்கு என்னைப் பற்றிச் சரியாகத் தெரியாது” என்று அவள் அச்சுறுத்தும் தொனியில் சொன்னாள். “எனக்கே என்னைப் பற்றிச் சரியாகத் தெரியாது. நாளை நடக்கப்போகும் விசாரணைக்குப் பிறகு நீங்கள் என்னைக் காலடியில் போட்டு மிதிக்க நினைக்கலாம்.”

“நீங்கள் நேர்மையுடன் சாட்சி சொல்ல வேண்டும், அவ்வளவு தான் தேவை” என்றான் அல்யோஷா.

“பெண்கள் பெரும்பாலும் உண்மையைச் சொல்ல மாட்டார்கள்” என்று அவள் உறுமினாள். “நான் ஒரு மணி நேரத்திற்கு முன்பு கூட அந்த அரக்கனைப் பற்றி நினைக்கவே கூடாது என்று நினைத்தேன்... ஒரு ஜந்தைத் தொடுவது போல அத்தனை அருவருப்பு... இருந்தாலும் அவர் இன்னும் எனக்கு ஒரு மனிதர்தான்! அவர் கொலை செய்தாரா? உண்மையில் அவர்தான் கொலைகாரனா?” என்று அவள் வெறிபிடித்தவள் போல இவான் ஃபியோதரோவிச்சைப் பார்த்துக் கத்தினாள்.

அதைப் பார்த்த அல்யோஷா, தான் இங்கே வருவதற்குச் சில நிமிடங்களுக்கு முன்பு, அவள் முதல் முறையாக இல்லாமல் நூறாவது தடவையாக இவான் ஃபியோதரோவிச்சிடம் அந்தக் கேள்வியைக் கேட்டிருக்க வேண்டும் என்பதையும், அதன் காரணமாக அவர்கள் இருவருக்கும் இடையில் சண்டை ஏற்பட்டிருக்க வேண்டும் என்பதையும் உடனடியாகப் புரிந்து கொண்டான்.

“நான் ஸ்மெர்த்தியாக்கவைப் பார்க்கப் போயிருந்தேன்... அவர் தனது தந்தையைக் கொன்றார் என்று நீங்கள்தான் என்னை நம்ப வைத்தீர்கள். நீங்கள் சொன்னதால்தான் நான் அதை நம்பினேன்!”

இவான் ஃபியோதரோவிச் அவளைப் பார்த்து வலுக்கட்டாயமாகப் புன்னகைத்தான். அவள் அப்படி சகஜமாகப் பேசியதைப் பார்த்து அல்யோஷா திடுக்கிட்டான். அவர்களுக்கு இடையில் அப்படி ஒரு நெருக்கம் இருக்கும் என்று அவன் எதிர்பார்க்கவில்லை.

"சரி, போதும்" என்று இவான் அவளைப் பேசவிடாமல் தடுத்தான். "நான் போகிறேன். நான் நாளை வருகிறேன்" என்று அவன் எழுந்து அறையை விட்டு வெளியேறி, படிகளை நோக்கிச் சென்றான்.

கேத்தரீனா இவானோவ்னா அல்யோஷாவின் இரண்டு கைகளையும் இறுகப் பற்றினாள்.

"நீங்கள் அவரைத் தொடர்ந்து செல்லுங்கள். நீங்கள் ஒரு நிமிடம் கூட அவரைத் தனியாக இருக்க விடாதீர்கள்" என்று அவள் அவசரமாக அவன் காதுகளில் கிசுகிசுத்தாள். "அவருக்குப் பைத்தியம் பிடித்துவிட்டது! அவர் ஒரு பைத்தியக்காரன் என்று உங்களுக்குத் தெரியாதா? அவருக்கு நரம்புக் கோளாறு என்று மருத்துவர் என்னிடம் சொன்னார். போங்கள், அவர் பின்னாடியே ஓடுங்கள்..."

அல்யோஷா துள்ளி எழுந்து, தனக்கு முன்னால் ஐம்பது அடி தூரத்தில் சென்று கொண்டிருந்த இவான் ஃபியோதரோவிச்சைப் பின் தொடர்ந்து ஓடினான்.

"உங்களுக்கு என்ன வேண்டும்?" என்று இவான் சட்டென்று திரும்பி தன்னைப் பின்தொடர்ந்து வந்த அல்யோஷாவிடம் கேட்டான். "எனக்குப் பைத்தியம் பிடித்துவிட்டது என்பதால், அவள் உங்களை என் பின்னால் போகச் சொல்லியிருப்பாள் என்று எனக்குத் தெரியும்" என்று அவன் எரிச்சலுடன் சொன்னான்.

"அவள் அப்படி நினைப்பது தவறுதான், ஆனால் உங்களுக்கு உடல்நலமில்லை என்று அவள் சொல்வது சரிதான்" என்றான் அல்யோஷா. "நான் இப்போதுதான் உங்கள் முகத்தை உற்றுப் பார்த்துக் கொண்டிருந்தேன். இவான், உங்களுக்கு உடல்நலமில்லை என்று தெரிகிறது."

இவான் நிற்காமல் நடந்து கொண்டிருந்தான். அல்யோஷா அவனைப் பின்தொடர்ந்து சென்றான்.

"அலெக்ஸி ஃபியோதரோவிச், மனிதர்களுக்கு எப்படிப் பைத்தியம் பிடிக்கிறது என்று உங்களுக்குத் தெரியுமா?" என்று இவான் கேட்டான். திடீரென்று அவனுடைய குரலில் இருந்த எரிச்சல் மறைந்து, ஆர்வம் வெளிப்பட்டது.

"இல்லை, எனக்குத் தெரியாது. பைத்தியத்தில் பலவகை உள்ளன என்று நான் நினைக்கிறேன்."

"தனக்குப் பைத்தியம் பிடித்துவிட்டது என்று ஒரு மனிதனுக்குத் தெரியுமா?"

"ஒருவரால் அதைத் தெரிந்துகொள்ள முடியாது என்று நான் நினைக்கிறேன்" என்று அல்யோஷா வியப்புடன் பதில் சொன்னான்.

இவான் சில வினாடிகள் மௌனமாக இருந்தான்.

"நீங்கள் என்னுடன் பேச விரும்பினால், தயவுசெய்து பேச்சை மாற்றுங்கள்" என்று அவன் திடீரென்று சொன்னான்.

"ஓ, இதோ உங்களுக்கு ஒரு கடிதம். நான் அதை மறப்பதற்கு முன் உங்களிடம் கொடுத்துவிடுகிறேன்" என்று அல்யோஷா மன்னிப்புக் கோரும் குரலில் சொல்லிவிட்டு, தனது சட்டைப் பையிலிருந்து லிசாவின் கடிதத்தை எடுத்து அவனிடம் கொடுத்தான். அவர்கள் அப்போது ஒரு தெரு விளக்குக்கு அருகில் சென்று கொண்டிருந்தார்கள். இவான் அதைப் பார்த்ததும், அது யாருடைய கையெழுத்து என்பதைத் தெரிந்து கொண்டான்.

"ஆகா, அது அந்தக் குட்டிப் பிசாசிடமிருந்து வந்திருக்கிறது!" என்று அவன் விஷமத்துடன் சிரித்தபடி, கடிதத்தைப் பிரிக்காமல், சுக்குநூறாகக் கிழித்துக் காற்றில் பறக்கவிட்டான்.

காகிதத் துண்டுகள் காற்றில் பறந்தன.

"அவளுக்கு இன்னும் பதினாறு வயது கூட ஆகவில்லை, ஆனால் அவள் அதற்குள் தன்னையே அர்ப்பணிக்கத் தயாராகிவிட்டாள்" என்று அவன் இகழ்ச்சியுடன் சொல்லிக் கொண்டே நடந்தான்.

"அர்ப்பணிப்பதா? நீங்கள் என்ன சொல்கிறீர்கள்?" என்று அல்யோஷா வியப்புடன் கேட்டான்.

"வேசிப் பெண்கள் தங்களை அர்ப்பணித்துக் கொள்வது உங்களுக்குத் தெரியாதா?"

"இவான், உங்களால் எப்படி இப்படிப் பேச முடிகிறது?" என்று அல்யோஷா வருத்தம் தோய்ந்த குரலில் ஆவேசத்துடன் கேட்டான். "அவள் ஒரு சிறுமி. நீங்கள் ஒரு சிறுமியை அவமதிக் கிறீர்கள்! அவள் உடல்நிலை சரியில்லாதவள். அவளும் பைத்தியத்தின் விளிம்பில் இருக்கிறாளோ என்னவோ... அவளுடைய கடிதத்தை உங்களிடம் கொடுப்பதைத் தவிர எனக்கு வேறு வழி தெரியவில்லை... ஆனால் நான் உங்களிடமிருந்து வேறு ஒன்றை... அவளைக் காப்பாற்றும் ஒன்றைக் கேட்க வேண்டும் என்று நினைத்தேன்."

"நான் உங்களிடம் சொல்வதற்கு ஒன்றுமில்லை. அவள் ஒரு சிறு குழந்தையாக இருக்கலாம், ஆனால் நான் அவளுடைய செவிலித்தாய் அல்ல. அலெக்ஸி, நீங்கள் அதைப் பற்றி எதுவும் பேச வேண்டாம். நான் அதைப் பற்றி யோசிக்கக் கூட இல்லை."

அவர்கள் மீண்டும் ஒரு கணம் மௌனமாக இருந்தார்கள்.

"நாளை நடக்கும் விசாரணையில், அவள் என்ன சொல்ல வேண்டும் என்று வழிகாட்டும்படி இரவு முழுவதும் கடவுளின் அன்னையிடம் பிரார்த்தனை செய்வாள்" என்று அவன் கோபத்துடன் சொன்னான்.

"நீங்கள்... கேத்தரீனா இவானோவ்னாவைப் பற்றிச் சொல்கிறீர்களா?"

"ஆமாம். அவள் தனது அருமை மீச்சியாவைக் காப்பாற்ற வேண்டுமா அல்லது அழிக்க வேண்டுமா என்பதை அறிய மேலே இருக்கும் ஒளியிடம் பிரார்த்தனை செய்வாள், ஏனெனில் அவளால் சுயமாக ஒரு முடிவை எடுக்க முடியாது. அவளே சுயமாக அதைப் பற்றி முடிவு செய்ய இன்னும் அவளுக்குப் போதிய அவகாசம் கிடைக்கவில்லை. அவளும் என்னைச் செவிலித்தாயாக நினைத்து, நான் அவளுக்குத் தாலாட்டுப் பாட வேண்டும் என்று விரும்புகிறாள்."

"அண்ணா, கேத்தரீனா இவானோவ்னா உங்களை விரும்புகிறாள்" என்று அல்யோஷா சோகத்துடன் சொன்னான்.

"இருக்கலாம், ஆனால் எனக்கு அவள் மீது எந்தக் காதலும் இல்லை."

"அவள் வேதனைப்படுகிறாள். நீங்கள் ஏன்... சில சமயம்... அவளுக்கு நம்பிக்கை தரும் விதமாகப் பேசுகிறீர்கள்?" என்று அல்யோஷா தயக்கத்துடன் தொடர்ந்தான். "நீங்கள் அப்படிப் பேசுகிறீர்கள் என்று எனக்குத் தெரியும். நான் உங்களிடம் அப்படிச் சொல்வதற்கு என்னை மன்னியுங்கள்" என்றான் அல்யோஷா.

"நான் அவளிடம் எப்படி நடந்து கொள்ள வேண்டுமோ அப்படி என்னால் நடந்து கொள்ள முடியாது. நான் அவளுடைய உறவை முடித்துக் கொண்டேன் என்று நேரடியாக அவளிடம் சொல்ல முடியாது" என்று இவான் எரிச்சலுடன் சொன்னான். "கொலையாளிக்குத் தண்டனை கிடைக்கும் வரை நான் காத்திருக்க வேண்டும். நான் இப்போதே அவளுடைய உறவை முறித்துக் கொண்டால், அவள் என்னைப் பழிவாங்கும் விதமாக, விசாரணையின்போது அந்த அயோக்கியனை அழித்துவிடுவாள், ஏனெனில் அவள் அவனை வெறுக்கிறாள். அவள் அவனை வெறுப்பது அவளுக்கே நன்றாகத் தெரிகிறது என்றாலும், எல்லாமே

பொய், வெறும் நடிப்பு! ஆனால் நான் அவளுடன் உறவை முறித்துக் கொள்ளாத வரை, அவளுக்கு நம்பிக்கை இருக்கும் என்பதால் அவள் அந்த அரக்கனை அழிக்க மாட்டாள், ஏனெனில் நான் அவரை அந்தச் சிக்கலிலிருந்து விடுவிக்க எவ்வளவு தூரம் விரும்புகிறேன் என்பது அவளுக்குத் தெரியும். அந்த நாசமாய்ப் போன தீர்ப்பு மட்டும் சீக்கிரம் வந்தால் நன்றாக இருக்கும்!"

'கொலைகாரன்', 'அரக்கன்' என்ற சொற்கள் அல்யோஷாவின் மனதை வலிக்கச் செய்தன.

"ஆனால் அவளால் எப்படி நம் சகோதரனை அழிக்க முடியும்?" என்று அவன் இவான் சொன்னதை யோசித்தபடி கேட்டான். "மீச்சியாவை அழிக்கும் வகையில் அவளால் என்ன ஆதாரத்தை முன்வைக்க முடியும்?"

"உங்களுக்கு இன்னும் அதைப் பற்றித் தெரியாது. ஃபியோதர் பாவ்லோவிச்சை மீச்சியாதான் கொன்றார் என்பதை உறுதியாக நிரூபிக்கும் வகையில் அவரே கைப்பட எழுதிய ஒரு கடிதம் அவளிடம் இருக்கிறது."

"அப்படி இருக்க முடியாது."

"ஏன் முடியாது? நானே அதைப் படித்தேன்."

"இல்லை, அப்படி ஒரு கடிதம் இருக்க முடியாது!" என்று அல்யோஷா மீண்டும் கோபத்துடன் கத்தினான். "அது சாத்தியமில்லை, ஏனெனில் அவர் கொலையாளி அல்ல. அவர் அப்பாவைக் கொலை செய்யவில்லை. அது அவரல்ல!"

இவான் திடீரென்று நின்றான்.

"அப்படியானால் உங்கள் அபிப்பிராயப்படி கொலையாளி யார்?" என்று அவன் உணர்ச்சியற்ற குரலில் கேட்டான். அவன் குரலில் ஒருவித ஏளனம் தொனித்தது.

"அது யாரென்று உங்களுக்குத் தெரியும்" என்று அல்யோஷா உறுதியான குரலில் சாந்தமாகச் சொன்னான்.

"யார்? நீங்கள் அந்த பைத்தியக்காரனும் முட்டாளுமான வலிப்பு நோயாளி ஸ்மெர்த்தியாக்கவைப் பற்றிய கட்டுக் கதையைச் சொல்கிறீர்களா?"

அல்யோஷா திடீரென்று தன்னுடைய உடல் முழுவதும் நடுங்குவதை உணர்ந்தான்.

"உங்களுக்கு நன்றாகத் தெரியும்" என்று அவனிடமிருந்து வார்த்தைகள் தன்னிச்சையாக வெளிப்பட்டன. அவன் மூச்சுத் திணறினான்.

“யார்? யார்?” என்று இவான் ஏறக்குறைய ஆவேசத்துடன் கத்தினான். அவன் தனது நிதானத்தை இழந்தான்.

“எனக்கு ஒன்று மட்டும் நிச்சயமாகத் தெரியும்” என்று அல்யோஷா ஏறக்குறைய கிசுகிசுக்கும் குரலில் தொடர்ந்து பேசினான். “அப்பாவைக் கொன்றது நீங்கள் அல்ல.”

“நானில்லை! நானில்லை என்றால் என்ன அர்த்தம்?” என்று இவான் திகைப்புடன் கேட்டான்.

“அப்பாவைக் கொன்றது நீங்கள் அல்ல, நீங்கள் அல்ல!” என்று அவன் திரும்பத் திரும்ப உறுதியான குரலில் சொன்னான்.

அரை நிமிடம் மௌனம் நிலவியது.

“அது நானில்லை என்று எனக்கு நன்றாகத் தெரியும். நீங்கள் ஏன் இப்படி உளறுகிறீர்கள்?” என்று இவான் வெளிறிய முகத்துடன் கோணலாகச் சிரித்தான். அவனுடைய கண்கள் அல்யோஷாவின் மீது நிலைத்து நின்றன.

அவர்கள் மீண்டும் தெருவிளக்கின் கீழ் நின்றனர்.

“இல்லை இவான், நான்தான் கொலைகாரன் என்று நீங்களே பலமுறை சொல்லியிருக்கிறீர்கள்.”

“நான் எப்போது அப்படிச் சொன்னேன்? நான் மாஸ்கோவில் இருந்தேன்... நான் எப்போது சொன்னேன்?” என்று இவான் பேச முடியாமல் தடுமாறினான்.

“இந்த மோசமான இரண்டு மாதங்களில் நீங்கள் தனிமையில் இருந்தபோது, பலமுறை அதைச் சொல்லியிருக்கிறீர்கள்” என்று அல்யோஷா முன்பு போலவே சாந்தமான குரலில் தெளிவாகச் சொன்னான். ஆனால் அவன் தன்னிலை மறந்தவனாக அல்லது ஏதோ ஒரு சக்தியின் பிடியில் அகப்பட்டவனைப் போல பேசினான். “வேறு யாரும் குற்றவாளி அல்ல நான்தான் அந்தக் குற்றவாளி என்று நீங்கள் உங்கள் மீதே குற்றம் சாட்டிக் கொண்டீர்கள். ஆனால் நீங்கள் தவறாகப் புரிந்து கொண்டீர்கள், ஏனெனில் நீங்கள் அவரைக் கொலை செய்யவில்லை. நீங்கள் கொலை செய்யவில்லை. ஆமாம், நான் சொல்வது கேட்கிறதா, நீங்கள் கொலைகாரன் அல்ல! நான் உங்களிடம் அதைச் சொல்ல வேண்டும் என்றே கடவுள் என்னை அனுப்பியிருக்கிறார்.”

இருவரும் மௌனமாக இருந்தார்கள். அந்த மௌனம் ஒரு நிமிடம் நீடித்தது. இருவரும் ஒருவரையொருவர் பார்த்துக் கொண்டு அசையாமல் நின்றிருந்தனர். இருவரின் முகங்களும் வெளிறிப் போனது. திடீரென்று இவான் ஃபியோதரோவிச் தனது உடல் முழுவதும் நடுங்கியபடி அல்யோஷாவின் தோளை இறுகப் பற்றிக் கொண்டான்.

"நீங்கள் அப்போது என் அறையில் இருந்தீர்கள்!" என்று இவான் கரகரப்பான குரலில் கிசுகிசுத்தான். "அவன் வந்தபோது, நீங்கள் அங்கேதான் இருந்தீர்கள்... அதை ஒப்புக்கொள்ளுங்கள்... நீங்கள் அவனைப் பார்த்தீர்கள், ஆமாம், பார்த்தீர்கள்."

"நீங்கள் யாரைப் பற்றிப் பேசுகிறீர்கள்... மீச்சியாவையா?" என்று அல்யோஷா குழப்பத்துடன் கேட்டான்.

"இல்லை, அவரில்லை, அந்த அரக்கன் நாசமாய்ப் போகட்டும்!" என்று இவான் வெறிபிடித்தவன் போலக் கத்தினான். "அவன் என்னைப் பார்க்க வருகிறான் என்று உங்களுக்குத் தெரியுமா? நீங்கள் அதை எப்படிக் கண்டுபிடித்தீர்கள்? சொல்லுங்கள்!"

"யார் அவன்? நீங்கள் யாரைப் பற்றிப் பேசுகிறீர்கள் என்று எனக்குத் தெரியவில்லை" என்று அல்யோஷா பயத்துடன் முணுமுணுத்தான்.

"ஆமாம், உங்களுக்குத் தெரியும்... இல்லையென்றால் நீங்கள் எப்படி...? உங்களுக்குத் தெரியாமலிருக்க வாய்ப்பில்லை..."

அவன் திடீரென்று தன்னைக் கட்டுப்படுத்திக் கொண்டதாகத் தோன்றியது. அவன் நின்ற இடத்திலேயே நின்று எதையோ யோசித்துக் கொண்டிருந்தான். ஒரு விசித்திரமான புன்னகை அவன் உதடுகளைச் சுழித்தது.

"அண்ணா" என்று அல்யோஷா நடுங்கும் குரலில் மீண்டும் பேச ஆரம்பித்தான். "நான் சொல்வதை நீங்கள் நம்புவீர்கள் என்று எனக்குத் தெரியும் என்பதால், இதை உங்களிடம் சொல்கிறேன். நான் மீண்டும் ஒரு முறை முடிவாகச் சொல்கிறேன், அது நீங்கள் அல்ல. நான் சொல்வதைக் கேட்கிறீர்களா? நான் முடிவாகவும் உறுதியாகவும் இதைச் சொல்கிறேன். நீங்கள் இந்த நிமிடத்திலிருந்து என்னை என்றென்றும் வெறுப்பீர்கள் என்றாலும், அதை உங்களிடம் சொல்ல வேண்டும் என்று கடவுள் எனக்குக் கட்டளையிட்டுள்ளார்..."

ஆனால் அதற்குள் இவான் தன்னை முழுமையாகக் கட்டுப்படுத்திக் கொண்டான்.

"அலெக்ஸி ஃபியோதரோவிச்" என்று அவன் உணர்ச்சியற்ற புன்னகையுடன் சொன்னான். "தீர்க்கதரிசிகளையும், வலிப்பு நோயுள்ளவர்களையும், குறிப்பாகக் கடவுளின் தூதர்களையும் என்னால் பொறுத்துக்கொள்ள முடியாது என்று உங்களுக்கு நன்றாகத் தெரிந்திருக்கும் என்று நான் நினைக்கிறேன். இந்தக் கணத்திலிருந்து நான் உங்களுடனான அனைத்து உறவுகளையும், என்றென்றைக்குமாக முறித்துக் கொள்கிறேன். நீங்கள் இப்போதே

இந்த முச்சந்தியில் என்னை விட்டுப் பிரிந்து செல்லும்படி உங்களைக் கேட்டுக் கொள்கிறேன். நீங்கள் வீட்டிற்குச் செல்லும் வழி இந்தப் பக்கம்தான் இருக்கிறது. நீங்கள் எந்தக் காரணத்தைக் கொண்டும் இன்றிரவு என்னைப் பார்க்க வர வேண்டாம். நான் சொல்வது உங்களுக்குக் கேட்கிறதா?"

அவன் அந்த இடத்திலிருந்து திரும்பி, உறுதியான காலடிகளுடன் திரும்பிப் பார்க்காமல் நடந்து சென்றான்.

"அண்ணா" என்று அல்யோஷா அவனுக்குப் பின்னால் கத்தினான். "இன்றிரவு உங்களுக்கு ஏதாவது நடந்தால், நீங்கள் முதலில் என்னை நினைவில் வைத்துக் கொள்ளுங்கள்."

ஆனால் இவான் பதில் சொல்லவில்லை. இவான் இருளில் சென்று மறையும் வரை அல்யோஷா தெரு விளக்கின் வெளிச்சத்தில் நின்று கொண்டிருந்தான். அதன் பிறகு அவன் அங்கிருந்து திரும்பி சந்தின் வழியே வீட்டை நோக்கி நடந்தான். அவனும் இவானும் வெவ்வேறு வீடுகளில் தனித்தனியாக வசித்து வந்தனர். காலியாக இருந்த ஃபியோதர் பாவ்லோவிச்சின் வீட்டில் வசிப்பதற்கு அவர்கள் விரும்பவில்லை. அல்யோஷா அறைகலன்கள் வசதியுடன் கூடிய ஒரு வியாபாரியின் வீட்டில் வசித்து வந்தான். இவான் அங்கிருந்து சற்றுத் தூரத்திலிருந்த, ஒரு அரசு ஊழியரின் விதவைக்குச் சொந்தமான, அழகிய, விசாலமான வீட்டின் ஒரு வசதியான பகுதியில் குடியிருந்தான். மாலை ஆறு மணிக்கு படுக்கச் சென்று காலை ஆறு மணிக்கு எழுந்திருக்கும் காது கேளாத, மூட்டுவலியால் அவதிப்படும் ஒரு வயதான பெண்மணி ஒருத்தி மட்டுமே அந்தக் குடியிருப்புக்கு வேலைக்காரியாக இருந்தாள்.

இவான் ஃபியோதரோவிச் கடந்த இரண்டு மாதங்களாக எந்தச் சௌகரியங்களைப் பற்றியும் கவலைப்படாமல், குறைந்த பட்ச தேவைகளுடன் தனியாக இருப்பதையே அதிகமாக விரும்பினான். எனவே அவன் ஒரே ஒரு அறையை மட்டும் பயன்படுத்தியதுடன், அவனே அதைச் சுத்தம் செய்தான். அவன் தனது குடியிருப்பின் மற்ற அறைகளைப் பயன்படுத்தவே இல்லை. அவன் வீட்டின் வாசலை அடைந்து, அழைப்பு மணியின் மீது கையை வைத்தபடி அதை அடிக்காமல் நின்றான். அவன் தனது உடல் முழுவதும் கோபத்தால் நடுங்குவதை உணர்ந்தான். அவன் திடீரென்று அழைப்பு மணியிலிருந்து கையை விலக்கி, ஆத்திரத்துடன் காறித் துப்பிவிட்டு, வீட்டின் எதிர்த்திசையில் வேகமாக நடந்து ஒன்றரை மைல் தூரத்திலிருந்த, மரத்தாலான ஒரு சிறிய வீட்டை அடைந்தான். அங்கு ஃபியோதர் பாவ்லோவிச்சின் முன்னாள் அண்டை வீட்டுக்காரியான

(அவருடைய சமையலறைக்குச் சென்று சூப் வாங்கிய, ஸ்மெர்த்தியாக்கவ் கிடாரை இசைத்துப் பாடல்களைப் பாடிய போது அதைக் கேட்ட), மரியா கன்த்ரச்சேவ்னா வசித்து வந்தாள். அவள் தன்னுடைய சிறிய வீட்டை விற்றுவிட்டு, தனது தாயுடன் அங்கு வசித்தாள். ஃபியோதர் பாவ்லோவிச்சின் மறைவுக்குப் பிறகு சாகும் தருவாயில் இருந்த ஸ்மெர்த்தியாக்கவ் இப்போது அவர்களுடன் இருந்தான். அவனைப் பார்க்க வேண்டும் என்ற தவிர்க்க முடியாத உந்துதல்தான் இவான் ஃபியோதரோவிச்சை அங்கே இழுத்துக் கொண்டு சென்றது.

6. ஸ்மெர்த்தியாக்கவுடன் நடந்த முதல் சந்திப்பு

இவான் ஃபியோதரோவிச் மாஸ்கோவிலிருந்து திரும்பிய பிறகு, மூன்றாவது முறையாக ஸ்மெர்த்தியாக்கவைப் பார்க்கப் போகிறான். இவான் அங்கிருந்து திரும்பிய முதல் நாளில், முதன் முதலாக அவனைப் பார்த்து அவனுடன் பேசினான். அதற்குப் பதினைந்து நாட்களுக்குப் பிறகு மீண்டும் ஒரு முறை அவனைச் சந்தித்தான். ஆனால் அவன் அந்த இரண்டாவது சந்திப்பிற்குப் பிறகு ஸ்மெர்த்தியாக்கவைப் பார்க்கச் செல்லவில்லை. இவான் அவனைப் பார்த்து ஒரு மாதத்திற்கு மேல் ஆகிவிட்டதால், அவனைப் பற்றிய எந்தத் தகவலும் அவனுக்குக் கிடைக்கவில்லை. இவான் ஃபியோதரோவிச் தன்னுடைய தந்தை இறந்த ஐந்து நாட்களுக்குப் பிறகுதான் மாஸ்கோவிலிருந்து திரும்பி வந்ததால், அவனால் அவருடைய இறுதிச்சடங்கில் கலந்து கொள்ள முடியவில்லை. அல்யோஷாவுக்கு மாஸ்கோவிலிருந்த இவானின் முகவரி தெரியாததால், அவன் கேத்தரீனா இவானோவ்னாவிடம் இவானுக்குத் தந்தி அனுப்பும்படிச் சொன்னான். ஆனால் அவளுக்கும் அவனுடைய முகவரி தெரியாததால், அவள் தனது சகோதரிக்கும், அத்தைக்கும் தந்தி அனுப்பினாள். இவான் ஃபியோதரோவிச் மாஸ்கோ சென்றதும் முதலில் அவர்களைப் பார்ப்பான் என்று அவள் நினைத்தாள். ஆனால் அவன் அங்கு சென்று சேர்ந்த நான்காவது நாளில்தான் அவர்களைப் பார்க்கச் சென்றான். அவன் தந்தியைப் படித்துவிட்டு அவசர அவசரமாக ஊருக்குப் புறப்பட்டு வந்தான். அவன் ஊருக்கு வந்தபோது அல்யோஷாதான் முதலில் அவனைச் சந்தித்தான். அப்போது அவனிடம் பேசிய அல்யோஷா, ஊரில் நிலவிய பொதுவான அபிப்பிராயத்திற்கு மாறாக மீச்சியாதான் கொலைகாரன் என்பதை ஏற்றுக் கொள்ள மறுத்து, ஸ்மெர்த்தியாக்கவைக் கொலையாளி என்று பகிங்கிரமாகக் குற்றம் சாட்டியது அவனை வியப்பில்

ஆழ்த்தியது. அதன் பிறகு அவன் போலீஸ் கமிஷனரையும், அரசு வழக்கறிஞரையும் பார்த்து, அவர்களுக்குக் கிடைத்த ஆதாரங்களையும், குற்றம் சாட்டப்பட்டவர் கைது செய்யப்பட்ட சூழ்நிலைகளையும் அறிந்த பிறகு, அல்யோஷா தனது அபிப்பிராயத்தில் உறுதியாக இருப்பதைக் கண்டு ஆச்சரியப் பட்டான். அல்யோஷா மீச்சியாவை மிகவும் நேசித்தான் என்பது இவானுக்கு நன்றாகத் தெரியும். அல்யோஷா தனது சகோதர பாசத்தின் காரணமாக அப்படிச் சொல்கிறான் என்று இவான் நினைத்தான்.

இவான் ஃபியோதரோவிச்சுக்குத் தனது சகோதரன் டிமிட்ரி ஃபியோதரோவிச்சின் மீதிருந்த உணர்வுகளைப் பற்றி இங்கே நாம் ஒன்றிரண்டு வார்த்தைகள் சொல்ல வேண்டும். இவான் ஃபியோதரோவிச்சுக்கு அவரைச் சுத்தமாகப் பிடிக்கவில்லை. அவன் அவ்வப்போது அவருக்காக வருத்தப்படும்போது கூட, இரக்கமும் ஏறக்குறைய அருவருப்புக்கு நிகரான வெறுப்பும் கலந்த உணர்வே அவனுக்கு ஏற்பட்டது. மீச்சியாவின் ஆளுமையும், அவருடைய தோற்றமும் கூட அவனுக்குப் பிடிக்கவில்லை. கேத்தரீனா இவானோவ்னா மீச்சியாவைக் காதலித்ததைப் பார்த்தபோது, அவனுக்கு வெறுப்பும் ஆத்திரமும் ஏற்பட்டது. இருந்தாலும் அவன் இங்கு வந்த முதல் நாளே சிறைச்சாலைக்குச் சென்று மீச்சியாவைப் பார்த்தான். அந்தச் சந்திப்பு மீச்சியாதான் குற்றவாளி என்ற அவனுடைய நம்பிக்கையைக் குறைப்பதற்குப் பதிலாக மேலும் வலுப்படுத்தியது. அவன் தனது சகோதரன் மிகுந்த பதற்றத்துடன் இருப்பதைப் பார்த்தான். மீச்சியா அதிகம் பேசினாலும், மனம் ஒரு நிலையில் இல்லாமல் ஒன்றுக்கொன்று தொடர்பின்றிப் பேசினார். அவர் மிகவும் மோசமான வார்த்தைகளால் வசைமாரிப் பொழிந்து, ஸ்மெர்த்தியாக்கவ்தான் குற்றவாளி என்று சொன்னார். அப்போது அவர் மிகவும் குழப்பமான மனநிலையில் இருந்தார். அவர் தனது தந்தையிடமிருந்து 'திருடி'யதாகச் சொல்லப்பட்ட அந்த மூவாயிரம் ரூபிள்களைப் பற்றியே அதிகம் பேசினார். 'அந்தப் பணம் என்னுடையது, என்னுடையது' என்று அவர் திரும்பத் திரும்பச் சொல்லிக் கொண்டிருந்தார். 'நான் ஒருவேளை அதைத் திருடியிருந்தாலும் கூட எனக்கு அதில் உரிமை இருக்கிறது' என்று அவர் சொன்னார். அவர் தனக்கு எதிரான அனைத்து ஆதாரங்களையும் மறுக்கவில்லை, ஆனால் அவருக்குச் சாதகமான சில உண்மைகளை விளக்க முயன்றபோது, அவருடைய விளக்கங்கள் ஒன்றுக்கொன்று தொடர்பில்லாமல் அபத்தமாக இருந்தன. எனவே அவர் இவானிடமோ அல்லது வேறு யாரிடமோ தன்னை நியாயப்படுத்திக்

கொள்ள முயற்சிக்கவில்லை. அதற்கு மாறாக அவர் தன் மீது சுமத்திய குற்றச்சாட்டுகளைப் பெருமையுடன் புறக்கணித்து, ஒவ்வொருவரையும் வசை பாடினார்; சபித்தார். திறந்திருந்த கதவைப் பற்றிக் கிரிகோரி சொன்ன சாட்சியத்தைக் கேட்டு அவர் வெறுப்புடன் சிரித்துவிட்டு, 'பிசாசுதான் அந்தக் கதவைத் திறந்தது' என்று சொன்னார். ஆனால் அந்த உண்மைக்கு ஒத்திசைவான எந்த விளக்கத்தையும் அவரால் தர முடியவில்லை. அவர் இவானைப் பார்த்த அந்த முதல் சந்திப்பில் அவரால் அவனை அவமானப்படுத்தவும் முடிந்தது. அவர் இவானிடம், 'எல்லாம் அனுமதிக்கப்பட்டது' என்று சொல்பவர்கள் தன்னைச் சந்தேகிக்கவோ, கேள்வி கேட்கவோ தகுதியற்றவர்கள் என்று கடுமையாகச் சொல்லி அவனைப் புண்படுத்தினார். மொத்தத்தில் அந்தச் சந்தர்ப்பத்தில் அவர் இவான் ஃபியோதரோவிச்சுடன் நட்பற்ற முறையில் நடந்து கொண்டார். இவான் ஃபியோதரோவிச் மீச்சியாவைச் சந்தித்த பிறகுதான் ஸ்மெர்த்தியாக்கவைப் பார்க்கப் போனான்.

அவன் மாஸ்கோவிலிருந்து இரயிலில் வந்து கொண்டிருந்தபோது, ஸ்மெர்த்தியாக்கவையும், மாஸ்கோவுக்கு வருவதற்கு முதல் நாள் அவனுடன் கடைசியாகப் பேசியதையும் நினைத்துப் பார்த்தான். அப்போது அவனுக்குப் பல விஷயங்கள் புதிராகவும் சந்தேகமாகவும் இருந்தன. ஆனால் அவன் விசாரணை அதிகாரியிடம் சாட்சியம் அளித்தபோது, அந்த உரையாடலைப் பற்றி அப்போதைக்கு எதுவும் சொல்லவில்லை. அப்போது ஸ்மெர்த்தியாக்கவ் மருத்துவமனையில் இருந்ததால், அவனைப் பார்க்கும் வரை அதைப் பற்றிப் பேசுவதைத் தள்ளிப் போடலாம் என்று இவான் நினைத்தான். அவன் மருத்துவமனைக்குச் சென்று மருத்துவர் கெர்ஷென்ஸ்தூபேவையும், வார்வின்ஸ்கியையும் பார்த்து விசாரித்தபோது, அவனுடைய விடாப்பிடியான கேள்விகளுக்கு பதிலளித்த அவர்கள், ஸ்மெர்த்தியாக்கவ் ஒரு வலிப்பு நோயாளி என்பதில் எந்தச் சந்தேகமும் இல்லை என்று தீர்மானமாகச் சொன்னார்கள். 'சம்பவம் நடந்த தினத்தன்று ஸ்மெர்த்தியாக்கவ் வலிப்பு நோயால் பாதிக்கப்பட்டது போல நடித்திருக்க வாய்ப்பு இருக்கிறதா?' என்று இவான் அவர்களிடம் கேட்டபோது, அவர்கள் அந்தக் கேள்வியைக் கேட்டு மிகவும் ஆச்சரியப்பட்டார்கள். அப்போது அவனுக்கு ஏற்பட்ட வலிப்பு அசாதாரணமானது என்றும், அது திரும்பத் திரும்பப் பல நாட்களாகத் தொடர்ந்து நீடித்தது என்றும், அதனால் நோயாளியின் உயிருக்கு ஆபத்து ஏற்பட்டது என்றும், தீவிர சிகிச்சைக்குப் பிறகுதான் நோயாளி பிழைப்பார் என்ற நம்பிக்கை ஏற்பட்டது என்றும் அவர்கள்

சொன்னார்கள். 'நிரந்தரமாக இல்லாவிட்டாலும், கணிசமான காலத்திற்கு அவனுடைய பகுத்தறிவு செயலிழந்துவிடும்' என்று கெர்ஷென்ஸ்தூபே சொன்னார். அதைக் கேட்ட இவான் பொறுமையிழந்து, 'அப்படியானால் இப்போது அவன் பைத்தியமாகிவிட்டானா?' என்று கேட்டான். அவனுக்கு முற்றிலும் பைத்தியம் பிடிக்கவில்லை என்றாலும், சில அசாதாரணமான அறிகுறிகள் இருந்தன என்று அவர்கள் சொன்னார்கள். அந்த அசாதாரணமான அறிகுறிகள் என்ன என்பதைக் கண்டுபிடிக்க வேண்டும் என்று இவான் ஃபியோதரோவிச் முடிவு செய்தான்.

ஸ்மெர்த்தியாக்கவைச் சந்திக்க உடனடியாக அவனுக்கு அனுமதி கிடைத்தது. அவன் ஒரு தனி அறையில் கட்டிலில் படுத்திருந்தான். அவனுக்கு அருகில் இருந்த மற்றொரு கட்டிலில், அந்த நகரத்தைச் சேர்ந்த ஒரு வியாபாரி, நீர்க்கோவை நோயால் உடல் வீங்கிய நிலையில், எப்போது வேண்டுமானாலும் இறந்துவிடும் நிலையில் இருந்ததால், அவர்கள் உரையாடலுக்குத் தடையாக இருக்கவில்லை. ஸ்மெர்த்தியாக்கவ் இவான் ஃபியோதரோவிச்சைப் பார்த்ததும் அவநம்பிக்கையுடன் சிரித்தான். முதலில் அவன் பயப்படுவது போலத் தெரிந்தது அல்லது இவான் ஃபியோதரோவிச்சுக்கு அப்படித் தோன்றியது. ஒரு கணம் அவனுக்கு அப்படித் தோன்றியது என்றாலும், அதற்குப் பிறகு ஸ்மெர்த்தியாக்கவின் அமைதியான மனநிலையைக் கண்டு திகைத்துப் போனான். இவான் ஃபியோதரோவிச் தனது முதல் பார்வையிலேயே அவன் மிகவும் நோயுற்றிருக்கிறான் என்பதைச் சந்தேகத்திற்கு இடமின்றித் தெரிந்து கொண்டான். அவன் மிகவும் பலவீனமாக இருந்தான்; மெதுவாகப் பேசினான். அவன் தனது நாக்கைச் சிரமத்துடன் அசைப்பது போலத் தோன்றியது. அவன் மிகவும் மெலிந்திருந்தான்; அவனுடைய உடல் வெளிறிய மஞ்சள் நிறத்தில் இருந்தது. சுமார் இருபது நிமிடங்கள் அவர்களுக்கு இடையில் நடந்த அந்த உரையாடல் முழுவதும், அவன் தனக்குத் தலைவலியும், கைகால்களில் வலியும் இருப்பதாகப் புலம்பிக் கொண்டே இருந்தான். அவனுடைய வறண்ட திருநங்கை முகம் மிகவும் சிறியதாகிவிட்டதாகத் தோன்றியது. அவனுடைய நெற்றிப் பொட்டின் மீது கலைந்து கிடந்த சுருட்டை முடிகள் ஒரு சிறிய கொத்தாக விறைத்து நின்றன. ஆனால் சற்றே சுருங்கிய, எதையோ குறிப்பாக உணர்த்துவது போலிருந்த அவனுடைய இடது கண், அதே பழைய ஸ்மெர்த்தியாக்கவைக் காட்டிக் கொடுத்தது. 'புத்திசாலியான ஒரு மனிதனுடன் பேசுவது எப்போதும் சுவாரஸ்யமானது' என்று அவன் சொன்னது உடனடியாக இவான் ஃபியோதரோவிச்சின் நினைவுக்கு வந்தது. இவான் அவனுடைய

காலுக்கு அருகிலிருந்த பெஞ்சில் அமர்ந்தான். ஸ்மெர்த்தியாக்கவ் மிகுந்த சிரமத்துடன் அவன் படுத்திருந்த நிலையை மாற்றிக் கொண்டான். ஆனால் அவன் எதுவும் பேசாமல், பேசுவதில் விருப்பம் இல்லை என்பது போல அமைதியாகப் படுத்திருந்தான்.

"உன்னால் என்னுடன் பேச முடியுமா?" என்று இவான் கேட்டான். "நான் உனக்கு அதிகச் சிரமம் கொடுக்க மாட்டேன்."

"ஐயா, என்னால் பேச முடியும்" என்று ஸ்மெர்த்தியாக்கவ் பலவீனமான குரலில் மெல்ல முணுமுணுத்தான். "நீங்கள் முன்னதாகவே வந்துவிட்டீர்களா?" என்று அவன் சங்கடப்பட்ட விருந்தாளியை உற்சாகப்படுத்துவது போல பரிவுடன் கேட்டான்.

"நான் இன்றுதான் வந்தேன்... இங்கே உள்ள குழப்பத்தைச் சரிசெய்ய வந்தேன்."

ஸ்மெர்த்தியாக்கவ் பெருமூச்சு விட்டான்.

"நீ ஏன் பெருமூச்சு விடுகிறாய்? என்ன நடக்கப் போகிறது என்று உனக்கு முன்னாடியே தெரியுமா?" என்று இவான் ஃபியோதரோவிச் உளறினான்.

ஸ்மெர்த்தியாக்கவ் சற்று நேரம் அமைதியாக இருந்தான்.

"ஐயா, எனக்கு எப்படித் தெரியாமல் போகும்? அது முன்னரே தெளிவாகத் தெரிந்தது. ஆனால் இப்படி நடக்கும் என்று எனக்கு எப்படித் தெரியும்?"

"எப்படி நடக்கும் என்று நீ எதிர்பார்த்தாய்? நீ கேள்வியை மாற்றாதே! நிலவறைக்குப் போகும் வழியில் உனக்கு வலிப்பு வரும் என்று நீ முன்கூட்டியே சொன்னாய். குறிப்பாக நிலவறை என்று கூட நீ என்னிடம் சொன்னாய்."

"நீங்கள் விசாரணையில் அதைச் சொன்னீர்களா?" என்று ஸ்மெர்த்தியாக்கவ் அமைதியாகக் கேட்டான்.

இவான் ஃபியோதரோவிச்சுக்குத் திடீரென்று கோபம் வந்தது.

"இல்லை, நான் இன்னும் அதைச் சொல்லவில்லை, ஆனால் நிச்சயமாகச் சொல்வேன். நீ நல்ல பையனாக என்னிடம் சில விளக்கங்களைச் சொல்ல வேண்டும். நீ என்னிடம் விளையாடலாம் என்று கனவு காணாதே!"

"ஐயா, நான் கடவுளை நம்புவது போல உங்கள் மீது முழு நம்பிக்கை வைத்திருக்கும்போது, உங்களிடம் எதற்காக விளையாட வேண்டும்?" என்று ஸ்மெர்த்தியாக்கவ் மீண்டும் அதே அமைதியுடன் கேட்டுவிட்டு, ஒரு கணம் கண்களை மூடிக் கொண்டான்.

"முதலாவதாக" என்று இவான் ஃபியோதரோவிச் ஆரம்பித்தான். "உனக்கு எப்போது வலிப்பு வரும் என்பதை உன்னால் கணிக்க முடியாது என்று எனக்குத் தெரியும். நான் அதைப் பற்றி விசாரித்தேன் என்பதால், நீ என்னை முட்டாளாக்க முயற்சிக்க வேண்டாம். வலிப்பு வரும் நாளையும் நேரத்தையும் உன்னால் கணிக்க முடியாது. அப்படியிருக்க, அது அந்த நாளில், அந்த நேரத்தில், நிலவறைப் படிகளில் நடக்கும் என்று நீ எப்படி என்னிடம் சொன்னாய்? நீ வேண்டுமென்றே வலிப்பு நோய் வந்தவன் போல நடிக்கவில்லை என்றால், வலிப்பு நோய் தாக்கி அந்த நிலவறையில் விழுந்து விடுவாய் என்பதை உன்னால் எப்படி முன்கூட்டியே சொல்ல முடியும்?"

"ஐயா, நான் ஒரு நாளைக்குப் பலமுறை நிலவறைக்குப் போகிறேன்" என்று ஸ்மெர்த்தியாக்கவ் இழுத்தான். "நான் ஒரு வருடத்திற்கு முன்பு கூட அப்படி விழுந்தேன். வலிப்பு வரும் நேரத்தையும் நாளையும் முன்கூட்டியே கணிக்க முடியாது என்பது முற்றிலும் உண்மைதான் என்றாலும், ஒருவர் தன்னுடைய உள்ளுணர்வால் அதை முன்கூட்டியே அறிந்து கொள்ள முடியும்."

"ஆனால் நீ அந்த நாளையும் நேரத்தையும் துல்லியமாகச் சொன்னாய்!"

"என் வலிப்பு நோயைப் பொறுத்தவரை, நீங்கள் இங்குள்ள மருத்துவர்களிடம் விசாரிப்பது நல்லது. அது நிஜமா அல்லது நடிப்பா என்பதை நீங்கள் அவர்களிடம் கேட்கலாம். நான் இதற்கு மேல் அதைப் பற்றி உங்களிடம் சொல்வதற்கு எதுவும் இல்லை."

"சரி, அந்த நிலவறை? அது அங்கே நடக்கும் என்று உன்னால் எப்படிக் கணிக்க முடிந்தது?"

"அடடா, நீங்கள் அந்த நிலவறையை விடாமல் பிடித்துக் கொண்டிருக்கிறீர்கள்! நான் அந்த நேரத்தில் நிலவறைக்குச் சென்றபோது, என்ன நடக்குமோ என்ற பயமும் கவலையும் என்னை ஆட்டிப்படைத்தது. நீங்கள் அருகில் இல்லை என்பதால், என்னைக் காப்பாற்ற இந்த உலகத்தில் வேறு யாரும் இல்லை என்று நினைத்தேன். எனவே எனக்கு வலிப்பு வந்துவிடுமோ, நான் கீழே விழுந்து விடுவேனோ என்று பயந்து கொண்டே நிலவறைக்குச் சென்றேன். எனக்கிருந்த பயமும் கவலையும் என் தொண்டையை அடைத்து எனக்கு வலிப்பை வரவழைத்தது... நான் தலைகுப்புறக் கீழே விழுந்தேன். எனக்கு வலிப்பு ஏற்பட்ட காரணத்தையும், சம்பவம் நடப்பதற்கு முன் தினம் மாலை நான் உங்களிடம் பேசியதையும், மருத்துவர் கெர்ஷென்ஸ்தூபேயிடமும், விசாரணை அதிகாரி நிக்கோலாய் பர்ஃபியோனோவிச்சிடமும் சொன்னேன். நான் சொன்ன அனைத்தையும் அவர்கள் வழக்கு விசாரணைப்

பதிவேட்டில் எழுதிக் கொண்டார்கள். நான் கீழே விழுந்து விடுவேனோ என்ற பயமும் கவலையும்தான் எனக்கு வலிப்பை வரவழைத்தது என்று இங்குள்ள மருத்துவர் வார்வின்ஸ்கி எல்லோரிடமும் உறுதியாகச் சொன்னார். உண்மையில் அது அப்படித்தான் நடந்தது. என்னுடைய பயத்தினால்தான் அது நடந்தது என்று அவர்கள் பதிவு செய்து கொண்டார்கள்."

ஸ்மெர்த்தியாக்கவ் இதைச் சொல்லிவிட்டு, களைத்துப் போனவனைப் போல மூச்சிரைத்தான்.

"அப்படியானால் நீ உன்னுடைய வாக்குமூலத்தில் அதையெல்லாம் சொல்லிவிட்டாயா?" என்று இவான் ஃபியோதரோவிச் சற்றே திகைப்புடன் கேட்டான். இவான் அதையெல்லாம் சொல்லப் போவதாக ஸ்மெர்த்தியாக்கவைப் பயமுறுத்தலாம் என்று நினைத்தான், ஆனால் அவன் ஏற்கனவே எல்லாவற்றையும் சொல்லிவிட்டான் என்று தெரிந்தது.

"நான் எதற்காகப் பயப்பட வேண்டும்? அவர்கள் முழு உண்மையையும் எழுதிக் கொள்ளட்டும்" என்று அவன் உறுதியாகச் சொன்னான்.

"நாம் வீட்டிற்கு வெளியே வாசலில் நின்று பேசிய அனைத்தையும் வார்த்தைக்கு வார்த்தை அப்படியே அவர்களிடம் சொல்லிவிட்டாயா?"

"இல்லை, அப்படி எப்படிச் சொல்ல முடியும்?"

"உன்னால் வலிப்பு நோய் வந்துவிட்டது போல நடிக்க முடியும் என்று நீ என்னிடம் பெருமையடித்துக் கொண்டாயே அதையும் சொன்னாயா?"

"இல்லை, நான் அதைச் சொல்லவில்லை."

"சரி, நான் அப்போது செர்மாஷ்னியாவுக்குப் போக வேண்டும் என்று நீ ஏன் சொன்னாய்?"

"நீங்கள் மாஸ்கோவுக்குப் போய்விடுவீர்களோ என்று நான் பயந்தேன், ஏனென்றால் செர்மாஷ்னியா அருகில் இருக்கிறது."

"நீ பொய் சொல்கிறாய். நான் இங்கிருந்து போக வேண்டும் என்றும், ஆபத்திலிருந்து விலகியிருக்க வேண்டும் என்றும் நீ சொன்னாய்."

"உங்கள் வீட்டில் ஏதோ விபரீதம் நடக்கப் போகிறது என்பதை நான் உணர்ந்து கொண்டதால், உங்கள் மீது வைத்திருந்த பாசத்தினாலும், உண்மையான மரியாதையினாலும், நீங்கள் எந்தச் சிக்கலிலும் மாட்டிக்கொள்ளக்கூடாது என்று நினைத்து அதைச் சொன்னேன். நான் அப்போது உங்களை விட என்னை நினைத்து

அதிகமாகக் கவலைப்பட்டதால், வீட்டில் ஏதோ பிரச்சனை நடக்கப் போகிறது என்பதை நீங்கள் புரிந்து கொள்ள வேண்டும் என்றும், நீங்கள் இங்கேயே தங்கியிருந்து உங்கள் தந்தையைப் பாதுகாக்க வேண்டும் என்றும் நினைத்து, 'எந்தப் பிரச்சனையிலும் மாட்டிக் கொள்ளாமல் இருங்கள்' என்று சொன்னேன்."

"முட்டாளே, நீ அதை இன்னும் வெளிப்படையாகச் சொல்லி யிருக்கலாமே!" என்று இவான் ஃபியோதரோவிச் திடீரென்று ஆவேசத்துடன் கத்தினான்.

"ஆனால் நான் அதை எப்படி வெளிப்படையாகச் சொல்ல முடியும்? நான் பயத்தினாலும், உங்களுக்குக் கோபம் வரக்கூடாது என்றும் நினைத்து அப்படிப் பேசினேன். டிமிட்ரி ஃபியோதரோவிச் ஏதாவது திட்டம் போட்டு, அவர் தனக்கு உரிமையுள்ளது என்று சொன்ன அந்தப் பணத்தை எடுத்துக் கொண்டு போய்விடுவாரோ என்று நான் பயந்தேன். ஆனால் அது இப்படி ஒரு கொலையில் சென்று முடியும் என்று யாருக்குத் தெரியும்? எஜமானரின் படுக்கைக்கு அடியில் இருந்த மூவாயிரம் ரூபிள்களை மட்டும் அவர் எடுத்துச் செல்வார் என்று நான் நினைத்தேன், ஆனால் பாருங்கள், அவர் அவரைக் கொன்றுவிட்டார். உங்களாலும் கூட அதை யூகித்திருக்க முடியாது, இல்லையா?"

"உன்னால் அதை யூகிக்க முடியவில்லை என்றால், நான் மட்டும் எப்படி அதை யூகித்து, வீட்டிலேயே இருக்க வேண்டும் என்று முடிவு செய்ய முடியும்? நீ எல்லாவற்றையும் குழப்புகிறாய்!" என்று இவான் ஏதோ யோசனையுடன் சொன்னான்.

"நான் உங்களை மாஸ்கோவுக்குப் பதிலாக செர்மாஷ்னியாவுக்குப் போகச் சொன்னதிலிருந்து நீங்கள் அதை யூகித்திருக்கலாம்."

"அதிலிருந்து என்ன யூகிக்க முடியும்?"

ஸ்மெர்த்தியாக்கவ் மிகவும் களைத்துப் போனதால் ஒரு நிமிடம் எதுவும் பேசாமல் இருந்தான்.

"நீங்கள் அருகில் இருக்க வேண்டும் என்றுதான் நான் உங்களை மாஸ்கோவுக்குப் போகாமல் செர்மாஷ்னியாவுக்குப் போங்கள் என்று சொன்னேன். நீங்கள் வெகு தூரத்தில் இல்லை என்று தெரிந்தால் டிமிட்ரி ஃபியோதரோவிச் அவ்வளவு தைரியமாக எதையும் செய்ய மாட்டார். அப்படி ஏதாவது நடந்தாலும் நீங்கள் என்னைக் காப்பாற்ற வந்திருப்பீர்கள், ஏனெனில் நான் உங்களிடம் கிரிகோரி வாசிலியேவிச் உடல்நிலை சரியில்லாமல் இருப்பதையும், எனக்கு வலிப்பு நோய் வந்துவிடுமோ என்று பயப்படுவதையும் உங்களிடம் சொன்னேன். நான்

உங்களிடம் எஜமானரின் அறைக்குள் நுழையும் சமிக்ஞைகளைப் பற்றியும், டிமிட்ரி ஃபியோதரோவிச் அதை என்னிடமிருந்து தெரிந்து கொண்டதைப் பற்றியும் சொன்னபோது, அவர் விபரீதமாக ஏதேனும் செய்யக்கூடும் என்பதை நீங்கள் யூகித்து, செர்மாஷ்னியாவுக்கு கூடப் போகாமல் இங்கேயே இருப்பீர்கள் என்று நினைத்தேன்."

'அவன் மிகவும் கோர்வையாகப் பேசுகிறான்' என்று இவான் ஃபியோதரோவிச் நினைத்தான். 'அவன் பேசும்போது வார்த்தைகள் குளறினாலும், கெர்ஷென்ஸ்தூபே சொன்னது போல அவனுடைய பகுத்தறிவு செயலிழந்து விட்டதற்கான எந்த அறிகுறிகளும் தென்படவில்லையே?'

"நீ என்னிடம் தந்திரமாக நடிக்கிறாய்! நீ நாசமாய்ப் போக!" என்று இவான் கோபத்துடன் கத்தினான்.

"நான் அந்த நேரத்தில் நீங்கள் எல்லாவற்றையும் யூகித்திருப்பீர்கள் என்று நினைத்தேன்" என்று ஸ்மெர்த்தியாக்கவ் அப்பாவித்தனமான குரலில் சொன்னான்.

"நான் அப்படி யூகித்திருந்தால், நிச்சயமாக வீட்டிலேயே இருந்திருப்பேன்" என்று இவான் ஃபியோதரோவிச் மீண்டும் கோபத்துடன் கத்தினான்.

"நீங்கள் அதை யூகித்ததால்தான், பிரச்சனையிலிருந்து தப்பிக்கவும், உங்களைக் காப்பாற்றிக் கொள்ள வேண்டும் என்ற பயத்திலும் இங்கிருந்து அவசரமாக ஓடிவிட்டீர்கள் என்று நான் நினைத்தேன்."

"எல்லோரும் உன்னைப் போல கோழைகள் என்று நீ நினைத்தாயா?"

"ஐயா, என்னை மன்னியுங்கள், நீங்களும் என்னைப் போலத்தான் என்று நான் நினைத்தேன்."

"ஆமாம், நான் யூகித்திருக்க வேண்டும்" என்று இவான் கவலையுடன் சொன்னான். "ஆனால் உன்னால் ஏதோ விபரீதம் நடக்கப்போகிறது என்று நான் யூகித்தேன்... ஆனால் நீ பொய் சொல்கிறாய், மீண்டும் பொய் சொல்கிறாய்" என்று இவான் திடீரென்று நினைவு கூர்ந்து கத்தினான். "நீ வண்டிக்கு அருகில் வந்து, 'ஒரு புத்திசாலி மனிதனிடம் பேசுவது எப்போதும் சுவாரஸ்யமானது' என்று சொன்னது உனக்கு நினைவிருக்கிறதா? நான் இங்கிருந்து செல்வதை நினைத்து நீ சந்தோஷப்பட்டாய், இல்லையா? நீ அதனால்தான் என்னைப் புகழ்ந்து பேசினாய், அப்படித்தானே?"

ஸ்மெர்த்தியாக்கவ் மீண்டும் மீண்டும் பெருமூச்சு விட்டான். அவன் முகத்தில் மீண்டும் பழைய நிறம் திரும்புவது போலிருந்தது.

"நான் சந்தோஷப்பட்டதற்குக் காரணம் நீங்கள் மாஸ்கோவுக்குப் போகாமல் செர்மாஷ்னியாவுக்குப் போனதுதான்" என்று அவன் தெளிவாக மூச்சுவிடாமல் பேசினான். "ஏனெனில் அது அருகில் இருக்கிறது. நான் அந்த வார்த்தைகளை உங்களைப் புகழ்வதற்காக அல்லாமல் நிந்திப்பதற்காகச் சொன்னேன். ஆனால் நீங்கள் அதைப் புரிந்து கொள்ளவில்லை."

"நீ எதற்காக என்னை நிந்திக்க வேண்டும்?"

"உங்கள் தந்தை ஆபத்தில் இருக்கிறார் என்று தெரிந்தும் நீங்கள் இங்கிருந்து எங்களைக் காப்பாற்றாமல் போகிறீர்கள் என்ற கோபம்தான். அப்படி ஏதாவது நடந்தால், நான்தான் அந்த மூவாயிரம் ரூபிள்களைத் திருடிவிட்டதாக எல்லோரும் என் மீது குற்றம் சாட்டுவார்கள்."

"நீ நாசமாய்ப் போக!" என்று இவான் மீண்டும் அவனைச் சபித்தான். "கொஞ்சம் பொறு. நீ அந்தச் சமிக்ஞைகளைப் பற்றி அரசு வழக்கறிஞரிடமும் விசாரணை அதிகாரியிடமும் சொன்னாயா?"

"ஆமாம், நான் எல்லாவற்றையும் சொன்னேன்."

இவான் ஃபியோதரோவிச் மீண்டும் ஆச்சரியப்பட்டான் என்றாலும் அதை வெளிக்காட்டவில்லை.

"நான் அந்த நேரத்தில் எதையாவது யூகித்தேன் என்றால், அது நீ வில்லத்தனமாக எதையாவது செய்யப் போகிறாய் என்பதுதான். டிமிட்ரி ஃபியோதரோவிச் கொலை செய்யலாம் என்றாலும், அவர் திருடுவார் என்று நான் அந்த நேரத்தில் நம்பவில்லை... ஆனால் நீ எதை வேண்டுமானாலும் செய்வாய் என்று நான் எதிர்பார்த்தேன். அப்போது நீ என்னிடம் வலிப்பு நோய் வந்துவிட்டது போல உன்னால் நடிக்க முடியும் என்று சொன்னாய். நீ ஏன் அதை என்னிடம் சொன்னாய்?"

"நான் அப்பாவித்தனமாக அதைச் சொன்னேன். நான் என் வாழ்நாளில் ஒரு போதும் வலிப்பு நோய் வந்தவனைப் போல நடித்ததில்லை. நான் உங்களிடம் பெருமையடித்துக் கொள்ளத்தான் அப்படிச் சொன்னேன். ஐயா, அது சுத்த முட்டாள்தனம். அப்போது எனக்கு உங்களை மிகவும் பிடித்திருந்த காரணத்தால், உங்களிடம் வெளிப்படையாகப் பேசினேன்."

"நீதான் கொலை செய்து, பணத்தைத் திருடினாய் என்று என் அண்ணன் உன் மீது பகிங்கிரமாகக் குற்றம் சாட்டுகிறார்."

"பாவம், அவரால் வேறு என்ன செய்ய முடியும்?" என்று ஸ்மெர்த்தியாக்கவ் கசப்புடன் சிரித்தான். "அவருக்கு எதிராக ஆதாரங்கள் குவிந்து கிடக்கும்போது, அவர் சொல்வதை யார் நம்புவார்கள்? கிரிகோரி வாசிலியேவிச் கதவு திறந்திருப்பதைப் பார்த்திருக்கிறார் என்பதற்கு மேல் வேறு என்ன அத்தாட்சி வேண்டும்? சரி, கடவுள்தான் அவரைக் காப்பாற்ற வேண்டும்! அவர் பயத்தினால் தன்னைக் காப்பாற்றிக் கொள்ள முயற்சிக்கிறார்."

அவன் சற்று நேர மௌனத்திற்குப் பிறகு திடீரென்று எதையோ யோசித்தவன் போலப் பேசினான்.

"இதோ பாருங்கள், நான்தான் கொலைகாரன் என்று டிமிட்ரி ஃபியோதரோவிச் என் மீது பழியைப் போட முயற்சிப்பதாக நான் கேள்விப்பட்டேன். உங்கள் தந்தைக்கு எதிராகச் சதி செய்ய வேண்டும் என்று நான் நினைத்திருந்தால், வலிப்பு நோய் வந்தவன் போல என்னால் திறமையாக நடிக்க முடியும் என்று நான் உங்களிடம் முன்கூட்டியே சொல்லியிருப்பேனா? நான் அவரைக் கொலை செய்யத் திட்டமிட்டிருந்தால், எனக்கு எதிரான ஒரு தகவலை அவரது சொந்த மகனிடமே சொல்லும் அளவுக்கு நான் முட்டாளா என்ன? ஐயா, நீங்களே சொல்லுங்கள், அது சாத்தியமா? அப்படி ஒரு காரியத்தை யாரும் செய்ய மாட்டார்கள். நமக்குள் நடக்கும் இந்த உரையாடலை இப்போது கடவுளைத் தவிர வேறு யாரும் கேட்க முடியாது. ஆனால் நீங்கள் இதை அரசு வழக்கறிஞரிடமும், நிக்கோலாய் பர்ஃபியோனோவிச்சிடமும் சொன்னால், நீங்கள் என் சார்பாக வாதிடுகிறீர்கள் என்று ஆகிவிடும், ஏனெனில் ஒரு குற்றவாளி இப்படி எல்லாவற்றையும் முன்கூட்டியே வெளிப்படையாகச் சொல்வானா என்ற கேள்வி அவர்களுக்கு எழும். ஐயா, ஒரு குருடனாலும் அதைப் பார்க்க முடியும்."

ஸ்மெர்த்தியாக்கவின் கடைசி வாதத்தைக் கேட்டு அதிர்ச்சி யடைந்த இவான் ஃபியோதரோவிச், எழுந்து நின்று அவனது பேச்சை இடைமறித்தான்.

"இதோ பார், நான் உன்னைச் சந்தேகப்படவில்லை. உன் மீது சந்தேகப்படுவது முட்டாள்தனம் என்று எனக்குத் தெரியும். அதற்கு மாறாக நீ என் மனதை அமைதிப்படுத்தியதற்காக, நான் உனக்கு நன்றியுள்ளவனாக இருக்கிறேன். நான் இப்போது போகிறேன், ஆனால் மீண்டும் வருவேன். நீ விரைவில் குணமடைய வேண்டும். உனக்கு ஏதாவது வேண்டுமா?"

"நான் எல்லாவற்றுக்கும் நன்றி சொல்லிக் கொள்கிறேன். மார்த்தா என்னை மறக்காமல், எனக்கு என்ன தேவையோ அதை

அன்புடன் செய்து தருகிறாள். நல்ல மனிதர்கள் தினமும் என்னைப் பார்க்க வருகிறார்கள்."

"நான் விடைபெறுகிறேன். உன்னால் வலிப்பு வந்தது போல திறமையாக நடிக்க முடியும் என்பதை நான் யாரிடமும் சொல்ல மாட்டேன். அதே போல நீயும் அதைச் சொல்ல வேண்டாம் என்று நான் உனக்கு ஆலோசனை சொல்கிறேன்" என்று இவான் திடீரென்று ஏதோ காரணத்தால் சொன்னான்.

"ஐயா, எனக்குப் புரிகிறது. நீங்கள் அதைப் பற்றிச் சொல்லவில்லை என்றால், அந்த நேரத்தில் நாம் இருவரும் வாசலில் நின்று பேசிக் கொண்டதை நானும் சொல்ல மாட்டேன்."

அதன் பிறகு இவான் ஃபியோதரோவிச் அங்கிருந்து சட்டென்று கிளம்பி, அறையைத் தாண்டி முற்றத்தில் பத்தடி தூரம் நடந்து சென்றபோது, ஸ்மெர்த்தியாக்கவ் சொன்ன கடைசி வார்த்தைகளில் தன்னை அவமானப்படுத்தும் ஏதோ ஒன்று இருப்பதை அவன் உணர்ந்தான். அவன் மீண்டும் திரும்பிச் செல்ல உத்தேசித்தான் என்றாலும், 'முட்டாள்தனம்' என்று சொல்லிக் கொண்டு வேகமாக மருத்துவமனையை விட்டு வெளியேறினான். அந்தக் கொலையைச் செய்தது ஸ்மெர்த்தியாக்கவ் அல்ல மீச்சியாதான் என்ற எண்ணம் அவனுக்கு மிகப்பெரிய ஆசுவாசத்தை ஏற்படுத்தியது. உண்மையில் இவான் அதற்கு நேர்மாறாக உணர்ந்திருக்க வேண்டும் என்றாலும், அவன் அதற்கான காரணத்தை ஆராய விரும்பவில்லை என்பதுடன், அவற்றை ஊடுருவிப் பார்ப்பது கூட அவனுக்கு வெறுப்பாக இருந்தது. எல்லாவற்றுக்கும் மேலாக அவன் எதையோ மிக விரைவில் மறக்க வேண்டும் என்று விரும்பியதைப் போலிருந்தது. இவான் ஃபியோதரோவிச் அடுத்த சில நாட்களில் மீச்சியாவுக்கு எதிரான ஆதாரங்களையும், சாட்சியங்களையும் ஆராய்ந்த பிறகு, அவர்தான் குற்றவாளி என்று அவன் உறுதியாக நம்பினான். முக்கியமற்ற சாட்சிகளான ஃபேன்யாவையும் அவளுடைய அம்மாவையும் அவன் நம்பினான் என்றால், முக்கியமான சாட்சிகளான பெர்கோட்டினையும், உணவகத்தில் இருந்தவர்களையும், பிளாட்டினிகோவ் கடை ஊழியர்களையும் பற்றிச் சொல்லவே வேண்டாம். அவர்களுடைய சாட்சியங்கள் மீச்சியாவுக்கு எதிரான குற்றத்தை உறுதிப்படுத்துபவை. அரசு வழக்கறிஞரையும், விசாரணை அதிகாரியையும் திகைப்பில் ஆழ்த்திய கதவைத் திறக்கும் அந்தச் சமிக்ஞைகளைப் பற்றிய தகவலும், திறந்த கதவைப் பற்றிய கிரிகோரியின் சாட்சியத்தைப் போலவே வலுவானவை. கிரிகோரியின் மனைவி மார்த்தா இவான் ஃபியோதரோவிச்சின் கேள்விக்குப் பதிலளித்தபோது, ஸ்மெர்த்தியாக்கவ் இரவு முழுவதும்

அறையின் தடுப்புச் சுவருக்கு அந்தப் பக்கம் அசையாமல் படுத்திருந்தான் என்று சொன்னாள். 'அவன் எங்கள் படுக்கையிலிருந்து மூன்று அடிக்கும் குறைவான தூரத்தில் படுத்திருந்தான்' என்றும், அவள் நன்றாகத் தூங்கினாலும், அவனுடைய முனகல் சத்தத்தைக் கேட்டு பல முறை கண் விழித்ததாகவும், 'அவன் இரவு முழுவதும் தொடர்ந்து முனகிக் கொண்டே இருந்தான்' என்றும் சொன்னாள். கெர்ஷென்ஸ்தூபேவிடம் பேசிய இவான் ஃபியோதரோவிச், ஸ்மெர்த்தியாக்கவுக்குப் பைத்தியம் பிடிக்கவில்லை, ஆனால் பலவீனமாக இருப்பதாக மட்டுமே தோன்றுகிறது என்று தனது சந்தேகத்தை அவரிடம் சொன்னபோது, அந்தக் கிழவரின் முகத்தில் மெல்லிய புன்னகை அரும்பியது. 'அவன் இப்போது தனது நேரத்தை எப்படிச் செலவழிக்கிறான் என்று உங்களுக்குத் தெரியுமா?' என்று அவர் அவனிடம் கேட்டார். 'அவன் இப்போது பிரெஞ்சு சொற்களை மனப்பாடம் செய்கிறான். யாரோ ஒருவர் பிரெஞ்சு வார்த்தைகளை ரஷ்ய மொழியில் எழுதிக் கொடுத்த ஒரு நோட்டுப் புத்தகத்தை அவன் தனது தலையணைக்கு அடியில் வைத்திருக்கிறான். ஹீ ஹீ ஹீ!'

இவான் ஃபியோதரோவிச் இறுதியில் தனது சந்தேகங்கள் அனைத்தையும் தள்ளுபடி செய்தான். இப்போது அவனால் தனது சகோதரன் டிமிட்ரி ஃபியோதரோவிச்சை வெறுப்பின்றி நினைத்துப் பார்க்க முடியவில்லை. இருந்தாலும் டிமிட்ரி கொலைகாரன் அல்ல 'அநேகமாக' அது ஸ்மெர்த்தியாக்கவ்தான் என்று அல்யோஷா பிடிவாதமாகச் சொல்லிக் கொண்டிருந்த ஒரே ஒரு விஷயம்தான் அவனை உறுத்திக் கொண்டே இருந்தது. இவான் ஃபியோதரோவிச் எப்போதும் அல்யோஷாவின் கருத்தை மதித்து வந்த காரணத்தால், அவன் மிகவும் குழம்பிப் போயிருந்தான். அல்யோஷா இவானிடம் மீச்சியாவைப் பற்றி எதுவும் பேசாமல், அவரைப் பற்றிய பேச்சையே எடுக்காமல், அவனுடைய கேள்விகளுக்குப் பதில் சொல்வதோடு மட்டும் நிறுத்திக் கொண்டது அவனுக்கு விசித்திரமாக இருந்தது. அது இவான் ஃபியோதரோவிச்சை வியப்பில் ஆழ்த்தியது. ஆனால் அந்தச் சமயத்தில் தொடர்பில்லாத வேறு ஒரு விஷயம் அவனை அலைக்கழித்தது. இவான் ஃபியோதரோவிச் மாஸ்கோவிலிருந்து திரும்பிய முதல் நாளிலிருந்தே, அவனுக்கு கேத்தரீனா இவானோவ்னாவின் மீதிருந்த தீவிரமான, பைத்தியக்காரத்தனமான காதல் அவனை ஆட்டிப் படைத்தது. அவனுடைய வாழ்நாள் முழுவதும் அவன் மீது தாக்கத்தை ஏற்படுத்திய அந்தப் புதிய உணர்வைப் பற்றிப் பேசுவதற்கு இது சரியான இடமோ காலமோ

அல்ல. அது வேறு ஒரு நாவலுக்கு அடிப்படையாக அமையலாம் என்றாலும், நான் அதை எப்போதாவது எழுத முடியுமா என்று எனக்குத் தெரியவில்லை. கேத்தரீனா இவானோவ்னா வீட்டிலிருந்து இவான் ஃபியோதரோவிச் அல்யோஷாவுடன் சென்றபோது, 'எனக்கு அவள் மீது காதல் இல்லை' என்று அவன் பொய் சொன்னான் என்பதை நான் இங்கே குறிப்பிட வேண்டும். அவன் அவளை வெறித்தனமாகக் காதலித்த அதே நேரத்தில் அவளைக் கொல்லும் அளவுக்கு வெறுக்கவும் செய்தான். மீச்சியாவுக்கு நேர்ந்த கதியை நினைத்து முற்றிலும் நிலைகுலைந்துபோன கேத்தரீனா இவானோவ்னா, இவான் ஃபியோதரோவிச் மாஸ்கோவிலிருந்து திரும்பியபோது, ஏதோ ஒரு மீட்பரைப் போல அவனிடம் தஞ்சமடைந்தாள். அப்போது அவள் தனது உணர்வுகள் புண்பட்டுவிட்டதாகவும், தனக்கு அவமானம் ஏற்பட்டுவிட்டதாகவும் உணர்ந்தாள். ஒரு காலத்தில் அவளைத் தீவிரமாகக் காதலித்த (அது அவளுக்கு நன்றாகத் தெரியும்), அறிவிலும் குணத்திலும் தன்னைவிட உயர்வாக மதித்த அந்த மனிதன் இப்போது திரும்பி வந்திருக்கிறான் என்று அவள் நினைத்தாள். இருந்தாலும் அந்தப் பெண் மன உறுதி கொண்டவளாக இருந்ததால், கரமசோவுக்கே உரிய கட்டுப்படுத்த முடியாத காமமும், வசீகரமும் அவனிடம் இருந்தாலும் அவள் அவனுக்கு முழுமையாக அடிபணியவில்லை. அதே நேரத்தில், மீச்சியாவுக்குத் துரோகம் செய்துவிட்டோம் என்ற குற்றவுணர்வு அவளை வாட்டி வதைத்துக் கொண்டிருந்தது. அவள் இவான் ஃபியோதரோவிச்சுடன் சண்டையிடும் தருணங்களில் (அப்படி ஏராளமான சண்டைகள் நடந்தன), அதை வெளிப்படையாக அவனிடம் சொன்னாள். அதனால்தான் அவன் அல்யோஷாவிடம் 'எல்லாம் பொய்' என்று சொன்னான். அப்படிப் பல பொய்கள் இருந்தன என்பது உண்மைதான். அதுதான் இவான் ஃபியோதரோவிச்சை ஆத்திரப்பட வைத்தது... ஆனால் அதையெல்லாம் பிறகு பார்ப்போம்.

சுருக்கமாகச் சொன்னால், அவன் ஏறக்குறைய ஸ்மெர்த்தியாக்கவை மறந்த நிலையில் இருந்தான். இருந்தாலும் அவன் ஸ்மெர்த்தியாக்கவைப் பார்த்துவிட்டுத் திரும்பிய இரண்டு வாரங்களுக்குப் பிறகு மீண்டும் விசித்திரமான எண்ணங்கள் அவனை அலைக்கழித்தன. அவன் தனது தந்தையின் வீட்டில் இருந்த கடைசி இரவில், ஒரு திருடனைப் போல படிகளில் இறங்கி, தன் தந்தை என்ன செய்கிறார் என்று கவனித்தது ஏன் என்று அவன் தன்னைத் தானே கேட்டுக் கொண்டான். அதன் பிறகு அவன் தனது அந்தச் செயலை ஏன் வெறுப்புடன் நினைத்துப் பார்த்தான்? அவன் மறுநாள் காலை, பயணத்தின்போது ஏன்

மனச்சோர்வுடன் இருந்தான்? அவன் மாஸ்கோ போய்ச் சேர்ந்ததும், 'நான் ஓர் அயோக்கியன்?' என்று தனக்குத்தானே சொல்லிக் கொண்டது ஏன்? அவனுடைய மனதை ஆக்கிரமித்திருந்த இந்த வேதனை நிறைந்த எண்ணங்களின் விளைவாக, தன்னால் கேத்தரீனா இவானோவ்னாவைக் கூட மறந்துவிட முடியும் என்று அவன் நினைத்தான். அவன் அந்த நினைவுகளுடன் வெளியே வந்து, தெருவில் அல்யோஷாவைச் சந்தித்த போது, அவனைத் தடுத்து நிறுத்தி அவனிடம் ஒரு கேள்வியைக் கேட்டான்.

"ஒரு நாள் இரவு உணவுக்குப் பிறகு டிமிட்ரி திடீரென்று வீட்டிற்குள் நுழைந்து அப்பாவை அடித்து உதைத்தது உங்களுக்கு ஞாபகம் இருக்கிறதா? அப்போது நான் உங்களிடம் முற்றத்தில் பேசியபோது, 'எனக்கு ஆசைப்படுவதற்கு உரிமை இருக்கிறது' என்று சொன்னேன். நீங்களே சொல்லுங்கள், நான் அப்போது நம்முடைய தந்தை இறக்க வேண்டும் என்று விரும்பினேன் என்று நீங்கள் நினைத்தீர்களா?"

"ஆமாம், நான் அப்படித்தான் நினைத்தேன்" என்று அல்யோஷா மென்மையாகச் சொன்னான்.

"ஆமாம், அது உண்மைதான், அதைச் சுலபமாக யூகிக்க முடியும். 'ஒரு பாம்பு இன்னொரு பாம்பை விழுங்க வேண்டும்' என்று நான் சொன்னபோது, எவ்வளவு சீக்கிரம் முடியுமோ அவ்வளவு சீக்கிரம் டிமிட்ரி அப்பாவைக் கொல்ல வேண்டும் என்பதுதான் என் ஆசை என்று... நானே அதற்கு உதவி செய்யத் தயாராக இருக்கிறேன் என்று நீங்கள் நினைத்தீர்களா?"

அல்யோஷா முகம் வெளிறியவனாக, தன் சகோதரன் கண்களை உற்றுப் பார்த்தான்.

"சொல்லுங்கள்!" என்று இவான் ஃபியோதரோவிச் கத்தினான். "நீங்கள் அப்போது என்ன நினைத்தீர்கள் என்று எனக்குத் தெரிய வேண்டும். நான் உண்மையைத் தெரிந்து கொள்ள வேண்டும்!" என்று இவான் ஃபியோதரோவிச் கத்திக் கொண்டே மூச்சிரைத்தபடி, கோபத்துடன் அல்யோஷாவைப் பார்த்தான்.

"என்னை மன்னியுங்கள், நான் அப்போது அப்படித்தான் நினைத்தேன்" என்று அல்யோஷா முணுமுணுத்துவிட்டு மௌனமானான்.

"நன்றி!" என்று இவான் ஃபியோதரோவிச் கோபத்துடன் கத்திவிட்டு, அங்கிருந்து வேகமாகத் தன் வழியே நடந்து சென்றான்.

அப்போதிலிருந்து, இவான் ஃபியோதரோவிச் திடீரென்று தன்னிடமிருந்து விலகி, தன்னை வெறுக்கத் தொடங்கியதைக் கவனித்த அல்யோஷா, அவனைப் பார்க்கச் செல்வதை நிறுத்திக்

கொண்டான். இவான் ஃபியோதரோவிச் அதன் பிறகு வீட்டிற்குப் போகாமல் இரண்டாவது முறையாக ஸ்மெர்த்தியாக்கவைப் பார்க்கப் போனான்.

7. ஸ்மெர்த்தியாக்கவுடன் நடந்த இரண்டாவது சந்திப்பு

அந்த நேரத்தில் ஸ்மெர்த்தியாக்கவ் மருத்துவமனையிலிருந்து வீட்டிற்குச் சென்றிருந்தான். இவான் ஃபியோதரோவிச்சுக்கு அந்தப் புதிய வீடு தெரியும். கூடத்தை இரண்டு பகுதிகளாகப் பிரித்திருந்த அந்தச் சாய்ந்த மரத்தாலான வீட்டின் ஒரு அறையில் ஸ்மெர்த்தியாக்கவும், மற்றொரு அறையில் மரியா கன்த்ரச்சேவ்னாவும் அவளுடைய அம்மாவும் வசித்து வந்தனர். அவன் ஒரு குடித்தனக் காரனாக அல்லது விருந்தாளியாக அங்கே தங்கியிருந்தானா என்பது யாருக்கும் தெரியாது. மரியா கன்த்ரச்சேவ்னாவின் வருங்காலக் கணவன் என்ற முறையில் அவன் அவர்களுடன் தங்கியிருக்கிறான் என்றும், தங்குமிடம், சாப்பாடு எதற்கும் பணம் கொடுக்கவில்லை என்றும் பின்னர் தெரியவந்தது. தாயும் மகளும் ஸ்மெர்த்தியாக்கவை மிகுந்த மரியாதையுடன் நடத்தி, தங்களை விட அவனை உயர்ந்தவனாகக் கருதினார்கள்.

கதவைத் தட்டிய இவான் ஃபியோதரோவிச், கதவைத் திறந்ததும் கூடத்தில் நுழைந்து, மரியா கன்த்ரச்சேவ்னா சொன்னபடி இடது புறம் ஸ்மெர்த்தியாக்கவ் தங்கியிருந்த சிறந்த அறைக்குச் சென்றான். அந்த அறையில் இருந்த ஓடு வேய்ந்த அடுப்பின் சூடு அறை முழுவதும் பரவியிருந்தது. அறையின் சுவர்களை அலங்கரித்திருந்த நீல நிற வண்ணக் காகிதங்கள் அனைத்தும் கிழிந்தும், உரிந்தும் தொங்கிக் கொண்டிருந்தன. அதன் அடியில் இருந்த விரிசல்களில் ஏராளமான கரப்பான் பூச்சிகள் மொய்த்துக் கொண்டிருந்தன. அதனால் அதன் இடைவிடாத சலசலப்புச் சத்தம் தொடர்ந்து கேட்டுக் கொண்டிருந்தது. அந்த அறையில் மிகக் குறைந்த அளவே மரச்சாமான்கள் இருந்தன. சுவர்களை ஒட்டி இரண்டு பெஞ்சுகளும், மேசைக்கு அருகில் இரண்டு நாற்காலிகளும் இருந்தன. அந்த மேசை சாதாரண மரத்தாலானது என்றாலும், இளஞ்சிவப்பு நிறத் துணியால் மூடியிருந்தது. இரண்டு சிறிய ஜன்னல்கள் ஒவ்வொன்றின் ஓரத்திலும் ஜெரேனியம் மலர்ச் செடிகளுடன் கூடிய ஒரு பானை இருந்தது. அறையின் ஒரு மூலையில் தெய்வ விக்கிரகங்கள் வைத்திருந்த ஒரு பெட்டி இருந்தது. மேசையின் மீது ஆங்காங்கே

ஒடுங்கிய ஒரு சிறிய தாமிர சமோவார் பாத்திரமும், அதன் அருகில் ஒரு தட்டில் இரண்டு கோப்பைகளும் இருந்தன. ஸ்மெர்த்தியாக்கவ் தேநீரைக் குடித்த பிறகு சமோவார் அடுப்பு அணைந்துவிட்டது.

அவன் மேசையின் அருகில் இருந்த பெஞ்சில் அமர்ந்து ஒரு நோட்டுப் புத்தகத்தைப் படித்தபடி, பேனாவால் மெதுவாக எதையோ எழுதிக் கொண்டிருந்தான். அவனுக்கு அருகில் ஒரு பாட்டில் மையும், ஸ்டாண்டில் ஒரு மெழுகுவர்த்தியும் இருந்தது. இவான் ஃபியோதரோவிச் அவனுடைய முகத்தைப் பார்த்ததும், அவன் முழுவதுமாகக் குணமடைந்துவிட்டான் என்று நினைத்தான். அவனுடைய முகம் புத்துணர்ச்சியாகவும், ஆரோக்கியமாகவும் இருந்தது. அவனது தலைமுடி நெற்றியிலிருந்து பின்னோக்கி இழுத்துக் கட்டி நேர்த்தியாக வாரப்பட்டும், அவனுடைய பக்கவாட்டு மீசை கீழ் நோக்கி வெட்டப்பட்டும் இருந்தது. அவன் அணிந்திருந்த பல மடிப்புகளைக் கொண்ட மெதுமெதுப்பான மேலங்கி பிரகாசமான நிறத்தில் இருந்தாலும், அது நைந்தும், ஆங்காங்கே கிழிந்தும் காணப்பட்டது. ஸ்மெர்த்தியாக்கவ் மூக்குக் கண்ணாடி அணிந்திருந்தான், ஆனால் இவான் ஃபியோதரோவிச் இதற்கு முன்பு அவன் அதை அணிந்து பார்த்ததில்லை. அந்த அற்பமான விஷயம் இவான் ஃபியோதரோவிச்சின் கோபத்தை அதிகப்படுத்தியது. 'இப்படி ஒரு பிறவிக்கு மூக்குக் கண்ணாடி ஒரு கேடா?' என்று அவன் நினைத்தான்.

ஸ்மெர்த்தியாக்கவ் மெதுவாகத் தலை நிமிர்ந்து, மூக்குக் கண்ணாடி வழியே உள்ளே வந்த விருந்தாளியைப் பார்த்தான். அதன் பிறகு அவன் மெதுவாகக் கண்ணாடியைக் கழற்றிவிட்டு பெஞ்சிலிருந்து சற்றே எழுந்து நின்றான். அவன் மரியாதை நிமித்தமாக இல்லாமல், ஏறக்குறைய சோம்பலுடன், குறைந்தபட்ச மரியாதையைக் கடைப்பிடிக்க வேண்டும் என்று அதைச் செய்தான். இவான் ஃபியோதரோவிச் உடனடியாக எல்லாவற்றையும் கவனித்து, உள்வாங்கிக் கொண்டபோது, முக்கியமாக ஸ்மெர்த்தியாக்கவின் கண்களில் தெரிந்த வெறுப்பும், திமிரும், ஏளனமும், 'நீங்கள் ஏன் என்னைத் தொடர்ந்து தொந்தரவு செய்கிறீர்கள்? நாம் எல்லாவற்றையும் பேசி முடித்துவிட்ட நிலையில் நீங்கள் எதற்காக மறுபடியும் வந்தீர்கள்?' என்று கேட்பது போலத் தோன்றியது. இவான் ஃபியோதரோவிச் தன்னைக் கட்டுப்படுத்திக் கொள்ள முடியாமல் தவித்தான்.

"இங்கே வெப்பமாக இருக்கிறது" என்று அவன் நின்று கொண்டே, தனது மேல் கோட்டின் பொத்தான்களைக் கழற்றினான்.

"ஆமாம், அதைக் கழற்றுவது நல்லது" என்றான் ஸ்மெர்த்தியாக்கவ்.

இவான் ஃபியோதரோவிச் தனது கோட்டைக் கழற்றி அங்கிருந்த பெஞ்சின் மீது வீசிவிட்டு, நடுங்கும் கைகளால் ஒரு நாற்காலியை மேசைக்கு அருகில் இழுத்துப் போட்டு அமர்ந்தான். ஸ்மெர்த்தியாக்கவ் அவனுக்கு முன்பாக இருந்த பெஞ்சில் அமர்ந்தான்.

"நாம் இங்கே தனியாக இருக்கிறோமா?" என்று இவான் ஃபியோதரோவிச் கடுமையான குரலில் கேட்டான். "நாம் இங்கே பேசுவது அவர்களுக்குக் கேட்குமா?"

"யாரும் எதையும் கேட்க முடியாது. ஒரு நடைபாதை இருப்பதை நீங்களே பார்த்தீர்கள்."

"நண்பனே, எனக்குப் பதில் சொல். நான் அன்று மருத்துவமனையில் உன்னிடம் பேசிவிட்டுக் கிளம்பியபோது, வலிப்பு நோய் வந்தது போல உன்னால் திறமையாக நடிக்க முடியும் என்பதை நான் யாரிடமும் சொல்லாவிட்டால், பதிலுக்கு நாம் வாசலில் நின்று பேசிய எல்லாவற்றையும் நீ விசாரணை அதிகாரியிடம் சொல்ல மாட்டேன் என்று சொன்னதன் அர்த்தம் என்ன? எல்லாவற்றையும் என்று நீ எதைச் சொன்னாய்? நீ அதன் மூலம் என்ன சொல்ல வருகிறாய்? நீ என்னை மிரட்டுகிறாயா? நான் உன்னுடன் ஏதாவது ஒப்பந்தம் செய்து கொண்டேனா? நான் உன்னைப் பார்த்துப் பயப்படுகிறேன் என்று நீ நினைக்கிறாயா?"

இவான் ஃபியோதரோவிச் அடக்க முடியாத கோபத்துடன் பேசினான். அவன் அதன் மூலம் தான் வஞ்சகமாகவோ சூழ்ச்சியாகவோ நடந்துகொள்ள விரும்பவில்லை என்பதையும், ஒளிவு மறைவின்றித் தனது எல்லாச் சீட்டுகளையும் அவனிடம் காட்ட விரும்புகிறேன் என்பதையும் அவனுக்குத் தெளிவுபடுத்தினான். அப்போது ஸ்மெர்த்தியாக்கவின் கண்கள் வெறுப்புடன் பளிச்சிட்டன; அவனுடைய இடது கண் துடித்தது. அவன் தனது வழக்கப்படி நிதானமாகவும் கவனமாகவும் பதில் சொல்ல ஆரம்பித்தான். அப்போது அவனுடைய முகபாவம், 'சரி, நீங்கள் எல்லாவற்றையும் வெளிப்படையாகத் தெரிந்துகொள்ள வேண்டும் என்று விரும்பினால், இதோ தெரிந்து கொள்ளுங்கள்' என்று சொல்வது போலிருந்தது.

"உங்கள் தந்தை கொலை செய்யப்படுவார் என்று உங்களுக்குத் தெரிந்திருந்தும், நீங்கள் அவரைப் பலிகடாவாக விட்டுச் சென்றுவிட்டீர்கள் என்பதையும், அதனால் உங்கள் உணர்வுகளைப் பற்றியும், மேலும் பல விஷயங்களைப் பற்றியும் மற்றவர்கள்

தவறாகப் பேச மாட்டார்கள் என்று நீங்கள் நினைத்தீர்கள் என்பதையும் நான் அதிகாரிகளிடம் சொல்ல மாட்டேன் என்பதைத்தான் சொன்னேன்."

ஸ்மெர்த்தியாக்கவ் அவசரப்படாமல், தன்னைக் கட்டுப்படுத்திக் கொண்டு பேசினாலும், அவனுடைய குரல் தீர்மானமாகவும், பிடிவாதமாகவும், கோபமாகவும், ஆணவமாகவும் பேசியது நன்றாகத் தெரிந்தது. அவன் இவான் ஃபியோதரோவிச்சைத் தைரியமாக ஏறிட்டுப் பார்த்தான். அப்போது முதன் முதலாக இவான் ஃபியோதரோவிச்சின் கண்களுக்கு முன்னால் ஒரு பனிமூட்டம் படர்ந்தது.

"நீ என்ன சொல்கிறாய்? உனக்குப் புத்தி பேதலித்துவிட்டதா என்ன?"

"ஐயா, நான் சரியான மனநிலையில் இருக்கிறேன்."

"அந்தக் கொலை நடக்கப் போவதைப் பற்றி எனக்கு முன்னரே தெரியும் என்று நீ நினைக்கிறாயா?" என்று இவான் ஃபியோதரோவிச் கத்திக் கொண்டே தனது முஷ்டியை மேசையின் மீது ஓங்கிக் குத்தினான். 'எல்லாவற்றையும்' என்று நீ எதைச் சொல்கிறாய்? அயோக்கியப் பயலே, பதில் சொல்."

ஸ்மெர்த்தியாக்கவ் எதுவும் பேசாமல் இவான் ஃபியோதரோவிச்சை வெறித்துப் பார்த்தான்.

"நாற்றம் வீசும் கழிசடையே பதில் சொல். 'எல்லாவற்றையும்' என்றால் என்ன?" என்று அவன் கத்தினான்.

"உங்கள் தந்தை சாக வேண்டும் என்று நீங்கள் விரும்பியதைத் தான் 'எல்லாவற்றையும்' என்று நான் சொன்னேன்."

இவான் ஃபியோதரோவிச் துள்ளி எழுந்து, தனது முழு பலத்தையும் பிரயோகித்து, ஸ்மெர்த்தியாக்கவின் தோளில் ஓங்கி அடித்தான். அதனால் அவன் நிலைகுலைந்து சுவரின் மீது சாய்ந்து விழுந்தான். அடுத்த கணம் அவனுடைய கண்களில் கண்ணீர் பெருகியது.

"ஐயா, நீங்கள் ஒரு பலவீனமான மனிதனை அடிப்பதற்கு வெட்கப்பட வேண்டும்!" என்று சொன்ன அவன், திடீரென்று தனது கண்களை அழுக்கான, நீல நிறக் கைக்குட்டையால் மூடிக் கொண்டுச் சத்தமின்றி அழுதான்.

ஒரு நிமிடம் சென்றது.

"போதும்! நிறுத்து!" என்று இவான் ஃபியோதரோவிச் கண்டிக்கும் தோரணையில் சொல்லிவிட்டு மீண்டும் நாற்காலியில் அமர்ந்தான். "என் பொறுமையைச் சோதிக்காதே."

ஸ்மெர்த்தியாக்கவ் தனது கண்களை மூடியிருந்த கந்தை துணியை எடுத்தான். அவனது சுருக்கம் விழுந்த முகத்தின் ஒவ்வொரு மடிப்பும் அவன் அனுபவித்த அவமானத்தைப் பிரதிபலித்தது.

"கேடுகெட்டவனே, அப்படியானால் நானும் டிமிட்ரியைப் போல என் தந்தையைக் கொல்ல விரும்பியதாகச் சொல்கிறாயா?"

"நீங்கள் அப்போது என்ன நினைத்தீர்கள் என்று எனக்குத் தெரியாது" என்று ஸ்மெர்த்தியாக்கவ் எரிச்சலுடன் சொன்னான். "நீங்கள் என்ன நினைக்கிறீர்கள் என்பதைத் தெரிந்துகொள்ள வேண்டும் என்றுதான் நான் உங்களை வாசலில் நிறுத்தினேன்."

"நீ என்ன தெரிந்துகொள்ள விரும்பினாய்?"

"உங்கள் தந்தை கொலை செய்யப்பட வேண்டும் என்று நீங்கள் விரும்பினீர்களா இல்லையா என்பதைத் தெரிந்து கொள்ள வேண்டும் என்று நான் நினைத்தேன்."

ஸ்மெர்த்தியாக்கவ் பிடிவாதமான, திமிர்த்தனமான தொனியில் பேசியதுதான் எல்லாவற்றையும் விட இவான் ஃபியோதரோவிச்சின் கோபத்தை அதிகப்படுத்தியது.

"நீதான் அவரைக் கொன்றாய்!" என்று அவன் திடீரென்று கத்தினான்.

ஸ்மெர்த்தியாக்கவ் வெறுப்புடன் சிரித்தான்.

"நான் அவரைக் கொலை செய்யவில்லை என்று உங்களுக்கே நன்றாகத் தெரியும். ஒரு புத்திசாலியான மனிதன் மேற்கொண்டு அதைப் பற்றிப் பேச மாட்டான் என்று நான் நினைத்தேன்."

"ஏன்? அந்த நேரத்தில் உனக்கு ஏன் அப்படி ஒரு சந்தேகம் ஏற்பட்டது?"

"அது பயத்தினால்தான் என்று உங்களுக்கே தெரியும். அப்போது நான் பயத்தில் நடுங்கிக் கொண்டிருந்த காரணத்தால் எல்லோரையும் சந்தேகப்பட்டேன். எனவே நீங்கள் என்ன நினைக்கிறீர்கள் என்பதைத் தெரிந்து கொள்ள வேண்டும் என்று நான் முடிவு செய்தேன். நீங்களும் உங்கள் அண்ணனைப் போலவே நினைத்தால், அந்த விவகாரம் ஒரு முடிவுக்கு வந்துவிடும், நானும் ஒரு கொசுவைப் போல நசுக்கப்படுவேன் என்று நான் நினைத்தேன்."

"இதோ பார், நீ பதினைந்து நாட்களுக்கு முன்னால் அப்படிச் சொல்லவில்லை."

"நான் மருத்துவமனையில் பேசியபோதும் இதைத்தான் சொன்னேன். நீங்கள் ஒரு புத்திசாலி மனிதர் என்பதால் இதைப்

பற்றி வெளிப்படையாகப் பேச விரும்ப மாட்டீர்கள் என்று நான் நினைத்தேன். எனவே அனாவசியமாக வார்த்தைகளைப் பயன்படுத்தாமலே உங்களால் அதைப் புரிந்து கொள்ள முடியும் என்று நான் நினைத்தேன்."

"அப்படியா! ஆனால் நீ இதற்குப் பதில் சொல், இதற்குக் கண்டிப்பாகப் பதில் சொல்ல வேண்டும். உன்னுடைய கேடுகெட்ட மனதில் அப்படி ஒரு கீழ்த்தரமான சந்தேகம் ஏற்படும்படி நான் என்ன செய்தேன்?"

"ஐயா, அந்தக் கொலையைப் பொறுத்தவரை, உங்களால் அதைச் செய்ய முடியாது, நீங்கள் அதைச் செய்யவும் விரும்பவில்லை. ஆனால் வேறு யாராவது அதைச் செய்ய வேண்டும் என்று நீங்கள் விரும்பினீர்கள். ஆமாம், நீங்கள் விரும்பியது அதுதான்."

"அடப்பாவி! எவ்வளவு அமைதியாக, எந்த உணர்ச்சியும் இல்லாமல் அதைச் சொல்கிறாய்! ஆனால் நான் ஏன் அதை விரும்ப வேண்டும்? நான் அதை விரும்புவதற்கு என்ன காரணம் இருக்க முடியும்?"

"என்ன காரணமா? பரம்பரைச் சொத்து என்ன ஆயிற்று?" என்று ஸ்மெர்த்தியாக்கவ் வன்மத்துடனும், கேலியுடனும் கேட்டான். "உங்கள் தந்தை இறந்த பிறகு சகோதரர்களாகிய உங்கள் ஒவ்வொருவருக்கும் சுமார் நாற்பதாயிரம் ரூபிள்கள் கிடைக்கும். ஒருவேளை அதைவிட அதிகமாகவும் கிடைக்கலாம். ஆனால் அவர் அக்ரபேஃனா அலெக்ஸாண்ட்ரோவ்னாவை மணந்து கொண்டால், திருமணம் முடிந்த பிறகு அந்தப் பெண் எல்லாச் சொத்துக்களையும் அவளுடைய பெயருக்கு மாற்றிக் கொள்வாள், ஏனெனில் அவள் ஒரு புத்திசாலிப் பெண் என்று எனக்குத் தெரியும். எனவே உங்கள் தந்தை இறந்த பிறகு, அவருடைய சொத்திலிருந்து உங்கள் ஒவ்வொருவருக்கும் இரண்டு ரூபிள்கள் கூடக் கிடைக்காது. அவர்களின் திருமணம் கூட அதிக தூரத்தில் இல்லை, இல்லையா? அது எந்த நேரத்திலும் நடக்கக்கூடிய நிலையில் இருந்தது. அந்தப் பெண் அவரைப் பார்த்துத் தனது சுண்டு விரலை அசைத்தால் போதும், அவர் தனது நாக்கைத் தொங்கப் போட்டுக் கொண்டு அவள் பின்னால் தேவாலயத்திற்கு ஓடுவதற்குத் தயாராக இருந்தார்."

இவான் ஃபியோதரோவிச் மிகுந்த பிரயாசையுடன் தன்னைக் கட்டுப்படுத்திக் கொண்டான்.

"சரி" என்று அவன் நீண்ட மௌனத்திற்குப் பிறகு சொன்னான். "இதோ பார், நான் உன்னை அடிக்க மாட்டேன்,

கொல்லவும் மாட்டேன். எனவே நீ தைரியமாகப் பேசலாம். அப்படியென்றால், நான் என் அண்ணன் டிமிட்ரியைப் பகடைக்காயாகப் பயன்படுத்தி, அவர் அதைச் செய்து முடிப்பார் என்று நம்பியிருந்தேன் என்று நீ சொல்கிறாயா?"

"நீங்கள் அவரை நம்பாமல் எப்படி இருக்க முடியும்? டிமிட்ரி ஃபியோதரோவிச் அந்தக் கொலையைச் செய்தால், அவருக்குரிய பிரபுத்துவம், அந்தஸ்து, சொத்து போன்ற அனைத்து உரிமைகளும் பறிக்கப்பட்டு சைபீரியாவுக்கு நாடு கடத்தப்படுவார். அப்போது அவருக்குரிய சொத்தில் உங்களுக்கும் உங்கள் தம்பி அலெக்ஸி ஃபியோதரோவிச்சுக்கும் சரிசமமான பங்கு கிடைக்கும். எனவே உங்கள் இருவருக்கும் நாற்பதாயிரம் அல்ல அறுபதாயிரம் ரூபிள்கள் கிடைக்கும். அப்படியானால் நீங்கள் நிச்சயமாக டிமிட்ரி ஃபியோதரோவிச்சை நம்பியிருந்தீர்கள் என்பதில் எந்தச் சந்தேகமும் இல்லை."

"நீ சொல்லும் எல்லாவற்றையும் நான் பொறுமையுடன் சகித்துக் கொண்டிருக்கிறேன்! அயோக்கியப் பயலே, நான் சொல்வதைக் கேள். அப்போது நான் யாரையாவது நம்பியிருந்தேன் என்றால், அது டிமிட்ரியை அல்ல நிச்சயமாக நீயாகத்தான் இருந்திருக்கும். நான் சத்தியமாகச் சொல்கிறேன், நீதான் ஏதோ ஒரு மோசமான காரியத்தைச் செய்யப் போகிறாய் என்று எதிர்பார்த்தேன்... அப்போது... நான் அப்படித்தான் உணர்ந்தேன் என்று எனக்கு நினைவிருக்கிறது!"

"நீங்கள் என்னை நம்பினீர்கள் என்றுதான் நானும் ஒரு கணம் நினைத்தேன்" என்று ஸ்மெர்த்தியாக்கவ் ஏளனமாகச் சிரித்தான். "எனவே நீங்கள் உங்கள் மனதில் என்ன இருக்கிறது என்பதைக் குறிப்பாக எனக்கு வெளிப்படுத்தினீர்கள். நான் ஏதாவது செய்வேன் என்று நீங்கள் எதிர்பார்த்தும் அதைத் தடுக்காமல் அங்கிருந்து செல்வது, 'நீ என் தந்தையைக் கொன்றுவிடு. நான் உன்னைத் தடுக்க மாட்டேன்' என்று சொல்வதைப் போன்றது."

"அயோக்கியனே! நீ அப்படித்தான் புரிந்து கொண்டாய்!"

"எல்லாவற்றிற்கும் இந்த செர்மாஷ்னியாதான் காரணம். நீங்கள் மாஸ்கோவுக்குப் போக விரும்பியதால், உங்கள் தந்தை உங்களிடம் கெஞ்சிக் கேட்டுக் கொண்டும் நீங்கள் செர்மாஷ்னி யாவுக்குப் போக மறுத்துவிட்டீர்கள். ஆனால் நான் சொன்ன ஒரு வார்த்தைக்குப் பிறகு, நீங்கள் உடனடியாக அங்கே செல்வதற்கு ஒப்புக் கொண்டீர்கள். நீங்கள் ஏன் திடீரென்று அங்கே போவதற்கு சம்மதித்தீர்கள்? நீங்கள் எந்தக் காரணமும் இல்லாமல், நான் சொன்ன முட்டாள்தனமான யோசனையை ஏற்றுக் கொண்டு

மாஸ்கோவுக்குப் போகாமல் செர்மாஷ்னியாவுக்குப் போகிறீர்கள் என்றால், நீங்கள் என்னிடமிருந்து எதையோ எதிர்பார்த்திருக்க வேண்டும்."

"இல்லை, அப்படியில்லை என்று நான் சத்தியம் செய்கிறேன்!" என்று இவான் ஃபியோதரோவிச் பல்லைக் கடித்துக் கொண்டு கத்தினான்.

"நீங்கள் அதை மறுக்க முடியாது. அப்படியில்லை என்றால், நான் சொன்ன வார்த்தைகளுக்காக ஒரு தந்தையின் மகன் என்ற முறையில் நீங்கள் என்னைப் போலீஸிடம் பிடித்துக் கொடுத்திருக்க வேண்டும்... அல்லது குறைந்தபட்சம் அந்த இடத்திலேயே என் முகத்தில் ஓங்கிக் குத்தியிருக்க வேண்டும். ஆனால் நீங்கள் கொஞ்சம் கூடக் கோபப்படாமல், என்னுடைய முட்டாள்தனமான யோசனையை ஏற்றுக் கொண்டீர்கள். ஐயா, அது சுத்த பைத்தியக்காரத்தனம். நீங்கள் உங்கள் தந்தையின் உயிரைக் காப்பாற்றுவதற்காக இங்கேயே இருந்திருக்க வேண்டும்... எனவே நான் அந்த முடிவுக்கு வராமல் எப்படி இருக்க முடியும்?"

இவான் ஃபியோதரோவிச் முகத்தைச் சுளித்தபடி, இரண்டு முஷ்டிகளையும் முழங்கால்களில் அழுத்தமாக ஊன்றிக் கொண்டு அமர்ந்திருந்தான்.

"அப்போது உன் முகத்தில் குத்தவில்லை என்பதை நினைத்து நான் வருந்துகிறேன்" என்று அவன் கசப்புடன் சிரித்தான். "அப்போது உன்னைப் போலீஸிடம் இழுத்துச் சென்றிருக்க முடியாது, ஏனெனில் என் வார்த்தையை யார் நம்புவார்கள்? உன் மீது என்ன குற்றத்தைச் சுமத்த முடியும்? ஆனால் முகத்தில் குத்துவது... அடடா, நான் அப்படிச் செய்யவில்லையே என்று வருந்துகிறேன். ஒருவரை அடிப்பது சட்டத்திற்குப் புறம்பானது என்றாலும், அப்போது உன்னை அடித்து நொறுக்கியிருக்க வேண்டும்."

ஸ்மெர்த்தியாக்கவ் அவனை ஏறக்குறைய மகிழ்ச்சியுடன் அவனுடைய வேதனையை ரசிப்பவனைப் போலப் பார்த்தான்.

"சாதாரணமான வாழ்க்கைச் சூழ்நிலையில்" என்று அவன் ஃபியோதர் பாவ்லோவிச்சின் மேசைக்கு அருகில் அமர்ந்து கிரிகோரியுடன் மதத்தைப் பற்றி விவாதித்த அதே கிண்டலும் சுயதிருப்தியும் கலந்த உணர்ச்சிகரமான தொனியில் பேசினான். "இப்போதெல்லாம் சாதாரணமான வாழ்க்கைச் சூழலில் ஒருவரை அடிப்பது சட்டப்படி குற்றம் என்பதால் யாரும் அதைச் செய்வதில்லை. ஆனால் வாழ்க்கையின் சில விதிவிலக்கான சூழ்நிலைகளில், ரஷ்யாவில் மட்டுமின்றி, பிரெஞ்சுக் குடியரசு

உட்பட உலகின் பிற பகுதிகளிலும் கூட, ஆதாம் ஏவாள் காலத்தில் மக்கள் ஒருவரையொருவர் அடித்துக் கொண்டது போல, இன்னும் தொடர்ந்து அடித்துக் கொள்கிறார்கள். அவர்கள் ஒருபோதும் அதை நிறுத்த மாட்டார்கள், ஆனால் அசாதாரணமான சூழ்நிலையில் கூட உங்களுக்கு அடிப்பதற்குத் தைரியம் வரவில்லை."

"நீ எதற்காகப் பிரெஞ்சு சொற்களைக் கற்றுக் கொள்கிறாய்?" என்று இவான் ஃபியோதரோவிச் மேசையின் மீது கிடந்த நோட்டுப் புத்தகத்தைப் பார்த்துத் தலையசைத்தான்.

"நான் என்றாவது ஒரு நாள் ஐரோப்பாவில் உள்ள மகிழ்ச்சியான பகுதிகளுக்குப் போகும் வாய்ப்புக் கிடைக்கும் என்று நினைத்து, என்னுடைய அறிவை மேம்படுத்திக் கொள்ளப் படிக்கிறேன். நான் அதைப் படிக்கக்கூடாதா என்ன?"

"அரக்கனே, நான் சொல்வதைக் கேள்" என்று இவான் ஃபியோதரோவிச் பேசியபோது, அவனுடைய கண்கள் பளிச்சிட்டன; அவனுடைய உடல் நடுங்கியது. "நீ என் மீது சுமத்திய குற்றச்சாட்டுகளைக் கண்டு நான் பயப்படவில்லை. நீ எனக்கு எதிராக என்ன சொன்னாலும் எனக்கு அதைப் பற்றிக் கவலையில்லை. இப்போது உன்னை அடித்துக் கொல்லாமல் விடுவதற்குக் காரணம், நீதான் அந்தக் கொலையைச் செய்தாய் என்ற சந்தேகம் எனக்கு இருப்பதால், நான் உன்னை நீதிமன்றத்தில் நிறுத்தப் போகிறேன். நான் உன்னுடைய முகத்திரையைக் கிழிப்பேன்!"

"ஐயா, நீங்கள் எதுவும் பேசாமல் மௌனமாக இருப்பது நல்லது என்று நான் நினைக்கிறேன். ஏனெனில் நான் முற்றிலும் நிரபராதியாக இருக்கும்போது, நீங்கள் என் மீது என்ன குற்றத்தைச் சுமத்த முடியும்? நீங்கள் சொல்வதை யார் நம்புவார்கள்? நீங்கள் எதையாவது சொல்ல முயன்றால், என்னைக் காப்பாற்றிக் கொள்வதற்காக நானும் எல்லாவற்றையும் சொல்வேன்."

"நான் உன்னைப் பார்த்துப் பயப்படுகிறேன் என்று நீ நினைக்கிறாயா?"

"நான் சொல்வதையெல்லாம் நீதிமன்றம் நம்பவில்லை என்றாலும், பொதுமக்கள் நம்புவார்கள். அப்போது நீங்கள் வெட்கித் தலைகுனிய வேண்டியிருக்கும்."

"அப்படியென்றால், 'ஒரு புத்திசாலி மனிதனுடன் பேசுவது எப்போதும் சுவாரஸ்யமானது' அப்படித்தானே? ம்?" என்று இவான் ஃபியோதரோவிச் பல்லைக் கடித்துக் கொண்டு உறுமினான்.

"நீங்கள் சொல்வது சரிதான். அதனால் நீங்கள் புத்திசாலித் தனமாக நடந்து கொள்வது நல்லது."

இவான் ஃபியோதரோவிச் எழுந்து நின்று, கோபத்தில் உடல் முழுவதும் நடுங்கத் தனது கோட்டை அணிந்து கொண்டு, ஸ்மெர்த்தியாக்கவிடம் மேற்கொண்டு எதுவும் பேசாமல், அவனை ஏறிட்டுக்கூடப் பார்க்காமல் வேகமாக வெளியே சென்றான். வெளியே வீசிய குளிர்ந்த மாலைக் காற்று அவனுக்குப் புத்துணர்ச்சியைக் கொடுத்தது. வானத்தில் நிலவு பிரகாசமாக ஒளிர்ந்தது. எண்ணங்களும் உணர்வுகளும் நிறைந்த ஒரு கொடுங்கனவு அவனுடைய உள்ளத்தில் கொழுந்துவிட்டு எரிந்தது. 'நான் இப்போதே அதிகாரிகளிடம் சென்று ஸ்மெர்த்தியாக்கவ் மீது குற்றம் சாட்டலாமா? ஆனால் நான் அவன் மீது என்ன குற்றம் சாட்ட முடியும்? எப்படியிருந்தாலும் அவன் குற்றவாளி அல்ல. நான் அப்படிச் செய்தால் அவன் உடனடியாக என் மீது குற்றம் சாட்டுவான். நான் ஏன் செர்மாஷ்னியாவுக்குப் போனேன்? ஏன்? எதற்காக?' என்று இவான் ஃபியோதரோவிச் தனக்குள் கேட்டுக் கொண்டான். 'ஆமாம், ஏதோ நடக்கும் என்று நான் எதிர்பார்த்தேன். அவன் சொல்வது சரிதான்...' அவன் தன் தந்தையின் வீட்டில், அந்த இரவு நேரத்தில் மாடிப்படியில் நின்று தனது தந்தை என்ன செய்கிறார் என்பதை இரகசியமாகக் கண்காணித்ததை நூறாவது முறையாக மீண்டும் நினைத்துப் பார்த்தான். ஆனால் இந்த முறை அவன் அதை வேதனையுடன் நினைவுகூர்ந்தான். அவன் வேதனை தாங்க முடியாதவனாக, நடுத்தெருவில் ஸ்தம்பித்து நின்றான். 'ஆம், நான் அதை எதிர்பார்த்தேன் என்பதுதான் உண்மை! அந்தக் கொலை நடக்க வேண்டும் என்று நான் ஆசைப்பட்டேன்! நான் அதை விரும்பினேனா அல்லது விரும்பவில்லையா?... இப்போது நான் ஸ்மெர்த்தியாக்கவைக் கொல்ல வேண்டும். எனக்கு அவனைக் கொல்லும் தைரியம் இல்லையென்றால், நான் உயிருடன் இருப்பதில் அர்த்தமில்லை.'

அவன் தன்னுடைய வீட்டிற்குச் செல்லாமல் கேத்தரீனா இவானோவ்னா வீட்டிற்குச் சென்று, தனது தோற்றத்தால் அவளைப் பயமுறுத்தினான். அவன் ஒரு பைத்தியக்காரனைப் போல இருந்தான். அவன் ஸ்மெர்த்தியாக்கவுடன் பேசிய உரையாடல் முழுவதையும், ஒவ்வொரு வார்த்தையையும், அவளிடம் சொன்னான். அவள் எவ்வளவுதான் முயன்றும் அவனைச் சாந்தப்படுத்த முடியவில்லை. அவன் மிகவும் விசித்திரமாகவும், தொடர்பில்லாமலும் பேசியபடி அறையில் அங்குமிங்கும் நடந்தான். கடைசியில் அவன் நாற்காலியில்

அமர்ந்து, முழங்கைகளை மேசையின் மீது ஊன்றி, கைகளில் தலையைப் புதைத்துக் கொண்டு, பின்வரும் விசித்திரமான வார்த்தைகளை முணுமுணுத்தான்.

“டிமிட்ரி தந்தையைக் கொலை செய்யவில்லை, ஆனால் ஸ்மெர்த்தியாக்கவ்தான் கொலைகாரன் என்றால், நான் நிச்சயமாக அவனுக்கு உடந்தையாக இருந்தேன், ஏனெனில் அதைச் செய்யும்படி நான்தான் அவனைத் தூண்டிவிட்டேன். நான் உண்மையில் அவனைத் தூண்டிவிட்டேனா என்று இன்னும் எனக்குத் தெரியவில்லை. ஆனால் டிமிட்ரி கொலைகாரனாக இல்லாமல் அவன்தான் கொலைகாரன் என்றால், நிச்சயமாக நானும் கொலைகாரன்தான்.”

கேத்தரீனா இவானோவ்னா அவன் சொன்னதைக் கேட்டுவிட்டு, அமைதியாக தனது இருக்கையிலிருந்து எழுந்து மேசைக்கு அருகில் சென்று அங்கிருந்த ஒரு பெட்டியைத் திறந்து, அதிலிருந்து ஒரு காகிதத்தை எடுத்து இவான் ஃபியோதரோவிச்சின் முன்னால் வைத்தாள். இவான் அதற்குப் பிறகு அல்யோஷாவிடம் பேசியபோது, டிமிட்ரி தன் தந்தையைக் கொலை செய்தார் என்பதற்கு ‘உறுதியான ஆதாரமாக’ சொன்ன கடிதம் அதுதான். கேத்தரீனா இவானோவ்னா வீட்டில் குரூஷென்கா அவளை அவமானப்படுத்திய பிறகு, மீச்சியா அன்று மாலை மடாலயத்திற்குப் போகும் வழியில் அல்யோஷாவைச் சந்தித்த பிறகு குடிபோதையில் எழுதிய கடிதம் அது. அப்போது மீச்சியா அல்யோஷாவிடம் விடைபெற்றுக் கொண்ட பிறகு நேராக குரூஷென்காவைப் பார்க்கச் சென்றார் என்றாலும், அவர் அவளைப் பார்த்தாரா இல்லையா என்று தெரியவில்லை, ஆனால் இரவில் கேபிடல் சிட்டி உணவகத்திற்குச் சென்று, வயிறு முட்டக் குடித்தார். குடிபோதையில் இருந்த மீச்சியா ஒரு பேனாவையும் காகிதத்தையும் கொண்டுவரச் சொல்லி, தனக்குத் தானே கேடு விளைவித்துக் கொள்ளும் ஒரு கடிதத்தை எழுதினார். அது வார்த்தை ஜாலங்கள் நிறைந்த, வெறித்தனமான, சம்பந்தமில்லாத, சுருக்கமாகச் சொன்னால், ஒரு ‘குடிகாரனின்’ கடிதம். ஒரு குடிகாரன் வீட்டிற்குத் திரும்பியதும், தனது மனைவியிடமோ அல்லது வீட்டில் உள்ள ஒருவரிடமோ, தன்னை ஓர் அயோக்கியன் எப்படி அவமானப்படுத்தி விட்டான் என்பதையும், தான் எவ்வளவு பெருந்தன்மையான மனிதன் என்பதையும், அந்த அயோக்கியனுக்கு எப்படிப் பாடம் புகட்டப் போகிறான் என்பதையும் மிகுந்த உஷ்ணத்துடன் சொல்லத் தொடங்கி, குடிபோதையில் அழுது கொண்டே, கோபத்துடன் முஷ்டியை மேசையின் மீது குத்தியபடி, மிக நீண்டதாக, சம்பந்தமில்லாமல் பேசுவதைப் போலிருந்தது.

உணவகத்தில் அவர்கள் மீச்சியாவுக்குக் கொடுத்த அந்தக் காகிதம் மிகவும் மலிவாகவும், அழுக்காகவும் இருந்தது. அதன் பின் புறத்தில் யாரோ சில கணக்குகளை எழுதியிருந்தார்கள். குடிபோதையில் இருந்த மீச்சியா, அந்தத் தாளில் போதிய இடம் இல்லை என்பதால், அதன் ஓரங்களில் எழுதியது மட்டுமின்றி, அதன் பின் புறத்திலும் எழுதியிருந்தார். அந்தக் கடிதம் பின்வருமாறு:

'விதிவசப்பட்ட காத்யா, நாளை எனக்குப் பணம் கிடைத்ததும், நான் உன்னுடைய மூவாயிரம் ரூபிள்களைத் திருப்பிக் கொடுத்து விடுவேன். மிகுந்த கோபக்காரப் பெண்ணே, நான் உன்னிடமிருந்து விடை பெற்றுக் கொள்கிறேன். என் அன்பே! இதுவே முடிவாக இருக்கட்டும்! நான் நாளை எல்லோரிடமிருந்தும் பணத்தைத் திரட்ட முயற்சி செய்வேன். என்னால் அது முடியாவிட்டால், இவான் ஃபியோதரோவிச் வீட்டிலிருந்து சென்ற பிறகு, நான் என் தந்தையிடம் சென்று அவருடைய மண்டையை உடைத்து, அவரது தலையணைக்கு அடியில் உள்ள பணத்தை எடுத்துக் கொள்வேன் என்று சத்தியம் செய்கிறேன். அதனால் நான் சைபீரியாவுக்குப் போக வேண்டியிருக்கும், ஆனால் உன்னுடைய மூவாயிரம் ரூபிள்களைத் திருப்பிக் கொடுத்து விடுவேன். நான் உன்னிடமிருந்து விடை பெறுகிறேன். நான் உன்னிடம் ஓர் அயோக்கியனைப் போல நடந்து கொண்டதால், உன் முன்னால் தரையில் விழுந்து வணங்குகிறேன். என்னை மன்னித்துவிடு! இல்லை, நீ என்னை மன்னிக்காமல் இருப்பதுதான் நல்லது, ஆமாம், அதுதான் உனக்கும் எனக்கும் நல்லது! உன்னுடைய காதலை விட சைபீரியா மேலானது, ஏனெனில் நான் வேறு ஒரு பெண்ணைக் காதலிக்கிறேன். நீ இன்று அவளை நன்றாகப் புரிந்து கொண்டிருப்பாய் என்பதால் உன்னால் எப்படி என்னை மன்னிக்க முடியும்? என்னைக் கொள்ளையடித்தவனை நான் கொல்வேன்! நான் உங்கள் அனைவரையும் விட்டுக் கிழக்கே வெகு தூரம் போகிறேன். நான் யாரையும் பார்க்க விரும்பவில்லை. நான் அவளிடமிருந்தும் பிரிந்து செல்கிறேன், ஏனெனில் நீ மட்டுமே என்னைத் துன்புறுத்தவில்லை, அவளும் அதைச் செய்கிறாள். விடை பெறுகிறேன்!

பின் குறிப்பு 1: நான் உன்னைச் சபித்தாலும், உன்னை ஆராதிக்கிறேன்! என் இதயத்தில் அதை உணர முடிகிறது. அங்கே எஞ்சியிருக்கும் ஒரு தந்தி இன்னும் அதிர்கிறது. என் இதயம் இரண்டாகப் பிளந்து விடுவது நல்லது! நான் தற்கொலை செய்து கொள்வேன், ஆனால் நான் முதலில் அந்த நாயைக் கொல்ல வேண்டும். நான் அவனிடமிருந்து மூவாயிரம் ரூபிள்களைப் பிடுங்கி உன்னிடம் வீசுவேன். நான் உன்னிடம் அயோக்கியத்தனமாக

நடந்து கொண்டேன் என்றாலும், நான் திருடன் அல்ல! எனவே நீ அந்த மூவாயிரம் ரூபிள்களுக்காகக் காத்திரு. அந்த நாய் தனது படுக்கைக்கு அடியில் இளஞ்சிவப்பு ரிப்பனில் அந்தப் பணத்தைக் கட்டி வைத்திருக்கிறது. நான் திருடன் இல்லை என்றாலும், என்னைக் கொள்ளையடித்தவனைக் கொல்வேன். காத்யா, என்னை இகழ்ச்சியாகப் பார்க்காதே. இந்த டிமிட்ரி திருடன் அல்ல, கொலைகாரன்! உன்னுடைய இகழ்ச்சிக்கு ஆளாகாமல் இருப்பதற்காக அவன் தனது தந்தையைக் கொன்று தன்னைத் தானே அழித்துக் கொள்கிறான். அவன் உன்னை நேசிக்கவில்லை.

பின் குறிப்பு 2: நான் உன் பாதங்களை முத்தமிட்டு, உன்னிடமிருந்து விடைபெறுகிறேன்!

பின் குறிப்பு 3: காத்யா, எனக்குப் பணம் கிடைக்க வேண்டும் என்று நீ கடவுளிடம் பிரார்த்தனை செய். அப்போது என் கைகளில் இரத்தக் கறை படியாது, ஆனால் பணம் கிடைக்கவில்லை என்றால், அது நடக்கும். ஓ, கடவுளே, என்னைக் கொன்றுவிடுங்கள்!

உன் அடிமையும் எதிரியுமான,

டிமிட்ரி கரமசோவ்

இவான் அந்தக் கடிதத்தைப் படித்த பிறகு சாந்தமானான். உண்மையில் டிமிட்ரிதான் கொலைகாரன் ஸ்மெர்த்தியாக்கவ் அல்ல என்றால், இவானும் கொலைகாரன் இல்லை என்ற காரணத்தால், அவனைப் பொறுத்தவரை அந்தக் கடிதம் அவன் குற்றமற்றவன் என்பதற்கான ஒரு நிரூபணமாக மாறியது. இப்போது அவனுக்கு மீச்சியாவின் குற்றத்தைப் பற்றி எந்தச் சந்தேகமும் இல்லை. மீச்சியா ஸ்மெர்த்தியாக்கவுடன் சேர்ந்து அந்தக் கொலையைச் செய்திருக்கலாம் என்ற சந்தேகம் அவனுக்கு எழவே இல்லை. ஏனெனில் அது உண்மைகளோடு ஒத்துப் போகவில்லை. எனவே இவான் ஃபியோதரோவிச் அமைதியடைந்தான். மறுநாள் காலையில் அவன் ஸ்மெர்த்தியாக்கவையும், அவனுடைய கேலியையும் வெறுப்புடன் நினைத்துப் பார்த்தான். இவான் ஃபியோதரோவிச் அதற்குச் சில நாட்களுக்குப் பிறகு, தன் மனதில் தோன்றிய அந்தச் சந்தேகம் தன்னை இவ்வளவு மோசமான மனநிலைக்குத் தள்ள முடியுமா என்று ஆச்சரியப்பட்டான். ஸ்மெர்த்தியாக்கவைப் பற்றிய நினைவை அவன் வெறுப்புடன் ஒதுக்கித் தள்ளிவிட்டு, அவனை மறந்துவிடுவது என்று தீர்மானித்தான். இப்படியாக ஒரு மாதம் கழிந்தது. ஸ்மெர்த்தியாக்க வைப் பற்றி அவன் எதுவும் விசாரிக்கவில்லை என்றாலும், நோயினால் அவனுக்குப் புத்தி பேதலித்துவிட்டதாகக் கேள்விப்பட்டான். 'அவனுக்குப் பைத்தியம் பிடித்துவிடும்' என்று இளம் மருத்துவர்

வார்வின்ஸ்கி அவனைப் பற்றிச் சொன்னது இவான் ஃபியோதரோவிச்சின் நினைவுக்கு வந்தது.

அந்த மாதத்தின் கடைசி வாரத்தில் இவான் ஃபியோதரோவிச்சுக்கு உடல்நிலை சரியில்லாமல் போனது. எனவே அவன் விசாரணை நடப்பதற்கு முன்பு, கேத்தரீனா இவானோவ்னா மாஸ்கோவிலிருந்து வரவழைத்திருந்த மருத்துவரைச் சந்தித்து அவரிடம் ஆலோசனைக் கேட்டான். அந்தச் சமயத்தில்தான் கேத்தரீனா இவானோவ்னாவுக்கும் அவனுக்கும் இடையில் இருந்த உறவில் விரிசல் ஏற்பட்டது. அவர்கள் இருவரும் ஒருவரையொருவர் நேசிக்கும் இரண்டு எதிரிகளைப் போல இருந்தனர். கேத்தரீனா இவானோவ்னாவின் மனம் திடீரென்று மீச்சியாவை நோக்கித் தற்காலிகமாக, ஆனால் ஆற்றலுடன் 'திரும்பியது' இவானை வெறிகொள்ளச் செய்தது.

அல்யோஷா சிறையிலிருந்த மீச்சியாவைப் பார்த்துவிட்டு, கேத்தரீனா இவானோவ்னா வீட்டிற்கு வரும் வரை, கடந்த ஒரு மாதம் முழுவதும், ஒரு முறை கூட மீச்சியாவின் குற்றத்தைப் பற்றி அவள் எந்தச் சந்தேகத்தையும் இவான் ஃபியோதரோவிச்சிடம் தெரிவிக்காதது விசித்திரமாக இருக்கிறது. அவன் மிகவும் வெறுத்த, மீச்சியாவின் மீதிருந்த அவளுடைய பழைய காதல் திரும்பியபோது கூட அவள் அதைச் சொல்லவில்லை. இவானுடைய மனதில் நாளுக்கு நாள் மீச்சியாவின் மீதிருந்த வெறுப்பு அதிகரித்துக் கொண்டே சென்றது என்றாலும், காத்யாவின் மனம் அவரை நோக்கித் திரும்பியது அந்த வெறுப்புக்குக் காரணமில்லை, மாறாக மீச்சியா அவர்களுடைய தந்தையைக் கொன்றதுதான் காரணம் என்பதை அவன் புரிந்து கொண்டதும் குறிப்பிடத்தக்கது! அவன் அதை முழுமையாக அறிந்திருந்தான் என்றாலும், விசாரணை நடப்பதற்குப் பத்து நாட்களுக்கு முன்பு மீச்சியாவைச் சந்தித்து, அவர் அங்கிருந்து தப்பிச் செல்வதற்கான திட்டத்தை, அவரிடம் சொன்னான். பல நாட்களுக்கு முன்பே அவன் அந்தத் திட்டத்தைப் பற்றி யோசித்திருந்தான் என்பது தெளிவாகத் தெரிந்தது. மீச்சியாவுக்குத் தண்டனை கிடைத்தால், அவனுக்கும் அல்யோஷாவுக்கும் கிடைக்கும் சொத்தின் மதிப்பு நாற்பதாயிரம் ரூபிள்களிலிருந்து அறுபதாயிரம் ரூபிள்களாக அதிகரிக்கும் என்று ஸ்மெர்த்தியாக்கவ் அவனிடம் சொன்னது அவனுடைய மனதைக் காயப்படுத்தியதால், அவன் அந்தத் திட்டத்திற்கு ஏற்பாடு செய்து, அதற்காகத் தனக்குரிய பங்கிலிருந்து முப்பதாயிரம் ரூபிள்களைச் செலவழிக்க முடிவு செய்தான். சிறையிலிருந்த மீச்சியாவைப் பார்த்துவிட்டுத் திரும்பியபோது, இனம் புரியாத சோகமும், குழப்பமும், சோர்வும் அவனை ஆட்கொண்டது. முப்பதாயிரம்

ரூபிள்களைத் தியாகம் செய்து மீச்சியாவைத் தப்பிக்கச் செய்வதன் மூலம் தன்னுடைய மனக் காயத்தை ஆற்றிக் கொள்ள முடியும் என்பது மட்டுமின்றி, அதையும் தாண்டி வேறு ஒரு காரணம் இருப்பதாக அவனுக்குத் தோன்றியது. 'நான் ஒரு கொலைகாரன் என்று என் மனம் என்னைக் குத்திக் காட்டுவதுதான் காரணமா?' என்று அவன் தன்னைத் தானே கேட்டுக் கொண்டான். அவனுடைய உள்ளத்தின் அடியாழத்தில் எரிந்து கொண்டிருந்த ஏதோ ஒன்று அவனது ஆன்மாவைக் குத்திக் கிளறியது. எல்லாவற்றுக்கும் மேலாக, கடந்த மாதம் முழுவதும், அவனது சுய கௌரவம் பெருமளவில் பாதிக்கப்பட்டது. ஆனால் நாம் அதைப் பற்றிப் பிறகு பார்ப்போம்...

இவான் ஃபியோதரோவிச் அல்யோஷாவுடன் பேசிவிட்டு வீட்டுக்குச் சென்று அழைப்பு மணியை அடிக்க முயன்ற தருணத்தில், திடீரென்று ஸ்மெர்த்தியாக்கவைப் பார்க்க வேண்டும் என்று முடிவு செய்தபோது, சட்டென்று அவனுடைய உள்ளத்தில் கோபம் வெடித்துக் கிளம்பியது. 'மீச்சியாதான் கொலைகாரன் என்று நீங்கள்தான் என்னை நம்ப வைத்தீர்கள்' என்று கேத்தரீனா சொன்னது அவனுடைய நினைவுக்கு வந்தது. அவன் அதை யோசித்துப் பார்த்தபோது, நிலைகுலைந்து போனான். மீச்சியாதான் கொலையாளி என்று இவான் அவளை நம்ப வைக்க ஒருபோதும் முயற்சி செய்யவில்லை, மாறாக அவன் ஸ்மெர்த்தியாக்கவைப் பார்த்துவிட்டு அவளைப் பார்க்கச் சென்றபோது, தன் தந்தையின் கொலைக்கு நானே காரணம் என்று அவளிடம் சொன்னான். ஆனால் அவள்தான் அவனிடம் மீச்சியாவின் கடிதத்தைக் காட்டி, அவர்தான் குற்றவாளி என்று சொன்னாள். இப்போது அவள் திடீரென்று, 'நானே ஸ்மெர்த்தியாக்கவைப் பார்க்கப் போனேன்!' என்று சொல்கிறாள். அவள் எப்போது அவனைப் பார்க்கச் சென்றாள்? அவனுக்கு அதைப் பற்றி எதுவும் தெரியாது. அப்படியானால் மீச்சியாதான் குற்றவாளி என்று அவளால் உறுதியாகச் சொல்ல முடியவில்லை! ஸ்மெர்த்தியாக்கவ் அவளிடம் என்ன சொல்லியிருப்பான்? அவன் அவளிடம் என்னவெல்லாம் சொன்னான்? அவன் உள்ளத்தில் பயங்கரமான கோபம் கொழுந்துவிட்டு எரிந்தது. அவள் அரை மணி நேரத்திற்கு முன்பு அவனிடம் அந்த வார்த்தைகளைச் சொன்னபோது, தன்னால் எப்படிக் கோபப்படாமல் இருக்க முடிந்தது என்று அவனுக்குப் புரியவில்லை. அதனால் அவன் அழைப்பு மணியை அடிக்காமல் நேராக ஸ்மெர்த்தியாக்கவைப் பார்க்கப் போனான். 'இந்த முறை நான் அவனைக் கொன்றுவிடலாம்' என்று அவன் போகும் வழியில் நினைத்தான்.

8. ஸ்மெர்த்தியாக்கவுடன் நடந்த மூன்றாவது மற்றும் கடைசி சந்திப்பு

இவான் ஃபியோதரோவிச் பாதி தூரம் சென்றதும், அன்று அதிகாலையிலிருந்து வீசிக் கொண்டிருந்த வறண்ட காற்று பலமாக வீசியதுடன், உலர்ந்த அடர்த்தியான பனி கொட்டத் தொடங்கியது. பூமியில் விழுந்து ஒட்டாமல் கிடந்த அந்தப் பனிப் பொழிவைக் காற்று சுழற்றி வீசியது. அது மிக விரைவில் ஒரு பனிப்புயலாக மாறியது. ஸ்மெர்த்தியாக்கவ் வசித்த பகுதியில் தெரு விளக்குகளே இல்லை. இவான் ஃபியோதரோவிச் பனிப் புயலைப் பற்றிய பிரக்ஞையின்றி உள்ளுணர்வால் வழியைக் கண்டுபிடித்து, இருளில் தன்னந்தனியாக நடந்து கொண்டிருந்தான். அவனுக்குத் தலை வலித்தது; நெற்றிப் பொட்டுகளில் வலி தெறித்தது. அவன் தனது கைகள் தன்னிச்சையாக நடுங்குவதை உணர்ந்தான். அவன் மரியா கன்த்ரச்சேவ்னாவின் வீட்டை நெருங்கியபோது, கையினால் ஒட்டுப் போட்டு தைத்த கோட்டை அணிந்திருந்த ஒரு விவசாயி, குடிபோதையில் முணுமுணுத்தபடி யாரையோ திட்டிக் கொண்டுத் தனியாக அங்குமிங்கும் நடந்து கொண்டிருப்பதைப் பார்த்தான். அவன் திடீரென்று திட்டுவதை நிறுத்திவிட்டுக் கரகரப்பான குடிகாரக் குரலில், 'ஓ, வான்கா பீட்டர்ஸ்பர்க் சென்றிருக்கிறான்; அவன் திரும்பி வரும்வரை நான் காத்திருக்க மாட்டேன்!' என்று பாடத் தொடங்கினான். ஆனால் அவன் ஒவ்வொரு முறையும் இரண்டாவது வரியில் பாடுவதை நிறுத்திவிட்டு, மீண்டும் திட்டத் தொடங்கினான். அதன் பிறகு அவன் மீண்டும் அதே வரியைப் பாடினான். இவான் ஃபியோதரோவிச் அவனைப் பற்றி எதுவும் யோசிப்பதற்கு முன்னரே, அவனுக்கு அவன் மீது அளவு கடந்த வெறுப்பு ஏற்பட்டது. திடீரென்று அவனுக்கு அவனை அடிக்க வேண்டும் என்ற அடக்க முடியாத உந்துதல் ஏற்பட்டது. அவர்கள் இருவரும் நெருங்கியபோது, அவன் தள்ளாடிக் கொண்டே வந்து இவான் ஃபியோதரோவிச்சின் மீது பலமாக மோதினான். அப்போது இவான் ஃபியோதரோவிச் அவனை ஆவேசத்துடன் பின்னால் தள்ளிவிட்டான். அந்த விவசாயி பறந்து சென்று ஒரு மரக்கட்டையைப் போல உறைந்த தரையில் விழுந்து, "ஓ ஓ!" என்று முனகிக் கொண்டே மௌனமானான். இவான் ஃபியோதரோவிச் அவனை நெருங்கிப் பார்த்தபோது, அவன் சுயநினைவின்றி மல்லாந்து கிடந்தான். 'அவன் குளிரில் உறைந்து இறந்துவிடுவான்' என்று நினைத்த இவான் ஃபியோதரோவிச் ஸ்மெர்த்தியாக்கவைப் பார்க்கச் சென்றான்.

மரியா கன்த்ரச்சேவ்னா கையில் மெழுகுவர்த்தியுடன் ஓடிச் சென்று கதவைத் திறந்து அவனை வரவேற்று, ஸ்மெர்த்தியாக்கவுக்கு உடல்நலம் சரியில்லை என்று அவனிடம் கிசுகிசுத்தாள்.

"அவன் எழுந்திருக்க முடியாமல் படுத்திருக்கிறான் என்று சொல்ல முடியாது, ஆனால் அவனுடைய மனநிலை சரியில்லை என்று தோன்றுகிறது. அவன் தேநீரைக் கூட மறுத்துவிட்டு, எதையும் சாப்பிடாமல் இருக்கிறான்."

"அவன் முரட்டுத்தனமாக நடந்து கொள்கிறானா?" என்று இவான் ஃபியோதரோவிச் வெளிப்படையாகக் கேட்டான்.

"ஓ, இல்லை, அதற்கு மாறாக அவன் மிகவும் அமைதியாக இருக்கிறான். நீங்கள் தயவுசெய்து அவனுடன் நீண்ட நேரம் பேச வேண்டாம்..." என்று மரியா கன்த்ரச்சேவ்னா கெஞ்சிக் கேட்டுக் கொண்டாள்.

இவான் ஃபியோதரோவிச் கதவைத் திறந்து ஸ்மெர்த்தியாக்கவின் அறைக்குள் நுழைந்தான்.

அவன் சென்ற முறை வந்தபோது இருந்ததைப் போலவே இப்போதும் அந்த அறை வெப்பமாக இருந்தது, ஆனால் அறையில் சில மாற்றங்கள் ஏற்பட்டிருந்தன. சுவருக்கு அருகிலிருந்த ஒரு சாதாரண பெஞ்சுக்குப் பதிலாக ஒரு பெரிய தோல் சோபாவும் அதன் மீது ஒரு படுக்கையும், சுத்தமான வெள்ளைத் தலையணை களும் இருந்தன. ஸ்மெர்த்தியாக்கவ் அதே மேலங்கியை அணிந்து, சோபாவில் அமர்ந்திருந்தான். சோபாவுக்கு முன்னால் மேசையை நகர்த்தி வைத்திருந்ததால், இப்போது அந்த அறையில் போதிய இடவசதி இல்லாமல் இருந்தது. மேசையின் மீது மஞ்சள் நிற அட்டையுடன் கூடிய தடித்த புத்தகம் ஒன்று கிடந்தது, ஆனால் ஸ்மெர்த்தியாக்கவ் அதைப் படிக்காமலும், எதுவும் செய்யாமலும் வெறுமனே உட்கார்ந்திருப்பதாகத் தோன்றியது. அவன் இவான் ஃபியோதரோவிச்சை நீண்ட நேரம் மௌனமாக உற்றுப் பார்த்தான். ஆனால் அவன் இவானுடைய வருகையைக் கண்டு கொஞ்சம் கூட ஆச்சரியப்பட்டதாகத் தெரியவில்லை. அவனுடைய முகத்தில் ஒரு பெரிய மாற்றம் தெரிந்தது; அது மிகவும் மெலிந்து மஞ்சள் நிறமாக மாறியிருந்தது. அவனுடைய கண்கள் குழி விழுந்தும், கீழ் இமைகள் நீல நிறத்திலும் இருந்தன.

"உனக்கு நிஜமாகவே உடம்பு சரியில்லையா?" என்று இவான் ஃபியோதரோவிச் கேட்டான். "நான் உன்னிடம் நீண்ட நேரம் பேச மாட்டேன். நான் என் கோட்டைக் கூட கழற்றவில்லை. நான் எங்கே உட்கார்வது?"

அவன் மேசையின் மறுபக்கம் சென்று ஒரு நாற்காலியை இழுத்துப் போட்டு அமர்ந்தான்.

"நீ எதுவும் பேசாமல் என்னை ஏன் முறைத்துப் பார்க்கிறாய்? எனக்கு ஒரே ஒரு கேள்விக்கு மட்டுமே பதில் தெரிய வேண்டும். நான் அதைத் தெரிந்து கொள்ளாமல் இங்கிருந்து போகமாட்டேன் என்று சத்தியம் செய்கிறேன். கேத்தரீனா இவானோவ்னா என்ற இளம் பெண் உன்னைப் பார்க்க வந்தாளா?"

ஸ்மெர்த்தியாக்கவ் நீண்ட நேரமாக இவான் ஃபியோதரோவிச்சைப் அமைதியாகப் பார்த்துக் கொண்டிருந்து விட்டு, திடீரென்று கையை ஆட்டியபடி முகத்தைத் திருப்பிக் கொண்டான்.

"உனக்கு என்ன ஆயிற்று?" என்று இவான் ஃபியோதரோவிச் கத்தினான்.

"ஒன்றுமில்லை."

"ஒன்றுமில்லை என்றால் என்ன அர்த்தம்?"

"ஆமாம், அவள் வந்திருந்தாள். ஆனால் அதைப் பற்றி உங்களுக்கு என்ன கவலை? என்னைத் தனியாக இருக்க விடுங்கள்."

"இல்லை, முடியாது. சொல், அவள் எப்போது இங்கே வந்தாள்?"

"நான் அவளைப் பற்றிய எல்லாவற்றையும் மறந்துவிட்டேன்" என்று ஸ்மெர்த்தியாக்கவ் ஏளனமாகச் சிரித்தபடி, ஒரு மாதத்திற்கு முன்பு இவான் ஃபியோதரோவிச்சைச் சந்தித்தபோது பார்த்ததைப் போல அதே வெறுப்புடன் அவனை வெறித்துப் பார்த்தான்.

"உங்களுடைய உடல்நிலை மிகவும் மோசமாக இருக்கிறது. உங்கள் முகம் பரிதாபமாகக் காட்சியளிக்கிறது" என்று அவன் இவான் ஃபியோதரோவிச்சிடம் சொன்னான்.

"நீ என்னைப் பற்றிக் கவலைப்படாமல் என்னுடைய கேள்விக்குப் பதில் சொல்."

"உங்களுடைய கண்கள் ஏன் மஞ்சள் நிறமாக மாறிவிட்டது? நீங்கள் அதிகமாகக் கவலைப்படுகிறீர்களா?" என்று அவன் வெறுப்புடன் இளித்துவிட்டு, திடீரென்று வாய்விட்டுச் சிரித்தான்.

"இதோ பார், எனக்குப் பதில் கிடைக்காமல் நான் இங்கிருந்து போக மாட்டேன் என்று சொன்னேன்" என்று இவான் ஃபியோதரோவிச் எரிச்சலுடன் கத்தினான்.

"நீங்கள் ஏன் என்னைத் தொந்தரவு செய்கிறீர்கள்? நீங்கள் ஏன் என்னைச் சித்திரவதை செய்கிறீர்கள்?" என்று ஸ்மெர்த்தியாக்கவ் வேதனையுடன் கேட்டான்.

"நீ நாசமாய்ப் போ! உன்னைப் பற்றி எனக்கு எந்தக் கவலையும் இல்லை. நீ எனக்கு வேண்டிய பதிலைச் சொல்லி விட்டால் நான் உடனே கிளம்பிவிடுவேன்."

"நான் உங்களிடம் சொல்வதற்கு ஒன்றுமில்லை" என்று ஸ்மெர்த்தியாக்கவ் மீண்டும் கண்களைத் தாழ்த்திக் கொண்டு பதில் சொன்னான்.

"நான் உன்னிடமிருந்து பதிலை வரவழைக்காமல் விட மாட்டேன்!"

"நீங்கள் ஏன் வீணாகக் கவலைப்படுகிறீர்கள்?" என்று அவன் மீண்டும் இவான் ஃபியோதரோவிச்சை வெறுப்புடன் மட்டுமின்றி, ஏறக்குறைய அருவருப்புடன் பார்த்தான். "நாளை விசாரணை நடக்கப் போவதை நினைத்து நீங்கள் கவலைப்படுகிறீர்களா? உங்களுக்கு எதுவும் நடக்காது என்பதால் நீங்கள் வீட்டிற்குச் சென்று நிம்மதியாகத் தூங்குங்கள். நீங்கள் எதற்கும் பயப்பட வேண்டியதில்லை."

"நீ சொல்வது எனக்குப் புரியவில்லை... நான் ஏன் நாளை நடக்கப் போகும் விசாரணையை நினைத்துப் பயப்பட வேண்டும்?" என்று இவான் ஃபியோதரோவிச் வியப்புடன் கேட்டபோது, திடீரென்று ஏதோ ஓர் இனம் புரியாத அச்சம் அவனுடைய மனதைக் கௌவிப்பிடித்தது.

ஸ்மெர்த்தியாக்கவ் தனது கண்களால் அவனை அளந்தான்.

"உங்களுக்குப் புரியவில்லையா?" என்று அவன் இழுத்தான். "ஒரு புத்திசாலி மனிதரான நீங்கள் எதற்காக இப்படி நடிக்கிறீர்கள்?"

இவான் ஃபியோதரோவிச் எதுவும் பேசாமல் அவனையே பார்த்துக் கொண்டிருந்தான். அந்த முன்னால் வேலைக்காரன் இப்போது பேசிய குரலின் தொனி முன்னெப்போதும் இல்லாத வகையில் முற்றிலும் அசாதாரணமாகவும், ஆணவத்துடனும் வெளிப்பட்டது. அவன் சென்ற முறை கூட அப்படி ஒரு தொனியில் பேசவில்லை.

"நீங்கள் பயப்படத் தேவையில்லை என்று நான் உறுதியாகச் சொல்கிறேன். நான் உங்களைப் பற்றி ஒன்றும் சொல்ல மாட்டேன், ஏனெனில் உங்களுக்கு எதிராக என்னிடம் எந்த ஆதாரமும் இல்லை. உங்கள் கைகள் எப்படி நடுங்குகின்றன என்று பாருங்கள். உங்கள் விரல்கள் ஏன் அப்படி அசைகின்றன? நீங்கள் வீட்டிற்குச் செல்லுங்கள். நீங்கள் அவரைக் கொலை செய்யவில்லை."

இவான் ஃபியோதரோவிச்சின் உடல் நடுங்கியது. அப்போது அவனுக்கு அல்யோஷா சொன்னது நினைவுக்கு வந்தது.

"அது நான் இல்லை என்று எனக்குத் தெரியும்" என்று அவன் முணுமுணுத்தான்.

"அப்படியா?" என்று ஸ்மெர்த்தியாக்கவ் மீண்டும் ஏளனத்துடன் கேட்டான்.

இவான் துள்ளி எழுந்து, அவனுடைய தோளைப் பற்றினான்.

"விரியன் பாம்பே, எல்லாவற்றையும் சொல்! எல்லாவற்றையும் என்னிடம் சொல்!"

ஸ்மெர்த்தியாக்கவ் கொஞ்சம் கூட பயப்படவில்லை. அவன் இவான் ஃபியோதரோவிச்சை வெறுப்புடன் வெறித்துப் பார்த்தான்.

"அப்படியானால் நீங்கள்தான் அவரைக் கொன்றீர்கள்" என்று ஸ்மெர்த்தியாக்கவ் கோபத்துடன் முணுமுணுத்தான்.

இவான் ஃபியோதரோவிச் எதையோ புரிந்து கொண்டவன் போல நாற்காலியில் சாய்ந்தான். அவன் வெறுப்புடன் சிரித்தான்.

"நீ சென்ற முறையைப் போல இன்னும் அதே விஷயத்தைப் பேசிக் கொண்டிருக்கிறாய், இல்லையா?"

"நான் சென்ற முறை என்ன சொன்னேன் என்று உங்களுக்கு நன்றாகப் புரிந்தது. இப்போதும் உங்களுக்கு நன்றாகப் புரிகிறது."

"ஆமாம், உனக்குப் பைத்தியம் பிடித்துவிட்டது என்பது மட்டும் எனக்கு நன்றாகப் புரிகிறது."

"உங்களுக்குச் சலிப்பாக இல்லையா? இங்கே நாம் இருவர் மட்டுமே இருக்கும்போது, நமக்குள் இந்தப் போலித்தனமான நாடகம் எதற்காக? நீங்கள் என் முகத்திற்கு நேராக, எல்லாப் பழியையும் என் மீது சுமத்த விரும்புகிறீர்களா? நீங்கள்தான் அவரைக் கொன்றீர்கள்; நீங்கள்தான் உண்மையான கொலைகாரன். நான் உங்களுடைய கைப்பாவையாக, உங்களுடைய விசுவாசமான வேலைக்காரனாக நீங்கள் சொன்னதை மட்டுமே செய்தேன்."

"நீ அதைச் செய்தாயா? நிஜமாகவே நீதான் அவரைக் கொலை செய்தாயா?" என்று கேட்ட இவான் ஃபியோதரோவிச்சின் முதுகுத்தண்டு சில்லிட்டது.

அவனுடைய மூளையில் ஏதோ வெடித்துச் சிதறுவது போலிருந்தது. அவனுடைய உடல் முழுவதும் குளிர்ந்த நடுக்கம் பரவியது.

இப்போது ஸ்மெர்த்தியாக்கவ் அவனை வியப்புடன் பார்த்தான். ஏனெனில் இவான் ஃபியோதரோவிச்சுக்கு ஏற்பட்ட அந்த உண்மையான அதிர்ச்சியைக் கண்டு அவன் திகைத்துப் போயிருக்க வேண்டும்.

"உண்மையில் உங்களுக்கு அதைப் பற்றி ஒன்றும் தெரியாதா?" என்று அவன் நம்பிக்கையின்றி முணுமுணுத்தபடி, இவானின் கண்களைப் பார்த்துக் கோணலாகப் புன்னகைத்தான்.

இவான் ஃபியோதரோவிச் எதுவும் பேச முடியாமல், அவனையே உற்றுப் பார்த்துக் கொண்டிருந்தான். 'ஓ, வான்கா பீட்டர்ஸ்பர்க் சென்றிருக்கிறான்; அவன் திரும்பி வரும்வரை நான் காத்திருக்க மாட்டேன்!' என்ற வரிகள் சட்டென்று அவனுடைய மனதில் ஓடின.

"உனக்குத் தெரியுமா, நீ ஒரு கனவாக, என் முன்னால் அமர்ந்திருக்கும் ஒரு பேயாக இருப்பாயோ என்று நினைத்து நான் பயப்படுகிறேன்" என்று அவன் முணுமுணுத்தான்.

"இங்கே பேயும் இல்லை பூதமும் இல்லை. இங்கே நாம் இருவரும், ஒரு மூன்றாவது நபரும் மட்டுமே இருக்கிறோம். அந்த மூன்றாவது நபர் நிச்சயமாக இங்கே நம் இருவருக்கும் நடுவில் இருக்கிறார் என்பதில் எந்தச் சந்தேகமும் இல்லை."

"யார் அது? யார் இங்கே இருக்கிறார்? யார் அந்த மூன்றாவது நபர்?" என்று இவான் ஃபியோதரோவிச் பயத்துடன் கேட்டுவிட்டு, சுற்றும் முற்றும் பார்த்தபடி, அறையின் ஒவ்வொரு மூலையிலும் தேடினான்.

"அதுதான் கடவுள். இப்போது நம் அருகில் இருக்கும் மூன்றாவது நபர் அவர்தான். நீங்கள் அவரைத் தேடாதீர்கள், ஏனெனில் உங்களால் அவரைக் கண்டுபிடிக்க முடியாது."

"நீ அவரைக் கொன்றுவிட்டதாகச் சொல்வது பொய்!" என்று இவான் ஃபியோதரோவிச் திடீரென்று வெறித்தனமாகக் கத்தினான். "உனக்குப் பைத்தியம் பிடித்துவிட்டது அல்லது நீ சென்ற முறையைப் போல என்னைக் கேலி செய்கிறாய்!"

ஸ்மெர்த்தியாக்கவ் கொஞ்சமும் பயமின்றி அவனை ஏறிட்டுப் பார்த்தான். இவான் ஃபியோதரோவிச்சுக்கு 'எதுவும் தெரியாது' என்பதை அவனால் நம்ப முடியவில்லை. 'எல்லாப் பழியையும் என் மீது சுமத்துவதற்காக அவர் எதுவும் தெரியாதது போல என் முன்னால் நடிக்கிறார்' என்று அவன் நினைத்தான்.

"ஒரு நிமிடம்" என்று ஸ்மெர்த்தியாக்கவ் பலவீனமான குரலில் சொல்லிவிட்டு, மேசைக்கு அடியிலிருந்து தனது இடது காலை வெளியே இழுத்து, கால்சட்டையை மேலே சுருட்ட ஆரம்பித்தான். அவனுடைய காலில் ஒரு நீண்ட வெள்ளைக் காலுறையும், செருப்பும் இருந்தன. அவன் அவசரப்படாமல் காலைச் சுற்றியிருந்த துணியைக் கழற்றிவிட்டு, காலுறைக்குள் கையை நுழைத்தான். அவனை உற்றுப் பார்த்துக் கொண்டிருந்த இவான் ஃபியோதரோவிச், திடீரென்று வலிப்பு வந்தவனைப் போல பயத்தில் நடுங்கத் தொடங்கினான்.

“அவனுக்குப் பைத்தியம் பிடித்துவிட்டது!” என்று அவன் கத்தியபடி, நாற்காலியிலிருந்து வேகமாகத் துள்ளிக் குதித்து பின்னால் நகர்ந்து, பல்லியைப் போலச் சுவற்றில் ஒட்டிக் கொண்டு, விறைப்பாக நிமிர்ந்து நின்று, பயத்தில் உறைந்தவனாக ஸ்மெர்த்தியாக்கவைப் பார்த்தான். ஆனால் அவன் இவானின் பயத்தைப் பொருட்படுத்தாமல், தனது காலுறைக்குள் இருந்து எதையோ எடுக்கப் போராடிக் கொண்டிருந்தான். அவன் ஒருவழியாக அதைப் பிடித்து வெளியே இழுக்கத் தொடங்கினான். அது காகிதங்களைக் கொண்ட ஒரு பொட்டலத்தைப் போல அல்லது ஒரு காகிதக் கட்டு போல இருப்பதை இவான் ஃபியோதரோவிச் பார்த்தான். ஸ்மெர்த்தியாக்கவ் அதை எடுத்து மேசையின் மீது வைத்தான்.

“இதோ பாருங்கள்!” என்றான் அவன் மெல்லிய குரலில்.

“என்ன அது?” என்று இவான் ஃபியோதரோவிச் நடுங்கியபடி கேட்டான்.

“தயவுசெய்து அதைப் பிரித்துப் பாருங்கள்” என்று அவன் அதே மெல்லிய குரலில் பதிலளித்தான்.

இவான் மேசைக்கு அருகில் சென்று, அந்தக் காகிதக் கட்டைப் பிரிக்கத் தொடங்கினான். ஆனால் அவன் திடீரென்று ஓர் அருவருப்பான, பயங்கரமான பாம்பைத் தொட்டது போல தனது கைகளைப் பின்னால் இழுத்துக் கொண்டான்.

“உங்களுடைய கைகள் நடுங்குகின்றன” என்று ஸ்மெர்த்தியாக்கவ் சொல்லிவிட்டு, நிதானமாக அந்தக் கட்டைப் பிரித்தான்.

அந்த உறைக்குள் வானவில் நிறத்தில் மூன்று நூறு ரூபிள் நோட்டுக் கட்டுகள் இருந்தன.

“அந்த மூவாயிரம் ரூபிள்கள் இங்கேதான் இருக்கின்றன. நீங்கள் அவற்றை எண்ண வேண்டிய அவசியமில்லை. நீங்கள் அவற்றை எடுத்துக் கொள்ளுங்கள்” என்று அவன் இவானிடம் பணத்தைக் காட்டி தலையை ஆட்டினான்.

இவான் ஃபியோதரோவிச் இடி விழுந்தவனைப் போல நாற்காலியில் சரிந்தான். அவனுடைய முகம் வெள்ளைக் கைக்குட்டையைப் போல வெளுத்தது.

“நீ என்னைப் பயமுறுத்திவிட்டாய்... உன்னுடைய காலுறையைக் காட்டி...” என்று அவன் விநோதமாகச் சிரித்தான்.

“நீங்கள் இப்போது கூட உங்களுக்குத் தெரியாது என்று சொல்கிறீர்களா?” என்று ஸ்மெர்த்தியாக்கவ் மீண்டும் ஒரு முறை கேட்டான்.

“இல்லை, எனக்குத் தெரியாது. அது டிமிட்ரியாக இருக்கும் என்று நான் நினைத்தேன். அண்ணா! அண்ணா! ஓ, கடவுளே!” என்று அவன் சட்டென்று தனது தலையை இரண்டு கைகளாலும் பிடித்துக் கொண்டான். “இதோ பார், நீ தனியாக அவரைக் கொன்றாயா? நீ டிமிட்ரியின் உதவியால் அதைச் செய்தாயா அல்லது தனியாகச் செய்தாயா?”

“ஐயா, நான் உங்களுடன் சேர்ந்து, உங்களுடைய உதவியால்தான் அவரைக் கொன்றேன். நான்தான் அவரைக் கொன்றேன், டிமிட்ரி ஃபியோதரோவிச் முற்றிலும் நிரபராதி.”

“சரி, சரி... என்னைப் பற்றிப் பிறகு பேசுவோம். நான் ஏன் இப்படி நடுங்குகிறேன்? என்னால் பேசக்கூட முடியவில்லை...”

“நீங்கள் அப்போது எவ்வளவு தைரியமாக இருந்தீர்கள். ‘எல்லாமே அனுமதிக்கப்பட்டது’ என்று நீங்கள் சொல்லிக் கொண்டே இருந்தீர்கள், ஆனால் இப்போது பயந்து நடுங்குகிறீர்கள்!” என்று ஸ்மெர்த்தியாக்கவ் ஆச்சரியத்துடன் முணுமுணுத்தான். “நீங்கள் கொஞ்சம் எலுமிச்சை பழச்சாறு குடிக்கிறீர்களா? நான் உடனடியாக அதற்கு ஏற்பாடு செய்கிறேன். அது புத்துணர்ச்சியைக் கொடுக்கும். ஐயா, நான் முதலில் இதை மறைத்து வைக்க வேண்டும்” என்று அவன் நோட்டுக் கட்டுகளைச் சுட்டிக் காட்டினான்.

அப்போது அவன் மரியா கன்தரச்சேவ்னாவிடம் எலுமிச்சை பழச்சாறு கொண்டுவரும்படிச் சொல்வதற்காக எழுந்தான். அவள் அந்தப் பணக் கட்டுகளைப் பார்த்துவிடக் கூடாது என்பதற்காக அவன் அதை மறைத்து வைப்பதற்கு ஏதாவது கிடைக்குமா என்று பார்த்தான். அவன் அதை மறைப்பதற்காக முதலில் தனது கைக்குட்டையை எடுத்தான், ஆனால் அது அழுக்காக இருப்பதைப் பார்த்துவிட்டு, மேசையின் மீது கிடந்த, இவான் ஃபியோதரோவிச் அறைக்குள் நுழைந்தபோது பார்த்த, தடிமனான மஞ்சள் நிறப் புத்தகத்தை எடுத்து, நோட்டுக் கட்டுக்களை மூடி வைத்தான். அது சிரியாவின் அருட்தந்தை ஈசாக்கின் பொன் மொழிகள் என்ற புத்தகம். இவான் ஃபியோதரோவிச் அந்தப் புத்தகத்தின் தலைப்பை இயந்தர கதியில் படித்து மனதில் பதித்துக் கொண்டான்.

“எனக்கு எலுமிச்சை பழச்சாறு வேண்டாம்” என்றான் இவான் ஃபியோதரோவிச். “நாம் என்னைப் பற்றி அப்புறம் பேசலாம். நீ அதை எப்படிச் செய்தாய் என்பதைச் சொல். நீ எனக்கு எல்லாவற்றையும் விபரமாகச் சொல்.”

“நீங்கள் உங்கள் கோட்டைக் கழற்றுவது நல்லது, இல்லையென்றால் அதிக வெப்பமாக இருக்கும்.”

இவான் ஃபியோதரோவிச் அப்போதுதான் அதைக் கவனித்தவனைப் போல கோட்டைக் கழற்றி, நாற்காலியிலிருந்து எழுந்திருக்காமல் பெஞ்சின் மீது வீசினான்.

"சொல், தயவுசெய்து எல்லாவற்றையும் என்னிடம் சொல்!"

அவன் மிகவும் சாந்தமாக இருப்பதாகத் தோன்றியது. ஸ்மெர்த்தியாக்கவ் எல்லாவற்றையும் தன்னிடம் சொல்லிவிடுவான் என்ற எதிர்பார்ப்புடன் அவன் காத்திருந்தான்.

"நான் அதை எப்படிச் செய்தேன் என்று கேட்கிறீர்களா?" என்று அவன் பெருமூச்சு விட்டான். "ஐயா, நீங்கள் சொன்னது போல நான் அதை மிகவும் இயல்பாகச் செய்து முடித்தேன்…"

"நான் சொன்னதைப் பற்றிப் பிறகு பேசுவோம்" என்று இவான் ஃபியோதரோவிச் மீண்டும் இடைமறித்தான் என்றாலும், முன்பு போல கூச்சலிடாமல் தன்னை முழுமையாகக் கட்டுப்படுத்திக் கொண்டு உறுதியாகப் பேசினான். "நீ அதை எப்படிச் செய்தாய் என்பதை எனக்கு விபரமாகச் சொல். நீ எதையும் மறந்துவிடாமல் நடந்ததை நடந்தபடி சொல். ஒவ்வொரு சிறிய விபரமும் எனக்குத் தேவை என்பதால், நீ எல்லாவற்றையும் சொல்ல வேண்டும் என்று நான் உன்னைக் கெஞ்சிக் கேட்டுக் கொள்கிறேன்."

"நீங்கள் இங்கிருந்து சென்ற பிறகு நான் நிலவறைப் படியில் விழுந்துவிட்டேன்…"

"உனக்கு நிஜமாகவே வலிப்பு வந்ததா அல்லது நீ அப்படி நடித்தாயா?"

"ஐயா, நான் அப்படி நடித்தேன், எல்லாமே நடிப்புதான். நான் நிதானமாக நிலவறைப் படியில் இறங்கிச் சென்று, அமைதியாக தரையில் படுத்துக் கொண்டு கத்தினேன். அவர்கள் என்னை மேலே தூக்கிச் செல்லும் வரை நான் வலிப்பினால் துடிப்பது போலக் கத்திக் கொண்டே இருந்தேன்."

"ஒரு நிமிஷம்! நீ அதன் பிறகு மருத்துவமனையில் இருந்த போதும் நடித்துக் கொண்டே இருந்தாயா?"

"இல்லவே இல்லை. அவர்கள் அடுத்த நாள் காலை என்னை மருத்துவமனைக்கு அழைத்துச் செல்வதற்கு முன்பு, எனக்கு உண்மையான வலிப்பு ஏற்பட்டது. நான் என் வாழ்நாளில் இதுவரை அதைப் போன்ற ஒரு பயங்கரமான வலிப்பை அனுபவித்ததில்லை. இரண்டு நாட்களாக நான் மயக்கத்தில் இருந்தேன்."

"சரி, சரி, மேற்கொண்டு சொல்."

"அவர்கள் என்னைத் தூக்கிச் சென்று படுக்கையில் படுக்க வைத்தார்கள். எனக்கு உடல்நிலை சரியில்லாமல் போகும் போதெல்லாம், மார்த்தா என்னைத் தன்னுடைய அறையில் தடுப்புச் சுவருக்கு அந்தப் பக்கம் படுக்க வைப்பாள் என்று எனக்குத் தெரியும். நான் பிறந்ததிலிருந்து அவள் என்னிடம் மிகவும் அன்பாக இருக்கிறாள். இரவு நேரத்தில் மெதுவாக முனகிக் கொண்டே இருந்த நான், டிமிட்ரி ஃபியோதரோவிச்சை எதிர்பார்த்துக் காத்துக் கொண்டிருந்தேன்."

"நீ அவரை எதிர்பார்த்தாயா? அவர் உன்னைப் பார்க்க வருவார் என்று நீ எதிர்பார்த்தாயா?"

"அவர் ஏன் என்னைப் பார்க்க வர வேண்டும்? அவர் வீட்டிற்கு வருவார் என்று நான் எதிர்பார்த்தேன். அவர் அன்றிரவு கண்டிப்பாக வருவார் என்று நான் நினைத்தேன், ஏனெனில் என்னிடமிருந்து அவருக்கு எந்தத் தகவலும் கிடைக்காததால், என்ன நடக்கிறது என்பதைத் தெரிந்து கொள்வதற்காக நிச்சயமாக வேலியைத் தாண்டிக் குதித்து உள்ளே வருவார் என்பதில் எனக்கு எந்தச் சந்தேகமும் இல்லை. அதை எப்படிச் செய்வது என்று அவருக்கு நன்றாகத் தெரியும்."

"சரி, அவர் வராமல் இருந்திருந்தால்?"

"அப்போது எதுவும் நடந்திருக்காது. அவர் வராமல் இருந்திருந்தால் நான் அதைச் செய்யத் துணிந்திருக்க மாட்டேன்."

"சரி, சரி... நீ அவசரப்படாமல் எல்லாவற்றையும் தெளிவாகச் சொல். முக்கியமாக நீ எதையும் விட்டுவிடாதே!"

"அவர் நிச்சயமாகப் ஃபியோதர் பாவ்லோவிச்சைக் கொல்வார் என்று நான் எதிர்பார்த்தேன். நான் அதில் உறுதியாக இருந்தேன், ஏனெனில் கடந்த சில நாட்களாக... அதற்கு அவரைத் தயார் செய்திருந்தேன்... முக்கியமான விஷயம் என்னவென்றால் அவருக்கு அந்தச் சமிக்ஞைகளைப் பற்றி நன்றாகத் தெரியும். அவருடைய மனதில் சில நாட்களாகப் புகைந்து கொண்டிருந்த சந்தேகமும், ஆத்திரமும், அந்தச் சமிக்ஞைகளைப் பயன்படுத்தி வீட்டுக்குள் நுழைய வேண்டிய கட்டாயத்தை அவருக்கு ஏற்படுத்தும் என்று நான் உறுதியாக நம்பினேன். அது நிச்சயமாக நடக்கும் என்று எனக்குத் தெரியும். எனவே நான் அவரை எதிர்பார்த்துக் கொண்டிருந்தேன்."

"கொஞ்சம் பொறு" என்று இவான் குறுக்கிட்டான். "அவர் அவரைக் கொன்றிருந்தால், அங்கிருந்த பணத்தையும் எடுத்துக் கொண்டு போய்விடுவார் என்பதை நீ யோசித்துப் பார்த்தாயா?

அப்படி நடந்திருந்தால் உனக்கு என்ன கிடைத்திருக்கும் என்று எனக்குத் தெரியவில்லை."

"அவரால் பணத்தைக் கண்டுபிடித்திருக்க முடியாது. நான் அவரிடம் அந்தப் பணம் மெத்தைக்கு அடியில் இருப்பதாகச் சொல்லியிருந்தேன். ஆனால் அது உண்மையல்ல. அது முதலில் பெட்டியில் இருந்தது, ஆனால் ஃபியோதர் பாவ்லோவிச்சின் நம்பிக்கைக்குரிய ஒரே ஆள் நான்தான் என்பதால், நான் அவரிடம் அந்தப் பணத்தை மூலையில் இருந்த தெய்வச் சிலைகளுக்குப் பின்னால் மறைத்து வைக்கும்படிச் சொன்னேன், ஏனெனில் அது அங்கே இருப்பதை யாராலும் யூகிக்க முடியாது. குறிப்பாக அவசரத்தில் இருப்பவர்களால் நிச்சயமாக அதைக் கண்டுபிடிக்க முடியாது. அந்தப் பணம் தெய்வச் சிலைகளுக்குப் பின்னால் மூலையில் கிடந்தது. அதை மெத்தைக்கு அடியில் வைப்பது சுத்த முட்டாள்தனம். குறைந்தபட்சம் அதை ஒரு பெட்டியில் வைத்துப் பூட்டி வைப்பது புத்திசாலித்தனமாக இருக்கும். ஆனால் எல்லோரும் அது மெத்தைக்கு அடியில் இருப்பதாக நம்பினார்கள். என்ன ஒரு முட்டாள்தனம்! டிமிட்ரி ஃபியோதரோவிச் கொலையைச் செய்திருந்தால், எல்லாக் கொலைகாரர்களையும் போல அவரும் ஏதாவது சத்தத்தைக் கேட்டுப் பயந்து அங்கிருந்து ஓடியிருப்பார் அல்லது கைது செய்யப்பட்டிருப்பார் என்பதால் அவருக்கு நிச்சயமாக எதுவும் கிடைத்திருக்காது. நான் மறுநாள் காலையில் அல்லது அன்று இரவில், தெய்வச் சிலைகளுக்குப் பின்னால் உள்ள அந்தப் பணத்தை எடுத்திருக்க முடியும். அப்போது அந்தப் பணத்தைத் திருடிய பழியும் அவர் மீதுதான் விழுந்திருக்கும். அப்படித்தான் நடக்கும் என்று நான் உறுதியாக நம்பினேன்."

"ஆனால் அவர் அவரைக் கொலை செய்யாமல், அடிப்பதோடு நிறுத்தியிருந்தால் என்ன ஆகியிருக்கும்?"

"அவர் அவரைக் கொலை செய்யவில்லை என்றால், நான் நிச்சயமாக அந்தப் பணத்தை எடுக்கத் துணிந்திருக்க மாட்டேன், அந்தப் பணம் அங்கேயே இருந்திருக்கும். ஆனால் அவர் அவரை நினைவிழந்து போகும்படித் தாக்கினால், அந்தப் பணத்தை எடுத்துக் கொள்ள எனக்குப் போதுமான அவகாசம் கிடைக்கும், ஏனெனில் நான் கரமசோவிடம் டிமிட்ரி ஃபியோதரோவிச் அவரை அடித்து, பணத்தை எடுத்துச் சென்றுவிட்டார் என்று சொல்ல முடியும் என்று கணக்குப் போட்டேன்."

"இரு, எனக்குக் குழப்பமாக இருக்கிறது. அப்படியென்றால் டிமிட்ரிதான் அவரைக் கொன்றார், ஆனால் நீ பணத்தை மட்டும் எடுத்துக் கொண்டாய் என்று சொல்கிறாயா?"

“இல்லை, அவர் கொலை செய்யவில்லை. இப்போது கூட அவர்தான் கொலைகாரன் என்று என்னால் சொல்ல முடியும்... ஆனால் நான் உங்களிடம் பொய் சொல்ல விரும்பவில்லை, ஏனென்றால்... ஏனென்றால் உண்மையில் உங்களுக்கு இதுவரை நடந்தது எதுவுமே புரியவில்லை என்றாலும், நீங்கள் அதைப் புரிந்து கொள்ளவில்லை என்பது எனக்கு நன்றாகத் தெரிந்தாலும், நீங்கள் என் மீது பழியைப் போடுவதற்காக என் முன்னால் நடிக்கவில்லை என்றாலும், எல்லாவகையிலும் நீங்கள்தான் குற்றவாளி. ஏனெனில் கொலை நடக்கப் போகிறது என்று உங்களுக்குத் தெரிந்திருந்தும், நீங்கள் அதைச் செய்யும் பொறுப்பை என்னிடம் ஒப்படைத்துவிட்டு இங்கிருந்து சென்றுவிட்டீர்கள். ஆகையால் நான் இந்த மாலையில், இந்த முழு விவகாரத்திலும் நீங்கள்தான் உண்மையான கொலைகாரன் என்பதை உங்கள் முகத்திற்கு நேராக உங்களுக்குத் தெளிவுபடுத்த விரும்புகிறேன். நான்தான் அவரைக் கொலை செய்தேன் என்றாலும், நீங்கள்தான் உண்மையான கொலைகாரன். சட்டப்படி நீங்கள்தான் கொலைகாரன்!”

“ஏன்? நான் ஏன் கொலைகாரனாக வேண்டும்? அடக் கடவுளே!” என்று இவான் ஃபியோதரோவிச், தன்னைப் பற்றிப் பிறகு பேசலாம் என்று சொன்னதை மறந்துவிட்டு, தன்னைக் கட்டுப்படுத்திக் கொள்ள முடியாமல் பொறுமையிழந்து கத்தினான். “நீ இன்னும் அந்தச் செர்மாஷ்னியாவைப் பற்றிப் பேசுகிறாயா? கொஞ்சம் பொறு, இதற்குப் பதில் சொல். நான் செர்மாஷ்னியாவுக்குப் போவது சம்மதத்திற்கு அறிகுறி என்றே வைத்துக் கொண்டாலும், உனக்கு எதற்கு என்னுடைய சம்மதம் தேவை? நீ அதற்கு என்ன விளக்கம் சொல்லப் போகிறாய்?”

“எனக்கு உங்களுடைய சம்மதம் வேண்டும் என்று நான் நினைத்தேன், ஏனெனில் நீங்கள் திரும்பி வரும்போது, ஏதாவது ஒரு காரணத்திற்காக போலீஸ் அதிகாரிகள் டிமிட்ரி ஃபியோதரோவிச்சுக்குப் பதிலாக என்னைச் சந்தேகப்பட்டாலும் அல்லது என்னை அவருடைய கூட்டாளியாக நினைத்தாலும், காணாமல் போன மூவாயிரம் ரூபிள்களுக்காகக் கத்தி கூப்பாடு போட மாட்டீர்கள் என்று எனக்குத் தெரியும். அதற்கு மாறாக நீங்கள் மற்றவர்களிடமிருந்து என்னைக் காப்பாற்றுவீர்கள்...அதன் பிறகு உங்களுக்குப் பரம்பரை சொத்து கிடைத்ததும், நீங்கள் உங்களுடைய வாழ்நாள் முழுவதும் எனக்கு வெகுமதி அளிப்பீர்கள். உங்கள் தந்தை அக்ரஃபேனா அலெக்ஸாண்ட்ரோவ்னாவை மணந்திருந்தால் உங்களுக்கு ஒரு ரூபிள் கூட கிடைக்காமல் போயிருக்கும், ஆனால் என்னால் உங்களுக்குப் பரம்பரை சொத்து கிடைக்கப் போகிறது.”

“ஓஹோ! அப்படியானால் நீ என்னை என் வாழ்நாள் முழுவதும் தொந்தரவு செய்யலாம் என்று திட்டமிட்டாய்!” என்று இவான் ஃபியோதரோவிச் உறுமினான். “ஆனால் நான் இங்கிருந்து போகாமல், உன் மீது புகார் கொடுத்திருந்தால் என்ன நடந்திருக்கும்?”

“ஆனால் நீங்கள் என் மீது என்ன புகார் கொடுத்திருக்க முடியும்? நான் உங்களை செர்மாஷ்னியாவுக்குப் போகச் சொன்னேனா? நீங்கள் அப்படிச் செய்தால் அது சுத்த அபத்தமாக இருக்கும். தவிர, நம்முடைய உரையாடலுக்குப் பிறகு நீங்கள் இங்கிருந்து போயிருக்கலாம் அல்லது இங்கேயே இருந்திருக்கலாம். நீங்கள் இங்கேயே இருந்திருந்தால் எதுவும் நடந்திருக்காது. நீங்கள் அதை விரும்பவில்லை என்பதைத் தெரிந்து கொண்டு, நான் எதுவும் செய்யாமல் இருந்திருப்பேன். ஒருவேளை நீங்கள் இங்கிருந்து போய்விட்டால், விசாரணையில் எனக்கு எதிராகச் சாட்சி சொல்லத் துணிய மாட்டீர்கள் என்றும், அந்த மூவாயிரம் ரூபிள்களை எடுத்துக் கொண்டதற்காக என்னை மன்னித்து விடுவதாக உறுதியளிக்கிறீர்கள் என்றும் அர்த்தம். அதற்குப் பிறகு நீங்கள் என் மீது எந்தக் குற்றத்தையும் சுமத்த முடியாது, ஏனெனில் நான் எல்லாவற்றையும் நீதிமன்றத்தில் சொல்லிவிடுவேன். அதாவது நான் அவரைக் கொன்றுவிட்டு பணத்தைத் திருடிக் கொண்டேன் என்பதைச் சொல்ல மாட்டேன், ஆனால் எனக்குச் சம்மதமில்லை என்றாலும், நீங்கள்தான் என்னைத் திருடவும், கொலை செய்யவும் வற்புறுத்தினீர்கள் என்று சொல்வேன். அதனால்தான் எனக்கு உங்களுடைய சம்மதம் தேவைப்பட்டது. எனக்குச் சம்மதம் கிடைத்த பிறகு நீங்கள் எதற்காகவும் என்னைக் குற்றம் சாட்ட முடியாது. அதற்கு உங்களிடம் என்ன ஆதாரம் இருக்க முடியும்? நீங்கள் உங்கள் தந்தையின் மரணத்தை எவ்வளவு தூரம் விரும்பினீர்கள் என்பதை அம்பலப்படுத்துவேன் என்று சொல்லி நான் உங்களை மிரட்ட முடியும். நான் சொல்வதைப் பொதுமக்கள் நம்புவார்கள் என்பதால், நீங்கள் உங்கள் வாழ்நாள் முழுவதும் வெட்கித் தலைகுனிய வேண்டியிருக்கும்.”

“அப்படியானால் நான் அதற்காக ஆசைப்பட்டேன் என்று நீ நினைக்கிறாயா?” என்று இவான் ஃபியோதரோவிச் மீண்டும் உறுமினான்.

“ஆமாம், அதில் சந்தேகமில்லை. உங்களுடைய சம்மதத்தின் மூலம் நீங்கள் மறைமுகமாக எனக்கு அனுமதி கொடுத்தீர்கள்” என்று அவன் இவான் ஃபியோதரோவிச்சை உற்றுப் பார்த்தான்.

அவன் மிகவும் பலவீனமாக இருந்தான். அவன் சோர்வான குரலில் மெதுவாகப் பேசினான். ஆனால் அவனுக்குள்

மறைந்திருந்த ஏதோ ஒன்று அவனை உந்தித் தள்ளிக் கொண்டிருந்தது. அவனுக்கு ஏதோ ஓர் உள்நோக்கம் இருப்பது தெளிவாகத் தெரிந்தது. இவான் ஃபியோதரோவிச்சால் அதை உணர முடிந்தது.

“சரி, அன்று இரவு என்ன நடந்தது என்று சொல்.”

“அதைப் பற்றி வேறென்ன சொல்வது? நான் படுக்கையில் படுத்திருந்தபோது, எஜமானர் கூப்பிடுவது போலத் தோன்றியது. ஆனால் எனக்கு முன்பாக கிரிகோரி வாசிலியேவிச் எழுந்து வெளியே சென்றுவிட்டார். திடீரென்று அவருடைய அலறல் சத்தம் கேட்டது. அதன் பிறகு எங்கும் நிசப்தமும், இருளும் நிலவியது. நான் அங்கேயே படுத்துக் கொண்டு காத்திருந்தேன். என் இதயம் படபடவென்று அடித்துக் கொண்டது, என்னால் அதைத் தாங்க முடியவில்லை. நான் மேற்கொண்டு காத்திருக்க முடியாமல் எழுந்து வெளியே சென்றேன். அப்போது நான் தோட்டத்தின் இடதுபுறம் இருந்த, எஜமானருடைய அறையின் ஜன்னல் திறந்திருப்பதைப் பார்த்தேன். அவர் உயிருடன் இருக்கிறாரா என்பதைத் தெரிந்து கொள்வதற்காக நான் அதை நோக்கி மெதுவாக நடந்து சென்றேன். எஜமானர் அங்குமிங்கும் நடக்கும் ஓசையையும், பெருமூச்சு விடுவதையும் கேட்டு, அவர் உயிருடன் இருக்கிறார் என்பதை நான் தெரிந்து கொண்டேன். ‘ச்சே!’ என்று நான் ஏமாற்றத்துடன் சொல்லிக் கொண்டேன். நான் ஜன்னலருகே சென்று எஜமானரைக் கூப்பிட்டு, ‘நான்தான்’ என்று சொன்னேன். ‘அவன் இங்கேதான் இருந்தான், ஆனால் ஓடிவிட்டான்’ என்று அவர் என்னிடம் சொன்னார். அதாவது சற்று முன் டிமிட்ரி ஃபியோதரோவிச் அங்கே இருந்ததை அவர் குறிப்பிட்டார். ‘அவன் கிரிகோரியைக் கொன்றுவிட்டான்’ என்று அவர் சொன்னார். ‘எங்கே?’ என்று நான் அவரிடம் கிசுகிசுத்தேன். ‘அதோ தோட்டத்தின் மூலையில்’ என்று அவர் சுட்டிக் காட்டினார். அவரும் மெல்லிய குரலில் கிசுகிசுத்தார். ‘கொஞ்சம் பொறுங்கள்’ என்று நான் சொல்லிவிட்டு தோட்டத்துக்குப் போனேன். அங்கே கிரிகோரி வாசிலியேவிச் சுவரோரமாக இரத்த வெள்ளத்தில் நினைவிழந்துக் கிடப்பதைப் பார்த்தேன். அப்படியானால் டிமிட்ரி ஃபியோதரோவிச் இங்கே வந்திருக்கிறார் என்ற எண்ணம் என் மனதில் பளிச்சிட்டது. எனவே நான் உடனடியாக அதைச் செய்து முடிக்க வேண்டும் என்று தீர்மானித்தேன். கிரிகோரி வாசிலியேவிச் இன்னும் உயிருடன் இருந்தாலும் அவர் நினைவிழந்து கிடப்பதால் அவரால் எதையும் பார்க்க முடியாது என்று நான் நினைத்தேன். ஆனால் மார்த்தா திடீரென்று விழித்துக் கொண்டால் என்ன செய்வது என்ற ஒரு

சிக்கல் இருந்தது. நான் ஒரு கணம் அப்படி நினைத்தேன் என்றாலும், அதைச் செய்து முடிக்க வேண்டும் என்ற ஆசை என்னை ஆட்கொண்டது; எனக்கு மூச்சு முட்டியது. நான் மீண்டும் ஜன்னலருகே சென்று எஜமானரிடம், 'ஐயா, அக்ரபேஃனா அலெக்ஸாண்ட்ரோவ்னா வந்திருக்கிறாள். அவள் உள்ளே வர விரும்புகிறாள்' என்று சொன்னேன். அவர் ஒரு குழந்தையைப் போலத் துள்ளிக் குதித்தார். 'அவள் எங்கே? அவள் எங்கே?' என்று அவர் மூச்சிரைத்தார். அவரால் அதை நம்ப முடியவில்லை. 'அவள் அங்கே இருக்கிறாள், கதவைத் திறங்கள்' என்று நான் சொன்னேன். அவர் ஜன்னல் வழியாக என்னை எட்டிப் பார்த்தார். அவருடைய முகத்தில் பாதி நம்பிக்கையும் பாதி அவநம்பிக்கையும் தெரிந்தது, ஆனால் அவர் கதவைத் திறக்கப் பயந்தார். அவர் என்னைப் பார்த்துப் பயப்படுகிறார் என்று நான் நினைத்தேன். அது எனக்கு வேடிக்கையாக இருந்தது. அப்போது எனக்குத் திடீரென்று குரூஷென்கா வந்துவிட்டாள் என்ற சமிக்ஞையைத் தட்ட வேண்டும் என்று தோன்றியது. நான் சொன்னதை அவர் நம்பவில்லை என்றாலும், சமிக்ஞையைத் தட்டியதும் உடனடியாகக் கதவைத் திறக்க விரைந்தார். அவர் கதவைத் திறந்தார். நான் உள்ளே நுழைந்திருப்பேன், ஆனால் அவர் வழியை மறித்துக் கொண்டு நின்றார். 'அவள் எங்கே? அவள் எங்கே?' என்று அவர் நடுங்கியபடி என்னிடம் கேட்டார். 'சரி, அவர் என்னைப் பார்த்து இவ்வளவு பயப்படுகிறார் என்றால் அது நல்லதல்ல' என்று நான் நினைத்தேன். அவர் என்னை உள்ளே விட மாட்டார் அல்லது கூச்சலிடுவார் அல்லது மார்த்தா வந்துவிடுவாள் அல்லது வேறு ஏதாவது நடக்கும் என்ற பயத்தில் என் கால்கள் தளர்ந்தன. அது எதனால் என்று எனக்கு இப்போது ஞாபகம் இல்லை, ஆனால் அவர் முன்னால் நின்றிருந்த என் முகம் வெளுத்துப் போயிருக்க வேண்டும். நான் அவரிடம் கிசுகிசுத்தேன். 'அவள் அங்கே ஜன்னலுக்குக் கீழே நிற்கிறாள். உங்களுக்கு அவளைத் தெரியவில்லையா?' என்று நான் அவரிடம் கேட்டேன். 'அப்படியானால் அவளை அழைத்து வா, அவளை அழைத்து வா' என்று அவர் சொன்னார். 'அவள் பயப்படுகிறாள். அவள் சத்தத்தைக் கேட்டுப் பயந்து புதருக்குள் மறைந்திருக்கிறாள். நீங்கள் உங்கள் படிப்பறைக்குச் சென்று அங்கிருந்து அவளைக் கூப்பிடுங்கள்' என்று நான் சொன்னேன். அவர் படிப்பறைக்கு ஓடிச் சென்று, ஒரு மெழுகுவர்த்தியை ஜன்னல் ஓரத்தில் வைத்துவிட்டு, 'குரூஷென்கா, குரூஷென்கா நீ இங்கே இருக்கிறாயா?' என்று கத்தினார். அவர் அப்படிக் கத்தினார் என்றாலும், ஜன்னலுக்கு வெளியே எட்டிப் பார்க்கவில்லை. அவர் அதீத

பயத்தில் இருந்ததாலும், என்னைக் கண்டு பயந்ததாலும், என் அருகிலிருந்து நகர்வதற்கு அவருக்குத் தைரியம் வரவில்லை. 'அதோ பாருங்கள், அவள் அங்கே இருக்கிறாள்' என்று நான் ஜன்னல் அருகில் சென்று வெளியே எட்டிப் பார்த்தேன். 'அவள் புதருக்குள் மறைந்திருக்கிறாள். அவள் உங்களைப் பார்த்துச் சிரிப்பது உங்களுக்குத் தெரியவில்லையா?' அவர் திடீரென்று நான் சொன்னதை நம்பினார். அவருடைய உடல் முழுவதும் நடுங்கியது, ஏனெனில் அவர் அவள் மீது அவ்வளவு பைத்தியமாக இருந்தார். அவர் ஜன்னலுக்கு வெளியே எட்டிப் பார்த்தார். அப்போது நான் மேசையின் மீதிருந்த இரும்பு காகித எடையைக் கையில் எடுத்தேன். அது உங்களுக்கு நினைவிருக்கிறதா? அதன் எடை சுமார் மூன்று பவுண்டு இருக்கும். நான் என் கையை ஓங்கி அதன் முனையால் அவருடைய மண்டையின் உச்சியில் அடித்தேன். அவர் கத்தக்கூட இல்லை. அவர் அடியற்ற மரம் போலக் கீழே சரிந்தார். நான் மறுபடியும் அடித்தேன், பின்னர் மூன்றாவது முறையாக அடித்தேன். நான் மூன்றாவது முறையாக அடித்தபோது, அவருடைய மண்டை உடைந்துவிட்டதை அறிந்தேன். அவர் திடீரென்று பின்னால் சாய்ந்து மல்லாந்து விழுந்தார்; அவருடைய முகம் முழுவதும் இரத்த வெள்ளத்தில் நனைந்திருந்தது. நான் என் மீது இரத்தம் தெறித்திருக்கிறதா என்று பார்த்தேன். என் மீது ஒரு துளி இரத்தம் கூட இல்லை. நான் காகித எடையை நன்றாகத் துடைத்து, அதை இருந்த இடத்தில் வைத்துவிட்டு, தெய்வச் சிலைகளுக்குப் பின்னாலிருந்த பணத்தை எடுத்துக் கொண்டு, காலி உறையைத் தரையில் வீசியெறிந்தேன்; அதனருகில் இளஞ் சிவப்பு நாடாவையும் வீசினேன். நான் நடுங்கியபடி தோட்டத்திற்குச் சென்று, அங்கிருந்த ஆப்பிள் மரத்தின் பொந்தில் (அது உங்களுக்குத் தெரியும்), நீண்ட நாட்களுக்கு முன்பே மறைத்து வைத்திருந்த கந்தல் துணியையும், சில காகிதங்களையும் எடுத்து, பணத்தைக் காகிதத்தில் சுற்றி, அதற்கு மேலே துணியைச் சுற்றித் திணித்து வைத்தேன். அது பதினைந்து நாட்களுக்கு மேலாக அங்கேயே கிடந்தது. நான் மருத்துவமனையிலிருந்து திரும்பிய பிறகு அதை வெளியே எடுத்தேன். நான் மீண்டும் குடிசைக்குச் சென்று படுக்கையில் படுத்துக் கொண்டு பயத்துடன் யோசித்தேன். 'கிரிகோரி வாசிலியேவிச் இறந்துவிட்டால் எனக்குச் சிக்கல் ஏற்படும், ஆனால் அவர் இறக்கவில்லை என்றால், எனக்கு எந்தப் பிரச்சனையும் இல்லை. ஏனெனில் டிமிட்ரி ஃபியோதரோவிச் இங்கே வந்தார் என்பதற்கும், அவர் எஜமானரைக் கொன்று, பணத்தைத் திருடிச் சென்றுவிட்டார் என்பதற்கும் அவர் ஒரு முக்கியமான சாட்சியாக இருப்பார்.' நான் மார்த்தாவைச்

சீக்கிரமாக எழுப்ப வேண்டும் என்ற கவலையுடன் பொறுமையிழந்து, வேண்டுமென்றே சத்தமாக முனகத் தொடங்கினேன். ஒருவழியாக மார்த்தா எழுந்து என்னைப் பார்க்க விரைந்தாள், ஆனால் அவள் தனக்கு அருகில் கிரிகோரி இல்லாததைக் கவனித்ததும், வெளியே ஓடிச் சென்றாள். அதற்குப் பிறகு தோட்டத்திலிருந்து அவளுடைய அலறல் சத்தம் கேட்டது. பின்னர் அந்த அமளி இரவு முழுவதும் தொடர்ந்து கொண்டிருந்தபோது, எனக்குப் பெருத்த நிம்மதி ஏற்பட்டது."

அவன் சொல்லி முடித்தான். இவான் ஃபியோதரோவிச் ஆடாமல் அசையாமல், ஸ்மெர்த்தியாக்கவின் மீதிருந்த கண்களை விலக்காமல், அவன் சொல்வதை அமைதியாகக் கேட்டுக் கொண்டிருந்தான். ஸ்மெர்த்தியாக்கவ் பேசிக் கொண்டிருந்தபோது, அவ்வப்போது இவான் ஃபியோதரோவிச்சை உற்றுப் பார்த்தான் என்றாலும், பெரும்பாலான நேரங்களில் தனது பார்வையைத் திருப்பிக் கொண்டான். அவன் சொல்லி முடித்ததும், பரபரப்புடன் பெருமூச்சு விடுவது வெளிப்படையாகத் தெரிந்தது. அவனுடைய முகம் வியர்வையில் நனைந்திருந்தது. அவனது முகபாவத்திலிருந்து அவன் வருத்தப்படுகிறானா இல்லையா என்பதைத் தெரிந்துகொள்ள முடியவில்லை.

"கொஞ்சம் பொறு" என்று இவான் ஃபியோதரோவிச் ஒரு நிமிடம் யோசித்துவிட்டுப் பேசினான். "அந்தக் கதவு என்ன ஆயிற்று? அவர் உனக்காகக் கதவைத் திறந்திருந்தால், கிரிகோரி எப்படி முன்னதாகவே அந்தக் கதவு திறந்திருந்ததைப் பார்த்திருக்க முடியும்? ஏனெனில் நீ அங்கே போவதற்கு முன்னரே கிரிகோரி அதைப் பார்த்துவிட்டான்."

இவான் ஃபியோதரோவிச், மிகவும் நிதானமாக, முற்றிலும் மாறுபட்ட தொனியில், கோபப்படாமல், அப்போது யாரேனும் கதவைத் திறந்து பார்த்திருந்தால், அவர்கள் ஏதோ ஒரு சுவாரஸ்யமான விஷயத்தைப் பற்றி அமைதியாகப் பேசிக் கொண்டிருக்கிறார்கள் என்று நினைக்கும்படி சாந்தமாகப் பேசியது ஆச்சரியமாக இருந்தது.

"கிரிகோரி அந்தக் கதவு திறந்திருப்பதைப் பார்த்ததாகச் சொல்வது அவருடைய பிரமைதான்" என்று ஸ்மெர்த்தியாக்கவ் குறும்புச் சிரிப்புடன் சொன்னான். "அவர் ஒரு மனிதனல்ல, ஆனால் ஒரு பிடிவாதம் பிடித்த கோவேறுக் கழுதை என்று நான் உங்களுக்குச் சொல்கிறேன். அந்தக் கதவு திறந்திருப்பதை அவர் பார்க்கவில்லை என்றாலும், அது திறந்திருந்தது என்று நினைக்கிறார். அவருடைய அந்த நினைப்பை யாராலும் மாற்ற முடியாது. அவர் அப்படி நினைப்பது நம்முடைய அதிர்ஷ்டம்

என்றுதான் சொல்ல வேண்டும், ஏனெனில் அதன் காரணமாக டிமிட்ரி ஃபியோதரோவிச் சந்தேகத்திற்கு இடமின்றிக் குற்றவாளி என்று தண்டிக்கப்படுவார்.”

“இதோ பார்” என்று இவான் ஃபியோதரோவிச் மீண்டும் குழப்பமடைந்தவனைப் போலவும், எதையோ புரிந்து கொள்ள முயல்பவனைப் போலவும் பேசினான். “நான் உன்னிடம் பல விஷயங்களைக் கேட்க வேண்டும் என்று நினைத்தேன், ஆனால் குழப்பத்தில் எல்லாவற்றையும் மறந்துவிட்டேன்... ஆமாம்! நீ ஒரே ஒரு விஷயத்தை மட்டும் சொல். நீ அந்தப் பணத்தை எடுத்துக் கொண்டு, உறையை எதற்காகத் தரையில் வீசினாய்? நீ ஏன் அந்த உறையுடன் பணத்தை எடுத்துச் செல்லவில்லை?... நீ அதைப் பற்றிச் சொல்லும்போது, அப்படிச் செய்வதுதான் சரியாக இருக்கும் என்று எனக்குத் தோன்றியது, ஆனால் நீ ஏன் அப்படிச் செய்தாய் என்பதை என்னால் புரிந்துகொள்ள முடியவில்லை.”

“நான் அப்படிச் செய்ததற்குக் காரணம் இருக்கிறது. அந்தப் பணத்தைப் பற்றி நன்றாகத் தெரிந்த, அதை உறையில் வைத்து சீல் வைக்க உதவிய, என்னைப் போன்ற ஒருவர் அந்தக் கொலையைச் செய்திருந்தால், அவர் அந்த உறையைத் திறந்து பார்க்க வேண்டிய அவசியம் என்ன? அந்தப் பணம் அந்த உறையில்தான் இருக்கிறது என்று நிச்சயமாக அவருக்குத் தெரியும்போது, அவசரத்தில் இருக்கும் அவர் அப்படிச் செய்வாரா? உதாரணமாக நான்தான் கொலைகாரன் என்று வைத்துக் கொண்டால், அதைத் திறந்து பார்க்க வேண்டும் என்று நினைக்காமல் சட்டைப் பையில் திணித்துக் கொண்டு, விரைவாக அங்கிருந்து தப்பிச் சென்று விடுவேன். ஆனால் அதுவே டிமிட்ரி ஃபியோதரோவிச்சாக இருந்தால், அப்படி நடக்க வாய்ப்பில்லை. அவர் அந்தப் பணத்தைப் பற்றிக் கேள்விப்பட்டிருக்கிறார் என்றாலும், அதை நேரில் பார்த்ததில்லை. எனவே அவர் அந்த உறையை மெத்தைக்கு அடியிலிருந்து எடுத்தால், அதில் பணம் இருக்கிறதா என்று திறந்து பார்ப்பார். அதன் பிறகு அவர் அந்த உறை தனக்கு எதிரான ஆதாரமாக இருக்கும் என்பதைக் கூட யோசிக்காமல், அதைக் கீழே வீசி எறிந்திருப்பார். ஏனெனில் அவர் ஒரு வழக்கமான திருடன் அல்ல, ஆனால் மேட்டுக்குடியில் பிறந்தவர். இதற்கு முன்பு அவர் எதையும் திருடியதில்லை என்பதால், அந்தப் பணத்தை எடுக்கும்போது, தனக்குச் சொந்தமானதை எடுத்துக் கொள்வதாக நினைப்பார். ஏனெனில், அவர் ஃபியோதர் பாவ்லோவிச்சிடமிருந்து தனக்குச் சொந்தமானதை எடுத்துக் கொள்வேன் என்று இந்த நகரம் முழுவதும் பெருமையடித்துக் கொண்டார். அரசு வழக்கறிஞர்

என்னிடம் விசாரித்தபோது, நான் அதை வெளிப்படையாக அவரிடம் சொல்லாமல், அதைப் பற்றி எனக்கு ஒன்றும் தெரியாது என்பது போல சூசகமாக அவரிடம் அதைச் சுட்டிக் காட்டினேன். நான் சொன்னதைக் கேட்டதும் அவருடைய வாயில் எச்சில் ஊறியது."

"ஆனால் நீ அந்த இடத்தில் அதையெல்லாம் யோசித்துப் பார்த்தாயா?" என்று இவான் ஃபியோதரோவிச் திகைப்புடன் கத்தினான். அவன் மீண்டும் பயத்துடன் ஸ்மெர்த்தியாக்கவைப் பார்த்தான்.

"ஐயா, நான் அப்போது அதையெல்லாம் யோசித்துக் கொண்டிருக்க முடியுமா? நான் எல்லாவற்றையும் முன்கூட்டியே யோசித்தேன்."

"சரிதான்... அப்படியானால் சாத்தானே உனக்கு உதவி செய்திருக்க வேண்டும்" என்று இவான் ஃபியோதரோவிச் மீண்டும் கத்தினான். "இல்லை, நீ முட்டாள் இல்லை. நான் நினைத்ததை விட நீ மிகவும் புத்திசாலி..."

இவான் ஃபியோதரோவிச் அறையில் நடக்க வேண்டும் என்ற விருப்பத்துடன் எழுந்து நின்றான். அவனுடைய உள்ளத்தை ஒரு பயங்கரமான வேதனை ஆக்கிரமித்திருந்தது. ஆனால் மேசை வழியை மறித்ததால், அவனால் மேசைக்கும் சுவருக்கும் இடையில் நடக்க முடியாமல், நின்ற இடத்திலிருந்தே சுற்றும் முற்றும் பார்த்துவிட்டு மீண்டும் நாற்காலியில் அமர்ந்தான். அவனால் அங்குமிங்கும் நகர முடியாமல் போனது அவனுக்கு எரிச்சலை ஏற்படுத்தியிருக்கலாம், ஏனெனில் அவன் திடீரென்று முன்பு போலவே வெறித்தனமாகக் கத்தினான்.

"இதோ பார், கேடுகெட்ட இழி பிறவியே! நீ நாளை நீதிமன்றத்தில் சாட்சி சொல்ல வேண்டும் என்பதற்காகவே நான் இப்போது உன்னைக் கொல்லாமல் உயிரோடு விட்டு வைத்திருக்கிறேன் என்பதைத் தெரிந்து கொள். கடவுள் பார்த்துக் கொண்டிருக்கிறார்" என்று இவான் கையை மேலே உயர்த்தினான். "ஒருவேளை நானும் குற்றவாளியாக இருக்கலாம். ஒருவேளை என் தந்தை இறக்க வேண்டும் என்ற இரகசிய ஆசை எனக்குள் இருந்திருக்கலாம்... ஆனால் நீ நினைப்பது போல நான் குற்றவாளி அல்ல. ஒருவேளை நான் உன்னைத் தூண்டிவிடவே இல்லையோ என்னவோ. இல்லை, நான் உன்னைத் தூண்டிவிடவில்லை. எது எப்படியிருந்தாலும், நாளை விசாரணையின்போது, நானே எனக்கு எதிராகச் சாட்சி சொல்லப் போகிறேன். நான் அதைச் செய்ய வேண்டும் என்று தீர்மானித்துவிட்டேன்! நான் அங்கே

எல்லாவற்றையும், எல்லாவற்றையும் சொல்வேன். நானும் நீயும் ஒன்றாகக் குற்றவாளிக் கூண்டில் நிற்போம். நீ விசாரணையின்போது எனக்கு எதிராக என்ன சொன்னாலும், என்ன ஆதாரத்தைக் கொடுத்தாலும், நான் அதை எதிர்கொள்வேன். உன்னைக் கண்டு நான் பயப்படவில்லை. நானே எல்லாவற்றையும் ஒப்புக் கொள்வேன். ஆனால் நீயும் குற்றத்தை ஒப்புக் கொள்ள வேண்டும்! ஆமாம், கண்டிப்பாக ஒப்புக் கொள்ள வேண்டும். நாம் இருவரும் சேர்ந்து நீதிமன்றத்திற்குப் போவோம்! அது அப்படித்தான் நடக்கும்!"

இவான் ஃபியோதரோவிச் உறுதியாக, அழுத்தமாகப் பேசினான். அப்போது பளபளத்த அவனுடைய கண்களிலிருந்து அது அப்படித்தான் நடக்கும் என்று தெரிந்தது.

"ஐயா, உங்களுக்கு உடல்நலமில்லை. உங்களுக்கு உடல்நல மில்லை என்று எனக்கு நன்றாகத் தெரிகிறது. உங்களுடைய கண்கள் மஞ்சள் நிறமாக இருக்கின்றன" என்று ஸ்மெர்த்தியாக்கவ் எவ்விதக் கேலியும் இல்லாமல் அனுதாபத்துடன் சொன்னான்.

"நாம் இருவரும் சேர்ந்து போவோம்!" என்று இவான் ஃபியோதரோவிச் மீண்டும் சொன்னான். "நீ வரவில்லை என்றாலும், நான் தனியாகச் சென்று எல்லாவற்றையும் ஒப்புக் கொள்வேன்."

ஸ்மெர்த்தியாக்கவ் எதையோ யோசிப்பவன் போல அமைதியாக இருந்தான்.

"அப்படி எதுவும் நடக்காது. நீங்களும் போக மாட்டீர்கள்" என்று அவன் தீர்மானத்துடன் சொன்னான்.

"நீ என்னைப் புரிந்துகொள்ளவில்லை!" என்று இவான் ஃபியோதரோவிச் கோபத்துடன் கத்தினான்.

"நீங்கள் அதையெல்லாம் ஒப்புக் கொண்டால் உங்களுக்கு மிகுந்த அவமானமாக இருக்கும். எல்லாவற்றையும் விடக் கொடுமை என்னவென்றால், நீங்கள் அப்படிச் செய்வதால் எந்தப் பயனும் இல்லை. ஏனென்றால் நான் உங்களிடம் அப்படி எதுவும் சொல்லவில்லை என்று என்னால் மறுக்க முடியும். உங்களுக்கு உடல்நலமில்லை (நிச்சயமாக அப்படித்தான் தெரிகிறது) என்றோ, அல்லது நீங்கள் உங்கள் சகோதரன் மீது பரிதாபப்பட்டு அவருக்காக உங்களை நீங்களே தியாகம் செய்ய முடிவு செய்து, உங்கள் வாழ்நாள் முழுவதும் என்னை ஒரு மனிதனாக இல்லாமல் ஒரு மூட்டைப்பூச்சியாகக் கருதிய என்னை மாட்டிவிடப் பார்க்கிறீர்கள் என்றே சொல்வேன். நீங்கள் சொல்வதை யார் நம்புவார்கள்? எனக்கு எதிராக உங்களிடம் ஒரு ஆதாரமாவது இருக்கிறதா?"

"நீ என்னைச் சம்மதிக்க வைப்பதற்காகத்தான் இப்போது என்னிடம் அந்தப் பணத்தைக் காட்டினாய், அப்படித்தானே?"

"நீங்கள் அந்தப் பணத்தை எடுத்துக் கொள்ளுங்கள்" என்று ஸ்மெர்த்தியாக்கவ் பெருமூச்சுடன் சொல்லிவிட்டு, பணத்தை மூடிவைத்திருந்த புத்தகத்தைத் தள்ளி வைத்தான்.

"நான் கண்டிப்பாக எடுத்துக் கொள்வேன். ஆனால் நீ அதற்காகக் கொலை செய்திருந்தால், அதை ஏன் என்னிடம் கொடுக்கிறாய்?" என்று இவான் ஃபியோதரோவிச் அவனை வியப்புடன் பார்த்தான்.

"எனக்கு அது வேண்டாம்" என்று ஸ்மெர்த்தியாக்கவ் நடுங்கும் குரலில் சொல்லியபடி வெறுப்புடன் கையை ஆட்டினான். "அந்தப் பணத்தைக் கொண்டு மாஸ்கோவில் அல்லது வெளிநாட்டில் ஒரு புதிய வாழ்க்கையைத் தொடங்க வேண்டும் என்ற யோசனை எனக்கு முன்னர் இருந்தது. நான் அதைப் பற்றிக் கனவு கண்டேன், ஏனெனில், 'எல்லாமே அனுமதிக்கப்பட்டது' என்று நீங்கள் சொன்னதுதான் அதற்குக் காரணம். நீங்கள்தான் எனக்கு அதைச் சொல்லிக் கொடுத்தீர்கள், ஏனெனில் நீங்கள் அப்போது என்னிடம் பல விஷயங்களைப் பேசினீர்கள். நித்தியமான கடவுள் இல்லையென்றால், நல்லொழுக்கம் என்று எதுவும் இல்லை, அதற்கான தேவையும் இல்லை. நீங்கள் சொன்னது உண்மைதான். நான் அதை அப்படித்தான் புரிந்து கொண்டேன்."

"நீயாகவே அந்த முடிவுக்கு வந்தாயா?" என்று இவான் ஃபியோதரோவிச் குறும்புச் சிரிப்புடன் கேட்டான்.

"உங்கள் வழிகாட்டுதலுடன்."

"நீ இப்போது அந்தப் பணத்தைத் திருப்பிக் கொடுப்பதால் உனக்குக் கடவுள் நம்பிக்கை வந்துவிட்டதா?"

"இல்லை, எனக்கு நம்பிக்கையில்லை" என்று ஸ்மெர்த்தியாக்கவ் கிசுகிசுத்தான்.

"அப்படியானால் நீ ஏன் அதை எனக்குக் கொடுக்கிறாய்?"

"போதும் விடுங்கள்... எனக்குத் தேவையில்லை!" என்று ஸ்மெர்த்தியாக்கவ் மீண்டும் கையை ஆட்டியபடி சொன்னான். "எல்லாம் அனுமதிக்கப்பட்டது என்று சொல்லிக் கொண்டிருந்த நீங்கள் இப்போது ஏன் வருத்தப்படுகிறீர்கள்? நீங்களே நீதிமன்றம் சென்று உங்களுக்கு எதிராகச் சாட்சி சொல்வதாகச் சொல்கிறீர்கள்... ஆனால் அப்படி எதுவும் நடக்காது! நீங்கள் அப்படிச் செய்ய மாட்டீர்கள்!" என்று ஸ்மெர்த்தியாக்கவ் தீர்மானமாகச் சொன்னான்.

“நீ பார்க்கத்தான் போகிறாய்” என்றான் இவான் ஃபியோதரோவிச்.

“அப்படி நடக்காது. நீங்கள் மிகவும் புத்திசாலி. உங்களுக்குப் பணத்தின் மீது ஆசை என்று எனக்குத் தெரியும். நீங்கள் கௌரவத்தையும் மரியாதையையும் விரும்புகிறீர்கள். நீங்கள் அளவுக்கு அதிகமாகப் பெண்களின் அழகை விரும்புகிறீர்கள். அனைத்திற்கும் மேலாக, நீங்கள் யாரையும் சார்ந்திருக்காமல், வசதியாகவும் அமைதியாகவும் வாழ விரும்புகிறீர்கள். நீங்கள் இதுபோன்ற அவமானத்தை ஏற்றுக் கொண்டு என்னெற்றைக்குமாக உங்கள் வாழக்கையை கெடுத்துக்கொள்ள விரும்ப மாட்டீர்கள். நீங்கள் ஃபியோதர் பாவ்லோவிச்சைப் போலவே இருக்கிறீர்கள். அவரது மற்ற மகன்களை விட நீங்கள்தான் அவரைப் போல இருக்கிறீர்கள். ஐயா, உங்களுடைய ஆன்மாவும் அவருடைய ஆன்மாவும் ஒன்றுதான்.”

“நீ முட்டாள் இல்லை” என்று இவான் ஃபியோதரோவிச் திகைப்புடன் சொன்னான். அவனுடைய முகத்தில் இரத்தம் பாய்ந்தது. “நான் உன்னை முட்டாள் என்று நினைத்தேன், ஆனால் நீ உண்மையைச் சொல்கிறாய்!” என்று இவான் சொல்லிவிட்டு, ஸ்மெர்த்தியாக்கவை வேறுவிதமாகப் பார்த்தான்.

“உங்களுடைய கர்வம்தான் என்னை முட்டாள் என்று நினைக்க வைத்தது. நீங்கள் பணத்தை எடுத்துக் கொள்ளுங்கள்.”

இவான் ஃபியோதரோவிச் மூன்று நோட்டுக் கட்டுகளையும் எடுத்து எதிலும் சுற்றாமல் தனது சட்டைப் பையில் போட்டுக் கொண்டான்.

“நான் நாளை நீதிமன்றத்தில் அந்தப் பணத்தைக் காட்டுவேன்” என்றான் அவன்.

“உங்களிடம் உங்களுடைய சொந்தப் பணம் நிறைய இருப்பதால், நீங்கள் சொல்வதை யாரும் நம்ப மாட்டார்கள். நீங்கள் உங்களுடைய பணப் பெட்டியிலிருந்து அதை எடுத்துக் கொண்டு வந்ததாகச் சொல்வார்கள்.”

இவான் எழுந்து நின்றான்.

“நான் உன்னைக் கொல்லாமல் விடுவதற்கு ஒரே காரணம், நாளைய தினம் நீ எனக்குத் தேவை என்பதால்தான் என்று மீண்டும் சொல்கிறேன். எனவே நீ அதை நினைவில் வைத்துக்கொள், மறந்துவிடாதே!”

“சரி, என்னைக் கொல்லுங்கள், இப்போதே கொன்றுவிடுங்கள்” என்று திடீரென்று சொன்ன ஸ்மெர்த்தியாக்கவ், இவான் ஃபியோதரோவிச்சை விநோதமாகப் பார்த்தான். “உங்களுக்கு

அதைச் செய்யும் தைரியம் இல்லை" என்று அவன் கசப்பான புன்னகையுடன் சொன்னான். "நீங்கள் முன்பு மிகவும் தைரியமாக இருந்தீர்கள், ஆனால் இப்போது உங்களுக்கு எதையும் செய்யும் துணிச்சல் இல்லை."

"நாளை பார்க்கலாம்!" என்று இவான் ஃபியோதரோவிச் கத்திக் கொண்டே அங்கிருந்து கிளம்பத் தயாரானான்.

"சற்றுப் பொறுங்கள்... அந்தப் பணத்தை மீண்டும் ஒரு முறை என் கண்ணில் காட்டுங்கள்."

இவான் ஃபியோதரோவிச் அந்தப் பணத்தை எடுத்து அவனிடம் காட்டினான். ஸ்மெர்த்தியாக்கவ் அதைப் பத்து வினாடிகள் உற்றுப் பார்த்தான்.

"சரி, போங்கள்" என்று அவன் கையை அசைத்தான். "இவான் ஃபியோதரோவிச்!" என்று அவன் திடீரென்று மீண்டும் அவனைக் கூப்பிட்டான்.

"உனக்கு என்ன வேண்டும்?" என்று இவான் ஃபியோதரோவிச் நடந்து கொண்டே திரும்பிப் பார்த்தான்.

"விடைபெறுகிறேன்!"

"நாளை பார்க்கலாம்!" என்று இவான் ஃபியோதரோவிச் மீண்டும் கத்தியபடி குடிசையை விட்டு வெளியேறினான்.

பனிப்புயல் இன்னும் உக்கிரமாக வீசிக் கொண்டிருந்தது. அவன் முதல் சில அடிகள் வேகமாக நடந்தான் என்றாலும், அதன் பிறகு தள்ளாடத் தொடங்கினான். 'இது உடல் சம்பந்தப்பட்டது' என்று நினைத்து அவன் சிரித்தான். அப்போது ஏதோ ஓர் இனம் புரியாத மகிழ்ச்சி அவனை ஆட்கொண்டது. சமீப காலமாக அவனை வாட்டி வதைத்துக் கொண்டிருந்த ஊசலாட்டமான நிலைக்கு ஒரு முடிவு ஏற்பட்டுவிட்டது என்பதை அவன் சந்தேகத்திற்கு இடமின்றி உணர்ந்தான். 'இனி அந்த நிலை மாறாது' என்று அவன் நிம்மதியுடன் நினைத்துக் கொண்டான். அந்தச் சமயத்தில் அவன் எதன் மீதோ இடறி கிட்டத்தட்ட கீழே விழும் நிலையில் இருந்தான். அவன் சட்டென்று நின்று பார்த்தபோது, தான் கீழே தள்ளிய அந்த விவசாயி இன்னும் நினைவிழந்த நிலையில் அசைவின்றித் தனது காலடியில் விழுந்து கிடப்பதைக் கண்டான். பனிப்புயல் அவனது முகத்தை முழுமையாக மூடியிருந்தது. இவான் ஃபியோதரோவிச் அவனைத் தூக்கித் தோளில் போட்டுக் கொண்டு, தனக்கு வலப்புறம் இருந்த ஒரு குடிசையில் விளக்கு எரிவதைப் பார்த்து, அதை நோக்கிச் சென்றான். அவன் அந்த வீட்டின் கதவைத் தட்டி, எஜமானரை அழைத்து, அந்த விவசாயியைக் காவல் நிலையத்திற்கு அழைத்துச்

செல்ல உதவுமாறு கேட்டான். அதற்காக அவருக்கு மூன்று ரூபிள்கள் தருவதாகவும் சொன்னான். அந்த மனிதன் தயாராகி வெளியே வந்தான். இவான் ஃபியோதரோவிச் அந்த விவசாயியை எப்படிக் காவல் நிலையத்திற்கு தூக்கிச் சென்றான் என்பதை நான் விரிவாக விவரிக்கப் போவதில்லை. அவன் அந்த விவசாயியை அங்கு அழைத்துச் சென்று, அவனைப் பரிசோதிக்க ஒரு மருத்துவரை வரவழைக்க வேண்டும் என்று வற்புறுத்தி, அதற்காகத் தாராளமாகப் பணத்தைச் செலவழித்தான். அந்த வேலையைச் செய்து முடிக்க சுமார் ஒரு மணி நேரம் ஆனது என்பதை மட்டும் நான் சொல்லிக் கொள்கிறேன். ஆனால் இவான் ஃபியோதரோவிச் அதனால் மிகவும் திருப்தியடைந்தான். அப்போது அவனுடைய மனதில் ஏதேதோ எண்ணங்கள் ஓயாமல் ஓடிக் கொண்டிருந்தன.

'நான் நாளைய தினத்தைப் பற்றி ஒரு தீர்மானமான முடிவை எடுக்காமல் இருந்திருந்தால், அந்த விவசாயியைக் கவனித்துக் கொள்ள ஒரு மணி நேரத்தைச் செலவழித்திருக்க மாட்டேன். அவன் பனியில் உறைந்து இறந்து போவதைப் பற்றிக் கவலைப்படாமல் நான் அவனைக் கடந்து சென்றிருப்பேன்... அவர்கள் எனக்குப் பைத்தியம் பிடித்துவிட்டது என்று முடிவு செய்துவிட்டார்கள், ஆனால் எனக்கு என்னை நானே கூர்ந்து கவனிக்கும் திறன் இருக்கிறது' என்று அவன் மிகுந்த திருப்தியுடன் நினைத்துக் கொண்டான்.

அவன் தன்னுடைய வீட்டை அடைந்ததும், 'நான் இப்போதே அரசு வழக்கறிஞரைப் பார்த்து எல்லாவற்றையும் சொன்னால் என்ன?' என்று தனக்குத் தானே கேட்டுக் கொண்டான். ஆனால் அவன் வீட்டில் நுழைந்ததும் அந்தக் கேள்விக்குப் பதில் சொல்லும் விதமாக, 'எல்லாவற்றையும் நாளை பார்த்துக் கொள்ளலாம்' என்று தனக்குத் தானே முணுமுணுத்துக் கொண்டான். அந்த நொடியில் அவனுடைய அனைத்து மகிழ்ச்சியும், சுயதிருப்தியும் மறைந்துவிட்டது மிகவும் விசித்திரமாக இருந்தது.

அவன் தன்னுடைய அறையில் நுழைந்தபோது, ஒரு நினைவைப் போல அல்லது துல்லியமாகச் சொன்னால், அந்த அறையில் இப்போதும் இதற்கு முன்பும் இருந்த ஏதோ ஒரு வேதனைக்குரிய, அருவருப்பான ஒன்றை ஞாபகப்படுத்துவதைப் போல ஒரு சில்லிட்ட உணர்வு அவனுடைய இதயத்தைக் கௌவிப்பிடித்தது. அவன் மிகுந்த களைப்புடன் சோபாவில் சரிந்தான். வயதான வேலைக்காரப் பெண்மணி சமோவார் பாத்திரத்தைக் கொண்டுவந்து அவனுக்காகத் தேநீர் தயாரித்தாள், ஆனால் அவன் அதைத் தொடவில்லை. சோபாவில் அமர்ந்திருந்த அவனுக்குத் தலை சுற்றியது. தனக்கு உடல்நிலை சரியில்லாமல்

மிகவும் பலவீனமாக இருப்பதை அவன் உணர்ந்தான். அவன் தூங்கத் தொடங்கியபோது, திடீரென்று பதற்றத்துடன் எழுந்து அறையின் மேலும் கீழும் நடந்து, தூக்கத்தை விரட்டியடிக்க முயன்றான். அவன் சில சமயங்களில் தனக்குச் சித்தபிரமை ஏற்பட்டிருப்பதாக நினைத்தான், ஆனால் அவனைக் கவலைக் குள்ளாக்கியது அவனுடைய நோய் அல்ல. அவன் நாற்காலியில் அமர்ந்து எதையோ தேடுவதைப் போல சுற்றும் முற்றும் பார்த்தான். அவன் பலமுறை அப்படிப் பார்த்துக் கொண்டே இருந்தான். கடைசியில் அவனுடைய பார்வை ஒரே இடத்தில் நிலைகுத்தி நின்றது. அப்போது அவன் சிரித்தான், ஆனால் அவனுடைய முகம் கோபத்தினால் சிவந்தது. அவன் தனது கைகளில் தலையைச் சாய்த்து, சுவரை ஒட்டியிருந்த சோபாவை உற்றுப் பார்த்தபடி நீண்ட நேரம் உட்கார்ந்திருந்தான். அங்கே இருந்த ஏதோ ஒன்று, ஏதோ ஒரு பொருள் அவனுக்கு எரிச்சலை ஏற்படுத்தி, அவனைத் தொந்தரவு செய்து, வதைத்துக் கொண்டிருந்தது.

9. சாத்தான் – இவான் ஃபியோதரோவிச்சின் கொடுங்கனவு

நான் ஒரு மருத்துவர் இல்லை என்றாலும், இவான் ஃபியோதரோவிச்சின் நோயின் தன்மையைப் பற்றிச் சிலவற்றைச் சொல்ல வேண்டிய நேரம் வந்துவிட்டது என்று நினைக்கிறேன். என்ன நடக்கப்போகிறது என்பதைக் கருத்தில் கொண்டு, நான் ஒரே ஒரு விஷயத்தை மட்டும் சொல்கிறேன். அந்த நேரத்தில் அவன் மூளைக் காய்ச்சல் தாக்குதலின் விளிம்பில் இருந்தான். அவனுடைய உடல்நிலை வெகு நாட்களுக்கு முன்பே பாதிக்கப்பட்டிருந்தது, ஆனால் அது அந்தக் காய்ச்சலை எதிர்த்துப் பிடிவாதமாகப் போராடிக் கொண்டிருந்தது என்றாலும், இறுதியில் அந்தக் காய்ச்சல் அவனுடைய உடலை முழுமையாக ஆக்கிரமித்துக் கொண்டது. எனக்கு மருத்துவத்தைப் பற்றி எதுவும் தெரியாது என்றாலும், அவன் தன்னுடைய அசாத்தியமான மன உறுதியால், அந்த நோயை முற்றிலுமாகச் சமாளித்துவிட முடியும் என்ற நம்பிக்கையில், அதைச் சிறிது காலத்திற்குத் தள்ளிப்போடுவதில் வெற்றி பெற்றிருக்கலாம் என்று நான் துணிந்து சொல்கிறேன். தனக்கு உடல்நிலை சரியில்லை என்பது அவனுக்குத் தெரியும், ஆனால் அந்த நேரத்தில், அவனுடைய வாழ்க்கையின் அந்த அபாயகரமான தருணத்தில், அவன் மிகவும் புத்திசாலித்தனமாகச் செயல்பட்டு, ‘தனக்குத்தானே நியாயம் கற்பித்துக்கொள்ள’

வேண்டிய நெருக்கடியான சூழ்நிலையில், நோய்வாய்ப்படுவதை நினைத்து வெறுப்படைந்தான். இருந்தாலும், அவன் ஒருமுறை கேத்தரீனா இவானோவ்னா மாஸ்கோவிலிருந்து வரவழைத்திருந்த அந்தப் புதிய மருத்துவரைச் சந்தித்து அவரிடம் ஆலோசனை கேட்டான். நான் அதைப் பற்றி முன்னரே குறிப்பிட்டிருக்கிறேன். அந்த மருத்துவர் அவனைப் பரிசோதித்துவிட்டு, அவனுடைய மூளையில் ஏதோ கோளாறு இருப்பதாக முடிவு செய்து, அதைத் தயக்கத்துடன் அவனிடம் சொன்னபோது, அவன் அதைக் கேட்டு கொஞ்சம் கூட ஆச்சரியப்படவில்லை.

"நீங்கள் தற்போதுள்ள நிலையில் உங்களுக்கு மாயத்தோற்றங்கள் தோன்றக்கூடிய வாய்ப்புள்ளது" என்று மருத்துவர் சொன்னார். "இருந்தாலும் நாம் அதைப் பரிசோதனை செய்து பார்ப்பது நல்லது... நீங்கள் ஒரு கணம் கூட தாமதிக்காமல் தீவிரமாக சிகிச்சையைத் தொடங்குவது அவசியம். இல்லையெனில், உங்களுடைய நிலைமை மேலும் மோசமாகலாம்."

ஆனால் அனைத்துச் சிகிச்சைகளையும் வெறுத்த இவான் ஃபியோதரோவிச், மருத்துவரின் விவேகமான ஆலோசனையைப் புறக்கணித்தான்.

"நான் இன்னும் நடக்கும் அளவுக்கு வலிமையுடன் இருக்கிறேன். ஒருவேளை நான் நடக்க முடியாமல் போனால் அது வேறு விஷயம். அப்போது எனக்கு சிகிச்சை தேவைப்படும்" என்று அவன் அந்த விஷயத்திற்கு முற்றுப்புள்ளி வைத்தான்.

எனவே அவன் தன்னுடைய சித்தபிரமையை உணர்ந்தவனாக, நான் ஏற்கனவே சொன்னது போல, சுவரை ஒட்டியிருந்த சோபாவை வெறித்துப் பார்த்துக் கொண்டிருந்தான். அங்கே ஏதோ ஓர் உருவம் உட்கார்ந்திருப்பதைப் போலத் தோன்றியது. அவன் ஸ்மெர்த்தியாக்கவைப் பார்த்துவிட்டுத் திரும்பியபோது, யாரும் அந்த அறையில் இல்லை, ஆனால் திடீரென்று அந்த உருவம் எப்படி உள்ளே வந்தது என்பது கடவுளுக்கே வெளிச்சம்.

அந்த உருவம் ஒரு மனிதன், சரியாகச் சொல்ல வேண்டுமென்றால், ஒரு நடுத்தர வயதுடைய, பிரெஞ்சுக்காரர்கள் சொல்வது போல சுமார் ஐம்பது வயதான, ஒரு ரஷ்யக் கனவான். அவருடைய தலைமுடி நரைக்கத் தொடங்கியிருந்தாலும், இன்னும் அடர்த்தியாகவும் நீண்டதாகவும் இருந்தது. அவருக்குக் கூர்மையான நீண்ட தாடியும் இருந்தது. அவர் அணிந்திருந்த பழுப்பு நிற ஜாக்கெட் ஒரு சிறந்த தையல்காரர் தைத்ததாக இருக்க வேண்டும், ஆனால் அது அழுக்கடைந்து ஆங்காங்கே கிழிந்து அலங்கோலமாக, குறைந்தது மூன்று வருடங்கள் பழமையானதாக, தற்போதுள்ள

நாகரீகத்திற்கு அப்பாற்பட்டதாக இருந்தது. சமூகத்தில் வசதி படைத்த எந்த மனிதனும் கடந்த இரண்டு வருடங்களில் அதைப்போன்ற ஒன்றை அணிந்ததில்லை. அவருடைய நீண்ட, கழுத்து டை உட்பட அவரது உடைகள் அனைத்தும் ஒரு நாகரீகமான கனவான் அணிவதைப் போல இருந்தன என்றாலும், கூர்ந்து கவனித்தபோது, அவரது சட்டை அழுக்காகவும், கழுத்து டை கிழிந்தும் இருந்தன. அந்த விருந்தாளியின் கட்டம் போட்ட கால்சட்டை அவருக்குப் பிரமாதமாகப் பொருந்தியது என்றாலும், அது வெளிர் நிறத்தில், மிகவும் இறுக்கமாக, தற்போதைய நாகரீகத்திற்குப் பொருத்தமற்றதாக இருந்தது. அவருடைய மென்மையான பஞ்சு போன்ற வெள்ளை நிறத் தொப்பியும் பருவகாலத்திற்கு ஏற்றதாக இல்லை. சுருக்கமாகச் சொன்னால், அவர் ஒரு சுமாரான வசதி படைத்த கனவானின் தோற்றத்தில், பண்ணையடிமை முறை நிலவிய காலத்தில் செழித்து வளர்ந்த சோம்பேறி நிலக்கிழார்களில் ஒருவரைப் போலிருந்தார். ஒரு காலத்தில் அவர் உயர் சமூகத்தில் வாழ்ந்து, பெரிய மனிதர்களின் தொடர்புகளைப் பெற்று, உலக வாழ்க்கையை அனுபவித்திருக்கிறார் என்பதும், இன்னும் சில தொடர்புகளைத் தக்க வைத்துக் கொண்டிருக்கிறார் என்பதும் தெளிவாகத் தெரிந்தது. அவர் தனது வசதியான, இளமைப் பருவத்தின் உல்லாசமான வாழ்க்கைக்குப் பிறகு, பண்ணையடிமை முறை ஒழிக்கப்பட்டதால், படிப்படியாக வறுமையில் வீழ்ந்து, ஓர் ஒட்டுண்ணியாக மாறி, பழைய நண்பர்களில் ஒருவரிடமிருந்து இன்னொருவருக்குத் தாவிக் கொண்டிருந்தார். அவருடைய இனிமையான, எல்லோரிடமும் சகஜமாகப் பழகும் சுபாவம் காரணமாக அவர்கள் அவரை ஏற்றுக் கொண்டார்கள். இப்போது அவர் ஒரு கௌரவமான இடத்தில் இல்லாவிட்டாலும், ஒரு மரியாதைக்குரிய கனவானாக, யாருடைய சாப்பாட்டு மேசையிலும் உட்காரக்கூடிய மனிதராக அவரை வரவேற்றார்கள். இணக்கமான சுபாவம் உடைய, பிறரைச் சார்ந்திருக்கும் இந்தக் கனவான்கள், கதைகள் சொல்லக் கூடியவர்களாக, சீட்டு விளையாடுபவர்களாக, தங்கள் மீது சுமத்தும் கடமைகளை வெறுப்பவர்களாக, பொதுவாக திருமணம் ஆகாதவர்களாக அல்லது மனைவியை இழந்தவர்களாகவோ தனித்து வாழ்பவர்களாகவோ இருப்பார்கள். அவர்களுக்குக் குழந்தைகள் இருந்தாலும், அவர்கள் தொலைதூரத்தில் உள்ள யாரோ ஒரு அத்தையால் வளர்க்கப்படுகிறார்கள். அவர்கள் அந்த உறவுகளை நினைத்து வெட்கப்படுவது போல தாங்கள் இருக்கும் சமூகத்தில் அதைப் பற்றிப் பேசுவதில்லை. இந்தக் கனவான்கள் நாளடைவில் தங்கள் குழந்தைகளிடமிருந்து விலகிவிடுகிறார்கள். இருந்தாலும் அவர்களுடைய பிறந்த நாளிலோ அல்லது

கிறிஸ்துமஸ் சமயத்திலோ அவர்களிடமிருந்து கடிதங்களைப் பெறுகிறார்கள். சில சமயங்களில் அவர்கள் அதற்குப் பதிலளிக்கவும் செய்கிறார்கள். எதிர்பாராத அந்த விருந்தாளியின் முகத்தில் சிநேகபாவம் இல்லை என்றாலும், அது இனிமையாகவும், சந்தர்ப்பங்களைப் பொறுத்து ஒரு சுமுகமான முகபாவத்தை வெளிப்படுத்தக் கூடியதாகவும் இருந்தது. அவர் கைக்கடிகாரம் அணிந்திருக்கவில்லை, ஆனால் கறுப்பு நாடாவில் கட்டிய ஆமை ஓட்டுக் கண்ணாடியை வைத்திருந்தார். அவருடைய வலது கையின் நடுவிரலில் விலை மலிவான மாணிக்கக் கல் பதித்த தங்க மோதிரம் இருந்தது.

இவான் ஃபியோதரோவிச் கோபத்துடன் எதுவும் பேசாமல் அமர்ந்திருந்தான். விருந்தாளி தேநீர் அருந்துவதற்காக மாடி அறையிலிருந்து கீழே இறங்கி வந்த ஓர் ஒட்டுண்ணியைப் போலக் காத்திருந்தார். ஆனால் வீட்டுக்காரர் முகத்தைச் சுளித்தபடி, ஏதோ ஆழ்ந்த சிந்தனையில் இருப்பதைப் பார்த்துவிட்டு, அமைதியாக இருந்தார். இருந்தாலும் வீட்டுக்காரர் பேச ஆரம்பித்தால், சுமுகமான உரையாடலைத் தொடங்குவதற்கு அவர் தயாராக இருந்தார். திடீரென்று அவருடைய முகத்தில் ஒரு கவலை தோன்றியது.

"இதோ பாருங்கள்" என்று அவர் இவான் ஃபியோதரோவிச்சைப் பார்த்துப் பேசினார். "என்னை மன்னியுங்கள், ஆனால் நான் உங்களுக்கு ஒரு விஷயத்தை ஞாபகப்படுத்த வேண்டும் என்று நினைக்கிறேன். நீங்கள் கேத்தரீனா இவானோவ்னாவைப் பற்றித் தெரிந்துகொள்ள ஸ்மெர்த்தியாக்கவைப் பார்க்கப் போனீர்கள், ஆனால் அவளைப் பற்றி எதுவும் தெரிந்து கொள்ளாமல் வந்து விட்டீர்கள். ஒருவேளை நீங்கள் அதை மறந்திருக்கலாம்..."

"அட, ஆமாம்" என்று கத்திய இவான் ஃபியோதரோவிச்சின் முகம் கவலையால் இருண்டது. "ஆமாம், நான் அதை மறந்துவிட்டேன்... சரி, பரவாயில்லை, நாளை பார்த்துக்கொள்ளலாம்" என்று அவன் தனக்குள் முணுமுணுத்துக் கொண்டான். "நீங்கள்" என்று அவன் விருந்தினரைப் பார்த்துச் சொன்னான். "அதை எனக்கு நினைவுபடுத்த வேண்டியதில்லை, ஏனெனில் இன்னும் ஒரு கணத்தில் அது தானாகவே எனக்கு ஞாபகம் வந்திருக்கும், ஏனென்றால் அதுதான் என்னை வேதனைப்படுத்திக் கொண்டிருந்தது. எனவே நீங்கள் சொல்லித்தான் அது என்னுடைய நினைவுக்கு வந்தது என்று நினைக்க வேண்டாம்."

"சரி, அப்படியே வைத்துக்கொள்வோம்" என்று அந்தக் கனவான் நட்புடன் சிரித்தார். "உங்களுடைய விருப்பத்திற்கு மாறாக ஒன்றை நம்புவதில் என்ன புண்ணியம்? நம்பிக்கைகள்

என்று வரும்போது, எந்த ஆதாரமும் பயனுள்ளதாக இருக்காது, குறிப்பாக பொருள் ஆதாரம் பயனற்றது. அப்போஸ்தலனாகிய தோமோவுக்கு உயிர்த்தெழுந்த கிறிஸ்துவைக் கண்டதால் நம்பிக்கை வரவில்லை, ஆனால் அவர் அதற்கு முன்பே நம்ப விரும்பியதால் நம்பினார். உதாரணமாக ஆன்மீகவாதிகளைப் பாருங்கள்... எனக்கு அவர்களை மிகவும் பிடிக்கும்... அவர்கள் எங்களிடம், வேறு உலகத்திலிருந்து வரும் சாத்தான்கள் தங்கள் கொம்புகளைக் காட்டுகின்றன என்று சொல்லி, அவர்கள் எங்களுடைய நம்பிக்கைக்கு உதவுவதாக நினைக்கிறார்கள். மறு உலகம் இருக்கிறது என்பதற்கு இது ஒரு பொருள் ஆதாரம் என்று அவர்கள் சொல்கிறார்கள். வேறு உலகம், பொருள் ஆதாரம்! அடுத்து என்னவோ? அப்படி ஒரு முடிவுக்கு வந்தால், சாத்தான் இருக்கிறது என்று நிரூபிப்பது கடவுளின் இருப்பை நிரூபிப்பதாகுமா? நான் ஓர் இலட்சியவாத சமூகத்தில் இணைந்து, எதிர்க்கட்சியை வழிநடத்த விரும்புகிறேன். நான் ஒரு யதார்த்தவாதி, பொருள் முதல்வாதி அல்ல என்று சொல்லிக் கொள்வேன், ஹீ ஹீ!"

"கவனியுங்கள்" என்று இவான் ஃபியோதரோவிச் திடீரென்று எழுந்து நின்றான். "இப்போது நான் சித்தபிரமையில் இருக்கிறேன்... சந்தேகமின்றி எனக்குச் சித்தபிரமைதான். நீங்கள் என்னதான் முட்டாள்தனமாகப் பேசினாலும் எனக்கு அதைப் பற்றி எந்தக் கவலையும் இல்லை! நீங்கள் சென்ற முறை என்னைச் சினத்தின் வசப்பட வைத்தது போல இந்த முறை செய்ய முடியாது. ஆனால் எனக்கு ஏதோ ஒருவிதத்தில் அவமானமாக இருக்கிறது... நான் இந்த அறையில் நடக்க விரும்புகிறேன். சென்ற முறையைப் போல எனக்குச் சில சமயங்களில் நீங்கள் தெரிவதில்லை, உங்கள் குரலும் கேட்பதில்லை. ஆனால் நீங்கள் முட்டாள்தனமாகப் பேசுகிறீர்கள் என்பதை என்னால் எப்போதும் யூகிக்க முடியும், ஏனெனில் நான்தான் பேசுகிறேன், நீங்கள் அல்ல! நான் சென்ற முறை நிஜமாகவே உங்களைப் பார்த்தேனா அல்லது கனவு கண்டேனா என்பது மட்டும் எனக்குத் தெரியவில்லை. நான் ஒரு துண்டைத் தண்ணீரில் நனைத்து என் தலையில் போட்டுக் கொள்கிறேன், அப்போது ஒருவேளை நீங்கள் காற்றில் மறைந்து போகலாம்."

இவான் ஃபியோதரோவிச் அறையின் மூலைக்குச் சென்று, ஒரு துண்டை எடுத்து தண்ணீரில் நனைத்து, தலையில் கட்டிக் கொண்டு குறுக்கும் நெடுக்கும் நடக்க ஆரம்பித்தான்.

"நாம் ஒருவருக்கொருவர் மிகுந்த பரிச்சயத்துடன் பேசிக் கொள்வது எனக்கு மகிழ்ச்சியளிக்கிறது" என்று விருந்தாளி மீண்டும் பேச ஆரம்பித்தார்.

"முட்டாள்!" என்று இவான் ஃபியோதரோவிச் சிரித்தான். "நான் எப்படி உங்களை மரியாதையுடன் நடத்த முடியும்? உங்களுக்குத் தெரியுமா, என்னுடைய நெற்றிப் பொட்டில் வலி தெறிக்கிறது என்பதைத் தவிர நான் மிகுந்த மகிழ்ச்சியாக இருக்கிறேன்... ஆமாம், என் தலையின் உச்சியிலும்... நீங்கள் தயவுசெய்து சென்ற முறையைப் போல தத்துவ மழை பொழியாதீர்கள். உங்களால் இங்கிருந்து போக முடியவில்லை என்றால் ஏதாவது வேடிக்கையாகப் பேசுங்கள். நீங்கள் ஓர் ஒட்டுண்ணி என்பதால் வதந்திகளைப் பற்றிப் பேசலாம். என்ன ஒரு கொடுங்கனவு இது! ஆனால் நான் உங்களைக் கண்டு பயப்படவில்லை. நான் உங்களை விரட்டியடிப்பேன். என்னை யாரும் பைத்தியக்கார விடுதிக்கு அழைத்துச் செல்லும்படி நேராது!"

"நான் ஓர் ஒட்டுண்ணி! நான் அதைத் தவிர வேறு என்னவாக இருக்க முடியும்? நீங்கள் சொல்வதைக் கேட்கும்போது, நீங்கள் சென்ற முறை என்னை உங்களுடைய கற்பனை என்று பிடிவாதமாகச் சொன்னதைப் போலில்லாமல், என்னை நிஜமான ஒருவனாக ஏற்றுக்கொள்ளத் தொடங்கியிருப்பதைக் கண்டு நான் ஆச்சரியப்படுகிறேன்."

"நான் ஒரு கணம் கூட உங்களை நிஜமானவனாக நினைத்ததில்லை" என்று இவான் ஃபியோதரோவிச் விநோதமான கோபத்துடன் கத்தினான். "நீங்கள் நிஜமல்ல பொய், நீங்கள் என்னுடைய நோய், நீங்கள் ஒரு பேய். உங்களை எப்படி விரட்டி யடிப்பது என்று எனக்குத் தெரியவில்லை என்பதால், நான் சிறிது காலத்திற்குக் கஷ்டப்பட வேண்டும் என்று எனக்குத் தோன்றுகிறது. நீங்கள் ஒரு மாயத்தோற்றம், என்னுடைய பிரதிபிம்பம் என்றாலும், என்னில் ஒரு பகுதி மட்டும்தான்... என்னுடைய மோசமான, முட்டாள்தனமான, எண்ணங்கள் மற்றும் உணர்வுகளின் உருவகம். அந்தக் கோணத்தில் பார்க்கும்போது, எனக்கு வீணடிக்கப் போதிய நேரம் இருந்தால், உங்களைச் சுவாரஸ்யமாக எடுத்துக்கொள்ள முடியும்."

"குறுக்கிடுவதற்கு மன்னியுங்கள், இப்போது எனக்குப் புரிந்துவிட்டது. இன்று மாலை, தெரு விளக்குக்குக் கீழே நீங்கள் அல்யோஷாவிடம் பேசியபோது, 'நீங்கள் அவனிடமிருந்துதான் அதைத் தெரிந்து கொண்டீர்கள். அவன் என்னைப் பார்க்க வந்திருந்தான் என்று உங்களுக்கு எப்படித் தெரிந்தது?' என்று அவரிடம் கத்தினீர்கள். அப்போது நீங்கள் என்னைப் பற்றித்தான் சொன்னீர்கள், இல்லையா? அப்படியானால் நீங்கள் ஒரு கணம் என்னை நிஜமானவனாக நினைத்தீர்கள்" என்று அந்தக் கனவான் மெதுவாகச் சிரித்தார்.

"ஆமாம், அது ஒரு பலவீனமான தருணம்... ஆனால் நான் உங்களை நம்பவில்லை. நான் சென்ற முறை விழித்திருந்தேனா அல்லது தூங்கிக் கொண்டிருந்தேனா என்று எனக்குத் தெரியவில்லை. ஒருவேளை அது கனவாக இருந்திருக்க வேண்டும். ஆமாம், நிஜமில்லை..."

"அப்படியானால் நீங்கள் எதற்காக அல்யோஷாவிடம் அப்படிக் கத்தினீர்கள்? அவன் ஓர் இனிமையான பையன்! மூத்தவர் ஜோசிமாவின் பொருட்டு நான் அவனிடம் மோசமாக நடந்து கொண்டேன்."

"நீங்கள் அல்யோஷாவைப் பற்றிப் பேசாதீர்கள்! ஒட்டுண்ணி யான உங்களுக்கு என்ன தைரியம்!" என்று இவான் ஃபியோதரோவிச் சிரித்தான்.

"நீங்கள் என்னைத் திட்டும் அதே சமயம் சிரிக்கிறீர்கள். அது ஒரு நல்ல அறிகுறி. நீங்கள் சென்ற முறையை விட இந்த முறை என்னிடம் மிகவும் நட்பாக நடந்து கொள்வது ஏன் என்று எனக்குத் தெரியும். அதற்கு நீங்கள் எடுத்திருக்கும் அந்தப் பெரிய முடிவுதான் காரணம்..."

"நான் எடுத்திருக்கும் முடிவைப் பற்றி நீங்கள் எதுவும் பேசாமல் வாயை மூடிக் கொண்டிருங்கள்!" என்று இவான் ஃபியோதரோவிச் முரட்டுத்தனமாகக் கத்தினான்.

"எனக்குப் புரிகிறது, எனக்குப் புரிகிறது. அது உன்னதமானது, வசீகரமானது. நீங்கள் உங்கள் சகோதரனைக் காப்பாற்றுவதற்காக உங்களையே தியாகம் செய்யப் போகிறீர்கள்... அது துணிச்சலானது."

"நீங்கள் வாயை மூடுங்கள். இல்லாவிட்டால் நான் உங்களை உதைப்பேன்!"

"நீங்கள் அப்படிச் செய்தால் நான் சந்தோஷப்படுவேன், ஏனென்றால் அப்போது என்னுடைய நோக்கம் நிறைவேறும். நீங்கள் என்னை உதைத்தால், என்னுடைய இருப்பை நம்புகிறீர்கள் என்று அர்த்தம், ஏனெனில் யாரும் பேய்களை உதைக்க மாட்டார்கள். நகைச்சுவை ஒருபுறம் இருக்கட்டும், நீங்கள் விரும்பினால் என்னைத் திட்டலாம், ஆனால் என்னிடம் கூட கொஞ்சம் கண்ணியமாக நடந்து கொண்டால் நன்றாக இருக்கும். 'முட்டாள்' 'ஒட்டுண்ணி' போன்ற சொற்களை ஏன் பயன்படுத்த வேண்டும்?"

"நான் உங்களைத் திட்டுவதன் மூலம் என்னையே திட்டிக் கொள்கிறேன்!" என்று இவான் ஃபியோதரோவிச் மீண்டும் சிரித்தான். "நீங்கள்தான் நான், ஆனால் நீங்கள் வேறு முகத்துடன் இருக்கிறீர்கள். நான் நினைப்பதையே நீங்கள் சொல்கிறீர்கள்... நீங்கள் என்னிடம் புதியதாக எதையும் சொல்ல முடியாது!"

"நம்முடைய எண்ணங்கள் ஒத்துப்போகிறது என்றால் அது எனக்குப் பெருமைதான்" என்று அந்தக் கனவான் கண்ணியமாக, சாதுரியமாகச் சொன்னார்.

"ஆனால் நீங்கள் என்னுடைய கீழ்த்தரமான எண்ணங்களையும், முக்கியமாக முட்டாள்தனமான எண்ணங்களையும் மட்டுமே தேர்ந்தெடுக்கிறீர்கள். நீங்கள் ஆபாசமானவர், ஒரு மோசமான முட்டாள். இல்லை, என்னால் உங்களைப் பொறுத்துக்கொள்ள முடியாது! நான் என்ன செய்வது? நான் என்ன செய்வது?" என்று இவான் ஃபியோதரோவிச் கோபத்துடன் பற்களைக் கடித்தான்.

"நண்பரே, நான் ஒரு கனவானைப் போல நடந்து கொள்ள விரும்புகிறேன். நீங்களும் என்னை அப்படி நடத்த வேண்டும்" என்று விருந்தாளி ஓர் ஒட்டுண்ணிக்கே உரிய இகழ்ச்சியும், பெருமிதமும் நிறைந்த மெல்லிய குரலில் பேசினார். "நான் ஒரு ஏழை, ஆனால்... நான் மிகவும் நேர்மையானவன் என்று சொல்லவில்லை. ஆனால்... நான் ஒரு வீழ்ச்சியடைந்த தேவதூதன் என்று என்னை ஏற்றுக்கொள்வது சமூகத்தில் நிலவும் ஒரு பொதுவான வழக்கம். நான் ஒரு காலத்தில் தேவதூதனாக இருந்திருக்க வாய்ப்புண்டு என்பதை என்னால் நிச்சயமாக கற்பனை செய்து பார்க்க முடியவில்லை. நான் எப்போதாவது அப்படி இருந்தேன் என்றால், அது நீண்ட காலத்திற்கு முன்பு இருந்திருக்க வேண்டும் என்பதால் என்னை மறந்துவிட்டது ஒன்றும் பெரிய பாவம் இல்லை. இப்போது எனக்கு மிகவும் முக்கியமானது என்னவென்றால், நான் ஒரு மரியாதைக்குரிய மனிதன் என்ற நற்பெயரைத் தக்கவைத்துக் கொள்வதும், என்னால் முடிந்தவரை சிறப்பாக வாழ்வதும், என்னை இணக்கமானவனாக மாற்ற முயற்சிப்பதும்தான். நான் உண்மையாக மனிதர்களை நேசிக்கிறேன் என்றாலும், அவர்கள் என்னைப் பலவிதமாகத் தூற்றுகிறார்கள். நான் அவ்வப்போது உங்களுடன் தங்கும்போது, என் வாழ்க்கை எனக்கு உண்மையாகத் தோன்றுகிறது. அதுதான் எனக்கும் பிடிக்கிறது, ஏனெனில் உங்களைப் போலவே நானும் கற்பனையில் மாட்டிக் கொள்வதால், உங்களுடைய எளிய, நடைமுறை யதார்த்தத்தை விரும்புகிறேன். உங்களிடம் ஒழுங்கும் தர்க்கமும் உள்ளதால் இங்கே எல்லாமே தெளிவாக வரையறுக்கப்பட்டுள்ளது, ஆனால் எங்களிடம் தீர்க்க முடியாத பிரச்சனைகளைத் தவிர வேறு எதுவும் இல்லை! இங்கே என்னால் நடக்கவும் கனவு காணவும் முடிகிறது. எனக்குக் கனவு காண்பது மிகவும் பிடிக்கும். நான் இங்கே இருக்கும்போது, மூடநம்பிக்கை கொண்டவனாக மாறிவிடுகிறேன். நீங்கள் தயவுசெய்து சிரிக்காதீர்கள். உங்களைப் போலவே நானும் மூடநம்பிக்கை

கொண்டவனாக மாறுவது எனக்கு மிகவும் பிடிக்கிறது. இங்கே நான் உங்களுடைய பழக்கவழக்கங்கள் அனைத்தையும் பின்பற்றுகிறேன். நான் பொது குளியல் அறைக்குச் சென்று, வணிகர்களுடனும், பாதிரியார்களுடனும் சேர்ந்து நீராவிக் குளியலை அனுபவிக்க விரும்புகிறேன் என்று சொன்னால் உங்களால் அதை நம்ப முடியுமா? இருநூறு பவுண்டு எடையுள்ள ஒரு வியாபாரியின் மனைவியின் வடிவத்தில் அவதாரம் எடுத்து, அவள் நம்பும் எல்லாவற்றையும் நானும் தீவிரமாக நம்ப வேண்டும் என்பது என்னுடைய ஆசை. தேவாலயத்திற்குச் சென்று விசுவாசத்துடன் மெழுகுவர்த்தியை ஏற்றி வைப்பதே என் இலட்சியம் என்று நான் சத்தியம் செய்கிறேன். அப்போது என்னுடைய துன்பங்களுக்கு ஒரு முடிவு கிடைக்கும். இங்கே உள்ள மருத்துவமனையில் சிகிச்சை பெறுவதை நான் விரும்புகிறேன். கடந்த வசந்த காலத்தில் பெரியம்மை நோய் பரவியபோது, நான் ஒரு மருத்துவமனைக்குச் சென்று தடுப்பூசி போட்டுக் கொண்டேன். அன்று நான் எவ்வளவு மகிழ்ச்சியாக இருந்தேன் என்பதை உங்களால் கற்பனை செய்ய முடியாது. நம்முடைய அடிமை சகோதரர்களின் நலனுக்காகப் பத்து ரூபிள்களை நான் நன்கொடை யாகக் கொடுத்தேன்... நான் சொல்வதை நீங்கள் கவனிக்கவில்லை என்று தெரிகிறது. உங்களுக்குத் தெரியுமா, இன்று நீங்கள் நீங்களாக இல்லை" என்று சொன்ன அந்தக் கனவான் ஒரு கணம் தயங்கினார். "நேற்று நீங்கள் அந்த மருத்துவரைப் பார்க்கப் போயிருந்தீர்கள் என்று எனக்குத் தெரியும்... சரி, உங்கள் உடல்நிலை எப்படியிருக்கிறது? அவர் உங்களிடம் என்ன சொன்னார்?"

"முட்டாள்!" என்று இவான் ஃபியோதரோவிச் கத்தினான்.

"நீங்கள் புத்திசாலி என்று எனக்குத் தெரியும்! நீங்கள் மீண்டும் என்னைத் திட்டுகிறீர்களா? நான் உங்கள் மீதுள்ள அக்கறையால் கேட்கவில்லை என்பதால் நீங்கள் பதில் சொல்ல வேண்டிய அவசியமில்லை. இப்போது எனக்கு மீண்டும் வாத நோய் வந்து விட்டது..."

"முட்டாள்!" என்று இவான் மீண்டும் சொன்னான்.

"நீங்கள் அதையே திரும்பத் திரும்பச் சொல்கிறீர்கள். சென்ற வருடம் எனக்கு வாத நோய் வந்தது இன்னும் ஞாபகம் இருக்கிறது."

"வாத நோயால் பாதிக்கப்பட்ட சாத்தானா?"

"ஏன் இருக்கக்கூடாதா? நான் மானிட வடிவம் எடுக்கும்போது, அதன் விளைவுகளை அனுபவிக்கிறேன். நான் சாத்தான் என்றாலும், மனிதர்களை அந்நியமாக நினைக்கவில்லை."

"என்ன? சாத்தானுக்கு மனிதர்கள் அந்நியமில்லை... அது சாத்தானுக்கு மோசமில்லை!"

"இறுதியில் நான் உங்களை மகிழ்விக்க முடிந்தது குறித்து மகிழ்ச்சி அடைகிறேன்."

"உங்களால் எப்படி அதைச் சொல்ல முடிந்தது?" என்று இவான் ஃபியோதரோவிச் திடீரென்று இடி விழுந்தவனைப் போல ஸ்தம்பித்து நின்றான். "நான் அப்படி நினைக்கவே இல்லை... விசித்திரமாக இருக்கிறது!"

"அது புதுமையாக இருக்கிறது, இல்லையா? நான் இந்த முறை உங்களிடம் நேர்மையுடன் நடந்து கொள்கிறேன். நான் உங்களுக்கு விளக்குகிறேன். ஒருவேளை அஜீரணம் அல்லது வேறு எதனாலோ ஏற்படும் கனவுகளில், குறிப்பாகக் கொடுங்கனவுகளில், ஒரு மனிதன் சில சமயங்களில் கலைநயமிக்க காட்சிகளை, சிக்கலான யதார்த்தமான நிகழ்வுகளை, அதிர்ச்சியூட்டும் கதைக்களத்தில் பின்னப்பட்ட, சட்டையின் கடைசி பொத்தான் வரை துல்லியமான விவரங்கள் நிறைந்த, நிகழ்வுகளின் முழு உலகத்தையும் பார்க்க முடியும். லியோ டால்ஸ்டாயால் கூட அதைப் போன்ற ஒன்றைக் கற்பனை செய்ய முடியாது என்று நான் சத்தியம் செய்கிறேன். இந்த அசாதாரணமான கனவுகளை எழுத்தாளர்கள் மட்டுமின்றி அதிகாரிகள், பத்திரிக்கையாளர்கள், பாதிரியார்கள் போன்ற மிகச் சாதாரண மனிதர்களும் காண்கிறார்கள்... இந்த விஷயம் ஒரு முழுமையான புதிர். அரசாங்கத்தைச் சேர்ந்த ஓர் அமைச்சர் தனக்குத் தோன்றிய சிறந்த யோசனைகள் அனைத்தும் தூங்கும்போது கனவில் கண்டவை என்று அவர் என்னிடம் ஒப்புக் கொண்டார். உங்களுடைய விஷயத்திலும் அப்படித்தான். நான் உங்களுடைய பிரமையாக இருந்தாலும், இதற்கு முன்பு உங்கள் மனதில் தோன்றாத அசலான விஷயங்களை, ஒரு கெட்ட கனவில் நடப்பதைப் போல என்னால் சொல்ல முடியும். அதனால் நான் உங்களுடைய எண்ணங்களைத் திரும்பச் சொல்லவில்லை. இருப்பினும் நான் உங்களுடைய கனவு என்பதற்கு மேல் வேறு எதுவும் இல்லை."

"நீங்கள் பொய் சொல்கிறீர்கள். நீங்கள் என்னுடைய கனவு அல்ல, நிஜம் என்று என்னை நம்ப வைப்பதுதான் உங்களுடைய நோக்கம். அதனால்தான் இப்போது நீங்களே ஒரு கனவு என்று என்னிடம் உறுதியாகச் சொல்கிறீர்கள்."

"நண்பரே, இன்று நான் ஒரு மாறுபட்ட அணுகுமுறையைக் கடைப்பிடிக்கிறேன். அதைப் பற்றி நான் பிறகு உங்களுக்கு விளக்குகிறேன். இப்போது நான் எங்கே விட்டேன்? ஓ, ஆமாம்,

எனக்கு ஜலதோஷம் பிடித்தது, ஆனால் இங்கே இல்லை, அங்கே இருக்கும்போது..."

"அங்கே என்றால் எங்கே? என்னிடம் சொல்லுங்கள், நீங்கள் நீண்ட நாட்களுக்கு இங்கே இருப்பீர்களா? நீங்கள் இங்கிருந்து போக மாட்டீர்களா?" என்று இவான் ஃபியோதரோவிச் ஏறக்குறைய விரக்தியுடன் கேட்டான்.

அவன் நடப்பதை நிறுத்திவிட்டு, சோபாவில் அமர்ந்து, முழங்கைகளை மேசையின் மீது ஊன்றி, தனது தலையை இரண்டு கைகளாலும் இறுகப் பற்றிக் கொண்டான். அவன் தனது தலையில் கட்டியிருந்த ஈரத் துண்டை எடுத்துக் கோபத்துடன் தரையில் வீசினான். அதனால் எந்தப் பயனும் இல்லை என்பது தெளிவாகத் தெரிந்தது.

"உங்களுடைய நரம்புக் கோளாறு மோசமாகிவிட்டது" என்று அந்தக் கனவான் சாதாரணமாக, ஆனால் முற்றிலும் நட்பான தோரணையில் சொன்னார். "எனக்கு ஜலதோஷம் பிடித்தது மிகவும் இயல்பான விஷயம் என்றாலும், அதற்காக நீங்கள் என் மீது கோபத்தைக் காட்டுகிறீர்கள். நான் ஒரு நாள் பீட்டர்ஸ்பர்க்கில் மிக உயர்ந்த பதவியில் இருந்த, அமைச்சரவையில் செல்வாக்குச் செலுத்த விரும்பிய, ஒரு சீமாட்டியின் வீட்டில் நடந்த வரவேற்பு நிகழ்ச்சிக்குச் செல்வதற்காக அவசரமாகப் புறப்பட்டுக் கொண்டிருந்தேன். அதற்காக நான் கோட்டும், வெள்ளை டையும், கையுறைகளும் அணிந்து கொண்டேன். ஆனால் நான் எங்கே போக வேண்டும் என்பது கடவுளுக்கே தெரியும் என்பதால், உங்கள் பூமியை அடைய விண்வெளியில் பறக்க வேண்டியிருந்தது... நிச்சயமாக அதற்கு ஒரு கணம் மட்டுமே ஆனது, ஆனால் சூரியனிலிருந்து வெளிப்படும் ஒளிக்கதிர் பூமியை வந்தடைய எட்டு நிமிடங்கள் ஆகும் என்று உங்களுக்குத் தெரியும். நான் மாலை நேர உடையில், திறந்த இடுப்புக் கோட்டுடன் இருந்ததை நீங்கள் கற்பனை செய்து பாருங்கள். ஆவிகள் குளிரில் உறைவதில்லை, ஆனால் அது மனித வடிவம் எடுக்கும்போது... ஒரு வார்த்தையில் சொல்ல வேண்டுமானால், நான் புறப்படும்போது அதைப் பற்றி யோசிக்கவில்லை. அந்த இடத்தில், ஆகாயத்திற்கு மேலே உள்ள தண்ணீரில் பயங்கரமான உறைபனி... அதை உறைபனி என்று சொல்ல முடியாது, ஏனெனில் நீங்களே கற்பனை செய்து பாருங்கள், அது பூஜ்ஜியத்திற்கும் கீழே நூற்று ஐம்பது டிகிரி! கிராமத்துப் பெண்கள் விளையாடும் விளையாட்டு உங்களுக்குத் தெரியும் என்று நான் நினைக்கிறேன். அவர்கள் ஓர் அப்பாவி இளைஞனை அழைத்து, பூஜ்ஜியத்திற்குக் கீழே முப்பது டிகிரி குளிரில் கோடாரியை நக்கச் சொல்வார்கள். அப்படிச் செய்யும்

போது அவனுடைய நாக்குக் கோடாரியில் ஒட்டிக் கொள்ளும். அவன் அதிலிருந்து நாக்கை எடுக்கும்போது, அவனுடைய நாக்கு கிழிந்துவிடும். அது முப்பது டிகிரி குளிர்தான், ஆனால் நீங்கள் உங்களுடைய விரலை நூற்று ஐம்பது டிகிரி குளிரில் கோடாரியில் வைத்தால் விரலே இருக்காது என்று நான் நினைக்கிறேன். அதாவது அங்கே கோடாரி இருந்தால்..."

"அங்கே கோடாரி இருக்கிறதா?" என்று இவான் ஃபியோதரோவிச் திடீரென்று அலட்சியமாக, வெறுப்புடன் இடைமறித்தான். அவன் அந்த மாயத் தோற்றத்தை நம்பக்கூடாது என்பதற்காகவும், தனக்கு முழு பைத்தியம் பிடித்து விடக்கூடாது என்பதற்காகவும் தன்னால் முடிந்தவரை முயற்சி செய்து கொண்டிருந்தான்.

"கோடாரியா?" என்று விருந்தாளி வியப்புடன் கேட்டார்.

"ஆமாம், அங்கே ஒரு கோடாரி என்னவாகும்?" என்று இவான் ஃபியோதரோவிச் மூர்க்கத்தனமாகக் கத்தினான்.

"விண்வெளியில் ஒரு கோடாரி என்னவாகும்? என்ன ஒரு யோசனை! அது போதுமான தூரத்தில் விழுந்தால், அது ஏன் என்று தெரியாமல் ஒரு செயற்கைக் கோளைப் போல பூமியைச் சுற்றி வரத் தொடங்கும் என்று நான் நினைக்கிறேன். வானியலாளர்கள் கோடாரியின் தோற்றத்தையும் மறைவையும் கணக்கிடுவார்கள். காட்ஸூக் அதைத் தனது நாட்காட்டியில் பதிவு செய்வார். அவ்வளவுதான்."

"நீங்கள் ஒரு முட்டாள், அடி முட்டாள்" என்று இவான் ஆவேசத்துடன் சொன்னான். "நீங்கள் பொய் சொன்னாலும் புத்திசாலித்தனமாகச் சொல்ல வேண்டும், இல்லையென்றால் நான் அதைக் காது கொடுத்துக் கேட்க மாட்டேன். நீங்கள் யதார்த்தமான வாதத்தின் மூலம் என்னை வென்று, உங்களுடைய இருப்பை நிஜம் என்று என்னை நம்ப வைக்க விரும்புகிறீர்கள். ஆனால் நீங்கள் இருப்பதை நான் நம்பவில்லை! அதை நான் நம்பவே மாட்டேன்!"

"ஆனால் நான் பொய் சொல்லவில்லை. நான் சொல்வது அத்தனையும் உண்மை. துரதிருஷ்டவசமாக உண்மை எப்போதும் உற்சாகம் தருவதாக இருக்காது. நீங்கள் என்னிடமிருந்து பெரிய தாக ஏதோ ஒன்றை, ஒருவேளை அழகான ஒன்றை எதிர்பார்க்கிறீர்கள் என்பது எனக்கு நன்றாகத் தெரிகிறது. இதில் பரிதாபம் என்னவென்றால், நான் எனக்குத் தெரிந்ததை மட்டுமே உங்களிடம் சொல்ல முடியும்..."

"ஏய் கழுதை, தத்துவம் பேசாதே!"

“என்னுடைய வலது பக்கம் முழுவதும் உணர்ச்சியின்றி, நான் முக்கிக் கொண்டும் முனகிக் கொண்டும் இருக்கும் நிலையில் என்னால் தத்துவம் பேச முடியுமா? நான் பல மருத்துவர்களிடம் சென்றேன். அவர்கள் திறமையாக நோயைக் கண்டறிந்து, நோயைப் பற்றிய அனைத்து விவரங்களையும் சொல்கிறார்கள், ஆனால் எப்படிக் குணப்படுத்துவது என்று அவர்களுக்குத் தெரியவில்லை. அங்கே ஓர் உற்சாகமான மருத்துவ மாணவன் இருந்தான். ‘ஒருவேளை நீங்கள் இறந்துவிடலாம், ஆனால் நீங்கள் எந்த நோயால் இறக்கப் போகிறீர்கள் என்பதைத் துல்லியமாகத் தெரிந்து கொள்ளலாம்’ என்று அவன் சொன்னான். ‘நாங்கள் நோயை மட்டுமே கண்டறிகிறோம், ஆனால் அதற்குரிய சிகிச்சைக்கு நீங்கள் இன்ன இன்ன மருத்துவரிடம் போக வேண்டும். அவர்தான் உங்களைக் குணப்படுத்துவார்’ என்று சொல்லும் அவர்கள், நோயாளிகளை மருத்துவ நிபுணர்களிடம் அனுப்பி விடுகிறார்கள். இப்போது உங்களிடம் எல்லா வகை நோய்களையும் குணப்படுத்திய அந்தப் பழைய மருத்துவர்கள் இல்லை என்று என்னால் உறுதியாகச் சொல்ல முடியும். இப்போது மருத்துவ நிபுணர்கள் மட்டுமே இருக்கிறார்கள். அவர்கள் அனைவரும் செய்தித்தாள்களில் விளம்பரம் செய்கிறார்கள். உங்களுடைய மூக்கில் ஏதேனும் பிரச்சனை இருந்தால், அவர்கள் உங்களைப் பாரிஸுக்கு அனுப்புகிறார்கள். அங்கே ஐரோப்பியாவைச் சேர்ந்த ஒரு மூக்கு நிபுணர் இருக்கிறார் என்று அவர்கள் சொல்கிறார்கள். நீங்கள் அங்கே சென்றால், அவர் உங்களுடைய மூக்கைப் பரிசோதித்து, என்னால் உங்களுடைய வலது மூக்குக்கு மட்டுமே சிகிச்சையளிக்க முடியும், ஆனால் இடது மூக்குக்குச் சிகிச்சையளிக்க முடியாது, ஏனெனில் நான் அதில் நிபுணத்துவம் வாய்ந்தவன் அல்ல என்றும், நீங்கள் வியன்னாவுக்குச் சென்றால், அங்கே இடது மூக்குக்குச் சிகிச்சையளிக்கும் ஒரு நிபுணர் இருக்கிறார் என்றும் சொல்கிறார். உங்களால் என்ன செய்ய முடியும்? நான் நாட்டுப்புற வைத்தியத்தை நாடினேன். ஒரு ஜெர்மன் மருத்துவர் என்னிடம் தேனும் உப்பும் கலந்த தண்ணீரில் குளிக்கும்படிச் சொன்னார். எனக்குக் குளிப்பது மிகவும் பிடிக்கும் என்பதால் நான் அவருடைய யோசனையை ஏற்றுக் கொண்டேன். அதனால் எனக்கு எந்தப் பலனும் கிட்டவில்லை. நான் விரக்தியடைந்து மிலானிலிருந்த கோமகன் மத்யேக்கு ஒரு கடிதம் எழுதினேன். அவர் எனக்கு ஒரு புத்தகத்தையும் சில சொட்டு மருந்துகளையும் அனுப்பினார். அதற்காகக் கடவுள் அவரை ஆசீர்வதிக்கட்டும். இறுதியில் ஹாஃப்பின் மால்ட் சாறு என்னைக் குணப்படுத்தியது என்பதை உங்களால் நம்ப முடியுமா? நான் தற்செயலாக அதை வாங்கி,

அதில் ஒன்றரை பாட்டிலைக் குடித்தேன். அது என்னை முழுமையாகக் குணப்படுத்தியது. அதன் பிறகு நான் நடனமாடவும் தயாராக இருந்தேன். எனக்குள் நன்றியுணர்வு பொங்கி வழிந்ததால், நான் அவருக்கு நன்றி தெரிவிக்கும் விதமாக செய்தித்தாளில் ஒரு கடிதம் வெளியிடலாம் என்று நினைத்தேன். ஆனால் அது மற்றொரு பெரிய கதைக்கு வழிவகுத்தது என்பதை உங்களால் கற்பனை செய்ய முடியுமா? ஒரு செய்தித்தாள் கூட என்னுடைய கடிதத்தை வெளியிடவில்லை. 'அது மிகவும் பிற்போக்குத்தனமானது என்பதால், யாரும் அதை நம்ப மாட்டார்கள். நீங்கள் அநாமதேயக் கடிதம் எழுதுவது நல்லது' என்று அவர்கள் சொன்னார்கள். சரிதான், ஊர் பேர் தெரியாமல் நன்றி சொல்லும் கடிதத்தால் என்ன பயன்? நான் அதைக் கேட்டுவிட்டு, பத்திரிக்கை அலுவலகத்தில் இருந்தவர்களுடன் சேர்ந்து சிரித்தேன். 'நம் காலத்தில் கடவுளை நம்புவது பிற்போக்குத்தனமாக இருக்கலாம், ஆனால் ஒரு சாத்தானாகிய என்னை நீங்கள் நம்பலாம்' என்று நான் சொன்னேன். 'எங்களுக்குப் புரிகிறது. சாத்தானை நம்பாதவர்கள் யார்? இருந்தாலும் அதை வெளியிட முடியாது, ஏனெனில் அது எங்களுடைய நற்பெயருக்குக் கேடு விளைவிக்கும். ஒருவேளை நீங்கள் அதை ஒரு நகைச்சுவையாக வெளியிடலாம்' என்றார்கள். ஆனால் அது ஒரு வேடிக்கையான நகைச்சுவையாக இருக்காது என்று நான் நினைத்தேன். அதனால் அது பிரசுரமாக வில்லை. உங்களுக்குத் தெரியுமா, நான் இன்றுவரை அதை நினைத்து வேதனைப்படுகிறேன். என்னுடைய சமூக அந்தஸ்தின் காரணமாக நன்றியுணர்வு போன்ற எனது சிறந்த உணர்வுகளை வெளிப்படுத்தும் வாய்ப்பு எனக்கு மறுக்கப்படுகிறது."

"மறுபடியும் தத்துவ புராணமா?" என்று இவான் ஃபியோதரோவிச் உறுமினான்.

"கடவுள் அதைத் தடுக்கட்டும்! ஆனால் சில சமயங்களில் என்னால் குறை சொல்லாமல் இருக்க முடியாது. நான் தொடர்ந்து அவதூறுகளுக்கு ஆளான ஒரு மனிதன். நீங்கள் கூட என்னை ஒரு முட்டாள் என்று தொடர்ந்து சொல்லிக் கொண்டே இருக்கிறீர்கள். அது நீங்கள் ஓர் இளைஞர் என்பதைக் காட்டுகிறது. எனதருமை நண்பரே, புத்திசாலித்தனம் மட்டுமே முக்கியமான விஷயம் அல்ல! நான் இயல்பாகவே அன்பும் மகிழ்ச்சியும் நிறைந்த மனம் படைத்தவன். நான் பல நகைச்சுவை நாடகங்களை எழுதியுள்ளேன். கோகோலின் நாடகத்தில் வரும் ஹிலெஸ்டாகோவின் பழைய பதிப்பைப் போல நான் இருப்பதாக நீங்கள் நினைக்கிறீர்கள், ஆனால் என்னுடைய தலைவிதி அதைவிட மோசமானது. என்னால் புரிந்து கொள்ள முடியாத ஒரு தற்காலிக நியமனத்தின்

மூலம், நான் எல்லாவற்றையும் 'மறுத்து' எழுத வேண்டும் என்ற கட்டாயத்துக்கு ஆளானேன். ஆனால் நான் உண்மையில் நல்ல உள்ளம் கொண்டவன் என்பதால் எதையும் மறுக்க விரும்பவில்லை. 'இல்லை, நீங்கள் மறுக்க வேண்டும், ஏனெனில் மறுப்பு இல்லாமல் விமர்சனம் இல்லை. விமர்சனப் பகுதி இல்லாத பத்திரிக்கை ஒரு பத்திரிக்கையா? விமர்சனம் இல்லாவிட்டால் அது 'ஓசன்னா' என்ற கோஷத்தைத் தவிர வேறில்லை. ஆனால் வாழ்க்கைக்கு அது மட்டுமே போதுமானது அல்ல, மாறாக அதைச் சந்தேகம் என்ற சிலுவையில் சோதிக்க வேண்டும்' என்று அவர்கள் சொன்னார்கள். நான் அதைச் செய்ய விரும்பவில்லை என்றாலும், அவர்கள் என்னை ஒரு பலிகடாவாகத் தேர்ந்தெடுத்து விமர்சனப் பகுதிக்கு எழுத வைத்தார்கள். வாழ்க்கை ஓடியது. என்ன ஒரு கேலிக்கூத்து. என்னை அழிந்து போகச் சொல்கிறீர்களா என்று நான் அவர்களிடம் நேரடியாகக் கேட்டேன். 'இல்லை, நீங்கள் வாழ வேண்டும், ஏனெனில் நீங்கள் இல்லாமல் எதுவும் இல்லை. பிரபஞ்சத்தில் உள்ள அனைத்தும் விவேகமானதாக இருந்தால் எதுவும் நடக்காது. நீங்கள் இல்லாமல் எந்த நிகழ்வுகளும் இருக்காது, நமக்கு நிகழ்வுகள் அவசியம்' என்று அவர்கள் சொன்னார்கள். எனவே நான் நிகழ்வுகளுக்காகத் தயக்கத்துடன் வேலை செய்தேன். நான் அவர்களின் கட்டளைக்குக் கீழ்ப்படிந்து, என் பகுத்தறிவுக்கு ஒவ்வாததை வேண்டா வெறுப்பாகச் செய்தேன். இந்த மக்களிடம் சந்தேகத்திற்கு இடமில்லாத புத்திசாலித்தனம் இருந்தாலும், இந்தக் கேலிக்கூத்தைத் தீவிரமாக எடுத்துக் கொள்கிறார்கள். அதுதான் அவர்களின் துயரம். அவர்கள் துயரப்படுகிறார்கள் என்பது உண்மைதான். ஆனால் அவர்கள் கற்பனையில் அல்லாமல் நிஜத்தில் வாழ்கிறார்கள், ஏனெனில் துன்பம்தான் வாழ்க்கை. வாழ்க்கையில் துன்பம் இல்லையென்றால் என்ன இன்பம் இருக்கப் போகிறது? அப்படியில்லை எனில் வாழ்க்கை ஒரு முடிவில்லாத தேவாலய சேவையாக மாறிவிடும். அது புனிதமானது என்றாலும் மந்தமானது. ஆனால் என்னைப் பற்றி என்ன? நான் துயரப்பட்டேன் என்றாலும், உண்மையாக வாழவில்லை. நான் ஒரு தீர்க்க முடியாத சமன்பாட்டில் உள்ள எக்ஸ்ஸைப் போல இருக்கிறேன். நான் ஆதியும் அந்தமும் இழந்து, பெயரைக் கூட மறந்துவிட்ட ஒரு மாயத்தோற்றம். அட, நீங்கள் சிரிக்கிறீர்கள்... இல்லை சிரிக்கவில்லை, கோபப்படுகிறீர்கள். நீங்கள் எப்போதும் கோபமாக இருக்கிறீர்கள், ஏனென்றால் உங்களுடைய அக்கறையெல்லாம் புத்திசாலித்தனம் ஒன்றில் மட்டுமே இருக்கிறது. நான் இருநூற்று ஐம்பது பவுண்டு எடையுள்ள வியாபாரியின் மனைவியாக மாறி, தேவாலயத்தில்

மெழுகுவர்த்தியை ஏற்ற முடியும் என்றால், இந்த அசாதாரணமான வாழ்க்கையையும், பதவிகளையும், கௌரவங்களையும் மகிழ்ச்சியுடன் துறப்பேன் என்று மீண்டும் உங்களிடம் சொல்கிறேன்."

"அப்படியானால் உங்களுக்குக் கடவுள் நம்பிக்கை இல்லையா?" என்று இவான் ஃபியோதரோவிச் வெறுப்புடன் இளித்தான்.

"நான் அதை எப்படிச் சொல்வது? நீங்கள் உண்மையாக அதைத் தெரிந்து கொள்ள விரும்பினால்..."

"கடவுள் இருக்கிறாரா இல்லையா?" என்று இவான் ஃபியோதரோவிச் கோபத்துடன் கேட்டான்.

"ஓ, அப்படியானால் நீங்கள் உண்மையாகத் தெரிந்து கொள்ள விரும்புகிறீர்களா? என் அருமை நண்பரே, சத்தியமாக எனக்குத் தெரியாது. கடவுளே எனக்கு உதவுங்கள்!"

"உங்களுக்குத் தெரியாது என்றாலும், நீங்கள் கடவுளைப் பார்க்கிறீர்கள், அப்படித்தானே? நீங்கள் தனித்து இருக்க முடியாது, ஏனெனில் நீங்கள் என்பது நான்தான். நீங்கள் ஒரு குப்பை, என்னுடைய கற்பனை!"

"சரி, நீங்கள் விரும்பினால், உங்களைப் போலவே அது எனக்கும் பொருந்தும். அதுதான் நியாயமாக இருக்கும். சிந்திக்கிறேன் எனவே நான் இருக்கிறேன் என்பது மட்டும் எனக்கு உறுதியாகத் தெரியும். என்னைச் சுற்றியுள்ள அனைத்தும், இந்த உலகங்கள், கடவுள், ஏன் சாத்தான் ஆகிய எதைப் பற்றியும் என்னால் உறுதியாகச் சொல்ல முடியாது. உண்மையில் அவை இருக்கின்றனவா அல்லது அது என்னுடைய மனப் பிரமையா, என் அகங்காரத்தின் நீட்சியா என்று எனக்குத் தெரியவில்லை... ஆனால் இதை இத்துடன் நிறுத்திக்கொள்வது நல்லது என்று நான் நினைக்கிறேன், ஏனெனில் நீங்கள் என்னை அடிக்கத் தயாராக இருப்பதாகத் தெரிகிறது."

"நீங்கள் ஏதாவது கதையைச் சொல்வது நல்லது" என்று இவான் ஃபியோதரோவிச் பரிதாபமாகச் சொன்னான்.

"எங்களைப் பற்றி ஒரு கதையைச் சொல்கிறேன். இது ஒரு கதை அல்ல, புராணக்கதை. எனக்குக் கடவுள் நம்பிக்கை இல்லை என்றாலும், நான் பார்க்கிறேன் என்று நீங்கள் இப்போது என்னைக் குற்றம் சாட்டினீர்கள். ஆனால் நண்பரே, நான் ஒருவன் மட்டும் அப்படி இல்லை. அங்குள்ள நாங்கள் அனைவரும் இப்போது குழப்பத்தில் இருக்கிறோம். உங்களுடைய அறிவியல்தான் அதற்குக் காரணம். இதற்கு முன்பு அணுக்கள், ஐந்து புலன்கள், நான்கு பூதங்கள் மட்டுமே இருந்தபோது, அவை ஒன்றுக்கொன்று இணக்கமாகப் பொருந்தியிருந்தன. பண்டைய உலகிலும் அணுக்கள்

இருந்தன. ஆனால் நீங்கள் 'வேதியியல் மூலக்கூறு' மற்றும் 'புரோட்டோபிளாசம்' ஆகியவற்றைக் கண்டுபிடித்தீர்கள் என்பதை அறிந்தபோது, எங்களுக்கு அதைப் பற்றி ஒன்றும் தெரியாது என்பதால் நாங்கள் எங்கள் தலையைத் தொங்கப் போட்டுக் கொண்டோம். எங்களிடையே பயங்கரமான குழப்பம் நிலவியது. எல்லாவற்றுக்கும் மேலாக, மூடநம்பிக்கைகளும், வதந்திகளும் பரவியது. உங்கள் உலகத்தில் இருப்பதைப் போலவே, எங்கள் உலகிலும் அவை இருந்தன, சொல்லப்போனால் அதைவிட அதிகமாகவே இருந்தன. அதுமட்டுமின்றிக் கண்டனங்களும் எழுந்தன. எங்களிடமும் இரகசிய போலீஸ் இருந்ததால், அதைப் பற்றிய தகவல்கள் கிடைத்தன. சரி, இந்தப் புராணக்கதை எங்களுடைய (உங்களுடையது அல்ல) இடைக்காலத்தைச் சேர்ந்தது. இருநூற்று ஐம்பது பவுண்டு எடையுள்ள வியாபாரிகளின் மனைவிகளைத் தவிர (உங்களுடைய வியாபாரிகளின் மனைவிகள் அல்ல) வேறு யாரும் அதை நம்பவில்லை. உங்களிடம் இருக்கும் எல்லாமே எங்களிடம் இருக்கிறது என்ற இரகசியத்தை, அது தடை செய்யப்பட்டது என்றாலும், நான் நம்முடைய நட்பின் காரணமாக உங்களிடம் சொல்கிறேன். இப்போது நான் சொர்க்கத்தைப் பற்றி ஒரு புராணக்கதையைச் சொல்கிறேன். ஒரு காலத்தில் உங்கள் பூமியில், சட்டங்கள், மனசாட்சி, மதம், எல்லாவற்றுக்கும் மேலாக மரணத்திற்குப் பிந்தைய வாழ்க்கை போன்ற அனைத்தையும் நிராகரித்த, ஒரு தத்துவவாதி, சிந்தனையாளர் இருந்தார். அவர் இறக்கும் தருவாயில், முழுமையான இருளிலும், வெறுமையிலும் நுழைவோம் என்று நினைத்தார், ஆனால் அதற்குப் பதிலாக மரணத்திற்குப் பிந்தைய வாழ்க்கை இருப்பதைக் கண்டு திகைப்படைந்து ஆத்திரப்பட்டார். 'இது என் கொள்கைக்கு எதிரானது!' என்றார் அவர். அதற்காக அவருக்குத் தண்டனை வழங்கப்பட்டது... அதாவது, நீங்கள் என்னை மன்னியுங்கள், நான் கேள்விப்பட்டதை மீண்டும் சொல்கிறேன். இது ஒரு புராணக்கதை மட்டுமே... இருட்டில் நூறு கோடி கிலோமீட்டர் (நாங்கள் மெட்ரிக் முறையைப் பயன்படுத்துகிறோம்), நடக்க வேண்டும் என்று அவருக்குத் தண்டனை விதிக்கப்பட்டது. அவர் அதைச் செய்து முடித்தவுடன், அவரை மன்னித்து, அவருக்காகச் சொர்க்கத்தின் கதவைத் திறந்துவிடுவது என்று முடிவு செய்தார்கள்..."

"நூறு கோடி கிலோமீட்டர் நடப்பதைத் தவிர உங்கள் உலகத்தில் வேறு என்னென்ன சித்திரவதைகள் உள்ளன?" என்று இவான் ஃபியோதரோவிச் விநோதமான ஆர்வத்துடன் கேட்டான்.

"வேறு சித்திரவதைகளா? ஓ, நீங்கள் அதைக் கேட்காதீர்கள். முன்பு எல்லா வகையான சித்திரவதைகளும் இருந்தன, ஆனால்

இப்போது தார்மீக தண்டனைகளான 'மனசாட்சியின் உறுத்தல்' போன்ற முட்டாள்தனங்கள் மட்டுமே இருக்கின்றன. நீங்கள் கடைப்பிடிக்கும் மென்மையான அணுகுமுறையிலிருந்துதான் நாங்கள் அதைப் பெற்றுக் கொண்டோம். அதனால் யாருக்கு லாபம்? நேர்மையற்றவர்கள் மட்டுமே பலனடைந்தார்கள். மனசாட்சி இல்லாத மனிதனுக்கு மனசாட்சியின் உறுத்தல் எப்படி இருக்க முடியும்? மறுபுறம் மனசாட்சியும் கௌரவ உணர்வும் உள்ள, ஒழுக்கமான மனிதர்கள் பாதிக்கப்பட்டார்கள். முதலில் அடித்தளத்தைத் தயார் செய்யாமல் சீர்திருத்தங்களை அமல்படுத்தும் போது, அதுவும் அவற்றை வெளிநாட்டு நிறுவனங்களிடமிருந்து நகல் படுத்தும்போது, அதனால் தீமையைத் தவிர வேறு எதுவும் ஏற்படாது. பண்டைய காலத்தில் இருந்த நரக நெருப்பு சிறந்தது... நூறு கோடி கிலோமீட்டர் நடக்கும் தண்டனை விதிக்கப்பட்ட அந்த மனிதன் அசையாமல் நின்று, சுற்றும் முற்றும் பார்த்துவிட்டு, சாலையின் நடுவில் படுத்துக் கொண்டார். 'இல்லை, நான் போக மாட்டேன். அது என் கொள்கைக்கு எதிரானது!' என்று அவர் சொன்னார். அறிவொளி பெற்ற ஒரு ரஷ்ய நாத்திகரின் ஆன்மாவை எடுத்து, திமிங்கலத்தின் வயிற்றில் மூன்று பகலும் மூன்று இரவும் இருந்த தீர்க்கதரிசி யோனாவின் ஆன்மாவுடன் இணைத்துப் பாருங்கள், அப்போது நீங்கள் சாலையில் கிடந்த அந்தச் சிந்தனையாளரின் குணாதிசயத்தைப் புரிந்து கொள்வீர்கள்."

"அவர் எதற்காக அங்கே படுத்துக் கொண்டார்?"

"அங்கே ஏதோ இருந்திருக்க வேண்டும் என்று நான் நினைக்கிறேன். நீங்கள் சிரிக்கிறீர்களா?"

"சபாஷ்!" என்று இவான் ஃபியோதரோவிச் விநோதமான உற்சாகத்துடன் கத்தினான். அவர் சொல்வதை அவன் ஆவலுடன் கேட்டுக் கொண்டிருந்தான். "அப்படியானால் அவர் இன்னும் அங்கேயே படுத்துக் கொண்டிருக்கிறாரா?"

"இல்லை, ஆனால் அவர் ஏறக்குறைய ஆயிரம் ஆண்டுகள் அங்கேயே கிடந்தார். அதற்குப் பிறகு அவர் எழுந்து நடந்தார்."

"முட்டாள் கழுதை!" என்று இவான் ஃபியோதரோவிச் பதற்றத்துடன் சிரித்துவிட்டு, எதையோ தீவிரமாக யோசித்தான். "சரி, அவர் நூறு கோடி கிலோமீட்டர் நடந்தாலும், அங்கேயே கிடந்தாலும் எல்லாமே ஒன்றுதானே? அவர் நடந்து முடிக்க நூறு கோடி வருடங்கள் ஆகும்!"

"அதைவிட அதிகமாக ஆகும். நீங்கள் எனக்கு ஒரு காகிதத்தையும் பென்சிலையும் கொடுத்தால் நான் அதைக்

கணக்கிட்டுச் சொல்கிறேன். ஆனால் அவர் அதற்கு முன்பே அங்கு வந்துவிட்டார் என்பதில்தான் கதையே இருக்கிறது.”

“என்ன? அவர் நடந்து முடித்துவிட்டாரா? ஆனால் அதைச் செய்து முடிக்கத் தேவையான நூறு கோடி ஆண்டுகள் அவருக்கு எப்படிக் கிடைத்தது?”

“ஓ, நீங்கள் தற்போதுள்ள பூமியை நினைத்து அப்படிச் சொல்கிறீர்கள்! ஆனால் இந்தப் பூமி நூறு கோடி முறை திரும்பத் திரும்பத் தோன்றியிருக்கலாம். அது அழிந்து, உறைந்து, துண்டு துண்டுகளாக உடைந்து சிதறி, அதன் அடிப்படைக் கூறுகளாக சிதைந்து, பின்னர் மீண்டும் வான்வெளிக்கு மேலே உள்ள தண்ணீராக, பின்னர் வால் நட்சத்திரமாக, பின்னர் சூரியனாக, பின்னர் சூரியனிலிருந்து பூமியாக உருவாகும் இந்த முழு நிகழ்வும், முடிவில்லாமல் எப்போதும் அதே வழியில், ஒவ்வொரு சிறிய விவரங்களும் மாறாமல், திரும்பத் திரும்ப நிகழலாம். அது கற்பனை செய்ய முடியாத அளவுக்கு மந்தமானதாக, தாங்க முடியாத அளவுக்குச் சலிப்பூட்டுவதாக இருக்கலாம்...”

“சரி, அவர் அங்கே வந்து சேர்ந்ததும் என்ன நடந்தது?”

“சொர்க்கத்தின் கதவுகள் திறந்து, அவர் உள்ளே நுழைந்து, அவருடைய கடிகாரத்தின்படி, இரண்டு வினாடிகள் கடந்து செல்வதற்குள் (அவரிடமிருந்த கடிகாரம் எப்போதோ உடைந்து வழியில் சிதறியிருக்கும் என்று நான் நினைக்கிறேன்), அந்த இரண்டு வினாடிகள் நூறு கோடி கிலோமீட்டருக்கும் அதிகமாக நடப்பதை விட மதிப்புக்குரியது என்பதைப் புரிந்து கொண்டார். சுருக்கமாகச் சொன்னால், அவர் ‘ஓசன்னா’ என்ற பாடலைப் பாடினார். அங்கிருந்த உயர்ந்த சிந்தனையாளர்கள் அவருடன் கைகுலுக்கக்கூடத் தயாராக இல்லாத அளவுக்கு அவர் அதை மிகைப்படுத்தினார். ஏனெனில் அவர் வெகுசீக்கிரம் ஒரு பிற்போக்குவாதியாக மாறிவிட்டார் என்று அவர்கள் சொன்னார்கள். அதுதான் ரஷ்யர்களின் மனோபாவம். இது ஒரு புராணக்கதை மட்டுமே என்று நான் மீண்டும் சொல்கிறேன். அதன் மதிப்பு எதுவாக இருந்தாலும், நான் அதை உங்களிடம் பகிர்ந்து கொள்கிறேன். இதுபோன்ற விஷயங்களில் இன்றும் நம்மிடையே நிலவும் கருத்துக்கள் இவைதான்.”

“நான் இப்போது உங்களைப் பிடித்துவிட்டேன்!” என்று இவான் ஃபியோதரோவிச், ஒருவழியாக எதையோ நினைவு கூர்ந்தவனைப் போல ஏறக்குறைய குழந்தைத்தனமான மகிழ்ச்சியுடன் கத்தினான். “அந்தக் கதையை நான்தான் உருவாக்கினேன்! நான் என்னுடைய பதினேழாவது வயதில், மாஸ்கோவில் இருந்த

உயர்நிலைப் பள்ளியில் படித்துக் கொண்டிருந்தேன்... அப்போது நான் அந்தக் கதையைப் புனைந்து, கோரோவ்கின் என்ற பள்ளித் தோழனிடம் சொன்னேன். அந்தக் கதை தனித்துவமானது, சிறப்பியல்பு வாய்ந்தது என்பதால், நான் அதை எங்கிருந்தும் எடுத்திருக்க முடியாது. நான் அதை மறந்துவிட்டேன் என்று நினைத்தேன்... ஆனால் நான் என்னையும் அறியாமல் அதை நினைவுகூர்ந்தேன். நீங்கள் சொன்னதால் அல்ல, மாறாக நானாகவே அதை நினைவுகூர்ந்தேன். ஒரு மனிதனைத் தூக்கு மேடைக்கு அழைத்துச் செல்லும்போது, அவனையும் அறியாமல் ஆயிரக்கணக்கான விஷயங்கள் அவனுக்கு ஞாபகம் வருவது போல... அந்தக் கதை எனக்கு என்னுடைய கனவில் நினைவுக்கு வந்தது. நீங்கள்தான் அந்தக் கனவு! நீங்கள் ஒரு கனவு, நீங்கள் இல்லவே இல்லை!"

"நீங்கள் இத்தனை தீவிரமாக என் இருப்பை மறுப்பதைப் பார்க்கும்போது, என்னை நம்புகிறீர்கள் என்று எனக்கு உறுதியாகத் தெரிகிறது" என்று அந்தக் கனவான் சிரித்தார்.

"கொஞ்சம்கூட இல்லை! நூறில் ஒரு பங்கு கூட நான் உங்களை நம்பவில்லை!"

"ஆனால் நீங்கள் ஆயிரத்தில் ஒரு பங்கு என்னை நம்புகிறீர்கள். ஹோமியோபதி அளவுகள் அதிக ஆற்றலுடையவை. எனவே, பத்தாயிரத்தில் ஒரு பங்கு இருந்தாலும், நீங்கள் என்னை நம்புகிறீர்கள் என்பதை ஒப்புக் கொள்ளுங்கள்."

"ஒரு நிமிஷம் கூட இல்லை!" என்று இவான் ஆவேசமாகக் கத்தினான். "ஆனால் நான் உங்களை நம்ப வேண்டும் என்று ஆசைப்படுகிறேன்" என்று அவன் திடீரென்று சொன்னது விசித்திரமாக இருந்தது.

"ஆகா! ஒப்புதல் வாக்குமூலம்! ஆனால் நான் அன்பானவன் என்பதால் உங்களுக்கு உதவி செய்கிறேன். கேளுங்கள், இப்போது நான்தான் உங்களைப் பிடித்தேன், நீங்கள் அல்ல! நீங்கள் மறந்துபோன கதையை நான் வேண்டுமென்றே உங்களிடம் சொன்னேன். அதன் மூலம் நீங்கள் என்னை நம்பாமல் இருக்க முடியும்."

"பொய்! உங்கள் வருகையின் நோக்கம், நீங்கள் இருப்பதை நான் நம்ப வேண்டும் என்பதுதான்!"

"சரியாகச் சொன்னீர்கள். தயக்கம், கவலை, நம்பிக்கைக்கும் அவநம்பிக்கைக்கும் இடையிலான முரண்பாடு ஆகிய அனைத்தும், சில நேரங்களில் உங்களைப் போன்ற மனசாட்சியுள்ள ஒரு மனிதனுக்கு, தூக்கில் தொங்குவது மேலானது என்ற அளவுக்கு

வேதனையைத் தரக்கூடும். நீங்கள் என்னைக் கொஞ்சமாவது நம்புகிறீர்கள் என்று எனக்குத் தெரியும் என்பதால், நான் அந்தக் கதையைச் சொல்லி உங்களுக்கு அவநம்பிக்கையை உண்டாக்கினேன். உங்களை நம்பிக்கைக்கும் அவநம்பிக்கைக்கும் இடையில் ஊசலாட வைத்து, நான் என்னுடைய நோக்கத்தை நிறைவேற்றிக் கொள்ள முயற்சிக்கிறேன். இது ஒரு புதிய முறை. நீங்கள் என்னை முழுமையாக நம்ப மறுத்துவிட்டால், நான் ஒரு கனவு அல்ல நிஜம் என்று நீங்கள் என் முகத்திற்கு நேராக என்னை நம்ப வைக்க முயற்சிப்பீர்கள். எனக்கு உங்களை நன்றாகத் தெரியும். அப்போது என்னுடைய நோக்கம் நிறைவேறிவிடும். என்னுடைய நோக்கம் உன்னதமானது. நான் உங்கள் மனதில் நம்பிக்கை என்ற சிறிய விதையை விதைத்து, அது ஒரு பெரிய, வலிமையான ஓக் மரமாக வளரும்போது, நீங்கள் அதன் கிளைகளில் அமர்ந்து, வனாந்திரத்தில் உள்ள துறவிகள் மற்றும் புனித கன்னிகளுடன் சேர்ந்து கொள்ள வேண்டும் என்று ஏங்குவீர்கள், ஏனெனில் நீங்கள் உண்மையில் விரும்புவது என்னவென்றால், பாலைவனத்தில் அலைந்து திரிந்து, வெட்டுக்கிளிகளை உண்டு, உங்கள் ஆன்மாவை இரட்சிக்க வேண்டும் என்பதுதான்!"

"அயோக்கியப் பயலே, அப்படியானால் நீ என்னுடைய ஆன்மாவின் இரட்சிப்பிற்காகப் பாடுபடுகிறாயா?"

"சில சமயங்களில் ஒருவர் ஒரு நல்ல காரியத்தைச் செய்தே ஆகவேண்டும். இப்போது நீங்கள் என் மீது மிகவும் கோபமாக இருப்பது எனக்குத் தெரிகிறது!"

"அட, கோமாளி! வெட்டுக்கிளிகளைத் தின்று, வறண்ட பாலைவனத்தில், பதினேழு ஆண்டுகள் ஜெபம் செய்து, பாசியால் மூடியவர்களை நீங்கள் எப்போதாவது சோதித்துப் பார்த்திருக் கிறீர்களா?"

"என் அருமை நண்பரே, நான் அதைத் தவிர வேறு எதுவும் செய்யவில்லை. ஒருவன் இந்த முழு உலகத்தையும், மற்ற எல்லா உலகங்களையும் மறந்துவிட்டு, அதைப் போன்ற ஒரு துறவியுடன் ஒட்டிக்கொள்ள முடிவு செய்கிறான், ஏனெனில் அவர் ஒரு விலையுயர்ந்த வைரம். அவருடைய ஆன்மா சில நேரங்களில் ஒரு முழு வீண்மீன் கூட்டத்திற்கு இணையான மதிப்பு வாய்ந்தது. எங்களுக்கெனச் சொந்தமாக ஒரு எண்கணித முறை இருப்பது உங்களுக்குத் தெரியும். அது ஒரு விலைமதிப்பற்ற வெற்றி! நீங்கள் நம்பவில்லை என்றாலும், அவர்களில் சிலர் கலாச்சாரத்தில் உங்களை விடத் தாழ்ந்தவர்கள் அல்ல என்று நான் உறுதியாகச் சொல்கிறேன். 'தலைகீழாக மாறுவதற்கு' ஒரு மயிரிழை வித்தியாசம் என்று நடிகர் கோர்புனோவ் சொன்னதைப் போல அவர்களால்

ஒரே நேரத்தில் நம்பிக்கை அவநம்பிக்கை இரண்டின் ஆழத்தையும் சிந்திக்க முடியும்."

"யாராவது உங்கள் மூக்கைப் பிடித்து இழுத்தார்களா?"

"நண்பரே" என்று விருந்தாளி உணர்ச்சிப் பெருக்குடன் சொன்னார். "மூக்கை இழப்பதை விட அதை இழுப்பது நல்லது. சமீபத்தில் நோயுற்ற ஒரு கோமகன் (அவர் ஓர் நிபுணரிடம் சிகிச்சை பெற்றிருக்க வேண்டும்), ஜேசுட் பாதிரியாரிடம் பாவமன்னிப்புக் கேட்டபோது, அங்கே இருந்த நான் அந்த வசீகரமான வாக்குமூலத்தைக் கேட்டேன். 'என் மூக்கைத் திருப்பிக் கொடுங்கள்!' என்று அவர் தனது மார்பில் அடித்துக் கொண்டு அழுதார். 'மகனே, நம்மால் புரிந்துகொள்ள முடியாத கடவுளின் ஆணையின்படி எல்லாம் நடக்கின்றன. எனவே உங்களுக்கு துரதிருஷ்டமாகத் தோன்றுவது எதிர்காலத்தில் எதிர்பாராத நன்மைகளைத் தரக்கூடும். விதி உங்கள் மூக்கைப் பறித்துவிட்டதால், இனிமேல் யாரும் உங்கள் மூக்கைப் பிடித்து இழுக்க முடியாது' என்று அந்தப் பாதிரியார் மழுப்பலாகப் பதில் சொன்னார். 'அருட்தந்தையே, நீங்கள் சொல்வது ஆறுதல் அல்ல! என் மூக்கு எனக்குத் திரும்பக் கிடைத்தால், நான் என் வாழ்நாள் முழுவதும் என்னுடைய மூக்கு இழுக்கப்படுவதை நினைத்து மகிழ்ச்சியடைவேன்!' என்று அந்த மனிதர் விரக்தியுடன் கத்தினார். 'மகனே, நீங்கள் எல்லா நன்மைகளும் ஒரே நேரத்தில் கிடைக்க வேண்டும் என்று எதிர்பார்க்க முடியாது, ஏனெனில் அது கடவுளுக்கு எதிராக புகார் செய்வதாகும். இந்தச் சந்தர்ப்பத்தில் கூட அவர் உங்களை மறக்கவில்லை, ஏனென்றால் நீங்கள் இப்போது சொன்னதைப் போல, உங்கள் வாழ்நாள் முழுவதும் மூக்கைப் பிடித்து இழுப்பதை நினைத்து மகிழ்ச்சியடைவேன் என்று நீங்கள் விரும்பினால், உங்கள் விருப்பம் ஏற்கனவே நிறைவேறிவிட்டது, ஏனெனில் நீங்கள் மூக்கை இழந்தபோது, உங்கள் மூக்கு இழுக்கப்பட்டது."

"யப்பா, நீங்கள் எவ்வளவு பெரிய முட்டாள்!" என்று இவான் கத்தினான்.

"நண்பரே, நான் உங்களை மகிழ்விக்க விரும்பினேன். ஆனால் அது உண்மையில் இயேசு சபையினரின் விதண்டாவாதம் என்றும், நான் உங்களிடம் சொன்னது போலவே நடந்தது என்றும் சத்தியம் செய்கிறேன். சமீபத்தில் நடந்த அந்தச் சம்பவம் எனக்கு மிகுந்த மன உளைச்சலை ஏற்படுத்தியது. துரதிருஷ்டவசமாக அந்த இளைஞர் வீட்டுக்குத் திரும்பியதும், அன்றிரவே தன்னைத்தானே துப்பாக்கியால் சுட்டுக் கொண்டார். நான் கடைசி நிமிடம் வரை அவருடன் இருந்தேன். என்னைப் பொறுத்தவரை, அந்த ஜேசுட் பாவமன்னிப்பு அறிக்கைகள், என் வாழ்க்கையின் சலிப்பூட்டும்

தருணங்களில், எனக்குச் சுவாரஸ்யமான பொழுதுபோக்கு. சில நாட்களுக்கு முன்பு நடந்த மற்றொரு சம்பவத்தை நான் உங்களுக்குச் சொல்கிறேன். பொன்னிறக் கூந்தலுடைய ஓர் அழகிய இருபத்திரண்டு வயது நார்மன் பெண், ஜேசுட் பாதிரியாரிடம் சென்றாள். நீங்கள் அவளைப் பார்த்தாலே உங்கள் வாயில் எச்சில் ஊறும். அப்படி ஓர் அழகு! அவள் மண்டியிட்டு, பாதிரியாரின் கூண்டு வழியாக அவரிடம் தனது பாவங்களைக் கிசுகிசுத்தாள். 'மகளே, நீ இவ்வளவு சீக்கிரம் மீண்டும் விழுந்துவிட்டாயா?' என்று பாதிரியார் வியப்புடன் கேட்டார். 'ஓ, புனித மரியா, நான் கேட்பது நிஜமா? இப்போது வேறு ஒரு மனிதனா? ஆனால் இது எவ்வளவு நாட்கள் நீடிக்கும்? உனக்கு வெட்கமாக இல்லையா?' 'அருட்தந்தையே! அதனால் அவருக்கு மிகுந்த மகிழ்ச்சியும், எனக்கு சிறிய வலியும் ஏற்படுகிறது' என்று அந்தப் பாவிப் பெண் கண்களில் கண்ணீருடன் பதில் சொன்னாள். இப்படி ஒரு பதிலைக் கற்பனை செய்து பாருங்கள்! நான் அதைக் கேட்டுத் திகைப்படைந்தேன். அது இயற்கையின் கூக்குரல், நீங்கள் விரும்பினால், அது அப்பாவித்தனத்தை விட மேலானது. நான் அந்த இடத்திலேயே அவளுக்கு பாவமன்னிப்புக் கொடுத்துவிட்டுக் கிளம்பத் தயாரானபோது, பாதிரியார் அன்று மாலை அவளைச் சந்திப்பதற்கு ஏற்பாடு செய்து கொண்டிருந்ததைக் கூண்டின் வழியாகக் கேட்டேன். அந்த வயதான மனிதர் கல்லைப் போல உறுதியானவர் என்றாலும், கண் இமைக்கும் நேரத்தில் கீழே விழுந்தார்! இயற்கை, இயற்கையின் உண்மை தன் உரிமையை நிலைநாட்டியது! நீங்கள் மீண்டும் மூக்கை உறிஞ்சுகிறீர்களா? நீங்கள் மீண்டும் கோபப்படுகிறீர்களா? உங்களை எப்படி மகிழ்விப்பது என்று எனக்குத் தெரியவில்லை.."

"என்னை விட்டுவிடுங்கள். நீங்கள் ஒரு கொடுங்கனவாக என் மூளையில் சம்மட்டி கொண்டு அடிக்கிறீர்கள்" என்று இவான் தன்னுடைய மாயத்தோற்றத்திற்கு முன்னால் பரிதாபமாக முனகினான். "உங்களால் சலிப்புற்று, தாங்க முடியாத வேதனையை நான் அனுபவிக்கிறேன். உங்களை ஒழித்துக்கட்ட நான் என்ன வேண்டுமானாலும் கொடுப்பேன்!"

"நான் மீண்டும் சொல்கிறேன், உங்கள் எதிர்பார்ப்புகளைக் குறைத்துக் கொள்ளுங்கள். நீங்கள் என்னிடமிருந்து 'மகத்தான, உன்னதமான' எதையும் எதிர்பார்க்காதீர்கள். அப்போதுதான் நாம் எவ்வளவு நன்றாகப் பழக முடியும் என்பதைத் தெரிந்து கொள்வீர்கள்" என்று அந்த மனிதர் அறிவுரை கூறும் தொனியில் சொன்னார். "நான் உங்கள் முன்னால் இடி மின்னலுடன், எரிந்த சிறகுகளுடன், செந்நிற ஒளிப் பிரகாசத்துடன் தோன்றாமல்,

இவ்வளவு அடக்கமான வடிவத்தில் என்னைக் காட்டியதற்காக என் மீது கோபப்படுகிறீர்கள். இது முதலாவதாக உங்கள் அழகியல் உணர்வுகளையும், இரண்டாவதாக உங்கள் கர்வத்தையும் புண்படுத்துகிறது. உங்களைப் போன்ற ஒரு பெரிய மனிதனை இப்படி ஒரு கேவலமான பிசாசு எப்படிச் சந்திக்க முடியும்? ஆம், பெலின்ஸ்கி கேலி செய்த அதே காதல் உணர்வு இன்னும் உங்களிடம் இருக்கிறது. இளைஞனே, நான் என்ன செய்ய முடியும்? நான் உங்களிடம் வருவதற்குத் தயாரானபோது, காகசஸில் பணியாற்றி ஓய்வு பெற்ற ஜெனரல் ஒருவரின் உருவத்தில், சிங்கமும் சூரியனும் பதித்த நட்சத்திர அந்தஸ்துடன் கூடிய கோட்டை அணிந்து உங்கள் முன் தோன்றலாம் என்று நினைத்தேன். ஆனால் துருவ நட்சத்திரம் அல்லது சிரியஸ் நட்சத்திரத்திற்குப் பதிலாகச் சிங்கத்தையும் சூரியனையும் கோட்டில் குத்தியதற்காக நீங்கள் என்னை வசைபாடுவீர்கள் என்பதால் நான் அதைச் செய்யப் பயந்தேன். நீங்கள் என்னை ஒரு முட்டாள் என்று தொடர்ந்து சொல்லிக் கொண்டே இருக்கிறீர்கள். அடக் கடவுளே, நான் புத்திசாலித்தனத்தில் உங்களுக்கு இணையானவன் என்று உரிமை கொண்டாடவில்லை. மெஃபிஸ்டோபிலிஸ், தான் தீமையை விரும்புவதாகவும், ஆனால் நன்மையை மட்டுமே செய்வதாகவும் ஃபாஸ்டிடம் அறிவித்தார். சரி, அவர் என்ன வேண்டுமானாலும் சொல்லலாம், ஆனால் என்னைப் பொறுத்தவரை அது நேர்மாறானது. சொல்லப்போனால் எல்லோரையும் விட உண்மையை நேசிக்கும், நல்லதைச் செய்ய விரும்பும் ஒரே மனிதன் நானாகத்தான் இருக்க முடியும். இயேசு சிலுவையில் மரித்ததும், தனக்கு அருகில் சிலுவையில் அறையப்பட்ட மனம் திருந்திய ஒரு திருடனின் ஆத்மாவைத் தனது மார்பில் சுமந்து கொண்டு பரலோகத்திற்குச் சென்றபோது, நான் அங்கே இருந்தேன். அப்போது கேருபீன்கள் 'ஓசன்னா' என்று பாடியபடி ஆனந்தக் கூச்சலிடுவதையும், வானத்தையும், அனைத்து உயிர்களையும் உலுக்கிய சேராபீன்களின் இடிமுழக்கத்திற்கு நிகரான பரவசக் கூச்சல்களையும் நான் கேட்டேன். அப்போது நான் அங்கிருந்த பாடகர் குழுவில் சேர்ந்து, மற்றவர்களுடன் இணைந்து, 'ஓசன்னா' என்று கத்த விரும்பினேன் என்று நான் புனிதமான அனைத்தின் மீதும் சத்தியம் செய்கிறேன். அந்த வார்த்தை ஏறக்குறைய என்னிடமிருந்து தப்பித்து, என் உதடுகளில் வெளிப்படத் துடித்துக் கொண்டிருந்தது... நான் எவ்வளவு எளிதில் உணர்ச்சிவசப்படக் கூடியவன், கலை ரீதியாகப் பாதிக்கப்படக் கூடியவன் என்று உங்களுக்கே நன்றாகத் தெரியும். ஆனால் துரதிருஷ்டவசமாக என்னுடைய குணாதிசயமான பொது அறிவு என்னைத் தடுத்து நிறுத்தியதால் நான் அதைச் செய்யாமல் விட்டேன். அப்போது

நான் 'ஓசன்னா' என்று கத்திய பிறகு என்ன நடந்திருக்கும் என்று நினைத்துப் பார்த்தேன். பூமியில் உள்ள அனைத்தும் முடிவுக்கு வந்திருக்கும், இனி எந்த நிகழ்வுகளும் இருந்திருக்காது. எனவே நான் எனது கடமை உணர்ச்சியின் காரணமாகவும், என் சமூக அந்தஸ்தின் தேவைகளின் காரணமாகவும் அந்தத் தருணத்தின் உந்துதலை என்னுள் அடக்கிக் கொண்டு, என்னுடைய அழுக்கான வேலையில் ஒட்டிக் கொள்ள வேண்டிய கட்டாயத்திற்கு ஆளானேன். நல்ல விஷயங்களுக்கான அனைத்துப் பெருமை களையும் யாரோ ஒருவர் எடுத்துக் கொள்கிறார், ஆனால் எனக்குப் பழியும், அழுக்கு வேலையும் மட்டுமே எஞ்சியுள்ளது. ஆனால் நான் இத்தகைய வாழ்க்கை வாழ்ந்து மரியாதையைப் பெற வேண்டும் என்று ஆசைப்படவில்லை, ஏனெனில் நான் ஒரு லட்சியவாதி அல்ல. இந்த உலகத்தில் உள்ள அனைத்து உயிர்களிலும், நான் மட்டுமே, கண்ணியமான மனிதர்களின் சாபத்திற்கு ஆளாக வேண்டும் என்றும், அவர்களின் பூட்ஸ் கால்களால் உதைபட வேண்டும் என்றும் விதிக்கப்பட்டிருக்கிறேன், ஏனெனில் மனித வடிவம் எடுக்கும்போது, இதுபோன்ற விளைவுகளையும் சந்திக்க வேண்டியிருக்கிறது. இதில் ஏதோ ஒரு இரகசியம் இருக்கிறது என்று எனக்குத் தெரியும், ஆனால் அவர்கள் எந்தக் காரணத்தை முன்னிட்டும் அதை என்னிடம் சொல்ல மாட்டார்கள், ஏனெனில் நான் அதைத் தெரிந்து கொண்டால் 'ஓசன்னா' என்று கூச்சலிடத் தொடங்கி விடுவேன். அப்போது தவிர்க்க முடியாத எதிர்மறை அம்சங்கள் அனைத்தும் சட்டென்று மறைந்து, நல்லறிவு இந்த உலகம் முழுவதையும் ஆட்சி செய்யும். அத்துடன் செய்தித்தாள்கள், சஞ்சிகைகள் உட்பட எல்லாமே ஒரு முடிவுக்கு வந்துவிடும். அவற்றுக்கு யார் சந்தா செலுத்துவார்கள்? எல்லாம் முடிவுக்கு வந்தால், நானும் நூறு கோடி கிலோமீட்டர் நடந்து முடித்துவிட்டு, அந்த இரகசியத்தைத் தெரிந்து கொண்டு அமைதியடைவேன். ஆனால் அப்படி ஒன்று நடக்கும் வரை, ஒருவரைக் காப்பாற்ற ஆயிரக்கணக்கான மனிதர்களை அழிக்கும் என் தொழிலை நான் தொடர்ந்து செய்ய வேண்டும். உதாரணமாக, அந்த நாட்களில், யோபு என்ற அந்த நீதிமானின் பொருட்டு அநேக ஆத்மாக்களுக்கு அழிவு நேரவும், அநேக நற்பெயர்களுக்கு களங்கம் ஏற்படவும் என்னை முட்டாளாக்கியது யார்? ஆமாம், இரகசியம் வெளிப்படும் வரை, என்னிடம் இரண்டு வகையான உண்மைகள் உள்ளன. ஒன்று, எனக்கு இதுவரை தெரியாத அவர்களுடைய உண்மை, மற்றொன்று என்னுடையது. இந்த இரண்டில் எது சிறந்தது என்று தெரியவில்லை... நீங்கள் தூங்கிவிட்டீர்களா?"

"ஆமாம்" என்று இவான் கோபத்துடன் முனகினான். "நான் நீண்ட காலத்திற்கு முன்பு சிந்தித்து உருவாக்கிய, குப்பையைப் போலத் தூக்கி வீசிய அனைத்து முட்டாள்தனமான எண்ணங்களையும், நீங்கள் ஏதோ புதியதைப் போல எனக்குச் சொல்கிறீர்கள்!"

"என்னால் உங்களை மகிழ்விக்க முடியவில்லை! நான் எனது இலக்கிய நடையால் உங்களை வசீகரிக்க வேண்டும் என்று நினைத்தேன். பரலோகத்தில் உள்ள அந்த 'ஓசன்னா' உண்மையில் அவ்வளவு மோசமில்லை, இல்லையா? இப்போது என்னுடைய கிண்டல் தொனி ஹெய்ன் என்ற ஜெர்மன் கவிஞரை நினைவுபடுத்துகிறதா? ம்?"

"இல்லை, நான் ஒருபோதும் அப்படி ஓர் அடிவருடியாக இருந்ததில்லை! எனவே, என்னுடைய மனம் உங்களைப் போன்ற ஓர் அடிவருடியை எப்படி உருவாக்க முடியும்?"

"என் அருமை நண்பரே, எனக்கு ஓர் அற்புதமான, மிகவும் வசீகரமான, இளமையான ஒரு ரஷ்ய கனவானைத் தெரியும். அவர் ஒரு சிந்தனையாளர் மட்டுமின்றி, இலக்கியம் கலை ஆகியவற்றின் மாபெரும் காதலர், 'தலைமை விசாரணை அதிகாரி' என்ற நம்பிக்கைக்குரிய கவிதையின் ஆசிரியர். நான் அவரைப் பற்றிப் பேசலாம் என்று நினைத்துக் கொண்டிருந்தேன்!"

"நீங்கள் அதைப் பற்றிப் பேசக்கூடாது என்று நான் தடை விதிக்கிறேன்" என்று இவான் வெட்கத்தால் முகம் சிவக்கக் கத்தினான்.

"சரி, 'புவியியல் பேரழிவு' என்ற கவிதை உங்களுக்கு ஞாபகம் இருக்கிறதா? இப்போது அது மிகவும் சிறிய கவிதையாகி விட்டது!"

"வாயை மூடுங்கள், இல்லையென்றால் நான் உங்களைக் கொன்று விடுவேன்!"

"நீங்கள் என்னைக் கொல்வீர்களா? நீங்கள் என்னை மன்னியுங்கள். நான் என்னுடைய கருத்தைச் சொல்கிறேன். நான் அந்த இன்பத்தை அனுபவிக்கவே இங்கு வந்தேன். ஓ, வாழ்க்கையின் மீதுள்ள தாகத்தால் சிறகடித்துப் பறக்கும் எனது ஆர்வமுள்ள இளம் நண்பர்களின் கனவுகளை நான் நேசிக்கிறேன். நீங்கள் சென்ற வசந்த காலத்தில் இங்கே வருவதற்கு முடிவு செய்தபோது, 'அங்குள்ள புதிய சிந்தனையாளர்கள் எல்லாவற்றையும் அழித்து விட்டு நரமாமிசம் சாப்பிடுவதிலிருந்து தொடங்க வேண்டும் என்று சொல்கிறார்கள்' என்று நீங்கள் தீர்மானித்தீர்கள். 'ஆகா, அவர்கள் முட்டாள்கள்! அவர்கள் என்னிடம் ஆலோசனை கேட்கவில்லை! அவர்கள் எதையும் அழிக்க வேண்டியதில்லை, ஆனால் மனிதனுக்குள் இருக்கும் கடவுள் என்ற கருத்தை மட்டும் அழிக்க

வேண்டும் என்று நான் சொல்கிறேன். அவர்கள் அங்கிருந்துதான் தங்களுடைய வேலையைத் தொடங்க வேண்டும். புத்தியில்லாத குருட்டு ஜனங்கள்! எல்லோரும் கடவுளை மறுக்கும்போது, புவியியல் காலங்களுக்கு நிகரான ஒரு காலகட்டம் வரும் என்று நான் நம்புகிறேன். அப்போது பிரபஞ்சத்தைப் பற்றிய பழைய கருத்தாக்கம், நரமாமிசம் சாப்பிட வேண்டிய அவசியமின்றி, தானாகவே வீழ்ச்சியடையும். அதற்கும் மேலாக பழைய ஒழுக்கநெறி உட்பட அனைத்தும் புதியதாகத் தொடங்கும். மனிதர்கள் அனைவரும் ஒன்றுபட்டு, வாழ்க்கை கொடுக்கும் அனைத்தையும் எடுத்துக் கொள்வார்கள், ஆனால் தற்போதைய உலகில் உள்ள அனைவருக்கும் மகிழ்ச்சியையும், ஆனந்தத்தையும் தரக்கூடியதை மட்டுமே அவர்கள் நாடுவார்கள். மனிதன் தெய்வீகத்திற்கு இணையான, மாபெரும் பெருமையுடன் உயர்ந்து, மனிதக் கடவுள் தோன்றுவார். மனிதன் தன்னுடைய விருப்பத்தாலும், விஞ்ஞானத்தாலும் மீண்டும் மீண்டும் இயற்கையை வென்று, ஒவ்வொரு நாளும் தனது சாதனையில் மகிழ்ச்சியையும், மேன்மையையும் அனுபவிப்பான். அது சொர்க்கத்தைப் பற்றிய அவனுடைய பழைய கனவுகள் அனைத்தையும் ஈடு செய்யும். ஒவ்வொரு மனிதனும் தான் அழியக்கூடியவன் என்பதை அறிந்து, ஒரு கடவுளைப் போல பெருமையுடன், அமைதியாக மரணத்தை ஏற்றுக் கொள்வான். அவன் தனது சுயதிருப்தியின் காரணமாக எந்த முணுமுணுப்பும் இன்றி, வாழ்க்கையின் நிலையற்ற தன்மையை உணர்ந்து, எந்தவிதப் பிரதிபலனையும் எதிர்பாராமல், தனது சக மனிதனை நேசிப்பான். அன்பு வாழ்க்கையின் ஒரு கணத்தை மட்டுமே திருப்திப்படுத்தும், ஆனால் அந்தக் கணநேர விழிப்புணர்வு அதன் மீதான ஆசையைத் தீவிரப்படுத்தும். அது இதற்கு முன்பு மரணத்திற்கு அப்பால் உள்ள நித்திய அன்பின் கனவுகளில் கரைந்து போனது'... நல்லது, தொடர்ந்து இதே பாணியில் மேலும் சில விஷயங்கள். வசீகரமானது!"

இவான் தரையைப் பார்த்தபடி, கைகளால் காதுகளைப் பொத்திக் கொண்டு அமர்ந்திருந்தான். அவனுடைய உடல் முழுவதும் நடுங்கிக் கொண்டிருந்தது.

குரல் தொடர்ந்தது.

"இப்போது கேள்வி என்னவென்றால், அப்படி ஒரு காலம் உண்மையில் எப்போதாவது வருமா என்று என் இளம் சிந்தனையாளர் சிந்தித்தார். அப்படி நடந்தால், எல்லா சிக்கல்களும் தீர்க்கப்பட்டு, மனிதகுலம் மேலான நிலைக்கு உயரும். ஆனால் மனிதனின் முட்டாள்தனத்தைக் கருத்தில் கொண்டு பார்க்கும்போது, அப்படி நடக்கக் குறைந்தது ஆயிரம் ஆண்டுகளுக்கு மேல் ஆகும்

என்பதால், ஏற்கனவே சத்தியத்தை அறிந்த ஒவ்வொருவரும் அவர்களுடைய விருப்பத்தின்படி வாழ்க்கையை அமைத்துக் கொள்ளவும், அவர்களுக்கென சொந்தமாக விதிமுறைகளை வகுத்துக் கொள்ளவும் உரிமை உண்டு. அந்த வகையில் அவருக்கு 'எல்லாமே அனுமதிக்கப்படுகிறது.' அனைத்திற்கும் மேலாக, அப்படி ஒரு காலம் ஒருபோதும் வராவிட்டாலும், கடவுளும், அமரத்துவமும் இல்லை என்பதால், இந்தப் பூமியில் ஒரே ஒரு மனிதன் மட்டுமே தனது உயர்ந்த நிலையை ஒப்புக் கொண்டான் என்றாலும், அந்தப் புதிய மனிதன் மனிதக் கடவுளாக மாறலாம். அவன் தனது புதிய நிலையை உணர்ந்தவுடன், தேவைப்பட்டால் பழைய அடிமை மனிதனின் அனைத்துத் தார்மீக எல்லைகளையும் எளிதாக மீற முடியும். கடவுளுக்கு எந்தச் சட்டமும் இல்லை! கடவுள் எங்கே இருந்தாலும் அந்த இடம் பரிசுத்தமானது! நான் நிற்கும் இடம் எதுவாக இருந்தாலும் அதுவே முதன்மையான இடமாக இருக்கும்... 'எல்லாமே அனுமதிக்கப்பட்டது' அவ்வளவு தான்! நீங்கள் சொல்லும் இவையெல்லாம் கேட்பதற்கு நன்றாக இருந்தாலும், ஒருவன் மோசடியில் ஈடுபட விரும்பினால், அதைச் செய்ய அவனுக்கு ஏன் தார்மீக அனுமதி வேண்டும்? ஆனால் நவீன ரஷ்ய மனிதன் அப்படித்தான். அவன் உண்மையை அதிகமாக நேசிப்பதால், தார்மீக அனுமதி இன்றி அவனால் மோசடி செய்ய முடியாது..."

விருந்தாளி பேசிக் கொண்டே இருந்தார். அவருடைய பேச்சாற்றல் அவரை ஆட்கொண்டது போலத் தோன்றியது. அவர் மேலும் மேலும் உரத்தக் குரலில் பேசிக் கொண்டே, வீட்டுக்காரரைப் பார்த்து ஏளனப் பார்வையை வீசினார். ஆனால் அவரால் தனது பேச்சை முடிக்க முடியவில்லை, ஏனெனில் இவான் ஃபியோதரோவிச் திடீரென்று மேசையின் மீதிருந்த கோப்பையை எடுத்து அவரை நோக்கி வீசினான்.

"ஆ, அது முட்டாள்தனம்" என்று விருந்தாளி கத்திக் கொண்டே சோபாவிலிருந்து துள்ளி எழுந்து, தன் மீது கொட்டிய தேநீரைத் துடைத்தார். "உங்களுக்கு லூதரின் மைப்புட்டி நினைவுக்கு வந்துவிட்டது! நீங்கள் என்னை ஒரு கனவு என்று நினைத்து என் மீது கோப்பையை வீசுகிறீர்கள்! ஒரு பெண்ணைப் போல! நீங்கள் நான் சொல்வதைக் கேட்காதது போல பாசாங்கு செய்து கொண்டிருந்தீர்கள் என்று எனக்குத் தெரியும், ஆனால் உண்மையில் அனைத்தையும் கேட்டுக் கொண்டிருந்தீர்கள்..."

திடீரென்று யாரோ ஜன்னல் கதவைப் பலமாகத் தட்டும் சத்தம் கேட்டது. இவான் ஃபியோதரோவிச் சோபாவிலிருந்து குதித்து எழுந்தான்.

“நீங்கள் கதவைத் திறப்பது நல்லது. அது உங்கள் சகோதரன் அல்யோஷாவாக இருக்கும். அவர் உங்களுக்கு ஒரு எதிர்பாராத, சுவாரஸ்யமான செய்தியைக் கொண்டு வந்திருக்கிறார் என்று நான் உறுதியாகச் சொல்கிறேன்!”

“வஞ்சகனே, வாயை மூடு. அது அல்யோஷாதான் என்று எனக்குத் தெரியும். அவர் வருவார் என்று எனக்குத் தெரியும். அவர் சும்மா வரமாட்டார், நிச்சயமாக ஏதோ செய்தியைக் கொண்டு வந்திருப்பார்!” என்று இவான் உற்சாகமாகக் கத்தினான்.

“சரி, கதவைத் திறங்கள். வெளியே பனிப்புயல் வீசுகிறது. அவர் உங்கள் சகோதரர் என்பதை மறந்துவிட வேண்டாம். வானிலை எப்படி இருக்கிறது என்று உங்களுக்குத் தெரியுமா? ஒரு நாயைக் கூட வெளியே விட முடியாத அளவுக்கு மோசமாக இருக்கிறது.”

கதவைத் தட்டும் சத்தம் தொடர்ந்து கேட்டது. இவான் ஜன்னலை நோக்கி ஓட விரும்பினான், ஆனால் ஏதோ ஒன்று அவனுடைய கைகளையும், கால்களையும் கட்டிப் போட்டது போலிருந்தது. அவன் தனது முழு பலத்தையும் பிரயோகித்து அந்தத் தளைகளை உடைக்க முயன்றான், ஆனால் முடியவில்லை. கதவைத் தட்டும் சத்தம் அதிகரித்துக் கொண்டே சென்றது. அவன் ஒருவழியாக அதிலிருந்த விடுபட்டு, சோபாவிலிருந்து துள்ளிக் குதித்து பதற்றத்துடன் சுற்றும் முற்றும் பார்த்தான். அறையில் எரிந்து கொண்டிருந்த இரண்டு மெழுகுவர்த்திகளும் ஏறக்குறைய அணையும் நிலையில் இருந்தன. அவன் விருந்தாளியை நோக்கி வீசிய கோப்பை மேசையின் மீது பத்திரமாக இருந்தது. அவனுக்கு முன்னால் இருந்த சோபாவில் யாரும் இல்லை. கதவைத் தட்டும் சத்தம் தொடர்ந்து கேட்டது, ஆனால் அது அவனுடைய கனவில் இருந்ததைப் போல அவ்வளவு சத்தமாக இல்லாமல் மிகவும் மெதுவாகக் கேட்டது.

“அது கனவல்ல! இல்லை, அது நிச்சயமாகக் கனவு இல்லை என்று நான் சத்தியமாகச் சொல்கிறேன். எல்லாமே நிஜமாக நடந்தது!” என்று இவான் கத்திக் கொண்டே, ஜன்னலருகே விரைந்து சென்று, கதவைத் திறந்தான்.

“அல்யோஷா, நான் உங்களை வர வேண்டாம் என்று சொன்னேன்” என்று அவன் தனது சகோதரனைப் பார்த்துக் கோபத்துடன் கத்தினான். “சரி, சீக்கிரமாகச் சொல்லுங்கள். உங்களுக்கு என்ன வேண்டும்? நீங்கள் இரண்டே வார்த்தையில் சொல்ல வேண்டும், புரிகிறதா?”

"ஒரு மணி நேரத்திற்கு முன்பு ஸ்மெர்த்தியாக்கவ் தூக்கிட்டுத் தற்கொலை செய்து கொண்டான்" என்று அல்யோஷா வெளியிலிருந்து பதிலளித்தான்.

"நீங்கள் வாசலுக்கு வாருங்கள், நான் கதவைத் திறக்கிறேன்" என்று இவான் சொல்லிவிட்டுக் கதவைத் திறக்கச் சென்றான்.

10. அவர்தான் அப்படிச் சொன்னார்

அல்யோஷா உள்ளே நுழைந்ததும், மரியா கன்த்ரச்சேவ்னா ஒரு மணி நேரத்திற்கு முன்பு தன்னிடம் ஓடிவந்து, ஸ்மெர்த்தியாக்கவ் தற்கொலை செய்து கொண்ட செய்தியைத் தெரிவித்தாள் என்று இவான் ஃபியோதரோவிச்சிடம் கூறினான். "நான் தேநீர்ப் பாத்திரங்களை எடுப்பதற்காக அவனுடைய அறைக்குச் சென்றபோது, அவன் சுவரில் இருந்த ஓர் ஆணியில் தொங்கிக் கொண்டிருந்தான்" என்று அவள் சொன்னாள். அல்யோஷா அவளிடம் போலீசுக்குத் தகவல் கொடுத்தீர்களா என்று கேட்டபோது, யாரிடமும் சொல்லாமல், நேராக அவனிடம் ஓடி வந்து விட்டதாக அவள் சொன்னாள். அவள் பைத்தியம் பிடித்தவளைப் போலிருந்ததாகவும், ஓர் இலையைப் போல நடுங்கிக் கொண்டிருந்ததாகவும் அல்யோஷா சொன்னான். அல்யோஷா அவளுடன் குடிசைக்கு ஓடிச் சென்று, ஸ்மெர்த்தியாக்கவ் தூக்கில் தொங்கிக் கொண்டிருப்பதைப் பார்த்தான். 'நான் என்னுடைய சொந்த விருப்பத்தின்படி என் வாழ்க்கையை முடித்துக் கொள்கிறேன். எனவே அதற்கு யாரும் காரணம் அல்ல' என்று ஒரு குறிப்பு மேசையின் மீது இருந்தது. அல்யோஷா அந்தக் குறிப்பைப் படித்து, மேசையின் மீது வைத்துவிட்டு, நேராக போலீஸ் கமிஷனரிடம் சென்று நடந்த அனைத்தையும் சொன்னான். "நான் அங்கிருந்து நேராக உங்களைப் பார்க்க வந்தேன்" என்று அல்யோஷா சொல்லிவிட்டு, இவானின் முகத்தை உற்றுப் பார்த்தான். அவன் பேசிக் கொண்டிருந்த நேரம் முழுவதும், இவானின் முகபாவத்திலிருந்த ஏதோ ஒன்றினால் தாக்கப்பட்டவன் போல அவனையே பார்த்துக் கொண்டிருந்தான்.

"அண்ணா" என்று அல்யோஷா திடீரென்று கத்தினான். "உங்களுடைய உடல்நிலை மிகவும் மோசமாக இருக்கிறது! நான் என்ன சொல்கிறேன் என்பது புரியாதது போல நீங்கள் என்னைப் பார்க்கிறீர்கள்."

"நீங்கள் வந்தது நல்லதாகப் போயிற்று" என்று இவான் எதையோ யோசித்தபடிச் சொன்னான். அவன் அல்யோஷாவின்

கூச்சலைச் செவிமடுத்ததாகத் தெரியவில்லை. "அவன் தூக்கிட்டுத் தற்கொலை செய்து கொண்டான் என்று எனக்குத் தெரியும்."

"யார் உங்களிடம் சொன்னார்கள்?"

"யாரென்று தெரியவில்லை, ஆனால் எனக்குத் தெரியும். எனக்குத் தெரியுமா? ஆமாம், அவர்தான் என்னிடம் சொன்னார். அவர் இப்போதுதான் என்னிடம் சொன்னார்..."

இவான் அறையின் நடுவில் நின்று, எதையோ யோசிப்பது போல தரையைப் பார்த்துப் பேசிக் கொண்டிருந்தான்.

"யார் அவர்?" என்று அல்யோஷா தன்னிச்சையாகச் சுற்றும் முற்றும் பார்த்தான்.

"அவர் போய்விட்டார்" என்று இவான் தலை நிமிர்ந்து, மென்மையாகப் புன்னகைத்தான்.

"புறாவைப் போன்ற உங்களைப் பார்த்து அவர் பயந்துவிட்டார். நீங்கள் ஒரு தூய்மையான கேரூபீன். டிமிட்ரி உங்களைக் கேரூபீன் என்று சொல்கிறார். கேரூபீன்... சேராபீன்களின் பேரானந்த இடிமுழக்கம்! சேராபீன்கள் யார்? ஒருவேளை அது ஒரு முழு விண்மீன் கூட்டமாக இருக்கலாம். ஒருவேளை அந்த வீண்மீன் கூட்டம் வெறும் வேதியியல் மூலக்கூறாக இருக்கலாம். சிங்கம், சூரியன் என்று இரண்டு விண்மீன் கூட்டம் இருப்பது உங்களுக்குத் தெரியுமா?"

"அண்ணா, உட்காருங்கள்" என்று அல்யோஷா பயத்துடன் சொன்னான். "நீங்கள் தயவுசெய்து சோபாவில் உட்காருங்கள்! நீங்கள் குழப்பத்தில் இருக்கிறீர்கள். இதோ, சோபாவில் சாய்ந்து படுத்துக் கொள்ளுங்கள், ஆமாம், அப்படித்தான். உங்கள் தலையில் ஈரத் துண்டு வைக்கட்டுமா? ஒருவேளை அது உதவக்கூடும்."

"அந்த நாற்காலியில் உள்ள துண்டை எடுங்கள். நான் அதை அங்கே வீசியெறிந்தேன்."

"அது அங்கே இல்லை. நீங்கள் கவலைப்படாதீர்கள், நான் அதைப் பார்க்கிறேன். இதோ இங்கே இருக்கிறது" என்று அல்யோஷா, மடித்துப் பயன்படுத்தாமல் வைத்திருந்த ஒரு சுத்தமான துண்டை எடுத்தான். இவான் ஆச்சரியத்துடன் அதைப் பார்த்தான். அந்தக் கணம் அவனுக்கு நினைவு திரும்பியது போலிருந்தது.

"இருங்கள்" என்று அவன் சோபாவிலிருந்து எழுந்தான். "நான் ஒரு மணி நேரத்திற்கு முன்னால் அந்தத் துண்டை எடுத்து தண்ணீரில் நனைத்து என் தலையில் கட்டிக் கொண்டேன். அதன் பிறகு நான் அதை அங்கே வீசியெறிந்தேன்... அது எப்படி நனையாமல் இருக்கிறது? இங்கே வேறு துண்டு இல்லை."

"நீங்கள் இதைத் தலையில் கட்டிக் கொண்டீர்களா?" என்று அல்யோஷா கேட்டான்.

"ஆமாம், ஒரு மணி நேரத்துக்கு முன்னால் அதைத் தலையில் கட்டிக் கொண்டு, இந்த அறையில் அங்குமிங்கும் நடந்தேன்... இந்த மெழுகுவர்த்திகள் ஏன் அணையும் தருவாயில் இருக்கின்றன? இப்போது மணி என்ன?"

"பன்னிரண்டு."

"இல்லை, இல்லை, இல்லை" என்று இவான் ஃபியோதரோவிச் திடீரென்று கத்தினான். "அது கனவல்ல! அவர் இங்கே இருந்தார். அவர் அங்கே அமர்ந்திருந்தார். சோபாவில் இருந்த அவர் மீது நான் கோப்பையை வீசினேன். நீங்கள் ஜன்னல் கதவைத் தட்டியபோது, நான் அவர் மீது கோப்பையை வீசியெறிந்தேன்... இதோ இந்தக் கோப்பைதான். ஒரு நிமிஷம் பொறுங்கள். நான் சென்ற முறை தூங்கிவிட்டேன், ஆனால் இந்தக் கனவு ஒரு கனவு அல்ல. இதற்கு முன்பும் இப்படி நடந்தது. அல்யோஷா, இப்போது எனக்குக் கனவுகள் வருகின்றன... ஆனால் அவை கனவுகள் அல்ல, நிஜம். நான் நடக்கிறேன், பேசுகிறேன், பார்க்கிறேன்... ஆனாலும் நான் தூங்கிக் கொண்டிருக்கிறேன். ஆனால் அவர் இங்கே, இதோ அந்தச் சோபாவில் அமர்ந்திருந்தார்... அல்யோஷா அவர் ஒரு மோசமான முட்டாள், மோசமான முட்டாள்."

இவான் திடீரென்று சிரித்துக் கொண்டே அறையில் அங்குமிங்கும் நடக்கத் தொடங்கினான்.

"யார் முட்டாள்? அண்ணா, நீங்கள் யாரைப் பற்றிப் பேசுகிறீர்கள்?" என்று அல்யோஷா மீண்டும் கவலையுடன் கேட்டான்.

"சாத்தான். அவர் என்னைப் பார்க்க வந்திருந்தார். இரண்டு, இல்லை, மூன்று முறை அவர் இங்கே வந்திருக்கிறார். அவர் ஒரு சாத்தானாக இடியும் மின்னலும் சூழ எரியும் சிறகுகளுடன் வராமல், ஒரு சாதாரண பிசாசாக வந்ததற்காக நான் கோபப்படுவதாக என்னைக் கேலி செய்தார். ஆனால் அவர் சாத்தான் அல்ல; அவர் பொய் சொல்கிறார். அவர் ஒரு ஏமாற்றுப் பேர்வழி. அவர் வெறுமனே ஒரு பிசாசு, ஒரு குட்டிப் பிசாசு. அவர் பொதுக் குளியலறைக்குப் போகிறார். நீங்கள் அவரது ஆடைகளைக் களைந்தால், நிச்சயமாக டேனிஷ் நாயைப் போல நீண்ட, மென்மையான, ஒரு கெஜம் நீளமுள்ள, பழுப்பு நிற வாலைப் பார்க்க முடியும்... அல்யோஷா, நீங்கள் பனியில் நனைந்து, குளிரில் நடுங்குகிறீர்கள். உங்களுக்குத் தேநீர் வேண்டுமா? என்ன? குளிராக இருக்கிறதா? நான் உங்களுக்குச் சூடான

தண்ணீர் கொண்டு வரச் சொல்லட்டுமா? நாயை வெளியே விடாதீர்கள்...”

அல்யோஷா வேகமாக கழுவும் தொட்டியை நோக்கிச் சென்று, துண்டை நனைத்து, இவானை உட்காரச் சொல்லி, ஈரத் துண்டை அவனது தலையில் கட்டிவிட்டு, அவனுக்கு அருகில் அமர்ந்தான்.

“நீங்கள் இதற்கு முன்பு லிசாவைப் பற்றி என்னிடம் என்ன சொன்னீர்கள்?” என்று இவான் மீண்டும் பேச ஆரம்பித்தான். (அவன் அதிகமாகப் பேசக்கூடியவனாக மாறிக் கொண்டிருந்தான்). “எனக்கு லிசாவை மிகவும் பிடிக்கும். நான் அவளைப் பற்றி உங்களிடம் மோசமான ஒன்றைச் சொன்னேன். அது உண்மை அல்ல. எனக்கு அவளை மிகவும் பிடிக்கும்... நாளை காத்யா என்ன செய்யப் போகிறாளோ என்று எனக்குப் பயமாக இருக்கிறது. வேறு எதையும் விட நான் அவளை நினைத்து அதிகமாகப் பயப்படுகிறேன். அவள் என்னைக் காலடியில் தூக்கிப் போட்டு மிதித்துவிடுவாள். எதிர்காலத்தை நினைத்துப் பயப்படுகிறேன். நான் அவளை மனதில் வைத்துக் கொண்டு, மீச்சியாவின் மீதுள்ள பொறாமையால், அவரை அழிக்க முயற்சிக்கிறேன் என்று அவள் நினைக்கிறாள். ஆம், அவள் அப்படித்தான் நினைக்கிறாள்! ஆனால் அது உண்மை அல்ல. நான் நாளை சோதனையை எதிர்கொள்வேன், ஆனால் தூக்கு மேடையை அல்ல. இல்லை, நான் தற்கொலை செய்து கொள்ள மாட்டேன். அல்யோஷா, உங்களுக்குத் தெரியுமா, என்னால் ஒருபோதும் தற்கொலை செய்து கொள்ள முடியாது! நான் கீழ்த்தரமானவன் என்பதாலா? நான் கோழை அல்ல. வாழ்க்கையின் மீதுள்ள ஆசையினாலா? ஸ்மெர்த்தியாக்கவ் தூக்கிட்டுத் தற்கொலை செய்து கொண்டது எனக்கு எப்படித் தெரியும்? ஆமாம், அவர்தான் அப்படிச் சொன்னார்.”

“அப்படியானால், இங்கே யாரோ ஒருவர் இருந்தார் என்று நீங்கள் உறுதியாக நம்புகிறீர்களா?” என்று அல்யோஷா கேட்டான்.

“ஆமாம், மூலையில் இருந்த அந்தச் சோபாவில். நீங்கள் வந்தவுடன் அவர் பயந்து ஓடிவிட்டார். அல்யோஷா, உங்களுடைய முகம் எனக்கு மிகவும் பிடிக்கும். நான் உங்கள் முகத்தை நேசிப்பது உங்களுக்குத் தெரியுமா? அல்யோஷா, உண்மையில் அவர் நான்தான், நானேதான். எனக்குள் இருக்கும் கீழ்த்தரமான, இழிவான, வெறுக்கத்தக்க எல்லாமே அவர்தான். நான் ஒரு ‘காதல்வாதி’ என்பதை அவர் சுட்டிக் காட்டினார்... அது ஒரு அவதூறு என்றாலும் கூட. அவர் ஒரு மோசமான முட்டாள், ஆனால் அது அவருக்குப் பயன்படுகிறது. அவர் ஒரு தந்திரசாலி,

மிருகத்தைப் போலத் தந்திரமானவர். என்னுடைய கோபத்தைத் தூண்டுவது எப்படி என்று அவருக்குத் தெரியும். நான் அவரை நம்புகிறேன் என்று சொல்லி என்னைக் கேலி செய்து, அதன் மூலம் அவர் சொல்லும் அனைத்தையும் என்னைக் கேட்கும்படிச் செய்தார். அவர் என்னை ஒரு சிறுவனைப் போல ஏமாற்றினார். இருந்தாலும், அவர் என்னைப் பற்றிய பல உண்மைகளை, நானே ஒப்புக்கொள்ளாத பலவற்றை எனக்குப் புரிய வைத்தார். அல்யோஷா, உங்களுக்குத் தெரியுமா?" என்று இவான் திடீரென்று தீவிரமாக, ஆனால் இரகசியமாகப் பேசினான். "நான் நானாக இல்லாமல் அவராக இருக்க வேண்டும் என்று விரும்புகிறேன்!"

"அவர் உங்களைக் களைப்படையச் செய்துவிட்டார்" என்று அல்யோஷா பரிதாபத்துடன் சொன்னான்.

"அவர் என்னைக் கேலி செய்தார். உங்களுக்குத் தெரியுமா, அவர் புத்திசாலித்தனமாக, மிகவும் புத்திசாலித்தனமாக அதைச் செய்தார். 'மனசாட்சி. மனசாட்சி என்றால் என்ன? நான்தான் அதை உருவாக்கினேன். அப்படியிருக்க நான் ஏன் வேதனைப்பட வேண்டும்? பழக்கம்தான் காரணம். ஏழாயிரம் ஆண்டுகள் பழமையான, மனிதகுலத்தின் உலகளாவிய பழக்கம். நாம் அதிலிருந்து விடுபட்டால் கடவுளாகி விடுவோம்!' என்று அவர் சொன்னார். அவர்தான் அப்படிச் சொன்னார்!"

"அது நீங்கள் இல்லை, நீங்கள் இல்லை!" என்று அல்யோஷா தன்னைக் கட்டுப்படுத்திக் கொள்ள முடியாமல் கத்தியபடித் தன் சகோதரனைப் பார்த்தான். "சரி, கவலைப்படாதீர்கள். அவரை மறந்துவிடுங்கள். இப்போது நீங்கள் வெறுக்கும் அனைத்தையும் அவர் தன்னுடன் எடுத்துச் செல்லட்டும். அவர் ஒருபோதும் திரும்பி வரக்கூடாது!"

"ஆமாம், ஆனால் அவர் ஒரு தீயசக்தி! அவர் என்னைப் பார்த்துச் சிரித்தார். அல்யோஷா, அவர் திமிர்பிடித்தவர்" என்று இவான் கோபத்தில் நடுங்கியபடிச் சொன்னான். "அவர் என்னிடம் நியாயமாக நடந்து கொள்ளவில்லை, பல விஷயங்களில் என்னைத் தூற்றினார். என் முகத்துக்கு நேராக அவர் என்னைப் பற்றிப் பொய் சொன்னார். 'ஓ, நீங்கள் உங்கள் தந்தையைக் கொன்றதாகவும், வேலைக்காரன் உங்களுடைய தூண்டுதலால் அவரைக் கொன்றதாகவும் ஒப்புக் கொள்ளும் ஒரு புண்ணிய காரியத்தைச் செய்யப் போகிறீர்கள்' என்று அவர் என்னிடம் சொன்னார்."

"அண்ணா" என்று அல்யோஷா அவரை இடைமறித்தான். "நீங்கள் அமைதியாக இருங்கள். நீங்கள் அவரைக் கொலை செய்யவில்லை. அது உண்மையல்ல!"

"அவர் அப்படித்தான் சொன்னார், அவருக்குத் தெரியும். 'உங்களுக்கு அறத்தில் நம்பிக்கை இல்லை என்றாலும், நீங்கள் ஒரு புண்ணிய காரியத்தைச் செய்யப் போகிறீர்கள். அதுதான் உங்களைச் சித்திரவதை செய்து, உங்களுடைய கோபத்தைத் தூண்டுகிறது என்பதால், நீங்கள் பழிவாங்கும் குணத்துடன் இருக்கிறீர்கள்' என்று அவர் என்னைப் பற்றி சொன்னார். அவர் என்ன சொல்கிறார் என்று அவருக்குத் தெரியும்."

"நீங்கள்தான் அப்படிச் சொல்கிறீர்கள், அவர் அல்ல!" என்று அல்யோஷா துயரத்துடன் சொன்னான். "நீங்கள் உடல்நலமில்லாமல், பிதற்றிக் கொண்டிருப்பதால், உங்களை நீங்களே துன்புறுத்திக் கொள்கிறீர்கள்."

"இல்லை, அவர் என்ன சொல்கிறார் என்று அவருக்குத் தெரியும். 'நீங்கள் உங்களுடைய அகந்தையின் காரணமாக நீதிமன்றத்திற்குச் சென்று, நான்தான் அவரைக் கொன்றேன் என்று சொல்வீர்கள். நீங்கள் ஏன் பயந்து நடுங்குகிறீர்கள்? நீங்கள் நடிக்கிறீர்கள்! நான் உங்கள் கருத்தையும், பயத்தையும் வெறுக்கிறேன்!' என்று அவர் என்னைப் பற்றிச் சொன்னார். 'அவர் ஒரு குற்றவாளி, கொலைகாரன் என்றாலும், அவருக்குப் பெருந்தன்மையான குணம் இருக்கிறது, ஏனெனில் அவர் தனது சகோதரனைக் காப்பாற்றுவதற்காக குற்றத்தை ஒப்புக் கொள்கிறார் என்று எல்லோரும் பாராட்ட வேண்டும் என்று நீங்கள் விரும்புகிறீர்கள்!' என்று அவர் சொன்னார். அல்யோஷா, அது அப்பட்டமான பொய்!" என்று இவான் திடீரென்று கண்கள் பளிச்சிடக் கத்தினான். "அந்த நாற்றம் வீசும் கும்பல் என்னைப் புகழ்வதை நான் விரும்பவில்லை! அல்யோஷா, அவர் சொல்வது பொய் என்று நான் சத்தியமாகச் சொல்கிறேன்! அதனால்தான் நான் அவர் மீது கோப்பையை வீசியெறிந்தேன். அது அவரது அசிங்கமான முகத்தில் பட்டு நொறுங்கியது."

"அண்ணா, நீங்கள் அமைதியாக இருங்கள். பேசுவதை நிறுத்துங்கள்!" என்று அல்யோஷா கெஞ்சினான்.

"இல்லை, ஒருவனை எப்படித் துன்புறுத்துவது என்று அவருக்குத் தெரியும். அவர் கொடூர மனம் படைத்தவர்" என்று இவான், அல்யோஷா சொன்னதைக் காதில் வாங்காமல் தொடர்ந்தான். "அவர் எதற்காக இங்கே வந்தார் என்பதைக் குறித்து ஆரம்பத்திலிருந்தே எனக்கு ஒரு முன்னுணர்வு இருந்தது. 'நீங்கள் அகந்தையின் காரணமாக நீதிமன்றத்திற்குப் போகிறீர்கள் என்று வைத்துக் கொள்வோம், ஆனால் ஸ்மெர்த்தியாக்கவைக் குற்றவாளி என்று முடிவு செய்து சைபீரியாவுக்கு அனுப்புவார்கள் என்றும், மீச்சியாவுக்கு விடுதலை கிடைக்கும் என்றும், உங்களுக்குத்

தார்மீக தண்டனை மட்டுமே கிடைக்கும் என்றும், சிலர் உங்களைப் புகழ்வார்கள் என்றும் நீங்கள் நம்பினீர்கள். (நீங்கள் கேட்கிறீர்களா? என்று அவர் சிரித்தார்). ஆனால் இப்போது ஸ்மெர்த்தியாக்கவ் தூக்கிட்டுத் தற்கொலை செய்து கொண்டதால், நீதிமன்றத்தில் நீங்கள் சொல்வதை யார் நம்புவார்கள்? இருந்தாலும் நீங்கள் போவீர்கள், போக வேண்டும் என்று முடிவு செய்துவிட்டீர்கள். ஆனால் நீங்கள் இப்போது எதற்காகப் போகிறீர்கள்?' அல்யோஷா, எனக்குப் பயமாக இருக்கிறது. இப்படிப்பட்ட கேள்விகளை என்னால் பொறுத்துக் கொள்ள முடியவில்லை. என்னிடம் இப்படிப்பட்ட கேள்விகளைக் கேட்க யாரும் துணிய மாட்டார்கள்!"

"அண்ணா" என்று அல்யோஷா இடைமறித்தான். அவனுடைய உள்ளம் பயத்தில் உறைந்திருந்தது என்றாலும், இவான் ஃபியோதரோவிச்சுக்கு புத்தி தெளிந்துவிடும் என்ற நம்பிக்கையில் பேசினான். "ஸ்மெர்த்தியாக்கவ் இறந்துவிட்ட செய்தி யாருக்கும் தெரியாதபோது, அதைத் தெரிந்துகொள்ள யாருக்கும் அவகாசம் இல்லாதபோது, நான் இங்கு வருவதற்கு முன்பே அவர் எப்படி உங்களிடம் சொல்லியிருக்க முடியும்?"

"அவர் என்னிடம் சொன்னார்" என்று இவான் சந்தேகத்திற்கு இடமின்றித் தீர்மானமாகச் சொன்னான். "அவர் அதைப் பற்றி மட்டுமே பேசினார். 'உங்களுக்கு அறத்தின் மீது நம்பிக்கை இருக்கும் என்றால், அவர்கள் உங்களை நம்பாவிட்டாலும் அதனால் பாதகமில்லை. ஆனால் உங்கள் தந்தையைப் போல நீங்களும் ஒரு பன்றி என்பதால், உங்களுக்கு அறத்தைப் பற்றி எந்தக் கவலையும் இல்லை. உங்களுடைய தியாகத்தால் யாருக்கும் எந்தப் பயனும் இல்லையென்றால், நீங்கள் அதைச் செய்வதில் என்ன புண்ணியம்? ஏனெனில் நீங்கள் எதற்காக அதைச் செய்கிறீர்கள் என்று உங்களுக்கே தெரியவில்லை! ஓ, நீங்கள் ஏன் அதைச் செய்கிறீர்கள் என்பதைத் தெரிந்துகொள்ள நீங்கள் அதிக விலை கொடுக்க வேண்டியிருக்கும். நீங்கள் போக வேண்டும் என்று முடிவு செய்துவிட்டீர்களா? இல்லை, நீங்கள் இன்னும் ஒரு முடிவுக்கு வரவில்லை. நீங்கள் போகலாமா, வேண்டாமா என்று இரவு முழுவதும் உட்கார்ந்து யோசிப்பீர்கள். ஆனால் நீங்கள் போவீர்கள், நீங்கள் போவீர்கள் என்று உங்களுக்குத் தெரியும். நீங்கள் என்ன முடிவு செய்தாலும், முடிவு உங்களுடையது அல்ல என்று உங்களுக்குத் தெரியும். உங்களுக்குத் தைரியம் இல்லாததால் நீங்கள் போகிறீர்கள். உங்களுக்குப் போகாமல் இருக்க ஏன் தைரியம் வரவில்லை? அது ஒரு புதிர் என்பதால் நீங்களே அதைக் கண்டுபிடியுங்கள்' என்று அவர் சொல்லிவிட்டு இங்கிருந்து போய்விட்டார். நீங்கள் வந்தீர்கள், அவர் போய்விட்டார்.

அல்யோஷா, அவர் என்னை ஒரு கோழை என்று அழைத்தார். நான் ஒரு கோழை என்பதுதான் அந்தப் புதிருக்கான பதில். ‘உங்களைப் போன்ற கழுகுகள் பூமிக்கு மேலே பறக்க முடியாது’ என்று அவர் சொன்னார். அவர் அப்படித்தான் சொன்னார். ஸ்மெர்த்தியாக்கவும் அதைத்தான் சொன்னான். அவன் கொல்லப்பட வேண்டியவன்! காத்யா என்னை வெறுக்கிறாள் என்பது கடந்த ஒரு மாதமாகவே எனக்குத் தெரியும். லிசா கூட என்னை வெறுக்க ஆரம்பித்து விடுவாள்! ‘புகழுக்காகவே நீங்கள் போகிறீர்கள்’ என்று அவர் சொல்வது ஒரு கொடூரமான பொய்! அல்யோஷா, நீங்களும் என்னை வெறுக்கிறீர்கள். இப்போது நான் மீண்டும் உங்களை வெறுக்கத் தொடங்குவேன். நான் அந்த அரக்கனை வெறுக்கிறேன்! நான் அந்த அரக்கனைக் காப்பாற்ற விரும்பவில்லை. அவர் சிறையில் கிடந்து அழுகட்டும்! அவர் பாசுரம் பாட ஆரம்பித்துவிட்டார்! ஓ, நாளை நான் அவர்களுக்கு முன்னால் சென்று நின்று, அவர்கள் முகத்தில் காறித் துப்புவேன்!”

அவன் வெறித்தனமாகத் துள்ளிக் குதித்து, துண்டைத் தூக்கி எறிந்துவிட்டு, மீண்டும் அறையில் அங்குமிங்கும் நடக்க ஆரம்பித்தான். ‘நான் விழித்துக் கொண்டிருந்தாலும் கனவு காண்பது போலிருக்கிறது... நான் நடக்கிறேன், பேசுகிறேன், பார்க்கிறேன், இருந்தாலும் தூங்கிக் கொண்டிருக்கிறேன்’ என்று இவான் சற்று நேரத்திற்கு முன்பு சொன்னது அல்யோஷாவின் நினைவுக்கு வந்தது. இப்போது அதுதான் நடந்து கொண்டிருந்தது. அல்யோஷா உடனடியாக ஒரு மருத்துவரை அழைத்து வர வேண்டும் என்று நினைத்தான், ஆனால் தனது சகோதரனைத் தனியாக விட்டுச் செல்லப் பயந்தான், ஏனெனில் அவன் சென்றபிறகு இவானைக் கவனித்துக் கொள்ள யாரும் இல்லை. இறுதியில் இவான் கொஞ்சம் கொஞ்சமாகத் தனது சுயநினைவை இழக்கத் தொடங்கினான். அவன் மூச்சுவிடாமல் பேசிக் கொண்டே இருந்தான். ஆனால் ஒன்றுக்கொன்று சம்பந்தமில்லாமல், வார்த்தைகளைக் கூடச் சரியாக உச்சரிக்க முடியாமல் சிரமத்துடன் பேசினான். அவன் திடீரென்று நடக்க முடியாமல் மிக மோசமாகத் தள்ளாடினான். ஆனால் அல்யோஷா சரியான சமயத்தில் அவனைத் தாங்கிப்பிடித்துப் படுக்கைக்கு அழைத்துச் சென்றான். அல்யோஷா ஒருவழியாக அவனது மேலாடைகளைக் களைந்து அவனைப் படுக்கையில் படுக்க வைத்தான். அவன் இரண்டு மணி நேரமாக இவானுக்கு அருகில் அமர்ந்து அவனைக் கண்காணித்துக் கொண்டிருந்தான். ஆழ்ந்த உறக்கத்தில் இருந்த நோயாளி, அசையாமல், சீராகவும் அமைதியாகவும் மூச்சுவிட்டுக் கொண்டிருந்தான். அல்யோஷா மேலாடைகளைக் களையாமல், தலையணையை எடுத்துக் கொண்டு, சோபாவில் படுத்தான்.

அவன் தூங்குவதற்கு முன்பு மீச்சியாவுக்காகவும், இவானுக்காகவும் பிரார்த்தனை செய்தான். இப்போது அவன் இவானின் நோயை நன்றாகப் புரிந்து கொண்டான். 'ஒரு பெருமிதமான முடிவின் வேதனையும், நேர்மையான மனசாட்சியும்! ஆமாம், அவர் நம்பாத கடவுளும், கடவுளின் சத்தியமும், அடிபணிய மறுத்த அவரது உள்ளத்தை வென்றுவிட்டது' என்று அல்யோஷா தலையணையில் தலையைச் சாய்த்தபோது நினைத்தான். 'ஸ்மெர்த்தியாக்கவ் இறந்துவிட்டதால் இவானின் வாக்குமூலத்தை யாரும் நம்பமாட்டார்கள். இருந்தாலும் அவர் அதைச் செய்வார்!' என்று அல்யோஷா மெல்லப் புன்னகைத்தான். 'எப்படியும் கடவுள் வெல்வார். ஒன்று, இவான் உண்மையின் வெளிச்சத்தில் எழுவார் அல்லது... வெறுப்பின் ஆழத்தில் அழிந்து போவார். தனக்கு நம்பிக்கை இல்லாத ஒன்றைச் செய்வதற்காக அவர் தன்னையும் மற்றவர்களையும் பழிவாங்க விரும்புவார்' என்று அல்யோஷா கசப்புடன் நினைத்துக் கொண்டே, இவானுக்காக மீண்டும் பிரார்த்தனை செய்தான்.

பன்னிரண்டாவது புத்தகம்: நீதித்துறையின் தவறு

1. விதிவசமான நாள்

நான் விவரித்த சம்பவங்கள் நடந்த மறுநாள் காலை பத்து மணிக்கு, மாவட்ட நீதிமன்றத்தில் டிமிட்ரி கரமசோவ் மீதான விசாரணை தொடங்கியது.

விசாரணையின்போது நடந்த அனைத்தையும் முழுமையாகவும், அவற்றைச் சரியான வரிசையிலும் சொல்ல முடியும் என்று நான் நினைக்கவில்லை என்பதை முன்கூட்டியே தெரிவித்துக் கொள்கிறேன். நான் எல்லாவற்றையும் நினைவுகூர்ந்து விளக்க வேண்டும் என்றால் அதற்கு ஒரு முழு புத்தகம், ஒரு பெரிய புத்தகம் தேவைப்படும் என்று எனக்குத் தோன்றுகிறது. எனவே நான் தனிப்பட்ட முறையில் என் மீது தாக்கத்தை ஏற்படுத்திய, குறிப்பாக என்னுடைய நினைவில் இருந்த விஷயங்களை மட்டுமே சொல்கிறேன் என்று யாரும் முணுமுணுக்க வேண்டாம். நான் மிக முக்கியமான விஷயங்களை இரண்டாம் பட்சமாக எடுத்துக் கொண்டிருக்கலாம், மிக முக்கியமான, அத்தியாவசியமான விவரங்களை முற்றிலுமாகத் தவிர்த்திருக்கலாம். ஆனால், நான் இந்த விளக்கங்களைச் சொல்லாமல் இருந்திருக்க வேண்டும் என்று நினைக்கிறேன். நான் என்னால் முடிந்ததைச் சிறப்பாகச் செய்திருக்கிறேன் என்பதை வாசகர்கள் தாங்களே தெரிந்து கொள்வார்கள்.

நாம் நீதிமன்றத்தில் நுழைவதற்கு முன்னால், அன்று என்னை மிகவும் ஆச்சரியப்படுத்திய ஒரு விஷயத்தை முதலில் குறிப்பிட விரும்புகிறேன். உண்மையில் அது என்னை மட்டுமின்றி, மற்றவர்களையும் ஆச்சரியப்படுத்தியது என்பதை நான் பின்னர் தெரிந்து கொண்டேன். இந்த வழக்கு எல்லோருடைய கவனத்தையும் ஈர்த்திருந்தது என்பதும், விசாரணை எப்போது தொடங்கும் என்று எல்லோரும் ஆவலுடன் காத்திருந்தார்கள் என்பதும், கடந்த இரண்டு மாதங்களாக எங்கள் ஊரில் இருந்தவர்களிடம் இதைப்

பற்றிய பேச்சுக்களும், யூகங்களும், எதிர்பார்ப்புகளும் அதிகமாக இருந்தன என்பதும் எல்லோருக்கும் தெரியும். இந்த வழக்கு ரஷ்யா முழுவதும் பிரபலமாகிவிட்டது என்றாலும், அது எங்கள் நகரத்தில் மட்டுமின்றி நாடெங்கிலும் பரபரப்பை ஏற்படுத்தியிருக்கிறது என்பதை விசாரணை நடந்த அன்றுதான் எல்லோரும் தெரிந்து கொண்டார்கள். எங்கள் மாகாணத்தின் முக்கிய நகரங்களிலிருந்து மட்டுமின்றி, ரஷ்யாவின் வேறு பல நகரங்களிலிருந்தும், மாஸ்கோ, பீட்டர்ஸ்பர்க் போன்ற தொலைதூர நகரங்களிலிருந்தும் மக்கள் திரண்டிருந்தனர். அவர்களில் வழக்கறிஞர்களும், பெண்களும், பல முக்கிய பிரமுகர்களும் இருந்தனர். அனைத்து நுழைவுச் சீட்டுகளையும் போட்டி போட்டுக் கொண்டு வாங்கிக் கொண்டார்கள். எங்கள் நீதிமன்ற அறையில் இதற்கு முன்பு ஒருபோதும் நடந்திராத வகையில், மிகவும் புகழ்பெற்ற மற்றும் முக்கியமான பார்வையாளர்களுக்கு, நீதிபதிகளின் மேசைக்குப் பின்னால், பிரத்யேகமாக ஒதுக்கப்பட்ட இடத்தில் வரிசையாக நாற்காலிகள் போடப்பட்டிருந்தன. பொதுமக்களில் பெரும்பாலோர், பாதிக்கும் மேலானவர்கள் பெண்களாக இருந்தனர். நாட்டின் பல்வேறு பகுதிகளிலிருந்தும் ஏராளமான வழக்கறிஞர்கள் வந்திருந்த காரணத்தால் அவர்களை எங்கே அமர வைப்பது என்று தெரியவில்லை, ஏனெனில் அனைத்து நுழைவுச் சீட்டுகளும் ஏற்கனவே விநியோகம் செய்யப்பட்டு விட்டன. மேடைக்குப் பின்னால், நீதிமன்ற அறையின் ஒரு கோடியில், அவசர அவசரமாக ஒரு தடுப்பு அறையை அமைத்து, அதில் வழக்கறிஞர்களை அனுமதிப்பதை நான் என் கண்களால் பார்த்தேன். அவர்கள் அங்கே நிற்பதற்கு இடம் கிடைத்தது தங்களுடைய அதிர்ஷ்டம் என்று நினைத்தார்கள், ஏனெனில் இடவசதிக்காக அங்கிருந்த அனைத்து நாற்காலிகளையும் அகற்றியிருந்தார்கள். அதன் விளைவாக அங்கிருந்த கூட்டத்தினர் விசாரணை முழுவதும் தோளோடு தோள் சேர்த்து நெருக்கமாக நின்றிருந்தனர்.

சில பெண்கள், குறிப்பாக நகரத்திற்கு வெளியே இருந்து வந்தவர்கள், ஆடம்பரமான உடையில் நீதிமன்றத்தின் பார்வையாளர்கள் கூடத்தில் அமர்ந்திருந்தனர், ஆனால் பெரும்பாலோர் ஆடைகளின் நேர்த்தியைப் பற்றிக் கவலைப்படவில்லை. அவர்களுடைய முகங்களில் வெறித்தனமான ஆசையும், பேய்த்தனமான ஆர்வமும் வெளிப்பட்டது. அங்குக் கூடியிருந்த கூட்டத்தைப் பற்றிக் குறிப்பிடத்தக்க, பின்னர் பல பார்வையாளர்கள் உறுதிப்படுத்திய, ஒரு விஷயத்தை இங்கே சொல்ல வேண்டும். அங்கிருந்த எல்லாப் பெண்களும், குறைந்தபட்சம் அவர்களில் பெரும்பாலோர், மீச்சியாவை ஆதரித்து, அவர் விடுதலை

செய்யப்பட வேண்டும் என்று விரும்பினார்கள் என்பது ஒரு விசித்திரமான உண்மை. பெண்களின் மனங்களை வென்றவர் என்ற நற்பெயரை அவர் பெற்றிருந்தது அதற்குப் பிரதான காரணமாக இருக்கலாம். இந்த வழக்கில் இரண்டு பெண் எதிரிகள் ஆஜராகப் போகிறார்கள் என்று அவர்களுக்குத் தெரியும். அவர்களில் ஒருத்தியான கேத்தரீனா இவானோவ்னா எல்லோருடைய கவனத்தையும் ஈர்த்திருந்தாள். மீச்சியா குற்றவாளி என்றாலும், அவளைப் பற்றியும், அவள் அவர் மீது கொண்டிருந்த காதலைப் பற்றியும் பல விநோதமான கதைகள் உலவின. குறிப்பாக, அவளுடைய கர்வத்தைப் பற்றியும் (அவள் எங்கள் ஊரில் யாரையும் சந்திப்பதில்லை) 'பிரபுத்துவ தொடர்புகள்' பற்றியும் நிறையப் பேசிக் கொண்டார்கள். அவள் அந்தக் குற்றவாளியுடன் சைபீரியாவுக்குச் சென்று, சுரங்கத்தில் எங்காவது தலைமறைவாக அவரை மணந்து கொள்ள அனுமதி கேட்பதற்குத் திட்டமிட்டிருப்பதாகப் பேசிக் கொண்டார்கள். அவளுடைய எதிரியான குருஷென்காவின் வருகையும் அவர்களிடம் அதே அளவு எதிர்பார்ப்பை ஏற்படுத்தியது. கர்வம் பிடித்த பிரபுத்துவ இளம் பெண்ணும், காமக்கிழத்தியும் சந்தித்துக் கொள்வதை, பொதுமக்கள் மிகுந்த ஆர்வத்துடன் எதிர்பார்த்துக் கொண்டிருந்தனர். சொல்லப்போனால், அவர்களுக்குக் கேத்தரீனா இவானோவ்னாவை விடக் குருஷென்காவை நன்றாகத் தெரியும். 'ஃபியோதர் கரமசோவையும், அவரது மகிழ்ச்சியற்ற மகனையும் நாசமாக்கியவள்' என்ற முறையில் அவர்களுக்கு அந்தப் பெண்ணை நன்றாகத் தெரியும். 'அழகி என்று சொல்ல முடியாத ஒரு கவர்ச்சியற்ற ரஷ்யப் பெண்ணை' ஒரே நேரத்தில் தந்தையும் மகனும் நேசித்தது எப்படி என்று எல்லோரும் ஏறக்குறைய விதிவிலக்கின்றி ஆச்சரியப்பட்டார்கள்.

சுருக்கமாகச் சொன்னால் நிறையப் பேசிக் கொண்டார்கள். எங்கள் ஊரிலுள்ள பல குடும்பங்களில், மீச்சியாவின் பொருட்டு தீவிரமான சண்டைகள் நடந்தது எனக்குத் தெரியும். இந்தப் பயங்கரமான வழக்கைப் பற்றி ஏற்பட்ட கருத்து வேறுபாடுகள் காரணமாக, பல பெண்கள் தங்கள் கணவர்களுடன் கடுமையாகச் சண்டையிட்டனர். எனவே அந்தப் பெண்களின் கணவர்கள் குற்றவாளிக்கு எதிரான மனப்பான்மையும், வெறுப்புணர்வும் கொண்டவர்களாக நீதிமன்றத்திற்கு வந்தது இயற்கையே. உண்மையில், பெண்களுக்கு மாறாக ஆண்கள் குற்றவாளிக்கு எதிராக இருந்தார்கள் என்று சொல்வது பொருத்தமாக இருக்கும். அவர்களில் கடுகடுத்த, இறுகிய, சுளித்த, சொல்லப்போனால் வஞ்சினம் கொண்ட முகங்கள் நிறைய இருந்தன. மீச்சியா ஊரில்

இருந்தபோது, அவர்களில் பலரைத் தனிப்பட்ட முறையில் புண்படுத்தினார் என்பது உண்மைதான். எனவே அவர்களில் சிலர் மீச்சியாவின் தலைவிதியைப் பற்றிக் கவலைப்படாமல், உற்சாகமாக இருந்தார்கள் என்றாலும், விசாரணையின் முடிவைப் பற்றித் தெரிந்து கொள்வதில் ஆர்வம் காட்டினார்கள். வழக்கின் தார்மீக அம்சங்களை விடச் சட்டபூர்வமான அம்சங்களில் அக்கறை காட்டிய வழக்கறிஞர்களைத் தவிர, பெரும்பாலான ஆண்கள் குற்றவாளிக்குத் தண்டனை கிடைக்க வேண்டும் என்று எதிர்பார்த்தார்கள்.

புகழ்பெற்ற வழக்கறிஞர் ஃபெட்யுகோவிச்சின் வருகையால் நீதிமன்றத்தில் இருந்த எல்லோரும் பரபரப்படைந்தனர், ஏனெனில் அவருடைய திறமை நாடு முழுவதும் பரவியிருந்தது. அவர் ஒரு புகழ்பெற்ற கிரிமினல் வழக்கில் வாதாடுவதற்காக, மாகாணங்களுக்கு வருவது இது முதல் முறை அல்ல. அவர் ஒரு வழக்கில் வாதாடிய பிறகு, அந்த வழக்கு ரஷ்யா முழுவதும் பிரபலமாகி, நீண்ட நாட்களுக்கு நினைவு கூரப்படுவது உறுதி. எனவே எங்கள் அரசு வழக்கறிஞரைப் பற்றியும், தலைமை நீதிபதியைப் பற்றியும் பல கதைகள் உலவின. ஃபெட்யுகோவிச்சைப் பார்த்து அரசு வழக்கறிஞர் இப்போலித் கிரில்லோவிச் பயப்படுகிறார் என்றும், அவர்கள் இருவரும் பீட்டர்ஸ்பர்க்கில் பணியாற்றத் தொடங்கிய ஆரம்ப காலத்திலிருந்தே எதிரிகளாக இருந்தார்கள் என்றும் சொல்லப்பட்டது. இப்போலித் கிரில்லோவிச், செயின்ட் பீட்டர்ஸ்பர்க்கில் இருந்தபோது, யாரோ ஒருவரால் தனக்கு அநீதி இழைக்கப்படுவதாக நினைத்து, தன்னுடைய திறமைகள் போதிய அளவில் மதிக்கப்படவில்லை என்று விரக்தியடைந்த நிலையில், ஆவலுடன் எதிர்பார்க்கப்பட்ட கரமசோவ் வழக்கின் மூலம், தனது வீழ்ச்சியடைந்த தொழில் வாழ்க்கையைப் புதுப்பிக்க முடியும் என்று கனவு காண்கிறார், ஆனால் அவருடைய ஒரே கவலை ஃபெட்யுகோவிச்சை எதிர்கொள்வதுதான் என்று எல்லோரும் பேசிக் கொண்டார்கள். ஆனால் எங்கள் அரசு வழக்கறிஞர் ஃபெட்யுகோவிச்சைப் பார்த்துப் பயப்படுகிறார் என்று சொல்வது உண்மையல்ல. எங்கள் வழக்கறிஞர் ஆபத்தைக் கண்டு பயப்படும் ஒருவரல்ல, மாறாக ஆபத்து அதிகரிக்க அதிகரிக்கத் தன்னம்பிக்கையும் அதிகரிக்கும் சுபாவம் உடையவர். பொதுவாக, எங்கள் அரசு வழக்கறிஞர் உணர்ச்சிவசப்படுபவராகவும், எளிதில் கோபப்படுபவராகவும் இருந்தார் என்பதைக் கவனிக்க வேண்டும். அவருடைய தலைவிதியும், அதிர்ஷ்டமும் சில வழக்குகளில், முடிவைப் பொறுத்தே இருக்கிறது என்பதைப் போல, அவர் தனது உள்ளத்தையும், ஆன்மாவையும் அதில் ஈடுபடுத்தி, முழு

ஆற்றலுடன் வேலை செய்வார். அதற்காக வக்கீல் தொழிலைச் சேர்ந்த பலரும் அவரைப் பார்த்துச் சிரித்தார்கள். இருப்பினும், அவர் வகித்த சாதாரண பதவியை வைத்துப் பார்க்கும்போது, அவருடைய அந்தச் சுபாவம் அவருக்குப் புகழையும் பெருமையையும் பெற்றுத் தரவில்லை என்றாலும் கூட, எதிர்பார்த்ததை விட அதிகமான மதிப்பையும் செல்வாக்கையும் பெற்றுத் தந்தது. குறிப்பாக, உளவியல் மீது அவருக்கு இருந்த ஆர்வத்தைப் பார்த்து மக்கள் சிரித்தார்கள். அவர்கள் அவரைக் கேலிக்குரியவராகக் கருதியது தவறு என்று நான் நினைக்கிறேன், ஏனெனில் அவர்கள் சந்தேகப்பட்டதைக் காட்டிலும், ஒரு வழக்கறிஞர் என்ற முறையிலும், ஒரு மனிதர் என்ற முறையிலும் அவர் மிகவும் உறுதியாகவும் தீவிரமாகவும் இருந்தார். ஆனால் இந்த நோயுற்ற மனிதர் வக்கீல் தொழிலின் ஆரம்பத்திலிருந்தே, தனது திறமைகளுக்குரிய மரியாதையைப் பெற முடியவில்லை. அதற்குப் பின்னர் அவரால் தன் வாழ்நாள் முழுவதும் அதை ஈடுகட்ட முடியவில்லை.

தலைமை நீதிபதியைப் பொறுத்தவரை, அவர் மெத்தப் படித்த, மனிதாபிமானமுள்ள ஒரு மனிதர் என்பதுடன், தனது பணியின் நடைமுறை அம்சங்களை நன்கு அறிந்தவர், முற்போக்கான சிந்தனை உடையவர் என்பதை மட்டுமே என்னால் கூற முடியும். அவர் லட்சியவாதியாக இருந்தார் என்றாலும், தனது தொழில் மீது அக்கறை காட்டவில்லை. தான் ஒரு முற்போக்குவாதியாக இருக்க வேண்டும் என்பதுதான் அவருடைய வாழ்க்கையின் லட்சியமாக இருந்தது. அவருக்கு ஏராளமான தொடர்புகளும், கணிசமான சொத்துக்களும் இருந்தன. கரமசோவ் வழக்கின் மீது அவர் அதிக அக்கறை காட்டினார் என்றாலும், தனிப்பட்ட முறையில் இல்லாமல், சமூகக் கண்ணோட்டத்தில் அதைப் பார்த்தார் என்பதை நாங்கள் பின்னர் தெரிந்து கொண்டோம். அதை ஒரு சமூகப் பின்னணியின் விளைபொருளாகவும், ரஷ்யாவின் தேசிய நிகழ்வாகவும், வகைப்படுத்துவதிலும், இன்ன பிறவற்றிலும் அவர் ஆர்வம் காட்டினார். ஆனால் வழக்கின் தனிப்பட்ட அம்சத்தையும், அதன் துயரத்தையும், குற்றவாளி மற்றும் அதில் சம்பந்தப்பட்டவர்களையும் பொறுத்தவரை, அவரது அணுகுமுறை அலட்சியமானதாகவும், பற்றற்றதாகவும் இருந்தது. ஒருவேளை அது பொருத்தமானதாக இருந்திருக்கலாம்.

நீதிபதிகள் வருவதற்கு வெகு நேரத்திற்கு முன்பே அறையில் கூட்டம் நிரம்பி வழிந்தது. எங்கள் ஊரில் இருந்த அந்த நீதிமன்ற அறை விசாலமானதாக, உயர்ந்த கூரையுடன், ஒலிக்கு ஏற்றதாக இருந்தது. மேடையில் இருந்த நீதிபதிகளின் இருக்கைக்கு வலது

புறத்தில், ஒரு மேசையும், இரண்டு வரிசை சாய்வு நாற்காலிகளும் ஜூரிகளுக்காகத் தயாராக இருந்தன. அதற்கு இடது புறத்தில் குற்றவாளிக்கும், எதிர்த்தரப்பு வழக்கறிஞருக்கும் இடம் ஒதுக்கப் பட்டிருந்தது. நீதிபதிகளின் மேடைக்கு அருகில், ஆதாரங்களாகச் சமர்பிக்கப்படும் பொருள்களை வைத்திருந்த ஒரு மேசை இருந்தது. ஃபியோதர் பாவ்லோவிச்சின் இரத்தக் கறை படிந்த வெண்ணிற மேலங்கி, கொலை செய்யப்பட்டதாகச் சொல்லப்படும் பித்தளை உலக்கை, இரத்தக்கறை படிந்த மீச்சியாவின் சட்டை, இரத்தம் தோய்ந்த கைக்குட்டையை வைத்திருந்த கோட், இரத்தம் உலர்ந்து மஞ்சள் நிறமாக மாறியிருந்த கைக்குட்டை, மீச்சியா தற்கொலை செய்யும் நோக்கத்துடன், பெர்கோட்டினின் வீட்டில் தோட்டாவை நிரப்பிய கைத்துப்பாக்கி (மோக்ரோயில் டிரிஃபோன் போரிசிச் தந்திரமாகக் கைப்பற்றியது), ஃபியோதர் பாவ்லோவிச், குருஷென்காவுக்கு மூவாயிரம் ரூபிள்களைக் கொடுப்பதற்காக அவளுடைய பெயரை எழுதி வைத்திருந்த உறை மற்றும் அதைக் கட்டியிருந்த இளஞ்சிவப்பு நாடா போன்ற பொருள்களும், என் நினைவுக்கு வராத பல பொருள்களும் அதில் இருந்தன. அதற்குச் சற்று தூரத்தில், மண்டபத்தின் கூடத்தில் பொதுமக்கள் அமர்வதற்கான இருக்கைகள் இருந்தன. ஆனால் தடுப்புச் சுவருக்கு முன்னால், சாட்சிகள் அமர்வதற்காகச் சில நாற்காலிகள் போடப்பட்டிருந்தன, ஏனெனில் சாட்சிகள் சாட்சியம் அளித்த பிறகு நீதிமன்ற அறையிலேயே இருப்பார்கள்.

பத்து மணிக்கு தலைமை நீதிபதி, இணை நீதிபதி, கௌரவ நீதிபதி ஆகிய மூன்று நீதிபதிகள் வந்தனர். அவர்களைத் தொடர்ந்து அரசு வழக்கறிஞர் உள்ளே வந்தார். தலைமை நீதிபதி சுமார் ஐம்பது வயது மதிக்கத்தக்கவராக, குள்ளமான, பருமனான உடல்வாகுடன், வெளிறிய நிறத்தில், குட்டையாக வெட்டிய நரைத்த தலைமுடியுடன் இருந்தார். நான் மட்டுமின்றி அங்கிருந்த எல்லோரும் அரசு வழக்கறிஞர் வெளிறிய முகத்துடன், ஏறக்குறைய மஞ்சள் நிறத்தில் இருந்ததைக் கவனித்தோம். இரண்டு நாட்களுக்கு முன்பு நான் அவரைப் பார்த்தபோது, அவர் வழக்கமான தோற்றத்துடன் இருந்ததால், திடீரென்று ஒரே இரவில் அவருடைய முகம் மெலிந்துவிட்டது போலத் தோன்றியது. ஜூரிகள் அனைவரும் வந்துவிட்டார்களா என்று கேட்ட தலைமை நீதிபதி அமர்வைத் தொடங்கினார்...

ஆனால் நான் இப்படியே தொடர்ந்து சொல்ல முடியாது என்று நினைக்கிறேன், ஏனெனில் என்னால் கவனிக்க முடியாத, புரிந்து கொள்ள முடியாத விஷயங்களும், மறந்துவிட்ட வேறு

விஷயங்களும் இருந்தன. நான் ஏற்கனவே சொன்னது போல எல்லாவற்றையும் சொல்ல எனக்கு இடமோ அல்லது நேரமோ இல்லை. நடுவர் குழுவில் இருந்த பெரும்பாலான உறுப்பினர்களை இரு தரப்பினரும் ஆட்சேபிக்கவில்லை என்பது மட்டும் எனக்குத் தெரியும். பன்னிரண்டு நடுவர்களில், நான்கு அரசாங்க அதிகாரிகளும், இரண்டு வணிகர்களும், மீதி ஆறு பேரில் விவசாயிகளும், கைவினைஞர்களும் இருந்தார்கள் என்று எனக்கு நினைவிருக்கிறது. 'இத்தகைய நுட்பமான, சிக்கலான, உளவியல் சார்ந்த வழக்கில், சாதாரண அதிகாரிகளும், விவசாயிகளும் எப்படி முடிவெடுக்க முடியும்? விவசாயியை விட்டுத் தள்ளுங்கள், ஆனால் ஒரு சாதாரண அதிகாரியால் என்ன புரிந்துகொள்ள முடியும்?' என்று விசாரணை தொடங்குவதற்கு முன்பு பொதுமக்கள், குறிப்பாகப் பெண்கள் அடிக்கடி ஆச்சரியத்துடன் கேட்டுக் கொண்டது எனக்கு நினைவிருக்கிறது. உண்மையில் நடுவர் குழுவில் இருந்த நான்கு அதிகாரிகளும் முக்கியமானவர்களோ, உயர்ந்த பதவிகளில் இருப்பவர்களோ அல்ல. அவர்களில் மூன்று பேர் வயதானவர்கள், ஒரே ஒருவர் மட்டுமே இளையவர். அவர்கள் பிரபலமான மனிதர்கள் அல்ல, மாறாகக் குறைந்த சம்பளத்தில் வாழ்ந்த சாதாரண மனிதர்கள். அவர்களுக்கு வயதான மனைவிகளும், பல குழந்தைகளும் இருந்தனர். அவர்களில் சிலருக்குக் காலணிகளோ அல்லது காலுறைகளோ கூட இல்லாமல் இருக்கலாம். அவர்கள் தங்கள் ஓய்வு நேரத்தைச் சீட்டு விளையாடுவதில் கழித்ததால், அவர்களில் எவரும் ஒரு புத்தகத்தைக் கூட படித்திருக்க வாய்ப்பில்லை. அதில் இரண்டு வியாபாரிகள் பார்ப்பதற்கு மரியாதைக்குரியவர்களாகத் தோன்றினாலும், விசித்திரமான வகையில் அமைதியாகவும் மந்தமாகவும் இருந்தார்கள். அவர்களில் ஒருவர் சுத்தமாக மழித்த தாடையுடன், ஐரோப்பிய பாணியில் உடை அணிந்திருந்தார். மற்றொருவர் சிறிய, நரைத்த தாடியுடன், சிவப்பு நாடாவில் கட்டிய ஏதோ ஒரு பதக்கத்தைக் கழுத்தில் அணிந்திருந்தார். விவசாயிகள் மற்றும் கைவினைஞர்களைப் பற்றி அதிகம் சொல்ல வேண்டியதில்லை. கைவினைஞர்கள் ஏறக்குறைய விவசாயிகளைப் போன்றவர்கள்தான், ஏனெனில் அவர்களும் நிலத்தில் வேலை செய்தார்கள். அவர்களில் இருவர் ஜெர்மன் பாணியில் உடை அணிந்திருந்த காரணத்தால், மற்ற நால்வரைக் காட்டிலும் அழுக்காகவும், அலங்கோலமாகவும் காட்சியளித்தனர். ஒருவர் இந்த மனிதர்களைப் பார்த்தவுடன், 'இவர்களால் இந்த விவகாரத்தில் என்ன புரிந்துகொள்ள முடியும்?' என்று என்னைப் போலவே ஆச்சரியப்படலாம். இருந்தாலும், அவர்கள் கண்டிப்பான, சிடுசிடுப்பான முகபாவங்களுடன்

இருந்ததால், அவர்களுடைய முகங்கள் விசித்திரமான, ஏறக்குறைய அச்சுறுத்தும் தோற்றத்தைக் கொண்டிருந்தன.

இறுதியில் தலைமை நீதிபதி, ஃபியோதர் பாவ்லோவிச் கரமசோவ் கொலை வழக்கை விசாரிக்கப் போவதாக அறிவித்தார். அன்று அவர் அதை எப்படிச் சொன்னார் என்று எனக்குச் சரியாக நினைவில்லை. நீதிமன்ற உதவியாளருக்குக் குற்றம் சாட்டப்பட்டவரைக் கொண்டு வரும்படி உத்தரவு பிறப்பிக்கப் பட்டதும், மீச்சியா அங்கே கொண்டு வரப்பட்டார். அப்போது நீதிமன்றத்தில் ஒரு கொசுவின் ரீங்கார ஓசையைக் கேட்கும் அளவுக்கு மயான அமைதி நிலவியது. மீச்சியாவைப் பார்த்தவுடன், மற்றவர்களுக்கு எப்படி இருந்ததோ தெரியவில்லை, ஆனால் எனக்கு அவருடைய தோற்றம் அசௌகரியத்தை ஏற்படுத்தியது. அவர் ஒரு புதிய ஃபிராக் கோட்டை அணிந்து, மிகவும் ஆடம்பரமாகக் காட்சியளித்தார். அவர் இன்று நீதிமன்றத்திற்கு வருவதை முன்னிட்டு, மாஸ்கோவில் இருந்த அவருடைய முன்னாள் தையல்காரரிடமிருந்து (அவர் இன்னும் மீச்சியாவின் அளவுகளை வைத்திருந்தார்), அந்தப் புதிய கோட்டை வரவழைத்திருக்கிறார் என்பதை நான் பின்னர் தெரிந்து கொண்டேன். அவர் புத்தம் புதிய கருப்பு நிறத் தோல் கையுறையையும், நேர்த்தியான சட்டையையும் அணிந்திருந்தார். அவர் தனது வழக்கமான நீண்ட நடையில், நேர் பார்வையுடன் உள்ளே நுழைந்து, அமைதியான தோரணையில் தனக்குரிய இடத்தில் அமர்ந்தார். அவரைத் தொடர்ந்து, புகழ்பெற்ற வழக்கறிஞர் ஃபெட்யூகோவிச் உள்ளே நுழைந்தார். அப்போது அரங்கம் முழுவதும் நீண்ட பெருமூச்சு விடும் சத்தம் கேட்டது. அவர் மெலிந்து உயரமாக, மெல்லிய கைகால்களுடன், வெளிறிய நீண்ட விரல்களுடன், சுத்தமாக மழிக்கப்பட்ட முகத்துடன், அடக்கமாக வாரிய குட்டையான தலைமுடியுடன், அவ்வப்போது கேலிக்கும் புன்னகைக்கும் இடையில் வளையும் மெல்லிய உதடுகளுடன் இருந்தார். அவருக்குச் சுமார் நாற்பது வயதிருக்கும். அவருடைய கண்கள் சிறியதாக, உணர்ச்சிகளை வெளிக்காட்டாதவை யாக, நீண்ட மெல்லிய மூக்கு எலும்பினால் பிரிக்கப்பட்டதாக இல்லாமல் இருந்திருந்தால், அவரது முகம் இனிமையாக இருந்திருக்கும். சுருக்கமாகச் சொன்னால் நீண்ட கோட்டும், வெள்ளை நிற டையும் அணிந்திருந்த அவரது முகத்தில் பறவை போலிருந்த ஏதோ ஓர் அம்சம் என் கவனத்தைக் கவர்ந்தது.

தலைமை நீதிபதி மீச்சியாவிடம் முதலில் அவருடைய பெயர், தொழில், பதவி போன்றவற்றை விசாரித்தது எனக்கு நினைவிருக் கிறது. அதற்கு மீச்சியா தெளிவாக, ஆனால் எதிர்பாராத வகையில்

உரத்தக் குரலில் பதில் சொன்னதைக் கேட்டு தலைமை நீதிபதி திகைத்து, ஆச்சரியத்துடன் அவரைப் பார்த்தார். அதைத் தொடர்ந்து, விசாரணையில் சாட்சி சொல்ல வேண்டிய நபர்கள் மற்றும் நிபுணர்களின் பட்டியலை வாசித்தனர். அந்த நீண்ட பட்டியலில் நான்கு சாட்சிகள் ஆஜராகவில்லை. மியூசோவ் முதற்கட்ட விசாரணையில் சாட்சி சொன்னார் என்றாலும், அவர் தற்போது பாரிஸில் இருந்தார். திருமதி. கோஹ்லக்கோவும், நில உரிமையாளர் மாக்சிமோவும் உடல்நிலை சரியில்லாத காரணத்தால் வரவில்லை. ஸ்மெர்த்தியாக்கவ் திடீரென்று இறந்துவிட்டதால், அவனது மரணத்தைப் பற்றிய அதிகாரபூர்வ அறிக்கையைக் காவல்துறை சமர்ப்பித்தது. ஸ்மெர்த்தியாக்கவின் மரணத்தைப் பற்றிய செய்தி நீதிமன்றத்தில் பரபரப்பையும், முணுமுணுப்பையும் எழுப்பியது. அவனுடைய திடீர் தற்கொலையைப் பற்றிய செய்தி பார்வையாளர்களில் பலருக்குத் தெரியாது என்பது உண்மைதான். ஆனால் மீச்சியா அதைக் கேட்டதும் எதிர்பாராத விதமாக, தன்னுடைய இருக்கையிலிருந்து, நீதிமன்றம் முழுவதும் கேட்கும்படி உரத்தக் குரலில் கோபத்துடன் கத்தினார்.

“அந்த நாய் ஒரு நாயைப் போல செத்துவிட்டது!”

அப்போது அவரது வக்கீல் அவரிடம் விரைந்து சென்றதும், தலைமை நீதிபதி அவரைப் பார்த்து, இதுபோன்று ஒழுங்கீனமாக நடந்தால், கடுமையான நடவடிக்கை எடுக்கப் போவதாக எச்சரித்ததும் எனக்கு நன்றாக நினைவிருக்கிறது. மீச்சியா தலையை அசைத்து, எந்தவித வருத்தமும் இல்லாமல், மெல்லிய குரலில் முணுமுணுத்தார்.

“நான் மீண்டும் அப்படிச் செய்ய மாட்டேன். நான் அப்படிச் செய்ய மாட்டேன். நான் என்னையும் அறியாமல் கத்திவிட்டேன். இனிமேல் அப்படி நடக்காது!”

அந்தச் சம்பவம் நடுவர் குழுவினரிடமிருந்தோ அல்லது பொது மக்களிடமிருந்தோ அவருக்கு எந்த அனுதாபத்தையும் பெற்றுத்தரவில்லை, ஏனெனில் அது அவரது உண்மையான குணத்தைக் காட்டியது. இந்தச் சம்பவத்தின் தாக்கத்தில் தொடக்க அறிக்கை வாசிக்கப்பட்டது.

அது மிகவும் சுருக்கமாக, ஆனால் அனைத்தையும் உள்ளடக்கியதாக இருந்தது. அவர் ஏன் கைது செய்யப்பட்டார், அவரை ஏன் விசாரிக்க வேண்டும் போன்ற முக்கியமான காரணங்களை அது கோடிட்டுக் காட்டியது. இருப்பினும் அது என்னுள் பெரிய தாக்கத்தை ஏற்படுத்தியது. குமாஸ்தா அதைச்

சத்தமாகவும் தெளிவாகவும் படித்தார். அதைக் கேட்டபோது, அந்தத் துயரச் சம்பவம் முழுவதும் ஒவ்வொருவரின் மனக் கண்ணிலும் மீண்டும் புத்துயிர் பெற்று எழுந்தது. படித்து முடித்தவுடன், தலைமை நீதிபதி தனது கம்பீரமான குரலில் மீச்சியாவிடம் கேட்டது எனக்கு நினைவிருக்கிறது.

"பிரதிவாதியே, நீங்கள் குற்றத்தை ஒப்புக் கொள்கிறீர்களா?"

மீச்சியா சட்டென்று தன்னுடைய இருக்கையிலிருந்து எழுந்தார்.

"குடிப்பழக்கம், ஒழுக்கக்கேடு, சோம்பேறித்தனம், ஒழுங்கீனம் போன்ற குற்றங்களை நான் ஒப்புக் கொள்கிறேன்" என்று மீச்சியா எதிர்பாராத, ஏறக்குறைய வெறித்தனமான குரலில் சொன்னார். "விதி என்னை வீழ்த்திய அந்த நொடியில் நான் ஒரு நேர்மையான, ஒழுக்கமான மனிதனாக மாற விரும்பினேன். ஆனால் என் எதிரியும், தந்தையுமான அந்தக் கிழவரின் மரணத்தைப் பொறுத்த வரை நான் குற்றவாளி அல்ல! இல்லை, இல்லை, அவரைக் கொள்ளையடித்த குற்றத்தை நான் செய்யவில்லை. நான் அதற்குக் குற்றவாளியாக முடியாது. இந்த டிமிட்ரி கரமசோவ் ஓர் அயோக்கியனாக இருக்கலாம், ஆனால் திருடன் அல்ல!"

அவர் அதைச் சொல்லிவிட்டு, உடல் முழுவதும் நடுங்கியபடி நாற்காலியில் அமர்ந்தார். தலைமை நீதிபதி மீண்டும் சுருக்கமாக, ஆனால் பயமுறுத்தும் தொனியில், கேட்கும் கேள்விகளுக்கு மட்டுமே பதில் சொல்ல வேண்டும் என்றும், சம்பந்தமில்லாமல் வெறித்தனமாகக் கூச்சலிட வேண்டாம் என்றும் எச்சரித்தார். அதன் பிறகு அவர் விசாரணையைத் தொடங்க உத்தரவிட்டார். சாட்சிகள் அனைவரையும் சத்தியப்பிரமாணம் எடுத்துக்கொள்ள அழைத்தனர். அப்போதுதான் நான் அவர்கள் அனைவரையும் ஒன்றாகப் பார்த்தேன். ஆனால் தவறுதலாக, பிரதிவாதியின் சகோதரர்களைச் சத்தியப்பிரமாணம் செய்யாமல் சாட்சி சொல்ல அனுமதித்தனர். பாதிரியாரும், தலைமை நீதிபதியும் எச்சரித்த பிறகு, அவர்களை அழைத்துச் சென்று, முடிந்தவரை தனித்தனியாக அமர வைத்தனர். பின்னர் ஒவ்வொரு சாட்சியாக அழைக்க ஆரம்பித்தனர்.

2. ஆபத்தான சாட்சிகள்

அரசுத் தரப்பு மற்றும் எதிர்த்தரப்பு சாட்சிகளை நீதிபதிகள் குழுக்களாகப் பிரித்தார்களா என்பதும், அவர்களை ஒரு குறிப்பிட்ட வரிசையில் அழைக்க ஏற்பாடு செய்யப்பட்டதா

என்பதும் எனக்குத் தெரியாது. ஆனால் அது அப்படித்தான் இருந்திருக்க வேண்டும் என்பதில் சந்தேகம் இல்லை. அரசுத் தரப்பு சாட்சிகளை மட்டும் முதலில் அழைத்தார்கள் என்பது மட்டும் எனக்குத் தெரியும். நான் மீண்டும் சொல்வது என்னவென்றால், சாட்சிகளிடம் கேட்கப்பட்ட எல்லாக் கேள்விகளையும் வரிசையாக விவரிக்கப் போவதில்லை என்பதுதான். அப்படிச் செய்வது தேவையற்றது, ஏனெனில் அரசுத் தரப்பு வழக்கறிஞரும், எதிர்த்தரப்பு வழக்கறிஞரும் நிகழ்த்திய இறுதி உரைகளில், சாட்சிகளின் சாட்சியங்களை வரிசையாகவும், தெளிவாகவும் தொகுத்து வழங்கியுள்ளனர். அந்தப் பகுதிகளை நான் ஓரளவுக்கு முழுமையாகப் பதிவு செய்திருக்கிறேன். அந்தப் பகுதிகளையும், இறுதி உரைகளுக்கு முன்பு நடந்த ஓர் அசாதாரணமான, முற்றிலும் எதிர்பாராத சம்பவத்தையும் உரிய நேரத்தில் நான் விவரிக்கிறேன். அந்தச் சம்பவம் சந்தேகத்திற்கு இடமின்றி, வழக்கு விசாரணையின் மோசமான, விதிவசமான முடிவைப் பாதித்தது.

இந்த விசாரணையின் ஆரம்பத்திலிருந்தே, எதிர்த்தரப்புடன் ஒப்பிடும்போது, அரசுத் தரப்பிடம் இருந்த அபரிமிதமான பலம், இந்த வழக்கின் ஒரு குறிப்பிடத்தக்க அம்சம் என்பதை அனைவரும் அறிந்திருந்தனர் என்று நான் சொல்லிக் கொள்ள விரும்புகிறேன். ஏனெனில் உண்மைகள் அனைத்தும் ஒரே புள்ளியில் குவிந்து, அந்தக் கொடூரமான, இரத்தம் தோய்ந்த குற்றம் முழுவதையும் படிப்படியாக வெளிச்சத்திற்குக் கொண்டு வருகிறது என்பதை ஒவ்வொருவரும் ஆரம்பத்திலிருந்தே உணர்ந்திருந்தனர். சொல்லப் போனால், இந்த வழக்கின் முடிவு சர்ச்சைக்கு அப்பாற்பட்டது என்பதையும், அதில் எந்தச் சந்தேகமும் இல்லை என்பதையும், எந்த விவாதமும் தேவையற்றது என்பதையும், எதிர்த்தரப்பு வாதம் என்பது ஒரு சம்பிரதாயம் மட்டுமே என்பதையும், பிரதிவாதி சந்தேகத்திற்கு இடமின்றிக் குற்றவாளி என்பதையும் ஒவ்வொருவரும் ஆரம்பத்திலிருந்தே உணர்ந்திருக்கலாம். பிரதிவாதி விடுதலை செய்யப்பட வேண்டும் என்று பெண்கள் பொறுமையிழந்து தவித்த அதே நேரத்தில், விதிவிலக்கின்றி அவர் செய்த குற்றத்தை உணர்ந்திருப்பார்கள் என்று நான் நினைக்கிறேன். இன்னும் சொல்லப்போனால், அவரது குற்றம் தெளிவாக நிரூபிக்கப்படாமல் இருந்திருந்தால் அவர்கள் ஏமாற்றம் அடைந்திருப்பார்கள் என்று நான் நம்புகிறேன். ஏனெனில், குற்றவாளி விடுதலை செய்யப்படும் இறுதிக் காட்சியின் தாக்கம் அதனால் குறைந்திருக்கும். இதில் விசித்திரம் என்னவென்றால், அவர் விடுதலை செய்யப்படுவார் என்று எல்லாப் பெண்களும் கடைசி நிமிடம் வரை உறுதியாக

நம்பினார்கள். 'அவர் குற்றவாளியாக இருந்தாலும், தற்போதுள்ள புதிய சிந்தனைகளின்படி, நாகரீகக் காலத்திற்கு ஏற்ற புதிய உணர்வுகளுக்கு ஏற்ப, மனிதாபிமானத்தின் அடிப்படையில் அவரை விடுதலை செய்வார்கள்' என்று அவர்கள் நினைத்தார்கள். அதனால்தான் அவர்கள் பொறுமையிழந்து நீதிமன்றத்தில் குழுமியிருந்தார்கள்.

ஆனால் ஆண்கள் எல்லோரும், அரசு வழக்கறிஞருக்கும், புகழ்பெற்ற ஃபெட்யுகோவிச்சுக்கும் இடையில் நடக்கும் மோதலில்தான் அதிக ஆர்வம் காட்டினார்கள். அவரைப் போன்ற ஒரு திறமைசாலி, இந்த நம்பிக்கையற்ற வழக்கில் என்ன செய்ய முடியும் என்று அவர்கள் தங்களைத் தாங்களே வியப்புடன் கேட்டுக் கொண்டார்கள். எனவே அவர்கள் அவரது ஒவ்வொரு அசைவையும், பேச்சையும் மிகுந்த கவனத்துடன் பின் தொடர்ந்தனர். ஆனால் ஃபெட்யுகோவிச் கடைசிவரை எல்லோருக்கும் ஒரு புரியாத புதிராகவே இருந்தார். அவரிடம் ஏதோ ஒரு திட்டம் இருக்கிறது என்றும், அவர் ஒரு தீர்மானமான இலக்கை நோக்கிச் செல்கிறார் என்றாலும், அதை யூகிப்பது கிட்டத்தட்ட சாத்திய மற்றதாக இருந்தது என்றும் அனுபவசாலிகள் சந்தேகப்பட்டார்கள். இருப்பினும், அவரது தன்னம்பிக்கையும், அவருடைய திறமையின் மீது அவருக்கிருந்த நம்பிக்கையும் வெளிப்படையாகத் தெரிந்தன. அவர் எங்கள் ஊருக்கு வந்து மூன்று நாட்கள்தான் ஆனது என்றாலும், இந்த வழக்கை அற்புதமாக ஆராய்ந்திருக்கிறார் என்பதையும், 'ஒவ்வொரு விஷயத்தையும் நுட்பமாகக் கவனித்திருக்கிறார்' என்பதையும் ஒவ்வொருவரும் மகிழ்ச்சியுடன் கவனித்தனர். அரசு தரப்பு சாட்சிகள் அனைவரையும் அவர் எவ்வளவு புத்திசாலித்தனமாகக் 'கவிழ்த்தார்' என்பதையும், முடிந்தவரை அவர்களைக் குழப்பி, அவர்களின் நற்பெயருக்குக் களங்கம் ஏற்படுத்தி, அவர்களுடைய சாட்சியத்தின் மதிப்பைக் குறைத்தார் என்பதையும் பொதுமக்கள் பின்னர் மகிழ்ச்சியுடன் பேசிக் கொண்டனர். இருப்பினும், அவர் அதை ஒரு விளையாட்டிற்காக, சொல்லப்போனால், எதிர்த்தரப்பு வழக்கறிஞர் உத்திகள் எதையும் விட்டுவிடக்கூடாது என்பதைக் காட்டுவதற்காக, தன்னுடைய சட்டரீதியான புத்திசாலித்தனத்தை வெளிப்படுத்தினார் என்று கருதப்பட்டது. ஏனெனில், சாட்சியத்தைக் களங்கப் படுத்துவதன் மூலம் அவருக்கு உருப்படியான ஆதாயம் எதுவும் கிடைக்காது என்று ஒவ்வொருவரும் நம்பினார்கள். உண்மையில் வேறு எவரையும் விட அவர் அதை நன்றாக அறிந்திருக்க வேண்டும் என்றாலும், ஏதோ ஒரு இரகசிய ஆயுதத்தை, தக்க சமயம் வரும்போது பயன்படுத்தக்கூடிய ஆயுதத்தை அவர்

இன்னும் கைவசம் வைத்திருந்தார். ஆனால் இதற்கிடையில் அவர் தனது பலத்தை உணர்ந்தவராக, எலியும் பூனையும் போல விளையாடிக் கொண்டிருந்தார்.

உதாரணமாக, ஃபியோதர் பாவ்லோவிச்சின் வயதான வேலைக்காரன் கிரிகோரி வாசிலியேவிச், தோட்டத்திலிருந்து வீட்டிற்குச் செல்லும் கதவு திறந்திருந்தது என்ற முக்கியமான சாட்சியத்தைச் சொன்ன பிறகு, அவனை குறுக்கு விசாரணை செய்த ஃபெட்யுகோவிச் உடனடியாக அவன் மீது பாய்ந்தார் என்றுதான் சொல்ல வேண்டும். கிரிகோரி சாட்சி சொல்வதற்கு வந்தபோது, நீதிமன்றத்தின் மேன்மையையும், பார்வையாளர்களின் கூட்டத்தையும் பார்த்து சற்றும் கலங்காமல், அமைதியாக, ஏறக்குறைய கம்பீரமான தோரணையில் வந்தான் என்பதை இங்கே குறிப்பிட வேண்டும். அவன் தனது மனைவி மார்த்தாவுடன் பேசுவது போல தன்னம்பிக்கையுடன், ஆனால் மரியாதையுடன் தனது சாட்சியத்தை முன் வைத்தான். அவனைக் குழப்புவது சாத்தியமற்றதாக இருந்தது. அரசு வழக்கறிஞர் அவனிடம் முதலில் கரமசோவ் குடும்பத்தைப் பற்றி விரிவாக விசாரித்தார். அவன் அதைச் சொன்னபோது, அந்தக் குடும்பத்தைப் பற்றிய ஒரு தெளிவான சித்திரம் அனைவரின் மனங்களிலும் உருவானது. சாட்சி கள்ளம் கபடமற்றவர், பாரபட்சமற்றவர் என்பது அனைவரின் காதுக்கும் கண்ணுக்கும் தெளிவாகத் தெரிந்தது. அவன் தனது எஜமானரின் மீது ஆழ்ந்த மரியாதை வைத்திருந்த போதிலும், அவர் மீச்சியாவிடம் அநியாயமாக நடந்து கொண்டார் என்றும், அந்தக் குழந்தையை வளர்க்க வேண்டிய விதத்தில் வளர்க்கவில்லை என்றும் தயக்கமின்றிச் சொன்னான். 'நான் மட்டும் இல்லை என்றால் அந்தக் குழந்தையைப் பேன்கள் உயிரோடு தின்று தீர்த்திருக்கும்' என்று அவன் மீச்சியாவின் குழந்தைப் பருவத்தை விவரித்தான். 'தாயின் சொத்திலிருந்து மகனுக்கு உரிமையானதை மறுப்பது ஒரு தகப்பன் செய்யும் அநீதியாகும்' என்று அவன் சொன்னான். ஃபியோதர் பாவ்லோவிச் பண விஷயத்தில் தனது மகனுக்கு அநீதி இழைத்துவிட்டார் என்று சொல்வதற்கு என்ன ஆதாரம் இருக்கிறது என்று அரசு வழக்கறிஞர் அவனிடம் கேட்டபோது, அனைவரும் ஆச்சரியப்படும் வகையில், அவனால் எந்த ஆதாரத்தையும் முன்வைக்க முடியவில்லை என்றாலும், அதற்காக அவர் தன் மகனுடன் செய்து கொண்ட ஏற்பாடு 'நியாயமற்றது' என்றும், அவர் அவனுக்கு பல ஆயிரம் ரூபிள்கள் கொடுக்க வேண்டும் என்றும் விடாப்பிடியாகச் சொன்னான். ஃபியோதர் பாவ்லோவிச் மீச்சியாவை ஏமாற்றி விட்டாரா என்ற கேள்வியை அரசு வழக்கறிஞர், அல்யோஷா,

இவான் ஃபியோதரோவிச் உட்பட அனைத்துச் சாட்சிகளிடமும் கேட்டார், ஆனால் யாரிடமிருந்தும் அதற்குச் சரியான பதில் கிடைக்கவில்லை. ஒவ்வொருவரும் அது உண்மைதான் என்று சொன்னார்களே தவிர, யாராலும் தெளிவான ஆதாரத்தை முன்வைக்க முடியவில்லை. ஒரு நாள் டிமிட்ரி ஃபியோதரோவிச் திடீரென்று வீட்டில் நுழைந்து, தனது தந்தையை அடித்து உதைத்து, அவரைக் கொன்றுவிடுவதாக மிரட்டியதைக் கிரிகோரி விவரித்தபோது, நீதிமன்ற அறையில் ஆழ்ந்த சோகம் பரவியது. அந்த வயதான வேலைக்காரன் தேவையற்ற வார்த்தைகள் இல்லாமல், தனக்கே உரிய மொழியில் நிதானமாகச் சொன்னதைக் கேட்டு அங்கிருந்தவர்கள் பாகாய் உருகினார்கள். மீச்சியா அவனுடைய முகத்தில் குத்தி அவனைக் கீழே தள்ளியதைப் பற்றிச் சொன்னபோது, அதற்காக தனக்கு அவர் மீது எந்தக் காழ்ப்புணர்ச்சியும் இல்லை என்றும், அவரை எப்போதோ மன்னித்துவிட்டேன் என்றும் அவன் சொன்னான். இறந்துபோன ஸ்மெர்த்தியாக்கவைப் பற்றி அவன் சொல்லும்போது, தனக்குத் தானே சிலுவையிட்டுக் கொண்டு, அவன் திறமைசாலி என்றாலும், ஒரு முட்டாள், நோயினால் அவதிப்பட்டவன், அனைத்திற்கும் மேலாகக் கடவுள் நம்பிக்கை இல்லாதவன், ஃபியோதர் பாவ்லோவிச்சும், அவருடைய மூத்த மகனும்தான் அதற்குக் காரணம் என்று சொன்னான். ஆனால் ஸ்மெர்த்தியாக்கவின் நேர்மையைச் சந்தேகத்திற்கு இடமின்றி ஆவேசத்துடன் உறுதிப்படுத்திய கிரிகோரி, அவன் ஒரு முறை முற்றத்தில் எஜமானரின் பணத்தைக் கண்டெடுத்து, அதை அவரிடம் கொடுத்ததையும், அவர் அதற்காக அவனுக்கு பத்து ரூபிள்களைப் பரிசாகக் கொடுத்ததையும், அதற்குப் பிறகு அவர் அவனை முழுமையாக நம்பத் தொடங்கியதையும் சொன்னான். தோட்டத்திற்குச் செல்லும் கதவு திறந்திருந்தது என்று அவன் பிடிவாதமாகச் சொன்னான். அவனிடம் பல கேள்விகள் கேட்கப்பட்டன, ஆனால் அவை அனைத்தையும் என்னால் நினைவுகூர முடியவில்லை. இறுதியில் எதிர்த்தரப்பு வழக்கறிஞர் அவனை குறுக்கு விசாரணை செய்யத் தொடங்கினார். அவர் முதல் கேள்வியாக, ஃபியோதர் பாவ்லோவிச் 'ஒரு குறிப்பிட்ட நபருக்கு'க் கொடுப்பதற்காக மூவாயிரம் ரூபிள்களை வைத்திருந்த உறையைப் பற்றிக் கேட்டார்.

"பல வருடங்களாக உங்கள் எஜமானருடன் நெருக்கமாக இருந்த நீங்கள் அதைப் பார்த்தீர்களா?" என்று அவர் கேட்டார்.

அதற்கு கிரிகோரி அதைப் பார்க்கவில்லை என்றும், 'எல்லோரும் அதைப் பற்றிப் பேசும் வரை' தனக்கு அதைப் பற்றி

ஒன்றும் தெரியாது என்றும் பதில் சொன்னான். டிமிட்ரிக்கு கிடைக்க வேண்டிய சொத்தைப் பற்றி அரசு வழக்கறிஞர் எல்லோரிடமும் கேட்டது போல, ஃபெட்யுகோவிச் அந்த உறையைப் பற்றிய கேள்வியை ஒவ்வொரு சாட்சியிடமும் கேட்டார். அதற்கு எல்லோரிடமிருந்தும் ஒரே பதில்தான் கிடைத்தது, அதாவது அவர்கள் அந்த உறையைப் பற்றிக் கேள்விப்பட்டிருந்தாலும் யாரும் அதைப் பார்க்கவில்லை என்பதுதான் அந்தப் பதில். எதிர்த்தரப்பு வழக்கறிஞர் ஆரம்பத்திலிருந்தே அந்தக் கேள்வியை வலியுறுத்தியதை அனைவரும் கவனித்தனர்.

"உங்களுக்கு ஆட்சேபணை இல்லையெனில், நான் உங்களிடம் இதைக் கேட்கலாமா?" என்று ஃபெட்யுகோவிச் திடீரென்று தனது கேள்வியின் போக்கை மாற்றினார். "முதற்கட்ட விசாரணையிலிருந்து நாங்கள் தெரிந்து கொண்டபடி, உங்களுடைய இடுப்பு வலியைக் குணப்படுத்துவதற்காக அன்று மாலை நீங்கள் முதுகில் தேய்த்துக் கொண்ட அந்தத் தைலத்தின் மூலப் பொருட்கள் என்ன?"

கிரிகோரி தன்னை விசாரித்த வழக்கறிஞரைச் சற்று நேரம் வெறித்துப் பார்த்துவிட்டு, முணுமுணுத்தான்.

"அதில் சீமைக்கற்பூர இலை இருந்தது."

"வெறும் சீமைக்கற்பூர இலை மட்டுமா? வேறு எதுவும் இல்லையா?"

"வாழைப்பழ இலையும் இருந்தது."

"ஒருவேளை மிளகு?" என்று ஃபெட்யுகோவிச் ஆர்வத்துடன் கேட்டார்.

"ஆமாம், மிளகு."

"மற்றும் பல பொருட்கள். எல்லாவற்றையும் வோட்காவில் கலந்தீர்களா?"

"சுத்தமான சாராயத்தில்."

நீதிமன்ற அறையில் மெல்லிய சிரிப்பொலி எழுந்தது.

"நல்லது, சுத்தமான சாராயம். நீங்கள் அதை முதுகில் தேய்த்துக் கொண்டு, உங்கள் மனைவிக்கு மட்டுமே தெரிந்த பக்திப் பரவசமான பிரார்த்தனையுடன் மீதியைக் குடித்தீர்கள், அப்படித் தானே?"

"ஆமாம்."

"நீங்கள் எவ்வளவு குடித்தீர்கள்? தோராயமாகச் சொன்னால் போதும். ஒரு டம்ளரா, இரண்டு டம்ளரா?"

“ஒரு டம்ளர் இருக்கும்.”

“ஒரு டம்ளருக்குக் குறையாமல்! ஒருவேளை ஒன்றரை டம்ளர் இருக்குமா?”

கிரிகோரி பதில் சொல்லவில்லை. அவனுக்கு ஏதோ புரிந்தது போலிருந்தது.

“ஒன்றரை டம்ளர் சுத்தமான சாராயம் ஒன்றும் மோசமில்லை, இல்லையா? தோட்டத்திற்குச் செல்லும் கதவு மட்டுமின்றிச் சொர்க்கத்தின் கதவு திறந்திருப்பதை ஒருவரால் பார்க்க முடியும், இல்லையா?”

கிரிகோரி மௌனம் சாதித்தான். நீதிமன்ற அறையில் மீண்டும் சிரிப்பொலி பரவியது. தலைமை நீதிபதி நெளிந்தார்.

“நீஙகள் தோட்டத்திற்குச் செல்லும் கதவு திறந்திருப்பதைப் பார்த்தபோது, தூங்கிக் கொண்டிருந்தீர்களா அல்லது விழித்துக் கொண்டிருந்தீர்களா என்பதை உங்களால் உறுதியாகச் சொல்ல முடியுமா?” என்று ஃபெட்யுகோவிச் மேலும் ஆழமாகத் துருவினார்.

“நான் எழுந்து நடந்தேன்.”

“நீங்கள் விழித்துக் கொண்டிருந்தீர்கள் என்பதற்கு அது ஆதாரம் அல்ல.” (நீதிமன்ற அறையில் நீண்ட சிரிப்பொலி எழுந்தது). “அப்போது உங்களிடம் யாராவது கேள்வி கேட்டிருந்தால், உதாரணமாக, இது எந்த வருடம் என்று கேட்டிருந்தால் உங்களால் பதில் சொல்லியிருக்க முடியுமா?”

“அது எனக்குத் தெரியாது.”

“கிறிஸ்துவுக்குப் பின்னால் வரும் யுகத்தில் இது எந்த வருடம் என்று உங்களுக்குத் தெரியுமா?”

கிரிகோரி குழப்பத்துடன் தன்னை இம்சிக்கும் அந்த மனிதரை வெறித்துப் பார்த்துக் கொண்டு பேசாமல் நின்றான். அது எந்த வருடம் என்று அவனுக்குத் தெரியாதது விசித்திரமாகத் தோன்றியது.

“சரி, உங்கள் கைகளில் எத்தனை விரல்கள் உள்ளன என்று உங்களால் சொல்ல முடியுமா?”

“நான் ஒரு வேலைக்காரன்” என்று கிரிகோரி திடீரென்று உரத்தக் குரலில் தெளிவாகச் சொன்னான். “என்னைவிட மேலானவர்கள் என்னைக் கேலி செய்ய விரும்பினால், நான் அதைச் சகித்துக் கொள்ள வேண்டும்.”

அதைக் கேட்டு ஃபெட்யுகோவிச் திகைத்துப் போனார். உடனே தலைமை நீதிபதி குறுக்கிட்டு, பொருத்தமான கேள்விகளை

மட்டுமே கேட்க வேண்டும் என்று அறிவுறுத்தினார். ஃபெட்யுகோவிச் மரியாதையுடன் தலைவணங்கி, வேறு எந்தக் கேள்வியும் இல்லை என்று சொன்னார். இவ்வாறு எதிர்த்தரப்பு வழக்கறிஞர், ஒரு குறிப்பிட்ட மருத்துவ சிகிச்சையில் 'சொர்க்கத்தின் கதவைப் பார்க்க' முடிந்த, எந்த ஆண்டில் வாழ்கிறோம் என்பது கூடத் தெரியாத, அந்த மனிதனின் சாட்சியம் குறித்து பொதுமக்கள் மற்றும் நடுவர்கள் மனதில் சந்தேகத்தின் விதையை விதைத்தார். அதன் மூலம் அவர் தனது இலக்கை அடைந்தார். ஆனால் கிரிகோரி அங்கிருந்து செல்வதற்கு முன்பு ஒரு சம்பவம் நடந்தது. தலைமை நீதிபதி பிரதிவாதியை நோக்கி, இந்தச் சாட்சியின் சாட்சியத்தைப் பற்றி ஏதேனும் கருத்து சொல்ல விரும்புகிறீர்களா என்று கேட்டார்.

"அவர் அந்தக் கதவைப் பற்றிச் சொன்னதைத் தவிர, மற்ற அனைத்தும் உண்மைதான்" என்று மீச்சியா உரத்தக் குரலில் கத்தினார். "என் தலையிலிருந்து பேன்களைச் சீவியதற்காக, நான் அவருக்கு நன்றி சொல்கிறேன். நான் அவரை அடித்ததை மன்னித்ததற்காக, அவருக்கு நன்றி சொல்கிறேன். அந்த முதியவர் தன் வாழ்நாள் முழுவதும் நேர்மையானவராக இருந்தார். அவர் எழுநூறு நாய்களைப் போல என் தந்தைக்கு விசுவாசமாக இருந்தார்."

"பிரதிவாதியே, வார்த்தைகளைப் பார்த்துப் பேசுங்கள்" என்று தலைமை நீதிபதி கடிந்து கொண்டார்.

"நான் நாய் அல்ல" என்று கிரிகோரி முணுமுணுத்தான்.

"சரி, நான்தான் நாய்" என்று மீச்சியா கத்தினார். "அப்படிச் சொன்னது அவருக்கு அவமானமாக இருந்தால், நான் அதைத் திரும்பப் பெற்றுக்கொண்டு, அவரிடம் மன்னிப்புக் கேட்டுக் கொள்கிறேன். நான் அவரிடம் ஒரு மிருகத்தைப் போல கொடூரமாக நடந்து கொண்டேன்! நான் ஈசாப்பிடம் கூட கொடூரமாக நடந்து கொண்டேன்."

"எந்த ஈசாப்?" என்று தலைமை நீதிபதி மீண்டும் கடுமையாகக் கேட்டார்.

"சரி, பியர்ரோட்டிடம்... என் தந்தை ஃபியோதர் பாவ்லோவிச்சிடம்."

தலைமை நீதிபதி மீண்டும் மீண்டும் மீச்சியாவை எச்சரித்து, வார்த்தைகளைக் கவனமாகப் பேசும்படி அறிவுறுத்தினார்.

"இப்படிப் பேசுவதன் மூலம் உங்களுக்கு நீங்களே கெடுதல் செய்து கொள்கிறீர்கள்."

எதிர்த்தரப்பு வழக்கறிஞர் இதைப் போலவே ரகித்தினையும் புத்திசாலித்தனமாக மடக்கினார். ரகித்தின் முக்கியமான சாட்சிகளில் ஒருவன் என்பதால், அரசு வழக்கறிஞர் அவனுக்கு அதிக முக்கியத்துவம் கொடுத்தார் என்பதை நான் இங்கே குறிப்பிட வேண்டும். அவன் எல்லா இடங்களுக்கும் சென்று, எல்லாவற்றையும் பார்த்து, எல்லோரையும் சந்தித்திருக்கிறான் என்பதாலும், ஃபியோதர் பாவ்லோவிச்சின் வாழ்க்கையைப் பற்றியும், கரமசோவ் குடும்பத்தைப் பற்றியும் மிக நுணுக்கமாகத் தெரிந்து வைத்திருக்கிறான் என்பதாலும், அவனுக்கு எல்லாம் தெரியும் என்று நினைத்தார்கள். ஆனால் அவன் அந்த மூவாயிரம் ரூபிள்கள் இருந்த அந்த உறையைப் பற்றி மீச்சியாவிடமிருந்துதான் தெரிந்து கொண்டான். ஆனால் அவன் கேபிடல் சிட்டி உணவகத்தில் மீச்சியா செய்த வீரதீரச் செயல்களையும், அவரது சமரசமான வார்த்தைகளையும், அவருடைய அங்க அசைவுகளுடன் மிக விரிவாகச் சொன்னான். மேலும் அவன் கேப்டன் ஸ்னெகிரியோவின் ‘துடைப்பம்’ பற்றிய கதையையும் சொன்னான். ஆனால் மீச்சியாவுக்குச் சேர வேண்டிய சொத்து தொடர்பாக அவனால் கூட எதையும் சொல்ல முடியவில்லை. ‘கரமசோவ் குடும்ப விவகாரங்களில் யார் யாரை ஏமாற்றினார்கள் என்று யாருக்குத் தெரியும்? அவர்கள் தங்களுடைய பைத்தியக்காரத்தனத்தால் தலையும் வாலும் புரியாதபடி விஷயங்களைக் குழப்பி விடுகிறார்கள்’ என்று அவன் வெறுப்புடன் பொதுவாகப் பேசினான். பண்ணையடிமை முறையில் ஆழமாக வேரூன்றிய பழக்கங்களும், போதிய சமூகசேவை அமைப்புகள் இல்லாததால் ரஷ்யாவில் நிலவிய ஒழுங்கின்மையும், இந்தத் துயரமான குற்றம் நடைபெறுவதற்குக் காரணம் என்று அவன் சொன்னான். சொல்லப்போனால் தனது கருத்தைச் சொல்ல அவன் அனுமதிக்கப்பட்டான். ரகித்தின் முதன்முறையாக தன்னால் என்ன செய்ய முடியும் என்பதைக் காட்டி மற்றவர்களின் கவனத்தைப் பெற்றான். இந்த வழக்கைப் பற்றி அவன் ஒரு கட்டுரை எழுதிக் கொண்டிருக்கிறான் என்று அரசு வழக்கறிஞருக்குத் தெரியும். எனவே அவன் தனது உரையில் (நாம் அதைப் பிறகு பார்க்கலாம்), அந்தக் கட்டுரையிலிருந்து சிலவற்றை மேற்கோள் காட்டினான். ரகித்தின் வரைந்த சித்திரம் இருண்டதாக, சோகமாக இருந்த காரணத்தால், அது அரசுத் தரப்பை மேலும் வலுப்படுத்தியது. ரகித்தினுடைய பேச்சில் இருந்த சுதந்திர சிந்தனையும், உன்னதமான கருத்துக்களும் பார்வையாளர்களை வெகுவாகக் கவர்ந்தன. பண்ணையடிமை முறையைப் பற்றியும், ஒழுங்கற்ற ரஷ்யாவின் துயரங்களைப் பற்றியும், அவன் பேசிய இடங்களில் இரண்டு மூன்று முறை கரவொலி எழுந்தது. ஆனால் ரகித்தின் தனது இளமையின்

வேகத்தில் ஒரு சிறு தவறு செய்தபோது, எதிர்த்தரப்பு வழக்கறிஞர் அதை தனக்குச் சாதகமாகப் பயன்படுத்திக் கொண்டார். குரூஷென்காவைப் பற்றிய சில கேள்விகளுக்கு அவன் பதிலளித்தபோது, பார்வையாளர்கள் மத்தியில் தனக்குக் கிடைத்த வரவேற்பின் உற்சாகத்தில் அக்ரஃபேனா அலெக்ஸாண்ட்ரோவ்னாவை 'வியாபாரி சம்சனோவின் வைப்பாட்டி' என்று வெறுப்புடன் குறிப்பிட்டான். அதற்குப் பிறகு அவன் தன் வார்த்தையைத் திரும்பப் பெறுவதற்கு எவ்வளவோ முயற்சி செய்தான், ஏனென்றால் அதை வைத்துத்தான் ஃபெட்யுகோவிச் அவனை மடக்கினார். இவ்வளவு குறுகிய காலத்தில், இந்த வழக்கைப் பற்றிய அனைத்து விவரங்களையும் அவர் துல்லியமாகத் தெரிந்து வைத்திருப்பார் என்பதை ரகிதீன் சற்றும் எதிர்பார்க்காததே அதற்குக் காரணம்.

"என்னை விசாரிக்க அனுமதியுங்கள்" என்று எதிர்த்தரப்பு வழக்கறிஞர் மரியாதை கலந்த புன்னகையுடன் பேசத் தொடங்கினார். "மாவட்ட திருச்சபை வெளியிட்ட, 'இறந்துபோன மூத்தவர் அருட்தந்தை ஜோசிமாவின் வாழ்க்கை' என்ற துண்டுப் பிரசுரத்தை எழுதிய அதே ரகிதீனா நீங்கள்? ஆழ்ந்த மத சிந்தனைகள் நிறைந்த, பக்தியுடன் பிஷப்புக்கு அர்ப்பணிக்கப்பட்ட அதை நான் சமீபத்தில் படித்து மகிழ்ந்தேன்."

"நான் அதைப் பிரசுரத்திற்காக எழுதவில்லை... அது பிறகு பிரசுரமானது" என்று ரகிதீன் ஏனோ திகைப்படைந்தவன் போல வெட்கத்துடன் முணுமுணுத்தான்.

"ஓ, அது பிரமாதம்! உங்களைப் போன்ற ஒரு சிந்தனையாளர் ஒவ்வொரு சமூகப் பிரச்சனையிலும் பரந்த கண்ணோட்டத்தைக் கொண்டிருக்க வேண்டும். உங்கள் துண்டுப் பிரசுரம் பிஷப்பின் ஆதரவுடன் பரவலாக விநியோகம் செய்யப்பட்டு, அனைவருக்கும் மிகவும் பயனுள்ளதாக இருந்தது... ஆனால் நான் உங்களிடமிருந்து தெரிந்து கொள்ள விரும்பும் முக்கியமான விஷயம் இதுதான். திருமதி. ஸ்வெத்லோவாவுடன் (குரூஷென்காவின் குடும்பப் பெயரை நான் அப்போதுதான் முதன்முதலாகத் தெரிந்து கொண்டேன்) உங்களுக்கு மிக நெருக்கமான பழக்கம் இருப்பதாக நீங்கள் சற்று முன் சொன்னது சரிதானே?"

"எனக்குப் பழக்கமான ஒவ்வொருவருடனும் நான் எவ்வளவு நெருக்கமாக இருக்கிறேன் என்று என்னால் சொல்ல முடியாது... நான் ஓர் இளைஞன்... நான் சந்திக்கும் ஒவ்வொருவரைப் பற்றியும் என்னால் எப்படிச் சொல்ல முடியும்?" என்று ரகிதீன் முகம் சிவக்க கத்தினான்.

"எனக்குப் புரிகிறது, எனக்கு நன்றாகப் புரிகிறது" என்று ஃபெட்யுகோவிச் சத்தமாக, ஏதோ தர்மசங்கடத்தில் மாட்டிக்

கொண்டு மன்னிப்புக் கேட்க விரைந்தவரைப் போலச் சொன்னார். “நீங்களும் மற்றவர்களைப் போல, உள்ளூரைச் சேர்ந்த மேட்டுக்குடி இளைஞர்களுக்கு மகிழ்ச்சியைத் தரும் ஓர் அழகான இளம் பெண்ணுடன் அறிமுகம் செய்து கொள்வதில் ஆர்வமாக இருந்திருக்கலாம், ஆனால்... நான் தெரிந்துகொள்ள விரும்புவது... திருமதி. ஸ்வெத்லோவா இரண்டு மாதங்களுக்கு முன்பு, கரமசோவின் இளைய மகன் அலெக்ஸி ஃபியோதரோவிச்சை அறிமுகம் செய்துகொள்ள விரும்பியதாகவும், அதற்காக நீங்கள் அவரைத் துறவி உடையில் அவளிடம் அழைத்து வந்தால், அவள் உங்களுக்கு இருபத்தைந்து ரூபிள்கள் தருவதாகச் சொன்னதாகவும் எனக்குத் தெரிய வந்தது. தற்போது நடந்து கொண்டிருக்கும் விசாரணைக்கு வழிவகுத்த அந்தக் கொடூரமான குற்றம் நடந்த அன்று மாலையில், நீங்கள் அலெக்ஸி கரமசோவை திருமதி. ஸ்வெத்லோவாவிடம் அழைத்துச் சென்றீர்கள். அப்போது நீங்கள் அவளிடமிருந்து, உங்களுடைய சேவைக்காக இருபத்தைந்து ரூபிள்களைச் சன்மானமாகப் பெற்றுக் கொண்டீர்கள். நீங்கள் அதைப் பற்றி என்ன சொல்கிறீர்கள் என்று நான் தெரிந்து கொள்ள விரும்புகிறேன்.”

“அது ஒரு வேடிக்கை விளையாட்டு... நீங்கள் அதைத் தெரிந்து கொள்வதில் ஆர்வமாக இருப்பது ஏன் என்று எனக்குத் தெரியவில்லை... நான் அதை ஒரு வேடிக்கையாக வாங்கி வைத்துக் கொண்டேன்... பிறகு திருப்பிக் கொடுத்து விடலாம் என்று நினைத்தேன்...”

“நீங்கள் பணத்தை வாங்கிக் கொண்டீர்கள், ஆனால் இன்னும் அதைத் திருப்பிக் கொடுக்கவில்லை, அல்லது கொடுத்தீர்களா?”

“அது முட்டாள்தனம்...” என்று ரகிதீன் முணுமுணுத்தான். “இப்படிப்பட்ட கேள்விகளுக்கு என்னால் பதில் சொல்ல முடியாது... நான் கண்டிப்பாகத் திருப்பிக் கொடுப்பேன்.”

அப்போது தலைமை நீதிபதி குறுக்கிட்டார், ஆனால் எதிர்த்தரப்பு வழக்கறிஞர் விசாரணையை முடித்துவிட்டதாக அறிவித்தார். ரகிதீன் அவமானத்துடன் சாட்சிக் கூண்டிலிருந்து இறங்கிச் சென்றான். அவனுடைய பேச்சில் வெளிப்பட்ட உயர்ந்த இலட்சியவாதம் ஏற்படுத்திய தாக்கம் பாழாகிவிட்டது. அவன் நடந்து செல்வதைப் பார்த்துக் கொண்டிருந்த ஃபெட்யுகோவிச்சின் முகபாவம் பொதுமக்களைப் பார்த்து, ‘இதோ அரசுத் தரப்பின் மதிப்புமிக்க சாட்சியின் இலட்சணம்’ என்று சொல்வது போலிருந்தது.

இந்தச் சாட்சியின் விசாரணையிலும் மீச்சியாவின் தலையீடு இல்லாமல் இல்லை என்பது எனக்கு நன்றாக நினைவிருக்கிறது. ரகிதீன் குரூஷென்காவைப் பற்றிச் சொன்னதைக் கேட்டு ஆத்திரமடைந்த மீச்சியா தன்னுடைய இருக்கையிலிருந்து, "பெர்னார்ட்!" என்று கத்தினார். அதற்குப் பின்னர் ரகிதீனின் குறுக்கு விசாரணை முடிந்த பிறகு, தலைமை நீதிபதி மீச்சியாவைப் பார்த்து, ஏதாவது சொல்ல விரும்புகிறீர்களா என்று கேட்டபோது, அவர் உரத்தக் குரலில் கத்தினார்.

"நான் சிறையில் இருந்தபோதும், அவர் என்னிடம் கடன் கேட்டு என்னை நச்சரித்துக் கொண்டே இருந்தார். அவர் ஒரு வெறுக்கத்தக்க பெர்னார்ட், சந்தர்ப்பவாதி. அவருக்குக் கடவுள் நம்பிக்கை இல்லை என்றாலும், பொய் சொல்லி பிஷப்பை ஏமாற்றிவிட்டார்!"

மீச்சியா முரட்டுத்தனமாகப் பேசியதற்காக மீண்டும் கண்டிக்கப்பட்டார், ஆனால் அதற்குள் ரகிதீன் தனது நன்மதிப்பை இழந்துவிட்டான். கேப்டன் ஸ்னெகிரியோவின் சாட்சியமும் வெற்றி பெறவில்லை என்றாலும், அதற்கு வேறு காரணம் இருந்தது. அவர் சாட்சிக் கூண்டில் ஏறியபோது, கிழிந்த, அழுக்கடைந்த ஆடைகளுடன், சேறும் சகதியுமான காலணிகளுடன், அனைத்துக் கண்காணிப்பையும் மீறி குடிபோதையில் இருந்தார். மீச்சியா அவரைத் தாக்கியதைப் பற்றிக் கேட்டபோது, அவர் பதில் சொல்ல மறுத்துவிட்டார்.

"கடவுள் அவரை ஆசீர்வதிக்கட்டும். இல்யூஷா எதுவும் சொல்ல வேண்டாம் என்று சொன்னான். ஐயா, கடவுள் எனக்கு கைம்மாறு செய்வார்."

"உங்களைப் பேச வேண்டாம் என்று சொன்னது யார்? நீங்கள் யாரைச் சொல்கிறீர்கள்?"

"என் மகன் இல்யூஷா. 'அப்பா, அப்பா, அவர் உங்களை எப்படி அவமானப்படுத்தினார்!' என்று அவன் என்னிடம் சொன்னான். ஐயா, இப்போது அவன் இறந்து கொண்டிருக்கிறான்..."

கேப்டன் திடீரென்று கண்ணீர் விட்டுக் கதறி அழுதபடி, மண்டியிட்டு தலைமை நீதிபதியை வணங்கினார். பொதுமக்களின் சிரிப்புக்கு மத்தியில் அவரை அவசரமாக அழைத்துச் சென்றார்கள். அரசு வழக்கறிஞரின் எண்ணம் ஈடேறவில்லை.

ஃபெட்யுகோவிச் தனக்குக் கிடைத்த ஒவ்வொரு வாய்ப்பையும் திறமையாகப் பயன்படுத்தி, வழக்கைப் பற்றி அவருக்கிருந்த நுட்பமான அறிவால் மற்றவர்களை மேலும் மேலும் ஆச்சரியத்தில் ஆழ்த்தினார். உதாரணமாக, டிரிஃபோன் போரிசிச்சின் சாட்சியம்

மீச்சியாவுக்குப் பாதகமாக இருந்தது. டிரிஃபோன் போரிசிச் தனது விரல்களால் கணக்கிட்டு, மீச்சியா முதன்முதலாக மோக்ரோய்க்கு வந்தபோது, மூவாயிரம் ரூபிள்களைச் செலவழித்தார் என்று சொன்னான். 'அல்லது அதற்கும் சற்றுக் குறைவாக இருக்கும். ஐயா, அவர் அந்த நாடோடிப் பெண்களுக்கு மட்டும் எவ்வளவு பணத்தைக் கொட்டிக் கொடுத்தார் என்று நினைக்கிறீர்கள்! அவர் நம்முடைய கேடுகெட்ட விவசாயிகளுக்கு சில கோபெக்குகளை மட்டும் தூக்கி எறியாமல், ஒவ்வொருவருக்கும் இருபத்தைந்து ரூபிள்களுக்குக் குறையாமல் கொடுத்திருப்பார். அவரிடமிருந்து எவ்வளவு பணம் திருடுபோனது தெரியுமா? அவரிடமிருந்து பணத்தைத் திருடியவர்கள் நிச்சயமாக ரசீது கொடுக்கவில்லை. சரி, அவரே பணத்தைத் தூக்கி எறிகிறார் என்றால் திருடனை எப்படிப் பிடிக்க முடியும்? நம்முடைய விவசாயிகள் அனைவரும் திருடர்கள் என்பதால், அவர்கள் மனசாட்சியைப் பற்றிக் கவலைப்படுவதில்லை. அட, அந்தக் கிராமத்துப் பெண்களுக்காக அவர் செலவழித்த பணம்! ஐயா, இதற்கு முன் ஏழையாக இருந்த அவர்கள் அன்றிலிருந்து பணக்காரர்களாகி விட்டார்கள்' என்று அவன் சொன்னான். சுருக்கமாகச் சொன்னால் அவன் ஒவ்வொரு செலவையும் நினைவுகூர்ந்து எல்லாவற்றையும் கூட்டிப் பார்த்துச் சொன்னான். எனவே, மீச்சியா ஆயிரத்து ஐநூறு ரூபிள்களை மட்டும் செலவழித்துவிட்டு, மீதியைத் துணியில் சுற்றி தாயத்து போல கழுத்தில் கட்டிக் கொண்டதாகச் சொன்னது ஏற்புடையதல்ல என்று தோன்றியது. 'அவரிடம் மூவாயிரம் ரூபிள்கள் இருந்ததை நானே என் கண்களால் பார்த்தேன். நான் கண்களால் பார்த்தே அது எவ்வளவு என்பதைச் சொல்லிவிடுவேன்!' என்று டிரிஃபோன் போரிசிச் கத்தினான். அவன் தன்னால் முடிந்தவரை 'அதிகாரிகளை' திருப்திப்படுத்த முயன்றான்.

ஆனால் ஃபெட்யுகோவிச் அவனைக் குறுக்கு விசாரணை செய்தபோது, அவன் சொன்ன எதையும் மறுப்பதற்குக் கூட முயற்சி செய்யாமல், மீச்சியா கைது செய்யப்படுவதற்கு ஒரு மாதத்திற்கு முன்பு மோக்ரோயில் கூத்தடித்தபோது, வண்டியோட்டி திமோஃபியும், அகீமும், மீச்சியா குடிபோதையில் கீழே தவறவிட்ட நூறு ரூபிள் நோட்டைக் கண்டெடுத்து விடுதிக்காரனிடம் கொடுத்ததையும், அவன் ஆளுக்கு ஒரு ரூபிள் கொடுத்ததையும் சொல்லிவிட்டு, "சரி, நீங்கள் அந்த நூறு ரூபிள்களைக் கரமசோவிடம் திருப்பிக் கொடுத்து விட்டீர்களா?" என்று கேட்டார்.

டிரிஃபோன் போரிசிச் தன்னால் இயன்றவரை அதை மறுத்தான், ஆனால் வண்டியோட்டிகள் இருவரும் சாட்சிக்

கூண்டில் ஏறி அதைச் சொன்னபோது, நூறு ரூபிள்களை வாங்கிக் கொண்டதை அவன் ஒப்புக் கொள்ள வேண்டிய கட்டாயம் ஏற்பட்டது. ஆனால் அவன் அந்தப் பணத்தை டிமிட்ரி ஃபியோதரோவிச்சிடம் திருப்பிக் கொடுத்துவிட்டேன் என்றும், அவர் அப்போது குடிபோதையில் இருந்ததால் அவருக்கு ஞாபகம் இருந்திருக்காது என்றும் சொன்னான். ஆனால் அவன் அந்த வண்டியோட்டிகள் இருவரும் சாட்சி சொல்வதற்கு முன்பு நூறு ரூபிள்களை வாங்கவில்லை என்று மறுத்த காரணத்தால், மீச்சியாவிடம் அந்தப் பணத்தைத் திருப்பிக் கொடுத்ததாகச் சொன்னது எல்லோருக்கும் சந்தேகத்தை ஏற்படுத்தியது. எனவே அரசு தரப்பில் முன்வைக்கப்பட்ட ஆபத்தான சாட்சிகளில் மீண்டும் ஒருவர் மதிப்பிழந்தார்.

போலந்துக்காரர்களுக்கும் இதே நிலைதான். அவர்கள் பெருமிதத்துடனும் தன்னம்பிக்கையுடனும் சாட்சிக் கூண்டில் ஏறினார்கள். அவர்கள் தாங்கள் இருவரும் முடியரசரின் சேவகர்கள் என்றும், மீச்சியா மூவாயிரம் ரூபிள்களுக்கு தங்கள் கௌரவத்தை வாங்க முயன்றார் என்றும், அவர் தனது கைகளில் பெரும் தொகை வைத்திருந்ததைப் பார்த்தோம் என்றும் உரத்தக் குரலில் சொன்னார்கள். முசியாலோவிச் தனது பேச்சில் ஏராளனமான போலந்து வார்த்தைகளைப் பயன்படுத்திக் கொண்டே இருந்தார். அதனால் தலைமை நீதிபதியிடமும் அரசு வழக்கறிஞரிடமும் தனது மதிப்பு உயர்வதைக் கண்ட பிறகு, அவன் உற்சாகத்துடன் முற்றிலும் போலந்து மொழியில் பேசத் தொடங்கினான்.

ஆனால் ஃபெட்யுகோவிச் அவர்களையும் தனது வலையில் விழ வைத்தார். அவர் மீண்டும் விடுதிக்காரன் ஃபிடிரிபோன் போரிசிச்சை அழைத்து விசாரித்தபோது, அவன் என்னதான் மழுப்பினாலும், விருப்லோவ்ஸ்கி சீட்டுக் கட்டை மாற்றியதையும், முசியாலோவிச் விளையாட்டின் போது மீச்சியாவை ஏமாற்றியதையும் ஒப்புக்கொள்ள வேண்டியதாயிற்று. கல்கனோவை விசாரணைக்கு அழைத்தபோது, அவன் அதை உறுதிப்படுத்தினான். ஆக, போலந்துக்காரர்கள் பொதுமக்களின் பலத்த சிரிப்புக்கு மத்தியில் கூண்டிலிருந்து இறங்கினர்.

ஆபத்தான சாட்சிகள் என்று கருதப்பட்ட மற்ற அனைவருக்கும் ஏறக்குறைய இதே கதிதான். ஃபெட்யுகோவிச் அவர்கள் ஒவ்வொருவருக்கும் களங்கத்தை ஏற்படுத்தி, அவர்களை அவமானப்படுத்தி வெளியேற்றினார். வழக்கறிஞர்களும், நிபுணர்களும் அவரைப் பாராட்ட வார்த்தையின்றி பிரமித்துப் போனார்கள். ஆனால் அதனால் என்ன நன்மை விளையப்

போகிறது என்பதை அவர்களால் புரிந்துகொள்ள முடியவில்லை. ஏனெனில் அரசுத் தரப்பு வாதத்தை மறுக்க முடியாது என்பதையும், அது மேலும் மேலும் வலுப்பெற்று வருகிறது என்பதையும் ஒவ்வொருவரும் உணர்ந்திருந்தார்கள். ஆனால் அந்தப் 'பெரிய மந்திரவாதி' தன்னம்பிக்கையுடன், முற்றிலும் அமைதியாக இருப்பதை அவர்களால் காண முடிந்தது. 'அத்தகைய மனிதர்' வீணாக பீட்டர்ஸ்பர்க்கிலிருந்து வந்திருக்க மாட்டார், ஏனெனில் அவர் வெறுங்கையுடன் வீடு திரும்பும் மனிதர் அல்ல. எனவே அவர்கள் காத்திருந்தார்கள்.

3. மருத்துவ நிபுணர்களும் ஒரு பவுண்டு கொட்டைகளும்

மருத்துவ நிபுணர்களின் சாட்சியம் பிரதிவாதிக்கு அனுகூலமாக இல்லை. உண்மையில் ஃபெட்யுகோவிச் அதைப் பெரிதாக நம்பவில்லை என்று பின்னர் தெரிய வந்தது. ஆனால் கேத்தரீனா இவானோவ்னாவின் வற்புறுத்தலின் விளைவாக மாஸ்கோவிலிருந்து புகழ்பெற்ற மருத்துவரை வரவழைத்தனர். அதனால் எதிர்த்தரப்புக்கு எந்தப் பாதகமும் இல்லை, மாறாக அதிர்ஷ்டம் இருந்தால் ஏதாவது ஆதாயம் அடைய முடியும். ஆனால் மருத்துவர்களின் கருத்து வேறுபாடு காரணமாக அது ஒரு நகைச்சுவையாக மாறியது. மாஸ்கோவிலிருந்து வந்த புகழ்பெற்ற மருத்துவர், எங்கள் மருத்துவர் கெர்ஷென்ஸ்தூபே, இளம் மருத்துவர் வார்வின்ஸ்கி ஆகியோர் மருத்துவர் குழுவில் இருந்தனர். பிந்தைய இருவரும் அரசுத் தரப்பில் சாதாரண சாட்சிகளாக ஆஜரானார்கள்.

நிபுணர் என்ற முறையில் மருத்துவர் கெர்ஷென்ஸ்தூபேவை முதலில் சாட்சியம் சொல்ல அழைத்தனர். அந்த எழுபது வயது முதியவர் நரைத்த தலைமுடியும், வழுக்கைத் தலையுமாக, நடுத்தர உயரத்தில் திடகாத்திரமான உடல்வாகுடன் இருந்தார். எங்கள் ஊரில் இருந்த அனைவரும் அவர் மீது மதிப்பும் மரியாதையும் வைத்திருந்தார்கள். அவர் ஒரு நேர்மையான, சிறந்த, தெய்வ பக்தியுள்ள மனிதர். எங்கள் ஊரில் நீண்ட காலம் வசித்த அவர், அனைவரிடமும் கண்ணியத்துடன் நடந்து கொண்டார். அன்பும் மனிதாபிமானமும் கொண்ட அவர் ஒரு சிறந்த மனிதர். ஏழை எளிய மக்களுக்கு அவர் இலவசமாக வைத்தியம் பார்த்தார். அவர் எந்தத் தயக்கமும் இன்றி அவர்களின் குடிசைகளுக்கும், சேரிகளுக்கும் சென்று அவர்களைச் சந்தித்தார். அது மட்டுமின்றி,

மருந்துகளை வாங்குவதற்காக அவர்களுக்குப் பணமும் கொடுத்தார். இருந்தாலும், அவர் ஒரு கோவேறுக் கழுதையைப் போல பிடிவாதமாக இருந்தார். அவருடைய மனதில் ஒரு யோசனை தோன்றிவிட்டால், அதை யாராலும் மாற்ற முடியாது. மாஸ்கோவிலிருந்து வந்த மருத்துவர் எங்களுடன் இருந்த இரண்டு மூன்று நாட்களில், மருத்துவர் கெர்ஷென்ஸ்தூபேவின் தொழில் திறமையைப் பற்றி இழிவாகப் பேசினார் என்பது ஏறக்குறைய ஊரில் இருந்த எல்லோருக்கும் தெரியும். மாஸ்கோ மருத்துவர் நோயாளியைப் பார்க்க இருபத்தைந்து ரூபிள்களுக்குக் குறையாமல் வாங்கினார் என்றாலும், எங்கள் ஊரில் இருந்த சிலர் அவருடைய வருகையைக் கண்டு மகிழ்ந்து, பணத்தைப் பற்றிக் கவலைப்படாமல் அவரைப் பார்க்கச் சென்றனர். அவர்கள் அனைவரும் மருத்துவர் கெர்ஷென்ஸ்தூபேவின் நோயாளிகள். மாஸ்கோ மருத்துவர் கெர்ஷென்ஸ்தூபேவின் சிகிச்சை முறையைக் கடுமையாக விமர்சித்தார். அவர் நோயாளிகளைப் பார்த்தபோது, 'சரிதான், மருத்துவர் கெர்ஷென்ஸ்தூபே உங்களை வைத்து ஏதோ ஒரு சிகிச்சையைப் பரிசோதித்துப் பார்த்திருக்கிறார் போலத் தெரிகிறது. ஹா, ஹா!' என்று சிரித்தார். இதெல்லாம் மருத்துவர் கெர்ஷென்ஸ்தூபேவின் காதுக்கும் எட்டியது.

இந்த மூன்று மருத்துவர்களும் ஒருவர் பின் ஒருவராகச் சாட்சிக் கூண்டில் ஏறினார்கள். 'பிரதிவாதியின் மனப்பிறழ்வு வெளிப்படையாகத் தெரிகிறது' என்று மருத்துவர் கெர்ஷென்ஸ்தூபே தயக்கமின்றி அறிவித்தார். அதன் பிறகு அவர் அதற்கான காரணங்களை (நான் அதைத் தவிர்த்துவிட்டேன்) முன்வைத்த பிறகு, அந்த அசாதாரண நிலை பிரதிவாதியின் முந்தைய நடவடிக்கைகளில் மட்டுமின்றி இப்போது, இந்தத் தருணத்தில் கூடத் தெரிகிறது என்று சொன்னார். அது இந்தத் தருணத்தில் எப்படித் தெரிந்தது என்பதை விளக்குமாறு அவரிடம் கேட்டனர். அதற்கு அந்த வயதான மருத்துவர், தொழில் முறை நேர்மையுடன், 'பிரதிவாதி நீதிமன்ற அறையில் நுழைந்தபோது, சூழ்நிலைகளுக்குப் பொருந்தாத அசாதாரணமான முறையில், ஒரு சிப்பாயைப் போல நேர் பார்வையுடன் நடந்து வந்தார். ஆனால் அவர் பெண்களின் பெரும் ரசிகராக இருந்ததாலும், அவர்கள் தன்னைப் பற்றி என்ன சொல்கிறார்கள் என்று யோசித்துக் கொண்டிருந்ததாலும், பார்வையாளர்கள் மத்தியில், அழகிய பெண்கள் அமர்ந்திருந்த இடதுபுறம் பார்ப்பது அவருக்கு மிகவும் இயல்பாக இருந்திருக்கும்' என்று அவர் தனக்கே உரிய விசித்திரமான மொழியில் முடித்தார்.

அவர் ரஷ்ய மொழியில் நன்றாகப் பேசுவார் என்பதை நான் சொல்லியாக வேண்டும். ஆனால் அவருடைய ஒவ்வொரு வாக்கியமும் ஜெர்மன் பாணியில் வெளிப்பட்டது. இருப்பினும்,

அவர் அதைப் பற்றிக் கவலைப்படவில்லை, ஏனெனில் ரஷ்யர்களை விட நன்றாக ரஷ்ய மொழியைப் பேச முடியும் என்று நம்பும் பலவீனம் அவருக்கு இருந்தது. ரஷ்யப் பழமொழிகளை மேற்கோள் காட்டுவது அவருக்கு மிகவும் பிடிக்கும். உலகத்திலேயே ரஷ்யப் பழமொழிகள்தான் சிறந்தவை, உணர்வுபூர்வமானவை என்று அவர் கருதினார். அவர் பேசும்போது, கவனக்குறைவு காரணமாக மிகச் சாதாரண வார்த்தைகளைக் கூட அடிக்கடி மறந்துவிடுவார் என்பதையும் நான் குறிப்பிட வேண்டும். அவை அவருக்கு நன்றாகத் தெரியும், ஆனால் ஏதோ காரணத்தால் அவை அவரிடமிருந்து நழுவி விடும். அவர் ஜெர்மன் மொழியில் பேசும்போதும் அப்படித்தான் நடக்கும். அதுபோன்ற சமயங்களில், தொலைந்து போன வார்த்தைகளைப் பிடிக்க முயல்வது போல அவர் தன் முகத்துக்கு நேராகக் கையை அசைப்பார். அவர் அதைக் கண்டுபிடிக்கும் வரை அவரைத் தொடர்ந்து பேசும்படி யாராலும் வற்புறுத்த முடியாது. பிரதிவாதி உள்ளே நுழையும்போது பெண்களைப் பார்த்திருக்க வேண்டும் என்று அவர் சொன்னது பார்வையாளர்களிடையே வேடிக்கையான முணுமுணுப்பைக் கிளப்பியது. எங்கள் பெண்கள் அனைவரும் அந்த மருத்துவரை மிகவும் விரும்பினார்கள். அவர் தன் வாழ்நாள் முழுவதும் பிரம்மச்சாரியாக, மதப்பற்றுள்ளவராக, எல்லோருக்கும் முன்மாதிரியான நடத்தை உடையவராக இருந்தார் என்பதும், பெண்களை உயர்வாக மதித்தார் என்பதும் அவர்களுக்குத் தெரியும். எனவே அவர் எதிர்பாராத விதமாகச் சொன்ன அந்தக் கருத்து எல்லோருக்கும் விசித்திரமான அதிர்ச்சியை ஏற்படுத்தியது.

மாஸ்கோ மருத்துவரை விசாரித்தபோது, குற்றம் சாட்டப்பட்டவரின் மனநிலை ‘மிக உயர்ந்த அளவில்’ அசாதாரணமானதாக இருப்பதாக உறுதியாகவும், அழுத்தமாகவும் தெரிவித்தார். அவர் பேசும்போது, மிக விரிவாகவும், அறிவுபூர்வமாகவும் ‘பிறழ்ச்சி’ ‘பித்து’ போன்றவற்றை விளக்கினார். சேகரிக்கப்பட்ட அனைத்து உண்மைகளிலிருந்தும், பிரதிவாதி கைது செய்யப்படுவதற்கு பல நாட்களுக்கு முன்பு சந்தேகத்திற்கு இடமின்றித் தற்காலிக சித்தபிரமையில் இருந்தார் என்றும், அவர் அந்தக் குற்றத்தைச் செய்திருந்தாலும் அது கிட்டத்தட்ட தன்னிச்சையாக நடந்தது என்றும், அவருக்கு அதைப் பற்றித் தெரிந்தாலும், நோயின் தாக்கத்தை எதிர்த்து அவரால் போராட முடியவில்லை என்றும் வாதிட்டார். அதைத் தவிர, அவரிடம் பித்து நோயின் அறிகுறிகள் இருப்பதையும் மருத்துவர் சுட்டிக் காட்டினார். அவருடைய வார்த்தைகளில் சொல்வதானால், அது பிரதிவாதியை எதிர்காலத்தில் முழுமையான பைத்திய நிலைக்கு

இட்டுச் செல்லக் கூடியது. (நான் என்னுடைய சொந்த வார்த்தைகளில் அதைச் சொல்கிறேன், ஆனால் மருத்துவர் அதை மருத்துவ மொழியில் சொன்னார்). 'அவருடைய செயல்கள் அனைத்தும் பொது அறிவுக்கும், தர்க்கத்திற்கும் முரணானவை. நான் என் கண்களினால் பார்க்காத ஒன்றைப் பற்றி, அதாவது அந்தக் குற்றத்தையும் பேரழிவையும் பற்றிப் பேசவில்லை, ஆனால் நேற்று முன்தினம் அவர் என்னுடன் உரையாடிக் கொண்டிருந்தபோது கூட, அவருடைய கண்களில் விவரிக்க முடியாத வெறித்த பார்வை இருந்தது. சற்றும் எதிர்பாராத விதமாக, எந்தக் காரணமும் இல்லாமல் அவர் சிரித்தார். கட்டுப்படுத்த முடியாத எரிச்சலுடன், 'பெர்னார்ட்' 'அறம்' போன்ற விசித்திரமான, சம்பந்தமில்லாத வார்த்தைகளை அவர் பேசினார்' என்றார் மருத்துவர். அவர் தனது ஏமாற்றங்களையும் தோல்விகளையும் அமைதியாகப் பேசினாலும், தன்னிடமிருந்து திருடப்பட்டதாக நம்பிய மூவாயிரம் ரூபிள்களைப் பற்றிப் பேசும்போது, உணர்ச்சிவசப்படாமல், எரிச்சலோ கோபமோ இல்லாமல் அவரால் பேச முடியவில்லை என்பதிலிருந்தே, அவரது மனநிலையில் பைத்தியத்திற்கான அறிகுறி இருப்பதைக் கண்டறிய முடிந்தது என்று மருத்துவர் குறிப்பிட்டார். அவரிடம் ஒவ்வொரு முறையும், அந்த மூவாயிரம் ரூபிள்களைக் குறிப்பிட்டு பேசும் போதெல்லாம் அவர் வெறிபிடித்தவராக மாறிவிட்டார் என்றாலும், அவர் சுயநலமற்றவர், தாராள மனப்பான்மை கொண்டவர் என்று மற்றவர்கள் சொன்னார்கள் என்று மருத்துவர் சொன்னார்.

'எனது கற்றறிந்த சக மருத்துவரின் கருத்தைப் பற்றிச் சொல்ல வேண்டுமானால், பிரதிவாதி நீதிமன்ற அறைக்குள் நுழைந்தபோது, நேராகப் பார்க்காமல், இடது புறமிருந்த பெண்களைப் பார்ப்பதுதான் அவருக்கு இயல்பாக இருந்திருக்கும் என்று சொல்வது அற்பத்தனம் என்பது ஒருபுறமிருக்க, அது அடிப்படையில் தவறானது என்று நான் நினைக்கிறேன். அவர் தன்னுடைய தலைவிதியை நிர்ணயிக்கப் போகும் நீதிமன்றத்தில் நுழைந்தபோது, நேர் பார்வையுடன் வந்தது அவருடைய அசாதாரணமான மனநிலையின் அறிகுறியாக இருக்கலாம் என்பதை நான் ஒப்புக் கொள்கிறேன். இருப்பினும் அவர் இடது புறமிருந்த பெண்களைப் பார்க்காமல், வலது புறமிருந்த அவருடைய வழக்கறிஞரைப் பார்த்திருக்க வேண்டும் என்று நான் உறுதியாகச் சொல்கிறேன். ஏனெனில் பிரதிவாதியின் எதிர்காலமும், நம்பிக்கையும் முழுக்க முழுக்க அவருடைய வழக்கறிஞரையே சார்ந்திருக்கிறது' என்று மாஸ்கோ மருத்துவர் தனது கருத்தை அழுத்தமாகச் சொல்லி முடித்தார்.

ஆனால் கடைசியாகச் சாட்சியளித்த மருத்துவர் வார்வின்ஸ்கி முற்றிலும் எதிர்பாராத ஒரு கருத்தைச் சொன்னார். அது கற்றறிந்த இரண்டு நிபுணர்களின் கருத்து வேறுபாட்டிற்கு ஒரு நகைச்சுவை அம்சத்தைக் கொடுத்தது. அவரது கருத்துப்படி, குற்றம் சாட்டப்பட்டவர், இப்போது மட்டுமின்றிக் கடந்த காலத்திலும் அசாதாரணமான மனநிலையில்தான் இருந்தார். எனவே அவர் கைது செய்யப்படுவதற்கு முன்பு மிகவும் பதற்றத்துடன், மன உளைச்சலுடன் இருந்திருக்க வேண்டும் என்றாலும், தொடர்ந்த குடிப்பழக்கம், பொறாமை, கோபம் போன்ற வெளிப்படையான காரணங்களால் அந்த நிலை ஏற்பட்டிருக்கலாம். ஆனால் இந்த நரம்புக் கோளாறு இப்போது குறிப்பிட்ட மனப்பிறழ்ச்சி சம்பந்தப்பட்டதாக இருக்க முடியாது. பிரதிவாதி நீதிமன்ற அறையில் நுழைந்தபோது, இடது அல்லது வலது எந்தப் பக்கம் பார்த்திருக்க வேண்டும் என்பதைப் பொறுத்தவரை, உண்மையில் அவர் செய்ததைப் போல நேராகப் பார்த்திருக்க வேண்டும், ஏனெனில் அங்குதான் அவரது தலைவிதியை நிர்ணயிக்கும் நீதிபதிகள் அமர்ந்திருந்தார்கள் என்று மருத்துவர் தனது 'தாழ்மையான கருத்தை' தெரிவித்தார். 'எனவே அவர் அந்த நேரத்தில் முற்றிலும் இயல்பான மனநிலையை வெளிப்படுத்தினார்' என்று அந்த இளம் மருத்துவர் சற்றே சூடாக தனது 'தாழ்மையான' சாட்சியத்தை முடித்தார்.

"சபாஷ், டாக்டர்!" என்று மீச்சியா இருக்கையிலிருந்து உரக்கக் கத்தினார். "நீங்கள் சரியாகச் சொன்னீர்கள்!"

மீச்சியாவை மீண்டும் கண்டித்தார்கள், ஆனால் அந்த இளம் மருத்துவரின் கருத்து நீதிபதிகள், நடுவர்கள் மற்றும் பொதுமக்கள் மத்தியில் ஒரு தீர்மானமான தாக்கத்தை ஏற்படுத்தியது என்று தெரிந்தது, ஏனெனில் எல்லோரும் ஏக மனதாக அதை ஆமோதித்தனர். ஆனால் மருத்துவர் கெர்ஷென்ஸ்தூபேவைச் சாட்சியாக விசாரித்தபோது, அவர் முற்றிலும் எதிர்பாராத விதமாக மீச்சியாவுக்குச் சாதகமாக இருந்தார். எங்கள் ஊரில் அவர் நீண்ட காலம் வசித்தவர் என்ற முறையிலும், கரமசோவ் குடும்பத்தைப் பல வருடங்களாக அறிந்தவர் என்ற முறையிலும், அரசுத் தரப்புக்குத் தேவையான மிக முக்கியமான உண்மைகளைச் சொல்லத் தொடங்கினார். அப்போது அவர் திடீரென்று எதையோ நினைவுகூர்ந்ததைப் போல ஒரு விஷயத்தைச் சொன்னார்.

"ஆனால் இந்தப் பாவப்பட்ட இளைஞனின் வாழ்க்கை வேறுவிதமாக இருந்திருக்க வேண்டும், ஏனெனில் அவர் குழந்தைப் பருவத்திலும், அதற்குப் பிறகும் நல்லிதயம் கொண்டவராக

இருந்தார் என்று எனக்குத் தெரியும். ஒரு ரஷ்யப் பழமொழி என்ன சொல்கிறது என்றால், 'ஒரு மனிதனுக்கு ஒரு தலை இருந்தால் நல்லது, ஆனால் மற்றொரு புத்திசாலி மனிதன் அவருடன் சேர்ந்தால், அது இன்னும் நல்லது, ஏனெனில் அப்போது இரண்டு தலைகள் இருக்கும், ஒன்றல்ல..."

"சரி, ஒரு தலையை விட இரண்டு தலை நல்லது" என்று அரசு வழக்கறிஞர் பொறுமையின்றிக் குறுக்கிட்டார்.

அந்த முதியவர் மற்றவர்களின் அபிப்பிராயத்தைப் பொருட்படுத்தாமல், அவர்களுடைய பொறுமையைச் சோதிப்பதைப் பற்றிக் கவலைப்படாமல், மெதுவாகவும் விரிவாகவும் பேசக் கூடியவர் என்பதும், தன்னுடைய தட்டையான ஜெர்மன் நகைச்சுவையைச் சேர்த்துப் பேசுவதில் சுய திருப்தியும், மகிழ்ச்சியும், பெருமை உணர்வும் அடையக் கூடியவர் என்பதும் அவருக்கு நன்றாகத் தெரியும். அந்த முதியவருக்கு நகைச்சுவையாகப் பேசுவது மிகவும் பிடிக்கும்.

"ஓ, ஆமாம், நான் அதைத்தான் சொல்கிறேன்" என்று அவர் பிடிவாதமாகத் தொடர்ந்தார். "ஒரு தலை நல்லது, ஆனால் இரண்டு தலை அதைவிட நல்லது. ஆனால் இன்னொரு புத்திசாலி மனிதன் அவனுடன் சேரவில்லை, மாறாக அவன் தனது சொந்தத் தலையை இழந்தான்... அது எப்படி? அவன் அதை எங்கே இழந்தான்? நான் அந்த வார்த்தையை மறந்துவிட்டேன்" என்று அவர் தன் கண்களுக்கு முன்னால் கையை அசைத்தார். "ஓ, ஆமாம், உலாவுதல்."

"அலைந்து திரிதல்?"

"ஓ, ஆமாம், அலைந்து திரிதல் என்றுதான் நான் சொல்ல வந்தேன். ஆமாம், அவனது தலை அலைந்து திரிந்து, ஒரு இருண்ட பள்ளத்தில் விழுந்து காணாமல் போனது. இருந்தாலும், அவர் ஓர் நன்றியுள்ள, நுண்ணுணர்வுள்ள இளைஞனாக இருந்தார். ஓ, அவர் சிறுவனாக இருந்தபோது, அவருடைய தந்தையால் கொல்லைப்புறத்தில் ஒதுக்கப்பட்டு, ஒரே ஒரு பொத்தானில் தொங்கிய கால்சட்டையுடன், வெறுங்காலில் அங்குமிங்கும் ஓடித் திரிந்தது எனக்கு நன்றாக நினைவிருக்கிறது."

அந்தக் கிழவரின் குரலில் திடீரென்று ஒரு கனிவு வெளிப் பட்டது. ஃபெட்யுகோவிச் எதையோ மோப்பம் பிடித்தவர் போலத் திடுக்கிட்டு, தனது காதுகளைக் கூர்மையாகத் தீட்டிக் கொண்டார்.

"ஓ, ஆமாம், நான் அப்போது இளைஞனாக இருந்தேன்... நான்... சரி, அப்போது எனக்கு நாற்பத்தைந்து வயது இருக்கும். நான் அப்போதுதான் இந்த ஊருக்கு வந்தேன். நான் அந்தச்

சிறுவன் மீது இரக்கப்பட்டு, அவனுக்கு ஏன் ஒரு பவுண்டு... வாங்கி... ஆமாம், அது என்ன? நான் அதன் பெயரை மறந்துவிட்டேன்... அது குழந்தைகளுக்கு மிகவும் பிடிக்கும்... அது என்ன? அது..." என்று மருத்துவர் மீண்டும் கண்களுக்கு முன்னால் கையை அசைத்தார். "அது மரத்தில் வளரும்... அதைப் பறித்து அனைவருக்கும் கொடுப்பார்கள்..."

"ஆப்பிள்!"

"ஓ, இல்லை, இல்லை! ஒரு பவுண்டு, ஒரு பவுண்டு! ஆப்பிள்களை டஜன் கணக்கில் விற்பார்கள், பவுண்டில் அல்ல... இல்லை, அவற்றில் பல வகை உள்ளன, அவை மிகச்சிறியவை, வாயில் போட்டுக் கடித்தால் கிராக்..!"

"கொட்டைகள்!"

"ஓ, ஆமாம், கொட்டைகள்! நான் அதைத்தான் சொல்ல வந்தேன்" என்று மருத்துவர் அந்த வார்த்தையை மறக்கவில்லை என்பது போல அமைதியாகத் தொடர்ந்தார். "நான் அவனுக்கு ஒரு பவுண்டு கொட்டைகள் வாங்கினேன், ஏனெனில் அவனுக்கு யாரும் ஒரு பவுண்டு கொட்டைகளைக் கொடுத்ததில்லை. நான் அவனிடம் விரலை உயர்த்தி, 'சிறுவனே, பிதாவாகிய தேவன்' என்றேன். அவன் சிரித்துக் கொண்டே, 'பிதாவாகிய தேவன்' என்றான். நான் அவனிடம், 'குமாரனாகிய தேவன்' என்றேன். அவன் மீண்டும் சிரித்துக் கொண்டே, 'குமாரனாகிய தேவன்' என்றான். நான் இறுதியாக, 'பரிசுத்த ஆவியாகிய தேவன்' என்றேன். அவன் மீண்டும் சிரித்துக் கொண்டே, 'பரிசுத்த ஆவியாகிய தேவன்' என்று தன்னால் முடிந்தவரை சரியாகச் சொல்ல முயன்றான். அதன் பிறகு நான் அங்கிருந்து சென்று விட்டேன். இரண்டு நாட்களுக்குப் பிறகு நான் அந்தப் பக்கம் சென்றபோது, அவன் என்னைப் பார்த்து, 'மாமா, பிதாவாகிய தேவன், குமாரனாகிய தேவன்' என்று கத்தினான், ஆனால் 'பரிசுத்த ஆவியாகிய தேவன்' என்பதை மறந்துவிட்டான். நான் அவனுக்கு அதை ஞாபகப்படுத்திவிட்டு, மீண்டும் அவனுக்காக வருந்தினேன். ஆனால் அதற்குப் பிறகு அவனை அங்கிருந்து அழைத்துச் சென்று விட்டார்கள். நானும் அவனைப் பார்க்கவில்லை. இருபத்தி மூன்று வருடங்கள் கழிந்தன. ஒரு நாள் காலை நான் எனது படிப்பறையில், நரைத்த தலைமுடியுடன் அமர்ந்திருந்தேன். திடீரென்று உள்ளே நுழைந்த ஒரு இளைஞன் விரலை உயர்த்திச் சிரித்துக் கொண்டே, 'பிதாவாகிய தேவன், குமாரனாகிய தேவன், பரிசுத்த ஆவியாகிய தேவன்! நான் இப்போதுதான் நகரத்திலிருந்து வந்தேன். நீங்கள் எனக்குக் கொடுத்த அந்த ஒரு பவுண்டு கொட்டைகளுக்காக, நான்

உங்களுக்கு நன்றி சொல்ல விரும்புகிறேன், ஏனெனில் உங்கள் ஒருவரைத் தவிர, எனக்கு வேறு யாரும் ஒரு பவுண்டு கொட்டைகளை வாங்கிக் கொடுத்ததில்லை!' என்று சொன்னான். அப்போது நான் என் மகிழ்ச்சியான இளமைப் பருவத்தையும், கொல்லைப்புறத்தில் வெறுங்காலுடன் விளையாடிய அந்தப் பாவப்பட்ட சிறுவனையும் நினைத்துப் பார்த்தேன். என் இதயம் நெகிழ்ந்து, கண்களில் கண்ணீர் பெருக்கெடுத்தது. 'நீ ஒரு நன்றியுள்ள இளைஞன், ஏனெனில் உன்னுடைய குழந்தைப் பருவத்தில் நான் உனக்கு வாங்கிக் கொடுத்த அந்த ஒரு பவுண்டு கொட்டைகளை நீ இன்னும் நினைவில் வைத்திருக்கிறாய்' என்று நான் சொன்னேன். நான் அவனைக் கட்டித் தழுவி, ஆசீர்வதித்தேன். அவன் சிரித்தான் என்றாலும், அவனும் அழுது கொண்டிருந்தான்... ஏனெனில் ஒரு ரஷ்யன் பெரும்பாலும் அழ வேண்டிய நேரத்தில் சிரிப்பான். ஆனால் அவன் அழுவதை நான் பார்த்தேன். ஆனால் இப்போது ஐயோ!..."

"ஜெர்மானியரே, நான் இப்போது கூட அழுகிறேன். புனிதமானவரே, நான் இப்போது அழுகிறேன்!" என்று மீச்சியா தனது இருக்கையிலிருந்து கதறினார்.

எது எப்படியோ, அந்தச் சம்பவம் பொதுமக்கள் மத்தியில் மீச்சியாவுக்கு அனுதாபத்தைப் பெற்றுத் தந்தது. ஆனால் கேத்தரீனா இவானோவ்னாவின் சாட்சியம்தான் உண்மையிலேயே மீச்சியாவுக்குச் சாதகமாக அமைந்தது. நான் அதைப் பற்றிச் சொல்லப் போகிறேன். எதிர்த்தரப்பு சாட்சிகளை விசாரணைக்கு அழைத்தபோது, எதிர்பாராத விதமாக, அதிர்ஷ்டம் மீச்சியாவின் பக்கம் திரும்பியது. அதில் குறிப்பிடத்தக்க விஷயம் என்னவென்றால், எதிர்த்தரப்பு வழக்கறிஞருக்குக் கூட அது ஆச்சரியமாக இருந்தது. ஆனால் கேத்தரீனா இவானோவ்னாவுக்கு முன்பாக, அல்யோஷாவை விசாரித்தபோது கூட திடீரென்று அவனுடைய நினைவுக்கு வந்த ஓர் உண்மை, அரசுத் தரப்பு வழக்கின் முக்கிய அம்சங்களில் ஒன்றுக்கு எதிராக இருந்தது.

4. மீச்சியாவைப் பார்த்து புன்னகைத்த அதிர்ஷ்டம்

அல்யோஷாவைச் சத்தியப் பிரமாணம் செய்யாமல் விசாரணைக்கு அழைத்தது அவனுக்கே ஆச்சரியமாக இருந்தது. அல்யோஷாவை விசாரிக்கத் தொடங்கியதிலிருந்தே இரு தரப்பினரும் அவனை அன்புடனும், அனுதாபத்துடனும்

நடத்தியது எனக்கு நன்றாக நினைவிருக்கிறது. அவனுக்கு முன்னரே அவனுடைய நற்பெயர் எல்லோருக்கும் தெளிவாகத் தெரிந்தது. அல்யோஷா பணிவாகவும், நிதானமாகவும் சாட்சி சொன்னாலும், துரதிருஷ்டவசமாகத் துயரப்படும் தனது சகோதரனுக்காகக் கவலைப்படுவது நன்றாகத் தெரிந்தது. அவன் தனது சகோதரனின் குணாதிசயத்தைப் பற்றிய ஒரு கேள்விக்குப் பதில் சொல்லும்போது, அவர் உணர்ச்சிவசப்படுபவராக, முரட்டு சுபாவம் உடையவராக இருக்கும் அதே சமயத்தில், கௌரவமும், பெருந்தன்மையும், தாராள மனப்பான்மையும் கொண்டவராக, தேவைப்பட்டால் எந்தத் தியாகத்தையும் செய்யக்கூடியவராக இருந்தார் என்று சொன்னான். ஆனால் அவர் சமீப காலமாக குரூஷென்காவின் மீதிருந்த காதலாலும், தந்தையுடன் ஏற்பட்ட போட்டியாலும் மோசமான மனநிலையில் இருந்தார் என்பதை அவன் ஒப்புக் கொண்டான். ஆனால் மீச்சியா பணத்திற்காக அந்தக் கொலையைச் செய்திருக்கலாம் என்பதை அவன் கோபத்துடன் மறுத்தாலும், அவர் அந்த மூவாயிரம் ரூபிள்களுக்கு வெறித்தனமாக ஆசைப்பட்டார் என்பதை மறுக்கவில்லை. மீச்சியாவுக்குச் சொந்தமான பரம்பரை சொத்தை தந்தை அபகரித்துக் கொண்டதால், அந்தப் பணம் தனக்குச் சேர வேண்டியது என்று அவர் நினைத்தார் என்பதையும், அவருக்குப் பணத்தின் மீது ஆசையில்லை என்றாலும், அந்த மூவாயிரம் ரூபிள்களைப் பற்றிப் பேசும்போது, அவரால் கோபப்படாமல் இருக்க முடியவில்லை என்பதையும் அவன் சொன்னான். ‘இரண்டு பெண்கள்’ என்று அரசு வழக்கறிஞர் குறிப்பிட்ட, குரூஷென்காவுக்கும் கேத்தரீனாவுக்கும் இடையில் உள்ள போட்டியைப் பற்றிச் சொல்லும்போது, அல்யோஷா மழுப்பலாகப் பதில் சொன்னதுடன், ஒன்றிரண்டு கேள்விகளுக்குப் பதில் சொல்லவும் மறுத்துவிட்டான்.

“அவர் தன்னுடைய தந்தையைக் கொலை செய்யப் போவதாக உங்களிடம் சொன்னாரா?” என்று அரசு வழக்கறிஞர் கேட்டார். “நீங்கள் இந்தக் கேள்விக்குப் பதில் சொல்ல விரும்பவில்லை என்றால் சொல்ல வேண்டியதில்லை” என்று அவர் சொன்னார்.

“அவர் அதை நேரடியாகச் சொல்லவில்லை” என்றான் அல்யோஷா.

“அவர் அதை மறைமுகமாகச் சொன்னார் என்கிறீர்களா?”

“அவர் என்னிடம் தந்தையின் மீது அவருக்கிருந்த தனிப்பட்ட வெறுப்பைப் பற்றிச் சொன்னார்... விரக்தியில்... வெறுப்பின் உச்சத்தில்... அவரைக் கொன்றுவிடலாம் என்று பயப்படுவதாகச் சொன்னார்.”

"நீங்கள் அவர் சொன்னதை நம்பினீர்களா?"

"நான் அதை நம்பினேன் என்று சொல்லத் தயங்குகிறேன். ஆனால் ஏதோ ஒரு மேலான உணர்வு அந்த விதிவசமான தருணத்தில் அவரைக் காப்பாற்றிவிடும் என்று நான் உறுதியாக நம்பினேன். உண்மையில் அதுதான் நடந்தது, ஏனெனில் என் தந்தையைக் கொன்றது அவரல்ல" என்று அல்யோஷா அந்த நீதிமன்றம் முழுவதும் எதிரொலிக்க உரத்தக் குரலில் உறுதியாகச் சொன்னான்.

எக்காளத்தைக் கேட்ட போர் குதிரையைப் போல அரசு வழக்கறிஞர் திடுக்கிட்டார்.

"உங்களுடைய துரதிருஷ்டவசமான சகோதரன் மீதுள்ள பாசத்தால் நீங்கள் அதைச் சொல்லவில்லை என்பதால், நான் உங்களுடைய நேர்மையை முழுமையாக நம்புகிறேன் என்பதை உறுதியாகச் சொல்கிறேன். உங்கள் குடும்பத்தில் நடந்த அந்தத் துயரச் சம்பவம் குறித்து உங்களுக்குத் தனித்துவமான பார்வை இருப்பது எங்களுக்கு முதற்கட்ட விசாரணையிலிருந்தே நன்றாகத் தெரியும். அது உங்களுடைய தனிப்பட்ட கருத்து என்பதையும், அரசுத் தரப்பு சேகரித்த ஆதாரங்களுக்கு முரணானது என்பதையும் நான் உங்களிடமிருந்து மறைக்கவில்லை. எனவே நீங்கள் உங்கள் சகோதரர் நிரபராதி என்று சொல்வதற்கும், அதைச் செய்தது வேறு ஒருவர் என்று முதற்கட்ட விசாரணையில் குறிப்பிட்டதற்கும் சரியான காரணங்களைச் சொல்ல வேண்டியது அவசியம் என்று நான் நினைக்கிறேன்."

"நான் முதற்கட்ட விசாரணையில் என்னிடம் கேட்கப்பட்ட கேள்விகளுக்கு மட்டுமே பதில் சொன்னேன்" என்று அல்யோஷா சாந்தமான குரலில் சொன்னான். "ஆனால் நான் ஸ்மெர்த்தியாக்கவைக் குற்றவாளி என்று சொல்லவில்லை."

"இருந்தாலும் நீங்கள் அவரைச் சுட்டிக் காட்டினீர்கள், இல்லையா?"

"எனது சகோதரர் டிமிட்ரி சொன்னதை வைத்து நான் அப்படிச் சொன்னேன். அவரைக் கைது செய்தபோது, அவர் ஸ்மெர்த்தியாக்கவின் மீது குற்றம் சாட்டினார் என்று என்னை விசாரிப்பதற்கு முன்னரே என்னிடம் தெரிவித்தார்கள். என்னுடைய சகோதரர் நிரபராதி என்று நான் உறுதியாக நம்புகிறேன். எனவே அவர் அந்தக் கொலையைச் செய்யவில்லை என்றால்..."

"ஸ்மெர்த்தியாக்கவ் அதைச் செய்திருக்க வேண்டும், அப்படித்தானே? ஆனால் அது சரியாக ஸ்மெர்த்தியாக்கவாக இருக்க வேண்டிய காரணம் என்ன? உங்கள் சகோதரர்

கண்டிப்பாக நிரபராதிதான் என்று நீங்கள் எதை வைத்துச் சொல்கிறீர்கள்?"

"நான் என் சகோதரனை நம்பாமல் இருக்க முடியாது. அவர் என்னிடம் பொய் சொல்ல மாட்டார் என்று எனக்குத் தெரியும். அவர் பொய் சொல்லவில்லை என்பதை நான் அவரது முகத்தைப் பார்த்தே தெரிந்து கொண்டேன்."

"முகத்தை மட்டும் பார்த்தே தெரிந்து கொண்டீர்களா? அதுதான் உங்களிடம் உள்ள ஆதாரமா?"

"என்னிடம் வேறு எந்த ஆதாரமும் இல்லை."

"அப்படியானால் நீங்கள் ஸ்மெர்த்தியாக்கவைக் குற்றவாளி என்று நம்புவதற்கு, உங்கள் சகோதரன் உங்களிடம் சொன்ன வார்த்தைகளும், அவருடைய முகபாவமும் மட்டுமே காரணமா?"

"ஆமாம், அதைத் தவிர என்னிடம் வேறு ஆதாரம் இல்லை."

அதையடுத்து அரசு வழக்கறிஞர் தனது விசாரணையை முடித்துக் கொண்டார்.

அல்யோஷாவின் பதில்கள் பொதுமக்களுக்கு மிகுந்த ஏமாற்றத்தை அளித்தது. விசாரணை தொடங்குவதற்கு முன்னரே எங்கள் ஊரில் ஸ்மெர்த்தியாக்கவைப் பற்றிப் பேச்சு அடிபட்டது. யாரோ சிலர் அவனைப் பற்றி ஏதோ கேள்விப்பட்டார்கள்; யாரோ சிலர் எதையோ சுட்டிக் காட்டினார்கள். எனவே அல்யோஷா தனது சகோதரனுக்கு ஆதரவாகவும், வேலைக்காரனைக் குற்றவாளி என்று நிரூபிக்கவும் சில அசாதாரணமான ஆதாரங்களைச் சேகரித்திருப்பதாக எல்லோரும் நினைத்தார்கள். ஆனால் குற்றம் சாட்டப்பட்டவரின் சகோதரன் என்ற முறையில், அவனிடம் இயல்பாக இருந்த சில தார்மீக நம்பிக்கைகளைத் தவிர வேறு எந்த ஆதாரமும் இல்லை என்று இப்போது தெரியவந்தது.

அதன் பிறகு, ஃபெட்யுகோவிச் அவனைக் குறுக்கு விசாரணை செய்யத் தொடங்கினார். குற்றம் சாட்டப்பட்டவர் அவனிடம், அவர்களுடைய தந்தையின் மீது அவருக்கிருந்த வெறுப்பைப் பற்றியும், அவரைக் கொல்வதைப் பற்றியும், அந்தத் துயர சம்பவம் நடப்பதற்கு முன்பு, அதாவது அவர்கள் கடைசியாகச் சந்தித்துக் கொண்டபோது சொன்னாரா என்று அல்யோஷாவிடம் கேட்டார். அவன் அதற்குப் பதில் சொல்லத் தொடங்கியபோது, திடீரென்று திடுக்கிட்டவனாக, எதையோ நினைவுகூர்ந்தவனைப் போலவும், இப்போதுதான் அதைப் புரிந்து கொண்டவனைப் போலவும் சொன்னான்.

“நான் முற்றிலும் மறந்துவிட்ட ஒரு விஷயம் இப்போதுதான் எனக்கு ஞாபகம் வருகிறது. அந்த நேரத்தில் என்னால் அதைப் புரிந்து கொள்ள முடியவில்லை, ஆனால் இப்போது...”

அல்யோஷா முதன் முதலாகத் தன்னுடைய நினைவுக்கு வந்த அந்த விஷயத்தை மகிழ்ச்சியுடன் பகிர்ந்து கொண்டான். ஒரு நாள் மாலை மடாலயத்திற்குப் போகும் வழியில், மரத்துக்குக் கீழே நின்று கொண்டிருந்த மீச்சியாவை அவன் சந்தித்தபோது, அவர் தனது நெஞ்சில், ‘நெஞ்சின் மேல் பகுதியில்’ அடித்துக் கொண்டு, தன்னுடைய கௌரவத்தை மீட்டுக்கொள்ள ஒரு வழி இருப்பதாகவும், அதற்கான தீர்வு இங்கே நெஞ்சில் இருப்பதாகவும் பலமுறை சொல்லியதைச் சொன்னான். “அந்த நேரத்தில் அவர் தனது மார்பில் அடித்துக் கொண்டபோது, என்னிடம் கூட சொல்ல முடியாத, அவருக்காகக் காத்திருக்கும் ஏதோ ஒரு பயங்கரமான அவமானத்திலிருந்து தப்பிக்கும் வலிமை தனது இதயத்திற்கு இருப்பதாகச் சொல்கிறார் என்று நான் நினைத்தேன். அந்த நேரத்தில் அவர் எங்கள் தந்தையைப் பற்றிப் பேசுகிறார் என்று நான் நினைத்தேன் என்பதையும், அவர் அவரிடம் முரட்டுத்தனமாக நடந்து கொண்டு அவருக்கு ஏதேனும் தீங்கு செய்துவிடுவோம் என்று பயந்தார் என்பதையும் நான் ஒப்புக் கொள்கிறேன். அதே சமயம் அவர் தன் மார்பில் இருந்த எதையோ சுட்டிக்காட்டுவது போலிருந்தது, ஏனெனில் இதயம் அந்த இடத்தில் இல்லை, அதற்கும் கீழே இருக்கிறது என்று நான் அப்போது நினைத்தது எனக்கு நினைவிருக்கிறது. ஆனால் அவர் அதற்கு மேலே, கழுத்துக்குக் கீழே இருந்த இடத்தைச் சுட்டிக் காட்டிக் கொண்டே இருந்தார். அந்த நேரத்தில் நான் அப்படி நினைத்தது எனக்கு முட்டாள்தனமாகத் தோன்றியது, ஆனால் அவர் தனது கழுத்தில் கட்டித் தொங்கவிட்டிருந்த ஆயிரத்து ஐநூறு ரூபிள்களைச் சுட்டிக் காட்டியிருக்கிறார்!”

“சரியாகச் சொன்னீர்கள்!” என்று மீச்சியா திடீரென்று தனது இருக்கையிலிருந்து கத்தினார். “அல்யோஷா, நீங்கள் சொல்வது சரிதான். நான் அதைத்தான் என் முஷ்டியால் குத்தினேன்!”

ஃபெட்யுகோவிச் வேகமாக மீச்சியாவிடம் சென்று, அவரை அமைதியாக இருக்கும்படிக் கெஞ்சிக் கேட்டுக் கொண்டு, உடனடியாக அல்யோஷாவிடம் திரும்பி அவனைக் கேள்விகளால் துளைத்தார். அவன் தன்னுடைய நினைவுகளில் மூழ்கி, தன்னுடைய கருத்தை உற்சாகமாகச் சொன்னான். அதாவது மீச்சியா கேத்தரீனா இவானோவ்னாவுக்குக் கொடுக்க வேண்டிய பணத்தில் பாதி தொகையான ஆயிரத்து ஐநூறு ரூபிள்களைத் தன்னிடம் வைத்திருந்தார் என்றாலும், அதை அவளிடம் திருப்பிக்

கொடுக்காமல், குருஷென்கா தன்னுடன் ஓடிவந்தால், அதற்காக அதைப் பயன்படுத்திக் கொள்ள வேண்டும் என்று பத்திரமாக வைத்திருந்ததுதான் அவருடைய அவமானத்திற்குக் காரணம் என்று அவன் சொன்னான்.

“ஆமாம், அதுதான், அதுதான்” என்று அல்யோஷா ஆச்சரியத்துடன் சொன்னான். “அவர் தன்னுடைய அவமானத்தில் பாதியைப் போக்க முடியும் என்று சொல்லிக் கொண்டே இருந்தார். (அவர் பாதி என்ற வார்த்தையைப் பலமுறை சொன்னார்). ஆனால் அவருக்கிருந்த பலவீனமான குணத்தின் காரணமாக அவரால் அதைச் செய்ய முடியவில்லை... தன்னால் அதைச் செய்ய முடியாது என்பதை அவர் முன்கூட்டியே அறிந்திருந்தார்!”

“அவர் தன்னுடைய மார்பிலிருந்த அதைத்தான் உங்களிடம் சுட்டிக் காட்டினார் என்பது உங்களுக்கு நன்றாக நினைவிருக்கிறதா?” என்று ஃபெட்யுகோவிச் ஆவலுடன் கேட்டார்.

“ஆமாம், தெளிவாக, சந்தேகத்திற்கு இடமின்றி நினைவிருக்கிறது. ஏனெனில் இதயம் கீழே இருக்கிறது, ஆனால் அவர் மேலே குத்திக் காட்டுவது ஏன் என்று நான் அப்போது ஆச்சரியப்பட்டேன். ஆனால் நான் அப்போது அப்படி நினைத்தது எனக்கு முட்டாள்தனமாகத் தோன்றியது... அது முட்டாள்தனமாகத் தோன்றியது எனக்கு நினைவிருக்கிறது... அது என் மனதில் பளிச்சிட்டது. அதனால்தான் அது இப்போது என்னுடைய நினைவுக்கு வந்தது. நான் எப்படி அதை மறந்தேன் என்று எனக்குப் புரியவில்லை! கேத்தரீனாவுக்குக் கொடுக்க வேண்டிய பணத்தில் பாதித் தொகையான ஆயிரத்து ஐநூறு ரூபிள்களை இப்போதே என்னால் திருப்பிக் கொடுக்க முடியும் என்றாலும், நான் அதைச் செய்ய மாட்டேன் என்று அவர் சொன்னபோது, தன்னுடைய கழுத்தில் தொங்கவிட்டிருந்த பணத்தைத்தான் குறிப்பிட்டார். மீச்சியாவை மோக்ரோயில் கைது செய்தபோது, கேத்தரீனாவுக்குக் கொடுக்க வேண்டிய பணத்தில் பாதியைத் (ஆமாம், பாதி!) திருப்பிக் கொடுக்கத் தன்னிடம் பணம் இருந்தும், அதைச் செய்யாமல், அவளுடைய பார்வையில் திருடனாக இருப்பதே மேல் என்று முடிவு செய்துவிட்டதைத் தன் வாழ்க்கையில் மிகவும் கேவலமான செயலாகக் கருதுவதாக நினைத்து அவர் கதறி அழுதார் என்பதை நான் மற்றவர்கள் மூலமாகத் தெரிந்து கொண்டேன். அந்தக் கடன் அவரை என்ன பாடுபடுத்தியது!” என்று அல்யோஷா சொல்லி முடித்தான்.

அப்போது அரசு வழக்கறிஞர் குறுக்கிட்டு, எல்லாவற்றையும் மீண்டும் ஒரு முறை விளக்குமாறு அல்யோஷாவிடம் கேட்டார்.

“குற்றம் சாட்டப்பட்டவர் தனது மார்பில் அடித்துக் கொண்டு ஏதையாவது சுட்டிக் காட்டினாரா? ஒருவேளை அவர் வெறுமனே தன் முஷ்டியால் மார்பில் குத்திக் கொண்டாரா?” என்று அரசு வழக்கறிஞர் மீண்டும் மீண்டும் துருவிக் கேட்டார்.

“அவர் வெறுமனே முஷ்டியால் குத்தவில்லை!” என்று அல்யோஷா கத்தினான். “மாறாக அவர் தனது விரல்களாலும் சுட்டிக் காட்டினார். இங்கே, இந்த இடத்தில்... இந்த நிமிடம் வரை நான் அதை மறந்துவிட்டது எப்படி என்று எனக்குப் புரியவில்லை!”

தலைமை நீதிபதி மீச்சியாவைப் பார்த்து ஏதாவது சொல்ல விரும்புகிறீர்களா என்று கேட்டார். அல்யோஷா சொன்னது அனைத்தும் உண்மை என்பதை உறுதிப்படுத்திய மீச்சியா, கழுத்தில் கட்டித் தொங்கவிட்டிருந்த ஆயிரத்து ஐநூறு ரூபிள்களைச் சுட்டிக் காட்டியதாகவும், அதனால் தனக்கு அவமானம் ஏற்பட்டதாகவும் சொன்னார்.

“அந்த அவமானத்தை என்னால் மறுக்க முடியாது. என் வாழ்க்கையில் நான் செய்த மிகவும் கேவலமான செயல் அதுதான்” என்று மீச்சியா கத்தினார். “நான் அதைத் திருப்பிக் கொடுத்திருக்க வேண்டும், ஆனால் அதைச் செய்யவில்லை. அவளுடைய பார்வையில் நான் ஒரு திருடனாக இருப்பதே மேல் என்று நினைத்து, அதைத் திருப்பிக் கொடுக்கவில்லை. இதில் மிக மோசமான அவமானம் என்னவென்றால், நான் அதைத் திருப்பித் தரப்போவதில்லை என்று எனக்கு முன்கூட்டியே தெரியும் என்பதுதான். அல்யோஷா சரியாகச் சொன்னார்! அல்யோஷா உங்களுக்கு நன்றி!”

அத்துடன் அல்யோஷாவிடம் குறுக்கு விசாரணை முடிந்தது. அந்த விசாரணையின் முடிவில் குறைந்தபட்சம் ஓர் உண்மை வெளிச்சத்திற்கு வந்தது என்பதைக் குறிப்பிட வேண்டும். அது ஒரு சிறிய ஆதாரமாக, வெறும் குறிப்பாக இருந்தாலும், மீச்சியா ஆயிரத்து ஐநூறு ரூபிள்களைக் கழுத்தில் கட்டித் தொங்க விட்டிருந்தார் என்பதையும், மோக்ரோயில் நடந்த முதற்கட்ட விசாரணையின்போது, அவர் அந்த ஆயிரத்து ஐநூறு ரூபிள்களைத் ‘தன்னுடையது’ என்று சொன்னது பொய் இல்லை என்பதையும் நிரூபித்தது. அல்யோஷா மிகவும் சந்தோஷத்துடன் சிவந்த முகத்துடன் தனது இருக்கைக்குத் திரும்பினான். ‘நான் எப்படி அதை மறந்தேன்? என்னால் எப்படி அதை மறக்க முடிந்தது? இப்போது எப்படித் திடீரென்று ஞாபகம் வந்தது?’ என்று அவன் வெகுநேரம் தன்னைத் தானே கேட்டுக் கொண்டான்.

அடுத்ததாக கேத்தரீனா இவானோவ்னாவிடம் விசாரணை தொடங்கியது. அவள் தோன்றியதும், நீதிமன்ற அறையில் அசாதாரணமான ஒன்று நடந்தது. பெண்கள் தங்கள் கண்ணாடிகளையும், ஓபரா கண்ணாடிகளையும் கையில் எடுத்தனர். ஆண்கள் மத்தியில் பரபரப்பு ஏற்பட்டது. அவர்களில் சிலர் அவளை நன்றாகப் பார்ப்பதற்காக எழுந்து நின்றனர். அவள் உள்ளே நுழையும்போதே, மீச்சியாவின் முகம் 'வெளுத்துவிட்டது' என்று எல்லோரும் சொன்னார்கள். அவள் கறுப்பு நிற உடையில், பணிவோடும், ஏறக்குறைய பயத்தோடும் அவளுக்குரிய இடத்தை நெருங்கினாள். அவள் பதற்றத்துடன் இருக்கிறாளா என்பதை அவளுடைய முகபாவத்திலிருந்து சொல்ல முடியவில்லை, ஆனால் அவளுடைய ஆழமான, இருண்ட கண்களில் உறுதியான பிரகாசம் இருந்தது. அந்த நேரத்தில் அவள் மிகவும் அழகாக இருந்தாள் என்று பலரும் சொன்னதை நான் குறிப்பிட விரும்புகிறேன். அவள் மென்மையாக, ஆனால் நீதிமன்றம் முழுவதும் கேட்கும் வகையில் தெளிவாகப் பேசினாள். அவள் மிகுந்த நிதானத்துடன் தனது கருத்தை வெளிப்படுத்தினாள் அல்லது குறைந்தபட்சம் அமைதியாக இருப்பதாகக் காட்டிக் கொள்ள முயன்றாள். தலைமை நீதிபதி 'சில விஷயங்களை'த் தொடப் பயந்தவரைப் போலவும், அவளுடைய துயரத்திற்குப் பரிவு காட்டுவதைப் போலவும் மிகவும் மரியாதையுடன், கவனமாகக் கேள்விகளைத் தேர்ந்தெடுத்தார். ஆனால் அவளிடம் கேட்ட முதல் கேள்விக்குப் பதிலளித்தபோது, பிரதிவாதிக்கும் தனக்கும் ஏற்கனவே நிச்சயதார்த்தம் நடந்துவிட்டது என்றும், 'அவராக என்னை விட்டுப் போகும் வரை' அவருடைய வருங்கால மனைவி நான்தான் என்றும் மென்மையாகச் சொன்னாள். அவள் மீச்சியாவிடம் கொடுத்த மூவாயிரம் ரூபிள்களைப் பற்றிக் கேட்டபோது, 'நான் அவரிடம் அந்தப் பணத்தைத் தபாலில் அனுப்புவதற்காகத் தரவில்லை, மாறாக அப்போது அவருக்குப் பணம் தேவைப்படுவதை அறிந்தேன்... அவர் விரும்பினால் ஒரு மாதத்திற்குள் அந்தப் பணத்தை அனுப்பிவிட வேண்டும் என்ற நிபந்தனையுடன் அதைக் கொடுத்தேன். அதன் பிறகு அவர் அந்தக் கடனை நினைத்து அவ்வளவு தூரம் கவலைப்பட்டிருக்க வேண்டிய அவசியம் இல்லை' என்று அவள் சொன்னாள்.

அவளிடம் கேட்கப்பட்ட அனைத்துக் கேள்விகளையும், அவள் சொன்ன பதில்களையும் நான் விரிவாகச் சொல்லப் போவதில்லை. அவளுடைய சாட்சியத்தின் சாராம்சத்தை மட்டுமே நான் தருகிறேன்.

'அவர் தனது தந்தையிடமிருந்து பணத்தைப் பெற்றதும் அதை அனுப்பிவிடுவார் என்று நான் உறுதியாக நம்பினேன். அவருடைய பாரபட்சமற்ற குணத்தையும், நேர்மையையும் நான் ஒருபோதும் சந்தேகப்பட்டதில்லை... அவரது நேர்மை... குறிப்பாக பண விஷயங்களில். அவர் தனது தந்தையிடமிருந்து உறுதியாகப் பணம் கிடைக்கும் என்று நம்பினார். அவர் அதைப் பற்றி என்னிடம் பலமுறைப் பேசியிருக்கிறார். அவருக்கும் அவரது தந்தைக்கும் கருத்து வேறுபாடு இருந்தது எனக்குத் தெரியும். ஆனால் அவரது தந்தை அவரிடம் நியாயமாக நடந்து கொள்ளவில்லை என்று நான் நம்பினேன். அவர் தனது தந்தைக்கு எதிராக எந்த மிரட்டலும் விடுத்ததாக எனக்கு நினைவில்லை. குறைந்தபட்சம் அவர் என் முன்னிலையில் அப்படி எதுவும் பேசியதில்லை. அந்தச் சமயத்தில் அவர் மட்டும் என்னை வந்து பார்த்திருந்தால், அந்த மூவாயிரம் ரூபிள்களைப் பற்றிக் கவலைப்பட வேண்டாம் என்று சொல்லி அவரை அமைதிப்படுத்தியிருப்பேன், ஆனால் அவர் என்னைப் பார்க்க வரவில்லை... நானே... அப்படி ஒரு சூழ்நிலைக்குத் தள்ளப்பட்டேன்... நானும் அவரை வரச்சொல்ல வில்லை... அவரிடமிருந்து அந்தப் பணத்தைக் கறாராகக் கேட்க எனக்கு எந்த உரிமையும் இல்லை' என்று அவள் சொன்னபோது, அவளுடைய குரலில் ஏதோ ஒரு தீர்மானம் இருப்பது தெரிந்தது. 'நானே அவரிடம் ஒரு சமயம் மூவாயிரம் ரூபிள்களுக்கு அதிகமாகக் கடன் வாங்கினேன். நான் அதை எப்போது திருப்பித் தர முடியும் என்று எனக்குத் தெரியாத நிலையிலும், அந்தப் பணத்தை வாங்கிக் கொண்டேன்...'

அவள் அதைச் சொன்னபோது அவளுடைய குரல் சவால் விடும் தொனியில் ஒலித்தது. அப்போது ஃபெட்யுகோவிச் அவளை குறுக்கு விசாரணை செய்தார்.

"அது எப்போது நடந்தது? நீங்கள் இந்த ஊருக்கு வருவதற்கு முன்பு, நீங்கள் இருவரும் அறிமுகமானபோது நடந்ததா?" என்று ஃபெட்யுகோவிச் தனக்குச் சாதகமான ஏதோ ஓர் அம்சம் இருப்பதை உணர்ந்து கவனமாகக் கேள்வியை வீசினார்.

கேத்தரீனா இவானோவ்னாவின் வேண்டுகோளின் பேரில்தான் ஃபெட்யுகோவிச்சை பீட்டர்ஸ்பர்க்கிலிருந்து அழைத்து வந்தார்கள் என்றாலும், மீச்சியா அவளுக்குக் கொடுத்த நாலாயிரம் ரூபிள்களைப் பற்றியும், 'அவள் அவருக்கு முன்னால் மண்டியிட்டு வணங்கியது' பற்றியும் அவருக்கு எதுவும் தெரியாது. அவள் அதைப் பற்றி அவரிடம் எதுவும் சொல்லாமல் மறைத்துவிட்டது ஆச்சரியமாக இருந்தது. ஆனால் அவள் அதைப் பற்றி நீதிமன்றத்தில் சொல்வாளா மாட்டாளா என்பது அந்தக் கடைசி

நிமிடம் வரை அவளுக்கே தெரியாது என்றும், ஏதோ ஒரு உத்வேகத்திற்காக அவள் காத்திருந்தாள் என்றும் ஒருவர் உறுதியாக அனுமானிக்கலாம்.

அவள் பேசிய அந்தத் தருணங்களை என்னால் ஒருபோதும் மறக்க முடியாது! அவள் எல்லாவற்றையும் சொன்னாள். மீச்சியா ஏற்கனவே அல்யோஷாவிடம் சொன்ன அனைத்தையும், அவள் மீச்சியாவைப் பார்க்கச் சென்றதையும், 'அவள் அவருக்கு முன்னால் மண்டியிட்டு வணங்கிய' காரணத்தையும், அவளுடைய தந்தையைப் பற்றியும் சொன்னாள். ஆனால் 'பணம் வேண்டும் என்றால் கேத்தரீனாவை என்னிடம் வரச் சொல்லுங்கள்' என்று மீச்சியா அவளுடைய சகோதரியிடம் சொன்னதைப் பற்றி அவள் மூச்சுவிடவில்லை. அவள் பெருந்தன்மையுடன் அதை மறைத்துவிட்டாள். அவள் தானாகவே ஓர் இளம் அதிகாரியிடம் சென்று பணத்திற்காகக் கெஞ்சியதாகக் காட்டிக் கொள்ள வெட்கப்படவில்லை. அது நெஞ்சை உலுக்குவதாக இருந்தது. அவள் சொன்னதைக் கேட்டபோது, என்னுடைய முதுகுத் தண்டு சில்லிட்டது. நீதிமன்ற அறையில் குண்டூசி விழும் சத்தம் கேட்கும் அளவுக்கு மயான அமைதி நிலவியது. அவள் உச்சரிக்கும் ஒவ்வொரு வார்த்தையையும் தெரிந்து கொள்ள வேண்டும் என்று எல்லோரும் ஆவலாக இருந்தார்கள். அதைப் போன்ற ஒன்றை இதற்கு முன்னால் யாரும் கேள்விப்பட்டிருக்க முடியாது. உறுதியான மனமும், கர்வமும், ஆணவமும், தற்பெருமையும் மிக்க எந்த ஒரு பெண்ணும், தியாகத்திற்கு ஒப்பான, தற்கொலைக்கு நிகரான இவ்வளவு வெளிப்படையான சாட்சியத்தை எதிர்பார்த்திருக்க முடியாது. அவள் எதற்காக, யாருக்காக அதைச் செய்ய வேண்டும்? அவளை ஏமாற்றி, அவமானப்படுத்திய அந்த மனிதன் மீது ஒரு நல்ல அபிப்பிராயத்தை ஏற்படுத்தி அவனைக் காப்பாற்றுவதற்காக அவள் அதைச் செய்தாள்! அந்த இளம் அதிகாரி தன்னிடமிருந்த கடைசி நாலாயிரம் ரூபிள்களையும் அந்தக் கள்ளங்கபடமற்ற பெண்ணிடம் கொடுத்துவிட்டு, அவளைப் பணிவுடன் வணங்கிய காட்சி அனைவரின் அனுதாபத்தையும் பெற்றது... ஆனால் என் இதயம் வலித்தது! அதன் பிறகு விஷமத்தனமான வதந்திகள் பரவும் என்று நான் நினைத்தேன். உண்மையில் அதுதான் நடந்தது. வெகு சீக்கிரம் அந்த நகரம் முழுவதும் வெறுப்புடன் கைகொட்டிச் சிரிக்கத் தொடங்கியது. அதாவது அந்த அதிகாரி அந்தப் பெண்ணை 'மரியாதையுடன் தலைவணங்கி' அனுப்பியதை யாரும் ஏற்றுக் கொள்ளத் தயாராக இல்லை. அதில் ஏதோ ஒரு சம்பவம் 'விடுபட்டு விட்டதாக' எல்லோரும் பேசிக் கொண்டார்கள். 'எதுவும் விடுபடவில்லை என்றாலும், தன் தந்தையைக் காப்பாற்றுவதற்காக ஓர் இளம்

பெண் அப்படி நடந்து கொண்டது சரிதானா?' என்று எங்களில் மரியாதைக்குரிய சில பெண்கள் கேட்டார்கள். கேத்தரீனா இவானோவ்னாவின் புத்திக்கூர்மையையும், நுண்ணறிவையும் வைத்துப் பார்க்கும்போது, மற்றவர்கள் இப்படிப் பேசுவார்கள் என்பது அவளுக்கு முன்னரே தெரியாமல் போய்விட்டது என்று சொல்ல முடியாது. அவளுக்கு அது நன்றாகத் தெரியும் என்றாலும், எல்லாவற்றையும் சொல்ல வேண்டும் என்று அவள் முடிவு செய்துவிட்டாள். எல்லோரும் சேற்றை வாரித் தூற்ற ஆரம்பித்தது வெகு நாட்களுக்குப் பிறகுதான் நடந்தது என்பது உண்மைதான். ஆனால் ஆரம்பத்தில் அவளுடைய கதையைக் கேட்டு எல்லோரும் திகைத்துப் போனார்கள். நீதிமன்ற உறுப்பினர்களைப் பொறுத்தவரை, அவர்கள் அனைவரும் கேத்தரீனாவின் சாட்சியத்தைத் திகைப்புடன், ஏறக்குறைய சங்கடத்துடன் அமைதியாகக் கேட்டுக் கொண்டிருந்தார்கள்.

அரசு வழக்கறிஞர் அந்த விவகாரத்தைப் பற்றி ஒரு கேள்வி கூட கேட்கவில்லை. ஃபெட்யுகோவிச் அவளைப் பார்த்து தலை வணங்கினார். ஓ, அவர் ஏறக்குறைய வெற்றி பெற்றுவிட்டார்! ஒரு மனிதன் தாராள மனப்பான்மையுடன் தன்னிடமிருந்த கடைசி நாலாயிரம் ரூபிள்களைக் கொடுப்பதும், பிறகு அதே மனிதன் மூவாயிரம் ரூபிள்களுக்காகத் தன் தந்தையைக் கொலை செய்வதும் முரண்பாடான விஷயம் என்பதைத் தவிர வேறில்லை. இப்போது குறைந்தபட்சம் பணத்தைக் கொள்ளையடித்த குற்றத்திலிருந்து மீச்சியாவை விடுவிக்க முடியும் என்று ஃபெட்யுகோவிச் நினைத்தார். எனவே அந்த வழக்கு திடீரென்று ஒரு புதிய கோணத்தில் வெளிச்சத்திற்கு வந்தது. திடீரென்று மீச்சியாவின் பக்கம் அனுதாப அலை வீசியது. அவரைப் பொறுத்தவரை... கேத்தரீனா இவானோவ்னா பேசிக் கொண்டிருந்தபோது, அவர் தனது இருக்கையிலிருந்து ஓரிரு முறை துள்ளி எழுந்தார் என்றும், பிறகு நாற்காலியில் அமர்ந்து தன் கைகளால் முகத்தை மூடிக்கொண்டு, அவள் பேசுவதைக் கேட்டுக் கொண்டிருந்தார் என்றும் பின்னர் என்னிடம் சொன்னார்கள். ஆனால் அவள் பேசி முடித்ததும் அவர் திடீரென்று தேம்பித் தேம்பி அழுது கொண்டே அவளை நோக்கி கைகளை நீட்டியபடிக் கத்தினார்.

"காத்யா, நீ என்னை நாசமாக்கி விட்டாய்!"

அவருடைய அழுகை நீதிமன்ற அறை முழுவதும் ஒலித்தது. இருந்தாலும் அவர் ஒரு நிமிடத்தில் தன்னைக் கட்டுப்படுத்திக் கொண்டு மீண்டும் கத்தினார்.

"இப்போது நான் முற்றாக அழிந்துவிட்டேன்!"

அவர் பற்களை நெறித்தபடி, கைகளை மார்புக்குக் குறுக்கே கட்டிக் கொண்டு நாற்காலியில் உறைந்து போனார். கேத்தரீனா இவானோவ்னா நீதிமன்ற அறையில் அவளுக்குரிய நாற்காலியில் அமர்ந்தாள். அவள் முகம் வெளிறிய நிலையில், கண்களைத் தாழ்த்திக் கொண்டு அமர்ந்திருந்தாள். அவள் வெகு நேரம் வரைக்கும் காய்ச்சல் வந்தவள் போல நடுங்கிக் கொண்டிருந்தாள் என்று அவளுக்கு அருகில் இருந்தவர்கள் சொன்னார்கள்.

அடுத்ததாக குரூஷென்காவை அழைத்தார்கள்.

திடீரென்று பேரழிவை ஏற்படுத்திய அந்தச் சம்பவத்தை நோக்கி நான் நகர்ந்து கொண்டிருக்கிறேன். மீச்சியாவின் அழிவுக்கு அதுதான் உண்மையான காரணமாக இருக்கலாம். ஏனெனில் அது மட்டும் நடக்காமல் இருந்திருந்தால், மீச்சியாவுக்கு குறைந்தபட்ச தண்டனை (பின்னர் அனைத்து வழக்கறிஞர்களும் அதைச் சொன்னார்கள்) மட்டுமே கிடைத்திருக்கும் என்று நானும் மற்றவர்களும் உறுதியாக நம்பினோம். ஆனால் அதைப் பற்றிப் பிறகு சொல்கிறேன். அதற்கு முன்பு குரூஷென்காவைப் பற்றிச் சில வார்த்தைகள் சொல்ல வேண்டும்.

அவளும் கறுப்பு நிற உடையில், தோளின் மீது கறுப்பு நிறச் சால்வையைப் போர்த்திக் கொண்டு வந்தாள். பருமனான பெண்களுக்கே உரிய அசைந்த நடையுடன், இலகுவான, ஓசையற்ற காலடியில், வலது பக்கமோ இடது பக்கமோ பார்க்காமல், தலைமை நீதிபதியை உற்றுப் பார்த்துக் கொண்டு, சாட்சிக் கூண்டை நோக்கி நடந்தாள். அப்போது அவள் மிகவும் அழகாகத் தெரிந்தாள் என்று எனக்குத் தோன்றியது. பின்னர் சில பெண்கள் சொன்னது போல அவள் வெளிறிப் போயிருக்கவில்லை. அவளுடைய முகத்தில் வெறுப்பும் வன்மமும் இருந்ததாகவும் அவர்கள் சொன்னார்கள். வம்பு பேசுவதிலும், அவதூறு பரப்புவதிலும் ஆர்வம் காட்டும் பொதுமக்கள் அவளை வெறித்துப் பார்ப்பது அவளுக்கு எரிச்சலூட்டியிருக்கும் என்று நான் நினைக்கிறேன். அவள் கர்வம் பிடித்தவள் என்பதால் அவளால் எந்த இகழ்ச்சியையும் பொறுத்துக் கொள்ள முடியாது. மற்றவர்களின் இகழ்ச்சியை உணர்ந்த மறுகணம், கோபத்தில் கொதித்தெழுந்து, உடனடியாகப் பதிலடிக் கொடுக்கத் துடிக்கும் பெண்களில் அவளும் ஒருத்தி. எல்லாவற்றுக்கும் மேலாக அவளிடம் கூச்சமும் இருந்ததால், அவள் வெட்கப்பட்டாள். எனவே பேசும்போது அவளுடைய குரல் மாறிக் கொண்டே இருந்தது விநோதமான விஷயமல்ல. அது ஒரு கணம் கோபமாக, இகழ்ச்சியாக, முரட்டுத்தனமாக இருந்தது என்றால், மறு கணம் அதில் தன்னைத் தானே கண்டிக்கும் நேர்மையும் இருந்தது. சில

சமயம் அவள் ஏதோ படுகுழியில் தலைகுப்புற விழுபவளைப் போல, 'என்ன நடந்தாலும் பரவாயில்லை நான் சொல்வதைச் சொல்வேன்' என்ற தோரணையில் பேசினாள். ஃபியோதர் பாவ்லோவிச்சுடன் அவளுக்கு இருந்த பழக்கத்தைப் பற்றிச் சொல்லும்போது, 'அது சுத்த முட்டாள்தனம். அவர் என்னைத் தொந்தரவு செய்தது என்னுடைய தவறா?' என்று அவள் வெடுக்கென்று கேட்டாள். ஆனால் ஒரு நிமிடம் கழித்து, 'எல்லாமே என்னுடைய தவறுதான். நான் அவர்கள் இருவரையும், கிழவரையும் அவரையும், பார்த்துச் சிரித்துக் கொண்டிருந்தேன். நான்தான் அவர்கள் இருவரையும், இந்த நிலைக்குக் கொண்டு வந்தேன். என்னால்தான் இதெல்லாம் நடந்தது' என்று அவள் சொன்னாள். சம்சனோவின் பெயர் அடிபட்டதும் அவள் திமிராக, எதிர்ப்புத் தெரிவிக்கும் விதமாக, 'அது உங்கள் வேலை அல்ல' என்று கோபத்துடன் சீறினாள். 'அவர் என் பாதுகாவலர். என் சொந்தக் குடும்பமே என்னை வீட்டை விட்டு விரட்டியபோது, நான் வெறுங்காலுடன் அலைந்து திரிந்தபோது அவர்தான் எனக்கு அடைக்கலம் கொடுத்தார்' என்று அவள் சொன்னாள்.

தலைமை நீதிபதி குறுக்கிட்டு, தேவையில்லாத விவரங்களைச் சொல்லாமல், கேள்விகளுக்குப் பதில் சொன்னால் போதும் என்று பணிவுடன் நினைவுபடுத்தியபோது, அவளுடைய முகம் சிவந்தது; கண்கள் பளிச்சிட்டன.

ஃபியோதர் பாவ்லோவிச் அவளுக்காகத் தயாராக வைத்திருந்த பணத்தைப் பற்றிக் கேட்டபோது, அவள் அதைப் பார்த்ததே இல்லை என்றும், மூவாயிரம் ரூபிள்கள் இருந்த உறையைப் பற்றி அந்தத் 'துஷ்டனிடம்' இருந்து தெரிந்து கொண்டேன் என்றும் சொன்னாள்.

"அதெல்லாம் சுத்த முட்டாள்தனம். நான் அவரைப் பார்த்துச் சிரித்தேன், அவ்வளவுதான். நான் எந்தக் காரணத்திற்காகவும் அவருடைய வீட்டிற்குச் சென்றிருக்க மாட்டேன்..."

"நீங்கள் யாரை துஷ்டன் என்று சொல்கிறீர்கள்?" என்று அரசு வழக்கறிஞர் கேட்டார்.

"தன்னுடைய எஜமானரைக் கொலை செய்துவிட்டு, நேற்று தூக்கிட்டுத் தற்கொலை செய்து கொண்ட அந்த வேலைக்காரன் ஸ்மெர்த்தியாக்கவ்தான்."

அப்போது வழக்கறிஞர் அந்தக் குற்றச்சாட்டிற்கு என்ன ஆதாரம் இருக்கிறது என்று அவளிடம் கேட்டார். ஆனால் அதற்கு அவளிடம் எந்த ஆதாரமும் இல்லை என்று தெரிந்தது.

“டிமிட்ரி ஃபியோதரோவிச் அப்படித்தான் என்னிடம் சொன்னார். நீங்கள் அவரை நம்ப வேண்டும். எங்களுக்கு இடையில் வந்த அந்தப் பெண்தான் அவரைக் கெடுத்துவிட்டாள். எல்லாவற்றுக்கும் அவள்தான் காரணம்” என்று அவள் வெறுப்பு நிறைந்த குரலில் சொன்னாள். அவளுடைய குரலில் வன்மம் கொப்பளித்தது.

“யாரைக் குறிப்பிடுகிறீர்கள்” என்று மீண்டும் அவளிடம் கேட்கப்பட்டது.

“அந்த இளம் பெண், கேத்தரீனா இவானோவ்னா. அவள் என்னை அவளுடைய வீட்டிற்கு வரச்சொல்லி எனக்குச் சாக்லேட் கொடுத்து என்னை ஏமாற்றப் பார்த்தாள். அவளுக்குக் கொஞ்சம் கூட வெட்கம் இல்லை...”

அப்போது தலைமை நீதிபதி அவளை இடைமறித்து, நிதானமாகப் பேசும்படிக் கடுமையாக எச்சரித்தார். ஆனால் பொறாமை கொண்ட அந்தப் பெண்ணின் இதயம் ஏற்கனவே கொதித்துக் கொண்டிருந்ததால், அவள் எந்த எல்லைக்குச் செல்லவும், தேவையெனில் படுகுழியில் தலைகீழாகக் குதிக்கவும் தயாராக இருந்தாள்.

“மோக்ரோயில் அவரைக் கைது செய்தபோது” என்று அரசு வழக்கறிஞர் அவளுக்கு ஞாபகப்படுத்தும் விதமாகச் சொன்னார். “நீங்கள் அடுத்த அறையிலிருந்து, ‘நான்தான் எல்லாவற்றுக்கும் காரணம். நாம் இருவரும் சேர்ந்து சைபீரியாவுக்குப் போவோம்’ என்று கத்திக் கொண்டே ஓடிவந்ததை எல்லோரும் பார்த்தார்கள். அப்படியானால், அவர்தான் கொலைகாரன் என்று நீங்கள் அப்போது நம்பினீர்கள் என்பதை அது காட்டவில்லையா?”

“அப்போது நான் என்ன நினைத்தேன் என்று எனக்கு நினைவில்லை” என்றாள் குருஷென்கா. “அவர்தான் கொலைகாரன் என்று எல்லோரும் கூச்சலிட்டார்கள். ஒருவேளை அவர் தன் தந்தையைக் கொன்றிருந்தால், அது என்னுடைய தவறுதான் என்றும், என் காரணமாகத்தான் அவர் கொலை செய்தார் என்றும் நான் நினைத்தேன். ஆனால் அவர் அதைச் செய்யவில்லை என்று சொன்னவுடன், நான் அவரை நம்பினேன். நான் இப்போதும் அவரை நம்புகிறேன். நான் எப்போதும் அவரை நம்புவேன். அவர் பொய் சொல்லக்கூடிய மனிதர் அல்ல.”

ஃபெட்யுகோவிச்சின் முறை வந்தது. அப்போது அவர் மற்ற விஷயங்களுடன், அலெக்ஸி கரமசோவை அவளிடம் அழைத்து வந்ததற்காக அவள் ரகிதீனுக்குக் கொடுத்த இருபத்தைந்து ரூபிள்களைப் பற்றிக் கேட்டது எனக்கு நினைவிருக்கிறது.

“அவர் என்னிடமிருந்து பணத்தை வாங்கிக் கொண்டதில் ஆச்சரியப்பட ஒன்றுமில்லை” என்று குரூஷென்கா வெறுப்பு நிறைந்த கோபத்துடன் சொன்னாள். “அவர் அடிக்கடி என்னிடம் வந்து பணம் கேட்பார். அவர் சில சமயங்களில் மாதத்திற்கு முப்பது ரூபிள்கள் வரை என்னிடமிருந்து வாங்கியிருக்கிறார். அவர் அதை ஊதாரித்தனமாகச் செலவழித்தார். ஏனெனில் என்னிடமிருந்து வாங்கும் பணத்தைத் தவிர, உணவுக்கும் இருப்பிடத்திற்கும் அவரிடம் போதுமான பணம் இருந்தது.”

“நீங்கள் ரகிதீனிடம் இவ்வளவு தாராளமாக நடந்து கொண்டதற்கு என்ன காரணம்?”

தலைமை நீதிபதி அதிருப்தியுடன் தனது நாற்காலியில் அசைந்த போதும், ஃபெட்யுகோவிச் தொடர்ந்து அதுபோன்ற கேள்விகளைக் கேட்டார்.

“அவர் என் ஒன்றுவிட்ட சகோதரன். என்னுடைய அம்மாவும் அவருடைய அம்மாவும் சகோதரிகள். ஆனால் அதை யாரிடமும் சொல்ல வேண்டாம் என்று அவர் என்னிடம் கெஞ்சிக் கேட்டுக் கொண்டார். அவர் என்னை நினைத்து வெட்கப்பட்டார்.”

அதைக் கேட்டு எல்லோரும் ஆச்சரியப்பட்டார்கள். எங்கள் ஊரிலும், மடாலயத்திலும், மீச்சியாவுக்கும் கூட அதைப் பற்றித் தெரியாது. ரகிதீன் வெட்கத்தால் முகம் சிவந்தான் என்று பின்னர் எனக்குத் தெரிய வந்தது. குரூஷென்கா நீதிமன்றத்திற்கு வருவதற்கு முன்பு, ரகிதீன் சொன்ன சாட்சியம் மீச்சியாவுக்குச் சாதகமாக இல்லை என்பதை அவள் எப்படியோ தெரிந்து கொண்டாள். அது அவளுக்குக் கோபத்தை ஏற்படுத்தியது. எனவே ரகிதீனுடைய பிரபுத்துவம், பண்ணையடிமை முறை, ரஷ்யாவின் அரசியல் சீர்குலைவு பற்றிய ஆவேசமான பேச்சு இறுதியில் பொதுமக்கள் மத்தியில் மதிப்பிழந்து போனது. அது கடவுள் கொடுத்த பரிசு என்று ஃபெட்யுகோவிச் மகிழ்ச்சியடைந்தார். குரூஷென்காவின் குறுக்கு விசாரணை நீண்ட நேரம் நீடிக்கவில்லை, ஏனெனில் அவளுடைய சாட்சியத்தில் புதியதாக எதுவும் இல்லை. எனவே அவள் பொதுமக்கள் மத்தியில் விரும்பத்தகாத அபிப்பிராயத்தை விட்டுச் சென்றாள். அவள் தன்னுடைய சாட்சியத்தை முடித்துவிட்டு, கேத்தரீனா இவானோவ்னாவுக்கு வெகு தூரத்தில் இருந்த நாற்காலியில் அமர்ந்தபோது, நூற்றுக்கணக்கான கண்கள் அவளை வெறுப்புடன் பார்த்தன. அவள் சாட்சியம் அளித்த நேரம் முழுவதும் மீச்சியா கண்களைத் தாழ்த்திக் கொண்டு, அமைதியாக, கற்சிலையைப் போல அமர்ந்திருந்தார்.

அடுத்ததாக இவான் ஃபியோதரோவிச்சைச் சாட்சி சொல்ல அழைத்தார்கள்.

5. ஒரு திடீர் பேரழிவு

அல்யோஷாவுக்கு முன்பு இவானை விசாரணைக்கு அழைத்தார்கள் என்பதை நான் இங்கே குறிப்பிட வேண்டும். ஆனால் நீதிமன்ற உதவியாளர் தலைமை நீதிபதியிடம், சாட்சிக்குத் திடீரென்று ஏற்பட்ட உடல்நலக் குறைவினால் வரமுடியவில்லை என்றும், அவர் குணமடைந்தவுடன் சாட்சியளிக்கத் தயாராக இருப்பதாகவும் தெரிவித்தார். அப்போது யாரும் அதைக் கவனிக்க வில்லை, ஆனால் பின்னரே அது எல்லோருக்கும் தெரிய வந்தது.

அவன் உள்ளே நுழைந்தபோது, பார்வையாளர்கள் யாரும் அவனைக் கவனிக்கவில்லை. மிக முக்கியமான, எதிரிகளான இரண்டு பெண்களின் விசாரணைக்குப் பிறகு அவர்களின் ஆர்வம் குறைந்துவிட்டது. அதனால் அவர்கள் சோர்வாக இருந்தனர். இன்னும் சில சாட்சிகளை விசாரிக்க வேண்டியிருந்தது. ஏற்கனவே விசாரணையில் தெரிந்து கொண்ட விஷயங்களை விடக் கூடுதலாக எதையும் தெரிந்து கொள்ள முடியாது என்று அவர்கள் நினைத்தார்கள். நேரம் ஓடிக் கொண்டிருந்தது.

இவான் ஃபியோதரோவிச் யாரையும் பார்க்காமல், எதையோ யோசிப்பவன் போல தலையைக் குனிந்தபடி மெதுவாக நடந்து வந்தான். அவன் நேர்த்தியாக உடை அணிந்திருந்தான், ஆனால் அவனது முகம், குறைந்தபட்சம் என் மனதில் ஒரு வேதனையான தாக்கத்தை ஏற்படுத்தியது. அது சாம்பல் நிறத்தில், சாகும் தருவாயில் உள்ள ஒரு மனிதனின் முகத்தைப் போலிருந்தது. அவனுடைய கண்கள் மந்தமாக, உயிரற்றதாக இருந்தன. அவன் தனது கண்களை உயர்த்தி நீதிமன்ற அறையைச் சுற்றி நோட்டமிட்டான். அல்யோஷா தனது இருக்கையிலிருந்து துள்ளி எழுந்து, "ஆ!" என்று முனகியது எனக்கு நன்றாக நினைவிருக்கிறது, ஆனால் யாரும் அதைக் கவனிக்கவில்லை.

அவன் சத்தியப் பிரமாணத்தின்படி சாட்சி சொல்லவில்லை என்பதையும், கேள்விகளுக்குப் பதில் சொல்லலாம் அல்லது சொல்லாமலும் இருக்கலாம் என்பதையும், ஆனால் மனசாட்சியின்படி சாட்சி சொல்ல வேண்டும் என்பதையும், மேலும் பலவற்றையும் நீதிபதி அவனிடம் சொன்னார். இவான் ஃபியோதரோவிச் அவர் சொன்னதைக் கேட்டுக் கொண்டே, அவரை உணர்ச்சியின்றிப் பார்த்தான். ஆனால் திடீரென்று அவனுடைய முகத்தில் மெதுவாக ஒரு புன்னகை அரும்பியது. அவனைத் திகைப்புடன் பார்த்துக் கொண்டிருந்த தலைமை நீதிபதி பேசி முடித்ததும், இவான் வாய்விட்டுச் சிரித்தான்.

“சரி, வேறென்ன?” என்று அவன் உரத்தக் குரலில் கேட்டான்.

நீதிமன்றத்தில் நிசப்தம் நிலவியது. எல்லோருக்கும் ஏதோ ஒரு விசித்திரமான உணர்வு ஏற்பட்டது. தலைமை நீதிபதி அசௌகரியமாக உணர்ந்தார்.

“உங்களுக்கு... ஒருவேளை இன்னும் உடம்பு சரியில்லையோ?” என்று அவர் சுற்றும் முற்றும் பார்த்தபடி, தனது கண்களால் நீதிமன்ற உதவியாளரைத் தேடினார்.

“யுவர் ஆனர், நீங்கள் கவலைப்பட வேண்டாம்” என்று இவான் ஃபியோதரோவிச் சாந்தமாக, மரியாதையாகப் பதில் சொன்னான். “நான் நன்றாக இருக்கிறேன். நான் உங்களுக்கு ஒரு சுவாரஸ்யமான விஷயத்தைச் சொல்கிறேன்.”

“நீங்கள் நீதிமன்றத்திற்குக் குறிப்பாக ஏதாவது சொல்ல விரும்புகிறீர்களா?” என்று தலைமை நீதிபதி இன்னும் அவநம்பிக்கையுடன் தொடர்ந்தார்.

இவான் ஃபியோதரோவிச் தலையைக் குனிந்து, சில வினாடிகள் தரையைப் பார்த்தபடி நின்றிருந்தான். அதன் பிறகு அவன் தலை நிமிர்ந்து, ஏறக்குறைய திக்கித் திக்கிப் பேசினான்.

“இல்லை... விசேஷமாக ஒன்றுமில்லை, ஒன்றுமில்லை...”

அவர்கள் அவனிடம் கேள்விகளைக் கேட்கத் தொடங்கினார்கள். அவன் தயக்கத்துடன், மிகவும் சுருக்கமாக, மேலும் மேலும் அதிகரித்த வெறுப்புடன் பதிலளித்தான் என்றாலும், புத்திசாலித் தனமாகப் பதில் சொன்னான். அவன் பதில் சொன்னபோது, பல கேள்விகளுக்குத் தெரியாது என்று பதிலளித்தான். டிமிட்ரி ஃபியோதரோவிச்சுக்கும் அவருடைய தந்தைக்கும் இடையிலான பண விவகாரங்களைக் குறித்து அவனுக்கு எதுவும் தெரியவில்லை. ‘நான் அதைப் பற்றிக் கவலைப்படவில்லை’ என்று அவன் பதில் சொன்னான். குற்றம் சாட்டப்பட்டவர் தனது தந்தையைக் கொலை செய்யப்போவதாக மிரட்டியது தனக்குத் தெரியும் என்றும், ஸ்மெர்த்தியாக்கவிடமிருந்து அந்தப் பணத்தைப் பற்றித் தெரிந்து கொண்டேன் என்றும் அவன் சொன்னான்.

“திரும்பத் திரும்ப ஒரே விஷயம்” என்று அவன் அலுப்புடன் கேள்வியை இடைமறித்தான். “நான் இந்த நீதிமன்றத்தில் சொல்லப் புதிதாக எதுவும் இல்லை.”

“உங்களுக்கு உடல்நலமில்லை... உங்கள் உணர்வுகளை என்னால் புரிந்து கொள்ள முடிகிறது...” என்று தலைமை நீதிபதி சொன்னார்.

தலைமை நீதிபதி அரசு வழக்கறிஞரையும், எதிர்த்தரப்பு வழக்கறிஞரையும் நோக்கித் திரும்பி, தேவைப்பட்டால் சாட்சியை விசாரிக்கும்படிச் சொன்னபோது, இவான் ஃபியோதரோவிச் திடீரென்று மிகவும் சோர்வடைந்த குரலில் பேசினான்.

"யுவர் ஆனர், என்னைப் போக விடுங்கள். என்னால் முடியவில்லை."

அவன் அதைச் சொல்லிவிட்டு, அனுமதிக்குக் காத்திராமல் சாட்சிக் கூண்டிலிருந்து இறங்கி நடந்தான். ஆனால் அவன் சில அடிகள் நடந்து சென்றதும், சட்டென்று எதையோ யோசித்தவனைப் போல நின்று, மெல்லச் சிரித்துவிட்டு, மீண்டும் சாட்சிக் கூண்டில் ஏறினான்.

"யுவர் ஆனர், நான் அந்த விவசாயப் பெண்ணைப் போன்றவன்... உங்களுக்கே தெரியும், 'நான் குதிக்க விரும்பினால் குதிப்பேன், இல்லையென்றால் மாட்டேன்' என்று பாடும் விவசாயப் பெண். அவர்கள் அவளுக்குத் திருமண உடையை அணிவித்து, தேவாலயத்திற்கு அழைத்துச் சென்று திருமணம் செய்து வைக்க முயற்சிக்கிறார்கள். அதற்கு அவள், 'நான் குதிக்க விரும்பினால் குதிப்பேன், இல்லையென்றால் மாட்டேன்' என்று சொல்கிறாள்... அது ஏதோ ஒரு நாட்டுப்புறப் பாடல்..."

"நீங்கள் என்ன சொல்ல வருகிறீர்கள்?" என்று தலைமை நீதிபதி கடுமையான குரலில் கேட்டார்.

"இதோ" என்று இவான் ஃபியோதரோவிச் திடீரென்று தனது சட்டைப் பையிலிருந்து ஒரு பணப் பொட்டலத்தை வெளியே எடுத்தான். "இதோ பணம்... அந்த உறையில் இருந்த பணம்" என்று அவன் ஆதாரங்கள் வைக்கப்பட்டிருந்த மேசையை நோக்கி தலையை அசைத்தான். "இந்தப் பணத்திற்காகத்தான் என் தந்தை கொலை செய்யப்பட்டார். நான் இதை எங்கே வைப்பது? ஐயா, உதவியாளரே இதை வாங்கிக் கொள்கிறீர்களா?"

நீதிமன்ற உதவியாளர் அதை வாங்கித் தலைமை நீதிபதியிடம் கொடுத்தார்.

"இது அதே பணமாக இருந்தால், உங்களிடம் எப்படி வந்தது?" என்று தலைமை நீதிபதி வியப்புடன் கேட்டார்.

"நேற்று அந்தக் கொலைகாரன் ஸ்மெர்த்தியாக்கவ் அதை என்னிடம் கொடுத்தான்... அவன் தூக்கில் தொங்குவதற்கு முன்பு நான் அவனைப் பார்த்தேன். அவன்தான் எங்கள் தந்தையைக் கொன்றான், என் அண்ணன் அல்ல. அவன்தான் கொலை செய்தான், ஆனால் நான்தான் அதைச் செய்யும்படி அவனைத்

தூண்டிவிட்டேன்... தன் தந்தையின் மரணத்தை விரும்பாதவர் யார்?"

"உங்களுக்குப் புத்தி பேதலித்துவிட்டதா?" என்ற கேள்வி தலைமை நீதிபதியின் உதடுகளிலிருந்து நழுவியது.

"நான் சரியான மனநிலையில் இருப்பதாக நினைக்கிறேன்... உங்கள் அனைவரிடமும் உள்ள அதே கேடுகெட்ட மனம்... இவை எல்லாம்... அசிங்கமான முகங்கள்!" என்று அவன் சட்டென்று பார்வையாளர்களை நோக்கித் திரும்பினான். "என் தந்தை கொலை செய்யப்பட்டதைக் கண்டு இவர்கள் திகிலடைந்தது போல நடிக்கிறார்கள்" என்று அவன் வெறுப்பு நிறைந்த கோபத்துடன் உறுமினான். "இவர்கள் எல்லோரும் வேஷதாரிகள்! நயவஞ்சகர்கள்! இவர்கள் அனைவரும் தங்கள் தந்தையின் மரணத்தை விரும்புகிறார்கள். ஒரு பாம்பு மற்றொரு பாம்பை விழுங்குகிறது... 'தந்தை கொலை' எதுவும் நடக்கவில்லை என்று நிரூபணமானால் இவர்கள் அனைவரும் ஏமாற்றமடைந்து கோபத்துடன் வீடு திரும்புவார்கள்... இவர்களுக்குக் கண்டு களிக்க ஒரு சர்க்கஸ்! 'ரொட்டியும் சர்க்கஸும்!' நானும் உங்களைப் போலதான். உங்களிடம் தண்ணீர் இருக்கிறதா? கிறிஸ்துவின் பொருட்டு எனக்குக் கொஞ்சம் குடிக்கக் கொடுங்கள்!" என்று அவன் சட்டென்று தனது தலையைப் பிடித்துக் கொண்டான்.

உதவியாளர் வேகமாக அவனிடம் சென்றார்.

"அவர் சொல்வதை நம்ப வேண்டாம். அவருக்கு உடல்நலமில்லை. சித்தபிரமை!" என்று அல்யோஷா கத்தினான்.

கேத்தரீனா இவானோவ்னா இருக்கையிலிருந்து எழுந்து, பயத்தில் உறைந்தவளாக இவான் ஃபியோதரோவிச்சை உற்றுப் பார்த்தாள். மீச்சியா எழுந்து நின்று விநோதமான புன்னகையுடன் தனது சகோதரனை உற்றுப் பார்த்தான்.

"அமைதியாக இருங்கள், நான் பைத்தியம் இல்லை, நான் ஒரு சாதாரண கொலைகாரன்!" என்று இவான் மீண்டும் ஆரம்பித்தான். "நீங்கள் ஒரு கொலைகாரனிடமிருந்து பேச்சாற்றலை எதிர்பார்க்க முடியாது..." என்று அவன் சொன்னபோது, கோணலாகச் சிரித்தான்.

அரசு வழக்கறிஞர் குழப்பத்துடன் தலைமை நீதிபதியை நோக்கிக் குனிந்தார். மற்றவர்களும் ஒருவருக்கொருவர் பரபரப்புடன் கிசுகிசுத்தனர். ஃபெட்யுகோவிச் தனது காதுகளைக் கூர்மையாகத் தீட்டிக் கொண்டு கேட்டார். நீதிமன்ற அறையில் எதிர்பார்ப்பு நிறைந்த அமைதி நிலவியது. தலைமை நீதிபதி திடீரென்று தன்னைச் சுதாரித்துக் கொண்டதாகத் தோன்றியது.

"நீங்கள் இந்த நீதிமன்றத்தில் சொல்வது ஏற்றுக் கொள்ள முடியாததாகவும், புரிந்து கொள்ள முடியாததாகவும் உள்ளது. எனவே நீங்கள் தயவுசெய்து அமைதியாக இருங்கள்... நீங்கள் உண்மையில் எங்களிடம் ஏதாவது சொல்ல விரும்பினால் சொல்லுங்கள். நீங்கள் இப்போது சொன்ன ஒப்புதல் வாக்குமூலத்தை எப்படி நிரூபிப்பீர்கள்... உங்களுக்கு ஒன்றுமில்லை, இல்லையா?"

"அதுதான் பிரச்சனை. என்னிடம் ஆதாரம் எதுவும் இல்லை. அந்தக் கேடுகெட்ட ஸ்மெர்த்தியாக்கவ் மறுஉலகத்திலிருந்து ஆதாரங்களை அனுப்ப மாட்டான்... ஒரு உறையில். உங்களிடம் ஏற்கனவே இருக்கும் உறை போதும், மேலும் கேட்காதீர்கள். என்னிடம் சாட்சிகள் இல்லை... ஒருவரைத் தவிர" என்று அவன் யோசனையுடன் புன்னகைத்தான்.

"யார் அந்த சாட்சி?"

"யுவர் ஆனர், அவருக்கு வால் இருப்பதால், நீங்கள் அவரை நீதிமன்றத்தில் அனுமதிக்க முடியாது. அது சாத்தான் இல்லை! அது ஒரு சாதாரண, அற்பப் பிசாசு என்பதால் நீங்கள் அதைக் கவனிக்க வேண்டாம்" என்று அவன் மெதுவாகச் சொன்னான். அவன் திடீரென்று சிரிப்பதை நிறுத்திவிட்டு இரகசியமாகச் சொல்வது போலப் பேசினான். "அவர் இங்கே எங்கேயோ இருக்கிறார் என்பதில் சந்தேகமில்லை, ஒருவேளை ஆதாரங்களை வைத்திருக்கும் அந்த மேசைக்கு அடியில் இருக்கலாம். அவர் அங்கே இல்லையென்றால் வேறு எங்கே உட்கார்ந்திருக்க முடியும்? இதோ பாருங்கள், நான் சொல்வதைக் கேளுங்கள். நான் மௌனமாக இருக்க விரும்பவில்லை என்று சொன்னபோது, அவர் புவியில் பேரழிவைப் பற்றிப் பேசினார்... என்ன முட்டாள்தனம்! சரி, நீங்கள் அந்த அரக்கனை விடுதலை செய்யுங்கள்... இப்போது அவர் பாசுரங்களைப் பாடத் தொடங்கிவிட்டார், ஏனெனில் அது நன்றாக இருப்பதாகச் சொல்கிறார்! அது 'வான்கா பீட்டர்ஸ்பர்க் சென்றிருக்கிறான்' என்று தெருவில் ஒரு குடிகாரன் புலம்புவதைப் போலவும், நான் இரண்டு வினாடி மகிழ்ச்சிக்காக நூறு கோடி கிலோமீட்டர் நடப்பதைப் போலவும் இருக்கிறது. என்னைப் பற்றி உங்களுக்குத் தெரியாது! ஓ, இதெல்லாம் சுத்த முட்டாள்தனம்! சரி, அவருக்குப் பதிலாக என்னை எடுத்துக் கொள்ளுங்கள்! நான் இங்கே சும்மா வரவில்லை... ஏன், ஏன் இப்படி எல்லாமே முட்டாள்தனமாக இருக்கிறது?..."

அவன் மீண்டும் மெதுவாக, ஏதோ சிந்தனையுடன் நீதிமன்ற அறையைச் சுற்றிலும் நோட்டம் விட்டான். இப்போது நீதிமன்றம் முழுவதும் அமளியில் தத்தளித்தது. அல்யோஷா துள்ளி எழுந்து இவான் ஃபியோதரோவிச்சை நோக்கி ஓடினான், ஆனால்

அதற்குள் நீதிமன்ற உதவியாளர் இவான் ஃபியோதரோவிச்சின் கையைப் பிடித்து இழுத்தார்.

"நீங்கள் என்ன செய்கிறீர்கள்?" என்று இவான் ஃபியோதரோவிச் கத்தியபடி உதவியாளரின் முகத்தை உற்றுப் பார்த்தான். அவன் திடீரென்று உதவியாளரின் தோள்களைப் பிடித்து ஆவேசமாக அவரைக் கீழே தள்ளிவிட்டான். ஆனால் காவல்துறையினர் அங்கு வந்து அவனை மடக்கிப் பிடித்தனர். அவன் வெறித்தனமாகக் கூச்சலிட்டான். அவர்கள் அவனை இழுத்துச் சென்றபோது, அவன் கூச்சலிட்டுக் கொண்டே, சம்பந்தமில்லாத எதையோ கத்தினான்.

நீதிமன்றம் முழுவதும் குழப்பத்தில் ஸ்தம்பித்தது. அப்போது நடந்த எல்லாவற்றையும் என்னால் நினைவுகூர முடியவில்லை, ஏனெனில் நானே பதற்றத்துடன் இருந்ததால், எல்லாவற்றையும் கவனிக்க முடியவில்லை. ஆனால் எல்லாமே அமைதியடைந்து, என்ன நடந்தது என்பதை அனைவரும் புரிந்து கொண்டபோது, தலைமை நீதிபதி நீதிமன்ற உதவியாளரைக் கடிந்து கொண்டார் என்பதை நான் பின்னர் தெரிந்து கொண்டேன். சாட்சி முற்றிலும் இயல்பான நிலையில் இருந்ததாலும், அவருக்குத் தலைசுற்றல் இருந்ததால் ஒரு மணி நேரத்திற்கு முன்புதான் மருத்துவர் அவரைப் பரிசோதித்ததாலும், நீதிமன்றத்தில் ஆஜராவதற்கு முன்பு நன்றாகப் பேசியதாலும், சாட்சி சொல்ல மிகுந்த ஆர்வத்துடன் இருந்ததாலும், இப்படி நடந்து கொள்வார் என்பதை எதிர்பார்க்கவில்லை என்று நீதிமன்ற உதவியாளர் நியாயமான காரணத்தைச் சொன்னார். ஆனால் எல்லோரும் அந்தக் காட்சியின் தாக்கத்திலிருந்து விடுபட்டு, தங்களை ஆசுவாசப்படுத்திக் கொள்வதற்குள் மற்றொரு காட்சி அரங்கேறியது. கேத்தரீனா இவானோவ்னாவுக்கு வலிப்பு ஏற்பட்டது. அவள் சத்தமாக அலறியபடி, தேம்பித் தேம்பி அழுதாள் என்றாலும், நீதிமன்றத்தை விட்டு வெளியேற மறுத்து, அங்கேயே இருப்பதாகக் கெஞ்சிக் கேட்டுக் கொண்டாள். அவள் திடீரென்று தலைமை நீதிபதியைப் பார்த்துக் கத்தினாள்.

"நான் உடனடியாக இன்னும் ஒரு ஆதாரத்தைச் சமர்ப்பிக்க வேண்டும்... உடனே! இதோ ஓர் ஆவணம், ஒரு கடிதம்... அதை வாங்கிச் சீக்கிரம் படித்துப் பாருங்கள்! அது அந்த அரக்கன் எழுதியது, அதோ அவன், அங்கே இருக்கும் அவன்!" என்று அவள் மீச்சியாவைச் சுட்டிக் காட்டினாள். "அவன்தான் தன் தந்தையைக் கொன்றான் என்பதை நீங்களே தெரிந்து கொள்வீர்கள். அவன் தன் தந்தையைக் கொல்லப் போவதாக எனக்குக் கடிதம் எழுதினான்! மற்றொருவன் நோயுற்று, சித்தபிரமையில்

பிதற்றுகிறான். அவன் கடந்த மூன்று நாட்களாக சித்தபிரமையில் இருந்தது எனக்குத் தெரியும்!"

அவள் தன்னையும் மீறி அழுது கொண்டே இருந்தாள். அவள் தலைமை நீதிபதியிடம் கொடுக்கச் சொன்ன கடிதத்தை நீதிமன்ற உதவியாளர் வாங்கிக் கொண்டார். அவள் நாற்காலியில் சரிந்து, தனது கைகளால் முகத்தை மூடிக் கொண்டு, உடல் முழுவதும் குலுங்கியபடி, சத்தமில்லாமல் தேம்பித் தேம்பி அழுதாள். யாரேனும் அவளை நீதிமன்ற அறையை விட்டு வெளியேற்றிவிட்டால் என்ன செய்வது என்ற பயத்தில் அவள் சிறு முனகலையும் அடக்கிக் கொண்டாள். அவள் கொடுத்த அந்த ஆவணம், மீச்சியாவின் குற்றத்தை நிரூபிக்கும் 'சந்தேகத்திற்கு அப்பாற்பட்ட ஆதாரம்' என்று இவான் ஃபியோதரோவிச் குறிப்பிட்ட, கேபிடல் சிட்டி உணவகத்திலிருந்து மீச்சியா எழுதிய அதே கடிதம்தான். அந்தோ! உண்மையில் அந்தக் கடிதம் அப்படித்தான் கருதப்பட்டது, ஏனெனில் அது மட்டும் இல்லையென்றால், மீச்சியா தன்னுடைய அழிவிலிருந்து தப்பியிருக்கலாம் அல்லது அந்த அழிவு அவ்வளவு பயங்கரமானதாக இருந்திருக்காது! நான் மீண்டும் சொல்கிறேன், எல்லா விவரங்களையும் கவனிப்பது எனக்குக் கடினமாக இருந்தது. அதற்குப் பிறகு என்ன நடந்தது என்பது இப்போது கூட எனக்குக் குழப்பமாக இருக்கிறது. தலைமை நீதிபதி உடனடியாக அந்த ஆவணத்தை மற்ற நீதிபதிகளுக்கும், நடுவர்களுக்கும், அரசு மற்றும் எதிர்த்தரப்பு வழக்கறிஞர்களுக்கும் கொடுத்திருக்க வேண்டும் என்று நான் நினைக்கிறேன். அவர்கள் சாட்சியை எப்படி விசாரித்தார்கள் என்பது மட்டுமே எனக்கு நினைவிருக்கிறது.

நீதிபதி கேத்தரீனா இவானோவ்னாவிடம் அமைதியாகி விட்டீர்களா என்று கேட்டபோது, அவள் ஆவேசத்துடன் பதில் சொன்னாள். "நான் தயார், நான் தயார்! நான் பதில் சொல்லத் தயாராக இருக்கிறேன்" என்று அவள் தன்னைச் சாட்சி சொல்ல விடமாட்டார்களோ என்ற பயத்துடன் சொன்னாள். அந்தக் கடிதத்தைப் பற்றியும், எந்தச் சூழ்நிலையில் அது அவளுக்குக் கிடைத்தது என்பதைப் பற்றியும் விரிவாக விளக்கும்படி அவளிடம் கேட்கப்பட்டது.

"குற்றம் நடப்பதற்கு முன் தினம் மாலை எனக்கு அந்தக் கடிதம் கிடைத்தது. ஆனால் அவர் அதற்கு இரண்டு நாட்களுக்கு முன்பு உணவகத்தில் இருந்தபோது அதை எழுதினார். பாருங்கள், அது ஏதோ ஒரு ரசீதின் பின்னால் எழுதப்பட்டிருக்கிறது!" என்று அவள் மூச்சிரைக்கக் கத்தினாள். "அந்த நேரத்தில் அவர் என்னை வெறுத்தார், ஏனெனில் அவரே ஒரு கீழ்த்தரமான காரியத்தைச் செய்தார். அவர் அந்த உயிரினத்தின் பின்னால் ஓடினார்...

ஏனெனில் அவர் எனக்கு மூவாயிரம் ரூபிள்களைக் கொடுக்க வேண்டியிருந்தது... ஓ! அவர் அந்த மூவாயிரம் ரூபிள்களைத் திருப்பிக் கொடுக்க முடியவில்லை என்பதை அவமானமாக நினைத்தார், ஏனெனில் அவர் அதை ஊதாரித்தனமாகச் செலவழித்து, கீழ்த்தரமாக நடந்து கொண்டார்! அந்தப் பணத்தின் பின்னால் உள்ள கதையைச் சொல்கிறேன், நீங்கள் தயவுசெய்து கேளுங்கள். அவர் தன் தந்தையைக் கொலை செய்வதற்கு மூன்று வாரங்களுக்கு முன்பு, ஒரு நாள் காலையில் என்னைப் பார்க்க வந்தார். அவருக்குப் பணம் தேவை என்பதும், அது எதற்காகத் தேவைப்படுகிறது என்பதும் எனக்குத் தெரியும். ஆமாம், ஆமாம், அந்த உயிரினத்தை மயக்கி, அவளைத் தன்னுடன் அழைத்துச் செல்லத்தான். அவர் எனக்குத் துரோகம் செய்யப் போகிறார் என்பதும், என்னைக் கைவிடப் போகிறார் என்பதும் எனக்கு ஏற்கனவே தெரியும். எனவே நான் வேண்டுமென்றே மாஸ்கோவில் இருக்கும் என் சகோதரிக்கு பணம் அனுப்ப வேண்டும் என்று சொல்லி அவரிடம் அந்தப் பணத்தைக் கொடுத்தேன். நான் அதை அவரிடம் கொடுக்கும்போது, அவருடைய கண்களைப் பார்த்து, அவர் எப்போது வேண்டுமானாலும், 'ஒரு மாதம் கழித்து' கூட அனுப்பலாம் என்று சொன்னேன். 'நீங்கள் அந்த உயிரினத்தோடு சேர்ந்து கொண்டு எனக்குத் துரோகம் செய்ய உங்களுக்குப் பணம் வேண்டும். இதோ பணம், நானே உங்களுக்குத் தருகிறேன். நீங்கள் அந்த அளவுக்கு மானங்கெட்டவராக இருந்தால் அதை வாங்கிக் கொள்ளுங்கள்!' என்று நான் அவர் முகத்திற்கு நேராகச் சொல்கிறேன் என்பது அவருக்கு எப்படிப் புரியாமல் போனது? அவர் எப்படிப்பட்டவர் என்பதை நான் நிரூபிக்க விரும்பினேன். அதன் பிறகு என்ன நடந்தது? அவர் அந்தப் பணத்தை வாங்கிக் கொண்டார். அவர் அந்த உயிரினத்துடன் சேர்ந்து, ஒரே இரவில் அதை வீணடித்தார்... ஆனால் அவருக்குத் தெரியும், எனக்கு எல்லாம் தெரியும் என்று அவருக்குத் தெரியும். அவர் என்னிடமிருந்து அந்தப் பணத்தை வாங்கிக் கொள்ளும் அளவுக்கு மானங்கெட்டவராக மாறிவிட்டாரா என்று அவரைச் சோதிக்கத்தான், அந்தப் பணத்தை அவருக்குக் கொடுக்கிறேன் என்பதை அவர் புரிந்து கொண்டார். நான் அவருடைய கண்களைப் பார்த்தேன், அவரும் என் கண்களைப் பார்த்தார். அவர் எல்லாவற்றையும் புரிந்து கொண்டார். அவர் என்னுடைய பணத்தை எடுத்துச் சென்றுவிட்டார்!"

"உண்மைதான் காத்யா!" என்று மீச்சியா திடீரென்று கத்தினார். "நான் உன் கண்களைப் பார்த்தபோது, நீ என்னை அவமதிக்கிறாய் என்று எனக்குத் தெரிந்தும், நான் அந்தப்

பணத்தை வாங்கிக் கொண்டேன். நான் ஓர் அயோக்கியன் என்று நீங்கள் எல்லோரும் என்னை வெறுத்து ஒதுக்குங்கள்! நான் அதற்குத் தகுதியானவன்!"

"மிஸ்டர் கரமசோவ்" என்று தலைமை நீதிபதி கத்தினார். "நீங்கள் இன்னும் ஒரு வார்த்தை பேசினால் உங்களை நீதிமன்றத்திலிருந்து அப்புறப்படுத்தி விடுவேன்."

"அந்தப் பணம் அவரைச் சித்திரவதை செய்தது" என்று கேத்தரீனா வேகமாகப் பேசினாள். "அதை எனக்குத் திருப்பித் தர வேண்டும் என்று அவர் விரும்பினார். அவர் அதைச் செய்ய விரும்பினார் என்பது உண்மைதான் என்றாலும், அந்த உயிரினத்தின் பொருட்டு அவருக்குப் பணம் தேவைப்பட்டது. எனவே அவர் தனது தந்தையைக் கொன்று பணத்தைத் திருடினார், ஆனால் எனக்குக் கொடுக்க வேண்டியதைக் கொடுக்கவில்லை. அதற்குப் பதிலாக அவர் அதை எடுத்துக் கொண்டு அந்த உயிரினத்துடன், அவரைக் கைது செய்த அந்தக் கிராமத்திற்குச் சென்றார். அங்கு அவர் தன் தந்தையைக் கொலை செய்து திருடிய பணத்தை வீணடித்தார். கொலை நடப்பதற்கு முன் தினம், அவர் எனக்கு ஒரு கடிதம் எழுதினார். நான் அதைப் படித்ததும், அவர் குடிபோதையில் அதை எழுதியிருக்கிறார் என்று எனக்குத் தெளிவாகத் தெரிந்தது. அவர் தனது தந்தையைக் கொலை செய்தாலும், நான் அதை யாரிடமும் காட்ட மாட்டேன் என்று அவருக்கு நன்றாகத் தெரியும் என்பதால், என்னைக் காயப்படுத்த வேண்டும் என்ற காழ்ப்புணர்ச்சியால் அதை எழுதினார். இல்லையென்றால் அவர் அதை எழுதியிருக்க மாட்டார். நான் அவரைப் பழிவாங்கவோ அல்லது அவரை அழிக்கவோ முயற்சி செய்ய மாட்டேன் என்று அவருக்குத் தெரியும்! ஆனால் அதைப் படியுங்கள், கவனமாக, தயவுசெய்து மிகவும் கவனமாகப் படியுங்கள். அவர் தனது தந்தையை எவ்வாறு கொல்லப் போகிறார், அவரது தந்தை எங்கே பணத்தை மறைத்து வைத்திருக்கிறார் போன்ற விவரங்களை, முன்கூட்டியே அந்தக் கடிதத்தில் விவரித்திருப்பதைப் பாருங்கள். 'இவான் போனவுடன் நான் அவரைக் கொல்வேன்' என்ற வரியைக் கவனமாகப் பாருங்கள். அப்படியென்றால், அவரை எப்படிக் கொல்வது என்று அவர் முன்கூட்டியே திட்டமிட்டிருக்கிறார்" என்று கேத்தரீனா இவானோவ்னா வன்மத்துடன் நீதிமன்றத்திற்குச் சுட்டிக் காட்டினாள். ஓ, அவள் அந்த விதிவசமான கடிதத்தின் ஒவ்வொரு வார்த்தையையும் படித்திருக்கிறாள் என்பதும், அதன் ஒவ்வொரு அர்த்தத்தையும் நுணுக்கமாக ஆராய்ந்திருக்கிறாள் என்பதும் தெளிவாகத் தெரிந்தது. "அவர் குடிபோதையில் இல்லாமல்

இருந்திருந்தால் எனக்கு அதை எழுதியிருக்க மாட்டார். ஆனால் பாருங்கள், அவர் எல்லாவற்றையும் முன்கூட்டியே விவரித்திருக்கிறார். அதன் பிறகு அவர் அதன்படியே கொலை செய்துவிட்டார். அதில் அவருடைய முழுத் திட்டமும் இருக்கிறது!"

அவள் தனக்கு ஏற்படப்போகும் விளைவுகளைப் பற்றிக் கவலைப்படாமல் தன்னிலை மறந்தவளாகப் பேசினாள் என்றாலும், அந்தக் கடிதத்தை விசாரணையில் காட்டலாமா வேண்டாமா என்று ஒரு மாதத்திற்கு முன்பு யோசித்தபோது, அவற்றை நிச்சயமாக அறிந்திருக்க வேண்டும் என்பதில் சந்தேகமில்லை. இப்போது அவள் உணர்ச்சிவசப்பட்ட நிலையில் இருந்தாள். அந்தச் சமயத்தில் உதவியாளர் அந்தக் கடிதத்தை உரக்கப் படித்துக் காட்டியதும், அது அனைவரிடமும் மிகப்பெரிய தாக்கத்தை ஏற்படுத்தியதும் எனக்கு நினைவிருக்கிறது. அவர்கள் மீச்சியாவைப் பார்த்து, அது அவர் எழுதிய கடிதமா என்று கேட்டார்கள்.

"ஆமாம், நான்தான் எழுதினேன், நான்தான் எழுதினேன். நான் அப்போது குடிபோதையில் இருந்தேன், இல்லையென்றால் எழுதியிருக்க மாட்டேன்!... காத்யா, பல காரணங்களுக்காக நாம் ஒருவரையொருவர் வெறுத்தோம், ஆனால் நான் உன்னை வெறுத்தபோதும் உன்னை நேசித்தேன் என்று சத்தியமாகச் சொல்கிறேன், ஆனால் நீ என்னை நேசிக்கவில்லை!"

மீச்சியா விரக்தியுடன் கைகளைப் பிசைந்தபடி நாற்காலியில் சரிந்தார். அரசு மற்றும் எதிர்த்தரப்பு வழக்கறிஞர்கள் அவளைக் குறுக்கு விசாரணை செய்யத் தொடங்கினார்கள். இவ்வளவு முக்கியமான சாட்சியத்தை மறைத்து வைக்க அவளைத் தூண்டியது எது என்பதையும், அவள் சற்று முன் சாட்சி சொன்னபோது முற்றிலும் மாறுபட்ட உணர்வுடன் பேசியது ஏன் என்பதையும் தெரிந்து கொள்ளவே அவர்கள் அவளைக் குறுக்கு விசாரணை செய்தனர்.

"ஆமாம், ஆமாம், நான் முன்பு பொய் சொன்னேன். நான் என்னுடைய மனசாட்சிக்கும் கௌரவத்துக்கும் விரோதமாகப் பொய் சொன்னேன். அவர் என்னை வெறுத்தார், என்னை இகழ்ச்சியாகப் பார்த்தார் என்பதால், நான் அவரைக் காப்பாற்ற விரும்பினேன்!" என்று கேத்தரீனா வெறிபிடித்தவளைப் போலக் கத்தினாள். "ஓ, அவர் எப்போதும் என்னை வெறுத்தார், என்னை ஒரு புழுவைப் போல பார்த்தார். உங்களுக்குத் தெரியுமா, நான் பணத்துக்காக அவர் முன்னால் மண்டியிட்டு வணங்கிய நொடியிலிருந்தே அவர் என்னை வெறுத்தார். என்னால் அதை உணர முடிந்தது... நான் அந்தக் கணத்தில் சட்டென்று அதை உணர்ந்தேன், ஆனால் அது உண்மை என்று நீண்ட காலமாக

நம்ப மறுத்தேன். ‘நீ இஷ்டப்பட்டு என்னிடம் வந்தாய்’ என்ற பார்வையை அவர் கண்களில் எத்தனை முறை படித்திருக்கிறேன். ஓ, நான் அந்த நேரத்தில் ஏன் அவரிடம் ஓடினேன் என்பதை அவரால் புரிந்து கொள்ள முடியவில்லை. அவரால் கீழ்த்தரமானதைத் தவிர வேறு எதையும் யோசிக்க முடியாது. அவர் தன்னை வைத்து என்னை மதிப்பிட்டார். எல்லோரும் அவரைப் போலவே இருப்பார்கள் என்று அவர் நினைக்கிறார்!” என்று கேத்தரீனா இவானோவ்னா தன்னடக்கத்தை இழந்து சீறினாள். “எனக்குக் கிடைத்த பரம்பரை சொத்துக்காகத்தான் அவர் என்னைத் திருமணம் செய்துகொள்ள நினைத்தார். ஆமாம், அதனால்தான், அதனால்தான்! அதுதான் காரணமாக இருக்கும் என்று நான் எப்போதும் சந்தேகப்படுகிறேன்! ஓ, அவர் ஒரு மிருகம்! நான் அவரிடம் சென்றேன் என்பதற்காக, வாழ்நாள் முழுவதும் அவருக்கு முன்னால் அவமானத்தால் கூனிக் குறுகி நிற்பேன் என்று அவர் உறுதியாக நம்பினார். ஆகையால், என்னை என்றென்றும் வெறுக்கவும், என் மீது ஆதிக்கம் செலுத்தவும் தனக்கு உரிமை உண்டு என்று அவர் நினைக்கிறார். அதனால்தான் அவர் என்னைத் திருமணம் செய்து கொள்ள விரும்பினார்! அதுதான் உண்மை, மறுக்க முடியாத உண்மை! நான் என்னுடைய அன்பால், எல்லையற்ற அன்பால் அவரை வெல்ல முயன்றேன். நான் அவருடைய துரோகத்தைக்கூட மன்னிக்கத் தயாராக இருந்தேன். ஆனால் அவர் எதையும் புரிந்து கொள்ளவில்லை! புரிந்து கொள்ளவே இல்லை! சரிதான், அவருக்கு எப்படிப் புரியும்? அவர் ஓர் அரக்கன்! அடுத்த நாள் மாலைதான் எனக்கு அந்தக் கடிதம் கிடைத்தது. அதைக் கேபிடல் சிட்டி உணவகத்திலிருந்து என்னிடம் கொண்டு வந்து கொடுத்தார்கள். ஆனால் நான் அன்று காலையில்தான், அவருடைய துரோகம் உட்பட எல்லாவற்றையும், எல்லாவற்றையும் மன்னிக்கத் தயாராக இருந்தேன்!”

தலைமை நீதிபதியும், அரசு வழக்கறிஞரும் அவளைச் சமாதானப்படுத்த முயன்றார்கள் என்பதைச் சொல்லத் தேவையில்லை. அவளுடைய வெறித்தனத்தைப் பயன்படுத்திக் கொள்ளவும், அவளுடைய வெளிப்படையான சாட்சியத்தைக் கேட்கவும் அவர்கள் வெட்கப்பட்டிருப்பார்கள் என்று நான் உறுதியாக நம்புகிறேன். ‘அது உங்களுக்கு எவ்வளவு வேதனையாக இருக்கும் என்பதை நாங்கள் புரிந்து கொள்கிறோம். நாங்கள் கல்நெஞ்சக்காரர்கள் அல்ல’ என்றெல்லாம் அவர்கள் அவளிடம் சொன்னது எனக்கு நினைவிருக்கிறது. அதே சமயம், அவர்கள் அந்த வெறிபிடித்த பெண்ணிடமிருந்து ஆதாரங்களைப் பெறத் தவறவில்லை. அவள் இறுதியில் அசாதாரணமான தெளிவுடன்,

இதுபோன்ற பதற்றமான தருணங்களில் அடிக்கடி நடப்பது போல, கடந்த இரண்டு மாதங்களில் இவான் ஃபியோதரோவிச், 'அரக்கனும் கொலைகாரனுமான' தனது சகோதரனைக் காப்பாற்றும் முயற்சியில் கிட்டத்தட்ட பைத்தியமானதை விவரித்தாள்.

"அவர் தன்னைத்தானே துன்புறுத்திக் கொண்டார்" என்று அவள் தொடர்ந்து சொன்னாள். "அவர் தனது தந்தையை வெறுப்பதாகவும், அவருடைய மரணத்தை விரும்புவதாகவும் என்னிடம் ஒப்புக் கொண்டதன் மூலம், தனது சகோதரன் செய்த குற்றத்தின் தீவிரத்தைக் குறைத்துக் காட்ட முயற்சித்தார். ஓ, அவருக்கு அந்த அளவுக்கு மென்மையான மனசாட்சி! அவர் தனது மனசாட்சியின் உறுத்தலால் தன்னைத் தானே சித்திரவதை செய்து கொண்டார். அவர் என்னிடம் எல்லாவற்றையும் வெளிப்படையாகப் பேசினார். அவர் ஒவ்வொரு நாளும் என்னிடம் வந்து, நான்தான் அவரது ஒரே நண்பன் என்பது போல அனைத்தையும் பேசினார். நான்தான் அவருடைய ஒரே நண்பன் என்பதில் எனக்குப் பெருமைதான்!" என்று அவள் கத்தியபோது, அறைகூவல் விடுப்பது போல அவளுடைய கண்கள் பளிச்சிட்டன. "இரண்டு முறை அவர் ஸ்மெர்த்தியாக்கவைப் பார்க்கச் சென்றார். ஒருமுறை அவர் என்னைப் பார்க்க வந்தபோது, 'மீச்சியா என் தந்தையைக் கொலை செய்யவில்லை என்றால், ஸ்மெர்த்தியாக்கவ்தான் அதைச் செய்திருக்க வேண்டும். (ஏனெனில், ஸ்மெர்த்தியாக்கவ்தான் அந்தக் கொலையைச் செய்தான் என்று எல்லோரும் பேசிக் கொண்டார்கள்). அது உண்மையாக இருந்தால், நானும் குற்றவாளிதான், ஏனெனில் நான் என் தந்தையை வெறுத்தேன் என்பது அவனுக்குத் தெரியும். ஒருவேளை நான் என் தந்தையின் மரணத்தை விரும்பினேன் என்று அவன் நினைத்திருக்கலாம்' என்று என்னிடம் சொன்னார். நான் அந்தக் கடிதத்தை எடுத்து அவரிடம் காட்டினேன். அவர் அதைப் படித்துவிட்டு, தனது சகோதரன்தான் கொலைகாரன் என்று நம்பினார். அது அவரை முழுமையாக அழித்துவிட்டது. தன் அண்ணன்தான் தந்தையைக் கொன்றார் என்பதை அவரால் தாங்கிக்கொள்ள முடியவில்லை! அதன் விளைவாக ஒரு வாரத்திற்கு முன்பு அவருடைய உடல்நிலை மிகவும் மோசமாகி விட்டது. அவர் கடந்த சில நாட்களாக என்னுடன் பேசியபோது சம்பந்தமில்லாமல் உளறத் தொடங்கினார். அவருக்குப் பைத்தியம் பிடிக்க ஆரம்பித்துவிட்டது என்று தெரிந்தது. அவர் எதை எதையோ பிதற்றிக் கொண்டு தெருக்களில் சுற்றித் திரிந்தார். நான் கேட்டுக் கொண்டதால் மாஸ்கோவிலிருந்து வந்த மருத்துவர்,

நேற்று முன்தினம் அவரைப் பரிசோதித்தார். அவருக்கு மூளைக் காய்ச்சல் நோயின் அறிகுறி இருப்பதாகச் சொன்னார். எல்லாவற்றுக்கும் காரணம் அவர்தான், அந்த அரக்கன்தான்! நேற்று ஸ்மெர்த்தியாக்கவ் இறந்துபோன செய்தியைக் கேட்டதும் ஏற்பட்ட அதிர்ச்சியினால் அவருக்குப் பைத்தியம் பிடித்துவிட்டது... எல்லாவற்றுக்கும் அந்த அரக்கன்தான் காரணம், அவர் அவனைக் காப்பாற்ற விரும்பியதுதான் காரணம்!"

ஓ, ஒருவர் தன் வாழ்க்கையில் ஒரே ஒரு முறை மட்டுமே அப்படிப் பேசவும், ஒப்புக்கொள்ளவும் முடியும். அது மரணத்தை எதிர்கொள்ளும்போது, தூக்கு மேடையில் ஏறும்போது மட்டுமே சாத்தியம்! ஆனால் அந்த நேரத்தில் காத்யாவின் உண்மையான சுபாவம் தன்னிச்சையாக வெளிப்பட்டது. பொறுப்பில்லாத ஓர் இளைஞனிடம் தன் தந்தையைக் காப்பாற்றும்படிக் கெஞ்சிய அதே காத்யாதான் அவள். சில நிமிடங்களுக்கு முன்பு, மீச்சியாவின் தலைவிதியை மாற்ற முடியும் என்ற நம்பிக்கையில், அவருடைய பெருந்தன்மையை எடுத்துரைக்க, அனைவரின் முன்னிலையிலும், தனது கர்வத்தையும், நாணத்தையும் தியாகம் செய்த அதே காத்யாதான் அவள். இப்போது அவள் அதே வழியில் இன்னொரு மனிதருக்காக மீண்டும் தன்னையே தியாகம் செய்தாள். ஒருவேளை இப்போது, இந்த நொடியில்தான் அவள் முதல் முறையாக அந்த மனிதர் தனக்கு எவ்வளவு பிரியமானவர் என்பதை முழுமையாக உணர்ந்து கொண்டிருக்கலாம்! அந்த மனிதர் அந்தக் கிழவரைக் கொன்றது தன் சகோதரன் அல்ல என்று சொல்லி, அவரையும் அவருடைய நற்பெயரையும், புகழையும் காப்பாற்றுவதற்காக தன்னையே அழித்துக் கொள்கிறார் என்று அவள் திடீரென்று கற்பனை செய்து, அவருக்கு ஏதேனும் ஆகிவிடுமோ என்ற பயத்தில் தன்னையே தியாகம் செய்ய முடிவு செய்தாள்! இருந்தாலும், மீச்சியாவுடன் தனக்குள்ள உறவு பொய்தானா என்ற பயங்கரமான சந்தேகம் அவளுக்கு எழுந்தது. மீச்சியாவை மண்டியிட்டு வணங்கியதற்காக அவர் அவளை வெறுக்கிறார் என்று அவள் எல்லோர் முன்னிலையிலும் சொன்னபோது, அவள் வேண்டுமென்றே அவரை அவமதிக்கவில்லை. அவள் உண்மையில் அப்படித்தான் உணர்ந்தாள். அவள் அவரை வணங்கிய நொடியிலிருந்து மீச்சியா கள்ளங்கபடமற்ற மனதுடன் அவளை நேசித்தார் என்றாலும், இரகசியமாக தன்னைப் பார்த்துச் சிரிக்கிறார், தன்னை வெறுக்கிறார் என்று அவள் உறுதியாக நம்பினாள். அவளுடைய காயம்பட்ட கர்வத்தின் உந்துதலால், அவள் வேறு எதையும் யோசிக்காமல் வெறித்தனமாக அவரைக் காதலித்திருக்கலாம், ஆனால் அது உண்மையான காதல் அல்ல,

மாறாகப் பழிவாங்கலில் பிறந்த பொய்க் காதல். ஒருவேளை இந்தக் குறைபாடான காதல் பிறகு உண்மையான காதலாக வளர்ந்திருக்கலாம். ஒருவேளை காத்யா அதைத் தவிர வேறு எதற்கும் ஆசைப்படாமல் இருந்திருக்கலாம். ஆனால் மீச்சியா அவளுக்குத் துரோகம் செய்து, அவளுடைய ஆன்மா வரை மிக ஆழமாக அவளை அவமானப்படுத்தினார். அதை அவளுடைய ஆன்மா மன்னிக்கத் தயாராக இல்லை. ஆனால் எதிர்பாராத விதமாக அவளுக்குப் பழிவாங்குவதற்கான சந்தர்ப்பம் கிடைத்தது. புண்பட்ட அந்தப் பெண்ணின் மனதில் இத்தனை காலமாக புதைந்திருந்த வேதனை அனைத்தும் ஒன்று திரண்டு, திடீரென்று எதிர்பாராத விதமாக வெடித்துச் சிதறியது. அவள் மீச்சியாவுக்குத் துரோகம் செய்த அதே வேளையில் தன்னைத்தானே ஏமாற்றிக் கொண்டாள்! அவள் தன் எண்ணங்களைக் கொட்டியதும் அவளுடைய பதற்றம் தணிந்தது, ஆனால் அவமானம் அவளை ஆட்கொண்டது. மீண்டும் அவளுக்கு வெறி பிடித்தது. அவள் தேம்பித் தேம்பி அழுது கொண்டே, கூச்சலிட்டபடி தரையில் விழுந்தாள். அவர்கள் அவளை நீதிமன்ற அறையிலிருந்து தூக்கிச் சென்றார்கள். அவளைத் தூக்கிச் சென்றபோது, குருஷென்கா அலறியபடித் துள்ளிக் குதித்து, தடுத்து நிறுத்துவதற்குள், மீச்சியாவை நோக்கி ஓடினாள்.

"மீச்சியா!" என்று அவள் கத்தினாள். "உங்களுடைய அந்த விரியன் பாம்பு உங்களை அழித்துவிட்டது! ஆகா, அவள் இறுதியில் தன் உண்மையான முகத்தைக் காட்டிவிட்டாள்!" என்று அவள் நீதிபதிகளைப் பார்த்துக் கத்தியபடி கோபத்தில் நடுங்கினாள். தலைமை நீதிபதி கை அசைத்ததும் அவர்கள் அவளைப் பிடித்து நீதிமன்ற அறையிலிருந்து அப்புறப்படுத்த முயன்றனர். ஆனால் அவள் அதற்கு இணங்காமல், அவர்களிடமிருந்து திமிறிக் கொண்டு மீச்சியாவிடம் செல்ல முயன்றாள். மீச்சியா ஆவேசத்துடன் உறுமியபடி அவளை நோக்கி ஓட முயன்றார், ஆனால் காவலாளிகள் அவரைத் தடுத்து நிறுத்தினார்கள்.

அந்தக் காட்சி மிகவும் வித்தியாசமாக இருந்ததால், பெண் பார்வையாளர்கள் திருப்தி அடைந்திருப்பார்கள் என்று நான் நினைக்கிறேன். அப்போது மாஸ்கோ மருத்துவர் அங்கே வந்தது எனக்கு நினைவிருக்கிறது. தலைமை நீதிபதி ஏற்கனவே நீதிமன்ற உதவியாளரை அனுப்பி இவான் ஃபியோதரோவிச்சுக்கு மருத்துவ உதவிக்கு ஏற்பாடு செய்யச் சொல்லியிருந்தார். அந்த நோயாளிக்கு தீவிரமான மூளைக் காய்ச்சல் இருப்பதால், அவரை உடனடியாக மருத்துவமனைக்கு அழைத்துச் செல்ல வேண்டும் என்று

மருத்துவர் நீதிமன்றத்தில் சொன்னார். அரசு மற்றும் எதிர்த்தரப்பு வழக்கறிஞர்கள் அவரிடம் விசாரித்தபோது, நோயாளி இரண்டு நாட்களுக்கு முன்பு தன்னைப் பார்க்க வந்ததாகவும், உடனடியாக மூளைக்காய்ச்சல் தாக்கும் அபாயம் இருப்பதாக எச்சரித்ததாகவும், ஆனால் அவர் சிகிச்சை பெற மறுத்துவிட்டதாகவும் உறுதிப்படுத்தினார். ‘அவர் நிச்சயமாக ஒரு சாதாரண மனநிலையில் இல்லை. அவர் விழித்திருக்கும்போது மாயத்தோற்றங்களைக் காண்பதாகவும், ஏற்கனவே இறந்துவிட்ட பல்வேறு மனிதர்களைத் தெருவில் பார்த்ததாகவும், ஒவ்வொரு இரவும் சாத்தான் அவரைப் பார்க்க வருவதாகவும் அவரே என்னிடம் சொன்னார்’ என்றார் மருத்துவர். அந்தப் புகழ்பெற்ற மருத்துவர் தனது சாட்சியத்தை அளித்துவிட்டு அங்கிருந்து சென்றார். கேத்ரீனா இவானோவ்னா கொடுத்த கடிதம் ஆதாரங்களின் பட்டியலில் சேர்க்கப்பட்டது. சில விவாதங்களுக்குப் பிறகு, எதிர்பாராத இரண்டு சாட்சியங்களை (இவான் ஃபியோதரோவிச் மற்றும் கேத்ரீனா இவானோவ்னா) பதிவேட்டில் சேர்க்கவும், விசாரணையைத் தொடரவும் நீதிபதிகள் உத்தரவிட்டனர்.

ஆனால் நான் விசாரணையின் எஞ்சிய பகுதியை விரிவாக விவரிக்கப் போவதில்லை. அவர்கள் ஏற்கனவே சாட்சிகள் கொடுத்த சாட்சியத்தையே திரும்பத் திரும்பச் சொல்லி, அதை உறுதிப்படுத்தினார்கள் என்றாலும், எல்லோரும் தங்களுக்கே உரிய தனித்துவமான முறையில் அதைச் சொன்னார்கள். ஆனால் நான் மீண்டும் சொல்கிறேன், இவை அனைத்தும் அரசு வழக்கறிஞரின் உரையில் இடம்பெற்றுள்ளன. இப்போது நான் அதைப் பற்றிப் பேசப் போகிறேன். தற்போது நடந்த பேரழிவைக் கண்டு ஒவ்வொருவரும் உற்சாகமடைந்தனர். எனவே அனைவரும் இரண்டு வழக்கறிஞர்களின் உரைகளுக்காகவும், நீதிபதியின் தீர்ப்புக்காகவும் பொறுமையிழந்து காத்திருந்தனர். கேத்ரீனா இவானோவ்னா கொடுத்த ஆதாரத்தால் ஃபெட்யுகோவிச் அதிர்ந்து போனார். ஆனால் அரசு வழக்கறிஞர் வெற்றிக் களிப்பில் இருந்தார். சாட்சிகளின் விசாரணை முடிந்ததும் நீதிமன்றம் கிட்டத்தட்ட ஒரு மணி நேரம் ஒத்திவைக்கப்பட்டது. இறுதியில் தலைமை நீதிபதி தன்னுடைய இருக்கைக்குத் திரும்பி அமர்வைத் தொடங்கி வைப்பதாக அறிவித்தார். அரசு வழக்கறிஞர் இப்போலித் கிரில்லோவிச் உரையாற்றத் தொடங்கியபோது, சரியாக இரவு எட்டு மணி இருக்கும் என்று நான் நினைக்கிறேன்.

6. அரசு வழக்கறிஞரின் உரையும், கதாபாத்திரங்களின் சித்தரிப்பும்

இப்போலித் கிரில்லோவிச் பதற்றத்தில் நடுங்கியபடி, முன் நெற்றியிலும், நெற்றிப் பொட்டுகளிலும் வியர்வைத் துளிகள் அரும்பப் பேசத் தொடங்கினார். அப்போது அவரது உடல் முழுவதும் குளிர்ச்சியும் வெப்பமும் மாறி மாறிப் பரவியது. அதைக் குறித்து அவரே பின்னர் எங்களிடம் சொன்னார். அவர் தனது இந்த உரையைத் தலைசிறந்தது என்றும், ஓய்வு பெறுவதற்கு முன்பு தனது வாழ்க்கையில் செய்த மிகப் பெரிய சாதனை என்றும் கருதினார். ஒன்பது மாதங்களுக்குப் பிறகு அவர் காசநோயால் இறந்துவிட்டதால், தனது முடிவை முன்கூட்டியே உணர்ந்திருந்ததால், அதைத் தனது கடைசி சாதனையாக குறிப்பிட்டது சரிதான். இந்த உரையில் அவர் தனது மனதையும் புத்தியையும் முழுமையாகச் செலுத்தினார். பாவப்பட்ட இப்போலித் கிரில்லோவிச், எதிர்பாராத விதமாக, பொது நலன் குறித்த உணர்வும், நிரந்தரப் பிரச்சனைகள் குறித்த கேள்வியும் தனது உள்ளத்தில் ஒளிந்திருப்பதை வெளிப்படுத்தினார். அவருடைய பேச்சில் இருந்த நேர்மையின் காரணமாகவே அவரது உரை சிறந்து விளங்கியது. பிரதிவாதி செய்த குற்றத்தை அவர் உண்மையாக நம்பினார். அவர் அதை ஒரு உத்தியோகபூர்வ கடமையாக மட்டுமே பார்க்கவில்லை, மாறாகக் குற்றவாளிக்கு நியாயமான தண்டனை கிடைப்பதை உறுதி செய்வதன் மூலம் சமூகத்தைப் பாதுகாக்க ஆர்வமாக இருந்தார். பார்வையாளர்கள் கூட்டத்தில், இப்போலித் கிரில்லோவிச்சின் மீது வெறுப்பு கொண்டிருந்த பெண்கள்கூட, அவருடைய பேச்சு தங்கள் மனதில் அசாதாரணமான தாக்கத்தை ஏற்படுத்தியதை ஒப்புக் கொண்டார்கள். அவர் தனது உரையைத் தொடங்கியபோது, உடைந்த குரலில் தடுமாற்றத்துடன் பேசினார், ஆனால் வெகு சீக்கிரமே அவருடைய குரல் வலுப்பெற்று, இறுதிவரை தொய்வின்றி, அந்த அரங்கம் முழுவதும் எதிரொலித்தது. ஆனால் அவர் பேசி முடித்ததும் கிட்டத்தட்ட மயக்கமடைந்தார்.

“நடுவர் பெருமக்களே” என்று அரசு வழக்கறிஞர் பேசத் தொடங்கினார். “இந்த வழக்கு ரஷ்யா முழுவதும் பரபரப்பை ஏற்படுத்தியுள்ளது. ஆனால் எதற்கு? இதில் அப்படி என்ன விசேஷம்? நம்மைப் பொறுத்தவரை, இதில் ஆச்சரியப்படுவதற்கும், திகிலடைவதற்கும் என்ன இருக்கிறது? இதுபோன்ற விஷயங்கள் நமக்குப் பழகிவிட்டன! இதில் கொடுமை என்னவென்றால், இத்தகைய பயங்கரமான விஷயங்கள் நம்மை அதிர்ச்சியடையச்

செய்வதில்லை என்பதுதான். நாம் பயப்பட வேண்டிய விஷயம் என்னவென்றால், ஒரு தனிநபர் இத்தகைய குற்றத்தைச் செய்கிறார் என்பதல்ல, மாறாக அவற்றைச் சகித்துக் கொள்ளும் மனப்பான்மை நம்மிடையே அதிகரித்து வருகிறது என்பதுதான். நாம் ஒரு சிக்கலான எதிர்காலத்தை நோக்கிச் செல்கிறோம் என்பதை முன்கூட்டியே அறிவிக்கும் இத்தகைய நிகழ்வுகளுக்கு நம்முடைய அணுகுமுறை ஏன் இவ்வளவு அலட்சியமாகவும் மந்தமாகவும் உள்ளது? இதற்குக் காரணம் நமது அவநம்பிக்கையா அல்லது இன்னும் முழுமையாக வளரவேண்டிய, ஆனால் ஏற்கனவே சீரழிந்துவிட்ட நமது சமூகத்தின் அறிவும் சிந்திக்கும் திறனும் விரைவாகத் தேய்ந்து வருகிறதா? நமது அறநெறிக் கோட்பாடுகள் வேரோடு சிதைந்து விட்டதா அல்லது ஒருவேளை நம்மிடம் அத்தகைய கோட்பாடுகள் முற்றிலும் இல்லை என்ற உண்மையா? இந்தக் கேள்விகளுக்கு என்னால் பதில் சொல்ல முடியாது. இருந்தாலும் இந்தக் கேள்விகள் வேதனை தருபவை. ஒவ்வொரு குடிமகனும் அவற்றால் துயரப்பட வேண்டும் என்பது மட்டுமின்றி, துயரப்பட வேண்டியது அவசியமாகும். நமது செய்தித்தாள்கள் இன்னும் அனுபவமற்றவையாக இருந்தாலும், ஏற்கனவே சமூகத்திற்குக் கணிசமான சேவைகளைச் செய்துள்ளன, ஏனெனில் அவை இல்லாமல், கட்டுப்பாடற்ற சுதந்திரம் மற்றும் ஒழுக்கச் சீரழிவின் பயங்கரங்களைப் பற்றி நாம் ஒருபோதும் முழுமையாகத் தெரிந்து கொண்டிருக்க முடியாது. தற்போதைய ஆட்சியில் நமக்கு வழங்கப்பட்டுள்ள புதிய நீதிமன்றங்களின் அமர்வுகளில் கலந்து கொள்ள வருபவர்கள் மட்டுமின்றி, மற்றவர்களும் பத்திரிக்கைகளின் மூலம் அதைத் தெரிந்து கொள்கிறார்கள். நாம் ஒவ்வொரு நாளும் செய்தித்தாள்களில் என்ன படிக்கிறோம்? இப்போது நடந்து கொண்டிருக்கும் இந்த வழக்கை விட அதிர்ச்சியூட்டும் பல விஷயங்களைப் படிப்பதால், இது சாதாரணமாகத் தோன்றலாம். ஆனால் இதில் மோசமானது என்னவென்றால், நமது ரஷ்யக் குற்றவியல் வழக்குகள் பலவும் நமது சமுதாயத்தில் நிலவும் மனநிலையை, நம்மிடையே வேரூன்றிவிட்ட பரவலான தீமையைச் சுட்டிக் காட்டுகின்றன. எங்கும் நிறைந்த தீமையாக அது ஆகிவிட்ட நிலையில், அதை எதிர்த்துப் போராடுவது மேலும் கடினமாகிறது. உயர் சமுதாயத்தைச் சேர்ந்த ஒரு புத்திசாலியான இளம் அதிகாரி, தனது தொழில் வாழ்க்கையின் தொடக்கத்தில், மனசாட்சியின் எந்த உறுத்தலும் இல்லாமல், கடன் பத்திரங்களையும், பணத்தையும் திருடுவதற்காக, ஒரு காலத்தில் அவரது நலம் விரும்பியாக இருந்த ஒரு கீழ்மட்ட அரசு ஊழியரையும் அவருடைய பணிப் பெண்ணையும் கத்தியால் குத்தி கொலை செய்கிறார். 'இந்தப்

பணம் எனது எதிர்கால வாழ்க்கைக்கும், கேளிக்கைகளுக்கும் பயன்படும்' என்று அவர் தன் செயலை நியாயப்படுத்துகிறார். அவர் இருவரையும் கொன்ற பிறகு, ஒவ்வொரு பிணத்தின் தலைக்கு அடியிலும் ஒரு தலையணையை வைத்துவிட்டுச் செல்கிறார். துணிச்சலுக்காக பல வெகுமதிகளைப் பெற்ற ஓர் இளம் கதாநாயகனின் கதையை எடுத்துக் கொள்வோம். அவர் தனது மேலதிகாரியின் தாயைக் கொலை செய்ய முடிவு செய்தார். அவள் தன்னை ஒரு மகனைப் போல நேசிப்பதாலும், தன் வார்த்தையை நம்புவதாலும், அவளுடைய பாதுகாப்பைப் பற்றிக் கவலைப்பட மாட்டாள் என்று அவர் தனது கூட்டாளிகளை நம்பவைத்து, அவர்களுடன் சேர்ந்து நெடுஞ்சாலையில் பதுங்கியிருந்து, அவளைக் கொள்ளையடித்து கொலை செய்தார். அவர் ஓர் அரக்கன் என்பது உண்மைதான், ஆனால் நம் காலத்தில் அவர் ஒருவர் மட்டுமே அரக்கன் என்று என்னால் சொல்ல முடியாது. மற்றொரு மனிதன் உண்மையில் யாரையும் கொலை செய்யாவிட்டாலும், அதைப் போலவே சிந்திக்கலாம், செயல்பட விரும்பலாம். அவன் மனதளவில் அவர்களைப் போலவே நேர்மையற்றவனாக இருக்கிறான். அவன் தனிமையில் இதைப் பற்றிச் சிந்திக்கும்போது, 'கௌரவம் என்ற ஒன்று இருக்கிறதா என்ன? யாரையும் கொல்லக்கூடாது என்பது காலாவதியான கருத்து அல்லவா?' என்று தன்னைத் தானே கேட்டுக் கொள்ளலாம்.

இப்போது நான் சொன்னதைக் கேட்டு மக்கள் என்னை ஒரு நோயுற்ற, வெறிபிடித்த மனிதன் என்றும், இப்படிச் சொல்வது ஒரு பயங்கரமான அவதூறு என்றும், மிகைப்படுத்திச் சொல்கிறேன் என்றும் எனக்கு எதிராகக் கூக்குரலிடலாம். அவர்கள் அப்படிச் சொல்லட்டும், சொல்ல வேண்டும். கடவுளே, அப்படிச் செய்தால் முதலில் சந்தோஷப்படுவது நானாகத்தான் இருக்கும்! ஓ, நீங்கள் நான் சொல்வதை ஏற்றுக்கொள்ளவில்லை என்றாலும், என்னைப் பைத்தியக்காரன் என்று நினைத்தாலும் எனக்கு அதைப் பற்றிக் கவலையில்லை, ஆனால் என் வார்த்தைகளை நினைவில் கொள்ளுங்கள். நான் சொல்வதில் பத்தில் ஒரு பங்கு, இருபதில் ஒரு பங்கு மட்டுமே உண்மையாக இருந்தாலும் கூட, அது பயங்கரமானது! கனவான்களே, நமது இளைஞர்கள் 'மரணத்திற்குப் பின்னால் என்ன இருக்கிறது?' என்ற ஹேம்லெட்டின் கேள்வியைப் பற்றிச் சிந்திக்காமல், அத்தகைய கேள்விகளின் சுவடு கூட இல்லாமல், ஆன்மாவைப் பற்றிய சிந்தனையும், கல்லறைக்கு அப்பால் என்ன என்ற கேள்வியும், அவர்களுடைய மனதிலிருந்து முற்றாக அழிக்கப்பட்டு, மணலுக்கு அடியில் புதைக்கப்பட்டதைப் போல எவ்வளவு எளிதாகத் தற்கொலை செய்து கொள்கிறார்கள்

என்பதைப் பாருங்கள். இறுதியாக, நம்மிடையே உள்ள ஒழுக்கக்கேடுகளை, நமது சிற்றின்பவாதிகளைப் பாருங்கள். அவர்களில் சிலருடன் ஒப்பிடுகையில், இந்த வழக்கில் துரதிருஷ்டவசமாக பாதிக்கப்பட்ட ஃபியோதர் பாவ்லோவிச் ஏறக்குறைய ஓர் அப்பாவிக் குழந்தைதான். நாம் அனைவரும் அவரை அறிவோம். ஒரு கவிஞர் சொன்னது போல, 'அவர் நம்மிடையே வாழ்ந்தார்'...

என்றாவது ஒரு நாள் இந்நாட்டிலும், ஐரோப்பாவிலும் உள்ள முன்னணி சிந்தனையாளர்கள், ரஷ்யாவில் நிகழும் குற்றத்தின் பின்னால் உள்ள உளவியலை ஆய்வு செய்வார்கள், ஏனெனில் இந்த விஷயம் அதற்குத் தகுதியானது. ஆனால் அந்த ஆய்வு, தற்போது நிலவும் குழப்பம் மற்றும் கொந்தளிப்பு கடந்த பிறகு, நிதானமாக நடக்கும். எனவே அவர்கள் நான் செய்ததை விட அதிகப் புத்திசாலித்தனமாக, பாரபட்சமின்றி அதை ஆராய முடியும். நாம் அதைக் கண்டு அதிர்ச்சியடைகிறோம் அல்லது அதிர்ச்சியடைவது போல பாசாங்கு செய்கிறோம். ஆனால் உண்மையில் நம்முடைய மெத்தனத்திலிருந்தும் சோம்பலிலிருந்தும் நம்மை விழிக்கச் செய்ய அசாதாரணமான அனுபவங்களைத் தேடும் ரசிகர்களைப் போல அதைக் கண்டு மகிழ்கிறோம். அல்லது பயங்கரமான பேய்களிடமிருந்து தப்பிக்க சிறு குழந்தைகள் அவை மறையும் வரை தலையணைக்கு அடியில் தலையை மறைத்துக் கொள்வதும், பின்னர் வேடிக்கை விளையாட்டுகளில் அவற்றை மறந்துவிடுவதையும் போல நாமும் அதை மறந்துவிடுகிறோம். ஆனால் நாம் என்றாவது ஒரு நாள் தெளிவான சிந்தனையுடன் வாழத் தொடங்கி, நம்மை ஒரு சமூகமாகப் பார்த்து, நமது பொறுப்புகளையும் கடமைகளையும் புரிந்து கொள்ள வேண்டும் அல்லது குறைந்தபட்சம் அந்தத் திசையை நோக்கி முதல் அடியை எடுத்து வைக்க வேண்டும். சென்ற சகாப்தத்தின் மாபெரும் எழுத்தாளர், அவருடைய மகத்தான படைப்பின் முடிவில், அறியப்படாத ஓர் இலக்கை நோக்கிப் பாய்ந்து செல்லும் ஒரு துணிச்சலான மூன்று குதிரைகள் பூட்டிய வண்டிக்கு ரஷ்யாவை ஒப்பிட்டு, 'முக்கூட்டு வண்டியே, ஓ, பறவை போன்ற முக்கூட்டு வண்டியே! உன்னைக் கண்டுபிடித்தது யார்?' என்று வியக்கிறார். அசுர வேகத்தில் பாய்ந்து செல்லும் அந்த வண்டி செல்வதற்கு உலக நாடுகள் அனைத்தும் ஒதுங்கி நின்று மரியாதையுடன் வழிவிடுகின்றன என்று பெருமிதப் பரவசத்துடன் சொல்கிறார். நல்லது, கனவான்களே, அவர்கள் மரியாதையாகவோ அல்லது வேறுவிதமாகவோ வழிவிடட்டும். ஆனால் அந்த அற்புதமான எழுத்தாளர், குழந்தையைப் போன்ற அப்பாவித்தனமான பரவசத்தில் அல்லது அந்தக் காலத்திலிருந்த தணிக்கைக்குப் பயந்து

தனது புத்தகத்தை அந்த வழியில் முடித்தார் என்று என் சிற்றறிவுக்குத் தோன்றுகிறது. ஏனெனில் அந்த வண்டியில் அவரது கதாநாயகர்களான சோபாகேவிச்சுகள், நொஸ்த்ரியோவ்கள், சிச்சிகோவ் போன்றவர்கள் இருந்ததால், அவர்களில் யார் அதை ஓட்டியிருந்தாலும் எந்த உருப்படியான இலக்கையும் அடைய முடியாது! அவர்கள் பழைய தலைமுறையின் கதாநாயகர்கள் என்றால், நம்மவர்கள் இன்னும் மோசமான உதாரணங்கள்...”

இந்த இடத்தில் இப்போலித் கிரில்லோவிச்சின் பேச்சு கரவொலியால் தடைபட்டது. அந்த உவமையில் இருந்த தாராளவாதம் பார்வையாளர்களுக்குப் பிடித்திருந்தது. இரண்டு அல்லது மூன்று பேர் மட்டுமே கைதட்டினார்கள் என்பது உண்மைதான். எனவே தலைமை நீதிபதி பொதுமக்களை எச்சரிப்பது அவசியம் என்று நினைக்கவில்லை, ஆனால் கைதட்டியவர்கள் இருந்த திசையை நோக்கி முறைத்துப் பார்த்தார்.

“உண்மையில், ரஷ்யா முழுவதும் அவப்பெயரைச் சம்பாதித்த இந்தக் கரமசோவ் குடும்பத்தைப் பற்றி என்ன சொல்வது?” என்று அவர் தொடர்ந்தார். “ஒருவேளை நான் மிகைப்படுத்திக் கூறினாலும், நமது சம காலத்தைச் சேர்ந்த படித்த சமூகத்தின் சில பொதுவான அடிப்படை அம்சங்கள் இந்தச் சிறிய குடும்பச் சித்திரத்தில் பிரதிபலிக்கின்றன என்று எனக்குத் தோன்றுகிறது. ஓ, எல்லா அம்சங்களும் அல்ல, ஆனால் நுண்ணோக்கிப் பார்வையில், ‘ஒரு சிறிய நீர்த்துளியில் பிரகாசிக்கும் சூரியனைப் போல’ சில அம்சங்கள் பிரதிபலிக்கின்றன. துயரமான முடிவைச் சந்தித்த அந்தக் கிழவரை, காமவெறி பிடித்த, ஒழுக்கங்கெட்ட, குடும்பத் தலைவரின் வாழ்க்கையைப் பாருங்கள். இந்த அற்ப வஞ் சகன், கோமாளி, சாமர்த்தியசாலி உயர்குடியில் பிறந்தாலும், ஓர் ஒட்டுண்ணியாகத் தனது வாழ்க்கையைத் தொடங்கி, எதிர்பாராமல் நடந்த திருமணத்தில் கிடைத்த வரதட்சணை மூலம், ஒரு சிறிய தொகையைப் பெற்று ஒரு வட்டிக் கடைக்காரராக மாறுகிறார். ஆண்டுகள் செல்லச் செல்ல அவருடைய செல்வம் பெருகியபோது, அவரது பணிவும், அடிமைத்தனமும் மறைந்து, வன்மமும் கிண்டலும் நிறைந்த சிடுமூஞ்சித்தனம் மட்டுமே எஞ்சிய சிற்றின்பவாதியாக மாறினார். அவரிடமிருந்த ஆன்மீகத் தேடல்கள் முற்றிலுமாக ஆவியாகிவிட்டன, ஆனால் வாழ்க்கையின் மீதான அவரது தாகம் அசாதாரணமாக அதிகரித்தது. இறுதியில் அவர் தன் வாழ்க்கையில் சிற்றின்பத்தைத் தவிர வேறு எதையும் பெரியதாக நினைக்கவில்லை. அவர் அதைத்தான் தன் குழந்தைகளுக்கும் கற்றுக் கொடுத்தார். அவர் ஒரு தந்தைக்குரிய தார்மீகக் கடமைகள் அனைத்தையும் புறக்கணித்தது மட்டுமின்றி,

அவற்றைக் கேலி செய்தார். அவர் தன் குழந்தைகளை வளர்க்கும் பொறுப்பை வேலைக்காரனிடம் ஒப்படைத்து, அவர்களிடமிருந்து விடுபட்டதில் மகிழ்ச்சியடைந்து, அவர்களை முற்றிலுமாக மறந்துவிட்டார். அவருடைய ஒரே கொள்கை, 'எனக்குப் பின்னால் வெள்ளம்' என்பதுதான். ஒரு பொறுப்புள்ள குடிமகன் என்ற கருத்துக்கு எதிரான அனைத்தும் அவரிடம் இருந்தன. 'நான் நன்றாக இருக்கும் வரை இந்த முழு உலகமும் எரிந்தாலும் எனக்குக் கவலையில்லை' என்று அவர் சமூகத்திலிருந்து ஒட்டுமொத்தமாக, விரோதமான முறையில் தன்னைத் தனிமைப்படுத்திக் கொண்டார். அவர் நன்றாக, பரிபூரண திருப்தியோடு இருந்தார். இன்னும் இருபது அல்லது முப்பது வருடங்கள் இப்படியே வாழ வேண்டும் என்று ஆசைப்பட்டார். அவர் தனது சொந்த மகனை ஏமாற்றி, அவருக்குக் கிடைக்க வேண்டிய தாய்வழிச் சொத்தை அபகரித்து, அதைப் பயன்படுத்தி, அவருடைய காதலியை அடைய முயன்றார். இல்லை, பீட்டர்ஸ்பர்க்கைச் சேர்ந்த மிகவும் திறமை வாய்ந்த அந்த வழக்கறிஞரிடம் குற்றம் சாட்டப்பட்டவரின் வழக்கை ஒப்படைக்கும் நோக்கம் எனக்கு இல்லை. அந்தக் கிழவர் தனது மகனின் இதயத்தில் விதைத்த வெறுப்பை என்னால் நன்றாகப் புரிந்து கொள்ள முடிகிறது என்ற உண்மையைச் சொல்லும் பொறுப்பை நானே ஏற்றுக் கொள்கிறேன். ஆனால் அந்தப் பரிதாபத்திற்குரிய கிழவரைப் பற்றிச் சொன்னது போதும், ஏனெனில் அவருக்கு நியாயமான வெகுமதி கிடைத்துவிட்டது. இருப்பினும், அவர் ஒரு தந்தை, நம்முடைய சமகால தந்தையர்களில் ஒருவர் என்பதை நினைவில் கொள்வோம். அவர் நம் சமகால தந்தையர்களில் ஒருவர் என்று சொல்வதன் மூலம் நான் இந்தச் சமூகத்தை அவமதிக்கிறேனா? அந்தோ, பலர் இவரைப் போல வெளிப்படையாகத் தங்களுடைய வெறுப்பைக் காட்டுவதில்லை, ஏனெனில் அவர்கள் சிறந்த கல்வியையும், வளர்ப்பையும் பெற்றிருக்கிறார்கள், ஆனால் அவர்களும் கிட்டத்தட்ட அதே கொள்கை உடையவர்கள்தான்.

சரி, நான் ஓர் அவநம்பிக்கைவாதி என்பதை ஒப்புக்கொள்கிறேன், ஆனால் அதற்காக நீங்கள் என்னை மன்னிக்க வேண்டும் என்று நாம் ஏற்கனவே முடிவு செய்திருக்கிறோம். நான் சொல்வதை நீங்கள் நம்ப வேண்டியதில்லை, இருந்தாலும் நான் பேசுவேன், தொடர்ந்து பேசுவேன், ஆனால் நீங்கள் என் வார்த்தைகளைத் தீவிரமாக எடுத்துக்கொள்ளவோ அல்லது நம்பவோ வேண்டியதில்லை என்று நாம் ஓர் ஏற்பாட்டைச் செய்து கொள்வோம். நான் சொல்வதில் சிலவற்றையாவது நீங்கள் நினைவில் வைத்திருக்கக்கூடும் என்பதால் பேசுகிறேன்.

நாம் இப்போது அந்தக் குடும்பத் தலைவரின் குழந்தைகளைப் பற்றிப் பேசுவோம். அவர்களில் ஒருவர் நம் முன்னால் குற்றவாளியாக நிற்கிறார். நான் அவரைப் பற்றி பின்னர் விரிவாகப் பேசுகிறேன். ஆனால் மற்றவர்களைப் பற்றிச் சில வார்த்தைகளைச் சொல்ல விரும்புகிறேன். இருவரில் மூத்தவர் சிறந்த கல்வியறிவும், அறிவாற்றலும் கொண்ட இன்றைய நவீன இளைஞர்களில் ஒருவர். இருப்பினும் அவர் எதிலும் நம்பிக்கை இல்லாதவராக, தனது தந்தையைப் போலவே வாழ்க்கையில் பலவற்றை மறுத்தும், நிராகரித்தும் வந்திருக்கிறார். நாம் அவரையும், வாழ்க்கையைப் பற்றிய அவரது கருத்துக்களையும் நன்றாக அறிவோம். அவருக்கு நம் சமூகத்தில் நல்ல வரவேற்பு இருந்தது. அவர் தன்னுடைய கருத்துக்கள் எதையும் மறைக்காமல் வெளிப்படையாகப் பேசினார். எனவே ஒரு தனிப்பட்ட நபராக அல்லாமல் கரமசோவ் குடும்பத்தைச் சேர்ந்தவர் என்ற முறையில் அவரைப் பற்றி வெளிப்படையாகப் பேச எனக்குத் தைரியம் வந்திருக்கிறது. இந்த வழக்குடன் நெருங்கிய தொடர்புடைய, ஃபியோதர் பாவ்லோவிச்சின் முன்னாள் வேலைக்காரன், ஒருவேளை அவருடைய முறைகேடான மகனாக இருக்கலாம் என்று சந்தேகப்படும், வலிப்பு நோயாளியான முட்டாள் ஸ்மெர்த்தியாக்கவ் தற்கொலை செய்து கொண்டார். அந்த ஸ்மெர்த்தியாக்கவ் முதற்கட்ட விசாரணையில் என்னிடம் பேசியபோது, இவான் ஃபியோதரோவிச் கரமசோவ் என்ற இளைஞர் ஒழுக்கக் கட்டுப்பாடுகள் என்று எதுவும் இல்லை என்று சொல்லி அவரை எவ்வளவு தூரம் அதிர்ச்சிக்குள்ளாக்கினார் என்பதைக் கண்ணீருடன் சொன்னார். ‘இந்த உலகில் எல்லாமே அனுமதிக்கப்பட்டது, இனிமேல் எதைச் செய்வதற்கும் தடையில்லை என்று அவர் சொல்கிறார். அவர் என்னிடம் அதைத்தான் சொல்லிக் கொண்டே இருந்தார்.’ அவர் சொன்ன அந்தக் கோட்பாடுதான் பரிதாபத்திற்குரிய அந்த முட்டாளைப் பைத்தியமாக்கியது என்று நான் நினைக்கிறேன். இருந்தாலும் அவருடைய வலிப்பு நோயும், வீட்டில் நடந்த பயங்கரமான பேரழிவும் அவரது மனச்சிதைவுக்குக் காரணமாக இருந்திருக்க வேண்டும். ஆனால் அந்த முட்டாள் மிகவும் சுவாரஸ்யமான ஒரு கருத்தைச் சொன்னார். ஒரு புத்திசாலியான பார்வையாளர் கூட அதைப் பாராட்ட முடியும் என்பதால் நான் அதைச் சொல்கிறேன். ‘ஃபியோதர் பாவ்லோவிச்சின் மூன்று மகன்களில் அவரைப் போலவே இருப்பவர் இவான் ஃபியோதரோவிச்தான்!’ என்று அவர் சொன்னார். அவரைப் பற்றி மேலும் சொல்வது நாகரீகமாக இருக்காது என்பதால், நான் ஒரே ஒரு குறிப்புடன் அவரது கதாபாத்திரத்தை பற்றிய சித்தரிப்பை முடித்துக் கொள்கிறேன். நான் அவசரப்பட்டு ஒரு முடிவுக்கு வரவோ அல்லது அந்த

இளைஞனின் எதிர்காலத்தைப் பற்றி ஒரு காக்கையைப் போல கரையவோ விரும்பவில்லை. அவரது இளம் உள்ளத்தில் இன்னும் நல்ல நோக்கங்கள் உள்ளன என்பதையும், அவரது சந்தேகங்களாலும், தார்மீக அவநம்பிக்கைகளாலும், குடும்ப உணர்வு அழியவில்லை என்பதையும் நாம் சற்று முன் பார்த்தோம். அந்த உணர்வு அவரது உண்மையான மன வேதனையிலிருந்து வந்தது என்பதைவிடப் பரம்பரையாக அவருக்கு வந்தது என்று சொல்வது பொருத்தமாக இருக்கும். அவருடைய மூன்றாவது மகன் தெய்வ பக்தியும், பணிவும் நிரம்பிய இளைஞர். அவரது சகோதரர் இந்த உலகத்தை இருண்டதாகவும் சீரழிந்ததாகவும் பார்த்தார், ஆனால் அவர் அதற்கு முற்றிலும் மாறாக நினைத்தார். 'மக்களின் நம்பிக்கைகள்' என்று நாம் எதை அழைக்கிறோமோ, அல்லது அறிவுஜீவிகளில் சிலர் தங்கள் வட்டாரத்தில் எதற்கு அந்த முத்திரை குத்துகிறார்களோ அதைப் பற்றிக்கொள்ள அவர் முயல்கிறார். அவர் மடாலயத்தில் சேர்ந்து ஒரு துறவியைப் போல வாழத் தொடங்கினார். இந்தச் சமூகத்தில் உள்ள பலரும் உணர்வதைப் போல அவர் தன்னையும் அறியாமல் இளம் வயதிலேயே விரக்தியை உணரத் தொடங்கி விட்டார் என்று நான் நினைக்கிறேன். அவர்கள் இந்தச் சமூகத்தில் நிலவும் அவநம்பிக்கையையும் சீரழிவையும் கண்டு பயந்து, எல்லாப் பிரச்சனைகளுக்கும் ஐரோப்பிய சிந்தனையே காரணம் என்று தவறாக நினைத்து, தங்களைச் சுற்றியுள்ள அச்சுறுத்தும் விஷயங்களிலிருந்து தப்பித்து, அமைதியையும் நிம்மதியையும் காண முடியும் என்ற நம்பிக்கையில் சோர்வடைந்த தாயின் மடியைத் தேடி ஓடும் குழந்தைகளைப் போல தங்கள் 'சொந்த மண்ணில்' ஆறுதல் தேட முயற்சிக்கிறார்கள். அந்த அன்பான, திறமையான இளைஞனுக்கு என்னுடைய வாழ்த்துகள். அவரது இளமைப் பருவ இலட்சியவாதமும், மக்களுடன் தன்னை அடையாளப்படுத்திக் கொள்ளும் அவருடைய முயற்சியும், அடிக்கடி நடப்பது போல, தார்மீக அம்சத்தில் தெளிவற்ற மாயாவாதமாகவோ அல்லது குடிமைத் தரப்பில் பேரினவாதமாகவோ மாறாது என்று நான் நம்புகிறேன். அவருடைய சகோதரர் ஐரோப்பிய சிந்தனைகளைத் தவறாகப் புரிந்து கொண்டு, தேவையில்லாமல் ஏற்றுக் கொண்டு துன்புறுவதைவிட, இந்த இரண்டு அணுகுமுறைகளும் நம் தேசத்திற்கு மிகப் பெரிய ஆபத்தை விளைவிக்கும்."

மாயாவாதம், பேரினவாதம் என்ற வார்த்தைகள் அரசு வழக்கறிஞருக்கு மீண்டும் சில கைதட்டல்களைப் பெற்றுத் தந்தன. இப்போலித் கிரில்லோவிச் உணர்ச்சிவசப்பட்டுப் பேசினார் என்பதும், இதற்கும் இந்த வழக்கிற்கும் எந்தச் சம்பந்தமும் இல்லை என்பதும் தெளிவாகத் தெரிந்தது. ஆனால் அவர் தன்னுடைய

வாழ்நாளில் ஒருமுறையாவது தனது கருத்தைச் சொல்ல வேண்டும் என்ற உந்துதலால் அதைச் செய்தார். அரசு வழக்கறிஞர் இவான் ஃபியோதரோவிச்சைப் பற்றிப் பேசியபோது, உணர்ச்சிவசப்பட்டு பழிவாங்கும் நோக்கில் வேண்டுமென்றே அப்படிப் பேசினார் என்றும், அவன் ஓரிரு முறை அவரை விவாதத்தில் தோற்கடித்தது தான் அதற்குக் காரணம் என்றும் பின்னர் பொதுமக்கள் பேசிக் கொண்டார்கள். அது உண்மையா இல்லையா என்று எனக்குத் தெரியாது, ஆனால் இவை அனைத்தும் அறிமுக உரைதான். அதற்குப் பிறகுதான் அவர் வழக்கைப் பற்றித் துல்லியமாகப் பேசத் தொடங்கினார்.

"இப்போது நாம் அந்த நவீன குடும்பத்தின் மூத்த மகனுக்கு வருவோம்" என்று அரசு வழக்கறிஞர் தொடர்ந்தார். "அவர் இங்கே உங்கள் அனைவரின் முன்பும் குற்றவாளியாக நிற்கிறார். அவரது வாழ்க்கையைப் பற்றியும், அவர் என்ன செய்தார் என்பதைப் பற்றியும் நமக்குத் தெரியும், ஏனெனில் அது இப்போது பொதுவெளிக்கு வந்துவிட்டது. அவர் தன்னுடைய சகோதரர்களின் 'ஐரோப்பிய சிந்தனை' மற்றும் 'மக்களின் நம்பிக்கைகள்' ஆகியவற்றுக்கு மாறாக ரஷ்யாவை, அது உண்மையில் எப்படி இருக்கிறதோ அப்படியே பிரதிநிதித்துவப்படுத்துகிறார். ஆனால் அவர் எந்த வகையிலும் ரஷ்யாவை முழுமையாகப் பிரதிநிதித்துவப்படுத்தவில்லை. அது உண்மையாக இருந்தால் கடவுள்தான் நம்மைக் காப்பாற்ற வேண்டும்! இருந்தாலும் நமது ரஷ்ய அன்னை இங்கே இருப்பதையும், அவளது வாசனையை நுகரவும், அவளது குரலைக் கேட்கவும் நம்மால் முடிகிறது. ஓ, இவரைப் போன்றவர்கள் உணர்ச்சிவசப்படக் கூடியவர்களாகவும், நன்மையும் தீமையும் கலந்த விசித்திரமான கலவையாகவும், கலாச்சாரத்தையும் ஷில்லரையும் காதலிப்பவர்களாகவும் இருக்கும் அதே நேரத்தில், மதுக்கடையில் சண்டையிடுபவர்களாகவும், சக குடிகாரர்களின் தாடியைப் பிடித்து இழுப்பவர்களாகவும் இருக்கிறார்கள். இவர்கள் நல்லவர்களாகவும், சிறந்தவர்களாகவும் இருக்க முடியும், ஆனால் இவர்களுக்கு எல்லாமே சரியாக நடந்தால்தான் அது சாத்தியம். இவர்கள் உன்னதமான லட்சியங்களை நோக்கி ஈர்க்கப்படலாம், அவற்றை அடைய வெறித்தனமாக ஆசைப்படலாம், ஆனால் ஒரே நிபந்தனை என்னவென்றால் அவை வானத்திலிருந்து விழுந்ததைப் போல, மிக முக்கியமாக, எந்த முயற்சியும் இல்லாமல், இலவசமாக இவர்களிடம் வர வேண்டும். பொதுவாக இவர்கள் முயற்சி செய்வதை விரும்புவதில்லை, ஆனால் எல்லாவற்றையும் இலவசமாகப் பெற விரும்புகிறார்கள். அதில் எல்லாமே அடங்கும்.

ஓ, வாழ்க்கையில் கிடைக்கச் சாத்தியமான அனைத்து நன்மைகளையும் (அதற்குக் கொஞ்சம் குறைந்தாலும் நாங்கள் மகிழ்ச்சியடைய மாட்டோம்) எங்களுக்குக் கொடுத்துவிட்டு, எங்கள் வழியில் குறுக்கிடாமல் இருந்தால், நாங்கள் நல்லவர்களாகவும், அற்புதமானவர்களாகவும் இருக்க முடியும் என்பதை நிரூபிப்போம். நாங்கள் பேராசைக்காரர்கள் அல்ல, ஆனால் எங்களுக்குக் கொஞ்சம் பணம் கொடுங்கள், எவ்வளவு அதிகமாகக் கொடுக்க முடியுமோ அவ்வளவு கொடுங்கள். நாங்கள் அந்தப் பணத்தின் மீதுள்ள ஆசையைத் துறந்து, ஒரே இரவில் கட்டுப்பாடற்ற களியாட்டத்தில் அனைத்தையும் செலவழிக்க முடியும் என்பதைக் காட்டுவோம். எங்களுக்கு யாரும் பணம் கொடுக்கவில்லை என்றாலும், தேவைப்படும் நேரத்தில் அதைப் பெறுவது எப்படி என்று எங்களுக்குத் தெரியும். நான் நிகழ்வுகளை வரிசையாகச் சொல்ல வேண்டும் என்பதால் அதற்குப் பிறகு வருகிறேன்.

முதலாவதாக, நமது மதிப்புக்குரிய சக குடிமகன், வெளிநாட்டு வம்சாவளியைச் சேர்ந்தவர் 'வெறுங்காலுடன் கொல்லைப்புறத்தில்' என்று தற்போது குறிப்பிட்ட, அந்தப் பரிதாபத்திற்குரிய குழந்தையைப் பாருங்கள். நான் மீண்டும் சொல்கிறேன், குற்றம் சாட்டப்பட்ட மனிதருக்கு வாதாட வேறு யாரையும் என்னால் அனுமதிக்க முடியாது. நான் அவர் மீது குற்றம் சாட்டும் அதே நேரத்தில் அவரைப் பாதுகாக்கவும் செய்கிறேன். நாம் அனைவரும் மனிதர்கள் என்பதால், குழந்தைப் பருவமும், வீட்டுச் சூழலும் ஒரு மனிதனை எப்படிப் பாதிக்கும் என்பதை நம்மால் புரிந்து கொள்ள முடியும். அந்தக் குழந்தை வளர்ந்து, வாலிபனாகி பிறகு அதிகாரியாகிறார், ஆனால் அவரது பொறுப்பற்ற நடத்தையாலும், ஒண்டிக்கு ஒண்டி சண்டையாலும், அவரை ரஷ்யாவின் எல்லையிலுள்ள ஒதுக்குப்புறமான இடத்திற்கு அனுப்புகிறார்கள். அங்கு அவர் தனது தாய் நாட்டிற்காகச் சேவை செய்கிறார். அங்கு அவர் வழக்கம் போல தனது களியாட்டங்களைத் தொடர்வதால் அவருக்குப் பணம் தேவைப்படுகிறது. அவர் தனது தந்தையுடன் மேற்கொண்ட நீண்ட விவாதத்திற்குப் பிறகு அவருடன் சமரசம் செய்து கொண்டு, ஆறாயிரம் ரூபிள்களைப் பெற்றுக் கொள்கிறார். அவர் அந்தப் பணத்தைப் பெற்றுக் கொண்டதற்கான ரசீதையும், ஆறாயிரம் ரூபிள்களைப் பெற்றுக் கொண்டு, அவருக்குச் சேர வேண்டிய சொத்துரிமையை விட்டுக் கொடுப்பதாக எழுதிய ஒரு கடிதத்தையும் அவருடைய தந்தைக்கு அனுப்பி அந்த விவகாரத்தை ஒரு முடிவுக்குக் கொண்டு வருகிறார். அதற்குப் பிறகு அவர் உயர்ந்த குணமும், சிறந்த கல்வியும் கொண்ட ஓர் இளம் பெண்ணைச் சந்திக்கிறார். ஓ, நான் மீண்டும் அந்த விவரங்களைத் திரும்பச்

சொல்ல விரும்பவில்லை. நீங்கள் சற்று முன்புதான், மரியாதையும், சுய தியாகமும் வெளிப்பட்ட அந்தக் கதையைக் கேட்டீர்கள். நான் அதற்கு அதிகமாக எதுவும் சொல்லப் போவதில்லை. பொறுப்பற்ற, ஒழுக்கங்கெட்ட அந்த இளைஞர் உயர்ந்த பண்புக்கும், உன்னதமான லட்சியத்திற்கும் முன்னால் தலைவணங்கிய சித்திரம் நம் மனதில் ஆழ்ந்த அனுதாபத்தை ஏற்படுத்தியது. ஆனால் அதற்குப் பிறகு, இதே நீதிமன்ற அறையில், முற்றிலும் எதிர்பாராத விதமாக நாணயத்தின் மறுபக்கம் வெளிப்பட்டது. அது ஏன் அப்படி நடந்தது என்பதை யூகிக்கவோ அதற்கான காரணங்களை ஆராயவோ நான் விரும்பவில்லை, ஆனால் அதற்கு நிச்சயமாக ஏதோ காரணம் இருந்திருக்க வேண்டும். அந்த இளம் பெண் நீண்ட காலமாக அடக்கி வைத்திருந்த கோபத்தில் கண்ணீர் விட்டுக் கதறியபடி, அவளுடைய அஜாக்கிரதையான, பொறுப்பற்ற ஆனால் உயர்ந்த, பெருந்தன்மையான செயலுக்காக அவளை முதலில் வெறுத்தவர் அவர்தான் என்று சொன்னாள். அந்தப் பெண்ணின் வருங்கால கணவன் அவளை ஏளனச் சிரிப்புடன் பார்த்ததை அவளால் தாங்கிக் கொள்ள முடியவில்லை. அவர் தனக்குத் துரோகம் செய்கிறார் என்று நன்றாகத் தெரிந்திருந்தும் (அவரது நம்பிக்கை துரோகம் உட்பட எல்லாவற்றையும் தாங்கிக் கொள்ள வேண்டியிருக்கும் என்று அவளுக்குத் தெரியும்), அவள் அவரிடம் வேண்டுமென்றே மூவாயிரம் ரூபிள்களைக் கொடுத்து, அதன் மூலம் அவரது துரோகத்தை அவருக்குத் தெளிவாகப் புரியவைத்தாள். 'நீங்கள் அதை வாங்கிக் கொள்வீர்களா? நீங்கள் அந்த அளவுக்கு இழிந்தவரா?' என்று அவள் தனது கண்களால் அவரைக் குற்றம் சாட்டினாள். அவர் அவளுடைய கண்களிலிருந்து அவளது எண்ணங்களைப் புரிந்து கொண்டார். அவரே சற்று முன்னர் அதை ஒப்புக் கொண்டார். அவர் அந்த மூவாயிரம் ரூபிள்களை அவளிடமிருந்து அபகரித்து, தனது புதிய காதலியுடன் சேர்ந்து கொண்டு இரண்டே நாட்களில் அந்தப் பணத்தை விரயம் செய்தார்.

நாம் எதை நம்புவது? அந்த இளம் அதிகாரி தாராள மனப்பான்மையுடன் தன்னிடமிருந்த கடைசிப் பணத்தையும் தியாகம் செய்துவிட்டு அந்தப் பெண்ணின் நற்குணத்திற்கு மரியாதை செய்ததை நம்புவதா? அல்லது நாணயத்தின் அருவருப்பான மறுபக்கத்தையா? பொதுவாக, வாழ்க்கையில் இரண்டு எதிரெதிர் நிலைகளை எதிர்கொள்ளும்போது, நடுவில் உண்மையைத் தேட வேண்டும். ஆனால் அது இந்த வழக்கிற்குப் பொருந்தாது. ஏனெனில் அவர் முதல் சந்தர்ப்பத்தில்

உண்மையிலேயே உன்னதமானவராகவும், இரண்டாவது சந்தர்ப்பத்தில் உண்மையிலேயே கீழ்த்தரமானவராகவும் இருந்தார். ஏன்? ஏனெனில் கரமசோவ் குடும்பத்தினர் சிக்கலான ஆளுமையும் இயல்பும் உடையவர்கள் என்பதால், சாத்தியமான அனைத்து முரண்பாடுகளையும் சமரசம் செய்யும் திறன் கொண்டவர்களாக, ஒரே நேரத்தில் உயர்ந்த லட்சியங்களைத் தழுவுவதைப் பற்றியும், சீரழிவின் படுகுழியில் மூழ்குவதைப் பற்றியும் சிந்திக்கிறார்கள். நான் அதைத்தான் முன்னெடுத்துச் செல்கிறேன். கரமசோவ் குடும்பத்தை மிக அருகில் இருந்து கவனித்த திரு. ரகிதீன் கூறிய ஓர் அற்புதமான கருத்தை உங்களுக்கு நினைவூட்ட விரும்புகிறேன். 'அந்தப் பொறுப்பற்ற, கட்டுப்பாடற்ற மனிதர்கள் தங்களின் உயர்ந்த பெருந்தன்மையை உணர்வது போலவே தங்களின் சொந்தச் சீரழிவை உணர்வதும் அவசியமாக இருக்கிறது' என்று அவர் சொன்னார். அந்த இயற்கைக்கு மாறான கலவை அவர்களுக்குத் தொடர்ந்து தேவைப்படுகிறது. கனவான்களே, அவர்களுக்கு ஒரே நேரத்தில் இரண்டு எதிரெதிர் நிலைகளும் தேவை. அது இல்லையெனில் அவர்கள் மகிழ்ச்சியற்றவர்களாகவும், விரக்தியடைந்தவர்களாகவும் இருப்பதுடன், தங்கள் வாழ்க்கையை முழுமையற்றதாக உணர்கிறார்கள். அவர்கள் ரஷ்ய அன்னையைப் போல பரந்து விரிந்த இயல்புடையவர்கள்; எல்லாவற்றையும் அரவணைத்துச் சகித்துக் கொள்கிறார்கள்.

நீதிபதிகளே, நடுவர் பெருமக்களே, நான் மூவாயிரம் ரூபிள்களைப் பற்றிப் பேசத் தொடங்கியதால் கொஞ்சம் முன்னால் செல்ல விரும்புகிறேன். கனவான்களே, அவர் இவ்வளவு கேவலமான, இழிவான நிலைக்கு இறங்கி, அந்தப் பணத்தை வாங்கிய அன்றே ஒரு பாதியைத் துணியில் வைத்துத் தைத்து, எல்லா சோதனைகளையும், தவிர்க்க முடியாத தேவைகளையும் மீறி, அதை ஒரு மாதம் முழுவதும் கழுத்தில் சுமந்து கொண்டு திரியும் அளவுக்கு மன உறுதி உடையவராக இருந்தார் என்பதை உங்களால் கற்பனை செய்ய முடிகிறதா? அவர் மதுக்கடையில் குடிபோதையிலும், களியாட்டத்திலும் மூழ்கியபோதும், தனது எதிரியான தந்தையிடமிருந்து காதலியை மீட்கத் தேவையான பணத்தைத் தேடி நகரத்தை விட்டு (எங்கே என்பது அந்தக் கடவுளுக்கே வெளிச்சம்) சென்றபோதும், கழுத்தில் மறைத்து வைத்திருந்த பணத்தை எடுக்கத் துணியவில்லை. அவர் மிகவும் பொறாமைப்பட்ட அந்தக் கிழவரிடமிருந்து தனது காதலியைக் காப்பாற்ற வேண்டும் என நினைத்திருந்தால், அவரது கழுத்தில் மறைத்து வைத்திருந்த அந்தப் பணத்தை எடுத்து, அவளைப் பாதுகாக்க வீட்டிலேயே இருந்து, 'நான் உன்னுடையவள்' என்று

அவள் சொல்லும் வரை காத்திருந்து, அந்த இக்கட்டான சூழ்நிலையிலிருந்து தப்பிக்க அவளுடன் ஊரை விட்டு ஓடியிருக்கலாம். ஆனால் அவர் அதைச் செய்யாமல் இருந்ததற்கு என்ன காரணம்? நான் இப்போது சொன்னது போல, ‘நான் உன்னுடையவள், என்னை எங்கு வேண்டுமானாலும் அழைத்துச் செல்லுங்கள்’ என்று அவள் சொல்லும்போது, தன்னிடம் போதிய பணம் இருக்க வேண்டும் என்பதை அவர் முதல் காரணமாகச் சொல்கிறார். ஆனால் குற்றம் சாட்டப்பட்டவரே ஒப்புக்கொண்டபடி அதற்கு வேறு முக்கிய காரணம் இருக்கிறது. ‘நான் அந்தப் பணத்தை வைத்திருக்கும் வரை ஓர் அயோக்கியனாக இருப்பேன், ஆனால் திருடன் அல்ல, ஏனெனில் நான் எப்போது வேண்டுமானாலும் என் வருங்கால மனைவியிடம் அபகரித்த அந்தப் பணத்தைத் திருப்பிக் கொடுத்து, இதோ பார், நான் உன்னுடைய பணத்தில் பாதியை விரயம் செய்து, ஒழுக்கங்கெட்டவன் என்பதை நிரூபித்துவிட்டேன். அதனால் நீ விரும்பினால் என்னை அயோக்கியன் என்று சொல்லலாம் (நான் அவர் சொன்ன வார்த்தைகளைப் பயன்படுத்துகிறேன்). ஆனால் நான் அயோக்கியனாக இருந்தாலும் திருடன் அல்ல, ஏனெனில் திருடனாக இருந்திருந்தால் மீதியுள்ள பணத்தை உன்னிடம் திருப்பித் தராமல் செலவு செய்திருப்பேன்.’ என்ன அருமையான விளக்கம்! இந்த முரட்டுத்தனமான, ஆனால் பலவீனமான மனிதரால் தன்னுடைய மானம் மரியாதையை பணயம் வைத்தாவது மூவாயிரம் ரூபிள்களை வாங்கிக் கொள்ள வேண்டும் என்ற ஆசையை அடக்க முடியவில்லை. ஆனால் அதே மனிதர் மிகவும் உறுதியான தீர்மானத்துடன் ஆயிரக் கணக்கான ரூபிள்களைத் தனது கழுத்தில் சுமந்து கொண்டு திரிகிறார். இது நான் அவரைப் பற்றி விவரித்த குணாதிசயத்திற்குச் சற்றேனும் பொருந்துகிறதா?

இல்லை, கொஞ்சம் கூட பொருந்தவில்லை. உண்மையில் டிமிட்ரி கரமசோவ் அந்தப் பணத்தை ஒதுக்கி வைக்க முடிவு செய்திருந்தால், என்ன செய்திருப்பார் என்பதை நான் சொல்கிறேன். அவர் தனது புதிய காதலியை மகிழ்விக்க ஆயிரத்து ஐநூறு ரூபிள்களை விரயம் செய்தது போல மீண்டும் அவளை மகிழ்விக்க வேண்டும் என்ற முதல் தூண்டுதல் அவருக்கு ஏற்படும்போது, அதிலிருந்து நூறு ரூபிள்களை எடுத்திருப்பார், ஏனெனில் ஆயிரத்து ஐநூறு ரூபிள்களைத் திருப்பிக் கொடுத்தாலும், ஆயிரத்து நானூறு ரூபிள்களைத் திருப்பிக் கொடுத்தாலும் வித்தியாசம் ஒன்றுமில்லை. ‘நான் ஓர் அயோக்கியன், ஆனால் திருடன் அல்ல, ஏனெனில் ஆயிரத்து நானூறு ரூபிள்களைத் திருப்பிக் கொடுக்கிறேன், ஆனால்

ஒரு திருடன் எதையும் திருப்பிக் கொடுக்க மாட்டான்' என்று அவர் சொல்லலாம். இப்படியாக அவர் ஒவ்வொரு முறையும் கொஞ்சம் கொஞ்சமாகப் பணத்தை எடுத்து அந்த மாத இறுதிக்குள் எல்லாவற்றையும் செலவழித்துவிட்டு நூறு ரூபிள்களை மட்டுமே வைத்திருப்பார், ஏனெனில் அதைத் திருப்பிக் கொடுத்து, 'நான் ஓர் அயோக்கியன், ஆனால் திருடன் அல்ல, ஏனெனில் நான் உன்னுடைய பணத்தில் இரண்டாயிரத்து தொள்ளாயிரம் ரூபிள்களைச் செலவழித்துவிட்டு நூறு ரூபிள்களைத் திருப்பிக் கொடுக்கிறேன், ஆனால் ஒரு திருடன் எதையும் திருப்பித் தர மாட்டான்' என்று சொல்ல முடியும். ஆனால் இறுதியில் அவர் அந்த நூறு ரூபிள்களை எடுத்து, 'இதைத் திருப்பிக் கொடுப்பதில் அர்த்தமில்லை, அதையும் செலவழிப்போம்!' என்று நினைத்திருப்பார். நமக்குத் தெரிந்த உண்மையான டிமிட்ரி கரமசோவ் இப்படித்தான் நடந்து கொண்டிருப்பார். எனவே அவர் பாதி பணத்தை ஒதுக்கி வைத்ததாகச் சொல்வது கொஞ்சம் கூட நம்பும்படியாக இல்லை. அது யதார்த்தத்திற்கு முற்றிலும் முரணாக இருப்பதால், அது ஒரு கட்டுக் கதையைத் தவிர வேறில்லை. எனவே ஒருவர் அதைத் தவிர வேறு என்ன வேண்டுமானாலும் கற்பனை செய்யலாம். நாம் அதைப் பற்றிப் பிறகு பேசுவோம்."

அதன் பிறகு அரசு வழக்கறிஞர் ஃபியோதர் கரமசோவிற்கும் அவருடைய மகன் டிமிட்ரிக்கும் இடையில் இருந்த சொத்து தகராறைப் பற்றியும், அவர்களுடைய தனிப்பட்ட உறவுகளைப் பற்றியும் சுருக்கமாகச் சொன்னார். டிமிட்ரிக்குச் சேர வேண்டிய பரம்பரை சொத்தில் யார் யாரை ஏமாற்றினார்கள் என்பதையும், யாருக்கு ஆதாயம் கிடைத்தது என்பதையும் தீர்மானிப்பது சாத்தியமில்லை என்பதை அவர் மீண்டும் ஒரு முறை சுட்டிக் காட்டினார். மீச்சியா தனது தந்தை தனக்கு மூவாயிரம் ரூபிள்களைத் தர வேண்டும் என்பதில் பிடிவாதமாக இருந்ததைப் பற்றி இப்போலித் கிரில்லோவிச் பேசும்போது, அதற்கான காரணத்தை விளக்க மருத்துவ நிபுணர்களின் கருத்தை முன் வைத்தார்.

7. ஒரு வரலாற்று ஆய்வு

"பிரதிவாதி மனநிலை சரியில்லாதவர் என்றும், அவருக்குப் பைத்தியம் பிடித்துவிட்டது என்றும் மருத்துவ நிபுணர்கள் நிரூபிக்க முயன்றனர். ஆனால் அவர் சரியான மனநிலையில் இருக்கிறார் என்று நான் உறுதியாகச் சொல்கிறேன். அவருக்கு மனநிலை

சரியில்லாமல் இருந்திருந்தால், அவர் இன்னும் புத்திசாலித்தனமாக நடந்து கொண்டிருப்பார். அவருக்குப் புத்தி பேதலித்துவிட்டது என்பதைச் சொல்லும் ஒரே ஒரு விஷயம், மருத்துவ நிபுணர்கள் குறிப்பிட்டது போல, அவருடைய தந்தை அவருக்கு மூவாயிரம் ரூபிள்களைத் தர வேண்டும் என்பதில் அவர் வெறித்தனமாக இருந்தார் என்பதை நான் ஒப்புக் கொள்கிறேன். ஆனால் அதற்கு மனநிலை சரியில்லை என்பதைக் காட்டிலும், ஓர் எளிமையான விளக்கத்தைக் கொடுக்க முடியும். என்னைப் பொறுத்தவரை, பிரதிவாதி தனது இயல்பான மனநிலையில் இருக்கிறார், ஆனால் அவரிடம் மிதமிஞ்சிய மனக்கசப்பும் எரிச்சலும் காணப்படுகிறது என்ற இளம் மருத்துவரின் கருத்தை நான் முழுமையாக ஏற்றுக் கொள்கிறேன். எனவே குற்றம் சாட்டப்பட்டவரின் மனக்கசப்பிற்கும், எரிச்சலுக்கும் காரணம் அந்த மூவாயிரம் ரூபிள்கள் அல்ல, மாறாக அதற்கு ஒரு பிரத்யேக காரணம் இருந்தது. அதுதான் பொறாமை!"

இந்தக் கட்டத்தில் இப்போலித் கிரில்லோவிச், பிரதிவாதிக்கு குரூஷென்காவின் மீதிருந்த கட்டுப்படுத்த முடியாத காதலைப் பற்றி விரிவாகச் சொன்னார். "அவர் அந்தப் பெண்ணை 'அடிப்பதற்காக' அவள் 'தங்கியிருந்த' இடத்திற்குச் சென்றார் (பிரதிவாதியின் சொந்த வார்த்தைகளைப் பயன்படுத்துவதாக வழக்கறிஞர் சொன்னார்), ஆனால் அவளை அடிப்பதற்குப் பதிலாக அவளுடைய காலடியில் விழுந்தார். அந்தத் தருணத்திலிருந்து அவர் காதலிக்கத் தொடங்கி விட்டார்.' அதே சமயம் அந்தக் கிழவர், பிரதிவாதியின் தந்தையும் அவளுக்கு வலை வீசிக் கொண்டிருந்தார். இது ஒரு விநோதமான, விதிவசமான தற்செயல் நிகழ்வு என்றுதான் சொல்ல வேண்டும், ஏனெனில் அவர்கள் இருவருக்கும் அவளை ஏற்கனவே தெரியும் என்றாலும், திடீரென்று ஒரே நேரத்தில், கட்டுப்படுத்த முடியாத கரமசோவுக்கே உரிய மோகத்திற்கு இரையானார்கள். 'நான் அவர்கள் இருவரையும் பார்த்துச் சிரித்தேன்' என்று அவளே வாக்குமூலம் கொடுத்திருக்கிறாள். அவர்கள் இருவரையும் கேலி செய்ய வேண்டும் என்ற ஆசை திடீரென்று அவளுக்கு ஏற்பட்டது. அவள் மிக விரைவில் அவர்களைத் தன் காலடியில் விழ வைத்தாள். அந்தக் கிழவர் பணத்தைக் கடவுளைப் போல பூஜித்தாலும், அவள் தன் வீட்டிற்கு வந்தால் அவளுக்குப் பரிசாகக் கொடுப்பதற்கு மூவாயிரம் ரூபிள்களை ஒதுக்கி வைத்தார். ஆனால் அவள் மட்டும் அவருடைய மனைவியாகச் சம்மதித்தால் அந்தக் கிழவர் தனது கௌரவத்தையும், சொத்துக்களையும் மகிழ்ச்சியுடன் அவளுடைய காலடியில் சமர்ப்பிக்கத் தயாராக இருந்தார். அதற்கு எங்களிடம் மறுக்க முடியாத ஆதாரங்கள் உள்ளன. பிரதிவாதியைப்

பொறுத்தவரை அவரது சோகம் வெளிப்படையாகத் தெரிகிறது. ஆனால் அந்த இளைஞனின் 'விளையாட்டு' அப்படிப்பட்டது. அந்த மாயக்காரி துரதிருஷ்டவசமான அந்த இளைஞனுக்கு கடைசி நிமிடம் வரை, அதாவது அவர் அவளுக்கு முன்னால் மண்டியிட்டு, தனது தந்தையும் எதிரியுமான மனிதரின் இரத்தத்தால் தோய்ந்த கைகளை நீட்டும் வரை எந்த நம்பிக்கையும் கொடுக்கவில்லை. அந்த நிலையில்தான் அவர் கைது செய்யப்பட்டார். 'என்னையும் அவருடன் சைபீரியாவுக்கு அனுப்புங்கள். அவருடைய இந்த நிலைக்கு நான்தான் காரணம். நான்தான் குற்றவாளி!' என்று அவர் கைது செய்யப்பட்ட தருணத்தில், அந்தப் பெண் உண்மையான வருத்தத்துடன் கதறி அழுதாள்.

நான் ஏற்கனவே குறிப்பிட்ட அந்தத் திறமையான இளைஞன் ரகிதீன் அந்தக் கதாநாயகியைப் பற்றித் தனது தனித்துவமான சொற்களில் சுருக்கமாக ஒரு விஷயத்தைச் சொன்னார். 'அவள் தனது வாழ்க்கையின் ஆரம்பத்தில் ஏமாற்றத்தையும் துரோகத்தையும் ஒரே நேரத்தில் சந்தித்தாள். முதலில் அவளுடைய வருங்கால கணவன் அவளை ஏமாற்றி அவளுக்குத் துரோகம் செய்தான். அது அவளுடைய கௌரவமான குடும்பத்திற்கு அவப்பெயரை ஏற்படுத்தி, வறுமைக்கு வழிவகுத்தது. பின்னர், அவள் இன்னும் தனது பாதுகாவலராகக் கருதும் ஒரு வயதான பணக்கார மனிதரின் பராமரிப்பில் வாழ்ந்தாள். அவளுடைய இளம் உள்ளத்தில் நிறைய நல்ல விஷயங்கள் இருந்திருக்கலாம், ஆனால் அவை அனைத்தும் நஞ்சாகிவிட்டன. எனவே அவள் எப்போதும் பணத்தில் குறியாக, அதைச் சேமிப்பதில் கவனத்தைச் செலுத்தினாள். அவள் இந்தச் சமூகத்தை ஏளனமாகவும் வெறுப்பாகவும் பார்க்கத் தொடங்கினாள்.' அவளுடைய இந்தக் குணாதிசயத்தை வைத்துப் பார்க்கும்போது, அவர்கள் இருவரையும் பார்த்து அவள் எப்படி விளையாட்டாக, விஷமத்தனமாகச் சிரித்திருப்பாள் என்பதைப் புரிந்து கொள்ள முடியும். எனவே ஒரு மாத காலமாக இழுத்தடித்த நம்பிக்கையற்ற காதல், ஒழுக்கச் சீர்கேடு, வருங்கால மனைவிக்கு செய்த துரோகம், நேர்மையற்ற முறையில் பணத்தை அபகரித்தது, இடைவிடாமல் அலைக்கழித்த பொறாமை போன்றவை குற்றம் சாட்டப்பட்டவரை வெறித்தனமானக் கோபத்திற்கு ஆளாக்கியது. அவருக்கு யார் மீது பொறாமையும் கோபமும் ஏற்பட்டது? அவருடைய தந்தையின் மீது! இதில் கொடுமையான விஷயம் என்னவென்றால், அந்தப் பைத்தியக்காரக் கிழவர் அந்தப் பெண்ணைக் கவர்ந்திழுக்கப் பயன்படுத்திய அந்த மூவாயிரம் ரூபிள்கள், தன்னுடைய தாய்வழிச் சொத்தாக தனக்குக் கிடைக்க

வேண்டிய பணம் என்று அவர் கருதினார். ஆமாம், அதை ஏற்றுக்கொள்வது கடினம் என்பதை நான் ஒப்புக் கொள்கிறேன்! அது அவரைப் பைத்தியம் பிடிக்கச் செய்திருக்கலாம். இங்கே, அந்தப் பணம் பிரச்சினை அல்ல, ஆனால் அது அவரது மகிழ்ச்சியைக் கெடுக்க அருவருப்பான வெறுப்புடன் பயன்படுத்தப்படுகிறது என்பதுதான் முக்கியம்!"

அதன் பிறகு இப்போலித் கிரில்லோவிச், குற்றம் சாட்டப்பட்டவரின் மனதில் தந்தையைக் கொலை செய்ய வேண்டும் என்ற எண்ணம் எப்படிப் படிப்படியாக வளர்ந்தது என்பதை விவரித்து, அதற்கான ஆதாரங்களைச் சுட்டிக் காட்டினார்.

"முதலில் அவர் அதைப் பற்றி உணவகங்களிலும் மதுக்கடைகளிலும் பேசினார். ஒரு மாதம் முழுவதும் அவர் அதைப் பற்றிப் பேசிக் கொண்டிருந்தார். எப்போதும் அவரைச் சுற்றி நண்பர்கள் கூட்டம் இருப்பதையும், அவர்களிடம் எல்லாவற்றையும் சொல்வதையும் அவர் விரும்பினார். அவர் தனது மிக மோசமான, ஆபத்தான கருத்துக்களைக் கூடத் தயக்கமின்றி அவர்களிடம் பகிர்ந்து கொண்டார். ஏதோ சில காரணங்களால் அவர் தனது ஒவ்வொரு எண்ணத்தையும் மற்றவர்களுடன் பகிர்ந்து கொள்ள விரும்பினார். அதுமட்டுமின்றி, அவர்கள் அனுதாபத்துடன் அதற்குப் பதிலளிக்க வேண்டும் என்றும், அவருடைய எல்லாப் பிரச்சினைகளிலும், கவலைகளிலும் அவர்கள் அக்கறை காட்ட வேண்டும் என்றும், எந்த விஷயத்தையும் அவர்கள் ஆட்சேபிக்கக் கூடாது என்றும் அவர் விரும்பினார். அப்படி இல்லை என்றால் அவர் ஆத்திரத்தில் எல்லாவற்றையும் அடித்து நொறுக்கி விடுவார். (கேப்டன் ஸ்னெகிரியோவின் கதையைச் சொன்னார்). அந்த மாதம் முழுவதும் அவரைப் பார்த்தவர்களும், அவர் சொன்னதைக் கேட்டவர்களும், அவருடைய ஆவேசமான கூச்சலும், அச்சுறுத்தலும் உண்மையாக மாறக்கூடும் என்று நினைத்தார்கள்."

அரசு வழக்கறிஞர் இந்த இடத்தில், குடும்பத்தினர் அனைவரும் மடாலயத்தில் சந்தித்ததையும், அல்யோஷாவுக்கும் டிமிட்ரிக்கும் இடையில் நடந்த உரையாடலையும், அவர் தனது தந்தையின் வீட்டிற்குச் சென்று நிகழ்த்திய வன்முறைச் செயலையும் விவரித்தார்.

"அந்தச் சம்பவத்திற்கு முன்னர் வரை பிரதிவாதி தனது தந்தையைக் கொலை செய்ய வேண்டுமென்று தீர்மானித்திருந்தார் என்று என்னால் உறுதியாகச் சொல்ல முடியாது" என்று இப்போலித் கிரில்லோவிச் தொடர்ந்தார். "இருந்தாலும் அவர்

அதைப் பற்றிப் பல முறை யோசித்திருக்கிறார், சிந்தித்திருக்கிறார் என்பதற்கு வலுவான சாட்சிகளும், ஆதாரங்களும், அவர் சொன்ன வார்த்தைகளும் எங்களிடம் உள்ளன. கனவான்களே, நடுவர்களே, இது ஒரு திட்டமிட்ட கொலை என்பதை நான் இன்று வரை ஒப்புக் கொள்ளத் தயங்கினேன். ஏனெனில் அவர் அந்த விதிவசமான தருணத்தைப் பல முறை கற்பனை செய்திருந்தாலும், அதை நிறைவேற்றுவதற்கான எந்தத் திட்டமும் அவரிடம் இல்லை என்று நான் உறுதியாக நம்பினேன். இன்று கேத்தரீனா இவானோவ்னா அந்த முக்கியமான ஆதாரத்தை நீதிமன்றத்தில் சமர்ப்பிக்கும் வரை நான் அதில் உறுதியாக இருந்தேன். கனவான்களே, அந்த இளம் பெண் சற்று முன்பு, 'இதுதான் திட்டம், கொலைக்கான திட்டம்!' என்று கூச்சலிட்டதை நீங்களே கேட்டீர்கள். பிரதிவாதி குடிபோதையில் இருந்தபோது எழுதிய அந்தக் கடிதத்தை அவள் அப்படித்தான் சொன்னாள். அந்தக் கடிதத்தைப் பார்க்கும்போது அது முன்கூட்டியே திட்டமிட்ட கொலை என்று தெரிகிறது. அந்தக் கடிதம் அந்தக் கொடூரமான திட்டத்தை நிறைவேற்றுவதற்கு இரண்டு நாட்களுக்கு முன்பு எழுதப்பட்டது. மறுநாள் தனக்குத் தேவையான பணம் கிடைக்காவிட்டால், தனது தந்தையைக் கொன்றுவிட்டு, அந்தக் கிழவர் தலையணைக்கு அடியில் வைத்திருக்கும் பணத்தை எடுத்துக் கொள்வேன் என்று அவர் அந்தக் கடிதத்தில் சத்தியம் செய்திருக்கிறார். 'இவான் மட்டும் போய்விட்டால்' என்று அவர் எழுதியிருப்பதைக் கவனியுங்கள். ஆகவே அவர் எல்லாவற்றையும் யோசித்து, ஒவ்வொரு சூழ்நிலையையும் சீர்தூக்கிப் பார்த்து, கடிதத்தில் எழுதியது போலவே எல்லாவற்றையும் செய்து முடித்தார்! எனவே இது ஒரு திட்டமிட்ட கொலை என்பது நிரூபணமாகிறது. அவர் அந்தக் கொலையைப் பணத்திற்காகச் செய்வதாகத் தெளிவாக எழுதி கையெழுத்து போட்டிருக்கிறார். அவர் தனது கையெழுத்தை மறுக்கவில்லை. அது ஒரு குடிகாரன் எழுதிய கடிதம் என்று சிலர் சொல்லலாம். அதனால் கடிதத்தின் முக்கியத்துவம் குறைந்துவிடவில்லை, மாறாக அது முக்கியமானதாக ஆகிறது. அவர் தெளிவான மன நிலையில் திட்டமிட்டதையே குடிபோதையில் எழுதினார். அவர் அதைத் தெளிவான மன நிலையில் திட்டமிடவில்லை என்றால், குடிபோதையில் அதை எழுதியிருக்க முடியாது. அவர் ஏன் அதைப் பற்றி மதுக்கடைகளில் பேச வேண்டும் என்று ஒருவர் கேட்கலாம். பொதுவாக இப்படி ஒரு குற்றத்தைச் செய்யத் திட்டமிடும் ஒருவர் அதைப் பற்றி யாரிடமும் சொல்லாமல் இரகசியமாக வைத்திருப்பார். உண்மைதான், ஆனால் அவர் அதைப் பற்றிச் சொன்னபோது, அவரிடம் எந்தத் திட்டமும் நோக்கமும் இருக்கவில்லை, மாறாக

அதைச் செய்ய வேண்டும் என்ற உந்துதல் மட்டுமே இருந்தது. ஆனால் அதற்குப் பிறகு அவர் அதைப் பற்றி அதிகம் பேசவில்லை. அன்று மாலை அவர் கேபிடல் சிட்டி உணவகத்திற்குச் சென்றபோது, குடித்திருந்தாலும் வழக்கத்திற்கு மாறாக அமைதியாக இருந்தார். அவர் பில்லியார்ட்ஸ் விளையாடாமலும், யாருடனும் பேசாமலும் ஒரு மூலையில் தனியாக அமர்ந்திருந்தார். ஆனால் அவர் தனக்கு அருகில் அமர்ந்திருந்த உள்ளூரைச் சேர்ந்த ஒரு கடைக்காரனிடம் சண்டையிட்டு அவனை விரட்டியடித்தார். அவர் தன்னையும் அறியாமல் பழக்கத்தின் காரணமாக அதைச் செய்தார், ஏனெனில் அங்கு செல்லும் போதெல்லாம் அவரால் சண்டையிடாமல் இருக்க முடியாது. அவர் இறுதி முடிவை எடுத்த பிறகு, அதைப் பற்றி ஏற்கனவே அதிகமாகப் பேசிவிட்டதால், தனது திட்டத்தை நிறைவேற்றியதும், அவரைக் கைது செய்து வழக்குத் தொடரலாம் என்ற பயம் அவருக்கு இருந்திருக்க வேண்டும். ஆனால் என்ன செய்வது? அவர் சொன்ன வார்த்தை உண்மையாகிவிட்டது. அவரால் தனது வார்த்தையைத் திரும்பப் பெற முடியவில்லை. முன்பு அவருக்கு பல வழிகளில் அதிர்ஷ்டம் உதவி செய்தது போல இப்போதும் உதவி செய்யும் என்று அவர் நம்பினார். நடுவர் பெருமக்களே, உண்மையைச் சொல்லப்போனால் அவர் தன்னுடைய அதிர்ஷ்டத்தை நம்பியிருந்தார். அந்த மோசமான பேரழிவைத் தவிர்ப்பதற்காக அவர் எவ்வளவோ முயற்சி செய்தார் என்பதை நான் ஒப்புக் கொள்ளத்தான் வேண்டும். 'நான் நாளை ஒவ்வொருவரிடமிருந்தும் பணத்தைத் திரட்ட முயற்சி செய்வேன், அது முடியாவிட்டால் இரத்தம் சிந்துவதைத் தடுக்க முடியாது' என்று அவர் தனக்கே உரிய விசித்திரமான மொழியில் எழுதியுள்ளார். அவர் குடிபோதையில் எழுதியிருந்தாலும், நிதானமாக இருந்தபோது, கடிதத்தில் சொன்னபடி அதைச் செய்து முடித்துவிட்டார்!"

இந்த இடத்தில் இப்போலித் கிரில்லோவிச், மீச்சியா பணத்தைத் திரட்ட மேற்கொண்ட அனைத்து முயற்சிகளையும் விரிவாகச் சொன்னார். மீச்சியா சம்சனோவைச் சந்தித்ததையும், லியாகாவியைப் பார்க்க மேற்கொண்ட பயணத்தையும் விவரித்தார். அவர் அனைத்தையும் உரிய ஆதாரங்களின்படி விவரித்தார்.

"அவர் பயணச் செலவுக்காக தனது கடிகாரத்தை விற்று (ஆயிரத்து ஐநூறு ரூபிள்கள் தன்னிடம் இருந்ததாக அவர் சொல்வது கதைதான்), பசி தாகத்துடன் பயணம் செய்து ஏமாற்றத்துடனும், சோர்வுடனும் திரும்பினார். அவர் இல்லாத சமயத்தில் அவரது காதலி தந்தையைப் பார்க்கச் சென்று விடுவாள் என்ற சந்தேகமும், பொறாமையும் அவரை அலைக்கழிக்க

கவலையுடன் ஊருக்கு வந்தார். கடவுளுக்கு நன்றி! அவள் ஃபியோதர் பாவ்லோவிச்சைப் பார்க்கப் போகவில்லை. அவள் தனது நலம் விரும்பியான சம்சனோவைப் பார்க்கச் செல்லும்போது அவரும் அவளுடன் சென்றார். (அவர் சம்சனோவ் மீது பொறாமைப் படவில்லை என்பது விசித்திரமாக இருக்கிறது. இது உளவியல் ரீதியாகக் கவனிக்க வேண்டிய விஷயம்!). அதன் பிறகு அவர் அங்கிருந்து வீட்டின் பின்புறம் தோட்டத்திலிருந்த கண்காணிப்பு இடத்திற்குச் சென்றார். அவர் அங்கு சென்றபோது, ஸ்மெர்த்தியாக்கவுக்கு வலிப்பு நோய் என்றும் மற்றொரு வேலைக்காரனுக்கு உடல்நலமில்லை என்றும் தெரிந்து கொண்டார். அவருக்கு அந்தச் சமிக்ஞைகள் தெரியும் என்பதால், காரியத்தை முடிக்க இதுவே சரியான தருணம் என்று நினைத்தார். என்ன ஒரு சோதனை! இருந்தாலும் அவர் அதை உதறித்தள்ளிவிட்டு, நீண்ட காலமாக அவரை அனுதாபத்துடன் கவனித்துக் கொண்டிருந்த, திருமதி. கோஹ்லக்கோவிடம் சென்றார். அவள் அவரது வீணான வாழ்க்கையையும், முறையற்ற காதல் விவகாரத்தையும், மதுக்கடைகளில் அலைந்து திரிவதையும், இளமையின் ஆற்றலை வீணடிப்பதையும் விட்டுவிட்டு, சைபீரியாவில் உள்ள தங்கச் சுரங்கத்திற்குச் செல்லும்படி ஆலோசனை சொல்லி, 'உங்களிடம் உள்ள கொந்தளிக்கும் காதலுக்கும், சாகச உணர்வுக்கும் அது ஒரு வடிகாலாக இருக்கும்' என்று சொன்னாள்."

இப்போலித் கிரில்லோவிச் அந்த உரையாடலின் முடிவு என்ன என்பதையும், குருஷென்கா சம்சனோவைப் பார்க்கப் போகவில்லை என்பதைப் பிரதிவாதி அறிந்து கொண்டதையும், அவள் அவரை ஏமாற்றிவிட்டு ஃபியோதர் பாவ்லோவிச்சைப் பார்க்கச் சென்று விட்டாள் என்ற எண்ணத்தால், அந்தத் துரதிருஷ்டசாலி பொறாமையின் பிடியில் சிக்கி எப்படி ஆவேசமானார் என்பதையும் விவரித்தார். இப்போலித் கிரில்லோவிச் அதைச் சொல்லிவிட்டு, சில நேரங்களில் தற்செயலாக நடக்கும் நிகழ்வுகள் பேரழிவுக்கு வழிவகுக்கும் என்பதை வலியுறுத்தினார்.

"அவர் குருஷென்காவின் வீட்டிற்குச் சென்றபோது, வேலைக்காரி அவரிடம் தனது எஜமானி முன்னாள் காதலனைப் பார்க்க மோக்ரோய்க்குச் சென்றிருக்கிறாள் என்று சொல்லியிருந்தால் எதுவும் நடந்திருக்காது. ஆனால் அவள் பயத்தில் செயலிழந்து, புனிதமான எல்லாவற்றின் மீதும் சத்தியம் செய்யத் தொடங்கினாள். பிரதிவாதி தனக்குத் துரோகம் செய்த பெண்ணைத் தேடிப் பிடிக்க

அவசரப்பட்டதால்தான் அந்த நேரத்தில் வேலைக்காரியைக் கொல்லவில்லை. அவர் வெறித்தனமான கோபத்தில் இருந்தாலும், பித்தளை உலக்கையை எடுத்துச் சென்றார் என்பதைக் கவனியுங்கள். ஏன் உலக்கை? ஏன் வேறு எதையும் எடுத்துச் செல்லவில்லை? ஒரு மாதம் முழுவதும் அவர் அந்த குற்றத்தைப் பற்றிக் கற்பனை செய்து, அதற்காகத் தன்னைத் தயார் செய்து கொண்டிருந்ததால், ஆயுதமாகப் பயன்படக் கூடிய ஒன்றைப் பார்த்ததும் அதை எடுத்துக் கொண்டார். இதைப் போன்ற ஒரு பொருளை ஆயுதமாகப் பயன்படுத்தலாம் என்று அவர் கடந்த ஒரு மாதமாக நினைத்துக் கொண்டிருந்ததால், அதைப் பார்த்ததும், எந்தத் தயக்கமும் இல்லாமல் எடுத்துக் கொண்டார். எனவே அவர் தன்னையும் அறியாமல், தன்னிச்சையாக அந்த விதிவசமான உலக்கையை எடுத்துக் கொண்டார் என்று சொல்ல முடியாது. அதன் பின்னர் அவர் தனது தந்தையின் தோட்டத்தில் இருப்பதைப் பார்க்கிறோம். எல்லாம் தெளிவாக உள்ளது, சாட்சி சொல்ல யாரும் இல்லை, மயான அமைதி நிலவும் நள்ளிரவு; இருளும் பொறாமையும் தவிர வேறெதுவும் இல்லை. அவள் அங்கே, அவரோடு, அவரது எதிரியுடன், அவருடைய கைகளில் இருக்கிறாளோ, அவரைப் பார்த்துச் சிரிக்கிறாளோ என்ற சந்தேகம் அவரை மூச்சுத்திணற வைக்கிறது. அது வெறும் சந்தேகம் அல்ல. ஏமாற்றமும் துரோகமும் வெளிப்படையாகத் தெரியும் போது சந்தேகப்பட என்ன இருக்கிறது? அவள் அங்கே, ஒளி பிரகாசிக்கும் அந்த அறையில், திரைக்குப் பின்னால் இருக்கிறாள். துரதிருஷ்டசாலியான அந்த மனிதர் ஜன்னலருகே ஊர்ந்து சென்று, திருட்டுத்தனமாக உள்ளே எட்டிப் பார்த்துவிட்டு, ஆபத்தான, ஒழுக்கக்கேடான ஏதேனும் நடந்துவிடுமோ என்று பயந்து, அமைதியாகத் திரும்பிவிட்டார். அவரது குணத்தையும், அந்த நேரத்தில் அவரது மனநிலையையும், வீட்டிற்குள் நுழையும் சமிக்ஞைகள் அவருக்குத் தெரிந்திருப்பதையும் அறிந்த நாம், அதை நம்ப வேண்டும் என்று அவர் விரும்புகிறார்!"

அந்தச் சமயத்தில் இப்போலித் கிரில்லோவிச், ஸ்மெர்த்தியாக்கவுக்கும் கொலைக்கும் தொடர்பு இருக்கிறது என்ற சந்தேகத்திற்கு முற்றுப்புள்ளி வைக்கும் வகையில், அவனைப் பற்றிப் பேசுவது அவசியம் என்று முடிவு செய்தார். ஸ்மெர்த்தியாக்கவைச் சந்தேகப்படுவது அவருக்கு உவப்பாக இல்லை என்றாலும், அவரது முழுமையான அணுகுமுறை, அதைச் செய்வது அவசியம் என்று அவர் நினைக்கிறார் என்பதை அனைவருக்கும் புரிய வைத்தது.

8. ஸ்மெர்த்தியாக்கவைப் பற்றி ஓர் ஆய்வு

"முதலாவதாக, இப்படி ஒரு சந்தேகம் எங்கிருந்து வந்தது?" என்ற கேள்வியோடு இப்போலித் கிரில்லோவிச் தொடர்ந்தார். "ஸ்மெர்த்தியாக்கவ்தான் கொலையாளி என்று முதலில் கூச்சலிட்டது பிரதிவாதிதான். அவரைக் கைது செய்தபோது அவர் அப்படித்தான் கத்தினார், ஆனால் இன்றுவரை அந்தக் குற்றச்சாட்டை உறுதிப்படுத்தும் விதமாக ஒரு சிறிய ஆதாரத்தைக் கூட முன்வைக்கவில்லை. எந்த ஆதாரமும் இல்லை என்பது மட்டுமல்ல, பகுத்தறிவுக்குப் பொருந்தக்கூடிய ஒரு உண்மையைக் கூட அவரால் சொல்ல முடியவில்லை. பிரதிவாதியின் இரண்டு சகோதரர்கள் மற்றும் மிஸ். ஸ்வெத்லோவா ஆகிய மூன்று பேர் மட்டுமே இந்தக் குற்றச்சாட்டை உறுதிப்படுத்தியுள்ளனர். அவருடைய மூத்த சகோதரர், மூளைக் காய்ச்சலால் பாதிக்கப்பட்ட நிலையில், இன்றுதான் தன்னுடைய சந்தேகத்தைத் தெரிவித்தார். ஆனால் அவர் கடந்த இரண்டு மாதங்களாகத் தனது சகோதரன்தான் குற்றவாளி என்று முழுமையாக நம்பினார் என்பதும், அதை எதிர்த்து எந்த மறுப்பையும் தெரிவிக்கவில்லை என்பதும் நமக்குத் தெரியும். ஆனால் நாம் அதைப் பற்றிப் பிறகு பார்க்கலாம். அவருடைய இளைய சகோதரர் அதைப் பற்றிச் சொல்லும்போது, ஸ்மெர்த்தியாக்கவ்தான் குற்றவாளி என்றாலும், அதை நிரூபிக்க தன்னிடம் எந்த ஆதாரமும் இல்லை என்றும், தனது அண்ணனின் வார்த்தைகளையும் முகபாவத்தையும் நம்பி அந்த முடிவுக்கு வந்திருப்பதாகவும் சொன்னார். ஆமாம், இன்று அந்தச் சகோதரர் இந்த மகத்தான ஆதாரத்தை இரண்டு முறை நம்மிடம் குறிப்பிட்டார். மிஸ். ஸ்வெத்லோவா அதைவிட மகத்தான ஆதாரத்தை நம்மிடம் சமர்ப்பித்தார். 'அவர் சொல்வதை நீங்கள் நம்ப வேண்டும். அவர் பொய் சொல்லக்கூடிய மனிதர் அல்ல.' பிரதிவாதியின் தலைவிதியை நினைத்துக் கவலைப்படும் இந்த மூன்று நபர்களும், ஸ்மெர்த்தியாக்கவுக்கு எதிராகச் சமர்ப்பிக்கும் ஆதாரங்கள் இவைதான். இருந்தாலும் ஸ்மெர்த்தியாக்கவ்தான் குற்றவாளி என்ற கருத்து நீடித்து வருகிறது. அது நம்பும்படி இருக்கிறதா? அது ஏற்றுக்கொள்ளக் கூடியதா?"

இந்த இடத்தில் இப்போலித் கிரில்லோவிச், 'புத்தி பேதலித்த நிலையில் தன்னைத்தானே மாய்த்துக் கொண்ட' ஸ்மெர்த்தியாக்கவின் குணாதிசயத்தைச் சுருக்கமாகச் சொல்வது அவசியம் என்று நினைத்தார். பலவீனமான மனமும், அடிப்படைக் கல்வியும் கொண்ட ஸ்மெர்த்தியாக்கவ், தன்னுடைய அறிவுக்கு எட்டாத தத்துவக் கருத்துக்களால் குழம்பியவனாக இருந்தான் என்று அவர்

அவனைப் பற்றிச் சொன்னார். அவன் தனது எஜமானரின் அல்லது அவனது தந்தையான ஃபியோதர் பாவ்லோவிச்சின் பொறுப்பற்ற வாழ்க்கையிலிருந்து கற்றுக் கொண்ட, கடமை மற்றும் பொறுப்புகளைப் பற்றிய சில நவீனக் கோட்பாடுகளை உள்வாங்கிக் கொண்டதால் அவனுக்கு இந்தக் குழப்பம் ஏற்பட்டிருக்கலாம். மேலும், அவன் தனது எஜமானரின் மகன் இவான் ஃபியோதரோவிச்சுடன் மேற்கொண்ட பல்வேறு விசித்திரமான தத்துவ உரையாடல்களும் அவனைப் பாதித்திருந்தன. இவான் ஃபியோதரோவிச் சலிப்பின் காரணமாகவோ அல்லது தனது நேரத்தைச் செலவழிக்கவோ அவனை அந்த உரையாடல்களில் ஈடுபடுத்தியிருக்கலாம்.

"ஸ்மெர்த்தியாக்கவ் தனது எஜமானரின் வீட்டில் இருந்த கடைசி நாட்களில் அவருக்கு ஏற்பட்ட மனக் குழப்பத்தைப் பற்றி என்னிடம் சொன்னார்" என்று அரசு வழக்கறிஞர் விளக்கினார். "அவரை நன்றாக அறிந்த பிரதிவாதியும், அவருடைய சகோதரரும், வேலைக்காரன் கிரிகோரியும் அதை உறுதிப்படுத்தினார்கள். வலிப்பு நோயினால் தளர்ந்திருந்த ஸ்மெர்த்தியாக்கவ் கோழிக்குஞ்சைப் போலப் பயந்தவராக இருந்தார். 'அவன் என் பாதங்களில் விழுந்து அவற்றை முத்தமிட்டான்' என்று பிரதிவாதி, அந்தக் கூற்று தனக்கு எவ்வளவு பெரிய பாதிப்பை ஏற்படுத்தும் என்பதை அறிவதற்கு முன்னால் சொன்னார். 'அவன் ஒரு வலிப்பு நோயுற்ற கோழி' என்று பிரதிவாதி அவருக்கே உரித்தான மொழியில் அவரைப் பற்றிச் சொன்னார். அவர் அவரைத் தனது நம்பிக்கைக்கு உரியவராகத் தேர்ந்தெடுத்து (அவரே அதைச் சொன்னார்), பயமுறுத்தித் தனக்காக உளவு வேலைகளைச் செய்யும்படி அவரைக் கட்டாயப்படுத்தினார். எனவே அவர் தனது எஜமானருக்குத் துரோகம் செய்யும் விதமாக, பணம் வைத்திருக்கும் உறையைப் பற்றியும், கதவைத் திறக்கும் சமிக்ஞைகளைப் பற்றியும் அவரிடம் சொன்னார். ஆனால் ஸ்மெர்த்தியாக்கவுக்கு வேறு வழியில்லை. 'நான் அதைச் சொல்லாமல் இருந்திருந்தால் அவர் என்னைக் கொன்றிருப்பார் என்று எனக்கு நன்றாகத் தெரியும்' என்று அவர் விசாரணையில் எங்களிடம் சொல்லிவிட்டு, அவரை அச்சுறுத்திய மனிதர் ஏற்கனவே கைது செய்யப்பட்டதால், அவரால் எந்தத் தீங்கும் செய்ய முடியாது என்றாலும், அவரை நினைத்து நடுங்கினார். 'அவர் ஒவ்வொரு நிமிடமும் என்னைச் சந்தேகப்பட்டார். நான் என் உயிருக்குப் பயந்தும், அவரைச் சாந்தப்படுத்தவும் ஒவ்வொரு இரகசியத்தையும் அவரிடம் தெரிவித்தேன். அதனால் நான் அவருக்கு நேர்மையாக இருக்கிறேன் என்று நம்பி, எனக்கு உயிர் பிச்சை கொடுப்பார் என்று

நினைத்தேன். அவர் என்னைப் பார்த்துக் கத்த ஆரம்பித்தால், நான் உடனடியாக அவரை மண்டியிட்டு வணங்குவேன்' என்று அவர் என்னிடம் சொன்னார். நான் அவருடைய சொந்த வார்த்தைகளைச் சொல்கிறேன். நான் அவற்றை எழுதி வைத்திருக்கிறேன்.

அவர் இயல்பிலேயே நேர்மையானவராக இருந்ததால், எஜமானர் தவறவிட்ட பணத்தை எடுத்து அவரிடம் கொடுத்த பிறகு, அவருடைய முழு நம்பிக்கைக்குப் பாத்திரமானார். எனவே அவர் தனது எஜமானரை ஏமாற்றியதை நினைத்து வேதனைப்பட்டார். கடுமையான வலிப்பு நோயினால் பாதிக்கப்படும் மனிதர்கள், எப்போதும் தங்களைத் தாங்களே குறை சொல்லிக் கொள்கிறார்கள் என்று உளவியல் நிபுணர்கள் சொல்கிறார்கள். அவர்கள் எந்தக் காரணமும் இல்லாமல் அத்தகைய குற்ற உணர்வுக்கு ஆளாகிறார்கள். அவர்கள் தங்களுடைய சிறு தவறுகளையும், குற்றங்களையும் மிகைப்படுத்துவது மட்டுமின்றிக் கற்பனையான குற்றச்சாட்டுகளைப் புனையும் அளவுக்குச் செல்கிறார்கள். இங்கே நாம் பயத்தாலும், மிரட்டலாலும் உண்மையிலேயே தவறு செய்ய தூண்டடப்பட்ட ஒரு மனிதரைக் காண்கிறோம். மேலும் அவர் தன் கண்களுக்கு முன்னால் நடந்து கொண்டிருந்த சம்பவங்களைப் பார்த்தபோது, ஏதோ பயங்கரமான ஒன்று நிகழப்போகிறது என்று உறுதியாக எதிர்பார்த்தார். இவான் ஃபியோதரோவிச் மாஸ்கோவுக்குச் செல்ல முடிவு செய்தபோது, ஸ்மெர்த்தியாக்கவ் அவரை இங்கேயே இருக்கும்படிக் கெஞ்சிக் கேட்டுக் கொண்டார். ஆனால் அவரது வழக்கமான கோழைத் தனத்தினால், அவருக்கிருந்த பயத்தையும், சந்தேகங்களையும் வெளிப்படையாகச் சொல்ல அவருக்குத் தைரியம் வரவில்லை. எனவே அவர் குறிப்பாக ஜாடை காட்டியதோடு நிறுத்திக் கொண்டார், ஆனால் அந்தக் குறிப்புகள் புரியவில்லை. அவர் தனது பாதுகாவலனாக இவான் ஃபியோதரோவிச்சைக் கருதினார் என்பதை நாம் கவனிக்க வேண்டும். இவான் ஃபியோதரோவிச் வீட்டில் இருந்தால் எந்த அசம்பாவிதமும் நடக்காது என்று அவர் உறுதியாக நம்பினார். 'இவான் மட்டும் இங்கிருந்து போனால், நான் அந்தக் கிழவனைக் கொன்றுவிடுவேன்' என்று டிமிட்ரி கரமசோவ் குடிபோதையில் எழுதிய கடிதத்தில் குறிப்பிட்டிருந்த வாக்கியத்தை நினைவில் கொள்ளுங்கள். எனவே இவான் ஃபியோதரோவிச் அந்த வீட்டில் இருப்பது அமைதிக்கும் நிம்மதிக்கும் உத்தரவாதம் அளிப்பதாகத் தோன்றுகிறது.

ஆனால் அவர் அங்கிருந்து சென்றுவிட்டார். தன்னுடைய இளம் எஜமானர் கிளம்பிச் சென்ற ஒரு மணி நேரத்திற்குள்

ஸ்மெர்த்தியாக்கவுக்கு வலிப்பு ஏற்பட்டது. ஆனால் அது முற்றிலும் புரிந்து கொள்ளக்கூடியதே. இங்கே குறிப்பிட வேண்டிய விஷயம் என்னவென்றால், கடந்த சில நாட்களாகப் பயத்தாலும் விரக்தியாலும் மனமுடைந்து போயிருந்த ஸ்மெர்த்தியாக்கவ், தனக்கு வலிப்பு வரக்கூடும் என்று எதிர்பார்த்தார். இந்த நோய் வரும் நேரத்தையும், நாளையும் முன்கூட்டியே கணிக்க முடியாது என்பது உண்மைதான். ஆனால் ஒவ்வொரு வலிப்பு நோயாளியும், தனக்கு வலிப்பு நோய் வரக்கூடும் என்பதை முன்கூட்டியே உணர முடியும். மருத்துவர்கள் அப்படித்தான் சொல்கிறார்கள்.

எனவே இவான் ஃபியோதரோவிச் மாஸ்கோவுக்குப் புறப்பட்டுச் சென்றதும், ஸ்மெர்த்தியாக்கவ் தான் நிராதரவற்ற நிலையில் இருப்பதை உணர்ந்து, கவலையுடன் நிலவறைக்குச் சென்றார். 'எனக்கு வலிப்பு வருமா, வராதா? எனக்கு வலிப்பு வந்தால் என்ன செய்வது?' என்று அவர் யோசித்துக் கொண்டே படிகளில் இறங்கினார். அவருக்கிருந்த பயம், கவலை, பதட்டம் எல்லாம் சேர்ந்து அவருக்கு வலிப்பு நோயை வரவழைத்தது. அவர் நினைவிழந்து தலைகுப்புற நிலவறையில் விழுந்தார். முற்றிலும் இயல்பாக நடந்த அந்தச் சம்பவத்தைச் சிலர் சந்தேகக் கண்ணோடு பார்த்து, ஸ்மெர்த்தியாக்கவ் வலிப்பு வந்தது போல நடித்தார் என்று சொல்கிறார்கள். ஆனால் அவர் வேண்டுமென்றே அப்படிச் செய்திருந்தால் உடனடியாக ஒரு கேள்வி எழுகிறது. அவர் எதற்காக அப்படிச் செய்தார்? அவருடைய நோக்கம் என்ன? இப்போது நான் மருத்துவத்தைப் பற்றிப் பேசவில்லை. விஞ்ஞானம் பொய் சொல்கிறது, விஞ்ஞானம் தவறு செய்கிறது, மருத்துவர்களால் உண்மைக்கும் நடிப்புக்கும் உள்ள வித்தியாசத்தைக் கண்டுபிடிக்க முடியவில்லை என்று அவர்கள் சொல்கிறார்கள். சரி, அப்படியே இருக்கட்டும். ஆனால் எனக்கு ஒரே ஒரு கேள்விக்கு மட்டும் பதில் சொல்லுங்கள். அவர் எதற்காக அப்படி நடித்தார்? அவர் கொலை செய்யத் திட்டமிட்டு, அதற்கு முன்பு அனைவரின் கவனத்தையும் தன் பக்கம் திருப்ப வேண்டும் என்று விரும்பினாரா?

நீதிபதிகளே, குற்றம் நடந்த இரவில், பியோதர் கரமசோவின் வீட்டில் ஐந்து பேர் இருந்தார்கள். அவர்களில் ஃபியோதர் பாவ்லோவிச், தற்கொலை செய்து கொள்ளவில்லை. அவருடைய வேலைக்காரன் கிரிகோரி ஏறக்குறைய உயிர் போகும் நிலையில் கிடந்தார். கிரிகோரியின் மனைவி மார்த்தா தனது எஜமானரைக் கொலை செய்வதைக் கற்பனை செய்வது கூட வெட்கக்கேடானது. எனவே அவர்களில் குற்றம் சாட்டப்பட்டவர், ஸ்மெர்த்தியாக்கவ் ஆகிய இருவர் மட்டுமே மிஞ்சுகிறார்கள். ஆனால் நான்

கொலைகாரன் அல்ல என்று குற்றம் சாட்டப்பட்டவர் உறுதியாகச் சொல்வதால், அது ஸ்மெர்த்தியாக்கவாகத்தான் இருக்க வேண்டும். அதைத் தவிர வேறு வழியில்லை, ஏனெனில் வேறு யாரையும் குற்றம் சொல்ல முடியாது. நேற்று தற்கொலை செய்து கொண்ட அந்த முட்டாள் மீது சந்தேகம் ஏற்படுவதற்கு இதுதான் காரணம்! அவர்கள் அவரைச் சந்தேகிக்க ஒரே காரணம் அவர்களால் வேறு யாரையும் கண்டுபிடிக்க முடியவில்லை என்பதுதான்! அந்த இடத்தில் சந்தேகப்பட ஆறாவதாக ஒருவர் இருந்திருந்தால், பிரதிவாதியே கூட ஸ்மெர்த்தியாக்கவின் மீது குற்றம் சுமத்த வெட்கப்பட்டு, அந்த ஆறாவது நபரைக் கை காட்டியிருப்பார், ஏனெனில் ஸ்மெர்த்தியாக்கவ் மீது அந்தக் குற்றத்தைச் சுமத்துவது அபத்தம்.

கனவான்களே, நாம் உளவியல், மருத்துவம், ஏன் தர்க்கத்தையும் கூட ஒதுக்கி வைத்துவிட்டு உண்மைகளை, உண்மைகளை மட்டும் பரிசீலித்து, அவை நமக்கு என்ன சொல்கின்றன என்று பார்ப்போம். ஸ்மெர்த்தியாக்கவ்தான் அவரைக் கொன்றார் என்றால், அவர் அதை எப்படிச் செய்தார்? தனியாகவா அல்லது பிரதிவாதியின் உதவியுடனா? நாம் முதலில் அவர் அதைத் தனியாகச் செய்தார் என்று வைத்துக் கொள்வோம். அவர் அதைச் செய்திருந்தால், நிச்சயமாக ஏதோ ஒரு நோக்கத்துடன், ஏதோ ஓர் ஆதாயத்திற்காக அதைச் செய்திருக்க வேண்டும். குற்றம் சாட்டப்பட்டவரைப் போல ஸ்மெர்த்தியாக்கவுக்குப் பொறாமை, வெறுப்பு போன்ற எந்த நோக்கமும் இல்லாததால், தனது எஜமானர் பாதுகாப்பாக வைத்த அந்த உறையிலிருந்த மூவாயிரம் ரூபிள்களை அபகரிக்கவே அந்தக் கொலையைச் செய்திருக்க முடியும். ஆனால் அவர் கொலை செய்ய முடிவு செய்த பிறகு, அந்தப் பணத்தைப் பற்றியும், அதை வைத்திருந்த உறை எங்கே இருக்கிறது, அதில் என்ன எழுதியிருக்கிறது என்பதைப் பற்றியும், எல்லாவற்றுக்கும் மேலாக கதவைத் திறக்கும் சமிக்ஞைகளைப் பற்றியும், இன்னொருவரிடம், அதுவும் அவற்றில் மிகவும் அக்கறை கொண்ட ஒருவரிடம் கூறினார். அவர் ஏன் அதைச் செய்தார்? அவர் தன்னைத்தானே காட்டிக் கொடுக்க விரும்பினாரா? அல்லது அந்தப் பணத்தின் மீது அக்கறை கொண்ட மற்றொருவர் அதற்குப் போட்டியாக வர வேண்டும் என்று அவர் விரும்பினாரா? ஆனால் அவர் பயத்தினால் அதைச் செய்தார் என்று நீங்கள் சொல்லலாம். ஆனால் அது அர்த்தமற்றது, ஏனென்றால் அத்தகைய கொடூரமான கொலையைத் திட்டமிட்டுச் செய்யக்கூடிய ஒரு மனிதன், தனக்கு மட்டுமே தெரிந்த இரகசியங்களை யாரிடமும் சொல்ல மாட்டான். அவன் மௌனமாக இருந்தால், அது

யாருக்கும் தெரியப்போவதில்லை. ஸ்மெர்த்தியாக்கவ் எவ்வளவு கோழையாக இருந்தாலும், இப்படி ஒரு குற்றத்தைச் செய்ய முடிவு செய்த பிறகு, பணத்தைப் பற்றியும், சமிக்ஞைகளைப் பற்றியும் சொல்லியிருக்க மாட்டார், ஏனெனில் அது தன்னைத்தானே காட்டிக் கொடுப்பதாகும். அவருக்குத் தகவல் கொடுக்க வேண்டிய கட்டாயம் ஏற்பட்டிருந்தாலும், அதைப் பற்றிச் சொல்லாமல், ஏதாவது பொய் சொல்லியிருப்பார். மாறாக, நான் மீண்டும் சொல்கிறேன், அவர் அந்தப் பணத்தைப் பற்றி எதுவும் பேசாமல், பியோதர் பாவ்லோவிச்சைக் கொலை செய்து, அதை எடுத்துக் கொண்டிருந்தால், பணத்திற்காக அந்தக் கொலையைச் செய்தார் என்று அவரைக் குற்றம் சாட்ட முடியாது, ஏனெனில் அந்தப் பணத்தைப் பற்றி அவரைத் தவிர வேறு யாருக்கும் தெரியாது. அவர் மீது கொலை குற்றம் சுமத்தினாலும், பணத்திற்காக அல்லாமல், வேறு சில காரணங்களுக்காக அதைச் செய்தார் என்றே கருத முடியும். அவருக்கு அப்படி ஒரு நோக்கம் இருந்ததாக யாருக்கும் தெரியவில்லை, அதற்கு மாறாக, அவரது எஜமானர் அவரை நேசிக்கிறார், நம்பிக்கைக்கு உரியவராக நினைக்கிறார் என்பது அனைவருக்கும் தெரியும் என்பதால், அவரைச் சந்தேகப்படுவதற்கான வாய்ப்புகள் மிகக் குறைவாகவே இருக்கிறது. ஆக, இந்த நோக்கங்களைக் கொண்ட, அதை வெளிப்படையாகப் பறைசாற்றிய ஒருவரையே எல்லோரும் சந்தேகப்படுவார்கள். ஒரே வார்த்தையில் சொன்னால், கொலையுண்ட மனிதரின் மகன் டிமிட்ரி ஃபியோதரோவிச் மீதுதான் அனைவரும் சந்தேகப்படுவார்கள். எனவே ஸ்மெர்த்தியாக்கவ் அந்தக் கொலையைச் செய்து, பணத்தைக் கொள்ளையடித்தால், டிமிட்ரி ஃபியோதரோவிச் மீது சந்தேகம் வந்திருக்கும். அது ஸ்மெர்த்தியாக்கவுக்குச் சாதகமாக இருந்திருக்கும். அதனால் கொலை செய்யத் திட்டமிட்ட ஸ்மெர்த்தியாக்கவ் பணத்தைப் பற்றியும், சமிக்ஞைகளைப் பற்றியும் முன்கூட்டியே எஜமானரின் மகனிடம் சொன்னார் என்பதை நம்ப முடிகிறதா? அது அறிவுக்குப் பொருந்துகிறதா?

ஸ்மெர்த்தியாக்கவ் கொலை செய்யத் திட்டமிட்ட நாள் வருகிறது. அவர் நிலவறைக்குச் சென்று படிகளில் உருண்டு விழுந்து, வலிப்பு வந்தது போல பாசாங்கு செய்கிறார் என்றே வைத்துக் கொள்வோம். ஆனால் அவர் எதற்காக அதைச் செய்ய வேண்டும்? அப்படிச் செய்தால் என்ன நடக்கும்? முதலாவதாக, அன்று தன்னுடைய முதுகு வலிக்கு சிகிச்சை எடுத்துக்கொள்ள நினைத்த வயதான கிரிகோரி, காவல் காக்க யாரும் இல்லை என்று நினைத்து, சிகிச்சையைக் கைவிட்டு, விழிப்புடன் வீட்டைக்

கண்காணிப்பார். இரண்டாவதாக, அவரது எஜமானர், டிமிட்ரி வருவதைக் கண்காணிப்பதற்கும், தன்னைப் பாதுகாப்பதற்கும் யாருமில்லை என்ற பயத்தில் எச்சரிக்கையாகி, கண்காணிப்பைத் தீவிரப்படுத்தி மேலும் ஜாக்கிரதையாக இருப்பார். இறுதியில், எல்லாவற்றுக்கும் மேலாக, அவருக்கு வலிப்பு ஏற்பட்டதும், அவர் எப்போதும் வழக்கமாகத் தூங்கும் சமையலறைக்குக் கொண்டு செல்லாமல், கிரிகோரியின் குடிசைக்கு அவரைத் தூக்கிச் சென்றார்கள். ஏனெனில் அவருக்கு ஒவ்வொரு முறை வலிப்பு ஏற்படும்போதும், அவரைத் தூக்கிச் சென்று, அவரது எஜமானரின் உத்தரவுப்படியும், கருணை உள்ளம் கொண்ட மார்த்தாவின் விரும்பத்தின்படியும், கிரிகோரியின் படுக்கையிலிருந்து மூன்று அடி தூரத்தில் திரைச்சீலையால் பிரிக்கப்பட்ட இடத்தில் படுக்க வைப்பது வழக்கம். திரைச்சீலைக்குப் பின்னால் படுத்திருந்த அவர் உடல் நிலை சரியில்லாதது போல முனகியபடி, அவர்கள் இருவரையும் இரவு முழுவதும் (கிரிகோரியும் அவன் மனைவியும் சாட்சி சொன்னது போல) தூங்கவிடாமல் செய்தார். அவர் திடீரென்று எழுந்து சென்று தனது எஜமானரைக் கொலை செய்வதற்கு இவையெல்லாம் வசதியாக இருந்தன, அப்படித்தானே?

தன்னை யாரும் சந்தேகப்படக்கூடாது என்பதற்காக அவர் வலிப்பு வந்தது போல நடித்தார் என்றும், பிரதிவாதியிடம் பணத்தையும், சமிக்ஞைகளையும் பற்றிச் சொல்லி அவரைக் கொலை செய்யவும், பணத்தை அபகரிக்கவும் தூண்டினார் என்றும் சிலர் சொல்லலாம். அப்படியானால், பிரதிவாதி அவரைக் கொன்றுவிட்டு பணத்தை எடுத்துக் கொண்டு கிளம்பும்போது ஏற்பட்ட சத்தத்தினால் எல்லோரும் விழித்த பிறகு, ஸ்மெர்த்தியாக்கவ் எழுந்து (வேறுவழியில்லை அவர் எழுந்திருக்க வேண்டும்), சம்பவம் நடந்த இடத்திற்குச் சென்று, தனது எஜமானரை இரண்டாவது முறையாகக் கொன்றுவிட்டு, ஏற்கனவே திருடுபோன பணத்தை மீண்டும் எடுத்துக் கொண்டார்! கனவான்களே, நீங்கள் சிரிக்கிறீர்களா? இதுபோன்ற அபத்தமான கருத்துக்களை முன்வைப்பதற்கு நான் வெட்கப்படுகிறேன். ஆனால் குற்றம் சாட்டப்பட்டவர் அதுதான் நடந்தது என்று சொல்கிறார். பிரதிவாதி கிரிகோரியைத் தாக்கிவிட்டு, அங்கிருந்து தப்பிச் செல்கையில், அக்கம் பக்கத்தினர் அனைவரையும் கலவரப்படுத்திய பிறகு, ஸ்மெர்த்தியாக்கவ் படுக்கையிலிருந்து எழுந்து சென்று, தனது எஜமானரைக் கொன்றுவிட்டு பணத்தை எடுத்துக் கொண்டார். பொறாமையும் ஆத்திரமும் அடைந்த மகனுக்கு, அந்தச் சமிக்ஞைகளைப் பற்றித் தெரிந்திருந்தும், திருட்டுத்தனமாக ஜன்னல் வழியே எட்டிப் பார்த்துவிட்டு, ஸ்மெர்த்தியாக்கவ்

எல்லாப் பணத்தையும் கொள்ளையடிக்கட்டும் என்று அங்கிருந்து அமைதியாகச் சென்றுவிடுவார் என்றெல்லாம் ஸ்மெர்த்தியாக்கவ் முன்கூட்டியே கணித்திருப்பார் என்று நான் வாதிட மாட்டேன்! கனவான்களே, நடுவர் பெருமக்களே, நான் ஒரு கேள்வியை அழுத்தமாக முன்வைக்கிறேன். ஸ்மெர்த்தியாக்கவ் எப்போது அந்தக் குற்றத்தைச் செய்தார்? முதலில் அதைச் சொல்லுங்கள், ஏனெனில் அது இல்லாமல் அவரைக் குற்றம் சாட்ட முடியாது!

ஆனால் ஒருவேளை வலிப்பு உண்மையாக இருக்கலாம். நோயாளி திடீரென்று சுயநினைவு திரும்பி, அலறல் சத்தத்தைக் கேட்டு வெளியே சென்றார். சரி, அப்புறம் என்ன? அவர் சுற்றும் முற்றும் பார்த்துவிட்டு, 'நான் ஏன் உள்ளே சென்று எஜமானரைக் கொல்லக் கூடாது?' என்று தன்னைத்தானே கேட்டுக் கொண்டார். நினைவிழந்து கிடந்த அவருக்கு என்ன நடந்தது என்று எப்படித் தெரியும்? ஆனால், கனவான்களே, கற்பனைக்கு ஒரு எல்லை இருக்க வேண்டும்.

'சரி, இருவரும் சேர்ந்து அந்தக் கொலையைச் செய்துவிட்டு, அந்தப் பணத்தைப் பங்கிட்டுக் கொண்டால் என்ன செய்வது?' என்று சில புத்திசாலிகள் கேட்கலாம். ஆமாம், உண்மையில் அது ஒரு முக்கியமான சந்தேகம். அதை உறுதிப்படுத்த ஏராளமான ஆதாரங்கள் உள்ளன. அவர்களில் ஒருவர் அந்தக் கொலையைச் செய்கிறார். அவருடைய கூட்டாளி எல்லோருடைய கவனத்தையும் திசை திருப்பவும், தனது எஜமானரையும், கிரிகோரியையும் பீதியடையச் செய்யவும் வலிப்பு நோய் வந்தவரைப் போல நடிக்கிறார். அந்த இரண்டு கூட்டாளிகளும், எந்த நோக்கத்திற்காக இப்படி ஒரு பைத்தியக்காரத்தனமான திட்டத்தை வகுத்தார்கள் என்பதை அறிவது சுவாரஸ்யமாக இருக்கும். ஒருவேளை ஸ்மெர்த்தியாக்கவ் நீண்ட காலமாக அனுபவித்த துன்பத்தின் விளைவாகவும், பயத்தின் காரணமாகவும் அதில் எந்தப் பங்கும் வகிக்காமல், கொலை நடக்கட்டும் என்று அமைதியாக இருந்திருக்கலாம். எஜமானரின் கொலையைத் தடுக்காமல் விட்டதற்குத் தன்னைக் குற்றம் சாட்டுவார்கள் என்று நினைத்த ஸ்மெர்த்தியாக்கவ், தனக்கு வலிப்பு நோய் ஏற்பட்டது போல பாசாங்கு செய்வதாக முன்கூட்டியே டிமிட்ரியிடம் அனுமதி பெற்றிருக்கலாம். எனவே அவர் டிமிட்ரியிடம், 'நீங்கள் விரும்பியதைச் செய்யுங்கள். அது என் வேலை இல்லை' என்று சொல்லியிருக்கலாம். ஆனால் ஸ்மெர்த்தியாக்கவுக்கு வலிப்பு நோய் ஏற்பட்டால் வீட்டில் பெரும் அமளி ஏற்படும் என்பதால், டிமிட்ரி கரமசோவ் அப்படி ஒரு திட்டத்திற்குச் சம்மதித்திருக்க மாட்டார். ஒருவேளை டிமிட்ரி அதற்கு ஒப்புக் கொண்டார் என்றே வைத்துக்

கொண்டாலும், அப்போதும் அவர்தான் கொலைகாரனாகவும், குற்றத்தைச் செய்யத் தூண்டியவராகவும் இருப்பார். ஸ்மெர்த்தியாக்கவ் அதற்கு உடந்தையாக, உடந்தையாக என்று கூடச் சொல்ல முடியாது, அவர் பயத்தினால் தன்னுடைய விருப்பத்திற்கு மாறாக அதைச் செய்ய ஒப்புக் கொண்டார் என்பதை இந்த நீதிமன்றம் புரிந்து கொள்ளும். ஆனால் நாம் பார்ப்பது என்ன? குற்றம் சாட்டப்பட்டவரைக் கைது செய்ததும், அவர் உடனடியாக எல்லா பழியையும் ஸ்மெர்த்தியாக்கவின் மீது சுமத்தி, அவர்தான் இந்தக் குற்றத்தைச் செய்ததாகச் சொல்கிறார். 'அவர் தனியாக அதைச் செய்தார். அவர்தான் கொலையைச் செய்து பணத்தைக் கொள்ளையடித்தார். அது அவரது கை வண்ணம்!' என்று அவர் சொல்கிறார். ஒருவரையொருவர் குற்றம் சாட்டிக் கொள்ளும் விசித்திரமான கூட்டாளிகள்! அப்படி நடக்கவே நடக்காது. அதனால் டிமிட்ரி கரமசோவுக்கு ஏற்படும் ஆபத்தைப் பாருங்கள். அவர்தான் முக்கியமான கொலைகாரன், மற்றவர் அவருக்கு உடந்தையாக மட்டுமே இருந்தார். ஆனால் டிமிட்ரி கரமசோவ் படுக்கையில் படுத்திருந்த நோயாளியின் மீது பழியைப் போடுகிறார். அது குற்றத்துடன் நேரடித் தொடர்பில்லாத ஸ்மெர்த்தியாக்கவின் கோபத்தைத் தூண்டிவிடும். 'நாங்கள் இருவரும் அதில் சம்பந்தப்பட்டாலும், நான் கொலையைச் செய்யவில்லை, பயத்தினால் அதற்கு உடந்தையாக இருந்தேன்' என்று அவர் உண்மையைச் சொல்லியிருப்பார். ஏனெனில் அதற்காகத் தனக்கு தண்டனை கிடைக்கும் என்றாலும், அது கொலைகாரனுக்கு கிடைக்கும் தண்டனையை விடக் குறைவாக இருக்கும் என்பதை ஸ்மெர்த்தியாக்கவ் புரிந்து கொண்டிருப்பார். அப்படி இருந்திருந்தால், ஸ்மெர்த்தியாக்கவ் கண்டிப்பாக ஒப்புதல் வாக்குமூலம் கொடுத்திருப்பார், ஆனால் அவர் அதைச் செய்யவில்லை. ஸ்மெர்த்தியாக்கவ்தான் உண்மையான குற்றவாளி என்று பிரதிவாதி திட்டவட்டமாகச் சொல்லியும், அதற்கு உடந்தையாக இருந்ததைப் பற்றி அவர் எதுவும் சொல்லவில்லை. அதுமட்டுமின்றி, ஸ்மெர்த்தியாக்கவ் அந்தப் பணத்தைப் பற்றியும், சமிக்ஞைகளைப் பற்றியும் தானே குற்றம் சாட்டப்பட்டவரிடம் தெரிவித்ததாகவும், இல்லையென்றால் அவருக்கு அதைப் பற்றி எதுவும் தெரியாது என்றும் எங்களிடம் சொன்னார். அவர் உண்மையில் இந்தக் குற்றத்திற்கு உடந்தையாக இருந்திருந்தால் விசாரணையின்போது, அதை வெளிப்படையாகச் சொல்லியிருப்பாரா? மாறாக, அவர் உண்மையை மறைக்கவும், திரிக்கவும், அதன் முக்கியத்துவத்தைக் குறைக்கவும் முயற்சி

செய்திருப்பார். ஆனால் அவர் எதையும் மறைக்கவோ, திரிக்கவோ, அவற்றின் முக்கியத்துவத்தைக் குறைக்கவோ இல்லை. உடந்தையாக இருந்ததாகக் குற்றம் சாட்டப்படுவோம் என்ற பயம் இல்லாத ஓர் அப்பாவியால் மட்டுமே அதைச் செய்ய முடியும். வலிப்பு நோயினாலும், வீட்டில் நடந்த துயர சம்பவம் ஏற்படுத்திய வேதனையினாலும் அவர் நேற்று தூக்கிட்டுத் தற்கொலை செய்து கொண்டார். 'நான் என் சொந்த விருப்பத்தின் பேரில் தற்கொலை செய்து கொண்டேன். அதற்கு யாரும் காரணமில்லை' என்று அவர் தனக்கே உரிய மொழியில் ஒரு குறிப்பை விட்டுச் சென்றார். 'நான்தான் கொலைகாரன், கரமசோவ் அல்ல' என்று அவர் அந்தக் குறிப்பில் சேர்த்திருந்தால் என்ன நஷ்டம் ஏற்பட்டிருக்கும்? ஆனால் அவர் அதைச் செய்யவில்லை. அவரது மனசாட்சி அவரைத் தற்கொலை செய்யத் தூண்டியது என்றாலும், அவர் செய்த குற்றத்தை ஒப்புக்கொள்வதைத் தடுத்ததா?

பிறகு என்ன நடந்தது? சற்று நேரத்திற்கு முன்பு சாட்சிகளில் ஒருவர் மூவாயிரம் ரூபிள்களை இந்த நீதிமன்றத்தில் வைத்து, 'இதோ, அந்த உறையில் இருந்த பணம், நேற்று ஸ்மெர்த்தியாக்கவ் அதை என்னிடம் கொடுத்தார்' என்று நம்மிடம் சொன்னார். ஆனால் நடுவர் பெருமக்களே, நான் அந்த வேதனையான காட்சியை மீண்டும் நினைவூட்ட வேண்டிய அவசியமில்லை என்றாலும், ஓரிரு கருத்துக்களைச் சொல்ல விரும்புகிறேன். உங்கள் எல்லோருக்கும் தெளிவாகத் தெரியாத, அற்பமானவை என்பதால் உங்களில் பலரும் கவனிக்காமல் போன விஷயங்களை மட்டும் நான் சுட்டிக் காட்டுகிறேன். முதலாவதாக, நேற்று ஸ்மெர்த்தியாக்கவ் மனசாட்சியின் உறுத்தலால் அந்தப் பணத்தைத் திருப்பிக் கொடுத்துவிட்டு, தற்கொலை செய்து கொண்டார். (மனசாட்சி உறுத்தாமல் இருந்திருந்தால் அவர் பணத்தைத் திருப்பித் தந்திருக்க மாட்டார்). நேற்றுதான் அவர் இவான் ஃபியோதரோவிச்சிடம் தன்னுடைய குற்றத்தை ஒப்புக் கொண்டார் என்று தெரிகிறது. அப்படி இல்லையென்றால் இவான் ஃபியோதரோவிச் இதுவரை ஏன் அமைதியாக இருக்க வேண்டும்? சரி, அவர் தனது குற்றத்தை ஒப்புக் கொண்டார், ஆனால் நான் மறுபடியும் கேட்கிறேன், மறுநாள் ஒரு நிரபராதி அந்தக் குற்றத்திற்கான விசாரணையை எதிர்கொள்ளப் போகிறார் என்று தெரிந்தும், அவர் ஏன் அந்தக் குறிப்பில் உண்மையைத் தெரிவிக்கவில்லை? ஏனெனில் பணம் மட்டும் அதற்கு ஆதாரமாக முடியாது என்பது வெளிப்படை. ஒரு வாரத்திற்கு முன்பு இவான் ஃபியோதரோவிச் மொத்தம் பத்தாயிரம் ரூபிள்கள் மதிப்புள்ள, இரண்டு ஐந்து சதவீதக் கடன் பத்திரங்களை, மாகாணத்தின் தலைநகருக்கு அனுப்பினார் என்று

எங்களுக்குத் தெரியவந்தது. நான் இதைக் குறிப்பிடுவதற்குக் காரணம் யாரிடம் வேண்டுமானாலும் பணம் இருக்கலாம், ஆனால் ஃபியோதர் பாவ்லோவிச்சின் உறையில் இருந்த பணம் இதுதான் என்று நிரூபிக்க எந்த ஆதாரமும் இல்லை. இறுதியாக, இவ்வளவு முக்கியமான செய்தியைப் பெற்ற இவான் ஃபியோதரோவிச் அதை ஏன் உடனடியாகத் தெரிவிக்கவில்லை? அவர் ஏன் மறுநாள் காலை வரை காத்திருக்க வேண்டும்? ஏன் என்று யூகிக்க எனக்கு உரிமை இருப்பதாக நான் நினைக்கிறேன். அவரது உடல்நிலை கடந்த ஒரு வாரமாக மிகவும் மோசமடைந்து வந்தது. அவர் தனக்கு நெருக்கமானவர்களிடமும், மருத்துவரிடமும், மாயத் தோற்றங்கள் தோன்றுவதாகவும், இறந்தவர்களைப் பார்ப்பதாகவும் சொல்லியிருக்கிறார். அவர் மூளைக் காய்ச்சலின் விளிம்பில் இருந்த நிலையில், எதிர்பாராதவிதமாக ஸ்மெர்த்தியாக்கவின் மரணத்தைக் கேள்விப்பட்டு, 'ஸ்மெர்த்தியாக்கவ் இறந்துவிட்டார், ஆனால் அந்தக் கொலைப் பழியை அவர் மீது சுமத்தி, என் சகோதரனைக் காப்பாற்ற முடியும். ஸ்மெர்த்தியாக்கவ் தற்கொலை செய்வதற்கு முன்பு கொள்ளையடித்த பணத்தை என்னிடம் கொடுத்தான் என்று சொல்லி, என்னுடைய சொந்தப் பணத்தைக் கொடுத்தால் என்ன?' என்று அவர் முடிவு செய்தார். தன் சகோதரனைக் காப்பாற்றுவதற்காக இறந்த ஒருவரை அவமதிப்பது இழிவான செயல் என்று நீங்கள் சொல்லலாம். உண்மைதான், ஆனால் அவர் தன்னையும் அறியாமல் அதைச் செய்தால் என்ன செய்வது? அதாவது அவர் அந்த வேலைக்காரனின் மரணச் செய்தியைக் கேட்டதும், நிலைகுலைந்து, அப்படித்தான் நடந்திருக்க வேண்டும் என்று அவராகக் கற்பனை செய்திருந்தால் என்ன செய்வது? ஏனெனில் சற்று முன்னர் இங்கு அரங்கேறிய காட்சியையும், சாட்சி இருந்த நிலையையும் நீங்களே பார்த்தீர்கள். அவர் எழுந்து நின்று பேசிக் கொண்டிருந்தார் என்றாலும், என்ன பேசினார் என்று அவருக்குத் தெரியுமா? சித்தபிரமை பிடித்த அந்த மனிதரைத் தொடர்ந்து, குற்றம் நடப்பதற்கு இரண்டு நாட்களுக்கு முன்பு பிரதிவாதி எழுதிய, குற்றத்தை எப்படிச் செய்ய வேண்டும் என்பதை முன்கூட்டியே தெரிவிக்கும் விரிவான திட்டம் அடங்கிய கடிதத்தைக் கேத்தரீனா இவானோவ்னா சமர்ப்பித்தார். எனவே நாம் இன்னும் எதற்காகக் காத்திருக்க வேண்டும்? அந்தக் கடிதத்தில் விவரித்தபடியே குற்றம் நடந்திருப்பதால், அதை எழுதியவரைத் தவிர வேறு யாரும் குற்றவாளியாக இருக்க முடியாது.

ஆமாம், நடுவர் பெருமக்களே, அது எந்தத் தடங்கலும் இல்லாமல் திட்டப்படி நடந்து முடிந்தது! அவர் தன் தந்தையின் வீட்டு ஜன்னல் வழியாக எட்டிப் பார்த்தபோது, தன்னுடைய

அன்புக்குரியவள் உள்ளே அவருடன் இருக்கிறாள் என்று உறுதியாகத் தெரிந்ததும், அங்கிருந்து அமைதியாகவும், பயத்துடனும் திரும்பிச் செல்லவில்லை. இல்லை, அது அபத்தம், சாத்தியமில்லை! அவர் உள்ளே சென்று கொலையைச் செய்தார் என்பதுதான் உண்மை. அவர் மிகவும் வெறுத்த தனது எதிரியைப் பார்த்ததும், கோபத்தில் கொதித்தெழுந்து, பித்தளை உலக்கையால் ஒரே அடியில் அடித்து அவரைக் கொன்றார். அதன் பிறகு அவள் அங்கே இல்லை என்று தன்னைத்தானே சமாதானப்படுத்திக் கொண்ட பிறகு, தலையணைக்கு அடியில் இருந்த உறையை எடுத்து, அதிலிருந்த பணத்தை எடுத்துக் கொள்ள அவர் மறக்கவில்லை. அந்தக் கிழிந்த உறை மேசையின் மீதுள்ள ஆதாரங்களுக்கு மத்தியில் இருக்கிறது. நான் மிகவும் முக்கியமாக வெளிப்படுத்த நினைக்கும் ஓர் உண்மையை நீங்கள் அனைவரும் கவனிப்பீர்கள் என்ற நம்பிக்கையில் இவை அனைத்தையும் விவரித்தேன். இந்தக் கொலையைச் செய்தவன் அனுபவம் வாய்ந்த கொலைகாரனாகவும், கொள்ளையடிப்பதை நோக்கமாகக் கொண்டவனாகவும் இருந்திருந்தால், கிழிந்த உறையைப் பிணத்துக்கு அருகில், தரையில் வீசிவிட்டுப் போயிருப்பானா? உதாரணமாக, ஸ்மெர்த்தியாக்கவ் பணத்திற்காக அந்தக் கொலையைச் செய்திருந்தால், பலியானவரின் சடலத்திற்கு அருகில் நின்று அந்த உறையைப் பிரித்துப் பார்க்க வேண்டும் என்று நினைக்காமல், உறையுடன் பணத்தை எடுத்துச் சென்றிருப்பார். ஏனெனில் அந்த உறையில் பணம் இருப்பதும், அது அவர் முன்னிலையில் உறையில் வைத்துச் சீல் வைக்கப்பட்டதும் அவருக்குத் தெரியும். அவர் உறையுடன் அந்தப் பணத்தை எடுத்துச் சென்றிருந்தால், கொள்ளை நடந்திருப்பது யாருக்கும் தெரிந்திருக்காது.

கனவான்களே, ஸ்மெர்த்தியாக்கவ் அப்படிச் செய்திருப்பாரா? அவர் உறையைத் தரையில் போட்டுவிட்டுப் போயிருப்பாரா? இல்லை, நிச்சயமாக இல்லை, ஏனெனில் இது ஒரு வெறிபிடித்த கொலைகாரனின் செயல். அவர் கொலைகாரனாக இருக்கலாம், ஆனால் திருடன் அல்ல. அவர் இதற்கு முன்பு ஒருபோதும் திருடியதில்லை. எனவே அவர் தலையணைக்கு அடியிலிருந்த பணத்தை எடுத்தபோது, அதைத் திருட்டாகப் பார்க்கவில்லை, மாறாகத் தன்னுடைய சொத்தை அபகரித்தவரிடமிருந்து அதைத் திரும்ப எடுத்துக் கொள்வதாக நினைத்தார். ஏனெனில் அந்த மூவாயிரம் ரூபிள்களை டிமிட்ரி கரமசோவ் எவ்வளவு முக்கியமாக நினைத்தார் என்பதும், அது அவரை ஏறக்குறைய எப்படிப் பைத்தியமாக மாற்றியது என்பதும் நமக்குத் தெரியும். அவர்

இதுவரை பார்த்திராத அந்த உறையைக் கையில் எடுத்ததும், அதில் பணம் இருக்கிறதா என்று பார்ப்பதற்காக அதைக் கிழித்துப் பார்த்தார். பிறகு அவர் அதிலிருந்த பணத்தை எடுத்து சட்டைப் பையில் திணித்துக் கொண்டு, தனக்கு எதிரான தடயத்தை விட்டுச் செல்கிறோம் என்பதைப் பற்றிக் கொஞ்சமும் யோசிக்காமல், உறையைத் தரையில் வீசிவிட்டு ஓடினார். அது டிமிட்ரி கரமசோவ் என்பதால்தான் அப்படி நடந்தது, மாறாக அது ஸ்மெர்த்தியாக்கவாக இருந்திருந்தால் அப்படி நடந்திருக்காது. அவர் கொஞ்சம் கூட யோசிக்கவில்லை, சிந்திக்கவும் இல்லை. அவரால் எப்படி முடியும்? வேலைக்காரனின் கூச்சலைக் கேட்டதும் அவர் அங்கிருந்து ஓடினார். வேலைக்காரன் அவரைத் தடுத்து நிறுத்தியபோது, பித்தளை உலக்கையால் அவரை அடித்து வீழ்த்தினார். அதன் பிறகு அவர் அந்த வேலைக்காரன் மீது பரிதாபப்பட்டு, அவருக்கு உதவு முடியுமா என்று பார்ப்பதற்காக மதில் மேலிருந்து கீழே குதித்ததாக எங்களிடம் சொன்னார். அது இரக்கம் காட்ட வேண்டிய நேரமா? இல்லை, அவர் செய்த குற்றத்தைப் பார்த்த ஒரே சாட்சி உயிருடன் இருக்கிறாரா அல்லது இறந்துவிட்டாரா என்பதை உறுதிப்படுத்தவே கீழே குதித்தார். அந்தத் தருணத்தில் வெளிப்படும் வேறு எந்த உணர்வும், நோக்கமும் இயற்கைக்கு மாறானது என்றே சொல்ல வேண்டும்! அவர் கவலையுடன் கிரிகோரியைப் பரிசோதித்தபோது, தனது கைக்குட்டையால் அவருடைய தலையைத் துடைத்து, அவர் இறந்துவிட்டார் என்பதை உறுதி செய்து கொண்டு, தனது காதலியின் வீட்டை நோக்கி ஓடினார். தன் உடல் முழுவதும் இரத்தக் கறை படிந்திருப்பதையும், அப்படியே சென்றால் மாட்டிக் கொள்வோம் என்பதையும் அவர் கொஞ்சம் கூட நினைத்துப் பார்க்காதது எப்படி? ஆனால் பிரதிவாதி அதைக் கவனிக்கவில்லை என்று எங்களிடம் சொன்னார். அப்படி நடப்பது சாத்தியமே, ஏனென்றால் குற்றவாளிகள் அந்தச் சூழ்நிலையில் அப்படித்தான் நடந்து கொள்வார்கள். அவர்கள் ஒருபுறம் எச்சரிக்கையாகவும் ஜாக்கிரதையாகவும் இருப்பார்கள், ஆனால் மற்றொரு புறம் எதையும் கவனிக்காமல் இருப்பார்கள். ஆனால் அவர் அந்த நேரத்தில் ஒரே ஒரு விஷயத்தைப் பற்றி மட்டுமே சிந்தித்துக் கொண்டிருந்தார். அவள் எங்கே? அவள் எங்கே இருக்கிறாள் என்பதை எவ்வளவு சீக்கிரம் கண்டுபிடிக்க முடியுமோ அவ்வளவு சீக்கிரம் கண்டுபிடிக்க வேண்டும் என்று அவர் விரும்பினார். அவர் அவளுடைய வீட்டிற்குச் சென்றபோது, அவள் தன்னுடைய முன்னாள் காதலனைச் சந்திக்க மோக்ரோய் சென்றிருக்கிறாள் என்ற முற்றிலும் எதிர்பாராத, அதிர்ச்சியூட்டும் செய்தியைத் தெரிந்து கொண்டார்.”

9. அரசு வழக்கறிஞரின் இறுதி உரை

இப்போலித் கிரில்லோவிச் தனது வாதத்தை முன்வைக்க, பெரும்பாலான பேச்சாளர்கள் விரும்பும் வரலாற்று பாணியில் வரிசையாக விவரிக்கும் முறையைத் தேர்ந்தெடுத்தார், ஏனெனில் இது அவர்களுடைய பதற்றத்தைத் தணிக்க உதவுகிறது. அவர் தனது உரையின் இந்தப் பகுதியில் குரூஷென்காவின் 'முதல் காதலன்' பற்றிப் பேசும்போது பல சுவாரஸ்யமான கருத்துக்களைப் பகிர்ந்து கொண்டார்.

"கரமசோவ் எல்லோர் மீதும் வெறித்தனமான பொறாமை கொண்டிருந்தாலும், குரூஷென்காவின் முதல் காதலனிடம் பணிவாக நடந்து கொண்டார். இதில் இன்னும் விசித்திரமான விஷயம் என்னவென்றால், அவர் அந்த வலிமையான போட்டியாளரைப் பற்றிக் கொஞ்சம் கூட யோசிக்கவில்லை. கரமசோவ் எப்போதும் நிகழ்காலத்தில் வாழும் மனிதர் என்பதால், அவர் அந்த முதல் காதலனை வெகு தொலைவில் உள்ள ஓர் அபாயமாக, ஒரு கற்பனையாகக் கருதியிருக்கலாம். ஆனால் அவரது காதலி அந்தப் புதிய போட்டியாளனை மறைத்து, தன்னை ஏமாற்றுகிறாள் என்பதையும், அந்தப் போட்டியாளர் ஒரு கற்பனை அல்ல, மாறாக அவளுடைய வாழ்க்கையின் ஒரே நம்பிக்கை என்பதையும் அவருடைய புண்பட்ட மனம் புரிந்து கொண்டது. அவர் அதைப் புரிந்து கொண்ட வினாடி எந்த எதிர்ப்பும் காட்டாமல் விட்டுக் கொடுத்தார்.

நடுவர் பெருமக்களே, பிரதிவாதியிடம் ஏற்பட்ட அந்தத் திடீர் மனமாற்றத்தை, யாரும் எதிர்பார்க்காத மாற்றத்தை என்னால் அமைதியாகக் கடந்து செல்ல முடியாது. அவர் திடீரென்று நீதியையும், அந்தப் பெண்ணின் உணர்வுகளையும் மதிக்க வேண்டும் என்று நினைத்தார். எப்போது? அவர் அவளுக்காகத் தன்னுடைய தந்தையின் இரத்தத்தால் தனது கைகளைக் கறைபடுத்திய நேரத்தில்! அவரால் பூமியில் சிந்தப்பட்ட இரத்தம் ஏற்கனவே பழிவாங்க வேண்டும் என்று கதறிக் கொண்டிருந்தது என்பது உண்மைதான், ஏனெனில் அந்த மனிதர் இந்த உலகத்தில் அவருடைய ஆன்மாவையும் வாழ்க்கையையும் நாசமாக்கிய பிறகு, அவர் யார் என்பதையும், உயிருக்கு உயிராக நேசித்த அவளுக்கு முன்னால் தன்னுடைய மதிப்பு என்ன என்பதையும் கேட்டுக் கொள்ள வேண்டிய கட்டாயம் அவருக்கு ஏற்பட்டது. எனவே, ஒரு காலத்தில் துரோகம் செய்த பெண்ணிடம் திரும்பி வந்து, தன்னுடைய காதலைப் புதுப்பித்து, அவளுக்கு மகிழ்ச்சியான

வாழ்க்கையைக் கொடுக்கும் உறுதியுடன் திரும்பி வந்திருக்கும் அவளது முன்னாள் காதலுடன் அவரை ஒப்பிட முடியுமா? இப்போது அந்தத் துரதிருஷ்டசாலி அவளுக்கு என்ன கொடுக்க முடியும்? கரமசோவ் அதையெல்லாம் உணர்ந்து, தான் செய்த குற்றத்தினால் வாழ்க்கையில் எல்லாப் பாதைகளும் அடைபட்டுவிட்டன என்பதையும், தான் வாழ வேண்டிய மனிதனல்ல, தண்டிக்கப்பட வேண்டிய ஒரு குற்றவாளி என்பதையும் நன்றாகப் புரிந்து கொண்டார். அந்த எண்ணம் அவரை நசுக்கியது. எனவே அவர் உடனடியாக ஒரு வெறித்தனமான திட்டத்தை செயல்படுத்த வேண்டும் என்று நினைத்தார். கரமசோவைப் போன்ற குணநலன்களைக் கொண்ட ஒரு மனிதனுக்கு, தன்னுடைய பயங்கரமான சூழ்நிலையிலிருந்து தப்பிக்க அது ஒன்றுதான் வழி என்று தோன்றியிருக்க வேண்டும். அந்த வழிதான் தற்கொலை. அவர் தனது நண்பர் பெர்கோட்டினிடம் அடமானம் வைத்திருந்த துப்பாக்கிகளை மீட்க ஓடினார். அவர் அப்படி ஓடியபோது, எந்தப் பணத்திற்காகத் தனது தந்தையின் இரத்தத்தால் தனது கைகளைக் கறைபடுத்தினாரோ அதைத் தன்னுடைய சட்டைப் பையிலிருந்து வெளியே எடுத்தார். ஓ, அவருக்கு முன்னெப்போதையும் விட இப்போது பணம் தேவைப்பட்டது. கரமசோவ் தன்னைத்தானே சுட்டுக் கொண்டு சாகப்போகிறார், ஆனால் எல்லோரும் அவரை நினைவில் வைத்திருக்க வேண்டும் என்று அவர் விரும்பினார். ஏனெனில் அவர் ஒரு கவிஞர், தன் வாழ்நாள் முழுவதும் மெழுகுவர்த்தியை இரு முனைகளிலும் எரித்துக் கொண்டிருந்தவர். 'நான் அவளிடம் செல்வேன், அவளிடம் செல்வேன். ஓ, அங்கே நான் இந்த உலகம் முழுவதற்கும், இதுவரை யாரும் பார்த்திராத, என்றென்றும் நினைவில் வைத்து, நீண்ட காலத்திற்குப் பேசிக் கொள்ளும் ஒரு விருந்தையும் கொண்டாட்டத்தையும் வழங்குவேன். ஜிப்சி பெண்களின் காட்டுத்தனமான, குதூகலமான கூச்சல்களுக்கும், பாடல்களுக்கும் மத்தியில் மதுக் கோப்பையை உயர்த்தி, நான் வணங்கும் பெண்ணின் புதிய மகிழ்ச்சிக்காகக் குடிப்பேன். அதன் பிறகு அவளுடைய காலடியில் என் மூளையைச் சிதறடித்து, என்னை நானே தண்டித்துக் கொள்வேன்! அவள் என்றென்றும் மீச்சியா கரமசோவை ஞாபகம் வைத்துக் கொள்வாள். மீச்சியா அவளை எவ்வளவு தூரம் நேசித்தாள் என்பதை அறிந்து, அவள் மீச்சியாவின் மீது பரிதாபப்படுவாள்!'

கனவான்களே, நடுவர் பெருமக்களே, இங்கே நாம் காதலின் பரவசத்தையும், கரமசோவின் முரட்டுத்தனத்தையும், கட்டுப்பாடற்ற உணர்ச்சிப் பெருக்கையும் காண்கிறோம். ஆனால் அதையும்

தாண்டி வேறு ஏதோ ஒன்று, அவரது ஆன்மாவிலிருந்து பீறிட்டுக் கிளம்பும், அவருடைய மனதில் இடைவிடாமல் துடிக்கும், அவரது இதயத்தை விஷமாக்கும் ஒன்று இருக்கிறது. நீதிபதிகளே, அதுதான் மனசாட்சி! மனசாட்சியின் பயங்கரமான உறுத்தல்! ஆனால் துப்பாக்கி எல்லாவற்றையும் முடிவுக்குக் கொண்டு வரும். அதிலிருந்து தப்பிக்க துப்பாக்கி ஒன்றுதான் வழி, அதைத் தவிர வேறு வழியில்லை. அந்தக் கணத்தில் கரமசோவ், 'மறுஉலகில் என்ன?' என்று யோசித்தாரா என்று எனக்குத் தெரியவில்லை. ஹேம்லெட்டைப் போல அவரும், 'அப்பால் என்ன?' என்று யோசிக்க முடியுமா என்று எனக்குத் தெரியவில்லை. இல்லை, நீதிபதிகளே, மற்றவர்களுக்கு ஹேம்லெட்டுகள் இருக்கலாம், ஆனால் நம்மிடம் கரமசோவ்கள் மட்டுமே இருக்கிறார்கள்!"

இந்த இடத்தில் இப்போலித் கிரில்லோவிச், பெர்கோட்டின் வீட்டில் நடந்த சம்பவத்தையும், பிளாட்டினிகோவ் கடையிலும், வண்டி ஓட்டுனர்களிடமும் பயணத்திற்காகச் செய்த ஏற்பாடுகளைப் பற்றியும் விரிவாகச் சொன்னார். அப்போது அவர் ஏராளமான வார்த்தைகளையும், செயல்களையும் மேற்கோள் காட்டினார். அவை அனைத்தையும் சாட்சிகள் உறுதிப்படுத்தினார்கள். அந்தச் சித்திரம் பார்வையாளர்கள் மீது பயங்கரமான தாக்கத்தை ஏற்படுத்தியது. அவர்களை மிகவும் கவர்ந்தது அவை அனைத்தும் உண்மை என்பதுதான். தனக்கு என்ன நேருமோ என்பதைப் பற்றிக் கவலைப்படாத அந்த வெறிபிடித்த மனிதனின் குற்ற உணர்வு மறுக்க முடியாததாகத் தோன்றியது.

"இனிமேல் அவர் தன்னைப் பற்றிக் கவலைப்படுவதற்கு என்ன இருக்கிறது?" என்று இப்போலித் கிரில்லோவிச் தொடர்ந்தார். "அப்போது அவர் ஒன்றிரண்டு முறை தன்னுடைய குற்றத்தை ஒப்புக் கொண்டு ஜாடையாகப் பேசினார். (இந்த இடத்தில் சாட்சிகள் தங்கள் சாட்சியங்களை முன் வைத்தார்கள்). அவர் மோக்ரோய்க்குப் போகும் வழியில் வண்டியோட்டியிடம், 'நீ ஒரு கொலைகாரனுடன் பயணம் செய்கிறாய் என்று தெரியுமா?' என்று கத்தினார். அவர் முதலில் மோக்ரோய் சென்று தனது கவிதையை முடிக்க விரும்பியதால், அவரால் எல்லாவற்றையும் சொல்ல முடியவில்லை. ஆனால் அந்தத் துரதிருஷ்டசாலிக்கு அங்கே என்ன காத்திருந்தது? அவர் மோக்ரோயில் காலடி வைத்த கணமே, தனக்கு மறுக்க முடியாத போட்டியாளராக நினைத்தவர் மறுக்க முடியாதவர் அல்ல என்பதையும், அவர்களுடைய புதிய மகிழ்ச்சிக்கு வாழ்த்து தெரிவிக்கும் எந்த முயற்சியும் அல்லது விருந்தும் வரவேற்கப்படவில்லை என்பதையும் புரிந்து கொண்டார். ஆனால் நடுவர் பெருமக்களே, முதற்கட்ட விசாரணையில்

வெளிப்பட்ட உண்மைகள் என்னவென்று உங்களுக்குத் தெரியும். கரமசோவ் தனது போட்டியாளரை வென்றது மறுக்க முடியாதது. ஓ, அப்போது அவருடைய மனம் முற்றிலும் புதிய பாதையை நோக்கிப் பயணித்தது. அது அவருடைய மனம் கடந்து வந்த அல்லது கடந்து செல்லப்போகும் எல்லாவற்றையும் விடப் பயங்கரமானது!

இயற்கைக்கு மாறாகக் குற்றம் புரியும் ஒருவர், எந்த மனித நீதியும் கற்பனை செய்ய முடியாத அளவுக்குத் தன்னைத்தானே தண்டித்துக் கொள்ள முடியும் என்று உறுதியாகச் சொல்லலாம். மேலும், மனித நீதியால் விதிக்கப்படும் தண்டனைகள், இயற்கை விதிக்கும் தண்டனையின் வலியைக் குறைக்கவும், குற்றவாளிகளை அவர்களுடைய விரக்தியிலிருந்து விடுவிக்கவும் உதவுகிறது. அவள் தனது முதல் காதலனை நிராகரித்துவிட்டு, அவரைக் காதலிக்கிறாள் என்பதையும், அவருடன் புதிய வாழ்க்கையைத் தொடங்கி, அவருக்கு மகிழ்ச்சியைத் தருவதாக வாக்குறுதி அளிக்கிறாள் என்பதையும் கரமசோவ் அறிந்தபோது, அவர் எவ்வளவு பயங்கரமான, தார்மீக வேதனையை அனுபவித்திருப்பார் என்பதை என்னால் கற்பனை செய்து பார்க்க முடியவில்லை. எப்போது? எல்லாம் முடிந்து எதுவும் சாத்தியமில்லை எனும்போது! அந்த நேரத்தில் பிரதிவாதி எந்த நிலையில் இருந்தார் என்பதை விளக்கும் ஒரு முக்கியமான அவதானிப்பை நான் போகிற போக்கில் சொல்லிச் செல்கிறேன். அவர் தீவிரமாகக் காதலித்த, அடைய ஆசைப்பட்ட அந்தப் பெண், அவரைக் கைது செய்யும் கடைசி வினாடி வரை, அவரால் அடைய முடியாதவளாக இருந்தாள். இருந்தும் அவர் ஏன் தன்னைத்தானே சுட்டுக் கொள்ளவில்லை? அவர் ஏன் தனது முடிவைக் கைவிட்டார்? அவர் தனது துப்பாக்கி எங்கே இருக்கிறது என்பதைக் கூட ஏன் மறந்தார்? காதலின் வேட்கையும், அதை அப்போதே பூர்த்தி செய்ய முடியும் என்ற நம்பிக்கையும்தான் அவரைத் தடுத்து நிறுத்தியது. அங்கு நடைபெற்ற களியாட்டம் முழுவதும் அவர் தனது அன்புக்குரிய எஜமானியுடன் நெருக்கமாக இருந்தார். முன்னெப்போதையும் விடக் கவர்ச்சியாகவும் வசீகரமாகவும் இருந்த தனது காதலியுடன் ஒட்டிக் கொண்டு, அவளை ரசித்து ருசித்து, அவள் முன் பாகாய் உருகினார். அவள் முன்னிலையில் அவர் எல்லாவற்றையும் மறந்தார். அந்த உணர்ச்சியின் கொந்தளிப்பான நிலையில் தன்னைக் கைது செய்வார்கள் என்ற பயத்தை மட்டுமின்றி, மனசாட்சியின் உறுத்தலையும் கூட அவரால் மறக்க முடிந்தது. ஆனால் ஒரு கணம், ஒரே ஒரு கணம் மட்டுமே! அப்போது மூன்று விதமான சக்திகளின் கட்டுப்பாட்டில் இருந்த, அந்தக் குற்றவாளியின்

மனநிலையை என்னால் கற்பனை செய்ய முடிகிறது. முதலாவதாக, குடியும் போதையும், பாடகர்களின் கூச்சலும், ஆட்டமும், பாட்டமும், அவளது அருகாமையும், மதுவால் சிவந்த அவளது முகமும், சிரிப்பும், பாடலும், நடனமும் அவரைச் சுற்றியிருந்தன. இரண்டாவதாக, அடுத்த நாள் காலை வரை தன்னைத் தேடி வரமாட்டார்கள் என்ற நம்பிக்கை அவருக்கு இருந்ததால், அபாயகரமான முடிவு இன்னும் வெகு தொலைவில் இருப்பதாக அவர் நினைத்தார். எனவே அவருக்குச் சில மணி நேரங்கள் இருந்தன. சில மணி நேரங்களில் பல விஷயங்களை யோசிக்க முடியும். தூக்கு மேடைக்கு அழைத்துச் செல்லும் ஒரு குற்றவாளி என்ன உணர்வாரோ அதையே அவரும் உணர்ந்திருப்பார் என்று நான் நினைக்கிறேன். அந்த மனிதன் இன்னும் நீண்ட தூரம் சென்று, ஆயிரக்கணக்கான மக்களைக் கடந்து, மற்றொரு தெருவுக்குச் சென்று, கடைசியில் உள்ள தூக்கு மேடையை நோக்கிச் செல்ல வேண்டும். தண்டனை விதிக்கப்பட்ட அவன் ஊர்வலத்தின் தொடக்கத்தில், தனது வெட்கக்கேடான வாகனத்தில் அமர்ந்திருக்கும்போது, தனக்கு முன்னால் இன்னும் முடிவற்ற வாழ்க்கை இருப்பதாக நினைப்பான் என்றே எனக்குத் தோன்றுகிறது. வண்டி முன்னேறிச் செல்ல வீடுகள் பின்வாங்குகின்றன. அது இரண்டாவது தெருவுக்குச் செல்ல இன்னும் வெகுதூரம் போக வேண்டும். அப்போது அவன் தனக்கு வலப்புறமும் இடதுபுறமும் ஆயிரக்கணக்கான மக்களின் கண்கள் தன் மீது ஆர்வத்துடன் மொய்ப்பதை உற்சாகத்துடன் பார்க்கிறான். அவர்களைப் போல தானும் ஒரு மனிதன் என்று அவன் கற்பனை செய்து கொள்கிறான். வண்டி இப்போது அடுத்த தெருவில் திரும்புகிறது. ஆனால் அதைத் தாண்டி இன்னும் ஒரு தெருவுக்குச் செல்ல வேண்டும் என்பதால், எத்தனை வீடுகளைக் கடந்து சென்றாலும், 'இன்னும் வீடுகள் இருக்கின்றன' என்று அவன் நினைத்துக் கொள்கிறான். இப்படியே தூக்குமேடை வரைக்கும் செல்ல முடியும்.

அந்த நேரத்தில் கரமசோவும் அப்படித்தான் உணர்ந்திருக்க வேண்டும் என்று நான் நினைக்கிறேன். 'அவர்கள் வருவதற்கு இன்னும் நேரமாகும்' என்று அவர் நினைத்தார். 'நான் அதற்குள் ஏதாவது ஒரு வழியைக் கண்டுபிடிக்கலாம். ஓ, நான் சில தற்காப்பு நடவடிக்கைகளை எடுக்க இன்னும் நேரம் இருக்கிறது. இப்போது அவளைப் பார்ப்போம். அவள் எவ்வளவு வசீகரமாக இருக்கிறாள்!' அவருடைய மனம் குழப்பத்திலும் பீதியிலும் தத்தளித்தது என்றாலும், அவர் தன்னிடமிருந்த பணத்தில் பாதியை எங்கேயோ மறைத்து வைத்தார். அவர் தனது தந்தையின் தலையணைக்கு அடியிலிருந்து எடுத்த மூவாயிரத்தில் பாதிப் பணம் காணாமல்

போனதற்கு என்னால் வேறு விளக்கம் கொடுக்க முடியாது. அவர் மோக்ரோய்க்கு வருவது இது முதல் தடவையல்ல. அவர் இதற்கு முன்பு இரண்டு நாட்கள் அங்கே களியாட்டம் போட்டிருக்கிறார். எனவே கொட்டகைகளும், தாழ்வாரங்களும் கொண்ட அந்தப் பெரிய, பழைய வீட்டைப் பற்றி அவருக்கு நன்றாகத் தெரியும். அவர் கைது செய்யப்படுவதற்கு சற்று முன்பு, அந்தப் பணத்தின் ஒரு பகுதி அந்த வீட்டில் இருந்த ஏதோ ஒரு பலகை இடுக்கில், ஏதோ ஒரு மூலையில், ஏதோ ஒரு தளத்தில் மறைத்து வைத்திருக்க வேண்டும் என்று நான் நினைக்கிறேன். ஏன்? எதற்காக? எந்த நிமிடத்திலும் வரப்போகும் பேரழிவை எப்படி எதிர்கொள்வது என்று அவர் இன்னும் யோசிக்கவில்லை. அப்போது அவர் பதற்றத்தின் உச்சத்தில் இருந்தார் என்றாலும், அவளைத் தவிர அவரால் வேறு எதையும் சிந்திக்க முடியவில்லை. ஆனால் பணம் முக்கியம்! பணத்தைப் பொறுத்தவரை மனிதன் மனிதன்தான்! அந்த நேரத்தில் அவர் அதைப் பற்றி யோசித்தது உங்களுக்கு இயற்கைக்கு மாறானதாகத் தோன்றலாம். ஆனால் அவர் ஒரு மாதத்திற்கு முன்பு, ஒரு நெருக்கடியான, பரபரப்பான தருணத்தில் தன்னிடமிருந்த பணத்தில் பாதியை ஒரு துணியில் வைத்து தைத்து மறைத்து வைத்ததாக எங்களிடம் சொன்னார். அது உண்மையல்ல என்பதை நாம் நிரூபிக்கப் போகிறோம். இருந்தாலும், அப்படி யோசிப்பது அவருக்குப் பழக்கமான ஒன்று என்பதால் அவர் அதைப் பற்றிச் சிந்தித்திருப்பார். ஆயிரத்து ஐநூறு ரூபிள்களை மறைத்து வைத்திருந்ததாக விசாரணையில் அவர் சொன்னது உண்மையல்ல; அந்த இடத்தில் அப்படி ஒரு கதையை அவிழ்த்து விட்டார். உண்மையில் இரண்டு மணி நேரத்திற்கு முன்பே அவர் தன்னிடமிருந்த பணத்தில் பாதியை மோக்ரோயில் மறைத்து வைத்துவிட்டு, ஏதேனும் அசம்பாவிதம் நடந்தால், காலை வரை அதை அங்கேயே விட்டுவிடத் திட்டமிட்டிருந்தார். நீதிபதிகளே, இரண்டு எதிரெதிர் நிலைகள். கரமசோவ் ஒரே நேரத்தில் இரண்டு எதிரெதிர் நிலைகளைக் கையாள முடியும்! நாங்கள் அவருடைய வீட்டைச் சோதனையிட்டோம், ஆனால் பணம் கிடைக்கவில்லை. அது இன்னும் அங்கேயே இருக்கலாம் அல்லது மறுநாள் அது அங்கிருந்து மறைந்து பிரதிவாதியின் கைக்கு வந்திருக்கலாம். எது எப்படியிருந்தாலும், அவர் அவளுக்கு அருகில், அவளுக்கு முன்னால் மண்டியிட்டு அமர்ந்து, அவளை நோக்கிக் கைகளை நீட்டியபடி, எல்லாவற்றையும் மறந்த நிலையில் இருந்தார். எனவே அவர் தன்னைக் கைது செய்ய வந்தவர்களைக் கூட கவனிக்கவில்லை. அவர் எதையும் பேசக்கூடிய நிலையில் இல்லை, ஏனெனில் அவருடைய மனமும் அறிவும் ஸ்தம்பித்திருந்தன.

நீதிபதிகளே, இப்போது அவர் தன்னுடைய தலைவிதியை நிர்ணயிக்கப்போகும் மனிதர்களுக்கு முன்பாக நிற்கிறார். நடுவர் பெருமக்களே, சில சமயங்களில் நாம் நம்முடைய கடமையைச் செய்யும்போது, நமக்கு முன்னால் நிற்கும் மனிதனைப் பார்த்து பயப்படும் அதே நேரத்தில் அவனுக்காகக் கவலைப்படுகிறோம். ஒரு குற்றவாளி எல்லாவற்றையும் இழந்துவிட்டதாக உணரும்போது, அவருக்குள் இருக்கும் முதன்மையான பயம் அவரைத் தொடர்ந்து போராடத் தூண்டும் தருணங்கள் உள்ளன. அந்தத் தருணத்தில், அவர் தன்னைக் காப்பாற்றிக் கொள்ளும் முயற்சியில், அவருடைய உணர்வுகள் அனைத்தும் ஒரே நேரத்தில் எழுகின்றன. அப்போது அவர் கேள்வியும் வேதனையும் நிறைந்த பார்வையுடன் உங்களை ஊடுருவிப் பார்த்து, உங்களுடைய எண்ணங்களை ஆராய்ந்து, எந்தப் பக்கத்திலிருந்து அடி விழும் என்பதைக் கணித்து, உடனடியாக மனதில் ஆயிரமாயிரம் திட்டங்களை வகுத்துக் கொள்கிறார். இருந்தாலும் அவர் தன்னை விட்டுக் கொடுத்து விடுவோமோ என்ற திகிலில் பேசுவதற்கு பயப்படுகிறார். மனித ஆன்மாவின் அந்த அவமானகரமான தருணங்கள், அனுபவிக்கும் வேதனைகள், வாழ வேண்டும் என்ற முதன்மையான தாகம் அனைத்தும் மிகவும் பயங்கரமானவை. அவை சில சமயங்களில் விசாரணை அதிகாரிகளிடம் கூட திகிலையும், இரக்கத்தையும் ஏற்படுத்துகிறது! அப்போது நாங்கள் அதை நேரில் பார்த்தோம்.

முதலில் அவர் திகைத்துப் போனார். பின்னர் அவர் பீதியடைந்த நிலையில், 'இரத்தம்!' 'நான் அதற்குத் தகுதியானவன்!' போன்ற வெளிப்படையான சொற்களை உளறினார். ஆனால் அவர் திடீரென்று தன்னைக் கட்டுப்படுத்திக் கொண்டார். எங்களிடம் என்ன சொல்வது, எப்படிப் பதில் சொல்வது என்பதற்கு அவர் இன்னும் தயாராகவில்லை. 'நான் என் தந்தையைக் கொலை செய்யவில்லை!' என்ற மறுப்பைத் தவிர அவரால் வேறு எதையும் சொல்ல முடியவில்லை. அந்தத் தருணத்தில் அவரிடமிருந்த தற்காப்பு அது ஒன்றுதான். அந்த முதல் தற்காப்பைத் தொடர்ந்து மேலும் பலவற்றைப் பின்னால் நேரம் வரும்போது அமைக்க முடியும் என்று அவர் நம்பினார். எங்கள் கேள்விகளுக்குப் பதிலளிக்கும்போது, கிரிகோரியின் மரணத்திற்கு அவரே காரணம் என்று அவர் உடனடியாக விளக்கம் கொடுத்தார். 'அவர் சிந்திய இரத்தத்திற்கு நானே குற்றவாளி, ஆனால் கனவான்களே, என் தந்தையைக் கொன்றது யார்? நான் அவரைக் கொல்லவில்லை என்பதால் வேறு யார் அவரைக் கொன்றது?' என்று அவர் எங்களிடம் கேட்டார். அவருடைய கேள்வியை நீங்கள் கவனிக்க வேண்டும் என்று நான்

கேட்டுக் கொள்கிறேன். ‘நான் இல்லையென்றால் வேறு யார்?’ என்று அவர் அவசரமாக, பொறுப்பற்ற முறையில் கேட்டார். அது கரமசோவின் தந்திரத்தையும், எளிமையான நடிப்பையும், பொறுமையற்ற தன்மையையும் வெளிக்காட்டியது. ‘நான் அவரைக் கொலை செய்யவில்லை, நீங்களும் அப்படி நினைக்க வேண்டாம். நான் அவரைக் கொல்ல விரும்பினேன். கனவான்களே, நான் அவரைக் கொல்ல விரும்பினேன்’ என்று அவர் அவசரமாக ஒப்புக் கொண்டார் (அவருக்கு எவ்வளவு அவசரம்). ‘ஆனால் நான் குற்றவாளி அல்ல, நான் அவரைக் கொல்லவில்லை.’ அவர் கொலை செய்ய விரும்பினார் என்பதை ஒப்புக் கொண்டார். ‘இதோ பாருங்கள், நான் எவ்வளவு நேர்மையாக இருக்கிறேன். அதனால் நான் அவரைக் கொலை செய்யவில்லை என்று சொன்னால், நீங்கள் அதைத் தாராளமாக நம்பலாம்’ என்று அவர் சொல்கிறார்.

இதுபோன்ற சந்தர்ப்பங்களில் குற்றவாளி அசாதாரணமான முட்டாளாகவும், அப்பாவியாகவும் மாறுகிறான். அந்த நேரத்தில் விசாரணை அதிகாரிகள் அவரிடம் எதேச்சையாக ஒரு கேள்வியைக் கேட்டார்கள். ‘ஒருவேளை ஸ்மெர்த்தியாக்கவ் அவரைக் கொலை செய்திருப்பானா?’ அதன் விளைவு நாங்கள் எதிர்பார்த்தது போலவே இருந்தது. அவராக ஸ்மெர்த்தியாக்கவின் பெயரைச் சொல்ல வேண்டும் என்று திட்டமிட்டிருந்த வேளையில், நாங்கள் அவரை முன்கூட்டியே தடுத்துவிட்ட அதிர்ச்சியிலும் ஏமாற்றத்திலும் அவர் எங்கள் மீது ஆத்திரப்பட்டார். எனவே அவர் சட்டென்று அதற்கு எதிரான மனநிலைக்குத் திரும்பி, ஸ்மெர்த்தியாக்கவ் அதைச் செய்திருக்க முடியாது, அவனால் அவரைக் கொன்றிருக்க முடியாது என்று உறுதியாகச் சொன்னார். ஆனால் அவரை நம்ப முடியாது, அது அவருடைய தந்திரம். ஏனெனில் ஸ்மெர்த்தியாக்கவை மாட்டிவிட வேண்டும் என்ற திட்டத்தை அவர் கைவிட்டு விடவில்லை. அவரால் வேறு யாரையும் கைகாட்ட முடியாது என்பதால் அவர் அதைச் செய்துதான் ஆக வேண்டும். ஆனால் அவர் அதைப் பின்னால் அதற்குரிய நேரம் வரும்போது செய்வார், ஏனெனில் இப்போதைக்கு அந்த முயற்சி வீணாகிவிட்டது. நாளையோ அல்லது இன்னும் சில நாட்களிலோ அவர் மீண்டும் ஸ்மெர்த்தியாக்கவ் பெயரை இழுத்து வந்து, ‘இதோ பாருங்கள், ஸ்மெர்த்தியாக்கவ் குற்றவாளியாக இருக்க முடியாது என்று உங்களை விட அதிகமாக நான்தான் ஆட்சேபித்தேன். ஆனால் இப்போது எனக்கு உறுதியாகத் தெரிகிறது அவன்தான் அவரைக் கொலை செய்தான்!’ என்று சொல்வார். இதற்கிடையில், அவர் கவலையுடனும், எரிச்சலுடனும், தனக்கும் அந்தக் குற்றத்திற்கும்

எந்தத் தொடர்பும் இல்லை என்று மறுக்கும் முயற்சியில் இறங்கினார். கோபமும் பொறுமையின்மையும் அவரை முற்றிலும் சாத்தியமில்லாத, நம்ப முடியாத விளக்கத்தைத் தரத் தூண்டியது. அவர் தனது தந்தையின் வீட்டு ஜன்னல் வழியாக எட்டிப்பார்த்து விட்டு அமைதியாகத் திரும்பிவிட்டதாகச் சொல்கிறார். இதில் முக்கியமான விஷயம் என்னவென்றால், கிரிகோரி அளித்த சாட்சியத்தைப் பற்றி அவருக்கு எதுவும் தெரியாது.

நாங்கள் அவரையும் அவருடைய உடமைகளையும் சோதனையிட்டோம். அது அவருடைய கோபத்தைத் தூண்டியது என்றாலும், அவர் உற்சாகமடைந்தார். ஏனெனில் நாங்கள் அவரிடம் மூவாயிரம் ரூபிள்களை அல்ல, அதில் பாதியைத்தான் கண்டுபிடிக்க முடியும் என்று அவருக்குத் தெரியும். அந்தக் கணத்தில்தான் அவர் அந்த ஆயிரத்து ஐநூறு ரூபிள்கள் தன்னிடம் எப்படி வந்தது என்பதற்கு ஒரு கதையைப் புனைந்தார். அது ஒரு நம்ப முடியாத கதை என்று அவருக்கே நன்றாகத் தெரியும் என்பதால், அதை நம்பவைக்க அவர் முயற்சி செய்தார். அதை ஒரு நம்பத்தகுந்த கதையாக மாற்றுவதற்கு அவர் மிகவும் சிரமப்பட்டார். இதுபோன்ற சூழ்நிலையில், விசாரணையாளர்களின் முக்கிய பணி என்னவென்றால், குற்றவாளி தன்னைத் தயார்படுத்திக் கொள்வதைத் தடுப்பதுதான். எனவே அவனை அதிர்ச்சியில் ஆழ்த்தி, அவன் அந்தரங்கமாக மறைத்து வைத்த எண்ணங்களை வெளிக்கொணர வேண்டும்; அவை எவ்வளவு அப்பாவித்தனமாக, சாத்தியமற்றதாக, அல்லது முரண்பாடாக இருந்தாலும், அவை அவனுடைய உள்ளத்தில் உள்ள உண்மையை வெளிப்படுத்தக் கூடியதாக இருக்கும். ஒரு குற்றவாளியைப் பேச வைக்க வேண்டுமென்றால், அந்த வழக்கில் மிகவும் முக்கியமான, ஆனால் அவனுக்குத் தெரியாத, அவனால் யூகிக்க முடியாத ஒரு புதிய உண்மையைத் தற்செயலாக அவனிடம் சொல்ல வேண்டும். நாங்கள் அப்படி ஓர் உண்மையைத் தயாராக வைத்திருந்தோம். வீட்டிலிருந்து தோட்டத்திற்குச் செல்லும் கதவு திறந்திருந்ததைப் பார்த்ததாக வேலைக்காரன் கிரிகோரி சொன்ன சாட்சியம்தான் அது. பிரதிவாதி அதை முற்றிலுமாக மறந்துவிட்டார், ஏனெனில் கிரிகோரி அதைப் பார்த்திருக்க முடியும் என்று அவருக்குத் தோன்றவே இல்லை. அதன் விளைவு ஆச்சரியப்படும்படி இருந்தது. பிரதிவாதி துள்ளி எழுந்து, 'அப்படியானால் ஸ்மெர்த்தியாக்கவ்தான் அவரைக் கொன்றான்! அவன்தான் அவரைக் கொன்றான்!' என்று கத்தினார். அவர் தனது அடிப்படை வாதத்தை, தன்னுடைய பாதுகாப்பிற்காக மிகவும் சாத்தியமற்ற முறையில் முன்வைத்தார், ஏனெனில் அவர் கிரிகோரியைத்

தாக்கிவிட்டு, அங்கிருந்து தப்பிச் சென்ற பிறகுதான் ஸ்மெர்த்தியாக்கவ் அந்தக் கொலையைச் செய்திருக்க முடியும். ஆனால் கிரிகோரி தாக்கப்படுவதற்கு முன்பே கதவு திறந்திருந்ததைப் பார்த்ததாகவும், அவர் படுக்கையிலிருந்து எழுந்து வெளியே வரும்போது, ஸ்மெர்த்தியாக்கவ் தனது படுக்கையில் முனகிக் கொண்டிருந்ததாகவும் நாங்கள் அவரிடம் சொன்னபோது, அவர் ஆடிப் போய்விட்டார். அந்தச் சமயத்தில் என்னுடைய மதிப்பிற்குரிய, திறமைசாலியான சக ஊழியர் நிக்கோலாய் பர்ஃபியோனோவிச், அவருக்காகப் பரிதாபப்பட்டுக் கண்ணீர் சிந்தியதாகப் பின்னர் என்னிடம் தெரிவித்தார். அப்போது குற்றம் சாட்டப்பட்டவர் தன்னுடைய பாதுகாப்பைப் பலப்படுத்த, அவசர அவசரமாகக் கழுத்தில் கட்டித் தொங்கவிட்டிருந்த ஆயிரத்து ஐநூறு ரூபிள்கள் கதையை அவிழ்த்துவிட்டார். நல்லது, நான் என் கதையை உங்களுக்குச் சொல்கிறேன்!

கனவான்களே, நடுவர் பெருமக்களே, பிரதிவாதி ஒரு மாதத்திற்கு முன்பு பணத்தைத் துணியில் வைத்துத் தைத்து கழுத்தில் கட்டிக் கொண்டதாக சொன்னது அபத்தமான கதை மட்டுமல்ல, அது அந்தச் சூழ்நிலைக்குப் பொருந்தாத ஒரு கட்டுக் கதை என்று நான் ஏன் நம்புகிறேன் என்பதை ஏற்கனவே உங்களுக்கு விளக்கியுள்ளேன். அதைவிட நம்ப முடியாத, கற்பனை செய்ய முடியாத ஒன்றைச் சொல்ல யாராலும் முடியாது என்று நான் பந்தயம் கட்டுகிறேன். ஒரு வெற்றிகரமான நாவலாசிரியர் கூட நிஜ வாழ்க்கையின் அனைத்து விவரங்களையும் தனது எழுத்தில் கொண்டு வருவதற்குப் போராடுகிறார், ஆனால் நிர்ப்பந்தத்தினால் கதைகளை உருவாக்குபவர்கள் சில விவரங்களை முக்கியமற்றதாக நினைத்து, அவற்றைப் புறக்கணிக்கிறார்கள். ஓ, அவர்களுக்கு அத்தகைய விவரங்களில் ஆர்வம் இல்லை. அவர்களின் மனம் ஒரு முழுமையான கதையைப் புனைய வேண்டும் என்பதில்தான் கவனம் செலுத்துகிறது. இதுபோன்ற அற்ப விவரங்கள் தங்களைத் தொந்தரவு செய்வதை அவர்கள் விரும்புவதில்லை. ஆனால் அவர்கள் அப்படித்தான் பிடிபடுகிறார்கள்! ‘சரி, பணத்தை வைக்கும் துணிப் பையை யார் தயாரித்துக் கொடுத்தார்கள்?’ ‘நானே அதைத் தயாரித்தேன்.’ ‘அதற்கான துணி உங்களுக்கு எங்கிருந்து கிடைத்தது?’ அதைக் கேட்டு மனம் புண்பட்ட பிரதிவாதி, இப்படி ஓர் அற்பமான கேள்வியைக் கேட்பது அவருக்கு அவமானம் என்று நினைத்துக் கோபப்பட்டார். உங்களால் நம்ப முடிகிறதா, அவருடைய கோபம் உண்மையானது! ஆனால் அவர்கள் எல்லோரும் அப்படித்தான். ‘சட்டையிலிருந்து கிழித்தேன்’ ‘பிரமாதம். நாங்கள் நாளை உங்களிடம் உள்ள அந்தச்

சட்டையைச் சோதனையிடுவோம்.' நடுவர் பெருமக்களே, நாங்கள் அந்தச் சட்டையைக் கண்டுபிடித்திருந்தால் (அது அவரிடம் இருந்தால் கண்டுபிடிக்காமல் இருக்க முடியுமா?), அது அவருடைய கூற்றுக்கு ஒரு பொருள் ஆதாரமாக இருந்திருக்கும். ஆனால் அவரால் அதைப் புரிந்து கொள்ள முடியவில்லை. 'எனக்கு ஞாபகம் இல்லை. ஒருவேளை அது என் சட்டைத் துணியாக இல்லாமல் என் வீட்டு உரிமையாளரின் பழைய தொப்பியிலிருந்து எடுத்த துணியாக இருக்கலாம்.' 'அது என்ன வகை துணி?' 'எனக்குத் தெரியாது, பழைய காலிகோ துணியாக இருக்கலாம்...' 'நிச்சயமாகத் தெரியுமா?' 'இல்லை, நிச்சயமாகத் தெரியவில்லை' என்று அவர் சொன்னபோது பொறுமையிழந்து கோபப்பட்டார். ஆனால் அது உண்மையாக இருந்தால், அவரால் எப்படி அதை மறந்திருக்க முடியும்? ஒரு மனிதன் தனது வாழ்க்கையின் மோசமான தருணங்களில், உதாரணமாக அவனைத் தூக்கு மேடைக்கு அழைத்துச் செல்லும்போது, இதுபோன்ற அற்பமான விஷயங்கள்தான் அவனுடைய நினைவில் ஒட்டிக் கொள்கின்றன. அவன் எல்லாவற்றையும் மறந்துவிடுவான், ஆனால் அவனது கண்ணில் படும் வீட்டின் பச்சை நிறக் கூரையை அல்லது சிலுவையின் மீது அமர்ந்திருக்கும் ஒரு பறவையை நினைவில் வைத்திருப்பான். அவர் அந்த துணிப் பையைத் தைக்கும்போது, வீட்டு உரிமையாளரின் குடும்பத்தில் உள்ள யாருக்கும் தெரியாமல் இரகசியமாகத் தைத்திருப்பார். அவர் அதைத் தயாரிக்கும்போது, கையில் ஊசி நூலுடன் இருக்கும் தன்னை யாராவது பார்த்துவிடுவார்களோ என்ற அவமானகரமான பயத்தை நிச்சயமாக நினைவில் வைத்திருப்பார். அப்போது அவர் ஒரு சிறிய சத்தத்தைக் கேட்டதும் பயத்துடன் திரைக்குப் (அவரது குடியிருப்பில் ஒரு திரை இருக்கிறது) பின்னால் ஓடியிருப்பார்...

நடுவர் பெருமக்களே, நான் ஏன் இதையெல்லாம், இந்த அற்பமான விவரங்களை எல்லாம் சொல்கிறேன் என்று நீங்கள் நினைக்கலாம்!" என்று இப்போலித் கிரில்லோவிச் திடீரென்று கத்தினார். "ஏனெனில் இந்த நிமிடம் வரை பிரதிவாதி இந்த அபத்தங்களை எல்லாம் உண்மை என்று விடாப்பிடியாகச் சொல்லிக் கொண்டிருக்கிறார்! அந்த விதிவசமான சம்பவம் நடந்து இரண்டு மாதங்கள் கடந்துவிட்ட நிலையில், அவரால் இதற்கெல்லாம் எந்தத் தெளிவான விளக்கத்தையும் கொடுக்க முடியவில்லை. அவர் சொன்ன அற்புதமான கதைகளுக்கு எந்த ஆதாரத்தையும் முன்வைக்கவில்லை. நான் சொன்னவை அற்பமான விஷயங்களாக இருக்கலாம், ஆனால் நீங்கள் அதையெல்லாம் நம்ப வேண்டும் என்று அவர் சொல்கிறார். ஓ,

நாங்கள் அதை நம்புவதில் மகிழ்ச்சியடைகிறோம்; அதை நம்புவதற்கு ஆவலாக இருக்கிறோம்; அவரது வார்த்தைகளை அப்படியே ஏற்றுக் கொள்கிறோம். நாங்கள் மனித இரத்தத்திற்காக தாகம் கொண்ட குள்ளநரிகளா? குற்றம் சாட்டப்பட்டவருக்கு சாதகமாக ஒரே ஒரு உண்மையை எங்களுக்குக் காட்டினால் கூட நாங்கள் மகிழ்ச்சியடைவோம். ஆனால் அது ஒரு உறுதியான உண்மையாக, ஸ்தூலமான உண்மையாக இருக்க வேண்டும். பிரதிவாதியின் சகோதரர் அவரது முகபாவனையின் அடிப்படையில் எடுத்த முடிவாகவோ அல்லது அவர் தனது மார்பில் அடித்துக் கொண்டபோது, அந்த இருட்டிலும் கூட கழுத்தில் இருந்த பணப் பையைக் குறிப்பிட்டார் என்ற அனுமானமாகவோ இருக்கக்கூடாது. எங்களுக்கு அப்படி ஓர் ஆதாரம் கிடைத்தால் நாங்கள் மகிழ்ச்சியடைவோம். அப்போது நாங்கள் எங்கள் குற்றச்சாட்டுகளைக் கைவிடத் தயங்க மாட்டோம். ஆனால் நீதி வழங்கப்பட வேண்டும் என்பதால், நாங்கள் எதையும் திரும்பப் பெற முடியாது."

இப்போலித் கிரில்லோவிச் தனது உரையின் இறுதிக் கட்டத்தை நெருங்கினார். அவர் காய்ச்சல் கண்டவரைப் போல பேசினார். கொள்ளையடிக்கும் கீழ்த்தரமான நோக்கத்துடன் மகனால் கொலை செய்யப்பட்ட தந்தையின் இரத்தம் பழிவாங்கத் துடிப்பதாகச் சொன்னார். அந்தச் சம்பவத்தில் இருந்த துயரத்தையும், பயங்கரத்தையும் அவர் வலியுறுத்தினார்.

"திறமைகளுக்காகப் புகழ்பெற்ற எதிர்த்தரப்பு வழக்கறிஞர் என்ன சொன்னாலும்" என்று அரசு வழக்கறிஞர் தன்னைக் கட்டுப்படுத்திக் கொள்ள முடியாமல் தொடர்ந்தார். "அவருடைய வார்த்தைகள் எவ்வளவு உணர்ச்சிகரமாக, மனதை நெகிழச் செய்வதாக இருந்தாலும், நீங்கள் இப்போது நீதியின் கோயிலில் இருக்கிறீர்கள் என்பதை நினைவில் கொள்ளுங்கள். நீங்கள் எங்கள் நீதியின் காவலர்கள் என்பதையும், எங்கள் புனித ரஷ்யாவுக்கும், அதன் அடித்தளத்திற்கும், அதன் குடும்பத்திற்கும், அதன் புனிதமான அனைத்திற்கும் பாதுகாவலர்கள் என்பதையும் நினைவில் கொள்ளுங்கள்! ஆமாம், நீங்கள் இந்தத் தருணத்தில் ரஷ்யாவைப் பிரதிநிதித்துவப் படுத்துகிறீர்கள். உங்களுடைய தீர்ப்பு இந்த நீதிமன்றத்தில் மட்டுமின்றி, ரஷ்யா முழுவதும் கேட்கும். ரஷ்ய அன்னை உங்களை அவளுடைய பாதுகாவலர்களாகவும், நீதிபதிகளாகவும் ஏற்றுக் கொள்வாள். உங்கள் தீர்ப்பால் அவள் ஊக்கமடைவாள் அல்லது நம்பிக்கை இழப்பாள். நீங்கள் ரஷ்யாவையும் அதன் எதிர்பார்ப்பையும் ஏமாற்ற வேண்டாம். நமது விதிவசமான முக்கூட்டு தலைதெறிக்க ஓடிக் கொண்டிருக்கிறது. ஒருவேளை அது அதன் அழிவை நோக்கி ஓடிக் கொண்டிருக்கலாம்.

நீண்ட காலமாக ரஷ்ய மக்கள் அனைவரும் தங்கள் கைகளை நீட்டி, அதன் பொறுப்பற்ற, மூர்க்கத்தனமான போக்கைத் தடுக்க முயற்சி செய்துள்ளனர். அதன் அசுர வேகத்திற்கு மற்ற தேசங்கள் வழிவிடுகின்றன என்றால், நம்முடைய கவிஞர் சொன்னது போல மரியாதையினால் அல்ல பயத்தினால் என்பதைப் புரிந்து கொள்ளுங்கள். ஆமாம், அவர்கள் பயத்தினால் அல்லது வெறுப்பினால் ஒதுங்கி நிற்கிறார்கள். அவர்கள் ஒதுங்கி நிற்பதும் ஒருவகையில் நல்லதுதான். ஒருவேளை என்றாவது ஒரு நாள் அவர்கள் அப்படிச் செய்யாமல், விரைந்து செல்லும் பூதத்திற்கு எதிராக ஓர் உறுதியான தடுப்புச் சுவராக நின்று, தங்களுடைய சொந்த இரட்சிப்புக்காகவும், தங்கள் அறிவொளி பெற்ற நாகரீகத்தைக் காப்பாற்றிக் கொள்ளவும், கட்டுப்பாடற்ற நம்முடைய பாய்ச்சலுக்குத் தடையாக இருப்பார்கள். ஏற்கனவே ஐரோப்பாவி லிருந்து ஒலித்த பல எச்சரிக்கைக் குரல்களை நாம் கேட்டிருக்கிறோம். அவை இப்போது எதிரொலிக்கத் தொடங்கியுள்ளன. எனவே தந்தையைக் கொன்ற மகனை விடுதலை செய்வதன் மூலம் அவர்களைத் தூண்டி விடாதீர்கள். அவர்களுக்கு எங்கள் மீதுள்ள வெறுப்பை வளரச் செய்யாதீர்கள்!”

இப்போலித் கிரில்லோவிச் உணர்ச்சிப் பெருக்குடன் பேசினாலும், இந்த வார்த்தை ஜாலங்களுடன் தனது உரையை முடித்துக் கொண்டார். அவரது பேச்சு அனைவரிடமும் பெரும் தாக்கத்தை ஏற்படுத்தியது. அவர் பேசி முடித்ததும், அவசர அவசரமாக நீதிமன்ற அறையை விட்டு வெளியேறினார். நான் ஏற்கனவே சொன்னது போல, அவர் அடுத்த அறைக்குச் சென்றதும் ஏறக்குறைய மயங்கி விழுந்தார். பார்வையாளர்கள் யாரும் கைதட்டவில்லை என்றாலும், அங்கிருந்த பொறுப்புள்ள குடிமக்கள் திருப்தி அடைந்தனர். பெண்கள் திருப்தி அடையவில்லை என்றாலும், அரசு வழக்கறிஞரின் பேச்சாற்றலை அவர்கள் பாராட்டினார்கள். அவர்களுக்கு எதிர்த்தரப்பு வழக்கறிஞர் ஃபெட்யுகோவிச்சின் மீது அபார நம்பிக்கை இருந்ததால், அவர்கள் விசாரணையின் முடிவைப் பற்றிக் கொஞ்சமும் கவலைப்படவில்லை. ‘அவர் பேசும்போது, எல்லாவற்றையும் அடித்துத் துவம்சம் செய்து விடுவார்’ என்று அவர்கள் நினைத்தார்கள்.

எல்லோரும் மீச்சியாவைப் பார்த்தார்கள். அரசு வழக்கறிஞரின் உரை முழுவதும் மீச்சியா பற்களைக் கடித்து, முஷ்டியை மடக்கி, தலையைக் குனிந்து தரையை வெறித்துப் பார்த்தபடி அமர்ந்திருந்தார். அவர் அவ்வப்போது தலையை உயர்த்தி, குறிப்பாகக் குரூஷென்காவைப் பற்றிப் பேசும்போது கவனித்தார். அவளைப் பற்றி ரகிதீன் சொன்ன கருத்தை அரசு வழக்கறிஞர்

சொன்னபோது, அவருடைய முகத்தில் வெறுப்பும் கோபமும் கலந்த புன்னகை அரும்பியது. 'பெர்னார்டுகள்!' என்று அவர் மெல்லிய குரலில் முணுமுணுத்தார். மோக்ரோயில் நடந்த விசாரணையில் மீச்சியாவை எப்படி மடக்கினோம் என்பதை இப்போலித் கிரில்லோவிச் விவரித்தபோது, அவர் தலையை உயர்த்தி ஆர்வத்துடன் கேட்டார். பேச்சின் ஒரு கட்டத்தில் அவர் துள்ளி எழுந்து கூச்சலிட விரும்பினார், ஆனால் தன்னைக் கட்டுப்படுத்திக் கொண்டு வெறுப்புடன் தோள்களைக் குலுக்கினார். அரசு வழக்கறிஞர் தனது பேச்சின் இறுதியில், மோக்ரோயில் நடந்த விசாரணையில், புத்திசாலித்தனமான தந்திரங்களைப் பயன்படுத்தியதைப் பற்றி மக்கள் பல்வேறு விதமாகக் கேலி செய்தார்கள். 'அவரால் தன்னுடைய புத்திசாலித்தனத்தைப் பற்றித் தற்பெருமை பேசாமல் இருக்க முடியாது' என்று பலரும் பேசிக் கொண்டார்கள்.

நீதிமன்றம் மிகக் குறுகிய காலத்திற்கு, கால் மணி நேரம் அல்லது அதிகபட்சம் இருபது நிமிடங்களுக்கு மட்டுமே ஒத்திவைக்கப்பட்டது. பொதுமக்கள் மத்தியில் பேச்சுக் குரல்களும், ஆச்சரியக் கூச்சல்களும் எழுந்தன. அவற்றில் சில இன்னும் என்னுடைய நினைவில் உள்ளன.

"சபாஷ், சரியான பேச்சு" என்று ஒரு குழுவில் இருந்த கனவான் முகத்தைச் சுளித்தபடி சொன்னார்.

"ஆனால் அவர் அளவுக்கு அதிகமாக உளவியலைக் கலந்துவிட்டார்!" என்றது மற்றொரு குரல்.

"ஆனால் எல்லாமே உண்மை, மறுக்க முடியாத உண்மை!"

"ஆமாம், அவர் அதில் கைதேர்ந்தவர்."

"ஆமாம், அவர் எல்லாவற்றையும் தொகுத்துச் சொன்னார்" என்று இன்னொரு குரல் ஒலித்தது. "அவர் தனது பேச்சின் ஆரம்பத்தில் நாம் எல்லோரும் ஃபியோதர் பாவ்லோவிச்சைப் போல இருப்பதாகச் சொன்னது உங்களுக்கு ஞாபகம் இருக்கிறதா?"

"அவர் இறுதியிலும் அப்படித்தான் சொன்னார். ஆனால் அதெல்லாம் சுத்த குப்பை."

"ஆமாம், தெளிவாக இல்லை."

"அவர் அதிகமாக உணர்ச்சிவசப்பட்டு விட்டார்."

"அது அநியாயம். ஆமாம், அது அநியாயம்."

"இருந்தாலும் அவர் திறமைசாலி. அதையெல்லாம் சொல்ல வேண்டும் என்று அவர் நீண்ட நாட்களாகக் காத்துக் கொண்டிருந்தார். ஹி ஹி ஹி!"

"எதிர்த்தரப்பு வழக்கறிஞர் என்ன சொல்லப் போகிறார்?"

மற்றொரு குழுவில் பேசிக் கொண்டது:

"பீட்டர்ஸ்பர்க்கிலிருந்து வந்த வழக்கறிஞர் மனம் நெகிழும்படி பேசுவார் என்று அவரை அவமானப்படுத்தியது புத்திசாலித்தனம் அல்ல."

"ஆமாம், அது அவருக்கு அழகல்ல."

"அவர் யோசிக்காமல் பேசினார்."

"அவர் மிகவும் பதட்டமாக இருந்தார்."

"நாம் சிரிக்கிறோம், ஆனால் பிரதிவாதி என்ன நினைப்பார்?"

"ஆமாம், அது மீச்சியாவுக்கு எப்படி இருக்கும்?"

"ஆமாம், எதிர்த்தரப்பு வழக்கறிஞர் என்ன சொல்லப் போகிறார் என்று தெரியவில்லையே?"

மூன்றாவது குழுவில் கேட்டது:

"அதோ அந்த வரிசையின் கடைசியில் கையில் ஓபரா கண்ணாடியுடன் அமர்ந்திருக்கும் அந்தக் கொழுத்த பெண்மணி யார்?"

"அவள் ஒரு தளபதியின் மனைவி. இப்போது அவள் விவாகரத்து பெற்றுவிட்டாள். அவளை எனக்குத் தெரியும்."

"அதனால்தான் கையில் ஓபரா கண்ணாடியுடன் இருக்கிறாள்."

"சகிக்கவில்லை."

"இல்லை, அவள் உண்மையில் கவர்ச்சியாக இருக்கிறாள்."

"அவளிடமிருந்து இரண்டு இருக்கைகள் தள்ளி உள்ள அந்தப் பொன்னிறத் தலைமுடி கொண்ட பெண் அழகாக இருக்கிறாள்."

"அவர்கள் அவரை மோக்ரோயில் மிகவும் சாமர்த்தியமாகப் பிடித்தார்கள் அல்லவா?"

"ஆமாம், அவர் அந்தக் கதையை ஏற்கனவே ஊர் முழுக்க சொல்லிப் பெருமை அடித்துக் கொண்டார்!"

"இப்போதும் அவரால் அதைச் செய்யாமல் இருக்க முடியவில்லை. தற்பெருமைக்காரர்."

"அவர் மனம் புண்பட்ட மனுஷன். ஹி ஹி!"

"ஆமாம், முன்கோபி. நீண்ட வாக்கியங்களுடன், ஏராளமான வார்த்தைகளுடன் ஒரு பெரிய உரை..."

"அவர் நம்மைப் பயமுறுத்த நினைக்கிறார். அவர் அந்த முக்கூட்டைப் பற்றிச் சொன்னதைக் கேட்டீர்களா? 'அவர்களுக்கு

ஹேம்லெட்டுகள் ஆனால் நமக்கு கரமசோவ்கள்!' என்று அவர் புத்திசாலித்தனமாகச் சொன்னார்."

"அவர் தாராளவாதிகளைச் சமாதானப்படுத்த அதைச் சொன்னார். அவர் அவர்களைக் கண்டு பயப்படுகிறார்."

"ஆமாம், அவர் எதிர்த்தரப்பு வழக்கறிஞரைப் பார்த்து பயப்படுகிறார்."

"ஆமாம், ஃபெட்யுகோவிச் என்ன சொல்லப் போகிறார்?"

"அவர் என்ன சொன்னாலும், நம்முடைய விவசாயிகளை அசைக்க முடியாது."

"நீங்கள் அப்படி நினைக்கிறீர்களா?"

நான்காவது குழுவில்:

"அவர் அந்த முக்கூட்டைப் பற்றிச் சொன்னது நன்றாக இருந்தது, குறிப்பாக மற்ற நாடுகளைப் பற்றிச் சொன்னது."

"மற்ற நாடுகள் காத்திருக்காது என்று அவர் சொன்னது உண்மைதான்."

"நீங்கள் என்ன சொல்கிறீர்கள்?"

"கடந்த வாரம் இங்கிலாந்து நாடாளுமன்றத்தில் ஓர் உறுப்பினர் நாத்திகர்களைப் பற்றிப் பேசியபோது, அந்தக் காட்டுமிராண்டி நாட்டில் தலையிட்டு அந்த மக்களுக்குப் புத்தி புகட்ட இது சரியான நேரம் இல்லையா என்று கேட்டார். இப்போலித் கிரில்லோவிச் அவரை நினைத்துக் கொண்டுதான் அதைப் பேசினார். சென்ற வாரம் அவர் அதைப் பற்றிப் பேசிக் கொண்டிருந்தார்."

"அது அவ்வளவு சுலபமான வேலையல்ல."

"சுலபமில்லையா? ஏன் முடியாது?"

"ஏனெனில், நாம் குரோன்ஸ்டாட் துறைமுகத்தை மூடிவிட்டால் அவர்களுக்குத் தானியம் எதுவும் கிடைக்காது. அவர்கள் அதை எங்கிருந்து வாங்குவார்கள்?"

"அமெரிக்காவிலிருந்து. இப்போது அவர்கள் அங்கிருந்துதான் வாங்குகிறார்கள்."

"முட்டாள்தனம்!"

ஆனால் மணி அடித்ததும் அனைவரும் தங்களுடைய இருக்கைக்கு விரைந்தார்கள். ஃபெட்யுகோவிச் எழுந்து நின்றார்.

10. எதிர்த்தரப்பு வழக்கறிஞரின் உரை: இரட்டை முனை வாதம்

புகழ்பெற்ற அந்த வழக்கறிஞரின் முதல் வார்த்தை ஒலித்தபோது, நீதிமன்ற அறையில் அமைதி நிலவியது. பார்வையாளர்களின் கண்கள் அவர் மீது நிலைத்திருந்தன. அவர் மிக எளிமையாக, நேரடியாக, நம்பிக்கையுடன், ஆனால் கொஞ்சம் கூட கர்வம் இல்லாமல் பேச ஆரம்பித்தார். உணர்ச்சிகரமான வார்த்தைகளும், சொற்பொழிவாற்ற வேண்டும் என்ற முயற்சியும் இல்லாமல், தன்னுடைய நெருங்கிய நண்பர்கள் வட்டத்தில் பேசுவதைப் போலச் சாதாரணமாகப் பேசினார். அவருடைய குரல் இனிமையாகவும், அழகாகவும், கணீரென்றும் ஒலித்தது. அவரது குரலில் நேர்மையும், உண்மையும் இருந்தது. இருந்தாலும் பேச்சாளர் திடீரென்று உணர்ச்சிவசப்பட்டு, 'இதயத்தைத் துளைக்கும் ஆற்றலுடன்' பேசக்கூடும் என்பதை அனைவரும் உணர்ந்தனர். இப்போலித் கிரில்லோவிச்சை விட சம்பிரதாயக் குறைவாக அவர் பேசினாலும், நீண்ட வாக்கியங்கள் இல்லாமல் இன்னும் துல்லியமாகப் பேசினார். அவர் தனது பேச்சின் தொடக்கத்தில் முன்னோக்கிக் குனிந்து கொண்டே இருந்தது பெண்களுக்குப் பிடிக்காத ஒரு விஷயமாக இருந்தது பார்வையாளர்களை நோக்கி வணங்கும் விதமாக அவர் குனிந்தாலும், தனது முதுகைச் சரியாக வளைக்காத காரணத்தால் அவர்களை நோக்கிப் பாய்வது போலிருந்தது.

அவர் தனது உரையின் தொடக்கத்தில் எந்தவிதத் திட்டமும் இல்லாமல், அங்கொன்றும் இங்கொன்றுமாக விஷயங்களைச் சொல்லிச் சென்றாலும், இறுதியில் அவை அனைத்தும் ஒன்றுபட்டு ஒரு முழுமையான சித்திரத்தை வழங்கியது. அவரது உரையை இரண்டு பகுதிகளாகப் பிரிக்கலாம். முதல் பாதியில் குற்றத்தை மறுக்கும் வகையில் சில விமர்சனங்களை முன் வைத்தார். அது சில இடங்களில் விஷமத்தனமாகவும், கிண்டலாகவும் வெளிப்பட்டது. ஆனால் அவர் இரண்டாவது பாதியில் திடீரென்று தனது தொனியையும் பாணியையும் மாற்றிக் கொண்டு, சோகரசத்தைப் பிழிந்தார். பார்வையாளர்கள் அதற்காகவே காத்திருந்தது போல பரவசத்துடன் உடல் சிலிர்த்தார்கள்.

அவர் நேரடியாக விஷயத்திற்குச் சென்றார். அவர் தனது வழக்கறிஞர் தொழிலைப் பீட்டர்ஸ்பர்க்கில் செய்து கொண்டிருந்தாலும், வழக்கில் வாதாடுவதற்காக ரஷ்யாவின் பல இடங்களுக்குச் சென்றிருப்பதாகவும், குற்றம் சாட்டப்பட்டவர்

நிரபராதி என்று நியாயமான முறையில் நம்பும்போது மட்டுமே அப்படிச் செய்வதாகவும் சொன்னார். “இந்த வழக்கும் அப்படித்தான்” என்றார் அவர். “இந்த வழக்கைப் பற்றிய செய்திகள் பத்திரிக்கைகளில் வெளிவந்தபோதே, பிரதிவாதிக்கு ஆதரவாக இருந்த ஒரு விஷயம் என்னைப் பாதித்தது. சுருங்கச் சொன்னால் இந்த வழக்கில் இருந்த ஒரு சட்ட ரீதியான அம்சம் என் கவனத்தை ஈர்த்தது. அது வழக்கறிஞர் தொழிலில் அடிக்கடி நடப்பதுதான் என்றாலும், அது இந்த வழக்கில் இருப்பதைப் போலத் தெளிவாகவும், தனித்தன்மை கொண்டதாகவும் ஒருபோதும் இருந்ததில்லை. நான் என்னுடைய உரையின் இறுதியில் அதைச் சொல்லியிருக்க வேண்டும், ஆனால் ஆரம்பத்திலேயே சொல்லிவிட்டேன். ஏனெனில் நான் என் வாதங்களைச் சேமித்து வைக்காமல் உடனடியாகச் சொல்வது என்னுடைய பலவீனம் என்பதால், அதை இப்போதே சொல்லிவிட்டேன். அது ஒருவகையில் முட்டாள்தனமாகத் தோன்றினாலும் நேர்மையானது. பிரதிவாதிக்கு எதிராக ஏராளமான ஆதாரங்கள் இருந்தாலும், அவற்றைத் தனித்தனியாக ஆராய்ந்தால் அவற்றில் மறுக்க முடியாத ஓர் உண்மை கூட இல்லை என்பதுதான் என் கருத்து. நான் இந்த வழக்கைப் பற்றிச் செய்தித்தாள்களில் படித்த விவரங்களும், கேள்விப்பட்ட விஷயங்களும் என் எண்ணத்தை உறுதிப்படுத்தியது. அப்போது பிரதிவாதியின் உறவினர்களிடமிருந்து அவருக்காக வாதாட வருமாறு எனக்கு அழைப்பு வந்தது. நான் உடனடியாக இங்கே வந்தேன். நான் இங்கே வந்த பிறகு எனக்கு முழு நம்பிக்கை ஏற்பட்டது. அந்தப் பயங்கரமான உண்மைகளின் சங்கிலியை உடைக்கவும், ஒவ்வொரு குற்றச்சாட்டையும் தனித்தனியாக ஆராயும்போது, அது நம்ப முடியாததாக, நிரூபிக்க முடியாததாக உள்ளது என்பதைக் காட்டுவதற்காகவும் நான் இந்த வழக்கை ஏற்றுக் கொண்டேன்.”

இவ்வாறு பேசத் தொடங்கிய எதிர்த்தரப்பு வழக்கறிஞர் திடீரென்று தனது குரலை உயர்த்தினார்.

“நடுவர் பெருமக்களே, நான் இந்தப் பகுதிக்குப் புதியவன் என்பதால், எனக்கு எந்த முன்முடிவுகளும் இல்லை. பிரதிவாதி இதற்கு முன்பு என்னைப் புண்படுத்த வேண்டிய சந்தர்ப்பம் ஏற்படவில்லை, ஆனால் அவர் இந்த நகரத்தில் வசிக்கும் நூற்றுக்கணக்கானவர்களின் மனதைப் புண்படுத்தியிருக்கலாம். அதன் காரணமாக உங்களில் பலருக்கு அவர் மீது தவறான அபிப்பிராயமும், விரோதமும் ஏற்பட்டிருக்கிறது. பிரதிவாதி கொந்தளிப்பான மனநிலையும், முரட்டு சுபாவமும் உடையவர் என்பதால், உங்களுக்கு அவர் மீது ஏற்பட்ட கோபம் நியாயமானது என்பதை நான் ஒப்புக் கொள்கிறேன். இருப்பினும் அவரை

இங்குள்ள சமூகத்தினர் வரவேற்றனர் என்பதும், எனது கற்றறிந்த நண்பரான அரசு வழக்கறிஞரின் குடும்பத்தினர் கூட அவரை அன்புடன் வரவேற்றனர் என்பதும் எனக்குத் தெரியும்."

இந்த வார்த்தைகளைக் கேட்டதும் பார்வையாளர்கள் மத்தியில் இரண்டு மூன்று சிரிப்புகள் வெடித்தன. அவை விரைவாக அடக்கப்பட்டது என்றாலும், அனைவரும் அதைக் கவனித்தார்கள். அரசு வழக்கறிஞர் தன்னுடைய விருப்பத்திற்கு மாறாக மீச்சியாவை வரவேற்றார் என்பது எல்லோருக்கும் தெரியும், ஏனென்றால் அவர் ஏதோ ஒரு காரணத்திற்காக அவருடைய மனைவியின் மீது அக்கறை காட்டினார். அவள் நற்குணமும், மரியாதையும் கொண்டவளாக இருந்தாலும், மிகவும் விசித்திரமான முறையில், அற்பமான விஷயங்களுக்கெல்லாம் தன் கணவனுக்கு எதிராகச் செயல்பட வேண்டும் என்று விரும்பினாள். ஆனால் மீச்சியா அவர்கள் வீட்டிற்கு அடிக்கடிச் செல்லவில்லை எப்போதாவது ஒரு முறைதான் சென்றார்.

"இருந்தாலும், நான் துணிந்து சொல்கிறேன்" என்று எதிர்த்தரப்பு வழக்கறிஞர் தொடர்ந்து சொன்னார். "என்னுடைய எதிராளி சுதந்திர சிந்தனையும், பாரபட்சமற்ற தன்மையும் கொண்டவராக இருந்தாலும், துரதிருஷ்டசாலியான எனது கட்சிக்காரருக்கு எதிராக தவறான எண்ணத்தை வளர்த்துக் கொண்டிருக்கலாம். ஓ, அது இயற்கையானது, ஏனெனில் துரதிருஷ்டசாலியான அந்த மனிதர் அத்தகைய தவறான எண்ணத்திற்கு இடமளிக்கும் வகையில் எல்லோரிடமும் நடந்து கொண்டார். மக்கள் தங்களுடைய நியாய உணர்வு மீறப்படுவதை உணரும்போது, அல்லது அவர்களின் அழகுணர்ச்சி புண்படுத்தப்படும்போது, மன்னிக்க முடியாத மனக்கசப்புக்கு ஆளாகிறார்கள். திறமைசாலியான அரசு வழக்கறிஞர் தனது புத்திசாலித்தனமான உரையில் பிரதிவாதியின் குணத்தையும் நடத்தையையும் குறித்த கடுமையான பகுப்பாய்வை நாம் அனைவரும் கேட்டோம். அதிலிருந்து இந்த வழக்கைப் பற்றிய அவரது கடுமையான விமர்சன அணுகுமுறை தெளிவாகத் தெரிந்தது. அவர் பேசும்போது, இந்த வழக்கில் உளவியல் அம்சங்களை ஆழமாக வெளிப்படுத்தியதிலிருந்து, அவருக்குப் பிரதிவாதியின் மீது தனிப்பட்ட வெறுப்போ, காழ்ப்புணர்ச்சியோ இல்லை என்பதையும், அப்படி ஏதேனும் இருந்திருந்தால், அவரால் அவ்வளவு சிறந்த அவதானிப்பைச் செய்திருக்க முடியாது என்பதையும் நம்மால் புரிந்து கொள்ள முடிகிறது. ஆனால் இதுபோன்ற சந்தர்ப்பங்களில், வெறுப்பும் காழ்ப்புணர்ச்சியும் இல்லாத அணுகுமுறையை விட மோசமான விஷயங்கள் உள்ளன. கலை உணர்வுள்ள ஒருவர் ஒரு கதையை உருவாக்க வேண்டும்

என்ற ஆசையின் தூண்டுதலால், அந்த நோக்கத்திற்காக அவரது உளவியல் நுண்ணறிவைப் பயன்படுத்தினால் அது இன்னும் மோசமாக இருக்கும். நான் பீட்டர்ஸ்பர்க்கிலிருந்து இங்கு வருவதற்குத் தயாரானபோது, சமீப காலமாகச் சட்ட வல்லுநர்களிடையே, நுட்பமான, ஆழமான உளவியல் நுண்ணறிவுக்காகப் பேரும் புகழும் பெற்ற ஒரு எதிரியை (எனக்கே அது தெரியும்) சமாளிக்க வேண்டியிருக்கும் என்று பலரும் என்னை எச்சரித்தார்கள். ஆனால் கனவான்களே, உளவியல் என்பது ஆழமான விஷயமாக இருந்தாலும், அது இரட்டை முனை ஆயுதம். (பொதுமக்கள் மத்தியில் சிரிப்பொலி எழுந்தது). நீங்கள் என்னுடைய ஒப்பீட்டை மன்னிக்க வேண்டும், ஏனெனில் நான் பேச்சாற்றல் மிக்கவன் அல்ல. இருந்தாலும் நான் உங்களிடம் சில விஷயங்களைச் சுட்டிக் காட்ட விரும்புகிறேன். பிரதிவாதி நள்ளிரவில் தோட்டத்திலிருந்து ஓடிச் சென்று, வேலியின் மீது ஏறியபோது, அவருடைய காலைப் பிடித்து இழுத்த வேலைக்காரனைப் பித்தளை உலக்கையால் அடித்து வீழ்த்தினார். அதன் பிறகு அவர் மீண்டும் தோட்டத்தில் குதித்து, வேலைக்காரன் உயிருடன் இருக்கிறாரா இல்லையா என்பதைத் தெரிந்து கொள்ள ஐந்து நிமிடங்கள் செலவிட்டார். அப்போது பிரதிவாதி அந்தக் கிழவர் கிரிகோரியின் மீது பரிதாபப்பட்டு அதைச் செய்ததாகச் சொன்னதை அரசு வழக்கறிஞர் நம்ப மறுக்கிறார். 'இல்லை, அப்படி நடக்கச் சாத்தியமில்லை, அது இயற்கைக்கு மாறானது' என்று அவர் நம்மிடம் சொல்கிறார். பிரதிவாதி தன்னுடைய குற்றத்திற்குச் சாட்சியான அந்த நபர் இறந்துவிட்டாரா அல்லது உயிருடன் இருக்கிறாரா என்பதைத் தெரிந்து கொள்ளவே அதைச் செய்தார் என்றும், அவர் வேறு எந்தக் காரணத்திற்காகவும் அதைச் செய்யவில்லை என்பதால், அவர்தான் அந்தக் குற்றத்தைச் செய்தார் என்பது நிரூபணமாகிறது என்றும் அரசு வழக்கறிஞர் சொல்கிறார். அது அவருடைய உளவியலாக இருக்கலாம், ஆனால் அதே உளவியலை அதற்கு நேர் எதிரான கோணத்தில் பயன்படுத்தி, ஒரு நம்பத்தகுந்த விளக்கத்தை நம்மால் பெற முடியும். பிரதிவாதி முன்னெச்சரிக்கையாக இருப்பதற்காக, சாட்சி உயிருடன் இருக்கிறாரா இல்லையா என்பதைத் தெரிந்து கொள்ள மதில் மேலிருந்து கீழே குதித்தார் என்று வாதிடும் அரசு வழக்கறிஞர், அதே பிரதிவாதி தனது தந்தையைக் கொலை செய்து, பணத்தைத் திருடிக் கொண்டு, மூவாயிரம் ரூபிள்கள் இருப்பதாகக் குறிப்பிட்டிருந்த முக்கியமான ஆதாரமான கிழிந்த உறையைத் தரையில் வீசிவிட்டுச் சென்றார் என்று சொல்கிறார். 'அவர் அந்தப் பணத்தை உறையுடன் எடுத்துச் சென்றிருந்தால், அந்தப் பணத்தைப்

பற்றியும், அதைப் பிரதிவாதி திருடிச் சென்றுவிட்டார் என்பதைப் பற்றியும் யாருக்கும் தெரிந்திருக்காது' என்று அரசு வழக்கறிஞரே சொல்கிறார். எனவே ஒருபுறம் முன்னெச்சரிக்கை உணர்வு சற்றும் இல்லாத ஒரு மனிதன், பயத்தில் என்ன செய்வது என்று தெரியாமல் முக்கிய ஆதாரமான உறையைத் தரையில் வீசிவிட்டு ஓடுகிறான், ஆனால் அதே மனிதன் இரண்டு நிமிடங்களுக்குப் பிறகு அங்கிருந்து தப்பிச் செல்லும்போது, மற்றொருவனைத் தாக்கி வீழ்த்திவிட்டு, தன்னுடைய பாதுகாப்பிற்காக முன்னெச்சரிக்கை உணர்வுடன் நடந்து கொள்கிறான். அது உண்மை என்று ஒப்புக் கொண்டாலும், ஒரு மனிதன் ஒரு கணம் காகசஸ் மலையில் உள்ள கழுகைப் போல இரத்தவெறிப் பிடித்தவனாகவும், கூர்நோக்குப் பார்வை உடையவனாகவும் இருக்கிறான், ஆனால் அவன் அடுத்த நிமிடம் ஒரு முட்டாளைப் போல குருடனாகவும் பயந்தவனாகவும் மாறிவிடுகிறான் என்று அவருடைய உளவியல் பார்வை சொல்கிறது. ஒரு மனிதன் இரக்கமற்ற முறையில் ஒருவரைக் கொலை செய்த பிறகு, தனக்கு எதிரான சாட்சி உயிருடன் இருக்கிறாரா இல்லையா என்று தெரிந்து கொள்ள வேண்டும் என்ற கல் நெஞ்சத்துடன் மட்டுமே கீழே குதிக்கிறான் என்றால், அவன் ஏன் ஐந்து நிமிடங்களை வீணடிக்க வேண்டும்? அது மற்றவர்கள் அவனைப் பார்ப்பதற்கு வாய்ப்பளிக்கும் அல்லவா? அவன் அந்த அடிபட்டவரின் தலையில் வழிந்த இரத்தத்தைக் கைக்குட்டையால் துடைத்து, தனக்கு எதிரான இன்னொரு தடயத்தை ஏன் உருவாக்க வேண்டும்? உண்மையில் அந்த மனிதன் கல்நெஞ்சம் படைத்தவனாக, கணக்குப் போடுபவனாக இருந்திருந்தால், கீழே குதித்து அதே உலக்கையால் அடிபட்ட வேலைக்காரனின் மண்டையை உடைத்து, அவருடைய கதையை முடித்து, இனிமேல் கவலைப்பட ஒன்றுமில்லை என்று உறுதி செய்திருக்கலாம் அல்லவா?

மேலும், அந்த மனிதன் சாட்சி உயிருடன் இருக்கிறாரா என்பதைத் தெரிந்து கொள்ளச் சென்றபோது, மற்றொரு சாட்சியமான, பித்தளை உலக்கையை அங்கேயே வீசிவிட்டுச் சென்றான். அவன் அந்த உலக்கையைத் தங்கள் வீட்டிலிருந்து எடுத்துச் சென்றதாக அந்த இரண்டு பெண்களும் சாட்சி சொல்ல முடியும். அவன் தனது குழப்பமான மனநிலையில் கவனக்குறைவாக அதை அங்கே மறந்து வைத்துவிட்டான் என்று சொல்ல முடியாது, மாறாக அவன் அதைத் தூக்கி எறிந்துவிட்டான், ஏனெனில் கிரிகோரி விழுந்து கிடந்த இடத்திலிருந்து பதினைந்து அடி தூரத்தில் அந்த உலக்கை கண்டுபிடிக்கப்பட்டது. சரி, அவன் ஏன் அதைச் செய்ய வேண்டும்? அவன் ஒரு வயதான வேலைக்காரனைக்

கொன்று விட்டோம் என்ற துயரத்தினால் வருத்தப்பட்டு, உலக்கையை ஒரு கொலை ஆயுதமாக நினைத்து, எரிச்சலுடன் அதைச் சபித்துக் கொண்டே தூக்கி எறிந்தான். இல்லையென்றால், அவன் ஏன் அதை அவ்வளவு தூரம் தூக்கி எறிய வேண்டும்? ஒரு மனிதரைக் கொன்றுவிட்டோம் என்று வருத்தப்படும் அந்த மனிதன் நிச்சயமாக தனது தந்தையைக் கொன்றிருக்க முடியாது. அவன் உண்மையில் தனது தந்தையைக் கொலை செய்திருந்தால், அந்த மனிதனுக்காக இரக்கப்பட்டு அவரைப் பார்க்கச் சென்றிருக்க மாட்டான். அப்போது அவன் வேறு விதமாகச் சிந்தித்திருப்பான். அவன் தனது பாதுகாப்பைப் பற்றி யோசித்திருப்பான் என்பதில் எந்தச் சந்தேகமும் இல்லை. அவன் ஐந்து நிமிடங்கள் அவரைப் பார்த்துக் கொள்வதற்குப் பதிலாக, அவருடைய மண்டையை உடைத்திருப்பான். ஆனால் அவனுடைய உள்ளுணர்வு தெளிவாக இருந்ததால், அவனிடம் இரக்கத்திற்கும் கருணைக்கும் இடமிருந்தது. இது வேறு வகையான உளவியல்.

கனவான்களே, நீதிபதிகளே, ஒருவர் உளவியலை அடிப்படையாகக் கொண்டு எதை வேண்டுமானாலும் நிரூபிக்க முடியும் என்பதைக் காட்டவே நான் இதையெல்லாம் உங்களிடம் சொன்னேன். அதை யார் பயன்படுத்துகிறார்கள் என்பதைப் பொறுத்து எல்லாமே மாறிவிடுகிறது. இந்த உளவியல் மிகவும் பொறுப்பான, தீவிரமான மனோபாவம் உடையவர்களையும் கூட, அவர்களையும் அறியாமல் புனைவுகளை உருவாக்கத் தூண்டுகிறது. கனவான்களே, ஒருவரால் உளவியலைத் துஷ்பிரயோகம் செய்ய முடியும் என்பதை நான் சொல்லிக் கொள்ள விரும்புகிறேன்.”

அவர் சொன்னதை ஆமோதிக்கும் வகையில் அரசு வழக்கறிஞரை நோக்கிச் சிரிப்பொலி எழுந்தது. நான் இங்கே எதிர்த்தரப்பு வழக்கறிஞரின் முழு உரையையும் விரிவாகச் சொல்லாமல், அதிலிருந்து சில முக்கிய அம்சங்களை மட்டும் சொல்லப் போகிறேன்.

11. பணமும் இல்லை, கொள்ளையும் இல்லை.

ஃபெட்யுகோவிச் தனது உரையில் எல்லோரையும் வியப்பில் ஆழ்த்தும் ஒரு விஷயத்தைச் சொன்னார். அந்த மூவாயிரம் ரூபிள்கள் பணம் இருந்ததை அவர் திட்டவட்டமாக மறுத்தார். அதன் மூலம் அந்தப் பணம் திருடு போயிருக்கலாம் என்ற சாத்தியக்கூறை அவர் நிராகரித்தார்.

“நடுவர் பெருமக்களே” என்று அவர் பேசத் தொடங்கினார். “நடுநிலையான எந்த ஒரு நபரும் இந்த வழக்கில் அசாதாரணமான

ஒரு விஷயத்தைக் கவனித்திருக்க முடியும். அதாவது பிரதிவாதியின் மீது சுமத்தப்பட்ட திருட்டுக் குற்றச்சாட்டு உண்மையாக இருக்க முடியாது, ஏனெனில் திருடுவதற்கு எதுவும் இருந்தது என்பதை நிரூபிப்பது முற்றிலும் சாத்தியமற்றது. மூவாயிரம் ரூபிள்கள் திருடுபோனதாகச் சொல்லப்படுகிறது, ஆனால் அந்தப் பணம் உண்மையில் இருந்ததா என்பது யாருக்கும் தெரியாது. அந்த மூவாயிரம் ரூபிள்களைப் பற்றி நாம் எப்படித் தெரிந்து கொண்டோம்? உண்மையில் அந்தப் பணத்தைப் பார்த்தவர்கள் யார்? ஸ்மெர்த்தியாக்கவ் ஒருவர்தான் அந்தப் பணத்தைப் பார்த்ததாகவும், அதை ஒரு உறையில் வைத்திருப்பதாகவும் சொன்னார். அந்தப் பேரழிவு நடப்பதற்கு முன்பு ஸ்மெர்த்தியாக்கவ் அதைக் குறித்து பிரதிவாதியிடமும், அவரது சகோதரர் இவான் ஃபியோதரோவிச்சிடமும் தெரிவித்தார். திருமதி. ஸ்வெத்லோவாவுக்கும் அதைப் பற்றித் தெரியும். ஆனால் அந்த மூவரில் ஒருவர் கூட அந்தப் பணத்தைக் கண்ணால் பார்க்கவில்லை. ஆக, ஸ்மெர்த்தியாக்கவைத் தவிர வேறு யாருமே அதைப் பார்த்ததில்லை. ஆனால் இங்கே இயல்பாகவே ஒரு கேள்வி எழுகிறது. உண்மையில் அந்தப் பணம் இருப்பதை ஸ்மெர்த்தியாக்கவ் பார்த்திருக்கிறார் என்றால், அவர் கடைசியாக எப்போது அதைப் பார்த்தார்? அவருடைய எஜமானர் அவரிடம் சொல்லாமல் அந்தப் பணத்தைப் படுக்கைக்கு அடியிலிருந்து எடுத்து பணப் பெட்டியில் வைத்து பூட்டியிருந்தால் என்ன செய்வது? கவனியுங்கள், ஸ்மெர்த்தியாக்கவின் கூற்றுப்படி, அந்தப் பணம் படுக்கைக்கு அடியில் இருந்திருந்தால், பிரதிவாதி அதை அங்கிருந்து எடுக்கும்போது, படுக்கையைப் புரட்டிப் போட்டிருக்க வேண்டும். ஆனால் அப்படி எதுவும் நடந்ததாக விசாரணையில் பதிவு செய்யப்படவில்லை. பிரதிவாதி அப்படிச் செய்யாமல் எப்படிப் பணத்தை எடுத்திருக்க முடியும்? அன்று படுக்கையின் மீது விரித்திருந்த நேர்த்தியான, தூய்மையான துணியை, பிரதிவாதி தனது இரத்தக்கறை படிந்த கைகளால் எப்படிக் கறைபடுத்தாமல் இருந்திருக்க முடியும்? 'ஆனால் தரையில் கிடந்த அந்தக் கிழிந்த உறைக்கு என்ன பதில் சொல்வீர்கள்?' என்று நீங்கள் என்னிடம் கேட்கலாம். ஆமாம், அந்த உறையைப் பற்றி ஒன்றிரண்டு வார்த்தைகள் சொல்வது மதிப்புக்குரியதாக இருக்கும் என்று நான் நினைக்கிறேன். மிகவும் திறமை வாய்ந்த அரசு வழக்கறிஞர் அந்த உறையைப் பற்றிச் சொல்லும்போது, அந்த உறை தரையில் கிடக்கவில்லை என்றால், அதில் பணம் இருந்ததும் அல்லது பிரதிவாதி அதைத் திருடியதும் யாருக்கும் தெரிந்திருக்காது என்று சொன்னதைக் கேட்டு நான் ஆச்சரியப்பட்டேன். எனவே அரசு வழக்கறிஞரின் கூற்றுப்படி, பணம் களவு போனதற்கு ஒரே

ஆதாரமாக இருப்பது அந்தக் கிழிந்த உறைதான். அது இல்லை என்றால் பணத்தைப் பற்றியோ அல்லது பணம் கொள்ளை போனதைப் பற்றியோ யாருக்கும் எந்தச் சந்தேகமும் ஏற்பட்டிருக்காது. ஆனால் அந்தக் கிழிந்த உறை தரையில் கிடந்தது என்பதே, அதில் பணம் இருந்தது என்பதற்கும், அது திருடுபோய்விட்டது என்பதற்கும் ஆதாரமாக இருக்க முடியுமா? இருந்தாலும் ஸ்மெர்த்தியாக்கவ் அந்த உறையில் பணம் வைத்திருந்ததைப் பார்த்தார் என்று நீங்கள் சொல்லலாம். ஆனால் நான் கேட்கிறேன், அவர் அதைக் கடைசியாக எப்போது பார்த்தார்? நான் ஸ்மெர்த்தியாக்கவிடம் பேசியபோது, கொலை நடப்பதற்கு இரண்டு நாட்களுக்கு முன்பு அவர் அதைப் பார்த்ததாகச் சொன்னார். ஆனால் ஃபியோதர் பாவ்லோவிச் என்ற அந்தக் கிழவர், தனது பூட்டிய அறையில் அமர்ந்து, தன்னுடைய காதலியை எதிர்பார்த்துப் பொறுமையின்றி தவித்துக் கொண்டிருந்தபோது, திடீரென்று அந்த உறையை எடுத்து ஏன் பிரித்துப் பார்த்திருக்கக் கூடாது? 'அந்த உறையால் என்ன பயன்? அதில் பணம் இருக்கிறது என்று சொன்னால் அவள் அதை நம்ப மாட்டாள், ஆனால் வானவில் நிறத்திலுள்ள அந்த முப்பது நூறு ரூபிள் நோட்டுகளை அவளிடம் காட்டினால் அவளுடைய வாயில் எச்சில் ஊறும். அது அவளிடம் அதிகமான தாக்கத்தை ஏற்படுத்தும்' என்று அவர் நினைத்திருக்கலாம். எனவே அவர் உறையைப் பிரித்து பணத்தை எடுத்துக் கொண்டு உறையைத் தரையில் வீசியிருக்கலாம். அவர் அதற்குச் சொந்தக்காரர் என்பதால் தடயங்களை விட்டுச் செல்வதைப் பற்றி நிச்சயமாகக் கவலைப்பட வேண்டியதில்லை.

நீதிபதிகளே, இதைவிடச் சாத்தியமான வேறு எதுவும் இருக்க முடியுமா? அது ஏன் சாத்தியமில்லை? ஆனால் அப்படி ஏதாவது நடந்திருந்தால், கொள்ளை என்ற குற்றச்சாட்டு தவிடு பொடியாகிறது. பணம் இல்லை என்றால் கொள்ளையும் இல்லை. தரையில் கிடந்த அந்த உறையை ஆதாரமாக வைத்து அதில் பணம் இருந்தது என்று சொல்ல முடியும் என்றால், அதில் பணம் இல்லை என்ற நேர்மாறான கருத்தை நான் ஏன் சொல்லக்கூடாது? அந்த உறை தரையில் கிடந்தது உண்மைதான், ஏனெனில் அதன் சொந்தக்காரர் அதிலிருந்த பணத்தை எடுத்துக் கொண்டு அதை வீசிவிட்டார் என்று நான் ஏன் சொல்லக் கூடாது? 'ஆனால் ஃபியோதர் பாவ்லோவிச்சின் வீட்டைச் சோதனையிட்டபோது, பணம் எதுவும் கிடைக்கவில்லை என்பதால், அந்தப் பணம் எங்கே போனது?' என்று நீங்கள் என்னிடம் கேட்கலாம். முதலாவதாக, அவருடைய பணப்பெட்டியில் கொஞ்சம் பணம் இருந்தது. இரண்டாவதாக,

அவர் அன்று காலை அல்லது மாலையில் அந்தப் பணத்தை வேறு எதற்கேனும் பயன்படுத்தியிருக்கலாம். மூன்றாவதாக, அவர் ஸ்மெர்த்தியாக்கவிடம் எதுவும் சொல்ல வேண்டிய அவசியம் இல்லை என்று நினைத்து தனது திட்டத்தை முழுவதுமாக மாற்றியிருக்கலாம். அப்படி ஒரு ஊகத்திற்குச் சாத்தியம் இருக்கும்போது, பிரதிவாதி கொள்ளையடிக்கும் நோக்கத்திற்காகக் கொலை செய்தார் என்றும், உண்மையில் அந்தக் கொள்ளை நடந்தது என்றும் எப்படி உறுதியாகக் குற்றம் சாட்ட முடியும்? அது நம்மைப் புனைவின் உலகத்திற்கு இட்டுச் செல்கிறது. ஒரு குறிப்பிட்ட பொருள் களவு போனதாகக் குற்றம் சாட்டினால், அந்தப் பொருளை ஒருவர் பார்த்திருக்க வேண்டும் அல்லது அது இருந்தது என்பதைச் சந்தேகத்திற்கு இடமின்றி நிரூபிக்க வேண்டும். ஆனால் அந்தப் பணத்தை யாரும் பார்க்கவில்லை.

சில நாட்களுக்கு முன்பு பீட்டர்ஸ்பர்க்கில் தள்ளுவண்டியில் வியாபாரம் செய்து வந்த ஒரு பதினெட்டு வயது இளைஞன், பட்டப்பகலில் கையில் கோடாரியுடன் ஒரு கடையில் நுழைந்து, அசாதாரணமான துணிச்சலுடன் கடையின் எஜமானரைக் கொன்று, ஆயிரத்து ஐநூறு ரூபிள்களைத் திருடிச் சென்றான். ஐந்து மணி நேரத்திற்குப் பின்பு அவனைக் கைது செய்தபோது, அவன் செலவழித்த பதினைந்து ரூபிள்களைத் தவிர மீதிப் பணம் அவனிடம் இருந்தன. கொலை நடந்த பிறகு கடைக்கு வந்த உதவியாளர், களவு போன தொகை எவ்வளவு என்பதையும், அதில் என்னென்ன மதிப்புள்ள நோட்டுகள் எத்தனை இருந்தன என்பதையும், தங்க நாணயங்கள் எத்தனை இருந்தன என்பதையும் போலீசாரிடம் தெரிவித்தார். அவர் குறிப்பிட்ட நோட்டுக்களும் நாணயங்களும் அந்தக் கொலைகாரனிடம் இருந்தன. அதைத் தொடர்ந்து கொலையாளி கடைக்காரரைக் கொலை செய்து பணத்தைக் களவாடியதை ஒப்புக் கொண்டான். நீதிபதிகளே, நான் இதைத்தான் உண்மையான சாட்சியம் என்கிறேன்! அப்போது நாம் அந்தப் பணத்தைக் கண்களால் பார்த்து, கையால் தொட்டுப் பார்த்து, அதன் இருப்பை உறுதி செய்து கொள்ள முடியும். ஆனால் இப்போது உள்ள நிலைமை அப்படித்தான் இருக்கிறதா? இங்கே ஒரு மனிதனின் உயிர் ஊசலாடிக் கொண்டிருக்கிறது. ஆனால் பிரதிவாதி அன்று இரவு பணத்தை விரயம் செய்து, மது போதையில் ஆட்டம் போட்டுக் கொண்டிருந்தபோது, அவரிடம் ஆயிரத்து ஐநூறு ரூபிள்கள் இருந்தன என்று நீங்கள் சொல்லலாம். ஆனால் அவரிடம் ஆயிரத்து ஐநூறு ரூபிள்கள் மட்டுமே இருந்தன, மீதிப் பணத்தைக் கண்டுபிடிக்க முடியவில்லை. எனவே அவரிடம் இருந்த பணம்

களவுபோனதாகச் சொல்லப்படும் அந்த மூவாயிரம் ரூபிள்கள் அல்ல, மாறாக அது வேறு பணம் என்பதும், அந்த உறையில் பணமே இல்லை என்பதே உண்மை என்பதும் நிரூபணமாகிறது. நேரத்தைக் கணக்கிட்டுப் பார்க்கும்போது, பிரதிவாதி நேராக வேலைக்காரப் பெண்களைப் பார்த்துவிட்டு, பெர்கோட்டின் வீட்டிற்கு ஓடினார் என்பதும், அவர் வேறு எங்கும் போகவில்லை என்பதும் முதற்கட்ட விசாரணையில் நிரூபிக்கப்பட்டுள்ளது. அதன் பிறகு அவர் ஒருபோதும் தனியாக இல்லை என்பதால் அவரால் மூவாயிரம் ரூபிள்களில் பாதியைப் பிரித்து எங்கும் ஒளித்து வைத்திருக்க முடியாது. அதனால்தான் அரசு வழக்கறிஞர் அந்தப் பணம் மோக்ரோயில் எங்கேயோ ஓரிடத்தில் ஒளித்து வைக்கப்பட்டிருக்கிறது என்ற முடிவுக்கு வந்தார். கனவான்களே, அந்தப் பணம் உடோல்ஃபோ கோட்டையின் நிலவறையில் ஏன் இருக்கக்கூடாது? ஒரு நாவலுக்குரிய அபாரமான கற்பனை! இதோ பாருங்கள், அந்த அனுமானம் பொய்த்துப் போனால், திருட்டுக் குற்றச்சாட்டு காற்றில் பறந்துவிடும். ஏனெனில் காணாமல் போனதாகச் சொல்லப்படும் ஆயிரத்து ஐநூறு ரூபிள்களின் கதி என்னவாயிற்று? பிரதிவாதி வேறு எங்கும் செல்லவில்லை என்பது நிரூபணமாகிவிட்ட நிலையில் எந்த அதிசயத்தால் அந்தப் பணம் காணாமல் போயிருக்க முடியும்? இதுபோன்ற கற்பனையின் அடிப்படையில் நாம் ஒரு மனிதனின் வாழ்க்கையை அழிக்கத் தயாராக இருக்கிறோம்!

அன்று இரவுக்கு முன்னால் அவரிடம் பணம் இல்லை என்பது அனைவருக்கும் தெரியும். ஆனால் திடீரென்று அவருக்கு ஆயிரத்து ஐநூறு ரூபிள்கள் எங்கிருந்து கிடைத்தது என்பதை அவரால் விளக்க முடியவில்லை என்று நீங்கள் கேட்கலாம். ஆனால் உண்மையில் அவரிடம் பணம் இல்லை என்று யாருக்குத் தெரியும்? பிரதிவாதி தனக்கு எங்கிருந்து பணம் கிடைத்தது என்பதற்குத் தெளிவான, உறுதியான விளக்கத்தைக் கொடுத்துள்ளார். கனவான்களே, நடுவர்களே, அதை விட வேறு எந்த விளக்கமும் நம்பத்தகுந்ததாக இருக்க முடியாது என்றும், அது பிரதிவாதியின் குணத்திற்கும் சுபாவத்திற்கும் முற்றிலுமாக ஒத்துப்போகிறது என்றும் நான் சொல்கிறேன். ஆனால் அரசு வழக்கறிஞர் அவருடைய கற்பனை கதையைச் சொன்னார். ஒரு பலவீனமான மனமுள்ள மனிதன், தனது வருங்கால மனைவியிடமிருந்து வெட்கக்கேடான முறையில் பெற்ற பணத்தில் பாதியை ஒதுக்கி வைத்திருக்க முடியாது என்றும், அப்படியே செய்தாலும், அதிலிருந்து கொஞ்சம் கொஞ்சமாகச் செலவு செய்து ஒரு மாதத்தில் அனைத்தையும் விரயம் செய்திருப்பார் என்றும் அவர்

சொன்னார். அவர் அதைச் சொன்னபோது, அதைத் தவிர எந்த மாற்றுக் கருத்தையும் ஏற்றுக்கொள்ள முடியாது என்ற தொனியில் பேசியதை நீங்கள் கவனிக்க வேண்டும். ஆனால் உண்மை முற்றிலும் வேறாக இருந்தால் என்ன செய்வது? நீங்கள் முற்றிலும் கற்பனையான ஒரு கதாபாத்திரத்தைக் கொண்டு உங்கள் கதையை உருவாக்கியிருந்தால் என்ன செய்வது? உண்மையில் நீங்கள் முற்றிலும் மாறுபட்ட ஒரு கதாபாத்திரத்தை உருவாக்கியிருக்கிறீர்கள்! பிரதிவாதி ஒரு மாதத்திற்கு முன்பு தனது வருங்கால மனைவியிடமிருந்து வாங்கிய பணம் அனைத்தையும் ஒரே நாளில் செலவழித்ததற்குச் சாட்சிகள் உள்ளதால், அவர் அதில் பாதியை ஒதுக்கி வைத்திருக்க முடியாது என்று நீங்கள் சொல்லலாம். ஆனால் அந்தச் சாட்சிகள் யார்? அவர்கள் அளித்த சாட்சியத்தின் நம்பகத்தன்மையைப் பற்றி ஏற்கனவே இந்த நீதிமன்றத்திற்குத் தெரியும். ஒருவருக்கு மற்றவர்கள் கையில் உள்ள ரொட்டித் துண்டு எப்போதும் பெரிதாகத் தெரியும். அந்தச் சாட்சிகளில் யாரும் அந்தப் பணத்தை எண்ணிப் பார்க்கவில்லை, மாறாக அவர்கள் எல்லோரும் கண்ணால் பார்த்ததை வைத்துச் சொன்னார்கள். அப்போது பிரதிவாதியிடம் இருபதாயிரம் ரூபிள்கள் இருந்ததாக மாக்சிமோவ் சாட்சியளித்தார். எனவே நடுவர் பெருமக்களே, உளவியல் என்பது இரட்டை முனை ஆயுதம் என்பதால், அதன் மறுபக்கத்தைப் பயன்படுத்தி அதன் மூலம் என்ன செய்ய முடியும் என்பதைத் தெரிந்து கொள்ள என்னை அனுமதியுங்கள்.

பேரழிவு நடப்பதற்கு ஒரு மாதத்திற்கு முன்பு, கேத்தரீனா இவானோவ்னா பிரதிவாதியிடம் மூவாயிரம் ரூபிள்களை அஞ்சலில் அனுப்பும்படி கொடுத்தாள். ஆனால் இங்கே ஒரு கேள்வி எழுகிறது. கேத்தரீனா அந்தப் பணத்தை அவரிடம் கொடுத்தபோது, அவள் சற்று முன்னர் சொன்னது போல பிரதிவாதியை அவமானப்படுத்தும் நோக்கத்துடன் அதைக் கொடுத்தாள் என்று சொல்வது சரியா? ஏனெனில் அவள் முதல் முறை சாட்சி சொன்னபோது அதைப் பற்றி எதுவும் சொல்லவில்லை, ஆனால் இரண்டாவது முறை சொன்னபோது, அவளுடைய குரலில் வெறுப்பும், பழிவாங்கும் ஆவேசமும் வெளிப்பட்டதை நாம் அனைவரும் பார்த்தோம். ஆனால் அவள் முதலில் சொன்னது பொய் என்றால், இரண்டாவதாக சொன்னதும் பொய்யாகவே இருக்க வேண்டும் என்ற முடிவுக்கு வர எங்களுக்கு உரிமை இருக்கிறது. அரசு வழக்கறிஞர் அந்தக் காதல் கதையைப் பற்றிப் பேசுவதற்கு 'விரும்பவில்லை, துணியவில்லை' (அவரது சொந்த வார்த்தைகள்) என்று சொன்னார். அப்படியே ஆகட்டும். நானும் அதைப் பற்றிப் பேசப்போவதில்லை. ஆனால் கௌரவமான

குடும்பத்தைச் சேர்ந்த, மதிப்புக்கும் மரியாதைக்கும் உரிய அந்தச் சீமாட்டி பிரதிவாதியை அழிக்கும் தெளிவான நோக்கத்துடன் திடீரென்று சாட்சியத்தை மாற்றிச் சொல்கிறார் என்றால், அதைப் பாரபட்சமற்ற சாட்சியமாகக் கருத முடியாது என்பது தெளிவாகிறது என்பதை நீதிபதிகள் கவனிக்க வேண்டும் என்று நான் கேட்டுக் கொள்கிறேன். பழிவாங்கும் மனப்பான்மை கொண்ட ஒரு பெண் விஷயங்களை மிகைப்படுத்திச் சொல்லி யிருக்கலாம் என்ற முடிவுக்கு வர எங்களுக்கு உரிமை இல்லையா? ஆமாம், அது சரிதான். அவள் பணம் கொடுக்க முன்வந்ததில் இருந்த மறைமுகமான அவமானத்தையும், இழிவையும் வெளிச்சம் போட்டுக் காட்டுவதற்காக அதைக் கூறினாள். ஆனால் பிரதிவாதி தனது தந்தையிடமிருந்து விரைவில் பணம் கிடைக்கும் என்று எதிர்பார்த்துக் கொண்டிருந்ததால், அவரிடமிருந்து அதை எளிதாகத் திரும்பப் பெற முடியும் என்றும், அவர் தயக்கமின்றி அதை வாங்கிக் கொள்வார் என்றும் நினைத்தே அந்தப் பெண் அவருக்கு அதைக் கொடுத்தாள். பிரதிவாதி தனது தந்தை பணம் கொடுப்பார் என்று எதிர்பார்த்ததால், கடனை எளிதில் திருப்பிச் செலுத்த முடியும் என்ற நம்பிக்கையில் எதையும் சிந்திக்காமல் அந்தப் பணத்தை வாங்கிக் கொண்டார்.

ஆனால் பிரதிவாதி பணத்தை வாங்கிய அன்றே அதில் பாதியை ஒதுக்கி வைத்துவிட்டார் என்பதை அரசு வழக்கறிஞர் ஏற்றுக்கொள்ள மறுக்கிறார். அது பிரதிவாதியின் குணம் அல்ல, அவருக்கு அத்தகைய உணர்வுகள் இருந்திருக்க முடியாது என்று அவர் சொல்கிறார். ஆனால் அவர் கரமசோவின் சுபாவத்தைப் பற்றிப் பேசும் போது, அவரால் ஒரே நேரத்தில் இரண்டு எதிரெதிர் நிலைகளைச் சிந்திக்க முடியும் என்று சொன்னார். அவர் அதீதமான களியாட்டத்தில் ஈடுபடும் இயல்புடையவர் என்பது போலவே ஏதோ ஒரு காரணத்திற்காக அதிலிருந்து விலகியிருக்கும் ஆற்றலும் அவருக்கு உண்டு. அதுதான் காதல்! அவரது இதயத்தில் கொழுந்துவிட்டு எரிந்து கொண்டிருந்த அந்தப் புதிய காதலுக்கு அவருக்குப் பணம் தேவைப்பட்டது. அந்தப் பெண்ணுடன் உல்லாசமாக இருப்பதற்கு அவருக்குப் பணம் தேவைப்பட்டது. 'நான் உங்களுக்குச் சொந்தமானவள், எனக்குப் பியோதர் பாவ்லோவிச் தேவையில்லை' என்று அவள் சொன்னால், அவளை அழைத்துச் செல்ல அவருக்குப் பணம் வேண்டும். கேளிக்கையில் பணத்தைச் செலவழிப்பதை விட அதற்குப் பணம் அவசியம். கரமசோவ் அதைப் புரிந்து கொள்ளாமல் இருக்க முடியுமா? அந்தப் பதட்டமும் கவலையும் அவரை அலைக்கழித்தது. எனவே அவர் அந்தப் பணத்தில் பாதியை மறைத்து வைத்ததை எப்படிச் சாத்தியமற்றதாகக் கருத முடியும்?

நாட்கள் நகர்கின்றன, ஆனால் ஃபியோதர் பாவ்லோவிச் பிரதிவாதி எதிர்பார்த்த மூவாயிரம் ரூபிள்களைக் கொடுக்கவில்லை. அதற்கு மாறாக, தனது தந்தை அந்தப் பணத்தைப் பயன்படுத்தித் தன்னுடைய காதலிக்கு வலை வீசுவதாக அவர் கேள்விப்பட்டார். 'ஃபியோதர் பாவ்லோவிச் பணம் கொடுக்காவிட்டால், கேத்தரீனா இவானோவ்னா என்னை ஒரு திருடன் என்று நினைப்பாள்' என்று அவர் நினைத்தார். அப்போது அவர் தனது கழுத்தில் கட்டித் தொங்கவிட்டிருந்த ஆயிரத்து ஐநூறு ரூபிள்களைக் கேத்தரீனா இவானோவ்னாவிடம் கொடுத்து, 'நான் ஓர் அயோக்கியன் ஆனால் திருடன் அல்ல' என்று சொல்ல வேண்டும் என்று அவருக்குத் தோன்றியது. எனவே அவர் தனது கழுத்திலிருந்த அந்த ஆயிரத்து ஐநூறு ரூபிள்களைக் கொஞ்சம் கொஞ்சமாகச் செலவு செய்யக்கூடாது என்பதற்கும், அதைத் தனது கண்ணின் மணியைப் போல பாதுகாக்க வேண்டும் என்பதற்கும் இரண்டு காரணங்கள் இருக்கின்றன. என் கட்சிக்காரரின் மரியாதையையும் கௌரவ உணர்வையும் நீங்கள் ஏன் மறுக்க வேண்டும்? அது ஒருவேளை தவறானதாகவும், தவறாகப் புரிந்து கொண்டதாகவும் இருக்கலாம், ஆனால் அது ஆழமாக அவரிடம் இருப்பதை அவர் நிரூபித்திருக்கிறார். ஆனால் விவகாரம் மேலும் சிக்கலாகிக் கொண்டே சென்றபோது, அவருடைய பொறாமையும் வேதனையும் உச்சக்கட்டத்தை அடைந்தது. வேதனையில் தகிக்கும் அவருடைய மனதை அதே இரண்டு கேள்விகள் வாட்டி வதைத்தன. 'நான் கேத்தரீனா இவானோவ்னாவின் பணத்தைத் திருப்பிக் கொடுப்பதா? அப்படிச் செய்தால் நான் எப்படி குரூஷென்காவைச் கூட்டிக் கொண்டு போவேன்?' அவர் அந்த மாதம் முழுவதும் அளவுக்கு அதிகமாகக் குடித்துவிட்டு, மதுக்கடையில் முரட்டுத்தனமாக நடந்து கொண்டதற்கு, தாங்க முடியாமல் போன அவருடைய வேதனை காரணமாக இருக்கலாம். அந்த இரண்டு கேள்விகளும் அவரை விரக்தியின் உச்சியில் கொண்டு நிறுத்தியது. அவர் தனது தம்பி அல்யோஷாவைத் தந்தையிடம் அனுப்பி, அவரிடமிருந்து பணத்தை வாங்கி வரும்படிச் சொன்னார். ஆனால் அவர் பதிலுக்குக் காத்திராமல் திடீரென்று ஒரு நாள் வீட்டில் நுழைந்து எல்லோர் முன்னிலையிலும் அந்தக் கிழவரை அடித்து உதைத்தார். அதற்குப் பிறகு யாரிடமிருந்தும் பணத்தைப் பெறுவதற்கான வாய்ப்பு இல்லை என்பதை அவர் தெரிந்து கொண்டார்.

அன்று மாலை அவர் தனது சகோதரனிடம் பேசியபோது, கழுத்தில் கட்டித் தொங்கவிட்டிருந்த பணத்தைச் சுட்டிக் காட்டும் விதமாகத் தனது மார்பில் அடித்துக் கொண்டு, 'நான் ஓர் அயோக்கியனாக மாறாமல் இருப்பதற்கு வழி இருந்தாலும்,

என்னால் அதைச் செய்ய முடியாது. அதனால் நான் ஓர் அயோக்கியனாகவே இருக்கப் போகிறேன்' என்று அவர் தனது சகோதரனிடம் சத்தியம் செய்தார். ஏனெனில் அதைச் செய்யக்கூடிய மனவலிமை தனக்கு இல்லை என்பதை அவர் முன்கூட்டியே அறிந்திருந்தார். அலெக்ஸி கரமசோவின் உண்மையான, நேர்மையான, இயல்பான, நம்பத்தகுந்த முறையில் அளிக்கப்பட்ட சாட்சியத்தை அரசு வழக்கறிஞர் ஏன் நம்பவில்லை? அதற்கு மாறாக உடோல்ஃபோ கோட்டையின் நிலவறையில் மறைத்து வைத்துள்ள பணத்தை நம்ப வேண்டும் என்று அவர் ஏன் என்னைக் கட்டாயப்படுத்த வேண்டும்? அன்று மாலை பிரதிவாதி தனது சகோதரனுடன் பேசிய பிறகு அந்த அபாயகரமான, அவர் கொள்ளையடித்தார் என்பதை உறுதி செய்யும் மிகவும் முக்கியமான கடிதத்தை எழுதினார்! 'நான் எல்லோரிடமும் பணம் கேட்பேன், ஆனால் யாரும் எனக்குப் பணம் கொடுக்காவிட்டால், இவான் அங்கிருந்து சென்ற பிறகு, நான் என் தந்தையைக் கொன்றுவிட்டு, அவரது படுக்கைக்கு அடியில் உள்ள இளஞ்சிவப்பு நாடாவில் கட்டிய உறையில் வைத்திருக்கும் பணத்தை எடுத்துக் கொள்வேன்.' கொலைக்கான முழுத் திட்டமும் அதில் உள்ளது. அதை எழுதிய அவரைத் தவிர வேறு யார் அந்தக் கொலையைச் செய்திருக்க முடியும்? அவர் என்ன எழுதினாரோ அப்படியே செய்து முடித்தார்! என்று அரசு வழக்கறிஞர் கதறுகிறார்.

முதலாவதாக, அந்தக் கடிதம் மிகவும் எரிச்சலுடன் இருந்த ஒரு குடிகாரன் எழுதியது. இரண்டாவதாக, அவர் ஸ்மெர்த்தியாக்கவ் சொன்னதை வைத்து அந்தப் பணத்தைப் பற்றி எழுதியிருக்கிறார், ஏனெனில் அவர் அந்த உறையைக் கண்ணால் பார்த்ததே இல்லை. மூன்றாவதாக, அவர் அந்தக் கடிதத்தை எழுதியது உண்மைதான், ஆனால் அதை வைத்து அவர்தான் அதைச் செய்தார் என்பதை எப்படி நிரூபிக்க முடியும்? குற்றம் சாட்டப்பட்டவர் தலையணைக்கு அடியில் இருந்து உறையை எடுத்தாரா? அவர் அந்தப் பணத்தைக் கண்டுபிடித்தாரா? அந்தப் பணம் உண்மையில் இருந்ததா? பிரதிவாதி தனது தந்தையின் வீட்டிற்கு ஓடியபோது, உண்மையில் பணத்திற்காகச் சென்றாரா என்பதை ஒரு கணம் யோசித்துப் பாருங்கள்! அவர் தலைதெறிக்க அங்கே ஓடியது பணத்திற்காக அல்ல, மாறாக அவருடைய இதயத்தைச் சுக்குநூறாக நொறுக்கிய பெண்ணைத் தேடிச் சென்றார். எனவே அவர் கடிதத்தில் எழுதியிருந்ததைத் திட்டமிட்டு நிறைவேற்ற வேண்டும் என்று அங்கே செல்லவில்லை. பொறாமையும் கோபமும் கலந்த உணர்வின் உந்துதலால் அவர் தன்னிச்சையாக அங்கே ஓடினார்.

ஆமாம், ஆனால் அவர் அங்கே சென்ற பிறகு அவரைக் கொலை செய்து பணத்தைத் திருடிக் கொண்டார் என்று நீங்கள் சொல்வீர்கள். ஆனால் அவர் உண்மையில் அந்தக் கொலையைச் செய்தாரா? என்ன களவு போனது என்பதை நிரூபிக்க முடியாவிட்டால் கொள்ளை என்ற குற்றச்சாட்டை என்னால் ஏற்றுக்கொள்ள முடியாது என்று நான் கோபத்துடன் அதை நிராகரிக்கிறேன். ஆனால் அவர் பணத்தைக் கொள்ளையடிக்காமல் கொலையை மட்டும் செய்தாரா? அது உண்மை என்று நிரூபிக்கப்பட்டுள்ளதா? இல்லை, அதுவும் ஒரு கற்பனையா?"

12. அவர் கொலையும் செய்யவில்லை

"என்னை மன்னியுங்கள் நடுவர்களே, இங்கே ஒரு மனிதனின் வாழ்க்கை ஆபத்தில் உள்ளதால், நாம் கவனமாக இருக்க வேண்டும் என்று கேட்டுக் கொள்கிறேன். இன்று இந்த நீதி மன்றத்தில் பிரதிவாதி குடிபோதையில் எழுதிய அபாயகரமான கடிதம் சமர்ப்பிக்கப்படும் வரை, இது ஒரு திட்டமிட்ட கொலை என்று சொல்லத் தயங்கியதாக அரசு வழக்கறிஞர் ஒப்புக்கொண்டதை நாம் அனைவரும் கேட்டோம். 'எல்லாம் அதில் விவரித்தபடியே நடந்தது!' என்று அவர் சொன்னார். ஆனால் நான் மீண்டும் சொல்கிறேன், பிரதிவாதி அவளைத் தேடி, அவள் எங்கே இருக்கிறாள் என்பதைக் கண்டுபிடிப்பதற்காக ஓடினார். அது மறுக்க முடியாத உண்மை. அவள் வீட்டில் இருந்திருந்தால், அவர் எங்கேயும் செல்லாமல் அவளுடன் இருந்திருப்பார். அதனால் அவர் கடிதத்தில் குறிப்பிட்டிருந்த எதையும் செய்திருக்க மாட்டார். அவர் திடீரென்று எதிர்பாராத விதமாக அங்கே ஓடியபோது, அவருக்கு அந்தக் கடிதத்தைப் பற்றிய நினைவு கூட நிச்சயமாக இருந்திருக்காது. 'அவர் அந்த உலக்கையை எடுத்துச் சென்றார்' என்று சொல்லலாம். அவர் அந்த உலக்கையை எடுத்துச் சென்றதற்குப் பின்னால் இருந்த உளவியலைப் பற்றி நமது அரசு வழக்கறிஞர் விளக்கமாகச் சொன்னார். நான் ஒரு சாதாரண விளக்கத்தைச் சொல்கிறேன். அந்த உலக்கை அவருடைய கண்ணில் படாமல் அலமாரியில் இருந்திருந்தால் என்ன நடந்திருக்கும்? அப்போது அவர் வெறுங்கையுடன் ஓடியிருப்பார், நிச்சயமாக யாரையும் கொன்றிருக்க மாட்டார். அப்படியிருக்க, அவர் உலக்கையை ஆயுதமாகப் பயன்படுத்த வேண்டும் என்று முன்கூட்டியே திட்டமிட்டார் என்று எப்படிக் கருத முடியும்? ஆனால் பிரதிவாதி தனது தந்தையைக் கொல்லப் போவதாக

மதுக்கடைகளில் சத்தம் போட்டார் என்றும், கொலை நடப்பதற்கு இரண்டு நாட்களுக்கு முன்பு, அவர் குடிபோதையில் கடிதம் எழுதியபோது மிகவும் அமைதியாக இருந்தாலும், ஒரு கரமசோவால் சண்டையிடாமல் இருக்க முடியாது என்பதால் ஒரு கடைக்காரனுடன் சண்டையிட்டார் என்றும் சொல்லப்பட்டது. நான் அதற்குச் சொல்லும் பதில் என்னவென்றால், அவர் தனது கடிதத்தில் எழுதியபடி கொலை செய்யத் திட்டமிட்டிருந்தால், கடைக்காரனிடம் சண்டை போட்டிருக்க மாட்டார் என்பது மட்டுமின்றி, அவர் மதுக்கடைக்குச் சென்றிருக்க மாட்டார். ஏனெனில் அத்தகைய குற்றத்தைச் செய்ய விரும்பும் ஒருவர், திட்டமிட்டுச் செய்வதில்லை என்றாலும் உள்ளுணர்வின் அடிப்படையில், யாருடைய கண்ணிலும் படாமல் அமைதியாகவும், தனியாகவும் இருக்க விரும்புவார்.

நடுவர் பெருமக்களே, உளவியல் என்பது இரட்டை முனை ஆயுதம். அதை எப்படிப் பயன்படுத்துவது என்று எங்களுக்கும் தெரியும். அவர் அந்த மாதம் முழுவதும் மதுக்கடைகளில் கூச்சலிட்டதைப் பொறுத்தவரை, குழந்தைகளோ அல்லது மதுக்கடையிலிருந்து குடிபோதையில் வெளியே வரும் குடிகாரர்களோ, 'உன்னைக் கொன்று விடுவேன்!' என்று அடிக்கடி கூச்சலிடுவதைப் போன்றதுதான். ஆனால் அவர்கள் யாரையும் கொல்வதில்லை. அதனால் அந்தக் கடிதம் குடிபோதையில் எழுதியது என்பதைத் தவிர அதற்கு வேறெந்த முக்கியத்துவமும் இல்லை. அது ஏன் அப்படி இருக்க முடியாது? அந்தக் கடிதத்தை அபத்தமானது என்று சொல்லாமல் அபாயகரமானது என்று ஏன் சொல்ல வேண்டும்? அவருடைய தந்தை கொலை செய்யப்பட்ட நிலையில், அவர் கையில் ஆயுதத்துடன் தோட்டத்திலிருந்து வெளியே ஓடியதாலும், ஒரு சாட்சியைத் தாக்கியதாலும், கடிதத்தில் எழுதியது போலவே எல்லாம் திட்டமிட்டு நடந்தது என்றும், அந்தக் கடிதம் அபத்தமானது அல்ல, மாறாக அபாயகரமானது என்றும் நமக்குச் சொல்லப்பட்டது.

கடவுளுக்கு நன்றி சொல்ல வேண்டும், ஏனெனில் நாம் இப்போது, 'அவர் தோட்டத்தில் இருந்ததால், அவர்தான் அந்தக் கொலையைச் செய்தார்' என்ற அரசு தரப்பு வாதத்தின் மையத்திற்கு வந்துவிட்டோம். 'அவர் அங்கே இருந்தார், அப்படியானால் அதைச் செய்தார்' என்ற இந்த இரண்டு சிறிய வார்த்தைகளின் அடிப்படையில் அரசு தரப்பின் மொத்த வழக்கும் உள்ளது. ஆனால் பிரதிவாதி அங்கே இருந்தார் என்பதை மட்டுமே வைத்து அவரைக் குற்றவாளி என்று சொல்ல முடியுமா? முதல் பார்வையில் பார்க்கும்போது, ஒட்டுமொத்தச் சான்றுகளும்,

தற்செயல் நிகழ்வுகளின் தொகுப்பும் அதை உறுதி செய்வதாகத் தோன்றுகிறது. இருப்பினும் தற்செயல் நிகழ்வுகளை ஒதுக்கி வைத்துவிட்டு, ஒவ்வொரு உண்மையையும் தனித்தனியாக ஆராய்ந்து பார்க்க வேண்டும். உதாரணமாக, அவர் ஜன்னல் வழியாக எட்டிப் பார்த்துவிட்டு ஓடிவிட்டதாகச் சொன்னதை அரசு தரப்பு ஏன் ஏற்றுக்கொள்ள மறுக்கிறது? பிரதிவாதி ஜன்னல் வழியாக எட்டிப் பார்த்துவிட்டு, திடீரென்று பயம் கலந்த மரியாதை உணர்வுடன் திரும்பிச் சென்றுவிட்டார் என்று அரசு வழக்கறிஞர் கேலியாகச் சொன்னது உங்களுக்கு நினைவிருக்கும். உண்மையில் அவரிடம் அப்படி ஓர் உணர்வு இருந்திருக்கலாம். அது மரியாதையாக இல்லையென்றாலும், ஒருவேளை மத ரீதியான உணர்வாக இருந்திருக்கலாம். 'அந்த நேரத்தில் என் தாய் எனக்காகப் பிரார்த்தனை செய்திருக்க வேண்டும்' என்று பிரதிவாதி முதற்கட்ட விசாரணையில் சொன்னார். எனவே திருமதி. ஸ்வெத்லோவா தனது தந்தையின் வீட்டில் இல்லை என்று தெரிந்தவுடன் அவர் அங்கிருந்து ஓடிவிட்டார். 'ஆனால் அவர் ஜன்னல் வழியாகப் பார்த்து திருப்தி அடையவில்லை' என்று அரசு தரப்பு ஆட்சேபிக்கிறது. ஆனால் ஏன் அவரால் சமாதானமாக முடியவில்லை? அதைத் தொடர்ந்து பிரதிவாதி கொடுத்த சமிக்ஞையில் ஜன்னல் திறந்தது. அப்போது ஃபியோதர் பாவ்லோவிச் ஏதேனும் சொல்லியிருக்கலாம் அல்லது அவரைப் பார்த்துக் கூச்சலிட்டிருக்கலாம். அவர் அதைக் கேட்டதும் திருமதி. ஸ்வெத்லோவா அங்கே இல்லை என்று நம்பியிருக்கலாம். நாம் ஏன் நமது அனுமானங்களை உண்மைகளாக எடுத்துக் கொள்ள வேண்டும் அல்லது அந்த அனுமானங்களின் அடிப்படையில் கற்பனை செய்ய வேண்டும்? நிஜ வாழ்க்கையில் நாம் கற்பனை செய்ய முடியாத எத்தனையோ விஷயங்கள் நடக்கலாம்.

'ஆனால் கிரிகோரி கதவு திறந்திருப்பதைப் பார்த்தார். எனவே பிரதிவாதி உள்ளேதான் இருந்தார், அவர்தான் கொலை செய்தார்.' கனவான்களே, அந்தக் கதவைப் பற்றிச் சில விஷயங்களைச் சொல்ல வேண்டும். அந்தக் கதவு திறந்திருந்தது என்று ஒரே ஒரு மனிதர் மட்டுமே சாட்சியளித்துள்ளார். அந்த நேரத்தில் அவர் அத்தகைய நிலையில் இருந்தார். சரி, கதவு திறந்திருந்தது என்றே வைத்துக் கொள்வோம். பிரதிவாதி அதைத் திறந்தார் என்றும், அவர் தன்னைத் தற்காத்துக் கொள்ளப் பொய் சொன்னார் என்றும் வைத்துக் கொள்வோம். அவருடைய நிலையில் உள்ள யாரும் அப்படிச் செய்வது இயல்பானது. அவர் வீட்டிற்குள் நுழைந்தார் என்றே வைத்துக் கொள்வோம். சரி, பிறகு என்ன? அவர் வீட்டிற்குள் சென்றார் என்பதற்காக, அவர்தான் கொலை செய்தார்

என்று அர்த்தமா? அவர் திடீரென்று உள்ளே பாய்ந்து சென்று தனது தந்தையைத் தள்ளிவிட்டிருக்கலாம், அவரை அடித்திருக்கலாம், ஆனால் திருமதி. ஸ்வெத்லோவா அங்கே இல்லை என்பதை அவர் தெரிந்து கொண்டதும், அவள் அங்கே இல்லை என்ற சந்தோஷத்தில், தனது தந்தையைக் கொல்லவில்லை என்ற நிம்மதியுடன் அங்கிருந்து ஓடியிருக்கலாம். அதனால்தான் பிரதிவாதி கிரிகோரியைத் தாக்கிய பின்னரும், அவருக்கு உதவுவதற்காக வேலியிலிருந்து கீழே குதித்தார், ஏனெனில் அவர் தனது தந்தையைக் கொல்ல வேண்டும் என்ற ஆசையை வென்று, அந்தக் குற்றத்தைச் செய்யவில்லை என்ற நிம்மதியில் மகிழ்ச்சியடைந்த அவருடைய உள்ளத்தில் இரக்கமும் கருணையும் நிரம்பியிருந்தது.

பிரதிவாதி மோக்ரோயில் இருந்தபோது, அவரது மனநிலை எப்படி இருந்தது என்பதை அரசு வழக்கறிஞர் பயங்கரமாக விவரித்தார். பிரதிவாதியின் புதிய காதல் அவரைப் புதிய வாழ்க்கைக்கு அழைத்தபோது, அவரால் காதலிக்க முடியவில்லை, ஏனெனில் அவருக்குப் பின்னால் இரத்தக்கறை படிந்த அவருடைய தந்தையின் சடலம் அவரைப் பழிவாங்கத் துடித்தது என்று அவர் சொன்னார். இருப்பினும் அரசு வழக்கறிஞர் அவரைக் காதல் செய்ய அனுமதித்து, அதைத் தனது உளவியலுக்கு ஏற்ப விவரித்தார். பிரதிவாதி குடிபோதையில் இருந்ததையும், தூக்கு மேடைக்குக் கொண்டு செல்லும் ஒரு குற்றவாளியின் மனநிலையையும், மேலும் பலவற்றையும் விவரித்தார். ஆனால் நான் அரசு வழக்கறிஞரிடம் கேட்கிறேன், நீங்கள் குற்றம் சாட்டப்பட்டவருக்குச் சற்றும் பொருத்தமில்லாத ஒரு கற்பனை கதாபாத்திரத்தை உருவாக்கவில்லையா? பிரதிவாதி உண்மையில் தனது தந்தையைக் கொலை செய்திருந்தால், அந்த நேரத்தில் காதலைப் பற்றியும், தண்டனையிலிருந்து தப்பிப்பதைப் பற்றியும் மட்டுமே யோசிக்கும் அளவுக்கு கல் நெஞ்சக்காரராக, இரக்கமற்றவராக இருக்கிறாரா? இல்லை, இல்லவே இல்லை! அவள் அவரைக் காதலிக்கிறாள் என்பதும், அவளுடன் சேர்ந்து வாழ அழைக்கிறாள் என்பதும், அவருக்குப் புதிய மகிழ்ச்சியைக் கொடுக்க வாக்குறுதி அளிக்கிறாள் என்பதும் அவருக்குத் தெளிவாகத் தெரிந்தவுடன், அவர் உண்மையில் தனது தந்தையைக் கொன்றிருந்தால், அவரிடம் தற்கொலை செய்து கொள்ள வேண்டும் என்ற எண்ணம் முன்னைவிட மும்மடங்கு அதிகரித்திருக்கும் என்று நான் சத்தியமாகச் சொல்கிறேன். இல்லை, இல்லை அவரால் நிச்சயமாக தனது கைத்துப்பாக்கிகள் எங்கே இருந்தன என்பதை மறந்திருக்க முடியாது! பிரதிவாதியை எனக்குத் தெரியும் என்பதால், அரசு

வழக்கறிஞர் சொன்னது போல அவர் அவ்வளவு கொடூரமான மனம் படைத்தவர் அல்ல, அது அவருடைய குணத்திற்கு முரணானது. அவர் தற்கொலை செய்து கொண்டிருப்பார் என்பது நிச்சயம். ஆனால் 'அவருடைய தாய் அவருக்காகப் பிரார்த்தனை செய்தாள்' என்ற காரணத்தால், அவர் தனது தந்தையின் இரத்தத்தைச் சிந்திய குற்றத்தைச் செய்யவில்லை. அவர் அன்று இரவு மோக்ரோயில் இருந்தபோது, வேலைக்காரன் கிரிகோரியை நினைத்தே கவலைப்பட்டார். தன்னால் தாக்கப்பட்ட கிரிகோரியின் உயிருக்கு எந்த ஆபத்தும் ஏற்படக்கூடாது என்றும், அவர் நலமடைய வேண்டும் என்றும் பிரதிவாதி கடவுளிடம் பிரார்த்தனை செய்தார். இந்த விளக்கத்தை உண்மை என்று ஏன் ஏற்றுக் கொள்ளக்கூடாது? பிரதிவாதி நம்மிடம் பொய் சொல்கிறார் என்பதற்கு என்ன உறுதியான ஆதாரம் இருக்கிறது? ஆனால் அவரது தந்தையின் சடலம் இருக்கிறது என்று திரும்பத் திரும்ப என்னிடம் கேட்கலாம். அவர் அங்கிருந்து ஓடிவிட்டால் என்றால், வேறு யார் அவரைக் கொன்றது?

நான் மீண்டும் சொல்கிறேன், அரசு தரப்பின் முழு வாதமும் அதன் அடிப்படையில்தான் அமைந்திருக்கிறது. அவர் கொலை செய்யவில்லை என்றால், வேறு யார் அதைச் செய்திருக்க முடியும்? அவரைத் தவிர வேறு யாரும் அதைச் செய்திருக்க முடியாது என்று சொல்லப்படுகிறது. நடுவர் பெருமக்களே, நீங்கள் அப்படி நினைக்கிறீர்களா? வேறு யாரையும் குற்றம் சொல்ல முடியாது என்பது உண்மையா? அரசு வழக்கறிஞர் அன்றிரவு வீட்டில் இருந்தவர்களைச் சுட்டிக்காட்டியபோது, மொத்தம் ஐந்து பேரைச் சொன்னார். அவர்களில் கொலையான மனிதரையும், கிரிகோரியையும் அவருடைய மனைவியையும் விலக்கி விடலாம் என்பதை நான் ஒப்புக் கொள்கிறேன். ஆக குற்றம் சாட்டப்பட்ட வரும், ஸ்மெர்த்தியாக்கவும் மட்டும் எஞ்சுகிறார்கள். அங்கே ஆறாவதாக ஒருவர் இல்லை என்ற காரணத்தினால் பிரதிவாதி ஸ்மெர்த்தியாக்கவைக் கை காட்டினார் என்றும், அப்படி ஒருவர் இருந்திருந்தால் பிரதிவாதி ஸ்மெர்த்தியாக்கவின் மீது குற்றம் சுமத்த வெட்கப்பட்டு அவரைக் குற்றம் சாட்டியிருப்பார் என்றும் அரசு வழக்கறிஞர் சொன்னார். ஆனால் நடுவர் பெருமக்களே, நான் ஏன் அதற்கு நேர்மாறான முடிவுக்கு வரக்கூடாது? நீங்கள் குற்றம் சாட்டுவதற்கு யாரும் இல்லை என்ற காரணத்தினால் எஞ்சிய இரண்டு பேரில் ஒருவரான என் கட்சிக்காரர் மீது நீங்கள் குற்றத்தைச் சுமத்துகிறீர்கள் என்று நான் ஏன் சொல்லக்கூடாது? உங்களுக்கு வேறு யாரும் இல்லை, ஏனெனில் நீங்கள் ஏற்கனவே ஸ்மெர்த்தியாக்கவைச் சந்தேகத்திலிருந்து விலக்கிவிடத் தீர்மானித்து

விட்டீர்கள். ஸ்மெர்த்தியாக்கவின் மீது பிரதிவாதியும், அவருடைய இரண்டு சகோதரர்களும், திருமதி. ஸ்வெத்லோவாவும் மட்டுமே குற்றம் சாட்டுகிறார்கள் என்பது உண்மைதான். ஆனால் அவரைக் குற்றம் சாட்டும் வேறு சிலரும் இருக்கிறார்கள் என்ற உண்மையை நாம் மறந்துவிடக் கூடாது. அதைக் குறித்து பொதுமக்களிடையே சில தெளிவற்ற கருத்துக்கள் இருந்தாலும், கேள்விகளும், சந்தேகங்களும், வதந்திகளும், எதிர்பார்ப்புகளும் அவர்களிடம் உள்ளன. அதைக் குறித்து சில ஆதாரங்களும், உண்மைகளின் தொகுப்பும் எங்களிடம் உள்ளது என்றாலும், அவை முடிவானவை அல்ல என்பதை நான் ஒப்புக் கொள்கிறேன். முதலாவதாக, அந்தப் பேரழிவு நடந்த நாளில் அவருக்கு ஏற்பட்ட வலிப்பு உண்மைதான் என்பதை அரசு வழக்கறிஞர் வலியுறுத்திப் பேச வேண்டிய கட்டாயம் ஏற்பட்டது. அதற்குப் பிறகு விசாரணை நடப்பதற்கு முன்தினம் ஸ்மெர்த்தியாக்கவ் திடீரென்று தற்கொலை செய்து கொண்டார். அதற்குப் பிறகு, இத்தனை நாளும் தனது சகோதரனைக் குற்றவாளி என்று நம்பியிருந்த, பிரதிவாதியின் சகோதரர் இவான் ஃபியோதரோவிச், இன்று நீதிமன்றத்தில் சாட்சியளித்தபோது, திடீரென்று பணத்தைக் காட்டி, ஸ்மெர்த்தியாக்கவ்தான் கொலைகாரன் என்று சொன்னார். இவான் ஃபியோதரோவிச் மூளைக் காய்ச்சலால் பாதிக்கப் பட்டுள்ளார் என்கிற அரசு வழக்கறிஞரின் கருத்தையும், அவரது சாட்சியம் இறந்த மனிதன் மீது பழியைப் போடுவதன் மூலம், தனது சகோதரனைக் காப்பாற்ற சித்தபிரமையில் மேற்கொண்ட ஒரு அவநம்பிக்கையான முயற்சியாக இருக்கலாம் என்பதையும் நான் முழுமையாக ஏற்றுக்கொள்கிறேன். இருந்தாலும் ஸ்மெர்த்தியாக்கவின் பெயர் தொடர்ந்து அடிபட்டுக் கொண்டிருப்பதில், ஏதோ ஒரு மர்மம் இருப்பதாகத் தோன்றுகிறது. கனவான்களே, நமக்குப் புலப்படாத, நம்மால் விளக்க முடியாத ஏதோ ஒன்று இருக்கிறது. ஆனால் நாம் இப்போதைக்கு அதற்குள் செல்லாமல், அதை ஒத்தி வைப்போம்.

அரசு வழக்கறிஞர் மிகத் திறமையாகவும், நுட்பமாகவும் ஓவியமாக வரைந்த ஸ்மெர்த்தியாக்கவின் கதாபாத்திரத்தைப் பற்றி நான் சில கருத்துக்களைச் சொல்ல வேண்டும் என்று விரும்புகிறேன். நான் அந்த ஓவியத்தை வரைந்தவரின் திறமையைப் பாராட்டினாலும், என்னால் அவருடன் உடன்பட முடியாது. நான் ஸ்மெர்த்தியாக்கவைப் பார்த்து, அவருடன் பேசினேன். ஆனால் அவர் என் மனதில் முற்றிலும் மாறுபட்ட அபிப்பிராயத்தை உருவாக்கினார். அவர் உடல் ரீதியாகப் பலவீனமாகவும், அவருடைய உடல்நிலை மோசமாகவும் இருந்தது என்பதை நான் ஒப்புக்

கொள்கிறேன். ஆனால் குணாதிசயத்திலும் மனோபாவத்திலும், அவர் எந்த வகையிலும் அரசு வழக்கறிஞர் சித்தரித்தது போல பலவீனமான மனிதர் அல்ல. அரசு வழக்கறிஞர் வலியுறுத்திச் சொன்ன பயத்தின் எந்த அறிகுறியும் அவரிடம் இருப்பதாக எனக்குத் தெரியவில்லை. அதுமட்டுமின்றி அவரிடம் எந்த வெகுளித்தனமும் இல்லை. மாறாக, வெகுளித்தனம் என்ற முகமூடிக்குப் பின்னால், பல விஷயங்களைச் சிந்திக்கும் திறனுடைய அறிவாற்றலையும், அதீதமான அவநம்பிக்கையையும் அவரிடம் இருப்பதைப் பார்த்தேன். அரசு வழக்கறிஞர் அவரைப் பலவீனமான மனம் கொண்டவர் என்று அப்பாவித்தனமாக நம்பிவிட்டார். அவர் என் மீது ஒரு திட்டவட்டமான தாக்கத்தை ஏற்படுத்தினார். அவர் தனது தகுதிக்கு மீறிய லட்சியமும், தீய எண்ணங்களும், பழிவாங்கும் குணமும், வெறுப்பும், பொறாமையும் கொண்ட ஒரு ஜீவன் என்று நான் உறுதியாக நம்புகிறேன். நான் அவரைப் பற்றிச் சில தகவல்களைச் சேகரித்தேன். அவர் தனது பெற்றோரையும், பிறப்பையும் நினைத்து வெட்கப்பட்டார். 'துர்நாற்றம் வீசும் லிசாவெத்தாவின் மகன்' என்ற நினைவு அவருக்கு வரும்போதெல்லாம் அவர் வெறித்தனமாக தனது பற்களைக் கடித்தார். வேலைக்காரன் கிரிகோரியிடமும், அவரது மனைவியிடமும் அவர் மரியாதைக் குறைவாக நடந்து கொண்டார். அவர் ரஷ்யாவைச் சபித்து, அதைக்கேலி செய்தார். பிரான்ஸ் நாட்டுக்குச் சென்று பிரெஞ்சுக்காரனாக மாற வேண்டும் என்று அவர் கனவு கண்டார். ஆனால் அதற்கான வசதி தன்னிடம் இல்லை என்று அவர் அடிக்கடி குறைபட்டுக் கொண்டார். அவர் தன்னைத் தவிர வேறு யாரையும் நேசிக்கவில்லை என்றும், தன்னைப் பற்றி மிகவும் உயர்வான அபிப்பிராயம் கொண்டிருந்தார் என்றும் எனக்குத் தோன்றியது. அவரைப் பொறுத்தவரை, நேர்த்தியான ஆடைகளும், சுத்தமான சட்டைகளும், பளபளப்பான பூட்ஸ்களும் பண்பாட்டின் அடையாளமாக இருந்தன. ஸ்மெர்த்தியாக்கவ் தன்னைப் ஃபியோதர் பாவ்லோவிச்சின் முறைகேடான மகன் என்று கருதியதால் (அதற்கு ஆதாரங்கள் உள்ளன), அவர் தனது எஜமானரின் சட்ட பூர்வமான மகன்களுடன் ஒப்பிட்டுப் பார்த்து தனது பிறப்பையும் அந்தஸ்தையும் வெறுத்திருக்கலாம். அவர்களுக்கு எல்லாம் இருந்தன ஆனால் அவரிடம் ஒன்றுமில்லை. அவர்களுக்கு அனைத்து உரிமைகளும், வாரிசுரிமையும் இருந்தன, ஆனால் அவர் சமையல்காரனாக இருந்தார். ஃபியோதர் பாவ்லோவிச்சுக்கு அந்த உறையில் பணத்தைப் போடுவதற்கு அவர் உதவி செய்ததாக என்னிடம் சொன்னார். அவருடைய எதிர்காலத்தை மாற்றி அமைக்கக்கூடிய

அந்தப் பணம் எதற்காகப் பயன்படுகிறது என்பது அவருக்கு வெறுப்பை ஏற்படுத்தியிருக்கும் என்பதில் சந்தேகமில்லை. தவிர, அவர் தன் வாழ்நாளில் முதன் முறையாக, வானவில் நிறத்தில் இருந்த அந்தப் புத்தம் புதிய மூவாயிரம் ரூபிள்களைப் பார்த்தார். (நான் வேண்டுமென்றே அவரிடம் அதைப் பற்றிக் கேட்டேன்). ஓ, பொறாமையும் பேராசையும் கொண்ட ஒரு மனிதனிடம் ஒரு பெரிய தொகையை ஒருபோதும் காட்டக்கூடாது. அந்த வண்ணமயமான நோட்டுக்கள் அவரிடம் ஒரு மோசமான தாக்கத்தை ஏற்படுத்தியிருக்க வேண்டும் என்றாலும், அப்போதைக்கு வெளிப்படையாக எந்த விளைவுகளும் ஏற்படவில்லை. என்னுடைய திறமையான அரசு வழக்கறிஞர், ஸ்மெர்த்தியாக்கவைக் குற்றவாளியாகக் கருதுவதற்கு ஆதரவாகவும் எதிராகவும் உள்ள அனைத்து வாதங்களையும் நுணுக்கமாக விவரித்து, அவர் வலிப்பு வந்ததைப் போல நடிக்க வேண்டிய அவசியம் என்ன என்று கேட்டார்? சரி, அவர் நடிக்கவில்லை, அவருக்கு உண்மையாக வலிப்பு ஏற்பட்டிருக்கலாம், ஆனால் நோயாளி மீண்டும் இயல்பு நிலைக்குத் திரும்பியிருக்கலாம். அவர் முழுமையாகக் குணமடைய வில்லை என்றாலும், வலிப்பு நோயாளிகளுக்கு நடப்பதைப் போல அவருக்குச் சுயநினைவு திரும்பியிருக்கலாம்.

ஸ்மெர்த்தியாக்கவ் எப்போது அந்தக் கொலையைச் செய்தார் என்று அரசு வழக்கறிஞர் கேட்கிறார். அதைச் சொல்வது அத்தனை கடினமல்ல. பிரதிவாதி தப்பி ஓடியபோது, கிரிகோரி அவருடைய காலைப் பிடித்து இழுத்து, அக்கம் பக்கத்தில் உள்ளவர்களுக்குக் கேட்கும்படி உரத்தக் குரலில், 'தந்தையைக் கொன்றான்' என்று கூச்சலிட்ட அந்தச் சமயத்தில் அதைச் செய்திருக்க வேண்டும். நன்றாகத் தூங்கிக் கொண்டிருந்த ஸ்மெர்த்தியாக்கவ் (வலிப்பு ஏற்பட்ட பிறகு நோயாளிக்கு ஆழ்ந்த உறக்கம் வரும்), அந்தக் கூச்சலைக் கேட்டு கண் விழித்திருக்கலாம். நள்ளிரவின் மயான அமைதியில் காற்றில் கலந்த அந்தக் கூச்சல் அவரை எழுப்பியிருக்க வேண்டும். அப்போது அவர் ஒரு மணி நேரத்திற்கு முன்பிருந்தே ஆழ்ந்த தூக்கத்திலிருந்து விடுபடத் தொடங்கியிருக்க வேண்டும். அவர் படுக்கையிலிருந்து எழுந்து, தன்னையும் அறியாமல், எந்த நோக்கமும் இல்லாமல், என்ன நடக்கிறது என்று பார்ப்பதற்காகச் சத்தம் வந்த திசையை நோக்கிச் செல்கிறார். அப்போது அவர் குழப்பத்துடனும், அரை தூக்கத்துடனும் நடந்து தோட்டத்தில் நுழைந்து, விளக்கு எரிந்து கொண்டிருந்த வீட்டின் ஜன்னலை நோக்கிச் சென்று, தனது எஜமானரிடமிருந்து ஒரு பயங்கரமான செய்தியைத் தெரிந்து கொண்டு மகிழ்ச்சியடைகிறார். அந்தத் தருணத்தில் அவரது மனம்

வேலை செய்யத் தொடங்குகிறது. பயத்தில் இருந்த அவரது எஜமானர் அவரிடம் எல்லா விவரங்களையும் சொல்கிறார். மெல்ல மெல்ல அவரது சீர்குலைந்த மனதில், பயங்கரமான ஆனால் தடுக்க முடியாத அளவுக்கு ஆசையைத் தூண்டும், தர்க்கரீதியான ஒரு யோசனை தோன்றுகிறது. அந்தக் கிழவரைக் கொன்று, மூவாயிரம் ரூபிள்களைத் திருடிக் கொண்டு, எல்லாப் பழியையும் தனது எஜமானர் மீது போடுவது என்று அவர் முடிவு செய்கிறார், ஏனெனில் அவர் இங்கே இருந்தார் என்பதற்கு எல்லா ஆதாரங்களும் இருந்ததால், அவரைத் தவிர வேறு யாரையும் சந்தேகப்பட முடியாது. பணத்தைக் கொள்ளையடிக்க வேண்டும் என்ற பயங்கரமான ஆசை அவரை ஆட்டிப்படைக்கிறது. ஓ, திடீரென்று ஏற்படும் இந்தத் தடுக்க முடியாத தூண்டுதல்கள் சந்தர்ப்பம் கிடைக்கும்போது, சட்டென்று பற்றிக் கொள்கின்றன. கொலை செய்ய வேண்டும் என்று முன்கூட்டியே திட்டமிடாத ஒருவரின் மனதில் கூட திடீரென்று இத்தகைய எண்ணங்கள் புகுந்து கொள்கின்றன. அவர் தனது எஜமானரின் அறையில் நுழைந்து தன்னுடைய திட்டத்தை நிறைவேற்றியிருக்க வேண்டும். ஆயுதம்? தோட்டத்தில் கிடந்த ஏதோ ஒரு கல்லாக இருந்திருக்கலாம். ஆனால் எதற்காக, எந்த நோக்கத்திற்காக? அவருடைய எதிர்காலத்தைத் தீர்மானிக்கப் போகும் மூவாயிரம் ரூபிள்களுக்காக. ஓ, நான் ஏற்கனவே சொன்ன கருத்துக்கு முரண்படவில்லை. பணம் இருந்திருக்கலாம், ஆனால் அதைத் தனது எஜமானர் எங்கே வைத்திருக்கிறார் என்பது ஸ்மெர்த்தியாக்கவுக்கு மட்டுமே தெரிந்திருக்கலாம்.

சரி, தரையில் கிடந்த அந்தக் கிழிந்த உறையைப் பற்றி என்ன சொல்வது? அரசு வழக்கறிஞர் இதற்கு முன்பு அந்த உறையைப் பற்றிப் பேசியபோது, கரமசோவ் போன்ற அனுபவமில்லாத ஒரு திருடன்தான் அதைத் தரையில் வீசிவிட்டுப் போக முடியும், ஆனால் ஸ்மெர்த்தியாக்கவைப் போன்ற ஒருவர் அவ்வாறு செய்ய மாட்டார் என்ற மிக நுட்பமான விளக்கத்தைச் சொன்னார். நடுவர் பெருமக்களே, நான் அதைக் கேட்டபோது, எனக்கு மிகவும் பரிச்சயமான ஒன்றைக் கேட்பது போலத் தோன்றியது. உங்களால் அதை நம்ப முடியுமா? நான் இரண்டு நாட்களுக்கு முன்பு ஸ்மெர்த்தியாக்கவைப் பார்த்தபோது, அந்தச் சூழ்நிலையில் கரமசோவ் எப்படி நடந்து கொண்டிருப்பார் என்பதை அவர் என்னிடம் சொன்னார். அந்த நேரத்தில் அவர் வேண்டுமென்றே அப்பாவியைப் போல நடித்தது என்னைத் திகைப்பில் ஆழ்த்தியது. அவர் அந்தக் கருத்தை என் மனதில் புகுத்தி, நானாகவே அந்த முடிவுக்கு வந்திருப்பது போல உரையாடலை நடத்திச் சென்றார்.

உண்மையில் அவர் விரும்பிய பாதையில் என்னைப் புத்திசாலித்தனமாக வழி நடத்தினார். அவர் அதே கருத்தை அரசு வழக்கறிஞரிடமும் சொல்லி, அவர் மீதும் அதைத் திணித்திருக்கலாம், அல்லவா? அவர் தடுப்புச் சுவருக்கு அந்தப் பக்கத்திலிருந்து இரவு முழுவதும் முனகுவதைக் கேட்டதாக கிரிகோரியின் மனைவி சொல்லவில்லையா என்று நீங்கள் கேட்கலாம். ஆமாம், அவள் கேட்டாள் என்றாலும் அந்த ஆதாரத்தை நம்ப முடியாது. ஒரு நாய் இரவு முழுவதும் குரைத்ததால் என்னால் நிம்மதியாகத் தூங்க முடியவில்லை என்று எனக்குத் தெரிந்த ஒரு பெண்மணி என்னிடம் புகார் செய்தார், ஆனால் அந்தப் பரிதாபத்திற்குரிய நாய் இரவு முழுவதும் இரண்டு அல்லது மூன்று முறைதான் குலைத்தது என்பது பின்னர் தெரிய வந்தது. அது இயற்கையானது. ஒருவர் தூங்கிக் கொண்டிருக்கும்போது முனகல் சத்தத்தைக் கேட்டு எரிச்சலுடன் கண் விழித்தாலும் மீண்டும் தூங்கிவிடுவார். இரண்டு மணி நேரம் கழித்து மீண்டும் முனகல் சத்தம் கேட்டு எழுந்து பிறகு மீண்டும் தூங்கிவிடுவார். இப்படி ஒன்றிரண்டு முறை நடக்கலாம், ஆனால் அவர் காலையில் எழுந்ததும், முனகல் சத்தம் இரவு முழுவதும் தன்னைத் தூங்கவிடவில்லை என்று புகார் செய்யலாம். அவருக்கு அப்படித்தான் தோன்றும். அவர் நன்றாகத் தூங்கிக் கொண்டிருந்த நேரங்கள் அவருடைய நினைவில் இருப்பதில்லை, மாறாக விழித்திருந்த நேரங்களை மட்டும் நினைவில் வைத்திருக்கிறார். எனவே அவருக்கு இரவு முழுவதும் விழித்திருப்பதாகத் தோன்றுகிறது.

ஆனால் ஸ்மெர்த்தியாக்கவ் தன்னுடைய தற்கொலைக் குறிப்பில் ஏன் தனது குற்றத்தை ஒப்புக்கொள்ளவில்லை? ஒரு விஷயத்தை ஒப்புக் கொண்ட அவரது மனசாட்சி ஏன் மற்றொன்றை ஏற்கவில்லை? என்ற கேள்விகளை அரசு வழக்கறிஞர் வியப்புடன் கேட்டார். மன்னிக்கவும், மனசாட்சியின் உறுத்தல் என்பது மனம் வருந்துவதைக் குறிக்கிறது, ஆனால் தற்கொலை செய்து கொண்ட அவரிடம் எந்த வருத்தமும் இல்லை, மாறாக விரக்தி மட்டுமே இருந்திருக்க முடியும். வருத்தப்படுவதும் விரக்தியும் இரண்டு வெவ்வேறு விஷயங்கள். பழிவாங்கும் மனப்பான்மையும், மன்னிக்க முடியாத கோபமும் விரக்திக்கு வழிவகுக்கிறது. அவர் தற்கொலை செய்து கொண்டபோது, தன் வாழ்நாள் முழுவதும் பொறாமைப்பட்டவர்கள் மீது தீவிரமான வெறுப்பை உணர்ந்திருக்கலாம்.

நடுவர் பெருமக்களே, நீதி வழங்குவதில் தவறு நிகழாமல் எச்சரிக்கையாக இருங்கள்! இப்போது நான் உங்கள் முன் வைத்த கருத்துக்களில் நடக்கச் சாத்தியமில்லாத ஏதாவது இருக்கிறதா?

என்னுடைய வாதத்தில் உள்ள தவறையும், சாத்தியமற்றதையும், அபத்தத்தையும் கண்டு பிடித்துச் சொல்லுங்கள்! ஆனால் நான் சொன்னவற்றில் சாத்தியத்தின் சிறிய நிழல் இருந்தாலும் கூட பிரதிவாதியைத் தண்டிக்காதீர்கள். ஆனால் நிழல் மட்டும்தான் இருக்கிறதா? நான் இப்போது உங்கள் முன் வைத்த கொலைக்கான விளக்கத்தை நான் முழுமையாக நம்புகிறேன் என்று புனிதமான அனைத்தின் மீதும் சத்தியம் செய்கிறேன். பிரதிவாதிக்கு எதிராக அரசு தரப்பு சேகரித்த ஆதாரங்களில் ஒன்று கூட உறுதியாகவும் மறுக்க முடியாததாகவும் இல்லை, ஆனால் அந்த ஆதாரங்கள் குவிந்து கிடப்பதால் துரதிருஷ்டசாலியான அந்த மனிதன் அழிந்துவிடுவான் என்பதை நினைத்து நான் கவலைப்படுகிறேன். பிரதிவாதிக்கு எதிராக அவ்வளவு ஆதாரங்கள் குவிந்து கிடக்கின்றன. அவருடைய கைகளிலும், ஆடைகளிலும் இருந்த இரத்தக்கறை, நள்ளிரவின் மயான அமைதியைக் கிழித்துக் கொண்டு வெளிப்பட்ட 'தந்தையைக் கொன்றான்' என்று கத்திய மனிதனின் மண்டையை உடைத்தது, அதைத் தொடர்ந்து ஏராளமான அறிக்கைகள், சாட்சியங்கள், அங்க அசைவுகள், வியப்புக் குரல்கள்! ஓ, இவை அனைத்தும் ஒருவரைப் பாதித்து, உணர்ச்சிகளைத் தூண்டி, அவருடைய கருத்துக்களை ஒரு சார்புடையதாக திசை திருப்பலாம். ஆனால் நீதிபதிகளே, அது உங்கள் மனதை ஒருதலைபட்சமாக மாற்ற முடியுமா? உங்களுக்கு எல்லையற்ற அதிகாரம் வழங்கப்பட்டுள்ளது, ஆனால் அந்த அதிகாரம் எவ்வளவு சக்தி வாய்ந்ததோ, அவ்வளவு அதிகமாக அதன் பொறுப்பும் கூடுகிறது. நான் இப்போது சொன்னவற்றிலிருந்து இம்மியளவும் பின்வாங்க மாட்டேன், ஆனால் துரதிருஷ்டசாலியான என்னுடைய கட்சிக்காரர் தனது தந்தையின் இரத்தத்தால் தனது கைகளைக் கறைபடுத்திக் கொண்டார் என்ற அரசு தரப்பு குற்றச்சாட்டை நான் ஏற்றுக் கொள்கிறேன் என்றே வைத்துக் கொள்வோம். நான் மறுபடியும் சொல்கிறேன், அவர் நிரபராதி என்பதில் எனக்கு எந்தச் சந்தேகமும் இல்லை. குற்றம் சாட்டப்பட்டவர் தனது தந்தையைக் கொன்ற குற்றவாளி என்று வைத்துக் கொண்டாலும், நான் சொல்வதைக் கேளுங்கள். நான் உங்களிடம் இன்னும் சில விஷயங்களைச் சொல்ல வேண்டும் என்று விரும்புகிறேன், ஏனெனில் உங்கள் இதயங்களிலும் மனதிலும் ஒரு பெரிய போராட்டம் நடந்து கொண்டிருப்பதாக நான் நினைக்கிறேன்... நடுவர் பெருமக்களே, நான் உங்கள் மனதையும் இதயத்தையும் குறிப்பிட்டதற்காக என்னை மன்னியுங்கள். நான் இறுதிவரை உண்மையாகவும் நேர்மையாகவும் இருக்க விரும்புகிறேன். நாம் எல்லோரும் நேர்மையாக இருப்போம்!"

அப்போது எழுந்த பலத்த கரவொலியால் அவருடைய பேச்சு தடைபட்டது. அவர் அந்தக் கடைசி வார்த்தைகளை மிகுந்த சிரத்தையோடு சொன்னதால், அவர் இன்னும் ஏதோ சொல்லப் போகிறார் என்றும், அவர் சொல்லப்போவது மிகவும் முக்கியமான விஷயமாக இருக்கும் என்றும் ஒவ்வொருவரும் நினைத்தார்கள். ஆனால் கரவொலியைக் கேட்ட தலைமை நீதிபதி, இதுபோன்ற சம்பவம் மீண்டும் நடந்தால் நீதிமன்ற அறையிலிருந்து அனைவரையும் வெளியேற்றப் போவதாக எச்சரித்தார். அதற்குப் பிறகு எல்லோரும் அமைதியானார்கள். ஃபெட்யுகோவிச் இதுவரை பேசியதற்கு முற்றிலும் மாறுபட்ட தொனியில் பேசத் தொடங்கினார்.

13. சிந்தனையைச் சிதைப்பவன்

"நடுவர் பெருமக்களே, என் கட்சிக்காரரை அச்சுறுத்துவது ஆதாரங்களின் குவியல் மட்டுமல்ல" என்று ஃபெட்யுகோவிச் ஆரம்பித்தார். "அவரைக் குற்றவாளியாக்கும் ஒரே விஷயம் அவருடைய தந்தையின் சடலம் அங்கே இருந்தது என்ற உண்மைதான். இது ஒரு சாதாரண கொலை வழக்காக இருந்திருந்தால், ஆதாரங்களின் பற்றாக்குறை, அதன் முழுமையின்மை மற்றும் அவற்றைத் தனித்தனியாக ஆராயும்போது கேள்விக்குள்ளாகும் அனுமானங்களின் அற்பத் தன்மை ஆகியவற்றைக் கருத்தில் கொண்டு நீங்கள் குற்றச்சாட்டைத் தள்ளுபடி செய்திருப்பீர்கள். அல்லது குறைந்தபட்சம் அந்த மனிதனுக்கு எதிரான, துரதிருஷ்டசவமாக அவர் சம்பாதித்த, தவறான அபிப்பிராயத்தின் அடிப்படையில் அவருடைய வாழ்க்கையை அழிக்கத் தயங்கியிருப்பீர்கள். ஆனால் இது சாதாரண கொலை வழக்கு அல்ல, தந்தையைக் கொன்ற வழக்கு. இது நம்மை அதிர்ச்சியடையச் செய்ததாலோ என்னவோ, ஆதாரங்கள் போதுமானதாக இல்லாவிட்டாலும், அவை முக்கியமானதாகவும், முழுமையானதாகவும் தோன்றுகின்றன. எனவே அப்படி ஒரு குற்றத்தைச் செய்த ஒருவரை எப்படி விடுவிக்க முடியும்? அவரை எப்படித் தண்டிக்காமல் விட முடியும்? இந்த வழக்கைக் கவனிக்கும் ஒவ்வொருவரும் தன்னிச்சையாகத் தங்கள் மனதில் கேட்டுக் கொள்ளும் கேள்வி அதுதான். ஆமாம், என்னைப் பெற்றெடுத்து, அன்பு காட்டி, குழந்தைப் பருவம் முதல் நோயிலிருந்து பேணிப் பாதுகாத்து, என்னை ஆளாக்கி வளர்த்து, என் சந்தோஷத்திற்காக அனைத்துத் துன்பங்களையும் தாங்கிக் கொண்டு, என்னுடைய மகிழ்ச்சிக்காகவும், வெற்றிக்காகவும் மட்டுமே வாழ்ந்த ஒரு தகப்பனின் இரத்தத்தைச் சிந்து வைப்பது

கொடூரமான காரியம். இப்படிப்பட்ட தந்தையைக் கொல்வது கனவிலும் நினைத்துப் பார்க்க முடியாதது!

நடுவர் பெருமக்களே, தந்தை என்பவர் யார்? உண்மையான தந்தை என்பவர் யார்? அந்த மகத்தான வார்த்தையின் அர்த்தம் என்ன? அந்தப் பெயரில் பொதிந்துள்ள அற்புதமான கருத்து என்ன? ஓர் உண்மையான தந்தை எப்படி இருக்க வேண்டும் என்பதை ஓரளவுக்கு நாம் இங்கே சுட்டிக் காட்டினோம். ஆனால் நம்மை ஆழமாகப் பாதித்த இந்த வழக்கில், தந்தையான ஃபியோதர் பாவ்லோவிச், நாம் மேலே குறிப்பிட்ட தந்தையுடன் எந்த வகையிலும் ஒத்துப்போகவில்லை என்பதை நினைக்கும்போது, நமது இதயம் வேதனைப்படுகிறது. அதுதான் துயரம். சில தந்தையர்கள் சாபக்கேடாக இருக்கிறார்கள். அந்தத் துரதிருஷ்டத்தை நாம் இன்னும் நெருக்கமாக ஆராய வேண்டும். நடுவர் பெருமக்களே, நாம் எடுக்க வேண்டிய முடிவின் முக்கியத்துவத்தைக் கருத்தில் கொண்டு, நாம் எதற்கும் தயங்காமல் செயல்பட வேண்டும். திறமை வாய்ந்த அரசு வழக்கறிஞர் சொன்னது போல நாம் குழந்தைகளைப் போலவும், பெண்களைப் போலவும் பயப்படாமல் நமது கடமையைச் செய்ய வேண்டும். ஆனால் எனது மதிப்பிற்குரிய எதிரி (அவர் முன்பே எனக்கு எதிரிதான்), தனது உணர்ச்சிகரமான உரையில் ஒன்றுக்கு மேற்பட்ட முறை கூச்சலிட்டார். 'குற்றம் சாட்டப்பட்டவருக்காக வாதாட நான் வேறு யாரையும் அனுமதிக்க மாட்டேன். பீட்டர்ஸ்பர்க்கிலிருந்து வந்திருக்கும் வழக்கறிஞரிடம் அவரைப் பாதுகாக்கும் பொறுப்பை ஒப்படைக்க மாட்டேன். நான் அரசு வழக்கறிஞராக இருந்தாலும் பிரதிவாதிக்காக வாதாடுகிறேன்!' அவர் பலமுறை அதை வியப்புடன் சொன்னார், ஆனால் அந்தத் துரதிருஷ்டசாலியான பிரதிவாதி தனது தந்தையின் வீட்டில் குழந்தையாக இருந்தபோது, அவரிடம் அன்பாக இருந்த ஒரு மனிதர் கொடுத்த ஒரு பவுண்டு கொட்டைகளுக்காக இருபத்தி மூன்று ஆண்டுகளாக நன்றியுள்ளவராக இருந்தார் என்றால், 'காலில் பூட்ஸ் அணியாமல், ஒற்றைப் பொத்தானில் தொங்கிய கால்சட்டையுடன்' என்று கருணை உள்ளம் கொண்ட மருத்துவர் கெர்ஷென்ஸ்தூபே கூறியதைப் போல, அவர் தனது தந்தையின் வீட்டுக் கொல்லைப் புறத்தில் வெறுங்காலுடன் ஓடியதை நினைவில் வைத்திருப்பார் என்பதைக் குறிப்பிட மறந்துவிட்டார்.

ஓ, நடுவர் பெருமக்களே, நாம் இந்தத் துரதிருஷ்டத்தை ஏன் இன்னும் நெருக்கமாக ஆராய வேண்டும்? நம் அனைவருக்கும் ஏற்கனவே தெரிந்ததை ஏன் திரும்பச் சொல்ல வேண்டும்? எனது கட்சிக்காரர் தனது தந்தையின் வீட்டிற்கு வந்தபோது

எதிர்கொண்டது என்ன? எனது கட்சிக்காரரை ஏன் இதயமற்றவராகவும், அரக்கனாகவும் சித்தரிக்க வேண்டும்? அவர் முரட்டு சுபாவமும், கட்டுப்படுத்த முடியாத கோபமும் கொண்டவர் என்பதால், நாம் இப்போது அவரைக் குற்றவாளிக் கூண்டில் நிறுத்தியிருக்கிறோம். ஆனால் அவருடைய தலைவிதி இப்படி மாறியதற்கு யார் பொறுப்பு? அவரிடம் நற்குணமும், பெருந்தன்மையும், நுண்ணுணர்வும் நிறைந்த இதயம் இருந்தும், அவரை இப்படி வளர்த்ததற்கு யார் பொறுப்பு? யாராவது அவருக்கு நல்லதையும், கெட்டதையும் கற்றுக் கொடுத்தார்களா? யாராவது அவருக்குக் கல்வி புகட்டினார்களா? அவர் குழந்தையாக இருந்தபோது, யாராவது அவரிடம் அன்பு காட்டினார்களா? என் கட்சிக்காரர் கடவுளின் பொறுப்பில் ஒரு காட்டு விலங்கைப் போல வளர்ந்தார். ஒருவேளை அவர் நீண்ட காலம் பிரிந்திருந்த தன் தந்தையைப் பார்க்க வேண்டும் என்று ஏங்கியிருக்கலாம். அவர் அந்த முடிவுக்கு வருவதற்கு முன்பு, கனவில் நடப்பதைப் போல, தன்னுடைய குழந்தைப் பருவத்தை ஆயிரமாயிரம் முறை நினைவுகூர்ந்து, கெட்ட நினைவுகளை விரட்டியடித்து, தனது தந்தையை மன்னித்து அவரைத் தழுவிக் கொள்ள வேண்டும் என்று முழு மனதுடன் விரும்பியிருக்கலாம்! ஆனால் அவருக்குக் காத்திருந்தது என்ன? அவர் தனது தந்தையைச் சந்தித்தபோது, சர்ச்சைக்குரிய பணத்தைப் பற்றிய அவருடைய சிடுமூஞ் சித்தனமான ஏளனத்தையும், அவநம்பிக்கையான பேச்சையும், மோசடியையும் சந்தித்தார். அவருடைய தந்தை தினமும் பிராந்தியைக் குடித்துக் கொண்டே பேசிய அருவருப்பான உரையாடல்களையும், உபதேசங்களையும் தவிர வேறு எதுவும் அவருக்குக் கிடைக்கவில்லை. இறுதியில் தனது தந்தை, தனக்குச் சேர வேண்டிய பணத்தைக் கொண்டே தன்னுடைய காதலியை அபகரிக்க முயல்வதை அவர் கண்டார். ஓ, நடுவர் பெருமக்களே, அது அருவருப்பானது, கொடூரமானது! ஆனால் அந்த முதியவர் தனது மகனின் மரியாதைக் குறைவான, முரட்டுத்தனமான நடத்தையைக் குறித்து எப்போதும் புகார் செய்து கொண்டே இருந்தார். சமூகத்தில் அவரைப் பற்றி அவதூறாகப் பேசி, அவருடைய உள்ளத்தைக் காயப்படுத்தி, அவருடைய நற்பெயருக்குக் களங்கத்தை ஏற்படுத்தும் வகையில், அவருடைய கடன் பத்திரங்களைப் பயன்படுத்தி அவரைச் சிறையில் அடைக்க முயன்றார்.

கனவான்களே, நீதிபதிகளே, என் கட்சிக்காரரைப் போன்றவர்கள் முரடர்களாகவும், கோபக்காரர்களாகவும் இருப்பதாகத் தோன்றினாலும், அவர்கள் பெரும்பாலும் இளகிய

மனம் கொண்டவர்களாக இருப்பார்கள், ஆனால் அதை வெளிக்காட்டிக் கொள்வதில்லை. நான் சொன்னதைக் கேட்டுச் சிரிக்காதீர்கள்! என்னுடைய கற்றறிந்த சக நண்பர், என் கட்சிக்காரர் ஷில்லரின் ரசிகர் என்றும், உன்னதமான மற்றும் அழகானவற்றை நேசிப்பவர் என்றும் சொல்லி இரக்கமின்றிச் சிரித்தார். நான் அவர் இடத்தில் இருந்திருந்தால் அதைச் செய்திருக்க மாட்டேன். ஆமாம், அடிக்கடி அவதூறுக்கு ஆளாகும், தவறாகப் புரிந்து கொள்ளப்படும் அத்தகைய மனிதர்களுக்கு ஆதரவாக நான் பேசுகிறேன். இந்த மனிதர்கள் தங்களுடைய முரட்டு சுபாவத்திற்கு மாறாகத் தங்களையும் அறியாமல், அரவணைப்புக்கும், நியாயத்திற்கும், அழகானவற்றுக்கும் ஏங்குகிறார்கள். வெளித் தோற்றத்திற்கு முரடர்களாகத் தோன்றும் இவர்கள் ஆன்மீகத்திற்கு நிகரான உயர்ந்த அன்புடன் பெண்ணை நேசிக்கும் காதல் மன்னர்கள். நீங்கள் மீண்டும் நான் சொன்னதைக் கேட்டுச் சிரிக்காதீர்கள், ஏனெனில் என் கட்சிக்காரரைப் போன்ற மனிதர்களுக்கு அப்படித்தான் நடக்கிறது. அவர்களால் தங்களுடைய முரட்டுத்தனமான உணர்ச்சிகளையும், ஆசைகளையும் மறைக்க முடியாது என்பதால், எல்லோரும் அவற்றைக் கவனிக்கிறார்கள், ஆனால் அதற்குப் பின்னால் உள்ள மனிதனை யாரும் பார்ப்பதில்லை. அந்த மனிதனின் ஆசைகள் எளிதில் பூர்த்தியாகி விடுகின்றன, ஆனால் அவன் ஒரு கண்ணியமான, போற்றத்தக்க ஒருவரின் அருகில் இருக்கும்போது, தனது முரட்டு சுபாவத்தை விட்டொழித்து, ஒரு சிறந்த, கௌரவமான மனிதனாக வாழ முயற்சிக்கிறான். என் கட்சிக்காரரின் காதலைப் பற்றிப் பேச மாட்டேன் என்று நான் சற்று முன்னர் சொன்னேன். இருந்தாலும் அதைப் பற்றி ஓரிரு வார்த்தைகள் சொல்லலாம் என்று நான் நினைக்கிறேன். அந்தச் சீமாட்டியிடமிருந்து நாம் சற்று முன்னர் கேட்டது சாட்சியமல்ல, மாறாகப் பழிவாங்கும் வெறித்தனமான அலறல். அவள்தான் அவருக்குத் துரோகம் செய்தாள் என்பதால், அவளுக்கு அவரைக் குற்றம் சாட்ட எந்த உரிமையும் இல்லை. அவள் கொஞ்சமாவது யோசித்துப் பார்த்திருந்தால் அப்படி ஒரு சாட்சி சொல்லியிருக்க மாட்டாள்! அவள் சொன்னதை நம்பாதீர்கள்! அவள் சொன்னது போல என் கட்சிக்காரர் அரக்கன் அல்ல! மனிதகுலத்தை நேசித்த அந்த மாமனிதர் சிலுவையில் அறையப்படுவதற்கு முன்பு, 'நானே நல்ல மேய்ப்பன். ஒரு நல்ல மேய்ப்பன், தன் ஆடுகளில் ஒன்று கூட காணாமல் போகாதபடிக்கு தன் ஜீவனைக் கொடுக்கிறான்' என்றார். ஆகையால் நாமும் ஒரு மனித ஆத்மாவை அழிக்காமல் இருப்போமாக!

தந்தை என்பதற்கு என்ன அர்த்தம் என்று நான் சற்று முன்பு கேட்டேன். அது ஓர் உன்னதமான வார்த்தை, மிகவும் மதிப்பு வாய்ந்த கௌரவம் என்று சொன்னேன். ஆனால் நீதிபதிகளே, நாம் நேர்மையுடன் வார்த்தைகளைப் பயன்படுத்த வேண்டும். நாம் ஒன்றைச் சரியான வார்த்தைகளைப் பயன்படுத்தி அழைக்க வேண்டும் என்று நான் விரும்புகிறேன். ஃபியோதர் கரமசோவ் போன்ற ஒருவரைத் தந்தை என்று அழைக்க முடியாது. அவர் அதற்குத் தகுதியற்றவர். தகுதியற்ற ஒரு தந்தையிடம் அன்பு செலுத்துவது சாத்தியமற்றது, அபத்தமானது. சூன்யத்திலிருந்து அன்பு உருவாக முடியாது. கடவுள் ஒருவரால் மட்டுமே சூன்யத்திலிருந்து எதையும் படைக்க முடியும். 'பிதாக்களே, உங்கள் பிள்ளைகளின் கோபத்தைத் தூண்டாதிருங்கள்' என்று அப்போஸ்தலன் அன்பால் தகிக்கும் இதயத்திலிருந்து எழுதினார். நான் இந்த வார்த்தைகளை மேற்கோள் காட்டுவது என் கட்சிக்காரருக்காக அல்ல, மாறாக எல்லா தந்தையர்களுக்கும் அதை நினைவூட்டுகிறேன். தந்தையர்களுக்கு உபதேசம் செய்ய எனக்கு அதிகாரம் அளித்தவர் யார்? ஒருவரும் இல்லை. ஆனால் நான் ஒரு சக மனிதனாக, ஒரு குடிமகனாக, வாழும் அனைவரிடமும் வேண்டுகோள் விடுக்கிறேன். நாம் இந்தப் பூமியில் நீண்ட காலம் வாழப்போவதில்லை என்றாலும், பல தீய செயல்களையும், பல தீய வார்த்தைகளையும் பேசுகிறோம். ஆகவே நாம் அனைவரும் ஒன்றாக இருக்கும் சந்தர்ப்பத்தைப் பயன்படுத்தி ஒருவருக்கொருவர் நல்ல வார்த்தைகளைப் பேசுவோம். நான் இப்போது அதைத்தான் செய்கிறேன். நான் நிற்கும் இந்த இடத்தில், எனக்குக் கிடைத்த வாய்ப்பைப் பயன்படுத்திக் கொள்கிறேன். இந்த நீதிமன்றத்தில் பேசும் வார்த்தைகளை ரஷ்யா முழுவதும் கேட்கிறது. நான் இங்கே கூடியுள்ள தந்தையர்களுக்கு மட்டுமின்றி, அனைத்துத் தகப்பன்மார்களுக்கும் வேண்டுகோள் விடுக்கிறேன். 'பிதாக்களே, உங்கள் பிள்ளைகளின் கோபத்தைத் தூண்டாதிருங்கள்.' ஆமாம், நாம் முதலில் கிறிஸ்துவின் கட்டளையை நிறைவேற்றுவோம். அதன் பிறகுதான் நாம் அதை நம்முடைய பிள்ளைகளிடமும் எதிர்பார்க்க முடியும். இல்லையென்றால் நாம் அவர்களின் தந்தையர் அல்ல, அவர்களின் எதிரிகள். அவர்கள் நமது பிள்ளைகள் அல்ல, நம்முடைய எதிரிகள். நாமே அவர்களை நமக்கு எதிரிகளாக்கி விட்டோம்! 'நீங்கள் அளவிடும் அதே அளவினால் உங்களுக்கு அளக்கப்படும்' என்று நான் சொல்லவில்லை, சுவிசேஷத்தின் கட்டளை அதுதான். மற்றவர்கள் உங்களை எப்படி அளவிட விரும்புகிறீர்களோ அதே போல நீங்கள் மற்றவர்களையும் அளவிடுங்கள். நம் அளவுகோலை வைத்து

பிள்ளைகள் நம்மை அளந்தால், நாம் எப்படி அவர்களைக் குறை சொல்ல முடியும்?

சமீபத்தில் பின்லாந்தில் ஒரு வேலைக்காரப் பெண் இரகசியமாக ஒரு குழந்தையைப் பெற்றெடுத்தாள் என்ற சந்தேகம் ஏற்பட்டது. அவர்கள் அவளைக் கண்காணித்தபோது, வீட்டின் பரண் மீது, ஒரு மூலையில் சில செங்கற்களுக்குப் பின்னால் யாருக்கும் தெரியாமல் மறைத்து வைத்திருந்த ஒரு பெட்டியைக் கண்டுபிடித்தனர். அவர்கள் அதைத் திறந்து, அவள் கொலை செய்த பச்சிளம் குழந்தையின் உடலைக் கண்டெடுத்தார்கள். அந்தப் பெட்டியில் மேலும் இரண்டு குழந்தைகளின் எலும்புக்கூடுகள் இருந்தன. அந்தக் குழந்தைகள் பிறந்ததும் அவற்றைக் கொன்றுவிட்டதாக அவள் ஒப்புக் கொண்டாள். நடுவர் பெருமக்களே, நான் உங்களைக் கேட்கிறேன், அவள் அந்தக் குழந்தைகளின் தாயா? அவள் அவர்களைப் பெற்றெடுத்ததால் மட்டுமே அவர்களுக்குத் தாயாக முடியுமா? நாம் அவளைத் தாய் என்ற புனிதமான பெயரால் அழைக்க முடியுமா? நீதிபதிகளே, நாம் தைரியமாக இருப்போம், துணிச்சலாகச் செயல்படுவோம். நாம் இந்த நேரத்தில் அப்படி இருப்பது நமது கடமையாகும். ஒஸ்திரோவ்ஸ்கியின் நாடகத்தில் வரும், சில வார்த்தைகளின் உச்சரிப்பைக் கேட்டாலே நடுங்கும், மாஸ்கோ வியாபாரிகளின் மனைவிகளைப் போல நாம் சில வார்த்தைகளுக்கும், கருத்துக்களுக்கும் பயப்படக்கூடாது. கடந்த சில ஆண்டுகளில் நாம் முன்னேற்றத்தையும் வளர்ச்சியையும் சந்தித்திருக்கிறோம் என்பதை நிரூபிப்போம். வெளிப்படையாகச் சொல்ல வேண்டும் என்றால், ஒரு குழந்தையைப் பெற்றெடுப்பவர் மட்டும் தந்தையல்ல; குழந்தையைப் பெற்றெடுத்து அதற்குரிய கடமைகளைச் செய்பவரே தந்தையாவார்.

நிச்சயமாக, ‘தந்தை’ என்பதற்கு மற்றொரு அர்த்தமும், விளக்கமும் உள்ளது. ஒரு தந்தை தனது குழந்தைகளுக்கு அரக்கனாக, எதிரியாக இருந்தாலும், அவர் அவர்களைப் பெற்றதால் மட்டுமே அவர்களுக்குத் தந்தையாக இருக்கிறார் என்ற பொருளை அது வலியுறுத்துகிறது. ஆனால் அந்தக் கருத்து ஒரு மாயை, என் அறிவால் புரிந்து கொள்ள முடியாதது. இருந்தாலும், எனக்கு முழுமையாகப் புரியாத பல விஷயங்களை நம்பிக்கையின் அடிப்படையில், மதம் என்னை நம்பச் சொல்வது போல நான் அதையும் ஏற்றுக் கொள்கிறேன். அப்படியானால் அது யதார்த்த வாழ்வின் வட்டத்திற்கு வெளியே இருக்கட்டும். ஆனால் நமது அன்றாட வாழ்க்கையில் நமக்கு உரிமைகளும் கடமைகளும் உள்ளன. நாம் மனிதாபிமானமுள்ள கிறிஸ்துவர்களாக இருக்க

விரும்பினால், நம்முடைய பகுத்தறிவு மற்றும் அனுபவத்தால் நியாயப்படுத்தப்பட்ட நம்பிக்கைகளின்படிச் செயல்படுவது நமது கடமையாகும். சுருங்கச் சொன்னால், நாம் கனவிலும் சித்தப் பிரமையிலும் நடந்து கொள்வதைப் போல பைத்தியக்காரத்தனமாக அல்லாமல் பகுத்தறிவுடன் செயல்பட்டு, மற்றவர்களுக்குத் தீங்கு செய்வதையும், அவர்களைத் துன்புறுத்துவதையும் தவிர்க்க வேண்டும். அப்போதுதான் நமது செயல்கள் புரியாத புதிராக இல்லாமல், புத்திசாலித்தனமும் கருணையும் கொண்ட உண்மையான கிறிஸ்துவ செயலாக இருக்கும்...”

அந்தச் சமயத்தில் அரங்கத்தின் பல பகுதிகளிலிருந்தும் பலத்த கரவொலி எழுந்தது, ஆனால் ஃபெட்யுகோவிச் பேசி முடிக்கும் வரை குறுக்கிட வேண்டாம் என்று கெஞ்சுவது போல கைகளை அசைத்தார். அதைத் தொடர்ந்து எல்லோரும் சட்டென்று அமைதியானார்கள். பேச்சாளர் தொடர்ந்தார்.

“கனவான்களே, நம் குழந்தைகள் வளர்ந்து சிந்திக்கத் தொடங்கும்போது, இத்தகைய கேள்விகளைத் தவிர்க்க முடியும் என்று நீங்கள் நினைக்கிறீர்களா? இல்லை, அவர்களால் முடியாது. நாம் அவர்களிடம் அப்படி ஒரு சகிப்புத்தன்மையை எதிர்பார்க்க வேண்டாம்! ஓர் இளைஞன் தன் வயதை ஒத்தவர்களின் தந்தையுடன் தனது தந்தையை ஒப்பிட்டுப் பார்த்து, அவரை ஒரு தகுதியற்ற தகப்பனாகப் பார்க்கும்போது, அவன் தன்னையும் அறியாமல் வேதனையுடன் அந்தக் கேள்விகளை எதிர் கொள்கிறான். ‘அவர் உனக்கு உயிரைக் கொடுத்தார். நீ அவருடைய இரத்தத்தினால் உருவானவன் என்பதால், அவரை நேசிப்பது உனது கடமை’ என்ற வழக்கமான பதில் அந்தக் கேள்விகளுக்குக் கிடைக்கிறது. ‘ஆனால் அவர் என்னைக் கருவாக்கியபோது என்னை நேசித்தாரா?’ என்று அந்த இளைஞன் தன்னையும் அறியாமல் வியப்புடன் கேட்கிறான். ‘நான் அவருடைய அன்பினால் பிறந்தேனா? அல்லது ஒருவேளை மதுவால் தூண்டப்பட்ட காமத்தால் பிறந்தேனா? அவர் எனக்குக் கொடுத்ததெல்லாம் குடிப்பழக்கம் மட்டுமே. அவர் எனக்குச் செய்தது அவ்வளவுதான்... அவர் தன் வாழ்நாள் முழுவதும் என்னைப் பற்றிக் கவலைப்படாதபோது, என்னைப் பெற்றெடுத்தார் என்ற ஒரே காரணத்திற்காக நான் அவரை நேசிக்க வேண்டுமா?’

ஓ, ஒருவேளை இந்தக் கேள்விகள் முரட்டுத்தனமாகவும், குரூரமாகவும், தோன்றலாம், ஆனால் ஓர் இளமையான உள்ளத்திடமிருந்து நீங்கள் சாத்தியமில்லாத சகிப்புத்தன்மையை எதிர்பார்க்காதீர்கள். ‘நீங்கள் இயற்கையைக் கதவு வழியாக வெளியே விரட்டினால், அது ஜன்னல் வழியாக உள்ளே வரும்.’

எனவே நாம் வார்த்தைகளைக் கண்டு பயப்படாமல், மாயையான கருத்துக்களின் அடிப்படையில் அல்லாமல், பகுத்தறிவு மற்றும் மனித நேயத்தின்படி பிரச்சினைகளைத் தீர்ப்போம். சரி, இந்தப் பிரச்சினையை எப்படித் தீர்ப்பது? ‘தந்தையே, நான் ஏன் உங்களை நேசிக்க வேண்டும்? நான் ஏன் உங்களை நேசிக்க வேண்டும் என்ற காரணத்தைச் சொல்லுங்கள்’ என்று மகன் தன் தந்தையிடம் நேருக்கு நேராகக் கேட்க வேண்டும். அப்போது தந்தை தனது அன்பை நிரூபிக்கும் வகையில் திருப்திகரமான பதிலைக் கொடுக்க முடிந்தால், அது ஓர் உண்மையான, ஆரோக்கியமான குடும்பமாக இருக்கும். அது குருட்டுத்தனமான பாரம்பரியத்தை அடிப்படையாகக் கொண்டதாக அல்லாமல், பொறுப்பும், அக்கறையும், அன்பும் செழிக்கும் ஒரு குடும்பமாக இருக்கும். ஆனால் தந்தையால் அதை நிரூபிக்க முடியவில்லை என்றால், அந்தக் குடும்ப பந்தம் முடிவுக்கு வந்துவிடும். அவர் தன் மகனுக்குத் தந்தை அல்ல, அவரை ஓர் அந்நியராக, ஏன் ஒரு எதிரியாகப் பார்க்கக்கூட மகனுக்கு உரிமை உண்டு. நடுவர் பெருமக்களே, நமது நீதிமன்றம், உண்மையான, விவேகமான கருத்துக்களை ஊக்குவிக்கும் இடமாக இருக்க வேண்டும்!”

அப்போது எழுந்த கட்டுப்படுத்த முடியாத, ஏறக்குறைய வெறித்தனமான கரவொலியால் அவருடைய பேச்சு தடைபட்டது. அங்கிருந்த அனைவரும் அதைப் பாராட்டவில்லை என்றாலும், அவர்களில் பாதி பேர் கைதட்டி, ஆரவாரம் செய்தார்கள். தந்தையர்களும், தாய்மார்களும் கை தட்டினார்கள். பெண்கள் அமர்ந்திருந்த இடத்திலிருந்து உற்சாகமான கூச்சல்கள் எழுந்தன. சிலர் தங்கள் கைக்குட்டைகளை அசைத்தார்கள். தலைமை நீதிபதி தனது முழு பலத்தையும் பிரயோகித்து மணியை அடித்தார். பார்வையாளர்களின் நடத்தையால் அவர் எரிச்சலடைந்தார் என்பது வெளிப்படையாகத் தெரிந்தது. ஆனால் அவர் அங்கிருந்த அனைவரையும் வெளியேற்றுவதாகச் சொன்ன மிரட்டலை நிறைவேற்றத் துணியவில்லை. உயர் பதவியில் இருந்தவர்களும், தங்கள் கோட்டில் நட்சத்திர பதக்கங்களைக் குத்திய, நீதிபதிகளுக்குப் பின்னால் பிரத்யேகமாக ஒதுக்கப்பட்ட இருக்கைகளில் அமர்ந்திருந்த முதியவர்கள் பேச்சாளரைப் பாராட்டும் விதமாகத் தங்கள் கைக்குட்டைகளை அசைத்தனர். கூச்சல் அடங்கியதும், தலைமை நீதிபதி பார்வையாளர்களை நோக்கி, மீண்டும் இப்படி நடந்தால் அனைவரையும் வெளியேற்றப் போவதாக எச்சரிக்கை விடுத்தார். ஃபெட்யுகோவிச் வெற்றிக் களிப்புடன் தனது உரையைத் தொடர்ந்தார்.

“கனவான்களே, நடுவர் பெருமக்களே, இன்று அதிகமாக விவாதிக்கப்பட்ட, அந்தப் பயங்கரமான இரவை, மகன் வேலியைத்

தாண்டிக் குதித்து, தன்னைப் பெற்றெடுத்த எதிரியை, தன்னைத் துன்புறுத்திய மனிதரை நேருக்கு நேர் சந்தித்ததை நீங்கள் நினைத்துப் பாருங்கள். அந்த நேரத்தில் அவர் அங்கே ஓடியது பணத்திற்காக அல்ல என்பதை நான் அழுத்தமாக வலியுறுத்திச் சொல்கிறேன். நான் ஏற்கனவே சுட்டிக் காட்டியது போல, திருட்டுக் குற்றச்சாட்டு அபத்தமானது. அவர் தனது தந்தையைக் கொல்வதற்காக அவருடைய வீட்டிற்குச் செல்லவில்லை. ஓ, நிச்சயமாக இல்லை, ஏனெனில் அது அவருடைய நோக்கமாக இருந்திருந்தால், அதற்குத் தேவையான ஆயுதத்தை அவர் முன்கூட்டியே தயாராக வைத்திருந்திருப்பார். ஆனால் அவர் தன்னையும் அறியாமல், ஏன் என்று தெரியாமல், தன்னிச்சையாக அந்தப் பித்தளை உலக்கையை எடுத்துக் கொண்டார். அவர் ஜன்னலைத் தட்டி தனது தந்தையை ஏமாற்றி, உள்ளே நுழைந்தார் என்று வைத்துக் கொண்டாலும், நான் ஏற்கனவே சொன்னது போல அந்தக் கதையைக் கொஞ்சம் கூட நம்பவில்லை, ஆனால் ஒரு வாதத்திற்காக அது உண்மை என்று வைத்துக் கொள்வோம்! நீதிபதிகளே, அது அவருடைய தந்தையாக இல்லாமல், ஒரு சாதாரண எதிரியாக இருந்திருந்தால், அவர் எல்லா அறைகளிலும் நுழைந்து, அந்தப் பெண் அங்கே இல்லை என்று திருப்தியடைந்த பிறகு, அந்த எதிரிக்கு எந்தத் தீங்கும் செய்யாமல், அவசரமாக அங்கிருந்து ஓடியிருப்பார். அவர் அவனை அடித்திருக்கலாம், கீழே தள்ளியிருக்கலாம், ஆனால் அதற்கு மேல் எதுவும் நடந்திருக்காது, ஏனெனில் வேறு எதைப் பற்றியும் சிந்திக்க அவருக்கு நேரமில்லை. அவள் எங்கே இருக்கிறாள் என்பதைக் கண்டுபிடிக்க வேண்டும் என்றுதான் அவர் விரும்பினார். ஆனால் அது அவரது தந்தை! அவர் தனது குழந்தைப் பருவத்திலிருந்தே வெறுத்த, அவரைத் துன்புறுத்திய, இப்போது அவருடைய அசுரத்தனமான போட்டியாளராக மாறிவிட்ட எதிரியைப் பார்த்ததும், அவரால் சகித்துக்கொள்ள முடியவில்லை! அவரையும் அறியாமல், தடுக்க முடியாத ஒரு வெறுப்புணர்ச்சி அவரை ஆட்கொண்டு, அவருடைய பகுத்தறிவை மூடிமறைத்தது. அவருடைய உள்ளத்தில் அடங்கியிருந்த உணர்வுகள் அனைத்தும் ஒரு நொடியில் பொங்கி எழுந்தன. அவர் தடுக்க முடியாத உள்ளுணர்வின் உந்துதலால், தன்னை அறியாமலும், கட்டுப்படுத்த முடியாமலும் செயல்பட்டார். ஆனால் பிரதிவாதி அவரைக் கொலை செய்யவில்லை என்று நான் வலியுறுத்திச் சொல்கிறேன். அவர் அவரை நோக்கி வெறுப்பு நிறைந்த கோபத்துடன் உலக்கையை வீசினார், ஆனால் அவரைக் கொல்லும் நோக்கமின்றி, அதனால் அவர் இறந்துவிடுவார் என்பதை உணராமல் அதைச் செய்தார். அந்த விதிவசமான

உலக்கை அவருடைய கையில் இல்லாமல் இருந்திருந்தால், அவர் தனது தந்தையை அடித்திருப்பாரே தவிர, அவரைக் கொன்றிருக்க மாட்டார். அவர் அங்கிருந்து ஓடியபோது, அந்தக் கிழவரைக் கொன்றுவிட்டோமா இல்லையா என்பது கூட அவருக்குத் தெரியாது. எனவே இதை வழக்கமான அர்த்தத்தில் கொலை என்று சொல்ல முடியாது. அத்தகைய ஒரு மனிதரைக் கொன்றதை தந்தையைக் கொன்றதாகக் கருத முடியாது. அதை அப்படிச் சொல்வது பாரபட்சமானது, நியாயமற்றது.

ஆனால் அவர் உண்மையில் அந்தக் கொலையைச் செய்தாரா? நான் என் உள்ளத்தின் ஆழத்திலிருந்து மீண்டும் மீண்டும் அந்தக் கேள்வியை உங்களிடம் கேட்கிறேன். நடுவர் பெருமக்களே, நாம் அவரைக் குற்றவாளி என்று முடிவு செய்து, அவரைத் தண்டித்தால் அவர் தனக்குத்தானே இப்படிச் சொல்லிக் கொள்வார். ‘இந்த மனிதர்கள் எனக்காக எதுவும் செய்யவில்லை. அவர்கள் என்னுடைய கல்விக்கோ, வளர்ச்சிக்கோ உதவி செய்து, என்னை ஒரு நல்ல மனிதனாக மாற்ற எதையும் செய்யவில்லை. அவர்கள் எனக்கு உணவும், தண்ணீரும் கொடுக்கவில்லை. நான் சிறையில் இருந்தபோது, யாரும் என்னைப் பார்க்க வரவில்லை. ஆனால் இப்போது அவர்கள் என்னைச் சைபீரியாவுக்கு அனுப்புகிறார்கள். நான் அவர்களிடமிருந்து விலகி விட்டேன். இப்போது நான் அவர்களுக்குக் கடன்பட்டிருக்கவில்லை. நான் யாருக்கும் என்றென்றைக்கும் கடன்பட்டிருக்க மாட்டேன். அவர்கள் பொல்லாதவர்கள் என்பதால், நானும் பொல்லாதவனாக இருப்பேன். அவர்கள் குரூரமானவர்கள் என்பதால், நானும் குரூரமானவனாக இருப்பேன்.’ நடுவர் பெருமக்களே, அவர் இப்படித்தான் சொல்லப் போகிறார். நீங்கள் அவருக்குத் தண்டனை விதிப்பதன் மூலம் அவருக்கு அப்படிச் செய்வது சுலபமாக இருக்கும். ஏனெனில், அவருடைய மனசாட்சி மரத்துப் போகும் என்பதால், அவர் சிந்திய இரத்தத்திற்காகத் தன்னைத்தானே சபித்துக் கொள்வார், ஆனால் அதற்காக வருத்தப்பட மாட்டார். அதே நேரத்தில், அவருக்குள் மறைந்திருக்கும் ஒரு புதிய மனிதனாக மாறுவதற்கான சாத்தியத்தை நீங்கள் அழித்துவிடுவீர்கள், ஏனெனில் அவர் தனது கண்களை மூடிக் கொண்டு, வாழ்நாள் முழுவதும் பொல்லாதவராக இருப்பார்.

நீங்கள் அவருக்குக் கற்பனை செய்ய முடியாத, கடுமையான தண்டனையைக் கொடுக்க விரும்பினால், அவரது ஆன்மாவை என்றென்றும் காப்பாற்றி, உங்கள் கருணையால் அவரை மூச்சுத் திணறச் செய்யுங்கள்! அப்போது அவர் எப்படி நடுங்குவார் என்பதை நீங்கள் காண்பீர்கள். ‘என்னால் இந்தக் கருணையைத்

தாங்க முடியுமா? என்னால் இந்த அன்பைத் தாங்க முடியுமா? நான் அதற்குத் தகுதியானவனா?' என்று அவர் வியப்புடன் கேட்பார். நடுவர் பெருமக்களே, நான் அவருடைய முரட்டுத்தனமான, ஆனால் உன்னதமான இதயத்தை நன்றாக அறிவேன். ஒரு மகத்தான, அன்பான செயலுக்காக ஏங்கும் அந்த இதயம் உங்கள் கருணைக்கு முன்னால் தலைவணங்கும். அது மேன்மேலும் உயர்ந்து அதன் உச்சத்தை அடையும். தங்களுடைய போதாமையினால் இந்த உலகத்தைக் குறை சொல்லும் எண்ணற்ற ஆத்மாக்கள் உள்ளன. ஆனால் அத்தகைய ஆன்மாவைக் கருணையால் மூழ்கடித்து, அதற்கு அன்பு காட்டுங்கள். அப்போது அது தனது கடந்த காலத்தை நினைத்து வருந்தும், ஏனெனில் அதற்குள் பல நல்ல தூண்டுதல்கள் உள்ளன. அத்தகைய இதயம் விரிவடைந்து, கடவுள் இரக்கமுள்ளவர் என்பதையும், மனிதர்கள் நல்லவர்கள், நீதியுள்ளவர்கள் என்பதையும் புரிந்து கொள்ளும். அப்போது அவர் பயந்து நடுங்குவார், ஏனெனில் வருத்தமும் கடமை உணர்வும் அவரை ஆக்கிரமித்துக் கொள்ளும். அப்போது அவர், 'நான் விலகி விட்டேன்' என்று சொல்ல மாட்டார். 'எல்லா மனிதர்களுக்கும் முன்னால் நானே குற்றவாளி, எல்லா மனிதர்களிலும் நானே தகுதியற்றவன்' என்று அவர் கூறுவார். 'மற்றவர்கள் என்னைவிட மேலானவர்கள், ஏனெனில் அவர்கள் என்னை அழிப்பதற்குப் பதிலாகக் காப்பாற்ற விரும்புகிறார்கள்' என்று அவர் மனம் வருந்தி, கண்ணீர் விட்டு, வேதனையுடன் கதறுவார்.

ஓ, இந்தக் கருணை மிக்க செயலைச் செய்வது உங்களுக்கு எளிதாக இருக்கும், ஏனெனில் உண்மையை ஒத்த எந்த ஆதாரங்களும் இல்லாத நிலையில், 'ஆமாம், அவர் குற்றவாளி' என்று தீர்ப்பளிப்பது உங்களுக்குக் கடினமாக இருக்கும். ஒரு நிரபராதியைத் தண்டிப்பதை விட, பத்து குற்றவாளிகளை விடுதலை செய்வது மேல்! நம்முடைய மகத்தான கடந்த கால வரலாற்றில் ஒலித்த அந்தக் கம்பீரமான குரலை நீங்கள் கேட்கிறீர்களா? ரஷ்ய நீதிமன்றங்கள் குற்றவாளியைத் தண்டிப்பதற்கு மட்டுமின்றி, பாழாய்ப் போன மனிதனின் விமோசனத்திற்காகவும் இருக்கின்றன என்பதை என்னைப் போன்ற ஒரு சாதாரண மனிதன் உங்களுக்குச் சுட்டிக் காட்ட வேண்டியதில்லை. மற்ற தேசங்கள் சரியான தண்டனை வழங்குவதிலும், சட்டத்தின்படி நடப்பதிலும் கவனம் செலுத்தட்டும். நாம் சட்டத்தின் உண்மையான நோக்கத்தைப் பின்பற்றி பாவிகளை இரட்சித்து, அவர்களுக்கு மறுவாழ்வு கொடுப்போம். அது உண்மையானால், ரஷ்யாவும் அதன் நீதியும் அப்படி இருக்குமானால், ரஷ்யா மகிழ்ச்சியுடனும், நம்பிக்கையுடனும் முன்னேற முடியும். அனைத்து நாடுகளும்

வெறுப்புடன் ஒதுங்கி வழிவிடும், வெறிபிடித்த முக்கூட்டின் கதையைச் சொல்லி எங்களைப் பயமுறுத்த முயற்சிக்க வேண்டாம்! ரஷ்யா வெறிபிடித்த முக்கூட்டைப் போல இல்லாமல், கம்பீரமான தேரைப் போல அமைதியாகவும் உறுதியாகவும் அதன் இலக்கை அடையும். என் கட்சிக்காரரின் தலைவிதியும், ரஷ்ய நீதியின் தலைவிதியும் உங்கள் கைகளில் உள்ளது. நீங்கள் அதைக் காப்பாற்றி, பாதுகாப்பீர்கள் என்பதையும், அதைக் கண்காணிக்க ஆட்கள் இருக்கிறார்கள் என்பதையும், அது நல்லவர்களின் கைகளில் உள்ளது என்பதையும் நீங்கள் நிரூபிப்பீர்கள்!"

14. விவசாயிகள் தங்கள் நிலைப்பாட்டில் உறுதியாக இருந்தார்கள்

ஃபெட்யுகோவிச் பேசி முடித்தபோது, பார்வையாளர்களின் உற்சாகம் கட்டுக்கடங்காத புயலைப் போல எழுந்தது. அதைத் தடுத்து நிறுத்துவது நினைத்துப் பார்க்க முடியாத செயலாக இருந்தது. பெண்களும், ஆண்களில் பலரும் அழுதார்கள், இரண்டு முக்கிய பிரமுகர்கள் கூட கண்ணீர் வடித்தார்கள். தலைமை நீதிபதி அவர்களின் உணர்வுகளை மதிக்கும் விதமாக மணியை அடிப்பதைக் கூட ஒத்தி வைத்தார். அத்தகைய உற்சாகத்தை அடக்குவது புனிதமான ஒன்றை அடக்குவதாகும் என்று பெண்கள் பின்னர் கூச்சலிட்டனர். பேச்சாளர் உண்மையிலேயே மனம் நெகிழ்ந்தார். அந்தச் சமயத்தில்தான் இப்போலித் கிரில்லோவிச் எழுந்து நின்று சில ஆட்சேபணைகளைத் தெரிவித்தார். பார்வையாளர்கள் அவரை வெறுப்புடன் பார்த்தனர். 'என்ன? என்ன இது? இதையெல்லாம் ஆட்சேபிக்க அவருக்கு என்ன தைரியம்?' என்று பெண்கள் முணுமுணுத்தனர். ஆனால் அவரது மனைவி உட்பட இந்த உலகில் உள்ள அனைத்துப் பெண்களும் எதிர்ப்புத் தெரிவித்திருந்தாலும் அப்போது அவரைத் தடுத்திருக்க முடியாது. அவர் முகம் வெளிறிய நிலையில், பதற்றத்துடன் நடுங்கிக் கொண்டிருந்தார். அவர் முதலில் பேசிய சில வார்த்தைகள் புரிந்து கொள்ள முடியாதவையாக இருந்தன. அவருக்கு மூச்சுத் திணறியதால் அவரால் தெளிவாகப் பேச முடியவில்லை. ஆனால் அவர் விரைவில் தன்னைச் சுதாரித்துக் கொண்டார். அவருடைய பேச்சிலிருந்து சிலவற்றை மற்றும் நான் இங்கே குறிப்பிட்டுச் சொல்கிறேன்.

"...நான் கற்பனைகளை இட்டுக் கட்டுவதாக என் மீது குற்றம் சாட்டப்பட்டது. ஆனால் எதிர்த்தரப்பு வழக்கறிஞர் கற்பனைக்கு மேல் கற்பனையாக அடுக்கிக் கொண்டே செல்லவில்லையா?

அதில் கவிதை ஒன்றுதான் இல்லை. ஃபியோதர் பாவ்லோவிச் தனது காதலிக்காகக் காத்திருந்தபோது, உறையைக் கிழித்து தரையில் வீசினார் என்றும், அவர் அந்த விசித்திரமான செயலைச் செய்தபோது, என்ன சொன்னார் என்றும் நம்மிடம் சொல்லப்பட்டது. அது கற்பனையின் உச்சம் அல்லவா? அவர் பணத்தை உறையிலிருந்து எடுத்தார் என்பதற்கு என்ன ஆதாரம் இருக்கிறது? அவர் அப்படிச் சொன்னதை யார் கேட்டார்கள்? அடுத்ததாக, ஸ்மெர்த்தியாக்கவ் என்ற பலவீனமான மனம் படைத்த முட்டாள், முறைகேடாகப் பிறந்ததற்காக, கவிஞர் பைரனின் கதாநாயகனைப் போல இந்தச் சமூகத்தைப் பழிவாங்கப் புறப்படுகிறார். இது பைரன் பாணியில் அமைந்த கவித்துவமான கற்பனை அல்லவா? அதன் பிறகு மகன் தனது தந்தையின் வீட்டில் நுழைந்து அவரைக் கொலை செய்கிறார், ஆனால் அவரைக் கொல்லவில்லை. அது ஒரு புனைவோ அல்லது கவிதையோ அல்ல, சிங்க உடலும் மனிதத் தலையும் கொண்டவரால் கூட விடுவிக்க முடியாத புதிர். அவர் அவரைக் கொன்றார் என்றால் கொன்றுவிட்டார் என்றுதான் அர்த்தம். அவர் அவரைக் கொன்றார், ஆனால் அதைக் கொலை என்று சொல்ல முடியாது என்றால், அதை எப்படிப் புரிந்து கொள்வது?

அதற்குப் பிறகு, நமது நீதிமன்றம், உண்மையான, விவேகமான கருத்துக்களை ஊக்குவிக்கும் இடமாக இருக்க வேண்டும் என்று நமக்கு அறிவுரை சொல்லப்பட்டது. இருப்பினும், ஒரு தந்தையைக் கொலை செய்ததை, தந்தைக் கொலையாகச் சொல்வது பாரபட்சமானது என்ற அறிவிப்பு இந்த விவேகமான நீதிமன்றத்தில் ஒலித்தது! அதைத் தந்தை கொலையாகக் கருதுவது பாரபட்சம் என்றால், ஒவ்வொரு மகனும் தனது தந்தையிடம் அவரை நேசிக்க வேண்டும் என்பதற்குக் காரணம் கேட்க வேண்டும் என்றால், நம் சமூகத்தின் அஸ்திவாரம் என்னவாகும்? நமது குடும்ப அமைப்பு என்னவாகும்? தந்தைக் கொலை என்பது மாஸ்கோ வியாபாரிகளின் மனைவிகளைப் பயமுறுத்தும் ஒரு வார்த்தையாக மட்டுமே தோன்றுகிறது. ஒரு நோக்கத்தை அடைவதற்காக, நியாயப்படுத்த முடியாத ஒன்றை நியாயப்படுத்துவதற்காக, ரஷ்ய நீதியின் மதிப்புமிக்க, புனிதமான கோட்பாடுகள் அனைத்தும் மிகவும் அற்பமான முறையில் நமக்குச் சொல்லப்பட்டது. 'ஓ, உங்கள் கருணையால் அவரை மூச்சுத் திணறச் செய்யுங்கள்' என்று எதிர்த்தரப்பு வழக்கறிஞர் கூச்சலிட்டார். ஆனால் குற்றவாளிக்குத் தேவையானது அதுதான். அவர் எவ்வளவு கருணையைப் பெறப் போகிறார் என்பது நாளை தெளிவாகிவிடும். பிரதிவாதியை விடுவிக்க வேண்டும் என்று எதிர்த்தரப்பு வழக்கறிஞர் எவ்வளவு

பணிவுடன் கேட்டுக் கொண்டார்? பிரதிவாதியின் சாகசத்தை வருங்காலச் சந்ததியினர் நினைவுகூரும் வகையில், தந்தை கொலையின் நினைவாக ஒரு தொண்டு நிறுவனத்தை ஏன் நிறுவக்கூடாது? மதமும், சுவிசேஷங்களும் மாயாவாதம் என்பதால் அவை அனைத்தும் திருத்தப்பட வேண்டும் என்றும், பகுத்தறிவு மற்றும் பொது அறிவினால் பகுப்பாய்வு செய்யப்பட்ட உண்மையான கிறிஸ்துவமே நம்முடையது என்றும் நமக்குச் சொல்லப்பட்டது. அதன் மூலம் கிறிஸ்துவைப் பற்றிய ஒரு தவறான சித்திரம் நமக்குக் காட்டப்பட்டது!

'நீங்கள் அளவிடும் அதே அளவினால் உங்களுக்கு அளக்கப்படும்' என்று கூச்சலிட்ட எதிர்த்தரப்பு வழக்கறிஞர் உடனடியாக, மற்றவர்கள் உங்களை எப்படி அளவிட விரும்புகிறீர்களோ அதே போல நீங்கள் மற்றவர்களையும் அளவிட வேண்டும் என்று கிறிஸ்து நமக்குக் கற்பிப்பதாகச் சொன்னார். அந்த வார்த்தைகள் உண்மை மற்றும் பகுத்தறிவின் பாசறையிலிருந்து வந்தன! நாம் உரை நிகழ்த்துவதற்கு முன்பு, நம்முடைய அறிவுத் திறனைப் பறைசாற்றவும், பார்வையாளர்களைத் திகைப்பில் ஆழ்த்தி, ஒரு குறிப்பிட்ட விளைவை ஏற்படுத்தவும் சுவிசேஷங்களைப் புரட்டிப் பார்க்கிறோம். ஆனால் எதிர்த்தரப்பு வழக்கறிஞரின் விளக்கம் கிறிஸ்துவின் கட்டளைக்கு நேர்மாறானது. கிறிஸ்து அதைச் செய்ய வேண்டாம் என்றும், அதைத் தவிர்க்க வேண்டும் என்றும் நமக்குக் கட்டளையிடுகிறார், ஏனெனில் பொல்லாத உலகம் அதைத்தான் செய்கிறது. எனவே பிறர் நமக்குச் செய்யும் தீயவற்றை அவர்களுக்குத் திருப்பிச் செய்யாமல், நாம் அவர்களை மன்னித்து, மறு கன்னத்தைக் காட்ட வேண்டும். அதைத்தான் கடவுள் நமக்கு கற்றுக் கொடுத்தாரே தவிர, பிள்ளைகள் தங்கள் தந்தையரைக் கொலை செய்யத் தடை விதிப்பது பாரபட்சம் என்று சொல்வதை அல்ல. 'சிலுவையில் அறையப்பட்ட மனித குலத்தின் அன்பர்' என்று சொல்லும் எதிர்த்தரப்பு வழக்கறிஞரின் விளக்கத்திற்கு மாறாக, 'நீரே எங்கள் கடவுள்' என்று பழமைவாத ரஷ்யா முழுவதும் பயபக்தியுடன் அழைக்கும் எங்கள் ஆண்டவரின் சுவிசேஷத்தை, நாங்கள் உண்மை மற்றும் பகுத்தறிவின் தளத்திலிருந்து திருத்த மாட்டோம்!"

அப்போது தலைமை நீதிபதி குறுக்கிட்டு, இதுபோன்ற சந்தர்ப்பங்களில் நீதிபதிகள் வழக்கமாகச் செய்வதைப் போல, மிகைப்படுத்தி பேச வேண்டாம் என்றும், வரம்புகளை மீற வேண்டாம் என்றும் கேட்டுக் கொண்டார். பார்வையாளர்கள் மத்தியிலும் சலசலப்பு ஏற்பட்டது. அவர்களில் சிலர் பொறுமையிழந்து கூச்சலிட்டனர். ஃபெட்யுகோவிச் எதையும்

ஆட்சேபிக்காமல் எழுந்து நின்று, மார்பின் மீது கை வைத்து, புண்பட்ட குரலில் சில கண்ணியமான வார்த்தைகளைச் சொன்னார். அப்போது அவர் 'புனைவு' 'உளவியல்' போன்ற வார்த்தைகளைப் பற்றிச் சிறிய கேலியுடன் சில முரண்பாடான கருத்துக்களைச் சொல்லி, 'ஜூபிடர், நீங்கள் கோபமாக இருப்பதால் தவறு செய்கிறீர்கள்' என்று சொன்னார். அது பார்வையாளர்கள் மத்தியில் பலத்த சிரிப்பை வரவழைத்தது, ஏனெனில் இப்போலித் கிரில்லோவிச் எந்த விதத்திலும் ஜூபிடரை ஒத்திருக்கவில்லை. இளைய தலைமுறையினர் தங்கள் தந்தையரைக் கொல்வதை ஆதரிக்கிறார் என்ற குற்றச்சாட்டுக்கு, ஃபெட்யுகோவிச் மிகுந்த கண்ணியத்துடன், அதற்குப் பதில் சொல்ல வேண்டிய அவசியம் தனக்கு இல்லை என்று சொன்னார். பழமைவாத ரஷ்யாவின் கருத்துக்கு மாறாக அவர் கிறிஸ்துவை அழைத்த குற்றச்சாட்டைப் பொறுத்தவரை, ஒரு நல்ல, விசுவாசமான குடிமகன் என்ற தனது நற்பெயருக்குக் களங்கம் ஏற்படுவதிலிருந்து இந்த நீதிமன்றம் தன்னைப் பாதுகாக்கும் என்று நம்பியதாகச் சொன்னார். அவர் அதைச் சொன்னதும், தலைமை நீதிபதி அவரைத் தடுத்து நிறுத்தினார். ஃபெட்யுகோவிச் தனது பேச்சை முடித்துவிட்டு தலை வணங்கியபோது, நீதிமன்றத்தில் பலத்த கரவொலி எழுந்தது. இப்போலித் கிரில்லோவிச், 'எழுந்து நிற்க முடியாத அளவுக்கு அடி வாங்கிவிட்டார்' என்று பெண்கள் நினைத்தார்கள்.

அதன்பிறகு பிரதிவாதி பேசுவதற்கு அனுமதிக்கப்பட்டார். மீச்சியா எழுந்து நின்று சில வார்த்தைகளை மட்டும் பேசினார். அவர் உள்ளத்தாலும் உடலாலும் மிகவும் களைத்துப் போயிருந்தார். அவர் அன்று காலையில் நீதிமன்றத்தில் நுழைந்தபோது அவரிடம் இருந்த ஆற்றலும், தன்னம்பிக்கையும் காணாமல் போயிருந்தது. அன்று ஏதோ ஒரு பெரிய அனுபவத்தைக் கடந்து வந்ததைப் போல அவருக்குத் தோன்றியது. அது மிக முக்கியமான ஒன்றாக, இதுவரை அவர் புரிந்து கொள்ளாத ஒன்றாக, அவருடைய வாழ்நாள் முழுவதும் அவருடன் இருக்கப் போவதாக அவருக்குத் தோன்றியது. அவருடைய குரல் மிகவும் பலவீனமாக இருந்ததால், அவர் முன்பு போல கத்தவில்லை. அவருடைய குரலில் இதுவரை இல்லாத பணிவும், தோல்வியும், சரணாகதியும் தொனித்தது.

"கனவான்களே, நடுவர் பெருமக்களே, நான் என்ன சொல்ல முடியும்? என்னுடைய தீர்ப்பு நேரம் வந்துவிட்டது. கடவுளின் கரம் என் மீது இருப்பதை நான் உணர்கிறேன். தவறான வாழ்க்கை வாழ்ந்த மனிதனுக்கு முடிவு வந்துவிட்டது. ஆனால் என் தந்தையின் இரத்தத்திற்கு நான் குற்றவாளி அல்ல என்று நான் கடவுளிடம் முறையிடுவது போல உங்களிடம் சொல்கிறேன். நான் அவரைக் கொலை செய்யவில்லை என்று கடைசி முறையாக

மீண்டும் சொல்கிறேன். நான் தவறான வாழ்க்கை வாழ்ந்தேன், ஆனால் நல்லதை நேசித்தேன். நான் ஒவ்வொரு கணமும் என்னைத் திருத்திக் கொள்ள விரும்பினேன், ஆனால் ஒரு காட்டு விலங்கைப் போல வாழ்ந்தேன். என்னைப் பற்றி எனக்குத் தெரியாத பல விஷயங்களைக் கூறிய அரசு வழக்கறிஞருக்கு நான் நன்றி சொல்ல விரும்புகிறேன். ஆனால் நான் என் தந்தையைக் கொன்றேன் என்று சொல்லி அவர் தவறு செய்துவிட்டார்! எனக்காக வாதாடிய வழக்கறிஞருக்கு நான் நன்றி சொல்லிக் கொள்கிறேன். நான் அவர் சொன்னதைக் கேட்டு அழுதேன், ஆனால் நான் என் தந்தையைக் கொன்றேன் என்பது உண்மையல்ல என்பதால், அவர் அப்படி அனுமானம் செய்ய வேண்டிய அவசியம் இல்லை. நான் சரியான மனநிலையில் இருப்பதால், மருத்துவர்கள் சொன்னதை நம்பாதீர்கள், ஆனால் என் இதயம் கனக்கிறது. நீங்கள் என் மீது கருணை காட்டி என்னை விடுதலை செய்தால், நான் உங்களுக்காகப் பிரார்த்தனை செய்வேன். நான் ஒரு நல்ல மனிதனாக இருப்பேன் என்று கடவுள் மீது சத்தியம் செய்கிறேன். நீங்கள் என்னைத் தண்டித்தால், நான் என் வாளை தலைக்கு மேலே உடைத்து, உடைந்த துண்டுகளை முத்தமிடுவேன். ஆனால் என்னைக் காப்பாற்றுங்கள்; என் கடவுளை என்னிடமிருந்து பறித்து விடாதீர்கள். நான் கிளர்ச்சி செய்வேன், ஏனெனில் என்னை எனக்குத் தெரியும். கனவான்களே, என் இதயம் கனக்கிறது... என்னைக் காப்பாற்றுங்கள்!”

அவர் அதைச் சொல்லிவிட்டு தனது இருக்கையில் சரிந்தார். அவருடைய குரல் தழுதழுத்ததால், அவரால் கடைசி வாக்கியத்தைச் சரியாக உச்சரிக்க முடியவில்லை. பின்னர் நீதிபதிகள் இரு தரப்பினரிடமும் சில கேள்விகளை முன்வைத்து, அவர்களின் முடிவைச் சொல்லும்படிக் கேட்டுக் கொண்டனர். ஆனால் நான் அந்த விவரங்களைத் தவிர்த்து விட்டேன். அதன் பிறகு நடுவர் குழுவினர் தங்கள் விவாதத்திற்காக நீதிமன்ற அறையை விட்டு வெளியேறத் தயாரானார்கள். தலைமை நீதிபதி மிகவும் களைத்துப் போயிருந்தார். எனவே அவர் நடுவர் குழுவினரிடம் பலவீனமான குரலில் பேசினார். ‘நீங்கள் அனைவரும் பாரபட்சமின்றி முடிவு எடுங்கள். எதிர்த்தரப்பு வழக்கறிஞரின் பேச்சில் மயங்க வேண்டாம். உங்களிடம் ஒரு பெரிய பொறுப்பு ஒப்படைக்கப்பட்டுள்ளது என்பதை மறந்து விடாதீர்கள்’ போன்ற பல விஷயங்களைச் சொன்னார்.

இதையடுத்து வழக்கு விசாரணை ஒத்திவைக்கப்பட்டது. பார்வையாளர்கள் எழுந்து வெளியே செல்லலாம், தங்கள் கருத்துக்களைப் பரிமாறிக் கொள்ளலாம், பஃபேயில் சிற்றுண்டி சாப்பிடலாம். அப்போது கிட்டத்தட்ட அதிகாலை ஒரு மணி இருக்கும். ஆனால் யாரும் எழுந்து வெளியே செல்லவில்லை.

எல்லோரும் ஓய்வெடுப்பதைப் பற்றிச் சிந்திக்க முடியாத அளவுக்கு பதற்றத்துடன் இருந்தார்கள். அவர்கள் எல்லோரும் படபடக்கும் இதயத்துடன் காத்திருந்தார்கள். ஆனால் யோசித்துப் பார்த்தால், எல்லோரும் அப்படி இருந்தார்கள் என்று சொல்ல முடியாது. பெண்கள் பொறுமையின்றித் தவித்தார்கள் என்றாலும், அமைதியாக இருந்தார்கள். மீச்சியா விடுதலை செய்யப்படுவார் என்று அவர்கள் உறுதியாக நம்பினார்கள். அவர்கள் அந்த உற்சாகமான தருணத்திற்காகத் தங்களைத் தயார்படுத்திக் கொண்டனர். பார்வையாளர்கள் பலரும் விடுதலை தவிர்க்க முடியாதது என்று நம்பினார்கள் என்பதை நான் ஒப்புக் கொள்கிறேன். அவர்களில் சிலர் மகிழ்ச்சியடைந்தனர், சிலர் முகம் சுளித்தனர், ஆனால் விடுதலையை விரும்பாத வேறு சிலர் விரக்தியடைந்தனர். ஃபெட்யுகோவிச் தனக்கு வெற்றி கிடைக்கும் என்று நம்பினார். பார்வையாளர்களில் சிலர் அவரைச் சூழ்ந்து கொண்டு அவருக்கு வாழ்த்துத் தெரிவித்தார்கள்.

"ஒருவர் பேசும்போது, அவருக்கும் நடுவர் குழுவுக்கும் இடையில் கண்ணுக்குப் புலப்படாத இழையின் உறவு உருவாகிறது. என்னால் அதை உணர முடிந்தது. எனவே நீங்கள் நிம்மதியாக இருக்கலாம், வெற்றி நிச்சயம்" என்று ஃபெட்யுகோவிச் சிலரிடம் சொன்னார் என்பதை நான் பின்னர் தெரிந்து கொண்டேன்.

"விவசாயிகள் என்ன சொல்வார்கள்?" என்று அம்மைத் தழும்பு முகத்துடன், பருமனாக இருந்த ஒரு நிலக்கிழார், பேசிக் கொண்டிருந்த சில கனவான்களை அணுகி, அவர்களிடம் கேட்டார்.

"ஆனால் அவர்கள் அனைவரும் விவசாயிகள் அல்ல. அவர்களில் நான்கு பேர் அரசு ஊழியர்கள்."

"ஆமாம்" என்று மாவட்ட கவுன்சில் உறுப்பினர் ஒருவர் அவர்களுடன் சேர்ந்தார்.

"நடுவர் குழுவில் உள்ள நசேரேவ் என்ற வணிகரை உங்களுக்குத் தெரியுமா?"

"அவருக்கு என்ன?"

"அவர் ஒரு புத்திசாலி மனிதர்."

"ஆனால் அவர் அதிகம் பேச மாட்டார்."

"அவர் அதிகம் பேசமாட்டார் என்பது உண்மைதான். ஆனால் அது ஒரு நல்ல விஷயம். பீட்டர்ஸ்பர்க்கிலிருந்து வந்தவர் அவருக்குப் பாடம் நடத்த வேண்டியதில்லை, ஏனெனில் அவர் பேச ஆரம்பித்தால் பீட்டர்ஸ்பர்க் முழுவதையும் விழுங்கி

விடுவார். அவர் பன்னிரண்டு குழந்தைகளின் தந்தை என்பதை நினைத்துப் பாருங்கள்!"

"அவர்கள் அவரை விடுதலை செய்ய மாட்டார்கள் என்று நினைக்கிறீர்களா?" என்று மற்றொரு குழுவில் இருந்த இளம் அரசு ஊழியர்களில் ஒருவர் கத்தினார்.

"அவர்கள் நிச்சயமாக அவரை விடுதலை செய்வார்கள்" என்று மற்றொரு குரல் உறுதியாகச் சொன்னது.

"அப்படிச் செய்யவில்லை என்றால் அது வெட்கக்கேடு!" என்று முதல் அரசு ஊழியர் கூச்சலிட்டார். "ஒருவேளை அவர் அவரைக் கொன்றிருக்கலாம் என்றாலும், இன்னும் நிறைய தந்தையர்கள் இருக்கிறார்கள்! அதுமட்டுமின்றி அவர் அப்படி ஒரு வெறியில் இருந்தார். ஒருவேளை அவர் உலக்கையைச் சுழற்றி, அந்தக் கிழவரைக் கீழே தள்ளியதைத் தவிர வேறெதுவும் செய்திருக்க மாட்டார். ஆனால் அந்த வேலைக்காரனை இதில் இழுத்து விட்டது பரிதாபத்திற்குரியது. அது சுத்த அபத்தம். நான் எதிர்த்தரப்பு வழக்கறிஞரின் இடத்தில் இருந்திருந்தால், 'அவர் அவரைக் கொன்றார், ஆனால் அவர் குற்றவாளி அல்ல, எல்லோரும் நரகத்துக்குப் போங்கள்!' என்று நேரடியாகச் சொல்லியிருப்பேன்."

"அவர் அதைத்தான் சொன்னார். எல்லோரும் நரகத்துக்குப் போங்கள் என்று சொல்லவில்லை."

"இல்லை, மிகையில் செமினோவிச், அவர் ஏறக்குறைய அப்படித்தான் சொன்னார்" என்று மூன்றாவது குரல் சொல்லியது.

"ஆனால் கனவான்களே, கடந்த நோன்பு காலத்தில் தனது காதலனுடைய மனைவியின் கழுத்தை அறுத்த ஒரு நடிகையை அவர்கள் விடுதலை செய்யவில்லையா?"

"ஆனால் அவள் அதை அறுத்து முடிக்கவில்லை."

"அதனால் என்ன? அவள் அதைச் செய்ய ஆரம்பித்தாள்."

"குழந்தைகளைப் பற்றி அவர் சொன்னதைக் கேட்டீர்களா? நீங்கள் என்ன நினைக்கிறீர்கள்? அற்புதம், இல்லையா?"

"பிரமாதம்!"

"அந்த மாயாவாதம் அட்டகாசம்!"

"அதை விட்டுத் தள்ளுங்கள்!" என்று ஒருவர் கத்தினார். "இனிமேல் இப்போலித்தின் கதி என்ன என்பதை யோசித்துப் பாருங்கள்! நாளை அவருடைய மனைவி மீச்சியாவின் பொருட்டு அவருடைய கண்களை நோண்டி விடுவாள்."

"அவள் இப்போது இங்கே இல்லையா?"

"அவள் இங்கே இருந்திருந்தால் இப்போதே அவருடைய கண்களை நோண்டியிருப்பாள். அவள் பல் வலியினால் வீட்டில் இருக்கிறாள். ஹி ஹி ஹி!"

"ஹி ஹி ஹி!"

மூன்றாவது குழுவில் பேசிக் கொண்டது:

"எப்படியும் மீச்சியாவை விடுதலை செய்துவிடுவார்கள் என்று நான் உறுதியாகச் சொல்கிறேன்."

"நாளைக்கே அவர் கேபிடல் சிட்டி உணவகத்தைத் தலைகீழாகப் புரட்டிப் போட்டாலும் நான் ஆச்சரியப்பட மாட்டேன்! அவர் பத்து நாளைக்குத் தொடர்ந்து குடிப்பார்!"

"ஓ, அது மோசமாக இருக்கும்!"

"ஆமாம், நிச்சயமாக அது பிசாசின் வேலைதான். அவர் அங்கே இல்லாமல் வேறு எங்கே இருக்க முடியும்?"

"நல்லது, கனவான்களே, அது ஒரு நல்ல சொற்பொழிவு. மகன்கள் தங்கள் தந்தையரின் மண்டையைப் பித்தளை உலக்கையால் உடைப்பதை அனுமதிக்க முடியாது. அப்படிச் செய்தால் அது எங்கே சென்று முடியும்?"

"அந்தத் தேரைப் பற்றிச் சொன்னது ஞாபகம் இருக்கிறதா?"

"ஆமாம், முக்கூட்டைத் தேராக மாற்றிவிட்டார்!"

"அவருக்குத் தேவைப்பட்டால் நாளையே தேரை வண்டியாக மாற்றிவிடுவார்."

"இப்போது நிறையப் புத்திசாலிகள் இருக்கிறார்கள். ரஷ்யாவில் நீதி என்ற ஒன்று இருக்கிறதா?"

அப்போது மணி அடித்தது. நடுவர் மன்ற உறுப்பினர்கள் சரியாக ஒரு மணி நேரம் விவாதம் செய்தார்கள். பார்வையாளர்கள் தங்கள் இருக்கையில் அமர்ந்தவுடன் மயான அமைதி நிலவியது. நடுவர் மன்ற உறுப்பினர்கள் நீதிமன்ற அறையில் நுழைந்த காட்சி எனக்கு நன்றாக நினைவிருக்கிறது. நீதிபதியின் கேள்விகளையும் நடுவர்களின் பதில்களையும் நான் திரும்பச் சொல்லப் போவதில்லை, ஏனெனில் அவற்றை மறந்துவிட்டேன். தலைமை நீதிபதியின் முக்கியமான முதல் கேள்வியும் அதற்கான பதிலும் மட்டுமே எனக்கு நினைவிருக்கிறது. "பிரதிவாதி கொள்ளை அடிக்க வேண்டும் என்ற நோக்கத்துடன் திட்டமிட்டுக் கொலை செய்தாரா?" (சரியான வார்த்தைகள் எனக்கு நினைவில்லை). நீதிமன்ற அறை முழுவதும் நிசப்தமாக இருந்தது. நடுவர் மன்ற உறுப்பினர்களின் தலைவராக இருந்த இளம் ஊழியர், நீதிமன்றத்தில் நிலவிய மரண அமைதிக்கு மத்தியில், தெளிவான, உரத்தக் குரலில் அறிவித்தார்.

“ஆமாம், குற்றவாளி!”

எந்தவிதக் கருணைக்கும் இடமில்லாமல், ஒவ்வொரு கேள்விக்கும் அதே பதில்தான் கிடைத்தது. உண்மையில் அதை யாரும் எதிர்பார்க்கவில்லை, ஏனெனில் குறைந்தபட்சம் ஏதாவது கருணை கிடைக்கும் என்று எல்லோரும் எதிர்பார்த்தார்கள். நீதிமன்ற அறையில் நிலவிய மரண அமைதி தொடர்ந்து நீடித்தது. தண்டனையை விரும்பியவர்களும், விடுதலையை எதிர்நோக்கி ஆவலுடன் காத்திருந்தவர்களும் கல்லாய்ச் சமைந்தார்கள். ஆனால் அந்த நிலை சில வினாடிகளுக்கு மட்டுமே நீடித்தது. அதன் பிறகு பயங்கரமான அமளி ஏற்பட்டது. ஆண்களில் பலர் மிகவும் மகிழ்ச்சி அடைந்ததாகத் தோன்றியது. அவர்களில் சிலர் தங்கள் மகிழ்ச்சியை மறைக்க முயற்சி செய்யாமல் சந்தோஷத்துடன் கைகளைத் தேய்த்தனர். அதிருப்தி அடைந்தவர்கள் அடங்கியவர்களாக தங்கள் தோள்களைக் குலுக்கி, தங்களுக்குள் கிசுகிசுத்தனர். என்ன நடந்தது என்பதை அவர்களால் புரிந்து கொள்ள முடியவில்லை என்று தோன்றியது. ஆனால் அந்தப் பெண்களின் நிலையை நான் எப்படி விவரிப்பது? அவர்கள் கலவரம் செய்வார்கள் என்று நான் நினைத்தேன். முதலில் அவர்களால் தங்கள் காதுகளையே நம்ப முடியவில்லை. திடீரென்று நீதிமன்றம் முழுவதும் ஆச்சரியக் குரல்கள் எழுந்தன. “இங்கே என்ன நடக்கிறது? அடுத்து என்ன?” அவர்கள் தங்கள் இருக்கையிலிருந்து துள்ளிக் குதித்தார்கள். தீர்ப்பை மறுபரிசீலனை செய்து உடனடியாக மாற்றிவிடலாம் என்று அவர்கள் நினைப்பதாகத் தோன்றியது.

அப்போது மீச்சியா திடீரென்று எழுந்து நின்று, கைகளை முன்னால் நீட்டியபடி, இதயத்தைப் பிளக்கும் குரலில் கதறினார்.

“என் தந்தையின் இரத்தத்திற்கு நான் குற்றவாளி அல்ல என்று கடவுளின் மீதும், பயங்கரமான தீர்ப்பு நாளின் மீதும் சத்தியம் செய்கிறேன்! காத்யா, நான் உன்னை மன்னிக்கிறேன்! சகோதரர்களே, நண்பர்களே, அந்த இன்னொரு பெண்ணின் மீது இரக்கம் காட்டுங்கள்!”

அவர் மேற்கொண்டு பேச முடியாமல், தேம்பித் தேம்பி அழுதார். அது அவருடைய குரலைப் போல இல்லாமல், விசித்திரமான, இயற்கைக்கு மாறான குரலாக அந்த நீதிமன்ற அறை முழுவதும் எதிரொலித்தது. அதைத் தொடர்ந்து அந்த வளாகத்தின் கடைக்கோடியிலிருந்து காதைத் துளைக்கும் ஒரு பெண்ணின் அலறல் கேட்டது. அது குரூஷென்கா. வழக்கறிஞர்கள் பேசுவதற்கு முன்பு, தன்னை மீண்டும் நீதிமன்ற அறைக்குள் அனுமதிக்கும்படி அவள் கெஞ்சிக் கேட்டுக் கொண்டதால்

அவளை மீண்டும் உள்ளே அனுமதித்தார்கள். மீச்சியாவை அங்கிருந்து அழைத்துச் சென்றார்கள். தண்டனையைப் பற்றிய அறிவிப்பு மறுநாளுக்கு ஒத்திவைக்கப்பட்டது. நீதிமன்றம் முழுவதும் கூச்சலும் குழப்பமும் நிலவியது. ஆனால் நான் மேற்கொண்டு எதையும் கேட்காமல் அங்கிருந்து வெளியேறினேன். நான் வெளியே சென்று படிகளில் இறங்கியபோது, காதில் கேட்ட சில ஆச்சரியக் கூச்சல்கள் மட்டும் எனக்கு நினைவிருக்கிறது.

"மீச்சியாவுக்கு இருபது வருட கடுங்காவல் தண்டனை கிடைக்கும்."

"ஆமாம், அதற்குக் குறையாது."

"ஆமாம், விவசாயிகள் தங்கள் முடிவில் உறுதியாக இருந்தார்கள்."

"மீச்சியாவின் கதை முடிந்துவிட்டது!"

முடிவுரை

1. மீச்சியா தப்பிக்கும் திட்டம்

விசாரணை முடிந்த ஐந்து நாட்களுக்குப் பிறகு, காலை ஒன்பது மணிக்கு, அல்யோஷா ஒரு முக்கியமான விஷயத்தைப் பேசவும், ஒரு செய்தியைச் சொல்லவும் கேத்தரீனா இவானோவ்னாவின் வீட்டிற்குச் சென்றான். அவள் குருஷென்காவை வரவேற்ற அதே அறையில் அமர்ந்து அவனுடன் பேசினாள். இவான் ஃபியோதரோவிச் அடுத்த அறையில் காய்ச்சலுடன் நினைவிழந்து படுத்திருந்தான். விசாரணையின்போது நடந்த சம்பவத்திற்குப் பிறகு, கேத்தரீனா இவானோவ்னா, தவிர்க்க முடியாத கிசுகிசுக்களையும், பொதுமக்களின் அதிருப்தியையும் பொருட்படுத்தாமல், நினைவிழந்த நோயாளியான இவான் ஃபியோதரோவிச்சைத் தன்னுடைய வீட்டிற்குக் கொண்டு செல்லும்படி உத்தரவிட்டாள். நீதிமன்றத்தில் நடந்த சம்பவத்திற்குப் பிறகு அவளுடன் வசித்து வந்த இரண்டு உறவினர்களில் ஒருவர் மாஸ்கோவுக்குச் சென்றுவிட்ட நிலையில், மற்றவர் மட்டும் அவளுடன் இருந்தார். ஆனால் அவர்கள் இருவரும் சென்றிருந்தாலும், கேத்தரீனா இவானோவ்னா தன்னுடைய முடிவை மாற்றிக் கொள்ளாமல், இரவும் பகலும் நோயாளியைக் கவனித்துக் கொள்ள வேண்டும் என்பதில் உறுதியாக இருந்தாள். மருத்துவர் வார்வின்ஸ்கியும், கெர்ஷென்ஸ்தூபேவும் நோயாளியைக் கவனித்துக் கொண்டார்கள். மாஸ்கோவிலிருந்து வந்த அந்தப் புகழ் பெற்ற மருத்துவர், நோயின் விளைவைப் பற்றி எந்தக் கருத்தையும் தெரிவிக்க மறுத்து, ஊருக்குத் திரும்பிச் சென்று விட்டார். மற்ற இரண்டு மருத்துவர்களும் கேத்தரீனா இவானோவ்னாவையும், அல்யோஷாவையும் உற்சாகப்படுத்தும் வகையில் பேசினாலும், நோயாளி குணமடைவார் என்பதை அவர்களால் உறுதியாகச் சொல்ல முடியவில்லை என்பது தெளிவாகத் தெரிந்தது. அல்யோஷா தினமும் இரண்டு முறை

உடல்நிலை சரியில்லாத தனது சகோதரனைப் பார்க்கச் சென்றான். அவன் இந்த முறை ஒரு முக்கியமான விஷயத்தைப் பற்றிக் கேத்தரீனா இவானோவ்னாவிடம் பேச வேண்டியிருந்தது, ஆனால் அதை எப்படி அவளிடம் பேசுவது என்று அவனுக்குத் தெரியவில்லை. இதற்கிடையில், ஒத்திப்போட முடியாத மற்றொரு வேலை அவனுக்கு இருந்ததால், அவன் அவசரத்தில் இருந்தான். இருவரும் கால் மணி நேரமாகப் பேசிக் கொண்டிருந்தார்கள். கேத்தரீனா இவானோவ்னா முகம் வெளிறிய நிலையில், மிகவும் களைத்துப் போயிருந்தாள். அதே சமயம் அவள் மிகுந்த பதற்றத்துடன் இருந்தாள், ஏனெனில் அவன் எதற்காக தன்னைப் பார்க்க வந்திருக்கிறான் என்பதை அவளால் முன்கூட்டியே உணர முடிந்தது.

"நீங்கள் அவருடைய முடிவைப் பற்றிக் கவலைப்படாதீர்கள்" என்று அவள் அல்யோஷாவிடம் நம்பிக்கையுடன் சொன்னாள். "எது எப்படியிருந்தாலும், அவர் தப்பிக்க வேண்டும் என்ற முடிவுக்கு வந்துதான் ஆக வேண்டும்! கௌரவத்தையும், கொள்கையையும் நிலை நாட்டிய அந்தத் துரதிருஷ்டசாலி நாயகன், டிமிட்ரி ஃபியோதரோவிச்சைச் சொல்லவில்லை, அந்தக் கதவுக்குப் பின்னால் படுத்திருக்கும் அந்த மனிதர், தன் சகோதரனுக்காகத் தன்னையே தியாகம் செய்தார்" என்று காத்யா கண்கள் பளிச்சிடச் சொன்னாள். "மீச்சியாவைத் தப்பிக்க வைக்கும் திட்டத்தைப் பற்றி அவர் நீண்ட காலத்திற்கு முன்பே என்னிடம் சொல்லிவிட்டார். அவர் அதற்காக ஏற்கனவே பலரிடம் தொடர்பு கொண்டார்... நான் அதைப் பற்றி உங்களிடம் முன்பே சொல்லியிருக்கிறேன்... குற்றவாளிகளைச் சைபீரியாவுக்கு அழைத்துச் செல்லும் வழியில் மூன்றாவது நிறுத்தத்தில் தப்பிக்க வாய்ப்புள்ளது. ஓ, அது நடப்பதற்கு இன்னும் நீண்ட நாட்களாகும். மூன்றாவது நிறுத்தத்தின் கண்காணிப்பாளரைப் பார்க்க இவான் ஃபியோதரோவிச் ஏற்கனவே சென்றிருந்தார். ஆனால் கைதிகள் யாருடைய பொறுப்பில் இருப்பார்கள் என்று இன்னும் நமக்குத் தெரியாது. அதை முன்கூட்டியே கண்டுபிடிப்பது சாத்தியமில்லை. விசாரணை தொடங்குவதற்கு முன் தினம் இவான் ஃபியோதரோவிச் என்னிடம் விவரித்த திட்டம் என்ன என்பதை நான் நாளை உங்களுக்குச் சொல்கிறேன்... அப்போது நாங்கள் சண்டை போட்டுக் கொண்டிருந்ததை நீங்கள் பார்த்தீர்களே, உங்களுக்கு நினைவிருக்கிறதா? அவர் மாடிப் படியிலிருந்து இறங்கிச் சென்றபோது, நீங்கள் வருவதைப் பார்த்துவிட்டு, நான் அவரைத் திரும்ப வரச் சொன்னது உங்களுக்கு நினைவிருக்கிறதா? அப்போது நாங்கள் எதற்காகச் சண்டை போட்டுக் கொண்டிருந்தோம் தெரியுமா?"

“இல்லை, எனக்குத் தெரியாது” என்றான் அல்யோஷா.

“அப்போது நாங்கள் மீச்சியாவைத் தப்பிக்க வைக்கும் திட்டத்தைப் பற்றிப் பேசிக் கொண்டிருந்தோம், ஆனால் அவர் உங்களிடம் எதுவும் சொல்லவில்லை. மூன்று நாட்களுக்கு முன்பே அவர் அதை என்னிடம் சொல்லியிருந்தார். அன்றிலிருந்து மூன்று நாட்களாக நாங்கள் அதைப் பற்றிச் சண்டையிட்டுக் கொண்டிருந்தோம். டிமிட்ரி ஃபியோதரோவிச்சுக்குத் தண்டனை விதிக்கப்பட்டால், அவர் அந்த உயிரினத்துடன் வெளிநாட்டுக்குத் தப்பிச் செல்ல வேண்டும் என்று அவர் சொன்னதால் எனக்குக் கோபம் வந்தது. அது ஏன் என்று என்னால் சொல்ல முடியாது, ஏனெனில் அதற்குக் காரணம் எனக்கே தெரியவில்லை... ஓ, நிச்சயமாக நான் அந்த உயிரினத்தை நினைத்து, டிமிட்ரியுடன் அவளை அனுப்ப வேண்டும் என்பதை நினைத்து ஆத்திரப்பட்டேன்!” என்று கேத்தரீனா இவானோவ்னா திடீரென்று கத்தினாள். அப்போது அவளுடைய உதடுகள் கோபத்தில் துடித்தன. “நான் அந்த உயிரினத்தின் மீது கோபமாக இருப்பதைப் பார்த்த இவான் ஃபியோதரோவிச், டிமிட்ரியின் காரணமாக நான் அவள் மீது பொறாமைப்படுகிறேன் என்றும், நான் இன்னும் அவரைக் காதலிக்கிறேன் என்றும் நினைத்தார். அப்போதுதான் எங்கள் முதல் சண்டை ஆரம்பித்தது. அவரைப் போன்ற ஒரு மனிதர், நான் இன்னும் டிமிட்ரியைக் காதலிக்கிறேன் என்று சந்தேகப்படுவதை என்னால் சகித்துக்கொள்ள முடியவில்லை என்பதால், என்னால் அதற்கு விளக்கம் கொடுக்கவோ அல்லது மன்னிப்புக் கேட்கவோ முடியவில்லை... டிமிட்ரி ஃபியோதரோவிச்சை நான் காதலிக்கவில்லை என்றும், அவரை மட்டுமே காதலிக்கிறேன் என்றும் வெகு நாட்களுக்கு முன்பே அவரிடம் சொல்லியிருந்தேன். அந்த உயிரினத்தின் மீதுள்ள வெறுப்புதான் எனக்குக் கோபத்தை வரவழைத்தது. மூன்று நாட்கள் கழித்து, நீங்கள் இங்கே வந்த அன்று மாலை, அவர் என்னிடம் ஒரு முத்திரையிட்ட உறையைக் கொடுத்து, அவருக்கு ஏதாவது நேர்ந்தால் உடனே அதைப் பிரித்துப் பார்க்கும்படிச் சொன்னார். ஓ, அவர் தனது நோயைப் பற்றி முன்கூட்டியே அறிந்திருந்தார்! அந்த உறையில் தப்பிச் செல்வதற்கான விரிவான திட்டம் இருக்கிறது என்றும், அவர் இறந்துவிட்டாலோ அல்லது நோய்வாய்ப்பட்டாலோ நான் டிமிட்ரியைக் காப்பாற்ற வேண்டும் என்றும் என்னிடம் சொன்னார். அப்போது அவர் என்னிடம் பத்தாயிரம் ரூபிள்கள் பணத்தைக் கொடுத்தார். இவான் ஃபியோதரோவிச் யாருக்கோ பணம் அனுப்பியதைத் தெரிந்து கொண்ட அரசு வழக்கறிஞர் தனது உரையில் குறிப்பிட்ட பணம் அதுதான். நான் டிமிட்ரியைக்

காதலிக்கிறேன் என்று அவர் சந்தேகப்பட்டாலும், தனது சகோதரனைக் காப்பாற்றும் எண்ணத்தைக் கைவிடவில்லை என்பதையும், தப்பிச் செல்வதற்கான திட்டத்தை என்னிடம் சொன்னதையும் நினைத்து நான் மிகவும் ஆச்சரியப்பட்டேன். ஓ, அது ஒரு பெரிய தியாகம்! அலெக்ஸி ஃபியோதரோவிச், அந்தத் தியாகத்தின் மகத்துவத்தை உங்களால் புரிந்து கொள்ள முடியாது. நான் அவருடைய காலில் விழுந்து வணங்க வேண்டும் என்று விரும்பினேன், ஆனால் மீச்சியாவைக் காப்பாற்றப் போவதை நினைத்து நான் மகிழ்ச்சியடைகிறேன் என்று அவர் நினைத்துக் கொள்வார் (நிச்சயமாக அவர் அப்படித்தான் நினைப்பார்) என்று எனக்குத் தோன்றியது. அவருக்கு அப்படி ஒரு எண்ணம் இருக்கிறது என்று நினைத்து நான் ஆத்திரப்பட்டேன். எனவே நான் அவரது பாதங்களை முத்தமிடுவதற்குப் பதிலாக, ஒரு நாடகத்தை அரங்கேற்றினேன்! ஓ, நான் எவ்வளவு மகிழ்ச்சியற்றவளாக இருக்கிறேன்! அதுதான் என் குணம், என்னுடைய சுபாவம்! என்னுடைய அந்தச் சுபாவத்தினால் டிமிட்ரி ஃபியோதரோவிச்சைப் போல அவரும் என்னைக் கைவிட்டு வேறு ஒரு பெண்ணைத் தேடிப் போவதை நீங்களே பார்க்கப் போகிறீர்கள். ஆனால்... என்னால் அதைத் தாங்க முடியாது, நான் தற்கொலை செய்து கொள்வேன். நீங்கள் வந்த அந்தச் சமயத்தில், நான் அவரையும் திரும்ப வரச் சொன்னதும், அவர் உள்ளே வந்தபோது, அவருடைய பார்வையில் இருந்த வெறுப்பும், அலட்சியமும் என்னுடைய கோபத்தைத் தூண்டியது. டிமிட்ரிதான் கொலைகாரன் என்று அவர்தான் என்னை நம்ப வைத்தார் என்று நான் கத்தியது உங்களுக்கு நினைவிருக்கிறதா? அவரைக் காயப்படுத்த வேண்டும் என்ற எண்ணத்தில் நான் அந்த வார்த்தையைச் சொன்னேன். டிமிட்ரிதான் கொலைகாரன் என்று அவர் ஒருபோதும் என்னை நம்ப வைக்க முயற்சி செய்ததில்லை, மாறாக நான்தான் அவரை நம்ப வைக்க முயன்றேன். ஐயோ, என்னுடைய மோசமான கோபம்தான் எல்லாவற்றுக்கும் காரணம்! விசாரணையின் போது அந்த அருவருப்பான காட்சிக்கு வழிவகுத்தது நான்தான். அவர் ஒரு கௌரவமான மனிதர் என்பதை எனக்கு நிரூபிக்க விரும்பினார். நான் அவரது சகோதரனை நேசித்தாலும், பொறாமையில் பழிவாங்கும் நோக்கத்துடன் அவரை அழிக்க மாட்டேன் என்று எனக்குக் காட்ட வேண்டும் என்றுதான் அவர் நீதிமன்றத்திற்கு வந்தார். நான்தான் எல்லாவற்றுக்கும் காரணம். ஆமாம், நான் மட்டும்தான் காரணம்!"

கேத்தரீனா இதற்கு முன்பு அல்யோஷாவிடம் இப்படி வெளிப்படையாக எதையும் ஒப்புக் கொண்டதில்லை. ஆனால்

அவளுடைய கர்வம் பிடித்த இதயம் கூட, தாங்க முடியாத வேதனையில் இருந்ததால், கர்வத்தை உதறித் தள்ளிவிட்டு மனம் விட்டுப் பேசுகிறது என்று அல்யோஷா நினைத்தான். ஆனால் அவளுடைய வேதனைக்கு வேறு ஒரு காரணம் இருக்கிறது என்பதும், அவள் அதை அவனிடம் சொல்லவில்லை என்றாலும், மீச்சியா குற்றவாளி என்று தீர்ப்பான நாளிலிருந்து அது அவளை வாட்டி வதைக்கிறது என்பதும் அல்யோஷாவுக்குத் தெரியும். இருந்தாலும் இப்போது அதைப் பற்றிப் பேசும் அளவுக்கு அவள் தன்னைத் தாழ்த்திக் கொண்டால், அது அவனுக்கு மிகுந்த வேதனையாக இருந்திருக்கும். அவள் விசாரணையின்போது செய்த துரோகத்தை நினைத்து, வேதனைப்பட்டுக் கொண்டிருந்தாள். அதை ஒப்புக்கொள்ளும்படி அவளுடைய மனசாட்சி அவளைத் தூண்டுவதை அவன் உணர்ந்து கொண்டான். அவள் கண்ணீர் மல்க, வெறிபிடித்தவள் போல தரையில் புரண்டு கதறி அழுதால் என்ன செய்வது என்று அவன் பயந்தான். அவளுக்கு அப்படி ஒரு துன்பம் ஏற்படக்கூடாது என்று அவன் நினைத்தான். அதனால் அவன் வந்த விஷயத்தைச் சொல்வது அவனுக்கு மேலும் கடினமானது. அவன் மீண்டும் மீச்சியாவைப் பற்றிப் பேச ஆரம்பித்தான்.

"நீங்கள் அவரைப் பற்றிக் கவலைப்படாதீர்கள்" என்று அவள் கடுமையான குரலில் மீண்டும் பிடிவாதமாகச் சொன்னாள். "அதெல்லாம் ஒரு கணத்திற்கு மேல் நீடிக்காது. அவரையும், அவருடைய உள்ளத்தையும் எனக்கு நன்றாகத் தெரியும். அவர் தப்பிக்கச் சம்மதிப்பார் என்று நீங்கள் உறுதியாக நம்பலாம். இன்னும் அவகாசம் இருப்பதால் அதற்குள் அவர் மனம் மாறிவிடுவார். அதற்குள் இவான் ஃபியோதரோவிச் குணமடைந்தால் அவரே எல்லாவற்றையும் பார்த்துக் கொள்வார். அப்படி நடந்தால் எனக்கும் அதற்கும் எந்தச் சம்பந்தமும் இருக்காது. அவர் எப்படியும் சம்மதிப்பார் என்பதால் நீங்கள் கவலைப்பட வேண்டாம். அவர் ஏற்கனவே அதற்கு ஒப்புக் கொண்டார். அவரால் எப்படி அந்த உயிரினத்தை விட்டுப் பிரிந்திருக்க முடியும்? அவளைச் சிறைக்குள் அனுமதிக்க மாட்டார்கள் என்பதால், அவர் கட்டாயமாகத் தப்பித்தே ஆக வேண்டும். அவர் உங்களைப் பார்த்துப் பயப்படுகிறார். அவர் தப்பிச் செல்வதை நீங்கள் தார்மீக ரீதியாக ஏற்றுக் கொள்ள மாட்டீர்கள் என்று பயப்படுகிறார். ஆனால் உங்கள் அனுமதி தேவைப்பட்டால், நீங்கள் பெருந்தன்மையுடன் அதற்கு ஒப்புக் கொள்ள வேண்டும்" என்று காத்யா விஷமத்தனமாகச் சொல்லிவிட்டு, சிறிது இடைவெளி விட்டுச் சிரித்தாள்.

"அவர் ஏதோ ஒரு பாசுரத்தைப் பற்றிப் பேசிக் கொண்டே இருக்கிறார்" என்று அவள் மீண்டும் பேச ஆரம்பித்தாள். "அவர் சுமக்க வேண்டிய சிலுவைகளைப் பற்றியும், கடமைகளைப் பற்றியும் பேசுகிறார். இவான் ஃபியோதரோவிச் அதைப் பற்றி என்னிடம் நிறையச் சொன்னார். அவர் அதைச் சொல்லும்போது எப்படிச் சொன்னார் என்பதை நீங்கள் கேட்டிருக்க வேண்டும்!" அவள் அதைச் சொன்னபோது, அடக்க முடியாமல் அழுதாள். "அவர் அந்தக் கணத்தில் அந்தக் கேடுகெட்ட மனிதரை எப்படி நேசித்தார் என்பதும், அதே கணத்தில் எப்படி வெறுத்தார் என்பதும் உங்களுக்குத் தெரியுமா? அவர் சொன்ன கதையையும், அவருடைய கண்ணீரையும் நான் ஏளனத்துடன் பார்த்தேன். மிருகம்! ஆமாம், நான் ஒரு மிருகம். அவருடைய இந்த நிலைக்கு நான்தான் காரணம். ஆனால் சிறையில் உள்ள அந்த மனிதர் துன்பத்தை அனுபவிக்கத் தயாராக இல்லை. அவரால் கஷ்டப்பட முடியுமா? அவரைப் போன்ற மனிதர்கள் ஒருபோதும் துன்பப்படுவதில்லை!" என்று காத்யா எரிச்சலுடன் முடித்தாள்.

அவளுடைய வார்த்தைகளில் வெறுப்பும், இகழ்ச்சியும் வெளிப்பட்டது. இருந்தாலும் அவள்தான் அவருக்குத் துரோகம் செய்தாள். 'அவள் அந்தக் குற்றவுணர்ச்சியின் காரணமாக, சில சமயங்களில் அவரை வெறுக்கிறாள்' என்று அல்யோஷா நினைத்தான். அது 'சில சமயங்களில்' மட்டுமே இருப்பதாக அவன் நம்பினான். காத்யாவின் கடைசி வார்த்தைகளில் இருந்த அறை கூவலை அல்யோஷா உணர்ந்தாலும், அதைப் பெரியதாக எடுத்துக் கொள்ளவில்லை.

"நீங்கள் அவரைச் சம்மதிக்க வைப்பதாக வாக்குறுதி கொடுக்க வேண்டும் என்று பேசத்தான் நான் இன்று உங்களை வரச் சொன்னேன். அவர் தப்பிச் செல்வது நேர்மையற்றது, கோழைத்தனம் என்று நீங்கள் நினைக்கிறீர்களா? அல்லது அது... ஒருவேளை கிறிஸ்துவத்திற்கு விரோதமானது என்கிறீர்களா?" என்று அவள் அதே சவாலான தோரணையில் கேட்டாள்.

"அப்படியில்லை... நான் அவரிடம் எல்லாவற்றையும் சொல்கிறேன்" என்று அல்யோஷா முணுமுணுத்தான். "நீங்கள் இன்று அவரைப் பார்க்க வர வேண்டும் என்று அவர் கேட்டுக் கொண்டார்" என்று திடீரென்று உளறிய அவன் அவளுடைய முகத்தை ஏறிட்டுப் பார்த்தான். அவள் திடுக்கிட்டவளாக அவனிடமிருந்து விலகி சோபாவில் சாய்ந்தாள்.

"நானா? அது எப்படி முடியும்?" என்று முணுமுணுத்த அவளுடைய முகம் வெளிறிப் போனது.

"அது சாத்தியம், அவசியம்" என்று அல்யோஷா அழுத்தமாகச் சொல்லிவிட்டு உற்சாகமாகத் தொடர்ந்தான். "இப்போது அவருக்கு நீங்கள் அவசியம் தேவை. அவசியம் இல்லை என்றால் நான் அதைப் பற்றிப் பேசி உங்களைத் தொந்தரவு செய்திருக்க மாட்டேன். அவருக்கு உடல்நிலை சரியில்லை. அவர் ஒரு பைத்தியக்காரனைப் போல, தொடர்ந்து உங்களைக் கேட்டுக் கொண்டே இருக்கிறார். அவர் உங்களிடம் சமரசம் செய்து கொள்வதற்காக உங்களை வரச் சொல்லவில்லை. நீங்கள் அவரிடம் உங்கள் முகத்தைக் காட்டினால் போதும். அன்றிலிருந்து அவர் ரொம்பவே மாறிவிட்டார். உங்களை மிகப் பெரிய அளவில் காயப்படுத்தி விட்டோம் என்பதை அவர் புரிந்து கொண்டு விட்டார். 'என்னை மன்னிக்க முடியாது' என்று அவரே சொல்வதால், அவர் உங்களிடம் மன்னிப்பை எதிர்பார்க்கவில்லை. ஆனால் நீங்கள் அவரிடம் உங்கள் முகத்தை மட்டும் காட்டுங்கள்..."

"நீங்கள் திடீரென்று சொன்னால்..." என்று காத்யா தடுமாறினாள். "நீங்கள் அந்தச் செய்தியுடன் வருவீர்கள் என்று நான் இத்தனை நாட்களாக நினைத்துக் கொண்டே இருந்தேன். அவர் என்னை வரச் சொல்வார் என்று எனக்குத் தெரியும். ஆனால் அது முடியாது!"

"அது முடியாது என்றாலும், நீங்கள் அதைச் செய்ய வேண்டும். அவர் முதன் முறையாக உங்களை எப்படிக் காயப்படுத்தி விட்டோம் என்பதை உணர்ந்திருக்கிறார் என்பதை யோசித்துப் பாருங்கள். இதற்கு முன்பு அவர் அதைப் புரிந்து கொண்டதே இல்லை. 'அவள் வரவில்லை என்றால், நான் என் வாழ்நாள் முழுவதும் மகிழ்ச்சியற்றவனாக இருப்பேன்' என்று அவர் கூறினார். நீங்கள் கேட்கிறீர்களா? அவருக்கு இருபது வருடங்கள் கடுங்காவல் தண்டனை விதிக்கப்பட்டிருக்கிறது என்றாலும், அவர் மகிழ்ச்சியாக இருக்க வேண்டும் என்று விரும்புகிறார். அது பரிதாபத்திற்குரியது இல்லையா? நீங்களே கொஞ்சம் யோசித்துப் பாருங்கள். நீங்கள் கட்டாயம் அவரைப் பார்க்க வேண்டும். அவருடைய வாழ்க்கை நாசமாகிவிட்டது என்றாலும், அவர் நிரபராதி" என்று அல்யோஷா சவால் விடும் தொனியில் சொன்னான். "அவருடைய கைகள் இரத்தக்கறை படியாத சுத்தமான கைகள்! அவர் அனுபவிக்கப் போகும் முடிவற்ற துன்பத்தை நினைத்துப் பார்த்து, இப்போதே அவரைப் போய்ப் பாருங்கள்! அவர் இருளில் மறைந்து போகும் முன்பு அவரை ஒருமுறை பார்த்து விடைபெற்றுக் கொள்ளுங்கள். நீங்கள் அங்கே சென்று நின்றால் போதும். நீங்கள் அதைச் செய்ய வேண்டும், கண்டிப்பாகச் செய்தே ஆக வேண்டும்!" என்று சொன்ன அல்யோஷா, 'கண்டிப்பாக' என்ற வார்த்தைக்கு அழுத்தம் கொடுத்து முடித்தான்.

"நான் அதைச் செய்ய வேண்டும்... என்னால் முடியாது" என்று காத்யா முனகினாள். "அவருடைய பார்வையை என்னால் தாங்கிக் கொள்ள முடியாது. இல்லை... என்னால் முடியாது..."

"நீங்கள் அவருடைய கண்களைச் சந்திக்க வேண்டும். நீங்கள் இப்போதே அதைச் செய்யாவிட்டால், உங்கள் வாழ்நாள் முழுவதும் எப்படி வாழ்வீர்கள்?"

"அதைவிட நான் என் வாழ்நாள் முழுவதும் கஷ்டப்படுவதே மேல்."

"நீங்கள் கட்டாயம் போக வேண்டும்" என்று அல்யோஷா பிடிவாதமாகச் சொன்னான்.

"ஆனால் இன்று, இப்போதே ஏன் போக வேண்டும்? நான் அந்த நோயாளி ஜீவனை விட்டுவிட்டுப் போக முடியாது."

"நீங்கள் ஒரு நிமிஷம் அவரைப் பார்த்துவிட்டு வந்துவிடலாம். நீங்கள் போகவில்லை என்றால், இன்று இரவுக்குள் அவருக்குக் காய்ச்சல் வந்துவிடும். நான் உங்களிடம் பொய் சொல்லவில்லை. தயவுசெய்து அவர் மீது கருணை காட்டுங்கள்!"

"என் மீது இரக்கம் காட்டுங்கள்!" என்று காத்யா கசப்புடன் சொல்லிவிட்டு, கண்ணீர் வடித்தாள்.

"அப்படியானால் நீங்கள் போவீர்கள்" என்று அல்யோஷா அவளுடைய கண்ணீரைப் பார்த்துவிட்டு உறுதியாகச் சொன்னான். "நான் இப்போதே அவரிடம் சென்று நீங்கள் வருவீர்கள் என்று சொல்கிறேன்."

"வேண்டாம், எந்தக் காரணத்தை முன்னிட்டும் அவரிடம் சொல்லாதீர்கள்" என்று அவள் கலவரத்துடன் கத்தினாள். "நான் போகிறேன், ஆனால் அவரிடம் முன்கூட்டியே சொல்ல வேண்டாம். ஒருவேளை நான் போகலாம், ஆனால் உள்ளே போக மாட்டேன்... எனக்கு இன்னும் தெரியவில்லை..."

அவள் குரல் தழுதழுத்தது, அவளுக்கு மூச்சு வாங்கியது. அல்யோஷா அங்கிருந்து புறப்பட எழுந்தான்.

"ஆனால் நான் அங்கே யாரையாவது சந்தித்தால் என்ன செய்வது?" என்று அவள் மெல்லிய குரலில் கேட்டபோது, அவளுடைய முகம் வெளிறியது.

"அதனால்தான் நான் உங்களை இப்போதே போகச் சொல்கிறேன். இப்போது அங்கே யாரும் இல்லை என்று என்னால் உறுதியாகச் சொல்ல முடியும். நாங்கள் உங்களை எதிர்பார்த்துக் காத்திருப்போம்" என்று அவன் உறுதியாகச் சொல்லிவிட்டு அறையை விட்டு வெளியேறினான்.

2. ஒரு கணம் பொய் உண்மையானது

அல்யோஷா அவசரமாக மீச்சியா படுத்திருந்த மருத்துவமனைக்குச் சென்றான். அவருடைய தலைவிதி தீர்மானிக்கப்பட்ட மறுநாள் அவருக்கு நரம்புத் தளர்ச்சி காய்ச்சல் ஏற்பட்டது. எங்கள் நகரத்தின் மருத்துவமனையில் உள்ள சிறைச்சாலைப் பிரிவுக்கு அவரை அனுப்பினார்கள். ஆனால் அல்யோஷாவும் மற்றும் பலரும் (திருமதி. கோஹ்லக்கோவ், லிசா இன்னும் பலர்) கேட்டுக் கொண்டதால், மருத்துவர் வார்வின்ஸ்கி மீச்சியாவைக் குற்றவாளிகள் இருந்த அறையிலிருந்து, ஸ்மெர்த்தியாக்கவ் படுத்திருந்த தனி அறைக்கு மாற்றினார். அங்கிருந்த ஜன்னல் கதவுகள் மூடியிருந்தது மட்டுமின்றி, நடைபாதையில் ஒரு காவலாளி காவலுக்கு நின்றிருந்தார். எனவே மருத்துவர் வார்வின்ஸ்கி கவலையின்றி ஒரு சிறிய சலுகையைச் செய்தார். அது சட்டபூர்வமானது அல்ல என்றாலும், அவர் கருணை உள்ளமும், இரக்க குணமும் உள்ள இளைஞர் என்பதால் அதைச் செய்தார். மீச்சியாவைப் போன்ற ஒருவரைத் திடீரென்று திருடர்களும் கொலைகாரர்களும் நிறைந்த கூட்டத்தில் விடுவது, அவருக்கு மிகவும் கஷ்டமாக இருக்கும் என்பதையும், அவர் கொஞ்சம் கொஞ்சமாக அதைப் பழகிக்கொள்வார் என்பதையும் மருத்துவர் புரிந்து கொண்டார். மீச்சியாவைப் பார்க்க வரும் உறவினர்கள், நெருங்கிய நண்பர்களை மருத்துவர் மட்டுமின்றி, கண்காணிப்பாளரும், போலீஸ் கமிஷனரும் கூட, சட்டத்திற்குப் புறம்பாக அனுமதித்தார்கள். ஆனால் அல்யோஷாவும், குருஷென்காவும் மட்டும்தான் மீச்சியாவைப் பார்க்க வந்தார்கள். ரகிதீன் இரண்டு முறை வலுக்கட்டாயமாக மீச்சியாவைப் பார்க்க முயன்றான், ஆனால் அவனை அனுமதிக்க வேண்டாம் என்று அவர் வார்வின்ஸ்கியிடம் திட்டவட்டமாகக் கேட்டுக் கொண்டார்.

அல்யோஷா உள்ளே நுழைந்து, வினிகரிலும், தண்ணீரிலும் நனைத்த துண்டைத் தலையில் கட்டிக் கொண்டு, மருத்துவமனை உடையில், காய்ச்சலுடன் கட்டிலில் படுத்திருந்த மீச்சியாவைப் பார்த்தபோது, அவருடைய பார்வையில் பயத்தின் சாயல் இருப்பதைப் பார்த்தான். விசாரணைக்குப் பிறகு அவர் எப்போதும் ஏதோ ஆழ்ந்த சிந்தனையில் இருந்தார். அவர் சில சமயங்களில், தன்னைச் சுற்றியுள்ள எல்லாவற்றையும் மறந்தவரைப் போல, ஆழ்ந்த சிந்தனையிலும் வேதனையிலும் மூழ்கியிருந்தார். அவர் திடீரென்று சிந்தனையிலிருந்து விடுபட்டுப் பேச ஆரம்பித்தால், என்ன சொல்ல விரும்புகிறார் என்பதைச் சொல்லாமல், சம்பந்தமில்லாததைப் பேசுவார். அல்யோஷா சில சமயம் தன்

அண்ணனை வேதனையுடன் பார்ப்பான். அல்யோஷாவை விட குரூஷென்காவின் முன்னிலையில் அவர் சகஜமாக இருந்தார். அவர் அவளிடம் அதிகமாகப் பேசவில்லை என்றாலும், அவள் உள்ளே நுழைந்ததும் அவருடைய முகம் மகிழ்ச்சியில் பிரகாசிக்கும்.

அல்யோஷா அவருடைய கட்டிலுக்கு அருகில் அமர்ந்து எதுவும் பேசாமல் அவரைப் பார்த்துக் கொண்டிருந்தான். அல்யோஷா என்ன சொல்லப் போகிறான் என்பதைத் தெரிந்து கொள்ள அவர் ஆவலுடன் இருந்தார் என்றாலும், அவருக்கு அதைக் கேட்கத் தைரியம் வரவில்லை. காத்யா தன்னைப் பார்க்க வருவாள் என்பதை அவரால் கற்பனை செய்து கூடப் பார்க்க முடியவில்லை என்றாலும், அவள் வராவிட்டால் தன்னுடைய எதிர்காலம் நரகமாகிவிடும் என்று அவர் நினைத்தார். அல்யோஷா அவருடைய உணர்வுகளைப் புரிந்து கொண்டான்.

"ஃடிரிபோன் போரிசிச் தன்னுடைய விடுதியை முற்றிலுமாக இடித்துவிட்டார் என்று சொல்கிறார்கள்" என்று மீச்சியா பேசத் தொடங்கினார். "விடுதியின் தரையிலும் சுவர்களிலும் இருந்த பலகைகளை உடைத்து, காட்சிக் கூடத்தை நொறுக்கிவிட்டார் என்று கேள்விப்பட்டேன். நான் அங்கே மறைத்து வைத்திருப்பதாக அரசு வழக்கறிஞர் சொன்ன ஆயிரத்து ஐநூறு ரூபிள்கள் புதையலை அவர் தேடிக் கொண்டிருக்கிறார். அவர் அதே வேலையாக இருக்கிறார் என்று சொல்கிறார்கள். அந்த ஏமாற்றுக்காரனுக்கு அப்படித்தான் நடக்கும். இங்குள்ள காவலாளி நேற்று என்னிடம் சொன்னார். அவர் அங்கிருந்துதான் வருகிறார்."

"கேளுங்கள்" என்றான் அல்யோஷா. "அவள் வருவதற்குச் சம்மதித்துவிட்டாள், ஆனால் எப்போது என்று எனக்குத் தெரியாது. ஒருவேளை அவள் இன்று அல்லது இன்னும் ஒன்றிரண்டு நாட்களில் இங்கே வரலாம். ஆனால் அவள் வருவாள் என்பது நிச்சயம்."

மீச்சியா திடுக்கிட்டார். அவர் ஏதோ சொல்ல நினைத்தார், ஆனால் எதுவும் பேசாமல் மௌனமானார். அந்தச் செய்தி அவரை மிகவும் பாதித்தது. அவள் அல்யோஷாவிடம் என்ன சொன்னாள் என்பதைத் தெரிந்து கொள்ள அவர் மிகுந்த ஆவலுடன் இருப்பது தெளிவாகத் தெரிந்தது. ஆனால் அவர் அதைக் கேட்பதற்குப் பயந்தார். அவள் இகழ்ச்சியாக அல்லது கொடூரமாக எதைச் சொல்லியிருந்தாலும், அது அவருடைய இதயத்தில் கத்தியைச் சொருகியது போலிருக்கும்.

"தப்பிச் செல்வதில் உங்களுக்குக் குற்ற உணர்ச்சி ஏற்படாமல், உங்கள் மனசாட்சியை அமைதிப்படுத்த வேண்டும் என்றும், அதற்குள் இவான் குணமடையவில்லை என்றால் அவளே

எல்லாவற்றையும் பார்த்துக் கொள்வாள் என்றும் அவள் சொன்னாள்."

"நீங்கள் ஏற்கனவே அதைச் சொல்லிவிட்டீர்கள்" என்று மீச்சியா எதையோ யோசித்தபடி சொன்னார்.

"நான் சொன்னதை நீங்கள் குரூஷென்காவிடம் சொல்லிவிட்டீர்கள்" என்றான் அல்யோஷா.

"ஆமாம்" என்று மீச்சியா ஒப்புக் கொண்டார். "அவள் இன்று வரவில்லை" என்று அவர் தயக்கத்துடன் தன் சகோதரனைப் பார்த்தார். "மாலையில் வருவாள். காத்யா எல்லாவற்றையும் பார்த்துக் கொள்வாள் என்று நான் அவளிடம் சொன்னபோது, அவள் எதுவும் சொல்லாமல், 'சரி' என்று முணுமுணுத்தாள். அது முக்கியம் என்பதை அவள் புரிந்து கொண்டாள். அதற்கு மேல் எதுவும் சொல்ல எனக்குத் தைரியம் வரவில்லை. இப்போது காத்யா என்னைப் பற்றிக் கவலைப்படாமல், இவானைக் காதலிக்கிறாள் என்பதை அவள் புரிந்து கொண்டாள் என்று நான் நினைக்கிறேன்."

"அது உண்மையா?" என்று அல்யோஷா தன்னையும் அறியாமல் கேட்டான்.

"ஒருவேளை அவள் புரிந்து கொள்ளாமல் இருக்கலாம். அவள் இன்று காலையில் வர மாட்டாள்" என்று மீச்சியா அவசரமாகச் சொன்னார். "நான் அவளுக்கு ஒரு வேலை கொடுத்தேன். உங்களுக்குத் தெரியுமா, நம் எல்லோரையும் விட இவான் மேலானவர். நாம் வாழ வேண்டியவர்கள் அல்ல, ஆனால் அவர் வாழ வேண்டும். அவர் சீக்கிரம் குணமடைந்து விடுவார்."

"காத்யா அவரை நினைத்துக் கவலைப்பட்டாலும், அவர் குணமடைவார் என்பதில் அவளுக்கு எந்தச் சந்தேகமும் இல்லை" என்றான் அல்யோஷா.

"அப்படியானால் அவர் இறந்துவிடுவார் என்று அவள் உறுதியாக நம்புகிறாள் என்று அர்த்தம். அவளிடம் உள்ள பயம்தான் அவர் குணமடைவார் என்று அவளை உறுதியாக நம்ப வைக்கிறது."

"சகோதரர் இவானுக்கு உறுதியான உடல் இருப்பதால், அவர் நிச்சயமாகக் குணமடைந்துவிடுவார் என்ற நம்பிக்கை எனக்கு இருக்கிறது" என்று அல்யோஷா கவலையுடன் சொன்னான்.

"ஆமாம், அவர் குணமடைவார். ஆனால் அவர் இறந்துவிடுவார் என்று அவள் உறுதியாக நம்புகிறாள். அவள் தாங்க முடியாத துயரத்தில் தத்தளிக்கிறாள்..."

சிறிது நேரம் மௌனம் நிலவியது. ஒரு பெரிய கவலை மீச்சியாவின் மனதை வாட்டி வதைத்தது.

“அல்யோஷா, நான் குரூஷென்காவை ஆழமாக நேசிக்கிறேன்” என்று மீச்சியா திடீரென்று நடுங்கும் குரலில் கண்ணீர் மல்கச் சொன்னார்.

“அவளை உங்களுடன் அனுப்ப அவர்கள் சம்மதிக்க மாட்டார்கள்” என்று அல்யோஷா சட்டென்று சொன்னான்.

“நான் உங்களிடம் ஒரு விஷயத்தைச் சொல்ல வேண்டும்” என்று மீச்சியா திடீரென்று உரத்தக் குரலில் சொன்னார். “இங்கிருந்து போகிற வழியில் அல்லது அங்கே சென்ற பிறகு யாராவது என்னை அடித்தால் நான் அதைப் பொறுத்துக் கொள்ள மாட்டேன். நான் அவர்களைக் கொல்வேன், அவர்களும் என்னைச் சுட்டுவிடுவார்கள். நான் அங்கே இருபது வருடங்கள் பொறுமையாக இருக்க வேண்டும். இங்கே உள்ளவர்கள் என்னை ஏற்கனவே மரியாதைக் குறைவாக நடத்துகிறார்கள். காவலர்கள் என்னிடம் முரட்டுத்தனமாகப் பேசுகிறார்கள். நேற்று இரவு இங்கே படுத்து யோசித்துக் கொண்டிருந்தபோது, நான் அதற்குத் தயாராக இல்லை என்று முடிவு செய்தேன். எனக்கு அதைத் தாங்கும் சக்தி இல்லை! அங்கே என்னால் பாசுரங்களைப் பாட முடியும் என்று நான் நினைத்தேன், ஆனால் யாராவது என்னிடம் மரியாதைக் குறைவாகப் பேசினால் என்னால் அதைத் தாங்க முடியாது. குரூஷென்காவுக்காக நான் எதையும் தாங்கத் தயாராக இருக்கிறேன்... அதாவது அடியைத் தவிர... ஆனால் அவளை அங்கே அனுப்ப சம்மதிக்க மாட்டார்கள்.”

அல்யோஷாவின் உதடுகளில் மெல்லிய புன்னகை அரும்பியது.

“அண்ணா, நான் அதைப் பற்றி என்ன நினைக்கிறேன் என்பதைச் சொல்கிறேன். நான் பொய் சொல்ல மாட்டேன் என்று உங்களுக்குத் தெரியும். நீங்கள் அதற்குத் தயாராக இல்லை என்பதால் உங்களால் அந்தச் சிலுவையைச் சுமக்க முடியாது. நீங்கள் அதற்குத் தயாராக இல்லாதபோது, அத்தகைய தியாகத்தைச் செய்ய வேண்டிய அவசியமில்லை. நீங்கள் தந்தையைக் கொலை செய்துவிட்டு, தண்டனையிலிருந்து தப்பிக்க நினைத்தால், நான் வருத்தப்படுவேன். ஆனால் நீங்கள் நிரபராதி என்பதால், அந்தத் துன்பம் உங்களுக்கு அதிகப்படியானது. நீங்கள் துன்பத்தை அனுபவிப்பதன் மூலம் ஒரு புதிய மனிதனாக மாற விரும்புகிறீர்கள். நீங்கள் உங்கள் வாழ்நாள் முழுவதும் அந்தப் புதிய மனிதனை நினைவில் வைத்திருந்தால், எங்கே சென்று வாழ்ந்தாலும், அதுவே உங்களுக்குப் போதுமானதாக இருக்கும் என்று நான் நினைக்கிறேன்.

நீங்கள் அந்தப் பெரிய பாரத்தைச் சுமக்க மறுத்துவிட்டால், உங்களுக்கு ஒரு பெரிய கடமை இருக்கிறது என்ற உணர்வு வாழ்நாள் முழுவதும் உங்களை வழி நடத்தும். ஒருவேளை நீங்கள் அங்கே சென்று அந்தத் தண்டனையை அனுபவிப்பதைக் காட்டிலும், அந்த உணர்வு உங்களை ஒரு புதிய மனிதனாக மாற்றக்கூடும். ஆனால் நீங்கள் அந்தத் தண்டனையை ஏற்றுக் கொண்டு, அதைத் தாங்க முடியாமல் போனால் உங்களிடம் மனக்கசப்பு மட்டுமே எஞ்சும். நீங்கள் அப்போது, 'நான் விலகி விட்டேன்' என்று சொல்வீர்கள். அந்த வழக்கறிஞர் சொன்னது சரிதான். அந்தப் பெரிய பாரத்தை எல்லா மனிதர்களாலும் சுமக்க முடியாது. சிலருக்கு அது சாத்தியமற்றதாக இருக்கலாம். நான் அப்படித்தான் நினைக்கிறேன். நீங்கள் தப்பிச் செல்வதால், அதிகாரிகள், காவலாளர்கள் போன்ற மற்றவர்கள் சிக்கலில் மாட்டிக் கொள்வார்கள் என்றால், நான் அதை அனுமதிக்க மாட்டேன்" என்று அல்யோஷா சிரித்தான். "ஆனால் அப்படி எந்தச் சிக்கலும் இல்லாமல் தப்பிக்க முடியும் என்று இவானிடம் அந்த அதிகாரி சொல்லியிருக்கிறார். இந்த விஷயத்தில் லஞ்சம் கொடுப்பது நேர்மையற்றது என்றாலும், நான் அதைப் பற்றி எதுவும் சொல்ல முடியாது, ஏனெனில் காத்யாவும், இவானும் இந்த விஷயத்தை என்னிடம் ஒப்படைத்தால், நான் லஞ்சம் கொடுப்பேன் என்று எனக்குத் தெரியும். நான் உங்களிடம் உண்மையைச் சொல்கிறேன். அதனால் உங்கள் செயலை நான் தீர்மானிக்க முடியாது. ஆனால் நான் உங்களை ஒருபோதும் கண்டிக்க மாட்டேன் என்பதை நீங்கள் தெரிந்து கொள்ளுங்கள். இந்த விஷயங்களைப் பற்றி நான் முடிவெடுப்பது விசித்திரமாக இருக்கும், இல்லையா? உங்கள் சந்தேகங்கள் அனைத்தையும் நான் நிவர்த்தி செய்துவிட்டதாக நினைக்கிறேன்."

"ஆனால் என்னை நானே நிந்தனை செய்து கொள்வேன்!" என்று மீச்சியா கத்தினார். "நீங்கள் சொன்னாலும், சொல்லவில்லை என்றாலும், நான் தப்பிச் செல்வது என்று ஏற்கனவே முடிவாகி விட்டது. மீச்சியா கரமசோவ் எப்படித் தப்பிச் செல்லாமல் இருக்க முடியும்? ஆனால் என்னை நானே நிந்தனை செய்து கொண்டு, என்னுடைய பாவத்திற்காக என் வாழ்நாள் முழுவதும் பிரார்த்தனை செய்வேன்! இயேசு சபையினர் இப்படித்தானே பேசுகிறார்கள்? இப்போது நாம் அதைத்தான் செய்து கொண்டிருக்கிறோம், இல்லையா?"

"ஆமாம்" என்று அல்யோஷா மெல்லச் சிரித்தான்.

"நீங்கள் எப்போதும் எதையும் மறைக்காமல் உண்மையைப் பேசுகிறீர்கள்" என்று மீச்சியா சந்தோஷமாகச் சிரித்தார்.

“அப்படியானால் என் அல்யோஷா இயேசு சபையைச் சேர்ந்தவர் என்பதை நான் கண்டுபிடித்து விட்டேன். அதற்காக நான் உங்களை முத்தமிட வேண்டும். சரி, மீதியைக் கேளுங்கள். நான் என் இதயத்தின் மறுபக்கத்தை உங்களுக்குத் திறந்து காட்டுகிறேன். நான் இங்கிருந்து பணம் மற்றும் பாஸ்போர்ட்டுடன் அமெரிக்காவுக்குத் தப்பிச் செல்வது, மகிழ்ச்சியையும், இன்பத்தையும் அனுபவிக்க வேண்டும் என்பதற்காக அல்ல. அது சைபீரியாவை விட மோசமான தண்டனையாக இருக்கும் என்ற எண்ணத்துடன் நான் அங்கே போகிறேன். அல்யோஷா, நான் உண்மையைத்தான் சொல்கிறேன். நான் அமெரிக்காவை வெறுக்கிறேன், அதைப் பிசாசு எடுத்துக் கொள்ளட்டும். குரூஷென்கா என்னுடன் வருவாள் என்றாலும், அவள் அமெரிக்கப் பெண்ணா? அவளுடைய உடலில் ரஷ்ய இரத்தம் ஓடுகிறது. அவள் பிறந்த மண்ணுக்காக ஏங்கித் தவிப்பாள். அவள் எனக்காக எவ்வளவு கஷ்டப்படுகிறாள் என்பதை நான் ஒவ்வொரு மணி நேரமும் பார்த்து வேதனைப்படுவேன். அவள் என்ன தவறு செய்தாள்? அங்கே உள்ளவர்கள் என்னைவிடச் சிறந்தவர்களாக இருந்தாலும், அந்தக் கும்பலை என்னால் எப்படிச் சகித்துக் கொள்ள முடியும்? நான் அமெரிக்காவை வெறுக்கிறேன்! அவர்கள் இயந்திரங்களில் சிறந்து விளங்கினாலும், அவர்களைப் பிசாசு எடுத்துக் கொள்ளட்டும். அவர்கள் என் மக்களோ, என் ஆன்மாவைச் சேர்ந்தவர்களோ அல்ல. அல்யோஷா, நான் ஓர் அயோக்கியனாக இருந்தாலும், ரஷ்யாவையும், ரஷ்யக் கடவுளையும் நேசிக்கிறேன். நான் அங்கே மூச்சுத் திணறிச் செத்துப் போவேன்!” என்று மீச்சியா திடீரென்று கத்தியபோது, அவருடைய கண்கள் பளிச்சிட்டன. அவர் கண்ணீர் சிந்தியபோது, அவருடைய குரல் நடுங்கியது.

“அல்யோஷா, நான் முடிவு செய்திருப்பது இதுதான்!” என்று அவர் தன்னைக் கட்டுப்படுத்திக் கொண்டு மீண்டும் பேசத் தொடங்கினார். “நானும் குரூஷென்காவும் அங்கே சென்றதும், காட்டுக் கரடிகள் வசிக்கும் ஓர் ஒதுக்குப்புறமான இடத்தில் குடியேறி நிலத்தை உழுது விவசாயம் செய்வோம். அங்கேயும் சில ஒதுக்குப்புறமான பகுதிகள் இருக்க வேண்டும். அங்கே தொடுவானத்தின் முடிவில், இன்னும் சிவப்பு தோல் அமெரிக்கர்கள் வாழ்வதாகச் சொல்கிறார்கள். நாங்கள் அந்த இடத்திற்குச் சென்று, அமெரிக்கப் பழங்குடியினர் மோஹிகன்களுடன் சேர்ந்து கொள்வோம். நானும் குரூஷென்காவும் ஆங்கில மொழியைக் கற்றுக் கொள்வதில் மூன்று ஆண்டுகளைச் செலவிடுவோம். நாங்களும் ஆங்கிலேயர்களைப் போல ஆங்கிலத்தைப் பேசத் தொடங்கியதும், அமெரிக்காவிலிருந்து விடைபெறுவோம்! நாங்கள்

அமெரிக்க குடிமக்களாக ரஷ்யாவுக்குத் திரும்புவோம். நீங்கள் கவலைப்படாதீர்கள், நாங்கள் இந்தச் சிறிய நகரத்திற்கு வர மாட்டோம். வடக்கு அல்லது தெற்கு பகுதியில் நாங்கள் தலைமறைவாக இருப்போம். அமெரிக்க மருத்துவர்களின் உதவியுடன் எங்கள் முகத்தில் சில மாற்றங்களை (அவர்கள் அதில் திறமைசாலிகள்) செய்து கொள்வோம். இல்லையென்றால், நான் என்னுடைய ஒரு கண்ணைக் குருடாக்கி, ஒரு அடி நீளமுள்ள நரைத்த (ரஷ்யாவின் மீதுள்ள ஏக்கத்தால்) தாடியை வளர்த்துக் கொள்வேன். எனவே எங்களை யாருக்கும் அடையாளம் தெரியாது. ஒருவேளை அவர்கள் என்னைக் கண்டுபிடித்தால் மீண்டும் சைபீரியாவுக்கு நாடு கடத்தட்டும். நான் அதைப் பற்றிக் கவலைப்பட மாட்டேன். என்னுடைய தலைவிதி அதுதான் என்று நான் நினைத்துக் கொள்வேன். அதுவரை நாங்கள் இருவரும் இங்கே எங்காவது தொலைதூரத்தில் உள்ள நிலத்தை உழுது விவசாயம் செய்வோம். நான் என் வாழ்நாள் முழுவதும் அமெரிக்கனாக நடிப்பேன். இருந்தாலும், நாங்கள் எங்கள் சொந்த மண்ணில் இறப்போம். இதுதான் என்னுடைய முடிவான திட்டம். உங்களுக்குச் சம்மதமா?"

"சம்மதம்" என்று அல்யோஷா, அவர் சொன்னதை மறுக்க விரும்பாமல் ஏற்றுக் கொண்டான்.

மீச்சியா ஒரு நிமிடம் அமைதியாக இருந்துவிட்டு, திடீரென்று சொன்னார்.

"அவர்கள் விசாரணையில் என்னைப் பொறி வைத்துப் பிடித்து விட்டார்கள். அவர்கள் அப்படித்தான் செய்தார்கள்!"

"அவர்கள் அப்படிச் செய்யவில்லை என்றாலும், உங்களுக்கு எப்படியும் தண்டனை கிடைத்திருக்கும்" என்று அல்யோஷா பெருமூச்சு விட்டான்.

"ஆமாம், இங்குள்ள மக்கள் என்னைப் பார்த்து வெறுத்துப் போய்விட்டார்கள்! கடவுள் அவர்களை ஆசீர்வதிக்கட்டும், ஆனால் அதைத் தாங்க முடியவில்லை" என்று மீச்சியா பரிதாபமாக முனகினார்.

அவர்கள் ஒரு நிமிடம் மௌனமாக இருந்தார்கள்.

"அல்யோஷா, இப்போதே என் துயரத்திலிருந்து என்னைக் காப்பாற்றுங்கள்! என்று மீச்சியா திடீரென்று கத்தினார். "சொல்லுங்கள், அவள் இன்று வருவாளா, இல்லையா? அவள் என்ன சொன்னாள்? அதை எப்படிச் சொன்னாள்?"

"அவள் வருவதாகச் சொன்னாள், ஆனால் இன்று வருவாளா என்று எனக்குத் தெரியாது. அது அவளுக்கு எத்தனை கஷ்டமாக

இருக்கும் என்று உங்களுக்குத் தெரியுமா?" என்று அல்யோஷா தன் சகோதரனைப் பயத்துடன் பார்த்தான்.

"ஆமாம், எனக்குத் தெரியும். அல்யோஷா, அதை நினைக்கும் போது, எனக்குப் பைத்தியம் பிடித்துவிடும் போலிருக்கிறது. குரூஷென்கா என்னைப் பார்க்கும்போது, அதைப் புரிந்து கொள்கிறாள். கடவுளே, என்னைச் சாந்தப்படுத்துங்கள். எனக்கு என்ன வேண்டும்? எனக்குக் காத்யா வேண்டும்! எனக்கு என்ன வேண்டும் என்பதை என்னால் புரிந்து கொள்ள முடிகிறதா? இது பிடிவாதம் பிடித்த, கட்டுக்கடங்காத கரமசோவின் குணம்! இல்லை, இந்தத் துன்பத்தைத் தாங்கும் ஆற்றல் எனக்கு இல்லை. நான் ஓர் அயோக்கியன் என்பதைத் தவிர வேறென்ன சொல்ல முடியும்."

"இதோ அவள் வந்துவிட்டாள்!" என்று அல்யோஷா கத்தினான்.

அப்போது காத்யா வாசலில் தோன்றினாள். அவள் ஒரு கணம் அசையாமல் நின்று, திகைப்புடன் மீச்சியாவைப் பார்த்தாள். அவர் சட்டென்று துள்ளி எழுந்து நின்றபோது, அவருடைய முகத்தில் பயத்தின் நிழல் படர்ந்தது. அவருடைய முகம் வெளிறிப் போனது என்றாலும், அவரது உதடுகளில் பயமும் கெஞ்சலும் கலந்த புன்னகை அரும்பியது. அவர் திடீரென்று உணர்ச்சிவசப்பட்ட நிலையில், கட்டுப்படுத்த முடியாதவராக, தனது இரண்டு கைகளையும் காத்யாவை நோக்கி நீட்டினார். அவள் அதைப் பார்த்ததும், ஆவேசத்துடன் அவரிடம் பாய்ந்து சென்று, அவருடைய கைகளைப் பற்றி, அவரை வலுக்கட்டாயமாகக் கட்டிலில் உட்கார வைத்து, அவருக்கு அருகில் அமர்ந்தாள். அவள் அவருடைய கைகளை விடாமல் இறுகப் பிடித்துக் கொண்டாள். அவர்கள் இருவரும் பல முறை பேச முயன்றும் முடியாமல், மௌனமாக ஒருவரையொருவர் விநோதமான புன்னகையுடன் பார்த்துக் கொண்டார்கள். இப்படியே இரண்டு நிமிடங்கள் கழிந்தன.

"நீங்கள் என்னை மன்னித்து விட்டீர்களா?" என்று இறுதியில் முணுமுணுத்த மீச்சியா, மகிழ்ச்சியால் மலர்ந்த முகத்துடன் அல்யோஷாவைப் பார்த்தார். "நான் கேட்டது உங்கள் காதில் விழுந்ததா?" என்று அவர் கத்தினார்.

"உங்களுடைய தாராள மனசுக்காகவே நான் உங்களை நேசித்தேன்" என்று காத்யா பரவசத்துடன் சொன்னாள். "நான் உங்களை மன்னிக்கத் தேவையில்லை, நீங்களும் என்னை மன்னிக்கத் தேவையில்லை. நீங்கள் என்னை மன்னித்தாலும்,

மன்னிக்காவிட்டாலும், நீங்கள் எப்போதும் என் இதயத்தில் ஒரு வடுவாக இருப்பது போலவே நானும் உங்கள் இதயத்தில் இருப்பேன். அது அப்படியே இருக்கட்டும்..." என்று சொன்ன அவள் மூச்சை இழுத்துப் பிடிக்க பேச்சை நிறுத்தினாள்.

"நான் ஏன் இங்கே வந்தேன்?" என்று அவள் பதற்றத்துடன் மீண்டும் பேச ஆரம்பித்தாள். "நான் மாஸ்கோவில் செய்தது போல, உங்கள் கால்களைத் தழுவிக் கொள்ளவும், வலிக்கும் வரை உங்கள் கைகளைப் பிடிக்கவும் வந்திருக்கிறேன். அது உங்களுக்கு நினைவிருக்கிறதா? நான் உங்களை வெறித்தனமாக நேசிக்கிறேன் என்று சொல்ல வந்தேன், ஏனெனில் நீங்களே என் கடவுள், என் மகிழ்ச்சி" என்று அவள் வேதனையில் முனகினாள். அவள் சட்டென்று அவருடைய கையை எடுத்து ஆசையுடன் அதை முத்தமிட்டாள். அவள் கண்களில் கண்ணீர் பெருகியது.

அல்யோஷா வாயடைத்து நின்றான். இப்படி நடக்கும் என்று அவன் கொஞ்சமும் எதிர்பார்க்கவில்லை.

"மீச்சியா நம் காதல் முடிந்துவிட்டது!" என்று அவள் மீண்டும் ஆரம்பித்தாள். "ஆனால் கடந்த காலம் அதன் வேதனையுடன் எப்போதும் எனக்குப் பிரியமானது. நீங்கள் அதை என்றென்றும் நினைவில் கொள்ளுங்கள். ஆனால் இந்த ஒரு நிமிடம் எப்படி இருக்கிறதோ அப்படியே இருக்கட்டும்" என்று அவள் ஒரு கோணல் புன்னகையுடன் சொல்லிவிட்டு, மகிழ்ச்சியுடன் அவரைப் பார்த்தாள். "நீங்கள் வேறு ஒரு பெண்ணைக் காதலிக்கிறீர்கள், நானும் வேறு ஓர் ஆணைக் காதலிக்கிறேன். ஆனால் நான் எப்போதும் உங்களை நேசிப்பேன், நீங்களும் என்னை நேசிப்பீர்கள் என்று உங்களுக்குத் தெரியுமா? நான் சொல்வதைக் கேட்கிறீர்களா? உங்கள் வாழ்நாள் முழுவதும் நீங்கள் என்னை நேசியுங்கள்!" என்று அவள் நடுங்கும் குரலில், மிரட்டும் தொனியில் சொன்னாள்.

"நான் உங்களை நேசிப்பேன்... காத்யா உங்களுக்குத் தெரியுமா?" என்று மீச்சியா பேசத் தொடங்கியபோது, ஒவ்வொரு வார்த்தைக்கும் இடையில் மூச்சை இழுத்துப் பிடித்தார். "உங்களுக்குத் தெரியுமா, ஐந்து நாட்களுக்கு முன்பு, அன்று மாலையில் நான் உங்களை நேசித்தேன்... நீங்கள் மயங்கி விழுந்து, அவர்கள் உங்களைத் தூக்கிச் சென்றபோது... என் வாழ்நாள் முழுவதும்! அது அப்படியே இருக்கட்டும், அது எப்போதும் அப்படியே இருக்கட்டும்..."

அவர்கள் இருவரும் பரவசத்துடன், அர்த்தமற்ற வார்த்தைகளை உளறிக் கொட்டினார்கள். அது உண்மையாக இல்லாமலும் இருக்கலாம் என்றாலும், அந்த நேரத்தில் அது உண்மையாக

இருந்ததால், அவர்கள் இருவரும் அதை உண்மை என்று நம்பினார்கள்.

“காத்யா, நான்தான் அவரைக் கொன்றேன் என்று நீங்களும் நம்புகிறீர்களா? இப்போது நீங்கள் அதை நம்பவில்லை என்று எனக்குத் தெரியும், ஆனால் அப்போது... நீங்கள் சாட்சியம் அளித்தபோது... நீங்கள் அதை உண்மை என்று நம்பினீர்கள்!”

“நான் அப்போதும் அதை நம்பவில்லை! நான் அதை ஒருபோதும் நம்பவில்லை! நான் உங்களை வெறுத்ததால், அந்தக் கணம் என்னை நானே சமாதானப்படுத்திக் கொண்டேன். நான் சாட்சியம் அளித்தபோது, என்னை நானே சமாதானப்படுத்திக் கொண்டு, அதை நம்பினேன், ஆனால் பேசி முடித்த பிறகு அதை நம்பவில்லை. உங்களுக்கு அந்தச் சந்தேகமே வேண்டாம். என்னை நானே தண்டித்துக் கொள்ளவே நான் இங்கே வந்தேன் என்பதை மறந்துவிட்டேன்” என்று அவள் அன்பிலிருந்து முற்றிலும் மாறுபட்ட தொனியில் பேசினாள்.

“பெண்ணே, உன்னுடைய துயரம் தாங்க முடியாதது” என்று மீச்சியா தன்னையும் அறியாமல் கத்தினார்.

“சரி, நான் போகிறேன்” என்று அவள் கிசுகிசுத்தாள். “நான் மீண்டும் வருகிறேன். இப்போது என்னால் முடியவில்லை.”

அவள் எழுந்து நின்றாள், ஆனால் திடீரென்று உரத்தக் குரலில் அலறிக் கொண்டே தள்ளாடியபடி பின்னால் சென்றாள். குரூஷென்கா சத்தமில்லாமல் அறைக்குள் நுழைந்தாள். அவளை யாரும் எதிர்பார்க்கவில்லை. காத்யா வேகமாக வாசலை நோக்கிச் சென்றாள், ஆனால் அவள் குரூஷென்காவை நெருங்கியதும், சட்டென்று நின்று, முகம் வெளிறி, ஏறக்குறைய முணுமுணுத்தாள்.

“என்னை மன்னித்து விடுங்கள்!”

குரூஷென்கா அவளை உற்றுப் பார்த்துவிட்டு, பழிவாங்கும் ஆவேசத்துடன், விஷம் தோய்ந்த குரலில் சொன்னாள்.

“பெண்ணே, நாம் இருவரும் துஷ்டர்கள்! நாம் எப்படி ஒருவரையொருவர் மன்னிக்க முடியும்? ஆனால் அவரைக் காப்பாற்றுங்கள். நான் என் வாழ்நாள் முழுவதும் உங்களுக்காகப் பிரார்த்தனை செய்வேன்.”

“நீ அவளை மன்னிக்க மாட்டாயா?” என்று மீச்சியா வெறிபிடித்தவர் போல குரூஷென்காவைப் பார்த்துக் கத்தினார்.

“கவலைப்பட வேண்டாம், உனக்காக அவரைக் காப்பாற்று கிறேன்!” என்று கேத்தரீனா வேகமாக முணுமுணுத்து விட்டு, அறையை விட்டு வெளியே ஓடினாள்.

“அவள் உன்னிடம் மன்னிப்பு கேட்ட பிறகும், உன்னால் அவளை மன்னிக்க முடியாதா?” என்று மீச்சியா கசப்புடன் கேட்டார்.

“மீச்சியா, அவளைக் குறை சொல்ல உங்களுக்கு எந்த உரிமையும் இல்லை!” என்று அல்யோஷா கோபத்துடன் கத்தினான்.

“அவள் உதட்டளவில் மட்டுமே பேசினாள், இதயத்திலிருந்து அல்ல” என்று குரூஷென்கா வெறுப்பு நிறைந்த குரலில் சொன்னாள். “அவள் உங்களைக் காப்பாற்றினால், நான் அவளை மன்னிப்பேன்...”

அவள் எதையோ தன் உள்ளத்தில் அடக்கி வைப்பது போல மௌனமானாள். அவளால் இன்னும் ஒரு நிதானத்திற்கு வர முடியவில்லை. அவள் எதைச் சந்திக்கப் போகிறோம் என்ற சிந்தனை இன்றி, எதேச்சையாக உள்ளே வந்திருக்கிறாள் என்பது பின்னர் தெரியவந்தது.

“அல்யோஷா, அவளைப் பின்தொடர்ந்து ஓடுங்கள்” என்று மீச்சியா பதற்றத்துடன் கத்தினார். “அவளிடம் சொல்லுங்கள்... எனக்கு என்ன சொல்வது என்று தெரியவில்லை... ஆனால் அவளை இப்படியே விட்டு விடாதீர்கள்!”

“நான் மாலையில் வருகிறேன்” என்று அல்யோஷா கேத்தரீனாவைப் பிடிக்க வெளியே ஓடினான். அவன் மருத்துவமனை வாசலைத் தாண்டி ஓடிச் சென்று, வேகமாக நடந்து கொண்டிருந்த அவளைத் தடுத்து நிறுத்தினான். அல்யோஷா அவளை நெருங்கியதும், அவள் சட்டென்று சொன்னாள்.

“இல்லை, அந்தப் பெண்ணின் முன்னால் என்னை நானே அவமானப்படுத்திக் கொள்ள முடியாது! என்னை நானே தண்டித்துக் கொள்ள விரும்பியதால் நான் அவளிடம் மன்னிப்புக் கேட்டேன். ஆனால் அவள் என்னை மன்னிக்கவில்லை... அதற்காகவே அவளை எனக்குப் பிடித்திருக்கிறது!” என்று அவள் தனது வழக்கத்திற்கு மாறான குரலில் சொன்னபோது, அவள் கண்களில் கடும் கோபம் பளிச்சிட்டது.

“என் சகோதரன் இதைக் கொஞ்சம் கூட எதிர்பார்க்கவில்லை” என்று அல்யோஷா முணுமுணுத்தான். “அவள் வர மாட்டாள் என்று அவர் உறுதியாக நம்பினார்.”

“அதில் சந்தேகம் இல்லை. நாம் அதைப் பற்றிப் பேச வேண்டாம்” என்று அவள் சீறினாள். “இப்போது என்னால் இறுதிச் சடங்கிற்கு வர முடியாது. நான் பூக்களை அனுப்பி யிருக்கிறேன். அவர்களிடம் இன்னும் பணம் இருக்கும் என்று

நான் நினைக்கிறேன். தேவைப்பட்டால், நான் ஒருபோதும் அவர்களைக் கைவிட மாட்டேன் என்று அவர்களிடம் சொல்லுங்கள்... ஆனால் இப்போது என்னை விட்டுவிடுங்கள், தயவுசெய்து என்னை விட்டுவிடுங்கள். உங்களுக்கு நேரமாகிவிட்டது; சேவைக்கான மணிகள் ஒலிக்கின்றன... தயவுசெய்து என்னை விட்டுவிடுங்கள்!"

3. இல்யூஷாவின் இறுதிச் சடங்கு. பாறைக்கு அருகில் நிகழ்த்திய உரை

அல்யோஷா தாமதமாக அங்கு சென்றான். அவர்கள் அவனுக்காகக் காத்திருந்தார்கள், ஆனால் நேரமானதால் அவன் வருவதற்கு முன்பே, மலர்களால் அலங்கரிக்கப்பட்ட அந்த அழகான சிறிய சவப்பெட்டியைத் தேவாலயத்திற்கு எடுத்துச் செல்ல முடிவு செய்திருந்தனர். அது பாவப்பட்ட சிறுவன் இல்யூஷாவின் சவப்பெட்டி. மீச்சியாவுக்குத் தண்டனை விதிக்கப்பட்ட இரண்டு நாட்களுக்குப் பிறகு அந்தப் பரிதாபத்திற்குரிய குழந்தை இறந்துவிட்டது. வீட்டு வாசலில் நின்றிருந்த இல்யூஷாவின் தோழர்களின் கூச்சல் அவனை வரவேற்றது. அவர்கள் எல்லோரும் அவனை எதிர்பார்த்து பொறுமையிழந்து காத்திருந்தார்கள். இறுதியில் அவன் வந்துவிட்டதைக் கண்டு அவர்கள் மகிழ்ச்சியடைந்தார்கள். அங்கே சுமார் பன்னிரண்டு பேர் இருந்தார்கள். அவர்கள் அனைவரும் தங்கள் தோள்களில் பள்ளிப் பைகளைச் சுமந்து கொண்டிருந்தார்கள். 'அப்பா அழுவார், அப்பாவுடன் இருங்கள்' என்று இல்யூஷா மரணத் தருவாயில் கேட்டுக் கொண்டதை அந்தச் சிறுவர்கள் மறக்கவில்லை. கோல்யா கிராஸோத்கின் அவர்களுக்குத் தலைமை தாங்கினான்.

"கரமசோவ், நீங்கள் இங்கு வந்ததில் எனக்கு மகிழ்ச்சி!" என்று கோல்யா அல்யோஷாவிடம் கையை நீட்டினான். "இங்கே இருப்பது எனக்குக் கஷ்டமாக இருக்கிறது. இதைப் பார்க்கவே எனக்கு வேதனையாக இருக்கிறது. ஸ்னெகிரியோ குடிக்கவில்லை என்று எனக்குத் தெரியும், ஏனெனில் இன்று குடிப்பதற்கு எதுவும் இல்லை. ஆனால் அவர் குடித்திருப்பது போல நடந்து கொள்கிறார்... நான் எல்லாவற்றையும் தாங்கிக் கொள்வேன், ஆனால் இது மோசமானது. கரமசோவ், நீங்கள் உள்ளே போவதற்கு முன்பு, நான் உங்களிடம் ஒரு கேள்வி கேட்கலாமா?"

"கோல்யா, என்ன விஷயம்?" என்று அல்யோஷா நின்றான்.

"உங்கள் சகோதரன் உண்மையில் குற்றவாளியா அல்லது நிரபராதியா? உங்கள் தந்தையைக் கொன்றது அவரா அல்லது அந்த வேலைக்காரனா? நீங்கள் என்ன சொன்னாலும் நான் அதை நம்புவேன். நான் அதை நினைத்து, கடந்த நான்கு இரவுகளாகத் தூங்கவில்லை."

"என் சகோதரன் நிரபராதி, வேலைக்காரன்தான் அவரைக் கொன்றான்" என்றான் அல்யோஷா.

"அதைத்தான் நானும் சொன்னேன்" என்று ஸ்மூரோவ் கத்தினான்.

"அப்படியானால் ஒரு நிரபராதியாக அவர் அழிந்து விட்டார்!" என்று கோல்யா வியப்புடன் சொன்னான். "அவர் அழிந்தாலும் சந்தோஷமாக இருக்கிறார்! நான் அவரைப் பார்த்துப் பொறாமைப்படுகிறேன்!"

"நீ என்ன சொல்கிறாய்? உன்னால் எப்படிப் பொறாமைப்பட முடியும்? ஏன்?" என்று அல்யோஷா ஆச்சரியத்துடன் கேட்டான்.

"ஓ, உண்மைக்காக என்றாவது ஒரு நாள் நானும் என்னைத் தியாகம் செய்ய முடிந்தால்!" என்று கோல்யா உற்சாகத்துடன் சொன்னான்.

"ஆனால் இப்படி ஒரு காரணத்திற்காக, இவ்வளவு அவமானகரமாக, பயங்கரமாக அல்ல" என்றான் அல்யோஷா.

"நிச்சயமாக... நான் இந்த மனிதகுலத்திற்காக இறக்க விரும்புகிறேன். அவமானத்தைப் பொறுத்தவரை, அது ஒரு பொருட்டல்ல. எங்கள் பெயர்கள் அழிந்து போகலாம். நான் உங்கள் சகோதரனை மதிக்கிறேன்!"

"நானும்!" என்று டிராய் நகரை நிறுவியது யார் என்று எனக்குத் தெரியும் என்று சொன்ன அந்தச் சிறுவன், திடீரென்று எதிர்பாராத விதமாகக் கத்தினான். அவன் அதைச் சொல்லிவிட்டு அப்போது போலவே முகம் சிவந்தான்.

அல்யோஷா அறைக்குள் நுழைந்தான். வெள்ளைச் சரிகையால் அலங்கரித்த நீல நிறச் சவப்பெட்டியில், கைகளைக் கட்டிக் கொண்டு, கண்களை மூடி இல்யூஷா படுத்திருந்தான். அவனது மெலிந்த முகத்தில் எந்த மாற்றமும் இல்லை. சடலத்திலிருந்து எந்த வாசனையும் வரவில்லை என்பது விசித்திரமாக இருந்தது. அவனுடைய முகபாவம் ஏதோ தீவிர சிந்தனையில் ஆழ்ந்திருப்பதாகத் தோன்றியது. மார்பின் குறுக்கே

இருந்த அவனுடைய சிறிய கைகள் பளிங்குக் கல்லில் செதுக்கியது போல அழகாக இருந்தன. அவனுடைய கைகளில் பூங்கொத்துகள் இருந்தன. சவப்பெட்டி முழுவதும், அதன் உள்ளேயும் வெளியேயும், லிசா கோஹ்லக்கோவ் அதிகாலையில் அனுப்பிய பூக்களால் அலங்கரிக்கப்பட்டிருந்தது. கேத்தரீனா இவானோவ்னா அனுப்பி வைத்த பூக்களும் வந்திருந்தன. அல்யோஷா கதவைத் திறந்தபோது, கேப்டன் நடுங்கும் கைகளில் பூங்கொத்தைப் பிடித்துக் கொண்டு, தனது அருமை மகன் மீது மலர்களைத் தூவிக் கொண்டிருந்தார். அல்யோஷா யாரையும் ஏறெடுத்துப் பார்க்காமல், அழுது கொண்டிருந்த அவருடைய மனைவியைக் கூடப் பார்க்காமல் உள்ளே சென்றான். அவள் தனது ஊனமுற்ற கால்களை ஊன்றி, இறந்துபோன தனது மகனை அருகில் சென்று பார்க்க முயன்று கொண்டிருந்தாள். நீனா அமர்ந்திருந்த சக்கர நாற்காலியைச் சிறுவர்கள் சவப்பெட்டிக்கு அருகில் கொண்டு வந்திருந்தனர். அவள் அதன் மீது தலையைச் சாய்த்து, சத்தமில்லாமல் அழுது கொண்டிருந்தாள். ஸ்னெகிரியோவின் முகத்தில் ஒரே சமயத்தில் குழப்பமும், கசப்பும் நிறைந்த உணர்வுகள் வெளிப்பட்டன. அவருடைய வார்த்தைகளிலும் அங்க அசைவுகளிலும் ஏதோ ஒரு கிறுக்குத்தனம் இருந்தது. "கிழவனே, என் அருமைக் கிழவனே!" என்று அவர் இல்யூஷாவைப் பார்த்துக் கத்திக் கொண்டே இருந்தார். அவர் இல்யூஷாவைக் 'கிழவன்' என்று அன்பாக கூப்பிடுவது வழக்கம்.

"எனக்கும் பூ வேண்டும். அவன் கையிலிருக்கும் வெள்ளைப் பூவை எடுத்து என்னிடம் கொடு!" என்று அந்தப் பைத்தியக்காரத் தாய் கெஞ்சினாள். அந்தச் சிறிய வெள்ளை ரோஜா அவளைக் கவர்ந்ததாலோ அல்லது அவனுடைய கையிலிருந்த அதை, அவன் நினைவாக வைத்திருக்க விரும்பியதாலோ, அவள் அமைதி யிழந்தவளாக அந்தப் பூவை நோக்கிக் கையை நீட்டினாள்.

"நான் யாருக்கும் எதையும் கொடுக்க மாட்டேன்!" என்று கேப்டன் கோபத்துடன் கத்தினார். "அந்த மலர்கள் அவனுடையது, உன்னுடையது இல்லை. எல்லாம் அவனுடையது, எதுவும் உன்னுடையது இல்லை!"

"அந்தப் பூவை எனக்குக் கொடுங்கள்!" என்று அவள் கண்ணீரால் நனைந்த முகத்தை நிமிர்த்தினாள்.

"இல்லை, நான் எதையும் கொடுக்க மாட்டேன். உனக்குக் கொடுக்க மாட்டேன். நீ அவனை நேசிக்கவில்லை. அவனுக்குப் பரிசாகக் கொடுத்த சிறிய பீரங்கியை நீ பிடுங்கிக் கொண்டாய்"

என்று அவர் இல்யூஷா பீரங்கியைத் தனது தாயிடம் கொடுத்ததை நினைத்து தேம்பித் தேம்பி அழுதார்.

அந்தப் பரிதாபத்திற்குரிய பைத்தியக்காரப் பெண் தனது முகத்தைக் கைகளால் மூடிக் கொண்டு, சத்தமில்லாமல் கண்ணீர் விட்டு அழுதாள். தந்தை சவப் பெட்டியை விட்டு நகர மாட்டார் என்பதை உணர்ந்த சிறுவர்கள், நேரமாகிவிட்டதை அறிந்து, வலுக்கட்டாயமாக அதைத் தூக்கத் தொடங்கினார்கள்.

“தேவாலயத்தில் உள்ள சுடுகாட்டில் அவனைப் புதைக்க எனக்கு விருப்பமில்லை!” என்று ஸ்னெகிரியோவ் திடீரென்று கத்தினார். “அவனை அந்தப் பெரிய பாறை அருகில் புதைக்க வேண்டும். இல்யூஷாவின் விருப்பம் அதுதான். அவனைத் தூக்கிச் செல்ல நான் விடமாட்டேன்!”

அவர் கடந்த மூன்று நாட்களாக, இல்யூஷாவைப் பாறை அருகில் புதைக்க வேண்டும் என்று சொல்லிக் கொண்டிருந்தார், ஆனால் அல்யோஷாவும், கிராஸோத்கினும், வீட்டுச் சொந்தக்காரியும், அவளுடைய சகோதரியும், அனைத்துச் சிறுவர்களும் அதை ஆட்சேபித்தார்கள்.

“அவன் தூக்கில் தொங்கியதைப் போல, ஏதோ ஒரு பாறைக்கு அருகில் அவனைப் புதைக்க வேண்டும் என்று சொல்வது நன்றாக இல்லை” என்று வீட்டுக்காரக் கிழவி கண்டிப்புடன் சொன்னாள். “தேவாலயத்தில் உள்ள அந்தப் புனிதமான சுடுகாட்டில் அவனைப் புதைப்பதுதான் முறை. அங்கு அவனுக்காகப் பிரார்த்தனை செய்வார்கள். பிஷப்பின் உதவியாளரின் குரல் தெளிவாகவும் கணீரென்றும் இருப்பதால், அது அவனுடைய கல்லறையின் மீது வாசிப்பது போல ஒவ்வொரு முறையும் அவனைச் சென்றடையும்.”

இறுதியில் கேப்டன் விரக்தியுடன், ‘நீங்கள் அவனை எங்கே வேண்டுமானாலும் எடுத்துச் செல்லுங்கள்’ என்று சொல்வது போல கையை அசைத்தார்.

சிறுவர்கள் சவப்பெட்டியைத் தூக்கினார்கள். அவர்கள் அம்மாவைக் கடந்து சென்றபோது, அவள் இல்யூஷாவிடம் விடைபெற்றுக் கொள்ளும் விதமாகச் சவப்பெட்டியைக் கீழே இறக்கினார்கள். கடந்த மூன்று நாட்களாகத் தூரத்திலிருந்து மட்டுமே பார்த்துக் கொண்டிருந்த தனது அருமை மகனின் முகத்தை அருகில் பார்த்ததும் அந்தத் தாயின் உடல் நடுங்கியது. அவள் வெறிபிடித்தவள் போல தன்னுடைய தலையைச் சவப்பெட்டியின் மீது முன்னும் பின்னுமாக ஆட்டினாள்.

"அம்மா, அவன் மீது சிலுவையிட்டு, அவனை ஆசீர்வதித்து முத்தமிடுங்கள்" என்று நீனா அழுதாள்.

ஆனால் அவளுடைய தலை இன்னமும் இயந்திரத்தைப் போல ஆடிக் கொண்டிருந்தது. அவள் எதுவும் பேசாமல், வேதனையால் கோணிய முகத்துடன், தனது முஷ்டியால் மார்பில் அடித்துக் கொண்டாள். அவர்கள் சவப்பெட்டியை எடுத்து நீனாவைக் கடந்து சென்றபோது, அவள் தனது சகோதரனின் உதடுகளில் கடைசி முறையாக முத்தமிட்டாள். அல்யோஷா வீட்டை விட்டு வெளியே சென்றபோது, வீட்டுக்குச் சொந்தக் காரியிடம், வீட்டில் இருப்பவர்களைக் கவனித்துக் கொள்ளும்படிச் சொன்னான். ஆனால் அவன் சொல்லி முடிப்பதற்குள் அவள் இடைமறித்தாள்.

"நிச்சயமாக நான் அவர்களுடன் இருப்பேன். நாங்களும் கிறிஸ்துவர்கள்தான்" என்று அந்தக் கிழவி அழுது கொண்டே சொன்னாள்.

அவர்கள் சவப்பெட்டியை அதிக தூரம் தூக்கிச் செல்லவில்லை, ஏனெனில் தேவாலயம் முன்னூறு அடி தூரம் கூட இல்லை. அன்று மிதமான உறைபனி இருந்தது என்றாலும், வானிலை மேகமூட்டம் இல்லாமல் தெளிவாக இருந்தது. தேவாலய மணி இன்னும் ஒலித்துக் கொண்டிருந்தது. ஸ்னெகிரியோவ் தனது குட்டையான, பழைய கோடைக்கால மேலங்கியுடன், அகலமான விளிம்பு கொண்ட தொப்பியைத் தலையில் அணியாமல் கையில் பிடித்தபடி, வெறுந்தலையுடன் சவப்பெட்டியின் பின்னால் ஓடினார். குழப்பத்திலும் பதற்றத்திலும் இருந்த அவர், ஒருமுறை சவப்பெட்டியின் முன்பகுதியைத் தன் தோளில் தாங்க முயன்று, அதைத் தூக்கிச் சென்றவர்களுக்கு இடையூறு செய்தார். மறுமுறை, அதைத் தூக்கிச் செல்ல தனக்கான இடத்தைத் தேடினார். ஒரு பூ தரையில் விழுந்தபோது, அந்தப் பூவின் இழப்பு இந்த உலகையே பாதிக்கும் என்பதுபோல அதை எடுக்க விரைந்தார்.

"ரொட்டித் துண்டை மறந்துவிட்டோம்!" என்று அவர் திடீரென்று பீதியுடன் கத்தினார்.

ஆனால் அவர் அதை ஏற்கனவே எடுத்து வைத்துவிட்டதையும், அது அவருடைய சட்டைப் பையில் இருப்பதையும், சிறுவர்கள் அவருக்கு ஞாபகப்படுத்தினார்கள். அவர் சட்டென்று அதை வெளியே எடுத்துப் பார்த்து ஆறுதல் அடைந்தார்.

"இல்யூஷா சொன்னான்" என்று அவர் அல்யோஷாவிடம் விளக்கத் தொடங்கினார். "ஒரு நாள் இரவு நான் அவன் அருகில்

அமர்ந்திருந்தபோது, அவன் என்னிடம், 'அவர்கள் என் கல்லறையில் மண்ணைப் போட்டு மூடியதும், அதன் மீது சிட்டுக் குருவிகளுக்காக, ரொட்டித் துண்டைத் தூவுங்கள். நான் அவற்றின் வருகையை அறிந்து, தனியாகப் படுத்திருக்கவில்லை என்று மகிழ்ச்சி அடைவேன்' என்று சொன்னான்."

"அது நல்ல விஷயம். நீங்கள் அடிக்கடி அதைச் செய்ய வேண்டும்" என்றான் அல்யோஷா.

"ஆமாம், தினமும், தினமும்!" என்று அவர் சொன்னபோது, அவருடைய முகம் பிரகாசமானது.

அவர்கள் தேவாலயத்தை அடைந்ததும், அதன் நடுவில் சவப்பெட்டியை இறக்கி வைத்தார்கள். சிறுவர்கள் அதைச் சுற்றி நின்று, பிரார்த்தனை முடியும் வரை மரியாதையுடன் நின்று கொண்டிருந்தார்கள். அது மிகவும் பழமையான, ஏழ்மையான ஒரு தேவாலயம். அங்கிருந்த தெய்வத்தின் படங்கள் சட்டங்கள் இல்லாமல் இருந்தன, ஆனால் அந்த நிலையிலுள்ள தேவாலயங்களில் ஒருவர் பயபக்தியுடன் பிரார்த்தனை செய்ய முடியும். பிரார்த்தனை நடந்தபோது, ஸ்னெகிரியோவ் அமைதியாக இருப்பது போலத் தோன்றினாலும், அவ்வப்போது அவருடைய முகத்தில் குழப்பமும் கவலையும் எட்டிப் பார்த்தன. ஒருமுறை அவர் சவப்பெட்டியின் மூடியை அல்லது மாலையைச் சரி செய்தார். அதற்குப் பிறகு, மெழுகுவர்த்தி ஸ்டேண்டிலிருந்து ஒரு மெழுகுவர்த்தி கீழே விழுந்தபோது, அதை மீண்டும் அந்த இடத்தில் வைப்பதற்காக அவர் பாய்ந்து சென்று, நீண்ட நேரம் அதனுடன் போராடிக் கொண்டிருந்தார். இறுதியில் அவர் அமைதியடைந்து, சவப்பெட்டிக்கு அருகில் நின்றபோது, அவருடைய முகத்தில் குழப்பமும் கவலையும் பிரதிபலித்தன. நிருபங்களைப் படித்து முடித்தபோது, அவர் அல்யோஷாவிடம், அவற்றைச் சரியாகப் படிக்கவில்லை என்றும், அதன் அர்த்தம் என்ன என்பதை விளக்கவில்லை என்றும் கிசுகிசுத்தார். 'கேருபீன்களைப் போல' என்ற பாடலின்போது, அவர் அதனுடன் சேர்ந்து பாடத் தொடங்கினாலும், இறுதிவரை பாடாமல், மண்டியிட்டு தேவாலயத்தின் குளிர்ந்த கல் தரையில் நெற்றியை வைத்து, நீண்ட நேரம் அப்படியே இருந்தார்.

கடைசியில் இறுதிச் சடங்குகள் நடந்தன. அனைவருக்கும் மெழுகுவர்த்திகள் விநியோகம் செய்யப்பட்டன. அந்தப் பரிதாபத்திற்குரிய தந்தை மீண்டும் அங்குமிங்கும் அலையத் தொடங்கினார், ஆனால் மனதைத் தொடும் இறுதிச் சடங்கு பிரார்த்தனைகள் அவரது ஆன்மாவைத் தட்டி எழுப்பியது. அவர்

திடீரென்று தனக்குள் ஒடுங்கியவராக, தேம்பித் தேம்பி அழ ஆரம்பித்தார். அவர் தனது அழுகையை அடக்கினாலும், இறுதியில் கட்டுப்படுத்த முடியாமல் சத்தமாக அழத் தொடங்கினார். அவர்கள் இறந்தவரிடம் விடைபெற்று, சவப்பெட்டியை மூடத் தயாரானபோது, அவர் தனது கைகளை அசைத்து, இல்யூஷாவை மறைப்பதைத் தடுக்க முயன்றார். அவர் தனது மகனைக் கட்டிப் பிடித்து, அவனுடைய உதடுகளில் ஆசையோடு முத்தமிடத் தொடங்கினார். இறுதியில் அவர்கள் ஒருவழியாக அவரை அழைத்துச் செல்ல முயன்றபோது, அவர் தனது கைகளை நீட்டி சவப்பெட்டியிலிருந்து சில பூக்களை எடுத்தார். அவற்றைப் பார்த்தபோது, அவருக்கு ஏதோ ஒரு யோசனை தோன்றியது போல ஒரு நிமிடம் அவர் தன்னை மறந்து சிந்தனையில் மூழ்கியது போலத் தோன்றியது. அவர்கள் சவப்பெட்டியைக் கல்லறைக்கு எடுத்துச் சென்றபோது, அவர் எந்த எதிர்ப்பையும் காட்டவில்லை. அது தேவாலய வளாகத்தில், தேவாலயத்திற்கு அருகில் இருந்தது. அதிக விலையான அந்தக் கல்லறைக்கு கேத்தரீனா இவானோவ்னா பணம் கொடுத்திருந்தாள். வழக்கமான சடங்குகளுக்குப் பிறகு, சவப்பெட்டியைக் குழியில் இறக்கினார்கள். ஸ்னெகிரியோவ் கையில் பூக்களுடன், தலையைக் குனிந்து சவப்பெட்டியைப் பார்த்துக் கொண்டிருந்தார். அவர் கீழே விழுந்து விடுவார் என்று பயந்த சிறுவர்கள் அவருடைய கோட்டைப் பிடித்து அவரைப் பின்னால் இழுத்தார்கள். ஆனால் என்ன நடக்கிறது என்பதை அவர் சரியாகப் புரிந்து கொண்டதாகத் தெரியவில்லை. அவர்கள் கல்லறையை மூடத் தொடங்கியபோது, அவர் பதற்றத்துடன், கீழே விழும் மண்ணைச் சுட்டிக் காட்டி எதையோ சொல்ல முயன்றார், ஆனால் அது யாருக்கும் புரியவில்லை. அவர் திடீரென்று மௌனமானார். ரொட்டித் துண்டைக் கல்லறையின் மீது தூவ வேண்டும் என்பதைச் சிறுவர்கள் அவருக்கு நினைவூட்டினார்கள். அவர் மிகவும் பரபரப்புடன், ரொட்டித் துண்டை நொறுக்கி கல்லறையின் மீது தூவத் தொடங்கினார்.

“பறவைகளே, சிட்டுக்குருவிகளே கீழே வாருங்கள்!” என்று அவர் கவலையுடன் முணுமுணுத்தார்.

அவர் தனது கையில் பூக்களை வைத்துக் கொண்டு ரொட்டியை நொறுக்குவது சிரமமாக இருக்கும் என்பதால், அதை யாரிடமாவது கொடுங்கள் என்று ஒரு சிறுவன் அவரிடம் சொன்னான். ஆனால் அவர் அதைச் செய்யாமல், அவற்றைத் தன்னிடமிருந்து பறித்து விடுவார்களோ என்பது போலப் பயந்தார். அதன் பிறகு அவர் கல்லறையைப் பார்த்து எல்லாம் நல்லபடியாக

முடிந்துவிட்டது என்ற திருப்தியுடன், திடீரென்று எல்லோரும் ஆச்சரியப்படும் வகையில், அமைதியாக வீட்டை நோக்கி நடந்தார். ஆனால் போகப்போக அவருடைய வேகம் அதிகமானது, அவர் ஏறக்குறைய ஓடினார். அல்யோஷாவும் சிறுவர்களும் வேகமாக அவரைப் பின் தொடர்ந்தார்கள்.

"அம்மாவுக்குப் பூக்கள், அம்மாவுக்குப் பூக்கள்! நான் அவளிடம் அன்பாக நடந்து கொள்ளவில்லை!" என்று அவர் திடீரென்று கூச்சலிட்டார். அவர் அதையே திரும்பத் திரும்பச் சொல்லிக் கொண்டிருந்தார்.

குளிராக இருப்பதால் தொப்பியை அணிந்து கொள்ளும்படி சிறுவர்கள் அவரிடம் சொன்னார்கள். ஆனால் அவர் கோபத்துடன் தொப்பியைத் தரையில் வீசிவிட்டு, "எனக்குத் தொப்பி வேண்டாம், தொப்பி வேண்டாம்!" என்று திரும்பத் திரும்பச் சொன்னார். ஸ்மூரோவ் தொப்பியை எடுத்துக் கொண்டு அவரைப் பின்தொடர்ந்தான். எல்லா சிறுவர்களும் அழுதார்கள். கோல்யாவும், டிராய் நகரைப் பற்றிச் சொன்ன சிறுவனும் எல்லோரையும் விட அதிகமாக அழுதார்கள். ஸ்மூரோவ் கையில் தொப்பியுடன் அழுது கொண்டே ஓடினாலும், பனி படர்ந்த சாலையில் கிடந்த ஒரு செங்கலை எடுத்து, பறந்து கொண்டிருந்த குருவிக் கூட்டத்தின் மீது வீசினான். அவனுடைய குறி தப்பியது. அவன் அழுது கொண்டே ஓடினான். ஸ்னெகிரியோவ் திடீரென்று பாதி வழியில் நின்று, ஏதோ ஒன்று அவரைத் தாக்கியது போல ஒரு நிமிடம் அசையாமல் நின்றார். பிறகு அவர் தேவாலயத்தை நோக்கி, கல்லறை இருந்த திசையில் ஓடத் தொடங்கினார். ஆனால் சிறுவர்கள் அவரைப் பிடித்து நிறுத்தி, நாலாபுறமும் அவரைச் சூழ்ந்து கொண்டார்கள். அவர் தனது ஆற்றல் முழுவதையும் இழந்துவிட்டது போல தரையில் விழுந்து, தேம்பித் தேம்பி அழுது கொண்டே பனியில் புரண்டார். "இல்யூஷா, என் அருமைக் கிழவனே!" என்று அவர் கதறினார். அல்யோஷாவும் கோல்யாவும் அவரைச் சமாதானப்படுத்தி எழுப்பினார்கள்.

"போதும் கேப்டன்! ஒரு தைரியசாலி மனிதன் தன்னைச் சமாளித்துக் கொள்ள வேண்டும்" என்று கோல்யா முணுமுணுத்தான்.

"நீங்கள் பூக்களை நாசம் செய்கிறீர்கள்" என்றான் அல்யோஷா. "அம்மா அதை எதிர்பார்த்துக் கொண்டிருப்பாள். நீங்கள் அவளுக்கு அதைக் கொடுக்காததால் அவள் அழுது கொண்டிருக் கிறாள். இல்யூஷாவின் சிறிய படுக்கை இன்னும் அங்கே இருக்கிறது..."

"ஆமாம், அம்மாவுக்கு அதைக் கொடுக்க வேண்டும்!" ஸ்னெகிரியோவுக்கு திடீரென்று அவளுடைய ஞாபகம் வந்தது. "அவர்கள் படுக்கையை எடுத்துச் சென்று விடுவார்கள். ஆமாம், எடுத்துச் சென்று விடுவார்கள்!" என்று அவர் கவலையுடன் கத்திக் கொண்டே வீட்டை நோக்கி ஓடத் தொடங்கினார்.

ஆனால் வீடு வெகு தொலைவில் இல்லை என்பதால் அனைவரும் ஒன்றாக வீட்டை அடைந்தனர். ஸ்னெகிரியோவ் வேகமாகக் கதவைத் திறந்து, சற்று முன்பு சண்டையிட்ட தன் மனைவியை அழைத்தார்.

"அன்பே, இல்யூஷா உனக்குப் பூக்களை அனுப்பியிருக்கிறான்" என்று அவர் பனியில் புரண்டதில் கசங்கிய பூங்கொத்தை அவளிடம் நீட்டினார். அதே சமயம் அவர் இல்யூஷாவின் படுக்கைக்கு அருகில் இருந்த அவனுடைய சிறிய காலணிகளைப் பார்த்தார். வீட்டுச் சொந்தக்காரி வீட்டைச் சுத்தம் செய்தபோது, அவற்றை நேர்த்தியாக அடுக்கி வைத்திருந்தாள். பழைய, விறைத்த, அழுக்கான, ஒட்டுப் போட்ட சிறிய காலணிகள். அவர் கைகளை வீசிக் கொண்டு அதன் அருகில் சென்று, மண்டியிட்டு அமர்ந்து, அவற்றை அள்ளி அணைத்து முத்தமிட்டு, கண்ணீர் விட்டு அழுதார். "இல்யூஷா, என் அருமைக் கிழவனே, உன் சிறிய கால்கள் எங்கே?" என்று கதறினார்.

"அவனை எங்கே கொண்டு சென்றீர்கள்? அவனை எங்கே கொண்டு சென்றீர்கள்?" என்று அந்த பைத்தியக்காரி நெஞ்சைப் பிளக்கும் குரலில் கத்தினாள்.

நீனாவும் தேம்பித் தேம்பி அழுதாள். கோல்யா வீட்டை விட்டு வெளியே ஓடினான். அவனைத் தொடர்ந்து சிறுவர்களும் ஓடினார்கள். கடைசியில் அல்யோஷாவும் வெளியே சென்றான்.

"அவர்கள் அழட்டும்" என்று அவன் கோல்யாவிடம் சொன்னான். "இப்போது அவர்களை ஆறுதல் படுத்துவதில் எந்தப் பயனும் இல்லை. சிறிது நேரம் கழித்துப் போகலாம்."

"ஆமாம், நாம் ஒன்றும் செய்ய முடியாது, அது பயங்கரம்" என்று கோல்யா ஒப்புக் கொண்டான். "கரமசோவ், உங்களுக்குத் தெரியுமா?" என்று அவன் யாருக்கும் கேட்காதபடி குரலை தாழ்த்திக் கொண்டான். "நான் மிகவும் சோகமாக இருக்கிறேன். நான் அவனை உயிர்ப்பிக்க முடியும் என்றால், இந்த உலகத்தில் எதையும் கொடுப்பேன்!"

"ஓ! நானும் அப்படித்தான்" என்றான் அல்யோஷா.

“கரமசோவ், இன்று இரவு நாம் இங்கே வரலாமா? நீங்கள் என்ன நினைக்கிறீர்கள்? அவர் குடிக்கத் தொடங்கிவிடுவார்.”

“ஆமாம். நாம் இருவர் மட்டும் ஒன்றாகச் சேர்ந்து வரலாம். நாம் இருவரும் அம்மாவுடனும், நீனாவுடனும் ஒரு மணி நேரம் இருப்போம். நாம் எல்லோரும் வந்தால், அவர்களுக்கு மீண்டும் எல்லாமே ஞாபகத்திற்கு வந்துவிடும்” என்றான் அல்யோஷா.

“வீட்டுக்கார அம்மாள் மேசையைத் தயார் செய்து கொண்டிருக்கிறாள். இறுதிச் சடங்கு விருந்து நடக்கும் என்று தெரிகிறது. பாதிரியார் வருவார் என்று நான் நினைக்கிறேன். கரமசோவ், நாம் இப்போது உள்ளே போகலாமா?”

“நிச்சயமாக” என்றான் அல்யோஷா.

“கரமசோவ், இத்தனை பெரிய துயரத்திற்குப் பிறகு அப்பத்தைச் சாப்பிடுகிறோம். நம் மதத்தில் உள்ள இதெல்லாம் இயற்கைக்கு மாறானது!”

“அவர்கள் சாலமன் மீனையும் சாப்பிடப் போகிறார்கள்” என்று டிராய் நகரத்தைப் பற்றிச் சொல்லிய சிறுவன் உரத்தக் குரலில் சொன்னான்.

“கர்த்தஷோவ், உன்னுடைய முட்டாள்தனமான பேச்சால் மீண்டும் குறுக்கிட வேண்டாம். உன்னுடன் யாரும் பேசாதபோது அல்லது நீ இருக்கிறாய் என்பதைப் பற்றி யாரும் கவலைப்படாதபோது, பேசாமல் இருப்பது நல்லது” என்று கோல்யா கோபத்துடன் சீறினான்.

அந்தப் பையன் கோபத்தில் முகம் சிவந்தான் என்றாலும், அவனுக்குப் பதில் சொல்ல தைரியம் வரவில்லை. இதற்கிடையில் அவர்கள் பாதையில் மெதுவாக நடந்து கொண்டிருந்தபோது, திடீரென்று ஸ்மூரோவ் உரத்தக் குரலில் சொன்னான்.

“அதோ இல்யூஷாவின் பாறை. அங்குதான் அவனைப் புதைக்க விரும்பினார்கள்!”

அவர்கள் அனைவரும் அந்தப் பெரிய பாறையின் அருகில் மௌனமாக நின்றார்கள். அல்யோஷா அதைப் பார்த்தபோது, அன்று ஸ்னெகிரியோவ் அவனிடம் விவரித்த, இல்யூஷா அழுது கொண்டே தனது தந்தையைக் கட்டிப் பிடித்து, ‘அப்பா, அவர் உங்களை எப்படி அவமானப்படுத்தினார்’ என்று கதறிய காட்சி அவன் நினைவுக்கு வந்தது. அவன் உள்ளத்தில் இனம் புரியாத ஓர் உணர்வு கிளர்ந்தது. அவன் ஆர்வத்துடன், தீவிரமான முகபாவத்துடன் சிறுவர்களின் பிரகாசமான, இனிய முகங்களை உற்றுப் பார்த்துவிட்டு, அவர்களிடம் சொன்னான்.

"சிறுவர்களே, இந்த இடத்தில் நான் உங்களிடம் ஒரு சில வார்த்தைகள் சொல்ல விரும்புகிறேன்."

சிறுவர்கள் அவனைச் சூழ்ந்து கொண்டு, ஆவலுடனும், எதிர்பார்ப்புடனும், அவனை நோக்கித் திரும்பினார்கள்.

"சிறுவர்களே, நாம் விரைவில் பிரிந்து விடுவோம். நான் சிறிது காலம் எனது இரண்டு சகோதரர்களுடன் இருப்பேன். அவர்களில் ஒருவர் சைபீரியாவுக்குப் போகிறார், மற்றொருவர் மரணத்தின் வாயிலில் இருக்கிறார். ஆனால் நான் சீக்கிரம் இந்த ஊரை விட்டுச் சென்று விடுவேன். ஒருவேளை நான் நீண்ட காலத்திற்குத் திரும்பி வர மாட்டேன். அதனால் நாம் பிரிந்து விடுவோம். எனவே நாம் இல்யூஷாவை மறக்க மாட்டோம் என்றும், ஒருவரையொருவர் மறக்காமல் இருப்போம் என்றும் இந்தப் பாறை அருகில் சத்தியம் செய்வோம். வாழ்க்கையின் பிற்பகுதியில் நமக்கு என்ன நடந்தாலும், இருபது ஆண்டுகளுக்கு நாம் மீண்டும் சந்திக்காவிட்டாலும், நாம் ஒரு முறை பாலத்தின் அருகில் கல்லால் அடித்த அந்த பரிதாபத்திற்குரிய சிறுவனை எப்படிப் புதைத்தோம் என்பதையும், அந்தச் சம்பவத்திற்குப் பிறகு நாம் எல்லோரும் அவனை எப்படி நேசித்தோம் என்பதையும் எப்போதும் நினைவில் வைத்திருப்போம். அவன் ஒரு நல்ல, அன்பான, தைரியமான சிறுவன். அவன் தனது தந்தைக்கு நேர்ந்த அவமானத்தை உணர்ந்து, அவரது கௌரவத்தைக் காப்பாற்ற வேண்டும் என்று நினைத்தான். எனவே நாம் அவனை நம்முடைய வாழ்நாள் முழுவதும் நினைவில் வைத்திருக்க வேண்டும். நாம் வேலையில் மூழ்கியிருந்தாலும், பெரிய வெற்றியை அடைந்தாலும் அல்லது துரதிருஷ்டத்தின் படுகுழியில் வீழ்ந்தாலும், நாம் அனைவரும் இங்கே ஒன்றாக இருந்தபோது, அவனை நேசித்தபோது, நாம் நம்மை விடச் சிறந்தவர்களாக இருந்தோம் என்பதை எப்போதும் நினைவில் கொள்ளுங்கள். என் குட்டிப் புறாக்களே, நான் உங்களை அப்படித்தான் அழைக்க விரும்புகிறேன், ஏனென்றால் இப்போது உங்களைப் பார்க்கும்போது, நீங்கள் அந்த அழகிய நீலமும் சாம்பலும் கலந்த பறவைகளைப் போல இருக்கிறீர்கள். நான் என்ன சொல்கிறேன் என்பது உங்களுக்குப் புரியாமல் போகலாம், ஏனென்றால் நான் அடிக்கடி புரிந்து கொள்ள முடியாதபடி பேசுகிறேன். இருந்தாலும், நீங்கள் அதை நினைவில் வைத்துக் கொள்வீர்கள் என்றும், ஒரு நாள் அதைப் புரிந்து கொள்வீர்கள் என்றும் நான் நினைக்கிறேன். ஒரு நல்ல நினைவை விட, குறிப்பாக பெற்றோர்கள் வீட்டில் வசித்த குழந்தைப் பருவ நினைவுகளை விட, உயர்ந்தது, வலிமையானது, ஆரோக்கியமானது, பிற்கால வாழ்க்கைக்குப் பயனுள்ளது எதுவும்

இல்லை என்பதை நீங்கள் புரிந்து கொள்ள வேண்டும். உங்கள் கல்வியின் முக்கியத்துவத்தைப் பற்றிப் பலரும் பேசுகிறார்கள், ஆனால் குழந்தைப் பருவத்திலிருந்து பாதுகாக்கப்படும் நல்ல, அழகான, புனிதமான நினைவுகள் ஒருவேளை சிறந்த கல்வியாக இருக்கலாம். ஒரு மனிதன் தன் வாழ்க்கையில் இதுபோன்ற பல நல்ல நினைவுகளைத் தன்னுடன் எடுத்துச் சென்றால், அவன் தன் வாழ்நாள் முழுவதும் பாதுகாப்பாக இருப்பான். உங்களிடம் ஒரே ஒரு நல்ல நினைவு மட்டும் எஞ்சியிருந்தாலும், ஒரு நாள் உங்களைக் காப்பாற்ற அது மட்டுமே போதுமானதாக இருக்கும். ஒருவேளை நாம் பிற்காலத்தில் பொல்லாதவர்களாக மாறி, தீய செயல்களிலிருந்து விலகியிருக்க முடியாமல் போகலாம். மற்றவர்களின் கண்ணீரைப் பார்த்துச் சிரிக்கலாம் அல்லது இப்போது கோல்யா சொன்னது போல, 'எல்லா மனிதர்களுக்காகவும் நான் கஷ்டப்பட விரும்புகிறேன்' என்று சொல்பவர்களைப் பார்த்து வெறுப்புடன் கேலி செய்யலாம். ஆனால் நாம் எவ்வளவு பொல்லாதவர்களாக மாறினாலும் (கடவுள் அப்படி நடக்காமல் தடுக்கட்டும்), நாம் எப்படி இல்யூஷாவைப் புதைத்தோம் என்பதையும், கடைசி நாட்களில் அவனை எப்படி நேசித்தோம் என்பதையும், இந்தப் பாறை அருகில் நாம் அனைவரும் எப்படி நல்ல நண்பர்களாக பேசிக் கொண்டிருந்தோம் என்பதையும் நினைத்துப் பார்க்கும்போது, நம்மில் மிகவும் கொடூரமானவனாகவும், கேலி செய்பவனாகவும் மாறியவன் கூட, இந்தத் தருணத்தில் அவன் எவ்வளவு அன்பாகவும், நல்லவனாகவும் இருந்தான் என்பதை நினைத்து மனதுக்குள் சிரிக்கத் துணிய மாட்டான்! எல்லாவற்றுக்கும் மேலாக, அந்த நினைவு ஒரு பெரிய தீமையைச் செய்வதிலிருந்து அவனைத் தடுக்கும். அவன் அதைப் பற்றி நன்றாகச் சிந்தித்து, 'ஆம், நான் அப்போது நல்லவனாகவும், தைரியமானவனாகவும், நேர்மையானவனாகவும் இருந்தேன்!' என்று அவன் நினைப்பான். அவன் அதை நினைத்து தனக்குத் தானே சிரித்துக் கொள்ளட்டும், அது ஒரு பொருட்டல்ல, ஏனெனில் ஒரு மனிதன் பெரும்பாலும் அன்பையும், நற்குணத்தையும் பார்த்துச் சிரிக்கிறான். அது அவனுடைய சிந்தனையற்ற தன்மையின் ஒரு பகுதி மட்டுமே. ஆனால் அவன் அப்படிச் சிரித்தவுடன், 'இல்லை, நான் அதைப் பார்த்துச் சிரிப்பது சரியல்ல, ஏனென்றால் அது நகைப்புக்குரியது அல்ல' என்று அவன் நினைப்பான் என்று நான் உறுதியாகச் சொல்கிறேன்."

"கரமசோவ், நிச்சயம் அப்படித்தான் நடக்கும். நீங்கள் சொல்வது எனக்குப் புரிகிறது" என்று கோல்யா கண்கள் பளிச்சிடச் சொன்னான்.

சிறுவர்கள் பரபரப்புடன் எதையோ சொல்ல விரும்பினார்கள், ஆனால் அவர்கள் தங்களைக் கட்டுப்படுத்திக் கொண்டு, கனிவோடும் கவனத்தோடும் பேச்சாளரைப் பார்த்தார்கள்.

"ஒருவேளை நாம் கெட்டவர்களாக ஆகிவிட்டால் என்ன செய்வது என்று சொன்னேன்" என்று அல்யோஷா தொடர்ந்தான். "ஆனால் சிறுவர்களே, நாம் கெட்டவர்களா மாறுவதற்கு எந்தக் காரணமும் இல்லை, இல்லையா? முதல் விஷயம், நாம் அன்பாகவும், நேர்மையாகவும் இருக்க வேண்டும். இரண்டாவது விஷயம், நாம் ஒருவரையொருவர் மறந்துவிடாமல் இருக்க வேண்டும். நான் மீண்டும் அதைச் சொல்கிறேன். நான் உங்களில் யாரையும் ஒருபோதும் மறக்க மாட்டேன் என்று சத்தியம் செய்கிறேன். இப்போது என்னைப் பார்த்துக் கொண்டிருக்கும் ஒவ்வொரு முகமும், முப்பது ஆண்டுகளுக்குப் பிறகும் என் நினைவில் இருக்கும். கோல்யா சற்று முன்பு கர்த்தஷோவிடம், அவன் இருக்கிறானா இல்லையா என்பதைப் பற்றி எனக்குக் கவலையில்லை என்று சொன்னான். ஆனால் நான் ஒருபோதும் கர்த்தஷோவை மறக்க மாட்டேன். டிராய் நகரத்தை நிறுவியவர்களைப் பற்றி அவன் சொன்னபோது, முகம் சிவந்து வெட்கப்பட்டது போல இல்லாமல், உற்சாகத்துடன், அன்புடன் என்னைப் பார்த்துக் கொண்டிருக்கிறான். சிறுவர்களே, என் அருமை சிறுவர்களே, நாம் எல்லோரும் இல்யூஷாவைப் போல தைரியமும் பெருந்தன்மையும் உடையவர்களாகவும், கோல்யாவைப் போல புத்திசாலித்தனமும், தைரியமும், தாராள மனப்பான்மையும் (அவன் இன்னும் புத்திசாலியாக வளர்வான்) உடையவர்களாகவும், கர்த்தஷோவைப் போல பணிவும், புத்திசாலித்தனமும், அன்பும் உடையவர்களாகவும் இருப்போம். ஆனால் நான் ஏன் இருவரைப் பற்றி மட்டும் பேச வேண்டும்? சிறுவர்களே, நீங்கள் எல்லோரும் எனக்குப் பிரியமானவர்கள். இன்று முதல் நான் உங்கள் எல்லோரையும் என் இதயத்தில் வைத்துக் கொள்வேன். நீங்களும் என்னை உங்கள் இதயத்தில் வைத்துக் கொள்ளும்படிக் கேட்டுக் கொள்கிறேன்! நல்லது, வாழ்நாள் முழுவதும் நம் நினைவை விட்டு நீங்காதிருக்கும் இந்த அன்பான, நல்லுணர்வில் நம்மை இணைத்தது யார்? அது அந்த நல்ல, அன்பான, என்றென்றும் நமக்கு அருமையான இல்யூஷாவைத் தவிர வேறு யாராக இருக்க முடியும்? எனவே நாம் ஒருபோதும் அவனை மறக்கக் கூடாது. அவனது நினைவுகள் என்றென்றும் நம் இதயங்களில் நிலைத்து நிற்கட்டும்!"

"ஆமாம், என்றென்றும், எப்போதும்!" என்று சிறுவர்கள் உணர்ச்சி நிறைந்த முகத்துடன், உரத்தக் குரலில் கத்தினார்கள்.

"இல்யூஷாவின் முகத்தையும், அவனது உடைகளையும், கிழிந்த காலணிகளையும், அவன் படுத்திருந்த சவப்பெட்டியையும், மகிழ்ச்சியற்ற, பரிதாபத்திற்குரிய தந்தைக்காக வகுப்பறை முழுவதையும் அவன் தைரியமாக எதிர்த்ததையும் நாம் நினைவில் கொள்வோம்!"

"ஆமாம், நாம் அவனை நினைவில் கொள்வோம்" என்று சிறுவர்கள் கத்தினார்கள். "அவன் தைரியசாலி, அவன் நல்லவன்!"

"ஆகா, நான் அவனை எவ்வளவு நேசித்தேன்!" என்று கோல்யா வியப்புடன் சொன்னான்.

"ஓ, சிறுவர்களே, என் அன்பு நண்பர்களே, நீங்கள் வாழ்க்கையைக் கண்டு பயப்படாதீர்கள்! ஒருவன் நல்லதையும், நியாயமானதையும் செய்தால் வாழ்க்கை எவ்வளவு இனிமையாக இருக்கும்!"

"ஆமாம், ஆமாம்" என்று சிறுவர்கள் பரவசத்துடன் கூச்சலிட்டனர்.

"கரமசோவ், நாங்கள் உங்களை நேசிக்கிறோம்!" என்று உணர்ச்சிப் பெருக்குடன் ஒரு குரல் கத்தியது. அது அநேகமாக கர்த்தஷோவின் குரலாக இருக்கலாம்.

"நாங்கள் உங்களை நேசிக்கிறோம்! நாங்கள் உங்களை நேசிக்கிறோம்!" என்று அனைவரும் ஒரே குரலில் கத்தினார்கள். பலரின் கண்களில் கண்ணீர்த் துளிகள் பளபளத்தது.

"கரமசோவ் வாழ்க!" என்று கோல்யா பரவசத்துடன் கத்தினான்.

"இறந்துபோன சிறுவனின் நினைவுகள் என்றென்றும் வாழட்டும்!" என்று அல்யோஷா மீண்டும் உணர்ச்சிப் பெருக்குடன் சொன்னான்.

"என்றென்றும்!" என்று சிறுவர்கள் மீண்டும் கூச்சலிட்டனர்.

"கரமசோவ்" என்று கோல்யா கத்தினான். "நாம் அனைவரும் மரணத்திலிருந்து உயிர்த்தெழுந்து, வாழ்வோம், ஒருவரையொருவர் சந்திப்போம் என்று நம்முடைய மதம் போதிப்பது உண்மையா? இல்யூஷாவும் வருவானா?"

"நிச்சயமாக நாம் அனைவரும் உயிர்த்தெழுவோம், ஒருவரை யொருவர் சந்திப்போம், நடந்த அனைத்தையும் மகிழ்ச்சியுடன்

பகிர்ந்து கொள்வோம்" என்று அல்யோஷா பாதிச் சிரிப்புடனும், பாதிப் பரவசத்துடனும் பதிலளித்தான்.

"ஆகா, அது எவ்வளவு அருமையாக இருக்கும்!" என்று கோல்யா திடீரென்று கத்தினான்.

"சரி, நாம் பேசியது போதும். நாம் அனைவரும் இறுதிச் சடங்கு விருந்துக்குச் செல்வோம். நாங்கள் அப்பம் சாப்பிடுவதைப் பார்த்து நீ வருத்தப்படாதே, ஏனெனில் அது ஒரு பழைய சம்பிரதாயம். அதில் ஏதோ ஒரு நல்ல விஷயம் இருக்கிறது" என்று அல்யோஷா சிரித்துக் கொண்டே சொன்னான். "சரி, நாம் போகலாம்! நாம் கைகோர்த்துச் செல்வோம்!"

"நல்லது, நாம் எப்போதும், நம்முடைய வாழ்நாள் முழுவதும் கைகோர்த்துச் செல்வோம்! கரமசோவ் வாழ்க!" என்று கோல்யா மீண்டும் பரவசத்துடன் கத்தியதும், சிறுவர்கள் அதே பரவசத்துடன், "கரமசோவ் வாழ்க!" என்று கத்தினார்கள்.

முற்றும்.